ప్రతిభామూర్తుల జీవితచిత్రాలు

తెలుగు మణిదీపాలు

ప్రధాన సంపాదకులు

మండలి బుద్ధప్రసాద్

సంపాదకులు

డా. డి. చంద్రశేఖరరెడ్డి

గుత్తికొండ సుబ్బారావు

డా. జి. వి. పూర్ణచంద్

ఎమెస్కో

కృష్ణాజిల్లా రచయితల సంఘం సమన్వయంతో

తెలుగు మణిదీపాలు
'ఎమెస్కో' ప్రచురణగా
'కృష్ణాజిల్లా రచయితల సంఘం' సమన్వయంతో

ప్రధాన సంపాదకులు
మండలి బుద్ధప్రసాద్

సంపాదకులు
డా.డి.చంద్రశేఖరరెడ్డి
గుత్తికొండ సుబ్బారావు
డా.జి.వి.పూర్ణచంద్

ముద్రణ
డిశంబరు, 2009

వెల : రూ.500/-
ISBN : 978-93-80409-11-5

టైటిల్ డిజైన్ : కుమార్
ముఖ చిత్రాలు : స్టార్ ఫీచర్స్, హైదరాబాద్.

డి.టి.పి. : జి.సౌజన్య

ప్రింటర్స్
సాయిలిఖిత ప్రింటర్స్
హైదరాబాదు.

ప్రచురణ
ఎమెస్కో బుక్స్
సూర్యారావుపేట, విజయవాడ - 520 002
ఫోన్ : 0866-2436643

దోమలగూడ, హైదరాబాద్ - 500 029.
ఫోన్ & ఫ్యాక్స్ : 040-23264028
www.emescobooks.com, e-mail : emescobooks@yahoo.com,

తెలుగు మణిదీపాలతో వెలుతురు ప్రస్థానం

ఆధునిక యుగంలో తెలుగుజాతిని, తెలుగు జన జీవనాన్ని తెలుగువారి సామాజిక ప్రగతిని ప్రభావితం చేసి 'తెలుగు మణిదీపాలు'గా ప్రసిద్ధులైన మహనీయులు ఎందరో వున్నారు.

తేజోమూర్తులైన పెద్దల జీవిత చరిత్రలు, వారు నడిపిన ఉద్యమాలు, సాగించిన పోరాటాలు, సాధించిన విజయాలు ఈనాటి యువతరానికి స్ఫూర్తిదాయకంగా వుంటాయి.

నిజానికి, జీవిత చరిత్రలు, ఆత్మకథలు రాసే అలవాటు తెలుగువారికి తక్కువ. ఈ సమాజంతో ముడిపడి నడిచిన తమ జీవితాలలోని ముఖ్య ఘట్టాలను రాసి ప్రచురించే అలవాటు కూడా మన పెద్దవాళ్ళలో తక్కువ. అందువలన అపారమైన వారి అనుభవాలు నేర్పుతున్న పాఠాలను మనం నేర్చుకోలేక పోతున్నాం.

కృష్ణాజిల్లా రచయితల సంఘం 'తెలుగు మణిదీపాలు' పేరుతో వివిధ రంగాలకు చెందిన 500 మంది తెలుగు ప్రముఖుల జీవిత చరిత్రలను పుస్తకాల రూపంలో తీసుకు వచ్చే బృహత్తర కార్యక్రమానికి సంకల్పం చెప్పుకుంది.

తెలుగు భాషా చైతన్యాన్ని వెలిగించి తెలుగుభాషోద్యమ దీప్తిని కల్గించడంలో కృష్ణాజిల్లా రచయితల సంఘం గణనీయమైన పాత్ర నిర్వహిస్తోంది.

1. పదికాలాల పాటు పదిలం చెయ్యదగిన రెండు అపురూప బృహద్గ్రంథాలు 'తెలుగు పసిడి', 'వజ్రభారతి' ప్రచురించి ఆంధ్రప్రదేశ్ స్వర్ణోత్సవాలను, భారతదేశ వజ్రోత్సవాలను చిరస్మరణీయం చేయగల్గింది.
2. తెలుగుభాష పట్ల మమతానురాగాలను రేకెత్తించే లక్ష్యంతో 2006లో జాతీయ 'తెలుగు రచయితల మహాసభ'లు, 2007 'ప్రపంచ తెలుగు రచయితల మహాసభలు' నిర్వహించి అనేక మంది రచయితలను ఒకే వేదిక పైన సంఘటిత పరచగలిగింది.

3. 2008 ఫిబ్రవరిలో 'తెలుగు భాష ప్రాచీనతా సంపన్న ప్రతిపత్తి' అనే అంశంపైన జాతీయ సదస్సును నిర్వహించి, ఆ సదస్సులో సమర్పించిన పరిశోధనా పత్రాలను ఒక పుస్తకంగా వెలువరిస్తోంది.

4. 2008 మార్చిలో 'కృష్ణాజిల్లా చారిత్రక వైభవం' పేరుతో ఒక సదస్సును నిర్వహించి, దాదాపు 100 మంది పరిశోధకుల పరిశోధనా పత్రాలతో కృష్ణాజిల్లా సమగ్ర చరిత్రను క్రోడీకరిస్తూ ఒక ఉద్గ్రంథాన్ని వెలువరిస్తోంది.

ఇప్పుడు మరో అడుగు ముందుకు వేసి, 'తెలుగు మణిదీపాలు' అనే ఈ బృహత్తర కార్యక్రమాన్ని చేపడుతోంది.

ప్రసిద్ధ ప్రచురణ సంస్థ ఎమెస్కో వారు ఈ మహాయజ్ఞానికి తమ వంతు సహకారం అందిస్తూ ప్రచురణ బాధ్యతలు స్వీకరించడం ముదావహం. మొదటి విడతగా 70 మణిదీపాలను వెలువరిస్తున్నాం.

రాబోయే తరాల వారికి ఈ యుగపు మహనీయుల జీవిత చరిత్రల్ని పదిల పరిచి అందించడం ఈ కార్యక్రమం లక్ష్యం.

ఇందుకు సహకరించి ఈ జీవిత చరిత్రల్ని అందిస్తున్న పరిశోధకులకు హృదయపూర్వక అభివాదాలు తెలుపుతున్నాను.

శ్రీమండలి బుద్ధ ప్రసాద్

మా మాట

మహాకవి ఏ జాతిచరిత్ర చూసినా ఏమున్నది గర్వకారణం అన్నాడు కాని, ప్రతి జాతి తన చరిత్రను చూసుకొని మురిసిపోతుంది, గర్వపడుతుంది. ప్రతి జాతి తన జాతిప్రాచీనతను నిరూపించుకోవడానికి ప్రయత్నిస్తుంది. తను ఈ దశకు రావడానికి కారణమైన తస పూర్వుల నందరినీ తలచుకొని వారికి జోహార్లు అర్పిస్తుంది. గత చరిత్రలేని దేశాలు ఉన్నంతలో తమ చరిత్రను చెప్పుకోవడానికి విస్తృతంగా ప్రయత్నిస్తూ వుండగా ఉజ్వలమైన సంస్కృతి, చరిత్ర వున్న మనదేశం ఇంకా మన పూర్వుల ఘనకార్యాలను చెప్పుకోవడంలో, వారినుండి స్ఫూర్తి తీసుకోవటంలో తడబడుతూనే వుంది. వేలసంవత్సరాల మన చరిత్రలో చెప్పుకోదగిన మహా వ్యక్తులు, మనం గర్వించదగిన మహామనీషులు ఎందరో. గత రెండు శతాబ్దాలలోను ఇటువంటి మహోన్నత వ్యక్తులు లెక్కకుమించి వున్నారు.

మన భాషకు, మన సంస్కృతికి, మన సాహిత్యానికి, మన చరిత్రకు, మన కళలకు అశేషమైన కృషి చేసిన మణిదీపాలవంటి ఈ వ్యక్తులను గురించి ఈ తరానికి తెలియజేయవలసిన అవసరం ఎంతో వుంది. ఇది ఒక బృహత్ప్రయత్నం. నేటి యువతరం తమ ఎదుగుదలకు, వికాసానికి, సుఖజీవనానికి కారణమైన గత తరాల మహావ్యక్తులను గురించి తెలుసుకోవాలి. వారి సేవలను గుర్తించినప్పుడే తాము చేయలసిన కర్తవ్యాన్ని యువతరం తెలుసుకోగలుగుతుంది. శ్రీ మండలి బుద్ధప్రసాద్ వంటి సాంస్కృతిక నాయకులు యువతరానికి అటువంటి స్ఫూర్తినివ్వడానికి కృషి చేయడం ముదావహం. ఆయన ఐదువందల మంది స్ఫూర్తి ప్రదాతల జీవిత విశేషాలను, కృషిని ఈ తరానికి అందించాలనే గొప్ప సంకల్పం చేశారు. ఇది చాలా శ్రమతో కూడుకున్న పని. ఈ రెండు శతాబ్దాలలో అటువంటి మహనీయులను గుర్తించడం, వారి గురించి రచన చేయగల వారిని గుర్తించడం, వారిచేత రాయించడం, దానికి గ్రంథ రూపం ఇవ్వడం సామాన్యమైన విషయం కాదు. అయినా కార్యదక్షుడూ, నిరంతర కార్యశీలీ, సహృదయుడూ అయిన బుద్ధప్రసాద్‌గారు ఒక ప్రయత్నం ప్రారంభించి మధ్యలో విరమించే సాధారణ వ్యక్తి కాదు. గత సంవత్సర కాలంగా ఆయన కృష్ణాజిల్లా రచయితల సంఘం సహకారంలో చేస్తున్న మహాప్రయత్నమే ఈ గ్రంథం.

బుద్ధప్రసాద్‌గారు, శ్రీ గుత్తికొండ సుబ్బారావు, డా॥ జి.వి.పూర్ణచంద్‌ల సహకారంలో చేస్తున్న ఈ కృషిలో పాలుపంచుకునే అవకాశం లభించడం, తెలుగు పాఠక లోకానికి స్ఫూర్తిదాయకమైన ఒక ఉత్తమ గ్రంథాన్ని అందించే అవకాశం లభించడం మా అదృష్టంగా భావిస్తున్నాం. ఈ సంపుటంలో 70 మణిదీపాలను మీ ముందుకు తెస్తున్నాం. ఈ క్రమంలో మరెన్నో సంపుటాలు రాబోతున్నాయి. అయితే కాలక్రమం కాని, కృషి ప్రాధాన్యం కాని చూసినప్పుడు ఈ గ్రంథంలోని క్రమం నిర్దుష్టం కాదు. మొత్తం 500ల మంది జీవిత చరిత్రలు పూర్తయినప్పుడు మాత్రమే అటువంటి క్రమం సాధ్యమవుతుంది. మొత్తం పనిపూర్తయ్యే వరకు ఎదురు చూడాలంటే చాలా సమయం పట్టవచ్చు. అందువల్ల, ప్రణాళికా బద్ధంగా ఆ క్రమాన్ని అనుసరించకుండా పూర్తయినంత వరకు గ్రంథరూపం ఇచ్చే ప్రయత్నం చేశాం. 1798-2007 మధ్య జీవించిన వ్యక్తుల జీవితాలను ఈ గ్రంథంలో మీరు చూడవచ్చు. అంటే రాబోయే సంపుటాలలో వచ్చే వ్యక్తులు కూడా ఇదే కాలానికి సంబంధించినవారు. ఈ సంపుటానికి కాలక్రమం పాటించినట్లే తక్కిన సంపుటాలకు కూడా కాలక్రమాన్ని పాటించడం జరుగుతుంది. ఇది ఏ సంపుటానికి ఆ సంపుటానికిగానే గ్రహించాలి. మొదట పుస్తకం చూడగానే చాలామందికి ఎన్నోపేర్లు కనిపించవు. వారికది పెద్ద లోపంగా తోస్తుంది. కాని సంపుటాన్నీ పూర్తయినప్పుడు ఆ లోపం తీరుతుంది.

ఈ గ్రంథంలో వివిధ విశిష్ట వ్యక్తుల గురించి వ్యాసాలు పంపిన రచయితలకు ఈ గ్రంథాన్ని పరిష్కరించిన మా ప్రధాన సంపాదకులు డా॥ డి.చంద్రశేఖర రెడ్డి మరియు వారి సహచర సంపాదకవర్గానికి ఈ సందర్భంగా కృతజ్ఞతలు తెలియ జేస్తున్నాను.

తెలుగు పాఠకలోకం ఈ గ్రంథాన్ని ఆదరిస్తుందని, రాబోయే సంపుటాలకు కూడా తగిన ప్రోత్సాహాన్ని ఇస్తుందని, మా ఈ ప్రయత్నాన్ని తమ సలహా సహకారాలతో మెరుగుపెడుతుందని ఆశిస్తున్నాం.

ఎమెస్కో విజయకుమార్

ఇది మణి దీపావళి

తెలుగువారు ప్రపంచమంతా విస్తరించి వున్నారు. తెలుగువారు ఎక్కడ వున్నా తమ జన్మభూమిని ప్రభావితం చేస్తూనే వున్నారు. భాషా ప్రయుక్త రాష్ట్రాల ఏర్పాటుకు మనమే నాంది పలికిన వాళ్ళమైనా విస్తారమైన తెలుగు నేలని దురదృష్టవశాత్తు మనం చాలా రాష్ట్రాలను వదులుకోవలసి వచ్చింది. అక్కడ పరాయి భాషల పదఘట్టనల కింద తెలుగువారు నలిగిపోతున్నా తమ భాషని తమ సంస్కృతిని కాపాడుకోవటానికి ఈనాటికీ ఎంతో పరితపిస్తున్నారు. వారిలో జాతి గర్వించదగిన ప్రముఖులు చాలామంది వున్నారు. ఈదేశాన్ని విశేషంగానూ, విశిష్టంగానూ ప్రభావితం చేసిన వారిలో తెలుగువారు ఎవరికన్నా తక్కువ కాదని నిరూపించుకొన్నవారే.

సంస్కరణలకు శ్రీకారం చుట్టిన వారు మొదట తెలుగువారే. అస్పృశ్యతా నివారణను ఒక ఉద్యమంగా తీసుకొన్నది మొదట తెలుగువారే. మహాత్మాగాంధీ జాతీయ కాంగ్రెస్ పగ్గాలు చేపట్టింది బెజవాడలో జరిగిన కాంగ్రెస్ కార్యవర్గ సమావేశంలోనే. ఆంధ్రులది ఆరంభశూరత్వం అనేది అబద్ధం... ఎన్నో ప్రారంభాలకు నాంది పలకటమే కాకుండా వాటిని ఉద్యమాలుగా రూపొందించి జాతికి అందించింది ఆంధ్రులే. హరిజనుల దేవాలయ ప్రవేశాన్ని గాని, హిందూ ముస్లింలు ఐక్యతను గాని, హరిజన హాస్టళ్ళ నిర్మాణంగాని, విధవా పునర్వివాహాలవంటి సంస్కరణలు గాని తెలుగువారు ప్రారంభించి నడిపిన ఉద్యమాలే.

పోరాటాలకు వేదికగా నిల్చిన తెలంగాణా యోధులు, సంస్కరణలకు కర్మసాక్షులుగా నిలిచిన కోస్తా ఆంధ్రులు, అంగళ్ళ రతనాలమ్మిన తెలుగు సంస్కృతికి ప్రత్యక్ష ప్రమాణాలుగా నిల్చిన రాయల సీమవాసులు, ఈనాడు ఇతర రాష్ట్రాల ప్రాంతాలుగా మారిపోయినప్పటికి బరంపూరు, తంజావూరు, తిరుచినాపల్లి, రామనాథపురం, గుల్బర్గా, నాగపూర్, బళ్ళారి, కోలారు, హోసూరులాంటి ప్రాంతాలలో తెలుగు పరిమళాలను వెదజల్లిన సాహితీ సాంస్కృతిక మూర్తులు ఎందరో జాతిని సుసంపన్నం చేశారు. వారి జీవిత చరిత్రలు రేపటి తరానికి అందాలి. వారి జీవిత చరిత్రలనుంచి రేపటి తరం స్ఫూర్తిని పొందాలి. ఈ స్ఫూర్తి దేశ పునర్నిర్మాణానికి ఒక ఆయుధం కావాలి.

తెలుగు వారికి తమ చరిత్రలు చెప్పుకొనే అలవాటు తక్కువ. తమకన్నా తమ కృషి చిరస్థాయిగా నిలవాలని, తమ కృషి ఫలాలు భవిష్యత్ తరాలకు సక్రమంగా అందాలని తపించారే తప్ప చేసింది గోరంత, చెప్పేది కొండంతంగా ఏనాడు వ్యవహరించలేదు. తెలుగు ప్రముఖులలో ఆత్మకథలు రాసుకొన్నవారు కొద్దిమంది మాత్రమే. ఇతరులు పూనుకొని జీవిత చరిత్రలు రాసినవి కూడా చాలాతక్కువే. వాటిలో ఈ తరానికి అందుబాటులో వున్నవి మరీ తక్కువ. బహుశా రేపటి తరానికి అందేవి బహు స్వల్పం కావచ్చు. జాతిని ప్రభావితం చేసిన ప్రతిభామూర్తులైన తెలుగువారి జీవిత చరిత్రలను పుస్తకాల రూపంలో తీసుకురావాలని కృష్ణాజిల్లా రచయితల సంఘం సంకల్పించింది. ఇందుకు సహకరించటానికి ప్రసిద్ధ ప్రచురణ సంస్థ ఎమెస్కో వారు ముందుకు వచ్చారు కూడా. కానీ జీవిత చరిత్రలు రాయవలసిన వ్యక్తులు అనేకవందల మంది వుండగా వాటిని రాయగలిగిన వ్యక్తులు ముందుకు వచ్చింది చాలా తక్కువ కావటం మమ్మల్ని నిరుత్సాహపరిచిన మాట వాస్తవం. ఇప్పటికే ప్రముఖుల చరిత్రలను మర్చిపోయే పరిస్థితి ఏర్పడుతుంటే భవిష్యత్ తరాలకు వాటిని చేర్చగలగటం కష్ట సాధ్యమే ననిపిస్తుంది. నిన్నటి వీరేశలింగం, గురజాడల సమకాలికులు కూడా ఏనాడో నన్నయ కాలంనాటి పురాణ పురుషులుగా చరిత్రకందని వారుగా మారిపోవటం బాధాకరమే.

తెలుగు మణిదీపాల పేరుతో 500 మంది ప్రముఖుల జీవితచరిత్రలను గ్రంథాల రూపంలో తీసుకువచ్చే మా ప్రయత్నంలో తొలివిడతగా 70మంది చరిత్రలను ఈ పుస్తకంలో పొందుపరచగలిగాం. ఈ మా ప్రయత్నం కొనసాగుతుంది. ఎంచకొన్న ప్రముఖుల జీవిత చరిత్రలనన్నింటిని ఒక చోటకు చేర్చాలనే మా తపన ఇంతటితో ఆగేది కాదని మనవి చేస్తున్నాం. తమకు తెలిసిన వ్యక్తుల జీవిత విశేషాలను గ్రంథరూపంలో పొందు పరిచేందుకు పరిశోధకులను, రచయితలను ముందుకు రావలసిందిగా అభ్యర్థిస్తున్నాం.

కృష్ణాజిల్లా రచయితల సంఘం తెలుగు పసిడి, వజ్రభారతి వంటి పెద్ద పుస్తకాలతోపాటు తెలుగు భాష ప్రాచీనత-విశిష్టత అనే పరిశోధనా గ్రంథాన్ని ప్రజల గుండె తలుపులు తడుతున్న తెలుగు భాషోద్యమం అనే పరిశీలనా గ్రంథాన్ని ప్రచురించి పరిశోధకులకు, భాషాభిమానులకు, సాహితీవేత్తలకు ఉపకరించే ఆకర గ్రంథాలుగా వెలువరించింది. కృష్ణాజిల్లా

మణిదీపాలు అనే జీవిత చరిత్రల సమాహారం కొద్దిమంది ప్రసిద్ధుల జీవిత చరిత్రలు తెలుగు విశ్వవిద్యాలయం ఇంకా కొన్ని సంస్థలు ప్రచురించినవి ఉన్నాయి. ఇంత వరకు గ్రంథ రూపంలో రాని అనేకమంది ప్రముఖుల జీవిత చరిత్రల్ని, ఇంతకుముందు గ్రంథరూపంలో వచ్చిన కొత్తకోణంలో వారి జీవిత చరిత్రల్ని పరిశీలించే రచనలను ఈ పుస్తకంలో అందించాం.

ఈ పెద్ద పుస్తకాన్ని సంకలనం చెయ్యటం వెనుక శ్రమ అంతా ఒక ఎత్తయితే అది అచ్చులో రావటానికి భారీ వ్యయ ప్రయాసలు ఇంకొక ఎత్తు. తెలుగువారు గర్వించే ప్రసిద్ధ ప్రచురణ సంస్థలలో ఒకటైన ఎమెస్కో సంస్థ అధినేత శ్రీ దూపాటి విజయకుమార్ (ప్రోత్సాహ ప్రోద్బలాలతో ఈ గ్రంథం ప్రచురితమవుతున్నది. వారి సౌజన్యానికి మా ధన్యవాదాలు. ఈ జీవిత చరిత్ర ప్రచురణ పథకం ఆలోచన చేసి ఎమెస్కో వారి సహకారాన్ని సమన్వయం చేసిన మా గౌరవాధ్యక్షులు శ్రీమండలి బుద్ధప్రసాద్‌గారి పూనికతో ఈ భారీ పరిశ్రమ సరళతరమైందని భావిస్తున్నాం.

కృష్ణాజిల్లా రచయితల సంఘం

విషయసూచిక

సి.పి.బ్రౌన్

(1798-1884)

- డా. జానమద్ది హనుమచ్ఛాస్త్రి

ఛార్లెస్ ఫిలిప్ బ్రౌన్ 1798 నవంబర్ 10వ తేదిన కలకత్తాలో జన్మించాడు. రెవరెండ్ డేవిడ్ బ్రౌన్, కౌలే దంపతులకు ఇతడు రెండవ కుమారుడు.

డేవిడ్ బ్రౌన్ తాత్విక మత సంబంధములైన విషయాలతోపాటు గ్రీక్, లాటిన్ భాషలలో కూడా పండితుడు. విద్యార్థి దశ నుండే సంఘసేవానురక్తిని పెంచుకొన్నవాడు.

కలకత్తాలోని తెల్లదొరల పిల్లలకోసం ఒక 'విద్యాసంస్థ - శరణాలయం' స్థాపించబడింది. ఆ సంస్థ నిర్వహణకు కొందరు మిత్రులు డేవిడ్ బ్రౌన్ పేరును ఈస్టిండియా కంపెనీ వారికి సూచించారు. ఆ ఉద్యోగానికి వివాహితుడే అర్హుడు. సంస్థ నిర్వహణతోపాటు అర్చకత్వం కూడా సాగించవలసి ఉండేది. అప్పటికి డేవిడ్ బ్రౌన్ అవివాహితుడు. అయినప్పటికి ఇరవైమూడేళ్ళవాడే. మతగురువు లెవరూ అతడికి అర్చక దీక్ష ఇవ్వడానికి ముందుకు రాలేదు. అయితే 1785లో కేంటర్బరీ అర్చిబిషప్ డేవిడ్ బ్రౌన్‌కు పురోహిత దీక్షనిచ్చాడు. అదే సంవత్సరం డేవిడ్ బ్రౌన్ మిన్ రాబర్ట్‌సన్‌ను పెళ్ళిచేసుకొన్నాడు. ఆమె చనిపోయిన తర్వాత ఫ్రాన్సిస్ కౌలేను పెళ్ళిచేసుకున్నాడు. ఈమె కొడుకే సి.పి. బ్రౌన్. ఆ తర్వాత కొన్ని నెలలకు భార్యతోపాటు డేవిడ్ బ్రౌన్. తాను ఉద్యోగం చేయవలసిన ఇండియాకు బయలుదేరాడు. ఓడపై ప్రయాణం ఆరునెలలు పట్టేది. ప్రయాణకాలంలోనే బెంగాలీ భాషను నేర్చుకొన్నాడు. మార్గమధ్యంలో భార్య మగబిడ్డను ప్రసవించింది. దంపతులు తమ బిడ్డతో 1786 జూన్ 18వ తేదీన మనదేశంలో అడుగుపెట్టారు.

అయితే పాపం వాళ్ళకు ప్రథమ సంతానం దక్కలేదు. ఒకటిన్నర సంవత్సరాల వయసులోనే బిడ్డడు కన్ను మూశాడు. పుత్రుని మృతి అతనికెంతో బాధకల్గించింది కాని విద్యాసంస్థలోని పిల్లలలో తమ వాత్సల్యాన్ని పండించుకున్నారా దంపతులు.

అధికారులు శరణాలయం పనులనుండి బ్రౌన్‌ను తప్పించారు. అతడు ఇంటి దగ్గర కొందరు పిల్లలకు ఉచితంగా విద్య నేర్పటానికి ఒక ధార్మిక పాఠశాలను ప్రారంభించాడు. వీలున్నపుడల్లా జైళ్ళకు ఆసుపత్రులకు వెళ్ళి ధర్మప్రచారం చేసేవాడు.

హిందూ మతాన్ని గూర్చి బాగా తెలుసుకోవటానికి రెవరెండ్ బ్రౌన్ సంస్కృత భాషను నేర్చుకొన్నాడు. భాషలలోనే కాక సామాన్య విషయాలలో కూడా అభిరుచికల బ్రౌన్ తన ఇంటనే ఒక గ్రంథాలయం నెలకొల్పాడు. భారతీయ భాషల పదజాలంతో ఒక రోశాన్ని తయారుచేశాడు. ఇండియన్ సివిల్ సర్వీసులో చేరువారికి భారతీయ భాషల పరిజ్ఞాన నాగరికతా సంస్కృతులను

బోధించాలన్న ఉద్దేశంతో మార్క్విస్ వెల్లసీ కలకత్తాలో ఫోర్ట్ విలియం కాలేజిని ప్రారంభించాడు. ఆ కళాశాల ప్రోవోస్టుగా డేవిడ్ బ్రౌన్ నియమింపబడినాడు. కళాశాల అభివృద్ధికి ఎంతో కృషి చేశాడు.

డేవిడ్ బ్రౌన్ కలకత్తాకు పదిహేను మైళ్ళ దూరంలో హుగ్లీ నదికి పడమటి తీరంలో ఒక ఇంటిని కొన్నాడు. ఇంటిపేరు ఆల్డీన్. డేవిడ్ బ్రౌన్, ఫ్రాన్సిస్‌కౌలే దంపతుల గార్హస్థ్య జీవనం సుఖంగా సాగింది. వారికి ముగ్గురు కుమారులు, ఇద్దరు కుమార్తెలు పుట్టారు. ఆ దంపతుల రెండవ కుమారుడే ఛార్లెస్ ఫిలిప్ బ్రౌన్.

డేవిడ్ బ్రౌన్ ఉదారహృదయుడు. నిత్యమూ అతిథులు వారి ఇంట ఉండేవారు. ఆయన తన కుమారులకు తానే చదువు చెప్పేవాడు. హీబ్రూ భాషలో స్వయంగా పండితుడైన బ్రౌన్ విద్యార్థులు గ్రీక్, లాటిన్, సిరియన్, అరబిక్, పార్సీ భాషలను నేర్చుకోవాలని ప్రోత్సహించేవాడు. కలకత్తా సమీపంలో నివసిస్తున్నందున ముగ్గురు పిల్లలు అరబిక్, పార్సీ, హిందుస్తానీ భాషలను చక్కగా మాట్లాడేవారు. నేటివ్ పండితుల వద్ద బ్రౌన్ కుమారులు సంస్కృత భాష నేర్చుకున్నారు.

తన ముగ్గురు కుమారులలో రెండోవాడైన సి.పి. బ్రౌన్ ఆంగ్లసాహిత్యం పట్ల అమితమైన ఆసక్తి కలవాడని డేవిడ్ బ్రౌన్ తన జ్ఞాపకాలలో రాసుకొన్నాడు. రెండో కుమారునికి చిన్నప్పుడే గ్రంథపరిష్కరణలోను పాఠభేదాలను గుర్తించడంలోను మంచి తర్ఫీదు ఇచ్చాడు. అమూల్యమైన గ్రంథాల సేకరణ, ఉత్తమమైన సంస్థలకు వాటిని దానమివ్వటం వంటి సద్గుణాలను పుణికి పుచ్చుకొన్నాడు. సి.పి. బ్రౌన్.

అవిశ్రాంతంగా పనిచేయుటవల్ల డేవిడ్ బ్రౌన్ ఆరోగ్యం క్షీణించి 1812 జూన్ 14వ తేదిన కన్నుమూశాడు.

తన సౌజన్యంతో, పాండితీ ప్రతిభతో అందరి మన్ననలందుకొన్న డేవిడ్ బ్రౌన్ మృతి ప్రజలకెంతో బాధ కల్గించింది. ఆయన ఆ కాలంలో ఏటా పదివేలు రూపాయలు వేతనం తీసుకుంటున్నప్పటికీ డేవిడ్ బ్రౌన్ చనిపోయేనాటికి కుటుంబం ఆర్థికంగా ఇబ్బందులలో ఉండేది. ఆయన సంపాదనలో అత్యధిక భాగం అతిథి సత్కారాలకే ఖర్చు అవుతూ వచ్చింది.

బ్రౌన్ భార్య, పిల్లలతో ఇంగ్లండు వెళ్ళాలని నిశ్చయించింది. ప్రయాణానికి కావలసిన పైకం అవసరమైంది. డేవిడ్ బ్రౌన్ ఉపన్యాసాలను, జీవిత చరిత్రను కలిపి అచ్చువేయదలచారు. రెవరెండ్ ఛార్లెస్ సిమియన్ బ్రౌన్ భార్య చేత డేవిడ్ బ్రౌన్ జీవిత చరిత్ర రాయించి "మెమోరియల్ స్కెచెస్" అనుపేర 1816లో అచ్చువేయించాడు. 193 ప్రతులను పంచి 19300 రూపాయలను పోగుచేసి బ్రౌన్ భార్యకు అందజేశాడు. రెవరెండ్ డేవిడ్ బ్రౌన్ పట్ల సమకాలికులైన మిత్రులు అభిమానులు చూపిన గౌరవం అతని ఘనతను చాటుతున్నది. డేవిడ్ బ్రౌన్ కుటుంబం ఇంగ్లండుకు వెళ్ళింది. అప్పుడు సి.పి. బ్రౌన్‌కు పద్నాలుగేళ్ళు.

ఇంగ్లండులో విద్యాభ్యాసం

ఇండియాలో తమ కొలువులో ఉండి మరణించిన వారి పిల్లలను సర్వీస్‌లో చేర్చుకొని ఉద్యోగాలివ్వటం కంపెనీ వారి నియమంగా ఉండేది. ఆ మేరకు డేవిడ్ బ్రౌన్ కుమారులు హెయిలెబరి కాలేజిలో చేరారు. వారి ఉద్యోగ నిర్ణయం కూడా జరిగింది.

సి.పి. బ్రౌన్ 1814 జనవరిలో కాలేజిలో చేరాడు. రెవరెండ్ జోసఫ్ ఎచ్‌బేటన్, ఆ కాలేజి ప్రిన్సిపల్. ఆలెగ్జాండర్ హేమిల్టన్ భారతీయ సాహిత్యేతిహాసాలను బోధించేవాడు. పాశ్చాత్య విద్యలలో ఛార్లెస్ విల్కిన్స్, మౌల్వీ మీర్జా ఖలీల్, మున్షీ గులాం హైదర్‌లు కూడా పనిచేసేవారు.

హెయిలెబరి కాలేజిలో లాటిన్, గ్రీక్ భాషలు, రాజనీతి, అర్థశాస్త్రం, చరిత్ర, న్యాయశాస్త్రం మొదలైన వాటితోపాటు సంస్కృతం, పార్శీ, అరబిక్, బెంగాలీ భాషలను నేర్పేవారు. దక్షిణ భారత భాషల అధ్యయనం లేదు.

హెయిలెబరీ కాలేజిలో సంస్కృతంలో ఉత్తీర్ణులైన విద్యార్థులకు బంగారు పతకాలు ఇస్తూ ఉండేవారు. పతకం అంచుచుట్టూ "తత్సుఖం సాత్త్వికం ప్రోక్తం ఆత్మబుద్ధి ప్రసాదజమ్" (భగవద్గీత 18.37 శ్లోకపాదం, రాసి ఉండేది. పతకం మధ్య భాగంలో 'శ్రీవిద్యా వరాహ' అని చెక్కబడి ఉండేది. (భారతి - జనవరి 1979 సంచిక - బ్రౌన్ స్వీయ సారస్వత కథనం పుట 77 - నిడదవోలు వెంకటరావుగారు).

కంపెనీవారు తాము శిక్షణకు పంపిన విద్యార్థులను భారతదేశంలోని ఏ రాజధానికి పంపాలో ముందుగానే నిర్ణయించేవారు. తెలుగువారి అదృష్టంకొద్దీ సి.పి బ్రౌన్ మద్రాసు సర్వీసుకు అతని సోదరులను బెంగాల్ సర్వీసుకు కేటాయించారు.

కాలేజీలో చదువుతున్నప్పుడు సి.పి.బ్రౌన్ హిందుస్తానీలో చిన్న బహుమతి సంపాదించాడు. తల్లి సలహా మేరకు రోజువారి వ్యవహారాలు, భావాలు రాస్తూ ఉండేవాడు. ఈ చర్య జ్ఞాపక శక్తి పెరుగుదలకు దివ్యౌషధంలా పనిచేసేదట.

1817 ఆగష్టు 4న రైటర్ ర్యాంక్‌తో సి.పి.బ్రౌన్ మద్రాసులో కాలుపెట్టాడు. 13న ఫోర్ట్‌సెంట్ జార్జ్ కాలేజీలో చేరాడు. అప్పటికి పాశ్చాత్య ప్రపంచంలో తెలుగు భాషను గూర్చి తెలియదు. తండ్రి డేవిడ్ బ్రౌన్‌కు తెలుగు తెలుసు. విశాఖపట్నం నుంచి ఆనందరాయర్ తెలుగులో రాసిన జాబులు ఇంగ్లీష్ అనువాదంతో వెళ్ళేవి. సి.పి.బ్రౌన్ వెలగపూడి కోదండరామపంతులు గారి వద్ద తెలుగు అక్షరాభ్యాసం చేశాడు. పరీక్షలో బ్రౌన్ మామూలుగానే ఉత్తీర్ణుడయ్యేవాడు. సెకండ్‌క్లాస్‌లో పాసయ్యాడు. కాలేజి లైబ్రరి నుంచి గ్రీక్, హిందూ పురాణగాథలను చదివేవాడు. ఫ్రెంచి భాష కూడా అభ్యాసం చేశాడు. ఇంగ్లీషులో కవితలల్లేవాడు అలా రాసిన అభ్యాస కవితలను కాల్చిపార వేసేవాడు. ఒక కవితాఖండిక మాత్రం దక్కింది.

ఆ కాలేజీలో చదివేవారందరు విధిగా రెండు భారతీయ భాషలు నేర్చుకోవాలన్న నియమం ఉండేది. బ్రౌన్ మొదట్లో తెలుగు, మరాఠి నేర్చుకుంటానని దరఖాస్తులో పేర్కొన్నాడు. తర్వాత మరాఠి బదులు హిందుస్తానీ నేర్చుకొంటానన్నాడు. కాలేజీలో చదువుతున్న కాలంలో పెద్ద స్వంత గ్రంథాలయం ఏర్పాటు చేసుకున్నాడు.

మూడేళ్ళ శిక్షణానంతరం జరిగిన పరీక్షలో బ్రౌన్ ద్వితీయ శ్రేణిలో కృతార్థుడయ్యాడు. అప్పట్లో సర్ థామస్ మన్రో మద్రాసు గవర్నరుగా ఉండేవాడు. లోగడ మన్రో 1800-1807 వరకు కడప జిల్లా కలెక్టర్. ప్రజల సంక్షేమానికి అవిరళంగా కృషిచేసిన మన్రోదొర 1827లో రాయసీమలోని పత్తికొండలో చనిపోయాడు.

గవర్నర్ మన్రో సివిల్ సర్వీస్ శిక్షణ పొందిన ఉద్యోగులను ఉద్దేశించి, ముగింపు సభలో మాట్లాడుతూ "దేశభాషలలో వ్యవహార జ్ఞానం లేకపోతే మిగతా జ్ఞానాలన్నీ సివిల్ సర్వీస్‌లో నిరుపయోగం. చక్కని భాషా జ్ఞానం ఒక సాధనమే, సత్పరిపాలన గమ్యంగా భావించాలి. దేశ ప్రజల గురించి ఏర్పరుచుకున్న దురభిప్రాయాలకు స్వస్తి చెప్పాలి. భారతీయుల మధ్య బహుకాలం సంచరిస్తూ జీవించిన వాళ్ళెవరైనా వారి సద్గుణాలను మెచ్చుకొంటారు. ప్రజలలో సద్భావం వుంటే అదే ఏ ప్రభుత్వానికైనా రక్ష" అన్నాడు. ఆ మాటలు సి.పి.బ్రౌన్‌పై చెరగని ముద్ర వేశాయి. మన్రోపట్ల బ్రౌన్‌కు ఆరాధనా భావం ఏర్పడింది.

ఉద్యోగ జీవితం

1820 ఆగష్టులో కడపలో బ్రౌన్ ఉద్యోగ జీవితం ప్రారంభమైంది. అప్పటికాయన వయసు ఇరవై రెండేళ్ళు. అప్పట్లో కడప కలెక్టరుకు అసిస్టెంటుగా చేరాడు. అప్పటికి ఎనిమిదేళ్ళ క్రిందట అంటే 1812 దాకా సిద్ధవటం కడప జిల్లా కేంద్రంగా ఉండేది. పాలనా వ్యవహారాలు తెలుగుతో పాటు హిందుస్తానీ, కన్నడం, మరాఠీ భాషల్లో జరుగుతుండేవి. కలెక్టర్ హన్‌బరి తెలుగులో స్వచ్ఛంగా, అనర్గళంగా మాట్లాడేవాడు. కలెక్టర్ కంటె మిన్నగా తెలుగు నేర్చుకోవాలన్న పట్టుదలతో బ్రౌన్ రెండేళ్ళలో హన్బరీని మించి పోయాడు. కేవలం పుస్తకాల వల్ల తెలుగురాదని అతని అభిప్రాయం. కోర్టులోని వాదులు, ప్రతివాదులు, నేరస్థులు, పరిచారకులు తనకు ఆ కాలంలో గురువులయ్యారని రాసుకొన్నాడు బ్రౌన్.

తొలిరోజుల్లో అంతటా నిరుత్సాహ వాతావరణమే, తెలుగు పండితుల ఛాందసత్వం, తెల్లదొరల నిరుత్సాహవాక్యాలు అతనిని వేధించాయి. తెలుగు వ్యాకరణం నిఘంటువు ప్రకటించిన విలియం బ్రౌన్ తెలుగులో సాహిత్యమే లేదన్నాడు. అంతటా అవిద్య తాండవిస్తున్న కాలమది.

సమకాలీనులైన కంపెనీ ఉద్యోగులు ధనార్జనపరులై అవినీతికి అక్రమాలకు పాల్పడేవారు. తండ్రి సేవానిరతిని అలవరచుకున్న బ్రౌన్ 1821లో కడపలో రెండు పాఠశాలలు స్థాపించాడు. ఉచితంగా తెలుగు, హిందుస్తాని, పార్శీలలో చదువు చెప్పించాడు. విద్యార్థులకు భోజన వసతి

కూడా కల్పించాడు. దేశీయ ఉపాధ్యాయులను నియమించి సొంతపైకంతో ఈ పాఠశాలలను (ధర్మబళ్లు) నిర్వహించేవాడు. బ్రౌన్‌కు ఆ తర్వాత బాహ్య ప్రాణంగా ఉండిన అయోధ్యాపురం కృష్ణారెడ్డి తమ్ముడు నారాయణరెడ్డి ఈ పాఠశాలలోనే తెలుగు, పార్శీ చదువుకొన్నాడు.

1822 అక్టోబర్ 26న బ్రౌన్ కడపనుంచి మచిలీపట్నం జిల్లాకోర్టు రిజిస్ట్రార్‌గా బదలీ అయ్యాడు. వేయి రూపాయలలోపు సివిల్ దావాల విచారణ జరిపేవాడు. సహాయ మేజిస్ట్రేట్ హోదాలో దస్తావేజుల రిజిస్ట్రేషన్ చేసేవాడు. డిసెంబర్ 16న మచిలీపట్నం జిల్లాకోర్టులో రిజిస్ట్రార్‌గా ప్రమాణస్వీకారం చేసి పదవీ బాధ్యతలను చేపట్టాడు.

మొదటనుండి ముక్కుసూటిగా వ్యవహరిస్తూ వచ్చిన బ్రౌన్, అవినీతి చర్యలను లంచగొండితనాన్ని అణచివేయాలని నిశ్చయించుకొన్నాడు. మచిలీపట్నం కోర్టు నాజరుతో పాటు కొందరు ఉద్యోగులను లంచగొండితనం కారణంగా సస్పెండ్ చేశారు. ఉద్యోగ నిబంధనలలోని లోపాలను బాగా తెలుసుకొన్న నాజర్ పై అధికారులకు అపీలు పెట్టుకొన్నాడు. సర్కారు వారు బ్రౌన్ ఉత్తర్వులను రద్దుచేశారు.

మచిలీపట్నంలో కూడా బ్రౌన్ రెండు ధర్మబళ్ళను ప్రారంభించాడు. బెంగాలి వ్యాకరణం, సంస్కృతసాహిత్య పఠనం చేశాడు. చాలమంది పండితుల దగ్గర చదివాడు. ఇందులో అగ్రగణ్యుడు. వఠ్యం అద్వైత బ్రహ్మశాస్త్రి. ఈయన సదర్ అదాలత్ (కోర్టు)లో పండితుడు. గుంటూరుజిల్లా కారుమూరు గ్రామానికి చెందినవాడు. బ్రౌన్ ఇతనిని తన గురువుగా, మిత్రునిగా, భాషాసేవలో సహాయకునిగా స్వీకరించి గౌరవించేవాడు.

కొందరు తెల్లదొరలు బ్రౌన్ తెలుగు సాహిత్యాభిరుచిని ఏవగించు కొన్నారు. జారెట్, విలియం బ్రౌన్ మున్నగువారు తెలుగులో చదవదగిన సాహిత్యమే లేదని వృథాకాలయాపనం అని నిరుత్సాహపరచారు. దీనికి తోడు దేశీయపండితుల ఛాందసత్వం, భాషాభేషజం బ్రౌన్‌కు మానసికంగా కొంత బాధ కల్గించింది. బ్రౌన్ స్థిర చిత్తంతో తెలుగు భాషా సాహిత్యాల అధ్యయనం కొనసాగించాడు. ఆ పట్టుదల వల్లనే తెలుగు సాహిత్య సముద్ధరణ జరిగింది.

1823 జూన్ నెలలో ఆరువారాల పాటు సెలవు పెట్టి మద్రాసు వెళ్ళాడు. పుస్తకాన్వేషణ బ్రౌన్ 'హాబి' విరామ కాలక్షేపం. అపుడు "అబేదుబాయ్' (1770-1848) అనే ఫ్రెంచి మత గురువు రాసిన "హిందూ మేనర్స్, కస్టమ్స్ అండ్ సెరిమనీస్" (హిందువుల ఆచారాలు అలవాట్లు మతకర్మలు) అను పుస్తకం దొరికింది. ఆ పుస్తకంలో వేమన కవి ప్రస్తావన కనిపించింది. తాను పనిచేసిన కడప జిల్లాలోనే ఒక గొప్పకవి ఉన్నాడని తెలుసుకొని ఆనందించాడు బ్రౌన్. అబేదుబాయ్ ఆ పుస్తకంలో ఒక చోట "ప్రఖ్యాత కవులలో చాల ప్రాచుర్యం పొందిన కవులలో వేమన ఒకరు. వీరి పద్యాలు తెలుగులో రచించినవే అయినా ఇతర భాషలెన్నిటిలోకో అనువాదమైనవి. ఈ తాత్త్విక కవి రెడ్డికులానికి చెందిన వాడనీ, కడప జిల్లాలో 17వ శతాబ్ది

చివర జన్మించిన వాడని చెప్పుకొంటారు. ఈయన పద్యాలలోని చాలా ఉదాహరణలను నేను విన్నాను. అవి వివేకంలోనూ స్వతంత్రంలోను, శ్రేష్ఠమైనవి" అన్నాడు.

ఇక బ్రౌన్ వేమన పద్యాల సేకరణకుపక్రమించాడు. మిత్రులు అభిమానుల ద్వారా వివిధ ప్రాంతాలనుంచి వేమన పద్యాలున్న తాటాకు గ్రంథాలను తెప్పించాడు. అల్లిబిల్లిగా వున్న పద్యాలను, మత, నీతి, అధిక్షేప, మర్మ విషయాలుగా విభజించి అయిదో భాగాన్ని" కలగూరగంప'గా విభజించాడు.

డా॥ కొత్తపల్లి వీరభద్రరావుగారు, బ్రౌన్ 693 పద్యాలను ఇంగ్లీషులోనికి అనువదించినట్లు పేర్కొనగా డా॥ ఆరుద్రగారు 1215 పద్యాలను అనువదించాడన్నారు. 1824 నాటికి బ్రౌన్ వేమన పద్యాలను ఆంగ్లంచేసి స్వంత ఖర్చుతో ప్రచురించారు. తిప్పాభట్ల వెంకటశివశాస్త్రి, వఠ్యం అద్వైత బ్రహ్మశాస్త్రి వేమన పద్యాలకు అర్థ తాత్పర్యాలు చెప్పారు. తెలుగు వ్యాకరణ ఛందస్సులను బోధించారు.

బ్రౌన్ 1825 నవంబర్‌లో రాజమండ్రి కలెక్టరుకు హెడ్ అసిస్టెంట్ మేజిస్ట్రేటుగా చేరాడు. ఆంధ్రమహాభారత పఠనం ప్రారంభించాడు. కవిజనాశ్రయం, అప్పకవీయం ఆకళించుకొన్నాడు. ఆంధ్ర, గీర్వాణ ఛందోరీతులను వివరిస్తూ ఇంగ్లీషులో ఒక గ్రంథం రాసి డిసెంబరులో కాలేజి బోర్డుకు సమర్పించాడు. కంపెనీ ప్రభుత్వం బ్రౌన్ రచనల ప్రచురణకు సహాయం అందించడానికి సుముఖత చూపలేదు.

రాజమండ్రి హెడ్ అసిస్టెంట్ కలెక్టరుగా ఉన్నప్పుడు 'సాల్ట్‌దరోగా' గవర్రాజు ఉప్పుకొఠార్ల వారి నుంచి, ఉప్పు వర్తకులనుంచి లంచాలు గుంజుతున్నాడన్న నేరంపై అతనికి 2వేల రూపాయల జరిమానా విధించటమే కాక ఉద్యోగం నుంచి బర్తరఫ్ చేశాడు. గవర్రాజు జరిమానా చెల్లించాడు. పై అధికారులకు అపీలు చేసుకొన్నాడు. గవర్రాజు పేరు చెప్పి, సాల్ట్ డిపార్టుమెంటుకు చెందిన గుమస్తా చిన్నయ్య ఉప్పుకొఠార్ల వారినుంచి డబ్బులు లాగేవాడని తేలింది. ఆ పైకంతో కొంత గవర్రాజు కైంకర్యం చేసేవాడని కూడా తేలింది. గవర్రాజు శిక్షనుంచి తప్పించుకొన్నాడు. బ్రౌన్ చేసిన తీర్పు రద్దయింది.

బ్రౌన్ ఆ తర్వాత 1826 మార్చిలో కడపజిల్లా కోర్టు రిజిస్ట్రార్‌గా చేరాడు. కడపకు రావడం అతనికెంతో సంతోషకరమైంది. తాను పెట్టిన ధర్మబళ్ళలో చదువుకొన్నవారు. తనకు పరిచయమున్న వారెందరో ఉన్న ప్రాంతం. తాను సేకరించిన గ్రంథాల పరిష్కరణ శుద్ధప్రతుల తయారి మొదలైన పనులకు స్థావరం కావాలని నిశ్చయించాడు.

అందుకోసం కడపలో పెద్దబంగళా తోట కొన్నాడు. ఆ బంగళాను 1000 వరహాలకు కొన్నట్లు తెలుస్తున్నది. పదిహేను ఎకరాల తోట చెట్లు చేమలు, సేద్యగాళ్లు ఇలా పెద్ద సంరంభం. ద్రాక్షతోటతోపాటు ఇంకా ఇతర ఫలవృక్షాలుండేవి.

బ్రౌన్ ఎక్కడ పనిచేసినా అతని ఇంటిని 'బ్రౌన్ కాలేజి' అని పిలిచేవారని బ్రౌన్ స్వీయ చరిత్రలో రాసుకొన్నాడు. ఆ రోజుల్లో అయితే ఒక 'యూనివర్శిటీ' అనే వారేమో అన్నాడు పరిశోధక సాహసి బంగోరె. ఆ ఇంటిలో పదిహేను, ఇరవైమంది పండితులతో కలిసి ఆయన 'తెలుగు సాహిత్య సముద్ధరణ మహాయజ్ఞం' జరిపిస్తూ ఉండేవాడు. ఆ బంగళాలో ఒక పక్క స్కూల్, ఒక పక్క తన సొంత గ్రంథాలయం ఏర్పాటు చేసుకొన్నాడు. పండితులకు జీతబత్యాలను బ్రౌన్ సొంత పైకం నుంచి ఇచ్చేవాడు. ఇక్కడే జూలూరి అప్పయ్య, వసుచరిత్ర, మనుచరిత్రలకు వ్యాఖ్యానాలు రాశాడు. పైడిపాట వెంకటనరసయ్య వేమన పద్యాలను పరిష్కరించేవాడు. కంభం నరసింహాచార్యులు రాఘవ పాండవీయానికి వ్యాఖ్య రూపొందించాడు. బ్రౌన్ ఎక్కడున్నా ఈ బంగళా - తోట తనపేరనే ఉంచుకొన్నాడు. ఈ బంగళా - తోటను, అక్కడ సాగే సాహిత్య కృషిని అజమాయిషీ చేస్తూ బ్రౌన్‌కు అత్యంత విశ్వాసపాత్రుడుగా వెలిగిన అయోధ్యాపురం కృష్ణారెడ్డి కూడా స్మరింప దగినవాడు. 1840-44 వరకు బంగళా-తోట బ్రౌన్ ఆధీనంలో ఉన్నట్లు తెలుస్తుంది. 'కడపలో బ్రౌన్' అన్న అధ్యాయంలో మరికొన్ని వివరాలు చూడవచ్చు.

1829లో మొదటిసారి బ్రౌన్ తెలుగువారికి దూరంగా తిరుచునాపల్లి ప్రొవిన్షియల్ కోర్ట్ ఆఫ్ అపీల్ అండ్ సర్కిల్ డివిజన్ రిజిస్ట్రారుగా బదలీ అయ్యాడు. తిరుచునాపల్లిలో కూడా తెలుగు పుస్తకాల అన్వేషణ సాగించాడు. అప్పుడే వేమన పద్యాల గ్రంథం అచ్చయింది. 1829 మే నాటికి 16 వేల పదాల తన నిఘంటువు పూర్తి అయిందని, అచ్చు వేయించమని కాలేజి బోర్డుకు రాసుకొన్నాడు. కాని కాలేజి బోర్డు అందుకు తిరస్కరించింది. డిసెంబర్‌లో అసిస్టెంట్ జడ్జిగా తర్వాత జాయింట్ క్రిమినల్ జడ్జిగా రాజమండ్రికి బదలీ అయ్యాడు.

అప్పట్లో యవ్వనదశలో ఉన్న బ్రౌన్ వేట వినోదాలలో కూడా ఆసక్తి చూపాడు. 1830లో మచిలీపట్నం అగ్జిలరి కోర్టు జడ్జిగా చేరాడు. 'ట్రేడ్' గురించిన వ్యాసం రాశాడు. అందులో హిందువులకు కావలసిన ముఖ్య సరకుల గురించి రాశాడు. ఏడేళ్ళుగా తదేక దీక్షతో రాస్తూ వచ్చిన తెలుగు - ఇంగ్లీష్ నిఘంటువుకు సమగ్ర రూపమిచ్చాడు. దీనినే తిరిగిరాసి ఇంగ్లీష్-తెలుగు నిఘంటువుగా తయారుచేయటానికి పూనుకొన్నాడు. శ్యామ్యుయల్ జాన్సన్ ఇంగ్లీష్ నిఘంటువును తెలుగులో తర్జుమా చేయనారంభించాడు. ఇక్కడున్నప్పుడే ఏనుగుల వీరాస్వామయ్య కాశీయాత్ర నుంచి తిరిగి వస్తూ 1830 ఆగష్టు 2-15 తేదీల మధ్య మచిలీపట్టణంలో బ్రౌన్‌ను కలుసుకొన్నాడు.

1832లో గుంటూరు ఆక్టింగ్ కలెక్టర్‌గా పదవిలో చేరాడు. గుంటూరులో భీకరమైన కరువు తాండవమాడుతున్న కాలమది. ఆకలిచావులను రోజూ వింటూ వచ్చాడు. బీదలిచ్చే అర్జీలు గుట్టలుగా పెరిగాయి. ఘోరమైన గుంటూరు కరువుగా పేరుగాంచింది. లూటీలు, దొంగతనాలు పెచ్చరిల్లాయి. పోలీసులకు కావలసిన మందుగుండు సామాన్లను సరఫరా చేయమని గవర్నరుకు రాశాడు. ధాన్యం ధరల పెరుగుదలను గురించి ఆకలి చావుల గురించి సవివరమైన

నివేదికను గవర్నర్‌కు పంపాడు. కడపలో కరువు పరిస్థితులు, బీదలస్థితిగతులు గురించి జాబు రాయమని అయోధ్యాపురం కృష్ణారెడ్డిని కోరాడు.

చీఫ్ సెక్రటరికి, బ్రౌన్ నివేదికలలోని పదజాలం నచ్చలేదు 'కరువు' అనే పదం ఎందుకు వాడావు? 'కొరత' అని రాయవచ్చు కదా? అని మందలిస్తూ సంజాయిషి కోరాడు. గుంటూరులో ధరలను తెలుపమన్నాడు. ధరల పట్టీ పంపాడు. ఉప్పు తప్ప తక్కిన వాటి ధరలన్నీ రెట్టింపు పెరిగినట్లు స్పష్టమైంది. పరిస్థితులు విషమించడంతో గంజి కేంద్రాలు ప్రారంభించి కరువు పనులు ఏర్పాటు చేయటం ప్రారంభించాడు.

1831-1832లో గుంటూరు జిల్లా జనాభా 5,12,316 కాగా 1832-33లో 3,57,038కి దిగిపోయింది ఆ మరుసటి సంవత్సరం మరో లక్షా ఇరవైవేల మంది తగ్గిపోయారు. ఈ కరువు పొట్టన పెట్టుకొన్న మనుషుల శవాలను రోడ్డుకు రెండు ప్రక్కలా పేర్చితే ఆ పొడవు 20 మైళ్ళు వుంటుందని అంచనా వేశారు. పాడి పశువులు, గొర్రెలు, మేకలు, ఈ రెండేళ్ళలో మొత్తం 6 లక్షలకు పైగా మలమల మాడిపోయాయి. ("బ్రౌన్ జవాబులు-స్థానిక చరిత్ర శకలాలు'- బంగోరె 'కరువు కటకటలు' పుట 42).

గుంటూరు నుంచి చిత్తూరుకు-ఆ తర్వాత స్వల్పకాలంలోనే మరల మచిలీపట్నంకు బదిలీ చేశారు. అప్పుడు మచిలీపట్నంలో తెలుగు ప్రింటింగ్ ప్రెస్ ప్రారంభించాడు. కాని ప్రెస్ అజ్మాయిషీకి నియమింపబడిన ఆంగ్లేయుడే మోసం చేసేసరికి ప్రెస్‌ను అమ్మివేశాడు. ఇంతలో ఆయనకు కొన్ని సమస్యలు ఎదురైనాయి.

ఇదివరలో రాజమండ్రి అసిస్టెంట్ జడ్జిగా ఉన్నప్పుడు సరైన తీర్పులు ఇవ్వలేదని కొందరు బ్రౌన్‌పై ఆర్జీలు అధికారులకు పంపారు. బ్రౌన్ ఆ కేసుల విచారణలో చట్టవిరుద్ధంగా వ్యవహరించాడని న్యాయశాస్త్ర నిబంధనలను విస్మరించాడన్న కారణంతో 1834 అక్టోబర్‌లో కంపెనీ బోర్డు బ్రౌన్‌ను డిస్మిస్ చేసింది.

బ్రౌన్ పైఅధికారులకు సమాధానం పంపుతూ కొన్ని తప్పులు దొర్లినమాట వాస్తవమే కాని అందులో తనకే దురుద్దేశం లేదని నిష్పాక్షికంగా తన విధులను నిర్వహించానని తన నడవడికనూ, శీలాన్ని గురించి క్షుణంగా విచారణ జరపమని రాసుకొన్నాడు. విధి నిర్వహణలో శీలం గురించి పేర్కొనటం అనవసరమంటూ డిస్మిసల్ ఉత్తర్వులను ధ్రువపరిచారు. వెంటనే ఛార్జి ఇచ్చి వెళ్ళమన్నారు. ఎటువంటి అలవెన్సులు ఇవ్వమన్నారు. లండన్‌లోని కోర్టు ఆఫ్ డైరక్టర్స్‌కు అపీలు చేసుకున్నాడు. బ్రౌన్ మూడేళ్ళ సెలవుపై ఏడాదికి 500 పౌండ్ల జీతంతో లండన్ వెళ్ళాడు. లండన్‌కు పోతూ డబ్బు ఇబ్బంది వల్ల తన గ్రంథాలయంలోని కొన్ని ఇంగ్లీషు పుస్తకాలను అమ్ముకొన్నాడు.

లండన్‌లో తన అపీలుకు సంబంధించిన ముఖ్యులను కలుసుకొని తన సంగతులను చెప్పుకొన్నాడు. అప్పటికి కొన్ని షరతులతో బ్రౌన్ డిస్మిసల్ రద్దుచేస్తూ ఉత్తర్వులు జారీచేశారు.

లండన్‌లో సెలవులలో ఉన్నా తాను రాసిపెట్టుకొన్న నిఘంటువు శుద్ధ ప్రతిని తయారు చేశాడు. తెలుగు వ్యాకరణం రాయటానికి పూనుకొన్నాడు.

రాయల్ ఏషియాటిక్ సొసైటికి బ్రౌన్ రెండు వర్ణచిత్రాలు బహూకరించాడు. ఒకటి గోదావరి కోటిపల్లిలో నృత్య భంగిమలో ఉన్న వినాయక శిల్పానికి చిత్రాకృతి, మరొకటి కులీన తెలుగు మహిళ చిత్రం.

ప్రొఫెసర్ "రొసెన్" అభ్యర్థనపై సంస్కృత ఛందస్సును గురించి పెద్ద వ్యాసం ఇంగ్లీషులో రాశాడు. ప్రొఫెసర్ విల్సన్ కోరిక మేరకు ఇండియా హౌస్ లైబ్రరీలో ఒక మూలపడి వున్న తెలుగు, కన్నడ, సంస్కృత రాత ప్రతులను పరిశీలించి వాటి కేటలాగ్ తయారుచేశాడు. ఈ సేవను మెచ్చుకొన్న కోర్టు ఆఫ్ డైరక్టర్స్ బ్రౌన్‌కు తమ అభినందనలు తెలిపారు.

1837 ఆగష్టులో బ్రౌన్ లండన్ నుంచి ఇండియాకు బయలుదేరాడు. ఓడలో సహ ప్రయాణీకునిగా రాబర్ట్ కాల్డ్‌వల్ కూడా ఉన్నాడు. ఈయనే తర్వాత బిషప్ కాల్డ్‌వెల్ అయ్యాడు. పరస్పర పరిచయం స్నేహంగా మారింది. బ్రౌన్ కాల్డ్వెల్‌కు సంస్కృతం నేర్పేటట్లు మాట ఇచ్చాడు. 20 ఏళ్ళ తర్వాత బిషప్ కాల్డ్వెల్ తమిళం, తెలుగు వగైరా ద్రావిడ భాషలు సంస్కృత జన్యం కావని స్వతంత్ర ప్రతిపత్తికలిగిన భాషా కుటుంబానికి చెందినవని నిరూపిస్తూ పెద్ద పరిశోధనా గ్రంథాన్ని రాశాడు.

నౌకాయానంలో ఏర్పడిన స్నేహాన్ని పురస్కరించుకొన్ని కాల్డ్వెల్ బ్రౌన్‌ను గురించిన కొన్ని సత్యాంశాలను నిర్మొహమాటంగా పేర్కొని అతని వ్యక్తిత్వంలోని లోపాలను కూడా ఎత్తిచూపాడు. ఇంగ్లండు నుంచి తిరిగి వచ్చిన బ్రౌన్‌ను 1838 జనవరిలో, పార్సీ అనువాదకుడిగా నెలకు రూ 400 వేతనంపై నియమించారు సర్కారువారు. అనువాద రూపంలో అతడు చాలా రచనలు చేశాడు. ఆకాలంలోనే బ్రౌన్‌ను కాలేజిబోర్డు గౌరవసభ్యునిగా నియమించారు. ఈ కాలేజి బోర్డు వ్యవహారమంతా పైన పటారం లోన లొటారం అన్నాడు. బ్రౌన్ తెల్లదొరల లోపాలను ఎత్తిచూపాడు, బోర్డులు ఒక్కొక్కప్పుడు తెరలే! అడ్డుగోడలే! అన్నాడు. బ్రౌన్ ఆ బోర్డును సంస్కరించలేక పోయాడు.

పరీక్షకు కూర్చునే విద్యార్థులను బ్రౌన్ తన ఇంటిలోకి పిలిచి వారికి తగిన సహాయం చేసేవాడు. వారి సంశయాలను తీర్చేవాడు.

తెల్లవారితో పాటు తెలుగువారైన పండితులు కూడా బోర్డు సమావేశాలకు హాజరయ్యేవారు. బోర్డు సభ్యులు కొందరు జాత్యహంకారంతో తెలుగువారిని చిన్నచూపు చూచేవారు. కాని బ్రౌన్ తెలుగు పండితులు కూడా తనతోపాటు బోర్డులో గౌరవప్రదంగా కూర్చోడానికి వీలు కల్పించాడు. ఆనాటికి అదొక గొప్ప మార్పు. బ్రౌన్ సౌజన్య సౌహార్ద్రాలకు అదొక నిదర్శనం.

1841లో మద్రాసు ఆక్టింగ్ పోస్ట్ మాస్టర్ జనరల్‌గాను ఆ తర్వాత మద్రాసు యూనివర్శిటీ బోర్డు సభ్యుడుగాను మద్రాసు బ్యాంకు డైరక్టర్‌గాను మద్రాసు కాలేజి లిఖిత పుస్తకాల గ్రంథాలయానికి క్యూరేటర్‌గా చాలా సంవత్సరాలు పనిచేశాడు. ప్రభుత్వోద్యోగిగా తెలుగు హిందుస్తానీ భాషలనుంచి ఇంగ్లీష్‌లోకి, ఇంగ్లీష్ నుంచి ఆ భాషలలోకి ఎన్నో అనువాదాలు చేశాడు.

1845లో మద్రాసు లిటరరీ సొసైటీ వారికి తన సొంత గ్రంథాలయం నుంచి దేశ భాషలలోని 2440 రాత ప్రతులను బహూకరించాడు. అప్పట్లో వాటి విలువ ఎంత లేదన్నా ముప్పదివేల రూపాయలుంటుందని బ్రౌన్ అంచనా. అంతేకాక వాటిని కేటలాగింగ్ చేయటానికి ముగ్గురు పండితులను సొంత పైకంతో నియమించాడు. ఈ విధంగా బ్రౌన్ ఇచ్చిన గ్రంథాలే నేటి మద్రాస్ ఓరియంటల్ మేన్యుస్క్రిప్ట్ లైబ్రరీకి మూలకందాలు.

చరిత్రకు సంబంధించిన రాత ప్రతులనెన్నింటినో బ్రౌన్ సేకరించాడు. మద్రాసు కాలేజీలోను లండన్ నుంచి వచ్చిన రాత ప్రతులలోను ఉన్న 'మెకంజీ కైఫీయత్తులను సేకరించి శిథిలమవుతున్న వేలాది కైఫీయత్తులను దళసరి కాగితాలపై శుద్ధ ప్రతులు, సొంత పైకంతో కాపీచేయించి చరిత్ర రచన కెంతగానో తోడ్పడ్డాడు.

1842లో లండన్ కోర్టు ఆఫ్ డైరెక్టర్స్ వారి ఉత్తర్వుల మేరకు మద్రాసు రాష్ట్రానికి సంబంధించిన జ్యూడిషియల్, రెవెన్యూ పదజాలాన్ని సేకరించాడు. వేలాది పదాలను సేకరించి అర్థాలతో పంపాడు. ఈ అనుభవంతోనే బ్రౌన్ జిల్లా డిక్షనరీని ప్రచురించాడు.

అత్యంత దీక్షతో నిర్విరామంగా పనిచేస్తున్న బ్రౌన్ 1853లో పక్షవాత వ్యాధి కారణంగా సెలవుపెట్టి నీలగిరి కొండలకు వెళ్ళాడు. ఉదకమండలంలో ఒక క్రైస్తవ కుటుంబం వారికి అతిథిగా ఉండేవాడు. అక్కడే రెవరెండ్ బెర్నార్డ్‌ష్మిడ్‌తో పరిచయమేర్పడింది. ఆరోగ్యం కుదుటపడింది. మిత్రుల కోరికపై మనదేశం వదలిపోవటానికి ముందు తన సాహిత్య వ్యాసంగానికి సంబంధించిన రచన సంగ్రహంగా రాశాడు. కాని దానిని బయట పెట్టలేదు. ఆరోగ్యం చక్కబడిన తర్వాత బ్రౌన్ బెంగళూరు, శ్రీరంగపట్నం, మైసూరు మొదలైన నగరాలను చూశాడు. రాను రాను సరళమైన జీవితం అలవరచుకొంటూ వచ్చాడు. సరిగా నిద్రపట్టేది కాదతనికి. యాభైఏట కూడా కళ్ళద్దాలు లేకుండా చదువ కలిగేవాడు. ఆరోగ్యస్థితిని తెలుసుకున్న బ్రౌన్ సోదరీమణులు అతనిని లండన్‌కు తిరిగి రావలసినదిగా ఒత్తిడి చేశారు. వైద్యులు కూడా ఇంగ్లండుకు పోవటం మంచిదన్నారు.

1854 మే 1వ తేదిన స్వచ్ఛందంగా పదవీ విరమణ చేశాడు. ఆయనకు సంవత్సరానికి 920 పౌండ్లు పింఛన్ మంజూరైంది. యూరోపియన్ సారస్వత గ్రంథాలు దాదాపు 5వేలు అమ్మకానికి పెట్టాడు. చాల తక్కువ వెలకు అమ్మవలసి వచ్చింది. హీబ్రూ, గ్రీక్ ఇంకా ఇతర భాషల్లోని గ్రంథాలను మద్రాసు బైబిల్ సొసైటీకి బహూకరించాడు.

1817 నుంచి 1834 వరకు 17 ఏళ్ళు, 1838 నుండి 1855 దాకా మరో 17 ఏళ్ళు మొత్తం 34 ఏళ్ళు ఇండియన్ సివిల్ ఉద్యోగిగా, ఇంపీరియలిస్ట్ ప్రతినిధిగా తెలుగు ప్రజల మధ్య నివసించి, తెలుగు సాహిత్య సముద్ధరణకు సర్వశక్తులను వినియోగించిన బ్రౌన్ 1855 మే, జూన్‌లో లండన్‌కు వెళ్ళిపోయాడు. మరల తిరిగిరాలేదు.

లండన్ జీవితం

ఉద్యోగ విరమణ చేసిన బ్రౌన్ లండన్‌లో స్థిర నివాసం ఏర్పాటు చేసుకొన్నాడు. అతని ఇల్లు (22, కిల్డార్ గార్డెన్స్ వెస్ట్ బర్న్ గ్రోవ్, డబ్లు) ప్రాచ్యభాషా విద్వాంసులకు భారతీయ భాషలను గురించి ముఖ్యంగా తెలుగును గురించి తెలుసుకోదలచిన వారికి కేంద్రంగా ఉండేది. ఇక అప్పుడాయన అభిమాన పాత్రమైన యూరోప్ చరిత్రను అధ్యయనం చేశాడు. శాస్త్రగ్రంథము లెన్నిటినో సేకరించాడు.

బ్రౌన్ ఉత్తమ పరిశోధకుడికి ఉండవలసిన రెండు లక్షణాలను బాగా అలవరచుకొన్నాడు. రాసిన దానిని స్వోపత్తికంగా నిరూపించటం, ఆవశ్యకత లేనిదే రాసినది అచ్చువేయకుండ ఉండటం అతని సహజ గుణాలు.

ఆయన లండన్‌లో కూడా విశ్రాంతి నెరుగని భాషాసేవ సాగించాడు. 1857 తొలిపాదంలో తన తెలుగు వ్యాకరణం ద్వితీయ ముద్రణకు పీఠిక రాయించి పంపాడు. 1860లో మళ్ళీ తెలుగు పుస్తకాల ద్వారా తెలుగు సాహిత్యంలో వస్తున్న ధోరణులను తెలుసుకొంటూ ఉండేవాడు. ఆ కాలంలోనే ప్రథమ స్వాతంత్ర్య పోరాటం తర్వాత భారతదేశం స్థితిగతులను లేఖల ద్వారా తెలుసుకొని పన్నెండు పట్టణాలలో భారతదేశాన్ని గురించి ఉపన్యాసాలిచ్చాడు.

1863లో కర్నాటక క్రానాలజి ప్రచురించాడు. 1865లో లండన్ యూనివర్సిటీ తెలుగు ప్రొఫెసర్ అయ్యాడు. 1866లోను 1872లోను రెండుసార్లు తన సాహిత్యజీవిత చరిత్రను లండన్‌లో అచ్చువేయించాడు. 1866 నాటి ప్రచురణకు మరికొంత సవరించి పెంచి ముద్రించాడు. ఎవరైనా భాషాసాహిత్య పరమైన సంశయాల నివారణ కోరుతూ తనకు రాసిన జాబులన్నింటికీ సమాధానాలు రాస్తుండేవాడు. రాయల్ ఏషియాటిక్ సొసైటి (లండన్) పత్రికలో అతని వ్యాసాలు వస్తుండేవి. 1837లో తాను రాసిన సంస్కృత ఛందస్సు అనే చిన్న పుస్తకాన్ని ప్రచురించాడు.

తాను సిద్ధంచేసి అచ్చు వేయించిన నిఘంటువులను ఇంటర్ లీవ్ చేసిన కాపీలను తిరగేస్తూ ఎన్నో చేర్పులు, కొద్ది మార్పులు చేస్తూ వచ్చాడు. ఈ విధంగా సిద్ధమైన నిఘంటువులకు ఇచ్చిన ప్రయోగాలను తాను అచ్చువేయించిన కావ్యాల నుంచి తీసుకొనేవాడు. తన వ్యాకరణాన్ని మళ్ళీ సవరించాడు. డా॥ జాన్సన్‌పలె తానుకూడా బ్రతికినంత కాలం చేర్పులు, మార్పులు చేస్తూ పోయానన్నాడు.

లోగడ తాను కడపలో పనిచేస్తున్నప్పుడు ఒక మంత్రగాడు. తంత్రశక్తుల కోసం వినియోగించిన మంత్ర తంత్రాలను ఇంగ్లీషులోకి అనువదించి 'తెలుగు స్పెల్స్' అన్న శీర్షికలో మద్రాస్ జర్నల్ ఆఫ్ లిటరేచర్ అండ్ సైన్సులో (1864 జూలై) ప్రకటించాడు. 1869లో ఐ.సి.యస్ పరీక్షలకు తెలుగు ఎగ్జామినర్‌గా పనిచేశాడు. మిరియంబి అనే 16 ఏళ్ళ అమ్మాయికి సంస్కృతం, బెంగాలి నేర్పాడు.

వృద్ధాప్యం ముంచుకొని రాగా 1884 నవంబర్ 3వ తేదిన వీలునామా రాశాడు. అప్పటికాతని వయసు 86 ఏళ్ళు... వీలునామాలో కూడా పుస్తకాల గొడవే.

తెలుగు, సంస్కృతం మొదలైన ప్రాచ్యభాషా గ్రంథాలు ముద్రిత, అముద్రిత రచనలు గ్రంథాలు అన్నింటిని ఇండియా ఆఫీసు లైబ్రరీకి చెందేటట్లు కోరాడు. ఖర్చుల క్రింద 10 పౌన్లు ఇవ్వాలన్నాడు.

24 ఏళ్ళు తనకు సేవ చేసిన సారానాట్‌కు 250 పౌన్లు, ఇంటి సామాన్లు, వస్త్రాలు చిత్రపటాలు చెందేట్లు, మరో సేవకురాలు ఎమ్మాఅగెర్‌కు 250 పౌన్లు, యాన్‌హెన్రిటాషర్మిన్ అనే మహిళకు 200 పౌన్లు, ఆమె సోదరి ఆగ్నేస్ లెయింగ్‌కు 100 పౌండ్లు, మిస్‌మెటిల్డా కాన్‌ట్లీ అను ఆమెకు 50 గినీలు, ఇంకా మిగిలినవి దానిని షెర్మన్-లెయింగ్‌లకు చెందేట్లు రాశాడు.

తనకు రావలసిన బాకీలన్నింటిని రద్దుచేశాడు. తన వీలునామా ద్వారా సంక్రమించిన ఆస్తులు ఆయా స్త్రీలందరూ భర్తల ప్రమేయం లేకుండా అనుభవించవచ్చునన్నాడు.

తన సోదరుడైన జేమ్స్ కౌలే బ్రౌన్ కుమారుడు జార్జికేలే బ్రౌన్‌ను ఎక్జిక్యూటివ్ ట్రస్టీగా నియమించాడు. అందుకయ్యే ఖర్చుల క్రింద 70 పౌన్లు రాశాడు. తన మేనల్లుడు కాలేబ్రౌన్‌కు మాత్రం తన గ్రంథాలయం నుంచి అతనికిష్టమైన వంద పుస్తకాలను తీసుకోవచ్చుననీ మిగితావన్నీ ఇండియా ఆఫీస్ లైబ్రరీకి చెందాలనీ రాశాడు.

చివరి రోజుల్లో లండన్ ఎథీనియం పత్రికకు చెందిన ఆర్.ఎం. మాగ్డనాల్డ్ బ్రౌన్‌ను కలుసుకొన్నప్పుడు పుస్తకాల ముద్రణకు ఖర్చుపెట్టిన పైకంలో - తనకు వచ్చిన రాబడి 15వ వంతు మాత్రమే అని చెప్పాడు. తెలుగు భాషా సాహిత్యాల సముద్ధరణకు అనన్యంగా అపూర్వంగా సేవచేసిన ఛార్లెస్ ఫిలిప్‌బ్రౌన్ తన యనభై ఏడవ ఏట 1884 డిసెంబర్ 12న దివంగతుడయ్యాడు.

గ్రంథసేకరణ - పరిష్కరణ

ఆంధ్ర మహారాజులు, రాజులు, సామంతులు, జమీందారులు కవులను పోషించి కావ్యసృష్టి కెంతగానో తోడ్పడినారు. కాలక్రమంలో యుద్ధాలు, ఇతర ఉపద్రవాల కారణంగా కొన్ని కావ్యాలు ఇతర గ్రంథాలు నాశనమైనాయి. ముద్రణాది సౌకర్యాలు లేని కాలమది. తాళపత్ర గ్రంథాలు

క్రిమిద్రష్టం కావటం సహజం. ఈ విధంగా అమూల్య గ్రంథాలెన్నో అగ్గిపురుగులకాహారమై పోయాయి. అటువంటి స్థితిలో ఆంధ్ర మహాకావ్యాల సముద్ధరణకు పూనుకొని పెక్కు గ్రంథాలను సేకరించి పరిష్కరింపచేసిన సాహిత్య స్థాపనాచార్యుడు బ్రౌన్.

ప్రాచీన భారతీయ విద్యా విధానం శ్రుతిరూపంగా ఉండేది. గురువులు బోధించినదంతా శిష్యుల మస్తిష్కాలలోనే వుండేది. ముఖస్థమైన వాఙ్మయం తాళపత్రముల పైకెక్కునప్పుడు మూలానికి భిన్నమైన పాఠాంతరా లేర్పడేవి. గురువుల ప్రవచనంలోని భేదముల వల్ల లేఖక ప్రమాదాలవల్ల గ్రంథపాతం కారణంగా పాఠాంతరాలు పుట్టేవి.

వివిధ పాఠాలను పరిశీలించి పండితులను లేఖకులను, రాతప్రతుల సేకరించేవారిని సొంత పైకంతో నియమించి, విభిన్న పాఠాలలో గల వైరుధ్యాలను పరిష్కరింపచేసి పద్య సంఖ్యలను, ఆశ్వాసాలను విభజింపచేసి ప్రామాణికమైన శుద్ధ ప్రతులను సిద్ధపరచి తెలుగు పండితులకు గ్రంథ పరిష్కరణలో మార్గదర్శకుడైన సాహిత్య సమారాధకుడు బ్రౌన్.

"In 1825 I found Telugu Literature dead. In thirty years I raised it to life" అని బ్రౌన్ అన్న మాటల్లో అతిశయోక్తి లేదు. ఇట్లా పందొమ్మిదో శతాబ్ది తొలిపాదంలో ప్రవేశించేటప్పటికి తెలుగు సాహిత్య క్షేత్రం జనవాటికకు దూరంగా వొక శిథిల భవన సముదాయంగా తయారైంది.

"మృతప్రాయమైన ఆ దశలో నుంచి మళ్ళీ జీవశక్తిని పుంజుకొని ప్రాణిస్ఫూర్తిని పొందటానికి క్రొత్త శక్తులు అవసరమయ్యాయి. బ్రౌన్ యుగావతరణ జరిగింది. సరిగ్గా ఆ తరుణంలోనే శిథిలప్రాకార ప్రాంగణంలో అడ్డదిడ్డంగా మొలచిన గంజాయి మొక్కలన్నీ పీకేసి, క్రొత్త పాదులన్నీతీసి, క్రొత్త పాయలన్నీ హరించి వొక సుందరమైన ఆరామంగా తీర్చిదిద్దడానికి బ్రౌన్‌కు నిజంగా మూడు దశాబ్దాలు పట్టింది. ఖర్చులకు గిర్చులకు వెనకాడకుండా ఒక కఠోరమైన దీక్షతో ఎంత శ్రమపడాలో అంతా పడ్డాడు. ఇందుకు వారికి ప్రత్యక్ష సాక్ష్యం కడపలో యేర్పాటు చేసిన ఈ సాహిత్య కర్మాగారం (బ్రౌన్ జాబుల్లో స్థానిక చరిత్ర శకలాలు-కడప జాబుల సంకలనం-బంగోరె - పుట 70-71).

పండితులు, వ్రాయసగాండ్రు గ్రామాలలో తిరుగుతూ గ్రంథములను సేకరించారు. ఈ రీతిగా సేకరించిన గ్రంథాలను పండితుల పరిష్కరణకు అప్పగించాడు. ఒక్కొక్క కావ్యానికి ఒకటికి మించిన ప్రతులు-కొన్నింటిని పదిపన్నెండు వరకు సేకరించాడు. ఆ కాలంలో గ్రంథ సేకరణ అతి వ్యయప్రయాసలతో కూడిన ప్రయత్నం. ప్రజల్లో మూఢ విశ్వాసాలు గట్టిగా వుండినందున వారు తమవద్ద ఉన్న తాళపత్ర గ్రంథాలను సులభంగా ఇచ్చేవారు కారు. 1830లో మచిలీపట్నంలోని కోటి వెంకన్న భార్యవద్ద నున్న వారి పుస్తక భాండాగారమును 370 రూపాయలకు కొన్నాడు. అందులో ప్రధానంగా సంస్కృత గ్రంథాలు, కొన్ని తెలుగు గ్రంథాలు ఉండేవి.

1834లో యానాం వాసియైన మాజేటి సర్వేశలింగం గ్రంథాలయాన్ని 150 రూపాయలకు కొన్నాడు. మొత్తం 613 గ్రంథాలలో 386 సంస్కృత గ్రంథాలు. వీటిలో తాంత్రిక వైద్య వ్యాకరణాది గ్రంథాలుండేవి.

పెద్దాపురంలోని అవసరాల వేంకట్రావు గ్రంథాలయాన్ని రూ 796లకు కొన్నాడు. ఇందులో ప్రధానమైన సంస్కృత కావ్యాలుండేవి.

రాజమండ్రిలోని ఒక న్యాయవాదినుంచి కొన్ని గ్రంథాలను కొన్నాడు. తాను కొన్న గ్రంథములకు తాను ఇచ్చిన వెల అత్యల్పమన్నాడు. బ్రౌన్‌కు గల జ్ఞాన తృష్ణకు ఇంతకంటే మరే నిదర్శనం కావాలి.

తాళపత్ర ప్రతులున్నవని తెలిసిన ఏ వ్యక్తితోనైనా స్నేహం పెంచుకొనేవాడు. తన ఆంగ్ల పుస్తకాలను వారికి చదవటానికి ఇచ్చేవాడు. ఆ రీతిగా పరస్పర మైత్రిని సంపాదించాడు.

తాటాకు వ్రాతలో ఉన్న ఛందోభంగాలను గణయతి ప్రాస దోషాలను సవరించగల ఛందః పరిజ్ఞానంకల లేఖకులను మాత్రమే ఆ పనికి వినియోగించేవాడు. కాగితాలను సమభాగాలుగా కత్తిరించి వరుస తప్పకుండటానికి గీతలు రాసి రాయసగాండ్ర కిచ్చేవాడు. ఈ విధంగా అతి చిన్న విషయాలపట్ల కూడా క్రమతను పాటించేవాడు.

కాగితపు ప్రతి తయారైన తర్వాత ఆ కావ్యం యొక్క ఇతర ప్రతులను ఏడు లేదా ఎనిమిదింటిని సేకరించి సమర్థులైన పండితులు ముగ్గురు లేదా నలుగురికి ఆ ప్రతులను ఇచ్చేవాడు. పండితులు వలయాకారంలో కూర్చొని తమ ప్రతులలోని పద్యాలు చదువుతుండగా లేఖకుడు రాసేవాడు. ఒక కావ్యానికి సంపూర్ణంగా పాఠాంతరాలను సరిపోల్చిన తర్వాత దానిని పుస్తకంగా కుట్టించేవాడు.

పాఠాలను పఠించే వారందరూ పండితులే కాకూడదని బ్రౌన్ అభిప్రాయం. వారిలో ఒకడు విద్వాంసుడైన చాలు. అందరూ పండితులైతే శుద్ధ పాఠ నిర్ణయంలో కాలయాపన జరుగుతుంఁదని ఆయన నమ్మకం.

పాఠాలలో భిన్నతను గుర్తించకపోతే అర్ధరూపాయి లేదా పావలా జరిమానా విధించేవాడు. అశ్రద్ధను సహించేవాడు కాదు.

నిర్విరామంగా నిర్ణీతకాలములోనే పనిచేయటం ఏకాగ్రతకు భంగకరమన్నాడు. నిర్ణీత కాలమున్నప్పటికి కొంచెం ముందు వెనుక వచ్చినప్పటికీ బ్రౌన్ కల్పించుకొనేవాడు కాదు. వ్యక్తి నిజాయితీని గుర్తించేవాడు. ప్రతుల సేకరణ, కాగిత ప్రతుల తయారీ, సవరణ, పరిష్కరణ, శుద్ధ ప్రతుల తయారీ మొదలైన పనుల్లో ఇటలీ, జర్మనీ దేశస్థుల విధానాలను అనుసరించాడు. అదే శాస్త్రీయ పద్ధతి, నేటికీ ఆ విధానమే అనుసరించ బడుతున్నది.

లేఖకులకు బ్రౌన్ నిర్ణయించిన కూలీ డబ్బులు కుతూహలం కల్గిస్తాయి. ఒక రూపాయికి 200 పద్యాలు అంటే 800 పాదాలు రాయాలి. నెల జీతాలిస్తే అశ్రద్ధ, అజాగ్రత్త ఏర్పడతాయని దినసరి లెక్క మేరకు చెల్లించేవాడు.

శాస్త్రులకు పండితులకు నెలకు 15 రూపాయలిచ్చేవాడు. తమ కుటుంబీకులను వదలి ఇతర చోట్లకు పోయి పని చేసేవారికి కొంత అదనపు వేతనం ఇచ్చేవాడు. వెయ్యి తెలుగు పద్యాలకు 5 రూపాయల చొప్పున, వెయ్యి సంస్కృత శ్లోకాలకు 6 రూపాయలు చొప్పున ఇచ్చేవాడు. ఇది కాశీలో లేఖకులకు ఇచ్చే వేతనం. ఎక్కువ జీతమిస్తే అశ్రద్ధకు దారితీస్తుందనీ తక్కువ ఇస్తే పండితులు సమారాధనలకు వెళ్ళిపోతారని బ్రౌన్ అభిప్రాయం.

విభిన్న తాళపత్రాలు పరిష్కరించి శుద్ధప్రామాణిక ప్రతులను, సిద్ధపరచటానికి ఆద్యుడు బ్రౌన్, అందువల్లనే ఆయన 'ఆంధ్రభాషావన పునరున్మీలన మధుమాస వసంతుడు' అని ప్రస్తుతింపబడినాడు.

బ్రౌన్ 36 పురాణేతిహాసాలను సేకరించినట్లు తెలుస్తున్నది. కాశీ ఖండము, పద్మపురాణము, భాగవతము, భారతము, భాస్కర రామాయణము, విష్ణుపురాణము, శ్రీకాళహస్తి మహాత్మ్యముల పాఠనిర్ణయం చేయించి శుద్ధప్రతులు రాయించాడు. మహాభారత శుద్ధప్రతి తయారీకి రు. 2714 రూపాయల ఖర్చు చేశాడు. సిద్ధమైన అనేక గ్రంథాలను అచ్చువేసుకొంటాము అన్న వారికి ఇచ్చేవాడు. మద్రాసు విశ్వవిద్యాలయంలో ద్వితీయ పండితుడిగా ఉండిన పురాణం హయగ్రీవ శాస్త్రిగారి విన్నపం మేరకు బ్రౌన్ తాను పరిష్కరింపజేసిన ఆంధ్ర మహాభాగవతాన్ని హయగ్రీవశాస్త్రులు తన వివేకాదర్శ ముద్రణాలయంలో 1848లో ముద్రించాడు. ఈ భాగవత పీఠికలో కడపదగ్గర ఉన్న ఒంటిమిట్టయే ఏకశిలానగరమని ఆయన రాశాడని బ్రౌన్ తన నిఘంటువునకు రాసిన ఒక నోట్‌లో వివరించాడు (సి.పి. బ్రౌన్ – డా. కొత్తపల్లి వీరభద్రరావు పుట 163, 164)

ఈ పురాణేతిహాసాల అధ్యయనంలోను పరిష్కరణంలోను బ్రౌన్ ఆంధ్రకవులను గ్రీక్, ఆంగ్ల కవులతో పోల్చి తారతమ్యాలను చూపేవాడు. తనకు నచ్చిన కొన్ని పద్యాలను ఇంగ్లీష్‌లోకి అనువాదం చేసేవాడు.

ధూర్జటి శ్రీకాళహస్తి మాహాత్మ్యానికి బ్రౌన్ ఇంగ్లీష్‌లో కథాసంగ్రహాన్ని సమకూర్చాడు. బ్రౌన్ ప్రజాసామాన్యానికి సాహిత్యం అందుబాటులో ఉండవలెనని ఆశించాడు. అందువల్ల సులభశైలిలో పురాణాలను ముందుగా పరిష్కరింపజేసి ముద్రించాడు. పండితుల ఆదరణీయాలైన ప్రబంధాలను తర్వాత తీసుకున్నాడు. ఆంధ్రులకు అత్యంత ప్రీతిపాత్రమైన వసుచరిత్ర, మనుచరిత్రలను మొట్టమొదట వ్యాఖ్యానాలతో పాటు అచ్చువేయించిన కీర్తి బ్రౌన్‌కు దక్కుతుంది.

కడపలోని బ్రౌన్ కాలేజీలో పండితుడిగా ఉండిన ములుపాక బుచ్చయ్య శాస్త్రి ఈ విషయంగా రాసిన మాటలిలా ఉన్నాయి. "సకల లక్షణశాస్త్ర చక్రవర్తి శబ్ద శాసన మాత్ర సహితవృత్తి లక్ష్య లక్షణ గురు లఘు వర్ణ గణవార్తికావృత్తి విద్వస్మృతానువర్తి" అయిన బ్రౌన్ వసుచరిత్ర విషయం చూడమన్నాడని చెప్పుకొన్నాడు. బుచ్చయ్య శాస్త్రి వ్యాఖ్యానం బ్రౌన్‌కు నచ్చలేదు. సాహిత్యం ప్రజాబాహుళ్యంలోకి చొచ్చుకొని పోవాలని బ్రౌన్ ఆశయం. మళ్ళీ జూలూరు అప్పయ్య పండితుని చేత సులభశైలిలో వసుచరిత్రకు వ్యాఖ్యానం రాయించి 1844లో ప్రచురించాడు. అదే విధంగా మనుచరిత్రను వ్యాఖ్యానసహితంగా 1851లో అచ్చువేయించాడు.

బైచరాజు వెంకటరాజు రచించిన పంచతంత్ర హంసవింశతులకు పదసూచికలు సంతరించాడు. సింహాసన ద్వాత్రింశిక కథాసారాన్ని 43 పుటల్లో ఆంగ్లంలో సంగ్రహం చేశాడు. గౌరవ హరిశ్చంద్రోపాఖ్యానాన్ని 1842లోను, వైజయంతీ విలాసాన్ని 1849లోను అచ్చు వేయించాడు. కళాపూర్ణోదయం, తారాశకాంక విజయం, విజయవిలాసం, కుచేలోపాఖ్యానాలను ముద్రింప చేశాడు. పాతికేళ్ళలో దాదాపు పాతిక ప్రబంధాలను పరిష్కరింపచేసిన సాహితీవ్రతుడు సి.పి.బ్రౌన్.

ఆంధ్రుల సామాజిక జీవితాన్ని చిత్రించిన పల్నాటి వీర చరిత్ర విభిన్న ప్రతుల నెన్నింటినో సేకరించి పండితులచే పరిష్కరింపచేశాడు. బసవపురాణము ప్రభులింగలీల మొదలైన శైవ పురాణాలను పరిష్కరింపచేశాడు.

గ్రంథసేకరణతోపాటు బ్రౌన్ సాహిత్య సంబంధమైన ఇతర సామగ్రిని కూడా అపారంగా సేకరించాడు. చాటు పద్యాలు, జానపద గీతాలు, సామెతలు, పలుకుబళ్లు సేకరించాడు. తన కాలం నాటి పత్రికలలో వెలువరించిన వ్యాసాలు, సంపాదకీయాలు, వార్తలు, లేఖలు మొదలైన వాటిని సేకరించి మంచి కాగితాలపై రాయించి ముందు తరాల వారికి అందజేశాడు. తాను విన్న కథలను, గాథలను రాయించి పెట్టాడు. మెకంజీ సేకరించిన స్థానిక చరిత్రలను మంచి కాగితాలపై రాయించాడు. ఇవి 62 సంపుటాలైనాయి. తెలుగు సంస్కృత రాత ప్రతుల సేకరణకై బ్రౌన్ 30వేల రూపాయలు ఖర్చుపెట్టాడు.

తెలుగు సాహిత్యంలో బ్రౌన్ ముద్రపడని ప్రాచీన కావ్యం లేదనటంలో నిజం లేకపోలేదు. మంత్ర తంత్ర శాస్త్రములకు సంబంధించిన ఆనందతంత్రం, సౌందర్యలహరి, కులార్ణవం మొదలైన సంస్కృత గ్రంథాలను సేకరించటం అతని జ్ఞానదాహాన్ని తెలుపుతుంది. 14-3-1834 తేదిన బ్రౌన్‌కు రాసిన జాబుమేరకు, బ్రౌన్ ఋగ్వేద భాష్యం రాయించినట్లు తెలుస్తున్నదని ముక్త్యాల సంస్థానం నుండి వెలువడిన సరస్వతీ పత్రిక ప్రకటించింది.

తెలుగు సాహిత్యాభివృద్ధికి ఇంత దోహదం చేసిన బ్రౌన్ తాను ఎంతచేసినా పూర్తిగా ఒక భాషయొక్క సాహిత్యాన్ని ఉద్ధరించటం అసాధ్యమని తన స్వీయచరిత్రలో రాసుకొన్నాడు. ఈ విధంగా అనన్యంగా అనితరసాధ్యంగా తెలుగు సాహిత్య సముద్ధరణకు అంకితమై, కునుకుతున్న

ఆంధ్రసాహిత్య దీపాన్ని ప్రజ్వలింపచేసిన బ్రౌన్‌ను వేనోళ్ళకొనియాడుతూ "సరస్వతికి ప్రస్తుతమందు తమరు వొకరే నివాసస్థానముగా కనబడుతున్నారు. గనుక యెక్కడ యేయే విద్యలు దాచబడి వున్నవో అవన్నీ తమంతట తామే తమ సన్నిధికి వస్తూ వున్నవి. యీలాగు రావడము వల్ల ఆయా విద్యలు అభివృద్ధి అవుతూ వున్నవి. ఈ కాలములో ఈ విద్యలను తమవలె అభివృద్ధి చేయించేవారు నేను యెరిగి వున్నంత మట్టుకు యెవరూ కనబడలేదు. యిందున గురించి తమరు పుచ్చుకొన్న ప్రయాసవల్ల తేలిన పరిష్కార గ్రంథములు ఆకల్పాంతమును తమ యొక్క కీర్తిని విస్తరింపచేస్తుంటవి "అని వఝ్యం అద్వైత బ్రహ్మశాస్త్రి అన్నాడు.

"ముదివిటులు విధవ లంజలు పదకవితలు" అంటూ పండితులచే విమర్శింపబడిన ద్విపదకావ్యాలను బ్రౌన్ అభిమానించాడు. పదమూడు ద్విపద కావ్యాలను పరిష్కరింపచేసి ఇరవై ఐదింటికి కాగితపు ప్రతులు రాయించాడు.

ద్విపదకావ్యాలు బ్రాహ్మణేతరుల రచనలు అన్న అభిప్రాయం ఉండేది. బ్రౌన్ వీరశైవుల మత గ్రంథమైన బసవపురాణము అద్భుత కథల సంకలనమని భావించాడు. బాణాల శంభుదాసు రచించిన ద్విపద సారంగధర చరిత్రను బ్రౌన్ 1827లో పరిష్కరించాడు. ప్రభులింగ లీల అనే శైవమత సంబంధమైన ద్విపదను ఆంగ్లంలోకి అనువదించాడు. బసవపురాణం, పండితారాధ్య చరిత్రల ఆధారంగా బ్రౌన్ శైవమతాచారములను అవగాహన చేసుకొని జంగముల ఆచార వ్యవహారములను వెల్లడించాడు.

ద్విపదలలో హరిశ్చంద్ర కావ్యాన్ని, నవనాథ చరిత్రలు కొంత భాగాన్ని మొట్టమెదట అచ్చువేయించిన కీర్తి బ్రౌన్‌కే దక్కుతుంది. నిరాకృతములైన ద్విపదకావ్యాలకు గౌరవప్రదమగు స్థానాన్ని కల్పించిన మహనీయుడు బ్రౌన్.

ఆంధ్ర భాషా భూషణాలనదగిన శతకాలు పండిత పామరజనులకు బాలబాలికలకు అత్యంత ప్రీతిపాత్రములు. కాని విన్నకోట పెద్దన శతకాలను క్షుద్ర రచనలన్నాడు.

కావ్యాలు ప్రబంధాలు ద్విపదలు మొదలైన వాటినేకాక 84 శతకాలను సేకరించి పరిష్కరించినవాడు బ్రౌన్. ప్రజల నాలుకపై నడయాడే వేమన పట్ల బ్రౌన్‌కు అమితమైన ఆదరాభిమానాలు ఏర్పడినాయి. అబేదుబాయ్ రచించిన గ్రంథంలో వేమన ప్రస్తావనను మొదటిసారి చూచాడు. 1824లో బ్రౌన్ కొత్తగా తెలుగునేర్చుకొనేవారికి వేమన పద్యాలు విశేషంగా ఉపయోగపడతాయని విశ్వసించాడు. గ్రీక్ దేశస్థుడైన లూషియస్ కవి వలె వేమన తెలుగు ప్రజల కత్యంత ప్రీతి పాత్రుడని బ్రౌన్ భావించాడు.

1834నాటికి దాదాపు మూడువేల వేమన పద్యాలను సేకరించాడు. తిప్పాభట్ల వెంకటశివశాస్త్రి సహకారంతో గూఢార్థాలను గ్రహించాడు. ఆంగ్లభాషలోను తెలుగులోను గొప్ప పాండిత్యం సంపాదించిన బ్రౌన్ వేమన పద్యాలను ప్రధానంగా భావానువాదం చేశాడు.

ఎనభైకంటె ఎక్కువగ శతకములను సేకరించాడాయన. పండితుల సహాయంతో పరిష్కరించి శుద్ధ ప్రతులను తయారు చేయించాడు. బ్రౌన్ ముద్రించిన గ్రంథాలలో శతకాలే ఎక్కువ. ఈ శతకాల పరిష్కరణలో జూలూరి అప్పయ్య శాస్త్రి బ్రౌన్‌కు బాగా తోడ్పడినాడు.

కలువాయి చెన్నకృష్ణశతకం, కవి చౌడప్ప శతకం, కాళహస్తి లింగశతకం, భళిరకరివేల్పు శతకము, కోదండరామ, సిద్ధిరామ, కాంతాలలామ, శతకాలను బ్రౌన్ 1832లో పరిష్కరించి అచ్చువేయించాడు. సుమతి భాస్కర శతకాలకు వ్యాఖ్య రాయించాడు.

పాశ్చాత్యుల సంపర్కం వల్ల మనకు కల్గిన గొప్పలాభం ముద్రణ. విదేశీయులైన క్రైస్తవ మతప్రచారకులు మత సంబంధమైన కరపత్రాలను, బైబిల్ అనువాదాలను అచ్చు వేయించేవారు. క్రమంగా ముద్రణ ఒక కళగా వృద్ధి చెందింది. మౌఖికమైన అధ్యయన పద్ధతి కొందరికే పరిమితంగా ఉన్నకాలమది. ముద్రణవల్ల పద్యం సామాన్యులకు కూడా అందుబాటులోకి వచ్చింది. ఈ రీతిగా ముద్రణ సాంఘిక విప్లవానికి చేయూత నిచ్చింది.

బెంజిమిన్ షుల్జ్ అనే జర్మన్ మిషనరి (1689–1760) “నిజమైన క్రైస్తవుడు జీవితము గడపవలసిన నూరు విధులు” అను తెలుగు పుస్తకాన్ని మొదట జర్మనీలోని హ్యాలే పట్టణంలో (1746)లో అచ్చువేశాడని పరిశోధకుల అభిప్రాయం. తెలుగులో ముద్రణకు నోచుకున్న మొదటి పుస్తకం ఇదేనని కొందరి నమ్మకం.

బ్రౌన్ తెలుగు భాషాధ్యయనం ప్రారంభించటానికి ముందే బెంగాల్‌లోని శ్రీరాంపూర్‌లో డాక్టర్ విలియం కేరే ముద్రణా యంత్రాన్ని నెలకొల్పి దాదాపు భారతీయ భాషలన్నింటికీ అక్షరాలపోత పోయించాడు. కలకత్తాకు చేరువగా వున్న డేవిడ్ బ్రౌన్‌కు శ్రీరాంపూర్ అచ్చు కూటముతో పరిచయం ఉండేది.

బ్రౌన్ తెలుగు అక్షరాల ఆకారాన్ని అచ్చులో కొన్ని మార్పులను చేశాడు. ధ్వనులకు కొత్త గుర్తులు కల్పించాడు. అర్ధానుస్వారాలు శకటరేఫలు నిరుపయోగములని తన ఛందో గ్రంథములో రాశాడు.

“ఇరువది సంవత్సరములకంటె పైగా బ్రౌన్ దొర చెవినిల్లుకట్టుకొని పోరిన ఫలితముగా, తెలుగుదేశములో పందొమ్మిదవ శతాబ్ది ఉత్తరార్ధము వచ్చునాటికి గ్రంథముద్రణము బాలారిష్ట దోషములను దాటి స్థిరపడింది.

“తెలుగు సాహిత్యాభివృద్ధికి ఇంత దోహదము చేసిన బ్రౌన్ దొర కూడా తాను విదేశస్థుడనియు, తానెంత చేసినను పూర్తిగా ఒక భాషయెక్క సాహిత్యమును ఉద్ధరించుట సులభసాధ్యము కాదనియు తన వినయమును ప్రకటించెను” (సి.పి. బ్రౌన్- మలి ముద్రణ డా॥ కొత్తపల్లి వీరభద్రరావు–పుట 292)

వ్యాకరణ గ్రంథం

తెలుగు చంధో వ్యాకరణాలను బ్రౌన్‌కు నేర్పినవారు వఠ్యం అద్వైత బ్రహ్మశాస్త్రి, తిప్పాభట్ల వేంకట శివశాస్త్రిగార్లు. దేశీయ పండితుల భాషా బోధన బ్రౌన్‌కు ఎంతమాత్రం నచ్చలేదు. తెలుగు నేర్చుకొనే పాశ్చాత్యుల కోసం బ్రౌన్ స్వయంగా వ్యాకరణం రచించి 1840లో ప్రచురించాడు. ఆయన వ్యాకరణ రచనలో, వ్యావహారికానికి ఎక్కువ ప్రాముఖ్య మిచ్చాడు.

లేఖలు

తెలుగు వాఙ్మయంలో కూడా లేఖాసాహిత్యాన్ని ఒక ప్రక్రియగా గుర్తించవచ్చు. దీనికి మూలపురుషుడన దగిన వ్యక్తి బ్రౌన్.

"చారిత్రక ప్రాధాన్యమూ విషయభరితమూ సాహిత్య గౌరవము కలిసి పండితాదరణకు పాత్రమైన జాబులే లేఖా సాహిత్యంలో చేరుతాయి. మహనీయులు రాసిన లేఖలు వారి దృక్పథాన్ని ఆత్మీయతను, వ్యక్తిత్వాన్ని ప్రతిబింబించే దర్పణాలు జనాదరణీయాలు, ఆవశ్య పఠనీయాలు - జీవిత చరిత్ర, సామాజిక చరిత్ర రచనలకు ప్రబలాధారాలు. ఈ దృష్టిలో మహనీయులకు - రాసిన లేఖలు గణనీయాలే" (బ్రౌన్ జాబుల్లో స్థానిక చరిత్ర శకలాలు" అనుశీలన ఆచార్య జి.యన్.రెడ్డి) "తెలుగు ప్రజలంతా తనకు చదువు చెప్పిన గురువులే" అన్నాడు బ్రౌన్ (డా॥ అరుద్ర) - ఇది అతని వినయశీలం.

నిఘంటువులు

బ్రౌన్‌కు అజరామరమైన కీర్తిని సంతరింపచేసినవి ఆయన కూర్చిన నిఘంటువులు. బ్రౌన్‌కు ముందు కాంబెల్, మారిస్, మామిడి వెంకయ్య మొదలైన వారు తెలుగులో నిఘంటువులను సమకూర్చారు. కాని నాటినుండి నేటివరకు పండితులకే కాక సామాన్యులకు కూడా ఉపయోగపడే బృహన్నిఘంటు నిర్మాణంలో బ్రౌన్ అగ్రగణ్యుడు. బ్రౌన్ పాండితీ గరిమ నిశిత ప్రజ్ఞకు సాక్ష్యాలు బ్రౌన్ నిఘంటువులు. ఏ మాత్రం సంస్కరించకుండా 1852 ప్రతిని 1966లో యథాతథంగా ఆంధ్రప్రదేశ్ సాహిత్య అకాడమి ముద్రించడంతో ఆ నిఘంటువుల వైశిష్ట్యం ద్యోతకమవుతుంది.

"తెలుగు భాషాధ్యయన సందర్భములో తానీ నిఘంటువును తనకోసం కూర్చుకున్నట్లు, బ్రౌన్ ఈ నిఘంటు ఉపోద్ఘాతంలో రాసుకున్నాడు. ప్రాచీన గ్రంథాలు, శతకాలు, కావ్యాలు మొదలైన వాటిలో లభించే పదాలతోపాటు జనసామాన్యం వాడుకలో గల అనేక పదాలు చేర్చబడినందున ఈ నిఘంటువు అందరికీ ముఖ్యంగా అనువాదకులకు కల్పవృక్షంగా వినియోగపడింది.

బ్రౌన్ నిఘంటువుల ప్రత్యేకతలివి

1. గ్రంథస్థమైన పదాలతో పాటు వాడుకలో గల పదాలు కూడా చేర్చబడినాయి.
2. అవసరమైన చోట పూర్వకవి ప్రయోగాలు ఆరోపాలతో పాటు చూపబడినాయి.
3. పదాలకు అర్థాలు గ్రంథాల నుంచే కాక వాడుక నుంచి కూడా స్వీకరించబడినాయి.
4. సామెతలు, జాతీయాలు చేర్చబడినాయి.
5. ఆంగ్లసమానార్థాలు వీలైనన్ని ఎక్కువగా ఇవ్వబడినాయి.

సాధారణంగా మన నిఘంటు కర్తలు పదాలకు అర్థాలు ఇచ్చేటప్పుడు వృక్ష విశేషం, భక్ష్యవిశేషం, క్రీడా విశేషం అని ఇస్తారు. కాని బ్రౌన్ అలా కాక వాటి అసలు పేర్లు. సంకేతాలతో పాటు ఇచ్చాడు. ఈ విషయంలో బ్రౌన్ చేసిన బహుగ్రంథ పరిశోధన స్పష్టమవుతున్నది.

ఇంగ్లీష్ - తెలుగు నిఘంటువు

ఇంగ్లీష్-తెలుగు నిఘంటువు కూర్చటంలో ఆయన ముఖ్యోద్దేశం ఆంగ్ల సాహిత్యం మన వారికి అందుబాటులో రావలెననే.

తెలుగు నిఘంటువులో లాగా ఇందులో గూడ ఆంగ్లపదాలకు అర్థాలను యివ్వడంలో జీవభాషలోని పదాలను స్వీకరించాడు.

మిశ్రభాషా నిఘంటువు

మిశ్రభాషా నిఘంటువు 1854లో ముద్రించబడింది. ఈ నిఘంటువును కూర్చటంలో ప్రధానమైన ఉద్దేశ్యం ముస్లింల పాలనవల్ల తెలుగు భాషలో చేరిన అన్యదేశ్యాలను అర్థ వివరణముతో చూపటం. అరబిక్, ఫారసి, ఉర్దూ భాషా పదాలేకాక తమిళ, కన్నడ, మలయాళ భాషా పదాల అర్థాలను కూడా యిచ్చాడు. ఈ నిఘంటువును తెలుగు నిఘంటువుకు అనుబంధంగా ఇచ్చినప్పటికీ దీనిని ప్రత్యేక నిఘంటువుగా పరిగణిస్తున్నారు. సాధ్యమైనంత వరకు మిశ్రమ భాష ఉపయోగించవద్దని బ్రౌన్ సూచించటం అతని ఆంధ్ర భాషాభిమానానికి సాక్ష్యం.

జిల్లా నిఘంటువు

అనుదిన పాలనా వ్యవహారంలో ఉపయోగించే పదాలను సేకరించి నిఘంటువును కూర్చే పనిని కంపెని డైరక్టర్లు 1842లో బ్రౌన్‌కు అప్పగించారు. వివిధ జిల్లాలలో పనిచేసిన అనుభవం ఇందుకు ఆయనకు ఉపకరించింది. బ్రౌన్ దృష్టిలో ఇది చిన్నపని. కాని దీనిమీద కటువైన విమర్శ వచ్చింది. ఈ నిఘంటువు 1855లో విల్సన్ ప్రచురించిన గ్లాసరీ ఆఫం జ్యుడిషియల్

అండ్ రెవెన్యూ టెర్మ్స్‌లో విలీనం చేయబడింది. దీని ప్రతి నేటికి ఢిల్లీలోని నేషనల్ ఆర్కైవ్‌లో భద్రంగా ఉంది.

లిటిల్ లెక్సికన్

క్రైస్తవ విజ్ఞాన సంఘంవారి కోరిక మేరకు బ్రౌన్ దీనిని 1852లో ప్రచురించాడు. ఈ నిఘంటువులో కోస్తా, రాయలసీమలోని వాడుక పదాలు ఎక్కువగా ఉన్నాయి. ఈ నిఘంటువుకు అనుబంధంగా వ్యాకరణ విశేషాలు, తెలుగువాచకం చేర్చబడినాయి.

చిన్న రచనలు కొన్ని

బ్రౌన్ అభిరుచులు అనంతమైనవి. వ్యాకరణంవంటి సాహిత్య రచనలే కాక ఎన్నో విశేషాలను అధ్యయనం చేశాడు. వాటిపై వ్యాసాలు రచించాడు.

ఉద్యోగంలో చేరిన తొలిరోజుల్లోనే మద్రాస్ కాలేజి బోర్డు సభ్యుడైన రిచర్డ్ క్లార్క్ కోరిక మేరకు 'ఆంధ్ర సంస్కృత భాషల ఛందస్సులను గురించి 56 పుటల చిన్న పుస్తకాలు రాశాడు. పాశ్చాత్యులకు అర్థమయ్యే విధంగా గ్రీక్ – లాటిన్ భాషలలోని పోలికలను చూపుచూ ఈ చిరు రచన చేశాడు. ఈ రచన చదివి కోనింగ్స్ బెర్గ్‌లో నున్న గోల్డ్ స్టకర్ అనే యువకుడు సంస్కృత భాషాధ్యయనానికి పూనుకొన్నాడు. తర్వాత గొప్ప విద్వాంసుడై బ్రౌన్‌ను కలుసుకొని తన కృతజ్ఞతను తెలిపాడు. బ్రౌన్ ఆ పుస్తకాన్ని మరింత పెంచి 1869లో అచ్చువేశాడు.

భారతీయ శిల్పశాస్త్రం పై బ్రౌన్ పరిశోధనాత్మకమైన వ్యాసం రాశాడు. అది మద్రాస్ గెజెట్‌లోనే కాక ఏషియాటిక్ జర్నల్‌లో కూడా వెలువడింది. విగ్రహాలను చెక్కే శిల్పులతో సంభాషణలు జరిపి విగ్రహాలు చెక్కటం, శాస్త్రంలో వాటి కొలతలు, ప్రమాణాలు ఎన్‌సైక్లోపిడియా బ్రిటానికాలో వర్ణింపబడిన పాశ్చాత్య దేశాల్లోని విగ్రహాల ప్రమాణాలతో పోలుస్తూ విశిష్టంగా రచించాడు.

దాదాపు ఇర్వైనాలుగు భాషలలో పరిచయంతోపాటు పాండిత్యాన్ని కూడా గడించిన బ్రౌన్ ఉర్దూ సాహిత్యంలో వ్యంగ్య రచయితగా ప్రసిద్ధిగాంచిన సాదా (1713–1780) రచనలను సేకరించి, సంస్కరింపచేసి, ముద్రింపచేశాడు. ఆ ప్రతి ఇండియా ఆఫీస్ లైబ్రరీలో వుంది.

సాహిత్య వ్యాసంగంలో తలమునకలవుతూ తీరిక దొరికినపుడు హిందువుల ఆచార వ్యవహారాల మీద, నాటి విద్యా విధానం మీద ఎన్నో వ్యాసాలు రాశాడు. రాయల్ ఏషియాటిక్ సొసైటి జర్నల్‌లో ఆ వ్యాసాలు వచ్చేవి. ఈ విధంగా ఇతర ప్రాంతాల్లో కూడా తెలుగు వాఙ్మయం ప్రచారం చేశాడు.

సంస్కృతంలోని తాంత్రిక సాహిత్యం అతణ్ణి ఆకర్షించింది. బ్రహ్మాండపురాణంలోని లలితోపాఖ్యానాన్ని లాటిన్ భాషలోకి అనుపదించి, దానికి ఇంగ్లీషులో కూడా 'నోట్స్' రాశాడు.

మేషాది రాశుల పేర్లను గ్రీక్ భాషలోని 'జోడియక్'లతో పోల్చి రాసిన బ్రౌన్ వ్యాసం కర్నాటక్ క్రనాలజీలో ముద్రింపబడింది.

పాశ్చాత్యులకు 'శివలింగం' పట్ల గల దురభిప్రాయాలను తొలగించటానికి లింగ విషయంగా వ్యాసం రాశాడు. ఇదంతా సత్యదృష్టిని పెంపొందించటానికి చేశాడు. వీరశైవుల ఆచార వ్యవహారాలపట్ల వీరశైవోద్ధారకుడైన బసవేశ్వరుని పట్ల బ్రౌన్ ఎంతో శ్రద్ధ చూపాడు. బసవేశ్వరుని గొప్పదనాన్ని వర్ణించే బసవపురాణాన్ని కుదించి ఇంగ్లీష్‌లో రచించాడు.

మద్రాస్ సమీపంలోని 'కురుమణిల్' అనే గ్రామ నామం పోర్చుగీసువారి వల్ల కోరమాండల్ (చోళమండల్) గాను 'కోల్లం' అన్న పదం పాశ్చాత్యుల ఉచ్చారణలో 'క్విలన్'గా మారిందన్నారు. భాషాస్వరూపాలు అధ్యయనం కూడా చేసినట్లు తెలుస్తుంది.

చారిత్రక విషయాలపట్ల ఆసక్తికల బ్రౌన్ 'రాజుల యుద్ధాలు' అన్న అనంతపురం చరిత్రను, ఇంగ్లీష్‌లోనికి తర్జుమా చేసి 1853లో ప్రచురించాడు. 70 పుటల ఈ గ్రంథం చక్కని వ్యావహారిక శైలిలో రచించాడు. డాక్టర్ కట్టమంచి రామలింగారెడ్డిగారు రచించిన 'ముసలమ్మ మరణం' అన్న కావ్యేతి వృత్తం అనంతపురం చరిత్రలోనిదే.

ఆనాడు ప్రభుత్వం కొత్తగా నెలకొల్పిన పాఠశాలల బాలురకోసం కథాసంపుటాలు రాశాడు. బ్రౌన్‌పట్ల ప్రగాఢమైన భక్తి శ్రద్ధలు గల రావిపాటి గురుమూర్తి పండితులు వ్యావహారిక భాషలో విక్రమార్క కథలు, పంచతంత్ర కథలు రాసి బాల సాహిత్యవికాసానికి తోడ్పడినాడు.

'నెల్లూరు దేశస్థుడైన తాతాచార్యులు కావ్య, తర్క వ్యాకరణాల్లో నిండా ప్రవీణతగలవాడు. ఇతడు ప్లవనామ సంవత్సరమునకు సరి అయిన 1841లో చెన్నపట్నంలో ఉండే సి.పి. బ్రౌన్ దొరగారి వద్దకు వచ్చి తాను బ్రతికి వుండిన పర్యంతము ఆయన వద్ద కొలువులో ఉండినాడు. ఈ తాతాచార్యులు నిండా పెద్దమనిషి. సరసుడు గనుక, సంభాషణలో సమయోచితమైన విచిత్ర కథలు చెప్పుతూ వచ్చినాడు. ఆ కథలు చేర్చి వొక గ్రంథముగా అచ్చువేయడమైనది' (సి.పి.బ్రౌన్) ఈ కథలను 'పాప్యులర్ తెలుగు టేల్స్' అన్నపేరుతో బ్రౌన్ 1855లో ప్రచురించినాడు.

తెలుగు వాచకం

వ్యాకరణం, ఛందస్సు, నిఘంటువుల తర్వాత తెలుగు నేర్చుకొనే పాశ్యాత్యులకు అత్యంత ఉపయుక్తమైన గ్రంథం బ్రౌన్ రచించిన తెలుగు వాచకం. ఇంగ్లీష్ నేర్చుకొనే స్వదేశవాసులకు కూడా ఉపయోగపడునట్లు ఈ వాచకం రాశాడు. మనదేశంలోనే కాక లండన్‌లో సివిల్ సర్వీస్ పరీక్షలకోసం తెలుగునేర్చుకొనువారు దీనిని విధిగా చదివేవారు. దీనిలో మూడు భాగాలున్నాయి. మొదటి భాగంలో కథలు, ఉత్తరాలు, నేరవిచారణకు సంబంధించిన లిఖిత సామగ్రి-ఇవన్నీ వ్యావహారిక భాషలోనే ఉన్నాయి. రెండవ భాగంలో ఆంగ్లానువాదం. మూడవ భాగంలో వ్యాకరణాంశాలు, చిన్న నిఘంటువు ఉన్నాయి.

బ్రౌన్ ప్రజల భాషకు అంటే వ్యావహారిక భాషకు విశిష్టమైన స్థానం కల్పించాడు. తెలుగు వాచకంలోని ఒక కథ యిలా రాయబడింది.

ఆంగ్లసాహిత్య సంపర్కం వల్లనే విరామచిహ్నాలు వాడకం తెలుగువారు చేర్చుకొన్నారు. మన తాళపత్రాలలో విరామ చిహ్నాలెక్కడున్నాయి?

వితంతువులను సంబోధించి రాయునపుడు గంగాభాగీరథీ సమానులు అని రాయటం మన సంప్రదాయం. దానిని బ్రౌన్ మరువలేదు.

తెలుగు ప్రజలతో సంబంధం

"తెలుగు వాళ్ళతో సత్సంబంధాలు పెట్టుకొని, వీలైనంత సానుభూతితో సమకాలీన తెలుగు ప్రజాజీవితంలో సంలీనమై, దానితో తాదాత్మ్యం చెంది తెలుగు ప్రజల గుండెల 'లబ్‌డబ్' ధ్వనుల్ని పరిశీలించిపోయిన 'సాహిత్య శాస్త్రజ్ఞుడు' బ్రౌన్. అంతేకాదు తెలుగు జన జీవితంలో నుంచి జీవితాన్ని దర్శించి అవగాహనకు తెచ్చుకొని, మనకొక అవగాహనను ప్రసాదించిపోయిన 'సారస్వత మూర్తి' బ్రౌన్ అన్నాడు బంగోరె.

ఉద్యోగ ధర్మాన్ని అనుసరించి బ్రౌన్ కడప, మచిలీపట్నం, రాజమండ్రి, కంబం, గుంటూరు మద్రాసువంటి నగరాలలో పనిచేశాడు. ఉద్యోగరీత్యా తెలుగు ప్రజలతో పరిచయం ఏర్పడింది. తన పండితులతోను తాను నమ్మినవారితో తప్ప తక్కిన ప్రజాసామాన్యంతో సన్నిహిత సంబంధాలను కావాలనే పెట్టుకోలేదని స్వయంగా రాసుకొన్నాడు బ్రౌన్. కాని ప్రజల విషయంలో సానుభూతి ఉండేది. ఆ పత్రాలలో బ్రౌన్ మానవ కారుణ్య దృష్టిని తెలుగు భాషా సాహిత్యాల పట్ల ఆయనకు గల శ్రద్ధాసక్తులను గురించి రాసుకొనేవారు. చదువుకొన్న పేదవారికి బ్రౌన్ సులభుడు. కాని చదువురాని ధనవంతులు అతని వద్దకు వెళ్లటానికి జంకేవారు.

వేటూరి ప్రభాకరశాస్త్రిగారు తమ 'చాటు పద్యమణిమంజరి'లో క్రింది ఉదంతాన్ని పేర్కొన్నారు. కన్యాశుల్కమున్న రోజులవి. ఒక కరణంగారు, ఇంకా కొన్ని దినాలు సంసారం చెయ్యవలెనని వాంఛించాడు. పెండ్లికూతురుకు శుల్కంగా అరవైరూపాయలు ఇవ్వవలసి వచ్చింది. డబ్బులకు విపరీతమైన విలువగల కాలమది "కన్యాదానం చేయించి యిల్లు నిలుపవలెను" అని బ్రౌన్‌కు జాబు రాశాడు. ఆ దీనుడు భాగవతంలోని "లావొక్కింతయు లేదు...." అను పద్యం రాసి అర్జీతోపాటు పంపుకొన్నాడట. అందుకు ఆ అర్జీమీదనే ఎండార్స్‌మెంటుగా బ్రౌన్ క్రింది పద్యాన్ని రాసి పంపాడుట.

"ఏనుమృతుండనౌదునని యింతభయంబు మనంబులోపలన్
మానుము సంభవంబు గల మానవ కోట్లకు చావు నిక్కమౌ
గాని హరిందలంపుమిక గల్గదు జన్మము నీకు ధాత్రిపై
నూనన నాథ! చెందెదవు మాధవలోక నివాస సౌఖ్యముల్."

ఈ విన్నపాన్ని బ్రౌన్ మన్నించాడో లేదో తెలియదుగాని, నాటి ప్రజల పట్ల ఆయనకున్న ఆత్మీయతను ఈ విన్నపం తెలుపుతుంది. తెలుగు రీడర్‌లో పై విన్నపంలోని కన్యాశుల్కాన్ని గురించి క్రింది 'నోట్' రాశాడు.

తన కృషిలో సహాయపడుతున్నవారిపట్ల బ్రౌన్ ఎంతో ఆదరం చూపేవాడు. జీతం రూపంలో గ్రంథసేకరణ విషయంలో, ముద్రణవిషయంలో బ్రౌన్ వారికి సహాయ మందజేసేవాడు. తన పలుకబడిని ఉపయోగించి తోడ్పడేవాడు.

"బ్రౌన్ పండిత పక్షపాతి. వారి దుస్థితికి విచారించే వాడు. మనం మన సేవకులకు ఇచ్చునంతటి తక్కువ జీతమునకు కూడా పండితులు లభింతురు' అన్నమాటలలో బ్రౌన్‌కు పండితులపట్ల గౌరవం లేదని కాదు. ఈ మాటలు ఆనాటి పండితుల ఆర్థిక స్థితిని తెలుపుటకు ఆయన అలా రాశాడు. అందువల్లనే పండితులకు ఆయన 'దేవుడు' అయినాడు.

సాంఘిక దురాచారాలను రూపుమాపుటలో కూడా బ్రౌన్ శ్రద్ధ వహించాడు. 1828 ప్రాంతంలో బ్రౌన్ కడపలో పనిచేస్తుండేవాడు. కడప సమీపంలోని ఒక బ్రాహ్మణ కుటుంబంలో 'సహగమనం' జరగబోతున్నట్లు విన్నాడు. స్వయంగా శ్మశాన వాటికకు వెళ్ళి తన ఎదుటనే శవదహనం జరిపించి, ఒక స్త్రీ ప్రాణాలను కాపాడాడు. సమకాలీనులైన కొందరు పాశ్చాత్యులవలె భారతీయులను విమర్శింపనివాడు బ్రౌన్. తెలుగు జిల్లాలలో ఇది చాల తక్కువ అన్నాడు. "Suttee-Prevented-Asiatic Journal, London 1828".

కడపతో అనుబంధం

మూడేళ్ళపాటు మద్రాసులో ఉద్యోగ శిక్షణ తర్వాత బ్రౌన్ 1820 ఆగస్టు 19, 20 తేదీల్లో కడప కలెక్టర్‌కు రెండవ అసిస్టెంటుగా కడపలో కాలు మోపాడు. ఆనాటి పరిస్థితులను గురించి బ్రౌన్ స్వీయ చరిత్రలో ఇలా రాసుకొన్నాడు.

బ్రౌన్ ఉద్యోగరీత్యా 1820-22లో ఒకసారి 1826-29లో మరోసారి, దాదాపు అయిదేళ్ళు కడపలో ఉన్నాడు. అప్పటి మద్రాసు ప్రాంతంలోని ఎన్నోచోట్ల ఉద్యోగం చేసినా తెలుగు సాహిత్యానికి ఆటపట్టయిన కడపలో సువ్యవస్థితమైన సాహిత్య కర్మాగారాన్ని నెలకొల్పాడు.

వసుచరిత్ర వ్యాఖ్యానానికి పీఠికా ప్రాయంగా బుచ్చయ్యశాస్త్రి బ్రౌన్‌ను ప్రశంసిస్తూ పదిహేను పద్యాలు రాశాడు.

తే.గీ॥ వారిలో నింగిలీషు సద్వంశవార్ధి
బుట్టి దేవిడ్డు విద్యాభిభూత గీష్ప
తి ప్రభావుడు సకల దిగ్దేశ విదిత
విమల చరితుడు సతత సద్వృత్తిపరుడు"

కడపలో ఉన్నపుడే (1825) తెలుగు భారతాన్ని చదువ నారంభించాడు. అప్పట్లో ఆయన వేతనం రూ॥ 500 మాత్రమే. అయినా మహాభారతం శుద్ధప్రతి తయారు చేసేందుకు 2714 రూపాయలు ఖర్చుచేశాడంటే అయిదు నెలల కష్టార్జితాన్ని ఈ పనికి వ్యయం చేశాడన్నమాట.

సేద్యం

తన బంగళా–తోటలో రకరకాల చెట్లు చేమలు – సన్నచెట్టు – లావుచెట్టు వేసి వ్యవసాయం చేయించేవాడు. వీటి సేద్యం – గీద్యం కాపుదల విషయమై సేద్యగాళ్లు రఘువాలీలు, యెద్దులు, యేతాలు – ఇట్లా పెద్ద తతంగమే వుండేది. ఈ తోటల్లో ద్రాక్ష చెట్లు బాగానే కాపు కాస్తుండేవనుకోవాలి.

యాభైఏళ్లు వచ్చేసరికి బ్రౌన్ మద్యపానం మానివేశాడు అవివాహితుడు. ఎల్లవేళలా సాహిత్య వ్యాసంగమే కాకుండా వేటలు వినోదాల్లో కాలక్షేపం చేసేవాడు.

ఇల్లే కాలేజి! – ఎక్కడున్నా తన ఇంటిని 'కాలేజి' అని పిలిచేవారని స్వీయచరిత్రలో బ్రౌన్ రాసుకొన్నాడు.

బ్రౌన్ కడప పేరును ఆంగ్లంలో Cuddapah అని రాయటానికి ఇష్టపడక Kadapa లేక Cadapa అని రాసేవాడు. "While at cadapa I read Greek, Hebrew and Persian" అని స్వీయ చరిత్రలో రాసుకొన్నాడు.

వ్యక్తిత్వం (1798-1884)

బ్రౌన్ ఆంగ్లేయుడు కాని పుట్టింది ఇండియాలో. పెళ్ళి, పెళ్ళాం, పిల్లలువంటి బాదర బందీ లేకుండా రేయింబవళ్ళు తెలుగు భాషా సాహిత్యాలే తన ఊపిరిగా జీవించిన సారస్వత యోగి బ్రౌన్.

సదా సర్వదా సాహిత్య చింతనా మత్తుడైనందువల్ల అతనికి ఆంగ్లమిత్రులు కొందరు తనను పిచ్చివాడని పరిహసించారని పేర్కొన్నాడు At various times I have been considered (and by my self) as some what irksome....Those who have known me intimately have judged me wholly save."

మహత్తర లక్ష్యసాధనకోసం శ్రమించిన వాళ్ళనందరినీ సమాజం సాధారణంగా పిచ్చివాళ్లనే భావిస్తుంది. నిజంగానే బ్రౌన్‌కు తెలుగు పిచ్చిపట్టింది. గ్రీక్, లాటిన్, హీబ్రూ, ఫ్రెంచి, ఇటాలియన్, పర్షియన్, సంస్కృతం, ఆంధ్రం, ఆంగ్లం వంటి 24 భాషలలో పాండిత్యం గడించిన వాడాయన.

ఆయన పరమ నైష్ఠికుడైన క్రైస్తవుడు. సాహసీని, దైవభక్తి కలవాడు. ఏనాడు సబ్బాత్ నియమాన్ని ఉల్లంఘించలేదు. ఉదయం అయిదు గంటల నుంచి పది వరకు సాహిత్య

కార్యక్రమాల్లో పాల్గొనేవాడు. ఆదివారం పూర్తిగా విశ్రాంతి దినం. ఆరోజు తమ నిఘంటు నిర్మాణం నిలుపుదల చేసేవాడు.

బ్రౌన్ హిందూసమాజ సంప్రదాయాలలో ఏనాడు జోక్యం కల్పించు కోలేదు. మన మతాచారాలను గౌరవించాడు. తెలుగు పిల్లలకోసం బళ్లు స్థాపించిన బ్రౌన్ 1821లో కడపలో రెండు పాఠశాలలు 1823లో మచిలీపట్నంలో రెండు, 1844లో మద్రాసులో ఒకటి, ఇలా ధర్మ పాఠశాలలను ప్రారంభించాడు. వాటి నిర్వహణలో కొన్ని లోపాలు గోచరించిన కారణంగా వాటిని రెవరెండ్ క్రిష్టియన్ అరులపెన్ అనునతనికి బదలీచేశాడు.

బ్రౌన్‌కు అపారమైన భూతదయ, బీదలపట్ల సానుభూతి ఉండేది. నిరుద్యోగులెందరికో పని కల్పించి బీదలకు సహాయపడినట్లు బ్రౌన్ జాబుల వల్ల స్పష్టమౌతుంది.తన సంపాదనలో ప్రతి రూపాయికి పైసావంతున దాన ధర్మాలకు కేటాయించాడు. ప్రతి నెల కుంటి, గుడ్డి, అవిటి వాళ్ళకు అయిదు వందల దాకా ధర్మం చేసేవాడు. బిచ్చగాళ్ళు కూడా బ్రౌన్‌కు జాబులు రాసేవారు. ఒకమారు అప్పులు చేసి కటకటాల పాలైన పదకొండు మందిని 355 రూపాయలిచ్చి విడిపించాడు. బ్రౌన్‌కు జైలు అంటే విపరీతమైన భయం. తన కొలువులోని ఒక ముస్లీం మున్షీకి వేయిరూపాయలిచ్చి అదుకొన్న దయామయుడు బ్రౌన్. అప్పుల బాధలతో సతమతమౌతున్నప్పటికీ తన ఆదాయంలో పైసా పైసా కూడబెట్టి పండితులకు వేతనాలిస్తూ ఉండేవాడు. గ్రంథసేకరణ, పండిత పోషణ వంటి పథకాల కోసం అరవైవేలు అప్పు చేశాడు. అందులో సగం వడ్డీయే!

ఒక ఆంగ్ల వ్యాపారి వద్ద అప్పులు తీసుకొనేవాడు. అప్పుతీరేవరకు ప్రతినెల బాకీ క్రింద చెల్లిస్తుండే వాడు. వివిధ ధర్మ సంస్థలలో సభ్యుడుగా ఉండేవాడు. తన తండ్రి చనిపోయిన తర్వాత తన తల్లి లండన్‌కు బిడ్డలతో వెళ్లటానికి కలకత్తాలోని ఇవాంజెలికల్ చర్చిఫండు నుంచి అప్పుగా తీసుకున్న నాలుగువేల రూపాయలను బ్రౌన్ తిరిగి చెల్లించాడు. ఆర్థికంగా కొంత పుంజుకున్న తర్వాత అతిథి మర్యాదలు మళ్లీ మొదలైనాయి. బ్రౌన్ ఖర్చు మనిషి.

మద్రాసులోని వేసెరిలో లంకంత ఇంట్లో ఉండేవాడు. ఇంటిని అందమైన చలువరాతి విగ్రహాలతో అలంకరించాడు. ఇంగ్లీష్, ఫ్రెంచి, డచ్, ఇటాలియన్ ప్రకృతి దృశ్యాలున్న 870 తైలవర్ణ చిత్రాలు ఇతర చిత్రాలు రమణీయంగా ఉండేవి. రెండు స్వారీబండ్లు, ఆరుగుర్రాలు మున్నగు వాటిలో చివరి దశలో దర్జాగా జీవితం గడిపాడు. గవర్నర్ భవనంలో కన్న మిన్నగా తన ఇంట షడ్రసోపేతమైన విందులు ఏర్పాటు చేయించేవాడు.

అతని సొంత గ్రంథాలయంలో ఇంగ్లీష్, ఫ్రెంచి, లాటిన్ మొదలైన భాషల గ్రంథాలు నాలుగువేలుండేవి. ఒక యూరప్ చరిత్రకు సంబంధించిన గ్రంథాలే నాలుగువందలుండేవి. ముప్ఫది మ్యాప్‌లు ఉండేవి. తెలుగు ప్రజల మన్ననలను కుప్పతెప్పలుగా అందుకొన్న బ్రౌన్‌ను కంపెనీ ఉన్నతాధికార్లుగాని బోర్డు డైరక్టర్లుగాని సరిగా గౌరవించలేదు. తెలుగు నేర్చుకొన్న

ఆంగ్ల ఉద్యోగులకు బ్రౌన్‌పట్ల అసూయ ఈర్ష్య ఉండేవి. బ్రౌన్‌కు సన్నిహితుడైన బిషప్ కాల్డ్వెల్ "My restless Pandit Mr. Brown" అన్నాడు.

బ్రౌన్ మంచి ధారణశక్తి కలవాడని, అనేక భాషలలోని కావ్య భాగాలను సులువుగా వల్లించేవాడని పరిశోధనపట్ల అతనికున్న ఆసక్తి అపారమని కాల్డ్వెల్ అన్నాడు. అంతేకాదు అతడు పనికిరాని పుస్తకాలను కూడా చదివేవాడని, శుష్కవాది, మొండిపట్టుదల కలవాడుగ వ్యవహరించేవాడని, చపలచిత్తుడు, వాగ్వాదప్రియుడు అనికూడా అన్నాడు.

ఇతర రచనలు తనకు నచ్చనప్పుడు తీవ్రంగా విమర్శించే ఈయన తత్త్వం చూస్తే "ధిషణాహంకార సంభార దోహలభాషార్ణవ మూర్తిగా" కనిపిస్తాడని బిషప్ కాల్డ్వె అన్నాడు.

తెలుగుకు ఎంతోసేవచేసిన బ్రౌన్‌కు మనం ఏం చేశాం?

సి.పి.బ్రౌన్ 1820 నుండి దాదాపు అయిదు సంవత్సరాలు కడపలో పనిచేశాడు. ఆ మహనీయుడు నివసించిన స్థలంలో ఆయన స్మృతి చిహ్నంగా ఒక గ్రంథాలయ భవనం నిర్మించమని డా. ఆరుద్ర, బంగోరె (బండి గోపాల రెడ్డి) ప్రోత్సహించారు.

అప్పటి కడప జిల్లా కలెక్టర్ డా.పి.ఎల్.సంజీవరెడ్డి బ్రౌన్ బంగళా శిథిలాలున్న స్థలాన్ని బ్రౌన్ మెమోరియల్ ట్రస్ట్‌కు 1976లో విరాళంగా ఇప్పించారు.

స్థలదాత కీ.శే. సి.ఆర్.స్వామి కుమార్ సి.కె.సంపత్ కుమార్ అధ్యక్షుడుగా జానమద్ది హనుమచ్ఛాస్త్రి, కార్యదర్శిగా మరికొందరు దాతలతో సి.పి.బ్రౌన్ మెమోరియల్ ట్రస్ట్ ఏర్పడింది.

తెలుగు భాషా సాహిత్యాల వికాసానికి జీవితం అంకితం చేసిన సి.పి.బ్రౌన్ పేర ఆంధ్రప్రదేశ్‌లోని ఏకైక స్మృతి మందిరం కడపలోని ఈ సి.పి. బ్రౌన్ భాషా పరిశోధన కేంద్రం.

పరవస్తు చిన్నయసూరి

(1806-1862)

- కీ॥శే॥ తిరుపతి భావనారాయణ

శ్రీమాన్ పరవస్తు చిన్నయ్యసూరిగారి జీవితచరిత్రను తొలుత నారాయణ వనము వకుళాభరణముగారు 1921లో చిన్నయసూరిగారి రెండవ కుమారుడు వేంకట కృష్ణయ్యగారి మునిమనుమరాలు ధనలక్ష్మి అమ్మగారి ద్రవ్య సహాయమున ప్రకటించిరి. ఈ వకుళాభరణము గారు మద్రాసు కార్పొరేషను స్కూలులో ఉపాధ్యాయుడుగా పనిజేసిరి. వీరి రచన ఆధారముగా జేసికొనియు, శ్రీ రేఖము భాష్యకారులయ్య వ్రాతమూలముగా తెలిపిన సమాచారమును బట్టియు ఆంధ్రసాహిత్య పరిషత్తు (కాకినాడ) వారు 1921, 1931 సం॥లలో 10, 20 సంపుటముల యందు చిన్నయ సూరిగారి జీవితచరిత్రను ప్రకటించిరి. ఆ తరువాత 1952లో శ్రీమాన్ వంగీపురము హరినారాయణదాసు అనువారు "చిన్నయసూరి గారి జీవితము" అను గ్రంథము నెల్లూరులో ప్రకటించిరి. దీనియనంతరము శ్రీ కొత్త సత్యనారాయణ చౌదరిగారు "చిన్నయసూరి జీవితము" అను గ్రంథము ప్రకటించిరి. శ్రీ వావిళ్ళ రామస్వామి శాస్త్రులు అండ్ సన్సు వారుగూడ చిన్నయసూరి జీవితము అను గ్రంథము ప్రకటించిరి. ఈ గ్రంథమునే చిన్నయసూరి శతవర్ధంతి సందర్భముగా ద్వితీయ ముద్రణముగా హిందూ ధర్మశాస్త్ర సంగ్రహముకు భాషాంతరీకరణము చేర్చి 1962లో శ్రీ నిడుదవోలు వెంకటరావుగారు ప్రకటించిరి. 1980లో ప్రకాశంజిల్లా కంభం నివాసి విద్వాన్ పరవస్తు వేంకయ సూరిగారు శ్రీమాన్ పరవస్తు చిన్నయసూరిగారి జీవితము పద్య కావ్యముగ రచించిరి.

క్రీ॥శ॥ తొమ్మిదవ శతాబ్దము నుండియు పేరెన్నికగన్న శాత్తాద శ్రీ వైష్ణవుల మఠము తూర్పుగోదావరి జిల్లా పెద్దాపురమునకు సమీపమున తాళ్ళూరులో గలదు. ఈ తాళ్ళూరు మఠమునకు పరవస్తువారి మఠమనియు పేరు గలదు. ఈ పరవస్తు మఠాధిపతులలో ప్రఖ్యాతి వహించినవారు అళఘియ మణవాళ జియ్యరు గారు. వీరు శితాభిఖానుడనే రాజుయొక్క యేనుగునకు మోక్షము ప్రసాదించినట్లు చెప్పుదురు. పరవస్తు అళఘియ మణవాళ జియ్యరుగారి కాలమునందే తూర్పుగోదావరి రామన్న పాలెంలోను, ఒరిస్సా గొళియాలోను తెలంగాణాలో పరకాలయందును, మదరాసులోని తిరువళ్ళిక్కేణిలోను మఠములను స్థాపించి దివ్య నాలాయిరప్రబంధమును ప్రచారము గావించుచుండిరి.

శ్రీమాన్ పరవస్తు చిన్నయసూరిగారు తిరువళ్ళిక్కేణిలో నెలకొల్పిన పుస్తక భాండాగారంలో వారి స్వహస్తముతో లిఖించిన యమరపద పారిజాతమందు వంశావళియు పుత్ర నామకరణ మిత్యాది విషయములు వ్రాయబడియున్నవి. వంశావళి గార్గ్యస గోత్రమునందు పరవస్తు అళఘియ

మణవాళ జియ్యరుగారు తొమ్మిదవ వారుగ వ్రాయబడియున్నారు. అందుచేత పరవస్తు వెంకట రంగరామానుజాచార్యుల వారు తాళ్ళూరు పరవస్తు మఠమునకు చెందిన వారుగ రూఢియగు చున్నది. శ్రీరంగ రామానుజాచార్యులవారు, భార్య శ్రీనివాసాంబతోను వితంతు కుమార్తె తోను తిరువళ్ళిక్కేణి రామానుజ కూటము విచ్చేసిరి. అచట వీరు ద్రవిడ ప్రబంధములను ప్రబోధము చేయుచుండిరి. వీరికి సంస్కృతాంధ్ర ద్రావిడ భాషలయందు విశేష ప్రజ్ఞా పాండిత్యములు గలవు. ద్రవిడ ప్రబంధ మంత్ర మంత్రార్థములను బోధించుటయేగాక కావలసినవారికి పంచ సంస్కారములు జరుపుచుండిరి. వీరికి తర్క మీమాంస వ్యాకరణాది శాస్త్రములయందును పాండిత్యము గలదు. ఇటులుండ ప్రతివాది భయంకరము శ్రీనివాసాచార్యులవారు వీరిని శ్రీపెరుంబుదూరునకు గొనిపోయి యచట వసతులనేర్పరచి కోవెలయందు ద్రవిడ వేద పఠనాధ్యాపకులుగా నియమించిరి. అనేక జాతులవారు చెన్న పట్టణమునుండి విచ్చేసి వీరియొద్ద మంత్రార్థముల నెఱుంగుచు బంచ సంస్కారపరులగుచుండిరి. సంస్కృతము, ప్రాకృతము, ద్రావిడము, తెనుఁగు భాషలయందు పాండిత్యము గలవారగుట చేత అనేకమందికి విద్యా బోధనము గూడ జేయుచుండిరి. బాలబాలికలే గాక పండితవర్యులుగూడ విచ్చేసి రంగ రామానుజాచార్యులు గారి యొద్ద అనేక విషయములడిగి తెలుసుకొనుచుండిరి. అరుణారణ్యంబని, భూతపురియని, శ్రీ పెరుంబుదూరని పిలువబడు నా గ్రామము రంగరామానుజాచార్యులు రాకచే విద్యాపీఠమై వెలుగొందినది.

రంగరామానుజాచార్యులుగారికి పుత్రసంతతి కలుగక మిగుల చింతిల్లు చుండిరి. ప్రతివాద భయంకర శ్రీనివాసాచార్యుల సలహానుసరించి పుత్ర కామేష్టి యజ్ఞము గావించిరి. శ్రీ సూక్త, పురుష సూక్తములతో హోమము గావించి యాయాగ పాయసమును దంపతులకొసంగగా శ్రీనివాసాంబ శ్రియఃపతి కరుణా కటాక్షములచేత గర్భము దాల్చె. దశమాసంబులు మోసి క్రీ॥శ॥ ప్రభవ నామ సంవత్సరము రేవతి చతుర్థ పాదమున మగశిశువును ప్రసవించెను.

ఆ బాలునికి జాతకర్మ నామకరణాదులు జరిపించి చిన్నయ్య యని పేరిడిరి.

ఆ బాలుడు దినాదినాభివర్ధమానుడై యల్లారుముద్దుగ మాతాపితలను సంతోష పఱచుచుండెను. మరియు నా శిశువునకు కుడికంటి యందలి నల్లగ్రుడ్డు కొంచెం స్థలము మాఱియుండెను. ఇది పూర్ణకుంభము యొక్క నల్లని ఛాయ ప్రతిబింబమని పెక్కుమాఱులు శ్రీనివాసాచార్యులు వారు చెప్పుచుండిరట. రామానుజాచార్యులకు ౘాల కాలమునకు బుత్రుడు జనించుటచే మిగుల సంతసించి బాలుని గారాబముగాఁ బెంచుచుండిరి. పదునాఱువత్సరముల వఱకుఁ జిన్నయ్యగారికి విద్యయందుఁ జొరవ గలుగలేదు. తల్లితోఁగూడఁ బేరంటములకుఁ బోయి పాటలు పాడుచుండునఁట. ఇటులుండ నొకనాడు శ్రీ కంచి రామానుజాచార్యులవారు శ్రీ రంగరామానుజాచార్యుల గారితో మాటలాడుచుండగా జిన్నయ్య యెచ్చటనో బైట బాలురతో నాడుచుండి లోపలకుఁ బరుగెత్తి రాగా రామానుజాచార్యులవారు చూచి "యీ బాలుడెవడు"

అని ప్రశ్నింపగా విద్యాగంధము లేని తన పుత్రుఁడని మిగుల సంకోచముతోఁ జెప్పుచు బాలుని పిలిచి యాచార్యుల వారికి సాష్టాంగ నమస్కారము చేయునట్లు చేసిన వారాశీర్వదించి బాలునితో "నాయనా! మీ తండ్రిగారు వృద్ధులు. వారి యొద్ద మా బాలురెల్లరు జక్కగఁ జదువుకొనిరి. మేమును వారినుండియే యనేక విషయములను గ్రహించితిమి. అట్టివారి కడుపునఁ జదువులేని తుంటరివి జన్మించితివి గదా! నీకు బాల్యదశ గడచి నాలుగక్షరములు వచ్చియుండినఁగదా నీవు మీ తండ్రివలె సభాపూజ్యుడగుదువు. లేని యెడల నీ జన్మమెందులకు? తల్లిదండ్రులకుఁ జెడ్డ పేరు గల్పించుటకా నీవు పుట్టినది?" యని చీవాట్లు పెట్టఁగా జిన్నయ్య సిగ్గుతోఁ దలవంచి దేహము కంపింప నొడలు చెమటలు గాఱగాఁ గాలుసేతులు తడఁబడఁ గనులయందు ధారలు గాఁగన్నీరు గాఱుచుండ డగ్గుత్తికతో "లేదు ఇఁక ముందుఁ జదివెదను" అని చెప్పెను. ఆచార్యుల వారి ములుకులవంటి పలుకులు చిన్నయ్య మనమును పూర్తిగా మార్చివైచెను. అది మొదలా బాలుఁడు వీధులయందనవసరముగ సోమరులతోఁ దిరుగుట, వారితో నాటకాలాడుటను మానివేసెను. తన పూర్వపు నడవడికను దలంచుకొని పశ్చాత్తప్తుఁడయ్యెను. తండ్రిని సమీపించి యక్షరములు నేర్పుమని నిజాభీష్టంబు నెఱింగించెను.

వారు లేఖనొకదానిని వ్రాసి యిచ్చి ప్రక్కయింటి వానింబిలిచి బాలుని ప్రతివాద భయంకరము శ్రీనివాసాచార్యుల యొద్దకు ఁ దోడ్కొని పొమ్మని వచించిరి. వారిరువురు శ్రీనివాసాచార్యుల వారింటికరగిరి. వారు మీరెవరని ప్రశ్నింప చిన్నయ్య "నేను పరవస్తు వెంకట రంగ రామానుజాచార్యులగారి కుమారుడను, చదువుకొను నిమిత్తము వచ్చినవాడను" యని చెప్పి లేఖ యిచ్చెను. వారా లేఖ చదువుకొని చిన్నయతో నీవు చదువుదువా? సంశయాస్పదముగనున్నదే! అని పలుకగ "లేదు, నేను బుద్ధి గలిగి చదువుకొనుదును" యని సవినయముగ చెప్పెను. అందుపై నాచార్యులవారు ఇసుకమీద 'నోనమాలను' వ్రాసి యిచ్చి దిద్దుకొనుచుండుమనిరి. కాని యా బాలుడాయక్షరములను దిద్దుకొనకయే వ్రాయగలిగెను. తరువాత నాచార్యులవారు అచ్చులు వ్రాసి యిచ్చిరి. వానిని సైతము చిన్నయ వెంటనే వ్రాసి చూపెను. అది చూచి వీఁడు మహాప్రజ్ఞాశాలి. ఏకసంథాగ్రాహి. మున్ముందు గొప్పవాడై దేశమునకే గాక భాషకు గూడ మహోపకారముఁ జేయును అని తలంచి యాచార్యులవారు వాని విద్యా ప్రబోధమునందుఁ దగిన శ్రద్ధ తీసికొనిరి. చిన్నయ కొలది కాలములోనే సంస్కృతాంధ్రములను నేర్చుకొనెను. బాల రామాయణము, అమరకోశము; ఆంధ్రనామ సంగ్రహమును వల్లెవేసెను. ఆతఁడేక సంథాగ్రాహి యగుటచే వాని నన్నిటిని కొలఁదికాలములోనే హృదయగతము కావించుకొనెను. కొంతకాలమునకు తండ్రి యీతనిని పరీక్షింపఁదలచి పిలిపించి అమరకోశమున కొన్ని ప్రశ్నలను వేసినాఁడు. చిన్నయ ఝటితిస్ఫూర్తితో జవాబిచ్చి తండ్రిని సంతోషాంబుధి నోలలాడించినాఁడు. తన కుమారుఁడింక సాహిత్యమును చదవనక్కరలేదనియు, శాస్త్రము వైపు నాతని దృష్టి ప్రసరింపఁజేయవలయుననియు, ముఖ్యముగా వ్యాకరణ శాస్త్రము నభ్యసించ వలసినదనియు, తలంచి ఆతఁడు తానే యావ్యాకరణ విద్య గఱపుటకు పూనుకొనెను. కాని

చిన్నయ తండ్రికి మదరాసునందలి "ఈస్టిండియా కంపెనీ" యందు సుప్రీము కోర్టు న్యాయశాస్త్ర వేత్తగా నుద్యోగము లభించెను. దీనికి కారకులా కాలమందు మదరాసు పురప్రముఖులలో ప్రధమగణ్యులగు గాజుల లక్ష్మీనరసింహము శ్రేష్ఠిగారు.

తండ్రిగారితో చిన్నయసూరి చెన్నపురికి వచ్చి వ్యాకరణమును మాత్రమేగాక అరవము, తెనుఁగు, ప్రాకృతము, సంస్కృతము మొదలగు భాషలను నేర్చెను. కంచి రామానుజాచార్యుల వారియొద్ద తర్కము, మీమాంస, అలంకారముల నభ్యసించెను. శ్రీరామశాస్త్రులనెడు నొకవైదిక విద్వాంసుని యొద్ద వేదమును, వేదార్థమును గ్రహించెను. వారివలననే చిన్నయ సూరి యనితర లభ్యమగు హయగ్రీయ మంత్రము నుపదేశము పొందెను. ఈ మంత్రోపదేశము వలన చిన్నయసూరి తన పాండిత్యము నకు తోడుగా వేదాంత విజ్ఞానసంపత్తిని బడసెను. తన కాలములో నంతటి ప్రతిష్ఠ సంపాదించుట కీ మంత్రోపాసన బలమే కారణము. ముప్పదేండ్లు వచ్చుసరికి చిన్నయ సంస్కృతాంధ్ర ద్రవిడములను మూఁడు భాషలయందును కూలంకషమగు పాండిత్యమును సంపాదించెను.

లక్షణ గ్రంథములను అష్టాధ్యాయి, కాశికావృత్తి, సిద్ధాంత కౌముది వానికి లక్ష్యములగు సంస్కృత ప్రాకృత కావ్య పఠనమును గూడ సంపూర్తి గావించెను. తెనుఁగు భాషలో నారీతిగనే లక్షణ గ్రంథములగు నాంధ్ర శబ్ద చింతామణి, యధర్వణ కారికావళి, అప్పకవీయము మున్నగువానిని చక్కగ పరిశీలించుటయే కాక భాషయందు ప్రామాణికములైన నన్నయ తిక్కనాది మహా కవుల కావ్య లక్ష్యగ్రంథములను పైవానితో సమీచీనముగా, సమన్వయముఁ గావించుచు వచ్చెను. చిన్నయసూరి లోకజ్ఞుఁడగుటఁజేత దేశకాల పరిస్థితులను గమనించి, తాను గొప్ప సంస్కృతపండితుఁడయ్యు నాంగ్లేయభాషను నేర్చెను. ఈ విధముగా నాంగ్లభాషా ప్రాముఖ్యమును గుర్తించుటాతని నవీన దృక్పథమునకొక తార్కాణము. ఈ భాషా పరిచయముతో కంపెనీ వారి ప్రభుత్వమునందుండు నున్నతోద్యోగ్యులతో స్నేహభావమును బెంపొందించుకొని చిన్నయసూరి వారి యనుగ్రహమునకుఁ బాత్రుఁడైనాడు. ఇంతియే కాక యీ నాఁటి కొంతమంది రచయితలవలె తమకేదో భాషాజ్ఞానము కలుగఁగానే గ్రంథ రచనకుపక్రమించునట్లుగాక నికరమును, నిర్దుష్టమును, నిరవద్యమును నగు పాండిత్యము పండఁబాఱిన వెనుకఁ గాని చిన్నయసూరి గ్రంథరచన కుపక్రమింపలేదు. విద్యాపరిజ్ఞానముతోఁ గూడ ననుభవమును మేళవించి గ్రంథ రచన ప్రారంభించుటచే వీరి గ్రంథము లుత్కృష్టములై యలరారుచున్నవి.

తనయునకు యుక్తవయస్సు రాగాఁనే తండ్రిగారు కన్యాన్వేషణపరులై యుండిరి. వరుసకు శ్రీమతి శ్రీనివాసాంబ అన్నగారైన నారాయణవనము అళగ సింగరయ్య గారికి నరసమ్మ యను కన్యకారత్నము గలదు. నారాయణవనము వారు ప్రసిద్ధ అహోబిల మఠమువారు. నారాయణవనమువారు శ్రీకృష్ణ దేవరాయల కాలమున సన్మానములందుకొనిరి. వీరు నరసింహోపాసకులు. చిన్నయ్య పాండిత్య ప్రతిష్ఠలు గొప్ప గొప్ప విద్వాంసులలో వ్యాపించెను. శ్రీ అళగ సింగరయ్య గారు తన కుమార్తను చిన్నయ్యగార కివ్వదలఁచి శ్రీరంగ రామానుజా

చార్యులుగారికి రాయబారమంపిరి. తోడనే సమ్మతించి పెండ్లిచూపులు జరిపించిరి. జాతకముల సరి చూచుకుని సుముహూర్తమున నరసమ్మ చిన్నయలకు వివాహము జరిపించిరి. చిన్నయ సంసార సుఖంబులననుభవించుచునే విద్యా పరిశ్రమ కొనసాగించుచుండెను. ఇటులుండ వితంతు సోదరి గతించెను. ఆ వెనుక నవమాసములు మోసి, కని ప్రాణముకన్న నెక్కుడుగఁ జూచి ప్రేమతోఁబెంచి పెద్దచేసి పెండ్లి గావించిన జనని శ్రీనివాసాంబ పరమపదించెను. ఆ తదుపరి క్రీ॥శ॥ 1836వ సంవత్సరమున తండ్రి వెంకట రంగ రామనుజాచార్యులుగారును దివంగతులైరి. అప్పటికి వారి వయస్సు నూటపది సంవత్సరములు. సుప్రీము కోర్టున న్యాయాధిపతిగ నున్న తండ్రి కాలధర్మము నొందుటచే సంసార భారమంతయు చిన్నయసూరిపైఁ బడెను. వెంటనే యుద్యోగ ప్రయత్నము చేసినను లభ్యము కాకపోవుటచే, కొంతకాలము వీరి కుటుంబమునకు భోజన వసతులు కూడా సరిగా లభింపని పరిస్థితులేర్పడెను. చిన్నయసూరి యట్టి క్లిష్టపరిస్థితులలో కూడ తన సాహిత్య విద్యా పరిశ్రమను సాగించుచు కుటుంబ భారమును నిర్వహించెను. దైవభక్తి పరాయణుడగుటచే కష్టములనెదుర్కొని కాలముగడపెను. ఆప్టను మిషను పాఠశాలయందు కొలంది వేతనముపై యొకనుపాధ్యాయ పదవి లభించెను. ఇంతియు కాక యీతని కాంగ్ల భాషా పరిజ్ఞానముండుటచే కొందఱు క్రైస్తవ మతాచార్యులు చిన్నయ యొద్ద తెనుఁగు పాఠములు చెప్పించుకొనుచుండిరి. సాహిత్య విద్యయందనుపమాన పాండిత్యము కలవాఁడగుటచే చిన్నయసూరి వద్ద పెక్కుమంది విద్యార్థులు పాఠములు నేర్చుకొని పండిత పరీక్షలకు వెళ్ళెడివారు. ఆ పరీక్షలలో చిన్నయ శిష్యులు ప్రథములుగా నుత్తీర్ణులగుచుండిరి. దీనిచేత నీతని కీర్తి చంద్రికలు చెన్నపురిలో నలుదెసల వ్యాపింపఁజొచ్చినవి.

చిన్నయ పాండిత్య ప్రతిభ, బోధనాశక్తి, విషయవైశారద్యము, విచక్షణ పరిజ్ఞానము నా కాలమందలి పండితమండలినే కాక పురప్రముఖులలో ముఖ్యులగు శ్రీ గాజుల లక్ష్మీనరసింహము శ్రేష్ఠి, న్యాయాధిపతి కలువలపల్లి రంగనాథ శాస్త్రి, పచ్చయప్ప ధర్మ సంస్థ ప్రధానాధికారి కోమలేశ్వర పురపు శ్రీనివాస పిళ్ళె మున్నగువారల నాకర్షించి ముగ్ధులను గావించినది. ఆకాలము నందు చెన్నపురిలో జరుగు సభలకుఁగూడ చిన్నయ సూరి నాహ్వానించుచుండెడివారు.

పచ్చయప్ప పాఠశాల పండిత పదవి

క్రీ॥శ॥ 1837 వ సంవత్సరమున విక్టోరియా చక్రవర్తినీ పట్టాభిషేక మహోత్సవము లండను నగరమున జరిగెను. అప్పటికి హిందూ దేశమున ఈస్టిండియా కంపెనీవారి యధికారమే చెల్లుబడియగుచున్నను నామె సామ్రాజ్యాధి కారిణి గావున చెన్నపురిన గూడ నొక మహాసభ యేర్పాటు గావింపఁబడినది. ఆ సభ యందనేకులు విద్వాంసులు, విద్వత్కవులు విక్టోరియా చక్రవర్తిని నాశీర్వదించుచు రచనలను గావించిరి. తెనుఁగు భాషలో చిన్నయ సూరి విక్టోరియా చక్రవర్తినీ మకుటాభిషేక మహోత్సవ పద్య రత్నములను పేర తొమ్మిది పద్యములు రచించి చదివెను.

అవి సభికులను విశేషముగ నాకర్షించినవి. నిశితమైన పాండిత్య ప్రకర్షకుఁదోడుగా నిరుపమానమగు కవితా రచన కూడా కలుగుటచే, చిన్నయ సూరి ప్రతిభ సర్వే సర్వత్ర వ్యాప్తి జెందినది. ఆప్టను పాఠశాల పదవికంటె ప్రసిద్ధ పదవి చిన్నయ సూరికి లభింపవలెనని ప్రజలు భావించుచుండిరి. పచ్చయప్ప మొదలి విద్యా సంస్థ కధ్యక్షులుగాయున్న శ్రీ కోమలేశ్వరపురపు శ్రీనివాస పిళ్ళెగారు- 1844 వ సంవత్సరమున శ్రీ చిన్నయసూరిగారికి పదవినొసఁగిరి. ఈ పాఠశాలయందు నాలుగేండ్లు పండిత పదవి నలంకరించెనని యా పాఠశాల నివేదికలు తెలుపుచున్నవి. పాఠశాల వార్షికోత్సవములందు పచ్చయప్ప మొదలియారుపై పండితులు పద్యములు, శ్లోకములు వ్రాయుచుండెడివారు. పై వార్షికసభలలో శ్రీ చిన్నయ సూరిగారు కూడా పద్యములు, శ్లోకములు వ్రాసెడివారు. ప్రతి సంవత్సరము పారితోషికములను చిన్నయ సూరియే పొందుచుండుట చేత సమకాలికులు ద్వేషించ మొదలిడిరి.

రాజధానీ కళాశాల ప్రధానాధ్యాపక పదవి

క్రీ॥శ॥ 1847లో అప్పటివరకు పండితులుగాయున్న పుదూరి సీతారామశాస్త్రి గారిని ఆంగ్ల భాషా పరిచయము లేదని తప్పించి క్రొత్తపండితుని కొఱకు ప్రకటన గావించిరి. మిత్రులైన వేదము వేంకట రమణశాస్త్రి మరియు పలువురు పండితుల ప్రోత్సాహముచే శ్రీ చిన్నయ సూరిగారు రాజధాని విద్యా శాఖాధికారి శ్రీ ఎ.జె. అర్బత్ నాట్ దొరగారికి విజ్ఞాపనము పంపిరి. శ్రీ అర్బత్ నాట్ దొరగారు కాశీనుంచి మహా విద్వాంసులను ముగ్గురను పిలిపించి శ్రీ చిన్నయ సూరిగారిని పరీక్షింపగోరిరి. ఆ సభలో ముందుగా విజ్ఞాపనము పంపక పోయినను పురాణము హయగ్రీవశాస్త్రి గారు తానుకూడ నొక యభ్యర్థిగా నుందునని సభలో వెల్లడించెను. అది చట్ట విరుద్ధమైనను పండితుల ప్రోద్బలముచే అర్బత్‌నాట్ దొరగారు హయగ్రీవ శాస్త్రి గారి యభ్యర్థిత్వము నంగీకరించిరి. వీరిరువురను పండితులు పరీక్షించిరి. అందులో చిన్నయ సూరిగారినే ప్రథమగణ్యునిగా పరీక్షకులేకగ్రీవముగా తీర్మానించిరి. వెంటనే వారు రాజధాని కళాశాలలో ప్రధాన పండితుడుగా క్రీ॥శ॥ 1847లో నియమితులైరి. అచిరకాలములో చిన్నయసూరిగారు తన పాండితీ నైపుణ్యముతో విద్యాశాఖాధికారి అర్బత్ నాట్ దొర వారి యాదరాభిమానములను చూఱగొనెను.

"సూరి" బిరుదము

చిన్నయ సూరిగారికి అప్పటివరకు చిన్నయ్య యని యే వ్యవహారము. ఒకనాఁడర్బత్ నాట్ దొరగారు చిన్నయ్యను బిలిచి, "నీవు శాస్త్రి యను పదమునేల ధరింపవలే"దని యడిగిరఁట. చిన్నయ్య సూరి "అయ్యా! నేను పుట్టు శాస్త్రులను కాను పెట్టు శాస్త్రులను కాను. కాఁబట్టి శాస్త్రి నామమును ధరించుటకు జన్మముచే ననర్హుడను" అని జవాబిచ్చెను. "మఱియేది పెట్టుకొనవచ్చు" నని దొరవారు తిరిగి ప్రశ్నించిరట. చిన్నయ "సూరి" అను పదము నుపయోగింపవచ్చునని

సలహానిచ్చెను. అంతట అర్బత్ నాట్ దొర యాంగ్లేయ భాషలో "చిన్నయ సూరి" అను నక్షరములతో చెక్కబడిన సువర్ణ హస్త కంకణమును సీమనుంచి తెప్పించి యాతనికి బహూకరించెను. ఈ కంకణ ప్రదానము జరిగిన నాఁట నుండి "చిన్నయ సూరి" అను వ్యవహారమే ప్రబలమైనది. ఏలయన 1847 లో నీతడును, వైయాకరణము రామానుజాచార్యుల వారును కలసి ముద్రించిన "ఆంధ్ర మహాభారత" ప్రథమ ముద్రణ ముఖపత్రమున చిన్నయయనియే వ్రాయబడియున్నది. 1847 చివరిభాగమునుండి చిన్నయసూరియను పేరు ప్రసిద్ధి గాంచినది.

సూరి పాండిత్య ప్రకటనము

చిన్నయ సూరి కీర్తి ప్రతిష్ఠలను సమకాలిక పండితులు సహించలేక సూరిగారికి వ్యాకరణమునందే గాని యలంకార శాస్త్రమందు ప్రవేశమంతగా లేదని వూహించి నొక పండిత సభ గౌరవనీయులైన కలువలపల్లి రంగనాధము శాస్త్రి గారి ద్వారా పిలిపించి పరిచయానంతరము సూరిగారిని యలంకారశాస్త్రమును గూర్చి యుపన్యసింపుడని కోరిరి. ఉపన్యాసము ప్రారంభించుసరికి మధ్యాహ్నము మూడు గంటలైనది. సూరిగారు వేదకాలమునుండి యలంకార విషయమును, దాని వ్యాప్తిని తెలియపఱచనారంభించెను. గంగా ప్రవాహమువలె నున్న యాతని యుపన్యాస ధోరణి నాకర్ణించి, సభాసదులాశ్చర్యచకితులైరి. ఇంతలో సాయంకాలమయ్యెను. చీకటి పడఁజొచ్చెను. కాలమునెవరు గమనించకుండిరి. పనివాడు దీపము వెలిగించెను. ఉపన్యాసము జరుగుచునే యుండెను. వినువారికి విసుగుపుట్టుట లేదు. కూర్చున్నవారు లేచుట లేదు. సభ్యులకు తనివి దీఱినట్లుగ లేదు. 'భోజన సమయ'మని వంటవాని నివేదనమును బట్టి కాలాతిక్రమణము నధ్యక్షులగు రంగనాథ శాస్త్రుల వారు గుర్తించిరి. సభామధ్యమున వారు లేచి శ్రీ సూరిగారి యెడల తమకిది వఱకున్న యభిప్రాయమును వదలుకొంటిమనియు, నానాఁటి యుపన్యాసముతో వారి పాండిత్యప్రకర్ష సర్వతో ముఖమైనదని గ్రహించితిమనియు చెప్పి నాఁటి సభ ముగించిరి. తక్కిన పండితులు గూడ సూరిగారి యందానాఁటి నుండి ద్వేషభావమును విడిచి మిక్కిలి గౌరవ మర్యాదలతో ప్రవర్తింపఁజొచ్చిరి.

ఆదర్శ అధ్యాపక జీవితము

పద్య రచన యందే కాక పాఠము చెప్పుట యందును చిన్నయ సూరి మిగుల శ్రద్ధ వహించి ప్రాచీన సాహిత్యమునందలి కేవల వ్యాకరణచ్ఛందోలంకార విషయములే కాక మూల కథా విన్యాసము, అర్థ సంగ్రహము, మనోహరశైలి, లక్ష్య లక్షణ సమన్వయము మున్నగు వానిని గూర్చి విద్యార్థులకు సుగమము గా నుండునట్లు బోధించెడి వారు. తానుకూడ నొక విద్యార్థివలె రేయింబవళ్ళు పరిశ్రమ చేయుచు తనయొద్ద చదివిన శిష్యులను తన్ను మించిన వారినిఁగా చేయుటకు ప్రయత్నించెడి వారు. ఇట్టి యున్నతాశయములతో నున్నత విద్య నేర్పిన చిన్నయసూరి వంటి పండితులు నేఁటి యధ్యాపక బృందమున కాదర్శప్రాయులు.

సూరి గారి దినచర్య

చిన్నయ సూరి గారు కళాశాలలో ప్రవేశించిన దాదిగా వారు తెల్లవాఱు ఝామున లేచి కాలకృత్యములు నిర్వహించి నిత్య తిరువారాధనము ముగించుకొని సాహిత్య వ్యాసంగము చేసెడివారు. ఏదేని యొక విచిత్ర ప్రయోగమునుగాని, నూతనమైన పదమునుగాని, విశేషముగల భాషా సంప్రదాయమును గాని గ్రహించకుండ వారు భోజనమునకు లేచెడివారు కారు. సకాలమునకు కళాశాలకు వెళ్ళి పాఠములను బోధించెడివారు. విరామకాలమునందు కళాశాల పుస్తక భాండాగారమున నున్న ప్రాచీన తాళపత్ర గ్రంథములను, లిఖిత పుస్తకములను తదేక ధ్యానముతో పరిశీలించెడివారు. వారు చదివి గ్రహించిన విషయముల నప్పుడే వ్రాసి భద్రపరచెడివారు. గ్రంథములోని లోపములను కనిపెట్టి వానినున్నతవిద్య కనుకూలమైన రీతిగ సంస్కరించెడివారు.

సూరి గారి సంఘసేవ

చిన్నయ సూరిగారు శాత్తాద శ్రీ వైష్ణవులు. స్వీయసంఘముపై వీరి కపరిమితాభిమానము గలదు. అట్టివారయ్యును పరమత సహనము గల విశాలహృదయులు. శాత్తాదశ్రీవైష్ణవులలో చతురాక్షరులనియు, అష్టాక్షరులనియు, ఏకాక్షరులనియు మూడు శాఖలుండి ప్రతివారికి తనశాఖయే తక్కిన రెంటికన్న మిన్నయను నమ్మకముండెను. సంఘజ్ఞులలో నైకమత్యము పెంపొందించుటకై సూరిగారు మిగుల కృషి చేసిరి. స్వీయ సంఘజ్ఞుల క్షీణదశకు వారి స్వార్థపరత్వము, పరస్పర వైషమ్యము కారణములని గ్రహించి తమ గంభీర ఉపన్యాస ప్రభావముచే నట్టి లోపముల నరికట్టి శాత్తాద శ్రీవైష్ణవులలో జాతీయభావములను పుట్టించిరి. ఈనాడు మూడు శాఖలవారు వైషమ్యములువీడి ఐకమత్యముగా నుండుటకు సూరిగారి యుద్యమమే కారణము. సంఘము వీరి సేవలకు సర్వదా ఋణపడియున్నది. చిన్నయ సూరిగారి దూరదృష్టి యనన్యమైనది. సూరి గారు చతురాక్షరులయ్యు అష్టాక్షరులలో నారాయణవనము అళగసింగరయ్యగారి కొమార్తెను వివాహమాడిరి. అటులనే సూరి గారి కుమారులును శాఖేతర వివాహములు జేసికొనిరి. రెండవ కుమారుడు వేంకటకృష్ణయ్య ప్రథమ కళత్రము చనిపోగా చతురాక్షరులలో శ్రీ శ్రీరేకము రామానుజ సూరి రెండవ కుమార్తెను వివాహమాడిరి. చిన్నయ సూరిగారి పిదప శ్రీరేకము రామానుజ సూరిగారు రాజధాని కళాశాల ప్రధాన పండిత పదవి నలంకరించిరి. శ్రీరేకము రామానుజసూరి కుమాళ్ళు భాష్యకారులయ్య, మనవాళ్ళయ్య గార్లు. మనవాళ్ళయ్యగారు సబ్‌జడ్జిగా పనిచేసినారు. వీరును ఉభయ భాషాప్రవీణులే. హైదరాబాదులో మూసీనది ప్రవాహములో మరణించిరి.

సూరిగారి పరోపకారతనము

తమ సంఘాభివృద్ధికొరకు సూరి గారు స్వార్జితములో కొంత వెచ్చించుచుండెడి వారు. తండ్రిని మించిన పరోపకార బుద్ధిఁగలిగి నిజౌదార్య గుణంబు తేటపడునటుల పేదబాలుర

కెందఱికో యింట భోజనములు పెట్టి యుచితముగఁ విద్యాదానము జేసిరి. హెచ్చు తగ్గులను లెక్కింపక నందఱిని సమదృష్టితో జూచుటయే వీరియందలి మహోత్కృష్ట గుణము. శాత్తాద శ్రీవైష్ణవులతోబాటు యితరులెందరో గొప్ప విద్యావంతులయి యున్నతస్థితికి వచ్చుటకు కారణము సూరిగారి పరిశ్రమయే! ఈ విధముగ స్వీయసంఘమునున్నతస్థితికిఁ దెచ్చుట చే వీరి పేరు ప్రతిష్ఠలా సంఘమునందుఁ జిరస్థాయిలయ్యెను.

సాహిత్యసేవ

ప్రాచీన గ్రంథ పరిష్కరణము

చిన్నయ సూరిగారు నన్నయ రచిత భారతములో ఆది పర్వమును పరిష్కరించి 1847లో ప్రకటించినారు. మఱియు, కూచిమంచి తిమ్మకవి "నీలాసుందరీ పరిణయము"నకు తొలుత సుపరిష్కృత ముద్రణము వెలయించినది సూరిగారే.

పత్రికా సంపాదకత్వము

చిన్నయ సూరిగారు రచనా ప్రారంభదశలో "వర్తమాన తరంగిణి" అను పత్రికకు వ్రాయుచుండెడివారు. ఆ వెనుక "సుజన రంజని" అను మాసపత్రికను వారు నడిపిరి. విద్వాంసులకు, పట్టపరీక్ష విద్యార్థులకు నేర్పడు సందేహములకు సరియైన సమాధానములను ఆ పత్రికద్వారా నొసంగెడివారు. ఇతర వ్యాసములతోఁ బాటు పరీక్షలకుపయోగపడు విషయములెన్నో యందు ప్రచురింప బడుచుండెడివి.

పఠనీయ గ్రంథ సభాధ్యక్షత పదవి

క్రీ॥శ॥ 1845లోనే అనగా సూరి రాజధాని కళాశాలకు రాకముందే వారు చెన్నపురి పాఠశాలోపయుక్త గ్రంథకరణ సభకు (The Madras School Book and Vernacular Society) నధ్యక్షుడై తన జీవితాంతము వఱకు నందుండెను. ఈ విషయము క్రీ.శ. 1866 'తత్త్వ బోధిని' పత్రిక తెలుపుచున్నది.

వాణీ దర్పణ ముద్రాక్షరశాల

తన యుపన్యాసములచే ప్రజల హృదయములందు భాషానురాగమును జనింపఁజేసి దానిని దినదినాభివృద్ధి నొందించుటలో ప్రాలుమాలిక లేక పాటుపడుచు రసవంతములగు పెక్కు గ్రంథములు రచించిన సూరిగారి భాషా సేవ, భాషాభిమానము ప్రశస్తములు. 'వాణీదర్పణ'మను ముద్రాలయమును చెన్నపురి యందు 1852లో కడు పూనికతో స్థాపించి తాము రచియించు గ్రంథములనచ్చొత్తించి ప్రకటించుచుండిరి. వారు రచించిన "నీతి చంద్రిక" పూర్వభాగము వాణీ దర్పణ ముద్రాక్షర శాలయందే ప్రథమ ముద్రణనందుకొన్నది. "నీతి చంద్రిక"

ప్రథమ ముద్రణము మదరాసు ప్రెసిడెన్సీనందు జేరిన సమస్త విద్యాశాలలకు ముఖ్యాధికారులగు మహారాజ శ్రీ ఏ.జె. అర్బత్తునాట్ దొరగారికి 1853లో యంకితమీయ బడినది.

పుస్తక భాండాగారము

చిన్నయ సూరిగారు కోమలేశ్వర పురపు శ్రీనివాసపిళ్ళె గారు, గాజుల లక్ష్మీ నరసింహము చెట్టిగారి యాజమాన్యమున నొక భవనమున నాల్గువేల సంస్కృతాంధ్ర గ్రంథ సంపుటములను సమకూర్చిరి. ఆ భాండాగారమునకు సూరి గారధ్యక్షులు. జ్యోతిష్కము, సాముద్రికము, తర్క మీమాంసాది శాస్త్రములు, అపూర్వ కావ్యములు, భారత భాగవత రామాయణేతి హాసములు, పురాణములు- ఇవి యవి యననేల సకల విషయములను గూర్చి తెల్పు గ్రంథసముదాయము లన్నియు నచ్చట గలవు. సూరిగారి స్వహస్తలిఖిత గ్రంథములెన్నో యచ్చటనుండినవి. బహు విధములయిన ప్రయాసములకు లోనయి బహు గ్రంథరాజములు గల ఆ పుసక్త భాండాగారమును నిర్మించిన సూరిగారి పట్టుదల యెంతయుఁబ్రశంసింపఁ దగియున్నది. కార్యశూరులైన వీరే కార్యమునైనను జేయఁదలపెట్టినపుడు కాలము వృధాపుచ్చక వెనువెంటనే దాని యాచరణమునకుఁ గడంగియది సంపూర్ణమగువఱకు గట్టి పట్టుదల గలిగి దానిని సాధింపగలుగు చుండెడి వారు.

సూరిగారి వ్యక్తిత్వము

చిన్నయ సూరి కవితా నిపుణుడు గద్య రచనా దురంధరుఁడు, సూత్రకారుఁడు, సంఘ సంస్కారపరుడు, ఆంధ్ర భాషా యోషా పోషకుఁడు, అకారాది నిఘంటువు విశ్వనిఘంటువుల కారకుఁడు, టీకాచార్యుడు, ఉభయవేదాంత ప్రవర్తకాచార్యుడు, సకల భాషా విశారదుడు, సంగీత సాహిత్య కవిపుంగవుడు. వీరి గళము కడు మృదు మధురముగానుండి వాక్కు వీనులవిందు చేయుచు శంఖధ్వని గలిగియుండును. సూరిగారి ముఖమండలమునందలి నిండైన వర్చస్సు పుంభావ సరస్వతీ తేజస్సును తలపించును. సూరిగారి ముఖము నగవు కప్పియుండును. శృంగార స్వభావ రచనల యందు వీరికత్యంత ప్రీతి.

చిన్నయ సూరిగారు హయగ్రీవ లక్ష్మీ మంత్రోపాసకులు. వారనవరత మీ మంత్రములను పఠించెడివారు. ఇప్పటి పండితుల వలెగాక వారు మిక్కిలి నియమముతో తమతమ ధర్మములను విధ్యుక్తముగా నాచరించెడువారు. వీరు వైష్ణవ ధర్మానుసరణముగ భక్తిశ్రద్ధలతో భగవన్నామమును జపించెడువారు. వీరియొక్క వేషభాషలను గూర్చి ప్రసిద్ధ పండితులు ప్రభాకర శాస్త్రిగారు, "సూరిగారు స్ఫురద్రూపి యై సన్నని లాల్చీని ధరించి శుభ్ర వస్త్రములతో కన్పట్టువాడు. కండ్లకు సులోచనములను ధరించెడివాడు. ప్రతిదినము స్నానమునకు వెనుకనేదైననొక భాషా ప్రయోగమును క్రొత్తదానిని చూడకయే భోజనమునకు లేచెడివాఁడు కాఁడని ప్రతీతి. ఇట్టి నియమములతో భాషా పరిశ్రమ చేయుటఁబట్టియే చిన్నయ సూరి రచనములు శాశ్వతములై యొప్పారుచున్నవి."

చిన్నయ సూరి గారు భక్తాగ్రేసరులు

చిన్నయ సూరిగారు విష్ణుభక్తి పరుడై తన గ్రంథములన్నిట శ్రీవేంకటేశ్వరస్వామిని స్తుతించుచు తన భక్తి ప్రపత్తులను ప్రస్ఫుటపఱచెను. చిన్నయ సూరిగారు తన గ్రంథములన్నిటిని శ్రీ వేంకటేశ్వర స్వామికి కృతి నొసంగెను. బాలవ్యాకరణాంత మందుదఁహరించిన "శ్రీస్తనాంచిత కస్తూరీ" యను శ్లోకము వారి నిత్యానుసంధాన పరాయణత్వమునుద్ఘోషించుచున్నది. పచ్చయప్ప యశోమండనమునఁ గూడ శ్రీ వేంకటేశ్వరస్వామినే వారు ప్రశంసించియున్నారు. ఈవిధముగా గ్రంథప్రారంభమున దైవస్తుతి యొనరించు ప్రాచీన సంప్రదాయము ననుష్ఠించి నిర్మలుడైన భగవద్భక్తుఁడగు పండితాగ్రేసరుఁడగుటంబట్టి పండిత లోకమున పూజనీయులై వెలుగొందినారు.

చిన్నయ సూరి గారి గ్రాంథిక వాఙ్మయ పునరుద్ధరణ

చిన్నయ సూరిగారి కీర్తి పతాకము తెనుఁగు వాఙ్మయమున నెల్ల కాలము నెగుఱుచునే యుండును. పందొమ్మిదవ శతాబ్ది ప్రారంభమున ఆంగ్లేయుల పరిపాలనలో నూతనాధ్యాయమొకటి ఆంధ్ర సారస్వతమున నేర్పడినది. పాశ్చాత్యులు పరభాషయగు తెలుఁగును నేర్చుకొనుటకు సులభమగు పద్ధతుల నవలంబించుటచే వ్యావహారిక భాషకే గాని గ్రాంథిక భాషకు నాస్కారము లేకపోయినది. చిన్నయసూరి ప్రాచీన గ్రంథములను సంస్కరించి సలక్షణమును, శాస్త్ర సమ్మతమును, శాశ్వతమును నగు వైయాకరణ సంప్రదాయమును సుప్రతిష్ఠముగావించి తన్మూలమున గ్రాంథిక వాఙ్మయమును పునరుద్ధరించిన వాఁడయ్యెను. ఇంతే కాక నవయుగ వికాసమునకు తోడ్పడిన యుద్యమములయందు వారెట్లు పాల్గొన్నది వారి రచనలు యుద్ఘోషించుచున్నవి. ఆంధ్ర వాఙ్మయ ప్రపంచమున నజరామరమును, నా చంద్రతారార్కమునగు యశస్సు సంపాదించి ప్రాచీనులగు నన్నయాది కవులతో తులతూగఁదగిన వారు శ్రీ చిన్నయ సూరిగారొక్కరే. చిన్నయ సూరిగారు ప్రభవ నామ సంవత్సరము (1806) రేవతి చతుర్థపాదమున జనియించి దుందుభి సంవత్సరమున (1862) మార్చినెలలో కీర్తిశేషులైనారు. వాఙ్మయప్రపంచమున వారి యశోదుందుభి నేటికిని, రేపటికిని మాఱుమ్రోఁగుచు నే యుండును. వారి కీర్తి చంద్రికలు తెనుఁగు నేల నెల్లకాలము ఏలుచునేయుండును.

చిన్నయ సూరిగారు రచించిన గ్రంథములు

1. పరవస్తు చిన్నయ సూరిగారి జననము
2. చింతామణి వృత్తి - 1840 శోభకృతు
3. ఆది పర్వ వచనము సంస్కరించుట - 1847
4. శబ్ద లక్షణ సంగ్రహము - 1853
5. నీతి సంగ్రహము - 1855

6. నీతి చంద్రిక - 1853
7. విభక్తి బోధిని - 1859
8. సంస్కృత సూత్రాంధ్ర వ్యాకరణము - 1844
9. పద్యాంధ్ర వ్యాకరణము - 1840
10. అమర పద పారిజాతము (వంశావళి)
11. అక్షర గుచ్ఛము
12. పచ్చయప్ప నృప యశోమండనము - 1845
13. చక్రవర్తిని మకుటాభిషేక వర్ణనము - 1837
14. ఆంధ్ర శబ్ద శాసనము
15. సంస్కృత బాలబోధ
16. లక్ష్మీనారాయణ తంత్రము
17. సార్ధ పదమంజరి
18. దూమశకట దండకము
19. బాలవ్యాకరణ శేషము
20. హిందూ ధర్మశాస్త్ర సంగ్రహము (థామస్ లుమినిడన్ స్ట్రేంజి గారి (A Manual of Hindu Law) కు భాషాంతరీకరణము)
21. ఆంధ్ర కౌముది (వచనము)
22. ఆంధ్ర కాదంబరి (వచనము)
23. బాల వ్యాకరణము 1858
24. చాటు పద్యములు
25. అకారాది నిఘంటువు
26. విశ్వ నిఘంటు టీక
27. సుజన రంజని పత్రిక
28. యాదవాభ్యుదయము

వేదం వేంకట రాయశాస్త్రి

(1853-1929)

- డా॥ గుమ్మా సాంబశివరావు

ఆధునిక తెలుగు సాహిత్యంలో లబ్ధ ప్రతిష్ఠులైన రచయితలెంతో మంది ఉన్నారు. రచయితలన్నప్పుడు కవులుగావచ్చు, కథారచయితలుగావచ్చు. నవలా రచయితలు గావచ్చు. వ్యాఖ్యాతలు గావచ్చు. కొంతమంది బహుముఖ ప్రజ్ఞాధురీణులు కావచ్చు. అలాంటి బహుముఖ ప్రజ్ఞా సంపన్నులు వేదం వేంకట రాయశాస్త్రి.

ఉపాధ్యాయుడుగా వేదం వేంకట రాయశాస్త్రిగారు ఎంతో మంది శిష్యుల్ని తీర్చిదిద్దారు. నాటక రచయితగా విశిష్ట నాటకాల్ని రూపొందించారు. వక్తగా పలు సభల్ని రంజింపచేశారు. వ్యాఖ్యాతగా హిమాలయోన్నతంగా భాసించారు. ముద్రణాలయాన్ని స్థాపించి గ్రంథ ప్రకాశకులుగా వెలుగొందారు. ఒక మహోన్నత సారస్వత మూర్తి వ్యాఖ్యాన సార్వభౌముడూ అయిన వేదం వేంకట రాయశాస్త్రిగారు నిజంగా 'తెలుగు వెలుగు' అనటం సముచితం.

వేదం వేంకట రాయశాస్త్రి పండిత కుటుంబంలో జన్మించిన అదృష్టవంతులు. వీరిపూర్వులు పుదూరు ద్రావిడ బ్రాహ్మణశాఖకు చెందినవారు. వీరు వైష్ణవ సంప్రదాయాన్ని అభిమానిస్తూ తెలుగు సాహిత్యాభివృద్ధికి ఎంతో కృషిచేశారు. ఈ కుటుంబాలవారు ఆంధ్ర, కర్నాటక, తమిళనాడు ప్రాంతాల్లో వ్యాపించి ఉన్నారు.

వేదం వారి కుటుంబం మొదట్లో తిరుపతిలో ఉండేది. తర్వాత నెల్లూరు జిల్లాకు వలసపోయింది. అక్కడ ప్రభువులమన్ననలు పొంది అగ్రహారాన్ని కూడా సాధించింది. ఈ కుటుంబంలో పేరుపొందిన వేదవిజ్ఞాన సంపన్నుడు వేదం వేంకట రమణశాస్త్రి. ఈయన సంస్కృతాంధ్ర ద్రావిడ భాషల్లో పండితుడు కావటంతో ఆ భాషల బోధకునిగా, ప్రధానోపాధ్యాయునిగా పనిచేశారు. శబ్దరత్నాకరం నిఘంటువు, త్రిలింగలక్షణశేషము (ప్రౌఢ వ్యాకరణము) రచించిన బహుజనపల్లి సీతారామా చార్యులు వేంకట రమణశాస్త్రిగారి సహోధ్యాపకులు. బాలవ్యాకరణకర్త చిన్నయసూరి, వేంకట రమణశాస్త్రిగారు సమకాలికులు.

వేదం వేంకట రమణశాస్త్రిగారు సంస్కృతాంధ్ర ద్రావిడ పాఠశాలలో ప్రధానోపాధ్యాయులుగా ఉన్నప్పుడే భార్యా లక్ష్మమ్మ నోముల పంటగా వేదం వేంకట రాయశాస్త్రి 1853 డిసెంబరు 21వ తేదీన మద్రాసులో జన్మించారు. తర్వాత వేంకటరమణశాస్త్రి గారికి కాకినాడలో ఉద్యోగం లభించటంతో కుటుంబం అక్కడకు వెళ్ళింది. వేంకట రాయశాస్త్రి తండ్రిగారి ఉద్యోగం వల్ల ఆంధ్రదేశంలోని పలు ప్రాంతాల జీవితాన్ని అనుభవించారు.

పెద్దల నుంచి సంక్రమించిన ఆస్తులు లేకపోవటంతో వేంకట రాయశాస్త్రి గారి తండ్రి వేంకట రమణ శాస్త్రి జీవితాంతం ఉద్యోగం మీదనే ఆధారపడవలసి వచ్చింది. పలుచోట్ల పనిచేసి రాజమండ్రి ఆర్ట్స్ కాలేజీలో సంస్కృత ప్రధాన పండితునిగా ఉద్యోగ విరమణ చేశారు. అప్పుడు వారి పింఛను నెలకు 25 రూపాయలు. వేంకట రమణ శాస్త్రిగారు ఎలాంటి క్లిష్ట సమయంలోనైనా స్థిత ప్రజ్ఞులై ఉండేవారు. వీరికి వైయాకరణ పతంజలి అనే బిరుదు కూడా ఉంది. తండ్రి లక్షణాలనే పుణికి పుచ్చుకొని వేదం వేంకట రాయశాస్త్రిగారు ఆంధ్ర సాహిత్య లోకంలో విశిష్ట ఖ్యాతి సంపాదించుకొన్నారు.

ఉన్నత విద్యావంతుడైన వేంకట రమణ శాస్త్రికి పుత్రుడైనప్పటికీ వేంకట రాయశాస్త్రిగారికి బాల్యంలో సంస్కృత విద్యాభ్యాసం ఒంట బట్టలేదు. ఎంతో మంది తమ ఇంటిలో తండ్రిగారి దగ్గర సంస్కృత విద్యాభ్యాసం చేస్తున్నా వేంకట రాయశాస్త్రిగారు మాత్రం దానిజోలికి పోలేదు. తండ్రిగారు కూడా బలవంతం పెట్టలేదు. వేంకట రాయశాస్త్రిగారికి ఆంగ్లం మీద ఆసక్తి ఉండేది. చిన్న వయసులోనే అనేక ఆంగ్ల గ్రంథాలు చదివారు. షేక్స్పియర్, షెల్లీ వేదం వారి అభిమాన రచయితలు. 'ఆంటోనీ క్లియోపాత్రా' నాటకం వేదం వారికెంతో ఇష్టం.

వేదం వారు మిత్రుల ప్రోత్సాహంతో 'మనుచరిత్ర' చదివి కొద్ది కాలంలోనే ఆ ప్రబంధం మొత్తాన్ని కంఠస్థం చేశారు. ఆ తర్వాత అనేక ఇతర ప్రబంధాల్ని, ఆంధ్ర భారత భాగవతాది మహా రచనల్ని విశేష శ్రద్ధతో చదివారు. ఉత్తమ కవితా స్వరూపాన్ని సాక్షాత్కరింపచేసుకొన్నారు. షేక్స్పియర్ ప్రతిభతో తులతూగే కవిత్వం తెలుగులో ఉందని పొంగిపోయారు.

విఖ్యాత రచనలు చదివిన తర్వాత ఆవిధంగా తానుకూడా కవిత్వం రాయాలని భావించారు. అయితే ఛందస్సు రాకపోవటం, వ్యాకరణం తెలియకపోవటం, సంస్కృత పాండిత్యం లేకపోవటం అనే అవరోధాలు ఆయనకు ఎదురయ్యాయి. ఛందోవ్యాకరణాలు తెలియకపోతే కావ్య ప్రపంచమంతా సంశయాస్పదమని గ్రహించారు. సంస్కృతంరాని ఆంధ్ర భాషా వైదుష్యం పునాదిలేని మేడ లాంటిదని గుర్తించారు. అందుకే తీవ్రమైన పట్టుదలతో సంస్కృత వాఙ్మయాన్ని, ఛందోవ్యాకరణ అలంకార శాస్త్రాల్ని చక్కగా చదివి ఆకళింపు చేసుకొన్నారు. ఒక యోగాభ్యాసంగా పఠనవ్రతాన్ని సాగించారు.

సమ వయస్కుల సహవాసాన్ని కూడా వదిలి పెట్టి నిరంతరం ఒక తపోదీక్షలాగా కావ్య పఠనం సాగించి ఎఫ్.ఎ చదివే నాటికి ఆంగ్లాంధ్ర, సంస్కృత కావ్యశాస్త్రాల్లో విశిష్ట పాండిత్యం సాధించారు. విరామాన్ని పాటించకుండా సాగించిన అధ్యయన దీక్షతో ఎఫ్.ఏ. బి.ఏ చదువులు అలవోకగా సాగాయి. ఏ పాఠ్య గ్రంథాన్ని చూసినా అది పూర్వ పరిచితమైందిగా కనిపించేది. ఆ విధంగా ఎన్నో గ్రంథాల సారాన్ని గ్రహించారు.

వేదం వేంకట రాయశాస్త్రిగారు 1875వ సంవత్సరంలో రాజమండ్రిలో ఎఫ్.ఎ. పరీక్ష రాస్తుండగా ఒక విచిత్రమైన సంఘటన జరిగింది. ఆ కాలేజీ ప్రిన్సిపాలు ఒక ఆంగ్లదొర.

ఆయనకు శాస్త్రిగారి మీద కోపం ఉండేది. కారణం తెలియదు. శాస్త్రిగారు తెలుగు పరీక్ష రాస్తున్నారు. మూడు గంటల పరీక్ష. రెండు గంటల పాటు శాస్త్రిగారు పరీక్షరాసి తాను పొరపాటు సమాధానాలు రాసినట్లు గుర్తించి సరైన సమాధానాలు రాయటం మొదలు పెట్టారు. సమయం పూర్తికావస్తుంది. చివరగా ఆట వెలది తేటగీతి లక్షణాలు రాయాల్సిన ప్రశ్న మిగిలింది. 'ఇనగణత్రయంబు ఇంద్రద్వయంబు' అని రాశారు. గంట మోగింది. 'హంస పంచకంబు నాటవెలది' అని రాయటం చూసి దొర పెన్నులాక్కుపోయాడు. అప్పుడు శాస్త్రిగారు చిటికెన వేలు సిరాలోముంచి 'సూర్యుడొక్కరుండు సుర రాజులిద్దరు' అనిరాశారు. ఇంకా రాస్తున్నావా అని దొర సిరా బుడ్డి తీసుకుపోయాడు. వెంటనే శాస్త్రిగారు చిటికెన వేలికి ఎంగిలిరాసి 'దినకరద్వయంబు తేటగీతి' అని పూర్తి చేశారు. దొర పేపరు తీసుకుపోయాడు. ఈ గందరగోళంలో శాస్త్రిగారు పరీక్షా పత్రం మీద నెంబరు వెయ్యటం మర్చిపోయారు. ఇంటికి వెళుతూ తన తప్పు గుర్తుకు వచ్చి దొరలేకుండా చూసి ప్యూనును బతిమిలాడి నెంబరు రాసి 'గండం గట్టెక్కించారు'. ఎఫ్.ఏ. కథ ఈ విధంగా ముగిసింది. ఎఫ్.ఏ. పరీక్షలు రాయటం కోసం శాస్త్రిగారు విశాఖజిల్లా నరిసీపట్టణం అసిస్టెంట్ కలెక్టరు కార్యాలయంలోని ఉద్యోగాన్ని మానుకోవటం విశేషం. ఆంధ్రం, ఆంగ్లం, గణితం అనే మూడు విషయాలతో ఎఫ్.ఏ.లో ద్వితీయ శ్రేణిలో ఉత్తీర్ణులయ్యారు.

ఉద్యోగ జీవితం

పరీక్షలో ఉత్తీర్ణులైతే చాలు ఆ రోజుల్లో ఉద్యోగాలు దొరికేవి. అందువల్ల శాస్త్రిగారు తనకు ఉద్యోగం ఇప్పించవలసిందిగా పై అధికారులకు విన్నవించు కొన్నప్పుడు అధికారులు ప్రిన్సిపాలును విచారించారు. ఆ ప్రిన్సిపాలు శాస్త్రిగారికి వ్యతిరేకంగా రాస్తూ 'ఇతడు పెంకివాడు, అధిక ప్రసంగి, ఇతనికి రాజమండ్రిలోనే ఉద్యోగం కావాలి. మనం పంపిన చోటికి పోడు' అని రాశాడు. కానీ శాస్త్రిగారు ఉద్యోగం కోసం తాను ఏ ప్రాంతానికైనా వెళతానని చెప్పటంతో అధికారులు శ్రీకాకుళం హైస్కూలులో చిట్టచివరి ఉపాధ్యాయునిగా నెలకు 12 రూపాయల జీతానికి నియమించారు.

కొంతకాలం తర్వాత శాస్త్రిగారు చోడవరం తాలూకా స్కూలు ప్రధానోపాధ్యాయునిగా నియమితులయ్యారు. అక్కడ పనిచెయ్యకుండా బద్ధకంగా ఉండే ప్యూను పేరిగానికి శాస్త్రిగారు బుద్ధిచెప్పిన తీరుబాగుంది. ఒకరోజు పేరిగాడు స్కూలులో నిద్రపోతుండగా శాస్త్రిగారు వాడి వీపు మీద నాలుగు తగిలించి తన గదిలోనికి వచ్చి కూర్చున్నారు. ఈ లోపు వాడు కేకలు పెడుతూ 'అయ్యా నన్నెవరో కొట్టారు.' అని ఫిర్యాదు చెయ్యగా ఎవరు కొట్టారో చెప్పుమని శాస్త్రిగారు అడగటంతో వాడు సమాధానం చెప్పలేకపోయాడు. అప్పుడు తప్పుచేసినందుకు ఆ వేంకట రమణ మూర్తే నిన్ను శిక్షించి ఉంటాడని శాస్త్రిగారు చెప్పటంతో తన తప్పు తెలుసుకొని వాడు బుద్ధిగా మసలుకోవటం మొదలుపెట్టాడు. ఈ పేరిగాడిని దృష్టిలో పెట్టుకొని ప్రతాప రుద్రీయంలో పేరిగాడిని సృష్టించారు.

వేదం వేంకట రాయశాస్త్రిగారు కొంతకాలం విశాఖ పట్టణం హిందూ హైస్కూలు ద్వితీయోపాధ్యాయునిగా పనిచేశారు. తర్వాత రాజమహేంద్రవరం టౌను స్కూలు ప్రధానోపాధ్యాయునిగా బాధ్యతలు నిర్వర్తించారు. ఇక్కడ పిల్లలను, ఉపాధ్యాయులను కూడా శాస్త్రిగారు చక్కదిద్ది పాఠశాల అభ్యున్నతికి కృషిచేశారు.

వివాహం, చదువు

వేదం వేంకట రాయశాస్త్రిగారికి దాదాపు పదహారు, పదిహేడు సంవత్సరాల వయస్సులో ఉడాలి వారి ఆడపడుచు జానకమ్మతో వివాహమైంది. రాజమహేంద్ర వరంలో ప్రధానోపాధ్యాయునిగా బాధ్యతలు నిర్వర్తిస్తున్న వేదం వేంకట రాయశాస్త్రిగారు తన తమ్ముడు వెంకట సుబ్బయ్యను ఆ పదవిలో తనకు బదులుగా ఉంచి తాను బి.ఏ చదువు కోసం మద్రాసు వెళ్ళారు. మద్రాసులో శాస్త్రిగారు అనేక విషయాల్లో తలదూర్చటంతో విద్యావ్యాసంగం కుదురుగా సాగలేదు. ఐదారుసార్లు పరీక్షకు ఫీజు కట్టి పరీక్షకు వెళ్ళలేదు. అయితే తదేక దీక్షతో సంస్కృతాంధ్ర గ్రంథాల్ని చదివారు. ముఖ్యంగా సాంఖ్య, యోగ, వేదాంత వ్యక్తా వ్యక్త గణిత గ్రంథాల్ని విశేషంగా చదివారు. ఈ సమయంలోనే శాస్త్రిగారి భార్య జానకమ్మ పుట్టింటిలో మశూచి వ్యాధిచేత మరణించిన వార్తను శాస్త్రిగారు జీర్ణించుకోలేకపోయారు. కాపురానికి రాకుండానే ఆయమ్మ పరలోకానికి పయనం గట్టింది. ఆ తర్వాత శాస్త్రిగారు తన 25వ ఏట పుదూరు ద్రావిడుల్లో ప్రసిద్ధులైన అల్లాడి సదా శివశాస్త్రిగారి కుమార్తె శేషమ్మ గారిని వివాహం చేసుకొన్నారు.

తిరిగి ఉద్యోగం

వేదం వేంకట రాయశాస్త్రిగారికి మద్రాసు ముత్యాల పేటలోని ఆంగ్లో వర్నాక్యులర్ పాఠశాలలో ప్రధానోపాధ్యాయ పదవి లభించింది. ఈ స్కూలు పూర్వం సంస్కృతాంధ్ర ద్రావిడ పాఠశాలగా ఉండేది. శాస్త్రిగారి తండ్రి వేంకట రమణ శాస్త్రిగారు ఈ పాఠశాలలో పనిచేశారు. తర్వాత అది ఆంగ్లభాషను అదనంగా చేర్చుకొని 'ఆంగ్లో వర్నాక్యులర్ పాఠశాలగా' రూపొందింది. శాస్త్రిగారికి నెలకు నలభై రూపాయల జీతం వచ్చేది. అయితే ఆ జీతంలో చాలాభాగం సంస్కృత వాఙ్మయశాస్త్ర గ్రంథాల మీద ఖర్చు పెట్టి ఆ గ్రంథాల్ని చదివేవారు.

వేదం వారి ప్రతిభ బహుముఖాలుగా విస్తరించింది. మద్రాసులో వీరు మహోపన్యాసకులుగా, మహా విద్వాంసులుగా ప్రసిద్ధికెక్కారు. వీరేశలింగంగారు సమర్థిస్తున్న వితంతు వివాహాలకు శాస్త్ర బద్ధతలేదని ఖండిస్తూ అనేక ఉపన్యాసాల్ని ఇచ్చారు.

ఆ రోజుల్లో భారతదేశంలో పేరు పొందిన విద్యా సంస్థలో మద్రాసు క్రైస్తవ కళాశాల ఒకటి. ఆ కళాశాల యాజమాన్యం వారు శాస్త్రిగారిని 1886లో కళాశాల సంస్కృత పండిత పదవికి ఆహ్వానించారు. అప్పుడు వారి నెల జీతం 45 రూపాయలు. ఆనాటి విద్యార్థులకు శాస్త్రిగారు సంస్కృతాన్ని ఆంగ్ల మాధ్యమంలో కూడా బోధించటంతో విద్యార్థులు ఎంతగానో

ఆకర్షితులయ్యేవారు. వేదం వారు ఆంగ్లంలోనూ అద్భుత ప్రతిభా సంపన్నులని చెప్పటానికి వారి లేఖలు ప్రత్యక్ష సాక్ష్యాలుగా ఉన్నాయి. శాస్త్రిగారు సంస్కృత పండితునిగా నియమించబడిన తర్వాత సంస్కృతాన్ని అభ్యసించే విద్యార్థుల సంఖ్య గణనీయంగా పెరగటం గమనించదగిన విషయం.

ఎంతో మంది ప్రముఖులు వేదం వారి శిష్యులయ్యారు. మైసూరు కాంతరాజ అరసు, పూరీ శంకరాచార్య స్వామి, భారతీకృష్ణ తీర్థులు, ప్రముఖ రాజకీయ వేత్త ఎస్.సత్యమూర్తి, డా॥ అల్లాడి కృష్ణస్వామి అయ్యర్, ఏ.వి. రామనాథన్, ఆచార్య నీలకంఠ శాస్త్రి మొదలైనవారు శాస్త్రిగారికి శిష్యులు.

వేదం వేంకట రాయశాస్త్రిగారు కొంతకాలం హైందవతత్త్వ శాస్త్రాన్ని కూడా బోధించారు. అప్పుడప్పుడు బైబిలు పాఠం కూడా చెప్పేవారు. క్రీ.శ 1910లో సంస్కృత ప్రధాన పండిత పదవి నుంచి, ఉపభాషా విచారణాధికారి పదవినుంచి విశ్రాంతి తీసుకొన్నారు. ఇంకా ఉద్యోగంలో ఉండమని కోరినా వారి ప్రత్యేక కార్యక్రమాల వల్ల ఆ ఉద్యోగాన్ని వదిలిపెట్టారు.

శాస్త్రిగారు కళాశాలలో ఉన్నంతకాలం, పదవీ విరమణ తర్వాత విశ్వ విద్యాలయానికి సంబంధించిన పలు కమిటీల్లో సభ్యునిగాను, పరీక్షాధికారిగాను సేవలు అందించారు. తెలుగు భాషను, దాని స్వచ్ఛత నుంచి దిగజార్చే ప్రయత్నాలు దేశంలో ఎన్ని ఉన్నా, దేశానికంతటికీ ఉమ్మడిగా ఒక ప్రామాణిక భాష ఉండాలని సూచించారు. ఇంటర్మీడియేట్, బి.ఏ. తరగతులకు అవసరమైన పాఠ్య ప్రణాళికల్ని, గ్రంథాల్ని పరీక్షల ప్రణాళికల్ని కూడా సిద్ధంచేశారు.

రచనలు

వేదం వేంకట రాయశాస్త్రిగారు రచయితగా రూపుదిద్దుకొన్నది మద్రాసులోనే మద్రాసు క్రిస్టియన్ లిటరేచర్ సొసైటీ వారి మాస పత్రిక 'జన వినోదిని'కి సంపాదక బాధ్యతలు వహించారు. ఇది పాఠశాల విద్యార్థుల కోసం మూడు నాలుగు దాక్షిణాత్య భాషల్లో వెలువడేది. 'ప్రతాపరుద్రునికథ', తర్వాత తాను నాటకంగా రాసింది 1883లో శాస్త్రిగారు ఈ పత్రికలో ప్రకటించారు. 'కథా సరిత్సాగరం' అనువాదాన్ని జన వినోదినిలోనే ప్రచురించారు. విద్యార్థులకు ఉపయోగపడే ప్రక్రియా ఛందస్సు, 'అలంకార సారసంగ్రహం' రచించారు. 'భోజ చరిత్ర' 'విక్రమార్క చరిత్ర' అనే రచనల్ని సంస్కృతం నుంచి తెలుగులోనికి అనువదించారు. శ్రీహర్షుని 'నాగానందము' నాటకాన్ని ఆంధ్రీకరించారు.

1886 కాళిదాసు 'అభిజ్ఞానశాకుంతల' నాటకం ఆంధ్రానువాదం ప్రకటించారు. 1897లో సుప్రసిద్ధనాటకమైన 'ప్రతాపరుద్రీయా'న్ని ప్రచురించారు. అముద్రితగ్రంథ చింతామణి పత్రికలో జక్కన విక్రమార్క చరిత్రను సమగ్రంగా విమర్శించి దాన్నే ఒక పుస్తకంగా వెలువరించారు.

జయదేవుని 'ప్రసన్న రాఘవ' నాటకాన్ని కొక్కొండ వేంకటరత్నము పంతులుగారు ఆంధ్రీకరించగా అది నిష్ప్రయోజనమని వేదం వారు నిరూపించారు. అనువాదంలోని దోషాల్ని వెల్లడిస్తూ జయదేవుని ఉన్నతిని ప్రకటించారు.

'ప్రతాప రుద్రీయము' నాటకంలో శాస్త్రిగారు ప్రయోగించిన పాత్రోచిత భాష ఆనాడు ఒక సంచలనాన్ని సృష్టించింది. సంస్కృత నాటకాల్లో ఉత్తమ పాత్రలకు సంస్కృతాన్ని నీచ పాత్రలకు ప్రాకృతాన్ని ప్రయోగించటంలోని ఔచిత్యాన్ని గుర్తించిన శాస్త్రిగారు ఉత్తమ పాత్రలకు వ్యాకరణ యుక్తమైన సలక్షణ భాషను, పనివాళ్ళకు, సాధారణ పాత్రలకు మామూలు వ్యావహారికాన్ని రచించారు. ఆనాటి పండిత లోకంలో కొంతమంది దీన్ని నిరసించినా ఎక్కువ మంది ఆమోదించారు. ఇలాంటి ఆలోచన లోకజ్ఞత వల్ల, కళా దృష్టి వల్ల సాధ్యమవుతుందని సాహిత్యలోకం ప్రస్తుతించింది. నిజానికి ఆ రోజుల్లో వేదంవారు అలాంటి ప్రయోగం చెయ్యటం ఒకసాహసమేనని చెప్పాలి. అయితే దానికి సాహిత్య లోకంలో స్వాగతం లభించటం అభినందించదగిన అంశం.

ఆంధ్ర నాటకరంగ చరిత్రలో 'ప్రతాపరుద్రీయము' నాటకం ఒక మణిపూసగా వెలుగొందింది. తెలుగుదేశానికి అధీశ్వరుడైన ప్రతాపరుద్ర మహారాజును, ఢిల్లీ సుల్తాను సేనాధిపతి బందీగా పట్టుకొని పోగా, ఆ రోజు మంత్రి యుగంధరుడు వెర్రివాని వేషంతో ఢిల్లీ పట్టణం చేరి "ఢిల్లీ సుల్తాన్ పట్టుక పోతాన్" అని ప్రతిరోజూ పాడుతూ, చివరకు తన యుక్తి ప్రయోగంతో తన రాజును విడిపించి సుల్తానుని బందీ చేసి స్వరాష్ట్రానికి తీసుకువస్తాడు. ఈ కథను శాస్త్రిగారు బాల్యంలోనే విన్నారు. జనశ్రుతి ఆధారంగా ఈ నాటక రచన చేసినట్లు శాస్త్రిగారు చెప్పారు. రెండు రాత్రుల ప్రదర్శన కోసం ఈ నాటకాన్ని రచించినట్లు కూడా తెలిపారు.

గోదావరీతీరంలో పడవ నడిపేవారు పాడేపాటల్నే తన నాటకంలో సందర్భాను సారంగా ప్రవేశపెట్టినట్లు చెప్పారు. అలాగే విశాఖ పట్టణం ప్రాంతాల్లో పండుగ రోజుల్లో దాసరులు వీధుల్లో తిరుగుతూ పాడుతుండగా 'హరి హరీ నారాయణా ఆదినారాయణో – కరుణించవోయమ్మ కమలలోచనుడా' అనే పాటను విన్నానని దాన్నే నాటకంలో చేర్చానని తెలిపారు.

ప్రతాపరుద్రీయములో ప్రవేశపెట్టబడిన పాత్రల భాషకు తనకు నిత్యజీవితంలో తటస్థ పడిన కొంతమంది వ్యక్తుల భాషనే వాడినట్లు తెలియచేశారు.

వేదం వారు 1902లో కాళిదాసమహాకవి మేఘసందేశానికి మల్లినాథసూరి రచించిన సంజీవనీ వ్యాఖ్యకు చెలికత్తెగా 'పదప్రయోజనిక' అనే వ్యాఖ్యను రచించి ప్రకటించారు. కాళిదాసు ఏ పదాన్ని ఎందుకు ప్రయోగించాడో తెలియజేసే వ్యాఖ్య అది. కాళిదాసు కవితా మహత్త్వం ఆ వ్యాఖ్యలో ప్రతిబింబిస్తుంది.

'ప్రతాపరుద్రీయము' తర్వాత వేదంవారు 1904లో రచించిన స్వతంత్ర నాటకం 'ఉషా పరిణయము'. ఇది శృంగార సంగీత నాటకం. ఇందులో పాత్రోచిత భాషను ప్రయోగించారు. భాగవతం, హరివంశాలలోని కథను స్వీకరించారు. సంప్రదాయాన్ని అనుసరిస్తూనే పలు ప్రయోగాలు చేశారు.

వేదం వారి మూడవ స్వతంత్ర నాటకం 'బొబ్బిలి యుద్ధము'. దీన్ని 1916లో ప్రకటించారు. తర్వాత శ్రీహర్షుని 'రత్నావళి'ని కాళిదాసు 'మాళవిక', 'విక్రమోర్వశీయము' నాటకాల్ని అనువదించారు. 1920లో 'ఉత్తర రామచరిత్ర'ను అనువదించారు.

వ్యాఖ్యాన సార్వభౌమత్వం

ప్రాచీన గ్రంథాలకు వ్యాఖ్యలు రాసిన వారెంతో మంది ఉన్నారు. కానీ వ్యాఖ్యానం అంటే వేదం వారిదే అని ఒక ప్రత్యేక ముద్ర వేసుకొన్నారు. ఆముక్తమాల్యదకు వ్యాఖ్యరాయాలని భావించినా, శృంగార నైషధానికే ముందు వ్యాఖ్య రాశారు. శృంగార నైషధానికి వ్యాఖ్యానం రాయటానికే ఆయనకు సందర్భం అనుకూలించింది. నెల్లూరు వాస్తవ్యులు రేబాలలక్ష్మీ నరసారెడ్డిగారికి అంకితంగా వెలువడింది. అంతవరకు తెలుగులో వెలువడ్డ వ్యాఖ్యానాలన్నిటిలో వేదంవారి వ్యాఖ్యానం ఉత్తమోత్తమమూ, విశిష్టమూ అయిందని కట్టమంచి రామలింగారెడ్డిగారు వేదం వారు రచించిన శృంగార నైషధం వ్యాఖ్యను ప్రశంసించారు. శ్రీహర్షుని 'నైషధీయ చరిత'ను, శ్రీనాథుని అనువాదాన్ని తులనాత్మకంగా పరిశీలించి వేదంవారు అద్భుతవ్యాఖ్యానం రచించారు.

వేదంవారు 1913లో 'శృంగార నైషధం' వ్యాఖ్య ప్రకటించిన తర్వాత 'ఆముక్తమాల్యద' వ్యాఖ్య మీద దృష్టినిలిపారు. నైషధ వ్యాఖ్యను పరిశీలించిన పిఠాపురం మహారాజావారు వేదంవారికి ఆముక్తమాల్యదా వ్యాఖ్య ప్రచురణ కోసం శాస్త్రిగారు అడగకుండానే ఆ రోజుల్లో 12 వందల రూపాయల పారితోషికం పంపారు. 1914లో మొదటి ప్రపంచయుద్ధం జరిగింది. ఆ సందర్భంగా ప్రపంచంలోని పలు రంగాల్లో మార్పులు చోటు చేసుకొన్నాయి. ఖర్చులు పెరిగాయి. ప్రచురణార్థం తిరిగి ధనసహాయం చెయ్యలేక రాజావారు తమ అసమర్థతను ప్రకటించారు. అయినా శాస్త్రిగారు ఎంతో ప్రయాసపడి 1920లో ఆముక్తమాల్యద వ్యాఖ్యను పూర్తిచేశారు. ముద్రణకోసం వేచిచూడాల్సి వచ్చింది.

ఆముక్తమాల్యద వ్యాఖ్య 1927 జూలైలో ప్రచురితమైంది. ఈ ప్రచురణ కోసం అల్లాడి కృష్ణస్వామయ్య, ఎరబ్రోలు రామచంద్రారెడ్డి మొదలైనవారు సహకరించారు. ఆ సందర్భంలో శాస్త్రిగారు "ఇన్ని కడగండ్ల పాలయి యిపుడుదీనినచ్చు బొత్తమ్ముగా 'గంటి హర్షమెసగ' అని రచించటం వారి సంతోషానికి తార్కాణం. ఆముక్తమాల్యద ముద్రణ సమయంలోనే శాస్త్రిగారి దృష్టి మందగించింది. ఆ తర్వాత ఆయన రచనలు చెయ్యలేదు.

వేదం వారి విమర్శనాత్మక ప్రతిభ కూడా మెచ్చుకోదగింది. సమకాలీనుల రచనల మీద వీరు చేసిన విమర్శలు ప్రతిస్పర్ధుల్ని తయారు చేశాయి. శాస్త్రిగారు వ్యక్తిగత దూషణలకు పోక తులనాత్మక పరిజ్ఞానంతో రచించేవారు. కవి చెప్పదలచుకొన్న అంశాన్ని గ్రహించటం ప్రధానం, కాని కేవలం వాక్యార్థాన్ని చెప్పటం ఉచితం కాదని స్పష్టం చేశారు.

ముద్రణాలయ నిర్వహణం

సాహిత్యాభిలాష కలిగిన వారికి పుస్తకాలు చదవాలనే కోరిక ఉన్నా పుస్తకాలు అందుబాటులో ఉండేవికావు. పఠనాసక్తిని పెంచటానికి శాస్త్రిగారు 1890 ప్రాంతంలో జ్యోతిష్మతీ ముద్రాక్షరశాలను స్థాపించారు. ఈ విషయంలో శాస్త్రిగారికి వేంకటగిరి మహారాజా శ్రీ గోపాల కృష్ణయాచేంద్రులవారి ఆదరం లభించింది. ఇంకా తెలుగు వారి జాతీయతను ప్రతిబింబించే తిక్కనాదుల సంప్రదాయాన్ని అనుసరించే వాడుక భాషకు దగ్గరగా ఉండే భాషలో వచన రచనలు చేశారు. శాస్త్రిగారు ప్రారంభించిన ముద్రాక్షరశాల కొద్ది రోజుల్లోనే చిక్కుల్లో పడింది. పుస్తక ప్రచురణ కార్యక్రమాన్ని తాత్కాలికంగా నిలిపివేశారు. శాస్త్రిగారు కొంతకాలం సూర్యరాయాంధ్ర నిఘంటు నిర్మాణంలో పనిచేశారు.

శాస్త్రిగారు జ్యోతిష్మతీ ముద్రాక్షరశాలను 1910లో తిరిగి ప్రారంభించారు. 1910వ సంవత్సరంలో అమరుకకావ్య, పుష్పబాణ విలాస, రసమంజరులను పూర్తి టీకలతోను భర్తృహరిశతకత్రయాన్ని సంపూర్ణాంధ్ర వ్యాఖ్యానంతోను, తెలుగు పద్యాలతోను ముద్రించారు. కాళిదాసు 'రఘువంశం', 'కుమార సంభవం' కావ్యాలలోని మొదటి ఆరుసర్గల్ని తెలుగు టీకా తాత్పర్యాలతో ముద్రించారు. ఉపాధ్యాయునితో పనిలేకుండానే సంస్కృత సాహిత్య పరిచయాన్ని పెంచుకోవటానికి శాస్త్రిగారు చక్కటి ప్రణాళికతో గ్రంథ ముద్రణ చేశారు. 'హితోపదేశం', 'దశకుమార చరిత్ర'లను తెలుగు అనువాదాలతో ప్రచురించారు. తర్వాత 'పంచతంత్రము' మూలాన్ని ముద్రించారు.

వేదం వారు తమ ముద్రణశాల పక్షాన 'పారిజాతాపహరణము', 'బిల్హణీయము', 'హరిశ్చంద్రోపాఖ్యానము' (ద్విపద) బాణాల శంభుదాసుని 'సారంగధర చరిత్ర' (ద్విపద), 'కావ్యాలంకార చూడామణి' మొదలైన గ్రంథాల్ని 1910లో ప్రచురించారు. చేమకూర వేంకటకవి 'విజయవిలాసము', 'సారంగధర చరిత్ర'లను కూడా ముద్రించారు.

ఆంధ్రభాషాభిమాన సమాజం

ఆంధ్రనాటక రంగ అభివృద్ధికి కృషిచేసినవారిలో వేదం వేంకట రాయశాస్త్రి గారు కూడా ప్రముఖస్థానం పొందారు. దాదాపు ముప్పై సంవత్సరాలు భరతుని నాట్యశాస్త్రానుసారంగా

నాటక ప్రయోగాలు చేశారు. శిష్యులకు స్వయంగా నేర్పి ప్రదర్శించేవారు. క్రిష్టియన్ కాలేజీలో తన శిష్యులతో సంస్కృతాంధ్ర నాటకాలు ప్రదర్శింపచేశారు.

ఉత్తర రామ చరిత్ర నాటకం ప్రదర్శనకు కష్టమని అందరూ అంటుంటే శాస్త్రిగారు ఆ నాటకాన్ని చక్కగా రచించి జనరంజకంగా ప్రదర్శించారు.

వేదంవారి శిష్యులు ఎంతోమంది ఉన్నారు. నెల్లూరులో కొంతమంది శిష్యులు ఒకసంఘంగా ఏర్పడి సంస్కృతాంధ్ర నాటకాల్ని శాస్త్రిగారి దగ్గర నేర్చుకొని ప్రదర్శింపదలిచారు. అప్పుడు పూండ్ల రామకృష్ణయ్యగారు, గునుపాటి యానాది రెడ్డిగారు మరికొంత మంది నెల్లూరి పెద్దలు ఆంధ్ర భాషాభిమాన సమాజాన్ని 1899లో స్థాపించారు. ఈ సమాజ స్థాపనం గూర్చి పూండ్ల రామకృష్ణయ్యగారు వేదం వారికి రాసిన ఉత్తరం ఈ విధంగా ఉంది.

'సంఘమునిన్నటి దినమున నేర్పాటైనది. పదముగ్గురు వచ్చిరి. ఇంకను రాఁగల యాదిత్య వారమునకు మరికొందఱు జేరగలరు. ఇప్పుడు పరగ్రామములకు బోయియున్నారు. 'ఆంధ్ర భాషాభిమాన సమాజము' అని పేరిడినాము – అని రాశారు. ఇంకా వారి కార్యక్రమాల్ని గూర్చి ఇచ్చట మన నాటక సభవారు శాకుంతలమును యించు మించుగా పూర్తిచేసి 'యుష'కు చూచుచున్నారు. రెండు నాటకములు వేసినగాని ఖర్చులు కట్టిరావనియు నుష క్రొత్తదిగా నుండుటచేత కొంతలోకరంజకముగా నుండుననియు వారియభిప్రాయము', అని రాయటాన్ని బట్టి వేదంవారి నాటకాల్ని ఆసమాజం ప్రదర్శించిందని గుర్తించవచ్చు.

'ఆంధ్ర భాషాభిమాన సమాజము' వేదం వేంకట రాయశాస్త్రిగారు సర్వాధ్యక్షులుగా మొదలైంది. పూండ్ల రామకృష్ణయ్య గారు ఈ సమాజానికి మూలస్తంభం. ఈ సమాజం 25 సంవత్సరాల పాటు పలు నాటకాల్ని ప్రదర్శించింది. 1904లో ఈ సమాజం ఉషా పరిణయం ప్రదర్శించింది. అలాగే 1909లో ప్రియదర్శికను ప్రదర్శించింది. స్త్రీలు పాత్రధారణ చేసేవారు కాదు. పురుషులే స్త్రీ పాత్రలు ధరించేవారు. 1930 తర్వాతనే స్త్రీలు నాటకరంగ ప్రవేశం చేశారు.

వేదం వారు ప్రదర్శించే నాటకాలకు ప్రత్యేకత ఉండేది. నటులందరూ క్షుణ్ణంగా నేర్చుకొన్న తర్వాతనే నాటక ప్రదర్శనకు వేదం వారు అనుమతినిచ్చేవారు. సమాజంలోని సభ్యుడొకనికి శాస్త్రిగారు రాసిన ఉత్తరం ఈ విధంగా ఉంది.

'నటులందఱు అన్ని విధముల తమ తమ భాగములలో చక్కగా శిక్షితులై యుండినగాని నాటకము ప్రదర్శింపబడదు. నీవు నీ ఆరోగ్యమును కాపాడు కొనవలయును. ఆవశ్యకమైన 'కాడ్‌లివర్ ఆయిల్' పుచ్చుకొనిన నీ కంఠస్వరము బాగుండును' దీన్నిబట్టి నాటక శిక్షణం, ప్రదర్శనపట్ల శాస్త్రిగారు ఎంత శ్రద్ధచూపించే వారో గుర్తించవచ్చు.

శాస్త్రిగారు రచించిన బొబ్బిలి యుద్ధం నాటకం ప్రజారంజకంగా లేదని రాసిన నెల్లూరి వాస్తవ్యులు డి.వెంకటరామరెడ్డి గారు ఆనాటకాన్ని యాదృచ్ఛికంగా చూసి తన అభిప్రాయాన్ని మార్చుకొన్నట్లు శాస్త్రిగారికి ఉత్తరం రాశారు.

'ఆంధ్ర భాషాభిమాన సమాజము' వారు వేదంవారి నాటకాల్ని మాత్రమే ప్రదర్శించేవారు. సమాజపు ఆదాయ వ్యయాల గూర్చి శాస్త్రిగారు పట్టించుకొనే వారుకాదు. ఇతర రచయితల నాటకాలు నాటకాలేకావని శాస్త్రిగారి నాటకాలే సర్వలక్షణ సమన్వితమైన నాటకాలని ఈ సమాజంవారు భావించేవారు. వేదంవారు ప్రతి సంవత్సరం వేసవి సెలవుల్లో నెల్లూరుకు వెళ్ళి అక్కడ తన శిష్యులకు స్వయంగా నేర్పి ప్రదర్శింపజేసేవారు. శాస్త్రిగారి దగ్గర పూర్తిగా శిక్షణ పొంది ఒద్దికలు (రిహార్సల్స్) కుదిరాయని శాస్త్రిగారు పూర్తిగా సమ్మతించిన తర్వాతే సమాజంవారు నాటకాలు ప్రదర్శించేవారు.

శాస్త్రిగారు తమ శిష్యులకు నాటక శిక్షణ నిచ్చే సమయంలో ఇతరులు అక్కడకు రావటానికి ఇష్టపడేవారుకాదు. ఒకసారి ఒక నాటకానికి ఒద్దికలు జరుపుతుండగా ఒక మిత్రుడు తాను వచ్చి ఆ ప్రదర్శన చూస్తానని శాస్త్రిగారిని అర్థించారు. అప్పుడు శాస్త్రిగారు 'అయ్యా! బిడ్డ పుట్టిన పిమ్మట బొడ్డుకోసి స్నానము చేయించి యితరులకు చూపుదురా? ప్రసవవేదనలో నుండగనే ప్రదర్శింతురా? ఇప్పుడు మీరు ఒద్దికలు చూడవేడుట ప్రసవమగుచున్నప్పుడు పరికింప గోరుట వంటిది' అని చెప్పి మిత్రుని కోరికను సౌమ్యంగా తిరస్కరించారట.

వేదం వారు తమ నాటకాల్ని గూర్చి, నాటక ప్రదర్శనల్ని గూర్చి మిత్రులతో, శిష్యులతో చర్చిస్తూ ఉండేవారు. ఒకసారి గుఱ్ఱం వేంకట సుబ్బరామయ్య గారి బొబ్బిలి యుద్ధం మేలైనదా? 'ప్రతాప రుద్రీయం' మేలైనదా? అని ప్రశ్నించారు. అప్పుడు సుబ్బరామయ్యగారు 'కథావయవ నిర్మాణ చాతుర్యంలో ప్రతాపరుద్రీయం మేలైనదే. కాని బొబ్బిలి యుద్ధంలో హృదయావేగం ఎక్కువగా ఉంది ప్రతాపరుద్రీయంలో కొంచెంగా ఉన్న ఈ హృదయావేగం బొబ్బిలి యుద్ధంలోని ప్రతిఘట్టంలోనూ సామాజిక హృదయం ఉగ్రూతలూగుతుంది. ప్రతాపరుద్రీయంలో కథకు కావలసింది నీతి విశేషం. యుక్తి ప్రయోగం. 'బొబ్బిలి' యుద్ధం కథకు ప్రధానం శౌర్య విజృంభణం, భావోద్రేకం. కాబట్టి ఈ రెండు నాటకాల శిల్పవైఖరి వేర్వేరుగా ఉండి రెండూ ఔచితీశోభితమై ఉన్నా'యని చెప్పినట్లు తెలుస్తున్నది. ఈ యభిప్రాయాన్ని సమర్థిస్తూ వేదంవారు బొబ్బిలి యుద్ధంలోని భావోద్వేగానికి ఉదాహరణగా

సీ॥ విజయబంధువులార వేజన్మములకైనఁ
        దీర్చుకోనేరమీ పేర్చు ఋణము
    చేతులారంగఁ బాజించితి మెవ్వారి
        ఖండించితిమి వారి ఖడ్గధార!

లీలలు మీర లాలించితి మెవ్వారి
బడగ్రుమ్మితిమి వారిబాకు మొనల!
ఆఁడుబురువులేదు! హతమయ్యె మగకూన!
కోట పాడయ్యె నింకేటి కిచట?

నాదుప్రాణంబు వేంగళనాయకుండు
నన్నెదురు సూచుచున్నాడు కన్నునొవ్వ
అరుల బొందుల మీదుగానతని కడకు
క్షణములోఁ జేరుదము రండు రణపథమున

అనే పద్యాన్ని అభినయ పూర్వకంగా చదివారంట! ఆ పద్యంలోని కరుణ, రౌద్ర, బీభత్స భయానకాది రసభావాలను సాక్షాత్కరింపచేశారట ఇంకా వేదం వారి భావోద్వేగ పఠనాన్ని సుబ్బరామయ్యగారు ఈ విధంగా తెలియజేశారు. 'పద్యారంభమందు వారి వదనమున ప్రకరణోచితము, మానవ సహజము అగువెత దట్టముగ గన్పట్టెను. కనులు చెమర్చెను. కనుకొలుకుల నశ్రువుల తొలకాడెను. పద్యాంతమునకు వారి నేత్రములు విచిత్రముగ విశాల వినిశ్చలములయ్యెను. కన్నీరెల్లనింకిపోయెను. వీరము మిన్నుదాకెను. అప్పుడే సూర్య మండలమును భేదించుకుని పోయి స్వర్గతుడయ్యెనోయనునట్లు మోమున మానవాతీతమగు దివ్యతేజము మిఱుమిట్లు గొలుపుచు దాండవమాడుచుండెను. ఈ దృశ్యముంగాంచి ధన్యోస్మియనుకొంటిని. ఇట్టి వీరే 'యా పాత్రము దాల్చి నటించినచో నెటులుండునో గదా! అని అబ్బుర పడితిని' (వేదము వేంకటరాయశాస్త్రి సంస్కృతి పుటలు 37,38)

నాటక సంబంధి అంశాల్లో శాస్త్రిగారు చాలా జాగ్రత్తగా ఉండేవారు. ఒకసారి బొబ్బిలి నాటకంలో బుస్సీ, హసేనాలి పాత్రలకు గ్రాంథిక భాషనెందుకు ప్రయోగించారనే ప్రశ్నకు శాస్త్రిగారిచ్చిన సమాధానం ఇలాగ ఉంది. స్థలకాలాది కతిపయ నియమములకు లోబడి కొన్ని సంప్రదాయములననుసరించి కొన్ని లక్షణములకనుగుణముగ నొనర్పఁ బడిన రసవంతమగు కల్పనయే నాటక శిల్పము. అట్లుగాక నాటకము కేవలవాస్తవాను కరణమే కావలయుచో, ఆశు కవులు దక్క నెవరేని పద్యములలో భాషింతురా? పాడుచునేద్తురా? జూలియస్ సీజరును, ఎథియో పియారాణి యగు క్లెయొ పాత్రయును ఇంగ్లీషు పద్యములలో భాషించిరా? అప్పుడు రోము, వెరోనా, బెల్మొంటు మున్నగు నగరములలో ఆంగ్లమేనా వాడుకభాష? ఇట్టి ప్రశ్నములు బయలుదేరును. నాటకములలో నేదియేని కేవల వాస్తవాను కారిగాదను విమర్శ పొరబాటు. ఎట్లు జరిగెను? అనునదిగాదు, ఎట్లు జరిగియుండ దగును? అనునదియే నాటకములో బ్రతిపాద్యము. అదియే ఔచిత్య నిర్వాహమనునది దానిని గమనించియే మనపూర్వ లాక్షణికులు ఉత్తమ పాత్రలకు సంస్కృత భాషను తదితరులకు పలు తెఱంగుల ప్రాకృతములను విధించిరి. దానిననుసరించి యిట నేను ఉత్తమ పాత్రలకు జాతి మత వివక్షలేక గ్రాంథికాంధ్రము,

తదితరులకు తత్తదుచిత వివిధ గ్రామ్య భాషలను వాడుకొన్నాను. బుస్సీయును, హసేనాలియును వారి పదవింబట్టియు, గుణముంబట్టియు ఉత్తమపాత్రలలో జేరినారు కావున వారికి గ్రాంథికాంధ్రమే ప్రయుక్తమైనది" అని సహేతుకంగా వివరించారు.

నాటక రచనలోనూ, ప్రదర్శనలోనూ వేదంవారు ప్రత్యేకశ్రద్ధను ప్రకటించే వారని చెప్పటానికి ఎన్నో ఉదంతాలున్నాయి. ప్రతి ప్రదర్శన తర్వాత శాస్త్రిగారు మిత్రుల సలహాలను అడిగి తెలుసుకొనేవారు. అవి సహేతుకంగా ఉండి, నాటక పరిపుష్టికి సహకరించేవైతే తప్పకుండా స్వీకరించేవారు. యుద్ధ ప్రదర్శనం లేకుండానే యుద్ధ సంబంధవార్తల్ని ఆయా పాత్రల సంభాషణల ద్వారా తెలియచేయటంలో శాస్త్రిగారు సిద్ధహస్తులు. నాటక రచనా నియమాల ప్రకారం రంగాన్ని రణరంగం కావించకూడదనే విషయాన్ని గుర్తించి శాస్త్రిగారు యుద్ధవార్తల్ని పాత్రల సంభాషణల ద్వారా తెలపటం సముచితమని చెప్పవచ్చు.

సమకాలికులు

మద్రాసులోని ముత్యాలపేటలోని సంస్కృతాంధ్ర ద్రవిడ పాఠశాలలో వేదం వారి తండ్రి వేంకట రమణ శాస్త్రులుగారు ప్రధాన పండితులుగా ఉన్న విషయం తెలిసిందే. ఆయన సమకాలికులుగా బహుజనపల్లి సీతారామాచార్యులు గారుండేవారు. వేదం వేంకట రాయశాస్త్రిగారు ఆ పాఠశాలలో విద్యార్థిగా ఉండేవారు. బహుజనపల్లి వారి శక్తి సామర్థ్యాలు పూర్తిగా తెలియని వేదంవారు ఆయన పాండిత్యాన్ని పరీక్షించటానికి పలు ప్రశ్నలు వేసేవారు. ఈ విషయాన్ని ఒకసారి తండ్రిగారితో చెప్పారు. తండ్రిగారు నవ్వి శాస్త్రిగారితో 'నీవు పొరపడితివి వారు ఆంధ్రములో మహాపండితులు' అని చెప్పారు. ఆ తర్వాత బహుజనపల్లి వారిని దర్శించి తన అవినయాన్ని క్షమించవలసిందిగా ప్రార్థించగా 'నీవు గడుసువాడవు' అని అభినందించారు.

వేదంవారు పాఠశాల వదలి వెళ్ళిన చాలాకాలానికి, ఆయనకు యోగ్యతా పత్రం అవసరమైంది. తనకు యోగ్యతా పత్రాన్ని ప్రసాదించవలసిందిగా వేదం వారు బహుజన పల్లివారిని కోరినప్పుడు ఆయన ఈ విధంగా ఇచ్చారు.

'ఇది వేదం వేంకట రాయశాస్త్రుల వారి యోగ్యతను తెలియజేయు పత్రిక... వీరు కొన్నియేండ్లకు ముందు రమారమి ఒకటియు నర సంవత్సరము నార్మలు స్కూలులో నాయొద్ద తెనుగు చదువుచుండిరి. అది మొదలు నేను వీరిని బాగుగ గుర్తెరుంగుదును. చదువునప్పుడు వీరు చేయు విద్యా విషయకమైన ప్రశ్నలకు సదుత్తరములు చెప్పి వీరిని సమాధానపరిచి నాపాండిత్య గౌరవమును మాటి మాటికిని నిలువబెట్టు కొనవలసి వచ్చుచుండెను.' అని ఇవ్వటం గమనించదగిన అంశం. ఇక్కడ బహుజనపల్లి వారు ఎంతో గౌరవ ప్రదంగా వ్యవహరించారు. విద్యార్థులు నానా రకాల ప్రశ్నలు వేస్తూ ఉంటారు. కొన్ని తెలిసి, కొన్ని తెలియక అడుగుతూ ఉంటారు. అలాగని వారిమీద కక్ష పెంచుకోకూడదు. ద్వేషాన్ని కలిగి ఉండకూడదు. శిష్యులు

సంతానంతో సమానం. వాళ్ళ అల్లరి ప్రవర్తనను చక్కదిద్దే ప్రయత్నంచెయ్యాలి. బహుజన పల్లివారు ఇచ్చిన యోగ్యతా పత్రం వేదం వారిని ప్రశంసిస్తున్నట్లు ఉన్నప్పటికీ కొన్ని చురకలు కూడా ఉన్నాయి. అయితే ఎక్కడా వేదం వారి యోగ్యతను కించపరచకుండా రాసిన ఉత్తమ అధ్యాపకుడు, శిష్యుని బాగును కోరిన మహోన్నతుడు బహుజనపల్లి సీతారామాచార్యులని చెప్పవచ్చు.

వేదంవారు 1879 ప్రాంతంలో రాజమహేంద్రవరంలోని పాఠశాల ప్రధానోపాధ్యాయులుగా ఉన్నప్పుడు కందుకూరి వీరేశలింగం పంతులు గారు సంఘ సంస్కరణను గూర్చి వితంతు వివాహాల సమర్థనను గూర్చి ఉపన్యాసం ఇచ్చారు. దీన్ని గూర్చి వేదం వారి తండ్రిగారు వేంకట రమణ శాస్త్రిగారు అంతగా పట్టించుకోలేదు. అప్పుడు శాస్త్రిగారు రంగంలోదిగారు. సంస్కృత ప్రమాణ గ్రంథాల నుంచి ఎన్నో ఉదాహరణలిచ్చి వితంతు వివాహాలకు శాస్త్రీయ సమ్మతి బొత్తిగాలేదని, వీరేశలింగంగారి ఉపపత్తులన్నింటిని ఖండించారు.

వీరేశలింగం పంతులుగారు మద్రాసు ప్రెసిడెన్సీ కాలేజీలో ఆంధ్ర పండితులుగా పనిచేస్తూ వితంతు వివాహ సమర్థనంగావిస్తూ ఉపన్యాసాలనిచ్చారు. వేదంవారు ఉద్యోగరీత్యా ఆంగ్లో వర్నాక్యులర్ పాఠశాలలో ప్రధానోపాధ్యాయులుగా ఉండి వితంతు వివాహాలకు వ్యతిరేకంగా ఉపన్యాసాల నిచ్చారు. ఈ ఉపన్యాసాలన్నిటినీ కలిపి 'స్త్రీ పునర్వివాహ దుర్వాద నిర్వాపణ'మనే పేరుతో పుస్తకంగా ప్రచురించి ఉచితంగా ప్రతులు పంచారు.

వేదంవారికి శ్రీవేంకటగిరి మహారాజా రాజగోపాల కృష్ణయాచేంద్ర బహద్దరు వారికి ఎంతో సాన్నిహిత్యం ఉండేది. వేదం వారి మీద, వారి పాండిత్యం మీద రాజా వారికి అపారమైన అభిమానం అలాగే వేదం వారికి రాజావారి మీద ఎనలేని గౌరవం. కథా సరిత్సాగరం ముద్రణకు రాజావారు ఆర్థికంగా సహకరించారు. ఆనాటినుంచి ఒక్కొక్క గ్రంథం ముద్రితమైన వెంటనే వేదం వారు రాజా వారికి పంపగా రాజావారు ఆయా గ్రంథాల్ని చదివి సవిమర్శకంగా అభిప్రాయాలు తెలుపుతూ పారితోషికం కూడా పంపేవారు.

వేదంవారి శాకుంతలాన్ని గూర్చి రాజావారు 'ఆంధ్ర గీర్వాణములయందు తమకుగల సరస పాండిత్యము స్ఫుటం బయ్యె, మూలగ్రంథ భావము పోకుండనున్నయది, ఒకానొకచోట భావభేదం బున్నను దెనుంగున కయ్యది మెఱుంగు పెట్టినట్లే కానంబడుచున్నది' అని రచించారు.

'ప్రతాపరుద్రీయం' రాజా వారికే అంకితమైంది. ప్రతాప రుద్రీయ నాటకాన్ని గూర్చి, ఉషా నాటకాన్ని గూర్చి రాజా వారు విలువైన అభిప్రాయాల్ని ప్రకటించారు. శృంగార నైషధ వ్యాఖ్యను మెచ్చుకొంటూ రాజావారు వేదం వారికి నాలుగు వందల రూపాయలు ఇవ్వబోగా వేదంవారు ఆ పుస్తక ముద్రణకు రేబాల లక్ష్మీనరసారెడ్డి ఆర్థిక సహాయం చేశారు. కాబట్టి తనకు డబ్బు అవసరం లేదని సున్నితంగా తిరస్కరించబోగా రాజావారు 'మీరు గురువులు, మేము శిష్యులము. శూన్యహస్తముతో గురుదర్శనము చేయగూడదని మీరే ధర్మమేర్పరచితిరి.

మీయనుశాసనమును మీయెడనైన మేము నెఱవేర్పవలదా? అందులకై ఇది ఆచారము జరుపుట గాని యొండు గాదు' అని వేదం వారిని ఒప్పించారు.

రాజావారికి వేదం వారు తమ ఆర్థిక పరిస్థితిని తెలుపుతూ విన్నవించుకొన్న తీరుకు స్పందించి రాజావారు ఆర్థికంగా సహకరించారు. రాజావారికి తమ ఆర్థిక స్థితిని వివరిస్తూ సాహిత్య రచనా ప్రణాళికను కూడా తెలిపారు. అయితే ఈ విన్నపం చేసిన కొద్దికాలానికే రాజావారు అకస్మికంగా మరణించటంతో శాస్త్రిగారి సాహిత్య ప్రణాళిక అమలుకు నోచుకోలేదు.

మద్రాసులో ఆర్థికంగా ఇబ్బందుల్లో ఉన్న శాస్త్రిగారిని నెల్లూరి వదాన్యులు ఎంతగానో ఆదరించారు. గునుపాటియానాది రెడ్డి, మైదవోలు చెంగయ్య పంతులు, తూములూరు శివరామయ్య పంతులు మొదలైన పెద్దలు శాస్త్రిగారిని నెల్లూరుకు రమ్మని ప్రార్థించినప్పుడు ఇల్లు కొనిపెట్టమని శాస్త్రిగారు అడిగారు. వెంటనే శ్రీమాన్ తిరువేంగడాచార్యుల వారు శాస్త్రిగారికి నెల్లూరు రంగనాయకుల పేటలో నాలుగువేల ఐదు వందల రూపాయలకు కుదిర్చారు. అయితే ఆయింటికి డబ్బు వెంటనే చెల్లించాల్సి రావటంతో చందాలు పోగుచేసి ధనసమీకరణ చేసే సమయం లేకపోయింది. మద్రాసు ఇంటిని అమ్మకానికి పెట్టగా వచ్చిన ధనంతో నెల్లూరు ఇంటిని కొనవలసివచ్చింది. ఇక్కడ శాస్త్రిగారికి వయసు మీద పడటంతో ఆరోగ్యం సన్నగిల్లింది. ఈ సమయంలో ఏకైక కుమారుడు మరణించటంతో శాస్త్రిగారు మరింత కుంగిపోయారు. ఆతర్వాత కొంతకాలానికి ఆరోగ్యం కుదుట పడింది.

గద్వాల సంస్థానాధీశులు శ్రీ సీతారామ భూపాలరావు బహద్దరు వారిని శాస్త్రిగారు 1924వ సంవత్సరంలో దర్శించగా ఆ రాజావారు శాస్త్రిగారి పాండిత్యానికి మెచ్చుకొని తమ ఆస్థానంలో కొంతకాలం ఉంచుకొని ఆరు వందల రూపాయలు బంగారుతోడా జోడు శాలువలు బహూకరించారు. ఆస్థాన పండితులు పలువురు శ్లోకాలు, పద్యాలతో శాస్త్రిగారిని సత్కరించటం విశేషం.

వేదంవారి ఆర్థికరుణం తీర్చటానికి నెల్లూరి ప్రాంతపు రెడ్డి వంశజులు తమ వదాన్యాన్ని ప్రదర్శించారు. గునుపాటి యానాదిరెడ్డి, బెజవాడ చంద్రశేఖర రెడ్డి, రేబాల పట్టాభిరామిరెడ్డి, రామచంద్రారెడ్డి, వీరారెడ్డి, దొడ్ల రామిరెడ్డి మొదలైన వారి పట్టుదలతో 1928 డిసెంబరు నెలలోపు శాస్త్రిగారి ఆర్థికరుణాన్ని పూర్తిగా తీర్చివేశారు. ఈ విషయాన్ని శాస్త్రిగారితో చెప్పినప్పుడు పరమానందం పొందారు. సంతోషంతో కొన్ని నిమిషాలు ఏడ్చారట.

భాషా వివాదాలు

వేదంవారు సాహిత్యసేవ చేస్తున్న సమయంలోనే గ్రాంథిక వ్యావహారిక భాషావాదాలు చోటుచేసుకొన్నాయి. చదివే భాషకు, మాట్లాడే భాషకు ఎంతో అంతరం ఉండటాన్ని భాషావేత్తలు గుర్తించి ఈ రెండు మార్గాలకూ పొంతన ఉండాలని భావించారు.

శకటరేఫలు, అర్ధానుస్వారాలు ప్రయోగించవలసిన విషయంలో అభిప్రాయభేదాలు కలిగాయి. వేదంవారు భాషను సులభంగా అందించాలనే విషయంలో చిక్కు పదబంధాలు లేకుండా విసంధిని పాటించటం మంచిదని సూచించారు. దీనికి సంస్కృత వ్యాకరణ శాస్త్రాల్లో ఆధారాలున్నాయని చెప్పారు. ఈ పద్ధతి భాషా విప్లవకారులకు నచ్చలేదు. మాట్లాడే భాషలోనే సాహిత్య భాష ఉండాలని పట్టుపట్టారు. వ్యావహారిక భాషలో మొట్టమొదటి నాటకాన్ని రచించిన గురజాడ అప్పారావుగారు వ్యావహారిక భాషను ప్రతిపాదించగా వీరికి గిడుగు రామమూర్తి పంతులుగారు తోడయ్యారు.

వ్యావహారిక భాషలోనూ తగిన ప్రామాణికతలేదని, బాగా చదువు కొన్నవారే భిన్న ప్రాంతాల్లో భిన్నరీతులుగా మాట్లాడుతున్నారు కాబట్టి ఇది బొత్తిగా పనికిరాని వాదమని వేదంవారు దీన్ని సమర్థించలేదు.

గురజాడ అప్పారావు వేదం వేంకటరాయశాస్త్రి గార్లకు ఆనాటి భాషా వ్యవహార విషయంలో పలులేఖలు నడిచాయి. తెలుగు భాషను గూర్చి వేదం వారి అభిప్రాయాలు ఎలా ఉన్నాయో, ఆ విషయాల్లో తనకూ వేదం వారికి ఏకీభావం, అభిప్రాయ భేదాలు ఎక్కడ ఉన్నాయో తెలుసుకోవటానికి గురజాడ అప్పారావుగారు వేదంవారిని వారి అభిప్రాయాల్ని తెలపవలసిందిగా లేఖ రాశారు.

1912వ సంవత్సరంలో నిడదవోలులో గ్రామ్యవాదాన్ని ఖండించటానికి, నిర్బంధగ్రామ్య వాదాన్ని తొలగించమని ప్రభుత్వం వారికి విన్నవించు కోవటానికి ఒక సభ జరిగింది. ఆ సభలో శాస్త్రిగారి ఉపన్యాసం ఈ విధంగా సాగింది.

"వ్యాకృత భాష కఠినము, దాని వ్యాకరణము దుర్బోధము, తదీయ శబ్దజాలము బహుళముగా గ్రంథమాత్ర ప్రసిద్ధము. వ్యాకరణము వ్యావహారిక భాషాను గుణము కాదు...

గ్రామ్యమన్ననోసులువు, సర్వజన విదితము... అగ్రామ్య వాఙ్మయము కఠినమనుట యిప్పుడు పుట్టిన మాట. పూర్వులు దీనిని కఠినమనలేదు. లెస్సయనిరి...

ఆంధ్రభాషా ప్రవచనమందు

ప్రాచీన మార్గము నవీన మార్గము అని రెండు. ప్రాచీన మార్గము అనులోమ మార్గమ నందగును... ఇందలి క్రమము-శబ్దము లక్షణము, లక్ష్యమునుగా నుండును. నవీన మార్గము రాజకీయ విద్యాంగ నిర్ణీత మార్గమే. ఇది ప్రతిలోమమనం దగినది. ఇందువరుస లక్ష్యము, లక్షణము శబ్దము గానుండును.

ఈ నవీన మార్గము మనభాషకు పనికిరాదు...

రసజ్ఞులు కారణ విశేషములం బట్టి గ్రామ్యమందు గ్రంథములను వ్రాసికొందురుగాక. బొబ్బిలి పాటయు, దేశింగురాజు పాటయు గ్రామ్యములే గదా. ఆరాధ్య మల్లన రచించిన జంగాల బొబ్బిలి పాటలోని రసములో శతాంశమయినను 'రంగరాట్చరిత్ర' పద్యకావ్యమున లేదు... అట్లే గ్రామ్యమున సుద్దులును కథలును, గద్దెలును రసవంతములు గలవు. 'వాక్యం రసాత్మకం కావ్యమ్మ'ని గదా విశ్వనాథ కవిరాజు అనుశాసించినాడు. అది హృదయంగమము గాని, బాలుర పాఠ్య పుస్తకములను గ్రామ్యమున వ్రాయుటయు, ఆ గ్రామ్య పుస్తకములను దొరతనము వారు నిర్బంధ పూర్వకముగా పాఠశాలలో చదివించుటయు, అసమంజసము." అని ఉపన్యసించిన శాస్త్రిగారు గ్రామ్యం విషయంలో ఉండే భేదాల్ని గూర్చి కూడా పరిశీలనాత్మకంగా, ఆలోచనాత్మకంగా ఈ విధంగా చెప్పారు.

'ప్రతి గ్రామ్యమును సర్వజనీనమనుట సరిగాదు. గ్రామ్యములు పెక్కు దెఱంగులు. గంజాం జిల్లా యోఢ్ర గ్రామ్యము. విశాఖ పట్టణ రాజమహేంద్రవరాది హిందూస్థానీ గ్రామ్యము. నెల్లూరు కడప జిల్లాల శుద్ధగ్రామ్యము, మదరాసు, చిత్తూరు, తంజావూరు, సేలము తిరువత్తూరు, మధుర, తిరుచినా పల్లుల యఱవ గ్రామ్యములు బళ్లారి, బెంగుళూరుల కన్నడ గ్రామ్యము, కర్నూలు హైదరాబాదుల తురక గ్రామ్యము ఇంక ధార్వాడ బెల్గాముల కన్నడమరాఠీ గ్రామ్యము ఈ తూర్పునాటి మనకు గోడవలెనుండు హైదరాబాదు పశ్చిమోత్తర జిల్లాల గ్రామ్యములు పెక్కుగలవు...

నిర్బంధ గ్రామ్య ప్రాబల్యముచే ఆగ్రామ్య గ్రంథములు మూలబడును" అని చెప్పారు.

గ్రామ్యభాషలోనే ఏకరూపత లేనప్పుడు దాన్ని సమర్థించవలసిన పనిలేదని శాస్త్రిగారి వాదం. అంతేగాకుండా గ్రామ్యాన్ని ప్రోత్సహిస్తే ప్రాచీన పుస్తక సంపద మరుగున పడే ప్రమాదం ఉందని కూడా హెచ్చరించారు.

గురజాడ వారు, వేదం వారి పాత్రోచిత భాషా ప్రయోగాన్ని అభినందించారు. శాస్త్రిగారిలోని ప్రత్యేక దృష్టిని సమర్థించారు. శాస్త్రిగారి లాంటి వారిని తమ వాదం వైపు తిప్పుకోవటానికి ప్రయత్నిస్తూ గురజాడ ఎన్నో లేఖలు రాశారు. పూర్వ సంప్రదాయాన్ని పాటిస్తూ పాత్రోచిత భాషను సమర్థించిన శాస్త్రిగారి నూతన ఆలోచనను గురజాడ మెచ్చుకొన్నాడు. గురజాడ 1915లో మరణించటంతో గిడుగు రామమూర్తి పంతులుగారు వ్యావహారిక వాద ప్రచారానికి నాయకులయ్యారు. అప్పారావుగారు స్నేహపూర్వకంగా వేదం వారిని తమ వైపు తిప్పుకోవటానికి ప్రయత్నించగా గిడుగు వారు ఎదురు నిలిచి శాస్త్రిగారి గ్రంథాల్లో రచనల్లో కొన్ని దోషాలున్నాయని, శాస్త్రిగారి లాంటి విశిష్ట పండితునికే గ్రాంథికాంధ్ర రచన సాధ్యం కానప్పుడు ఇతరులకు సాధ్యం కాదు కాబట్టి వ్యావహారిక భాషే శరణ్యమని ఒక నూతన సిద్ధాంతాన్ని ప్రతిపాదించారు. చక్కని ప్రామాణిక భాష యొక్క సకల నిర్మాణాన్ని వ్యావహారిక భాష కోసం ధ్వంసం చేయటం ఉచితం

కాదని శాస్త్రిగారు తమ అభిప్రాయాన్ని ప్రకటించారు. గిడుగువారి ఆక్షేపణలు భాషా పరిశోధనలుగా తయారయ్యాయి.

సాధారణ విద్యావంతులు, సామాన్య జనులు వ్యావహారిక వాదాన్ని సమర్థించినా విద్యావేత్తలు ఎక్కువమంది వేదం వారి మార్గాన్నే ఆనాడు అనుసరించారు. అయితే గిడుగు వారి కృషి వల్ల, ఆ తర్వాత కాలంలో వచ్చిన మార్పుల వల్ల చాలావరకు సాహిత్య భాషగా వ్యావహారికభాష అర్హతను పొందిందన్న విషయం మనం మరువకూడదు. ప్రస్తుతం ఈ వ్యావహారిక రచనలతో పాటు ప్రత్యేక మాండలికాల్లో రచనలు రావటాన్ని కూడా మనం గుర్తించవచ్చు.

సాహిత్య గోష్ఠులు

వేదం వేంకట రాయశాస్త్రిగారు కేవల సాహిత్య సృష్టితో చేతులు దులుపుకొని కూర్చుండలేదు. నాటక ప్రయోగానికి శిక్షణనిచ్చారు. అవి పూర్తిగా కుదిరే వరకూ శ్రమించి ఆ తర్వాతనే ప్రదర్శింపచేశారు. అలాగే శాస్త్రిగారి రచనల మీద, లేదా ఇతర గ్రంథాల మీద ఎవరైనా అడిగినప్పుడు గాని, సందర్భవశాన శాస్త్రిగారు ఎన్నో విశేషాల్ని వెల్లడించారు. శాస్త్రిగారు నెరపిన సాహిత్య గోష్ఠుల్లో ప్రత్యక్షంగా పాల్గొన్న గుఱ్ఱం వేంకట సుబ్బరామయ్య గారు కొన్ని విశేషాల్ని సాహిత్యలోకానికి అందించారు.

శాస్త్రిగారు నిర్వహించే సాహిత్య గోష్ఠుల్లో ప్రధానంగా వారి శిష్యులూ మిత్రులే పాల్గొనేవారు. వీరి సాహిత్య గోష్ఠులు విజ్ఞాన వినోదాత్మకంగా ఉండేవి.

శాకుంతల నాటకంలోని తృతీయాంకంలోని 'కింశీతలైః' మొదలైన శ్లోకాల్లో

'అఙ్కేనిధాయ కరభోరు యథాసుఖంతే
సంవాహయామి చరణావృత పద్మతామ్రౌ'

అనే శ్లోక భాగానికి శాస్త్రిగారి అనువాదం

తమిఁ గరభోరుకాండ నలతామ్ర మునీ చరణ ద్వయంబునం
కమున ధరించి యల్లనొడి కంబుగ సంవహనం బొనర్తునా' అనిసాగింది.

ఈ అనువాదాన్ని గమనించి ఒక పెద్ద మనిషి 'ఇటధరించుటేమి? చొక్కాయా? ధోవతియా ధరించుటకు? 'వహించి'యనుట సబబుగదా!' అని పలకటంతో శాస్త్రిగారి సమాధానం ఈ విధంగా సాగింది.

'ఇది వట్టి యెండు కట్టె ఆక్షేపణ 'ధరించి' యనుటచే

'బూవువలెనో భూషణమువలెనో తాల్చి'యను ధ్వనివలన లలిత శృంగార చేష్ట ద్యోతకమగు చుండగా 'వహించి'యను మార్పు వలన 'ఒక కట్టెల మోపునో మఱియొక బరువగు వస్తువునో

మోచి' యను వైరస్యము సంప్రాప్తమగు చున్నది. ఇంచుకేని తేమయున్నచోఁజిగుర్పింపవచ్చును గాని వట్టి యెండు కట్టియనో ప్రాయిలో, బెట్టవలసినదే' అని శాస్త్రిగారు ఘాటుగా సమాధానం చెప్పారు.

శాస్త్రిగారు గోష్ఠుల్లో ఇచ్చే సమాధానాలు చేసే సమర్థనలు ఒక్కోసారి ఆశ్చర్యాన్ని కలిగిస్తాయి. ఆమోదింపచేస్తాయి. శాస్త్రిగారి ధారణాశక్తి, సమయ స్ఫూర్తి ఆయా సన్నివేశాల్లో ప్రత్యక్షమవుతాయి. ఉత్తర రామచరిత్రలోని ప్రథమాంకంలో అష్టావక్రుని మాటల్లో ఉన్న

"జామాతృయజ్ఞేనవయం నిరుద్ధాః
త్వంబాల ఏవాసి నవంచరాజ్యం
యుక్తః ప్రజానామనురంజనేస్యాః
తస్మాద్యశోయత్పరమంధనం వః" అనే శ్లోకాన్ని శాస్త్రిగారు.

"అల్లుని మఖంబు సంకెలయయ్యె మాకు
క్షీర కంఠుండు వేలెడు దారి కొత్త
ప్రజల రంజింపఁ దివురు మెప్పాటనైన
దాననగు కీర్తియే మేలిధనము మీకు" అని అనువాదం చేశారు.

ఇక్కడ శ్లోకంలోని 'బాల' శబ్దాన్ని 'క్షీరకంఠ'గా అనువాదం చెయ్యటాన్ని ఎవరో ఆక్షేపించారని శాస్త్రిగారికి తెలిసింది. దానికి సమాధానంగా శాస్త్రిగారు అనేక ఉపపత్తులు చూపించారు. భవభూతి మహాకవే 'మహావీర చరితము' చతుర్థాంకంలో జనక మహారాజు మాటల్లో 'త్వయాతత్ క్షీరకంఠేన అని ప్రయోగించటమే కాకుండా పంచమాంకంలో సంపాతి మాటల్లో 'సాక్షీర కంఠం వత్సం' అనే ప్రయోగాన్ని కూడా చేశాడని శాస్త్రిగారు సమాధానం చెప్పారు. 'ఇది మిక్కిలియు, ప్రౌఢము హృదయంగమము అగు గీర్వాణ జాతీయ ప్రయోగము. దీనికిఁగేవల శబ్దార్థమునే గ్రహించుట యాక్షేపకుల భ్రమకు గారణమైనది.' అని చెప్పి ఈనాటి వారి పాండిత్యం ఈ విధంగా ఉన్నదని విచారం ప్రకటించారు.

పాఠాంతరాల్ని నిర్ణయించటంలోనూ వేదం వారు ఎంతో వివేకాన్ని పాటిస్తారు. ఒకసారి గుఱ్ఱం వేంకట సుబ్బరామయ్య ఎఱ్ఱన నృసింహపురాణములోని వసంత ఋతువర్ణనకు సంబంధించిన

"కాముడు లోకమంతయును గైకొని పట్టము గట్టికొన్నఁ బే
రామనిసేయు పండువుల యందొడఁ గూడిన దివ్య గంధములో
గామెఱుఁ గారు క్రొవ్విరు లెలర్చిన సంపెంగలొప్పెఁగామసం
భ్రామిత కామిచిత్త శలభంబులు గ్రందుగఁ జెంది భ్రమంటగస్'

అనే పద్యాన్ని శాస్త్రిగారికి వినిపించి, ఈ పద్యంలోని 'కామిని చిత్త శలభంబులు' 'దివ్య గంథములు జెంది ౖమందుట' ఎలాగోతనకు అర్థంకావటం లేదని అడిగారు. శాస్త్రిగారు ఆ పద్యాన్ని మళ్ళీ చదవమని అడిగి 'దివ్యగంధముల్' కావు 'దివ్వెగంబముల్', దీపపు సెమ్మెలు కాబట్టే కామిచిత్తములు అనే మిడుతతండము ఆ సెమ్మెల మీద క్రందుకొని ౖమందటం' అని పాఠాన్ని సవరింపుమని చెప్పారు. అలాగే ఎర్రన గ్రీష్మ ఋతువును వర్ణించిన

"పగళులెల తోట నీడలు బ్రాఁతియయ్యె,
బగళులును రేలు దనుగాలి బ్రాఁతియయ్యె
రేలు వెన్నెల బయళులు ప్రియము లయ్యె
రేలుఁబగళులు నిద్రలు ప్రియము లయ్యె"

అనే పద్యం పక్కనే 'ఏమి మహనీయుడయ్యా!' అని రాసి ఎర్రన కవిత్వ మహత్వాన్ని ప్రస్తుతించాడు.

హాస్య ప్రియత్వం

వేదం వారు ఎంత గంభీరులో అంత హాస్యప్రియులు. వీరి హాస్యం కూడా ఒకింత గంభీరంగానే ఉంటుంది. ధ్వని పూర్వకంగా, వ్యంగ్యంగా ఉంటుంది. చురక అంటించినట్లు ఉంటుంది.

ఒకసారి శాస్త్రిగారు ఉపన్యాసం చెబుతూ 'వ్యాఖ్య చేసేటప్పుడు ప్రకరణాన్ని బట్టి అర్థాన్ని నిర్ణయించాలేగాని ఏదో ఒక తాత్పర్యాన్ని మనసులో ఉంచుకొని దానికి అనుగుణంగా నానార్థ నిఘంటువుల సాధనతో ఇష్టం వచ్చిన రీతిలో అర్థాలు లాగటం సముచితం కా'దని చెప్పారు. ఆ సభను భంగం చెయ్యటానికి కంకణం కట్టుకొన్న ప్రబుద్ధుడు అదెలాకుదురుతుందని ప్రశ్నించాడు. అందుకు శాస్త్రిగారు 'శుక్లాం బరధరం' శ్లోకానికి గాడిద పరంగా అర్థం చెప్పినట్లు అన్నారు. ఆ ప్రబుద్ధుడు మరింత రెచ్చిపోయి 'అదెలా చెప్పవచ్చు' అని అడగటంతో శాస్త్రిగారు 'శుక్లాం బరధరం = శుభ్రమైన బట్టలు అంటే చలువ గుడ్డలు మోసేది. విష్ణుం = సర్వత్రా వ్యాపించేది. శశివర్ణం = చంద్రుని లాంటి రంగు కలిగింది. చతుర్భుజం = నాలుగు భుజాలు కలిగినది అని ఆ శ్లోకానికి అర్థంచెప్పి విఘ్నశాంతికి గాడిద ప్రార్థన ఎలా అంటే 'ఓగాడిదయ్యగారూ! దయచేసి ఓంద్ర పెట్టకుడు. మీరు ఓంద్ర పెట్టినచో ఈ రేవునందలి మీతోడిగాడిద లెల్ల ఒక్క మొగి నోంద్రపెట్టును. ఆశబ్దము చేత మాకేమియు తోఁచకుండును. మా పనులకు భంగము కలుగును. కావున ఓ గాడిదయ్యా! ఓంద్ర పెట్టవద్దు. ఇట్టిది ఆ ప్రార్థన!' అని చెప్పగానే సభంతా గొల్లుమని నవ్వింది. ప్రబుద్ధుడు పలాయనం చిత్తగించాడు.

గ్రామ్యభాష అంటే తనకు ద్వేషం లేదని గౌరవం ఉన్నదని తెలుపుతూ చమత్కారంగా వేదం వారు ఈ విధంగా తెలిపారు. 'సంస్కృతము మనకు అమ్మమ్మ, అవ్వ, తెలుగుమనతల్లి,

గ్రామ్యపుఁ దెలుగుగూడ మనతల్లియే, కాని బహిష్ఠయైనతల్లి, ఆ మాత్రమున మనకామె యెడప్రేమ తగ్గదు. ఐనను అవస్థా విశేషమునంజేసి తల్లినెట్లో గ్రామ్యభాషను అట్లే యొకింత దూరముగా నుంపవలసివచ్చును. ఇది నాయాశయము గావున గ్రామ్య భాషయనిన నాకు ద్వేషమని గ్రామ్యవాదులు భ్రమింపకుందురు గాక' అని చమత్కారంగాతన వాదాన్ని సమర్థించుకొన్నారు.

సంభాషణల్లో శబ్దచమత్కారాలు చెయ్యటం శాస్త్రిగారికి వెన్నతో పెట్టిన విద్య. ఒకసారి మేజర్ శంకరశాస్త్రి (వేదంవారి శిష్యుడు) తమ ఇంటిలో గురువుగారికి ఉపాహారపు విందు ఏర్పాటుచేసి తన మిత్రుల్ని, సమీప గృహస్థుల్ని ఆహ్వానించారు. తన గురుభక్తిని ప్రకటిస్తూ 'ఎందఱేని పండిత కవులు, అధ్యాపకులు గలరు. కాని మాశాస్త్రులవారికి, మాగురు పాదులకు, మిన్నయని యెన్నదగినవారు ఈవఱకులేరు. ఇక రాఁబోరు. పాండితియందు, ప్రతిభయందు బోధన కౌశలమందు శాస్త్రుల వారికి సమానులు శాస్త్రులవారే' అని పలికారు. దానికి సమాధానంగా శాస్త్రిగారు 'ఈ డాక్టరు మీకందఱకు 'మేజరు' అయినను నాకుమాత్రమెప్పటికి 'మైనరే'! అంతియగాదు. శిశువేయనవచ్చును. ఏలయన అయ్యవారికి శిష్యులు ఎప్పటికిని శిశువులే. శిష్యుల యభ్యుదయమే యొజ్జతనమునకు సాఫల్యము' అని ఆశీర్వదించారు.

ఒకసారి వేదంవారు మందహాసంతో మనపూర్వులకు 'డెమోక్రసీ' ఓట్లు మొదలైనవి తెలియవని అంటారే! కానీ మనుచరిత్రలో ఈ పద్యం ఇలా ఉందేమిటి? "పోలంజూచి యితండ యర్హుడని యేభూపాలు డీవచ్చినన్ సాలగ్రామము మున్నుగా గొనడు" "ఇట పోలంజూచి అనగా 'పోల్' తీసుకొని చూచి విస్పష్ట పద్ధతిని ఓట్లు గణించి ప్రవరునకు అధిక సంఖ్య ఓట్లు రాగా అతడే అర్హుడని నిర్ణయించిరని మా వ్యాఖ్యానము! కావున మాయాంధ్ర కవితా పితామహునకు 'పోల్' స్వరూపము బాగుగా తెలిసియుండవలెను గదా!" అని చమత్కరించారు.

ప్రబంధాల్ని గూర్చి ఉపన్యసిస్తూ శాస్త్రిగారు ఒకసారి ఈ విధంగా చెప్పారు. "నేను ప్రబంధములకు చిహ్నము నొకదానిని గనిపెట్టినాను. అదేమనగా, కృతి ప్రారంభమున 'శ్రీ'కారము వెనువెంటనే 'స్తనములు' గోచరింపవలెను. చూడుడు

'శ్రీవక్షోజకురంగ నాభమెదపై' ఇత్యాది

'శ్రీరామాకుచమండలీ' ఇత్యాది. కొందఱకు చుట్టకంపు గుఱుతగునట్లే ఇదియు ప్రబంధైక చిహ్నముగాఁ బరిగణింపఁ దగును. ఇదియే కాబోలు ప్రబంధ వాసనయనునది' అని చెప్పారు.

నెల్లూరికి శాస్త్రిగారికి అవినాభావ సంబంధం. నెల్లూరులోని మిత్రులతో కాలక్షేపం చెయ్యాలని ఎక్కువగా కోరుకొనేవారు. మిత్రులకు రాసిన లేఖల్లో ఈ కోరికను వ్యక్తం చెయ్యటం చాలా సార్లు కనిపిస్తుంది. ఒకసారి నెల్లూరులో తిక్కన భారతాన్ని గూర్చి శాస్త్రిగారు ఉపన్యసిస్తూ ఈ విధంగా పలికారు. 'తిక్కన భారతమును నెల్లూరి తెలుగు పెట్టి పాడుచేసినాడని కొందఱన్నారట! అట్లనుట మిక్కిలిదోషము. పాడి చేసినాడని కొమ్ము గొట్టుకొని 'గుడి' కట్టించుట తత్పాపపరిహారము'

అని పాడు, పాడి శబ్దాల్ని ప్రయోగించి చమత్కారాన్ని మాత్రమే కాకుండా ఔచిత్యాన్ని కూడా అందించారు.

సత్కారాలు

ఎవరో గుర్తిస్తారనికానీ, ఇంకెవరో సత్కారం చేస్తారని గానీ వేదం వారు సాహిత్య కృషి చెయ్యలేదు. తనకు తోచిన విధంగా, తనకు సాధ్యమైన రీతిలో వదాన్యుల ప్రోద్బలంతో సాహిత్య సేవచేశారు. వారి సేవకు గుర్తుగా కొన్ని సత్కారాలు జరిగాయి. 1919లో ఆంధ్ర సారస్వత పరిషత్తు వారు మద్రాసులో శాస్త్రిగారికి మహామహోపాధ్యాయ బిరుదు, వెయ్యినూట పదహార్ల పారితోషికం, బంగారు సరిగతో చిత్రించబడిన శాలువ బహూకరించింది. తర్వాత నెల్లూరులోని వర్ధమాన సమాజం వారు శాస్త్రిగారికి 'అభినవ మల్లినాథ' బిరుదమిచ్చి శాస్త్రిగారి వ్యాఖ్యానాల్ని ప్రశంసించారు. మద్రాసులో 1922 జనవరిలో వేల్సుయువరాజు చేతుల మీదుగా శాస్త్రిగారు పండిత సత్కారం పొందారు.

1922 జులై నెలలో శాస్త్రిగారి విశిష్ట సత్కారం జరిగింది. పూర్వం శాస్త్రిగారికి మద్రాసు క్రిష్టియన్ కాలేజీలో శిష్యుడై ఆ తర్వాత సన్యసించి అప్పుడు జగద్గురువుగా శ్రీ శంకరాచార్య స్థాపిత శారదా పీఠాన్ని అధిష్ఠించిన భారతీ కృష్ణ తీర్థస్వాములవారు తమ పూర్వాశ్రమ గురువులైన శాస్త్రిగారికి గొప్పసత్కారం చేశారు. ఆరు బిరుదులిచ్చారు. మహామహోపాధ్యాయ, విద్యాదానవ్రత, మహోదధి పండితరాజ, వేదవేదాంగ శాస్త్రజాల మహోదధి, సనాతన ధర్మ రత్నాకర, సర్వతంత్ర స్వతంత్ర, అనే బిరుదుల ప్రదానం జరిగింది. ఒకే సాహిత్య మూర్తికి ఒక్కసారిగా ఇన్ని బిరుదుల్ని ప్రదానం చెయ్యటం సాహిత్యలోకంలోనే ఒక అరుదైన సన్నివేశం. ఇంకా శాస్త్రిగారికి పుత్ర పౌత్ర పారంపర్యంగా నెలకు నూట యాభై రూపాయల గౌరవ భృతిని ఇచ్చే ఏర్పాటు కూడా కావించారు. రంగనాయకపేట నుంచి నెల్లూరు టౌను హాలు వరకూ రెండు మైళ్లదూరం సాగిన ఊరేగింపు చారిత్రాత్మకమైంది. దక్షిణ భారతదేశానికి చెందిన ప్రముఖులెంతో మంది ఈ కార్యక్రమంలో పాల్గొన్నారు.

నెల్లూరులో గొప్పన్యాయవాది, వితరణశీలి, భాషాపండిత పోషకుడైన శ్రీ టి.వి. శివరామయ్య గారు శాస్త్రిగారికి సంప్రదాయిక విద్వత్ సంభావన నూట పదహారు రూపాయల నిచ్చి సత్కరించారు.

వేదంవారి ఆముక్తమాల్యద వ్యాఖ్యను 1927లో కట్టమంచి రామలింగారెడ్డి గారి అధ్యక్షతన ఆవిష్కరించారు. ఆ కాలంలో కట్టమంచివారు ఆంధ్ర విశ్వవిద్యాలయం ఉపాధ్యక్షులుగా ఉన్నారు. వేదం వారి అపార పాండిత్యానికి గుర్తింపుగా 'సిండికేటు'లో 'కళాప్రపూర్ణ' బిరుదును ప్రతిపాదించి అంగీకరింపచేశారు. 'కళాప్రపూర్ణ' స్వీకరించిన మొదటి ప్రతిభా సంపన్నులు శాస్త్రిగారు కావటం

విశేషం. శాస్త్రిగారికి కళా ప్రపూర్ణ బిరుదు వచ్చినప్పుడు దానిమీద కొంత చర్చ జరిగింది. ఆ బిరుదాన్ని సమర్థిస్తూ శాస్త్రిగారు 'అది రావు బహద్దరు వంటి బూటకపు గౌరవము కాదు. ఇంగ్లీషులో మాస్టర్ ఆఫ్ ఆర్ట్స్' అను బిరుదును 'కళాపూర్ణుడు' అనియనువదింతుమేని, 'కళా ప్రపూర్ణుడు' 'ప్ర' అను ఉపసర్గకలిమింజేసి 'డాక్టర్ ఆఫ్ ఆర్ట్స్' అనుటకు అనువాదము కానోపును. కావున ఈ బిరుద నామము అత్యంత సాధు ప్రయోగమే. మీఁదు మిక్కిలి రెడ్డిగారి యౌచిత్య వివేకమునకుఁ జక్కని లక్ష్యము అని గూడఁదలంతును' అని చెప్పారు. ఆ సమయంలోనే డాక్టర్ సి.ఆర్.రెడ్డిగారి నుంచి ఒక ఉత్తరం వచ్చింది. దానిమీద 'డాక్టర్ వి. వేంకటశాస్త్రిగారు కె.పి. అని ఉంది. అంటే 'కళాప్రపూర్ణులు' అని ఉంది. ఈ ఉత్తరాన్ని తన దగ్గర ఉన్నవారికి చూపించి తన సమర్థన సరైందేనని శాస్త్రిగారు సంతోషించారు. ఇంకా బెజవాడ పురపాలక సంఘంవారు శాస్త్రిగారికి స్వేచ్ఛా పౌరసత్వం ఇచ్చి గౌరవించారు. తెలుగునాట శాస్త్రిగారికి ఎన్నో సన్మానాలు సత్కారాలు జరిగాయి.

ముగింపు

ఆధునిక ఆంధ్ర వాఙ్మయ చరిత్రలో 1880 నుంచి 1929 వరకు సాహిత్య సేవగావించి ఒక విశిష్ట స్థానాన్ని సాధించిన ఘనత శ్రీ వేదం వేంకట రాయశాస్త్రి గారిది. జీవితంలో ఎన్నో ఒడిదుడుకులకు లోనైనా చెక్కుచెదరని వ్యక్తిత్వంతో ముందుకుసాగిన ధీరుడు శాస్త్రిగారు. సంస్కృతం ఆంధ్రం, ఆంగ్లం, తమిళ భాషల్లో అపారమైన పాండిత్యం కలిగిన ప్రజ్ఞాధురీణుడు. సాహిత్యం విషయంలో అపర అగస్త్యునిగా భాసిస్తారు. పూనిన కార్యాన్ని సాధించాలనే తీవ్రమైన పట్టుదల శాస్త్రిగారిలో ఎక్కువ. ఈనాటి తరానికి శాస్త్రిగారి కార్యదీక్ష ఎంతో ఆదర్శం.

విద్యాభ్యాసం విషయంలో నిరంతరం సాహిత్య మథనంగావించిన ధీశాలి శాస్త్రిగారు. ఎలాంటి సభలోనైనా వాదానికి దిగితే ప్రతిపక్షులు చిక్కుల్లో పడాల్సిందే. పండితులందరూ శాస్త్రిగారు ప్రతాపరుద్రీయంలో ప్రవేశపెట్టిన పాత్రోచిత భాషను దుయ్యబట్టినా ఏమాత్రం జంకకుండా తన వాక్చాతుర్యంతో సిద్ధాంతాన్ని సమర్థించిన ప్రతిభామూర్తి. గ్రామ్యానికీ, వ్యావహారికానికీ వాఙ్మయంలో సముచిత స్థానం ఉన్నదని నమ్మిన సమతామూర్తి. వాఙ్మయమంతా వ్యావహారికం కావటం శాస్త్రిగారికి ఇష్టం లేదు.

ఉద్యోగ ధర్మాన్ని చక్కగా నిర్వర్తించి అధికారుల మన్ననలు పొందారు. అలాగని, అధికారులకు అణిగి మణిగి ఉండే తత్త్వం కాదు. ఆయనది. విద్యార్థుల చిత్తాల్ని దోచుకొన్న ఉత్తమ గురువు శాస్త్రిగారు. కొంతమంది మాటలకు మోసపోయిన అమాయికులు శాస్త్రిగారు. గ్రంథ పఠనానికీ, గ్రంథ రచనకీ జీవితాన్ని అంకితం చేసిన సారస్వతమూర్తి. సాహిత్య అభ్యాసంలో ఉన్నప్పుడు వారు ఆహార పానీయాన్ని జాగ్రత్తగా అమర్చుకొనేవారు. శాస్త్రిగారు కీర్తిని కోరుకొనేవారు కాని భౌతిక ద్రవ్యాన్ని వాంఛించేవారు కాదు.

శాస్త్రిగారితో స్నేహం చేసిన మహనీయులానాడు ఎంతోమంది ఉన్నారు. వారి మాటలు, అభిప్రాయాలు నిక్కచ్చిగా ఉండేవి. కటువుగా అనిపించేవి. కానీ వారి మాటల్లో ఆప్యాయత, మార్దవం తొణికిసలాడేవి.

శాస్త్రిగారిపట్ల ఎంతో అభిమానాన్ని ప్రదర్శించి వారి ఆర్థిక ఇబ్బందుల్ని తొలిగించటంలో ప్రధాన పాత్ర వహించిన గునుపాటి యానాది రెడ్డిగారు వేదం వారికి కనకాభిషేకం చెయ్యాలని తలంచారు. కానీ ఆ కోరిక తీరకమునుపే శాస్త్రిగారు అనారోగ్యంతో కొంతకాలం బాధపడి 1929వ సంవత్సరం జూన్ నెల 18వ తేదీన 76వ ఏట పరమ పదించారు. కనకాభిషేక గౌరవాన్ని తలపెట్టిన మిత్రులు ఆ సన్మానం కోసం సమకూర్చిన ధనాన్ని కొంత శాస్త్రిగారి పుస్తకాల ప్రచురణకు, కొంత శాస్త్రిగారి కుటుంబానికి ప్రదానం చేశారు.

వేదం వారిని గూర్చి ఆనాడు వెలువడే యుగంధర అనే పత్రిక 1929 జూన్ 23న ఈ విధంగా రాసింది.

"దూరము నుండి చూచు వారికి భయంకరుడు. సన్నిధిచేసిన వారి కభయంకరుడు. ఈయన స్వవిరచిత గ్రంథములునట్లే. పైపై నిజూచువారికి పాషాణ కఠినములు. నీరసములు. చొరబడి చదివినవాడు ద్రాక్షాదికదళీ పాకములు రుచిగొనగలడు. కవిత్వము నందలి బింకము, శబ్ద ప్రయోజనము సందర్భోచితి అచ్చు బోసినట్లుండును. ఇంతేల రసద్రష్ట, శబ్దస్రష్ట."

"ఇక ధార్మిక విషయము లెఱిగిన వాడు. పూర్వాచారముల యెడ విశ్వాసము లేదు. నవీనా చారముల యెడ వ్యామోహము లేదు. సమయాను కూలముగ సంచరించునేర్పరి."

శాస్త్రిగారి మనుమడు శాస్త్రిగారి పేరేపెట్టుకొన్న వేదం వేంకట రాయశాస్త్రి (జూనియర్) గారి మాటలతో నా రచనను ముగిస్తాను.

"ఆంధ్రవాఙ్మయమున ఆది నుండి నేటి వఱకును చూడగా కొందఱు భాషాను శాసకులైరి. కొందఱు కవులైరి. కొందఱు కేవలము అనువాదకులైరి. కొందఱు నాటక రచయితలైరి. కొందఱు నవలలు మాత్రమే వ్రాసిరి. కొందఱు విమర్శకులుగా వెలింగిరి. ఇన్ని గుణములును ఒకరియందే పరిపూర్ణత గాంచుట శ్రీ వేదం వేంకటరాయశాస్త్రి గారియందే గాంచితిమి. భాషారాధకులలో నిట్లు సర్వతోముఖ పాండిత్యము గలవారరుదు... పరమ పదించినను ఆంధ్రసీమయందు గ్రంథముల రూపముననున్నారు. అక్షర రూపమునందినారు. ఆంధ్రులకు చిరస్మరణీయులైనారు".

కోలాచలం శ్రీనివాసరావు

(1854-1919)

- ఆచార్య ఎస్.గంగప్ప

"భ్రాజితకవి సార్వభౌముడై నాటక
కవి చక్రవర్తియై క్రాలు నెవండు,
ప్రాపంచనాటక ప్రభవోర్జితారులం
బ్రకటించి బోధించు ప్రాజ్ఞుడెవడు,
చరితాంశనాటక సారపూరితము లౌ
రూపకంబు లొనర్చె రూఢి నెవండు,
స్వల్పకాలమునందనల్ప నాటకకావ్య
రచనల కోటిని రచినెవండు,

అభినయజ్ఞాన సంపూర్ణతాధికారి
యై చెలంగెడు రసిక శిఖా వతం సుం
డెవండు బళ్లారి పురములో నెలమి గాంచు
వాసిగనినట్టి కే.శ్రీనివాసుండతండె"[1]

- ఇలా ప్రస్తుతించిన కోలాచలం శ్రీనివాసరావుగారు తెలుగునాటక రంగానికి, తెలుగునాటక సాహిత్యానికి చేసిన సేవ అనన్యసామాన్యమేగాదు, అనితరసాధ్య మంటే అబ్బురపడవలసిన పనిలేదు. వీరు స్వతంత్ర నాటక కర్తలు; నాటక సమాజాధి పతులు; ప్రథమ నాటకశాల నిర్మాతలు. ప్రాచ్య పాశ్చాత్య నాటక ప్రథమశ్రేణి విమర్శకులు. బహుళాంధ్ర జనాదరణకు పాత్రమైన ప్రసిద్ధ నాటకం 'రామరాజు చరిత్ర' (The fall of Vijaya nagar) మొదలైన ఇరవై ఎనిమిది నాటకాలు రచించి, 'సుమనోరమ సభ' అనే నాటక సమాజాన్ని స్థాపించి, దానికధ్యక్షులై, 'వాణీవిలాస నాటక కళాశాల'ను నిర్మింపజేసి, ఆనాటికే ప్రపంచనాటక సాహిత్యాధ్యయనం చేసి జీర్ణించుకొని 'ప్రపంచ నాటకచరిత్ర' (The Dramatic History of the World) అనే ఆంగ్ల గ్రంథం రచించిన ఘనులు. ఇతరాంధ్ర నాటక కర్తలు చేయని అధిక సంఖ్యలో చారిత్రక నాటక రచన చేసి "ఆంధ్ర చారిత్రక నాటక పితామహు"డన్న ప్రఖ్యాతి గడించారు. అందుకే తెలుగునాటక రంగ చరిత్రలో శ్రీనివాస్ రావుగారికొక విశిష్ట స్థానముంది.

నేపథ్యం :

కోలాచలం శ్రీనివాసరావుగారి జీవితం, నాటకాల గూర్చి తెలుసుకొనే ముందు తెలుగునాటక రంగం, ఆనాటి పరిస్థితులను గూర్చి క్లుప్తంగా గ్రహించడం అవసరం. కోలాచలం

శ్రీనివాసరావు నాటకరచన ప్రారంభించే నాటికి తెలుగుసీమలోనేగాక, బళ్లారిలోను తెలుగునాటకాలు రచించబడి, ప్రదర్శనకు నోచుకొంటూ ఉండేవి. తెలుగులో నాటక రచనా ప్రదర్శనలు ఆలస్యంగా ప్రారంభమయ్యాయి. 19వ శతాబ్ది వరకు తెలుగులో నాటక రచన ప్రారంభంకాక పోవడానికి విమర్శకులు కొన్ని కారణాలు పేర్కొన్నారు. ఆనాడు శ్రవ్య కావ్యాలనేగాని, దృశ్యకావ్యాలకు ప్రాధాన్యంలేదనీ, ప్రదర్శనకు నాటకరంగ స్థలాలు లేవనీ, సంఘంలో నటులకు గౌరవముండేదికాదనీ, పాత్రోచిత భాషలేదనీ, తెలుగులో నాటకోచిత వచనరచన లేదనీ - అందువల్ల తెలుగులో నాటకాలు రచించబడలేదంటారు. ఇవి సరైన కారణాలుకాదు. ఆనాటికే సంస్కృత రూపకాలు ప్రదర్శితాలు. జానపదకళారూపాలు పామరులకు ఉపకరించేవి. యక్షగానాలు, తోలుబొమ్మలాటలు, వీథి భాగవతాలు జానపదులకుపకరించేవి. ఇలాంటి కళారూపాలు ప్రదర్శనల గూర్చి పాల్కురికి సోమనాథుడు పేర్కొన్న విషయం మనకు తెలుసు.[2] అందువల్ల తెలుగు నాటకాలు వెలయలేదనిపిస్తుంది.

మనదేశంలో ఆంగ్లేయులు పాలనతో ఆంగ్ల భాషా పాఠ్య ప్రవచనాలతో ఆంగ్లనాటకాలు ప్రదర్శితమై మనపై ప్రభావం చూపాయి. కలకత్తా, బొంబాయి, మద్రాసు నగరాల్లో ఆంగ్లనాటక ప్రదర్శన జరిగేది. 1757కు ముందే కలకత్తాలోనూ, ఆ వెనుక బొంబాయి, మద్రాసుల్లోను ప్రారంభమైంది. ఆంధ్రదేశంలో సైతం షేక్స్పియర్ మొదలైన ప్రముఖాంగ్ల నాటకకర్తల నాటకాలను పాఠాలు చెప్పడమేగాక, విద్యార్థులచేత ప్రదర్శింపజేసేవారు. ఆంగ్ల నాటకరంగ ప్రభావం మొదలు పార్శీ, మహారాష్ట్ర నాటకరంగంపై పడటం. ఆ వెనుక ఆంధ్రనాటక రంగం ప్రభావితమైంది. పార్శీలు ఆంగ్లనాటక రంగ లక్షణాలను ఎక్కువగా అనుకరిస్తూ, నాగరీకులకు వాటికి జానాకర్షణకోసం ఎక్కువ డబ్బు ఖర్చుపెట్టే వారు. ఈ ప్రభావంతో మహారాష్ట్రలో సాంగ్లీ ప్రభువు ఆదేశానుసారం 1843లో 'సీతాస్వయంవరం' అనే నాటకం మరాఠీలో రచించి ప్రదర్శించారు. ఇదే ఆరంభం. మరాఠీ నాటకరంగం అభివృద్ధి చెందింది. అలాగే ఉర్దూ, గుజరాతీ రంగాలు వెలిశాయి. 1855, 1876-77లలో రెండు సంచార నాటక సమాజాలు ఉత్తర కర్ణాటక, మైసూరు, ఆంధ్ర ప్రాంతాలలో ప్రదర్శనలిచ్చి, విజయం సాధించాయి. 1877లోనే ఉత్తర కర్ణాటక గదగ్‌లో కన్నడ నాటకసమాజం ప్రప్రథమంగా వెలిసింది. పై సంచారనాటక సమాజాలు బళ్లారి, మంగుళూరులలో ప్రదర్శనలిచ్చాయి. బళ్లారిలో హిందీ, మరాఠీ నాటకాలతోపాటు కన్నడ నాటకాలు ప్రదర్శితమయ్యాయి. ఆనాడు కన్నడం, తెలుగు కంటే నాటకోచిత భాషగా భావించబడేదట. అందువల్ల ప్రసిద్ధాంధ్ర నాటకకర్త ధర్మవరం రామకృష్ణమాచార్యులు కన్నడంలోనే 'స్వప్నానిరుద్ధం' నాటకం రచించి ప్రదర్శించారట. కాని ఆ దురభిప్రాయాన్ని త్రోసిపుచ్చి మాతృభాష అయిన తెలుగులో ప్రప్రథమంగా బళ్లారిలో 'చిత్రనళీయం' నాటకం పద్యగద్య గేయాత్మకంగా రచించి1886లో ప్రదర్శించి విజయం సాధించారు. బాలగంధర్వ, కేశవ గంధర్వ నాటక సమాజాలు ఆంధ్రదేశ మంతటా తిరిగి ప్రదర్శనలిచ్చారు. వీటి ప్రభావంతోనే కోలాచలం శ్రీనివాసరావుగారు రెండు మరాఠీ నాటకాలను అనువదించడం జరిగింది.

ఇంతకంటే ముందే సర్కారు జిల్లాలలో నాటక రచనా ప్రదర్శనలు ప్రారంభమయ్యాయి. 1880లో 'పూనా సాంగ్లీ నాటక సమాజం', 'ధార్వాడనాటక సమాజం' వారు ఆంధ్రలో, మద్రాసులో పర్యటించి విజయవంతంగా ప్రదర్శనలిచ్చారు. అదే సంవత్సరం ధారవాడ నాటక సమాజంవారు రాజమండ్రిలో నాటకాలాడిన వెనుక కందుకూరి వీరేశలింగం పంతులుగారు హితుల ప్రోత్సాహంతో శ్రీహర్షుని 'రత్నావళి' నాటికను, షేక్స్పియర్ 'కామెడీ ఆఫ్ ఎరర్స్'ను చమత్కార రత్నావళి' అనే నాటకంగాను తెనిగించి ప్రదర్శించారు. వీరి 'వ్యవహార ధర్మబోధి'ని విద్యార్థులు ప్రదర్శించారు. మొత్తం ఆంధ్రదేశంలోనే ఇది ప్రప్రథమ నాటక ప్రదర్శన. తదనంతరం అనేక సమాజాలు వెలిశాయి..

వాస్తవానికి తెలుగులో 1860లోనే తెలుగు స్వతంత్ర నాటకం కోరాడ రామచంద్ర శాస్త్రిగారి 'మంజరీ మధుకరీయం' రచించబడింది. ఇది ప్రదర్శితమైన దాఖలాలు లేవు. 1872 నరకాసుర విజయం వ్యాయోగాన్ని కొక్కొండ వేంకటరత్నం సంస్కృతం నుంచి అనువదించారు. కందుకూరివారు శకుంతలాన్ని, వావిలాల వాసుదేవ శాస్త్రిగారు 'జూలియస్ సీజర్' నాటకాన్ని అనువదించారు. 1880లోనే వావిలాల వారు 'నందక రాజ్య'మనే స్వతంత్ర నాటకాన్ని రచించడం విశేషం. 1880-84 మధ్య గుంటూరులో కొండుభొట్ల సుబ్రహ్మణ్యశాస్త్రిగారు 31 నాటకాలు రచించి ప్రదర్శించారు. 1883లో వడ్డాది సుబ్బారాయుడుగారి 'వేణీ సంహార' నాటకానువాదం, 1884నుంచి నాదెళ్ల పురుషోత్తమ్‌గారు 32 హిందీ నాటకాలు, పది తెలుగు నాటకాలు రచించి ప్రదర్శించారు. బందర్ 'నేషనల్ మెట్రిడల్ సొసైటీ' వారికోసం ఈ నాటకాలు రచితం. 1889లో ఇమ్మానేని హనుమంతరావుగారు రాజమండ్రిలో 'హిందూ నాటక సమాజం' స్థాపించి చిలకమర్తి లక్ష్మీనరసింహం, కీచకవధ, గయోపాఖ్యానం మొ॥ నాటకాలు ప్రదర్శించారు.

బళ్లారిలో ధర్మవరం రామకృష్ణమాచార్యులతోపాటు కోలాచలం శ్రీనివాసరావుగారు 'సుమనోరమసభా' నాటక సమాజంకోసం 'సునందనీ పరిణయ'ంతో ప్రారంభించి 28 నాటకాలు రచించి ప్రదర్శించారు. వారి ప్రసిద్ధనాటకం 'రామరాజుచరిత్ర' (The fall of Vijayanagaram). బళ్లారి రాఘవ ఈ సమాజంలో ప్రముఖ నటుడు 'సరసవినోదినీ' నాటకసమాజానికి పోటీగా స్థాపించబడింది 'సుమనోరమ' నాటకసమాజం.

1897 సంవత్సరంలో గురజాడ వేంకట అప్పారావుగారి 'కన్యాశుల్కం' వేదంవేంకటరాయ శాస్త్రి గారి 'ప్రతాపరుద్రీయం' వెలిశాయి. కన్యాశుల్కం సాంఘికం; వ్యావహారిక భాషలో రచితం; ప్రతాపరుద్రీయం చారిత్రకం; పాత్రోచిత భాషలో రచితం. ఈ రెండింటికి స్వామ్యముంది. ఈ వరుసలో పానుగంటి లక్ష్మీనరసింహారావుగారు, శ్రీపాద కృష్ణమూర్తి శాస్త్రిగారు, తిరుపతి వేంకటకవులు, బలిజేపల్లి లక్ష్మీకాంతకవి, కాళ్ళకూరి నారాయణరావుగారు మొదలైన ప్రముఖ నాటకకర్తలు అనేక నాటకాలు రచించి, ప్రదర్శించి తెలుగు నాటకరంగాన్ని సుసంపన్నం చేశారు. కందుకూరి నాటక ప్రదర్శనతో ప్రారంభమైన మన నాటకరంగం ఆంగ్ల, పార్శీ నాటకరంగాల ప్రభావంతో పలుచోట్ల ఆంధ్రదేశ మంతటా నాటక రచన ప్రదర్శనలు మూడు పూవులు ఆరు

కాయలుగా విస్తరించాయి. ఈ కాలంలోనే కోలాచలం శ్రీనివాసరావుగారు ఎంతో వైవిధ్యభరితమైన 28 నాటకాలు రచించి ప్రసిద్ధికెక్కారు.

జీవిత విశేషాలు :

కోలాచలం శ్రీనివాసరావుగారు పండితవంశంలో జన్మించారు. సంస్కృత సాహిత్య వ్యాఖ్యాతలై కోలాచలం వంశంలోని ప్రసిద్ధ మల్లినాథసూరి శ్రీనివాసరావుగారి వంశంలోని మూల పురుషుడు. శ్రీనివాసరావుగారు ఈ అంశాన్ని తమ 'ఆంధ్రీకృతాగస్త్య బాలభారతము' లో ప్రమాణ పూర్వకంగా నిరూపించారు. మల్లినాథసూరి 15వ శతాబ్దపు పూర్వార్ధం కాగా, ఆతని ద్వితీయ పుత్రుడు కుమారస్వామి సోమయాజి. శ్రీనివాసరావుగారి పితామహుడైన గంగాధర శాస్త్రిగారు పరిసరాల్లోని భూములపై అధికారం కలిగి హంపీ సమాజంలోని 'కమలాపురం'లో స్థిరపడ్డాడు. ఇతని భార్య సుబ్బమ్మ. ఈ దంపతులకు సేతు యాత్ర అనంతరం పుత్రసంతానం కలుగగా 'సేతుపతిశాస్త్రి' అని నామకరణం చేశారు. సేతుపతిశాస్త్రి పెరిగి పెద్దవాడై, ఆనాడు ఆనెగొంది రాజైన శ్రీమత్తిరుమల దేవరాయలవద్ద మంత్రి (దివాన్) పదవి స్వీకరించారు. ఇతని భార్య అచ్చమాంబ. ఈ దంపతులకు ఆరుగురు సంతానం. అందులో కనిష్ఠ పుత్రుడైన శ్రీనివాసరావు గారు విరూపాక్ష క్షేత్రం సమీపంలోని 'కమలాపురం' అనే గ్రామంలో 1854 సం॥ మార్చి 13వ తేదీన ప్రమాది సంవత్సరం ఫాల్గుణమాస చతుర్దశినాడు జన్మించారు. వీరి అన్నగార్లు వేంకటరావు, వేంకటరామారావు - అని ఇద్దరు. వీరుగాక తక్కిన ముగ్గురు సేతుపతిశాస్త్రిగారికి పుత్రికలు. సుఖసంతోషాలతో సంసారయాత్ర సాగించిన సేతుపతిశాస్త్రిగారు శ్రీనివాసరావుగారి తొమ్మిదోయేట 1863లో దివంగతులయ్యారు.

తండ్రిలేని శ్రీనివాసరావుగారిని వారి బావ తిన్నవేలి కుప్పు స్వామయ్యగారు చేరదీశారు. బళ్లారిలో విద్యాబుద్ధులు గరపనారంభించారు. అంతకుముందే శ్రీనివాసరావుగారి అన్న వేంకటరావుగారిని తన ఇంటనే చదివించేవారు. 1873 సం॥లో మెట్రిక్యులేషన్, 1876లో ఎఫ్.ఏ. పరీక్షలో శ్రీనివాసరావుగారు ఉత్తీర్ణులయ్యారు. ఏమైనా ఆనాటి దేశ పరిస్థితులలో ఆంధ్రాంగ్ల సంస్కృత కర్ణాటభాషావేత్తగా ఉత్తమజ్ఞాన సముపార్జన చేశారు శ్రీనివాసరావుగారు. తరువాత ఉద్యోగ ప్రయత్నం చేశారు. అనంతపురంజిల్లా గుత్తిలో రెవెన్యూశాఖలో 12 సం॥లు (1877-1889), 1881లో అనంతపురంలోను ఉద్యోగించారు. ఆ వెనుక 1889లో ఉద్యోగానికి రాజీనామ చేసి శ్రీనివాసరావుగారు బళ్లారి చేరుకొన్నారు. అప్పటికే అన్న కోలాచలం వేంకటరావుగారు సుప్రసిద్ధ న్యాయవాదులై కీర్తి ప్రతిష్ఠలతోపాటు డబ్బు బాగా గడించారు. అన్నతమ్ముని చేరదీశారు. శ్రీనివాసరావుగారు గూడా న్యాయవాదవృత్తి నవలంబించాలని కోరిక కలిగి అన్నగారి ఆదరణతో న్యాయసంబంధమైన అంశాలను గ్రహించి, సెకండు గ్రేడు 'ప్లీడర్షిప్' పరీక్షలో పాసై, 1892 సం॥నుంచి న్యాయవాద వృత్తినవలంబించారు; అన్నగారితోపాటు బళ్లారిలోనే ప్రాక్టీసు ప్రారంభించారు. అచిరకాలంలోనే మంచి న్యాయవాదిగా పేరు గడించారు. 1886లో శ్రీనివాసరావుగారు గారికి లక్ష్మమ్మతో వివాహం జరిపించారు వేంకటరావుగారు.

వీరిది అవిభక్త కుటుంబం. శ్రీనివాసరావుగారికి ఒక పుత్రిక, నలుగురు పుత్రులు - సునందని, శత్రుఘ్నరావు, శ్రీరామారావు, జయరత్నం, ప్రతాప్ అనే వారు. వెంకటరావుగారు మద్రాసు ప్రెసిడెన్సీలోనే పేరుమోసిన వకీలు. ఆయనకు 'లయన్ ఆఫ్ ది బార్' (Lion of the bar) అనే ప్రసిద్ధి ఉండేది. వీరికానాడు ఒక కారు, మూడు టాంగాలు, నాలుగు గుర్రాలు ఉండేవి; మహాదాతగా పేరు. ఆయన ఆదాయం పెరిగేకొద్దీ దానధర్మాలకు మొదట రూపాయిలో ఒక అణా, ఆ వెనుక రెండణాలు తరువాత పావలా కేటాయించారు. బళ్లారిలోని సంస్కృత పాఠశాలలకు, ఆయుర్వేద డిస్పెన్సరీకి, వితంతువివాహాలకు దానం చేశారు; దేశభక్తి, జాతీయాభిమానం, సంఘ సంస్కరణాభిలాష కలవారు. 1885లో బొంబాయిలో ప్రథమ కాంగ్రెస్ మహాసభల్లోనే కాక, రెండో మూడోసారి పాల్గొన్న జాతీయాభిమానులు బళ్లారిలో పురభవనం, రామచంద్ర పేరుతో 10వేల గ్రంథాల గ్రంథాలయం, రెండో అంతస్తులో క్షయరోగులకోసం అచ్చమాంబా హోమ్ నిర్మించిన దాతలు. నిమ్నజాతుల బాలికలభవనం, వితంతువుల భవనం, అనాథశరణాలయం కోసం తగినంత ధనం, దానంచేసిన దాతలు, తమ కుమారుడు రామచంద్రను ఇంగ్లండులో 'బారిష్టర్' చదివించారు. తాము భారతదేశమేగాక, విశ్వమంతా చుట్టివచ్చిన పర్యాటకులు. ఇలాంటివి వేంకటరావుగారి సంరక్షణలో ఉంటూ శ్రీనివాసరావుగారు చక్కటి గుణాలతో సాంస్కృతిక, ధార్మిక కార్యక్రమాల్లో పాల్గొనేవారు. వీరికాదర్శం అన్న వెంకటరావుగారే. మల్లినాథసూరి వంశీయులు కోలాచలం శ్రీనివాసరావు, భాషాసాహిత్యాలపై బళ్ళారిలో ఆసక్తికలిగి తెలుగు, ఇంగ్లీషు, కన్నడం, మరాఠీ భాషల్లోనేగాక సంస్కృత భాషలోను పాండిత్యం సంపాదించారు. హెడ్‌మాస్టర్ ఆర్కాట్ భీమాచార్యులుగారు, తెలుగు పండితులు రావడ వేంకట రామశాస్త్రిగారు శ్రీనివాసరావుగారు కలిసి విద్యాద్గోష్టులలో పాల్గొనేవారు. సరసవినోదిని సభానాటక సమాజాధ్యక్షులు ధర్మవరం రామకృష్ణమాచార్యులుగారు చిత్రనళీయంతో ప్రారంభించి, విషాదాంతో నాటకం 'విషాదసారంగధర' నాటకరచనతో ప్రసిద్ధులై 28 నాటకాలు రచించడం విశేషం. అదేరీతిగా కోలాచలం శ్రీనివాసరావు నాటక రచనా ప్రదర్శనలను ప్రారంభించి అచిరకాలంలోనే ప్రఖ్యాతి గడించారు.

శ్రీనివాసరావుగారు మొదటినాటకం 'సునందనీ పరిణయం' 1892-93 సం॥లో రచితం. ఆ తరువాత వరుసగా 'సుఖమంజరీ పరిణయం', 'మదాలస', 'సీమంతిని' అనే నాటకాలు 1899లోపల రచించి ప్రదర్శించారు. శ్రీపద్మనాభ వేంకటాచార్యులు, శ్రీ సభాపతి మొదలియార్ మొదలైన మిత్రులు 'సుమనోరమాసభా' నాటక సమాజం స్థాపించి కోలాచలం వారిని అధ్యక్షులుగా ఎన్నుకొన్నారు. ఈ నాటకసమాజం పక్షాన వారి నాటకాలు ప్రదర్శించేవారు. పై నాటకాలు ముద్రితమై ఆ నాటి చింతామణి, అముద్రిత గ్రంథ చింతామణి పత్రికల్లో సమీక్షకు నోచుకొని ప్రశంసాపాత్రమయ్యాయి. 'సునందనీ పరిణయం' 1899లో ప్రథమశాస్త్ర పరీక్ష (F.A) కు పాఠ్యగ్రంథంగా నిర్ణయించబడింది. బళ్లారిలో ధర్మవరం రామకృష్ణమాచార్యులు స్థాపించిన 'కవిపండిత సంఘం'లో కోలాచలం వారు సభ్యులు. ఈ సంఘం సమావేశాలు బళ్లారిలో, మద్రాసులో జరిగాయి. వేదంవారి పాత్రోచిత భాషపై వాదోపవాదాలు జరిగినట్లు తెలుస్తుంది.

వీర గ్రాంథికవాదులు కొక్కొండ వేంకటరత్నం పంతులుగారు పాత్రోచిత భాషనంగీకరించలేదు. అదే రీతిగా కోలాచలం, ధర్మవరం వారలు వాదించారు. అంతేగాక కోలాచలంవారు పలువురు కవి పండితుల ప్రశంసలకు నోచుకొన్నారు.

ఈ సందర్భంలోనే మరో ముఖ్యాంశం తెలుసుకోవడం అవసరం. ధర్మవరంతో దీటైన నటులకోసం 'సరసవినోదిని సభ సమాజం' వారు ఆలోచించి బళ్లారిరాఘవను ఆహ్వానించారు. మేనమామ ధర్మవరం వారి 'సరసవినోదిని సభా' సమాజాన్ని కాదని కోలాచలం శ్రీనివాసరావు నాటకాల్లో ప్రముఖ నటుడుగా అంగీకరించారు. కోలాచలం వారి నాటకాలలో నటులకు కావసిన నాటకీయ యుక్తులు విరివిగా ఉండడంవల్ల తాను ఆయా ప్రాంతాల్లో ప్రఖ్యాతి గడించవచ్చని భావించారు. ఇరవై ఏళ్ల బళ్లారి రాఘవ కోలాచలం వారి 'సునందనీ పరిణయం' నాటకంలో ముసలిపాత్ర సుమంతుడుగా నటించి గొప్ప ప్రశంసలందుకొన్నారు. తరువాత అనేక ప్రసిద్ధ పాత్రల్లో నటించారు. 'విజయనగర పతనము' - లేక 'రామరాజు చరిత్ర' - అనబడే 'ది ఫాల్ ఆఫ్ విజయనగర్' నాటకంలో వహిమ్ రుస్తుమ్ పాత్రగా రాఘవ నటజీవితంలో విశిష్టమైంది. కోలాచలం ప్రధాన నాటకాలలోని ముఖ్య పాత్రలన్నింటినీ వారు నటించడం విశేషం.

ఆ వెనుక 1899-1908 మధ్యకాలంలో శ్రీనివాసరావుగారు అత్యుత్తమ నాటకకర్తగా ఖ్యాతిగడించారు. శ్రీనివాసరావుగారు వరుసగా 'సుల్తానా చాందుబీ', 'రామరాజు చరిత్ర', 'శిలాదిత్య', 'మైసూరు రాజ్యాభివృద్ధి', 'శిరోమణి', 'రుక్మాంగద', 'సత్యహరిశ్చంద్రీయము', 'ప్రతాపాక్బరీయం' - అనే ఎనిమిది నాటకాలు విశిష్టంగా రచించారు, ప్రసిద్ధి పొందారు. వీటిలో ఐదు చారిత్రక నాటకాలు శ్రీనివాసరావుగారికి 'ఆంధ్రచారిత్రక నాటక పితామహ' ప్రతీతిని తెచ్చిపెట్టాయి. 'సుల్తానా చాందుబీ', 'రామరాజుచరిత్ర', 'సత్యహరిశ్చంద్రీయము' అనే మూడు నాటకాలు 1907, 1908 సం॥లో ముద్రణకు నోచుకొన్నాయి. 'రామరాజు చరిత్ర' లేక 'విజయనగర పతనము' (The Fall of Vijayanagar) ఆంగ్లనామంతోనే ప్రదర్శించబడేది. ఇది ఎం.ఏ. డిగ్రీకి పాఠ్యగ్రంథం కావడం విశేషం.

అన్న వేంకటరావుగారి అండదండతో ఉమ్మడి కుటుంబంలో కోలాచలం వారు సుఖసంతోషాలతో గడుపుతూ ఉండడమేగాక బళ్లారిలో ఆనాటి అవసరాన్నిబట్టి అన్నగారి సహాయంతో 1905లో పదివేల రూపాయలు ఖర్చుపెట్టి 'వాణీ విలాస నాటకశాల' నిర్మింపజేశారు. ఇదే ఆంధ్రలో మొట్టమొదటి నాటకశాల. బాలగంగాధరతిలక్‌గారు శ్రీనివాసరావుగారిని ప్రశంసిస్తూ నాటక శాలను ప్రారంభించారు. కందుకూరి వీరేశలింగం పంతులుగారు ఈ సందర్భంలో శ్రీనివాసరావుగారిని మెచ్చుకుంటూ సంఘ సంస్కరణను గూర్చి ప్రసంగించారు. ఇదొకమేలు కలయిక. నాటకరచనా ప్రదర్శనలతో సంతృప్తి చెందని వీరు 'ప్రపంచనాటక చరిత్ర' (The Drametic History of the world) ఆంగ్లంలో రచించి 1908లో బళ్లారిలోని వాణీవిలాసముద్రాక్షరశాలలో ముద్రించారు. ఇది వారి కీర్తి కిరీటంలో కలికితురాయి. అటు వెనుక భగవద్గీత, వేదాలపై ప్రసంగాలు ప్రకటించారు. 'సంస్కృత అగస్త్య బాలభారతం' 'ఆదిపర్వం'

తెనిగించి కావ్యంగా 1908లోనే ప్రకటించారు. ఆ దశలోనే కోలాచలంవారు ఉత్తమ నాటక కర్తగా, నాటకసమాజ స్థాపన, నాటకశాల నిర్మాణం, ఆంగ్లంలో ప్రపంచ నాటక చరిత్ర రచన, వచన రచనలు, శ్రవ్యకావ్యం రచించి ఉత్తమ సాహితీవేత్తగా నిరూపించుకొన్నారు.

శ్రీనివాసరావుగారి చివరిదశ అంటే 1909 నుంచి చివరివరకు నాటక రచనలో వైవిధ్యంతోపాటు విశిష్టత గోచరిస్తుంది. 1909లో 'కుశలవ నాటకం', 1912లో 'ప్రహ్లాదనాటకం' తరువాత భారత రామాయణ సంబంధి నాటకాలు పూర్తి చేయటం, ఆ వెనుక 1915-16లలో పూనానుంచి 'కేశవగంధర్వ' 'బాలగంధర్వ' అనే నాటక కంపెనీలు బళ్లారికి వచ్చి 'మానాపమానం', 'రాక్షసీమహతాకారిక్ష' అనే రెండు మరాఠీ నాటకాలు ప్రదర్శించి వాటిని అనువదించి ప్రదర్శించారు. యువతీ వివాహమనే సాంఘికనాటకం రచించారు. తెలుగులోనూ 'నాటిపార్టి', 'అన్యాయధర్మపురి మహిమ', 'సమయమునకు భార్య', 'ఆచారమ్మన ప్రహసనవు' - అనే కన్నడ ప్రహసనాలు రచించారు. నాటిపార్టి సంఘ సంస్కరణావశ్యకంతో రచించారు. ఆనాడు ప్రచలితంగాఉన్న అతిబాల్య, అతి వృద్ధ వివాహాలను, సతీసహగమనాన్ని ఖండిస్తూ వేదాలనుంచి ఎన్నో ఉదాహరణలలో వివరించారు. వేద విమర్శనోపన్యాసాలను ప్రకటించారు. వేదాన్ని అందరికీ అందుబాటులోకి తేవాలన్న కోరికతో 1913 మే నెలనుంచి 'వేదార్థచంద్రిక' అనే మాసపత్రిక ప్రారంభించారు. 1913లో మద్రాసు విశ్వవిద్యాలయం నియమించిన కార్యవర్గం (Composition Committe) లో వీరు సభ్యులు. కానీ సంఘ సంస్కరణలో కందుకూరి వారినసురించినా భాషా సంస్కరణలో గిడుగు, గురజాడ వారల మార్గాన్ని అనుసరించలేదు. ఆనాటి స్థితిని బట్టి 1915 సం॥ ఏప్రిల్ 3,4 తేదీలలో బళ్లారిలో ఆంధ్ర సాహిత్య పరిషత్తు సమావేశాలు అన్న కోలాచలం వేంకటరావుగారు నిర్మించిన పురభవనంలో నిర్వహించారు. శ్రీనివాసరావుగారు స్వాగతం పలికి, నాటకాలపై ప్రసంగించారు. ఆరాత్రి కోలాచలం వారి ప్రసిద్ధ నాటకం రామరాజుచరిత్ర (The fall of Vijayanagar) ఆహూతుల ఆనందంకోసం ప్రదర్శించారు. బళ్లారిరాఘవ పఠాన్ పాత్రలో విషాదాంత నాయకుడుగా అద్భుత నటనతో ప్రేక్షకులను మెప్పించారు. 1917 సం॥ ఏప్రిల్ 7,8 తేదీలలో కడపలో జరిపిన ఆంధ్ర సాహిత్య పరిషత్తు ఆరో వార్షిక సభలో కోలాచలంవారు అధ్యక్షత వహించి, ఆంధ్ర భాషా చరిత్రను, మనుచరిత్ర మీద చేసిన వారి ప్రసంగాలు వీరికి కీర్తి ప్రతిష్ఠలు తెచ్చిపెట్టాయి. వేద భగవద్గీతా ప్రసంగాలేగాక, 25.7.1918న ప్రాచీన గ్రంథాలయ చరిత్ర, 8.1.1919న 'భాసకాళిదాస, విక్రమాదిత్యులు కాలనిర్ణయం' అనే అంశాలపై గ్రంథాలు రచించారు. వీరి చివరినాటకం పాదుకాపట్టాభిషేకం 1918-19లో రచితం. ఆ నాటికి 'సుమనోరమ సభానాటక సమాజం' కార్యకలాపాలు ఆగిపోయినట్లు 'పాదుక' పీఠికవల్ల తెలుస్తుంది. ఈ నాటక సమాజం కోసమే కోలాచలం వారు నాటకాలు రచించినట్లు విదితమేగదా! మొదటినుంచి నాటకాలు ముద్రితం కావాలన్న కోరిక గలవారు కోలాచలంవారు. అందుకే వారి నాటకాలన్నింటిని పునర్ముద్రించాలనీ, మద్రాసులో తగిన ఏర్పాట్లుచేసుకొన్నారట. అదే తేదీన అంటే 1919 సం.జూన్ 23వ తేదీన స్వర్గస్థులైనట్లు వారి కుమారుడు శత్రుఘ్నరావు విపరించారు.[4] కానీ ఆ వెనుక 1924లో శత్రుఘ్నరావు

చాలావరకు పునర్ముద్రించారు. తండ్రి కోరికననుసరించి. శ్రీనివాసరావుగారి జీవితంలో అప్పుడప్పుడు వ్యాధి పీడిస్తూండేదని, చివరికి వారి కోరిక తీరకనే దివంగతులైనట్లు తెలుస్తుంది. వారి సాహితీమూర్తి కలకాలం నిలిచిఉంది. ధర్మవరం వారి తరువాత ఏడేండ్లకు, కందుకూరి తరువాత ఒక నెలకు కోలాచలం శ్రీనివాసరావుగారు దివంగతులయ్యారు. ఉత్తమాంధ్రనాటకకర్త, ఆంధ్రచరిత్ర నాటక పితామహుడు, కీర్తికాయంతో వెలుగొందుతున్నాడు.

కోలాచలం శ్రీనివాసరావుగారు నాటకాలు - వర్గీకరణ :

ఆంధ్ర చారిత్రక నాటక పితామహుడుగా ప్రసిద్ధిగాంచిన కోలాచలం శ్రీనివాసరావుగారి నాటకాలు వైవిధ్యభరితమై విశిష్టతను గాంచాయి. వాటికి తెలుగు నాటక సాహిత్యంలో ప్రత్యేక స్థానముంది. ఆయా ఇతివృత్తాలను దృష్టిలో పెట్టుకొని వర్గాలుగా విభజించవచ్చు. అది సముచితమైన వర్గీకరణ అవుతుంది. కేవలం చారిత్రికేతివృత్తాలకే ప్రాధాన్యమిచ్చిన కోలాచలం వారు పౌరాణిక నాటకాలకు ఎక్కువ విలువనిచ్చి రచించి ప్రజల హృదయాలను రంజింపజేసి రసానందంతో పాటు నీతి ప్రబోధమూ చేశారు. కల్పిత నాటకంతోపాటు సాంఘిక నాటకం, అనువాదనాటకాలు, ప్రహసనాలు ఉన్నాయి.

చారిత్రక నాటకాలు : 'సుఖమంజరీ పరిణయము', 'సుల్తానా చాందుబీ', 'రామరాజు చరిత్రము', 'శిలాదిత్య', 'మైసూరు రాజ్యాభివృద్ధి', 'ప్రతాపాక్బరీయము', 'చంద్రగిర్యాభ్యుదయము', 'కాళిదాసు'.

పౌరాణిక నాటకాలు : వీటిని రెండుమూడు రకాలుగా విభజింపవచ్చును.

రామాయణ నాటకాలు : 'శ్రీరామ జననము', 'సీతాకల్యాణము', 'పాదుకా పట్టాభిషేకము', 'లంకా దహనము', 'కుశలవ'.

భారత నాటకాలు : 'భారతకథ'; 'ద్రౌపదీ వస్త్రాపహరణము', 'కీచకవధ', 'శిరోమణి', 'జైమిని భారతం'; 'బభ్రువాహన (లేక) అర్జున గర్వభంగము', 'చంద్రహాస'.

ఇతర పౌరాణిక నాటకాలు : 'మదాలస', 'సీమంతిని', 'రుక్మాంగద', 'సత్యహరిశ్చంద్రీయము', 'ప్రహ్లాద', 'గిరిజాకల్యాణము'.

కల్పిత నాటకం : 'సునందనీ పరిణయము'

సాంఘిక నాటకం : 'యువతీ వివాహము'.

అనువాద నాటకాలు : మరాఠీ భాషనుంచి తెలుగులోనికి అనువాదం. 'రాక్షసీ మహత్వాకాంక్ష', 'మానాపమానము'.

ప్రహసనాలు : తెలుగు; 'నాచిపార్టి', 'అన్యాయధర్మపురి మహిమ', 'సమయమునకు భార్య'.

కన్నడం; 'ఆచారమ్మనప్రహసనవు'.

నాకు లభించని నాటకాలు : నా పరిశోధన ప్రయత్నంలో నాకు లభించని నాటకాలు మూడు; 'చంద్రహాస', 'రాక్షసీ మహత్వాకాంక్ష', 'యువతీ వివాహము'. లభించని ప్రహసనం; 'సమయమునకు భార్య'.

ఈ విధంగా శ్రీనివాసరావుగారు వైవిధ్యంతో కూడిన నాటకాలు రచించి ప్రదర్శించి ప్రఖ్యాతి గడించారు.

ఇతివృత్త నిర్వహణ దక్షత :

శ్రీనివాసరావుగారి నాటకాలన్నీ భారతీయ పాశ్చాత్య నాటక లక్షణాల సముచిత సమ్మేళనమేయని చెప్పడం అత్యుక్తిగాదు. భారతీయ పాశ్చాత్య నాటకాల లక్షణాలలో అవసరమైన వాటిని గ్రహించి గద్యపద్య గేయాత్మకంగా స్వతంత్రనాటక రచన చేయడం విశేషం. సంస్కృత నాటక లక్షణాలల్లోని ప్రవేశిక, విష్కంభాలను వదలి, ఆంగ్ల నాటక పద్ధతిని ననుసరించి రంగ విభజన చేయడం గమనించవచ్చు. కొన్ని రంగాలు ప్రవేశిక విష్కంభాల్లా ఉపయోగపడతాయి. సంస్కృత నాటక లక్షణాలైన నాందీ, ప్రస్తావన, భరత వాక్యాలు, కొన్ని నాటకాల్లో మాత్రమున్నాయి. కానీ పాశ్చాత్య నాటక లక్షణాలననుసరించి Prologue, Epilogue లవంటి పూర్వోత్తరరంగాలు సముచితంగా ప్రయోగించుకొన్నారు. ఈ పూర్వోత్తర రంగాలు నాటకేతివృత్త నిర్వహణకు ఎంతగానో ఉపకరించాయి.

ఆంగ్ల నాటకాల్లోని సహజ పంచకార్యావస్థలు (Natural dicisions of a dramatic plot) సముచితంగా కోలాచలంవారు తమ నాటకాల్లో పాటించారు. వారి 'రామరాజు చరిత్ర' మొదలుకొని ఉత్తమ నాటకాలన్నిట మనం గమనించవచ్చు. ఇవి ప్రథమకార్యావస్థ (Initial Incident), ద్వితీయ కార్యావస్థ (Rising action or growth or complication), తృతీయ కార్యావస్థ (Climax or crisis or turning point), చతుర్థ కార్యావస్థ (Falling action or Resolution or Renouncement), పంచమ కార్యావస్థ (Conclusion or catastrophe) అని వారికి పేర్లు. 'రామరాజు చరిత్ర' నాటకంలో నాయకుడైన పఠానీ రామరాజును వధిస్తానని శపథం చేయడం ప్రథమ కార్యావస్థ. తోటలో ఆషాబీతో రామరాజు కంఠం ఖండిస్తానని పునరుద్ఘాటించడం ద్వితీయ కార్యావస్థ. పఠానితల్లి వల్ల రామరాజు తన తండ్రి అని తెలిసికూడా రామరాజును వధించడానికి నిశ్చయించుకోవడం తృతీయ కార్యావస్థ. ఇది Climax. రామరాజు పఠాణిని సర్వసైన్యాధిపతిని చేయడంలో చతుర్థ కార్యావస్థ. యుద్ధరంగంలో రామరాజు తలనరికి తాను తప్పు చేశానని విషాదనాయకుడై విలపించడం పరిణయ కార్యావస్థ. ఈ విధంగా కోలాచలం వారి ప్రసిద్ధ నాటకాల్లో వింగడించవచ్చు. దీనివల్ల వారి నాటక నిర్వహణా విశిష్టత గోచరిస్తుంది. ఇలానే పేర్కోదగ్గ మంచి లక్షణం సమానాంతరత్వం (parallelism). ఇది శ్రీనివాసరావుగారి నాటకాల్లోని సన్నివేశాల్లో, పాత్రల్లో చూడగలం. సుల్తానా 'చాందుబీ', 'పాదుకా పట్టాభిషేక' నాటకాల్లో గమనిస్తాము.

మరో లక్షణం ప్రతియోగం (Contrast). పాత్రల శీల స్వభావాల్లో, సన్నివేశాల్లో ప్రతియోగం గమనించగలము. 'రామరాజు చరిత్ర' నాటకంలో రామరాజు. సలకంతిమ్మయ్యలకు, ప్రతాపాక్బరీయంలో ప్రతాపవతీ సుందరాంబలకు, మానావమాన నాటకంలో ధైర్యధర లక్ష్మీధరులకు శీల స్వభావాల్లో ప్రతియోగముంది. ప్రతియోగంలో మరోకోణం నాటకీయ వ్యంగ్యం (Dramatic Irony). నాటకంలోని రంగంలో పాత్రలు పలికిన మాటలలో, సన్నివేశాలలో పాత్రలొకవిధంగా, ప్రేక్షకులు మరోవిధంగా భావించడం నాటకీయ వ్యంగ్యం. ఇది వస్తు సంబంధి, వాక్య సంబంధి అని రెండురకాలు. సంస్కృత నాటకాల్లో దీన్ని భరతముని పతాకాస్థానమని పేర్కొన్నాడు. ఆంగ్లనాటక రీతిలో శ్లేషతో కూడిన నాటకీయ వ్యంగ్యం 'రామరాజు చరిత్ర'లో చక్కగా కోలాచలం కూర్చిన రీతి స్పష్టమవుతుంది. 'రామరాజు చరిత్ర'లో పఠానీని రామరాజు సర్వసైన్యాధిపతిగా నియమించి, అతని పరాక్రమం యుద్ధంలో చూపవలసిందని ప్రోత్సహించి నప్పుడు పఠానీ మాటలు శ్లేషతో కూడిఉన్నాయి.

> "కలనికిఁ జొచ్చువేళభట కాండమునన్గొనియాడఁ జేసెదన్
> తెలియనె నీకు మారకుడనయి సర్వము? యుద్ధభూమిలో,
> దెలియగనేగదా! ఇప్పుడు దెల్పఁగనేమి ప్రయోజనమ్ము, నీ
> కలతఁదొలంచి శాశ్వత సుఖంబొనగూర్చెద మీకునమ్ముమీ!"

"మహాప్రభూ! మీరు నాకు జనకులు గానెంచి రణావని ముందు నాశక్తి యంతయు ధారపోసెద. నిస్సందేహమిది." అనే పఠానీ మాటల్లో నీకు మారకుడ, మీరు నా కుజనకులు! నీకు+మారకుడ, నా+కుజనకులో అనే మాటల్లోనిశ్లేషతో కూడిన నాటకీయ వ్యంగ్యం, 'యుద్ధభూమిలో, దెలియగనేగదా శాశ్వత సుఖంబొన గూర్చెదమీకు" అనే వాక్యాల్లో భావ్యర్థ సూచనాత్మక నాటకీయ వ్యంగ్యం (Prophetic Irony) - యుద్ధభూమిలో, దెలియగనే గదా శాశ్వత సుఖంబొన గూర్చెదమీకు" అనే వాక్యం - యుద్ధభూమిలో నిన్ను సంహరిస్తానన్న ధ్వని - స్పష్టమవుతుంది. ఇది కోలాచలం శ్రీనివాసరావుగారి ముద్ర. ఇంకా మరో విశేషం పాశ్చాత్య నాటకాల్లోని ఐక్యత్రయం (The three unities). కాలం, దేశం, వస్తువు అనే మూడింటి వాక్యాన్ని ఐక్యత్రయమంటారు. నాటక కథ ఏకదివస వృత్తమై, అంకానికి అంకానికి మధ్య ఎంతైనా వ్యవధానముండవచ్చునన్నది సంస్కృత నాటకలాక్షణికుల మతం. ఎవరూ దేశైక్యాన్ని చెప్పలేదు. కానీ ఐక్యత్రయంలో వస్త్వైక్యం చాలా ముఖ్యమని భారతీయ పాశ్చాత్య లాక్షణికుల లాగానే కోలాచలం శ్రీనివాసరావుగారు గూడా పేర్కొన్నారు. "To preserve unity of action is very important"[5] అనిచెప్పడం గమనించగలము. ఇందులో చెప్పినట్లు నాటకంలో కాలస్థలాలకంటే వస్త్వైక్యం ప్రధానమని స్పష్టం. ఈ వస్త్వైక్యాన్ని కార్యైక్యమని గూడా అంటారు. నాటకీయ శిల్పానికిది గీటురాయి. కోలాచలం వారి రామరాజు చరిత్ర మొదలుకొని ప్రసిద్ధనాటకాలన్నిటా పూసలలో దారంలాగా ఈ కార్యైక్యం నిర్వహించబడి, నాటకీయ శిల్పాన్ని పరిరక్షించడం గమనిస్తాము. సుల్తానా చాందుబీబీవస్తువు ఇతివృత్తాంగల నాటకం. ఇందులో రాజకీయపు టెత్తుగడలతో, కుట్రలు కుతంత్రాలలో, మోసం, దగా, కామవ్యాపారం మొదలైన అంశాలతో

బహుపాత్రలతో, ప్రాసంగికేతివృత్తంతో బహుక్లిష్ట భూయిష్ఠమైన సుల్తానాచాందుబీ నాటకంలో వస్త్వైక్యం కోలాచలంవారు పాటించి ఉత్తమనాటకంగా తీర్చిదిద్దారు. ఇలాగా శ్రీనివాసరావుగారు ప్రాచ్యపాశ్చాత్యనాటక లక్షణాలని సముచిత రీతిని ప్రయోగించి ఉత్తమ నాటకకర్తగా నిరూపించుకొన్నారు.

పాత్రచిత్రణ:

నాటకీయ శిల్పంలోని మరో ముఖ్యాంగం నాటకపాత్ర చిత్రణ. నాటకకర్తకుండవలసిన ముఖ్యలక్షణం. సంస్కృత నాటక లాక్షణికులు పాత్ర చిత్రణను గూర్చి ప్రత్యేకంగా చెప్పలేదు. నాటకంలో నాయకుడు ప్రధానపాత్ర. ఆ నాయక పాత్రననుసరించి, కథ, కథతోపాటు పాత్రలు నడుస్తూంటాయి. కానీ పాశ్చాత్య నాటకాల్లో పాత్ర చిత్రణ ముఖ్యమైంది. కోలాచలం వారి నాటకాల్లో ఈ పాత్ర చిత్రణ నైపుణ్యం స్పష్టం. అన్ని రకాల పాత్రల మనస్తత్వ చిత్రణలో శ్రీనివాసరావుగారు అందెవేసిన చేయి. పాత్ర చిత్రణలో వీరు పాశ్చాత్య పద్ధతినే అనుసరించారు. వీరి నాటకాలన్నిట పాత్రల చేష్టలవల్ల, సంభాషణల వల్ల ఆయా పాత్రల శీల స్వభావాదులతోపాటు తదితర పాత్రల మనఃప్రవృత్తులు సుస్పష్టమవుతాయి. శిష్ట, దుష్టపాత్ర, చిత్రణలో అధికంగా పాశ్చాత్య పద్ధతిననుసరించిన వీరు ప్రాచ్య పద్ధతిని విడనాడలేదు. శిష్టులలోను కొంత దోషం, దుష్టులలోను కొంతమంచిని తెలుపడం పాశ్చాత్య పద్ధతిననుసరించి పాత్ర చిత్రణ చేశారు. ఏదోసుగులులేని ఉత్తమ పాత్రలకు 'సుల్తానా చాందుబీ'లోని అబిస్సు, 'మైసూరు రాజ్యాభివృద్ధి' లోని లక్ష్మణ వీరులు, యదురాయడు; 'చంద్రగిర్యాభ్యుదయం'లోని యాచమనాయకుడు, ఇంకా హరిశ్చంద్రుడు, శ్రీరాముడు, ప్రహ్లాదుడు చక్కటి ఉదాహరణలు.

వీరు ఉత్తమ పాత్రలను మరింత సత్పాత్రులుగా తీర్చడం ఉంది. భారత యుద్ధంలో అశ్వద్ధామ మరణించాడని ధర్మరాజు చెప్పినట్లుగా 'శిరోమణి' నాటకంలో ఘటోత్కచుని చేత కృష్ణుడు చెప్పించినట్లు శ్రీనివాసరావుగారు మార్పుచేసి ధర్మరాజు కాపాదించిన ఇంతఅసత్య దోషాన్ని తొలగించారు. శిష్టుల్లోను కించిత్ దోషముంటుందన్న పాశ్చాత్య పద్ధతిననుసరించి 'రామరాజు చరిత్ర'లో రామరాజుధీశాలి, అసమాన శూర పరాక్రమ వంతుడు, ఉత్తముడైనా మహమ్మదీయ స్త్రీలను చెరబెట్టడం, నిండుసభలో ముసుగుదీయించడం, పుత్రవాత్సల్యంలో పఠానీని సర్వసైన్యాధిపతిని చేయడం అనే దోషాల మూలంగా రామరాజు పతనమైనట్లు స్పష్టం. ఇలాగే 'ప్రతాపాక్బరీయం'లో అక్బర్ ప్రతాపవతిని బలాత్కరించడమనే దోషముంది. దుష్టులలో కించిత్ మంచి ఉంటుందని మూలభారతంలో దైన్య మెరుగుని దుర్యోధన పాత్రను 'శిరోమణి'లో చివర పశ్చాత్తప్తుడైనట్లు చూపడంలో ఈ అంశం స్పష్టం.

పాశ్చాత్య నాటక పద్ధతిలో విషాదాంత నాటకంలోని విషాద నాయకుడు (Tragic Hero) ముఖ్యమైంది. శ్రీనివాసరావుగారు ఈ రీతిని మహోన్నతంగా చిత్రించి ప్రతిభను ప్రకటించుకొని ఉత్తమ నాటరకర్తగా నిరూపించుకొన్నారు. షేక్స్పియర్ విషాదాంత నాయకునిగా 'రామరాజు

చరిత్ర'లో పఠాని పాత్రను చిత్రించి ప్రఖ్యాతి గడించారు. షేక్స్పియర్ విషాదాంత నాయకులైన బ్రూటస్, హేమ్లెట్, మేక్బెత్ పాత్రలతో సమానంగా పటాణి పాత్రను చిత్రించారు. ఫ్రాయిడ్ మహాశయుని పద్ధతి 'ఎడిపస్ కాంప్లెక్స్' సిద్ధాంతాన్ననుసరించి కోలాచలం వారు హేమ్లెట్ తన పినతండ్రిని చంపిన రీతిగానే రామరాజు తన తండ్రి అని తెలిసినా పఠాని రామరాజును యుద్ధంలో వధిస్తాడు. విషాద నాయకపాత్ర చిత్రణలో శ్రీనివాసరావుగారు ప్రధానాంశం సంఘర్షణ (Confliet) ప్రవేశపెట్టి ఆ పాత్రను తీర్చిదిద్దారు. శపథం చేసి చంపాలన్న తీవ్రవాంఛ, తండ్రిఅనే క్రియ రెండు విరుద్ధ భావాల సంఘర్షణ ఈ పాత్రలో చూడగలం. ఆ పాత్రలో బళ్లారిరాఘవ నటించి విషాదాంత నాయకుడుగా ఘనత వహించారన్న విషయం మనకు తెలుసు. ఇది రాఘవ, శ్రీనివాసరావుగారు ఇద్దరకు ప్రఖ్యాతికి కారణం. ఇలానే విషాదాంత నాయక లక్షణాలు 'పాదుకా పట్టాభిషేకం'లో దశరథునకు, 'బభ్రువాహన'లో బభ్రువాహనునకు ప్రవేశపెట్టి పాత్ర చిత్రణ విశిష్టతను ప్రకటించిన తీరు అమోఘం.

ఈ సందర్భంలో చివరగా రావుగారు చిత్రించిన స్త్రీ పాత్రలను పేర్కొనడం అవసరం. పురుషులకంటే సాహసికురాలు సునందని, సుఖమంజరి, 'ప్రతాక్బరీయం'లోని కమల, 'బభ్రువాహన'లోని జ్వాలాదేవి చక్కటి ఉదాహరణలు. పురుషులతో సమాన సాహసం చూపిన 'చాంద్‌బీ', 'చంద్రగిర్యాభ్యుదయం'లోని కుముదిని పేర్కోదగ్గ పాత్రలు. మహా పతివ్రతలకు మదాలస, సీమంతిని, చంద్రమతి, సీత మొ॥ పాత్రలుదాహరణలు.

ఇలాగే శ్రీనివాసరావుగారి నాటకాల్లో స్త్రీ పురుషుల మనస్తత్వాన్ని గమనించి ప్రతిభాపాటవాలలో పాత్ర చిత్రణ చేయడం నాటకీయ శిల్పం భాగమై, వారి కీర్తికి కారణమైంది.

నాటక రచనాశిల్ప ప్రయోజనాలు:

రచనా శిల్పమనేది నాటకీయ శిల్పంలో ఒకభాగం. దానితోపాటు చేసిన రచనకు ప్రయోజనము గూడా ఉంటాయి. శ్రీనివాసరావుగారి నాటకరచనా శిల్పంతో పాటు వారు సాధించిన ప్రయోజనాల్ని మనం గుర్తిస్తే వారి నాటక రచనలోని విశిష్టత అర్థమవుతుంది. వారి నాటక రచనా శిల్పంలో ప్రముఖమైంది, వారి సంభాషణా చాతుర్యం; రెండో పద్యరచనా పాటవం; ఆ వెనుక ఛందస్సు, పాటలు, భాష. వీటి సమ్మేళనమే రచనాశిల్పం. సంభాషణ రచనలో శ్రీనివాసరావుగారు నిపుణులు. కథా, సన్నివేశాలు, పాత్ర చిత్రణతో సంభాషణ సర్వాంగ సుందరమై, రసభావ నిర్భరమై ఉండడం ఎంతైనా అవసరం. రావుగారి నాటకాల్లో సంభాషణలు సహృదయ రంజకమై నాటకకార్యం కొనసాగుతుంది. అదే విశేషం. ఉక్తిప్రత్యుక్తులతో, చతురమై, సముచిత రసభావానుగుణమై, సందర్భోచితంగా సంభాషణలు రావుగారి నాటకాలన్నిటా చూడగలము. లలిత సుందరమైన పదాలతో, అలతి అలతి వాక్యాలతో సంభాషణలను నడపడం రావుగారికి వెన్నతో బెట్టినవిద్య. అలా ఉన్నప్పుడు నటులు, మాటలు రంగస్థలంపై పలికినప్పుడు ప్రేక్షకులకు సుపరిచితమై నాటక కార్యం స్పష్టంగా సాగుతుంది. విన్నవెంటనే మనకర్థం కావలసి

ఉంటుంది. రసభావ నిర్భరంగా ఆయా పాత్రల మనఃప్రవృత్తులు, శీల స్వభావాలు స్పష్టమైనప్పుడు నాటకం ప్రదర్శనలో విజయం సాధిస్తుంది. ఇది వారి నాటకాలన్నిట మనం చూడగలము.

శ్రీనివాసరావుగారి నాటకాలు పద్యగద్య గేయాత్మకం. పద్యం భావావేశం కలిగినప్పుడు ప్రకృతిలో పాత్ర లీనమైనప్పుడు ఈ పద్యాలు కనిపిస్తాయి. అసందర్భంగా పద్యమెక్కడా లేదు. కవిత్వం నాటక కార్యాన్ని ఇనుమడింపచేసేదిగా ఉండడం అవసరం. ఆనాటి స్థితినిబట్టి ప్రబంధోచిత రీతిలో పద్యరచన చేశారు. ఒక చక్కటి ఉదాహరణ. హరిశ్చంద్రుడు సంతోషాంత రంగుడై చేసిన ప్రకృతి వర్ణన.

'నవనవ యౌవనోదయ వనంబనుభూమిని తీవెమేనుఁ గెం
జివురుల పాదముల్, నునుపు సిగ్గుల, కొమ్మల హస్తముల్, శుభో
త్సవమగు కుందకుట్మల విశాల కుచంబులు, పువ్వు నవ్వులున్
సవరుగనంది సద్విటప సౌరభ సంగతిఁ జెందెఁ జూచితే?"

ఇందులో సర్వోపమా సామగ్రి ఉపయోగించి నఖశిఖ పర్యంతం' వనంబను భామిని'ని వర్ణించారు రావుగారు. ఇంతకుముందే పాత్ర చిత్రణలో తెలుసుకొన్నాము. పఠాని రామరాజు తల నరికిన వెనుక వివేకంతో ఆలోచించి అందుకు వ్యథిత హృదయంతో బాధపడిన తీరును శ్రీనివాసరావుగారు పద్యంలో చిత్రించారు.

"కనులకుఁ గావరంబెగయ c గప్పcగ, మిన్నునుమన్ను cగానకే
యనుపమఘోరకృత్య మకటా! యొనరించితి సంగరావనిన్
ఘనునకుఁ గారవంబుననుఁ గాచిదయన్ గనినట్టి స్వామికిన్
జనకునయ్యో! ఘాతుకుడ, సల్ప్రితినాతత పాతకంబులన్!!"

ఈ పద్యం నటుని నటనా వైదుష్యానికి గీటురాయి. ఆ సందర్భాన్ని రసభావాలతో అభినయించి సహృదయ ప్రేక్షకుల మెప్పుపొందడానికి అవకాశం కల్పించింది. బళ్లారి రాఘవ నటనా సామర్థ్యానికి ఎంతగానో ఉపకరించింది. అది శ్రీనివాసరావుగారి పద్య రచనా పాటవం. వారి నాటకాలన్నిట ఇది గమనించగలము. ప్రహ్లాదలో గీతాసారాన్నంతటిని ఇమిడ్చి ఒక్క ఆటవెలదిలో చెప్పగల సమర్థులు శ్రీనివాసరావుగారు.

చంపువాడెవండు చంపింపబడు నెవ్వఁ
డేల జనక! నీకు నిట్టి భ్రాంతి,
జనకిమనకి మరలఁ జావునకు గర్త
హరియెకాదె, వానినరయ వలదె?".

శ్రీనివాసరావుగారు తమ నాటకాల్లో వివిధ ఛ్ఛందస్సులను వాడారు. మామూలు వృత్తాలతోపాటు, సీసం, కందం, తేటగీతి, ఆటవెలదులతో ఎటు నూతన ఛందస్సులను వాడారు. అవి సార్థకంగా వాడారు. బాణం, భల్లం, పుష్పహారం, ఛందస్సులను సందర్భోచితంగా వాడారు.

శ్రీనివాసరావుగారి నాటకాలు పద్యగద్య గేయాత్మకం. ఆనాటి ప్రేక్షక రంజకత్వం కోసమే పాటలు రాసినట్లు చెప్పుకొన్నారు. శ్రీనివాసరావుగారి పాటలకు రాగతాళం నిర్దేశించేవారు. వీరి పాటలకు సాహిత్యం గౌరవముంది, లీలావతి ప్రహ్లాదుని ఊయలలో ఊపే సందర్భంలోని పాట.

"రారా చిన్నెల నగవుల నాబాలా
సుగుణాలవాలా ॥పల్లవి॥
సోము గోమును దోము మోముగల
కాముని బోలెడు కాంతశరీరా ॥రారా॥
సుందరకాయా అందెలు మ్రోయా
చిందులు ద్రొక్కుచు శీఘ్రముగా రారా ॥రారా॥
శ్రీనివాసుని చిత్తమందునా
చింతన చేయుచు గంతులు వేయుచు ॥రారా॥

ఇందులో శ్రవణ సుభగమైన భాష, సంగీతానికి ఒరిగే భాష, పదకవులలాగా తన పేరు 'శ్రీనివాసుని' అని చెప్పిన 'శ్రీహరిని' అని గూఢార్థం వచ్చేలా పాట సాగింది. సాహిత్య సంగీతజ్ఞులు శ్రీనివాసరావుగారు.

శ్రీనివాసరావుగారుగారి భాష నాటకోచితమై లలిత పద ఘటితమై సాగుతుందని ముందే తెలుసుకొన్నాము. సంస్కృత నాటకాల్లో ఉత్తమమాధ్యమ పాత్రలకు సంస్కృతమూ, స్త్రీ, నీచపాత్రలకు ప్రాకృతమూ ప్రయోగించడం పరిపాటి. ఈ పద్ధతిననుసరించిన వారు వేదంవారు. వ్యావహారిక భాషను వాడిన వీరు గురజాడ వారు. కానీ కోలాచలంవారు ఏవో ఒకటి రెండు నాటకాల్లో నీచపాత్రలకు గ్రామ్యంవాడిన గ్రాంథికవాదులు. గ్రాంథికభాష వల్లనే భాషాభివృద్ధి జరుగుతుందని విశ్వసించినవారు. అందుకే గ్రాంథికవాదుల పక్షం వహించారని ముందే తెలుసుకొన్నాము. మహమ్మదీయ పాత్రలకు సైతం గ్రాంథిక భాషనే వాడారు. ఇలాగా శ్రీనివాసరావుగారు సంభాషణలకు తగిన భాషను ప్రయోగించి గద్యపద్య గేయాత్మకంగా నాటకాలు రచించి విజయం సాధించారు.

నాటక ప్రదర్శన

నాటకానికి, కావ్యానికి తేడా ఉంది. కావ్యం శ్రవ్యం. చదివి, చదివించుకొని ఆనందించ దగింది కావ్యం. నాటకం రంగస్థలం పై ప్రదర్శనకు నోచుకొనేది. ప్రదర్శనకుపకరించే ఇంతకు ముందే చెప్పుకొన్న అన్ని లక్షణాలు నాటకానికి అవసరం. ప్రదర్శన పై ప్రథమ నాటక రచనా ప్రయోజనం. నాటకంలోని దృశ్యత్వలక్షణంవల్లనే 'కావ్యేషునాటకం రమ్యమ్' అనే ఆభాణకం పుట్టింది. రంగస్థలపై ప్రదర్శితమైతే నాటకాన్ని చూసి, పండిత పామరులు సమానంగా హర్షామోదాలను పొందగలరు. రసపుష్టితో, అపేలవమై నాటకముండడం అవసరం. నాటకం

నాటకీయ యుక్తులతో చక్కటి భాషతో ఉన్నప్పుడే నాటకం ప్రదర్శనలో విజయం పొందుతుందని శ్రీనివాసరావుగారి అభిప్రాయం "Some dramas though ably written by great pots are not fir for the stage because these poets are not versed in dramatic language and stage tricks".[6] ఇలాగే ప్రపంచ నాటక చరిత్రలో నాటక కర్తలతోపాటు, నటులకు, నాటక సమాజాలకు, విమర్శకులకు చేసిన సూచనలవల్ల శ్రీనివాసరావుగారికి నాటక ప్రదర్శనానుభవం, నాటకీయయుక్తులు సమగ్రమైన రీతిలో అవగాహనమున్నట్లు స్పష్టం. అందుకే వారి నాటకాలు ప్రదర్శనములో విజయం సాధించాయి. అందువల్లనే బళ్లారిరాఘవ నాటకీయ యుక్తులున్న కోలాచలం వారి నాటకాల్లోనే నటించి కీర్తి గడించారన్న విషయం పూర్వోక్తం. కాగా 1915 సంII ఏప్రిల్ 3,4 తేదీలు బళ్లారిలో జరిగిన ఆంధ్ర సాహిత్య పరిషత్తు సభలో పాల్గొన్న చిలకమర్తి లక్ష్మీనరసింహంగారు ప్రశంసించిన తీరు గమనించదగ్గది. "బళ్లారి సుమనోరమ సభ నాటక సమాజము వారు మా నిమిత్తము (ఆహూతుల నిమిత్తం) రెండు నాటకములు ప్రయోగించిరి. అందొకటి 'రామరాజు చరిత్ర'. ఆ నాటకములో శ్రీతాడిపర్తి (బళ్ళారి) రాఘువాచార్యులుగారు పఠానుపాత్ర ధరించి మిక్కిలి యద్భుతముగా నటించి, నాటకాంతమున విలువగల జరీబనారసు పట్టుశాలువా యొకటి నాకు బహుమానముగా గప్పిరి"[7] అని పేర్కొన్నారు. దీనివల్ల కోలాచలం నాటకాలు ప్రదర్శన యోగ్యమైనవని విదితం. వీరి నాటకాల ప్రదర్శనను గూర్చి శ్రీకూర్మ వేణుగోపాలస్వామిగారు 'ప్రహ్లాద చరిత్ర'లో అనేక సంఘటనలు ప్రదర్శనకు అసాధ్యం. అవి తొలగిస్తే అసలుకథకే మోసం. అటువంటివి ప్రహ్లాద చరిత్రను ఆనాటికి సాధ్యమైన రీతిలో ప్రదర్శనకు అనువుగా రాయడం శ్రీ కోలాచలం ప్రత్యేకత. ప్రదర్శనానుకూల్యం నాటకానికి పరీక్షానికషం."[8] అని ప్రశంసించి వుండడం విశేషం. ఇలాగే పురాణం సూరిశాస్త్రిగారు "శ్రీనివాసరావుగారు చాలాకాలం నాటక సూత్రధారులుగా నుండుటయేకాక ఆంధ్రనాటక కవులలో 'మార్గదర్శి' 'మహర్షి' అని ప్రశంసించి వున్నారు. కూర్మావారు ఆంధ్రా యూనివర్సిటీ ఆరుబయట రంగస్థలంపై ఎన్నో నాటకాలు ప్రదర్శించినవారు. ఉత్తమ నాటక విమర్శకులు సూరిశాస్త్రిగారు. కోలాచలం వారి నాటకాలు ప్రదర్శన యోగ్యమై విజయం పొందాయని స్పష్టం చేశారు.

నీతిబోధ :

నాటక ప్రదర్శనతో ఆనాడు అంతవిద్యావంతులు గాని ప్రేక్షకులకు నీతిబోధచేసి, సంఘసంస్కరణం చేయాలన్న కోరిక వీరి నాటకాలలో ప్రస్ఫుటంగా తెలుస్తుంది. శ్రీనివాసరావుగారి నాటకాలన్నింటిన్నీ నీతి ప్రబోధకాలు, సంఘసంస్కరణోద్దిష్టాలు. 'సారంగధరచరిత్ర', 'కుమారరామ చరిత్ర' నాటకాలుగా చేయరాదన్న ప్రగాఢాభిప్రాయం కలవారు వీరు. దుష్టశిక్షణ, శిష్టరక్షణ కావ్యన్యాయమేగాదు భారతీయతత్త్వమని కోలాచలం వారు తమ నాటకాల్లో నిరూపించారు. ధర్మానికి విజయం సర్వత్ర వీరి నాటకాల్లో నిరూపితం. 'హరిశ్చంద్రుడు', 'రుక్మాంగదుడు', 'రాముడు', 'ప్రతాపుడు', 'యుఁచపునాయుకుడు' మొదలైన పాత్రలు కష్టాలనుభవించినా చివరికి సౌఖ్యం పొందడం గమనించగలము. తన్మూలంగా ధర్మానికి విజయం. దుష్టులు ఉగ్రసేనుడు,

సుమతి, విషయసేనుడు, అస్మన్‌బేగు, డాండియా, మదనుడు, జగ్గరాయడు, కీచకుడు, దుర్యోధనాదులు చివరికి తగిన శిక్ష అనుభవిస్తారు. ఇది కావ్యన్యాయం.

శ్రీనివాసరావుగారు తమ నాటకాల్లో ఆనాటి స్థితిగతులను బట్టి స్త్రీకి పాతివ్రత్యం ప్రధానమని నిరూపించారు. 'సునందనీపరిణయం'లో జయదేవి, 'మదాలస'లో మదాలస, కుండల, 'రుక్మాంగద'లో సంధ్యావళి, సత్యహరి శ్చంద్రీయమున చంద్రమతి, పాత్రలకు పతిభక్తి ముఖ్యమని నిరూపించారు. సీతాదేవి పతిభక్తికి ఆదర్శం.

బయటి శత్రువులనేగాక అంతర్గత శత్రువులు అరిషడ్వర్గాన్ని జయించాలని వీరి తలంపు నాటకాల్లో చూపించారు. ఇంకా దైవభక్తితో భక్తి, మాతృపితృభక్తి, భ్రాతృప్రేమ, సర్వమానవ సౌభ్రాతృత్వం, వీరి నాటకాల్లో చూపించారు. ఇలాగే నీతి బోధకు తమ నాటకాల్లో ప్రాధాన్య మిచ్చినట్లు స్పష్టం.

సంఘ సంస్కరణ :

అన్న వెంకటరావుగారు, కందుకూరి వీరేశలింగం పంతులుగారి పద్ధతిననుసరించి తమ నాటకాల్లో సంఘ సంస్కరణోద్దిష్టంగా రచన చేయడం గమనించగలం. వారి చరిత్ర నాటకాల్లో ప్రహసనాల్లో ఈ దృక్పథం స్పష్టం. అవి బాల్య, అతివృద్ధ వివాహాలను వీరు ఖండించారు. 'రామరాజు చరిత్ర'లో రామరాజు వధానంతరం తురుష్కసేనలో ఒకడు యజ్ఞసోమయాజి అనే బ్రాహ్మణుని భార్యను అపహరిస్తాడు. ఆ వృద్ధుడు అతి బాల్యంలోని చిన్న పిల్లను వివాహమాడి నందుకు సుల్తానులు నిందిస్తారు. ఇలాగే వృద్ధ వివాహంవల్ల కలిగే అనర్థాలను 'అన్యాయధర్మపురి మహిమ' ప్రహసనంలో కళాత్మకంగా చిత్రించాడు. కన్యాశుల్క విధానాన్ని ఖండించారు. శివాదిత్యలో కళావతి, మైసూరు రాజ్యాభివృద్ధిలో జగన్మోహిని విధానం కోసం వారిని వృద్ధులకు కట్టిబెట్టిన తల్లిదండ్రులను నిందిస్తారు. 'అన్యాయధర్మపురి మహిమ'లో సరస్వతి తల్లిదండ్రులు ధనాశచే ముగ్గురు ముదుసళ్లకు మూడుసార్లు కట్టబెట్టినందువల్ల కల్గిన అనర్థాలను శ్రీనివాసరావుగారు కళ్లకు కట్టినట్లు వర్ణించారు. సతీ సహగమన దురాచారాల్ని 'ప్రతాపాక్బరీయం' లో శ్రీనివాసరావుగారు నిరసించి వితంతు వివాహాలను ప్రోత్సహించినట్లు అక్బరుచేత శాసనం చేయించడం గమనించగలము. ఆచారాల పేర జరిగే 'అనాచారాలను ఆచారమ్మనప్రహసనము' ప్రహసనంలో నిరూపించారు. నాచిపార్టి ప్రహసనంలో వేశ్యావృత్తి నిర్మూలనను ఖండించారు. జాతులు, కులాలు వేరైనా మానవులంతా సమానమేనని చంద్రగిర్యాభ్యుదయములో నిరూపించారు. ఇది శ్రీనివాసరావుగారి సంఘ సంస్కరణ దృక్పథం. వారి నాటక దర్శనంతో ప్రజలు వీటిని గ్రహించాలన్నది వారి కోరిక. శ్రీనివాసరావుగారు సంఘసంస్కర్తగా ప్రత్యక్ష మవుతారు.

హాస్యపోషణ :

హాస్యం మానవజీవితంలో ముఖ్యమైందీ. హాస్యం సందర్భోచితంగా నాటకాల్లో ఉంటే ప్రదర్శనలో విజయానికి ఉపకరిస్తుంది. సంస్కృత నాటకాల్లో విదూషకాదులాశ్రయించడంవల్ల దానికి విశిష్టత లేకుండా పోయింది. ఆధునికాంధ్రకవులు, నాటకకర్తలు కొంతవరకైనా హాస్యపోషణ చేయడం గమనించగలము. శ్రీనివాసరావుగారు తమ నాటకాల్లో సందర్భోచితంగా సహజ సుందర రీతిని హాస్యం ప్రయోగించేశారు. హాస్యం రసమనీ, అది హాసమనే స్థాయి భావంవల్ల ఉత్పన్నమవుతుందని భరతముని పేర్కోగా, వికృతాకార వాగ్వేష చేష్టలవల్లహాస్యం కలుగుతుందని విశ్వనాథుడు పేర్కొన్నారు. ఆకారవేషాల కంటే చేష్ట, దానికంటే వాక్సంబంధి హాస్యం శ్రేష్ఠమని లాక్షణిక మతం. శ్రీనివాసరావుగారు కాళిదాస నాటకంలో కాళిదాసు పూర్వజన్మ అయిన డంబరి వాని ద్వారా కోలాచలం వారందించిన హాస్యం సహృదయరంజకం. డంబరివాని మాటలతో మనం కడుపుబ్బ నవ్వుతాము. వీరి ప్రహసనాల్లో అధిక్షేపాత్మక హాస్యముంది. సుల్తానా చాందుబీలోని రఘునాథుడు, సుఖమంజరిలోని సంజయుడు విదుషకుల్లాంటి వారైనా వారి వల్ల హాస్యోత్పత్తి జరిగింది. పైగా రఘునాథుడు జోరియావేషం ధరించడంలో వికృతాకారం హాస్యకారణమైంది. ఇట్లే కాళిదాసు నాటకంలోని ఏకాక్షి, వికలహస్తుడు, పంగువు–అనే వారి ఆకారాలవల్ల హాస్యం పుట్టుతుంది. ఇంతకంటే చేష్టవల్ల వ్యక్తమయ్యే హాస్యం శ్రేష్ఠమైంది. సునందనీ పరిణయంలో సన్యాసివేషంలో 'సునందని సుమతి' దౌష్ట్యాన్ని బయటపెట్టే సందర్భంలో సుమతి కన్నీరు గారుస్తూ వణికిపోతూ ప్రతాపరాజు నుద్దేశించి "ప్రప్ర...ప్ర" అంటూన్న సమయంలో హాస్యం స్పష్టం. ఇదిమూడు విధాలు:

శబ్దాశ్రయ హాస్యం : సీమంతినిలో చదువులేని భట్లు మాటలు హాస్యానికి ఆలంబనం. "మాటలు వచ్చును. తిండి తినుటకు వచ్చును. నిద్ర వచ్చును"అనే మాటల్లో హాస్యముంది. భావాశ్రయ హాస్యం : సత్యహరిశ్చంద్రీయంలో నక్షత్రకుడు మాతంగ కన్యలతో సంభాషించిన సందర్భం ఇలాంటి హాస్యానికి సాక్ష్యం. అర్థాశ్రయ హాస్యం : సత్య హరిశ్చంద్రీయంలోనే నక్షత్రకుడు మాతంగ కన్యలతో "ఇదిగో చూడండి. నాయిష్టార్థము నెరపితిరేని మాకు కార్యసిద్ధియగు. అటుచేయలేని మీకు జక్కగా దేహశుద్ధియగు. ముఖ ప్రక్షాళన యగు. అర్ధచంద్రప్రయోగంబగు" నని చెప్పడమే గాక "రాజదండన ప్రాప్తిరస్తు" అని దీవించడంలో అర్థశ్రయ హాస్యముంది. ఇలాగే శ్రీనివాసరావుగారు సున్నితమైన హాస్య పరిరక్షణ తమ నాటకాల్లో చేసి ప్రదర్శనలో విజయానికి ఉపకరించేలా చేశారు.

విషాదాంత నాటకాలు :

కోలాచలం శ్రీనివాసరావుగారి నాటకాల్లో విషాదాంత నాటకాల లక్షణాలుండడంలో వారికున్న పాశ్చాత్యనాటక పరిచయమే కారణం "మంగళా దీని మంగళమధ్యాని మంగళాంతాని కావ్యాని" అనే సూత్రంవల్ల సంస్కృతంలో విషాదాంతనాటకాలుండే అవకాశంలేదు. షేక్స్పియర్

'ట్రాజెడీ'ల ప్రభావం శ్రీనివాసరావుగారి నాటకాలపై అధికంగా ఉంది. వీరు మరాఠీ నుంచి అనువదించిన 'రాక్షసీమహత్వాకాంక్ష' చక్కటి 'ట్రాజెడీ', కానీ వీరు దీన్ని గంభీరనాటకంగా పేర్కొన్నారు. వీరి నాటకాల్లో 'కీచకవధ', 'ప్రహ్లాద', 'శిరోమణి' అనే వాటిలో దుష్టపాత్రల వధ గనుక ఇవి విషాదాంత నాటకాలు కావు. సత్యహరిశ్చంద్ర నాటకంలో సత్యనిష్ఠ, కర్తవ్యాలకు, భార్యా మమకారాలకు మధ్య హరిశ్చంద్రుని చిత్తంలో సంఘర్షణ. కానీ సత్యనిష్ఠాకర్తవ్యాలే గెలుస్తాయి. 'బభ్రువాహన', 'సుల్తానా చాందుబీ', 'శిలాదిత్య' నాటకాలు వధాంత నాటకాలు. చాందుబీవధ ప్రేక్షక హృదయాలను కలచివేస్తుంది.

వాస్తవానికి విషాదాంత నాటకాలు రెండు : 'రామరాజు చరిత్ర', 'పాదుకా పట్టాభిషేకము'. పాదుకలోని దశరథునిలో విషాదాంత నాయక లక్షణాలున్నాయి. ఇది రామాయణంలోనే ఉన్న విషయం. పుత్ర ప్రేమ, సత్యనిష్ఠల మధ్య దశరథుని మనస్సులో సంఘర్షణ. సత్యనిష్ఠ జయిస్తుంది. అయినా దశరథుడు ఉత్తమ విషాద నాయకుడు. కనుక పాదుకలో విషాదాంత నాటక లక్షణాలు కలవని చెప్పవచ్చు.

ఆంధ్ర చారిత్రక నాటక పితామహుడు:

చరిత్రపైన, చారిత్రక నాటకంపైన ఇంతటి అభినివేశమున్న నాటకకర్త ఆంధ్రులలో లేరనడం అతిశయోక్తికాదు. ప్రసిద్ధాంగ్ల నాటకకర్త షేక్స్పియర్ నాటకాల్లో మూడోవంతు చారిత్రక నాటకాలు కలవు. అలాగే శ్రీనివాసరావుగారి ఇరవై ఎనిమిది నాటకాల్లో ఎనిమిది నాటకాలు చారిత్రికాలు. చారిత్రికాంశాలవల్ల శ్రీనివాసరావుగారు రెండు ప్రయోజనాలను ఆశించారు. 1. ప్రజలకు దేశ చరిత్ర తెలియజెప్పి, విజ్ఞాన వంతులనుజేయడం, 2. మౌలికమైన నాటక కర్తృకల్పనా శిల్ప నైపుణ్యం అభివ్యక్తీకరించడం. పౌరాణికేతివృత్తాలను నాటకీకరించడం సులభం. అయితే నాటకకర్త కొత్త సృష్టి చేసే వీలుపడదు. అంటే కల్పించే అవకాశం ఉండదు. ఇది వారి భావన. అందుకే చారిత్రిక ఇతివృత్తాలు నాటకీకరించి తమ కల్పనా చమత్కృతితోపాటు, దేశచరిత్రలను ప్రజలకు తెలియజెప్పిన ఘనులు. శ్రీనివాసరావుగారు నాటకాల్లో రెండోది 'సుఖమంజరీ పరిణయము'. ఇది చారిత్రకం. 1895లో రచితమై, 1896 ముద్రణ పొందింది. ఆ వెనుక ధర్మవరంవారి 'రోషనారా' 'శివాజీ' రచితం. వేదంవారి 'ప్రతాపరుద్రీయం' 1897లోను 'బొబ్బిలియుద్ధం' 1916లో ప్రకటించబడ్డాయి. కోలాచలం వారి తరువాతి చారిత్రిక నాటకం 'సుల్తానా చాందుబీ' 1899-1900లో వచ్చింది. ఆ వెనుక 'రామరాజు చరిత్ర' మొదలైన చారిత్రక నాటకాలు వెలిశాయి. 'రామరాజు చరిత్ర' ఉత్తమ చారిత్రక నాటకమనీ, ధర్మవరం వారి 'విషాద సారంగధర' గాని, వేదంవారి 'ప్రతాపరుద్రీయం'గాని చారిత్రకాభాస నాటకాలనీ శ్రీకూర్మావేణు గోపాలస్వామిగారు ప్రశంసించిఉన్నారు.[11] కాబట్టి చారిత్రక నాటకకర్తగా వీరికి ప్రసిద్ధివచ్చింది. మరో ప్రసిద్ధ చారిత్రక నాటకం వారి 'చంద్రగిర్యాభ్యుదయం'. అల్లసాని పెద్దనకు 'ఆంధ్ర కవితా పితామహు'డన్న బిరుదు, ధర్మవరం వారికి 'ఆంధ్ర నాటక పితామహు'డన్న బిరుదులు

లానే కోలాచలం వారికి 'ఆంధ్రచారిత్రక నాటకపితామహు'డన్న బిరుదు సార్థకమైంది. ఇలాగే సర్వోత్కృష్ట నాటకకర్తగా శ్రీనివాసరావుగారు ప్రసిద్ధికెక్కారు.

నాటకేతర రచనలు :

శ్రీనివాసరావుగారు కేవల నాటక రచనా ప్రయోగాలకోసం సంతృప్తి చెందక సాహిత్య రంగంలోను, ఆధ్యాత్మికరంగంలోను తమ ప్రతిష్ఠను ప్రకటించు కొన్నారు. వీరి రచనలను నాటక, నాటకేతర రచనలనీ, నాటకేతర రచనలను కావ్య విమర్శలనీ, విమర్శలో మళ్లీ తెలుగు విమర్శ, ఆంగ్ల భాషలోని విమర్శ అని విభజించవచ్చు. ఈ నాటకేతర రచనలవల్ల శ్రీనివాసరావు గారి బహుముఖీనమైన ప్రతిభా పాండిత్యాలు స్పష్టమవుతాయి.

ఆంధ్రీకృత 'అగస్త్య బాలభారతము' :

ప్రారంభంలో నాటకాలు రచించినా పద్యకావ్యాలనువాదం చేయాలన్న కోరిక కలిగి 'అగస్త్య బాలభారతం' సంస్కృతం నుంచి ఆదిపర్వంలోని ఆరు సర్గలను మూడు వ్యాసాలుగా శ్రీనివాసరావుగారు అనువదించారు. దీనివల్ల రావుగారి పద్యరచనా పాటవం, వర్ణనా వైదగ్ధ్యం, ఆలంకారిక శైలీ విన్యాసం మొదలైన కవితా గుణాలు స్పష్టం. ప్రబంధశైలి పురాణమైనా, వివిధ వృత్తాల్ని ప్రయోగించి తమ ఛందఃపరిజ్ఞానాన్ని ప్రకటించుకొన్నారు.

ప్రపంచ నాటక చరిత్ర (The Dramatic History of the World):

శ్రీనివాసరావుగారు నాటక రచనా ప్రయోగాలతో సంతృప్తి పడక నాటక లక్షణాలతో పాటు ప్రపంచ నాటక చరిత్ర – అనే 'The Dramatic History of the World' – అనే ఆంగ్ల గ్రంథం రచించారు. ఇది భారతదేశమున ప్రప్రథమ ప్రయత్నమనీ, అది కోలాచలం వారికి దక్కుతుందని విమర్శకుల ప్రశంస. మాతృభాష తెలుగులో గాక, ఆంగ్లంలో రచిస్తున్నందుకు పాఠకులకు రావుగారు క్షమాపణ చెప్పుకొన్నారు, అది వారి భాషాభిమానం. అయినా విషయం ప్రపంచ సంబంధి గనుక ఆంగ్లంలోనే రచించారు. రావుగారీ గ్రంథాన్ని రెండు భాగాలుగా విభజించి, మొదటి భాగంలో యూరప్ దేశాల నాటకాల సంబంధించి, రెండో భాగంలో ఆసియా ఖండంతోపాటు ఆఫ్రికా, ఆస్ట్రేలియా, అమెరికా దేశాలకు సంబంధించిన నాటకాలను గూర్చి వివరించారు. పాశ్చాత్య దేశాలలో అతి ప్రాచీనమైన గ్రీకు నాటక సాహిత్యాన్ని, ప్రాచ్య దేశాలలో అతి ముఖ్యమూ, అతి ప్రాచీనమూ అయిన భారతదేశ నాటక సాహిత్యాన్ని లక్షణాలతో వివరించారు. గ్రీకు ట్రాజెడీ, అరిస్టాటిల్ ట్రాజెడీ లక్షణాలను వివరించారు. గ్రీకు నాటకరంగం ఆ రోజుల్లోనే ముప్పైవేలమంది ప్రేక్షకులు దర్శించేవీలుండేదట. ఆంగ్ల నాటక రంగాన్ని, నాటక సాహిత్యాన్ని, నటులను గూర్చి వివరించారు. గ్రీకులవల్ల భారతదేశంలో నాటకకళ రాలేదనీ, ఇది భారతదేశ సంపద అని నొక్కి వక్కాణించారు రావుగారు. ఈ గ్రంథంవల్ల తెలుగువారి ఔన్నత్యాన్ని శ్రీనివాసరావుగారు ప్రపంచానికి చాటారు.

భగవద్గీతా విమర్శనోపన్యాసాలు :

భగవద్గీతకు వీరు 12 ప్రసంగాలు విమర్శనాత్మకంగా చేశారు. భారత భగవద్గీతలను సరించిన విమర్శనము, వ్యవహారకర్మ జిజ్ఞాసము, అర్జున విషాద యోగము, సాంఖ్యయోగము, కర్మయోగము, జ్ఞానయోగము, కర్మసన్న్యాస మంత్రాలయ హఠరాజ యోగములు, ధ్యానయోగము, జ్ఞానతారక బ్రహ్మ యోగము, రాజవిద్యా రాజగుహ్య - విభూతియోగములు, విశ్వరూప సందర్శన భక్తియోగములు, గుణత్రయ విచారము"- అనేవి వీరి భగవద్గీతా విమర్శనోపన్యాసములు.

వేదవిమర్శనోపన్యాసములు :

శ్రీనివాసరావుగారి పాండిత్య ప్రకర్షకు ఈ ఉపన్యాసాలు సాక్షి. ఆర్యుల నాగరికత, వారి ప్రపంచ వ్యాపకత అనేది వ్యాసం. ఆ వెనుక వేదమతము - నాస్తిక మతము - ఆర్యులదైవములు; వేద విచారవిమర్శకులు; సృష్టిని గురించిన తాత్పర్యము, వేదము చరిత్రయా?, నరమేధ అశ్వమేధాధి యజ్ఞములు, ఋగ్వేదము-పురాతనార్యుల చరిత్రము (Rigveda - History of the primitive Aryans); ఋగ్వేదములోని ముఖ్య ప్రార్థనలు; మద్యపానము, జూదము - స్త్రీల గుణములు; వివాహకట్టడము; జాతి-వర్ణాశ్రమ ధర్మములు; మతవిధులే రీతిగ ప్రబలినవి; ఋషులు; సప్తర్షులు-దధీచి- చ్యవనుడు; యమయమి- మృత్యువు- పితృదేవతలు-కర్మ- అనే 158 ఉపన్యాసాలు వేదవాఙ్మయం మీద ప్రకటించిన మహనీయుడు.

ఇవిగాక మాయావాదోత్పత్తి క్రమము, ఆర్యవివాహము; భారతీయ విద్యాభివృద్ధి, ప్రాచీన గ్రంథాలయ చరిత్రము; భాసవిక్రమాదిత్యులకాల నిర్ణయము - అనే వ్యాసాలు రచించారు. 'నాటక చరిత్ర' వ్యాసం ఆంధ్రపత్రిక - సంవత్సరాది సంచిక (12-4-1911)లో ప్రకటితం. శ్రీనివాసరావుగారు 1915 సం॥లో బళ్లారిలోను, 1917 సం॥లో కడపలోను జరిగిన ఆంధ్రసాహిత్య వార్షిక సభల్లో చక్కటి ప్రసంగాలు చేసిన విషయం ముందే తెలుసుకొన్నాము.

శ్రీనివాసరావుగారి వ్యక్తిత్వం :

పై పరిశీలనవల్ల శ్రీనివాసరావుగావుగారి సర్వాంగీణమైన వ్యక్తిత్వం స్పష్టమైంది. వ్యక్తి అంతస్తత్త్వ విశదీకరణయే వ్యక్తిత్వమవుతుంది. ఆయా గ్రంథాల్లో రచయితల ఆత్మాంశాలు (Personal Elements) ఉండి తీరుతాయి. శ్రీనివాసరావుగారి వ్యక్తిత్వం నిరూపించడానికి వారి రచనలు నిదర్శనం.

శ్రీనివాసరావుగారి నాటకాల్లో వైవిధ్యముంది. ఎక్కువగా పౌరాణికాలే రచించినా, చారిత్రక నాటకేతివృత్తాలపైనే రావుగారికి అభినివేశమున్న విషయం తెలుసుకొన్నాము. నాటకాలు ప్రదర్శనకోసమే రచించారు. సుమనోరమ సభా పక్షాన నాటకాలన్నీ ప్రదర్శించబడ్డాయి. వాటికి సాహిత్య గౌరవ సంపాదనార్థం వారు ప్రయత్నించారు. చారిత్రక నాటక రచనవల్లదేశ చరిత్ర

ప్రజలకు తెలియజేయడమే గాక, కల్పనా శక్తి వ్యక్తమవుతుందన్నవారి ఆకాంక్ష విదితమవుతుంది. వారి దేశభక్తి స్పష్టం. నాటక రంగానికి, నాటక సాహిత్యానికి, అందునా తెలుగునాటక రంగానికి వారు చేసిన సేవ అనన్య సామాన్యం. బళ్లారిలో సుమనోరమ సభ నాటక సమాజాధ్యక్షులై, వాణీవిలాస నాటకశాల నిర్మాణం చేయడంలో వారి సేవ స్పష్టం. ఈ నాటక సాహిత్యంతోపాటు, వచన రచనల వల్ల, ఆంధ్రీకృత 'అగస్త్య బాలభారతం' వల్ల శ్రీనివాసరావుగారి పాండిత్యం విస్పష్టం.

భగవద్గీత, వేద విమర్శలవల్ల వారి పరిశోధనాత్మక దృష్టి వ్యాసరచనా విశిష్టత తెలుసుకో గలము.

ఇలాగే కోలాచలం వారు ఉత్తమనాటక కర్తగా, వాణీవిలాస నాటకశాలా నిర్మాతగా, ప్రపంచ నాటకచరిత్ర ఆంగ్లంలో రచించిన రచయితగా ఆంధ్ర చారిత్రక నాటక పితామహుడన్న బిరుదుతో అత్యంత సేవచేసిన మహావ్యక్తిగా, మహామనీషిగా కలకాలం నిలిచిఉంటారు!

---

1. కోలాచలం శ్రీనివాసరావుగారి నాటకాలు : శ్రీరామజననము, సీతాకల్యాణము, కీచకవధ, 'లంకాదహనము'లోనిదీ పద్యం
2. బసవపురాణము : పుట 124; పండితారాధ్య చరిత్రము – పర్వత ప్రకరణము
3. Encyclopedia of the Madras presidency and the Adjacent states; Ed. by V.L. Sastry and M.Venkatarangaiah : p.643.
4. కోలాచలం వారి 'కుశలవ' నాట పీఠిక. పుట. 4
5. The dramatic History of the world: Kolachalam Srinivasa rao:1908 p.1
6. పైదే. రూల్స్ 19. పేజి. 3
7. చిలకమర్తి లక్ష్మీనరసింహం 'స్వీయచరిత్ర'. పు 324
8. కూర్మా వేణుగోపాలస్వామి : 'తెలుగు వాఙ్మయము – సంగ్రహచరిత్ర' : పు. 286
9. పురాణం సూరిశాస్త్రి : 'నాట్యాంబుజము'. పు 281
10. పురాణం సూరిశాస్త్రి: 'నాట్యాంబుజము' – పు. 207

గిడుగు రామమూర్తి పంతులుగారు
(1863-1940)

- తూములూరి రాజేంద్రప్రసాద్

కొందరు పుడుతూనే గొప్ప వారుగా పుడతారు. కొందరు స్వయం శక్తి చేత, స్వయం కృషి చేత జీవితంలో గొప్పతనం సాధిస్తారు. మరి కొందరికి పరిస్థితుల ప్రాబల్యం గొప్పతనాన్ని ఆపాదించి పెడుతుంది. షేక్స్పియర్ తన నాటకంలో ఒక పాత్ర చేత ఇలా అనిపిస్తాడు.

Some are born great
Some achive greatness,
and Some have greatness thrust on them.

మహాపురుషుల లక్షణాలను వివరించడానికి లాంగ్‌ఫెల్ రాసిన ఒక పద్యాన్ని కూడ ఇక్కడ మనం ఉదహరించుకోవచ్చు.

Lives of great men all remind us
We can make our lives subtime
And departing leave behind us
Foot prints on the sands of time.

(గొప్పవారి జీవితములు గుర్తుచేయు
ఎల్లరును గొప్పదనము సాధింపవచ్చు
ననుచు, కాలసైకత మందు తనదు అడుగు
గుర్తుల మిగుల్చ వచ్చు లోకులకు ననుచు!)

మహాపురుషుల జీవితాలు తరువాతి తరాల మీద కూడ ప్రభావాన్ని చూపుతాయి.

గిడుగువారు ఆరువేల నియోగులు. ఆరంభంలో వీరి నివాస స్థలం తూర్పు గోదావరి జిల్లాలోని అమలాపురానికి మైలు దూరంలోవున్న ఇందుపల్లి గ్రామం. 1830లో కోనసీమలో అనావృష్టివల్ల కరవుకాటకాలు సంభవించాయి. ఈ ప్రాంతం నుంచి ఎన్నో కుటుంబాలు ఇతర ప్రాంతాలకు వలస వెళ్ళ వలసి వచ్చింది. రామమూర్తిగారి తండ్రి వీర్రాజు గారు కూడ వలస వెళ్ళవలసి వచ్చింది. వీర్రాజు గారు తెలుగు, సంస్కృతం, భాషలను కొంతవరకు చదువుకున్నారు. అదే సమయంలో మన దేశాన్ని పాలిస్తున్న బ్రిటీషువారివల్ల ఇంగ్లీషును కూడ కొద్దిగా నేర్చుకున్నారు. ఆ రోజుల్లో రైలు మార్గాలు లేకపోవడం వల్ల వీర్రాజుగారు కాలినడకన విశాఖపట్నం వెళ్ళి జిల్లా కలెక్టరు కార్యాలయంలో ఉద్యోగం కోసం ప్రయత్నించారు. కాని లాభం లేకపోయింది. విజయనగరం సంస్థానంలో రెవిన్యూ ఇన్స్‌పెక్టరు ఉద్యోగం లభించింది. ఈ విధంగా గిడుగు వంశం వారు విజయనగరం వాస్తవ్యులయ్యారు.

బాల్యం - విద్యాభ్యాసం

గిడుగు రామమూర్తిగారు వీర్రాజు, వెంకమాంబ పుణ్యదంపతులకు 29.8.1863న జన్మించారు. పర్వతాల పేటలో రామమూర్తి గారి అక్షరాభ్యాసం, పాఠశాల విద్య సాగింది. ఆ కాలంలో అక్కడ బడిలేదు. కీర్తి శేషులు వారణాసి గున్నయ్య శాస్త్రిగారు వీరికి రాయడం, చదవడం నేర్పించారు. గిడుగు వీర్రాజు గారు తీరిక సమయాల్లో భారతం, భాగవతంలోని పద్యాలు, బాల రామాయణంలోని కొన్ని శ్లోకాలు చదివిస్తూ వుండేవాడట. మెట్రిక్యులేషన్ పాసై పర్లాకిమిడి రాజాగారి మిడిల్ స్కూలులో మొదట ఫస్ట్‌ఫారం టీచరుగా చేరారు. రామ్మూర్తిగారి ఉపనయనం 8వ ఏట విజయనగరంలో జరిగింది.

ఉద్యోగం - వివాహం

ఎఫ్.ఏ. పరీక్షలో ఉత్తీర్ణుడయ్యాక ఆ వెంటనే హైస్కూలు టీచరుగా మారి 4వ ఫారానికి క్లాసుటీచరుగాను, 5,6 ఫారాలకు చరిత్ర టీచరుగాను పనిచేశారు. గోదావరి జిల్లాలో కరవు వచ్చాక కందికొండ రామదాసు పంతులుగారు కొవ్వూరు నుండి భీముని పట్నం చేరుకున్నారు. రామదాసు పంతులుగారి కుమార్తె అన్నపూర్ణమ్మతో తన పదహారవయేట అంటే 1879లో భీమునిపట్నంలో అత్యంత వైభవంగా వివాహం జరిగింది. 1885లో రామ్మూర్తిగారికి పుత్రుడు జన్మించాడు. ఆయనే వెంకట సీతాపతి. రామ్మూర్తి పంతులుగారికి ఆశ, తొందర మెండు. తనకు వచ్చిన చదువునంతా ఒక్కసారే విద్యార్థికి చెప్పాలన్న తాపత్రయం. చెప్పిన విషయాలు వెంటనే గ్రహించకపోతే విపరీతమైన కోపం. అందుకే 'అన్నప్రాశన నాడే ఆవకాయ పెడతాడీ రామమూర్తి' అనే వారట సహాధ్యాయులు.

రామ్మూర్తిగారు 1931లో రాయవలసి వచ్చిన 'బంధుప్రశంస' అన్న ఒక వ్యాసంలో సందర్భోచితంగా గురువుగారి గురించి, ఆనాటి విద్యాభ్యాసం గురించి యిలా రాశారు. - 'నేను సంపాదించిన విద్యకు మూల ద్రవ్యమనదగిన భాషా జ్ఞానము, భాషాభిమానము నాకు కలగజేసిన వారు బొంతల కోడూరు శిష్టికరణాలు (బెహరా) బైరాగి పట్నాయకులుగారు ఆయన వద్ద నేను చదువుకున్న కాలం 2 సంవత్సరాలే. అప్పుడు వల్లించిన శ్లోకాలు, పద్యాలు ఇప్పటికి జ్ఞప్తియందున్నవి'.

కుటుంబ జీవితం

వీర్రాజుగారు తన కుమారుని విజయనగరంలోని ఇంగ్లీషు బడిలో ప్రవేశపెట్టి చోడవరంలో ఉద్యోగ ధర్మంగా వుంటున్న కొన్ని రోజుల్లో వీర్రాజుగారు 17.1.1940వ తేదీన స్వర్గసులయ్యారు.

రామమూర్తి గారి ఇల్లాలు అన్నపూర్ణమ్మ గారు పెద్దగా చదువుకోలేదు. భర్త చదువు మీద శ్రద్ధ చూపుతుంటే ఇంటిని నిర్వహించే బాధ్యతంతా ఆమె మీదనే వేసుకుని రామమూర్తి గారికి

దీక్షగా చదువుసాగే వాతావరణానికి వేదికను కల్పించారు. రామమూర్తిగారు తమ తండ్రివలె మంచిసాహసి. జీవితంలో వచ్చే మార్పులను వెరవకుండా ఆహ్వానించగలతత్త్వం. అప్పట్లో రైలు, మార్గాలు లేవు. రెండు మూడు కుటుంబాలు కలసి ఎడ్ల బండి కట్టించుకుని ప్రయాణించేవారు. ఎఫ్.ఎ. పరీక్ష పాసయిన తర్వాత సబ్ రిజిస్ట్రార్ పనికి వీరు పెట్టుకున్న దరఖాస్తును ఆమోదిస్తూ పనిలో చేరమని ఉత్తర్వువచ్చింది. అప్పటికి తల్లి వెంకమ్మ గారు జీవించి వున్నారు. ఆమెకు ఈ మార్పు ఇష్టం కాలేదు. తల్లి వార్ధక్యాన్ని, ఆరోగ్య పరిస్థితుల్ని దృష్టిలో వుంచుకుని ఆ వుద్యోగంలో రామమూర్తి గారు చేరలేదు.

1892లో వీరిని స్కూలు నుండి తప్పించి రాజావారి తమ్ముడు పద్మనాభదేవ్‌కు రాజప్రసాదంలో చదువు చెప్పడానికి ట్యూటర్‌గా బదలాయించారు. 1936లో పెద్ద మనవడు (సీతాపతిగారి పెద్ద కుమారుడు జగన్నాథరావు) వివాహం వారి కళ్ళముందరే జరిపించుకున్నారు. 1939లో ఆంధ్ర విశ్వవిద్యాలయం రామమూర్తిగారికి కళాప్రపూర్ణ బిరుదు ప్రకటించింది. బిరుదు ప్రదానోత్సవానికి విశాఖపట్నం వచ్చారు. అదే సమయంలో భీముని పట్నం వెళ్ళి బావమరది కందికొండ సూర్యనారాయణ గారి కుమార్తె వివాహ సందర్భంగా వచ్చిన బంధువులందరినీ చూసి రాజ మహేంద్రవరం వెళ్ళారు. చెళ్ళపిళ్ళ వెంకటశాస్త్రిగారు కడియం నుంచి ఎడ్లబండిలో వచ్చి రామమూర్తిగారిని పలుకరించి వెళ్ళేవారు.

సవరల అభివృద్ధికై కృషి

రామమూర్తిగారు 1936 వరకు పర్లాకిమిడిలోనే స్థిరనివాస మేర్పరచుకున్నారు. పర్లాకిమిడి కొండ ప్రాంతంలో నివసించే సవరలు విద్యాగంధం లేక పశుప్రాయుల్లై వున్నారు. వీరి కోసం బడులు పెట్టించి చదువు చెప్పించాలనే కోరిక రామమూర్తి గారికి కలిగింది. ఇందుకోసం 1892లో సవర భాష నేర్చుకోవడం ప్రారంభించారు. 1894లో గవర్నర్ పర్లాకిమిడి వచ్చారు. ఆ సమయంలో జరిగిన ఒక సభలో సవరల విద్యాభివృద్ధి కోసం ప్రభుత్వం వారు సవరదేశంలో పాఠశాలలు ఏర్పాటు చేయాలని, అందుకు రామమూర్తిగారు సహాయపడగలరని తెలిపారు. అందుకు గవర్నర్ అంగీకరించారు. కాని ఆనాడు జిల్లా కలెక్టర్‌గా వున్న మెక్కార్టే దొరగారికి సవరలకు చదువు చెప్పించడం ఇష్టంలేదు. కట్టెలు కొట్టుకుని జీవించే వారికి చదువెందుకని ఆయన అభిప్రాయం. అందుకే 'రామమూర్తి పంతులు పిచ్చివాడు. ప్రశాంతంగా జీవిస్తున్న సవరలకు లేనిపోని ఆశలు రేకెత్తించి సవర దేశంలో విప్లవం పుట్టించదలచాడు. అందుకే రామమూర్తి పంతులు గారిని సవర దేశం వెళ్ళొద్దని శాసించదలచాను' - అని కలెక్టర్ గవర్నర్‌కు విన్నవించారు. కలెక్టర్ అభిప్రాయాన్ని కాదనలేక గవర్నర్ అంగీకరించవలసి వచ్చింది. కారణంగా రామమూర్తి పంతులు గారు చేసిన ప్రయత్నం అప్పట్లో నెరవేరలేదు.

సవర భాష, సవర పాటలు నేర్చుకొందామని కొండకోనల్లో తిరగడంతో రామమూర్తి పంతులు గారికి మలేరియా జ్వరం వచ్చింది. అప్పుడు పోస్టాఫీసుల్లో అమ్మే క్వినైన్ 40 రోజులు

సేవించడం వల్ల చెవుడు వచ్చింది. ఇది తగ్గడానికి ఎన్ని మందులు వాడినా ప్రయోజనం లేకపోయింది. వీరి చారిత్రక పరిశోధన కృషి మాత్రం కొంత వరకు ఫలించింది. ప్రాచీన నాగర కర్ణాటాంధ్ర లిపి వర్ణములు చదువులు నేర్చుకుని ముఖలింగేశ్వరాలయములోని రాతి గోడలపై చెక్కిన శాసనములను, రాగి రేకులపై చెక్కిన దాన శాసనములను చదివి ప్రాచీన కళింగ రాజ్యమునకు 8వ శతాబ్దము నుండి 12వ శతాబ్దము వరకు వున్న ముఖలింగము రాజధాని అని, నగర కటకము (శ్రీ విక్రమ దేవ వర్మ బాల్యంలో వున్న గ్రామం) సైనిక స్థానమని, కళింగ పట్టణము రాజుల రేవు పట్టణమని తెలుసుకున్నారు. ఈ విషయాలన్నింటిని ఒక వ్యాసంగా రాసి 'ఆంటిక్విటీజ్ ఆఫ్ ముఖలింగం' అనే పేరుతో Madras Literatare & Science Socaity మాస పత్రికలో 1895లో ప్రకటించారు. కళింగ గంగవంశపు రాజుల దాన పట్టా శాసనములు సంప్రదించి 'ఎపి గ్రాఫియా ఇండికా'లో ప్రకటించారు.

సవర భాషపై కృషి చేసి తెలుగు - సవర నిఘంటువును రచించారు. సవరపాటలు, సవర కథలు కొన్ని సవర భాషలోనే రాసి పెట్టుకొన్నారు. సవర భాషకు వ్యాకరణం రచించడానికి పునాది వేశారు. ఇందుకు మామిడన్నము కుమార స్వామి పంతులుగారు సహకరించారు. రామమూర్తి పంతులుగారికి సవర భాషనేర్పింది. తౌడు అనే పేరు గల పైడి (పానో) వాడు. ఇతనికి ఓఢ్రము, తెలుగు, సవర భాషలు వచ్చు, కాని తౌడు చెప్పిన సవర భాష అంత స్వచ్ఛమైనది కాదని రామమూర్తి పంతులుగార్కి అర్థమయినది. అప్పుడు సవరలనే అడిగి తెలుసుకోవాలనుకున్నారు. స్వంత ధనము వెచ్చించి సవరల కోసం బడులు పెట్టించారు.

1908లో వెల్షమన్ అనే అటవీశాఖ అధికారి సవర దేశంలో పనిచేయాల్సి వచ్చింది. అప్పుడు ఆదొర సవర భాష నేర్పమని రామమూర్తి పంతులుగారిని అడిగారు. పంతులుగారి అంగీకారంతో వెల్షమన్ తీరిక సమయాల్లో వచ్చి సవర భాషను నేర్చుకున్నారు. 1880 సంవత్సరం నుండి ఉపాధ్యాయునిగా 30 ఏళ్ళపాటు నిర్విరామంగా పనిచేసిన రామమూర్తి పంతులుగారికి ఉపాధ్యాయ వృత్తి నుండి విరమించుకుని విశ్రాంతి తీసుకోవాలనిపించింది. 1911లో వీరు పదవీ విరమణ చేశారు. ఎన్నో పుస్తకాలు రచించారు కనుక పారితోషికం ఇవ్వాలని ప్రభుత్వం సంకల్పించింది. రామమూర్తి గారు అందుకు అంగీకరించలేదు. ఎలాగైనా రామమూర్తి గారిని గౌరవించడం తమ విధి అని ప్రభుత్వం గుర్తించి 1911లో జార్జి చక్రవర్తి రాజ్యాభిషేకం ఉత్సవం జరిగినప్పుడు Cartificate of Merit ను, 1913లో రావు సాహిబ్ బిరుదును ప్రదానం చేశారు. బిరుదు వచ్చే సమయంలో రామమూర్తి పంతులు గారు విజయనగరంలో నివసిస్తున్నారు.

సవర భాషపై గ్రంథ రచన

సవర భాష నేర్చుకున్న వెల్షమన్ దొర 1917లో మరణించారు. 1928లో మిస్ మన్రో సవర దేశంలో పనిచేయాల్సి వచ్చింది బ్రిటీషు ప్రభుత్వం వారు సవర-ఇంగ్లీషు, ఇంగ్లీషు-సవర నిఘంటువులను, సవర వ్యాకరణము, సవర కథలను రచించమని రామమూర్తి గారిని

కోరారు. రామమూర్తి గారి కుమారుడు సీతాపతి కూడ సవర భాష నేర్చుకున్నారు. కనుక ఆయన కూడ ఈ పుస్తకాలను రచించడంలో రామమూర్తి గారికి తోడ్పడ్డాడు. 1931-36 కాలంలో ఈ గ్రంథాలన్ని రచించారు. బ్రిటీషు ప్రభుత్వము వారు వీటిని ప్రకటించారు. ఈ గ్రంథ రచన జరుగుతున్న కాలంలో 1934లో కైజర్-ఇ-హిందీ సువర్ణ పతకాన్ని బ్రిటీషు ప్రభుత్వం రామమూర్తి గార్కి బహుమతిగా ఇచ్చారు.

1912 - సవర డైలాగ్స్

1913 - సవర సాంగ్స్

1914 - సవర రీడర్

1914 - సవర - తెలుగు నిఘంటువు

ఈ పుస్తకాలు అచ్చువేయడానికి ప్రభుత్వం నుండి ఏమి ప్రతిఫలం కావాలి అని అడిగినప్పుడు రామమూర్తిగారు ఎలా స్పందించారో 15.9.1913 నాటి దర్బారు ప్రసంగ పాఠంలో గంజాం కలెక్టర్ మెక్మైకేల్ ఇలా వివరించారు.

With singleness of purpose and without thought of reward Mr. Rama murthy has worked and laboured in the spirit of philanthrophy for the betterment of the savaras.

With his own money and unassisted by any he opened a pure savara school, the first of sevral others - Government undertook to print his savara works at their own cost and offered an honororium to the learned arthor that he declined the later on the ground that his work was a Labous of love, and not done for payment is typical of his great humamity

నిఘంటువు - వ్యాకరణం రచన

వ్యావహారిక భాష వల్ల గ్రాంథిక భాషకు ఎక్కడ ముప్పువాటిల్లుతుందోనని గ్రాంథిక భాషావాదులు గ్రాంథిక భాషను సంరక్షించుకోవడానికి సర్వశక్తులూ కేంద్రీకరించి ఒక ప్రణాళికను సిద్ధం చేశారు. ఇందులో భాగమే కాకినాడలో ఆంధ్ర సాహిత్య పరిషత్తు స్థాపన. దీని ద్వారా సాహిత్య పరిషత్ పత్రిక అనే మాస పత్రికను ప్రచురింపసాగారు. గ్రాంథిక భాషకు బహుజనపల్లి సీతారామా చార్యులు గారి శబ్దరత్నాకరం సమగ్ర నిఘంటువు కాదని 1916లో బహుసంపుటాలతో కూడిన ఒక నిఘంటువును తయారుచేయించాలని పూనుకున్నారు. అదే సూర్య రాయాంధ్ర నిఘంటువు. ఆంధ్ర సాహిత్య పరిషత్ పత్రిక దాదాపు 50 ఏళ్ళ పాటు సాగింది.

గ్రాంథిక భాషా వాదులకు పోటీగా వ్యవహారిక భాషావాదులు కూడ ఒక పత్రిక నడపడం, నవ్యాంధ్ర వ్యాకరణం రాయించడం, వ్యవహారంలోని పదాల అర్థచ్ఛాయలన్నింటినీ సప్రయోగంగా వివరిస్తూ, వ్యుత్పత్తిని, అర్థ విపరిణామాన్ని సూచిస్తూ ఒక నిఘంటువు తయారుచేసుకోవడం

అవసరమని గుర్తించకపోలేదు. కాని గ్రాంథిక భాషావాదులకు ఉన్న అంగ బలం, అర్థబలం వ్యవహారిక భాషావాదులకు లేకపోవడం వల్ల రామమూర్తి పంతులుగారు పర్లాకిమిడిలో ఆరంభించిన 'తెలుగు పత్రిక' ఏడాదికంటె ఎక్కువ కాలం నడవలేదు.

ఒక నవ్యాంధ్ర వ్యాకరణం, నవ్యాంధ్ర నిఘంటువు రాయడానికి అవసరమైన వివరాలు, ప్రయోగాలు అన్నీ సేకరించి పెట్టుకున్నా నిరంతర వాదోపవాదాలతో చిక్కుకోవడం వల్ల రామమూర్తి గారికి ఆ మహాకార్యాలు నిర్వర్తించడానికి వీలుకాలేదు. కందుకూరి వీరేశలింగం పంతులుగారు 'నవ్యాంధ్ర వ్యాకరణం' పేరుతో ఒక విపులమైన వ్యాకరణం రాయడానికి పూనుకోగా రామమూర్తి పంతులుగారు తాను సేకరించిన ప్రయోగ సంచయాలను, సామగ్రిని ఆయనకిచ్చి వేశారు. కాని ఇది జరిగిన కొన్ని మాసాలకే వీరేశలింగం పంతులుగారు స్వర్గస్తులవడంతో ఆ వ్యాకరణం వెలుగు చూడలేదు. రామమూర్తి పంతులుగారు సేకరించిన ప్రయోగ సంచయాన్ని వీరేశలింగం పంతులుగారికి ఇచ్చే సమయంలో రామమూర్తి పంతులుగారి తనయుడు సీతాపతి తమ తండ్రితో - 'పోనీ ఈ ప్రయోగాల ఆధారంగా మనమే ఒక నవ్యాంధ్ర వ్యాకరణాన్ని, నిఘంటువుని తయారుచేయ కూడదా' - అన్నారట. దీనికి రామమూర్తి గారు బదులిస్తూ 'నేను వ్రాస్తే ఎవరో గ్రామ్య భాషాచార్యుడు గ్రామీణుల కోసం, గ్రామ్య వాదం కోసం వ్రాశాడంటారు. దానికి దేశంలో ప్రామాణ్యం రాదు. వీరేశలింగం గారే అందుకు తగినవారు'- అంటూ కంటనీరు పెట్టుకున్నారట.

దీన్ని బట్టి రామమూర్తి పంతులుగారు ఎంతటి సుకుమార హృదయులో అర్థమవుతోంది. ఆనాటి పండితులు పంతులుగారిని మాటలతో ఎంతగా గాయపరచారో, ఎంతటి న్యూనతా భావాన్ని కలిగించారో అవగతమవుతోంది.

వ్యావహారిక భాషోద్యమం

మనసులో మెదిలి, కంటికి కనిపించని భావాల్ని ఎదుటివ్యక్తికి స్పష్టంగా తెలియజెప్పడానికి శబ్దరూపంలో భాషను తయారు చేసుకున్నాడు మానవుడు. మాట, వాక్కు గాలిలో అంతర్లీన మవుతుంది. ఆ మాటలు క్షణాల్లోనే ఆవిరైపోతాయి. మరి ఆ మాటలు తరువాతి తరం వారికి చేరాలంటే ఆ శబ్దాలకు అక్షరరూపం ఇవ్వాలి. అందుకే నోటిమాట క్షణికం. చేతిరాత శాశ్వతం అంటారు. శిష్ట జనులు (అక్షరాస్యులు) వాడుకునే జీవభాషలోనే రచనలు సాగాలి.

గిడుగు రామమూర్తి పంతులుగారు ప్రారంభించిన వ్యావహారిక భాషోద్యమం విస్తృత ఫలితాలను సాధించింది. విద్యాలయాల్లో ప్రాచీన తెలుగు కావ్యాలను బోధించే బోధనా భాషగా ప్రాచీన కావ్య భాషను కాక ఆనాడు పండితుల వ్యవహారంలో ఉన్న శిష్ట వ్యావహారిక భాషను వాడుక చేయాలని, ఆ భాషలోనే విద్యార్థులు ప్రశ్నలకు జవాబులు రాసే అవకాశం కల్పించాలని, స్కూలు ఫైనల్, ఇంటర్మీడియట్ పరీక్షల్లో ఇంగ్లీషుకు తెలుగు అనువాదాన్ని, వ్యాసరచనను విద్యార్థులు శిష్ట వ్యావహారిక భాషలోనే రాసే అవకాశం వుండాలని మాత్రమే ఆదిలో వ్యావహారిక

భాషోద్యమం ప్రతిపాదించింది. సాధారణ వచన రచనలకు శిష్ట వ్యావహారిక భాషను వాడాలని తప్ప సాహిత్య భాషగా శిష్ట వ్యావహారికాన్నే వాడి తీరాలని రామమూర్తి పంతులుగారు పట్టు పట్టలేదు. 'జీవద్భాషకు నియామకుడు రచయితే కాని లాక్షణికుడూ, వ్యాకరణ కర్త కాదు' - అని రామమూర్తి పంతులు గారు స్పష్టం చేశారు.

రామమూర్తి పంతులుగారు చేసిన ఈ వినమ్ర ప్రతిపాదనను పండితులు ఆనాడు తోసిపుచ్చారు. పరవస్తు చిన్నయ సూరి బాల వ్యాకరణానికి విరుద్ధమైన ప్రయోగాలన్ని వారి దృష్టిలో గ్రామ్యాలు, దుష్టాలు.

ప్రధాన లక్ష్యం

1906లో గంజాం, విశాఖపట్నం, గోదావరి జిల్లాల్లో పాఠశాలలకు పరీక్షల అధికారిగా బ్రిటీషు ప్రభుత్వం చేత నియమించబడిన J.A. ఏట్స్ దొర ప్రతి ఏటా ఉపాధ్యాయ వార్షిక సమావేశాలు ఏర్పాటుచేసి బోధనా పద్ధతులను గూర్చి పెద్దల చేత ఉపన్యాసాలిప్పించేవారు. 1907 నుండి 1910 వరకు జరిగిన వార్షిక సమావేశాల్లో రామమూర్తి పంతులుగారు జీవద్భాష ప్రాశస్త్యాన్ని వివరిస్తూ, పాఠశాలల్లో విద్యార్థులకు బోధనా భాషగా శిష్ట వ్యావహారికమే ఎందుకు వుండాలో అనేక ఉపపత్తులతో నిరూపిస్తూ ప్రసంగించేవారు.

వైస్రాయి కర్జన్ ఆదేశానుసారం దేశమంతటా విద్యావ్యాప్తికి సంబంధించి ఒక నివేదిక ప్రకటించింది. దేశంలో అక్షరాస్యులు పది శాతమేనని, ఆధునిక విద్యలు అభ్యసించిన యువకులు వారి మాతృభాషలు నేర్చుకోవడంలో అశ్రద్ధ చూపుతున్నారని, కనుక విద్యావిధానంలో పెద్ద మార్పులు అవసరమని 1905లో నివేదిక తెలిపింది.

1910లో ప్రభుత్వం విద్యావిధానంలో కొన్ని మార్పులు తెచ్చింది. మెట్రిక్యులేషన్ పరీక్షకు మారుగా స్కూలు ఫైనల్ పరీక్ష F.A. కు మారుగా ఇంటర్మీడియట్ పరీక్ష పెట్టింది. జనవరి నుండి డిశంబరు వరకు జరిగే చదువుల సంవత్సరాన్ని కూడ రెండు కేలండర్ సంవత్సరాలలోని జూన్/జూలై నెలల కాలంగా పరిగణించింది. స్కూలు ఫైనల్‌లో వ్యాసరచన, అనువాదం పరీక్షాంశాలయ్యాయి. స్కూలు ఫైనల్ పరీక్షకు నిర్ణయించిన అనువాదాంశానికి, వ్యాసరచనకు వినియోగించే భాష గ్రాంథికమైనా, వ్యావహారికమైనా కావచ్చునని విద్యార్థుల ఇష్టానికి విడిచిపెట్టారు. ఇంటర్మీడియట్ పరీక్షలో చేయవలసిన వ్యాసరచన ఏ భాషలో వుండాలి అనే విషయం నిర్ణయించవలసి వచ్చింది. ఈ సమయంలో పండితులు సభలు జరిపి విద్యార్థులు వాడుక భాషను వాడకుండా అడ్డుతగిలారు. 1911లో స్కూలు ఫైనల్ పరీక్షలు పాఠ్య గ్రంథంగా పెట్టి నరసింహం గ్రీకు పురాణ గాథలు నిర్ణయించారు.

1913లో రాజమహేంద్రవరంలో ఆంధ్రసాహిత్య పరిషత్తు సమావేశం జరిగింది. గురజాడ అప్పారావు గారు వాడుక భాషలో రచనలు చేసి 'మెచ్చనంటావీవు నీవది మెచ్చకుంటే ఏమిపోయెను, కొయ్యబొమ్మను మెచ్చు కళ్ళకు కోమలుల సౌరెక్కునా' - అని రాశారు.

8.9.1911న గ్రాంథిక, వ్యావహారిక భాషాశైలి విధానాన్ని పరిశీలించి విద్యార్థులకు ఏ శైలి ఉచితమో నిర్ణయించడానికి Intermediate Composition Committee పేరుతో ఒక పండిత సంఘాన్ని నియమించింది బ్రిటీషు ప్రభుత్వం. ఈ సంఘంలో వేదం వెంకటరాయ శాస్త్రి, జయంతి రామయ్యతో పాటు గిడుగు రామమూర్తి పంతులుగారు కూడ సభ్యులే. మద్రాసు ప్రెసిడెన్సీ కళాశాల అధ్యాపకుడు మాటూరు రంగాచార్యులు గారు ఉపాధ్యక్షులు.

ఈ సంఘం అనేక సమావేశాలు జరిపి వాడుకలోవున్న పదాలను, క్రియారూపాలను, సమాసాలను, విభక్తి రూపాలను విద్యార్థులు వ్యాసరచనలో ఉపయోగించవచ్చని తన నివేదికలో పేర్కొంది. దీంతో వ్యావహారిక భాషావాదులు విజయం సాధించినట్లయింది. అయితే సనాతన పండితులు ఆందోళన జరిపి తమ అసమ్మతిని తెలిపారు. దేశంలోని ధనికులు, పలుకుబడి కలిగిన పెద్దలు గ్రాంథిక భాష వైపే మొగ్గు చూపడం వల్ల వ్యావహారిక భాష వాడడానికి అనుమతిస్తూ గతంలో విడుదల చేసిన జి.ఓ.ను ఉపసంహరించుకుంటూ 1914లో విద్యాశాఖ మరొక జి.ఓ. ను జారీ చేసింది. అప్పుడు గ్రాంథిక భాషావాదులు విజయకేతనం ఎగురవేశారు. 'రామమూర్తీ - ఇక నీవు గంజాం జిల్లాకు వెళ్ళు' - అంటూ పరిహాసం చేశారు, సనాతన పండితులు.

1926లో రామభద్ర చయనులు గారి ప్రోత్సాహంతో ఆంధ్ర సాహిత్య పరిషత్ వార్షికోత్సవం మూడు రోజుల పాటు తణుకులో జరిగింది. ఆచంట సాంఖ్యాయన శర్మగారు అధ్యక్షులు. రెండవ రోజును రామమూర్తి పంతులు గారి ఉపన్యాసానికి కేటాయించారు. ఆ సభకు చెళ్ళపిళ్ళ వెంకటశాస్త్రి గారు, శ్రీపాద కృష్ణమూర్తి శాస్త్రిగారు, త్రిపురాన సూర్యప్రసాదరావు గార్లతోపాటు ఎందరో పండితులు, కవులు వచ్చారు. రామమూర్తి పంతులుగారు 5 గంటలపాటు నిర్విరామంగా ఉపన్యసించారు. వాడుక భాష జీవద్భాష అని, భీమునిపట్నంలో 3 రోజులపాటు భారతీ తీర్థ సంస్థ వార్షికోత్సవాలు జరిగాయి. అఖిలాంధ్ర కవి పండిత సభను పురిపండా అప్పలస్వామి నిర్వహించారు. బరంపురంలో 10.3.1933 నుండి 3 రోజుల పాటు అభినవాంధ్ర కవి పండిత సభ జరిగింది. ఆధునిక వ్యావహారికమే బోధనా భాషగా ఉండాలని తీర్మానించింది. శ్రీ గురు భాగవతుల ధర్మారావుగారు, పంచాగ్నుల ఆదినారాయణ శాస్త్రిగారు సభ నిర్వహించారు.

సాహిత్య కోవిద క్రొవ్విడి రామంగారు ఒక సాహిత్య గోష్ఠిలో 'కృష్ణా గోదావరి జిల్లాలవారు' 'తెలవదు' అనే ప్రయోగం చేస్తారు కదా. అది సాధువేనా? అని అడిగారు రామమూర్తిగారిని. అప్పుడు రామమూర్తిగారు నవ్వుతూ 'తడియు' ధాతువును ఆలంబనగా చేసుకుని 'తడవదు' అని నువ్వు చెబుతున్నావు. అలాగే 'కురియు' ధాతువును 'కురవదు' అని ప్రయోగిస్తున్నావు. 'ఈ ఖద్దరు బట్ట తడవదు. ఇవాళ వాన కురవదు'. ఈ వాక్యాలు సమ్మతమే అవుతాయి అన్నారు.

పర్లాకిమిడి తాలూకాలో తెలుగువారు అధిక సంఖ్యలో ఉన్నట్టు జనాభా లెక్కలు నమోదు చేసినా దాన్ని ఆనాటి వలస రాజ్య పాలకులు స్థానిక జమిందారు ఒకటై మద్రాసు ప్రెసిడెన్సీలోంచి విడదీసి ఒరిస్సాలో చేర్చి, మైనారిటీలుగా మార్చడం, జనవాక్యాన్ని ఉపేక్షించడం రామమూర్తిగారిని

బాధించింది. అందుకే మరో ప్రతిజ్ఞ కూడ చేశారు. 'ఆ నిర్ణయం అమలులోకి రాకుండానే నేను పర్లాకిమిడి విడిచిపెట్టి మద్రాసు ప్రెసిడెన్సీలోకి వచ్చేస్తాను. బ్రతికి వుండగా నేను ఊళ్ళో అడుగుపెట్టనని కంకణం కట్టుకుని రైలెక్కుతాను' అన్నారు శాస్త్రిగారితో.

వ్యావహారిక భాషను ప్రతిష్ఠించడంలో విశ్వవిద్యాలయాలు, ప్రభుత్వమూ వెనుకంజవేసినా పత్రికలు మాత్రం రామమూర్తి గారి వాదానికి పూర్తి సహకారం ఇచ్చాయి. 1940 జనవరి 15వ తేదీన గూడవల్లి రామబ్రహ్మం గారు నడిపే ప్రజామిత్ర పత్రిక కార్యాలయంలో ఇచ్చిన సందేశంలో 'ప్రజల్లో విద్య వ్యాపిస్తే గాని సంఘం వృద్ధిలోకి రాదు. అది సంఘంలోని పెద్దలు చేయవలసిన ధర్మ కార్యమని ఆలోచించకూడదు. భాగ్యవంతమైన పెద్దలు తమ ఆరోగ్యం కాపాడుకోవలెనంటే ప్రజల ఆరోగ్యం కాపాడవలెను'- అన్నారు. ఈ సభలో తాపీ ధర్మారావు, న్యాయపతి నారాయణ మూర్తి వంటి సుప్రసిద్ధ పత్రికా సంపాదకులు పాల్గొన్నారు.

ఆంధ్రప్రదేశ్ ప్రభుత్వం 1969లో తెలుగు అకాడమిని స్థాపించింది. ఇంటర్మీడియట్, డిగ్రీ తరగతులకు వివిధ సాంకేతిక విషయాల పాఠ్య పుస్తకాలను వ్యావహారిక భాషలోనే ప్రచురిస్తున్నారు. 1969లోనే పి.హెచ్.డి. చేసే విద్యార్థులు తమ పరిశోధనా వ్యాసాలను వ్యావహారికంలోనే రాయడానికి శ్రీ వేంకటేశ్వర విశ్వవిద్యాలయం వారు అనుమతించారు. 1973లో ఆంధ్ర విశ్వవిద్యాలయం కూడ ఆమోదించింది. 1911లో రామమూర్తి పంతులుగారు ప్రారంభించిన వ్యావహారిక భాషోద్యమం 1973 నాటికి విజయవంతమయింది. అంటే వ్యావహారిక భాషోద్యమం 62 ఏళ్ళపాటు సాగింది.

విశ్వవిద్యాలయాలు వాడుక భాషను ఆమోదించడం ఆలస్యమయినా పత్రికలు, రేడియోలు, సినిమాలు వ్యావహారిక భాషను ఆమోదించాయి. రామమూర్తి పంతులు గారి చేత ఉత్తేజితులైన పలువురు రచయితలు వాడుక భాషలో గ్రంథాలు రచించి సాహిత్య భాషగా, కవిత్వ భాషగా వ్యావహారిక భాషే మరింత గొప్పదని రుజువు చేశారు కూడ.

ముఖలింగ క్షేత్ర చరిత్ర రచన - పరిశోధన

రామమూర్తి పంతులుగారు పర్లాకిమిడిలో ఉపాధ్యాయుడిగా ఉంటున్న రోజుల్లో అక్కడికి 20 మైళ్ళ దూరంలో వున్న ముఖలింగ క్షేత్రాన్ని దర్శించారు. అక్కడి దేవాలయాల గోడల మీద, స్తంభాల మీద చెక్కిన అక్షరాలు వీరిని ఆకర్షించాయి. పర్లాకిమిడి రాజావారి తమ్ముడు పద్మనాభ నారాయణ దేవ్‌కు ట్యూటర్‌గా కోటలోకి వెళ్ళి చదువు చెప్పే అవకాశం దొరికినప్పుడు రామమూర్తిగారు వారితో ప్రస్తావించారు. South Indian Polythrography అనే పుస్తకాన్ని తెప్పించి రాజావారు రామమూర్తి గారికిచ్చారు.

రాబర్ట్ సూయల్ దొర మద్రాసు ప్రెసిడెన్సీలోని ప్రాచీన వస్తు విశేషాల మీద రెండు సంపుటాలు రాశాడు. దీనిని సూయల్ లిస్ట్ అంటారు. ఈ లిస్టులో ఎక్కడా ముఖలింగం ప్రసక్తిలేదు.

1893 జనవరిలో రామమూర్తి గారు ముఖలింగం వెళ్ళారు. ముఖలింగంలో మధూకేశ్వరాలయం, భీమేశ్వరాలయం, సోమేశ్వరాలయం వున్నాయి. అక్కడి గోడల మీద శాసనాలను చదివారు. ప్రాచీన నాణేలు సంపాదించారు. ముఖలింగ ప్రాంత ప్రాచీనత తెలిపే వ్యాసంలో రామమూర్తి గారు కాళింగుల గురించి సుదీర్ఘమైన చర్చ జరపడం, వారి సామాజిక శాస్త్ర దృష్టికి నిదర్శనంగా చెప్పుకోవచ్చు.

క్రీ.శ. 1900కి పూర్వం ప్రాచీన లిపిని, పరిణామాన్ని ఔపోసన పట్టి శిలా తామ్ర శాసనాలను చదవగల సామర్థ్యం సాధించిన వారు ముగ్గురు. జయంతి రామయ్య గారు, గురజాడ అప్పారావు గారు, గిడుగు రామమూర్తి పంతులుగారు.

వ్యావహారిక భాషావాదుల రచనలు

1. బీజ గణితము : పి.టి.అయ్యంగార్ రాసిన పాఠ్యగ్రంథం.
2. విధిలేక వైద్యుడు : వేదం వెంకటాచలయ్య రచన.
3. Life or death - a Plea for vernaculars : పి.టి. శ్రీనివాస అయ్యంగారి ఆంగ్ల వ్యాసం.
4. Memorandum of Modern Telugu : రామమూర్తి పంతులు గారు 1912లో బ్రిటీషు ప్రభుత్వానికి అందజేసిన పత్రం. 1913లో దీన్ని పుస్తక రూపంలో ప్రచురించి పండితులకు పంచిపెట్టారు.
5. నిజమైన సంప్రదాయం : 1914లో రామమూర్తి పంతులుగారి రచన.
6. ఆంధ్ర భాషా సంస్కరణ : తాతా సుబ్బరాయ శాస్త్రిగారు ఆధునిక శిష్ట ప్రయోజనాలను అనుసరించి తెలుగు వ్యాకరణాలను సంస్కరించాలని ఇందులో సూచించారు.
7. ఆంధ్రభాష : వఝులచినసీతారామ శాస్త్రి వ్యావహారిక భాషను సమర్థిస్తూ రాసిన వ్యాసం.
8. ప్రాఁదెనుఁగు కమ్మ : తనకు గ్రాంథిక భాష రాదనే వారికి జవాబుగా రామమూర్తి పంతులుగారు అతి ప్రాచీనమైన తెలుగులో రాసిన రచన. ఇది 1914లో ఆంధ్ర సాహిత్య పరిషత్‌లో ప్రచురించబడింది.
9. విమర్శాదర్శం : బుర్రా శేషగిరిగారు చేసిన వ్యావహారిక రచన.

గ్రాంధిక వాదుల రచనలు

1. A defenec of Literary Telugu : జయంతి రామయ్య పంతులు గారు 1912లో ప్రకటించిన కరపత్రం.
2. Memorandum on Telugu Prose : కొమర్రాజు లక్ష్మణరావు గారు మద్రాసు విశ్వవిద్యాలయానికి సమర్పించిన పత్రం.

3. A note on the compilation of a comprehensive Etimalogical Dictonary of the Telugu Language : జయంతి రామయ్య పంతులు గారు 'సూర్య రాయాంధ్ర నిఘంటువు' రచనకు ఒక ప్రణాళికను సూచిస్తూ రాసిన కరపత్రం.

4. అంపగమి : మండపాక పార్వతీశ్వర శాస్త్రిగారి విమర్శ. ఇది గిడుగు రామమూర్తి పంతులుగారి 'ప్రాఁదెనుఁగు కమ్మ'కు సమాధానంగా రాసిన రచన.

5. ఆధునిక వచన రచనా విమర్శనం : వావిలికొలను సుబ్బారావు రచన.

ఉద్యమ వికాసం

గ్రాంథిక భాషా వాదుల చేత వచన రచనకు వ్యావహారిక భాషను వాడటం ఉచితమని ఒప్పించడానికి రామమూర్తి పంతులుగారు రెండు విధాలైన ఉపపత్తులను సేకరించారు.

1) పూర్వ కాలంలో కూడ కావ్యాలలో తప్ప ఆనాటి కవులు, పండితులు టీకాలూ, టిప్పణులూ, వ్యాఖ్యానాలూ, శాసనాలూ మొదలైన వాటిలో ఆనాటి తమ వ్యావహారిక భాషనే వాడుక చేశారని నిరూపించారు. అందుకోసం ఆయన ఎన్నెన్నో తాళపత్ర గ్రంథాలను పరిశీలించి సాక్ష్యాధారాలను సేకరించారు. వాటినే బాలకవి శరణ్యం, గద్య చింతామణి వంటి గ్రంథాల్లో ప్రచురించారు.

2) పరవస్తు చిన్నయసూరి వ్యాకరణానికి అనుగుణంగా రచనలు చేస్తున్నామని చెప్పుకునే పండితులు ఎన్నెన్ని విరుద్ధమయిన ప్రయోగాలు చేస్తున్నదీ రామమూర్తి పంతులుగారు ఎత్తి చూపించారు. తిరుపతి వెంకట కవుల రచనల్లోనే కాదు వేదం వెంకటరాయశాస్త్రి వంటి ఉద్దండుల రచనల్లో కూడ వ్యాకరణ దోషాలు ఎత్తిచూపారు.

తాను సేకరించిన సాక్ష్యాధారాలను, తాళపత్ర గ్రంథాలను రామమూర్తి పంతులుగారు వెంట తీసుకుని ఆంధ్రరాష్ట్రంలోని అన్ని ముఖ్యపట్టణాలు, నగరాలు సందర్శించి అక్కడ విద్యాలయాలలోని పండితులను కలుసుకుని పూర్వులు వ్యావహారిక భాషను నిరసించలేదని సాక్ష్యాధారాలు చూపిస్తూ వారితో చర్చించారు. అనంతరం వారి అభిప్రాయాలను లిఖిత పూర్వకంగా తీసుకునేవారు. ఈ విధంగా సేకరించిన అభిప్రాయాలను తాను నడిపిన తెలుగు పత్రికలో ప్రచురించేవారు. వాడి, వాణ్ణి, వాండ్లు, నుంచి, కోసం, రోజుకు, వాటికి, కొద్ది, చేస్తాను – వంటి పదాలు తాళపత్ర గ్రంథాల్లో కనబడుతున్నాయని ఒప్పుకుంటూ పండితులు రామమూర్తి పంతులు గార్కి లిఖిత పూర్వకంగా రాసి ఇచ్చారు.

1915 మార్చిలో రామమూర్తి పంతులుగారు కాకినాడలో దివాకర్ల తిరుపతి శాస్త్రిగారిని కలుసుకున్నారు. ఆయనతో పాటు పండితులందరూ సంతకాలు చేసి ఇచ్చిన అభిప్రాయం ఇలా వుంది.

'కావ్య గౌరవమున కర్హము గాని బడిపిల్లల వ్రాతలలో కావ్య నియమములుండి తీరవలయుననుట సంప్రదాయ విరుద్ధము. కావ్య గౌరవమునకు బాత్రమగుపట్ల కావ్య నియమములవశ్యముగ బాటింపబడవలయును. కనుకనే విజ్ఞాన చంద్రికా గ్రంథ మండలివారు సైతమూ, స్వాతంత్ర్యమును కొంతవరకుపయోగించిరి. జీవశాస్త్రము మొదలగునవి వ్రాయునెడవారును కొన్ని వ్యావహారిక రూపముల గ్రహించుటయేగాక వ్యాకరణ నియమములను చాల వరకుపేక్షించిరి. ఇది విషయానుసారమగుటచే నుచితమే. ఇట్టి స్వాతంత్ర్యమును కాలేజి విద్యార్థులలో వలయు వారికిచ్చుట వలన నేమియు లోపము సంభవింపకుండటయే గాక సంప్రదాయ ప్రవాహము ననుసరింప నిచ్చుటయని దృఢముగ నమ్ముచున్నాము.'

1916లో ఒకసారి రామమూర్తి పంతులుగారు కొవ్వూరులో ఒక సభలో ప్రసంగిస్తూ వుండగా వీరేశలింగం పంతులుగారు ఆ ప్రసంగాన్ని విన్నారు. ఆ తర్వాత వీరేశలింగం గారు తన మిత్రులతో ఈ విధంగా అన్నారు. – 'రామమూర్తి పంతులు వాదంలో సత్యం లేకపోలేదు. ప్రాచీన లక్షణానికి విరుద్ధమైన ప్రయోగాలు కొన్ని లోకంలో వాడుకలోకి వచ్చాయి. వాటిలో కొన్నిటిని కవులు ప్రయోగించారు. అవి తప్పులు అనుటకంటె ఒప్పులుగానే గ్రహించి లక్షణం సవరించుకోవాలి. రామమూర్తి పంతులుగారు వీరేశలింగం పంతులు గారిని కలిశారు. ఆయన సందేహాలన్నింటినీ తీర్చారు. ఫలితంగా 28.2.1919న రాజమండ్రిలో వీరేశలింగం పంతులుగారు అధ్యక్షులుగాను, గిడుగు రామమూర్తి గారు, జయంతి గంగన్నగారు కార్యదర్శులుగాను 'వర్తమానాంధ్ర భాషా ప్రవర్తక సమాజం' ఏర్పడింది.

సమాజం లక్ష్యాలు

1) వ్యావహారిక భాషకు, గ్రాంథిక భాషకు మధ్యవున్న వ్యత్యాసాన్ని సాధ్యమయినంత వరకు తగ్గించి భాషను సులభం చేయడం.
2) జ్ఞానాభివృద్ధి కోసం వ్రాసే గ్రంథాల్లో సాధ్యమయినంతవరకు వ్యవహారంలో వున్న రూపాలే ఉపయోగించి వ్యవహారంలోలేని వాటిని విడిచి పెట్టడం.

దురదృష్టవశాత్తు సమాజం ఏర్పడిన 3 నెలలకే వీరేశలింగం పంతులుగారు మరణించడంతో ఎలాంటి ఉపయుక్తమయిన కార్యక్రమాలను అమలు చేయలేక పోయింది.

బహుముఖ ప్రజ్ఞాశాలి

గిడుగు రామమూర్తి గారిది మహోన్నతమైన వ్యక్తిత్వం. ఆయనకు నిరుపమానమైన మానవతా దృష్టి వుంది. చైతన్య పూరిత ఘట్టాలతో కూడిన ఆయన చరిత్ర భావితరాలకు మార్గదర్శనం అవుతుంది. డేనియల్ జోన్స్ వంటి బ్రిటీషు ధ్వని శాస్త్రవేత్తలతో చర్చలు, ఒట్టో జెస్ పర్సన్ వంటి వ్యాసకర్తలతో ఉత్తర ప్రత్యుత్తరాలు జరిపిన అంతర్జాతీయ భాషా శాస్త్రవేత్త, కావ్యా భాషా పరిశోధకులు. స్టెన్‌కొనో, హుల్ష్‌లు నిర్మించిన ఎపిగ్రాఫియా ఇండికా సంపుటాల్లోను,

విన్‌సెంటో స్మిత్ రచించిన Early History of India లోను స్వీకరించబడిన నిర్ణయాలు ప్రకటించిన శాసన పరిశోధకులు. థర్‌స్టన్ రచించిన Castes of Tribes of Sorethern India సంపుటాల్లో సవర జాతికి చెందిన అంశాలకు పరిశోధక రచనలు చేసిన శాస్త్రవేత్త.

వాడుక భాషకు పత్రికా రచనకు మార్గదర్శకంగానూ, 'తెలుగు' అనే పత్రికను నడిపిన పత్రికా రచయిత. గిరిజన బాలుణ్ణి ఇంట్లో పెట్టుకుని సవర భాష నేర్చుకున్నారు. కందుకూరి వీరేశలింగం పంతులుగారి ప్రభావంతో వితంతు వివాహాలు జరిపించిన సంఘ సంస్కర్త. పర్లాకిమిడి పరిసర ప్రాంతం ఆంధ్ర ప్రాంతంలో కలపాలన్న ప్రజాందోళనలో ప్రధాన పాత్ర పోషించిన ఉద్యమకారులు. చివరికి పర్లాకిమిడి ఒరిస్సాలో కలిసినప్పుడు స్వంత ఇంటిని కూడ వదులుకొని తన నివాసాన్ని రాజమండ్రికి మార్చుకున్న ఆంధ్రాభిమాని, గిడుగు రామమూర్తి పంతులుగారు.

1930లో సవర భాషకు వర్ణనాత్మక వ్యాకరణం రచించారు. ఇది అంతర్జాతీయ ధ్వని లిపితో రాయబడిన మొదటి వ్యాకరణం అని ప్రొ. డేవిక్ స్టాంపే పేర్కొన్నారు. సవర – తెలుగు, సవర – ఇంగ్లీషు నిఘంటువులను రూపొందించారు. సుప్రసిద్ధ చరిత్రకారుడు డా॥ హుల్ష్‌తో ఉత్తర ప్రత్యుత్తరాలు జరిపారు. ఆయన సూచనపై వజ్రహస్తుని శడగాం తామ్ర శాసనాన్ని సేకరించి 1895-96లో ఎపిగ్రాఫియా ఇండికా నాల్గవ సంపుటంలో వ్యాఖ్యాన సహితంగా ప్రకటించారు. దీని ద్వారా వజ్రహస్తునికి, తూర్పు గాంగుల రాజవంశానికి సంబంధించిన అనేక విషయాలు వెలుగులోకి వచ్చాయి.

రామ్మూర్తి పంతులు గారు చేపట్టిన అన్ని కార్యక్రమాలకు మహనీయమైన మానవతా దృష్టే మూలం. 1913లో గిడుగు వారు ప్రకటించిన A memorandum on Modern Telugu అనే ఆంగ్ల రచన ద్వారా అప్పటి భాషా స్థితిపైన, విద్యా విధానంపైన వారి దృక్పథం తేట తెల్లమవుతుంది. పాఠశాల పుస్తకాల్లోనే కాకుండా ప్రభుత్వం ప్రజలతో జరిపే ఉత్తర ప్రత్యుత్తరాల్లో కూడ వాడుక భాషే వాడాలని సూచించారు. తెలుగు భాషా బోధన విద్యార్థులందరికీ నిర్బంధంగా వుండాలని, తెలుగులోనే శాస్త్రవిజ్ఞానం అభ్యసించాలని తద్వారానే ఆధునిక భాషాభివృద్ధి చెందుతుందని రామమూర్తి పంతులుగారు విశదీకరించారు.

ప్రతిభాశాలి

గిడుగు రామమూర్తి పంతులుగారు గొప్ప భాషాశాస్త్రవేత్త. పరిశోధకుడు, గ్రంథ పరిష్కర్త, శాసన పరిష్కర్త, పత్రికారచయిత, విద్యావేత్త, ప్రజాస్వామిక వాది, మానవతావాది. భాషాబోధన గురించే కాకుండా శాస్త్ర విషయాల బోధన గురించి కూడ గిడుగువారు విద్యాశాఖాధికారిగా వున్న J.A. ఏట్సుతో చర్చించేవారు. వీరిద్దరూ కలిసి The Teacher అనే పత్రికను స్థాపించారు. విద్యాస్థాయికి చెందిన బోధన పద్ధతులపై అధ్యాపకులకు ఉపయుక్తమయ్యే పత్రిక ఇది. గణితం, చరిత్ర, విజ్ఞాన శాస్త్రాలను బోధించడం పై ఇతరులచేత వ్యాసాలు రాయించి ప్రచురించేవారు.

రామమూర్తి పంతులుగారు భాషావ్యాప్తికి చేసిన కృషి, ఇతర పండితులతో వారికున్న సంబంధాలు వేటూరి ప్రభాకర శాస్త్రిగారికి గిడుగువారు రాసిన లేఖల ద్వారా తెలుస్తుంది. క్రీ.శ. 1236లో కాకతి గణపతి దేవుని కాలం నాటి ఉప్పరపల్లి శాసనంలోని 5వ పద్యంలో 'గాచు చుండెడం' అనే పాఠం వుంది. దానిని శాసన పరిష్కర్త 'గాచుచుండెడుం' అని సవరించి ప్రచురించడాన్ని రామమూర్తి పంతులుగారు గుర్తించారు. ఈ పొరపాటును సూచిస్తూ హైదరాబాదులోని ఆర్కిలాజికల్ శాఖ వారికి రామమూర్తి పంతులుగారు లేఖ రాశారు. దాన్ని వారు లండన్‌లో వున్న శాసన పరిష్కర్త డా॥ బార్నెట్‌కు పంపారు. ఆయన రామమూర్తి పంతులు గారి సూచనలను ఆమోదించి సవరణలతో తప్పొప్పుల పట్టికను రాసి ముద్రించ వలసిందిగా ఆర్కిలాజికల్ శాఖ వారికి పంపారు. ఇది గిడుగు వారికి భాషా ప్రయోగం పై వున్న నిశిత దృష్టికి ఉదాహరణ. తప్పులు లేకుండా గ్రాంథిక భాషను ఎవరూ రాయలేరని గిడుగువారి అభిప్రాయం.

మన భారతదేశం ఋషులకు జన్మభూమి. ఈ క్షేత్రంలో అవతరించిన ఋషి పుంగవులు గిడుగు రామమూర్తి పంతులుగారు. తెలుగు భాషలో విశేష పాండిత్యము కలిగిన మహా పండితులున్న కాలంలో రామమూర్తి పంతులు గారు వ్యావహారిక భాషావ్యాప్తికి కృషిచేశారు. అపారమైన భాషా జ్ఞానంతో, విశ్వాసంతో పండితులతో వాదించారు పంతులుగారు.

అసమాన పండితులు

రామమూర్తి పంతులుగారు భాషా విషయంలోనే కాదు అనేక విషయాల్లో అసమాన పండితులు. ఆకాశవాణి ద్వారా వ్యావహారిక భాషకు ఎక్కువ ప్రాముఖ్యత వుందని పంతులుగారి నమ్మకం. పంతులుగారు నడుస్తున్నా, కూర్చున్నా, మిత్రులు కలిసినా తెలుగు భాష గురించే ఆలోచిస్తూ వుండేవారు. సందర్భం ఏదయినా ఆయన మాటల్లో తెలుగు భాష ప్రస్తావన తప్పక రావలసిందే. ఓ పర్యాయం విజయవాడలో రోడ్డు మీద నడుస్తూ వుంటే ఒక దుకాణం బోర్డుపై 'ఇక్కడ ఫోటోగ్రాఫులు చక్కగా తీస్తారు' – అని రాసి వుండటం చూశారు. వెంటనే దుకాణంలోకి వెళ్ళి ఫోటోగ్రాఫర్‌ను అభినందించారు.

పంతులు గారి ధారణాశక్తి అద్వితీయం. తెలుగు వ్యాకరణాలన్నింటినీ చదివారు. ఇవన్నీ అసమగ్రంగా వున్నాయని సమగ్రమయిన వ్యాకరణాన్ని తయారుచేయాలని పూనుకున్నారు. ఇందుకోసం 15 సంవత్సరాల పాటు అహోరాత్రులు కష్టపడ్డారు. పంతులుగారు తయారుచేసిన సమగ్ర వ్యాకరణ గ్రంథాన్ని ఒక శాస్త్రిగారు అచ్చువేయించినారు. ఆశ్చర్యమేమంటే ఈ పుస్తకంలో ఎక్కడా పంతులుగారి పేరు చెప్పలేదు ఆ శాస్త్రిగారు.

లలితభాష తెలుగు

సుప్రసిద్ధ వక్త, బెంగాలీ నవలల అనువాదకుడు జొన్నలగడ్డ సత్యనారాయణ మూర్తి గారి భార్య శారదాంబగారు రామమూర్తి పంతులుగారి పెదతండ్రి వెంకయ్యగారి మనుమరాలు.

రామమూర్తి పంతులుగారికి పుత్రికా సంతానం లేదు. కనుక 1906లో ఆమెను దత్తత తీసుకున్నారు.

ఓ పర్యాయం శారదాంబగారు నవ్వుతూ - 'గ్రాంథిక భాషను ఎవ్వరూ చదవకూడదంటారా?' - అని రామమూర్తి గారితో అంటారు. అప్పుడు రామమూర్తి గారు ఈ విధంగా సమాధానమిస్తారు.' నేను గ్రాంథిక భాషకు వ్యతిరేకిని కాను, తెలుగు భాషలో పాండిత్యం సంపాదించాలన్నా, భాషాస్వరూపం తెలుసుకోవాలన్నా గ్రాంథిక భాషను తప్పకుండా అభ్యసించాలి. తెలుగు భాషకు ప్రాణవాయువు వంటిది సంస్కృతం. దానిని కూడ అభ్యసించడం అవసరం. ప్రజలకు ఉపయోగపడే గ్రంథాలను కృతక భాషలో రచించి భేషజాన్ని ప్రదర్శించ వద్దంటాను. ఈ రాతలు రాసేవారు తాము మోసపోయి విద్యార్థులను మోసం చేస్తున్నారు. నేను అదే వద్దంటున్నాను.

రామమూర్తి గారి వ్యవహారిక భాషావాదాన్ని అంగీకరించిన వేటూరి ప్రభాకర శాస్త్రి వంటి పండితులు కూడ సాహిత్యేతర ప్రయోజనాల వరకు మాత్రమే శిష్టవ్యావహారిక భాషను అంగీకరించారు.

పర్లాకిమిడికి వీడ్కోలు

తీవ్రమయిన ఉద్యమం సాగించినా పర్లాకిమిడి పట్టణాన్ని ఆ తాలూకాలోని 200 గ్రామాలను ఒరిస్సా రాష్ట్రంలో కలపకుండా రామమూర్తి పంతులు గారు ఆపలేకపోయారు. 1.4.1936న ఒరిస్సా రాష్ట్రం ప్రారంభోత్సవం నిర్ణయమయింది. అదేరోజు రామమూర్తి పంతులు గారు సతీసమేతంగా రైలులో రాజమండ్రికి బయలుదేరారు. 22 ఏళ్ళపాటు తన పరిశోధనలు సాగించిన పర్లాకిమిడిలోని తన స్వగృహాన్ని కన్నీటితో వీడ్కోలు పలికారు. తనకు వీడ్కోలు చెప్పడానికి వచ్చిన అశేష జన సందోహాన్ని ఉద్దేశించి ఇలా మాట్లాడారు.

'తెలుగు వారు అధిక సంఖ్యలో వున్న పర్లాకిమిడిని, 200 గ్రామాలను ఒరిస్సా రాష్ట్రంలో చేర్చుతున్నందుకు నిరసనగా నా ఇంటిని, స్వగ్రామాన్ని విడిచివెళ్తున్నాను. అంతేకాదు మీ అందరినీ విడిచి వెళ్ళడానికి కూడ నాకెంతో బాధగావుంది. ఒరిస్సా రాష్ట్రం ఏర్పడినందుకు నేను నిరసిస్తున్నాననుకుంటారు కొందరు. అది పొరపాటు. ఆంధ్రులు ఆంధ్ర రాష్ట్రం కావాలని ఎలా కోరుకుంటారో అలాగే ఓండ్రులు (ఒరియావారు) ఒరిస్సా రాష్ట్రం కోరుకోవడం సహజం. వారికి స్వంత రాష్ట్రం ఏర్పడినందుకు నేనెంతో సంతోషిస్తున్నాను. వారిని అభినందిస్తున్నాను. మీరంతా మీ భవిష్యత్తును నిర్ణయించుకోండి. త్వరలో ఆంధ్రరాష్ట్రం కూడ ఏర్పడవచ్చు. అప్పుడు అవకాశముంటే మీ పోరాటాన్ని సాగించి మరల మన పర్లాకిమిడి మనకు దక్కేట్లు ప్రయత్నించండి. నేను బ్రతికి వుండగా పర్లాకిమిడి తెలుగు వారికి దక్కితే తిరిగి ఇక్కడికి వస్తాను. లేకపోతే రాను. శలవ్'.

ముగింపు

తెలుగుదేశంలో సాగిన వ్యావహారిక భాషోద్యమంలో గిడుగు రామమూర్తి పంతులు నిర్వహించిన పాత్ర అద్వితీయం. రామమూర్తి పంతులుగారు తెలుగు లిఖిత భాషకు ఆనాటి ఛాందస పండితులు విధించిన కఠోర నియమ నిబంధనల నుండి విముక్తిని సాధించడం కోసమే తన సర్వశక్తులూ వినియోగించారు. తన ప్రధాన ధ్యేయమైన విద్యాబోధనకు మాధ్యమంగా వ్యావహారిక భాష విద్యాలయాల ఆమోద ముద్ర పొందటం ఆయన జీవితకాలంలో జరగకపోయినా, ఆనాటి ప్రముఖ కవులు, నాటక కర్తలు, పాత్రికేయులు అసంఖ్యాకంగా వ్యావహారిక భాషను ఆదరించడం సాహిత్య భాషగా గౌరవ ప్రతిపత్తులు సాధించుకోవడం ఆయన జీవితకాలలోనే జరిగాయి.

ఇటువంటి మహనీయుల జీవితాలు ఎందరు వినిపించినా, రాసినా ఇంకా మిగిలే వుంటుంది. అధర్మం, అన్యాయం అనుకున్న పని రామమూర్తి పంతులు గారు ఏనాడూ చేయలేదు. వేరొకరు చేయబూనినా ప్రతిఘటించేవారు. బహు ముఖమైన వారి అభిరుచి, జ్ఞానతృష్ణ పండితులను సైతం ఆశ్చర్యపరిచింది. 'లెటర్ రైటింగ్ మధుర కవిత వంటిద'ని రామమూర్తిగారు భావించేవారు. వారు పుట్టిన గ్రామాన్ని మాతృ సమానంగా ప్రేమించారు. అస్పృశ్యత పాటించడం కళంకమని భావించారు. గ్రాంథిక వాదాన్ని నిరసించినా వ్యక్తులను ఎన్నడూ ద్వేషించలేదు. తమను ఎంతగానో గౌరవిస్తున్న పర్లాకిమిడి గ్రామ ప్రజలను, గ్రామాన్ని తృణ ప్రాయంగా విడిచి వెళ్ళిపోయారు.

వారి నమ్మకాలు, కుటుంబ సభ్యులతో – మిత్రులతో పెంచుకున్న మమతాను రాగాలు, గురువులపట్ల నిలుపుకున్న ఆరాధనలు వారొక విశ్వ ప్రేమికుడిగా, సత్యశోధకుడిగా ఎదగడానికి సోపానాలై సహాయపడ్డాయి. లోతైన వారి పాండిత్యం సాగర సమానం. విశాలమైన వారి హృదయం గగనతల సమానం. 1940 జనవరి 22వ తేదీన గిడుగు రామమూర్తి పంతులుగారు కోటాను కోట్ల తెలుగు ప్రజల నుండి శాశ్వతంగా దూరమయ్యారు.

మనకు విలువలు లేకపోయినా, భాషకు విలువలు లేకపోయినా జాతికి దుర్గతి తప్పదు. భాష విలువలు కాపాడాటానికి నిర్దిష్టమయిన నియమావళి, కట్టుదిట్టమయిన యంత్రాంగం అవసరం. వార్తా పత్రికలు, ఆకాశవాణి, సినిమాలు ప్రజలకు తెలుగును నేర్పాయి. అచ్చతెలుగు మాట్లాడటానికి ప్రజలు పండితులు కానక్కరలేదు. విద్యావంతులు కానక్కర లేదు. గొప్ప గొప్ప గ్రంథాలు చదవక్కర లేదు. మనిషి పుట్టినప్పటి నుంచి పెరిగేకొద్దీ మాతృభాషలోని మెళకువలను తనకు తెలియకుండానే నేర్చుకుంటాడు. భాష సంస్కారపు పొలిమేరలు దాటకూడదు.

తెలుగునాట తెలుగువాడై పుట్టిన ప్రతి ఒక్కరూ గిడుగు రామమూర్తి పంతులు గారి ఆశయసాధనలో పయనించాలని ఆశిద్దాం.

ఆదిభట్ల నారాయణదాసు
(1864-1945)

- డా. యు.ఎ.నరసింహమూర్తి

సంగీతం, సాహిత్యం సరితూచిన త్రాసు శ్రీమదజ్జాడాదిభట్ల నారాయణదాసు అంటాడు శ్రీశ్రీ. ఒక ప్రతిభా సముద్రుణ్ణి ఇంకొక ప్రజ్ఞాచక్షువు అంచనా కట్టిన తీరు ఇందులో కనిపిస్తుంది. సంగీతసాహిత్యాలనే కాదు, భక్తిని రక్తిని కూడా సరితూచిన త్రాసు నారాయణదాసు. బహుముఖీనమైన ఆయన పరిపూర్ణ వ్యక్తిత్వంలో ఎన్నో పార్శ్వాలున్నాయి. అందరు ఆయనను పూర్ణపురుషుడని కీర్తించారు. ఇప్పుడు కూడా ఆయన కారణవశాన నేలమీద సంచరించిన గంధర్వుడని విశ్వసించే వారనేకులున్నారు. ఆయనలో ఎన్నో సమ్మోహన శక్తులుండేవి. ఒక్కొక్క గుణంలో ఒక్కొక్కరు గొప్పవారుగా గుర్తింపు పొందుతారు. ఆయనలో ఎన్నో గుణాలను అందరూ గుర్తించారు. సాంప్రదాయకులు ఇదంతా దైవదత్తమైన ప్రజ్ఞ అని, పూర్వజన్మ సంస్కారమని, ఉపాసనాబలమని అంటారు. మనకు ప్రత్యక్షంగా కనబడే కొన్ని అంశాలను పరిశీలించి చూస్తే ఇదంతా ఆయన రక్తకణాలలో స్థిరపడిన శక్తిగా ప్రాణధాతువుల్లో ఇవతళించిన అసాధారణ శేముషీ వైభవంగా అనిపించకమానదు.

విజయనగరం జిల్లాలో ఇప్పటి సీతానగరం - మక్కువ - బలిజిపేట మండలాల పరిసర సువర్ణముఖీ నదీ పరీవాహప్రాంతంలో నందాపురం పట్టీ అని పేరు పడిన పద్దెనిమిది ద్రావిడ బ్రాహ్మణ అగ్రహారాలున్నాయి. అజ్జాడ-మద్దివలస-సుంకి-కృష్ణరాయపురం-గుడివాడ-బొమ్మికపాడు-వెంకంపేట-కారివలస మొదలైన ఆ అగ్రహారాలు నూరేళ్ల కిందట మహావైభవంగా ఉండేవి. దక్షిణదేశం నుండి తరలివచ్చి ఇక్కడ అగ్రహారాలను పొంది స్థిరపడిన ఆ ద్రావిడ బ్రాహ్మణులు వేదాధ్యయన సంపన్నులు. కావ్యశాస్త్రాలలో దిట్టలు. పొలం పనులలో రైతులకు సమఉజ్జీలు. కలియుగ భీమునితో కుస్తీకి దిగగల కండబలం కలవారు. పెంకెతనానికి వారిది పెట్టినది పేరు. నిర్భీక ప్రవృత్తి, నిష్కపట స్నేహశీలం, నిర్మొహమాట వైఖరి వారి నైజం. నిరంతర దీక్ష వంటి లక్షణాలు వారిలో ఒకటిగానీ, కొన్ని గాని, అన్నీగాని కనిపించని ద్రావిడ బ్రాహ్మణుడుండేవాడు కాదు. ఇతరులు ఈ లక్షణాలను చూసి వారిని మొరటువారని చాటుమాటుగా అనుకొనేవారు. ఇప్పటికీ అనుకొంటూ ఉంటారు. మాట పెళుసుగా ఉన్నప్పుడు కొందరు మనసు మెత్తదనాన్ని గుర్తించలేకపోవడంలో వింతలేదు. గుణాలను, అవగుణాలను తుల్యగౌరవంతో స్వీకరించగల సమధర్ములు ఆ శాఖలో అనేకులు కనిపిస్తారు. పెట్టడానికైనా, తిట్టడానికైనా తెగువగలవారు వారే అనడానికి చాలా దాఖలాలు కనిపిస్తాయి. కత్తుకలిపితే కౌగిలి ఇస్తారు. కత్తి కడితే కకాలికలు చేస్తారు.

నందాపురం పట్టివో గుడివాడ అని ఒక అగ్రహారం ఉండేది. ఇప్పుడది లేదు. ఇటీవల వెంగళరాయసాగరంలో మునిగిపోయింది. ఆ గ్రామంలోని ద్రావిడ బ్రాహ్మణులకు, కలెక్టరుకు మధ్య కసావా పడింది. దొరలు అప్పుడు కలెక్టర్లుగా ఉండేవారు. కలెక్టరు వారినొక పట్టుపట్టాలను కొన్నాడు. వాళ్లు కూడా కలెక్టరునొక ఆట ఆడించాలని ముందుగానే తీర్మానించుకున్నారు. కలెక్టరు గుర్రమెక్కి కమానుకు వచ్చాడు. ఊరిబ్రాహ్మణులందరూ ఎదురేగి స్వాగతసత్కారాలు చేసారు. కలెక్టరు గుర్రందిగి దానినొక చెట్టుకు కట్టించి ఊళ్లోకి వెళ్లాడు. వాళ్ల సత్కారాలకు ఉబ్బితబ్బిబ్బుపడుతూనే బింకాన్ని కూడా బదలాయించాడు. భేటీ ముగిసింది. తిరుగుముఖం పట్టిన కలెక్టరు వచ్చేటప్పటికి ఉండవలసిన చోటులో గుఱ్ఱం లేదు. అంతవరకూ కైవారాలు పలికిన వారందరూ ఆ క్షణంలోనే కనుమరుగయ్యారు. కోపాన్ని మింగలేక, కక్కలేక కలవరపడుతూ కళ్లెత్తిన కలెక్టరుకు తన గుఱ్ఱం గుడిగోపురం మీద చుట్టూ తిరుగుతూ కనిపించింది. ఆ గుర్రం అక్కడ ఉండలేదు – దుముకలేదు – కలెక్టరు దానిని దింపలేదు – ఇలా గడిచిందా ప్రహసనం. అప్పటి నుండి వారు గుడి ఎక్కించినవారుగా పేరు పడ్డారు. వారిలో ఉన్నది ఈ పెంకెతనం మాత్రమే అయితే వారిని గూర్చి చెప్పుకోవలసిన పనిలేదు.

కారెవలస అని ఇంకొక అగ్రహారం. ఆదిభట్ల కైలాసం పేరు తెలియని వారు ఆంధ్రదేశంలో ఉండరు. వారి పూర్వులది నూరు గరిసెల పంట. నిత్యాన్నదాతలుగా వారు పేరు పడ్డారు. తోటివారికి, సాటివారికి అన్నదానం చేయడం గొప్పకాదు. ఒకప్పుడు నదికి వరద పోటెత్తింది. మూడు పొద్దులు గడిచినా అది తగ్గలేదు. అటువారటు, ఇటువారిటు నిలిచిపోయారు. ఊరికి ఆవలి ఒడ్డున ఉన్న తోటలో ఒక హరిజనుడు నిలిచిపోయాడు. ఒక పక్క ముసురు. ఒక వంక ఆకలి–దప్పికలు. మూడవనాటి మునిమాపువేళ అతడి ఉనికిని, ప్రాణగండాన్ని ఊరు గుర్తించింది. గుర్తించినా ఏమి చేయగలరు? ఏనుగులను తోసుకుని పోయే ప్రవాహంలో దిగడానికి ఎవరూ సాహసించలేకపోయారు. అప్పుడు నిత్యాన్నదాత అయిన ఆ బ్రాహ్మణగృహస్థు ఒక చట్టిలో అన్నం – ఊరగాయ పెట్టించి నెత్తిమీద పెట్టిన గుడ్డతో కలిపి కదలకుండా కట్టి, ఆపైన ఒక దీపాన్ని అమర్చుకుని నదిని ఈదుకుని ఆవలి ఒడ్డును చేరుకుని ఆ హరిజనుని ఆకలిబాధను తీర్చాడు. ఇది కట్టుకథ కాదు. కాశీమజిలీ కథ అంతకంటే కాదు, అందరి కళ్లఎదుట జరిగిన నిజ సంఘటన. ఆ ఇంటి వంద గరిసెల పంటనే ఆదిభట్ల కైలాసం అడ్డుకుని మరలించి లేనివాళ్లకు పంచిపెట్టాడు. ఆ అన్నదాతలు చివరి రోజులలో ఆకలితో అలమటించారు. ఈశాఖావారి జీవచైతన్యాన్ని తెలియజేసే ఇంకొక పార్శ్వమిది.

కలువరాయి అని ఇంకొక దేశంలో అయితే ఇప్పుడది ఒక పవిత్ర పర్యాటక కేంద్రంగా వెలుగొందిఉండేది. ఆ గ్రామానికి ఆ ఖ్యాతిని గడించిన మహావిద్వాంసుడు కావ్యకంఠ గణపతిముని. ఇప్పటికీ తమిళదేశంలో ఇంటింటా ఆయన చిత్రపటాలు కనిపిస్తాయి. "నాయన" అన్నపేరుతో ఆయన పూజలందుకుంటూ ఉంటాడు. భాసనాటక చక్రాన్ని తొలిసారిగా వెలుగులోకి తెచ్చి ప్రపంచ సంస్కృత సాహిత్య ప్రియుల ప్రశంసల భాగాన్ని తలకెత్తుకున్న ఆ బక్కపలుచని యోగి కేరళదేశానికి ఒక గౌరవాన్ని సంపాదించి పెట్టాడు. నవద్వీపం సంస్కృత కవి పండిత

పరీక్షలకు గీటురాయి. అక్కడి పండిత పరిషత్తు దక్షిణదేశపు పండితులను తేలిక చూపు చూసేవారు. పండిత పరిషత్తులో వారికి స్థానమిచ్చేవారు కారు, గణపతివారితో వాదానికి తలపడ్డారు. అంబికాదత్తుడనే పరిషదధ్యక్షుడు ఆయనపట్ల తిరస్కారం ప్రదర్శించాడు. అప్పుడు గణపతి ముని నీవు దత్తుడవు, నేను ఔరసుడను. దత్తుడవైన నీకే ఇంత పొగరుంటే కన్నబిడ్డనైన నాకు ఎంతటి శక్తి ఉంటుందో గమనించు అంటూ ఆయనను ఎదిరించాడు. పార్వతికి గణపతి కన్నకొడుకు, నవద్వీప పండితుడు దత్తుడు. వీరిద్దరి మధ్య జరిగిన వివాదంలో అంబికాదత్తుని పొగరుదించి గణపతి ఇంకొక శ్రీనాథుడయ్యాడు. నవద్వీపం ఆయనకు 'కావ్యకంఠు'డనే బిరుదాన్నిచ్చి దాసోహమన్నది. దక్షిణదేశ ప్రతిష్ఠకారకుడైన ఈ కావ్యకంఠ గణపతిముని భువనేశ్వరీమాత సమక్షంలో పన్నెండుసంవత్సరాలు కఠోర తపస్సు చేసాడు. అరుణాచల శిఖరాగ్రంలో ఒక కొండగుహలో తపస్సులో ఉన్న గణపతి మునిని భగవాన్ రమణమహర్షి గుర్తించి గౌరవించాడు. ఉమా సహస్రమనే అద్భుత స్తోత్ర గ్రంథంతోపాటు ఎన్నో సంస్కృత గ్రంథాలను రాసాడాయన. భారత జాతీయకాంగ్రెసులో ప్రముఖపాత్రను పోషించి ఒక అఖిలభారత జాతీయసదస్సుకు అధ్యక్షుడయ్యాడు. ఇలా నందాపురం పట్టీవోని పద్దెనిమిది అగ్రహారాల లోని ద్రావిడ బ్రాహ్మణులకథలు చెప్తే అది ఒక గ్రంథమే కాగలదు. పైన పేర్కొన్న వారందరూ ఒక్కొక్కరు ఒక్కొక్క గుణంతో ప్రసిద్ధులయ్యారు. నారాయణదాసు రక్తకణాలు-జీవధాతువులు వీరందరినుండి సంక్రమించినవి, అందుకే వారందరి గుణాలు రాశీభూతమై అవతరించిన పూర్ణపురుషుడయ్యాడాయన, అందుకే తన జీవితంలో ఎవరికీ తలవంచని నారాయణదాసు మైసూరు మహారాజు అత్యంత గౌరవంతో తన ఆస్థానంలో ఉండమని అర్థించినా నరులను సేవించనని ఆయన కోరికను కాదన్నాడు.

కలిమిలేములు కావడి కుండలనే సత్యాన్ని విస్మరించని కారణంగానే పట్టువస్త్రాలతోను, పగిడీలతోను, సుగంధ విలేపనాలతోను సంస్థానాధీశుల కైవారాలందుకున్నా నారాయణదాసు ఎప్పుడూ ఇంట్లో ఒక మట్టగోచీ కట్టుకుని విజయనగరంలో ఉండేవాడు. కానుకుర్తి వీధిలో మేడమీద మట్టగోచీ కట్టుకుని కూర్చుని ఉండేవాడాయన. ఆ తోవన మహా మహోపాధ్యాయ తాతా సుబ్బరాయశాస్త్రి రోజూ సంస్కృత కళాశాలకు వెళ్లేవారు. సంస్కృత వ్యాకరణపండితులందరినీ అసాధురూపాలనిపించే సాధురూపాలను ఒకచోట కూర్చి 'తారకము' అనే అద్భుతమైన సంస్కృత గ్రంథాన్ని రాసిన నారాయణదాసు పాణినికి పడిసం పట్టించే ప్రయోగాలతో రాయుడు శాస్త్రికి మాత్రమే కాక, మన్మథునికి మత్తెక్కించే సరస సల్లాపాలతో ఆ వీధిన పోయే కూరలమ్ముకునే ప్రౌఢ స్త్రీలకు కూడా చిరుచెమటలు పట్టించేవాడు. భక్తిభావం తొణికిసలాడే జానకీ శపథం - గౌరమ్మపెళ్లి వంటి హరికథలను గూర్చి మాత్రమే కాక పెడసరానికి పేరుపడ్డ నాట్యకత్తెను వేణుగోపాలస్వామి మఠంలో నిలదీసి "నిప్పుకు చెదలంటునా! అంటూ పాడిన జావళిని గూర్చి, అతిచారంతో తనను అథఃకరించిన ఒక ప్రౌఢస్త్రీని తలచుకుంటూ సిటీక్లబ్బు మెట్లమీద కూర్చుని తనలో తానుగా పాడుకున్న 'నిద్దదురా మొక్క' అన్నా అతనిని గూర్చి బాగా తెలిసినవాళ్లు ఒకే విధంగా చెప్పుకుంటారు. భక్తిరసం మాత్రమే కాదు, భంగు - బ్రాంది కూడా నిత్యానపాయులై

ఆయనకు పారవశ్యాన్ని కలిగించేవి. వరిబీజానికి శస్త్రచికిత్స చేయించుకున్న రోజునే వేశ్యాగమనం చెయ్యడం వంటి విడ్డూరాలు ఆయన జీవితంలో ఎన్నో ఉన్నాయి. సరస్వతి ఆయన చెప్పుచేతలలో ఉండి సంగీతంలో లయబ్రహ్మను చేసింది. సాహిత్యంలో తెలుగు దేశభాషా ప్రయోగంలో పట్టాభిషిక్తుడయ్యాడు. కాళిదాసు కంటే షేక్స్పియరు గొప్పవాడని, సంస్కృతం కంటే తెలుగు గొప్పదని చెప్పగల గుండెనిబ్బరం ఆయనకే ఉంది. కళ్ళకు సుర్మా పెట్టేవాడు కానీ కాలికి చెప్పులు తొడిగేవాడు కాదు. ఇదీ ఆయన విలక్షణత. దైవానికి మాత్రమే తలవంచే శీలంగల నారాయణదాసు మరణానికి కూడా తలవంచలేదు. హుమాయున్‌కు ప్రాణదానం చేయడానికి అల్లాను ప్రార్థించిన బాబరు అందుకు బదులుగా స్వచ్ఛంద మరణాన్ని వరించాడని ప్రతీతి. మశూచి సోకి మరణశయ్య మీదనున్న తన మనుమరాలిని చూచి ఆమెకు ప్రాణదానం చేయడం కోసం దేవిని ప్రార్థించి ఆ వ్యాధిని అక్కడ ఉపశమింపజేసి తనకు ఆవహింపజేసుకుని స్వచ్ఛంద మరణాన్ని వరించిన యోగి నారాయణదాసు. ఉచ్ఛిష్ట గణపతి ఉపాసన చేసేవాడని ప్రతీతి గన్న నారాయణదాసులో ఎన్నో యోగశక్తులు అంతర్లీనంగా ఉండేవి. మర్యాదాపురుషోత్తముడు కాకపోయినా మాననీయుడైన ఆయన ఎంతటి లౌకికుడో అంతటి అలౌకికుడు. అప్పటి ఆంధ్రవిశ్వవిద్యాలయ ఉపాధ్యక్షుడు సర్‌కట్టమంచి రామలింగారెడ్డి ఆయనను 'కళాప్రపూర్ణ' బిరుదాన్ని స్వీకరించమని కోరగా, "భగవంతుడొక్కడే కళాప్రపూర్ణుడు. మానవమాత్రుడనైన నాకు ఆ బిరుదు తగదు" అని వినమ్రంగా తిరస్కరించిన వివేకి నారాయణదాసు.

ద్రావిడ బ్రాహ్మణులు భోజనప్రియులు. వారికి అన్ని రుచులూ ఉల్బణంగా ఉండాలి. సివంగి పులుసు, కటిక పెరుగుపచ్చడి, చల్లచిత్తాలు వంటి ప్రత్యేకమైన వంటకాలు వారివి. అన్నిటికంటే దిబ్బరొట్టె, కొయ్య చేగోడీలు అనేవి వారి బ్రాండు. వీటిని "ఆయసగ్రాసం" (Iron food) అంటారు. తిని అరిగించుకోవడం కష్టం. భోజనమంతా ముగిసే సమయంలో కూడా ఒలవని కొబ్బరికాయంత అన్నం ఎక్కువేమిటి? తక్కువేమిటి? అని అనుకుంటూ హేలగా తినేసేవారు. పనసకర్రతో చేసిన రెండెడ్ల బండిని ఒకచేత్తో పైకెత్తి పట్టుకున్నట్లే ఒక పనసకాయకూరను కూడా ఒక చేతిమీదుగానే తినేసేవారుండేవారు. ఉత్తరాపోసన పట్టేవేళ కూడా తత్తరపాటు లేకుండా వందలడ్లు తినడానికి వెనుకాడేవారు కాదు. ఇటువంటి వాళ్ళ కారణంగానే అగ్రహారాలన్నీ నేతి జాడీలలోంచి జారిపోయేయనే మాట పుట్టింది.

గురజాడ మార్గం వేరు, ఆదిభట్ల మార్గం వేరు. సాహిత్యంలోనే కాదు స్వభావంలో కూడా వీరిద్దరూ 'అష్టమచంద్రుడు–నైధనతార' అనే రీతిగా ఉండేవారు. అయినా వ్యక్తిగతంగా వీరిద్దరూ మంచి స్నేహితులు. అరమరికలు లేకుండా ఉండేవారు. 1909లో తన రెండవ కన్యాశుల్కం ముద్రణపూర్తి అయిన వెంటనే ఆ ముద్రిత పాఠాలను పంపిస్తూ ఉదకమండలం నుండి గురజాడ "ప్రియమైన కవిరాజా! కన్యాశుల్కం చాలా గొప్పనాటకం. ఈ నాటకాన్ని గూర్చి మీరు ఒక సమీక్షరాసి పత్రికలో ప్రచురించండి" అని కోరారు. సమదర్శి అయిన సాహిత్యకారుడు ప్రదర్శించే సాహిత్యగౌరవం ఎలా ఉంటుందో ఈ లేఖావెల్లడి చేస్తుంది. ఇటువంటి మనస్తత్వం ఏ కొద్దిమందికో గానీ ఉండదు. గురజాడ అపస్మారక దశలో ఉన్నప్పుడు నారాయణదాసు ఆయనను

చూడడానికి వెళ్తే "దాసూ! మీ ఇంటి దిబ్బరొట్టె తినాలని ఉంది"అన్నాడట ఆయన. నారాయణదాసు ఇంటికి వెళ్ళి దిబ్బరొట్టె కాల్పించి పంపించాడు. విజయనగరం ఏకకాలంలో ఒకరికొకరు తీసిపోని ఎందరో ప్రతిభావంతుల ప్రజ్ఞావిలసనంతో, జాజ్జ్వల్యమానంగా వెలుగొందిన రోజులవి. ఆ వీధుల్లో ఆనందగజపతి, ఆదిభట్ల నారాయణదాసు, ద్వారం వెంకటస్వామినాయుడు, తాతాసుబ్బరాయశాస్త్రి, గురజాడ అప్పారావు, కోడిరామమూర్తి వంటి మహనీయులు సంచరిస్తూ ఉండేవారు. ఆ భాగ్యమెంతటిదో!

: 2 :

సువర్ణముఖీనది ఒడ్డున పార్వతీపురానికి ఎనిమిది మైళ్లదూరంలో 'అజ్జాడ' అగ్రహారం ఉంది. అజ్జాడకు దిగువ ప్రాంతంలో నాగావళి ఒడ్డునే 'వంతరాం' అనే ఇంకొకగ్రామం ఉంది. నారాయణదాసు వంశకర్త ఆదిభట్టుకాలం నుండి అజ్జాడవారి స్వగ్రామం. వంతరాం నారాయణదాసు తల్లి తాతగారి ఊరు. పుట్టినగడ్డ, తాగిననీరు, పీల్చేగాలి - ఇవన్నీ మనిషి శరీరం మీదనే కాక మనోజగత్తును మేథోమండలాన్ని కూడా ప్రభావితం చేస్తాయన్నది భారతీయులవిశ్వాసం. రక్తం వీటన్నింటికంటే గొప్పది. అందుకే పెళ్లిచేసేటప్పుడు అటు పదితరాలు - ఇటు పదితరాలు చూసి చేసేవారు. రక్తం కలుషితం కాకుండా కాపాడుకునేవారు, ఇటు ఆదిభట్ల - అటు మరువాడ వంశాల రక్తకణాలతో రక్తాక్షి నామ సంవత్సర శ్రావణ బహుళ చతుర్దశి (31-08-1864) మఖానక్షత్రయుక్త నాల్గవపాదంలో బుధవారం రాత్రి 10 గంటలకు నారాయణదాసు అజ్జాడలో పుట్టాడు.

అజ్జాడలో ఆదిభట్లవారు బ్రాహ్మణరాజులు. ఎడతెరిపి లేకుండా అన్నదానం చేసినవారు. ఆ చుట్టుప్రక్కల పరగణాలన్నింటిలో వారికి పేరుండేది. దాసుగారి తండ్రి వేంకచయనిశాస్త్రి. పొలం దున్నుకుని బ్రతికేవాడు. కండపుష్టిగల మనిషి. ఒడ్డూ-పొడుగూ ఉన్నవాడు. సంస్కృతంలో గొప్ప పండితుడు. తాటాకుల మీద వడివడిగా గంటంతో రాసేవాడు. వారి ఇంట్లో ఆయనచేత్తో రాసిన భారత, భాగవత, రామాయణాలు, శాస్త్రగ్రంథాలు ఉండేవి. ఎవరిదగ్గర ఏమీ తీసుకోకుండా బ్రతకడం ఆయన నియమం. పురాణం చెప్పేవాడు. ఇంటి దగ్గర చెప్పినా, తన ఊరికి దూరంగా ఉన్న చాకరాపల్లి వెళ్లి చెప్పినా ఎవరి దగ్గరా ఏమీ ఆశించేవాడు కాదు. గంభీరమైన సుస్వరం ఆయనది.

దాసుగారి తల్లి వంతరాం మరువాడ వారి ఆడుబిడ్డ. ఆ తల్లి అంటే దాసుగారికి ఎనలేని భక్తి. ఆవిడ తాతగారు బహుభాషా కోవిదుడు. వారి ఇంట సరస్వతి నిలిచి ఉండేది. దాసుగారి మేనమామలు చేయెత్తు మనుష్యులు. వారి దండలు మనం రెండు చేతులతో పట్టుకోవాలి. వెడల్పాటి ముఖంతో కన్ను, ముక్కు, చెవి తీర్చిదిద్దినట్లు తిరిగి తిరిగి చూచేటట్లు ఉండేవారు. మాట్లాడితే గంభీరధ్వని వినిపించేది. గట్టిగా కేక పెడితే రెండు క్రోసులదూరం దాకా వినిపించేదట. దాసుగారు విజయనగరంలో కన్యకాపరమేశ్వరి కోవెల దగ్గర హరికథ చెప్తూ మధ్యలో 'శంభో' అంటూ గొంతెత్తి పలికితే విజయనగరం అంతటా వినిపించేది. ఆయనలో మేనమామల పోలిక

ఎక్కువ. పుట్టినింటా, మెట్టినింటా చదువులతల్లి కొలువు చేయడంతో దాసుగారి తల్లి నరసమ్మగార్కి ఎవరూ చెప్పవలసిన పని లేకుండానే విద్యాగంధం అబ్బింది. పురాణజ్ఞానం కలిగింది. సాహిత్యసౌరభం అందింది. తరువాత తరువాత ఆమె పురాణల నరసమ్మ అని, చదువులవ్వ అని పేరు పడింది. ఆమెకు ఐదుగురు మగబిడ్డలు. నలుగురు ఆడుబిడ్డలు. అజ్జాడకు బాగా దూరంగా ఉన్న చాకరాపల్లికి రోజూ ఉదయం స్నానం,సంధ్యావందనం చేసి నడచివెళ్లి పురాణం చెప్పితిరిగి సాయం సంధ్యావదనానికి ఇంటికి చేరుకునే శ్రమ కారణంగా దాసుగారి తండ్రికి క్షయవ్యాధి కొద్దిగా సోకింది. ఆ జబ్బును పోగొట్టుకోవాలని ఆయన సూర్యుణ్ణి ప్రార్థించాడు. ఆ సూర్యుని దయ కారణంగా దాసుగారు పుట్టారు. అందుకే ఆయనకు సూర్యనారాయణ అని పేరు పెట్టుకున్నారు. ఇంటి వారందరు సూరన్న, సూరి అని పిలుచుకునేవారు. హరికథలు చెప్పడం మొదలైన తరువాత క్రమంగా ఆయన నారాయణదాసుగా ప్రసిద్ధులయ్యారు.

పార్వతికి పూర్వజన్మతో నేర్చిన విద్యలు తమంత తాముగా వచ్చాయని కాళిదాసు చెప్తాడు. ఇది ఒక అతీతశక్తిగా కొందరు భావిస్తారు. కానీ మనమధ్య కూడా ఎవరూ నేర్పకుండా ఎన్నో విద్యలు నేర్చిన మహానుభావులుంటారు. నారాయణదాసు అటువంటి వాడు. ఆయన రక్తంలో, పుట్టిన గడ్డలో, తాగిన నీటిలో, పీల్చినగాలిలో ఇవతళించిపోయిన అద్భుతశక్తులు ఆయనలో విద్యలుగా తమంత తాముగా బయటపడ్డాయి. వేదం చదువుకునే పేరుతో నదిలో ఈతకొట్టడం, పెద్ద పెద్ద చెట్లెక్కి పుల్లలు విరవడం, చిట్టడవుల్లో తిరిగి ఆకులు, ఈనెపుల్లలు ఏరడం ఇలాంటి పనులు చేసిన కాలం నుండి నారాయణదాసు గొంతువిడింది, ఆయనకు తెలివైన వాడన్న పేరున్నంతగా మంచివాడన్న పేరు చిన్నతనంలో కూడా ఉండేది కాదు, అల్లరి చేష్టలతో అందెవేసిన చేయి, మూడేళ్ల వయసుకే ఆయన ఏపుస్తకమైనా చదువగలిగేవాడు. వేగంగా ఒక పుట తిరుగవేసినంత సమయంలోనే ఆ పుటలో ఉన్న విషయమంతా అనర్గళంగా చదివే విద్య ఆయనకు చిన్నప్పుడే పట్టుబడింది. ఆయనకు అది ఒక క్రీడ. ఆయన గొంతెత్తి పాడితే మనుష్యులేకాదు చుట్టుప్రక్కల మొక్క-మోడు, పిట్ట-మెట్ట, ఏరు-ఊరు కూడా నిలిచి వినేవి.

నాగావళి, జంఝూవతి నదుల కూడలిలో "గుంప" అని ఒక శివక్షేత్రం ఉంది. శివరాత్రికి అక్కడ జాతర జరుగుతుంది. ఆరోజుల్లో అటువంటి జాతరలో అమ్మని వస్తువు ఉండేది కాదు. ఐదేళ్ల నారాయణదాసు తల్లితో కలిసి ఆ యాత్రకు వెళ్లినప్పుడు జరిగిన ఒక అద్భుత సంఘటనతో ఆయన పేరు మొదటిసారిగా ప్రసిద్ధమయింది. దాసుగారి తల్లి ఒక పుస్తకాల వ్యాపారి దగ్గర భాగవతం కొనుగోలు చేయాలనుకున్నది. ఆవిడ ఆడుది, దాసు పసిబిడ్డ. "ఇది భాగవతం, మీకు వద్దులెండి" అన్నాడట వ్యాపారి. పసివాడు భాగవతం చదివి, నేను అర్థం చెప్తే ఆ పుస్తకం ఊరకనే ఇస్తావా? అని ఆ తల్లి నిలదీసింది. వ్యాపారి ఒప్పుకున్నాడు. నారాయణదాసు కఠినఘట్టాన్ని అలవోకగా చదివాడు. ఆ తల్లి అరటిపండు ఒలిచినట్లుగా అర్థం చెప్పింది. వ్యాపారికి ఆశ్చర్యం కంటే ఆనందం ఎక్కువయింది. ఆ పుస్తకాన్ని ప్రత్యేకించి తోలుతో బైండు చేయించి కానుకగా ఇచ్చాడు. ఈ గుంపులోనే నారాయణదాసు ఇంకొక సన్నివేశంతో కూడా నేటికీ అందరి మనసులలో నిలిచిపోయాడు. కార్తవీర్యార్జునుడని ఇతిహాసంలో ఒక రాజు

కనిపిస్తాడు. ఆయనకు వెయ్యిచేతులు. ఆ వేయి చేతులతోను పారుతున్న నదికి అడ్డుకట్ట కట్టి తన భార్యలు జలకాలాడుకోడానికి వీలు కల్పించడంతో ఆయన పేరు పడ్డాడు. నారాయణదాసుకు రెండే చేతులు. ఆ రెండు దండలను జన సముద్రానికి అడ్డుపెట్టి, తన తల్లి ఏటిలో స్నానం పూర్తి చేసేవరకు నిలిపి ఉంచాడు. ఇది ఆయన బలానికి ఒక మచ్చుతునక. గర్వం ఆయనకు సహజాతం. బలం ఆయనకు తల్లిదండ్రులిచ్చారు. చదువులు ముందు జన్మలనుండి అంటిపెట్టుకొని వచ్చాయి. బిరుదులు, భూషణాలు, కైవారాలు, కనక తప్పెటలు ఆయనను వెతుక్కుంటూ వచ్చాయి. ఆయన అతిలోక సామాన్యుడయ్యాడు.

వంతరాంలో తన తల్లి తాతగారి ఇంట్లో ఆయన పాడుతూ ఉంటే బొబ్బిలినుండి వచ్చిన సంగీత విద్వాంసుడు వాసాకామయ్య పరవశుడై తనతో తీసుకొనిపోయి పాట నేర్పిస్తానన్నాడు. నారాయణదాసు ఆయన వెంట బొబ్బిలి వెళ్లాడు. బొబ్బిలి నది ఒడ్డున లేదు. అక్కడ చెరువు నీరు వాడేవారు. పైచోటు నుంచి వచ్చిన వారందరికీ ఆ చెరువు నీరంటే భయం. దాసుగారికి సంగీతం వస్తుందన్న సంతోషం కంటే చీడ పడుతుందన్న భయం ఎక్కువై ఆ ఊరు వదలిపెట్టాడు. అక్కడున్నప్పుడు వారాలు చేసుకుని కాలం గడిపాడు. చాలామంది ఆ చిన్నవయసులో ఆయన పాటను మెచ్చుకున్నారు. అయినా అక్కడ ఉండక అజ్జాడ తిరిగివచ్చాడు. దాసుగారి అన్నదమ్ములలో సీతారామమూర్తి మాత్రమే ఆ రోజులలో ప్రయోజకుడయ్యాడు. ఆయన విజయనగరంలో ఆ పనీ, ఈ పనీ చేసి చివరకు ప్లీడరయ్యాడు. వీరిలో పెద్దవాడు జగ్గావధాని, ఆయనను చూస్తే భయం పుట్టేది. తాడి ఎత్తున భీకరంగా ఉండేవాడు. అందుకే విజయనగరం మహారాజావారి నాటకసంఘంలో ఆయన రాక్షసవేషాలు వేసాడు. వెంకన్న అనే ఇంకొక అన్నదమ్ముడు పాట కమ్మగా పాడతాడు. తంత్రీవాద్య నిపుణుడు. నారాయణదాసు అజ్జాడలో అదుపు– ఆజ్ఞలేకుండా తిరుగుతూ చెడిపోతూ ఉండడం చూసి సీతారామమూర్తి ఆయనను ఇంగ్లీషు చదువు చెప్పిస్తానని విజయనగరం తీసుకొని వచ్చాడు. అప్పటికే దాసుగారికి వెన్ను ముదిరింది. గాలిబారి చదువుకు రావడం వల్ల తోటి పిల్లలకంటే ముదురుగా కనబడేవాడు. విజయనగరంలో గురజాడ వేంకటఅప్పారావు, గిడుగు వేంకటరామమూర్తి, ఆచంట వేంకటసాంఖ్యాయన శర్మ మిత్రులు, వీరందరికీ వెలుగు చూపిన మహాపురుషుడు మహారాజా కళాశాల అధ్యక్షులు చంద్రశేఖరశాస్త్రి. ఆయన ఉపకారవేతనం ఇప్పించి దాసుగారి ఇంగ్లీషు చదువును ప్రోత్సహించారు. 1880 నుండి 1886 వరకు దాసుగారి మెట్రిక్యులేషన్ చదువు కొనసాగింది.

పేరుకు కళాశాలకు వెళ్తూన్నా నారాయణదాసు దృష్టి ఎప్పుడూ ఆటపాటలమీదే ఉండేది. చదువుమీద అంత శ్రద్ధ ఉండేది కాదు. అయినా ఇంగ్లీషు, తెలుగు, సంస్కృతం ఆయన చెప్పుచేతల్లో మెలిగేవి. గణితంలో కూడా ఆయన మెరుగ్గా ఉండేవాడు. ఒకసారి ఒక గణితోపాధ్యాయునికి తాను బోధపరుస్తున్న సమస్యకు పరిష్కారం కుదరలేదు. రాత్రి అంతా ఆటపాటలతో గడిపి ఆ నల్లబల్ల వెనుక నిద్రపోతూన్న నారాయణదాసు గబుక్కున లేచి – "ఇలా అయితే దీనికి పరిష్కారం కుదురుతుంది" అని చెప్పి ఆ లెక్కను సాధించాడు. ఆయన అవిధేయత కంటే బుద్ధికుశలతను అందరూ మెచ్చుకున్నట్లే ఆ అధ్యాపకుడు కూడా మెచ్చుకున్నాడు. ఆ రోజుల్లోనే 1883లో

జరిగిన ఒక సంఘటన నారాయణదాసుజీవితాన్ని ఒకగొప్ప మలుపు తిప్పింది. ఆయన కీర్తిని శాశ్వతం చేసింది. కోటకు ఎదురుగా ఉండే గురాచారి వారి వీధిలోంచి ఎడమప్రక్కకు మలుపు తిరిగితే వేణుగోపాలస్వామి మఠం ఉంది. అది మాధ్వమఠం. ఒకనాటి సాయంత్రం ఆ మఠంలో చెన్నపట్నంనుండి వచ్చిన కుప్పుస్వామినాయుడు హరికథ చెప్పాడు. అప్పటికి తెలుగువారికి హరికథ అంటే తెలియదు. ఆట-పాట-అభినయం-భక్తి కలగలసిన ఆ అపురూపప్రక్రియ దాసుగారిని బాగా ఆకర్షించింది. "మానవ గంధర్వోహం విజయనగరా దాగతః" అని తనను తాను పరిచయం చేసుకునే దాసుగారికి ఆ గాంధర్వ ప్రక్రియ తనకోసమే పుట్టిందని అనిపించింది. ఆ రాత్రి ఇంటికి వచ్చినది మొదలు ఆయనకు వేరొక ధ్యాసలేదు. తనకు తెలిసిన ఇంగ్లీషు, తెలుగు, సంస్కృతం పాటలన్నీ కలిపి ఒక కథను కూర్చి పాడడం మొదలుపెట్టాడు. నాలుగవ అన్నగారు వెంకన్నగారు, సహకారవాద్యం, సహకారగానంనిర్వహించేవారు. పదిరోజులపాటు ఈ తతంగమంతా చూసి రెండవఅన్న సీతారామయ్యగారు కంచుమువ్వలు కొన్నారు. అక్కడి నుండి హరికథా జైత్రయాత్ర మొదలయింది. శ్రీకాకుళం, నరసన్నపేట, టెక్కలి, బరంపురం, ఇలా ఊరురా తిరిగి హరికథలు చెప్పిపేరు ప్రతిష్ఠలతో పాటు ధనం కూడా సంపాదించేవాడు. కుప్పుస్వామినాయుడు పండితుడుకాదు. సంగీతవిద్యలో నిష్ణాతుడు కాదు. కవి అసలే కాదు. నారాయణదాసు కవి, పండితుడు, సంగీతవిద్వాంసుడు, అభినయకౌశలం కలవాడు. అద్భుత ప్రతిభానిధి. అందుచేత ఆయన చేతిలో హరికథ స్వరూపమే మారిపోయింది. అది జగన్మోహనమైన ప్రక్రియగా తయారయి జయకేతనం ఎగురవేసింది. నృత్యగాన సాహిత్య అభినయ కళల సమాహారమైన హరికథ అప్పుడు ఆంధ్రదేశానికే కాదు. యావద్భారతదేశంలోనూ ఒక పెద్దమార్పు తెచ్చింది. రక్తికి- ముక్తికి ఏకైక సాధనమయింది.

పుస్తకమును గిరగిరా తిప్పుతూ శరవేగమున సంస్కృతాంధ్రభాషలను చదవడం, ఒకసారి విన్నంతనే ఏ విషయాన్నైనా తిరిగి చెప్పడం, కోరిన తాళంలో పల్లవిపాడడం, ఎన్నో రాగాలలో పాటలు పాడడం, అటు సంస్కృతంలోనూ - ఇటు తెలుగులోనూ కూడా అడ్డులేకుండా కవిత్వం చెప్పడం, అష్టావధానం చెయ్యడం, వేలకొలది ప్రేక్షకులముందు తెలుగులోను, ఇంగ్లీషులోను అపూర్వ కల్పనలతో పాటలు పాడడం - అనే విద్యలు దాసుగారికి హరికథలు చెప్పడం మొదలుపెట్టకముందే అబ్బాయి.

1886లో నారాయణదాసు మెట్రిక్యులేషన్ పూర్తిచేసేటప్పటికి ప్రిన్సిపాల్ చంద్రశేఖరశాస్త్రి గారు మరణించారు. ఆ తరువాత వచ్చిన కిళాంబి రామానుజచార్యులుగారు కూడా గొప్ప మనస్వి, ఉదారుడు. కానీ విశృంఖలత్వం వెన్నెముకగా కలవారిని ఆయన ఆదరించేవారు కాదు. గానాబజానాలంటే ఆయనకు సరిపడేది కాదు. దాసుగారి విచ్చలవిడితనం చూసి నచ్చక వారు ఆయనకిచ్చే ఉపకారవేతనం ఆపుచేసారు. అప్పటికే దాసుగారికి విజయనగరంలోని వడ్లమాని అన్నప్పశాస్త్రిగారి కుమార్తె లక్ష్మీనరసమ్మతో వివాహం జరిగింది. ఎఫ్.ఏ. చదవడం కోసం ఆయన విశాఖపట్టణం ఎ.వి.ఎన్ కళాశాలకు వెళ్లారు. తనసానికి సంగీతపాఠాలు చెప్పాలనే షరతు మీద ఆ ప్రిన్స్‌పాల్ గారు నారాయణదాసురు ఉపరారవేతనం ఇచ్చి, భోజనం కూడా

పెట్టేవారు. సానికి సంగీతం చెప్పడంతోనే కాలం గడచి నారాయణదాసుగారి ఎఫ్.ఏ. అటకెక్కింది. దాసుగారు ఇంగ్లీషుతప్ప ఇంకొక విద్య ఎవరి దగ్గరా నేర్చుకోలేదు, తన చదువు తన ఆనందంకోసం, మంచీ - చెడూ తెలుసుకోవడం కోసం తప్ప ఐహికమైన ఇతర ప్రయోజనాలకు కాదని దాసుగారు భావించేవారు. 1900-1901 సంవత్సరాల మధ్యనామమాత్రంగా ఒక మౌల్వీ సహాయంతో ఫారసీ అక్షరాలను గుర్తుపెట్టుకొని పర్షియన్, ఉర్దూ, అరబ్బీ భాషలను స్వయంగా నేర్చుకున్నారు. హిందుస్థానీ అంతకుముందే ఆయనకు కొట్టిన పిండి.

: 3 :

నారాయణదాసు లోకులనెప్పుడూ లక్ష్యపెట్టలేదు. తన ఇష్టం వచ్చిన వేషంవేసేవారు. తనకు తోచినదల్లా మాట్లాడేవారు. కారణం లేకుండానే ఇతరులతో కలహించేవారు. అలాగే తగిన కారణం లేకుండానే ప్రేమించేవారు. ఆయనకు ముందుచూపే గానీ వెనుకచూపులేదు. బరంపురం వీధులలో ఆయన సంచరించిన తీరు ఆయన మాటలలోనే ఇలా తెలుస్తుంది. "అప్పట్టణమునం బడుచులం గని బోరవిరచి బోరచూపులు చూచుచు, నూత్నయౌవన మదంబున నెట్టివారనైన నలక్ష్యముగ గనుచు, గడియ గడియ కద్దము చూచికొని గేరా దిద్దుకొనుచు సిగకు బూలుముడుపు, కనులకు గాటుక, మెడలో బూలదండ, మొలకు బట్టుధోవతి, కాళ్లకు గజ్జెలు, చేతు జరుతాళములుధరించి గావుకేకలు వేయుచు నందరిని హాస్యములుసేసి వెక్కిరించుచు పిట్టకథలచే బామరులను సంతోషవెట్టుచు, శివాచారివలె గోలబెట్టి దిరుగు దాసునిరీతి, పోతు పేరంటాల పోల్కి, సానిపాపకైవడి శృంగారరసమును, శక్తిహీనుని భంగి మెట్టవేదాంతమును, ఆపన్నుని గతి భక్తియుం దెలుపుచు హరికథల జెప్పుచు నొక నెల యచట గడిపి పళాసకు బోయినారము. నా వయసపుడు పందొమ్మిదేండ్లు" ఈ మాటలవల్ల శ్రీకాకుళం, నరసన్నపేట, టెక్కలి, గంజాం, సామర్లకోట, పిఠాపురం, కాకినాడ, రాజమండ్రి, బందరు మొదలైన చోట్ల హరికథలు చెప్తూ సంచారం చేసే పాతికేళ్ల వయసులో ఆయన ప్రవర్తన ఎలా ఉండేదో మనకు తెలుస్తుంది. మొలకమీసం వచ్చిననాటి నుండి ఆయనకు వేశ్యలతో సావాసం ఉండేది. చాలా ఊళ్లలో ఆయనతోస్నేహం చేసిన వేశ్యలు ఉండేవారు. భంగుసేవించడం, వేశ్యలతో గడపడం, కవిత్వం చదవడం -చెప్పడం, పైలా పచ్చీసు లోని నారాయణదాసుకు ఎక్కువ మత్తెక్కించేవి. వేశ్యలతో ఆయనకు శారీరక సంబంధంకంటే సంగీత సంబంధం ఎక్కువగా ఉండేది. ఆ వివాహం ఎటువంటిదో ఆయన చెప్పిన ఈ కింది మాటలలో తెలుస్తుంది. "ఒక యువతి కాళ్లు పిసుకుచు నిద్రలేపుట, యొక జవ్వని పలుదోముపుల్లయు నీరందించుట - యొక వన్నెలాడి తలదువ్వుట - యొక మదిరాక్షి చిన్నగురుని తయారుచేసి వెండిగిన్నెలో వడబోసి యిచ్చుట - యొక పూబోడి స్నానమాడించుట - యొక లతాంగి బ్రాహ్మణునిచే మృష్టాన్నములం దెప్పించి వడ్డించుట - యొక నీలవేణి భోజనానంతరము చుట్ట యందించుట - యొక మధురరాశి విడెమిచ్చుట - యొక హరిమధ్య శయ్యనమర్చుట - యొక సరోజముఖి చందనమలదుట - యొక హరిమధ్య పూలు ముడుచుట, యొక మదవతి వీవనబట్టి విసరుట - యిట్లహోరాత్రములు విడువక పెక్కు వేశ్యారత్నములు శుశ్రూష జేయుచు నన్వీధిలోనికి గదలనీక గానమభ్యసించు చుండిరి."

తరుణప్రాయం గడిచేవరకు ఆయన జీవితంలో ఇలాంటి అనుభవాలు ఎన్నో ఉన్నాయి. ఆయన జుట్టు నీలాలు పొదిగిన ఉంగరాల్లా ఉండేది. ఆ ముంగురులు పాయదీసి దిద్దుకొనేవారు. కురులు సున్నగా దువ్వి పట్టెడు సిగవేసుకునేవారు. కళ్లకు సుర్మా పెట్టుకొని నుదుట చిన్న అగరుబొట్టు పెట్టుకొనేవారు. విడుపులేకుండా చుట్టలు కాల్చేవారు. మొగవాళ్లను సైతం మోహింపజేసే రూపమది.

మాంసం తినడం, అబద్ధమాడడం అనే పాపాలు తప్ప మిగిలినవన్నీ చేసినా, అచ్చు విడిచిన ఆబోతుకోడెలా వన్నెగా తిరిగినా నారాయణదాసు చరిత్రకెన్నడూ లోపం కలుగలేదు. అందుకు సంగీత, సాహిత్యాలలోను, కవిత్వంలోను ఆయన చూపిన లాఘవం కారణం. ఈ లాఘవం చిన్నతనం నుండి ఆయన శీలంలో ఉంది. "నా లాఘవమనగ మునువేళ్లందిన మాత్రమున గోడపై కెగురుట, నా మూరతో బన్నెండు మూరలు దాటుట, వెనుకకు గానీ ముందునకు గాని పాదములు మాత్రము మోయునట్లు తలక్రిందుమొగ్గలు వేయుట, యయ్యకోనేటి యీవలి వడ్డునుండి యావలి యొడ్డువరకు గజమెత్తు నాచు విడిచేతుల జింపుచు నీదుట, సామాన్యపు పొడవుగల యిండ్లపై నుండియు, మిద్దెలపైనుండియు చప్పుడు సేయక క్రింద దుముకుట, మైళ్లకొలది పరుగిడుట, రెండు గజముల యెత్తుగల యరుగుల మీదికి గుప్పించి యెగరుటయును" అని వారే వివరించారు. ఈవిధంగా తొలినుండి అబ్బిన లాఘవంతో పాటు నిరంతరం తెలుగు, సంస్కృత కావ్యాలను చదవడం, గాత్రసంగీతంతో పాటు వీణావాదన సాధన చేయడంతో సంగీత సాహిత్యాలలో ఆయన తనకెదురులేదనిపించుకున్నారు. ఆయన ఇంగ్లీషు చికిలీ చేసిన కత్తిలా సాపుగా ఉండేది. తెలుగులోను, సంస్కృతంలోను కొన్ని గంటలలో కూర్చిన లేదా ఆశువుగా చెప్పిన హరికథలను వెనువెంటనే ఇంగ్లీషులోకి తర్జుమా చేసి చెప్పే ఆయన ప్రతిభ మైసూరు మహారాజును సైతం ముగ్ధుణ్ణి చేసింది. జయంతి కామేశం పంతులు ఆయన పల్లకీని తన భుజంతో మోసి సింహతవాటపు మురుగులు, ఒక పట్టు పంచల చాపు, ఒక బనారసు ఖండువా, ఒక జవ్వారు తౌజు, నాలుగువందల రూపాయల నగదు ఇచ్చి ఇంకా ఇవ్వలేని తన లేమిని గూర్చి దుఃఖించాడు. నాలుగైదురోజులు వరుసగా దాసుగారి హరికథలు విని పరవశించి పోయిన విజయనగరం దివాను తనచేతికర్రతో దాసుగారి పొట్టమీద పొడిచి "ఇంత విద్య నీ కడుపులో ఎలా ఉంది?" అంటూ విస్తుపోయాడు. పిఠాపురం మహారాజు ఆయన హరికథ విని చేసినంత సన్మానం చేసి గవర్నరు దర్శనం కోసం తాను తొడుక్కోదలచిన కొత్త శహలుతో కుట్టబడిన అంగీని ఆయనకు తొడిగి గౌరవించాడు. దాసుగారి జీవితంలో ఇటువంటి సన్మానాలెన్నో, లోకం ఆయన శీలం కంటే ప్రజ్ఞను, శేముషిని గౌరవించి తలదాల్చింది.

ఆ రోజుల్లో విజయనగరంలో సంగీతం తెలియనివారు లేరు. సంస్కృత విద్యకు అది రెండవ కాశీనగరం. దాసుగారు ఏ గురువు దగ్గర మఠం వేసుకుని కుదురుగా నేర్చుకోవలసిన పని లేకుండానే కేవలం వినికిడికి తన ఊహను జోడించి సంగీతం పాడడంలోను, సంస్కృతాంధ్రాలలో అడ్డులేకుండా కవిత్వం చెప్పడంలోను గడితేరిన వారయారు. పాట పాడతానని కవిత్వం చెప్తానని తన యెదుట పడినవారిని మూడుచెరువుల నీళ్లు తాగించనిదే ఆయన ఎప్పుడూ

వదలిపెట్టలేదు. ఆయనది గంభీరమైన శరీరం. అంతటి శరీరం ఆ రోజులలో ఎవరికీ లేదని చాలామంది మెచ్చుకునేవారు. హిందూస్థానీ-కర్ణాటకం జోడించి పాడేనేర్పుతో ఆయన శ్రోతలను ఆశ్చర్యచకితులను చేసేవారు. మైసూరు మహారాజావారి దగ్గర గ్రామ్‌ఫోన్ రికార్డు కోసం నారాయణదాసు హిందూస్థానీ భైరవి పాడారు. అది విని పరవశించిపోయిన మహారాజావారు "ఈరాగం ఇలా పాడడం ఎక్కడ నేర్చుకున్నావ"ని మహారాజావారు అడిగారు. దానికి "కొంత విజయనగరంలో విన్నానని, మిగిలినది నా యూహను బాడుచుంటి"నని దాసుగారు బదులుచెప్పారు. పల్లవి పాడడం దాసుగారి ప్రత్యేకత. అందులో తన ప్రజ్ఞను వివరిస్తూ దాసుగారు ఇలా రాశారు.

"బందరులో 60 మంది సంగీత విద్వాంసులు ఒకచోట సభ చేసినపుడు దాసుగారిని కూడా పల్లవి పాడమన్నారు. నాల్గవ కాలమున నారక్షరములు జాగా చేసి పాడుచున్న పల్లవి నైదవకాలము విలంబుగా మార్చి యొంటి యక్షరము జాగా చేసి మూడావృత్తములు పాడినాడను. ఫిడెలర్లుగాని, పాటకులుగాని, మద్దెలవాడు గాని, కొలిపింపు విద్వాంసులు గాని లయకణిశము కాచుకొనలేక, జాగా తెలిసికొనలేక తడబడజొచ్చిరపుడు నేను ఇందరు విద్వాంసులున్నారు. కానీ యొకడైనం జాగాకు రాలేకుంట యాశ్చర్యమాయెనని ముక్తాయించి జాగా వెల్లడిచేసినాడు" పల్లవి పేరుతో ఆయనకు ఎదురు నిలిచిన వారందరికీ ఇదే అనుభవం కలిగేది.

అవధాన విద్యలో కూడా దాసుగారి మార్గం చాలా విలక్షణంగా ఉండేది. లోకనాధమనే గ్రామంలో ఆయన ఒక అవధానం చేశారు. అందులో ముప్పై గంటలకు ఒక్కొక్క చరణంగా కోరిన ఛందస్సులో కవిత్వం చెప్పడం, ముప్పైరెండు అక్షరాల వ్యస్తాక్షరీ చేయడం, నోటిలెక్కలకు సమాధానం చెప్పడం, పువ్వులు లెక్కపెట్టడం, నిషేధాక్షరి చెప్పడం, అప్రస్తుత ప్రసంగం చేయడం, కోరిన రాగములలో పురాణం చదవడం, గంటలు లెక్కపెట్టడం, అనే ఎనిమిది ప్రక్రియలున్నాయి. అల్లిపురంలో జరిపిన అష్టావధానంలో గ్రీకుభాషలో ఏభైమాటల వ్యస్తాక్షరి, పుస్తకాన్ని గిరగిర త్రిప్పుతూ కోరిన రాగాలలో పురాణం చదవడం, ఆల్‌జీబ్రాలో ఒక చిన్న సమీకరణాన్ని నోటితో పరిష్కరించడం, ఇద్దరికి తెలుగులోను ఇద్దరికి సంస్కృతంలోను కవిత్వం చెప్పడం, పువ్వులు, లెక్కపెట్టడం, నిషేధాక్షరి చేయడం, ఒక్కొక్క పాదం చొప్పున ఒకమారు చదివిన శ్లోకమును మళ్లీ చదవడం, ఛందోభాషణం చేయడం అనే ఎనిమిది ప్రక్రియలున్నాయి. దాసుగారు ఏకసంథాగ్రాహి. ఎంత కఠినమైన పద్యమైనా ఎవరైనా ఒకసారి చదవగానే విని వెంటనే తిరిగి చదవగలిగేవారు. బందరులో టిక్కెట్టు పెట్టి అవధానం చేసారు. ఆ అవధానంలో రెండుపాదముల రెండు తాళములు, రెండు చేతుల రెండు తాళములు వేసి పల్లవి పాడుతూ కోరిన జాగాకు కోరిన ముక్తాయిలు వేయించడం, లెక్కను మనసులోనే గుణించి సమాధానము చెప్పడం, నలుగురికి తెలుగులోను - నలుగురికి సంస్కృతంలోను కోరిన ఛందస్సులో కవిత్వం చెప్పడం, వ్యస్తాక్షరీ, వ్యస్తాక్షరీ, ఇంగ్లీషులో ఉపన్యాసం చెప్పడం, పువ్వులు - గంటలు లెక్కబెట్టడం, ఛందస్సంభాషణం చేయడం అనే అంశాలను అనితరసాధ్యమైన రీతిలో నిర్వహించారు.

రాజమండ్రిలో దాసుగారు చేసిన అవధానంలో వీరేశలింగంగారు పృచ్ఛకులుగా ఉన్నారు. వీరేశలింగంగారు తన అభిజ్ఞానశాకుంతలానువాదంలో "నఖలు నఖలు బాణః" అనే చిన్న మూలశ్లోకాన్ని రెండు పద్యాలలో అనువదించడాన్ని ఆక్షేపిస్తూ దాసుగారు ఆ శ్లోకాన్ని ఒక చిన్నగీత పద్యంలో ఎంతో సమర్థంగా అనువదించి చూపారు. వీరేశలింగం, విధవావివాహాలు, బ్రహ్మసమాజం అనగానే దాసుగారికి అరికాలి మంట నెత్తికెక్కేది. స్త్రీల విషయంలో ఆయన ఎంతో పాతపద్ధతిలో ఆలోచించేవారు. ఆయన అభిప్రాయాలు కొన్ని వింతగా ఉంటాయి. "వెలయాండ్ర సహవాసము సేయుట, కొంచెము గురునిసేవ కలవడుట, సంగీత సాహిత్య రజ్ఞత కలిగియుంట–ఈ మూడు కలవారే లోకములో దరచు భూతదయాపరులు, పరోపకారులు, వితరణశీలురునై యుండెదరు. తక్కినవారల హృదయము సరసము కాదని యనుకొనుచుందును." అనడం ఇందుకు ఉదాహరణం. తనవైనా, ఇతరులవైనా తప్పులను బాహాటంగా చెప్పడం ఆయన అలవాటు. ఆయనకు ఒకరి లక్ష్యంలేదు, ఒకరి దగ్గర భయమూ లేదు.

తెలుగు, సంస్కృతం, ఇంగ్లీషు భాషలలో సంగీత-సాహిత్య-నృత్యాల మేళవింపులో అపూర్వము-రసవత్తరము అయిన హరికథాగానం చేసేవారాయన. సాధారణంగా ఆయన హరికథ తొమ్మిదిగంటలకు మొదలయేది. ఒంటిగంట వరకు ఉపోద్ఘాతం కొనసాగేది. మరి మూడుగంటలసేపు అసలు కథ చెప్పేవారు. ఇంచుమించు హరికథ పూర్తి అయ్యేసరికి తెల్లవారిపోయేది. "పిఠాపురం మాధవస్వామి గుడిలో హరికథ చెప్పినప్పుడు తెల్లవార్లు వేలకొలది జనులు నిశ్చేష్టులై హరికథ విని ఎవ్వడో గంధర్వుడు వచ్చెను. లేకున్న నీ తేజస్సు, నీ ధోరణి, యీ పాట, యిట్టి కవిత్వమెన్నడైనా గంటిమే-యనుచు నన్ను శ్లాఘించి సంతసించిరి." అని దాసుగారు రాసిన విషయం ఆయన చెప్పిన ప్రతి హరికథకూ వర్తిస్తుంది. మద్రాసులో దాసుగారి హరికథలు విన్న తరువాత "హిందూ", "స్టాండర్డు' పత్రికలు వారి సంగీత సాహిత్యాలను ఎంతగానో ప్రశంసిస్తూ ఆయన శరీరము వంటి ఘనగంభీర మధురధ్వని అంతకుముందు ఎన్నడూ వినలేదని కొనియాడాయి.

: 4 :

మనలో చాలామంది దాసుగారిని హరికథా పితామహులుగానే ఎరుగుదురు. హరికథ ఆనాడు జనబాహుళ్యంలో విస్తృత ప్రచారం గల కళకావడం చేత దాసుగారికి ఆవిధమైన ప్రచారం లభించి నిలిచిపోయింది. ఆయన కేవలం హరికథకుడే కాదు. ఆంధ్రదేశం గర్వించదగిన కవి, అనువాదకుడు, రచయిత, పండితుడు, బహుభాషావేత్త, సంగీత విద్వాంసుడు. తెలుగులో ఇతరులెవ్వరకూ సాధ్యంకాని అపూర్వ గ్రంథాలను రాసారు వారు. ఆ రచనలు వివిధ ప్రక్రియలకు సంబంధించినవి. ఆయన హరికథలు పండిత పామరులను పరవశింపజేస్తే ఇతర రచనలు మాత్రం కేవలం పండితులనే సమ్మోహపరిచేవిగా ఉంటాయి. ఆయన మార్గంలో అంత గొప్ప గ్రంథాలను నేటికి కూడా ఎవరూ రాయలేకపోయారు. పండితులను సైతం పాదాక్రాంతులను చేసుకోగల అప్రతిహత ప్రతిభా పాటవాలను దాసుగారు ఆ గ్రంథాలలో ప్రకటించారు.

నారాయణదాసుగారు ధ్రువచరిత్రము, అంబరీష చరిత్రము, గజేంద్రమోక్షణము, రుక్మిణీ కళ్యాణము, ప్లహ్లాద చరిత్రము, శ్రీహరికథామృతమ్, గోవర్ధనోద్ధరణము, భీష్మచరిత్రము, సావిత్రీ చరిత్రము, యథార్థ రామాయణము, జానకీ శపథము, హరిశ్చంద్రోపాఖ్యానము, మార్కండేయ చరిత్రము, గౌరమ్మపెండ్లి, హరికథలు-ఫలశ్రుతి - అనే హరికథలను రాసారు.

తొలిదశలో రసభరిత నృత్యహేలగా తాను ఊహించి రూపకల్పన చేసి సాధన చేసే ప్రయత్నంలో ధ్రువచరిత్రాన్ని రాశారు (1883) ఇది ఒక కూర్పు. ఇది దాసుగారి తొట్టతొలి రచన. ఛత్రపురము శ్రోతల యెదుట తన రచనా సామర్థ్యాన్ని నిరూపించుకోదలచి ఒక రాత్రికి రాత్రి రాసి, ధారణచేసి చెప్పిన హరికథ అంబరీష చరిత్రము (1884). తనకత్యంత ప్రీతిపాత్రమయిన భాగవతం అష్టమస్కంధంలోని కథను ఏమాత్రం మార్చకుండా తన రచనా వైభవాన్ని, విశేషవృత్తాలను వాడడంలో, తనకు గల అధికారాన్ని ప్రదర్శిస్తూ భక్తిరస పోషకమైన మార్గంలో దాసుగారు "గజేంద్ర మోక్షణము" (1886) రాసారు. దాసుగారికి బాల్యంనుండి రుక్మిణీకళ్యాణ కథ అంటే ఇష్టం. భాగవతంలోని ఆ ఘట్టం ముందుగా వారికి నోటికి పట్టింది. రుక్మిణీ అనే బుద్ధి బ్రాహ్మణుడనే వేదశాస్త్ర సహాయంతో శ్రీకృష్ణుడనే పరబ్రహ్మాన్ని తెలుసుకొని లీనం కావడమే తన రుక్మిణీ కల్యాణ హరికథలోని అంతరార్థమని దాసుగారు స్వయంగా చెప్పారు. దాసుగారు ఎక్కువగా చెప్పిన కథ ఇది. తన చెలికాడు బొడ్డు వెంకటేశం దొర కోరికమీద దాసుగారు 'ప్రహ్లాద చరిత్రము' అనే హరికథ రాసారు. మిగిలిన హరికథలలో కంటే ఈ హరికథలో పోతన భాగవతం ప్రభావం ఎక్కువగా కనిపిస్తుంది. శ్రీకృష్ణజననము పితృబంధ విమోచనము, ధర్మసంస్థాపనము అని మూడు భాగాలుగా రాసిన కథలను జోడించి దాసుగారు 'శ్రీహరి కథామృతమ్' అనే సంస్కృత హరికథను ప్రకటించారు. శ్రోతల కోరిక మేరకు 'గిరికథ' చెప్పదలచి దాసుగారు 'గోవర్ధనోద్ధరణము' అనే హరికథను ఆశువుగా చెప్పారు. ఈ కథనం చేబ్రోలులో జరిగింది. భీష్ముని జీవితంలోని మూడు ప్రధాన ఘట్టాలను ఆధారంగా చేసుకొని దాసుగారు 'భీష్మచరిత్రము' అనే హరికథ రాసారు. తల్లి ఆజ్ఞమేరకు సంతానం కోసం దాసుగారు మహాభారతంలోని సావిత్రికథను 'సావిత్రీ చరిత్రము' అనే పేరుతో హరికథగా రాసారు. ఆ వెంటనే ఆయనకొక కుమార్తె జన్మించింది. ఆమెకు సావిత్రి అని పేరు పెట్టారు. 1915లో తన భార్య మరణించిన తరువాత ఆమె ఆత్మకు శాంతి కలగాలని దాసుగారు 'యథార్థ రామాయణము' అనే హరికథను రాసారు. దాసుగారు హరికథలలో కెల్లాఇది పెద్దది. దాసుగారు తన సంగీతశాస్త్ర వైదుష్యాన్నంతటినీ ప్రదర్శిస్తూ 'జానకీ శపథ'మనే గొప్ప హరికథను రాసారు. గౌరన 'హరిశ్చంద్రోపాఖ్యానము' నాధారంగా చేసుకొని వారు 'హరిశ్చంద్రోపాఖ్యానము' అనే హరికథ రాశారు. సత్యనిష్ఠ గల తన తండ్రికి ఈ కథను అంకితం చేశారు. సర్వేశ్వరునకు అంకితం చేస్తూ దాసుగారు రాసిన మొదటి శైవకథ 'మార్కండేయ చరిత్ర'మనే హరికథ. సీమపలుకు అంటే తెలుగు మాట. సంస్కృత పదాలు లేకుండా కేవలం తెలుగు మాటలతో దాసుగారు రాసిన చివరి హరికథ 'గౌరప్ప పెండ్లి' అనే హరికథ. ఈ కథ రాసేటప్పటికి దాసుగారికి ఎనభై ఏళ్లు. దాసుగారు రాసిన కథలన్నీ భారత, భాగవత, రామాయణ, శైవపురాణ

కథలు. పై హరికథలలో ధ్రువచరిత్రము, గోవర్ధనోద్ధరణము అనే రెండూ ఇప్పుడు దొరకడం లేదు. దాసుగారు తన తరువాతి వారికి తెలియడం కోసం తాను రాసిన ప్రతీ హరికథలోనూ రాగ, తాళ గతులను తెలియజేసారు.

హరికథకు ఆ రోజులలో తెలుగునాట గజ్జె కట్టిన వాళ్లందరూ నారాయణదాసుగారి శిష్యులే. వాజపేయయాజుల సుబ్బయ్యగారు, నేమాని వరహాలుగారు, నేతి లక్ష్మీనారాయణగారు, వేదనభట్ల వేంకట నారాయణగారు, పేరి నరసింహముగారు, కరూరు కృష్ణదాసుగారు, చిట్టిమళ్ల రంగయ్యదాసుగారు, వడ్లమాని నరసింహదాసుగారు, శ్రీపాద లింగమూర్తిగారు, చెరుకుపల్లి కనక దుర్గాదాసుగారు, మల్లికార్జున దాసుగారు, టేకి రామమూర్తిగారు, పరిమి సుబ్రహ్మణ్య దాసుగారు, అడుసుమిల్లి నారాయణదాసుగారు, జగన్నాథ దాసుగారు, బంక బాలకృష్ణదాసుగారు, నారాయణదాసుగారి ప్రత్యక్ష శిష్యులలో ప్రధానులు. పరోక్ష శిష్యులెందరో ఉన్నారు. వారి శిష్యసంతతి నేటికీ కొనసాగుతోంది.

దాసుగారు హరికథల తరువాత శతక ప్రక్రియలో ఎక్కువ రచనలు చేశారు. కాశీశతకమ్, రామచన్ద్ర శతకమ్, సూర్యనారాయణ శతకము, మృత్యుంజయ శివశతకము, ముకుంద శతకము, సత్యవ్రత శతకము, అనేవి దాసుగారి శతక రచనలలో ప్రసిద్ధములైనవి. ఇవికాక సీమపలుకులో 'వేల్పువంద' అనే శతకాన్ని కూడా రాసారు. 1914లో దాసుగారు సతీసమేతంగా విశ్వేశ్వర సందర్శనానికి వెళ్లి ఆ స్వామిని దర్శించి సంస్కృతంలో కాశీశతకాన్ని రాసారు. వయఃపరిణతిలో అద్వైత చింతనతో శ్రీరామచంద్రుని కీర్తిస్తూ "భుజంగప్రయాత"మనే ఛందంలో దాసుగారు సంస్కృతభాషలో రామచంద్ర శతకరచన చేసారు. సూర్యనారాయణ వరప్రసాది అయిన దాసుగారు 1895-98 మధ్యకాలంలో శార్దూల, మత్తేభ వృత్తాలలో తెలుగులో సూర్యనారాయణ శతకరచన చేసారు. 1908లో తన నాల్గవ అన్నగారు తనకు అత్యంత ప్రీతిపాత్రుడు అయిన పేరన్నగారు మరణశయ్యమీద ఉన్నపుడు ఆయనను రక్షించమని వేడుతూ దాసుగారు తెలుగులో "మృత్యుంజయ శతకాన్ని" రాసారు. ఒక రాత్రిలో రాసిన ఈ శతకం కారణంగా పేరన్నగారికి మరణగండం తప్పి ఆరోగ్యం చేకూరింది. దాసుగారు కందపద్యాలలో 'ముకుందశతకము' రాసారు. కందపద్యం చిన్నది. అందులో మకుటం పోగా భావానికి రెండున్నర పాదాలు మాత్రమే మిగిలాయి. అయినా దాసుగారు ఆ అల్పాక్షరాల తోనే అనల్పార్థాన్ని ఇమిడ్చి ఈ శతకాన్ని రాసారు. ఆనందగజపతి మహారాజు 'సతతము సంతసమెసంగు సత్యవ్రతికిన్' అనే సమస్యనిచ్చి ఒకపద్యం రాయమని కోరితే ఎన్నడూ ఎవరూ ఎక్కడా చేయని విధంగా దాసుగారు ఆశువుగా ఆ సమస్యను నూరు భావాలతో నూరు పద్యాలుగా రచించి అందరను ఆశ్చర్యంలో ముంచెత్తారు. అదే సత్యవ్రతశతకము. 'వేల్పువంద' సింహాచలంలోని వరాహలక్ష్మీనృసింహ స్వామి నుద్దేశించి సీసపద్యాలలో రాసిన శతకం. ఇందులో దాసుగారు ఉపయోగించిన భాషను సీమ తెలుగు అని, నాటు తెలుగు అని అంటారు. ఈ భాషకు సంస్కృతస్పర్శ ఉండదు.

దాసుగారు 1888లో 'బాటసారి' అనే ప్రబంధాన్ని రాసారు. ఇది గూఢార్థకావ్యం. అయినా దీనిని సహజంగాను, సులభంగాను, సుందరంగాను రాయడం దాసుగారి లక్ష్యం. ఇది లఘుకావ్యం. దీనినే దాసుగారు 'ట్రావెలరు' (Traveller) అనే పేరుతో ఆంగ్లంలోకి అనువదించారు. తెలుగుకావ్యంలో వచనం లేదు. ఆంగ్లరచన పూర్తిగా వచనంలోనే కొనసాగింది. ఇది స్వతంత్రరచన. గోల్డుస్మిత్ 'ట్రావెలరు'కు, దీనికి ఏవిధమైన సంబంధము లేదు. 'మేలుబంతి' ఒక సంకలన గ్రంథము. దాసుగారు వేరు వేరు సందర్భాలలో చాలాకాలంపాటు అక్కడా అక్కడా ఆశువుగాను, లిఖితపూర్వకంగాను చెప్పిన పద్యాలివి. ఇందులో ఒక కథ అంటూ ఉండదు. ఎప్పుడు ఏ విషయం మీద చెప్పాలనుకుంటే ఆ విషయం మీద చెప్పే ఇటువంటి పద్యాల కూర్పును "చాటుప్రబంధమ"ని అంటారు. ఇందులోని పద్యాలను పన్నెండు విభాగాలుగా చేసి ఆ విభాగాలకు 'స్తబకము'లని పేరు పెట్టినవారు ఆచార్య యస్వీజోగారావుగారు. 1910లో దాసుగారు సంస్కృతభాషలో 298 శ్లోకాలలో 5 సర్గలుగా 'తారకమ్' అనే అద్భుత స్వతంత్ర ప్రబంధాన్ని రాసారు. దాసుగారు తన పాండిత్యాన్ని ప్రదర్శించడానికే ఈ పుస్తకాన్ని రాసారు. తన రచనా ప్రణాళికకు సంబంధించి ఎన్నో కఠిన ప్రతిజ్ఞలను చేసారు. తాతా సుబ్బరాయశాస్త్రి వంటి మహావైయాకరణులు కూడా ఈ ప్రతిజ్ఞ నిర్వహణంలో దాసుగారు ప్రదర్శించిన అద్భుత ప్రజ్ఞకు ఆశ్చర్యచకితులయ్యారు. దాసుగారు తన కథనే 'తారకమ్' అనే పేరుతో కావ్యంగా రాసారని పరిశోధకులందరూ భావించారు.

19వ శతాబ్ది ఉత్తరార్థంలో ప్రహసనాలు, నాటకాలు విరివిగా పుట్టాయి. ఆ ప్రభావం దాసుగారి మీద కూడా పడింది. సహజంగా కవి, వాగ్గేయకారుడు అయిన దాసుగారు కాలంతో పాటు తన కలాన్ని కలిపి ఒక ప్రహసనాన్ని, ఒక నాటకాన్ని రాసారు. ఆయన రాసిన ప్రహసనం పేరు 'దంభపుర ప్రహసనం' దీని రచనాకాలం 1890. ఈ ప్రహసనంలోని దంభపురం విజయనగరమేనని సమకాలీనులైన కొందరు వ్యక్తులను పాత్రలుగా చేసి దాసుగారు ఈ అధిక్షేపరచన చేసారని పరిశోధకులు భావిస్తున్నారు. ఈ ప్రహసనం అచ్చయిందా! లేదా! అన్నది నిర్ధారణగా తేలలేదు. ఇప్పుడది ఎక్కడా దొరకడం లేదు. 'సారంగధర' దాసుగారు రాసిన 5 అంకాల స్వతంత్రనాటకము. ఇందులో అంకవిభజనతో పాటు రంగవిభజన కూడా కనిపిస్తుంది. ఈ నాటక ప్రదర్శనకు సంబంధించిన వివరాలేమీ దొరకడం లేదు.

పాశ్చాత్య సాహిత్య ప్రభావంతో తెలుగులో వెలిసిన తొలిమూడు స్వీయచరిత్రలలో దాసుగారి 'నా యెఱుక' అనే స్వీయచరిత్రం మొదటిది కావచ్చునని పరిశోధకులు భావిస్తున్నారు. ఈ రచన 1898నాటికి జరిగినట్లు తెలుస్తోంది. దాసుగారు తన 30 సంవత్సరాల వయసు వరకు ఉన్న జీవితాన్ని గూర్చిమాత్రమే 'నా యెఱుక'లో రాసారు. తెలుగులోని స్వీయచరిత్రలలో ఇది ఎన్నదగినది. ఒక్క విషయాన్ని కూడా దాచుకోకుండా తన గుణాలతో పాటు అవగుణాలను కూడా లోకానికి వెల్లడి చేసిన స్వీయచరిత్ర ఇది. చాలామంది దాచుకునే విషయాలను దాసుగారుదాపరికం లేకుండా ఈ పుస్తకంలో వెల్లడించారు. ఇది దాదాపుగా అచ్చతెలుగులో రాసిన వచనగ్రంథం. ఇందులో తెలుసుకోదగిన సమకాలీన విషయాలెన్నో ఉన్నాయి.

భగవద్గీత ప్రేరణగా మంజరీద్విపదలో 8 విభాగాలుగా దాసుగారు 'వేల్పుమాట' అనే రచన చేసారు. ఇది ఉపదేశ కావ్యం. కానీ శ్రీకృష్ణుని గీతోపదేశం కాదు. ఇది నారాయణదాసుగారి ఉపదేశం. ఈ వేదాంత విషయాన్ని దాసుగారు తేట తెలుగులో రాసారు. ఇందులోని ప్రతీ చరణం ఒక వాక్యమే. దాసుగారికి తెలుగుభాషమీద పెరిగిన మమకారం సంస్కృతభాషపై ద్వేషంగా మారింది. బడిపిల్లలకు సంస్కృతం సోకని తెలుగే నేర్పాలని ఆయన కోరారు. తెలుగు తీయనిదని, మెత్తనిదని, తేటతెల్లమైనదని, భాషలన్నింటిలోకి గొప్పదని ఆయన అన్నారు. "తేఁటతీయని యచ్చ తెలుఁగు రాకున్న – తెలుగువారి కెద్ది తెలియుట సున్న" అని చాటడానికి "అచ్చతెలుఁగు పల్కుబడి" అనే పుస్తకాన్ని రాసారు.

దాసుగారు (1) నవరస తరంగిణి (2) ఉమరుకయాము రుబాయెతు (3) నుఱుగంటి (4) వెన్నునివేయిపేర్ల వినకరి (5) మొక్కుబడి (6) తల్లివిన్కి అనే ఆరు అనువాద గ్రంథాలను రాసారు. ఈ ఆరూ అపురూపగ్రంథాలే. షేక్సుపియరు, కాళిదాసుల కవిత్వముల సొగసులను నవరసాలుగా విభజించి తెలుగులో అనువదించిన గ్రంథము. షేక్సుపియరును కావ్యభాషలోనికి, కాళిదాసును అచ్చతెనుగులోనికి అనువదించారు. పారశీకభాషను స్వయంగా నేర్చుకుని నేరుగా ఆ భాషనుండి ప్రపంచ ప్రసిద్ధములైన ఉమార్‌ఖాయామ్ రుబాయిలను దాసుగారు సంస్కృతంలోనికి, తెలుగుకావ్యభాషలోనికి, అచ్చతెనుగు లోనికి అనువదించారు. ఈ మూడు భాషలకు పారశీకమూలము, దాని ఆంగ్ల అక్షరానుకరణము, ఫిడ్జిగెరాల్డు ఆంగ్లానువాదము కలిపి ఒక దృక్కులో కనిపించేటట్లుగా ఒకచోట ప్రచురించిన అద్భుత గ్రంథమిది. ఈసఫ్ కథలను నూరింటిని మేలిమిలా మెత్తనైన తెలుగులో 'నూరుగంటి' అనే పరపద్యరూపంలో దాసుగారు అనువదించారు. ఒక గీతపద్యంలో రెండు చరణాలలో నీతినీ, రెండు చరణాలలో కథను ఇమిడ్చి రాయడం ఈ కృతిలోని విశిష్టత. విష్ణుసహస్రనామాలను 'వెన్నుని వేయిపేర్ల వినకరి' అనే పేరుతో అచ్చ తెలుగులో అనువదించారు. దాసుగారు ఇందులో వాడిన పద్యాలకు తెలుగు పేర్లు పెట్టారు.

సంస్కృతంలోని మూడువందల నాలుగు ఋక్కులను 'మొక్కుబడి' అనే పేరుతో అచ్చ తెలుగు పద్యాలుగా అనువదించారు. తెలుగు పద్యాలకు బడి, తండ్రి, సైదోడు అనే కొత్తపేర్లు పెట్టారు. వేదంలోను, శరీరశాస్త్రంలోను దాసుగారికి గల పాండిత్యం ఈ గ్రంథంలో తెలుస్తుంది. లలితా సహస్రనామాలను 'తల్లివిన్కి' అనే పేరుతో నాటు తెలుగులోకి అనువదించారు. "ఎల్లనుడులకుఁ దెల్గే మేటిమాట" అనే విశ్వాసంతో ఈ అనువాదం చేశారు.

దాసుగారు వేదంతో పాటు అనేక శాస్త్రాలు కూడా చదువుకున్నారు. శాస్త్రమర్మాలను ఆకళించుకున్నారు. తన శాస్త్రీయ విజ్ఞానాన్ని వెల్లడిస్తూ తర్క సంగ్రహము, వ్యాకరణ సంగ్రహము, చాతుర్వర్గ సాధనమ్, మన్కిమిన్కు, సీమ పల్కువహి, జగజ్జ్యోతి, పురుషార్థసాధనమ్, దశవిధ రాగ నవతి కుసుమ మంజరి అనే ఎనిమిది శాస్త్ర గ్రంథాలను రాసారు. సీమపల్కువహి అచ్చతెలుగు నిఘంటువు. 'మన్కిమిన్కు' ఆయుర్వేద గ్రంథము. 'జగజ్జ్యోతి' వేదాంత గ్రంథము, ఎనిమిది

ప్రకాశములుగా లభించిన ఈ గ్రంథాన్ని రెండు భాగాలుగా అచ్చువేశారు. ఇది 879 పేజీల బృహద్గ్రంథము. దాసుగారు ఈ విషయాన్ని గూర్చి ఇంకా కొన్ని ప్రకాశములను రాసి ఉంటారని పరిశోధకులు ఊహిస్తున్నారు. 'పురుషార్థసాధనమ్' అనేది సంస్కృతంలో రాసిన చిన్న శాస్త్రీయ రచన. 1938లో కన్యాకుమారిని దర్శించి ఆ దేవిని స్తుతిస్తూ దాసుగారు 'దశవిధ రాగ నవతి కుసుమ మంజరి' అనే సంగీత శాస్త్రగ్రంథాన్ని రాసారు. సంగీతశాస్త్రంలో దీనికి సాటిరాగల గ్రంథమింకొకటి లేదు. ఈ గ్రంథాలే కాక దాసుగారు ఇంకా కొన్ని గ్రంథాలను రాసినట్లుగా తెలుస్తోంది. అవి మనకు ఇప్పుడు దొరకడంలేదు.

5

ఎనభైఏళ్ల నిండు జీవితాన్ని అసదృశ ప్రజ్ఞతో అద్భుతశక్తులతో గడపిన మానవ గంధర్వుడు ఆదిభట్ల నారాయణదాసు. ఆయన జీవితంలో రెండు ప్రముఖ దశలు మనకు కనిపిస్తాయి. పుట్టినది లగాయితు మైసూరు సంస్థానాధీశుల సన్మానాలను పొందిన మొదటిదశ. ముప్పైఏళ్ల ఈ తొలిదశలో ఆయన రచ్చగెలిచాడు. ఆనందగజపతి మహారాజు పరిచయంతో ఆయన ఇంట గెలిచిన రెండవదశ మొదలయింది. బాల్యంనుండి విజయనగరమే ఆయన నివాసం. తొలినుండి విజయనగరం సంస్థానం పట్ల, సంస్థానాధీశుల పట్ల ఆయన గౌరవాన్నే ప్రదర్శించారు. కానీ ఆనంద గజపతి మహారాజు ఆశ్రితుల వ్యతిరేకత కారణంగా ఆయన అవసానదశకు చేరుకునేవరకు దాసుగారికి విజయనగరం కోటలోకి ప్రవేశం దొరకలేదు. లింగం లక్ష్మాజీపంతులు ఆనంద గజపతి మహారాజుకు దాసుగారిని పరిచయం చేసారు. దాసుగారి అద్భుతప్రజ్ఞ రెండేళ్లపాటు వారిని ఆ మహారాజుకు చెలికానిగా చేసింది. వారి స్నేహం సంగీత, సాహిత్య వినోదములకు మాత్రమే పరిమితం కాక చదరంగం, పేకాట వంటి వినోదాలకు కూడా విస్తరించింది. ఇది మొదలు సంస్థానంతో దాసుగారి సంబంధం ఎదురులేకుండా నడిచింది. అప్పల కొండయాంబ (రీవాసర్కారు), విజయరామ గజపతి కూడా దాసుగారిని ఎంతో గౌరవించారు. అప్పలకొండయాంబ ఒక్క రుక్మిణీకల్యాణ హరికథ విన్న సందర్భంలోనే నలభై పెద్దకాసులు కానుకగా ఇచ్చారు. విజయరామ గజపతి పేర 1919లో ఏర్పడిన విజయరామగాన పాఠశాలకు దాసుగారిని ప్రిన్సిపాల్‌గా నియమించారు. ఈ పదవిలో ఆయన 1936 వరకు కొనసాగారు. ఈ కాలమంతటా ఈ కళాశాల ఆయన ఆడింది ఆటగా, పాడింది పాటగా నడిచింది. మహా విద్వాంసులెందరో ఇక్కడ సంగీతవిద్యను అభ్యసించారు.

దాసుగారిని అనేక బిరుదాలు వరించాయి. 1904లో భారతదేశం లోని వివిధ ప్రాంతాలనుండి వచ్చిన సంగీత విద్వాంసులందరితో కూడిన మహాసభలో బెంగుళూర్‌లో దాసుగారిని 'లయబ్రహ్మ' అనే బిరుదాన్నిచ్చి గౌరవించారు. బందరులో 1914లో జరిగిన విద్వత్సభలో చెళ్ళపిళ్ళ వేంకటశాస్త్రిగారు దాసుగారిని 'హరికథా పితామహ' అనే బిరుదంతో గౌరవించారు. శ్రీనాథుడు డిండిమభట్టు ఢక్కను పగులగొట్టినట్లుగా 1914లోనే దాక్షిణాత్యుడైన సుబ్రహ్మణ్య అయ్యరును పల్లవిలో ఓడించి ఆయన ముంజేతి సువర్ణ ఘంటాకంకణాన్ని తొలగించిన

సందర్భంలో సభవారు దాసుగారిని 'పంచముఖీ పరమేశ్వరుడు' అనే బిరుదంతో సత్కరించారు. మద్రాసు విద్వాంసులు 1928లో దాసుగారిని 'ఆంధ్రదేశ భూషణం'గా అభివర్ణించారు. 1933లో విశాఖపట్టణంలో జయపుర సంస్థానాధీశుడైన విక్రమదేవవర్మ దాసుగారికి 'సంగీత సాహిత్య సార్వభౌమ' అనే బిరుదాన్నిచ్చారు. ఆ సంవత్సరమే ఆ ఊళ్లోనే "శృంగార సర్వజ్ఞ" అనే బిరుదప్రదానం చేశారు. విజయనగరంలోని 'భారతీతీర్థ' అనే సంస్థ 1935లో దాసుగారికి "ఆటపాటల మేటి"అనే బిరుదాన్నిచ్చింది.

బిరుదాలే కాదు దాసుగారి జీవితంలోని రెండవదశలో కూడా వారికెన్నెన్నో ఘన సత్కారాలు జరిగాయి. ఇంగ్లండు దర్శించమని వచ్చిన ఆహ్వానాన్ని ఆయన సున్నితంగా తిరస్కరించారు. నోబెల్ బహుమానం కోసం దరఖాస్తు చేయడానికి కూడా ఆయన సుముఖత చూపలేదు. ఆయన సంస్కృత రచనలను ఇతర దేశాల పండితులు ప్రశంసించారు. సువర్ణ ఘంటాకంకణాలు, గండపెండేరాలు వంటి సామాన్య సత్కాకాలు అనేకం జరిగాయి. దాసుగారు తనను వ్యతిరేకించినా వీరేశలింగంగారు 1912లో ఆంధ్రసారస్వత పరిషత్ పక్షాన నవరత్న ఖచిత భుజకీర్తులతో దాసుగారిని సత్కరించారు. 1913లో కాకినాడలో జరిగిన గానసభలో దాసుగారి పాటవిని తన్మయులైన ప్రజలు ముత్యాల కర్ణకుండలాలిచ్చి పూజించారు. హిందూస్థానీ సంగీత విద్వాంసురాలైన జానకీ బాయిగారు అలహాబాదులో దాసుగారిమీద ప్రశంసల వర్షం కురిపించారు. 1913లో సంస్కృత హరికథకు హిందీ వ్యాఖ్యానం చేస్తూ దాసుగారు పాడిన బేహాగు రాగాన్ని విశ్వకవి రవీంద్రనాథ ఠాగూరు కొన్ని సంవత్సరాల వరకు మరచిపోలేకపోయారు. 1914లో చల్లపల్లిలో జరిగిన పండిత సభలో దాసుగారి అద్భుత వీణావాదన ప్రదర్శనకు పరవశించిపోయిన జమీందారు అంకినీడు మల్లికార్జున ప్రసాదరావుగారు ఇరవైనాలుగు నవరసులతో చేసిన బంగారు గండపెండేరాన్ని దాసుగారి కాలికి స్వయంగా తొడిగారు. నూజివీడులో గజారోహణం జరిపించారు. నందిగ్రామములో బ్రహ్మరథం పట్టారు. 1923లో కాకినాడ కాంగ్రెస్‌లో దాసుగారి హరికథ విని సరోజినీనాయుడు వేనోళ్ల ప్రశంసించారు. అలక నారాయణ గజపతి, బరోడా మహారాజు కలసి దాసుగారి కథ వినాలని ఊటీకి పిలిపించుకొన్నప్పుడు అక్కడ బస చేసిన మైసూరు మహారాజుతో సహా ఇతర సంస్థానాధీశులు కూడా ఆయన కథను విని ఘనంగా సన్మానించారు. ఐనా జీవించినంతకాలం అనుదినం నిత్యవసంతంగా వీరభోగవసంతరాయలుగా ఆటపాటలతో ఆబాలగోపాలాన్ని అలరించిన ఆదిభట్ల నారాయణదాసు 2-1-1945 న స్వచ్ఛంద మరణాన్ని పొందారు. మరణంలో కూడా ఒక ధీరత్వాన్ని ప్రదర్శించిన దాసుగారి వంటి పూర్ణపురుషుడు ఆయనకు ముందువెనుకలలో కనబడరు. ఆయన జీవితం ఒక సాహిత్య నృత్యగాన ప్రహేళిక. అది చిరస్మరణీయమైనది.

చిలకమర్తి లక్ష్మీనరసింహం

(1867-1946)

- డా॥ ముక్తేవి భారతి

సాహిత్యాన్ని ప్రజలకు అందుబాటులోకి తెచ్చి, సాహిత్య ప్రయోజనాన్ని సాధించిన మహాకవి చిలకమర్తి లక్ష్మీనరసింహంగారు. సంఘసంస్కరణకి సాహిత్యాన్ని సాధనంగా వాడుకున్న సంస్కర్త. ఆధునిక తెలుగుసాహిత్య వైతాళికుడు చిలకమర్తి.

చిలకమర్తి వారి రచనలన్నీ ఏదో ఒక ప్రత్యేకతని సంతరించుకున్నవే. నాటకకర్తగా ప్రజల్ని నాటక దర్శనోత్సాహకులుగా తీర్చిదిద్దిన ఘనత చిలకమర్తిది. నాటక పద్యాలు ఇంటింటి పద్యాలయ్యాయి. నవలా సాహిత్యంలో తలమానికంగా నిల్చే నవలలు ఆనాటి సాంఘిక స్థితిగతులకు అద్దం పట్టాయి. చిలకమర్తి రచించిన మహాపురుషుల జీవిత చరిత్రలు మహత్తరమైన సందేశాన్ని లోకానికందించాయి. చిలకమర్తి వారి వ్యక్తిత్వాన్ని మూర్తీభవింప జేసే వారి స్వీయచరిత్ర రచన ఆనాటి సాంఘిక రాజకీయ చరిత్ర. చిలకమర్తి వారి ప్రహసనాలలో ఇతివృత్తం ఏదయినా అంతర్లీనం సంఘసంస్కరణయే. ఆంధ్రసాహిత్య చరిత్రలో అగ్రస్థానాన నిలిచారు కళాప్రపూర్ణ చిలకమర్తి లక్ష్మీనరసింహం.

స్వీయచరిత్ర:

చిలకమర్తి వారి సాహిత్యమంతటిలోనూ అతిముఖ్యమైనది స్వీయచరిత్ర. దినచర్య గ్రంథాలు, ఇతర ఆధారాలు లేకపోయినా కేవలం జ్ఞాపకశక్తి ఆధారంతో డెబ్బది సంవత్సరాల చరిత్ర రాయటమనేది ఊహకందని అంశం. స్వీయచరిత్రను "18-03-1942వ తేదీన ప్రారంభించి 12-7-1942వ తేదీన ముగించితిని." అని చిలకమర్తి స్వీయచరిత్రలో (కాలచక్రం ప్రచురణలు, పెనుమంట్ర, పశ్చిమగోదావరి జిల్లా-1968, ఆగస్టు,- తృతీయ ముద్రణ) తెల్పారు. చిలకమర్తిని స్వీయచరిత్ర రచింపుమని ప్రోత్సహించినవారు శ్రీ రాయసము వెంకటశివుడు, విస్సా అప్పారావు. తణుకుతాలూకా, కాకరపఱ్ఱు గ్రామం వెళ్ళి, అక్కడ స్వీయచరిత్ర రచన పూర్తి చేసారు చిలకమర్తి.

చిలకమర్తి తండ్రి వెంకన్న, తల్లి వెంకటరత్నమ్మ. చిలకమర్తి మేనమామ గొప్ప సంస్కృత పండితుడు పురాణపండ మల్లయ్యశాస్త్రి. ఖండవల్లి గ్రామంలో మేనమామ యింట, 1867వ సంవత్సరం, సెప్టెంబరు 26వ తారీఖున జన్మించారు చిలకమర్తి (స్వీయచరిత్ర). తాతగారైన పురాణపండ భద్రయ్యశాస్త్రి గారి పోలిక చిలకమర్తికి వుందని తల్లి, పినతల్లులు చెప్పేవారని, అంతేకాక "నాకు మాతామహుని పాండిత్యమంత గొప్ప పాండిత్యము లేకపోయినను, రవ్వంత కవిత్వ ధోరణియు, అంధత్వమును సిద్ధించినవి" అన్నారు చిలకమర్తి (స్వీ.చ). చిలకమర్తి కంటిచూపు సరిగా లేకపోవటం వలన కొన్ని ఇబ్బందులు పడ్డారు.

చిలకమర్తి నివసించిన గ్రామం వీరవాసరం. ఆ గ్రామంలో వీరభద్రస్వామి ఆలయముంది. వీరవాసరం చారిత్రక గ్రామం. 18వ శతాబ్దాన వీరవాసరం తూర్పుఇండియా కంపెనీవారి వాణిజ్యస్థానానికి శాఖగా వుండేది. వీరవాసరంలోని కచ్చేరీభవనం తూర్పుఇండియా కంపెనీ వారు సరకులు నిలువచేసే భవనమని చిలకమర్తి అభిప్రాయపడ్డారు. చిలకమర్తి వీరవాసరంలోని దొరతనంవారి పాఠశాలలో చేరారు. ఆ తర్వాత పై తరగతులు చదవటం కోసం నరసాపురం వెళ్ళాల్సి వచ్చింది. చిలకమర్తి జీవితంలో నరసాపుర విద్యాభ్యాసం ఒక విశేషమైంది. మిషను వారి పాఠశాలలో చేరాక, అక్కడ క్రైస్తవమతం బోధించేవారని, బైబిలు నుంచి కొన్ని పంక్తులు అప్పగించాల్సి వచ్చేదని చిలకమర్తి తెలియజేసారు. నరసాపురంలో వున్నప్పుడు కొంతకాలం పూటకూళ్ళ యింట్లో అన్నంతినటం జరిగింది. ఆ పూటకూళ్ళ ఇళ్ళ అనుభవాలు, తరువాత చిలకమర్తి రచనలలో చాలాచోట్ల కనిపిస్తాయి. నరసాపురంలో చదువుకొనేటప్పుడు డబ్బులు చాలక చాలా ఇబ్బందులు పడటం, ఒక పూటతిని, మరోపూట రెండు గారెలు కొనుక్కుని తిని, నీరు తాగి కడుపునింపుకున్న రోజులు స్వీయచరిత్రలో తెల్పారు.

చిలకమర్తి వారి రాజమహేంద్రవర విద్యాభ్యాసం జీవితంలో ఎన్నో మలుపులు తెచ్చింది. మెట్కాఫ్ దొరగారు పెట్టిన ప్రవేశపరీక్షలో నెగ్గి, మెట్రిక్యులేషన్ తరగతిలో చేరారు చిలకమర్తి. అక్కడ ఏడాదికి 36 రూపాయలు స్కూలు జీతం కట్టాలి. కందుకూరి వీరేశలింగంగారు తెలుగుపాఠాలు చెప్పటం చిలకమర్తి గొప్ప అదృష్టం. పాఠాలతో పాటు, సంఘసంస్కరణ విషయావశ్యకతను వీరేశలింగం గారి ద్వారా ఉత్సాహంగా విన్నారు చిలకమర్తి. చిలకమర్తి సాహిత్యంలోని సంస్కరణ అంశాలు ఇక్కడే మొలకలెత్తాయన్నది నిర్వివాదాంశం.

రాజమహేంద్రవర విద్యాభ్యాసం చిలకమర్తిలోని రచనాశక్తిని, వ్యక్తిత్వాన్ని వెలికితీసింది. నాటకకర్తగా చిలకమర్తి ఊపిరిపోసుకున్నదిక్కడే. 1881లో ధారవాడ నాటక సమాజం రాజమహేంద్రవరం వచ్చి నాటకశాల స్థాపించింది. ఆ తర్వాత, 1888లో రాజమహేంద్రవరంలో ఏలూరు కంపెనీ అని ఒక నాటక సమాజం వచ్చింది. ఇమ్మానేని హనుమంతరావు నాయుడు గారు హిందూ నాటక సమాజాన్ని స్థాపించారు. చిలకమర్తిపై రాజమహేంద్రవరంలో ఈ నాటక సమాజాల ప్రభావం పడుటయే కాక, చిలకమర్తి నాటక కర్తగా ప్రసిద్ధుడయ్యే అవకాశం కూడా కలిగిందని చెప్పాలి. చిలకమర్తి స్వీయచరిత్ర వారి జీవిత విశేషాలనే కాక, సమకాలీన సమాజాన్ని అద్దంపట్టి చూపెట్టి, మహోపకారం చేసిందనటంలో అతిశయోక్తి లేదు.

నాటకం:

ఒక్కొక్క వ్యక్తి వలన ఒక్కొక్కరి జీవితం ఎలా ప్రభావితమౌతోందో ఎవరూ చెప్పలేరు. చిలకమర్తి చేత, ఎన్నో నాటకాలు గాయించిన ఘనత హనుమంతరావు నాయుడు గారిదే. కొద్ది కాలంలో ఎక్కువ నాటకాలు రాసారు చిలకమర్తి. కీచకవధ నాటకాన్ని రచింపుమని

హనుమంతరావు నాయుడుగారు కోరటమే కాక, వచన నాటకంగా రచించి ఇచ్చారు చిలకమర్తి. దానికి కారణం నాటకంవేసే సభ్యులు పద్యాలు పాడటం రానివారు కనుక. "నా దృష్టి బాగుండుటచే నాటకము నా స్వహస్తమున వ్రాసితిని. నా దస్తూరి మట్టుకు బాగుండెడిది కాదు. ఐనను గ్రంథమంతయు నేనే వ్రాసితిని" అని చెప్పారు (స్వీ.చ.). ఈ నాటకంలో భీముని పాత్ర హనుమంతరావునాయుడు, ద్రౌపది పాత్ర టంగుటూరి ప్రకాశం ధరించారు. చిలకమర్తిని ద్రౌపదీ పరిణయ నాటకం రాయమని ప్రోత్సహించారు హనుమంతరావుగారు. ఒకరిద్దరు పద్యాలు చదువగలిగిన వారుండటంతో, ద్రౌపది పరిణయ నాటకంలో కొన్ని పద్యాలు రాసారు చిలకమర్తి. ఈ నాటకం కూడా చిలకమర్తి స్వదస్తూరీతో రచించారు. తరువాత శ్రీరామ జననం, 'నల నాటకం', 'సీతాకళ్యాణం' అనే నాటకాలు రచించారు చిలకమర్తి. ఇలా చాలా నాటకాలు రాసినా, చిలకమర్తిని గొప్ప నాటక కర్తగా నిలబెట్టింది వారి గయోపాఖ్యాన నాటకమే.

హనుమంతరావు నాయుడుగారి కోరికపై చిలకమర్తి గయోపాఖ్యాన నాటకం 1889 అక్టోబరులో ప్రారంభించారు. "నాకిరువది రెండు సంవత్సరముల వయస్సు. నేను నాటక రచయితనని రాజమహేంద్ర వరంలో నాకు కొంతపేరు వచ్చినది" అన్నారు చిలకమర్తి. గయునిపాత్ర హనుమంతరావు నాయుడుగారు, చిత్రరేఖ పాత్ర టంగుటూరి ప్రకాశం గారు వేసారు ఆ నాటకంలో.

చిలకమర్తి పేరు చెప్పగానే తెలుగువారి మనసుల్లో మెదిలేది గయోపాఖ్యాన నాటకమే. ఈ నాటక ప్రస్తావనలో సూత్రధారుడంటాడు "అతడు (చిలకమర్తి) ప్రచండ యాదవమను పేర గయోపాఖ్యాన నాటకము రచియించే" - అట. "ఇతివృత్తం బారయన్ పూజ్యతా వసుదేవాత్మజ పాండునందనుల సంవాదంబేను" అన్నాడు. అంటే గయోపాఖ్యానానికి ప్రచండ యాదవమని, శ్రీ కృష్ణార్జున సంవాదమని కూడా పేర్లున్నాయని తెలుస్తుంది. అయితే ఈ నాటకంలో, సంవాదం సంవాదంకోసమే కాక, దానికి ముగింపు కలిగించేది గయుని కథ. అందుకే గయోపాఖ్యానమనే పేరు పెట్టి నామసార్థకత్వాన్ని కలిగించారు చిలకమర్తి.

ఈ నాటక కథాంశాన్నంతా ముచ్చటగా మూడుతప్పులుగా పద్యంలో చెప్పారు చిలకమర్తి. గయుడే కథ నడిపించేది. గయుని కార్యమే సిద్ధించేది. ఫలం దక్కిందికూడా గయునికే. మహాశివుడు రంగంలోకి దిగాడు. అలా దిగటానికి కారణం అర్జునుడు కావచ్చు. ఈ సన్నివేశాన్నంతా ఐదవఅంకంలో శివునిచేత చెప్పించారు చిలకమర్తి.

"ధరగలవారి జూడకయె తానుమియన్గయుతప్పు, చూడకీ
కరణి నొనర్చువాని నఱకం గమనించుట నీది తప్పు,తా
నరయక ముందుగా, శరణమాతనికిచ్చుట పార్థుతప్పు, నో
సరసిజ నాభ, యక్కతన సంధి యొనర్చుట యొప్పు, నిత్తరిన్"-

గయోపాఖ్యాన నాటకానికి ఇంత ప్రసిద్ధి రావటానికి కారణమేమిటని ఆలోచిస్తే ముందుగా తోచేది చిలకమర్తి పద్యరచన. గురువుగారైన వేదం వెంకటాచలం గారి సన్మానసభలో చిలకమర్తి ఐదు పద్యాలు రచించి, చదివారు. "పద్యములు రాసి సభలో చదువుట నాకదియే ప్రారంభము. సభాసదులలో ననేకులు నా పద్యములు బాగున్నవని మెచ్చుకొనిరి" అని చిలకమర్తి చెప్పారు. సభలో చదవటానికి ముందు, విక్టోరియా జూబిలీ సందర్భంగా కొన్ని పద్యాలు రాసారు కానీ, తన పేరు పెట్టుకోకుండా అవి తన స్నేహితుని చేత చదివించారు చిలకమర్తి. అయితే, గురువుగారిపై రాసిన పద్యాల వలన తన పేరు బైటపడిందని, కవినని, ఆంధ్రాభాషా పరిచితుడనని కొందరికప్పుడు తెలిసిందని చెప్పారు చిలకమర్తి.

పద్యకవిగా చిలకమర్తిని నిలబెట్టింది గయోపాఖ్యాన నాటకం. పద్యాలు సులభశైలిలో, అలతి అలతి పదాలతో, అన్వయ సారళ్యంతో హృదయంగమంగా వున్నాయి. దీనికితోడు, కృష్ణార్జున సంవాద సందర్భంగా అధిక్షేపాత్మక పద్యాలు ప్రతివారికి కంఠస్థమై యుండేవి. ఆ రోజుల్లో గొడ్లకాపర్ల దగ్గర నుంచి ఈ నాటక పద్యాలు పాడేవారని చెప్తారు.

అటు అర్జునుడు, ఇటు కృష్ణుడు కూడా సుభద్రని సాధించిన తీరు తెలుగింటి వాతావరణానికి ఎంతో నప్పింది. భర్త, అన్న కూడా ఆమెనే నిందించటం చిలకమర్తి చమత్కారంగా చెప్పారు.

"నెలతలా రాజనీతులు నేర్పువారు" అని అర్జునుడు సుభద్రతో అంటాడు. "పుట్టినింటికి కడుకూర్చుపొలతి యెపుడు" అని ఆడవాళ్ళకి పుట్టింటాభిమానం ఎక్కువ అని దెప్పుతాడు అర్జునుడు.

"సారెచీరెలు నగలును చాలగొనుచు
పుట్టినిండ్లను గుల్లలు చేసిపోయి సతులు
తుదకు మగని పక్షము చేరి ఎదురగుదురు
మగనిపై కూర్మి అధికము మగువకెపుడు"

అని పుట్టిల్లు గుల్లచేసిపోయి, భర్త పక్షానే వుంటారంటాడు సుభద్రతో కృష్ణుడు. అంతేకాక,

"పేరు ధర్మరాజు పెనువేప విత్తంద్రు"
"నీవు నేర్పిన విద్యయే నీరజాక్ష"

ఇలాంటివెన్నో పద్య రచనకు వన్నెకూర్చాయి.

ఈ నాటిక సీసపద్య రచనలో చిలకమర్తి పాడితే ప్రతిభ, కవితా సౌందర్యం వెల్లివిరిసింది.

"అల్లుడా రమ్మని ఆదరమ్మున బిల్వ
బంపుమామను బట్టి చంపగలమె
జలకేళి సవరించు జావరాండ్ర కోకల
నెత్తుకుపోయి చెట్లెక్కగలమె

యిల్లిల్లు దిరిగి వ్రేపల్లెలో మ్రుచ్చిలి
మిసిమి ముద్దలు దెచ్చి మింగగలమె
గొల్లవాట్టెల గూడి కోలసీకోని యాల
కదుర్రల నేర్పుతో కాయగలమె

– ఇలా అధిక్షేప సీస పద్య రచన గయోపాఖ్యాన నాటకానికి వన్నె తెచ్చింది. తెలుగుదేశంలో ఎన్నో ప్రదర్శనల భాగ్యం పొందిన గయోపాఖ్యాన నాటకం, లక్షకు పైగా ప్రతులు ఆనాడు అమ్ముడుపోయాయని తెలిస్తే, గయోపాఖ్యాన నాటకాదరణ ఎంత గొప్ప స్థాయిలో వుండేదో అర్థమవుతుంది. గయోపాఖ్యాన నాటకంగా ఎంతో గొప్ప పేరుపొందిన నాటకం శ్రీకృష్ణార్జున యుద్ధంగా చలనచిత్రంగా కూడా చాలా ప్రసిద్ధమైంది.

చిలకమర్తిని పారిజాతాపహరణ నాటకం రచింపమని ప్రోత్సహించింది ఇమ్మానేని హనుమంతరావునాయుడు గారే. ఇది పౌరాణిక నాటకమైనా సాంఘికపరంగా సంభాషణలు తీర్చిదిద్దారు చిలకమర్తి. ఈ నాటకం కూడా పద్యరచన దృష్ట్యా గొప్పది.

చిలకమర్తి వారి ప్రసన్న యాదవ నాటకం శ్రీ కృష్ణమాహాత్మ్యం చాటిచెప్తూ, భక్తి రసస్ఫోరకంగా రచింపబడింది. నరకాసుర వృత్తాంతమే ఈ నాటక ఇతివృత్తం. ప్రహ్లాద చరిత్ర నాటకకథ భాగవతకథ ఆధారంగానే రచింపబడింది.

"జ్ఞానము కన్న మేలైన కర్మకన్న
సత్వరంబుగ ముక్తిదేజాలు నెద్ది
దీని కీశ్వరుండధిక విధేయు, డట్టి
భక్తికి ప్రణామమొనరింతు పరమభక్తి

అంటూ భక్తిరసాన్ని జాలువార్చారు చిలకమర్తి.

చిలకమర్తి నాటకాలలో ప్రత్యేకమైంది 'చతుర చంద్రహాసం' అనే నాటకం. ఇది విషాదాంత నాటకం. విధి పాత్రను పరోక్షంగా చూపిస్తూ నాటకం విషాదాంతంగా ముగియటం చిలకమర్తి పాశ్చాత్య విషాదాంత నాటకాలు వారిని ఆకర్షించాయని తెలుస్తుంది. మంగళాది, మంగళమధ్యం, మంగళాంతం అనే సుఖాంత నాటక సంప్రదాయానికి భిన్నంగా వుంది ఈ నాటకం. తిలోత్తమ నాటకాన్ని గురించి చెప్తూ ఏదో ఒక నీతిని ఉపదేశించాలని ఈ రచన చేసానన్నారు చిలకమర్తి. ద్రౌపదీపరిణయ నాటకంలో సూత్రధారుని చేత నాటకకర్త అనిపించారు– "ఇది పాతదే కాని కొత్తది" అని. ఇలా చిలకమర్తి నాటకాలు జనాదరణని పొందటమే కాక, చిలకమర్తిభాస నాటక చక్రాన్ని అనువదించటంతో, నాటక కర్తగా చిలకమర్తి తెలుగుసాహిత్యంలో గొప్ప స్థానాన్ని సంపాదించారనేది వాస్తవం.

నవల:

చిలకమర్తి రచన పద్యంతో ప్రారంభమయి, నాటక రచనతో పరాకాష్ఠ నందింది. చిలకమర్తి బహుముఖ ప్రజ్ఞాశాలి. గొప్ప నవలాకారునిగా ఎంతో పేరుపొందడం గుర్తించాలి. నాటక రచనకు ప్రోత్సహించిన ఇమ్మానేని హనుమంతరావు నాయుడులాగా, చిలకమర్తి వారి నవలారచనకు న్యాపతి సుబ్బారావుగారి ప్రోత్సాహముంది. ఈ విషయం చిలకమర్తి తన మాటలలో "సుబ్బారావు పంతులుగారి ప్రోత్సాహము లేకపోయిన యెడల నేను నవలలప్పుడు వ్రాయలేకపోదును" (స్వీ.చ.)అన్నారు. 1893లో చింతామణి పత్రిక రాజమహేంద్రవరంలో మొట్టమొదటిసారిగా నవలల పోటీలు ప్రకటించింది. ఇది తెలుగుసాహిత్యంలో నూత్నరీతుల్ని ప్రవేశపెట్టడానికి ఉద్దేశించింది. అప్పట్లో, వచన ప్రబంధం అని పిలిచారు నవలని. తరువాత కాశీభట్ల బ్రహ్మయ్యశాస్త్రి గారే వచన ప్రబంధ సాహిత్య ప్రక్రియను "నవల అని పిలుచుటయే సముచితమని" భావించారు. 1894 నవలల పోటీలో చిలకమర్తి వారి సాంఘిక నవల రామచంద్ర విజయానికి, ప్రథమ బహుమతి వచ్చింది. వారితోబాటే గోటేటి కనకరాజుగారి వివేక విజయానికి కూడా ప్రథమ బహుమతి లభించటంతో, ఇద్దరికీ చెరో వంద రూపాయలు బహుమతిగా లభించాయి.

చిలకమర్తి వారి మొదటి సాంఘిక నవల 'రామచంద్ర విజయం' రచించటానికి వీరేశలింగం గారి 'రాజశేఖర చరిత్ర' ఆదర్శమని చిలకమర్తి వారు తెల్పారు (స్వీ.చ.). రామచంద్రుడు విద్యార్జనకు, జీవితంలో స్థిరపడటానికి ఎన్నో కష్టాలు పడ్డాడు. ఈ నవలలో వంచకుడు, ద్రోహి అయిన శోభనాచలం పాత్రను కూడా ప్రవేశపెట్టారు చిలకమర్తి. చివరికి ధర్మం గెలుస్తుందని, అధర్మం పరాజయం పొందుతుందనే నీతిని బోధించారు చిలకమర్తి. కోనసీమ కొబ్బరితోటలు, గోదావరి తీర ప్రాంతాలు కళ్ళకు కట్టినట్టు వర్ణించారు చిలకమర్తి. అంతేకాక చిలకమర్తి నరసాపుర విద్యాభ్యాసంలో పూటకుళ్ళయిళ్ళ అనుభవాలను 'రామచంద్ర విజయం' నవలలో సందర్భోచితంగా వర్ణించారు. చిలకమర్తి నవలపై 'ఛార్లెస్ డికెన్స్' నవలల ప్రభావమున్నట్టు తెలుస్తుంది. ఆలివర్‌ట్విస్ట్ నవలలోని ఆలివర్ ట్విస్టుకి, రామచంద్రునికి చాలా అంశాలలో పోలికలున్నాయి. రామచంద్ర విజయం సాంఘిక నవలగా చాలా ప్రసిద్ధి చెందింది.

చిలకమర్తికి నవలాకారునిగా చాలా పేరు తెచ్చిన నవల 'గణపతి'. హాస్యనవలగా అనిపిస్తున్న అధిక్షేపాత్మక రచన గణపతి. కృష్ణా గోదావరి ప్రాంతాల ఒకనాటి తెలుగు ప్రజల సాంఘికాచారాలకు, జీవన విధానానికి అద్దంపట్టిన నవల 'గణపతి'. స్వప్నంలో గణపతి చిలకమర్తికి సాక్షాత్కరించి, "నా చరిత్రము మిక్కిలి రమణీయమైనది. ఇది మీరు తప్ప మరి ఎవ్వరు రాయజాలరు" అన్నాడని చిలకమర్తి 'గణపతి' నవలలో చెప్పారు. ఇది మూడు తరాల కథ. పప్పుభోట్ల పాపయ్య, అతని కుమారుడు గంగాధరుడు, అతని కుమారుడు గణపతి. తండ్రి మరణించాక గణపతి తల్లితో కలిసి మేనమామ ఇంట్లో ప్రవేశించాడు. గణపతి పాఠశాలకు పోయేప్పుటి గొడవ చూడటానికి జనం తరలి వచ్చేవారు. పంతులు, పాఠశాల, పంతులు చేతిలో

బెత్తం తెల్లవారకుండానే గణపతి కళ్ళకు కనిపించటంతో, బడి ఎగ్గొట్టే ప్రయత్నాలు చేసేవాడు. గణపతికి చదువు అబ్బలేదు. గుర్రమెక్కాలనే కోరిక తీరనందున గాడిదనెక్కి ఊరేగి అందరి ముందు నవ్వులపాలయ్యాడు. గణపతికి కోటు తొడుక్కోవాలనే కోరిక. "నేనేమి మునుపటి బచ్చా గణపతి ననుకున్నావా యేమి, గిరజాలు ఎదిగిన తరువాత, కోటు కుట్టించిన తరువాత, నా దర్జా ఏమిటో అందరికీ తెలియగలదు" అంటాడు తల్లితో గణపతి.

గణపతి ఉపాధ్యాయకత్వం చాలా ప్రత్యేకమైంది. చింతబెత్తము చేతబట్టి బడికొస్తాడు. పంతులు దండధరుడైనపుడు పాఠశాల యమ లోకము, నరకలోకము అగుటలో ఆశ్చర్యము లేదు అంటారు చిలకమర్తి.

"ఈ ఊరిలో బడిలేదు. ఇక్కడ బడిపెట్టి చదువు చెప్పుదును. పిల్లలందరు గాడిదల లాగున తిరిగి చెడిపోవుచున్నారు. వాళ్ళందరీబాగు చేయవలెనని వున్నది. చెంబు మూలపడవైచి బెత్తము చేతబుచ్చుకోవలెను. ఇదే నాతృప్తి అంటాడు గణపతి తల్లితో – చిలకమర్తి ఈ నవలనంతా వ్యంగ్యాత్మకంగా రచించారనేది స్పష్టం. చుట్టతాగి, చాపమీద నిద్రపోయే గణపతి అల్లరి చేసిన, చేయని పిల్లల్ని కూడా కొడతాడు. పిల్లల వీపులపై బెత్తాలు విరిగిపోతాయి. పిడిగుద్దులు, తొడపాశాలు, గోడకుర్చీలు, కోదండం వేయించటాలు, చింతబరికెతో వెన్నున రక్తం కారేట్టు కొట్టడాలు– ఇవి గణపతి ఉపాధ్యాయకత్వ విశేషాలు. గణపతి సిద్ధాంతం ప్రకారం పంతులు పాఠాలు చెప్పక్కర్లేదు, భయం చెప్పాలి. "చదువు చెప్పుట కష్టమనుకున్నావా ఏమిటి, దాశరథీ అని రెండు కూనిరాగాలు తీసి చెప్పగానే సరా యేమిటి, భయము నేర్పాలి. అదీ ప్రజ్ఞ. అదీ సొగసు. పంతులు గారిని చూడగానే గజగజ వణికి మూర్ఛపోవాలి పిల్లవాడు. వాడే పంతులు". ఇది పంతులికి గణపతి చెప్పే నిర్వచనం. దాశరథీ శతకంలోని "శ్రీ రఘురామ చారుతులసీ దళదామ శమక్షమాది శృంగార గుణాభిరామ..." అనే పద్యానికి అర్థం చెప్పమని విద్యార్థి అడిగితే, వెంటనే తడుముకోకుండా అర్థం చెప్పాడు గణపతి. శ్రీరాములవారు ఒకసారి పైత్యముగా వుండి చారు కాపించుకున్నారు. కరివేపాకు లేకపోబట్టి తులసి ఆకులు వేసి కాపించుకున్నారు అంటూ అర్థరహితంగా ఆ పద్యాన్ని గూర్చి చెప్పాడు.... ఇక్కడ హాస్యం పైకి కనిపించినా, నిరక్షరకుక్షి అయిన ఉపాధ్యాయుడు సమాజానికి ఎంత ద్రోహం చేయగలడో, విద్యార్థులను ఎంత వంచించగలడో అనే అధిక్షేపమే కాక, ఉత్తమ ఉపాధ్యాయులు, ఆదర్శవంతమైన ఉపాధ్యాయులు ఎంత అవసరమో అనే హెచ్చరిక కూడా చేశారు చిలకమర్తి. చిలకమర్తి గణపతి నవల రేడియోలో, టీవీలో ధారావాహికంగా వచ్చి అందరి మన్ననలను పొందింది.

చిలకమర్తి వారి సాంఘిక నవలల్లో విజయలక్ష్మి నవల స్త్రీల విద్యావశ్యకతను ప్రోత్సహించింది. ఈ నవలలో ఎన్నో సాంఘికాంశాలు చర్చించబడ్డాయి. చిలకమర్తి చెల్లెళ్ళ బాల్యవివాహాలు ఆయన మనసులో చిన్నతనంలోనే ముద్రపడి, వాటి వల్ల స్త్రీలకు జరిగే అన్యాయాలు మనసుని ఆవేదనపరచటంతో ఆ భావాలు వారి రచనల్లో ప్రతిబింబించాయి.

"అతి బాల్య వివాహములు చేయుట నాకిష్టంలేదు. పెండ్లి ఏమో ఎరుగని అజ్ఞాన దశలో బాలికలకు వివాహము చేయుట మనలో దురాచారము. విద్దె యెరుగని మొద్దునో, బుద్ధిలేని మూర్ఖునో, ఏ ద్విపాద పశువునో మనవారు తీరికగా కూర్చుండి, ముసలమ్మల ముచ్చట తీర్చుటకో, తమ ముచ్చట తీర్చుకొనుటకో, మొహమాటపడియో బాలిక నెవనికో ఒకనికిచ్చి పశువు మెడలో పలుపు కట్టినట్లు మంగళ సూత్రమును కట్టింతురు" – అని ఒక పాత్రచేత అనిపించటంలో చిలకమర్తి వారి ప్రతిఘటన గొంతు మోగింది. చిలకమర్తి చెల్లెళ్ళ పెళ్ళి తల్చుకుని "బంధువుల ప్రేరణకు లొంగి తమ కూతురును ముసలిదయ్యములకిచ్చి పెండ్లిచేసి బలియిత్తురు కదా" (స్వీ.చ.) అని వాపోయారు.

చిలకమర్తి వారి సాంఘిక నవలలు సామాజిక శ్రేయస్సును సూచించే సందేశాత్మక నవలలే.

చారిత్రక నవలలు చిలకమర్తి కలంనుండి వెలువడటానికి మూలం చింతామణి పత్రికనుంచి వెలువడ్డ ప్రకటన ముఖ్యమయింది.

చారిత్రకమయిన నవల రాయవలెనను సంకల్పం కలగగానే చిలకమర్తివారు మెడోస్‌టయిలర్ రాసిన టిప్పుసుల్తాను, తార, చాందు బీబీ అనే చారిత్రక నవలలు స్నేహితునిచే చదివించుకుని విన్నారు. "విన్న తరువాత చారిత్రాత్మకమైన నవల వ్రాయు విధము నాకు తెలిసినది." అన్నారు చిలకమర్తి. 1896లో 'హేమలత', 1897లో 'అహల్యాబాయి', చింతామణి చారిత్రక నవలల పోటీలో ప్రథమ బహుమతి పొందాయి. చిలకమర్తి చారిత్రక నవలా రచనలో సిద్ధహస్తుడై "ఆంధ్రాస్కాట్" అనే బిరుదాన్ని కూడా పొందారు. 'కర్పూర మంజరి' అనే నవలలో రాజకుమార్తె కర్పూరమంజరి. ఆమె అనారోగ్యాన్ని పోగొట్టి ఆమెను పరిణయమాడాడు మకరందుడనే రాజకుమారుడు. ఈ నవల 1906లో మనోరమ పత్రికలో ప్రచురింపబడింది. విక్రమాదిత్యుని కాలానికి చెందిన కథతో 'మణి మంజరి' అనే నవల, విక్రమార్క మహారాజు కాలానికి చెందిన కథ ఆధారంగా 'సువర్ణగుప్తుడు' అనే నవల రచించి చిలకమర్తి చారిత్రక నవలాకారునిగా సుప్రసిద్ధుడైనాడు. చిలకమర్తి రచించిన పౌరాణిక నవల 'సౌందర్య తిలక'. ఇందులో కొన్ని కథలు కలిసాయి. సౌందర్యతిలక కళానందుల వివాహం, జరాసంధుని్న భీముడు వధించటం, ఇందుమతి కష్టాలుపడి చివరికి యశోధరుడనే యువకుని వివాహమాడటం, జయసేనుని కథ – ఇలా నాలుగు కథలతో ప్రత్యేకంగా మలచబడింది సౌందర్యతిలక నవల. చిలకమర్తి అనువాద నవలలు కొన్ని వున్నాయి. రమేష్‌చంద్రదత్తు ఆంగ్లంలో రచించిన "The Lake of Palms" అనే నవల 'తాళ్ళచెఱువు'గా అనువదించారు. "The slave of Agra" అనే, రమేష్‌చంద్రదత్తు నవలను 'దాసీకన్య' గా అనువదించారు. చిలమర్తి అనువాదాలే కాక, అనుసరణ చేసిన నవల శ్యామల. ఇది మేక్‌బెత్ నాటకాన్ని అనుసరణ నవలగా తీర్చిదిద్దారు.

చిలకమర్తి సాంఘిక చారిత్రక పౌరాణిక నవలలను గమనిస్తే సామాన్యాంశాలు చాలా కనిపిస్తాయి. చిలకమర్తి వారి జీవితానుభవాలు కూడా తొంగిచూస్తాయి. చిలకమర్తి విద్యార్థి దశలోని పుంటకూళ్ళ ఇళ్ళు రామచంద్ర విజయంలోను, ఇతర నవలల్లోనూ కనిపిస్తాయి.

"పడమటింటికి ప్రక్కగదిలో చేరబడుట కొకపీట, కూర్చుండుట కొకపీట వేయించి కంచు చెంబుతో పంచపాత్రతో మంచినీళ్ళు పెట్టిస్తుంది" అని కృష్ణవేణి నవలలో చెప్పారు చిలకమర్తి.

"తలదువ్వుకొని జారుముడి వేసుకొని మెడలో కంటె, పట్టెడ పెట్టుకొని పెట్టెలో నున్న మురిగీ గొలుసులు, ఉంగరాలు పెట్టుకుని, సన్నని జాబరా రంగు పంచ కట్టుకుని తాను దగ్గరుండి స్వయంగా వడ్డన చేయించి వెన్నకాచి ఘుమఘుమలాడు నెయ్యి తీసుకుని వడ్డించింద"ట పూటకూళ్ళమ్మ సోదెమ్మ.

ఆనాటి దొంగతనాల గురించి చాలాచోట్ల చెప్పారు చిలకమర్తి నవలల్లో. అమాయకుడైన రామచంద్రుని మోసంచేసి దొంగతనం చేసిన శోభనాచలాన్ని గురించి, "ఆ రాత్రి కమ్మవాని చేత దొంగతనము చేయించి, తమ్మంట్లు తానే అపహరించి, మిగిలిన రాత్రంతయు సుఖముగా నిద్రించెను" అంటారు చిలకమర్తి. గణపతిచేసే దొంగతనాన్ని చమత్కరించారు చిలకమర్తి.

"ఒకరి పెట్టె బద్దలుకొట్టి నేను తీసుకొనలేదు. ఒకరి కాలినుండి నేనూడదీయలేదు. నా పుణ్యము వలన నాకు దొరికినవి. ఇదే దొంగతనమయితే మనము చేయుచున్న ప్రతి పనియు దొంగతనమే" అంటాడు గణపతి పెళ్ళిలో చెప్పులజోడు కాజేసి.

దేశంలో అక్కడక్కడ బందిపోట్లు కన్నపు దొంగతనాలు, దారులు కొట్టడము ఆరంభమై దేశమంతా అట్టుడికినట్లుడికి పోయెనన్నారు. అహల్యాబాయి నవలలో చిలకమర్తి బందిపోటులు కృష్ణవేణిని, రామరాజును చెరపట్టడం, దొంగలు బండివాళ్ళ చేతులు విరిచికట్టడం అని బందిపోటు దొంగతనాలను కృష్ణవేణి నవలలో చూపించారు. చింతనిప్పులా మెరుస్తున్న కన్నులు గల భిల్లులు చిల్లులుపడునట్లు అరుస్తూ, గుడారాలలో ప్రవేశించి కొల్లగొట్టారని, ఆ దోపిడీ దొంగలు క్రోల్పుల వలె ఉగ్రమూర్తులై వచ్చి కావలివాండ్రను కడతేర్చారని, నిద్రించుచున్న వారు నిద్రిస్తుంటేనే వారి కుత్తుకలు ఉత్తరించి సంహరించారని కర్పూర మంజరిలో వివరించారు. పాశ్చాత్య సాహిత్యం పై అభిమానమున్న చిలకమర్తి ఛార్లెస్‌డికెన్స్, షేక్స్పియర్, విలియమ్‌స్కాట్, మిడోస్‌టయిలరు మొదలయిన వారి రచనలకు ప్రభావితులయ్యారు. నాటకరంగాన్ని, నవలా రంగాన్ని ఏలిన తెలుగు సాహితీ చైతన్యమూర్తి చిలకమర్తి.

కథ:

చిలకమర్తి చేపట్టని సాహితీ ప్రక్రియ లేదంటే అతిశయోక్తి కాదు. చిలకమర్తి చేపట్టిన కథానిక ప్రక్రియ చాలా ప్రత్యేకమైంది. సంఘంలో వున్న వ్యక్తుల్ని, కొన్ని సంఘటల్ని గ్రహించి కథాసాహిత్యాన్ని ప్రజలకు అందించారు చిలకమర్తి. వీరి కథాసంపుటీలలో రాజస్థాన కథావళి అనువాద గ్రంథం. భాగవత కథామంజరి భక్తుల కథల గ్రంథం. కల్నల్ జేమ్స్‌టాడ్ గారి పుస్తకానికి అనువాదం 'రాజస్థాన కథావళి'. రాజస్థాన కథావళి రాజస్థాన్ ఏలిన రాజుల జీవిత విశేషాలతో కూడినట్టిది. ఈ "రాజస్థాన కథావళి" పాఠకుని హృదయములో ఉడుకు రక్తం ప్రవహింపజేసి, దేశమునకై సర్వత్యాగమును చేయుటకు సంసిద్ధిత కల్పించు గాథలను

చిలకమర్తివారు ఉద్రేకముతో రాసి పాఠకులకు ఉడుగరగ సమర్పించినారు. (సాహిత్యోపన్యాసాలు - చిలకమర్తి వారి వచన రచన-43) అని ప్రశంసలందు కొంది. చిలకమర్తి నవలలతో పాటు కథలు కూడా పాఠశాలల్లో పాఠ్యగ్రంథాలుగా పెట్టి పిల్లలకు నీతి కథలుగా బోధించటం జరిగింది. చిలకమర్తి వారి కథానికలు ఆనాటి యువకులు ఎంతో ఉత్సాహంగా చదివేవారట. చిలకమర్తి వారి భారతకథామంజరిలో పందొమ్మిది కథలున్నాయి. వీటిని నీతికథలుగా మలచి నీతిచంద్రికను గుర్తుచేసారు. ఏదో ఒక నీతి బోధించని కథ లేదంటే అతిశయోక్తి కాదు. కపోతము - కిరాతకుడు అనే కథ భారతంలో అద్భుతంగా చెప్పాడు తిక్కనమహాకవి పద్యరూపంలో. కిరాతుడు పావురాల్ని వలలో పట్టడం, చివరకి ఆ పావురము, భర్త పావురముతో కలిసి అగ్నిలో పడి, ఆకలిగొన్న కిరాతునికి ఆహారమవటానికి సిద్ధమయినపుడు, ఆ కిరాతుని మనస్థితిని వర్ణించారు చిలకమర్తి. పశ్చాత్తాపమే పాపవినాశనానికి దారి తీస్తుందనే నీతిని బోధిస్తూ "పశ్చాత్తాప మహాగ్నిచే పరిశుద్ధుడైన కిరాతుడు ముక్తుడయ్యేను" అన్నారు.

అలాగే, గాలి - బూరుగు చెట్టు కథలో బూరుగుచెట్టు, వాయుదేవుని శక్తి గుర్తించక, అహంకరించి, వాయుదేవునితో విరోధపడి, చివరికి ఓటమిని వాయుదేవుడి ముందు అంగీకరించలేక తన కొమ్మలు తానే విరచుకుంది. తన ఆకులు తనే తుంచుకుంది. తనకు తానే పతనాన్ని కోరుకుంది. ఈ కథలో అహంకారం ఎన్నివిధాల చేటుచేస్తుందో చిలకమర్తి చెప్తూ "దుర్బలులైనవారు ప్రముఖులైనవారితో కయ్యమునకు కాలుద్రువ్వి గిల్లికలహంబులు తెచ్చుకుని తన సామర్థ్యము నెరుగక యిట్లే భంగపడుదురు'- అని నీతిని బోధించారు, అలాగే 'తమ కుపకారము చేసినవారికే హాని చేయదలుచు దుర్మార్గులు చెడిపోక బాగుపడుదురా?"- ఇలాంటి నీతి కథలు పాఠకుల మనసునకు ఎక్కేట్టుగా భారతకథలని తీర్చిదిద్దటం చిలకమర్తి కథారచనావిశేషం. చిలకమర్తి వారి చమత్కార మంజరి అనే కథాసంకలనం లక్ష్యం కూడా నీతిబోధే. భారవి, భర్తృహరి, వేమన, భక్తతుకారాం, ఖడ్గతిక్కన, భక్తపోతన, మంత్రి యుగంధరుడు, రాణిరుద్రమ, జయదేవుడు, త్యాగరాజు మొదలైన మహనీయుల జీవిత విశేషాలు, నీతిసమన్వయంగా రచించారు చిలకమర్తి. ఇలాంటి సుప్రసిద్ధుల గురించి రాసే కథలు పాఠకులను తేలిగ్గా ఆకర్షిస్తాయి. ఈ కథలతోపాటు విదేశీయుల్ని కూడా కొందరిని చేర్చటం విశేషం. రాక్‌ఫెల్లర్, జనరల్ వాషింగ్‌టన్, గౌల్డు దొరసాని మొదలైనవారు చమత్కారమంజరిలో వుండటం ప్రత్యేకత. చిత్రకథాగుచ్ఛము అనే కథల పుస్తకంలో చాలా కథలున్నాయి. చిలకమర్తి వారి రచన ప్రహసన ప్రాయంగా సాగింది. ఈ చిత్ర కథాగుచ్ఛములోని కథలు సమాజంలో వున్న వ్యక్తుల స్వభావ చిత్రీకరణకు సంబంధించినవి. మనుషుల్లో సంకుచితత్వం, పిసినారితనం, మూఢనమ్మకం, ఛాదస్తం మొదలైనవి వారి జీవితాల్లోనే కాక, సమాజంలో కూడా ఎలాంటి ప్రభావం చూపిస్తాయనేది కథారూపంగా చిలకమర్తి చిత్రించారు.

చిలకమర్తి 'వినోదములు' అనేవి హాస్యకథలు అనవచ్చు. అప్పటికే జనులకి పరిచయమయిన అంశాలే అయినా చిలకమర్తి రచనలోని ప్రత్యేకత వల్ల అవి మళ్ళీ పఠనయోగ్యమయ్యాయి. వినోదములలోనున్న హాస్యసంభాషణలు నేటికీ ప్రజల నాలుకలపై

నాట్యమాడుతూ హాస్యాన్ని కలిగిస్తుండటం విశేషం. అడిదము సూరకవికి సంబంధించి కథానికలు రెండు రాసారు. సూరకవి పుస్తకం పట్టుకు వీథిన వెడుతుంటే వెలమదొర అడిగాడు, వర్ష్యమెప్పుడో చెప్పండని. అందుకు సూరకవి నేను పంచాంగకర్తను కాను అన్నాడుట. అంత పెద్దపుస్తకం చదువుకున్నావు, పంచాంగం చెప్పటం తెలియదా? అని అధిక్షేపించాడు వెలమదొర. అడిదము సూరకవి అవకాశంకోసం చూస్తుంటే, ఓనాడు వెలమదొర పెద్దకత్తి చేతపట్టి వెడుతున్నాడు. అయ్యా, 'నాకు క్షురకర్మ చేస్తారా' అన్నాడు సూరకవి. నేను మంగలిననుకున్నావా?' అన్నాడు కోపంతో వెలమదొర. అంత పెద్దకత్తి వుండి క్షురకర్మ చేయటం రాకపోతే దాని ప్రయోజన మేమిటి? అన్నాడు సూరకవి - ఈ చిన్న కథానికలో అహంకారం పనికిరాదనే ఉపదేశం వుంది. హాస్యం వుంది. ఒకసారి కుక్కతరుము కొస్తుంటే, వగరుస్తూ స్నేహితుల దగ్గరకొచ్చాడు అడిదము సూరకవి. ఆ స్నేహితులు నవ్వి, 'గాడిదలా ఇలా పరిగెత్తి వచ్చావేమి అన్నారు. కుక్కకు భయపడి వచ్చాను, కాని ఇప్పటికి మందలో కలిసితిని కనక భయం తీరింది అన్నాడు. మరొక వినోదంలో ఒక పిల్లవాడు తండ్రిని నాకు సంధ్యావందనం నేర్పు, మరచిపోయా అన్నాడు. తండ్రి కోపంతో, ఐదేళ్ళ క్రితం నేర్చుకున్న నువ్వే మరచిపోతే, అరువది సంవత్సరాల క్రితం నేర్చుకున్న నాకు జ్ఞాపకముంటుందా అని మందలించాడు. వినోదాలలో మొదటిభాగంలో నూటడెబ్బైవకటి వరకు వున్నాయి. ఇవి కొన్ని చిన్న హాస్యగుళికలుగా, మరికొన్ని అతిచిన్న కథానిక రూపంలో వున్నాయి. ఏది ఏమైనా వాటిపేరు ఆ రచనలకి సార్థకమయింది. వినోదములు రెండో భాగంలో నూటఇరవై నాలుగు వినోదాలున్నాయి. సమాజంలో వున్న విభిన్నమైన వ్యక్తుల స్వభావాలు ఇందులో హాస్యంగా చిత్రీకరించారు చిలకమర్తి. రాజాస్థానాలలోని విశేషాలు చాలావున్నాయి వీటిలో. వినోదాలు అనే ప్రక్రియలో చిలకమర్తి చేసిన రచనను హాస్యచమత్కారికలు గాను, అతిచిన్న కథారూపాలుగానూ కూడా సమన్వయ పరుచుకోవచ్చు. నవలల్లో కాక, వీటిద్వారా కూడా హాస్యాన్ని చూపించి హాస్యవాఙ్మయ నిర్మాతగా ప్రసిద్ధుడయ్యాడు చిలకమర్తి.

హాస్యం:

చిలకమర్తి వారి హాస్య సృష్టికి మరో నిదర్శనం 'నవ్వుల గని' - ఆ గనిలో ఎన్నెన్ని నవ్వులో రాశులు పోసి వుంటాయి. నవ్వటమే పాఠకుల వంతు. కొన్ని ప్రశ్నలున్నాయి. కొన్ని చమత్కారాలున్నాయి. ఒకతనికి నలభై సంవత్సరాలు. నాలుగేళ్ళనాడు నలభైఏళ్ళన్నావు, ఇప్పుడూ నలభై ఏళ్ళంటావేమిటి అని కోర్టులో ప్రశ్నిస్తే, 'అవును నేను ఒకే మాటమీద నిలబడతాను. అప్పుడొక మాట, ఇప్పుడొక మాట మార్చను' అన్నాడు. అలాగే ఒకతను మూఢనమ్మకాలలో మునిగి తేలుతూ, జ్యోతిష్కుని అడిగాడు, అయ్యా, కుక్క కుడినించి ఎడమకు పోయిన మంచిదా, ఎడమ నుంచి కుడికిపోయిన మంచిదా అని. 'మీద పడి కరవకపోతే మంచిది' అన్నాడు జ్యోతిష్కుడు. 'ఈ రోడ్డు ఎక్కడికెడుతుంది అంటే ఎక్కడికీ వెళ్ళదు, నేను పుట్టినప్పట్నుంచి ఇక్కడే వుంది అన్నారట. మీ ఇంట్లో కూరలేం చేసారు అంటే తినేసాం అనటం ఇప్పటికీ జోక్సుగా చెప్పుకుంటున్నవే. ముసలివాడు చిన్నవాడెప్పు డవుతాడు అని ఒకరడిగితే, కళత్రము

నష్టమయినపుడు ముసలివాడు చిన్నవాడవుతాడు అంటారు. అంటే వృద్ధవివాహాలపై అధిక్షేపం. భాగ్యవంతుడు బీదవాడెప్పుడవుతాడు అంటే పన్నులు కట్టవలసి వచ్చినప్పుడు, కోడలికో మరదలికో మనోవర్తి ఇవ్వవలసినప్పుడు భాగ్యవంతుడు బీదవాడయిపోతాడు. ఇలా ఎన్నో అంశాలు నవ్వులు కురిపిస్తాయి చిలకమర్తి నవ్వుల గనిలో. ఇవీ రెండు భాగాలే. మొదటిభాగంలో నూతన పంచాంగము, శృంగారచేష్ఠ, వృద్ధి వివాహం మొదలైనవి వున్నాయి.

చిలకమర్తి రచనలో ఈ విధమైన హాస్యం చాలావిధాలుగా వుంది. చిలకమర్తి, హనుమంత రావునాయుడు, ప్రకాశం పంతులు మరికొందరు సాయంకాలం ముచ్చట్లాడు కుంటుంటే హనుమంతరావుగారు పకోడీలు తెప్పించి పంచిపెట్టారు. పకోడీలపై పద్యాలు చెప్పండని చిలకమర్తిని ప్రకాశంగారు కోరారు. పద్యానికొక పకోడి బహుమానం అన్నారు. "కవులకు అక్షర లక్షలిచ్చే కాలము గతించినది. పద్యమునకు పకోడినిచ్చెడి దుర్దినములు వచ్చినవి" అని చమత్కరించి పకోడీ పద్యాలు చెప్పారు.

కం॥ 'ఎందుకు పరమాన్నంబులు
ఎందుకు పలు పిండివంటలెల్లను హా! నీ
ముందర దిగదుడుపున కవి
యందును సందియము కలుగదరయ పకోడీ!

కం॥ పురహరుడు నిన్ను దినునెడ
కరుగదె యొక వన్నె నలుపు గళమున కొంచెం
దురుడున్ దినిన కళంకము
గరుగక యిన్నాళ్ళు యుండగలదె పకోడీ.

కం॥ కోడిని దినుటకు నెలవున్
వేడిరి మున్ను బ్రాహ్మణులు వేదనతండున్
కోడివలదా బదులుగ ప
కోడిందినుమనుచు జెప్పెకూర్మిపకోడీ'

ఇలా పకోడి పద్యాలు చాలావున్నాయి.

ప్రహసనం

భారతీయ దశ రూపక విధానంలో రెండు శాఖలు కనిపిస్తాయి. ఒక శాఖ మానవ ప్రకృతిలోని గాంభీర్యాన్ని ఉదాత్తంగాను, సహజ సుందరంగాను చిత్రిస్తుంది. రెండోశాఖ మానవ ప్రకృతిలోని వికృతిని చూపించి నవ్విస్తుంది. ప్రహసనాదులటు వంటివి. వికృతిని అభినయంలో ఆకార వాగ్వేషచేష్టాదుల వల్ల నటుడు సాధిస్తాడు. హాస్యం రసమని చెప్పేవాదం భరతముని కాలంనుంచీ ప్రసిద్ధమైంది. ప్రహసన ప్రక్రియకు కందుకూరి వీరేశలింగంగారు, చిలకమర్తివారు

ప్రాణం పోసారు. ఆధునిక యుగంలో ప్రహసన లక్ష్యం సంఘసంస్కరణమే. చిలకమర్తి వారి ప్రహసనాలు చాలా వున్నాయి. హాస్యోత్పత్తికి ప్రధానమైన కారణాలు మూడు. వికృతమైన ఆకారం, వికృతమైన వేషం, చేష్టలు. ప్రహసనకర్త కేవలం హాస్యవాఙ్మయ నిర్మాత మాత్రమే కాక నీతిబోధకునిగా కూడా వుంటాడు. చిలకమర్తి హాస్య ప్రహసనాలలో హాస్యానికి, విమర్శ ప్రహసనాలలో విమర్శకే ప్రాధాన్యమిచ్చారు. చిలకమర్తి ప్రహసనాలలో ఇరవైఐదు వరకు కేవల ప్రహసనాలు, ఇరవై వరకు సంభాషణాత్మకాలు, తక్కినవి వ్యాఖ్యానాత్మకాలు వున్నాయి. బధిర చతుష్టయము, గయ్యాళిగంగమ్మ, జనాభా నాటకము, అద్భుత కవిత్వము అనేవి హాస్య ప్రహసనాలు. ఈ నాలుగు ప్రహసనాలలో వినిపించేది శబ్దాశ్రయ హాస్యము. ఒకరి మాట ఒకరికి వినిపించక పోవటం, సందర్భశుద్ధి లేకపోవటంలో హాస్యాన్ని సృష్టిస్తున్నాయి. జనాభా నాటకంలో నాందీ ప్రస్తావనలను ఆవిష్కరింప జేసి, ప్రహసనానికి మూలమైన హాస్యాన్ని నాందీపద్యంలో ప్రవేశపెట్టారు.

'ఒక్క మట్టి సిరాబుడ్డి యొక్కచేత
దస్తరాలు రెండవ చేత దాల్చుకొంచు
తిరుగునెన్యూమరేటర్ల దీర్ఘమైన
వగరపులు, విసువులు మిమ్ముగాచు గాత' అని,

జనాభా నాటక కర్త ఎవరని ప్రశ్నిస్తే,

ముగ్గువలె బాతువలె వాడి బుగ్గవలెను
సీమసున్నము వలె చల్లచెలువమునను
నెరసినట్టి వెంట్రుకలట్లు యెముకలట్లు
సూడ కొంగల వలె నొప్పు గొప్పగాను

అనటమే కాక, అతని బిరుదాల్ని కూడా చెప్పారు హాస్యంగా. దుష్కవి భల్లూక నిప్పుపెట్టె, ప్రతివాద భయంకర దుడ్డు కఱ్ఱధారి, అని మహారాజులు బిరుదాలిచ్చా రంటాడు సూత్రధారుడు. ఒక తండ్రి మరణిస్తే, ఆ కొడుకు కాఫీ, ఉప్మాలు తనకిష్టమని తండ్రి చెప్పాడని పిండం వాటితో పెట్టమంటాడు. అందరూ వ్యతిరేకిస్తారు. "మన్మథుడు శివుని కంటి మంటకు దగ్ధమైతే, ఆ మన్మథుని భార్య రతీదేవి వసంతునితో చెప్పలేదా, పూతేనెతో తర్పణమిచ్చి, పుప్పొడితో పిండం పెట్టమని. అప్పుడు ధర్మశాస్త్ర మేమయిందీ, మీ ధర్మశాస్త్రాలు తీసికెళ్లి తుంగలో తొక్కండి' అంటాడు కొడుకు. చిలకమర్తి వారికే శ్రాద్ధకర్మలలో నమ్మకం లేదు.

చిలకమర్తి వారి ప్రహసనాలలో కొన్ని కటువుగా కనిపించినా లక్ష్యం మాత్రం సంస్కరణమే. డబ్బుకి ఇచ్చే ప్రాధాన్యం మరి దేనికీ ఈయని తండ్రి కొడుక్కి పెళ్ళిసంబంధాలు చూడమంటాడు మధ్యవర్తిని. అందంగా ఉండటం, చదువుకోటం, సంగీతం పాడటం వల్ల ప్రయోజనమేమి లేదని, క్షయవ్యాధితో త్వరలో మరణించే పిల్లని కుదర్చమంటాడు పిల్లాడికి. అయితే, ఇలాంటి

విచిత్ర వివాహాలు చిలకమర్తి చూసారు. వయసు దాచి, జాతకం మార్చి చిన్నపిల్లల్ని వివాహ మాడటం, కన్యాశుల్కం ఇచ్చి వృద్ధ వివాహాలు జరుపుకోటం, వివాహాలలో జరిగే మోసాలు చాలా చూసారు. అందుకే, ఇది తోలు వ్యాపారం లాంటిది. కొందరు బతికిన తోళ్ళతో వ్యాపారం చేస్తారు. కొందరు చచ్చిన తోళ్ళతో వ్యాపారం చేస్తారు అని అనిపిస్తారు కసిగా చిలకమర్తి. వివాహసంబంధ ప్రహసనాలలో చిలకమర్తి జీవితానుభవాలు తెలుస్తాయి. ముగ్గురు కూతుళ్ళు, ఒక్క కొడుకు వున్న రామప్పావధానికి చిలకమర్తి చెల్లెల్నిచ్చి పెళ్ళి చేయాలని నిశ్చయించి నపుడు, తొమ్మిదేళ్ళ సుబ్బమ్మ పెళ్ళి గురించి, చిలకమర్తి స్వీయచరిత్రలో రాస్తూ, "మొదటి కళత్రము పోయినపుడు రెండవ పెళ్ళి చేసుకొనుటకు ఎంత వయస్సు గల వారైనను సందేహింపరు గదా. పిల్లనిచ్చుటకు గృహస్థుకూడా సందేహింపక, సిగ్గుపడక, ధనమునకాసపడియో, ఫిరాయింపు పెళ్ళికో, బంధువుల ప్రేరణకో లొంగి తమ కూతురును ముసలి దయ్యముల కిచ్చి పెండ్లిచేసి బలియిత్తురు కదా" అన్నారు. ఆ సమయంలో చిలకమర్తి తల్లి దుఃఖించిందని, ముసలి మగనితో కాపురం చేయక్కర్లేకుండ, వైధవ్యమును భావింపనక్కరలేకుండ, సుబ్బమ్మ రెండు నెలలు గడవకముందే మరణించింది. ఈ సంఘటన జరిగేటప్పటికి చిలకమర్తి వయస్సు ఐదుసంవత్సరములే. ఐనా, ఇలాంటివి చిలకమర్తి మనసుని కదిలించబట్టే, తర్వాత ఆ సంఘటనలే ప్రహసనాలుగా రూపుదిద్దుకున్నాయి. మిథ్యాగౌరవాలు, అందుకు మనుషులు పడే తాపత్రయాలు విమర్శిస్తూ ఆత్మగౌరవ ప్రహసనం రచించారు. "ఆత్మగౌరవం కావాలి కావాలి అని ఉపన్యాసాలిచ్చేవారే కాని సమయమొచ్చినపుడు నిలుపుకొనేవారు లేరు. నేను డబ్బా కూర కొన్నా, డబ్బా మల్లెపూలు కొన్నా కూలివాని చేతే తెప్పిస్తాను, నేను ముట్టుకోను కదా, ఆత్మగౌరవమంటే యిలా వుండాలి" అని ఒక పాత్ర చేత అనిపించటం అధిక్షేపమే.. వృత్తిస్పర్ధలు, వృత్తులు చేపట్టేవారిలో వుండే స్పర్ధలను, ఈర్ష్యలను ప్రహసనాలుగా చిత్రించారు. కనక శునక ప్రహసనం, కనకయ్యకంతి మొదలైనవెన్నోవున్నాయి. ఆనాటి సంఘంలో వున్న దురాచారాలలో ముఖ్యమైనది భోగంమేళాలు. శుభకార్యాలలో భోగంమేళం పెట్టించటం గొప్పగా భావించేవారు.

"ఇంగ్లీషు చదువుకొన్న నిర్భాగ్యులను కొందరిని చూసి భోగము మేళం పెట్టనన్నావు, అరుణాచలం వంటి భోగంది వచ్చి మన పందిట్లో క్షణంసేపు నిల్చుంటే చాలు మహాలక్ష్మి తాండవమాడి పోదూ" అని తండ్రిని, శ్రీరామనవమి పందిరిప్రహసనంలో చూపించారు చిలకమర్తి. అందులో ఒకరికి పూనకం వచ్చింది. "నేను భద్రాద్రి రాములవారిని. నాకు భోగంమేళం అక్కరలేదటర్రా. మా బంటు హనుమంతుని పంపినానంటే ఈ ఊరంతా తగలేస్తాడు" - ఈ ప్రహసనంలో హాస్యం ఎంతవుందో అంతకుమించి సంఘసంస్కరణోద్దేశముంది.

చిలకమర్తి ప్రహసనాలలో పేరడీలు చాలా వున్నాయి. పేరడీ లక్ష్యం హాస్యోత్పత్తి. ఔషధ ప్రకటనలపై, మూఢనమ్మకాలపై, పురాణాలపై వీలునామా పద్ధతిపై పేరడీలు రాసారు. భగవద్గీత పేరడీలా కవిగీత రాసారు. అక్కడ శ్రీకృష్ణుడు రథసారథి అయితే, ఇక్కడ కలిపురుషుడు రథసారథి. "సంతోషపూర్వకంగా నేనుండు నట్టి స్థలములు చెప్పెద వినుము. వేశ్యాంగనా గృహములు

నాకు పరమప్రీతికరమైన ఆలయములు. మరియు సారాదుకాణములు, జూదపు పాకలు, కోడిపందెముల తలలు నరహంతకుల హృదయములు, ఈత తోపులు, గంజాయి వనములు నాకు విహారభూములు....” – ఇలా హాస్యం, వ్యంగ్యం జోడించారు పేరడీలో చిలకమర్తి. వ్రతములు చేయటం తెలుగింట అలవాటే. చిలకమర్తి దివాలా దేవీ వ్రతము అని సత్యనారాయణ వ్రతానికి పేరడీలు రాసారు. ఎక్కువ వడ్డీకి అప్పులు తెచ్చి, నమ్మకం కుదిరే వరకు వడ్డీ యిచ్చి తరువాత ఎగ్గొట్టాలి. భూములు, ఇళ్ళు కొని భార్యాపిల్లల పేర రాయాలి. సిగ్గు, బిడియం విడిచేయాలి. దొంగఏడ్పులేడ్వాలి. ఇలా చమత్కరించారు వ్రతకథల్ని చిలకమర్తి. యక్షప్రశ్నలకు పేరడీరాసి, ప్రశ్నోత్తరాలు పెట్టి, మగవానికి మగడెవడు అనే ప్రశ్నకి, మాట వినని భార్య సమాధానం. మందుల పేర్లతో హాస్యం వెదజల్లారు. జ్వరమూషిక మార్జాలము అనే మందు తయారు చేయటానికి ముప్పయి సంవత్సరాలు పట్టిందని, ఈ మందు వాడేవారు అన్నము, రొట్టెలు, పళ్ళు, పాలు, పెరుగు, ఉప్పు, పిండివంటలు, మంచినీళ్ళు విసర్జించాలంటారు. పురాణాలని పేరడీ చేసి నవ్వు పుట్టించారు. సాధారణంగా సూత పౌరాణికుడు శౌనకాది మునులకు పురాణకథలు చెప్తాడు. ఇక్కడ శనైశ్చరుడు విఘ్నేశ్వరుణ్ణి అడిగాడు. చాకలిపురాణం అని పేరు పెట్టాడు. శివుడు దిగంబరుడవటానికి కారణం చాకలివాని బాధపడలేకనేనట. ఇల్లు వల్లకాడు, పుఱ్ఱెలో భోజనం చేసే శివునికి ధనం లేదు. బట్టలు ఉతికించుకునే చాకలివానికి డబ్బియ్యలేడు అని సమాధానం. ఎవరైనా పెద్దలు వచ్చినపుడు సభ్యత కోసం పులితోలు చుట్టుకుంటాడు. ఈ పురాణం చాలా గొప్పదీ, దీన్ని గోప్యంగా వుంచాలి అని విఘ్నేశ్వరుడు శనైశ్చరుడితో అంటాడు.

చిలకమర్తి కాలంలో వ్యక్తుల మధ్య వృత్తిస్పర్ధలు చాలా ఎక్కువగా వుండేవి. ఓర్వలేని తనం బాహాటంగా కనిపించేది. మనుష్యులలో వుండే ఈర్ష్య ఎంతటి దుర్నీతికి దారితీస్తుందో చెప్పేందుకు చాలా ప్రహసనాలు రాసారు చిలకమర్తి. రామదీక్షితులపై కామశాస్త్రికి చాలా కోపం, తనని లెక్కపెట్టడు అనే భావం. అవకాశంకోసం చూస్తున్నాడు కామశాస్త్రి. తన పిల్లవాడు కుక్క పాలు తాగాడని, దానికి ప్రాయశ్చిత్తం చెప్పమని వచ్చి అడిగాడు రామదీక్షితులు. తన కసి తీర్చుకునేందుకు ఇదే సమయమని తలచిన కామశాస్త్రి కాసేపు ఆ గ్రంథాన్ని, ఈ గ్రంథాన్ని తిరగేసి, శాకటాయన శాస్త్రం ప్రకారం నాలుక కోయాలని, భాండాయన శాస్త్రం ప్రకారం ఇనుపకడ్డీ కాల్చి నాలుకపై కాల్చాలని చెప్పాడు. పసివాడికి అంత శిక్ష వద్దని, మరోటి చెప్పండని రామదీక్షితులు అంటే, ఒప్పుకోలేదు కామశాస్త్రి. కుక్కపాలు తాగిన పిల్లల్లో కామశాస్త్రి కొడుకున్నాడని చెప్పగానే, శాస్త్రార్థాన్ని మార్చాడు కామశాస్త్రి. గండాయన స్మృతిలో ఆదివారం ఎనిమిదేళ్ళ పిల్లాడు కుక్కపాలు తాగితే తప్పులేదని చెప్పాడు. కనక శునక దినాలు అక్కర్లేదన్నాడు. అంటే, స్వార్థ లాభంకోసం శాస్త్రార్థాలు ఎంత తేలిగ్గా తలక్రిందులు చేయగలరో అనే విషయం ఒకటి, ఒకరిపై నున్న స్పర్ధ ఎంతటి అవినీతికి దారితీస్తుందోననే విషయాలు ఇలాంటి ప్రహసనాల ద్వారా స్పష్టం చేసారు చిలకమర్తి. అలాగే కనకయ్య పంతులు కంతి అనే ప్రహసనంలో కూడా దామోదరయ్య, గంగాధర రావు వాదోపవాదాలకు దిగి, కనకయ్య కంతి వెలక్కాయంత వుంది అంటే, కాదు నిమ్మకాయంత వుంది అని, చివరన పోట్లాటతో కోర్టుకెడతారు యిద్దరూ. అంటే

చిన్న చిన్న విషయాలకి తగాదాలు, పట్టింపులు ఎంత పెద్ద విరోధాలకు దారితీస్తాయో అన్నది దీనివలన తెలుస్తుంది.

ఓట్లవిషయంలో ఆనాటికీ, ఈనాటికీ పెద్ద తేడా లేదనిపిస్తుంది. ఓట్లకోసం తిరిగే అభ్యర్థులు, ఓట్లు వేస్తే వారు చేసే సౌకర్యాలు వివరిస్తూ ఓట్లకై తిరుగుట అనే ప్రహసనంలో చూపారు. "ఎలక్షను చిత్రములు మిక్కిలి అద్భుతములుగా నున్నవి. మీరు సాక్షాత్తు కలిపురుషులంత వారండీ" అంటాడు చిదంబరరావు. వెళ్ళిన చోటల్లా వాగ్దానాలు చేసుకొంటూ పోతాడు.

ఈయన సాహిత్యంలో హాస్యరసపోషణ, రాజులకాలంలో ఉదాత్తసాహితీ ప్రయోజనాన్ని ఆశించింది. సంధియుగంలో హాస్యం సంఘసంస్కరణార్థమే వినియోగింపబడింది. చిలకమర్తి ప్రహసనాలన్నీ సాంఘికాలే. పాఠకులకు ఆత్మావలోకనం కలిగించి గొప్పమేలు చేసారు ప్రహసన రచనద్వారా చిలకమర్తి.

శతకం :

చిలకమర్తి పద్యరచన అనగానే నాటకపద్యాలేకాక, ఆశువుగా చెప్పినవి, శతక పద్యాలుగా వున్నవి చాలా వున్నాయి. వీరేశలింగం గారు చిలకమర్తికి గురువుగారే కాక, మార్గదర్శులు కూడా. వీరేశలింగం గారు పరమపదించాక, చిలకమర్తి చెప్పిన పద్యం రాజమహేంద్రవర హితకారిణీ పాఠశాల ఫలకంపై వుంది.

తనదేహము తన గేహము
తన కాలము తన ధనమ్ము తన విద్య, జగ
జ్జనులకు వినియోగించిన
ఘనుడీ వీరేశలింగ కవిజనులారా! – ఇది సార్థకమైంది.

చిలకమర్తి వారి శతకపద్యాలకి ఒక ప్రత్యేకత వుంది. వారి రచనాలక్ష్యం నీతిబోధ కనుక శతకపద్యంలో నీతిని చెప్పటం ఒక విశేషం. చిలకమర్తి వారి 'గీత మంజరి' అనే శతకం బాలలనుద్దేశించి రచింపబడింది. ప్రథమభాగం, ద్వితీయభాగం వున్నాయందులో. ఈ పద్యాలన్ని తేటగీతి పద్యాలు. ప్రథమభాగంలో నూటపందొమ్మిది, ద్వితీయ భాగంలో నూటతొమ్మిది పద్యాలున్నాయి. "ఇందలి పద్యములు బాలురు సులభముగా చదువుటకు, జ్ఞాపకముంచుకొనుటకు అనువుగా నుండునట్లు సులభశైలిలో రాయబడినవ"ని (గీతమంజరి) చిలకమర్తి చెప్పారు. ఈ పుస్తకం ప్రభుత్వం పాఠ్యపుస్తక నిర్ణాయక సంఘంలో ప్రకటించింది. విద్యార్థులకు పాఠ్యాంశంగా పెట్టింది. ప్రాతఃకాలంలో విద్యార్థులు దేవుని ప్రార్థించాలని ప్రబోధిస్తూ,

కావుకావంచు మనుజుడు దేవదేవు
వేకువను వేడు కొనుకుంట విస్మయంబు
క్షుద్రజంతువు కాకియు నిద్రలేచి
కావు కావంచు అరచును గాదె మొదట' –

దృష్టాంతం శక్తిమంతంగా వుండుటయే కాక ప్రబోధాత్మకంగా కూడా వుంది.

తనకు గలదాని భుజియించి తనివిసనక
యాశలకు బోయి మనుజుండు నాశమొందు
మడుగులోపల స్వేచ్ఛగా మసలలేక
చేప యెఱకాశపడి తుది చెడును గాదె.
ఎన్ని యిడుములు కల్గిన గన్నతల్లి
బిడ్డనెన్నడు విడువక బిగియబట్టు
దూరపుంజెట్ల మీదికి దుముకునపుడు
కోతితన బిడ్డ నక్కున చేర్చుగాదె –

ఇలా రోజూ చూసే విషయాలను సరళమైన భాషలో విద్యార్థులకు అందజేసే లక్ష్యంతో రచించారు గీతమంజరిని చిలకమర్తి. శార్ధూల వృత్తంలో, మత్తేభవృత్తంలో రచించారు. "కృపాంబోనిధీ' శతకం ఈ శతకానికి ముందు 'దీనకల్పద్రుమా' అనే మకుటంతో డెబ్బయి పద్యాలు రాసి, వాటిని చిలకమర్తి అప్పుడప్పుడు రాసిన 'మనోరమ' పత్రికలో అచ్చయిన పద్యాలతో జత చేసి, "కృపాంబోనిధీ" అనే శతకంలో చేర్చారు. కృపాంబోనిధి శతకంలో రెండువందల పదమూడు పద్యాలుండటమే కాక, విభిన్నమైన అంశాలు వున్నాయి. బ్రహ్మ మతాభిమానియైన చిలకమర్తి ఈ శతకంలో రామమోహన పంచకమని కొన్ని, భార్య వెంకాయమ్మ స్మృత్యర్థం శాంతివాచకమని మరికొన్ని పద్యాలు, భగవదారాధన యని కొన్ని పద్యాలు రచించారు. దేవునికి ఎన్నో విధాల సేవలు చేయాలి. కానీ చేయలేం. అయినా దేవుడు నన్ను రక్షించాలి, నేను దేవుడి వాడినే, దేవుడు నాపై వాత్సల్యం చూపించాలంటాను నేను. దేవుడు నన్ను రక్షించాలని. కానీ, ఇది తగినదా అంటూ చిలకమర్తి ఆత్మనివేదనం చేసుకున్నారు.

'నిను మెప్పింపగజాల సత్క్రియలచే, నీ నామ సంకీర్తనల్
దినముంచేయగజాల, నిశ్చలపు భక్తిన్ దీక్షమై చిత్తవృ
త్తినిరోధంబు నిమేషకాలము ప్రశాంతిం చేయగా జాలనే
మని నీవాడనటంచు చేరుదునొసిగ్గయ్యెన్ కృపాంబోనిధీ' అన్నారు సవినయంగా చిలకమర్తి.

భార్య వెంకాయమ్మ స్మృత్యర్థం శాంతివాచకమనే పేరున ఐదు పద్యాలు రాసారు–

చెలిమిన్ ముప్ఫది రెండు వర్షములు జేసెన్ గాపురంబాయె బి
డ్డలు లేకుండిన బంధువర్గముల బిడ్డల్ స్వీయసంతానమై
మెలగం జుట్టల పాలికిం సురభియై మేల్చేవె, నాయాజ్ఞవ
ర్తిలె నిన్నేడులు నామెయాత్మకిడు శాంతిన్ సత్కృపాంబోనిధీ' అంటూ ఆమె సుగుణాలను అభివర్ణించారు.

చిలకమర్తి వారు భల్లటశతకాన్ని అన్యాపదేశ వైఖరీ ప్రధాన శతకంగా ఆంధ్రీకరించారు.

చిలకమర్తి వివాహమపుడు భార్యకు పదేళ్ళు. చిలకమర్తికి ఇరవై ఆరేళ్ళు. అంటే వివాహ వయసు చాలా దాటిపోయినట్టే. దానికి కారణం చిలకమర్తి చెప్పారు, "నాకు కొంచముగనో, గొప్పగనో దృష్టి దోషముండుటచేత, నేనంధుడనని బంధువర్గములో ఒక ప్రవాదము పుట్టెను. అది కేవల మబద్ధము కాదు. పగలు చదువుటకు, వ్రాయుటకు, సంచరించుటకు నాకాటంకము లేకపోయినను, రాత్రులు నాకు చిన్ననాటి నుండియు కన్నులు కనబడకుండె నన్న మాట నిజము. ఇది యెరిగిన నా బంధువులు కూడా నా వివాహవిషయమై గట్టి ప్రయత్నము చేయలేదు. ఎట్టకేలకు నేను వివాహము లేక ఘోటక బ్రహ్మచారినై యుండుట ఇష్టము లేక, మా తల్లితండ్రులు శ్లాఘారాత్రము కాని యొక వివాహము నాకు జేసిరి" (స్వీ.చ.) అని స్పష్టంగా చెప్పారు. అనుకూల దాంపత్యంతో చిలకమర్తి వారి జీవితం సాగిపోయింది. ఉభయఖర్చులు పెట్టి తిరుపతిలో పెళ్ళి చేసారు చిలకమర్తి వారి తండ్రి.

తొల్లి బీబినాంచారియన్ తురక పడతి
బెండ్లియాడితి వని బుధుల్ చెప్పవిందు
వర్ణసంకరుడగు నీకు వందనంబు
బ్రాహ్మణాదులు చేయుట పాడియగునె -ఇది తిరుపతిలో వెంకటేశ్వరునికై చిలకమర్తి చెప్పిన అధిక్షేప పద్యం.

పాఠశాలలు :

చిలకమర్తి తనకు చూపు సరిగా ఆనదు అని చెప్పినా, ఆ మహనీయుడు నిర్వహించినన్ని కార్యక్రమాలు సామాన్యులెవరూ నిర్వహించలేరు. అంతేకాక వారి కార్యదీక్షా దక్షత, వారి స్నేహ ప్రవృత్తి వారిచేత ప్రజోపయోగమైన పనులెన్నో చేయించింది. వాటిలో ముఖ్యమైనది పాఠశాల స్థాపనం. చిలకమర్తి ఉద్యోగం చేయటానికి మధ్యలో కొన్ని ఇబ్బందులొచ్చాయి. ప్రాక్టికల్ పరీక్షలో కృతార్థుడు కాలేకపోవటం వలన, ఉపాధ్యాయ వృత్తికి పూర్తి యోగ్యత రాలేదు. మళ్ళీ పరీక్షకి కట్టాలంటే, నల్లబల్ల మీద ఒక బొమ్మ వేయాలి. ఒక లెక్క చేయాలి. ఒక తరగతికి పాఠం చెప్పాలి. పాఠం చెప్పడం చెప్పగలడు కానీ, తక్కిన పనులు చిలకమర్తి చేయలేదు. అయితే మున్సిపల్ పాఠశాలలో మూడు సంవత్సరాల నాలుగు నెలలు పనిచేసినా పరీక్షార్హత రాకపోబట్టి ఉద్యోగం తీసివేస్తారని తెలిసి, తానే ఉద్యోగం వదిలేసారు. తానే పాఠశాల పెట్టాలనే కోరిక బలంగా వుండేది చిలకమర్తికి. 1899లో రాజమహేంద్రవరంలో పాఠశాలను స్థాపించారు. నాలుగవ తరగతి వరకు పిల్లలు చేరారు. అదే సమయంలో సరస్వతీ మాసపత్రిక రాజ మహేంద్రవరం నుండి కాకినాడకు మార్చారు పోలవరం జమీందారు గారు. చిలకమర్తిని అక్కడకు రమ్మనారు. పాఠశాల వదిలి వెళ్ళలేకపోయారు చిలకమర్తి. అయితే జమీందారు

గారిచ్చే నెలకు ముప్ఫయి రూపాయలు ఆపివేయడంతో, పాఠశాల నడపటం కష్టమైంది చిలకమర్తికి. అయినా 1901లో మూడవ ఫారము పెట్టారు. చాలామంది బీదవిద్యార్థులుండటంతో కొందరు జీతాలు కట్టకుండా వుండేవారు. అయినా చిలకమర్తికి పాఠశాలపై ఉత్సాహం తగ్గలేదు. 1902లో ఉన్నత పాఠశాల స్థాపించారు. "నా దృష్టిదోషము ఉపాధ్యాయ పదవికెంత మాత్రము నడ్డురాలేదు. నేను పాఠములు చెప్పునప్పుడు మాత్రము గోలయు, నల్లరియు లేకుండ తరగతి నిశ్శబ్దంగా యుండుచు వచ్చెను. నా బోధనాశక్తి మిక్కిలి బాగుండెడిది. విద్యార్థులలో నాకు మంచి పేరుండెడిది. పాఠకమహాశయులు దీని నాత్మస్తుతిగ గ్రహింపకుందురు గాక" అన్నారు (స్వీ.చ.). ఉపాధ్యాయ వృత్తిపై నమ్మకం, అభిమానం వుండబట్టే పాఠశాల స్థాపనలో ఉత్సాహం చూపించారు. అయితే దొరల అధికారం వల్ల ఉన్నత పాఠశాల నిర్వహణలో కొన్ని చిక్కులెదు రయ్యాయి. ఉన్నత పాఠశాల పట్టణంలో వుంటే, బోధనాభ్యసన కళాశాలకి నష్టం వాటిల్లుతుందనే భయం దొరలకి కలిగి, నాల్గవ ఫారం తీసేయాలని, అలా చేయకపోతే సెకండరీ పాఠశాల సమ్మతి రద్దుచేస్తామనటంతో చిలకమర్తి చాలా వేదనకి గురిఅయ్యారు.

"నేను నల్లవాడను, హిందువుడను. విద్యా నిబంధనల ప్రకారం పాఠశాల నడుపుచున్నాను. నా పాఠశాల గతి వేరయ్యేను" అని విచారించారు చిలకమర్తి. పాఠశాల నిర్వహణలో చిలకమర్తి చివరకు విసుగుచెందినా నిమ్నజాత్యుద్ధరణపై దృష్టినిల్పి, వారికి విద్య బోధించాలని, వారి నిమిత్తమై ఒక పాఠశాల పెట్టాలనిపించింది. 1909లో రామమోహన పాఠశాల స్థాపించారు. కొద్దిమంది పిల్లలే చేరారు. వారికి పలకలు, పుస్తకాలు చిలకమర్తి వారే యిచ్చారు ఉచితంగా. ఈ పాఠశాలను హయ్యరు ఎలిమెంటరీ పాఠశాలగా చేసి పదమూడు సంవత్సరాలు నడిపారు చిలకమర్తి. చిలకమర్తికి ముందెవరూ నిమ్నజాతులకై పాఠశాలలు స్థాపింపలేదు. ఆ విధంగా నిమ్నజాత్యుద్ధరణకై పాటుపడిన వైతాళికుడు చిలకమర్తి. వివేకానంద పాఠశాల వయోజన విద్యాలయం, అది రాత్రి పాఠశాల. ఇదికూడా నిమ్నజాతులకై నెలకొల్పినదే. చిలకమర్తి వద్ద చదువుకున్న దళిత విద్యార్థి వెంకన్న, తహసీల్దారయ్యాడు. తన కుమారునికి లక్ష్మీనరసింహమని పేరు పెట్టాడు. అలాగే మార్కండేయులను మరొక దళిత విద్యార్థి కూడా లక్ష్మీనరసింహమని కుమారునికి పేరు పెట్టాడు. వారికి చిలకమర్తిపై ఎంతటి గౌరవభావముందో అర్థమౌతుంది. గాంధీగారి హరిజనోద్ధరణోద్యమ ప్రారంభానికి ముందే చిలకమర్తి ఆ దిశగా పాఠశాలలు స్థాపించటం వారి ప్రత్యేకతనీ, సంస్కరణాభిలాషని తెలియజేస్తాయి. చిలకమర్తివారు స్త్రీ విద్యావశ్యకతను గుర్తించారు. వారి నవలల్లో స్త్రీ విద్య గురించి తెల్పి, విద్యనేర్చిన స్త్రీ పాత్రలు ప్రవేశపెట్టారు. "హిందువులలో ధనములేని బాల వితంతువులు జీవనాధారము లేక అన్నవస్త్రములకై ఇబ్బందిపడుచూ ఏ చుట్టముల ఇంటనో వంటచేసి మిక్కిలి శ్రమపడుదురు. విద్యనేర్చినందున వారి మనసు దుఃఖమునుండి కొంత మరలును. చదువు ముగించిన తరువాత వితంతువులు ఏదో ఒక గౌరవమైన వృత్తితో జీవింపవచ్చును అని విశ్వసించారు చిలకమర్తి.

చిలకమర్తి వారి మేనకోడలు రావూరి వెంకటసుబ్బమ్మ ఉభయభాషా ప్రవీణ పరీక్షలో ఉత్తీర్ణురాలయింది. 1928లో ఆంధ్రవిశ్వవిద్యాలయము నుండి పట్టము పుచ్చుకుంది. ఇది చిలకమర్తికి చాలా గర్వకారణమై ఆనందం కలిగించింది. చిలకమర్తి వారు పాఠశాల విద్యార్థులకై పాఠ్యపుస్తకాలు రచించారు. వివేక వాచకాలు అనే పేరున ఒకటినుంచి ఐదవతరగతి వరకు రచించారు. ఇండియన్ పబ్లిషింగ్ హౌస్ ప్రకటించింది. మాక్‌మిలన్ కంపెనీవారు చిలకమర్తిని పుస్తకాలు రాయమని కోరినపుడు చిలకమర్తి ఇష్టపడలేదు. దానికి కారణం ఏమిటంటే, చిలకమర్తి చాలా స్పష్టంగా చెప్పారు. "ఆంగ్లేయులు మన దేశంలోని గనుల వలన, టీ కాఫీల వలన, రైలుబండ్ల వలన మరియు ఇతర సాధనముల వలన ధనమంతయు పట్టుకొని పోవుచున్నారు. తెలుగుదేశంలో పుట్టి, తెలుగు ముక్కలు నాలుగు వ్రాయవచ్చిన మనము, తెలుగు పుస్తకముల వల్ల వచ్చే లాభమనుభవింప కుండ, అదికూడా ఆంగ్లేయులకే ఈయవలెనా, నేనెన్నడూ ఇంగ్లీషు కంపెనీలకు గ్రంథములు వ్రాసి యివ్వను. స్వదేశీయులెవరైనా చేరి ఒక కంపెనీ పెట్టిన పక్షమున వారికి వ్రాసి యిచ్చెదను. లేదా నాకు నేనే వ్రాసికొనెదను అని మాంక్‌మిలన్ కంపెనీ వారిచ్చిన అవకాశాన్ని తృణప్రాయంగా తిరస్కరించారు. చిలకమర్తి వ్యక్తిత్వానికి, వారి దేశభక్తికి ఇది తార్కాణం.

చిలకమర్తికి పాఠశాలలు స్థాపించటంలో, వాచకాలు రచించటంలో ఎంత ఉత్సాహముందో, అలాగే అందరికీ గ్రంథాలు చదివేందుకు అందుబాటులోకి తేవాలని కూడా ఉంది. ప్రథమాంధ్ర గ్రంథాలయాల ఆవశ్యకతని చాటిచెప్పారు. గ్రంథాలయ వేదం అని, గ్రంథాలు అందరికి అవసరమయినవని అద్భుత నిర్వచనమిచ్చారు. వాయువు ఎల్లవారికి ఎట్లు స్వాధీనమై యున్నదో, జ్ఞానము కూడా అట్లా స్వాధీనము కావలయునని, ఉదకము ఎల్ల వారికి ఎట్లు సేవ్యమై యున్నదో, జ్ఞానము కూడా అట్లు సేవ్యమై యుండాలని, సూర్యచంద్రమండలము తేజస్సు లెల్లవారికి ఎట్లు సౌఖ్యప్రదముగ నున్నవో జ్ఞానము కూడా అట్లా సౌఖ్యప్రదము కావలయును అని తీర్మానించారు ఆ సభలో. అంటే గ్రంథపఠనం జ్ఞాన సముపార్జనకి మూలమని విశ్వసించిన సంస్కారి చిలకమర్తి. రాజమహేంద్రవరంలోని గౌతమి గ్రంథాలయం దేశంలో వున్న గొప్ప గ్రంథాలయం. లెక్కకు మించిన పుస్తకాలు అక్కడున్నాయనటం అతిశయోక్తి కాదు. గౌతమి గ్రంథాలయం ప్రభుత్వం స్వీకరించింది. తెలుగుదేశంలో గొప్ప గ్రంథాలయమిదే. నేటికి గౌతమి గ్రంథాలయం పేరు చెప్తారందరూ.

పత్రికలు:

స్వీయచరిత్రలో ముద్రణాయంత్ర స్థాపనము అని ఒక ప్రకరణం రాసారు చిలకమర్తి. అయితే అంతకుముందే 1898లో 'సరస్వతి' మాసపత్రిక పోలవరం జమీందారుగారు, కొచ్చెర్లకోట రామచంద్ర వెంకటకృష్ణారావు బహుదూరుగారు పెట్టడం, అది రాజమహేంద్రిలో చిలకమర్తివారు

నిర్వహించడం, తర్వాత జమీందారుగారు ఆ సరస్వతీ పత్రికను కాకినాడ తరలించాలనుకోటం, అభిప్రాయబేధాలొచ్చి చిలకమర్తి కాకినాడ వెళ్ళననటం అయిపోయింది. అయినా ఒక పత్రిక పెట్టాలనే కోరిక చిలకమర్తిలో వుంది. చింతామణి పత్రికను చెన్నపురి తీసికెళ్ళిపోయారు వీరేశలింగంగారు. ఆ పరిస్థితుల్లో ఆంధ్రదేశంలో మంచి పత్రిక ఉండాలనే ఆలోచన ప్రబలంగా నాటుకుంది చిలకమర్తికి. 1968లో 'మనోరమ' అనే మాసపత్రికను స్థాపించారు. దీన్ని ఇతరుల ముద్రాక్షరశాలలో ముద్రించేవారు. కొన్ని నెలల తర్వాత వివేకవర్ధనీ ముద్రాక్షరశాలలో కొంతభాగం కొని, దీనికి మనోరమ ముద్రాక్షరశాల అని పేరు పెట్టారు చిలకమర్తి. చిలకమర్తి వారి చాలా గ్రంథాలు మనోరమ మాసపత్రికలో ముద్రింపబడ్డాయి. ఈ పత్రిక కొద్దికాలంలోనే ప్రసిద్ధి పొందింది. మనోరమ పత్రికలో విమర్శనాత్మక వ్యాసాలు చాలా ప్రచురింపబడ్డాయి. ఒక్క సంవత్సరం తిరిగేసరికి మనోరమ పత్రిక బాగా ప్రచారాని కొచ్చింది. "ఈశ్వరానుగ్రహంచేతను, చందాదారుల దయచేతను మనోరమ పత్రిక యిప్పటికి ప్రథమ సంవత్సరము గడిపి రెండవ సంవత్సరమున ప్రవేశించినది." అని చెప్పి నాలుగువందలమంది చందాదారులు కావటం పత్రికాభివృద్ధికి దోహదం చేస్తుందని తెలిపారు.

చిలకమర్తికి మనోరమ మాసపత్రికాభివృద్ధి చూసాక, వారపత్రిక కూడా పెట్టాలనిపించింది. 'దేశమాత' అనే వారపత్రిక 1909లో ప్రారంభించారు చిలకమర్తి. పత్రిక బాగా నిర్వహించారు చిలకమర్తి. ఈ పత్రిక లాభదాయకంగా నడిచింది కానీ, కొత్త సమస్యలెదురయ్యాయి. ఆ పత్రికలో దొరతనము వారిపై వ్యతిరేకత చూపరాదు. దానికోసం దొరతనము వారే చందాదారులను నిర్ణయించి, వారి చందాలన్నీ కడతారు. ఆ విషయమై చిలకమర్తి చాలా ఆవేదన చెందారు. ఈ విధమైన పత్రికగా దేశమాతను చేయదలచలేదు చిలకమర్తి. "దొరతనము వారికిచ్చి వేయటము ఆత్మనమ్ముకొనుట" అని తలచి, "ధనమునకై బానిసగనుండుట కిష్టపడలేను" (స్వీ.చ.) - చిలకమర్తి వారి వ్యక్తిత్వ వికాసం యొక్క గొప్పతనం ఈ సందర్భంగా మనకి సాక్షాత్కరిస్తుంది. సాహిత్యపత్రికలు జనంలో సాహిత్య చైతన్యాన్ని కలిగించడమన్నది వాస్తవం.

జీవిత చరిత్రలు :

స్వీయచరిత్ర ఎందుకు రాయాలీ అని ఆలోచించి "ఘనకార్యములు చేసిన మహాపురుషులు పరులకు మార్గదర్శకములుగా నుండుటకై తమ చరిత్రలు తప్పక రాయవలయును" అన్నారు. జీవిత చరిత్రలు ఎందుకు రాయాలీ అంటే "చరిత్రలు దేశాభ్యుదయమునకు తోడ్పడును. కావున దేశ చరిత్రలు మిక్కిలి ఆవశ్యకము. మహాపురుషుల చరిత్రలు కలిసి దేశచరిత్ర అగును. కాబట్టి జీవితచరిత్రలు మిక్కిలి ఆవశ్యకములు. మహాపురుషుల చరిత్రములు శ్రద్ధతో వ్రాసినవారున్న పక్షమున అది యువజనుల కాదర్శముగా నుండును". అన్నారు. అందుకే లోకోత్తర ఆదర్శనీయమైన మహనీయుల జీవితాల్ని రేఖాచిత్రాలుగా రచించారు చిలకమర్తి. మనోరమ పత్రికలో మహాపురుషుల జీవితచరిత్రలు ప్రచురింపబడ్డాయి.

జీవిత చరిత్రలను మూడు భాగాలుగా విభజించారు. బెంగాలు, బొంబాయి, మద్రాసుకి చెందిన మహనీయుల చరిత్రలవి. రాజారామ మోహన రాయల సంస్కరణోద్యమ ప్రభావం చిలకమర్తిపై చాలా వుంది. నిజమైన దేశాభిమానం, పరోపకార బుద్ధి, ధర్మకార్యశూరత్వం వీరి వద్ద నుండి నేర్చుకోవాలి అని చిలకమర్తి చెప్పటంలో వుద్దేశం, మహనీయుల చరిత్రల ప్రభావమే మనిషిలో చైతన్యాన్ని కలిగిస్తుందనే భావం. కేశవ చంద్ర విద్యాసాగరుని సంస్కరణల ప్రభావం చిలమర్తిపై ప్రసరించింది. వీరేశలింగంగారు రాజమహేంద్రవరం నుంచి వెళ్ళిపోయాక, వితంతు వివాహాలు జరిపించే గురుతర బాధ్యత స్వీకరించి మూడు వితంతు వివాహాలు జరిపించి, ఉన్నవ లక్ష్మీనారాయణ గారిచే ఆ దంపతులకు ఆశీస్సులందజేసారు. మైకేలు మధుసూదనదత్తు జీవితం గురించి అందరూ తెలుసుకోవాలని, బాల్యవివాహాలను నిరసించినవారిలో అతనొకడని, అతని భావాలు తనకు అనుసరణీయమయ్యాయి అన్నారు చిలకమర్తి. రఘువంశస్థుల చరిత్రము రాసి దిలీప మహారాజు, అజ మహారాజు, దశరథ మహారాజు, శ్రీరామ మహారాజు, కుశమహారాజు, అంటూ చాలా వివరంగా ఆ రాజుల చరిత్రలు తెలిపారు. నందచరిత్ర, విష్ణువర్ధనుడు, సమర్థరామదాసు, గురునానక్ మొదలైన మహనీయుల చరిత్రలు రాసి పాఠకలోకానికి చాలా మేలు చేసారు. వారి ఆదర్శజీవితాలు లోకానికి వెలుగుబాటలు".

"జనులు సనాతనములగు నుత్తమ ధర్మములు విడిచి దురాచారములనే సదాచారములుగ భావించి భ్రష్టులగుచుండ జాలినొంది కేవల లోకోపకార పరాయణుడయి, తోడి జనుల నుద్ధరించుటకు మంచి దారినిచూపిన మహాను భావుడగుటచే అతని చరిత్రము నెల్లవారును చదువదగినదని రాయబూనితిని" అని చెప్పారు. "మహారాష్ట్ర దేశము నుద్ధరించి శివాజి అంతటి వానికి గురువై దేశప్రఖ్యాతి గాంచిన సమర్థరామదాసు పేరు నూరుమందిలో పదిమందికైన జ్ఞప్తికి రాదు కదా! ఆ మహాత్ముని చరిత్ర ఆంధ్రులకు తెలియజేయుటకే ఈ గ్రంథాలు రచించాను అన్నారు చిలకమర్తి. జీవిత చరిత్రలు పాఠకలోకానికందించి పరమోపకారం చేసారు.

దేశభక్తి :

జాతీయోద్యమం చిలకమర్తిని దేశభక్తునిగా, కవిగా కూడా నిలబెట్టిందనటానికి బెంగాలు విభజన సందర్భంగా చిలకమర్తి చెప్పిన పద్యమే. వంగదేశాన్ని రెండు ముక్కలు చేయాలనే తలంపు ఆంగ్ల ప్రభుత్వానికి కలగటంతో, మొత్తం భారతదేశం మేలుకొంది. వంగదేశానికే సంబంధించినది అనే భావం కాక, దాన్ని అడ్డుకోవటం మొత్తం భారతదేశ బాధ్యతగా ప్రతిపౌరుడు భావించాడు. ఆ సందర్భంగా, బిపిన్ చంద్రపాల్ గారు కలకత్తానుండి బయలుదేరి, ఆంధ్రదేశంలో రాజమండ్రి, విజయవాడ, బందరు మొదలైన ప్రాంతాలన్నీ సంచరించి, ఆంగ్లేయుల దౌర్జన్యాలను చాటి చెప్తూ ఊరూరా తిరిగి ఉపన్యసించారు. ఆ ఉపన్యాసాలు అనువాద రూపంగా ఆంధ్రదేశ ప్రజల గుండెల్ని దూసుకెళ్ళాలి. ఆంగ్లేయుల పరిపాలనా వ్యతిరేకత అగ్నిజ్వాలలా అంతటా వ్యాపించింది.

బిపిన్‌చంద్రపాల్ తన పర్యటనలో భాగంగా రాజమహేంద్రవరం వచ్చారు. బ్రహ్మమతావలంబికుడైన బిపిన్ చంద్రపాల్ రాజమహేంద్ర వరంలో వరుసగా ఐదురోజులు ఇంగ్లీషులో ఉపన్యసించారు. చిలకమర్తి వారు ఆ ఉపన్యాసాలను తెలుగులో అనువదించారు. చివరి రోజున బ్రిటిష్ వారి చర్యలను నిరసిస్తూ ఒక పద్యం ఆశువుగా చెప్పారు చిలకమర్తి.

భరతఖండంబు చక్కని పాడియావు
హిందువులు లేగదూడలై యేడ్చుచుండ
తెల్లవారను గడుసరి గొల్లవారు
పితుకుచున్నారు మూతులు బిగియగట్టి

ఈ పద్యం విని సభాసదులు బ్రహ్మాండము పగిలేటట్లు చప్పట్లు కొట్టారు (స్వీ.చ.). 'ఆ పద్యం మళ్ళీ మళ్ళీ చదివించుకొని' విన్నారు. ఎందరో కంఠస్థం చేసారు. హరి కథలలోకి ఎక్కింది ఆ పద్యం. కృష్ణానది వంతెన గోడలమీద పెన్సిళ్ళతో ఆ పద్యం రాయబడింది. "జాతీయ భావమును వ్యంగ్యముగనో, అన్యాపదేశముగనో చిత్రింపక, సూటిగా ఆంగ్ల ప్రభుత్వమును విమర్శించిన మొట్టమొదటి జాతీయకవి చిలకమర్తి వారే" (ఆధునికాంధ్ర కవిత్వము, సంప్రదాయము, ప్రయోగములు –డా॥సి.నారాయణరెడ్డి) అని ప్రశంసలందుకున్న దేశభక్తుడు చిలకమర్తి, రాజమహేంద్రవరంలో పాల్‌బేక్ అని పాల్ ఉపన్యాసం చెప్పిన చౌరస్థా అని పిలిచారందరు. అంతేకాక వేణీసంహార నాటకమాడించి, ఆ వచ్చిన డబ్బు, బిపిన్‌చంద్రపాల్‌గారికి చిలకమర్తి సమర్పించారు దేశసేవలో భాగంగా.

చిలకమర్తి దేశభక్తికి ఉదాహరణగా ఎన్నో పద్యాలున్నాయి. దేశభక్తుడు లాలాలజపతిరాయ్‌ని మాండలే చెరసాలకు బ్రిటిష్ ప్రభుత్వం పంపినపుడు భారతదేశమంతా నిరసన ప్రకటించింది. చిలకమర్తి వారు ఆ సందర్భంగా ఒక పద్యం చెప్పారు.

చెరసాలన్ పృథుచంద్రశాలలెయగున్, జేదోయి గీలించున
య్యర దండల్ విరి దండలయ్యెడును, హేయంబైన చోడంబలే
పరమాన్నంబగు, మోటుకంబళ్ళు తాల్పన్ పట్టు సెల్లాలగున్
స్థిరుడై ఏనరు డాత్మదేశమును భక్తింగొల్చునవ్వానికిన్
భరతఖండంబె యొక గొప్పబందిఖాన
అందులోనున్న ఖయిదీలు హిందుజనులు
ఒక్కగది నుండి మార్చి వేరొక్కగదికి
బెట్టుటేగాక చెరయంచు వేరె గలదె.

ఇలా భారతజాతీయోద్యమ సందర్భంగా చిలకమర్తి చేసిన రచనలు చిలకమర్తిలోని కవిని, దేశభక్తుని పాఠకులకు సాక్షాత్కరింపజేసాయి.

చిలకమర్తి దేశభక్తికి తార్కాణంగా వారు రచించిన జీవిత చరిత్రలలోని మహనీయులు నిలుస్తారు. వారి జీవితమార్గము ఆదర్శప్రాయమై ఎందరికో స్ఫూర్తినిచ్చింది.

మండల సభలు :

చిలకమర్తి అనగానే వారి సాహిత్యం, వారి పాఠశాలలు, పత్రికలు మొదలైనవి గుర్తొస్తాయి. కానీ చిలకమర్తి వారికి మంచి స్నేహితుడైన పోలవరం జమిందారు గారైన కొచ్చర్లకోట రామచంద్ర వెంకటకృష్ణారావు గారితో మండల సభ యాత్రలు చేయటం చిలకమర్తి జీవితంలో గొప్పవిశేషం. స్వీయచరిత్రలో మండలసభా యాత్రల గురించి చాలా వివరంగా రాసారు. గుంటూరులో జరిగే కృష్ణామహాసభకు (కృష్ణాగుంటూరు జిల్లాలు ఆరోజుల్లో ఒకే జిల్లాశాఖలుండేవి (స్వీ.చ.). విజయనగరంలో జరిగే విశాఖపట్టణ మండల సభకు, పసలపూడిలో జరిగే గోదావరి మండల సభకు రావలసిందని జమిందారు గారికి ఆహ్వానములు అందాయి. తనతో బాటు చిలకమర్తిని రమ్మని ఆహ్వానించారు జమీందారు. ఆ సభలకు జమిందారుగారితోపాటు మరికొందరు మాత్రమే కాక, వంట బ్రాహ్మణులు, సేవకులు కూడా వచ్చారు. భోజనవసతి సదుపాయాలు బాగా వుండబట్టి గుంటూరులో వున్నన్ని రోజులు హాయిగా గడిచాయన్నారు చిలకమర్తి. ఆంగ్లేయసామ్రాజ్య ప్రధానమంత్రి, విక్టోరియా రాణికి గౌరవపాత్రుడు అయిన గ్లాడ్‌స్టెన్ దొర లండనులో మరణించాడు. సభకొంత సేపు సంతాపసూచకంగా వాయిదాపడినపుడు, జమీందారుగారు చిలకమర్తిని గ్లాడ్‌స్టెన్‌దొర పై కొన్ని పద్యాలు చెప్పమని కోరారు. వెంటనే చిలకమర్తి మనసులో అనుకొని కొన్ని పద్యాలు చదివారు. అయితే అవి అలభ్యమైనాయి. తరువాత చిలకమర్తి జమీందారుగారితో కలిసి విజయనగర మండల సభకు వెళ్ళారు. అక్కడ గురజాడ అప్పారావు గారితో చిలకమర్తికి పరిచయమైంది. విశాఖపట్నంలో వున్నప్పుదు జమిందారి గారివల్ల శ్రీశ్రీశ్రీ విక్రమదేవ వర్మగారితోనూ, విశాఖపట్టణము కళాశాలాధ్యక్షులు పి.టి. శ్రీనివాసరాజ్యంగారితోనూ చిలకమర్తికి పరిచయం కల్గింది. చిలకమర్తి పసలపూడిలో జరిగే గోదావరి మహాసభలకు వెళ్ళారు. ఆ సభలు మూడురోజులు అద్భుతంగా నిర్వహించబడ్డాయి.

సీ॥ మనసులోమిము మేము మరువగోరినను మీ
మంచి యాదరణంబు మరువనీదు
వేడ్కతో మీ యూరు విడువ గోరిననుమీ
పిండివంటల రుచుల్ విడువనీవు
మా యింటిపై భ్రాంతి మాకు బారినను మీ
పచ్చని పందిళ్ళుపార నీవు
త్వరితంబ యిటనుండి దాటగోరినను మీ
తేట తెల్లని నీరు దాటనీదు

తే॥గీ॥ అడుగులకు మడుగుల నొగ్గి, యహహా! మమ్ము
గౌరవింపరె వియ్యాల వారినట్లు
సకల సన్మాన సంఘంపు సభ్యులారా
అందు కొనరయ్యా నేజేయు వందనములు.

ఈ సభాధ్యక్షత వహించిన కృత్తివెంటి పేర్రాజుగారిని కీర్తించారు. పేర్రాజుగారు గొప్పన్యాయవాది, చెన్నపురి శాసన సభలో సభ్యులు. పేర్రాజుగారి ఆతిథ్యం చిలకమర్తి మనసునాకట్టుకుంది.

1898లో ఇండియన్ నేషనల్ కాంగ్రెస్ చెన్నపట్నంలో జరుగుతుందని, న్యాపతి సుబ్బారావు పంతులుగారు సభాధ్యక్షులుగా వుంటారని తెలిసి ఆ సభకు వెళ్ళాలని చిలకమర్తి నిశ్చయించు కున్నారు. జమిందారు గారు కూడా ఆ సభలకి రావటానికి ఇష్టపడి చిలకమర్తిని, వడ్డాది సుబ్బారాయుడి గారిని కూడా వెంటబెట్టుకొని వెళ్ళారు. ఆ సంవత్సరం జరిగిన మహాసభలో ఆనందమోహన్ బోసు గారు అధ్యక్షత వహించటంతో వారి వాగ్ధాటికి, కంఠ మాధుర్యానికి చిలకమర్తివారు పరమానందభరితులయ్యారు. 1914లో జాతీయ మహాసభ (Indian National Congress) చెన్నపట్నంలో జరిగేందుకు ఏర్పాట్లు చేసారు. కలకత్తాలో వుండే భూపేంద్రనాథ బోసు గారు అధ్యక్షత. న్యాపతి సుబ్బారావు గారు కూడా ఆ సభకి వచ్చారు. చిలకమర్తి మిత్రులతో కలిసి వెళ్ళారు. ఆ సభల్లో పెద్దల ఉపన్యాసాలు చిలకమర్తిని చాలా అలరించాయి. ఆ సభల్లో ఒకరోజు నిమ్నజాత్యుద్ధరణ సభ జరిగింది. ఆ సభలో నిమ్నజాత్యుద్ధరణకై చిలకమర్తి చేసిన కృషిని గురించి, చిలకమర్తిని ఉపన్యసించమని కోరారు. “1909 లో పంచముల పాఠశాల పెట్టింది మొదలు, అప్పటివరకు తన అనుభవాలను ఇంగ్లీషులో ఇరువది నిముషములు చెప్పితిని.” – అన్నారు చిలకమర్తి స్వీయచరిత్రలో. “I am a blind man. I did this little work, I could not do more” అని చిలకమర్తి చెప్పి, వేదిక దిగబోతుంటే, ఆ సభాధ్యక్షులు, బొంబాయి హైకోర్టు న్యాయమూర్తి అయిన నారాయణగణేశ్ చంద్రావర్కార్ గారు చిలకమర్తికి కరచాలనం చేసి “Mr. Narasimham, you are not a blind, we are all blind” అన్నారు (స్వీ.చ.). తర్వాత గవర్నరుగారిని చిలకమర్తి చూడాలనుకున్నారు. వారిని చూసే భాగ్యం కలిగింది చిలకమర్తికి. అంతేకాక, గ్రామీణ గ్రాంథిక భాషా సంబంధమైన ఉత్తర్వులు త్వరలో వస్తాయని గవర్నర్‌గారు చెప్పి, చిలకమర్తికి ఒక ఇంగ్లీషు పుస్తకం బహుకరించారు. అది అమెరికా దేశస్థురాలైన ఒక గ్రుడ్డి, మూగ స్త్రీ రచించిన గ్రంథం. దానిపేరు “ఆప్టిమిజమ్”. ఆ పుస్తకం “మన సమావేశము మీకు జ్ఞాపకముండాలని ఇస్తున్నానన్నారు” గవర్నర్ గారు చిలకమర్తితో. తర్వాత, కాంగ్రెస్ సభలో మాట్లాడాలని కుతూహలంగా వుందని న్యాయపతి సుబ్బారావుగారితో చిలకమర్తి చెప్పారు. ఆ సభలో దక్షిణాఫ్రికాను గురించిన తీర్మానమును బంగాళా దేశస్థుడు ఇంగ్లీషులో ప్రతిపాదిస్తే, దాన్ని తెలుగులో చిలకమర్తి బలపరిచారు. ఆ సభలో ఆ రోజు

పదివేలమంది దాకా జనం వున్నారట. తెలుగు తెలిసినవారు నాలుగైదు వేలమంది ఉన్నారట. "నేనుచ్చరించిన ప్రతివాక్యమునకు సభాసదులు సంతోషించి చప్పట్లు కొట్టిరి. నా కంఠధ్వని అన్ని దిక్కులకు వినబడెను' అన్నారు చిలకమర్తి (స్వీ.చ).

ఆంధ్రసాహిత్య పరిషత్సభ 1915లో జరిగినపుడు చిలకమర్తి బళ్ళారి వెళ్ళారు స్నేహితులతో కలిసి. ఆ సభలకి జయంతి రామయ్య పంతులు గారు, గాడిచర్ల హరి సర్వోత్తమరావుగారు మొదలైన ప్రముఖులొచ్చారు. బళ్ళారి 'సరసవినోదినీ' నాటక సమాజమువారు రెండు నాటకాలు వేసారు. తెలుగులో చాలా నాటకాలు రాసిన కోలాచలం శ్రీనివాసరావుగారిని కలిసారు. ధర్మవరం కృష్ణమాచార్యులపేర కట్టిన భవనాన్ని తెరిచారు. చిలకమర్తి గంజాము మండలసభలు బరంపురంలో జరుగుతుంటే వెళ్ళారు. అక్కడ సంఘసంస్కర్తల సభకు అధ్యక్షత వహించారు. మతమును గూర్చి ఒక గంటసేపు ఉపన్యసించారు. నిడమర్రు గ్రామంలో పోతన గ్రంథాలయ వార్షికోత్సవ సభలో అధ్యక్షత వహించారు. చిలకమర్తి "అప్పటికి నాకు నలుబది యెనిమిదవ ఏడు నడుచుచుండెను. నేను వేళకు మితభోజనము చేయుచు, కాఫీ, టిఫినులను తాగక, తాంబూలము వేయక, చుట్ట కాల్చక, పొడుము పీల్చక, యే దురభ్యాసములు లేక కాలక్షేపము చేయుటచే యప్పుడు గాక, డెబ్బది యేడవ ఏట నిప్పుడు గూడా నా దేహమారోగ్యము సరిగా నున్నదని చెప్పవచ్చును. ముసలివాండ్రకు వార్ధక్యములో నవసరమైన నల్లమందు సైతము నాకిప్పటికిని నవసరము లేదు" (స్వీ.చ.) అని చెప్పటం వల్ల ఆరోగ్య విషయములో చిలకమర్తి తీసుకున్న శ్రద్ధ ఎందరికో ఆదర్శప్రాయమైంది. చిలకమర్తి నెల్లూరులో తిక్కన జయంతి మహోత్సవాని కెళ్ళి అక్కడ కవిబ్రహ్మ తిక్కనపై మహోపన్యాసం చేసారు. అంతేకాక, గురువైన వేదము వెంకటాచలముగారు నెల్లూరులో న్యాయవాదిగా వున్నారని తెలిసి వారిని దర్శించు కున్నారు. చిలకమర్తి జీవితంలో ఎన్నో సభలలో పాల్గొనటం, ఉపన్యసించటం మరపురాని అంశం.

1915లో డిశంబరు నెలలో హైదరాబాదు (దక్కన్) వచ్చారు. మాడపాటి హనుమంతరావు గారు మొదలైన ఆంధ్రభాషాభిమానులు శ్రీ కృష్ణదేవరాయల పేర ఒక గ్రంథాలయం స్థాపించి దాని వార్షికోత్సవ సభకు చిలకమర్తిని అధ్యక్షులుగా ఆహ్వానించారు. చిలకమర్తి ప్రయాణము ఎప్పుడు ఎక్కడికి చేసినా, తోడుగా ఎవరో ఒకరు ఉండేవారు. రావిచెట్టు రంగారావు గారి ధర్మపత్ని లక్ష్మీనరసమ్మగారింట చిలకమర్తి బస ఏర్పాటు చేసారు. సంఘంవారు ఆ సభకు సరోజినీనాయుడు, సర్ అక్బర్ హైదరాలీ, ముత్యాల గోవిందరాజులు నాయుడుగారిని (సరోజని గారి భర్త) కలిసి, మాట్లాడే అవకాశం కలిగింది చిలకమర్తికి. అక్కడ నుండి సికింద్రాబాద్ జనాలు ఆహ్వానింపగా అక్కడ సంస్కృత భాషమీద, సంఘసంస్కరణల మీద రెండు ఉపన్యాసాలు చెప్పారు చిలకమర్తి. స్త్రీలకొరకు ప్రత్యేకంగా ఏర్పాటయిన సభలో, స్త్రీవిద్య గురించి చిలకమర్తి ఉపన్యసించారు.

చిలకమర్తి జీవితం ఎన్నెన్ని మలుపులు తిరిగినా, స్థితప్రజ్ఞునిలా అన్నిటినీ సమంగా స్వీకరించే మానసికోన్నతి వారిది. చిలకమర్తి భార్య వెంకాయమ్మ 1930లో గుండెపోటుతో మరణించింది. ఆ సమయంలో "ఆమె నాతో ముప్ఫదిరెండు వర్షములు గాపురము చేసెను. నాయింట నెందరో బంధువులై, వారములు చేసికొని తిను విద్యార్థులును, జాల మందియుండినను, నా భార్య విసుగుకొనక చికాకుపడక, మడికట్టుకుని వంటచేసి యందరను నిష్పక్షపాతముగా భోజనములు పెట్టి, యాదరించుచుండెను. ఆమె మరణము చేత నేనసహాయుడనైతిని" – అనే మాటలు చదువుతుంటే పాఠకులకు కళ్ళు చెమర్చక తప్పదు.

"అనుగై యెప్పుడు తోడునీడయయి కన్నై చేయియై ప్రాణమై

నను సేవించె ననేక వర్షములు......." అంటూ భార్యాస్మృతిగా రచించిన సత్కృపాంబోనిధీ శతకంలో వారి దుఃఖాన్ని దాచుకోలేక చెప్పారు చిలకమర్తి.

చిలకమర్తికి 1943లో ఆంధ్రవిశ్వవిద్యాలయ పీఠము వాళ్ళు 'కళాప్రపూర్ణ' బిరుదమిచ్చారు. రాజమహేంద్రవరంలో చిలకమర్తి మిత్రులు కొందరు చిలకమర్తిపై గల గౌరవంతో సుప్రసిద్ధులైన నటులచేత గయోపాఖ్యానం నాటకం ప్రదర్శింపజేసి, ఆ నాటక ప్రదర్శన వలన వచ్చిన ధనాన్ని చిలకమర్తి వారికి అందజేసారు. చాలామంది మిత్రులు చిలకమర్తికి ఆర్థిక సహాయం అందజేసారు.

చిలకమర్తి జీవితకాలంలో ఆంధ్రదేశంలో ఎన్నో మార్పులొచ్చాయి. చిన్నతనంలోనే కందుకూరి వీరేశలింగం గారి సంస్కరణోద్యమం చిలకమర్తిని చాలా ప్రభావితం చేసింది. వితంతు వివాహాలు ప్రోత్సహించటం, బాల్య వివాహాలు నిరసించటం, స్త్రీ విద్యావశ్యకతని గుర్తించటం, మూఢాచారాలను పారద్రోలటం వంటి భావాలు ప్రజాచైతన్యానికి మూలమని భావించి, సాహిత్యంద్వారా సమాజాన్ని ప్రక్షాళనం చేయ బద్ధకంకణుడయ్యాడు చిలకమర్తి. వారి నవలలు, నాటకాలు, కథలు, ప్రహసనాలు మొదలైనవన్ని ప్రతిబింబించింది సంస్కరణ భావపరంపరలనే. ఆంధ్రసాహిత్యలోకం మహాకవి సూరదాస్‌తోనూ, ఆంగ్లకవి మిల్టన్‌తోనూ చిలకమర్తిని పోల్చారు. చూపు తక్కువగా వున్నా, అంతర్నేత్రంతో భవిష్యద్దర్శనం చేసిన క్రాంతదర్శి చిలకమర్తి. బహుసామాన్య కుటుంబంలో జన్మించినా మహోన్నతమైన వ్యక్తిత్వాన్ని పెంచుకున్న మహామనీషి చిలకమర్తి. తెలుగు సాహిత్యలోకంలో కళాప్రపూర్ణ చిలకమర్తి లక్ష్మీనరసింహంగారు వైతాళికుడు. అటువంటి గొప్ప మనీషి 17-06-1946న తెలుగునేలను విడచి పరలోకగతుడయ్యాడు.

రాజబహద్దుర్ వేంకట రామారెడ్డి
(1869-1953)

- గుడిపాటి వెంకటేశ్వర్లు

సుదీర్ఘకాలం పాటు అధికార యంత్రాంగంలో కీలకపదవులు నిర్వహిస్తూ ప్రజల ఆదరాభిమానం సంపాదించుకున్నవారు అరుదుగా ఉంటారు. ఈ కోవకు చెందిన విశిష్టమైన మనిషి రాజబహద్దుర్ వేంకట రామారెడ్డి. నిజాం ప్రభువుల ఏలుబడిలో హైదరాబాద్‌లో నగర కొత్వాల్‌గా సుదీర్ఘకాలం పాటు పని చేశారు.

అసఫ్ జాహీ వంశీయుల పాలనలో నగర కొత్వాలు పదవిని మొదట్నించి ముస్లింలే నిర్వహించారు. ఈ పదవిలో నియమితులయిన ప్రప్రథమ హిందువు వేంకటరామారెడ్డి.

కొత్వాలు పదవి నగర పోలీస్ కమిషనర్‌తో సరి సమానమైనది. ఇలాంటి పదవిని ఒక హిందువుకు అప్పగించారంటే ఆ వ్యక్తి ఎంతో సంయమనం, దీక్షాదక్షతలున్న వ్యక్తిగా నిజాం ప్రభువు భావించి వుండాలి. ఈ విధంగా పరిగణించినందునే వేంకట రామారెడ్డిని కొత్వాలు పదవిలో నియమించారాయన. పదవీ విరమణ అనంతరం కూడా వారి పదవి కాలపరిమితిని పొడిగించారు.

తన హయాంలో కొత్వాలుగా ఈయన అందించిన సమర్థవంతమైన సేవలు నిజాం ప్రభువుల ప్రశంసలేగాక, నాటి హైదరాబాద్ నగర, నిజాం రాష్ట్ర ఆదరాభిమానాలు చూరగొన్నాయి. అయితే కొత్వాలుగా కన్నా సేవాభావంతో, మానవీయ స్పర్శతో ఈయన చేసిన సామాజిక సేవలు అనేకం. ఆ కారణంగానే వేంకట రామారెడ్డికి తెలుగువారిలో ప్రత్యేకమైన స్థానం వుంది.

ఒక సామాన్యమైన స్థాయి నుంచి ఎదిగి వచ్చి వినయంగా, దయగా వుంటూ బీదసాదల పట్ల సానుభూతితో వ్యవహరిస్తూ అహర్నిశలు వారి మంచి కోసం పనిచేయడం చెప్పుకోదగిన అంశం. ముఖ్యంగా నిరంకుశ నైజాం ప్రభువుల ఏలుబడిలో పనిచేసినా, ప్రజాసేవా పరాయణునిగా ప్రసిద్ధులవడం విశేషం. విద్యారంగం వ్యాప్తికి వీరు చేసిన కృషి అపురూపమైంది. విద్యాసంస్థల వసతి గృహాల ఏర్పాటు ద్వారా వేంకట రామారెడ్డి అందించిన సేవలు ఈనాటికీ ఫలాలనిస్తున్నాయి. హైదరాబాద్‌లో వున్న రెడ్డి హాస్టల్ వ్యవస్థాపనకు ఈయనే శ్రీకారం చుట్టారు. ఆయన పాదువేసిన విద్యాసంస్థల సేవలు ఈతరం వారు కూడా అందుకుంటున్నారు. అంతేగాక నాటినించి నేటివరకు కొత్వాలుగా ఆయన మాదిరిగా సేవలు అందించినవారు లేరంటే అతిశయోక్తి లేదు. ఈవిధంగా ఆయన జీవితం స్ఫూర్తిదాయకమైంది. తెలుగువారికి ఘనమైన సేవలు అందించిన ప్రముఖులలో వారు చిరస్థాయిగా నిలిచిపోయారు. మరి ఇలాంటి అరుదయిన

వ్యక్తి జీవితంలో ఎదిగిన తీరు గమనిస్తే వారిలోని విశిష్టమైన గుణాలు ఎన్నో కనిపిస్తాయి. అనేక ఒడిదుడుకుల్ని ఎదుర్కొని ప్రయాణించిన తీరు విస్మయం గొల్పుతుంది. అంతేగాక ఆగిపోవడం ఎరుగని ధీరువు ఆయన. అరవై ఏళ్ళ వయసులో నగరానికి రానున్న ఇంగ్లాండ్ యువరాజుతో మాట్లాడటానికి పట్టుబట్టి ఆంగ్లం నేర్చుకున్నారంటే వారి పట్టుదల, అనుకున్నది సాధించి తీరాలన్న ప్రగాఢవాంఛ ఎంత బలీయమైనదో అర్థం చేసుకోవచ్చు. ఇలాంటి వ్యక్తి జీవనయానంలో అనేక మలుపులున్నాయి. ఆసక్తికరమైన సంగతులున్నాయి. ప్రముఖుల, పామరుల ప్రశంసలు అందుకున్న ఆయన జీవితం నుంచి నేర్చుకోదగిన అంశాలు అనేకం ఉన్నాయి. కనుకనే వారి జీవనయానం ఆసక్తిదాయకమైంది.

జననం, బాల్యం :

మహబూబ్‌నగర్ జిల్లా వనపర్తి సంస్థానంలోని రాయణిపేట గ్రామంలో 22 ఆగష్టు 1869లో సామాన్య కుటుంబంలో జన్మించారు వేంకట రామారెడ్డి. తల్లి బారమ్మది రాయణిపేట గ్రామం. తండ్రి కేశవరెడ్డి. వీరిది గద్వాల. వీరి ఇంటి పేరు పాశమువారు. వీరి గోత్రం పేరు 'ముదునోళ్ళ'. రెడ్లలోని ప్రాచీన శాఖలు అనేకం వున్నాయి. వీరిది మోటాటి శాఖ. కాగా వేంకట రామారెడ్డి పుట్టిన మూడోరోజున తల్లి బారమ్మ చనిపోయింది. దీనితో అతడిని అమ్మమ్మ కిష్టమ్మ పెంచింది. కనుక తల్లి గారి గ్రామమైన రాయణిపేటలోనే వేంకట రామారెడ్డి చిన్నతనం గడిచింది. భార్య చనిపోయిన కొన్నాళ్ళ తర్వాత కేశవరెడ్డి బారమ్మ సొంత చెల్లెలు జానమ్మను పెళ్ళి చేసుకున్నారు. కానీ వేంకట రామారెడ్డి మాత్రం అమ్మమ్మతో రాయణిపేటలో ఉండిపోయారు. అక్కడే చదువుకున్నారు. వీరి మేనమామ విలియం వహాబు రెడ్డి ప్రభావం ఇతనిపై వుంది. నాడు వనపర్తి సంస్థానాన్ని పాలించే రామేశ్వరరావుబహద్దురు గారి మేనల్లుడు విలియం వహాబు. ఇతని అసలు పేరు శాయిరెడ్డి. కానీ ఆంగ్ల విద్యా ప్రభావం చేత నాడు ఆంగ్లం బోధించే ఒక ఇంగ్లీషు ఫాదరు విలియం అని పేరు పెట్టారు. తర్వాత దాని పక్కన వహాబు అనే ముస్లిం పదాన్ని చేర్చుకున్నారు. ఈవిధంగా విలియం వహాబు అయ్యారు. వీరి ప్రోత్సాహం, వీరితో వుండే సాన్నిహిత్యమే వేంకట రామారెడ్డి జీవితాన్ని తీర్చిదిద్దింది. తొమ్మిదేళ్ళ వయసు వచ్చే వరకు రాయణిపేట గ్రామంలోనే చదువుకున్నారు. నాడు చదువుకునే వారి సంఖ్య తక్కువ. నిజాం రాష్ట్రంలో విద్యావ్యాప్తి తక్కువ. తెలుగు పాఠశాలలను ఆసక్తి వున్న గ్రామస్థులే ఏర్పాటు చేసుకునేవారు. ఆవిధంగా ఏర్పడిన బడిలో భట్రాజో, నంబియో, చాత్తానియో, జంగమో బడిపంతులుగా వుండేవారు. బడిలో తొలుత ఓనమాలు నేర్పేవారు. అలాగే ఎక్కాలు, బట్ల వెరసులు, గిద్దల వెరసులు చెప్పేవారు. లెక్కలు, కూడికలు, తీసివేయుట, వడ్డిలెక్కలు కట్టుట, పద్యాలు బట్టీపట్టడం, రాయడం, ఉత్తరాలు చదవడం వుండేవి. వీటితోపాటుగా పెద్దబాలశిక్ష, సుమతి శతకం, నృసింహ శతకం, భాగవతం, భారతం చదవటం ముఖ్యంగా వుండేవి. ప్రాథమిక విద్యాభ్యాసానికి ఇవే కీలకం. ఈరకమైన పాఠశాలలో రెడ్డిగారు తొమ్మిదో సంవత్సరం వరకు

చదువుకున్నారు. కట్టె పలకలపై అక్షరాలు నేర్చుకున్నారు. కాగితాల వాడకం లేదు. తొలుత నేర్చుకున్న ఈ తెలుగు వారి జీవితమంతా వెన్నంటివుంది.

తన తొమ్మిదో యేట రాయణిపేటకు సుమారు ఏడు మైళ్ళ దూరంలో వున్న వనపర్తికి తదుపరి విద్యాభ్యాసం నిమిత్తమై వేంకట రామారెడ్డి వచ్చారు. అక్కడ తెలుగుతోపాటు ఉర్దూ నేర్చుకున్నారు. నాడు నిజాం రాష్ట్రాన ఉర్దూ అధికారభాష. చదువులు కూడా ఆ భాషలోనే వుండేవి. కనుక పట్టణాల్లోని పాఠశాలల్లో ఉర్దూ మాధ్యమంలో చదువులు తప్పనిసరి. తొమ్మిదో ఏట నుంచి పన్నెండు ఏళ్ళు వచ్చేవరకు చదువు సాగించారు. అలాగే ఇదే కాలంలో పార్సీలో 'కరీమా' అనే చిన్న గ్రంథాన్ని పూర్తిచేశారు. వనపర్తిలో ప్రచండుడయిన మౌల్వీసాహెబు దండిస్తూ పాఠాలు చెప్పేవారు. అయినా వారి దగ్గర శ్రద్ధగా చదివారు.

వేంకట రామారెడ్డి చదువునకు అండదండలుగా నిలిచిన వారు మేనమామ విలియం వహాబు. వారు నాడు పోలీసుశాఖలో ఉద్యోగం చేసేవారు. శక్తిసామర్థ్యాలు మెండుగా వున్నందున జిల్లా పోలీసు ప్రధానాధికారి (సదరు మొహతెమీం) స్థాయికి త్వరగా చేరుకున్నారు. రాయచూరు జిల్లాలో జిల్లా పోలీసు ప్రధానాధికారిగా పనిచేస్తున్న కాలంలో తన కుమారునితోపాటు వేంకట రామారెడ్డిని రాయచూరు తీసుకెళ్ళారు. అక్కడ పన్నెండో సంవత్సరం నుంచి పదహారో ఏడు వచ్చేవరకు చదువుకున్నారు. రాయచూరులో ఉర్దూ, పార్సీ భాషల్లో పాఠాలు చదివారు. అలాగే తెలుగు కూడా ఒక టీచరు వద్ద శ్రద్ధగా నేర్చుకున్నారు. నాలుగేళ్ళపాటు రాయచూరులో చదవడం వల్ల కన్నడం, మరాఠీ భాషలు కూడా మాట్లాడటం అలవడ్డాయి. రాయచూరులో విలియం వహాబు అకస్మాత్తుగా చనిపోవడంతో రెడ్డి గారి పరిస్థితి అగమ్యగోచరమైంది. కుటుంబ వ్యవహారాల్లో చిక్కులు ఏర్పడ్డాయి. దీనితో వహాబు కుటుంబం రాయణిపేటకు తరలిపోవాల్సివచ్చింది. తిరిగి ఆ గ్రామం వెళ్ళడం రెడ్డిగారికి ఇష్టం లేదు. కానీ తప్పేట్టు లేదు. చాలా దిగులు కలిగింది. ఎవరూ చూడకుండా దుఃఖించేవారు. అక్కడ వృద్ధుడయిన ఒక మౌల్వీ దగ్గరకు వెళ్ళి ఏడుస్తుండగా అతను ఓదార్చి నీకు అంతా మంచే జరుగుతుందని ఓదార్చారు.

ఆయన చెప్పినట్టుగానే రెడ్డిగారి జీవితం మలుపు తిరగడానికి అవసరమైన ఘటన చోటు చేసుకుంది. వహాబు కుటుంబం తరలిపోయేటప్పుడు కొత్తగా నియమితులైన జిల్లా పోలీసు ప్రధానాధికారి నజర్ మహమ్మద్ ఖాన్ వారి ఇంటికి వచ్చాడు. అక్కడ రెడ్డిగారిని ఇంతకుముందు చూశారు. కనుక వేంకట రామారెడ్డిని తనవద్ద వుంచి వెళ్ళండని, అతనికి ప్రభుత్వ ఉద్యోగం ఇప్పించి వృద్ధిలోకి తీసుకొస్తానని చెప్పారు. ఈ ఘట్టమే వేంకట రామారెడ్డి జీవితంలో ప్రధానమైంది.

ఉద్యోగం:

తదనంతరం కొన్నాళ్ళకు రెడ్డిగారిని తీసుకొని హైదరాబాద్ వచ్చారు. అక్కడ జార్జి రఘునాథరెడ్డి గారింటిలో వుంచారు. వీరు కూడా వేంకట రామారెడ్డి బంధువులు. రఘునాథ

రెడ్డి ఎంతో పైరవీ చేశాక పదిహేడో ఏట పోలీస్ అమీనుగా ఉద్యోగం లభించింది. నాడు ఆరంభవేతనం అరవై రూపాయలు. గుర్రం వ్యయానికి ఇరవై రూపాయలు. రాయచూరు జిల్లాలోని ముదగల్లు పోలీస్ స్టేషన్‌లో నియమించారు. నాడు ముదగల్లు తహసీల్దారు 'మౌల్వీ షాభాఖీ సాబ్' విలియం వహబుకు మంచి మిత్రులు. రెడ్డిగారు వారి మేనల్లుడని తెలియడంతో అతడిని తన చెంతకు పిలిపించుకున్నారు. కచేరీ వ్యవహారాలు సాగించేటప్పుడు తన వద్దనే కూర్చోబెట్టుకొని అనేక విషయాలు చెప్పేవారు. ఒకరకంగా ఈయన రెడ్డిగారికి గురువుగా వ్యవహరించారు. రాతకోతల వ్యవహారాలు నేర్పించారు. ఉర్దూ, పార్సీ భాషల్లో పట్టు అలవడేట్టుగా పాఠాలు బోధించారు. ఆ భాషల్లోని కవితా మాధుర్యాన్ని వినిపించారు. వీరి ప్రోత్సాహం, ప్రేరణ కారణంగా ఉర్దూ సాహిత్యంలోని ప్రముఖ కవుల పుస్తకాలనేకం చదివారు. ముదగల్లులో పనిచేసిన రెండేళ్ళకాలంలో భాషాసాహిత్యాల అధ్యయనం ఆయన వ్యక్తిత్వానికి సొబగును తెచ్చిపెట్టింది.

ముదగల్లు నుంచి రాయచూరు జిల్లాలోనే యాద్‌గీరు స్టేషన్‌కు బదిలీచేశారు. యాద్గీరులో వున్న కాలంలో హిందూ ముస్లింల మధ్య చెలరేగిన మత కలహాలు త్వరలో ఉపశమించేట్టు కృషి చేశారు. అక్కడ వీరు చూపిన చొరవ, నేర్పు, తెలివైన వ్యవహారసరళి కారణంగా ఉభయ వర్గాల మధ్య వైరం సమసిపోయింది. అప్పటికే న్యాయ శాస్త్ర పరీక్ష కోసం చదివారు. పరీక్షల్లో ఉత్తీర్ణులు కాలేకపోయారు. కానీ ఆ చదువు ఆయనకు అనేక విధాల ఉపకరించింది. యాద్గీరు నుంచి కల్వకుర్తి తాలూకాకు, తర్వాత మహబూబ్ నగర్ జిల్లాకు ఆయన్ని మార్చారు. కల్వకుర్తిలో బందిపోట్ల దొంగల ఆగడాలను అణచివేయడంలో వీరు చురుకుగా వ్యవహరించడంతో జిల్లా పోలీసు అధికారుల ప్రశంసలు, ప్రోత్సాహకాలు అందుకున్నారు. ఇదే క్రమాన కొన్నాళ్ళు ఇందూరు, తర్వాత కరీంగనర్ జిల్లాల్లో పనిచేశారు.

కరీంనగర్ జిల్లా పోలీస్ స్టేషను అధికారిగా వున్నప్పుడు ఉన్నతాధికారుల ఆదరాభిమానాలు చూరగొన్నారు. స్టేషన్ నిర్వహణలో క్రమశిక్షణ పాటించడం, పోలీసుల విధివిధానాల్లో ఒక పద్ధతిని ఏర్పాటు చేయడం వల్ల నాటి జిల్లా పోలీసు సర్వాధికారిగా వున్న హెంకిన్ అనే ఆంగ్లేయుని మెప్పు పొందారు. సాధారణంగా ఆయన ఎవరినీ అంత సులువుగా మెచ్చరు. కానీ వేంకట రామారెడ్డి క్రియాశీలతని గమనించి అనేకసార్లు ప్రశంసిస్తూ, ఇతర అధికారులు అతన్ని ఆదర్శంగా తీసుకోవాలని సూచిస్తూ ఆదేశాలు జారీచేశారు. రెడ్డిగారు కష్టించి పనిచేయడంలో ఎప్పుడూ ఆయన ముందుండేవారు. తన సిబ్బందిని ఉత్సాహపరిచేవారు. ఏ విషయమైనా మొహమాటం లేకుండా మాట్లాడేవారు. కచ్చితంగా వ్యవహరిస్తూనే అవసరమైన చోట దయగా ఉండేవారు. కనుకనే అధికారులతోపాటు సిబ్బంది ప్రేమను పొంద గలిగారు.

ఉద్యోగ సోపానాలు :

తర్వాత కాలంలో వేంకట రామారెడ్డి లింగసూగూరు జిల్లాకు తాత్కాలిక జిల్లా పోలీసు ప్రధానాధికారిగా నియమితులయ్యారు. కొన్నాళ్ళ తర్వాత గుల్బర్గా జిల్లా పోలీస్ అధికారిగా

నియమితులయ్యారు. అక్కడ్నించి నిజామాబాద్ జిల్లాకు బదిలీ చేయగా అక్కడ మూడున్నర సంవత్సరాలు పనిచేశారు. నాడు ప్లేగు వ్యాధిని అరికట్టడంలో, మతకల్లోలాలు చెలరేగకుండా శాంతిభద్రతల్ని కాపాడటంలో ఆయన విశేష కృషి చేశారు. ఇరు మతాలవారితో చర్చలు జరిపి ప్రశాంత పరిస్థితులు నెలకొల్పారు. ఆనాడు బ్రిటీషిండియాలో మతఘర్షణలు చెలరేగుతుండగా నిజామాబాద్ జిల్లా ఆ ప్రభావాలకు దూరంగా నిలవడానికి రెడ్డిగారు చేసిన కృషి దోహదపడింది. ఇక్కడ చేసిన కృషిని మెచ్చి ఔరంగబాద్ జిల్లా పోలీసు అధికారిగా బదిలీచేశారు. బాలగంగాధర్‌తిలక్ స్వాతంత్ర్యోద్యమం, వందేమాతరం ఉద్యమం ఉధృతంగా సాగుతున్న రోజులవి. బొంబాయికి దగ్గరగా వున్నందున ఔరంగాబాద్ జిల్లాపై వాటి ప్రభావం ఎక్కువ. మరోవైపున హిందువులు కల్లోల మనస్కులై వున్నారు. అయినప్పటికీ సామరస్యంగా సమయస్ఫూర్తితో వ్యవహరించినందుకు ఔరంగాబాద్ జిల్లా హింసాత్మకం కాకుండా నిలిచింది. నిరసన ఆందోళనలు హింస దాల్చకుండా సజావుగా ఉన్నాయి. ఔరంగాబాద్ నుంచి వరంగల్ జిల్లాకు బదిలీ కాగా అక్కడ ఏడాదికి పైగా పనిచేశారు. ఆ తర్వాత అత్రాపుబల్దా జిల్లాకు బదిలీ అయ్యింది. హైదరాబాద్ నగరానికి చుట్టూ వున్న గ్రామాలతో కూడిన జిల్లాను అత్రాపుబల్దా జిల్లా అనేవారు. ఇక్కడ ఉద్యోగం చేయడమంటే నిరంతరం నిజాం ప్రభువుల పరిశీలనలో వున్నట్లే లెక్క. అయినప్పటికీ బాధ్యతాయుతంగా వ్యవహరిస్తూ తన పనులు తాను చేశారు రెడ్డిగారు. ఆనాడు కొందరు అరబ్బులు దోపిడీ దౌర్జన్యాలతో ఇష్టారాజ్యంగా వ్యవహరించేవారు. తమని అడ్డుకోవటానికి ప్రయత్నించినవారిని సహించలేకపోయేవారు. ఇలాంటివారిని చక్కదిద్ది, వారి ఆగడాల్ని అరికట్టడంలో వేంకట రామారెడ్డి గారు ధైర్యంగా వ్యవహరించారు. ఇక్కడ పోలీస్ అధికారిగా వ్యవహరించిన తీరు మంచిపేరు తెచ్చిపెట్టింది. తర్వాత కాలాన హైదరాబాద్ కొత్వాలుగా నియమితులయిన ఇమాద్జంగు బహద్దూర్ తనకు సహాయంగా ఉండటానికి రెడ్డిగారిని పిలిపించుకున్నారు. సహాయ కొత్వాలుగా నియామకం చేశారు. హైదరాబాద్ కొత్వాలు కావడానికి ముందు ఈ ఉద్యోగ నిర్వహణ చక్కని అనుభవాన్ని ఇచ్చింది. నగర పోలీస్ శాఖలో సంస్కరణలకు శ్రీకారం చుట్టారు. వీరి సూచనల్ని నాటి ప్రభుత్వం ఆమోదించింది. పోలీసుల పనితీరుకు సంబంధించి వీరు చేసిన మార్పులు అందరి ఆమోదం పొందాయి. ఇతని గురించి తన నివేదికలో కొత్వాలు ఇమాదుజంగు గారు ఇలా రాశారు.

"వేంకట రామారెడ్డిగారు ఈ కచ్చేరీకి వచ్చినప్పటినుండియు కచ్చేరీ సమయములందేకాక ఇతర సమయములందును అపారమైన కష్టములనుభవించి స్వయంగా పరిశీలించుచు ఏర్పాటులన్నిటిలోను లోపము లేనట్లుగా చేసియున్నారు. నేరములన్నింటి యొక్క శాఖ వీరి అధీనములోనేయున్నది. ఆ శాఖపై వీరు అతి కఠినముగా విచారణములు కావించుచుందురు. వీరు అత్యంతముగా విశ్వాసపాత్రులును, మంచి పరిశ్రమ చేయువారునై యున్నారు. వీరి మూలమున కొత్వాలీ కచ్చేరీలో సంస్కారములు కావించుటలో నాకు చాలా సహాయము కలిగినది."

దీనిని బట్టి రెడ్డిగారు ఎంతటి నిబద్ధతతో, నిజాయితీతో వ్యవహరించేవారో అర్థం చేసుకోవచ్చు. ఇమాద్జంగు విధి నిర్వహణలో ఉండగానే చనిపోయారు. కొన్నాళ్ళకు తాత్కాలిక నగర కొత్వాలుగా వేంకట రామారెడ్డి నియమితులయ్యారు. హైదరాబాద్ నగర చరిత్రలో కొత్వాలు పదవిని చేపట్టిన ప్రప్రథమ హిందువుగా రెడ్డిగారు విఖ్యాతినొందారు. నగర పోలీస్ కమీషనర్‌తో సమానమైన ఈ పదవిని నిర్వహించడానికి ఎంతో ప్రతిభ, చతురత, సామర్థ్యం, ధైర్యసాహసాలు అవసరం. పోలీసు అధికారిగా తనకు సర్వ అధికారులున్నా, వాటిని ప్రయోగించడంలో పొరపాట్లు వస్తే అవమానాలు, అగచాట్లు తప్పవు. కత్తిమీద సాములాంటి ఈ విధి నిర్వహణలో తనదైన శైలిని అనుసరించారు రెడ్డిగారు. అటు ప్రభువులు నొచ్చుకోకుండా, ఇటు నగర ప్రజలు ఇబ్బంది పడకుండా వ్యవహరించడంలో కొత్వాలుగా ఆయన సఫలీకృతులయ్యారు.

రెడ్డిగారి వ్యవహార శైలి:

బ్రిటీషిండియాలోని నగర పోలీసు కమిషనర్ పద్ధతుల ననుసరించి ఇక్కడి కొత్వాలు విధి నిర్వహణ వుండేది. అయితే తనదయిన శైలిలో కొత్వాలు పదవికి వన్నెతెచ్చారాయన. ఆనాడు కొత్వాలు పేరు చెబితేనే సగం ప్రాణం పైకెగిరిపోయేది. వారి చేతులలో పడినవారు తిరిగి బయటపడ్డారంటే పునర్జన్మ ఎత్తారని అనుకునేవారు. వారికి కోపం వచ్చిందంటే నాశనం చేసి తీరుతారని భీతి చెందేవారు. జనం పట్ల వారు అంత కఠోరంగా వుండేవారు. ఇదంతా రెడ్డిగారు పదవిలోకి రాకముందు వున్న పరిస్థితి, కానీ "రెడ్డిగారు శాంతమూర్తులై సర్వ ప్రజానురంజకులై ముఖ్యముగ బీదవారియందు అపారమైన దయగలవారై తమ ఉద్యోగకాలమును గడిపిరి" అని వేంకట రామారెడ్డి గురించి రాసిన జీవిత చరిత్రలో సురవరం ప్రతాపరెడ్డి పేర్కొన్నారు. పోలీసు అధికారులు శాంతమూర్తులుగా కనిపించడమనేది నాటికి అరుదయిన విషయం. కానీ వీరి వ్యవహారశైలి మొదట్నించి విలక్షణమైంది.

పదవిలోకి రాగానే పోలీసుశాఖలో అనేక మార్పులు చేశారు. పోలీసులకు డ్రెస్ కోడ్‌ను ఏర్పాటు చేసి, దానిని కచ్చితంగా అమలు జరిపారు. ఏ విషయమైనా స్వయంగా విచారించి నిర్ధారించుకున్నాకనే తగినచర్యల కోసం ఆజ్ఞాపించేవారు. చెప్పుడు మాటలు వినకుండా తనకుతానుగా నిర్ధారించుకోడం వల్ల ఎక్కువ సమయం పని చేయాల్సి వచ్చేది. అయినా రాత్రి పగలు అని లేకుండా నిరంతరం కష్టపడేవారు.

కాగా, రెడ్డిగారు కొత్వాలు పదవిని స్వీకరించే నాటికి నిజాం రాష్ట్రంలో పరిస్థితులు భిన్నంగా వున్నాయి. బ్రిటీషిండియాలోని ఆందోళనల, ఉద్యమాల ప్రభావం ఇక్కడ కూడా పొడసూపింది. అక్కడి సహాయ నిరాకరణోద్యమం, గాంధీగారి సత్యాగ్రహం ఇక్కడివారిని ఆలోచింపజేస్తున్న రోజులవి. అలాంటి సందర్భంలోనే ఖిలాఫతు సమస్య తలెత్తింది. ఖిలాఫత్ సంఘంవారు అహమ్మదాబాదు నుంచి హైదరాబాద్ వచ్చి ప్రచారం చేసి వేలాదిమందితో కోఠీలోని

రెసిడెన్సీ (ప్రస్తుతం ఉమెన్స్ కాలేజీ భవనం)పై బడి అల్లర్లు చేశారు. ఈ విషయం తెలిసిన వేంకట రామారెడ్డి అక్కడికి చేరుకున్నారు. శాంతంగా ఉండాల్సిన అవసరాన్ని ప్రజలకు ప్రబోధిస్తూ సర్దిచెప్పి గుంపు చెదిరిపోయేట్టుగా చేశారు. ఆ తర్వాత అహమ్మదాబాద్ నుంచి వచ్చినవారిని రాష్ట్రం నుంచి బయటికి పంపించారు. తర్వాత తిరిగి ఖిలాఫత్‌కు సంబంధించిన అల్లర్లు జరగకుండా చూశారు. నవాబులు, రాజులకు ఇలాంటి అల్లర్ల బెడద ఇష్టం ఉండదు. వాటిని బలవంతంగానైనా అణచివేయాలన్న అభిప్రాయం ఉండేది. కానీ అన్నిటికీ దండనే మంత్రంగా రెడ్డి గారు భావించేవారు కాదు. అప్పటికే నగరంలో అరబ్బులు, మరి కొందరు ఇతర జాతులకు చెందిన కొందరు బలవంతులు దౌర్జన్యాలకి పాల్పడేవారు. వారి విషయంలో కఠినంగా వ్యవహరించారు. ముఖ్యంగా వీరి హయాంలో హిందూ ముస్లింల మధ్య మత కలహాలు చెలరేగకుండా వ్యవహరించిన తీరు చెప్పుకోదగినది. గుల్బర్గా లాంటి ప్రాంతాల్లో మతకల్లోలాలు చెలరేగినా వాటి ప్రభావం హైదరాబాద్ నగరం మీద పడకుండా జాగ్రత్త పడ్డారు.

గణపతి నవరాత్రుల సందర్భంగా జరిగే ఊరేగింపులో ప్రతి ఏడాది ఏదో ఒక ఘర్షణ జరిగేది. కానీ వీరి హయాంలో గణపతి నవరాత్రులు అవిఘ్నంగా జరిగాయి. ఒక్కసారి మాత్రమే ఒక పోలీస్ అధికారి వల్ల కొంత గొడవ జరిగినా, తను స్వయంగా జోక్యం చేసుకొని సద్దుమణిగేలా చేశారు. వీరు కొత్వాలుగా వున్నంతకాలం గణేష్ నవరాత్రులు శాంతియుతంగా జరిగాయి. హిందువు అయినా ముస్లింల మనసుల్ని గెలుచుకున్నారు. బక్రీద్ వంటి పండగ సందర్భాలలో ముస్లింలకీ, లోధీ హిందువులకీ మధ్య ఘర్షణలు జరిగే సూచనలు కనిపించగానే నేర్పుగా వ్యవహరించి శాంతిని నెలకొల్పారు. అధికార దర్పాన్ని ప్రదర్శించకుండా ఆయా సందర్భాలకు అనుగుణంగా హిందూ ముస్లిం మతాలకు చెందిన పెద్దలతో సంభాషించేవారు. ఘర్షణల మూలంగా ఒనగూరే ప్రయోజనం ఏదీ లేదని వారికి చెబుతూ శాంతిగా ఉండటం ప్రజలకు ఏవిధంగా ఉపకరిస్తుందో వివరించేవారు. పోలీసు జవానులు మితిమీరి వ్యవహరించడాన్ని సహించలేకపోయేవారు. నేరస్థుల యెడల కఠినంగా వుంటూనే సామాన్య ప్రజలు న్యాయం కోసం నిర్భయంగా తన వద్దకు వచ్చే పరిస్థితుల్ని కల్పించారు. కొత్వాలు దగ్గరకు వెళితే తమ సమస్య పరిష్కార మవుతుందన్న నమ్మకంతో ఆయన కచేరీ (కార్యాలయం)కి చాలామంది వచ్చేవారు. అయితే హంతకులు, గజదొంగలు, దోపిడీగాండ్ర విషయంలో కఠినంగా, గాంభీర్యంగా వుంటూ వారికి తగిన శిక్ష పడేలా చేయడంలో కచ్చితమైన వైఖరిని అనుసరించేవారు. దావూద్ అనే గజదొంగను నిర్బంధించి దండించడంలో ఆయన నిర్ణయాత్మకంగా వ్యవహరించారు. ప్రజలతో పోలీసులకు మైత్రీ సంబంధాలు ఉండాలని ఈనాటి పోలీసులు అప్పుడప్పుడు చెప్పే మాటలు వింటుంటే నగర కొత్వాలుగా నాడు రెడ్డిగారు నిర్వహించిన గొప్పనైన పాత్ర గుర్తుకొస్తుంటుంది. మాన్యులేకాదు సామాన్యులు కూడా కొత్వాలు కార్యాలయానికి ఏ పోలీసు అడ్డంకి లేకుండా వెళ్ళే అవకాశం ఉండేది. చిన్నచిన్న తగాదాల కారణంగా కోర్టుకు వెళ్ళలేనివారు స్వయంగా కొత్వాలును ఆశ్రయించి సమస్యల్ని చెప్పుకొనేవారు. సమస్య తీవ్రతని పరిశీలించి,

తన చేతిలో వుంటే పరిష్కరించేవారు. పోలీసువారికి సంబంధంలేని విన్నపాల్ని కూడా విని తనకు తోచిన సలహాలు ఇచ్చి సంతృప్తిపరిచేవారు. తమకు సంబంధంలేని విషయమంటూ ఎవరినీ తిప్పి పంపలేదు. తన పరిధిలో వున్నంతవరకు తోడ్పాటును అందించే గుణం ఆయనలో ఉంది. ముఖ్యంగా పేదల విన్నపాల్ని, ఫిర్యాదుల్ని శ్రద్ధతో పరిశీలించి న్యాయం చేయడానికి ప్రయత్నించేవారు. ఈ స్వభావమే ఆయనకి మన్నన తెచ్చిపెట్టింది.

శాంతిభద్రతలను కాపాడుతూ ప్రజల ఆదరాభిమానాలను చూరగొనగానే సరిపోదు, అంతకుమించి నిజాం ప్రభువుల సంతృప్తినీ, సమ్మతినీ పొందాలి. ఈ విషయంలోనూ రెడ్డిగారు విజయం సాధించారు. నిజాం ప్రభువుల ఏలుబడిలో నగర కొత్వాలు అంటే నిజాంకి మొదటిబంటు, ప్రతిరోజు ఆయన్ని కలిసి నగర పరిస్థితి తెలియజేయాలి. వారి ఆజ్ఞలని శిరసావహించి అమలుచేయాలి. ఎవరిని మెప్పించినా ఏలికల్ని మెప్పించటం అంత సులువు కాదు. కానీ వేంకట రామారెడ్డిగారు ఈ విషయంలో సఫలమయ్యారు. తొలుత రెండు మూడు రోజులకొకసారి నిజాం ప్రభువును కలిసేవారు. తరువాత రోజుకు రెండుమూడు సార్లు వెళ్ళేవారు. నగరానికి కొత్త రెసిడెంట్లు, వైస్రాయిలు వచ్చినపుడు దేవిడీలో నిర్వహించే విందులకు సబంధించిన ఏర్పాట్లు స్వయంగా చూసుకునేవారు. నగరానికి మహాత్మాగాంధీ, వేల్స్ యువరాజు వచ్చిన సందర్భాలలో వీరి సేవలు అందరి మన్ననలు అందుకున్నాయి.

వేల్స్ యువరాజు పర్యటన :

ముఖ్యంగా వేల్స్ యువరాజు నగరానికి వచ్చి అయిదురోజుల పాటు పర్యటించినప్పుడు ఎలాంటి గడబిడలు జరగకుండా చూసుకున్నారు. ఆనాడు బ్రిటిషిండియాలో యువరాజు పర్యటన పట్ల నిరసన ఆందోళనలు వెల్లువెత్తాయి. కానీ హైదరాబాద్‌లో అలాంటి సంఘటనలు జరగకుండా కట్టుదిట్టమైన ఏర్పాట్లు చేశారు. అంతేగాక యువరాజుతో మాట్లాడటానికి గాను ఏడాది ముందు నుంచి ఆంగ్లభాషని ప్రత్యేకంగా నేర్చుకున్నారు. అర్ధరాత్రిళ్ళు మేల్కొని ఆంగ్లంలో మాట్లాడటాన్ని ప్రాక్టీసు చేశారు. అప్పటికి ఆయనకు అరవై ఏళ్ళు. అయినా ఆ వయసులోనూ దుబాసీలు అవసరం లేకుండా యువరాజుతో స్వయంగా ఇంగ్లీషులో మాట్లాడాలనే తపనతో ఆంగ్లం నేర్చుకున్నారు. విధి నిర్వహణ పట్ల ఆయనకు వున్న నిబద్ధతకిది తార్కాణం.

యువరాజు నగర పర్యటన ఎలాంటి అవాంతరం లేకుండా సాఫీగా జరిగేందుకు కట్టుదిట్టమైన ఏర్పాట్లు చేశారు. హైదరాబాద్‌లో అడ్డంకులు ఏర్పడకుండా పర్యటన సాఫీగా సాగేలా చూసినందుకు వేల్స్ యువరాజు ఆయన్ని అభినందించారు. అంతేగాక పెద్ద వెండిసిగార్ కేసును బహూకరించారు. 1913లో వైస్రాయి ఆగమన సందర్భంలోనూ వారు చేసిన ఏర్పాట్లు ఆశ్చర్యం గొలిపాయి. ప్రభువుల యెడలనే కాదు ప్రజల యెడల కూడా సామరస్యంతో వ్యవహరిస్తూ సమస్యల పరిష్కారానికి కృషి చేశారు. సికిందరాబాద్ రైల్వే లాలాగూడ కార్యాలయంలో

వేలాదిమంది కూలీలు జీతం పెంపు కోసం చేసిన సమ్మె సావధానంగా పరిష్కారం కావడానికి వీరి చొరవనే తోడ్పడింది. అలాగే వందేమాతర ఉద్యమకాలంలో ఆందోళన హింసారూపం దాల్చకుండా శాంతియుతంగా జరగడానికి కారణమయ్యారు. ఇలాంటి అనేక ఉదంతాలు పాలకుల్లోనూ, ప్రజల్లోనూ రెడ్డిగారి పట్ల ఆదరాభిమానాలు మెండుగా నెలకొనడానికి కారణమయ్యాయి. వీరి సేవలకు మెచ్చి 1921లో 'రాజబహద్దుర్' బిరుదాన్ని నిజాం ప్రభుత్వం ప్రదానం చేసింది. అలాగే బ్రిటీష్ ప్రభుత్వం జార్జి చక్రవర్తిచే 1931లో ఓ.బి.ఇ (ఆర్డర్ ఆఫ్ బ్రిటీషు ఎంపైర్)ని ప్రకటించింది. నిజాం ప్రభుత్వం వీరి పదవీకాలం ముగిసినా మరల దానిని పొడిగించింది. నిజాయితీగా వీరు అందించిన సేవలకు గుర్తింపుగా లభించిన సత్కారమది.

సద్గుణ సంస్కారం :

రెడ్డిగారికి ఆంగ్ల విద్యాపరిచయం పెద్దగా ఏమీ లేదు. అలాగే పాశ్చాత్య దేశాల్లో ఆధునిక పోలీసు పద్ధతులలో ఎలాంటి శిక్షణ పొందలేదు. రాజ్యాంగ శాస్త్రాల్ని పెద్దగా అధ్యయనం చేసినవారు కాదు, అయినప్పటికీ ఏలికల్లో, ప్రజల్లో ఆదరం పొందారు. ఇది ఒక పోలీస్ అధికారి సాధించిన మహత్తర విజయం. ఇదెలా సాధ్యమైందంటే – గోలకొండ పత్రికలో సురవరం ప్రతాపరెడ్డి రాసిన వ్యాసంలోని ఈ వాక్యాలే ఇందుకు సమాధానం : "ఆధునిక విద్యావంతులలో మంచితనము, పరోపకారబుద్ధి లేవని చెప్పనుగాని, వేంకటరామారెడ్డి గారికి ఆధునిక నాగరికత విశేషముగా అబ్బక పోవడం మీదనే వారిలో అధికముగా కనిపించే ప్రాచీనుల నిగర్వము, సేవానురాగము, ప్రజోపయోగ కార్యనిరతి, కల్మషరహితమైన వర్తనము, సర్వజన శ్రేయోభిలాష, జయప్రదమగు పాలనము ఆధారపడి యున్నదని నా విశ్వాసము. విద్య వల్ల లభింపని యోగ్యత, సామర్థ్యము, పరిపాలనాదక్షత అనుభవం వల్ల స్వయంశిక్షణ వల్ల లభించినవి. కేవలము స్వశక్తి వలన ఉన్నతస్థితికి వచ్చిరి."

జీవితంలో క్రమశిక్షణతో వ్యవహరించిన విశిష్టమైన వ్యక్తి వేంకట రామారెడ్డి. ఆయన దినచర్య విలక్షణమైంది. రెడ్డిగారు ఉదయం అయిదు గంటలకే నిద్ర లేచేవారు. పత్రికలు, ముఖ్యమైన కాగితాలు, అవసరమైన గ్రంథాలు చదివేవారు. ఏడు గంటలవరకు చదువుకున్నాక కాలకృత్యాలు తీర్చుకొని స్నానం చేసి ఏకాంతంలో పరమేశ్వరుని ధ్యానించుకునేవారు. ఆ సమయాన తనకోసం వచ్చేవారికి తగిన మర్యాదలు చూపి కూర్చోబెట్టాల్సిందిగా సేవకులకు చెప్పేవారు. వారితో కలిసిపోయే సన్నిహితులు, మిత్రులయిన వారిని తేనీరు సేవించడానికి పిలిచి చెంతనే కూర్చోబెట్టుకొని సంభాషించేవారు. ఎనిమిదిన్నర గంటలప్పుడు బట్టలు వేసుకొని బయటకు వచ్చేవారు. వచ్చినవారిని ఒక్కొక్కరినే పిలిపించుకొని వారి సమస్యలు అడిగి తెలుసుకొని, తగిన సలహాలు ఇచ్చి పంపించేవారు. హిందువులు, ముస్లింలు, దళితులు, ఉన్నవారు లేనివారు ఇలా భిన్నవర్గాలకు చెందినవారు ఆయనని కలవడానికి వచ్చేవారు. పదకొండు గంటలవరకు

వారితో మాట్లాడి కార్యాలయానికి వెళ్ళేవారు. అక్కడ రెండు మూడు గంటల వరకు వుండేవారు. మధ్యాహ్నం మూడు గంటలకు ఇంటికి వచ్చి భోజనం చేసేవారు. తర్వాత ఒక గంట నిద్రపోయేవారు. తిరిగి నాలుగు, నాలుగున్నర గంటలకు లేచి, తయారయి నిజాం ప్రభువుల దర్శనార్థం వెళ్ళేవారు. అక్కడ అవసరమైనంత సేపుండి తిరిగి వచ్చేవారు. ఉద్యోగవిరమణ చేశాక రెడ్డి హాస్టలుకో, బాలికల పాఠశాలకో వచ్చి ప్రజాహిత సంస్థల కార్యకలాపాలు నిర్వహించేవారు. ఉద్యోగ సమయంలోనయితే సాయంత్రం వేళ పోలీస్ స్టేషన్లను పరిశీలించేందుకు వెళ్ళేవారు. రాత్రి తొమ్మిది గంటలకల్లా ఇంటికి చేరుకొని భోజనం కావించేవారు. తర్వాత రాత్రి పన్నెండు గంటల దాకా ముఖ్యులైనవారితో మాట్లాడేవారు. తీరికగా ఆయన సలహాలు, సూచనలు తీసుకోవాలనుకునే ప్రముఖులు ఈ సమయంలోనే ఆయన్ని కలిసేవారు. వారందరితోనూ ఆ సమయంలో సరదాగా మాట్లాడుతూ గడిపేవారు. పన్నెండు గంటలకు పడకగదికి వెళ్ళేవారు. అప్పటివరకు ఏదో విషయంలో సంభాషణలు కొనసాగేవి. పన్నెండు గంటలకు నిద్రపోతే తిరిగి తెల్లవారుజామున అయిదు గంటలకు మేల్కొనేవారు. అంటే కేవలం అయిదు గంటలు మాత్రమే నిద్రపోయేవారు. మిగతా 19 గంటలు వృత్తి ఉద్యోగాల నిర్వహణలోనో, ప్రజా సేవ కార్యక్రమాల్లోనే పాలుపంచుకునేవారు. భోజనం విషయంలో వీరు మరీ ఇష్టంగా వుండేవారు. రుచికరమైన పదార్థాలు, రకరకాల పండ్లు టేబుల్ మీద ఉండేవి. సన్నిహితులయినవారితో కలిసి భుజించేవారు. ఇష్టంగా ఎక్కువగా తినమని చెప్పేవారు. ఒక పోలీసు అధికారిగా వున్నప్పటికీ ఆయన ఎన్నడూ మద్యం ముట్టలేదు. ధూమపానం చేయలేదు. ఏ రకమైన దురలవాటు లేని నిండైన మనిషి.

సునిశిత దృష్టి :

పోలీసులు అంటే కోపంతో ఊగిపోతారని చాలామంది అనుకుంటారు. ప్రతి చిన్న విషయానికి చిరుబురులాడటం, ఆగ్రహావేశాలు ప్రదర్శించటం ఇప్పటికీ చూస్తూంటాం. కానీ తన 53 సంవత్సరాల ఉద్యోగ జీవితంలో ఆయన శాంతంగానే ఉన్నారు. ముఖ్యంగా ఆయన శాంత స్వభావి.

ఆజానుబాహుడయినందున చూడటానికి గంభీరంగా కనిపించినా మాటల్లో కటువుదనం వుండేదికాదు. విధినిర్వహణలో భాగంగా నేరస్థుల చేత నిజాలు కక్కించడానికి ఆగ్రహాన్ని ప్రదర్శించినా మామూలు సమయాల్లో దయాళువుగా ప్రవర్తించేవారు. సుదీర్ఘకాలం పోలీసు ఉద్యోగంలో వుండి నానారకాల మనుషుల్ని చూసి వుండటం మూలాన తన వద్దకు వచ్చి మాట్లాడేవారి స్వభావాన్ని వెంటనే గుర్తుపట్టేవారు. వారు నిజాలు చెబుతున్నారో, అబద్ధాలు ఆడుతున్నారో గ్రహించేవారు. తనకు మంచి అభిప్రాయాలు కలిగినవారి గురించి ఎవరైనా విరుద్ధమయిన అభిప్రాయలు వెలిబుచ్చితే వెంటనే నమ్మేవారు కాదు. నిజాలు నిర్ధారించుకునే దాకా వారి అభిప్రాయం మారదు.

పోలీసులు ఎవరినైనా అనుమానంగా చూస్తారని అనుకుంటారు. కానీ మనుషుల పట్ల అనుమానపు దృష్టి లేదాయనకు. అందువల్లనే కొత్వాలు పదవిలో వున్నా తన దగ్గరకు వచ్చిన వారితో సాదరంగా మాట్లాడేవారు. రెడ్డిగారి కన్నా ముందు కొత్వాలుగా వున్నవారి హయాంలో వారి కార్యాలయానికి వెళ్ళేందుకు ఎంతటివారయినా జంకేవారు. సదరు అధికారికి కోపం వస్తే తట్టుకోవడం కష్టమని ఆ దరిదాపులకు అవసరమైతే తప్ప ఎవరూ వచ్చేవారు కాదు. రెడ్డిగారు జనాల్ని కలవడానికి సుముఖంగా వున్నందున సమస్యలతో తల్లడిల్లేవారు ఆయనకు తమ బాధలు చెప్పుకోడానికి వచ్చేవారు. గొప్ప ఉద్యోగం చేస్తున్నాన్న గర్వం ఇసుమంతయినా ఆయనకు ఉండకపోయేది. వచ్చినవారి సమస్య తెలుసుకొని, తగిన సలహా చెప్పి పంపించేవారు. తన చిన్నతనంలో సహాయం చేసినవారిని గుర్తు పెట్టుకొని ఆదరించారు.

ప్రజాసేవా కార్యక్రమాలు :

పోలీసుశాఖలో వుంటూనే ప్రజోపయోగ కార్యక్రమాలెన్నో నిర్వహించారు. ముఖ్యంగా కొత్వాలుగానే కాక వివిధ ప్రభుత్వ శాఖల్లో, కమిటీల్లో భాగస్వామిగా ఉపయుక్తమైన కార్యక్రమాల్లో క్రియాశీల పాత్ర నిర్వహించారు. నగర పురపాలక సభ్యునిగా, ఉపాధ్యక్షునిగా కొంతకాలం పనిచేశారు. నగరంలో మురుగునీటి కాల్వల పునర్నిర్మాణ కార్యక్రమం ప్రారంభానికి సంబంధించిన కమిటీలో సభ్యునిగా తగిన సలహాలు ఇచ్చారు. హైదరాబాద్‌లో ప్లేగు వ్యాధి వ్యాపించకుండా సహాయపడ్డారు. ప్లేగు నివారణ సంఘంలో చాలాకాలం పాటు సభ్యునిగా ఉన్నారు. విక్టోరియా స్మారక అనాథ శరణాలయం కార్యనిర్వాహక వర్గ సభ్యునిగా పనిచేశారు. కొలతల, తూనికల సంస్కరణ సంఘంలోనూ సభ్యునిగా వున్నారు. శాసనసభలో సభ్యునిగా వుండి ప్రతి శాసనానికి సంబంధించిన అంశాల్ని చదివి సలహాలిచ్చిన వారిలో వీరు కూడా ప్రముఖులు. నగరాభివృద్ధిశాఖలో సభ్యునిగా పనిచేసి, రహదార్ల వెడల్పు కార్యక్రమాల్లో ఇండ్ల యజమానులవారికి తగిన పరిహారం అందేలా చూశారు. ఎలాంటి వివాదాలు తలెత్తకుండా వ్యవహరించారు. ప్రభుత్వపరంగా కూడా అనేక కమిటీల్లో వుండి కార్యక్రమాల అమలులో తనదయిన పాత్రని పోషించారు. తమ పోలీస్‌శాఖకు సంబంధం లేని పని అంటూ ఎప్పుడూ దూరంగా ఉండలేదు. అప్పగించే బాధ్యతల నిర్వహణలో వెనుకంజవేయలేదు. బాధ్యతల స్వీకరణను తిరస్కరించలేదు. అనేక సహకార సంఘాల్లో, ఆసుపత్రుల కమిటీల్లో, విచారణ సంఘాల్లో సభ్యునిగా వీరు అందించిన సహకారం తర్వాతి తరాల వారికి ఆదర్శప్రాయమైంది. రెడ్డిగారు ఏకకాలంలో తన లోపలి శక్తుల్ని వినియోగించడంలో చూపిన శ్రద్ధాసక్తుల్నించి ఈ తరం ఎంతో నేర్చుకోవాలి. ఉద్యోగం అంటే నాలుగు జీతం రాళ్ళకోసం చేసే శ్రమ కాదని గుర్తు చేసే కార్యాచరణ ఆయనది. ఉద్యోగ విరమణ చేసిన అనంతరం కూడా రెడ్డిగారికి అనేక బాధ్యాతాయుతమైన పనులు అప్పగించింది నిజాం ప్రభుత్వం. అవసర సమయాల్లో ఆయన సలహాలు, సూచనలు స్వీకరించింది.

సామాజిక సేవ :

రెడ్డిగారి ఉద్యోగజీవితం ఒక ఎత్తయితే అంతకుమించి విశేషమైంది సామాజిక సేవ. అధికారం, పలుకుబడి గల వ్యక్తి తలపెడితే ఎన్ని మంచిపనులు చేయవచ్చునో తన సేవల ద్వారా నిరూపించారు రెడ్డిగారు. డబ్బు సంపాదించడానికీ, తరతరాలు తిన్నా తరగని ఆస్తులు పోగేసుకోడానికీ అవకాశం గల అధికారపదవిలో వున్నా ఎన్నడూ పైసా ఆశించని వ్యక్తిత్వం ఆయనది. తన బుద్ధి, శక్తిసామర్థ్యాల చేత ఒక మామూలు పోలీసు ఉద్యోగిస్థాయి నించి ఉన్నతమైన నగర కొత్వాలు స్థాయికి ఎదిగారు. మంచి వేతనం రావడం వల్ల ధనవంతులయ్యారు. సకల సంఘాల్లో పలుకుబడి సంపాదించారు, కోటీశ్వరులు, వ్యాపారులు, వకీళ్ళు, వివిధరకాల ఉద్యోగుల, బీదసాదల, రైతుల అభిమానం పొందారు. అయితే తన ధనాన్ని, పలుకుబడిని, శక్తిని ప్రజాసేవకోసం వినియోగించారు. ఈ కారణంగానే ఈనాటికీ ఆంధ్ర జనులందు నిస్వార్థశీలిగా, సేవా పరాయణునిగా గుర్తుండిపోయారు. హైదరాబాద్‌లోని రెడ్డి హాస్టల్ వీరి ప్రజాసేవాతత్పరతకు తార్కాణంగా నిలిచివుంది. హైదరాబాద్‌కు వచ్చి చదువుకునే రెడ్డి విద్యార్థులు పడుతున్న అగచాట్లను గమనించి వారికి ఒక వసతిగృహం వుంటే బావుండునని తలచారు. ఈ విషయం గురించి ఒక పెళ్ళిలో ప్రస్తావించగా బాధ్యత తీసుకునేవారుంటే సహాయం చేయడానికి తాము సిద్ధమని కొందరు పెద్దలు చెప్పారు. నాడు బాధ్యత తీసుకోడానికి వేంకట రామారెడ్డి గారు ముందుకొచ్చారు. దీనితో పింగళి వేంకటరామారెడ్డి, వనపర్తి, గద్వాల మహారాజులు, పింగళి కోదండరామారెడ్డి, గోపాలుపేట రాణి మొదలయినవారు చందాలు ప్రకటించారు. ఈవిధంగా ఎనభై వేల రూపాయలు వసూలయ్యాయి. కొద్ది కాలానికి 1918 సంవత్సరంలో తొలుత ఒక అద్దె ఇంటిలో రెడ్డి హాస్టల్ ఆరంభమైంది. మొదట 54 మంది విద్యార్థులు చేరారు.తర్వాత తొమ్మిది వేల చదరపు గజాల స్థలంలో హాస్టల్ నిర్మించారు. నేటికీ ఏటా వందలాదిమంది విద్యార్థులు ఈ వసతి గృహంలో చదువుకుంటున్నారు. ఇక్కడ చదువుకున్నవారు డాక్టర్లు, ఇంజనీర్లుగా, న్యాయవాదులుగా, న్యాయమూర్తులుగా, శాస్త్ర, సాంకేతిక నిపుణులుగా కీర్తి గడించారు. విద్య అవసరాన్ని గుర్తించినందున ఆయన ముందుచూపుతో స్థాపించిన రెడ్డి హాస్టల్ ఎందరి ఉన్నతికో తోడ్పడింది.

గ్రంథాలయ సేవ :

వేంకట రామారెడ్డి గారికి పుస్తకాలంటే ఇష్టం కనుక ఇదే ప్రాంగణంలో ఒక గ్రంథాలయాన్ని నిర్మించారు. 1950ల నాటికే ఈ గ్రంథాలయంలో దాదాపు 11000 గ్రంథాలున్నాయి. నాడు హైదరాబాద్ నగరంలో ఆసఫియా గ్రంథాలయం ఒక్కటే పెద్దది. అందులో 15000 గ్రంథాలుండగా దాని తర్వాత రెడ్డి హాస్టలులోని గ్రంథాలయమే పెద్దదిగా పేరొందింది. రెడ్డి హాస్టల్ కోసం అయిదు ఎకరాల తోటను కూడా ఆనాడే తీసుకున్నారు. ఇది ప్రారంభమాయ్యాక

కేవలం రెడ్డి విద్యార్థులే కాదు ఇతరులు కూడా దీని ద్వారా లబ్ధి పొందారు. వందలకొలది పేద విద్యార్థులకు ఉచితంగా భోజనవసతి సౌకర్యాలు ఏర్పడ్డాయి. పేరుకు రెడ్డి హాస్టలయినా రెడ్డి బాలురేగాక వెలమ, కమ్మ, నాయుడు, మొదలియార్ పిళ్ళై, ముస్లిం మొదలయిన వర్గాలకు చెందిన వారికి దీనిలో ప్రవేశం లభించింది. కొన్ని సందర్భాల్లో చేతిలోంచి ధనం వెచ్చించారు. తర్వాత ఇతరుల సహకారం తీసుకున్నారు. ఇందుకోసం తన పలుకుబడిని ఉపయోగించి హాస్టల్ పురోభివృద్ధికి కృషి చేశారు. ఈ సేవా కార్యక్రమాలకు సంబంధించి రెడ్డిగారి అభిప్రాయాలు ఇలా వుండేవి : "మనమేమైన ప్రజాహిత కార్యము చేయదలచిన ఏమియును ప్రారంభింపకముందే ప్రజలను ద్రవ్యసహాయము చేయుమని విచారించిన అందు మనకు విజయం లభింపదు. మనమా పనిని ప్రారంభించి ప్రజలకు మనః ు చేయుచున్న పనిని చూపించి సహాయము చేయుటకై విచారించిన అప్పుడు సునాయాసంగా ద్రవ్యము లభింపగలదు." ఈ సూత్రం ముమ్మాటికీ నిజం. ఇదే బృహత్తరమైన కార్యక్రమాల సాధనకు మూలంగా నిలిచింది.

విద్యాసేవ :

హైదరాబాద్ రాష్ట్రంలో మాతృభాషలో చదువుకునేందుకు బాలికల ఉన్నత పాఠశాల లేకపోవడం విచారకరమని భావించి స్త్రీ విద్యాభిమానులగు మాడపాటి హనుమంతరావు ఒక బాలికల ఉన్నత పాఠశాలని అద్దె భవనంలో ఆరంభించారు. ఈ పాఠశాల కమిటీలో ఒకరయిన వేంకటరామారెడ్డి హైదరాబాద్ నారాయణగూడలోని తన బంగ్లా వెనుక బాలికల ఉన్నతపాఠశాల భవనం నిర్మాణం గావించారు. ఆ తర్వాత కొంతకాలానికి రెడ్డి బాలికల వసతి గృహం ఏర్పాటు చేశారు. ఇది బాలికల విద్యావ్యాప్తికి ఎంతగానో తోడ్పడింది. అలాగే పరోపకారిణీ బాలికా పాఠశాల, ఎక్సెల్‌సియర్ మిడిల్ పాఠశాల, రాజబహద్దూర్ కళాశాల, రిఫాహెఆం పాఠశాల, బాలికా పాఠశాల (గొల్లఖిడ్కి), వంటి విద్యాలయాల స్థాపనలో రెడ్డిగారి పాత్ర విశిష్టమైంది. నిజాం ప్రభువుల హయాంలో విద్యాబోధన ఉర్దూలోనే సాగుతుండేది. ఈ కారణంగా తెలుగు పిల్లలకు మాతృభాషలో చదువుకునేందుకు ఒక మాధ్యమిక పాఠశాలయినా లేకుండేది. దీనితో 1931లో దేవరకొండలో జరిగిన ఆంధ్ర మహాసభలో ఇలాంటి పాఠశాల ఒకటి హైదరాబాద్‌లో ఏర్పాటు చేయాలని తీర్మానించారు. కానీ 1944 వరకు ఇది అమలుకు నోచుకోలేదు. దీని విషయమై 1944 ఏప్రిల్‌లో రెడ్డిగారి అధ్యక్షతన సమావేశం జరిగింది. వెంటనే పాఠశాల ఏర్పాటుకు తీర్మానించారు. ఈ మేరకు 1947లో ఆంధ్ర విద్యాలయ మాధ్యమిక పాఠశాల ఏర్పాటయింది. ఈ పాఠశాల కమిటీకి 1953లో మరణించేవరకు రెడ్డిగారు అధ్యక్షునిగా పనిచేశారు. ఈ పాఠశాల అభివృద్ధిలో ఈయనది క్రియాశీలపాత్ర. విద్యారంగంలో ఈవిధంగా పెక్కు విద్యాసంస్థలు చేసిన కృషి ఫలితంగా ఎందరో విద్యావంతులయ్యారు. ముఖ్యంగా బాలికలు చదువుకోడానికి వీరు చేసిన కృషి ఈనాటికీ తోడ్పడుతుంది. రెడ్డి బాలికల వసతి గృహం అందించే సేవల వల్ల గత అరు దశాబ్దాలుగా వేలాది విద్యార్థినులు లబ్ధి పొందారు. తెలుగునాట,

ముఖ్యంగా తెలంగాణలో ఆడవాళ్ళు బయటికి వచ్చి చదువుకోడానికి రెడ్డిగారి విశేషకృషి అందించిన తోడ్పాటు నిరూపమానమైంది. అనాథ శిశువులకోసం కూడా ప్రత్యేక శ్రద్ధతో కొత్వాలుగా దీర్ఘకాలం పనిచేసిన రెడ్డిగారు ఆంధ్రోద్యమం పట్ల అభిమానంతో వ్యవహరించారు. ఆంధ్ర మహాసభలో విభేదాల పరిష్కారం కోసం కృషి చేశారు. 1944 సంవత్సరంలో భువనగిరిలో జరిగిన పదకొండవ మహాసభలో ప్రసంగిస్తూ ఆంధ్ర నాయకులు పరస్పర విభేదాలు తొలగించుకొని దేశాభివృద్ధికి కృషి చేయాలని ప్రబోధించారు. 1946లో క్యాతూరులో జరిగిన ఆంధ్ర దేశ గ్రంథాలయ మహాసభలను ఆరంభించారు. హైదరాబాద్‌లోని శ్రీకృష్ణదేవరాయాంధ్ర భాషా నిలయానికి కొంతకాలం అధ్యక్షునిగా పనిచేసి, దాని అభివృద్ధికి పాటుపడ్డారు. గోలకొండ పత్రిక నిర్వహణకు సైతం సహకరించారు.

ఉదార వ్యక్తిత్వం :

జనావళిలో అత్యంత ఆదరణకు వేంకట రామారెడ్డి వ్యక్తిత్వంలోని ఔదార్యమే కారణం. అధికారికమైన హోదాకన్నా సామాజిక సేవారంగంలో వారు చేసిన కృషి గుర్తింపును తెచ్చిపెట్టింది. రెడ్డి హాస్టల్, రెడ్డి బాలికల వసతి గృహంలాంటివి ఏర్పాటు చేసినా, అవి కులాభిమానంతో చేసినవని తలచకూడదు. రెడ్డి కులంలోని బీదసాదల్ని ఆదుకోవాలనే తపనే ఇందుకు మూలం. రెడ్డి హాస్టల్‌లో రెడ్డియేతర విద్యార్థుల్ని చేర్చుకోడమే దీనికి తార్కాణం. నిజానికి రెడ్డి కులంలోనూ అనేక శాఖలు, ఉపశాఖలు ఉన్నాయి. వీటిలోనూ తారతమ్యాలు, న్యూనతాభావాలు ఉండేవి. వీటిని నిర్మూలించి వారిని ఏకం చేయడానికి ప్రయత్నించారు. అందుకోసం అంతశ్శాఖల వివాహాలు జరిపించారు. రెడ్డిగారికి ఎలాంటి కులపట్టింపులు లేవు. మూఢనమ్మకాలు, అర్థంలేని ఆచారాలు పట్టించుకోరు. అన్ని కులాలవారితో, మతాలవారితో కలసి భుజించారు. తన ఇంటికి వచ్చినవారికి అతిథ్యం ఇవ్వడంలోనూ ఎవరిదేకులమని చూడలేదు. హిందువులు సముద్రప్రయాణం చేయరాదనే సూత్రాల్ని ఆయన తిరస్కరించారు. ఆరోజుల్లో నిజాం రాష్ట్రంలోని రెడ్డి కులస్థులు సముద్ర ప్రయాణం చేసి విదేశాలకు వెళ్ళటం ఆచార విరుద్ధమేమోనని ఎక్కడికీ కదలలేకపోయేవారు. కానీ ఇలాంటి మూఢవిశ్వాసాల్ని వదులుకోవాలని పదేపదే చెప్పేవారు. స్వయంగా ఆచరించి చూపారు. బారిస్టర్ చదవడానికి తన కుమారుడిని సముద్ర ప్రయాణంచేసి ఇంగ్లండ్ వెళ్ళడానికి ప్రోత్సహించారు. ఇతరులకు చెప్పడమేకాదు, ఆచరించి చూపడం ద్వారా గాంధేయ సూత్రాల్ని అనుసరించేవారు. అంటరాని తనం తగదని ప్రబోధించారు. దళితుల పక్షాన నిలిచి వారిని సాటి మనుషులుగా చూడాల్సిన అవసరాన్ని గురించి ప్రచారం చేశారు. వీరు అందించిన ఈ చైతన్యం హైదరాబాద్ రాష్ట్రంలో కొత్త భావతరంగాలు వీయడానికి తోడ్పడింది.

సమాజంలో మహిళలపట్ల కూడా రెడ్డిగారికి ఆదరభావం ఉంది. వారిపట్ల అన్ని రకాల వివక్ష అంతమొందాలని ఆశించారు. అభంశుభం తెలియని పిల్లలకు వివాహం చేయడం తగదని చెప్పారు. వితంతు వివాహాలు జరిపించాల్సిన అవసరాన్ని గురించి ప్రచారం కావించారు.

అంతేకాక బాల్యవివాహాల్ని నిషేధిస్తూ, వితంతు వివాహాల్ని ప్రోత్సహిస్తూ ప్రభుత్వంతో శాసనం చేయించారు. వితంతు వివాహాలు చేసుకునేవారికి తనవంతు సహకారం అందించారు. సమాజంలో కొత్తభావాలు, పద్ధతులు నెలకొనడానికి రెడ్డిగారు చేసిన కృషి నిజాం రాష్ట్రంలో అనేక మార్పులకీ, మలుపులకీ పాదు వేసింది.

అధికారం ఉండగానే సరిపోదు, దానిని సక్రమంగా వినియోగించాలి. పదుగురికి ఉపయోగపడేలా తోడ్పడాలి. అహంకారానికి తావివ్వక వినయంతో వ్యవహరించాలి. పైవారికి పెద్దపీట, చిన్నవారిపట్ల చిన్నచూపు రీతిన వ్యవహరిస్తే జనం మెచ్చరు. ఇలాంటి విభేదాలు చూపకుండా ఎవరితోనైనా ఆత్మీయంగా సంభాషించేవారిని జనం సదా గుర్తుంచుకుంటారు. వారిపట్ల ఊహించని రీతిన మర్యాద మన్నన వ్యక్తం చేస్తారు. వేంకట రామారెడ్డి గారికి హైదరాబాద్‌లో లభించే అపూర్వమైన గౌరవం చూసి సుప్రసిద్ధ కవి, రచయిత విశ్వనాథ సత్యనారాయణ విస్మయం చెందారు. 28 సెప్టెంబరు 1936 నాడు గోలకొండ పత్రికలో 'హైదరాబాదులో పక్షము దినములు' అనే శీర్షికన రాసిన వ్యాసంలో వేంకట రామారెడ్డి గురించి ఈవిధంగా పేర్కొన్నారు :

"ఒకరోజు ఉదయం ప్రతాపరెడ్డిగారు శ్రీ రాజా సాహెబ్ కొత్వాల్ వేంకట రామారెడ్డి బహద్దూర్ గారి సన్నిధికి తీసుకెళ్ళారు. రాజా వేంకటరామారెడ్డిగారు వృద్ధులు. వార్ధక్యము వారి శరీరమందున్నదేమో గాని ఆ ముఖంలో యవ్వనమే తాండవిస్తుంది. ఠీవి, దర్జా, ప్రసన్నత్వము ఆయన ముఖంలో కొట్టవస్తున్నవి. వారి యిద్దరు కుమారులు, శ్రీ దోమకొండ రాజా గారు, మేమున్ను ప్రాతఃకాల ఫలహారములకు కూర్చున్నాము. రకరకాలైన పండ్లును, మిఠాయీలు బల్లమీద నున్నవి. రాజా సాహెబు గారు అప్పుడు చేసిన ఆదరము, బెట్టులేని చనువు నెరపడము చూస్తే నాకు ఆశ్చర్యము వేసినది. ఆ మహాపురుషుణ్ణి గూర్చి ఒక్కమాట చెబితే అంతా చెప్పినట్లే అవుతుంది. అది యేమిటంటే నేనొకరోజున రెడ్డి హాస్టలులో ఉపన్యాసమిస్తూ ఉండగా వారు లోనికి వచ్చారు. సభలో అయిదారు వందలమంది జనము ఉన్నారు. వారు వచ్చినంతనే ఆరువందలమంది ఒక్కసారిగా లేచి నిలుచున్నారు. ఇటువంటి గౌరవము మా దేశములో ఎవరికీ జరుగదు. నేను ఒక్క నిముషం దిగ్భ్రాంతుడనైపోయి మళ్ళీ ఉపన్యాసమారంభించుకొన్నాను. వారు నేనిచ్చిన రెండు మూడు ఉపన్యాసములకు దయచేశారు. చాలాసేపు కూర్చున్నారు కూడాను. అంతసేపు కూర్చోరని ఎవరో చెప్పగ విన్నాను. దానికి నేను కృతజ్ఞుడను."

ఈ వాక్యాల్ని బట్టి ఆనాడు రెడ్డి గారికి ఎలాంటి గౌరవం లభించేదో అర్థం చేసుకోవచ్చు. రెడ్డి గారికి లభించే గౌరవానికి గల మూలాల్ని విశ్లేషిస్తూ అవుటుపల్లి నారాయణరావు అనే ప్రముఖుడు ఆనాడు చేసిన విశ్లేషణ కూడా గమనార్హం :

"ఆంగ్ల విద్యాసగినయుం లేనట్టి, ఆధునిక నాగరికత అబ్బనట్టి, సామాన్య వ్యక్తిగా తమ జీవితాన్ని ప్రారంభించినట్టి, కొత్వాలు వేంకటరామారెడ్డి గారి వలె అంతగా ప్రజయొక్క ప్రభుత్వం

యొక్క నిజాం ప్రభువు యొక్క గౌరవానికి, అనుగ్రహానికి పాత్రమైన అపారమైన తమ పలుకుబడిని ప్రజోపయోగ కార్యాలకై వినియోగించినవారు మిక్కిలి తక్కువ. ఈ గౌరవాన్ని పుట్టించింది ఉద్యోగమా? కాదు. విద్యా? కాదు. భాగ్యమా? కాదు. వేంకటరామారెడ్డి గారియందు సహజంగా నున్న శక్తి సామర్థ్యాలు, సమదృష్టి, న్యాయశీలము, సేవాభిలాష ప్రబల కారణాలని నా నమ్మకము." ఇతరులకు ఉపకారం చేయడమనేది రెడ్డిగారి స్వభావంలోనే ఉంది. అందువల్లనే నాటి ప్రముఖులు ఆయన గురించి ఇలాంటి మంచి మాటలే చెప్పారు. తన అధికారాన్ని, పలుకుబడిని సమాజహితం కోసం ఉపయోగించాలనుకునేవారు అరుదుగా కనిపిస్తారు.

కళాప్రియులు :

మామూలు సంభాషణల్లోనే ఉపన్యాసకళలోనూ వేంకట రామారెడ్డిగారు ఆరితేరినవారు. వారు ఉర్దూలో అనర్గళంగా ప్రసంగించేవారు. ఏ సమస్యనైనా విశ్లేషణాత్మకంగా మాట్లాడుతూ తమ వాదనల్ని సభికుల చేత ఒప్పించేవారు. కనుకనే వీరు మద్యపానాన్ని వ్యతిరేకిస్తూ, అస్పృశ్యతని సరికాదంటూ, వ్యాయామ ఆవశ్యకతని వివరిస్తూ చేసిన ఉపన్యాసాలు ఎందరినో ఆకట్టుకున్నాయి. సంగీతం పట్ల కూడా వీరికి మక్కువ. కనుక కొన్ని సందర్భాల్లో సంగీతం గురించి కూడా ప్రత్యేకంగా ఉపన్యసించారు. ప్రకృతిలో, మనిషి జీవితంలో ఇమిడివున్న సంగీతం ఎంత లోతయినదో సోదాహరణంగా చేసిన ప్రసంగాలు సంగీతప్రియుల్ని అబ్బురపరిచాయి. ఉత్తమమైన హాస్యప్రియత్వం ద్వారా వీరి ఉపన్యాస కళ పండితుల ప్రశంసలు అందుకుంది.

వ్యక్తిగత జీవితం :

సమాజంలో ఉన్నతస్థానంలో నిలిచిన వేంకట రామారెడ్డి వ్యక్తిగత జీవితంలో ఊహించని మలుపులేమీ లేవు. పధ్నాలుగేళ్ళ వయసులో పెళ్ళయింది. ఆ తర్వాత కొన్నేళ్ళకు ఈ మొదటి భార్య వలన ఒక కొడుకు పుట్టాడు. అతనికి రంగారెడ్డి అని పేరు పెట్టారు. ఇతను జన్మించిన కొద్దిరోజులకు ఆమె చనిపోయింది. రంగారెడ్డి పూనాలో చదువుకున్నాడు. నిజాం ప్రభుత్వ అబ్కారీ శాఖలో డిప్యూటీ కమిషనర్‌గా పనిచేశారు.

వేంకటరామారెడ్డికి రెండోభార్య వల్ల లక్ష్మారెడ్డి, నరసమ్మ అనే పిల్లలు పుట్టారు. లక్ష్మారెడ్డి ఇంగ్లాండ్ వెళ్ళి బారిస్టర్ చదివారు. మద్రాసులోనూ, హైదరాబాద్‌లోనూ వకీలుగా ప్రాక్టీసు చేశారు. లక్ష్మారెడ్డి ఇంగ్లాండ్ నుంచి వచ్చేటప్పుడు ఆంగ్ల యువతిని వివాహం చేసుకొని ఇంటికి తీసుకొచ్చాడు.

వేంకటరామారెడ్డి ఉదారభావాలతో పిల్లల్ని పెంచారు. వారి జీవితానికి సంబంధించి వారు స్వేచ్ఛగా నిర్ణయించుకునే అవకాశం కల్పించారు. ఈ కారణంగానే వివాహం విషయంలో కొడుకు లక్ష్మారెడ్డి నిర్ణయాన్ని సమ్మతించారు. తెలుగునాట సముద్రం దాటి వెళ్ళడమే మహాపరాధంగా భావించే రోజుల్లో విదేశాలకు వెళ్ళి, అక్కడి యువతిని వివాహం చేసుకొని

రావడం సంచలనాత్మకము అయింది. కానీ రెడ్డిగారి దృష్టిలో ఇది సాధారణ విషయం. ఇది వీరి వ్యక్తిత్వంలోని మరో విశిష్టకోణం. నిజానికి రెడ్డిగారికి వ్యక్తిగత జీవితం తక్కువ. సమూహంతోనే ఉన్నారు. సామూహికమైన కార్యకలాపాలే వారి జీవితంలో ప్రాధాన్యం వహించాయి.

ధార్మిక గుణ సంపన్నుడు :

ధార్మిక గుణంలో ఆనాటి కాలంలో వేంకటరామారెడ్డికి సాటి రాగలవారు మరెవరూ లేరు. తన పలుకుబడినీ, తన ఆస్తుల్ని సమాజం కోసం వెచ్చించారు. అడిగినవారికి లేదనకుండా సహాయం చేశారు. అనేక ధార్మిక సంస్థలకు ఆర్థిక సహకారం అందించారు. నిజాం రాష్ట్రంలో సాంస్కృతిక వికాసానికి చేదోడువాదోడుగా నిలిచారు. ఆనాడే గోలకొండ పత్రిక కోసం ఏడు వేల రూపాయలు విరాళంగా ఇచ్చారంటే ఆయన ఉదారబుద్ధిని అర్థం చేసుకోవచ్చు.

ఆనాడు సికిందరాబాద్, హైదరాబాద్‌లో వున్న రెండు వృద్ధాశ్రమాలకు వెళ్ళి ద్రవ్యసహాయం చేశారు. ఇతర ధనికులతో కూడా చేయించారు. ధనికుల ఇళ్ళలో వివాహాలు జరిగినప్పుడు ఈ వృద్ధాశ్రమాలలో స్వీట్లు పంచిపెట్టడానికి అనువుగా వారిని ప్రోత్సహించారు. 1953వ సంవత్సరంలో పాతికవేల రూపాయల విలువ చేసే తమ భవన భాగాన్ని రాజబహద్దూర్ ట్రస్టు ఆస్తిగా రిజిష్టరు గావించారు. భవనం టాక్సు పోగా మిగిలిన ధనాన్ని నాలుగు సంస్థలకు సమానంగా పంపకం కావాలని ట్రస్టు ఒప్పందంలో ఉటంకించారు. ఈ నాలుగు సంస్థలు : 1. రెడ్డి విద్యార్థి వసతి గృహము, 2. రెడ్డి బాలికల వసతి గృహము, 3 ఆంధ్ర విద్యాలయ ఉన్నత పాఠశాల, 4. బాలికల ఉన్నత పాఠశాల, నారాయణగూడ. ఈవిధంగా విద్యావ్యాప్తికి తన సంపాదననీ, ఆస్తుల్నీ వెచ్చించడంలో ఎప్పుడూ ముందుండేవారు. దాదాపు పదిహేను సంస్థలకు ఈ నెలవారీ చందాలిచ్చారు. వీటిలో విద్యాసంస్థలు, విద్యార్థులకు వసతి సౌకర్యాలు అందించే సంస్థలే అధికం. చదువకోవడానికి అవకాశాలు విస్తృతం కావాలన్నది ఆయన సంకల్పం. అందుకోసం తనకు చేతనైన ప్రతి పని చేశారు. చదువుకోడానికి ఎలాంటి ఇబ్బందులు ఏర్పడకూడదని తలచారు. ఆడపిల్లల చదువు గురించి ప్రత్యేకంగా ఆలోచించారు. వారి వికాసం కోసం ప్రత్యేకంగా కృషి చేశారు. వివక్షకు తావు లేకుండా ఆడపిల్లల్ని మగపిల్లలతో సమానంగా పెంచాలని ఆనాడే ప్రబోధించారు. పాశ్చాత్య దేశాలకు వెళ్ళకున్నా, పాశ్చాత్య గ్రంథాలు చదవకున్నా తమకు వున్న పల్లె నేపథ్యంతో పరుల క్షేమం సదా కోరే తత్త్వం రెడ్డిగారికి అలవడింది.

ఈ కారణంగా తన వద్దకు వచ్చేవారు కోరిన సహాయం చేసేవారు. తను ఉన్నతస్థానాల్లోకి ఎదిగినా తనవారిని మరిచిపోలేదు. తన ఊరినించి ఏదైనా సహాయం కోరి వచ్చినవారిని నిరాశపరచలేదు. తన ఊరు రాయణిపేటలోని బంధువర్గంలోని పేదలకు హైదరాబాద్ నగరంలో వుంటూ చదువుకోడానికి అన్నివిధాల సహకరించారు. తన చెంతకు వచ్చిన పేదలని ఆదుకున్నారు. వారు ఆర్థిక సమస్యల్నించి గట్టెక్కడానికి తోచిన సహాయం చేశారు. ఒక మార్గం చూపారు.

సంపన్నులయిన వారు కోరిన సహాయం కూడా తన పరిధిలో వుంటే చేశారు. ఆనాడు వనపర్తి, గద్వాల, జటప్రోలు, శివరాజ బహద్దుర్ సంస్థానాలకు చెందినవారు వీరి వల్ల లాభాలు పొందారు. దోమలకొండ, గోపాలుపేట సంస్థానాల వారికి సలహాలు, సూచనలు అందించారు. వీరి మాట సహాయం వల్ల లబ్దిపొందేవారు కూడా ఉన్నారు. తమ పరిధిలో వున్నంతమేరకు సహాయం చేయడానికి ప్రయత్నించారే తప్ప కాదనలేదు. సహాయం చేసినందున ఏదీ ఆశించలేదు. ఎవరిపట్లా ప్రతికూలంగా ఆలోచించలేదు. సదా పరుల హితాన్ని కోరిన మనిషి.

ఇరవయ్యో శతాబ్దపు తొలి అర్ధభాగంలో నిజాం రాష్ట్రంలో వీరు చేసిన సామాజిక సేవ కొత్త చైతన్యాన్ని పాదు కొల్పింది. మల్లాది కృష్ణానంద్ తెలుగు పెద్దల శీర్షికన రాసిన వ్యాసంలో వీరి గురించి ఇలా రాశారు :

"శ్రీ రెడ్డి సంఘ సేవాభిలాషి, సంస్కర్త, విద్యావేత్త, గొప్పవ్యక్తి. ఆయన ఒక పోలీసు ఆఫీసరుగా ఇలాంటి వ్యక్తిత్వం కలిగివుండటం విశేషం. నిజానికి పోలీసు వ్యవస్థను, పోలీసుల సాంఘిక ప్రవర్తనను, ప్రజలతో సంబంధాలను, ప్రజల భద్రతను, ప్రజలలో సాన్నిహిత్యాన్ని పెంపొందించారు శ్రీరెడ్డి. తరతరాలకు మార్గదర్శకుడు. ఆదర్శ పురుషుడు వెంకట రామారెడ్డి గారు."

ఈవిధంగా ప్రతి తరం వారి ప్రశంసలు అందుకుంటున్న రెడ్డిగారి జీవితం పరిపూర్ణమైంది. అవిశ్రాంతంగా పనిచేసినా చివరివరకు ఆరోగ్యంగా వున్నారు. వార్ధక్యం వారిని కుంగదీయలేదు.

ముసలితనం వచ్చిందని ఇంట్లో కూర్చుండిపోలేదు. ఎప్పుడూ ఆరోగ్యంతో జీవించారు. చనిపోవడానికి రెండేళ్ళముందు మాత్రమే అనారోగ్యంతో బాధపడ్డారు. ఆహార పానీయాల విషయంలో ఆయన క్రమశిక్షణతో వ్యవహరించారు. మద్యపానం, ధూమపానం అసలే ఎరుగరు. వ్యాయామానికి తగిన ప్రాధాన్యమిచ్చారు. మనసులో ఎలాంటి కల్మషము పెట్టుకోకుండా ఉన్నది వున్నట్టు మాట్లాడేవారు. ఈవిధంగా శారీరకంగా, మానసికంగా పరిపూర్ణమైన ఆరోగ్యంతో జీవించారు. 84 ఏళ్ళ వయసులో 2 మే 1953లో మరణించారు. వీరి అస్తమయం హైదరాబాద్ ప్రజల్ని శోకతప్తుల్ని చేసింది. వారిని నేటికీ హైదరాబాద్ ప్రజలు స్మరించుకుంటున్నారు. ప్రతి ఏటా వారి జయంతి రోజున, వర్ధంతి రోజున రెడ్డి హాస్టల్ సిబ్బంది, విద్యార్థులు వారికి ఘనంగా నివాళులు అర్పిస్తుంటారు. రెడ్డిగారు అస్తమించి అయిదు దశాబ్దాలు గడిచినా వారు ఆరంభించిన విద్యాసంస్థలు విజయవంతంగా కొనసాగుతున్నాయి. వందలాది మంది విద్యార్థులకు చదువులను అందిస్తున్నాయి. తెలుగునాట, మరీ ముఖ్యంగా తెలంగాణ ప్రాంతాన సాంస్కృతిక వికాసానికీ, సామాజిక సేవారంగంలో చేసిన కృషికి గాను వేంకట రామారెడ్డి చరిత్రలో సదా నిలిచిపోతారు. వీరి జీవనశైలి, దయాపూరితమైన స్వభావం, పరుల మేలును తలచే తత్త్వం ప్రతి తరానికి స్ఫూర్తిదాయకంగా ఉంటాయి.

కాళ్ళకూరి నారాయణరావు
(1871-1927)

- కరవది రాఘవరావు

తెలుగువారు ఎక్కడవున్నా ఏదేశంలో ఉన్నా స్మరించుకోగల మహనీయులలో శ్రీ కాళ్ళకూరి నారాయణరావు ఒకరు. సాహిత్యరంగం, సంఘసంస్కరణ యీ రెండిటిలోను సవ్యసాచి అయిన వ్యక్తి కాళ్ళకూరి నారాయణరావు గారు. సాహిత్యాన్ని సంఘసంస్కరణకు ఒక వజ్రాయుధంగా వాడిన ధైర్యశాలి కాళ్ళకూరి.

కాళ్ళకూరి నారాయణరావుగారు 1871 ఏప్రిల్, 28న పశ్చిమగోదావరి జిల్లా 'మశ్చపురి'లో జన్మించారు. వారి తండ్రిగారు బంగారు రాజుగారు. తల్లిగారు అన్నపూర్ణమ్మ. తండ్రి 'కవిరాజని' కాళ్ళకూరివారు చెప్పుకొన్నారు. తనను తాను భారద్వాజ గోత్రార్ణవ శశాంకుడని చెప్పుకొన్నారు. తొలి విద్యాభ్యాసం తన తండ్రివద్దే జరిగింది నారాయణరావు గారికి. తరువాత కాకినాడలో పాడి వెంకటనారాయణ వద్ద కావ్య నాటకాలంకార గ్రంథాలను అధ్యయనం చేసారు. తరువాత సొంతంగా ఇంగ్లీషు సాహిత్యాన్ని కూడా అధ్యయనం చేసారు. ఇన్నిజేసినా కాళ్ళకూరి వారి జీవితం వడ్డించిన విస్తరిలాగ జరగలేదు- ఆ రోజుల్లో ఎక్కువమందిచేసే పట్టాలేని ప్లీడరుపని చేసారు. ఆ నాటికి 'లా' డిగ్రీ విధానం దేశవ్యాప్తంగా పరిణతినొందలేదు. హైస్కూలు విద్యతోనే చాలామంది చదువు చాలించిన రోజులవి. ప్లీడర్లుగా గడించిన వారికంటె చెట్టుక్రింద ప్లీడర్లనే ఎక్కువగా ఈనాటికి చూస్తున్నాము. హాబీగా నేర్చుకొన్న ఫొటోగ్రఫీని వృత్తిగా చేసుకొన్నారు. ఆదిభట్ల నారాయణదాసుగారి పరిచయంతో, వారి ప్రభావంతో కొంతకాలం హరికథలు కూడా చెప్పారు. నాటకాలలో వేషాలు కూడా వేసారు. నారాయణరావుగారు నలుడి పాత్ర ధరించినపుడు ఆ నాటకంలో దమయంతి పాత్ర శ్రీ టంగుటూరి ప్రకాశం పంతులుగారిది.

ఆజాను బాహుడైన శ్రీనారాయణరావుగారు సాము, గారడీలలో కూడా ఆరితేరారు. వీరికి ఆ కాలంలో అనన్య బలశాలిగా పేరుపొందిన వస్తాదు శ్రీ కోడిరామమూర్తిగారితో పరిచయం వుండేది. కాలక్రమేణ స్నేహంగా మారింది. వారిపై చిన్న పద్యాన్ని కాళ్ళకూరి యిలా చెప్పారు.

'సాధు పదవ్యక్తి సన్మిత్ర చక్రవర్తి,
రమ్యతర కీర్తి శ్రీకోడి రామమూర్తి.

జీవితంలో ధనార్జనకోసం ఎన్నో వృత్తులు చేసిన నారయణరావుగారి ప్రధాన వ్యవసాయం సాహిత్య పరమైంది. సంస్కృతాంధ్రాలలో పరిపూర్ణ పాండిత్యం సంపాదించి సాహితీ సరస్వతికి అనేక అక్షరాభరణాలు సమకూర్చారు. కొంతకాలం 'మనోరంజని' అనే పత్రికకు సంపాదకత్వం

వహించారు. ఆ సందర్భంగానే తిరుపతి వెంకట కవులకు, కొప్పరపు సోదరుల కవులకు జరిగిన సాహిత్యరంగ సంగ్రామంలో కొప్పరపు సోదరులను సమర్థిస్తూ వ్యాసాలు రాసారు.

కందుకూరి వీరేశలింగం, రఘుపతి వెంకటరత్నం నాయుడుగార్ల ప్రభావానికి లోనై సంఘ సంస్కరణలవైపు దృష్టి సారించారు నారాయణరావు గారు. బ్రాహ్మణుడైన కాళ్ళకూరి శూద్ర స్త్రీని వివాహం చేసుకొన్నాడు. తన చెల్లికి భర్తపోయిన తర్వాత మళ్ళీ వివాహం చేయమని తండ్రిని కోరారు. దానికి ఆయన అంగీకరించకపోవడంతో, తండ్రితో పూర్తిగా తెగతెంపులు చేసుకొన్నారు. నమ్మిన సిద్ధాంతాలను తాను స్వయంగా ఆచరించి చూపిన నారాయణరావుగారి గురించి ఎంతో తెలుసుకోవాలి. ఎందుకంటే తాము ఏదో 'ఇజమ్'ని నమ్ముతున్నామని ఉపన్యాసాలు చెప్పి ప్రజలను రెచ్చగొడుతూ తమ సొంతానికి ఆస్తులు కూడబెట్టుకొన్నవారు ఇక్కడ ఈ దేశంలో 'సామ్రాజ్యవాదం నశించాలి' అని కేకలు పెడుతూ తమ పిల్లలను అమెరికా, ఇంగ్లాడులలో చదువులకు, ఉద్యోగాలకు పంపుతూ "ఆంధ్రభాషాభిమానమని లెక్చర్లు దంచుతూ, తమపిల్లలను ఇంగ్లీషు కాన్వెంట్లకు పంపేవారు యీ రోజుల్లో మనకు తరచు కనబడుతూవుంటారు. ఎన్నిచేసినా ఎన్నిరంగాలు మెట్టినా కాళ్ళకూరిని లబ్ధకీర్తి ప్రతిష్ఠులుగా చేసింది ఆయన సాహిత్యసేవయే. శ్రీనాథునిలాగ జీవితకాలమంతా రచనా వ్యాసంగంలో గడిపారువారు. 'కాంగ్రెసు కట్నం' అనే కావ్యం రాసారు. ఆ సందర్భం అఖిల భారత కాంగ్రెసుపార్టీ సమావేశం జరిగినపుడు 'జాతీయగీతం' అనే ఒక పద్యమాలికను రాసారు. వారు రాసిన ప్రహసనాలు.

1. లుబ్ధాగ్రేసర చక్రవర్తి ప్రహసనం.
2. ధూమశకట ప్రహసనం
3. దసరా తమాషా
4. పుష్కరాల కబుర్లు
5. గణపతి గత్తర
6. రూపాయి గమ్మత్తు
7. ఢిల్లీ సామ్రాజ్యం లేక జార్జి రాజసూయం (వచన గ్రంథం)

ఇవన్నీ ఒక ఎత్తు. వారి నాటకాలు ఒక ఎత్తు - అవే కాళ్ళకూరి వారికి అఖండ కీర్తి ప్రతిష్ఠలు తెచ్చిపెట్టాయి. వారు రాసిన నాటకాలు 1. చిత్రాభ్యుదయం (1919), పద్మవ్యూహం (1918), చింతామణి (1920), వరవిక్రయం (1922), మధుసేవ (1925) సంసారసేవ (1926). తెలుగు సాహిత్యాన్ని శ్రీనాథుడు బ్రోచినవాడని రామరాజభూషణుడు స్తుతించాడు. అంటే తెలుగు సాహిత్యానికి పుష్టిని, తుష్టిని కలిగించిన వాడు శ్రీనాథుడు. అందులో తెలుగు నాటకానికి పుష్టిని, తుష్టిని కలిగించిన వ్యక్తి శ్రీ కాళ్ళకూరి నారాయణరావు గారే. వారి నాటకాలలో మకుటాయమైనవి చింతామణి, వరవిక్రయం, మధుసేవ. ఈ మూడు సాంఘిక సమస్యలను

ప్రతిబింబించేవే. వరవిక్రయం, మధుసేవ పూర్తిగా సాంఘికనాటకాలే. చింతామణి పౌరాణిక, జానపద గాథల కలబోత. కాళ్ళకూరివారి పాండితీ ప్రకర్ష, పద్య రచనా విన్యాసం, చమత్కృతి, కవితా సౌందర్యం వీటిలో ప్రతిబింబిస్తాయి. నాటకాలు, నాటికలు ఎంతోమంది రాసారు. రాస్తున్నారు. కాని ఒక పండిత కవి రాసే నాటకం నిజంగా నాటకాన్తం సాహిత్యం అనే నానుడిని అక్షరాల నిజం చేస్తుంది. యీ మూడు నాటకాలను విడివిడిగా సమీక్షిద్దాం.

'లీలాశుకుడు' అనే యోగి పూర్వ వృత్తాంతము అంటే ఆయన యోగి కాకమునుపు జీవితం చింతామణి నాటకానికి కథ. ఇందులోని ప్రధాన పాత్రలు కథానాయిక చింతామణి, కథానాయకులు బిల్వమంగళుడు, అతని స్నేహితుడు భవానీశంకరుడు, బిల్వమంగళుని భార్య రాధ. సుబ్బిశెట్టి. అపూర్వమైన పాత్రచిత్రణ, చక్కని వచన రచనా వైచిత్రి, రమణీయమైన పద్యరచన యీ నాటకానికి పట్టుకొమ్మలు.

బిల్వమంగళుని భార్య రాధ నాటక ప్రారంభంలో తన అదృష్టానికి మురిసిపోతుంది. చక్కని రూప సంపద, ప్రశస్తమైన ప్రవర్తన, పెంపెక్కిన పాండితీ పటిమ, తనపై అవ్యాజ ప్రేమ, అపార సంపద, అమృతమయ వాక్కులు కలిగిన భర్త దొరకడం తన మహాభాగ్య మంటుంది. అప్పుడు బిల్వ మంగళుడు "వెర్రిదానా అపుడే ఏల సంతసించెదవు. కాలము అవిచ్ఛిన్నమైనది, వక్రబుద్ధి కలది. ఏమో ఎప్పుడేవిధంగా మార్చునో ఎవరు చెప్పగలరు" అంటూ

సీ॥ ఘనుని హరిశ్చంద్రుడు కాటికాపరిచేసె
 మురసుతుడు సార్వభౌమునిగా జరిపె
అలరంతిదేవు నన్నాతురు గావించె
 పేద కుచేలు పెంపు జేసె
ధర్మాత్ము బలిని పాతాళమునకు ద్రొక్కి
 గలుషు నహుషు స్వర్గమున కెత్తె
విప్రనారాయణుని విటునిగా నొనరించె
 నొదయ నంబిని భక్తి యుక్తిని జేసె

గీ॥ కాలమానమిట్టి మహిమ గలది యౌట
మానవుడు మేను విడిచిన మరుదినమున
గాక సుగుణ దుర్గుణములు, కలిమిలేము
లెన్నరాదని వచియింతురెల్ల బుధులు

హరిశ్చంద్రుని కాటికాపరుని చేసింది కాలం. మురసుతుని సార్వభౌముని చేసింది. కుచేలుని కుబేరుని చేసింది, బలిచక్రవర్తిని పాతాళానికి తొక్కింది, గర్వంతో కన్నుమిన్ను కానని నహుషిడికి ఇంద్రపదవిని కట్టబెట్టింది. కనుక ఒక మనిషిని గురించి పూర్తిగా assess చేయాలంటే వారి

జీవితం ముగిసిన తర్వాతే అని చెప్పి పురాణ కథల ద్వారా అర్థాంతరన్యాసము చేస్తాడు బిల్వమంగళుడు. ఇందులో భావి కథా సూచన మనకు కనిపిస్తుంది.

చింతామణి ఒక వేశ్య. ఆత్మసంస్కారం కలిగినయువతి. వేశ్యవృత్తికి అవసరమైన జాణతనం, టక్కుటమార విద్యలు, కులుకులు వున్న హృదయాంతరాళాలలో పూర్వజన్మ సంస్కారం మణిదీపంలాగ వెలుగుతూ ఉంటుంది. తనతల్లి శ్రీహరి "నీ శ్రీరంగ నీతులే నిన్ను చెరచుచున్నవి. లేకున్న నీ అందమునకు, చందమునకు, నీ విద్యకు, నీ తెలివికి యీ లోటు లేని యెడల నీపాటికి కోట్లు గడింపకపోదునా"?

భారతదేశంలో అనాదిగా వేశ్యా వ్యవస్థ వర్ధిల్లింది. పురాణాలలో, కావ్యాల్లో వారికి అఖండ గౌరవం యివ్వబడింది. వారి నియమాలు, ఆచార వ్యవహారాలు, ధర్మాలు ఇతరులకు భిన్నంగా వుండేవి. వేశ్యల యిళ్ళలో ఆడపిల్లలు, వారు పెరిగేతీరు, ఆచార వ్యవహారాలు ముద్దుపళని రాసిన 'రాధికా స్వాంతనం'లో సొగసుగా వర్ణించబడ్డాయి. కాలగమనంలో ఆ వ్యవస్థలో కూడా మార్పు వచ్చింది. చింతామణి తల్లి "పడుచుదనంబునందె తమ ప్రజ్ఞ బయల్పడ రెండుచేతుల గడన మొనర్ప వలయు గాలములే విటమును కోటికన్" అంటుంది. తల్లి ఎంత చెప్పినా భవానీ శంకరుని వెళ్ళగొట్టడానికి వెనుకాడుతుంది. ఇక్కడ చింతామణి, భవానీశంకరుల సంభాషణను ఒక విశిష్టమైన పంథాలో రచించారు నారాయణరావుగారు. తన రోజుల్లో వేశ్యా వ్యామోహంతో బికారులైన ధనిక కుటుంబాలలోని యువకులను దృష్టిలో వుంచుకొని భవానీ శంకరుని పాత్రను తీర్చి దిద్దారు. అతడిపై ఒకరకమైన సానుభూతి ప్రేక్షకులకు కలుగుతుంది. దానితోపాటు హాస్యరసం వెల్లివిరుస్తుంది. ప్రశస్తమైన ఈ పద్యం దానికి ఉదాహరణ.

సీ॥ తాతలనాటి క్షాత్రములెల్ల తెగనమ్మి
        దోసిళ్ళతో తెచ్చి పోసినాను
    అత్తవారిచ్చిన అంటుమామిడితోట
        నీవు కోరగా రాసియిచ్చినాను
    కులసతి మేని సొమ్ములు పుస్తెతోకూడ
        గొనివచ్చి మీ యింట గుప్పినాను

గీ॥ "కులమువారెల్ల నీకిది గూడదన్న
    భార్య నూతికి, గోతికి పరుగులిడిన
    లెక్కసేయక నీయిల్లు కుక్కవోలె
    గాచుకొని యిట్లు వున్నాను నేను" అంటాడు భవానీశంకరుడు.

చింతామణికి లోలోపల వాడిపై సానుభూతి వుంటుంది. కాని అమ్మ కసురులకు భయపడుతుంది. క్రొత్త సరసులు చిత్తకార్తి కుక్కల్లా యింటిచుట్టు తిరుగుతున్నా నీకే

లోబడియున్నానంటుంది. భవానీ శంకరుడికి వూరిలో అప్పుపుట్టే అవకాశం లేదు. వాడిదగ్గర బూడిదే మిగిలింది. వాడు చాలా కాలం తరువాత తారసపడిన తన బాల్య సహాధ్యాయి, మహా ధనవంతుడు అయిన బిల్వమంగళుని పేరుని చింతామణి దగ్గర ప్రస్తావిస్తాడు. చింతామణి అంతకుముందు ఒక దేవాలయంలో అతనిని చూచి వుంటుంది. ఆ పేరు వినగానే-

"వలపెరుగని నా హృదయం కళవరపడెను
నతని మోము గనినంతనె పుల్కలు జనియించెను
జెక్కుల నిలువెల్ల వడంకె ఒక్క నిమిషము దనుకన్"

అనుకొంటుంది. బిల్వ మంగళుని ఎలాగైనా తనయింటికి తీసుకురమ్మని భవానీ శంకరుని అడుగుతుంది. అతని ఆస్తిలో సగం నాది, సగం నీది అంటుంది. యీ సన్నివేశంలో నారాయణరావు చూపించిన రచనా సామర్థ్యము అసమానమైనది. భవానీ శంకరుడు అతడు వేశ్యలయింటికి రాడని చెపుతాడు.

చింతామణి	-	ఎందుచేత
భవానీ	-	మహాపండితుడు
చింతామణి	-	వ్యాసునికంటెనా
భవానీ	-	పరమనైష్ఠికుడు
చింతామణి	-	విశ్వామిత్రుని కంటెనా
భవానీ	-	బహునీతిమంతుడు
చింతామణి	-	విప్రనారాయణుని కంటెనా
భవానీ	-	పరకాంతా పరాన్ముఖుడు
చింతామణి	-	ఋష్యశృంగుని కంటెనా
భవానీ	-	అతని భార్య భూలోకరంభ
చింతామణి	-	వెర్రివాడ నీ భార్య ఎంత చక్కనిది

ఈ సందర్భంలో నారాయణరావుగారి పద్య రచనలో అల్లసాని పెద్దన ప్రభావం కనిపిస్తుంది. ఆ పద్యం చూడండి.

"ఇంతులు తారసిల్లునంతవరకే
పురుషాగ్రణులెంత సామంతములాడిన
బిగువు మాటలు పలికిన, కామినీ మణికాంత దృగంచలాగ్ని
కలికాలవమంచుకపాటి సోకెనో ఎంతటి పండితుండైనా
యిట్టె కరుంగడె వెన్న పోలికన్."

బిల్వమంగళుని తోటలోకి చింతామణి వస్తుంది. చింతామణి వేశ్య . భవానీ శంకరునికి ముందే ఆమెకు ఒక ప్రియుల చిట్టా వున్నది. ఆమె మాటలలోనే "తనకు కల్గినదెల్ల ధారపోసినయట్టి సీతాపతికి స్వస్తి చెప్పినాను. మెచ్చె ముచ్చట దారమేడ గట్టించిన పోలిశెట్టిని పారద్రోలినాను. నిమిషంబులో మాన్యంబు వ్రాసి యిచ్చిన ఆదిరెడ్డిని సాగనంపినాను. కోరిన బంగారుకొండనేనియు దెచ్చు పెద్దసెట్టికి సొడ్డు బెట్టినాను." అటువంటి చింతామణిని తొలిసారి చూసిన బిల్వమంగళుడు ఏమనుకొన్నాడో చూడండి.

"ఏమి సౌందర్యము? ఇది గణికయా లేక చక్కదనముల కణికయా?
రెప్పలు వాల్చకుండిన ధరిత్రిని పాదములంటకుండినన్
తప్పక రంభయో మరి ఘృతాచియో మేనకయో యటంచు
ఇక్కప్పుర గంధి పట్ల భ్రమ కల్గుకపోవునె
ఆలకింప లేదిప్పుర మందె యిట్టి జలజేక్షణ
వున్నదటంచు నెన్నడున్."

శృంగార రసములోని సాత్విక భావమైన రోమాంచము చింతామణికి కల్గుతుంది. ఆశ్చర్యమేమిటంటె ఆమె చెప్పుకొంది తాను వలపెరుగని వేశ్యనని.

"కమ్మలు లేకయె చెవులు కస్తూరి తావులు గ్రమ్ము
పత్ర భంగములు లేకయె చెక్కిళ్ళులే, కాటుక సిగ్గులు లేకయే కనుల్
సొమ్ములు లేకయె గళంబు చొక్కపు లత్తుక పూతలేకె
పాదమ్ములు సొంపు నింపును కదా మగవారి అదృష్టమేమిరో!

అలంకార శాస్త్రము కూలంకషంగా చదివిన నారాయణరావుగారు 'రతీ మోహం' అనే శృంగార రస భావాలను యిక్కడ చొప్పించారు. మను చరిత్రలో 'ఎక్కడివాడో యక్షతనయుండు' అన్న వరూధిని భావాలకు ప్రతిగా యిక్కడ 'రెప్పలువాల్చకుండిన' అన్న బిల్వమంగళుడి పద్యం. అలాగే 'వెలివెట్టిరే బాడబులు' అన్న పద్యం 'యింతులు తారసిల్లనంత వరకే' అన్న పద్యాన్ని పోలి వుంటుంది. 'కుందనము వంటి మేను' పద్యానికి ప్రతిగా కమ్మలు లేకయె చెవులు' అన్న పద్యం ప్రౌఢ నాయికకు కలిగే మోహం కామ ప్రధానమైనది. అదే యిక్కడ ప్రస్ఫుటమవుతున్నది. శాకున్తలంలో శకుంతలకు దుష్యంతుని చూసినపుడు కలిగే భావాలు, చేసే చేష్టలు వీటికి పూర్తిగా భిన్నం. చింతామణి పాత్రను 'క్లియోపాత్రా' స్థాయిలో తీర్చి దిద్దాడు నారాయణరావుగారు. మహా వీరుడైన యాంటోనీ సముద్రాన్ని తన రెండు పాదాలతో ఆక్రమించ గల్గిన పరాక్రమశాలి. అని అంటాడు షేక్సపియర్. కాని ఆ ఈజిప్షియన్ రాణి ప్రేమ సంకెళ్ళనుంచి బయటపడలేక పోతాడు. Strumpts tool గా మిగిలిపోతాడు. క్లియోపాత్ర గూడా అప్పటికే చాలామంది

ప్రియులను మార్చింది. అధికార దాహం, భోగలాలసత్వం కోసం ఎవరినైనా చంపించ కల్గిన నిర్దయురాలు. ఇక్కడ బిల్వమంగళుని పరిస్థితి కూడా అంతే అవుతుంది.

క్లియోపాత్ర చివరికి యాంటోనీ కోసం జీవితం త్యాగం చేస్తుంది యిక్కడ చింతామణి బిల్వమంగళుని యోగిగా మార్చివేస్తుంది. నారాయణరావుగారు ఆ నాటకంవల్ల ప్రభావితులయ్యారని చెప్పలేము. ఎందుకంటె పానుగంటి లక్ష్మీనరసింహారావుగారికి మల్లె కాళ్ళకూరి వారిపై పూర్తిగా ఆంగ్ల భాషా ప్రభావం వున్నట్లు తోచదు. బిల్వమంగళుడు పతనమై తనకు దాసుడై ప్రపంచాన్ని చూడనని వ్యాపారం, ఆస్తిపాస్తులు అన్నీ హరించుకు పోయినా 'కంజసెర శతఘ్నికా గోళమని, చెప్పదగిన చింతామణి కొప్పు, ఆమె సౌందర్యము ఆకాశములోని నక్షత్రములన్నియు తన నేత్రములుగా చేసికొని తనివితీర చూడటమె జీవన లక్ష్యమని చెప్పినపుడు చింతామణిలోని ఆత్మసంస్కారం మేలుకొంటుంది. సద్గుణములకు నిధానుడై మేలిమి బంగారు అనదగ్గ వానికి చిలుకకు బండ బూతులు అలవాటు చేసినట్లు పూర్తిగా భ్రష్టుడిని చేసి గంగలో తోసానని బాధపడుతుంది. తనకు ఘోరనరకం ప్రాప్తించకుండా వుంటుందా అని బాధపడుతుంది. ఇక్కడ కూడా బిల్వమంగళుడికి, షేక్సిపియర్ యాంటోనీకి పోలికవుంది. రాజ్యాలేమున్నది... నేల, మట్టి, మనుషులు, పశువులు కూడా వాటి ననుభవిస్తుంటాయి. రోమ్ నగరం Tibal నదిలో కలవనీ, రోమన్ సామ్రాజ్యం నశించిపోని, జీవితంలోని ఘనత క్లియోపాత్ర కౌగిలిలోనే అని అనుకొంటాడు యాంటోనీ.

బిల్వమంగళుడి భార్యపాత్ర రాధను కూడా అపూర్వంగా చిత్రించాడు కవి. బిల్వమంగళుడు, రాధల మధ్య జరిగిన సంభాషణ హైందవస్త్రీ ధర్మాలను గూర్చి చెపుతుంది. అతని తండ్రి మరణిస్తాడు. తండ్రికోసం విలపిస్తాడు బిల్వమంగళుడు. అయినా తండ్రి శవాన్ని వదలక విలపిస్తున్న భార్యను వదలి పిడుగులు పడే వర్షంలో చింతామణి యింటికి బయలుదేరి వెళ్తాడు. కారణం చింతామణికి పిడుగంటె భయమని. కరుణరస ప్రధానమైనది రాధ పాత్ర. గుండె ఆగి మరణిస్తుంది. బిల్వమంగళుడికి కనువిప్పు కల్గిస్తుంది. పశ్చాత్తాపసాగరంలో మునిగి కొట్టుకొంటాడు. యీ మొత్తం ఘట్టంలో కాళ్ళకూరివారి నాటక రచనా విధానం ఆంగ్ల నాటకస్థాయిలో జరిగింది ఇక్కడి పద్యాలు హృదయాన్ని కలిచివేస్తాయి.

"వారాశి నడుమ తుఫానులయందు
నాలికపై పయనంబు బ్రతుకు
భయ మోహములతోడ భ్రాంతి తృష్ణల తోడ
పరుగులిడు వింత స్వప్నంబు బతుకు"

ఈ స్థాయిలో చెప్పిన జీవిత తత్త్వంతో తల్లీ నమస్కారము నీవు ఉద్ధరింపదలచిన చిత్ స్వరూపిణివేకాని చింతామణివి దేవదాసివి రావు. ధర్మదేవతవు అని యోగిగా మారుతాడు

కథానాయకుడు బిల్వమంగళుడు. కరుణ కలిగించే హాస్యపాత్ర సుబ్బిశెట్టి. విశిష్టపాత్ర చింతామణి తల్లి శ్రీహరి. నాటకం బహు ప్రశస్థమైనది కాని సుబ్బిశెట్టి, శ్రీహరిపాత్రలద్వారా బూతు ప్రసంగాలు చేసి నాటకానికి చెడును తీసుకు వచ్చారు. ఎవరి మనుగడ కోసం వారిపాట్లు. నాటకం సాహిత్యస్థాయి చెప్పడానికి యీ క్రింది పద్యాలు చాలు.

"ప్రకృతి శీర్ష్యము నందలి పచ్చారాల
బిగి బిగి తురాయి చందాన జరుగు పట్టె
జగములు జయింప సమకట్టు మరునిచేత
బీదలు నమ్ముల పొదియనగ మొగ్గ తొడిగె"

"చల్లని పిల్లగాలులు చక్కగ వీచిన పూలు
కెంపుతో నుల్లసమాడు నాకసము
వ్యూహములన్ చను పక్షి సంతతుల్
మెల్లగ మింటదారు చిరు మేఘము లయ్యపరాద్రి వెన్కరా
జిల్లెడు సూర్య బింబము వచియింపగ శక్యమె సంధ్య సంపదల్"

"కలకలలాడు నెల్లప్పుడు కట్టెదుటన్ కనుపట్టు తీవెగుంపులు
మొలకల్, మహీజముల్, పూవులు, కాయలు, పండ్లు
పర్వత తలంబులు, నదులన్, సముద్రములు, భూమి దివంబును
యొక్కటొక్కటె తెలుపగ జాలు ఈశ్వరుని దివ్య విలాసము లెల్ల కొల్లగాన్

ఆంగ్లకవి వర్డ్స్‌వర్త్ ని గుర్తుచేసే మహాకవిత్వం అద్భుత ప్రకృతి వర్ణన. ప్రబంధాలను ఔపోసన పట్టిన పాండితీ వైదుష్యము. భక్తి భావ రచనా వైశిష్ట్యంలో ఈ క్రింది పద్యంలో బమ్మెర పోతన, త్యాగయ్యల ముద్ర కనబడుతుంది.

"కడగియు వైకుంఠు కడుపున కనంగ
దేవకి యాచరించిన వ్రతము లేమో
పేర్మి నమ్మహోదయు బెంచి ముద్దాడ
యశోద గావించిన సుకృతమేమో
అలరుచు అయ్యతోడ నాటలాడగా
గోప పుత్రులొనర్చిన పుణ్యమేమో
చెలగి యాలోకేషు చెట్ట బట్టగా
రుక్మిణీదేవి కూడిన నియమమేమో"

"అలముల చరితుడైనయు వేద వేద్యుని
బాంధవంబు మైత్రి పాలనం బెడయు కొరకు

యున్న పాండు రాటునులు తద్దసలిపినట్టి
తపమదేమో

కాళ్ళకూరి వారి కీర్తి తలపాగాలో మరో కలికితురాయి వారి 'వరవిక్రయం' నాటకం 'కన్యాశుల్కం' నాటకం అప్పటికే దేశంలో పేరులోకి వచ్చింది. కన్యాశుల్కమనేది వృద్ధులు చిన్నపిల్లలను తమకు పెళ్ళిచేసినందుకు యిచ్చే ద్రవ్యము. ఆడపిల్లలు వున్న బీదవారు యీ పని ఎక్కువగా చేస్తుండేవారు. ఈ కన్యాశుల్కం పద్ధతి కొన్ని బ్రాహ్మణకుటుంబాలకు పరిమితంగా వుండేది. పండు ముదుసలులకు 7, 8 సం॥ ప్రాయమున్న ఆడపిల్లలను యింకా చిన్న పిల్లలను కట్టబెట్టేవారు. ముసలాడు మరణిస్తే అమ్మాయి జీవితాంతం వితంతువుగా వుండిపోయేది. మంగళసూత్రం, పసుపుకుంకుమలతోపాటు జుట్టు తీసేసి కురూపిని చేసేవారు. ఈ దురాచారాన్ని ఖండిస్తూ గురజాడ అప్పారావుగారు 'కన్యాశుల్కం' నాటకాన్ని అపూర్వంగా రాసారు. అందులో గిరీశం, మధురవాణి, లుబ్ధావధానులు, అగ్నిహోత్రావధానులు, బుచ్చమ్మ, రామప్ప పంతులు, మీనాక్షివంటి పాత్రలను సజీవ చైతన్యవంతంగా మలిచారు. అప్పారావుగారు. వ్యావహారిక భాషా వాదానికి మద్ధతుగా నాటకాన్ని వ్యావహారిక భాషలోనే నడిపించారు.

నారాయణరావుగారు కన్యాశుల్కానికి అవతలి ధృవం (వరవిక్రయాన్ని తన నాటకానికి మూల వస్తువుగా తీసుకొన్నారు) కన్యాదాతలు వరునికి, వరుని తల్లిదండ్రులకు సమర్పించుకునే ధనం కట్నం పేరుతో పిలువబడుతూ సమాజంలోని అన్ని కులాలలోను అమలులోవుండేది. వరులు కట్నంతీసుకోవడం అమ్ముడు పోవడమేనని నారాయణరావుగారు ఢంకా భజాయించి చెప్పారు.

"వెండి నాణెంబె పెనిమిటి వేశ్య కటులె,
కట్నములె భార్య ఇప్పటి కర్కశుకలకు
వేశ్య వెలయు లనంబడె వెల గ్రహించి,
కట్నములచేత వెలమగల్ కారెవీరు.

మొదట పాత్ర చిత్రణ విషయానికి వద్దాము. The Merchant of Venice డ్రామాలో షైలాక్ పాత్రతో పోటీ పడేటట్లుగా సింగరాజు లింగరాజు పాత్రను తీర్చిదిద్దారు కాళ్ళకూరి. అతి భయంకర పిసినారి లింగరాజు. తిండి సరిగా పెట్టనందువల్ల లింగరాజు 3వ భార్య సుభద్ర వంట చెయ్యనని భీష్మించుకొంది కాబోలు. అందుకని ఘంటయ్య అనే వంటవాడిని పెట్టుకొన్నాడు. లింగరాజు వాడికి రోజూ వంటకు అవసరమైన సామానులు లిష్టు ఎలావుందో చూడండి. వంట కట్టెలు మూడు, పిడకలు రెండు, సగం చీల్చిన అగ్గిపుల్ల, ఉద్దరిణెడు ఉప్పు, నిన్న పులుసుకోసం పిసగ్గా మిగిలిన చింతపండు గుజ్జు, మూడు మిరపకాయలు. అమ్మగారికి టెంక, అబ్బాయిగారికి ముక్కాను, గగిటెడు గంజి లింగరాజుకు, సగం దత్తపుత్రుడు బసవరాజుకు వంటవాడు మాత్రం హోటలునుండి బాంగాళాదుంప కూర తెచ్చుకొని తింటూ వుండేవాడు.

లింగరాజు భార్య కడుపు మాడ్చుకొని భార్యకు, కొడుకుకి సరియైన భోజనం పెట్టకుండా ధనం కూడబెట్టడం ఎందుకని అడిగితే లింగరాజు చెప్పిన తత్త్వం చూడండి.

"ప్రాయికంబుగ చెట్టు పాతువాడొక్కడు
వరుస బండ్లను మెక్కు వాడొకడు
కష్టపడి గృహంబు కట్టువాడొకడు
వసతిగ నందు నివశించు వాడొకండు
ఆస్తికై వ్యాజ్యంబు లాడువాడొకడు
వచ్చిన నదిప్రొంగు వాడొకండు
కోరి ముండను పెట్టుకొను వాడొకండు
వలపుగాడై పొందు వాడొకండు
అట్లె ధనము కూర్చునట్టి వాడొకండు
వడిగ తగులబెట్టు వాడొకండు
ఇది ప్రపంచ ధర్మము నాడు బుట్టిన
లీలగాదు దీనికేల గోల.

భార్య "మీరు పోవునపుడు మీ యినప్పెట్టె మీ నెత్తిమీదె కెత్తైనను వెంట" అన్నప్పుడు లింగరాజు యిచ్చిన సమాధానం చూడండి.

'సంపద మహత్త్వము ఎరుగని చవట బ్రహ్మ
చావులేకుండగా నేని సలుపుడయ్యె
చచ్చునపుడు వెనువెంట సకల ధనము
తీసికొనుపోవు విధమేని తెలుపడయ్యె

నిజమే. అనంతకోటి స్వరూపుడైన పరమాత్మ ఆ ఏర్పాటుచేయలేదు. ఆ అవకాశమే వుంటె ఈ విశ్వాంతరాళం, భూగోళం ఎలా వుండేవో? అసలు ధనికులు, అధికారంలో వున్నవారు ఎవరైనా సరే చావడానికి కిష్టపడుతారా? లేక తీసుకొని పోయే అవకాశముంటె సంతానానికి ఏమైనా మిగిల్చి వెళతారా? అన్నీ తెలిసి చావపోతున్నవాడికి కూడా ఆశ చావటం లేదుకదా. Shakespheare తన డ్రామా Hamlet లో కథానాయకుడి చేత "చావు తర్వాత ఏమవుతుందో నన్న ఆందోళన, భయమే మనిషిని ఆ చావుకు భయపడేటట్లు చేస్తుంది" అని అనిపిస్తాడు. లింగరాజు పాత్ర నిజంగా ఒక అద్భుత సృష్టి. అతని దత్తపుత్రుడు బసవరాజు "ఫౌంటెన్ పెన్ను కొనుటకు పైకమిచ్చెదవా అని అడిగితే" లింగరాజు "బాబూ కాణీకి కలము వచ్చు చుండగా ఫౌంటెన్ పెన్ను ఎందుకు పనిలేక అంతగా మనసైనచో అలుకపాన్పు మీద అన్నిటితో పాటు అత్తగారిని అడగవచ్చులే" అని అంటాడు లింగరాజు. వియ్యంకుడైన పుణ్యమూర్తుల

పురుషోత్తమరావు ఉత్తముడు. జాతీయవాది. సహాయనిరాకరణోద్యమంలో కోర్టులను బహిష్కరించినవాడు.

వరవిక్రయంకు వ్యతిరేకంగా ఉద్యమంలో పాల్గొన్నవాడు. 'పాపం అతను తన యిద్దరి ఆడపిల్లల వివాహ విషయంలో కూడా సిద్ధాంతానికే కట్టుబడి వ్యవహరించాలనుకొన్నాడు. అప్పుడు పెళ్ళిళ్ళ పేరయ్య ఆయనతో ఏమన్నాడో చూడండి. "అమలాపురంలో వెనుక అయ్యగారి అంబయ్యగారిలాగే కట్నం యివ్వనని భీష్మించుకునేసరికి కన్య సమర్త ఆడి వూరుకొంది. ఆ పాటున నలుగురు ఆంక్ష చేయడం, ఆ బ్రాహ్మణుడు ఆ పిల్లను ఒక బ్రహ్మసమాజం వాడికి కట్టబెట్టడం ఆ పిల్ల కాపురానికి వెళ్ళి 5గురు పిల్లలను కనడం జరిగింది. ఇంతెందుకు, పెద్ద పెద్దలిపుడు బేరాలతో పనిలేకుండా బల్లమీద రేట్లు రాయించి బయట తగిలిస్తున్నారు. వెలగలేటివారు రూ॥ 1016, వేటూరివారు రూ॥2000, ముంజులూరివారు రూ॥ 3000, నందిరాజువారు 4000, అయ్యంకివారు 5వేలు, చింతలూరివారి చిన్నవాడు తగినన్ని రూపాయలు ఎవరిమటుకు వారీవిధంగా ఏర్పాటు చేసుకొని కూర్చున్నారు. ముందు ముందు చీట్లమీద రేట్లు రాసి షాపులలో వస్తువునకు అంటించినట్లు పెళ్ళికొడుకుల మొహాలకు అంటిస్తారేమో అని అంటాడు.

కాళ్ళకూరివారి మరో కమనీయ సృష్టి లింగరాజు మూడవ భార్య సుభద్ర ఒక ముసలి వానికిచ్చి తనకు పెళ్ళిచేసినందుకు, అందునా ఒక పిసినిగొట్టుకు కట్టబెట్టినందుకు ఆమె ఆక్రోశం చూడండి.

"విద్యయు, వయసు, పరువుని విడిచిబెట్టు
భాగ్యమొక్కటియె జూసి బదుగు పిసినిగొట్టు
పీన్గునకు తన కూతురినిచ్చు
తల్లి కుత్తుక తరగిన తప్పు గలదె"

సాధారణంగా తల్లులు కూతుళ్ళ సుఖానికి ప్రాధాన్యత యిస్తారు. కాని పాపం సుభద్ర విషయంలో భిన్నంగా జరిగింది. తల్లి ద్రోహంచేసింది. అయినా సంప్రదాయానికి కట్టుబడిన పతివ్రతా ధర్మం, వయసులో వురకలు వేస్తూ అణచుకోబడ్డ కోరికలు వీటిమధ్య ఘర్షణ సుభద్ర లింగరాజుని గురించి ఏమంటోందో చూడండి.

"నగపేరు చెప్పిన నవ్వుల గుచ్చును
కోకలు కొనుమన్న ఘొల్లుమనును
వ్రతమొనర్చెద నన్న వలవల ఏడ్చును
ముష్టిపెట్టిన సెత్తి మొత్తుకొనును
జడవైచికొనిన సానిపడుచువలెయనును

చీరకట్టిన షోకు మీరెనను
వంటవానిని పిలువ వెంటనేతెంచును
పాలితో మాటాడ బొంచి వినును
చదివిన, వ్రాసిన జగడమాడును
దొడ్డిలోనికేగిన, అనుమానపడును
గడపదాటిన వెనుక కొడుకు నంపించును
పాడిన సతికది కూడ దనును
కట కటా యిట్టి మగనితో కాపురంబు
సలుప శక్యమె ఎంతటి సాధ్వికైన

మరొక విశిష్టపాత్ర నాటక పరిణామానికి మూలపాత్ర కాళింది. ఈ అమ్మాయినే లింగరాజు దత్తపుత్రుడు బసవరాజుకి స్థిరపరిచింది. తన తండ్రి కట్నమిచ్చి పెళ్ళిచేస్తున్నాడని, తన పెళ్ళికోసం పొలము అమ్మివేస్తున్నాడని విన్న కాళింది తట్టుకోలేక ఆత్మహత్య చేసుకొంటుంది. ఆమె తండ్రి పురుషోత్తమరావు చిన్నప్పటినుండి ఆదర్శాలు నూరిపోశాడు. అవి జీర్ణమైతే చాలాసార్లు ప్రమాదాలకు దారితీస్తాయి. యీనాడు గూడా కొన్ని "యిజాలు" కొన్ని మతాలు వెర్రితలలు వేస్తు అనేకమంది యువతీ యువకులు రాలిపోతున్నారంటె యీ సిద్ధాంతాల Intoxication నూరిపోతలు కారణం. కాళింది ఆత్మహత్యకు ముందుచేసిన సంభాషణలో కాళ్ళకూరివారి స్వతంత్రభావాలు ప్రస్ఫుటమవుతాయి. అనుభవించినిదే ఐశ్వర్యము స్వతంత్రము కలిగినదే జన్మము. భరత మాతా ప్రణామములు తల్లీ! నీవే నిర్భాగ్యస్థితిలో నుండినపుడు నీ తనయులకు ఏమి దారిచూపగలవు. ఓ పాలకులారా. మీ పన్నుల గొడవయేగాని ఆపన్నుల గొడవ మీకక్కరలేదుగదా. స్వధర్మము నెడ విముఖత, పదవులకై ప్రాకులాట, బిరుదులకై పీకులాట, 'దాస్యమునకు ముందడుగు, త్యాగమునకు వెనుకడుగు' యిలా మహోన్నతంగా సాగుతుందీ రచన. ఇంతటి వున్నతుడైన అభ్యుదవాదిని నేడు అభ్యుదయం ప్రజాశ్రేయస్సు అని అరిచే రచయిత లెవరూ తలవను గూడా తలవరు. విశ్వవిద్యాలయాలు, పత్రికలు ఆయనపేరును కూడా స్మరించటం లేదు. ఎంతసేపు మహాకవి శ్రీశ్రీ అన్నాడనీ, మహాకవి గురజాడ అన్నాడనో చెపుతూ వారికి లేని ఆశయాలు కూడా వారికి ఆపాదించడం యీనాటి పత్రికలు చేస్తున్నపని.

ఇంక పాత్ర చిత్రణలో లింగరాజు పాత్ర తరువాత లంతటి స్థాయిలో చిత్రించిన పాత్ర కాళింది చెల్లెలు 'కమల' పాత్ర. షేక్సిపియర్ రాసిన The Marchant of Venice నాటకంలోని Portia పాత్రని గుర్తుకు తెస్తుంది. కమల పాత్ర. అక్కడి కోర్టుసీను స్థాయిలో నడిపించారిక్కడ కోర్టుసీనుని నారాయణరావుగారు. గాంభీర్యం, హాస్యం కలబోసారు. ప్లీడరు 'వెర్రి బుర్రల వెంగళప్ప' పాత్రద్వారా ఆనాటి కోర్టుల పరిస్థితి చక్కగా ప్రతిబింబించారు. బ్రిటిషువారు ప్రవేశపెట్టిన ప్రజాస్వామ్య విధానం ఆనాడు క్రింది స్థాయిల్లోనే చూపెట్టిన రుగ్మతలు చూస్తుంటే ఈనాటి దేశరుగ్మతలకు మనం ఆశ్చర్యపడనవసరం లేదు.

కమల ఒక సమర్థురాలైన వనితగా లింగరాజు కొడుకు బసవరాజుని చేసుకొనేందుకు అంగీకరిస్తుంది. కారణం ముందే లింగరాజు అయిదువేల అయిదువందల పదిరూపాయలు అడ్వాన్సుగా పుచ్చుకొన్నారు. కమల అంతా తన యిష్టప్రకారమే జరగాలని షరతు పెడుతుంది. దానికి తల్లిదండ్రులు అంగీకరిస్తారు. పెళ్ళైన తరువాత కార్యం జరుగుతుంది. కాని నాలుగు సంవత్సరాలు కాపురానికి వెళ్ళిన కమల. కార్యంనాడు లింగరాజుగారిచ్చిన నాలుగువేల రూపాయిల నగలు కూడా ఆమె దగ్గరే వున్నాయి. లింగరాజు తన దగ్గర యితరులు తాకట్టుపెట్టిన నగలను తన నగలని చెప్పి కమలకు యిచ్చాడు. ప్లీడరు వెంగళప్ప దగ్గరకు వెళ్ళి అతడితో చర్చించి లింగరాజు పురుషోత్తమరావుకు కోర్టునోటీసు పంపిస్తాడు. కమల దావా వెయ్యనియ్యమంటుంది. అలాగే కోర్టులో దావా పడుతుంది. కోర్టుకెళ్ళిన వారి కష్టాలు, కడగండ్లు సీసపద్యంలో ఎంత చమత్కారంగా, సున్నితంగా, హాస్యరసానికి పరాకాష్టగా చెప్పారో చూడండి.

"కరణము తొలిమలి, కట్నాల క్రిందను
కూట సాక్షుల గొఱుగొడుల క్రింద
వెంట తోడ్తెచ్చు నేజెంటు ఖర్చుల గ్రింద
ప్లీడర్లు లాగెడు ఫీజుల క్రింద
చల్లగా బెరిగిన స్టాంపుడ్యూటీ క్రింద
తెమలని సాక్ష్య బత్తెముల క్రింద
కోర్టు గుమస్తాల కొల్వు ముడుపుల క్రింద
కదలేనియెట్టి నకళ్ళ క్రింద
రైళ్ళక్రిందను, కాఫీ హోటళ్ళ క్రింద
కొంపలు గోడులు మాపు కొనుచు
నోడినవాడు బయట గెలిచినవాడు
లోన ఏడ్చుటెగాక లాభమింతేని కలదె॥

ఆధునిక వ్యవహారాలకు పద్యం పనికిరాదని అనేకమంది ప్రబుద్ధుల వాదన. నిజానికి పద్యానికి వున్న సొగసు దేనికి వుండదు. తిరుపతి వెంకటకవుల 'జెండాపై కపిరాజు' పద్యం, బలిజేపల్లివారి 'మాయామేయ జగంబు' పద్యం కన్న ప్రజల నోళ్ళలో నానిన కవిత్వము ఏదైనా వున్నదా?

ఇక్కడ కోర్టు సన్నివేశంలో లింగరాజు దత్తపుత్రుడు బసవరాజు పాత్రకూడా వున్నతంగా చిత్రించబడింది. కోర్టులోకి ప్రవేశిస్తూనే

"ధనమె బ్రతుకైన పెంపుడి తండ్రికంటె
సవతి తల్లియె మేలు నిశ్చయముగా"

అని అనుకొంటాడు లింగరాజు లాయరు వెంగళప్ప అలహాబాదు 23లో అత్తగారు పెట్టిన నగలు హరించగూడదని అయిదు పేజీలు తీర్పువుంది. కలకత్తా 24లో పిల్లను కాపరానికి పంపి తీరాలని అంటాడు. పురుషోత్తమరావు కోర్టుని బహిష్కరించిన సహాయనిరాకరణోద్యమ కారుడు. గాంధేయవాది. ప్లీడరుని పెట్టుకొనడు. కమలయే తన కేసును తనే వాదించు కొంటానంటుంది. వెంగళప్ప కమల మైనరని ఆమెకు కోర్టులో మాట్లాడే అధికారం లేదని బొంబాయి తీర్పులున్నాయని పెట్టిన Objectionలన్ని న్యాయాధికారి తోసిపుచ్చుతాడు. ఇక్కడ నుండి సన్నివేశం రక్తి కడుతుంది. కమల వాదనా చాతుర్యం అపూర్వం. సింగరాజు లింగరాజు Cause of action క్రింద రెండు విషయాలు పెట్టాడు. నగదు హరించుట, కమలను కాపురానికి పంపకపోవుట. నగలమూటను కమల కోర్టువారి ముందుంచుతుంది. కాపురానికి తను వెళ్ళకపోవడాన్కి కారణం పెళ్ళికొడుకుని తాము కొనుక్కొన్నామని వాదిస్తుంది. ఇక్కడ లింగరాజుగారి శుభలేఖ ప్రధాన ఆధారం.

'ముద్రా రాక్షసం' నాటకంలో ముద్ర, ఆశ్చర్యచూడామణి నాటకంలో చూడామణిలాగ తన భర్తకు తనను పిలిపించుకొనే అధికారం లేదంటుంది. వెంగళప్ప కలకత్తా హైకోర్టు 26లో కాళ్ళు చేతులు కట్టికూడా తీసుకు పోవచ్చని అంటాడు. కమల తన భర్తను ఐదువేల ఐదువందల రూపాయలకు కొనుక్కొన్నానంటుంది. లింగరాజుగారి శుభలేఖలో నాకుమారుడు చిరంజీవి బసవరాజుని బ్రహ్మశ్రీ పుణ్యమూర్తుల పురుషోత్తమరావు కుమార్తె చి.ల.సౌ. కమలకు ఇచ్చి అనివుంటుంది. నిజానికి పిసినిగొట్టు లింగరాజు తనకు ఖర్చు తప్పుతుందని తన శుభలేఖనికూడా పెళ్ళికూతురి తరపువారినే అచ్చువేయించమంటాడు. మేధావి కమల దానిని చక్కగా ఉపయోగించుకొంటుంది. వాటి రశీదు, అగ్రిమెంటు కమల కోర్టు ముందుంచుతుంది. లింగరాజు మొదట అవి కల్పితాలని అంటాడు. వెంగళప్ప పురుషోత్తమరావుని 'ఫోర్జరీ' క్రింద ప్రాసిక్యూటుచేయాలంటాడు. శుభలేఖ కూడా పురుషోత్తమరావు తప్పుగా వేయించాడు కనుక 'Breach of Trust' క్రింద కూడా ప్రాసిక్యూట్ చేయాలంటాడు. లింగరాజు కొద్దిగా తగ్గి ఒకవేళ డబ్బు ఇచ్చినా అది కట్నం అవుతుంది కానీ క్రయధనం ఎట్లా అవుతుంది అంటాడు. దానికి కమల ప్రతివాదన ఎలావుందో చూడండి. కట్నమునకు, క్రయధనమునకు కాసింతయు బేధములేదు. ఉన్న దన్నను కట్నములు వివాహకాలమున నిచ్చుట గలదు. కాని వేలము, బయానా, అగ్రిమెంటు, ముందు చెల్లించుట ఇట్టి ఆచారమెచ్చటను లేదని అంటుంది. న్యాయాధికారి వెంగళప్పను ఏమిచెప్పుతారని ప్రశ్నించుతాడు.

లింగరాజు దత్తుడు, కమల భర్తయైన బసవరాజు ముందుకు వచ్చితాను యీ కేసును ఉపసంహరించుకొంటున్నానని, యిదంతా తండ్రి ప్రేరణవల్లే జరిగిందని చెపుతాడు. కమల దగ్గరకు వెళ్ళి నగలమూట, కాగితముల కట్టతీసుకొని నెత్తినపెట్టుకొని కమల వెంట వెళతాడు. లింగరాజు ఆగ్రహంతో నీచుడా! నా ఆస్థి నుండి నీకు నలుసంతముట్ట నిచ్చితినా, నామెడలోనిది

యజ్ఞోపవీతం కాదని నిష్క్రమిస్తాడు. కాని చివరకు పశ్చాత్తాపపడి కొడుకుని, కోడలిని దగ్గరకు తీయడంతో నాటకం ముగుస్తుంది.

నారాయణరావుగారి న్యాయశాస్త్ర పరిజ్ఞానము, పట్టాలేని ప్లీడరుగా పనిచేసిన అనుభవం యీ ఘట్టంలో అనన్య సామాన్యంగా ప్రతిఫలిస్తాయి. వారి సామాజిక స్పృహ ఎంతో ఘనమైనది. ఆనాటి దేశ దారిద్ర్యాన్ని వర్ణించిన యీ సీసపద్యం పోకడ గమనించండి.

కూలి నాలియు లేక కుడువ త్రోవలు లేక
మలమల పస్తుల మాడువారు
యిల్లు వాకిలి లేక, యిల్లాలు లేక ఏచెట్టు
నీడనో నివశించువారు.
పైని పాతయు లేక పండ జాగయు లేక
వడ వడ చలిలోన వణకువాడు
కాళ్ళు, కన్నులు లేక కదల మెదలగలేక
దేవుడాయని వాపోవు వాడు
కలరు మన దేశమున కోట్ల కొలది నేడు
వారినెల్లర నిపుడు కన్నార జూచుచు
బందలం పోలె మనమిక బ్రతుకు టెట్టు
లనుచు చింతింప వచ్చునె యజ్ఞులారా.

భక్తి భావము శోభించిన యీ సీస పద్యం కులుకు చూడండి.

రాతిలో కప్పను రక్షింపగల తండ్రి
బొరియలో చీమను బ్రోచు తండ్రి
గంగలో చేపను కాపాడగల తండ్రి
మంటిలో నెర్రను మనుచు తండ్రి
పుట్టలో చెదలను పోషింపగల తండ్రి
కలుగులో ఎలుకను గాచు తండ్రి
బుజముల కెల్ల నీరము పోయు తండ్రి
శిశువుతో స్థన్యముం దయచేయు తండ్రి
దయయె సస్యరూపంబుగా దనరు తండ్రి
మనల పోషింపడి వెర్రిమాట గాక

పడుచుదనం అందానికి తాంబూలమిచ్చిందన్నట్లు, ఛందో వ్యాకరణాలు కవిత్వానికి శబ్దమాధుర్యాన్ని, అర్ధమాధుర్యాన్ని కల్గిస్తాయి. ఆధునిక సమస్యలను, భావాలను వర్ణించడానికి పద్యం పనికిరాదనే వాదన పూర్తిగా అసమంజసం. అహేతుకం.

ఇక నారాయణరావుగారి 3వ నాటకం నేటికీ భయంకరంగా సమాజాన్ని పీడిస్తున్న 'మద్యపానం'. దానివల్ల వచ్చె భయంకర పరిణామాలు, 'మధుసేవ' నాటకంలో విస్తరింపబడ్డాయి. చింతామణి, వరవిక్రయంలాగ యిందులో పాత్ర చిత్రీకరణ అంత వైశిష్ట్యంగా కనబడదు. ఇందులో కథానాయకుని పేరు రఘునాథరావు. ఇతను ఒక జమిందారు. ఉదాత్తుడైన వ్యక్తి. నశ్యం పీల్చడమే పెద్ద దుర్గుణం అని భావించేవాడు. ఒక యాక్సిడెంటులో నొప్పిని తగ్గించేందుకు వాడబడిన 'సారా' క్రమంగా దినదిన ప్రవర్ధమానమై అతడిని మింగేసే స్థాయికి చేరుతుంది.

శర్మ అనే అతని మిత్రుడు తాగుడుతో బాటు 'కస్తూరి' అనే వేశ్యను, మాంసాహారాన్ని కూడా అలవాటు చేస్తాడు. శుద్ధశాఖాహారి అతి భయంకర మాంసాహారిగా మారతాడు. సంస్థానం అప్పులోపడుతుంది. రఘునాథరావు భార్య నిర్మలాంబకు తండ్రి ఆస్తి వస్తుంది. అది రాయించుకోమని కస్తూరి, శర్మలు రఘునాథరావుని బలవంతం చేస్తారు. అతడు అంగీకరించక పోవడంతో నిర్మలాంబను సేవకుని ద్వారా హత్య చేయిస్తాడు శర్మ. నేరం రఘునాథరావు మీద మోపబడుతుంది. పేరుకు తగ్గట్టుగా విశ్వాసానికి మారుపేరైన దివాను విశ్వాసరావు చాకచక్యంవల్ల కోర్టులో కస్తూరి అప్రూవర్‌గామారి నిజం చెప్పినందువల్ల రఘునాథరావు విడుదలై పశ్చాత్తాప పడతాడు. మద్యపాన నిర్మూలనకోసం జీవితం అంకితం చేస్తాడు.

జార్జి బెర్నాడ్‌షాలాగ యీ నాటకంలో అంతా నారాయణరావుగారే కనబడతారు. పాత్రలు పెద్దగా కనబడవు. వారి పద్యరచనా చమత్కృతి, లోక వ్యవహార పాండితీ ప్రతిమ ప్రతిఘట్టంలో ద్యోతక మవుతాయి. బ్రాహ్మణ జమీందారులు, ధనిక బ్రాహ్మణులు సామాజిక పతనం గూర్చి నారాయణరావుగారు తల్లడిల్లుతారు.

సౌఖ్యముల కాకరములైన స్వస్థలముల
వీడి పొరుగూళ్ళ బానిసవృత్తి నమరి
తమదు వ్రేలు బెట్టి తమకన్ను తామె పొడుచు
కొనుచున్నారు బ్రాహ్మణకులమువారు.

'కాశిం సాహెబు' అనే పాత్రను హాస్య రసం పండించడానికి చక్కగా ఉపయోగించు కొన్నారు. పాత్రోచిత భాషను ప్రయోగించారు. కస్తూరితో కాశిం సాహెబు "అచ్ఛా! అచ్ఛా? అల్లా నీ చేతుల్లో అవల్ ఖుషీ భలే సౌఖ్యం పెట్టాడండి. అందుకు చేత భలే భలే వాళ్ళంతా నీ పాదాలమీద ప్రాణాలు యేస్తారు" అని అంటాడు. తాగిన వాళ్ళు మైకంలో మాట్లాడిన మాటలను కూడా అదే ఫక్కీలో రాసాడు. ఈ క్రింది పద్యంలో చమత్కారం చూడండి.

వర్తకుడు, వైద్యుడు, వకీలు, వారకాంత
యనెడు నీ వకార చతుష్టయ మదె లక్ష్మి

ఆదినో, మధ్యనో, యంతమునవో
వెలిగి తీరుదురిలా నొక వెలుగు వీరు. అలాగే మరొక పద్యం చూడండి.

గోడకు వేసిన సున్నము
ప్లీడరు చేపట్టిన ఫీజు
వలచి రోచెడి కొసంగిన విత్తము
బూడిద పడు సెంటు మరల పొందగ వశమె.

ఈ నాటక రచనా కాలం 1925-1926. గాంధీగారి మద్యపాన నిషేధం, సహాయ నిరాకరణోద్యమం వంటివి నడుపుతున్న రోజులవి. అప్పుడున్న క్రిందిస్థాయి ఎలక్షన్లలో సారా పోయించడం ఆనాటి నుంచే వుంది. వైశ్రాయి సభలోకూడా బ్రాందీసారాల లాబీలు వున్నవని నారాయణరావు గారు రాసారు. మధుసేవ నాటకంలో గూడా కోర్టుసీను వుంది గాని వరవిక్రయంలో వున్నంత బిగువులేదు. దేశరాజకీయ పరిస్థితులు, దారిద్ర్యం, సామాజిక పతనం వంటి అంశాలతోపాటు మనిషి దైనందిన జీవితంలోని ప్రతి విషయం పైన సమగ్రమైన అవగాహన వున్న వ్యక్తి నారాయణరావు గారు.

నిజానికి వారు విడమరిచిన సమస్యలు, వ్యభిచారం, వరవిక్రయం, త్రాగుడు, నవీన రూపాల్లో యీనాడు క్రొత్త క్రొత్త సమస్యలు సృష్టిస్తున్నాయి. సమాజం మంచి చెడుల సమ్మేళనం, నరకాసురులు, దుర్యోధనులు, హిరణ్యకశ్యపులు, దుశ్శాశనులు, కీచకులు, మొ॥వారు సమాజంలో కోకొల్లలుగా వుంటారు. ఒక హరిశ్చంద్రుడు, ఒక శ్రీరాముడు, ఒక భరతుడు, ఒక కర్ణుడు మాత్రమే వుంటారు. వారు ఆదర్శప్రాయులు. ఇలాంటి వారుంటె బాగుండుననిపిస్తుంది. ధర్మానికి గ్లాని కలిగినపుడే చెడుపై మంచి విజయం సాధిస్తుంది. మళ్ళీ ఆ మంచిలో నుండి చెడు. ఆ చెడులో నుండి మంచి. ఇదే సృష్టి పరిణామం. దీన్నే పాశ్చాత్య తత్త్వవేత్త హెగెల్ Thesis, Anti thesis ఈ రెంటికి వచ్చేదే Synthesis గా వర్ణించాడు. ఇది పరిణామం.

అనంత సృష్టిలో చెడును వీలైనంతవరకు తగ్గించుకు పోవడం, మంచిని పెంచే ప్రయత్నం చేయడం ఏ సమాజంలోనైనా ఏ కాలంలోనైనా జరుగవలసినపని. అదే Bentham చెప్పిన 'The Greatest Happyness of the greatest Number'. స్వాతంత్ర్యానికి పూర్వం ఎంతోమంది సంఘసంస్కర్తలు తమజీవితంలో సుఖాలను త్యాగంచేసి భారతదేశ ప్రజలకోసం పాటుబడ్డారు. అట్టివారిలో కాళ్ళకూరి నారాణరావుగారు ప్రముఖులు, మధుసేవనాటకంలోని భరతవాక్యంలో వారి వ్యక్తిత్వం ప్రస్ఫుటమవుతుంది.

సీ॥ దేశంబు నానాట నాశంబు గావించు
మద్యపానము రూపుమాపగ

పేదసాదలనెల్ల తీర్చి దిద్ది సేయు
కల్లంగుడులు నేల కలియుగాక
సంసారులను ముష్టి సన్యాసులం చేయు
రమ్ము కొట్లను దుమ్ము కలియుగాక
సంస్థానములను స్మశానములను చేయు
బ్రాంది షాపులు మూల పడేట్టుగాక

విధిగ నేటేట నీపాడు విషపు నీళ్ళ
కొఱకు వ్యయమగు కోటాను కోట్లు
దేశమునకు దక్కి దరిద్రులు ముదుకి కూడు
ముదక గుడ్డల నై నేమి పొందెదరుగాక.

కవిత్వంలో ప్రాచీన కవుల శైలి, వారి ప్రభావం పడిన నారాయణరావు గారు పూర్తిగా సంస్కరణ వాది. చెప్పిన దానిని ఆచరించి చూపిన అభ్యుదయవాది. పదవులు, ధనం అనేకమంది అనర్హులకు వస్తూ వుంటాయి. అర్హులకు రాకుండా పోతుంటాయి. కీర్తికూడా వాటి దారిలోనే పయనిస్తుందేమో. రావలిసినవారికి రాకపోవడం, కొందరికి అవసరమైన దానికన్నా అధికంగా రావడం జరుగుతున్నది. మొదటికోవకు చెందినవారు నారాయణరావు గారు. భారద్వాజ గోత్రార్ణవ శశాంకుడనని, కవి ఘంటా కలాప హస్తుడనని, శంకర భగవత్పాద ప్రసాదిత మహాకవి బిరుదాంకితులని చెప్పుకొన్న నారాయణరావుగారు గొప్ప రచయిత. సంఘ సంస్కర్త మాత్రమేకాదు. ఘనుడైన దేశ భక్తుడు కూడాను. ఇతను తేది 27-06-1927 న దివంగతులయ్యారు.

టంగుటూరి ప్రకాశం పంతులు

(1872-1957)

- రావినూతల శ్రీరాములు

కొందరు గొప్పవారుగా జన్మిస్తారు. మరికొందరికి గొప్పదనం కట్టబెట్టడం జరుగుతుంది. కొంతమంది స్వశక్తితో గొప్పవాళ్ళవుతారు. కడపటి పద్ధతిలో గొప్పదనాన్ని సాధించిన మహనీయుడు ఆంధ్రకేసరి టంగుటూరి ప్రకాశంగారు.

జాతీయస్థాయికి ఎదిగిన ఆంధ్ర ప్రముఖులలో టంగుటూరి ప్రకాశంగారు అగ్రగణ్యులు.

సుమారు 40 సంవత్సరాలపాటు దక్షిణాది ప్రజాజీవితాన్ని ప్రభావితం చేసిన ఆ మహనీయుని జీవితం అమిత ఆసక్తిదాయకం.

ప్రజాహృదయాలలో సుస్థిర స్థానం సంపాదించిన ప్రకాశం తానే చెప్పుకున్నట్లు "ప్రకాశం అంటే ప్రజలు, ప్రజలంటే ప్రకాశం".

ప్రస్తుతం గుంటూరు, ప్రకాశం, నెల్లూరు జిల్లాలు గల ప్రదేశం కాకతీయ సామ్రాజ్యంలో భాగంగా వుండేది. అప్పుడు ఏర్పడిన గ్రామవ్యవస్థలో గ్రామకరణానికి ప్రముఖస్థానం. ఈ గ్రామ కరణాలుగా ఎక్కువగా ఆర్వేల శాఖ బ్రాహ్మణులే వుండేవారు. వారు నియోగించబడినవారు కనుక బ్రాహ్మణులై లౌకిక వృత్తిలో దర్పంతో మెలుగుతూ వుండేవారు.

ప్రకాశంగారి పూర్వుల స్థావరం టంగుటూరు. అదే వారి ఇంటిపేరుగా మారింది. కానీ వీరి తండ్రులకాలంలో టంగుటూరికి ఉత్తరంగా ఉన్న వల్లూరులో స్థిరపడటం జరిగింది.

ప్రకాశం అమ్మగారి పుట్టిల్లు వినోదరాయుని పాలెం. అది అమ్మనబ్రోలు రైల్వేస్టేషనుకు 3 కి.మీ., దూరంలో సముద్రతీర గ్రామమైన కనుపర్తికి పోయే త్రోవలో వుంది.

1872 ఆగస్టు 23న టంగుటూరి గోపాలకృష్ణయ్య, సుబ్బమ్మలకు తొలి సంతానంగా ప్రకాశం వినోదరాయుని పాలెంలో జన్మించాడు. ఒక సంవత్సరం పాటు అక్కడే పెరిగిన ప్రకాశం కుటుంబం వల్లూరు చేరడంతో బాల్యం అక్కడే గడిచింది.

ప్రాథమిక విద్య వల్లూరులోనే జరిగింది. టంగుటూరి వెంకటప్పయ్య గారనే పంతులు వీరికి ఓనమాలు నేర్పాడు. సోదరి రంగమ్మ వివాహ సమయంలో అయిదేళ్ళ ప్రకాశానికి ఉపనయనం జరిగింది.

వల్లూరులో భూములపైన కుటుంబం జరగడం కష్టమయిన కారణంగా ప్రకాశం తండ్రి గోపాలకృష్ణయ్య వెంకటగిరి రాజా ఇలాకాలో మేనకూరులో రెవిన్యూ ఉద్యోగం సంపాదించారు.

పెద్దక్క జానకమ్మను అద్దంకిలో పోరూరి నరసింగంగారికి ఇచ్చారు. వీరి కుమార్తె హనుమాయమ్మను ప్రకాశం పెండ్లాడారు. రెండవ అక్క రంగమ్మను కొత్తపట్నంలోని మైనంపాటి వారికి ఇచ్చారు. వీరి కుమారుడే ప్రముఖ యోగి మైనంపాటి నరసింహం.

తల్లి సాహస గాథ

తన 12 వ ఏటనే తండ్రిని పోగొట్టుకున్నాడు ప్రకాశం. నాయుడుపేటలో తండ్రి ఉద్యోగం చేస్తూ వుండడం మూలాన ఆయన ఇంగ్లీషు చదువు కొంత అక్కడ సాగింది. కానీ అల్లరి చేష్టలలో మార్పు లేకపోవడంతో తండ్రి నానా బాధలూ పడుతూ వుండేవాడు. భర్త మరణం తర్వాత కుటుంబపోషణ తానే స్వయంగా చూచుకోవడం మంచిదని భావించి గంపెడు సంసారంతో ఒంగోలు పట్టణం చేరుకున్న సుబ్బమ్మ గారి సాహసం చెప్పుకోదగినది. ఆ కాలంలో చిన్న చూపుగా చూడబడే 'పూటకూటి ఇంటిని నడిపింది. కన్న బిడ్డలకు రెక్కలు రావడానికి ఆ తల్లి తన రెక్కలను ముక్కలు చేసుకొని సంసారం ఈడ్చుకొని వచ్చింది.

తల్లి 'పూటకూడు' పెడుతున్నా ఇల్లు గడవడం కష్టమైనందున ప్రకాశం వారాలు కుదుర్చుకోవలసి వచ్చింది.

ప్రకాశం మిడిల్ స్కూలు పరీక్ష ఫీజు మూడు రూపాయలు దొరకని రోజులవి. బావ దగ్గర దొరుకుతుందేమోనని 25మైళ్ళ దూరంలో వున్న అద్దంకికి నడక సాగించినా ఫలితం దక్కలేదు. చివరకు తన పట్టుగుడ్డను తాకట్టు పెట్టి కుమారునికి ఫీజు కట్టించిన మహాతల్లి సుబ్బమ్మ.

ఓ విచిత్ర సంఘటన

ఆ కాలంలో పూనా నాటకాల కంపెనీ ఒకటి ఒంగోలు వచ్చి హిందీలో ప్రమీలా స్వయంవరం, పీష్వా నారాయణరావు వధ, ఉషా పరిణయం, 'కీచక వధ' మొదలైన నాటకాలు ప్రజారంజకంగా ఆడటం మొదలు పెట్టారు. కుర్రకారుతో బాటు ఈ నాటకాలు చూచిన ప్రకాశం ప్రభావితుడైనాడు. ఈ భావాగ్నికి ఆజ్యం తోడైనట్లు ఒంగోలులో నాటకాల పిచ్చి కల్గిన ఉండదల్లీ సాహెబుగారి అండ కొంత దొరికింది ప్రకాశానికి.

ఆ ఊళ్ళో మిషన్‌స్కూల్లో లెక్కల మాష్టారు ఇమ్మానేని హనుమంతరావు నాయుడుగారు కూడా నాటకాల కంకితమైనవాడే. ఆయన దృష్టిని ఆకర్షించాడు ప్రకాశం.

ఇకనేం, యువ ప్రకాశం నాటకాల ప్రపంచంలో పడిపోయి ఆడ, మొగ వేషాలు అవలీలగా వేయడం మొదలుపెట్టాడు. ప్రకాశానికి ఆ నాటకాలతో చదువు కూడా వెనకబడిపోయింది "సంగీతము చేత బేరసారములుడిగెన్" అన్నట్లు.

ఈలోగా తనకు అండ, ఆశ్రయం, ఆదరణ యిచ్చిన నాయుడుగారు రాజమండ్రి ఉద్యోగార్థం వెళ్ళడం తటస్థించింది. ఎలాగో తల్లిని ఒప్పించి ప్రకాశం గూడా నాయుడుగారితో రాజమండ్రి చేరాడు.

విద్యార్థి ప్రకాశం నాయుడుగారి పర్యవేక్షణలో నున్నాడనే ధైర్యంతో సుబ్బమ్మ గారు రాజమండ్రి విద్యాభ్యాసాన్ని అంగీకరించింది. అక్కడే చదివి మొదట ప్లీడరుగా తరువాత మద్రాసులో బారిష్టరు అయి కుబేరుడయినాడు. తన కుమారుడు ప్రయోజకుడైనాడని చరమజీవితం తృప్తిగా గడిపింది సుబ్బమ్మగారు.

1907వ సం॥లో మరణ సమయంలో అప్పటికే బారిష్టరుగా పేరొందిన తన కుమారుడు ప్రకాశాన్ని పిలిచి, తాను ఎంతకాలంగానో దాచుకొని వుంచిన 800 రూ॥లు ఆయన చేతవుంచి అంత్యక్రియలకు ఉపయోగించమని కోరింది ఆ మహాతల్లి.

తల్లి సాహసము ప్రకాశంగారిని కళ్ళనీళ్ళ పర్యంతము చేసింది.

నాయకుడ్ని తీర్చిదిద్దిన నాయుడు

నూనూగు మీసాల నూత్న యౌవనంలో ప్రకాశం తొలి ప్రేయసి నాటక రంగం. నాటకాలన్నా, నటులన్నా ఆ రోజులలో చులకనభావం వుండేది. స్త్రీ పాత్రలు ధరించడానికి ఆడవారు ముందుకు వచ్చేవారు కారు. ఆడవేషాలు మగవారే వేయాల్సి వచ్చింది.

సుందరమైన ప్రకాశం ముఖవర్చస్సు స్త్రీ పాత్రలకు మిక్కిలి అనువుగా వుండేది. నాటక కళ అంటే చెవి కోసుకునేవారు ఆనాటి మిషన్ హైస్కూలు మేష్టారు ఇమ్మానేని హనుమంతరావు నాయుడు.

మొట్టమొదట ప్రకాశాన్ని నటుడిగా గుర్తించిన మహనీయుడితడే! తరువాత తన కుటుంబ సభ్యులలో ఒకనిగా చేర్చుకున్నారు. ఆ వాత్సల్యానికి అవధులు లేవు. మిషన్ హైస్కూలులో ప్రకాశాన్ని ఫీజు లేకుండా చేర్పించడం నాయుడుగారి ఔదార్య పరంపరలో మొదటిది.

పంతులుగారు గురువు గారి పట్ల కృతజ్ఞతాసూచకంగా తన కుమారునికి "హనుమంతరావు" అని పేరు పెట్టుకొనినారు.

ఒంగోలులో సి.వి. రీడింగ్ రూంలో గురువు స్మారకచిహ్నంగా ఒక గది కట్టించాడు ప్రకాశం. బిలియర్డ్సు టేబుల్ అందులో వుంచాడు.

హనుమంతరావు నాయుడు ఒంగోలు నుండి రాజమండ్రికి కుటుంబంతో సహా తరలి వెళ్ళారు. వేసవి సెలవులలో అక్కడ గడిపి వస్తానని వారితో ప్రకాశం బయలుదేరాడు. గోదావరీ తీరవాసులు మేధావులని చిన్ననాడే విన్న ప్రకాశం రాజమండ్రి దర్శించాలనే ఆకాంక్ష ఈ విధంగా

నెరవేరింది. రాజమండ్రి పరిసరాలలో వేసవి సెలవులలో నాయుడుగారితో చూడవలసిన స్థలాలన్నీ ప్రకాశం చూచి ఆనందించారు.

సెలవులు ముగిసిన తరువాత ఒంగోలు వెళ్ళడానికి రేవుకు వెడితే పడవలు అప్పటికే వెళ్ళిపోయినవని చెప్పారు. చేసేదిలేక ప్రకాశం నాయుడుగారితో విషయం వివరించాడు.

"మంచిపని అయింది. ఇక నువ్వు నాతోనే వుండి ఇక్కడే చదువుకో" అన్నారు నాయుడు.

తప్పిపోయిన పడవతో ప్రకాశం జీవితం గొప్ప మలుపు తిరిగింది.

రాజమండ్రిలో చదువుతోపాటు నాటకాలు కూడా సాగించాడు ప్రకాశం.

ఒక సంవత్సరం నాటకాల కారణంగా చదువు కుంటుపడింది. అయినా పట్టుదలతో చదువు సాగించి 1891లో యఫ్.ఏ. పరీక్ష అయినారు. మొదటి నుండి "లా" (న్యాయవాది) పట్టాపైనే ప్రకాశం దృష్టి.

మద్రాసు లా కాలేజీలో చదివి సెకండ్ గ్రేడ్ ప్లీడరుగా నమోదయినారు ప్రకాశం. వి.వి.గిరి తండ్రి జోగయ్య పంతులు మద్రాసు 'లా' కాలేజీలో ప్రకాశం సహాధ్యాయి. 'లా' పూర్తి చేసిన తర్వాత ఒంగోలు లోనే వుండిపొమ్మన్నారు బంధువులు. కానీ తన ఉన్నతికి కారకుడైన నాయుడుగారిని వదిలి వుండలేక ప్రకాశం రాజమండ్రిలోనే ప్రాక్టీసు పెట్టారు. అలా 1894లో మొదలైన ప్రాక్టీసు అనతి కాలంలోనే బాగా పుంజుకొన్నది.

రంగస్థల నక్షత్రం

నాటకాలలో స్త్రీ పాత్రలు వేసినా ప్రకాశం నిజ జీవితంలో ఎల్లకాలం వీరుడు (హీరో) గానే ప్రకాశించారు.

ప్రకాశం నటుడిగా రాణకెక్కింది రాజమండ్రిలోనే. ఇమ్మానేని హనుమంతరావు నాయుడు, చిలకమర్తి లక్ష్మీనరసింహం గార్లు 1887లో రాజమహేంద్రవరం నాటక సమాజాన్ని స్థాపించారు. 1887 జూన్ 15న మొదటి ప్రదర్శన 'కీచక వధ'లో నాయుడుగారు భీముడు, ప్రకాశం ద్రౌపది పాత్రలు ధరించారు.

చిలకమర్తి వారికి ప్రకాశంగారు మిక్కిలి ప్రేమాస్పదులు. ప్రకాశంగారు నటించే పాత్రను ఆయన వ్యక్తిత్వానికి, హావభావాల ప్రదర్శనకు అనువుగా రూపొందించేవారట. పంతులుగారు మెట్రిక్యులేషన్‌లో ఉత్తీర్ణులైనప్పుడు మిత్రులకు చిలకమర్తి మిఠాయిలు పంచారు.

వీరేశలింగం గారి సారంగధరలో 'రత్నాంగి' 'నలదమయంతి'లో 'దమయంతి' పాత్రలు ప్రకాశంగారు చక్కగా పోషించెడివారు.

ప్రకాశంగారి నటనకు కాంగ్రెస్ అధ్యక్షులు పనప్పాకం ఆనందాచార్యులు మెచ్చుకున్నారు. ఒరిస్సా కళాకారులు శ్యామసుందర రాజగురు ప్రకాశం నటనకు మెచ్చుకొని “రంగస్థల నక్షత్రం” అని బిరుదునిచ్చారు.

మునిసిపల్ రాజకీయం

ఆంధ్రదేశంలో మొట్టమొదటి మున్సిపాలిటీ రాజమండ్రిది. న్యాయవాదులు విరివిగా రాజకీయాలలో పాల్గొనే రోజులవి.

ప్రకాశం రెండు మూడుసార్లు మున్సిపల్ కౌన్సిలర్‌గా పోటీచేయడం, ఓడిపోవడం జరిగింది.

1889లో మాత్రం విజయలక్ష్మి ప్రకాశాన్ని వరించింది. అప్పటికి ఆయన వయస్సు 27సం॥లు మాత్రమే. అప్పటిలో ప్రభుత్వ ఉద్యోగులు కూడా మున్సిపల్ అధ్యక్షులుగా ఎన్నికవుతూ వుండేవారు.

వర్గాలు తీవ్రంగా వుండి ప్రకాశం నాయకుడైన వర్గం బలం పుంజుకోవడంతో ఆయన మున్సిపల్ ఛైర్మన్‌గా ఎన్నికైనారు. ప్రత్యర్థి వర్గానికి ఇది దుర్భరమైనది. ఎన్నో చాడీలు, అభాండాలు ప్రకాశంగారిని గూర్చి చెన్నపట్టణానికి చేరవేశారు.

ప్రకాశం ఛైర్మన్ అయినట్లు గెజిట్‌లో పడకుండా పడరాని పాట్లు పడ్డారు. గెజిట్‌లో వేయనిదే పదవీస్వీకారం సాధ్యంకాదు. ప్రకాశం ఏమన్నా తక్కువ తిన్నాడా? నేరుగా మద్రాసు వెళ్ళి పెద్ద దొరను కలిసి విషయం వివరించాడు.

“ప్రకాశం! నీకు ఆ ఊళ్ళో ఇల్లేలేదట కదా!” అని దొర ప్రశ్నించాడు. చుర్రుమన్నాడు ప్రకాశం. “రాజమండ్రి ఉద్యోగానికని వచ్చిన ప్రొఫెసర్లు, కలెక్టర్లు, మున్సిపల్ ఛైర్మన్‌గా పనికి వచ్చినపుడు నేను తగనా?” అని ఎదురు ప్రశ్న వేసే సరికి దొర నోరు మూతపడింది.

“ప్రకాశం ప్రమాదకరమైన మనిషే. ఆయనను తప్పించుకోలేం. ఆయన పేరు గెజిట్ చేయండి” అని రాయక తప్పిందికాదు దొరగారికి. ఆ విధంగా 1903లో రాజమండ్రి మున్సిపాలిటీ చేదక్కించుకున్నారు ప్రకాశం.

ప్రజల కష్టసుఖాలు స్వయంగా విచారించేవాడు. ఇందుకోసం ఛైర్మన్ ప్రకాశం ప్రతిరోజూ ఉదయం గుర్రంమీద వీథులన్నీ తిరిగేవాడు.

ఎన్నో మార్పులు చూపి ప్రజలలో మంచి పాలకునిగా గణనకెక్కారు ప్రకాశం.

విదేశీయానం

రాజమండ్రిలో ప్రాక్టీసు చేసే దినాలలో ప్రకాశం తరచూ వృత్తిరీత్యా చెన్నపట్నం వెళ్ళాల్సి వచ్చేది. ఒక దఫా అక్కడ జరిగిన సంఘటనలతో తానూ “బారిష్టరు” కావాలనే నిర్ణయానికి వచ్చాడు.

మున్సిపల్ రాజకీయాలలో తలమునకలై ఉన్న రోజులవి. ప్రతికక్షులు ఏదో ఒక సాకుతో ప్లీడరు ప్రకాశాన్ని ఆయన స్నేహితులు, అనుయాయులను ఇరకాటంలో పెడుతూ వుండేవారు. ఒకసారి ప్రకాశం స్నేహితుడైన ఏలూరి నరసింహం అనే పెద్ద మనిషిపై అబద్ధపు సాక్ష్యం కేసొకటి కోర్టు కెక్కింది. ఆయన తరుపున వకీలు ప్రకాశంగారే!

ఆ సందర్భంగా ప్రకాశం మద్రాసు వెళ్ళారు. బారిష్టరు స్వామినాథన్ ప్రకాశంగారిని 'బారిష్టరు' చదవమని ప్రోత్సహించారు.

తిరిగి రాజమండ్రి వచ్చి స్నేహితులతో సంప్రదించిన మీదట, తనకు కావలసిన 6వేల రూపాయలు కంచుమర్తి రామచంద్రరావు, మాగంటి లక్ష్మణదాసులు చెరిసగం సర్దుతామనడంతో ఇంగ్లండు వెళ్ళేందుకు రంగం సిద్ధం అయింది.

ఆ విధంగా మిత్రుల అండదండలతో 1904 చివరన ప్రకాశం బారిష్టరు కావడానికి ఇంగ్లండు వెళ్ళారు. అక్కడ లండన్‌లో ఎడింబరో యూనివర్సిటీలో బార్-ఎట్-లాకు నమోదై "గ్రే" అనే "ఇన్" (హాస్టల్ లాంటిది) లో చేరి చదువు సాగించారు. 1904-06 కల్లా ఆయన ప్రథమశ్రేణి బారిష్టరై స్వదేశానికి తిరిగివచ్చారు. ఇంగ్లండులో కూడా ప్రకాశం చరిత్ర సృష్టించారు. అక్కడ విందులో ఒక్కొక్క విద్యార్థి ఉపన్యాసం ఇచ్చి సిగరెట్ వెలిగించాలి. అది అనాదిగా వస్తున్న సంప్రదాయం.

ప్రకాశం తన వంతు వచ్చేసరికి దానిని త్రోసిరాజన్నారు. కేవలం కాలేజీ ఉపన్యాసాలు విని ప్రకాశం సరిపెట్టుకోలేదు. లండన్‌లో కోర్టులలో పని జరిగే తీరు స్వయంగా పరిశీలించేవారు.

ప్రకాశం అనుభవం గడించినవాడు కావడంమూలాన బారిష్టరీలో బహుమానాలు కూడా గడించారు.

బారిష్టరుగా ప్రకాశం

1907 ప్రారంభంలో బారిష్టరుగా మద్రాసు హైకోర్టులో ప్రాక్టీసు ప్రారంభించారు ప్రకాశం. అప్పటివరకూ తమిళ లాయర్లయిన భాష్యం అయ్యంగారు, కృష్ణస్వామి అయ్యరు, సుందరం అయ్యరు లాంటివారే ఆంధ్రప్రాంతం నుండి వచ్చే కేసులు చేపట్టేవారు.

పట్టుదల, ఆత్మవిశ్వాసం ప్రకాశంగారిని న్యాయవాదిగా శిఖరాలకు తీసుకొని వెళ్ళాయి.

బారిష్టర్ల సంఘానికి అధ్యక్షులుగా ప్రకాశం ఎన్నికైనారు. మద్రాసు లా టైమ్స్ పత్రిక 1912 నుండి 1921 వరకూ నిర్వహించారు.

ఆయన ఫీజు రోజుకు వెయ్యి రూపాయలుగా వుండేది. తరువాతి కాలంలో హైకోర్టు జడ్జి అయిన పాకాల వెంకటరమణ రావు (జస్టిస్ రాజమన్నారు గారి తండ్రి), బులుసు సాంబమూర్తి, డా॥కె.కె. పండాలే (సైమన్ కమిషన్ వచ్చినపుడు మద్రాసులో మేజిస్ట్రేట్స్) ప్రకాశం గారి వద్ద జూనియర్లుగా పనిచేసేవారు.

బారిష్టర్లు నడింపల్లి నరసింహారావు, వి.వి. గిరి గార్లను కూడా ప్రకాశం గారే హైకోర్టులో నమోదు చేయించారు.

1907 నుండి పద్నాలుగేండ్ల పాటు బారిష్టరు ప్రాక్టీసులో ప్రకాశం లక్షలు గడించారు.

జడ్జీలకు ఏమాత్రం భయపడకుండా తనకు అన్యాయమని తోచినపుడు ఎదిరించేవారు ప్రకాశం.

ఒక పర్యాయం జడ్జి బెంచీమీద నిద్రపోతూవుంటే తన వాదనను నిలిపివేశాడు. జడ్జీకి మెలకువ వచ్చిన తరువాత "ప్రకాశం ! ఎక్కడున్నావు?" అని ప్రశ్నిస్తే " ఏమోనండీ, వెనుకటి చోటనే..." అని జవాబిచ్చారు ప్రకాశం.

మరలా జడ్జి అలాంటి పని చేసి ఎరుగడు.

మరొకసారి ఒక జడ్జి "కేసు పది నిమిషాలలో ముగించు" అన్నాడు. "అది సాధ్యం అయ్యే పని కాదు" అన్నారు ప్రకాశం. కాకమ్మ కబుర్లు చెప్పకు అని జడ్జి జులుం ప్రదర్శించాడు. కాగితాల కట్ట బల్లమీద పడేసి, 'క్షమాపణ చెబితే గానీ మీ కోర్టుకు నేను రాదలచలే'దన్నారు ప్రకాశం. అంతటితో ఆగక జడ్జి ప్రవర్తనను నిరసిస్తూ బారిష్టర్ల సంఘంచే తీర్మానం చేయించి ఆయనకు పంపించారు.

జడ్జి మెత్తబడి సంజాయిషీ చెప్పిన తరువాతనే ప్రకాశం కోర్టులోకి ప్రవేశించారు.

బీచ్‌లో బిపిన్ చంద్రపాల్ ఉపన్యాసాలు

1907 మొదట్లో ప్రకాశంగారు మద్రాసులో ప్రాక్టీసు పెట్టి మంచి పేరు ప్రఖ్యాతులార్జించ మొదలుపెట్టారు. అది బెంగాల్ విభజన, వందేమాతరం, స్వదేశీ ఉద్యమ రోజులు. బెంగాల్‌లోని అతివాద దేశభక్తులలో అగ్రగణ్యుడైన బిపిన్ చంద్రపాల్ గారిని ముట్నూరి కృష్ణారావు గారు మద్రాసు రాష్ట్రానికి పిలిపించి ఉపన్యాసాలేర్పాటు చేశారు. కానీ బ్రిటిష్ ప్రభుత్వం ఆయన మీద నిఘా వుంచింది. రాజద్రోహపూరితమైన ఉపన్యాసం చేస్తే వెంటనే ఆయన్ని అదుపులోకి తీసుకోవడానికి సిద్ధంగా ఉన్నది. అందువలన ఆ సమావేశాలకు అధ్యక్షత వహించడానికి పెద్దలు కొంత జంకేవారు గూడా.

మొదటి ఉపన్యాసం 1907 మే 1వ తేదీన సుబ్రమణ్యఅయ్యర్ గారి అధ్యక్షతన జరిగింది. రెండవ తేదీన బారిష్టర్ ప్రకాశం అధ్యక్షత వహించారు. ఆ రోజున అది కొంత సాహసకార్యమే. పైగా సర్ శంకర్ నాయర్ లాంటి పెద్దలు అటు పాల్ గారికి, ఇటు ప్రకాశం గారికి హెచ్చరికలు చేశారు మీరు హద్దులు దాటేరు సుమా అని.

ఏదో కారణంగా పాల్ మద్రాసు విడిచి వెళ్ళాడు. లాలాలజపతి రాయ్ గార్ని లాహోరులో అరెస్ట్‌చేసి మాండలే జైలుకు (అండమాన్) పంపించేశారు. ఈ వార్త దావానలంగా దేశమంతా ప్రాకింది. ప్రభుత్వం రాజద్రోహనేరం క్రింద ఏ దేశభక్తుణ్ణి అయినా అరెస్టు చేయవచ్చు. ఏ

శిక్షనైనా వేయవచ్చు. ఆ పరిస్థితులలో బిపిన్ బాబు ఆ సాయంత్రం (9 మే) జరుగనున్న ఉపన్యాసాన్ని రద్దు చేసుకొని మద్రాసు వెళ్ళిపోయాడు.

ఎలాంటి పరిస్థితికైనా సిద్ధపడిన ప్రకాశంగారికి ఆశాభంగమే మిగిలింది ఆనాడు.

దేశభక్తి బీజాలు

ఇంగ్లండులో "ఇండియన్ సొసైటీ" సంస్థలో దేశభక్తులనేకులుండేవారు. ప్రకాశం గారు ఆ సంస్థలో సభ్యులుగా చేరారు. దాదాభాయ్ నౌరోజి బ్రిటిష్ పార్లమెంటుకు పోటీ చేస్తే ప్రకాశం ఆయన తరఫున ప్రచారం చేశారు. ఆయన ఎన్నికల ఏజెంట్‌గా కూడా వ్యవహరించారు.

దక్షిణాఫ్రికాలో సమరం సాగిస్తూ వున్న గాంధీజీ బ్రిటన్ విచ్చేసినపుడు ప్రకాశం ఆయనను కలుసుకున్నారు. అయితే గాంధీజీ అప్పుడు పూర్తి విదేశీ దుస్తులు ధరించి ఉన్నారు. 1917లో కలకత్తా కాంగ్రెసులో ప్రకాశం ఆయనను తిరిగి దర్శించేసరికి గుజరాతీ తలగుడ్డ సహా పూర్తి భారతీయ దుస్తులు ధరించి వున్నారు. 1907లో జరిగిన సూరత్ నుండి ప్రకాశం అన్ని కాంగ్రెసు సభలకూ హాజరవుతున్నా కలకత్తా కాంగ్రెసు సభల నుంచే ప్రకాశం కాంగ్రెసు పట్ల శ్రద్ధ వహించసాగాడు.

1921 నాగపూర్ కాంగ్రెసు సహాయనిరాకరణోద్యమంలో భాగంగా న్యాయస్థానాలు, విద్యాసంస్థలు శాసన సభలను బహిష్కరించాలని తీర్మానించబడింది.

కలకత్తాలో ప్రఖ్యాత న్యాయవాది చిత్తరంజన్ దాసు, అలహాబాదులో ప్రముఖ న్యాయవాది మోతీలాల్ నెహ్రూ అప్పటికే తమతమ వృత్తులను మానివేశారు.

మద్రాసు సముద్రపుటొడ్డున ట్రిప్లికేన్ బీచ్‌లో జరిగిన బ్రహ్మాండమైన సభలో 1921వ సం॥లో జనవరి 21వ తేదీన ప్రకాశం తాను తన న్యాయవాదవృత్తిని విరమిస్తున్నానని చారిత్రాత్మకమైన నిర్ణయం ప్రకటించారు.

మద్రాసులో అలా చేసినవారిలో ప్రకాశంగారే మొదటివారు.

"సహాయనిరాకరణము- టంగుటూరి ప్రకాశంగారు న్యాయవాదవృత్తిని వదులుకొనుట" అను శీర్షికన ఆంధ్రపత్రిక 1921 జనవరి 24వ తేదీన ఈ విషయాన్ని రిపోర్టు చేసింది. కాంగ్రెసు సభకు అధ్యక్షత వహించిన ప్రకాశంగారు "కాంగ్రెస్ తీర్మానమును శిరసావహించి నేను న్యాయవాదవృత్తిని నేటినుండి విసర్జించ కృతనిశ్చయుడనైతిని, దానివలన, నేను గడించిన ధనమును ప్రజాహితమగు కార్యములకై వినియోగించెదను," అని ప్రకటించినారు.

చెప్పుకోదగ్గ మరో విషయమేమంటే ఆ సభలో సి. రాజగోపాలాచారిగారు ఉపన్యసిస్తూ "ప్రకాశం పంతులు గారంతటి నాయకులు మీకుండగా మీరు భయపడాల్సిన అవసరము లేదు" అని చెప్పి విద్యార్థులను, విద్యాలయాలను బహిష్కరించమని ఉద్బోధించాడు.

ఆర్జన లక్షల మీద ఉన్నప్పుడు వృత్తిని విరమించిన ప్రకాశం త్యాగమే త్యాగమని పలువురు కొనియాడారు.

ఒకసారి నిర్ణయం తీసుకున్న తరువాత వెనుకంజ వేయడం ప్రకాశం తత్వానికి విరుద్ధం.

విలాస జీవితంలో పూలబాటకు స్వస్తి. దేశభక్తునికి కంటక మార్గమే ప్రీతి కల్గించిదాయనకు.

స్వరాజ్య పత్రిక

పదునాల్గు సంవత్సరాలు మద్రాసు నగరంలో బారిష్టరుగా ఉన్న ప్రముఖ న్యాయవాది ప్రకాశం. ఆయన బహిరంగసభలో తన వృత్తిని వదిలివేస్తున్నానని ప్రకటించారు. ఇంతటి సంచలనాత్మక వార్తను మద్రాసునుండి వెలువడే ఆంగ్ల దినపత్రికలు మారుమూల ప్రకటించాయి.

మీ వంటి పలుకుబడి గల వ్యక్తులు నాలుగు పేజీలు ఆంగ్ల పత్రిక మద్రాసు నుండి నడపలేరా? అని ప్రకాశంగారిని ప్రశ్నించారు పట్టాభి.

కాంగ్రెసు సందేశ వ్యాప్తికి పత్రిక అవసరమని భావించి పత్రికా నిర్వహణకు పూనుకొన్నారు. మద్రాసు నుండి 'స్వరాజ్య' పత్రిక అక్టోబరు 1921లో మద్రాసులోని బ్రాడ్వేలోని 155 నెంబరు ఇంటిలో ప్రారంభమయింది. తొలి సంపాదకుడు కేరళకు చెందిన ఆక్స్‌ఫర్డ్‌లో విద్యాభ్యాసం గావించిన కె.యం.ఫణిక్కర్. హమీద్‌ఖాన్, యస్.యస్. వరదాచారి, శ్రీనివాసన్, భాస్కరన్ అందులో పనిచేసేవారు.

ప్రకాశంగారు 'స్వరాజ్య' పత్రిక చేపట్టిన తొలి దినాలలో రాజాజీ పూర్తిగా సహకరించారు. గాంధీజీ ఉద్యమానికి పట్టుగొమ్మ అయిన స్వరాజ్య పత్రికకు అనతికాలంలో అధిక ప్రజాదరణ లభించింది. మొదటి నెలలోనే 5000 ప్రతులు, తరువాత పదివేల ప్రతులు అమ్ముడయ్యేవి. ఈ విషయమే అహ్మదాబాదు రాష్ట్రంలో గాంధీజీకి రాజాజీ వివరించారు. ప్రకాశంను ప్రశంసించారు మహాత్మాగాంధీ. రాజాజీ సూచనమేరకు తమిళంలో "స్వరాజ్య" ప్రారంభించబడింది. ప్రముఖ దేశభక్తుడు శుద్ధానంద భారతి దీని సంపాదకుడు.

తమిళంలో స్వరాజ్య పత్రికకు సంపాదకులుగా నున్న కవియోగి శుద్ధానంద భారతి. వీరి పూర్వులు తూర్పు గోదావరి జిల్లాలోని అమలాపురం నుండి వలస వెళ్ళినారు. భారతి రమణ మహర్షి జీవితం తమిళంలో "రమణ విజయం" పేరిట రచించారు. తెలుగులో కూడా కొన్ని రచనలు చేశారు.

తెలుగులో వెలువడే 'స్వరాజ్య' తొలి సంపాదకులు ప్రముఖ కవి శ్రీ మానికొండ సత్యనారాయణ శాస్త్రిగారు. విశ్వదాత నాగేశ్వరరావు పంతులు గారు తాను ఆర్డరు చేసిన ప్రింటింగ్ యంత్రాలను సమకూర్చుకొనడంలో సహకరించారు.

ప్రకాశంగారి స్వరాజ్యలో పనిచేసిన కుందుర్తి ఈశ్వరదత్తు, ఖాసా సుబ్బారావు, కోటంరాజు రామారావు, కోలవెన్ను రామకోటేశ్వరరావు, బి.వి. కృపానిధి, నీలంరాజు వెంకట శేషయ్యగారు వీరందరూ తరువాతికాలంలో ప్రముఖ పాత్రికేయులుగా వాసికెక్కారు.

ప్రకాశంగారు నిర్వహించిన 'స్వరాజ్య' స్వాతంత్ర్య ఉద్యమానికి ఎనలేని సేవ చేసింది. నిర్భయంగా వార్తలను అందించే 'స్వరాజ్య' అంటే ప్రభుత్వానికి దడ పుట్టేది.

ప్రకాశం తన స్వార్జితం లక్షల రూపాయలు స్వరాజ్య నిర్వహణలో వ్యయం చేశారు. వివిధ కారణాల వల్ల రానురాను "స్వరాజ్య" నష్టాల ఊబిలో కూరుకొని పోయింది. దానికితోడు ఆనాటి మద్రాసు ప్రభుత్వం "స్వరాజ్య"ని బ్లాక్‌లిస్ట్‌లో వేయడం, ఈయన మాటిమాటికి జైలుకెళ్ళడం, కాంగ్రెస్ పనిమీద విరామం ఎరుగక దేశమంతా పర్యటించడం, ఇలాంటివన్నీ తోడై "స్వరాజ్య" 1935 నాటికి నిలిచిపోయింది.

రండిరా ! కాల్చుకోండిరా అని గుండెనిచ్చిన ఉద్దండమూర్తి

దేశంలో అప్పుడు అమలులో ఉన్న రాజ్యాంగానికి ఏదైనా సవరణలు అవసరమా అని పరిశీలించడానికి ప్రభుత్వం 'సైమన్' అను దొర నాయకత్వాన ఒక సంఘాన్ని నియమించింది. దానినే "సైమన్ కమీషన్" అంటారు. అందులో మన దేశము వారెవ్వరూ సభ్యులుగా లేరు. అందుచేత సైమన్‌కమీషన్‌ను ఎదుర్కొని 'మరలిపో' (గో బ్యాక్) అని చెప్పాలని నిర్ణయించింది కాంగ్రెసు.

కమీషన్‌వారిని మద్రాసులో తగినరీతిగా ఎదుర్కొనేందుకు ఆంధ్ర, తమిళనాడు కాంగ్రెస్ సంఘాలు పూనుకొన్నాయి.

ఆంధ్ర కాంగ్రెసు సంఘానికి అధ్యక్షులు ప్రకాశం. తమిళనాడు సంఘ అధ్యక్షులు శ్రీనివాస అయ్యంగార్. ఇద్దరూ కేంద్ర శాసనసభ సభ్యులుగా ఢిల్లీలోనే వుండేవారు.

ఇద్దరూ మద్రాసు వెళ్ళడానికి నిర్ణయించుకున్నారు. చివరి నిమిషంలో శ్రీనివాస అయ్యంగార్ విరమించుకున్నాడు.

ప్రకాశం మద్రాసు చేరేసరికి నగరం పోరాటానికి సిద్ధంగా వున్నట్లు కన్పించింది. ప్రజానీకం ఎంతో ఉత్సాహంగా హర్తాళ్ జరిపారు. పదిమైళ్ళ చదరం గల మద్రాసు మహానగరం జనంతో కిక్కిరిసిపోయింది.

ప్రభుత్వంకన్ను చెదిరింది. రెచ్చిపోయిన అధికారులు కాల్పులకు ఉత్తర్వులు జారీ చేశారు. ఒక యువకుడు నేలకు ఒరిగాడు,

అప్పుడు చీఫ్ ప్రెసిడెన్సీ మేజిస్ట్రేట్ పండలే ఒకనాడు ప్రకాశంగారి వద్ద జూనియర్ న్యాయవాదిగా పనిచేసినవాడే! సిపాయిలు హైకోర్టు వద్ద ప్రకాశంగారిని ఆపుచేసి ముందుకు

పోనియ్యలేదు. చనిపోయిన వ్యక్తి శరీరం చూసి తీరాలని అన్నాడు ప్రకాశం. ప్రకాశం గుండెకు బారుచేసి తుపాకీ పట్టుకున్న సిపాయి “మీరు దౌర్జన్యంగా ముందుకు వెళితే కాల్చవలసి వుంటుంది” అన్నాడు.

“సరే! నీ పని కానీయ్ ధైర్యం వుంటే” అని ప్రకాశం గుండె చూపించాడు. ఎత్తిన తుపాకీ క్రిందికి దిగింది.

“ప్రకాశంకీ జై” అన్న ప్రజల ఘోష మిన్నుముట్టింది.

అంతకుముందే బందరునుండి వెలువడే కృష్ణాపత్రిక దర్బారులో బిరుదులు ఇవ్వడం మొదలుపెట్టారు. సంపాదకుడు ముట్నూరు కృష్ణారావుగారి చెంతనే వున్న చెరకువాడ నరసింహం ప్రకాశంగారికి “ఆంధ్ర సింహం” అనే బిరుదు ఇస్తే బాగుంటుందని సూచించాడు. ముట్నూరివారు దానిని “ఆంధ్ర కేసరి” అని మార్చారు.

అప్పటినుండి విజయఘోష పలికేటప్పుడల్లా “ఆంధ్రకేసరికీ జై” అనడం ఆనవాయితీ అయింది.

స్వదేశీ ఉప్పు

మద్రాసులో సత్యాగ్రహ వాతావరణం లేదని భావించిన రాజాజీ “వేదారణ్యం” చేరిఅక్కడ సత్యాగ్రహం చేశారు.

మద్రాసు నగర ప్రజల నాడి ప్రకాశం గారికి తెలిసినట్లు మరొకరికి తెలియదు. 1907 నుండి బారిష్టరుగా వున్న పంతులుగారి పలుకుబడి చెన్నపట్నం ప్రజలకు చక్కగా తెలుసు.

ప్రకాశం నగరంలోనే సత్యాగ్రహం నిర్వహించదలచారు. మైలాపూరులో “ఉదయవనం” పేరు గల విశాల భవనాన్ని నెలకు రెండువందల రూపాయలకు బాడుగకు తీసుకున్నారు. నిర్వహణా బాధ్యత గుమ్మడిదల దుర్గాబాయమ్మకు ఒప్పజెప్పారు. ఆంధ్రదేశంలో ఉద్యమ ధోరణి పరిశీలించేందుకు పంతులుగారు బయలుదేరారు.

కృష్ణా, గోదావరి జిల్లాలలో సుడిగాలిలా తిరిగారు. మచిలీపట్నంలో ఏర్పాట్లు ఆయనను ముగ్ధుణ్ని చేశాయి.

పల్లపు భూములను మడులు, మడులుగా చేసి వాటిలో సముద్రపు నీరు మళ్ళించి సహజమైన ఉప్పు పండించారు. అలా తయారయిన ఉప్పు రెండు బస్తాలు తన కారులో వేయించారు ప్రకాశం.

అక్కడ నుండి స్వంత ప్రాంతమైన ఒంగోలు దగ్గరలోని దేవరంపాడు శిబిరం దర్శించి ప్రజలను ఉత్సాహపరచి పంతులుగారు పట్నం చేరుకున్నారు. అప్పటికే ఉదయవనం సత్యాగ్రహులతో నిండిపోయింది. ఒక్కొక్క ఐట్టురు పదునైదుమంది చొప్పున ఎంపిక చేశారు.

మద్రాసు ఫోర్టు ముందటి మైదానంలో తొలిసారిగా బహిరంగ సభ జరిగింది. ముందుగా మాట్లాడిన న్యాయవాదులు కె.భాష్యం, బషీర్ అహమ్మద్ కొంత నిరాశాధోరణిలో ప్రసంగించారు. తరువాత ప్రకాశంగారు మాట్లాడారు. "మద్రాసు మహానగరం ఇంకా సజీవంగా చైతన్యవంతంగానే వున్నది. స్వాతంత్ర్య పోరాటంలో ఇచటి పౌరులు మరెవ్వరికీ తీసిపోరు..." ప్రకాశంగారి ఉత్తేజపూరిత ప్రసంగం ప్రజలను కార్యోన్ముఖులను చేసింది.

ప్రజలు జేజేలు పలికారు.

మద్రాసు ఉప్పుసత్యాగ్రహంలో తొలివిడత సత్యాగ్రహులకు దేశోద్ధారక నాగేశ్వరరావు నాయకత్వం వహించారు. మహిళలు నాయకులకు హారతులిచ్చి జోహార్లు చెప్పారు.

మద్రాసు నలుమూలల్లో ఊరేగింపు తీసి చివరన సముద్రతీరాన ఉప్పు తయారు చేయసాగారు.

ఆ రోజులలో జాతీయవారంగా ఏప్రిల్ 6-13 జరుపుకునేవారు. ఆ వారాంతాన అనగా 1930 ఏప్రిల్ 13న తొలి ఊరేగింపు స్వరాజ్య కార్యాలయం నుంచే ప్రారంభమై చాలారోజులు ఈ కార్యక్రమం సాగింది.

1930 ఏప్రిల్ 13న 11గంటలకు ఇంటివద్దే కార్యక్రమం సాగిస్తూ వుండగా పోలీసు డిప్యూటీ కమీషనరు తన సిబ్బందితో ప్రకాశం ఇంటికే వచ్చేశాడు. తంగచ్చమ్మ అనే ఒక వృద్ధ మహిళా సత్యాగ్రహి స్వదేశీ ఉప్పుతో నిండిన పెద్ద పళ్ళెం తన చేతులతో పట్టుకొని వుండగా దానిని తనకిమ్మన్నాడు పోలీసు అధికారి.

"ఇది నీ సొత్తు కాదు. సముద్రపు నీటితో మేము కష్టపడి తయారు చేసుకొన్నాం" అని, పంతులుగారితో పాటు తననూ అరెస్ట్ చేయమని తంగచ్చి ఆ అధికారిని నిలదీసింది.

ప్రకాశంగారిని జార్జిటేన్ మేజిస్ట్రేటు కోర్టులో ప్రవేశపెట్టారు. ఆయనపై ఆరోపణలు అధికారి ఏకరువు పెడుతున్నాడు.

"ఇక చాలులే ఆపు. అన్నీ నేను ఒప్పుకుంటున్నాగా" అని పంతులు గారి హూంకారం.

శిక్ష ఒక ఏడాదిగా మేజిస్ట్రేటు ప్రకటించగా ప్రకాశం ఆనందించారు. ఆ తర్వాత కొన్నాళ్ళకు తంగచ్చి అమ్మకు ఆర్నెల్లు శిక్ష విధించారు.

ప్రకాశంగారి భార్య హనుమాయమ్మ గారు కూడా స్త్రీలను కూడగట్టి సత్యాగ్రహోద్యమంలో పాల్గొన్నారు. మద్రాసు జార్జిటేను 'సౌందర్య మహల్‌లో జరిగిన ఒక పెద్ద సభకు అధ్యక్షత వహించింది కూడా. ఉద్యమంలో అష్టకష్టాలను ఎదుర్కొంటున్న తన భర్తకు అండగా నిల్చి ఆయనకు కొండంత బలాన్నిచ్చింది ఆ మహా ఇల్లాలు.

ప్రకాశంగారు అరెస్టయిన పిమ్మట వారి ఇంటి పరిస్థితి దయనీయంగా వుండింది. కుమారుడు హనుమంతరావు ఆరోగ్యం ప్రమాదకర స్థాయికి చేరుకున్నది. తినడానికి తిండి, కట్టడానికి బట్ట లేకుండా పోయినవి. బకాయిలున్నందున విద్యుత్తు, నీటి సప్లయిలు నిలిచిపోయినవి.

ధృఢ చిత్తం కల దుర్గాబాయి ప్రకాశం గృహచిత్రం చూచి కంటతడి పెట్టింది. తన బంగారు గాజులను 1200 రూపాయలకు అమ్మి ఆ కుటుంబాన్ని కాపాడింది.

మద్రాసులో సత్యాగ్రహం కాదన్న వారి ఆలోచనలు తప్పని రుజువు చేశారు ఆంధ్రకేసరి.

తనతో తొలుత విభేదించిన న్యాయవాది కె.భాష్యం సైతం సత్యాగ్రహంలో పాల్గొని జైలులో కలిసికొనడం పంతులుగారికి ఆనందం కలిగించింది.

ప్రకాశం గారు ఆశించినట్లు మద్రాసు మహానగరం మరొక "దండి" గా నిలిచి తలఎత్తుకో గలిగింది.

ప్రకాశం, నాగేశ్వరరావు, దుర్గాబాయమ్మల కృషి చిరస్థాయిగా నిలిచింది.

కేంద్ర శాసన సభలో

1926లో కేంద్ర శాసనసభకు ఎన్నికలు జరిగాయి. కృష్ణా, గోదావరి జిల్లాల స్థానానికి ప్రకాశంగారు కాంగ్రెసు అభ్యర్థిగా నిలిచారు. ఆయన ప్రత్యర్థి దివాన్ బహదూర్ మోచర్ల రామచంద్రరావు మిక్కిలి పలుకుబడి గల వ్యక్తి, అయినా ప్రకాశం గారే పదివేల ఓట్ల మెజారిటీతో గెలిచారు.

కేంద్ర శాసన సభలో మోతీలాల్ నెహ్రూ కాంగ్రెస్ నాయకుడు. సభాధ్యక్షులు విఠల్‌భాయ్‌పటేల్ ప్రకాశంగారి ఆప్త మిత్రులు, పోలీసులు శాసనసభలో కాలుమోపకుండా కట్టడిచేసిన గౌరవం వీరిదే! ఆయన ప్రకాశంగారి సలహాపై తన పదవికి రాజీనామా చేసి ఉప్పుసత్యాగ్రహంలో చేరారు. అనారోగ్య కారణంగా జైలులో చాలా కష్టాలు పడి విడుదలయిన కొద్ది రోజులకే మరణించాడు. అందుకు ప్రకాశంగారు ఎంతో బాధపడినారు.

1937 ఎన్నికలు

1937 ఎన్నికలలో మద్రాసు నగరం నుండి కాంగ్రెసు అభ్యర్థిగా ప్రకాశంని ఎంపిక చేయడం తప్పనిసరి అయింది. ఈ భావం అందరిలోనూ వుండేది. కానీ ఆంధ్రులకు నగరంలో పలుకుబడి తగ్గించాలని తమిళ నాయకుల పట్టుదల. అందువల్ల ప్రకాశంగారి పేరును అభ్యర్థుల జాబితాలో చేర్చలేదు.

ఆంధ్ర నాయకులందరూ పట్టు బట్టినందున శాసనసభకు తర్వాత చేర్చక తప్పలేదు.

ప్రకాశంగారు మద్రాసు శాసనసభ్యుడైనారు. రాజాజీని ముఖ్యమంత్రిగా ప్రకాశంగారే ప్రతిపాదించారు. ప్రకాశం రెవిన్యూ మంత్రిగా నియమితులైనారు.

రెవిన్యూ మంత్రిగా ప్రకాశం

ఉద్యమకాలంలో ఉద్యోగాలు కోల్పోయిన నూట ఇరవై తొమ్మిదిమంది గ్రామాధికారులను తిరిగి నియమించారు ప్రకాశం.

దండి సత్యాగ్రహం వస్తువుగా తీసిన చలనచిత్రాలపై గల ఆంక్షలు తొలగించారు.

జమిందారీ రద్దు బిల్లును గూర్చి తయారుచేసిన నివేదిక ప్రకాశంగారు అసెంబ్లీలో ప్రవేశపెడతారని తెలిసి తెలుగు జిల్లాల నుండి వేలాదిమంది రైతులు మదరాసు వచ్చారు. పాసులేనిదే అసెంబ్లీ లోపలికి రానివ్వరు. అసెంబ్లీ బైట వున్న వేలాదిమంది కోసం స్పీకర్ సాంబమూర్తి మైక్రోఫోనులు పెట్టించాడు. ఆ మాదిరి మునుపెన్నడూ జరిగి వుండలేదు. దానిని కాదనే ధైర్యం ఎవ్వరికీ లేదు.

ప్రకాశంగారు మంత్రిగా చేసిన పెద్దపని జమిందారీ రైతుల విచారణ సంఘానికి తానే పెద్దయై శ్రమించి 18 సంపుటాల నివేదిక తయారుచేశారు. కళావెంకటరావు దీనిని "మహాభారతంగా" పేర్కొన్నారు. నాటి శాసనసభ్యులు శ్రీ కృష్ణమాచారి మున్నగువారు ప్రకాశం మేధస్సును, పట్టుదలను మిక్కిలి ప్రశంసించారు.

పదవిలో ఉన్నది కొద్దికాలమైనా రెవిన్యూ మంత్రిగా ప్రకాశం అద్భుత విజయాలు సాధించారు.

జైలు సంఘటనలు

ఉప్పు సత్యాగ్రహంలో అరెస్టయిన ప్రకాశంగారిని పదిహేను రోజులు మద్రాసు పెనిటెన్షరీ జైలులో వుంచారు. నిర్విరామంగా తిరగడం మూలంగా శరీరంలో ఉష్ణం ఎక్కువై ఆయన ఒంటినిండా కురుపులు లేచాయి.

సరిగా దుస్తులు వేసుకోని సమయంలో జైలు సూపరింటెండెంట్ తనిఖీకి వచ్చేశాడు. ప్రకాశంలేచి నిలబడలేక పోయారు. అధికారి తన పట్ల అమర్యాదగా ప్రవర్తించాడని కస్సుమన్నాడు.

ముందుగా తెలుపకుండా రావడం అధికారికి తగిన పనియేనా అని ప్రకాశం నిలదీశాడు. అధికారి చప్పబడి జారుకున్నాడు.

తిరుచినాపల్లి జైలులో ఒక వార్డరు ఖైదీని తోలు బెల్టుతో చావబాదడం, ఖైదీ హాహాకారాలు చేయడం ప్రకాశం చూచారు.

"ఆపూ" అని ప్రకాశం బిగ్గరగా గర్జించేసరికి వార్డర్ బెల్టు అక్కడే పారవేసి పరుగు లంకించుకున్నాడు.

మరొకసారి ఆంధ్ర యువ ఖైదీ జైలులో చనిపోయాడు. తగిన వైద్య సౌకర్యం కల్గించనందుకే ఆతడు మరణం పాలైనాడని వదంతి ప్రబలింది. ఆతని బంధువులు దూర ప్రాంతం నుండి రావలసినందున వెంటనే వచ్చే అవకాశం లేకపోయింది.

"భారత స్వాతంత్ర్యం" పేరిట ప్రకాశంగారే అతనికి దహన సంస్కారాలు ఏర్పాటు చేశారు. ఆ యువకుని త్యాగాన్ని ప్రశంసిస్తూ ప్రకాశంగారు ఉత్తేజకర ప్రసంగాన్ని చేశారు.

యుద్ధకాలంలో

రెండవ ప్రపంచ యుద్ధకాలంలో మన దేశ రాజకీయాలు విచిత్రంగా పరిణమించినవి. జపానువారు విశాఖ, కాకినాడ ప్రాంతాలలో బాంబులువేసి ప్రజలలో భీతావహం కల్గించారు.

కాంగ్రెసు-ముస్లింలీగు విభేదాలు అధికం కాసాగినవి. ఈ దశలో రాజాజీయే దేశ విభజన ప్రతిపాదన లేవదీశాడు.

క్రిప్స్ రాయబారం విఫలమయింది. గాంధీజీ వ్యక్తి సత్యాగ్రహం విజయవంతమై తరువాత చేపట్టాల్సిన కార్యక్రమం కోసం ఆలోచన సాగించాడు.

ఈ దశలో ప్రజలలో ఆత్మవిశ్వాసం కల్గించడం తక్షణ కర్తవ్యంగా తల పోశాడు ప్రకాశం. స్వయంగా స్కౌటు దుస్తులు ధరించి మద్రాసులోని స్వరాజ్య బిల్డింగ్స్‌లోనే కాంగ్రెసు సేవాదళ్ శిబిరాలు ఏర్పాటు చేశారు.

1942 మార్చి నెలలో బెజవాడలో జరిగిన రాష్ట్ర కాంగ్రెసు అధ్యక్షపీఠం నుంచి ప్రకాశంగారు ఆత్మరక్షణకు, దేశరక్షణకు ప్రజలు సంసిద్ధులు కావాలని పిలుపునిచ్చారు. విద్యార్థి యువజన సంఘాలు రంగప్రవేశం చేసి ప్రకాశంగారి విజ్ఞప్తిని ఆచరణలో పెట్టడానికి కృషి చేశాయి.

1942 మేలో అలహాబాదులో, జులైలో వార్ధాలో జరిగిన అఖిలభారత కాంగ్రెసు కమిటీ తెల్లదొరతనం పై తుది పోరాటానికి సిద్ధం కావాలనే నిర్ణయానికి వచ్చారు.

జాతీయోద్యమం ఉవ్వెత్తున లేచి బొంబాయిలో ఆగష్టు 6-8 లలో జరిగిన అఖిల భారత కాంగ్రెసు సమావేశంలో ప్రకాశం హాజరైనారు. మహాత్మగాంధీ మహోపన్యాసం ముగిస్తూ "నేను కాంగ్రెసును తాకట్టు పెట్టాను. కాంగ్రెసు ముందున్న సమస్య ఒక్కటే "Do or Die " అన్నారు.

ఆ సమావేశంలో మహాత్ముని తీర్మానాన్ని బలపరుస్తూ ప్రకాశంగారు "ఈ ఉద్యమం భారత స్వాతంత్ర్యం కోసం జరుగుతున్న అంతిమ పోరాటం. అహ్మదాబాద్, వార్ధాలలో కాంగ్రెసు తీర్మానాలు, కార్యక్రమం అంతా స్వాతంత్ర్యం వైపే పురోగమిస్తున్నది. మహాత్ముని పిలుపుమేరకు దేశ ప్రజలందరూ ఒక్క త్రాటిమీద నిలిచి ప్రతిస్పందిస్తారనటంలో నాకు ఎలాంటి సందేహంలేదు" అన్నారు.

1942 ఆగస్టు 8 వేకువనే గాంధీ, ఆజాద్, నెహ్రూ మొదలగు నాయకులు అరెస్టు కాగా, బొంబాయినుండి మద్రాసు వైపు తిరిగి వెల్తున్న ప్రకాశంగారిని కడప రైల్వే స్టేషనులో ఆగస్టు 12న అరెస్టు చేశారు.

వెల్లూరు, అమరావతి జైళ్ళలో మూడు సంవత్సరాలు మ్రగ్గి, యుద్ధానంతరం మిగతా నాయకులతో పాటు విడుదలయినారు ప్రకాశం.

క్విట్ ఇండియా ఉద్యమం

1941 వ్యక్తి సత్యాగ్రహం సందర్భంగానూ, 1942 క్విట్ ఇండియా ఉద్యమ సందర్భంగానూ వేలూరు, తిరుచినాపల్లి, అమరావతి జైళ్ళలో మ్రగ్గి అనేక కష్టాలు భరించారు ప్రకాశం.

1945లో జైలునుండి విడుదలయిన పిమ్మట ఆంధ్ర దేశమంతటా పర్యటించి ప్రజల జేజేలందుకున్నారు. ఆయన దారిద్ర్యాన్ని కావాలని కోరుకున్నందున స్వంత ఉపయోగ నిమిత్తం చాలా మంది నిధిని సమర్పించుకున్నారు. ఇది గిట్టనివారు గాంధీజీకి చాడీలు చెప్పారు. వీరిలో కళా వెంకట్రావు ముఖ్యుడు. ప్రకాశంగారికి జీవనం ఎలా గడుస్తుందని గాంధీజీ ప్రశ్నిస్తే ప్రజల నిధి నుండి అని కళావెంకట్రావు బదులు చెప్పాడు. గాంధీజీ ప్రకాశంగారిని మందలిస్తూ - ప్రజల సొమ్ముపై ఆధారపడి మనుగడసాగించే వారికి శాసన సభ్యులుగా వుండడం కానీ, నాయకత్వం వహించడం కానీ తగదని రాశారు. ప్రకాశం దానికి తగినరీతిని గాంధీజీకి రాస్తూ తాను రోజూ వెయ్యి రూపాయలు న్యాయవాదిగా ఆర్జించే రోజులలో సైతము దానిని ప్రజల సొమ్మనే తలచేవాడనని తెలిపారు.

ప్రకాశంగారు ఇంకా ఇలా అన్నారు. “మానవుల, పితరుల, ఋషుల, దేవతల పట్ల నా విధులను నిర్వర్తిస్తూ వస్తున్నాను. నా దేశంతో నేను ఏకీకృతమైనట్లుగా భావిస్తున్నాను. నాకు డబ్బుతో నిమిత్తం లేదు. నేను డబ్బు సంపాదించను. డబ్బు కూడబెట్టను. నా ఖర్చులు పోను మిగిలిన నా ధనం నా తర్వాత సరియైన విధంగా దేశానికే చెందుతుంది.” ప్రకాశంగారి జవాబు గాంధీజీ అసంతృప్తిని కొంత ఇనుమడింప జేసింది.

ప్రకాశంగారి సన్నిహిత అనుచరుడు నడింపల్లి నరసింహారావు తమ ఆత్మకథలో ఇలా వివరించారు.

“ఆంధ్రకేసరి జైలులో ఉన్నారు. స్వరాజ్య పత్రికకు చేసిన బాకీలు డిక్రీలైనవి. అప్పులున్నచో ముఖ్యమంత్రిగా నుండుటకు పనికిరాడు అన్న సమస్యను లేవదీశారు. కొందరు మహాత్మునికి కొండెములు చెప్పుట మొదలుపెట్టారు. ఆయన అనుచరులు, నా బోటివారు చందాలు వసూలుచేసి అప్పులు తీర్చారు. ‘కాంగ్రెసు పేర ఈ నిధులు వసూలు చేశారు, ఇది అక్రమమని’ కూడా మహాత్మునికి చెప్పిరి. అంత నిధి ఆంధ్రకేసరికిచ్చినదే! కాంగ్రెసు పేరు చెప్పిన దమ్మిడీ పుట్టదు. మీకు ఆక్షేపణ యుండిన ‘ఎవరిచ్చిన విరాళములు వారికిచ్చివేయబడునని మహాత్మునకు రిజిస్టరు

ఉత్తరము వ్రాసితిని. అంత గుంటూరు బారిష్టరు రాశాడని చిరునవ్వు నవ్వి ఆ నేరారోపణ భూస్థాపితము చేసెను".

చారిత్రక సంఘటన

1946లో ఉమ్మడి మద్రాసు రాష్ట్రంలో ప్రకాశంగారు ముఖ్యమంత్రి గావడం ఒక విచిత్ర కథనం. అధిష్ఠాన వర్గానికి రాజాజీని ముఖ్యమంత్రి చేయాలనీ, ప్రకాశం ఉండరాదనీ బహిరంగం గానే వాదప్రతివాదాలు పత్రికల కెక్కాయి. అప్పుడు కాంగ్రెస్ అధ్యక్షులు అబ్దుల్‌కలాం ఆజాద్, పటేల్, నెహ్రూ, గాంధీజీ ఆదేశాలు, సలహాలు, పరోక్షమైన బెదిరింపులు అన్నీ చేశారు.

వి.వి. గిరి గారి అధ్యక్షతన సమావేశమై లెజిస్లేచర్ పార్టీ మూడుసార్లు వాయిదా పడింది. నాల్గవసారి జరిగిన ఎన్నికలో ప్రకాశంగారు ఎన్నికై విజయభేరి మ్రోగించారు. ఆ దినాలలో గాంధీగారి ఆగ్రహానికి గురియై ఎదిరించి నిలవడమనేది అసాధ్యం. అయితే ప్రకాశంగారి నిర్భీతి, నిష్కళంక ప్రజాసేవ ఉమ్మడి మద్రాసు రాష్ట్ర ముఖ్యమంత్రి కావడానికి దోహదపడినాయి.

ఆంధ్రజాతి అంతా ఆనందోత్సాహంతో పొంగిపోయిన తరుణమది.

ప్రజలు మెచ్చిన నిర్ణయాలు

1946 ఏప్రిల్ 30న ప్రకాశం మద్రాసు ముఖ్యమంత్రి పదవి చేపట్టారు. ఆయన మంత్రివర్గంలో గల 11 మంది మంత్రులలో 9 మంది న్యాయవాదులు.

మంత్రివర్గం ముందుగా జైళ్ళలో నిర్భంధింపబడిన రాజకీయ ఖైదీలను విడుదల చేసింది. గ్రామస్థుల నుండి వసూలయిన ఉమ్మడి పన్నును తిరిగి ప్రజల కిస్తూ ఉత్తర్వులు చేసింది. 1942 ఉద్యమంలో నష్టపోయిన టీచర్లకు తిరిగి ఉద్యోగాలిస్తూ ఉత్తర్వు చేసింది.

మున్సిపల్ భవనాల మీద, జిల్లా బోర్డు భవనాల మీద కాంగ్రెసు పతాకం ఎగురవేయరాదనే నిషేధాన్ని రద్దు చేసింది.

హరిజనుల దేవాలయ ప్రవేశాన్ని నిరాకరించే ఉత్తర్వును రద్దు చేస్తూ బిల్లును ఆమోదించింది. సేలం, ఉత్తర ఆర్కాటు, చిత్తూరు, కడప జిల్లాలలో మధ్య నిషేధం అమలు పరుస్తూ ఉత్తర్వులు వెలువరించింది.

ముఖ్యమంత్రిగా ప్రకాశం పదవి స్వీకరించిన 15దినాలకే అనగా 1946 ఏప్రిల్ 15న ఆహారధాన్యాల కొనుగోలు, పంపిణీ పథకం సిద్ధం చేసింది. రాష్ట్రం తిండి గింజల విషయంలో స్వయం సమృద్ధం కావాలని ప్రకాశంగారి పట్టుదల.

గ్రామస్వరాజ్యం కావాలని ప్రకాశం కలలు కనేవారు. గ్రామీణ విశ్వవిద్యాలయం స్థాపించి బాబూ రాజేంద్రప్రసాద్‌ను కులపతిగా నియమించి తాను ఉపకులపతిగా ఉన్నారు.

ముఖ్యమంత్రి కాగానే గోపన్నపాలెంలో గ్రామసేవకుల శిక్షణా శిబిరం నెలకొల్పారు.

అవిశ్వాసం

ప్రకాశంగారి పలు పథకాలు సామాన్య ప్రజలకు మేలు చేకూర్చేవే! కానీ పలుకుబడి గల వ్యక్తుల స్వార్థ ప్రయోజనాలకు భంగం కల్గించే రీతిలో వుంటూ వచ్చినవి. ప్రకాశంగారికి వ్యతిరేక వర్గాలన్నీ ఏకమై 1947 మార్చిలో అవిశ్వాస తీర్మానం తెచ్చారు. కాంగ్రెసు పార్టీ సమావేశంలో ప్రకాశం ఇలా ప్రసంగించారు. "నేను ఒక బీద కుటుంబంలో జన్మించాను. నన్ను పెద్ద చేసి శిక్షణ ఇచ్చినవారూ బీదవారే! నాకు స్వతహాగా ఎక్కువగా మాట్లాడే అలవాటు లేదు. అయినప్పటికీ నా విద్యార్థి దశలో గానీ, మున్సిపల్ రాజకీయ దశలో గానీ, తరువాత ప్రజాజీవితంలో గానీ నా స్వభావం వల్ల ఏ మిత్రుడు అనాదరణ భావం కల్గియుండలేదు..."

ఆయన ఇంకా ఇలా అన్నారు. "11 నెలలు ముఖ్యమంత్రిగా ఉన్న నేను నేటి నుండి సాధారణ సభ్యునిగా ఈ సభలో కూర్చుంటాను. ఫలితంతో నిమిత్తం లేకుండా నా వైపు దృఢంగా నిలిచిన 73మంది సాహస వీరులతో పాటు నన్ను ఎదిరించిన 116 మంది మిత్రులను కూడా నేను అభినందిస్తున్నాను. వారంతా త్యాగధనులు. శాసనసభలో కాక బయట కూడా వారితో నేను 26 సం॥లుగా పనిచేస్తున్నాను.

అందరికీ వందనాలు అర్పిస్తూ విరమిస్తున్నాను. ప్రకాశంగారి తుది పలుకులు అందరి నయనాలు చెమ్మగిల్ల చేశాయి.

ప్రజానాయకుడు

మద్రాసు ముఖ్యమంత్రిగా వైదొలగిన ప్రకాశం ప్రజలకు జరిగిన చరిత్ర వివరిస్తూ ఆంధ్రదేశం అంతటా పర్యటించారు. ప్రజల హృదయాలలో ఆయన స్థానం సుస్థిరమైనదని గ్రహించడానికి ఎంతోకాలం పట్టలేదు.

ప్రకాశం గారిపై అవిశ్వాసం నెగ్గడంలో భాగస్తులయిన ఆంధ్ర నాయకులను ప్రజలు తీవ్రంగా నిరసించారు. 1952 ఎన్నికలలో వారంతా ఘోరపరాజయం పాలయ్యారు.

ప్రకాశం కాంస్య విగ్రహం ఆంధ్రదేశపు నడిబొడ్డున విజయవాడలో నెలకొల్పాలని నిర్ణయించారు. ప్రజలనుండి చక్కని స్పందన లభించింది.

తెన్నేటి విశ్వనాథం, టి.వి.యస్.చలపతిరావు గార్లు ఈ సత్కార్యానికి పూనుకున్న సహృదయులు. 25వేల రూపాయలు అచిర కాలంలో వసూలయినాయి.

1951 జనవరి 23న 82 జతల ఎడ్లను పూంచిన రథముపై ప్రకాశంగారి చిత్రపటాన్ని ఊరేగిస్తూ లక్షలాది జనావళి ఆనందోత్సాహాలతో 'ప్రకాశంగారికి జై' అనే నినాదాలు చేస్తుండగా రఫీ అహ్మద్ కిద్వాయ్ ఆంధ్రకేసరి విగ్రహాన్ని ఆవిష్కరించారు.

"ప్రకాశం ఆంధ్ర దేశానికే కాదు జాతి యావత్తు గర్వించగల జాతీయనాయకుడ"ని ఆ సభలో పాల్గొన్న పి.సి. ఘోష్ ప్రశంసించారు.

గడగడ లాడిన గవర్నరు

మారిన పరిస్థితుల వల్ల ప్రకాశం కాంగ్రెసునుండి బయటకు రావలసి వచ్చింది. ఆయనతోపాటు మరికొందరు ప్రముఖులు జె.బి. కృపలానీ, ఆచార్య రంగా, పి.సి.ఘోష్‌లు కూడా బయటికి వచ్చారు.

1951 జూన్‌లో వీరంతా కలిసి "కిసాన్ మజ్‌దూర్ ప్రజాపార్టీ"ని ప్రారంభించారు.

1952 ఎన్నికలలో మదరాసు రాష్ట్రంలో ఈ పార్టీ కాంగ్రెస్‌తో తలపడింది. ప్రకాశం ఆంధ్రదేశం అంతటా తిరిగి కాంగ్రెసును ఓడించాలని తీవ్ర ప్రచారం చేశారు. కోస్తా జిల్లాలలో ప్రజాపార్టీకి ఎక్కువ స్థానాలు వచ్చాయి. వీరు గెలవని ప్రాంతాలలో కమ్యూనిస్టులు, స్వతంత్రులు నెగ్గారు.

కాంగ్రెసుకు రాయలసీమలో కొద్ది సంఖ్యలో స్థానాలు లభించాయి. మద్రాసు శాసనసభలో కాంగ్రెస్ మెజారిటీ కోల్పోయింది. కృషికార్ లోక్‌పార్టీ, ముస్లింలీగు కాంగ్రెసుకు తోడ్పడినవి. అయినా వీరి సంఖ్య 150కి మించలేదు.

ప్రతిపక్షంలో 164 మంది ఉన్నారు. వీరంతా ఐక్యఫ్రంట్‌గా ఏర్పడి ప్రకాశం గారిని తమ నాయకుడుగా ఎన్నుకొన్నారు. అప్పుడు గవర్నరుగా నున్న శ్రీ ప్రకాశ న్యాయపక్షపాతి అని పేరు గాంచాడు. ప్రకాశంగారి పట్ల గౌరవం కల్గినవాడు.

అయినా కౌన్సిల్‌కు నామినేట్ కాబడిన రాజాజీని ఆయన ముఖ్యమంత్రిగా నియమించారు.

ఇది ప్రకాశంగారి ఆగ్రహానికి కారణమయింది.

ఉభయ సభలనుద్దేశించి గవర్నర్ శ్రీ ప్రకాశ ప్రసంగించడానికి లేచి నిలబడ్డారు. ప్రతిపక్ష నాయకుడు ప్రకాశం లేచి నిలబడి గంభీర స్వరంతో గవర్నరును ఇలా హెచ్చరించారు, "మీరు మెజారిటీవారిని కాదని రాజాజీని ముఖ్యమంత్రిని చేశారు. మీరు చేసినంత మాత్రాన ఆయన ముఖ్యమంత్రి కాదు. మీ చర్య రాజ్యాంగ విరుద్ధం. మీరు సరిదిద్దే వరకు మేము సభలోనికి రాదలచ లేదు" అంటూ సభ నుండి బయటికి నడిచాడు. ఆయన అనుచరులు 164 మంది ఆయనను అనుసరించారు. గవర్నరు దిక్కుతోచని వాడైనాడు. రెండు నిమిషాలలో ఆయన ప్రసంగం ముగించి వెళ్ళిపోయాడు.

ఈ విధంగా గవర్నరును ధిక్కరించడం చరిత్రలో ఇదే ప్రథమం. తనకు అధర్మం అని తోచినప్పుడు ఖండించడానికి ప్రకాశం ఏనాడు జంకేవారు కారు.

ఆంధ్రోద్యమంలో ప్రకాశం

1938 ఏప్రిల్‌లో దేశభక్త కొండా వెంకటప్పయ్య ప్రత్యేక ఆంధ్రరాష్ట్రం మద్రాసు కేంద్రంగా ఏర్పాటు చేయాలనే తీర్మానం ప్రతిపాదించారు. రెవిన్యూ మంత్రిగా ఉన్న ప్రకాశం దీనిని బలపరిచారు. శాసన సభ ఏకగ్రీవంగా ఆమోదించినా కొందరు తమిళనాయకుల కుట్ర కారణంగా ప్రత్యేకరాష్ట్రం ఏర్పాటు కాలేదు.

రాజ్యాంగ సభలో కూడా ఆంధ్రరాష్ట్ర నిర్మాణానికి ప్రకాశం మిక్కిలి కృషి చేశారు. అదీ ఫలించలేదు. 1949లో ఏర్పాటయిన జవహర్‌లాల్ నెహ్రూ, వల్లబాయి పటేల్, పట్టాభి గార్లతో కూడిన కమిటీ (J.V.P.) మద్రాసు నగరంపై ఆంధ్రులు హక్కు వదులుకోవాలని సూచించింది. పార్టిషన్ కమిటీ సభ్యుడిగా ఉన్న ప్రకాశం కమిటీతో భేదిస్తూ నివేదిక సమర్పించారు.

మద్రాసు చారిత్రికంగా, సాంస్కృతికంగా తెలుగు పట్టణమని అది ఆంధ్రరాజధానిగా ఉండాలని ప్రకాశం పట్టుదల. 'చెన్నపట్నం-తెలుగుపట్నం' అనే గ్రంథం ప్రచురించారు. మద్రాసులోనే 1937లో గెల్చి 1952 ఎన్నికలలో ఓడిపోయారు. పొట్టి శ్రీరాములు కూడా మద్రాసుపై ఆంధ్రులకు హక్కులు కలవని భావించేవారు.

శ్రీరాములు గారి ఆత్మ బలిదానం

ఆంధ్రరాష్ట్రం ఏర్పాటు, మద్రాసు నగర భవిష్యత్తు వీటిని గూర్చి ప్రజలలో స్పందన కల్గించే తలంపుతో గాంధేయవాది పొట్టి శ్రీరాములు ఆమరణ నిరాహార దీక్షకు పూనుకొన్నారు.

మద్రాసులోని బులుసు సాంబమూర్తి గారి నివాసంలో 1952 అక్టోబరు 19న ప్రారంభమైన దీక్ష 58 రోజుల తరువాత డిసెంబరు 15న ఆయన ఆత్మ బలిదానంతో ముగిసింది.

నాడు ఆంధ్రదేశం అంతా అట్టుడికి పోయింది. శ్రీరాములు భౌతిక కాయాన్ని ఎడ్లబండి మీద మైలాపూర్ నుండి మౌంట్‌రోడ్‌పై జార్జిటౌన్ మీదుగా చాకలిపేట స్మశాన వాటికకు చేర్చారు. ఆంధ్రకేసరి ప్రకాశం, మహర్షి సాంబమూర్తి వాహనం మీద భౌతిక కాయానికి ఇరువైపులా కూర్చున్నారు. స్మశాన వాటికలోనే సంతాప సభ జరిగింది. ప్రకాశంగారు శ్రీరాములుగారిని గాంధీజీని మించిన త్యాగి అని ప్రశంసించారు. "శ్రీరాములు చనిపోలేదు, ఆయన అమరజీవి. ఆయన మనందరిలో జీవించి ఉన్నాడు. అందుచేత మనం ఆయన అడుగుజాడలలో నడవాలి."

పెల్లుబికిన ప్రజావెల్లువ ఆంధ్రదేశంలో పలుచోట్ల విధ్వంసకాండకు దారి తీసింది. కొందరు శాసనసభ్యులు ప్రభుత్వ వైఖరికి నిరసనగా రాజీనామాలు చేశారు.

1952 డిశంబరు 19న వివాదం లేని ప్రాంతాలతో ఆంధ్రరాష్ట్రం ఏర్పాటు కాగలదని ప్రధాని నెహ్రూ ప్రకటించారు.

ఆంధ్ర రాజధాని ఎక్కడ?

ఆంధ్రరాష్ట్ర ప్రకటనతో ఆంధ్రులు మదరాసుపై హక్కు వదలుకొనినట్లయిది. తమ ప్రాంతంలోనే రాజధానిని నిర్ణయించుకోవలసి వచ్చింది.

1937లో సర్కారు, రాయలసీమ ప్రతినిధుల మధ్య 'శ్రీ బాగ్' ఒడంబడిక ననుసరించి తమ ప్రాంతానికే రాజధాని కావాలని రాయలసీమ శాసనసభ్యులు వాదించారు.

ఆంధ్రకేసరి మద్రాసులోని తమ నివాసంలో వివిధ పార్టీలకు చెందిన శాసన సభ్యులతో సంప్రదించారు.

కమ్యూనిస్టులు విజయవాడ రాజధాని కావాలని కోరారు. తెన్నేటి విశ్వనాథం ప్రభృతులు విశాఖపట్నం కావలెననీ, గౌతు లచ్చన్న వర్గం తిరుపతి కేంద్రంగా వుండాలనీ వాదించారు. కడప కోటిరెడ్డి కడప రాజధానిగా సూచించారు.

ఏకాభిప్రాయం సాధించలేని సభ్యులు చివరమాటగా నిర్ణయం ప్రకాశం గారికే వదిలివేశారు. ఆనాటి సాయంత్రం తిరిగి సమావేశమయిన శాసన సభ్యులలో గౌతులచ్చన్నను పిలిచి నూతన రాష్ట్రానికి తాత్కాలిక రాజధానిగా "కర్నూలు"ను ఎంపిక చేస్తున్నట్లు ప్రకాశం ప్రకటించారు.

"మనం త్వరలో హైదరాబాద్ కేంద్రం గా విశాలాంధ్రను సాధిస్తాం. అప్పటి వరకు కర్నూలు తాత్కాలిక రాజధానిగా ఉండగలదు" అన్నారు ప్రకాశం.

ఆంధ్రరాష్ట్ర తొలి ముఖ్యమంత్రి

నూతన రాష్ట్రానికి ముఖ్యమంత్రి ఎవరు? ఆంధ్ర ప్రజల హృదయాలలో సుస్థిర స్థానం సంపాదించిన ప్రకాశంగారే ఇందుకు తగినవారని పండిట్ నెహ్రూ అభిప్రాయపడినారు. కానీ అప్పుడు ప్రకాశం కాంగ్రెస్‌లో లేరు. ప్రజాసోషలిస్టు పార్టీ నాయకులు ఆయనను పార్టీ బంధాలనుండి విముక్తి చేశారు.

యువకుడు, కార్యదీక్షాపరుడు నీలం సంజీవరెడ్డి ఉపముఖ్యమంత్రిగా పంతులు గారి మంత్రివర్గంలో నియమితులైనాడు. పంతులుగారి సన్నిహిత సహచరులు తెన్నేటి విశ్వనాథం ప్రజాపార్టీ ప్రతినిధిగా మంత్రివర్గంలో చేరాడు.

1953 అక్టోబరు 1న కర్నూలు రాజధానిగా ఆంధ్రరాష్ట్రాన్ని ప్రధాని జవహర్‌లాల్ నెహ్రూ ప్రారంభించారు. ఉపరాష్ట్రపతి శ్రీ సర్వేపల్లి రాధాకృష్ణన్ శుభాకాంక్షలు తెలిపారు.

ప్రకాశం మంత్రివర్గం 13 నెలలు మాత్రమే అధికారంలో ఉంది. 5 సంవత్సరాలలో సాధించదగిన పనులు స్వల్పకాలంలోనే చేసింది. 14 నీటి ప్రాజెక్టులను మంజూరు చేసింది.

శ్రీ వెంకటేశ్వర విశ్వవిద్యాలయం తిరుపతిలో ఏర్పాటుచేసింది. ఆంధ్ర హైకోర్టు గుంటూరు కేంద్రంగా ఏర్పడింది. వివిధ జైళ్ళలో ఉన్న ఆరువేల మంది ఖైదీలను 1954 జనవరి 14న రాష్ట్ర ఏర్పాటు సందర్భంగా విడుదల చేయడం దేశంలోనే సంచలనం కలిగించిన నిర్ణయం.

కృష్ణానదిపై విజయవాడ వద్దగల ఆనకట్ట పురాతనమైనది. పునర్నిర్మించాల్సి వచ్చింది. దీనిని గురించి ఢిల్లీలో ప్లానింగ్ కమిషన్ వారితో సంప్రదించినా ఫలితం లేకపోయింది. కేంద్రసహాయం లేకపోయినా దీనిని నిర్మించి తీరాలని సంజీవరెడ్డిని శంకుస్థాపన ముహూర్తం నిర్ణయించమన్నారు ప్రకాశం. మూడు కోట్ల రాష్ట్ర ప్రభుత్వ నిధులతో నిర్మితమైన ఈ ఆనకట్ట ఈనాడు ప్రకాశం బ్యారేజ్‌గా నిలిచిపోయింది.

ప్రకాశం మంత్రివర్గం కాలంలోనే నేటి నాగార్జునసాగర్ నిర్మాణానికి చర్యలన్నీ తీసుకోబడ్డాయి.

ప్రకాశం మంత్రివర్గం పది రూపాయలలోపు పన్ను చెల్లించే పేద రైతులకు పన్ను మినహాయిస్తూ ఉత్తర్వులు చేసింది.

చేనేత పనివారిపై, ఒంటెద్దు బండ్లు నడిపే వారిపై విధించిన పన్నులన్నింటినీ రద్దు చేసింది.

మరలా అవిశ్వాసం... ఎన్నికలు

ప్రకాశం ప్రభుత్వం మద్యనిషేధం గూర్చి శొంఠి రామమూర్తి కమిటీని నియమించింది. ఆ కమిటీ సిఫార్సు అమలు చేయలేదంటూ ప్రభుత్వంపై 1954 అక్టోబరు చివరన అవిశ్వాస తీర్మానం తీసుకొని వచ్చారు.

రెండు తీర్మానాలను ఒకే అంశంమీద ప్రవేశపెట్టారు. మొదటి తీర్మానం 7 ఓట్ల తేడాతో వీగిపోయింది. రెండవ తీర్మానం అనవసరంగా ఓటింగ్‌కు పెట్టబడింది. ఒకే ఒక్క ఓటుతో తీర్మానం నెగ్గింది. ప్రకాశం మంత్రివర్గం రాజీనామా చేసింది. తరువాత 6 నెలలకు ఎన్నికలు వచ్చాయి.

కమ్యూనిస్టులను ఎదుర్కొనేందుకు కాంగ్రెస్ ప్రజాపార్టీ, లోక్‌పార్టీల ఐక్యసంఘటనగా ఏర్పడింది.

కాంగ్రెస్‌పార్టీ తరపున అభ్యర్థి ఎన్నిక చేసే బాధ్యత బెడవాడ గోపాలరెడ్డిది. ఆయన పంతులుగారిని కలిసి ఇలా అన్నాడు. "అయ్యా! మీరు రాజమండ్రి నుండి పోటీ చేస్తే గెలుపు తథ్యం. ఎందుకంటే అక్కడ ప్రజలు మీకు బ్రహ్మరథం పడతారు. కర్నూలునుండి మీరు పోటీచేసినా గెలవడానికి అవకాశాలెక్కువ. కారణం మీరు రాజధానిగా కర్నూలుని ఎంపికచేశారని ప్రజలు

మిమ్ము అభిమానిస్తున్నారు. ఇక ఒంగోలునుండి అయితే అది మీ స్వంత ప్రదేశమే కానీ కమ్యూనిస్టులకు కంచుకోట, అందువలన మీ గెలుపు సందేహం".

పంతులుగారు ఒక్క క్షణం ఆలోచించి "అయితే నేను ఒంగోలునుంచే పోటీ చేస్తాన"న్నాడు.

ప్రకాశం అంటే అదే (That is Prakasam)

ప్రమాదం ఎక్కడ ఉంటే అక్కడ ప్రకాశం.

ఎన్నికలలో అధిక మెజారిటీ సాధించి ప్రకాశం ఒంగోలునుండే శాసనసభ్యులుగా ఎన్నికైనారు.

చరమాంకం

1955లో శాసనసభ్యుడైన ప్రకాశం ఆంధ్ర-ఆంధ్రప్రదేశ్ శాసనసభలలో పాల్గొన్నారు. తాను కలలుగన్న విశాలాంధ్ర సాధించడం ఆయనకు ఆనందం కల్గించింది. తన పదవిని కాలదన్ని విశాల రాష్ట్ర భావనకి దోహదం చేసిన బూర్గుల రామకృష్ణారావు పట్ల ఆయనకు అమిత వాత్సల్యం.

ఆంధ్రప్రదేశ్ ఏర్పడేనాటికి ఆయన వయస్సు 84 సంవత్సరాలు. అయినా సుదూర ప్రాంతాలకు వెళ్తూనే ఉండేవారు.

1957 మేలో ఒంగోలు ప్రాంతమంతా తిరిగి హైదరాబాదు చేరుకునే సరికి ఆయనకి వడపెట్టు తగిలింది. 18రోజులు ఉస్మానియా ఆసుపత్రిలో మృత్యువుతో పోరాటం సాగించారు. మే 20న ఆక్సిజన్ ఎక్కించినా ఫలితం దక్కలేదు. ప్రకాశం ఆత్మ అనంత విశ్వంలో విలీనమయింది.

ప్రభుత్వ లాంఛనాలతో అంబర్‌పేట స్మశాన వాటికలో ఆయన అంత్యక్రియలు జరిగాయి.

ఎవరినోట విన్నా 'ఎంతటి మహాత్ముడు పోయాడు' అన్న మాట విన్పించింది.

'భారత రాజకీయాలలో శక్తివంతమైన శక్తి ప్రకాశం' అని నెహ్రూ శ్లాఘించారు. ఆయన శత జయంతి సందర్భంగా 1972లో శ్రీమతి ఇందిరాగాంధీ నవ్యాంధ్ర జనకుడనీ, పి.వి. నరసింహారావు హాలాహలం స్వీకరించిన మహాశివుడనీ, హిమాలయోత్తుంగ వ్యక్తిత్వం గలవాడని వి.వి.గిరి గార్లు నివాళులర్పించారు.

మారేపల్లి రామచంద్రశాస్త్రి

(1874-1951)

- డా|| ద్వానా శాస్త్రి

"శాస్త్రిగారు నీతిమంతులు. సంస్కర్త. నటుడు. దేశనాయకులు. విశాఖలో కవిగారు కిరీటం లేని సమ్రాట్టు".

-పురిపండా అప్పలస్వామి.

ఈ విధంగా అనేకమంది సమకాలికులచే మెప్పుపొందిన వారు మారేపల్లి రామచంద్రశాస్త్రి. అప్పట్లో 'కవిగారు' అంటే ఇద్దరే. ఒకరు మానవల్లి రామకృష్ణ కవి, రెండవవారు రామచంద్రశాస్త్రి.

మారేపల్లి వారిని గురించి వారి శిష్యులు పురిపండా అప్పలస్వామి ఇలా రాశారు- "రామచంద్రశాస్త్రిగారు పొట్టిగా చామనచాయ రంగుతో ఉండేవారు. దృఢశరీరం. అంటకత్తెర తల, నొసలు బాగా వెడల్పు, ప్రశాంతమైన చూపువారిది. బ్రహ్మతేజస్సు తొణికిపోయే వదనం. తలమీద గొడుగు కానీ, కాళ్ళకు చెప్పులు గానీ లేకుండా విశాఖ నడి వీథిలో గంభీరంగా నడిచి పోతుంటే వేలకొలది కళ్ళని ఆకర్షించేవారాయన. లేచి నిలబడి నమస్కరించే వారు. ఎదురుగా కిళ్ళీకూడా నమిలేవారు కాదు. శాస్త్రిగారంటే అంత భయ భక్తులు". తన ప్రవర్తన ద్వారా ఇతరుల్ని అభిమానులుగా, అంతేవాసులుగా, అనుయాయులుగా చేసుకొన్న తెలుగుపున్నెపు బిడ్డ ఆయన.

కృష్ణా జిల్లా - ఉయ్యూరుకు దగ్గరలో కనకవల్లి అగ్రహారం వుంది. మారేపల్లి కనకదుర్గ, శ్రీరాములు అనే దంపతులకు రెండవ సంతానంగా - భావ సంవత్సర ఆశ్వయుజ బహుళ దశమినాడు - అంటే 03.11.1874న మారేపల్లి రామచంద్రశాస్త్రి కనకవల్లి అగ్రహారంలో జన్మించారు. తల్లిదండ్రులు ఆ అగ్రహారంలో నిష్ఠాగరిష్ఠులు. శ్రోత్రియులు. కర్మిష్ఠులు. అటువంటి వారికి జన్మించిన రామచంద్రశాస్త్రిగారు తర్వాత తెలుగుభాషోద్ధారకుడిగా, సంఘసంస్కర్తగా మారటం విశేషమే మరి!

1881లో ఏడవ ఏటనే కవిగారికి కనకవల్లిలో అక్షరాభ్యాసం జరిగింది. తర్వాత కుమ్మమూరిలోనూ, గొడవర్తిలోనూ కొంతకాలం చదువుకొన్నారు. కాకినాడలో మిడిల్ స్కూలు పరీక్షలో ఉత్తీర్ణులయ్యారు. మెట్రిక్యులేషన్ పరీక్షకి వెళ్ళి లెక్కలలో తప్పారు. మళ్ళీ రెండు సంవత్సరాల తర్వాత రెండోసారి పరీక్షకి హాజరై కృతార్థులయ్యారు. ఎఫ్.ఎ. కోర్సులో చేరి ఆరు నెలలు చదివారు. ఎందువల్లనో బడి చదువుపై ఆసక్తి తగ్గి చదువు మానేశారు.

ఒక మలుపు!

చాలామంది జీవితాలలో గొప్ప మలుపులు (టర్నింగ్ పాయింట్స్) వుంటాయి. అవి జీవిత గమనాన్ని మార్చేస్తాయి. అలా కవిగారి జీవితంలో కూడా 1893లో - పంతొమ్మిదవ ఏట ఒక సంఘటన జరిగింది. కాకినాడలో ఎఫ్.ఎ చదువుతుండగా కొమ్మిరెడ్డి నరసింగరావు నాయుడు గారనే గొప్ప శ్రీమంతుడు ఒకాయన వుండేవారు. వారి కుమారుడైన భాస్కర రామమూర్తిని పై చదువుకి విశాఖపట్నం పంపించాలనుకొన్నారు. అయితే అప్పటికీ రైలుమార్గం ఏర్పడలేదు. ఒంటరిగా పంపించటానికి ఇష్టంలేదు. నరసింగరావు నాయుడుగారి చూపు యువకుడైన రామచంద్రశాస్త్రిపై పడింది. కవిగారిని తమ కుమారుడికి తోడుగా విశాఖపట్నం పంపించారు. విచిత్రం ఏమిటంటే ఆ భాస్కరరామమూర్తి కళాశాలలో పై చదువుకు ప్రవేశించలేదు - అయినా కవిగారు విశాఖపట్నం వదిలివెళ్ళలేదు.

1893లో విశాఖలో అడుగుపెట్టిన కవిగారికి తుదిశ్వాస విడిచే వరకు విశాఖ ఉనికి పట్టు అయింది. జీవిత సర్వస్వమైంది. అందరి తలలో నాల్కగా వుంటూ తన ప్రత్యేకతను చాటుకుంటూ గురుస్థానం పొందారు. విశాఖ పట్నంలో అప్పట్లో ఆయనలేని సభగాని, ఆయన ప్రసక్తిలేని సభగాని ఉండేదికాదు. ఆయన ఆసరాలేని సంస్థ కూడా లేదు. 1893 నుంచి రామచంద్రశాస్త్రిగారి జీవిత చరిత్ర అంటే విశాఖపట్నం చరిత్ర - అనటం ఉన్నమాటే అవుతుంది!

"కవిగారు"

కాకినాడలో విద్యాభ్యాసం చేస్తున్నప్పుడే రామచంద్రశాస్త్రిగారు పద్యాలు రాస్తూ వుండేవారు. 'బాల కవి' అని మిత్రులు అంటూ వుండేవారు. విశాఖపట్నం వచ్చిన తర్వాత కవితాశక్తి మరింత రాణించింది. కళాశాల వార్షికోత్సవ సభలో రామచంద్రశాస్త్రిగారు-

"హరిపుత్ర హరిపుత్ర హరిపుత్రులను మీఱి
సౌందర్య సరసవాక్యసంపదలను
గోపాల గోపాల గోపాలురను గెల్చి
భరణ నిర్మిత భోగభాగ్యములను..."

అంటూ చిత్రకవిత్వంరాసి అందర్నీ ముగ్ధుల్ని చేశారు. కళాశాల ప్రిన్సిపాల్ శ్రీ పి.టి.శ్రీనివాసయ్యంగారు వెంటనే రామచంద్రశాస్త్రి గారిని వేదిక మీదికి పిలిచి "కవిగారు" అన్నారు. ఆ క్షణం నుంచి రామచంద్రశాస్త్రి గారు "కవిగారు"గా మారిపోయారు.

జయపురం రాజా విక్రమదేవవర్మగారు కవిగారికి బాల్య మిత్రులు. విక్రమదేవవర్మగారు కవిదగ్గర పద్యవిద్యను నేర్చుకొన్నారు. అయినా కవిగారు ఉద్యోగం కోసం విక్రమదేవవర్మగారిని ఆశ్రయించలేదు. కవిగారి ఆత్మాభిమానానికిగల అనేక నిదర్శనాలలో ఇదొకటి. మునసబు

కోర్టులో ఆరునెలలు పనిచేశారు (1896లో). కానీ "దొరతనము వారికి సాయపడమని వెల్లడించుటకు" - ఆ ఉద్యోగానికి రాజీనామా చేశారు. ఇది కవిగారి దేశాభిమానానికి ఒక మచ్చుతునక.

కెనడియన్ బాప్టిస్ట్ మిషన్ స్కూలు (సి.బి.ఎమ్.స్కూల్) సహాయార్థం కవిగారు ఒక నాటక ప్రదర్శన నిర్వహించారు. అప్పుడు ఆ పాఠశాల మేనేజరుగా వున్న లాజరస్‌దొర దృష్టి కవిగారిపై పడింది. 1897లో తమ పాఠశాలలో ఒక తెలుగు పండితుడు నెల రోజులు సెలవుపై వెళ్ళగా లాజరస్ దొర కవిగారిని పిలిపించి ఆ స్థానంలో తెలుగు పండితునిగా నియమించారు. ఆ నెల రోజుల్లో ఉపాధ్యాయుడిగా కవిగారు మరింత పేరు గడించి అందరి మన్నన పొందారు.

అధ్యాపకత్వం

పి.టి.శ్రీనివాసయ్యంగారు కవిగారిని హిందూ కళాశాలలో (తర్వాత మిసెస్ ఎ.వి.ఎన్. కళాశాలగా మారింది) సహోపాధ్యాయులుగా నియమించారు. "చేసిన ఒజ్జగాపని చేసెదలేకున్న లేదు" అన్న కవిగారి ఆశ నెరవేరింది. సెకండ్ ఫారానికి ఉపాధ్యాయులయ్యారు. తర్వాత శ్రీనివాసఅయ్యంగారు కవిగారి బోధనాపటిమ చూసి అన్ని తరగతులకు తెలుగు చెప్పమన్నారు. అంతకు ముందు తెలుగు పండితుడంటే నిర్లక్ష్యం, తెలుగు క్లాసుకి మానెయ్యటం ఉండేది. కానీ కవిగారి ప్రవేశంతో కళాశాలలో పద్ధతులే మారిపోయాయి. వీరి నడవడి, ముఖము చూడగానే విద్యార్థులు భయపడి దాక్కొనేవారు. చివరికి ఇంగ్లీషు క్లాసులోని విద్యార్థులు కూడా, ఆ క్లాసు మానేసి కవిగారి తెలుగు క్లాసుకు వచ్చే స్థితి వచ్చింది. ఈ సంఘటన కవిగారి ప్రియశిష్యులు జయంతి సుబ్బారావు గారు "కవిగారి మనుగడ" అనే జీవిత చరిత్రలో పేర్కొన్నారు.

ఈ పేరు ప్రఖ్యాతులు విన్న లాజరస్ దొరకి ఎలాగైనా కవిగారిని తమ పాఠశాలకి తీసుకురావాలని పట్టుదలపట్టారు. హిందూకళాశాలలో ఇచ్చే జీతంమీద పదిరూపాయలు ఎక్కువ ఇచ్చి 1901లో కవిగారిని మిషను స్కూలులో ప్రధాన ఆంధ్ర పండితులుగా నియమించారు. ప్రభుత్వ ఉద్యోగంపై చిన్నప్పటి నుంచి కవిగారికి మక్కువలేదు. ఆంగ్లేయుల పరిపాలనపై ఏహ్యాభావం నాటుకొంది. కవిగారి మాటలలో చెప్పాలంటే ప్రభుత్వ ఉద్యోగం "బానిస కొలువు". అందుకని ఉపాధ్యాయ వృత్తినే చేపట్టారు. మిషను స్కూలులో కొంతకాలం చేసిన తర్వాత అక్కడి వాతావరణం కవిగారికి నచ్చలేదు. క్రైస్తవ మతం ప్రచారం ధ్యేయంగా ఉండటం బాధించింది. హిందూ విద్యార్థుల్ని క్రైస్తవ మతంలోకి చేర్చటం కూడా జరిగితే కవిగారికి గిట్టక - బహిరంగంగా నిరసన తెలిపారు. ఏదోనెపంతో కవిగారిని ఉద్యోగం నుంచి తీసెయ్యాలని యాజమాన్యం వారు ఆలోచిస్తున్నారు. ఈ సంగతి తెలుసుకొన్న కవిగారు 1913, మేలో తానే రాజీనామా చేశారు. కవిగారి ఆత్మాభిమానానికి, ఆత్మగౌరవానికి ఇది మరో నిదర్శనం.

వైవాహిక జీవితం

1903లో మేనమామ చిలుకూరి వేంకట సుబ్బయ్యగారి కూతురు శారదాంబతో కవిగారికి వివాహమైంది. 1906 నవంబరులో భార్యను తీసుకు వచ్చి విశాఖపట్నంలో కాపురం పెట్టారు. మొదటి కాన్పులో పుట్టిన పిల్లవాడు చనిపోగా రెండవ కాన్పులో పుట్టిన సుబ్బరామశాస్త్రి గారొక్కరే వీరిసంతానం.

ఉపాధ్యాయవృత్తి వదిలేసిన తర్వాత కవిగారికి ఉద్యోగమూ లేదు - సంపాదనా లేదు. ఏపూటకాపూట ఆహారపు దినుసులకోసం ఎదురుచూడటమే. అభిమానులు, శిష్యులు వీరి సంగతి తెలిసికొని సహాయం చేసేవారు. లేకపోతే ఆ పూటకి పస్తు. అలా కవిగారి కుటుంబం పస్తులున్న రోజులున్నాయని ఆయన రాసుకొన్న దినచర్య (డైరీ) వల్ల తెలుస్తుంది. ఇంతటి పేదరికంలో కూడా బాల్యమిత్రుడైన విక్రమదేవవర్మని చేయిచాపి అడగలేదంటే కవిగారి ఆత్మగౌరవం ఎంతటిదో తెలుసుకోవచ్చు.

కవిగారి సంసారం సజావుగా సాగేదికాదు. ఉద్యోగం లేకపోవటం ఒకటి. సంఘసేవ, సభలు, నాటకాలు అంటూ తిరగడం మరొకటి. క్రమేణా గృహిచ్ఛిద్రానికి దారితీసింది. ఇంటిని గురించి పట్టించుకొనేవారుకాదు. ఒకే ఒక్క కొడుకు సుబ్బరామశాస్త్రి చదువుపట్ల శ్రద్ధవహించలేదు. అప్రయోజకుడై ఉన్నంతలో తిని పడుకొనే స్థితిలోనే కొడుకు జీవించాడు. చివరకు మరొకరి పంచన బతికే పరిస్థితికూడా ఏర్పడింది. విశాఖపట్నంలో విన్నకోట జగన్నాథ గుప్తా (తర్వాత గుప్తా బుక్‌షాపుగా ప్రసిద్ధి) గారి కొట్టుకువెళ్ళి కూర్చుంటేచాలు- గుప్తాగారికి అర్థమైపోయి డబ్బులు ఇచ్చేవారు. పాత కాగితాలు అమ్మి కిరసనాయిలు తెచ్చేవారు. భార్య ఈసడింపులు... కోడలు మూల్గులు... విసుర్లు... ఇవన్నీ కొంత నొప్పించినా అసలైన కర్మిష్ఠిగా-యోగిగా జీవించారు. కోపంవస్తే చివాట్లు పెట్టేవారు. చాలాసార్లు “నేను సన్యాసిని, గృహస్థ సన్యాసిని. ఒంటరి ఉనికియె నెమ్మది కలిగించును” అనుకొనేవారు! అయితే ఇల్లాలిని ఆదరంగానే చూసుకుంటూ ఇంటిపనులలో సాయం చేసేవారు. “సంపాదన” లేకపోవడమే అన్నిటికీ కారణం. భార్య ఎప్పుడూ “ముందు ఇంటిసంగతి చూడండి - దేశం గొడవ తర్వాత” అంటూ ఉండేదిట! ఆకెళ్ళ సూర్య నారాయణ, భూపతిరాజు వెంకటపతిరాజు, తెన్నేటి విశ్వనాథం వంటివారు కొంత ఆర్థిక సహాయం చేసేవారు - ఎవరు చేసినా కవిగారు అడగకుండానే పరిస్థితి తెలుసుకొని చెయ్యటమే!

కవిగారి ‘ధర్మాశ్రమం’

విశాఖపట్నంలో నివసించటానికి కవిగారి ఆర్థిక పరిస్థితులు అనుకూలించవు. వీరి “తిన్నని నడత”ను గమనించిన భూస్వామి ఆరుట్ల రామదాసునాయుడుగారు కవిగారికి రెండెకరాల స్థలమిచ్చి అందులో వుండమన్నారు. అందులో ఒక కుటీరం వుండేది. మొక్కలు, చెట్లు,

పూలతీగెలతో ఒక ఆశ్రమంలా వుండేది. అక్కడవుంటే కవిగారికి "మదికి హాయి చేకూరేది-ఉల్లపు పువ్వు విరిసేది". అంతటి ప్రశాంత వాతావరణం ఉందన్నమాట! అప్పటిదాకా "గోషామహల్"గా వాడుకలో ఉన్న దానిని కవిగారు 'ధర్మాశ్రమం'గా మార్చారు. ఎన్నో ఉద్యమాలకు, సమావేశాలకు ఈ ధర్మాశ్రమం ఉనికిపట్టు, ఆటపట్టు అయింది. కవిగారి శిష్యరేణువు అనదగిన పురిపండా అప్పలస్వామి ధర్మాశ్రమంలో కవిగారి చిత్రాన్ని చూపించారు - "ఆ ధర్మాశ్రమంలో ఒక తాటాకు చాపమీద కూర్చొని సగం విరిగిన ఓటిబల్లమీద చినికి, చివికిన కాలమీల మీద చిన్నప్పటి కపాళీ పాత కలంతో వంగపండు పాత సిరాబుడ్డి పెట్టుకొని తెలుగు పుట్టుగుట్టులు వెదుకుతూ తపస్సు చేసేవాడా మనీషి". కాంగ్రెసు కార్యకలాపాలు, ప్రభాత ఫేరీలు, బ్రిటిష్ పాలనకు వ్యతిరేకంగా సంచరించే విప్లవకారులకీ, కుటీర పరిశ్రమలకీ ధర్మాశ్రమమే నిలయంగా వుండేది. సాము గరిడీలు జరిగేవి. కవిగారు పొట్టిగావున్నా సాముగరిడీలు, కుస్తీలు నేర్చుకోవటంవల్ల బలిష్ఠంగా వుండేవారు. అర్ధశతాబ్దం పాటు విశాఖచైతన్యానికి దర్పణంగా నిలిచిన ధర్మాశ్రమం లేకపోవటంతో కలతచెందిన కవిగారి సన్నిహితులు, స్వరాజ్యకవి వడ్డాది సీతారామాంజనేయ కవిగారు ఇలా అన్నారు - "ఆనాటి చరిత్ర తెలిసిన వారికి అటు చూస్తే ఒక్క వేడి నిట్టూర్పు రాకుండా ఉండదు. కవిగారు తలపుకు వచ్చి కనుదోయి చెమ్మగిల్లకుండా ఉండదు".

సమాజ సేవకులుగా...

రామచంద్రశాస్త్రిగారు సంప్రదాయ కుటుంబం నుంచి వచ్చినా సంఘ సంస్కరణ భావాలు గలవారు.

"దేశసేవయె గాదె సర్వేశుసేవ" అని భావించిన కవిగారు కులమత భేదాలను ఖండించారు. సమాజంలో అందరూ సహజీవనం గడపాలనీ, దీనుల్ని ఆదుకోవాలనీ బోధించారు. 1912లోనే - గాంధీ చేపట్టిన హరిజనోద్యమం వ్యాప్తిచెందకముందే - కవిగారు నిమ్నజాతి పాఠశాలను నిర్వహించడం విశేషం. విశాఖపట్నం సహాయ వైద్యాధికారి వి.సుందరరెడ్డిగారి సహకారంతో "నిమ్నజాత్యుద్ధరణ సమాజం" స్థాపించి కార్యదర్శిగా అస్పృశ్యతా నివాహరణకు కృషిచేశారు. కుల విద్యలకు, కుల వృత్తులకు అనుగుణంగా రాత్రి పాఠశాల స్థాపించారు.

వేశ్యా వృత్తిని నిర్మూలించడానికి కంకణం కట్టుకొన్న కవిగారు 'సంగీత మానినీ సమాజం' స్థాపించి వేశ్యాంగనలను సమావేశపరిచి సంగీతంలో, నటనలో శిక్షణ ఇచ్చేవారు. కవిగారు డబ్బులు పోగుచేసి వారితో నాటకాలలో పాత్రలు వేయించేవారు. లోకులు అపనింద వేస్తారనే భయంతో వేశ్యలకు శిక్షణ ఇచ్చేటప్పుడు భార్యతోసహా వెళ్ళేవారట! పురుష పాత్రలనుకూడా వేశ్యలచేతనే వేయించేవారు. కుప్పుస్వామిగారనే పెద్దమనిషిని ఈ సమాజానికి మేనేజరుగా ఉంచి, విశాఖపట్నం, ఏలూరు, అనకాపల్లి, గుంటూరు, బందరులలో నాటక ప్రదర్శనలు ఏర్పాటు చేశారు. పది సంవత్సరాలపాటు నిర్వహించబడిన ఈ సమాజంవల్ల కవిగారికి అప్పట్లో

మూడువేల రూపాయల నష్టం వచ్చింది. పైగా నాటకాలువేస్తూ కూడా కొంతమంది పడుపువృత్తి మానలేదట. ఈ రెండు కారణాలవల్ల మనస్తాపం చెందిన కవిగారు సమాజాన్ని తర్వాత కొనసాగించలేదు.

1913లో 'ఇందవహిత సభ' (ఇండియన్ మిషన్) స్థాపించారు. ఆర్యసమాజం, బ్రహ్మసమాజం, దివ్యజ్ఞాన సమాజంవంటి సంస్థలకి వెళ్ళి మత ఉద్దేశాలూ, సత్ప్రవర్తనల గురించి ఉపన్యాసాలిచ్చేవారు. సెంట్రల్ జైలుకు వెళ్ళి ఖైదీలకు నీతిబోధ చేసేవారు. పరమత సహనమే సామాజిక పురోభివృద్ధికి మూలమని చెప్పేవారు-

"సత్యము పలుకవలెను"
"మంచి గ్రంథములు చదువవలెను"
"న్యాయముగా ధనమార్జించి జాగ్రత్తపెట్టుకొనవలెను"
"సమస్త ప్రాణులను మనతో సమానముగా చూడవలెను"
"లోకమును సేవించుటే భగవంతుని సేవించుట"
"మన శరీరము యొక్క ప్రయోజనము పరోపకారమే"

– ఇటువంటి సూక్తులతో అనర్గళంగా ఉపన్యాసాలిచ్చి చాలామందిని తీర్చిదిద్దారని శిష్యులు ప్రకటించారు.

ఆంగ్ల వైద్య విధానం కంటె ప్రకృతి వైద్యం శ్రేష్ఠమనీ, సగటు మనిషికి ఖర్చుకూడా తక్కువనీ ప్రకటించిన కవిగారు "జల చికిత్స శాల" ఏర్పాటు చేశారు. ఒకసారి ఒక విద్యార్థికి కుష్ఠు వ్యాధి సోకితే పాఠశాలలోకి అనుమతించ లేదు. ఇది తెలుసుకొన్న కవిగారు ఆ విద్యార్థిని చేరదీసి జలచికిత్స ద్వారా, ప్రకృతి వైద్యం ద్వారా కుష్ఠు వ్యాధిని చాలా మేరకు తగ్గించారు. అతను మళ్ళీ పాఠశాలలో చేరేలా సహాయం చేశారు. "మానవసేవే మాధవసేవ"గా భావించి దీర్ఘ రోగాలెన్నో నయం చేశారు. ఆ తర్వాత సమాజసేవ, భాషాసేవ, స్వాతంత్ర్య సమరాలకు ప్రాధాన్యం ఇవ్వటంతో ఈ చికిత్సాలయాన్ని కొనసాగించలేక పోయారు.

బలిజేపల్లి సూర్యనారాయణ శాస్త్రి, వద్దాది జగన్నాథం, భూపతిరాజు వేంకటపతిరాజు మొదలైన వారితో కలిసి సంఘ సంస్కరణకి నడుం బిగించారు. ప్రాచీన శాస్త్రాలను ఉదహరిస్తూ వితంతు వివాహాలు, రజస్వలానంతర వివాహాలు శాస్త్ర సమ్మతమని చెప్తూ ఎన్నో వివాహాలు చేయించారు. హరిజనుల గూడెం వెళ్ళి హిందుమత వైశిష్ట్యాన్ని వివరించారు. వాళ్ళచేత తాగుడు, పేకాట వంటి దురలవాట్లను మాన్పింపజేశారు. దేవుని ఊరేగింపులో హరిజనులు పాల్గొనేలా చేశారు. హరిజనుల చేత ఉత్సవాలలో భజనలు ఏర్పాటు చేశారు. ఇదంతా కవిగారు చేసింది 1905-1910 సంవత్సరాల కాలంలో అన్నది మర్చిపోకూడదు. 1907లో విశాఖపట్టణంలో జరిగిన సంఘసంస్కరణ మహాసభకు కార్యదర్శిగా పనిచేసిన కవిగారు ఒక పద్యంలో తన తలంపును ఎలా ప్రకటించారో చూడండి-

“మాలపల్లెలోన మానవులుండరా?
సర్వమందునిండి సర్వశక్తి
అయిన దేవుఁడుండడా? అచటికి ఏల
ఏగరాదో! నాకు ఎఱుగరాదు!”

ఈ సందర్భంలో ప్రముఖ స్వాతంత్ర్య సమరయోధులు వావిలాల గోపాలకృష్ణయ్యగారు “కవిగారి రూపం సనాతనం కానీ హృదయం ఆధునికం” అనటం సత్యసన్నిహితమే! భగవద్గీతలో గల “పండితాస్సమ దర్శినం” అను వాక్యం కవిగారిపట్ల అక్షర సత్యం. హరిజనవాడలలో అరుగులమీద, చెట్లకింద వీధిబడులు నిర్వహించిన సంస్కరణవాది.

గ్రంథాలయోద్యమ నాయకుడిగా...

“కవిగారు మిగతా అన్ని ఉద్యమాల వలెనే గ్రంథాలయోద్యమంలోను గొప్ప నాయకులు. గ్రంథాలయోద్యమారంభం నుండి జీవితాంతం వరకు వయోజనవిద్యలోను, గ్రంథాలయ నిర్వహణలోను స్వయంగా పాల్గొనటమే కాక ఉద్యమ ప్రచారానికి విశాలాంధ్రావని తిరిగారు. ఆంధ్రదేశ గ్రంథాలయ సంఘానికి ఎంతో పరువు ప్రతిష్ఠలు సమకూర్చారు. అయ్యంకి వెంకటరమణయ్య, పాతూరి నాగభూషణం వంటి గ్రంథాలయ సేవకులకు ఈయన గురుతుల్యుడని చెపితే అతిశయోక్తి కాదు”– అని అన్నది ఎవరోకాదు – గ్రంథాలయ సేవకులు, ఆంధ్రప్రదేశ్ గ్రంథాలయ సంఘానికి అధ్యక్షులుగా పనిచేసిన శ్రీ కోదాటి నారాయణరావుగారి మాటలివి. గ్రంథాలయోద్యమ పితామహుడిగా అయ్యంకివారిని చెప్తారు కానీ – అయ్యంకి వారే స్వయంగా నాకు కవిగారే ఆదర్శమన్నారు!

‘కవిగారి మనుగడ’ అనే పుస్తకంలో కవిగారి శిష్యులు, పుత్రసమానులు శ్రీ జయంతి సుబ్బారావు ఇలా అంటారు – “తెనుగునాట గ్రంథాలయోద్యమము బయలుదేరకముందే కవిగారు గ్రంథాలయముల పని మొదలిడిరి. గ్రంథాలయ పితామహుడిగా పేర్కొంటున్న అయ్యంకి వెంకటరమణయ్య గారికే కవిగారు గురుతుల్యుడు” – దీనిని బట్టి కవిగారిని గ్రంథాలయోద్యమ వైతాళికుడు అనవచ్చుగదా!

1892 లో కాకినాడలో కొమ్మిరెడ్డి నరసింగరావునాయుడు గారింట్లో ఉన్న పుస్తకాలను కవిగారు బాగుచేసి ఒక వరసలో పెట్టి – ఒక గ్రంథాలయంగా రూపొందించడం చరిత్రకాంశం గదా! రాజమండ్రిలో 22వ ఆంధ్రదేశ గ్రంథాలయ మహాసభకి అధ్యక్షత వహిస్తూ కవిగారు తెలిపిన అంశాలివి– “మొదట విశాఖపట్నం జిల్లా గ్రంథాలయ మహాసభకును, స్థాయి సంఘము నకును నాతోడి కొలువరులు నన్నే అధ్యక్షునిగా ఎన్నుకొనిరి. ఈ నడుమ నేను బెడవాడలో ఉండవలసి వచ్చినప్పుడు సుమారు మూడేండ్లు ఆంధ్రదేశ గ్రంథాలయ సంఘ కార్యనిర్వాహక సంఘమునకు అధ్యక్షుడిగా ఉండి గ్రంథాలయ సర్వస్వము ప్రకటించుట, గ్రంథాలయ యాత్రలు

నిర్వహించుట, సభలకు అధ్యక్షత వహించుట మొదలగు పనులలో పాల్గొంటిని. ఇప్పుడు ఆంధ్రదేశగ్రంథాలయ సంఘమున ఒక ఉపాధ్యక్షుడుగాను, మరల విశాఖపట్టణ జిల్లాగ్రంథాలయ సంఘమునకు అధ్యక్షుడుగా ఉన్నాను".

ఆంధ్రదేశంలో మొట్టమొదటి సర్వజనీన గ్రంథాలయంగా 'సరస్వతీ గ్రంథాలయం' (లేదా ఆదిసరస్వతీ నిలయం) అని పేర్కొంటారు. ఇది విశాఖపట్టణంలో మంతెన ఆదినారాయణ మూర్తిగారిచే స్థాపించబడింది. నారాయణమూర్తిగారు పరమపదించిన అనంతరం విక్రమ దేవవర్మగారూ, కవిగారూ కలిసి 1908 'హిందూ పఠనమందిరం' స్థాపించారు. ఇది 'హిందూ రీడింగ్ రూమ్'గా ప్రసిద్ధం. హిందూపఠన మందిరానికి కవిగారే కారకులు. ఆది సరస్వతీ గ్రంథాలయాన్ని తన ధర్మాశ్రమానికి మార్చారు. క్రైస్తవుల ఆధిపత్యానికి వ్యతిరేకంగా కవిగారు హిందూ రీడింగ్ రూమ్‌ను స్థాపించారు. 1910లోనే కవిగారు బాలికలకు ప్రత్యేకంగా 'శ్రీ కళాభిలాషక గ్రంథాలయం' స్థాపించడం మరువలేని విశేషం.

గ్రంథాలయాలను అచ్చతెలుగులో కవిగారు 'పొత్తపు గుడులు' అనేవారు. వివిధ ప్రాంతాలు దర్శించి తమ పుస్తకాలను ఆయా గ్రంథాలయాలకు ఇచ్చి, ఉపన్యాసాల ద్వారా చైతన్య పరచి, పుస్తకస్వీకరణ లక్ష్యంగా గ్రంథాలయోద్యమాన్ని నడిపారు. 1917లో గ్రంథాలయ చరిత్ర రాయాలని కొంత సమాచారం సేకరించారు కానీ అది శిథిలమైపోయింది. విశాఖలోని 'సరస్వతీ నిలయం' గ్రంథాలయాన్ని 'ఆనంద గజపతి గ్రంథాలయం'గా మార్చి దాని అభివృద్ధికి ప్రయత్నం చేశారు. 1918 లో విశాఖపట్టణంలో జరిగిన అయిదవ ఆంధ్రదేశ గ్రంథాలయ మహాసభకు కవిగారు, సెట్టి లక్ష్మీ నరసింహకవి కార్యదర్శులుగా పని చేసి మహావైభవంగా నిర్వహించారని గ్రంథాలయోద్యమనేత శ్రీ పాతూరి నాగభూషణం తెలిపారు. గ్రంథాలయాల గురించి కవిగారి పలుకులివి - "స్వయంకృషి వలన సులువుగా అందఱకు ఎఱుక కలిగించు నెలవులు పొత్తపుగుడులే. ఎఱుకయే ఎడతెగని హాయి. అట్టి అప్పసపుటెఱుక సమకూర్చెడి యావిమ్రాకులు పొత్తపుగుడులు కాక మఱి ఏవి?". అయ్యంకి వెంకటరమణయ్యగారి షష్టి పూర్తి సన్మాన సంచిక 'సరస్వతీ సామ్రాజ్యమ్' లో కవిగారు 'మాపొత్తు' అనే వ్యాసం రాశారు. ఈ వ్యాసం కవిగారి గ్రంథాలయసేవను, గాడిచర్ల, అయ్యంకి వారలతో వీరికిగల అనుబంధాన్ని తేటతెల్లం చేస్తుంది. చాలామంది దృష్టిలో కవిగారు "గ్రంథాలయసేవలో తొలివారు."

ఆంధ్రదేశ గ్రంథాలయ సంఘానికి కవిగారిని అధ్యక్షునిగా ఉండమని అయ్యంకి గారు ఎంతచెప్పినా కవిగారు "సంఘకార్యాలయం బెజవాడలో వుందనీ, తాను విశాఖపట్టణంలో వుంటాననీ కాబట్టి ఆ పదవిని చేపట్టలేన"ని నిరాకరించారు. అయ్యంకి వెంకటరమణయ్య గారు 1940లో తమ మూడో కుమారుడి వివాహానికి కవిగారిని ఆహ్వానించి తాము కృతిపతిగా ఉన్న సభకు అధ్యక్షుణ్ని చేసి నూతన వస్త్రాలతో సత్కరించటం కవిగారిపై అయ్యంకివారికి గల గౌరవానికి చిన్న ఉదాహరణ. 1935, డిసెంబరు నాటి 'ది ఇండియన్ లైబరీ జర్నల్' పుస్తకం

సంపాదకీయంలో కవిగారి గురించి రాసిన ఈ పంక్తులు కవిగారి అపూర్వగ్రంథాలయ సేవకి ప్రత్యక్ష నిదర్శనాలు:

"Quite a unique event took place a fortnight ago at Vizagapatam, when the 60th Birthday of Mr. Marepalli Rama Chandra Sastry, a distinguished Library worker of Andhra Desa, was celebrated. It was a fitting recognition of his continued association with the expansion of Libraries, even long before it was consolidated into a movement on a National scale, when books, news papers and libraries were rarities. He promulgated enthusiasm and devotion, nearly half a century has rolled on, since he collaborated in the foundation of the Saraswathi Library at Vizagapatam and from that time to this day he gave a stimulus and inspriration to the young workers in the field of the Library Movement."

(Vol. III. No.9)

దేశభక్తుడిగా....

"చేతనగునట్టి సాయంబు చేసి వేగ
దేశమభివృద్ధి లోనికి తెందు స్వార్థ
లాభమునకంటెను స్వదేశ లాభమెమును
గన దగినదంచు గైకొని పని సలుపుదు"

– ఇదీ కవిగారి జీవిత లక్ష్యం. స్వాతంత్ర్య సమరయోధుడిగా, విశాఖ జిల్లా కాంగ్రెసు అధ్యక్షులుగా, ఖాదీసంఘం అధ్యక్షులుగా రామచంద్రశాస్త్రి గారు దేశానికి ఎంతో సేవచేశారు. ఆంగ్ల విద్యపైనా, ఆంగ్ల ప్రభుత్వం పైనా కవిగారు కత్తిగట్టారు. ఆయనంటారు – "బానిస కొలువుకై పట్టభద్రులగుట హీనము. దేశమాత పాద పీఠమున అసువులు నివేదించుట ఉత్తమము" అంటూ ఎఫ్.ఎ చదువుకు స్వస్తి చెప్పారు. దాదాభాయి నౌరోజి, బాలగంగాధర తిలక్, బాబూ రాజేంద్ర ప్రసాద్‌ల ఉపన్యాసాలు కవిగారిని పూర్తిగా మార్చేశాయి. కవిగారి దినచర్యను బట్టి పై ముగ్గురూ కవిగారికి ఆరాధ్యులని (గాంధీగారికంటె) తెలుస్తుంది. "నా దేశం సంకెళ్ళనుండి విముక్తి పొందే మార్గమేమిటి?" సర్వకాల సర్వావస్థలయందూ కవిగారి ఆవేదన ఇదేనని పురిపండా పేర్కొన్నారు.

1914లో విజయవాడలో జరిగిన ఆంధ్రమహాసభలో పాల్గొని ఉత్తేజితులై అందరి దృష్టి ఆకర్షించి రాజకీయరంగంలో అడుగుపెట్టారు. 1916లో కాకినాడలో జరిగిన ఆంధ్రమహాసభకి ప్రతినిధిగా హాజరై మరింతగా పేరుపొందారు. చెన్నపురి శాసనసభా సభ్యత్వానికి కవిగారి మిత్రులు భూపతిరాజు వేంకటపతిరాజుగారు పోటీ చేస్తున్నప్పుడు వారి పక్షాన కవిగారు ప్రచారం చేయడంతో కాంగ్రెసు పెద్దలకు అభిమాన పాత్రులయ్యారు. ఆంగ్ల ప్రభుత్వం ప్రజల్ని "మీ

కోరికలు తెల్పండి. ఒక్కొటొక్కటిగా తీరుస్తాం" అని ప్రకటించింది. దీనిని 'మాంటేగుమహజరు' అనేవారు. 1917లో కవిగారు ఇంటింటికి తిరిగి అనేకమందితో సంతకాలు చేయించి భారతీయుల కోరికల జాబితాను సమర్పించారట! విశాఖపట్నంలో దీనితో కవిగారు 'నాయకుడు' అయ్యారు.

విశాఖపట్నంలో కవిగారు 'స్వరాజ్యసమితి'ని స్థాపించారు. అనిబిసెంట్ 'హోమ్ రూలు లీగ్' ప్రభావంతో దీనిని స్థాపించి స్వరాజ్యం యొక్క ఆవశ్యకతను గురించి, ఆంగ్లేయుల అక్రమాల గురించి ప్రచారం చేసేవారు. ప్రజల్లో ఆంగ్లేయులపట్ల వ్యతిరేకత ఏర్పడడానికి ప్రయత్నించారు. 1918లో 'విశాఖపట్టము జిల్లా ప్రజాసంఘము' స్థాపించారు.

"ఖద్దరైన కట్టుడీ – కడమవేవీ చేయకున్న
మొద్దులంచు – మోటులంచు
మూల్గకుండ – ముక్కకుండ ఖద్దరైన కట్టుడీ"

వంటి పాటలు రాసి, పాడుతూ ఖద్దరు బట్టలు రెండు సంచుల నిండా తీసుకొని రెండు భుజాలపై మోసుకొని ఊరూరా కాలినడకన తిరిగి ఖద్దరు ప్రచారం చేసిన దేశాభిమాని కవిగారు. 1930 ఏప్రిల్‌లో విశాఖ సముద్రపు టొడ్డున ఉప్పుసత్యాగ్రహంలో పాల్గొని ఆరునెలల కారాగారశిక్ష అనుభవించారు. 1932 ఫిబ్రవరిలో ఎలమంచిలిలో సహాయనిరాకరణ ఉద్యమం చేపట్టి మళ్ళీ ఒక సంవత్సరంపాటు వెల్లూరు కారాగారంలో శిక్ష అనుభవించారు. కళాప్రపూర్ణ నిడదవోలు వెంకటరావుగారు ఒక వ్యాసంలో ఇలా రాశారు – "కవిగారు జెండా పండుగలు, దేశనాయకుల జయంతులు జరిపించి ప్రజల్ని స్వాతంత్ర్యోద్యమాభిముఖుల్ని జేశారు. గాంధీగారి కంటె ముందుగానే కవిగారు విదేశీ వస్త్ర బహిష్కరణ ప్రారంభించారు.

స్వాతంత్ర్యోద్యమంలో భాగంగా ఆంధ్ర రాష్ట్రోద్యమం కొనసాగింది. 'తెలుగు నలువ' అని బిరుదు పొందిన కవిగారు విశాఖజిల్లా అంతట ఆంధ్రమహాసభ ఉపకేంద్రాల్ని ఏర్పరిచారు. విశాఖజిల్లా ఆంధ్రమహాసభకి కవిగారు సమావేశకర్తగా పాల్గొని సభలలో ఆశువుగా పద్యాలు చదివి ఆవేశపరిచేవారు. ఆంధ్రమహాసభలలో కవిగారు పద్యాలతో కరపత్రాలు పంచేవారు. వాటిలోంచి ఒక పద్యం –

"తెలుగు వారము మేమని తెలుపుకొఁనకు
ఆంధ్రసభలో సభ్యులై అలరవలయు
ఆంధ్రరాష్ట్రము త్వరలోన అబ్బుకొఁనకు
మనము పని చేయవలయు ఓ తెనుగులారా!"

స్వాతంత్ర్య సమరయోధులైన శ్రీబులుసు సాంబమూర్తి, శ్రీ భోగరాజు పట్టాభిసీతారామయ్య, శ్రీకొండా వెంకటప్పయ్య, శ్రీ గొల్లపూడి సీతారామశాస్త్రి, శ్రీ వావిలాల గోపాలకృష్ణయ్య గార్లతో

కవిగారికి సన్నిహిత పరిచయాలున్నాయి. విశాఖజిల్లాను రాజకీయంగా జాగృతం చేసిన కవిగారి వల్లనే శ్రీ తెన్నేటి విశ్వనాథం రాజకీయాలలో రాణించారన్న సంగతి కొద్దిమందికే తెలుసు. భావ సంవత్సరం – భాద్రపదమాసం – భారతి సంచికలో కవిగారి దేశసేవ గురించి శ్రీ మున్నంగి శర్మ వ్యాసం రాస్తూ ఇలా అంటారు –

"కరాళ గహ్వరముందెఅచి జూలు విదల్చిన కాంగ్రెసు సింహము నెదుట తన కట్టిన దీక్షా కంకణము నేటి దాక విడువడు ఈయన కాంగ్రెసు ఉద్యమమున కరగినాడు. కాపురమునే కాంగ్రెసుగా మార్చినాడు. గడకట్టి కాంగ్రెసు ప్రచారము సాగించినాడు. పూర్వము తను వేసిన మార్గమున, తన నేటి నిమ్న జాత్యుద్ధరణాది కాంగ్రెసు ప్రచారము, పూర్ణ ప్రవాహము మీది పూదెప్పపయనముగ సాగినది."

నాటకరంగంలో...

కవిగారు నాటకరచయిత. నటులు. నాట్యాచార్యులు. 1895లో సెట్టి లక్ష్మీనరసింహకవి, ఆకెళ్ళ సత్యనారాయణగార్లతో కలిసి 'శ్రీ కళాభిలాషక నాటక సమాజము' స్థాపించారు. అదే సంవత్సరం ప్రథమ ప్రదర్శనగా 'వేణీ సంహారం' నాటకాన్ని ప్రదర్శించారు. ఈ సమాజంలో కవిగారి నాటకాలే ఎక్కువగా ప్రదర్శించబడేవి. కవిగారు కృష్ణుడు, పాండురాజు, ధర్మరాజు వంటి పాత్రలు వేసేవారు. అభిమానులు కొందరు కవిగారిని "బాలషేక్స్పియర్" అనేవారు. 'ధర్మాశ్రమం' లోనే నాటకశాల ఏర్పరచి నటులకు భాషోచ్చారణలో, పద్యపఠనంలో శిక్షణ ఇచ్చేవారు. ముస్లిములను కూడా చేరదీసి వారిచే నాటకాలు వేయించేవారు. ప్రదర్శనకు అనుగుణంగా సంప్రదాయలక్షణాలకు భిన్నంగా నాటకాలు రాశారు. స్త్రీ పాత్రల్ని స్త్రీలచేతనే వేయించేవారు. రాజా విక్రమదేవ వర్మగారి అధ్యక్షతన ఏర్పడిన 'విశాఖపట్టణం ఆంధ్రనాటక పరిషత్తు' కు కవిగారు కార్యదర్శిగా పనిచేశారు.

భాషా సేవలో...

దేశభక్తునిగా ఎంత సేవచేశారో భాషాభిమానిగా అంతటి సేవచేశారు. కవిగారు బహుభాషావేత్త. సంస్కృతాంధ్రాలనే కాకుండా ఆంగ్లం, తమిళం భాషలు కూడా నేర్చుకొన్నారు. ద్రావిడ భాషల పరిజ్ఞానం బాగా వుంది. పురిపండా వారి మాటలివి – "ఎంత పాండిత్యం సంపాదించినా అంతా తన తెలుగు సాహిత్యానికి, తెలుగు భాషకీ, తెలుగు దేశానికీ వినియోగపడాలన్న దీక్షతోనే కృషి చేశారు. తెలుగు స్వతంత్ర భాష. దాని తల్లి సంస్కృతం అనడం పచ్చి సాహసం అని ఘంటా పథంగా చాటే వారాయన."

కవిగారి దృష్టిలో తెలుగు "మహాభాష". మహా భాషకి ఆయన మూడు లక్షణాలు చెప్పారు–

1. మాట్లాడే వారి సంఖ్య అసంఖ్యాకంగా ఉండటం.

2. పరిపూర్ణమైన పాండిత్యం కుదుర్చుకోవడానికి తగిన గ్రంథసామగ్రి ఉండటం.

3. పై భాషలవారు తమ భాషలలోకి తర్జుమా చేసుకోగల మంచి గ్రంథాలుండటం.

కవిగారి తపన అంతా - "పలుకు తల్లిని గద్దినెక్కించుట ఎట్లు?" అన్నదే. సంస్కృత పండితుడొకరు "తెలుగు పదాలకు వ్యుత్పత్తి ఏమిటి , చచ్చుతెలుగు?" అన్నాడట. అది కవిగారిని బాధించింది. తెలుగు పదాల గుట్టును విప్పడానికి ఒక ఉద్యమమే చేపట్టారు. తెలుగుభాషకి ఒక ప్రమాణాంధ్ర నిఘంటువు రూపొందించాలని కంకణం కట్టుకొన్నారు. రాష్ట్రమంతా పర్యటించి తెలుగు పలుకులు, సామెతలు, జాతీయాలు సేకరించారు. ద్రావిడ భాషలతో పోలుస్తూ వ్యుత్పత్తులు విశ్లేషించారు. తను రూపొందించే నిఘంటువుకు 'నుడికడలి' అని పేరుపెట్టారు. ముందుగా 'మచ్చునుడులు' తయారుచేసి వేటూరి ప్రభాకరశాస్త్రి, పంచాగ్నుల ఆదినారాయణశాస్త్రి, తల్లావఝ్ఝల శివశంకరశాస్త్రి మొదలైన పండితులకు పంపి వారి అభిప్రాయాలు సేకరించారు. 'నుడికడలి' రెండు సంపుటాలు తయారయ్యాయి. ఒకటి నదిలో కొట్టుకుపోగా రెండవది శిథిలావస్థలో ఉంది (దీనిని నేను ద్రవిడ విశ్వవిద్యాలయానికి అందజేశాను). కవిగారు సంస్కృత పారిభాషిక పదాలను వాడకుండా వాటికి తెలుగునుడులు రూపొందించారు.

ఉదాహరణకి:

నామవాచకానికి బదులు 'పేరునుడి'

తత్సమానికి - 'సరినుడి'

తద్భవానికి - 'మార్పునుడి'

క్రియకి - చెయిది

ప్రత్యయానికి - చేర్పు

'పలుకు కొలువు' చెయ్యడానికి ఎలమంచిలిలో 1933లో 'తెనుగుగుడి' కార్యాలయాన్ని ప్రారంభించారు. విశాఖపట్నం, విజయవాడలలో ఉపకార్యాలయాలు ఉండేవి. గొబ్బూరి వెంకటానందరాఘవరావు, ఉప్పులూరి వేంకటకృష్ణయ్య, జయంతి సుబ్బారావు, పురిపండా అప్పలస్వామి "తెనుగుగుడి"కి మూల స్తంభాలుగా ఉండేవారు. వివిధ పత్రికలలో 'తెనుగు-పరిపూర్ణ పాండిత్యము', 'పలుకు మనుగడ', 'తొంటినాటి తెనుగు', 'సామెతల కడలి', 'పలుకు కొలువు' వంటి వ్యాసాలు రాశారు కానీ నేడవి లభ్యంకావు. 'నన్నయనుడులు', 'తెలుగు నుడిదండలు' (నిఘంటువులు) మాత్రం లభ్యం.

"తెనుగు నుడులగుట్టు తెలిమి తెలుపురతన
క్రొత్త నుడులు తెనుంగునన్ కూర్చుకతన

తెనుగు నలువనా తనరెడు పెనుబిరుదును
చాలితార్చితి మా. రామచంద్రశాస్త్రి"

కవిగారి రచనలు...

రామచంద్రశాస్త్రి గారు శతాధిక రచయిత. కవిగారి శిష్యులు శ్రీ జయంతి సుబ్బారావు రాసిన జీవితచరిత్ర 'కవిగారి మనుగడ' వల్ల రచనల వివరాలు తెలుస్తాయి. చాలా రచనలు అముద్రితాలూ - అలభ్యాలూ - అసంపూర్ణములు కూడా. అన్ని ప్రక్రియలనూ చేపట్టారు. కాగితం కరువువల్ల, పేదరికం వల్ల కవిగారు తమ రచనలను చిన్న కాగితం ముక్కలమీద, కాంగ్రెసు - ఖాదీ సంస్థల రశీదు వెనుక పక్క చిన్న చిన్న అక్షరాలతో రాశారు. భూతద్దం పెట్టుకొని చదివితే గానీ మనకి స్పష్టంగా తెలీదు. కొన్ని రచనలు లభ్యమైనా కాగితం తిప్పితే చిరిగి పోయేలావున్నాయి. రచనల వివరాలు:

నాటకాలు	-	27
పద్యకావ్యాలు	-	16
చాటువులు	-	32
వచన రచనలు	-	21
అనువాదరచనలు	-	40
వ్యాసాలు	-	22
ఇతరాలు	-	30

కవిగారి నాటకాలలో 'పాండవజననము', 'కుమారాస్త్ర విద్యాసందర్శనము', 'బిల్హణీయము', 'పారిజాతాపహరణము' ప్రసిద్ధమైనవి. 'హెచ్చరికపచ్చలు', 'వాడని దీవనపూలు', 'మానవవిధి', 'దేశభక్తిగేయాలూ', పద్యాలు ముద్రిత పద్య రచనలు. 'రామశతకం', 'విఘ్నేశ్వరశతకా'లు అసంపూర్ణ రచనలు.

కవిగారు బాలసాహిత్యానికి ప్రాముఖ్యతమివ్వడం గమనార్హం. 'కథా రత్నాకరము' పేరుతో పురాణకథలను రాసి చివరలలో ఆ కథచెప్పే నీతిని తేటగీతి పద్యంలో రాశారు. ఇది ముద్రిత, లభ్య రచన. "వ్రాల దండముచ్చటల చదువు" అనేది చిన్నపిల్లలు తెలుగు అక్షరాలను నేర్చుకొనే పద్ధతిని తెలిపే రచన. చిన్నపిల్లలకోసం వచనంలోనూ, పాటలూ పద్యాలలోనూ 'దురభ్యాసాలు', 'బాలరోగనిదానం', 'ఆటలు' అనే పేర్లతో రాశారు.

'తెనుగు - తోబుట్టువు' అనే రచనను 1935 లో రచించారు. ద్రావిడ భాషలతో తులనాత్మక పరిశీలన చేసి రాసిన తొలి రచనగా పేర్కొనవచ్చు. 'సామెతలకడలి' అముద్రిత రచన.

కవిగారు అనువాద రచనలు కూడా చేశారు. సంస్కృత సంధ్యా వందనాన్ని 1904లోనే తెలుగు పద్యాలలో రాసి 'తెలుగు సంధ్యావందనం'గా ప్రచురించారు. భగవద్గీతను తెలుగులోకి అనువదిస్తూ 'తెలుగుగీతులు'గా తేటగీతులలో రాశారు. పూర్తికాలేదుగానీ లభ్యమే. ప్రసిద్ధ పారశీకవి సాదీ (అసలుపేరు ముస్లి ఉద్దీన్) బులిస్తాన్, గులిస్తాన్ అనే రచనలు చేశాడు. గులిస్తాన్ మంచిపేరు ప్రఖ్యాతుల్ని సంపాదించిపెట్టింది. దువ్వూరి రామిరెడ్డిగారు దీనిని 'గులాబీతోట'గా అనువదించారు. కవిగారు గులిస్తాన్‌ను 'పూలతోట' గా అనువదించారు. కానీ సగం మాత్రమే రాశారు. కవిగారు విద్యార్థిగా ఉన్నప్పుడే తమ పాఠ్యభాగమైన 'Paradise and the Peri' ని 'పశ్చాత్తాప మహత్త్వము'గా పద్యానువాదం చేశారు. అబ్రహాం కౌలీ, చార్లెస్‌కాటన్, లార్డ్ బేకన్ వంటివారి ఆంగ్ల రచనలను తెలుగు పద్యాలలో అనువదించారు. సంస్కృతంలోని సుభాషితాలకు పద్యానువాదం గావించారు.

గిడుగు రామమూర్తి పంతులుగారు స్వర్గస్థులైనప్పుడు విశాఖపట్నంలో 14-1-1940 న సంతాప సభ నిర్వహించిన కవిగారు పంతులుగారి ఆత్మకు "మేలుమఱవమిని తెలుపుచు ఇచ్చిన వగపు మెప్పు కానుక"గా పద్నాలుగు పద్యాలు రాసి చదివారు. ఒక్క పద్యం -

"నీదు పట్టు నెగ్గించుకొని యతితోడ
తెనుగు గుట్టు పట్టుల రసి ఘనకరమగు
పాండితి గడించి గ్రాంథిక పండితకవి
తలను తప్పులు చూపింప తగితి వౌర!"

1923లో 'సరస్వతి' అనే పత్రిక సమస్యాపూరణకి "ఇంకం గుంకుమ బొట్టు పెట్టకుము తన్వీ ఫాలభాగంబునన్" అనే సమస్యను ఇస్తే కవిగారు దేశభక్తితో స్వాతంత్ర్యసమరానికి అన్వయిస్తూ గొప్పగా పూరించారని వేటూరి ప్రభాకర శాస్త్రిగారు ప్రశంసిస్తూ ఉదాహరించిన ఆ పద్యమిది-

"బింకంబుల్ పలుమారు పల్కె సభలన్ పేరందు బల్మోర్కెని
శ్వంకన్ తానటు చేయజాలకిటు దేశద్రోహియై ఖైదనన్
జంకెన్నీ పతి పేరు మాపుకొనియెన్ చావన్న వేఋన్నదే
ఇంకంగుంకుమబొట్టు పెట్టకుము తన్వీఫాల భాగంబునన్"

పురిపండా అప్పలస్వామి, శ్రీశ్రీ, వడ్డాది సీతారామాంజనేయ కవి కలిసి 1926 మే 6 న కవితా సమితి అనే సంస్థ స్థాపించారు. మొట్టమొదటి సమావేశం కవిగారి ధర్మాశ్రమంలోనే జరిగింది. ఈ కవితాసమితికి ఆజన్మాంత అధ్యక్షులు రామచంద్రశాస్త్రిగారు కాగా కార్యదర్శి పురిపండా అప్పలస్వామి గారు. ఆచంట సాంఖ్యాయనశర్మ, కేతవరపు వేంకటశాస్త్రి, పూడిపెద్ది వెంకటరమణయ్య, గొబ్బూరి వేంకటానంద రాఘవరావు, శ్రీశ్రీ, ఆరుద్ర మొదలైన వారంతా సభ్యులుగా ఉన్నారు. శ్రీశ్రీ పద్యాలను కవిగారే చూసి సవరించేవారట! ఆరుద్రగారు కవిగారు పరమపదించినప్పుడు అచ్చతెలుగు పదాలతోనే స్మృతి గీతం రాశారు. శ్రీశ్రీ తొలికావ్యం 'ప్రభవ'

కవితాసమితి ప్రచురించింది. యువకవుల్ని, రచయితల్ని ప్రోత్సహిస్తూ మాతృభాషాభిమానాన్ని కలిగించడంలో 'కవితా సమితి' ద్వారా కవిగారు చేసిన కృషి అసామాన్యమైనది.

ఆదర్శవంతమైన వ్యక్తిగా....

"దైవంబునే నమ్మి ధర్మానుసారంబు
గా ప్రవర్తింపగా కడగువాడు
తను స్తోత్రములు చేసినను నిందచేసి
ఒక్కరీతినెకనుచుండు వాడు
తనచేతనగునంత దనుక అన్యులకు మే
లొనరించుటకె చూచుచుండువాడు
దేశాభివృద్ధి మదిన్ ముఖ్యముగ ఎంచి
పాటుపడన్ వెనుపడనివాడు

శ్రీ కలాభిలాషకు డయి చెలగువాడు
శుభదలండన్ మిషన్ హయిస్కూలులోన
ఆంధ్ర పండితుడుగ అలరారువాడు
సమ్ముదితశాస్త్రిమా "రామచంద్రశాస్త్రి"

- అని 'బిల్హణీయం' నాటకంలో - ప్రస్తావనలో కవిగారు రాసుకొన్నారు. ఇందులో అతిశయోక్తి ఎంత మాత్రమూలేదని, అక్షరసత్యాలనీ వారి శిష్యులు జయంతి రామయ్య పంతులు గారు, పురిపండా అప్పలస్వామి గారు చెప్పారు.

"పుట్టినపుడే నగలును బట్టలుండు?
పిదపతాల్తుము, వడుతుము, వెలయవెపుడు
ఇట్టివానికై వగపేల? ఇంకమంచి
నడత నగపోయిన వగవలయుగాక!"

అని చెప్పటమే కాదు ఆచరించి చూపించిన ఆత్మశుద్ధి గల మహానుభావులు రామచంద్రశాస్త్రిగారు. కవిగారికి ఆత్మాభిమానం ఎక్కువ. జయపురం రాజావిక్రమదేవవర్మగారు కవిగారికి బాల్యమిత్రులు. వర్మగారి పద్యాలను దిద్ది ఛందస్సు నేర్పారట! అంతటివారు జయపురం రాజు అయినపుడు ఎప్పుడూ 'దేహి' అనలేదు. ఉంటే తినటం - లేకుంటే పస్తుండటం. అంతే! తన రచనలను ముద్రించమని అడగవచ్చుగదా అంటే- "ఆయనకి తెలీదా నా గురించి. నేను అడగను. ఆయనే అడిగి అచ్చువెయ్యాలి" అనేవారు. చివరికి కవిగారి రచనలు అచ్చుకాక పోవటం వల్ల నష్టపోయింది తెలుగువారే!

చందాల కేశవదాసు

(1876-1956)

- రేపాక రఘునందన్

మహాకవి, అష్టావధాని, బహునాటక గ్రంథకర్త, సినీరచయిత చందాల కేశవదాసు. ఆయన గురించి ఈ తరం వారిలో చాలా మందికి తెలియకపోవచ్చు. ఆంధ్రసాహితీ రంగంలోనూ, నాటకరంగంలోనూ చిరస్మరణీయ సరస్వతీమూర్తి కేశవదాసు.

చందాల లక్ష్మీనారాయణ, పాపమ్మ దంపతులకు 1876 జూన్ 20వ తేదీన ఖమ్మం జిల్లా జక్కేపల్లి గ్రామంలో జన్మించిన కేశవదాసుకు వెంకట్రామ్మ అన్నయ్య తండ్రి నుంచి వాస్తు, వైద్య, యోగా నేర్చుకుంటూ భద్రాచల రాముని కొలిచిన రామదాసుని ఆదర్శంగా తీసుకుని తన జీవితాన్నంతా సాహిత్యసేవతో పాటు, శ్రీరామచంద్రుడ్ని పూజించి తరించిన వ్యక్తి. తమ్మర గ్రామంలో సీతారామచంద్రస్వామి ఆలయ పునరుద్ధరణకై పాటుపడిన భక్తాగ్రేసరుడు. తన ఇంటి నిర్మాణం కోసం కూడబెట్టుకున్న కలపను, రథగోపుర నిర్మాణానికి దానం చేయటమే కాక ఆలయ గాలిగోపుర నిర్మాణం కోసం హరికథలు గానంచేసి అష్టావధానాలు నిర్వహించి విరాళాలు పోగుచేసిన భగవంతుని సేవకై పరితపించే కళాతపస్వి కేశవదాసు. ఎటువంటి ఆడంబరాలకు తావివ్వకుండా నిరాడంబరంగా జీవనయాత్ర సాగించిన సాధుస్వభావి కేశవదాసు.

ప్రతి సంవత్సరం శ్రీరామనవమికి భద్రాచలం సీతారామకళ్యాణానికి వెళ్ళే యాత్రికులకు దారిలో భోజనసదుపాయాలు కలిగించే లక్ష్యంతో కేశవదాసు కృష్ణాజిల్లా తిరువూరు గ్రామంలో హరికథా సప్తాహం పెట్టి, యాత్రికులకు భోజనవిశ్రాంతి సౌకర్యాలు కల్పించి సేవచేసేవారు. ఇప్పటికీ తిరువూరులో వారి సేవలకు స్మృతి చిహ్నంగా "దాసుగారి బావి" అనే మంచినీటి బావి ఉంది.

తొలి సినీ రచయితలలో కేశవదాసు మొదటివారని చెప్పటానికి తగిన ఆధారాలు లభిస్తున్నాయి. భారతదేశంలో తొలి టాకీ చిత్రం ఆలం ఆరా విడుదలైన (1931 మార్చి 14) సంవత్సరంలోనే తొలి తెలుగు టాకీ చిత్రం విడుదల కావడం విశేషం. నాటక పితమహ ధర్మవరం రామకృష్ణమాచార్య రచించిన భక్తప్రహ్లాద నాటకాన్ని సినిమాగా తీసినట్లు ఆ తరం వారంతా ముక్తకంఠంతో చెబుతున్నారు. ఆ చిత్రంలో మునిపల్లె వెంకటసుబ్బయ్య హిరణ్యకశ్యపుని పాత్రను, సురభి కమలాబాయి లీలావతి పాత్రను, ప్రహ్లాదుని సహాధ్యాయి మొద్దబ్బాయి పాత్రను ఎల్.వి.ప్రసాద్ పోషించటం జరిగింది.

భక్తప్రహ్లాద చిత్రం ధర్మనగరం వారి నాటకానికి మక్కామక్కీ కాదనటానికి కొన్ని నిదర్శనాలు లభించటం, నాటి నుండే తొలి తెలుగు సినీకవికి సంబంధించిన సమాచారం కూడా లభించింది.

భక్తప్రహ్లాద చలన చిత్రంలో ధర్మవరం వారి పాటలతో పాటు మరికొన్ని పాటలు కూడా ఉన్నాయని సురభి కమలాబాయి శ్రీ ఇంటూరి వెంకటేశ్వరరావు కిచ్చిన ఇంటర్వ్యూలో పేర్కొన్న పాట ముఖ్యమైంది. ఆ పాటను తాను సినిమా కోసం పాడిన మొట్టమొదటి పాటగా కమలాబాయి పేర్కొన్నారు. పల్లవిని మాత్రమే చెప్పిన ఆ పాట పూర్తి పాఠం యిది-

పరితాప భారంబు భరియింప తరమా
కటకటా విధినెట్లు గడవంగ జాలుదు
పతి యాజ్ఞను మీరగలనా (సరి)
పుత్రుని కాపాడగలనా
ఈ విషము నేనెటుల
తనయుని త్రావింపగలను
ధర్మము కాపాడుదునా?
తనయుని కానగగలనా?

ఈ పాట చదవగానే సన్నివేశం మనకు అవగతమవుతుంది. లీలావతి పతి చేత ప్రహ్లాదునికి విషాహారాన్ని ఇవ్వవలసినదిగా ఆజ్ఞాపించబడి దుఃఖించడం ఇలాంటి ఘట్టం ధర్మవరం వారి నాటకంలో లేదు. మరి ఈ పాట ఈ సినిమాలోకి ఎలా వచ్చిందనే విషయం గురించి జరిపిన పరిశోధనల్లో అనేక ఆసక్తిని కలిగించే విషయాలు బయటపడ్డాయి. ఈ పాటను ఈ నాటికీ సురభి నాట్యమండలివారు ప్రదర్శిస్తున్న "భక్తప్రహ్లాద" నాటకంలో పాడుతున్నట్లు నిర్వాహకులు శ్రీ ఎస్.ఎ. బాబూరావు తెలియజేస్తూ శ్రీ గరిమెళ్ళ రామమూర్తి ద్వారా పాట ప్రతిని శ్రీ పైడిపాల గార్కి పంపించటం, ఆ ప్రతి, భక్తప్రహ్లాద కోసం తమ తండ్రిగారైన శ్రీ చందాల కేశవదాసు రచించిన వాటిగా పేర్కొంటూ డాక్టర్ చందాల కృష్ణమూర్తి (ఖమ్మం) పంపిన 3 పాటలలో ఒకటి - ఒకేలా ఉండటంతో ఈ పాట రాసిన వారు శ్రీచందాల కేశవదాసు అని నిర్ణయించటం జరిగింది. సినిమాల పనిమీద హెచ్.ఎం. రెడ్డి గారు దాసుగార్ని కలకత్తా, మదరాసు, బెంగుళూరు మున్నగు పట్టణాలకు పిలిపించేవారు. ఆ రోజుల్లో కలకత్తా సినిమా నిర్మాణకేంద్రం. "సతీ అనసూయ" చిత్రాన్ని కలకత్తాలోని "అరోరా" ఫిలిం కార్పోరేషన్ వారు తీయగా దానికి కేశవదాసు చక్కని భావగర్భితమైన స్క్రిప్టు రాశారు.

భక్తప్రహ్లాదలో హిరణ్యకశ్యపునికి తపోభంగం చేయడానికి వెళ్ళిన రంభ మొదలైన అప్సరసలు అతడు తపస్సు చేస్తున్నవాడు చేస్తున్నట్లే చనిపోయాడని భ్రమించి ఆ విషయం ఇంద్రునికి చెబుతూ సంతోషంగా రంభపాడిన పాట-

చింతాయెన్-వినన్ సంతసమాయెనుగా
దేవేంద్రా సంతసమాయెనుగా సురనాథా

అడెను దేవారి చెడిదవు దసమున
గూరివడి ప్రాణంబెడ బాసి
మనసున నానందంబును మిగులుగ
నీవొంద దనుజుండు మృతిజెందె....

ఈ పాట తొలి తెలుగు సినిమాలో చిత్రీకరించిన మొదటి పాట కావచ్చు. కానీ చిత్రం కోసం రాసిన పాట మాత్రం కాదు. సినిమాను దృష్టిలో పెట్టుకుని ఉపయోగించిన తొలిపాట మాత్రం కాదు. సినిమాను దృష్టిలో ఉంచుకుని వాడిన తొలిపాటలు శ్రీ చందాల కేశవదాసు రచించినవే. అయితే భక్తప్రహ్లాద చిత్రం ధర్మవరం వారి నాటకం ఆధారంగా నిర్మించినప్పటికీ సినిమా నిర్మాణ సమయానికి ఆచార్యుల వారు జీవించి ఉండలేదు. ఆయన నవంబర్ 30, 1912లో స్వర్గస్థులయ్యారు. పోతన రాసిన పద్యాలు కానీ, ధర్మవరం వారు రాసిన నాటకం కానీ సినిమాకోసం రాసినవి కానేకాదు. కాబట్టి చందాల కేశవదాసు సినిమాకోసం రాసినా, అంతకు ముందే రాసినా ఆయన బ్రతికి ఉండగా ఆయన అనుమతితో సినిమా మీడియంకు సంబంధించిన అవగాహనతో ఆ పాటల్ని దర్శకుడు సినిమాలో ఉపయోగించటం వల్లనూ చందాల కేశవదాసే తొలి తెలుగు సినీకవిగా నిర్ధారణకు రావచ్చు. భక్తప్రహ్లాద సినిమాలోని కీర్తనలను ఆముల నరసింహారావు, తుంగల చలపతిరావు అను గాయకులు గానం చేసేవారు.

చందాల కేశవదాసు పేరు వినగానే కనకతార నాటకం గుర్తొస్తుంది. ఈ నాటకాన్ని మైలవరం, జగ్గయ్యపేటలలో సురభి, నెల్లుట్ల నాటక సమాజాల వారు వేల సంఖ్యలో ప్రదర్శించటం జరిగింది. ఈ నాటకంలో ఉదయసేన మహారాజు తమ్ముణ్ణి గురించి విచారిస్తూ భార్య కమలారాక్షితో దుర్మార్గముల వీడుట లేదని బాధపడుతూ క్రూరునికి నీతిగరపడం వల్ల విరోధి అవుతాడని చెప్పాడు.

తన మదినీ సద్గుణుడు పరితాపమంది
క్రూరునకు నీతిగరప విరోధియగును
భూతదయచేత తేలు నిప్పులను బడగ
వెలికి దీసిన 'మీటక' విడువగలదె.

ఇందు 'మీటక' అనే పదం శబ్ద సారస్యం తెలిసినవారు తప్ప వేరొకరు రాయలేరు. దుర్జనులకు నీతి బోధ అత్యంత అసహ్యంగా తోస్తుంది. ఇందుకు కేశవదాసు చెప్పిన చక్కని నీతిపద్యం ఇది.

"నీతి దెల్పకు మతి వినవే వినందు
విననచో మార్చు కొనుదనకనుగుణముగ
పంచదారయు పాల్పోసి పెంచుకున్న
వేము మార్చుకొనక యున్నె విషము పగిది"

ఇంకా ఈ నాటకంలో కేశవదాసు వాడిన సూక్తులు, లోకోక్తులు అనేకానేకములు.

అధములకు బుట్టుదురు యోగ్యులైన సుతులు
ముండ్ల చెట్టులకు గులాబిపూవు కరణి
అనఘులకు బుట్టుదురు హీనులైన సుతులు
అమృత జలధియందును హాలాహలం కరణి.

ఈ కనకతార నాటకాన్ని 1937లో కన్నాంబ, దొమ్మేటి సూర్యనారాయణ ప్రధాన నటీనటులుగా సరస్వతీ టాకీస్ వారు, 1956లో ఎస్. వరలక్ష్మి, ఎస్.వి. రంగారావు ప్రధాన పాత్రధారులుగా గోకుల్‌వారు సినిమాలుగా రూపొందించటం జరిగింది. దీనికి కాళ్ళకూరి వీరభద్రరావు అనే ఆయన సహదర్శకుడు.

అంతేకాక మైలవరం రాజావారు బాలభారత సమాజం అనే పేర ఒక నాటక సంస్థను స్థాపించి కేశవదాసు గారి ఆధ్వర్యంలో అనేక నాటకాలను ప్రదర్శించటం జరిగింది. వీరికి ఎ.పి. రామానుజులు అనే వ్యక్తి సహాయకులుగా ఉండేవారు. బాలభారతి సమాజం ఆఫీసు విజయవాడ మారుతీ సినిమాహాలు ప్రక్కన ఉండేదని, పాపట్ల లక్ష్మీకాంతయ్య హార్మోనియం, బగ్గీ అనే అతను తబలిస్టుగా కనకతార నాటకం అప్పటి మదరాసు, కర్నాటక నైజాం రాష్ట్రాలలో విజయభేరి మోగిస్తూ ప్రదర్శింపబడేదని చెబుతారు. ఈ నాటకంలో తారగా శ్రీమతి పువ్వుల రామతిలకం, సత్యవంతుడుగా కపిలవాయి రామనాథశాస్త్రి, యముడిగా వేమూరి గగ్గయ్య, గురిజనాయుడులు, హనుమచ్ఛాస్త్రి, కనకసేనుడుగను వేషం వేసేవారట.

శ్రీ కేశవదాసు, శ్రీ ముత్తరాజు సుబ్బారావు రచించిన శ్రీకృష్ణతులాభారం నాటకానికి అనుబంధంగా రాసిన పాటల పుస్తకంలో 3 పాటలు అత్యంత ప్రజాదరణ పొందినవి. అవి,

1. భలేమంచి చౌకబేరమూ,
2. మునివరా తుదకిట్ల ననున్ మోసగింతురా?
3. కొట్టు కొట్టండి... బుర్ర పగల... అనేవి ఈ నాటకాన్ని 3 సంస్థలు సినిమాలు రూపొందించారు.

కాళీ ఫిలింస్ 1935,
రాజరాజేశ్వరి ఫిలింస్ 1955,
సురేష్ మూవీస్ 1966

వీరు తమ తమ చిత్రాల్లో ఈ 3 పాటలను విడిచిపెట్టలేదు. అయితే, ఇంత ప్రజాదరణ పొందిన గీతాలు కూడా రాజరాజేశ్వరి ఫిలింస్ వారి టైటిల్స్‌లో దైతా గోపాలం గారి పేరుతో వస్తే పట్టించుకున్న వారే లేరు. అంతేకాదు, శ్రీ బాలాంత్రపు రజనీకాంతరావు ఆంధ్ర వాగ్గేయకార

చరిత్రంలో (పేజీ 456) భలే మంచి చౌకబేరము... మునివరా... అనే పాటలు శ్రీ పాపట్ల కాంతయ్య రచించినట్లుగా రాశారు. శ్రీ కాంతయ్య ఆ పాటలకు స్వరకల్పన మాత్రమే చేశారు. రచించిన వారు మాత్రం ముమ్మాటికీ శ్రీ చందాల కేశవదాసే.

కొత్తగా నాటకాలలో పాటలు ప్రవేశించిన రోజుల్లో ఇతరులు రాసిన ప్రసిద్ధ నాటకాలకు వృత్తి నాటక సమాజాల కోరికపై పాటలురాసిచ్చే కవులు కొందరుండేవారు. అలా భక్తప్రహ్లాద, శ్రీకృష్ణతులాభారం, సతీసక్కుబాయి, సతీ అనసూయ మొదలైన నాటకాలకు శ్రీ చందాల కేశవదాసు రచించిన పాటలు అప్పటికే ప్రజాబాహుల్యంలో వుండడం వలన హెచ్.ఎం.రెడ్డి భక్తప్రహ్లాద చిత్రంలో వాటిని వాడుకుని వుండవచ్చుని తెలుస్తోంది.

కేశవదాసు రచించిన 'లంకాదహనం' నాటకాన్ని కూడా సినిమాగా తీయడం జరిగింది. ఇందులో ఆంధ్రదేశంలో ఆంజనేయ పాత్రధారణకు అసదృశ నటుడిగా పేరుపొందిన నటేశన్ ఆంజనేయుడిగా నటించాడు. స్థానం నరసింహారావు, బందా కనకలింగేశ్వరరావు, ఉప్పులూరి సంజీవరావు వంటి గొప్ప నటులు ఇతర పాత్రలు ధరించటం జరిగింది.

కేశవదాసు రచనల్లో...

హనుమద్దండకం, నాగదాసు చరితం

కేశవశతకం, బలిబంధనం

సీతారామస్తవం, కనకతార

మంగళహారతులు, మేలుకొలుపులు

జోలపాటలు, సీతాకళ్యాణం

తలుపుల పాటలు, హెచ్చరికలు

తమ్మర సీతారామచంద్రస్వామి వారి పర్యంకసేవ, రుక్మాంగద

శ్రీ మహాభారత విరాట ఉద్యోగపర్వాలు (హరికథలు)

మొదలైనవి ఉన్నవి. కొన్ని ముద్రితాలు కాగా, మరికొన్ని హస్తలిఖితాలుగా ఉన్నాయి. అంతేకాక మైలవరం కంపెనీ వారి నాటకాల్లో మొదటపాడే గీతం "పరబ్రహ్మ పరమేశ్వర... భళిరా హరి మహిమం బెరుగగ బ్రహ్మాదుల తరమా" అనే ప్రసిద్ధమైన కీర్తనలు శ్రీ కేశవదాసు గారివేనని చెబుతారు.

కేశవదాసు 1930-33 సంవత్సరాలలో రాసిన జాతీయ గీతాలు పెక్కింటిని ఆనాటి ప్రముఖగాయకులు శ్రీయుతులు ఆముల నరసింహారావు, ప్రముఖ సినీగాయకులు, సంగీత దర్శకులు సాలూరు రాజేశ్వరరావులు ఎడగా బెంగుళూరులో రికార్డు చేయబడి బహుళప్రజాదరణ పొందాయి. వారు రాసిన జాతీయగీతాల్లో మచ్చుకు-

జయతు జై!

మహాత్మాగాంధీ సత్యాగ్రహమతీ!

భారతీయ సత్యాగ్రహ భవ్య మంత్రోత్సాహ

తారక ప్రచార ధీరా సత్యాగ్రహమతీ గాంధీ

ఆపదల నెదురేగే, ఐహిక సుఖవిరాగీ

చూపితెంత సానుభూతి, సత్యాగ్రహమతీ!

ఎన్ని కష్టములు రానీ, ఎన్ని నష్టములు గానీ,

అన్న మాటక తప్పక ఔరా! సత్యాగ్రహమతీ

దేశ దుస్థితి విచారా ధీ బలాధికా విహారా!

ఆ రోజులలో ప్రచురితమైన జాతీయోద్యమం వల్ల ప్రభావితులైన కేశవదాసు రాసిన గేయాలనేకం ఆనాటి ఆంధ్రదేశంలోని పల్లెపల్లెలో ప్రతివారు పాడుకునేవారు.

కేశవదాసు కేవలం రచయితే కాక మంచి నటుడు, హరికథకులు కూడా. హావభావ అభినయ కౌశలంతో ప్రేక్షకులను ఉర్రూతలూగించేవారు. ఆయన తాను రాసిన కనకతార నాటకంలో "ఉదయసేనుడు" నాయక పాత్రను "పాదుకా పట్టాభిషేకం" నాటకంలో దశరథపాత్రను ధరించేవారు అందుబాటులో ఉన్న వనరుల్ని బట్టి ఎప్పటికప్పుడు స్క్రిప్టులో మార్పులూ, చేర్పులూ చేసుకుంటూ ప్రదర్శన పద్ధతుల్ని మార్చి, ప్రదర్శనను రక్తి కట్టించే నేర్పు వారిలో ఉండేది.

కేశవదాసు బేతవోలు, లింగగిరి, కదిబండ, అనంతగిరి, తిరువూరు, గంపలగూడెం, మైలవరం, ఘనపురం, సిరిపురం మున్నగు సంస్థానాలను సందర్శించి వారిచే పెక్కు సన్మానాలు, బిరుదులు పొంది, ఆ సందర్భంగా వారికి లభించిన బంగారు కంకణాలను, పతకాలను అవసరం వచ్చినప్పుడు విక్రయించి సత్కార్యాలకు ఉపయోగించారు.

కేశవదాసు రచించిన నాటకాలలో "బలిబంధనం" అనేది కూడా కనకతార నాటకం అంత ప్రాచుర్యం పొందింది. ఇందులో దానంలోనూ, సత్యనిష్టలోనూ హరిశ్చంద్రుని తరువాత అంతటి కీర్తి ప్రతిష్టల్ని సంపాదించిన బలిచక్రవర్తి పాత్రను పరమోదారంగా చిత్రించారు.

ఈ నాటకం నాందీ ప్రస్తావనలో సూత్రధారుని చేత తనను సభకు పరిచయం చేసుకుంటూ ఎంతో సవినయంగా నివేదించుకున్నారు.

చిత్తశుద్ధి భాషాసేవ చేయలేదు

కాని సుజన కృపా ప్రాప్తికన్నవాడు

కవి-కనక్తార నాటక గ్రంథకర్త

తనకు చందాల కేశవదాసుడనగ

తెలుగుభాషలోని అనేకమంది కవులవలె కేశవదాసు గారు భారత భాగవత, రామాయణాది మహాకావ్యాలు రాయకపోయినా తెలుగు పద్యరచన అనేది ఆయనకు వెన్నతో పెట్టిన విద్య. శ్రీమాన్ నరసింహాచార్యుల వారి సహకారంతో తమ్మర, దబ్బాకుపల్లి, తిరువూరు, భద్రాచలం, బూర్గంపాడు, జగ్గయ్యపేట మొదలైన ప్రాంతాలలో సప్తాహ కార్యక్రమాలు నడిపించి భూరి అన్నదానం, పండిత సత్కారాలు చేయించేవారు. వాటికి డబ్బు చాలకపోతే తన చేతి కంకణాలమ్మి పని పూర్తిచేసేవారు. సాంఘిక నిరాదరణకు గురయ్యే వారి పట్ల దాసుగార్కి ఎంతో సానుభూతి, ఆదరభావం ఉండేది. చిత్తసంస్కారం గల వ్యక్తి అయితే చాలు ఏ కులం వాడయినా అక్కున చేర్చుకునేవారు. నిరాడంబరంగా జీవయాత్రసాగించిన సాధుమూర్తులు సజ్జనులు.

ఆంధ్రదేశంలో తమ పేరు చివరన "దాసు" నామాన్ని జతపరచుకుని ధన్యజీవులైన మహనీయులు ఎందరో ఉన్నా, అందులో ముగ్గురు చరితార్థులు ఉన్నారు. 1. కంచర్లగోపన్న (రామదాసు), 2. వావిలికొలను సుబ్బారావు పంతులుగారు (సుబ్బదాసు), 3. చందాల కేశవదాసు. ముగ్గురు సార్థకనాములు తమ అద్భుతమైన కవితాగాన సరస్వతిని శ్రీరామసేవకు అంకితం చేసిన ధన్యజీవులు.

గతకాలపు మహావ్యక్తి, కళాతపస్వి, రామభక్తాగ్రేసరుడు – పుంభావ సరస్వతీమూర్తి, నిరక్షరాస్యులైన గ్రామీణ జానపదులకు ఆ కాలపు నడిచే ధ్వనిసంహిత.

కేశవదాసుకు గల ముగ్గురు మగసంతానంలో మొదటివారు రామకవి, సీతారామయ్య చివరివారు ఉపాధ్యాయుడు కాగా మద్య కుమారుడు డా. కృష్ణమూర్తి వైద్యవృత్తిలో ప్రముఖులు. వీరిలో రామకవి, కృష్ణమూర్తిలు స్వాతంత్ర్య సమరయోధులు.

జీవిత చరమాంకంలో తమ రెండవ కుమారుడైన కృష్ణమూర్తి ఇంట్లో ఉంటూ తమ 80వ సంవత్సర విజయ సంవత్సర వైశాఖ శుద్ధపంచమినాడు 14.06.1956 సం.లో పరమపదించారు.

సాహితీ ప్రక్రియల్లో నేడు నిరక్షరాస్యుల్ని సైతం ఉర్రూతలూగిస్తున్న ప్రక్రియ సినిమాపాట. అటువంటి సినిమాపాటకు ప్రాణం పోసి పసిపాపగా సినీరంగానికి అప్పగించిన కేశవదాసు పాటకు సంబంధించిన ఆనవాళ్ళు చెరిగిపోవటం దురదృష్టకర విషయం. అయినప్పటికీ శ్రీ చందాల కేశవదాసును తొలి తెలుగు సినీకవిగా చిత్రసీమలో నిలిచిపోవాలని కాంక్షిద్దాం.

ఉన్నవ లక్ష్మీ నారాయణ పంతులు

(1877-1958)

- ఆచార్య ఎస్.గంగప్ప

'సంఘ సంస్కర్తవై, బంధుజనమువీడి.,
మిత్రములవీడి, కష్టముల్ మిక్కుటముగ
ననుభవించియు, నరుని భయంబులేక
దైవమునె నమ్మి నిలచిన ధైర్యశాలి,
ఉన్నవ కులంబులో బుట్టి వన్నెకెక్కి
నట్టి లక్ష్మీ నారాయణాఖ్యానమోస్తు!'

(రామరాజు పుండరీకాక్షుడు : 'గుంటూరు గొప్ప' (1921-22)

మానవులు పుట్టడమూ సహజమే! గిట్టడమూ సహజమే! కానీ మానవుల్లో మహనీయులు అరుదుగా జన్మిస్తారు; ఆ మహనీయులు లోకోపకారం కోసమే జన్మిస్తారు. అలాంటి మహనీయులు ఏదేని ఘనకార్యం చేసి జీవితాన్ని ధన్యంచేసుకుంటారు. జన్మకు సార్థకత సాధిస్తారు. అలాంటి మహా వ్యక్తులలో పేర్కొనదగినవాడు ఉన్నవ లక్ష్మీనారాయణగారు. ఆయన మానవమాత్రుడు మాత్రమేకాదు; మహా మనీషి; ఒక వ్యక్తికాదు; మహా సంస్థ. తన చుట్టూ ఉన్న సమాజాన్ని, సమాజంలోని వివిధ వ్యక్తులను, ఆయావ్యక్తుల రకరకాల మనస్తత్వాలను, నేలను, గాలిని మిక్కిలి సూక్ష్మబుద్ధితో పరిశీలించి, అవగాహన చేసుకొని నిజాయితీతో జీవితంలో నడుచుకొన్న బుద్ధిశాలి. జాతీయోద్యమ స్ఫూర్తితో మహాత్ముని ప్రభావానికిలోనై, తన రచనలద్వారా ప్రజలను ప్రభావితులను చేసిన మహామేధావి; కార్యదీక్షాదక్షుడు; స్వాతంత్ర్య సమరయోధుడు; సంఘ సంస్కర్త; మహిళాభ్యుదయవాది; ఉత్తమ మానవతావాది.

మహిళాభ్యుదయం, అట్టడుగు బడుగువర్గాల అభ్యున్నతికై పాటుపడ్డ సంఘ సంస్కర్త; పలు పర్యాయాలు జైలు జీవితం గడిపిన అచంచల దేశభక్తుడు. ప్రజాసముద్ధరణకై ఉత్తమ నవలా 'మాలపల్లి' రచయిత. ఆంధ్రోద్యమంలో పరిశ్రమించిన వారిలో వీరొకరు. తెలుగునేలలో జరిగిన ఆంధ్ర భారతయుద్ధం, పల్నాటియుద్ధం గురించి 'నాయకురాలు' నాటకం రచించిన నాటక కర్త.

బాల్యం

బుద్ధిశాలురకు, చైతన్యవంతులకు ఆటపట్టు గుంటూరు సీమ. ఉన్నవ లక్ష్మీనారాయణగారు అలాంటి గుంటూరు జిల్లా సత్తెనపల్లి మండలం వేములూరుపాడు గ్రామంలో 1877వ సం॥

డిసెంబర్ 6వ తేదీన జన్మించారు.[1] వీరి తల్లిదండ్రులు శేషమ్మ, శ్రీరాములుగారు. శ్రీరాములుగారికి కులతత్త్వాలపై గౌరవంలేదు. ఉన్నవ లక్ష్మీనారాయణగారి పన్నెండవ ఏడు దాటిన తరువాత తండ్రి శ్రీరాములుగారు ఉపనయనం చేశారు. తండ్రిగారే మొదటి గురువు. గాయత్రీ మంత్రంతో పాటు అచల సిద్ధాంతానికి సంబంధించిన 'ఆకాశాత్పతితం తోయం-యథాగచ్ఛతి సాగరమ్' అని ఉపదేశించారట; అప్పటికే భారత భాగవతాలు చదివించారు; అచల బోధగూడా చేశారు. శ్రీరాములుగారి గురువుగారు ఒక తెలగ కులస్థుడైన తిరుమలశెట్టి కోటయ్యగారు గావడంవల్లనే కులతత్త్వాన్ని గౌరవించలేదు.

చదువు

మొదటి గురువు లక్ష్మీనారాయణగారి తండ్రి శ్రీరాములుగారేనని తెలుసుకొన్నాము. ప్రాథమిక విద్య వేములూరుపాడు, అమీనాబాదులలో సాగింది. ఆ వెనుక ఉన్నత విద్య గుంటూరులో ఏ.యు.ఎల్.ఎం.కళాశాలలో చదివి 1897లో మెట్రిక్యులేషన్ పూర్తి చేశారు. ఈ సందర్భంలోనే ఆనాటి రాజకీయ నాయకులు సురేంద్రనాథ్‌బెనర్జీ, దాదాబాయి నౌరోజీ, బాలగంగాధర్ తిలక్, రాజారామ్మోహనరాయలు, దయానంద సరస్వతి, అనిబిసెంటు, కందుకూరి వీరేశలింగం పంతులు లక్ష్మీనారాయణగారికి అభిమాన నాయకులు.

గుంటూరు ఆంధ్ర క్రైస్తవ కళాశాలలో ఎఫ్.ఎ. తరగతిలో 1897లో చేరి 1899లో ఉత్తీర్ణులయ్యారు. తదనంతరం న్యాయవాద వృత్తికోసం చదివారు. ఆ తరువాత రాజమండ్రిలో టీచర్స్ ట్రెయినింగ్ కాలేజీలో 1905-1906 మధ్య చదివి ఉత్తీర్ణులయ్యారు.

దాంపత్య జీవితం

ఆనాటి పరిస్థితులను బట్టి లక్ష్మీనారాయణగారికి అమీనాబాద్ సీతారామయ్యగారి పుత్రిక లక్ష్మీబాయమ్మతో వివాహం జరిగింది. 1898 నుంచి వారి దాంపత్యజీవితం సుఖంగా సాగింది. అప్పటికి లక్ష్మీనారాయణగారు ఎఫ్.ఏ. చదువుతున్నారు. "1898లో ఆమె (లక్ష్మీబాయమ్మ) గుంటూరుకు కాపురమునకు వచ్చినపుడు ఆమెకు చదువు కొద్దిగా వచ్చు. నేనప్పుడు గుంటూరులో ఎఫ్.ఎ. చదువుచుంటిని. అప్పటి వీరేశలింగం పంతులుగారి సంఘ సంస్కరణోద్యమం యువకులలో వ్యాపిస్తున్నది. ఆడవాండ్లకు చదువంటే నవ్వుగా వుండేది. నేను విద్యార్థిగా ఉండి కూడా ఆరేండ్లలో లక్ష్మీబాయమ్మగారికి తెలుగు చదువు బాగా వచ్చేట్లు చెప్పాను. ఇతరులు ఎగతాళి చేస్తారని లక్ష్య పెట్టేవాళ్లం కాదు".[2] ఇవి ఉన్నవ లక్ష్మీనారాయణగారి మాటలు. వారు ఇంట గెలిచి తదనంతరం స్త్రీ విద్యా విషయంలో రచ్చ గెలిచారు.

ఉద్యోగం

ఎఫ్.ఏ.క్లాసు ఉత్తీర్ణులైన తరువాత ఒక సంవత్సరంపాటు ర్యాలి కంపెనీలో క్యాషియర్‌గా లక్ష్మీనారాయణగారు ఉద్యోగం చేశారు. అది నచ్చక న్యాయవాద వృత్తికోసం చదివి 1903లో

గుంటూరులో న్యాయవాద వృత్తిని అవలంబించారు. అంతకుముందు 1900 నుంచి 1902 వరకు ఉపాధ్యాయవృత్తిలో ఉండేవారు. ఈ దృష్టితోనే రాజమండ్రిలో ఉపాధ్యాయ వృత్తి శిక్షణ 1905-06 లలో పొందినట్లు తెలుసుకొన్నాము. ఆ తరువాత 1908 నుంచి 1919 వరకు న్యాయవాదవృత్తిలో కొనసాగారు. ఐర్లండులో బారిస్టర్ చదివిన వెనుక మద్రాసు హైకోర్టులో న్యాయవాద వృత్తినవలంబించారు. అక్కడ లక్ష్మీబాయమ్మగారి అనారోగ్యం వల్ల మళ్లీ న్యాయవాద వృత్తిని గూడ పరిత్యజించారు. ఈ న్యాయవాద వృత్తిలో ఉన్న సమయంలోనే లక్ష్మీనారాయణగారికి సంఘ సంస్కరణోద్యమంలో పాల్గొనే అవకాశం అధికంగా లభించింది.

సంఘ సంస్కరణోద్యమం

"చిన్నప్పుడు నేవిన్న (లక్ష్మీనారాయణగారి తండ్రి శ్రీరాములుగారు, పురోహితుల మధ్య జరిగిన) ఈ సంభాషణమును పోతన భాగవతము నందలి 'తనయందు నిఖిల భూతములందు నొకభంగి, సమహిత తత్త్వంబున బరుగువాడు' అను పద్యమును, ఉద్యోగపర్వములోని 'ఒరులేయవి యొనరించిన, నరవర! అప్రియము తనమనంబునకగు' అను తిక్కనగారి పద్యమును, 'అపకారికి నుపకారము, విపరీతముగాదు సేయ వివరింపంగా' అనే (సుమతి) నీతిమంజరిలోని పద్యమును జీవితంయొక్క సౌందర్యమును చిత్రించుననని నా విశ్వాసము."[3] అని లక్ష్మీనారాయణగారు బాల్యంనుంచి విశ్వసించి ఆచరించారు. జీవిత పరమార్థాన్ని గ్రహించారు.

జీవితంలో లక్ష్మీనారాయణగారు మహిళాభ్యుదయం, బడుగువర్గాల అభ్యుదయం, వాటితో సంఘసంస్కరణ, రాజకీయ చైతన్యానికి ఎంతగానో పై అభిప్రాయాలు తోడ్పడ్డాయి. దీనికితోడు 1900లోనే గుంటూరులో వెలసిన 'యంగ్‌మెన్స్ లిటరరీ అసోసియేషన్' ఎంతగానో సహకరించింది. మిత్రుల సహకారంతో గుంటూరులో 1902లోనే వితంతు శరణాలయం స్థాపించారు ఉన్నవ దంపతులు. అదే సంవత్సరంలోనే రాజమండ్రి నుంచి కందుకూరి వీరేశలింగం పంతులుగారిని పిలిపించి, వారి అధ్యక్షతన తొలి వితంతు పునర్వివాహం నిర్వహించారు లక్ష్మీనారాయణగారు. వితంతు వివాహాలకు వచ్చి భోజనాలు చేసేవారికి ఆనాడు సాంఘిక బహిష్కారం తప్పేదికాదు. అయినా ఉన్నవ దంపతులు లెక్కచేయలేదు. వారిద్దరు కన్యాదాతలుగా ఉండి తరువాత అనేక వితంతు వివాహాలు నిర్వహించారు.

రాజమండ్రిలో ఉపాధ్యాయశిక్షణలో ఉండగా కందుకూరి వారి కోరిక మేరకు వీరేశలింగం పంతులుగారు నిర్వహించే వితంతు శరణాలయం 1906-07లలో ఉన్నవవారు పర్యవేక్షించారు. 1908లో గుంటూరులో కొండా వెంకటప్పయ్యగారితో కలసి లక్ష్మీనారాయణగారు పూనాలోని కార్వే మహిళా విద్యాలయాన్ని సందర్శించి అక్కడ స్త్రీ జనోద్ధరణకై చేపట్టిన కార్యక్రమాలను అధ్యయనం చేసివచ్చారు. సంఘసంస్కరణంలో భాగంగా మహిళాభ్యుదయం ముఖ్యమనే పై వితంతు వివాహాలు చేయడం జరిగింది. ఒక మహిళా విద్యాలయమూ అవసరమైంది. అదే-

శారదా నికేతనం

"1922లో శారదానికేతనమును శ్రీ లక్ష్మీబాయమ్మగారును, నేనును స్థాపించినాము. దాని భారము నాకంటే లక్ష్మీబాయమ్మగారే ఎక్కువ మోశారనుకొంటాను.... 1908 నుండి గుంటూరులోనే ప్లీడరీ చేస్తూ, మా ఇంట్లోనే (వితంతు) శరణాలయం బెట్టి పెండ్లిండ్లు చేశాము... అందుచేత వచ్చిన వితంతువులకు చదువు చెప్పడం ప్రారంభించి సరియైన భర్తలు దొరకకపోతే జీవనోపాధులు చూపించే వాండ్లము. రాజమండ్రిలో అనుభవం కూడా అదే. అందుచేతనే పూనాలోని వితంతు శరణాలయం కేవలం విద్యకే ఏర్పాటుచేశారు.

ఈ అనుభవాలను బట్టి 1922లో మేము శారదానికేతనం ఏర్పాటు చేశాము."[4] గుంటూరు బ్రాడీపేటలో స్థాపించబడింది. ఇది కాకాని పురుషోత్తంగారింట్లో 10మంది ఆడపిల్లలతో ప్రారంభమైంది. దీనికి విశ్వదాత కాశీనాథుని నాగేశ్వరరావుగారు ప్రారంభోత్సవం చేశారు. జాతీయోద్యమ భావజాలం ఇంగ్లీషుగాక హిందీ, సంస్కృతం, చిత్రలేఖనాలు గూడా ప్రారంభించారు. వీటితో ఉపాధికల్పన నిమిత్తం కుట్టుపని, రాట్నం వడకడం మొదలైనవి ఏర్పాటు చేయడం జరిగింది. జాతీయోద్యమంలోని నిర్మాణ కార్యక్రమ భాగాలివి. మునగాల రాజా నాయని వెంకటరంగారావుగారు తమ ఖాళీ స్థలమును దాన పట్టా రిజిస్టరు చేసి శారదా నికేతనమునకిచ్చారు. విశ్వదాత లాంటి ఉదార హృదయుల వల్ల అచిరకాలంలో శారదా నికేతనం గుంటూరులో అభివృద్ధి చెందింది. ఇదొక శాంతినికేతనం; ఋష్యాశ్రమం. శారదా నికేతనం బాలికలకు లక్ష్మీనారాయణగారు తండ్రి; లక్ష్మీబాయమ్మగారు తల్లి. శారదా నికేతనంలో చేర్చుకొన్న హరిజన బాలికలతో సహవిద్యార్థినులు అంగీకరించకపోతే లక్ష్మీనారాయణగారు తనతో కూర్చోబెట్టుకొని తినడంవల్ల విద్యార్థినులు అలవాటు పడ్డారు. శారదా నికేతనంలో శారదాదేవి విగ్రహము నెలకొల్పారు. 1944లో ఆంధ్ర విశ్వవిద్యాలయం అనుబంధ సంస్థగాను, ఆచార్య నాగార్జున విశ్వవిద్యాలయం వచ్చిన తరువాత దానికనుబంధ సంస్థగాను, ఎం.ఏ. సంస్కృతం తరగతులతో వెలుగొందింది. ఉన్నవ వారి సదాశయంతో నెలకొల్పబడ్డ ఈ శారదా నికేతనం వేలాదిమంది స్త్రీలకు విద్యా భిక్ష పెట్టి శ్రేయస్సాధనకు వారి కీర్తి పతాకలో వెలుగొందుతూ ఉంది. 1948లో శారదా నికేతనం స్వర్ణోత్సవాలు ఘనంగా జరిగాయి.

కృష్ణాశ్రమం

అట్టడుగు బడుగువర్గాలు అభివృద్ధి చెందనంతవరకు భారతదేశంలో అభ్యున్నతి సాధించ వీలులేదని నమ్మినవారు ఉన్నవ వారు. "అందుకే గాంధీ మహాత్ముని సహాయ నిరాకరణోద్యమం రారపూర్వమే 1916లోనే నల్లపాటి హనుమంతరావుగారు, పుతుంబాక లక్ష్మీ నరసయ్య, వాసిరెడ్డి సీతారామయ్య గార్ల సహాయముతో పెదనందిపాడులో 'కృష్ణాశ్రమం' స్థాపించారు. ఈ సంస్థకు

లక్ష్మీనారాయణగారే అధ్యక్షులు. ఆ రోజులలో సంఘంలో అట్టడుగునవున్న నిమ్న జాతుల ఉద్ధరణకై స్థాపించిన సంస్థ యిది.[5] దీనికై ఉన్నవవారు ఎంతో శ్రమించారు.

ఈ దృక్పథంతోనే మాలపల్లి నవలలో బడుగువర్గాలనే తీసుకొని చిత్రించడం జరిగింది.

హరిజన సహపంక్తి భోజనం

ఈ ఉన్నత భావంతోనే 'నాయకురాలు' నాటకంలో బ్రాహ్మణులలో చాపకూడును చక్కగా చిత్రించారు. అలానే 'మాలపల్లి' నవలలోను చూడగలం.

1933లో గాంధీ మహాత్ముడు ఆంధ్ర పర్యటనలో భాగంగా హరిజన యాత్ర సందర్భంలో పొన్నూరు సమీపంలోని ఆరెమండ గ్రామానికి దగ్గరలో తాళ్ళపాలెం సందర్శించారు లక్ష్మీనారాయణగారితోపాటు. అందులోని హరిజనులు పండితులు, ఆయుర్వేద వైద్యులు, శాస్త్ర పురాణాలు చదువుకొన్న వారు. శుచి శుభ్రత వారి సొత్తు. పరిశుభ్రమైన ఆ పల్లె వాతావరణాన్ని చూసి ఉన్నవ వారితో, కాశీనాథుని నాగేశ్వరరావుగారితో పాటు గాంధీ మహాత్ముడు ఆ పల్లెజనంతో కలసి భోజనము చేశారు. ఇది ఉన్నవవారు 'నాయకురాలు'లో, అంతకంటే 'మాలపల్లి' నవలలో చిత్రించారు.

ఈ విధంగా సంఘ సంస్కరణను ఒక ఉద్యమ స్ఫూర్తితో నిర్వహించి మహిళాభ్యుదయాన్ని, బడుగువర్గాల అభ్యున్నతిని కాంక్షించిన ఉన్నవ వారు ఎంతో సేవ చేశారు.

బారిస్టర్ చదువు

1913లో లక్ష్మీనారాయణగారు బారిస్టర్ చదువుకోసం ఐర్లండు దేశంలోని డబ్లిన్ నగరంలో చేరారు. ఆ రోజులలో ఐర్లండు దేశ స్వాతంత్ర్యం కోసం పాటుపడుతున్న 'డివెలరా'తో సన్నిహిత పరిచయమేర్పడింది. ఐర్లండు దేశ పరిస్థితి మనదేశ పరిస్థితి సమానంగా ఉండడంవల్ల అంతకుముందే స్వాతంత్ర్యోద్యమ బీజాలు మనస్సులో నాటుకొని వున్న ఉన్నవవారిలో మరింత చైతన్య భావాలు వ్యాప్తిచెందాయి. దీనికితోడు 'బోల్షివిజం' భావజాలం మరింత స్ఫూర్తినిచ్చింది.

అక్కడ జరిగే రాజకీయ సభలలో పాల్గొనేవారు ఉన్నవవారు. ఒక దొర 'లాన్సుబరీ' లో జరిగిన సభలో నల్ల కూలీలను దుయ్యబడుతుండగా ఉన్నవ వారు సహించలేక క్షమాపణ చెప్పుమని ప్రసంగించారు. ఆనాటి వారి నిర్భీకచిత్తవృత్తికి వారికి గౌరవం కలిగిందట. అప్పటినుంచి తమ జాతి సంస్కృతి, సంప్రదాయాలు, వ్యక్తిత్వం పట్ల వీరికి అభిమానం పెరిగింది. తాము తలపాగా ధరించడమేగాదు, తనతోటి ఆంధ్ర విద్యార్థులను తలపాగాలు ధరింపజేశారు. విదేశీ పద్ధతుల్ని కాదని, స్వదేశీ రీతులనే ఆయన గౌరవించారు. ఇదంతా గాంధీగారు రాకముందే జరిగింది. రాజకీయ స్వాతంత్ర్యం లేకుండా ఏ సంస్కరణలైనా సత్ఫలితాలనివ్వవని వారు ప్రసంగించారు. బ్రిటిష్ ప్రజల్లాగానే భారతీయులు స్వరాజ్యం కోసం పోరాడాలని ఉద్ఘాటించారు.

బారిస్టరు పూర్తి చేసికొని 1916లో భారతదేశం తిరిగివచ్చి వెంటనే మద్రాసు హైకోర్టులో న్యాయవాదిగా ప్రాక్టీసు ప్రారంభించినా లక్ష్మీబాయమ్మ గారి అనారోగ్య కారణంగా గుంటూరులోనే న్యాయవాద వృత్తిని సాగించారు. అక్కడే విశ్వదాత కాశీనాథుని నాగేశ్వరరావుగారితో పరిచయమేర్పడింది. అది రాజకీయంగా, సంఘ సంస్కరణ దిశగా ఉన్నవవారు సాగడానికి ఉపకరించింది.

రాజకీయాలు

సంఘ సంస్కరణమూ, రాజకీయాలు ఉన్నవవారి జీవితంతో పెనవేసు కొన్నాయి. రాజకీయ స్వాతంత్ర్యంతోనే ఏ ఉద్యమమైనా విజయవంత మవుతుందన్న దృఢాభిప్రాయం కలవారు ఉన్నవవారు. అందువల్లనే 1900లోనే గుంటూరులో 'యంగ్‌మెన్స్ లిటరరీ అసోసియేషన్' ఏర్పడింది. దానికి కార్యదర్శి మల్లాది సోమయాజిగారు. లక్ష్మీనారాయణ గారితోపాటు, జొన్నవిత్తుల గురునాథం, చల్లా శేషగిరిరావు, న్యాపతి నారాయణరావు, చట్టి నరసింహారావు, చట్టి దుర్గయ్య, గొల్లపూడి సీతారామశాస్త్రి, శీరము సుబ్బారావులు ఇతరులు సభ్యులుగా ఉండేవారు. ఇది మొదట పత్రికా పఠన మాదిరిగా ప్రారంభమైనా, యువకులందరికీ చైతన్యం కూర్చే గ్రంథాలయంగా రూపుదిద్దుకొంది. ఇందులో సభ్యుడైన లక్ష్మీనారాయణగారు విద్యార్థి దశలోనే సంపాదించిన రాజకీయావగాహనను పెంపొందించుకొనే అవకాశం కలిగింది. ఆ వెనుక గుంటూరులోని 'ప్రార్థనా సమాజం' లో సభ్యులు ఉన్నవవారు. వీరి అధ్యక్షతన నల్లపాటి హనుమంతరావుగారు ఇతరుల సహాయంతో 1916లోనే కృష్ణాశ్రమం స్థాపించిన విషయం తెలుసుకొన్నాము.

1908లో కృష్ణా-గుంటూరు మండల మహాసభ భీమవరంలో జరిగింది. అందులో ఉన్నవవారు పాల్గొన్నారు. 1912లో గుంటూరు మండల సంఘ కార్యదర్శిత్వం వహించారు. అదే సంవత్సరం 1912లోనే నిడదవోలులో గోదావరి, కృష్ణా, గుంటూరు మండల సంఘాల సంయుక్త మహాసభ జరిగింది. ఉన్నవ వారు చురుగ్గా పాల్గొన్నారు. ప్రత్యేక ఆంధ్ర రాష్ట్ర తీర్మాన ప్రతిపాదనం ఆ సభలోనే జరిగింది. ఈ దిశగా ఉన్నవ వారి పాత్ర ప్రశంసనీయం.

ఆంధ్రోద్యమం

వాస్తవానికి ఆ తరువాత ఉన్నవవారు విశాలాంధ్రకై యత్నించారు. 1913లో జొన్నవిత్తుల గురునాథంగారి సహాయంతో మద్రాసు, మైసూరు, హైదరాబాద్, మహారాష్ట్ర, ఒరిస్సా ప్రాంతాలలో ఉన్న ఆంధ్ర ప్రాంతాలను కలుపుకొని ఉన్నవవారు "విశాలాంధ్ర" పటం తయారుచేశారు.[6] తరువాత 1913 మే 26 వ తేదీన బాపట్లలో ప్రథమాంధ్ర మహాసభలు జరిగినప్పుడు ఆహ్వానసంఘం కార్యదర్శి ఉన్నవవారే. ఈ సభల్లో ఎంతో చైతన్యాన్ని, స్ఫూర్తిని పొందారు

ఆంధ్ర యువకులు. ఆ తరువాత 1913లోనే బారిస్టరు చదువుకోసం ఐర్లండు వెళ్ళారు ఉన్నవవారు.

ఐర్లండులో బారిస్టరు పట్టా పొంది 1916లో తిరిగివచ్చి మద్రాసు హైకోర్టులో న్యాయవాద వృత్తి నవలంబించిన సందర్భంలో "మద్రాసులో నున్నప్పుడు కాశీనాథుని నాగేశ్వరరావు పంతులుగారి వంటి ఆంధ్ర ప్రముఖులతో కలసి ఏప్రిలు 13వ తేదీన ఆంధ్ర పత్రికా కార్యాలయంలో ఆంధ్ర నాయకుల సమావేశంలో సంఘ నిర్మాణానికి తీర్మానాన్ని ప్రతిపాదించడమే గాక, ఆ సంఘానికి ఒక కార్యదర్శిగా కూడా ఎన్నికైనారు లక్ష్మీనారాయణగారు."[7]

తరువాత గుంటూరు జిల్లా రేపల్లెలో 1917 మార్చి:29,30 లలో జరిగిన సంఘ సంస్కరణ మహాసభకు ఉన్నవవారు అధ్యక్షులు. ఆ సభలో అధ్యక్ష పీఠంనుంచి "సాంఘిక దురాచారాలను పెళ్లగించివెయ్యడంలో విద్యా, సాహిత్య, సంస్కృతి రంగాలలో విజాతీయానుకరణలను తొలగించి, జాతీయతతోపాటు తెలుగుజాతికి వ్యక్తిత్వాన్ని, విశిష్టతను సంతరించడంలో శ్రీ లక్ష్మీనారాయణగారి కృషి వెల్లడవుతుందని ప్రశంసలందుకొన్నారు. ఆ వెనుక 1918లో సత్తెనపల్లిలో జరిగిన గుంటూరు మండల రాజకీయ మహాసభకు ఉన్నవవారే అధ్యక్షత వహించారు. అత్యవసర ఆంధ్ర రాష్ట్రీయ మహాసభ గుంటూరులో 1918లో జరిగినప్పుడు మాంటేగ్, ఛేమ్స్‌ఫర్డు సంస్కరణల తిరస్కరణ తీర్మానం ప్రతిపాదించినవారు ఉన్నవవారే. ఈవిధంగా ఆంధ్రోద్యమం తొలి దినాల్లో ఉన్నవ పాత్ర విశిష్టమైంది.

పుల్లరి సత్యాగ్రహం

ఉన్నవ వారి రాజకీయాలలో మొదట పేర్కోదగింది ఈ దశ. 1920లో మహాత్ముని రాజకీయ ప్రవేశంతో భారత స్వాతంత్ర్య సమరం ఉధృతమైంది. నాలుగురకాల బహిష్కరణ ప్రారంభమైంది. సహాయ నిరాకరణోద్యమంతో పాటు, విదేశీ వస్తువులను, కోర్టులను, స్కూలు, కాలేజీలను బహిష్కరించడం ముఖ్యాంశాలు. ఆ మహాత్ముని పిలుపునందుకొని ఉన్నవ లక్ష్మీనారాయణగారు బారిష్టర్ పదవిని పరిత్యజించారు... గాంధీ మహాత్ముని సహాయ నిరాకరణోద్యమంలో గుంటూరుజిల్లా నుండి జెయిలుకు వెళ్లిన ఉన్నవ లక్ష్మీనారాయణగారు ప్రప్రథములని చెప్పవచ్చును."[9]

కాగా పుల్లరి సత్యాగ్రహం చాలా ముఖ్యమైనది. పల్నాడు అడవిలో రైతులు తమ పశు వులను మేపుకొంటూ, పుల్లలు ఏరుకుంటూ, స్వేచ్ఛగా జీవిస్తూ ఉండగా పుల్లరి కట్టనిదే ఈ అవకాశంలేదని, పశువులను బందీలదొడ్లకు పోలీసులు తోలుకొనిపోయారు. ప్రజల ఇక్కట్లు చెప్పవీలులేదు. మించాలంపాడు రైతు కన్నెగంటి హనుమంతు, అతని పాలేరు వెల్లపల్లి శేషును కాల్చిచంపారు. పరిస్థితి రక్తశిక్తమైనది. ప్రజలు, కలెక్టర్ మొదలుకొని అన్ని తరగతుల ఉద్యోగులకు ఆహార పదార్థాల సరఫరా ఆపివేశారు. ఇది సహాయ నిరాకరణంలో భాగం. 1921లో జూలైలో

ఉన్నవవారిని, మాడభూషి వేదాంతం నరసింహాచార్యులను సభ్యులుగా నియమించి పల్నాడు పుల్లరి విషయం సమగ్రంగా విచారించి నివేదిక సమర్పించవలసిందని ఆంధ్రరాష్ట్ర కాంగ్రెసు కోరింది. ఆ తీర్మానం ప్రకారం చాలా అవస్థలుపడి మాచర్ల చేరి కలెక్టరును కలసి రైతుల అవస్థలను వివరించారు. కలెక్టరు అంగీకరించలేదు. పైగా పోలీసులు 107వ సెక్షన్ కింద నోటీసు జారీచేసి ఉన్నవవారికి, నరసింహాచార్యులకు సంవత్సరంపాటు జైలుశిక్ష విధించారు. రాయవేలూరు జైలుకు పంపడానికి గుంటూరుకు తరలించారు. ఈ విషయం తెలుసుకొన్న జనం వేలకువేలు రైలుస్టేషను చుట్టూ మూగారు. ఆ వీరులపై పూలవర్షం కురిపించారు. కొండా వెంకటప్పయ్య, నడింపల్లి వేంకట లక్ష్మీనరసింహారావు, కోలవెన్ను రామకోటేశ్వరరావు, త్రిపురనేని రామస్వామి చౌదరిగారు వీరోచితమైన స్వాగతం ఇచ్చారు.

'వీరగంధము తెచ్చినారము వీరులెవ్వరొ తెల్పుడీ

పూసి పోదుము మెడనువైతుము పూలదండలు భక్తితో'- అని వీరగీతం ఆలపిస్తూ, లక్ష్మీబాయమ్మగారు వారి నొసట కుంకుమపెట్టి మెడకు గంధము పూసి పూలమాల వేసి, కర్పూర హారతి ఇచ్చారు."[10] ఆనాటి అక్కడి ప్రజల్లో వీరావేశం, దుఃఖావేశం, బ్రిటిష్ వారిపై ఆగ్రహావేశం పెల్లుబికాయి. పూల జల్లు కురుస్తూండగా ప్రజలమధ్యనుంచి సబ్‌జైలుకు తరలించి, అక్కడనుంచి రాయవెల్లూరు సెంట్రల్ జెయిలుకు వారిద్దరినీ పోలీసులు తరలించారు. వారం రోజులు వర్తకులు హర్తాల్‌చేసి కొట్లు మూయించారు. ఇది 1921లో జరిగిన సన్నివేశం.

రాయవెల్లూరు జైలు జీవితం

లక్ష్మీనారాయణగారు, మాడభూషి వేదాంతం నరసింహాచార్యులుగారు రాయ వెల్లూరు సెంట్రల్‌జైలుకు వెళ్ళేసరికి గంపలగూడెం కుమారరాజా కోటగిరి వేంకటకృష్ణారావు బహదూర్‌గారు జైలులో ఉన్నారు. తరువాత వెన్నలకంటి రాఘవయ్య, ప్రతాపగిరి రామమూర్తి, కందాళై శ్రీనివాసన్, దేశిరెడ్డి శేషారెడ్డి, కన్నెగంటి సూర్యనారాయణగార్లు జైలుకు వచ్చారు. అందరూ కలిసి భారత భాగవతాదులు చదువుకొంటూ, చర్చిస్తూ కాలం గడుపుతున్నారు. అయినా ఏదో చేయాలన్న కోరిక ఉన్నవవారికి తోచింది.

లక్ష్మీనారాయణగారు జైలు సూపరింటెండెంట్ ద్వారా నోట్ పుస్తకాలు తెప్పించుకొన్నారు. ఏది రాసినా రాసింది తమకప్పగించమని అధికారి ఆదేశం ప్రకారం చేయనారంభించారు. 'మాలపల్లి' లేక 'సంగ విజయము' నవల రాయనారంభించారు. దాని ఒకటి రెండు ప్రతులు ఏ రోజుకారోజు ప్రతాపగిరి రామమూర్తిగారు తయారుచేసేవారు. రెండవ ప్రతిని అతి రహస్యంగా జైలులోనే దాచుకుంటూ మొదటి ప్రతిని జైలు అధికారులకిచ్చేవారు. ఉన్నవవారు జైలులో సహచరులకు రాసిన నవల భాగాలను వినిపించేవారు. రహస్యంగా మూడు భాగములు బయటికి వచ్చాయి. క్రమంగా అచ్చయ్యాయి. నాల్గోభాగం తదనంతరం వచ్చింది. అచ్చయిన ఆ నవలను ప్రభుత్వం నిషేధించింది. 1935-36లో కాశీనాథుని నాగేశ్వరరావుగారు పూర్తిగా 'మాలపల్లి'

నవలను ప్రకటించారు. ఈ నవలను ఉన్నవవారు కుమార రాజాగారికి అంకితమిచ్చారు. ఉన్నవవారు జైలు జీవితాన్ని ఈ విధంగా సార్థకం చేసుకొన్నారు. ఇది 1920-21 లలో జరిగిన విషయం. 1921లో విడుదలై తిరిగి గుంటూరు చేరుకొన్నారు.

ఉప్పు సత్యాగ్రహం

1930లో మహాత్ముని పిలుపునందుకుని దేశమంతటా ఉప్పుసత్యాగ్రహం ప్రారంభమైంది. గుంటూరులో ఉన్నవ వారి ఆధ్వర్యంలో ప్రారంభమైంది. 30 అడుగుల ఎత్తుగల స్వరాజ్య ప్రభ 4 ఎద్దులతో కట్టి ఊరేగుతూ వెళ్లి ఆరో అగ్రహారం కోనేటి గట్టుదాకా వెళ్లింది. తప్పెట్లు, తాళాలు, విజయ నినాదాలు మిన్నుముట్టాయి. ఉన్నవవారు రచించిన స్వరాజ్య దండకం, కాంగ్రెసు బుర్రకథ, స్వరాజ్య సోదె మహోత్సాహంతో చదువుతూండగా చుట్టుప్రక్కల గ్రామాల ప్రజలు సంతోషంతో దిక్కులు పిక్కటిల్లే 'అశ్వరభశరభ' నినాదాలతో మార్మ్రోగింది. రెండు వేలమంది సత్యాగ్రహులతో శారదానికేతనం బాలికలతో అచ్చటికి ఎదురయ్యారు. స్వాగతం పలికి, ఆ బాలికలు రక్షాబంధం కట్టారు. వీర తిలకం దిద్ది, గంధం పూశారు. ఆ వెనుక కొండా వేంకటప్పయ్య మొదలైన వారంతా ఉప్పు తయారుచేశారు. ఆ సత్యాగ్రహానికి ఉన్నవవారు వెన్నెముక. 1930-31లో ఉప్పు సత్యాగ్రహం జైలుశిక్ష అనుభవించారు ఉన్నవవారు. ఈ సమయంలోనే 'తిక్కన' నవల ప్రారంభించారు.

క్విట్ ఇండియా ఉద్యమం

సహాయ నిరాకరణోద్యమంలో భాగంగా ఉప్పు సత్యాగ్రహంతో పాటు 'క్విట్ ఇండియా' పిలుపు నిచ్చింది. గాంధీగారి పిలుపుతో గుంటూరులో ఉన్నవ వారు ఇందులో పాల్గొన్నారు. మళ్లీ 1942-43 లలో జైల్లో శిక్షననుభవించారు.

ఈ విధంగా మహాత్మాగాంధి ఉద్యమాలకు గుంటూరు అండగా నిలిచింది. స్వాతంత్ర్యసిద్ధికై ఈ సంకల్పంతో కంకణబద్ధుడైన లక్ష్మీనారాయణ గారు కృషి చేసిన మహనీయుడు, మాతృదేశ సేవలో ధన్యులు.

జీవిత పరిసమాప్తి

వివాహమై కాపురానికి వచ్చింది మొదలుకొని లక్ష్మీబాయమ్మగారు భర్త లక్ష్మీనారాయణగారి అడుగుజాడల్లో నడుస్తూ భర్త సాగించిన, సాధించిన ప్రజాహిత కార్యాలన్నిటా నిరంతరం భాగస్వామిని అయి, భర్తకు కీర్తిప్రతిష్ఠలు తెచ్చిపెట్టి, 'సహధర్మచారిణి' అని నిరూపించుకొన్న ధర్మపత్ని. ముత్తైదువుగానే లక్ష్మీనారాయణగారి కంటే ముందే 1956లో గుంటూరులో పరమపదించారు. లక్ష్మీనారాయణగారు సహస్ర మాస జీవితంలో దేశ సేవకై జీవితం అంకితం చేసుకొని మహిళాభ్యుదయం, సంఘసంస్కరణలకు ఆయువుపట్టై గుంటూరులో 25-8-1958న దివంగతులయ్యారు. గుంటూరులో మొదటిగాంధీ ఉన్నవ లక్ష్మీనారాయణ గారు.

సాహితీవేత్తగా ఉన్నవవారు

ఉన్నవ లక్ష్మీనారాయణగారనగానే అందరికి గుర్తువచ్చే వారి నవల 'మాలపల్లి' తరువాత 'నాయకురాలు'. ఇంకా 'తిక్కన్న' మొదలైన ఇతర రచనలు అనేకం చేశారు. వాటి అన్నిటా వారి ఆశయం ఒకటే. ఇవన్నీ గూడా సామాన్య ప్రజలను జాగృతం చేయడంకోసమే రచించినట్లు స్పష్టం. ఉన్నవవారి రచనలన్నింటినీ నవలలు, నాటకాలు, కవితలు, వచన రచనలు, వ్యాసాలు అని వర్గీకరించవచ్చు. నవలల్లో విశిష్ట రచన మాలపల్లి. తిక్కన్న అనే నవల అసంపూర్ణం. వారి నాటకాల్లో ఉత్తమ నాటకం నాయకురాలు. తక్కినవి: తిక్కన, అన్నమాంబ, సంగీత నాపసాని, సోదోయమ్మ సోది, హరిజన నాటకం. వీటిని నాటికలనడమే సముచితం. 1979లో 'ఉన్నవ రచనలు కొన్ని'- అన్న కె.వి.రమణారెడ్డి గారి సంకలనంలో ఈ పై అయిదు నాటికలు చోటు చేసుకొన్నాయి. నాటక విభాగంలో కవితా విభాగం, వ్యాస విభాగం అని మరి రెండు విభాగాలున్నాయి. వ్యాస విభాగం తరువాత అనుబంధాలు ఆరున్నాయి. వీటిని క్రమంగా పరిశీలిద్దాము.

వచన రచనలు

వాస్తవానికి ఉన్నవవారు చిన్న వయసులోనే రాజకీయం, చరిత్రకు సంబంధించిన వచన రచనలు చేశారు. మొదట గ్రాంథికంలోనే రచన చేసినట్లు తెలుస్తుంది. తదనంతరం వ్యావహారికంలో రచన సాగించారు.

వారి మొదటి వచన రచన 'ఇండియా రాజ్య తంత్రము'. ఇది 1907లో మచిలీపట్నంలో ముద్రితమైంది. ఉన్నవవారు జొన్నవిత్తుల గురునాథంగారితో కలిసి ఈ రచన చేసినట్లు తెలుస్తుంది.

ఉన్నవవారి రెండో వచన రచన 'అక్బరు చక్రవర్తి చరిత్ర'- ఆంధ్ర భాషాభివృద్ధినీ సమాజం వారికోసం రచించగా 1907లోనే ముద్రణ పొందింది.

మూడోది దేశభక్త బాబు బిపిన్ చంద్రపాల్ ఉపన్యాసముల అనువాదం, మచిలీపట్నంలో 1907లో ముద్రితమైంది.

వీటన్నిటిలో అక్బరు చక్రవర్తి చరిత్ర ఉన్నవవారికి అభిమాన పాత్రం. వీరి దృష్టిలో అక్బర్ మహోన్నతముడు. "మానవులలో నాకు దెలిసినంతవరకు అక్బరుతో పోల్చదగిన విశాల హృదయుడు మరియొకడు లేడు. ఆయన అశోక బౌద్ధుల వలె నాస్తికుడు కాడు. ఫతేపూర్ సిక్రీలో ఇబదత్‌ఖానా (మత చర్చల మందిరము) కట్టించి ప్రపంచములోని అన్ని మతముల ప్రతినిధులను రావించి చర్చలు జరిపించాడు."

"అక్బరు చరిత్ర యొక్క రచస ఒకవిధముగ మాలపల్లి రచనకు నాందియని చెప్ప వచ్చును."[11] -అని స్పష్టంగా చెప్పుకొన్నారు ఉన్నవవారు.

'ఉన్నవ రచనలు కొన్నిటి'లో వ్యాస విభాగంలో ఉన్నవవారి మంచి రచనలున్నాయి. అందులో సౌందర్యనందము, గోపాలుని రాయకవి, ప్రేమరాజ్యము, హిందూ మతము - అచల బోధ, పల్నాటి అడవి ఇబ్బందులు, కళాప్రపూర్ణ కాశీనాథుని నాగేశ్వరరావు, బొమ్మలాటలు, నా అనుభవాలు - వివిధ విషయాలవగాహన, రచనా రీతి మొదలైన మంచి గుణాలు ఉన్నవ రచనల్లో కనిపిస్తాయి. అనుబంధంలోని స్వాతంత్ర్యోద్యమంలో శారదానికేతనం పాత్ర చాలా ముఖ్యమైంది.

నాటకాలు

కాగా ఇందాక చెప్పినట్లు నాయకురాలు ఒకటే నాటకమని పేర్కోదగ్గది. తక్కినవన్నీ నాటికలు.

తిక్కన, అన్నమాంబ, సంగీత నాపసాని - ఈ మూడు ఉన్నవవారు రచించిన 'తిక్కన' అనే నవలలోని భాగాలు - నాటకీకరించినవి. ఉన్నవవారు 1930-31 సం॥లో ఉప్పు సత్యాగ్రహ సమయంలో జైలులో ఉంటూ రచింపబూనిన నవల తిక్కన. అద్దంకి ప్రభువైన మహారాష్ట్ర సారంగుడికి, మనుమసిద్ధికి జరిగిన యుద్ధంలో మనుమసిద్ధికి విజయం లభించినా కొమ్మన యుద్ధంలో మరణిస్తాడు. ఆ సందర్భంలో జరిగిన సంభాషణ తిక్కన నాటిక. అన్నమ్మ అనేక కారణాలవల్ల సహగమనం చేయడం మానేస్తుంది. భర్త కొమ్మనకు చెయ్యవలసిన కర్మకాండకు సంబంధించిన చర్చ యిందులో ప్రధానాంశం. సహగమనం అనవసరమనడానికి వేదాంతపరమైన ఆధారాల్ని నిరూపిస్తుంది అన్నమాంబ. మూడోది సంగీత నాపసాని; తిక్కన కూతురు 'కడాని' అని మరో పేరు. అసలుపేరు 'గాయత్రీదేవి'. వయసులో చిన్నదైనా అనేక శక్తులున్నది సంగీత నాపసాని. అపురూప సంగీత జ్ఞానంగలది. పక్షుల నాదాలలో సంగీతాన్ని, మానవుల అడుగుల సవ్వడిలో తాళాన్ని గుర్తించగలిగిన అద్భుతశక్తి గలది. చిన్నపిల్లల్లోని అమాయకత్వం, పండిపోయిన వ్యక్తిలోని అనుభవాలు నాపసానిలో మనం చూస్తాము.

'సోదోయమ్మ సోది' అనే నాటికలో గాంధీజీ గొప్పదనం, ఆయన తెచ్చే స్వరాజ్యాన్ని గూర్చి ఒక సింగి సోదె చెబుతుంది. బహుశా ఉన్నవవారి స్వరాజ్య సోదె ఇదే కావచ్చు.

'హరిజన నాటకం' అనేది నాయకురాలు నాటకంలోని రెండో అంకం. మూడో రంగం ప్రత్యేక సందర్భంలో ప్రదర్శించడానికి గ్రహించినదికావచ్చు. పంచములు చెన్నకేశవాలయంలో ప్రవేశించడానికి ప్రయత్నిస్తున్నప్పుడు అగ్రవర్ణులు అడ్డగింపగా, కన్నమదాసుకు దేవాలయం బయటే దేవుడు దర్శనమిస్తాడు. 'దర్శనమాయె సందర్శనమాయె' అంటూ ఆనందంతో పొంగిపోయి ఆడుతూపాడుతూ ఆనందిస్తాడు కన్నమదాసు. కులం, వర్ణం ప్రధానంగాదు చిత్తశుద్ధి ముఖ్యమని అగ్రవర్ణులు ఆశ్చర్యపోతారు. ఆ పంచములను సముద్ధరించవలసి ఉందని బ్రహ్మనాయుడు ప్రబోధిస్తాడు.

నాయకురాలు

ఇంక ప్రధాన నాటకం నాయకురాలు. తిక్కన్న భారతమంటే మక్కువ ఉన్న ఉన్నవవారు ఆంధ్ర భారతమైన పల్నాటి వీరచరిత్రను కథావస్తువుగా స్వీకరించి ఈ నాటకం రచించారు. వాస్తవానికి బ్రహ్మనాయుడు అనడానికి బదులు 'నాయకురాలు' అని నాటకానికి పేరు పెట్టారు. నాగమ శక్తియుక్తులు, బుద్ధికుశలత మొదలైన గుణాలను గమనించి అలా పేరుంచారు ఉన్నవవారు. పల్నాటివీరుల ధైర్యసాహసాలు, బ్రహ్మనాయుడి సర్వమానవ సమానత్వమూ, ఆనాటి గాంధీజీ సిద్ధాంతములను పొంది ఈ నాటకం రచించారు. సర్వమతాలు సమానమనీ, కులం, వర్ణం అడ్డుకాకూడదనీ ప్రబోధించారు నాటకంలో. అందుకే 'చాపకూడు' ప్రాముఖ్యం వహిస్తూ వారి నాటకంలో పంచములు అగ్ర కులాలవారికంటే ఎక్కువ దుర్మార్గులు కారని, చిన్న పిల్లలను ప్రేమతో పెంచినట్లు వారిలోని అజ్ఞానాన్ని తొలగించి, బాగుచేయవలసిన పని అగ్రకులాలదే అని బ్రాహ్మనాయుడు చేత నాటకంలో ఉన్నవవారు చెప్పించడంలో వారికున్న సంఘ సంస్కరణాభిలాష వ్యక్తమవుతుంది. అంతేగాక ఇందులో వర్గ సంఘర్షణ గూడా చూపించారు. 'చివరకు మా పోరాటము పంచమ, పంచమేతర తగాదాలోకి దిగుతుంది"– అని కన్నమనీడు అంటే బ్రహ్మనాయుడు 'అంతకంటే బీదల, భాగ్యవంతుల తగాదాలలోకి దిగుతుందంటే సరిపోతుంది" అని స్పష్టం చేస్తాడు నాటకంలో. ఈవిధంగా నాటకంలో ఉన్నవవారు తమ ఆశయాల్ని స్పష్టం చేశారు. ఇతివృత్త నిర్వహణలో, పాత్ర చిత్రణలో, సన్నివేశకల్పనలో సంభాషణా చాతుర్యంలో నాటకీయ శిల్పాన్ని రక్షిస్తూ 'నాయకురాలు' నాటకం రచించారు. ఇందులో నాందీ ప్రస్తావనలకు బదులు, విష్కంభ ప్రకాశికాలకు బదులు ప్రతాపుడనే పాత్రను ప్రవేశపెట్టి, ఆ పాత్రద్వారా నడిపారు కథాగమనాన్ని. ఆ పాత్ర ద్వారా తమ సందేశాన్ని విస్పష్టం చేశారు ఉన్నవవారు.

భావ తరంగాలు

'ఉన్నవ రచనలు కొన్నిటి'లో కవితా విభాగంలో ఈ భావ తరంగాలున్నాయి. ఇవి 1933లోనే మొదట అచ్చయినట్లు తెలుస్తుంది. ఇందులో జానపదగేయాలు, ఏలలు, సుద్దులు మొదలైన వాటితోపాటు చిందులు, బుర్రకథ, బుడబుక్కల జోస్యం అనే జానపద కళారూపాలున్నాయి. మాలపల్లి నవలలోను ఇలాంటి జానపద రీతుల్ని ప్రవేశపెట్టారు. సంగదాసు మరణానంతరం పెద్ద దినం నాడు అప్పాదాసు 'చరమగీతం' అనే పేరుతో సంగదాసు సద్గుణాలను మాలపాటగా రచనల పాట వినిపిస్తాడు. ఇది జానపద బాణిపై ఉన్నవవారికున్న మోజు. భావతరంగాలనే కవితల్లో ఏలపాట, ఆవుల కాపరులు, తందాన పాట, రోటిపాట, దయ్యాల పాట, పూవు పాట, మేడపాట, యశోద వైభవము, బుడబుక్కల జోస్యం అన్న వాటితోపాటు మాలపల్లిలోని తక్కెళ్ల జగ్గడి బుర్రకథ సైతం చోటు చేసుకొంది. గ్రామీణ ప్రజల్ని, ఆకాంక్షల్ని

తెలుపడంతోపాటు ప్రజలంతా ఒక్కటే అనే అంశాన్ని, ఆశయాన్ని అన్నింటా స్పష్టం చేయడమే ఉన్నవవారి సదాశయంగా గోచరిస్తుంది.

ఇవిగాక కృష్ణ రాయబారం, సంజయ రాయబారమనే రచనలు చేసినట్లు తెలుస్తుంది.

ఇదంతా ఉన్నవవారి ఇతర రచనా వ్యాసంగం.

నవలలు

మాలపల్లి నవల తరువాత ఉన్నవవారు 1930-31 సం॥లో ఉప్పు సత్యాగ్రహం కాలంలో జైలులో ఉంటూ తిక్కన నవల రచింపనారంభించారు. ఆరేడు అధ్యాయాలు రచించినట్లు తెలుస్తుంది కానీ పూర్తికాలేదు. మిగిలింది నాటకాలుగా ముందే పేర్కొన్న తిక్కన, అన్నమాంబ, సంగీతనాపసాని వరకు మాత్రమే. జైలునుంచి విడుదలైన తరువాత లక్ష్మీనారాయణ గారీ నవలను పూర్తిచేయలేదు.

మాలపల్లి

కాగా వారి అమృతలేఖిని నుంచి వెలువడ్డ నవల మాలపల్లి. తెలుగు నవలా సాహిత్యంలోనే ప్రసిద్ధనవల. ఉన్నవవారు రాయవెల్లూరు జైలు జీవితం గడిపినప్పుడు 1920-21లో రచించిన నవల మాలపల్లి. 1922లోనే మొదటి భాగం మాలపల్లి నవలను బెల్లంకొండ రాఘవరావుగారు ముద్రించారు. తరువాత 1923లో రెండోభాగం వారే ముద్రించారు. ఆనాడు సమాజంలోని ప్రజలను ప్రభుత్వంపై రెచ్చగొట్టే రీతిలో ఈ నవల ఉందని భావించిన బ్రిటిషు ప్రభుత్వం 4-5-1923 న నిషేధించింది. మాలపల్లి నవలలోని అభ్యంతరకర భాగాలను తొలగించడానికి అంగీకరించిన వెనుక 30-3-1928లో 'రివైజ్డ్ ఎడిషన్' ప్రభుత్వం అనుమతించింది. మార్పు చేసిన మాలపల్లి నవల 1935లో మద్రాసులో కాశీనాథుని నాగేశ్వరరావుగారి చేత ముద్రించబడింది. అదే సంవత్సరం ఆంధ్రవిశ్వవిద్యాలయం పాఠ్యగ్రంథంగా నిర్ణయించబడింది. మళ్లీ రెండోసారి 3-7-1936లో మాలపల్లి నవలను ప్రభుత్వం నిషేధించింది. ఆంధ్ర విశ్వవిద్యాలయం పాఠ్యగ్రంథంగా ఉన్న మాలపల్లిని తొలగించింది 1936లో. చివరిగా మద్రాసులో సి.రాజగోపాలాచారి ప్రధానిగా తొలి కాంగ్రెసు మంత్రివర్గంచేత మాలపల్లి నవలపైనున్న నిషేధాజ్ఞలను జూలై-ఆగష్టు 1937న రద్దు చేయడం జరిగింది. 1957లో కాశీనాథుని నాగేశ్వరరావుగారి విపులమైన తొలి పలుకులతో విజయవాడలో దేశీ ప్రచురణగా పునర్ముద్రితమైంది పూర్తిగా 762 పుటలతో.

మాలపల్లి నవల నాలుగు భాగాలు. మొదటి విభాగంలో ఇరవై అయిదు ప్రకరణాలు, రెండో భాగంలో ఇరవైరెండు, మూడోభాగంలో ఇరవైనాలుగు, నాల్గో భాగంలో ఇరవై ఒక్క ప్రకరణాలు గల బృహద్గ్రంథం. చక్కటి సామాజిక స్పృహతో అనుభవాల్ని జోడించి చేసిన

అద్భుత రచన ఉన్నవవారి మాలపల్లి. మాలపల్లి సంపూర్ణ వైవిధ్యంతో కూడి అత్యున్నతమై అన్ని రకాల వ్యక్తులను ఆనందపరుస్తుంది.

మాలపల్లికి మరోపేరు సంగవిజయం. సంగదాసు విజయమే సంగ విజయం. ప్రథమ భాగంలోనే సంగదాసు మరణించినా సంగదాసు జీవితం తర్వాతనే ప్రారంభమైంది. అందరి హృదయాల్లో సంగదాసు చిరస్థాయిగా నిలిచిపోయాడు. మిత్రుడు రామానాయుడుతో కలసి సెలవు తీసుకుంటూ 'నన్ను మరచిపోకు' అన్న మాటలు, మరణిస్తూ 'మనమే గెలుస్తాము' అన్న మాటలు ఫలించి మాలపల్లిలో విజయ కళాశాల స్థాపనతో మాలపల్లె మునిపల్లెగా చివరిదశలో మారినప్పుడు ఇది నిజంగా సంగ విజయ మనిపిస్తుంది.

1920-22 ప్రాంతంలో తెలుగుసీమ స్థితిగతుల చిత్రణమే మాలపల్లి నవలలోని ఇతివృత్తం. ఇందులో ప్రధానవ్యక్తి రామదాసు. రామదాసు జీవిత చిత్రణ మాలపల్లి; రామదాసు జీవిత పరిణామం; ఆ ప్రధాన వ్యక్తి ననుసరించి చేయబడ్డ సమస్త మానవకోటి జీవితచిత్రణ మాలపల్లి. అందుకే మాలపల్లి మానవధర్మ పరిణామ చిత్రణ. మానవులలోని ఆశలు, ఆకాంక్షలు, సుఖదుఃఖాలు, బాధలు, కష్టాలు, నష్టాలు, పగ, ద్వేషం, వలపు, కామం, జయాపజయాలు, మానావమానాలు వివరిస్తూ మానవ జీవిత పరిణామం నిరూపించడమే నవలా లక్ష్యం. వీటన్నిటినీ అద్దంపట్టినట్లు నవలలో చిత్రించి తరించారు. మాలపల్లి నవల రామదాసు తన చేను స్థితిగతులను చూసుకొంటున్న సన్నివేశంతో ఆరంభమై, మాలపల్లె మునిపల్లెగా మారిన సందర్భంలో రామదాసు మహర్షి అయి విజయ కళాశాల గురుకులానికి కులపతిగా కుదరడంతో ముగుస్తుంది. అంటే ఇతివృత్తంలో ఒక ఎత్తుగడ, ఒక ముగింపు చక్కగా నిర్దేశించబడ్డాయని స్పష్టమవుతుంది.

మాలపల్లి నవల గ్రామీణ జీవితంతో ప్రారంభమై, పట్టణ నాగరికత, నగర జీవనరీతి, సెటిల్మెంట్ దుస్థితి, ప్రభుత్వ దుష్టపాలన, జైళ్లలోని అధికారుల ఆగడాలు, ఖైదీల దుస్థితి చిత్రించబడ్డాయి. రామదాసు కుటుంబగాథ ప్రధానమైంది. చౌదరయ్య కుటుంబంతో ఇది ముడిపడింది. రామదాసుకు వెంకటదాసు, సంగదాసు ఇద్దరు కొడుకులు. జ్యోతి కూతురు. అప్పాదాసు మేనల్లుడు. మాలక్ష్మి భార్య. చౌదరయ్యకు రామానాయుడు కొడుకు; కోడలు కమలమ్మ. రామదాసు రెండో కొడుకు సంగదాసు చౌదరయ్య ఇంటిలో జీతగాడు. సంగదాసుకీ, చౌదరయ్య కొడుకు రామానాయుడుకీ గాఢ మైత్రి. సంగదాసు కూలీలకు బాసటగా ఉండి, సమ్మె కట్టిస్తున్నాడన్న కోపమూ, తన కుమారుణ్ణి పంచమోద్యమంలోకి లాగి చెడగొడుతున్నాడన్న అపోహతో ద్వేషం పెచ్చుపెరిగిన చౌదరయ్య రాగోలతో సంగదాసు తలపై కొట్టగా సంగదాసు మరణిస్తాడు. దీనితో నవల ఉత్సుకతతో నడవనారంభిస్తుంది. పంతులు సాయంతో పోలీసుల పోరు ఐదువేలతో తప్పించుకొన్న చౌదరయ్య సంగదాసు పెద్దదినం తరువాత రామదాసు ఆస్తినంతా జప్తుచేయించి వశపరచుకొంటాడు. రామదాసు కుటుంబం నిరాశ్రయమవుతుంది.

దీనికంతటికి చలించిపోయిన వెంకటదాసు ఇంటినుంచి వెళ్లిపోయి ధర్మకన్నాలు చేయడం ప్రారంభిస్తాడు. ఆవెనుక తక్కెళ్ల జగన్నాథం-జగ్గడు-గా దోపిడీలు చేసి అరణ్యంలో ఉంటూ, బీదలకు పంచిపెట్ట నారంభిస్తాడు.

సంగదాసు మరణంతో రామానాయుడు పంచముల, కార్మికుల సేవలో నిమగ్నుడుకావడం, ఇతని పినతల్లి కొడుకు మోహనరావుపై కమలమ్మకు మోహం పెరిగి అతనితో లేచిపోయి శాంతమ్మ పేరుతో స్ఫోటకంతో తిరిగివచ్చి కొడుకు సాహుకు సేవచేస్తూ , సాహు మరణంతో ఆమె మరణించడం జరుగుతుంది.

రామదాసు కుటుంబం సెటిల్మెంటుకు పోవడం, అక్కడ పలు దురాగతాలకు లోనుగావడం, రామదాసు మహాలక్ష్మమ్మ జైలుకుపోవడం, జోతీ అప్పాదాసుల సహగమనం, పోలీసులతో కల్గిన ఘర్షణతో క్షతగాత్రుడై వెంకట రామదాసు జైలుకు రాగా, పుత్రుని దీనస్థితిని చూసి తల్లి మాలక్ష్మి మరణించడం, ఆవెనుక వెంకటదాసు మరణం, వీటనన్నిటినీ చూస్తూ జైలుజీవితం గడుపుతూ, సర్వసంగపరిత్యాగి అయి రామదాసు స్వరాజ్యానంతరం విడుదలయి తిరిగివస్తాడు. రామానాయుడు, వెంకటయ్యల త్యాగం మూలంగా, సంగదాసు ఆకాంక్షించినట్లు, స్థాపించబడిన విజయకళాశాలకు రామదాసు కులపతిగావడంతో నవల ముగుస్తుంది.

ఈ కథను ఎంతో నేర్పుతో నవలా నిర్మాణంచేసి ధన్యులయ్యారు ఉన్నవవారు. గ్రామీణ జీవితంలోని రకరకాల స్థితిగతులను, జమీందారు చౌదరయ్య దౌర్జన్యం, అతని నమ్మినబంటు పంతులు పన్నాగం, మునసబు, కరణాల మోసాలు, మాలపల్లిలోని అలగాజనం అగచాట్లు, కూలీల సమ్మెలు, కోర్టు అధికారులు, వకీళ్లు, వకీలు గుమాస్తాలు చేసే ఘోరాలు, సెటిల్మెంటులలో ఫాదరీలు, కాంట్రాక్టర్లు చేసే పాపాలు, పోలీసుల, జైలు అధికారుల లంచగొండితనం, జైలు అధికారుల మోసాలు, మున్సిపాలిటీ ఉద్యోగుల మోసం దగాలు - ఈ మొదలైన ఇంకా అనేకాంశాలు సూక్ష్మాతిసూక్ష్మంగా నవల అంతటా పరివ్యాప్తమై ఉండడం గమనించగలము.

కాగా బ్రిటిష్ ప్రభుత్వ పాలనలో పాశ్చాత్య నాగరికత, పారిశ్రామిక విప్లవం, స్వరాజ్యోద్యమం, జాతీయకాంగ్రెసు ప్రభావం, తిలక్, గాంధీజీ ప్రసాదించిన చైతన్యం మొదలైన అంశాలు ఉన్నవవారు నవలలో స్పష్టం చేశారు. పంచముల సముద్ధరణం, కార్మికులకు మేలుచేయాలన్న ఆకాంక్ష, గాంధీజీ సహాయ నిరాకరణోద్యమం ఓ పక్కా, బీదల అభ్యుదయానికి ధనవంతుల్ని దోచడమైనా ఉచితమేనన్న పద్ధతి మరో పక్కా మిక్కిలి వైచిత్రితో చిత్రించారు ఉన్నవవారు. సామాజికంగా, ఆర్థికంగా, పారమార్థికంగా వస్తూన్న మార్పుల్ని, ధనవంతుల దోపిడీకి జనం బలౌతున్న తీరు, అణగారిన జనం మరింతగా అణగారుతున్న రీతి మొదలైన అంశాల్ని స్పష్టంచేశారు నవలలో.

ఉన్నవవారువ్యక్తితః ఆస్తికులు. అందుకే మాలపల్లిలో పంచముల సముద్ధరణ కోరినా మతంపైనా, దేవునిపైనా అచంచల విశ్వాసమున్నట్లు రామదాసు, సంగదాసు, రామానాయుడు

పాత్రల ద్వారా వివరించారు. అయితే వెంకటదాసు పాత్రద్వారా అసమర్థుడైన దేవుణ్ణి ఎదిరించాడు. అచలబోధ, దానికి సంబంధించిన తత్త్వాలు, కీర్తనలు, ప్రేమ, భక్తి, మధురభక్తి మోహశృంగారం, దాని పర్యావసానం మొదలైన అంశాలన్నింటి వివరణతో సాంస్కృతిక వారసత్వాన్ని చక్కగా వివరించారు ఉన్నవవారు.

పాత్ర చిత్రణ

వైవిధ్యంతో కూడిన అనేక పాత్రలు, వాటి చిత్తవృత్తులను చక్కగా చిత్రించారు ఉన్నవవారు. ఉత్తమ నవలాకారుడుగా నిరూపించుకొన్నారు. ఇతివృత్తంలో ఆయాపాత్రల మనస్తత్త్వాలను మనం తెలుసుకొన్నాము. ఒకనాటి సమాజాన్ని మనోజ్ఞంగా చిత్రించారు. పంచములు - అగ్రవర్ణులు, కూలీలు, జమీందార్లు, కార్మికులు - ధనవంతులు, జీతగాడు - యజమాని, కరణాలు, పోలీసులు, వకీళ్లు, వకీలు గుమాస్తాలు, కోర్టు అధికారులు, సెటిల్‌మెంట్లలోని వ్యక్తులు, ఫాదరీలు, కాంట్రాక్టర్లు, ఖైదీలు, జెయిలు అధికారులు - ఇలాగా ఎందరో వ్యక్తుల తత్త్వాలను సుస్పష్టంచేశారు.

నవలలో ప్రధాన పాత్ర రామదాసు. ఇతడు మాలదాసరి. ఈ పాత్రతో ప్రారంభమై నవల ఈ పాత్రతోనే ముగుస్తుంది. పంచముడైనా ఉత్తమ గుణవంతుడు. దయా సత్యశౌచాల ఆచరణ అతని ఊపిరి. శత్రువుకైనా అపకారం చేయనివాడు. సర్వమానవాళి అభ్యున్నతిని కోరినవాడు. కొడుకు సంగదాసును హత్యచేసిన చౌదరయ్య పైన ప్రతీకారవాంఛ లేనివాడు. తన ఆస్తిని చౌదరయ్య మోసంతో కాజేసినా ప్రాప్తమని నమ్మినవాడు. జైలులో ఉండగా మూత్ర పాత్ర మోస్తూండగా తొణికి శరీరమంతా మూత్రంతో నిండిపోగా దాన్ని సహించినవాడు రామదాసు. రామదాసు విజయ కళాశాలకు మహర్షిగా మారి మాలపల్లిని మునిపల్లెగా మార్చిన ఘనత రామదాసుది. ఈ పాత్రమూలంగా మానవ ధర్మ పరిణామాన్ని సున్నితంగా ప్రదర్శించారు. రామదాసు పాత్ర ద్వారా గాంధీజీనే మన ఎదుట నిలబెట్టిన ఘనత ఉన్నవవారిది.

రామదాసు అనే నాణేనికి బొమ్మాబొరుసూ సంగదాసు, వెంకటదాసు. రామదాసులోని శాంతి, అహింసలకు ప్రతినిధి సంగదాసు. పీడితులు, తాడితులు అయిన అలగాజనం బాగుకోసం రామదాసు అంతరాల్లోని కోరికను తీర్చడానికి యత్నించిన పాత్ర వెంకటదాసు. సదాశయంకోసం శాంత్యహింసలతో సంగదాసు ఆత్మబలిదానం. రక్తపాతంలేక, హత్యలు లేక, స్త్రీలపై అఘాయిత్యాలు లేక ధనవంతుల్ని దోచి నిరుపేదల బాగుకై ఆత్మత్యాగం చేసినవాడు వెంకటదాసు. ఈ రెండు విభిన్న దృక్పథాలు రామదాసులోనే ఉన్నాయి. ఇది ఉన్నవవారి పాత్ర చిత్రణలోని వైవిధ్యభరితమైన గొప్పదనం. ఉన్నవవారి పాత్ర గూడా అదే. సంగదాసు ఆత్మబలిదానంలో గాంధీజీ భవిష్యత్తులో ఆత్మత్యాగంచేయడం ఉన్నవ ఊహించారు.

నవలలో చౌదరయ్య ప్రతినాయకుడు. దుష్టుడూ, దుర్మార్గుడు. అయినా కొడుకు, మనవడు, భార్యలపై ప్రేమాతిశయాలను ప్రదర్శించినవాడు. రామానాయుడు సుగుణాల రాముడు. శ్రీరాముడులాంటి ఆదర్శవంతుడు. వ్యామోహంతో మోహనరావుతో లేచిపోయిన కమలమ్మను, శాంతమ్మగా తిరిగివచ్చినప్పుడు ఎంతగానో క్షమించిన క్షమాగుణ వంతుడు. చివరికి ఆస్తినంతా, వెంకటయ్యతో పాటు విజయ కళాశాలకు దానం చేసిన ధర్మకర్త రామానాయుడు. మాలపల్లెను మునిపల్లెగా మార్చిన ఘనత రామానాయుడిది.

అమలిన శృంగారమొకవైపు, మోహనశృంగారం మరోవైపు ఈ కథలో ప్రవేశపెట్టి వాటికి ప్రతినిధులుగా రెండు జంటల పాత్రలను సృష్టించారు ఉన్నవవారు. శారీరక సంబంధంకంటే మానసిక, హృద్గత ప్రేమానురాగాలు, మమతానురాగాలు అమలినమేకాదు, అమరమని విశ్వసించి సహగమనంలో నిరూపించిన పాత్రలు జోతీ, అప్పాదాసు. మోహశృంగారంతో మగనాలు కమలమ్మను లేవదీసుకుపోయి మరో పెళ్లి చేసుకొని భయంకర క్షయవ్యాధికి గురి అయి, పశ్చాత్తాప్తుడై తన ఆస్తినంతటిని విజయ కళాశాలకు వీలునామా రాసి రామానాయుడికి పంపినవాడు మోహనరావు. ఇంటిగౌరవాన్ని భర్త ప్రేమను, పుత్ర వాత్సల్యాన్ని విస్మరించి వ్యామోహంతో లేచిపోయి తనవాళ్లే గుర్తించలేనంతగా స్ఫోటకమచ్చలతోవచ్చి పనిమనిషిగా మారి మరణించిన కమలమ్మ. అయితే పాఠకుల సానుభూతికి తగినరీతిలో ఈ పాత్రను సృష్టించారు ఉన్నవవారు. మోహశృంగారం దుష్ఫలితాలనిస్తుందని నిరూపించారు. ఇలాగే ఉన్నవవారి స్త్రీ పాత్రలగూర్చి గూడ వివరించ వీలవుతుంది.

ఇలాంటి వైవిధ్యంతో కూడిన సజీవ పాత్ర చిత్రణ ఉన్నవవారు చెయ్యడం వల్లనే మాలపల్లి నవల ఈ నాటికీ, ఇంకేనాటికైనా నిలచి ఉంటుంది. ఇతివృత్త స్వీకరణలో, కథాకథనంలో, సన్నివేశకల్పనలో, పాత్రపోషణలో సంభాషణా చాతుర్యంలో ప్రతిభాపాటవాల్ని ప్రకటించి ఉత్తమ నవలాకారుడుగా ప్రసిద్ధికెక్కారు ఉన్నవవారు.

సాంస్కృతిక వారసత్వం

గాంధీజీ దృక్పథానికి అనుగుణంగా సాంస్కృతిక వారసత్వాన్ని నవలలో ఉన్నవవారు నిక్షేపించారు. వేద విద్య, విజ్ఞానం, భక్తి అన్నీ అగ్రవర్ణుల సొత్తు మాత్రమే కాదని సామాన్యుల తత్వాల్లో, కీర్తనల్లో ఇమిడి తక్కువ కులాలకు సంక్రమిస్తున్నాయని రామదాసు, సంగదాసు మొదలైన వ్యక్తుల మతచర్చలో అచల బోధలో, ప్రేమ భక్తితత్త్వంలో వివరించారు. అందుకే 'ఆర్య విజ్ఞానం అందరి సొమ్ము' (మాలపల్లి పు 168-173) అని స్పష్టం చేశారు. అనాది నుంచి అనూహ్యంగా వస్తూన్న తీరుని వివరించారు. చదువువేరు; సంస్కారం వేరు. రామదాసు కుటుంబం చదువుకోలేదు. సంస్కారవంతమైన కుటుంబం. తండ్రివల్ల సంతానం వారసత్వంగా ఈ విజ్ఞానాన్ని పొందుతున్నట్లు మానవధర్మం పరిణామరీతిని స్పష్టంచేశారు ఉన్నవవారు.

అట్టడుగు ప్రజలగూర్చి, గ్రామీణ జీవితం గూర్చి మాలపల్లి వివరిస్తుంది. అందుకే లక్ష్మీనారాయణగారు అంతకుముందు రచనలు గ్రాంథిక భాషలో రాసినా మాలపల్లి నవల వ్యావహారికం - అంటే గుంటూరుజిల్లా మెట్టప్రాంతాల మాండలికభాషను ప్రయోగించి ఈ నవలను రసవంతంగా రచించి అందరికీ అందుబాటులోకి తెచ్చారు.

వ్యక్తిత్వం

'ఉన్నవ లక్ష్మీనారాయణగారి వ్యక్తిత్వం అతి విలక్షణమైనది. ఒకవైపున తీవ్రమైన జాతీయ భావన; మరొకవైపున హైందవ సంస్కృతిపట్ల ప్రగాఢమైన అభినివేశం, ఇంకొకవైపున కులమత వర్ణ వివక్షకు తావులేని అచలత్వంపట్ల ఆసక్తి - ఆయనలో రాజకీయమూ, మతమూ బడుగుపేకల్లా పెనవేసుకొని పోయినాయి".[12]

లక్ష్మీ నారాయణగారు ఆజానుబాహులు. దీర్ఘకాయులు, ఉదాత్త విగ్రహం, విశాల ఫాలభాగం. సుదీర్ఘ నాశిక; కొమ్ములు తిరిగిన గుబురు మీసాలు, మేలిమి బంగారు దేహచ్ఛాయ, పట్టు తలపాగా; తోకజార విడిచిన తలపాగా. నీలిరంగు కోటు, అదేరంగు ఇజారు. నల్లని ఫుల్‌బూటు. ఇది ఆనాటి బారిష్టరు వేషం. అందుకే ఐర్లండు డబ్లిన్‌లో చదివేప్పుడు ఉన్నవవారిని జమీందారుగానే గుర్తించారు.

"అయితే ఆ తలపాగలో దాక్కొని ఒక చిన్న పిలకజుట్టు. ఈ పిలకజుట్టు ఐర్లండు వెళ్లినా ఆయన వదలలేదు. అది భారత జాతీయతా చిహ్నామని అయన మతం".

"అసమోద్యమం నాటికి వేషం మారింది. పలనాటి ఒడుకు నూలుతో నేసిన ఎర్రమన్ను రంగు ముతకగుడ్డతో కుట్టిన షేర్వాణి. అదే రంగు తలపాగ. నాటి పల్నాటి చెప్పులు".

"జైలుకుపోయిన తరువాత మీసాలు మాయమైనాయి. క్రాఫింగు పోయి పిలకమాత్రం నిలిచింది. షేర్వాణీలు పోయి ఒక బనీను, తుండుగుడ్డ మాత్రం వెలిసింది. ఇవే స్థిరరూపం దాల్చాయి. ముఖాన పట్టివర్ధనాలు వెలిశాయి. నిమ్మపండు రంగు ఎండి ఒడలిపోయిన శరీరం చివరకు మిగిలింది."[12]

ఈ విధంగా మనం ఉన్నవవారి మానసిక, శారీరక పరిణామాన్ని క్రమంగా గమనించ గలుగుతున్నాము. చాలావరకు ఎమ్.కె.గాంధీ మహాత్మా గాంధీగా మారిన తీరు ఉన్నవవారిలోను మనం చూడగలుగుతున్నాము. నిజమైన గాంధీవాది ఉన్నవవారు.

ఇలాంటి ఉన్నవ లక్ష్మీనారాయణగారు ఉన్నతమైన, ఉదాత్తమైన మాలపల్లి నవలను రచించి తెలుగు నవలా సాహిత్యానికే బంగారు కిరీటం పెట్టారు. ఉన్నవవారు అజరామరులు.

"నీ 'మాలపల్లి' జూచిన
నీ మతివైభవము తెల్పు, నీ 'నాయకురా!
లేమన, పురాతన సతీ
శ్రీ మహిమ, స్వరాజ్య తంత్రిశీలము తెలుపున్,

"ఆంధ్రప్రతాప శీలమితి హాసము నందు ప్రసిద్ధి; దానశ్రీ
గాంధీ ప్రశాంత సంగర ముఖంబున నీవు స్వరాజ్యలబ్ధికై
బంధురరీతి బోరి, మన భారతవీరుడు భీష్ముడే జగ
ద్బంధు సమాన తేజుఁడను ప్రస్తుతి గంటి వమేయశక్తిచేన్.
'వనితలు నక్షరాస్యులయి వర్ధిలునట్లుగ 'శారదానికే
తన' మొకదాని గర్తపురి స్థాపనజేసితి; వందుస్వీయల
క్ష్మిని నెలకొల్పి, తత్ఫలముమేరను మీర లభించి తృప్తిగాం
చినకృతివీవు; నీ యశము చేరని చోటిలలేదు మిత్రమా!"

(శ్రీగొట్టుముక్కల రమాకాంతాచార్యులు - భారతి- మార్చి 1960)

---

1 ఇది విక్రమనామ సంవత్సర కార్తీక బహుళ 30 మంగళ వారానికి సరిపడే ఇంగ్లీషు తారీఖుగా పేర్కొన్నారు గూడూరి నమశ్శివాయగారు. (సాహిత్యోపన్యాసములు–17 ఉన్నవ లక్ష్మీనారాయణ శత జయంత్యుత్సవ సందర్భమున జరిగిన ఉపన్యాస సంకలనము : ఆంధ్రప్రదేశ్ సాహిత్య అకాడమీ, హైదరాబాద్–ఆగస్టు 1980.) 10.4.1980న గుంటూరు శ్రీ వేంకటేశ్వర విజ్ఞాన మందిరంలో జరిగిన సభలో ఉన్నవ వారి జీవిత విశేషాలను గూర్చి నమశ్శివాయగారు, సాహిత్య జీవిత విశేషాల గూర్చి ఈ రచయిత ప్రసంగించడం జరిగింది.

ఇది ఇలా ఉండగా సంవత్సరమొకటే అయినా నెల తేడాతో ఉన్నవ వారి జననాన్ని శ్రీ శ్రీనివాస శిరోమణిగారు క్రీ.శ. 1877 నవంబర్ 6వ తేదీ మంగళవారం– అంటే ఈశ్వర నామ సం॥ కార్తీక బహుళ 30 అమావాస్యగా పేర్కొన్నారు. (1. వాడుక భాషా రచయితలు–1 : మాలపల్లి నిర్మాత శ్రీ ఉన్నవ లక్ష్మీనారాయణ : భారతి : 1945 నవంబర్, 2. ఉన్నవ రచనలలో కొన్ని : సం.కం.కె.వి.రమణారెడ్డి; ఉన్నవ వారే 1890లో వారి తండ్రి శ్రీరాములుగారు లక్ష్మీనారాయణగారికి ఉపనయనం చేశారనీ, అప్పటికి తమకు 12 ఏళ్ళు నిండినట్లు పేర్కొన్నారు. ఉన్నవ రచనలు కొన్ని : నా అనుభవాలు (ఉన్నవవారు); పుట 180. కాబట్టి 1877 వారి జననం అని స్పష్టం.

కాగా తెలుగు విజ్ఞాన సర్వస్వము : మూడవ సంపుటము : తెలుగు సంస్కృతిలోను, తెలుగు సాహిత్యకోశము : తెలుగు అకాడమీలోను ఉన్నవ వారి జననం 1873గా పేర్కొబడింది.

2 నా అనుభవాలు: ('చేతన : ఏప్రిల్ 1962): ఉన్నవ రచనలు కొన్ని: పు.177,178.

3 నా అనుభవాలు : (చేతన: ఏప్రిల్ 1962) : ఉన్నవ రచనలు కొన్ని: పు. 182

4 పైదే : పు. 177,178

5 శ్రీ గూడూరి నమశ్శివాయ : శ్రీ ఉన్నవ లక్ష్మీనారాయణ పంతులుగారి జీవిత విశేషాలు పు.16, 17

6,7 :పైదే: పుటలు 3,4,5

8 నా అనుభవాలు : ఉన్నవ రచనలు కొన్ని : పు. iv, v

9 శ్రీ గూడూరి నమశ్శివాయ, శ్రీ ఉన్నవ లక్ష్మీనారాయణ పంతులుగారి జీవిత విశేషాలు : పు. 8.

10 పైదే. పు.12

11 ఉన్నవ రచనలు కొన్ని : నా అనుభవాలు: పు.183

12 శ్రీ గూడూరి నమశ్శివాయ : శ్రీ ఉన్నవ లక్ష్మీనారాయణ పంతులుగారి జీవిత విశేషాలు పు. 19,20

కావ్యకంఠ గణపతిముని

(1879-1936)

- యామిజాల రాజీవ

జననం - బాల్యం - వివాహం :

ఆంధ్రప్రదేశ్, శ్రీకాకుళం జిల్లాలోని బొబ్బిలికి సుమారు పది కిలోమీటర్ల దూరంలో గల కలువరాయి గ్రామంలో అయ్యల సోమయాజుల నరసింహశాస్త్రి, నరసమాంబ దంపతుల రెండవ సంతానం కావ్యకంఠ గణపతిముని. ఆయన అసలు పేరు సూర్య గణపతిశాస్త్రి. 'కావ్యకంఠ' 'ముని' అనేవి ఆయన బిరుదులు.

గణపతిముని గారి పూర్వీకులు కర్నూలు జిల్లా నంద్యాలకు చెందినవారు. వీరు అక్కడినుండి తూర్పుగోదావరి జిల్లా వక్కలంక గ్రామానికి తరలివెళ్ళారు. ఆ తర్వాత ప్రస్తుతం శ్రీకాకుళం జిల్లా నందబలగ గ్రామానికి (ఒకప్పుడు విశాఖపట్టణం జిల్లాలోనిది) తరలి వెళ్ళారు. అయ్యల సోమయాజుల వంశానికి చెందిన జగన్నాథ శాస్త్రి నందబలగ గ్రామానికి వలసవెళ్ళిన మొదటివ్యక్తి. జగన్నాథశాస్త్రిగారి కుటుంబాన్ని నవాబు అయ్యల సోమయాజులు వారి కుటుంబంగా పేర్కొనేవారు. ఇంటిపేరుకి ముందు ఈ 'నవాబు' అనే మాట ఎందుకు వచ్చిందో తెలియదు.

జగన్నాథ శాస్త్రిగారికి వారి మామగారివల్ల కలువరాయి గ్రామాధిపత్యం సంక్రమించింది. బ్రాహ్మణ కుటుంబానికి చెందిన వీరు కౌండిన్యస గోత్రులు, ఋగ్వేదులు. సంస్కృతంలో జానకీపరిణయమనే నాటకాన్ని రచించిన రామభద్ర దీక్షితులు ఈ వంశంలోనివాడే. ఆయన శ్రీ సదాశివ బ్రహ్మేంద్ర సమకాలికుడు. ఈయన గొప్పఋషి. పదహారవ శతాబ్దం చివరిలో లేదా పదిహేడవ శతాబ్దం ప్రారంభంలో తమిళనాడులోని కుంభకోణం సమీపంలో గల వలంగిమాన్ గ్రామం నుండి ఈ అయ్యల సోయమాజుల వంశం వారు నంద్యాలకు వలస వచ్చినట్లు చారిత్రక ఆధారాలను బట్టి తెలుస్తోంది. జగన్నాథశాస్త్రిగారి కుమారుడు భీమశాస్త్రి. భీమశాస్త్రికి నరసింహశాస్త్రి, సర్వేశ్వరశాస్త్రి ప్రకాశశాస్త్రి అని ముగ్గురు కుమారులు.

తండ్రి నుండి సంక్రమించిన గ్రామాధిపత్యంతో బాటు శ్రీవిద్యా దీక్షను పొందిన నరసింహశాస్త్రి ఆయుర్వేద, జ్యోతిష్య మంత్ర శాస్త్రాలలో సంపూర్ణ జ్ఞానాన్ని ఆర్జించి చుట్టుపక్కల గ్రామాలలో గొప్పవ్యవహారవేత్తగా పేరు తెచ్చుకున్నారు. నరసింహశాస్త్రి గణపతి భక్తుడు కాగా ఆయన భార్య నరసమాంబ సూర్యనారాయణుడి భక్తురాలు.

నరసింహశాస్త్రి దేశసంచారం చేస్తూ భారతీయులపట్ల బ్రిటిష్‌వారి అమానుష ప్రవర్తనకు ఎంతో బాధపడ్డారు. ప్రజలు వేద ధర్మాలను ఆచరించకపోవడం వల్లే దేశానికి ఈ దుర్గతి

పట్టిందని విచారిస్తూ, దేశంలో తిరిగి సనాతనధర్మాన్ని నెలకొల్ప గల శక్తి సామర్థ్యాలుగల కుమారుడ్ని అనుగ్రహించమని తన ఇష్టదైవమైన గణపతిని నిత్యం ప్రార్థిస్తుండేవాడు. నరసమాంబకూడా మంత్రజపాలతో, పూజలతో భర్తను అనుసరించేది.

ఈ దంపతులకు పుత్రుడు జన్మించాడుగానీ ఆ పిల్లవానిలో దైవాంశలక్షణాలు లేకపోవడం, దుర్బలుడుగా ఉండడం, జాతకం కూడా ఆశించిన రీతిలో గొప్పగా లేకపోవడంతో నరసింహశాస్త్రి నిరాశచెందారు. ఆ పిల్లవాడికి భీమశాస్త్రి అని నామకరణం చేసారు. అతనికి రెండు సంవత్సరాల వయస్సులో పెద్ద జబ్బు చేసింది. పిల్లవాడు బతికితే అరసవల్లి సూర్యనారాయణుడికి పుట్టు వెంట్రుకలు యిస్తామని తల్లి నరసమాంబ మొక్కుకుంది. పిల్లవాడి జబ్బునయమైంది. అతడికి మూడవ సంవత్సరం రాగానే రథసప్తమినాడు 1878 ఫిబ్రవరి 9న తల్లిదండ్రులు పిల్లవాడికి మొక్కుచెల్లించడానికి అరసవల్లి వెళ్లారు. మొక్కుతీర్చిన తర్వాత దేశోద్ధారకుడైన కుమారుడ్ని ప్రసాదించమని తల్లి నరసమాంబ సూర్య నారాయణుడిని ప్రార్థించింది.

దంపతులు ఆరోజు ఉదయమంతా ఉపవాసముండి మంత్రధ్యానం చేస్తూ రాత్రి నిద్రించారు. ఆ రాత్రి కలలో నరసమాంబకు బంగారువర్ణం గల ఒకస్త్రీ అగ్నితో నిండిన బంగారు కలశాన్ని సూర్యాలయ ప్రాకారం వెనుకభాగం నుండి తెచ్చి నవ్వుతూ తన చేతిలో పెట్టి మాయమైనట్లు కనిపించెను. భర్తకు ఈ విషయం చెప్పగా, ఆమె మరెవరోకాదు సూర్యశక్తి. ఆమె అగ్నిని ధరిస్తుంది. అగ్నిగల కలశాన్ని నీచేత పెట్టిందీ అంటే నీకు అగ్నిఅంశంతో కూడిన పుత్రుడు జన్మించబోతున్నాడని సంకేతంగా భావించవచ్చని భార్యను అభినందించాడు.

ఇది జరిగిన కొన్నినెలలకు నరసమాంబ గర్భవతి అయింది. ఆమెకు ఏడవనెల రాగానే పురిటికి పుట్టింటికి పంపి నరసింహశాస్త్రి ఇష్టదేవతానుగ్రహ ప్రాప్తికోసం కాశీకివెళ్ళాడు. అక్కడ డుంఠి గణపతి ఆలయంలో కార్తీక మాసారంభం నుండి పగలంతా ఉపవాసముండి గణపతిని ఆరాధిస్తూ రాత్రుళ్ళు ఒక్క గ్లాసు పాలను తాగుతుండేవాడు. ఇలా పదిరోజులు గడిచింది. ఎనిమిదవరోజు అంటే 1878 నవంబరు 17వ తేదీ మధ్యాహ్నం రెండుగంటల సమయంలో ఆయన ధ్యానంలో ఉండగానే ఒక శిశువు గణపతి విగ్రహం నుండి తనవైపు పాక్కుంటూ వచ్చి తన ఒడిలోకి దూకి అంతర్థానమైనట్లు గోచరించింది. పట్టరాని ఆనందంతో కళ్ళు తెరచి చూసిన నరసింహశాస్త్రికి ఎవరూ కనిపించలేదు. గణపతి అనుగ్రహమున తనకు పుత్రుడు కలిగి ఉండవచ్చునని తలచి నరసింహశాస్త్రి కాశీనుండి బయలుదేరి అత్తవారింటికి వచ్చారు. దివ్యశిశువు తనకు కనిపించినరోజునే అంటే బహుధాన్య కార్తీక బహుళాష్టమి సోమవారం రోజున (1879 నవంబరు 17న) మఖానక్షత్ర మొదటి పాదంలో కుమారుడు పుట్టినట్లు చెప్పారు. పుట్టిన బిడ్డ చుట్టూ దివ్యతేజస్సు కనిపించిందని నరసమాంబ చెప్పడంతో నరసింహశాస్త్రి సంతోషించాడు. దంపతులు తమ ఇష్టదేవతల పేర్లతో కుమారుడికి సూర్య గణపతిశాస్త్రి అని పేరుపెట్టారు.

కుమారుడు జన్మించినందుకు సంతోషపడిన ఆ దంపతులు పిల్లవాడు రోగగ్రస్తుడు, ఆరు సంవత్సరాల వయసు వచ్చినా మాటలు రాకపోవడంతో బాధతో కృంగిపోసాగారు. ఎన్నో రకాల చికిత్సలు చేయించి చివరికి విసిగి కాల్చిన ఇనుప కడ్డీని నరసింహశాస్త్రి కుమారుడి నాడీబంధానికి తగల్చాడు. అంతే వరద ప్రవాహంలా మాటలు వచ్చాయి. పిల్లవాడు పినతండ్రి ప్రకాశశాస్త్రి వద్ద విద్యాభ్యాసం సాగించాడు. ఒకసారి విన్నంతనే దానిని మరలా చెప్పడం చూసి అందరూ ఆశ్చర్యపోసాగారు. బాలరామాయణం, శివసహస్రం, గణితశాస్త్ర గ్రంథాలపై పట్టు సాధించాడు. పంచాంగ గణనంలో శుద్ధి ప్రకరణం అనే ప్రయోగాన్ని విజయవంతంగా సాధించి సిద్ధ జ్యోతిష్కుడనిపించుకున్నాడు. ఆ సమయంలోనే ఒక్క గంటలో ముప్పై నాలుగు శ్లోకాలతో పాండవ ధార్తరాష్ట్రసంభవం అనే ఖండకావ్యాన్ని రచించాడు. ఇవన్నీ పది సంవత్సరాల వయస్సులోనే సాధించడం ఆశ్చర్యకరం.

ఆ తర్వాతి కాలంలో సూర్యగణపతి తనపేరులోని సూర్యని తొలగించుకున్నారు. అయ్యల సోమయాజుల వంశం గోత్రరుషులు కౌండిన్య, మైత్రావరుణ, వశిష్ట. గణపతిశాస్త్రి తన పేరును వశిష్ట గణపతి శాస్త్రిగా మార్చుకున్నారు. ఆయన ఆధ్యాత్మిక గురువు భగవాన్ శ్రీరమణ మహర్షి ఆయనను ఎంతో ఆప్యాయతగా 'నాయనా' అని పిలిచేవారు.

గణపతి తర్వాత నరసమాంబకు అన్నపూర్ణ, శివరామశాస్త్రి జన్మించారు. ఆ తర్వాతి మూడు సంవత్సరాలకు నరసమాంబ మళ్ళీ గర్భం దాల్చింది. పురిటినొప్పులు పడుతూ గణపతిశాస్త్రిని పిలిచి నాయనా, ఇప్పుడు పురుడు వచ్చిన వారి పరిస్థితి ఎలా ఉంటుంది? అని అడిగింది. ప్రసవం అయిన వెంటనే ఆ స్త్రీ మరణిస్తుంది అని ఠపీమని చెప్పాడు. నరసమాంబ మరి కొద్దిసేపటికే కవలపిల్లలకు జన్మనిచ్చి పిల్లలతోసహా మరణించింది. గణపతిశాస్త్రి వాక్కు ఫలించడం వల్లే ఆమె మరణించిందని అక్కడివారు నిందించడంతో గణపతి స్థాణువైపోయి రెండు మూడు నెలలు మౌనంగా ఉండిపోయాడు. ఆ తర్వాత యథాప్రకారంగా మేధస్సుకు పదును పెట్టసాగాడు. వేదుల వెంకట్రాయశాస్త్రి అనే మరో ఉపాధ్యాయుడి వద్ద సంస్కృత వ్యాకరణం, భారతి అధ్యయనం చేయడం మొదలుపెట్టాడు.

శివరామశాస్త్రిని పినతండ్రి ప్రకాశశాస్త్రి దత్తత తీసుకున్నారు. భీమశాస్త్రికి అన్నపూర్ణకి వివాహాలు జరిగాయి. గణపతిశాస్త్రికి పన్నెండో సంవత్సరంలో 'కలువరాయి'కి రెండు కిలోమీటర్ల దూరంలో వున్న బొమికపాడు గ్రామంలోని 'కఱ్ఱా' వారి కుటుంబానికి చెందిన ఎనిమిదేళ్ళ విశాలాక్షితో వివాహం జరిగింది. వివాహం అయిన తర్వాత గణపతిశాస్త్రి కాళిదాసు మేఘదూతంను అనుకరిస్తూ తన భార్యకు ప్రేమసందేశాన్నిస్తూ 'భృంగసందేశం' రచించాడు. కానీ కాళిదాసు కవిత్వమంత గొప్పగా లేదని అసంతృప్తి చెంది చించిపారేసాడు. గణపతిశాస్త్రి తన పదమూడవ సంవత్సరంలో తండ్రి నుండి పంచాక్షరితోసహా పన్నెండు మహామంత్రాల ఉపదేశం పొందాడు. పద్ధెనిమిది సంవత్సరాలు వచ్చేసరికి రామాయణం, భారతం,

పురాణేతిహాసాలు, వ్యాకరణాలంకార శాస్త్రాలలో పారంగతుడై తానుకూడా రుషులలాగా తపస్సుచేసి శక్తులను పొంది లోకాన్ని ఉద్ధరించాలనుకున్నాడు. తపస్సు చేయడానికి తగిన సమయం, ప్రదేశంకోసం ఆలోచించసాగాడు.

నరసింహశాస్త్రి కోడల్ని కాపురానికి తీసుకువచ్చే విషయమై గణపతితో సంప్రదించాడు. కుటుంబబాధ్యతలని చేపట్టేముందు కొంతకాలం తపస్సు చేసుకుందామనుకుంటున్నాననీ అందుకు తన భార్య విశాలాక్షి అనుమతికావాలని గణపతి చెప్పాడు. కుటుంబ జీవితంలో కల్లోలం సృష్టించే కాషాయబట్టలు ధరించి సన్యసించడం లేదా స్త్రీలు పాపం, మాయలకు ప్రతీకలని భావించడం గణపతికి గిట్టేవి కావు. కుటుంబ జీవితాన్ని గడుపుతూ, బాధ్యతలను నిర్వర్తిస్తూ తపస్సు చేసుకోవడం ద్వారా మోక్షప్రాప్తి లభిస్తుందని ప్రాచీన రుషులు చెప్పిన దాన్ని గట్టిగా విశ్వసించినవాడు. అందుకే సంవత్సరంలో ఆరునెలలు తపస్సు చేసుకోవడానికి విశాలాక్షి అనుమతికోసం తండ్రిని పంపాడు.

నరసింహశాస్త్రి బొమికపాడు గ్రామానికి వెళ్ళి విశాలాక్షికి ఈ విషయం చెప్పాడు. విశాలాక్షి ఈ ప్రతిపాదనకి సంతోషంగా అంగీకరిస్తూనే ఇద్దరు పిల్లలు పుట్టిన తర్వాత తనకు కూడా తపస్సు చేసుకునేందుకు స్వేచ్ఛ ఇవ్వాలని కోరింది. ఇద్దరూ సమవుజ్జీలుగా ఉన్నారని అందరూ సంతోషించారు. అత్తవారింటికి వచ్చిన తర్వాత ఆమె భర్తవద్ద శ్రీ విద్యాదీక్ష , మహాగణపతి మంత్రం ఉపదేశం పొందారు. అప్పుడు ఆమె వయస్సు పదిహేను, గణపతి వయస్సు పద్ధెనిమిది.

తపస్సు :

గణపతి తపస్సుచేయాలనే కోరిక నానాటికీ తీవ్రం కాసాగింది... తనమిత్రుడు, తనకంటే చిన్నవాడైన వేంకటశాస్త్రితో కలిసి రహస్యంగా ఇంటినుండి వెళ్ళిపోవడానికి సిద్ధమైనాడు. ఇది పసిగట్టిన అన్న భీమశాస్త్రి కూడా వెంట వస్తానని చెప్పడంతో ముగ్గురూ 1896 వ సంవత్సరం శ్రావణమాసంలో బయలుదేరి రాజమహేంద్రవరం (రాజమండ్రి) చేరుకున్నారు. అక్కడనుండి బోటులో కౌశికీనది ఒడ్డున గల పేరమ్మ అగ్రహారానికి చేరి అక్కడ తపస్సు ప్రారంభించారు. మొదట భీమశాస్త్రి, తరువాత వేంకటశాస్త్రి గణపతిని విడిచిపెట్టి వెళ్ళిపోయారు. గణపతి నలభై ఐదు రోజులు తపస్సుచేసారుగానీ ఫలితం కనిపించలేదు.

గణపతికి ఇంటికి వెళ్ళాలనిపించలేదు. ఎలాగైనా కాశి వెళ్ళాలనుకున్నారు. ఆరాత్రి బయలుదేరి రామచంద్రపురం అగ్రహారం చేరాడు. ఆరోజు క్షీరాబ్ధిద్వాదశి (17-10-1896). ఆ ఊరిలో ఒకరు గణపతిని పిలిచి భోజనంపెట్టి రెండు అణాలు దక్షిణగా ఇచ్చారు. ఆ డబ్బుతో గణపతి దూసి వరకు టికెట్టు కొనుక్కున్నారు. దూసిలో ఒక వ్యక్తి గణపతి చేత మహాభారతంలోని శాంతపర్వం చదివించుకుని, ఆరు రూపాయలు బహుమానంగా ఇచ్చాడు. గణపతి టెక్కలి వరకు వెళ్ళాడు. అక్కడ ఆ రాత్రి ఒక ఇంటిలో బస చేసాడు. మరో ఇద్దరు ప్రయాణీకులు

కూడా వచ్చి చేరారు. వీళ్ళు ముగ్గురూ పేకాట ఆడుతుండగా ఒక ముసలి జ్యోతిష్కుడితో బాటు మరికొందరు అక్కడ బస చేయడానికి వచ్చారు. ఆ ఇంటి యజమాని రామదాసు పంతులు, వాళ్ళు ఏవో జాతకాల గురించి చర్చించుకోసాగారు. ఆ జ్యోతిష్కుడు వాళ్లకి తనకు తోచినవిధంగా జాతక ఫలితాలు చెబుతున్నాడు. ఒక పక్క పేకాడుతూనే వారి సంభాషణ వింటున్న గణపతి ఒక దశలో జోక్యం చేసుకుంటూ ఆ జ్యోతిష్కుడికి జ్యోతిష్యశాస్త్రంపట్ల సరైన అవగాహన లేదన్నాడు. దాంతో అతనికి కోపం వచ్చి ఆ జాతకాలన్నీ గణపతి ముందు పడేసి నువ్వు చెప్పు చూద్దాం అని సవాలు విసిరాడు. గణపతి ఒక పక్క పేకాడుతూనే రామదాసు పంతులు అడిగిన అన్ని ప్రశ్నలకు సమాధానమిచ్చాడు.

గణపతి సామాన్యుడు కాదని రామదాసుపంతులు గ్రహించి మరురోజు కూడా తన ఇంటనే బస చేయాల్సిందిగా అభ్యర్థించాడు. గణపతిని తగువిధంగా సత్కరింప దలచాడు. ధర్మశాలలో బసచేస్తున్న తనమిత్రుడు, కవి వారణాసి అచ్యుత రామశాస్త్రికి గణపతిని పరిచయం చేసాడు. ఆయన ముందురోజు రాత్రి ఒక ఏనుగు ధర్మశాలలోకి ప్రవేశిస్తున్నట్లు కలగన్నాడు. ధర్మాశాలకి వచ్చిన యువకుడి పేరు గణపతి అని విని ఆశ్చర్యపోయాడు.

తనమిత్రుడు, భూస్వామి ధర్మశాలాధికారి కృష్ణమ్మనాయుడికి గణపతిని పరిచయం చేసాడు. కృష్ణమ్మనాయుడికి మొదటిభార్య వల్ల సంతానం కలుగక పోవడంతో రెండోపెళ్ళి చేసుకున్నాడు. అప్పటినుండి అతడు తెలియని అనారోగ్యంతో బాధపడ్తున్నాడు. గణపతి కృష్ణమ్మనాయుడి జాతకం చూసి మరో మూడు నెలల్లో వ్యాధి తగ్గుతుందనీ, రెండోభార్యకు ఒక అమ్మాయి పుడ్తుందనీ, ఒక అబ్బాయిని దత్తత తీసుకుంటాడని చెప్పారు.

గణపతి తన వద్ద ఉండటమే తన వ్యాధికి చికిత్స అని గ్రహించిన కృష్ణమ్మ నాయుడు మిగతా ఇద్దరు ప్రయాణీకులకు కొంత డబ్బిచ్చి పంపేసి గణపతిని తన వద్ద కొంతకాలం ఉండాల్సిందిగా అభ్యర్థించాడు. గణపతి కాశీప్రయాణం వాయిదా పడింది. నంది గ్రామంలో అచ్యుత రామశాస్త్రి తదితర సాహితీవేత్తలతో చర్చాగోష్ఠులు జరుపుతూ, ఒకేసారి నలుగురైదుగురితో చదరంగం ఆడుతూ కాలంగడిపాడు. అతని కవితారీతులకు అందరూ ఆశ్చర్యపోసాగారు. మేధావులు, పండితులనెందరినో ఆకట్టుకున్నాడు.

కృష్ణమ్మనాయుడు నరసింహశాస్త్రిని రప్పించి తండ్రీకొడుకులను ఘనంగా సత్కరించి ప్రతి సంవత్సరం వారికి యాభైరూపాయలు ఇస్తానని వాగ్దానం చేసాడు. గణపతి ప్రయాణానికి తగు సహాయం చేస్తానని, అయితే ఇంత చిన్న వయస్సులో ప్రయాణం అంతమంచిది కాదన్న అభిప్రాయం వెలిబుచ్చాడు. కృష్ణమ్మనాయుడు వంటి మంచిమిత్రుడు దొరికినందుకు గణపతి సంతోషించి తన తపస్సును వాయిదా వేసుకుని తండ్రి వెంట కలువరాయికి తిరిగి వచ్చాడు. ఒక రోజు గణపతి ధ్యానంలో ఉండగా తెల్లగా ఉన్న ఒక మహాపురుషుడు కనిపించాడు. ఆ

పురుషుడికి పెద్దగడ్డం ఉంది. నా పేరు భద్రకుడు, నీవు గణకుడవు. నేను నీకు తపస్సుఖున్ని అని చెప్పాడు. గణపతి ఈ విషయం చెప్పగానే తండ్రి గణపతి తపస్సుకి అనుమతిచ్చాడు.

ప్రయాగలోని శంఖమాధవాలయంలోని హంసతీర్థంలో కొన్నిదినాలు తప్పస్సు చేసి కాశీ బయలుదేరాడు. కాశీలో తండ్రి మేనమామ ఆర్యసోమయాజులభవానీ శంకరం ఇంట్లోవుంటూ, దర్భాంగ సంస్థాన పాఠశాల ప్రధానోపాధ్యాయుడు శివ కుమారపండితుని దర్శించి, తన పాండిత్యంతో ఆయనను మెప్పించాడు. ఆయన నవద్వీపంలో జరుగుతున్న విద్వత్పరీక్షకు వెళ్ళమని ప్రోత్సాహిస్తూ అక్కడి కార్యనిర్వాహక కార్యదర్శికి ఒక పరిచయపత్రం రాసి ఇచ్చారు.

ఒకరోజు గణపతికి సోమయాజుల సూర్యనారాయణ అనే యోగి కనిపించారు. తనపేరు చెప్పి తనను 'రాంనగర్ దుర్గామందిర్ యోగి' అంటారనీ, మనం పదహారుమందిమి లోకకార్యం కోసం జన్మించామనీ, అందరూ ఎవరికిష్టమైన కార్యమును వారు జరపడంలో నిమగ్నమై ఉన్నారనీ, గణకుడవైన నీవు ఏమికార్యం చేయాలో స్థూలశిరస్సు తెలియజేస్తారని చెప్పారు.

గణపతి ఆయనను అడిగి తన సందేహాలన్నీ తీర్చుకున్నారు. యోగి వెళ్ళి పోవడానికి ఉద్యుక్తుడవడంతో "అయ్యా! ఈ విషయాలన్నీ నేను మా తండ్రిగారికి లేఖ రాస్తాను. మీరు కూడా అందులో రెండుముక్కలు రాస్తే ఆయన సంతోషిస్తారు అన్నారు గణపతి. యోగి సమ్మతించి మీ అబ్బాయికి తపస్సు చేసుకోవడానికి అనుమతించండి. అతడిని కుటుంబ బాధ్యతలతో కట్టిపడేయవద్దు అని రాసి కింద సోమయాజుల సూర్యనారాయణ అని సంతకం చేసారు. కవరుపై ఆయోగి ఇంగ్లీషులో అడ్రసురాసి, ఒకసారి దుర్గామందిర్‌ని సందర్శించవలసిందిగా గణపతిని కోరారు. లేఖ పోస్ట్ చేస్తానని చెప్పి తీసుకెళ్ళారు. లేఖ అందుకున్న నరసింహశాస్త్రి ఎంతో ఆనందంగా గణపతికి తపస్సు చేసుకోవడానికి అనుమతిస్తూ టెలిగ్రామ్ ఇచ్చారు.

గణపతి రాంనగర్ వెళ్ళారు. అక్కడ దుర్గామందిర్ యోగిగా పిలువబడే వ్యక్తులెవరూ లేరని తెలిసి ఆశ్చర్యపోయారు. ఈ విషయం భవానీశంకరానికి చెప్పారు. ఆ దుర్గామందిర్ యోగి మరెవరో కాదు సాక్షాత్తు శివుడే అయి ఉంటాడు. మీ తల్లిదండ్రులకు సూర్యనారాయణ మూర్తి ఇష్టదైవం కాబట్టి ఆ పేరు చెప్పి ఉంటాడు. నువ్వు చాలా అదృష్టవంతుడివి. భద్రకుడు, సుకేతులనే వాళ్ళు పుట్టే ఉంటారు. వారి లీలలు, మహాత్మ్యాల ద్వారా వాళ్ళెవరో నీకు తెలుస్తుంది. ఆ పదహారుమంది ఏదో ఒక సమయంలో నీకు తటస్థపడే అవకాశం ఉంది కాబట్టి ఇక నుండి నువ్వు అప్రమత్తంగా ఉండు అని భవానీశంకర్ చెప్పారు.

ఆ రోజు రాత్రి కలలో ఒక బ్రాహ్మణుడు కనిపించి యిక సమయం వృథా చేయకుండా నాసిక్‌వెళ్ళి తపస్సు చేయమని చెప్పారు. గణపతి త్రయంబకం మీదుగా కుశావర్తమును చేరి అక్కడ నీలాంబికాలయంలో పధ్నాలుగు రోజులు తపస్సు చేసారు. అక్కడ రామభావు అను పండితుడితో పరిచయం ఏర్పడింది. ఆయన ప్రోత్సాహంతో మొదటిసారిగా అష్టావధానం చేసారు.

రామభావుకి తపస్సుకన్నా సాహిత్య చర్చాగోష్ఠులందే ఆసక్తి ఎక్కువగా ఉండడంతో గణపతి తపస్సు చేసుకోవడానికి ఏకాంతప్రదేశం కోసం వెతుకుతూ లక్ష్మణాలయంలో ప్రవేశించాడు. ఆలయంలో అంతకుముందే స్వామివారి నగలు అపహరింపబడడంతో దొంగను పట్టుకోవడానికి నిరీక్షిస్తున్న ఆలయపూజారి గణపతిని దొంగగా భావించి జుట్టు పట్టుకుని మేజిస్ట్రేట్ ముందు హాజరుపరచడానికి ఈడ్చుకువెళ్ళసాగాడు. రామభావు స్నేహితుడు ఇదిచూసి అతను దొంగకాదు పండితుడు అని చెప్పినా పూజారి వినలేదు. గణపతి పదే పదే తాను దొంగనుకానని చెప్పినా పూజారి వినకపోవడంతో ఆగ్రహంచెంది నాసిక్ ధ్వంసమైపోవాలని శపించాడు. పూజారి కుటుంబంతో సహా నాసిక్ నగరం మశూచీ, తుఫాన్‌లతో నాశనమై పోయింది. తర్వాత తపస్వికి ఆగ్రహం పనికిరాదనీ. ఒక వ్యక్తి చేసినపనికి మొత్తం నాసిక్ నగరమే నాశనం అయిపోవాలని శపించిన తన తొందరపాటుతనానికి గణపతి పశ్చాత్తాపం పొందారు. అక్కడికి సమీపంలోని నవభూతి అనే ప్రదేశంలో డబ్బై రోజులు నిరాటంకంగా తపస్సు చేసారు. ఒక దిగంబరుడు కలలో కన్పించి తపస్సు ఆపి ఇంటికి వెళ్ళమన్నాడు. గణపతి కలువరాయిని చేరిన వెంటనే తండ్రికి అంతవరకు జరిగిన విశేషాలన్నిటినీ చెప్పాడు.

నరసింహశాస్త్రి దుర్గామందిర్‌యోగి పోస్ట్ చేసిన లేఖని కుమారుడికి చూపించాడు. ఆ లేఖలో పై సగభాగంలో గణపతి స్కెచ్ వేసి ఉంది. అది చూసి గణపతి ఆశ్చర్యపోయాడు. వాస్తవానికి గణపతి తెల్లకాగితంలో ఆ స్కెచ్ వేసిన భాగంలో పసుపు రంగు ఉండడమే కాక కిందిసగభాగంలో లేఖ రాసినట్లుంది. ఇదంతా దేవుడి లీల తప్ప మరేమీకాదని తండ్రీకుమారులు అభిప్రాయపడ్డారు. విశాలాక్షి మళ్ళీ గర్భవతి అయింది. పురిటికి పుట్టింటికి వెళ్ళింది.

గణపతి ఈసారి ఒరిస్సాలోని భువనేశ్వర్ దేవాలయానికి వెళ్ళి అక్కడ ఏకాంత ప్రదేశాన్ని చేరుకుని పగటిపూట తపస్సు చేసుకుంటూ రాత్రిపూట లలితా సహస్రనామ స్తోత్రాన్ని తొమ్మిదిసార్లు చేయడం మొదలుపెట్టారు. ఈ విధంగా తొమ్మిది వారాలు గడిచింది. ఒక రోజు రాత్రి భువనేశ్వరీదేవి మంచి ఉల్లాసమైన ముఖారవిందంతో వెన్నెలలో ఒక రాతిమీద కూర్చుని గణపతికి దర్శనమిచ్చింది. చిరునవ్వుతో ఒక కప్పునిండా తేనెను గణపతికిచ్చింది. గణపతి తేనె తాగారు. కనులముందు నుండి ఆ దృశ్యం చెరిగిపోయింది. పెదవుల కంటిన తేనె అది కలకాదు యథార్థమని తెలియజెప్పింది.

ఆరోజునుండి గణపతి రాసిన ప్రతి వచనం, కవిత్వం తేనెలూరసాగింది. గణపతి మరో నాలుగు నెలలు భువనేశ్వర్‌లోనే ఉండి తపస్సు కొనసాగించారు. ఒకరోజు రాత్రి ఒక ఆవు మగదూడకు జన్మఇచ్చునట్లు గణపతికి కల వచ్చింది. మరో రెండు రోజులకి విశాలాక్షి మగబిడ్డను ప్రసవించినట్లు గణపతికి ఉత్తరం అందింది. గణపతి భువనేశ్వర్ నుండి బయలుదేరి వైతరిణి ఒడ్డున ఉన్న విరాజ పురానికి వెళ్ళి అక్కడ రెండునెలలు జపంచేసి తర్వాత కలువరాయికి బయలుదేరారు. పిల్లవాడికి తండ్రి సూచించినట్లుగా మహాదేవుడని నామకరణం చేసారు.

కలువరాయికి తిరిగి వచ్చిన తర్వాత గణపతి భార్య కోరిక మేరకు ఉద్యోగ ప్రయత్నాలు ప్రారంభించారు. గంజాం జిల్లా కొత్త అగ్రహారంలోని సంస్కృత పాఠశాలలో ఉపాధ్యాయుడి ఉద్యోగం ఉందని తెలిసి గణపతి అక్కడకి వెళ్ళారు. ఆ పాఠశాల యాజమాన్యం అతని విద్యార్హతలు చూపించమని అడిగినప్పుడుగానీ తన వద్ద విద్యార్హతలకు సంబంధించిన సర్టిఫికెట్లు లేవనే విషయం గణపతికి అర్థంకాలేదు. గణపతికి ఉద్యోగం రాలేదు. అక్కడినుండి బయలుదేరి గోదావరి ఒడ్డున ఉన్న ధవళేశ్వరం చేరుకుని మళ్ళీ తపస్సు ప్రారంభించారు. అక్కడ అస్వస్తతకు గురికావడంతో చికిత్సకోసం కేశనకుర్రు గ్రామం చేరారు. ఒకపక్క చికిత్స సాగుతుండ గానే మరోపక్క ఆ గ్రామంలోని ఒక పండితుడి వద్ద వేదాంతం, తర్కం రెండునెలల్లో నేర్చుకున్నారు. కలువరాయిలో మూడు నెలలపాటు పాణిని (వ్యాకరణం) అభ్యసించారు.

కావ్యకంఠ బిరుదు :

ప్రతి సంవత్సరం మందసా సంస్థానాధిపతి ఉగాది సందర్భంగా అష్టావధానం నిర్వహిస్తుండేవారు. 1900 సంవత్సరం ఉగాదికి గణపతి మందసా వెళ్ళి అష్టావధానం చేసారు. సంస్థానాధీశుడు గణపతిని కొన్ని రోజులు మందసలోనే ఉండాల్సిందిగా అభ్యర్థించాడు. సంస్థానాధిపతి కుమారుడు తనకు శివపంచాక్షరిని ఉపదేశించవలసిందిగా గణపతినికోరారు. అయితే రాజగురువు అభ్యంతరాన్ని తోసి అతనితో వాదించి గెలిచిన గణపతి రాజకుమారునికి శివపంచాక్షరి ఉపదేశించారు.

నవద్వీపంలో జరుగనున్న పండితపరిషత్‌కి వెళ్ళాల్సిందిగా సంస్థానాధిపతి గణపతిని ప్రోత్సహించారు. శివకుమారపండితుడిచ్చిన పరిచయలేఖను తీసుకుని నవద్వీపం చేరాడు. ఆ రోజుల్లో ఉన్నతవిద్యకు కాంచీపురం, అమరావతి, నలంద, ఉజ్జయిని, నవద్వీపం పేరుగాంచినవి. ఇందులో నవద్వీపం అత్యున్నతమైంది. ప్రతి సంవత్సరం దేశవ్యాప్తంగా విద్యార్థులు, పండితులు నవద్వీప విశ్వవిద్యాలయానికి వస్తుంటారు. అక్కడ విద్వత్పరీక్షలు నిర్వహించే ప్రదేశాన్ని 'హరిసభ' అంటారు. అత్యున్నత పండితులతో ఏర్పాటు చేసిన ప్రత్యేక కమిటీ విద్యార్థులను, పండితులని పరీక్షించి బిరుదులతో సత్కరిస్తుంది. హరిసభలోకి ప్రవేశించడం సాధారణమైన విషయం కాదు.

పండితులు, విద్యార్థులు వందలాదిమంది సందర్శకులతో నవద్వీపం సందడిగా ఉంది. ప్రవేశపరీక్ష నిర్వహించే ఉపసంఘం కార్యదర్శి శితికంఠ వాచస్పతిని కలవడం చాలా కష్టమైంది. మిథిలనుండి వచ్చిన గులాబిజ్ఞుడనే పండితుడు ఆ రాత్రికి గణపతికి బస ఏర్పాటు చేసాడు. గణపతితో జరిపిన సంభాషణ ద్వారా అతడు హరిసభ ప్రవేశానికి అర్హుడనే విషయం గులాబిజ్ఞుడు గ్రహించాడు. శివకుమార పండితుడి పరిచయ లేఖతో గణపతి ప్రతిభను గ్రహించిన శితికంఠ వాచస్పతి గణపతికి తన ఇంట బస ఏర్పాటుచేసాడు.

పాండిత్యంలోనూ, ఆశుకవిత్వంలోనూ ప్రఖ్యాతి గాంచిన అంబికాదత్తుడు ఆ సంవత్సరం విద్వత్పరీక్షలకు అధ్యక్షుడిగా ఉన్నారు. గణపతితో కలిసి సభలోకి ప్రవేశించిన శితికంఠ వాచస్పతి అంబికాదత్తుడికి పరిచయం చేయడానికి ఆయన వద్దకు వెళ్తుండగానే గణపతి పెద్దగా ఆ మహాశయుడు ఎవరు? అని అడిగాడు. శితికంఠుడు నివ్వెరపోయాడు. అయితే గణపతి ప్రశ్న విన్న అంబికాదత్తుడు చిరునవ్వుతో "సత్వరంగా కవిత్వం చెప్పగల గౌడుడను, అంబికాదత్తుడను" అని సంస్కృతంలో శ్లోకం చెప్పాడు. గణపతి ఆశ్లోకం పూరిస్తూ "గణపతి అను కవి కులపతిని, అతిదక్షుడను, దాక్షిణాత్యుడను" అని చెప్పడమే కాక "మీరు అంబికకు దత్తపుత్రులు, నేను ఔరసుడను" అన్నాడు. ఏ మాత్రం వెరవకుండా మాట్లాడుతున్న గణపతిని చూసి సభలోని వారందరూ నిశ్చేష్టులైనారు.

అంబికాదత్తుడు గణపతిని వేదికపైకి ఆహ్వానించి వరుసగా నాలుగు సమస్యల నిచ్చారు. వాటన్నిటిని గణపతి అద్భుతంగా పూరించాడు. ఆ తరువాత ఇరువురు కవిత్వంలో పోటీపడ్డారు. గణపతి కవిత్వపటుత్వానికి, నిరర్గళధారకు ఆయన ఆశ్చర్యపోయాడు. తర్వాత పరీక్ష నిర్వహించే పండితుల అభిమతం మేరకు గణపతి పద్ధెనిమిది శ్లోకాలలో భారతకథను ఆశువుగా చెప్పారు. దాంతో ఆయన పరీక్షించడం అయిపోయినట్లుగా ప్రకటించి గణపతికి "కావ్యకంఠ" బిరుదు నిస్తున్నట్లుగా ప్రకటించారు. 1900 సంవత్సరం జూన్ 20వ తేదీని నవద్వీప విద్వత్పరిషత్తు గణపతికి కావ్యకంఠ బిరుదు ప్రశంసాపత్రమునిచ్చి సన్మానించింది.

కాశీప్రయాణం :

గులాబిజ్ఞుడు ముర్షీదాబాదు ఆస్థానపండితుడు. అతడి ఆహ్వానంమేరకు గణపతి నవద్వీపం నుండి ముర్షీదాబాదు వెళ్ళారు. ముర్షీదాబాదు రాజు గణపతిని సన్మానించి తమ సంస్థానంలో కొన్నిరోజులు బస చేయాల్సిందిగా కోరారు. గణపతి అక్కడినుండి ప్రసిద్ధ పుణ్యక్షేత్రం వైద్యనాథ్ చేరి అక్కడ శివపంచాక్షరి జపం ప్రారంభించారు. అ దేవాలయానికి నిత్యం వచ్చే సురేష్‌మిత్ర అనే వ్యక్తితో పరిచయం కలిగింది. ఆయన గొప్ప ఉపాసకుడు. ఆయనవద్ద తారక మంత్రోపదేశం పొందారు. తర్వాత గహ్వాల సంస్థానాధిపతిని దర్శించి ఆయన వద్ద చదరంగంలో అత్యంత ప్రావీణ్యులుగా పేరుపొందిన ఎనిమిదిమందిని ఓడించి రాజుగారి అభిమానానికి పాత్రుడైనారు. రాజుగారు పళ్ళెంనిండా బహూకరించిన ధనంనుండి పది రూపాయలను కాశీ ప్రయాణం కోసం తీసుకుని కాశీకి బయలుదేరారు. కాశీ నుండి కాన్పూరుకు వెళ్ళారు. కంటిజబ్బుతో బాధపడ్తున్నట్లు తండ్రినుండి లేఖ అందుకున్న కావ్యకంఠుడు కలువరాయికి తిరిగివచ్చారు. అక్కడ పదిహేను నెలలుండి తండ్రికి సేవచేసి ఆయన చక్కబడేలా చేసారు. తండ్రి సలహాపై గణపతి భార్యతోకలిసి 1902 మార్చిలో నంది గ్రామంమీదుగా మందసా చేరి సంస్థానాధిపతి ఆతిథ్యం స్వీకరిస్తూ అక్కడ మూడు నెలలున్నాడు. విశాలాక్షమ్మకు అనారోగ్యం చేయడంతో

పుట్టింటికెళ్ళింది. గణపతి తన మిత్రుడు శివరామశాస్త్రిని వెంటపెట్టుకుని భువనేశ్వరానికి వెళ్ళి నెలరోజులపాటు దేవిని ఆరాధించారు.

మందస రాజమిత్రుడు దంతవాణీ సంస్థానాధీశుడు. ఆయన ఆహ్వానంపై దంతవాణీకి వెళ్ళి ఆయన సన్మానం, ఆతిథ్యం స్వీకరించి అక్కడినుండి కలకత్తా వెళ్ళారు. కలకత్తా నుండి శ్రీకాకుళం వచ్చారు. శ్రీకాకుళం నుండి స్వగ్రామానికి నడిచి వెళ్ళాలి. ఒకపక్క వర్షం కురుస్తోంది. ఇంతలో శివరామశాస్త్రి వెళ్ళి విజయవాడకు రెండు టికెట్లు కొనితెచ్చాడు. అన్నదమ్ములిద్దరు విజయవాడకు వచ్చి, కృష్ణానదిలో స్నానంచేసి కనకదుర్గను దర్శించుకున్నారు. విజయవాడనుండి కాళహస్తి అక్కడినుండి కాంచీపురం వెళ్ళారు. అక్కడ నారాయణుడనే జ్యోతిష్య విద్వాంసుడు పరిచయమైనాడు. అతని సూచనపై తేజోలింగ క్షేత్రమైన అరుణాచలానికి వచ్చారు.

అక్కడ గణపతి నవరాత్రులు జరుగుతున్నాయి. నవరాత్రుల చివరిరోజున గణపతి అరుణాచలానికి వచ్చారు. అక్కడి ఆచారం ప్రకారం ముందుగా అరుణాచలేశ్వరుడిని దర్శించుకుని తర్వాత అపీతకుచాంబదేవిని దర్శించు కోవాలి. అయితే గణపతి ముందుగా దేవిని దర్శించుకుని తర్వాత స్వామిని దర్శించుకున్నారు. ఆయన భక్తి పారవశ్యంతో అపూర్వమైన అనుభవం పొందారు.

ఇది తన తపస్సుకి అనువైన ప్రదేశంగా అనిపించిందని. ఇక ఈ ప్రదేశం వదిలి మరెక్కడకూ వెళ్ళనని గణపతి తన తమ్ముడితో చెప్పారు. ఆ రోజు ఏకాదశి కావడంతో సత్రం మూసివుంది. శివరామశాస్త్రికి బాగా ఆకలిగా ఉంది. పళ్ళు తిన్నా ఆకలి తీరలేదు. గణపతి తమ్ముడి ఆకలి తీర్చడానికి అక్కడ ఏ ఇంట్లోనన్నా భోజన ఏర్పాట్లు చేస్తారేమోనని విచారించసాగారు. ఒక ఇంటిముందు నిలబడి తమ్ముడి ఆకలి బాధ తీర్చలేని తన దీనస్థితిని తెలియజేస్తూ శ్లోకం చెప్పారు. ఇంటి తలుపు వేసివుంది. ఇంటివసారాలో పడుకున్న వ్యక్తి లేచి విషయం ఏమిటని అడిగారు. గణపతి చెప్పింది విని "అయ్యా! నా భార్య ఇప్పుడే వ్రతం ముగించింది. ఇద్దరు బ్రాహ్మణులకు భోజనం పెడ్దామనుకుంటే ఈ రోజు ఏకాదశి కావడంతో ఎవరూ దొరకలేదు. మీరిద్దరూ మా ఆతిథ్యం స్వీకరించండి" అని అర్థించాడు.

గణపతికి పెద్దగా ఆకలిగా లేదు. గణపతి తమ్ముడుతో కలిసి ఆ ఇంట్లోకి వెళ్ళారు. అక్కడ ఒక తులసి మొక్క దీపాలతో అలంకరించి ఉంది. ఇల్లు చాలా సాధారణంగా వున్నా ఆకర్షణీయంగా ఉంది. ఆ ఇంటి ఇల్లాలు ఎంతో ప్రేమగా భోజనం పెట్టింది. భోజనానంతరం అన్నదమ్ములిద్దరికీ తాంబూలం, దక్షిణ ఇచ్చారు. భోజనంచేసి ఇరువురు బయటకువచ్చి సత్రం వసారాలో నిద్రించారు. ఉదయం నిద్రలేచి ఆగృహస్తుకు కృతజ్ఞతలు చెప్పిరావడానికి వెళ్ళిన అన్నదమ్ములకు అలాంటి ఇల్లే కనిపించలేదు. అది కల అనుకోవడానికి వీలులేకుండా వారిచ్చిన తాంబూలం, దక్షిణ కళ్ళెదురుగా కనిపిస్తునేవున్నాయి. అరుణాచల దర్శనంతో గణపతి జీవితంలో నూతనాధ్యాయం మొదలైంది.

అరుణాచలంలో :

అరుణాచలంలో భోజనానికి ఇబ్బంది ఏర్పడింది. దాంతో కావ్యకంఠుడు అరుణాచలేశ్వరుడిని స్తుతిస్తూ వేయి శ్లోకాలను తపస్సులో భాగంగా చెప్పడానికి నిర్ణయించుకున్నాడు. ప్రతిరోజు తను రాసిన శ్లోకాలను ఈశ్వరుడి సన్నిధిలో నంది ముందునిలబడి చదవడం ప్రారంభించారు. దేవాలయానికి వచ్చేవారందరూ ఆ శ్లోకాలను మంత్రముగ్ధులై వినసాగారు దేవీనవరాత్రులైన వెంటనే అంటే 1902 అక్టోబరులో సహస్ర శ్లోకాల రచనకు పూనుకున్న గణపతి కార్తీకమాసంలో కృత్తికోత్సవానికి రెండు రోజుల ముందే పూర్తి చేసారు. చివరిరోజు మొత్తం వేయి శ్లోకాలను గానంచేసారు. గ్రంథ రచన ముగిసిన వెంటనే ఆ నగరంలోని ప్రముఖులు అక్కడి సంస్కృత పాఠశాలలో గణపతికి ఉపాధ్యాయ ఉద్యోగం ఇవ్వడానికి ముందుకు వచ్చారు. గణపతి పదిహేను రోజులలో తమిళ భాష నేర్చుకుని తమిళ మాధ్యమంలో సంస్కృత భాషను బోధించే ఉపాధ్యాయుడిగా పేరుతెచ్చుకున్నారు.

ఒకరోజు గణపతి విరూపాక్ష గుహలో ఉన్న బ్రాహ్మణస్వామిని చూడడానికి తన శిష్యుడు విశ్వనాథంతో కలిసి వెళ్ళారు. బ్రాహ్మణ స్వామి 1896 సెప్టెంబరు ఒకటిన తిరుచ్చుళి నుండి అరుణాచలం వచ్చి అనేక ప్రదేశాలలో తపస్సు చేసి జ్ఞానిగా ప్రజలచే గుర్తింపు పొందారు.

విరూపాక్ష గుహలో స్వామి కనిపించకపోయేటప్పటికి ఇరువురూ కలిసి పద్మనాభాశ్రమానికి వెళ్ళారు. అక్కడ ఒక రాతిపై కూర్చున్న బ్రాహ్మణస్వామిని చూడగానే దుర్గామందిర్‌యోగి చెప్పిన స్థూలశిరస్సు ఇతడే అని కావ్యకంఠుడు గుర్తించి ఆయన తేజస్సుకి ఆశ్చర్యపోతూ చేతులు జోడించి నమస్కరించారు. ఆశ్రమం ముందు కూర్చున్న పద్మనాభ స్వామికి గణపతి మంచిపండితుడని తెలుసు. శుక్లాంబరధరం శ్లోకాన్ని విష్ణుపరంగా చెప్పమని అడిగారు. గణపతి ఆ శ్లోకాన్ని విష్ణుపరంగానే కాక బ్రాహ్మణస్వామిపరంగానూ వ్యాఖ్యానించగా బ్రాహ్మణ స్వామి చిరునవ్వుతో అభినందించారు.

నెలరోజుల తర్వాత విశాలాక్షి తన ఐదు సంవత్సరాల కుమారుడు మహాదేవుడితో అరుణాచలానికి వచ్చింది. గణపతి తన భార్య, కుమారుడితో కలిసి వెళ్ళి బ్రాహ్మణస్వామిని దర్శించుకున్నారు. బ్రాహ్మణస్వామిని దర్శించుకున్నారేతప్ప ఆయనను ఆశ్రయించాలన్న తలంపు అప్పటికీ పూర్తిగా రూపుదిద్దుకోలేదు. అప్పటికీ బ్రాహ్మణస్వామి వయస్సు ఇరవైరెండు సంవత్సరాలు.

వేదాధ్యయనం - కవిత్వం :

గణపతి అరుణాచలంలో స్థిరపడ్డారు. సాంప్రదాయపద్ధతిలో వేదాధ్యయనం కొరకు వేదపాఠశాలలో ఒక పండితుని వద్దచేరి ఏడాదిపాటు ఋగ్వేదం నేర్చుకున్నారు. తర్వాత స్వయంగా వేదార్థం నేర్చుకుని గురువుకి చెప్పారు.

గణపతిశాస్త్రి ఖ్యాతి దశదిశలా వ్యాపించింది. ఆయనను దర్శించుకోవడానికి అనేకులు రాసాగారు. ఒకనాడు చెన్నపురి హైకోర్టులో గుమాస్తాగా పనిచేస్తున్న శాతంజేరి రామస్వామి అయ్యరు వచ్చారు. గణపతికి పాదాభివందనం చేసారు. తన తాత అయిన ఉపనిషద్బ్రహ్మే గణపతిశాస్త్రిగా తిరిగి జన్మించినట్లు ఆయనకు తోచి, తనను శిష్యుడిగా స్వీకరించమని అర్థించాడు. రామస్వామి అయ్యరు కోరిక మేరకు గణపతి చెన్నపురికి వచ్చారు. అక్కడ హైకోర్టు లాయరుగా ఉన్న పంచాపకేశ శాస్త్రి, వేదం వెంకటరాయశాస్త్రి, తండులం సుబ్రహ్మణ్యఅయ్యరుతో కలిసివచ్చి ఆయనను దర్శించుకున్నారు. వేదం వెంకటరాయశాస్త్రిగారి సందేహాలను ఆశువుగా శ్లోకాలను చెప్పి తీర్చారు. రంగయ్యనాయుడు అనే పండితుడు తాళపత్రవైద్య గ్రంథాన్ని తీసుకురాగా, ఒక గంటలో దాన్ని చదివి ఆయన సంశయాలన్నీ తీర్చి తిరిగి అరుణాచలానికి వచ్చారు.

నరసింహశాస్త్రి నేత్ర చికిత్స కోసం చెన్నపట్టణానికి వచ్చి అక్కడినుండి తిరువణ్ణామలై చేరి బ్రాహ్మణస్వామిని దర్శించారు. తండ్రి వచ్చిన విషయం తెలిసి గణపతిశాస్త్రి తండ్రిని చెన్నపురానికి తీసుకువచ్చి, కలువరాయికి పంపి రామస్వామి అయ్యరుకి ఇచ్చిన మాట నిలుపుకోవడం కోసం వారింటికి వెళ్ళారు. రామస్వామి ఇంట్లో ఉన్న గణపతిశాస్త్రిని దర్శించుకోవడానికి అనేకులు వస్తుండడంతో ఆ ఇల్లు చాలక గణపతి తన విద్యార్థి దొరస్వామి ఇంటికి తన బసను మార్చారు.

ఒకనాడు దొరస్వామి షేక్స్పియర్ రచించిన "మాక్బెత్" కథను గణపతికి చెప్పారు. మరుక్షణమే ఆ కథను కావ్యంగాచెప్పి అందరినీ ఆశ్చర్యచకితుల్ని చేసారు. మరో విద్యార్థి ఒక ఆంగ్ల వార్తాపత్రికలోని కొన్ని పంక్తులను చదివి వినిపించగా కావ్యకంఠుడు ఆ పంక్తులన్నీ మళ్ళీ చదివి వినిపించారు. దొరస్వామి భక్తితో ఆయనకి పాదాభివందనం చేసారు. దొరస్వామి మరెవరో కాదు గత జన్మలో కింకరుడైన సుధన్వుడని గణపతి గుర్తించారు.

చెన్నపురిలో విద్యార్థులు, పలువురు విద్వాంసులు కావ్యకంఠుని సన్మానించ దానికి నిర్ణయించారు. సరిగ్గా ఆ సమయానికి 'బాలసరస్వతి' 'భట్టిశ్రీ' బిరుదులు గల సుదర్శనుడు అనే సుప్రసిద్ధ పండితుడు కూడా వచ్చారు. ఆయనకు కూడా సన్మానం చేయాలని ప్రజలు పట్టుబట్టారు. సన్మాన సభవారు ఒక బంగారు తోడాని తయారు చేయించి ఈ ఇరువురిలో వాదంలో జయించినవారికి తోడా బహుకరించడానికి నిర్ణయించారు. అల్లాడ కృష్ణస్వామి అధ్యక్షతన జరిగిన ఈ సభలో కావ్యకంఠుడు విజేయుడై తోడాను పొందడమే కాక మరోసభలో సుదర్శనుడి మోసాన్ని పాండిత్యహీనతను బయటపెట్టి ప్రజల అభినందనలను స్వీకరించారు. అభిమానుల తాకిడినుండి తప్పించుకోవడానికి గణపతి తన బసను పంచాపకేశశాస్త్రి ఇంటికి మార్చారు. అక్కడ శంకరశాస్త్రి అనే మరో విద్యార్థి గణపతి శిష్యగణంలో చేరారు.

దేశాన్ని ఉద్ధరించాలనే తపన :

దొరస్వామి, శంకరశాస్త్రిని చూసి విద్యార్థులు గుంపులుగుంపులుగా వచ్చి గణపతిని సముద్రతీరానికి వెంటబెట్టుకుని వెళ్ళి దేశోద్ధరణకు ఉపాయాలను గూర్చి చర్చిస్తుండేవారు. "కాషాయంధరించడం, శిరోముండనం చేయించుకోవడంలో మనకున్న గౌరవాన్ని ఆసరా చేసుకుని ఇతర దేశస్తులు గుంపులుగుంపులుగా వచ్చి మనదేశాన్ని కొల్లగొట్టారు. ఇలాంటి శుష్కవైరాగ్యాన్ని ఆశ్రయించిన ఈ వేషధారుల పట్ల మనం అనాదరం చూపి వీరిని గార్హస్థ్యం వైపు మరల్చడం మన జాతికవసరమైన ప్రథమ సంస్కారం. నవ్వులపాలు చేయని విధంగా సంప్రదాయాలను సంస్కరించు కోవాలి. మనకు ఆదర్శప్రాయులైన ఋషులను నీచబరిచేవిధంగా అల్లిన కథలను పురాణ, కావ్య, ప్రబంధ, నాటకాది గ్రంథాలనుండి తొలగించడమే కాక కవులలో ఈ విధమైన ధోరణిని తీవ్రంగా నిరసించాలి. ఇకనాలుగవది. మన జాతిలో వీర్యబల తేజాలు తిరిగి వర్ధిల్లడానికి, మంత్రధ్యానాలలో స్త్రీ పురుష, వర్గ బేధముల వంటివి లేకుండా చేసి అన్ని గృహాలు మంత్రస్పందనలతో ప్రతిధ్వనించేలా చేయాలి. ఈ నాల్గింటిని ఏకకాలంలో సాధిస్తే మనదేశం, మనజాతి కూడా సర్వారిష్టముల నుండి విముక్తి పొందడం తథ్యమని గణపతి చెప్పారు. భారత జాతి దుర్గతి గురించి ఆయన ఎంతగానో పరితపిస్తుండేవారు.

కావ్యకంఠుడు చెన్నపురి నుండి తిరువణ్ణామలై చేరారు. ఒకనాడు రంగయ్య నాయుడు రామస్వామిఅయ్యర్‌తో కలిసివచ్చి వేలూరులోని క్రైస్తవ కళాశాలలో తెలుగు ఉపాధ్యాయుడిగా చేరమనికోరారు. భార్య విశాలాక్షమ్మ కూడా ప్రోత్సహించడంతో 1904 జనవరిలో గణపతి అరుణాచలం వదిలి వేలూరుకు వచ్చారు. కళాశాలలో ప్రవేశించిన తొలిరోజే అక్కడ ఎఫ్.ఏ. తరగతిలో ఉన్న రామస్వామిఅయ్యర్ మేనల్లుడు అప్పుశాస్త్రి (కె.జి. సుబ్రహ్మణ్యశాస్త్రి)ని తనకు ఆప్తుడైన శిష్యుడిగా గుర్తించారు. అప్పుశాస్త్రి, ఆయన తమ్ముడు కల్యాణరామశాస్త్రి తన పూర్వజన్మ సంబంధులైనవారిగా గుర్తించి కావ్యకంఠుడు వారికి మంత్రోపదేశం చేసారు. వేలూరులో ఆయన వద్ద మంత్రదీక్షలను పొందినవారిలో సర్వేపల్లి రాధాకృష్ణన్‌గారి పినతండ్రి నరసింహం ఉన్నారు. ఈయన తర్వాత సన్యసించి ప్రణవానందుడైనారు.

కావ్యకంఠుడు అనేక బహిరంగసభలలో వేదమత ప్రాముఖ్యతను గురించి ప్రసంగించారు. విద్యార్థులలో వేదమతాభిమానంతోపాటు దేశభక్తి ఎక్కువైంది. కొందరు విద్యార్థులు ఆయన వద్దకు వచ్చి దేశస్వాతంత్ర్యంకోసం మంత్రశక్తితో ఉద్యమం నడుపగలిగే సంఘాన్ని స్థాపించాల్సిందిగా కోరారు. అప్పుడు ఆయన బ్రాహ్మణవిద్యార్థులతో ఇంద్ర సంఘమును స్థాపించి "ఉమాంవందేమాతరం" అనే ఒక మంత్రాన్ని కల్పించి వారికి ఉపదేశించి వేదమతోద్ధరణకు కృషి చేయాల్సిందిగా కోరారు. గణపతి విద్యార్థులను రెచ్చగొట్టి ప్రభుత్వానికి వ్యతిరేకంగా విప్లవాన్ని ప్రోత్సహిస్తున్నాడని కొందరు గిట్టనివారు ప్రభుత్వానికి ఫిర్యాదుచేసారు కానీ పై అధికారులు విచారించి సరికాదని తోసిపుచ్చారు.

1907 ఫిబ్రవరి 17వ తేదీ తెల్లవారుఝామున గణపతికి భద్రకుడు కలలో కనిపించి "నాపని ముగిసింది. నీవు జాగరూకుడవై నీతపస్సు చేత సంఘాన్ని తీవ్రంగా చలింపచేయి" అని చెప్పారు. గణపతి సోదరుడు పోయినట్లుగా విచారించి స్నానం చేసి ఆయనకు తర్పణం వదిలారు. తెల్లవారిన తర్వాత అప్పుశాస్త్రి తెచ్చి ఇచ్చిన పేపరులో ఆ రాత్రి మరణించిన దివ్యజ్ఞాన సమాజాధ్యక్షుడైన కల్నల్ ఆల్కాట్ ఫోటో చూసి అతడే భద్రకుడని గుర్తించారు.

తండ్రి నరసింహశాస్త్రి నేత్రరోగం ఉపశమింపచేయడానికి కలువరాయి వెళ్ళి ఆయనను తీసుకుని ప్రయాగలో ఆయనచేత స్నానంచేయించగానే నేత్రరోగం పోయింది. ఇంతలో వేలూరులో ఉన్న తన కుమారుడికి మశూచి సోకిందని తెలిసి, భార్యతోపాటు వేలూరు వచ్చి శీతలాదేవిని ప్రార్థించడంతో కుమారుడి మశూచి మాయమైంది. ఆ సంవత్సరం అక్టోబరులో నవరాత్రుల సందర్భంగా వేలూరుకి 24 మైళ్ళదూరంలో గల పడ్రైవీడులోని రేణుకాదేవి దేవాలయాన్ని కుటుంబంతో సహా సందర్శించారు. ఆయనకు తపస్సు చేయాలనే కాంక్ష తీవ్రమైంది. పడ్రైవీడు నుండి తిరిగి వచ్చిన తర్వాత ఉద్యోగానికి రాజీనామా చేసి తపస్సు చేయడానికై 1907 నవంబరు 3న తిరువణ్ణామలై తిరిగి వచ్చారు. తపస్సుకి యోగ్యమైన మంచి ప్రదేశాన్ని చూపించాల్సిందిగా తన శిష్యుడు వాసుదేవశాస్త్రిని అడిగారు. ఆయన పచ్చయమ్మన్ కోవెల (శ్యామాంబికాలయాన్ని)ను చూపారు. ఆయనక్కడ దీక్షతీసుకొని ఆ దేవినే ధ్యానించడం ఆరంభించారు గానీ, అక్కడ ధ్యానం కుదరలేదు. అక్కడ నుండి నైరుతి లింగ స్థలానికి వచ్చారు. వారం రోజులు తపస్సు చేసేటప్పటికి అరుణాచలేశ్వరుడి ఆలయంలో కృత్తికోత్సవాలు ప్రారంభమైనాయి.

ఏడవరోజు రథోత్సవం. ఆ రథం వేదపాఠశాలకు, ధర్మశాలకు మధ్య ఆగిపోయింది. ఎంతమంది లాగినా కదలలేదు. అర్ధరాత్రి అయింది. ధ్యానం ముగించి నిద్రపోతున్న కావ్యకంఠుడికి కలలో గుడిపూజారి కనిపించి "అయ్యా! మీరు వస్తేగాని రథం కదలదు అని చెప్పారు. ఉదయం పది గంటలకు గణపతి శాస్త్రి రథంవద్దకు పరుగున వచ్చిచూడగా రథాన్ని లాగడానికి ప్రజలు చేస్తున్న ప్రయత్నాలు కంటబడ్డాయి. రథాన్ని సమీపించి దేవునికెదురుగా రోడ్డుపై సాష్టాంగపడి, "తండ్రీ! రథము కదులునట్లు అనుగ్రహింపుము" అని ప్రార్థించి పక్కకు తొలగి గుంపులో కలిసిపోయారు. అప్పుడు రథం సులభంగా కదిలింది.

ఆ రోజు మధ్యాహ్నం ఆయనకు హఠాత్తుగా బ్రాహ్మణస్వామిని దర్శించు కోవాలనే ఆలోచన వచ్చింది. అంతే! మండుటెండలో వడివడిగా విరూపాక్ష గుహదగ్గరకు వెళ్ళారు. స్వామి ఒక్కరే ఒక తిన్నెపై కూర్చుని ఉన్నారు. ఆయన పాదాలకు నమస్కరించి భక్తిపారవశ్యంతో కనులవెంట నీరు కారుతుండగా "స్వామి! ఉత్తమమైన మంత్రాలతో గాఢంగా తపస్సు చేసినప్పటికీ నా పట్ల దేవుడు ప్రసన్నుడు కాలేదు. పండితుడనైనప్పటికీ నాలో లోపం ఎక్కడ ఉందో కనిపెట్ట లేకపోతున్నాను. తపస్సు స్వరూపం తెలుసుకోవడానికి మిమ్ములను శరణు కోరుతున్నాను. అనుగ్రహించండి" అని వేడుకున్నాడు.

బ్రాహ్మణస్వామి కావ్యకంఠుడ్ని గుర్తించి కొంతసేపు కరుణార్ద్ర దృష్టితో చూసి తమిళంలో "నేను అను స్ఫురణము ఎక్కడినుండి వస్తున్నదో గమనిస్తే మనస్సు అందులో లీనమవుతుంది. అదే తపస్సు జపం చేసేటప్పుడు మంత్రనాదం ఎక్కడ ఉదయిస్తోందో పరికిస్తే మనస్సు అందులో లీనమవుతుంది. అదే తపస్సు" అన్నారు. ఈ ఉపదేశం 1907 నవంబరు 18న అంటే బ్రహ్మోత్సవాలలో ఎనిమిదవ రోజు అయిన కార్తీక శుద్ధ చతుర్దశి అశ్వినీ నక్షత్రయుక్త సోమవారం జరిగింది. అంతేకాదు, గుహలోపల కూర్చుని ధ్యానించమని స్వామి చెప్పడంతో గురుకటాక్షంతో గుహలో ప్రవేశించగలుగుతున్నందుకు ఎంతో సంతోషించారు. ఎట్టి ఆలోచనలను రానీయక, ఆలోచన వచ్చినంతనే దాని పుట్టుకస్థానాన్ని గమనిస్తూ దానిని అణచడమే ఈ సాధనంయొక్క పద్ధతి.

నేను అనే స్ఫురణలో రెండు భాగాలున్నాయి. ఒకటి కర్తృత్వం, రెండవది మనోప్రసరణం. దీనిని వృత్తి అంటారు. కర్తృత్వం చేతనం అయితే మనోవృత్తి జడం. ఆలోచనను అరికట్టి నేను మూలాన్ని పరికిస్తూ ఉంటే మనోవృత్తి లయంచెంది 'నేను' శుద్ధ చైతన్యంగా భాసిస్తుంది. శుద్ధ చేతనమైన 'నేను' అనే స్ఫూర్తే ఆత్మ. నేను శుద్ధంగా గోచరించడమే ఆత్మ సాక్షాత్కారం.

నాయన - రమణ మహర్షి :

కావ్యకంఠుడు మనస్సును అంతర్ముఖం చేసి దాని మూలాన్ని పొందలేక పోయినప్పటికీ దానియొక్క సమీపంలో సుఖస్థితిపొంది ఒక గంటసేపు ధ్యానం చేసుకున్నారు. భగవంతుడే ఈ స్వామిరూపంలో తన తపోవిధానాన్ని పునరుద్ధరించి ఉంటారని నిర్ణయించు కున్నారు. కొద్దిసేపటికి బ్రాహ్మణస్వామికి పరిచర్యలు చేసే పళనిస్వామి అక్కడికి రాగా "స్వామి" అసలు పేరేమిటని అడిగారు. "వెంకట రామన్" అని చెప్పారు పళనిస్వామి.

బ్రాహ్మణస్వామిని గురువుగా భావించిన కావ్య కంఠుడు ఆయన పేరును భగవాన్ 'శ్రీ రమణ మహర్షి'గా భావించడం ఉచితంగా ఉంటుందను కోవడమేకాక అప్పటికప్పుడు పళనిస్వామినడిగి పేపరు, పెన్ను తెప్పించుకున్నారు.

'శ్రీ రమణ పంచకము' అనే పేరుతో ఐదు శ్లోకాలను రచించి స్వామి సమక్షంలో వాటిని చదివి తమిళంలో వాటి అర్థం వివరించి వాటిని గురుదక్షిణగా రమణ మహర్షికి సమర్పించారు. స్వామి వాటిని స్వీకరిస్తూ సరే నాయనా అన్నారు. ఆ కాగితాన్ని భద్రపరచమని పళనిస్వామికి ఇచ్చారు.

ఇన్నాళ్ళూ మౌనంగా ఉన్న బ్రాహ్మణస్వామి మాట్లాడడంచూసి పళని ఆశ్చర్యం, ఆనందంతో ఉక్కిరిబిక్కిరి అవుతూ ఊర్లోకి పరుగెత్తుకెళ్ళి "నాయన" అనే ఆయనతో స్వామి మాట్లాడారని కనిపించిన వారికల్లా చెప్పారు. ఇంకేముంది! జనం తండోప తండాలుగా స్వామి దర్శనానికి వచ్చారు. నాయన ఆ రోజు రథం కదలడానికి కారకులని అందులో కొందరు గుర్తించారు.

వారు స్వామికి, గణపతికి సాష్టాంగ ప్రణామాలు చేసారు. ఈ స్వామి భూలోకంలో అవతరించిన దివ్యమూర్తి. నేను ఈయనకు భగవాన్ శ్రీ రమణ మహర్షిగా నామకరణం చేసాను. ఇక నుండి మీరందరు ఆయనను భగవాన్ అని పిలవండి. రమణ నామస్మరణతో మీరందరూ ధన్యులవుతారు. ముందుగా ఇక్కడి క్షేత్రదేవతైన సహాయవల్లిని ప్రార్థిద్దాం అంటూ నాయన దేవిని స్తుతిస్తూ శ్లోకం చెప్పారు.

గణపతిశాస్త్రి ఈ విషయాన్ని భార్య విశాలాక్షమ్మకు లేఖద్వారా తెలియజేసారు. ఆమె దీపోత్సవం రోజుకి ముప్పైమంది శిష్యులతో అక్కడికి రాగా ఆమెను చూస్తూనే మహర్షి నాయనా అమ్మ వచ్చింది అన్నారు. ఆమె కూడా భర్తను నాయనా అని సంబోధించింది. దక్షిణ భారతదేశంలో వినాయకుడ్ని నాయనా అంటారు. వినాయకుడి అంశంలో పుట్టిన గణపతికి ఆపేరు సరిగ్గా సరిపోయింది.

అమ్మను గుహలోకి రమ్మని నాయన ఆమెకు తారక మంత్రాన్ని ఉపదేశించి దానిని వ్యాపింపచేసే అధికారం ఇచ్చారు. భగవాన్ తమకు వాన ప్రస్థాశ్రమమును అనుగ్రహించారని ఆ దంపతులు గ్రహించారు. మరునాడు అమ్మ శిష్యులతో కలిసి వెళ్ళిపోయింది. కావ్యకంఠుడు రమణ మహర్షి చూపించిన చూత గుహలో తపస్సు ప్రారంభించారు. భగవాన్‌కి భోజనం తీసుకు వచ్చే ఎచ్చమ్మ, నాయనకు కూడా భోజనం తీసుకురాసాగింది.

ఉమాసహస్రం :

రమణమహర్షి ఉపదేశాన్ని వివరిస్తూ కావ్యకంఠుడు దేవీ స్వరూపంలో ఉమా సహస్రాన్ని ఇరవై రోజులలో ముగించడానికి దీక్షబూని, వారి అనుమతి పొంది 1907 నవంబరు 26న గ్రంథరచనకు పూనుకున్నారు. గడువులోపల పూర్తికాకపోతే అంతవరకు రాసిన గ్రంథాన్ని చించివేస్తానని శపథం చేసారు. కొన్నిరోజులు చాలా వేగంగా నడిచింది. మరి కొన్ని రోజులుండగా కుడి చేతి బొటన వేలిపై గోరుచుట్టు ఏర్పడి రచన మందగించింది. ఒక బ్రహ్మణుడు కలలో కనిపించి ఆదేశించాడంటూ పుణ్యకోటి అనే వైద్యుడు వచ్చి గోరుచుట్టుకి చికిత్స చేసారు. బాధతగ్గినా రాయడానికి వేలికట్టు అడ్డువచ్చింది. ఆ రోజు ఇరవైయవరోజు, మరో 250 శ్లోకాలు రాయవలసి ఉండగా కావ్యకంఠుడు ఐదుగురు లేఖకులను ఏర్పాటు చేసుకుని ఆశువుగా శ్లోకాలను చెప్పసాగారు. రమణ మహర్షి ఆయనవెనుకే కూర్చున్నారు. అర్ధరాత్రికి ముందే గ్రంథాన్ని పూర్తిచేసారు. రమణ మహర్షి కళ్ళు తెరిచి నాయనా! నేను చెప్పినదంతా రాసుకున్నారా అని అడగడంతో అందరూ ఆశ్చర్యపోయారు. మీరు చెప్పినది గ్రహించి గ్రంథాన్ని ముగించామని నాయన వినయంగా చెప్పారు.

భగవాన్ ఆదేశంమేరకు నాయన కొండ శిఖరంలోని "సప్తర్షురి" అనే ప్రదేశానికి వెళ్ళి శిరస్సు తాపమును ఉపశమింపచేసుకుని దూరదృష్టి, దూరశ్రవణం తదితర సిద్ధులను పొంద

తిరిగివచ్చారు. తర్వాత మరకత శ్యామలాంబ ఆలయంలో నాయన ఉమాసహస్రాన్ని పఠించారు. ఒకనాడు తెల్లవారుజామున భక్తులు భగవాన్ సమక్షంలో ప్రార్థనచేయడానికి ఉపక్రమిస్తుండగా ఉన్నట్లుండి భగవాన్ చుట్టూ ఒక జ్యోతి ఆవిర్భవించి ఆయన ఫాలభాగాన్ని ఆరుసార్లు తాకి ఆయనలో లీనమైంది, షణ్ముఖుడే రమణుడని తేటతెల్లం కావడంతో నాయన భక్తిపారవశ్యంతో భగవాన్‌ని కార్తికేయుడిగాస్తుతిస్తూ ఎనిమిది శ్లోకాలను చెప్పారు. భగవాన్ రమణమహర్షి రేణుకాతత్త్వం గురించి మంత్రశాస్త్రంలో ఏవిధంగా రాసి వుందో అడిగి తెలుసు కున్నారు.

తపస్సు - శిష్యులు :

తపస్సు చేయడానికి ఏకాంత ప్రదేశాన్ని వెదకడానికి నాయన బయలు దేరుతుండగా వాసుదేవశాస్త్రిని వెంటతీసుకొని వెళ్ళాల్సిందిగా భగవాన్ చెప్పారు. నాయన, వాసుదేవశాస్త్రి మద్రాసు సమీపంలోని తిరువత్తియూరు చేరుకున్నారు. అక్కడ కపాలిశాస్త్రి గణపతికి శిష్యుడైనారు. కల్యాణ రామశాస్త్రికి రేణుకాదేవి ఆవేశం కలిగినట్లు కబురందగానే గణపతి, వాసుదేవశాస్త్రిని తిరువణ్ణామలైకి పంపి, కల్యాణరాముడ్ని వెంటబెట్టుకుని రేణుకాదేవిక్షేత్రమైన పడైవీడుకు బయలుదేరారు. పడైవీడు కుండలినీ నదీతీరంలో ఉంది. అక్కడ గణపతి తపస్సుచేస్తూ కల్యాణరాముడి ఆవేశాన్ని తగ్గించే ప్రయత్నం సాగించారు.

గణపతి మంత్రదీక్షలతో యువతను పెడదారి పట్టించడమేకాక వారిని ప్రభుత్వంపై తిరుగుబాటుకు పురికొల్పుతున్నాడనీ, ఉమాసహస్రంలో ఇవే భావాలను పొందుపరిచారని కొందరు ప్రచారం చేయడంతో పోలీసులు గణపతి వద్దకు వచ్చారు. శిష్యులు గణపతి సూచన మేరకు ఉమాసహస్రాన్ని తీసుకెళ్ళి కుండలినీ నదీతీరంలో ఇసుకలో దాచారు. పోలీసులు విచారణ జరిపి గణపతి అపరాధికాడని వెళ్ళి పోయారు. ఆ రాత్రి నదికి వరదవచ్చి ఉమాసహస్రం కొట్టుకుపోయింది. కుండలినీ నది గ్రంథాన్ని తీసుకెళ్ళిందనీ, తను మరలా రాస్తానని నాయన రమణ మహర్షికి తెలియజేసారు. పడైవీడు వదిలి వెళ్ళిపొమ్మని పోలీసులు చేసిన హెచ్చరికను నాయన పట్టించుకోకుండా రేణుకాదేవి ధ్యానంలో మునిగిపోయారు.

1908 మే 12న విశాలాక్షమ్మకు ఆడపిల్ల పుట్టిందని తెలిసి నాయన వేలూరుకు వెళ్ళి అమ్మాయికి వజ్రేశ్వరి అని పేరు పెట్టారు. గణపతి మళ్ళీ పడైవీడుకు పోయి 40 రోజులు తపస్సు చేసారు. దీక్ష చివరిరోజున ఆయనకు రేణుకాదేవి దర్శనభాగ్యం కలగటమే కాక, శరీరంలో ఆమె నూతన శక్తిని ప్రసరింపచేసినట్లు, కుమారస్వామి చేతిలోని "శక్తి" ఆయుధాన్ని తనకు ఇచ్చినట్లుగా అనుభూతి చెందారు. తర్వాత ఆయనకు ఋగ్వేదంలోని అస్త్ర విద్యా మహామంత్రం కళ్ళముందు సాక్షాత్కరించింది. ఇవన్నీ అమ్మవారి అనుగ్రహంవల్ల తనకు కలిగిన అనుభూతులుగా తలచిన వాసిష్ట గణపతి పడైవీడు నుండి వేలూరుకు తిరిగి వచ్చారు. శిష్యులకు అస్త్రమంత్రాన్ని ఉపదేశించి వారి సంఘాన్ని బలోపేతం చేసారు. అయితే ప్రభుత్వాధికారులు

మాత్రం దానిని తిరుగుబాటుదార్ల సంఘంగా భావించి ఆయనను అరెస్టుచేయడానికి ప్రయత్నించి, విఫలులయ్యారు. ఆ తర్వాత హోస్పేటలో అరెస్టు చేసి ఒకరాత్రి జైలులో పెట్టారు. మరురోజు పోలీసు ఇన్‌స్పెక్టరు ఆయనను వివరాలడిగి తెలుసుకుని ఆయనను విడుదల చేయడమే కాక ఆయనవద్ద మంత్రదీక్ష తీసుకుని శిష్యుడైనాడు.

'మా ఊళి' నుండి వేలూరు మీదుగా గణపతి తిరువణ్ణామలై వచ్చి రమణ మహర్షి దర్శనం చేసుకున్నారు. ఉమాసహస్రాన్ని తిరిగి రాసినతర్వాత గానీ చూత గుహలోకి ప్రవేశించనని శపథంపట్టిన వాసిష్ఠ గణపతి తిరిగి వేలూరు వచ్చేసారు. అక్కడినుండి బయలుదేరి రామేశ్వరం, కన్యాకుమారి, శుచీంద్రం, జంబుకేశ్వరం క్షేత్రాలను సందర్శించి అఖిలాండేశ్వరిని స్తుతిస్తూ పదిరోజులు ధ్యానంచేసి ఉమాసహస్ర రచనకు పూనుకున్నారు. ఏడువందల శ్లోకాలకు మించి గుర్తురాక పోవడంతో ఆశ్లోకాలను ఒక శిష్యుడి ద్వారా రమణ మహర్షికి పంపి తిరువొత్తియూరు. చిదంబరం, పక్షితీర్థం, తిరుత్తణి క్షేత్రాలను దర్శించి వేలూరుకు తిరిగివచ్చారు.

1910 నుండి 1912 వరకు మద్రాసులో కాపురమున్న గణపతి అక్కడినుండి కాలడి, గోకర్ణం, ఉడిపిల క్షేత్రాలను సందర్శించి బడబాండేశ్వరమనే బలరామ క్షేత్రంలో తపస్సుచేసారు. అక్కడి పీఠాధిపతులు ఆయనను సత్కరించగా వారి అభ్యర్థనమేరకు నాయన అద్వైత, విశిష్టాద్వైత, ద్వైత సిద్ధాంతాల సారాన్ని వంద శ్లోకాలలో చెప్పారు. ఇది 'తత్త్వఘంటాశతకం'గా ప్రసిద్ధి చెందింది. రమణ మహర్షి ఈ శతకాన్ని ఎంతగానో మెచ్చుకున్నారు.

1912 లో గోకర్ణంలో అనంతశాస్త్రి అనే పండితుడ్ని ఓడించడమేకాక శైవ, వైష్ణవ మతములు రెండును వేదంలో చెప్పబడిన ఇంద్ర మతమునకు శాఖలవంటివని నిరూపించి వేదాలను ఉద్ధరించాల్సిన ఆవశ్యకత ఉందని నొక్కివక్కాణించారు. అదేవిధంగా పరాశర సంహితలోని సందేహాలను గూర్చి కొంతమంది జ్యోతిష్య శాస్త్రజ్ఞుల నడుగగా నాయన వారి సందేహాలను తీర్చడమేకాక జ్యోతిష్యశాస్త్రం సులభంగా అర్థం చేసుకొనేందుకుగాను లఘుసంహిత అనే పేరుతో కొన్ని సూత్రాలను రచించారు. అదేయేడు డిసెంబరులో తండ్రి నరసింహశాస్త్రి మరణించడంతో నాయన కలువరాయికి వెళ్ళి తండ్రి శ్రాద్ధకర్మలు నిర్వహించి తిరువణ్ణామలై వెళ్ళి రమణ మహర్షిని దర్శించుకుని గోకర్ణం చేరారు. 1913 ఏప్రిల్‌లో గోకర్ణ సమీపంలోని "సన్నబేలా"లో నాయన ఆధ్వర్యంలో జ్యోతిష్టోమయజ్ఞం తలపెట్టారు. ఉప్పుందోపాధ్యాయుడనే పండితుడు. యజ్ఞంలో పాల్గొన్న వేద పండితులకు యజ్ఞసమయంలో ఉచ్చరించే ప్రతి మంత్రానికి నాయన అర్థం వివరించి చెప్పడంతో పండితులందరూ ఎంతో సంతోషించారు.

సికింద్రాబాదులో తిరుపతి వెంకటకవులు శతావధానానికి వచ్చిన నాయన ప్రేక్షకులలో ఎవరికీ తెలియకుండా ఒక మూలగా కూర్చున్నారు. ఆ సభలో ఈ జంటకవులు అవధానంలో తమను ఓడించగల వారెవరైనా ఉంటే తాము మీసాలు తీసివేసి అట్టివ్యక్తికి దాసోహం అయిపోతామని సవాలు చేసారు. ఇంతలో ఎవరో నాయనని గుర్తించి ఆ విషయుం జంటకవుల

చెవిన వేసారు. అంతే! వాళ్ళిద్దరూ పరుగున వచ్చి నాయన కాళ్లపై బడ్డారు. అయితే నాయన వారి నైపుణ్యాన్ని, పాండిత్యాన్ని మెచ్చుకోవడమే కాక వారిని ఆశీర్వదించి ప్రోత్సహించారు.

1917 జూన్‌లో వాసిష్ట గణపతి మందసానుండి తిరువణ్ణామలై చేరారు. విరూపాక్ష గుహ వసతిగా లేకపోవడంతో స్కందాశ్రమంలో రమణ మహర్షితో కలిసి ఉంటూ మూడు రోజులలో దశమహా విద్యల సారాన్ని సంగ్రహిస్తూ 475 సూత్రాలను రచించారు. అంతక్రితం ప్రారంభించిన హృదయకుహర శ్లోక వ్యాఖ్యాన గ్రంథాన్ని రమణ మహర్షి ఉపదేశాల వివరణతో 300శ్లోకాలలో 186 అధ్యాయాలుగా రచించారు. ఇదియే 'రమణగీత'. విశాలాక్షమ్మ కోరికమేరకు నాయన ఆమెను, దైవరాతుని వెంటబెట్టుకుని 1917 అక్టోబరులో పడైవీడు చేరారు. అక్కడ ఆమె 40 రోజులు తపస్సు చేసారు. కుమారుడు మహాదేవుడికి వివాహం నిశ్చయం అయింది. రమణ మహర్షి ఆశీస్సుల కోసం తిరువణ్ణామలైవచ్చిన నాయన, రమణమహర్షి సోదరుడికి, తల్లి అలఘమ్మకు సన్యాసం ఇచ్చారు. 1918 మార్చి 15న మహాదేవుడి వివాహం జరిగింది. అక్టోబరులో నాయన దంపతులు సికింద్రాబాదుకు వచ్చి 1919 డిసెంబరువరకు అక్కడే ఉన్నారు.

కపాల భేదం:

నాయన అరుణాచలంలో లేకపోవడం ఆయన శిష్యులకు అసహనంగా తయారైంది. నాయనను ఎక్కువ రోజులు సికింద్రాబాదులో ఉంచుకోవద్దని వారు అప్పుశాస్త్రికి లేఖలు కూడా రాసారు. అప్పుశాస్త్రి ఆ లేఖలను మౌనంగా నాయన ముందు పెట్టారు.

1922 ఏప్రిల్‌లో నాయన అరుణాచలానికి వచ్చారు. చూతగుహయందు గుడి నిర్మాణం, మరమ్మతులు ప్రారంభమైనాయి. నాయన ఏడవసారి ఉమాసహస్ర సంస్కరణ ప్రారంభించారు. ఇరవై రోజులలో ఇంద్రణీ సప్తశతి రచించాలని నిర్ణయించుకున్నారు. ఆయన సంకల్పం ఆచరణలోకి రాకముందే తీవ్రశిరోవేదన ప్రారంభమైంది. అది అంతకంతకూ తీవ్రమై మూడవరోజు గొడ్డలితో తలపై కొడ్తున్నంత బాధ. నోరు తెరవలేకపోయారు. ఆహారం లేదు. అతికష్టంమీద కొద్దిగా పాలుతాగారు. వెన్నులో నుండి కంఠం వరకు తీవ్ర తాపం. అలాగే కూర్చునే ఉన్నారు. పడకకుదరలేదు. అర్ధరాత్రి అయేటప్పటికి నాయన శిరస్సు నుండి "టప్" అని పేలిన శబ్దాన్ని గుహబయట కూర్చున్న కుమార్తె వజ్రేశ్వరి, భార్య విశాలాక్షమ్మ విని భయకంపితులయ్యారు. నాయన శిరస్సు నుండి కాంతి గుహ పైకప్పుపై గుండ్రంగా పరుచుకోవడంతో గుహ అంతా వెలుగులతో నిండిపోయింది. కాంతితో బాటు నాయన శిరస్సునుండి పొగ ఆవిరి వెలువడినాయి.

"శీర్ష కపాలములు రెండూ వేరవడానికి ఇంత బాధ కలిగింది. అమ్మయ్య! బాధ తగ్గింది" అని నాయన అక్కడి వారితో చెప్పారు. తెల్లవారిన తర్వాత ఆవిరిపొగ వేగం తగ్గింది. రమణ మహర్షి వచ్చారు. నాయన గుహలో నుండి గదిలోకి తీసుకుని వచ్చి మంచంపై కూర్చోబెట్టి తాగడానికి పాలు తెప్పించి ఇచ్చారు. నాయన శిరస్సును కొంతసేపు [illegible] ఆయనకు సేవ చేస్తున్న చిరుపాకం కొండయ్య చేత ఆముదం, బాదం తైలం, చెప్పులజత తెప్పించారు.

నాయన శరీరంలో విద్యుచ్ఛక్తి నిండుకొని ఉన్నందువల్ల ఆ శరీరం లోహాలను ఆహారంలో ఉప్పుకారాన్ని భరించలేదు కాబట్టి వట్టి నేలపై కూర్చోవడం, పాదుకలు లేకుండా నడవడం చేయరాదనీ, స్నానానికి ముందు బాదం తైలాన్ని, తర్వాత ఆముదాన్ని పట్టించమని విశాలాక్షమ్మకు చెప్పారు. తర్వాత 20 రోజులలో ఇంద్రాణీ సప్తశతిని రచించారు. పడైవీడుకు పోయి రేణుకాదేవి సన్నిధిలో ఆ గ్రంథాన్ని పఠించారు. కపాలభేదం అయిన తర్వాత ఆకాశం నుండి ఏదో శక్తి బ్రహ్మరంధ్రంలోకి ప్రవేశించి అక్కడినుండి వెన్నెముక ద్వారా మూలాధారంలోకి వెళ్తున్న అనుభూతిని ఆయన స్పష్టంగా అనుభవించగలిగారు. సాంప్రదాయం ప్రకారం ఒక వ్యక్తి సన్యసించి మరణిస్తే, తల మీద కొబ్బరికాయతో కొట్టి కపాలభేదం జరిగేలా చేస్తారు గానీ గణపతిముని జీవించి ఉండగానే కపాలభేద సిద్ధి కలగడం అద్భుతం.

రమణాశ్రమ నిర్మాణం :

1922 మే 19న రమణ మహర్షి తల్లి నిర్యాణం చెందారు. ఆమె సమాధిపై లింగాకారంలోవున్న శిలను మహర్షి ప్రతిష్ఠించారు. నాయన దానికి 'మాతృభూతేశ్వర' లింగమని పేరుపెట్టారు. దీనిపై స్వామి నిరంజనానందుడు పూరిపాక నిర్మించి ప్రతిరోజూ లింగానికి పూజ, అభిషేకం చేయడం ప్రారంభించారు. మహర్షి అక్కడికి ఉత్తరంగా కొన్ని అడుగుల దూరంలో ఒక ప్రదేశాన్ని చూపి అక్కడ తవ్వమన్నారు. కొన్ని అడుగులు తవ్వగానే నీరు ధారగా వచ్చింది. దానికి అఘమర్షణ తీర్థమని నాయన పేరు పెట్టారు. ఈరకంగా అక్కడ ఆశ్రమనిర్మాణం ప్రారంభమైంది. భవిష్యత్తులో ఈ ఆశ్రమం ఆధ్యాత్మిక విజ్ఞాన కేంద్రంగా భాసిల్లుతుందని నాయన గ్రహించారు.

కాంగ్రెస్‌తో అనుబంధం :

స్త్రీల స్వాతంత్ర్యమును రక్షించడానికి, దళితుల దైన్యాన్ని తొలగించడానికి, ధర్మం పేరుతో నానాటికి పెరుగుతున్న అధర్మాన్ని మట్టుపెట్టడానికి. గంభీరమైన వేదార్థ సందేహాలను తీర్చడానికి, ఘోరాతి ఘోరమైన వర్ణబేధము నాశనం చేయడానికి నాకు శక్తిని ప్రసాదించమని ఇంద్రాణీ సప్తశతిలో నాయన ఇంద్రాణిని ప్రార్థించారు.

1923 డిశంబరులో కాకినాడలో జరిగిన అఖిలభారత కాంగ్రెస్ మహాసభలకు బులుసు సాంబమూర్తి నాయనను ఆహ్వానించారు. అక్కడ స్త్రీల హక్కులకు సంబంధించి ఒక సభ ఏర్పాటు చేసారు. ఆసభలో నాయన ప్రసంగిస్తూ ఉపనయనం, హోమం, శ్రాద్ధం తదితర విషయాలలో పురుషులతోబాటు స్త్రీలకు సమానహక్కు ఉందని చెప్తూ వేద శాస్త్ర ప్రమాణాలతో నిరూపించారు. ఆలమూరులో అస్పృశ్యతా నివారణపై జరిగిన సభకు నాయన అధ్యక్షత వహించారు. ఆచారవంతులు తమ ఆచారములను అందరిపై రుద్దడం తగదన్నారు.

కార్యకర్తల ఒత్తిడితో నాయన 1924లో ద్రవిడ రాష్ట్రీయ కాంగ్రెస్‌కు అధ్యక్షుడయ్యారు. ఆ సంవత్సరం డిసెంబరులో బెల్గాంలో కాంగ్రెస్ మహాసభలో పాల్గొని అస్పృశ్యతానివారణ శాస్త్రసమ్మతమని ప్రసంగించారు. ఈ ప్రసంగాన్ని విన్న గాంధీ ఎంతో ఆనందించారు. అయితే హిందీ జాతీయ భాష కావాలంటూ గాంధీ ప్రతిపాదించిన తీర్మానాన్ని నాయన ఖండించడంతో మరునాడు నాయనను సభలో ప్రసంగించనీయకుండా చేసారు. వెంటనే కాంగ్రెస్ సభ్యత్వానికి రాజీనామా ఇచ్చారు.

హైదరాబాదులో ఆది హిందూసంఘం (హరిజనులు) వారు ఫిబ్రవరి 25న నాయనను మాడపాటి హనుమంతరావుగారి ఇంటినుండి పల్లకీలో ఊరేగిస్తూ వారి హాస్టలుకి తీసుకెళ్ళి సత్కరించి 'ముని' బిరుదాన్నిచ్చారు. అదే సంవత్సరం జులైలో నాయన తిరిగి అరుణాచలానికి వచ్చేసారు. డిసెంబరులో మద్రాసులో జరుగుతున్న పండితసభలో పాల్గొనాల్సిందిగా ఆహ్వానం రాగా నాయన మద్రాసుకి వెళ్ళారు. ఆ సభకి పండిత మదన్‌మోహన్ మాళవీయ అధ్యక్షత వహించారు. అ సభలో అస్పృశ్యతా నివారణ ఆవశ్యకతపై సంస్కృతంలో నాయన చేసిన ఉపన్యాసం సభలో పాల్గొన్న సాంప్రదాయపండితులకు నచ్చలేదు. మద్రాసులో ఓరుగంటి వెంకటకృష్ణయ్య నాయనకు శిష్యుడైనారు.

1925లో అనేక సూత్రగ్రంథాలను, 393 శ్లోకాలతో కూడిన విశ్వమీమాంస అనే గ్రంథాన్ని రచించారు. 1926లో 'పూర్ణ' అనే సంస్కృత నవలను రాయడం ప్రారంభించారు. ఆ సంవత్సరం ఏప్రిల్‌లో దైవరాతుడు శిరసి గ్రామంలో 'నందిని' పేరుతో ఒక ముద్రణాలయం కొని దానిని గణపతి గ్రంథాల ముద్రణకు ఉపయోగించారు. 1926 జులై 26న విశాలాక్షమ్మ మృతి చెందారు.

హైదరాబాదులోని శ్రీ కృష్ణదేవరాయాంధ్ర భాషానిలయం రజతోత్సవాలు 1927 ఫిబ్రవరిలో జరిగాయి. వీటికి నాయన అధ్యక్షతవహించారు. వేదవాఙ్మయ వైశిష్ట్యాన్ని సంస్కృత గ్రాంథిక భాషల ఆవశ్యకతను గురించి నాయన ఈ సందర్భంగా ప్రసంగించారు. వేలాదిమందికి నాయన ఈ సందర్భంగా మంత్ర దీక్షలను ఇచ్చి రాజకీయాలనుండి బయటపడ్డారు. దేశభక్తిని దేశోద్ధారణకాంక్షను వీడలేక 'రాష్ట్ర నిబంధనము' అనే గ్రంథాన్ని రచించారు. సంస్కృతం ప్రపంచభాష కావాలని ఆకాంక్షిస్తూ నాయన 'లాలి భాషోపదేశః' అనే గ్రంథాన్ని రచించారు.

ప్రపంచంలో ఈ నాటికీ మనకు గౌరవం ఉన్నదంటే అది వేదశాస్త్ర విజ్ఞానం వల్లనే తప్ప మన ఆర్థికసంపద, రాజకీయసామర్థ్యం వల్ల కాదని వేదశాస్త్ర విజ్ఞాన భాండాగారానికి సంస్కృత భాష తాళపు చెవి అని, దానివల్ల తప్ప మరే ఇతర సాధనాల వల్ల ఆ విజ్ఞానం లోకి మనం ప్రవేశించలేమని నాయన నొక్కివక్కాణించారు.

నాయన రాజకీయాల నుండి బయటకు వచ్చినప్పటికీ సాంఘిక సంస్కరణలో భాగమైన హరిజనోద్ధరణ కార్యక్రమానికి 1929 వరకు తన శాయశక్తులా కృషి చేసారు. 1928 ఆగస్టులో

నాయన పాండిచ్చేరిలోని అరవిందాశ్రమానికి వెళ్ళారు. వాసిష్ట గణపతిముని రచించిన 'ఉమాసహస్రాన్ని' అంతకుముందే సుధన్వుడి చేత తెప్పించుకుని చదివిన అరవిందుడు నాయనను చూడాలనుకున్నారు. సుధన్వుడు ఆయన ఆకాంక్షను నాయనకు తెలియజేసారు. నాయన అరవిందుల, శ్రీమాత సమక్షంలో నెలరోజులు ఆశ్రమంలోనే గడిపి 108 స్తోత్రాలతో 'తత్త్వానుశాస్యము' అను గంధ్రాన్ని అరవిందులను స్తుతిస్తూ రచించారు.

నాయన తిరిగి తిరువణ్ణామలై వెళ్ళిపోతుండగా ఎప్పుడు రాదలుచుకుంటే అప్పుడు ఆశ్రమానికి రావచ్చునని, ఎవరి అనుమతి అవసరంలేదని శ్రీమాత నాయనకు చెప్పారు. రమణుడి ఉపదేశాలను ఒకచోట చేర్చి తమిళంలో 'ఉళ్ళదునార్పదు' పేరుతో ముద్రించిన గ్రంథాన్ని నాయన సంస్కృత భాషలోకి అనువదించారు. తర్వాత దీనికి 'సద్దర్శనం' అనే పేరు పెట్టారు. 1931లో ఈ గ్రంథాన్నే కాక 'ప్రచండ చండీత్రిశతి' అనే స్తోత్ర గ్రంథాన్ని ఈశోపనిషత్తుకు లఘు భాష్యాన్ని రచించారు. 1933 లో ఋగ్వేదాన్ని లోతుగా పరిశోధించి మహాభారతంలో వర్ణించిన చరిత్రను విమర్శిస్తూ 'భారతచరిత్ర పరీక్ష' అనే పెద్ద గ్రంథాన్ని నాయన రచించారు. ఋగ్వేదంలోని రుషుల వీరగాథలు ప్రసిద్ధ పురాణాలైనట్లు ఈ గ్రంథాన్ని చదివితే అర్థమవుతుంది. వేదకాలపురుషులు తమ తపశ్శక్తిని ఆధ్యాత్మిక సౌభాగ్యానికే కాక దేశసౌభాగ్యానికి వినియోగించారని స్పష్టమవుతుంది.

1934 మార్చిలో నాయన శిరసి నుండి కలువరాయి చేరారు. ఆంధ్ర విశ్వ విద్యాలయ వార్షికోత్సవాలకు విశాఖపట్టణం వెళ్ళి 'భారతచరిత్రపరీక్ష'ను గురించి రెండు రోజులు ఉపన్యసించారు. ఆ ఉపన్యాసాలకు ముగ్ధులై విశ్వవిద్యాలయ ప్రాచీన విద్యాపరిశోధనలశాఖలో నాయనను చేర్చుకోవాలని విశ్వవిద్యాలయ ప్రొఫెసర్లు అడిగారు. నాయన వారి అభ్యర్థనను అంగీకరించలేదు.

1935 ఆగస్టులో నాయన కంచి కామకోటి పీఠాధిపతి అయిన చంద్రశేఖరేంద్ర సరస్వతి స్వామివారిని దర్శించారు. వారిరువురు సుమారు గంటన్నరసేపు సంస్కృతంలో సంభాషించుకున్నారు. నాయన ఎంతో భక్తిశ్రద్ధలతో పీఠానికి, స్వామికి సాష్టాంగ ప్రణామాలాచరించి సంస్కృతంలో ఆయనను స్తుతించారు.

అవతార సమాప్తి :

1936 ఏప్రిల్ 25న ఖడ్గపురంలో తనకోసం నిర్మింపబడిన ఆశ్రమానికి చేరారు నాయన. అది ఊరికి దూరంగా ఉంది. శరీరంలో ఉష్ణం అధికమవడంతో భుజం కింద సెగగడ్డ లేచింది. గడ్డ తగ్గిన తర్వాత అతి మూత్రవ్యాధి వచ్చింది. "నేనిక్కడ మూడునెలలే ఉంటాన"ని నాయన ఒకనాడు శిష్యుడు సూర్యనారాయణతో చెప్పారు. నాయన పరిచర్యలకోసం కలువరాయి నుండి వచ్చిన సింహాలుకి కూడా ఈ సంకేతమే ఇచ్చారు. 1936 జులై 21న మధ్యాహ్నం నాయనకు

మాట్లాడే శక్తి కూడా లేకపోవడంతో భయపడిన సూర్యనారాయణ రమణమహర్షికి, ఆయన కుమారుడు మహాదేవుడికి, గుంటూరు లక్ష్మీకాంతంగారికి కబురుచేసారు. లక్ష్మీ కాంతంగారు ఆయన భార్య యాపిల్ పండ్లు, గ్లూకోజు డబ్బాలు తీసుకుని 22వ తేదీ ఉదయానికల్లా ఆశ్రమానికి చేరి నాయనకు సేవచేస్తూ వున్నారు. మధ్యాహ్నానికి నాయనకు నీరసం తగ్గి బట్టలు మార్చుకుని వరండాలోకి నడిచి రాగలిగారు.

ఇంతలో వర్షం మొదలైంది. ఆ వర్షానికి పాక తడిచింది. నాయనను ఆపాకలో నుండి పార్వతీశం ఇంటికి తీసుకెళ్దామనుకున్నారు. రేపు మధ్యాహ్నం రెండున్నర గంటలకు ఇక్కడినుండి వెళితే బాగుంటుంది అని నాయన చెప్పారు. ఆ రోజు సాయంత్రం రమణాశ్రమం నుండి నిరంజనానందస్వామి పంపిన టెలిగ్రాం వచ్చింది. అందులో "మీరిచ్చిన రెండు టెలిగ్రాంలను రమణ మహర్షి తన వద్ద ఉంచుకున్నారు. ఏమీ సమాధానంచెప్పలేదు" అని ఉంది. నాయన ఆ టెలిగ్రాంని తీసుకుని చించేసారు. ఈ లోగా కలువరాయి నుండి మహాదేవుడు వచ్చారు. మరురోజు అంటే 25 వ తేదీ శనివారం ఉదయం నాయనకు ఐదారు విరేచనాలు అవడంతో ఆయన హాయిగా శరీరం తేలికైనట్లు అనుభూతి చెందారు.

మధ్యాహ్నం ఒంటిగంటన్నరకు శిష్యులు శనివారం హోమానికి వచ్చారు. వాళ్లు హోమం చేస్తుండగా నాయన మంచందిగి వారి పక్కన కూర్చున్నారు. తర్వాత శిష్యులను పంపి మంచంపై పడుకున్నారు. మధ్యాహ్నం రెండున్నర గంటలకు శరీరాన్ని అనాయాసంగా వదిలారు. నాయన మరణవార్త విన్న భగవాన్ "పోయినాడా? అటువంటివాడు మన కెక్కడనుండి వస్తాడంటూ" విలపించారు.

సత్యవోలు గున్నేశ్వరరావు
(1879-1925)

– సత్యవోలు గున్నేశ్వరరావు

'కుదురు'కున్న సత్యవోలు వారు

"లోకంబు తియ్యపల్కులు మెచ్చునుదాక
ఆక లేదమ్మ నీకంధ్రభాష
అంధ్రభాషరహించునందాక నీకబ్బ
మెన్నికన్ గనుచుండు నన్నయార్య
నన్నయ్యకవికావ్యమున్నంత దాక నీ
తేజు తగ్గదు రాజ రాజ నృపతి
ఇవి మూడునెందాక భువినుండు నందాక
ఏపారెదవు రాణ్మహేంద్రపురమ!"

– వేటూరి ప్రభాకరశాస్త్రి
(రాజ రాజనరేంద్ర పట్టాభిషేక మహోత్సవ సంచిక)

పాలకుల పాలితుల సంయుక్త చరిత్ర ఒక జమిలి చరిత్ర అయి కాలముద్రలతో భద్రస్థితి పొందుతుంది.

జటప్రోలు – నిడుదవోలు – రాజవోలు – ఇలా ఎన్నో ఊళ్లపేళ్ళు ఇంటి పేర్లయి పాదు కొన్నాయి. అటువంటిదే సత్యవోలు కూడా –

పురము సంస్కృతపదం – ప్రోలు తెలుగుపదం. ప్రోలు శాబ్దికభాషానుగుణంగా వోలుగా రూపాంతరం చెందింది.

సత్యవోలు వారి కుదురు 17వశతాబ్దం నుండీ రాజమహేంద్రియే.

గ్రామదేవత సోమాలమ్మ - సత్యవోలు వారు - జనశ్రుతి

జనశృతులు ఒక్కొక్కప్పుడు చరిత్రలుగా ఉంటాయి. కొండొకచో పుక్కిటి పురాణాలుగానూ ఉంటాయి. అయితే ఎంతో ఆసక్తికరంగా ఉంటాయి. శాసనాలవంటివేకాదు, ప్రజల నాలుకలూ చరిత్ర పరిరక్షణంలో నాలుగుకాలాలపాటు పాత్ర వహిస్తూ ఉంటాయి.

రాజమహేంద్రిలో ప్రాకారాలతో నిర్దిష్ట ఆకారాలతో ఇప్పుడు కోటలేదు.

కానీ 'కోటగుమ్మం' వుంది అది భద్రపరిచినవి ప్రజల నాలుకలు. దగ్గరలోనే చిన్న కందకం, పెద్ద కందకం వుండేదని కూడా ఆ తొలిమాటకు బాసటగా చిన్నకందకం వీథి, పెద్దకందకం వీథి అని యిప్పటి వరకూ ఉండడం దృశ్యమానంగా కాదు, శ్రవ్యమానంగానే వుంది. ఈ జనశృతి సత్యవోలు శృతి అనవచ్చు కూడా! సోమాలమ్మ అంటే రాజమహేంద్రి గ్రామదేవత. ఆ గ్రామదేవతనే తమతో తెచ్చుకున్న సచ్చరిత్రులు సత్యవోలు వారన్నమాట.

పదిహేడవ శతాబ్దకథనం ఇలా వుంది - రాజమహేంద్రిలో ఒక రచ్చబండ వుండేది. రచ్చబండలంటే గ్రామప్రజల మంచి చెడుల కార్యకలాపాలకు వేదికలన్నమాట. ప్రజాన్యాయ స్థానాలుగా కూడా రచ్చబండలుండేవి.

రాజమహేంద్రిలో అటువంటి రచ్చబండ దగ్గరకు తెల్లనిబట్టలు కట్టుకుని, ప్రపంచాన్ని, ఆశ్చర్యపరిచేటటువంటి అందచందాలతో ఒక స్త్రీమూర్తి విరబోసిన దీర్ఘకుంతలాలతో, శ్యామలవర్ణ శోభితమైన నిలువెత్తు విగ్రహచందంగా వచ్చింది. ఆ రావడం రచ్చబండ దగ్గరగల తాంబూల విక్రయశాల వద్ద జరిగింది. ఆ పవిత్ర స్త్రీమూర్తి సాయంసంజవేళల్లోనే వచ్చేదిట. చిత్రమేమిటంటే ఆ తాంబూల విక్రయశాల యజమాని భక్తిశ్రద్ధలున్న వ్యక్తేకాక దేవీ ఉపాసకుడట. ఆ శ్యామల వర్ణపు స్త్రీమూర్తి అతగాడి వద్ద తాంబూలం తీసుకుని తిరుగుముఖం పట్టేదట. అలా అలా ప్రతీ సాయంకాలం జరుగుతున్న సందర్భాలలో ఆ స్త్రీమూర్తిని రోజూ ఒక పురుషవ్యక్తి వెంబడించేవాడట. అలా వెంటబడిన ఒక సందర్భంలో మర్నాడే అతడు గ్రామశివార్లలో రక్తం కక్కుని చచ్చిపడి వుండటం జరిగింది. అలా జరిగాక కూడా ఆ స్త్రీమూర్తి సాయం సంజెవేళల్లో వస్తూండేది. ఈ సంగతి రాజమహేంద్రి కర్ణంగారైన సత్యవోలు పార్వతీశంగారికి తెలిసింది. పార్వతీశంగారు పుర ప్రముఖులతో ఈ సంగతి గురించి ప్రస్తావించారు. తర్జనభర్జనలు చేశారు. ఎవరిభావాలు వారు చెప్పారు. ఆ స్త్రీమూర్తి తప్పకుండా ఏదో ఒక క్షుద్రశక్తి స్వరూపం అయ్యే ఉంటుందని విశ్వసించారు. ఊరికి ఈ శక్తి వలన ఏమి సంభవిస్తుందో అని తలంచారు. ఆ స్త్రీమూర్తి ఒక వేళ క్షుద్రశక్తిమంతురాలైతే చేయవలసిన పని ఏమిటి అని అంతా కూడాబలుక్కున్నారు. రాజమహేంద్రికర్ణంగారు అయిన పార్వతీశంగారి మాట వారికి వేదవాక్కు పెద్దలమాట చద్దిమూట అని భావించేకాలమది.

కలకత్తానుండి కాళీమాంత్రికుని రప్పించారు. సాయంసంధ్యాసమయమయింది రచ్చబండ వద్ద ప్రజలూ, మాంత్రికుడూ వేచి చూస్తున్నారు. ఆ వచ్చే స్త్రీమూర్తి తాంబూలం తీసుకుని వెంటనే వెళ్ళిపోకుండా కొంచెం ఆలస్యం చేయవయ్యా అన్నారు ఆ కొట్టు యజమానితో. సరేనన్నాడాయన. రానే వచ్చిందా స్త్రీమూర్తి. ఆమె మాంత్రికుని రాకను గమనించి తాంబూలం త్వరగా ఇమ్మని అడిగింది. ఎప్పటికన్నా ఆ యజమాని ఇవ్వడంలో ఆలస్యం చేశాడు. ఈలోగా ఆ కలకత్తా కాళీమాంత్రికుడు ఆమెను అష్టదిగ్బంధం చేశాడు. ఎవ్వరు నువ్వు అని ప్రశ్నించాడు.

"నేను రాజమహేంద్రికి గ్రామదేవతనై వెలుస్తాను. నాకు ఇంకా నరబలులు వద్దుగాకవద్దు. నాకు ఆలయాన్ని కట్టించండి" అని తానుగా అడిగింది. ఆ తరువాత సమీపంలో పశువులు మేపుకునే నీలపాలవారి ఆడపడుచును ఆ స్త్రీమూర్తి రా! రా! రా! అని అదృశ్యంగా పిలవగా ఆమె పిలుపువచ్చిన వైపు వెతుకుతూ వెళ్ళి అమ్మవారిలో ఐక్యమైపోయిందట. ఆమే శ్యామలాంబ. స్త్రీమూర్తి ఎక్కడైతే అదృశ్యమయిందో ఆస్థలం పవిత్రస్థలంగా భావించారు. అక్కడే విగ్రహం ఏర్పరచి అమ్మవారిని ప్రతిష్ఠించారు. ఈ కార్యక్రమాలకు సత్యవోలు పార్వతీశంగారికి మంచి సంబంధాలుండడం, పెద్దరికం ఉండడం ప్రజాభిమానం కలిగివుండడం కారణంగా గ్రామదేవతను రాజమహేంద్రికి తెచ్చుకున్న వ్యక్తిగా నాటి సత్యవోలు పార్వతీశంరావుగారికి ప్రాధాన్యమూ, పరిగణన వున్నాయి. పార్వతీశంగారికి సత్యవోలు వంశీకుల మూలపురుషునిగా ఖ్యాతి వుంది. ఈ పార్వతీశంగారి భార్య పాపయ్యాంబగారు.

జననం:

సత్యవోలు పార్వతీశంగారికి బిడ్డలు లేకపోవడం ఒకలోటు. దత్తత అనేది మానవ సంబంధాలలో ముఖ్యపాత్ర వహిస్తోంది. అది చట్టపరంగానూ, ఇష్టపరంగానూ ఉండేది. ఉన్న ఆస్తి సంరక్షణకు, వంశరక్షణకు ఈ దత్తత ఉత్తమపద్ధతి. పార్వతీశంగారు తమ స్వకులబ్రాహ్మణుల్లో ఒక అబ్బాయిని దత్తత చేసుకున్నారు. దత్తత అయ్యాక వేరేపేరు పెట్టుకోవడం వుంది. పార్వతీశంగారు తాను దత్తత తీసుకున్న కుమారునికి గున్నయ్య అని పేరు పెట్టుకున్నారు. గున్నయ్య గారు పెరిగి పెద్దయి రాజమహేంద్రికరణం చేశారు. ఈ గున్నయ్య గారికి పార్వతీశం, పాపయ్య అని యిద్దరు కుమారులు. వీరిలో పార్వతీశంగారు పెద్దయి రమణమ్మ అనే ఆమెను పెండ్లాడారు. ఈ పార్వతీశంగారికి రమణమ్మగారికి ముగ్గురు కుమారులు. వారు గున్నేశ్వరరావు, బంగారురాజు, లక్ష్మీపతి గార్లు. వీరిలో మొదటి కుమారుడు అయిన వారే ప్రస్తుత జీవితచరిత్ర కథానాయకులు శ్రీసత్యవోలు గున్నేశ్వరరావుగారు (1879-1925)

శ్రీ గున్నేశ్వరరావుగారు 1879వ సంవత్సరం డిశంబరు 15వతేదీన జన్మించారు. వీరికి అయిదేళ్ల చిన్నవయస్సులోనే తండ్రి పరమపదించారు. అందుచేతనే కుటుంబపు ఆలనాపాలనా చూసుకోవడం అనేది, సర్వవిధ బాధ్యతలూ ఈ గున్నేశ్వరరావుగారిపై అనగా ఈ వ్యాసకర్త పితామహునిపై పడింది.

గున్నేశ్వరరావుగారికి తొలినాళ్ళ నుండి వ్యాపారస్ఫూర్తి కలగడానికి వారితండ్రిగారైన పార్వతీశంగారే కారకులు. ముత్యాలవ్యాపారం, రత్నాలవ్యాపారం, అటువంటి విలువైన రాళ్ళవ్యాపారం చేసి నాలుగురాళ్లు బాగా సంపాదించిన వ్యక్తి పార్వతీశంగారు. పార్వతీశంగారికి సరకు రవాణా చేసే నాలుగు పెద్దపడవలు వుండేవట. రాజమహేంద్రవరానికి చెందిన శివనారాయణగారు అనే మార్వాడితో కలిసి పార్వతీశంగారు వ్యాపారం చేసేవారట.

ఈ చేత్తో సంపాదిస్తూ ఆ చేత్తో దానధర్మాలు చేయడంలో సత్యవోలు గున్నేశ్వరరావుగారికి ఆయనకు ఆయనేసాటి. నిరంతరం వ్యాపారసరళిలో ఆలోచిస్తూ పదిమందికి ప్రయోజనాత్మక మయిన ఉపాధికలిగించే పనులు ఏమి చెయ్యాలి, ధన సంపాదన ఎలా చెయ్యాలి అని ఆయన పథక రచనలు చేసేవారు. 'నిర్వ్యాపారత్వము'కా పురుషగుణమన్నాడు భారతకవి. వ్యాపారం లేదా ఉద్యోగం పురుషలక్షణం వ్యాపారసారాలు బాగాగ్రహించారు గున్నేశ్వరరావుగారు.

విద్యాభ్యాసం - వివాహాదులు :

గ్రాహకం వచ్చేటప్పటికే తండ్రిగారు కీర్తిశేషులవడం వలన చిన్నప్పుడే కుటుంబ బాధ్యతలు తనమీదపడినా గున్నేశ్వరరావుగారు పరిస్థితులను ఒక సవాలుగా స్వీకరించారే కాని డీలాపడిపోలేదు. వీరు తమ 13వఏట వివాహము చేసుకున్నారు. అదే సందర్భంలో మద్రాసులో స్కూలు ఫైనలు పరీక్షలు రాశారు.

మద్రాసు ఈనాడంటే మనకు దూరంగా ఉంది, దూరం చేసుకున్నాం. పొట్టిశ్రీరాములు గారు మదరాసులో ఆమరణనిరాహారదీక్ష చేబట్టడం మద్రాసుతో కూడుకున్న ఆంధ్రరాష్ట్రాన్ని సాధించుకోవడానికే. సత్యవోలు గున్నేశ్వరరావుగారి కాలంలో మద్రాసుకు వెళ్ళడం అంటే మన తెలుగు వూరికి వెళ్ళడం వంటిది. ఆంధ్రకేసరి చెన్నపట్నం ఎలా తెలుగువారిదో వివరిస్తూ ఓ మంచి పుస్తకమే రాశారు. అటువంటి చెన్నపురికి వెళ్ళడం గున్నేశ్వరరావుగారి కాలంలో మరీ మామూలు. మదరాసులో నాలుగుసంవత్సరాలు కుటుంబంతో సహా వున్నారు. అక్కడే కామర్సు పరీక్షలలో డిప్లొమా పొందారు, కామర్సు ఆయనకు ఇష్టమయిన అంశమే.

గున్నేశ్వరరావుగారికి చిన్నతనం నుండి ఆరోగ్యవిషయాలలో చాలా శ్రద్ధఎక్కువ. ఆయన భారతీయ ఆంగ్లేయపద్ధతులు రెండింటినీ ఆకళింపుచేసుకున్న వ్యక్తి. క్రమశిక్షణాపూరితులై వ్యాయామం ఆరెండు పద్ధతుల్లోనూ చేసేవారు. ఆయన తమ్ముడు బంగార్రాజు గారు కూడా వ్యాయామం చేస్తూండేవారు.

రూపవంతుడు, మహాకవి జాషువా ప్రశంసలు, ప్రసక్తులూ మంచి వ్యాయామం చేసిన ధీరగంభీరుడు సత్యవోలు గున్నేశ్వరరావుగారు. ఆయన అందగాడు. ఎంత అందగాడంటే - ఆయన వీధులలో వెళ్ళేటప్పుడు ఇళ్ళల్లోని ఘోషాస్త్రీలు సైతం రహస్యంగా తలపుల చాటునుండి చూసేవారట. గున్నేశ్వరరావుగారు వీధుల్లో వెళ్ళేటప్పుడు ఆయనతో లేక ఆయనవెంట మందీమార్బలం వుండేది. కనీసం పదిమందైనా ఉండేవారు. ఆయన పదిమందికీ కావలసినవాడు. ఆయన చేతిలో ఎప్పుడూ ఓ కొరడా వుండేదట.

మహాకవి జాషువాగారు తమ స్వీయచరిత్ర రెండవభాగంలో ఇలా రాశారు, గున్నేశ్వరరావు గారి గురించి...

"అరనెరిసియున్నీ గుప్పెడు
బిరుసగు మీసములు వదనబింబమ్మునరా
చరికపు హుందా తనమున్
వరభూషలు సత్యవోలు వంశేందునకున్"

అన్నారు. ఆయన రాచరికపు హుందాతనం అటువంటిది. సగం నెరిసి వున్నవి బిరుసైనవి అయిన గుప్పెడు మీసాలతో ఆయన వుండేవారు. గున్నేశ్వరరావుగారి గుణరాశిలో కవులను కళాకారులను సమాదరించడం ముఖ్యమైనది.

చింతామణీ నాటక సమాజంలో జాషువా చేరినప్పుడు ఆ తరువాత ఆయన వీరేశలింగ మహనీయుని దర్శించుకొన్నాడు. అప్పుడు కందుకూరి వీరేశలింగం పంతులన్నమాటలివి:

కం॥ గున్నేశ్వరరావు గారు ప్ర
సన్నులగుట మెచ్చదగ్గ సంగతి యిది, నీ
యున్నతికి మొదటిమెట్టగు
కన్నె కళల కతడు - కల్పకంబందు కవీ!

జాషువాగారిని ఆదరించిప్రోత్సహించిన వ్యక్తి గున్నేశ్వరరావుగారు.

అందువల్లనే కవికోకిల ఇలా ఒక పద్యాన్ని కృతజ్ఞతాభావంతో ఇలా చెప్పారు.

"చెలిమిన్ నాదు భుజాగ్రమున్ గుదుపుచున్ చింతామణీ నాట్యమం
దలికిన్ నాటకముల్ రచింపుము కవీంద్రా! ముందుగా కొమ్మిదే
నెలజీతం బని రూప్యవింశతినిడెన్ చిత్తంబుపొంగారనీ
పలుకుం దొయ్యలి తాండవించె నవభావస్వర్ణభూషాఢ్యయై

చేసిన సత్కార్యాలు చరిత్రలో నిలిచిపోతాయి. శిలాక్షరాలు వంటిమేటి మాటల జాషువా ప్రశంసలు రసవత్తర పద్యరూపాలు ప్రభవించడానికి కారణాలయ్యాయి. జాషువాగారి కృతజ్ఞతా సుగుణం దొడ్డది. గోదావరిపై పద్యం రాసి, ఆ కాగితం గోదావరిలో పడవేసిన కవి జాషువాగారు.

గున్నేశ్వరరావుగారి కళాభిమానం ఆదర్శమైనది. అన్నిటా నిక్కచ్చితనం గల వ్యక్తి, ఆయన.

సంఘసంస్కారసింహమైన వీరేశలింగ ప్రభావం:

చరిత్రకారణజన్ములు మల్లంపల్లి సోమశేఖరశర్మగారు ఆంధ్రదేశ చరిత్రపై ఓ గ్రంథం రాస్తూ అందులో సాతవాహనులు, కాకతీయులు, చాళుక్యులు, రెడ్లూ - ఇలా అందరి ప్రాచీన చరిత్ర రాస్తూ - చివరలో ఇటువంటి ఆంధ్రదేశంలో కందుకూరి వీరేశలింగం గారు పుట్టారు అని ఒక వాక్యం రాశారు. ఇంతటి ప్రాచీనచరిత్ర గ్రంథంలో - కేవలం ప్రాచీన చరిత్ర రాయటమే

ప్రణాళికగాగల గ్రంథంలో ఆధునిక చరిత్ర ఏమీ రాసే అవకాశంలేని గ్రంథంలో వీరేశలింగం గారు ప్రభవించారని ఎందుకిచ్చారంటే ఒక్కసారిగా సంఘాన్ని సమూలంగా మార్చే గొప్ప కృషికి ఆయన అంకురార్పణ చేశారు కనుక. వీరేశలింగ సమకాలికులైన సత్యవోలు గున్నేశ్వరరావుగారు 1919లో ఆయన శివైక్యం చెందిన తదుపరి సుమారు ఆరు సంవత్సరాల తరువాత తాము కీర్తిశేషులయ్యారు. 1879-1925 సంవత్సరాల మధ్య జీవితం గున్నేశ్వరరావుగారిది. అందుచేత వీరేశలింగం ప్రభావం ఆయనపై సంపూర్ణంగా పడింది. సంఘసంస్కరణ అంటే కేవలం కందుకూరి చేసిన పనులే చేయక్కరలేదు. ఆయన ప్రభావంతో మరోవిధమైన సాంఘిక చైతన్యం వున్నా అదీ గొప్పదే అవుతుంది.

గున్నేశ్వరరావుగారు అగ్రకులంలో జన్మించినా కులదురహంకారం లేకుండా పదిమందిలో కలిసిమెలిసి జీవనసౌందర్యాలను గ్రహించిన వ్యక్తి. స్వయం తీర్ణం పరాంస్తారయతి అంటే నీవు గట్టెక్కు ఇతరులనీ గట్టెక్కించు అనే సదాశయం వారిది. భేదభావరాహిత్యం, విశాలదృక్పథం ఉన్న ఉన్నతులు. స్వకులం అనేది చూడకుండా మంచిని మంచిగా చెడును చెడుగా నిజాయితీగా చెప్పగలవ్యక్తి ఆయన. ఆయన ఒక సమతాసాంఘికశక్తి. కవికోకిల, నవయుగకవి చక్రవర్తిగా అనంతరానంతర కాలాల్లో యశస్సుగాంచిన, కీర్తిపొందిన జాషువాగారిని తను చింతామణీ నాటక సమాజానికి రచయితగా ఆహ్వానించడమే కాక ఆత్మీయంగా ఆదరించాడు. ఆదరించడమే కాదు, బ్రతుకు తెరువు చూపించి ఆయన కృతజ్ఞతకు కారకులయ్యారు.

ఒక సందర్భంలో జాషువాగారు గున్నేశ్వరరావుగారిని కలిసిన సందర్భంలో కవిగారితో మా బ్రాహ్మణులు సనాతన భావాలు కలవారు. వారు బ్రాహ్మణేతరుల ప్రతిభలను ఏవిధంగా సహిస్తారు అని మనస్సులోంచి వచ్చింది సహజంగా అనేశారు. అందుచేతనే జాషువాగారు తమ గ్రంథంలో గున్నేశ్వరరావుగారు తమతో ఇలా అన్నట్లు ఈ క్రింది పద్యంలో తెలిపారు.

ఊరేది పేరేమి కృతుల్
కూరుతువా భేష భేష గురువెవ్వరు? మా
ధరణీసురులు సనాతను
లేరీతి సహింత్రు బ్రాహ్మణేతర ప్రతిభల్ - అని వ్రాసుకున్నారు.

వేశ్యలపట్ల చక్కని దయాదాక్షిణ్యాలు మనస్సులో ఉంచుకున్న దూరదృష్టి కలవ్యక్తి గున్నేశ్వరరావుగారు.

కన్యాశుల్కం కాపీరైటు:

బ్రాహ్మవివాహం రాసిన వీరేశలింగం గారన్నా, కన్యాశుల్కం రాసిన గురజాడవారన్నా గున్నేశ్వరరావుగారికి ప్రత్యేక అభిమానం వున్నట్లు తెలుస్తోంది. దీనికి కారణం ఆయనగారి సంఘసంస్కరణాభిమానమే.

ఒక అంశం గురించి కూలంకషంగా తెలుసుకోవడం గున్నేశ్వరరావుగారికిష్టం. చిత్రమేమిటంటే ఆయనకు చట్టపరమైన విధి విధానాలు కూడా బాగా తెలిసివుండేవి. ముఖ్యంగా కవుల గ్రంథాలు, కాపీరైట్సు వంటి అంశాల్లో ఆయనకు కూలంకషజ్ఞానం వుండేది.

కన్యాశుల్కం గురజాడ అప్పారావుగారి సామాజిక నాటక కళాఖండం సంస్కృత ఉత్తమనాటకాలతో సమానస్థాయిగల నాటకం. కార్యాల్లోని పద్యఘట్టాలు ఎలా చాలామందికి కంఠస్థం వచ్చి చదువుతూవుంటారో అలా కన్యాశుల్కంలోని నాటక సంభాషణలు కంఠస్థం చేసి అప్పగించేవారు ఆంధ్రదేశంలో నేటికీ వున్నారు. నాటకకళకు అనుపమానసేవలందించిన గున్నేశ్వరరావుగారు తెలుగువారి అపురూప నాటకమైన కన్యాశుల్కంపై కాపీరైట్సు పొందారు. 1913-14 ప్రాంతంలో కన్యాశుల్కంపై హక్కులను 500రూపాయల పారితోషికమిచ్చి స్వీకరించారు. 1955-56ప్రాంతంలో ఆ నాటకాన్ని చలనచిత్రంగా మార్చుకోవడానికి డి.ఎన్. నారాయణగారికి అనుమతి ఇవ్వడంలో గున్నేశ్వరరావుగారి కుమారుడు పార్వతీశంగారు రూ.3,000లు పారితోషికంగా పొందారు. తరువాత పార్వతీశంగారికి కన్యాశుల్కాన్ని రేడియోనాటికగా మలచుకోవడానికి గాను సుప్రసిద్ధ నటులు బందాకనకలింగేశ్వరరావుగారి ద్వారా ఒక ఆకాశవాణి కేంద్రంవారు పారితోషికమిచ్చారు. కన్యాశుల్కం ప్రశస్తి రానురాను పెరిగింది. కన్యాశుల్కం ఆంగ్ల అనువాదం పార్వతీశంగారి అనుమతితో అమెరికాలో ఉన్న - జయంతి గంగన్నగారి రెండవ కొడుకు చేశాడనీ ఆ అనువాదం ప్రచురింపబడిందని అయితే దీని హక్కులుమాత్రం కొండపల్లి వీర వెంకయ్యగారు పొందారని తెలుస్తోంది. తరువాత కన్యాశుల్కం హక్కులు చేతులు మారాయట. నిజానికిప్పుడు కన్యాశుల్కం పారితోషికాలకు అతీతమైన జాతీయసాహిత్యనిధి అయింది. కాలానుగుణంగా ప్రజలు దానిపై నైతిక హక్కులు పొందినట్లయింది.

కాళ్ళకూరి నారాయణరావుగారి వరవిక్రయం కాపీరైట్సు కూడా రూ.500ల పారితోషికంతో సత్యవోలు వారు పొందారు. అంటే 'వరవిక్రయం' ప్రతులు విక్రయం సత్యవోలు వారి పరమయిందన్నమాట.

రాజమహేంద్రి అంటే గున్నేశ్వరరావుగారు

గున్నేశ్వరరావుగారంటే రాజమహేంద్రి

ఆంధ్రకేసరి టంగుటూరి సూర్యప్రకాశంగారు ఇంగ్లాండు వెళ్ళారు, ప్రతిష్ఠాత్మకమైన బారిస్టరు పట్టా పొందారు. రాజమహేంద్రికి ఆయన ఆనందంతో రాగా పట్టణ స్థానికులు మూఢభావాలు కలిగినవారు ఆయనను వెలివేశారు. ప్రకాశంగారిని అభినందించడానికి హర్షసూచకంగా ఏర్పాటయిన ఒక విందులో పాల్గొనినందుకు గున్నేశ్వరరావుగారినీ వెలివేయడానికి ఆలోచించారు. ఆ ఆలోచనాపరులు ఆల్కాట్‌తోటలో ఒక చోట ఒక స్వాములవారి సారథ్యంలో సమావేశమై

సత్యవోలు గున్నేశ్వరరావుగారిని వెలివేయాలని తీర్మానం చేయబోతున్నారట. ఆ సందర్భంలో ఆ సభలో గున్నేశ్వరరావుగారంటే అభిమానంగల వ్యక్తి గున్నేశ్వరరావుగారినా వెలివెయ్యమంటావు అంటూ ఆ స్వామి గూబగుయ్‌మనిపించాడట. సభకకావికలైపోయిందట. దురాలోచనాపరుల కుట్ర ఫలించలేదు. అవమానం పొందిన స్వాములవారు పురంలోని అత్యంతప్రముఖులైన న్యాపతి సుబ్బారావుగారి వద్దకు వెళ్ళి గోడుపెట్టుకుని లబోదిబోమన్నాడట.

న్యాపతి సుబ్బారావుగారు తనని సమర్థిస్తాడనుకున్నాడు పాపం ఆ అమాయక అతితెలివి స్వామి. న్యాపతి సుబ్బారావుగారు స్వామితో "మీరేమనుకున్నారు గున్నేశ్వరరావుగారంటే - రాజమహేంద్రి అంటే గున్నేశ్వరరావుగారు, గున్నేశ్వరరావుగారంటే రాజమహేంద్రి అని గ్రహించండి. ఓ స్వామీ! మీరింకా ఇక్కడ వూళ్ళోనే వుంటే చాలా కష్టం. బయట ఏ వూరుకైనా వెళ్ళడం కష్టం అని చెప్పగా ఆ స్వామివారు ఊరునుంచి ఉడాయించారు. దీనిని బట్టి పట్టణంలో గున్నేశ్వరరావుగారి పట్ల ప్రజలకు గల సహజప్రేమ అర్థం అవుతుంది. మూఢాచారాల పట్ల సత్యవోలు వ్యతిరేకత స్పష్టం అయింది.

న్యాపతి సుబ్బారావుగారు 'ఆంధ్రభీష్మ' ప్రఖ్యాతులు. పాతకాంగ్రెస్సుకు పాతకాపు. ఆస్థానకవి శ్రీపాదకృష్ణమూర్తి శాస్త్రిగారు వీరిపేరున 'న్యాయపతి సుబ్బరాయాభ్యుదయం' అని ఒకకావ్యమే వ్రాశారు.

దేశభక్తుడు - స్వాతంత్ర్య చైతన్యస్ఫూర్తి దాత

ధైర్యానికి, ఆత్మగౌరవానికి స్వతంత్ర్య ఆలోచనా విధానాలుకు ప్రాణంపెట్టే సత్యవోలు గున్నేశ్వరరావుగారు దేశభక్తి కలిగి వుండడం ఆశ్చర్యం కాదు, అంతేకాదు ఆయన రాజమహేంద్రవరంలో స్వాతంత్ర్య చైతన్యస్ఫూర్తిదాతగా చెప్పుకోవలసిన ఉత్తమ లక్షణ లక్షితుడు. 'దేశాభిమానంనాకు కద్దని వట్టి గొప్పలు చెప్పుకోకోయ్' పూనియేదైనాను ఒకమేల్ కూర్చి జనులకూ చూపవోయ్' అనేది ఆచరణలో పెట్టిన మహానుభావుడు. దేశభక్తికి, జాతీయభావాలకు అంకితమైన సంస్థలకు క్రియాత్మకంగా సహాయం చేసిన సుగుణశీలి.

1905వ సంవత్సరం ఏప్రియల్ నెలలో బిపిన్ చంద్రపాల్ రాజమహేంద్రి సందర్శించారు.. ప్రస్తుతం ఇన్నీస్‌పేటలోగల పాల్‌చౌక్ ఆయన ఉపన్యాసవాణి నినదించిన పవిత్రస్థలం. అది జాతీయభావ శంఖారావ పునీతప్రదేశం.

పాల్‌గారి సభలో కలకలం వచ్చి ఎంతకీ సద్దు మణగలేదట... అప్పుడు ధీరగంభీరుడు గున్నేశ్వరరావుగారు వేదికపైకి వచ్చి గట్టిగా 'సైలెన్స్' అన్నారట. అంతే కలకలం కకావికలయి పోయింది. చీమ చిటుక్కుమన్న శబ్దం కూడా రాలేదట. బిపిన్‌చంద్రపాల్‌గారికే ఆశ్చర్యం వేసిందట. గున్నేశ్వరరావుగార్ని uncrowned king of Rajahmundry అని ప్రస్తుతించారు. అంటే 'మకుటం లేని రాజమహేంద్రి మహీపతీ' అన్నమాట. తరువాత చాలామంది అలా వ్యవహరించడం కొనసాగింది.

జాతీయభావాలు, స్వదేశీ ఉద్యమం ప్రోత్సహించడానికి ప్రబోధించడానికి కంకణం కట్టుకున్న రాజమహేంద్రిలోని 'బాలభారతి' సమితికి విరివిగా విరాళాలిచ్చేవారు. అంతేకాదు, బిపిన్‌చంద్రపాలు ప్రబోధానికి ముగ్ధులై రాజమహేంద్రిలో జాతీయపాఠశాలను స్థాపించి ఆనాటి కాలంలో వేయిరూపాయల నిధిని సమకూర్చారు.

గున్నేశ్వరరావుగారే కాక వారి సోదరుడు బంగార్రాజుగారు కూడా దేశసేవకులుగా 19వ శతాబ్ద ప్రథమపాదంలో ప్రసిద్ధులు. ఆయనకూడా గ్రంథ ప్రకటన కర్తలుగా, నాటక సమాజ నిర్వాహకులుగా ఒక సామాజిక పాత్ర వహించిన వారే.

కలెక్టర్ ఎల్విన్‌ను ఆశ్చర్యపరచిన సంఘటన:

గున్నేశ్వరరావుగారు కరణం గారు, నిజమే. కాని ఆయన ప్రాధాన్యం, ఠీవి ఎలా వుండేవి అంటే కలెక్టరుగారు సైతం వీరిని కలవడానికి వచ్చేవారు.

1911లో ఎల్విన్ అనే కలెక్టరుగారుండేవారు. ఆయన గున్నేశ్వరరావుగారిని కలవడానికి వచ్చారు. స్నేహపూర్వకంగా షేక్‌హ్యాండు ఇచ్చారు. ఆ కలెక్టరు గారు కూర్చుని మాట్లాడుతున్నా జేబులో చేయిపెట్టుకునే మాట్లాడుతున్నారు. అది చూసిన గున్నేశ్వరరావుగారు చాలా తెలివిగా "కలెక్టరుగారూ! ఇక్కడ మీకు వచ్చిన భయమేమీలేదు, మీ జేబులోనున్న పిస్టల్ని తీసి టేబిల్‌పై పెట్టండి అని అన్నారు. అప్పుడు కలెక్టరుగారు పెద్దగా నవ్వుతూ ఆశ్చర్యపోతూ "Gunneswara Rao! you stand tall among many Jamindars of this region. I appriciate your cordiality అని అన్నారట.

కళాత్మక భోజనస్వీకరణం

గున్నేశ్వరరావుగారు మంచి భోజనప్రియులు. వంటలు తయారుచేసే పాత్రలుగాని, పదార్థాలుగాని, ప్రాంతంగాని, స్థలంగాని, పరమశుభ్రంగా ఉండితీరాలి లేకపోతే వూరుకునేవారు కారు. వంటచేసే వస్తువులు అన్నీ నయనానందకరంగా కళాత్మకంగా ఉండాలనే వారు. వారు పదిమందితో కలసి భోజనం చేయడానికి ఇష్టపడేవారు. నిండుగా శుభ్రంగా, అందంగా భోజనం చేసే పద్ధతి కంటికి ఇంపుగా ఉండేది. అంతేకాదు, ఆయన భోజనం చేసే పద్ధతి చూస్తే ఎదుటివారికి భోజనం చేయాలనే కోరిక పుట్టేదట.

వారికి మాతృభక్తి మెండు. తల్లంటే ప్రాణం. నిజమే నవమాసాలు మోసి కనే కన్నతల్లికన్నా ఈలోకంలో మనకు మరొకరు ఎక్కువ ఎలా అవుతారు?

తమ తల్లికి వీరు తామే స్వయంగా అన్నం కలిపి ముద్దలు చేసి ఆమెకు పెట్టేవారు. తల్లికి భోజనం పెట్టిమరీ తాను తినే అ తనయుడిని కన్నతల్లి ఎంత అదృష్టవంతురాలు! అటు దేశమాతకు

ముద్దుబిడ్డడు. ఇటు తన మాతకు ముద్దుబిడ్డడు. తండ్రితాతల కీర్తిని మరింతగా పెంపుజేసిన సదాశయుడాయన.

ఆశ్చర్యకరమైన దాత:

రాజమహేంద్రికి నిజంగా గున్నేశ్వరరావుగారు ఒక రాజుగా రాజరికపు ఠీవితో విలసిల్లారు. రాజమహేంద్రిలో మూడవవంతు ఆయనదేనా అన్నట్లుండేవారు. మద్రాసులో ఆస్తులుండేవి. రాజమహేంద్రవరంలో ఆస్తులుండేవి. ఆయన గొప్ప 'ఆస్తి'కుడు. చేతికెముక లేదనే విధంగా దానధర్మాలు చేయడం ఆయన దినచర్యలో ఓ భాగంగా ఉండేది.

పేదప్రజలకు ఇళ్ళు కట్టుకోవడానికి దూలాలు కావాలి అంటే ఆయన తమపొలంలోని తాటితోటను కొట్టించి ఆ దూలాల్ని ఇచ్చి ఇళ్ళు కట్టుకోమనేవారు. పెళ్ళిళ్లు చేసుకోవడానికి డబ్బులేని పేదలకు పెళ్ళిళ్ళు చేయించేవారు. వడుగులు చేయించుకోలేమంటే వడుగులు చేయించేవారు. ఎక్కడైనా ఇళ్ళు అంటుకుంటే ఆ ప్రాంతానికి వెళ్ళి తాముగా భోజనాలు పెట్టించేవారు. కంచాలు పాత్రలు వంటివి పోగొట్టుకునే వారికి తాము వాటిని కొని దానం చేసేవారు. అయ్యా మేం మా పిల్లలకు చదువులు చెప్పించుకోలేకపోతున్నాం అంటే వారి విద్యాబుద్ధులకై ధనసహాయాన్ని అందించేవారు. ఇంచుమించు ప్రభుత్వం వారు పట్టించుకుని చేయవలసిన పనులవంటివి కూడా వారే చేసేవారు. కవిపండిత కళాకారులన్న ఆయనకు ఆదరణఎక్కువ. చిత్రమేమిటంటే ఇతర రాష్ట్రాల నుండి సైతం వచ్చి రాజమహేంద్రి గున్నేశ్వరరావుగారి సన్మాన గౌరవాలను పొందేవారు. సంగీత, నృత్య, నాట్య, శాస్త్ర సాహిత్య సర్వరంగాల వారెందరో ఆయన వద్ద సహాయాలు సత్కార్యాలు పొందుతూండేవారు. వారిలో ఎందరో హేమాహేమీలుండేవారు.

ఆయన చేసిన దానధర్మాలకు, ఇచ్చిన సహాయసహకారాలకు ప్రజలు ఉత్తమస్థాయిలో ఆయనను ప్రస్తుతించేవారు. దానములో కర్ణుడు, ధర్మంలో ధర్మరాజు, సత్యంలో హరిశ్చంద్రుడు, రాజసంలో రాముడు, పూజత్వంలో కృష్ణుడు, యోగత్వంలో శుకుడు, దండత్వానికి యముడు, కష్టనష్టాలు గమనించడంలో షట్చక్రవర్తులూ అనే స్థాయిలో ప్రజాప్రశంసలుండేవి. తమ సహధర్మచారిణితో "దేశసేవ, ప్రజాసేవ చేయడంలో నాకు నిద్రాహారాలు లేకపోయినా ఫరవాలేదని, అవి అంటేనే నాకు అధికఇష్టం" అని అనేవారట. ఒక చిన్న దానం చేస్తే - 'మూడు పత్రికావార్త, ఆరు ఛాయాచిత్రాలు' అన్న చందంగా కీర్తి కాంక్షాపరులున్న నేటికాలానికి ఆనాటికాలానికీ ఎంత తేడా!

రాజమండ్రి క్రిష్టియనుమిషను వారికి తాము ఆల్కాట్‌దొరనుండి కొనుగోలు చేసిన పెద్దబంగ్లాను దానం చేసేసిన ఉదారుడాయన. ఇక ఈయన గుప్తదానాలకు లెఖ్ఖలేదు.

1900 సంవత్సరంలో గున్నేశ్వరరావుగారు అల్కాట్‌దొరవద్ద ఆయన ఆధీనం క్రిందనుండే బంగాళాలు, స్థలాలు ఇళ్ళూ వగైరా 45,000 రూపాయలకు కొనగలిగిన భాగ్యశాలి. అంటే ఇంచుమించుగా ఇప్పటి 5 బండ్లమార్కెట్టు నుండి దగ్గిర దగ్గిర ధవళేశ్వరము వరకూ అన్ని ప్రాంతాలలోనివి కొనగలిగారన్నమాట. ఈ విధంగా కొనడం వల్ల ఆ ప్రాంతంలోని నూలుమిల్లు కూడా ఆయన వశమయింది. దానిని ఆధారం చేసుకొని ఇండియను ఇండస్ట్రీసును ప్రారంభంచేశారు. ఈ కార్యకలాపాలలో భాగంగా దేశీయదృష్టితో మన రాట్నాలు పెట్టి నూలువడకడం ఆరంభింపజేశారు.

ఆర్థికదృష్టిలో కూడా దేశీయదృష్టిని ఆంతరంగికంగా కలిగేలా చూడడం గున్నేశ్వరరావుగారి బాణీ.

ఆంధ్రనాటకరంగ ఉద్ధారకులు

హిందూనాటక సమాజం:

1889లో రాజమహేంద్రవరంలో స్థాపించబడిన హిందూనాటకసమాజం ఇమ్మానేని హనుమంతరావు నాయుడుగారిది. 1889నుండి 1894 వరకు ఈ సమాజంవారు కొన్ని నాటకాలను ప్రదర్శించి ప్రజలను అలరించారు. ఆనందింపజేశారు ప్రశంసలందుకున్నారు. అయితే ఆరేడు సంవత్సరాల వరకూ మళ్ళీ నాటకాలను ప్రదర్శింపలేదు. తరువాత నాయుడుగారు చిలకమర్తివారు తిరిగి నాటక సమాజ ఉద్ధరణకు పూనుకున్నారు. నాయుడుగారి ఉత్సాహానికి గున్నేశ్వరరావుగారు ప్రోత్సాహరక్తాన్ని ఎక్కించారు.

హిందూనాటక సమాజానికి శ్రీచిలకమర్తి లక్ష్మీనరసింహంగారు అధ్యక్షులుగా, గున్నేశ్వరరావుగారు ఉపాధ్యక్షులుగా నున్నారు. ఈ సమాజం వారు వచన నాటకాలే కాక, పద్యనాటకాలు కూడా అభినయించసాగారు. ఈ హిందూనాటక సమాజంవారు చిలకమర్తివారి నాటకాలను బాగా ప్రదర్శించేవారు అంతేకాక, కందుకూరి వీరేశలింగం పంతులుగారి శాకుంతలము, రత్నావళి, చమత్కారరత్నావళి, సత్యహరిశ్చంద్ర నాటకాలువేశారు. అలాగే వడ్డాది సుబ్బరాయుడుగారి వేణీసంహారము, విక్రమోర్వశీయం నాటకాలను; ధర్మవరం కృష్ణమాచార్యులవారి చిత్రనళీయాన్ని ప్రదర్శించేవారు. చిలకమర్తివారి నాటకాలైన గయోపాఖ్యానం, పారిజాతాపహరణం, శ్రీరామజననం, ద్రౌపదీపరిణయము, నలనాటకము, సీతాకళ్యాణం మొదలైనవీ ప్రదర్శించేవారు. వచనభాగాలలో బాగా అభినయించే వారిలో హనుమంతరావునాయడు గారు, ఆయన వోలు తాతయ్యానాయుడుగారు ముఖ్యులుగా ఉండేవారు. పద్యభాగాలలో బాగా నటించేవారిలో దుర్గిగోపాలకృష్ణగారు, నేతి సుబ్బయ్య, పరిటాల వీరన్న ముఖ్యులుగా నిలచేవారు. ముఖ్యంగా పరిటాల వీరన్నగారు వీరరసపోషణ నాటకాలలో అగ్రగణ్యులుగా ఉండేవారు. ఈయనను 'రంగతిలకం'అని ప్రస్తుతి చేసేవారు. మంచి నుంచి

ప్రశంసలను పరంపరగా పొందేవారు. ఇంకా సత్యవోలు గున్నేశ్వరరావు గారి తమ్ముడైన బంగార్రాజుగారు తమ మిత్రులతో కలసి తమకు బాగా ఇష్టాలుగా ఉన్న పాత్రలను పోషించేవారు. గున్నేశ్వరరావు గారి పినతండ్రి కుమారుడైన సత్యవోలు లక్ష్మీపతిగారు హిందూనాటక సమాజ అధ్యక్షులకు, సత్యవోలు గున్నేశ్వరరావుగారికీ సాయపడి నాటక ప్రదర్శనా విజయదుందుభులకు తోడ్పడేవారు. ఆ రోజుల్లో సురభినాటకసమాజం కూడా వున్నా అది హిందూనాటక సమాజ ప్రదర్శనలంత రక్తికట్టించేది కాదట. నాటక సమాజపునరుద్ధరణకు మిత్రులతో కలసి కొన్ని కొత్త చర్యలను చేబట్టాలని గున్నేశ్వరరావుగారు నిర్ణయించుకున్నారు. ఇందుకై కొన్ని తెరలు, దుస్తులు, సామానులు తయారుచేయడానికి గాను వారు వెయ్యిరూపాయలను పెట్టుబడిగా పెట్టారు. ఈ సమాజానికి సత్యవోలు గున్నేశ్వరరావు, సత్యవోలు లక్ష్మీపతిగార్లు - వీరిద్దరూ కామధేనువులో కల్పవృక్షాలో అనే చందాన ఉండేవారు. ఈ సమాజంవారే 1901 సంవత్సరాన నరసాపురంలో కోవెలకు ఉత్తరంగా దేవిడీస్థలంలో పారిజాతాపహరణం, గయోపాఖ్యానం రెండు నాటకాలను రసజ్ఞ జనరంజకంగా అభినయించి చక్కగా రక్తి కట్టించారు.

హిందూనాటక సమాజానికి అధ్యక్ష ఉపాధ్యక్షులైన చిలకమర్తివారు, సత్యవోలు వారు ఇద్దరూ మనస్తత్వాలలో ఒకటే. వచ్చిన ధనాన్ని పరోపకారానికి, సమాజానికి వెచ్చించే సుగుణం ఇద్దరికీ వుంది. బీదవిద్యార్థులకు జీతాలు కట్టుకోవడానికి సహకరించేవారు. పాత్రధారులకు జీతాలిచ్చేవారు. ఒకరిద్దరు పాత్రధారులు వివాహాలు చేసుకుంటామంటే అందుకూ హిందూనాటక సమాజనిర్వాహకులు ధనసహాయం చేసేవారు. నాటకాల పాత్రధారులకు జీతాలు ఇచ్చే పద్ధతి ఏర్పాటు చేయడంలో గున్నేశ్వరరావుగారికి వారి సోదరుడు బంగార్రాజు గారు కూడా ఏడ్పాటునందించేవారు. ఈవిధానం అమలు చేయడంలో మానవతాదృష్టి, కళాకారులు హాయిగా జీవించాలనే తపన, సామాజిక స్పృహ వంటి వెన్నో యిమిడి వున్నాయి.

నిడదవోలు రమణయ్యగారనే ఒకరు నాటకసమాజంలో హాస్యపాత్రలను ధరించేవారు. ఆయనకు గృహనిర్మాణవిషయంలో హిందూనాటక సమాజం సముచితపాత్ర వహించింది. హరికథకులుగా ఆనాడు బాగా ప్రసిద్ధిపొందిన అనంతరామ భాగవతార్ గారిచే నాటక శాలలో హరికథ చెప్పించి ఆనాటికాలంలో గున్నేశ్వరరావుగారు నూటపదహారు రూపాయలనిచ్చి సత్కరించడం గొప్పసంగతి. ఫిడేలు వాయించడంలో ప్రఖ్యాతిగాంచిన కోటయ్య దేవగారిని ఆహ్వానించి ఆయన పాట కచేరీని చేయించి నూటపదహారురూపాయలతో సత్కరించి ఆనందించారు, ఆనందింపజేశారు. నాటక ప్రదర్శనలు జరిగే సందర్భాలలో అల్లరిమూకల గొడవలు లేకుండా చేసుకోవలసిన పరిస్థితి ఉండేది. అందుకు రక్షకభటుల సహాయం అవసరమయ్యేది. రక్షకభటులు టిక్కెట్లు లేకుండా నాటకశాలలోకి ప్రవేశిస్తే వారి నెంబర్లు వ్రాసుకొని పై అధికారులకు చూపించి శిక్షింపజేసేవారు... క్రమశిక్షణ గున్నేశ్వరరావు గార్కి ప్రాణం.

రాజమహేంద్రికి గున్నేశ్వరరావుగారు పెద్దకరణం. ఆయన పర్కీయందు 22 గ్రామాలు ఇద్దరు చిన్నకరణాలు ఉండేవారు. గంభీరరూపం, ఆకర్షణ వున్న నిండైన విగ్రహం అవడం చేత గున్నేశ్వరరావుగారికి అన్ని వర్గాలలో పేరుండేది. కలెక్టర్లు, పోలీసు అధికార్లు అయిన యూరోపియనులకు కూడా ఆయనపట్ల గౌరవాదరణలుండేవి. అంతేకాదు, కొందరికి భయంకూడా వుండేది.

గున్నేశ్వరరావుగారి పినతండ్రి కుమారుడు సత్యవోలు లక్ష్మీపతి. ఆయనకు నాగుల చెరువు వీథిన 2000గజాల ఖాళీస్థలం వుండేది.

1901 సంవత్సరంలో ఈ స్థలంలో శ్రీ కనుపర్తి శ్రీరాములు గారిచే నాటకసమాజ పునఃస్థాపన చేయించారు. నాటకకళంటే ఆయనకంత మక్కువ.

ఒకవైపు నాటకరంగసేవ, మరొకవైపు సాహితీ సేవ.

గున్నేశ్వరరావుగారు చేసిన సాహిత్యసేవ కూడా పరిగణనీయమైనదే. 1900 సంవత్సరంలో కందుకూరి వీరేశలింగం పంతులుగారు తమ చింతామణి ముద్రాక్షరశాలను గున్నేశ్వరరావుగారికే అమ్మారు. తమ గ్రంథాలను విక్రయించే హక్కులు కూడా పంతులుగారు పది సంవత్సరాల కాలపరిధికి గున్నేశ్వరరావు గారికి ఇచ్చివేశారు.

తన భార్యను 'లైలా'అని ఆప్యాయతగా పిలుచుకునేవారు.

1905లో చిలకమర్తివారి వద్ద సీతాకళ్యాణము, పారిజాతాపహరణము, ద్రౌపదీ పరిణయము, గయోపాఖ్యానం అనే 4 నాటకాలను 5 సంవత్సరాలకు గుత్తకు తీసుకున్నారు. ఆ సమయానికి చిలకమర్తివారు ఋణాలలో ఉన్నారు. వేయిరూపాయలిచ్చి తమ పారితోషికం కారణంగా చిలకమర్తివారిని ఋణవిముక్తుల్ని చేశారు.

ముప్పిడి జగ్గరాజు స్త్రీపాత్రలను వేసేవారు. 1907 నాటికే సత్యవోలువారు ఆంధ్రకేసరి అనే వార్తాపత్రికను స్థాపించారు. దీనికిసంపాదకులు చిలుకూరి వీరభద్రరావుగారు. ఆనాళ్ళలో చిలకమర్తివారు,అత్తలి సూర్యనారాయణ వంటివారు జాతీయ ఖాదీ ప్రేరణకై పత్రికలలో వ్యాసాలు వ్రాసేవారు. రాజమహేంద్రిలో స్వదేశీ ఉద్యమానికి గున్నేశ్వరరావుగారు నాయకత్వం వహించిన ప్రముఖులు. నాళం పుల్లయ్య, ఆలపాటి భాస్కర రామయ్యవంటావారు స్వదేశీ వస్తువుల్ని అమ్మడానికి ముందుకు వచ్చారంటే అందుకు గున్నేశ్వరరావుగారి స్ఫూర్తే మూలకారణం.

1909లో చిలకమర్తివారి గయోపాఖ్యాన నాటకాన్ని సత్యవోలు గున్నేశ్వరరావుగారే ఓం ప్రథమంగా హిందూ సమాజంలో ప్రదర్శింపజేశారు. ఆ రోజుల్లో ప్రదర్శనకు ఒక్కదానికే రూ.1,400లు ఆదాయం వచ్చిందంటే జనాభిమానం అంతగా ఉన్నదన్నమాట. 1911లో హితకారిణీ సమాజం కొరకై నేటి హితకారిణీ సమాజస్థలాన్ని వీరేశలింగంగారికి సత్యవోలు

వారే విక్రయించారట. అలా విక్రయించగా వచ్చిన సొమ్మును తిరిగి వీరేశలింగంగారికే యిచ్చి సమాజసేవకు వినియోగించుకోవలసినదిగా కోరారట. ఎంతగొప్ప సదాశయుడు! హితకారిణీ సమాజానికే హితకారణుడయ్యాడన్నమాట.

1920లో రాజమహేంద్రిలో జరిగిన ఒక జాతీయవాదుల సభ సహాయనిరాకరణోద్యమానికి నాంది పలికింది. ఆ సభ జరిగింది ఎక్కడో కాదు, గున్నేశ్వరరావుగారి చింతామణి నాటకశాలలోనే. అసలు సహాయనిరాకరణోద్యమంలో పాల్గొనడంలో భాగంగానే తన పూర్వీకుల నుండి వచ్చే కరణీకానికి రాజీనామా చేసిన ధన్యజీవి వారు.

అంతిమదశ అంతిమయాత్ర

చివరికాలంలో గున్నేశ్వరరావుగారు కొన్ని కష్టాలను, నష్టాలను ఎదుర్కోవలసి వచ్చింది.

నాటకసమాజం, ముద్రణ ప్రచురణ, దానాలు ప్రజాసేవ ఇవి అన్నీ కలిసి ఆయన జీవితం చివరలో సరైన దక్షతలు గల సహాయకులు లేకపోయారు. వ్యాపారాలు క్రమేణా క్షీణించసాగాయి.

1921-22 ప్రాంతంలో వారి ఒక్కగానొక్క కుమార్తె 16సంవత్సరాల శ్రీమతి వాడ్రేవు రమణమ్మ గతించింది. నోట్లకేసు అభియోగం మోపబడి మానసిక క్లేశాలకు గురి అయ్యారు. మానసికక్షోభ పెరిగింది. బెరిబెరివ్యాధికి గురిఅయ్యారు. రెండునెలలు మృత్యువుతో పోరాడారు. భార్యతో "లైలా ఇనుముకు తుప్పు పట్టింది" అన్నారు ధ్వనియుతంగా.

రాజమహేంద్రి గురుకులం ప్రాంతంలో ప్రస్తుతం గల I.L.T.D. ప్రాంగణంలోని వారి స్వంత బంగళాలో భీష్మఏకాదశీ పర్వంనాడు 1925 ఫిబ్రవరి 2 వ తేదీన విష్ణుసాయుజ్యాన్ని చేరారు. ఆశ్చర్యం. ఆయనపట్ల ఎంతగౌరవం ప్రజలకు ఉన్నదంటే ధవళేశ్వరం వద్ద జరిగే జగన్నాథ పవిత్ర రథోత్సవాన్ని మానుకుని ఆనందాలను రద్దు చేసుకుని ఆయన అంతిమయాత్రలో పాల్గొన్నారు. అవును గోదావరి ప్రక్కన సముద్రం వుందేవిటి? అవును అది ప్రజాశోకసముద్రం. అంతిమయాత్రలో పాల్గొన్న సముద్రం. ఆయన అమరుడు.

(ఆంధ్రపత్రిక సంస్పందన)

కీ.శే. సత్యవోలు గున్నేశ్వరరావుగారు

రాజమహేంద్రవరమునకు మకుటము లేని మహీపతి

వెనుక చూపులేని నెరదాత

ఆంధ్రనాటక రంగోద్ధారకుడు, భాషాపోషకుడు, అఖిలాంధ్ర లోకమునకు చిరపరిచితులు నగు శ్రీ సత్యవోలు గున్నేశ్వరరావు పంతులుగారు నిన్న 2వతేదీ రాత్రి రాజమహేంద్రవరమున స్వగృహమున స్వర్గస్థులయిరనియు వీరుకొన్ని నెలలనుండి వ్యాధిగ్రస్తులై యుండిరనియు నేడు రాజమహేంద్రవరమునుండి మా విలేఖరి పంపిన తంతివార్తను చూచి మిక్కిలి చింతించితిమి.

రాజమహేంద్రవరమున పేదలలో వీరి సహాయమును బడయనివారు లేరని చెప్పుటయం దెట్టి అతిశయోక్తియునం లేదు. వరదలు, అంటువ్యాధులు, యిండ్లు తగులబడుటమున్నగు ప్రమాదములు గలిగినప్పుడు వీరతి సాహసముతో ముందు నిలచి ధనమొసంగియు, అన్నదానము చేసియు, వస్త్రముల నొసంగియు సకల విధముల వేనవేల కుటుంబములకు సేవయును సహాయమును చేసియుండిన వదాన్య శిరోమణులు. ప్రాజ్ఞతవచ్చిన తదాదిగ ఆంధ్రనాటక రంగమునందత్యధికమగు నభిమానముతో వేల కొలది ధనమును వెచ్చించి పనిచేసిరి. చింతామణీ నాటక సమాజమును నెలకొల్పి ప్రాణప్రదముగా పోషించిరి. బ్రహ్మశ్రీ చిలకమర్తి లక్ష్మీనరసింహముగారిని ప్రోత్సాహపరిచి చాలా నాటకములను వ్రాయించిరి. వానిని స్వకీయ చింతామణీముద్రశాలయందే మొదట ముద్రించిరి. కేసరియను వారపత్రికను రాజమహేంద్ర వరంలో నెలకొల్పి శ్రీయుత చిలుకూరి వీరభద్రరావుగారిని సంపాదకులుగా నేర్పరచి చాలాకాలము సాగించిరి. ఆపదలోనున్నవారిని కాపాడుటలో వీరగ్రగణ్యులు. ఆపద్బాంధవులను పేరు వీరికి సార్థకమగును. రాజమహేంద్రవరమున వీరికి గల పలుకుబడి అపారము. పెద్దలకును, పిల్లలకును కవులకును, నటులకును గూడా వీరు కడుసులభులుగా నుండిరి. వీరు సోదరులగు బంగారాజు గారిని, బంధువర్గమును, పెద్దకుటుంబమును అపారమగు మిత్రమండలిని దుఃఖసాగరమున ముంచి దివికేగిరని తెలుపవలసి వచ్చినందులకు మిక్కిలి చింతిలుచున్నాము. వీరి బంధుమిత్రులకు మా సానుభూతి నందజేయుచు వీరి ఆత్మకు శాంతిని ప్రసాదింప భక్తిపూర్వకముగా పరమేశ్వరుని వేడుకొనుచున్నాము.

(1925 ఫిబ్రవరి 3 మంగళవారము

రక్తాక్షి నామ సంవత్సర మాఘమాస శుద్ధ10 మంగళవారము.

ఆంధ్రపత్రిక దినపత్రిక నుండి)

కీ.శే. సత్యవోలు గున్నేశ్వరరావుగారు

– జి. జాషువాగారు

మంత్రిభాస్కరు యశోమహిమంబును బిరాన
సాధించిన వదాన్య చక్రవర్తి
కవిగజమ్ములనేలగా బునర్భువుడైవి
రాజిల్లు శ్రీకృష్ణరాయమూర్తి
శత్రుకోటికి గర్భ శల్యమై తనరి శి
రాన కిరీటంబులేని రాజు
ఘనతపః పారిపాకమున భారతాంగన
కడుపారగన్నయఖండభోగి

గీ॥ వేంగిరాజ్యాటవీ చర ధ్భీమసింహ
మక్కటక్కట సత్యవోల న్వయాబ్ధి
రాజబింబము, గున్నేశ్వరాయవర్య
దస్తమించెను దాతృత్వమస్తమించ

సీ॥ తన పోషణమున వృద్ధినిగాంచి మించిన
చిత్రలేఖకుల కుంచియల నేర్పు
తన యాదరమున శస్తంచైనసత్కవి
ద్రవరున భావ ప్రపంచగరిమ
తన సాయమున నాటుకొని తేజముంగన్న
నటగాయకపుసారనైపుణంబు
తన దాన గరిమ తృప్తిని గొన్న సకల యా
చక మనో విస్ఫుటాశాబలంబు

గీ॥ అల యఖండ గోదావరీ జలతరంగ
ఘోషణంబున గలసి దిక్కుంభగములు
సీధు నెపమున గన్నీరు చిలుకరింప
నంగలార్చెడునమ్మ ఓ యాంధ్రమాత!

శా॥ నీకేపుత్రవతంసమిష్టుడయి శాంతింగూర్చునో వానికే
దోకాలాంతము సంభవించి చనునయ్యోతల్లి నీ కర్మమే
మోకానీ హృదంబు భిన్నములుగాడో గర్భశోకంబు నీ
కాకల్పాంతము నిల్చునో భరతమాతా యెంత దౌర్భాగ్యమే!

శా॥ నానానాటక సంఘరాజముల కన్నన్ మిన్నగా జేసి య
ట్లానందించిన నాయకుండకట దేవావాసముంజేరెన
మ్మా నీవిప్పుడనాథవైతివి గదే యా భోగమాంజల
శ్రీనీకుండదు భర్తతోడనెచనెన్ జింతామణీ సంఘమా!

(ఆంధ్రపత్రిక 1925 మార్చి 16 సోమవారం సారస్వతానుబంధం నుండి)

కీ.శే. లయిన సత్యవోలు గున్నేశ్వరరావుగారు

- పాలకోడేటి సూర్యప్రకాశరావు

గున్నేశ్వరరావుగారు గతించి నాల్గుదినములయినది. ఆంధ్రపత్రికయందలి వ్యాసము ప్రజల యభిప్రాయమును వెలిబుచ్చిన దనుటలో సందేహము లేదు. ఆంధ్రభాషకును, నాటక రంగమునకును ఆయన చేసిన సేవ నిరుపమానము. మరువజాలము. 1907-08-09 సంవత్సరములలో లోకమాన్యుని నాయకత్వమును అంగీకరించి ఆయన చేసిన దేశసేవ అద్భుతమట. వీరు చేసిన దానములెన్నియో కలవుకాని ఎవరికిని తెలియవు. వీరు చనిపోయిన తరువాత కాని 12వేల రూపాయలను రాజమహేంద్రవరముననున్న మిషన్‌ఘోషా ఆసుపత్రికి యిచ్చినట్లు తెలియలేదు. ఇంకెన్ని గుప్త దానములు చేసిరో మనకు తెలియదు. స్వతంత్ర పత్రికా మేనేజరగు ఖండవిల్లి రాజారావుగారిని పిలిచి ఒకనాడు యిట్లు సెలవిచ్చిరి. మీరు అచ్చు ఆఫీసులేక కష్టపడుచున్నట్లు వింటిని. పత్రికను మానవద్దు. ఈ చేతి ప్రెస్సును మీరు తీసుకువెళ్లండి. అని చెప్పిరి. రాజారావుగారు కాని సత్యనారాయణరావు గారు కాని వారిని కోరలేదు. ఇట్టి సహాయము వచ్చునని కలలోనైన వారు తలంపలేదు. గున్నేశ్వరరావుగారే బండ్లనుకుదిర్చి చేతిప్రెస్సును కొన్ని కేసులను ఇంగ్లీషు, తెలుగును కూడాను పంపిరి. సత్యవోలుగున్నేశ్వరరావు గారలు యొక్క నిష్కళంకమైన దేశభక్తులు, పేరుకొరకు తంటాలు ఎన్నడును పడలేదు. తానుపనిచేయకపోయినను ఇతరులు చేయునప్పుడు చూచి సంతోషించెడివారు. ఈర్ష్యయన యేమియో యెరుగరు.

రాజమహేంద్రవరం, 4-2-25

ఆంధ్రపత్రిక దినపత్రిక.

ఆధార ఆకరాలు

1. శ్రీమతి సత్సవోలు రత్నమాణిక్యాంబ వ్రాతప్రతి
2. కుటుంబ పెద్దల మౌఖిక అంశాలు
3. ఆంధ్రప్రదేశ్ ప్రభుత్వ అభిలేఖగారం. హైదరాబాదులో కొన్ని పత్రికలు ముఖ్యంగా ఆంధ్రపత్రికలు.

ముట్నూరి కృష్ణారావు

(1879-1945)

- పిరాట్ల వెంకటేశ్వర్లు

భారతమాత ముద్దుబిడ్డలలో ఎన్న తగిన ఆణిముత్యాలలో ఒకరు శ్రీ ముట్నూరి కృష్ణారావు గారు. ఈ ఆణిముత్యం తన బహుముఖీన ప్రజ్ఞాపాటవాలతో భారతమాతకే అలంకారమై అలరారింది.

ఈ శతాబ్దపు తొలి 'తెలుగు పెద్ద' :

సమకాలీనులను, సహచరులను, పాఠకులను ఈనాటి వరకు తన ప్రతిభతోనూ, వ్యక్తిత్వంతోను ప్రభావితం చేస్తూ ఉన్న శ్రీ ముట్నూరి కృష్ణారావు గారిని 'ఈశతాబ్దపు తొలితెలుగు పెద్ద'గా శ్రీ బెజవాడ గోపాలరెడ్డి వర్ణించారు. బందరు జాతీయ కళాశాలవిద్యార్థి, శాంతినికేతన్ అంతేవాసి, రాయవేలూరు జైలులో కృష్ణారావుగారి వద్ద అభిజ్ఞాన శాకుంతలం చదువుకున్న తోటి రాజకీయ ఖైదీ అయిన ప్రముఖ సాహిత్య వేత్త శ్రీ బెజవాడ గోపాలరెడ్డి గారు, ఆంధ్రప్రదేశ్ ముఖ్యమంత్రి, కేంద్రమంత్రి, ఉత్తర ప్రదేశ్ గవర్నర్‌గా కూడా పలు పదవులు నిర్వహించారు. శ్రీ కృష్ణారావు గారు కలకత్తా నుండి బిపిన్ చంద్రపాల్‌ను ఆంధ్రకు రప్పించి వందేమాతర ఉద్యమాన్ని రగుల్గొల్పారు. మహాత్మాగాంధీ అహింసా సూత్రాలను, సత్యాగ్రహ ఉద్యమాన్ని ఆంధ్రదేశంలో ప్రచారం చేశారు. తన వేషధారణ ద్వారా ఆంధ్రత్వానికి వన్నెతెచ్చారు. బిపిన్ చంద్రపాల్ ఉగ్రదేశభక్తిని, మహర్షి అరవిందుని వేదాంత తత్త్వాన్ని, మహాత్మా గాంధీ స్వదేశీ ఉద్యమాన్ని రంగరించిన 'లోవెలుగులు'తో ఆంధ్రదేశాన్ని పునీతం చేశారు. బ్రహ్మర్షి వెంకటరత్నం గారి శిష్యరికంలో బ్రహ్మసమాజికునిగా సంఘ సంస్కరణోద్యమాలను, సంస్కరణలను తెచ్చారు. ముట్నూరి కృష్ణారావు వారి ఆప్తమిత్రులు డా॥ భోగరాజు పట్టాభి సీతారామయ్య, కోపల్లె హనుమంత రావులతో కలిసి 'బందరుత్రయం'గా పిలువబడ్డారు.

సంపాదకులకే సంపాదకుడు :

సంపాదకులుగా నాలుగున్నర దశాబ్దాలకు పైగా కృష్ణాపత్రిక కోసం, అహర్నిశలు, త్రికరణ శుద్ధిగా కృషిచేసి, పత్రికా రచనకు ఆంధ్రభాషలో ఒరవడిదిద్దిన, శ్రీముట్నూరి కృష్ణారావు గారు సంపాదకులకి సంపాదకులుగా వినుతికెక్కారు. సాహిత్య, సామాజిక, రాజకీయ రంగాల విశ్లేషణ వల్ల తన కృష్ణాపత్రిక కార్యాలయంలో దర్బారును నిర్వహించడం వల్ల అలనాటి రాజకీయ, సామాజిక ఉద్యమ సారథిగా పిలువబడినవాడు. కాంగ్రెస్ ఉద్యమం ఏకొద్దిమందికో పరిమితం కారాదని సర్వజనామోదంగా ఉండాలని గొట్టిపాటి బ్రహ్మయ్యలాంటి దిగ్గజాలను నిర్మాణం

చేశారు. కోట సుబ్బారావు లాంటి సంపాదకులను తన పుత్ర సమానంగా పరిగణించి, శిక్షణ నిచ్చి తీర్చిదిద్దిన గురుదేవులు శ్రీ ముట్నూరి కృష్ణారావు గారు. కోట్లాది మంది భారతీయులను తన సత్యవాక్య పరిపాలన ద్వారా మంత్రముగ్ధులను చేసి స్వాతంత్ర్య రథసారథి అయిన గాంధీజీ కృష్ణారావు గారు అందించిన ఆంగ్లపదంతో తన ఉపన్యాసాన్ని ప్రారంభించి 'ఆయన కళ్లల్లో ఆధ్యాత్మిక జ్యోతులు కనపడుతున్నాయని' ప్రశంసించారు. ఇలా నల్దిశలా తన అసాధారణ వ్యక్తిత్వం ద్వారా నేటికీ ప్రపంచంలో తెలుగువాడు ఎక్కడున్నా పత్రికా సంపాదకుడంటే కృష్ణారావు గారని, పత్రిక అంటే కృష్ణాప్రతిక అనే భావం స్థిరపరచిన భవ్యమూర్తి. అటువంటి బహుముఖీన వ్యక్తిత్వాన్ని పరిచయం చేసుకొనడమంటే స్వాతంత్ర్యంతో పాటు పోగొట్టుకున్న స్వదేశీ, స్వావలంబన, స్వభాషలకు జాతీయ స్థాయిలో జరిగిన పునరుజ్జీవన కార్యక్రమాన్ని పరిచయం చేసుకొనడమే. ముట్నూరి కృష్ణారావు వ్యక్తిత్వం గూర్చి ప్రస్తావించడం అంటే ప్రచండ మార్తాండుని చిన్న దివిటీతో చూపటం లాంటిదే అవుతుంది.

ప్రతి భాష, ప్రతి ప్రాంతం, ప్రతి జాతి తరానికి ఒకరుగా అటువంటి వారిని తనంతట తాను సృష్టించుకుటుంది. అపుడే జాతి చిరస్థాయిగా వుండగలదు. ప్రపంచంలోని జాతులన్నింటా శాశ్వతమైన ఆధ్యాత్మిక విలువలతో విలసిల్లగల భరతజాతి కీర్తి అనంతమైనట్టిది. ముట్నూరి కృష్ణారావు గారిని ఆనాటి మోతీలాల్ నెహ్రు తాను అలహాబాదులో ప్రారంభించనున్న ఆంగ్లపత్రికకు సంపాదకుడిగా రమ్మనమని ఆహ్వానించారు. కానీ ఆ ఆహ్వానాన్ని అతి సున్నితంగా కృష్ణారావు గారు తిరస్కరించారు. ఆనాడు తెలుగువారు అనేకమంది ఇతర రాష్ట్రాల ఆంగ్లపత్రికల సంపాదకులుగా వెళ్ళి దేశవ్యాప్తంగా ఖ్యాతి గడించి ఉన్నారు. ఉత్తర ప్రదేశ్‌లో 'లీడర్' అనే పత్రికకు మూడు దశాబ్దాల పాటు సి.వై. చింతామణి సంపాదకుడుగా ఉన్నారు. మద్రాసు నుండి ఆంధ్రకేసరి టంగుటూరి ప్రకాశం పంతులు 'స్వరాజ్య' పత్రికకు శ్రీ ఖాసా సుబ్బారావుగారు, డా॥భోగరాజు పట్టాభి సీతారామయ్య 'జన్మభూమి' పత్రికకు కోటంరాజు పున్నయ్య, 'సింద్ అబ్జర్వర్' పత్రికకు ఆయన సోదరుడు కోటం రాజు రామారావు, ఉత్తర ప్రదేశ్ రాజధాని లక్నో నుండి వెలువడిన 'నేషనల్ హెరాల్డ్' పత్రికకు సంపాదకులుగా పని చేశారు. 'హిందూస్థాన్ టైమ్స్' పత్రికకు కాసబియాంక వలె జి.వి. కృపానిధి 'జైహెరాల్డ్' పత్రికకు సి.వి.హనుమంతరావు, 'ఎం.సి.'గా పేరొందిన ఎం. చలపతి రావు 'నేషనల్ హెరాల్డ్' పత్రికకు, పనిచేయడమే కాదు ఆంధ్ర దేశానికి సర్వత్ర పేరు ప్రఖ్యాతులను తెచ్చారు. వీరందరూ స్వరాజ్య ఉద్యమం కోసం పనిచేసిన వారే సుమా! అలాంటి వారెందరో సంపాదకులుగా వున్నా "సంపాదకులకు సంపాదకుడు" గా వినుతికెక్కిన వారు ముట్నూరి కృష్ణారావు గారు మాత్రమే. సమర్థులైన వారు ఆ కాలంలో ఆంగ్లపత్రికలకు సంపాదకులుగా వుంటూ జాతీయ స్థాయిలో పేరొందిన సంపాదకులై వుండేవారు. కానీ కృష్ణారావు గారు మాత్రమే ఇతరత్రా ఎన్ని అవకాశాలు వచ్చినా తెలుగు పత్రికకు సంపాదకులుగా ఉండాలనుకున్నారే కానీ ఇతరులవలె తనకు ఖ్యాతి రావాలని ఏనాడుకూడా భావించలేదు.

మౌనముద్రాలంకారులు :

కృష్ణారావు గారు సహజంగా అంతర్ముఖులు, తాను జన్మించగానే తనతల్లి అతిచిన్న వయస్సులోనే మరణించడం వలన 'తాను మాతృహంతకుడనని' ఎప్పుడూ బాధపడేవారు. తనతల్లిని తలచుకుని ఎన్నోవిధాలుగా కంటితడిపెట్టుకునేవారు. ఆమె గుర్తుకు వచ్చినప్పుడల్లా మూగగా రోదించేవారు. బహుశ : అందువలననే వారిని తరచు మౌనముద్ర ఆవహించేది. చివరకు ఆయన అంతేవాసి చెరుకువాడ నరసింహం పంతులుగారు ఉగాది సంచిక కృష్ణాపత్రికలో ఆంధ్ర ప్రముఖులకు బిరుదాలనిస్తూ తనకు తాను 'నష్టజాతక సిద్ధాంతి' అని, తన గురువుగా భావించే కృష్ణారావు గారికి 'మౌనముద్రాలంకార' అని బిరుదాలనిచ్చారు. అప్పుడు కూడా కృష్ణారావు గారు మౌనంగానే ఆ బిరుదాన్ని స్వీకరించారు. కృష్ణారావు గారి మాతృమూర్తి మరణానంతరం ఆయన తండ్రిగారు మరో వివాహాన్ని చేసుకున్నారు. ఆమె కూడా ఎక్కువ కాలం కాపురం చేయలేదు. స్వల్పవ్యవధి లోనే ఆమెకూడా గతించారు. తల్లిప్రేమ దక్కనేలేదు. సరికదా పితృప్రేమకు కూడా కృష్ణారావు గారు నోచుకొనలేదు. కృష్ణారావుగారి ఆరవయేటనే ఆయన తండ్రి గారు కూడా గతించారు. దానితో తన ఆరవ యేటనే కృష్ణారావు గారు అనాథగా మిగిలిపోయారు. చిన్నతనంలోనే తన పినతండ్రిగారైన రామస్వామి గారింట్లో జీవించడం, తన ముత్తవ తల్లి స్తన్యాన్ని గ్రోలి పెరిగి పెద్దవాడవడంతో ఒక విధమైన వైరాగ్యం కృష్ణారావు గారికి అబ్బింది. నిరంతరం చింతన వారిలో చిగురించింది.

అంతర్ముఖులు :

శ్రీ ముట్నూరి కృష్ణారావు గారు అంతర్ముఖులు. తనను గూర్చి తాను చెప్పుకొనడానికి ఏనాడు కూడా అంగీకరించేవారుకాదు. కనుకనే 1879లో జన్మించిన వారి జన్మతేదీని తెలుసుకొనాలని చాలమంది ప్రయత్నించారు. కానీ ప్రయోజనం శూన్యం. ఆయన సత్యాగ్రహిగా కారాగారంలో ఉన్నప్పుడు ఆయన చిత్రపటాన్ని సంపాదకుని కుర్చీలో పెట్టి ప్రతివారం సంపాదకీయాన్ని రాసేముందు వారి ఫొటోకు నమస్కరించి వారివలె సంపాదకీయం రాయడమేకాకుండా వారి అంత్యదశలో వారికి కర్మకాండ నిర్వహించిన కోట సుబ్బారావుగారికి తన గురువుగారి జన్మదినం తెలుసుకొనాలని, పదిమంది చేత ఆనాడు వారిని అభినందింప చేయాలని అభిలాష అధికంగా ఉండేది. దానితో ఒకరోజున పూలను, పండ్లను కృష్ణారావుగారికి తెచ్చి బహుకరించాడట. కారణం అడిగితే "ఈ రోజున తమరి జన్మదినం కదా!అందుకని తెచ్చాను. అని ఎంతో వినయంగా చెప్పారట అందుకు కృష్ణారావు గారు అవుననలేదు కాదనలేదుట. తన సహజసిద్ధమైన మౌనముద్రతో స్వీకరించారుట. ఆంధ్రప్రదేశ్ విద్యాశాఖ మంత్రిగా వున్న మండలి కృష్ణారావు, కృష్ణారావు గారు చదివిన పాఠశాలలో వెదికించారు. కళాశాలలో వెదికించారు. కానీ ఆనాటి రికార్డులు లేక మండలి కృష్ణారావు గారికి కూడా లభించలేదు. ఆవిధంగా కృష్ణారావు గారి జన్మదిన తేదీ ప్రపంచానికి తెలియనేలేదు.

నిరాడంబరులు:

కృష్ణాపత్రికలో ఎక్కడో చివరన సంపాదకుడు, ముద్రాపకుడు అని చిన్న అక్షరాలు తప్ప కృష్ణారావు గారి గురించి ఏమీ ఉండేవికావు. తమను గూర్చి పత్రికలో ఏమి రాయడానికి ఇష్టపడేవారు కాదు. తాను పత్రికలో ఏమి రాసినా చిత్తశుద్ధితో, ఆచరణ సాధ్యమైన అంశాలనే ప్రస్తావించేవారు. ఆయన పత్రిక, ప్రింటింగ్ ప్రెస్ యాజమాన్యం కూడా అలానే వుండేది. పెద్దగా పట్టించుకునే వారుకాదు. ఒకసారి ప్రెస్ మేనేజరు గది ముందర కృష్ణారావు గారు నిలబడి వున్నారు. ఆ మేనేజరు ఏదోపనిలో వుండి ఆయనను చూడలేదు. పేరుపెట్టి పిలిచే స్వాతంత్ర్యం వున్నా, ఆయన అలానే నిలబడి ఉంటే కొద్దిసేపటికి ఆ మేనేజరు తలెత్తి చూసి ఆశ్చర్యపడిపోయి పరుగెత్తుకుని వస్తే శ్రీ కృష్ణారావు గారు 'ఒక రూపాయ కావాలి' అని అన్నారట. (ఆరోజులలో రూపాయి అంటే నేడు రెండు మూడు వందల రూపాయలతో సమానం). ఆ రూపాయ తీసుకుని శ్రీ కృష్ణారావు గారు ఇంటికి వెళ్ళారట.

నిస్వార్థ జీవి :

శ్రీ కృష్ణారావు గారు ఏనాడు కూడా పత్రికను కానీ, ప్రింటింగ్ ప్రెస్‌ను కానీ లాభాపేక్షతో నిర్వహించలేదు. ఆయన సహాధ్యాయి, కాంగ్రెస్ నేత మహాత్మాగాంధీకి భాష్యకారుడు డా॥ భోగరాజు పట్టాభి సీతారామయ్యగారు కృష్ణారావు గారితో లాభము- పెట్టుబడి గూర్చి మాట్లాడటానికి మనస్సు ఒప్పక కృష్ణారావు గారి శిష్యుడు గొట్టిపాటి బ్రహ్మయ్య గారితో చెప్పారట. ఒక మూడువేల రూపాయల పెట్టుబడి పెడ్తే ప్రెస్ ద్వారా కృష్ణారావు గారికి మరొక మూడువందల రూపాయలొస్తాయి, వారు అంగీకరిస్తారేమో అడుగవలసిందిగా బ్రహ్మయ్య గారితో అన్నారట. ఆ మాటవిని కృష్ణారావు గారు వెంటనే సమాధానం చెప్పారట. "నాకు ఇప్పటికి నెలకు వంద రూపాయలు వస్తున్నాయి. ఆ వందరూపాయలు మాకుటుంబ ఖర్చులకు సరిపోతున్నాయి. ఇంకా అధికంగా వస్తే ఏమిచేసుకొవాలి. వద్దులే" అని చల్లగా, మర్యాదగా, బహుసునిశితంగా పట్టాభిగారి ప్రతిపాదనను తిరస్కరించారు.

స్నేహధర్మం - జాతిహితం :

కృష్ణారావు గారికి పట్టాభిగారికి మధ్య అనేక పర్యాయాలు అభిప్రాయ భేదాలు వచ్చినప్పటికీ చివరి వరకు స్నేహం అలానే నిలబడింది. మహాత్మాగాంధీజీ ఉద్యమానికి శ్రీ కృష్ణారావు గారు వ్యాఖ్యానం చేస్తే, పట్టాభి సీతారామయ్యగారు భాష్య కారుడుగా పనిచేసేవారు.

1939లో త్రిపురలో జరిగిన కాంగ్రెస్ మహాసభలో అధ్యక్ష పదవికి తీవ్రమైన పోటీ జరిగింది. ఆపోటీలో సుభాష్ చంద్రబోస్, మహాత్మాగాంధీ ప్రతినిధిగా డా॥ భోగరాజు పట్టాభి సీతారామయ్య అధ్యక్ష పదవికి పోటీలో ఉన్నారు. అదే త్రిపుర సభలలో ఆంధ్రప్రదేశ్‌లోని

రాజమండ్రి నుంచి వచ్చే 'కాంగ్రెస్' అనే పత్రిక సంపాదకుడు మద్దూరి అన్నపూర్ణయ్యగారు సుభాష్ చంద్రబోస్‌కు అనుకూలంగా ప్రచారం చేశారు. చివరకు అధ్యక్షులుగా సుభాష్ చంద్రబోస్ గెలిచారు. ఆ ఇద్దరకూ వచ్చిన ఓట్లలో తేడా ఆంధ్రనుండి వెళ్ళిన ప్రతినిధుల సంఖ్యతో సమానం. ఆ ఘటనను ముట్నూరి కృష్ణారావు గారు కృష్ణాపత్రికలో ఘాటుగా విమర్శించారు. పట్టాభి సీతారామయ్యను, ఆయనను నిలబెట్టిన మహాత్మాగాంధీని సైతం వదలలేదు. అదే విధంగా పట్టాభి సీతారామయ్యగారు కాంగ్రెస్ అధ్యక్షులుగా ఉన్న సుభాష్ చంద్రబోస్ వ్యవహార సరళిని మచిలీపట్టణం కాంగ్రెస్ కార్యకర్తల సమావేశంలో విమర్శించారు. అప్పుడు పత్రికలో కృష్ణారావు గారు ఇలా విమర్శించారు. "కాంగ్రెస్ సంస్థలో పదవులందున్న వారు తమ ఎడల ఏవిధంగా మెలగవలెనని కాంగ్రెస్ సభ్యులను కార్యకర్తలను, కాంక్షిస్తారో వారితో తామున్నూ అటులనే మెలగుట వారి విధి కర్తవ్యం" సహజంగానే ఈ వ్యాఖ్యలను చదివి బాధపడి వుంటారు పట్టాభి సీతారామయ్యగారు.

కాంగ్రెస్ నాయకులు, గొట్టిపాటి బ్రహ్మయ్యగారు కృష్ణారావు గారి దగ్గరకు వచ్చి ఆయన విమర్శలను ప్రస్తావించి, "ఇందువలన తమసాన్నిహిత్యం పట్టాభితో చెడడానికి అవకాశమున్నది కదా?" అని అన్నారు. దానికి కృష్ణారావు గారి జవాబు ఇది. "ఈ కిరీటం, ఈ భుజకీర్తులు, కలం, కాగితాలు చూడు. కృష్ణాపత్రిక సంపాదకునిగా దేవుని సైతం లక్ష్యపెట్టేదిలేదు. శత్రు, మిత్ర భేదం ఈ కలం పాటించదు" అని, తన తలపాగా తీసి పక్కనపెట్టి "ఇప్పుడు నేను కృష్ణారావును. పట్టాభి మిత్రుడను. పట్టాభిని ఎవరన్నా ఏమన్నా అంటే ఈ కర్రతో మోదుతాను. కనుక కృష్ణారావుకు కృష్ణాపత్రిక సంపాదకునికి భేదం తెలుసుకుని మీ పట్టాభికి చెప్పు. ఈ భేదం గుర్తించి నా నుండి ఏదైనా ఆశించండి. అంతే కాదు. వ్యక్తిగత మైత్రి వేరు. జాతి హితం వేరు" అని అన్నారు. కృష్ణాపత్రికలో ఒకసారి "తెల్లవాడి తుపాకితో కాల్చుట" అన్న అంశంపై కృష్ణారావుగారు సంపాదకీయం రాశారు. అచ్చయి బయటకు వెళ్లిపోతుంటే ఎవరో చూసి కాపీలనన్నింటిని తగులపెట్టారు. అయినప్పటికీ ఒకటి, రెండు కాపీలు చేరకూడనిచోటికి అంటే బ్రిటీష్ అధికారి దగ్గరకు వెళ్లనే వెళ్ళాయి. దానితో ఆగ్రహించిన తెల్లదొరలు కృష్ణాపత్రిక జుల్మానా కట్టవలసి వుంటుందని, కృష్ణారావు గారు సంపాదకులుగా ఉండడానికి వీల్లేదని, ఆయన స్థానంలో మరెవరన్నా సంపాదకులుగా ఉంటే తమకు అభ్యంతరం లేదని హుకుం జారీ చేశారు. అప్పుడు తాత్కాలికంగా కృష్ణారావు గారు తప్పుకున్నారు. పట్టాభిగారు సంపాదకునిగా ఇబ్బందులలో ఉన్నపుడల్లా సాయంచేసి పత్రికను లాభాల మార్గంలో పెట్టారు పట్టాభి. కానీ వారిద్దరి మధ్య అంతటి సాన్నిహిత్యం ఉన్నా ముట్నూరి సంపాదకునిగా తన విధిని నిర్వర్తించేవారు. అందువలననే "సంపాదకులకు సంపాదకుడుగా" కృష్ణారావుగారు ప్రసిద్ధి చెందారు. అప్పటి నుండి ఇప్పటి వరకు ఇక ముందు కూడా సంపాదకులకు సంపాదకుడుగా పత్రికా రంగం చేత గుర్తించబడిన వారు కృష్ణారావు గారే నంటే అతిశయోక్తి ఎంతమాత్రం కాదు.

తోటానందులవారు :

కృష్ణారావుగారు ప్రకృతి ఆరాధకులు. వారిని "తోటానందులవారు" అని కృష్ణాపత్రికలో 'వడగళ్ళు' అనే శీర్షికను సంవత్సరాల పాటు నిర్వహించిన రావూరి సత్యనారాయణ రావుగారు కృష్ణారావు గారిని గురించి అనేవారు. వారు ఇలా అంటారు. "ప్రాత:కాలం వెలువడే మంచుతెరలు పట్టణమంతా వ్రేలాడే సమయం. చలిగాలి వీనులకు తాకి, దర్పాన్ని తరిమి ప్రకృతిమాత ఎదుట "కుదించుకో – తలదించుకో" అని బోధించే తరుణం, ఆలకాపరులు వీథులవెంట పాడి ఆవుల్ని తోలుకువెళ్లే వేళ. శ్వేత కిరీటధారి బందరు వీథులలో హుందాగా నడిచివచ్చే దృశ్యం ఆ పురవాసులందరికీ సుపరిచితం. ఎంత చలిగాలి వీచినా రవంత జంకకుండా ఠీవిగా నడిచిపోయే వారాయన, వీచిన గాలికి ఆయన వదనం లేత మందారం లాగా వికసించేది. మంచు పొరలలో మానవ జీవిత రహస్యాలేవో వెతుక్కుంటూ ఆయన వీథులవెంట నడిచేవారు. ఎదురైనవారు మౌనంగా నమస్కరించడమే తప్ప పల్కరించే ధైర్యం ఉండేది కాదు. ఆ నమస్కారాల కాయన తలూపేవారు. 'నాకెందుకు ఈ ప్రకృతి సౌందర్యానికి నమస్కరించు, నేను నా ఆత్మనలా నివేదన చేస్తున్నాను' అన్నట్లుగా రోడ్లవెంట అలా పచార్లు చేసి, సూర్యోదయమయ్యే వేళకు కృష్ణాపత్రిక ఆఫీసుకు చేరుకునే వారు మా గురుపాదులు"....

–"అప్పటికెవ్వరూ అక్కడికి చేరేవారుకాదు. కృష్ణాపత్రిక ఆఫీసు ప్రాంగణం ఒక ఉద్యానవనం. ఒక చిన్న చిత్రశాల, ఒక పాఠశాల, ఒక రాజకీయ రహస్య ఆలోచనా మందిరం. మునిమాపువేళల్లో అది మునిపల్లె – ఒకప్పుడు నర్తనశాల, ఒకప్పుడు రాయలదర్బారు. కృష్ణారావుగారు ఆఫీసు ప్రాంగణంలో ప్రవేశించేవారు. అక్కడ రంగురంగుల క్రోటన్ మొక్కలుండేవి. ఇంటిలోగిలిలో వైదూర్యకాంతులు రంగరించినట్లున్న ఒక చిగురాకుపై ఒక సీతాకోకచిలుక – జరీ చుక్కల రెక్కల సీతాకోకచిలుక – రెక్కలు విప్పుకుని పరిభ్రమించడం, ఆ చిగురాకును పల్కరించడానికి రాలినట్లుగా వ్రాలి గాలి లోకి తేలిపోవడం, అక్కడ ఒకసారి ఓంకారంగా, ఒకసారి శ్రీకారంగా తిరగడం ఈదృశ్యాన్ని చూస్తూ నిలబడి వుండేవారు కృష్ణారావు గారు.

వెన్నెల గిలకల్లాంటి ఆయన నేత్రాలు ఆ చిలుకతో పాటే తిరుగుతూ ఉండేవి. ఆయన మనసు చిలుక రెక్కల మీదే నిలిచిఉండేది. చిగురాకులో శిల్పమా ముందుగా ఆరాధించదగినది? దాని నాధారంగా చేసుకుని హావభావ విన్యాసాలతో తాకి పరుగులు తీసి దూరమయి – పలుకరించి పారిపోయే ఆ సీతాకోకచిలుకలో గల వేదాంత రహస్యమా ? ముందు అస్వాదించతగినది ? అన్న సంశయంలో పడేది గురుపాదుల మనస్సు. ఇంతలో ఆ చిలుక చివురాకును విడిచి, ఒక అరవిచ్చిన మొగ్గనంటుకుని ప్రదక్షిణం చేయడం ప్రారంభించేది. కృష్ణారావు గారు మెల్లగా అడుగులో అడుగువేస్తూ అటు నడిచేవారు. చూపులు గిరిగిరా తిప్పుతూ, ఆ చిలుక పరిభ్రమణానికి మనస్సులో శృతి కలుపుకునేవారు. దాని రెక్కల విదిలింపులలో తమ

మనసు మలచుకునేవారు. ఇంతలో చిలుక విడచివచ్చిన చివురాకు జ్ఞాపకం వచ్చేది వారికి, దాని మీద జాలికలిగేది. వెనక్కి తిరిగివచ్చి చివురాకును చూసేవారు. అది విరహోత్కంఠితగా కనిపించేది వారికి. వేదన పాలైనట్లు వేడికన్నీటిని వదుల్తున్నట్లు కనిపించేదాయనకు. చివురాకు నుద్దేశించి "దక్షిణ నాయకుడమ్మా అతడు. అలాంటి వారిని వరించినందువల్ల లభ్యమయ్యే వరం విరహమేనమ్మా" అనేవారు బైటకి. వెనుకగా వచ్చి నిల్చినవారిని గుర్తించేవారుకారు వారు. నమస్కారముద్రతో అలా నిలబడి ఉండేవారు. ఎప్పుడో తల త్రిప్పివారిని చూసేవారు. చేతిలో ఆ సీతాకోకచిలుకను చూపేవారు "ధూర్తనాయకుడు ... యదు నందనుడు కూడా ఇలాంటివాడే. ఆయన్నిపట్టి సందిట దాచుకొనలేకే రాధ అలా ప్రకృతిలో లీనమయింది. అప్పుడామె నుండి ఆయన తప్పించుకో లేకపోయాడు.. ఆమె మొగ్గగా మారితే తాను పరిమళమై దాక్కునేవాడు. ఆమె పువ్వుగా విరిస్తే చిరుగాలిగా కదిలేవాడు. ఎక్కడకు పారిపోగలడతడు ? అతగాడెందర్నో గెలిచాడు... రాధ అతగాడ్ని గెల్చింది. ఆమె అన్వేషణ మానింది. అతడే అన్వేషి అయ్యాడు. ఆ సురమౌళికి, ఆ వనమాలికి రాధాన్వేషణయే జీవనకేళి అయింది !!" ఇలా అద్భుతమైన భావపరంపర వారి నుండి వెలువడేది. ఇంతలో ఆఫీసు సిబ్బంది అంతా వచ్చేది. గురుపాదుల ఏకాంతానికి వెనుకగా వచ్చినవ్యక్తి వంక అప్పుడు చూసేవారు.

కృష్ణారావు గారి దృష్టిలో సృష్టి ఒక కళానిలయం. అన్నితావుల్లో దివ్యపురుషుని రూపకల్పన గోచరమయ్యే దాయనకు. "ఇందుగలడందులేడను సందేహము వలదు" అన్న సత్యంలో ఎంతో విశ్వాసంగల చూపు వారిది. నశ్వరమైన ఈజగత్తులోనే శాశ్వతానందాన్ని కల్పించే సౌందర్య స్వరూపమేదో దాగివున్నదని, దాని అన్వేషణే జీవితానికి ధ్యేయమనీ వారి మతం. అన్ని వైపుల నుంచి వారికి వేణు నాదాలు వినిపిస్తూవుండేవి. అందువల్లనే వారు ఒక్కొక్కప్పుడు రాస్తున్న కలం క్రింద పెట్టి వేణువును గూర్చి పెద్ద ఉపన్యాసమిచ్చేవారు. సరస్వతి వీణను వర్ణించేవారు. కృష్ణారావు గారు బిపిన్ చంద్రపాల్ గారితో కలిసి బెంగాల్‌లో పర్యటిస్తున్న కాలంలో ఒకనాటి సాయంత్రం హుగ్లీనదిలో పడవ ప్రయాణం చేస్తున్నారట. పల్లెకారుల పాటలు వినిపిస్తున్నాయట. కృష్ణారావు గారు తన్మయులై పాల్‌గారితో "మోహన మురళీగానం వినిపిస్తోంది".... అన్నారట. పాల్‌గారు కళ్ళెర్రచేసి "ఇప్పుడు మనకూ, దేశానికి అవసరమైంది. మురళీధరుడు కాదు. ఆ మురారి. మోహనవంశీ నాదం కాదు... దుష్టశిక్షణకు కంకణం కట్టుకున్న మురారి"... అన్నారట. కృష్ణారావు గారు నందకిశోరుని నవనీతచోరుని వేణువును, వ్రేపల్లెను పదేపదే వర్ణిస్తూ ఉండేవారు. మధ్యలో పాల్‌గారు అన్నమాట "మనకు కావలసింది మురారి" జ్ఞప్తికివచ్చి ఆగిపోతూ ఉండేవారు.

స్వేచ్ఛా ప్రియత్వం :

"ఒకసారి ఒక ఫిలిం దర్శకుడు కృష్ణారావు గారి దగ్గరకు వచ్చాడు. చాలాసేపు మాట్లాడారు. కృష్ణారావు గారు కళను గూర్చి చక్కని అభిప్రాయమిచ్చారు. వెడుతూ ఆ దర్శకుడు కృష్ణారావు గారితో "సత్యనారాయణ గార్ని నా వెంట కొంచెంసేపు తీసికొని వెడతాను, మీ అనుజ్ఞ కావాలి"

అన్నారు. కృష్ణారావు గారికి కోపం వచ్చింది. "అనుజ్ఞ? ఎవరి అనుజ్ఞ? ఎవరి అనుజ్ఞతో మానవుడీ లోకంలో జీవిస్తున్నాడు. ఎవరి అనుజ్ఞతో పాలిస్తున్నాడు... మీరెవరి అనుజ్ఞ తీసుకుని దర్శకత్వం నిర్వహిస్తున్నారు. అనుజ్ఞ ఇచ్చేవాడు భగవంతుడు - పుచ్చుకునేవాడు మానవుడు. అనుజ్ఞ ఇస్తే ఒక్క చెట్టు పుయ్యదు. ఒక్కకాయ కాయదు. సూర్యుడు బయటకు రానేరాడు. గాలి వీచనే వీచదు. తన అనుజ్ఞ ప్రకారం సాగరుడు ముందుకు రాకుండా ఆగాలని శాశించే "కాన్యూట్ వంటి వాణ్ణికాదు" అంటూ పెద్దఉపన్యాసం ఇచ్చారు. దర్శకుడు మౌనంగా నిలబడ్డాడు. కృష్ణారావు గారు తిరిగి ఇలా అన్నారు. "మీరు ఫిలిం నిర్మాణంలో నటుల్ని శాసిస్తారు. ఆజ్ఞాపిస్తారు. వారికి ఉద్బోధిస్తారు. ఇక్కడ అలాకాదు. స్వేచ్ఛగురువు... స్వేచ్ఛజీవితం" అన్నారు. దర్శకుడు నమస్కారం చేసి బయలుదేరాడు. నేను వెళ్ళాను వెంట. "మీ గురువుగారికి కోపం వచ్చిందల్లే ఉందే?" అన్నారు.... "అవును వారిని పర్మిషన్ అడిగితే కోపం వస్తుంది" అన్నాను. కృష్ణారావు గారి స్వేచ్ఛా ప్రియత్వాన్ని ఆయనెంతో మెచ్చుకున్నారు. "అనుజ్ఞ" అన్నందుకు ఎంతో నొచ్చుకున్నారు.

దేశం నిస్సారం - నిస్తేజం అయిపోతోందని వారెంతో నైరాశ్యం ప్రదర్శిస్తూ వుండేవారు. ఒకసారి ఈ విషయాన్ని పురస్కరించుకుని "ఇలా మనం - ఆంధ్రులం, మనవాళ్లకి మనవాళ్లనే చేసుకొందాం అంటూ - ఒంటికి పిరికి గంధం పూసుకుంటే చెల్లదు. దేశమంతా ఒకటైపోవాలి. శౌర్యాన్ని, విజ్ఞానాన్ని, అంతటా పంచాలి. ఇక్కడ ఆడపిల్లని మనవాడు అంటూ ఒకరికిచేస్తే ఏం లాభం ! ఇక్కడిపిల్లను కాశ్మీర్‌లో ఒక యువకునికి ఇవ్వాలి. అక్కడిపిల్లని ఇక్కడి వాడికివ్వాలి. అప్పుడు కాని బలమంటే ఏమిటో, శౌర్యమంటే ఏమిటో తెలియదు. అలా వివాహం చేసుకుంటూ పోతే కొంతకాలానికి దేశమంతా ఒకే మాదిరి పూలతోటగా మారిపోతుంది. సంకుచిత భావాలు నశిస్తాయి. స్వార్థాలు తొలగిపోతాయి. జాతీయత అనేమాటకు అర్థం తెలుస్తుంది" అనే వారాయన". (డా॥ రావూరు సత్యనారాయణ గారి ఆకాశవాణి ప్రసంగం) ఎంతటి ఉదాత్తమైన సమైక్యతా భావం ! దేశానికి స్వాతంత్ర్యం రాకముందే జాతిని ఏకం చేసే జాతీయతా భావం ఏవిధంగా ప్రోది చేయవలసి వుంటుంది - అని ఆలోచన చేయటం వారి ముందుచూపుకి నిదర్శనం.

హాస్యప్రియత్వం :

రావూరి వారి మాటల్లో చెప్పాలంటే "శ్రీ కృష్ణారావు గారెంత గంభీరులో అంత విశాల హృదయులు. ఎంతటి మౌనముద్రాలంకారులో అంతటి హాస్యప్రియులు". వారు ఒకసారి ఆఫీసులో కూర్చుంటే ఒకరు వచ్చారుట. చాలా సేపటికి కానీ తాను వంచినతల ఎత్తలేదు. అలా చూడగానే ఏమి పనిమీద వచ్చారని సంజ్ఞలతో అడిగారట. పాపం ఆ పెద్దమనిషి ఇక్కడ ఖాళీలేమైనా ఉన్నాయా అని అడిగారట. వెంటనే తలపాగా తీసి తనబట్టతల చూపి ఇక్కడ ఖాళీ ఉందని అన్నారుట. అంతే ఆ పెద్దాయన మారుమాట్లాడకుండా వెళ్ళిపోయారట.

బ్రిటీష్ ప్రభుత్వ కాలంలో కాంగ్రెస్ నాయకులుగా ఉన్న రోజులలో ప్రభుత్వ గూఢచారి వారిని ఎప్పుడూ వెన్నంటి వుండేవారు. కానీ కృష్ణారావు గారు వారిని గుర్తుపట్టి ఆటలు పట్టించేవారు. ఒకసారి రైలులో చెన్నపట్నం వెళ్లడానికి రైలుపెట్టెలో కూర్చున్నారు. వెంటనే ఆ గూఢచారి అనుసరించాడు. ఆయన తన పక్కవానికి ఇప్పుడేవస్తానని చెప్పి బయటకు వెళ్లి తిరిగి రైలులో కూర్చుంటూ తనతలపాగా తీసి పక్కన పెట్టారు. ఆయన ఆ పెట్టెలోనికి తిరిగి ఎక్కారని భావించి రైలులో ప్రవేశించాడు ఆ గూఢచారి మనిషి. కానీ ఆ తలపాగా లేకపోతే గుర్తించక కంగారుపడి పక్కన కూర్చున్న వారిని అడుగుతున్నాడట. ఆ వెంటనే మన హాస్యరసప్రియులు తన తలపాగాను తిరిగి ధరించారు. దానితో తన ఉద్యోగం ఏమౌతుందోనని భయపడుతున్న ఆ గూఢచారి కృతజ్ఞతలు చెప్పాడట. అదే విధంగా మచిలీపట్నం ప్రక్కనే వున్న గ్రామానికి స్వాతంత్ర్య ఉద్యమాన్ని గూర్చి, కాంగ్రెస్‌పార్టీని గూర్చి ఉపన్యసించడానికి కృష్ణారావుగారు, పట్టాభి సీతారామయ్యగారు, ఉపన్యాస కేసరిగా పేరుపొందిన చెరుకువాడ నరసింహం గారితో కలిసి వెళ్ళారట. తిరిగి వచ్చేటప్పుడు వస్తుంటే ఒక ఆంబోతు వారివెంట పడింది. కృష్ణారావు గారు, పట్టాభి సీతారామయ్య గారు ఒక పెద్ద అరుగు ఎక్కి నిలబడ్డారట. వాళ్లతో పాటు వేగంగా నడువలేని చెరుకువాడ నరసింహం గారు వెనుకబడ్డారు. ఆంబోతు మరికొద్ది సేపటిలో నరసింహంగారిపై దాడిచేసి వుండేది. ఈలోగా ఆయన తన ఉత్తరీయాన్ని తనతలపై వేసుకుని ఉన్నారు. ఆ దృశ్యం చూసి కృష్ణారావు గారు, నరసింహం గారు గోవులాగానే కనపడితే వృషభరాజం వెంటపడిందని మేలమాడారట. నరసింహం గారు కూడా తక్కువ వారేంకాదు. (మహాత్మాగాంధీగారి ఉపన్యాసాలకు ముందు గంటల తరబడి తన ఉపన్యాసాలతో అశేష ప్రజానీకాన్నంతటిని అలా వుంచేవారట). నరసింహం గారు చమత్కారంగా నాపక్కన ఇద్దరు వృషభరాజులుంటే ఇక ఆ వృషభరాజంతో పని ఏమిటి అని చమత్కారంగా హాస్యమాడారట. అంతకు క్రితం జరిగిన సభలో కృష్ణారావుగారు అధ్యక్షులు, పట్టాభి సీతారామయ్యగారు, నరసింహంగారు ఉపన్యాసకులు. కృష్ణారావు గారు మాత్రం అసభలో తననోరు విప్పలేదు. తన తర్జనితో ఉపన్యాసకులిద్దరను పిలవడం, వారి తర్వాత వారిని కూడా అదేవిధంగా ఉపన్యాసాన్నివ్వమని మౌనంగా చెప్పారు. ఆ సభకు హాజరయిన వారు శ్రీ కృష్ణారావు గారి మౌనాన్ని ఇంకొక విధంగా అర్థం చేసుకుని పాపం ! రూపం బాగుంది. మాటమాత్రం ఆ భగవంతుడు ఈయలేదని నిట్టూర్చారట.

దర్బారు నిర్వహణ :

శ్రీ కృష్ణారావుగారు రాజనీతివేత్త. వేదాంతంలో వెలుగులను చూసినవారు. జీవితంలో సుఖదుఃఖాలను అనుభవించినవారు. తాను ఉపదేశాల నీయడం కాదు. ఆచరణలో చూపినవారు. సంస్కరణ వాదులు. వారి వేషధారణను వారి గంభీర ప్రవృత్తిని చూసి కృష్ణాదర్బారు శాయరుగా పేరొందిన మహాకవి కాటూరి వెంకటేశ్వరరావు గారు ఇలా ప్రస్తుతించారు.

"తీరును దీయమై, మెరుపుదీగెల తళ్కులు మొల్కలెత్త, స
త్కారము గారమొల్క, నయగారము సన్నగ జాలువారగా
సౌరభముల్ దెసల్ ముసర, జాజి సరుల్ విరిమొల్లలట్లు, ప
న్నీరపు జల్లు వెల్లువలు, నీ దరబారున పొంగులెత్తుతన్"

శ్వేతకిరీటధారి

కృష్ణారావు గారు కృష్ణాపత్రిక కార్యాలయంలో 1935-45 సంవత్సరాల మధ్యకాలంలో దర్బారును నిర్వహిస్తుండేవారు. ఆ సమయంలో కాటూరివారు కృష్ణారావు గారి గురించి చెప్పిన ఇంకొక పద్యము చిరస్మరణీయమైనట్టిది.

"పేరోలగమ్ము దర్బారులో నీవుండ
ఢిల్లీలో దర్బారు డిల్లవోయె
మస్తకమ్మున శ్వేత మకుటమీవు ధరింప
నస్తమించిరి కిరీటాధిపతులు
గాంభీర్య గుణమునిన్ గనగూడుటం జేసి
జలధిలో రాచబాటలు రహించె
మౌనముద్రితా భావ ధ్యానముద్ర భూ
ప్రజకు వాచాలతా ప్రభ యొసంగె
ఓ గురు గ్రంథ సాహెబ్ ! ఉదధివలయి
తావనీ చక్రమెల్ల నీ యద్వితీయ
మందహాస శాసనమును మౌళిదాల్చి
మేల మాడుత పన్నీట యోలలాడు"!

కృష్ణాపత్రిక ఒక పేరోలగముగా నుండి దర్బారులో కృష్ణారావు గారుండగా ఢిల్లీ చక్రవర్తుల దర్బారు నివ్వెరపోయిందట. తలపైన తెల్లని పాగాను కిరీటముగా కృష్ణారావు గారు ధరించగా భారతదేశంలో అనేకమంది రాజులు నిష్క్రమించారట. ఆయనలోగల గాంభీర్యమును చూసి సముద్రుడు తనలోగల బాటలను కప్పివేశాడట. తాను మౌనముద్రతో ఉంటూ దయార్ద్ర హృదయుడై భూప్రపంచంలోని ప్రజలందరకూ మాట్లాడటం నేర్పారట. ఆయన ఓ గురుగ్రంథ సాహెబ్ (సిక్కు ధర్మంలో వారికి పరమ పవిత్రమైన గ్రంథం. గురుగ్రంథ సాహెబ్‌లో సర్వమతాల సర్వపంథాల సారాంశాన్నంతటినీ అమృతాన్ని మధించి తెచ్చినట్లుగా వుంచారట). అట్టి విజ్ఞానఖని ముట్నూరి కృష్ణారావు గారి మందహాసం భూమండలాన్నంతా శాసిస్తూ పన్నీటి జల్లుగా హాస్యరసాన్ని కురిపించగలదు ! ఈ విధమైన భావనతో కాటూరి వెంకటేశ్వరరావు గారు, కృష్ణారావు గారిని దర్శించారు. ఈ ఒక్కపద్యం కృష్ణారావు గారి ధీశక్తికి నిదర్శనం అని ఆనాటి వారందరూ భావించేవారు.

ముట్నూరివారి ఠీవి:

కవిపాదుషాగా పేరొందిన ప్రసిద్ధులు పువ్వాడ శేషగిరిరావుగారు కృష్ణారావు గారిని గూర్చి మరింత చక్కగా తేటతెల్లముగా ఇంకొక పద్యం చెప్పారు.

నీ తల పాగకుచ్చు ఠవణించెడి ఠీవియె ఠీవి యే మహీ
నేతకు జేతకాదు గద నీ నడకంగల రాజసమ్ము! కృ
ష్ణా తరళాంబు సంభవ నినాదము పొందదు గాదె త్వద్వచ
స్స్ఫుత తరంగనాద వివశీకృత సర్వజనానుమోదముల్ !

కృష్ణారావు గారి తలపాగా, ఆ కుర్తా, ఆ ధోవతి, ఆచేతికర్ర, ఆ నడక, వానికవే ప్రత్యేకాలుగా ఆయనను చూసిన వారికి గోచరించేవి. ఒక మహాదేవత మన పూర్వపుణ్య వశాన ఈ పుణ్యభూమిలో జన్మించిందా అన్న స్ఫురణ కలుగుతూ ఉండేది.

తమిళనాడు సంప్రదాయం ప్రకారం శవదహనం జరుగుతున్నప్పుడు తలపైన టోపిని ధరించివుంచేవారట. ఆ విధంగా కృష్ణారావుగారు తన తలపాగాతోనే దహనం చేయబడ్డారు. అదే ఆంధ్రదేశంలో అయితే, కృష్ణారావు గారికి నిండుతనం తెచ్చిన ఆ తలపాగాను తీసివేసేవారని కోట సుబ్బారావుగారు కృష్ణారావు గారి గూర్చి వ్రాశారట.

క్రాంతదర్శి :

కృష్ణారావుగారు ఉచ్చరించే ప్రతి వచనము ఒక నిర్వచనం. రచించే ప్రతి వాక్యము ఒక గద్యకావ్యం. ఆయన వ్యక్తిత్వంలో లోతైన ధార్మికచింతన మిళితమై ఉంటుంది. అది అన్నింటా ప్రతిబింబిస్తుంది.

కవికీ, ఋషికి కావలసిన క్రాంతి దర్శకత్వాన్ని ఆయన సాధించారు. గంభీరమైన తపస్సు అది. మౌనముద్ర ఆయన ధ్యానానికి, మననానికి గాఢ తపస్సుకు సంకేతం. "సత్యాయమిత భాషిణాం" అన్నది ఆయన అభిమతం. కేవలం అంతవరకు మాత్రమే పర్యాప్తం కాలేదు. ఆయన సంపాదకులుగా జాతికి అందునా ఆంధ్రకు ప్రత్యేకతను సంతరింప చేయడమే కాకుండా జాతీయ పునరుజ్జీవనానికి పునాదులు వేశారు. "కర్మణ్యేవాధికారస్తే మాఫలేషు కదాచన" (చేసే కర్మ నీవుచేయి ఫలితాన్ని ఆశించకు) అనే భారతీయ తత్త్వాన్ని రంగరించి జాతికి అందించారు. పత్రికను నడపడంలో కృష్ణారావు గారి ఆత్మగతమైన అంతరంగాన్ని 1960లో కృష్ణాపత్రిక సంపాదకత్వ బాధ్యతనుచేపట్టిన శ్రీ ముదిగొండ సుబ్రహ్మణ్యశర్మ గారిలా అంటారు. "కృష్ణాపత్రిక ఒక వ్యక్తిది కాదు. ఒక లేఖిని పరాస్తమైన దానికి మారుగా సహస్ర లేఖినులు బయలువెడలి, సత్యధర్మముల నెక్కువ శక్తితో ప్రకటింపగలవు. లేఖినులు కేవలము ఉపకరణములు. భారతశక్తి తన యమోఘ సంకల్పమును వీనిమూలమున ప్రకటించుచున్నది. దోషములు, ఇతర వికారములు వ్యక్తులవి గాని ఆ మహాశక్తివి కావు" ఎంతటి మహదాశయము !.. ఎంతటి ఉదాత్తమైన ఆలోచన.!!!

ప్రఖ్యాత చిత్రకారుడు, నవలా రచయిత, మచిలీపట్నం జాతీయ కళాశాలలో అధ్యాపకులుగా పనిచేసి, హైదరాబాద్ నగరంలో నిజాం పాలనా కాలంలో "మీజాన్" పత్రిక సంపాదకులు అడవిబాపిరాజుగారు కృష్ణారావు గారి సుందర రూపాన్ని ఇలా వర్ణించారు.

"కృష్ణారావు గారు స్ఫురద్రూపి, మితభాషి, శ్రీ కృష్ణారావు సుందరాకారుడు, మేలిమి బంగారు ఛాయ విశాల ఫాలభాగము, ఆకర్ణాంత ఇందీవరపత్రాలైన నేత్రాలు,గరుడ నాసిక, సమమైన కోలమోము, ఆమ్రఫల చుబుకము, శ్రీ కరాలైన లంబకర్ణాలు, విపుల వక్షుడు దీర్ఘ బాహుడును, తెల్లని కోరతలపాగా ధరించి, మోకాళ్లవరకూ వేళ్ళాడే తెల్లని చొక్కా ధరించి, వేగంగా ఆయన నడిచివెడుతూ వుంటే ఒక దివ్య పురుషుడు భూమి కవతరించినట్లే వుండేది". ప్రఖ్యాత చిత్రకారుడు, శాంతినికేతన్ విద్యార్థి, భావుకుడు సంజీవ్‌దేవ్ గారి మాటలు బాపిరాజు చిత్రణకు మరికొంత వైశిష్ట్యాన్ని కూర్చటం మనం చూస్తాము. "ముట్నూరి కృష్ణారావు గారు మనిషి. ఆయన ఆలోచన దూరాలోచన ఆయన ఆలోచన సూక్ష్మాలోచన. ఆలోచన, విజ్ఞత, పాండితులతో మాత్రమే కృష్ణారావు గారి వ్యక్తిత్వం ఆగిపోలేదు. ఆయనలో మేథాశక్తులకు తోడు హృదయ శక్తులు కూడా వికసించి వున్నాయి. వేషంలో, భాషలో, భావనలో, రచనలో, వర్తనలో, సౌందర్యాభివ్యక్తి, రస ప్రకటన ఆయన ప్రత్యేకతలు,. సౌందర్యారాధన, రసతృష్ణ, అనుభూతి స్పందన ఆయన విలక్షణ లక్షణాలు".

గంభీరత, రాజనీతిజ్ఞత, దూరదృష్టి ఆసేతుహిమాచల భారత భూమిపై గల అచంచల విశ్వాసం గల కృష్ణారావు గారి హృదయం పరాయి పరిపాలన వలన అన్ని చేతివృత్తులను వీడి, అన్ని రంగాలలో ఒక విధమైన క్లైబ్యాన్ని పొందిన భారతీయ సమాజం ఆత్మ విస్మృతితో తన అస్తిత్వాన్ని తాను మరిచి, ఒక పరాయి జాతికి సేవకావృత్తియే స్వధర్మము కంటే మిన్న అని భావించే పరిస్థితి చూచి సంక్షుభితమై పోయింది.

శ్రీ ముట్నూరి కృష్ణారావు గారిలో గల ధీశక్తిని సామర్థ్యాన్ని గమనించి మహాత్మాగాంధీ పట్టాభి సీతారామయ్య గారితో కృష్ణారావుగారిని కాంగ్రెస్ ఉద్యమంలో నాయకులుగా తీసికొని రమ్మని అడిగారట. ఆ తర్వాత ఆయనే అలాంటి వారు తమంతట తాము రారు. వారిని మనమే అడిగి తీసుకొని రావాలి అని పట్టాభితో అన్నారట ! అప్పుడు పట్టాభి గారు కృష్ణారావు గారి తత్త్వం తెలిసినా గాంధీజీ మాటను ప్రస్తావన చేశారట. తన మౌనంతో మందస్మితంగా వుండే వదనంతో "మీరు బయట ఉద్యమం చేయండి. నేను నా కలంతో నా నాలుగు గోడలమధ్య ఉండి పోరాటం చేస్తా" నని అన్నారట కృష్ణారావు గారు. అంతేకాక ముట్నూరి కృష్ణారావు గారు ఒక్కసారి గొట్టిపాటి బ్రహ్మయ్యగారిని కృష్ణాజిల్లా కాంగ్రెస్ అధ్యక్షులుగా వుండమని ఆదేశించవలసి వచ్చింది. తన గురుదేవుల మాటను ప్రతిఘటించక కృష్ణాజిల్లా పార్టీ అధ్యక్షులుగా బాధ్యత వహించక తప్పింద కాదు బ్రహ్మయ్యగారికి.

విద్యార్థి దశలో బ్రహ్మసమాజ నాయకులు బ్రహ్మర్షి వెంకటరత్నం నాయుడుగారు కృష్ణారావు గారిని చూసి ముగ్ధులై బ్రహ్మసమాజ ప్రచారకుడిగా నిర్మాణం చేద్దామని ప్రయత్నించారు. కృష్ణారావు గారి జీవన లక్ష్యం ఒక పంథాకు మాత్రమే నాయకుడు కాదు. కానీ కృష్ణారావు గారికి ఆ సర్వాంతర్యామి అయిన భగవంతుడు అప్పగించిన పనులు వేరేవున్నాయి. అప్పుడే ఆయన ఆలోచనలకు శ్రీకారం చుట్టబడింది. వారికి బాల్యంలో ఆంగ్లేయుల పరిపాలనను చూసినప్పుడు ఆయన మనస్సు విచలితమౌతూ ఉండేది. పరాయివారి పాలన వలన ఒక జాతి ఏ విధంగా నష్టపోతుందో వారు ప్రత్యక్షంగా చూశారు. వారు తమ విద్యాభ్యాస కాలంలో ఆంగ్ల విద్యను అభ్యసిస్తూనే ఈ జాతికి ఆత్మ ఐన సంస్కృత భాషను కూడా అవుపోసన పట్టారు. తాను ఎఫ్.ఎ. విద్యార్థిగానే బి.ఎ. విద్యార్థులకు ఒకనాడు కళాశాలలో అభిజ్ఞాన శాకుంతలాన్ని గూర్చి విడమర్చి చెప్తుతుంటే బ్రహ్మసమాజ ప్రచారకుడు, ఆయనను శిష్యునిగా అంగీకరించిన బ్రహ్మర్షి వెంకటరత్నంనాయుడు గారు తరగతి బయటనుండి విని వచ్చి పూర్తికాగానే మనస్ఫూర్తిగా నా శిష్యుడు నాకంటే గొప్పవాడయినాడని ప్రశంసించారు. అయితే లెక్కలంటే మాత్రం కృష్ణారావు గారికి పడేదికాదు. దానితో ఎఫ్.ఎ. పూర్తిచేయలేక చెన్నపట్నం వెళ్ళారు. అక్కడ కలకత్తా నుండి వందేమాతర ఉద్యమాన్ని దేశవ్యాప్తంగా నడుపుతున్న "లాల్, బాల్, పాల్, లలో బిపిన్ చంద్రపాల్ నడుపుతున్న పత్రిక చదువుతూ అందుపై వ్యాఖ్యానాలు చేసేవారు. దానితో బిపిన్ చంద్రపాల్ కృష్ణారావు గారిని కలకత్తాకు రమ్మన్నారు. అక్కడ కొంతకాలం పాటు వంగదేశంలో పర్యటన చేశారు. అప్పటి వరకు సాత్వికుడుగా ఉండిన కృష్ణారావు గారిలో ప్రబల దేశభక్తి జాజ్వల్యమానమైంది. బిపిన్ చంద్రపాల్‌తో కలిసి వందేమాతర ఉద్యమంలో పనిచేస్తున్న అరవిందుని అలౌకిక ఆధ్యాత్మిక అంతరంగం కృష్ణారావుగారికి అవగతమైంది. విశ్వకవిగా ప్రఖ్యాతి నొందిన రవీంద్రనాథ్ ఠాకూర్ ప్రభావం, ఆయన స్వదేశీవిద్య, ఇంకొక వంక జాతీయ విద్య కోసం శాంతి నికేతన్‌ను ప్రారంభించడానికి చేస్తున్న ప్రయత్నాలు, బంకించంద్ర ఛటర్జీ తన వందేమాతర గీతం ద్వారా భారతీయులందర్నీ ఒకేతల్లి బిడ్డలుగా సంబోధిస్తూ, అందరు భారతీయులు భారతమాతను వరదేవతగా తమ హృదయమందిరాలలో ప్రతిష్ఠించుకుని, పారతంత్ర్యాన్ని పోగొట్టటమే కాకుండా స్వతంత్ర భారతమాతను విశ్వవిజేతగా ప్రతిష్ఠించమని చెప్పిన హితవు, కృష్ణారావు గారిని ఆకట్టుకున్నాయి. దానితో ఆయనలో అప్పటివరకు అస్పష్టంగా దోబూచులాడుతున్న భావాలు ఒక రూపుదాల్చి,.. భారతజాతి పునరుజ్జీవనానికి పత్రికను ఒక సాధనగా మలచుకొనడానికి నిశ్చయించారు. ఆ తర్వాత మహాత్మాగాంధీజీ 1920 ప్రాంతాలలో భారత జాతీయోద్యమ రంగంలోనికి ప్రవేశించడం, సత్యాగ్రహాన్ని ఈ దేశప్రజలందరకు ఆయుధంగా చేయడంతో కృష్ణారావు గారి మనోఫలకంపై తాను చేయవలసిన మహాత్కార్యం స్పష్టంగా రూపురేఖలు దిద్దుకున్నది. అంతకుముందు కృష్ణారావు గారు బిపిన్ చంద్రపాల్‌ను ఆంధ్రదేశానికి తీసికొని వచ్చారు. ఆయన నిద్రాణ మైవున్న ఆంధ్రదేశాన్ని జాగృతం చేశారు. రాజమండ్రిలో 1907లో జరిగిన మొట్టమొదటి సభలో వందేమాతర గీతాన్ని ఉద్బోధించిన

తీరుతో స్వాతంత్ర్యోద్యమ అగ్నికణాలు ఆంధ్రదేశమంతటా వెదజల్లబడినాయి. అప్పుడే చిలకమర్తి లక్ష్మీనరసింహంగారు రచించిన "భరతఖండంబు చక్కని పాడియావు" అన్న పద్యం తెలుగులో ప్రప్రథమ దేశభక్తి కవిత. ఇలా అనేక విషయాలకి కృష్ణారావు గారు ఆంధ్రదేశంలోఆద్యులు.

బహుముఖాలుగా విస్తరించిన ఆయన ప్రజ్ఞాపాటవాలు ఉపన్యాసాలతో పాటు అక్షరరూపంలో ఆంధ్రజాతిని నాలుగు దశాబ్దాలపాటు ప్రభావితం చేశాయి. అందువలననే వారు సంపాదకులకు సంపాదకులైనారు. స్వామి వివేకానంద తన చివరి ఘడియలలో ఈ వివేకానందను అర్థం చేసుకొనడానికి ఇంకొక వివేకానందుడు జన్మించాలన్నట్టుగా, "గగనం గగనాకారం" "ఆకాశం అకాశంలాగా వుంటుంది". అన్నట్టుగా కృష్ణారావు గారు కృష్ణారావుగారే. అట్టి మహత్తర పురుషుల వ్యక్తిత్వాన్ని వీక్షించాలంటే నేటి సామాన్యప్రజల స్థాయి చాలదు. కొండంత దేవునికి పత్రిపూజ అన్నట్లుగా వారికి నేటి భారతజాతి సమస్తం నివాళులర్పించవలసి వుంది.

తన గూర్చి తెలియనిచ్చేవారు కాదు

కృష్ణారావుగారు తనవ్యక్తిగత విషయాలను ఎవరకూ చెప్పేవారుకాదు. తనగురించి తర్వాత తరం గుర్తుంచుకొనవలసిన పనిలేదన్నట్లుగా అంటీముట్టనట్లు వేదాంతశైలిలో జీవితం గడిపారు. ఒకసారి కృష్ణారావుగారు ఆఫీసు నుండి ఇంటికి ఆలస్యంగా బయలుదేరారు. వర్షం వచ్చే సూచనలు కనపడుతున్నందు వలన అక్కడ పనిచేస్తున్న రావూరి సత్యనారాయణగారు, మరో ఇద్దరు ఆయనను వెంబడిస్తూ బయలు దేరారట. ఆయన నడుస్తున్న వారల్లా ఒక్కసారి వెనుకకు చూస్తే ఈ ముగ్గురూ కనపడ్డారు. ఆయన ఆగడంచూసి వీరుకూడా ఆగిపోయారట. అప్పుడు కృష్ణారావుగారు ఎందుకు వెంట వస్తున్నారని ప్రశ్నిస్తే ఆ ముగ్గురిలో ఒకడు "తమరు ఒంటరిగా బయలుదేరుతున్నారని" అని కాస్తంత నెమ్మదిగా అన్నారట. "అయితే ముగ్గురే ఉన్నారు. ఇంకొకరిని తీసికొనిరండి. అయినా, ఒకడూ ఈ పనికి పనికిరానివాడున్నాడు" అన్నారట! ఆమాట వినగానే ఈ ముగ్గురికి ఒక్కసారిగా మతులు పోయి ఆయన అన్నదాంట్లో పరమార్థం తెలుసుకుని వెనక్కు వెళ్ళిపోయారట.

ఒకరు ఎవరోవచ్చి ఆయన చొక్కా చేతిమీద కొంచెం పిగిలిపోయింది అని అన్నారట. 'చొక్కాకాదిది గలీబు, ఈ శరీరానికి దూది గలీబు... అది పిగిలింది సరే అసలు గలీబు కూడా పిగిలిపోతుంది. ఈ గలీబు కుట్టవచ్చు - అది పిగిలితే కుట్టడానికి పనికిరాదు. ఏ శిల్పికీ చేతకాదు. అందుకనే విసిగి అవతల పారేసి క్రొత్త గలీబిస్తాడు. మనకీ ఒకటి తయారైంది కాదనను. ఇదీ పిగిలి పోతుంది. కాని కొత్తగా కుట్టే గలీబు ఎలాంటిదో తెలియదు. రెండు చేతులూ, రెండు కాళ్ళూ ఉంటాయా లేక నాలుగు కాళ్లే ఉంటాయా' అని వేదాంత పరంగా అన్నారు. "మృత్యుదేవత కన్నా ప్రేమగల వారెవ్వరు? ఈ తల్లులు క్షీరమిస్తారు. ఆ అమ్మ మళ్ళీ నవజీవనం కల్పిస్తుంది. ఆ అమ్మ ఒడిలో ఒరగడంకంటే పండగ ఏమున్నది?" అని అంటారాయన.

ఒకసారి కృష్ణారావుగారి ఆఫీసులో కూర్చుని ఏదో ఉపన్యాసమిస్తున్నారు. ఇంతలో ఒక తంతివచ్చింది. అది చించిచూసి, బల్లమీద పెట్టి మళ్ళీ ఉపన్యాసం ప్రారంభించి పూర్తిచేశారు. చివరికి ఆ తంతి చూపి "మా అల్లుడు వెళ్ళిపోయాడట!" అంతా వెళ్ళిపోతున్నారు. నేనే మిగిలాను. వస్తా. మరి మద్రాసు వెళ్ళాలి అంటూ ఇంటికి వెళ్ళిపోయారు. "అంతటి పరిపక్వమైన హృదయమది - పండిన వేదాంతం వారిది" అని రావూరు సత్యనారాయణరావుగారు అంటారు. శ్రీ కృష్ణారావుగారు ఎంతటి వేదాంతో అంతటి హాస్యప్రియులు.

జాతీయ కాంగ్రెస్ ఉద్యమంలో కృష్ణారావుగారు

1921లో గాంధీ మహాత్ముడు అఖిలభారత కాంగ్రెస్ కమిటీ సమావేశాలకు విజయవాడవచ్చి, ఆ తర్వాత మచిలీపట్నంలో ఒక ఉపన్యాసం సందర్భంలో 'నూలు వడకడం ప్రతివ్యక్తికీ అద్భుతమైన ఒక...' అని తర్వాత మాటకోసం తడుముకుంటూ ఉండగా ప్రక్కన కృష్ణారావుగారు 'SACRAMENT' అని అందించి మహాత్ముని కృతజ్ఞతకు పాత్రులైనారు. అటుపిమ్మట మహాత్మాగాంధీగారిని డా. పట్టాభి సీతారామయ్యగారు దర్శించడానికి వెళ్ళినప్పుడల్లా, తరచుగా ఆరోజున నాకు మాట అందించిన అతని పేరేమిటి? కృష్ణారావు ఫిలాసఫరా అని జ్ఞాపకం చేసుకుంటూ ఉండేవారు! "I See the Spiritual Spark in his eyes" ఆయన కంటిలో ఒక ఆధ్యాత్మిక తేజస్సు నాకు పొడగడ్తున్నది అని కూడా అన్నారట. నిజానికి మహాత్మాగాంధీ సత్యాగ్రహ ఉద్యమానికి ఆంధ్రలో విశేషప్రచారం చేసిన వారు కృష్ణారావుగారు. అందువలననే మహాత్మాగాంధీజీ పట్టాభిగారితో అప్పుడప్పుడు "ఆ ఫిలాసఫర్ కృష్ణారావు కృష్ణాపత్రికలో ఏమని వ్రాశారు. ఫలానా ఉద్యమంపైన?" అని అడిగి తెలుసుకుంటుండేవారట. జాతీయోద్యమంలో మహాత్మాగాంధీ నాయకత్వంలో జరిగిన సత్యాగ్రహానికి ఆయన తన కృష్ణాపత్రిక సంపాదకీయాల ద్వారా ఆంధ్రప్రజలకు ప్రేరణను కలుగజేసేవారు.

ఖద్దరుధారణను గూర్చి, విదేశీ వస్త్రదహనం గూర్చి, మహాత్మాగాంధీ పిలుపును గూర్చి కృష్ణాపత్రిక సంపాదకీయాలలో ఉత్తేజపూర్వకంగా రాసేవారు. అక్షరాస్యత తక్కువగా ఉన్న ఆ రోజులలో ప్రతి గ్రామానికి కృష్ణాపత్రిక పోస్ట్‌ద్వారా వెడుతుండేది. ఆ గ్రామంలో అక్షరాస్యత కల్గినవారు కానీ, గ్రంథాలయ అధికారి గాని రచ్చబండ దగ్గర చేరిన గ్రామస్థులందరు కృష్ణారావుగారి సంపాదకీయాలను చదివి వినిపించేవారట. ఆలావిన్న ఒకరైతు మచిలీపట్నం వచ్చి ఖాదీబండార్‌లో ఖద్దరుకొని, కృష్ణాపత్రిక కార్యాలయానికి వచ్చి అక్కడ తనపై ఉన్న మిల్లుబట్టనుతీసి, ఖద్దరు ధరించి, కృష్ణారావుగారి దగ్గరకు వెళ్ళి చేతులు జోడించి "అయ్యా! మాగ్రామంలో రచ్చబండదగ్గర మీ సంపాదకీయాన్ని విన్నాను. ఇక నేను, నాకుటుంబమూ ఖద్దరు మాత్రమే ధరిస్తాము". అని చెప్పి వెళ్ళిపోయాడట. అలాంటి ప్రభావాన్ని కృష్ణారావుగారు తన సంపాదకీయాల ద్వారా ఆంధ్రప్రజలలో కల్గించగల్గారు.

కృష్ణారావుగారి సహచరులు - మిత్రులు

ముట్నూరి కృష్ణారావుగారి బాల్యంలో ఎక్కువగా తోటివారితో కలిసేవారు కారు. కుటుంబంలో తల్లిని, తండ్రిని అతి చిన్నవయస్సులో పోగొట్టుకొనడంతో, పినతండ్రి పెంపకంలో పెరిగినప్పటికీ తనకు ఎవరూ లేరనే ఒక విధమైన వైరాగ్యభావం ఆయనను ఒంటరివాడిని చేసింది. పాఠశాల, కళాశాల స్థాయిలో సహాధ్యాయులు కొద్దిమందే ఉన్నారు. ఆనాటి పరాయిప్రభుత్వ పరిపాలన, విద్య, సామాజిక సాంస్కృతిక నేపథ్యంతో పాటు విదేశీ పరిపాలన దుష్ఫలితాలు, అందుకు ప్రతిగా ప్రారంభమైన జాతీయోద్యమం, వందేమాతర నినాదం, జాతీయ కాంగ్రెస్‌పార్టీల స్వాతంత్ర్య సంగ్రామ చరిత్ర ఆనాటి యువతను ఉత్తేజితులను చేయడం ఆరంభమైంది. నేటి మచిలీపట్టణం, ఆనాటి బందరుగా చారిత్రక ప్రసిద్ధి గాంచినట్టిది. బందరు మంచి ఓడరేవు. ఆనాడు ఈ దేశంపైకి వచ్చినపరాయి పాలకులలో ఫ్రెంచివారు, ఇంగ్లీషువారు కూడా వున్నారు. అంతకుముందు నైజాం నవాబుల ఆధ్వర్యంలో బందరు ఉండేది. నైజాంవారి పాలనా సమయంలో సిద్ధేంద్రయోగి ఆధ్వర్యంలో ఈనాడు ప్రపంచమంతా ప్రసిద్ధిగాంచిన కూచిపూడి నాట్యం వర్ధిల్లింది. అందుకు అవసరమైన సాయాన్ని అందజేసిన బందరు నవాబులు చరిత్రలో మిగిలిపోతారు. నేటికీ బందరులో ఫ్రెంచిపేట వుంది. యానాం, గోవా, పాండిచ్చేరి ప్రాంతాలు విముక్తం కావడంతో ఆ ఫ్రెంచిపేట కూడా బందరు పట్టణంలో కలిసిపోయింది. అలా జరగనంతవరకు ఫ్రెంచిపేటలో రోజురాత్రి 8గంటల సమయానికి ఫిరంగి మ్రోగేది.

ఆంధ్రనౌకాయానానికి బందరు చరిత్ర ప్రసిద్ధికెక్కిన ఓడరేవు అని చెప్పాలి. ఈ రేవు నుండే తూర్పు దేశాలకు, ద్వీపాలకు సరుకులు ఎగుమతి అయినట్లుగా తెలుస్తున్నది. బందరు నుండి ఎక్కువగా ఎగుమతి అయ్యే సరకులు నూలుబట్టలు, బియ్యం. వీటికి బదులుగా బైటిదేశాల నుండి దిగుమతి అయ్యే సరుకులు గంధం, కర్పూరం, తగరం, పట్టు, మిరియాలు. 1672లో తూర్పు ఇండియా కంపెనీ వారి గ్లోబునావ ఈరేవుకు వచ్చిన మొదటి పాశ్చాత్యనౌక. 1870లో ఒక డొమీనియన్ వర్తకుడు బందరును "కోరమాండల్ తీరమునకెల్లా ప్రసిద్ధమైన రేవు పట్టణమని" వర్ణించాడు. ...1864లో బ్రహ్మాండమైన ఉప్పెన చెలరేగి ఈ రేవు పట్టణం చాలా భాగం సముద్రం పాలైంది. అప్పటినుండీ ఇంతవరకు కోలుకోలేదు. తిరిగి రేవు నిర్మాణం ప్రయత్నాలు జరుగుతున్నాయి కానీ అంతగా ఫలస్వరూపం రాలేదు. ఆవిధంగా బందరు ఒకనాటి ఉజ్వల వైభవచరిత్రకు, స్వాతంత్రోద్యమ కాలంలో ఆంధ్రదేశంలో జరిగిన రాజకీయ జాతీయోద్యమానికి కేంద్రంగా భాసిల్లి తన ప్రాముఖ్యాన్ని నిలబెట్టుకుంది.

1900-1920 మధ్యకాలంలో దేశంలో వందేమాతర ఉద్యమం వలన ఉత్తేజితమైనది భారతజాతి. పంజాబ్‌కు చెందిన లాలా లజపతిరాయ్, మహారాష్ట్రకు చెందిన బాలగంగాధర్ తిలక్, బెంగాల్ నుండి ఉద్యమంలో ధ్రువతారగా వెలుగొందిన బిపిన్‌చంద్రపాల్‌ల సమైక్య ఉద్యమం దేశం నల్దిశలను జ్వాజ్వల్యమానం చేయగల్గింది. ఆ భావాలునెల్లునకు బందరు విశేషంగా

స్పందించింది. ఆ స్పందనకు తనకు తెలియకుండా తనలోగల అంతర్నిహిత నాయకత్వలక్షణాల వలన ముట్నూరి కృష్ణారావుగారు చుక్కాని కాగల్గారు. బందరుత్రయంగా పిలువబడిన ముట్నూరి కృష్ణారావుగారు, డా. భోగరాజు పట్టాభి సీతారామయ్య పంతులుగారు, కోపల్లె హనుమంతరావుగార్లు ముప్పురు బందరుపట్టణ ప్రజలలో నూతన చైతన్యాన్ని తీసికొనిరాగల్గారు. ఈ ముగ్గురి మార్గాలు విభిన్నాలు. పత్రికా రంగం కృష్ణారావుగారిది. రాజకీయ వ్యాపార రంగాలలో పట్టాభి సీతారామయ్యగారు మహాత్మాగాంధీకి భాష్యకారుడు కాగల్గారు. కోపల్లె హనుమంతరావుగారు సామాజిక సంస్కరణలకు, జాతీయ విద్యావిధానానికి పునాదులు వేయడంలో బందరుకు మాత్రమే కాదు యావద్భారతానికే మార్గదర్శకులైనవారిలో ఒకరు కాగల్గినారు. ఈ ముగ్గురికి సాయం బెంగాలీ భాషలో నిష్ణాతులై వందేమాతర తదితర ఉద్యమాలకు రూపకల్పన చేయగల కౌతారామశాస్త్రిగారు, మహాత్మాగాంధీ ఉపన్యాసాలకు ప్రజలను ఆకర్షించడంకోసం చేసిన తన ఉపన్యాసధోరణిలో బహుళ ప్రచారాన్ని పొందిన చెరుకువాడ నరసింహం పంతులుగారు. కృష్ణారావుగారి హృదయ అంతర్గత రహస్యాలను ఆకళింపు చేసుకుని ఆయన కారాగారంలో ఉన్నప్పుడు, ఆయన ఫోటోకు నమస్కారం చేసి ఆయనవలె సంపాదకీయాలను రాయగల్గిన ఆయన శిష్యుడు కోట సుబ్బారావుగారు... ఇలా అనేకమంది వుండేవారు. నిజానికి కృష్ణారావుగారు ఒకవ్యక్తి కాదు ఒక వ్యవస్థ. ఆ వ్యవస్థ కల్పతరువులాంటిది. ఎవరు వచ్చినా ఎవరికి ఏ ధర్మసందేహం కల్గినా వారికి తగిన సమాధానం దొరుకుతుండేది. వారి సమస్యలకు పరిష్కారం లభిస్తుండేది. నదులన్నిటి పయనం సముద్రాన్ని చేరటానికేనన్నట్లు వారి ఆలోచనలు, వారి సమాధానాలు జాతీయ ఉద్యమాన్ని బహుముఖాలుగా సుదృఢం చేయడం కొరకేనని మనకు అవగతమై, వారు ఏ విధంగా కృష్ణాపత్రిక ద్వారా జాతీయ పునరుజ్జీవనానికి రాచబాటలు వేశారో స్పష్టంగా మనకు గోచరమౌతుంది.

ఆప్తమిత్రుడు డా. పట్టాభి.

కోపల్లె హనుమంతరావుగారి తర్వాత కృష్ణారావుగారికి ఆప్తమిత్రుడుగా చెప్పుకోదగినవాడు భోగరాజు పట్టాభి సీతారామయ్య. కృష్ణారావుగారికి సమానస్థాయిలో ఉంటూ కృష్ణారావుగారికంటే వ్యవహారాలను నడపడంలో దిట్ట, సమర్థుడు, కాంగ్రెస్‌సంస్థకు జాతీయ స్థాయిలో అధ్యక్షుడయినాడు. మహాత్మాగాంధీకి భాష్యకారుడి వలె వ్యవహరించేవాడు. పట్టాభి జైలులో కూర్చుని స్వల్పకాలంలో కాంగ్రెస్ చరిత్రను ఏకబిగిన రాయగల్గారు. అటువంటి పట్టాభి కృష్ణారావుగారికి పాఠశాలస్థాయిలో సహాధ్యాయి. ఇద్దరూ కలిసికట్టుగా ఉండేవారు. ఎవరి అభిప్రాయాలు వారివి, అయినప్పటికీ జాతీయ కాంగ్రెస్ వ్యవహారాలలోనూ, బందరు విషయాలలోనూ కృష్ణారావుగారి మాటకు పట్టాభిగారు విలువనిచ్చేవారు. ఒకసారి గొట్టిపాటి బ్రహ్మయ్యగారిలా చెప్పారు. తాను రాష్ట్ర కాంగ్రెస్ అధ్యక్షులుగా, పట్టాభిగారు కార్యదర్శిగా వున్నప్పుడు ఏదైన అంశం ప్రస్తావనకు వస్తే పట్టాభిగారు తన అభిప్రాయాన్ని చెప్పి కృష్ణారావు

గారితో సంప్రదించమనేవారట. అప్పుడు బ్రహ్మయ్యగారు ఈ అంశంపై కృష్ణారావుగారు తన అభిప్రాయాన్ని ఇంకొకరకంగా చెపితే అని అంటే అలాగయితే కృష్ణారావుగారి నిర్ణయం అంతిమం అని సమాధాన మిచ్చేవారట. జాతీయోద్యమంలో భాగంగా అనేక ఆందోళనలు నడచినప్పుడు రాష్ట్ర కాంగ్రెస్ వ్యవహారాలలో పట్టాభిగారు అనేకమందితో విభేదించేవారు. కానీ కృష్ణారావుగారితో మాత్రం ఎన్నడూ విభేదించినట్లు కనపడదు. ఇద్దరకూ ఒకరంటే ఒకరికి అవ్యాజానురాగం వుండేది. వారిది గాఢమైత్రి. అందువలన పట్టాభిగారు కృష్ణారావుగారి గూర్చి ఇలా రాశారు. "కృష్ణారావుగారికి పేరు ప్రతిష్ఠలు అతను ఎఫ్.ఎ చదువుతున్న నాటినుండే సంభవించినాయి. ప్రతి ఆదివారం ఆయన ప్రార్థనా బ్రహ్మసమాజపు ప్రార్థనలే ఉపన్యాసాలుగా ఉండేవి. ఆయన పాఠాలుమాత్రం చదివేవాడు కాదు. నేను ప్రక్కనే వుండి చూస్తూ వుండేవాడిని. లెక్కల తరగతిలో మరొక గ్రంథాన్ని చదువుతుండేవాడు. సామాన్యంగా ఆంగ్లంలో మాట్లాడేవాడు కాదు. కానీ మాటల ధోరణిలో ఇంగ్లీషు వాగ్ధోరణిలోకి వెళ్ళేవాడు. ఇద్దరం సంస్కృతం చదువుకున్నాం. శృంగార శాకుంతలం చదివాము..."

ఇక పట్టాభి గురించి కృష్ణారావుగారు ఇట్లా అనేవారు... "పట్టాభి చాలా గంభీరులు. భాషను ఇట్టే గుప్పిటపట్టేవారు. మనిషికి చొరవ అధికం. కాలేజి తరగతిలో కూర్చుని గమ్యాన్ని వెతుకుతున్నట్లుగా ఉండేవారు. వేదాంతం ఎక్కువగా గిట్టేదికాదు, విని ఊర్కొనేవారు. చరిత్రంటే చెవికోసుకునేవారు. అతని నడకలో దూకుడు ఉండేది. ఏదో ఆశయాన్ని మనస్సులో పెట్టుకుని అక్కడకు పరుగులు తీయాలని ప్రయత్నిస్తున్న యోధుడిలా ఉండేవారు. అదే అతనిలో నాయకత్వ ప్రతిభకు చిహ్నం" ఆవిధంగా విద్యార్థి దశలోనే పట్టాభి మహానాయకుడిగా, కృష్ణారావుగారు కళాతపస్విగా మారడానికి కాలేజిలో పడిన పునాదులే కారణం. అలా క్రమేపీ పట్టాభిగారు జాతీయ కాంగ్రెస్ ఉద్యమంలో గాంధీజీకి రథసారథిగా ఉండి స్వాతంత్రోద్యమ చరిత్రను మలుపుతిప్పిన ప్రతిదశలోనూ పాత్రధారిగా ఉండేవారు. అందువలన ఆయన విస్తృతంగా పర్యటనలు చేసేవారు. ఆ పర్యటనలలో బందరు రాగానే ఉరుకులు పరుగులెత్తుతూ కృష్ణారావుగారి వద్దకు వచ్చి తన అంతరంగాన్ని ఆవిష్కరించేవారు. కృష్ణారావుగారు మాత్రం ముసిముసి నవ్వులు నవ్వుతూ అలవోకగా ఆ సంఘటనల పూర్వాపరాలను అవలోకనం చేస్తుండేవారు. ఆ తర్వాత కృష్ణాపత్రికలో ఆయా చారిత్రక అంశాల సారాంశాన్ని రంగరించి అందించేవారు. వెన్నముద్దలా ఆంధ్రదేశపు జనులు ఆస్వాతంత్ర్యామృతసాధనమైన కాంగ్రెస్ ఉద్యమచరిత్రను, చదివి ఉత్తేజితులై తాము ఆ ఉద్యమంలో ఏవిధమైన పాత్రధారులు కావాలో ఆలోచించుకుని దాని కోసం ఉద్యుక్తులయ్యేవారు. అలా కృష్ణాపత్రిక జాతీయోద్యమస్వరూపస్వభావాలను చిత్రీకరించి ఆంధ్రులకు అందించటంతో పాటు కృష్ణారావుగారి పట్టాభిల ఆప్తమిత్రత్వానికి రూపురేఖలను దిద్దిచిరస్థాయిగా నిలపగలిగింది.

ఆంధ్రదేశంలో ఆంధ్రపత్రిక ద్వారా స్వాతంత్ర్య ఉద్యమానికి, గ్రంథాలయ ఉద్యమానికి 'విశ్వదాత' 'దేశోద్ధారక' కాశీనాధుని నాగేశ్వరరావు పంతులుగారు చేసిన కృషి అనంతం.

ఆచంద్రతారార్కం. అట్టివారి నిర్యాణ సందర్భంగా కృష్ణారావుగారు తన సంపాదకీయంలో ఇలా అంటారు.

"ఒక మహాజ్యోతి అస్తమించి, దేశమున చీకట్లు క్రమ్మినట్లు దుఃఖించు చున్నాము. కాని పరమపదించినది నాగేశ్వరరావు పంతులు కాని, దేశోద్ధారకుడు కాదు, విశ్వదాత కాదు, కళా ప్రపూర్ణుడు కాదు. దేశోద్ధారకుడు దేశములోపల శాశ్వతమైన గుడిని నిర్మించుకొని లోకారాధ్యుడైనాడు. ఇక వానికి చావు ఎక్కడ? ఆంధ్రదేశము యొక్క వర్తమాన కాలము వానియందు మూర్తీభవించి, నిండు వెలుగున వెలిగినది. ఆ వెలుగు అంతకంతకు ప్రకాశవంతమగునదే కాని, క్షీణించునది కాదు. ఆంధ్ర మహాజనుల హృదంతరమునందలి ఆశాజ్యోతియే ఆ మహావ్యక్తి యందలి ప్రతిభా విశేషము. ఈ దేశోద్ధారకుడు తనువును విడవక పూర్వమే విముక్తదేహుడై ఆంధ్రజీవనమున విలీనమైనాడు. నాగేశ్వరరావు పంతులుగారి కంటే మేధావులు దేశమున గలరు, ధనాఢ్యులు కలరు, దాతలును గలరు. కాని వారెవరును బొందని ఆంధ్ర జనైక్యత ఒక్క నాగేశ్వరరావు పంతులు గారియందే సిద్ధించినది. ఎందుచేత? కాంగ్రెస్ ప్రముఖుడగుట వలననా, కాంగ్రెస్ ప్రముఖులింకను ఎందరు లేరు? పత్రికాధిపతులగుట చేతనా, దక్షిణ దేశమున ఎక్కువవ్యాప్తిగల పత్రికలకు అధిపతులైన వారెందరు లేరు? వితరణ శీలురగుట వలననా, ఆస్తినంతను దేశసేవలో గోలుపోయిన త్యాగధను లెందరులేరు? నాగేశ్వరరావు పంతులు ఒక వ్యక్తి కాకపోవుట చేతనే నలుగురు వ్యక్తులలో నొకవ్యక్తిగా గాక, నలుగురిని మించి నలుగురిని ఆవరించిన అభివ్యక్తి అయినాడు.

నాగేశ్వరరావు పంతులు మతమిది యని కాని, వారి రాజనీతి యిట్టిదని కాని, వారి విశ్వాసము లివియని కాని, ఎవరును ఇదమిత్థమని విస్పష్ట పరుపజాలరు. వారిలో నట్టి నిర్వచనము లేదు. అది బయటకు లోపముగ గన్పట్ట వచ్చును. కాని అదియే నిజముగ వారి గుణవిశేషము. వారి మేధయందు మత నిరూపణము చేయు తర్క కాఠిన్యము లేదు. వారి రాజనీతియందు స్వపక్ష విపక్ష స్పర్థలను గల్పించు పౌరుషము లేదు. వారి యభిరుచుల యందు ఒక్క ప్రణాళికకు గాని ఒక్క ప్రవణతకు గాని బంధించు సంకుచిత భావము లేదు. వారిమతము సర్వమతముల నిముడ్చుకొనగల సామరస్యము. వారి రాజనీతి సర్వపక్షములను సహించు విశాల భావము. వారివాక్కు పారుష్యమెరుగని వినమ్రంపు బలుకు. వారి వేషభాషలు, వారి మూర్తి, వారి విగ్రహము, వారి భంగిమలు – "సర్వము"నకు దాసోహము చెప్పు ఆత్మ వితరణం. సంఘసంస్కర్తలకు ప్రోత్సాహమొసగుచుండినను, పూర్వాచార పరాయణుల యెడల భక్తి విశ్వాసములను వదలుకొనలేదు. నవీన సాహితీపరుల నాదరించుచుండినను, పూర్వకాలపు పండితులను బూజించుటకు వెనుదీయలేదు. రాజకీయ రంగమున అతివాదులతో పాటు ముందడుగు వేయుచుండినను, మితవాదులతో చెలిమిని విడనాడలేదు. నిజముగ నాగేశ్వరరావు పంతులుగారిని బోలిన ప్రముఖుడు సమకాలికులలో లేరనిన అతిశయోక్తి కాదు. వాని వ్యక్తిత్వము కనబడని వాయువువలె సర్వత్రా వ్యాపించి, సర్వోద్యమములకు ప్రాణాధారమైనది. ఎవరికంటెను

ముందడుగు వేసి క్రొత్తదారులు తీయలేదు. ఒక విద్రోహమును లేవదీసి దేశమును గలవరపర్చలేదు. వింతపనులు గావించి లోకమును విస్మయపరచలేదు. కాని నాగేశ్వరరావుగారి యునికి లేనిది దేశములో నేయుద్యమము బలపడలేదు. అన్నింటికిని వెనుకనుండియే, దేనికిని కట్టుబడక, తన 'విశ్వ' దాతృత్వమును స్థిరపరచుకొనినాడు."

నాటికి నేటికి కృష్ణారావుగారు కృష్ణారావుగారే

ఆంధ్ర పత్రికా రంగంలో లబ్ధప్రతిష్ఠులైన వారు అనేక మంది ఉన్నప్పటికి వారందరిలోకి తలమానికంగా భాసించే సంపాదకులకు సంపాదకుడుగా గణుతికెక్కుతారు ముట్నూరి కృష్ణారావుగారు. కృష్ణాపత్రిక సంచికలు నేటికాలంతో పోలిస్తే సంఖ్యాపరంగా తక్కువగానే ఉండేవి. కాని, ఆనాడు నేటి ప్రచార ప్రసార మాధ్యమాలతో పోలిస్తే చదువరుల మనస్సుపై ఎంతో ప్రభావాన్ని కలిగించేవి. కృష్ణారావుగారు రాసిన ప్రతి అక్షరం, ప్రతి వాక్యం వేదవాక్కుగా ప్రసిద్ధిపొందింది. పారతంత్ర్యంలో అణగారిన వివిధ రంగాల పునరుజ్జీవనానికి దోహదకారిగా వుండేది. ఏ రంగంలో వారైనా కృష్ణాపత్రిక సంపాదకీయాలను అధ్యయనం చేస్తే కరదీపికలవలె భాసించేవి. ఆనాటి సినిమా రంగం కృష్ణాపత్రిక వల్ల ప్రభావితం అయిన సందర్భాలు లేకపోలేదు. సినిమా రంగంపై సమీక్షల శీరిక్షలను కమలాకర కామేశ్వరరావుగారు నిర్వహించేవారు. వాటిని చదివి ఆనాటి సుప్రసిద్ధ దర్శకులు శ్రీ బి.ఎన్.రెడ్డిగారు చెన్నపట్నం నుంచి బందరు వచ్చారు. అలనాటి హీరో చిత్తూరు వి.నాగయ్యగారు కృష్ణారావుగారితో అనేక సందర్భాలలో ముచ్చటించారు. చివరికి కమలాకర కామేశ్వరరావుగారు సినిమా రంగానికి మారవలసి వచ్చింది. ఆ తరువాత వారు చిత్ర దర్శకులుగా ప్రఖ్యాతి గడించారు. ఎందరు ఎన్ని రకాలుగా ప్రభావితులైనా కృష్ణారావుగారు మాత్రము బందరులోనే వుండేవారు. గ్రంథాలయ ఉద్యమంలో పితామహుడనదగిన అయ్యంకి వెంకట రమణయ్యగారు కృష్ణారావుగారున్న కృష్ణాపత్రికను ఆ ఆఫీసును పుణ్యక్షేత్ర దర్శనం చేసినట్టు చేసేవారు.

ఆంధ్రభాషపేర ప్రత్యేక రాష్ట్రమేర్పడాలనే లక్ష్యంతో ఆంధ్ర మహాసభల పేరిట 1917లో ఏలూరులో జరిగిన సభలకు కృష్ణారావుగారు అధ్యక్షత వహించారు. ఆ తరువాత చీరాల గుంటూరు లాంటి ప్రదేశాలలో సభలు జరిపినప్పుడల్లా కృష్ణారావుగారి క్రియాశీలక పాత్ర వుండేది. మారుతున్న కాలానుగుణంగా, ఆంధ్రభాష గ్రాంథికం నుంచి వ్యవహారికంగా మారాలనే వాదనకు ప్రతిస్పందించి కృష్ణాపత్రికలో భాషని, శైలిని మార్చారు. ఆంధ్ర వ్యావహారిక భాష వాడుక కోసం కృషి చేసిన గిడుగు రామమూర్తి పంతులుగారికి సముచితమైన ప్రాధాన్యతనిచ్చి కృష్ణాపత్రిక ద్వారా వారి భాషోద్యమానికి ఎనలేని సేవచేశారు.

బ్రాహ్మణుడు ఎప్పుడు మంత్రాంగాన్ని నిర్వహించాలేగాని ప్రభువుగా ఉండకూడదు అనే విశ్వాసంతో రైతునాయకుడైన గొట్టిపాటి బ్రహ్మయ్యగారిని మొట్టమొదటి జిల్లా కాంగ్రెసు అధ్యక్షుడుగా, ఆ తదుపరి రాష్ట్ర కాంగ్రెసు అధ్యక్షులుగా ఎంపిక చేయటంలో కృష్ణారావుగారు

అద్భుతమైన పాత్ర నిర్వహించారు. గొట్టిపాటి బ్రహ్మయ్యగారు ప్రదేశ్ కాంగ్రెసు అధ్యక్షునిగా తెలుగులో అధ్యక్షోపన్యాసము చేసినప్పుడు కృష్ణాపత్రికలో ఆవిషయాన్ని ప్రత్యేకంగా ప్రచురించి ప్రశంసించారు.

ఆ విధంగా తెలుగు భాషకు ఒక రాష్ట్ర అధ్యక్షుడు ప్రాధాన్యతనివ్వటం ఆనాటి పరిణామాలలో ప్రముఖమైనట్టిది. భాష గురించి, అందునా స్వభాష గురించి నిశ్చితమైనటువంటి అభిప్రాయాలను మొదటి నుంచి కృష్ణారావుగారు కలిగి వుండేవారు. 1920 సంవత్సరంలో కృష్ణాపత్రికలో దేశభాషల యొక్క ప్రాధాన్యత గురించి ఒక వ్యాసం రాశారు. ఆ వ్యాసంలో ఇలా అంటారు. "ఏ భూభాగము నందున్నవారు, వారు ఏమతస్తులైనను, ఏజాతి వారైనను ఆ భూభాగము నందు చిరకాలానుగతంగా వ్యవహరింపబడుచున్న భాషను మాతృభాషగా చేసుకొనుట సహజము ధర్మము, సత్యము. భూభాగమునకు అచ్చట వ్యవహరింపబడు భాషకు ఒక సూక్ష్మ సంబంధముండి తీరును. భాషకేవలం మానవ కల్పితముకాదు. అచ్చటి వాయువుల సంచలనము, అచ్చటి జలముల మాధుర్యము, అచ్చటి కేదారముల రామణీయకము, అచ్చటి ఆకాశముయొక్క దీప్తి, పచ్చటి శుకశారికల ధ్వన్యనుకరణము, అచ్చటి భాషయందు ప్రతి బింబించివుండును. అప్పుడే అది దేశభాషయగును. దేశభాషయనగా సెన్సెసు రిపోర్టుల లేఖకాదు. ఆ దేశము యొక్క జనులెట్లు ఆదేశ గర్భమునుండి పుట్టి పెరిగెదరో అటులనే ఆ దేశభాష కూడా ఆ దేశ గర్భమునుండి పుట్టి పెరుగును. తెలుగుకు త్రైలింగ దేశము జన్మస్థానము. త్రైలింగుల మధుర వచనములకు త్రైలింగ భూమియంతయు రాగోద్దీపము నందుచుండును. ఇచ్చటి చెట్లు చేమలు పొలములు కాలువలు సర్వము - తెలుగు భాషతో శృతి కలిపి తమ కంఠపూరమును గూడా తమ సోదరమానవుల భాషతో మేళవింపు చేయును. ఈ మండలమున పరభాషను మాట్లాడిన అప్పుడే ప్రకృతి యంతయు మూకీభావము వహించి స్తంభించును. అప్పుడు పరభాష శృతిలేని సంగీతమువలె జీవకళ లేక రసహీనమైన ధ్వని విశేషమగును... ఏ మతస్థుడైననూ, ఏ జాతివాడైననూ త్రైలింగ మండలమును తమ మాతృ భూమిగా నెంచుకొనిన ఎడల ఆమాతృ గర్భమునుండి బయల్వెడలి తెలుగు భాషను స్వభాషగా నెంచుకొనవలెను. కానియెడల అయ్యది మాతృ తిరస్కారము. సోదర ద్రోహము. ఈ వాయువులను పీల్చుకొనునంత కాలము అందుండి వెలువడు భాషామృతము గూడా గ్రోలుటయే జన్మసాఫల్యము." ఈ విధంగా అనేక అంశాలపై వ్యాసాలు రాశారు. ఒకటికాదు రెండుకాదు నాలుగు దశాబ్దలకుపైగా వారికలము అవిచ్ఛిన్నంగా సాగింది.

ఆంగ్లభాషలో చారిత్రాత్మకమైన త్రివేణి పత్రికను ప్రతిష్ఠాత్మకంగా నడిపిన శ్రీకోలవెన్ను రామకోటేశ్వరరావుగారు కృష్ణాపత్రిక వజ్రోత్సవ సంచికలో ఇలా అన్నారు,- "స్వరాజ్య ఉద్యమ చరిత్రలో కృష్ణారావుగారు వారి కృష్ణాపత్రిక ద్వారా గాంధీజీ భావాలను ఆంధ్రప్రజలకు తేటతెల్లంగా తెలియజేసి, ప్రజాశక్తిని విజృంభింపజేసి, సత్యాహింసల ప్రాశస్త్యమును గీతావాణివలె వినిపించిరి. ఉత్తమ పత్రికలెన్ని వెలసినా ఆచార్య పీఠం కృష్ణాపత్రికదేనన్న భావం వ్యాపించెను".

జాతీయ మహాకవిగా పిలువదగిన శ్రీ రాయప్రోలు సుబ్బారావుగారు, గ్రంథాలయోద్యమ పితామహులు శ్రీ అయ్యంకి వెంకటరమణయ్య గారితో కలిసి బందరు వెళ్ళి ముట్నూరి వారిని దర్శించుకున్నారు. వారు కృష్ణారావుగారి గురించి కృష్ణాపత్రిక వజ్రోత్సవ సంచికలో ఇలా రాస్తారు. "మధురలో శ్రీకృష్ణ దర్శనానికి లాగా బందరులో కృష్ణరాయ దర్శనానికి వెళ్ళాము... ముట్నూరి వారి సన్నిధానము ఒక గురుకులం వంటిది. వారి సంభాషణలో రెండు ప్రధానాంశాలు గట్టిగా లోతుగా తగిలేవి. సనాతన విజ్ఞానకాండకు అపురూపమైన వ్యాఖ్యానం ఒకటి. వర్తమాన శాస్త్ర సాహిత్య రచనలకు వ్యాఖ్యానం రెండవది. సజాతీయత, విజాతీయతలకు సమన్వయం కుదిర్చేవారు. మానవ జీవితము - దాని సంస్కృతి - విశ్వంలో ఎక్కడ ఏ రూపములో - ఏ భావనలో ఉన్నా - అంతా ఏకం, అఖండం అని వారిభావమనితోచేది... ఆనాడు రాజకీయాలు వేడి గాడ్పులు విసురుతున్నవని మరవరాదు. కృష్ణారావుగారు భయంలేని రచయిత, దయలేని విమర్శకుడు. బ్రిటీష్ రాజ్యాంగ విధానమును గురించి వారు ఎంతో కఠినంగా, తీవ్రంగా ఉద్రేకంగా వ్రాసేవారు. ఒక్కొక్క వ్యాసం, సంపాదకీయం చదువుతుంటే ఒళ్ళు ఝుల్లుమనేది. వినేవాడికి కూడా వేడి సోకేది. విప్లవం విత్తులు పడ్డది ఆ పాదులలోనే. దేశం దేవాలయమైంది. అందు మహామాతృభావం ఆవహించేది. వందేమాతర గీతమే ఆ ప్రాణప్రతిష్ఠాపనా మంత్రం... కృష్ణ కంఠం మారింది (కృష్ణానది). మురళీధరుని స్వరం ఆగింది. ఝుంఝులరొద రేగింది. కృష్ణారావుగారు ఆదిలో దేశాన్ని దేవతగా సాక్షాత్కరింపజేశారు. ఆమె సన్నిధానంలోనే స్వకీయ సంతానం అస్వతంత్రులైన బానిసలుగా మగ్గిపోతున్నారు. ఆమె నిక్షేపం అంతా క్షీణిస్తున్నది.

ఆమె ఛత్రమే భగ్నమైంది? ఆమె దివ్య ధ్వజస్థంభం మీద విజాతీయ జెండా ఎక్కింది. ఇది సహింపరానిదనే భావం పైకెత్తారు. స్వగృహం కంటే స్వగ్రామం, స్వగ్రామం కంటే స్వదేశం, సురాజ్యం కంటే స్వరాజ్యం, ఇలాగ ఒకదానికంటే ఒకదానికి ఉత్తరోత్తర ప్రాధాన్యం స్థిరీకరించారు. మానవుని ధర్మానుష్ఠానానికి దేహం వలె మానవజాతి ధర్మాభ్యుదయానికి దేశం ప్రధానమైనదని ప్రబోధించారు. మానవునికి పంచభూతముల వలెనే సృష్టికి పంచభూతములు అవిభాజ్యబంధమని వ్యాఖ్యానించారు. కాగా దేశం పట్ల భూతభావనా, దేవతాబుద్ధీ దీపించినది. దేశంమీద ప్రేమాభిమానాలు ఒకపక్క రూఢములైనవి. అందువలన దేశపాలకుల పట్ల ద్వేషదూషణములు గాఢముగాక తప్పలేదు. అది ఒక భారత రణం, కృష్ణారావుగారు సమయజ్ఞచక్రవర్తి వలె రానున్న విపత్తు గుర్తించారు. దేశాభిమాన జ్వాలాముఖమును జాతీయ మహోదయ రూపకంగా సరిదిద్దారు. దానితో అక్షయకల్యాణ భాగములైన సంగీత, సాహిత్యాలు ధర్మార్థ కామమోక్షాది ఆకర్షక, రంజకములైన జాతీయాంశము లపై చర్చ సాగించారు. ఆంధ్రదేశమును విప్లవారణ్యములో పడకుండా హింసావైతరిణిని దాటించారు. ఇంతకంటే కృష్ణారావుగారి సంపాదకీయాలకు వ్యాఖ్యలు ఇంకేమి కావలసి వున్నవి. అంతటి ప్రతిభాసంపన్నులు మాత్రమే కాకుండా ప్రముఖ దేశాభిమాని. సమాజ చింతనను అక్షర రూపంలో, మాటల బాణాలతో విదేశీ పాలకులను, విదేశీ పాలనను

చీల్చిచెండాడడంలో అభిమన్యునివంటి వీరయోధుని వలె భాసించారు. ఆంధ్రదేశంలో అట్టి సంపాదకులలో వారికి వారే సాటి."

1905లో జరిగిన వంగదేశ విభజన దేశీయుల హృదయాల నల్లకల్లోల పరిచింది. బంకించంద్ర ఛటర్జీ ఎన్నడో 1872లో రాసిన వందేమాతర గీతం విశ్వకవి రవీంద్రనాథ్ ఠాగూర్ ద్వారా కోట్లాది దేశ భక్తుల హృదయాలలో ప్రతిధ్వనించింది. అటువంటి నేపథ్యంలో భారత దేశమాత రథోత్సవాన్ని కవితాత్మకంగా ఆవేశంగా కృష్ణారావుగారు అభివర్ణించారు. "అవిగో! కింకిణీ సమలంకృతమైన త్రివర్ణ పతాకాంచలములు దవ్వుల గాన్పించుచు చేరబిలుచు చున్నవి. అదిగో! దేవి స్వర్ణరథనేమి ధ్వానము సమీపించుచున్నది. అదిగో! రథ మధ్యభాగమున శాంతి తేజముతో వెలుగుచున్న ఆ తల్లి దివ్యమంగళ స్వరూపము. రమ్ము కృష్ణవేణి! రమ్ము! రావే పినాకినీ! గౌతమీ! ఆలసించెదవు సుమా! ఏమి తుంగభద్రా! జాగుచేయకుము! దేవిరథము దాటిపోవుచున్నది. 'ఏదీ ఆంధ్రప్రభ'యని ఆ విశ్వజనని దరహాస సుందరవదనయై అడుగుచున్నది. రండు, పావన త్రిలింగ రక్షితమై పుణ్యనదీ మాతృకా పాలితమైన మహాంధ్ర జనతా మహీయసేవాంజలులు సమర్పింపుడు. జయభారత జననీ! జయ ఉదయాస్తాచల సేతు శీతనగ పరివేష్ఠిత పుణ్య వసుంధరా! జయ! జయ! ప్రజామయీ! జయ కాంగ్రెస్ పీఠవాసినీ! జయ వాత్సల్యమయీ! జయ ప్రసన్నమూర్తి! జయ అస్మచ్చిత్తాబ్జగేహా!"

నిర్మలమైన, ఉత్తేజ పూర్వకమైన ఈ దేశభక్తికి పరవశించి పోయేవారు ఆంధ్రులు. కృష్ణారావుగారు మాత్రం స్వాతంత్ర్య రథాసీన జననిని దవ్వుదవ్వుల నుండే దర్శించి వెళ్ళిపోయినారు (1945లో). ఇలాంటి దేశభక్తి ప్రపూరిత సంపాదకీయాలు వారి కలంనుండి జాలువారినవి ఎన్నో కానవస్తాయి.

బహుముఖాలుగా విస్తరించిన ఆయన ప్రజ్ఞాపాటాలు ఉపన్యాసాలతో పాటు అక్షర రూపంలో ఆంధ్రజాతిని నాలుగు దశాబ్దాలపాటు ప్రభావితం చేశాయి. అందువలననే వారు సంపాదకులకు సంపాదకులైనారు. అట్టి మహత్తర పురుషుల వ్యక్తిత్వాన్ని వీక్షించాలంటే నేటి సామాన్య ప్రజల స్థాయి చాలదు. కొండంత దేవునికి పత్రిపూజ అన్నట్లుగా వారికి నేటి భారతమే కాదు భవిష్య భారతం కూడా నివాళులర్పించవలసి వుంటుంది.

బళ్ళారి రాఘవ

(1880-1946)

- డా. జానమద్ది హనుమచ్ఛాస్త్రి

ఆధునిక తెలుగు నాటకరంగం పేరు చెప్పగానే జ్ఞప్తికి వచ్చే మొట్టమొదటి మహానటుడు బళ్ళారి రాఘవ.

"ఆజానుబాహుమరవింద దళాయతాక్షం" అన్న శ్లోకంలోని లక్షణాలన్నిటినీ పుణికి పుచ్చుకున్న కారణజన్ముడు బళ్ళారి రాఘవ.

ఆంగికాభినయంతో అలమటిస్తున్న తెలుగు నాటక రంగానికి సాత్వికాభినయ ప్రాధాన్యతను ప్రయోగాత్మకంగా చూపి నటనలో విప్లవాత్మకమైన మార్పులను సాధించిన నట వీరుడు బళ్ళారి రాఘవ.

పాత్రల మనస్తత్త్వాలను అధ్యయనం చేసి అంతర్ సంఘర్షణలను అత్యద్భుతంగా ప్రదర్శించి నటలోకానికి మార్గ దర్శకత్వం వహించిన నటసార్వభౌముడు బళ్ళారి రాఘవ.

జాతి సర్వతోముఖ వికాసానికి నాటకం ప్రధాన సాధనం కావాలని, నాటక కళ ద్వారా ప్రజలలోని ఉత్తమ గుణాలని పెంపొందించాలని విశ్వసించిన మహామానవుడు బళ్ళారి రాఘవ.

స్త్రీ పాత్రలను స్త్రీలే ధరించాలని, ప్రతిపట్టణంలోను అన్ని హంగులు కల నాటకశాలలు వెలవాలని ఎలుగెత్తి చాటిన నాట్యాచార్యుడు బళ్ళారి రాఘవ.

పాశ్చాత్యదేశాల రంగస్థలాన్ని అధ్యయనం చేసి, తెలుగు నాటకరంగంలో వినూత్న ధోరణులను ప్రవేశ పెట్టడానికి కృషిచేసిన మహానటుడు బళ్ళారి రాఘవ.

అరుపులతో, పాటలు, పద్యాల సుదీర్ఘాలాపనలతో అలమటిస్తున్న తెలుగు నాటక రంగానికి సాత్వికాభినయ ప్రాశస్త్యాన్ని చూపి, నటన సహజత్వానికి దగ్గరగా వుండాలని చాటి చెప్పిన నటయోగి బళ్ళారి రాఘవ.

బళ్ళారి రాఘవగా విశ్వవిఖ్యాతి గడించిన తాడిపత్రి రాఘవా చార్యులు ది.2-8-1880 తేదీన అనంతపురం జిల్లా తాడిపత్రిలో జన్మించారు. రాఘవ తండ్రి నరసింహాచార్యులు బళ్ళారిలోని పురపాలకసంఘ ఉన్నత పాఠశాలలో తెలుగు పండితులు. తల్లి శేషమ్మగారు 'ఆంధ్రనాటక పితామహ' ధర్మవరం రామకృష్ణామాచార్యులు గారి చెల్లెలు. ఈ దంపతులకు చాలకాలం వరకు సంతానం కలుగ లేదు. బళ్ళారిలో వుండిన 'బసప్ప' అనే మహాత్ముని ఆశీస్సులతో జన్మించిన కారణంగా ఆ బిడ్డకు 'బసప్ప' అని నామకరణం చేశారు. శ్రీవైష్ణవ సంప్రదాయం ప్రకారం 'రాఘవ' అని పిలిచేవారు.

కాలక్రమంలో ఆపేరే రూఢిగా జగత్ప్రసిద్ధమైంది. రాఘవ తర్వాత ఆ దంపతులకు యిరువురు కుమారులు, ఒక కుమార్తె జన్మించారు.

ఎనిమిదవయేట రాఘవ బళ్ళారి మునిసిపల్ హైస్కూల్‌లో ఆరవ తరగతిలో చేరారు. పదునాల్గవ యేట మెట్రిక్యులేషన్ పరీక్షలో ఉత్తీర్ణులయ్యారు. బళ్ళారిలోని వార్డ్ లా కాలేజిలో యఫ్.ఏ. పరీక్షలో నెగ్గి మద్రాసులోని క్రిస్టియన్ కళాశాలలో చదివి పట్టభద్రులయ్యారు. బాల్యం నుండి నాటకాల్లో ఎంతో ఆసక్తిగల రాఘవ మద్రాసులో కాలేజిలో చదువుతున్నపుడే షేక్స్‌పియరన్ నటుడుగా పేరు గడించారు. "మర్చెంట్ ఆఫ్ వెనిస్"లో షైలాక్‌గా "హ్యామ్లెట్‌లో హేమ్లెట్‌గా 'ఒథెల్లో' లో ఒథెల్లోగా ఆంగ్లనటుల కాలేజి అధ్యాపకుల ప్రశంసలందుకున్నారు. పట్టభద్రులైన తర్వాత బళ్ళారికి తిరిగి వచ్చి కొంతకాలం ఉపాధ్యాయులుగా, ఆ తర్వాత ఇంజనీరింగ్ గుమాస్తాగా పని చేసి, ఏడాది తర్వాత మరలా మద్రాస్ 'లా' కాలేజిలో చేరి 1905లో బి.యల్. పట్టా పుచ్చుకున్నారు.

మద్రాసు నుండి వచ్చిన తర్వాత నాటకాలు, క్రీడల మోజులోపడి చెడిపోవునన్న భయంతో తల్లిదండ్రులు త్వరపడి, కర్నూలు న్యాయవాది లక్ష్మణాచార్యులు గారి పుత్రిక కృష్ణవేణమ్మతో వివాహం జరిపించారు. కృష్ణమ్మగా అందరి గౌరవాభిమానాలను సంపాదించిన ఆమె, భర్త కళాప్రతిభ కెంతగానో దోహదం చేశారు.

రాఘవ 1906లో మేనమామ ధర్మవరం రామకృష్ణమాచార్యుల వద్ద జూనియర్‌గా న్యాయవాద వృత్తి ప్రారంభించారు. 1912 వరకు అంటే ధర్మవరం వారు కీర్తి శేషులయ్యేవరకు వారి వద్ద జూనియర్‌గా వుండి తర్వాత స్వతంత్రంగా న్యాయవాద వృత్తిని సాగించారు.

న్యాయవాద వృత్తిని చేపట్టినా రాఘవ జీవితం రంగస్థలానికే అంకితమైంది. బళ్ళారిలోని 'షేక్స్‌పియర్ క్లబ్' నాటకాలకు రాఘవ దర్శకులుగా వుండేవారు. మేనమామగారి 'సరసవినోదినీ సభ' లోను కోలాచలం శ్రీనివాసరావు గారి 'సుమనోహరసభ' లోను పాల్గొని వివిధ నాటకాలలో అభినయించారు. ధర్మవరం వారి నాటక ప్రయోగాలు నచ్చనందున, రాఘవ కోలాచలం వారి సభలో ప్రధాన నటులయ్యారు.

1909లో 'సుమనోరమసభ' కన్నడ నాటకాల ప్రదర్శన చేపట్టింది. రాఘవ తెలుగునాటకాల లోనే కాక కన్నడ నాటకాలలో కూడా గొప్ప నటులు. బెంగుళూరు ప్రదర్శనలలో రాఘవ ప్రముఖ పాత్ర నిర్వహించారు. అనేక ఇంగ్లీష్ నాటకాలలో అభినయించి బెంగుళూరు కళాభిజ్ఞుల మన్ననలందు కున్నారు.

రాఘవ పౌరాణిక నాటకాల్లో పాల్గొనేవారు కారు. చారిత్రక నాటకాలపట్ల వారికెంతో అభిమానం వుండేది.

'సరసవినోదినీ సభ' 'సుమనోరమ సభల' మధ్య స్పర్థలుండేవి. కాని, అనివార్య పరిస్థితుల్లో నాటక ప్రదర్శన అగిపోయే ప్రమాదం ఏర్పడినపుడు రాఘవ ఉభయ సభల ప్రదర్శనలలోను పాల్గొనేవారు.

పద్మనాభ వెంకోబాచార్యులు రాసిన 'శివాజీ' నాటకం పలుమార్లు ప్రదర్శింపబడింది. రాఘవ శివాజీగా అసాధారణంగా నటిస్తూ పెద్దల ప్రశంసలందుకున్నారు. తమ నటనా విధానమే నిర్దుష్టమైనదని ఆయన ఎన్నడూ భావించలేదు. తమ నటనలోని లోపాలను ఎత్తి చూపినపుడు సముచితమైన సలహాలను యిచ్చినపుడు, సగౌరవంగా స్వీకరించేవారు. 'శివాజీ' పాత్ర అభినయాన్ని తామే విధంగా మెరుగుపరుచుకున్నారో రాఘవగారి మాటల్లోనే చూడవచ్చు. "ఒక సారి నేను శివాజీ పాత్ర ధరించి, రామకృష్ణ మఠానికి చెందిన ఒక స్వాములవారిని వచ్చి చూడమని ఆహ్వానించాను. ఆయన నాటకమంతా చూచి మరునాడు నాతో శివాజీ అభినయం ఏ మాత్రం బాగుండలేదు పొమ్మన్నాడు. ఎందువల్ల అని అడిగాను. శివాజీ మాటలపోగు కాదు. కార్యశూరుడు, యోధుడు, శివాజీని నీవు నీ చేతులతో ప్రత్యక్షం చేయవలసి ఉంది ప్రేక్షక జనానికి. కాని అదేమిటి? చేతులు అలా ఝాడిస్తూ నడిచావు. రణతంత్ర శిక్షితుడైన క్షత్రియునికి ఎడమచెయ్యి కదలదు. నీవు చేతులు త్రిప్పడం శుద్ధవైదికి త్రిప్పినట్లుంది అన్నారు. నేను తెల్లబోయాను."

రాఘవ అభినయ ప్రతిభకు పతాక మనదగినది కోలాచలం వారి 'విజయనగరపతనము' (రామరాజ చరిత్ర) ఈ నాటకంలో రాఘవ పఠాన్ రుస్తుం పాత్ర ధరించేవారు. ఆ పాత్రాభినయంలో రాఘవ సువిఖ్యాతులయ్యారు.

రాఘవ పఠాన్ రుస్తుం పాత్ర హిందూ ముస్లిమ్ సఖ్యతకు భంగకరమని భావించి, నాటి మద్రాసు ప్రభుత్వం ఆ నాటక ప్రదర్శనను నిషేధించింది. కాని మైసూరు సంస్థానంలో ప్రదర్శించినపుడు హిందూ ముస్లిములందరి ప్రశంసలందుకుంది.

ఈ నాటకాన్ని చూచిన స్థానం నరసింహారావు గారు ప్రకటించిన అభిప్రాయం గమనింపదగింది. "రంగస్థలం పై రామరాజు చరిత్రకు సంబంధించిన ఒక బుఱ్ఱకథ నడుస్తున్నది. వినడానికి వచ్చినట్టుగ రాఘవ పఠాన్ రుస్తుం వేషంలో కొందరితో పాటు ప్రవేశించి ఒక రాయిమీద కూర్చుని, నాన్‌రొట్టెను తింటూ పాట వింటున్నాడు. ఆ బుఱ్ఱకథ దాదాపు ఇరవై నిమిషాలు పట్టింది. అంతసేపూ పఠాన్ రొట్టెను తినటంతప్ప ఒక్క మాటైనా మాట్లాడలేదు.

ఆ చెప్పేకథలో రామరాజు అనే ఒక రాజు చేసిన చెడుపనులు ఈ పఠాన్‌కు నచ్చలేదు. తన అయిష్టాన్ని వ్యక్తం చేయడానికి రొట్టెను కసిగా నములుతూ ఓ ప్రక్కగా ఉమిస్తూ అసహ్యం, ఆక్రోశం, ఆవేదన, క్రోధం, ప్రతీకారం, విషాదం మొదలగు భావాలను ప్రకటించాడు. ప్రేక్షకుల దృష్టులన్నీ పఠాన్‌మీదా అతని అభినయం మీద లగ్నమైనాయి. ఆ కథ అయిపోయింది.

పఠాన్ లోపలికి వెళ్ళిపోతూ, ఆ కథకుణ్ణి ఒకసారి తీవ్రంగా చూచాడు. చప్పున పరిసరాలను గమనించాడు. తన కోపాన్ని అణచుకుని ప్రతీకార సూచకంగా కాలితో నేలరాచి, విసురుగా లోపలికి వెళ్ళిపోయాడు. అంతే మరి మాట్లాడనేలేదు. ప్రేక్షకుల కరతాళధ్వనులు మిన్నుముట్టాయి. ఆ తర్వాత నాటకంలో ఆయన కనిపించినపుడల్లా అందరితో పాటు నేను ఆనంద ముగ్ధుణ్ణయ్యాను."

రష్యన్ నాట్యాచార్యుడు స్టానిస్లావిస్కీ రచించిన 'ఆర్ట్ ఆఫ్ ది స్టేజ్' అనే గ్రంథంలోని వాక్యాలు గమనింపదగినవి. "సంభాషణ లేకుండా కేవలం ముఖభావాలతో ప్రేక్షకులను ఎక్కువ సేపు వశంలో వుంచుకోజాలం. దానికి పరిమితి అయిదులేక ఆరు నిముషాలే. అద్దైనా మహానటుడికి మాత్రమే సాధ్యం" రాఘవ మహానటన ఆ పరిమతి అతి క్రమించి రసికుల మన్ననలందుకున్నది.

అభినయ కౌశలము :

సుమారు ఏడు దశాబ్దముల నుండి బళ్ళారి నాటకకళా కేంద్రమై యుండినది. బళ్ళారిలో ఉద్యమాలన్నిటిలో నాటకోద్యమం ప్రధానమైనదిగా ఉండినది. 1884లో మైసూరు నుండి వచ్చిన మహారాజా కంపెనీ, రంగాచారి కంపెనీ అను రెండు నాటక సమాజములు బళ్ళారిలో తమ ప్రదర్శనములిచ్చి ప్రజల మన్ననలను పొందినవి. ఈ ప్రదర్శనములు బళ్ళారిలో సుప్తమైయుండిన నాటక కళను జాగృతమొనర్చినవి. ధర్మవరం కృష్ణమాచార్యుల సోదరులైన గోపాలాచార్యులు గారు ఒక కన్నడ నాటకమును రచించి మిత్రుల సహకారంతో దానిని ప్రదర్శించిరి.

ఆ నాటకము అంతగా రక్తి కట్టలేదు. కృష్ణమాచార్యులుగారు ఉత్తమ నాటకము రచించి ప్రదర్శింపవలెనన్న దీక్షతో మొట్టమొదటి సారిగా 'బాణాసుర' అను కన్నడ నాటకమును రచించి ప్రదర్శించి మెప్పు పొందిరి. ఈ మెప్పుదలయే వారిని నాటక రచనకు పురికొల్పినది. తరువాత వారు ముప్పది ఒక్క నాటకములను రచించి 'ఆంధ్రనాటక పితామహ' అను ప్రశస్తితో విఖ్యాతులైరి. కృష్ణమాచార్యులుగారు నాటకకర్తలే కాక ఉత్తమ నటులుకూడా. తన నాటకములలో నాయక పాత్రధరించి ప్రేక్షకుల మన్ననలందుకొని పేరు ప్రఖ్యాతులు పొందిరి. కోలాచలం శ్రీనివాసరావు గారు గొప్ప పండితులు. 'ఆంధ్రచారిత్రక నాటక పితామహ' బిరుదాంకితులు. రాఘవ శక్తి సామర్థ్యములను లెస్సగా గుర్తించిన వారు. కృష్ణమాచార్యులవారు 'సరసవినోదిని' సంస్థాపకులు. కోలాచలం వారి నాటకసమాజమునకు 'సుమనోరమ సభ' యనిపేరు. ఈ రెండు నాటక సమాజములు తమ నాటకములను ప్రదర్శించుచుండేవి. అది బళ్ళారి చరిత్రలో స్వర్ణయుగము. యువనటులు అత్యుత్సాహముతో రెండు సమాజములలోనూ అభినయించు చుండెడివారు. బళ్ళారి కీర్తి కేతనమును ఎగురవేసినవి ఆ సమాజములు. సుమనోరమసభలో ముఖ్యులు రాఘవ, కరణం సీతారామరావు, కర్నూలు రామారావు. కోదండరామయ్య మున్నగువారు. శ్రీయుతులు

బాదనహట్టి శ్రీనివాసరావు, హోళగుంది రామారావు సరసవినోదిని సభలో ప్రముఖనటులు. ఈ రెండు సమాజములలోని నటులకు పరస్పరము ప్రేమాదరములుండేవి. ఈ సమాజములలోని నటులమధ్య అప్పుడప్పుడు వైమనస్యములు తలయెత్తు చున్నప్పటికీ పరస్పరం సహకరించు కొనేవారు. ఈ రెండు నాటక సమాజములు బళ్ళారిలోనేకాక మద్రాసు, బెంగుళూరు, హైద్రాబాదు, విజయవాడ మున్నగు పట్టణములలో కూడా ప్రదర్శనవల్ల మంచి లాభాలు వచ్చుచుండేవి. సుమనోరమసభ వారికి ఆదాయము అంతంతమాత్రంగానే వుండేది. కోలాచలం శ్రీనివాసరావు గారు స్వయంగా శ్రీమంతులు. వారి అన్నగారైన వెంకట్రావుగారు గొప్ప న్యాయవాది. తమ్ముని కళాసేవకు ఆర్థికంగా తోడ్పడుచుండేవారు. అవి మరపురాని మంచి రోజులు. అన్న ఒక నాటక సమాజము లోను, తమ్ముడు ఒక నాటక సమాజములోను. తండ్రీ కొడుకులు వేర్వేరు నాటక సంఘముల లోను వున్నప్పటికీ వారిలో కుటుంబ కలహము లుండేవి కావు. రాఘవ తనమేనమామ గారైన కృష్ణమాచార్యుల సభలో చేరుటకు ఇష్టపడలేదు. రాఘవ తండ్రిగారు మాత్రం సుమనోరమ సభవారి సలహా మండలిలో సభ్యులు. కోలాచలం శ్రీనివాసరావు రచించిన "సునందిని" అను తెలుగు నాటకంలో మొదటిసారిగా పాల్గొనిరి. అప్పటికి రాఘవ వయస్సు ఇరవైయేండ్ల లోపు. ఆ నాటకములో రాఘవ డెబ్బదేళ్ళ ముసలివాని పాత్రను అభినయించెడివారు. వేషభూషణ భాషణములలో తమ యౌవనమును మరుగుపరచి వృద్ధాప్యము ఉట్టిపడునట్లుగా అభినయించేవారు. ఒకమారు రాయదుర్గంలో "సునందిని" నాటకమును ప్రదర్శించారు. నాటకం ముగిసిన మరుసటిరోజు రాయదుర్గం నుండి ఒక కక్షిదారు తన కేసును చేపట్టవలసినదిగా బళ్ళారి రాఘవను అర్థించుటకు వచ్చారు.

రాఘవ : మీరెవరు? మీరు వచ్చిన పని ఏమి?

అతడు : మాది రాయదుర్గం, ఒక వ్యాజ్యమును రాఘవాచార్యుల గారికి అప్పగించవలెనని వచ్చితిని. వారింట్లో వున్నారా?

రాఘవ : అయ్యా ! నేనే రాఘవాచారిని

అతడు : పరిహాసమున కంటున్నారా?

రాఘవ : (విస్మతులై) అయ్యా ! ఇదేమి వింతగా వుందే. నేనే రాఘవాచారిని, నాపేరుగల వకీళ్ళు మరెవ్వరూ లేరు.

అతడు : కావచ్చును. కాని తాము మాత్రం రాఘవాచారి గారు కాదు.

రాఘవ : మీరు పొరబడుతున్నారు.

అతడు : పొరబాటేమీలేదు. వారిని నేను చూడలేదనుకున్నారా ఏమి?

రాఘవ : చూచేవుంటే మీరు ఇట్లు మాట్లాడేవారు కారు.

అతడు : అదేమిసార్ ఇట్లంటారు. నిన్నటి రోజున "సునందిని" నాటకంలో బాగా చూచితిని.

రాఘవ : ఎవరిని?

అతడు : మరెవరినండీ రాఘవాచార్యుల గారినే.

రాఘవ : సరే? వారెట్లుండిరి?

అతడు : ఎట్లుండేదేమండి. ఆయన చాలా ముసలివాడు. కనీసము అరవై యేళ్ళుండవచ్చును.

రాఘవ : (నవ్వి) కాదు. కాదు. నాటకములో నేనే ముసలివాని పాత్ర ధరించితిని. మీరు పొరపడినారు.

ఈ రీతిగా ఆ వచ్చిన కక్షిదారు, రాఘవ మధ్య వాదము జరిగినది. అంతలోనే వారి మిత్రులొకరువచ్చి ఆ వచ్చిన కక్షిదారుకు నచ్చచెప్పేటప్పటికి తలప్రాణం తోకకు వచ్చింది. ఆచార్యులవారి సమయస్ఫూర్తి, జ్ఞాపకశక్తి అద్భుతమైనది. ఈ శక్తులు కోలాచలం వారి 'భారత యుద్ధము' అను పౌరాణిక నాటక ప్రదర్శనం ద్వారా బహిర్గతమైనవి. పౌరాణిక నాటకములంటే రాఘవకు అంతగా గిట్టేవికావు. కాని అనివార్య పరిస్థితులలో వారు పౌరాణిక నాటకములలో కూడా అభినయించవలసి వచ్చింది.

చాణక్య :

ద్విజేంద్రలాల్ రాయ్ బెంగాలీలో రాసిన 'ప్రచండ చాణక్య' తెనిగింపబడిన గొప్పనాటకం. అనేక దృశ్యాలు, పాత్రలు యుద్ధదృశ్యాలు కల యీ నాటకం ప్రదర్శించటం కష్టసాధ్యం. రంగ స్థలానికి అనువుగా కొన్ని చిన్న మార్పులను చేసి తామే నాయక పాత్ర ధరించి విశిష్టనటులుగా మెప్పులందుకున్నారు. దొడ్డనగౌడ గారు రాఘవ చాణక్య పాత్రాభినయాన్ని యిలా వివరించారు.

"రాఘవను చాణక్యపాత్రలో చూచి తీరవలసిందే. ఆ పాత్రలో లీనమయ్యేవాడాయన. తపోనిష్ఠ, తేజస్సు, సృష్టికి ప్రతిసృష్టి చేయగల ఆత్మాభిమానం. సమయోచితయుక్తి ఈ అంతర్గుణాలకు తోడు సాత్వికగుణాలన్నీ మూర్తిభవించిన వ్యక్తి చాణక్యుడు. నవనందులను హతమార్చాలని ప్రతిన పూనాడు. చంద్రగుప్తుని తన చేతి ఆయుధంగా క్షుద్రశక్తులను బ్రహ్మతేజంతో మేళవించిన రాఘవ చాణక్య పాత్ర అత్యద్భుతంగా వుండేది."

చాణక్య పాత్రలోని రసవద్ఘట్టాలలో కొన్ని నందోపహతుడైన చాణక్యునికి భార్యా వియోగం కల్గింది. ఆమె అంత్యక్రియలు ముగించి తన కుటీరానికి వచ్చి చూసేసరికి తన ఏకైక పుత్రిక అత్రి కానరాలేదు. కూతురును వెదుక్కుంటూ పోతుండగా ఆ అమ్మాయి ఒక గుడ్డిబిచ్చగాణ్ణి నడిపించుకుంటూ, తాను నేర్పినపాట పాడుతూ ఎదురవుతుంది. నంద వంశాన్ని విధ్వంసం చేయడం ఎలా అని తీవ్రంగా ఆలోచిస్తున్న చాణక్యునికి నవోత్తేజాన్నిస్తుంది ఆ పాట. 'అమ్మ! నీ పేరేమి ? అని ప్రశ్నిస్తాడా పాపను. 'అచ్చి అంటుంది. ఆ మాటలు చైతన్య హీనమైన అతని హృదయానికి అమృతోపమానమైనాయి. ఆ అమ్మాయి తన కూతురు అత్రి అని గ్రహించి ఆ బిడ్డను కౌగలించుకుని ఆనందంతోను, భరించలేని దుఃఖముతోను ముద్దులాడుతాడు. పరస్పర

విరుద్ధములైన భావాలను అత్యంత సహజంగా చూపిన రాఘవ నటనను చూడడానికి ప్రేక్షకులు వువ్విళ్ళూరుతుండేవారు.

చాణక్యపాత్రలో నవరసాలు ఒకటి తర్వాత మరొకటి తరుముకుని వస్తున్నాయా అనిపించేది. ఒక క్షణం పాషాణ కాఠిన్యం, మరోక్షణంలో పూవు కంటే మార్ధవం. ఒక క్షణంలో నిర్భేద్యమైన తంత్రం. మరోక్షణంలో పసిపాపలా నిస్సహాయత. ఒకమారు భయానకమైన కపాలమాలికలతో కాలరుద్రునిలా, మరోమారు మానవతామూర్తిగ, మందహాసంతోనే మృత్యువుయొక్క అట్టహాసాన్ని చూపగల మహానటుడు రాఘవ. ఇంతక్లిష్టమైన పాత్ర రాఘవకోసమే వేచి వున్నదా అనిపించేది. నాటక కళాభిమానులందరికీ రాఘవ చాణక్యాభినయం షడ్రసోపేతంగా వుండేది.

చాణక్యుడు – అనగానే – మహామేధావి, సాహసి, పండితుడు, స్వాభిమాని, రాజనీతిజ్ఞుడు ప్రత్యక్షమవుతాడు. అతని విభిన్న ప్రకృతులను మేళవించి, ఏకోన్ముఖంగా ప్రదర్శించిన నైపుణ్యం రాఘవగారిది అన్నారు. ప్రముఖ నటులు పాతూరి శ్రీరామశాస్త్రిగారు.

రామదాసు :

రామదాసు పాత్రలో రాఘవ భక్తి భావం బహుముఖంగా ప్రదర్శింపబడేది.

ధర్మవరం గోపాలచార్యులుగారు రచించిన రామదాసు నాటకంలో స్వయంగా రాసిన కొన్ని సంభాషణలు చెప్పేవారు. తానీషా, రాముణ్ణి నాకు కూడా చూపమని రామదాసును నిర్బంధించినపుడు, ఓరి పిచ్చివాడా నీ రాముణ్ణి నీకు మరొకరు చూపగలరా? ఎవరి రాముడు వారిలోనే వుంటాడు. దేవుడు ఏదో ఒక స్థలంలో వుంటాడనుకున్నావా? దేవుడొక్కడే. భక్తుల భావాలకు తగిన రూపం ధరిస్తాడు. రామ్, రహీం, క్రీస్తు, బుద్ధుడు ఇవన్నీ ఆయన రూపాలే అంటూ సర్వధర్మ సమన్వయాన్ని వెల్లడించారు రాఘవ.

మరో సన్నివేశాన్ని మార్చిన తీరు రాఘవ దేశభక్తిని వెల్లడిస్తుంది. రాజ ద్రవ్యాపహరణం నేరంపై బంధింపబడిన రామదాసు తానీషా దర్బారుకు వెళ్ళే సమయంలో రామదాసు భార్య కమలాంబ భర్త తలమీద తెల్లనిటోపి పెట్టి ఖద్దరు శాలువా కప్పి పూలమాల వేసి హారతి యిచ్చి అత్యంత సంతోషంతో సాగనంపుతుంది. మూడువందల సంవత్సరాల క్రితం తెల్లటోపిధారణ వుండేదో లేదో కాని రాఘవ తెచ్చిన యీ మార్పువల్ల ప్రేక్షకుల హృదయాల్లో దేశాభిమానం ఉప్పొంగేది. సత్యాగ్రహ సమరం ముమ్మరంగా సాగుతున్న కాలమది.

రామదాసు కారాగృహానికి పోయిన తర్వాత కబీరు తనలోతాను 'ఆత్మసిద్ధి పొందడానికి కారాగృహవాసమే ప్రథమ సోపానం' అనుకుంటాడు. స్వాతంత్ర్యోద్యమం మహత్తరంగా సాగుతున్న ఆ రోజుల్లో రాఘవ చెప్పే ఆ మాటలు మంత్రశక్తిలా పనిచేసేవి. ఒక భక్తుని జీవితంలో రాఘవచూపిన దేశభక్తిని దర్శించి ముగ్ధులయ్యేవారు ప్రేక్షకులు.

పౌరాణిక నాటకాలంటే రాఘవకు యిష్టముండేదికాదు. కాని నాటి పౌరాణిక నాటకాలలో నేటి సామాజిక సమస్యను చొప్పించి ప్రదర్శించటం సముచితమని భావించి తరువాత నాటకాలలో పాల్గొన్నారు.

పౌరాణిక నాటకాల పట్ల రాఘవ తమ అభిప్రాయాలనూ ఆంధ్రనాటక కళాపరిషత్ తృతీయ మహాసభలో యీ విధంగా వెల్లడించారు.

“.....తనతోపాటు శునకమును కూడా సురపురికి తీసుకొని పోవలెనని దేవేంద్రుని నిర్బంధించిన యుధిష్ఠిరునికి కలిగిన జీవకారుణ్యమును మీరు అలవరచుకొనవలెను. ఇట్టి జీవకారుణ్యమే ఆధునికులలో తుకారాం తన చెంతనున్న ఒక రొట్టెముక్కను హరించిన కుక్కకు, నేయిని కూడా యిచ్చునట్లు చేసింది. నూరు మంది భార్యలున్నను చాలక నూట ఒకటవ భార్యను పెండ్లి ఆడగోరే పురుషాధములను తమ నాటకాలలో నాయకులుగా చేయనట్టి కవులు, నాటక కర్తలు నాకు కావలెను. కణ్వాశ్రమమున నమ్మించి పెండ్లియాడి మరచిపోయిన శకుంతలను, వితంతు శరణాలయాలను సమర్థించునట్టి సావిత్రులను నాయికలుగ చిత్రించు కవులు నాకు కావలెను. ప్రాచీనకాలంలో వలె మరల మన నాటక రంగమును విద్యాలయముగా మార్చగలిగే నాటక కవులు నాకు కావలెను. మానవులకు సృష్టికర్తకు గల సంబంధం బాగా బోధింపగల విద్యాలయంగా రంగస్థలాన్ని మార్చే కవులు కావలెను. జీవితము ఎట్లున్నదో చూపవలెను. ఎట్లుండవలెనో రంగస్థలంపై ప్రదర్శింపవలెను, పౌరాణిక నాటకాల కాలం గడిచిపోయినది, సుబ్రహ్మణ్యస్వామికి పెళ్ళి అయిన నేమి? కాకున్న నేమి? సత్యభామకు రుక్మిణిపై సవతిమత్సరము వుండిన నేమి? లేకపోయిన నేమి? ప్రజల నిత్య జీవితానికి సంబంధించిన విషయాలను ప్రదర్శించడం అవసరం. మన ప్రాచీన విజ్ఞానమును, ధీశక్తిని, విశ్వమానవ జీవితానికి సంబంధించిన సమస్యలను గ్రహించి పరిష్కరించు మార్గములను చూపు నాటకాలను ప్రదర్శించవలెను. వ్యక్తి జీవనములోని ప్రబలశక్తులను వెల్లడించుట అవసరము. శ్రీ రామచంద్రుడు తన భార్యను అపహరించిన రాక్షసుని హతమార్చాడని భావించుటకంటే, అతడు తన దేశ ప్రజలకు సంబంధించిన సమస్యలను పరిష్కరించుటలో చూపిన తీరును ప్రదర్శించుట ప్రయోజనకరము. మానవోత్తముల జీవితము సామాన్యులకు మార్గదర్శకముగా వుండవలెను. మనిషిలోని దైవత్వమును ప్రకటించడం విద్య యొక్క ముఖ్య ప్రయోజనం. కళలు ముఖ్యంగా నాటక కళవల్ల ఆ ప్రయోజనము సిద్ధించగలదు” అన్నారు.

తెలుగు నాటకరంగంలో ప్రశస్తినార్జించిన రాఘవ బెంగుళూరులో తరుచుగా ప్రదర్శనలిచ్చేవారు. ఆ సందర్భంగా ప్రముఖ కన్నడ రంగస్థల నటులు ఎ.వి. వరదాచార్య గారితో స్నేహం ఏర్పడింది. వీరిరువురూ అమెచ్యూర్ డ్రమెటిక్ అసోసియేషన్ ద్వారా ప్రదర్శనలిస్తుండేవారు.

1919 జనవరిలో బెంగుళూరు 'ఫెస్టివల్ ఆఫ్ ఫైన్ ఆర్ట్స్' (లలితకళోత్సవాలు) జరిగాయి. ఈ ఉత్సవానికి విశ్వకవి రవీంద్రనాథటాగూర్ అధ్యక్షత వహించారు, ఆ ఉత్సవంలో 'రామరాజ చరిత్ర' నాటకాన్ని ప్రదర్శించారు. ఆ నాటకంలో పఠాన్‌రుస్తుమ్‌గా రాఘవ నటనా ప్రతిభను చూచి ఎంతోగానో ప్రశంసించారు టాగూర్.

బెంగుళూర్, మైసూరు, కలకత్తాలో రాఘవ ప్రదర్శించిన నాటకాలను చూచిన రవీంద్రకవి, రాఘవ భారతదేశమందలి ఉత్తమోత్తమ నటులని ప్రశంసించారు. ఒకసారి ఒక తెలుగు జిజ్ఞాసువు బహదూరీని గురించి మీ అభిప్రాయమేమి? అని ప్రశ్నించాడు. రవీంద్రుడు ఆ ప్రశ్నకు సమాధానంగా, "బహదూరీ బెంగాల్‌కు సంబంధించినంత వరకు వాస్తవంగా గొప్పనటుడే. కాని యావద్భారతంలో అగ్రస్థానానికి అర్హులు ఆంధ్రులైన మీ రాఘవగారే" అన్నారు.

ఒకమారు మైసూరులో వరదాచార్య ప్రదర్శించిన 'ప్రహ్లాద' నాటకాన్ని రాఘవ చూశారు. ఆ నాటకంలో వరదాచార్యులు హిరణ్యకశిపు పాత్రను అద్భుతంగా ప్రదర్శించారు. ఆ పాత్రలో రాఘవ నటన చూడాలని రవీంద్రకవి అభిలషించారు. అమెచ్యూర్ డ్రమెటిక్ కంపెనీ ప్రహ్లాద నాటకాన్ని ప్రదర్శించింది. రాఘవ నటన విశ్వకవిని మైమరపింపజేసింది. వరదాచార్య - రాఘవాచార్యుల హిరణ్యకశిపు అభినయాన్ని చూసి ఇరువురిదీ దైవవిద్య అన్నారు. ఒకరు సంగీతంలోను, మరొకరు అభినయంలోను అసాధారణ ప్రతిభ గలవారని ప్రశంసించారు రవీంద్రనాథ టాగూర్. శాంతినికేతనం వచ్చి నాటక ప్రదర్శనలివ్వవలసిందని రాఘవను ఆహ్వానించారు రవీంద్రకవి.

1921 మే 15 నుండి 21 వరకు బెంగుళూరు అమెచ్యూర్ డ్రమెటిక్ అసోసియేషన్ అధ్వర్యంలో రెండవ ఫెస్టివల్ ఆఫ్ ఫైన్ ఆర్ట్స్ ఉత్సవం జరిగింది. ఉత్సవంలో భాగంగా జరిగిన అఖిలభారత నాటక మహాసభలో రాఘవ పాల్గొన్నారు. శ్రీమతి సరోజినీనాయుడు సభాధ్యక్షత వహించారు. రాఘవ 17వ తేదీన 'రామరాజు' నాటకం 19వ తేదీన టాగూర్ రచించిన 'చిత్ర' ఆంగ్లనాటకం, 21 తేదీన 'రామదాసు' నాటకం ప్రదర్శనల్లో పాల్గొని మహోన్నత నటుడని ప్రశంసలందుకున్నారు. శ్రీమతి సరోజినీ నాయుడు రాఘవ నటనను వేనోళ్ళ కొనియాడారు.

1927లో గాంధీజి బెంగుళూరు సమీపంలోని నందీహిల్స్‌లో విశ్రాంతి తీసుకుంటున్నారు. ఆ సమయంలో బెంగళూరుకు వచ్చినపుడు పండిత తారానాథ్ గారు రచించిన 'దీనబంధు కబీర్' హిందీనాటకాన్ని చూడవలసిందిగా, అమెచ్యూర్ అసోసియేషన్‌వారు గాంధీజీని ఆహ్వానించారు. కొన్ని నిమిషాలపాటు చూడటానికి అంగీకరించారు గాంధీజి. ప్రదర్శన ప్రారంభమైంది. అరగంట అయింది, గంట అయింది. గాంధీజీ తన్మయులై నాటకాన్ని చూస్తూవున్నారు. మధ్యలో రాజాజీవచ్చి ప్రార్థనవేళ అయింది అని గుర్తుచేశారు. 'మనం ప్రార్థనలోనే వున్నాం' అంటూ చివరిదాకా వుండి నాటకాంతంలో 'రాఘవ మహారాజ్‌కి జై' అంటూ తమ ఆనందాన్ని వ్యక్తపరిచారు. నాటక కర్త పండిత తారానాథ్ (రాఘవ ఆధ్యాత్మిక గురువు) కబీరు పాత్ర ధరించారు.

బెంగుళూరు నాటక ప్రదర్శనలతో విజయపతాకనెగురవేసిన రాఘవ 1914లో మద్రాసులో జరిగిన జాతీయ కాంగ్రెస్ మహాసభలలో 'కీచకవధ' నాటకం ప్రదర్శించారు. మద్రాసు నగరంలో రాఘవ నాటకాలు చేస్తున్నారంటే చిత్తూరు, గుంటూరు, నెల్లూరు మున్నగు ప్రాంతాల నుండి యువకులు, నటులు వచ్చి చూసేవారని చిత్తూరు నటులు పిడతల నరసింహయ్యగారు పేర్కొన్నారు. బెంగుళూరు, మద్రాసు నగరాల్లో ప్రదర్శనల తర్వాత 1921లో రాఘవ విజయవాడ వచ్చారు.

కొప్పరపు సుబ్బారావుగారి సహకారంతో కోస్తాజిల్లాల్లో పలుచోట్ల ప్రదర్శనలిచ్చారు. విజయనగర పతనంలో పఠాన్‌రుస్తుంగా, ప్రహ్లాదలో హిరణ్యకశిపుడుగా, చిత్రనళీయంలో నలుడుగ, రామదాసులో రామదాసుగ, సారంగధరలో రాజరాజుగ, ఒథెల్లో (ఇంగ్లీష్)లో ఒథెల్లోగా నటించి ప్రజలమన్ననల నందుకున్నారు.

ఆమెచ్యూర్ డ్రమెటిక్ అసోసియేషన్ బృందంతో రాఘవ 1927లో రంగూన్‌వెళ్ళి 15 రోజులపాటు, విజయనగర పతనం, రామదాసు, కింగ్‌లియర్ మున్నగు నాటకాలు ప్రదర్శించారు.

రాఘవ విదేశ పర్యటన :

ఆచార్యులవారు విదేశపర్యటనము విలాసదృష్టితో చేసినదికాదు. నాటకకళ తత్త్వములను తెలిసికొనుటకు వారు పర్యటన సాగించిరి. అదివరకు ఎందరో పాశ్యాత్యదేశములను చూచి వచ్చిన వారున్నారు. ఇష్టమువచ్చిన రీతిగా వేలకొలది పైకమును వ్యయపరిచినవారు వున్నారు. కాని కళకోసము ముఖ్యంగా అభినయ కళకోసము పాశ్చాత్యదేశములలో పర్యటించిన వారెందరున్నారు? ఈ రంగమున ముందంజవేసినవారిలో ఆచార్యులవారే అగ్రగణ్యులనవచ్చును.

మనదేశమున దరిద్రదేవత తాండవమాడుచున్నదని విదేశీయులనుటలో అసత్యమేమియు లేదు. కాని అచ్చటచ్చట సంపన్నులుండనే వున్నారు. కాని, ఆధునికుల సంపదలో నాటకకళా పోషణకు లభించేది అంతంత మాత్రమే. నాట్యకళ నిరాశ్రయమై దైన్యభావముతో పిడికెడు కూటికోసం వీథీవీథినా తిరుగు బిచ్చగానివలె అత్యంత హీనస్థితికి గురియైనది. ఈ దైన్యస్థితిని గమనించిన కళాప్రియులెట్లు సహింపగలరు? 14-7-31 గుంటూరులో జరిగిన ఆంధ్రనాటక పరిషత్తు సమావేశములకు అధ్యక్షత వహించిన హరీంద్రనాథ్ ఛటోపాధ్యాయ ఈ రీతిగా అన్నారు.

ఇది బొంబాయిలో జరిగిన సంఘటన, ఒక పెద్దమిల్లు యజమాని ప్రోత్సాహముతో నలభైఆరు మంది నటులతో నాటకం ప్రదర్శించారు. ప్రదర్శనానంతరం ఆ మిల్లు యజమాని పైకమిచ్చుటకు తటపటాయిస్తూ 'ఎవరయ్యా వీటికింతకంటే యిస్తారు?' అని ప్రశ్నించాడు. అప్పుడు 'నాకళకోసం మీలో పైకమిచ్చే వారెందరున్నారు?' అని వారిని ప్రశ్నించితిని. ఆమిల్లు యజమాని అహంకారముతో "అయ్యా మీరు మరలా బొంబాయికి రాకుండా వుందురా? మిల్లు

యజమానులమైన మా సహకారము లేకండా ప్రదర్శనలివ్వగలరా?" అని ప్రశ్నించాడు. హరీంద్రనాథ్ ఛటోపాధ్యాయ కోపముతో "నేటి నుండి నేను బీదలకోసం ఒక నాటకమును ప్రారంభింపనున్నాను" అని ప్రతిజ్ఞచేసిరి. కళలపై గూడ పెత్తనం చలాయించే ధనికవర్గము వారి అత్యాచారములను సహింపలేను అంటూ శపథంచేసిరి. సంపన్న వర్గముల వారి ధనమదాంధతను హరిన్ తీవ్రముగా గర్హించారు. ధనమున్నవారికి కళాభిరుచి లేకుండుట, కళాభిరుచి వున్నవారికి ఆర్థికస్తోమత లేకుండుట సామాన్యంగా తోచుచున్నది. మానవత్వములేని ధనికులకంటె మానవత్వం గల నిరుపేదయైన కళాకారుని జీవితము ధన్యమైనదికదా! ఇట్టి ధన్యజీవితం మన ఆచార్యులవారిది, అట్టి ధన్యజీవితసారమే వారికళ. శారీరక సౌకర్యాలకోసం ధనం అవసరం. ఆత్మోద్ధరణకు కళఅవసరం. నశ్వరమైన దేహోద్ధరణకై ప్రయత్నించుట మంచిదికాదని అభిమతం. కళకోసమే ధనంకాని, ధనమునకై కళకాదు అని ఏదేశమైతే భావిస్తుందో ఆ దేశముతో పాటు ఆ ప్రజలుకూడా ఉన్నత శిఖరాలనందుకుంటారు. ఆచార్యులవారు జీర్ణావస్థలోనున్న నాటకకళారంగమును చూచి బాధపడ్డారు. సమాజం నటులను ఏవగించుకొనుట చూచి దుఃఖించారు. అభినయకళ ఆశ్రయం, ఆదరణలేక కేవలం కూటికోసం కోటివిద్యలన్నరీతిగా తిరస్కారమునకు, అవమానమునకు గురియగుట వారికి బాధకలిగించినది. పాశ్యాత్యదేశములలో నటులు, నాటకకర్తలు ప్రజాదరణకు పాత్రులగుచుండగా భారతదేశమున కళాకారులకు సమాజంలో గౌరవము లేకుండాపోయినది. అచ్చటి నటులు ఏరీతిగా సంఘగౌరవమును పొందుచున్నారు? ఇచ్చటి నటులు ఎందుకు అవమానింపబడుచున్నారు? అన్న విషయాలు వారిని ఎంతగానో బాధించాయి. ఈ బాధయే వారిని పాశ్చాత్యపర్యటననకు పురికొల్పినది. 1928 ఏప్రిల్ 26న బెంగుళూర్ అమెచ్యూర్ అసోసియేషన్ వారు కాలేజియేట్ హైస్కూలులో రాఘవకు వీడ్కోలు ఇచ్చుటకై ఒక సభను ఏర్పాటుచేసిరి. పండిత తారానాథ్ నాటిసభకు అధ్యక్షుడు. వారు రాఘవకృషిని ప్రశంసిస్తూ స్వామివివేకానంద, సర్వేపల్లి రాధాకృష్ణన్‌ల వలె వీరు మహోన్నతలక్ష్యముతో విదేశపర్యటనకు పూనుకొనుట మెచ్చుకొనదగినది అన్నారు. రాఘవ సన్మానానికి సమాధానంగా "భారతీయ కళాప్రశస్తిని విదేశములలో ప్రకటించుటయే తమ ధ్యేయమని తెలియజేసిరి. 1928 మే నెల 2వ తేదీన కొలంబోచేరి 'ఆస్టర్లీ' అనే నౌకనెక్కి ఇంగ్లండుకు పయనమైరి. సముద్ర ప్రయాణములో బాధలన్నింటిని సహించి లండను నగరమునకు చేరుకొనిరి. ఆ మహానగరంలోని కళావేత్తలతో పరిచయం చేసికొనుట వారి ప్రధాన కార్యక్రమమైవుండెను. ఆరుమాసముల తమ పర్యటన కాలములో ప్రసిద్ధ కళాకారుల నెందరినో వారు కలిసికొనిరి. రెండు నెలలపాటు లండను నగరములోనే వుండిరి. ఆ సమయములో ఏబదియేడు నాటకములను చూచిరి. అచటి ప్రఖ్యాతనటులగు 'సర్‌ఫోర్డ్స్ రాబర్టసన్' వారి సతీమణి మరియు హమ్‌డన్ మరియు ఆన్‌ట్లీడ్యూక్స్ (ప్రఖ్యాత నాటక విమర్శకుడు) జార్జ్ బెర్నార్డుషా మున్నగువారితో పరిచయం కలిగినది. జార్జ్ బెర్నార్డ్‌షా మాట్లాడుటకు పదినిమిషాలు వ్యవధిని మాత్రమే ఇచ్చును. "ఇదేమి? కళాధర్మములను, కావ్యమర్మములను భారతదేశమునుండి

తెలిసికొనుటకు మేమే భారతదేశమునకు రావలసియుండగా మీరు మాదేశమునకు రావడం ఆశ్చర్యంగా నున్నది" అన్నాడు. నాటకకళను గూర్చి నటనను గురించి జరిగిన సంభాషణలో రెండుగంటల కాలము గడిచినది. షా రాఘవతో ఎన్నో విషయములను చర్చించినాడు. చివరకు షా ఎదుట "మర్చెంట్ ఆఫ్ వెనిస్"లోని ఒక సన్నివేశమును రాఘవ నటించి చూపిరి. ప్రదర్శనానంతరము షా ఆయనను అభినందించుచూ 'కేవలం గ్రంథస్థమైన మాటలను వల్లించుట నటన కానేరదు. సహజసంభాషణలతో కూడిన నటనయే ఉత్తమమైనది'' అంటూ అభినందించారు. రాఘవ అభినయపటిమకు ముగ్ధుడైన బెర్నార్డ్‌షా షేక్స్పియర్ రాశాడు, మీరు నటించారు. దురదృష్టంకొద్దీ మీరు భారతదేశంలో జన్మించారు. ఇంగ్లండులో పుట్టివుంటే షేక్స్పియర్ అంత గొప్పవారయ్యేవారు అన్నాడు షా. నటునికి ఆత్మశక్తి అవసరము. "నా రష్యన్ మిత్రుడొకడుండేవాడు. అతడు కుంటివాడు. వేషధారణ ముగించుకొని రంగస్థలములో ప్రవేశించిన తరువాత అతడు కుంటివాడని ఎవరికీ తెలిసేదికాదు" అంటూ మరెన్నో విశేషములను రాఘవకు తెలియజేసిరి. బెర్నార్డుషాతో రాఘవ జరిపిన గోష్ఠివిశేషములను ప్రసిద్ధ పత్రికలన్నియు ప్రకటించినవి. ఇంగ్లండులో తాము చూచిన నాటకాలను గూర్చి ఇట్లన్నారు.

"వారి నాటకములు సాంఘిక ఇతివృత్తములతో కూడుకొన్నవే ఎక్కువ. రెండు లేదా రెండున్నర గంటలకు మించివుండవు. నటులు అత్యంత శ్రద్ధాసక్తులతో అభ్యాసము చేయుదురు. ప్రదర్శనమునకు ముందుగా ప్రసిద్ధనటులను, విమర్శకులను ఆహ్వానించి వారి సూచనలను స్వీకరింతురు. సూచనలిచ్చినందుకు ఈపండిత, విమర్శకులకు సముచిత పారితోషికము లభించును. అటుతరువాత ప్రదర్శనము యిత్తురు. అదేనాటకమును ఒకవారంపాటు వరుసగా ప్రదర్శింతురు. పత్రికలు విమర్శక వ్యాసములను ప్రకటించును. అటు తరువాత ఆ నాటకమును వరుసగా మూడు, నాలుగు నెలలపాటు ప్రదర్శించి మంచి రాబడి తీయుదురు.కాని మనదేశమున నాటక రంగములు ఇట్టి భాగ్యమునకు నోచుకొనలేదు. నాటకములపై పెట్టుబడి లాభదాయకంగా లేదు."

లండన్‌లో రాఘవ ఒక రష్యన్ నాటక ప్రదర్శనమును చూచెను. ఆ నాటకములో మొదటి దృశ్యము ఒక పెద్దహోటల్ (ఫలహారశాల). ఏబది అరువదిమంది అల్పాహారము సేవిస్తున్నారు. వారందరు కూడా శిక్షితులైన నటులు. ప్రతియొక్కరు విశిష్టమైన హావభావములను ప్రదర్శిస్తున్నారు. వారి నటనను చూచి రాఘవ విస్మితులైనారు.

లండన్‌లో వున్నప్పుడు వారు "ఇండియన్ స్టూడెంట్స్‌హోమ్"లో భారతీయులు, హరీంద్రనాథ్ చటోపాధ్యాయ దర్శకత్వమున ప్రదర్శించిన 'కుంభరాణా' 'మీరాబాయి' నాటకములను చూచారు. రాఘవ కళావైదుష్యమును ఎంతగానో ప్రసంసించారు. రాఘవకు రంగస్థలముపట్లగల అభిప్రాయములను భారత నాటకకళారీతులను గ్రహించిన ఆంగ్ల కళాకోవిదులు పెక్కుగోష్ఠులలో రాఘవను సత్కరించి సమావేశములను ఏర్పరచారు. వారి గౌరవార్థము పెక్కు విందులిచ్చిరి.

జగత్ప్రసిద్ధమైన 'గ్యారిక్‌క్లబ్'లో రాఘవ గౌరవార్థము గొప్పవిందు జరిగింది. విఖ్యాతనటుడైన 'సర్‌ఫోర్బ్స్ రాబర్ట్‌సన్' అతని సోదరుడైన ప్రసిద్ధ నటుడు 'సౌరబ్‌రాబర్ట్‌సన్' 'లేడి రాబర్ట్‌సన్' 'విన్‌స్టన్ చర్చిల్' బెర్నార్డుషా, సర్ ఆర్థర్ పినెరో మున్నగు ప్రఖ్యాత కళాకారులు, నాటక విమర్శకులు వచ్చిరి. రాఘవ ఇంగ్లండు పర్యటన పూర్తిచేసికొని వెళ్ళుతున్నపుడు 'గ్రాయిన్' అనే ప్రఖ్యాత విమర్శకుడు 'డెయిలీన్యూస్' అనే పత్రికలో రాఘవ నటనా పాటవమును గూర్చి సుదీర్ఘమైన విమర్శనావ్యాసమును ప్రకటించారు. కొంతకాలము 'సెక్రెటరీ ఆఫ్‌స్టేట్ ఫర్ ఇండియా' పదవిలోనుండిన లార్డుహాల్టేన్ రాఘవను ప్రత్యేకంగా సన్మానించారు. రాఘవ ఆంగ్లరంగస్థలమును గురించి నటీనటులను గురించి చేసిన విమర్శలు వారికి ఆశ్చర్యం కలిగించాయి. భారతదేశంలోని రంగస్థలమునకు తమ చేతనైన సహాయము చేసెదమని తెలిపిరి. అమెరికన్ సంస్థలు రాఘవను అమెరికా పర్యటించ వలసినదిగా ఆహ్వానించారు. అమెరికా నుంచి వచ్చిన ఆహ్వానమును రాఘవ అంగీకరించలేకపోయాడు. అప్పుడు పారిస్‌లో జరిగిన అఖిల ఐరోపా థియేట్రికల్ కాంగ్రెస్ నాటక సమ్మేళనములో ప్రత్యేక ఆహ్వానం పై రాఘవ పాల్గొన్నారు. ఆయన 'భారతీయనాట్యకళా వైశిష్ట్యము' అనే అంశముపై ప్రసంగించి ప్రశంసలందు కొన్నారు. పారిస్ నగరములోని నాటక సంఘముల గోష్ఠులలోనేకాక జర్మనీవెళ్ళి అనేక సభలలో నాటకకళలను గూర్చి పెక్కు ఉపన్యాసములు గావించారు. ఈ విధంగా రాఘవ ప్రాచ్యపాశ్చాత్య నాటక రంగములకు ఒక సద్భావవారధిని నిర్మించారు.

రాఘవ సినిమారంగము :

కొందరు మిత్రుల ప్రోత్సాహముపై విస్తృతమైన చలనచిత్ర పరిశ్రమ ద్వారా ప్రజలమనోవికాసాన్ని సాధించవచ్చునన్న ఉద్దేశముతో రాఘవ సినిమారంగమున ప్రవేశించిరి. 1935 నుండి 1940 మధ్య ద్రౌపదీ మానసంరక్షణము, చండిక, రైతుబిడ్డ అనుచిత్రాలలో అభినయించారు.

చలన చిత్రములలో అభినయించుట వారికంతగా రుచింపలేదు. నాటకరంగములో సహజ, స్వతంత్ర నటనచే యశస్సుగాంచిన రాఘవకు చలన చిత్రాలలోని కృతకమైననటన కళకాదని, నిరర్థకమని తోచింది. పండిత తారానాథ్ కన్నడ సినిమా అను పత్రికలో 'రాఘవ నాట్యకళ' అనే వ్యాసములో "పెట్టుబడిదారు, డైరక్టరు, ఛాయాచిత్ర గ్రాహకుడు (మున్నగువారి) ముష్ఠిరంగమున ఆచార్యులవారి అభినయ వైశాల్యమునకు చాలినంత స్థలముండదు. సముద్రపుచేపకు సరస్సులో ఈదులాటలో సుఖమెక్కడిది ? అని వ్రాసిరి. రాఘవ అభినయ కౌశలమునకు సినిమారంగము తగినది కాదని తారానాథ్‌గారి అభిప్రాయం. మొదట్లో తమ మిత్రులైన కొందరు చలనచిత్ర దర్శకులకు నాటకకళపట్ల తమకుగల అభిప్రాయములను వివరించారు. కాని వారి అభిప్రాయాలు సినిమారంగమునకు సరిపడవని తెలిసికొని విస్మరించిరి. వరాహావతారములను చూపించియో, వారిజాక్షుల అర్ధనగ్ననృత్యములను చూపించియో, లేదా

దేవతలకు భార్యపోరుల కల్పించియో, పల్లెప్రజలను మభ్యపరచి పైకమును కొల్లగొట్టుటను ఆచార్యులు సహింపరైరి. ఈ పని దేశద్రోహమని చాటిచెప్పారు.

ప్రజలకు మనోవికాసంతో పాటు మనస్థైర్యమును కల్గింపగల నాట్యకళ కేవలం ధనదాహంతో నిర్మింపబడుతున్న చలనచిత్రములు కీడు కలిగించునవిగా రాఘవ భావించారు. సినిమా శ్రీమంతుల దృష్టిని ఉత్తమ కళాసేవకు మరలింప ప్రయత్నించి విఫలులైన ఆచార్యులవారు చలనచిత్ర రంగమునకు వీడ్కోలు చెప్పారు.

మరలా రంగభూమికి :

సినిమారంగములో ఎవరినీ తృప్తిపరచలేక తన్నుతాను తృప్తి పరచుకోలేక పోవడంతో రాఘవ ఆరోగ్యం దెబ్బతిన్నది. ఆరోగ్యం కుదుటపడిన తరువాత "ఆర్టలవర్సలీగ్" సభ్యులతో కలిసి నవోత్సాహంతో నాటక ప్రదర్శనకు పూనుకొన్నారు.

ఆంధ్ర,కర్ణాటక ప్రాంతములలోని పెక్కుపట్టణములలో అమెచూర్ సంఘముల సహకారంతో వారిలో కొందరు నటులను తమలో చేర్చుకొని ఉత్తమ నాటకములను ప్రదర్శించారు. ప్రదర్శనకు యోగ్యమైన నాటకశాలలు లేకుండుట రాఘవ ప్రదర్శనములో స్పష్టముగా వ్యక్తమగుచుండెను. ఆయన అటు ప్రభుత్వమును, జిల్లాబోర్డు పురపాలక సంఘము మొదలగు వాటిని అర్థించి విఫలులైరి. నటుల శిక్షణపై ప్రత్యేకముగా కేంద్రములను స్థాపించికాని లేదా కళాశాలలోను, పాఠశాలలోను అభినయశిక్షణ పాఠ్యాంశముగా చేర్చవలెనని, నాట్యకళాకోవిదులను అధ్యాపకులుగా నియమింపజేసి విద్యార్థులకు నాటకకళలో శిక్షణ ఇవ్వవలెనని పాటుపడిరి. ఆర్థికదుస్థితికిలోనై వృద్ధాప్యములోనున్న నటీనటులకు తోడ్పడుటకై ఒక సహాయనిధిని నెలకొల్పవలెనన్న అభిప్రాయమును వెలిబుచ్చిరి. నాటక సంఘములుకాని, నాట్యకళాభిమానులు గాని ఈ విషయమును అంతగా పట్టించుకోలేదు. ఈ విషయమున నిరుత్సాహమునకులోనైన రాఘవ "మనదేశమందలి కళాకారులకు జీవితంలో సుఖంలేదు, ఆ సుఖమేమైనా వున్నట్టయితే అది వారి మరణముతోనే" అని కన్నీరు కార్చారు.

జాతీయ రంగభూమిని ఏర్పరచి నాటకకళాసేవ చేయవలెనన్న వారి కోరికలు పగటికలలైనవి. అయినా ఆయన నవోత్సహముతో కళారాధన చేయుటకు ముందంజ వేయుచుండిరి. కాని ఆయన ఆశించిన రీతిగా ఉత్తమ కళాభివృద్ధికి తగినంత ఉత్సాహము లభించకపోవుట వల్ల వారు ఎంతో విచారించారు.

కళా ప్రేమీసంఘమున వారికి అత్యంత సన్నిహితులైనవారు శ్రీయుతులు టి. కుమారస్వామి, నట్టం శ్యామారావు, బాదహట్టి శ్రీనివారావు, కరణం సీతారామారావు, చూడి వెంకోబరావు, లక్ష్మీనరసింగరావు, జోళదరాసి దొడ్డనగౌడ, వై. చంద్రయ్య ముఖ్యులు, వీరితో కలిసి ఆచార్యులవారు అప్పుడప్పుడు ప్రదర్శనలిస్తుండేవారు. ఈ ప్రదర్శనవల్ల ఆర్థికంగా నష్టము

కలిగేది. అయినప్పటికీ న్యాయవాదిగా సంపాదించిన ధనమును నాటకములకే వెచ్చించుచూ కళాసేవ చేయుచుండెడివారు. వారి సహనటులు ప్రదర్శన విషయంలో వారితోఎంతగానో సహకరించేవారు. కాని ఆర్థికమైన విషయాలలో వారు దూరంగా వుండేవారు. రాఘవ తన బృందంలోని పేదనటీనటులకు నెలసరి వేతనములిచ్చుచుండేవారు. వారిలో హార్మోనియం వాయించుటలో ప్రసిద్ధుడు టి. కుమారస్వామి, రాఘవతో కలిసి పెక్కు సంవత్సరములు నాటక ప్రదర్శనములలో పాల్గొనెడివారు.నాటక ప్రదర్శనములేనినాటికి కూమారస్వామికి నెలసరి వేతనము ఇచ్చేవారు. కుమారస్వామి (కొమ్మి) రాఘవకు అత్యంత ఆప్తుడుగా వుండేవాడు. కవులు, పండితులంటే ఆయనకు అమితమైన గౌరవముండేది. తరుచుగా వారు సంస్కృత నాటకముల గురించి, నాట్యశాస్త్ర విశేషముల గురించి శ్రీయుతులు కొరటమద్ది వెంకటరామశాస్త్రి, రావాడ వెంకటరామశాస్త్రి, భాస్కరాచార్య, రామచంద్రస్వామి, వై. నాగేశశాస్త్రి మున్నగు విద్వాంసులతో చర్చించేవారు.

రాఘవ అంతరంగమును అర్థము చేసుకొన్నవారు కొందరు మాత్రమే. వారి బాహ్యప్రవృత్తిని విమర్శించినవారే ఎక్కువ, ముఖ్యముగా బళ్ళారిలో రాఘవ సౌజన్యమూర్తి, శత్రువులను సహితం గౌరవించేవారు. ఆయన దైవభక్తి కలవారు.

మాలదాసరి ఒకడు తన చరమదశలో రాఘవకు ఇచ్చిన ఏకనాదమును మీటుతూ ప్రతిదినము ఉదయమున పంచాక్షరీ మంత్రభజన చేసేవారు.ప్రతి సోమవారం సాయంత్రము తమ మిత్రులతోపాటు భజనచేసేవారు. ఈ సాంప్రదాయము పండిత తారానాథ్ ఆదేశము మేరకు ప్రారంభమైంది. తారానాథ్ గారు రాఘవ యొక్క ఆధ్యాత్మ గురువులే కాక సంగీతసాహిత్య నాటక విషయములో తగు సూచనలిచ్చుచుండేవారు. పండిత తారానాథ్ గారి ప్రేమాయతనమును ఆశ్రమమునకు రాఘవ ఉదారముగా ఆర్థిక సహాయం చేసేవారు.

జారిన వయస్సులో రాఘవ జోళదరాసికి వెళ్ళి ఆ గ్రామమందలి యువనటులను ప్రోత్సహించుచుండేవారు. 'కనకదాసు', 'క్రాంతి పురుష', 'బసవణ్ణ', నాటకముల రచనకు ప్రేరకులు రాఘవ. రాఘవ శిష్యులలో ప్రసిద్ధుడై అల్పాయుష్కుడై గతించిన గొప్పనటుడు చాకుబండతిప్పయ్య.

ఆంధ్రదేశంలోని పెద్దపట్టణాలన్నిటిలో రాఘవతో పాటు తిప్పయ్య పెక్కునాటకాలలో పాల్గొనేవాడు. రాఘవతరచుగా అతని ప్రతిభావిశేషములను మిత్రులకు వినిపించేవారు. బళ్ళారిలో నాటక ప్రదర్శనశాలనొకటి స్థాపించలెనని వారి కోరిక. దాని కోసంఆయన "రూపాయినిధి" ప్రారంభించారు. పురిటిలోనే సంధికొట్టినట్లు ఆ ప్రయత్నము మొదట్లోనే వీగిపోయినది. రాఘవ జస్టిస్ పి.వి. రాజమన్నార్ గారితో కలిసి వ్రాసిన 'తెగని సమస్య' అను నాటకమును ప్రదర్శించవలెనని మిక్కిలి ఉత్సాహముతో ప్రయత్నించిరి. ఎన్నోసార్లు ఈ నాటకము రిహార్సల్స్

పూర్తి కావడం, ప్రదర్శన సమయానికి ఏదో ఒక అంతరాయం కలగడం జరిగేది. ఒక విధముగా 'తెగని సమస్య' పేరుకుతగినట్లుగా ఒక తెగనిసమస్య అయిపోయింది. ఏమైనాసరే తన జీవితకాలములో ఆ నాటకమును ప్రదర్శించి తీరవలెనని ఆయన పట్టుదల. ఇది ఆయ్యేపని కాదని మిత్రులు అనగా రాఘవ "విధి అడ్డమొచ్చినా, నేనీ నాటాకాన్ని ప్రదర్శిస్తాను. మీరు మాత్రం నాకు సంపూర్ణ సహకారం అందివ్వండి" అన్నారు. నాటకాభ్యాసము చురుకుగా సాగింది. ది. 23-3-46వ తేదీన నాటకప్రదర్శనమునకు సర్వసన్నాహాలు పూర్తియైనవి. ప్రదర్శనము బళ్ళారిలోని 'మ్యాక్‌స్టేడియం'లో ఏర్పాటైనది. మద్రాసు హైకోర్టు ప్రధానన్యాయమూర్తి జస్టిస్ పి.వి. రాజమన్నార్ ప్రారంభోత్సవంతో ప్రదర్శన విజయవంతంగా సాగింది. "ఇనాళ్ళకు నాచిరకాల వాంఛ ఈడేరినది." అంటూ అమితానందముతో తన సహచరులకు ధన్యవాదము లర్పించారు. ఈ నాటక ప్రదర్శనంతో రాఘవ ఆశించినదంతా సాధింపగలిగా నన్నట్లుగా సంతోషించిరి.

న్యాయవాద వృత్తి :

నాటక రంగంలోనే కాక న్యాయవాద వృత్తిలో కూడా సుప్రసిద్ధులాయన. రాయలసీమలోనే కాక, కర్ణాటక రాష్ట్రంలోకూడా ఆయనకు గొప్పవకీలుగా పేరుండేది. ఆయన కోర్టులో హాజరవుతున్నారంటే వారి వాదనను వినటానికి కోర్టుహాల్ క్రిక్కిరిసి వుండేది.

కోర్టులో వాదించే విధానం, నిలిచేపద్ధతి, అంగవిన్యాసం - అన్నీ ఎంతో నాటకీయంగా వుండేవి. బళ్ళారి జిల్లా జడ్జిగా వుండిన మ్యాక్ దొర ఒక లాయర్‌తో, మీరు వాదిస్తుంటే ఒళ్ళంతా కళ్ళు చేసుకొని వినాలి. రాఘవ మాట్లాడుతుంటే కళ్ళుమూసుకుని వింటాను' అన్నారు.

రాఘవ వాదనావైశిష్ట్యాన్ని అప్పటి అస్సెసర్, రావాడ వెంకట రామశాస్త్రి గారు యిలా వివరించారు.

ఒక హత్య కేసులో మృత్యుంజయ శాస్త్రిగారు పబ్లిక్ ప్రాసిక్యూటర్‌గా వుండేవారు. రాఘవ నిందితుని పరంగా వాదించారు. పోలీస్ రికార్డు బందోబస్తుగావుంది. నిందితుని పరంగా, సాక్షులు గట్టిగా నిలబడేటట్లులేదు. న్యాయాధికారి కూడా ప్రాసిక్యూటర్ వాదాన్ని అంగీకరించేటట్టు కనిపించారు. పబ్లిక్ ప్రాసిక్యూటర్ వాదం పూర్తయింది. తర్వాత రాఘవ వాదిస్తూ, పది మంది నిందితులున్న ఈ కేసులో నా క్లయింటే నేరస్థుడనడానికి ఆధారం ఏమిటి... అంటూ వాదం కొనసాగిస్తూ ఆకస్మికంగా మూర్ఛ పడినట్లు కుర్చీలో కూర్చున్నారు. న్యాయవాదులంతా కలవరపడ్డారు. ఒకరికంటే ఒకరు ముందుకువచ్చి ఆయనకు ఉపచారాలు చేశారు. కొంతసేపటికి మూర్ఛనుండి తేరుకున్నట్లు లేచి మీకందరికీ శ్రమ యిచ్చాను. నాకు ఉపచారం చేసిన మొదటి వ్యక్తి ఎవరో చెప్పండి? అన్నారు.

సరిగా సమాధానం చెప్పలేకపోయారు. న్యాయమూర్తి ఎదుట కోర్టులోనే నాకు మొదట ఉపచారం చేసిన వ్యక్తిపేరు చెప్పలేక పోయారే, నిర్జన ప్రదేశంలో జరిగిన హత్యలో పదిమంది నేరస్థులలో నా కక్షిదారే నేరస్థుడని ఎలా నిర్ణయిస్తారో, అస్సెసర్‌లు అందుకు ఎలా అంగీకరిస్తారో నాకు తెలియకుండా వుంది అన్నారు రాఘవ. ఆ కేసును కొట్టివేశాడు జడ్జి బార్డ్స్‌వెల్.

న్యాయవాదిగా పుష్కలంగా సంపాదించారు. కేసును చేపట్టేముందు అన్ని విషయాలను నిశితంగా అధ్యయనం చేసేవారు. డబ్బుకోసం ఆయన ఏనాడూ కేసును చేపట్టలేదు. పేదవారి నుండి పైసా కూడా తీసుకునేవారు కాదు.

న్యాయవాదిగా, కళాకారుడుగా ప్రసిద్ధులైన రాఘవను మిత్రులు కొందరు 1933లో బళ్ళారి మున్సిపల్ కౌన్సిల్‌కు పోటీ చేయమని ఒత్తిడి చేశారు. రాఘవపరంగా ప్రచారం చేయటానికి స్వయంగా పురప్రముఖులు పూనుకున్నారు. ముల్లంగి కరిబసప్పగారు రాఘవతో పాటు చాకలి వీధికి వెళ్ళి రాఘవను పరిచయంచేసి వారికి ఓటు వేయవలసిందిగ చెప్పారు. అమాయకులైనవారు రాఘవను చూస్తూ వూరకే వున్నారు. కరిబసప్పగారికి కోపం వచ్చి అక్కడ వున్న వారితో కఠినంగా మాట్లాడారు. దానితో రాఘవ మనసు చివుక్కుమన్నది. ఇంటికి వచ్చిన వెంటనే తమ నామినేషన్ పత్రాన్ని ఉపసంహరించుకున్నారు. ఎవరెంత చెప్పినా నాటి నుండి రాజకీయాలకు దూరంగానే ఉండిపోయారు.

నేనెరిగిన రాఘవ :

పండిత్ తారానాథ్ రాఘవ ఆధ్యాత్మిక గురువు. స్వామి వివేకానంద అనుయాయులైన తారానాథ్ ఇంగ్లీష్, హిందీ, కన్నడ భాషలలో గొప్పరచయిత.

గొప్ప గాయకుడు, అత్యంత ఆకర్షణీయమైన మూర్తి. ఆయన 1920కి ముందు నైజాం ప్రాంతంలోని రాజకీయ ఉద్యమాలలో పాల్గొన్నారు. నైజాం ప్రభుత్వం తారానాథ్ గారిని ఆ రాష్ట్రం నుంచి బహిష్కరించడంతో ఆయన రాయచూర్ సమీపంలో 'ప్రేమాయతన' అన్న ఆశ్రమాన్ని నెలకొల్పారు. స్వయంగా అయుర్వేద వైద్యంలోను, యోగంలోను ఆరితేరిన తారానాథ్ గారు పలు ప్రాంతాల నుండి యువకులకు శిక్షణ నిచ్చేవారు. రాఘవగారి కుటుంబమేకాక, రాఘవగారి మిత్రులెందరో తారానాథ్ గారిచే ప్రభావితులయ్యారు. రాఘవగారి గృహం కళాకేంద్రం. పలు ప్రాంతాలకు చెందిన కవులు, పండితులు, మేధావులు, కళాకారులు రాఘవ దర్శనంకోసం వచ్చేవారు. రాఘవగారి ఆప్తమిత్రుల్లో శ్రీ పి.వి. రాజమన్నార్, డా॥ సి.ఆర్. రెడ్డి, స్వామి శివశంకరులు, కొడవటిగంటి కుటుంబరావు, కన్నడ నాటకకర్తలైన టి.పి. కైలాసం, అ.న.కృష్ణారావు, గుబ్బి వీరణ్ణ, శ్రీమతి పద్మజానాయుడు, ఆమె తండ్రి డా॥గోవిందరాజులు నాయుడు, జస్టిస్ మ్యాక్ ప్రముఖులు.

రాఘవ వ్యక్తిగా మహోన్నతుడు. 1944-46 మధ్య బళ్ళారిలో విద్యార్థిగా ఉన్న నేను వారిని కలుసుకునేవాడిని. నా పెద్దనాన్న గారు భాస్కరాచార్య రామచంద్రస్వామి గారు సంస్కృతాంధ్రాలలో గొప్ప పండితులు. ఆయుర్వేద, జ్యోతిషమంత్ర శాస్త్రాలలో తలస్పర్శి పాండిత్యం కలవారు. వారికి రాఘవ అత్యంతాప్తులు కాన వారితోపాటు రాఘవగారిని దర్శించే వీలు కల్గింది.

రాఘవ ప్రతిరోజు వేకువనే లేచేవారు. లేచిన వెంటనే క్యాలెండర్‌లోని తేదీని మార్చడం వారి అలవాటు. మేనకోడలు సులోచన క్యాలెండర్‌లోని తేదీని మార్చుటలో ఆయన పోటీపడేవారు. ఆ అమ్మాయికి వేకువనే నిద్రమేల్కొనే అలవాటు కల్పించాలని రాఘవ అభిప్రాయం. ఉదయాన్నే ప్రార్థనముగించి ఆ తర్వాత సాహిత్య, నాటక గ్రంథాలను పఠించేవారు. తమ వృత్తికి సంబంధించిన కార్యక్రమాలకు పూనుకునేవారు. సాయంకాలం కోర్టు నుండి రాగానే రాఘవ పండిత మిత్రులతో వివిధ కళలపై గోష్ఠిసాగేది. ఎవరు వచ్చినా సాయంత్రం కోర్టు విషయాల గురించి మాట్లాడే వారుకారు.

రాఘవ స్వగృహంలో ప్రత్యేక భజనమందిరం వుండేది. ఆమందిరంలో హిందూ దేవతా చిత్రాలతో పాటు బుద్ధుడు, క్రీస్తు, ఖురాన్ సూక్తుల చిత్రాలు వుండేవి. ప్రతిదినం సాయంకాలం జరిగే భజన కార్యక్రములో స్త్రీలు, పురుషులు, పిల్లలు పాల్గొనేవారు. ఒక హరిజన భక్తుడు చనిపోయే ముందు బహూకరించిన ఏకనాదం వాయిస్తూ భజనలో పాల్గొనేవారు రాఘవ. ప్రతి సోమవారం సాయంత్రం విభూతి ధరించి రాఘవ భక్తి కీర్తనల గానం చేసేవారు. అప్పుడపుడు పూనాలో వుండిన విదేశీయ సాధువు రాఘవగారి యింటికి వచ్చి భజన కార్యక్రమంలో మరాఠి పాటలు పాడేవాడు.

సంప్రదాయ కుటుంబంలో జన్మించిన రాఘవ సంకుచితమైన కులమతాచారాల కతీతులు. పండుగరోజుల్లో హరిజనులను ఆహ్వానించి వారితో పాటు భోజనం చేసేవారు. హరిజన విద్యార్థుల కోసం స్వంతపైకంతో 'ముద్దుతార' ప్రాథమిక పాఠశాలను స్థాపించారు. బీద విద్యార్థులకు ఆర్థిక సహాయం అందించేవారు.

రాఘవ సంస్కరణ మనస్తత్వాన్ని అర్థం చేసుకొని సనాతనాచారపరులు ఆయనను శ్రీవైష్ణవ మతం నుండి వెలివేయించాలని ప్రయత్నించారు. రాఘవ ఏమాత్రం జంకకుండా నిజమైన వైష్ణవునికి కులమతాల పట్టింపు ఉండకూడదని ఉద్ఘాటించారు. రాఘవను అవహేళన చేయాలనుకున్నవారందరు తుదకు వారి మిత్రులయ్యారు.

రాఘవ అప్పుడప్పుడు టెన్నిస్ ఆడేవారు. బంతిని కొట్టడంలో బలం లేకపోయినా ఆటలో నైపుణ్యం చూపేవారు. స్వయంగా క్రికెట్ క్రీడాకారుడు కాకపోయినా ఆయన గదిలో ఒక క్రికెట్ బ్యాట్‌ను చాలాకాలం భద్రపరిచారు.

నవాబుల ఠీవితో హుక్కా పీల్చడం, స్పెన్సర్ సిగార్‌లు, మేలురకం సిగరెట్లు, సన్నని మంగళూరు బీడీలు కాల్చడం వారికో సరదా. ఎక్కువగా పొగపీల్చేవారు కారు. పొడుండబ్బా పెట్టుకునేవారు. కాని నశ్యంపొడిని ముక్కుకు దూరంగా వుంచుకుని వాసన చూసేవారు.

ప్రతి వస్తువుకూ ఒకస్థానం, ఆస్థానంలోనే ఆ వస్తువు వుండాలన్నది వారి నియమం.

వైద్య విషయంలో వారిదో వింత మనస్తత్త్వం. అలోపతి వైద్యులు డా॥ ప్యాటి శ్రీనివాసాచారి, హోమియో వైద్యులు డా॥ జ్యోతిలింగం, ఆయుర్వేద వైద్యులు భాస్కరాచార్య రామచంద్రస్వామి వారికి ముఖ్యులు. స్వామిగారు తయారుచేసే లేహ్యాలను రాఘవగారికి అందించడం నాపని.

ఉదయం వేళల్లో టాగూర్ వేసుకొనే పొడుగాటి కోటులాంటిదాన్ని ధరించేవారు. కాంగ్రెస్ నాయకులు విచ్చేసిన సభలకు ఖద్దరు టోపీతో వెళ్ళేవారు. గవర్నర్, జడ్జిలు పాల్గొనే సభలకు పూర్తి పాశ్చాత్య వేషంలో వెళ్ళేవారు.

కళలకోసం ఎంతో ఉదారంగా పైకాన్ని ఖర్చుచేసే రాఘవ ఆచార వ్యవహారాల్లో దుబారా ఖర్చును ఏమాత్రం అంగీకరించేవారుకారు. ఉపనయనానికి రూ. 25 వివాహానికి రూ. 250 మించి ఖర్చుచేయరాదని వారి సిద్ధాంతం. 1938లో తమ రెండవ కూతురు వివాహాన్ని, తమ్ముని కుమారుని వివాహాన్ని రూ. 500లోనే పూర్తిచేశారు. బంధువులు ఆశీస్సులందించ వలసిందని జాబులు రాసేవారు. విందుకు ఇంటివారితోపాటు పెళ్ళివారిని మాత్రం పిలిచేవారు. సాయంత్రం మిత్రులకు తేనేటి విందు యిచ్చేవారు.

జాబులకు బదులు రాయటంలో ఎంతో శ్రద్ధ వహించేవారు. ఆయన లెటర్‌పేడ్‌లో 'టి. రాఘవ' అని మాత్రం వుండేది. ఊరు, తేది వారే రాసేవారు. జాబుల్లో ఆత్మీయత తొణికిసలాడేది. చెల్లెలికి రాసే జాబుల్లో "ఏన్‌రవ్వా, ఎద్దరా? చాకుడిదీరా" (అమ్మగారూ లేచారా? టీ త్రాగారా?) అంటూ కన్నడ వాక్యాలతో ప్రారంభించేవారు. రాఘవగారి తల్లిగారు అరుదుగా టీ తాగేవారు. ఆయన మాత్రం ఉదయాన్నే టీ తాగేవారు.

వ్యక్తిగత శుభ్రతపట్ల, భోజనపు అలవాట్లపట్ల ఎంతో ఆసక్తిగలిగి ఉండేవారు. వడ్డన జరిగేటప్పుడు గరిటెలు మ్రోగటం, కేకలు ఏమాత్రం సహించేవారు కాదు.

బళ్ళారిలోని రాఘవగారి 'ఆర్ట్ లవర్స్ లీగ్‌లో, వట్టం శ్యామరావు, బాదనహట్టి శ్రీనివాసరావు, కరణం సీతారామ రావు, చూడి వెంకోబరావు, కె.ఎల్. నరసింగరావు, జోళదరాసి దొడ్డనగౌడ, వై.యం. చంద్రయ్య, హాళగుంద రామారావు, ప్రముఖులైన నటులు పేద నటీనటులకు ప్రతినెలా వేతనాలిస్తుండేవారు. వకీలుగా సంపాదించిన ధనాన్ని కళ కోసం ఉదారంగా ఖర్చు చేసేవారు. రాఘవగారికి జీవితాంతం హార్మోనిస్టుగా పనిచేసిన కళాకారులు టి. కుమారస్వామి గారు. నాటకాలు లేకున్నా కుమారస్వామిగారి నెలసరి ఖర్చులన్నీ స్వయంగా భరిస్తుండేవారు రాఘవ.

పండితులనెంతగానో గౌరవించేవారు. తరచుగా సంస్కృత నాటకాలను గురించి, నాట్యశాస్త్ర విషయాలను గురించి, ఆప్తులైన కొరటమద్ది వెంకట రామశాస్త్రి, రావాడ వెంకట రామశాస్త్రి, వై. నాగేశ్వర శాస్త్రి, కప్పగల్లు సంజీవమూర్తి, భాస్కరాచార్య రామచంద్రస్వామి మున్నగు విద్యాంసులతో చర్చించేవారు.

రాఘవ హాస్యప్రియులు, ఒకసారి హిందూపురంలో 'రామదాసు' నాటక ప్రదర్శన ముగించి, బృందంతో పాటు విడిదిచేసిన యింటికివచ్చారు. ఆ ఇంట్లో దొంగలుపడి కొన్ని చీరలు, కొంత పైకం ఎత్తుకుపోయారు. తన విలువైన చీరలు ఎత్తుకుపోయారని పద్మావతిగారు ఎంతో కృంగిపోయారు. 'ఎందుకమ్మా అంత బాధ, ఆ దొంగ బీదవాడై వుంటాడు. భార్య పోరు పడలేక మంచిరకం చీరలను తీసుకెళ్ళాడు. పోనీలె, రేపే కొత్త చీరలు కొందాం అన్నారు. అక్కడే వున్న దొడ్డనగౌడగారు. అయ్యా, ఏ వస్తువులు పోయాయి? అని అడిగారు. "గౌడా, ఏం పోయినా ఫర్వాలేదు. దొంగవెధవ తనకేం కావాలో వాటిని మాత్రమే ఎత్తుకు పోయాడు. పోయేముందు తక్కిన వస్తువులను సర్దుబాటు చేసి పోయివుంటే వాడబ్బసొమ్ము పోయేదా? అదో, ఆ సిగార్ అక్కడే వుంది! ఆ గూట్లోని బ్రందీబాటిల్ అక్కడే వుంది. డబ్బాలోని లడ్డులను మాత్రం ముగించాడు. ఎవడో పనికిరానివెధవా" అంటూ గట్టిగా నవ్వటంతో బృందంలోని వారందరూ నవ్వారు. పద్మావతిగారు మాత్రం కోపంతో "అయ్యా మీ వేళాకోళానికి వేళాపాళా లేదా?" అన్నారు. రాఘవ నవ్వుతూ పోయిన వస్తువుకోసం ఏడ్వడం కంటె నవ్వడం మంచిది కదా? ఆ దొంగ తస్కరించక మిగిల్చిన నవ్వును మనం వ్యర్థం చేసుకోవడం నిష్ప్రయోజనం - అన్నారు. ఎంత ఉదాత్తమైన మనస్తత్వం. మృచ్ఛకటికంలో చారుదత్తుని ఇంట్లో జరిగిన దొంగతనాన్ని గుర్తుకుతెచ్చే సంఘటన అది.

ఒకమారు సుప్రసిద్ధ రంగస్థల నటులు డి.వి. సుబ్బారావుగారికి బందరులో గజారోహణ సత్కారం ఏర్పాటు చేశారు. ఆ ఉత్సవానికి రాఘవను ఆహ్వానించారు. సుబ్బారావుగారి నటనా విధానం పట్ల రాఘవగారికి అభిప్రాయభేదం వుండేది. కాని సహృదయులై బందరు వెళ్ళారు. సుబ్బారావుగారి ఇంటిముఖద్వారం అంత ఎత్తైనది కాదు. రాఘవ తల వంచి ఇంట్లోకి వెళ్ళారు. సుబ్బారావుగారిని అభినందిస్తూ "సుబ్బారావ్ నేనిది వరకు ఎవరికీ తల వంచలేదు. ఇప్పుడు తల వంచుతున్నాను." అన్నారు నవ్వుతూ. సుబ్బారావు ఆనంద భాష్పాలు రాలుస్తూ కౌగలించుకున్నారన్నారు రావూరు సత్యనారాయణ గారు. పురుషత్వం యొక్క వైశిష్ట్యాన్ని వివరిస్తూ లాక్షణికులు పేర్కొన్న ప్రతిమా, ప్రతిభా, ప్రతిష్ఠ అన్న త్రిగుణముల సమ్మేళనం కళామూర్తి రాఘవ.

'ఆంధ్ర తిలక్' గాడిచర్ల హరిసర్వోత్తమరావు ఒక మారు "గౌడగారూ, రాఘవగారిని లోకం నాట్యకళా ప్రపూర్ణ అని గౌరవిస్తున్నది కదా, ఆకళాపూర్ణత్వం వారిలో ఎక్కడుందో చెప్పండి" అని అడిగారు. వెంటనే గౌడ గారికి సమాధానం దొరకలేదు. "మీరు రాఘవ గారికి

సన్నిహితులు కదా! కళలన్నీ వారి కళ్ళలోనే వికసించాయికదా" అన్నారు. వారి పలుకులు అక్షరాల నిజం.

వయసుతోపాటు రాఘవకు ఇబ్బందులు కూడా ఎక్కువయ్యాయి. ఒకనాడు కూడా విశ్రాంతి నెరుగని కళాసేవకు లాయన.

చివరిరోజుల్లో పి.వి. రాజమన్నార్ గారు తాము రాసిన 'తెగని సమస్య' నాటకాన్ని ప్రదర్శించమని కోరుతూ జాబు రాశారు. మిత్రుల మాటను కాదనలేక. అస్వస్థులుగా వున్నా ది. 23-3-1946 వ తేదిన మ్యాక్ స్టేడియంలో నాటకం ప్రదర్శించారు. మద్రాసు హైకోర్టు న్యాయమూర్తిగా వుండిన రాజమన్నార్ బళ్ళారి వచ్చారు. బళ్ళారి జిల్లా జడ్జి మ్యాక్ సతీసమేతంగా నాటకం చూశారు. నాటకంలో కథానాయకుడుగా రాఘవ అత్యద్భుతంగా నటించారు. రాజమన్నార్ పరమానందంతో రాఘవను అభినందించారు.

నాటకం ప్రదర్శించిన తర్వాత పదిహేను రోజులకు రాఘవ ఆరోగ్యం బాగా దెబ్బతిన్నది. ఆ స్థితిలో కూడా నాటకాల గురించే మాట్లాడేవారు. 1946 ఏప్రిల్ 16వ తేది పౌర్ణమి - మంగళవారం. బళ్ళారి సమీపంలోని హంపి క్షేత్రంలో విరూపాక్షేశ్వరునికి రథోత్సవం జరుగుతూ ఉండిన సమయం. రాత్రి 11గం॥ 5నిమిషాలకు యీ జీవన నాటక రంగం నుండి రాఘవ నిష్క్రమించారు.

అర్ధ శతాబ్దిపాటు తెలుగు నాటకరంగంలో మహోజ్వలితంగా వెలిగి. యావద్భారతంలో అద్వితీయ నటులుగా విఖ్యాతిగాంచిన రాఘవ నటరాజ సన్నిధానం చేరారు. బళ్ళారి నగరం విషాదంలో మునిగిపోయింది. వేలాది ప్రజలు అంతిమయాత్రలో పాల్గొన్నారు. వారిలో నేనూ ఒకణ్ణి.

స్నేహితులనేకాక తమ నౌకర్లనుకూడా ఎంతో ప్రేమతో చూసేవారాయన. రాఘవ గారికారు పాతది. డ్రైవర్ దేవదాసుకు ఆయన తండ్రి వంటివాడు. రాఘవగారి దుస్తులు కుట్టే టెయిలర్ రమణప్ప భౌతికకాయం స్మశానం చేరేదాకా దారి పొడుగునా రాఘవ భౌతికకాయానికి గొడుగు పట్టాడు. స్నేహితులు ఆయనను అత్యంత ప్రేమతో గౌరవించేవారు.

ఆయన మహాభోగి, అంతకంటే మిన్నగా మహాయోగి. రంగస్థలాన్ని దేవాలయంగా, నటన పరమపవిత్రమైన కళాసేవగా విశ్వసించిన మహనీయు డాయన.

రాఘవ తీర్చిదిద్దిన నటులు డాక్టర్ జోళదరాశి దొడ్డనగౌడ. రాఘవగారిని స్మరిస్తూ, మనుచరిత్రకర్త పెద్దనవలె 'బ్రతికియున్నాడ జీవచ్ఛవంబ' నగుచు అటూ ఆవేదనను ప్రకటిస్తూ వుంటారు.

రాఘవకు నివాళులర్పిస్తూ, సరస్వతీ పుత్ర డాక్టర్ పుట్టపర్తి నారాయణా చార్యులు గారు–

"ఆ విశాల లోచనాలు అనంత
భావాల దర్పణాలు
ఆ నాసిక
అతిలోక సౌందర్యానికనుప్రవేశిక
అతని వంటి నటకుడు నాడు లేడు
ఇక రాడు
ఆ జ్యోతికి సర్వప్రపంచం
నివాళులిచ్చింది.
ఆ మరణానికి కాలమే నిట్టూర్చింది." అన్నారు.

మనిషిగా జన్మించిన గంధర్వుడు రాఘవ.

రాఘవ సందేశం

రాఘవ నాటక కళాభివృద్ధికి చేసిన సూచనలు ఎంతో అభ్యుదయ కరమైనవి. 1930 లో మైసూరు విశ్వవిద్యాలయంలో రాఘవ 'దక్షిణ భారత రంగస్థలం' గురించి చేసిన ప్రసంగంలోని ముఖ్యాంశాలీ విధంగా వున్నాయి.

సమాజంలోని లోటుపాట్లను ఎత్తిచూపే అద్దమే రంగస్థలం. నాటకకళ అనే అద్ధంలో కనిపిస్తున్న జీవిత ప్రతిబింబాలు అస్పష్టంగా మసక మసకగా వున్నాయి.

ప్రతి నటుడు తన గొప్పను చాటుకోవడానికి యత్నిస్తున్నాడు. నాటక ప్రదర్శన ముగిసిన తర్వాత నటుడు తన మిత్రులతో మాట్లాడుతూ, 'నాటకం ఎలా వుంది?' అనడు. 'నేనెలా నటించాను' అని ప్రశ్నిస్తాడు. అందరూ కలిసి రిహార్సల్స్ చేయటం జరగదు. 'వ్యక్తిగతముక్తి' అన్న మనస్తత్త్వం వుండకూడదు.

డా॥సి. ఆర్. రెడ్డి

(1880-1951)

- ఆచార్య వెలమల సిమ్మన్న

కావ్యసౌభాగ్య రేఖలను మీమాంసించి
తెలవని వాకిండ్లు తెఅచినావు
ఆంగ్లభాషీయ వాహన మధిరోహించి
గిలకొట్టి కదనుత్రొక్కించినావు
కఅకు మెత్తదనాలు కలిపి పైకొన వాద
వేదికాగ్రముల కవ్వించినావు
అతి నవీనుడవయ్యు అనుగు తల్లి తెనుంగు
నుడికారపుం జవిన్ మురిసినావు

ఉత్తమాధ్యాపకుడవయి యొప్పినావు
విశ్వవిద్యాలయము మోసివెలసినావు
సహృదయస్వామివై కళల్ సాకినావు
కట్టమంచి రసాల శాఖాఫలంబ.

- (రాయప్రోలు సుబ్బారావు - ఆంధ్రావళి)

కట్టమంచి రామలింగారెడ్డిగారిని స్మరించడం తెలుగు జాతిని గౌరవించుకోవడమే. ఆధునిక తెలుగు సాహిత్యంలో గుర్తింపదగిన వ్యక్తిత్వం రెడ్డిగారిది. ఆయన జీవితంలో ఎక్కిన సోపానాలు, ఆర్జించిన పాండిత్యం తెలుగువారికి గర్వకారణం. రెడ్డిగారు బహుముఖ ప్రజ్ఞాశాలి. మేధావిగా, కవిగా, విమర్శకుడుగా, ఉపన్యాసకుడుగా, రాజకీయవేత్తగా, విద్యావేత్తగా, అర్థశాస్త్ర ప్రావీణ్యుడుగా, తాత్వికుడుగా, పీఠికల రచయితగా, చమత్కారిగా... ఇలా ఎన్నో రంగాల్లో తెలుగు సాహిత్యంలో తనకంటూ ఒక ప్రత్యేకస్థానాన్ని సంపాదించుకున్న మహానుభావులు రెడ్డిగారు.

రెడ్డిగారు ఆంధ్రప్రదేశ్‌లోని చిత్తూరు జిల్లాకు చెందిన "కట్టమంచి" గ్రామంలో 1880 సంవత్సరం డిసెంబర్ 10వ తేదీన నారాయణమ్మ, సుబ్రహ్మణ్యరెడ్డి పుణ్యదంపతులకు మూడో పుత్రులుగా జన్మించారు.

సుబ్రహ్మణ్యరెడ్డిగారు వృత్తిరీత్యా న్యాయవాది. ఇతను కవిగా ప్రసిద్ధి చెందినా అంత కంటే పండితుడుగా ఎక్కువ కీర్తి సంపాదించారు. వీరు "భారతసార రత్నావళి", "భాగవతసార ముక్తావళి", అనే రెండు నీతిబోధక సంకలనాల్ని ప్రచురించారు.

రెడ్డిగారి కుటుంబం అంతా తెలుగు భాషాభిమానులే. కుటుంబ సభ్యులందరూ భారత, భాగవత, రామాయణ మొదలైన గ్రంథాలు అన్ని తప్పని సరిగా చదవవలసిందే. అదేవిధంగా రెడ్డిగారు కూడా చిన్నప్పుడే అనేక గ్రంథాల్ని చదివారు. ఇది రెడ్డిగారి కుటుంబ చారిత్రక నేపథ్యం.

స్వగ్రామంలో ప్రాథమిక విద్యాభ్యాసం పూర్తి అయిన తర్వాత రెడ్డిగారు చిత్తూరు లోని ఉన్నత పాఠశాలలో చేరారు. 1890లో మొదటిఫారంలో ప్రవేశించి 1896లో స్కూల్ ఫైనల్ పూర్తి చేశారు. ఉన్నత పాఠశాలలో విద్యాభ్యాసం పూర్తయే నాటికే ఆంగ్లంలో అనర్గళంగా మాట్లాడేవారు. అంతేకాదు తెలుగులో పద్యరచన కూడా చేశారు. విశాల ప్రపంచాన్ని అర్థం చేసుకోగల లోకజ్ఞానాన్ని రెడ్డిగారు సంపాదించారు.

రెడ్డిగారు ఉన్నత చదువులకోసం మద్రాస్ క్రైస్తవ కళాశాలలో చేరారు. స్కాట్లండ్ మిషన్ వారు నడుపుతున్న ఆ కళాశాల దేశంలోనే అతి ప్రాచీనమైన కళాశాలల్లో ఒకటి.

అధ్యాపకవృత్తికే అంకితమై అసాధారణ వ్యక్తిత్వంగల డాక్టర్ విలియమ్ మిల్లర్ ఆ రోజుల్లో ఆ కళాశాల ప్రిన్సిపాల్. కళాశాల తెలుగుసంఘములో "ఆంధ్రభాషాభిరంజనీ" సంఘానికి అధ్యక్షునిగా వుండిన "సమర్థి రంగయ్యసెట్టి" సాహిత్య వ్యాసాంగంలో రెడ్డి గారికి ప్రోత్సాహం అందజేస్తూ వుండేవారు. అసలైన బీజాలు రెడ్డిగారికి ఇక్కడే పడ్డాయి.

మహా పండితులు, నాటకకర్త అయిన వేదం వేంకటరాయశాస్త్రి ఆ కళాశాలలో సంస్కృత పండితులుగా పనిచేసేవారు. తెలుగును రెండో భాషగా అధ్యయనం చేస్తున్న రెడ్డిగారికి శాస్త్రిగారి సహాయ సహకారాలు ఎప్పుడూ వుండేవి.

రెడ్డిగారు "ఆంధ్ర భాషాభి రంజనీ సంఘం" కార్యక్రమాల్లో ఎంతో ఉత్సాహం చూపించేవారు. ఆ సంఘం ఏర్పాటు చేసిన చర్చల్లోనూ, సమావేశాల్లోనూ పాల్గొనేవారు. ఆ సంఘం నిర్వహించిన పోటీ కోసం "ముసలమ్మ మరణం" అనే ఖండకావ్యం రాసి బహుమతిని గెల్చుకున్నారు. "ముసలమ్మ మరణం" కావ్యం రెడ్డిగారికి మంచిపేరు తెచ్చిపెట్టింది.

కళాశాలలో గడిపిన ఐదు సంవత్సరాల్లోనే రెడ్డిగారు తమ విమర్శనా పటిమనూ, సృజనాత్మక శక్తినీ, ప్రతిభా ప్రజ్ఞాపాటవాన్ని చూపించారు. రెడ్డిగారికి ప్రాచీన సాహిత్యం అంటే చాలా ఇష్టం. అందులోనూ ప్రబంధసాహిత్యం అంటే మరీ ఇష్టం. అందులోనూ ప్రబంధకవి పింగళి సూరన అంటే మరీమరీ ఇష్టం. 1899లో "ఆంధ్రభాషాభిరంజనీ" సంఘ సమావేశంలో "కళా పూర్ణోదయం" గూర్చి పరిశోధనా వ్యాసాన్ని చదివారు. ఆ చిన్న పరిశోధనా వ్యాసాన్ని బాగా విస్తరించి "కవిత్వ తత్త్వ విచారం" అనే పేర గ్రంథరూపంలో మన ముందుకు వచ్చింది.

1902లో చరిత్ర, తత్త్వశాస్త్రాల్లో విశిష్టత గడించి, బి.ఏ. డిగ్రీ తీసుకున్న రెడ్డిగారికి ఇంగ్లాండులో ఉన్నత విద్యాభ్యాసం కోసం భారతప్రభుత్వం ఉపకారవేతనాన్ని మంజూరు చేసింది. కేంబ్రిడ్జ్‌లో సెయింట్ జాన్స్ కళాశాలలో చేరారు. కళాశాల ధర్మాదాయాన్ని పొందే విద్యార్థిగా

అర్హతను సంపాదించారు. చరిత్రేకాక, అర్థ, తత్త్వశాస్త్రాల్ని కూడా అధ్యయనం చేశారు. రెడ్డిగారికి చరిత్ర, అర్థశాస్త్రాలు రెండు అభిమాన అంశాలు.

1905లో రెడ్డిగారు కేంబ్రిడ్జ్ "లిబరల్ క్లబ్" కార్యదర్శిగా ఎన్నికయ్యారు. ఆ తర్వాత రెడ్డిగారు కేంబ్రిడ్జ్ యూనియన్‌కు ఉపాధ్యక్షుడిగా ఎన్నికకావడం ఒక విశిష్ట గౌరవం. విశ్వవిద్యాలయ లిబరల్ కార్యదర్శిగా ఉన్నప్పుడు ఎన్నికల సమావేశాల్లో వీరి ప్రసంగాలకు మంచి గిరాకి వుండేది. కేంబ్రిడ్జ్ యూనియన్‌లో ప్రసంగించేందుకు లజపతిరాయ్, గోఖలే లాంటి భారతీయ నాయకుల్ని అతిథి ఉపన్యాసకులుగా ఆహ్వానించేవారు రెడ్డిగారు.

1908లో రెడ్డిగారు భారతదేశానికి తిరిగివచ్చిన తర్వాత గయక్వాడ్ ఆహ్వానంపై బరోడా కళాశాలలో ఆచార్యులుగా చేరారు. వైస్ ప్రిన్స్‌పాల్‌గానూ ఈ కళాశాలలో పనిచేశారు.

1909లో విశ్వవిద్యాలయ సంస్కరణలపై ప్రసంగించడానికి రెడ్డిగారిని మైసూరు ఆహ్వానించారు. మైసూర్ సంస్థానపు దివాన్ సర్.వి.పి. మాధవరావు, రెడ్డిగారి ప్రసంగాలు విని గాఢంగా ప్రభావితులై ఆయనను మైసూరు సంస్థానపు సర్వీస్‌లో చేరేందుకు ఒప్పించారు.

మైసూర్ మహారాజా కళాశాలలో ఆచార్యులుగా రెడ్డిగారికి విద్యార్థుల్లో ఉన్న ఆదరణ ఆ రోజుల్లో మరి ఏ ఆచార్యునికి వుండేది కాదు. రెడ్డిగారు ఆంగ్లం, చరిత్ర, తర్కశాస్త్రం బోధించేవారు. ఆయన ఉపన్యాసాలు సాధారణ ధోరణికి భిన్నంగా వుండేవి.

రెడ్డిగారు మైసూర్‌లో వున్న తొలిరోజుల్లో ఐరోపా పర్యటనకు వెళుతున్న యువరాజుకు తోడుగా వెళ్ళమని రెడ్డిగారిని కోరడం జరిగింది. విభిన్న దేశాల్లోని విద్యాసంస్థల్ని సందర్శించేందుకు రెడ్డిగారు ఆ అవకాశాన్ని వినియోగించుకున్నారు. దీనితో పాటు తూర్పు దేశాల్లో కూడా ఈ పనిమీదే రెడ్డిగారు పర్యటించారు. ఈ పర్యటనల తర్వాత ప్రభుత్వానికి సమర్పించిన నివేదికలో రెడ్డిగారు ప్రాక్పశ్చిమ దేశాల విధానాలలోని మంచినంతా సంగ్రహించారు. 1915లో ప్రత్యేక మైసూరు విశ్వవిద్యాలయ స్థాపనకై ప్రణాళికను తయారుచేయమని రెడ్డిగారిని కోరారు. ఈ ప్రణాళికకు ఈ నివేదిక అవతారిక అయింది.

1916లో బోధన-పరిశోధన:

అనుబంధ కళాశాలల స్థాపనకు అనుమతినిచ్చేసంకల్పాలతో కొత్త విశ్వవిద్యాలయం అవతరించింది. రెడ్డిగారిని మహారాజా కళాశాల ప్రిన్సిపాల్‌గా ప్రమోట్ చేశారు. ఆ పదవికి రెడ్డిగారు 1916-17 సంవత్సరాలలో రెండు సంవత్సరాల పాటు కొనసాగారు. ఆ కళాశాలలో తెలుగుశాఖ ప్రారంభానికి రెడ్డిగారే కారకులు. శ్రీరాళ్లపల్లి అనంతకృష్ణ శర్మగారు మహారాజా కళాశాల తొలి తెలుగుపండితులు.

1918లో రెడ్డిగారికి నలభై సంవత్సరాలు నిండక ముందే మొత్తం రాష్ట్రానికి ఆయనను ఇన్‌స్పెక్టర్ జనరల్ అఫ్ ఎడ్యుకేషన్‌గా నియమించడం జరిగింది. ఒక భారతీయునికి అందునా

రాష్ట్రేతర వ్యక్తికి ఇలాంటి గౌరవం లభించడం అసాధారణ విషయం. కర్తవ్య నిర్వహణలో మంచిపేరుతో పాటు విద్యార్థుల విశేషాదరణ పొంది, విద్యాశాఖలో ఉన్నత పదవికి చేరుకున్నారు. 1921లో రెడ్డిగారు ఈ పదవికి రాజీనామా చేశారు.

1911-12లో భారతీయ ఆర్థిక స్థితిగతులపై తొలిసారిగా తెలుగులో "భారత అర్థశాస్త్రము" రాయడం. ఈ గ్రంథాన్ని మద్రాస్‌లోని విజ్ఞాన చంద్రికామండలి 1914లో ప్రచురించింది. 1921లో భారతదేశమంతా "భారతజాతీయ కాంగ్రెస్" ఆధ్వర్యంలో స్వాతంత్ర్యం కోసం అందరూ పాటుపడుతున్నారు. రెడ్డిగారి దృష్టి రాజకీయాలవైపు మళ్ళింది. బ్రిటిష్ గవర్నర్ల ఆశీర్వాదాలతో ప్రభవించిన జస్టిస్ పార్టీలో రెడ్డిగారు చేరారు. శాసనమండలికి సులభంగానే ఎన్నికయ్యారు. అయితే స్వతంత్ర భావాలు గల రెడ్డిగారు రాజకీయాల్లో రాణించలేక పోయారు. రాజకీయాల్లో వున్న కులతత్త్వం, బంధుప్రీతి ఆయనకు నచ్చలేదు. ఏది ఏమైనా రాజకీయాల్లో వున్నపుడు తన ప్రతిభా, ప్రజ్ఞాపాటవాలతో, చతురోక్తులతో అందరికి దగ్గరవాడు అయ్యాడు.

1925లో ఆంధ్ర కళాపరిషత్‌కు ఉపాధ్యక్షులుగా పదవీ బాధ్యతలు చేపట్టారు. ఈ పదవిలో 1930వరకు వున్నారు. 1930 నుంచి 1936 వరకు రెడ్డిగారికి విశ్వవిద్యాలయంతో సంబంధం లేకుండా గడచిపోయింది. ఈ వ్యవధిలో ఆయన కొంత కాలం చిత్తూరు జిల్లా బోర్డు అధ్యక్షులుగా వుండి స్థానికప్రజల జీవనపరిస్థితుల్ని మెరుగుపరచడానికి ప్రయత్నించారు. కొంతకాలం మదరాసు రాష్ట్ర శాసనమండలి సభ్యులుగా వున్నారు. ఈలోగా తన పదవీకాలాన్ని ముగించుకొని రాధాకృష్ణగారు విదేశాలకు వెళ్ళిపోవడంతో ఆంధ్రవిశ్వవిద్యాలయ ఉపాధ్యక్ష స్థానానికి ఖాళీ ఏర్పడింది. దాన్ని భర్తీ చేయడానికి మళ్ళీ రెడ్డిగారే కావలసి వచ్చింది. దీన్ని బట్టి రెడ్డిగారి గొప్పతనం వేరే చెప్పవలసిన పనిలేదు.

ఆంధ్రవిశ్వవిద్యాలయానికి రెండోసారి 1936లో ఉపాధ్యక్ష పదవిని స్వీకరించారు. తర్వాత నాలుగేళ్ళకు రెడ్డిగారికి 60 ఏళ్ళు నిండాయి. 1940 డిసెంబరులో విశ్వవిద్యాలయంలో షష్టిపూర్తి జరిగింది. అప్పటి మద్రాసు గవర్నర్ సర్. ఆర్థర్‌హోపు, జయపుర సంస్థానాధీశుడు రాజా విక్రమదేవవర్మ, విజ్ఞానశాస్త్రవేత్త సి.వి.రామన్ మొదలైన పెద్దలు ఆ సభలో పాల్గొన్నారు.

షష్టిపూర్తి ఉత్సవాల్లో పాల్గొంటున్నందుకు సంతోషం ప్రకటిస్తూ గవర్నర్‌గారు ఇంగ్లాండులోని ఆక్స్‌ఫర్డ్, కేంబ్రిడ్జ్ విశ్వవిద్యాలయాలకు దీటుగా ఆంధ్రవిశ్వ విద్యాలయాన్ని తీర్చిదిద్దుతున్నందుకు రెడ్డిగారిని అభినందించారు. మహాశిల్పి దేవీ ప్రసాదరాయచౌదరిగారు తయారుచేసిన రెడ్డిగారి కంచు విగ్రహాన్ని ఆ సందర్భంలో ఆయన ఆవిష్కరించారు.

రెడ్డిగారు గొప్పమేధావి మాత్రమే కాదు. ఉత్తమ మానవుడు కూడా, మాతృభాషను సేవించడానికి మాతృదేశాన్ని ఆరాధించడానికి ఆయన జీవితం అంకితమైంది. ఆంధ్ర విశ్వవిద్యాలయాన్ని విజ్ఞాన కేంద్రంగా, కళానిలయంగా, సరస్వతీ పీఠంగా రూపొందించడానికి

ఆయన తన శక్తియుక్తుల్ని ధార పోస్తున్నారు. ఆ కృషి ఫలించడం కోసం భగవంతుడాయనకు దీర్ఘాయురారోగ్యాలు అనుగ్రహించాలని నా ఆకాంక్ష అని విక్రమదేవవర్మగారు శుభాకాంక్షలు అందజేసారు. సన్మానసభకు అధ్యక్షత వహించిన సి.వి.రామన్‌గారు రెడ్డిగారి ఆదర్శాల్ని ఉగ్గడిస్తూ "పాత కొత్తల మేలుకలయికే రెడ్డిగారి ఆదర్శం. ఒక గొప్ప సంస్కృతికి పుట్టినిల్లయిన భారతదేశానికి, నూతనాశయాలతో, నూతన వికాసం కలిగించాలన్నదే ఆయన ఆశయం. ఈ గొప్ప పరిణామం విద్యారంగం ద్వారా మాత్రమే సాధ్యం. ఆంధ్రవిశ్వవిద్యాలయం అందుకోసం ఆయన స్వీకరించిన "సాధనం" అన్నారు.

తమకు జరిగిన సన్మానానికి ప్రత్యుత్తరమిస్తూ రెడ్డిగారు వయసు ఆరుపదులు నిండిన సందర్భంలో ప్రతి మానవుడు తన జీవితాన్ని ఒకసారి సింహావలోకనం చేసి చూసుకోవడం అవసరం అనీ, అలా చేసుకోవడం వల్ల మిగిలిన జీవితాన్ని నిస్వార్థంగా, సార్థకంగా గడపడానికి వీలుంటుందనీ పేర్కొంటూ" మీ అందరి శుభాశీస్సులతో, ఆకాంక్షలతో, సహాయ సహకారాలతో నేనింకా కొంత సేవచేయగలనని నమ్ముతున్నాను. నాపట్ల ఎంతో అభిమానం కనబరిచిన ఆంధ్రమహాజనులందరికీ ధన్యవాదాలు సమర్పిస్తున్నాను అని అన్నారు.

షష్టిపూర్తి ఉత్సవ సందర్భంలో విశ్వనాథవారు తమ "తెలుగుఋతువులు" అనే కావ్యాన్ని రెడ్డిగారికి అంకితం ఇచ్చారు.

1936 నుంచి 1949వరకు దాదాపు పధ్నాలుగేళ్ళు ఆయన అవిచ్ఛిన్నంగా ఆంధ్ర కళాపరిషత్‌కు ఉపాధ్యక్ష పదవిని నిర్వహించారు. విశ్వవిద్యాలయ ప్రగతి కోసం కృషి చేస్తూ, సాహిత్య గోష్ఠులు నెరపుతూ, కవి, పండితుల్ని ప్రోత్సహిస్తూ, నచ్చిన గ్రంథాలకు పీఠికలు రాసి పెడుతూ, సభలకు అధ్యక్షత వహిస్తూ, విశాఖపట్నంలో గడిపిన ఈ కాలం ఆయన జీవిత చరిత్రలో ఒక సువర్ణాధ్యాయం అని చెప్పవచ్చు. ఉపాధ్యక్షుడుగా ఆయన మాతృభాషకు గణనీయమైన సేవ చేశారు. పండితుల్ని పలు మూలలకు పంపి, దాదాపు ఆరువందల తాళపత్ర గ్రంథాలు సేకరించారు. తంజావూరు సరస్వతీమహల్‌లో రాత ప్రతులుగా వున్న తెలుగు గ్రంథాలకు సాపుప్రతులు రాయించారు. రంగనాథ రామాయణం, ద్విపద భారతం మొదలైన గ్రంథాల్ని ప్రచురించారు. మరెన్నో గ్రంథాలు కొత్తగా రాయించారు. కళాసేవలో తలపండిన ప్రముఖ విద్వాంసులకు "కళాప్రపూర్ణ" బిరుదం ఇప్పించారు.

ఆంధ్రవిశ్వ కళా పరిషత్ సృష్టించినవాడుగా, పోషించినవాడుగా, దానికి గొప్ప భవిష్యత్‌ను కాంక్షించినవాడిగా రెడ్డిగారు చిరస్మరణీయులు.

1949లో మైసూరు విశ్వవిద్యాలయ ప్రోఛాన్సలర్‌గా పదవీస్వీకారం చేశారు. ఆంధ్ర విశ్వకళాపరిషత్ రెడ్డిగారికి "డాక్టర్ ఆఫ్ లెటర్స్" గౌరవ బిరుదునిచ్చి ఘనంగా సత్కరించింది. 1950లో రెడ్డి గారి ఆరోగ్యం బాగాలేకపోయింది. మద్రాస్‌లో ఆపరేషన్ జరిగింది. అయినా ఫలితం లేకపోయింది. 1951 ఫిబ్రవరి 24 తేదీన రెడ్డిగారు కీర్తి శేషులయ్యారు.

తన జీవితంతోపాటు, తన చుట్టూవున్న సమాజజీవనం కూడా ఆనందంగా వుండాలనేది రెడ్డిగారి అభిప్రాయం. తాను స్వతంత్రంగా ఆలోచించడం, ఆ ఆలోచనల్ని స్పష్టంగా బయట పెట్టడం, ఇతరుల్ని స్వతంత్రంగా ఆలోచించేటట్లు చేయడం ఇది ఆయన తన జీవిత కాలం పొడుగునా నిర్వహించిన గొప్పపని. ఈ పని అందరూ చేయలేరు.

20వ శతాబ్ది పూర్వార్ధంలో తెలుగు జాతిని నిద్ర నుంచి మేలుకొల్పిన వైతాళికుల్లో రెడ్డిగారు ఒకరు. అందువల్ల తెలుగు సాహిత్యంలో ఆయన స్థానం పదిలం.

"మాటలోన మంచి మనసులో, నిండైన
గుండెలోన, మేటిగుణములందు
కట్టమంచిరెడ్డి గణనీయుడన్నింట
మరువనగునె అతని గరువతనము"

కవిగా కట్టమంచి

"రెడ్డి నీ కవితా విమర్శన కథా శ్రీలే కథా క్లప్తి వే
రొడ్డెన్ మార్గము పూర్వ లాక్షణికు లుద్యోగంబు సద్యోగమై
యొద్దారించిన నీ వచో లతికలందుయ్యాల జంపాలలె
యుడ్డీనాకృతులైరి సూరన కవీంద్రోక్తి ప్రబంధాంగనల్"

(విశ్వనాథ సత్యనారాయణ - తెనుగు ఋతువులు)

ముసలమ్మ మరణం (1899) :

రెడ్డిగారు 19వ యేట మద్రాస్ క్రైస్తవ కళాశాల విద్యార్థిగా వున్నప్పుడు ఈ కావ్యాన్ని రాశారు. ఈ కావ్యం రాయడానికి ప్రోత్సహించిన వారు ఆంధ్ర భాషాభిరంజనీ సంఘ పోషకులు, సమర్థి రంగయ్యసెట్టిగారు.

కథాత్మకమైన ఈ కావ్యంలోని పద్యాలు వందకు పైగా వున్నాయి. ఈ కథ, సి.పి.బ్రౌన్ రాసిన అనంతపురం జిల్లా చరిత్ర నుంచి గ్రహించబడింది. అనంతపురం పట్టణానికి సమీపంలో వున్న గ్రామం బుక్కరాయసముద్రం కావ్యరంగం. చెరువు కట్టకు గండిపడడంతో వరద బీభత్సానికి భయపడిన గ్రామస్థులు, గ్రామదేవత పోలేరమ్మను రక్షించమని ప్రార్థిస్తారు. అప్పుడు ఆ గ్రామంలోని "ముసలమ్మ" అనే పేరుగల యువతిని నరబలి ఇస్తే దేవత శాంతిస్తుందని తెలుసుకుంటారు. ఆమె శాంత స్వభావం, దయార్ద్ర హృదయం, నిష్కళంకమైన శీలం గలది. వెంటనే గ్రామస్థుల కొరకు ఆత్మత్యాగానికి అంగీకరించడంతో చెరువు తీవ్రత శాంతిస్తుంది. ఆ చెరువుకట్ట ఇప్పటికీ ఈ నాయిక పేరిట "ముసలమ్మ కట్ట" అని పిలువబడుతుంది. ఈ సంఘటనను పెనవేసుకున్న కరుణరసంచే ప్రభావితులై రెడ్డిగారు దీన్ని తమ కావ్యవస్తువుగా స్వీకరించారు.

లోకకళ్యాణార్థమై నిశ్చలచిత్తంతో చెఱువు నీళ్ళలోనికి సాగిపోయి ప్రాణత్యాగమొనర్చిన రెడ్డివనితయైన ముసలమ్మ చరిత్ర నారీలోకానికి మార్గదర్శి. ఆమె చరిత్రను కన్నులకు కట్టినట్లు దృశ్యీకరించిన రెడ్డిగారు వందనీయులు.

కొత్త పాతల మేలు కలయికతో రాసిన ఈ కావ్యం ఆధునిక ఖండకావ్యాల్లో మొట్టమొదటిది. రెడ్డిగారు తమకు ప్రియమిత్రుడు బంధువు అయిన రఘునాథరెడ్డిగారికి ఈ లఘుకృతిని అంకితం ఇచ్చారు.

రెడ్డిగారు కథావస్తువును తీసుకోవడంలోనే నూతన పద్ధతిని ఎన్నుకున్నారు. సాధారణంగా, ఏ పురాణగాథనో కథావస్తువుగా తీసుకోవడం మనకు అలవాటు. దుఃఖాంత కావ్యాలు పాశ్చాత్యదేశంలో ఎక్కువగా కన్పిస్తాయే కాని తెలుగు సాహిత్యంలో మచ్చుకైనా కన్పించవు. కవిపండితుల విమర్శకు గురి కావలసివస్తుందేమో అన్న భయంకూడా రెడ్డిగారికి లేదు. మార్పు చేర్పులు చేయమని పండితులు ఎంతోమంది సలహాలు ఇచ్చారు. రెడ్డిగారు ఎవరినీ లక్ష్యపెట్టక తమ కావ్యాన్ని యథాతథంగా ముద్రించారు. అంచేత ఈ కావ్యం ఆధునిక సాహిత్యోద్యానంలో తొలి పుష్పమై, నూత్నభావ సౌరభాన్ని వెదజల్లుతుంది.

ప్రాచీనకావ్య సంప్రదాయానుగుణంగానే ఈ కావ్యం కూడా మంగళాంతంగానే ముగిసింది. పూర్వకవులు తమ కావ్యాల్లో తమ వంశాదికమ్మును పద్యగద్యాల్లో చెప్పుకొనే రీతిగానే రెడ్డిగారు కూడా తమ కృతిచివర తమ వంశోదంతాన్ని ఒకపద్యంలో చెప్పి ముగిస్తారు.

కావ్యం విషాదాంతంగా ముగిసింది. అయితే రెడ్డిగారు బుద్ధిపూర్వకంగా ఈ కథను విషాదాంతంగా కల్పించలేదు. జరిగిన కథ అది. ఉన్న విషయాన్ని వున్నట్లుగానే చెప్పారు. కాబట్టి ఇది మరణాంతమైనా, శుభాంతంగానే పరిగణించాలి. సాంఘికేతివృత్తాన్ని స్వీకరించడం చేత రెడ్డిగారి రచన నవ్యరచనగా మనకు గోచరిస్తుంది.

ఒక కవి రాసిన కావ్యం వెలుగులోనికి వచ్చిన తర్వాత దాన్ని వివిధ దృక్కోణాలతో పరిశీలించి విమర్శకులు తమ తమ అభిప్రాయాన్ని వెల్లడించడం అనేది సహజం. ఆ విధంగానే "ముసలమ్మ మరణం"ను గూర్చి అనేక విమర్శలు వచ్చాయి. ఆ విమర్శలకు ప్రతి విమర్శలు కూడా వచ్చాయి. "ముసలమ్మ మరణము" లో ఆకసంబు తూటిడెనొ యనంగ, ఇల్లులేని వారికెల్ల గృహమ్ములు సొంతమయ్యె, బావిని త్రవ్వబోవ లేచెంచెను భూతంబు, ముల్లు దీసి కొఱ్ఱిడి చెనుగాదె, యేను పెంచి పెంచి యేమి చేయంబ్రొయి లోననిడనే, ఇలా జాతీయాలు, సూక్తులు, లోకోక్తులు, సామెతలు ఎన్నోచోటు చేసుకున్నాయి. ఛందస్సు, శైలి, వర్ణనలు మొదలైన వాటిని పరిశీలించినట్లయితే రెడ్డిగారు ఈ గ్రంథాన్ని ప్రబంధ రచనాపద్ధతిలోనే రాశారు. ప్రాచీన సంప్రదాయాన్ని విడిచి పెట్టినా ఆధునిక సంప్రదాయాన్ని కొంతవరకు అనుకరిస్తూ కవితా రచన చేసి ఉభయపక్షాల వారిని మెప్పిస్తూ భావితగం వారికి ఆదర్శప్రాయులైన రెడ్డిగారు ధన్యజీవులు.

"ముసలమ్మ మరణం ప్రబంధ కవితకు మరణం
కవిత్వ తత్త్వ విచారం విమర్శకు నాంది"

– ఆచార్య జి.ఎన్. రెడ్డి.

కవిగా ఆయనకు – ఖ్యాతినార్జించి పెట్టింది "ముసలమ్మ మరణమ"నే కావ్యం. ముసలమ్మ ఆమె పేరు, అంతే కాని వృద్ధకాదు. ఈ కావ్యాన్ని ఆయన తన 19వ యేట (1899) మద్రాసు క్రైస్తవ కళాశాలలో ఉండగా – ఆ కళాశాల ఆంధ్రభాషాభిరంజనీ సమాజ పోషకులగు శ్రీ సమర్థి రంగయ్య సెట్టిగారు ఏర్పాటుచేసిన పోటీ పరీక్షకు పంపారు. దానిలో నెగ్గి బహుమతిని పొందారు.

ఈ కావ్యం మరణాంతంగా (విషాదాంతంగా) రచింపబడింది. ఇది నాటి మన కవులకు నచ్చని విషయం. ఎంతో మంది – గుండు అచ్చమాంబ లాంటి ప్రసిద్ధులు – కావ్యాంతాన్ని కృత్రిమంగానైనా కొంత కల్పన చేసి మంగళాంతం కావించమని మన బాలకవిని ఒత్తిడి పెట్టారు. అతడు వారి కోరికను మన్నించలేదు. మన్నిస్తే కావ్య సౌరభం, ఔచిత్యం మంటగలిసి ఉండేవి. కావ్యానికి ఉన్న నవ్యత నాశనమయ్యేది.

ఈ కావ్యానికి ముందు కవులు తమ నాయికా నాయకులుగా అసలు స్త్రీని నాయికగా చేసుకొనేవారే కాదు. పెద్ద వారిని, రాజులు, రాణీలను ఎంచుకునేవారు. అటువంటి వారి గురించి రాసిందే కవిత్వం. వారే కవిత్వానికి తగిన వస్తువులు అనుకొనేవారు. రామలింగారెడ్డి చిన్నవాడే అయినా ఒక సామాన్య కాపుకన్య అసామాన్య త్యాగాన్ని ఇతివృత్తంగా చేసుకొని కావ్యం నిర్మించాడు. కావ్యానికి కావలసింది తన నిష్పన్నత. అది ఉంటే వస్తువు ఏదైతే ఏమిటి?

ప్రబంధనాయికలలా గాక, ముసలమ్మ హృదయం, వినీత గృహిణిగా ఆమె ఔన్నత్యం, విశ్వాస పాత్రత, వాత్సల్యాలమీద రెడ్డి ప్రముఖంగా నొక్కి చెప్పారు. ప్రబంధ నాయికల అంగాంగ సౌందర్య వర్ణనలు, కామలోలతకు పతాకస్థానమైన వర్ణనలు ఇందు మచ్చుకైనా కానరావు. రస విషయికంగా చూస్తే శృంగారరసం ఇందు లేదు. ఆధునికత విషయానికి వస్తే తిక్కన, సూరనల ప్రభావం నుంచి పూర్తిగా బయటపడని పందొమ్మిది సంవత్సరాల యువకుని నుంచి ఏమి ఆశించగలం? ఛందానికి బద్ధుడై, దానినవలీలగా కీలింపగల నేర్పు ఉన్న అతడు సహజంగానే బయట పడలేదు. అయితే ఒక విషయం: పూర్తిగా సంప్రదాయుడు కాకుండ, నాయిక ఎంపికలో, శృంగార రసాదుల విస్మరణంలో, కావ్యాన్ని దుఃఖాంతం చేయడంలో కొత్తపుంతనే తొక్కాడు. దుఃఖాంతం మూలకథలోనే ఉంది కాబట్టి, ఈయన చేసింది ఏమీ లేదు. దాని ననుసరించి తీరాలిసిందే.

– పింగళి లక్ష్మీకాంతంగారు "ముసలమ్మ మరణం" (1948) ఉపోద్ఘాతంలో

అర్థశాస్త్రం [Political Economy]

1911-1912లో మైసూరులో వుండగా అర్థశాస్త్రాన్ని ఆరు సంపుటాలుగా రాసి మద్రాసు విజ్ఞానచంద్రికా గ్రంథమాలవారికి ఇచ్చారు. తెలుగులో ఈ శాస్త్రాన్ని ఆధునిక ఫక్కీలో మొదట రాసింది రెడ్డిగారే. ఈ గ్రంథం పూర్తిగా భారతీయ దృక్పథంతో రాయబడింది. కొమఱ్ఱాజు వెంకటలక్ష్మణరావుగారు దీని సంపాదకులు. పునర్ముద్రణం చిత్తూరు ప్రచురణ సంస్థవారు చేశారు. 1916లో ఈ గ్రంథానికి మద్రాసు యూనివర్సిటీవారు బహుమతి ఇచ్చారు. రెడ్డిగారు ఈ గ్రంథాన్ని అత్యంత ప్రీతిపాత్రమయిన విద్యార్థినికి పవిత్రమైన మధురస్మృతి చిహ్నంగా అంకితం ఇచ్చారు.

రాళ్ళపల్లి అనంత కృష్ణశర్మగారు సంగీతసాహిత్యాలు రెండింటిలోనూ గొప్ప విద్వాంసులు. కానీ రామలింగారెడ్డిగారితో పరిచయం కలిగిన నాటికి ఆయన పదిహేడేళ్ళ విద్యార్థి మాత్రమే. రెడ్డిగారేమో అప్పటికే మైసూరు మహారాజా కళాశాలలో ఆచార్య పదవిని అధిష్ఠించివున్నారు. అయితే వయసులోని అంతరం గానీ, విద్యాస్థాయిలోని తేడాగానీ వారి స్నేహానికి అడ్డు కాలేదు. సాహిత్యాభిమాన మొక్కటే ఆ యిద్దరినీ దగ్గరికి చేరదీసింది. సాయంకాలాల్లో షికారు వెళ్తూ గానీ, లేదా బంగళాలో ఎదురెదురుగా కూర్చుని గానీ వాళ్ళు సాహిత్యచర్చలు జరిపేవారు. లేదా ఏ భారతభాగమో ఒకరు చదువగా యింకొకరు వింటూ ఆనందించేవారు. ఈ అనుబంధం కొన్ని సంవత్సరాలపాటు కొనసాగింది.

కాలేజీలో అదివరకు లేని తెలుగుశాఖను ఆయన నా కోసమే ప్రారంభం చేయించినాడన్నది నా నమ్మకం' అంటారు శర్మగారు. అంతే గాదు. 'ఆయన యందు నాకు నిజమైన గౌరవం, అంటే గురుభావం ఎప్పటికీ కృశింపనిది' అని గూడా అన్నారు. కానీ చిత్రమేమిటంటే శిష్యుడు గురుస్థానమిచ్చినా, గురువుగారు దాన్ని స్వీకరించలేదు. ఆయన శర్మగారిని ఆప్తమిత్రులుగానే సంభావించారు. విజ్ఞానచంద్రికా గ్రంథమాల వారికోసం తాను కావించిన "అర్థశాస్త్ర రచన"లో శర్మగారి తోడ్పాటును గురించి తెలుపుతూ ఆయన..

> "శ్రీమదనంత కృష్ణులు, విశేషగుణాఢ్యులు, సంస్కృతాంధ్ర భా
> షా మహనీయ విద్యల విశారద భావులు, నాకు దోడుగా
> ప్రేమయు, గౌరవంబుమెయి, పెక్కు విధంబుల నిల్చి సేయనే
> నోమితి గాక, లేని యెడ నోర్వగ నేర్తునే కార్య భారమున్."

గుణశ్రేష్ఠులు, సంస్కృతాంధ్రాల్లో పండితులు అయిన శ్రీ అనంతకృష్ణశర్మగారు ఎంతో ప్రేమతో, గౌరవంతో తోడ్పడినందువల్ల చేయగలిగాను గానీ, లేకుంటే యింతటి పనిని నేను నిర్వర్తించి వుండగలనా? అని కృతజ్ఞతలు ప్రకటించుచున్నారు.

అంపకాలు :

"అంపకాలు" పద్యాలు రెడ్డిగారు తమ పెంపుడు కుమార్తె (సోదరుని కుమార్తె) అయిన సంజంతీదేవిని, శ్రీ ఎ.ఎస్.రామలింగంగారి కిచ్చి 19.12.1919 జరిగిన వివాహ సందర్భంలో రాశారు. ఆమె అత్తవారింటికి వెళ్ళేటప్పుడు రెడ్డిగారు బాధతో ఈ 'అంపకాలు' పద్యాలు రాశారు. 'అంపకాలు' రాసేటప్పుడు రెడ్డిగారు మైసూరు సంస్థాన విద్యాశాఖాధికారిగా వున్నారు. "అంపకాలు" వారి ఆత్మాశ్రయ రీతికి ఆలవాలమైన ఖండిక.

భారత ప్రశంస :

భారత పఠనం సి.ఆర్.రెడ్డిగారికి తాతలనాటి సంక్రమించిన ఆస్తి. పన్నెండు సంవత్సరాలకే భారతాన్ని కూలంకషంగా చదివారు. మేనమామ ఇంటికి వెళ్ళేటప్పుడు అడిగినవారికి తన పాండిత్యాన్ని వినిపించేవారు. పెద్దవారైన తర్వాత అనేక పండిత గోష్ఠుల్లో గొప్ప పండితుల ముందు తమ భారతగ్రంథ ప్రజ్ఞాపాటవాన్ని ప్రదర్శించి వారిని ఆశ్చర్యచకితుల్ని చేశారు. మహాభారతాన్ని ప్రశంసించి భారత ప్రశంస అనే పద్యాల్ని రాశారు. వీరికి భారతంపై గల గౌరవం ఎనలేనిది.

నవయామిని:

సంస్కృత బిల్హణీయం, దాన్ని ఆధారంగా చేసుకొని వచ్చిన తెలుగు బిల్హణీయం రెండూ అసభ్య శృంగారంతో వున్నాయి. ఈ గ్రంథాలు రెండూ అసభ్య శృంగారంతో, అనౌచిత్య సంఘటనలకూ ఆశ్లీల వర్ణనలకు ఆలవాలమై పండితలోకంలో ఆనాదరణకు గురి అయ్యాయి.

బిల్హణీయ కావ్యపఠనం చేసిన నాటి నుండి రెడ్డిగారి దృష్టిలో ఈ కావ్యం నీచమైంది. అనాదరణీయమైంది. సహచారిణులు తోడుతో రాకుమారిని యువకుడైన గురువువద్ద విద్యాభ్యాసం చేయనీయక వారికి ఏకాంతఘటనం కలిగించి తెరకట్టించటం అసంగతం. విశ్వసనీయం కాదు. గొప్పపండితుడైన బిల్హణుడు, ఉత్తమ వంశసంజాతయైన యామినీ కుమారి నిగ్రహబుద్ధి ఏ మాత్రంలేక, నీచంగా ప్రవర్తించడం అనౌచిత్యం. ఒకవేళ తాత్కాలిక మనోదౌర్భల్యానికి గురి అయిననూ విచక్షణ, వివేకతను శాశ్వతంగా కోల్పోక పునరాలోచించి తమరికై పశ్చాత్తాపం పొందుటయే సహజం అని రెడ్డిగారు అభిప్రాయపడ్డారు.

కట్టమంచి వారి "నవయామిని" వారి యశఃఫలకంలో నూతనంగా రూపురేఖలు సంతరించుకొన్న పరిశుద్ధాత్మురాలు. రెడ్డిగారి నవయామిని ఇతివృత్తంలో బిల్హణుడు యామిని సౌందర్యరాశికి ముగ్ధుడై మోహించడం తప్ప తక్కిన విషయాలు కల్పితాలే. యామినీకుమారితో బిల్హణుడు తన మోహాతిశయాన్ని నివేదించుటతో ఈ గ్రంథం ఆరంభమైంది. గురువుగారి మోహాన్ని వినిన శిష్యురాలు ఆత్మక్షోభతో, అశ్రువులు నిండిన కళ్ళతో, విషాదాన్ని దిగమ్రింగి గురువును

మృదువాక్కులతో మందలించి తన అద్భుతమైన ధర్మనిష్ఠను, గురువు అనుసరించవలసిన ధర్మపథాన్ని వ్యక్తం చేసింది.

యామిని బాహ్య సౌందర్యాన్ని మాత్రమేచూచి హృదయోన్మత్తత పొందిన బిల్హణుడు అసమానమైన ఆమె ఆత్మసౌందర్యాన్ని గ్రహించి పశ్చాత్తాప హృదయుడై తన పాపానికి క్షమాభిక్ష యాచించి తనను ఉద్ధరించడానికి అవతరించిన గౌణామూర్తిగా, తనకు జన్మ సార్థకత ప్రసాదించిన తల్లిగా ఆమెను గౌరవించి, యామినికి ఆశీస్సులందించడంతో ఈ కావ్యం పూర్తి అవుతుంది. రెడ్డిగారు ఈ గ్రంథాన్ని మునగాల రాజుగారికి అంకితం ఇచ్చారు.

ప్రాస్తావిక పద్యావళి:

రెడ్డిగారు 1900 ప్రాంతంలో అప్పుడప్పుడు రాసిన పద్యాలు ఇవి. దేవుడు, దయ్యం, సరస్వతి, కాళిమాత, ఆంజనేయుడు, ప్రకృతి, హృదయం మొదలైన విషయాలపై పద్యాలు రాశారు. వీరి సునిశిత పరిశీలనా దృష్టికి ఉదాహరణలుగా ఈ పద్యాల్ని తీసుకోవచ్చు. ఈ పద్యాలు 1982లో ముద్రించబడ్డాయి.

నవవధువునకు శుభాశీస్సులు :

తన బంధుకోటిని ప్రేమించి అందరినీ తమ ప్రీతిపాత్రులుగా చేసుకున్నారు.

రెడ్డిగారు తన తమ్ముడు డాక్టర్ కృష్ణారెడ్డి, తిరుమలమ్మగారల వివాహమహోత్సవ సందర్భంలో వధువును ఆశీర్వదించి సమర్పించిన స్వహస్త లిఖితమైన సప్తపద్య రత్నాలు. ఈ వివాహం 6-9-1910లో జరిగింది.

కట్టమంచివారికి నూతన వధూవరులకు పెండ్లిపీటలమీద ఆంధ్రభారతాన్ని కానుకగా ఇచ్చే అలవాటు వుంది. ఈ అలవాటును రెడ్డిగారు ఎప్పుడూ మానలేదు. అదే రెడ్డిగారి ప్రత్యేకత. రెడ్డిగారికి మహాభారతం అంటే ఎనలేని అభిమానం.

విమర్శకుడిగా కట్టమంచి

"మా వంశమున కేది వచ్చిన రానిండు
తెనుగుభాష యొకటి అక్షయముగా
నిలిచియుండిన చాలును"

– సి.ఆర్. రెడ్డి.

స్వభాషను, స్వజనాన్ని, స్వదేశాన్ని రెడ్డిగారు ఎంతగా ప్రేమించారో దీన్ని బట్టి మనకు అర్థమవుతుంది.

మహాభారతం తర్వాత రెడ్డిగారిని అలరించిన తెలుగు ప్రబంధం పింగళి సూరన రాసిన "కళాపూర్ణోదయం". ఈ ప్రబంధంలోని కథ గొప్పది. కథ చెప్పిన విధానమూ గొప్పగా వుంది. ఏ భావాన్ని ఎలా మాటలతో చెప్పాలో అలాగే పొందుపరచిన శైలి ఇందులో వుంది. కళ్ళెదుట కన్పించే సజీవపాత్రలు వున్నాయి. వాడుక రీతిలో సాగే మంచి సంభాషణలు ఈ గ్రంథంలో వున్నాయి. ఆయా కారణాలవల్ల రెడ్డిగారు కళాపూర్ణోదయాన్ని ఒక విలక్షణమైన గ్రంథంగా భావించారు. తనకు నచ్చినదాన్ని గురించి పదిమందికీ ఎలుగెత్తి చెప్పడంలో రెడ్డిగారికి మొదటినుంచీ వున్న అలవాటే. ఆయన అలవాటు తెలుగు జాతికి మేలు జరిగింది.

1899 సంవత్సరంలో చెన్నపురి క్రైస్తవ కళాశాలలో చదువుతున్న రోజుల్లో పింగళిసూరన "కళాపూర్ణోదయం" పై పరిశోధనా వ్యాసం రాశారు. రెడ్డిగారు ఆ కళాశాలలోని "ఆంధ్రభాషాభి రంజనీ" సమాజంలో చదివి శ్రోతల మన్నల్ని పొందారు. ఆ తర్వాత మొండ్రేటి బాపనయ్య దాన్ని మిక్కిలి ప్రశంసించి రెడ్డిగారిని రాజమహేంద్రవరానికి ఆహ్వానించి 'విద్యాభివృద్ధినీ' సమాజం వారు ఏర్పరచిన సభలో పత్రాన్ని సమర్పించారు. చిలకమర్తి లక్ష్మీనరసింహం గారి మన్ననకు, ప్రశంసకు పాత్రమయింది. ఆ తర్వాత వేదం వెంకటరాయశాస్త్రిగారు దాన్ని ప్రశంసిస్తూ అందులోని కొన్ని లోపాల్ని సూచించారు. దుర్భా సుబ్రహ్మణ్యంగారు ఆ వ్యాసాన్ని అభినందిస్తూ పద్యంరాసి పంపారు. ఇలా ప్రారంభంలోనే ప్రముఖుల విమర్శల మన్ననల్ని పొందింది.

"కవిత్వ తత్త్వవిచారం" ఆధునిక తెలుగు సాహిత్య విమర్శలో ప్రముఖమైన రచన. 1914లో పుస్తకరూపంలో వచ్చింది. 1941లో ఆంధ్ర విశ్వకళాపరిషత్ వారు రెండో ముద్రణ వేశారు. తన తండ్రి సుబ్రమణ్యరెడ్డిగారికి ఈ గ్రంథాన్ని అంకితమిచ్చారు.

ఆంగ్లప్రభావంతో తెలుగులో అనేక ప్రక్రియలు వచ్చాయి. అందులో విమర్శప్రక్రియ ఒకటి. తెలుగులో ఆంగ్లేయుల ప్రభావంతో కావ్యవిమర్శన పద్ధతి ప్రారంభమైంది. ఒక వ్యక్తి ఒక సందర్భంలో ప్రవర్తించిన తీరు, లేదా ఒక సంఘటన కల్పించబడిన తీరు, మానసిక తత్త్వాన్ననుసరించి ఆలోచిస్తే నిలుస్తుందా లేదా అన్నదే ఆ కావ్యంలోని గుణానికి కొలబద్ధ. రెడ్డిగారి "కవిత్వతత్త్వ విచారం" ఈ మార్గంలోనే సాగింది.

ప్రతిభాసంపత్తి, ఆలంకార సంప్రదాయ పరిజ్ఞానం, సద్వివేచన, రసాస్వాదమైన హృదయం, విషయాన్ని సూటిగా నిర్మొహమాటంగా చెప్పగల ధైర్యం, పక్షపాతరాహిత్యం మొదలైనవి విమర్శకుని లక్షణాలు. రెడ్డిగారిలో ఈ లక్షణాలన్నీ వున్నాయి.

"కవిత్వ తత్త్వ విచారం" ప్రచురణ పొందిన రెండో ఏడాది నుండే దాన్ని వ్యతిరేకించే రచనలు వచ్చాయి. అప్పటినుండి కట్టమంచి అనుకూల వ్యతిరేకవాదాలు నేటి వరకు వున్నాయి. "కవిత్వ తత్త్వ విచారం"లో రెండు భాగాలున్నాయి. తన గ్రంథంలో రెడ్డిగారు ప్రతిపాదించిన అంశాలు ఇవి.

1. కవిత్వంలో భావనాశక్తి ముఖ్యం. అలంకారాల ప్రాముఖ్యం అతితక్కువ. భావనాశక్తి అంటే విషయాల్ని మనసులో ప్రతిబింబించేట్లు చేసే సామర్థ్యం.

2. దేశచరిత్ర, సాహిత్య చరిత్ర నిరంతరం జంటగా నడుస్తాయి.

3. పాండిత్యంవల్ల కవిత్వానికి పుష్టి కలగదు. అలంకారాలు కవిత్వంలో అనివార్యంగా వుండవలసినవి కావు. ఉన్నా అతికినట్లుండాలి. వస్తువును పాఠకుడికి అందించడానికి తగిన మోతాదులో అలంకారాలుండాలి. అలంకారాలు విపరీతంగా వాడడానికి కారణం భావశూన్యత.

4. సాహిత్యంలో వస్తువు, శైలి రెండూ ముఖ్యమైన అంశాలే. సందర్భ వ్యతిరేకశైలి అసౌందర్యం.

5. పాత్రలు సహజంగా వైవిధ్యభరితంగా వుండాలి. పాత్రల్లో మానవస్వభావం వుట్టిపడాలి అంటే ప్రతి పాత్రలోనూ మంచి చెడు కలిసి వుండాలి.

6. అలంకార శాస్త్రాలకు కవులు అతుక్కుపోవలసిన పనిలేదు. శాస్త్రాలు రచయితల స్వతంత్రాన్ని హరించరాదు.

7. కావ్యంలో వర్ణనల కన్నా అంగాంగాల కలయిక, పొత్తు పొసగని వర్ణనలు రసానికి ప్రతికూలాలు. కథ పాత్రలు, ప్రకృతి విశేషాలు, వర్ణనలు అన్నీ పరస్పర మైత్రి కలిగివుండాలి. కథాగమనానికి అడ్డుపడే వర్ణనలు చేయరాదు.

8. కళలలో ప్రధానమైన పురుషార్థం రసం కళలలో ఉపజ్ఞ లేకపోతే స్వారస్యముండదు.

9. కావ్యంలో నాటక సరణి పటిష్ఠంగా వుండాలి.

10. కావ్యం పాఠకులకు ఉత్తమ సంస్కారం కలిగించాలి. ప్రబంధాలు వర్ణించే తుచ్ఛ శృంగారానికి ఆ శక్తి లేదు.

రెడ్డిగారి విమర్శపై, విమర్శకులకు బహుశ ఆయన అలంకార శాస్త్రాల్ని వ్యతిరేకించడం, ప్రత్యేకించి ప్రబంధ శృంగారం మీద ప్రబంధ నాయికలమీద ఆయన చేసిన వ్యాఖ్యలు కోపానికి కారణమయ్యాయి. జాతుల విముక్తిని, దేశాలు స్వతంత్రాన్ని కోరుతున్న కాలంలో సాహిత్యమూ సాహిత్య విమర్శ అందుకు భిన్నంగా వుండవు. సంప్రదాయ పండితులు ఈ వాస్తవాన్ని మరచిపోయి రెడ్డిగారి మీద దాడిచేశారు.

కట్టమంచి విమర్శనలో సామాజిక, చారిత్రిక, తులనాత్మక దృష్టులు సంగమించి వుంటాయి. నిర్మొహమాటమి వుంటుంది. రెడ్డిగారి మాటతీరు కుండబద్దలు కొట్టినట్లు వుంటుంది. అది నచ్చని వాళ్ళు ఆయన మీద విరుచుకుపడ్డారు.

తెలుగులో 19వ శతాబ్దం వరకు "సాహిత్య విమర్శ" లేదు. అంతేకాదు తెలుగులో సంస్కృతానికి భిన్నమైన సాహిత్య సిద్ధాంతం లేదు. సంస్కృత ఆలంకారికులు ఏమి చెప్పారో

అవే తెలుగు సాహిత్యకారులు పాటించారు. ఒక యుగాన్నో, ఒక కావ్యాన్నో విశ్లేషిస్తూ ఎవరూ విమర్శ రాయలేదు. అసలు విషయం ఏమంటే కవులచరిత్రలూ, వ్యాఖ్యానాలు మాత్రమే విమర్శగా కొనసాగేవి. ఇది దురదృష్టకరం. ఒక కావ్యాన్ని తీసుకొని అందులోని వస్తువునూ, రూపాన్నీ విశ్లేషిస్తూ వాటి పరస్పర సంబంధాన్ని చర్చిస్తూ, ఆ కావ్య ఉద్దేశాన్ని నిరూపిస్తూ, ఆ కావ్యం ఇతర కావ్యాలకన్నా ఎలా గొప్పదో నిర్ధారిస్తూ విమర్శలు చేసే సంప్రదాయం రెడ్డిగారు మార్చలేదు. అంటే సాహిత్యం వచ్చి ఏడువందల సంవత్సరాలు అయినా విమర్శ రాసి చెప్పబడడానికి చాలా విచారకరంగా వుంది.

ఎంతసేపూ, ఒకరికి మరొకరు పొగడ్తలతో ముంచడానికే కాలాన్ని గడిపారు. ఒక పద్యమో, శ్లోకమో, తీసుకుని అందులోని విషయాలు వివరించడానికి మాత్రమే వారి మేధను ఉపయోగించారు. ఆ పద్ధతికి స్వస్తి చెప్పిన విమర్శకులు రెడ్డిగారు.

ఒక కావ్యాన్ని సమగ్రంగా విశ్లేషించే విమర్శకు రెడ్డిగారు "కవిత్వ తత్త్వ విచారం"లో బాటలు వేశారు. అంతే కాకుండా ఒక ధోరణి కవిత్వాన్ని చర్చించి విలువ కట్టే సంప్రదాయాన్ని కూడా వీరే ప్రారంభించారు. ఈనాడు రెడ్డిగారి బాటే అందరికి మార్గదర్శకమైంది. మీదుమిక్కిలి పరమ ప్రామాణికమైంది కూడా.

ప్రారంభంలో సనాతన సంప్రదాయ పండితులు కవిత్వతత్త్వ విచారాన్ని తీవ్రంగా వ్యతిరేకించారు. పాశ్చాత్య సాహిత్య సిద్ధాంతాల్ని అన్వయించడం వల్ల ఈ గ్రంథంలో కొత్తదనం వుంది. ఏది ఏమైనా ఎక్కువ మంది పండితులు ఈ గ్రంథాన్ని ఆదరించారు, అనుసరించారు. "శబ్బాష్" అన్నారు.

"కవిత్వ తత్త్వ విచారం" లో ముఖ్యంగా రెడ్డిగారు కవిత్వతత్త్వాన్ని గూర్చి వివేచన చేశారు. మంచి కవిత్వానికి వున్న లక్షణాల్ని వివరించారు. విజయనగరం యుగం తర్వాత తెలుగు కవిత్వం ఎలా పతనమైందో, ఎందుకు పతనమైందో చాలా వివరముగా వివరించారు. "కళాపూర్ణోదయం"లోని గొప్పతనాన్ని పొగిడారు. లోపాల్ని ఎత్తి చూపారు. నిజమైన విమర్శకుడు చేయవలసిన పని రెడ్డిగారు చేశారు. అందరు విమర్శకులు అలా చేయలేరు. రెడ్డిగారి లాంటి వారికే అది చెల్లు.

గొప్ప కవిత్వ లక్షణాలుగా రెడ్డిగారు భావించే కల్పనాశక్తికీ, కథాకథనానికీ పాత్ర పోషణకూ, నాటకీయతకూ, పింగళిసూరన "కళాపూర్ణోదయం" మంచి ఉదాహరణంగా తీసుకొని కనీవినీ ఎరుగని అద్భుతమైన విమర్శ గ్రంథాన్ని రాశారు. రెడ్డిగారు అదే పనిగా కళాపూర్ణోదయాన్ని సాంతం మెచ్చుకోలేదు. అందులోని లోపాల్ని చూపించారు. ఆరో ఆశ్వాసంలోని 189వ పద్యం వద్ద "కళాపూర్ణోదయం" ఆపి వుంటే బాగుండేది అన్నారు. అంతేకాదు సూరన రాసిన "ప్రభావతీ

ప్రద్యుమ్నం" లోని బజారు శృంగారాన్ని తీవ్రంగా విమర్శించారు. ఒక్కమాటలో చెప్పాలంటే ఎక్కడ మంచి వుంటే అక్కడ రెడ్డిగారు వుంటారు.

కవిత్వానికి ప్రాణం "భావనాశక్తి" అని రెడ్డిగారు అభిప్రాయపడ్డారు. భావనాశక్తి అంటే కావ్యంలోని విషయాలు పాఠకుని మనస్సులో ప్రతిబింబించేటట్టుగా, ప్రత్యక్షంగా అవతారమెత్తే టట్టుగా చేయగల శక్తి" అని రెడ్డిగారు నిర్వచించారు. వ్యాకరణమూ, యతిప్రాసలూ అన్నీ కుదిరినా భావనాశక్తి లేని పాండిత్యం జీవంలేని ఆకారం లాగా జడంగా కన్పిస్తుందన్నారు.

ఆలోచనలూ, భావాలూ, సంకల్పాలూ, మానవ ప్రకృతిలోని మూడు ప్రధానాంశాలుగా రెడ్డిగారు గుర్తించారు. వీటిలో భావాలు భావనాశక్తిని విజృంభింపచేస్తాయని రెడ్డిగారు భావించారు. భావాలు లేకుండా పద్యాలు రాయవచ్చునేమోగాని కవిత్వం రాయలేరని నిశితంగా విమర్శించారు.

ప్రాచీన కవిత్వం అలంకారాలకు పరిమితమైనదని అభిప్రాయపడ్డారు. ఎక్కువ అలంకారికతకు ప్రధాన కారణం భావశూన్యత అని చెప్పారు. తెలుగు కవుల్లో ఎక్కువమంది అలంకారికతకు మోజు పడడం భావనాశక్తి లేకపోవడము అని తీవ్రంగా విమర్శించారు. మన ప్రాచీన కవులు పాండిత్యాన్ని, అలంకారికతనూ ఆశ్రయించారన్నది రెడ్డిగారి సిద్ధాంతం. మితిమీరిన పాండిత్యప్రదర్శనా, అలంకారికత రసదృష్టికి ఎలా ఆటంకాలుగా నిలిచాయో రెడ్డిగారు ఈ గ్రంథంలో ఉదాహరణ పూర్వకంగా చూపించారు.

కవుల ప్రతిభకు ప్రాచీన అలంకారశాస్త్రం సంకెళ్ళు వేసిందని రెడ్డిగారు వాపోయారు. నాయకులనూ, నాయికలనూ జాతులుగా వర్గీకరించిన అలంకార శాస్త్రాన్ని చాలామంది కవులు అదే వేదం అనుకొని మానవ స్వభావ చిత్రణను నిరాదరించారని రెడ్డిగారు నిశితంగా విమర్శించారు.

కాళూరి వ్యాసమూర్తి శాస్త్రిగారూ, అక్కిరాజు ఉమాకాంతంగారూ, నోరి నరసింహ శాస్త్రిగారు ఈ గ్రంథంపై తీవ్రమైన విమర్శలు చేశారు. వీరెవరూ రామలింగారెడ్డిగారు లేవనెత్తిన అంశాలకు జవాబు చెప్పలేదు. వీరు రెడ్డిగారు పాశ్చాత్య సులోచనాలతో తెలుగు సాహిత్యాన్ని చూస్తున్నారని విమర్శలు గుప్పించారు.

విశ్వనాథ సత్యనారాయణ గారు "రామలింగారెడ్డి గారు తమ "కవిత్వ తత్త్వ విచారం" రాసి విమర్శలో గొప్ప దృక్పథం కలిగించి నవ్యసాహిత్యానికి కొత్త బోదెలు తవ్వారు" అని అన్నారు. చేకూరి రామారావుగారు కాలానికి అవసరమైన విమర్శ కట్టమంచిది "కాలగమనం ఇష్టంలేక అన్నీ తాటాకుల్లోనే ఉన్నాయనే తత్త్వం ఆయన వ్యతిరేకులది" అని అన్నారు.

ఉపన్యాసాలు - వ్యాసాలు:

కట్టమంచివారు మంచివక్త. సొంతం ఒక క్రొంగ్రొత్త ధోరణిలో ఉపన్యాసం ఇవ్వగల ప్రతిభాపాటవుడు. వారి ఉపన్యాసం వింటున్నంత సేపూ శ్రోతలు వారి వారి మెదడులకు పదను

పెట్టుకోవలసిందే. నిజాన్ని కుండబ్రద్దలు కొట్టినట్లు మాట్లాడగల ధైర్యం రెడ్డిగారికి వుంది. నిజాన్ని నిష్ఠూరంగా భావిస్తారేమో అనే సంకోచం సి.ఆర్.రెడ్డికి లేదు. ఆయన వ్యక్తిత్వం లోని ప్రత్యేకత ఇది. ఎవర్నీ లక్ష్య పెట్టకుండా తాను నమ్మిన అంశాల్ని ఏక బిగువున సి.ఆర్.రెడ్డి ఉపన్యసించేవారు. సునిశిత పరిశీలనం, సమగ్రమైన అవగాహనం ఆయన ఉపన్యాసాలకు ముడిసరుకులు. వీరి ఉపన్యాసాల్ని ప్రధానంగా రెండు రకాలుగా వర్గీకరించవచ్చు. ఒకటి రాజకీయ ఉపన్యాసాలు, రెండు సాహిత్య ఉపన్యాసాలు.

ముద్రించబడిన రెడ్డిగారి వ్యాసాల్లో అత్యధిక భాగం 200 పేజీలకు పైబడిన "వ్యాసమంజరి" అనే సంపుటి లభ్యమౌతాయి. వీటిలో చాలా వరకు పీఠికలు, ఉపోద్ఘాతాల రూపంలో ఇతర గ్రంథకర్తలు తమ రచనలను పీఠిక రాయమని కోరినందువల్ల కానీ, ఎవరైనా కవి, రాజపోషకుని స్మృత్యర్థం ప్రసంగించమని ప్రముఖ సందర్భాల్లో కోరినందువల్ల కానీ రాసినవి. ఆయన ప్రసంగాలు శ్రోతలకు వినిపించిన వ్యాసాలలాగ వుండేవి.

కట్టమంచివారి కమనీయ పీఠికలు

రెడ్డిగారు కావ్యాలు రాశారు. సాహిత్య విమర్శలు వెలయించారు. అర్థశాస్త్రం రాశారు. అలాగే తన గ్రంథాలకు, తనకు రక్తబంధువులైన వారి రచనలకు, ఇతర గ్రంథాలకు పీఠికలు రాసారు. నుదుట తీర్చిదిద్దిన తిలకంలా అసలు పుస్తకానికి గొప్ప హంగును సమకూర్చేవి కట్టమంచివారి పీఠికలు. వీటి ద్వారా ఆయన అభిప్రాయాలు, అభిరుచులు, అలవాట్లు, ఆత్మీయతలు. ఆనాటి మనుషుల ఆచార వ్యవహారాలు... ఇలా ఎన్నో విషయాలు తెలుస్తాయి.

కట్టమంచి వారు స్వీయ పీఠికలు, పర పీఠికలు రెండూ రాశారు. రెడ్డిగారు "ముసలమ్మ మరణము", "నవయామిని", "కవిత్వతత్త్వ విచారము", "భారత అర్థశాస్త్రము", "Articles on R.T.C. and other Addresses" అనే తన రచనకు స్వీయపీఠికలు రాశారు.

పరపీఠికలు :

తన ముత్తాత కట్టమంచి రామలింగారెడ్డి రచనలకూ, తన తండ్రి కట్టమంచి సుబ్రహ్మణ్యం రెడ్డిగారి "భారత సార రత్నావళి", "భాగవత సార ముక్తావళి" అనే సంకలన గ్రంథాలకూ, అక్కవరసైన గుండ్లపల్లె నరసమ్మగారి "వరదరాజశతకం"కూ, విద్యార్థి దశలోనే ఒంటబట్టించి తన సాహిత్య వ్యాసంగానికి పాదులుతీసిన శ్రేష్ఠులూరు కుప్పనయ్యంగారి "సర్వవిలక్షణ సార సంగ్రహం"కు పీఠికల్ని రాశారు.

మల్లాది సూర్యనారాయణ శాస్త్రి గారి "ఆంధ్ర భాషానుశాసనము", వంగూరి సుబ్బారావు గారి "ఆంధ్రవాఙ్మయ చరిత్రము", దేవిడి సంస్థానాధీశుల సంపాదకత్వాన ప్రచురితమైన "ఆంధ్రవిజ్ఞానకోశము" లకు రెడ్డిగారు పీఠికలు రాశారు.

"కళాపూర్ణోదయం", "రంగనాథ రామాయణం", దువ్వూరివారి "కృషీవలుడు", పింగళి కాటూరిల "తొలకరి", స్థానాపతి రుక్మిణమ్మగారి 'కాదంబిని', ఆచంట సత్యవతీదేవి గారి "సునందిని" నవలకు, కృష్ణ అయ్యంగారు కన్నడంలోనికి అనువదించిన "కన్యాశుల్కం", కైలాసంగారు ఆంగ్లంలో రాసిన "ఏకలవ్య" నాటకానికి పీఠికలు రాశారు.

ఇలా ఎన్నో గ్రంథాలకు రెడ్డిగారు పీఠికల్ని రాసి తన ప్రతిభా ప్రజ్ఞా పాటవాల్ని ప్రదర్శించారు. ఆయన మెచ్చుకుంటూ ఒక గ్రంథానికి పీఠిక రాస్తే "పరమ రసజ్ఞ శేఖరుడు, పండిత మౌళియు రామలింగారెడ్డి రచన మెచ్చెనయదికడిందిగ! కావ్యపు చిర్పీలాలలో మిడుతలు మెచ్చియేమి, మరిమెచ్చకయేమి..."

గొప్ప రసజ్ఞుడు, పండిత శ్రేష్ఠుడు అయిన రెడ్డిగారు మెచ్చుకోవడం కన్నా గొప్పయేముంది? మిగలిన వారు మెచ్చుకుంటే ఎంత, మెచ్చుకోక పోతే ఎంత అని ఆనాడు తెలుగుసాహిత్య ప్రపంచంలో ఒక అభిప్రాయం ఏర్పడింది.

కట్టమంచివారి చతురోక్తులు

కట్టమంచి వారు హాస్యప్రియులు. చమత్కార కుశలులు. చతుర సంభాషణాపరులు. సున్నితమైన హాస్యం, సరస సంభాషణ, చమత్కార పద ప్రయోగం వీరికి వెన్నతో పెట్టిన విద్య. దీనికి వీరి అసమానమైన ప్రతిభ, సమయస్ఫూర్తి దోహదం చేశాయి. కట్టిమంచి వారి వాక్చమత్కారం వారి బుద్ధి సూక్ష్మతకు నిదర్శనం. అంచేతనే విశ్వనాథ సత్యనారాయణ గారు ఇలా అన్నారు. "రెడ్డిగారి కున్న ప్రతిష్ఠలలో అన్నిటికంటే గొప్పది వాక్చమత్కృతి". ఇది నూటికి నూరుపాళ్ళు నిజం.

హాస్యప్రియత్వం రెడ్డిగారి స్వభావసిద్ధం. తాను ఎదుటి వారిని ఎప్పుడూ ఆకర్షించాలి అనే విధముగా వీరి సంభాషణాధోరణి ఉపన్యాస వైఖరి నడుస్తాయి. రెడ్డిగారు తన కంటూ ఒక ప్రత్యేకమైన శైలిని సంతరించుకున్నారు. వీరి ఉపన్యాసం ఒక బిగువు సడలని హాస్యపు దొంతరులు అంతర్లీనమైన రసవాహిక. వీరి ప్రసంగం శ్రోతలకు ఒక విజ్ఞాన వేదిక. సమయస్ఫూర్తికి కావలసిన "కుశాగ్రబుద్ధి" కట్టమంచి వారి సొత్తు. అదనుకు పదునయిన పదసంపద వారి హాస్యచాతుర్యాన్ని చాటి చెప్తుతుంది. వారి సమయస్ఫూర్తి తొణికిసలాడే హాస్యచాతుర్య సన్నివేశాలు కోకొల్లలు.

మద్రాసు మెడికల్ కాలేజీలో ఒక సభలో రెడ్డిగారు ప్రసంగిస్తుండగా మధ్యలో విద్యుత్ ప్రసారం ఆగిపోయింది. ఆ అవరోధాన్ని సమయస్ఫూర్తితో ఇలా కప్పిపుచ్చారు. "చీకటిలో మాట్లాడుట నాకు అలవాటు లేదు. నేను బ్రహ్మచారిని గదా!"

కట్టమంచి వారి హాస్యం వెనుక "కొంటెతనం - వాడితనం" దాగి వుంటాయి. ఒక సభలో బ్రహ్మచారి అయిన సి.ఆర్.రెడ్డిని భీష్మునితో, హనుమంతునితో, వినాయకునితో పోల్చడం జరిగింది. "లేనిపోని విశేషణాలు ఎందుకు దుర్వినియోగం చేస్తారు. అవివాహితుడైన నాకు స్త్రీలసంగతి గృహస్థులకంటే ఎక్కువ తెలుసు" అని వెంటనే సి.ఆర్.రెడ్డి గారు చమత్కరించారు.

పి. కమలమ్మ అనే సెనేటు సభ్యురాలు పెండ్లికాగానే బి.కమలమ్మ అయింది. అంటే అత్తవారింటి పేరుకు సంబంధించిన అక్షరం "బి". దీన్ని ఆధారం చేసుకొని రెడ్డిగారు "పరుషములు సరళమైనవే" అని వ్యాకరణ పరిభాషకు శృంగార పరంగా ధ్వనింపచేశారు.

సమయానికి తగినట్లు మాట్లాడటంలో సి.ఆర్.రెడ్డి అందె వేసిన చేయి. పదవిన్యాసం సమయస్ఫూర్తికి గీటు రాయి అవుతుంది. ఒకసారి మద్రాసు సెంట్రల్ స్టేషన్‌లో రెడ్డిగారు దిగే సమయానికి ఒక పత్రికావిలేఖరి దగ్గరకు రావడం, వెంటనే "నాకు రిపోర్టర్‌తో పనిలేదు పోర్టర్ కావాలి" అనడం జరిగింది. రెడ్డిగారి దృష్టిలో బెజవాడ బెజవాడ కాదట. అది బ్లేజ్‌వాడ (మంటల వాడ).

"ఆంధ్రదేశములో ముగ్గురు ప్రతిభావంతులున్నారు. దుగ్గిరాల గోపాలకృష్ణయ్యగారు ప్రథమ శ్రేణి ప్రతిభావంతుడు. కాని ఆయన జీవితము నందు తృతీయశ్రేణిలో విజయము పొందినాడు. నేను ద్వితీయశ్రేణి ప్రతిభావంతుడను. అందువల్ల నాజీవితం సగం జయం, సగం అపజయం. రాధాకృష్ణగారు తృతీయశ్రేణి ప్రతిభావంతుడు. అందుచేతనే ఆయన జీవితంలో ప్రథమశ్రేణిలో విజయం గావించినాడు."

జస్టిస్‌పార్టీ భవితవ్యం ఏమిటో రెడ్డిగారికి బాగా తెలుసు. ఈ అంశాన్ని ఈ వాక్యం తెల్పుతుంది. జస్టిస్‌పార్టీకి జాతీయ గీతాలు రావు. వచ్చింది "హంసగీతం" మాత్రమే. హంస కూయగానే చచ్చిపోతుందన్నది కవిసమయం.

ఎగ్మూరులో జరిగిన ఒక సభలో కట్టమంచివారు ప్రసంగిస్తుండగా కొన్ని రాళ్ళు విసరబడ్డాయి. దీనికి జస్టిస్‌పార్టీ మద్దతు వున్నట్లు కట్టమంచివారికి అనుమానం. వారీ అనుమానాన్ని హాస్యంతో కలిపి ఈ విధంగా అన్నారు. జస్టిస్‌పార్టీ వారు ఇంకా రాతియుగంలో జీవిస్తున్నారనడానికిదే తార్కాణం.

రామలింగారెడ్డిగారు ఆజన్మ బ్రహ్మచారి. అయినా ఆంధ్రవిశ్వకళా పరిషత్ తన ప్రధాన ప్రేయసి అనేవారు.

నాగపూరు స్త్రీల కళాశాలను రెడ్డిగారు సందర్శించిన సమయంలో విద్యార్థినుల వసతి గృహంలో ఎలుకల బాధ విపరీతంగా వుంది అని ఒకరన్నారు. అతనితో వెంటనే సి.ఆర్.రెడ్డిగారు "ఇక్కడ చాలా పిల్లులున్నవే, ఏల మీకీబాధ" అని సరసమాడారు.

చెళ్ళపిళ్ళ వెంకటశాస్త్రి గారి సన్మాన సభకు కట్టమంచి వారు అధ్యక్షులు. అధ్యక్షోపన్యాసం ఇస్తుండగా మాటిమాటికి శాస్త్రిగారు ఏదో చెప్పచూస్తుండేవారు. అలా మాట్లాడవద్దని రెడ్డిగారు అనేవారు. "శాస్త్రిగారికి జంట కవిత్వం చెప్పే అలవాటు ఇంకా పోలేదు" అని శాస్త్రి గారిని సున్నితంగా మందలించారు.

మద్రాసు ముఖ్యమంత్రి పదవికి ప్రకాశం పంతులు, రామస్వామి రెడ్డియార్ పోటీ చేస్తున్నారు. డాక్టర్ సుబ్బరాయన్ ఆ పదవికై అర్రులు చూడటం చూసి రెడ్డిగారు ఈ విధంగా అన్నారు. "రెండు సింహాలు ముఖాముఖిని ఢీకొంటూ వుంటే ఒక జిత్తులమారి నక్క ఈ పదవిని నోట కరుచుకపోవడానికి ప్రయత్నిస్తోంది."

మిశ్రమ మంత్రివర్గం ఏర్పాటు చేస్తే బావుంటుందని సి.ఆర్.రెడ్డిగారు సి.రాజగోపాలాచారికి సూచన ఇచ్చారు. మంత్రివర్గం ఏర్పడి నాలుగునెలలే కదా అయింది. అప్పుడే మార్పా అని రాజాజీ అంటే "నేను గణితమును గురించి మాట్లాడుటలేదు. రాజకీయాన్ని గురించి" అని రెడ్డిగారు చతురోక్తి పూర్వకంగా అన్నాడు.

ఒకసారి ఆయన మిత్రులతో కలిసి నెల్లూరు పురవీథుల గుండా వెళ్తున్నారట. 'వేడితేనీరు ఆరోగ్యానికి మంచిది" అంటూ ఒక చోట ప్రకటన కన్పించింది. అప్పుడు రెడ్డిగారు తనను వెన్నంటి వస్తున్న వారివైపు తిరిగి "ఈ ఊళ్ళో వాళ్ళు వేడితే గానీ నీళ్ళు యివ్వరా!" అని ప్రశ్నించారట.

ఒకసారి ఆయన ఒక బంధుగృహానికి వెళ్ళడం తటస్థించింది. అదొక పెద్దమేడ. మేడముంగిట "కుక్కలున్నవి జాగ్రత్త" అంటూ బోర్డు వ్రేలాడుతూ వుందట. "ఇక్కడ పూర్వం మనుషులుండిరే! వారేమైరి?" అంటూ ఆయన ఆశ్చర్యం వెలిబుచ్చారట.

విద్యాభ్యాసం కోసం కేంబ్రిడ్జికి వెళ్ళిన కొత్తలో ఆయనకు ఒక ధర్మసంకటం ఎదురైందట, కత్తులు, కటార్లు ఉపయోగిస్తూ ఆహారం తీసుకోవడం ఎలాగో ఆయనకు తెలిసింది కాదు. ఒకానొక విందులో యాపిల్‌పండ్లు తినవలసి వస్తే కత్తితో కోసి, ఫోర్కుతో తీసి తినే విధానం చేతకాక, ఆయన అప్పటికప్పుడు ఒక ఉపాయాన్ని కనిపెట్టేశారట. అదేమిటంటే యాపిల్‌పండును చేతికి తీసుకొని "మా దేశంలో రామాయణం" అని గొప్ప గ్రంథం వుంది. అందులో హనుమంతుడు అనే ఒకరు వున్నాడు. ఇదిగో ఆయన ఏ పండునైనా ఇలాగే తినేవాడు అంటూ పండును కొరికి తినడం ప్రారంభించారట. అప్పటికీపద్ధతే బాగున్నట్టు విందులో కూర్చున్నవారు సైతం రెడ్డిగారిని అనుకరించ సాగారట. ఇదండీ రెడ్డిగారి పద్ధతి.

ఒక పట్టణంలో రామలింగారెడ్డి గారిని అంబారిపైన ఊరేగించదలచి ఏనుగును సిద్ధంచేసి, మేళతాళాలతో వేచివున్నారట. ఆ సంబరాన్ని చూసిన ఆయన "అయ్యో! ఇదేమిటి? ఊరేగించడానికి నేను పెండ్లికొడుకునూ గానూ, ప్రేతాన్నీ కానే" అన్నారట.

కట్టమంచివారి వ్యక్తిత్వం

కట్టమంచివారి వ్యక్తిత్వం మిశ్రమమైంది. ఎత్తు పల్లాలతో కూడుకుంది. స్వేచ్ఛ రెడ్డిగారి జీవితంలో కీలకాంశం. రాజసం, నిర్మొహమాటం ఆయన వ్యక్తిత్వానికి రెండు కళ్ళు. సమైక్యాంధ్రను 1937లోనే కాంక్షించిన రెడ్డిగారి వ్యక్తిత్వం సులభంగా మనం గ్రహించవచ్చు.

కట్టమంచివారు ఆంధ్రవిశ్వకళాపరిషత్‌కి ఉపాధ్యక్షులైన తర్వాత వేమనను గూర్చి ప్రత్యేక ఉపన్యాసాలివ్వడానికి ఉద్యోగరీత్యా మైసూరులోవున్న రాళ్ళపల్లి అనంతకృష్ణశర్మ గారిని విశాఖపట్నం రప్పించారు. ఆ ఉపన్యాసాలు పుస్తకరూపంలో వచ్చిన తర్వాత సాటిలేని వచనగ్రంథంగా దాన్ని మెచ్చు కున్నారు. తన మానసిక వికాసానికీ, అభ్యున్నతికీ, ప్రధానకారకులైన రెడ్డిగారికి అనంతకృష్ణశర్మ గారు "గాథాసప్త శతీసారం" అనే గ్రంథాన్ని అంకితం ఇచ్చారు. ఆ సందర్భంలో శర్మగారు రాసిన పద్యాలు కట్టమంచివారి కీర్తికి కలికితురాయి లాంటివి. ఈ పద్యాల్లో రెడ్డిగారి వ్యక్తిత్వం స్పష్టంగా గోచరిస్తుంది.

1

నీదు నగవు బిగువు, నెరపల్కు పదను, నీ
తెలివిలోతు, నడత తెగువ, నీదు
నిండు తెలుగు మనసు, నీ యోర్మి, నీ కూర్మి
మచ్చుమందు లగుచు మరవె నన్ను.

2

వయసునందు, కలిమి, వైదుషీ గరిమ, లో
కానుభూతి, మించువోని ప్రతిభ
ఎంత దొడ్డవాడవీవు! నా కిచ్చిన
దెంత చనవు! మరతు నెట్లు దాని!

3

సరసమిత్రుడనగ, గురుడన, జేపట్టి
పయికి, నెత్తినట్టి ప్రభు వనంగ
ముత్తె రగుల మనసు ముడిగొన్నవారు, నా
జీవితమున లేరు నీవు దక్క.

4

ధర్మ తత్త్వ దృక్పథంబుల భిన్న వా
దంబు కొంత మనది, దానికేమి
నీదు సౌహృదంబె నిన్నును నన్నును
దాని ఎల్ల లెల్ల దాట జేసె.

5

అన్నిటికిని దొడ్డదై కావ్యదీప్తికి
కరగు మనసు నీది! కట్టమంచి
రామలింగరెడ్డి రాజ! ఈ చిరు కాన్క
దానికిత్తు, నొండు దడవలేను.

ఆధార గ్రంథాలు

1. కట్టిమంచి "ముసలమ్మ మరణము" - పరిశీలన – కె. దామోదర రెడ్డి
2. డా॥ సి. ఆర్. రెడ్డి – శ్రీ ఆంజనేయులు
3. డా॥ సి. ఆర్. రెడ్డి – శ్రీ ఎమ్.వి. చలపతిరావు
4. డా॥ సి. ఆర్. రెడ్డి – శ్రీ గొర్రెపాటి వెంకట సుబ్బయ్య
5. డా॥ సి. ఆర్. రెడ్డి – శ్రీ భాస్కర చౌదరి
6. తెలుగుసాహిత్య విమర్శ సిద్ధాంతాలు – ప్రొఫెసర్ వెలమల సిమ్మన్న
7. విమర్శక మేధావి డా॥ సి.ఆర్.రెడ్డి – శ్రీ అన్నపరెడ్డి వెంకటేశ్వర రెడ్డి
8. సి.ఆర్.రెడ్డి – శ్రీ మధురాంతకం రాజారాం
9. సాహితీమూర్తి కట్టమంచి (సం) – శ్రీ భాస్కరచౌదరి

వేంకట పార్వతీశ్వరకవులు

(1881-1972; 1882-1955)

- ఆచార్య గోగినేని యోగప్రభావతీదేవి

నవ్యాంధ్ర సాహిత్య వసంతోదయాన మధురముగ, మార్దవముగ, మంజులముగ ప్రభాత గీతికలాలపించిన కవికోకిలలు వేంకట పార్వతీశ్వర కవులు. 'భావకవితా భానూదయానికి ముందు పూచిన భక్తులు, ప్రణయారాధకులు, ప్రకృతి సౌందర్యోపాసకులు, ఆధ్యాత్మికానంద మూర్తులు, దేశభక్తులు, రాజభక్తులు, సంఘసంస్కరణ వాదులు, మానవతా వాదులునై సర్వజనామోదయోగ్యమగు పెక్కు రచనలు చేసి సాహిత్య జగత్తున శాశ్వతత్త్వము పొందారు.

ఆంగ్లభాషా ప్రభావము ఆంధ్రసాహిత్యముపై ప్రసరిస్తున్న తొలిరోజులలో నవ్యాంధ్ర సారస్వత నందనోద్యానములో అపురూపమైన కావ్య కుసుమాలను విరియించిన జంటకవులు వేంకట పార్వతీశ్వరులు. సంప్రదాయ కవితా సుమమునకు నవత, లాలిత్యము సౌందర్య సౌరభాలుగా కూర్చి క్రొంగొత్త రూపును దిద్దితీర్చిన కవితా శిల్పులు వీరు.

అవధానులుగా కాక కేవలము కవులుగా ఆంధ్రదేశమున తొట్టతొలుత బయలుదేరిన జంట వేంకట పార్వతీశ్వరులేయని పుట్టపర్తి నారాయణాచార్యుల వారిచే ప్రశంసింపబడిన ప్రతిభావంతులు ఈ కవులు. అంతకుమించి భక్త మహాశయులు. హృదయవాదులైన ఈ కవులు ఏకాంత సేవారాధకులు, కావ్యకుసుమావళీ సౌరభప్రియులు, బృందావన వీథీ విహారులు, రామాయణ గానమాలపించిన కుశలవులు, బాలసాహితీ సృష్టికర్తలు, నవలా సారస్వతమునకు అపారాభ్యుదయము గావించిన వారు. పండిత పామర బాలవృద్ధ జనమనోరంజన రచనా ప్రవీణులు.

ఇరువదియవ శతాబ్దారంభమున మధుర సుందరమైన కవిత్వముచేత, చైతన్యవంతమైన నవలా పరంపరచేత ఆంధ్రలోకమున అపూర్వసారస్వత చైతన్యమును కలిగించిన వారు వేంకటపార్వతీశ్వర కవులు. బాలాంత్రపు వేంకటరావు, ఓలేటి పార్వతీశం - వీరిరువురు ఏకమై వేంకట పార్వతీశ్వర కవులయ్యారు.

జీవిత విశేషములు:

1. వేంకట పార్వతీశ కవిద్వయములో మొదటివారైన బాలాంత్రపు వేంకటరావుగారు తూర్పు గోదావరీ మండలమున పెద్దాపురము తాలూకాలోని మల్లాము గ్రామమున సూరమ్మ, వేంకటనరసింహము దంపతుల శుక్తిముక్తా ఫలముగా విక్రమవత్సరము 2-1-1881 వ తేదీన జన్మించారు. వీరు వాధూల సగోత్రులు. నియోగి శాఖీయ బ్రాహ్మణులు.

"వేంకట్రావుగారు స్ఫురద్రూపి. మితవాది. వారి మనస్సు సాత్వికమైనా ఒక కంట్లో రాజసం. ఒక కంట్లో తామసం ఏక కాలంలో వెలుగుతూ ఉండేవని, కళ్ళల్లో శుక్లాలుండడంతో, ఏదీ కనబడదని చెబుతూనే ఎవ్వరూ చూడని వాటిని చూస్తూ చూపించడం వారి హాబీగా ఉండేద'ని ఆరుద్రగారు అభివర్ణించారు.

వేంకటరావుగారు భక్తవర్యులు. వేంకటరావుగారి తండ్రి నారసింహమౌని సంగీత ప్రియులు, భక్తి తత్పరత కలిగిన వారు కావున నిరంతరము నారాయణ తీర్థుల వారి తరంగగానము నాలపిస్తూ ఉండేవారు. తండ్రి భక్తి భావ పరవశత్వమే తనయునకు సంక్రమించింది. బాల్యము నుండి వేంకటరావుగారికి భాగవతమనిన మక్కువ. ఆయన భక్తి భావ తత్పరతే తనకును సంక్రమించినదని రజనీకాంతారావుగారు తృప్తిగా చెప్పుకొంటారు. తండ్రిగారి భాగవత భక్తి, తాతగారి సంగీతాభిరుచి సంక్రమించిన రజనీకాంతరావుగారు జన్మించిన సంవత్సరమే (1920) 'ఏకాంతసేవ' రచింపబడినది. నేనూ, ఏ కాంతసేవ కవలలమని 'రజని' గారి చమత్కారోక్తి.

వేంకటరావుగారిది మంచి ఎత్తైన విగ్రహము. చేతికర్ర ఊపుతూ దర్పముగా పిఠాపురపు వీథులలో ఆయన నడిచి వెళుతుండగా ఆయన గాంభీరాకృతిని మెచ్చనివారు, ఆ పాండితీమూర్తిని కొనియాడని వారు ఉండెడివారు కారు. ఆ రోజులలో ఆ ప్రాంతమునకంతయు సుపరిచితులు. ఎదుటివారితో మాట్లాడునప్పుడు ఆప్యాయత కుమ్మరించేవారు. వృద్ధులైనప్పటికి నిటారుగా నిలబడెడితీరు, తిన్నగా, తీవ్రముగా చూసెడికనులు, చెరిగిపోని విభూతివలె కనిపించెడి తెల్లని బొద్దు కనుబొమలు, కొనదేరినముక్కు, చుక్కవలె గుంటబడిన చుబుకము, అన్నింటికంటె ఏదో విలక్షణత్వము వేంకటరావుగారిలో ప్రస్ఫుటమయ్యేది.

వేంకటరావుగారికి నడివయస్సునందే సతీ వియోగము కలిగినది. ఆ దుఃఖములో 'విరహ సంగీతము' అనే స్మృతి గీతమును రచించారు. వేంకటరావుగారు 27-10-1972 తేదీన దివంగతులైరి. వీరు తమ మరణపర్యంతము కవితా రచన కొనసాగించినట్లు తెలుస్తున్నది.

2. వేంకట పార్వతీశ కవిద్వయములో రెండవవారు ఓలేటి పార్వతీశంగారు వెంకమ్మ, అచ్యుత రామయ్యల తపఃఫలముగా ప్రాగ్గోదావరీమండలమున పెద్దాపురము తాలూకాలోని కొమరగిరి గ్రామమున చిత్రభానువత్సరము 23-5-1882 వ తేదీన జన్మించారు. వీరు గౌతమ సగోత్రులు, నియోగిశాఖీయ బ్రాహ్మణులు.

ఓలేటి పార్వతీశముగారి రూపస్వభావ చిత్రణ గావించుచు గోరాశాస్త్రిగారు ఇట్లు వర్ణించిరి.

"శాంత గంభీరమైన ముఖం, విశాలమైన ఫాలతలం, వెడదయైన పండు మీసాలు, మేఘ గర్జనం వంటి కంఠస్వరం - శ్రీ ఓలేటి పార్వతీశంగారితో క్షణమాత్ర పరిచయభాగ్యం ఉన్నవారికి ఆ అమృతమూర్తి విగ్రహం శాశ్వతంగా హృదయంలో హత్తుకుపోతుంది. సింహగర్జనం వంటి వాక్కువెనక ఎంత ఆర్ద్ర హృదయం ఉన్నది - అనిపిస్తుంది. ఆయన అమాయకత్వం

దాచినా దాగేది కాదు. అలాగే తళతళ మెరిసే ఆయన నేత్రాల వెనక ఉన్న మానవప్రేమ, కారుణ్య దృష్టి అణచిపెట్టుకున్నా అణిగిపోయేదికాదు. ఉత్తమమైన, హృదయంగమమైన కవిత వింటే - ఆనందంతో ఆ కళ్ళు నీళ్ళు కార్చేవి. దుఃఖార్తుని కథవింటే, పసిపిల్లకి దెబ్బ తగిలితే దాహంతో పక్షి అరిస్తే, పార్వతీశంగారు బేలవలె వెలవెల కన్నీరు కార్చేసేవారు. నిత్యజీవితంలోని ప్రతి బాధామయసంఘటనకే ఆయన హృదయం చలించిపోయేది. ఆవేశము వచ్చినప్పుడు శ్రీపార్వతీశంగారి కళ్ళు 'శ్రావణ మేఘాల్లాగా' తడితడిగా ఉంటాయి. 'కలుష హృదయాలగర్వాలు, కాంక్షితాల, నిత్యకోలాహలాగ్ని భగ్నీకృతమైన' ఈ సమకాలీన సమాజంలోనే పార్వతీశం గారు అలా జీవించారు."

పార్వతీశంగారి తండ్రి అచ్యుతరామయ్య గారు మంచి రామభక్తులు. పురాణ కాలక్షేప మొనర్చు చుండెడివారు. పార్వతీశంగారును తండ్రి వలెనే గొప్పరామభక్తులు. పార్వతీశంగారు 12-6-1955 న దివంగతులైరి.

వేంకట పార్వతీశ్వర కవులు తరుణ వయస్సు నుండి (1903-1904) వేర్వేరుగా కవితా సాధన చేస్తుండేవారు. వీరిరువురు కవిద్వయముగా ఏర్పడకముందు బాలాంత్రపు వేంకట్రావుగారు 'ధనాభిరామము' అను అయిదంకములు గలిగిన నాటకమును, 'సురస' యను నవలను, 'స్త్రీల వ్రతకథల'ను నూరింటిని రచించారు. ఓలేటి పార్వతీశం గారు పిఠాపురము రాజావారి పట్టాభిషేకమునకై 'సువర్ణమాల' అను నాటకమును, 'తారాశశాంకము' అనెడి మరియొక నాటకమును ఇంకొక సన్నివేశమున రచించారు.

కవుల కలయిక:

1904 వ సంవత్సరము దాక ఈ జంట కవులు ఒకరినొకరెరుగరు. ప్లీడరు గుమాస్తా పని చేసికొనుచున్న బాలాంత్రపు వేంకటరావుగారు ఏవో అల్లిబిల్లి పద్యాలల్లుతూ ఉండేవారు. ఓలేటి పార్వతీశంగారు చెలికాని లచ్చారావు దగ్గర ఉండి అచ్చుపనులు చూస్తుండేవారు. ఆచంట సాంఖ్యాయన శర్మగారి సంపాదకత్వములో 'కల్పలత' అను పత్రికలో భాషా సంబంధములైన ప్రశ్నలు, సమస్యలు వెలువడేవి. ఆ పత్రికలో సమస్యాపూరణము గావించినందులకు బాలాంత్రపు వారికి 1904 లో ప్రథమ బహుమానము వచ్చింది. ఆ సమస్యాపూరణమునకే విమర్శకాగ్రేసరులని పేరుపొందిన నడకుదుటి వీరరాజు పంతులుగారికి ద్వితీయ బహుమానము, చెలికాని లచ్చారావుగారి ముద్రణ శాలా పర్యవేక్షకులైన ఓలేటి పార్వతీశంగారికి తృతీయ బహుమానము వచ్చాయి. నడకుదుటి వీరరాజకవి విద్వజ్జన మనోరంజనీ ముద్రాలయద్వారా పిఠాపురములో సారస్వతసేవచేసేవారు. దీనిని చూచిన సహృదయుడైన వీరరాజకవి మల్లాము నుండి వెంకట్రావుగారిని, కొమరగిరి నుండి పార్వతీశ కవిని తీసికొని వచ్చి పిఠాపురంలో అనుసంధానము చేశారు. నాటినుండి వేంకటపార్వతీశ్వరుల జంట ఏర్పడింది. ఈ యువకవులను

వేంకటపార్వతీశ్వర కవిద్వయంగా సాహిత్యయాత్ర సాగించుటకు ప్రాతిపదిక వేసి ఆంధ్ర సారస్వతమునకు అమూల్యమైన ఉపకారమొనరించినవారు వీరరాజుగారు.

నాటినుండి ఉభయులకు ఒకే కలం, ఒకే కంఠధ్వని, ఒకే కృషి, ఒకే అవధి. సంగీతసాహిత్యాలు, రాగతాళాలు, వాగర్థాల వంటి కలయిక ఈ జంటకవులది.

"శ్రీ వేంకట పార్వతీశ్వర కవులు అన్నదమ్ములు గారు, అంతకన్న దగ్గరవారు. ఆవేశము వచ్చినప్పుడు ఒకరి కళ్ళు అగ్ని కణాల్లాగ తళతళ మంటాయి. రెండవవారి కళ్ళు శ్రావణమేఘాల్లాగ తడితడిగా ఉంటాయి. ఒకరిది అధికారపు ధోరణి; రెండవవారిది అనురాగపు సరణి... అనవరత సాహచర్యం వల్ల ఈ కవులలో క్రమక్రమంగా ఒకరి ప్రకృతి ఒకరిని ఆవహించి ఒకరిలోకి ఒకరు ప్రవేశించి, ఎవరెటువంటి వారో పరమాప్తుల పరిశీలనం కూడి పసికట్టలేనట్టుగా ఇద్దరూ సమగ్రంగా వికసించి, సరిగ్గా ఒక్కరే, ఒక్క మహాకవే, అయి ఊరుకొన్నా" రని దేవులపల్లి కృష్ణశాస్త్రిగారు కావ్యకుసుమావళి భూమికలో ఈ జంటకవుల అభేదము నభివర్ణించారు.

పాండిత్యగరిమ:

ఈ కవులిరువురు గురుముఖంగా శాస్త్రాధ్యయనం చేసిన వారేమీ కారు. తమ తండ్రుల వద్దనే భారత, భాగవత, రామాయణ కావ్యాలను క్షుణ్ణంగా అధ్యయనం చేసినవారు. ప్రాచీన కావ్యము లన్నింటిని పుక్కిటబట్టారు. సంస్కృతాంగ్ల, కన్నడ, వంగ భాషలను గురుముఖంగా అధ్యయనం చేయకుండగనే స్వతంత్రంగా కృషిచేసి, అధికారం సంపాదించి ఆయా భాషాసౌరభాలను ఆంధ్రమున గుబాళింపజేసిన ప్రతిభావంతులు. వంగభాష నేర్చుకొనుటకు ప్రేరణగా బంకించంద్రుని నవలను బి. వేంకటాచార్యగారిచే కన్నడంలో అనువదింపబడిన దానిని మిత్రుని చేత చదివించుకొని విని వంగ వాఙ్మయపు సొగసులకు, బంకించంద్రుని కల్పనల పొంకమునకు ముగ్ధులై ఆ భాషలో కృషిచేసిరి.

జంటకవుల అద్వైత స్నేహభావన:

గాఢానుబంధంతో ఒక పద్యాన్ని లేక ఒక ప్రబంధాన్ని అభేద భావంతో కలిసి నిర్మింపవలెననెడి తీవ్రమైన లక్ష్యసాధన సాక్షాత్కరించుటచే ఈ కవియుగళమును లోకం జంటకవులుగా ప్రశంసించింది.

తిరుపతి వేంకటకవులు తమ మైత్రిని క్షీరనీరములతో ఉపమించిరి. వేంకట పార్వతీశ్వర కవులు తమ అనుబంధాన్ని పంచదార ఫలరసాలతో, శరత్తు వెన్నెల రాత్రులతో ఉపమించుటలో ఆ యనుబంధం అనుభవైక వేద్యమని 'కవిద్వయము' అను ఖండికలో తెలుస్తున్నది. వారి స్నేహము నందలి అద్వైత భావనను గురించి ఈ కవులే "నేను – తాను" అను శీర్షిక యందు తమ మానసికస్థితిని రమ్యముగా అభివర్ణించారు. అద్వైతము వారి ప్రాణము. "... కథా సందర్భము

ననుసరించి నేను - తాను అని చెప్పవలసి వచ్చినది గాని - తాను లేక నేనును నేను లేక తానును మీకగుపడుట యెన్నటికిని పొసగనే పొసగదు. 'నేను - తాను' అను మా యిద్దరి కలయికయే 'నేను' అని మీరు గ్రహింపగలిగినజాలును." ఈ అద్వైతమే వారి రచనలకు అంతస్సూత్రమై ఆత్మస్ఫూర్తి నందించినది.

జంటకవుల కవితావతారిక:

వేంకట పార్వతీశ్వరులు తమ తరములో వచ్చిన ప్రచలనమును గమనించినవారై దానిని తమ కవిత్వమున ఉపయోగించుకొనుటలో కృతకృత్యులయ్యారు. వంగ సాహిత్య ఝంఝానిలము, ఆంగ్లసాహిత్య భావోజ్జృంభణము వీరికి ఉత్తేజము నిచ్చాయి. దాని ఫలమే వారి అపూర్వ రచనా పరంపర.

కవి సాత్త్వికుడు, భక్తుడు అయినచో కవిత సరసము, మధురము అగుట సహజము.

వేంకట పార్వతీశ్వరుల కావ్యగానము ఉషః కాలములో తీయమామిడి గుబురులో నుండి వినవచ్చెడి కోయిల పాటలోని మాధుర్యము వంటిది. అందులో తీవ్రభావోద్వేగ కలకలము కాని, ప్రబోధకాహళ ధ్వనులు కాని వినిపించవు. ఏకాంతసేవ, కావ్యకుసుమావళి, బృందావనము, భావసంకీర్తనము మొదలైన అమూల్య కావ్యరచనము గావించిన వేంకట పార్వతీశ్వర కవుల కవితావతారికను తెలియజేయుమని తెలికిచర్ల వెంకటరత్నంగారు మద్రాసు రేడియోవారు నిర్వహించిన కవి సమ్మేళనంలో అడుగగా ఈ కవిద్వయం పలికిన తీరు హృద్యం, మనోజ్ఞం.

"ఒక శుభముహూర్తమున మా ఒండొరుల శుభసమ్మేళనమైనది. హృదయ సమ్మేళనము అయినది.

ఆ మధుర క్షణము నందు మా హృదయ పల్లకి వివిధ స్వరములతో వివిధ గీతములతో నిత్యనూతనగతులలో విశ్వగానము ఆలపించుటకు సంకల్పించితిమి. ఎందుకని?

పూవుల మెత్తదనము, తేనెల తియ్యదనమును, తెమ్మెరల కమ్మదనమును, వెన్నెలల చల్లదనమును, చుక్కల చక్కదనమును వెలయించి, ప్రకృతి హృదయమును పులకింపజేయ వలయునని. భక్తిజ్ఞాన దీపికలచే బాహ్యాంతరములను ప్రకాశింపజేసి, సుఖదుఃఖాదిక ద్వంద్వభావ పూరితమగు భువనమంతటినీ అఖిల జీవానంద సంధాయక మగు బృందావనముగా జేసి వైచు ప్రణయభావ సంకీర్తనము చేయవలెనని.

సమశ్రుతి సమన్వితమగు ఆ సంకీర్తనాలాపములో షడ్జస్వరము పంచమమున లీనమయ్యెనా? పంచమ స్వరము షడ్జమున లీనమయ్యెనా అను ప్రశ్నమున కవకాశమెక్కడ?

అట్టి అవకాశములేని సామరస్యము నందే, అపురూపమగునట్టి ఐక్యభావములోనే మా తొలి కవిత అవతరించినది. అప్పుడే,

362 తెలుగు మణిదీపాలు

'ఎంచగా రాని శబ్ద ప్రపంచమందు
వేరు వేరు రూపంబుల వెలయు నీదు
విమల పదముల నాత్మ భావించుచుందు
మనిశమును మాకు దోడ్పడు మక్షరంబ!'

అను ప్రార్థన మయినది. ఆ ప్రార్థనానంతరము ఏకాగ్రచిత్తము తోడి తన్మయావస్థలో-

'అమృత సురభిళ మృదులతాంతముల తోడ
నమృత పరిపక్వ ఫలగుళుచ్ఛముల తోడ
నమృత రస మాధురీ మూర్తివైన నిన్ను
గంటిమో తల్లి సుకవితా కల్పవల్లి.'

అను ఆనందరసమయోక్తులు మాలో నుండి వెలువడినవి. అట్టి దివ్యసందర్శన సౌభాగ్య సమయమున

'విమల నవనీత మృదుల శబ్దముల గూర్చి
రమ్యభావ ప్రబోధకార్థముల గూర్చి
ప్రకృతుల గరంచు నెట్టి కావ్యములనైన
మహిత గతిలోన వ్రాయుమా కవీంద్ర'

అని ఆజ్ఞ అయైనది. ఆ కవితా సరస్వతి ఆ దేశానుసారముగా

'ప్రాభవాత్మ యందు బ్రణయ శ్రుతులయందు
ముగ్ధజీవభావ మురళిమ్రోగి
సరసభక్తి భావ సంకీర్తనంబయి
విశ్వవీణ మేళవింపఁదొడగె'

ఇది మా కవిత యవతారిక -

'గానమాతనిది, చొక్కంబైన శ్రుతినాది
సరస మోహన కలస్వనము మాది
రాగమాతనిది, తోరంబైన కళనాది,
శాంతసుందర విలాసంబు మాది,
స్వరమాతనిది, విభాసురమైన లయనాది
సురుచిరామోద విస్ఫురణ మాది,
భావమాతనిది, జీవంబైన ధ్వనినాది,
నవనవానంద వైభవము మాద

చోద్యముగ బాడు నాతండు చూపులోనె
పట్టియాడెద నేఁగను పాపలోనె,
ఏపుగా రూపుగాఁదోచు నింతలోనె
చూపులోఁ బాపయై కవితాపురాణి.'

అట్టి తన్మయానంద సమయమున - అట్టి ఏకాంతసేవావసరమున - ఎవరు? ఏమనుచున్నారు?

'ఇరువురి నయనంబు లేకమైనప్పుడు
నింగిపై వ్రేలెనే నీలాల పేరు?
ఇద్దఱి వదనంబులెదురైన యపుడు
విశ్వంబు బ్రాకెనే వెన్నెల తీగ
ఒండొరువుల పల్కు లొక్కటైనప్పుడు
దిక్కుల నిండెనే దివ్యగానములు
ఉభయుల హృదయంబు లొరసినయపుడు
పరవశమయ్యెనే ప్రకృతి యంతయును.'

వేంకట పార్వతీశ్వరుల కవితామూర్తిమత్వమును నిరూపించుటకు ఇంతకంటే చక్కని దృష్టాంతముంటుందా!

వేంకటపార్వతీశ్వరుల సాహిత్య జీవితము

జంటకవుల తొలి రచన:

జంటగా ఏర్పడిన వెనువెంటనే ఈ కవులు 'చిత్రకథాసుధాలహరి' అను ఆధునిక పద్యకావ్యమును రచించి వేంకట పార్వతీశ్వర కవులనే పేరుతో ప్రకటించారు. '15-1-1906 వ తేదీన ఈ కావ్యమును ప్రారంభించి ఆరుదినములలో నిర్విఘ్నముగా పరిసమాప్తి నొందించితి'మని కవులే ఈ కావ్య పీఠికలో చెప్పికొన్నారు. 389 పద్యములు కలిగిన కావ్యమును ఇంత తక్కువ వ్యవధిలో రచించుట వీరికే చెల్లింది.

ఈ గ్రంథము తొలుత కాకినాడలో వెలువడుచున్న 'సావిత్రి' యను మాసపత్రికలో కొంతవరకు ముద్రింపబడింది. తరువాత ఆ పత్రిక నిలిచిన కారణముగా ముద్రణ ఆగిపోయింది. వేంకటగిరిలోని 'కారొనేషన్ విద్యావినోదినీ లైబ్రరీ' వ్యవస్థాపకులైన శ్రీనివాసాచార్యులు గారి సహాయంచే ఈ కావ్యం 1910లో ముద్రింపబడింది.

ఈ కావ్యమే జంటకవులైన తరువాత తమ తొలిరచనగా వడ్డాది అప్పారావుగారితో జరిపిన పరిచయ సంభాషణమున (సాహితీ వాల్లభ్యము - మొదటిభాగము) బాలంత్రపు వేంకటరావుగారు పేర్కొన్నారు.

"శ్రీరమణీ విలాసమున ఁజేసి జనించి సుబుద్ధి నొంది, శో
భారతిఁ జెట్టఁ బట్టి బహుభంగులఁదానసురూపయౌ విద
ర్భా రమణాత్మజాత పయి రాగరసంబును వెల్లిఁ గొల్పునా
శౌరి కృపా కటాక్షములు సారెకు మమ్ములఁబ్రోచుఁగావుతన్"

ఈ ప్రార్థనా పద్యముతో కావ్యము ప్రారంభింపబడింది.

ఈ పద్యమున కావ్యనాయిక 'అనురూప'నామధేయం సూచింపబడింది. ఈ కావ్యమునకు నాయికానామ వ్యవహారము కూడ ఉంది. వేశ్యల పొందు కూడదనెడి నీతి ప్రతిబింబింపబడిన సాంఘికేతివృత్తం గలిగినదీకావ్యం.

ఈ కావ్యరచనానంతరం ఈ జంట కవులు పెక్కు ఖండకావ్యములు రచించి ఆంధ్రసాహిత్య పరిషత్పత్రిక, ఆంధ్రపత్రిక ఉగాది సంచిక, భారతి, ఆంధ్రభారతి పత్రికలలో ప్రకటించేవారు. ఆ రోజులలో వీరి రచనలు లేని పత్రికలు లేవని, పాఠకులు వీరిరచనలకై ఉత్కంఠతో ఎదురుచూచే వారని దేవులపల్లి కృష్ణశాస్త్రిగారు పేర్కొన్నారు.

ఆంధ్రప్రచారిణీ గ్రంథమాలతో బాంధవ్యము

తణుకు - నిడుదవోలు - పిఠాపురం - కాకినాడ - రాజమండ్రి - కార్యస్థానములుగా కలిగిన ఆంధ్రప్రచారిణీ గ్రంథమాలతో వేంకట పార్వతీశ్వర కవుల సాహిత్య జీవితము పెనవేసికొనిపోయింది.

వేంకటపార్వతీశ్వర కవులు పీఠికా పురాధీశులైన మహారాజా రావు వేంకట కుమార మహీపతి సూర్యారావు బహద్దరు (1885-1964) వారి ఆశ్రయమున నుండియే తమ సాహితీ వ్యవసాయమును కొనసాగించిరి. కాని ఆస్థాన కవులు కాదు. శతాధిక గ్రంథకర్తలయిన ఈ జంటకవులు పార్వతీశకవి మరణ పర్యంతము జంటగానే కవనమల్లారు.

మహోన్నత భావనా శక్తి కలిగిన కావ్యముల నొకపక్క రచించుచునే, మరియొక పక్క అతివేలమైన నవలా సాహిత్యమును, బాల వాఙ్మయమును సృష్టించి ఆంధ్ర భారతికి అమూల్యమైన సేవచేశారు. వీరి రచనములన్నియు ఆంధ్రప్రచారిణీ గ్రంథ నిలయము నుండియే ప్రకటితములైనవి.

1911వ సంవత్సరంలో వేంకట పార్వతీశ్వర కవులు ఆంధ్రప్రచారిణీ గ్రంథమాలను తణుకులో కొవ్వూరు చంద్రారెడ్డిగారి సహాయంతో స్థాపించారు. ఆంధ్రప్రచారణీ గ్రంథమాల

స్థాపనకు ఆర్థికంగా పీఠికా పురాధిపతులే తోడ్పడ్డారు. ఆంధ్ర ప్రచారిణీ నిలయం తణుకులో ప్రారంభమైన సంవత్సరకాలమునందే అయ్యగారి నారాయణమూర్తిగారి సంపాదకత్వాన ఆరునవలలను ప్రకటించింది. వాటిలో మూడు మన జంటకవులవే. అవి మన జంటకవుల తొలినవలయైన వసుమతీ వసంతము (స్వతంత్రము), రాజసింహ, సీతారామము (బంకించంద్రుని వంగనవలల కనువాదములు).

మరుసటి సంవత్సరం ఆంధ్రప్రచారిణీ గ్రంథ నిలయం నిడుదవోలునకు మారి కొవ్వూరి చంద్రారెడ్డిగారి ఆధిపత్యములోనికి వచ్చింది. సారస్వత ప్రియులైన చంద్రారెడ్డిగారు 1912లో నిడుదవోలులో ఏర్పాటు చేసిన సారస్వత, సంఘ సంస్కరణ, చారిత్రక పరిశోధకుల సభలలో శ్రీ కృష్ణ దేవరాయలు నాయకుడుగా తాము రచించిన 'ప్రమదావనము' అను స్వతంత్రచారిత్రక నవలను వేంకట పార్వతీశ్వరులు చంద్రారెడ్డిగారికి కృతియిచ్చి వారి యెడ తమకు గల గౌరవ ప్రేమలను ప్రకటించుకొన్నారు. ఈ జంటకవులకు ఎచటను కవి పండితులతో వాదవివాదములు లేకపోవుట గమనింపదగింది.

ఆంధ్రప్రచారిణి ద్వారా గద్య పద్య కృతులను వెలువరించి ఆంధ్రశారదను సేవిస్తూనే వేంకటపార్వతీశ్వర కవులు బాలసాహిత్యమునకు తొలిదశలో బలమైన పునాదులు వేశారు. వీరు బాలలకు అత్యంత సుబోధకముగా ఉండే విధముగా 'బాలగీతావళి'ని రచించి అయిదు భాగములతో 1912లో నిడుదవోలులో ప్రచురించారు. మొదటి భాగము జానపద గేయములు, మిగిలిన నాలుగు భాగములు 2, 3, 4, 5 తరగతుల బాలలకుపకరించెడివి. రాష్ట్ర టెక్స్టుబుక్ కమిటీవారు ప్రాథమిక తరగతుల నుండి స్కూలు ఫైనల్, ఇంటర్మీడియట్, డిగ్రీ వరకు వీరి పుస్తకములను పాఠ్యగ్రంథములుగా నిర్ణయించి ప్రోత్సహించారు.

అప్పటికే పత్రికలలో ప్రకటింపబడిన తమ ఇరువది రెండు ఖండ కావ్యములను వీరు 'హారావళి' అనుకావ్య రూపముగా 1913లో ఆంధ్రప్రచారిణీ గ్రంథ నిలయము వారిచే నిడుదవోలులో ప్రకటింపజేశారు.

బంకించంద్రుని నవలల అనువాదములైన 'ఇందిర' 'రజని'యను నవలలను 1913లోను, 'కృష్ణకాంతుని మరణ శాసనము'ను 1914లోను రచించి ప్రకటించారు.

1916వ సంవత్సరమున ఆంధ్ర ప్రచారిణీ గ్రంథ నిలయముచే ముద్రింపబడిన 'ప్రేమాంజలి' కావ్యము కేవలము బాలాంత్రపు వేంకటరావుగారి కర్తృత్వముతో ప్రచురింపబడటం గమనార్హం. జగత్కారణమైన విశుద్ధైకతత్త్వమును (నిరాకార బ్రహ్మమును) ఆశ్రయింతునని ప్రార్థించుట ఇందలి ప్రత్యేకత.

వంగభాషలో ఈశ్వరచంద్ర విద్యాసాగరుల వారిచే రచింపబడి, కన్నడమునకు పరివర్తన మొందిన నవలను 1917లో 'సీతా రామ వనవాసము' అను పేరుతో అనువదించి ప్రకటించిరి.

1918లో చంద్రారెడ్డి గారు స్వర్గస్థులగుట చేత అద్దేపల్లి లక్ష్మణస్వామి గారి సహాయమును కోరి 1919నాటికి ఆంధ్రప్రచారిణిని వేంకటపార్వతీశ్వరకవులు రాజమహేంద్రవరమునకు తరలించారు. ఈ జంట కవుల స్వతంత్ర సాంఘిక నవలయగు మాతృమందిరము రాజమండ్రిలో వెలువడిన నవలలో మొదటిది. వర్ణవ్యవస్థను సునిశితంగా విమర్శించిన రచన ఇది. ఈ నవలలో ప్రతి ప్రకరణమును తమ కవిత నొక దానితో ప్రారంభించిరి. వీరపూజ, ప్రతిజ్ఞా పాలనము, లక్షరూపాయలు, మాయావిని మున్నగు నవలలు 1920లో ప్రకటింపబడ్డాయి. లక్షణస్వామిగారికి స్వీయసంస్థయైన సరస్వతీ గ్రంథమండలి బాధ్యతచే ఆంధ్రప్రచారిణి కార్యవేగము కుంటువడింది.

ఈ సంస్థ కార్యకలాపము కొంతవరకు స్థంభించిన కారణముగా కొవ్వూరి బసివిరెడ్డి గారి కుమారుడైన సూర్యనారాయణ రెడ్డిగారు సామర్లకోటలో భీమేశ్వరస్వామి ఆలయములో పూజలు చేయిస్తున్నారు. ఆ సమయమున ఆయాలయమునకు చేరిన వేంకట పార్వతీశ్వరులకు, ఆ దివ్య శివాలయ ప్రాంగణములో శివస్తోత్ర ఘోషల మధ్య 'ఏకాంతసేవ' రచన చేయవలయుననే మహాసంకల్పము కలిగింది. నామరూపరహితుడైన భగవానుని గూర్చి కావ్యము రచింపవలెనని నామరూపములు కలిగిన భీమేశ్వరుని సన్నిధిలో సంకల్పము కలుగుటయే విచిత్రము. ఆయాలయములో ప్రాసాదమంటపముపై భక్తిపూర్వకమైన, ప్రకృతి పరమేశ్వరారాధన రూపమైన 'ఏకాంతసేవ'ను రచించారు. ఆ రోజులలోనే దేవులపల్లి కృష్ణాశాస్త్రిగారి అక్కగారైన శ్రీమతి వింజమూరి వేంకట రత్నమ్మగారి 'అనసూయ' పత్రికలో ఏకాంతసేవలోని గీతములు కొన్ని ప్రకటింపబడ్డాయి. 1920-21 సంవత్సరములలో కొనసాగిన 'ఏకాంతసేవ' 1922లో కాకినాడ కళాశాల ఆచార్యులు పెద్దాడ రామస్వామిగారి ఆంగ్లపీఠికతోను, దేవులపల్లి కృష్ణశాస్త్రిగారి తెలుగు పీఠికతోను పుస్తకరూపముగా తొలిసారిగా ప్రకటించబడింది.

రావు వేంకట మహీపతి సూర్యారావు బహద్దరు వారికి 'మహా రాజా బిరుదము వచ్చినట్లు వినినంతనే హర్షోత్కర్షమున 'మహారాజాభినందనము' అనుకావ్యమును రచించి ఈ జంటకవులు మహారాజావారికి అంకితమిచ్చిరి. 1922లో సుజన రంజనీ ముద్రాక్షరశాలలో ముద్రితమైన ఈ కావ్యమునకు దేవులపల్లి కృష్ణశాస్త్రిగారు తొలిపలుకు రాశారు.

పిఠాపురము యువరాజు గంగాధర రామరాయల పదమూడవ జన్మదినోత్సవ సందర్భమున వేంకట పార్వతీశ కవులు 'శ్రీరామరాజనీతి' అనుకావ్యమును 1923లో రచించి యువరాజావారికి అంకితమిచ్చారు.

1923లో ఆంధ్రప్రచారిణి క్లిష్ట పరిస్థితిలో పడి స్థానచలనము చేయవలసి వచ్చింది. కాకినాడ సుజన రంజనీ ముద్రాక్షరశాల అధ్యక్షులైన పోలాప్రగడ బ్రహ్మానందరావు గారి సహాయముచే క్లిష్టపరిస్థితులు దాటి ఆంధ్రప్రచారిణీ గ్రంథనిలయము కాకినాడ చేరింది.

కాకినాడ వచ్చిన పిదప వెలువడిన కాకినాడ నవలలు మరింత ప్రజామోదమును పొందాయి. పాంచకడీదేవ్ వంగభాషలో రచించిన అపరాధ పరిశోధక నవలల అనువాదములైన

మాయావి, మనోరమ, రహస్యవిప్లవము, నీలాంబరి, జీవన్మృత రహస్యము, సంతాపకుడు, ఉన్మాదిని అను నవలలు, రవీంద్రనాథ టాగూరు నవలల అనువాదములైన దృఢప్రతిజ్ఞ, నౌకాభంగము, గోరామున్నగు సాంఘికనవలలు, బంకించంద్రుని నవలల అనువాదములైన విషవృక్షము, కపాల కుండల, శైవలిని అనునవలలు, యోగీంద్రనాథ ఛటోపాధ్యాయ రచించిన 'ఆరణ్యిక'కు బి.వేంకటాచార్యులుగారి కన్నడాను వాదము ఆధారముగా చేసిన ఆంధ్రీకరణమును, ఇంకను శ్యామల, నీరద, శకుంతల, ప్రభావతి, వంగవిజేత, సాధన, మనోరమ, పరిమళ, ప్రణయకోపము మున్నగు నవలలు ఆంధ్ర ప్రజానీకపు మన్ననలందుకొన్నాయి.

1923లోనే కాకినాడలో ఈ కవులు పురాణ గ్రంథమాలను స్థాపించి నడకుదుటి వీరరాజు పంతులుగారి సంపాదకత్వమున శివపురాణము, వామన పురాణము, బ్రహ్మపురాణములను రచించి ప్రకటించారు.

1924లో ఈ జంటకవులు అప్పటివరకు రచించి పత్రికలలో ప్రకటించిన ఖండకావ్యము లన్నియు 'కావ్యకుసుమావళి' పేరుతో రెండు సంపుటములుగా టేకుమళ్ళ రాజగోపాలరావుగారి ఆంగ్లపీఠికతో ఆంధ్ర ప్రచారిణి వారిచే ప్రకటించబడ్డాయి. పిఠాపురం యువరాజు గంగాధర రామరాయల వారికి పదునాలుగేండ్లు నిండిన తరుణమున ఈ 'కావ్యకుసుమావళి' అంకితమీయ బడింది.

అప్పులు తీరిపోయి మూడుపువ్వులు, ఆరు కాయలుగా ఉన్న ఆంధ్ర ప్రచారిణిని తీసికొని 1925 ఆగస్టులో ఈ కవులు పిఠాపురము చేరుకొన్నారు. 1927లో 'నీతికథావళి'ని రచించి అయిదు భాగములుగా ప్రకటించారు. వీరు రచించిన 'బాల సూర్య వాచకములు' ప్రాథమిక పాఠశాలలలో పాఠ్యగ్రంథములుగా ఆమోదమును పొందినవి. ఇంకను గ్రంథములను ప్రకటించుచు వేంకట పార్వతీశ్వర కవులు ఏడెనిమిది సంవత్సరములు పిఠాపురములో గడిపారు. 1930లో 'తిరుగుడు పెండ్లి', 1934లో 'నీకే జయము' మున్నగునవలలు ప్రకటింపబడ్డాయి. దూరభారతీయ ప్రాంతములందున్న పాఠకులను కూడ వీరి రచనలు అలరిస్తూండేవి.

1935లో యువరాజు గంగాధర రామారావు గారి వివాహ సమయమున ఈ జంటకవులు 'బృందావనము' అను 346 పద్యములు కలిగిన ఆధునిక ప్రబంధమును రచించి యువరాజా వారికి కృతియిచ్చారు. ఇది పద్యచ్ఛందములతో నడిచిన, భక్తి సంభరితకావ్యము.

బాలాంత్రపు వేంకటరావుగారి అన్నకుమారుడైన బాలాంత్రపు సత్యనారాయణ రావుగారిని ఆంధ్ర ప్రచారిణికి ఒక వాటాదారుగా చేర్చి కాకినాడకు కార్యస్థానమును మార్చి 1936లో వేంకట పార్వతీశ్వరులు ఈ గ్రంథ నిలయమునకు రజతోత్సవము చేసికొన్నారు. ఆ రజతోత్సవమునకు దేశోద్ధారక కాశీనాథుని నాగేశ్వరరావు పంతులుగారు అధ్యక్షత వహించిరి. కాంగ్రెస్ వాదులయిన రాజకీయ నాయకుల సహకారముచే ఈ గ్రంథనిలయము పదిమంది

సభ్యులతో బోర్డ్ఆఫ్ డైరెక్టర్సుతో ఆంధ్రప్రచారిణీ లిమిటెడ్ కంపెనీగా మారింది. దానికి మేనేజింగ్ డైరెక్టరయిన బాలాంత్రపు సత్యనారాయణరావుగారు, ఆ తరువాత నాలుగేళ్ళకు స్వాతంత్ర్యోద్యమ సంరంభముతో కాంగ్రెస్ ఆదేశానుసారము సత్యాగ్రహము చేసి శ్రీ కృష్ణజన్మ స్థానమునకు వెళ్ళుటతో ఆంధ్ర ప్రచారిణీ కార్యనిర్వహణము కొంతకాలము కుంటుపడింది. ఆ కాలములో వేంకట పార్వతీశ్వరులు ఆంధ్రప్రచారిణి నుండి తప్పుకొని పిఠాపురము నందుండి పిఠాపురము యువరాజు గంగాధర రామారావుగారి ప్రోత్సాహముచే వాల్మీకి రామాయణమును 'నిర్వచనాంధ్ర రామాయణము'గా రచించారు. ఈ కవులు సుందరకాండ రచించుచుండగా పార్వతీశము గారు స్వర్గస్థులు కాగా వేంకటరావుగారు వియోగము సహింపలేక అనువాదము ప్రసక్తి మరల తలపెట్టలేదు. ఆగిపోయిన రామాయణానువాదమును పార్వతీశ కవి తనయులు ఓలేటి అచ్యుత రామచంద్ర మూర్తిగారు చేపట్టి సమగ్రముగా రచించారు. ఈ నిర్వచనాంధ్ర రామాయణము తిరుమల తిరుపతి దేవస్థానము వారిచే 1987-88 సంవత్సరములో ముద్రింపబడింది.

1922లో ప్రథమ ముద్రణమునందిన 'ఏకాంతసేవ' 1938లో ద్వితీయ ముద్రణము నందింది. 1943లో ప్రకటితమైన వీరి 'భావసంకీర్తనము' ఆ తరువాత రచించిన సీసపద్యములతో దాదాపు నాలుగు వందలకు చేరి 2000 సంవత్సరములో బాలాంత్రపు నళినీ కాంతరావుగారిచే ప్రచురింపబడింది.

వేంకట పార్వతీశ్వరుల షష్టిపూర్తి మహోత్సవ సందర్భముగా 1943వ సంవత్సరమున 'కావ్యకుసుమావళి' రెండు సంపుటములుగా 1139 పుటలతో 183 ఖండికలతో ద్వితీయ ముద్రణమునందింది.

ఇంకను వీరు నీతికథా వల్లరి, నీతికథా ముక్తావళి, గాంధీ వాచకము, బొమ్మల రామాయణ, భారత, భాగవతములను బాలురకై రచించారు.

వేంకట పార్వతీశ్వర కవుల బిరుదములు-సన్మానములు

వేంకట పార్వతీశ్వర కవుల సారస్వత సేవకు సంతసించిన ఉయ్యూరు రాజావారు 1932లో నరసరావు పేటలో ఆంధ్రసారస్వత పరిషత్తు సభాధిపత్యము వహించి ఆ మహాసభా ముఖమున వారికి 'కవిరాజహంస' బిరుదమొసంగి గౌరవించారు.

ఈ కవుల షష్టి పూర్త్యుత్సవ సందర్భములో 1943 డిసెంబరు నెలలో శొంఠి వెంకట రామమూర్తి పంతులవారి ఆధ్వర్యమున రాజమహేంద్రవరమున జరిగిన మహాసభలో అప్పుడు కూడిన ఆధునిక కవివర్గము వీరిని 'కవికులాలంకార' బిరుదముతో సత్కరించింది.

ఈ షష్టి పూర్త్యుత్సవ సభలు రెండు రోజుల పాటు మహావైభవముగా జరిగాయి. మద్రాసు ప్రెసిడెన్సీ గవర్నరైన శొంఠి రామమూర్తి పంతులుగారు ఆ సభలకు అధ్యక్షత వహించారు.

దుర్గాబాయిగారు మద్రాసు ఆంధ్ర మహిళాసభ విద్యార్థినులతో వచ్చి నృత్యనాటక ప్రదర్శనము లిప్పించారు. సంగీత కళానిధి ద్వారం వెంకటస్వామి నాయుడుగారి వయొలిన్ కచేరి జరిగింది. వివిధ ప్రాంతముల నుండి వచ్చి కవి పండితులు, నవ్య సాహిత్య పరిషత్తునకు చెందిన ఆధునిక కవులు పెక్కురు ఆ ఉత్సవములో పాల్గొన్నారు.

షష్టిపూర్తి సమయమందలి జంటకవుల రచనల పునర్ముద్రణకు దేవులపల్లి కృష్ణశాస్త్రిగారు, తల్లావజ్ఝుల శివశంకరశాస్త్రి గారు గౌరవ సంపాదకులుగా ఉన్నారు.

కృతిభర్తృత్వం

తల్లావజ్ఝుల శివశంకరశాస్త్రిగారి సంపాదకత్వమున వెలువడిన ఆధునిక కవుల ఖండకావ్యముల సమాహారమైన 'మహోదయము' అను సంపుటమును, ఆధునిక కవుల 'ఏకాంకిక నాటికల సంపుటము'నొక దానిని, ఆధునిక కవుల 'కథానికల సంపుటి' నొకదానిని షష్టిపూర్త్యుత్సవమున ఈ జంటకవులు అంకితముగా పొందారు. శివశంకరశాస్త్రిగారే తమ 'కన్నీరు' అను కావ్యమును ఈ కవులకు సమర్పించారు. బాలాంత్రపు రజనీకాంతరావుగారు 1954లో ముద్రితమైన 'శతపత్ర సుందరి' అనే తమ పాటల సంపుటిని ఆధునిక కవి తల్లజులైన వేంకట పార్వతీశ్వరులకు అంకితము చేశారు.

ఈ జంట కవుల అభ్యుదయపథ గామిత్వమును గుర్తించి పీఠికా పురాధీశ్వరులు ముద్రణా యంత్రమును బహూకరించి వీరి ఉద్యమమునకు చేయూతనిచ్చారు. అంతేగాక పిఠాపురం మహారాజావారు ఈ కవులకు ప్రతి మాసము శతరూప్యములు పారితోషికముగా ఒసగి తమ వదాన్యతకు వన్నెదిద్దుకొన్నారు. కేంద్ర ప్రభుత్వము కూడ అట్లే వేంకటరావుగారికి మూడేళ్ళపాటు ప్రతిమాస శతరూప్య పారితోషికమునొసగి తమ ఔచితీ పరిజ్ఞానమును ప్రకటించుకొన్నది.

7-1-1967వ తేదీన బాలాంత్రపు వేంకటరావుగారికి హైదరాబాదులో ఆంధ్రప్రదేశ్ సాహిత్య అకాడమీ 'విశిష్ట సభ్యత్వప్రదానము'తో పాటు, తచ్చిహ్నమైన 'అమూల్యాంబర స్వర్ణపతకము'లను కూడ సమర్పించి సమ్మానించింది.

వేంకట పార్వతీశ్వరులు 'రాజభక్తి'యను పద్యకావ్యమును పట్టాభిషేక సమయమున పంచమ జార్జిచక్రవర్తికి అంకితము చేసి ప్రభూత గౌరవ సత్కారములందుకొన్నారు.

శతజయంత్యుత్సవాలు

వేంకట పార్వతీశ్వర కవుల శతజయంత్యుత్సవములు 1982 జూన్ నెలలో ఢిల్లీలోని ఆంధ్రప్రదేశ్ సమాచార కేంద్రములో జరిగినవి. ఈ సందర్భముగా జరిగిన సభలో ప్రముఖ తెలుగు విద్వాంసుడు. విమర్శకుడు అయిన మాచిరాజు సీతాపతిరావుగారు 'వేంకట పార్వతీశ్వర కవుల బాల్యం, జీవితం, తెలుగు సాహిత్యంలోని వివిధ ప్రక్రియలలో వారు సాధించిన విజయాలు'

గురించి ప్రసంగించిరి. ఢిల్లీ విశ్వవిద్యాలయము నందలి ఆంధ్రోపన్యాసకులైన పండితారాధ్యుల వీరేశలింగం గారు 'ఏకాంత సేవ'లోని ఉన్నత సాహితీ విలువల గురించి వివరించిరి. వేంకట పార్వతీశ్వరుల స్మరణార్థము ఢిల్లీలోని తెలుగువారు చేయుచున్న కృషిని దాశరథి రంగాచార్యగారు ప్రశంసించిరి.

1982 డిసెంబరు నెలలో శ్రీకృష్ణదేవరాయాంధ్ర భాషా నిలయమునందు వేంకట పార్వతీశ్వర కవుల శతజయంత్యుత్సవములు హైదరాబాదులో నిర్వహింపబడినవి.

సమృద్ధిగా ధనము ఆర్జించగలిగినా వేంకట పార్వతీశ్వరులలో ఏ ఒక్కరు ఆర్థికముగా సంపన్నులు కాలేకపోయిరి. కాని కలిమిలో లేమిలో – సుఖములో దుఃఖములో – ప్రవాసములో పేరోలగములో – ఈ కవిద్వయము సృష్టించిన సంపద రూపాయలది కాదు, అక్షరములది. అందుకే అది అక్షర సంపద అయినది. ఆ సంపదలో ఇరువురూ సమాన భాగస్వాములే. ఇరువురి కుమారులూ సాహితీ సంపన్నులే.

అనవరతమైన సాహిత్య కృషితో వేంకట పార్వతీశ్వర కవులు ఒక తరమునకు పైగా ఆంధ్ర సాహిత్యమును మాధుర్యోజ్జ్వలము చేసిరి.

యుగకర్తృత్వము

దేవులపల్లి కృష్ణశాస్త్రిగారు 'కావ్యకుసుమావళి' (1943లో) ద్వితీయ ముద్రణకు రాసిన పీఠికలో "అసలు మనకు వేంకట పార్వతీశ్వర యుగమని ఒకటుంది. దాదాపు పాతికేళ్ళకు పూర్వం వేంకట పార్వతీశ్వరుల ప్రభావం ఎంత అధికంగా ఉండేదో ఇప్పుడు గ్రహించడం కష్టం" అని అంటూ ఈ కవులను 'యుగకర్తలు'గా అభివర్ణించారు.

ఆంధ్రశేషగిరిరావుగారు "నవ్యాంధ్రకవితా సతికి గురజాడ అప్పారావు క్రొత్తతెన్నులు రుచిచూపెను. రాయప్రోలు సుబ్బారావు పదశిల్పము నివేదించెను. వేంకట పార్వతీశ్వరులు తేటగీతముల, మంజరుల కాన్కనిచ్చిరి... వీరలు నవ్యాంధ్ర కవిత్వమునకు సూత్రధారులు" అని పేర్కొనుటలో వేంకట పార్వతీశ్వరులు కూడా యుగకర్తలనుట స్పష్టమవుతున్నది. టేకుమళ్ళ రాజగోపాలరావుగారు కూడా వేంకట పార్వతీశ్వర కవులను నవ్యకవిత్వ యుగకర్తలుగా భావించారు.

నవ్యాంధ్ర సాహితీ జగతికి ఉషఃకిరణాలు ప్రసరింపజేసిన కవితా భాస్కరులు వేంకట పార్వతీశ్వర కవులు. ఇరువదియవ శతాబ్ది ప్రథమ దశాబ్దిలోనే కవితా వ్యవసాయము ప్రారంభించిన వీరు వస్తుభావ రచనలలో నవ్యపోకడలతో యుగకర్తృత్వ స్థానమునకు అర్హులై నిలిచారు. వీరు ఆధునికులలో పలువురకు పరోక్ష గురువులు. కవులే కాక కథక చక్రవర్తులు. పండితులేకాక పరతత్వవేత్తలు.

ఆంధ్ర ప్రచారిణీ ఉద్భవముతో తెలుగు దేశములో ఏ మూలచూచినా 'ప్రమదావనా'లతో, 'వసుమతీ వసంతా'లతో కలకలలాడింది. "గ్రంథమాల నుండి వచ్చే వీరి నవలలు కవిత్వంలాగే ఉండేవి. అసలు వాటిలో కూడా ఏ భిక్షుకుడో, ఏ విరహిణో పాడిన గీతమాలికలూ, చిన్న చిన్న గేయాలూ ఉండేవి. వీటన్నింటి కోసమూ ఎంతో ఆత్రుతతో, ఆకలితో ఎదురుచూసే వార"మని, 'నా గృహంలోనూ ఒక గవాక్షం వీరు తెరిచార'ని దేవులపల్లి కృష్ణశాస్త్రిగారు వేంకట పార్వతీశ్వరుల కవితా ప్రభావమును తామే అంగీకరించారు.

గురజాడ వారి తరువాత వేంకట పార్వతీశ్వర కవులు వరమనోహర పంచమ స్వరమునెత్తి మార్దవముగా, మానసానందకరముగా, మంగళముగ వైతాళిక గీతము నాలపించి ఆంధ్ర సరస్వతి నారాధించారు. ప్రకృతి కవులుగా ఈ మహనీయజగత్తులోని జీవన మాధుర్యమును విశద పరచుటేగాక, ప్రకృతి దరహాసములో పరమాత్ముని మందహాసమును దర్శించిన దార్శనికులు ఈ కవిరాజహంసలు. పరమేశ్వరుని విశ్వ ప్రియునిగా తలచి వివశులై ప్రణయ గీతముల నాలపించి, ఆధ్యాత్మికతత్త్వమే అంతస్సూత్రముగా కవితలల్లారు. తిక్కన తరువాత తెలుగు సాహిత్యములో పెక్కు విధములైన నవ్వులను వర్ణించినవారు ఈ కవులే. అశ్రు సమర్పణములోని ఉదాత్తతను గుర్తించి, దానిని మిన్నులకెత్తిన ఆర్ద్ర హృదయం వీరిది. ప్రకృతి ప్రబంధ కర్త మొదలుకొని పంజరకీరము వరకు, అక్షరగీతము మొదలుకొని మక్షికము వరకు, నక్షత్రము మొదలుకొని నక్కదోసవరకు వీరికి కావ్యవస్తువులే.

మంజరీ ద్విపదలో తెలుగుతీయదనమునంతయు పందిరి వెట్టిన కావ్యము వీరి 'ఏకాంతసేవ'. సీసమాలికలనే వచన గేయములుగా మలచి వ్యక్తా వ్యక్త స్వరూపుడగు భగవంతుని స్తుతించిన కావ్యము 'భావ సంకీర్తనము'. నూతన సంవత్సరాగమనోత్సాహమున 'ముత్యాల సరము'ల నలంకరించిన కావ్యము 'దుందుభిధ్వానము'. మంజరులతోడనే కూర్చిన మరియొక కావ్యము 'రత్నహారము'. ఆంధ్రీకరణమైన 'రామాయణము'నందును దేశీయఛందములనే వీరు ఎక్కువగా స్వీకరించారు.

ప్రక్రియా వైవిధ్యముతో, భాషారమణీయకముతో, కవితా మాధ్యుర్యముతో, వస్తుభావ రచనా నవ్యతలతో తరువాతి భావకవులపై అసమానమైన ముద్రవేసిన వేంకట పార్వతీశ్వర కవులు ఆధునికాంధ్ర సాహిత్యమునకు వైతాళికులనుట సర్వజన హృదయ సమ్మతం.

'వేంకట పార్వతీశ్వర కవుల సాహితీ మూర్తిమత్వము'

భావకవితా ప్రక్రియలైన ప్రణయము, ప్రకృతి, ఆధ్యాత్మికము, దేశభక్తి, రాజభక్తి, మార్మికత, సంఘ సంస్కరణము, మానవతా వాదము, స్తుతి, బాలగేయ సాహిత్యము మున్నగు నవ్యకవితా ప్రక్రియలన్నింటికి వేంకట పార్వతీశ్వర కవులే ఆద్యులు.

వీరికి స్త్రీ సమారాధనమునందు అత్యంత శ్రద్ధ. ప్రణయ సంగీతాలాపనయే ప్రణవరవమని కీర్తించారు. మొగ్గలు ఆవులించుట, పూగుత్తులు తెల్లబోవుట చూడగల నేర్పరులగు వీరు షట్పదిని చిన్ని వేణువునూదు చిఱు గొల్లవాడిగా భావించారు. ప్రకృతి ఆధారముగా ప్రణయానురక్తిని మధురాతి మధురముగా ప్రదర్శించిన కావ్యము ఏకాంతసేవ. ఈ కావ్యము కవుల ప్రతిభకు తార్కాణము. భగవంతుని దర్శింపగోరు నిరంతరాన్వేషణ జీవస్వభావమును మక్షికములో, గాలిపటములో, ప్రవాహపతిత పుష్పములో కూడ దర్శించిన దార్శనికులు వీరు. వేంకట పార్వతీశ్వరుల ఆధ్యాత్మిక కావ్యములన్నింటికి అద్వైతతత్త్వమే ఫలశ్రుతి, అల్లాయన్నను, ఈశ్వరాయన్నను, ఏసుప్రభూయన్నను, ఎవరెట్లు కొలిచినను దేవుడొక్కడేయని వీరు పేర్కొన్నారు. దేశభక్తులు, జాతీయ భావోద్రిక్తులునయిన వీరి కవితలో స్వరాష్ట్రప్రీతి, స్వభాషాభిమానము గోచరిస్తుంది. తెలుగు మాటలు పంచదారలుగను, తెలుగు పాటలు తేనె తేటలుగను లోకమున వ్యాపించినట్లు వీరు అనుభూతినందారు. 'పంచమాభి నందనము'న జాతిభేద వివాదములు తలపవద్దని ఉద్బోధించారు. ఆదర్శవాదులై తమ జీవితమును సంఘశ్రేయస్సునకు, దేశ సౌభాగ్యమునకు, భగవదారాధనకు అర్పించిన మహనీయులు ఈజంట కవులకు స్తుతిపాత్రులయ్యారు. వేమన, రవీంద్రుడు వీరికి అభిమాన కవులు. మహర్షి రఘుపతి వెంకటరత్నం నాయుడు, రాజారామ మోహనరాయులు వీరికి స్తుతిపాత్రులు. వీరి బాలగీతావళిలో బొంగరమునకెట్లు చదువు వచ్చెనని పిల్లవాడు ఆశ్చర్యపడిన సన్నివేశము, గున్నమామిడి వర్ణనమున 'పరులమేలు మనమేలుగా' బిడ్డలకిచ్చిన సందేశం మరువరానివి.

జంటకవుల కవిత్వముతో తాదాత్మ్యము-ప్రశంసల పర్వము

నవయుగారంభంలో తొలి వైతాళికులైన వీరి కావ్యగానము దేవులపల్లి కృష్ణశాస్త్రి గారికి తెల్లవారు జామున, పెళ్ళివారిని లేపే మనోహరమైన సన్నాయి పాటవలె వినిపించేదట. ఆ శ్రావ్యధ్వని విన్నవారికి అంతటను పచ్చని పందిళ్ళతో, తోరణాలతో, కళ్యాణ కలకలముతో ప్రభాతోత్సవము సాక్షాత్కరించునని దేవులపల్లి వారి భావన. సమకాలికుల మెప్పు పొందగలిగిన భాగ్యము ఈ కవులకే దక్కింది.

నాడు 'ఏకాంతసేవ' కావ్య ప్రభావము సహృదయ హృదయాలలో చెరగని ముద్ర వేసింది. రసహృదయులు, సౌందర్యోపాసకులు అయిన ఆచంట జానకిరామ్ గారు ఈ కావ్యగత సౌందర్యము ననుభవించి, పరవశించిపోయి ఆ పారవశ్యమునిట్లు ప్రకటించారు.

"ఇన్నేళ్ళ జీవితంలో ఎన్నివేల పుస్తకాలు చదివానో ఇంగ్లీషులో, తెలుగులో, కానీ ఇవన్నీ ఒక ఎత్తు. ఆనాడు నేను చదివి అనుభవించిన 'ఏకాంతసేవ' ఒక ఎత్తు. సూర్యోదయపువేళ సింహాచలం కొండ ఎక్కుతూ రాత్రి కురిసిన మంచు నిలిపిన వెండి ముత్యాలతో మెరిసిపోయే పొకమొక్కల మధ్య

'ఏదో విద్యుత్ప్రభా పుంజమిపుడు తోచె
ఏదో భవ్యవాద్యస్వన మిపుడుతోచె'

అని ఏకాంతసేవలోని పంక్తులు అనుకుంటూ తన్మయుడనై పోయేవాడిని."

విమర్శకాగ్రగణ్యుడు మహాపండితుడైన ఆచంట సాంఖ్యాయన శర్మగారికి 'ఏకాంతసేవ'తో పరిచయము కలిగించిన ఖ్యాతి కూడ జానకిరామ్ గారికి దక్కింది. తరువాత సాంఖ్యాయన శర్మగారే జనమంచి శేషాద్రి శర్మగారికి తానుగా ఏకాంతసేవను వినిపించి అందలి రచనా శిల్పమును, భావసంపదను మెచ్చుకొన్నారు.

జానకిరామ్‌గారు ఆ పుస్తకాన్ని అడయారుకుపంపి వసంతా ప్రెస్‌లో ఇంగ్లీషు పుస్తకాల పద్ధతిని ఎంతో వెలయిచ్చి చక్కని బైండింగు చేయించి ఊదారంగు కిడ్‌స్కిన్ పైన బంగారు అక్షరాలు ముద్దులొలుకునట్లు రాయించుకొనిన అంశమునుబట్టి 'ఏకాంతసేవ' వారి సరసహృదయమునెంత అలరించినదో తెలియవచ్చు. అంతియేగాక జానకిరామ్‌గారు పనిగట్టుకొని కాకినాడ వెళ్ళి బాలాంత్రపు వెంకట్రాయ కవిని కలిసికొని పుస్తకము లోపలి పుటలో వారి సంతకమును కూడ తీసికొన్నారట.

'నూతనాంధ్ర సారస్వతములో నిట్టి కావ్యము వేఱొకటి లేదని నా నమ్మకము' అని భావకవితా చక్రవర్తి దేవులపల్లి కృష్ణశాస్త్రి గారిచేత ప్రశంసింపబడి ఎందరో రసహృదయుల నలరించిన ఈ కావ్యగత సౌందర్యమునకు ముగ్ధులైన వారెందరో.

రఘుపతి వెంకటరత్నం నాయుడు గారు ఏకాంతసేవలోని కొన్ని భాగాలను ప్రార్థనా గీతాలుగా బ్రహ్మసమాజములో పాడేవారట. ఏకాంతసేవకు ఈనాటికంటె ఆ కాలమునందే ఎక్కువ ఆదరణ, ప్రశస్తి లభించాయి. బ్రహ్మర్షి రఘుపతి వెంకటరత్నం నాయుడుగారు, పెద్దాడ రామస్వామిగారు, చిలుకూరు నారాయణ రావుగారు, టేకుమళ్ళ రాజగోపాలరావుగారు మొదలైన పెద్దల ప్రశంసల నందింది. ఈ కావ్యమునందలి నిర్గుణోపాసనే వారందరికీ ప్రీతిపాత్రమైనది.

చక్కని భావన, చిక్కని భాష జోడించి తెలుగు నవలా వికాసమునకు వేంకట పార్వతీశ్వర కవులు ఎంతయో దోహదము చేశారు. వీరి నవలలన్నింటిలో సంఘటనల కూర్పు, వర్ణనల సమ్మోహకత్వం అందరిని ఆకర్షించేవి. "రైలు పట్టాల మీద బండి తర్వాత బండి నడిచినట్లు ఒకదాని వెంబడి ఒకటి చొప్పున నిరంతరంగా వచ్చే వీరి నవలల కోసం పాఠకులు పోస్టు ఎప్పుడు వస్తుందా అని కనిపెట్టుకుని ఉండేవాళ్ళు. వసుమతీ వసంతం మొదట చదివి దానిలోని వర్ణనలకు, ప్రేమకలాపాలకు మోహితుడనై పోయాన"ని కురుగంటి సీతారామ భట్టాచార్యుల వారు పేర్కొన్నారు.

"చదువగానే చప్పున బోధపడేట్లుగా రాయడం, పరస్పరాభినందన సంఘాల్లో సభ్యులు కాకపోవడం, శిష్యగణాన్ని తయారు చెయ్యకపోవడం" – ఈ మూడు నేరాల వలన ఈ కవులు యుగకర్తలు కాలేకపోయిరని ఆరుద్రగారి తీర్పు. ప్రజా హృదయాలకు సన్నిహితంగా నుండునట్లు కవితా రచన సాగించిన వీరి గొంతులో సామాన్య కవితా వస్తువు కూడ కొత్తదనమును పొందింది. ఛందస్సు, పదబంధం, భావనారీతులలో ఈ కవులు తరువాతి వారికి మార్గదర్శకులయ్యారు. "వీరు ఆంధ్రకవితను వికృత పరిచే శ్లేషలను, నారికేళపాకమును, దీర్ఘ సమాసములను, యమక భూయిష్టతను తెగడి, తమ నవీన దృష్టిని ప్రదర్శించినప్పటికీ భాషాచ్ఛందో నిబంధనల మీద తెచ్చే తిరుగుబాటును సహించరు" అని పలికిన ఇంద్రగంటి హనుమచ్ఛాస్త్రిగారి అభిప్రాయం యథార్థం.

నవ్యకవితా ప్రక్రియలన్నింటికి వేంకట పార్వతీశ్వర కవులు ప్రారంభకులు. వీరు ఖండకావ్య ప్రక్రియను స్వీకరించి ఆత్మాశ్రయరీతికి ప్రాధాన్యమిచ్చి వస్తుభావ రచనలలో నవ్యతను పాదుకొల్పారు.

వేంకట పార్వతీశ్వర కవులను సాహిత్యలోకమున అమరులను చేసిన కీర్తి, ఆకవిద్వయము తామనుభవించి, ఆ మధురానుభవమును మనకందించిన ఏకాంతసేవ కావ్యమునకే దక్కింది.

సమసూత్ర వీణాద్వయము నుండి వెలువడెడి నాదము వలె, సమజాతి పుష్పద్వయము నుండి వ్యాపించెడి పరిమళము వలె, సమరూప దీపద్వయము నుండి వెలుగొందు తేజము వలె, సమవేగలహరీద్వయము నుండి కలగలసి పొంగి పొరలెడి నీటివలె ఏకమై సమభావగతిలో కవిత్వము చెప్పిన కవిద్వయము వేంకట పార్వతీశ్వర కవులు. ఫలరసము, పంచదారల సమ్మేళనము వీరి కవిత.

బారు రాజారావు

(1886-1938)

- జమ్మి రామారావు

అది 1907వ సంవత్సరం! వందేమాతరం నినాదంతో ఆంధ్రప్రజలు జాతీయోద్యమానికి అంకితమౌతున్నారు. ఆంధ్రదేశమే కాదు, యావత్ భారతదేశమూ అదే పరిస్థితి.

వందేమాతరం! అదొక నినాదం! అదొక ఉద్యమం! అదొక ప్రభంజనం! అదే నాటి ప్రజలమంత్రం!

వందేమాతరం ఉద్యమం దేశవ్యాప్తం చెయ్యడానికి బెంగాల్‌కు చెందిన అతివాద నాయకుడు బిపిన్ చంద్రపాల్ దేశమంతటా పర్యటిస్తూ 1907వ సంవత్సరంలో ఆంధ్రదేశం పర్యటించాడు. 15 రోజుల పర్యటనలో తన గంభీరమైన ఉపన్యాసంతో యువకులను, విద్యార్థులను ఉత్తేజితులను చేసి వారిలో దేశభక్తిని నింపి యువతను జాతీయోద్యమం వైపు మళ్ళించాడు. కొందరు ఉద్యమంలో పాల్గొన్నందుకు కళాశాలల నుండి బర్తరఫ్ చెయ్యబడ్డారు. మరికొందరు కళాశాలలను బహిష్కరించారు.

1907 ఆగస్టు 1వ తేది బిపిన్ చంద్రపాల్ రాజమహేంద్రిలో విశాలమైన మైదానం (నేటి కోటిపల్లి బస్టాండ్ ప్రాంతం)లో వందేమాతరం ఉద్యమం గురించి, దేశభక్తిని గురించి ఉద్వేగంగా ప్రసంగించాడు. బిపిన్ చంద్రపాల్ ఉపన్యాసం విద్యార్థుల్లో ఉత్సాహాన్నిచ్చి ఉగ్రూతలూగించింది. రాజమహేంద్రి ఆర్ట్స్ కళాశాల విద్యార్థులు ఆ మర్నాడు వందేమాతరం బ్యాడ్జీలు ధరించి కళాశాలకు హాజరైనారు. కళాశాల ప్రాంగణమంతా వందేమాతరం నినాదాలతో మారు మ్రోగించారు. కళాశాల ప్రిన్సిపాల్ మార్క్ హంటర్ కళాశాల ప్రాంగణంలో వందేమాతరం నినాదాలు చెయ్యరాదని, బ్యాడ్జిలు ధరించి కళాశాలకు హాజరు కాకూడదని విద్యార్థులను హెచ్చరించాడు.

ప్రిన్సిపాల్ హంటర్ హెచ్చరిక విద్యార్థులను మరింత రెచ్చగొట్టింది. కోపోద్రేకులైన విద్యార్థులు బిపిన్ చంద్రపాల్‌ను ఆ రోజు సాయంత్రం రాజమహేంద్రి పుర వీథుల్లో ఊరేగించారు. వందేమాతరం బ్యాడ్జీలు ధరించి, వందేమాతరం నినాదాలతో కళాశాలలోనికి ప్రవేశించారు. తన హెచ్చరికను ధిక్కరించిన విద్యార్థులను ప్రిన్సిపాల్ హంటర్ కళాశాలనుండి శాశ్వతంగా బర్తరఫ్ చేశాడు. ప్రిన్సిపాల్ చర్యను గవర్నర్ సమర్థించాడు. కళాశాలనుండి బర్తరఫ్ చేయబడిన విద్యార్థులను మరే కళాశాలలోనూ చేర్చుకోరాదని సిండికేట్‌ను కోరుతూ ప్రిన్సిపాల్ ఉత్తరం రాశాడు. ఈ విషయాన్ని బహిరంగ పరుస్తూ బ్రిటీషు ప్రభుత్వం జి.వో. విడుదల చేసింది. అలా కళాశాలనుండి బర్తరఫ్ చేయబడిన విద్యార్థుల్లో బారు రాజారావుగారొకరు.

బిపిన్ చంద్రపాల్ ఉపన్యాసంతో స్ఫూర్తి పొంది వందేమాతరం నినాదంతో దేశభక్తిని నింపుకున్న బారురాజారావు అఖిల భారత జాతీయ కాంగ్రెస్‌కు తన జీవితాన్ని అంకితం చేశాడు.

పశ్చిమ గోదావరి జిల్లా నరసాపురంలో మధ్యతరగతి మధ్వ సంప్రదాయ బ్రాహ్మణ కుటుంబంలో 1886 సెప్టెంబరు 17న జన్మించారు. మాతామహుల ఇంట జన్మించిన రాజారావు పూర్వీకులది పిఠాపురం. చిన్నతనంలోనే తండ్రిని కోల్పోయి మేనమామ దగ్గర పెరిగి నర్సాపురం, పిఠాపురం, కాకినాడ, రాజమహేంద్రి, మద్రాసు, కలకత్తా నగరాల్లో విద్యనభ్యసించారు. చిన్నతనంనుండి జాతీయ భావాలు కలిగిన రాజారావు స్నేహితులను చైతన్యపరచిన విద్యార్థిగా పేరొందాడు. వందేమాతరం ఉద్యమం రాజారావు జీవితాన్నే మార్చేసింది.

రాజమహేంద్రి ఆర్ట్స్ కళాశాలనుండి బర్తరఫ్‌కు గురైన రాజారావు మద్రాసు పచ్చయప్ప కళాశాలలో ఇంటర్ విద్య పూర్తి చేసుకుని, 1916లో కలకత్తా విశ్వవిద్యాలయంలో బి.ఏ. ఆనర్స్ పట్టా అందుకున్నాడు. కలకత్తాలో చదువుకుంటున్న రోజుల్లో స్వామి వివేకానంద గృహానికి తరచూ రాజారావు వెడుతూండేవాడు. స్వామి వివేకానంద సోదరుడు మహేంద్ర నాథ్‌దత్ రాజారావు మంచి మిత్రులు. శారదామాత, తదితర బేలూరు మఠం వారందరితోనూ రాజారావు గారికి సన్నిహిత సంబంధాలుండేవి. ఆవిధంగా రామకృష్ణ పరమహంసకు బారురాజారావు పరమభక్తుడయ్యాడు. మహేంద్రనాథ్ దత్ తాను రాసిన 'నవ ఆసియా' అనే గ్రంథాన్ని బారు రాజారావుకు అంకితమిచ్చాడంటే వారిరువురి మధ్య స్నేహం ఏపాటిదో అర్థం చేసుకోవచ్చును.

అఖిల భారత జాతీయ కాంగ్రెస్‌కు ప్రధాన కార్యదర్శి, 'ది హిందూ' పత్రికా స్థాపకుల్లో ఒకరైన 'ఆంధ్రభీష్మ' న్యాపతి సుబ్బారావు పంతులుగారు రాజారావు చురుకుదనం, అంకితభావం గమనించి 1917లో అలహాబాద్‌లోని అఖిలభారత జాతీయ కాంగ్రెస్ కార్యాలయంలో కార్యదర్శిగా నియమించారు. ప్రతి నెలా పారితోషకం కూడా లభించే ఏర్పాటు చేశారు. కాంగ్రెస్ కార్యాలయానికి రాజారావు కార్యదర్శిగా నియమించబడిన తర్వాత కార్యాలయం కట్టుదిట్టం చెయ్యబడిందని పలువురు కాంగ్రెస్ అధ్యక్ష కార్యదర్శులు రాజారావును ప్రశంసించారు. 1917 నుండి 1934వ సంవత్సరం వరకు అంటే 17 సంవత్సరాలు కాంగ్రెస్ కార్యాలయ కార్యదర్శిగా అంకితభావంతో బాధ్యతలు నిర్వర్తించారు రాజారావు.

అలహాబాద్‌లో రాజారావుగారు ఉన్న 17 సంవత్సరాలూ 'ఆనందభవన్'లో నివాసం ఉండడానికి మోతీలాల్ నెహ్రూ ఉచిత వసతి సదుపాయాలు కల్పించారు. మోతీలాల్ నెహ్రూ కుటుంబం – రాజారావు కుటుంబం ఒకే కుటుంబంగా కలసిమెలిసి ఉండేవారు. రాజారావును మోతీలాల్ తన పెద్దకుమారుడిగా ఆదరించారు. జవహర్లాల్ నెహ్రూ రాజారావును సోదర సమానుడిగా భావించేవాడు. తండ్రి–కొడుకుల ఆదరాభిమానాలు పొందిన రాజారావు ఆజన్మాంతం ఆ అనుబంధాలను కొనసాగించారు.

అఖిల భారత జాతీయ కాంగ్రెస్ వార్షిక సమావేశాలలో ప్రవేశపెట్టబడిన ఆర్థిక తీర్మానాలూ, రాజకీయ తీర్మానాలూ జమా ఖర్చులు నివేదికలు రూపొందించడంలో రాజారావు మేధాసంపత్తి ప్రస్ఫుటంగా కనిపించేది.

భారత స్వాతంత్ర్యోద్యమంలో జాతీయ నాయకులను అరెస్టు చేసినపుడు, నాయకుల మధ్య సమన్వయం సాధించడంలోనూ రాజారావు ప్రముఖ పాత్ర వహించేవాడు. ప్రతీ విషయాన్ని స్వతంత్రంగా ఆలోచించి నిర్ణయం తీసుకునే స్వభావం రాజారావుగారిది. కాంగ్రెస్ అధ్యక్షులతోనూ, ప్రధాన కార్యదర్శులతోనూ తన అభిప్రాయాలను నిష్కర్షగా చెప్పేవాడాయన. రాజారావుగారి స్వతంత్ర భావాలనూ ఆలోచనా విధానాన్ని నిర్మొహమాటాన్ని నిజాయితీని అందరూ అభిమానించే వారు. అందుకే రాజారావు దక్షిణాదివాడైనా ఉత్తరాదివాడిగానే భావించి ఆదరించేవారు.

1919 అమృత్‌సర్, 1928 కలకత్తా సమావేశాలకు అధ్యక్షత వహించిన మోతీలాల్ అధ్యక్షోపన్యాసాలకు తుదిమెరుగులు దిద్దింది రాజారావు గారే.

1920, కలకత్తాలో లాలా లజపతిరాయ్ అధ్యక్షతన జరిగిన సమావేశంలో గాంధీజీ సహాయ నిరాకరణోద్యమ తీర్మానం రూపొందించడంలోనూ, ఆ తీర్మానం ఆ సమావేశంలో ఆమోదింపచెయ్యడంలోనూ రాజారావు బాధ్యతాయుతంగా వ్యవహరించారు.

భారత జాతీయ నాయకులెవరికీ తీసిపోని విధంగా భారత స్వాతంత్ర్యోద్యమంలో భార్య అలివేలమ్మతో సహా పాల్గొన్న స్వాతంత్ర్య సమరయోధుడు బారు రాజారావు.

1923 డిసెంబరు 28 నుండి కాకినాడలో 38వ జాతీయ కాంగ్రెస్ మహాసభలు నిర్వహించబడ్డాయి. మౌలానామహ్మద్ అలీ అధ్యక్షతన జరిగిన ఈ సమావేశాలలో చర్చించే ముసాయిదా తీర్మానాలు రూపొందించడంలోనూ, అసమ్మతి వాదులను బుజ్జగించడంలోనూ రాజారావు తలమునకలై పనిచేశారు. ఈ సమావేశాల్లో సమర్పించబడిన 72 పేజీల అధ్యక్షోపన్యాసంలో ఎక్కువభాగం రాజారావు కలం నుండి జాలువారిందే. తెలుగు, హిందీ, ఉర్దూ, ఇంగ్లీషు భాషల్లో 17 వేల కాపీలు ఉపన్యాస ప్రతులు ఆ సభల్లో పంచబడ్డాయి. హిందూ-ముస్లిం సమైక్యత నెలకొల్పే ఒప్పందం ముసాయిదా తీర్మానాన్ని మోతీలాల్ నెహ్రూ ఈ సమావేశాల్లో ప్రతిపాదించగా సరోజినీ నాయుడు బలపరిచారు.

కాంగ్రెస్ సేవాదళం 1923 కాంగ్రెస్ సభల్లోనే ఆవిర్భవించింది. అఖిలభారత ఖద్దరు బోర్డు స్థాపన నిర్ణయం కూడా ఈ సమావేశాల్లోనే చెయ్యబడింది. భారత జాతీయోద్యమానికి ఊపిరిపోసి ప్రణాళికాబద్ధమైన, క్రియాత్మకమైన కార్యక్రమాలు నిర్వహించిన వ్యక్తి శ్రీ బారు రాజారావు.

1919-20 సంవత్సరాల్లో గవర్నరు మిశ్రా గారితోనూ, 1920-22 సంవత్సరాల్లో విఠల్‌భాయి పటేల్‌తోనూ కలిసి పనిచేసిన రాజారావు 1926లో కాంగ్రెస్ ఉపకార్యదర్శిగా నియమించబడ్డారు. 1929 కాంగ్రెస్ వార్షిక నివేదికల్లో "కాంగ్రెస్ నిత్యవ్యవహారాలను అతి సమర్థతతో నిర్వహిస్తున్న బారు రాజారావుకు మా ప్రత్యేక కృతజ్ఞతాపూర్వక వందనాలు" అని జవహర్లాల్ నెహ్రూ, సుభాష్ చంద్రబోస్ పేర్కొన్నారంటే రాజారావు చిత్తశుద్ధి, దక్షత విశదమౌతుంది. 1929 లాహోరు కాంగ్రెస్ సమావేశాల అనంతరం కాంగ్రెస్ కార్యాలయానికి బారు రాజారావు శాశ్వత కార్యదర్శిగా నియమించబడి గౌరవించబడ్డారు.

కొంతకాలం కుటుంబ సమేతంగా గాంధీగారి వార్ధా ఆశ్రమంలో గడిపిన రాజారావు గాంధీ సిద్ధాంతాలను జీవితాంతం ఆచరించారు. అఖిలభారత జాతీయ కాంగ్రెస్ కమిటి (AICC) సభ్యునిగా 6 సంవత్సరాలు పనిచేశారు.

దాదాపు 20 సంవత్సరాలు అఖిల భారత కాంగ్రెస్ సమావేశాలకు దిశానిర్దేశాలను రూపొందించిన ఘనత రాజారావు గారిదే. స్వాతంత్ర్యోద్యమకాలంలో కాంగ్రెస్ మహాసంస్థకు సమర్ధవంతమైన సేవలు అందించిన నిస్వార్థ దేశభక్తుడు బారు రాజారావు. MA అన్సారీ, మదన్ మోహన్ మాలవ్య, విఠల్‌భాయి పటేల్ లతో కలసి 1930 ఉప్పు సత్యాగ్రహోద్యమంలో పాల్గొని అరెస్టయి జైలుశిక్ష అనుభవించిన రాజారావు జైలులో అనేక విషయాలపై అనేక అమూల్య సలహాలను వారందరికీ అందించేవాడు.

సర్దార్ పటేల్‌తో కలిసి అహ్మదాబాద్ బార్డోలీ ఉద్యమాల్లో పాల్గొని 1932లో స్పెషల్ డిటిన్యూ ఖైదీగా సబర్మతీ జైలులో, అలహాబాద్ జైలులోనూ నిర్బంధించబడ్డారు. పటేల్‌తో కలిసి ధూళియా జైలులో శిక్ష అనుభవించారు.

మహాత్మాగాంధీతో బాటు శాసనోల్లంఘనోద్యమంలో పాల్గొని ఎర్రవాడ జైలులోనూ, కన్ననూరు జైలులోనూ నిర్బంధించబడ్డారు రాజారావు.

1932లో ఆచార్య వినోబాభావేతో కలిసి గుజరాత్‌లోని సబర్మతి జైలులో శిక్ష అనుభవించారు. జైలులో వినోబాభావేకు రాజారావు తెలుగుభాషను నేర్పించాడు. రాజారావుగారి భార్య అలివేలమ్మ నెహ్రూభార్య కమలా నెహ్రూ ఇరువురూ అలహాబాద్‌లో విదేశీ వస్తు బహిష్కరణోద్యమంలో పాల్గొని జైలుశిక్ష అనుభవించారు. జైలులో శిక్ష అనుభవిస్తున్న కాలానికి కాంగ్రెస్ ఖజానానుండి పారితోషికాన్ని పుచ్చుకోకపోవడాన్ని గాంధీజీ ప్రశంసించారు.

జవహర్లాల్‌నెహ్రూ సోదరి విజయలక్ష్మి పండిట్ వివాహానికి రాజమహేంద్రి నుండి మామిడిపండ్లు, కమ్మని నెయ్యి అలహాబాద్‌కు తెప్పించి పెండ్లివారికి రాజారావుగారు స్వయంగా వడ్డించారట. రాజారావు అభిమానానికి మోతీలాల్ నెహ్రూ మురిసిపోయారుట. మోతీలాల్ నెహ్రూ మరణించిన తర్వాత ఆయన చితాభస్మాన్ని రాజారావుగారు గోదావరిలో నిమజ్జనం చేశారు. వారి ఋణానుబంధం అటువంటిది.

రాజారావు అమూల్య సలహాలు తమకు ఎంతో ప్రయోజనం చేకూర్చాయని నెహ్రూ, పటేల్, సుభాష్ చంద్రబోస్, చిత్తరంజన్‌దాస్, గోవిందవల్లభ పంత్, పట్టాభి సీతారామయ్య, కొండా వెంకటప్పయ్య, రాజాజీ, ప్రభృతులు పేర్కొన్నారంటే రాజారావు మేధాసంపత్తి ఎంతటిదో గ్రహించవచ్చును.

జవహర్లాల్ నెహ్రూ 1936లో రాజమహేంద్రి విచ్చేసినపుడు నెహ్రూగారికి పేపర్ మిల్ గెస్ట్ హౌస్‌లో వసతి ఏర్పాటు చెయ్యబడింది. రైల్వేస్టేషన్‌కి బులుసు సాంబమూర్తిగారూ, పాలకోడేటి గురుమూర్తిగారు, దుర్గాబాయి తదితరులు వెళ్ళి స్వాగతించారు. పేపర్‌మిల్లు గెస్ట్‌హౌస్‌లో వసతి ఏర్పాటు చేసిన విషయాన్ని సాంబమూర్తిగారు నెహ్రూగారికి చెప్పారు. "No I want to stay with Raja Rao's house'' అని ఖండితంగా చెప్పారు నెహ్రూ. ఆగర్భ శ్రీమంతుడైన నెహ్రూ మధ్యతరగతికి చెందిన బారు రాజారావు ఇరుకైన వసతి గృహంలో 1936లో విడిదిచేసి నవంబరు 14న పుట్టినరోజు పండుగ హిందూ సంప్రదాయంగా జరుపుకున్నారు. ఇన్నీసుపేటలో ప్రస్తుతం త్యాగరాజనగర్‌గా పిలువబడుతున్న ప్రాంతంలో నెహ్రూ బస చేశారు. ఈ సందర్భంగా 'ఆంధ్ర భీష్మ' న్యాపతి సుబ్బారావు పంతులు, బులుసు సాంబమూర్తి, పాలకోడేటి గురుమూర్తి, దుర్గాబాయి నెహ్రూగారికి జన్మదిన శుభాకాంక్షలు తెల్పారు. ఈ సందర్భంలో తీసిన ఛాయాచిత్రం రాజమహేంద్రి ఇండియా ఇండిపెండెన్స్ సెంటర్‌లో నేటికీ ఉన్నది.

1934లో అనారోగ్యానికి గురైన బారు రాజారావు కాంగ్రెస్ కార్యదర్శిత్వానికి రాజీనామా చేసి రాజమహేంద్రికి వచ్చి స్థిరపడ్డారు.

1937లో ఉమ్మడి మద్రాసు రాష్ట్ర శాసనసభకు జరిగిన ఎన్నికల్లో రాజమహేంద్రి నియోజక వర్గంనుండి పోటీ చెయ్యడానికి కాంగ్రెస్ రాజారావుగారిని అభ్యర్థిగా నిర్ణయించింది. స్థానికులు రాజారావు అభ్యర్థిత్వాన్ని వ్యతిరేకించారు. నెహ్రూ, పటేల్ మాత్రం రాజారావు అభ్యర్థిత్వాన్నే బలపరిచారు.

జవహర్లాల్ నెహ్రూ, సరోజినీ నాయుడు రాజారావు విజయం కోసం ప్రచారం చేశారు. ఆ రోజుల్లో రాజమహేంద్రి నియోజకవర్గం భద్రాచలం నుండి కోటిపల్లి వరకు విస్తరించి ఉండేది. స్థానికులు వ్యతిరేకించినా రాజారావు వ్యక్తిత్వం గుణశీలం, దేశభక్తి, నిజాయితీ, నిరాడంబరత, దీక్షాదక్షతల వల్ల ఉమ్మడి మద్రాసు రాష్ట్ర శాసనసభకు రాజమహేంద్రి నుండి అత్యధిక మెజార్టీతో గెలుపొందారు.

రాజమహేంద్రిలో రామకృష్ణ సేవాసమితి స్థాపనలో రాజారావు కృషి ప్రధానమయింది. బేలూరు మఠంలో రాజారావుగారికున్న పరిచయాలవల్లే రాజమహేంద్రిలో రామకృష్ణ సేవాసమితి గోదావరి గట్టున ఏర్పాటయింది. రాజారావుగారికి ఇరువురు కుమారులు గోవిందరావు, కృష్ణారావు, ఇరువురు కుమార్తెలు శేషగిరమ్మ, శాంత.

భారత జాతీయ కాంగ్రెస్‌కు తన జీవితాన్ని అంకితం చేసిన బారు రాజారావు బహుభాషాకోవిదుడు తెలుగు, కన్నడ, తమిళం, బెంగాలి, హిందీ, ఇంగ్లీషు భాషల్లో నిష్ణాతులు.

శాంత స్వభావి, కర్మయోగి, నిర్మల ప్రవర్తన కలిగిన నిష్కళంక దేశభక్తుడు, స్వాతంత్ర్య సమరయోధుడు ప్రజాసేవకుడైన బారు రాజారావు తన 49వ ఏట 1938 జూన్ 8న రాజమహేంద్రిలో మరణించాడు.

శ్రీపాద సుబ్రహ్మణ్యశాస్త్రి

(1891-1961)

- వీరాజీ

"రాయగా రాయగా భాష స్వాధీనమవుతుంది. రాయగా రాయగా క్రాంతి దర్శిత నిశితమవుతుంది. రాయగా రాయగా రచనా విధానం సుపరిష్కృత మవుతుంది. రాయగా రాయగా తపస్సు సిద్ధించి మహర్షివి అవుతావు. మహర్షి కానివాడు కథలు రాయలేడు" - అంటూ తీర్మానించారు శ్రీపాద సుబ్రహ్మణ్య శాస్త్రి గారు.

అవును. ఆయన తెనుగు కథలకు బ్రహ్మర్షి. ఇంగ్లీషు వాసనలంటని- నూటికి నూరుపాళ్లూ - అసలు సిసలు తెనుగు జాతీయ కథా రచయిత ఆయన!

ఆయనదొక విశిష్ట మూర్తిమత్వం. భాషం, భావం పాత్రల ప్రవృత్తి- అన్నింటా సంఘజీవితాన్ని తేనెలూరు తేటతెనుగు వాడుకభాషలో బొమ్మలుగా చేసిన స్రష్ట, - ద్రష్ట కూడానూ ఆయన.

తెనుగు సాహితీ ప్రక్రియలలో శ్రీ శాస్త్రిగారికి అచుంబిత ప్రక్రియ అంటూ ఏదీ లేదు. మహాపండితుడు అయ్యుండీన్నీ - అనితర సాధ్యంగా, మిక్కిలి నాటకీయంగా - సంఘజీవితానికి కలం చిత్రాలు చెక్కిన అక్షరశిల్పి. అభ్యుదయకామన గల బహుముఖ ప్రజ్ఞావంతుడు ఆయన!

జననం: విద్యాభ్యాసం

తూర్పుగోదావరి జిల్లా-రామచంద్రాపురం తాలూకా పొలమూరు లో- 1891వ సంవత్సరం ఏప్రిల్ నెల ఇరవై మూడో తారీఖున - శ్రీపాద లక్ష్మీపతి సోమయాజి, లక్ష్మీసోదెమ్మ దంపతులకు ఆయన జన్మించారు.

కాని, శ్రీపాద వారి కుటుంబం పశ్చిమగోదావరి జిల్లాలోని గుమ్మలూరుకు చెందినది. గుమ్మలూరు ఒక వెలనాటి బ్రాహ్మణాగ్రహారం. అయితే వారు రాజమండ్రి దగ్గరలో వున్న - 'మునికొడవలి' అన్న గ్రామం చేరుకొని, అక్కడ స్థిరపడ్డారు. అక్కడ వారిని ఏటా గోదావరి వరదలు ఇబ్బంది పెట్టేవి. దాంతో వారు కొంతకాలానికి పొలమూరు గ్రామం చేరుకుని, అక్కడ స్థిరపడ్డారు. వారి తాతముత్తాతలందరూ - యజ్ఞాలు చేసినవారే. శ్రీపాదవారి తాతగారు మాత్రం- భార్యావియోగం చేత యాగం చేయలేకపోయారట.

ఆ విధంగా సుబ్రహ్మణ్యశాస్త్రిగారు - తమ కులవిద్యలు, కుటుంబ సాంప్రదాయమూ అయిన - వేదమూ, శ్రౌతమూ, స్మార్తమూ, మంత్ర శాస్త్రమూ, జ్యోతిశ్శాస్త్రమూ మొదలయిన సమస్త విద్యలూ తండ్రిగారి వద్దనే అభ్యసించారు. లక్ష్మీపతి సోమయాజిగారు కులవిద్యకు

భంగం వాటిల్లరాదనే ఉద్దేశ్యంతో శాస్త్రిగారిని ఇంగ్లీషుబడికి వెళ్లకుండా మానిపించడమే గాక – తన ఇంట తెలుగు సాహిత్యానికి కూడా – 'దేవిడీమన్నా' విధించాడు. సంస్కృత వాంజ్మయముగా వేదశాస్త్రాలూ – పంచాంగగణన మొదలయినవి తప్ప, తెలుగులో కవిత్వం రాయడం కూడా కులభ్రష్టత్వమేననుకునే తండ్రి 'కట్టడి'ని– శ్రీపాదవారు– విద్యలన్నిటినీ అవపోశన పట్టిన తరువాతనే తిరస్కరించారు. ఈ తిరుగుబాటు సుదీర్ఘకాల పోరాటంగానే సాగి – మన శాస్త్రిగారిలో గొప్ప పరివర్తనకి దారితీసింది.

ఆయుర్వేదవైద్యంలో కూడా ఆయన దిట్ట. తొలుత – ఆయన విద్యాభ్యాసం– వల్లూరు, వేటపాలెంలో సాగింది.

తనలోని చైతన్యం, లేదా విప్లవభావం రగిలిన తీరును – ఆయన మాటల్లోనే చూద్దాం – "అదొక పెద్ద గాథ... కేవలం గాథ మాత్రమే కాదు... సంకుల సమరం... సంకుల సమరమున్నా కాదు.. కల్లోలం... అంతేనా? అదొక భయంకర విప్లవం.... అచ్చంగా ప్రళయమున్నూ..." అంటూ ఆయన, ఆ జీవిత విశేషాలను భావి జనులకొక'బాట' గా తన స్వీయచరిత్ర – 'అనుభవాలూ.. జ్ఞాపకాలున్నూ' – అన్న సుదీర్ఘ గ్రంథంలో – అరటిపండు వొలిచిచేత బెట్టినట్లు– మర్మం మొహమాటం లేకుండా చెప్పుకొచ్చారు...

నిజానికి – సంఘసంస్కరణోద్యమం పందొమ్మిదవ శతాబ్దంలోనే మొదలయ్యింది. కాని, అది ఇరవయ్యో శతాబ్దంలో – అమిత సంరంభంగా సాగింది. ఒక పక్క జాతీయోద్యమం – మరొకపక్క వ్యావహారిక భాషోద్యమం సంఘసంస్కరణా కాంతిలో – అంతటా వ్యాపిస్తున్న తరుణం అది. ఈ మూడు 'మార్పులూ' త్రివేణీ సంగమంగా – అదిన్నూ రెండు ప్రపంచయుద్ధాల మధ్య నలిగిపోకుండా వెల్లువెత్తిన నవీనయుగపు 'పోటు' అది. నాటి కందుకూరి వీరేశలింగం పంతులుగారు, గురజాడ అప్పారావుగారు – 'గిడుగు పిడుగు' గా వాసికెక్కిన శ్రీరామమూర్తి పంతులుగారు – 'త్రిమూర్తులు'.

అదృష్టవశాత్తూ సంస్కృతాన్ని వదిలి సంప్రదాయాన్ని భ్రష్టుపట్టించకుండా వారందించిన 'నడబండీ'ని అందుకొని అనతి కాలంలోనే సొంత బాణీని అలవర్చుకొన్న మహనీయుడు శ్రీపాద సుబ్రహ్మణ్యశాస్త్రిగారు.

నవలలు రాయాలి అంటే, ఏమిచదవాలి? అన్న కుతూహలంతో– ఆయన బంకించంద్ర ఛటర్జీని చదువుకొని చాలా ప్రభావితుడైనాడు. వీరేశలింగంగారు ఆయనకు ఆరాధ్యుడే! నేరుగా తన కథలలో ఒక పాత్రగా కూడా పంతులుగారిని ప్రవేశబెట్టడానికి కూడా శాస్త్రిగారు సంకోచించలేదు. అయితే, ఈ రచన అంతా ఒక సుదీర్ఘ క్రమవికాసంగా వచ్చిందే.

గ్రాంథికమే మొదట!

శ్రీపాదవారు గురుకుల విధానంలోనే చదువుకున్నారు కానీ అప్పటికే బ్రిటిష్ ప్రభుత్వం స్థానిక నిధుల సాయంతో అనేక పాఠశాలలను తెలుగుదేశంలో స్థాపించింది. సామాజిక శాస్త్రం,

భౌతిక, రసాయన శాస్త్రాలు కూడా ఎందరినో ఆకర్షించాయి. అయితే, శాస్త్రిగారు యవ్వనంలో అటు నాటకం, యిటు సంగీతం అనే రెండు ఆకర్షణలకు లోనైనాడు.

పొలమూరుకు మూడుమైళ్ల దూరంలో వున్న 'కుతుకులూరు' గ్రామానికి ఫిడేలు పట్టుకుని, ఎండలో నడుచుకుంటూ వెళ్లి - సర్వదేవుడు అనే సంగీతజ్ఞుని వద్ద శుశ్రూష చేశాడాయన. ఆత్మోద్దీపనం కలిగించే గొప్పకళ అని ఆయన అంటే - సంగీతమూ, చిత్రలేఖనమూ, కవిత్వం ఇవి వేదశాస్త్రాలు కావు కనుక వర్జించాలి అంటాడు తండ్రిగారు.

శాస్త్రిగారు కళ అనేది ఆత్మానందానికీ, ఆత్మోపలబ్ధికి మాత్రమే తప్ప జీవికకు కాదు అంటారు. కర్ణాటక సంగీతానికి 'గమకమూ' హిందుస్థానీ సంగీతానికి 'ఈడ్పూ' ముఖ్యం. అంచేత నాకు కర్ణాటక సంగీతమే ఇష్టం అంటూ హిందూస్థానీ బాణీలూ, గానం రెండూ కూడా శ్రీపాదవారు తన నాటక సమాజ ప్రదర్శనలలో నుంచి బహిష్కరించారు. పంతం వచ్చినా, పట్టుదల వచ్చినా శాస్త్రి గారిని ఎవ్వరూ ఆపలేరు. 'తబలా' పనికి రాదు మృదంగమే మనదన్నారు.

"కర్ణాటక సంగీతానికి రూపుదిద్దినవారు ఆంధ్రులు. కానీ పోషించి, అనుభవిస్తున్న వారు అరవలు".

అదే విధంగా శాస్త్రిగారికి హిందీ అన్నా కిట్టదు. హోటేలు వ్యాపారంలో అరవలు, కన్నడిగులు మన దేశాన్ని (ఆంధ్రదేశాన్ని) ఆక్రమించుకున్నారు. సంగీతం మనదైనా అరవవాళ్లు సుసంపన్నం చేసుకున్నారు. మనవాళ్ల బద్ధకమే మన శత్రువు అంటూ అనేక పర్యాయాలు రాశారు. హిందీ సినిమాలూ, పాటలూ మన యువతీ యువకుల్ని నాశనం చేస్తున్నాయనే వారాయన.

ఆంధ్రపత్రిక మొదటి ఉగాదిసంచిక వచ్చింది. వారు దాన్ని తరచి చూచి కొత్త ప్రపంచంలో పడ్డానంటూ స్వీయచరిత్రలో రాసుకున్నారు. "నాగేశ్వరరావు పంతులుగారి నిష్కామకర్మకది జయపతాక - ఆరోజుల్లో అది నాకే కాదు జాతి మొత్తానికే యెంతో మేలు చేసింది"- అనుకుంటూ ఆయన అందులోని ఫోటోలూ, పెద్దల వేషాలూ చూసి - ప్రామాణికమైన గురువును ఎంచుకోవాలను కున్నాడాయన.

-"చూడగా చూడగా, మథనపడగా- మథనపడగా - 'మంచికవి' అనిపించుకోవాలన్న సాధనకు మార్గం దొరికింది" - అందులో (పత్రికలో) పడ్డయిరువురు వేత్తలు ఆయనని ఆకర్షించారు.

అటు తిరుపతి వేంకటకవులనో లేక ఇటు రామకృష్ణకవులనో ఎన్నుకోవాలని భావించారు. ఆ 'జంట కవి' ద్వయం మధ్య పచ్చగడ్డి వేస్తే భగ్గుమంటున్న రోజుల్లో ఆయన జాగ్రత్తగా ఆలోచించి - రామకృష్ణ కవుల్ని గురువులుగా ఎన్నుకున్నారు.

అష్టావధానాలు:

రామకృష్ణ కవులు మడీ - తడీ విషయంలో పట్టూ విడుపూ వున్నవారు. తిరుపతి వేంకటకవులకు మల్లే కాక చొక్కాలూ, బూట్లూ ధరించుతారు. శాస్త్రిగారి వేషం అప్పటికే కాళ్లకి దొరల జోడు - వంటి మీద షర్టు, షర్టు మీద కోటూ, కోటు జేబులో వాచీ - వాచీ గొలుసుకొక బంగారపు మెడలూ - అధునాతనంగా వుంది. ఆ మెడలు వారికి 'లవకుశ' నాటకం ప్రదర్శనకు మురిసిపోయి మల్లిడి సత్తిరాజుగారిచ్చారు.

మొత్తానికి పిఠాపురంలో రామకృష్ణ కవుల యింటికి ఎదురుగా ఒక 'గది'ని అద్దెకు తీసుకుని - ఆయన వారి శుశ్రూషలో నిమగ్నమైనారు. ఆరోజులలో గురుకుల సాంప్రదాయం ప్రకారం అక్కడే 'వారాలున్నూ' ఏర్పాటు చేసుకున్నారు. పిఠాపురంలో వారున్న కాలం అంతా వారి సుదీర్ఘ జీవితంలో ఒక మధుర ఘట్టం. గురువులకి శిష్యులు - శిష్యునికి గురువులు (వాస్తవానికి ఇరువురూ సమ ఉజ్జీ పాండిత్యప్రకర్ష గలవారే) మహా 'ఇది'గా నచ్చారు.

వారి అనుభవాలూ-జ్ఞాపకాలూనూ-లో ఈ ఘట్టాల వర్ణన-"నాటి మన బ్రాహ్మణ సంఘ జీవితం-అందులో వస్తున్న అభ్యుదయకర ఆధునిక మార్పులు" వగైరాలను మనకి కనులకు కట్టినట్టు పరిచయం చేస్తుంది.

అప్పుడే శాస్త్రిగారు అష్టావధానాలూ, వాటితో పాటే, "నేత్రావధానాలున్నూ" చేశారు. కాని, "అవధానాలు కవి అయిన వాడికి పతనహేతువు"-అని, ఆనక అనుభవం మీద చెప్పారు.

తన పదిహేడు, పద్దెనిమిది సంవత్సరాల నాటి విద్యార్థి జీవిత ఘట్టాలను- 48 సంవత్సరాల తర్వాత రంజుగా వర్ణించాడాయన.

రామకృష్ణ కవుల దగ్గర చేరిన ఆరు నెలలకే క్రాపింగు పెట్టించుకుని, పక్క పాపిడి తీసుకోవాలనే "కొత్తదనం" జాగృతం అయింది. అర్ధముడికి స్వస్తిపలికాడాయన. అది మళ్లీ యింటి వద్ద తండ్రిగారితో పేచీకి దారితీసింది. సరే, పంచాంగాలు గుణించడం మానేసినా జ్యోతిషం ప్రశ్నలు చెప్పడం మానలేదాయన-

నాటి అగ్రహారీకులలోని మార్పులకున్నూ ఆయనే ఎంతో ఉద్యమం చేశాడనిపిస్తుంది వారి సాహస జీవనగమనాన్ని పరికిస్తే. అయినప్పటకీ- రచన 'ఆయనకు పరమావధి'. వాడుక భాషలో రాయాలన్న కోరిక కూడా అప్పుడే కలిగింది.

కథా రచయితగా మార్పు:

1915లో ప్రథమంగా శాస్త్రిగారి కథ ఆంధ్రపత్రికలో పడ్డది. శాస్త్రిగారి సారథ్యాన 'ప్రబుద్ధాంధ్ర' పత్రిక వెలువడ్డది. 1929 సెప్టెంబర్ దాకా దానిని పక్షపత్రిక నుంచి మాసపత్రికగా మార్చినా, నడుపుతా వచ్చారు. వారి కథలు ప్రబుద్ధాంధ్రతోపాటు 'రెడ్డి రాణి' పత్రిక- ఆంధ్రపత్రిక

ఉగాది సంచికల్లో 'భారతి', 'అభ్యుదయ', 'సుభాషి' అనే పత్రికలలోనూ పడుతూ వుండేవి. తొలినాటి కథలను 'పూలదండ' అన్న సంపుటంగా చేసి, ప్రచురించి, ఆంధ్రసరస్వతి గళసీమను నాడే అలంకరించాడాయన.

శ్రీపాదవారు మొదటి తన కథనాన్ని శుద్ధగ్రాంథికంలోనూ, పాత్రల సంభాషణలను వ్యావహారికంలోనూ నడుపుతూ కథలు రాశారు గానీ, అటు తరువాత పూర్తిగా వాడుక భాషలో (టాకర్స్ ప్రోజ్)నే, శాశ్వతంగా నిత్యనూతన గుబాళింపులతో నిలిచిపోయే 'కథలు', 'నవలలు', 'రూపికలు', 'వర్ణచిత్రాలు', 'వ్యాఖ్యానాలూ', 'మెరుపు దెబ్బలు', 'నాటికలు', నాటకాలు (రేడియో కూడా వారి నాటకాలను ప్రసారంచేసేది) వ్యాసాలు ఒక్క జీవిత కాలంలో మరే ఇతర రచయిత చేయలేడన్నంత విరివిగా, పదునుగా రాశాడాయన.

శాస్త్రిగారు కాలమిస్టు కూడాను. పునహా (పూనా) పట్నం నుంచి అప్పాశర్మగారి సంపాదకత్వాన వెలువడిన సంస్కృత వారపత్రికలో- 'ఇదమిదాని ఆవశ్యకం' అంటూ శీర్షిక నిర్వహించారు శాస్త్రిగారు. అదే కొన్నాళ్లకి తెలుగు కాలమ్ అయింది. 'ఆంధ్రచంద్రిక' అని ప్రొద్దుటూరు నుంచి వెలువడిన బి.ఎన్.స్వామిగారు పత్రికలో-'ఇదియిప్పుడావశ్యకం' అన్న శీర్షికగా వచ్చింది. ఆ పత్రిక యజమాని ఒక ముస్లిమని శాస్త్రిగారు పేర్కొన్నారు.

ఏది ఏమయినా పందొమ్మిదివందల ఇరవైఅయిదు తర్వాత శ్రీపాదవారు గ్రాంథికం వూసు మరి ఎత్తలేదు. రామాయణ భారతాలను కూడా నేరుగా సంస్కృతం నుంచి వాడుక భాషలోకి తర్జుమాచేశారు. ఆ సంగతులు తరువాత చూద్దాం. ఈలోగా గతాను ఘట్టాలలో (ఫ్లాష్‌బ్యాక్‌లో) వారి వ్యక్తిత్వాన్ని చాటే కొన్ని సన్నివేశాలు చూద్దాం.

వేషం లౌక్యం : ప్రవృత్తి వైదీకం

శాస్త్రిగారి దృష్టిలో కవి యొక్క అంతస్తు వైయాకరణుడి కన్నా, పండితుడి కన్నా చాలా పెద్దది. కవిని ఆరాధించాలి. అందలం ఎక్కించాలి. కనకాభిషేకం చేయాలి. కవివేషం తదనుగుణంగా వుండాలి.

వారి మాటల్లోనే-"ప్రతిభవేరు, రుచివేరు నూ-రుచివేరు అవకాశం వేరునూ-అవకాశంవేరు స్వాతంత్ర్యం వేరునూ, దీక్షవేరు-దృష్టివేరునూ - ఏకాగ్రతవేరు (ఇక) ఏకాగ్రత వేరున్నూ-సాహసంవేరున్నూ-ఇవన్నీ కలిస్తేనే- పాకానపడుతుంది రచన". అది ఆయనకి అభ్యుదయ జీవితమార్గమే అయింది!

'తన వేషం లౌక్యంగానూ, ప్రవృత్తి వైదీకంగానూ వుండేది' అనేవాడాయన. "సేతువు మొదలు శీతాచలందాకా భారత జాతీయతతో పాటు మనవేషంలో తెలుగుదనం కూడా తెలియాలి" అంటారాయన. ఈ వేషం విషయంలోనే ఒక చమత్కారఘటన (నాడే కాదు నేడు కూడా- నియోగి-వైదీకి వ్యత్యాసాలున్నాయి. నాడు మన అగ్రహారాలలో ఇది అబ్బురం కాదు).

వాళ్ల అత్తగారి ఊరు ముక్కామల వెళ్లడానికి శాస్త్రిగారు ఉదయం ఏడున్నరకి అనపర్తిలో రైలెక్కారు. అది తొమ్మిదిన్నరకి నిడదవోలు చేరుకున్నది. కాని, నర్సాపురం వెళ్లే 'మెయిలుబోటు' అప్పటికే వెళ్లిపోయింది.

"దాటిపోయింది అంటే, దానంతట అదికాదు. డెల్టాకు సంబంధించిన ఉద్యోగి ఒకడు సకుటుంబంగా బయలుదేరి-నిర్ణీత సమయానికి ముందే దాన్ని గెంటించుకుపోయాట్ట తన బిళ్ల బంట్రోతు చేత కళాసులను, కళాసుల చేత "బోటు"నూ-

శాస్త్రిగారింకా పదిహేను మైళ్లకి పైగా పోతేగానీ ముక్కామలరాదు. రహదారి పడవ రాత్రికి గానీ లేదు. దానిమీద పోతే తెల్లారగట్ల నాలుగింటికి గానీ ముక్కామల చేరలేరు. అంచేత నడిచివెళ్లడమే గతి అయింది. పది గంటల వేళ నడక మొదలెడితే - ఎంత ఉరుకులూ, పరుగులూ అయినా, మూడు గంటలయినా అవుతుంది, ముక్కామల చేరేటప్పటికి. మధ్యాహ్నం మూడు గంటలు దాటాకే భోజనం చెయ్యాలి. కాబట్టి శాస్త్రిగారు వూళ్లోకి బయలుదేరారు. బ్రాహ్మణ ఇళ్లు వెతుక్కుంటూ (బ్రాహ్మలు హోటలులో తినడం ఆక్షేపణీయమైన రోజులవి).

అంతలో ఓ బ్రాహ్మడెదురై-"ఇక్కడకాదు. మీకు దారే కనుక అట్లపాడు వెళ్లండి"-అంటూ సలహా యిచ్చాడు. కాలవదాటితే అట్లపాడు ఓ మైలుదూరం వుంటుంది. రేవులో స్నానసంధ్యాద్యనుష్ఠానాలు నిర్వర్తించుకుంటున్న ఆవూరి బ్రాహ్మలు డి.పి.డబ్ల్యూ గారి ఇంటికి వెడితే భోజనం పెడతారని సలహా ఇచ్చారు. వెతుక్కుంటూ వెళ్లాడు ఆయన.

మండువా హాల్లో పది పదిహేను మంది కూచుని వున్నారు... దర్జాగా కొందరూ, కొంచెం వొదిగి వొదిగి కొందరూనూ... వారిలో ఎవరు ఎవరో తెలీదు ఉద్యోగస్థులన్న ట్లున్నారందరూ...

"మానేజరుగారెవరని నేనడగడమూ-వొకాయన వారిని చూపించడమూ వెంటవెంటనే జరిగిపోయాయి. నాకీపూట భోజనం కావాలి. ఎవరికయినా మీరు పెడతారని విని వెతుక్కుంటూ వచ్చా"నని చెప్పాను.

మిక్కిలి సూటయిన మాటది. వైదీకులయినవారికి ఇందులో అసందర్భం కనపడకపోగా-మంచి సంప్రదాయము కనపడుతుంది. కాని, అక్కడ వారిలో చకితులై కొందరు నాకేసి వింతగా చూశారు. పకాలుమని నవ్వేశారు మరికొందరు. ఆ నవ్వులూ, ఆ చూపులూ వికటంగా కనపడ్డాయి నాకు.

"ఏం? నవ్వుతారేం?" అనడిగాన్నేను అసంతృప్తి కనపరుస్తూ. అప్పుడు తటాలున లేచి మానేజరుగారు మా ఇంటిపేరు అడిగారు. నేను చెప్పాను.

"అంటే వైదీకులా?" అని మళ్లీ అడిగారు. అవునన్నాను నేను. వెంటనే నా చెయ్యి పట్టుకొని లోపలికి తీసుకెళ్లి పక్కన కూచోబెట్టుకొని- "ఇక్కడ వున్నవాళ్లం మేము అందరమూ నియోగులం. అన్నదాతలచేత "ఈ పూట భోజనం చేసి వెళ్లండి" అనిపించుకుంటాం యుక్తిచేసి. ఆ యెత్తు

సాగకపోతే, ఆపూటకి పస్తుంటాం గాంభీర్యం చెదరకుండా. అంతేగానీ, "అన్నంపెట్టండి అని మాత్రం ఎవరినీ అడగం... ఇది మంచిదా? చెడ్డదా? అన్న విచారణ వద్దు. ఏమంటే ఒక విధంగా మంచిది. మరొకవిధంగా చెడ్డదీనూ... అడిగించుకోడం మా పద్ధతి. అడగడం మీ సాంప్రదాయము. మరి రెండున్నూ సమర్థనీయాలే శాఖామర్యాదల్ని బట్టి. కాని, మీ విషయమై కొత్త సమస్య వచ్చింది మా వాళ్లకి. మీ వేషం లౌక్యంగానూ, మీ ప్రవృత్తి వైదీకంగానూ వుండడమే అందుక్కారణం. కొందరు నవ్వేరన్నా అది హేళన కాదు... మీ వేషమూ, మీ ప్రవృత్తీ సమన్వయపర్చు కోలేకపోడమే కారణం".

ఆయన శాస్త్రిగారిని లోపలకు సాదరంగా భోజనానికి కూర్చోబెట్టుకున్నాడు.

"కొన్ని వైదిక సంప్రదాయాల్ని ఇప్పటికీ విడిచిపెట్టలేకపోయాను. అప్పటికే నా వేషం మారివుంది నిజమే"నంటూ సర్దుకున్నాడు శాస్త్రిగారు.

అటు తరవాత ఈయన నేర్చిన విద్యల సంగతి వచ్చింది. "ప్రశ్న" చెప్పమన్నారు మేనేజరుగారు. అవ్యవధానంగా ఫలితం చెప్పాడాయన. కొంచెం చర్చసాగింది. ఎదురువాదం కూడా జరిగింది మొదట. వారు గుర్తించని-క్రూర గ్రహ విశేషదృష్టిని నేను సూచించగా నా నిశ్చయం వారు ఇష్టపూర్తిగా అంగీకరించారు".

అటు తరువాత పండితుడన్నది గ్రహించి - ప్రశ్న చెప్పినందుకు నాలుగు రూపాయలు కూడా ఇచ్చారట.

ఈ విషయం వేషంలో చాలా విశేషం వుంటుంది అని చెప్పటానికే శాస్త్రిగారు ఈ సంఘటన చెప్పారు. శాస్త్రిగారు బ్రాహ్మణ్యాన్ని కాపాడుకోడానికి భోజనానికి హోటలుకి వెళ్లకుండా, చుట్టాలింటికీ, సత్రాలకూ వెళ్లేవాడుకానీ రెండు చోట్లా అప్పటికే యుగధర్మాలు మారుతున్నందున ఆయనకు రుసరుసలు, దెప్పిపొడుపులు, ఇక్కట్లు, అగౌరవాలు మొదలైనాయి. అయినా, ఆయన మడికట్టుకొని అరవ హోటలు (తెలుగు హోటల్లెక్కడ?) భోజనం చేయబోతే అక్కడా భంగపాటే! తెగబారెడు జట్టు దువ్వుకొని తరుణ విధవ ఒకామె వడ్డనకు వచ్చిందట. (శాస్త్రిగారిది అగ్రహారం పరిధిని దాటిన సమ్యక్ దృక్పథం. తెలుగు అన్నా, తెలుగుదేశం అన్నా ఆయనకు అపారమైన ప్రేమా, గర్వమున్నూ. భారతీయత జాతీయతా అనేది ఈ యుగంలో ఎట్లా లేచి మొగ్గలు తొడగాలో కూడా ఆయన తన స్వీయచరిత్రలో చర్చించారు. కథలలో, నవలల్లో కూడా ప్రతిఫలింపజేశారునిండుగా).

విద్య అనగా ఏది?

"మనదేశంలో విద్య ఏయుగంలోనూ కూడా ప్రభుత్వపరంగా లేదు. (స్వీయ చరిత్ర-30.వ. అధ్యాయం) గురుకుల నివాసమే మన విద్యాసంస్థ - 'కానీ' ఖర్చులేకుండా సకలశాస్త్రాలూ సాధించుకునే వాళ్లు మనవాళ్ళు. గురుకుల నివాసం చదువుకునే మనవాళ్లు మహాపండితులైనారు.

చక్రవర్తులైనారు. మహామంత్రు లైనారు. ద్వీపద్వీపాంతరాలలోనూ మన సంస్కారం వ్యాపింప జేశారు.

విశ్వవిద్యాలయాలుండేవి. కాని అవి పండితసత్వాలే గానీ ప్రభుత్వానివి కావు. విద్యార్థులకు అన్నంపెట్టి, బట్టలిచ్చి విద్య చెప్పేవి అవి. అలా పదివేల మందికి చేసేవాడినే 'కులపతి' అన్నారు మనవాళ్ళు".

ఓనమాల దగ్గర్నుంచీ విద్యార్థులు నెలనెలా ముడుపులు చెల్లించి నేర్చు కోడమూ, ఉపాధ్యాయుల జీవితాలను దొరతనం వారు తమ గుప్పిట వుంచు కోడమూ లాంటి పద్ధతులన్నీ మనకి ఆంగ్లేయులు అంటగట్టినవేనంటూ చెప్పారు. "మనల్ని ఆంగ్లేయులు వదిలి పోయారు గనుక మన సాంప్రదాయ విద్యలను విద్యారంగంలో ఏల ప్రవేశబెట్టరు?" అంటారాయన.

గురువులు రామకృష్ణ కవులంటే వారికి ఎనలేని భక్తి. వారు వద్దన్నా సరే, ఆయన తిరుపతి వెంకటకవులకు, రామకృష్ణకవులకు గల వైరంలో "తల దూర్చారు". ఒకసారి రాజమండ్రీలో - చెళ్లపిళ్ల వెంకటశాస్త్రి గారితో బాహాబాహీకి కూడా దిగారు శాస్త్రిగారు.

వ్యాసాలూ, శీర్షికలూ

భారతిలో ఆయన-'మీగడ తరకలు' శీర్షిక రాసేవారు. ప్రబుద్ధాంధ్రలో వారి వ్యాసాలు చురకత్తులే. తన రచనలు-'రాజరాజు', 'వడ్లగింజలు'-వీటిని తన గురువులకు చూపెట్టి మెప్పుపొందాలనుకున్నారు. ఆయన రచన 'వీరపూజ'కు "ఇంటువంటి గ్రంథం తెలుగులోనే కాదు మరే భాషలోనూ వుండదు"-అని రామకృష్ణశాస్త్రి కితాబిచ్చారు.

శాస్త్రిగారు సాగించిన పోరాటం-వారికున్న సామాజిక స్పృహ, తెగువ, ఇవన్నీ నాటి స్థితిగతుల వెల్తురులో చూస్తే ధగధగా ఇనబింబంలాగా కనబడతాయి!

ప్రబుద్ధాంధ్ర సేవలు

రాయవరంలో శ్రీపాద సుబ్రహ్మణ్యశాస్త్రి గారు వచన, రచనల కోసం సొంతంగా కౌశిక్ అనే ముద్రణాలయం పెట్టుకొని నడిపించిన పక్షపత్రిక ప్రబుద్ధాంధ్ర-1920లో, కొన్నాళ్లు ఇది తెలుగు, సంస్కృతం, ద్విభాష పత్రికగా వెలువడ్డిది. తరువాత ప్రెస్ నడపలేక రాజమండ్రికి తీసుకుపోయి మాసపత్రికగా మార్చారు. వారి కథలు, నవలలు ఇందులో చాలా వెలువడ్డాయి. హిందీ భాష, తెలుగు భాషకు ఎనలేని అన్యాయం చేస్తున్నదని శాస్త్రిగారు ఈ పత్రికలో చెరిగేసేవారు. గిడుగువారి వ్యావహారిక భాషోద్యమానికి ఈ పత్రిక గొప్పబాసటగా రాణించింది.

శాస్త్రిగారికి ఖద్దరు, గాంధీ, హిందీ మూడున్నూ నిషిద్ధ పదాలే. దానికి కారణాలు వారే ఎన్నో వ్యాసాలలో వివరించారు. శాస్త్రిగారి విమర్శలు చాలా ఘాటుగా వుండేవి. వారు 'శాస్త్రి',

'వాచస్పతి', 'వసంతుడు', 'కుమార కార్య సింహుడు', 'కౌశికుడు', 'భట్టా చార్యుడు' లాంటి ఎన్నో మారు పేర్లతో వందలాది వ్యాసాలు రాశారు.

పత్రిక ముచ్చట్లు కొన్ని

ప్రబుద్ధాంధ్ర పత్రికని నడిపించడం కత్తిమీద సామేమరి! వారి మాటలలోనే కొన్ని ముచ్చట్లు ఉటంకిస్తాను. "రాయవరంలో నష్టం రాగా సొంత ముద్రాక్షరశాల ఎత్తేసి కాకినాడ స్కేప్ అండ్ కోలో అచ్చు వేయిస్తున్నప్పుడు... ఒకనెల అరువుయిస్తారు వారు. అంటే వెనుకటి బిల్లు చెల్లిస్తే తరువాతి నెలసంచిక అచ్చువేసి ఇస్తారు అరువుగా. ఉదయం పనివాళ్లు 'స్టిక్కు' పట్టేలోపల రచనలిస్తే సాయంకాలానికి సంచికలు బైండున్నూ చేసి ఇచ్చేవారు.

రాజమహేంద్రవరంలో ప్రవేశించాక నెలకు మూడు వేల 'వ్యావృతి' వచ్చింది ప్రబుద్ధాంధ్రకు. అటు తర్వాత కాకినాడలోనే స్కేపు అండ్ కో వారి లాగే రాజమహేంద్రవరంలో సరస్వతీ ప్రెస్సువారున్నూ అరువుగా ఒక సంచిక వేస్తామన్నారు. కాని, పత్రిక ప్రతులు పోస్టు చేయాలీ అంటే నలభైరూపాయల బిళ్లలు (స్టాంపులు) కావాలి నెలకి. నాడు 38రూ॥ చేతిలో వుండగా, తొలినాడే కొన్నాను బిళ్లలు. తెల్లవారడం తడువుగా ప్యాకింగ్ పనిలో కూచున్నాను. స్వయం రాజా, స్వయం మంత్రి కనుక పది అయింది. వున్న బిళ్లలు అంటించడమూ అయిపోయింది. పదకొండయింది. భోజనం చేశాను. పన్నెండు కొడితే పోస్టాఫీసు తెరుస్తారు. ఒంటిగంటలోపున పోస్టు చెయ్యాలి. కాని, అక్షరాలా ఎనిమిది రూపాయలు ఇంకా కావాలి. చేసేది లేక దస్కుబల్ల దగ్గర చతికిలబడ్డాను...

అయితే, రాద్దామంటే కలమూ నడవదు. చదువుదామంటే బంతీ గడవదు. మనసు మనసులో లేక, ఉసూరుమని పోయింది ప్రాణం. డబ్బు విలువ మళ్లీ తెలిసివచ్చింది... కొట్టవచ్చినట్లు. మార్గాలాలోచించాను ఆ క్షణాన, బల్లమీదికి మోచేతులాన్చుకుని కళ్ళున్నూ బాగా గ్రుచ్చేసుకుని మరీ తీవ్రంగా ఆలోచించాను మళ్లీ.

ఉండగా వుండగా బల్లమీద ఏదో చప్పుడైంది. చూడగా ఎదుట పోస్టుమేనూ. బల్లమీద పత్రికలూ, ఉత్తరాలదొంతిన్నీ... తియ్యగా అందులో ఒక మనీ ఆర్డరు.

చదవగా ఎనిమిది రూపాయలు మాత్రమే అని వుంది. అక్షరాలా అంకె కూడాను. రూపాయలు పుచ్చుకున్నాను. లెక్కచూసి కాదు... బండిపిలిచాను... పోస్టాఫీసుకు వెళ్లాను... బిళ్లలుకొన్నాను...అంటించాను. పోస్టుమాస్టరి కప్పగించి వేశాను (పత్రికలు).

నెత్తిమీంచి కొండదింపుకున్నంత తేలికగా వచ్చానింటికి. అప్పుడు విప్పాను ఉత్తరాలు.

తెనుగు పత్రికల్లో ప్రబుద్ధాంధ్రవొకటే నాకు నచ్చింది. కాని, ఒక్క రూపాయి చందాతో మీరెలా నడుపుతున్నారో నాకర్థం కావడంలేదు. ఏమయినా విరాళం పంపుదామంటే నావల్లకాదు. శుద్ధ బీదవాణ్ణి నేను అంచేత పత్రిక ఆగిపోతుందేమోనన్న భయంతో ప్రయత్నించి ఏడుగురు

చందాదారులను చేర్చి, నా చందా కూడా కలిపి కమీషను నేనే భరించి, అది మీకివాళ మణీ ఆర్డరు చేశాను. సంవత్సరం పొడుగునా మాకు పత్రిక పంపండని ఒక జాబు. తెనాలి నుంచి వచ్చింది. ఇది ఏమనుకోవాలీ... లోకంలో ఏదీ ఆగదు. గడిచిపోతూనే వుంటుంది. ప్రతి మనిషి జీవితంలోనూ వుంటాయి- విచారణ కందని విషయాలెన్నో"...

ప్రచురణ సంస్థ వగైరా...

"గజం ఎత్తు దొంతి" లాగ తను రాసిన, ప్రచురించిన పుస్తకాలు రావాలని ఆయనకి కోరిక. అంతేగాక మంచి ఆధునిక వాఙ్మయం ప్రకటించాలన్న ఉద్దేశం కూడా వుంది.

ఆ ముగ్గురూ - అంటే, మల్లిడి సత్తిరెడ్డిగారు, చెన్నుభట్ల పెద్ద సత్యన్నారాయణగారు తానూన్నూ కలిసి రాజమండ్రిలో ఒక సంస్థను స్థాపించారు. దానికి కొంత తర్జన భర్జన అయింది. తెలుగులో సంక్షిప్త నామం కుదరక- ఎస్.పి.ఎ.ఎల్. అని మద్రాసులో గల- ఎస్.పి.సి.ఎల్.కు అనుకరణయిది. ఎస్.పి.ఎ.ఎల్. అంటే సొసైటీ ఫర్ ది ప్రమోషన్ ఆఫ్ ఆంధ్రా లిటరేచర్-అని విస్తరణ.

"రెడ్డిగారిది పెట్టుబడి, శాస్త్రిగారిది రచన" అయితే చెన్నుభట్ల వారెందుకటా? అన్నది శాస్త్రిగారి ప్రశ్న. పుస్తకాలు అమ్మడం, అంటే మార్కెటింగ్ బాధ్యత ఆయనిదీ. సరే కాపీరైటు రచయితది. అమ్మకాలు సత్యన్నారాయణగారు చేస్తారు. కానీ అందుకు ఆయన చాలా షరతులు విధించాడు. అమ్మకం మీద నూటికి నలభై రూపాయల కమీషను మాత్రమే వారికి ప్రతిఫలం. కాని, ఆఫీసులో అమ్మే పుస్తకాలకు డిస్కౌంట్‌లతో ఇచ్చే పుస్తకాలకు, కాంప్లిమెంటరీలుగా వెళ్లిన కాపీలకి కూడా వారికి కమిషన్ మాత్రం యివ్వాల్సిందే. పైగా, ప్రతీ గ్రంథం రెండేసి వేల ప్రతులు వేయాలి అనుకున్నారు.

అమ్మాలీ అంటే, అంగడి పెట్టి కాదు. వూరూరూ తిరిగి అమ్మాలి. ముందుగా రామచంద్రాపురం తాలూకా అంతా తిరగాలి. అంటే, పెద్ద సత్యన్నారాయణగారు సోల్ డిస్ట్రిబ్యూటరూ, సెల్లరూ, ట్రావెలింగు ఏజెంటూ కూడానూ అన్నమాట. కాని, చెన్నుభట్లవారు పేచీకోరు. శ్రీపాద వారికీ, ఆయనకీ పడదు కూడానూ.

ట్రావెలింగ్ ఏజెంటు అన్నమాట గౌరవాస్పదం కాదుట. "ట్రావెలింగ్ ఇన్‌స్పెక్టరు" అనాలి అన్నాడాయన. అయితే రెడ్డిగారికి లేనిది మరొక అదనపు బాధ్యత ఇచ్చారు శాస్త్రిగారికి. రాజమండ్రి హెడ్‌క్వార్టర్స్‌లో కార్యాలయాన్ని నిర్వహించాలి. నిభాయించాలి. దానికి నెలకి "ఇంత" అన్న వరుమానం వుంటుంది. చాలాబాగా, విపులంగా నియమావళి పెట్టుకున్నారు. ఒకవేళ పుస్తకాలు అమ్ముకుండాపోతే, మిగిలిన పుస్తకాలు రెడ్డిగారు, శాస్త్రిగారూ-చెరిసగంపంచుకోవాలి.

చెన్నుభొట్లవారు చిత్రమయినవాడు. తీరా ఆఫీసు తెరిచాకా వింత వింత షర్తులు, అవసరాలూ విధించాడు. తాను గ్రామాలలో పర్యటిస్తున్నప్పుడు జనాల్ని విభ్రాంతులను చేసి

ఆకర్షించాలి. కనుక ఒక బిళ్ల బంట్రోతు కావాలి అన్నాడు. పైగా అమ్మకాలు బాగాసాగితే తనవద్ద చాలా డబ్బు వుంటుంది కనుక, రక్షణ కోసం తన దగ్గర ఒక ఆరుగుళ్ల పిస్తోలు (రివాల్వరు) వుండితీరాలట. రివాల్వర్ లైసెన్సు కోసం బంట్రోతు, బ్యాడ్జీ కోసం ఆయన కలెక్టరు గారికి అర్జీకూడా పంపించాడు.

రాజమండ్రిలో ఆఫీసు మొదలయింది. పదినవలలయినా ముందుగా విడుదల చేయాలి. (అన్నీ శ్రీపాదవారివే లెండి) ఐతే, ఇదంతా శాస్త్రిగారికి నవలా రచన అచుంబిత ప్రక్రియగా వున్నప్పటి మాటే కనుక ఆయన తలపట్టుకొని కూర్చున్నాడు. అప్పటికి ఆయన విజ్ఞాన గ్రంథమండలి వారి నవలలు చిలకమర్తి వారివి, వీరేశలింగం వారివి, సరేసరి చదివివున్నాడు. కాని, అప్పుడు మొదలుపెట్టి బంకించంద్రుని నవలలు క్షుణ్ణంగా చదివారు శ్రీపాదవారు.

"హృదయం స్పందించింది అతివేగంగా"

"కనులకు కొత్త వెలుగూ కనపడ్డది-"

"రచయిత అయినవాడికి ఇంగ్లీషు పరిజ్ఞానంవల్ల కలగవలసిన సంస్కారం బంకించంద్రుడి దగ్గరే కనబడింది"

"తామర మొగ్గ మీద సూర్యకిరణాలు పడ్డట్లయింది" అంటూ, శాస్త్రిగారు తన సుదీర్ఘ విశ్లేషణలో చాలా పేర్కొన్నారు.

వాస్తవానికి, అప్పుడు మనదేశంలో - (తెలుగునాట) బెంగాలీ ప్రభావం ఒకమత్తుగా కమ్ముకుపోయివుంది. ఈ సందర్భంలో శ్రీపాదవారి వాక్యాలు రెండు మళ్లీ ఉటంకించాలి.

-"బంకించంద్రుడిది పూర్తిగా సాహిత్య దృష్టి"

-"వీరేశలింగంగారిది పూర్తిగా సంస్కారదృష్టి"

-"బంకించంద్రుడికి సాహిత్యం ఆరాధ్యదైవం"

-"కాకపోతే వీరేశలింగంగారికి సాహిత్యం తన ఆరాధ్యదైవాన్ని పూజించటానికి ఒక పుష్పం."

ఈ సందర్భంలోనే, మరో మాట కూడా రాస్తాడు ఆయన. అది ఏమిటీ అంటే "బెంగాలీవాడు తన బెంగాలీ తనాన్ని బలపర్చుకున్నాడు. సాటి బెంగాలీ వాణ్ని ప్రేమిస్తాడు. ప్రాణమున్నాయిస్తాడు. కానీ, మన తెలుగువాడు తన తెలుగుతనాన్ని అసహ్యించుకుంటాడు. సాటి తెలుగువాణ్ని నమ్మలేడు, ప్రేమించలేడు, బలపరచనూలేడు తనకు ప్రయోజనం లేకున్నా, పడగొట్టకుండానూ వుండలేడు".

ఇదంతా పరికిస్తే, శాస్త్రిగారు-"బంకించంద్రీయం"లో పసి పిల్లాడిలాగా మురిసిపోయాడు అని అర్థమవుతుంది.

కోహమ్? నేనెవణ్ని?

ఇక్కడ నుంచి శాస్త్రిగారి మాటల్నే యథాతథంగా కోట్ చేస్తాను మరోసారి...

"కోహమ్? నేనెవణ్ణి?

బంకించంద్రుని నవలలు చదివి అతని దృక్పథం ఏ కొంచెమో అవగాహన చేసుకొని కొంతలో కొంత కవిత్వ పరమార్థమున్నూ బోధపర్చుకోడం వల్ల "ఇదిగో", ఈ ప్రశ్న నిలవేసింది నన్ను.

చాలా సంతోషించాను నేను ఇందుకు దేవతా సాక్షాత్కారం అయినంత ఆనందం కలిగింది నాకు. నా అనుభవాలలో, చాలా రమ్యమయిన ఘట్టం ఇది. చాలా జటిలమయిన సన్నివేశమున్నా... నా స్వరూపం నేను తెలుసుకొనేటట్లు చేసిన మంత్రోపదేశం ఇది. ఈ పురోగమనానికి ఒక పరిష్కృతమైన ఘంటాపథం కల్పించినట్లయింది"–

"నా జాతీయతకు రెండు సమాన కేంద్రాలున్నాయి" అని చెప్పిన వ్యాఖ్యానం ఇది. కాగా

"ఆంధ్రోహమ్" (అని) నా ప్రశ్నకు ప్రత్యుత్తరం వచ్చింది.

బంకించంద్రునికి బెంగాలీ తనం ఎలాంటి జీవన్మరణ సమస్యో నాకున్నూ "తెలుగుతనం" అట్లాంటి జీవన్మరణ సమస్యే అయింది. దీంతో నా తెలుగుదనం నేను ధృడపర్చుకోవల్సి వచ్చింది. అటు బంకించంద్రుడిలాగే ఇటు నేను కూడా నా తెలుగు జాతీయతకి చెయ్యెత్తి భారతఖండానికీ అంతకూ చూపించవలసి వచ్చింది నాకు. కనీసం నా తెలుగు వాడికి "నేను తెలుగు వాణ్ణి" అన్న ఆత్మప్రత్యయం కలిగించవలసిన బాధ్యత మీద పడిందినాకు" అంటూ, శాస్త్రిగారు ఇలా మధనపడతాడు. ఆవేదన చెందుతాడు. "మరి ఇది గుర్తించుకోపోతే నా వ్యక్తిత్వానికి అస్తిత్వమేదీ?" అనుకుంటారు.

వేదవేదాంగికాలయిన కులవిద్యలు విడిచిపెట్టి, కలం పట్టినందుకు ప్రయోజనము ఏమిటి? కనక నా దృష్టిలో–తెనుగుదేశమే, దేశం–తెనుగు భాషేభాష, తెలుగు మనుష్యులే మనుష్యులు, తెనుగు వేషమే వేషం. ఇంతేకాదు, ఏ జాతి ఎదుటా, ఏ సందర్భంలోనూ, ఎందుకున్నూ, నా జాతితీసిపోదు. అంచేత, "ప్రపంచానికి ఉద్ఘాటించి చెప్పుకోడానికి నా సేవలు నాతెలుగు జాతికే మీదు గట్టుకోవాలి నేను."

అంటూ శాస్త్రిగారు తెలుగు జాతికి తన కలాన్ని, బలాన్నీ, తపస్సునూ ధారపోశాడు. వాడుక భాషను అతికష్టం మీద అలవాటు చేసుకుని రాయడం కూడా జనాలమధ్యకి తన ఆశ, ఆశయం, కోరికా వెళ్లాలనీ, దాని వల్ల తన జాతికి మేలు ఒనగూరాలని ఆయన అట్లా అంకితమయిపోయినాడని ఈ చిరు పొత్తంలో–రేఖా మాత్రంగా నైనా చెప్పాలన్నదే నా ఉద్దేశం.

ఆయన తన ఆశయాన్ని పరిపూర్ణంగా నిభాయించాడు. తెలుగు వాడి అదృష్టం అది. శాస్త్రిగారు ఆ విధంగా రాసిన నవలపేరు–'మిథునానురాగం'. అది ఔరంగజేబు కాలంనాటి

కథ. సాధారణంగా–నాలుగైదు చిత్తు ప్రతులు "అదిన్నూ తెల్లని ఖరీదైన కాగితం మీద 'రూళ్లు' కొట్టుకొని" రాసేవారు శాస్త్రిగారు. కానీ, ఈ నవలా రచన రాజమండ్రిలోనూ, అచ్చు రాయవరంలోనూ అయింది. రెడ్డిగారు టైముకి ఇవ్వాలనడంతో కొంత హడావుడీ అయింది. ఇరవై ఒక్క రోజుల్లో అది పూర్తయి, ఇరవైఫారాలొచ్చింది. అచ్చువేయడం కూడా అంతే సమయంలో అయిపోయింది.

నవల ఝూమ్మని అమ్మింది!

ఖాకీ యూనిఫారమ్‌తో, మొలలో ఆరుబారుల రివాల్వరుతోనూ, అచ్చంగా పోలీసు సబిన్‌స్పెక్టరు వేషంలో చెన్నుభట్లవారు అలాంటి కాఖీ దుస్తులలోనే వున్న 'దలాయత్తు'తో పుస్తకాల కట్టలు పట్టుకొని ఒక రెడ్డి యువకుడు వెంటరాగా – మిథునానురాగాన్ని గ్రామ గ్రామాలలో అమ్మేశారు.

కాని, 'శ్మశానవాటిక' రెండో నవలతోనే ఇన్‌స్పెక్టర్ చెన్నుభొట్ల వారి చిత్ర ప్రవర్తనతో పబ్లిషింగ్ హవుసు ఎస్.పి.ఏ.ఎల్. బోర్డు తిప్పేసింది. చెన్నుభొట్ల ఇన్‌స్పెక్టర్ దొర కనుక రాత్రి ఎనిమిది గంటలకు ఇంటి ముందు రివాల్వర్ పేల్చేవాడట. మరి పిట్టకూడా అతని గడపతొక్కరాదు. తిరిగి ఉదయం 8 గంటలకు దొరగారు రివాల్వర్ ఢామ్మని పేల్చాకనే ఎవడయినా నవలల కోసం రావాలి. అట్లాగా ఎస్.పి.ఏ.ఎల్. ఢామ్మయి పోయింది. నాలుగు వేల కాపీలు వేసినా, మళ్ళీ మళ్ళీ కాపీలు వెంట వెంటనే వేయాల్సిన స్థితి కాస్తా మారిపోయింది.

ఇలాంటి సన్నివేశాలూ, సంఘటనలూ ఎన్నో, సుదీర్ఘ జీవన వ్యాసంగంలో– శాస్త్రిగారు ఎదుర్కొన్నాడు కానీ కలంమాత్రం దించలేదు తలవంచుకోనూలేదు.

శాస్త్రిగారు ఆత్మబలి, రక్షాబంధనం, శ్మశానవాటిక (విషభుజంగం), నీలా సుందరి, క్షీరసాగర మథనం, వడ్లగింజలు మున్నగు నవలలు రాశారు. 'రాజరాజు' నాటకం గొప్పకీర్తిని తెచ్చింది. అది సారంగధరుని కథ. వారికి ఎంతో ఇష్టం కూడానూ ఇది. ఇంకా స్వప్న వాసవదత్తం, కలంపోటు, పునాది రాయి, టీపార్టీ, లక్ష్య సిద్ధి, కొనుక్కున్న మొగుడు, వర్కింగ్ కమిటీలాంటి నాటికలు, మరెన్నో రూపికలూ రాశారు.

చిన్న కథకు పెద్ద పీట వేసి, ఆయన రాసిన కథలు 75 కన్నా ఎక్కువే! అయినా, దేనికదే, వజ్రపుతునక – జాతిరత్నం. ఆయన "తెనుగు వ్రేళ్లున్న అంతర్జాతీయ కథకుడు" అన్నారు విమర్శకులు. అది సత్యం!

తేట తెలుగు రామాయణం

శ్రీపాదవారు సంస్కృతం నుంచి నేరుగా భారత, రామాయణాలను వాడుక భాషలోనికి అనుపదించారు. పండిత, పామర జనగంజకా లయినాయవి. ఇందులోనూ రామాయణంలోని

అరణ్యపర్వానికి ఆయన చేసిన వాడుక భాషానువాదం లాంటిది ఇంతవరకూ రానూ లేదు. ఇక ముందు రానూ రాదు. 1956లో ఇది వారు అద్దేపల్లి అండ్‌కో, సరస్వతీ పవర్ ప్రెస్-రాజమండ్రీ ద్వారా వేశారు. దాన్ని చదవడం మొదలెడితే-చివరికంటా, ఆపకుండా చదివి మనసంతా ఉద్దేలంకాగా తెలుగువాడెవ్వడైనా, మహదానందంతో పొంగిపోతాడు. 24 వేల శ్లోకాల రామాయణాన్ని మనకి కరతలామలకం చేశారు శాస్త్రిగారు. అలాగే, లక్షశ్లోకాలున్న భారతాన్ని మనం మాట్లాడుకునే ఇంటింటి భాషలోకి అనువదించారు నేరుగా సంస్కృతం నుంచే.

శ్రీరాముడు : తెనుగు దేశం

అరణ్యకాండ ముందు సూచనలో శాస్త్రిగారు రాసిన బంగారు పలుకులు కొన్ని (చోటు చాలక) మాత్రం ఉటంకిస్తాను.

"రామాయణంలో ఈ అరణ్యకాండ అంటే రాముడు మన తెనుగు దేశంలో వుండినప్పుడు జరిగిన కథ అన్నమాట". తన అరణ్యవాసం పధ్నాలుగేళ్లల్లోనూ, ఏ కొద్ది మాసాలో తప్ప చాలా కాలం మనదేశంలోనే వున్నాడతను. ఈ ప్రదేశం అంతా దండకారణ్యం. అప్పుడు ఆదిలో దండకుడు అనే ఒక రాజుయొక్క విశాలరాజ్యం అది. శుక్రుడు శపించగా మహారణ్యం అయిపోయింది. ఇక్కడ మున్యాశ్రమాలున్నాయి, రాక్షస నివేశనాలున్నాయ్ దండిగా అప్పుడు. మన గోదావరి మధుర జలాలు సీతారామ లక్ష్మణ స్నానపుణ్యాలు.

రాముడు అనేక నదులు చూశాడు. ఒక నది ఒడ్డునే పుట్టి పెరిగి వ్యవహరించాడు కూడా. కాని, మన గోదావరి వంటిది మాత్రం మరివొకటి కనబడలేదతనికి. రావణుడు సీతనెత్తుకుని పోయిన స్థలం మన భద్రాచలం దగ్గరవున్న "పర్ణశాల".

సీత రావణుడి పాలపడటమూ, రాముడు అక్కడి రాక్షసులనందరినీ చంపి, నిరాటంకంగా తపస్సు చేసుకోవడానికి మహర్షులకు వీలు కలిగించటమూ వీటితో సీతారామలక్ష్మణులకూ మనకూ అవినాభావ సంబంధమూ ఏర్పడిపోయింది.

మనదేశంలో ఈ ముగ్గురి పేర్లూ లేనివాళ్లే కాదు, ఇళ్ళేలేవు. నాలుగయినా కొంపలు ఒకచోట వున్నాయీ అంటే అక్కడ రామాలయం వున్నది అన్నమాటే. మన రామదాసూ, మన త్యాగరాజూ మనకు రామభజన చేసుకోవడానికి శాస్త్రీయమయిన గొప్ప గేయవాఙ్మయం ఇచ్చిపోయారు. కర్ణాటక సంగీతానికి అదే లక్ష్యసంపద ఇప్పుడు. మనలో ఏదయినా అసందర్భం వస్తే ప్రతిస్త్రీ, ప్రతిపురుషుడు ఎవరయినా సరే 'రామరామా!' అంటారేగానీ, మరోదేవుణ్ణీ తల్చుకోరు. భరతఖండంలో ఒక్క మన తెలుగుదేశం మాత్రమే సీతారామ కళ్యాణవైభవాలతో పచ్చతోరణం అయిపోతుంది ఆ చివర్నుంచి ఈ చివరికి.

శాస్త్రిగారు : ఫార్మశీ

శాస్త్రిగారు ఆయుర్వేద వైద్యుడు కదా! అనేక ఆయుర్వేద గ్రంథాలు రాశారు. గణేశ్ ఫార్మసీ అని పెట్టి మందుల వర్తకం చెయ్యబోయి అక్కడా చేతులు కాల్చుకున్నారు. కలం పట్టిన ఆ చెయ్యి కమ్మని సాహిత్యానికే అంకితం కావటం ఆంధ్రుల పుణ్యం. కాగా, చివరికి 1956లో ఆయన కోరిక నెరవేరింది. జేగీయమానంగా ఆయనకు విశాఖలో కనకాభిషేకం జరిగింది. ఆధునిక కథకేయిది గర్వకారణం మరపురాని సంఘటన కూడానూ...!

చిన్న కథల చక్రవర్తి

గలగలా పారే జీవనది గోదావరి లాగ గోదావరీ పారీవాహక ప్రాంతం కాన్వాసు మీద దిగిన అద్భుత సజీవ చిత్రాలు శాస్త్రిగారి కథలు. జమీందారీ యుగంలోనూ, అటు తర్వాత ఆధునికయుగంలోనూ కూడా అచ్చతెలుగు తీయందనాన్ని, జాలువారే శైలిలో తెలుగు భాషవున్నంతవరకు మొక్క వోనిరీతి రాణించే కమ్మని కథలు వారివి. భ్రష్టుపట్టిన బ్రాహ్మణ, బ్రాహ్మణేతర జనాలలో రావల్సిన మార్పులను చూపించే కథలు కూడా అనితర సాధ్యంగా మమల్ని కూర్చోబెట్టి చెప్పారు శాస్త్రిగారు.

బ్రాహ్మణ అగ్రహారం - అగ్రవర్ణాలూ మాత్రమేనా! ఆయన కథావస్తువు? కాదు... కాదు. తెలుగు జాతి యావత్తూ ముడిసరుకు ఆయనకు. 1925 తరువాత ఆయన పాత్రల సృష్టిచూస్తే ఈ పెద్దమనిషి సంఘంలోని జనాల సంభాషణలు టేపురికార్డు చేసి వినిపిస్తున్నారా? ఈయన కనులు ఎక్స్‌రే కనులా? అని అచ్చెరువు కలుగుతుంది.

శ్రీపాదవారు ఆడాళ్లమీద ఈగవాలనిచ్చేవారు కాదు. నవీనయుగపు పోకడలు ఇల్లాలితోనూ, ఇంటితోనూ మొదలవ్వాలని దీనికి తగినట్లు అన్ని కులాలలోనూ, వివాహ వ్యవస్థలలోనూ సరళమైన మార్పురావాలన్నది ఆయన కోరిక.

రామలక్ష్మి (1923), ముందు హాలాహలమూ - పిదప అమృతమూ (1924), వెలిపెడితే అల్లుడైనాడు (1923), మేనరికం తప్పలేదు (1924), మొదలైన కథలు వితంతు పునర్వివాహానికి ఉద్యమించిన కథలు.

ఈ సందర్భంలో వారే ఒకచోట ఉటంకించిన ఉదంతం చెపుతాను. రాయవరం నుంచి 'రెడ్డిరాణి' పత్రిక శాస్త్రిగారి కథలకి వేదిక అనుకున్నాము కదా. శాస్త్రిగారిని ఒక రెడ్డి యువకుడు ఇలా అడిగాడు "శాస్త్రిగారూ! బాలవితంతువు అయిన ఒక రెడ్డి యువతి మళ్లీపెళ్లి చేసుకున్నట్లు కల్పించి ఒక కథరాయండీ".

భూమంచి రెడ్ల కుటుంబాలలో పునర్వివాహం గురించి కూడా తలవని రోజులు అవి. వితంతు పునర్వివాహం అన్నవాంఛయే నిషిద్ధం. కాని, సాహసి శాస్త్రిగారు 'బుచ్చి వెంకాయమ్మ' (1925) అన్న కథ రాసి, ప్రచురించారు.

ఇక రజస్వలానంతరం వివాహం ఆ రోజుల్లో తగనినేరం. కాని తెగేసి ప్రోత్సహిస్తూ ఆయన 'జూనియరు కాదు అల్లుడు' (1924) అన్న కథ రాశారు. 'తహస్సీలుదారు కాదు వర్తకుడు', 'చీకటి వెలుగు', 'నలుగుర్ని పోషిస్తున్నాను ఇప్పుడు' (1924) అన్న కథలు స్వతంత్ర ప్రవృత్తిని ప్రేరేపించిన కథలు. స్త్రీ జనోద్ధరణకు ఆడాళ్ల మీద అపారమైన ప్రేమాదరాలతో ఎన్నో కథలున్నూ శాస్త్రిగారు రాశారు.

'అరికాళ్ల కింద మంటలు' అన్న కథలో ఒక బాలవితంతువు సవతి తల్లి, అక్కలు పెట్టే బాధలు తట్టుకోలేక ఒక అర్ధరాత్రి వేళ రాజమండ్రి పారిపోతుంది. ఆమెకు బండివాడొకడు తటస్థపడి-"ఎక్కడ కెళ్తావమ్మా?" అని అడుగుతాడు. "దానవాయిపేటకు వెళ్లాలబ్బీ" అంటుందామె. దానికా బండివాడు "పంతులుగారి తోటకే అయితే డబ్బులివ్వనక్కరలేదులే, రేపీపాటికి పెళ్లిచేయిస్తారు" అని కూడా ధైర్యంచెబుతాడు.

ఈ కథలో బండివాడి పాత్ర మాత్రం ఏం తక్కువ తిన్నది? వితంతు పునర్వివాహావసరం మీద వారు రాసిన కథలన్నీ అపూర్వ శీర్షకలతో సహజ సిద్ధమయిన శైలిలో వెలువడ్డాయి. సంవాద శైలిలో కథలని తీర్చిదిద్ది పాఠకుణ్ని తన వెంట పరుగులు తీయించే శాస్త్రిగారి కథలలో 'గులాబీ అత్తరు', 'కొత్తరికం' 'ముళ్ల చెట్టూ-కమ్మని పువ్వూనూ' 'రాచపీనుగు తోడు లేనిదే వెళ్లదు' అన్న కథలు ఎన్నిసార్లు చదివినా కొత్తవిగానే వుంటాయి. వివాహ వ్యవస్థ మీద సంస్కరణల మీద -కథలు రాయడమే కాదు పథనిర్దేశం కూడా చేశారు. శాఖాంతర, వర్ణాంతర, కులాంతర, మతాంతర వివాహాల ఆవశ్యకతని కథలలో చెప్పారు. ఇది 'జాతీయతకు' అవసరమని అనేక నాటకీయమైన సన్నివేశాలు గల కథలను కనులకు కట్టినట్లు చెప్పారు.

కథ చెప్పేతీరు... నాటకం

నాటికీ, నేటికీ కూడా ఆయన బాణీ మరెవ్వరికీ లొంగలేదు- అబ్బలేదు. ఒక్క వివరణా తానై ఇవ్వకుండా పాఠకుడి ఊహలోనే నేపథ్యం జనించే విధంగా రాయడం ఆయన ప్రత్యేకత. అందుకే వారి కథలు ఎన్నో రేడియో యథాతథంగా ప్రసారం చేయగలిగింది.

సర్వసాక్షి కథనం రీతి ఆయనది. మనం పులకించిపోతాం. చలించిపోతాం. తెలుగు వాళ్లం అయినందుకు గర్వపడతాం కూడా. కేవలం సంభాషణలు (డైలాగ్స్) మీద సాగిన కథలు- 'బ్రాహ్మణాగ్రహారం', 'కూతుళ్ల తల్లి' (నవలిక) 'షట్కర్మయుక్తా', 'జాగ్రత్త పడవలసిన ఘట్టాలు' వింటూంటే కనపడతాయి అని చెప్పాలి.

'నాటకం' (1935) అన్న కథ భారతిలో వచ్చింది. రమ్యమూ, హాస్యభరితమూ, సందేశాత్మకమూ కూడా ఈ కథ. రాజమండ్రి వూళ్లోకి రాఘవాచారిగారి 'నాటకం' వస్తుంది. కామేశ్వరీ, విశ్వనాథం దంపతులు పొరుగున వున్న కుటుంబంతో కలిసి ఆ నాటకం చూడటం కోసం తొందరగా సిద్ధం అయి, పోబోతూవుండగా అనుకోని చుట్టం ఒకడు అదే నాటకం కోసం వచ్చి, వీళ్ల ఇంటికి భోజనానికి ఊడిపడతాడు.

రావడం అయిదు గంటల బండిలోనే వచ్చాడుట గానీ గోదావరీ తీరాన గాలి పీల్చుకుని "రాత్రి ఎనిమిది గంటలయ్యాక, యిలా తగలడ్డాడన్న మాట!"

"అప్పుడనగా వచ్చి ఇందాకా ఏ పెద్ద గుఝ్హానికి పళ్లు తోముతున్నావు మరిదీ?" అంటుందామె. "మీ అన్నయ్య దగ్గర కూర్చో నిమిషంలో వంటచేస్తాను స్టవ్ మీద."

"పాపం మళ్లీ నా కోసం" అన్నాడు అతగాడు మొహమాటం నటిస్తూ...

"పాపాల జోలికి పోక...కాని, మరి ఈ నాటకానికి మా చెల్లాయిని (ఆగంతకుని భార్య అన్నమాట) తీసుకుని వచ్చావు కావే?"

"పెళ్లికి వెళ్తూ పిల్లినీ...అనీ"...అని అతను చులకనగా అనబోయాడో లేదో, కామేశ్వరి అందుకుంటుంది. "అవునులే...కుక్కకి పిల్లి ఎందుకూ?" అంటూ చురకవేస్తుంది.

ఈ కథలోని ఇల్లాలు పురుషాహంకారాన్ని సహించని పాత్ర. ఆమె నవీనంగా వుంటుంది. మొహానికి "మంచుమీగడ" (అంటే కోల్డ్‌క్రీము కాబోలు) రాసుకుంటుంది. అలాగే మరో మాట, తన భాగం 'చింతన చేసుకోడం' అంటే తన పోర్షన్‌ని వల్లెవేసుకోడం అన్నమాట.

'ఝుమాయించి' అడగటం, 'ఖణాయించి కూర్చోడం', 'డబ్బీలు కొట్టడం', 'కజ్జాకోరు పనులు' చేయడం, 'ధరణా' చేయడంలాంటి విలక్షణమయిన ప్రయోగాలెన్నో యీకథలో పొదుగుతాడాయన. ఇంగ్లీషు వాసనలు లేకుండా కొన్ని ఇంగ్లీషు మాటలకు ఆయన తయారు చేసిన తెలుగు పదాలు ఎన్నో వున్నాయి. అవన్నీ ఏర్చి కూర్చితే, అదీ ఒక 'రీసెర్చి' అవుతుంది.

అటు పాండితీ ప్రకర్ష, ఇటు సహజ ప్రతిభాపాటవం...నుడికారం. ఆయనదంతా జోడు గుర్రాల రథం రీతి. 'సూది కోసం సోది కెళ్లినట్లు' 'నాలిక భుజానవేసుకుని బజారున పడటం' లాంటి సామెతలున్నూ వాడాడాయన. చిత్రమయిన మాటలు, 'పలగపలగ'-'సదే' (సరే అన్న మాట) 'సంబడం' లాంటి విరుపులూ వారివే.

'తోకమీద నిలిచిన ఉరగాంగన' అంటే, తోక తొక్కిన పాములాగ అన్నమాట. 'రూపేక్షణ' లాంటి గంభీర ప్రయోగాలున్నూ చేశారు శాస్త్రిగారు.

ఇక శాస్త్రిగారి కథలలో మతాంతీకరణను, అస్పృశ్యతనూ ఖండించే కథలు గొప్పగొప్పవి వున్నాయి. రెండు కథలను మాత్రం ఉటంకించు తాను. (చోటు చాలడం అన్న సమస్య ఒకటి వున్నది ఇక్కడ) 'కోటి సాగర సంగం', 'ఇలాంటి తవ్వాయి వస్తే' అన్న కథలు-అద్భుతమైనవి.

బ్రాహ్మలు నియోగి, వైదీకి శాఖలున్నట్లే నాడు 'హరిజనులుగా' నేడు దళితులుగా వ్యవహరించే వర్గాలలో మాల, మాదిగ అన్న శాఖాభేదాలున్నాయి. ఈ రెండూ కలిసిపోవాలన్నది ఆయన ప్రగాఢ కాంక్ష. అందుకే 1931లోనే- 'సాగరసంగం' అన్న కథ రాశాడు. అదొక ప్రేమ కథ. అబ్బాయి కాటంరాజు-మాల, అమ్మాయి సోమాలు మాదిగ, వీరి పెళ్లిని కులపెద్దలు అంగీకరించడం అంటే ఇటున్న సూర్యుడు అటుపొడపడమే?!

అందువల్ల రచయిత ఆ ఇద్దర్నీ క్రైస్తవులుగా మార్చేశాడు. కళ్యాణం జరిగింది. సవర్ణుల నోరు మూతపడ్డది. ఆ విధంగా మతం మారితే సాధ్యం అయిన ఈ సంస్కరణ ఈ సంఘటన, మతం మారకుండా ఏల జరుగరాదు?

'ఇలాంటి తవ్వాయి వస్తే'-అన్న కథ నలభై పేజీలు మాత్రం నడుస్తుంది. కాని అది వెయ్యి పేజీల అర్థాన్నియిస్తుంది. ఈ రోజుల్లో కూడా మనం ఇలాంటి కథని ధైర్యంగా రాయలేం. కాని, శ్రీపాదవారు ధైర్యం, స్థైర్యం సాహసం గల సూటి రచయిత.

ఆ ఊళ్ళో పెద్దచెరువుంది. అందులో బ్రాహ్మలు, సాయిబులూ కూడా నీళ్లు త్రాగవచ్చునూ, జలకాలాడనూ వచ్చును. గానీ, 'దళితులకు' అట్టి వీలులేదు. వాళ్ళు మతం మార్చుకుని క్రైస్తవులయినా కూడా ఊరవతల వుండాల్సిందే. ఇదిలా వుండగా, వాళ్ల చిన్న చెరువులో ఒక కుష్టురోగి ఒకడు పడి మరణిస్తాడు. అటు తర్వాత జరిగిన సంఘటన పరిణామాలూ, ఆయన కథ చదివి తెల్సుకొని ఆనందించాల్సిందే. ఈ కథని అందరూ అధ్యయనం చేయాలి. దీనిలో ఎక్కడా అసందర్భమూ, అనౌచిత్యమూ అనిపించుకోని రీతిలో కథ నడిపిస్తాడాయన ఆ రోజుల్లోనే.

"సాయిబులైతే, మనమూ బ్రాహ్మలచెర్లో దూక వచ్చునన్నమాట" అనుకొని 'విస్సన్న' "ముందుగా మహ్మామ్మదీయమతం పుచ్చేసుకుందాం"-అని, మొట్టమొదట ఆ పనిచేస్తాడు. ఇక ఊర్లో జనం అంతా పొలోమని ధైర్యం తెచ్చుకొని చెరువులో ఎట్లాదూకుతారో చూడాలి. అదీ కథ. అదే చరిత్ర కూడానేమో? ఆయన కథలలో ఉన్న క్రమవికాస గతి శీలక సన్నివేశాల్ని క్లుప్తంగా చెప్పడం సాధ్యంకాదు.

జాతీయత కోసం...

హిందువులలో వర్ణబేధం-దళిత వ్యత్యాసం వుండకూడదు. దళితులు అంతా ఏకం అయిన నాడే మనకు 'జాతీయత' ప్రాప్తిస్తుంది. జాతిప్రతిపత్తి యినమడిస్తుంది. ఇవాల్టికి యింకా అవసరమయిన ఇటువంటి ప్రతిపాదనలు మార్పులు, పరివర్తనలు-ఆయన ఆనాడే చేదు మాత్రకు చెక్కెర పూతపూసినట్లు చేసి కమ్మగా చెప్పాడు.

'జన్మానికల్లా ఒక్కటే ముద్దు' అన్నది దయనీయమైన కథ. ఒక అల్లుడు "ఉద్యోగం చేయను, వ్యవసాయం చేస్తాను" అంటాడు. అందుకని, కినిసి మూర్ఖులైన ఒక తల్లిదండ్రులు. కూతుర్ని అతని వద్దకు కాపరానికి పంపరు. వాళ్లని ఎదిరించలేక, ఆమె పుట్టింటనే వుండిపోయి శుష్కిస్తుంది. ఈలోగా మగడు మారుమనువు చేసుకుంటాడు. ఆమె చివరికి జబ్బు చేసి మరణిస్తుంది. అవసానదశలో ఉన్నప్పుడు మాత్రం సాహసించి భర్తకు కబురు పెట్టి రప్పించుకుంటుంది. అతని మెడచుట్టూ చేతులు పెనవేసి, ఒక్కసారి అతగాణ్ణో ముద్దుపెట్టుకుని, కన్నుమూస్తుంది...ఫ్చ్...

ఇక స్వతంత్రం వచ్చాక-1948లో ఆయనరాసిన 'కొత్తచూపు' కథ అద్భుతం. అది నేటికీ రేపటికీ కూడా మనకు కొత్తచూపు, కొత్తబాట ప్రసాదించే అద్భుతమైన కథ. అందులో, కట్నంతో

చేసుకునే పెళ్లికి నిరాకరించిన ఒక విద్యావతి, అన్నపూర్ణకి తండ్రి ఇచ్చే ప్రోత్సాహాన్ని రచయిత ఆవిష్కరించిన తీరు మన నరాల్లో కొత్తనెత్తురై ప్రవహిస్తుంది. అందులోంచి కొన్ని వాక్యాలుటంకిస్తాను.

"బ్రతికున్నంత కాలమూ జీవితంలో స్త్రీలు తమతో సహకరించు కోవాలంటే, యువకులిప్పుడు గడించుకోవల్సిన యోగ్యతలు, శౌర్య, బల, పరాక్రమాలూ, తెగబడి యుద్ధం చేసే ధైర్యం". ఆడ పిల్ల తండ్రి అయిన రామశాస్త్రి గారి మాటలేయివి కూడా. "ఏదయినా విద్యలో ప్రజ్ఞకలవాళ్లు ఏమన్నా, అదో అందం. కాని, పప్పు భొట్టు పండితులు ధర్మశాస్త్రాలు విడగొడితే ఎలాగ భరించడం? ఇంతకీ అగ్రహారం అంతటిలోనూ ఆడపిల్లని ఇంగ్లీషు చదువులో పెట్టింది నేను. రజస్వల అయితే గానీ పెళ్లి చెయ్యనని అట్టేపెట్టేసిన మొదటివాణ్నీ నేనే" అంటాడు రామశాస్త్రి.

ఇక శాస్త్రిగారి అమ్మాయి అన్నపూర్ణ గురించి ఆయన మాటలలోనే, "ఇంగ్లీషు ఉద్గ్రంధాలు అనేకం చదవటం వల్లా, ఖండాంతర ప్రఖ్యాత పత్రికలు ఎప్పుడూ చూస్తూండటం వల్లా, మా అమ్మాయికి కొత్త దృక్పథం ఏర్పడింది. ఖండాంతర ఫిలుములు దాన్ని పోషించాయి.

యిలా అటు సంప్రదాయ వేదాలసారాన్నీ, ఇటు ఆధునిక పోకడల రీతిని రెండింటినీ సమన్వయిస్తూ నవీన దృక్పథానికి పరమావధిని ఈ కొత్తచూపు పెద్ద కథలో చూపెట్టారు శ్రీపాదవారు. 1948లో రాసిన ఈ కథలో కొంత నాటకీయంగానూ, మరికొంత సినిమా ఫక్కీలోనూ విశదీకరిస్తారు వారు.

చివరగా-'గుర్రప్పందాలు' అన్న కథ కూడా నేటికి సరిపడేలాగా ఉద్యోగాలనూ, ఇంటర్వ్యూలను ఒక ఫార్సు రూపంలో ఎండగడుతుంది. శాస్త్రిగారి కథలు-చిన్న కథలా? నవలికలా? పెద్ద కథలా? అన్న మీమాంస వద్దు. కథల్లో మనకి కొత్త చూపు, కథనంలో కొత్త వూపూ ఇచ్చిన వాడాయన. మరో శతాబ్దానికి కూడా అవి కొత్త పరిమళాలు విరజిమ్ముతూనే వుంటాయి.

అనేక శిఖరాగ్రాలున్న పర్వత శ్రేణీలాంటి సాహితీ మూర్తి ఆయన. వారిని ఇంత చిన్న అద్దంలో ఎలాపట్టుకోడం? ఎట్లా "కొలవడం?" అందుకనే "రెండు చేతులూ జోడించి" కొలుస్తాను. ప్రాతః స్మరణీయుడాయన కథకులకీ, పాఠకులకీ కూడాను.

బ్రహ్మజోస్యుల సుబ్రహ్మణ్యం
(1891-1936)

- డా. బొంగు రాజారావు

ఆధునిక ప్రపంచ చరిత్రలో భారతస్వాతంత్ర్యోద్యమం సువర్ణాక్షరాలతో లిఖించదగినది. అహింస, సత్యాగ్రహం ముఖ్య సాధనాలుగా సాగిన భారత స్వాతంత్ర్య సంగ్రామం, ప్రపంచచరిత్రలో ఆధునిక శకంలోని అన్ని అభ్యుదయ లక్షణాలకు ప్రతీకగా నిలిచి, ప్రపంచ ఉద్యమాలన్నింటిలోను, ఒక ప్రత్యేక విశిష్టతను సంతరించుకుంది. జవహర్‌లాల్ నెహ్రూ తన భారత దర్శినిలో, **'ప్రపంచంలోని ఏ ఇతర జాతీయోద్యమాలు దీనికి సాటిరావు'** అన్న మాటలు అక్షరాలా నిజము.

అమెరికా, ఐరోపా దేశాలలో ప్రబలిన ప్రజాస్వామ్యం జాతీయ భావం, బాధ్యతాయుత పాలన, అంతేకాకుండా బ్రిటీష్‌వారి పాలనా పద్ధతులు భారతీయులలో జాతీయతా భావాలు ఆవిర్భవించడానికి దారితీసి మౌలిక, నైతిక మేధాపరమైన, ఆర్థిక, రాజకీయ మార్పులను కలుగజేసి, బ్రిటీష్‌వారికి వ్యతిరేకముగా భారతీయులను సుసంఘటితులను చేసాయి. భారత స్వాతంత్ర్యోద్యమం ఒక పరిపాలనాధికారమే కాక నవభారత నిర్మాణానికి కూడా పునాదులు వేసింది. 1885వ సంవత్సరం డిసెంబర్ 28న స్థాపించబడిన అఖిల భారత జాతీయ కాంగ్రెస్ సంస్థ - ఒక చారిత్రక సంఘటన. పత్రికా ప్రచురణ ఆరంభమై అది జాతీయతా భావాలను విరజిమ్మినది. మేధావి వర్గము జాతీయ ఉద్యమానికి ఆయువుపట్టు.

భారత స్వాతంత్ర్య సంగ్రామ చరిత్రలో గాంధీయుగం (1920-47) అతికీలకమైనది. భారతీయుల సత్యం, అహింస, సత్యాగ్రహ విధానాలకు అగ్ని పరీక్షలాంటిది. తత్ ప్రభావఫలితమే గాంధేయవాదులు, దేశభక్తులైన కొన్ని వేలమంది సమరయోధులు దేశ స్వాతంత్ర్య యజ్ఞములో ఆహుతులయినారు. వారి తరానికి చెందినవాడే అభినవ గౌతమ, దక్షిణాది సబర్మతి నిర్మాత, నిష్కలంక దేశభక్తుడు డా.బ్రహ్మజోస్యుల సుబ్రహ్మణ్యం.

బ్రహ్మజోస్యుల బాల్యము - కుటుంబ సభ్యులు

ప్రముఖ స్వాతంత్ర్య సమరయోధుడు, నిస్వార్థ త్యాగి, నిష్కలంక నిరాడంబరుడు, గాంధేయవాది, గ్రామీణ ప్రజల ఆశాజీవి కీ.శే.డా.బ్రహ్మజోస్యుల సుబ్రహ్మణ్యం ఆదర్శాలకోసం పోరాడిన వారిలో అగ్రగణ్యుడు. వీరి ప్రజా జీవితం చరిత్రలో విశిష్ట ఘట్టం. బ్రిటీష్‌వారిపై చిత్తశుద్ధితో పోరాడిన మేటి నాయకుడు. డాక్టర్ బ్రహ్మజోస్యుల సుబ్రహ్మణ్యం విజయదశమి నాడు తేది 12.10.1891న గుంటూరు జిల్లా, ఫిరంగిపురం, దగ్గర ముప్పాళ్ళ గ్రామంలో

బ్రహ్మజోస్యుల రామయ్య, లక్ష్మీనరసమ్మ గారలకు జన్మించారు. వీరిది మధ్యతరగతి కుటుంబం. బ్రహ్మజోస్యుల రామయ్యగారు, వారి తండ్రి గారు ప్రముఖ జాతీయవాదులైనందు వలన సుబ్రహ్మణ్యం గారిని దేశభక్తులుగా తీర్చిదిద్దుట యందు తల్లిదండ్రులు ప్రముఖ పాత్ర వహించిరనుట నిర్వివాదాంశము. ప్రాథమిక విద్య ఫిరంగిపురం, విజయవాడలలో సాగినది. డాక్టరు సుబ్రహ్మణ్యం గారి ఒకే ఒక సోదరుడు కీ.శే. సీతారామయ్య(జ్యేష్ఠుడు). వీరు డెప్యూటీ ఇన్‌స్పెక్టర్ ఆఫ్ స్కూల్స్‌గా కొంతకాలం ఉద్యోగం చేసిన తరువాత రాజీనామ చేసి ఉత్తర సంస్థానంలో విద్యా శాఖయందు పనిచేసి బొంబాయిలో స్థిరపడ్డారు. ఆశ్రమం స్థాపించాక ఆశ్రమంలో జాతీయ విద్యాలయం ప్రారంభించి జాతీయతా భావనలను పెంపొందించారు. జాతీయ భాష హిందీని ఆశ్రమవాసులకు నేర్పించి మన్ననలు పొందారు. ఎన్నో ఉద్యమాలలో పాల్గొన్నారు. డా.సుబ్రహ్మణ్యంగారి భార్య కామేశ్వరమ్మ, ఈమె స్వస్థలం నూజివీడు, అయినప్పటికీ తండ్రిగారు చెరుకుపల్లి బుచ్చిరామయ్య ఉద్యోగరీత్యా విజయవాడలో ఉంటూ ఉండడం వలన, సుబ్రహ్మణ్యం గారిపై విజయవాడ వాతావరణ ప్రభావం ఉందనే చెప్పవచ్చును. కామేశ్వరమ్మ ప్రాథమిక విద్యతోపాటు హిందీలోని కొన్ని పరీక్షలు పాసయ్యారు. నిజజీవితంలో భర్తను అన్ని విధాల అనుసరించారు. సుబ్రహ్మణ్యంగారికి ఇద్దరు కుమార్తెలు, ఇద్దరు కుమారులు. వృద్ధురాలైన వారి తల్లి ఖాదీ ప్రచారంలోను, గ్రామ గ్రామాలు తిరిగి విక్రయించుటయందు ప్రముఖ పాత్ర వహించింది. అంతే కాకుండా బెంగుళూరులో జరిగిన 1927 అఖిలభారత చరఖా ప్రదర్శనయందు ఈ ఆశ్రమం ఖద్దరు 'కోరాబట్ట'కు ప్రథమ బహుమతి పొంది బంగారు పథకాన్ని సాధించిన ఘనత ఆమెదే. మద్రాసులో నెయిల్ విగ్రహాన్ని తొలగించాలని యీమె అనంతపురంలో ఉద్యమాన్ని చేపట్టారు. నెయిల్ అనే వ్యక్తి మద్రాసు కాంపోజిట్ స్టేట్ గవర్నరుగా పనిచేసారు. ఎంతోమంది వాలంటీర్లను మద్రాస్ తీసుకొనివెళ్ళి స్వదేశీ ఉద్యమాన్ని బలపరిచి ఉధృతం చేసినందున ఈమె కొరడా దెబ్బలు తిన్నారు. జీవితాంతం ఖాదీ ఉత్పత్తికి, ప్రచారానికి స్వదేశీ ఉద్యమానికి సేవలందించిన దేశభక్తురాలు లక్ష్మీనరసమ్మ గారు. సుబ్రహ్మణ్యంగారి నిస్వార్థ వైద్య సేవలు, హరిజనోద్ధరణ, నిర్మాణాత్మక కార్యక్రమాలు మొ॥వి గ్రామీణ ప్రజలలో జాతీయతా భావం, స్వాతంత్ర్యోద్యమం పట్ల ఆసక్తిని కలుగజేయటంలో ప్రముఖ పాత్ర వహించాయి.

రాజమండ్రిలో వైద్య సేవలు, జాతీయ కార్యక్రమాలు:

డా. సుబ్రహ్మణ్యంగారు కలకత్తా జాతీయ వైద్య కళాశాలలో లైసెన్సియేట్ యిన్ మెడిసిన్ అండ్ సర్జరీ (ఎల్ఎమ్. అండ్ ఎస్) శిక్షణ పొందేసమయంలో డా.మల్లిక్ ప్రభావానికి లోనై జాతీయ భావాలను అలవరచుకొని 'హోం రూల్ ఉద్యమం' లో చేరారు. 1907లో న్యాపతి సుబ్బారావు పంతులు రాజమహేంద్రిలో స్థాపించిన నేషనల్ స్కూల్‌నిర్వహణలో డా.సుబ్రహ్మణ్యంగారు చేదోడువాదోడుగా నిలిచారు. శిక్షణ పొందిన తరువాత సుబ్రహ్మణ్యంగారు 1917లో రాజమహేంద్రి కంభంవారి సత్రం వీధిలో పీడిత ప్రజల నుద్ధరించుటకు ముందుకు

వచ్చారు. 1920 ప్రాంతంలో రాజమహేంద్రి 4వ వార్డు(నేడు 22వ వార్డు) కౌన్సిలర్‌గా సేవలందించారు. తన ఆసుపత్రి పక్కనే పట్టణ కాంగ్రెస్ ఆఫీసు వుండేది. మోతీలాల్ నెహ్రూ లాంటి జాతీయ నాయకులు వచ్చినప్పుడు వీరు ఆతిథ్యం యిచ్చారు. కలకత్తా చదువులనాడే ఆయనకు అచ్చట విప్లవకారులతో, జాతీయవాదులతో, దేశభక్తులతో పరిచయాలు ఏర్పడ్డాయి. పైగా స్వభావసిద్ధమైన వ్యక్తిత్వం తన చుట్టూ యువకుల్ని ఆకర్షించగలిగింది. అతను గొప్ప వక్త కూడా. అదే సంవత్సరం రాజమండ్రిలో వైద్య వృత్తిని చేపడుతూ బాపూజీ తలపెట్టిన సహాయ నిరాకరణోద్యమంలో పాల్గొని, రాజమండ్రి పరిసర ప్రాంతములలో తన వాక్చాతుర్యం, నిస్వార్థ వైద్య సేవలతోపాటు, సహజంగా జాతీయభావాలు, ఉన్నతాశయాలు కలిగివున్నందున అతి తక్కువ కాలంలో ప్రజల ఆదరణ పొందగలిగారు. 1920-1922 సుబ్రహ్మణ్యంగారి ఉపన్యాసములకు ముగ్ధులై రాజమండ్రి ప్రభుత్వ కళాశాల విద్యార్థులు ఎందరో గుంపులు, గుంపులుగా వచ్చి సహాయ నిరాకరణోద్యమంలో చేరారు. సహాయ నిరాకరణోద్యమంలో పాల్గొన్నందులకు గాను తేది 7.1.1922 నుండి ఒక సంవత్సరం కఠిన కారాగారశిక్ష రాజమహేంద్రి, కడలూరు జైలులో అనుభవించారు. ఆనాడు విద్యార్థులకే కాదు, రాజమండ్రి పరిసర ప్రాంతాల ఉద్యమకారులకు, సుబ్రహ్మణ్యం గారు తాను చేపట్టే నిర్మాణాత్మక కార్యక్రమాలు, సహజసిద్ధమైన ఉపన్యాసం, 'కాంగ్రెస్' వారపత్రిక ద్వారా సామాన్య మధ్యతరగతి విద్యావంతులను ఆకర్షించుట అన్నవి మూడు ఆయుధాలుగా సందర్భానుసారంగా వాటిని ప్రయోగించి జాతీయోద్యమానికి ఆంధ్ర ప్రాంతంలో అసలైన పునాదులు వేసి అమరులైనారు. కలకత్తా జీవితం వల్ల ఆయనకు కించిత్ విప్లవోద్యమ నాయకులతో పరిచయాలు ఏర్పడ్డాయి. అప్పట్లో జాతీయోద్యమానికి సంబంధించిన ఏ పనిలోనైనా డా.సుబ్రహ్మణ్యంగారు అగ్రస్థానం వహించేవారు. 1920లో జరిగిన సహాయనిరాకరణోద్యమంలో గోదావరి జిల్లా అంతా సంచారం చేసి ఓట్లు బహిష్కరణ ప్రచారం చేసి ప్రజలను ఉత్తేజపరిచారు.

1922లో ఆంధ్రరత్న దుగ్గిరాల గోపాలకృష్ణయ్య అధ్యక్షతన రాజమండ్రిలో గోదావరి జిల్లా విద్యార్థి మహాసభ ఏర్పాటుచేయించిన ఘనత వీరిదే. ఫలితంగా మద్దూరి అన్నపూర్ణయ్య, మొసలికంటి తిరుమలరావు, కాండ్రేగుల రామచంద్రరావు, సబ్బవీసు కృష్ణారావులాంటి 55గురు చదువులకు స్వస్తిచెప్పి కాంగ్రెస్ సేవలకు దీక్షవహించారు. 1922లో విదేశీ వస్త్ర బహిష్కరణ ఉద్యమం కంభం వారి సత్రం వీధిలో జరిగినపుడు డా.సుబ్రహ్మణ్యంగారి సలహాపై యాతగిరి పూర్ణయ్యగారు తన విలువైన ట్వీడ్ ఫ్లానల్ గుడ్డలతో తయారుచేయబడిన విలువయిన సూట్లు అగ్నికి ఆహుతి చేసారు. ఈ సంఘటన కాంగ్రెస్ ఆఫీసు ఎదురుగా జరిగింది. డా.సుబ్రహ్మణ్యం గారు పూర్ణయ్యగారి కుటుంబ వైద్యులు. 1923లో కాకినాడలో జరిగిన అఖిలభారత కాంగ్రెస్ సమావేశం ఏర్పాట్లలో తలమునకలై మహర్షి సాంబమూర్తికి అండగా నిలిచారు.

అఖిల భారత కాంగ్రెస్ అనుబంధ సంస్థ అయిన 'డివిజినల్ అసోసియేషన్'కి కార్యదర్శిగాను, 'హోమ్ రూల్ ఉద్యమం' లో సహాయ కార్యదర్శిగా పనిచేసినపుడు ఈయనను

బంధించారు. అపుడు, 'నేనీ రోజున అరెష్టుకు సిద్ధపడివున్నాను. నేను జీవితాంతం జైలు పాలవవచ్చు లేదా కాల్చి చంపివేయబడవచ్చు. కానీ వందేమాతరం నా జీవిత నినాదం. "విదేశీ వస్త్రాల్ని బహిష్కరించండి" అని పలికారు. 07.01.1922లో ఒక సంవత్సరం కఠిన శిక్ష రాజమండ్రి, కడలూరు జైలులో అనుభవించారు. విప్లవజ్యోతి అల్లూరి సీతారామరాజు తెల్లవాడి తుపాకి గుళ్ళకు బలికావడంతో ఉడుకు రక్తంతో జాతీయోద్యమానికి అంకితమైనారు.

గౌతమీ సత్యాగ్రహ ఆశ్రమం స్థాపన:

భారత స్వాతంత్ర్యోద్యమ చరిత్రలో సత్యాగ్రహాశ్రమాలు దేశోద్ధారకులకు నిలయమై, ప్రజలలో దేశభక్తిని, స్వాతంత్ర్యవాంఛను రేకెత్తించాయి. కళా వెంకటరావు కోనసీమ వేదపండితుల ద్వారా ఆశ్రమం శంకుస్థాపనకు ముహూర్తం నిర్ణయించుకొని వచ్చారు. మొక్కజొన్న చేను (పంట)ను తొలగించి చదును చేసి స్థానిక నాయకుల సహాయంతో తేది 09.11.1924 తెల్లవారుజామున 4గంటలకు లాంఛన ప్రాయంగా సీతానగరంలో గౌతమీ సత్యాగ్రహ ఆశ్రమం స్థాపన చేసారు. బులుసు సాంబమూర్తిగారు సబర్మతి నదీ తీరాన గాంధీ ఆశ్రమం వలె **గౌతమీ తీరాన గౌతమీ సత్యాగ్రహాశ్రమం** వర్ధిల్లుతుందని ఆశీర్వదించి నామకరణం చేసి శంకుస్థాపన చేసారు. **బులుసు లేని యజ్ఞము బలుసులేని తద్దినం** ఉండేది కాదని గోదావరి మండలంలోని ఆనాటి నానుడికి నిదర్శనమే ఈ ఆశ్రమం శంకుస్థాపన. సీతానగరం, ఒంగలపూడి, రైతాపురం(రఘుదేవపురం), చినకొండేపూడి మున్నగు గ్రామాలనుండి వేలాది ప్రజలు హాజరయినారు. 1925 జనవరి నాటికి 12 పక్కా పెంకుటిండ్ల నిర్మాణం జరిగింది. భవన నిర్మాణం పూర్తి అయిన తరువాత ఆంధ్రనాయకుల సమక్షమున 04.02.1925న సుబ్రహ్మణ్యంగారి ఆధ్వర్యమున గృహ ప్రవేశ మహోత్సవం జరిగింది. 1926 వేసవి కాలానికి మంచి నీటి బావి పల్లేటి సత్యన్నారాయణగారి ఖర్చులతో తయారయింది. సీతానగరం రాజమండ్రికి 23 కి.మీల దూరంలో గౌతమి ఏటి పట్టున గలదు. ఏటిపట్టని పిలవబడే ఈ ప్రాంతం 1921లో గాంధీజీ తలపెట్టిన సహాయనిరాకరణోద్యమంలో శాంతియుతంగా ముందంజ వేసింది. గ్రామోద్యోగులు వారి పదవులకు రాజీనామాలు చేసారు. ఎంతోమంది సామాన్యులు కూడా ముందుకు వచ్చి గాంధీజీని అనుసరించారు. బ్రిటీష్ కలెక్టర్ బ్రేకన్ సీతానగరం వచ్చినపుడు, వారికి నీరు, నిప్పు వారి ముఖ్య ఆహారం కోడిగుడ్లు కూడా లభ్యం కాకుండా చేసి ఈ ప్రాంతీయులు ధైర్య సాహసాలు, దేశభక్తిని ప్రదర్శించారు. వైద్య సేవలు నోచుకోలేని ఈ ప్రాంతీయుల నిస్సహాయత, అధిక రాజకీయ చైతన్యం, స్థానికుల అండదండలు సహకారంతో లభించిన 14 ఎకరాల స్థల సేకరణ మున్నగునవి ఆశ్రమ స్థాపనకు దోహదపడ్డాయి. స్థల సేకరణలో స్థానిక పెద్దలు పానుగంటి సూర్యనారాయణరావు పంతులు(ఒంగలపూడి ఎస్టేట్ జమిందారు ఓడరేవు వెంకటఅప్పారావు గారి మేనేజర్) గారి చొరవ మరువరానిది.

గౌతమీ సత్యాగ్రహాశ్రమం నివాసులు:

గౌతమీ సత్యాగ్రహాశ్రమం ప్రారంభించిన తరువాత రాజమండ్రిలో తనతో పనిచేసిన క్రొవ్విడిలింగరాజు మద్దూరి అన్నపూర్ణయ్యగారలతో పాటు మరికొందరు యువకులను ఆశ్రమానికి ఆహ్వానించి నిర్మాణాత్మక కార్యక్రమాలలో నిమగ్నమయినారు. ఈదిగువన ఉదహరించిన వారు ఆశ్రమంలో ఉంటూ రాత్రింబవళ్ళు నిద్రాహారాలు లెక్కచెయ్యక దేశ స్వాతంత్ర్యమే లక్ష్యంగా కాలం గడిపారు. పరిసర గ్రామాల ఆబాలగోపాలం వీరికి అండగా నిలిచారు.

1) డా. బ్రహ్మజోస్యుల సుబ్రహ్మణ్యం, భార్య కామేశ్వరమ్మ 2)గూడూరి రంగయ్య, భార్య నాగరత్తమ్మ 3) మద్దూరి అన్నపూర్ణయ్య, భార్య వేంకట రమణమ్మ 4)క్రొవ్విడి లింగరాజు, భార్య సుభద్రమ్మ 5) ఓలేటి నరసింహం, భార్య సీతమ్మ 6)చంద్రుబట్ల హనుమంతరావు, భార్య లక్ష్మీకాంతం 7) గరిమెళ్ళ నరసింహమూర్తి, భార్య కామేశ్వరమ్మ 8) ధరణీ ప్రగడ శేషగిరిరావు, భార్య ప్రేమగీత 9) పున్నంరాజు చలపతిరావు(కాంపౌండర్) 10) హిందీ మాస్టారు 11)మానా ప్రగడ కృష్ణారావు 12) ఒంగల సత్తప్ప(ఒంగల సత్యన్నారాయణ) 13) మామిడి లక్ష్మీపతి 14)రామచంద్రుని వెంకటప్ప 15)మాచిరాజు రామచంద్రమూర్తి (బండరాముడు) 16)ఒంగవేటి వేంకటరామ దీక్షితులు 17)పులప పోచయ్య 18) వెలగల నరసింహం 19) సరస్వతుల సూర్యనారాయణ 20) గట్టెం సూర్యనారాయణ 21) మద్దూరి కృష్ణమూర్తి 22) గుండేపూడి రామకృష్ణ శర్మ(సుబ్రహ్మణ్యంగారి తోడల్లుడు), 23) జోస్యుల అప్పలరామమూర్తి 24) మానాప్రగడ వెంకట కృష్ణారావు భార్య సుందరమ్మ అప్పుడప్పుడూ బులుసు సాంబమూర్తి, కళా వెంకటరావు, కాశీనాధుని నాగేశ్వరరావు పంతులు, నీరుకొండ వెంకటరత్నం చౌదరి, కాండ్రు వీరన్న, నీరుకొండ వెంకట రామరావు, చెట్టి కృష్ణయ్య, చెట్టి రమణయ్య, గుర్తి సుబ్బరాజు, కొత్త విశ్వనాథం, కొత్త రాంబాబు ఇంకెందరో స్థానిక స్థానికేతర స్వాతంత్ర్య సమరయోధులు వస్తూ పోతూ ఉండేవారు.

ఆశ్రమం ఆస్తుల వివరాలు :

శేఠ్ జీవన్‌లాల్ ఆర్థిక సహాయంతో సేకరించిన 14 ఎకరాలు సీతానగరం కొత్త, కనగర్ల వారి నుండి రు.2700/-లకు కొనుగోలు చేయడమైనది. పై ఆస్తి గౌతమీ సత్యాగ్రహ ఆశ్రమ వ్యవస్థాపక ట్రస్టీలు అయినటువంటి 1) బ్రహ్మజోస్యుల సుబ్రహ్మణ్యం 2) బులుసు సాంబమూర్తి 3) కాశీనాధుని నాగేశ్వరరావు పంతులు 4) నడింపల్లి సుబ్బరాజు 5)నీరుకొండ వెంకటరత్నం చౌదరి పేరున తేదీ 12.12.24న పోలవరం సబ్ రిజిస్ట్రారు ఆఫీసులో రిజిష్టరు చేయబడింది.

తరువాత కాలంలో సుమారు 3 ఎకరాలు (య2.98ట్లు) ప్రభుత్వం ఆక్రమించుకొని నష్టపరిహారంగా రూ17,853.09/-లు చెల్లించినది. భవనాలతో కూడిన మిగతా 11 ఎకరాలు ఆశ్రమం ఆధీనంలో ఉంది. బా-బాపూల రాక సందర్భముగా అనగా 1929 మేనెల 8వ తేదీన గౌతమీ సత్యాగ్రహాశ్రమానికి 34 ఎకరాల 32సెంట్ల భూవిరాళం లభించింది.

శ్రీ శేర్ జీవన్ లాల్

శ్రీ జీవన్ లాల్ మోతీచంద్ షా గారు కథియావాడ్‌లోని చోర్‌వాడీ పట్టణంలో జన్మించారు. ఇతని తండ్రి పేరు మోతీచంద్ షా. ఇతని జనన మరణాల విషయం కచ్చితంగా తెలియజేయుటకు సరియైన ఆధారాలు లభ్యం కావడంలేదు. అయితే ఆయన సన్నిహితుడు బుద్ధిలాల్ పూపట్లాల్ షా గారు చెప్పిన ప్రకారం, శ్రీ జీవన్ లాల్ మోతీచంద్‌షా గారు 1866-67 ప్రాంతంలో జన్మించి 1961-62 ప్రాంతంలో మరణించియుంటారని తెలుస్తున్నది.

శ్రీజీవన్‌లాల్‌గారికి గుజరాతీ బాష చదువుట, వ్రాయుట, ఇంగ్లీషు చదువుట మాత్రం వచ్చును. శ్రీ రామ్‌జీ హంసరాజ్ యితని ప్రాణ స్నేహితుడు. వీరిద్దరు 1913-14 సం॥లలొ 'జీవన్‌లాల్' పేరుతో ఒక చిన్న కంపెనీని కలకత్తాలో స్థాపించి చిన్న చిన్న అల్యూమినియం, చిల్లర వస్తువులు తయారు చేసి వీధుల వెంబడి తిరిగి విక్రయించి వ్యాపారం అభివృద్ధి చేసారు. అంతే కాకుండా మద్రాసు, రాజమండ్రి, రంగూన్, బొంబాయిలలో బ్రాంచి ఆఫీసు లను స్థాపించి అల్యూమినియమ్ వ్యాపారం అభివృద్ధిపరిచారు. వ్యాపారం మూడు పువ్వులు ఆరు కాయలుగా సాగింది. వీటికి హెడ్డాఫీసు కలకత్తాలో యుండేది. 1920 సం॥లో **'జీవన్ లాల్ కంపెనీ'**ని రాజమండ్రిలో గోదావరి గట్టుకు దగ్గరలో నేటి 'శ్రీ దుర్గా' (హొటల్) ప్రక్కన స్థాపించారు.

శ్రీ శేర్ జీవన్ లాల్ ప్రముఖ గాంధేయ వాది. గ్రామీణాభివృద్ధి, నిర్మాణాత్మక కార్యక్రమాలన్నా మక్కువ ఎక్కువ. తన జీవితాంతం భారత స్వాతంత్ర్యోద్యమానికి పరోక్షంగా ఎంతగానో కృషి చేసారు. ముఖ్యంగా సీతానగర **'గౌతమీ సత్యాగ్రహాశ్రమం'** స్థాపనకు ప్రోత్సహించి, ఆర్థిక సహకారం చేసి, శ్రీ బ్రహ్మజోస్యుల సుబ్రహ్మణ్యం గారిచే స్థాపింపచేసారు. అంతేకాకుండా ప్రతీ ఏడాది రూ. 2500/-లు గ్రామీణ నిర్మాణాత్మక కార్యక్రమాలకు యిస్తానని వాగ్దానం చేసి మాట నిలబెట్టుకున్నారు. తరువాత 'కాంగ్రెస్' వారపత్రిక అచ్చు పత్రికగా మార్చుటకు, సీతానగర ఆశ్రమానికి తరలించుటకు తగిన ఆర్థిక సహకారం చేసి తన ఉదారత్వాన్ని నిరూపించుకున్నారు. 1927 సం॥ శ్రీ జీవన్‌లాల్, 'గౌతమి సత్యాగ్రహాశ్రమం'నకు వచ్చి అచ్చట జరిగే నిర్మాణాత్మక కార్యక్రమాలు చూసి ఆనందించి, అభినందించారు. జాతీయోద్యమ కాలంలో ముఖ్యంగా గోదావరి ప్రాంతంలో ఎచ్చట ఏవిధమైనటువంటి సత్యాగ్రహాలు చేపట్టినా, సత్యాగ్రహులకు 'జీవన్‌లాల్ కంపెనీ' తరపున ఆర్థికపరమైనటువంటి, అల్పాహార, తేనీటి రస పానీయాల సౌకర్యాలు కల్పించి సత్యాగ్రహులను, ప్రజలను ఉత్తేజపరిచేవారు. ఇదే శ్రీ జీవన్‌లాల్ ప్రత్యేకత.

గాంధేయ ఆశ్రమాలు - ప్రాధాన్యత

భారత జాతీయోద్యమంలో గాంధేయ ఆదర్శాలతో నెలకొల్పిన ఆశ్రమాలు మహోన్నతమైన పాత్ర వహించాయి. వాటిలో సబర్మతీ, వార్ధాలలో గాంధీజీ స్వయంగా స్థాపించిన ఆశ్రమాలు జగద్విఖ్యాతమైనవి. అదే విధంగా ఆంధ్రప్రదేశ్‌లో సుమారు ఇరవై సత్యాగ్రహాశ్రమాలు తెలుగునాట

స్థాపించబడి గాంధేయ గ్రామీణ నిర్మాణాత్మక కార్యక్రమములు చేపట్టి భారతీయులలో ఉద్యమం పట్ల ఆసక్తిని పెంచి, స్వావలంబనను కలుగజేయడం జరిగింది. గాంధీయుగంలో (1920-1947) నిరాండంబరమైన, నిష్ఠాయుతమైన జీవిత విధానం, క్రమశిక్షణాయుత ఆహార, విహార నియమాలు, సత్యం, అహింస, బ్రహ్మచర్యానుసరణతో కూడిన వ్యక్తిగత జీవితాన్ని తీర్చిదిద్ది సత్యాగ్రహ పోరాటానికి సైనికులను తయారు చేయడానికి ఆశ్రమాలు ఉద్దేశింపబడ్డాయి. అంతేకాకుండా సత్యాగ్రహులను స్వచ్ఛంద సేవకులుగా, కార్యకర్తలుగా తీర్చిదిద్దడానికి, స్వరాజ్య పోరాటానికి, ఉద్యమాలకు ఆకర్షితులైన యువకులు చెదిరిపోకుండా, ఒకచోట ఆశ్రయం పొంది నిర్మాణ కార్యక్రమాలలో, క్రమశిక్షణతో తర్ఫీదు పొందేందుకు కూడా సత్యాగ్రహాశ్రమాలు ఉద్దేశించి స్థాపించబడ్డాయి. భారతీయుల ఆశయ సిద్ధికై, కాంగ్రెస్ ఉద్యమాన్ని ప్రజోద్యమంగా తీర్చిదిద్దేందుకు బాపూజీ దేశం నలుమూలలు తిరిగి దేశీయ ఉద్యమ ప్రాముఖ్యత, ఆవశ్యకత, అహింస, శాంతియుత విధానాల గూర్చి తెలియజేసి, తన పట్టుదల, కార్యదీక్ష, నిరాడంబరత్వం లతో ప్రజలను ఆకట్టుకున్నారు.

గౌతమి సత్యాగ్రహాశ్రమం - బాపూకుటీరం

భారతస్వాతంత్ర్యోద్యమ కాలంలో త్యాగపూరిత స్వాతంత్ర్యోద్యమాలకు నిలయమైన గౌతమీ తీరాన గల సీతానగరంలో 'దక్షిణాది సబర్మతి'గా పేరొందిన 'గౌతమీ సత్యాగ్రహాశ్రమం'లో బాపూకుటీరం నిర్మించబడింది. బాపూజీ ఆంధ్రదేశ సంచార సందర్భంగా ఎందరో జాతీయ నాయకులు వెంటరాగా సతీసమేతంగా 1929 మే నెల 8న గౌతమీ సత్యాగ్రహాశ్రమానికి విచ్చేసి విశ్రాంతి గైకొన్నారు. ఈ పుణ్య స్థలినే 'బాపూ కుటీరం'గా భద్రపరిచి, భావి తరాల వారికి స్ఫూర్తినిచ్చేందుకు దీటుగా దీనిని సంరక్షించి భద్రపరచడంతో చారిత్రక ప్రాముఖ్యతను సంతరించుకుంది. నేడు దర్శనీయ స్థలముగా వెలుగొందుతున్నది.

అలనాడు 'బా-బాపూ' లు వడికిన రాట్నాలు ఈ కుటీరంలో భద్రపరచడం విశేషం.

6) కాంగ్రెస్ వారపత్రిక డా.సుబ్రహ్మణ్యం :

ఆధునిక భారతదేశ చరిత్రలో జాతీయోద్యమం ప్రముఖమైనది. జాతీయోద్యమానికి వెన్నెముక లాంటిది భారత జాతీయ కాంగ్రెస్. గాంధీయుగం (1919-1947)లో జాతీయ కాంగ్రెస్ ఎన్నో ముఖ్య సంఘటనలకు, నిర్ణయాలకు కారణమైంది. ఈ యుగంలో మూలపురుషుడు గాంధీ అయితే, సిద్ధాంతం అహింస. అహింసాసిద్ధాంతం ద్వారా యింతటి విశాల భారతదేశానికి స్వాతంత్ర్యాన్ని తీసుకువచ్చిన ఘనత ప్రపంచంలోనే మొదటిగా బాపూకే దక్కినది. భారతీయులలో జాతీయ భావన ఆవిర్భవించుటకు ఆనాటి రాజకీయ ఐక్యత, ఆధునిక సౌకర్యాలు, విజ్ఞాన బోధనలు, వ్రాతలు, వార్తా పత్రికలు, పాశ్చాత్య విద్యా విధానము మొదలయినవి ముఖ్య కారణాలు. గాంధీ యుగంలో స్వాతంత్ర్యోద్యమాన్ని ప్రజోద్యమంగా మార్చిన మహామనీషి గాంధీజీ. దీని వెనుక గ్రంథాల ప్రభావం, వార్తాపత్రికల ప్రచారం కూడ ఉన్నదన్నది నిర్వివాదాంశం.

ప్రజలలో దేశభక్తిని, జాతీయ భావాన్ని రగుల్కొల్పడంలోను, భావసమైక్యానికి చేయూత నివ్వటంలోనూ తెలుగు పత్రికలు చరిత్రాత్మక పాత్ర నిర్వహించాయి. ఆనాడు దేశ శ్రేయస్సు, ప్రజల శ్రేయస్సును దృష్టిలో పెట్టుకుని పత్రికలు ప్రచురించబడేవి. పైవాటిలో కాంగ్రెస్ అనే వారపత్రిక (రాజమహేంద్రి ఆ తరువాత సీతానగరం) తెలుగు ప్రాంతంలో ప్రముఖ స్థానం అలంకరించింది.

1921 సం. మే నెలలో రాజమహేంద్రిలో ఆంధ్ర యువజన కాంగ్రెస్ సభ వారు కాంగ్రెస్ అను వారపత్రికను ప్రారంభించి ఆరు నెలలు సైక్లోస్టయిల్ పత్రిగా నడిపారు. దీని వ్యవస్థాపకులు, ప్రప్రథమ సంపాదకులు శ్రీ మద్దూరి అన్నపూర్ణయ్య గారు. డా.సుబ్రహ్మణ్యంగారు కాంగ్రెస్ పత్రికకు ఫిబ్రవరి 1924 నుండి 30.06.1924వరకు సంపాదకులుగా సేవలందించి గోదావరి ప్రాంతీయులకు చేరువైనారు.

ఆదినుండి సంపూర్ణ స్వాతంత్ర్య ధర్మమునే చెవినిల్లు గట్టుకొని ఉపదేశించింది. మరుగునపడిన మహామహులగు దేశభక్తుల దివ్య చరిత్రముల వెల్లడి చేసింది. భారత స్వాతంత్ర్య కష్టనష్టాలను విప్పి చెప్పింది. చిచ్చరపిడుగులను కురిపించింది. వీరబలుల నర్పించింది. స్వాతంత్ర్య సమర వర్థంతుల సల్పి స్వాతంత్ర్య వీరులకు జోహారులర్పించింది. సర్వదా సమరమే ఆహ్వానించింది. సమరమే తటస్థించినపుడు రణగీతముల పాడింది. రణదుంధుభుల మ్రోగించింది. తానును సమరాగ్ని కాహుతియైనది. నిరంతరం సత్యాగ్రహవ్రత నిష్ఠాగరిష్ఠయై శాంతి, ధర్మ సూత్రముల జపించుచు మహాత్ములవారికి నమ్మిన బంటై ఆంధ్ర మహాశయులను సేవించింది.

సీతానగరం ఆశ్రమం ప్రజలకు సన్నిహితం కావడానికి ప్రధాన కారణములు - డా. సుబ్రహ్మణ్యంగారి వ్యక్తిత్వం, నిస్వార్థవైద్యసేవలు, ఖాదీ ఉద్యమం ద్వారా కలిగే ఉపాధి, కాంగ్రెస్ పత్రిక ప్రచారం, ఆశ్రమ వాసుల నిరాడంబరత, ఐక్యత, మానవతా దృక్పథం, చిత్తశుద్ధి మొదలయినవి. 1857 నాటి తొలి స్వాతంత్ర్య అనుభవాలు, దేశభక్తుల వీరగాధలు, చిచ్చుల పిడుగు, వీరబలి, సమరం సంధి, భారత స్వాతంత్ర్య వార్తలు , గాంధేయ సిద్ధాంతాలు, కాంగ్రెస్ ప్రచారం, ముఖ్యంగా గ్రామీణ నిర్మాణాత్మక కార్యక్రమాలు మున్నగువాటిని గూర్చి కాంగ్రెస్ పత్రిక ప్రచారం చేసినందువలన గ్రామీణ ప్రజలలో చైతన్యం, ఉద్యమంపట్ల ఆసక్తి పెరిగింది. దక్షిణ సబర్మతిగా పేరొందిన ఈ ఆశ్రమం క్విట్ ఇండియా ఉద్యమం(1942) కాలంలో అజ్ఞాతంగా ఉండిపోయింది.

ఆశ్రమ కార్యక్రమాలు :

డా.సుబ్రహ్మణ్యంగారు అతి తక్కువ కాలంలోనే సీతానగరం, పరిసర గ్రామాలలో మంచి పేరు పొందారు. తన ఆధునిక వైద్య సహకారం వల్లను, నిస్వార్థ సేవల వల్లను ప్రజలకు

ఇతనిపై అమితమైన ప్రేమాభిమానములు కలిగాయి. ప్రజలను ప్రోత్సహిస్తూ, గాంధీజీ నిర్మాణ కార్యక్రమానికి సీతానగరాన్ని కేంద్రంగా తీర్చిదిద్దిన ఘనత వీరికే లభించింది. సుబ్రహ్మణ్యంగారి ఆధ్వర్యములో ఆశ్రమంలో ఖద్దరు పరిశ్రమ, కాంగ్రెస్ వారపత్రిక ప్రచురణం, కాంగ్రెస్ ప్రచారం, గ్రామాల పరిశుభ్రతను గూర్చి ప్రచారం, జాతీయ విద్యాలయ నిర్వహణ మొదలగు కార్యక్రమాలు జరుగుతుండేవి. ఆశ్రమమంలో పత్రిక, ప్రెస్ నడపడం ఒక మరువరాని ఘట్టం. 1926న సంవత్సరంలో ఆశ్రమ ఆవరణంలో తూర్పుగోదావరి కాంగ్రెస్ మహాసభ కాళేశ్వరరావు, సుబ్రహ్మణ్యంగారల ఆధిపత్యాన జరిగింది. నీరుకొండ వెంకటరత్నంగారి అధ్యక్షతన రెండు రోజుల సమావేశంతో పాటు రాష్ట్ర కాంగ్రెస్ సంఘం సమావేశం కూడ జరిగింది.

గాంధీజీ తన ఆంధ్ర దేశ సంచారంలో భాగంగా బ్రహ్మజోస్యుల సుబ్రహ్మణ్యం గారిచే స్థాపించబడిన గౌతమీ సత్యాగ్రహాశ్రమానికి విచ్చేసి, యిచ్చట జరుపబడుచున్న నిర్మాణాత్మకమైన కార్యక్రమాలను చూసి సుబ్రహ్మణ్యం గారిని అభినందించారు. సీతానగరం ఫిర్కాలో రూ.4940/-లు వసూలు చేసి ఖద్దరు నిధికి సమర్పించారు. గాంధీజీ ఈ సంస్థను మహా సంస్థగా అభివర్ణించారు. గాంధీజీ మొదటి పర్యటన తరువాత ఒకసారి సుబ్రహ్మణ్యం గారు గాంధీకి, మీరు మా ఆశ్రమంలో విడిచిపెట్టిన పంచమ బాలుడు క్షేమంగా యున్నాడు. అతడు హిందీ, తెలుగు నేర్చుకొంటున్నాడు. ప్రతి రోజూ క్రమక్రమంగా నూలు వడుకుచున్నాడు. అతడు నూతిని ఉపయోగించుకోవడం చుట్టుప్రక్కల గ్రామాలలో సంచలనం కలిగించింది. అపుడు మేమొక క్లిష్ట పరిస్థితినుండి బయటపడినట్లు అనిపించినది. మా ఆశ్రమంలో ఉన్న నా సహచర కార్యకర్తలెవరూ నన్ను విడచిపోనందున నాకు చాలా సంతోషంగా ఉంది. వారందరూ జరుగుచున్న సంఘటనలకు జాగ్రత్తగా పరిశీలిస్తున్నారు. మన ఉద్యమం న్యాయమైనది. మీ ఆశీర్వాదంతో మేము పురోగమించదలచుకొన్నాము అని లేఖ రాసారు.

1929 నాటి అఖిల భారత చరఖా సంఘంలో 3గురు సభ్యులుండేవారు. వారలు 1)పి.వి.జె.జెరానీ, ఖాదీ భండారీ, ప్రిన్సెస్ వీధి, బొంబాయి. 2) డా.బ్రహ్మజోస్యుల సుబ్రహ్మణ్యం, గౌతమీ సత్యాగ్రహాశ్రమం, సీతానగరం 3) కె. సంతానం గాంధీ ఆశ్రమం, తిరవంగోడు. దీనిని బట్టి సుబ్రహ్మణ్యంగారి వ్యక్తిత్వం తెలుసుకోవచ్చును.

ఆశ్రమంలో సత్యాగ్రహ శిక్షణా శిబిరం:

1930 ఫిబ్రవరి నెలలో ఏ శాంతి పోరాటానికి అయినా సిద్ధపడి శాంతి సైనికులకు తర్ఫీదునివ్వడానికి రాష్ట్ర మొత్తంమీద ఒకశిబిరాన్ని డా.సుబ్రహ్మణ్యంగారి ఆధ్వర్యంలో ఈ ఆశ్రమంలో ఏర్పడింది. శ్రీకాకుళం నుండి అనంతపురం వరకు సుమారు 150మంది ఈ శిబిరంలో శిక్షణ పొందారు.

సంపూర్ణ స్వరాజ్య ప్రతిజ్ఞ

ఆశ్రమం పరిసర గ్రామాలన్నింటికి సంపూర్ణ స్వరాజ్య ప్రతిజ్ఞ విషయమై కబుర్లు పంపించారు. తేది 26.01.1930 సాయంకాలం ఆబాల గోపాలం ఆశ్రమానికి చేరుకున్నారు. ఖద్దరు ధరించిన స్త్రీపురుషులు ఆనందోత్సాహాలతో పాల్గొన్నారు. ఆనాడే స్వతంత్రం వచ్చిందన్న సంతోషాన్ని వెల్లబుచ్చారు. డాక్టర్ సుబ్రహ్మణ్యం తన సహజ గాంభీర్యంతో ఉపన్యాసం చేసారు. బార్డోలి రైతులవలె మన రైతులుకూడా స్వాతంత్ర్య ఉద్యమంలో పాల్గొనాలని కోరారు. సంపూర్ణ స్వరాజ్య ప్రతిజ్ఞ అందరితో చదివించారు.

ఉప్పు సత్యాగ్రహంలో సుబ్రహ్మణ్యంగారి పాత్ర

పాల్గొన్న సంత్యాగ్రహులందరిలో భార్య పిల్లలగూర్చి ఆలోచనలేదు. సమరానికి వెళుతున్న అందరూ పెళ్లికి వెళ్తుతున్న సరదాలో ఉన్నారు. 1930 ఉగాది సంవత్సరం పండుగనాడు మార్చి 31న 12గంలకు భోజనాలు ముగించి 2 గంటలకు అత్యవసరమైన సామగ్రులతో యాత్ర ప్రారంభమయింది. ఆరోజు మజిలీ ఆరు మైళ్ళు. దారిలో ప్రజలు భోజనం, మజ్జిగాది సౌకర్యాలు కలిగించేవారు. రోజుకు 10, 12 మైళ్ళు నడుస్తూ, ఏప్రెల్ 6వ తేదీనాటికి కాకినాడ చొల్లంగి శిబిరానికి చేరుకున్నారు. సీతానగరం నుంచి ప్రస్థానం ప్రారంభమై వెళ్ళినవారు సుమారు 200మంది శిక్షణపొందిన సత్యాగ్రహులు. దీనికి సుబ్రహ్మణ్యంగారు నాయకత్వం వహించారు. ఆరోజులలో పోలీసుల దృష్టిలో ఖద్దరు ధరించడం, గాంధీ టోపీ పెట్టుకోవడం గొప్ప నేరంగా పరిణమించింది. చాలా మందికి జైలు శిక్ష విధించారు. సుబ్రహ్మణ్యంగారి ఆధ్వర్యంలో రాజమండ్రిలో పికెటింగ్ కార్యక్రమం మొదలై కొన్ని నెలలపాటు జరిగింది. స్థానిక డా.కె.యల్. నరసింహరావు గారి యాజమాన్యంలో ఒక స్వచ్ఛంద సేవా శిబిరం ఏర్పాటు చేయబడింది. సీతానగరం ఆశ్రమంనుండి చాలామంది స్త్రీ, పురుషులు రాజమండ్రిలో ప్రత్యేక సేవాశిబిరాన్ని నేటి వైశ్య సేవాసదనంలో ఏర్పాటుచేసారు. ఈ ఆశ్రమ నివాసి అయిన చంద్రుపట్ల హనుమంతరావు దండి సత్యాగ్రహంలో పాల్గొని దక్షిణ సబర్మతిగా కీర్తించడానికి కారకులయినారు.

ఆశ్రమంపై పోలీసుదాడి :

ఈ ఆశ్రమ బలగాన్ని గ్రహించిన బ్రిటీష్ ప్రభుత్వం, 1932 జనవరి5న ఆశ్రమాన్ని మద్రాసు పోర్టు సెంట్ జార్జి గెజిట్‌లో చట్టవిరుద్ధమని ప్రకటించింది. జనవరి 18న రెండు వందలమంది రిజర్వుడు పోలీసులతో డిప్యూటీ సూపరింటెండెంట్ ముస్తాఫాలీఖాన్ నాయకత్వంలో ఆశ్రమంపై దాడి జరిగింది. ఆశ్రమం రక్తసిక్తమైపోయింది. జండావందన స్థలాన్ని అపవిత్రం చేసి కాంగ్రెస్ కార్యాలయాన్ని పత్రికను ధ్వంసం చేసి ప్రింటింగ్ ప్రెస్‌ను స్వాధీనంచేసుకున్నారు.

1932 సం.లో జాతీయోద్యమంలో ఆంధ్రదేశంలోనే గాక, యావద్భారతదేశంలోనూ చరిత్ర ప్రసిద్ధిగాంచిన బ్రిటీష్ ప్రభుత్వ పోలీస్ దాడులలో సీతానగరం గౌతమీ సత్యాగ్రహాశ్రమంపై

జరిగిన దాడిఒకటి. భారతదేశ రాజకీయ వాతావరణాన్ని, రాబోయే స్వాతంత్ర్యోద్యమాన్ని దృష్టిలో యుంచుకొని గాంధీజీ నిర్మాణ కార్యక్రమాన్ని సాగిస్తున్న సంస్థలు దేశంలో చాలా అరుదు. అవి ప్రభుత్వ ఆగ్రహానికి గురై ఆహుతై పోయిన నిదర్శనములు వేళ్ళమీదకు లెక్కకు వస్తాయి. సర్దార్ వల్లభాయ్ పటేల్ గారి బర్డోలి ఆశ్రమం, డా.రాజేంద్రప్రసాద్ గారి నిదాఖత్ ఆశ్రమం, యిందుకు ప్రముఖ నిదర్శనములు. అట్టి కోవకు చెందినదే డా. సుబ్రమణ్యం గారిచే స్థాపించబడి, నిర్వహించబడుచున్న దక్షిణ సబర్మతి గా పేరొందిన సీతానగర గౌతమి సత్యాగ్రహాశ్రమం. సుబ్రమణ్యంగారు ఆశ్రమమంలో లేని సమయంలో ది.18.01.1932న ఉదయం 9 గంటలకు పోలీసుదాడి జరిగింది. ఉన్నవారందర్ని అరెస్ట్‌చేసారు.

హరిజనశేవాశ్రమం (03.12.1933):

గౌతమీ సత్యాగ్రహాశ్రమం అక్టోబర్ 6, 1932న ఆశ్రమ వాసులకు స్వాధీనమయినది. ఆశ్రమం ధ్వసమయినందువలను, హరిజనులకు ప్రత్యేకమైన ఆశ్రమం స్థాపించి సేవలందించాలన్న అభిప్రాయంతో డా. సుబ్రహ్మణ్యంగారు 1933 నవంబర్ 14 లేక 15న విడుదలయినవెంటనే సీతానగరం శివాలయానికి ఎదురుగా ఉన్న మామిడితోటలో ఒక ఎకరం స్థలంలో హరిజనాశ్రమానికి సన్నాహాలు ప్రారంభించారు. తోట యజమాని చిర్రావూరి మాధవరావు, సుబ్రహ్మణ్యంకు వైద్యంలో సహకారిగా ఉండేవాడు. ఈ ఆశ్రమంలో కూడా చతుష్పదంలో చుట్టూ పాకలు వేయించారు. ముఖ్యంగా హరిజనోద్ధరణ, వైద్య సేవలు అందించారు. అప్పటికే ములకల్లంకలో నివాసముంటున్న క్రొవ్విడి లింగరాజు తల్లిదండ్రులను ఆహ్వానించి హరిజనాశ్రమానికి తోడ్కొని వచ్చారు. హరిజన కార్యక్రమాలకు కావలసిన ధనాన్ని సేకరించారు. రాజమహేంద్రవరంలో గాంధీగారి సన్మాన సభలో డాక్టరు సుబ్రమణ్యంగారు, దువ్వూరు సుబ్రమణ్యంగారలు మాట్లాడుతు హరిజనుల దేవాలయ ప్రవేశం అత్యవసరమని ఉపన్యసించారు. గాంధీ తన హరిజనోద్ధరణ సంచారంలో భాగంగా సీతానగరం వచ్చి సుబ్రహ్మణ్యం గారు స్థాపించిన హరిజన సేవాశ్రమాన్ని తేది 3.12.1933న ప్రారంభోత్సవం చేసి సీతానగరం ఫిర్కాలోని సీతానగరం, ముగ్గుళ్ళ, మునికూడలి లోని శివాలయాలను హరిజనులకు ప్రవేశింపజేసినారు. శ్రీ పాద వెంకట రామన్నాచార్యులు (ముగ్గుళ్ళ) కూడా పాల్గొన్నారు. గాంధీగారు హరిజన సేవాశ్రమానికి ప్రారంభోత్సవం చేస్తూ "ఈ సంస్థను ప్రారంభించడం ఒక పవిత్రమైన ధర్మంగా నేను భావిస్తున్నాను. ఇది హరిజన సేవకు చాలా ప్రయోజనకరంగా ఉంటుందని భావిస్తున్నాను. అస్పృశ్యతా కళంకం నిర్మూలించే పనిలో ఈ ఆశ్రమవాసులు సర్వసంగ పరిత్యాగం చేయగలరని భావిస్తున్నాను" అని అన్నారు. డా.సుబ్రహ్మణ్యం గారు హరిజన నిధికి 700రూపాయలు ఇచ్చారు. అనంతరం సుబ్రహ్మణ్యంగారు 1929నుండి 1933వరకు ఆశ్రమ కార్యకలాపములు గూర్చి నివేదికను గాంధీజీకి సమర్పించారు.

నాళం చిన భీమరాజు :

చిన్న తనంనుండి కాంగ్రెస్ కార్యక్రమాలపై అమితమైన ప్రేమాభిమానాలు కల్గి ఉండేవారు. గాంధీ ఉపన్యాసాలకు ప్రభావితమై, సహాయ నిరాకరణోద్యమంలో చేరి విదేశీ బట్టల షాపులు, కల్లు దుకాణాల వద్ద పికెటింగ్స్ చేసారు. ఖాదీ ప్రచారం చేసి ఉద్యమాన్ని ఉధృతం చేసారు. ఉప్పు సత్యాగ్రహంలో పాల్గొన్నందుకుగాను తేది 19.05.1930 నుంచి 10.11.1930 వరకు రాజమహేంద్రి, వెల్లూరు, తిరుచనాపల్లి జైళ్ళలో శిక్షను అనుభవించారు. రాజమహేంద్రిలో పరిశ్రమాలయం అనే ఖద్దరు ఉత్పత్తి కేంద్రాన్ని స్థాపించి స్వదేశీ ఉద్యమాన్ని మరింతగా బలపరిచారు. వీరి కార్యక్రమాల ప్రభావమే నేటికి రాజమండ్రి ఖద్దరు ఉత్పత్తికి, విక్రయానికి కేంద్రస్థానమయినది అనుట అతిశయోక్తి కాదు. తేది 26.01.1932న డా.సుబ్రహ్మణ్యంగారు నాళం చినభీమరాజుగారింట్లో విశ్రాంతి తీసుకొనుచుండగా మధ్యాహ్నం సుమారు 2 గంటలకు డిప్యూటీ సూపరింటెండెంట్ పోలీసు ఫోర్సుతో వచ్చి ఆయనను బయటకు రమ్మని కోరి లాఠిచార్జి చేసారు. భీమరాజుగారు పక్క ఎముక విరుగుటచే ప్రభుత్వ ఆసుపత్రిలో 6 వారములు చికిత్స పొందినా ఫలితం లేక మరణించారు. అదే సందర్భంలో తేది 14.05.1932న బ్రిటిష్ వారు సుబ్రమణ్యంగారిని నిర్బందించి 6 నెలలు కఠిన శిక్ష విధించారు.

ఆశ్రమం రద్దుప్రకటన :

1934 చివరినాటికి డా.సుబ్రహ్మణ్యం హరిజనాశ్రమంలో ఉంటూ ఉండేవారు. అప్పటికే ఆశ్రమం ఆశ్రమవాసుల స్వాధీనమై ఉంది. నిర్మాణ కార్యక్రమాలకు కొంతవరకు ఆటంకం ఏర్పడింది. సుబ్రహ్మణ్యంగారు తప్ప మిగతా సభ్యులందరూ ఆశ్రమంలోనే ఉండేవారు. విడివిడిగా ఉన్న ఈ సన్నివేశం ఊళ్ళో ప్రజల గుసగుసలకు కారణమయింది. ఎవరంతటవారు ఆశ్రమంను విడిచివెళ్ళే మార్గాలు అన్వేషింపసాగారు. ఈ నేపథ్యంలో ఆశ్రమం సుబ్రహ్మణ్యంగారి చేతులమీదుగా ఆశ్రమాన్ని మూసివేసినట్లు ప్రకటింపజేయాలని నిర్ణయించుకున్నారు. సబర్మతీ ఆశ్రమం రద్దుచేసిన విధానాన్ని చెప్పి, ఎవరి చేతులతో నిర్మాణం చేసిన సంస్థను దాని అవసరం తీరినమీదట వారిచేతులతోనే రద్దుచేయడం మంచిదని సభ్యులు అందరూ చెప్పి ఒప్పించారు. సుబ్రహ్మణ్యంగారు పట్టరాని దుఃఖంతో వారికి నచ్చచెప్పడానికి మూగ భాషతో ప్రయత్నించినా ఫలితం లేకపోయింది.

ఆఖరి రోజులు :

అదే సంవత్సరం క్షయవ్యాధి సోకినందువలన 1934సం.లో చాలా ప్రమాదకరమైన జబ్బుచేసింది. డాక్టర్లు రాజమహేంద్రి నుండి కూడా వచ్చి పరీక్షచేసారు. కొంత ఉపశమనం కలిగినప్పటికీ స్థల మార్పిడి అవసరమని డాక్టరు సలహా యిచ్చినందువలన సుబ్రహ్మణ్యం గారు కొన్ని నెలలపాటు బెంగుళూరు, ఊటీ ప్రాంతాలకు వెళ్ళారు. ఆతరువాత మదనపల్లి టి.బి. శానిటోరియంలో కూడా చికిత్స పొందారు. అయినప్పటికీ మాగ్గురాలేదు. ఎప్పుడూ

కూడా వీరి దృష్టి యావత్తు జాతీయ ఉద్యమం వైపు, ఆశ్రమం కార్యకలాపాలపై యుండేది. చివరి రోజులలో రాజమహేంద్రి టిబి సానిటోరియంలో సుమారు రెండు నెలలు చికిత్స పొందినా ప్రయోజనం లేకపోయింది. రాజమహేంద్రి, సీతంపేట లో తన స్వగృహంలో తుది రోజులు గడిపారు. ఒకరోజు ఆయన మృత్యువుతో పోరాడుతూ 'నా ఆత్మ బ్రిటీష్ సామ్రాజ్య ప్రతిఘటనకు శాశ్వత చిహ్నంగా వుండుగాక' అని గట్టిగా కేకలు వేయడం మొదలుపెట్టారు. కొద్దిరోజులకు అనగా ది.23.12.1936న రాజమహేంద్రి, సీతంపేటలో తన స్వగృహంలో తెల్లవారుజామున గం3-30ని॥లకు వైకుంఠ ఏకాదశినాడు పరమపదించారు. చారిత్రక ప్రసిద్ధి చెందిన రాజమహేంద్రి కోటిలింగాల రేవులో దహన సంస్కారం జరుపబడింది. వ్యక్తిగత ప్రభావంమీద ఆధారపడిన సంస్థ కావడంచేత, ఆ ప్రధాన వ్యక్తి మరణించడంతో సంస్థకూడా శిథిలమై ఆశ్రమ కార్యక్రమాలకు ఆటంకము ఏర్పడినది. మరల 1946లో కస్తూర్బా గాంధీ జాతీయ స్మారక సంస్థగా మార్పుచెంది అనాథలకు ఆలయంగా, నేటి సమాజమునకు మార్గదర్శికంగా సేవలందిస్తోంది. ఆయన గౌరవార్థం ఆశ్రమ అవరణలో వారి విగ్రహం 1949 సంవత్సరంలో డా॥పట్టాభి సీతారామయ్యగారిచే ఆవిష్కరించబడింది.

రాజమండ్రిలో స్మారక చిహ్నం : డాక్టర్ సుబ్రహ్మణ్యం మైదానం

రాజమండ్రిలో అలనాడు పోలీసు పెరేడ్ గ్రౌండుగా పేరొందిన స్థలంలో ఆగష్టు 15, 1947(స్వాతంత్ర్య దినోత్సవం) అర్థరాత్రి ప్రముఖ స్వాతంత్ర్య సమరయోధుడు, ఆంధ్రనేతాజీగా పేరొందిన మద్దూరి అన్నపూర్ణయ్యగారి అధ్యక్షతన భారీ సమావేశం జరిగింది. ఎందరో స్వాతంత్ర్య సమరయోధులు, గాంధేయవాదులు స్థానిక ప్రజలు వేల సంఖ్యలో పాల్గొన్నారు. సమావేశం జరిగిన స్థలానికి డా.బ్రహ్మజోస్యుల సుబ్రహ్మణ్యం మైదానంగా పేరు పెట్టాలని మద్దూరి అన్నపూర్ణయ్య ప్రతిపాదించారు. సభలోనున్న అలనాటి ప్రముఖ వైద్యులు, నేతాజీ పెర్సనల్ డాక్టరుగా పేరొందిన డాక్టరు కల్నల్ డి.ఎస్.రాజు తీర్మానాన్ని సమర్థించారు. సభ ఏకగ్రీవంగా ఆమోదించింది. ఆస్థలమే నేడు డాక్టరు సుబ్రహ్మణ్యం మైదానంగా - స్మారక చిహ్నంగా ప్రసిద్ధి చెందింది. 1969లో ఈ స్థలంలో పోలీసు స్టేషన్ నిర్మించుటకు సన్నాహాలు ప్రారంభిస్తే ఆంధ్ర కేసరి యువజన సమితి (స్థాపితం1962, రాజమండ్రి) వ్యతిరేక ఉద్యమాన్ని చేపడితే నాటి ముఖ్యమంత్రి కీ.శే. కాసు బ్రహ్మానందరెడ్డి చొరవతో దానికి తెరపడింది. కాల గమనంలో డాక్టరు సుబ్రహ్మణ్యం విగ్రహం స్థాపించబడింది. తేది 12.10.1991న వారి శత జయంతి ఉత్సవాలు ఈస్మారక ప్రదేశంలో జరుగుట ముదావహం. వీరు చేసిన సేవలకు గుర్తింపుగా ఈ స్మారక చిహ్నాన్ని మరింతగా అభివృద్ధి పరిచి పర్యాటక కేంద్రముగా రూపు దిద్దిననాడు నేటి యువతరానికి స్ఫూర్తిని కలుగజేసినవారము కాగలము. గతం ఏదైనప్పటికీ నేడు ఆధ్యాత్మిక సాంస్కృతిక, సామాజిక మరియు నిర్మాణాత్మక కార్యక్రమాలకు నిలయమై రాష్ట్ర సాంస్కృతిక రాజధానికి దీటైన కేంద్రముగా భాసిల్లుతోంది.

కోటగిరి వేంకట కృష్ణారావు

(1892-1983)

- సువారపు రామచంద్రరావు

ప్రముఖ స్వాతంత్ర్య సమరయోధుడు, సాహితీవేత్త, భారత స్వాతంత్ర్య ఉద్యమంలో బృహత్తర పాత్ర నిర్వహించి, తన అసాధారణ వక్తృత్వ పటిమతో ఆవేశపూరితమైన ఉపన్యాసాలతో, ప్రజలలో స్వాతంత్ర్య పిపాసను రేకెత్తించి ఎందరినో కార్యకర్తలుగా తయారుచేయడానికి కారణభూతుడై, దక్షిణ భారతదేశంలో ఉత్తమశ్రేణి నాయకుడిగా, సంఘ సంస్కర్తగా, కవిగా, నాటకకర్తగా, గ్రంథాలయోద్యమ కార్యకర్తగా గుర్తింపు పొందిన, తాను జమీందారుగా యుండి బ్రిటీషు ప్రభుత్వాన్ని సమర్థిస్తూ వచ్చిన జమీందారుల వైఖరికి భిన్నంగా బ్రిటీషు ప్రభుత్వాన్ని ధైర్యంగా ఎదిరించి, తన ప్రజ్ఞా పాటవాలతో జాతీయోద్యమంలో ప్రముఖంగా గుర్తింపు పొందిన కీ.శే. కళాప్రపూర్ణ శ్రీ రాజా కోటగిరి వేంకట కృష్ణారావు గారి జీవిత చరిత్ర గురించి యీ తరం యువత తప్పక తెలుసుకోవాలి.

జననం, బాల్యం, విద్యాభ్యాసం

వేంకట కృష్ణారావు గారు పద్మనాయక వెలమకుటుంబానికి చెందినవారు. వీరి తల్లిదండ్రులు కోటగిరి సుబ్బమ్మారావు, చిన్నయ్యారావు గారలు. వీరు ది.14.3.1892వ తేదీన జన్మించారు. కృష్ణాజిల్లా, తిరువూరు తాలూకా, గంపలగూడెం జమీందార్లయిన వీరి పినతండ్రి, పినతల్లి కోటగిరి జగన్నాథరాయణం, సుబ్బమ్మారావుగారలు, అప్పటికి వారికి సంతానం కలుగని కారణంగా వేంకటకృష్ణారావు గారిని దత్తత చేసుకునియున్నారు. వేంకటకృష్ణారావు గారి బాల్యం గంపలగూడెంలో సాగింది. ప్రాథమిక విద్యాభ్యాసం 4వ తరగతి వరకు ప్రాథమిక పాఠశాలలో దర్మిలా నూజివీడు నందలి శ్రీరాజా రంగయ్యప్పారావు వున్నత పాఠశాలలో జరిగింది. తర్వాత మద్రాసు నందలి పాత చాకలిపేటలోని త్యాగరాయశెట్టి ఉన్నత పాఠశాలలో ఉన్నత విద్యాభ్యాసం చేశారు. స్కూలు ఫైనల్ వరకు చదివినారు. కానీ, పబ్లిక్ పరీక్షలకు హాజరు కాకుండానే చదువు మానివేశారు. ఉయ్యూరు, వెంట్రప్రగడ జమీందార్లు రాజా వెంకటాద్రి అప్పారావు, రాజా సింహాద్రి అప్పారావు, దంటు సుబ్బావధాని గారలు వీరి సహాధ్యాయులు. చిన్ననాటి నుండి గంపలగూడెంలో వేంకట కృష్ణారావు గారి స్నేహితుడుగా అనుచరుడుగా నుండిన ప్రముఖ స్వాతంత్ర్య సమర యోధుడు పేట బాపయ్య గారు విద్యాభ్యాస కాలమందు వీరి సహచర విద్యార్థి. వీరిరువురి సంబంధం రాజకీయ రంగంలో, సాహిత్య రంగంలో గురుశిష్య సంబంధంగా వాసికెక్కినది. పాఠశాలలో చదువుకొనే రోజుల్లోనే కవిత్వం చెప్పాలనే ఆసక్తి కలిగియుండి చిన్న చిన్న పద్యాలను స్నేహితులతో కలిసి రాయడం ప్రారంభించారు. ఒకనాడీయన క్లాసు టీచరు పాఠం చెప్పుచుండగా పద్యరచన చేయసాగాడు. సీసపద్యంలో ఒక పాదం రాసేసరికి క్లాస్ టీచరు గమనించాడు. ఆ

పద్యం ఇలా ఉంది "సంజీవరాయడసదృశమేధావి మా పిసుపాటి లక్ష్మయ్య పిచ్చివాడు!". ఈ విషయాన్ని గురించి ప్రధానోపాధ్యాయుడికి క్లాస్ టీచరు ఫిర్యాదు చేసినంతలో ప్రధానోపాధ్యాయుడు అరడజను దెబ్బలు కొట్టి దండించినాడు. తొలుతనే రాసిన పద్య పాదం దెబ్బలు ప్రసాదించగా వేంకటకృష్ణారావు గారికి పద్యరచనలో పట్టుదల పెరిగింది. పద్యాలు రాయడమే తప్ప ఇంగ్లీషు పుస్తకములు చదివేవాడు కాదు. 1910 సం.లో దత్తత జరగగానే యీయన చదువుకు స్వస్తి చెప్పి తల్లిదండ్రుల యింట గంపలగూడెంలోనే వుండటం తటస్థించింది. స్వయంకృషితోనే తెలుగులో సామర్థ్యం సముపార్జించినాడు. శ్రీ బలిజేపల్లి లక్ష్మీకాంతకవి, బ్రహ్మశ్రీ వేలూరి శివరామశాస్త్రి శతావధాని గారు వేంకటకృష్ణారావు గారికి మిత్రులై కవితా రహస్యాల్ని వివరించి వారి పద్యరచనా ధోరణిని చక్కదిద్దారు. ఆనాడు తెలుగునాట తమ కవితా పాటవంతో విప్లవస్థాయిలో ఒక తరంగంలా చెలరేగి తిరుపతి వెంకట కవులందించిన అష్టావధాన, శతావధాన ఆశుకవితా కళలు యీయనపై తీవ్రప్రభావం చూపగా, ఆ ప్రభావానికి లోబడి వారికి పరోక్ష శిష్యులై తన కవితా వ్యాసంగాన్ని 80 ఏళ్ళవయస్సు వచ్చేంత వరకు కొనసాగించారు.

స్వాతంత్ర్యోద్యమ ప్రవేశం - రాజకీయ చరిత్ర

1914వ సం.లో ప్రథమ ప్రపంచ యుద్ధం ప్రారంభమైనప్పుడు జాతీయ కాంగ్రెస్ నాయకుడు బాలగంగాధర తిలక్ బ్రిటీషు వారికి సహాయమందించడానికి నిరాకరించాడు. ఆయన మాండలే జైలు నుండి విడుదలై రాగానే "స్వరాజ్యం నా జన్మహక్కు" యని దానిని సాధించి తీరుతానని విస్పష్ట ప్రకటన చేసి సంచలనం గావించిన ఏకైక నాయకునిగా గుర్తింపు పొందినాడు. తిలక్ మహాశయుని బోధనల వల్ల దేశంలో స్వాతంత్ర్య కాంక్ష, మాతృదేశం పట్ల అభిమానం పెల్లుబుకగా, ఆయన ప్రబోధాలకు ఆకర్షింపబడి, అప్పటికే తమ ఎస్టేటు న్యాయవాదిగా నున్న జాతీయవాది అయ్యదేవర కాళేశ్వరరావు గారి పరిచయం, సాంగత్యం రాజకీయాలలో ప్రవేశించి సేవ చేయాలనే కోర్కె వేంకట కృష్ణారావుగారికి వుదయించి, ఆయన రాజకీయ రంగ ప్రవేశానికి దోహదం చేసింది. హోమ్‌రూలు ఉద్యమం అత్యున్నత స్థాయిలో విస్తరించిన సమయంలోనే వేంకట కృష్ణారావు కాంగ్రెసులో చేరినారు. "జమీందారీ కుటుంబంలోని వారు రాజకీయ రంగంలో ప్రముఖ పాత్ర వహించిన ఘనత ఆంధ్రదేశంలోనే గాక దక్షిణ భారతంలో ఆయనకు దక్కింది." అని సుప్రసిద్ధ స్వాతంత్ర్యసమరయోధుడు గొట్టిపాటి బ్రహ్మయ్య గారు ప్రశంసించియున్నారు. వేంకటకృష్ణారావు గారి రాకతో కృష్ణాజిల్లా స్వాతంత్ర్య ఉద్యమంలో నూతనోత్సాహం ప్రవేశించి యువకులలో కాంగ్రెస్ ఉద్యమం పట్ల ఆసక్తి పెరిగి, ఎంతోమంది పోరాటంలోకి దుమికి పనిచేయడం ప్రారంభించినారు. ఆయన అనర్గళ వక్తృత్వ ధాటి, త్యాగమయ జీవితం అందరితోను అరమరికలు, దర్పం లేకుండా నడుచుకున్న తీరు, కవితావేశం ఆ రోజులలో కాంగ్రెస్ వారందరిని ఆకర్షించి అలరించాయి. ఆయన యెడల కాంగ్రెస్ వారంతా గౌరవాభిమానాలు కలిగి ఉండేవారు. ఆయనను అభిమానంగా కుమారరాజా అని పిలుస్తూ ఉండేవారు. ఆంధ్రదేశంలో కుమారరాజా అంటే గంపలగూడెం కుమారరాజా కోటగిరి వేంకట

కృష్ణారావు గారే అని అనుకునేవారు. కృష్ణారావు గారు తనను రాజా అని పిలవడానికి అయిష్టత వ్యక్తం చేసేవారు. అయినప్పటికిన్నీ ఆయన పట్ల వారికున్న గాఢాభిమానాన్ని, ప్రేమను పురస్కరించుకుని ప్రముఖ స్థానాలలో ఉన్న నాయకుల నుండి, సామాన్య కార్యకర్తల వరకు ఆయనను ఆప్యాయంగా రాజాగారని సంబోధించేవారు.

1919వ సంవత్సరంలో మహాత్మాగాంధీ గారు విజయవాడ విచ్చేసి తమ రౌలట్ సత్యాగ్రహాన్ని గురించి ఉపన్యసించారు. విజయవాడలోని ప్రముఖ న్యాయవాది అయ్యదేవర కాళేశ్వరరావు గారు ఆ సత్యాగ్రహంలో చేరారు. కానీ, ఆంధ్రదేశంలో అది అమలు జరుగుటకు ముందే పంజాబులో జలియన్ వాలాబాగ్ హత్యాకాండ జరిగినది. రౌలట్ చట్టాన్ని వ్యతిరేకిస్తూ గాంధీ గారు నిర్వహించిన ఉద్యమంలో వేంకట కృష్ణారావుగారు పాల్గొని చురుకైన పాత్ర పోషించారు. వేంకట కృష్ణారావుగారి ప్రోద్బలంతో రౌలట్ చట్టాన్ని రద్దు చేయాలని డిమాండు చేస్తూ గంపలగూడెంలో ఆందోళన సభ జరిగింది. ఆ సభకు వేంకటకృష్ణారావు గారే అధ్యక్షత వహించి, గంభీరోపన్యాసం గావించి యున్నారు. మానవ స్వాంతత్ర్య వ్యతిరేకమైన రౌలట్ చట్టాన్ని రద్దుపరచాలని కోరుతూ తీర్మానం చేసియున్నారు. సభానంతరం సభికులందరు భజనలు చేసుకుంటూ వూరేగింపుగా దేవాలయానికి వెళ్ళి ప్రార్థనలు జరిపారు. 1919వ సంవత్సరం డిసెంబరు నెలలో కృష్ణాజిల్లా రాజకీయ మహాసభ గంపలగూడెం గ్రామంలో దేశోద్ధారక కాశీనాథుని నాగేశ్వరరావు పంతులుగారి అధ్యక్షతన జరిగింది. ఆ సభలో ఆహ్వాన సంఘాధ్యక్షులైన వేంకట కృష్ణారావుగారు గంభీరోపన్యాసం చేశారు. సభకు పరిసర గ్రామాల నుండి ప్రజలను సమీకరించి, సభను జయప్రదంగా నిర్వహించిన ఆహ్వానసంఘ కార్యదర్శి పేట బాపయ్య గారిని అందరు అభినందించారు. ఈ సభకు ప్రముఖ నాయకులు, దేశభక్తులు కొండా వెంకటప్పయ్య, కొమర్రాజు లక్ష్మణరావు, అయ్యదేవర కాళేశ్వరరావు, దుగ్గిరాల గోపాలకృష్ణయ్య వగైరాలు హాజరయినారు. ఆసభ సందర్భంగా వేంకట కృష్ణారావుగారు రచించిన "పాదుషా పరాభవం" నాటకం గంపలగూడెం బాలకృష్ణ నాటక సమాజం వారిచే ప్రదర్శించబడింది. ఆ నాటకంలో విమలాదేవి పాత్ర ధరించిన తిరువూరుకు చెందిన కంచి మంగయ్యా గారి నటనను మెచ్చుకొని అధ్యక్షస్థానంలో నున్న కాశీనాథుని నాగేశ్వరరావు గారు అతనికి ఒక బంగారు పతకాన్ని బహుకరించియున్నారు. ఈ సభానిర్వహణలో రాజకీయ రంగంన గంపలగూడెం గ్రామానికి ప్రత్యేక గుర్తింపు లభించింది.

తన దేశభక్తియుత గంభీరోపన్యాస విన్యాసాల వల్ల, వాక్ప్రౌఢిమ వల్ల, వేంకట కృష్ణారావు గారు కాంగ్రెస్ వాదులందరి హృదయాలలో సమున్నతస్థానాన్ని సముపార్జించుకొనియున్నారు.

గంపలగూడెంలో యింతకు ముందు ప్రస్తావించిన రౌలట్ చట్టానికి వ్యతిరేకంగా జరిగిన సభ, ఆ గ్రామంలో జరిగిన తొలి రాజయకీయసభ. ఈ సభలో కృష్ణారావుగారి శిష్యుడు, సహచరుడు పేట బాపయ్య గారితో పాటు గంపలగూడంకు చెందిస ఊటుకూరు వెంకటప్పయ్య, రాఘవరపు వెంకయ్య, సంతపురి నారాయణరావు, సువారపు వెంకయ్య, చెల్లంశెట్టి సుబ్బయ్య,

చీమలపాటి సుందరరామయ్య వగైరాలు పాల్గొన్నారు. దర్మిలా వీరందరు 1921వ సం.లో గంపలగూడెంలో సహాయ నిరాకరణ ఉద్యమంలో భాగంగా జరిగిన త్రివిధ బహిష్కార కార్యక్రమంలో పాల్గొని అరెస్టు కాబడినారు. వీరందరిపై క్రిమినల్ కేసు దాఖలు చేయబడి, విచారణ పిమ్మట వీరు తిరువూరు స్టేషన్ సబ్ మేజిస్ట్రేటు చేత శిక్షలు విధింపబడి రాజమండ్రి జైలుకు పంపబడి అక్కడ కఠిన కారాగార శిక్షను అనుభవించియున్నారు. 1920వసం ఆగస్టు ఒకటవతేదీన విజయవాడ నందలి మాడపాటి వెంకటేశ్వరరావు గారి టౌన్‌హాలులో, కృష్ణాజిల్లా జాతీయ వాదుల సభ జరిగింది. అదే రోజున లోకమాన్య బాలగంగాధర తిలక్ స్వర్గస్థులు కాగా, సభ మర్నాటికి వాయిదా పడింది. 1920వ సం.న మాంటెంగ్ ఛెమ్సు ఫర్డు సంస్కరణల ప్రకారం మద్రాసు రాష్ట్ర శాసనసభకు ఎన్నికలు రాగా అభ్యర్థుల నిర్ణయించడానికి యీ సభ జరిగింది. బారిష్టరు కందుల వీరాస్వామి నాయుడు సభాధ్యక్షులుగా నుండగా, బులుసు సాంబమూర్తి, బారిష్టరు టంగుటూరి ప్రకాశం పంతులు గారలు సభలో పాల్గొన్నారు. గంపలగూడెం కుమారరాజా గారు ఆనాటి సభలో ప్రధాన వక్తయై గంభీరోపన్యాసం చేసి జాతీయాభిమానాన్ని సభికుల్లో ఉద్దీపన గావించినారు. సభలో పాల్గొన్న పెద్దలందరు వీరి ఉపన్యాసాన్ని మెచ్చుకొన్నారు. కృష్ణాజిల్లా నుండి కాంగ్రెస్ వాదులగు కోటగిరి వెంకటకృష్ణారావు, అయ్యదేవర కాళేశ్వరరావు, కానూరి వెంకటచలపతిరావు గారలు శాసనసభకు అభ్యర్థులుగా నిలుపడానికి నిర్ణయం జరిగింది.

కలకత్తాలో జరుగనున్న ప్రత్యేక కాంగ్రెసు మహాసభకు వెళ్ళుతూ మార్గమధ్యంలో మహాత్మాగాంధీ, షౌకత్ ఆలీ గారలు విజయవాడలో ఆగి, శాసనసభ బహిష్కారం, బిరుదులు గౌరవోద్యోగం విసర్జించడం మొదలయిన సహాయ నిరాకరణోద్యమాలను గురించి ఆ రోజున జరిగిన సభలో వారు ఉపన్యసించినారు. ఆ మహాసభలోనే జనాబ్ మహ్మద్ గులాం మొహిద్దీన్ సాహెబ్ గారు తమ గౌరవ మొదటి తరగతి మేజిస్ట్రేట్ పదవిని పరిత్యజించినారు. కాళేశ్వరరావు గారు తమ శాసనసభ అభ్యర్థిత్వాన్ని వదలుకున్నారు. దర్మిలా కొలది దినములలోనే గంపలగూడెం కుమారరాజా, కానూరు వెంకట చలపతి గారలు గూడ తమ శాసనసభ అభ్యర్థిత్వాలను వదలుకొన్నారు. 1920వసం. సెప్టెంబరు 4వ తేదీన కలకత్తాలో ఏర్పాటు చేయబడిన ప్రత్యేక కాంగ్రెస్ మహాసభలలో యితర రాష్ట్ర నాయక ప్రముఖులతో పాటు వెంకట కృష్ణారావుగారు భారతదేశ చరిత్రలో అతి ప్రాధాన్యత సంతరించుకున్న ఆ మహాసభలలో ప్రతినిధిగా పాల్గొని మహాత్మాగాంధీ గారితో పాటు తాను, తనతో వచ్చిన ప్రతినిధులు సహాయ నిరాకరణ పక్షమున వోటు చేశారు. దుగ్గిరాల గోపాలకృష్ణయ్య, అయ్యదేవర కాళేశ్వరరావు, గంపలగూడెం కుమారరాజా గారలు ప్రత్యేకంగా గాంధీగారితో సమావేశమై అహింసా ప్రధానమైన వారి సహాయ నిరాకరణోద్యమానికి సంబంధించిన సందేహాలను నివృత్తి చేసుకొనియున్నారు. కలకత్తా ప్రత్యేక కాంగ్రెస్ మహాసభ తీర్మానం ప్రకారం ఎన్నికలను బహిష్కరించమని ప్రబోధిస్తూ ఆంధ్ర రాష్ట్రంలో బహిరంగ సభలు జరిగినవి. అందులో భాగంగానే వేంకట కృష్ణారావు గారి అధ్యక్షతన జరిగిన ఒక సభలో గాంధీగారి పిలుపు ననుసరించి వేంకట కృష్ణారావుగారు తమ శాసనసభ నామినేషన్‌ను

ఉపసంహరించుకున్నారు. కలకత్తా నుండి యింటికి వచ్చినప్పటి నుండి ఆయన శాసనసభా బహిష్కరణోద్యమాన్ని గురించి, తిరువూరు తాలూకాలోని మారుమూల గ్రామాలలో గూడ పర్యటించి ప్రచారం గావించడమేగాక సదరు ఉద్యమ వ్యాప్తికి తీవ్రమైన కృషిచేసియున్నారు. అంతేకాక తిరువూరు తాలూకా నుండి ఖాళీ బ్యాలెట్ బాక్సులు పంపబడినవి. ఈ ప్రచారోద్యమంలో పేట బాపయ్యగారు, కుమార రాజా గారి కుడిభుజమై వ్యవహరించినారు. వారిరువురును విదేశీ వస్తువుల దహనం ప్రతి గ్రామంలో జరిపిస్తూ స్వదేశీ తయారీ వస్తువులను ఉపయోగించవలసినదిగా ఉద్బోధించి ఉన్నారు. గంపలగూడెం గ్రామంలో ఒక ఖద్దరు వస్త్ర పరిశ్రమను ప్రారంభించి యున్నారు. తిలక్ స్వరాజ్య పన్ను వసూలు గూడా తిరువూరు తాలూకా కోటాను వేంకటకృష్ణారావు గారు, పేట బాపయ్య గారు భర్తీ చేసినారు.

1921 సం.లో తిరువూరు రాజకీయాభిమాన సభ ఉన్నవ లక్ష్మీనారాయణ గౌరవాధ్యక్షతన జరిగినది. గంపలగూడెం కుమారరాజా గారు, పేట బాపయ్య గారు ఈ సభలో ఉపన్యసించారు. ఉన్నవ లక్ష్మీనారాయణ గారి ఉపన్యాసం విన్న తర్వాత తిరువూరు తాలూకా ప్రజలలో రాజకీయ చైతన్యం కలిగినది. కోటగిరి వేంకట కృష్ణారావు గారి నాయకత్వాన పేట బాపయ్య. ఊటుకూరు వెంకటప్పయ్య, ముదుంబ వెంకట లక్ష్మణాచార్యులు, తిరువూరుకు చెందిన వైశ్యులు మిట్టపల్లి రంగయ్య, సూరే సర్వయ్య, తేరాల ముత్యమయ్య గారలు కలిసి తాలూకా అంతట తిరిగి ప్రభుత్వంతో ఏవిధంగాను సహకరించవద్దని ప్రచారం చేస్తూ పర్యటించారు. రాజీనామా లిమ్మని గ్రామాధికార్లను, పన్నులు చెల్లించొద్దని రైతులను, జాతీయ విద్యాలయాలు స్థాపించమని, రాత్రి పాఠశాలల ద్వారా వయోజనులకు అక్షరజ్ఞానం కల్పించమని ఉపాధ్యాయులకు, కార్యకర్తలకు ప్రబోధిస్తూ గ్రామాలలో వీరు ప్రచారం చేశారు. కుమారరాజా గారిని, బాపయ్య గారిని ప్రభుత్వం ప్రచారం చేయకుండా ఆటంకపరచాలనే వారిని అరెస్టు చేయించి జైళ్ళకు పంపించింది.

ఇట్లుండగా 1921వ సం.లో ఆంధ్ర రాజకీయ సాంఘిక రంగాలలో ప్రముఖ స్థానమాక్రమించిన బరంపురంలో అక్టోబరు నెలలో ఆంధ్ర రాష్ట్ర రాజకీయ మహాసభ, ఆంధ్ర మహాసభ జరపడానికి నిర్ణయించగా రాజకీయ మహాసభకు డా.పట్టాభి సీతారామయ్య గారిని అధ్యక్షులుగాను, ఆంధ్ర మహాసభకు కోటగిరి వేంకట కృష్ణారావు గారిని అధ్యక్షులుగాను, ఆంధ్రరత్న దుగ్గిరాల గోపాలకృష్ణయ్య గార్ని ప్రారంభోపన్యాసకులు గాను ఎన్నిక చేశారు. ఆయనను ఆంధ్ర మహాసభకు అధ్యక్షునిగా ఎన్నుకున్నట్లు వేంకటకృష్ణారావు గారికి ఆహ్వానం రాగా, ఆయన అంగీకరించి వెంటనే బయలుదేరి కృష్ణా, గోదావరి, విశాఖపట్నం జిల్లాల్లో కాంగ్రెసు ప్రచారం చేస్తూ ప్రయాణించినారు. మార్గమధ్యంన అన్నిచోట్ల ప్రజలు స్వాగతం పలికి ఆయన ఉపన్యాసములకు ముగ్ధులై వారికి అవసరమయిన ఏర్పాటు చేయడమే గాక ఆయన యెడల తమకున్న గౌరవాన్ని ప్రదర్శించి ప్రోత్సాహ ప్రోద్బలముల నందించారు. పశ్చిమ గోదావరి జిల్లాలో కల్లు సారాయి పాటలు జరగకుండా నిరోధించి వేంకట రామన్నగూడెంలో ఈతచెట్ల మోతర్పాతోనే జీవించే వెలమవారిని చెట్లను గీతకు ఇవ్వకుండా ఒప్పించియున్నారు. ఏలూరులో

వారం రోజులు, రాజమండ్రిలో మూడు రోజులు, విశాఖపట్నంలో వారం రోజులు మకాం వేసి విస్తృతంగా పలు బహిరంగసభలో ఉపన్యసించి కాంగ్రెస్ ప్రచారం చేస్తూ ప్రజలను ముఖ్యంగా యువకులను ఉత్తేజపరిచినారు. విశాఖ సముద్ర తీరాన వీరి ఉపన్యాసములను విన్న స్థానిక వైద్యకళాశాలకు చెందిన నలభైమంది విద్యార్థులు కళాశాలను బహిష్కరించి కాంగ్రెస్ ప్రచారం చేయడం ప్రారంభించారు. బుచ్చి సుందరరామశాస్త్రి యను న్యాయవాది తమ ఇంట్లోనే వేంకట కృష్ణారావు గారిని ఉంచుకుని ఆయన వెంటనే ఉంటూ కాంగ్రెస్ ప్రచారానికి వారి సహాయ సహకారాలను అందించారు. బరంపురం వెళ్ళేందుకు విశాఖలో రైలు ఎక్కగానే అదే రైలులో వస్తున్న ఆయన ముఖ్య స్నేహితుడు దుగ్గిరాల గోపాలకృష్ణయ్యగారు వేంకటకృష్ణారావు గారిని కలిశారు. ఇరువురు కొంతసేపు సంభాషించుకున్న తర్వాత "కార్యక్రమాల వత్తిడిలో నా అధ్యక్ష ఉపన్యాసాన్ని రాసి ముద్రించడానికి అవకాశం లేక పోయినది, సభ ఎలా కొనసాగుతుందో గోపాలకృష్ణయ్యా" అని వేంకటకృష్ణారావు గారు అనగా వ్యవధి లేదు కదా ఏం చేస్తాం అయినా ఆంధ్ర చరిత్ర సంస్కృతుల యెడల నీకున్న గాఢ పరిచయాన్ని పురస్కరించుకుని నీకు తోచిన విధంగా అధ్యక్షోపన్యాసం చేయమని గోపాలకృష్ణయ్య గారు ఆయనకు సలహా ఇచ్చియున్నారు. వారిరువురు కలసి బరంపురం వెళ్ళినారు. అక్కడ వీరికి భారతమాజీ రాష్ట్రపతి వి.వి. గారి తండ్రి జోగయ్య పంతులుగారు ఆతిథ్యాన్ని అందించినారు. భారతదేశ స్వాతంత్ర్యం కోసం వీరోచిత ఉద్యమం నడుపుతున్న ప్రముఖ ఉద్యమకారులు, ప్రత్యేకాంధ్ర రాష్ట్రాభిమానులు, మహామహులెందరో ఆంధ్ర మహాసభ వేదికపై ఆశీనులై ఉండగా దేశభక్తులైన మహావక్తలు వేదికనెక్కి దేశభక్తి సమన్వితమైన తమ ఉపన్యాసాలతో సభికులనుత్తేజపరచి ఉగ్రూతలూగించినారు. కోటగిరి వెంకట కృష్ణారావు గారు తన సహజ వక్తృత్వ పటిమతో బ్రిటీష్ ప్రభుత్వాన్ని దానిని బలపరిచే జస్టిస్ పార్టీ వారిని నిశితరీతిలో విమర్శిస్తూ అనర్గళంగా, ఆవేశపూరితమైన ఉపన్యాసాన్నిచ్చి నిప్పులు చిమ్మగా ఆ ఉపన్యాసాన్ని విన్న సభికులు కృష్ణారావు గారికి జైలు ప్రాప్తి తప్పదని వారిలో వారు అనుకోసాగిరి. సభ అయిన దర్మిలా వేంకట కృష్ణారావుగారు గంపలగూడెం వెళ్ళడానికి రైలులో బయలుదేరినారు. రైలు రాత్రి ఆముదాల వలస స్టేషనుకు రాగానే నిద్రిస్తున్న వేంకట కృష్ణారావు గారిని అరెస్టు వారంటుతో గంజాం జిల్లా పోలీసులు వచ్చి డెప్యూటీ సూపరింటెండెంటు నిద్ర లేపి అరెస్టు చేసినాడు. అదే రైలులో వస్తున్న ఆంధ్ర మహాసభ ప్రతినిధులు పట్టాభి, ముట్నూరి వెంకట కృష్ణారావు, మాగంటి అన్నపూర్ణాదేవి గారలు ఆముదాల వలసలో దిగిపోయినారు. తెల్లవారిన తరువాత ట్రావెలర్స్ బంగళాలో రూథర్ ఫర్డు అనే కలెక్టరు దగ్గర హాజరు పరచగా, ఆయన బరంపురంలో కృష్ణారావు గారు చేసిన ప్రసంగం రాజద్రోహకరమైనదని ఆరోపిస్తూ ఆయనను విచారించి దోషిగా నిర్ధారణ చేసి ఒక సంవత్సరం కఠిన కారాగారవాస శిక్ష విధించి బరంపురం జైలుకు పంపించినాడు. ఆముదాల వలసలో దిగిపోయిన ప్రతినిధులందరు ఆయనతోపాటు బరంపురం జైలు వరకు వచ్చినారు. రైలును బరంపురం స్టేషనులో ఆపకుండా జైలు వరకు తీసుకుని వచ్చి జైలులో ఉంచినారు. అక్కడనే ఉన్న దుగ్గిరాల గోపాలకృష్ణయ్యగారు కృష్ణారావు గారిని పిలిచి "ఏం ఫర్వాలేదు, నేను రెండు

రోజులలో వచ్చి జైలులోనే కలుసుకుంటాను" అని చెయ్యెత్తి రెండువేళ్ళు చూపించి వెళ్ళినాడు. జైలులో ఉన్న యితర ఖైదీలతో ఆయనను కలవకుండా సివిలు వార్డులో ఉంచినారు. ఆయన జైలు జీవితం అక్కడ నుండి ప్రారంభమయింది. దాదాపు నెలరోజులు బరంపురం జైలులో ఉంచి కృష్ణారావు గారిని రాయవెల్లూరు జైలుకు మార్చినారు. ఆంధ్రమహాసభకు అధ్యక్షుడైన మన కుమారరాజా గారిని ఎంత అన్యాయంగా ఈ ప్రభుత్వం అరెస్టు చేసిందో చూడండని ప్రభుత్వాన్ని విమర్శిస్తూ గోపాలకృష్ణయ్య గారు ఉపన్యాసాలు చేసి బరంపురంలోని ప్రజానీకాన్ని జాగృతం చేసినారు. అప్పుడు ఆయనను గూడా అరెస్టు చేసినారు. తానన్నట్లుగానే మర్నాడే గోపాలకృష్ణయ్యగారు అరెస్టయి జైలుకు వచ్చి వేంకటకృష్ణారావు గారిని కలుసుకున్నారు. ప్రత్యేక ఆంధ్ర రాష్ట్ర నిర్మాణం కొరకు ఆంధ్ర మహాసభ వేదికపై అరెస్టయిన ప్రప్రథమ వ్యక్తి అనే కీర్తి వెంకటకృష్ణారావు గారికి దక్కింది. జమీందారుగా జీవితం గడుపుతూ పరిచారకుల సేవలతో సకల సుఖాల్ని అనుభవించే కృష్ణారావు గారు జైలుకు పంపబడినప్పటికీ సి క్లాస్ ఖైదీ గానే జైలు జీవితం పట్టుదలతో గడిపారు. నెయ్యి, మజ్జిగలు ఇవ్వకపోయినప్పటికీ, జైలు అధికారులు సప్లయి చేసే ఉప్పుడు బియ్యం అన్నపు ముద్ద, పప్పు పులుసు, మట్టిముంత, మట్టిమూకుడు, గొంగళి, పొట్టి లాగులతో మాత్రమే ఖైదీగా కాలం గడిపినప్పటికీ, కృష్ణారావు గారు ఏ మాత్రం చలించక జైలుజీవితం గడిపియున్నారు. ఒకవేళ కృష్ణారావు గారు పొరపాటున జైలు నుండి విడుదల అవుతారేమో నన్న సందేహంతో "జామీను ఇవ్వకుండా జైలు శిక్షను అనుభవించవలసినదిగా మీరు చెప్పండి" అని అయ్యదేవర కాళేశ్వరరావు గారికి కృష్ణారావు గారి తల్లిదండ్రులు ఒక గుమాస్తా ద్వారా ఉత్తర ముఖంగా తెలియజేయగా, కాళేశ్వరరావుగారు బరంపురం వెళ్ళి సెంట్రల్ జైలులో ఉన్న కృష్ణారావు గారిని న్యాయవాది ద్వారా కలుసుకుని తల్లిదండ్రులు పంపిన ఉత్తరాన్ని పంపించగా చదువుకుని వీరోచితమైన రీతిలో వారు పంపిన సందేశానికి కృష్ణారావు గారు మిక్కిలి సంతోషపడినారు. కొన్నాళ్ళకు వెంకటకృష్ణారావు గారిని బరంపురం నుండి రాయవెల్లూరు జైలుకు, దుగ్గిరాల గోపాలకృష్ణయ్య గారిని తిరుచునాపల్లి జైలుకు పంపించారు.

వేంకట కృష్ణారావుగార్ని రాయవెల్లూరు తీసుకువెళ్ళే రైలు మధ్యాహ్నం 12 గం.లకు వాల్తేరు చేరుకున్నది. కృష్ణారావు గారి ఉపన్యాసములు విని చైతన్యవంతులై కళాశాలను బహిష్కరించిన నలభైమంది వైద్య విద్యార్థులు కృష్ణారావు గారున్న కంపార్టుమెంటు వద్దకు వచ్చి వారి రక్షణ కోసం నియోగించబడిన పోలీసు సిబ్బందితో "మా రాజుగార్ని ఇక్కడ దింపి స్నానాదులు, మధ్యాహ్న భోజనం వారు పూర్తి చేసుకొనిన తర్వాత మళ్ళీ మీకు అప్పగిస్తాం. అందుకు మీరంగీకరించండి" అని విజ్ఞప్తి చేయగా, అందుకు రక్షణ సిబ్బంది అంగీకరించమని అనేసరికి మేము రైలుపట్టాల మీద కూర్చుని రైలును కదలనీయకుండా బైఠాయింపు చేస్తామని విద్యార్థులు పట్టుబట్టేసరికి, వారు విద్యార్థుల కోరికను అంగీకరించారు. కృష్ణారావు గారు భోజనం చేసిన దర్మిలా అన్న ప్రకారం విద్యార్థులు వారిని వెంట తీసుకుని వచ్చి పోలీసులకు వప్పగించి ఫలహారములు, పూల దండలతో కంపార్టుమెంటును నింపి తమ నాయకుడికి వీడ్కోలు పలికినారు.

రైలు మద్రాసు చేరిన మీదట కృష్ణారావు గారిని మద్రాసు జైలులో చేర్చి, వారంరోజులు అక్కడ ఉంచిన దర్మిలా ముకుందలాల్ సర్కార్ అను కార్మిక నాయకునితో కలిపి రాయవెల్లూరు జైలుకు పంపినారు. అక్కడ కృష్ణారావు గారు తొమ్మిది నెలల శిక్షను అనుభవించారు. పుల్లరి సత్యాగ్రహయోధులు ఉన్నవ లక్ష్మీనారాయణ గారు, సహాయ నిరాకరణ యోధులైన కందాడై శ్రీనివాసన్, ఓరుగంటి వెంకట సుబ్బయ్య, వెన్నెలకంటి రాఘవయ్య, మాడభూషి నరసింహాచార్యులు, ప్రతాపగిరి రామమూర్తి, కన్నెగంటి సూర్యనారాయణ, గారలు గూడా రాయవెల్లూరు జైలులోనే నిర్బంధింపబడినారు. దేశ నాయకులు మాజీ గవర్నరు జనరల్ చక్రవర్తుల రాజగోపాలాచారి గారు ఇదే జైలులో రెండు నెలల శిక్ష అనుభవించి విడుదలై వెళ్ళినారు. శ్రీ రాజాజీ గారు రాసిన జైలు డైరీలో ఈ క్రింది విధంగా కుమారరాజా గారిని గురించి రాసినారు.

March 11, 1922

Rajaji's Jail Diary:

"The most important man among non co-operators here in this jail is Sreeman K.V.Krishnarao garu, the Kumar Zamindar of Gampalagudem. He is popularly known here as Rajasaheb. He is a fine young gentleman. He has sound commonsense, a democratic temperment and genuine patriotism and above all true unostentatious piety. Though belongs to an ancient aristocratic family, he never makes you feel by speech or conduct that he claims to be other than a middle class gentleman. He has made much contributions to modern literature in the shape of plays and poems which are appreciated very much. Imprisonment has not broken the spirit or anywise changed this fine aristrocrat except that he has given up smoking which was probably his only sin!"

Bhavan's Journal,

January, 1970

ఉన్నవ లక్ష్మీనారాయణ, కృష్ణారావు మొదలగు వారు ఒకే బ్లాక్‌లో ఉండేవారు. యువ సహాయనిరాకరణ వాదులను వేరే బ్లాకులో ఉంచి జైలరు, ఛీఫ్ వార్డరు నానా హింసలకు గురిచేసేవాళ్ళు. గుంటూరు జిల్లాకు చెందిన కన్నెగంటి సూర్యనారాయణ గారికి లేని దోషం అంటగట్టి బారిఫెటర్సు వేసి శిక్షించారు. ఉదయవేళ మామూలుగా వచ్చి జైలులో ఖైదీల గదులను శుభ్రపరచే కార్మికుల చేత మలమూత్ర భాండాలను బయటకు తీసుకుని వెళ్ళకుండా చేసి వేరే బ్లాకులో ఉన్న సహాయ నిరాకరణవాదులైన యువకులతో నైట్‌సాయిల్‌ను స్వయంగా వారే బయటకు తీసుకుని వెళ్ళి శుభ్రం చేసుకోవాలనే కొత్త నియమాన్ని జైలు అధికారి విధించగా, మాకు మాత్రం ప్రత్యేక సౌకర్యం ఎందుకని ఉన్నవ వారు కుమార రాజా గారు ఉదయాన్నే మలమూత్ర పాత్రలను స్వయంగా బయటకు తీసుకుని రావడం చూసిన జైలు అధికారులు ఈ

పని మీరు చేయడానికి వీలులేదని అభ్యంతరం చెప్పినా వారు మాత్రం పారిశుద్ధ్య కార్యక్రమాన్ని నిర్వహించినారు. జైలు సూపరింటెండెంటు యీ విషయాన్ని రాజాజీ గారికి వివరించగా, రాజాజీ మధ్యవర్తిత్వంలో ఉన్నవ, కృష్ణారావు గారలు డిమాండు చేసిన విధంగా సహాయ నిరాకరణ వాదులందరినీ చిన్న పెద్ద తేడా లేకుండా ఒకే బ్లాకులో ఉంచి, వారి మలమూత్ర భాండాల్ని మోయించకుండా ఉంచేందుకు రాజకీయ ఖైదీలకు రావలసిన రేషన్నును యిప్పించి వారే స్వయంగా వంట చేసుకొనే లాగున, సూర్యనారాయణ వగైరాలకు వేసిన బార్‌ఫెటర్సు తీసివేసి వీరి బ్లాకులోనే ఉంచడానికి సూపరింటెండెంటు మేజరు యాండర్‌సన్ అంగీకరించగా సమస్య పరిష్కారమై పోయింది. తొమ్మిది మాసాలు రాయవెల్లూరులో గడిచిన దర్మిలా వేంకటకృష్ణారావు, వెన్నెలకంటి రాఘవయ్య గార్లు బ్రిటీష్ ప్రభుత్వాన్ని జైలు అధికార్లను విమర్శిస్తూ ప్రసంగిస్తున్నారనే కారణంగా కోపగించిన జైలు అధికారులు కృష్ణారావు గారిని కడలూరు జైలుకు, రాఘవయ్య గారిని కన్నలూరు జైలుకు బదిలీ చేసినారు. కృష్ణారావు గారు రెండు నెలలు కడలూరు జైలులో ఉండి సంత్సరం జైలుశిక్ష పూర్తి కాగానే విడుదలై తన ఇంటికి వెళ్ళడానికి బయలుదేరినారు. మధ్యలో చిత్తూరులో జరిగిన ఆంధ్ర రాజకీయ మహాసభలలో పాల్గొని వెంకటగిరి పౌరుల ఆహ్వానం మేరకు నెల్లూరుజిల్లా వెంకటగిరి వెళ్లారు. రైల్వేస్టేషను నుండి వెంకటగిరి పట్టణం వరకు బ్రహ్మాండమైన జనసమూహంతో కూడిన ఊరేగింపుతో ఆయనను తీసుకుని వెళ్ళినారు. వెంకటగిరి జమీందారులు కాంగ్రెస్ వ్యతిరేకులు, అయినప్పటికిన్ని వెంకటగిరిలో ఆడా మగా అనే తేడా లేకుండా పద్మనాయక వెలమ కులానికి చెందిన జమీందారి కుటుంబ మహిళలతో సహా ప్రజలు బ్రహ్మరథం పట్టినారు. అప్పటికే వెంకటగిరి రాజాకు వ్యతిరేకంగా జమీన్ రైతు ఉద్యమం నడుపుచున్న కుమారరాజా గారి బంధువులైన రైతు నాయకులు కటికినేని కళ్యాణరావు, వెంకట రామారావు గారలు కూడా ప్రజానీకంతో పాటు అక్కడ జరిగిన సభలో కృష్ణారావు గారు చేసిన ప్రసంగాన్ని పలువిధాల మెచ్చుకొని అభినందించారు.

జైలు నుంచి వచ్చిన తరువాత కృష్ణారావు గారు 1922లో ఆంధ్ర రాష్ట్రంలో జరిగిన కాంగ్రెస్ సమావేశాలన్నింటిలోను పాల్గొని గాంధీ సిద్ధాంతాల గురించి ఉపన్యాసాలు చేస్తూ ప్రజల మన్ననలు పొందారు. గాంధీగారు ప్రారంభించిన విదేశీ వస్త్ర బహిష్కరణోద్యమాన్ని బలపరుస్తూ వీరుచేసిన ప్రసంగాలు విని యువజనులు తమ విదేశీ వస్త్రాలను సభాప్రాంగణంలోనే తగులబెట్టి కేవలం కౌపీనధారులై ఇళ్లకు వెళ్ళి అప్పటినుండి ఖద్దరు వస్త్రాలనే ధరించడం మొదలుపెట్టినారు. ఒకసారి తెనాలి కాంగ్రెస్ సభ్యులు మహాసభ ఏర్పాటు చేసి ఉపన్యాసానికి కృష్ణారావుగారిని ఆహ్వానించగా, ఆయన తెనాలి వెళ్ళి ఆ సమావేశంలో ప్రసంగించినారు. సభానంతరం యిటుకల సూర్యనారాయణ అనే న్యాయవాది వీరిని కలసి మహిళా సంఘంవారి కోరికపై స్త్రీల సమావేశం ఒకటి ఏర్పాటు చేశాం, అందులో ప్రసంగించమని అభ్యర్థించారు. అందుకంగీకరించిన కృష్ణారావుగారు సమావేశానికి హాజరై ప్రసంగించగా తత్ఫలితంగా ఉత్తేజితులైన స్త్రీలు తమ బంగారు ఆభరణాలను తిలక్ స్వరాజ్యనిధికి కానుకలుగా సమర్పించారు. ఎవరు ఏ రకమైన నగలు ఇచ్చారోకూడా రాసుకొనుటకెంతగానో కష్టమైంది. తెనాలి మహిళలు

ప్రదర్శించిన ఉత్సాహం, చూపించిన త్యాగం, దాతృత్వం ఆయనను దిగ్భ్రాంతుడిగా చేసినాయి. ఆ సన్నివేశాన్ని ఎన్నటికీ మరువలేనని వారు కృతజ్ఞతలు తెలిపారు. 1929వ సం.లో ఏప్రియల్‌మాసంలో గాంధీగారు ఖద్దరు నిధికి చందాలు సేకరించే నిమిత్తం ఆంధ్రజిల్లాలో పర్యటించారు. గంపలగూడెం తీసుకునివెళ్ళు వ్యవధి దొరకనందున కృష్ణారావుగారు బెజవాడలోనే రు.1116/-లు గాంధీగారికి నిధిగా సమర్పించారు. వీరి తండ్రి శ్రీ జగన్నాథరాయణంగారు కూడా బెజవాడవచ్చి గాంధీగారి దర్శనం చేసుకున్నారు. జయంతిపురం, ఉయ్యూరు జమీందారు గాంధీగారు జగ్గయ్యపేట, నూజివీడు గ్రామాలకు వచ్చినపుడు ఆయనను అతిథిగా ఆహ్వానించి సత్కరించారు. 1933 డిశంబరు నెలలో గాంధీగారు హరిజననిధికి గానూ కృష్ణాజిల్లాలో పర్యటించినపుడు బెజవాడ దుర్గావిలాస్‌లో ఏర్పాటైన మహిళా సమావేశానికి గంపలగూడెం కుమారరాజాగారు తన కుమారులు, కుమార్తెలతో సహా హాజరైనారు. వీరి ద్వితీయ కుమార్తె తన ఒంటిమీదనున్న బంగారు ఆభరణాలను తీసి హరిజననిధికి గాను గాంధీ గారికి సమర్పించింది.

1930వ సం. మార్చినుండి అన్ని జిల్లాలలోను ఉప్పుసత్యాగ్రహ దళాలను ఏర్పాటు చేయవలసినదిగా గాంధీజీ సందేశమిచ్చారు. పశ్చిమకృష్ణాజిల్లాలో కాంగ్రెసు కార్యాలయం ఆంధ్రరత్న భవనంలో 1930ఏప్రియల్ 30వ తేదీన ఉప్పుసత్యాగ్రహ ప్రథమ దళాధిపతిగా వేంకటకృష్ణారావుగారిని, ద్వితీయ దళాధిపతిగా వెలిదండ్ల హనుమంతరావుగారిని, తృతీయ అధిపతిగా అయ్యదేవర కాళేశ్వరరావుగారిని కృష్ణాజిల్లా కాంగ్రెస్‌సంఘం నిర్ణయించింది. వేంకటకృష్ణారావుగారు సత్యాగ్రహం చేయడానికి రావలసినదిగా ప్రజలకు సందేశమిచ్చారు. సత్యాగ్రహ దళాలు బయలుదేరవలసిన సమయానికి రెండురోజుల ముందే కృష్ణారావుగారు ఆంధ్రరత్న భవన్‌కు వెళ్ళిచూడగా బయలుదేరవలసింది 50మంది సత్యాగ్రహులు కాగా అక్కడ 10మంది తక్కువగా కనిపించారు. ఇట్టి స్థితిలో సత్యాగ్రహుల్ని రిక్రూట్ చేయడానికి గాను అయ్యదేవర కాళేశ్వరరావుగారు ఒక బహిరంగ సభ ఏర్పాటు చేసినారు. ఈ సభకు వేంకట కృష్ణారావుగారు, పేట బాపయ్య, మురుకుంట్ల వెంకటప్పయ్యగారు హాజరైనారు. కాళేశ్వరరావుగారు మాట్లాడుచుండగా "కాళేశ్వరరావుగారు మీరుఆపి కుమారరాజాగారిని మాట్లాడమనండి" అని సభికులనుండి అభ్యర్థన వినరాగా, వెంటనే స్పందించిన కాళేశ్వరరావుగారు రాజాగారు మీరు మాట్లాడండి అని చెప్పగానే కుమారరాజాగారు లేచి తన సహజధోరణిలో ఉద్రేకపూరితంగా అయిదారు నిముషాలు ప్రసంగించినారో లేదో, "సత్యాగ్రహులుగా మా పేరువేసుకోండి, మా పేరువేసుకోండి" అని సభికులనుండి ముందుకు వచ్చి 60మందిదాకా తమపేర్లను ఇచ్చి సత్యాగ్రహులుగా నమోదయినారు. మరుసటిరోజు ఉదయమే సత్యాగ్రహదళం సముద్రతీరమైన చిన్నాపురం బయలుదేరడానికి ఆంధ్రరత్న భవన్‌వద్ద సంసిద్ధులై యుండగా ముందుగా పంపిన వర్తమానం ప్రకారం ఆంధ్రకేసరి టంగుటూరి ప్రకాశంపంతులుగారు అక్కడకువచ్చి ప్రేమపూర్వకంగా కృష్ణారావుగారిని ఆలింగనం చేసుకుని "ఇంతపెద్దవాళ్ళం మేము ఇంతమందిమి యుండి యువకుడవగు నిన్ను ప్రథమ సత్యాగ్రహ దళపతిగా ఆంగ్ల శతఘ్నులకు ఎదురు

పంపిస్తున్నాంకదా" అని కంటతడిపెట్టి "శాసనోల్లంఘనం చేసి సుఖంగా తిరిగిరండి" అని ఆశీర్వాదంచెప్పి ప్రోత్సాహపరచినారు. ఆ సందర్భాన్ని కృష్ణారావుగారు ఇలా వర్ణించారు.

"ప్రారంభ లవణ సత్యాగ్రహ దళనాయ
కత్వము పూని నే కదలు వేళ
ఆంధ్రకేసరి వచ్చి ఆలింగనమొనర్చి
యిందరముండియు ముందు నిన్నే
ఆంగ్ల శతఘ్నికి ఆహుతి చేయుచుం
టిమని బొటబొట కన్నీరు నించె
తిలకంబు సవరించి తెల్గుముత్తైదువుల్
విజయీభవ యని దీవించినారు
వెనుకడుగులేని మంచి వీరుడనగ
తెల్లదొరతనంబు హడలెత్తించినాను.

1930 ఏప్రియల్ 9వతేదీన ఉదయం వేంకటకృష్ణారావు గారి నాయకత్వంలో సత్యాగ్రహ బృందం కాంగ్రెస్ పతాకాలను చేబూని మంగళవాద్యాలు మోగుచుండగా స్త్రీలు మంగళహారతు లివ్వగా, జనసందోహం జయజయధ్వానాలు చేస్తూండగా ఆంధ్రరత్నభవనం నుండి బయలుదేరి బందరురోడ్డుమీదుగా ప్రయాణం సాగించారు. అనేక ముఖ్యగ్రామాల గుండా ప్రయాణం సాగునపుడు మార్గంమధ్యలో గ్రామస్థులు వీరోచితంగా స్వాగతం పలికారు. 11వతేదీనాడు వీరు బందరుచేరి ఉప్పుసత్యాగ్రహ శిబిరంలో మకాం వేశారు. సత్యాగ్రహుల కోరికమేరకు పట్టాభిగారు పశ్చిమ, తూర్పుకృష్ణాల రెండు దళాల్ని ఏకంగావించి మీరే నాయకత్వం వహించి శాసనధిక్కారం చిన్నాపురంలో చేయండి అని వేంకటకృష్ణారావుగారికి చెప్పినారు. అంతట పట్టాభి గారు, ముట్నూరి కృష్ణారావు గారలు తమతో కలిసి రాగా వేంకటకృష్ణారావు గారు దళంతో చిన్నాపురం వెళ్ళి అక్కడ శాసనాధిక్కారం చేసి ఉప్పు పోగు చేసుకుని మూడు రోజుల తర్వాత బందరు చేరుకున్నారు. ఆ రోజు సాయంత్రం బందరులో పెద్ద బహిరంగసభ ఏర్పాటు చేయగా ఆ సభలో మిగతా పెద్దలతో పాటు వేంకటకృష్ణారావు గారు ఉప్పు సత్యాగ్రహవిశేషాలను తమ గంభీరోపన్యాసం ద్వారా వివరించినారు. సభ దర్మిలా కాలి నడకన బయల్దేరి గ్రామాల్లో ప్రచారం చేసుకుంటూ బెజవాడకు చేరి, తాము తెచ్చిన ఉప్పును ది.26.4.1930వ తేదీన బహిరంగ సభలలో విక్రయించారు. సత్యాగ్రహ యాత్రలో వీరు చెప్పిన పద్యాలు, ఆలపించిన గీతాలు బహుజనాదరణ పొందినాయి. కృష్ణారావుగారు యింటికి వచ్చి రెండు రోజులుండగా, కాళేశ్వరరావు గారు అరెస్టయినారు, మీరు వెంటనే బయలుదేరి బెజవాడ రమ్మని వర్తమానం రాగా బెజవాడ వచ్చి కాశీనాథుని నాగేశ్వరరావు గారి దుర్గావిలాస్ భవనంలో బసచేసియుండగా వారిని అరెస్టు చేసి కలెక్టరు ముందు హాజరు పరచినారు. కోర్టు హాలులో న్యాయవాదులందరు ఒక్కసారి లేచి నిలబడి కుమారరాజా గారి పట్ల తమకు గల గౌరవాన్ని ప్రకటించినారు. రెండు

నిమిషాల్లో విచారణ జరిపి నేరం నంగీకరించిన కృష్ణారావు గారికి ఒక సంవత్సరం కఠిన కారాగార శిక్ష విధించి రాజమండ్రి జైలుకు పంపినారు. కొంతకాల మక్కడ ఉండిన మీదట వీరిని రాయవెల్లూరు జైలుకు బదిలీ చేసినారు. రాయవెల్లూరులో ఆంధ్ర నాయకులు రాజగోపాలాచారి, అయ్యదేవర కాళేశ్వరరావు, బాలసుబ్రహ్మణ్య గుప్తా వగయిరాలు కృష్ణారావు గారితో పాటుగా ఎ క్లాసు ఖైదీలుగా పరిగణిస్తూ అందరితోపాటు సకల సౌకర్యములను కలుగజేశారు. అదే సమయంలో కేరళ నుండి రాఘవ మీనన్, రామన్ మీనన్, యల్.యస్.ప్రభు, మేజరు అంబాడి కృష్ణమీనన్, సామీర్ యాదవ్, నంబూద్రిపాద్, గోపాలన్ మొదలయిన నాయకులు కూడా రాయవెల్లూరు జైలుకు వచ్చి వీరితో కలసి జైలు జీవితం గడిపియున్నారు. 1931 మార్చి 5వ తేదీన కుదిరిన గాంధీ-ఇర్విన్ ఒడంబడిక ప్రకారం జైలులోని సత్యాగ్రహులందరినీ కృష్ణారావు గారితో పాటు విడుదల చేసినారు. 1931 మేలో ముదునూరులో జరిగిన పశ్చిమ కృష్ణాజిల్లా రాజకీయ మహాసభకు వేంకట కృష్ణారావు గారు అధ్యక్షులుగా ఎన్నుకోబడినారు. వెయ్యిమంది ప్రతినిధులు పాల్గొనగా రెండు రోజులు సమావేశాలు జరిగినాయి. మరుసటి రోజున సభలో వేంకట కృష్ణారావు గారి గంభీరోపన్యాసం ప్రజానీకాన్ని ఉత్తేజితులను చేసింది. ఆంధ్ర రాష్ట్ర కాంగ్రెస్ సంఘాధ్యక్షుడిని ఎన్నుకొనడానికి కొరకు రాష్ట్రపతి ప్రతినిధులు 1931జూలై నెలలో విశాఖపట్నంలో సమావేశమైనారు. కొన్ని జిల్లాల వారు ఆంధ్ర కేసరి ప్రకాశం పంతులు గారిని, కొన్ని జిల్లాలవారు ముఖ్యంగా యువకులు కోటగిరి వేంకట కృష్ణారావు గార్ని అధ్యక్ష స్థానానికి ప్రతిపాదన చేసిన మీదట వీరిరువురు పోటీలో నుండగా పట్టాభి గారి సూచన మేరకు ప్రకాశం గారు పోటీనుండి విరమించుకోగా, వేంకటకృష్ణారావు గారు ఏకగ్రీవంగా ఆంధ్ర రాష్ట్ర కాంగ్రెస్ అధ్యక్షునిగా ఎన్నికైనారు. ప్రధాన కార్యదర్శిగా అయ్యదేవర కాళేశ్వరరావు గారు, సహాయ కార్యదర్శులుగా బెజవాడ గోపాలరెడ్డి, న్యాయపతి నారాయణమూర్తి గారలు నియుక్తులైనారు. ఆ రోజు కుమారరాజా గారి క్రింద సహాయ కార్యదర్శిగా నియుక్తులైన బెజవాడ గోపాలరెడ్డి గారు దర్మిలా బహుప్రముఖ స్థానముల నలంకరించి లబ్ధ ప్రతిష్ఠులైనారు. ఆంధ్ర రాష్ట్ర కాంగ్రెస్ అధ్యక్షులైన కృష్ణారావు గారు డాక్టర్ పట్టాభి మొదలయిన ప్రముఖ నాయకులతో కలసి రాష్ట్రంలోని వివిధ ప్రాంతాలు పర్యటించి అనేక సభలలో ప్రసంగించి ప్రజానీకాన్ని చైతన్యం గావించియున్నారు. ఆ పర్యటనలో భాగంగా చిత్తూరును కూడా దర్శించారు. అక్కడ ఆయన సభకు విద్యావంతులైన మేధావులే ఎక్కువ మంది హాజరైనారు. గాంధీగారు రౌండు టేబుల్ సమావేశంలో పాల్గొనడానికి ఇంగ్లండు వెళ్ళడం గూర్చి గాంధీ మార్గం ఔన్నత్యాన్ని గురించి వివరణ పూర్వకంగా కృష్ణారావు గారు చేసిన ప్రసంగాన్ని సభికులు ఎంతగానో అభినందించి యున్నారు. "ఇలాంటి ఉపన్యాసాన్ని నేను ఎన్నడూ వినలేదు" అని ఆయన ఆప్తమిత్రుడు కాట్రగడ్డ మధుసూదనరావు గారు చెబుతూ ఉండేవారు. ఆంధ్ర రాష్ట్ర కాంగ్రెస్ కమిటీ అధ్యక్షుని హోదాలో తెలుగుదేశంలో చాలా ప్రాంతాలలో పర్యటించి వచ్చి స్వగ్రామానికి కుమారరాజా గారు తిరిగి వచ్చినారు. దురదృష్టవశాత్తు అప్పటికే ఆంధ్రరాష్ట్ర కాంగ్రెస్ సంఘ కార్యవర్గ సభ్యులలో వర్గభేదములు పొడసూపి తనతో సరిగా సహకరించడం లేదని ముందుగానే గ్రహించిన కృష్ణారావు

గారు అటువంటి వారందరికి చీలికలు, వర్గభేదాలు కల్పించవద్దని లేఖలు కూడా రాసినప్పటికీ వారి అభిప్రాయాలు మార్చుకోనందున ఎట్టి పరిస్థితులలో కూడా తాను అధ్యక్షునిగా కొనసాగడం మంచిదిగాదని భావించి, తన అధ్యక్ష పదవికి రాజీనామా చేసియున్నారు. ఈయన రాజీనామా అనంతరం రాష్ట్ర అధ్యక్షునిగా కాశీనాథుని నాగేశ్వరరావు గారిని ఎన్నుకున్నారు. వారి దత్తత తల్లిగారు చనిపోవడం వల్ల దత్తత తండ్రి వయోవృద్ధులగుట వల్ల ఎస్టేట్ వ్యవహారాలు తానే చూచుకోవలసిన పరిస్థితులేర్పడటంతో అప్పటి నుండి రాజకీయములలో ఎక్కువగా పాల్గొనలేదు. వారి రాజీనామా నుపసంహరించు కోమని పట్టాభి, కాళేశ్వరరావు, కాశీనాథుని నాగేశ్వరరావు వగైరా ప్రముఖ నాయకులు గంపలగూడెం స్వయంగా వచ్చి పలు విధముల విజ్ఞప్తి చేసినప్పటికీ వారు రాజీనామాను ఉపసంహరించుకొనలేదు.

సాహిత్యవ్యాసంగం, నాటక రచన, సాంఘిక సంస్కరణ, హరిజనోద్ధరణ

ఈ వ్యాసం ప్రారంభంలో మనవి చేసినట్లు వేంకటకృష్ణారావు గారు చిన్నతనంనుండే పద్యరచన చేయడం ప్రారంభించారు. నాటక రచన, నాటక కళాపోషణ, సాంఘిక సంస్కరణల యెడల అభిలాష కలిగియుండి హరిజనోద్ధారణ, విద్యావ్యాప్తిలో గూడ ఆసక్తి కలిగి యుండి ఆయా రంగాల్లో బహుముఖ కృషి సల్పియున్నారు. 1910 సం.లో కవితాకృషితో పాటు వారి పద్మనాయక కులంలో గల గోషా ఆచారాన్ని తొలగించడానికి కృషిచేసినారు. గోషా దురాచారమని, దీనిని తొలగించవలసిన అవసరం ఎంతైనా ఉందని తెలియజేస్తూ పత్రికలలో ఎన్నో వ్యాసాలు రాసి ఆ విషయంలో ఎన్ని విమర్శలు వచ్చినా వారిని హేతువాద దృక్పథంతో కృష్ణారావు గారు ఖండించియున్నారు. పిఠాపురం తాలూకా కొత్త వాస్తవ్యులు దామెర జగ్గారాయణం గారి జ్యేష్ఠపుత్రిక సూరయ్యమ్మ గారితో వేంకటకృష్ణారావు గారికి ది.13.3.1913 వ తేదీన గంపలగూడెంలో వైభవంగా వివాహం జరిగింది. తన భార్యను కూడా గోషా పాటించకుండా చేశారు. ఆ దురాచారం విడనాడటం సర్వోత్తమమని 1916 నల నామ సం. ఆంధ్రపత్రిక సంవత్సరాది సంచికలో ఒక వ్యాసాన్ని ప్రచురించారు. ఈ గోషా వ్యాసాన్ని ఖండిస్తూ పెదపవని జమీందారు గారు గోషా వ్యాస ఖండనాన్ని ప్రకటించగా, కృష్ణారావు గారు ఆ వ్యాసాన్ని పత్రికాముఖంగా విమర్శించి "గోషావ్యాస ఖండన ముండనము"ను ది.30.8.1919న వెలువరించారు. 1920లో కృష్ణాజిల్లా పద్మనాయక మహాసభలో పాల్గొని స్త్రీ విద్యాభివృద్ధి, వరకట్న నిషేధం, గోషా దురాచార నిర్మూలనం వగైరాల గురించి హేతువాద సమన్వితమైన ప్రసంగం చేసి ఒక తీర్మానాన్ని గూడా కృష్ణారావుగారు ప్రవేశపెట్టగా స్వసంఘీయులందరు వ్యతిరేకించారు. వారు వ్యతిరేకించినా ఖాతరు చేయక తన ధర్మపత్ని సహకారంతో వీరు తమ కుటుంబంలో గోషా పద్ధతిని లేకుండా చేసి ఆదర్శప్రాయులుగా కొనియాడబడినారు. పాల్వంచ, భద్రాచలం సంస్థానాధిపతులైన రాజా పార్థసారథి అప్పారావుగారు, కృష్ణారావుగారి సంఘ సంస్కరణాభిలాషను మెచ్చుకొని "ఎవరు వ్యతిరేకించినా నీ సిద్ధాంతాల్ని మార్చుకోనక్కరలేదు, నీ ఉపన్యాస పద్ధతి నీ ఉద్దేశ్యాలు నేను తెలుసుకున్నాను. నీ వలన మా అందరికీ కీర్తివస్తుంది సుమా" అని ఆప్యాయంగా మాట్లాడి

ప్రోత్సాహమిచ్చినారు. ధర్మిలా వారి పిలుపు మేరకు కృష్ణారావు గారి గుమాస్తా పార్థసారథి అప్పారావు గారి వద్దకు వెళ్ళగా, ఆయన విలువైన వజ్రాలు, కెంపులు తాపడం చేసిన బంగారు గొలుసుతో నున్న ఒక జేబు గడియారాన్ని వీరికి బహుమతిగా పంపించియున్నారు. 1930లో వివిధ ప్రాంతాలలో జాతీయోద్యమం ఉన్నత రీతిలో ప్రజ్వలితమై సాగే రోజుల్లో ఆంధ్ర రాష్ట్రంలోని కారాగారాలలో కాంగ్రెస్ పార్టీ సభావేదికలపైన కృష్ణారావు గారు రాసిన ఈ క్రింది పద్యం ప్రముఖంగా వినిపిస్తూ ఉండేది :

"భారతమాతకిప్డు మగ వాడె జీవించుట లేదు పుట్టియు
న్నారను వారు స్త్రీ జనమునన్ జమవచ్చెదరట్లు గాక, దు
ర్వార పరాక్రమ క్రమవి భాసిత చిత్తసరోజులైన స
ద్వీరుల యేని దేశమునుతెల్లమొగంబుల కప్పగింతురే"

స్వయంగా ఆయనే సభలయందు ఉపన్యాస సమయాలలో వినిపించి సభికులను ఆవేశపరచెడివారు.

తూర్పుగోదావరి జిల్లా పెద్దాపురంలో జరిగిన రాష్ట్ర కాంగ్రెస్ సంఘ సమావేశంలో పాల్గొన్న ప్రతినిధులు భోజనాలు చేసే సమయంలో పంక్తిలో ఒక ప్రక్కన కూర్చున్న కవిసార్వభౌమ శ్రీపాద కృష్ణమూర్తి శాస్త్రిగారు ఒక సంస్కృత శ్లోకాన్ని పఠించగా ప్రక్కన మరో పంక్తిలో కాంగ్రెస్ యువకార్యకర్తలతో కబుర్లు చెప్పుతూ భోజనం చేస్తున్న కృష్ణారావు గారు ఆ శ్లోకాన్ని విని పైనుదహరించిన పద్యాన్ని చెప్పడంతో "రాజా గారు అంత దూరాన కూర్చున్నారేం? మీరు నా ప్రక్కనే ఉండాలి." అని కవి సార్వభౌములు ప్రకటించారు. 1910 ప్రాంతాల నుండి రాజకీయ ప్రవేశం చేసేవరకు కృష్ణారావు నిత్యకవితా వ్యాసంగంతో పాటు నాటక, సాహిత్య, సాంస్కృతిక సాంఘిక కార్యక్రమాలలో గ్రంథాలయోద్యమంలో నిమగ్నులై తెలుగుదేశంలో గంపలగూడెంకు సాంస్కృతిక విషయికంగా ఒక విశిష్టస్థానాన్ని కల్పించినారు. బలిజేపల్లి లక్ష్మీకాంతం గారు, వేలూరి శివరామశాస్త్రి గారు వేంకట కృష్ణారావు గారి మిత్రులవడం వల్ల తరచు గంపలగూడెం వచ్చి వెళ్ళుతుండేవారు. అవధానశ్రేష్ఠులు శేషేంద్ర రమణ కవులు వీరి ఆశ్రయంలో ఆరు సంవత్సరములు గంపలగూడెం గ్రామంలో ఉన్నారు.

ఆంధ్రమహాభారతం, ఉత్తర హరివంశం, ఆముక్త మాల్యద, పాండురంగ మహాత్మ్యం వీరి అభిమాన గ్రంథాలు. ఆస్థానికులలో తిరుపతివేంకటకవులు పలుమారు అపారమైన గౌరవ ప్రపత్తులు కలిగి ఉండెడివారు. నిరంతరం ఆంధ్ర మహాభారతాన్ని పఠించడంవల్ల ఇతరాంధ్ర మహాకవుల కావ్యాలను పరిశీలన చేయుట వల్ల వేంకటకృష్ణారావు గారి కవిత్వం ప్రౌఢత్వాన్ని సంతరించుకున్నది.

మహాభారతం పట్ల వీరికి గల గౌరవం వల్ల తిరుపతి వెంకటకవుల పాండవ నాటకముల ప్రభావం వలన ఈయన భారత కథను స్వీకరించి "అభినవ పాండవీయము" అనే నాటకాన్ని

1914లో రచించినారు. 1915 ఆ ప్రాంతంలో పిసుపాటి చిదంబర శాస్త్రిగారు ఒకనాడు కృష్ణారావు గారి వద్దకు వచ్చి వారు రచించిన శృంగార తిలకాంధ్రీకృతిని వినిపించగా వీరికి సంస్కృత శ్లోకాలు కంఠస్థం కాగా, వాటిని తెలుగులోకి అనువదించి యున్నారు. ఆ తరువాత పిఠాపురం రాజా గారిని చూడటానికి పిఠాపురం వెళ్ళి వారి గ్రంథాలయంలో శృంగార తిలక మూలాన్ని చూచి తమ కృతిని సవరించి అక్కడనేయున్న ఓలేటి పార్వతీశం గారికి చూపగా వారు మెచ్చుకొని ఆ గ్రంథాన్ని అప్పటికప్పుడే తమ ప్రెస్సులో ముద్రించారు. "యౌవన నిగర్వణం" అనే ఒక లఘు కృతిని గూడ ఈయన ఆ కాలంలో రచించారు. అప్పుడప్పుడు వేంకట కృష్ణారావు గారు అవధానం చేసి అవధానిగా ఖ్యాతినొందిన ఈయన అవధానములందు సందర్భానుసారంగా చెప్పిన ఆశుపద్యాలతో వీరు రాసిన ఇతర పద్యాలను గూడ చేర్చి "చాటుపద్యములు" అనే కృతిని 1916లో ప్రచురించారు. తాము సేకరించిన అమూల్యమైన రెండువేల గ్రంథాలను ఒకచోట ఉంచి ప్రజల ఉపయోగం కోసం కృష్ణరాయ గ్రంథాలయం అనే పేరుతో ఒక గ్రంథాలయాన్ని గంపలగూడెంలో స్థాపించియున్నారు. ది. 8. 4. 1917లో జగ్గయ్యపేటలో జరిగిన ద్వితీయ ఆంధ్ర గ్రంథాలయ మహాసభకు అధ్యక్షుడిగా నుండి ఉపన్యాసం చేసి గ్రంథాలయోద్యమానికి తమ వంతు కృషి నందించియున్నారు. గ్రంథాలయోద్యమ ప్రముఖులను ఆహ్వానించి గంపలగూడెంలో గ్రంథాలయ మహాసభను నిర్వహించినారు. తిరువూరులో డిప్యూటీ తహశీల్దారు బెండూరు రామారావు పంతులుగారు కొంత స్థలాన్ని సేకరించి ఒక నాటకశాలను నిర్మింపచేసి జార్జి కారొనేషన్ డ్రమెటిక్ అసోసియేషన్ అనే పేరుతో ఒక సమాజాన్ని నెలకొల్పి ఆ సమాజానికి వెంకటకృష్ణారావు గార్ని అధ్యక్షులుగా చేశారు. నాటక ప్రదర్శనలు జరుపుతూ తనకు గల నాటకానుభవమును పురస్కరించుకుని సామాజికులను మంచినటులుగా తీర్చిదిద్ది కొంతవరకు కృతకృత్యులైనారు. గంపలగూడెం గ్రామంలో కృష్ణారావు గారు ఒక నాటకశాలను నిర్మించి బాలకృష్ణ నాటక సమాజాన్ని స్థాపించి ఊటుకూరు వెంకటప్పయ్య, పేట బాపయ్య ముడుంబ లక్ష్మణాచార్యులు, సువారపు వెంకయ్య, కఠారు రంగనాయకులు, కంచి మంగయ్య, దేవయాజనం మంగాచార్యులు మొదలయిన స్థానిక, స్థానికేతర ప్రాంత నటులతో, నటీమణులతో బలిజేపల్లి లక్ష్మీకాంతంగారి సత్యహరిశ్చంద్ర నాటకాన్ని, సాత్రాజితీయము అనే నాటకమును అనేక పర్యాయములు ప్రదర్శింపజేశారు. తాను రచించిన అభినవ పాండవీయము, పాదుషా పరాభవము, బెబ్బులి అనే నాటకాలను తన నాటక సమాజ సభ్యులతో పలు ప్రాంతాలలో ప్రదర్శింపజేశారు. ఈ నాటక సమాజానికి బెజవాడ నుండి గుడిసేవ పార్థసారథి అనే మంచి ఆర్టిస్టును పిలిపించి అవసరమయిన తెరలు, సీనరీలు చిత్రింపజేసినారు. ఈ సమాజంలో సంగీత కళా ప్రవీణులు మరింగంటి అప్పలాచార్యులు గారు సామాజికులకు సంగీతాన్ని బోధించారు. వేంకటకృష్ణారావు గారు రచించిన "యౌవనిగర్వణము" అనే చిరుగ్రంథాన్ని అభినవ పాండవీయమనే నాటకాన్ని ఆయనకు తెలియకుండగనే ఆయనా పరమ మిత్రులు బలిజేపల్లి వారు తీసుకుని వెళ్ళి తమ చంద్రికా ప్రెస్‌లో ముద్రింపజేసి ఆయనకు చూపించినారు. ఈ చంద్రికా ప్రెస్సు నెలకొల్పడానికి కృష్ణారావు గారు బలిజేపల్లి వారికి ధనసహాయం చేసియున్నారు.

తను కవిత్వం రాయడం మొదలిడినప్పటి నుంచి తిరుపతి వేంకట కవుల సాహిత్యాన్ని ఆసక్తితో చదివి భాషా పాండిత్యాలను సంపాదించుకొన్నారు. తిరుపతి వేంకటకవులను వీరు గురుదేవులుగా భావించి ఏకలవ్య శిష్యరికంలో ప్రతిభావంతులై వారలను గౌరవించియున్నారు. తన పెద్దకుమార్తె బసవ చాముండేశ్వరిదేవి బారసాలను పురస్కరించుకుని చెళ్ళపిళ్ళ వేంకటశాస్త్రి గారు కృష్ణారావు గారి ఆస్థానమునకు ఆహ్వానింపబడిన సందర్భంలో బాలకృష్ణ నాటక సమాజం వారి పాదుషా పరాభవం నాటకం ప్రదర్శింపబడింది. అందలి పద్యములకు శ్రీ చెళ్ళపిళ్ళ వారు ఎంతగానో మెచ్చుకొని ప్రస్తుతించియున్నారు. వారికి బ్రహ్మరథం పట్టి కృష్ణారావు గారు ఘనసన్మానం చేశారు. ఆయన సందర్భంగా చెప్పిన ఆశీర్వచన పద్యాలు "నానారాజ సందర్శనం"లో ప్రచురింపబడినాయి. తండ్రి జమీందారీని అభివృద్ధి చేస్తుండగా, కృష్ణారావు గారు కృతికర్తలై, కృతిభర్తలై, నిత్య కవితా వ్యాసంగంతో, కవి సన్మానాలతో, సారస్వత సమారాధన తత్పరులైనారు. ఆధునికాంధ్ర సాహిత్యంలో విశిష్టమైన స్థానాన్ని అలంకరించిన 'మాలపల్లి' నవలను ఉన్నవ లక్ష్మీనారాయణగారు రాయవెల్లూరు జైలులో కృష్ణారావు గారితో కలసియుండగా రచించినారు. దానిని వేంకటకృష్ణారావు గార్కి అంకితం చేసియున్నారు. కృష్ణారావు తమ "ప్రణయాదర్శము" అనే నాటకాన్ని జైలులోనే పూర్తిచేసి ఆనాటి జాతీయోద్యమ విశేషాలను తెలియజేయు మాతృదేశం అనే శతకాన్ని గూడా రచించినారు. 1924లో "శారద" పత్రికలో ఈ శతకం ప్రచురింపబడినది. 1920లో ఉమ్మడి మద్రాసు రాష్ట్రంలో ప్రారంభమయిన జస్టిస్ పార్టీ మంత్రి వర్గ సభ్యులైన పానుగంటి రామాయణం (పానగల్లు రాజా) కూర్మా వెంకటరెడ్డి నాయుడు, ఎ.పి.పాత్రో గారలను కృష్ణాజిల్లాలోని జమీందారులు, భూస్వాములు ఆహ్వానించి గుడివాడ, పెదమద్దాలి గ్రామాలలో మితపాన ప్రచార మహాసభలను ఏర్పాటు చేయగా, "మీరు అదే సమయానికి గుడివాడ వెళ్ళి కాంగ్రెసు కార్యక్రమం ప్రకారం మద్యపాన నిషేధ ప్రచారం చేయండి" అని అయ్యదేవర కాళేశ్వరరావు గారు వేంకటకృష్ణారావు గారికి కబురు చేయగా, ఆయన గుడివాడ వెళ్ళి కాంగ్రెస్ వారందరితో మంత్రిమండలి సమావేశ స్థలానికి వెళ్ళినారు. ఆయన రావడం గమనించిన పానగల్లు రాజా వేదికపై నుండి "తాము గూడ వేదికపైకి దయచేయండి" అని ఆహ్వానించారు. ముఖ్యమంత్రి గారి ప్రక్కన కూర్చోడానికి నాకు అభ్యంతరం లేదు గానీ మీ ఉపన్యాసాలైన తరువాత నాకు కూడా అవకాశం ఇస్తే వస్తాను" అని కృష్ణారావు గారు సమాధానం చెప్పారు. అందుకు వీలుపడదని, ముఖ్యమంత్రి పానగల్లు రాజా చెప్పేసరికి "ఇక్కడ మేము వుండం వేరే చోటికి వెళ్ళి అక్కడ ప్రజలను సమీకరించి మాట్లాడుకుంటాం" అని వేంకట కృష్ణారావు గారు లేచేసరికి, సభలోనున్న సగంమంది సభా ప్రాంగణం వదలి కృష్ణారావు గారితో పాటు బయటకు వచ్చారు. వేరొక చోట సభ ఏర్పాటు చేసి అందు మద్యపాన నిషేదాన్ని గురించి ఉపన్యాసం చేసియున్నారు. మరునాడు జస్టిస్ పార్టీ మంత్రిమండలి పెదమద్దాలిలో సమావేశం ఏర్పాటు చేయగా, అతి దగ్గరలో యున్న బల్లిపర్రు గ్రామంలో కాంగ్రెస్ వారు సభ ఏర్పాటు చేశారు. సభకు హాజరయ్యేవారికి భోజనములు కూడా ఏర్పాటు చేసినారు. ఈ సభకు జిల్లా కాంగ్రెస్ మహామహులు హాజరైనారు. గంపలగూడెం కుమారరాజా గారి ఉపన్యాసం చేస్తారనే సంగతి

తెలియగానే జస్టిస్ పార్టీ వారి మహాసభకు రాబడిన జనావళి మొత్తం వారు నిర్వహిస్తున్న సభను వదలివెళ్ళారు. కృష్ణారావు గారున్న సభకు. కుమారరాజా గారి ఉపన్యాసం సామాన్య ప్రజలనేగాక విశిష్టులైన వారిని గూడ ఆకట్టుకున్నది. కృష్ణారావుగారు వితంతు వివాహాల్ని ప్రోత్సహించడమే గాక వరకట్న దురాచారానికి అతి బాల్య వివాహాలకు వ్యతిరేకంగా పోరాడియున్నారు. బేసిక్ విద్యా విధానాన్ని గాంధీజీ ప్రవేశపెట్టక పూర్వమే కృష్ణారావు గారు గంపలగూడెంలో ఒక వృత్తి విద్యాకేంద్రాన్ని స్థాపించి యువకులకు వృత్తి యందు శిక్షణ నిప్పించారు. ఈ వృత్తి విద్యాకేంద్రం పేటబాపయ్య గారి ఆధ్వర్యంలో నిర్వహింపబడుతూ ఉండేది. అలాగే గంపలగూడెంలో జాతీయ విద్యాలయం స్థాపించి ఉపాధ్యాయులను నియమించి అనేకమంది విద్యార్థులను తీర్చిదిద్దినారు. గాంధీగారిచ్చిన పిలుపు నందుకుని గంపలగూడెంలో కృష్ణాజిల్లాలోనే మొదటిసారి దేవాలయాలలోనికి హరిజనప్రవేశం చేయించి, ఈ సందర్భంగా సవర్ణ హిందువుల వారు ఆగ్రహించి పేట బాపయ్య, మురుకుంట్ల వెంకటప్పయ్య వగైరాలను వారి వారి కులముల నుండి సాంఘికంగా బహిష్కరించి ఆంక్షలకు గురిచేయగా, వారినందరిని కుమారరాజా గారు తమ ఆశ్రయంలో ఉంచుకుని వారిని అన్నివిధాల ఆదుకొనియున్నారు. అంతేగాక ఒక హరిజన కుటుంబానికి తన ఇంట్లో నివాసం కల్పించియున్నారు. ఒక హరిజన బాలికను గూడ పెంచుకునియున్నారు.

1923 ప్రాంతంలో కాంగ్రెస్ పార్టీలో సోషలిజాన్ని గురించి అవగాహన ఎక్కువమందిలో ఉండెడిది కాదు. వెంకటకృష్ణారావు గారు 1923 సెప్టెంబరు నెల కృష్ణాపత్రికకు “దొంగ-దొర” అనే వ్యాసాలను ప్రచురణకు పంపగా సంపాదకులు ముట్నూరి కృష్ణారావు గారు వాటిని ప్రచురించి వ్యాసకర్తకు “లక్ష్మీపుత్రుడు” అని కలం పేరు పెట్టినారు. సోషలిజానికి సంబంధించిన భావాలే ఈ వ్యాసాలలో వివరింపబడినవి. సమసమాజ నిర్మాణంవైపు యువకుల దృష్టిని మళ్ళించడానికి వీరి వ్యాసాలు కొంతవరకు దోహదం చేశాయని పలువురు పేర్కొంటూ ఉండేవారు. కృష్ణారావు గారిచే రచించబడి క్రింద పేర్కొన్న ఈ పద్యం వల్ల వర్గ వ్యత్యాసాల పట్ల వారికున్న అతివాద భావాలు స్పష్టం అగుచున్నవి.

“పాటకపు జనంబు ధనవంతుల చేపడుబాధ, కూటికిన్
పూటకు దిక్కులేని తనువుల్ కృశియింపగ దేహయాత్ర కా
రాటము పొందు వైఖరి పరాత్పరుడే యొకడున్న మానృరా
డేటికి? నిర్దయాకలితుడేమొక! కల్గియు మాతృదేశమా!”

అభినవ పాండవీయము, యౌవననిగర్హణము, దర్మిలా పాదుషాపరాభవము ప్రణయాదర్శము, బెబ్బులి, వేదవతి అనే నాటకముల రాసి ముద్రింపజేశారు. బెబ్బులి నాటకమును ఆంధ్ర విశ్వవిద్యాలయం వారు డిగ్రీ తరగతుల వారికి పాఠ్యాంశంగా 1962లో నిర్ణయించియున్నారు. పై నాటకములే గాక శృంగార తిలకము అనే గ్రంథాన్ని రాసినారు. ఇది ఆంధ్రీకరణము, ద్రవ్య లోపం వల్ల పలు వ్రాతపత్రులు అముద్రితంగా నున్నవి. చాటు పద్యములు

ద్వితీయ భాగం, శ్రీమద్రావణీయము, దేవదాసి అనే నాటకములు, బాలసుందరి యనే చిన్న కావ్యం (యదార్థగాథ), అంగరాజు, పార్థసారథి, సీతాంతఃకరణం, మనస్విని అనేక పద్యకావ్యములు గూడ ఈయనచే రచించబడినాయి ఈ గ్రంథములన్నిటిలో తన ఆత్మకథ ఇమిడియున్నదని, మనస్విని అను కావ్యం ప్రచురింప బడినప్పుడు ఆంధ్రులకు తత్కథావృత్తాంతం విశదపడగలదని కృష్ణారావు గారే పేర్కొనియున్నారు. మనస్వినిలో 3500 పద్యాలున్నట్లు తెలుస్తోంది. 1942లో వీరి దత్తత తండ్రి జగన్నాధరాయణం గారు చనిపోయినారు. వీరి తమ్ముడు పార్థసారథిరావు జమీందారు తమ అన్నగారు రచించిన నాటకాలను 1943లో ముద్రణ చేయించి ఒక సంకలనంగా చేసి కృష్ణరాయ నాటకావళి అనే పేరుతో కవిసామ్రాట్ విశ్వనాథ సత్యనారాయణ గార్ని గంపలగూడేనికి ఆహ్వానించి వారిచే ఆవిష్కరింపజేసినారు. విశ్వనాథ వారే సదరు నాటక సంపుటికి పరిచయ వ్యాసం రాసినారు. ఈ సందర్భంగా విశ్వనాథ గారికి గజారోహణ మహోత్సవం జరిపారు.

"నాటకాంత కవిత్వం వ్రాసిన మహాకవి. ఈయన కవిత కింత బిగువు లగువులు వచ్చుటకు పురాజన్మ సుకృతమే హేతువు. ఏ మహావిద్వాంసుడు వాడలేని యటుల మంచి పొంకముగా బింకముగా పదసంధానము కావించును." అని కృష్ణారావు గారి కవితా నైపుణ్యం గురించి మధునాపంతుల సత్యనారాయణ శాస్త్రి గారు తమ "ఆంధ్ర రచయితలు" అనేగ్రంథంలో ప్రశంసించినారు. ఏ స్వాతంత్ర్య సాధన కోసం ఆయన మహాత్యాగం చేసి శ్రమించినారో ఆ భారతదేశ స్వాతంత్ర్యం 1947 ఆగస్టు 15న ప్రకటితమైనపుడు కృష్ణారావు గారు అమితానంద భరితులైనారు. ఆరు సంవత్సరాలు అప్పటికే జరిగిపోయినప్పటికిన్నీ వేంకట కృష్ణారావు గారి షష్టిపూర్తి మహోత్సవం 1959లో గంపలగూడెంలో జరిగింది. ఈ సభకు గొట్టిపాటి బ్రహ్మయ్య గారధ్యక్షత వహించగా శ్రీయుత విశ్వనాథ, యం.ఆర్. అప్పారావు, బందా కనకలింగేశ్వరరావు, పేట బాపయ్య, నటి ఆలేటి పూర్ణిమ వగైరాలు వక్తలుగా ప్రసంగించి వేంకటకృష్ణారావు గారి అశేష పాండిత్య ప్రతిభను, పద్యరచనా పాటవాన్ని వారి వ్యక్తిత్వ గుణగణాలను, ప్రాధాన్యతను గురించి పలువిధాల కొనియాడినారు. కవి పాదుషా ఊటుకూరు సత్యనారాయణ గారు తమ "వసంతసేన" నాటకాన్ని కృష్ణారావు గార్కి అంకితం చేశారు. మధురకవి పెమ్మరాజు గోపాలకృష్ణమూర్తి గారు పద్యోపహారాన్ని సమర్పించినారు. కృష్ణారావు గారి రెండవ కుమారుడు తెలుగు భాషోపన్యాసకుడు, సాహిత్యమూర్తి విశ్వనాథరావు రచించిన పద్యాలు సభలో చదువబడగా, వీరి "వేదవతి" నాటకం సభలో ఆవిష్కృతం కాబడింది. 1975లో హైద్రాబాద్‌లో జరిగిన ప్రపంచ తెలుగు మహాసభలకు అప్పటి ముఖ్యమంత్రి జలగం వెంగళరావు, విద్యామంత్రి మండలి కృష్ణారావు గారలు వీరిని ఆహ్వానించి జ్ఞాపికతో సత్కరించియున్నారు. వీరు సాహిత్యానికి చేసిన విశేష సేవలను గుర్తించి ఆంధ్ర విశ్వవిద్యాలయం వారు 1975లో జరిగిన స్నాతకోత్సవంలో "కళాప్రపూర్ణ" బిరుదాన్ని ప్రదానం చేశారు. ఈ స్నాతకోత్సవంలోనే కళాప్రపూర్ణ అందుకున్న దేవులపల్లి కృష్ణశాస్త్రి, ఆచార్య గంటిజోగి సోమయాజి, మహాకవి దాశరథి గారలు గూడ కృష్ణారావు

గార్ని ప్రశంసించి పలువిధాల అభినందించియున్నారు. వావిలాల గోపాలకృష్ణయ్య, విశ్వేశ్వర శాస్త్రి గారలు గూడ అభినందించియున్నారు. 1975 ఆగస్టులో ఆంధ్ర యూనివర్సిటీ ఉపాధ్యక్షుడు ఉయ్యూరు కుమారరాజా గారి షష్ఠిపూర్తి నూజివీడులో జరిగినప్పుడు కృష్ణారావు గారితో గల సాన్నిహిత్యాన్ని పురస్కరించుకుని వారిని ఆశీర్వదించారు.

శ్రీ బెజవాడ గోపాలరెడ్డి గారు వేంకటకృష్ణారావు గారు కాంగ్రెస్ అధ్యక్షులుగా నున్నప్పుడు తాను సహాయ కార్యదర్శిగా పనిచేసిన అనుభవాలను, తన అభ్యున్నతికి పునాది వేసినది కృష్ణారావు గారేనని పేర్కొన్నారు. కృష్ణారావు గారి మరణానంతరం విజయవాడలో జరిగిన వారి శతజయంతి ఉత్సవాలకు హాజరైన శ్రీయుతులు బెజవాడ గోపాలరెడ్డి గారు, వావిలాల గోపాలకృష్ణయ్య గారు ఘనోపన్యాసాలు చేయగా, భాషాపండితుడు, విమర్శకుడు నాగళ్ళ గురుప్రసాద రావుగారు కృష్ణారావు గారి రచనలలోని కవితా వైదుష్యముల గురించి సమీక్షించినారు.

కృష్ణారావు గారి ధర్మపత్ని సూరయ్యమ్మారావు గారు ది. 29. 5. 1981 వతేదీన చనిపోగా, కృష్ణారావు గారు తాము ఏకాకియైనందులకు మిక్కిలి విచారించినారు. సుఖదుఃఖ సమ్మిళితమైన సంపూర్ణ జీవితాన్ని గడిపిన కోటగిరి వెంకటకృష్ణారావు గారు ది. 12. 1. 1983వ తేదీన పరమపదించినారు. స్వాతంత్ర్య పోరాటంలో ప్రాణాలొడ్డి వీరోచిత పోరాటం చేసి, త్యాగమయ జీవితం గడిపి, తన గంభీర ఉపన్యాసములతో ఆంధ్ర ప్రజల నుర్రూత లూగించి తన రచనా పారీణత, కవితా ప్రౌఢిమలతో లబ్ధ ప్రతిష్ఠులైన శ్రీ కోటగిరి వేంకటకృష్ణారావు గారు ఆంధ్రప్రజలు మరువరాని వ్యక్తి. చిరస్మరణీయుడు.

ఈ రచనకాధార గ్రంథములు :

1. పశ్చిమకృష్ణాజిల్లా కాంగ్రెస్ చరిత్ర సంగ్రహం - రచన : మానికొండ సత్యనారాయణ శాస్త్రి గారు.
2. సర్దార్ పేట బాపయ్య జీవిత చరిత్ర - రచన : కలపాల సూర్యప్రకాశరావు
3. కోటగిరి వేంకట కృష్ణారావుగారు 1980లో స్వయంగా డిక్టేట్ చేసి ఈ రచయితకు అందించిన సమాచారపత్రం
4. స్వాతంత్ర్య సమరయోధుడు మురుకుంట్ల వెంకటప్పయ్యగారు స్వాతంత్ర్య సామిధేని గ్రంథంలో కోటగిరి వేంకట కృష్ణారావు గారి గురించి రాసినవ్యాసం
5. మల్లెల శ్రీరామమూర్తి గారి విజయవాణి పత్రిక.

బసవరాజు అప్పారావు

(1894-1933)

- భమిడిపాటి బాలా త్రిపురసుందరి

బసవరాజు అప్పారావుగారు గొప్పకవి, రసజ్ఞుడు, ప్రతిభాశాలి, సహృదయుడు. తల్లి వెంకమ్మగారు. తండ్రి పిచ్చయ్యగారు. ఆంధ్రనియోగిబ్రాహ్మణకుటుంబం. కౌశికస గోత్రం. ఆయనకు ఒక అక్కమాత్రం ఉండేది. వయసులో రెండు సంవత్సరాల తేడా అయినా అప్పారావుగార్ని చాలా ప్రేమగా చూసుకునేవారు. చిన్నతనంలోనే తల్లి మరణించడం వల్ల మేనమామలు గోవిందరాజు వారింట పెరిగారు.

ఆయన జన్మించిన తేది 13-12-1894

1912వ సం॥లో బెజవాడ సి.ఎమ్.ఎస్. స్కూల్లో స్కూలు ఫైనలు పూర్తి చేశారు.

1916వ సం॥లో మద్రాసు ప్రెసిడెన్సి కళాశాలలో బి.ఎ. పూర్తిచేశారు.

1926వ సం॥లో బి.యల్. పూర్తి చేశారు.

1927వ సం॥లో బెజవాడలో న్యాయవాద వృత్తి చేపట్టారు.

1932వ సం॥లో న్యాయవాదవృత్తి వదిలి పత్రికారంగంలో ప్రవేశించాలని ఢిల్లీ వెళ్ళారు.

19.06.1933లో ఈశ్వరసాన్నిధ్యం చేరారు.

ఆయన జీవించిన కాలం చారిత్రాత్మకంగా చాలా గొప్పది. ఎంతోమంది దేశభక్తులు, జ్ఞానులు, విద్యావేత్తలు, స్వాతంత్ర్య సమరయోధులు వంటివారే కాకుండా సాహిత్యగోష్ఠులతో వినోద, విజ్ఞాన వికాసానికి ఆలవాలమై ఉండేది. రాజకీయ, సాంఘిక, సాంస్కృతిక మహోద్యమాలు జరుగుతున్న కాలంగా చెప్పుకోవచ్చు. ఈయన భావకవిత్వానికి చక్రవర్తి, గురజాడకి అనుచరుడు. మొట్టమొదటి భావకవిగా పేరుపొందిన బసవరాజు అప్పారావుగారు 1915నాటికే కవితాలోకంలోకి అడుగుపెట్టడం ముందుకి సాగిపోవడం కూడా జరిగింది. జీవితమే సాహిత్యం సాహిత్యమే జీవితంగా నడిచిన కీ.శే. బసవరాజు అప్పారావు గారి గురించి వివరంగా తెలుసుకుందాం.

బాల్యం - విద్యాభ్యాసం:

అప్పారావుగారి జన్మభూమి పటమట గ్రామంగా చెప్తారు. ఇది విజయవాడకి మూడుమైళ్ళదూరంలో నాలుగువైపుల కొండలు పచ్చని చేలు, తమలపాకు తోటలు, తోట

తోటకీ మధ్య దారి మలుపులు త్రాచుపాముల్లా మెలికలు తిరిగి ఎంతో అందంగా కనపడేది. అప్పారావుగారి ఇంటికి పడమటివైపు ఒక ఫర్లాంగు దూరంలో పుల్లేరు అనే పేరుతో ఒక సెలయేరు ప్రవహించేదట. ఆ సెలయేటికి అవతలివైపు ప్రదేశాన్ని లంక అని ఇవతలి వైపు ప్రదేశాన్ని పటమట అని, ఈ రెండింటిని కలిపే పటమటలంకగా పిలుస్తున్నారు.

అప్పారావుగారి ఇంటికి తూర్పువైపు పదిగజాలదూరంలో ఆంజనేయస్వామి గుడి, జమ్మిచెట్టు, మంచినీళ్ళబావి ఉండేవి. వారి ఊరివిశేషాలు, కష్టాలు, సుఖాలు తెలియచెప్పాలంటే ఈ మూడింటికే తెలుసని, అన్నింటికి అవి ప్రత్యక్ష సాక్ష్యాలని అంటారు అప్పారావుగారు. వారి పూర్వీకుల నుంచి ఆ వూరి స్త్రీలు మంచినీళ్ళకోసం బావి దగ్గరకొచ్చి ఒకళ్ళతో ఒకళ్ళు కష్టసుఖాలు పంచుకుని ఆ జమ్మిచెట్టు నీడలో కాసేపు కూర్చుని ఆంజనేయస్వామికి మొక్కుకుని వెళ్ళేవారట. అంతేకాదు, పురుషులు కూడా అక్కడే పంచాయితీలు జరిపి ఊరి విశేషాలు చర్చించేవారు అంటారు. సంతానం లేని వాళ్ళు ఆ బావిలో స్నానం చేసి జమ్మిచెట్టుకి ప్రదక్షిణం చేసి ఆంజనేయస్వామికి మొక్కేవారని, పెళ్ళి జరిగే సమయంలో మగపెళ్ళివారిని ముందుగా ఎదురెళ్ళి ఆహ్వానించి ముందుగా జమ్మిచెట్టు కింద చాపలు వేసి, పానకం ఇచ్చి ఆంజనేయస్వామిని పూజించి విడిదికి తీసికెళ్ళేవారట. అందుకే ఆ వూరి చరిత్ర మొత్తం ఆ మూడింటికీ తెలిసినంత మరెవ్వరికి తెలియదంటారు అప్పారావు గారు. ఈ మూడింటికి ఎదురుగా ఉన్న ఇల్లు అప్పారావుగారి మేనమామలది. అప్పారావు గారి తర్వాత మగపిల్లవాడు పుట్టిన సమయంలో ఆయన తల్లి చనిపోయిందని ఆమె పోయిన కొద్ది రోజులకే ఆ పిల్లవాడు కూడా చనిపోయాడని, అప్పారావుగారి తల్లి చనిపోయే ముందు అప్పారావుగార్ని, ఆయన అక్కగార్ని పెద్ద మేనమామ రామయ్యగారికి అప్పగించారని చెప్పారు.

అసలు బసవరాజు అప్పారావుగారి గ్రామం నూజివీడు. ఇది ఆ కాలం నుండే ప్రసిద్ధిపొంది విజయవాడకి 25మైళ్ళ దూరంలో వాయవ్యంగా ఉండేది. పెద్దపెద్ద రాజభవనాలతోను, దివాణాలతోను, దుకాణాలతో నిండిన వీథులతోను, జమీందార్లు, ఉద్యోగులు, నౌకర్లు పరిచారికలు వ్యాపారప్రముఖులు కలిగి ఉయ్యూరు, ఎలమర్రు, మీర్జాపురం, తేలప్రోలు మొదలైన ఎస్టేట్లతో జమిందార్లకి నిలయంగా ఉండేది. మద్రాసు-కలకత్తారైలు మార్గానికి 14మైళ్ళ దూరంలోను, గ్రాండ్‌ట్రంక్ రోడ్డుకి 16మైళ్ళ దూరంలోను ఉండేది. ఊరుని మేకపిల్ల తోడేలుతో పోరాడి గెల్చిన ప్రదేశంగా చెప్తూ అక్కడ జంతువులు కూడా వీరత్వం చూపించేవని, ప్రభువులకి వీరత్వమే కాక దానగుణం కూడా ఉందని అప్పారావుగారు తమ గేయాల ద్వారా తెలియచేశారు.

అప్పారావుగారి తాత,ముత్తాతలు తమ ఉద్యోగం ధర్మబద్ధంగా చేసి ప్రభువుల మన్ననలందు కుంటూ చిన్న జమీందారులుగా ఠీవిగా జీవించారని చెప్పుకునేవారు. అప్పారావుగారి తండ్రి పిచ్చయ్యగారు, తాత శ్రీరాములుగారు, ముత్తాత కామయ్యగారు. విజయవాడ కంకిపాడు మధ్య బందరు వెళ్ళే మార్గంలో 'కామయ్యగారి తోపు' అని వింటుంటాం. అది అప్పారావుగారి

ముత్తాతగారిదే! బస్సులు లారీలు లేని కాలంలో నడిచి వెళ్ళేవాళ్ళకి, సరుకులు మోసుకెళ్ళే బండ్లవారికి మధ్యలో విశ్రాంతి తీసుకునేందుకు ఈ తోపు ఉపయోగించేది. ఆతోపుని కామయ్యగారు ధర్మబద్ధంగా దానం చేశారని ఆ తోపులో ఉన్న చెట్ల చల్లటి నీడలో విశ్రాంతి తీసుకున్నవారందరు ఆయన్ని పొగుడుతుండేవారు.

అప్పారావుగారి తల్లి తన పిల్లల్ని అన్నగారికి అప్పగించి చనిపోయినా తండ్రి మాత్రం మళ్ళీ పెళ్ళి చేసుకోలేదు. తన పిల్లల్ని వాళ్ళ మేనమామలు పెంచుతున్నా వాళ్ళని వదిలి ఉండలేక ఆయన కూడా నూజివీడు వదిలి పటమటలో ఉండిపోయారు. అప్పారావుగారి మేనమామలు, మేనత్తలు, పిల్లలు అందరు కలిసి ఉండేవారు. ఆ కాలంలో కాఫీలు, టిఫిన్లు లేవు కనుక పిల్లలందరు చద్దన్నం తినేవాళ్ళు. పిల్లలందరు కలిసి చద్దన్నం తింటుంటే మొత్తం 25మంది ఉండేవారు.

అప్పారావుగారి బాల్యం ఆనందంగా నడిచింది. నల్లమందు మత్తులో కునికిపాట్లు పడుతూ తాతగారు చెప్పిన కథలంటే అప్పారావుగారికి చాలా ఇష్టం. మేనత్తకూతురు రాజ్యలక్ష్మమ్మగారు అప్పారావుగారి మీద చాడీలు చెప్పి తాతగారితో కొట్టించేవారు. ఆయన మాత్రం ఊరుకునేవారా, ఆటల్లోకి రానీయకుండా ఏడిపించేవారట. వారింటికి దక్షిణంవైపు ఎనమలకుదురు అనే గ్రామం ఉండేది. అది ఇప్పటికీ ఉంది. పటమటకి ఎనమలకుదురికి మధ్య బందరుకాలువ అడ్డం. రామలింగేశ్వరస్వామి కొండమీద ఒకపెద్ద పుట్ట, దానిలో ఒక దేవతాపాముండేది. ఆ పాము ఆలయంలో ఉన్న శివలింగాన్ని చుట్టుకుని ఉండేదని, గుడి తలుపులు మూయగానే పుట్టలోకి వెళ్ళిపోయేదని అనేవాళ్ళు. ఆ కొండఎక్కి చూస్తే పొంగి పరవళ్ళతో పారే కృష్ణానది. మరొకవైపు బందరు కాలువ, ఊరికి చుట్టూ తోటలు, తాటితోపులు, కృష్ణలంకలు చాలా అందంగా ఉండేవని తమ రచనల్లో తెలియచేశారు అప్పారావు గారు.

ఆ రోజుల్లో అందరు తప్పకుండా చదువుకోవాలి అని లేకపోయినా తల్లిదండ్రుల ఇష్టాన్ని బట్టి ఆడపిల్లలు కూడా చదువుకునేవాళ్ళు. ఊరివాళ్ళే ఒక పంతులుగార్ని పెట్టి పాకలోనో, చెట్లకిందో చదువు చెప్పించేవాళ్ళు. దాన్ని వీథిబడి అనేవాళ్ళు. అలాంటి వీథిబడే పటమటలో ఉండేది. పంతులుగారి పేరు రామచంద్రయ్యగారు. పంతులుగారికి జీతం ఇచ్చేవాళ్ళు కాదు. ఉండడానికి వసతి చూపించి గ్రామస్థులే తమకి పండినవి ఇచ్చి పోషించేవాళ్ళు.

అప్పారావుగారి కాలంలో విద్య నేర్చుకున్న విధానం తెలుసుకోవాలంటే అక్షరాభ్యాసం అవగానే పిల్లలతో తెలుగు అక్షరాలు మొదలుపెట్టించి వేలితో ఇసుకలో రాయించేవారు. తరువాత అచ్చులు, హల్లులు, ఒత్తులు, గుణింతాలు నేర్పించి పెద్దబాలశిక్ష పట్టించేవారు. తెలుగు లెక్కలే నేర్పించేవారు. పెద్దబాలశిక్ష రాయడం, చదవడం బాగా నేర్పించేవారు. డిక్టేషను, కాపీ, చూచిరాతలకి ఎక్కువ ప్రాధాన్యత నిచ్చేవారు. దస్తూరి బాగుండకపోతే ఉపాధ్యాయులు రూళ్ళకర్రతో, వేళ్ళువాచేలా కొట్టేవారు. పెద్దబాలశిక్ష తర్వాత, గజేంద్రమోక్షం, శతకాలు,

ప్రహ్లాదచరిత్ర, రామాయణం వంటివి నేర్పించేవారు. అయిదవ తరగతి పూర్తయ్యే సరికి కొన్ని వందలపద్యాలు చూడకుండా చెప్పగలిగేవారు. బడి సమయం మూడు విధాలుగా ఉండేది. ఉదయం తెలుగు మొదలైనవి, మధ్యాహ్నం చూచి రాత, సాయంత్రం లెక్కలు డిక్టేషను, తిథులు, నక్షత్రాలు, మానాలు, ఎక్కాలు పైనుంచి కిందికి, కిందనుంచిపైకి చదివించేవారు. అమావాస్య,పౌర్ణమి, పండగలకి మాత్రమే సెలవులుండేవి. ఉపాధ్యాయులంటే పిల్లలకు హడల్! అప్పటి శిక్షలు కూడా ప్రత్యేకంగా ఉండేవి. తొడపాశం, గుంజిళ్ళు, గోడకుర్చీలు, కోదండాలు వంటి ఒకదాన్ని మించి ఒకటున్నా... విశేషమేమిటంటే ఉపాధ్యాయులు విద్యార్థుల్ని దండించినప్పుడు తల్లితండ్రులు పిల్లల్ని వెనకేసుకొచ్చే వారు కాదు. కనుకనే పిల్లలు కూడా ఉపాధ్యాయులంటే భయభక్తులు కలిగి ఉండేవారు. ఇది పంతులు పాఠాలు చెప్పడమేకాకుండా రైతులకు ప్రాంసరీనోట్లు, వడ్డీలెక్కలు నేర్పిస్తూ ఊరందరికి సాయంగా ఉండేవాడు.

అప్పటి విద్యావిధానంలో ఇంకా విశేషాలున్నాయి. విద్యార్థులకి పాఠాలే కాదు వృత్తివిద్యలు కుంటుపడకుండా వంశపారంపర్యంగా వచ్చే వృత్తివిద్యల్ని ప్రోత్సహించేవారు. అనుభవపూర్వకంగా ఎంతో విజ్ఞానాన్ని గడించేవారు. ఆ కాలపు చదువులు జీవించడానికి అనువుగా ఉండేవి. దానివల్ల ఉద్యోగం రానివారు ఎందుకు పనికిరాని వాళ్ళుగా ఉండకుండా ఏదో పనిచేసుకుని జీవించేవాళ్ళు. నిరుద్యోగ సమస్య ఉండేది కాదు. చదువుకూడా ఉద్యోగం కోసమే కాకుండా జ్ఞానం పెంచేదిగా ఉండేది.

అప్పారావుగారు చదువుకున్నది కూడా వీధిబడిలోనే. చురుగ్గా వుండే అప్పారావుగారంటే రామచంద్రయ్య పంతులుగారికి ప్రత్యేకాభిమానం ఉండేది. పద్యాలు బాగా నేర్చుకోడానికి కారణం ఆయన తాతగారు, మేనమామలే. శతకాలే కాకుండా పద్యకావ్యాలు, సమస్యాపూరణం కూడా పరిచయం చేశారు. తన గేయరచనకు, సాహిత్యాభిమానానికి పునాది వేసినవారు రామచంద్రయ్య పంతులు, తాతగారు, మేనమామలని చెప్పుకునేవారు అప్పారావు గారు.

బసవరాజు అప్పారావుగారు వీథిబడిలో అయిదవక్లాసు వరకు పూర్తిచేసి బెజవాడ సి.ఎమ్.ఎస్. (ఇప్పటి గాంధీజీ మున్సిపల్) హైస్కూలులో చేరారు. అప్పారావుగారు పటమటవదిలి అక్కడే ఉండిపోవడం వల్ల ఇల్లంతా చిన్నబోయిందని, ప్రతిశని ఆదివారాలు ఇంటికి వచ్చినప్పుడు మళ్ళీ సందడి మొదలయ్యేదని రాజ్యలక్ష్మమ్మగారు తన రచనల్లో తెలియచేశారు. ఆయన ఇంటికి రాగానే పిల్లలందరు కలిసి పొలాల్లోకి షికారు వెళ్ళి ఊచబియ్యం, వేరుశనక్కాయలు తంపటి వేసుకుని తినేవారు. తాటిగెలలు కొట్టించుకుని ముంజలు తినేవారు. రెండురోజులు రెండు నిముషాల్లా గడిచిపోయేవి. మళ్ళీ సెలవుల కోసం అందరు ఎదురుచూసేవారు. బామ్మగారయితే బెంగపడేవారని చెప్పారు అప్పారావుగారు.

హైస్కూల్లో చేరాక కూడా అప్పారావుగారు తరగతిలో అందరికంటే ముందుండేవారని, మాస్టర్లు వచ్చేలోపు ఆయనే క్లాసు తీసుకునేవారని సి.ఎమ్.ఎస్. స్కూలు ప్రధానోపాధ్యాయుడు

ధన్వాద అనంతపంతులుగారికి ఆయనంటే ఎక్కువ ప్రేమాభిమానాలుండేవని, భయమనేది తెలియని అప్పారావు గారు ఇంగ్లీష్‌కూడా చాలా చక్కగా విద్యార్థులకు వివరించేవారని చెప్పారు. స్కూలు ఫైనల్ పరీక్ష ఫస్ట్‌క్లాసులో పాసైన తన శిష్యుడు అప్పారావు గార్ని చూసి రామచంద్రయ్య పంతులుగారికి గర్వంగా ఉండేదట.

స్కూలుఫైనల్ పూర్తి చేసిన అప్పారావుగార్ని ఆయన కోరిక మీద స్నేహితుడు త్రివిక్రమరావుతో కలిసి కాలేజీ చదువుకోసం అలహాబాదులో చేర్చారు మేనమామలు. ఆహారం వంటికి సరిపడక ఆరోగ్యం దెబ్బతినడం వల్ల బాధపడుతున్న అప్పారావుగార్ని ఆంధ్రుడని తెలుసుకుని, ఆంధ్ర నుంచి వెళ్ళి అక్కడే స్థిరపడిన గొత్తిసోమన్న గారు ఆదరించారు.

తర్వాత అక్కడినుండి తిరిగి వచ్చేసి మద్రాసు ప్రెసిడెన్సీ కళాశాలలో చేరారు. తిరువళిక్కేణిలో కొంతమంది విద్యార్థులతో కలిసి అద్దెకు తీసుకున్న మేడలో ఉండేవారు. అదే కాలేజీలో చదువుతూ వేరే గదిలో అద్దెకుంటున్న అధికార్ల సూర్యనారాయణగారు, నండూరి సుబ్బారావుగారు పరిచయం కావడం, అందరూ కవితాగోష్ఠిలో పాల్గొనడం జరిగేది. పాఠ్యపుస్తకాలే కాకుండా సంస్కృతం, ఇంగ్లీషు, తెలుగు భాషల్లో అనేక గ్రంథాలు చదవడం తనకు అలవాటయిందన్నారు అప్పారావుగారు. అందరితో చనువుగా ఉండే స్వభావం కావడం వల్ల పద్యాలు, పాటలు, ఛలోక్తులు, హాస్యాలు, చెణుకులతో అందరు ఆనందంగా గడిపేవారు.

కాలేజీలో చేరి ఎఫ్.ఎ. పరీక్షలు పూర్తవకుండానే తనకున్న ఒకే ఒక అక్కగారు చనిపోవడం అప్పారావుగారికి బాధాకరమైన విషయం. తల్లికన్నా ఎక్కువగా ప్రేమించిన అక్కలేని బాధను తన గేయాల్లో తెలియచేశారు.

సెలవులకి పటమట వెళ్ళినప్పుడు చిన్న చిన్న కథలపుస్తకాలు తీసికెళ్ళి మిగిలిన పిల్లలతో చదివిస్తుండేవారు. ఎఫ్.ఎ. పూర్తయ్యాక మద్రాసులో విక్టోరియా హాస్టల్లో ఉండి బి.ఎ. చదవడం మొదలుపెట్టారు. అప్పారావుగారి విద్యార్థిదశ మొత్తం సాహిత్యగోష్ఠులతో సరదాగా గడిచిపోయిందని చెప్పవచ్చు. బి.ఎ. చదువు పూర్తిచేసిన తర్వాత 1916వ సంవత్సరం మే నెలలో మేనరికం ఉండడంతో మరదలు రాజ్యలక్ష్మమ్మ గారితో వివాహం జరిగింది.

1916వ సం॥ జూన్ నెలలో మద్రాసులో 'లా' కాలేజీలో చేరి బి.యల్. చదువు ప్రారంభించారు. అప్పారావుగారి స్నేహితుడు సెంగోడియన్‌గారు ప్రెసిడెన్సీకే మొదటివాడుగా రావడం వల్ల గవర్నమెంటు విద్యార్థివేతనమిచ్చి ఐ.సి.యస్. చదవడానికి ఇంగ్లండు పంపించింది. మొదటి సంవత్సరం బి.యల్. పాసైన తర్వాత సెలవులకి ఇంటికి వెళ్ళిన అప్పారావుగారికి అల్లుడి హోదాలో స్వాగతం లభించింది.

1917వ సం॥ జూన్‌నెలలో బి.యల్. రెండో సంవత్సరం చదవడానికి మద్రాసు వెళ్ళినప్పుడు భార్య రాజ్యలక్ష్మమ్మగారిని కూడా పంపించి ఆయన తండ్రిగారికి స్నేహితుడు వేమవరపు రామదాసు పంతులుగారి సహకారంతో హరద్బాగ్‌లో కాపురం పెట్టించారు.

ఆ రోజుల్లో దుగ్గిరాల గోపాలకృష్ణయ్యగారితో పరిచయం అప్పారావుగారు జాతీయోద్యమం వైపు ఆకర్షితులై బి.యల్. ఆఖరి సంవత్సరం చదువుకు స్వస్తి చెప్పారు. తండ్రిగారి కోరిక మీద పటమటలో ఉండి నూజివీడులో ఉన్న ఆస్తిపాస్తులు చూసుకోవడం ప్రారంభించారు. తండ్రిగారు మరణించిన తర్వాత ఏమయినా సరే ఆయన కోరిక తీర్చాలనే గట్టి నిర్ణయం తీసుకుని బి.యల్. ఆఖరి సంవత్సరం పూర్తిచేసి 1925వ సంవత్సరం బెజవాడలో న్యాయవాదిగా తన వృత్తిని ప్రారంభించారు. అప్పారావు గారి బాల్యం,విద్యాభ్యాసం ఈ విధంగా గడిచాయి.

అప్పారావుగారి వైవాహిక జీవితం

ఆ రోజుల్లో మేనరికం ఉంటే వేరే సంబంధాలు అసలు చూసేవాళ్ళేకాదు. అప్పారావు గారి తండ్రి పిచ్చయ్యగారిది కూడా మేనరికమే. వరలక్ష్మమ్మగారు, భార్య వెంకమ్మగారు, గోవిందరాజు గారి ఇల్లెప్పుడు అతిథి అభ్యాగతులతో కళకళలాడుతుండేది. సిరిసంపదలతో తులతూగుతుండేది. వేళగానివేళ ఎంతమంది వచ్చినా విసుక్కోకుండా వండి పెట్టేవారు వరలక్ష్మమ్మగారు. బీదసాదలు, హరిజనులు కూడా ఆమె పోషణలో జీవించారు. అలాంటి కుటుంబంలో జన్మించిన వారు అప్పారావుగారు. వెంకట్రామయ్యగారి అయిదుగురు కొడుకుల్లో నాలుగవవారు బాలాజీగారు ఆయన భార్య రంగమ్మగారు. వారి కుమార్తె రాజ్యలక్ష్మమ్మగారు. అప్పారావుగారు, రాజ్యలక్ష్మమ్మగారు కూడా మేనత్త మేనమామపిల్లలే! అప్పారావుగారి చిన్నతనంలోనే తల్లి మరణించడంతో మేనమామల దగ్గరే పెరిగారు. అంటే అప్పారావుగారు రాజ్యలక్ష్మమ్మగారు చిన్నప్పుడు ఒకేచోట పెరిగారు.

అప్పారావుగారు బి.ఎ. చదువుకుంటున్న రోజుల్లో ఆయన తండ్రి పెళ్ళి సంబంధాలు చూడడం మొదలెట్టారు. పెద్దవాళ్ళు మేనరికం ఉండగా పరాయిసంబంధం ఎందుకని అడగడంతో పిచ్చయ్యగారు కూడా మేనరికానికే అంగీకరించారు. అప్పారావుగారి అమ్మగారు పోయాక మళ్ళీ ఇన్నాళ్ళకి ఇల్లు ఏర్పడిందని సంతోషించారు ఆయన తండ్రి. అప్పారావుగారు ఎక్కడికి వెళ్ళినా వెంట ఆయన భార్యకూడా ఉండేవారు.

1921వ సం॥ డిసెంబరు నెల అప్పారావుగారికి అమ్మాయి కలిగింది. పేరు మంగళప్రద అని పెట్టారు. చాలాకాలం తర్వాత మళ్ళీ ఇంట్లో చిన్నపాపాయిని చూసి అప్పారావుగారి తండ్రి ఎంతో సంతోషించారు. అప్పారావు గారు సరేసరి. గేయాలు కూడా రాసి పాడేవారు. మంగళప్రద పుట్టిన అయిదారు రోజులకి అహమ్మదాబాదు కాంగ్రెసుకి వెళ్ళిన అప్పారావుగారు రెండునెలలు నిండుతాయనగా తిరిగివచ్చారు. మూడవనెలలో బారసాల జరిపి స్నేహితులందర్ని పిలిచి పెళ్ళిచేసినంత హడావిడి చేశారు. దాసు కేశవరావు గారింట్లో ఉండే గుడ్డిపిల్లతో పాటల కచేరి పెట్టించారు.

ఆ సంవత్సరం ఎండాకాలంలో పసిపిల్లకి వేడితగలకుండా ఉండడం కోసం అధికార్ల సూర్యనారాయణరావుగారు పిలవడంతో వాల్తేరు కొండలమీద గడిపారు. అక్కడినుంచి ఆయన

సొంత ఊరు పార్వతీపురం, అత్తగారి ఊరు బొబ్బిలి వెళ్ళి వేసవి పూర్తవగానే తిరిగి పటమట వచ్చేశారు. శ్రావణమాసం ప్రవేశించింది. అప్పారావుగారు తల్లితద్దినం రెండురోజులుండగా మంగళప్రదకు జ్వరం వచ్చింది. తద్దినం రోజు భోజనాలు పూర్తవుతూనే మంగళప్రద కన్ను మూసింది. అప్పారావుగారు పడిన బాధ చెప్పలేము. అక్కడ ఉండలేక తిరిగి మద్రాసు వచ్చేశారు.

విశ్వదాత కాశీనాథుని నాగేశ్వరరావు పంతులుగారు వచ్చి ధైర్యం చెప్పి భారతికి సహాయసంపాదకులుగా ఉండమన్నారు. మళ్ళీ పన్లోపడినా అప్పారావుగారి మనసు అప్పుడప్పుడు బాధపడుతోంది. మాంబళంలో 'సుందరవిలాస్' అనే ఇంట్లో ఉండేవారు. కొబ్బరి చెట్లు అరటితోటలతో ఇల్లు చాలా బాగుండేది. ఇంటివాళ్ళు అరవ్వాళ్ళయినా గౌరవంగా చూసేవారు. స్వతహాగా లోభి అయినా అప్పారావుగారి మీద ఉన్న అభిమానంతో కొంతస్థలం ఇచ్చి కాయగూరల మొక్కలు వేసుకుని పెంచుకోమన్నారు. ఆయన చెప్పినట్టే చేసి కూరగాయలు అందరికి పంచేవారు. అప్పారావుగారు ఎక్కడ ఉన్నా వాళ్ళతో స్నేహంగా ఉండి వాళ్ళ భాషలు, ఆచారవ్యవహారాలు తెలుసుకుంటూ నేర్చుకుంటూ ఉండేవారు.

1923లో జరిగిన కాకినాడ కాంగ్రెస్ తర్వాత మద్రాసు తిరిగి వెళ్ళి శిస్తులు వసూలు కోసం నూజివీడు బయల్దేరారు అప్పారావుగారు. ఆయన పొలాలు సుంకొల్లు, గన్నవరం దగ్గర కేసరపల్లిలోను ఉండేవి. శిస్తువసూలు పూర్తి చేసుకుని బెజవాడ చేరారు. అప్పారావుగారి తండ్రికి పక్షవాతం రావటంతో అప్పటికే ప్లీడరు దాసుమధుసూదనరావుగారు ఆయన్ని ఆసుపత్రిలో చేర్చారు. మొదట్లో బ్రతకరను కున్నా కొంచెం కొంచెంగా కోలుకున్నారు. ఆయన్ను ఆసుపత్రి నుంచి పటమట తీసికెళ్ళి వైద్యం చేయించారు. ఆ సమయంలో రాజ్యలక్ష్మమ్మగారి అన్నగారు వెంకటేశ్వరరావుగారు చేసిన సేవలు మర్చిపోలేం అంటారు అప్పారావుగారు. తిరిగి ఆయన ఒక్కరే మద్రాసువెళ్ళి నాగేశ్వరరావు గారికి చెప్పి పత్రికాఫీసు ఉద్యోగానికి రాజీనామా ఇచ్చి పటమట వచ్చారు. తండ్రిగారి బాధ్యత, పొలాలవ్యవహారాలు తప్పనిసరి అయింది.

క్యాంబెల్ అనే ఒక మళయాళీ మిలటరీలో ఉద్యోగం చేసి వచ్చానని ఏదేనా పని ఇప్పించమని అడిగాడు. అతడికి బంధువులెవరు లేని కారణంగా తన దగ్గరే తండ్రిగారి సేవలనిమిత్తం క్యాంబెల్‌ని ఉండమన్నారు. పెద్దవాడు, భాషతెలియని వాడు అయినా కూడా అందరితో కలిసిపోయి అప్పారావుగారి తండ్రికి సేవచేశాడు. 1924వ సం॥లో బెల్గాం కాంగ్రెసుకి వెళ్ళడానికి క్యాంబెల్ తండ్రి దగ్గర ఉండడం వల్లనే వీలయింది.

1924వ సం॥ అప్పారావుగారు బెల్గాంనుండి తిరిగివచ్చిన అయిదు నెలలకి అప్పారావుగారి తండ్రి మరణించారు. ఆ కుటుంబానికి పెద్ద అండపోవడం అప్పారావుగారికి తీరని దుఃఖాన్ని కలుగచేసింది.

అప్పారావుగారి ముఖ్యస్నేహితుడు సెంగోడియన్ ఐసియస్ పూర్తి చేసుకుని సబ్‌కలెక్టర్‌గా నర్సాపురంలోను, జిల్లా కలెక్టరుగా బందరులోను పనిచేసేవారు. అప్పారావుగార్ని చూడ్డానికి

వచ్చివెడుతుండేవారు. ఆయనకి పెళ్ళికుదిరిందని అత్తవారు కోయంబత్తూరు దగ్గర వెళ్ళీక్కణర్ అనే గ్రామం అని తప్పకుండా రావాలని పిలిచారు. కోయంబత్తూరు వరకు రైల్లో వెళ్ళాక సెంగోడియన్ అత్తవారు అప్పారావుగారికి కారు పంపించి ఉండడానికి వసతి, వంట మనిషిని నౌకర్ని కూడా ఏర్పాటు చేశారు. సెంగోడియన్ భార్యకూడా స్నేహంగా ఉండేది. భాష వాళ్ళ స్నేహానికి అడ్డురాలేదు.

అప్పారావుగార్ని గేయాలు, గ్రంథరచనలు, సాహిత్యగోష్ఠులు, జాతీయోద్యమాలు ఆకర్షించినట్లు బి.యల్. పరీక్ష ఆకర్షించలేదు. కాని, తన తండ్రి గారి కోరిక తీర్చలేదన్న బాధ వెంటాడుతుండేది. ఎలాగయినా దాన్ని పూర్తి చేయాలన్న పట్టుదలతో మద్రాసులోనే ఉండి బి.యల్ పరీక్ష పూర్తి చేశారు.

మంచిమార్కుల్తో బి.యల్.పాసయిన అప్పారావుగారు 1925 వసంII బెజవాడలో న్యాయవాద వృత్తి చేపట్టారు. కాని ఎక్కువ శ్రద్ధ చూపించలేదు. ఆయనకి న్యాయవాద వృత్తిమీద కంటే సాహిత్యాభిలాషే ఎక్కువ. స్నేహితులు అదే అనేవారు, "ప్లీడరీ బల్లయితే కట్టావుగాని సాహిత్యగోష్ఠే నడుస్తోంది!" అని.

అప్పారావుగారికి టెన్నీస్ ఆడడమంటే చాలా ఇష్టం. ప్రతిరోజు జింఖానాక్లబ్‌కి వెళ్ళేవాళ్ళు. పాటిబండ అప్పారావుగారు, సుందరరావుగారు, దిగవల్లి శివరావుగారు మొదలైన ప్లీడర్లందరు కోర్టులోనే కాకుండా జింఖాని క్లబ్బులో కూడా కలిసేవారు.

అనేక యాత్రలు చేసి ఎన్నో ప్రదేశాలు చూసి అప్పారావుగారి దంపతులు ధనుర్మాసంలో వేదాద్రిని దర్శించి నరసింహస్వామిని సేవించి బెజవాడ చేరుకున్నారు. దీపావళి పండుగ దగ్గర్లో వుందనగా అప్పారావుగారికి అబ్బాయి పుట్టాడు. వేదాద్రి నరసింహమూర్తి అని పేరు పెట్టి ఆనందంతో ఎన్నో గేయాలు రాసిపాడారు. వారి ఆనందానికి అవధుల్లేవు. దేవతలందర్ని వచ్చి తన బిడ్డను దీవించమని కోరారు.

వేసవికాలం రాగానే ఎండలకి పసివాడు తట్టుకోలేడని బెంగుళూరు బయల్దేరారు. ప్రయాణం మధ్యలో కలిసిన వావిళ్ళ రామస్వామి శాస్త్రుల్లుగారు అప్పారావు గార్ని వారి బిడ్డను చూసి " 'నువ్వు' చెప్పకపోయినా పత్రికలకు నువ్వు రాసిన గేయాలు చెప్పాయి" అంటూ తన ఆనందాన్ని తెలియచేశారు.

బెంగుళూరులో మల్లేశ్వరంలో ఉన్న ఇంట్లో దిగారు. చుట్టూ మామిడి పనస చెట్లతో ఆ ఇల్లు అందంగా ఉండేది. ఎండాకాలం గడపడానికి వచ్చిన ప్లీడర్లందరు ఒకచోట చేరి సాహిత్యగోష్ఠితో కాలక్షేపం చేసేవారు. ఎండలు తగ్గి తిరిగి బెజవాడ బయల్దేరే సమయానికి వేదాద్రి నరసింహమూర్తికి జ్వరం రావడం, డాక్టరువచ్చి చికిత్సచేసినా ఫలితం లేకపోవడంతో ఆ పసివాడు అక్కడే కన్నుమూశాడు. ఆ దంపతుల దుఃఖం భగవంతుడు కూడా తీర్చలేనిది.

అప్పారావుగారి మానసికస్థితి ఆయన రాసిన గేయాలద్వారా బహిర్గతమయింది. 1929వ సం॥ ఉప్పుసత్యాగ్రహంలో పాల్గొనడం మొదలు యాత్రలు చేస్తూనే గడిపారు అప్పారావు దంపతులు. అప్పారావుగారి అంతిమయాత్ర వరకు ఎక్కడికి వెళ్ళినా రాజ్యలక్ష్మమ్మగార్ని విడిచి పెట్టలేదు. అందరూ మెచ్చుకోతగ్గది ఆచరించతగ్గది వారి వైవాహిక జీవితం.

పరిచయస్థులు

శ్రీ బసవరాజు అప్పారావుగారికి ఆయన జీవితకాలంలో పరిచయమయిన వారు చాలా మంది ప్రముఖులున్నారు. ఆయన జీవితంలో మొదటి పరిచయస్థురాలుగా ఆయన సహధర్మచారిణి జీవితం చివరి వరకు ఆయనతోనే కలిసి ఉన్న బసవరాజు రాజ్యలక్ష్మమ్మగారు. ఆయనకు జీవితం చివరివరకు అన్ని విషయాల్లోనూ తోడుగా ఉండడమే కాకుండా బసవరాజు అప్పారావు గారు గతించిన తర్వాత ఆయన జీవితచరిత్రని రచించి ఆయనలేని సమయంలో జన్మించిన మనకు కూడా ఆయన గొప్పతనాన్ని మనకు తెలియచేసిన ఉత్తమురాలు బసవరాజు రాజ్యలక్ష్మమ్మగారు.

తర్వాత వ్యక్తి వెంకటేశ్వరరావుగారు, రాజ్యలక్ష్మమ్మగారి అన్నగారు. ఎప్పుడు అప్పారావు గారిని నీడలా అంటిపెట్టుకుని ఉండేవారు. తమ్ముడు రామారావు గారు కూడా వీరితోనే ఉండేవారు.

ఎఫ్.ఎ. చదవడంకోసం అలహాబాదు వెళ్ళినప్పుడు దాసుత్రివిక్రమరావు గారు అప్పారావు గారితో కలిసి చదువుకున్నారు. గొత్తి అప్పారావు గారి పరిచయం కూడా అలహాబాదులోనే జరిగింది. అనారోగ్యకారణాలవల్ల ఎఫ్.ఎ. వదిలేసి వచ్చి తిరిగి మద్రాసు ప్రెసిడెన్సీ కళాశాలలో చేరినప్పుడు అదే కాలేజీలో చదువుతున్న నండూరి సుబ్బారావుగారు, అధికార్ల సూర్యనారాయణరావుగార్లతో కలిసి కవితాగోష్ఠిలో పాల్గొనేవారు. నండూరి సుబ్బారావుగారు అప్పారావుగారికి వేలువిడిచిన పెత్తల్లి కొడుకే! ఆ రోజుల్లోనే కురుగంటి సీతారామయ్యగారు, రాయప్రోలు సుబ్బారావుగారు, గ్రంథాలయ సర్వస్వము నడిపిన అయ్యంకి వెంకటరమణయ్యగారు, విక్టోరియా హాస్టల్లో ఉండి బి.ఎ. చదువుతున్న రోజుల్లో వింజమూరి రంగాచార్యులుగారు, పాటిబండ అప్పారావుగారు, కోలవెన్ను రామకోటేశ్వరరావుగారు పరిచయమయ్యారు. అప్పారావుగారు, నండూరి సుబ్బారావుగారు, అధికార్ల సూర్యనారాయణరావు గార్లని కలిపి నవ్యాంధ్ర సూత్రధారులని చెప్పుకొనేవారు. విద్యార్థిదశలో వీరందరు ఒకచోట చేరి సాహిత్య గోష్ఠులతో గడపడాన్ని ఆంధ్రవాఙ్మయచరిత్రకు ఒక మరిచిపోలేని సన్నివేశంగా చెప్పుకోవచ్చు. సాహిత్యగోష్ఠిలో పాల్గొనకపోయినా కలిసి చదువుకున్న స్నేహితుడు. 'సెంగోడియన్' ప్రెసిడెన్సీ కళాశాలలో మొదటివాడుగా ఉత్తీర్ణుడవడంతో గవర్నమెంటు విద్యార్థి వేతనమిచ్చి ఇంగ్లండు పంపించి ఐ.సి.యస్. చదివించింది. 1917వ సం॥లో వివాహం తర్వాత మద్రాసులో కాపురం పెట్టిన రోజుల్లో పరిచయమయినవారు అడ్వకేటు వేమవరపు రామదాసుపంతులు గారు, భార్య

సీతామహాలక్ష్మమ్మగారు. వారిద్వారా పరిచయమయినవారు కాశీనాథుని నాగేశ్వరరావు పంతులుగారు, రెంటాల వెంకటసుబ్బారావుగారు, రామదాసు పంతులుగారి వియ్యంకుడు అడ్వకేటు వల్లూరి సూర్యనారాయణ పంతులుగారు. అప్పటికే గురజాడ అప్పారావుగారి ముత్యాలసరాలు అన్నివైపుల విరజిమ్మబడ్డాయి. పూర్ణమ్మకథ, లవణరాజుకల, నీలగిరి పాటలు ప్రసిద్ధికెక్కాయి. రాయప్రోలు వారి ఖండకావ్యాలు ప్రజల కంఠహారాలుగా మారాయి. విశ్వనాథుని కిన్నెరసాని పాటలు దేవులపల్లి కృష్ణశాస్త్రిగారి 'ఆకులో ఆకునై, పూవులో పూవునై' జన సామాన్యంలోకి వచ్చేసింది. వీరందరి రచనల్ని చదివిన ఉత్సాహంతో గేయాలు రాసి నవ్యకవుల్ని ఆకర్షిస్తున్న అప్పారావు గార్ని చూసి నండూరివారికి 'గుండెగొంతుకలోన కొట్లాడిం'దిట.

ఆంధ్రరత్న దుగ్గిరాల గోపాలకృష్ణయ్యగారు, అప్పారావుగారు ఒకరంటే ఒకరికి ప్రాణంగా ఉండేవారు. గుంటూరు యువజన నాటకరంగంలో ఇద్దరూ సభ్యులు. గోపాలకృష్ణయ్యగారి సంగీత, సాహిత్య నైపుణ్యాలకి అప్పారావుగారు ఆశ్చర్యపోయే వారు. ప్రసన్న యాదవ నాటకాల్లోను, గయోపాఖ్యానం నాటకంలోను గోపాలకృష్ణయ్యగారు శ్రీకృష్ణపాత్ర ధరించినప్పుడు అప్పారావుగారు ఆనందపరవశులయ్యేవారు. ఆయనెప్పుడు మద్రాసు వెళ్ళినా అప్పారావుగారింట్లో దిగినప్పుడు "నా ఒక్కడికి అర్ధశేరు బియ్యం, అరవీశకూర కావాలి!" అని హాస్యంగా చెప్పేవారు. గోపాలకృష్ణయ్యగారి మాటల్లో చమత్కారం, హాస్యం వినే వాళ్ళని కట్టిపడేసేదిగా ఉండేది. ఆయనద్వారా పరిచయమయినవారు మద్రాసులో నివసించిన న్యాయవాది బుర్రా సత్యనారాయణగారు, గోపాలకృష్ణయ్యగారు గీతగోవిందం, జయదేవుని అష్టపదులు పాడుతుంటే విన్నవాళ్ళందరు తన్మయులయ్యేవారు. అప్పారావుగారు అష్టపదులు పాడించి వింటుంటే అప్పారావుగారితో యమునాకల్యాణి రాగంలో పాడించుకుని విని గోపాలకృష్ణయ్యగారు ఆనందించేవారు. గోపాలకృష్ణయ్యగారు ఆశువుగా కవిత్వం చెప్పడమే కాదు విమర్శకులు కూడా! విమర్శించడంలోను, హాస్యం చెయ్యడంలోనూ ఎవరికి భయపడని గోపాలకృష్ణయ్యగారు ఒకసారి నండూరి సుబ్బారావుగారు ఎంకిపాటలు పాడుతుండగా విని బాగున్నాయని మెచ్చుకుంటూనే "నాజూకు లేదురా నండూరి సుబ్బిగా నీ ఎంకి నాయుణ్ణి వలచిందిరా!' అన్నారట. సుబ్బారావుగారు పైకి నవ్వినా మొహం చిన్నబుచ్చుకున్నారు. ఆయన మీద అందరికీ గౌరవమే కాబట్టి ఎవరూ ఏమీ అనేవారు కాదు. రాజమహేంద్రవరం ప్రభుత్వకళాశాలలో బందరు జాతీయ కళాశాలలోనూ కొంతకాలం పనిచేసి ఆంగ్లప్రభుత్వం కింద పనిచేయలేక వదిలి వచ్చేశారు.

అప్పారావుగారు ఆంధ్రపత్రికాఫీసులో పనిచేసే రోజుల్లో పరిచయమయిన వాళ్ళు చల్లా జగన్నాథంగారు, జయంతి కిరీటిరావుగారు, దువ్వూరి సాంబమూర్తిగారు, మోచర్ల కృష్ణమూర్తిగారు, కొమర్రాజు లక్ష్మణరావుగారు.

పొన్నవారి సూర్యనారాయణ శర్మగారు అప్పారావుగారి స్నేహితులు. బెజవాడలో 1921 మార్చి 31న జరిగిన అఖిలభారత కాంగ్రెసు సంఘు సమావేశంలో గాంధీమహాత్ముడు,

మహమ్మదాలీ, షౌక్‌తాలీ, లాలాలజపతిరాయ్, మోతీలాల్‌నెహ్రూ, చిత్తరంజన్‌దాస్, కేల్‌కర్‌లని చూడ్డం జరిగింది. 1922వ సం॥ సెప్టెంబరు నెల బరంపురం కాన్ఫరెన్స్‌కి వెళ్ళినప్పుడు అప్పారావుగారి బాల్యమిత్రులు గురజాడ కృష్ణమూర్తిగారింట్లో దిగారు. ఆయన మామగారు రాజామంత్రి ప్రగడ భుజంరావుగారు పెద్దప్లీడరు. ఉన్నవ లక్ష్మీబాయమ్మగారు, మాగంటి అన్నపూర్ణాదేవి గారు, దువ్వూరి సుబ్బమ్మగారు, గురజాడ కృష్ణమూర్తిగారి అక్క వెంకాయమ్మగారు పరిచయమయ్యారు. ఆంధ్రమహాజన సభకు అధ్యక్షత వహించిన గంపలగూడెం కుమారరాజాగారు కోటగిరి వెంకట కృష్ణారావుగారు, ఆంధ్రరాష్ట్రీయ సభకు అధ్యక్షత వహించిన డాక్టరు పట్టాభి సీతారామయ్యగారు పరిచయమయ్యారు. అక్కడ దుగ్గిరాల గోపాలకృష్ణయ్యగారి ఉపన్యాసం విని బరంపురంలో 2 నెలల వరకు ఉపన్యాసాలివ్వకూడదని గోపాలకృష్ణయ్యగారికి లేఖ వచ్చినప్పుడు అందరితో పాటు ప్రకాశం పంతులుగారు, కొండా వెంకటప్పయ్య పంతులుగారు, యామినీపూర్ణ తిలకగారు ఆయన్ను ఆపమని చెప్పడానికి చేసిన ప్రయత్నంలో పరిచయమయ్యారు. గోపాలకృష్ణయ్యగారితో కలిసి కళ్ళికోట కాలేజికి వెళ్ళినప్పుడు భట్టిప్రోలు సూర్యప్రకాశరావుగారు, కాళేశ్వరరావు... బొబ్బిలిలో పరిచయమయినవారు సరస్వతుల సూరన్నగారు హాస్యంగా మాట్లాడి అందర్నీ నవ్వించేవారు. పటమటనుండి మళ్ళీ మద్రాసుకి మకాం మార్చినప్పుడు అబ్బూరి రామకృష్ణారావుగారు పరిచయం. శంకర్ సుబ్బయ్యర్ ఆయన భార్య విజయలక్ష్మి అమ్మాళ్ పక్కింట్లో కలిసిమెలిసి ఉండేవాళ్ళు. త్రివేణి సంపాదకులు కోలవెన్నురామకోటేశ్వరరావుగారు అప్పారావుగారి బాల్య స్నేహితులు. ఆయన స్నేహితులు అడివి బాపిరాజు కూడా సాహిత్యగోష్ఠిలో పాల్గొనేవాళ్ళు. ఉద్యోగంకోసం వెతుకుతున్న గంటి సూర్యనారాయణ శాస్త్రి గార్ని ఆదరించారు అప్పారావుగారు. 1923 డిసెంబరు నెలలో కాకినాడలో కాంగ్రెసుసభలో అప్పారావుగారి స్నేహితుడు ఘంటసాల సీతారామశర్మగారే కాకుండా కొత్తవారు గుమ్మిడిదల దుర్గాబాయమ్మగారు, పొణకా కనకమ్మగారు, ద్రోణంరాజు లక్ష్మీబాయమ్మగారు, రాయసం రత్నమ్మగారు, కనపర్తి వరలక్ష్మమ్మగారు పరిచయమయ్యారు. వీళ్ళందరు కాంగ్రెస్ సభల్లో పాల్గొనడమే కాకుండా అనేక మహిళా సభల్ని నడిపించేవాళ్ళు. బెల్గాం కాంగ్రెసు సభలో నడింపల్లి నరసింహారావుగారు కలిశారు. అప్పారావుగారి తండ్రి గారి అస్థికలు తీసుకొని కాశీ బయల్దేరి రైలులో ప్రయాణం చేస్తుండగా దేవులపల్లి కృష్ణశాస్త్రిగారు అప్పారావుగారి గేయాలువిని పక్క పెట్టెలోంచి వెళ్ళి కలిసారు. వాల్తేరు కలకత్తాల మధ్య ప్రయాణం చేస్తున్న సమయంలో బెంగాలీ దంపతులతో పరిచయమయింది. ఆ బెంగాలీ బాబు బెంగాలీ బాషలో పెద్దరచయిత. చాలా గ్రంథాలు రాశాడు. అప్పారావుగారు తన గేయాలు ఆంగ్లభాషలో విని చాలా ఆనందించారు. సర్.రాధాకృష్ణన్‌గారు కలకత్తా యూనివర్సిటీలో వైస్‌ఛాన్సలర్‌గా ఉండేవారు. అప్పారావుగారు మద్రాసులో చదువుకున్నప్పుడు ఆయనకి శిష్యుడు. అప్పారావుగారిమీద రాధాకృష్ణన్‌గారికి ప్రత్యేకమైన అభిమానం ఉండేది. కలకత్తాలో దిగినప్పుడు ఆయన్ని దర్శనం కూడా చేసుకున్నారు. కాశీలో చల్లా సుబ్బారావుఅనే పేరుగల పండా ఇంట్లో దిగారు. తిరుగుప్రయాణం బెంగాలీబాబు

బలవంతం మీద కలకత్తాలో ఆగినప్పుడు బెంగాలీబాబు అప్పారావుగారిని శాంతినికేతనం తీసికెళ్ళి రవీంద్రనాథ్‌ఠాగూర్ గారిని పరిచయం చేశారు. ఇద్దరు కాసేపు అనేక మంది కవుల గురించి సరదాగా మాట్లాడుకున్నారు. తన గేయాలు ఆంగ్లంలోకి తర్జుమాచేసి ఠాగూరుగారికి వినిపించారు. ఆయనెంతో ప్రశంసించారు. అవి ఆంధ్రయూనివర్సిటీ బెజవాడలో ఉన్నరోజులు. కట్టమంచి రామలింగారెడ్డి గారంటే చాలా అభిమానం. సాహిత్యగోష్ఠిలో వీళ్ళిద్దరితోపాటు అబ్బూరి రామకృష్ణారావుగారు, గిడుగురామ్మూర్తిగారు, బంకుపల్లి మల్లయ్యశాస్త్రిగారు కూడా కలిసేవారు. కొండసూరవరంలో ప్రశాంతంగా ఏర్పరుచుకున్న ఆశ్రమంలో నివసించే శతావధాని వేలూరి శివరామశాస్త్రి గారు. అప్పారావు గారి దగ్గరకొచ్చి తరంగాలుపాడి వినిపించేవారు. ఆచంట లక్ష్మీపతిరావు ఆయన భార్య రుక్మిణమ్మ గారితోను మద్రాసులోనే పరిచయమయ్యింది. వారబ్బాయిజానకీ రామ్‌గారు తరచురావడం ఆయనతో కలిసి తెలికచర్ల కృష్ణమూర్తిగారు కూడా అప్పారావుగారి గేయాలు వినడం కోసం వచ్చేవారు. బారిష్టరు తుర్లపాటి వెంకటేశ్వరరావుగారు ఆయనభార్య రాజేశ్వరమ్మగారు సాంఘిక సంక్షేమానికి పాటుపడేవారు. అప్పారావుగారికి పాటిబండ్ల అప్పారావుగారు సుందరరావుగారు దిగవల్లి శివరావుగారు కూడా న్యాయవాదులే కాకుండా అప్పారావుగారి స్నేహితులే. శివరావుగారు అనేక గ్రంథాలు రచించిన గ్రంథకర్తలు. అలాగే చాగంటి సూర్యనారాయణగారు కూడా అప్పారావు గారి ప్రాణమిత్రులే. వేసవికాలంలో బెంగుళూరు వెళ్ళినప్పుడు నందికొండలు చూడాలని వెళ్ళిన సమయంలో మహాత్ముడిని అంతకుముందు చూచినా దగ్గరగా పరిచయమయ్యారు. కస్తూరిబా, మీరాబెన్, ఆభాగాంధీ, మనుబెన్‌లను కూడా కలిశారు. నడకలో మహాత్మునితో ఎవరూపోటీ పడలేరు అంటారు అప్పారావుగారు. జబల్‌పూర్‌లో హిందీ కవయిత్రి సుభద్రాకుమారి చౌహాన్‌ని కలిసి భార్యాభర్తలతో కలిసి వాళ్ళింట్లో ఉండడం జరిగింది. రాజస్థాన్ వెళ్ళినప్పుడు మార్వాడీపూల్‌చంద్ ఆయన భార్య, భాగీరథీదేవి వారింట్లోనే భోజనంపెట్టి అక్కడి విశేషాలన్నీ చూపించారు. న్యాయవాదవృత్తి విడిచి ఢిల్లీ వెడుతున్నప్పుడు ఫలహారశాల దగ్గర కె.ఆర్. షణ్ముగం శెట్టిగారు, సి.రంగయ్యగారు, భార్య అంబుజమ్మాళ్‌గారు. అప్పట్లో షణ్ముగంశెట్టి గారు గొప్ప ఆర్థిక శాస్త్రవేత్తగా ప్రసిద్ధికెక్కారు. ఆయన గొప్పతనాన్ని గుర్తించిన బ్రిటిష్‌ప్రభుత్వం భారతదేశానికి ఆర్థికమంత్రిగా నియమించారు. స్వాతంత్ర్యం వచ్చాక కూడా జవహర్‌లాల్‌నెహ్రూగారు కూడా ఆయన్నే ఆర్థికమంత్రిగా నియమించారు. అప్పారావుగారి ఆంధ్రకవిత్వ చరిత్రద్వారా పరిచయస్థులు కొంపెల్ల జనార్ధనరావుగారు. చివరి దశలో అప్పారావుగారికి వైద్యం చేసినవారు కుమ్మమూరు గ్రామ మున్సిఫ్‌గారు. ఇలా ఎంతో మంది పరిచయస్తులుండేవారు అప్పారావుగారికి.

స్వాతంత్ర్యోద్యమంలో అప్పారావుగారు

అప్పారావుగారికి దేశభక్తి ఎక్కువే అయినా దుగ్గిరాల గోపాలకృష్ణయ్యగారి పరిచయంతో బలపడింది. తిలక్ మహాశయుడు స్వరాజ్యంకోసం సాగిస్తున్న జాతీయోద్యమాన్ని చూశాక

గోపాలకృష్ణయ్యగారిలో దేశభక్తి మరింతపెరిగింది. అప్పారావుగారు గోపాలకృష్ణయ్యగారు సాహిత్యచర్చే కాకుండా జాతీయోద్యమాన్ని గురించి కూడా చర్చ జరుగుతుండేది. అది ఎంతవరకు వెళ్ళిందంటే అప్పారావుగారు తన బి.యల్. చదువుకి స్వస్తి చెప్పారు.

1921మార్చి 31వతేదీన బెజవాడలో అఖిలభారతకాంగ్రెస్ సంఘం వారు సమావేశాన్ని నిర్వహించారు. బెజవాడకి అది అపూర్వజాతీయసంఘటన. మహానాయకులు, దేశభక్తులు ఎంతోమంది పాల్గొన్నారు. ఎటుచూసినా జనమే! జనసముద్రంలా ఉంది. ఆంధ్రరత్న దుగ్గిరాల గోపాలకృష్ణయ్యగారు చీరాలనుండి అయిదారువేలమందిని తీసుకొచ్చారు. దేశసేవారాధనా తత్పరులైన వారిని రామదండుగా సంబోధించారు. ఆంధ్రదేశ చరిత్రలో అది అపురూపమయిన సంఘటన. సమావేశానికి వచ్చిన ప్రజలందరు శాంతియుతంగా ఉండేలా చూసిన ఆ రామదండుకి నాయకుడైన గోపాలకృష్ణయ్యగారి నాయకత్వానికి, కార్యదీక్షకి గాంధీమహాత్ముడే ఆశ్చర్యపోయాడట. ఆ సమావేశం సహాయనిరాకరణోద్యమం అవలంబించి కోర్టులు, స్కూళ్ళు, కాలేజీలు, శాసనసభలు బహిష్కరించాలని నిర్ణయించారు. ఇది దేశమంతా జరగాలని నాగపూర్ కాంగ్రెసులో బలపరిచి గాంధీగారు శంఖారావం పూరించారు. విదేశీ వస్తువులు వాడకూడదన్నారు. అప్పారావుగారికి ఆయన బావమరిది వెంకటేశ్వరరావుగారికి గాంధీమహాత్ముడు మాట అనీ అనకుండానే ఆదరించేసేవాళ్ళు. అప్పారావుగారు తన భార్య పట్టుచీరెలు, జరీచీరలు కుప్పగా పోసి నిప్పంటించారు. అప్పటినుండి ఎప్పుడు విదేశీబట్టలు కట్టలేదు. ఆయన ఇంట్లో ఎప్పుడు అయిదారు రాట్నాలు తిరుగుతుండేవి. అందరిళ్ళలోనూ కనీసం ఒక రాట్నం తిరుగుతుండేది. అప్పారావుగారు తమ బట్టలకు సరిపడ నూలు వడకడమే కాకుండా హరిజన నిధికి శంకర్‌లాల్ బ్యాంకరుగారికి కూడా రెండవేల గజాలనూలు వడికి పంపించేవారు. బావమరిది వెంకటేశ్వరరావుగారితో కలిసి విదేశీ వస్తువుల వల్ల మద్యపానం వల్ల కలిగే నష్టాన్ని గురించి ప్రజలకు వివరిస్తూ కల్లుపాకలు తగులబెట్టడం, తాటిచెట్లకు కట్టిన కల్లుముంతలు పగలగొట్టడం చేసేవారు. వెంకటేశ్వరరావుగారు కాంగ్రెస్ కమిటీ సెక్రటరీగా పనిచేయడం వల్ల ఆంధ్రదేశ పర్యటనలో గాంధీమహాత్ముడితో కలిసి తిరిగేవారు. హరిజనులంటే అంటరానివారిగా చూసే ఆ రోజుల్లో అందరిని బయటకు తీసుకొచ్చి వారితో కలిసి తిరిగేవారు. ఎవరేమనుకున్నా, బంధుమిత్రులెవరైనా ఇంటికి రాకపోయినా పట్టించుకోలేదు. 1922వ సంవత్సరం సహాయనిరాకరణోద్యమం జరిగినప్పుడు పటమటలో ఉన్న పొలాలకు శిస్తు చెల్లించకూడదని, గవర్నమెంటు వేలం వేసిన భూమిని ఎవరూ కొనకూడదని ఏకగ్రీవంగా ఊరిపెద్దలతో కలిసి తీర్మానం చేశారు. అదేవిధంగా పంజాబులో లాలాలజపతిరాయ్, గుంటూరులో కొండా వెంకటప్పయ్యగారు, ఉన్నవలక్ష్మీనారాయణగారు, చీరాలలో ఆంధ్రరత్న దుగ్గిరాల గోపాలకృష్ణయ్యగారు, రాజమండ్రిలో బులుసుసాంబమూర్తిగారు, నిరాకరణోద్యమాన్ని చక్కగా నడిపించారు. గోపాలకృష్ణయ్యగారు ఇల్లు ఖాళీచేయించి బయటపొలాల్లో పాకలు వేయించి పన్నులు కట్టకుండా ఎదురుతిరిగారు. ఆ ప్రదేశాన్ని "రామ్‌నగర్" అని హస్తినాపురమని పిలిచేవారు.

గోపాలకృష్ణయ్యగారికి గౌస్‌బేగ్ సాహెబ్ అని ఒక శిష్యుడు వెంట ఉండి రామబంటులా పిలవగానే పలికేవాడు.

అప్పారావు గారు ఎక్కడికివెళ్ళినా భార్య రాజ్యలక్ష్మమ్మగారిని వెంటతీసికెళ్ళే వారు. అదే సంవత్సరం సెప్టెంబరు నెలలో బరంపురంలో జరిగిన సమావేశానికి వెళ్ళి గురజాడకృష్ణమూర్తి గారింట్లో ఉన్నారు. బహిరంగసభలో వేలాదిమంది స్త్రీలు, పురుషులు కూర్చుని ఉండగా దుగ్గిరాల గోపాలకృష్ణయ్యగారు ఉపన్యాసం ఇస్తున్నారు. అందరూ మంత్రముగ్ధుల్లా వింటుండగా పెద్ద వానపడింది. తడిసి ముద్దయినా ఎవరూ కదల్లేదు. సభపూర్తయ్యే సమయానికి దిగుమర్తివారు, వరాహగిరివారు మూటలుమూటలుగా బట్టలు తెప్పించి అందర్ని తడిబట్టలు మార్చుకోమన్నారు. కాని విదేశీ బట్టలు నియమానికి విరుద్ధమని అందరు ఆ తడిబట్టలతోనే ఉండిపోయారు. ఆ ఖద్దరు నియమాన్ని అప్పారావుగారు చివరివరకు కొనసాగించారు.

1922వ సం॥ సెప్టెంబరు 28వ తేదీ అందరు కలిసి సభకు బయల్దేరుతుండగా పోలీస్ సబ్‌ఇన్‌స్పెక్టర్ ఒకలేఖ ఇచ్చివెళ్ళారు. ఆ లేఖలో రెండునెలలవరకు గోపాలకృష్ణయ్య గార్ని బరంపురంలో ఉపన్యాసాలివ్వకూడదని శాసనం ఇచ్చారు. గాంధీమహాత్ముడు కొంతకాలం శాసనోల్లంఘన ఆపు చేయమన్నారు. అప్పారావుగారికి గోపాలకృష్ణయ్య గారి మధ్య అరమరికలుండేవి కాదు. ఆయన తను అనుకున్నదే చేస్తారని తెలిసి నిర్ణయాన్ని అడిగారు. కలెక్టరు నోరుమూసుకోమంటే నేను నోరు మూసుకుని కూర్చోవాలా? అన్నారు. మరి చీరాలసంగతేమిటని అడిగితే రామబంటు చూసుకుంటాడని జవాబిచ్చారు. ఆయన నిర్ణయానికి అప్పారావు గారు ఆనందపడినా ఏం జరుగుతుందోనని ఆందోళనపడ్డారు. మర్నాడు కూడా ఆయన ఉపన్యాసం కొనసాగింది. అప్పారావుగారు బెజవాడ, ప్రకాశం పంతులుగారి పిలుపుతో గోపాలకృష్ణయ్యగారు చీరాల బయల్దేరారు. స్టేషనులోనే గోపాలకృష్ణయ్యగారిని అరెస్టు చేశారు. విషయంతెలిసిన ప్రకాశం పంతులుగారు ఆయన్ను అభినందించారు. బరంపురం ప్రజలందరు స్టేషనుకి వచ్చేశారు. అప్పారావుగారు కూడా ఆగిపోయారు. బరంపురం జైలునుండి శ్రీకాకుళం కలెక్టరు దగ్గరికి విచారణకు తీసికెళ్ళే సమయంలో ఆయనతో పోలీసులు చాలా మర్యాదగా ప్రవర్తించారు. ఆయనతో ప్రయాణం చేసిన అప్పారావు గారు అనేక విషయాలు ఆనందంగా మాట్లాడుకున్నా రాబోయే మిత్రవియోగానికి మనసులో బాధపడుతూనే ఉన్నారు. శ్రీకాకుళంలో విచారణ తర్వాత ఒక సంవత్సరం విడి ఖైదు విధించారు. తిరిగి అందరూ కలిసి బరంపురం చేరారు. బరంపురం జైల్లో ఉన్న గోపాలకృష్ణయ్యగారికి వంటకు కావలసిన పాత్ర సామాగ్రిని ఇచ్చి కాసేపు ఆయనతో మాట్లాడివచ్చారు అప్పారావుగారు. మళ్ళీ గోపాలకృష్ణయ్యగారిని తిరుచునాపల్లి జైలుకు పంపిస్తున్నప్పుడు సి.ఐ.డి.లను దారులుమార్చి మోకాలిలోతు బురదలోనూ, ముళ్ళడొంకల్లోనూ, పొలాల్లోనూ నడిపించి ముప్పుతిప్పలు పెట్టారు భట్టిప్రోలు సూర్యప్రకాశరావు గారు. చీరాలస్టేషన్లో కలుసుకోమని గోపాలకృష్ణయ్యగారి భార్యకు కబురుపంపి తిరిగి బెజవాడ చేరుకున్నారు అప్పారావుగారు.

1921వ సం॥ డిసెంబరు నెలలో అప్పారావుగారు, వెంకటేశ్వరరావు గారితో కలిసి అహమ్మదాబాదు కాంగ్రెసుకు వెళ్లారు. ఆ రోజుల్లో వెళ్ళినవాళ్ళు తిరిగి వచ్చే వరకు భయమే! కాల్చిచంపుతారో, జైల్లో పెడతారో తెలియదు. అప్పారావుగారు ఎప్పటికప్పుడు తన క్షేమ సమాచారాలు తంతిద్వారా తెలియచేసేవారు.

1923 డిసెంబరు నెలలో కాకినాడ కాంగ్రెస్‌సభకు మౌలానా మహమ్మదాలి అధ్యక్షుడు. ఆంధ్రదేశంలో జరగడంవల్ల ఎక్కువమంది వచ్చారు. అప్పారావుగారికి కొత్తపరిచయాలు ఏర్పడ్డాయి. అనేక మంది మహిళలు కూడా సభల్లో పాల్గొని సేవచేస్తుండేవాళ్ళు.

1924 వ సం॥ డిసెంబరు నెలలో బెల్గాంలో కాంగ్రెస్ సభ జరిగింది. అప్పారావుగారి తండ్రి ఆరోగ్యం సరిగా లేకపోవడం వల్ల ఆయన్ని వదిలి వెళ్ళలేకపోయారు. కాని, మిగిలిన పెద్దవాళ్ళందరు తాము చూసుకుంటాం వెళ్ళిరమ్మనడంతో వెంకటేశ్వరరావుగారు, రాజ్యలక్ష్మమ్మ గార్లతో కలిసి బెల్గాం కాంగ్రెసుకి వెళ్ళారు. మూడు రోజులు క్యాంపుల్లోనూ, సభల్లోనూ పాల్గొన్నారు. ప్రతి ఉదయం ప్రఖ్యాతగీతాలు పాడుతూ దేశ సేవికలు, సేవకులు క్యాంపుల చుట్టూ తిరిగేవారు. అలా పాటలుపాడుతూ లేపుతుంటే వినడానికి బాగుండడమే కాకుండా ప్రతివారికి వీరావేశం కలిగేది.

భారతప్రజల తరపున గాంధీగారు రౌండ్‌టేబుల్ సమావేశానికి ఇంగ్లాండు వెళ్ళారు. మదనమోహన మాళవ్యా వంటి ప్రముఖనాయకులు కొందరు ఆయనవెంట వెళ్ళారు. మీరాబెన్ కూడా గాంధీగారి వెంటవెళ్ళారు. మీరాబెన్ మహాత్మునికి చేసిన సేవ చెప్పుకోతగ్గది. ఆయన దైనిక కార్యక్రమాలు సక్రమంగా జరగడానికి కారణం మీరాబెన్ అనే చెప్పుకోకతప్పదు. మాళవ్యాగారు త్రాగడానికి గంగాజలం, గాంధీగారు పాలు త్రాగడానికి మేకనువెంటబెట్టుకుని వెళ్ళారు. కాని సమావేశం విఫలమయింది.

1929వ సం॥లో మహాత్ముడు సబర్మతీ ఆశ్రమం నుండిఉప్పుసత్యాగ్రహానికి దేశం మొత్తానికి పిలుపిచ్చారు. ఏ విషయం తేలందే తిరిగి రానని ముఖ్యనాయకుల్ని కొంతమందిని వెంటబెట్టుకుని దండీయాత్రకు కాలినడకన బయల్దేరారు. బెజవాడలో సత్యాగ్రహ వాలంటీరు దళానికి నాయకుడిగా గంపలగూడెం కుమారారాజా గారు బందరు సముద్రం వరకు కాలినడక నడిపించారు. గుంటూరులో కొండా వెంకటప్పయ్యగారు, ఉన్నవ లక్ష్మీనారాయణగారు వారి ఆదరణతోనే ఉప్పు తయారు చేశారు. మద్రాసులో దుర్గాబాయమ్మగారు సముద్రపు ఒడ్డున కుండలు పెట్టి ఉప్పువండడం మొదలెట్టారు. ఉప్పుసత్యాగ్రహంలో అప్పారావుగారికి, వెంకటేశ్వర రావు గారికి కలిగిన ఉత్సాహం చెప్పనే అక్కర్లేదు. ఢిల్లీనుండి వచ్చిన వేణుకబృందం వారి వేణునాదం వినిపిస్తుంటే సత్యాగ్రహుల మనస్సులో వీరావేశం వచ్చేది. బోసినోటి గాంధీ మహాత్ముడికి అప్పారావుగారు దాసుడైపోయి ఆయనమాటని వేదాక్షరంలా పాటించేవారు. అప్పారావుగారు తమ రచనల్తో ప్రజల్ని ఉత్తేజితుల్ని చేశారు.

ప్రతిసంవత్సరం వేసవిలో ఊటీ వెళ్ళడం అలవాటు అప్పారావుగారికి. అలాగే ఊటీవెళ్ళిన అప్పారావుగారికి బాపూజీ ఆయన పరివారంతో కలిసి బెంగుళూరు దగ్గరున్న నందికొండలమీద విశ్రాంతి తీసుకుంటున్నారని తెలిసింది. అప్పారావుగారు కూడా అక్కడికి వెళ్ళారు. అంతుకుముందు ఎన్ని సార్లు కలిసినా ప్రత్యేకమైన పరిచయం నందికొండలమీదే కలిగింది. అనేక విషయాలమీద మాట్లాడేవారు.

మహాత్ముడు ఎక్కడ ఉన్నా రోజు ఉదయం,సాయంకాలం కొంతదూరం నడిచిరావడం, నడకకూడా ప్రార్ధనతో మొదలుపెట్టడం అలవాటు. అప్పారావుగారు కూడా రాజ్యలక్ష్మమ్మ గార్ని తీసుకుని మహాత్ముడితో కలిసి నడవడానికి వెళ్ళేవారు. నందికొండలమీద ప్రకృతి సౌందర్యము, మహాత్మునితో పరిచయము అప్పారావుగార్ని ఆనందంలో ముంచెత్తాయి. మహాత్ముడు వచ్చాడని తెలియగానే ఎక్కడెక్కడినుండో ప్రజలు ఇసుకవేస్తే రాలకుండా చేరిపోయేవారు. ఆయన ఎక్కడ అడుగుపెడితే ఆ ప్రదేశం పుణ్యక్షేత్రంగా విలసిల్లుతుంది అనేవారు అప్పారావుగారు. బాపూజీ షికారు వెళ్ళేమధ్యలో ఒక నంది విగ్రహం ఉండేది. ఎవరు వేగంగా నడిచి విగ్రహాన్ని ముందు ముట్టుకుంటారోనని పోటీ పెట్టేవారు. కాని మహాత్ముడితో సమానంగా ఎవరూ నడవలేకపోయేవారు. ఆయన మీదున్న ప్రేమ, భక్తి, అనురాగం కలిసిన ఆనందంతో అప్పారావుగారు గొంతెత్తి గేయాలు పాడేవారు.

మహాత్ముడు నందికొండలు వదిలి తిరిగి వెళ్ళిపోయాక ఆ ప్రదేశంలో చైతన్యమంతా ఆయనతోనే వెళ్ళిపోయినట్టు అనిపించి అప్పారావుగారు కూడా బయల్దేరి బెంగుళూరు వచ్చేశారు. ఆయన చిన్న జీవితంలో స్వాతంత్ర్యోద్యమంలో ఆయన పాత్ర అక్కడే ఆగిపోయింది.

తిరిగివచ్చిన ప్రదేశాలు

మంగళప్రద పుట్టిన తర్వాత వేసవిలో అధికార్ల సూర్యనారాయణగారి ఆహ్వానంమీద వాల్తేరు కొండల మీద బసచేశారు అప్పారావుగారు. సూర్యనారాయణ గారి భార్య జానకిగారి పుట్టింటివారు తమ ఊరు బొబ్బిలి రమ్మని అందర్ని తీసుకునివెళ్ళారు. బొబ్బిలిలో యుద్ధస్తంభం చూశారు. దాన్నే బొబ్బిలిగడప అంటారు. అది తాండ్రపాపారాయుడు పరాసువారితో యుద్ధం చేసిన ప్రదేశం. అప్పారావుగారికి బొబ్బిలి కథంటే చాలా ఇష్టం. జంగాలు బాగా చెప్తారని చెప్పించుకుని విన్నారు

పాత బొబ్బిలి గురువులు మీదా
పరాశులొచ్చి దిగినారండీ!
రణమో రణమో అంటూ
పరాశులొచ్చి దిగినారండీ!!
పాపారాయుని పేరు చెప్పితే

పాలుత్రాగరండి పసిపాపలు
పాపారాయుని పేరు చెప్పితే
నిదురబోరండి పసిబాలలు

అంటూ ఆనాటి శౌర్యం కళ్ళకు కట్టినట్టుగా చెప్పారు. బొబ్బిలి గరువు చూస్తేనే ఆనాటి చరిత్ర కనిపిస్తుందంటారు అప్పారావుగారు. బొబ్బిలి చూశాక తిరిగి పటమట వచ్చేశారు అప్పారావు దంపతులు.

1924వ సం॥ బెల్గాం కాంగ్రెసు సభకు వెళ్ళిన అప్పారావుగారు అక్కడ నుండి నడింపల్లి నరసింహారావుగారు ఇంకా కొంతమందితో కలిసి హస్పేటనుండి కమలాపురం వరకు బళ్ళలో తర్వాత నడిచి హంపిచేరుకున్నారు. ఒకే రాతిలో చెక్కిన రథం, నరసింహమూర్తి విగ్రహం, సప్తస్వరాలొలికే స్తంభాలమండపం, ఏనుగులు, గుర్రాలశాలలు, జనానావారి స్నానాగారాలు ఎంత చూసినా తనివి తీరని శిల్పసౌందర్యం అన్నారు అప్పారావుగారు. తుంగభద్రానది ఆవలి ఒడ్డున వున్న ఆనెగొంది పంపాసరోవరము, విరూపాక్షస్వామి దేవాలయము, ఎటు చూసినా దట్టమైన పొదలు అన్నిటిని చూసుకుంటూ దార్లో వున్న బళ్ళారి, హుబ్లీ, ధార్వార్ మొదలైన ఊళ్ళు చూసుకుంటూ పటమట చేరారు.

అప్పారావుగారి నాన్న గారు మరణించిన తరువాత అస్థికలు తీసుకుని కాశీ బయల్దేరారు. బెజవాడనుండి కలకత్తా వరకు వెళ్ళి అక్కడినుండి కాశీవెళ్ళాలి. ఆరోజుల్లో, మద్రాసు నుండి కలకత్తావెళ్ళేరైలు మద్రాసు, ఆంధ్ర, ఒరిస్సా, బెంగాల్ రాష్ట్రాలు దాటుకుంటూ నడిచేది. ఆంధ్రప్రదేశ్‌లో నాయుడిపేట దగ్గర స్వర్ణముఖి, నెల్లూరు దగ్గర పెన్న, బెజవాడలో కృష్ణా,రాజమండ్రిలో గోదావరి, కటకం దగ్గర మహానది దాటుతుంది. చీపురుపల్లి రాగానే పెసరట్లు వచ్చేవి. ఖుర్దారోడ్ బరంపురం స్టేషన్లమధ్య రంభాస్టేషనుండేది. అక్కడ చిలకసరస్సులో అప్సరసలు వచ్చి స్నానం చేసి వెడతారని ప్రతీతి. పూరిజగన్నాథం వెళ్ళేవారు ఖుర్దారోడ్ స్టేషన్లో దిగి బండిమారేవారు. కలకత్తాలో దిగి మ్యూజియం, నేషనల్ లైబ్రరీ, బొటానికల్ గార్డెన్సు, జూ, సరస్సులు, కాళీదేవాలయం, దక్షిణేశ్వర్, బేలూరులో వున్న రామకృష్ణమఠం చూశారు. కలకత్తాలో విదేశీయులే ఎక్కువగా కనిపించేవారట.

కలకత్తానుండి కాశీ వెళ్ళేమార్గం ఒకటి పాట్నామీదుగా, ఒకటి గయమీదుగా ఉండేది. ఈ రెండుమార్గాలు మళ్ళీ మొగల్‌సరాయి దగ్గర కలిసేవి. పాట్నా గంగానది ఒడ్డున ఉన్న పెద్దపట్టణం. దీనికి కొంచెం దూరంలో నలందా ప్రఖ్యాత విశ్వవిద్యాలయం ఉండేది. పదివేల మంది విద్యార్థులు చైనా,జపాన్ వంటి దూరదేశాలనుండి వచ్చి చదువుకునేవారు. చైనా యాత్రికుడు హుయేన్‌త్సాంగ్ నలందా విశ్వవిద్యాలయంలోనే చదువుకున్నాడు. ఇవన్నీ అప్పారావుగారు రాజ్యలక్ష్మమ్మగారికి వివరించారు.

కాశీచేరి హరిశ్చంద్ర ఘట్టంలో దిగారు. ఈ పట్టణం గంగానది పొడుగునా ఎత్తైనమేడలు, దేవాలయాల గోపురాలు, స్నానఘట్టాల మెట్ల వరుసల్తో అందంగా ఉంటాయి. ఔరంగజేబు కట్టించిన మినార్లు మసీదులు కూడా ఎత్తుగా కనిపిస్తూండే ఈ పట్టణం పుణ్యస్థలమే కాదు వ్యాపారకేంద్రం కూడా. జీవితంలో ఒక్కసారయినా కాశీవచ్చి గంగాస్నానం చేసి విశ్వనాథుని దర్శనం చేసుకుంటే జీవితం ధన్యమవుతుంది అన్నారు అప్పారావుగారు. కాశీలో చేసే పంచతీర్థయాత్ర ఘట్టాలు రాగానే దిగి స్నానం చేసి మళ్ళీ బయల్దేరిన చోటుకి చేరడం. కాశీలో చేసేది రెండోది పంచకోశయాత్ర. అంటే కాశీపట్టణానికి ప్రదక్షిణ చేయడం. దీనికి 'వారణాసి' అనే పేరు కూడా ఉంది. కాశీకి ఉత్తరంవైపు వరుణ అని దక్షిణం వైపు అస్సీ అనే నదులున్నాయి. ఇవి రెండు గంగానదిలో కలుస్తాయి. దీన్ని బట్టే వారణాసీ అనేపేరు వచ్చింది. హరిశ్చంద్రుడికి సత్యపరీక్ష జరిగింది కాశీలోనే కాబట్టి ఆయన పేరు మీద హరిశ్చంద్రఘట్టం ఏర్పడింది. విశ్వనాథాలయానికి దగ్గర్లో ఉండేది మణికర్ణికా ఘట్టం. ఇక్కడ శవాలు కాలుతుంటే వచ్చేపొగ శివుడి మీదకి ఎల్లప్పుడు ప్రసరిస్తూ ఉండేది. శివుడికది ఇష్టంకూడా. 'రామ్‌నామ్‌సత్యహై' అన్న నామం ఎప్పుడూ వినిపిస్తూనే ఉంటే శవాన్ని తీసికెళ్ళేప్పుడు పాడే నామం వింటూ అప్పారావుగారు ఆనందపడేవారు.

"జగత్ మే కోహీ నహీ

మేరా హంకో రామహైప్యారా" అనే పాటకూడా ఆలకిస్తూ శవం కనిపించగానే చూస్తూండేవారట అప్పారావుగారు.

ఇంక ఆలయం గురించయితే శివలింగం పానవట్టంమీద కాకుండా గర్భగుడిలో ఒక మూల కింద పాలరాతి కుండలో ఉంది. అన్నపూర్ణాదేవి ఆలయం విశ్వేశ్వరాలయానికి దగ్గర వుంది. కొబ్బరికాయలు కొట్టడం కాకుండా నైవేద్యంగా మిఠాయిలు పెట్టేవారు. ఆలయానికి వెళ్ళేదారి ఇరుకుగా వుండి నడిచేందుకు మాత్రమే వీలవుతుంది అని ఆయన రచనల్లో తెలిపారు. కాశీ పుణ్యక్షేత్రమే కాదు సకల శాస్త్రాలు, వేద వేదాంగాలు నేర్చుకున్న పండితులతో విద్యాకేంద్రంగా అనాదినుండి విలసిల్లుతూనే వుంది. ఉపనయనం అవగానే కాశీ వెళ్ళి విద్యనేర్చుకుని గురువు అనుమతితో గృహస్థాశ్రమం తీసుకొనేవారు. ఇప్పటికీ మనం ఆ ఆచారాన్ని వివాహసమయంలో పాటిస్తూనే ఉన్నాం.

ఎంతటి గొప్ప పండితులైనా, మతప్రవక్తలైనా తమ పాండిత్యం నిరూపించు కోడానికి కాశీలో ఉన్న పండితులతో వాదించి గెలవాల్సిందే. గౌతమబుద్ధుడు, ఆదిశంకరాచార్యుల వంటివారు కూడా ఇలా చేసినవారే. బుద్ధుడు కాశీదగ్గర మృగవనమనే చోట తన మొదటి ప్రవచనం చేసిన ప్రదేశం సారనాథ్‌గా పిలవబడింది. ఇది బౌద్ధులకి యాత్రా స్థలంగా మారింది. చైనా, జపాన్, సింహళం, బర్మాలనుండి యూరప్, అమెరికా ఖండాల నుండి కూడా బౌద్ధయాత్రికులు సారనాథే వెడుతుంటారు. అందర్ని వదిలేసి వచ్చిన బుద్ధుణ్ణి తల్చుకుని అప్పారావుగారికి కళ్ళు చెమర్చాయి.

సారనాథ్ నుండి ప్రయాగ చేరి త్రివేణిసంగమ నుండి అలహాబాదు చేరి ఆనందభవనం, లీడర్ ఆఫీసు చూసిన తరువాత సి.వై.చింతామణిగార్ని కలిశారు. ప్రయాగ తర్వాత గయ చేరారు. గయలో ఉన్న ఫల్గుణీనది గుంటల్లో ఉండే నీళ్ళతోనే శ్రాద్ధకర్మలు చేసేవారు. అక్కడికి వెళ్ళినవాళ్ళు వటవృక్షం కింద తమకిష్టమయిన వస్తువుని భగవంతుడి కోసం త్యాగం చేస్తారు. గయ దగ్గర సోన్ నదిని దాటి తిరిగి కలకత్తా చేరారు అప్పారావుగారు రాజ్యలక్ష్మమ్మగార్లు.

కలకత్తాలో దిగి బోహల్పూర్‌కి నాలుగుగంటలు ప్రయాణం చేసి శాంతినికేతన్‌లో అడుగుపెట్టారు. తరువాత అమ్రకుంజం దగ్గరకొచ్చారు. అమ్రకుంజం కింద స్నాతకోత్సవాలు, సభలు, సమావేశాలు జరుగుతుండేవి. ఎంతపెద్ద వాళ్ళు వచ్చినా విశ్వకవి ఆ చెట్టుకిందే దర్శనమిచ్చేవారు. శాంతినికేతనం వాతావరణం చాలా నచ్చింది కాని, బెంగాలి భోజనం మాత్రం నచ్చలేదన్నారు అప్పారావుగారు.

డార్జిలింగ్‌లో వున్న చిత్తరంజన్ దాసుగార్ని చూడాలనుకున్నారు. కలకత్తానుండి సిలుగురీ ఘాట్‌మీదుగా రైలుమార్గం, ప్రయాణం రోజున్నర పట్టేది. డార్జిలింగు చూడాలన్న కోరిక కూడా బలంగా ఉండడం వల్ల డార్జిలింగ్ చేరారు. అక్కడి ప్రకృతి సౌందర్యం చూసి అప్పారావుగారు మైమరచిపోయారు. పర్వతాలు, ఆకాశం, నక్షత్రాలు, సూర్యోదయ సూర్యాస్తమయాలు అప్పారావుగారికి చాలా ఇష్టమయిన దృశ్యాలు. అప్పారావుగారు డార్జిలింగువెళ్ళిన రెండవరోజు చిత్తరంజన్‌దాసుగారు స్వర్గస్థులయ్యారు. ఆయన్ను చూసే అవకాశం చివరిదశలో కలిగినందుకు తృప్తిపడ్డారు. ఆయన భార్య వాసంతీదేవిగారి దుఃఖాన్ని చూడలేకపోయారు. అంతిమయాత్ర కలకత్తాలో జరగడం వల్ల అప్పారావుగారు కూడా కలకత్తా వెళ్ళారు. చిత్తరంజన్‌దాసు గారి అంతిమయాత్రలో పాల్గొని తిరిగి బెజవాడ చేరారు. కాశ్మీరు నుండి కన్యాకుమారి వరకు, కన్యాకుమారి నుండి బదరీనాథ్ వరకు అనేక మహానగరాలు, పుణ్యక్షేత్రాలు దర్శించగలగడం తమ అదృష్టంగా భావించారు అప్పారావుగారు. ఆయనతో ఏకీభవించారు రాజ్యలక్ష్మమ్మగారు. విజ్ఞానార్జన దేశాటనవల్ల లభిస్తుందని, అనేక భాషాసంస్కృతుల్ని తెలుసుకునే అవకాశం లభిస్తుందని కూడా తమ అభిప్రాయాన్ని తెలియచేశారు.

అప్పారావుగారికి సాహిత్యమంటే ఎంత ఇష్టమో పుణ్యక్షేత్రాలు దర్శించడం కూడా అంతే ఇష్టం. ఆయన దర్శించని పుణ్యక్షేత్రాలు గాని, మునగని తీర్థాలుగాని లేవు. ఇంక శివరాత్రికి శ్రీశైలం ప్రయాణమయ్యారు. బెజవాడ నుండి మార్కాపురం వరకు రైల్లో వెళ్ళి అక్కడినుండి రెండెడ్లబండిలో ప్రయాణం. అదికూడా మధ్య మధ్య ఆగుతూ మూడురోజులు పట్టేది. మొదటి మకాము తోకపల్లి, రెండవది దోరణాల, మూడోది ఫారెస్టు బంగళా. పెద్ద చింతలతో బండిప్రయాణం పూర్తవుతుంది. ఆరోజుల్లో బస్సులు లేకపోవడం వల్ల బండిలో పగలు మాత్రమే ప్రయాణం. బండిప్రయాణం తర్వాత మూడు మజిలీలతో నడవాలి. పెద్దచింతల కొండవాగు పారుతూ చెట్లవల్ల నీడగా ఉంటుంది. సామాను కూలివాని తలమీద పెట్టి వెనకాల నడుస్తూ

రాత్రికి జంగంమిద్దెల అనే ప్రదేశం మజిలీచేశారు. చెంచువాళ్ళు రుసుము (వాళ్ళభాషలో మెట్టలు) తీసుకుని యాత్రికుల్ని వాళ్ళు సామాన్లని రక్షిస్తూవస్తారు. వాళ్ళకొక నాయకుడుంటాడు. అతనిపేరు పోతురాజు. సాక్షాత్తూ యమధర్మరాజులా ఉండేవాడు. సామాను ఎవరు మర్చిపోయినా జంగం మిద్దెల నుండి తీసుకొచ్చి అప్పగించేవారు. చాలా నిక్కచ్చయిన మనుషులు వాళ్ళు. తరవాత మజిలీ అరట్లకోన సత్రంలో భోజనం చేస్తున్న సమయంలో ఎప్పుడో భార్యాబిడ్డను వదిలివెళ్ళిపోయిన కొడవటిగంటి వెంకటసుబ్బయ్యగారు కనిపించారు. కాని అప్పారావుగార్ని చూసి పారిపోయారు. తరువాత వెతికినా కనిపించలేదు. సూర్యాస్తమయసమయానికి శిఖరేశ్వరం చేరుకున్నారు. శిఖరేశ్వరం నుండి శ్రీశైలశిఖరం చూస్తే పునర్జన్మ ఉండదంటు అప్పారావు గారు "శ్రీశైలశిఖరం దృష్ట్వా పునర్జన్మన విద్యతే" అని శ్రీశైలశిఖరాన్ని చూస్తూ నమస్కారం చేశారు. విభూతి గుండంలో స్నానం చేసి శిఖరేశ్వరాలయం ముందున్న పెద్ద రోట్లో కొబ్బరినువ్వులు బియ్యం వేసి రుబ్బారు. దాన్ని చాలామంది కలిసి రుబ్బుతారు. ఒకరిద్దరివల్ల ఆ పోత్రం తిరగదు కనుక అలా తిప్పేప్పుడు దానినుంచి విరజిమ్మేగుజ్జు మీద పడితే పుణ్యమంటారు. ఆకాకడనుండి మళ్ళీ సామాను తీసుకుని బయల్దేరి శ్రీశైలం చేరుకున్నారు. అలా బయల్దేరేప్పుడు "చేదుకో చెవిటి మల్లయ్య" అంటూ బయల్దేరతారు భక్తులు.

శ్రీశైలం చేరుకోగానే హైదరాబాదులో జాగీర్‌దారులు, కాంగ్రెస్ కార్యకర్తలు, మహారాష్ట్ర లయిన ధర్మవీర్ రామచంద్రవామన్ నాయక్ గారు కలిశారు. అక్కడున్న ఎత్తైనకొండమీద వామన్ నాయక్ గారి కుటీరం ఉంటుంది. ఆయన హైదరాబాదు నుండి కర్నూలు మీదుగా వచ్చారు. అప్పారావు గార్ని చూసి సంతోషంతో ఆయనకొక కుటీరాన్ని ఏర్పరచి, ఆయన గేయాల్ని పొగుడుకుతూ "అప్పారావుగారు! చెవిటి మల్లయ్య చెముడు వదిలేట్టుగా పాడాలండీ!" అని హాస్యం చేశారట.

శ్రీశైలం ఎంతో అందంగా మూడుకొండల మధ్యవున్న ప్రదేశం. పాతాళగంగకు ఉత్తరాన చంద్రగిరి, దక్షిణలో చంద్రగిరి, పడమర రుద్ర గిరులుంటాయి. రుద్రగిరి మీదే భ్రమరాంబా మల్లిఖార్జునస్వామి ఆలయాలున్నాయి. మహాశివరాత్రినాడు పాతాళగంగలో స్నానం చేసి లింగాల ఘట్టం మొదలైనవి దర్శించి అప్పారావు గారు మల్లిఖార్జున స్వామికి అభిషేకం చేయించి భక్తి గేయాలు ఆలపిస్తూ మైమరచిపోయారు.

శ్రీశైలంలో ఎత్తైన కొండలమధ్య వున్న కొలను భీముడు కొలను. గంభీరంగాను చూడముచ్చటగాను ఉంటుంది. పాండవుల అరణ్యవాస సమయంలో ధర్మరాజుకి దాహం వేస్తే భీముడు గదతో కొట్టినప్పుడు ఏర్పడిందని, అందుకే దానికి 'భీమునికొలను' అని పేరు వచ్చిందని చెప్తారు. భీమునికొలను మీదుగా వామన్ నాయక్ గారితో కలిసి అటలేశ్వరం చేరుకున్నారు. అక్కడి జలధార పంచధార అనే పేరుతో కొండమీది నుండి తెల్లటి నీటిధారలు నురుగులు క్రక్కుతూ పడుతుంటే చూడడానికి ఎంతో ఆహ్లాదంగా వుందన్నారు అప్పారావుగారు. తరువాత

పెద్ద చెరువు. ఓంకారం మహానంది చూసి తిరుగు ప్రయాణమయ్యారు. ఓంకారంలో గంటకొట్టినప్పుడు 'ఓం' అని వినిపించడం, మహనందిలో నందినోట్లోంచి వచ్చే పెద్ద జలధార అక్కడి విశేషాలన్నారు. శ్రీశైలం యాత్ర చాలా బాగా జరిగిందని మంగళప్రద చేసి వేళ్ళినగాయం నుంచి కొంత ఉపశమనం కలిగించిందనుకున్నారు.

ఒకధనుర్మాసంలో వేదాద్రి నరసింహస్వామిని దర్శించడానికి వెళ్ళారు అప్పారావుగారు రాజ్యలక్ష్మమ్మగారు. పూజారులు తెల్లవారు ఝామున కృష్ణానది నుండి తీర్థం తెచ్చేప్పుడు సన్నాయి మేళంతో వెళ్ళి వచ్చేవారు. ఉదయాన్నే వినిపించే సుప్రభాతాలు, భక్తుల కలకంతో ఆ నెల మొత్తం వేదాద్రి కలియుగ వైకుంఠంలా వెలిగిపోయింది.

వేదాద్రి నరసింహస్వామిని దర్శించుకుని వచ్చిన తర్వాత వచ్చే దీపావళికి ముందు అప్పారావుగారికి ఒక పాపడు కలిగాడు. అ పసివాడికి వేదాద్రి నరసింహమూర్తి అని పేరుపెట్టారు. అప్పారావుగారి ఆనందం వర్ణనాతీతం.

ఉప్పుసత్యాగ్రహంకోసం మహాత్ముడు సబర్మతీ ఆశ్రమాన్ని వదిలి వచ్చాక వార్ధాలో ప్రముఖవ్యాపారవేత్త సేఠ్ జమునాలాల్ ఆహ్వానం మీద వెళ్ళి వార్ధాకి దగ్గర్లో సేవా ఆశ్రమం స్థాపించారు. అప్పారావు గారు ఆ కుటీరాలన్ని చూసుకుని వార్ధా నుండి నాగపూర్ బయల్దేరారు. ఇది తన ఉత్తర దేశ యాత్రగా భావించారు.

అప్పటి నాగపూర్ కూడా పెద్ద రైల్వేజంక్షను. బొంబాయి-కలకత్తా రైల్వే మార్గము, మద్రాసు-డిల్లీ మార్గము అక్కడ కలుస్తాయి.

నాగపూర్‌లో పెద్ద బజారు సీతాబర్డీ. నాగపూర్ ఇటార్సీల మధ్య రైలు ప్రయాణం చాలా ఆనందంగా ఉండేది. పర్వత పంక్తుల మీదుగా మహారణ్యాల మధ్యలో కొండల్లో వున్న పొడుగైన సొరంగాల మధ్య రైలుపోతుంటే టేకు చెట్లచిటారు కొమ్మలు, కింద తిరుగుతున్న లేళ్ళ గుంపులు పరుగెడుతూ కనిపిసుంటే ఆదృశ్యం మనోహరంగా ఉండేదట.

ఇటార్సీ దిగి జబల్‌పూర్ వెళ్ళి అక్కడ దేశంకోసం అనేకసార్లు జైలుకు వెళ్ళివచ్చిన కుమారి బెహన్ దంపతుల ఇంట్లో దిగారు. జబల్‌పూర్‌లో ఉన్న నర్మదానదిలో తిరిగే చేపలు స్నానం చెయ్యడానికి నీళ్ళలో దిగిన వారి చుట్టూ తిరుగుతూ అల్లరి చేస్తుండేవట. అక్కడున్న అనేక జలపాతాల్లో ధుంపధారా జలపాతం చాలా పెద్దది. ఎంతో ఎత్తునుండి పడే ఆధార చూస్తుంటే నిజంగానే భయమనిపిస్తుంది. నర్మదానది మీద పడవలో వెడుతుంటే ఒళ్ళు పులకరిస్తుందన్నారు అప్పారావుగారు. నదికి రెండువైపుల ఎత్తైన తెల్లటి బలపపురాతికొండలు చూడ్డాటనికి విదేశాలనుండి యాత్రికులు వస్తుండేవారు.

అక్కడనుండి బయల్దేరి అప్పారావుగారి దంపతులు బృందావనం చేరుకున్నారు. భక్తిశ్రద్ధలతో స్నానం చెయ్యడానికి యమునానదిలో దిగగానే ఉదయం 10గంటలప్పుడు కూడ శరీరం చలితో

కొయ్య బారిపోయిందన్నారు. బన్సీగోపాలుణ్ణి చూసి తన్మయులయ్యారు అప్పారావుగారు. మురళీగానం తల్చుకుంటూ ఆగ్రా బయల్దేరారు. షాజహాన్‌కి ముంతాజ్‌మీద ఉండే ప్రేమ చిహ్నాం తాజ్‌మహల్‌ని చూసి అది అందరు కవుల్ని ఆకర్షిస్తుంది. దాని అందం వెన్నెల రాత్రిలో ఇనుమడిస్తుందన్నారు!

అక్కడనుండి ఆగ్రాఫోర్టు స్టేషనుకు వచ్చి బి.బి.సి.ఇ రైలుమార్గంద్వారా రాజస్థాన్ వెళ్ళారు. జయపూర్, ఉదయపూర్, బీజాపూర్, బాందీకు, ఈసాంబారా, రేవాడ, పువేరా వంటి ప్రేదేశాలు సందర్శించారు. రాజస్థాన్‌లో ఎటుచూసినా మోకాలి లోతు ఇసకలో నడవాలి. అందువల్ల అక్కడ ఎక్కువగా ఒంటెలే ఉపయోగించే వారు. అప్పారావుగారు రాజస్థాన్‌లో దిగిన కుటుంబం మార్వాడీ కుటుంబం అయన పేరు పూల్‌చంద్ భాయి ఆయన భార్య భగీరథీదేవి. వాళ్ళు అక్కడి విశేషాలు స్మృతి చిహ్నాలు అన్నీ చూపించి చేసిన మర్యాద, పెట్టిన మిఠాయిలు ఎప్పటికి మర్చిపో లేమన్నారు.

సాహిత్య పరిమళాలు: అప్పారావుగారి సాహిత్యం అని విడిగా చెప్పేకంటే జీవితసాహిత్యం అంటేనే బాగుంటుందేమో, ఎందుకంటె, ఆయన జీవితం మొత్తం సాహిత్యం పరిమళాలు వెదజల్లుతూనే నడిచింది. అలాంటి జీవితం చాలా కొద్దిమందికే దొరుకుతుంది. ఆయన జీవితంలో ప్రతి విశేషము ఒక గేయంగా మిగిలింది. కవిత్వం అంటే ఆయనకు ప్రాణమో, ఆయన ప్రాణానికి కవిత్వమంటే ప్రాణమో తెలియదుకాని ఏ కొద్ది కవిత్వాన్నయినా అస్వాదించగలిగి పాఠకులకి మాత్రం అప్పారావుగారన్నా, ఆయన కవిత్వమన్నా ప్రాణమే! ఆయన జీవితం మొత్తం సాహిత్యంతోనే గడిచిపోయింది. జీవితం చివరి వరకు నేనిలా నా గేయాల్ని పాడుతూనే ఉండాలి అనుకుంటూ అప్పారావుగారు చెప్పిన గేయం

పాటపాడుతుండగ నా ప్రాణి దాటి యేగేనా?

ప్రాణి దాటి యేగుచుండ పాటనోరు మ్రోగేనా?

అప్పారావుగారి జీవితం సాగిన విధానంలోనే ఆయన సాహిత్యాన్ని మనం మననం చేసుకుంటే ఆయన రచనలే జీవితగాథ, జీవితగాథే రచన అవుతుంది. మొత్తం సాహిత్యాన్ని నేను పరిచయం చెయ్యలేకపోయినా కృషిలోపం లేకుండా అందించడానికి ప్రయత్నం చేస్తాను.

అప్పారావుగారి స్వగ్రామం నూజివీడు. తన గ్రామం ఎంత అందంగా వుంటుందో వాయు సందేశంలో వర్ణించారు.

"రమ్యముల్ ఫలభార నమ్రమ్ములైన
ఆమ్రనారంగ సీతాఫలాది వనము
లందగించు కాషాయ జలాశయప్ర
వర్థితము తాము పురిరి నల్వంకలందు"

అన్నారు. తమ పూర్వీకులు నూజివీడు సంస్థానంలో దివానులుగా పనిచేసి గొప్ప పేరు ప్రఖ్యాతులు గడించారని తెలియచేస్తూ 'వాయుసందేశం' అనే గేయ సంపుటిలో పొందుపరచిన గేయం–

"మాన్యుల్ మత్పూర్వు లమాత్యవరులు
ఆర్య ధర్మ పద్ధతియు లోకానుభవము
మెండుగ నెఱింగి ఠీవితో నిండు సభను
రాచకార్యాలు దీర్చిన రచ్చ చింత
నీడ నొక్కింత నిలిచి, మావీడు మున్ను
జెలగినట్టి చోటును గాంచి చెలిమిని కాని
పూర్వవైభవముల్ దలపోసి చనుమ"

భార్యతనతో రానందుకు అలిగిన అప్పారావు గార్ని ఆయన రాసిన గేయంతోను, ఆయనకిష్టమయిన కూరతో కలిసిన గేయం అప్పారావు గారు రాసింది...

గుత్తివంకాయ కూరోయ్ బావా
కోరి వండినానోయ్ బావా"
అప్పుడుగాని భోజనానికి వెళ్ళలేదట అప్పారావుగారు.

గ్రీకు దేశపు కవయిత్రి శాఫో గేయాలంటే అప్పారావుగారికి చాలా ఇష్టం. శాఫో తన రచనల్లో సత్యం, శివం, సుందరం, అయిన భగవత్ స్వరూపాన్ని తన ప్రియుడిగా ఎంచుకుని శాశ్వత విరహిణిగా ఆమె ప్రేమ రహస్యాన్ని తన మాటల్లో పొందికగా వ్యక్తం చేసేది.

కన్నెనై ఎల్లప్పుడు కాలమ్ముబుత్తు
నీవు నా భర్తవి కావేని ప్రియుడ!
పరపురుషుడెవ్వడున్ బడయుడు నన్ను
ఇప్పటికేని ఇంకెప్పటికేని...
జ్ఞాపకముంచు కోగలవు రాగల్గు
కాలాల మోదమ్ము...

అనే శాఫో నిరీక్షణ హృదయాన్ని స్పందింప చేసే విధంగా వుండేది. ఆమె ప్రేమని వ్యక్తపరిచే విధానానికి స్పందించి...

"పుట్టుదురింతలు భూమిపై లెక్క
కందని యుగ యుగాంతరముల దాక
ఎంత గాలించినా ఈ పృథ్వియెల్ల
నిను బోలిన కన్యగనరాదు నిజము"

అని రాసిన పద్యాలు చూస్తే శాఫో ప్రభావం అప్పారావుగారిమీద బాగా పడిందనేవారు. ఆంధ్రకవిత్వ చరిత్రలో శాఫోను గురించి ప్రత్యేకంగా ప్రస్తావించడమే కాకుండా ఆమె రచనలు అనువాదం చెయ్యడం, 'ప్రేమ కారణం' అనే గీతాన్ని రచించి తన ప్రేమని వ్యక్త పరిచారు.

ఆ సమయంలో మాల, మాదిగల మొర అనే జాతీయ గీతం రాశారు.

గాంధీ మహాత్మ గాంధీ మహాత్మ
కాచి రక్షించు గాంధీ మహాత్మ

....
డబ్బుగలోరు దరికి రానీరు

....
ఈ ఘోరమేమి మానేరమేమి

....
కుక్కలకన్న తక్కువయ్యామా

....
మా మొరాలించ సామొరె దిక్కు
.... ॥గాంధీ॥

సహాయనిరాకరణోద్య సమయంలో
నిరాకరణమంత్రం సహయం నిరాకరణమంత్రం

....
ముందుగ నడిచిరి గాంధీమహాత్ముడు
సారథి యయ్యెను, శాంతంబనియెడి
చెఱుకు దీసుకుని
.... ॥నిరా॥

బెల్గాంలో జరిగిన కాంగ్రెసు సభలకు వెళ్ళినప్పుడు తెల్లవారుఝామున ప్రభాత గీతాలు పాడుతు దేశ సేవికలు, దేశసేవకులు క్యాంపులు చుట్టు తిరుగుతూ అందర్ని నిద్రలేపేవారు.

జాగో జాగో హువా సబేరా

అని హిందీలో పాడే పాటకి అప్పారావు గారు తెలుగులో పాట తయారు చేశారు.

మేలుకొనుమీ భరత పుత్రుడ
మేలుకొనుమీ భరత పుత్రిక

....
పందవలెనిటు నిదుర గోన్పుట
పాడిగాదయ్యా ॥మేలు॥

గాంధీగారు రౌండ్ టేబుల్ సమావేశానికి భారత ప్రజల తరపున ప్రజా ప్రతినిధిగా లండన్ వెళ్ళారు. కాని అది ఫలించలేదు. భారత ప్రజలంతా ఏం జరుగుతుందోనని ఎదురు చూసి చివరకి ఏమీ జరగనందున బాధపడ్డారు. దాన్ని ఉత్తుత్తి పెళ్ళిగా భావించి రాసిన గేయం

పెళ్ళి పందిట్లోన పెద్దలంతాను
వేంచేసి ఉన్నారు పెళ్ళికొడుకేడీ?

....
వీథి వీథుల ప్రజలు వేలాదివేల
వేచియున్నారైతే పెళ్ళుత్తదేనా॥

ఉప్పుసత్యాగ్రహంలో అప్పారావుగారు చాలా ఉత్సాహంగా పాల్గొన్నారు. గాంధీ మహాత్ముడు దండయాత్రకు బయల్దేరుతున్నప్పుడు ఆవేశంతో రాసినపాట....

గాంధీమహాత్ముడు బయలుదేరగా కలకల నవ్వింది
జగత్తు కలకలనవ్వింది................................. ॥గాంధీ॥

అంతేకాకుండా మా గాంధీ, ఈ జన్మమిక దుర్లభమురా, స్వరాజ్య లక్ష్మి పెళ్ళి, గాంధీ ప్రభ, ఎవరేశారీ మత్తు మందు రాట్న లక్ష్మి జాతీయ పతాకము మొదలయిన పాటలు రాశారు. అందులో ఖద్దరు గురించి.....

ఖద్దరమ్మ ఖద్దరూ
భారత దేశపు
అందమైన ఖద్దరూ
ఆదికాలపు ఖద్దరూ ॥ఖద్దరమ్మా॥

....
చీరెలమ్మా చీరెలూ
రంగు రంగుల చీరెలు
....
పుణ్యమైన చీరెలు ॥ఖద్ద॥

వేసవిలో నందికొండల మీద విశ్రాంతి కోసం వెళ్ళిన మహాత్ముణ్ణి కలుసుకున్నప్పుడు అక్కడకు వచ్చిన జన సముద్రాన్ని చూసి

పోర్‌బందర్ కోమటింట పుట్టినాడోయ్
పురషోత్తముడు జగతి మెట్టినాడోయ్
....

అలాగే

కొల్లాయి గట్టితేనేమి మా గాంధీ

కోమటై పుట్టితేనేమి

.... ।కొల్లాయి।।

నడకలో మహాత్ముడితో పోటీపడలేమని చెప్తూ

చకచక నడిస్తేను

జగతి కంపించేను

పలుకు పలికితేను

బ్రహ్మవాక్కేను

....

ఆంధ్రరత్న దుగ్గిరాల గోపాలకృష్ణయ్యగారి మరణవార్త విని అప్పారావు చాలా దుఃఖపడ్డారు. ప్రాణమిత్రుణ్ణి చివరి దశలో చూసుకోలేక పోయానన్న బాధ ఆయన్ను కదిలించేసింది. అప్పారావుగారి యమునా కళ్యాణి రాగమంటే గోపాలకృష్ణయ్యగారికి చాలా ఇష్టం. ఎప్పుడూ పాడించుకుని వినేవారు. ఆసమయంలోనే 'యమునా సాంత్వనం' అనే గేయాన్ని రాశారు అప్పారావుగారు.

ఒకరోజు ఢిల్లీలో యమునానది ఒడ్డున పచార్లు చేస్తూ ఒక గీతాన్ని ఆలాపిస్తున్నారు. ఉత్తరాది బ్రాహ్మణుడయిన ఒక వృద్ధుడు అప్పారావుగార్ని చూచి "మీ జాతకం చాలా గొప్పది. వయస్సుకు మించి ప్రతిభ, కీర్తి మీకు దక్కాయి. ఎక్కడికి వెళ్ళినా మిమ్మల్ని ఆదరిస్తారు. మీ నాలుక మీద సరస్వతీదేవి తాండవిస్తుంది. మీ మాటకి, కంఠంలో ఉన్న మాధుర్యానికి, మీ సాహిత్యానికి ఎంతటి వాళ్ళైనా లొంగి పోకతప్పదు. చివరివరకు మీ జీవితం హుందాగా, సుఖంగా సాగిపోతుంది. కాని, కొద్దిరోజుల్లో ఒక గొప్పమార్పు రాబోతుంది.ఏమయినా చివరిదశలో మీకు అనాయాస మరణం లభిస్తుంది" అన్నారు అదెంతవరకు నిజమో తర్వాతగాని తెలియలేదన్నారు రాజ్యలక్ష్మమ్మగారు.

పంటలమీద వచ్చే డబ్బు తెచ్చుకునేందుకు పటమట వెడతూ భార్యని రామారావు గార్ని ఢిల్లీలో వదిలి ఒక్కరే వెళ్ళారు. వెళ్ళిన వారం రోజులకి అప్పారావుగారికి మనోవైకల్యం కలిగిందని కబురువచ్చి రాజ్యలక్ష్మమ్మగారు తమ్ముడు రామారావుగారితో బెజవాడ వచ్చేశారు. యమునానది ఒడ్డున ఉత్తరాది బ్రాహ్మణుడు చెప్పిన మార్పు ఇదేనేమో అనుకుంటూ విజయవాడ చేరి అప్పారావుగార్ని చూశారు. పైకి మామూలుగనే కనిపించినా, సాహిత్యగోష్ఠి, వాదోపవాదోలు ఛలోక్తులు అన్ని మామూలుగానే ఉన్నా అన్నీ అతిగా మాట్లాడ్డం ఉండేది.

ప్రతి ఎండకాలం ఊటీ వెళ్ళే అలవాటున్న అప్పారావుగారు ఊటీ వెడదామని అడుగుతుండేవారు. బెజవాడకు 20మైళ్ళ దూరంలో కుమ్మమూరులోనే ఉంచి వైద్యం చేయిస్తున్నారు. కొంచెం అతి ధోరణి తగ్గి మామూలుకు వస్తున్నారని కొద్దికాలంలో తగ్గిపోతుందని అందరు సంతోషించారు.

1933వ సం॥ జూన్ 10వ తేదీ జ్యేష్ఠ బహుళ విదియ ఉదయాన్నే అప్పారావుగారు తెల్లవారు ఝామున లేచి శ్రీకృష్ణకర్ణామృతం, శ్రీరామకర్ణామృతం, శివానందలహరి భజగోవింద శ్లోకాలు భగవద్గీత శ్లోకాలు చదువుకుని పడుకున్నారు. అలవాటుగా చెయ్యి మొహం మీద పెట్టుకుని పడుకున్న అప్పారావుగారు తిరిగి లేవలేదు "అనాయాసేన మరణం వినాదైన్యేన జీవనం" అని ఎప్పుడూ భగవంతుణ్ణి ప్రార్థించే అప్పారావుగారి కోరికయితే భగవంతుడు తీర్చాడు కానీ అంత చిన్నవయసులో తీర్చడం అందర్ని శోక సముద్రంలో ముంచేసింది. పాడుతున్న నోరు మూగబోయింది. కలలన్నీ, కవితలన్నీ, అనుభవాల పూల పరిమళాలుగా మిగిలిపోయాయి.

వేమూరి గగ్గయ్య

(1895-1955)

- రావెళ్ళ శ్రీనివాసరావు

తెలుగునాట నాటకరంగంలో లబ్ధప్రతిష్ఠులయిన నటీనటులు ఎందరో ఉన్నారు. తమ ప్రతిభతో కళారంగాన్ని సుసంపన్నంచేసి తరువాతి తరం గుర్తుంచుకొనే నటులు కొందరే ఉంటారు. అలాంటి నటీనటులలో వేమూరి గగ్గయ్యగారు ఒకరు.

ఆంధ్రనాటకరంగం ఆవిర్భావం 1880వ సంవత్సరం అని చరిత్రకారులు నిర్దేశించారు. ప్రథమ తెలుగు నాటక కర్త శ్రీ కందుకూరి వీరేశలింగం గారినుండి ఈ నాటి ఆధునిక నాటక కర్తల వరకు, అంచనాకు అందని రచయితలు పుట్టుకొచ్చారు. అలాగే 'నాటక పితామహ' బిరుదాంకితులు శ్రీహరిప్రసాద్‌రావు గారి నుండి బళ్లారి, మాధవపెద్ది, అద్దంకి వంటి నటులెందరో ప్రభవించారు.

ఆడవేషాలకు ప్రసిద్ధి చెందినవారు ఉప్పులూరి సంజీవరావు, స్థానం నరసింహారావులు కాగా, ధీరోదాత్తవేషాలు వేసినవారు హరిప్రసాదరావు, యడవల్లి సూర్యనారాయణలు. ధీరలలిత పాత్రలు ధరించినవారు గోవిందశాస్త్రి, బందా, బెల్లంకొండ, రఘురామయ్యలు. వీరందరూ ఆయాపాత్రలలో జీవించారని చరిత్ర చెబుతోంది. కానీ దుష్టపాత్రల్ని ధరించి సమకాలీన సామాజికుల్ని అలరించి తరువాతి తరాల నాటకాభిమానులు కూడా చెప్పుకొనేవిధంగా నటించిన మహానుభావులు కొద్దిమందే ఉంటారు. అలాంటి వారిలో వేమూరి గగ్గయ్యగారి స్థానం పదిలంగా ఉంటుంది.

గగ్గయ్య జననం

గుంటూరు జిల్లా తెనాలి తాలుకా వేమూరు గ్రామంలో రామయ్య, సర్వలక్ష్మమ్మ దంపతులకు 15-5-1895వ తేదీన వేమూరి గగ్గయ్య జన్మించారు. తండ్రిగారు కరణీకం చేసేవారు. గగ్గయ్య కరణం కావడానికి అవసరమైన సర్వేలు, కొలతల్లో శిక్షణం పొంది పరీక్ష కూడా పాసయ్యారు. వీరు నియోగి బ్రాహ్మణులు. వశిష్ఠ గోత్రజులు. మధ్యతరగతి కుటుంబీకులు. ఆరవ తరగతి వరకు స్వగ్రామంలోనే చదివారు. చిన్నతనంలోనే తండ్రి మరణించడంతో వీరి అన్నయ్య వెంకటసుబ్బయ్య గారు రేపల్లెలో ఉంచి చదివించాలని తీసుకెళ్ళారు. కానీ ఆ ప్రయత్నం ఫలించలేదు. కొద్దిరోజులకే రేపల్లెనుండి వేమూరు చేరారు. 1913లో శ్రీమతి రామలక్ష్మితో వివాహమైంది. ఆసమయంలోనే గగ్గయ్యగారి కంఠం గణగణ ఘంటానాదాలు చేస్తుంటే దిక్కులు ప్రతిధ్వనించేవి. ఆ నినాదాలకు కళాభిరుచి కలిగింది. తన కంఠ గాంభీర్య మాధుర్యాలకు

సంగీత స్వరలయలు మేళవించి దేశానికి వినిపించాలనుకున్నారు. గురు సేవలో గడిపితే క్రమశిక్షణ, పాండిత్యం అబ్బుతాయని తలంచి వేమూరులోనే ఉన్న సంగీత విద్వాంసులు ధేనువుకొండ చెన్నయ్యగారి దగ్గర కొంతకాలం సంగీత సాధన చేశారు.

ఆరోజుల్లో మువ్వా రాఘవులు, భీమ రామగురుమూర్తి, పారుపల్లి సుబ్బారావు గార్లతో కలిసి నాటకాలు ఆడడం ప్రారంభించారు.

సురభినాటక కంపెనీవారు దేశంలో నాటకాలు వేస్తూ సంచారం చేస్తున్నారు. గగ్గయ్యగారి గాత్రం గురించి తెలిసి తన కంపెనీలోకి ఆహ్వానించారు. తన ప్రతిభాపాటవాలతో వారి మెప్పునుకూడా పొందారు. ఆరోజులలో రంగూన్ రంగస్థలంపై నాటక ప్రదర్శనలిచ్చే భాగ్యం లభించడం నిజంగా అదృష్టంగా భావించేవారు. అలాంటి అవకాశం గగ్గయ్యగారికి లభించింది. ఇంట్లో చెప్పకుండా రెండో బావమరిది గోవాడ సత్యనారాయణ గారితో చెప్పి రంగూన్ నుండి ఉత్తరం రాసే వరకూ ఎవరికీ ఈ విషయం చెప్పవద్దని మాట తీసుకున్నారు. ఏదేమైనా ఆంధ్రనాటక రంగ నటులతో తొట్టతొలుత విదేశాలలో పాత్ర ధరించి మెప్పుపొందిన మహానటులు గగ్గయ్యగారే అంటే అతిశయోక్తికాదు. ఆ గడ్డమీదనే అగ్రనటుడిగా, ఉగ్రనటుగా గుర్తింపు పొంది తన కళాపటిమకు గీటురాయిగా స్వర్ణకిరీట బహుమతినందుకున్నారు గగ్గయ్యగారు. అంటే చిన్నవయసులోనే అద్వితీయ నటుడిగా భాసిల్లారని తెలుస్తోంది. 1921లో దాదాపు సంవత్సరంపాటు రంగూన్‌లోనే నాటకాలు ఆడారు.

రంగూన్ నుండి తిరిగవచ్చేసరికి ఆంధ్రనాటకరంగం దేదీప్యమానంగా ప్రకాశిస్తోంది. ఎక్కడ చూసినా నాటకశాలలే ఎక్కడ చూసిన నాటక సంస్థలే. సంస్థలు సామూహిక తపస్సు క్రమశిక్షణ కలిగివుండేవి. అట్టి సంస్థలలో తగిన తర్ఫీదునిచ్చే నాటక ప్రదర్శనలిస్తున్న సంస్థ మల్లాది గోవిందశాస్త్రిగారి నేతృత్వంలో నడుస్తున్న తెనాలి ఫస్టు కంపెనీ. అందులో చేరారు గగ్గయ్యగారు. పెద్దల సాహచర్యంతో అనేక నాటకానుభవాలు, రంగస్థల రహస్యాలు, వాచకపాఠాలు, పద్యపఠనాలు, మరింతగా తెలుసుకున్నారు. నిర్వహణా లోపాలతో కాలక్రమంలో ఆ కంపెనీ అంతరించిపోయింది. అప్పటికే పేరు ప్రఖ్యాతులు సంపాదించుకున్న గగ్గయ్య గారికి స్వాగతం పలికేందుకు చాలా నాటకసంస్థలు ముందుకొచ్చాయి.

అప్పట్లో కళా ప్రియులు, రసపిపాసులూ అయిన జమీందార్లు రాజాలు కొన్ని నాటక కంపెనీలు నడుపుతుండేవారు. వాటిలో మైలవరం రాజావారి కంపెనీ, ఏలూరు మోతేవారి కంపెనీ, రాజమండ్రి హిందూనాటక సమాజం, నాగేశ్వరరావు కంపెనీ, గున్నేశ్వరరావు కంపెనీలు ముఖ్యమైనవి. వీటి ప్రదర్శనలు బెజవాడలో జరుగుతుండేవి. ఈనాటక ప్రదర్శనలకోసం కలకత్తా నుండి వచ్చి టికెట్లు కొనుక్కుని చూసివెళ్లేవారు.

ఆయా కంపెనీలు అర్హులైన నటీనటులను ఎంపిక చేసుకుని తదనుగుణంగా శిక్షణ ఇచ్చి, నెలజీతాలతో నాటకాలు ఆడించేవారు. నిరంతరం సామూహిక శిక్షణ, రంగస్థలం

రిహార్సల్సు వేయించేవారు. ఆ నటీనటులంతా నటనను వృత్తిగా స్వీకరించడం వల్లనే అద్భుతమైన ప్రదర్శనలు ఇవ్వగలిగేవారు. వారి తపస్సు ఫలించి వారి నటన ప్రేక్షక హృదయాలలో నిలిచిపోయేది.

మైలవరం కంపెనీతో గగ్గయ్య అనుబంధం

మైలవరం రాజావారు శ్రీరాజా సూరపనేని వెంకట పాపయారావు బహద్దూర్ జమీందార్‌గారు మైలవరంలో 1913లో బాలభారతీ సమాజాన్ని స్థాపించారు. మైలవరం కంపెనీ అనేది వ్యవహారనామం. 1916-17వ సంవత్సరం నాటికి బెజవాడలో మైలవరం థియేటరును నిర్మించి అక్కడే స్థిరపడింది. జీతాలు భారీగా ఇవ్వడం వలన చాలామంది పెద్దనటులు కూడా ఈ కంపెనీ వైపు ఆకర్షితులయ్యారు.

అవి సాంప్రదాయ నాటకరంగానికి స్వర్ణయుగం అనదగినరోజులు తొలిరోజుల్లో గగ్గయ్య మహావిష్ణువు, నారదుడు వంటి సాత్విక పాత్రలు పోషించారు. 'తులసీ జలంధర' నాటకంలో మల్లాది గోవిందశాస్త్రి జలంధర పాత్ర పోషించారు. నిజానికి గగ్గయ్య శారీరక నిర్మాణం ప్రతినాయక పాత్రకు అనువుగా సాగేదికాదు. అయితే కంఠస్వరం మాత్రం అదిరిపాటుగా ఉండేది. అందుకేనేమో తొలిగా సాత్వికపాత్రలు పోషించడానికి నిర్ణయించుకున్నట్లున్నారు. ఒకసారి గోవిందశాస్త్రిగారు ఏవో కారణాలరీత్యా హాజరు కాలేకపోయిన కారణంగా ఆయన పోషించే జలంధర పాత్రలో గగ్గయ్య నటించారు. ఆనాటకంలో ఆయన నటన అద్భుతంగా పండింది. దాంతో గగ్గయ్యకు ప్రతినాయక పాత్రలు వరించివచ్చాయి. ఆ రోజుల్లో రంగస్థల కళాకారులు తమ పాత్రోచిత సంభాషణలనే కాకుండా తోటి పాత్రల సంభాషణలను కూడా బట్టీయం వేసేవారు. అది ఆ రోజున గగ్గయ్యగారికి అలా కలిసొచ్చింది. ఒకప్పుడు ఏ పాత్రలకు అయితే తమను సరితూగడు అనుకున్నారో అలాంటి పాత్రలు పోషించడంతో గగ్గయ్యకు సాటి ఎవరూలేరు అనిపించుకున్నాడు.

నలభైఏళ్ళ రంగస్థల సినీ జీవితంలో గగ్గయ్య ఇటు ఆంధ్రదేశంతో పాటు కర్ణాటక, తమిళనాడు రాష్ట్రాలలో మొత్తం ఐదువేల నాటక ప్రదర్శనలలో పాలుపంచుకున్నారు. సురభి గ్రూపులో కేవలం సురభికుటుంబం సభ్యులే కళాకారులుగా ఉండేవాళ్ళు. అయినా ఆ కంపెనీ ఆడేనాటకాల్లో గగ్గయ్యగారిని పిలిపించి మరీ నాటకాలు ఆడించేవాళ్ళు.

అప్పట్లో పేరుపొందిన కళాకారులు సూరిబాబు, రాజేశ్వరిలు, వీరు రాజరాజేశ్వరి నాట్యమండలి అనే నాటక సమాజాన్ని బెంగుళూరులో నడిపేవాళ్ళు. ఈ కంపెనీ తీరని కష్టాల్లో ఉన్నప్పుడూ గగ్గయ్య సాయం చేశారు. బెంగుళూరులో నాటకాలు ఆడుతూ, నష్టాల్లో ఉన్న తన కంపెనీని గట్టెక్కించడానికి వచ్చి నాటకాలు ఆడిపెట్టాలని గగ్గయ్యగారికి ఉత్తరం రాశారు. దాంతో ఆయన అక్కడికి వెళ్ళి 'సావిత్రి' నాటకాన్ని 17 రోజులు, 'రంగూన్ రౌడి' నాటకాన్ని 4

రోజులు వరుసగా ప్రదర్శించారు. ఆ ప్రదర్శనలకు వచ్చిన రాబడితో శ్రీ సూరిబాబు నష్టం నుండి తేరుకోవడమే కాకుండా మిగులు నిధులతో గట్టెక్కారు. కృతజ్ఞతలతో నిండిన మనసుతో సూరిబాబు ఆయనకు పారితోషకం ఇవ్వబోతే "బాబూ నేనెప్పుడూ విమానం ఎక్కలేదు. బెంగుళూరు నుండి మద్రాసుకు విమానం ఎక్కించి పుణ్యం కట్టుకో" అని ఆప్యాయంగా అడిగినపుడు తనకు కలిగిన ఆ అనుభూతులను సూరిబాబు చాలాసార్లు చెప్పుకునేవారు. అదీ యథార్థమైన గగ్గయ్యగారి మనస్తత్వం. దయార్ద్ర హృదయం.

సురభినాటక కంపెనీ తమ చివరి షోను పెద్ద మైదానాన్ని ఎంపిక చేసుకొని ఆడేది. అందులో గగ్గయ్య ఆడేవాడు. గగ్గయ్య ఆ నాటకం ఆడుతున్న సంగతి ముందుగానే ప్రచారం చెయ్యడంతో జనాలు విరగబడి వచ్చేవాళ్ళు. సురభి కంపెనీ గల్లా పెట్టెలు డబ్బులతో గలగలలాడేవి. అలాగే బొబ్బిలి నాటకంలో మాధవపెద్ది వెంకట్రామయ్య తాండ్రపాపారాయుడిగా గగ్గయ్య రంగారావుగా, వేషం కట్టి స్టేజీమీదకు రాగానే జనాలు గోలగోల చేసి గగ్గయ్యే తాండ్రపాపారాయుడి వేషం కట్టితీరాలని పట్టుబట్టి మరీ అప్పటికప్పుడు వేషం మార్పించారు.

నాటకాల్లో గగ్గయ్య భిన్నమైన పాత్రలు పోషించారు. అతని రంగస్థల ప్రవేశం నాటక రంగంలో ఒక కొత్త వాతావరణం సృష్టించింది. ఆ రోజుల్లో మైకుసెట్టు సౌకర్యం ఇంకా అందుబాటులోకి రాలేదు. కాబట్టి నాటకం ఆడేవాళ్లు గొంతు ప్రేక్షకులలో చివరి వరుసలో కూర్చున్నవారికి కూడా వినబడేంత గొప్పగా ఉండాల్సివచ్చేది. నాటకం ఆడాలంటే కంచుకంఠం ఉండటం ఆ రోజుల్లో ప్రాథమిక అర్హత. భగవత్ ప్రసాదమైన తన కంఠానికి మరింత సానబెట్టి, మెరుగులుదిద్ది అద్భుతమైన భావోద్వేగంతో పలుకుబడితో రంగస్థలాన్ని ఉర్రూతలూగించాడు. అప్పట్లో హీరోవేషం కట్టేవారి గొంతు సాత్వికంగా ఉంటే, ప్రతినాయకుడి వేషం వేసే వాళ్ళు కంఠం తామసంగా ఉండేది. కథానాయకుల వేషాలు వేసేవాళ్ళంటేనే జనాల్లో క్రేజ్ ఉండేది. కానీ గగ్గయ్య విషయంలో ఈ సూత్రం తిరగబడింది. నాటకాభిమానులు గగ్గయ్య అంటే పడిచచ్చేవాళ్ళు. శిశుపాలుడు, యముడు, దక్షుడి పాత్రలే అందుకు ఉదాహరణలు.

సుప్రసిద్ధ వాగ్గేయకారులు పాపట్ల కాంతయ్యగారు రాజమహేంద్రవరం హిందూనాటక సమాజమును విడిచిపెట్టి మైలవరం కంపెనీలో చేరారు. హైదరాబాదునుండి ఎ.టి.రామాంజ నేయులు గారు హార్మోనిష్టుగా, బగ్గన్న అనేవారు తబలిస్టుగా చేరారు. ఈ ముగ్గురి సమ్మేళనంతో మైలవరం కంపెనీ అఖండమైన కీర్తిప్రతిష్ఠల నార్జించింది.

ఆర్కెస్ట్రా రంగస్థల ముందున్న గొయ్యిలో (పిట్) ఏర్పాటు చేసిన ప్రథమ సమాజం మైలవరం కంపెనీయేనని అంటుంటారు.

ఈ కంపెనీలో సుప్రసిద్ధనటులెందరో ఉండేవారు. అందులో ముఖ్యులు యడవల్లి సూర్యనారయణ, జొన్నవిత్తుల శేషగిరిరావు, దైతగోపాలం, ఉప్పులూరి సంజీవరావు,

గురజనాయుడు, పారుపల్లి సుబ్బరావు, అద్దంకిశ్రీరామమూర్తి, కుంపట్ల సుబ్బరావు, గోవిందరాజుల వెంకట్రామయ్య, వేమూరి గగ్గయ్య మొదలైనవారు.

పాత్రోచిత రూపకల్పనలో మేటి గగ్గయ్య

దుష్టపాత్రలన్నీ ఒకేవిధంగా ఉన్నట్టు తోచదు. దుర్యోధనుడు, దుష్టబుద్ధి, సింగరాజు లింగరాజు మొదలైన పాత్రలు అన్నీవేళలా క్రౌర్యాన్ని బయటకు వెల్లడించరు. కానీ కంసుడు హిరణ్యకశిపుడు, జరాసంధుడు, శిశుపాలుడు వీళ్ళంతా క్రూరాతి క్రూరులు. ఈ రెండోరకం వేషాలు వేసిన రెండోతరం నటుల్లో గగ్గయ్య గారిది ఉత్తమమైన, ఉన్నతమైన స్థానం అనడంలో అతిశయోక్తిలేదు.

అలాంటి పాత్రలు ధరించి, పేరుపొందిన వారిలో గురజనాయుడు గారు మొదటివారు. ఆయన మైలవరం బాలభారతీయ నాటక సమాజం మొదటిరోజుల్లో కంసుడు, యముడు మొదలైన వేశాలు వేశారు. మొదట్లో బందరులో నాటకాలాడి మైలవరం రాజాగారు వృత్తి నాటక సమాజాన్ని స్థాపించినపుడు దానిలో చేరారు. ఆయన 'సతీసావిత్రి'లో యమధర్మరాజు వేషం వేస్తూ వుంటే ఆ బాలగోపాలమూ భయపడేదట. ఆయన తరువాత ఆవేషాన్ని ధరించి గురజనాయుడుగారిని మరిపించే విధంగా నటించి ప్రజల హృదయాలలో సుస్థిరస్థానాన్ని సంపాదించినవారు వేమూరి గగ్గయ్యగారు. వీరిద్దరూకాక ఈ పాత్రలను ముఖ్యంగా 'సతీసావిత్రి'లో యమధర్మరాజు వేషం వేసిన మరొక ప్రఖ్యాత నటుడు బళ్ళారి రాఘవ.

గురజనాయుడుగారిదీ, వేమూరిగగ్గయ్యగారిదీ ఒకే పద్ధతి. రాఘవ దానికి పూర్తిగా విరుద్ధం. ఉదాహరణకు యముడివేషం వేసినపుడు ఆయన తెల్లనిధోవతి, తెల్లని అంగవస్త్రం వేసుకొని విభూతి పెండెకట్టుకొని రంగస్థలం మీదికి ప్రవేశించేవాడట. "ఇలా ప్రశాంతవదనులై దర్శనం ఇచ్చారేమిటి?" అని సావిత్రి అడిగితే "నీవంటి పతివ్రతా శిరోమణికి నేను ఇలా స్వచ్ఛంగా నా అసలు రూపంలోనే కనిపిస్తాను". అని ఆయన సమాధానం". ఇది విలక్షణమైన సాత్వికాభినయ విశేషం. రాఘవ నటుడిగా మేధావి వర్గానికి చెందినవాడు. తాను ధరిస్తున్న పాత్రను అన్ని కోణాలనుండి విశ్లేషించి దానికో వినూత్నమైన అంతరార్థాన్ని ఇవ్వడంలో ఆయన సిద్ధహస్తుడు. దాదాపు ఆయన ధరించిన పాత్రలన్నీ ఈ ప్రత్యేక విశ్లేషణను అంతరార్థాన్నీ వెల్లడించేవే. ఇది ఏ కొద్దిమంది మేధావులనో చదువుకొన్న వారినో అలరించేవి. సెభాష్ అనిపించుకోనేవి. కానీ సామాన్యప్రేక్షకులకు ఆయన అంతరార్థం విశదీకరణం అర్థం అయ్యేదికాదు.

గగ్గయ్యగారి వేషధారణ, వారి వాచికవిన్యాసం, పద్యాలు పాటలుపాడటం భయభ్రాంతులు గొలిపే ఆంగిక విధానం ఇవి అన్ని తరతరాలుగా ప్రజల్లో నాటకుపోయిన ఆయా దుష్టపాత్రల స్వరూప స్వభావాలను వెల్లడి చేసే లక్షణాలు. ఆ లక్షణాలు స్వీకరించి, వాటికి తగిన ప్రత్యేకతను జోడించి దుష్టభూమికా ధోరణిలో తనంతటవాడు లేడన్న కీర్తిప్రతిష్ఠలు పొందాడు గగ్గయ్య.

ఆయనశైలిని "పాపులర్ స్టైల్" (Popular Style) అనవచ్చు. ఆతరం నాటక కవులు కె. సుబ్రమణ్యశాస్త్రి (శ్రీకృష్ణలీలలు) శ్రీరాముల సచ్చిదానందశాస్త్రి (సతీసావిత్రి) తమ నాటకాలలో అటువంటి పాత్రలనే ప్రవేశపెట్టారు. ఆ వరవడిలోనే గగ్గయ్యగారు తమ పాత్రల్ని తీర్చిదిద్దారు. ఈ పరంపరానుగతమైన స్వభావ సహజమైన శైలిలోనే తాను పాత్రల్ని ధరించాడు. కనుకనే గగ్గయ్యగారి పాత్రలు అంతగా ప్రజల్ని ఆకట్టుకున్నాయి.

పుట్టుకతో వచ్చిన రాజ ఠీవితో ధీరోదాత్తనాయకుల ముఖ్యంగా దుష్యంత-సత్యవంతాదుల భూమికలను అద్భుతంగా అభినయించిన నటాగ్రేసరులు యడవల్లి సూర్యనారాయణగారు. సహజంగా గంభీరమూర్తి కావడం చేతే భీమ, యమ, కంసాది ధీరోద్ధత భూమికలను కడునేర్పుతో నిర్వహించేవారు గురజనాయుడుగారు. వీరి అసలుపేరు గూడపాటి నరసింహారావు.

ఆటలో, పాటలో రూపంలో సాటిలేనివారై అట్టి స్త్రీ పాత్రాభినయం నభూతో నభవిష్యతి అనే ప్రసిద్ధిపొందినవారు ఉప్పులూరి సంజీవరావుగారు. రాధా పాత్రాధారణలో ప్రసిద్ధులు పారుపల్లి సుబ్బారావుగారు. సత్యగుణ ప్రధానములైన భూమికలకు పెట్టిందిపేరు దైతగోపాలంగారు. వీరు 'ఆంధ్రగంధర్వ' గా ప్రసిద్ధి పొందారు. కర్ణాటక సంగీత విద్వాంసులై దశరథ, ధర్మరాజు, కణ్వాదిభూమికలను విజయవంతంగా అభినయించినవారు అద్దంకి శ్రీరామమూర్తిగారు.

సురభినాటక సమాజంతో కలిసి దక్షిణాది రాష్ట్రాలు, బర్మా, పర్యటించారు గగ్గయ్యగారు. తరువాత మైలవరం కంపెనీ చేరారు. తదనంతరం నంద్యాలకు చెందిన మహానందరెడ్డి కంపెనీలో పనిచేశారు. ఇవన్నీ గగ్గయ్య అత్యున్నతస్థాయి కళాకారుడుగా ఎదగడానికి దోహదపడ్డాయి.

'ధిక్కారమును సైతునా', 'పోబాల పొమ్మికన్', అనే పాటలకు, యమాది ధీరోద్ధత భూమికలకు, సుప్రసిద్ధులైనవారు వేమూరి గగ్గయ్యగారు. ఇటువంటి మహానటులవల్లనే తెలుగు నేలకు అంతులేని ఖ్యాతి లభించింది.

మైలవరంలో ఒక నాటకాన్ని ప్రదర్శించ తలపెట్టినపుడు ఆనాటకంలోని పాత్రల స్వభావ, స్వరూప ప్రవర్తనాదులను, పురాణ ఇతిహాసాలను సునిశితంగా పరిశీలించి విశ్లేషించి నిర్ధారణ చేసే ప్రక్రియను ఆయన నిశితంగా గమనించే అవకాశం కలిగింది. అందువల్లనే ఆయనలో కలిగిన మనోవికాసం, పరిశీలనాదృష్టి సహాయంతో తాను ధరించే పాత్రల రూపకల్పనలో ఒక పరిపూర్ణతను ప్రదర్శించగలిగే అవకాశం ఆయనకు కలిగింది.

గగ్గయ్యగారు రంగస్థలం మీద భావయుక్తంగా రసభరితంగా పలికిన సంభాషణలు, పాడినపాటలు, చదివిన పద్యాలను చిరస్థాయిగా ముందు తరాల వారికి అందించాలన్న తపనతో హెచ్.ఎమ్.వి గ్రామఫోను కంపెనీవారు వేమూరి గగ్గయ్యగారి పాటలను సంభాషణలను రికార్డుచేశారు. ఆ రికార్డుల మీద "గగ్గయ్య ఆఫ్ మైలవరం కంపెనీ" అని పెద్ద అక్షరాలతో

ముద్రించడం విశేషం. అలాగే భజగోవిందం, ధీరసమీరే, వంది మాగధులు వంటి ప్రయివేటు రికార్డులు కూడా వేశారు. దీనిని బట్టి ఆ రోజులలో నాటకాలకు ఎంతటి ప్రాముఖ్యత ఉండేదో తెలుస్తోంది.

గగ్గయ్యగారిది దొడ్డమనసు అనీ, నలుగురికీ సాయంచేసే తత్వం కలవాడనీ అతని సహచరులు గొప్పగా చెప్పుకునేవారు. గగ్గయ్య తన వ్యక్తిగత జీవితాన్ని సాదాసీదాగా గడిపిన వ్యక్తి.

మైలవరం కంపెనీ నిర్వాహణతో రాజావారి ఆర్థిక పరిస్థితి దెబ్బతిన్నది. 1924లో వారు ఈ సమాజం నుండి రాజావారు తప్పుకొన్నారు. ఆ తరువాత అదేపేరుతో ఒక కమిటీ ఏర్పడిదాని ఆధ్వర్యంలో ఆ సమాజం కొనసాగింది.

చిన్నపిల్లలు మారాంచేస్తున్నా, గోలపెడుతున్నా 'అదిగో గగ్గయ్యను పిలుస్తా' అంటూ పెద్దలు భయపెట్టేవారు. అంటే గగ్గయ్య అటు రంగస్థలంమీద, ఇటు వెండితెర మీదా ఒక బూచిగా భూతంగా, ప్రతినాయకుడిగా ఆనాటి సమాజం మీద ఎంతటి గాఢమైన, ముద్రవేసుకున్నారో అర్థం చేసుకోవచ్చు. వేమూరి గగ్గయ్య పేరును ఇప్పటికీ తెలుగు ప్రజానీకం అత్యంత ప్రీతిపాత్రంగా తలుస్తారు. ఇరుగు పొరుగు రాష్ట్రాలలోనూ రంగస్థలం కళాకారుడిగా గగ్గయ్య చిరపరిచితులే.

ప్రతినాయక పాత్ర పోషించే గగ్గయ్య పేరుకూడా కరుణగానే ఉంటుంది. వ్యక్తిగా కళాకారుడిగా అసామాన్యమైన కంచుకంఠంలా మోగేకంఠం గగ్గయ్యకు పెద్దఆస్తి అటు సినిమారంగంలో నటిస్తూనే తాను నమ్మిన నాటకరంగాన్ని వదలకుండా నాటకాలు ఆడిన గొప్పవ్యక్తి గగ్గయ్య.

హెచ్.ఎమ్.వి కంపెనీవారు గగ్గయ్య గారి కంఠాన్ని రికార్డుచేసి భద్రపరచడం వల్లనే పాత తరం మహానటుల కంఠాలను కొన్నింటినయినా ఈనాడు మనం వినగలుగుతున్నాం. అలాగే ఈనాటి నటీనటుల కంఠధ్వనులు, వాచక తీరు స్పష్టత, పర్యగమనం, ఈనాటి నటీనటులు, అకాడమీలు సాంస్కృతిక శాఖలు ప్రభుత్వం తరపున రికార్డు చేసి ముందు తరాలవారికి అందించవలసిన అవసరం వుంది.

ఆంధ్రనాటక రంగం ఆరంభంనుండి ఇప్పటివరకూ పౌరాణిక కథలే నాటక ఇతివృత్తాలుగా ఉంటూవచ్చాయి. ఈ నాటకాలలో పద్యంప్రవేశించి ఈనాటకాలకు ఇంకా వన్నెతెచ్చింది. ఈనాడు పద్యనాటకాలంటే పౌరాణిక నాటకాలకు పర్యాయ పదంగా వాడేవారుకూడా ఉన్నారు.వేమూరి గగ్గయ్యగారు పద్య ప్రధాన పౌరాణిక నాటకాలలో ఒక తరహా పాత్రలు ధరించి ఆ పాత్రలకు వన్నె తెచ్చారు. ఆనాటకాలలో నటునిరి చతుర్విధాభినయాలుంటేనే గుర్తింపు.

పౌరాణిక నాటకాలలో ఆహార్యాభినయం కూడా ముఖ్యమయినదే. గగ్గయ్య ధరించిన యముడు, కంసుడు, రావణుడు మొదలైన పాత్రలు దుష్టపాత్రలు అనే కంటే ప్రతినాయక పాత్రలంటే సమంజసంగా ఉంటుందనుకొంటాను. పౌరాణిక గ్రంథాలు చదివినవారు ఆనాటి ప్రేక్షకులలో ఉండేవారు. వారు గగ్గయ్య గారి పాత్రను ఎంతగానో మెచ్చుకొనేవారు.

నాటకం దృశ్యకావ్యం. దానిలో రసపోషణకు ప్రాధాన్యం ఉంటుంది. రసోచిత నటన ప్రేక్షకులకు చూపించటానికి సాత్వికాభినయం ముఖ్యం. తాను ధరించే పాత్రలకు ముఖంలో సాత్విక అభినయాన్ని చూపించేవారు గగ్గయ్య. అందుకే వారి పాత్రలను మరచిపోలేమంటారు, వారి నటనను చూసిన ఆనాటి రసహృదయులు.

నాటకానికి ప్రేక్షకుల అవసరం. ఆంగికాభినయంద్వారా అదిసిద్ధిస్తుంది. అందువలన ఆంగిక వాచిక సాత్వికాభినయాన్ని జోడించి అభినయించేవారు గగ్గయ్య. వారి నటన పండితులకేగాక పామరులను కూడా ఆకట్టుకునేది. అందుకే ఆయన ఉన్న నాటకానికి జనం తండోపతండాలుగా వచ్చేవారు.

సినిమారంగం

కలకత్తాలోని ఈస్టిండియా కంపెనీవారు 1932-33లో ఈ బాలభారతీ సమాజపు నటులతోను, శ్రీమతి దాసరి కోటిరత్నంతోనూ, 'సావిత్రి' సినిమా తీశారు. ఇందులో యమధర్మరాజుగా గగ్గయ్య నటించారు. ఆ సినిమా బాగా ఆడి ఆయనను సినిమా నటుడిగా మలిచింది. చతుర్విధాభినయాలు నాటకానికి ఎంత ముఖ్యమో సినిమాకూ అంతే ముఖ్యం ఆరోజుల్లో రంగస్థల నటులనే సినిమాలలోకి తీసుకొనేవారు. రంగస్థలం మీద ఎంతో పేరు ప్రఖ్యాతులున్న నటులుకూడా సినిమారంగంలోన నిలదొక్కుకోలేక మరల రంగస్థలం మీదకే వచ్చేవారు. శ్రీగగ్గయ్య మాత్రం 'సతీసావిత్రి'లో యముడిగా తన సినీజీవితాన్ని ప్రారంభించి సినీప్రస్థానాన్ని కొనసాగించారు.

సినిమాలలో ఇటీవల కొందరు నటులు ద్విపాత్రాభినయం, త్రిపాత్రాభినయాల నుండి దశావతారాల వరకూ నటిస్తూ అందర్ని మెప్పిస్తున్నారు. కానీ గగ్గయ్యగారు ఆ కాలంలోనే అంటే 1944లో సీతారామజననంలో రావణాసురుడు, పరుశురాముడు వంటి రెండు విభిన్న పాత్రలను పోషించారు.

"ధిక్కారము సైతునా! కుటిలజన ధిక్కారమును సైతునా?" అనీ కంసుడు రసహృదయుల స్మృతి పథాలలోన మెదులుతూ ఉంటే 'పులి బెబ్బులిపులి" అనే తాండ్రపాపారాయుని అరుపులు రసహృదయాలను మేల్కొలుపుతూనే ఉంటాయి.

'ద్రౌపదీ వస్త్రాపహరణం' సినిమాలో శిశుపాలుడి పాత్ర అన్నాకూడా జనాల్లో అంతక్రేజ్ ఉండేది. 'భక్త మార్కేండేయ' సినిమాలో యముడి పాత్ర, 'దక్షయజ్ఞం'లో దక్షుడుగా, 'మైరావణ'లో

మైరావణుడిగా, 'ప్రహ్లాద' సినిమాలో హిరణ్యకశిపుడిగా ఎన్నో పాత్రలు పోషించారు గగ్గయ్య. 'కృష్ణలీలలు' సినిమాలో కంసుడు, 'సతీతులసి'లో జలంధరుడు, 'మోహినీ రుక్మాంగద'లో రుక్మాంగదుడు, 'జరాసంధ'లో జరాసంధుడు, 'చండిక'లో గిరిరాజు, 'గరుడ గర్వభంగం'లో బలరాముడు, 'భక్తశ్రీయాళ' సినిమాలో శంకరుని పాత్రలను ధరించారు.

సీతారామజననంలో ద్విపాత్రాభినయం చేసి మెప్పించారు. 1933లో సతీసావిత్రి నుండి 1948లో భక్తశ్రీయాళ వరకూ మొత్తం 14 సినిమాలలో నటించి జగద్విఖ్యాతిగాంచారు.

సాధారణంగా రంగస్థలం నుంచి సినిమాకు వెళ్ళినవారు సినిమా టెక్నిక్ (మాధ్యమం) తెలుసుకొని కెమెరాముందు రాణించడం కొంచెం కష్టం. ఎందుకంటే రంగస్థలం మీద నటుడుతానే సకల సామ్రాజ్యాధినేతగా వీరవిహారం చేస్తాడు. ఆంగికాభినయం కూడా ఎక్కువగా ఉంటుంది, ఉండాలికూడా. లేకుంటే చివర కూర్చున్న ప్రేక్షకుడికి దూరంగా ఉన్న నటుని ఉనికి తెలియదు. భావప్రకటన అందదు. రసానుభూతి కలగదు.

నాటక సినిమారంగాలలో అద్వితీయ ఖ్యాతినార్జించినా జన్మభూమి వేమూరు గ్రామమును వదలలేదు. మద్రాసుకు మకాం మార్చలేదు. అహంకార గర్వాంధకారుడై మెలగలేదు. స్వగ్రామంలోనే భూమిని కొనుక్కొని పంటలు పండించుకుంటూ తాను నాటకాలలో వేషాలువేయడానికి వెళ్ళినపుడు జీతగాళ్ళను పెట్టి వ్యవసాయం చేయించేవారు. వారి ఇంటికి ఎవరు ఎప్పుడు వెళ్ళినా శ్రీమతి రామలక్ష్మిగారు అన్నంపెట్టి ఆదరాభిమానాలు చూపించేదట. గగ్గయ్యగారి మాట కటుకుగా ఉన్నా మనసువెన్న పూసలా ఉండేదని తనతో నటించిన ధూళిపాళ సీతారామశాస్త్రి ఒక సందర్భంలో చెప్పుకున్నారు.

1942లో గుంటూరులో ధూళిపాళ సీతారామశాస్త్రిగారు స్టార్ థియేటర్‌ను స్థాపించికొన్ని చిన్నచిన్న నాటకాలు వేసేవారు. గగ్గయ్యగారితో కలిసి నాటకం వేస్తే బాగా పేరొస్తుందని పెద్దల చేత మాట్లాడించి ఒకటవ దుర్యోధనుడుగా గగ్గయ్య, రెండో దుర్యోధనుడిగా ధూళిపాళ సీతారామశాస్త్రి నటించారు. పాత్రల పోషణలో ఆయన చూపించే వైవిధ్యం సర్వే సర్వత్రా ఆయనకు నీరాజనాలు పట్టించింది. నటనలో తనకంటే చిన్నవారిని కూడా వెన్నుతట్టి ప్రోత్సహించేవారు.

పాత్రపోషణలో గగ్గయ్య

హిరణ్యకశిపుడి పాత్ర పోషణలో చూపించే క్రౌర్యం, అసహనం, రౌద్రం ప్రేక్షకుల గుండెలు దడదడలాడించేవి. అదేసమయంలో బళ్ళారి రాఘవ హిరణ్యకశిప పాత్రను ఒక కొత్తకోణంలో ఆవిష్కరించి తండ్రిగా పితృవాత్సల్యాన్ని విష్ణు వైరిగా మరో వంక క్రోధాన్నీ ఒకే సమయంలో ఒక కంట కరుణ, మరోవంక క్రౌర్యం ప్రదర్శించి సంచలనం సృష్టించారు. ఆ ఇద్దరి పాత్రపోషణలో ఉన్న వైవిధ్యం అప్పట్లో నాటక సమాజాలలో కలనగాన్ని సృష్టించింది. వీరిద్దరిలో ఎవరి పాత్ర

చిత్రణ సరైనది అన్న మిమాంస ద్వారా ఏర్పడిన వాదోపవాదాలు అప్పట్లో పాత్రౌచిత్యాలపట్ల ఆసక్తిని రేకెత్తించి చర్చనీయాంశాలయ్యాయి.

రాక్షస ప్రవృత్తి కలిగిన వాడైన హిరణ్యకశిపుడిలో ఒక తండ్రికూడా ఉన్నాడు. అటువైపు జన్మవిరోధి విష్ణువుపై పగ, ఇటువైపు అతనిని ఆరాధించే కన్న కొడుకుపైన మమకారం, వీటి మధ్య నలిగే ఒక తండ్రి మనోవేదనకు బళ్ళారి రాఘవ ప్రాధాన్యత ఇచ్చారు.

ప్రాక్పశ్చిమ నాటక ప్రక్రియలపై అవగాహన కలిగిన బళ్ళారి రాఘవ, తన నటనా వైదుష్యంతో ఆ పాత్రకు చేసిన రూపకల్పన ప్రేక్షకులకు ఒక వింత అనుభూతిని కల్గించింది. రాఘవ నటనా ప్రతిభకు జనాలు నీరాజనాలు అర్పించారు. అయితే విమర్శకులు హిరణ్యకశిప పాత్రను భావ కల్పన విషయంలో ఆయనతో పూర్తిగా ఏకీభవించలేకపోయారు. ఇదే పాత్రకు గగ్గయ్య ఇచ్చిన స్వరూపంలో హిరణ్యకశిపుడి పాత్రకు ఒక ధ్యేయం ఉంది. శాపంవల్ల జన్మనెత్తిన పాత్ర అది. నిజానికి వైకుంఠ ద్వార పాలకుడైన జయుడు శాపవశాత్తు విష్ణుసేవకు దూరమయ్యాడు. భక్తుడిగా తొమ్మిది జన్మలకు బదులు శత్రువుగా మూడు జన్మలలో శాపవిముక్తి కోరుకున్న పాత్ర అది. ప్రతి జన్మతో విష్ణువుతో విరోధించి ఆయనను రెచ్చగొట్టి తనను అంతం చేసే పరిస్థితిని కలిగించేందుకు చేసే ప్రయత్నమే అతనిలో అసహనం పెరిగిపోతుంది. అలా అడ్డు పడిన వాడిపై విరుచుకపడి శాడిష్టులా చిత్రహింసలు పెడతాడు. అతనిపై భవబంధాల ప్రభావం చూపనివ్వడు. అప్పుడప్పుడు మమకారం తొంగి చూసినా, దానిని నిర్దాక్షిణ్యంగా అణగద్రొక్కి తన జీవిత ధ్యేయాన్ని సాధించుకోవడమే లక్ష్య ప్రాధాన్యంగా హిరణ్యకశిప పాత్రను శ్రీ గగ్గయ్య ప్రయోగించి ప్రేక్షకులను స్పందింపచేశారు.

ఈ ఇద్దరి పాత్రపోషణపై ఆరోజుల్లో పత్రికల్లో ఎన్నోవాదోపవాదాలు చెలరేగినా చివరికి ఎవరి శైలి సరైనదో కచ్చితంగా నిర్ధారించలేకపోయారు. ప్రేక్షకాదరణలో మాత్రం ఒకవాసి గగ్గయ్యదే పైచేయిగా ఉండేది. ఇక కంసపాత్ర పోషణలో గగ్గయ్య మరో మలుపు తొక్కారు. అతడు పదవీ వ్యామోహితుడు. ఇంచుమించు ఈనాటి స్వార్థ రాజకీయానికి ప్రతినిధి. చెల్లెలి కడుపున పుట్టిన వాడి చేతిలో చావు ఉందని తెలిసి ముందు తన చెల్లెలినీ హతమార్చటానికి తెగించాడు. ఆ తరువాత సోదరవాత్సల్యం అతనిని ఆ పనినుండి విరమింపజేసింది. చెల్లెలి సంతానాన్ని మాత్రం వరుసగా హతమారుస్తాడు. ఇక్కడ కంసుడి నైజం వేరు.

యముడి పాత్ర రెండింటికన్నా వైరుధ్యం కలది. ఆహార్యంలో భయంకరంగా కనిపించే యమధర్మరాజు, నిజానికి ధర్మరాజు సౌజన్యమూర్తి. అసలు మన పురాణాల ప్రకారం పుణ్యాత్ములకు ఆహ్లాదకరమైన రూపంలోనే కనిపిస్తాడు. పాపులకు మాత్రమే భీకరంగా కనిపిస్తాడు. అయితే నాటక ప్రదర్శన అన్నది సామాజిక అంశం కాబట్టి ప్రతి పాత్ర రంగస్థలం మీద కన్పించగానే ఆ పాత్ర ప్రయోజనం ప్రేక్షకుల కళ్ళలో మెదలాలి. సామాజికంగా చెడుచేసేవారికి హెచ్చరికగా కన్పించేందుకే పాపంచేస్తే యముడు నిర్దాక్షిణ్యంగా హింసలు పెడతాడనిపించడం

ఆ పాత్ర రూపకల్పనలో పరమార్థంగా ఆనాటి పండితులు నిర్ధారించారు. 'సతీ సావిత్రి'లో యముడి ఆకారంలో భీకరత్వాన్ని ప్రవర్తనలో సౌజన్యాన్ని శ్రీ గగ్గయ్య అపూర్వంగా పోషించారు.

సావిత్రిని 'పో! బాల పొమ్మికన్' అంటూ మొదట్లో అదిలించిన యముడు క్రమంగా మూడు దశల్లో వెంట పడినప్పుడల్లా ఆమె సౌశీల్యానికి కరిగిపోయిన స్థితిని చక్కగా అవగహనతో విశ్లేషించుకుని ప్రదర్శించిన తీరు ఆయన నటనా ప్రతిభకు గీటురాయిగా నిలిచిపోయింది.

ఒక సందర్భంలో పాత్ర పోషణలో గగ్గయ్య బాణీ తననెంతగానో ప్రభావితం చేసిందని స్వర్గీయ యస్వీ రంగారావుగారు చెప్పుకున్నారు. తమిళనాట పేరుగాంచిన రంగస్థల నటుడు మనోహరం కూడా తాను గగ్గయ్య అభిమానినని చెప్పుకొనేవాడట.

సన్మానాలు - బిరుదులు

గగ్గయ్యను 'రంగసింహుడు', 'సినిమా రారాజు' అని పిలిచేవారు. ఆరోజుల్లో గగ్గయ్య కన్నాంబలు లేకుండా కొత్త సినిమా వచ్చేదికాదంటే అతిశయోక్తికాదు.

నటుడిగా, గాయకుడిగా, హరికథా కథకుడిగా కూడా ప్రసిద్ధిచెందిన గగ్గయ్య రాయలసీమలో 'సింహతలాటం' బహుమతిని పొందారు. శ్రీరుక్మిణీ కళ్యాణ కథాగానం వీరి ప్రత్యేకతగా ఉండేది.

కార్వేటి నగరంలో మహారాజావారు ఈయనను ఘనంగా సత్కరించి తాను స్వయంగా దర్బారులో ధరించే కత్తిని బహుకరించి "నటనాసార్వభౌమ" అని బిరుదును ప్రదానంచేశారు.

శ్రీకృష్ణలీలలు సినిమాలో వీరి కంసపాత్రకు ఫిలిం ఫ్యాన్స్ అసోసియేషన్‌వారు 'సినిమాకింగ్' టైటిలుతో యోగ్యతా పత్రాన్నిచ్చి సత్కరించారు. చలనచిత్ర నటుడిగా పేరుపొంది దశదిశలా అపారమైన కీర్తిని సంపాదించి ఆంధ్రదేశానికి ఒక విశిష్టతను సంపాదించి పెట్టిన కళామూర్తి వేమూరి గగ్గయ్య.

తెనాలి ఫస్టు కంపెనీలో జీతం నెలకు ఏడు రూపాయలు. అయితే దానిలోనే ఓ మూడురూపాయలు మిగిల్చి ఇంటికి పంపించేవారు. ఇరవై ఎకరాల పొలాన్ని సంపాదించి స్వయంగా వ్యవసాయం చేసి మిగతా రైతులతో శభాష్ అనిపించు కున్నారు. వేమూరుగ్రామంలో వీరి మిత్రులు లంకసాంబయ్య, భీమరాజు రామారావు, భీమరాజు వెంకట రామయ్యలు. అలాగే నటనలో వీరి మిత్రులు సి.ఎస్.ఆర్, ఘంటసాల బలరామయ్య, వై.వి రావులు.

ఇతరులతో పోల్చి చూస్తే విద్యావిషయకంగా తక్కువ చదువు చదివినా, డబ్బు విషయంలోనూ భోగభాగ్యాలను అనుభవించడంలోనూ, ఆర్జించినదానిని సంసార పక్షంలో నిలుపుకోవడంలోనూ, గృహస్థ ధర్మాన్ని పాటిస్తూ - అతిథి ఆభ్యాగతికి శక్తివంచనలేకుండా గుప్తదానాలు చేయడంలోనూ, దైవభక్తి, దేవతా కార్యక్రమాలకు వెచ్చించడంలోనూ ఒక విశిష్ట గుణ సంపదగల వ్యక్తి. బీదసాదల వారికి సాయపడటం ఈగుసనలోని ప్రత్యేకత. ఆవిధంగా నాటక, సినిమా నటుడిగా అంతులేని పేరుప్రఖ్యాతులు పొందిన గొప్పవ్యక్తి వేమూరి గగ్గయ్య.

గగ్గయ్య నటించిన నాటకాలలోని పాత్రలు

క్రమ.సం.	నాటకంపేరు	పాత్రలు
1	సతీసావిత్రి	యముడు
2	శ్రీకృష్ణలీలలు	కంసుడు
3	సతీతులసి	నారదుడు, విష్ణుమూర్తి, జలంధరుడు
4	రంగూన్ రౌడి	రౌడి
5	చింతామణి	భవానీశంకరుడు
6	శ్రీకృష్ణతులాభారం	కృష్ణుడు, నారదుడు
7	గయోపాఖ్యానం	కృష్ణుడు
8	శ్రీకృష్ణరాయబారం	అర్జునుడు, దుర్యోధనుడు, భీముడు
9	ద్రౌపదీ వస్త్రాపహరణం	భీముడు, శిశుపాలుడు
10	బొబ్బిలి యుద్ధం	పాపరాయుడు

చండికలో గిరిరాజుగా, సీతారామజననంలో రావణాసురునిగా, పరశురామునిగా, ప్రహ్లాదలో హిరణ్యకశిపునిగా వేషాలు వేసి నాటకరంగంలో బాగా పేరుతెచ్చుకున్నారు.

గగ్గయ్య నటించిన సినిమాలు

వ నం	సం॥	సినిమా	ధరించిన పాత్రలు
1	1933	సతీసావిత్రి	యముడు
2	1935	శ్రీకృష్ణలీలలు	కంసుడు
3	1936	సతీ తులసి	జలంధరుడు
4	1936	ద్రౌపదీ వస్త్రాపహరణం	శిశుపాలుడు
5	1937	మోహినీ రుక్మాంగద	రుక్మాగందుడు
6	1938	జరాసంధ	జరాసంధుడు
7	1938	మార్కేండేయ	యముడు
8	1940	మైరావణ	మైరావణుడు
9	1940	చండిక	గిరిరాజు
10	1941	దక్షయజ్ఞం	దక్షుడు
11	1942	ప్రహ్లాద	హిరణ్యకశిపుడు
12	1943	గరుడ గర్వభగం	బలరాముడు
13	1944	సీతారామజననం	రావణుడు & పరశురాముడు
14	1948	భక్తశ్రీయాళ	శంకరుడు

చివరిదశ

30-12-1955వ సంవత్సరం స్వగ్రామంలో తన ఇంటిలో కళామతల్లి కాలగర్భంలో గగ్గయ్య తనువు చాలించారు. వారు మనమధ్యలేపోయినా వారి కీర్తి కళకళలాడుతూ ప్రతికళా హృదయంలోనూ ఉండి తీరుతుంది.

గగ్గయ్య జన్మించి ఇప్పటికి 113 సంవత్సరాలైంది. చనిపోయి యాభైమూడేళ్ళు దాటినా ఇప్పటికీ లక్షలాది మంది ప్రజల జ్ఞాపకాలలో ఆయన చిరంజీవిగా నిలిచి ఉన్నారు.

తండ్రికితగ్గ తనయుడు

తన కొడుకులు ఎప్పుడూ రంగస్థలంపైకి రావాలని కోరుకోలేదు. పెద్దకొడుకు రామయ్యకు మంచి చదువు చెప్పించారు. వేమూరి రామయ్య తన తండ్రి ప్రత్యేకంగా ప్రోత్సహించకపోయినా కొడుకు నిర్ణయానికి అడ్డుచెప్పలేదు. రామయ్య వేషాలు వేయడం మొదలు పెట్టాడు. రామయ్య పాత్రధారణ గురించి ప్రత్యక్షంగా ఎప్పుడూ ప్రశంసించక పోయినా చాటుగా మురిసిపోవడమేకాదు, పరోక్షంగా మార్గదర్శకత్వం వహించేవారు. ఒకసారి తొలిదశలో రామయ్య నారదుడి వేషం వేస్తుంటే మేకప్‌మన్‌ను ఇంటికి పిలిచి గంధపుపొడి నిండిన డబ్బా ఇచ్చి "పునుగుపిల్లి"గా తయారు చేయాలని ఆదేశించాడు. తరువాతి దశలో తండ్రి గగ్గయ్య శిశుపాలుడిగా, కొడుకు రామయ్య కృష్ణుడిగా నటించిన సన్నివేశంలో తండ్రి ఇచ్చిన ప్రోత్సాహం మాటలకు, భావాలకు అందనిది అని చెప్పుకున్నాడు రామయ్య. వేమూరి రామయ్యగా కంటే వేమూరి గగ్గయ్యగారి కుమారుడిగా పిలిపించుకునేందుకే అర్హత ఉందని అంటుంటారు రామయ్య. ఇక గగ్గయ్యగారి రెండవకుమారుడు రంగయ్య వేమూరులోనే ఉంటూ వ్యవసాయం చేస్తున్నారు.

ఆంధ్రనాటక కళాప్రపంచానికే ఒక నూత్న వికాసాన్ని కీర్తిని, ఆర్జించి తారాపథాన్నలంక రించిన వేమూరి గగ్గయ్య గారి స్మారక చిహ్నంగా ఒక కంచు విగ్రహాన్ని, శిలావిగ్రహాన్ని ప్రతిష్ఠాపన చేయవలసిన బాధ్యత ప్రభుత్వంపైనే ఉంది. ఆయన సినిమాలను సేకరించి భద్రపరచాలికూడా!

త్రిపురనేని రామస్వామి చౌదరి

(1895-1943)

- ఆచార్య కొండపల్లి సుదర్శనరాజు

తెలుగు సాహిత్యంలో హేతువాద ఉద్యమానికి నాందీ ప్రస్తావన గావించిన కవిరాజు త్రిపురనేని రామస్వామిచౌదరిగారు, సాంఘికోద్యమాల్లోనూ ప్రముఖపాత్రను పోషించిన ఘనుడు. వీరు కృష్ణాజిల్లా గుడివాడ తాలూకా అంగలూరు గ్రామంలో చలమయ్య, రామమ్మ అనే పుణ్యదంపతులకు ఐదో సంతానంగా జన్మించారు. చిన్నతనం నుండి రామస్వామి కొంటెతనానికి, కోనంగితనానికి ప్రసిద్ధి. 1895 జూలై 15 తేదీన అంగలూరులోని వీథిబడిలో మంగయ్య పంతులుగారి ఆధ్వర్యాన విద్యాభ్యాసం జరిగింది. బాల్యం నుండి అహేతుకాంశాల్ని ఖండించడం, మూఢ నమ్మకాల్ని వ్యతిరేకించడం వీరి నైజం. పదకొండేళ్ళ ప్రాయంలో 1898 సంవత్సరంలో ఐదేళ్ళ బాలవధువు పొన్నమ్మతో రామస్వామికి బాల్య వివాహం జరిగింది. వీథి బడిలోనే విశేష పరిజ్ఞానాన్ని సంపాదించిన త్రిపురనేని గుడ్డి నమ్మకాలకు తలఒగ్గక హేతుత్వధోరణిలో ఆలోచించే స్వతంత్ర ఆలోచనా వైఖరిని సంతరించుకున్నారు. ఇంగ్లీషు చదువులపై అప్పుడప్పుడే మక్కువ ఎక్కువవుతున్న రోజులవి. తల్లి రామమ్మ కనిష్ఠ కుమారుడైన రామస్వామికి ఇంగ్లీషు చదువులు నేర్పించాలనే ఉబలాటంతో వారిని 15-1-1900 సంవత్సరంలో గుడివాడ మాధ్యమిక పాఠశాల్లో చేర్పించారు. ప్రతిభాపాటవాలు అమితంగా కలిగిన రామస్వామికి పాఠశాల విద్య నల్లేరుమీద బండినడకలా సాగింది. ఈ దశలో వారిని రెండు సాంఘిక సమస్యలు వేధించాయి. మిత్రుని విచిత్ర విపరీత ప్రవృత్తి మొదటిదికాగా, రెండోది అధ్యాపకుని అనాలోచిత వాగ్వ్యవహారం. ఈ సంఘటనలు విద్యార్థిదశలోనే కాక జీవితాంతం హృదయంలో కలకవేస్తూనే వచ్చాయి. అవి బ్రాహ్మణ అబ్రాహ్మణ భేదానికి సంబంధించినవి. అవే త్రిపురనేని వారిలో హేతుత్వ ఆలోచనకు విమర్శనా ప్రతిభకు కారణాలయ్యాయి. అంతేకాదు తన సాహిత్య సృష్టికి దోహదం చేశాయి. అందుకే ఆ సంఘటనల్ని రేఖామాత్రంగా తెలుసుకోవాల్సిన అవసరం వుంది.

రామస్వామితో అంగలూరు వాస్తవ్యుడైన బ్రాహ్మణ బాలుడు చదువుకొంటూ వుండేవాడు. రామస్వామిగారి తండ్రి అతనికి కూడ 'ఏదో నమ్ముకొని ఉన్నవాడు గదా' అని తన కుమారునికి తోడుగా వుంటాడని సహాయంచేసేవాడు. ఒకరోజు విద్యార్థులిద్దరు ఏమైనా కొనుక్కోవటానికి బజారుకి వెళ్ళారు. రామస్వామిగారు ఒక అంగడి దగ్గరకు పోయి రెండు కానీల కారపూస రెండు పొట్లాలుగా కట్టివ్వమన్నారు. తనకు ఒకటి, తన మిత్రునికొకటి. రెంటికి డబ్బులు రామస్వామిగారు యిచ్చారు. ఆ దుకాణదారుడు పొట్లాలు కట్టి ఇవ్వబోగా రామస్వామి అందుకోబోయాడు. అంతట ఆ బ్రాహ్మణ కుర్రవాడు 'రామస్వామి' నా పొట్లాం నీవు ముట్టుకోకు, నీవు ముట్టుకోగూడదు అని పొట్లాం తాను తీసుకొన్నాడు. 'వీడు మా ధన సహాయంతో

చదువుకొంటున్నాడు. నా కానీతో వీడికి కారప్పూస కొనిచ్చాను. నా కానీతో కొన్న కారప్పూస ముట్టుకోటానికి నాకు అర్హత లేదట, ఇదేమి చిత్రం!' అని రామస్వామిగారు మథనపడ్డారు.

ఒకరోజు రామస్వామి పాఠశాలకు వేళ అతిక్రమించి వెళ్ళడం జరిగింది. ఉపాధ్యాయుడు చింతలపాటి పట్టాభి రామస్వామిశాస్త్రి తెలుగుపాఠం చెబుతున్నారు. 'ఏమి రామస్వామీ? ఇంత ఆలస్యమైంది' అని గురువుల ప్రశ్న. 'స్నానం వలన ఆలస్యమైనదండీ' అని శిష్యుని సమాధానం. 'ఏమిటి నీకును ప్రాతః స్నానమా? ప్రాతః స్నానం, దైవధ్యానం బ్రాహ్మణులకే నోయ్' అని పలుకగా శిష్యుని శిరస్సు వెంటనే పైకి లేచింది. 'ప్రకృతి నియమాలు అందరికి భోగ్యాలు కావా?' అన్న ఆయన ఉద్విగ్న హృదయం నుండి అప్రయత్నంగా వెలువడిన ప్రశ్నకు గురువులు కంగుతిన్నారు. వెంటనే 'ఏమన్నావు అందరూ సమానులే! ఏమా అవినయం?' అని పలికి పాఠం ముగిసేవరకు నిలబడవలసిందిగా శిష్యునికి దండన విధించారు. అప్పటికప్పుడు రామస్వామి గారిలో చెలరేగిన ప్రశ్నల పరంపరకు జవాబులేదు. విద్యార్థి దశలో జరిగిన ఈ సంఘటనలు రామస్వామిగారి హృదయాన్ని కదిలించాయి. ఆలోచనా జ్వాలలు రేకెత్తాయి. బ్రాహ్మణేతరుల అల్పత్వాన్ని రూపుమాపి, వారి ఔన్నత్యంకోసం కృషి చేశారు. తన రచనల్ని చివరివరకు ఆ లక్ష్యసాధన కోసమే కొనసాగించారు.

1905 సంవత్సరంలో బందరు హిందూ ఉన్నత పాఠశాల్లో చేరడంతో రామస్వామిగారి విద్యార్థిదశ మరో మలుపుతిరిగింది. నాలుగో ఫారం (తొమ్మిదో తరగతి) నుంచి తెలుగు భాషా పరిచయం చేసుకోవడం, స్వయంకృషితో కవిత్వం రాయడం నేర్చుకున్నారు. చదువుకోసం ఎక్కువ కాలాన్ని కేటాయిస్తూ ఆటపాటల్లోనూ స్నేహితులతో సంచరించడంతోనూ కొంతకాలాన్ని గడిపేవారు. కవితా వ్యాసంగ ప్రారంభంలో, సంస్కృత అధ్యయన ప్రయత్నంలో వీరికి కొన్ని ఇబ్బందులు ఎదురయ్యాయి. దానికి కారణం భూసురులే సంస్కృతం చదవడానికి, కవిత్వం చెప్పడానికి అర్హులన్న ఛాందసవాదం ఇంకా సంపూర్ణంగా సన్నగిల్లని రోజులవి. బ్రాహ్మణేతరులు కూడా కవిత్వం అల్లడంలో సిద్ధహస్తులనే భావం ప్రబలుతున్న రోజులైనా రామస్వామిగారు కులపిశాచి వాత పడక తప్పలేదు. ఎవరి వద్దకు వెళ్ళినా 'నీవు శూద్రుడవు - సంస్కృతం అభ్యసించకూడదు' అనే మాటలే ఎదురయ్యాయి. దానికి రామస్వామి నిరుత్సాహపడక విద్యమీద మరింత మమకారాన్ని పెంచుకున్నారు. వారి జిజ్ఞాస గమనించి వ్యాకరణ సాహిత్యాన్ని బోధించిన వారిలో బందరులోని సబ్‌రిజిస్ట్రార్‌గా పదవీ విరమణ చేసిన బ్రాహ్మణేతరుడైన ఆసూరి కాంతయ్యగారు పేర్కొనదగినవారు.

ఆతర్వాత రామస్వామిగార్కి చెళ్ళపిళ్ళ వెంకటశాస్త్రిగారి శిష్యత్వం లభించింది. తాను చదువుతున్న హిందూ పాఠశాల్లో శాస్త్రిగారు తెలుగుపండితులు. శాస్త్రిగారి శుశ్రుష వల్ల తన సాహిత్య పరిశ్రమ రాణించగలదని గ్రహించి వారి యింటికి వెళ్ళి రామస్వామి అనేక కవితా మర్మాల్ని తెలుసుకున్నారు. బెంగాల్ విభజన జరిగాక ప్రజల్లో దేశాభిమానాన్ని కలిగించడానికి అనేక మంది కవులు రచనా వ్యాసంగం చేస్తున్న రోజులవి. తాని రామస్వామి తెలుగుదనాన్ని

చాటే, పల్నాటి పౌరుషాన్ని రగిలించే అస్పృశ్యతను చూపించే 'కారెంపూడి కదనం' అనే రూపకాన్ని 1906లో రాశారు. సాంఘికాభివృద్ధికి సహపంక్తి భోజనాలు వర్ణాంతర వివాహాలు అవసరమనే విషయాన్ని ఈ నాటకం చాటిచెప్తుంది. రామస్వామిగారి రెండో రూపకం 'రాణాప్రతాప్' ను 1908 సంవత్సరంలో రాశారు. దేశభక్తుడైన రాణాప్రతాప్‌సింహుని చరిత్ర ఈ నాటిక ఇతివృత్తం. ఇది అనేక ప్రదర్శనలతో ప్రజల్లో దేశాభిమానాన్ని రేకెత్తించింది. జాతీయ భావాలకు అద్దంపట్టిన కారణంగా ఈ నాటకం అప్పటి బ్రిటిష్ ప్రభుత్వాగ్రహానికి గురయ్యింది.

విద్యార్థి దశలోనే రామస్వామి గారికి సంస్కరణ భావాలు అలవడ్డాయి. మత సంస్కరణ లక్ష్యసాధనకు అత్తగారి గ్రామమైన చౌటపల్లిను ప్రథమ రంగంగా ఎన్నుకున్నారు. సెలవు రోజుల్లో సంస్కరణ భావాల్ని ప్రచారం చేసేవారు. ఆ రోజుల్లో కులవృత్తికి భిన్నమైన వృత్తిని చేపట్టరాదనే నియమం వుంది. ఇది సంఘ శ్రేయస్సుకు అవరోధమని భావించిన రామస్వామి గ్రామంలోని యువకులందరిని కూడగట్టి 'స్వయం వ్యక్తిత్వ సంఘం' ను స్థాపించారు. అన్ని రకాల మూఢాచారాల్ని ఎదుర్కోవడమే ఈ సంఘ ఆదర్శం. గుణాన్నిబట్టిగాక కులానికి ప్రాధాన్యాన్ని యిచ్చే మూఢ విశ్వాసాన్ని మాన్పించారు. సాంఘిక దురాచారాల్ని అరికట్టి, విద్యాభ్యాసంలో సంఘసంస్కరణ ఒక భాగంగా వీరు భావించారు. 1910 సంవత్సరం సెప్టెంబరు 8వ తేదీన త్రిపురనేని వారికి కుమారుడు జన్మించాడు. వీరే ప్రఖ్యాత కథకులు, నవలా రచయిత త్రిపురనేని గోపిచంద్. మెట్రిక్యులేషన్ చదివే రోజులు నుంచే అవధానాలు చేయడం రామస్వామిగారు మొదలుపెట్టారు. గుడివాడలో కట్టమంచి కొళందరెడ్డిగారి ఆధ్వర్యంలో అష్టావధానం చేసి, పతకంతోపాటు ప్రశంసను అందుకున్నారు. అలాగే తెన్నేరు, అంగలూరుల్లోను అవధానం చేశారు. ఆటల్లో, ప్రత్యేకించి ఫుట్‌బాల్‌లో మంచి పేరు తెచ్చుకున్నారు.

1911 సంవత్సరం మెట్రిక్యులేషన్ చదువుతున్న రోజుల్లోనే వీరు "కురుక్షేత్ర సంగ్రామం" అనే పౌరాణిక నాటకాన్ని రాశారు. ఆ తర్వాత ఎఫ్.ఏ. చదవడం కోసం నోబుల్ కళాశాల్లో చేరారు. హాస్టల్లో వుంటున్న రామస్వామిగారికి ఒకవైపు కళాశాల చదువు మరోవైపు వెంకటశాస్త్రిగారి శుశ్రూష. ఇంకొక పక్క ఆటలందు అనురక్తి. అయితే నోబుల్ కళాశాల ప్రిన్సిపాల్ రామస్వామి హిందూ హైస్కూల్ నుంచి వచ్చాడనే ఈర్ష్యచేత 'కెప్టెన్ షిప్' ఇవ్వలేదట. ఇది ఆయన అవమానంగా భావించి బందరులో చదువు మానేసి రాజమండ్రి కాలేజిలో చేరి బందరు కాలేజితో ఫుట్‌బాల్‌లో పోటీకి తలపడి అందులో కప్పు గెలుచుకున్నారు. ఆ తర్వాత బందరు కాలేజీ ప్రిన్సిపాల్ రామస్వామిగార్ని స్వయంగా పిలిపించి తాను చేసింది పొరపాటని అంగీకరించి ఆయనకు 'కెప్టెన్ షిప్' ఇచ్చి మళ్ళీ తన కాలేజీలో చేర్చుకున్నారు. ఈ విధంగా కవిత్వం, అవధానాన్ని, ఆటలు తదితర అంశాలకు అధిక సమయాన్ని కేటాయించడం వల్ల ఆ సంవత్సరం ఎఫ్.ఏ.లో విజయం సాధించలేకపోయారు. ఆ తర్వాత ప్లీడరు షిప్ చదవడానికి బొంబాయి వెళ్ళి ఆర్నెలల్లో చదువుమానేసి ఇంటికి తిరిగి వచ్చారు.

అవధాన విద్యకు, ఆశుకవిత్వానికి అత్యంత ఆదరణ వున్న రోజులవి. ఒకపక్క తిరుపతి వేంకటకవులు, మరోపక్క కొప్పరపు సోదరకవులు అష్టావధాన శతావధానాలతో తెలుగుదేశాన్ని

ఉగ్రూతలూగిస్తున్న సమయమది. అప్పటికి తిరుపతి కవుల శతావధాన ప్రజ్ఞకు వార్ధక్య దశ వాటిల్లినా ప్రచారంలో వుందనే చెప్పాలి. అప్పుడే కొప్పరపు కవులు అవధానాలు చేయడం మొదలు పెట్టారు. ఈ ఇరువురి జంటకవుల మధ్య వైరం నియోగి, వైదిక కక్షలకు దారితీశాయి. ఆ తరుణంలో త్రిపురనేనివారు గురువుగ్గారైన చెళ్ళపిళ్ళవారి పట్ల వున్న గౌరవంతో తిరుపతి వేంకటకవుల పక్షాన కొప్పరపు కవులతో తలపడి గురుభక్తిని చాటుకున్నారు.

రామస్వామిగారు ఎఫ్.ఏ. పూర్తి చేసిన తర్వాత స్వతంత్రవృత్తిలో జీవయాత్ర సాగించాలని తలంచారు. అందుకు తగిన న్యాయశాస్త్ర అధ్యయనం చేసి బారిష్టరు కావాలనే మనోభావాన్ని సోదరులకు తెలిపారు. వారు అభ్యంతరం చెప్పకపోవటంతో పాస్‌పోర్టును సిద్ధం చేసుకుని 18-9-1914 తేదీన రామస్వామి ఐర్లాండ్ దేశంలోని డబ్లిన్ నగరానికి ప్రయాణమయ్యారు. ఆయన్ని స్టేషన్‌దాకా సాగనంపడానికి ఆవూరంతా బయలుదేరింది. ప్రయాణమై ఇంట్లో నుంచి బయటకు అడుగు పెట్టగానే హఠాత్తుగా బంధువెవ్వరో తుమ్మారు. చూడ్డానికి వచ్చిన వారంతా దాన్ని అపశకునంగా భావించి కాసేపు ఆగి వెళ్ళమన్నారు. దానికి రామస్వామి ఇవన్నీ పిచ్చి నమ్మకాలు అనే ధోరణిలో ఒక నవ్వునవ్వి ఏమాత్రం ఆగకుండా ప్రయాణమయ్యారు. వీరు 15-10-1914 నాటికి లండన్ చేరుకున్నారు. లండన్‌లో వున్న నాలుగు రోజులు ఆయన హోటల్‌లో 13వ నెంబరు గదినే ఎన్నుకున్నారట. తెల్లవాళ్లు 13వ నెంబర్‌ను అదృష్ట సంఖ్యగా భావించరు. కాని అలాంటి విశ్వాసాలు ఏమాత్రంలేని రామస్వామి తక్కువ తాకిడి వుండే 13వ నెంబరు గదే పరిశుభ్రంగా వుంటుందని భావించారు. అక్కడ వున్నప్పుడే వీరికి గాంధీజీని స్వయంగా కలుసుకునే అవకాశం లభించింది. ఆ తర్వాత లండన్ నుంచి బయలుదేరి 23-11-1914 నాటికి డబ్లిన్ పట్టణం చేరుకున్నారు. నా డబ్లిన్ ప్రయాణం అనే శీర్షికతో కృష్ణాపత్రికకు విలువైన వ్యాసాన్ని రాశారు. వీరు స్వాతంత్ర్య ప్రియులు కాబట్టి ఆనాడు ఐర్లాండ్‌లో జరిగే స్వాతంత్ర్య పోరాటాన్ని కనులార చూసి తెలుసుకోవాలనే అభిలాషతో ఐర్లాండ్‌ను విద్యాభ్యాసానికి ఎన్నుకున్నారు. అక్కడ బారిష్టరు చదువుతున్నా మాతృభాషపై మమకారం ఏ మాత్రం వదలలేదు. ప్రాచ్య లిఖిత పుస్తకభండాగారంలో మన ప్రాచీన సంస్కృతుల్ని గూర్చి పరిశోధన చేశారు. దాని ఫలితమే "శంబూకవధ" నాటక రచన. బారిష్టరు చదువుతున్న రోజుల్లోనే "కొండవీటి సామ్రాజ్య పతనం" అనే రచన చేశారు.

రామస్వామిగారు మొదట డబ్లిన్ పట్టణంలోని ట్రినిటి కళాశాల్లో బి.ఏ.లో చేరారు. విదేశాల్లో వున్నా భారతీయతను వదులుకోలేదు. ఆంధ్రత్వానికి చిహ్నమైన తలపాగను విడనాడలేదు. పంచె కట్టుకొని, తలపాగాను ధరించి క్లాసుకు వెళ్ళేవారు. ఈ వేషం కళాశాల ఆచార్యులకు నచ్చలేదు. రామస్వామిగారితో ఒక ఆచార్యుడు తలపాగ తీసివేసేవరకు క్లాసుకి రావద్దని ఆజ్ఞాపించారు. వెంటనే రామస్వామి మీ క్లాసుకు రానేరాను, నేటితో మీ కాలేజీకే స్వస్తి అన్నారు. ఆ తర్వాత వీరు ఇన్నర్ టెంపుల్ లా కళాశాల్లో చదవడం కోసం ప్రవేశించారు. ఎప్పుడు తలపాగతోనే కళాశాలకు వెళ్ళేవారు. విదేశీ చరిత్రల్ని సంస్కృతుల్ని అధ్యయనం చేసి మన

సంస్కృతి సాహిత్యాలతో సరిపోల్చి చూసేవారు. ఉన్నవ లక్ష్మీనారాయణ కూడా విద్యాభ్యాసానికి డబ్లిన్ వెళ్ళడం అక్కడ ఈ ఇద్దరు కలుసుకుని తెలుగు సాహిత్యాన్ని గూర్చి చర్చించడం తరచుగా జరుగుతుండేది. అక్కడ ఉన్నంత కాలం మద్యాన్ని మాంసాన్ని ముట్టలేదు. పంచెకట్టు తలపాగ వేషంలో వున్న రామస్వామిని చూసిన ఒక విదేశీవనిత 'మా దేశంలో వుండి మా వేషం వేయవేమి' అని ప్రశ్నిస్తే ఆయన చిరునవ్వు నవ్వి 'మీరు మా దేశమొచ్చినప్పుడు మావేషం వేస్తున్నారా' అని ఎదురు ప్రశ్న వేసేవారు. అలాగే వేరే సంఘటనలో మరొకామె మా దేశీయమైన సూటు ధరిస్తే ఒక మంచి ఉద్యోగం యిప్పిస్తాను అని అంది. దానికి రామస్వామి 'మా దేశమొచ్చి మా చీర రవిక ధరిస్తే మంచి రాజకుమారునితో పెళ్ళి జరిపిస్తాను' అని సమాధానమిచ్చారు.

రామస్వామిగారు బారిష్టరు పట్టా పుచ్చుకొని 1-11-1917 న స్వదేశానికి తిరిగి వచ్చారు. విదేశాల్లో విద్యను పూర్తి చేసుకుని వచ్చిన వారికి బందరు పట్టణంలో ఘనస్వాగతం లభించింది. అనేకచోట్ల సభలు సమావేశాలు చేసి ఆయనను ఘనంగా సన్మానించారు. సారస్వతంపై వీరికి గల అభిమానంకొద్ది గుడివాడకు సమీపంలో చౌటపల్లిలో వాసిరెడ్డి వెంకటాద్రినాయుడి పేర ఒక పుస్తక భాండాగారాన్ని ఆ సంవత్సరమే స్థాపించారు. దేశాభివృద్ధికోసం సాంఘిక సంస్కరణలు చేపట్టాలని వీరు జస్టిస్ పార్టీని కాదని 1917 నవంబర్‌లో విజయవాడలో ఏర్పాటు చేసిన జాతీయ బ్రాహ్మణేతర సభలో పాల్గొని అధ్యక్షత వహించారు. బ్రాహ్మణేతరులకు ప్రత్యేక ప్రాతినిధ్యం అనే విషయానికి అనుగుణంగా ఆనాటి సభ తీర్మానం చేసింది. ఎన్ని విభేదాలున్నా మరిచి కాంగ్రెస్‌ను బలపరిచి దేశస్వాతంత్ర్యాన్ని సంపాదించాలని రామస్వామిగారు ఉద్బోధించారు.

బందరులో బారిష్టరు వృత్తిని ప్రారంభించినా సాహిత్య, సాంఘికోద్యమాల్లో పాల్గొనడం మానలేదు. అనిబిసెంట్ హోంరూల్ ఉద్యమంలో కూడా వీరు పాలు పంచుకుని చురుకైన పాత్ర పోషించారు. ఆ కారణంగానే రామస్వామిగార్ని ఆ ఉద్యమం నుంచి తప్పించడానికి నాటి ప్రభుత్వం "నీవు ఉన్నత పదవుల్లోకి వెళ్ళవలసిన వాడవు. ఈ ఉద్యమంలో అడుగుపెట్టవద్దు నిన్ను వెంటనే సబ్‌జడ్జిగా నియమిస్తాం" అని ప్రలోభపెట్టింది. బందరు పట్టణంలో ఒక ప్రముఖవ్యక్తిగా రామస్వామి గార్కి మంచి గుర్తింపు వచ్చింది. ఆ సమయంలో వీరి భార్య పున్నమాంబ అనారోగ్యంతో 15-11-1920 కాలధర్మం చెందారు. కవిగా తన కన్నీటి బాధ కవితా ధారగా 'సూతపురాణం'లో చోటుచేసుకుంది. ఆ సమయంలో ప్రముఖ న్యాయవాది జస్టిస్ పార్టీ నాయకుడు అయిన కోవెలమూడి గోపాలకృష్ణయ్యగారి ఆహ్వానంపై విజయవాడకు మకాం మార్చారు త్రిపురనేని.

తన సంపాదకత్వంలో ఒక పత్రికను నడపాలన్న తలంపే విజయవాడ రావడానికి హేతువైనా, అది ఆచరణకు నోచుకోలేదు. గోపాలకృష్ణయ్యతో కలసి ప్రాక్టీసు ప్రారంభించారు. అక్కడ కూడా వకీలు వృత్తిపైకన్నా, కవితా ప్రవృతిపైనే ఎక్కువ కాలాన్ని వెచ్చించేవారు. ఈ కాలంలోనే ఎంతో పరిశ్రమతో, లోతైన పరిశోధనతో 'శంబుక వధ' అనే నాటకాన్ని రాశారు. ఇది 1920 జూన్ మాసంలో తొలి ముద్రణకు నోచుకుంది. శంబుక వధ నాటకంపై

సంప్రదాయవాదులు కోకొల్లలుగా చేస్తున్న విమర్శలు ఒక పక్క, భార్యా వియోగం ఒక పక్క వారిని మరింత కుంగదీశాయి. జీవిత భాగస్వామిలేని జీవితం దుస్సాధ్యమని బంధువులు, మిత్రులు ఆయన స్థితిని గమనించి ద్వితీయ వివాహం చేసుకోమని వత్తిడిచేశారు. ఫలితంగా బాపట్ల తాలూకా చింతాయపాలెం అనే గ్రామానికి చెందిన చంద్రావతి అనే ఆమెను వివాహం చేసుకున్నారు. దీంతో ఆయన జీవితంలో నూతన అధ్యాయం ప్రారంభమైంది. వారికి 1923 సంవత్సరంలో ఒక కుమారుడు జన్మించాడు. అతనికి గోకుల్‌చంద్ అని నామకరణం చేశారు. చంద్రమతి తన బిడ్డనేగాక సవతి బిడ్డల్ని కూడా అనురాగంతో పెంచి పోషించింది. గోపీచంద్, సరోజిని కూడా ఆమెను 'అమ్మ' అని పిలిచేవారు.కవిరాజు చంద్రమతి దంపతుల కమాల్ అనే మరో కుమారుడు ఆరేళ్ళప్రాయంలోనూ, చౌదరాణి అనే కుమార్తె నాలుగేళ్ళ ప్రాయంలోనూ చనిపోయారు.

విజయవాడలో దిక్కుతోచని పరిస్థితుల్లో వున్న రామస్వామిగారిని పాములపాటి వెంకట కృష్ణయ్య, జాగర్లమూడి కుప్పుస్వామి, సూర్యదేవర రాఘవయ్యగారలు తెనాలిలో ప్లీడరుగా ప్రాక్టీసు పెట్టాల్సిందిగా వత్తిడి చేశారు. అంతే గాకుండా తెనాలి నుండి వెలువడే రైతు పత్రికకు సంపాదకులుగా ఉండాల్సిందిగా అభ్యర్థనాపూర్వక ఆహ్వానం అందింది. సంస్కరణోద్యమానికి తెనాలి మంచి కేంద్రం కాగలదనే నమ్మకం త్రిపురనేని వారికి కలిగింది. ఈ కారణాలతో 1922 సంవత్సరం జూన్‌లో నివాసం విజయవాడ నుండి తెనాలికి మార్చారు. ఆ సంవత్సరమే జూలై నెలలో టంగుటూరులో జరిగిన కమ్మ మహాసభకు అధ్యక్షత వహించారు. తమ సుదీర్ఘోపన్యాసంలో కమ్మవారు క్షత్రియులని, వారు సాంఘిక, ఆర్థిక, రాజకీయరంగాల్లో అభివృద్ధి సాధించడానికి ఒక సంఘంగా ఏర్పడి కృషి చేయడం తప్పుకాదని పేర్కొన్నారు. వివాహాది శుభకార్యాల్లో అనవసర ఖర్చుల్ని స్వకుల పౌరోహిత్యం ద్వారా అరికట్టవచ్చుని వీరు ఉద్బోధించారు.

కమ్మవారు శూద్రులని మొదటి నుండి బ్రాహ్మణ్యం వాదిస్తూ వచ్చింది. దానికి దీటుగా అనేక మంది తాము క్షత్రియులమని నిరూపించే ప్రయత్నం చేశారు. 1915 సంవత్సరంలోనే బ్రాహ్మణేతర సంఘాన్ని స్థాపించిన సూర్యదేవర రాఘవయ్య లాంటివారు సరస్వతీ స్వాముల అండతో కమ్మవారు క్షత్రియులని ఆంధ్రదేశంలో ఒక ఉద్యమాన్ని ప్రారంభించారు. సరస్వతీ స్వాములవారు 1920వ సంవత్సరంలో 'ప్రచ్ఛన్న రాజకుల నిర్ణయం' అనే గ్రంథం ద్వారా కమ్మ, వెలమ, రెడ్డి, కాపులు క్షత్రియులు అని నిరూపించారు. బ్రాహ్మణ, బ్రాహ్మణేతరుల మధ్య ఈ తరహా వివాదాలు ఎక్కువయ్యాయి. గుంటూరు జిల్లా కొల్లూరులో 1924 ఆగష్టు 16 నుండి 19 తేదీల్లో కమ్మవారి చరిత్రను గూర్చి పుష్పగిరి పీఠంవారికి, సూర్యదేవర రాఘవయ్య మొదలైనవారికి వివాదం తీవ్రస్థాయిలో జరిగింది. కమ్మవారి తరుపున సూర్యదేవర, త్రిపురనేని లాంటివారు గట్టిగా నిలబడి వాదించి పుష్పగిరి పీఠాధిపతులు చెప్పినట్లు కమ్మ తదితరులు శూద్రులుకాగనీ, క్షత్రియులనీ నిరూపించారు. ఆ చారిత్రక విజయాన్నే 1925 సం॥రంలో 'బ్రాహ్మణేతర విజయం" అనే గ్రంథంగా సూర్యదేవరవారు అక్షరీకరించారు.

ఈ సందర్భంలో ఒక దీక్షితులు కమ్మ, కుమ్మర శబ్దాల సామ్యం చూపిస్తూ వారిరువురు ఏకోదరులు అని అన్నాడు. రామస్వామి వెంటనే విప్ర, వుప్పర శబ్దాల సామ్యాన్నిబట్టి వారు ఏకగర్భ జనితులు కారా? అని ప్రశ్నించడంతో సభలో కరతాళ ధ్వనులు మిన్నంటాయి. దీక్షితులుగారు దిగ్భ్రాంతి చెందారు. కమ్మవారు శూద్రులని పుష్పగిరి పీఠాధిపతులు చేసిన వాదాన్ని ఖండిస్తూ రామస్వామిగారు ప్రతివాదం చేశారు. 'ఏనాడు బ్రాహ్మణులు రెడ్డి, వెలమ, కమ్మ ప్రభృతులచే పరిపాలించబడుతున్న తెలుగుదేశమున కాపురం చేయడం ప్రారంభించారో ఆనాడే పైన పేర్కొన్న జాతులు క్షత్రియ శాఖలైనా కావాలి, లేదా బ్రాహ్మణులు బ్రాహ్మణులైనా కాకపోయి వుండాలి' అనే తీర్మానంతో రామస్వామి తన వాదాన్ని ముగించారు.

ఆనాటి న్యాయవాద వృత్తి నూటికి తొంభైశాతం బ్రాహ్మణులే. ఎవరైనా వారి పంచల్లో పడిగాపులు పడవలసిందే. ఆ స్థితిలో ఈ వృత్తిని చేపట్టి అందరి మన్ననల్ని పొందగలిగారు త్రిపురనేని. ఆత్మగౌరవానికి, స్వాతంత్ర్యానికి నిత్యజీవితంలోనేగాక న్యాయవాద వృత్తిలోనూ భంగం కలుగనివ్వలేదు. రచనా వ్యాసంగాలు, సంస్కరణోద్యమం రామస్వామిని కొంతకాలం కోర్టుకు వెళ్ళలేని స్థితికి తీసుకెళ్ళాయి. సాంఘిక వివాదాల్లో మాత్రంవారు చొరవ తీసుకుని వాదించేవారు. ఫీజు లేకుండా వాదించడం, అన్యాయం జరిగినచోట రెక్కలు కట్టుకు వాలడం వారి నైజం.

కమ్మవారికి వేదాన్ని పఠించే అధికారం లేదని ఒక అగ్రహారికుడు 1924వ సంవత్సరం తాడిపత్రి వేదపాఠశాల పాలకవర్గానికి నోటీసు యిచ్చారు. దానికి త్రిపురనేని అనేక ఆధారాలతో వారికి వేదాలు చదువుకునే అధికారం వుందని జవాబిచ్చారు. దాంతో అందరికి వేదాధ్యయనం నిరాటంకంగా సాగింది. 1925 అక్టోబరు నాటికి తెనాలి పురపాలక సంఘ ఎన్నికలు సమీపించాయి. ఎన్నికల్లో పోటి చేయాల్సిందిగా కొందరు స్థానిక ప్రముఖులు చేసిన అభ్యర్థనని రామస్వామి తిరస్కరించ లేకపోయారు. కౌన్సిలర్‌గా గెలిచిన తర్వాత, అనేకమంది కౌన్సిలర్లు చైర్మన్‌గా వుండమని రామస్వామిగార్ని కోరారు. వారు అంగీకరించక తప్పలేదు. అయితే ఎన్నికల్లో బ్రాహ్మణ, బ్రాహ్మణేతర విభేదాలు చోటుచేసుకున్నాయి. అంతకుముందు చైర్మన్‌గావున్న ప్రముఖ న్యాయవాది పిల్లలమర్రి ఆంజనేయులు ఈ విభేదాల్ని ఆసరాగా తీసుకొని విజయం సాధించాలని గట్టిగా ప్రయత్నించారు. కాని తెనాలి పట్టణ బ్రాహ్మణులు అధిక సంఖ్యలో రామస్వామిగారి పక్షం వహించారు. ఆంజనేయులుగారు ఎన్నిక జరపాల్సి వుండగా తాను గెలవననే భావనతో ఎన్నిక జరపడానికి నిరాకరించారు. అప్పుడు భూపతి సూర్యనారాయణగార్ని ఎన్నిక కార్యక్రమాన్ని నిర్వహించడానికి అధ్యక్షుడిగా ఎన్నుకున్నారు. మరొకరు పోటీ చేయకపోవడంతో రామస్వామి ఏకగ్రీవంగా ఎన్నికయ్యారు.

పురపాలక సంఘాధ్యక్షులుగా రామస్వామిగారు తమ పదవిని సార్థకం చేసుకున్నారు. పదవి వ్యామోహం ఆయనకు ఏమాత్రంలేదు. పదవిని త్యజించడానికి ఆయన సిద్ధపడేవారు, కాని తమ సిద్ధాంతాన్ని మార్చుకోవడానికి అంగీకరించలేదు. ఆయన అహింసావాది మూఢాచారాలకు విరోధి, వాటికి విరుద్ధంగా ఏ పనిచేయలేదు. ఇతరుల్ని చేయనివ్వలేదు. అలా చేయడం రామస్వామి మనస్తత్వానికి విరుద్ధం. తెనాలిలో ప్రతి సంవత్సరం లాగే ప్రజలు

కొలుపులు కొలవడానికి సిద్ధమయ్యారు. అహింసావాది అయిన రామస్వామిగారు చైర్మన్‌గా వాటిని తిరస్కరించారు. కొలుపులు కొలవాలని అమ్మవారికి బలి ఇవ్వాలని కౌన్సిల్లో అధిక సంఖ్యాకులు పట్టుబట్టారు. జీవహింసకు ఒప్పుకోను అన్నారు ఆయన. కౌన్సిలర్లు విశ్వాసరాహిత్య తీర్మానం ప్రవేశపెట్టారు. రామస్వామిగారు వారి బెదిరింపులకు లొంగలేదు. కొలుపులు జరుపక పోవటంతో జీవహింస ఆగిపోయింది.

ప్రతిపక్షాల వారు ఈ విషయాన్ని కలెక్టరు దృష్టికి తీసుకువెళితే ఇది నా పనికాదు చైర్మన్ పని అని అన్నారాయన. ప్రభుత్వానికి కౌన్సిలర్లు అర్జీలు పంపినా ప్రయోజనం లేకపోయింది. హైదరాబాద్ నుండి జీవకారుణ్య సంఘ ప్రచారకులు వచ్చి జంతుబలి నిషేధాన్ని గూర్చి ఉపన్యాసాలిస్తుంటే తెరవెనుకవున్న ఆందోళనకారులు చేతులు ముడుచుకుని కూర్చున్నారు. మారీసుపేటలో బ్రాహ్మణులు చేయ తలపెట్టిన యజ్ఞాన్ని కూడా రామస్వామిగారు భగ్నం చేశారు. యజ్ఞయాగాదుల్ని హింసమార్గంలో చేయరాదని, వధించడానికి సిద్ధం చేసిన మేకకు ప్రాణభిక్ష పెట్టారు. ఇలాంటి ఎన్నో హింసాకార్యక్రమాల్ని సమర్థవంతంగా సహేతుకంగా అడ్డుకుని, తన చైర్మన్ పదవిని సార్థకం చేసుకున్నారు. అనేక ప్రజోపయోగ కార్యక్రమాల్ని చేపట్టి ప్రముఖుల ప్రశంసల్ని పొందారు.

చైర్మన్ పదవిని నిర్వహిస్తున్న సమయంలోనే రామస్వామిగారు ఆంధ్రవిశ్వ విద్యాలయ సెనేట్ సభ్యులుగా బారిష్టర్ యన్.వి.యల్. నరసింహారావు గారితో పోటీపడి ఎన్నికయ్యారు. తెలుగు పాఠ్య పుస్తకాల కమిటీ సభ్యునిగా ఎన్నుకోబడ్డారు. తెలుగు పాఠ్యాంశ గ్రంథ సంఘ సభ్యుడిగా ఎన్నికయ్యారు. ఈ కమిటీ సభ్యులుగా వున్న కాలంలో సంస్కృత భాషా ప్రాముఖ్యాన్ని తగ్గించి, తెలుగుభాషా ప్రాధాన్యాన్ని కల్గించాలనీ ఉద్బోధించారు. సర్ కట్టమంచి రామలింగారెడ్డి అభిమతాన్ని అనుసరించి రామస్వామిగారు రాసిన "కురుక్షేత్ర సంగ్రామం" అనే నాటకం యస్.యస్.యల్.సి.కి పాఠ్య గ్రంథంగా ఎంపికయ్యింది.

సశాస్త్రీయంగా శూద్రుల పక్షాన ఆలోచించే త్రిపురనేని తమ యింటికి శంబూకాశ్రమంగా నామకరణం చేశారు. ఆ తర్వాత అది సూతాశ్రమంగా మారి ప్రసిద్ధి గాంచింది. సమస్త పురాణాల్ని సమూలంగా పఠించిన రామస్వామి పురాణాల్లోని కట్టుకథల్లాగే ఒక కథను అల్లారు. పురాణ వన సంచారం చేసే రామస్వామిగారికి సూతమహర్షి ప్రత్యక్షమయ్యాడని, దారి తప్పిన తనకు దారి చూపించి గురువయ్యాడని తాను అతడి శిష్యుడనయ్యానని పేర్కొన్నారు. సూత మహర్షి తనకు కలిగిన అనేక సంశయాల్ని నివృత్తిచేశాడు. అందువల్లే తాను యింటికి 'సూతాశ్రమం' అని నామకరణం చేశారు. అప్పటి నుండి సూతాశ్రమం ఒక పవిత్రస్థలంగా, ఒక ముని ఆశ్రమంగా రూపుదాల్చింది. కోర్టు వ్యవహారాలు ఒకపక్క ఒత్తిడి తెస్తూవుంటే, పురపాలక మంత్రాంగాలు మరొక పక్క జరుగుతూనే వుంటే, శ్రవణానందంగా పురోహితులు వైవాహిక మంత్రాల్ని మరొచోట వల్లె వేస్తుంటే, కవికోకిలలు శ్రావ్యంగా ఇంకొకవైపు గానం చేస్తు వుంటే, సూతాశ్రమం ఒక ముని సార్వభౌముని ఆశ్రమంగాను, రామస్వామి బ్రహ్మతేజస్సు మూర్తీభవించిన కులపతిగాను ప్రత్యక్షమైనట్లు భావించేవారు.

'సూతాశ్రమానికి నాస్తికులు, ఆస్తికులు, రాజకీయవేత్తలు, లౌకికవ్యవహర్తలు, పండితులు, పామరులు, కవులు, గాయకులు, జ్యోతిష్కులు మొత్తానికి అన్ని శాఖల్లోని ప్రముఖ వ్యక్తులు ఎప్పుడో ఒకసారి సూతాశ్రమంలోకి అడుగుపెట్టకుండా, ఆ చల్లని చెట్ల కింద క్షణమైన విశ్రమించకుండా, అక్కడ నీళ్ళు కొంచమైనా తాగకుండా వుండే వారు కాదు' అని గోపిచంద్ చెప్పిన మాటలు సత్యదూరంకాదు. ప్రతి ఉద్యమంలోనూ ప్రత్యక్షంగానో పరోక్షంగానో ఆయనకు సంబంధం వుండేది. ఎక్కడ ఏ నూతనాంశం కన్పించినా ఆసక్తితో గమనించేవారు. ఎక్కడ ఎలాంటి నూతనోత్సాహం మోసులెత్తినా దానికి ఆయన దోహదముండేది. ఈ విధంగా అన్ని వర్గాల ప్రజలకు నెలవై, ప్రజానీకంలో భావవిప్లవం కలిగించడానికి సూతాశ్రమం దోహదం చేసింది. రామస్వామిగారు కావించిన నిర్విరామ పరిశోధనా ఫలితంగా సూతపురాణం అనే నాలుగు ఆశ్వాసాల గ్రంథం వెలువడింది. ప్రథమాశ్వాసం 1927 సం॥రంలోను, ద్వితీయాశ్వాసం 1928 సం॥రంలోనూ, తృతీయ, చతుర్థాశ్వాసాలు 1932 సం॥లోనూ వెలువడ్డాయి. సూతపురాణం రామస్వామిగారికి శాశ్వత ప్రతిష్ఠను తెచ్చి పెట్టింది.

ఆంధ్రుల సర్వతోముఖాభివృద్ధికై 1913 సం॥రంలో అవతరించిన ఆంధ్ర మహాసభ ఆయా రంగాల్లో ప్రసిద్ధగాంచిన వారిని గౌరవపూర్వకంగా బిరుదులిచ్చి సత్కరించే సంప్రదాయం వుంది. సాహిత్య, సాంఘిక రంగాల్లో రామస్వామిగారు కావించిన విప్లవాత్మక పరిణామాలకు ఆంధ్ర మహాసభవారు సంతృప్తి చెందారు. 4-11-1929న కడప కోటిరెడ్డిగారి అధ్యక్షతన బెజవాడలో సమావేశమై రామస్వామిగార్ని 'కవిరాజు' బిరుదుతో సత్కరించారు. బిరుదునివ్వడానికి ప్రతిపాదించినవారు కాశీనాథుని నాగేశ్వరరావు పంతులుగారు. ఆ సభలోనే దువ్వూరి రామిరెడ్డిగారికి 'కవికోకిల' బిరుదునిచ్చారు. కవిరాజు బిరుదును పురస్కరించుకొని పలుచోట్ల సభలు సన్మానాలు చేశారు. వాటిలో అమృతలూరులో జరిగిన సన్మానం పేర్కొనదగింది. ఆ సభలో నాగలింగం వెంకటశాస్త్రి, కొత్త సత్యనారాయణ, శరణు రామస్వామి, వెలువోలు సీతారామయ్య, జంపాల నృసింహం మొదలగువారు ప్రసంగించి కవిరాజు సాహితీసేవను స్తుతించారు. ఆనాటి నుండి రామస్వామిగా కంటే కవిరాజుగానే ఆయన ప్రసిద్ధి పొందారు. 1932 సం॥రంలో రెండో భార్య చంద్రావతిగారు కూడా చనిపోయారు.

ఉన్నవ లక్ష్మీనారాయణ ఆయన భార్య లక్ష్మీబాయమ్మగారల సలహామేరకు వారు స్థాపించిన 'శారదా నికేతన్'లో చదువుకునే విజయవాడకు చెందిన శకుంతల అనే అమ్మాయితో 25-5-1932 న గోపీచంద్‌కి వివాహం జరిగింది. గోపీచంద్‌కూడా తండ్రిలాగే న్యాయవాద వృత్తిని చేపట్టారు. అలాగే సాహిత్య రంగంలోనూ రాణించారు. 1933 సం॥రంలో కవిరాజు కృష్ణాజిల్లా నందిగామ తాలూకా వీరులపాడుకు చెందిన అన్నపూర్ణమ్మ అనే ఆమెను తృతీయ వివాహం చేసుకున్నారు. ఆమె సోదరుడైన సూర్యదేవర కృష్ణయ్యగారి అంగీకారంతో ఈ పెళ్ళి జరిగింది. వీరికి చౌదరాణి అనే పుత్రిక జన్మించింది. ఆమెను ప్రఖ్యాత కథకుడు అట్లూరి పిచ్చేశ్వరరావుగారు వివాహం చేసుకున్నారు.

మద్రాసు అసెంబ్లీలో 3-3-1938 న భాషా ప్రయుక్త రాష్ట్ర పునర్నిర్మాణాన్ని గూర్చి ప్రవేశపెట్టిన తీర్మానం సభామోదం పొందింది. దీనికి ఆంధ్రుడిగా కవిరాజు ఆంధ్రోద్యమానికి గణనీయమైన సేవచేశారు. ఆ సంవత్సరమే విజయవాడలో పంద్రంగి కేశవరావుగారి ఆధ్వర్యంలో ఏర్పాటైన ఆంధ్ర పార్లమెంటు సమావేశానికి కె.వి.రెడ్డి నాయుడు అధ్యక్షుడు. రామస్వామి, పూర్ణానందంగారు ఈ సమావేశానికి ప్రత్యేక ఆహ్వానితులు. యాచించే స్వభావం తెలుగువారి చరిత్రలో లేదని, ప్రత్యేక రాష్ట్రంకోసం ఉద్యమిస్తామే తప్ప అడుక్కోమని ఆవేశపూరితమైన ఉపన్యాసమిచ్చారు కవిరాజు. రెండో ప్రపంచ యుద్ధ సమయంలో కూడా ప్రత్యేక రాష్ట్రంకోసం సంప్రదింపులు జరిగాయి. కాంగ్రెస్ మంత్రివర్గాలు రాజీనామా చేశాయి. ఆంధ్రరాష్ట్ర సాధనకోసం తమ ప్రగాఢవాంఛను వెల్లడించారు.

కాంగ్రెస్ మంత్రులు ఆంధ్రరాష్ట్ర సాధన చేస్తారని ఆశగా ఎదురు చూసిన వారికి నిరాశే మిగిలింది. కవిరాజు కోపోద్రేకుడై నాయకుల మోసబుద్ధిపై విరుచుకు పడ్డారు. సత్యాగ్రహంవల్లే ఆంధ్రరాష్ట్రం అవతరించగలదని కవిరాజు కుండబద్దలు కొట్టినట్లు చెప్పారు. తత్ఫలితంగా ప్రజల్లో ఆందోళన బయలుదేరింది. కవిరాజు చెప్పినట్లుగానే ఒక దశాబ్దం తర్వాత పొట్టి శ్రీరాములుగారి ఆత్మాహుతితో రాష్ట్ర సాధన జరిగింది. అయితే కవిరాజు వాంఛించిన విశాలాంధ్ర విస్తృతమైంది. 'కాదనివాదుకువస్తే కటకం దాకా మనదేరా! బస్తరెల్ల మనదేరా! జయపూరంతా మనదేరా! కాదని వాదుకువస్తే కన్నడమర్ధం మనదేరా' అని రాష్ట్ర పరిధిని తెలిపే గీతాన్ని ఆలపించారు. ఈ విధంగా స్వాతంత్ర్యోద్యమంలోనూ, ఆంధ్రరాష్ట్రోద్యమంలోనూ పాల్గొని ప్రజల్లో చైతన్యం రగిలింపజేసి నిద్రాణమై వున్న జాతికి వైతాళిక గీతం ఆలపించిన కవిరాజు ధన్యుడు.

మున్సిపల్ ఛైర్మన్‌గా 1934 సం॥రంలో రెండోసారి కవిరాజు ఎన్నికయ్యారు. కుల, మత, విచక్షణ లేకుండా అర్హులైనవారందరికి మున్సిపాల్టీలో ఉద్యోగాలివ్వడం వీరి ఔదార్యానికి నిదర్శనం. ఆనాటికి ఆంధ్రా మున్సిపాలిటీల్లో ఎక్కడాలేని మంచినీటి పథకానికి, మురికినీటి పథకానికి పన్ను వసూలు చేసే పద్ధతి రామస్వామిగారు ప్రారంభించారు. పిల్లలమఱ్ఱి ఆంజనేయులుగారి కాలంలో మార్కెట్ కట్టించాలనే ప్రయత్నం వీరి కాలంలో పూర్తయింది. రైలు స్టేషను దగ్గరలో వున్న మాగాణి భూమిని ప్రత్యేక పథకం ద్వారా నివాసయోగ్యంగా చేయించారు. అది రామస్వామి పేటగా పిలువబడుతుంది. గుఱ్ఱపు బగ్గీని ఏర్పాటు చేసుకుని పట్నంలోని ప్రజల కష్టాల్ని కవిరాజు తెలుసుకునేవారు. గతానికి భిన్నంగా కౌన్సిలర్లు అందరు కుర్చీల్లో కూర్చునే పద్ధతిని ప్రవేశపెట్టారు. కులమత రహితంగా అందరినీ సమానంగా గౌరవించాలనే వారి విశాల హృదయానికి ఇది నిదర్శనం. ఈ విధంగా ఛైర్మన్ పదవిని మరోసారి సార్థకం చేసుకున్నారు.

మానవ జీవితంలో వివాహనికి అత్యంత ప్రాధాన్యం వుంది కాబట్టి వివాహ నిర్వహణలో వారికి గల కొన్ని అమూల్యమైన అభిప్రాయాల్ని తెలియజేయాలనే ఉద్దేశంతో 'వివాహవిధి' అనే చిన్న పుస్తకాన్ని ప్రచురించారు. ఈ వివాహవిధిని అనుసరించి స్వకుల పౌరోహిత్యంతో అనేక పెళ్ళిళ్ళు నాటి నుండి నేటి వరకు జరుగుతూనే వున్నాయి.

'కుప్పుస్వామి శతకం' రాసిన కవిరాజు 1940 సం॥రంలో 'ధూర్తమానవ' అనే మకుటంతో మరో శతకాన్ని కూడా రాశారు. ఐతే ఇది ముప్పై ఏడు పద్యాలు మాత్రమే కలిగిన అసంపూర్ణ శతకం. కుప్పుస్వామి శతకం నీతి శతకంకాగా, ఇది వ్యంగ్య పూరితమైంది. అలాగే 'పనికిమాలిన ఓరి గోపాలరాయ' అనే మకుటంతో కవిరాజు మరో శతకం ప్రారంభించి ఇరవై ఆరు పద్యాలు రాసినట్లు కొసరాజు రాఘవయ్య చౌదరిగారు ఓ ముఖాముఖి కార్యక్రమంలో రెండు పద్యాలు కూడా విన్పించారట. ఎవరో ఒక వ్యక్తిని దృష్టిలో పెట్టుకొని వ్యంగ్యంగా దీన్ని రాసినట్లు కూడా వీరు పేర్కొన్నారట. కానీ ఆ పద్యాలేవీ లభించకపోవడం విచారించదగ్గ విషయం.

1941 సం॥రంలో కవిరాజు కలం నుంచి వెలువడిన ఆఖరి రచన 'భగవద్గీత' దీని ఇతివృత్తం పౌరాణికాంశానికి సంబంధించింది కాదు.'పల్నాటి వీరచరిత్ర' ను ఇతివృత్తంగా తీసుకుని సంప్రదాయానికి భిన్నంగా, సవాలుగా వెలువడిన రచన యిది.

మూడు దశాబ్దాలపాటు ఆంధ్ర సాహిత్యానికి అనితరసాధ్యమైన విలువైన సేవలందించిన కవిరాజును గుడివాడ సీమపౌరుల గజారోహణ మహోత్సవంతో ఘనంగా సన్మానించ తలపెట్టారు. సుప్రసిద్ధులైన బెజవాడ రామచంద్రారెడ్డిగారి ఆధ్వర్యంలో, చల్లపల్లి సంస్థానాధీశులు జాగర్లమూడి కుప్పుస్వామి మొదలైన ప్రముఖ నాయకుల సమక్షంలో 1942 సం॥రం ఏప్రిల్ 25, 26 తేదీల్లో సన్మాన సభలు జరిగాయి. అనేక మంది కవులు, పండితులు, దూరతీరాల నుండి వచ్చిన అశేష అభిమానులు ఆ కార్యక్రమాల్లో పాల్గొని కవిరాజుకు బ్రహ్మరథం పట్టారు.

చౌదరిగారి వయస్సు 55 సంవత్సరాలు. అందువల్ల రైలు దిగగానే మొదట 55 వృషభ రాజాల్ని పూన్చిన శకటంపై వారిని కూర్చోబెట్టి మంగళ వాయిద్యాలతో విడిదికి తీసుకుని పోయారు. ఉపాహారం అనంతరం ఏనుగు అంబారీపై తిరిగి ఊరేగింపు ఉత్సవం జరిగింది. మధ్యాహ్నం మూడు గంటలకు ప్రత్యేకంగా నిర్మించిన విశాల సభా ప్రాంగణంలో బెజవాడ రామచంద్రారెడ్డిగారి అధ్యక్షతన సన్మాన సభ, పండిత గోష్ఠి జరిగింది. చల్లపల్లి రాజా, ఉన్నవ లక్ష్మీనారాయణ, గూడవల్లి రామబ్రహ్మం, బొల్లిని నారాయణ స్వామి, దుగ్గిరాల బలరామకృష్ణయ్య లాంటి ప్రముఖులెందరో గ్రామాంతరాల నుండి సభకు వచ్చారు. ఆహ్వాన సంఘ అధ్యక్షులు పర్వతనేని భూషయ్య చౌదరి, ప్రారంభోపన్యాసకులైన తాపీ ధర్మారావుగారు కవిరాజు కవితా ప్రాశస్త్యాన్ని, దృక్పథ ప్రాధాన్యాన్ని సవివరంగా విశ్లేషించారు.

ఈ సందర్భంగా ఉన్నవ లక్ష్మీనారాయణగారు సూత పురాణంలాంటి కవిరాజు రచనలు తమ విమర్శనాశక్తికి నిదర్శనమేగాని, ద్వేషపూరితాలు కావని వివరించారు. గుడివాడలో జరిగిన ఇంతటి ఘన సన్మానాన్ని ప్రజలంతా గుర్తించారు. మహోన్నత వ్యక్తిగా స్మరించారు. మరికొంతమంది నిందిస్తూ, దూషణలు కూడా చేశారు. దూషణ, భూషణలకు వారు కుంగిపోనూ లేదు, పొంగిపోనూ లేదు. తను నమ్మిన సిద్ధాంతాల్ని తుదకంతా కొనసాగించారు. ఈ సన్మాన వేడుకల సందర్భంగా ఆహ్వాన సంఘం 'కవిరాజు సన్మాన సంచిక'ను ప్రచురించింది. అందులో 80 మంది కవులు, రచయితలు కవిరాజు సాహితీ విశేషాల్ని కొనియాడారు.

క్విట్ఇండియా ఉద్యమం సందర్భంగా దేశమంతా బ్రిటీషు ప్రభుత్వ విధానాలపై నిరసన ప్రదర్శనలు జరిగాయి. ఆ తరుణంలో తెనాలి పట్నంలో జరిగిన కాల్పులకు నిరసనగా మారీసు పేటలో ఏర్పాటు చేసిన సభలో కవిరాజు దేశభక్తితో కూడిన ఉపన్యాసాన్నిచ్చారు. సంగం జాగర్లమూడిలో జరుప తలపెట్టిన ఏటుకూరి వెంకట నరసయ్యగారు రాసిన 'సిద్ధాశ్రమం' అనే గ్రంథావిష్కరణ సభలో కవిరాజు పాల్గొనాల్సి వుంది. అనారోగ్యంతో వుండి కూడా సాహిత్యంపై వున్న మమకారంతో ఆ సభలో పాల్గొని పుస్తకావిష్కరణ గావించారు. ఆ సందర్భంగా ఇచ్చిన ఉపన్యాసంలో తెలుగు కవిత దేశికవితగా వుండాలికాని మార్గకవితగా వుండకూడదనే తమ అంతిమ సందేశాన్ని ఆంధ్రులకు అందించారు.

కవిరాజుకు విషజ్వరం సోకినట్లు డాక్టర్లు గుర్తించారు. తెనాలిలో కొల్లూరు వెంకట రాయుడుగారు వైద్యం చేశారు. ఆయుర్వేద వైద్యులు శేషాచలంగారు కూడా చికిత్స చేశారుగాని ఫలితం దొరకలేదు. జీవితంలో అందరిని ఎదిరించి పోరాడిన కవిరాజు మృత్యువుతో పదిహేను రోజులు పోరాడి 1943 జనవరి 16వ తేదీన రాత్రి 1-30 గం॥లకు కన్నుమూశారు. కవిరాజు భౌతికకాయాన్ని కడసారి దర్శించడంకోసం వచ్చిన జనంతో సూతాశ్రమం కిక్కిరిసిపోయింది. ప్రజలు బాష్పనయనాలతో బాధాతప్త హృదయాలతో అంజలిఘటించారు. తనయులు, బంధువులు, శిష్యులు, స్నేహితులు వెంటరాగా ఊరేగింపుగా కవిరాజు అంతిమయాత్ర సాగింది. ఆ మహాప్రస్థానం ముగిసినా వారు సృష్టించిన భావ విప్లవం నాటికీ నేటికీ ఎందరికో స్ఫూర్తిదాయకంగా వుంటుంది.

కవిరాజు సాహిత్యం:

కవిరాజు జీవితం ఎంత విస్తృతం, పోరాటమయమో సాహిత్యం అంత గంభీరమై భావ పుష్టి కలిగింది. కవిరాజు సాహితీ దృక్పథం అనగానే నాటకాలు ప్రముఖంగా గుర్తొస్తాయి. కారణం మానవుణ్ణి మతం రిమోట్ కంట్రోలుగా వాడుతుంది. కాబట్టి సంస్కరణ మతభావాల నుండే ప్రారంభించాలని తలంచారు. అందుకే పౌరాణిక ఇతివృత్తాల్ని తీసుకుని నాటక రచన చేశారు. అంతేకాదు తమ నాటకాలకు సుదీర్ఘ స్వీయపీఠికల్ని కూడా పొందుపర్చి, అందులో ఆయా రచనల నేపథ్య, అవసరం మొదలైన విషయాల్ని కూలంకషంగా చర్చించారు. వీరి ఈ తరహా రచనల ప్రభావం అనంతర కాలంలో అనేకమంది రచయితల, కవులపై పడింది.

కురుక్షేత్ర సంగ్రామం (1910):

ఇది భారతకథా ఇతివృత్తం. లోకమంతా అప్పటి వరకూ కౌరవులు దుర్మార్గులనీ, అవినీతిపరులనీ, పాండవులే సన్మార్గవర్తనులనీ, పూజ్యులనే భావం సమాజంలో నెలకొంది. ఇది యథార్థంకాదని విశ్వసించారు కవిరాజు. అంధ విశ్వాసాలతో నిండి నిబిడీకృతమైన సమాజంలో చైతన్యం కలిగించడానికి ఈ నాటకాన్ని రాశారు.

పాండవులు రాజ్యానికి అర్హులుకారని వారు చేసిన రాయబారం అహేతుకమైందని వీరు సవిమర్శ గావించారు. ఇందు ధర్మశాస్త్రాల్ని ధర్మశాస్త్రాలుగా భావించినా, ఆ ధర్మశాస్త్రాల దృష్ట్యాకూడా పాండవులు రాజ్యానికి అర్హులుకారని, శ్రీకృష్ణుని రాజకీయ తంత్రమే ధర్మరాజుని ధర్మాత్మునిగా, సుయోధనుని దుర్మార్గునిగా చిత్రించిందని విశ్వసించారు.

భరతాదుల నుండి శంతనుని వరకు గల రాజులందరు జ్యేష్ఠానుక్రమంగానే రాజ్యభారం వహిస్తూ వచ్చారు. శంతనుని కుమారుడైన విచిత్రవీర్యుడు సంతానం లేకుండా మరణిస్తాడు. అప్పుడు వ్యాసునివల్ల దేవర న్యాయంతో విచిత్రవీర్యుని భార్యలైన అంబిక, అంబాలికలకు క్రమంగా ధృతరాష్ట్రుడు, పాండురాజు జన్మిస్తారు. పెద్దవాడైన ధృతరాష్ట్రునికే రాజ్యాభిషేకం జరిగింది. అలాంటప్పుడు జ్యేష్ఠానుక్రమంగా రాజ్యానికి సుయోధనుడే హక్కుదారుడు అవుతాడు. పాండురాజు ఆ రాజ్యాన్ని కోరడానికి అర్హుడు కాడు. ఇది ధర్మశాస్త్రానుగుణమైన పద్ధతి. పాండురాజు రాజ్యానికి కొంత భూభాగాన్ని జయించి పెట్టినంత మాత్రాన అతని కుమారులకు రాజ్యభాగం ఇవ్వాలని లేదు. రాజ్యాధికారి ఎవరి పేరుమీద యుద్ధం చేసి సంపాదించినా ఆస్తి సమస్తం ఆ రాజుకే చెందుతుంది.

కాబట్టి ఏవిధంగా చూసినా అర్ధరాజ్యం అడిగే హక్కు ధర్మరాజుకు లేదు. ఇంతవరకు ఎప్పుడూ విభజించబడని రాజ్యాన్ని విభజించడం అంత తేలికైన పనికాదు. పాండవులు శ్రీకృష్ణుని ద్వారా దుర్యోధనుడ్ని ఐదూళ్ళు అడగ్గా అతడు నిరాకరించినందుకు లోకం దూషిస్తుంది. కానీ పాండవులు అడిగిన ఐదూళ్ళు మిక్కిలి పేచితో కూడుకున్నాయి. అవి 1. మాకంది, 2. వారణావతం, 3. కుశస్థలి, 4. వృక్షస్థలి, 5. ఏదైనా ఇంకొక ఊరు. వీటిలో మొదటి రెండు పాంచాల రాజ్యంలో ఉన్నాయి. ఇవి కౌరవులు, పాండవులు కలిసి ద్రుపదుని వద్దనుండి జయించి ద్రోణాచార్యునకు గురుదక్షిణగా ఇచ్చారు. కుశస్థలి కర్ణుని ఆధీనంలో ఉంది. దీనిపై సుయోధనునకు అధికారం ఏమాత్రం లేదు. ఇక వృక్షస్థలి హస్తినాపురానికి కొంత సమీపంగా ఉంది. దీన్ని ఇతరులకు ఇస్తే, హస్తినాపుర పట్నానికి పక్కలో బల్లెంకాగలదు. ఈ వివాదంతో కూడిన గ్రామాలను ఇవ్వననడంలో దుర్యోధనుడ్ని తప్పుపట్టాల్సిన అవసరం లేదు. ఈ విధంగా ఈ నాటకం హేతువాద దృక్పథంతో కౌరువుల పక్షానవున్న న్యాయబద్ధమైన అంశాల్ని ఆసాంతం అక్షరీకరించుకుంది.

శంబుక వధ (1920) :

ఉత్తర రామాయణంలోని కథను తీసుకొని కవిరాజు తన భావాలకనుగుణంగా అనేక మార్పుల్ని చేశారు. వీరు ఈ నాటకానికి పొందుపర్చిన సుదీర్ఘ పీఠికలో రామాయణ రచనా కాలంనాటి అనేక పరిస్థితుల్ని నిశితంగా పరిశీలించాలని పేర్కొన్నారు. ఆర్యులు, ద్రావిడులు, వానరులు, రాక్షసులు మొదలైనవారి ఉనికిని, చారిత్రకాంశాల్ని కథకు సంబంధించిన పూర్వాపరాల్ని ఇందులో చర్చించారు. అలాగే ఆర్యులు ఉత్తర కురుభూముల నుండి హిమాలయ ముఖద్వారం గుండా హిందూదేశానికి వచ్చారు. వీరు తమ జన్మస్థానాన్ని దేవలోకమని,

త్రివిష్టపమని చెప్పుకున్నారు. కొందరు చరిత్రకారులు నేటి టిబెట్ భూమే త్రివిష్టపమై ఉంటుందని చెప్తున్నారు. టిబెట్ హిందూదేశానికి సుమారు మూడు మైళ్లు ఎత్తులో ఉండడంవల్ల త్రివిష్టపం ఆకాశంలో వుందని, పౌరాణికులు చెప్పడం జరిగిందని నాటకకర్త అభిప్రాయపడ్డారు.

స్వర్గ నరకాలమీద నమ్మకంలేని వీరు పురాణాల్లో వర్ణించిన స్వర్గ లక్షణాలన్ని టిబెట్‌లో వుండడం, నామసారూప్యం మొదలైన అంశాల్ని ఆధారంగా చేసుకుని చారిత్రక దృక్పథంతో వర్ణించారు. స్వర్గ నరకాల కల్పన స్వార్థానికి మరోపేరుగా పేర్కొన్నారు.

ఋషులు వేదాల్ని సంకుచిత స్వభావంతో సృష్టించారని శంబుకుడు అంగదునితో చెపుతూ

"చోరత్వమును జేయు శూద్రున కవయవ
విచ్ఛేదము శాస్త్రవిహతమంట
ఆ దోషమునె విప్రుడాచరించిన యంత
మందలింపులె ధర్మ మార్గమంట
బ్రాహ్మణ స్నేహ సంపర్కమ్ము గలశూద్రు
నగ్ని కర్పించుట న్యాయమంట
శూద్రవనిత మరుల్ సొక్కిన విప్రుడు
సంతాప పడుటయే చాలునంట" అని వివరిస్తాడు.

ఈ విధంగా ఒకే తప్పు చేసిన వ్యక్తికి కులాన్ని బట్టి శిక్ష విధించడాన్ని నిశితంగా విమర్శిస్తారు రూపక కర్త. వైదిక శాస్త్రాలు మిక్కిలి లోపభూయిష్టమైనవి. అవి సమాజాన్ని విభజించి, పక్షపాత బుద్ధితో వ్యవహరించాయి. ఒక్కొక్క వర్గానికి ఒక్కొక్క నీతి చెప్పి మానవత్వాన్ని మంట పెట్టాయి. కొందరిని అందలం ఎక్కించి, మరికొందరిని పాతాళానికి తొక్కాయి. ఇలాంటి వైదిక శాస్త్రాలకు బద్ధుడై రాముడు పరిపాలన చేస్తూ, శూద్రుడు తపస్సు చేసుకోవడం తప్పుగా భావించి శంబుకుడ్ని చంపేశాడు.

ఆర్య, ద్రావిడులకు మధ్య జరిగిన యుద్ధంలో విజయం సాధించిన ఆర్యపాలకులు, పాలితులైన ద్రావిడుల్ని సమానంగా చూడలేదని శంబుకుడు అంగదుడితో చెప్తూ "మనలను బరులుగా జూచుట రాజనీతికి విరుద్ధము, కాన మన మార్య సంఘంతోపాటు, సమాన స్వాతంత్ర్యమును, హక్కులను పొందగలిగియున్నాము" అంటాడు. ఇక్కడ సమాన హక్కుల్ని కోరడం సముచితం. ఆర్యులకంటే ద్రావిడులు తక్కువవారు కాదని, అలాగే ఆర్యుల కంటే ద్రావిడులే గొప్పవారు కాదని ఆర్యులతోపాటు సమాన స్థాయిని కోరతాడు శంబుకుడు. నేటి సమాజంలో కూడా ఇలాంటి పరిస్థితులు వుండడం వల్ల ఈ రూపకం ద్వారా సంఘ సంస్కరణవాదాన్ని ప్రబోధించారు కవిరాజు.

చివరిగా శంబుకుడ్ని రాముడు వధించినందుకు అతని శిష్యుడు మిక్కిలి దుఃఖపడుతూ నిస్సహాయతతో శాపనార్థాలు పెడుతూ –

"విద్యావిహీనులై విప్రులెల్లరును
సేవక వృత్తిలో జిక్కిపోయెదరు
ధర్మంబు శౌచంబు, దయయు, సత్యంబు
కొరవడ, దము నెల్ల కులము వార
లేవగించగ నుందురేమి తోచకయె
మరుగున నుందురు మాటిమాటికిని
దైవంబు దూరుచు దగవులెంచు
నెందాక బ్రాహ్మణులీ దోషమెల్ల
దిద్దుకోలేరో ఈ దేశములోన" అంటూ విలపిస్తాడు.

ఈ విధంగా ఈ నాటకం చివరిలో పొందుపరచిన ఫలశ్రుతిని ప్రస్తుత దేశకాల పరిస్థితులతో సమన్వయించడం రూపకకర్త ప్రతిభకు, అభ్యుదయానికి ప్రబల నిదర్శనం.

ఖూనీ (1934) :

పౌరాణిక ఇతివృత్తంతో రాసిన మరో హేతువాద నాటకం 'ఖూనీ'. దీని రచనకు ఆసక్తికరమైన నేపథ్యం వుంది. ఒకరోజు కవిరాజు తమ స్నేహితుడైన నండూరి శేషాచార్యులు గారింటికి వెళ్లారు. అక్కడ బల్లపై వున్న విశ్వనాథవారి 'వేనరాజు' అనే నాటక రాతప్రతిని చూస్తారు. రేఖామాత్రంగా చదివిన వారికి వేనరాజు పాత్ర మూలభాగవతానికి భిన్నంగా దర్శనమిచ్చింది. నండూరివారి అనుమతితో దాన్ని ఇంటికి తీసుకువెళ్ళి ఆమూలాగ్రం చదివి, వేనుడి పాత్రను విశ్వనాథ ఖూనీ చేశాడని భావించారు. దాని ఫలితంగానే ఈ నాటక రచన జరిగింది.

ఈ నాటకానికి పొందుపర్చిన పీఠికలో వేనరాజు వంశచరిత్రను గూర్చి సంక్షిప్తంగా వివరించారు. అంగరాజుకు ఆ జన్మలోనూ, వెనుకటి జన్మలోనూ సంతానం లేకపోవడంతో ఆర్యఋషులు పుత్రకామేష్టి యాగం చేయించారు. దాని ఫలితంగా వేనుడు జన్మించాడు. ఋషులంతా కూడి యజ్ఞ మహిమతో పుట్టిన వేనరాజుకు పట్టాభిషేకం చేస్తారు. ఆర్యఋషులు చెప్పే జంతు బలుల్ని, యజ్ఞాల్ని సహేతుకంగా విమర్శించి వాటిని జరిపించకుండా పాలన చేస్తున్నందుకు ఋషులు రాజ్యంలో అల్లకల్లోలం సృష్టించి చివరకు వేనరాజును చంపుతారు.

భాగవతం ప్రకారం వేనుడు పాషండుడు, నాస్తికుడు, పాషండుడు అంటే వేదబాహ్యుడని, నాస్తికుడంటే దేవుని నమ్మనివాడని అర్థం. దీని ప్రకారం వేనుడు నాస్తికుడుగా కనిపించడు. తాను ఈశ్వర ప్రతినిధినని తన అధికారాన్ని ధిక్కరించడానికి ఇతరులకు చెప్పినట్లు భాగవతంలోని పద్యాలు సాక్ష్యమిస్తాయి.

ఈ నాటకంలో వేనుడు బౌద్ధమత అనుయాయిగా, శాంతమూర్తిగా, అహింసావాదిగా, సర్వమానవ శ్రేయస్సును కాంక్షించేవాడిగా దర్శనమిస్తాడు. మతం మానవ సమాజాన్ని అన్ని విధాల కుంగదీసిందని మతం లేకపోయినా మానవుడు నిక్షేపంగా జీవించగలడని వేనరాజు గౌతమమునితో చెప్తాడు. మతం వల్లనే ప్రపంచంలో ఎక్కువ మారణహోమాలు జరిగాయని విశదీకరిస్తాడు. యజ్ఞాల్లో జంతుబలులు అహేతుకమని, పాపకార్యాలు ఎవరు, ఎప్పుడు, ఎక్కడ, ఎందుకోసం చేసినా అవి తప్పే అవుతాయి. కనిపించని దేవుడికోసం కళ్ళముందున్న జీవిప్రాణాలు తీయడం పుణ్యకార్యం ఎలా అవుతుంది. నవధాన్యాల్ని, పంచలోహాల్ని యజ్ఞగుండంలో వేసినంత మాత్రాన మోక్షం వస్తుందనేది మూఢ విశ్వాసం మాత్రమేనని పేర్కొన్నారు. అభివృద్ధి చెందిన సమాజంలో కూడా ఇలాంటి అశాస్త్రీయమైన కృత్యాలు జరగటం విజ్ఞాన ఫలాల్ని అందిపుచ్చుకో లేకపోవడమేనని పేర్కొన్నారు. వేనుడు యజ్ఞాలు చేయటానికి కారణమేమిటని గౌతముడ్ని అడిగితే "కారణమా! కరువు రాకుండుటకు పాడిపంటలు మూలము. పాడిపంటలకు వరపు లేమి మూలము, వరపు లేకుండుటకు వానలు మూలము. వానలకు మేఘములు మూలము. మేఘములకు ధూమము మూలము. ధూమమునకు యజ్ఞములు మూలము" అని చెప్తారు. దానికి వేనుడి పాత్రద్వారా ఆధునిక పరిజ్ఞానంతో యజ్ఞాలనుండి వచ్చే పొగ వలన మేఘాలు ఏర్పడవని, పైగా ఆ పొగ వాతావరణ కాలుష్యానికి కారణభూతమౌతుందని చెప్పిస్తాడు నాటకకర్త.

యజ్ఞాల్ని జంతుబలులే కాకుండా అనుస్యూతంగా వస్తున్న అనేక ఆర్య ఋషుల విధానాల్ని కూడా వ్యతిరేకించడం కూడా వేనుడు చేస్తాడు. దీనికి ప్రతీకారంగా ఆర్యఋషులు కుట్రపన్ని వేనుడ్ని హతమారుస్తారు. చనిపోతున్న వేనుడు "ఏ బుద్ధుడో ఈ పాప పంకిలమగు లోకము నుద్ధరింప వలయునుగాని, సామాన్య మానవులకు సాధ్యంకాదు" అని అంటాడు.

ఈ సంభాషణల ద్వారా కవిరాజు అహింసావాదిగా కన్పిస్తారు. ఆయా సన్నివేశాల్లో, ఆయా పాత్రల మధ్య హేతువాద దృక్పథాన్ని, మానవవాద దృక్పథాన్ని, నాస్తిక ధోరణుల్ని ప్రవేశపెట్టి తర్కబద్ధమైన సంభాషణల ద్వారా సమభావాల్ని సుబోధకంగా వ్యక్తం చేస్తూ భావ విప్లవాన్ని రేకెత్తించారు.

సూతపురాణం (1927) :

ఎంతోమంది సంఘసంస్కర్తలు వర్ణవ్యవస్థా వృక్షాన్ని కూకటివ్రేళ్ళతో కూల్చలేక పోయారు. ఈ పనికి రామస్వామి చౌదరిగారు పూనుకోక తప్పలేదు. ఆనాటి సంఘస్థితి చౌదరిగారి హృదయాన్ని ఎంతగానో కలవర పరిచింది. అసలు అలాంటి పరిస్థితులు సమాజంలో ఏర్పడడానికి కారణాల్ని పరిశోధింప సాగారు. స్వార్థపరులైన అగ్రజాతి తమ నిరంకుశత్వాన్ని నిలబెట్టుకోడానికి అనువుగా సృష్టించిన పౌరాణికాది గ్రంథాలు, స్వర్గనరకాలు ఒక వంక - మతం, భగవంతుడు, మరో వంక - సంఘాభివృద్ధికి తీవ్రమైన ఆటంకాలని భావించారు. వారు పెను తుఫానులా విజృంభించి అధ్యాత్మిక వాదం పేరుమీదుగానూ వర్ణవ్యవస్థ పేరుమీదుగానూ జరుగుతున్న కుతంత్రాన్ని ప్రక్షాళన చేయాలని సంకల్పించారు.

చిరకాలజీవి, పరమ కరుణా స్వభావుడు, గంగానది తీరంలో తపోనిష్ఠా గరిష్ఠుడు అయిన సూత మహర్షిని చౌదరిగారు సందర్శించి, పుణ్య భూమిగా గణనకెక్కిన ఈ భారతదేశంలో భగవంతుడు స్వర్గ – నరకాలు వైదిక గ్రంథాలు లాంటి అంశాల ఆలంబనగా జరిగే అపచారాల్ని, అన్యాయాల్ని, అసత్యాల్ని సూతుని ముందు ఏకరవు పెట్టారు. ఎట్టకేలకు భారతదేశంలో వంచన, మోసాల్ని అవగాహన చేసికొన్న సూతముని, చౌదరిగారిని లోకకళ్యాణార్థం ఓ కావ్యం రాయమంటే వారి ఆజ్ఞానుసారం పాత పురాణాలకు భిన్నంగా ఈ సూతపురాణాన్ని రచించారు. సూతపురాణ రచనావశ్యకతను పీఠికలో చౌదరిగారు వివరించారు.

దేశకాల పరిస్థితుల్ని గ్రహించి గతానుగతికంగా అంధప్రాయంగా పోతున్న ప్రజాజీవితంలో భావవిప్లవాన్ని, వర్గచైతన్యాన్ని కలిగించడానికి కలాన్ని పట్టిన యుగకర్త కవిరాజు. సత్యాన్వేషణ దృష్టితో తాను యథార్థమని విశ్వసించిన సిద్ధాంతాన్ని నిర్భయంగా లోకానికి 'సూతపురాణం' ద్వారా వెల్లడించారు.

శూద్రులు వేదాల్ని లేదా భాషను అభ్యసించరాదని, తెలుగు చదవడానికి భూసురులు యోగ్యులు కారనీ భావించే వారికోసం కబీరుదాసు పూర్వజన్మ వృత్తాంతాన్ని మిక్కిలి మనోహరంగా ప్రథమాశ్వాసంలో వివరించారు. అలాగే –

"దక్షిణాఫ్రికా యందు నిర్దయులు తెల్ల
వారు భారతీయులఁబెట్టు పాట్లుఁగాంచి
గొల్లుమని యేడ్చు నెంతో గగ్గోలు పడుచు
బనవుచుండును నీనాటి ఁకిబ్రాహ్మణుండు"

"కాని తాను మాత్రమొ యంటరాని వాండ్రు
ముట్టరాదూళ్ళను బ్రవేశ పెట్టరాదు
పొమ్మనుచునుండు మాలల బోధపడదు
తండ్రీ! నేటి బ్రాహ్మణుల చిత్త ప్రవృత్తి"

రెండో ఆశ్వాసంలో సగర చక్రవర్తి పుత్రులు యజ్ఞాశ్వాన్ని వెతుక్కుంటూ పాతాళ లోకంలో సమాధి వ్యవస్థలో వున్న కపిల మహర్షి పై నేరాన్ని ఆరోపించి అతని కోపాగ్నికి బూడిద రాసులైపోయారనీ, ఉత్తమ లోక ప్రాప్తికోసం వారి అస్థికలపై వారి మనుమడైన భగీరథుడు కాలిబొటన వేలిపైన నిలబడి తపస్సు చేసి, గంగను భూలోకానికి తీసుకొచ్చాడని పురాణగాథ. దీన్ని ఘాటుగా విమర్శించి పేల పిండి కథలుగా కొట్టి పారేశారు.

మూడో ఆశ్వాసంలో ద్రావిడులపట్ల, ద్రావిడదేశంపట్ల కవిరాజుకు గల ప్రేమాభిమానం వ్యక్తమౌతుంది. ద్రవిడ రాజైన హిరణ్యకశిపుని రాజ్యపాలనను మెచ్చుకుంటారు. ద్రావిడుల ఆలోచనా వైఖరుల్లో వుండే ఔన్నత్యాన్ని శ్లాఘిస్తారు.

చతుర్థాశ్వాసంలో శ్రీకృష్ణుడు అవతారపురుషుడు కాదనీ, అతడొక రాజకీయ వేత్తని, ఆర్యుల అనుగ్రహంతో, వారి బంధుత్వం వల్ల విస్తరించిన జనాంగంతో రాజ్యాభిషిక్తుడై ఆర్యమత ఉద్ధరణకు కృషిచేశాడని కవిరాజు భావించారు. అతడు ద్రావిడుడైనప్పటికి, జాత్యాభిమానాన్ని త్యజించి, అనేకమంది ద్రావిడుల్ని వధించాడు. చివరికి అతడు కృతార్థుడుకాలేకపోయాడు. శ్రీకృష్ణుడి అనంతరం యాదవ కులానికి చెప్పరాని దుర్గతి పట్టిందని చౌదరిగారు పేర్కొన్నారు. రామాయణ, భారత, భాగవతాల్ని సూతపురాణంలో నిశితంగానూ, కళాత్మకంగా పరిశీలనా దృష్టితో విమర్శించారు.

భగవద్గీత (1941):

మహాభారత యుద్ధానికి వలెనే పల్నాటి యుద్ధానికి కూడా సోదరుల రాజ్యకాంక్షే మూలకారణం. ఇప్పుడు మహాభారత, పల్నాటి యుద్ధాలకు గల పోలికలు స్పష్టంగా తెలియగలవు. ఉత్తరదేశంలో దాయభాగానికై అన్నదమ్ముల బిడ్డల చావుకు వేదికైంది కురుక్షేత్ర యుద్ధరంగం. ఇటువంటి రాజ్యభాగ విషయంలోనే అన్నదమ్ములు పోరాడి మరణించింది కారెంపూడి రణరంగం. కురుక్షేత్ర సమరభూమిలో భగవద్గీతోపదేశం జరిగిందని ప్రతీతి. అదే విధంగా కారెంపూడి యుద్ధభూమిలో పలనాటి కృష్ణుడు బ్రహ్మనాయడు గీతోపదేశం జేశాడని చౌదరిగారు భావించారు. ఈ భావం నూతనమయింది. భారత యుద్ధానికీ పల్నాటి యుద్ధానికీ చాలా పోలికలుండడం చేత భారత వీరుల్నిలా పల్నాటివీరులతోనూ, ద్రౌపదిని నాగసానితోనూ, శ్రీకృష్ణుణ్ణి బ్రహ్మనాయని తోనూ పోల్చారు చౌదరిగారు.

అందరూ సుఖశాంతులతో జీవించాలని చౌదరిగారు ఎంతగానో ఆరాటపడ్డారు. అందుకోసం అప్పుడమలులోనున్న భావాల్ని, ఆచారాల్ని, వ్యవస్థల్ని, భస్మీపటలం చేసి, సర్వమానవ సమతాధర్మం గల ఒక నూతన ప్రపంచం నిర్మించాలని రామస్వామి చౌదరిగారు కలలుకన్నారు. ఈ ఉద్దేశాలనే విశ్వరూప సందర్భంలో బ్రహ్మనాయని నోట యిలా వెల్లడించారు చౌదరిగారు.

"బ్రాహ్మణాది చండాల పర్యంత మైన
యన్ని జాతుల వారల నాస పెట్టి
యిటకు c దోడ్తెచ్చితిని వధియింప నెంచి
తెలుcగు జాతి పున స్సృష్టి కలన కొరకు"

"ఒక్క జాతియం దుద్భవ మొంది కూడ
స్పర్శ దోషంబు దృష్టి దోషం బటంచుc
బతితమై పోవు చుండె cబ్రభ్రష్ట మగుచుc
దెలుcగు జాతి పున స్సృష్టి వలదె చెపుమ!"

బాలచంద్ర విషాదయోగం, సాంఖ్యయోగం, జ్ఞానయోగం, కర్మయోగం, విభూతియోగం, విశ్వరూప సందర్శనయోగం అనే ఆరు యోగాల్లోనూ, పద్దెనిమిది అధ్యాయాల 'కృష్ణ భగవద్గీత'

ను పరిహసిస్తూ చౌదరిగారు అపూర్వమైన 'బ్రహ్మ భగవద్గీత'ను ఆంధ్ర ప్రజలకు అందించారు. పాత భగవద్గీతలో ప్రతిపాదించిన సిద్ధాంతాల్ని తుత్తునియలు చేశారు. 'చౌదరిగారి భగవద్గీత' ప్రచురణతో గీతా హృదయం బద్దలైంది. భగవంతుడు హాస్యాస్పదుడయ్యాడు. వ్యంగ్య రచన సంఘ సంస్కరణకు ఎంత చక్కగా ఉపయోగిస్తుందో ఈ గ్రంథంద్వారా నిరూపించారు. ఆంధ్ర సాహిత్యంలో ఇప్పుడుకాని, పూర్వంకాని, పద్యంలోగాని, వచనంలోగాని ఎవ్వరూ చెయ్యని, చేయబోని ప్రయోగాన్ని వీరు భగవద్గీతలో చేశారు. ఆంధ్ర కవిత్వం ఎన్నడూ ఎరుగని చక్కని 'సెటైర్' చక్కని హాస్యం వీరివల్ల తెలుగు వారికి లభించాయి.

వివాహవిధి :

మానవజీవితంలో పెళ్ళికి విశిష్టస్థానం వుంది. ఇలాంటి ఉన్నతమైన వివాహం ఎవరికీ అర్థంగాని సంస్కృత మంత్రాలతో పురోహితుల ఆధ్వర్యంలో జరగడం ఆచారంగా మారింది. బ్రాహ్మణులకు వేదోక్తంగానూ, బ్రాహ్మణేతరులకు పురాణోక్తంగానూ వివాహాలు చేయించే పద్ధతి అమల్లో వుంది. ఈ భేదభావాల్ని సహించని రామస్వామిగారు బ్రాహ్మణేతరులకు కూడా వేదోక్తంగానే వివాహాలు చేయించడం ప్రారంభించారు. బ్రాహ్మణుల ఆధిపత్యాన్ని అహంభావాన్ని, బ్రాహ్మణేతరుల్ని తక్కువగా చూసే అలవాటును మార్చాలని స్వకుల పౌరోహిత్యాన్ని ప్రోత్సహించారు. ఈ విషయంలో కవిరాజు ఆశించింది ఒకటయితే జరిగింది మరొకటి. స్వకుల పౌరోహితులు అచ్చం వైదిక బ్రాహ్మణుల్లా వేషభాషల్లో తయారై తమ నడవడిలో ప్రత్యేక వ్యక్తుల్లా ప్రవర్తించారు. ఈ పరిణామం కవిరాజుకు ఏమాత్రం రుచించలేదు.

తెలుగు కుటుంబ జీవితంలో ప్రవేశపెట్టిన మార్పు అంతా - ఇంతా కాదు. కరుడుగట్టి ఘనీభవించిపోయిన సంఘంలో చైతన్యాన్ని కలిగించింది. బ్రాహ్మణ పౌరోహిత్యం లేకుండా వందలాది వివాహాలు జరిగాయి. నేటికీ జరుగుతున్నాయి. ఇంకముందు గూడా జరుగుతాయి. ఈ పుస్తకం గావించిన మార్పు కవిరాజునే ఆశ్చర్యచకితుల్ని చేసింది. వారు మూడో కూర్పు 'తొలి పలుకుల'లో యిలా రాశారు. 'నేనీ గ్రంథం రచించునప్పుడు ప్రాజ్ఞులయినను నీ గ్రంథస్థాభిప్రాయములకు సుముఖులుగా నుందురని తలంచనైతి, ఏలయన చిరకాలమునుంచి ప్రాచీనాచారము సంఘ శరీరమునం జీవికి జీర్ణమై గబ్బు కొట్టుచున్నను. తెలియంజాలని, తెలిసియు తెలియనట్టు నటింప నేర్చిన యా యాంధ్ర లోకంబు, విపరీతములుగ కన్పట్టు నీ యభిప్రాయములను మన్నింతురని యెట్లు తలంతును? భగవంతునకు నొక్క సంస్కృత భాషయే - కాదు కాదు ఒక్క గీర్వాణ భాషయే చెవికింపు సొంపు నింపునని తలంచు నీ మూఢలోకంబు వివాహ మంత్రంబులు మాతృ భాషయగు తెలుగున జెప్పబడునప్పుడూకొట్టుననుట కవకాశమేది? ఎన్ని దోషములున్నను, నొక్క లగ్నమున పెండిలి జరిగిన యెడల సర్వ శుభములును, సకలైశ్వర్యములును, నాయురారోగ్యములును కల్గునని విశ్వసించి ప్రాకృత లోకంబు నా యభిప్రాయములకు మారాకుగా నుండునని యెట్లు తలంతును? 'బ్రాహ్మణోమమదేవతా' యను

వాక్యమునందు నమ్మకము గల మూర్ఖ ప్రపంచంబు బ్రాహ్మణులు కాని వారిచే వివాహ కలాపంబు జరుపబడుటకు నంగీకృతింజూపునని యెట్లనుకొన వీలుకల్గును? కాని యాంధ్ర ప్రపంచమందు విచిత్ర పరిణామము కడు నత్యల్ప కాలములోనే కల్గినది. ఈ పరిణామము నాకే విస్మయము కలిగించు చున్నది' రామస్వామిగారి వివాహ పద్ధతి అమల్లోకి రావడం వల్ల ప్రధానమైన ఉపయోగాలు మూడు జరిగాయి.

1. బ్రాహ్మణ పౌరోహిత్యంవల్ల జరిగే దోపిడీ అరికట్టబడింది.

2. వైవాహికం ద్వారా తమకు సంక్రమించే బాధ్యతలు, విధులు ఏమిటో వధూవరులకు ఇట్టే అర్థం కావడం.

3. పెద్ద ఆర్భాటం లేకుండా న్యాయశాస్త్రానికి భిన్నంగాని పద్ధతిలోనూ, అధిక వ్యయం లేకుండా వివాహాలు జరిపించడం, ఏడున్నర రూపాయల ఖర్చుతో చౌదరిగారు పెళ్ళి చేయించారనేది ఎంతో ఆశ్చర్యానికి గురిచేస్తుంది.

ఈ విధంగా రామస్వామి చౌదరిగారు మధ్యతరగతి కుటుంబాలకు తమ పౌరోహిత్యం ద్వారా మహత్తరమైన సేవ చేశారు. వారు ప్రవేశపెట్టిన మార్పులన్నీ ఒక ఎత్తు ఈ వివాహవిధి ఒక్కటే ఒక ఎత్తు.

శతక సాహిత్యం :

ప్రాచీన సాహితీ ప్రక్రియల్లో ఒకటైన శతక రచనను కవిరాజు చేపట్టారు. సామాన్య ప్రజలకు అర్థమయ్యే చక్కటి ఉపమానాలతో సరళంగా రాశారు వేమన. అలాగే కవిరాజు సాంఘిక దురాచారాల్ని రూపుమాపడంకోసం తమకలాన్ని బలంగా వాడారు. మతం, దైవం పేర జరిగే దురాచారాల్ని నిశితంగా విమర్శించారు. అందుకే కవిరాజు కూడా ప్రజాకవిగా ప్రసిద్ధికెక్కారు. వీరు 'కుప్పుస్వామి శతకం, ధూర్తమానవ శతకం, పనికిమాలిన ఓరిగోపాలరాయా' అనే మూడు శతకాల్ని రాశారు.

కుప్పుస్వామి శతకం :

ఈ శతకంలో మొట్టమొదటి పద్యమే మానవులు సహేతుకంగా సత్యనిష్ఠతో ఆలోచించాలని హితవు పల్కుతుంది.

గొంటరుల దుంటరుల గుమిగూర్చి సృష్టి
జేసి చీటికి మాటికి గాసివారు
తన్నుకొని చచ్చుచుండగ దనియుచుండు
గొప్పవానికి జేజేలు కుప్పుస్వామి

నేరంచేయని వానికి పోలీసు స్టేషనుతో పని లేనట్లే పాపం చేయని వానికి దేవుడన్నా భయం వుండదు. నేరస్థులు ఉదయం సాయంత్రం ఠాణాకు వెళ్ళి హాజరు చెప్పినట్లు మహా పాపులు రెండు పూటలూ గుడికి పోయి వస్తుంటారని తెలియజేస్తూ-

గుడికి దరుచు పోయి గొణుగుచుండెడు వాడు
చెడ్డ పాపమేదో చేసినయుండు
నదియె వానిబట్టి యట్టిట్టు పీడింప
గుడికి పోవునతడు కుప్పుస్వామి

స్త్రీ విద్యపట్ల కవిరాజు అపారమైన గౌరవం వుంది. భావి ప్రజానీకం సుఖప్రదమైన జీవితం గడపాలంటే స్త్రీ విద్య చాలా అవసరమని వారు నొక్కి చెప్పేవారు. అదే భావాన్ని -

భార్య చదువు పతికి బనికి వచ్చుచు నుండు
కొడుకు చదువుకున్న గొంత వరకు
చదువుకొన్న భార్య సంసారమును దిద్ది
కొనుచు బతికి గూర్చు గుప్పుస్వామి

మానవుడు నీతిమార్గం తప్పి, దేవుడి పేరుతో చేసే దుర్మార్గపు చేష్టలు రానురాను పెచ్చు పెరిగిపోతున్నాయి. దేవుడు మానవుణ్ణి సృష్టించాడా! లేక మానవుడే దేవుణ్ణి సృష్టించాడా అన్న తాత్విక మీమాంస ఈనాటికీవుంది. దీనికి భారతీయ తత్త్వశాస్త్రం సరైన సమాధానాన్ని ఇవ్వలేకపోయింది. ఈనాటి మానవుడు దేవుణ్ణి గర్భగుడిలో బంధించడమే కాకుండా, దర్శనానికి డబ్బులు కూడా వసూలు చేస్తున్నాడు. ఇలాంటి దోపిడిల్ని కవిరాజు యోగి వేమనలా దుయ్యబట్టారు.

ముక్కుమొగము జెక్కి మూల విరాట్టంచు
నొక్కరాయి దెచ్చి యుంచి గుడుల
గూడు గుడ్డలిచ్చి కొల్తురు ప్రజలెల్ల
గొంటె పనులు గావె కుప్పుస్వామి

ఈ విధంగా కుప్పుస్వామి శతకం మూఢ విశ్వాసాల మాడుపగలగొట్టే విధంగా సహేతుక ఆలోచనలు అందిపుచ్చుకోవడానికి స్ఫోరకంగా దర్శనమిస్తుంది.

ధూర్తమానవ శతకం :

కవిరాజు ప్రారంభించి అసంపూర్తిగా మిగిలిపోయిన శతకమిది. తెలుగు పండితలోకంలో ఇది పెనుతుఫాను రేపింది. శక్తివంతమైన భాష, మహాశక్తివంతమైన భావజాలంతో ఇందులోని పద్యాలు రూపుదిద్దుకున్నాయి.

భగవంతుడు పద్నాలుగు లోకాల్ని సృష్టించాడంటున్న నోటితోనే, ఆయన భువన భువనాలకు కర్త అన్న నోటితోనే ఆయనకు ప్రతి సంవత్సరం పెండ్లి చేయడం, చందాలివ్వమని అడగడం పరిపాటయింది. సకల చరాచర సృష్టికి కారణభూతుడైన ఆ మహావ్యక్తికి పెళ్ళి చేసుకునే తాహతు లేదా! అలాంటి శక్తి దేవుడికి లేదని తలంచే మానవుణ్ణి గూర్చి -

గుడులున్ గోపురముల్ కుశీలవుడవై కూర్పించి చందాలతో
మడిమాన్యంబులు నాదు పేరుననె నిర్మాణంబు గావించుచున్
వడపప్పున్ బెరవారికిచ్చెదవె నీ భావంబు నందేమి గీ
ల్పడగా నేర్పెడి! చెప్పు మింతటి దివాలాఖోరువే మానవా!

అని భగవంతుడన్నట్లు కవిరాజు వివరించారు.

మానవ స్వభావాన్నిబట్టే మన సృజన శక్తికూడా ఉంటుంది. స్వభావానికి భిన్నమైన సృష్టి మనవల్లకాదు. మానవుడు భగవంతుణ్ణి సృష్టించడమే కాకుండా మానవుడి బలహీనతల్ని దేవుడికి అంటగట్టడాన్ని విమర్శించాడు.

బొక్కెడు కూడు పట్టుమని పొట్టకు తింటివే యొక్కపూటయేన్
జక్కగ నొంటి నిండ నొక జానెడు గుడ్డను గప్పు కొంటివే?
ఒక్కటియేని ముచ్చిలిక యుంచితివే? యిక నీదు పాటులే
నక్కయు గుక్కయున్ బడదు నా పలుకుల్ విను ధూర్తమానవా

దేవుడే మనిషికి జ్ఞానోదయం కల్గించే ప్రయత్నం చేసినట్లు సాగే ఈ రచన అసంపూర్ణమైనా సహేతుకత్వాన్ని సంతరించుకుని మూఢవిశ్వాసాల నిర్మూలనకోసం కవిరాజుకున్న నిబద్ధతను సాటి చెపుతుంది.

గోపాలరాయ శతకం :

ఇది కూడా ఇరవై ఆరు పద్యాలతో కూడిన అసంపూర్ణ శతకమని భావిస్తున్నారు. ఇది పూర్తిగా అలభ్యం. అయితే కొకోరాజుగారు గుర్తుంచుకు చెప్పిన రెండు పద్యాలే అక్షర రూపాల్ని సంతరించుకున్నాయి. వాటిలో మచ్చుకు ఒకటి -

తగవు దీర్చెదనంచు ధర్మపన్నము చెప్పి
యైన వారి కుటుంబ మార్పినావు
తిట్టినాడని చెప్పి దీర్ఘ రోషమ్మున
మేనయత్త కొడుకును జంపినావు
దయతోడ తల్లిని దండింపకుండిన
మేనమామనుబట్టి మెసవినావు

సరిగావు నా సహోదరిని ముట్టదగవన్న
బావజుట్టును గొరిగి పంపినావు

ఇట్టి తుచ్ఛుడ వీవు గాబట్టి గాదె
గాడిద యెగిరి నిన్ను పండ్లూడదన్నె
కట్టుకొన్నది నీ నెత్తిపై కాలుబెట్టె
పనికిమాలిన ఓరి గోపాలరాయ

ఎవరినో దృష్టిలో వుంచుకుని ఈ రచనకు ఉపక్రమించినట్లు భావించవచ్చు. ఈ విధంగా కవిరాజు శతక ప్రక్రియలోనూ తమ భావజాల ముద్రను కనపర్చారు.

గీతాలు :

కవిరాజు ఆయా సందర్భాల్లో అనేక గీతాల్ని కూడా రాశారు. స్వాతంత్ర్యోద్యమంలో భాగంగా తెనాలిలో జరిగిన ఉప్పు సత్యాగ్రహ ఉద్యమంలో పాల్గొన్న సందర్భంలో వీరు రాసిన-

"వీర గంథము దెచ్చినారము
వీరు డెవ్వడొ తెలుపుడీ!
పూసిపోదుము, మెడను వైతుము
పూలదండలు భక్తితో"

అనే గీతాన్ని ఉన్నవ లక్ష్మీనారాయణగారు స్వయంగా గానం చేశారు. దీనికి విశేష ప్రాచుర్యం లభించింది.

ఆ సంవత్సరమే ఆగష్టులో జరిగిన పికెటింగ్ సమయంలో కవిరాజు 'పిలుపు' అనే గేయాన్ని రాసి ప్రజలకు పిలుపునిచ్చారు.

"సాలినేత మూలపడియె
మాలనేత మూలబడియె
లాంకషైరు నేతగాండ్రు
లాభమందు చున్నవారు
లాతిగుడ్డ గజమునమ్మ
గజము క్రుంగు నీదుజాతి"

ఈ గేయం విదేశీ వస్త్ర బహిష్కారానికి గొప్పబలం చేకూర్చింది. ఈ పికెటింగ్ సమయంలో కవిరాజు అరెస్టు అయి జైలుక్కూడా వెళ్ళారు.

అలాగే శ్రీపాద సుబ్రహ్మణ్యశాస్త్రిగారు 'రాజరాజు' అనే నాటకంలో చిత్రాంగిని రాజరాజు వివాహమాడినందున, నన్నయ భారతం రాజరాజునకు అంకితం యివ్వడం ఇష్టంలేక భారత రచన మానేశాడని ఒక అభాండం వేశారు. దీన్ని సహేతుకంగా ఖండిస్తూ -

"లేదు సారంగ ధరుడనియెడి
సుతుడుఁ రాజనరేంద్రునకున్
లేదు రత్నాంగి యను భార్యయు
లేదు చిత్రాంగి యను వేశ్యయు
తెలుఁగు దేశపు జరిత గాదిది
తెలుగు రాజుల చరిత గాదిది
వట్టి బూటకమయ్యె నీ కథ
పిట్టకథయే, పిట్టకథయే
తెలుగు బిడ్డా తెలుగు చరితను
దెల్పుచుంటిని దెలిసికొనుమా!"

అని రాసిన గేయం చారిత్రక సత్యాన్ని చాటేవిధంగా, అభూతకల్పనల్ని ఖండించేవిధంగా వుంది. ఇంకా ఆయా సందర్భాల్లో వీరు రాసిన గీతాలు, గేయాలు అనేకం హేతుత్వధోరణిలో వెలువడ్డాయి.

ఈ విధంగా కవిరాజు తెలుగులో హేతువాద సాహిత్య ఉద్యమానికి ఆద్యుడుగానే కాక ఆధునిక సాహిత్యంలోనే ధృవతారగా వెలుగొందారు. వీరు తెలుగుజాతికందించిన సహేతుక భావజాలం భావితరాలకు ఎంతగానో ఉపయుక్తమౌతుంది.

విశ్వనాథ సత్యనారాయణ

(1895-1976)

- పాలపర్తి శ్యామలానంద ప్రసాద్

'నన్నునెఱుగరో ఈ తెల్గునాట మీరు
విశ్వనాథకులాంభోధి విధుని'...

అంటూ తనగురించి తెలియకపోవటం తెలుగువారి తెలుగుదనానికి అనర్హతగా ప్రకటించిన కవిసామ్రాట్, పద్మభూషణ్, కళాప్రపూర్ణ, జ్ఞానపీఠపురస్కార గ్రహీత విశ్వనాథ సత్యనారాయణ గారి జీవితవిశేషాలు, రచనలు స్థూలంగానైనా తెలుసుకోవటం ఆంధ్రత్వానికి కనీసార్హత అవుతోంది.

దేశవిదేశాలలో అభిమానులను, అత్యున్నత పురస్కారాలను పొందిన శతాధికగ్రంథకర్త, అన్ని సాహితీ ప్రక్రియలలో తన ప్రత్యేకతను నిలుపుకొన్న మహాకవి విశ్వనాథవారిని, వారి సాహిత్యాన్ని ఇప్పటి తరం తెలుగువారికి గుర్తుచేసి పరిచయం చేయవలసిన పరిస్థితులు ఏర్పడ్డాయి. ప్రాచీన, ఆధునిక తెలుగు సాహితీ ప్రపంచంలో అంతటి బహుముఖీన సాహితీస్రష్ట 'న భూతో న భవిష్యతి' అని అందరిచేత అనిపించుకొన్న ఆ మహాకవి జీవిత విశేషాలు తెలుసుకుందాం.

జననం :

శ్రీ విశ్వనాథ సత్యనారాయణ మన్మథనామ సంవత్సరం భాద్రపద బహుళషష్ఠి మంగళవారం (క్రీ.శ.10.9.1895) నాడు పార్వతమ్మ, శోభనాద్రి పుణ్యదంపతులకు కృష్ణాజిల్లాలోని ఆనాటి గన్నవరం తాలుకా నందమూరు గ్రామంలో జన్మించారు. వెలనాటి వైదిక బ్రాహ్మణ కుటుంబంలో జన్మించిన విశ్వనాథకు ఒక అక్క, ఇద్దరు తమ్ముళ్ళు (వేంకటేశ్వర్లు, రామమూర్తి) ఉన్నారు. తండ్రి శోభనాద్రిగారు గొప్పశివభక్తుడు. పరమశ్రోత్రియుడు. సంపన్న గృహస్థుడు. ఆయన విశ్వనాథ వారి చిన్నతనంలో వారణాసి నుండి శివలింగాన్ని తెచ్చి విశ్వేశ్వర స్వామిగా నందమూరులో ప్రతిష్ఠించి 1902లో గుడికట్టించారు. దానధర్మాలతో సంపన్న కుటుంబం పేదరికాన్ని అనుభవించింది. తాను కట్టుకున్న ధోవతిని చలితో వణికే గోసాయికి ఇచ్చి పైనున్న అంగవస్త్రాన్ని కట్టుకొని వచ్చిన దానశీలి శోభనాద్రిగారు.

తమ ఇంటిపేరు కథను విశ్వనాథ ఇలా చెప్పారు.

'మాది విశ్వనాథపల్లి అనే గ్రామమట. మా ఇంటిపేరు విశ్వనాథవారని అందుకే వచ్చిందంటారు. ఈ విశ్వనాథపల్లి కృష్ణా సముద్ర సంగమము హంసలదీవి అన్నచోట జరుగును.

దానికెగువన కృష్ణానది ఒడ్డుననున్నది. మాపూర్వులెవరో కాశీకి పోయి విశ్వనాథలింగమును తెచ్చి ఆయూరిలో ప్రతిష్ఠ చేసి ఆయూరికి విశ్వనాథపల్లి అని పేరు పెట్టిరి'. ఇంటిపేరు కూడా వీరిది విశ్వనాథ వారుగ మారినది. (నా రాముడు. నా రామాయణము).

బాల్యం :

విశ్వనాథ బాల్యం నందమూరులో గడిచింది. దాన్ని గురించి ఆయనే చెప్పారు. సుమారు ఒక యిరువది యేండ్లు బాల్యమనుకొందాము. అన్ని సంవత్సరాలు లెక్కకట్టనక్కరలేదు. పదునాల్గు, పదునేను సంవత్సరములు బాల్యము అని చెప్పిన చాలును. బాల్యమనగా నేమి? తన తల్లిదండ్రులు, తమ కుటుంబము ఒక ఊరిలోనున్నారు. ఆ ఊరిలో మరికొన్ని కుటుంబములు ఇట్టివేయున్నవి. వారి యందలి భావములు ఇంచుమించుగా నొకపద్ధతిగానే ఉన్నవి. సభలు, సమాజములు, భజనలు, పండుగలు సామాన్యముగా జీవితములో జరిగెడు విషయములన్నియు ఆ పల్లెటూరి ప్రమాణములో కనిపించుచుండును. వీని ముద్రలు వాని బాల్యమునందు వాని మనస్సు మీద నుండును.

నాకు అయిదేండ్ల వయసప్పుడు మా నాయనగారు పురాణం చెబుతూ వుండేవారు. భారత, భాగవతాలల్లో ఉన్న కథలన్నీ నాకు అద్భుత కథలుగా కనిపించేవి... ఆ రోజుల్లో వీథి నాటకాలు కూచిపూడి వారివి నెలకు రెండైనా ఉండేవి. ఆ కథలన్నీ నా మనస్సుకు పరమాహ్లాదకరంగా ఉండేవి. ఊహ ఊహంత బీజప్రాయంగా ఉన్న సర్వరసాలు హృదయంలో అంకురించాయి. మొలకవేశాయి. పసరాకులు విడిచాయి. కథలలో జీవితమంతా ఉంటుంది. అది ఒక జాగ్రత్స్వప్నం. కాశీమజిలీలు మొదలైన అన్ని కథలూ ఈ జాగ్రత్స్వప్నాల యొక్క నిరూపణలు. బాల్యంలో ఊహాశాలిత్వం వృద్ధి పొందించటానికి వీటికంటె పరమోత్తమ గ్రంథాలు నాకు కనిపించలేదు.

ఆయూరిలో (కాటూరు, మాతామహుల ఊరు) జంగాలు కలరు. సాతానులు కలరు. వారందరిని గౌరవించవలెను. వారు బిచ్చానికి వత్తురు. వచ్చి కీర్తనలు పాడుదురు. ఏమి కీర్తనలు! ఏమి పాటలు! నా చిన్నప్పటి సగము చదువు వారి కీర్తనలు, వారి పాటలు. గంగాపార్వతుల సవతి కయ్యాలు, త్రిపురాసురసంహారము. ఏమి పాటలు! ఏమి ఫణితులు! వీరేగాక ఇంకెందరో బిచ్చగాండ్రు వచ్చెడివారు. ఒక్కొక్కని నోట దేశిసంగీత సరస్వతి నాట్యమాడుచుండెడిది.

'ఎవరి సంస్కారబలము కొద్దీ వారి హృదయాలలో విద్య హత్తుకొనును. నా సంస్కారం గొప్పది కాబోలు. నేను తర్వాత కవి అగుటకు ఒకవేళ చదువుకొన్న వాడనైనచో అది యగుటకు మా నాయనగారు చేసిన పురాణశ్రవణము పరమ ముఖ్యమైనది'

విద్యాభ్యాసం :

విశ్వనాథకు అయిదవయేట అక్షరాభ్యాసం జరిగింది. ఒక ఏడాదిలోనే పెద్ద పుస్తకాలు చదవటం వచ్చేసింది. ఏడవ ఏట తండ్రి పురాణం చెప్పేటప్పుడు పద్యాలు ఈ పిల్లవాడు చదివేవాడు. అక్షరాభ్యాసం చేసి చదువు చెప్పిన గురువు బంధువైన బుర్రా సుబ్బయ్యగారు. తరువాత అక్కగారి అత్తవారి ఊరు వెలినూతలలో గుడిపూడి వీరభద్రయ్యగారి దగ్గర కావ్యపాఠం జరిగింది. కవిత్వరచనకు పునాదివేసిన గురువు ఆయనే.

విశ్వనాథకు ఎనిమిదవ యేట ఉపనయనం, పదకొండవయేట (1906) వివాహం జరిగాయి. పదకొండు సంవత్సరాలదాకా విద్యాభ్యాసం నందమూరు, ఇందుపల్లి, పెదపాడు, వెలినూతల గ్రామాల్లో వీధిబడుల్లో జరిగింది. పన్నెండవ ఏట (1907) బందరు హిందూ హైస్కూలులో ఫస్టుఫారంలో చేరారు. ఇంగ్లీషు చదువు కొంత ఆలస్యంగా ఆరంభమైనా అప్పటికే తెలుగు సాహిత్యం బాగా చదువుకొని పద్యరచన ఆరంభించారు. తిరుపతి వేంకటకవులలో ఒకరైన చెళ్లపిళ్ల వెంకటశాస్త్రిగారి శిష్యత్వం బందరులో లభించింది. విశ్వనాథ కవితా రచనాభినివేశానికి ఇది ప్రేరకం అయింది.

బందరు నోబుల్ హైస్కూలులో అప్పుడు అధ్యాపకులుగా ఉన్న మహనీయులు శ్రీకానుకొలను త్రివిక్రమ రామారావు (కుర్తాళసిద్ధేశ్వర పీఠాధిపతులు) గారి వద్ద సంస్కృత కావ్యాలు, వేదాంతగ్రంథాలు అధ్యయనం చేశారు. భారతీయ సంస్కృతి, విజ్ఞానం గూర్చి వారి సప్రమాణ ప్రబోధం విశ్వనాథలో ఆత్మవిశ్వాసంతో కూడిన వ్యక్తిత్వ నిర్మాణానికి దోహదపడింది.

రచనారంభం :

ఆ రోజుల్లో బందరు సాహిత్యకేంద్రంగా విరాజిల్లింది. విశ్వనాథకు నాల్గవఫారంలో చెళ్లపిళ్లవారితో ప్రత్యక్ష పరిచయం ఏర్పడింది. అప్పటికి వారి వయస్సు పదహారేళ్లు. పింగళి లక్ష్మీకాంతం, కాటూరి వెంకటేశ్వరరావు వంటి మహామహులు వారి పై తరగతులలో అక్కడే చదువుతున్నారు. ఈ యువకులందరిలో కవిత్వావిర్భావానికి, అభివృద్ధికి చెళ్లపిళ్లవారి అవధాన జైత్రయాత్ర కారణం అయింది.

సుమారు ఇరవై ఏళ్లు వచ్చేనాటికి నాలుగైదువేల పద్యాలు రాసిచించి పారేసిన విశ్వనాథ 1916లో ఇంటర్మీడియెట్ చదివే రోజుల్లో దేశభక్తి ప్రబోధకంగా 'ఆంధ్రపౌరుషము' రచన ఆరంభించి, తండ్రి నందమూరులో ప్రతిష్ఠించిన విశ్వేశ్వరస్వామి పేరిట విశ్వేశ్వర శతకాన్ని (1917) రచించారు. తన తండ్రిగారి స్నేహితుని కుమారుడైన కొడాలి ఆంజనేయులుతో కలిసి 'సత్యాంజనేయ కవులు'గా జంటకవులై పత్రికల్లో రచనలు చేయనారంభించారు. కుమారుణ్ణి పెద్ద ప్రభుత్వోద్యోగిగా చూడాలని చదివిస్తున్న తండ్రికి ఇష్టం లేకపోయినా కవితా వ్యాసంగం

కొనసాగుతూనే ఉంది. కొడాలి ఆంజనేయులుతో జంటకవిత్వం కొంతకాలమే సాగింది. ఆ తరువాత ఆయన స్వాతంత్ర్యోద్యమంలో వెళ్ళిపోయాడు.

'ఆతడె తోడుకల్గినను అచ్చముగా కలకండలచ్చులన్

పోతలు పోసియుండెదము పోతనగారి విధాన' అని విశ్వనాథ కొడాలి వారిని మెచ్చుకొన్నారు.

పద్యరచనతోపాటు తొలినవల 'అంతరాత్మ' తొలినాటకం 'ధన్యకైలాసం' 1918లో రచించారు. 1919లో 'ఆంధ్రప్రశస్తి' రచన ఆరంభమైంది. నాటి నుండి విశ్వనాథ సాహిత్యకృషి విస్తృతమై ఆయనపేరు ఆంధ్రదేశంలో వ్యాపించటం మొదలైంది. 1921లో సహాయ నిరాకరణోద్యమంలో చేరి చదువుతున్న బి.ఏ ఆపేసి బందరులో ఏర్పడిన జాతీయ కళాశాలలో అధ్యాపకులుగా చేరి 1926 వరకు అక్కడ పనిచేశాడు. విశ్వనాథ జాతీయోద్యమ భాగస్వామ్యం కేవలం కవిగానే కాక కార్యకర్తగా కూడా ఉన్నట్లు ఆయన దేశభక్తి గాఢత మాటల్లోనే కాక ఆచరణలో కూడా ప్రస్ఫుటమైంది. 'దేశభక్తి గుణసాంద్రుడు' నని 'ఝూన్సీరాణి' కావ్యంలోనూ శాయిపురం జెండా పద్యంలోనూ నిరూపించారు.

జాతీయ కళాశాలలో పనిచేసే రోజుల్లో కళాశాల అధ్యక్షులు శ్రీయుతులు కోపల్లె హనుమంతరావు, కోలవెన్ను రామకోటేశ్వరరావు, చిత్రకళాచార్యులు, ప్రమోదకుమార ఛటర్జీ, అడవి బాపిరాజు మొదలనైన వారితో సాన్నిహిత్యం ఏర్పడింది.

ఇది నా హక్కెవడేని కాదనిన నా యీ ప్రాణముల్ ధారవో
సెద రక్తమ్మును నోడ్తు భారతజగత్ శ్రీలక్ష్మికిన్ బిడ్డన
య్యెద కాదంచెవడా వచించునది? నాయీ ఆత్మలో దూరి చూ
సెదుపో యట వ్రాసియున్నవి జనాశీర్విశ్వకల్యాణముల్

(విశ్వనాథ జెండా పద్యం)

ఆంధ్రదేశంలోని నదులు, క్షేత్రాలు, చారిత్రక స్థలాల వైభవాన్ని పాటలుగా పాడితే ప్రజలకు మరింతచేరువై అప్రసిద్ధమైనవి కూడా సుప్రసిద్ధం అవుతాయని నిరూపిస్తూ 1923లో 'కిన్నెరసాని పాటలు' రాసి ఆ ఉపనదిని జనులందరి చెవులలో ప్రవహించిన జాహ్నవిగా నిలబెట్టారు.

సాహితీవేత్త, పరిపాలనాదక్షుడు శ్రీ బెజవాడ గోపాలరెడ్డి, పత్రికా సంపాదకుడు శ్రీ శివలెంక శంభుప్రసాద్ వంటి ప్రముఖులు పలువురు జాతీయ కళాశాలలో విశ్వనాథ శిష్యులైన భాగ్యాన్ని పొందారు.

ఈ సమయంలో తల్లావజ్ఝల శివశంకరశాస్త్రిగారి 'సాహితీసమితి' సభ్యులై కొందరు మిత్రులతో దాని నుండి బయటకు వచ్చేసారు.

జాతీయ కళాశాలలో పనిచేసిన కాలంలో (1921-1926) ఆంధ్రప్రశస్తి, గిరికుమారుని ప్రేమగీతాలు, కిన్నెరసాని పాటలు, కోకిలమ్మ పెండ్లి, నర్తనశాల, శృంగారవీథి, అనార్కలి మొదలైన రచనలు మరెన్నో ఖండికలు రచించి ఆనాటి యువకవులలో ఉత్తమశ్లోకునిగా నిలిచారు.

1926-27 నాటికి బి.ఏ పట్టభద్రులయ్యారు. వ్యక్తిత్వం, ప్రత్యేక ముద్రగల కవితాశైలి రూపుదిద్దుకొన్నాయి. 'సంస్కృతాంధ్ర సాహిత్యాలతోపాటు ఆంగ్ల సాహిత్యాధ్యయన నిమగ్నులయ్యారు. మనస్తత్వ విశ్లేషణకు, ధర్మధ్వనికి రసానుభూతికి నిలయమై, చిరస్థాయిగా నిలిచిన 'ఏకవీర' నవల రూపుదిద్దుకొని విశ్వనాథ సర్వశక్తులు పుంజీభవించిన ఏకైక కళాసర్వస్వంగా 1930 నాటికి పూర్తి అయి 'భారతి' మాసపత్రికలో ధారావాహికంగా ప్రచురితమై పాఠకుల నీరాజనాలు అందుకొంది.

1927లోనే విశ్వనాథ మిత్రుడు శ్రీ కోలవెన్ను రామ కోటేశ్వరరావుతో కలిసి తెలుగులో 'జయంతి', ఇంగ్లీషులో 'త్రివేణి' పత్రికలను స్థాపించారు. 'జయంతి' ఆయన సంపాదకత్వంలోనే వెలువడింది. వారిద్దరూ ఆ రోజుల్లో తెలుగు దేశమంతా పర్యటించి సాహిత్య ప్రియులను కలుసుకొన్నారు.

తండ్రిగారు శ్రీ శోభనాద్రి పరమపదించారు.

25-12-1927వ తేదీన ప్రముఖ చరిత్ర పరిశోధకులు శ్రీమల్లంపల్లి సోమశేఖర శర్మగారికి మద్రాసు 'మలబార్‌హోస్'లో 'ఆంధ్రప్రశస్తి' కాంతి సమర్పణ చేశారు. శర్మగారి కాళ్ళుకడిగి ఆ నీళ్లు నెత్తిన చల్లుకొంటూ-

నీవనుకోనులేదు మరినేనిది చెప్పనులేదు కాని అ
న్నా! వినవయ్య నేటికిది నా చిరుపొత్తము నీకు నంకితం
బై వెలయింపజేతు హృదయంబులు నీకును నాకు మాతృదే
శావిల దుఃఖదారితములై శ్రుతిగల్పె విషాదగీతికన్

అనే మాతృదేశాభిమాన భరితమైన పద్యాన్ని ఆశువుగా చెప్పి అంకితం ఇచ్చారు.

1928-29 సంవత్సరాలలో విశ్వనాథ బందరు హిందూ కళాశాల ఆంధ్రోపన్యాసకులుగా పనిచేశారు. అప్పుడే మద్రాసు విశ్వవిద్యాలయం నుండి ఎం.ఎ పట్టాను అందుకొన్నారు. 'ఏకవీర' నవల పూర్తి చేశారు.

1932 నాటికి బందరు వదిలి గుంటూరు ఆంధ్రక్రైస్తవ కళాశాలలో అధ్యాపకులుగా చేరారు. ఆ రోజుల్లోనే వారికి భార్యా వియోగం జరిగింది. ప్రియమిత్రుడు, సహాధ్యాపకుడు, కవి శ్రీ కొడాలి వేంకట సుబ్బారావు (హంపీక్షేత్ర కావ్య రచయిత) చిన్న వయసులో హఠాత్తుగా మరణించిన విషాద సన్నివేశంలో శ్రీ కల్యాణానంద భారతీస్వాముల వారి వద్ద వేదాంత గ్రంథాలను

ఉపనిషద్భాష్యాన్ని అధ్యయనం చేశారు. గుంటూరులో ఉన్నప్పుడే కొన్ని విదేశీ భాషలను పరిచయం చేసుకున్నారు. స్మృతికావ్యాలలో తలమానికమైన 'వరలక్ష్మీ త్రిశతి'ని రచించారు.

1933 తరువాత అయిదారేళ్లు విశ్వనాథ నిరుద్యోగి జీవితాన్ని గడిపారు. భార్యావియోగ దుఃఖం నుండి తేరుకొని అంతర్ముఖులై తనలోని ప్రతిభను, భావుకతను, కవితాశక్తిని నవోన్మేషం చేసుకుని రచనావ్యాసంగంలో నిమగ్నులయ్యారు.

1934లో రచింపబడిన 'వేయిపడగలు' నవల రచన కేవలం ఇరవై ఎనిమిది రోజుల్లో ఉక్తలేఖన పద్ధతిలో జరగటం ఒక అద్భుతం. విశ్వనాథ ప్రతిభా పాండిత్యాలను, రచనా శిల్పాన్ని వేయి ముఖాలుగా ప్రతిబింబించిన 'వేయి పడగలు' ఆంధ్రవిశ్వవిద్యాలయ బహుమానం అందుకొన్న సందర్భంలో బందరులో జరిగిన సన్మానసభలో శ్రీభావరాజు నరసింహారావు 'కవిసామ్రాట్'గా విశ్వనాథను కీర్తించారు. అది వారికి ప్రత్యేకమైన బిరుదు అయింది.

1935లో తండ్రి ఆజ్ఞ, జీవునివేదన ఏకమై మహాకవిత్వ దీక్షను స్వీకరించి రామాయణ కల్పవృక్ష రచనకు సంకల్పం చేశారు. ఆరంభించారు. మాబాబు, చెలియలికట్ట నవలలు రచించారు.

1937-38 సంవత్సరాలలో విశ్వనాథ బందరులో ఉంటూ పాఠశాల విద్యార్థుల కోసం 'భాషావాచకములు' పేరుతో ఫస్టుఫారం నుండి ఐదవ ఫారం వరకు వాచక రచన చేశారు.

1938-39 నాటికి విజయవాడలోని శ్రీరాజా రంగయ్యప్పారావు కళాశాలలో విశ్వనాథకు స్థిరమైన ఉద్యోగం లభించింది. కల్పవృక్ష బాలకాండ రచన పూర్తి అయింది. కవిగా, రచయితగా, నవలాకారుడుగా వక్తగా ఆయన కీర్తి దేశంలో స్థిరపడింది.

1940లో 'నవ్య సాహిత్య పరిషత్' అధ్యక్షులుగా బెజవాడలో జరిగిన సభలో అధ్యక్షోపన్యాసం చేసారు. ఈ ఉపన్యాసం నవ్యసాహిత్య పరిశీలన, అవగాహన, సమీక్షలకు ఎందరో రచయితలకు ప్రేరణనిచ్చింది. 'నవ్యాంధ్ర సాహిత్యవీథులు' (కురుగంటి సీతారామ భట్టాచార్యులు) రచనకు ఈ ఉపన్యాసమే ప్రేరణ నిచ్చిందని రచయిత పేర్కొన్నారు.

1942 సంక్రాంతి నాడు గుడివాడలో విశ్వనాథకు గజారోహణోత్సవం అత్యంత వైభవోపేతంగా జరిగింది. ఆ సందర్భంలో శ్రీకాటూరు వేంకటేశ్వరరావు విశ్వనాథవారి లోకోత్తర ప్రతిభను చమత్కారంగా ప్రశంసించిన పద్యాలు చిరస్మరణీయాలు.

కిన్నెరసాని మాటలకు గిన్నెరమీటి పురాతనాంధ్రశౌ
ర్యోన్నతి నంది కాహళము నూదితి నర్తనశాల వీణపై
మిన్నక మెట్టు లొత్తితివి మేటిఫణమ్ములు వేయిగల్గునా
గన్నకు బుట్టపట్టితివిరా! యిటువంటివిరా భవత్కృతుల్

శ్రీతుమ్మల సీతారామమూర్తిగారు-

ఏనుగునెక్కినారు ధరణీశులు మ్రొక్కగ నిక్కినారు ప్ర
జ్ఞానిధులైన నీదుగురుచంద్రులు తిర్పతి వేంకటేశ్వరుల్
ఏనుగునెక్కి రాజులు కవీంద్రులు మ్రొక్కగ నిక్క దేశిక
శ్రీనెతి నిల్పబెట్టితివి శిష్యత సార్థకమయ్యె సత్కవీ

1946 జనవరి 5వ తేదీన ముక్త్యాలలో జరిగిన నవ్యసాహిత్య పరిషత్తు పదకొండవ వార్షికోత్సవంలో ముక్త్యాలరాజా. శ్రీరాజా చంద్రమౌళీశ్వర ప్రసాద్ బహద్దరు వారికి శ్రీమద్రామాయణ కల్పవృక్ష ప్రధాన శ్రోత్రపదవీ ప్రదానంతో 'బాలకాండ' ఆవిష్కరణ జరిగింది. ఆ సభకు శ్రీమల్లంపల్లి సోమశేఖర శర్మ అధ్యక్షులు. శ్రీవేటూరి ప్రభాకరశాస్త్రి, శ్రీదేవులపల్లి వేంకటకృష్ణశాస్త్రి, ఆచార్య రాయప్రోలు సుబ్బారావు, శ్రీ మునిమాణిక్యం నరసింహారావు, శ్రీ మొక్కపాటి నరసింహశాస్త్రి వంటి మహామహులెందరో ఆ సభలో పాల్గని విశ్వనాథ వారి విశిష్టతను కొనియాడారు.

1947లో బెజవాడలో 'రసతరంగిణి' ప్రెస్‌ను విశ్వనాథ స్థాపించారు. రామాయణ రచనతో పాటు నవలలు, ఖండకావ్యాలు రేడియో నాటికలు, ప్రసంగాలు వెలువడుతూ వారి సాహిత్యకృషి విస్తృతమైంది. బాల, అయోధ్యకాండలతో పాటు 'నన్నయగారి ప్రసన్న కథా కవితార్థయుక్తి' వెలువడింది. అభిమానులు, అనుయాయులు బయలుదేరారు.

1948లో ప్రముఖ నటులు శ్రీబందా కనకలింగేశ్వర రావుగారికి 'శశిదూతము' కృతిని సమర్పించారు. గురువులు శ్రీ చెళ్లపిళ్ల వేంకటశాస్త్రి గారికి పంచసువర్ణ పుష్పాలతో పాదపూజ చేశారు. ఆదాయం పెరుగుతున్న కొద్దీ దానధర్మాలు కూడా పెరిగాయి. తండ్రిగారి దారిలో బంధుమిత్రులకు, పేద విద్యార్థులకు శక్తికిమించి సాయంచేసిన దాతృత్వం విశ్వనాథ ప్రత్యేకత. కనకలింగేశ్వర రావుగారు తనకోసం చేయించిన అయిదు బంగారు పూలతో తన గురువుగారికి పాదపూజ చేసిన శిష్యోత్తముడు ఆయన.

1949లో చెళ్లపిళ్లవారికి ఆస్థానకవి పట్టప్రదానోత్సవం విజయవాడలో జరిగిన సభలో తెలుగు సాహిత్యలోకం అంతా ప్రత్యక్షమైంది. కట్టమంచి, వేటూరి, వేలూరి వంటి మహామహుల మధ్య విశ్వనాథ తన ప్రత్యేకతను చాటుకొన్నారు.

1950 నాటికి ధర్మచక్రము, బద్దన్నసేనాని, పులుల సత్యాగ్రహము, దేవతల యుద్ధము, కడిమి చెట్టు, స్వర్గానికి నిచ్చెనలు మొదలైన నవలలు విశ్వనాథ పంచశతి, ఝాన్సీరాణి వంటి కావ్యాలు రచించారు.

1951-56 మధ్యకాలంలో కల్పవృక్షం అరణ్య, కిష్కింధ, సుందరకాండలు, పాముపాట, తెలచిరాజు, ముత్యాల సరాలలో రచించిన పిల్లల రామాయణం వెలువడినాయి.

1953 జనవరి 14వ తేదీన ఆలంపురంలో జరిగిన అఖిలాంధ్ర సమ్మేళనంలో విశ్వనాథ వారు అద్భుతమైన స్నాతకోపన్యాసం చేశారు. ఆంధ్రదేశంలోని అన్ని ప్రాంతాల కవులు, రచయితలు అక్కడ సమావేశమైనారు.

1954లో శ్రీపురాణపండ సూర్య ప్రకాశదీక్షితులు (ఉషశ్రీ) విశ్వనాథ సాహిత్య సంచిక 'విశ్వశ్రీ' ప్రచురించి సంచలనం సృష్టించారు. విశ్వనాథ సాహిత్యానికి సమర్పితమైన తొలిపుష్పం ఇది.

11-1-1956న విజయవాడ ఎస్.ఆర్.ఆర్.సి.వి.ఆర్. కళాశాలలో విశ్వనాథవారి షష్టిపూర్తి మహోత్సవం వైభవోపేతంగా భక్తి శ్రద్ధలతో జరిగింది. వారి ఇంటి నుండి కళాశాల వరకు విద్యార్థులు నిలబడి పూలు చల్లుతూ హారతులు ఇస్తూ తెల్లని గుఱ్ఱాన్ని కట్టిన బండిపై జయజయధ్వానాలతో కళాశాలకు తీసుకువచ్చారు. ముక్త్యాల యువరాజావారు పాదాభివందనం చేసి పూలుచల్లారు. శ్రీయుతులు కొడాలి ఆంజనేయులు, చూడూరి వెంకటరెడ్డి, పింగళి లక్ష్మీకాంతం, దోమా వెంకటస్వామిగుప్త, జువ్వాడి గౌతమరావు, పేరాల భరతశర్మ, అరిపిరాల విశ్వం వంటి పెద్దలు, యువకులు ఎందరో సాహితీవేత్తలు పాల్గొన్న ఈ సభకు శ్రీ యం.ఆర్.అప్పారావు అధ్యక్షత వహించారు. ఆ సన్మానసభలో విశ్వనాథవారు చేసిన ప్రసంగం కృతజ్ఞతా భరితంగా సాగింది. వారిని సత్కరించి ఇచ్చిన ధనాన్ని ఆ కళాశాలలో తెలుగులో ఎక్కువ మార్కులు వచ్చిన విద్యార్థికి బంగారు పతకం ఏటా ఇచ్చేటందుకు దానికి నిధిగా ఏర్పాటు చేస్తున్నట్లు ప్రకటించారు. ఆ సందర్భంలో గొప్పపద్యం చెప్పారు -

'చిరుత తామర పూల్ వికసించుచున్న
చెఱువునుంబోలె మీ ముఖసీమలొప్పు
ఈ కళాశాల గురువునై యెసగుచుంటి
నిత్యమార్తాండ మూర్తిని నేనొకండ'

1956 జనవరి 14, 15వ తేదీలలో గుడివాడలో జరిగిన షష్టిపూర్తి మహోత్సవంలో కాటూరి, నాయని, తుమ్మల, వంటి పెద్దలు, దాశరథి, సి.నారాయణ రెడ్డి, కుందుర్తి వంటి యువకులు పాల్గొన్న సన్నివేశం మహాద్భుతం. శ్రీ జువ్వాడి గౌతమరావు అద్భుతధారణా శక్తితో విశ్వనాథ సాహిత్యాన్ని సభ్యులకు వినిపించి ప్రశంసలు అందుకొన్నారు.

తరువాత కరీంనగర్‌లో షష్టిపూర్తి మహోత్సవం శోభాయమానంగా జరిగింది (31-3-1956). ఆ సభలో తన కవితా స్వరూపాన్ని ఆశువుగా విశ్వనాథ ఇలా ప్రకటించారు.

'తనలోతు నెఱుగని జనుల పూజకు దిర
స్కృతి జూపు మత్సరస్వతి సుభద్ర
తనలోతు నెఱిగిన జనుల పూజకు సరి'

దృతిజూపు మత్సరస్వతి సమార్ద్ర
'మత్సరస్వతి భావసామ్రాజ్యలక్ష్మి
భక్తియున్నట్టి చోట మెత్తబడెడుదేవి'

1957లో నూతనంగా నెలకొల్పబడిన ఆంధ్రప్రదేశ్ సాహిత్య అకాడమీకి విశ్వనాథ ప్రప్రథమ ఉపాధ్యక్షులు అయినారు. ఉద్యోగ విరమణ చేశారు.

1957 మార్చి 16,17,18వ తేదీలలో రాజమహేంద్రవరంలో జరిగిన ఆంధ్ర సాహిత్య పరిషత్తు నలభైనాలుగో వార్షికోత్సవానికి విశ్వనాథ అధ్యక్షత వహించారు. ఈ సభలో వారి ఉపన్యాసం నిష్పాక్షిక హృదయావిష్కరణగా సాగింది. బహుముఖ కళా విన్యాసాలకు ఆటపట్టయిన గ్రాంథికభాష ఉత్కృష్టతను, వ్యావహారిక భాషావసరాన్ని, ప్రయోజనాలను సోదాహరణంగా నిరూపిస్తూ వాటి పరిధులను తెలియజేస్తూ సాగిన ఈ ఉపన్యాసం 'నాది వ్యవహారభాష' అని ప్రకటించిన విశ్వనాథ ఆంతర్యానికి భాష్యంగా చరిత్రలో నిలిచింది.

1958 అక్టోబరు 26,27వ తేదీలలో 'రసధుని' సంస్థ హైదరాబాదులో విశ్వనాథ సాహిత్య సమాలోచన సదస్సు ఏర్పాటు చేసింది. దీనిలో శ్రీమద్రామాయణ కల్పవృక్షంపై శ్రీదివాకర్ల వేంకటావధాని, శ్రీకోవెల సంపత్కుమారాచార్య, లఘుకావ్యాలపై శ్రీవేటూరి ఆనందమూర్తి, నాటకాలపై శ్రీపోణంగి శ్రీరామ అప్పారావు, నవలలపై శ్రీజువ్వాడి గౌతమరావు, శ్రీ మొదలి నాగభూషణ శర్మ పత్రసమర్పణ చేశారు.

1958లో ఆంధ్రప్రదేశ్ ప్రభుత్వం ఆయనను రాష్ట్రశాసన మండలి సభ్యునిగా నియమించింది.

1959-61 మధ్యకాలంలో విశ్వనాథ కరీంనగర్ కళాశాల అధ్యక్షులుగా పనిచేశారు. ఆ సమయంలో అక్కడ పరిచయమైన గొప్ప సంగీత విద్వాంసుని గూర్చి తనతో సహా సమకాలిక పాత్రలతో 'మ్రోయుతుమ్మెద' నవల రచించారు. విశ్వనాథ వారి నవలలు ఏవి అయినా చరిత్రనో, సమకాలిక వ్యక్తులు, సామాజిక స్థితిగతులనో వ్యాఖ్యానిస్తూ, ప్రతిబింబిస్తూ రచించబడినాయి. కాలక్షేపం కోసం ఏదీ రాయలేదు. నవలా ప్రక్రియను ఎలా ఉపయోగించుకోవాలో, ఎందుకు ఉపయోగించుకోవాలో వారి ప్రణాళిక రచయితలకు, పాఠకులకు తెలియజేస్తోంది.

విశ్వనాథ కరీంనగర్‌లో ఉండే కాలంలోనే హైదరాబాదు నుండి 1958-60 సంవత్సరాలలో మళ్ళీ 'జయంతి' మాసపత్రిక ఇరవైనెలలు ప్రచురితమైంది. కల్పవృక్షం యుద్ధకాండ ఆరంభమై 1962లో ముగిసింది. ఈ మధ్యకాలంలోనే పదునాల్గేళ్ళ కుమారుడు మరణించిన దుఃఖం 'విశ్వనాథ మధ్యాక్కఱలు'గా పదిశతకాల రూపుదాల్చింది.

భారతీయుల అసలైన చరిత్రను పాశ్చాత్యులు తమ స్వార్థం కోసం తప్పుగా రాసి చులకన చేశారన్న కోట వేంకటాచలంగారి రచనలతో ప్రభావితులై 'పురాణ వైరగ్రంథమాల' పేరుతో

పన్నెండు చారిత్రక నవలలు రాశారు. అవినీతి, బంధుప్రీతి మొదలైన పాలకదోషాలకు చురకగా 'దమయంతీ స్వయంవరం', ఆంగ్లభాషా వ్యామోహాన్ని తగ్గించటానికి వ్యంగ్యరచనగా 'విష్ణుశర్మ ఇంగ్లీషు చదువు' సాంఘిక నవలలు రచించారు. సంస్కృతాంధ్ర మహాకవుల రచనలను ఎలా చదివి అర్థం చేసుకోవాలో వివరిస్తూ 'శాకుంతలము యొక్క అభిజ్ఞానత' 'అల్లసాని వాని అల్లిక జిగి బిగి' విమర్శ గ్రంథాలను వెలువరించారు.

1957 నుండి శ్రీమద్రామాయణ కల్పవృక్ష పఠనోత్సవాలు ఖమ్మం, రాజమండ్రి, హైదరాబాదు, వరంగల్, కరీంనగర్ మొదలైన చోట్ల ఆంధ్రదేశం నలుచెరగులా జరిగాయి. 1960 సెప్టెంబరు 29,30,31వ తేదీలలో రాజమండ్రిలో జరిగిన సభలో మధునాపంతుల సత్యనారాయణ శాస్త్రిగారు సమర్పించిన పద్యనైవేద్యస్వాగతాంజలిలో

'నీది చెప్పవలె నన్న సత్యమౌ చేపచూపు' అన్నపద్యంలో 'చేపచూపు' ప్రయోగం విశ్వనాథను గూర్చి సమస్తం చెబుతోంది. పాశ్చాత్య సంస్కృతి హిరణ్యాక్షుడు భారతీయ సంస్కృతి వేదాలను సాగరగర్భంలో కలిపినప్పుడు సంస్కృతి సముద్ధరణకు ఆవిర్భవించి రెప్పమూయకుండా వెదుకుతున్న మత్స్యావతారమే విశ్వనాథ.

1963లో 'విశ్వనాథ మధ్యాక్కఱలు' శతకదశకానికి కేంద్రసాహిత్య అకాడమీ బహుమతి లభించింది. వానిలోని శ్రీగిరి శతకాన్ని శ్రీ ఖండవల్లి లక్ష్మీరంజనం ఆంగ్లంలోనికి అనువదించారు. రవీంద్రుని గీతాంజలి వంటి దివ్య సందేశ ప్రదమైన ఈ రచనకు నోబెల్ బహుమతి రావలసి ఉన్నదని కూడా సమీక్షావచనం రాశారు.

1963 సంవత్సరంలో ఉత్తరదేశపర్యటన సందర్భంలో విశ్వనాథకు కలకత్తాలో 'పుష్పకిరీట' సన్మానం జరిగింది. వంగ సాహిత్య పరిషత్తు, ఆంధ్రసారస్వత పరిషత్తుల ఆధ్వర్యంలో జరిగిన ఈ సన్మానసభలో ఆయన సంస్కృతంలో చేసిన అనర్గళోపన్యాసం అక్కడి విద్వాంసులను ఆశ్చర్య చకితుల్ని చేసింది.

1964 డిసెంబరు 12వ తేదీన ఆంధ్రవిశ్వవిద్యాలయం విశ్వనాథ వారికి 'కళాప్రపూర్ణ' బిరుదాన్ని ఇచ్చి సత్కరించింది. ఆ సమయంలో డాక్టర్ బెజవాడ గోపాలరెడ్డిగారు ఇచ్చిన ప్రశంసాపత్రంలో

'శ్రీ విశ్వనాథవారిలో సనాతన అభినవత్వములు సమముగా మేళన మందినవి. ప్రతిభావంతులైన పూర్వాంధ్రకవులన్న వారికెంతగౌరవమో ఆధునికులన్ననూ అంతవాత్సల్యము. సర్వాంధ్ర కవీంద్ర ప్రతిభా వైవిధ్యమంతయు నొక్కచో చూచి ఆనందింపవలెనన్న శ్రీ విశ్వనాథ వారి రచనలు చదువవలెను. కవితా మానవతల మిశ్రావతారము వారు, వారి నిండుమనంబు సప్యసపనీత సమానము. వారి ఔదార్యము అతికర్ణము. ఆదరము అనుభవైకవేద్యము...

అన్నమాటలు అక్షర సత్యాలు. ఆ సందర్భంలోనే 'కరుణశ్రీ' జంధ్యాల పాపయ్య శాస్త్రిగారు రాసిన అద్భుత పద్యాలలో ఒకటి-

'నవలల్ గూర్చును నాటకంబులను విన్నాణంబుగా దీర్చు మేల్
కవితల్ నేర్చు కథల్ మోర్చు, సుమహాకావ్యంబు లీడేర్చు నీ
జవసత్త్వంబులు సర్వతోముఖ మహాసాహిత్య సౌభాగ్యముల్
భవదీయస్తవనీయ లేఖినికివే బ్రహ్మాయురారోగ్యముల్

1965 జూన్‌లో అఖిలభారత తెలుగు రచయితల మహాసభ తిరుపతిలో జరిగింది. దానిలో విశ్వనాథ ప్రారంభోపన్యాసం చేశారు.

1967లో అఖిలభారత వంగీయ సాహిత్య పరిషత్ విశ్వనాథను సన్మానించింది.

1969లో 'అఖిల భారత హిందీ సంస్థా' పక్షాన ఏర్పాటయిన ప్రముఖ విద్వాంసుల పర్యటన కార్యక్రమంలో విశ్వనాథ వారి ఉత్తర భారత పర్యటనలో ఎన్నో గోష్ఠులు, సమావేశాలు జరిగాయి. ఆ సందర్భంలో వారి ప్రశస్తి దేశవ్యాప్తమైంది. వారి ఉపన్యాసాలు ప్రత్యేక ప్రశంసలు పొందాయి.

1970 ఫిబ్రవరిలో కేంద్రప్రభుత్వం వారు విశ్వనాథకు 'పద్మభూషణ్' ఇచ్చారు. కేంద్రసాహిత్య అకాడెమీ విశిష్ట సభ్యత్వాన్ని ఇచ్చింది. శ్రీ పి.వి.నరసింహారావు 'వేయిపడగలు' నవలను 'సహస్రఫణ్' పేరుతో హిందీ భాషలోనికి అనువదించారు. జ్ఞానపీఠం సంస్థవారు దానిని ప్రచురించారు. ఉత్తర భారతదేశంలో ఆ నవల ప్రశంసలను అందుకొన్నది.

1971 ఫిబ్రవరిలో తిరుపతి శ్రీ వేంకటేశ్వర విశ్వవిద్యాలయం విశ్వనాథవారికి 'డాక్టరేట్' గౌరవ బిరుదమిచ్చి సత్కరించారు.

భారతీయ జ్ఞానపీఠ్‌వారు శ్రీమద్రామాయణ కల్పవృక్షానికి లక్షరూపాయల పురస్కారాన్ని ప్రకటించారు.

'వేయిపడగలు' హిందీ అనువాదం 'సహస్రఫణ్'కు ఉత్తమ హిందీ అనువాదంగా ప్రథమ బహుమతిని కేంద్రప్రభుత్వం ప్రకటించింది. ఆ సందర్భంగా విజయవాడలో 25-7-1971న దక్షిణ భారత హిందీ ప్రచారసభ ఆధ్వర్యాన ఘనంగా విశ్వనాథ వారిని, పి.వి.నరసింహారావు గారిని అభినందనపూర్వకంగా సన్మానించారు. ఆ సభకు ఆచార్య దివాకర్ల వేంకటావధాని అధ్యక్షత వహించారు.

1971 అక్టోబరులో ఆంధ్రప్రదేశ్ ప్రభుత్వం విశ్వనాథ వారిని ఆస్థానకవిగా నియమించింది.

1971 నవంబరు 16వ తేదీన ఢిల్లీ నగరంలో జ్ఞానపీఠ బృహత్ పారితోషిక పురస్కార ప్రదానం జరిగింది. 15వ తేదీ ఉదయం ఢిల్లీ చేరిన విశ్వనాథవారికి ఘనస్వాగతం లభించింది.

పత్రికలవారూ, సాహిత్యాభిమానులు పెద్దసంఖ్యలో వారికి స్వాగతం చెప్పి మధ్యాహ్నం మూడు గంటలకు విలేఖరుల సమావేశం ఏర్పాటుచేసి టైమ్స్ ఆఫ్ ఇండియా, స్టేట్స్‌మన్ హిందూస్థాన్‌టైమ్స్, నేషనల్ హెరాల్డ్, ఇండియన్ ఎక్స్‌ప్రెస్ వంటి పత్రికలు ప్రముఖవార్తగా ప్రచురించటం విశేషం. వచ్చిన లక్షరూపాయలను ఏమి చేస్తారు? అని అడిగిన ప్రశ్నకు విశ్వనాథ వారి సమాధానం–

'సగభాగం మానందమూరులోని శివాలయ జీర్ణోద్ధరణకు వెచ్చిస్తాను. మిగిలిన సగభాగం నాజేబులోకి పోతుంది. అయితే దానికి చాలా రంధ్రాలున్నాయి.

16వ తేదీ సాయంత్రం విజ్ఞానభవన్‌లో జరిగిన జ్ఞానపీఠ పురస్కార ప్రదానోత్సవసభలో రాష్ట్రపతి శ్రీ వి.వి.గిరి, డాక్టర్ కరణ్‌సింగ్, శ్రీ పి.వి.నరసింహా రావు, శాంతి ప్రసాద్ జైన్ దంపతులు (జ్ఞానపీఠ వ్యవస్థాపకులు) పాల్గొన్నారు. కరతాళధ్వనుల మధ్య రాష్ట్రపతి నుండి లక్షరూపాయల చెక్కును అందుకొని విశ్వనాథవారు ఇంగ్లీషు, తెలుగు భాషలలో ఉపన్యసించారు. కల్పవృక్షంలోని మారీచవధఘట్టం హిందీనృత్యనాటికగా ప్రదర్శితమైంది.

17వ తేదీ ఉదయం సంగీత నాటక అకాడెమీలో రికార్డు చేసిన ఉపన్యాసంలో వాల్మీకి, తులసీదాసుల తులనాత్మక పరిశీలన, తెలుగునాటక పద్యపఠన ప్రత్యేకతలను గూర్చి అత్యద్భుతంగా వివరించారు.

సాయంత్రం 'భారతీయ సాహిత్యకార్ ప్రతిష్ఠాన్' ఆధ్వర్యంలో అభినందనసభ జరిగింది. హిందీ మాతృభాష కాని హిందీ రచయితల అఖిల భారతసంస్థ 'ప్రతిష్ఠాన్' జరిపిన ఈ సభకు శ్రీ పి.వి.నరసింహారావు అధ్యక్షత వహించారు. వివిధ భాషలకు చెందిన రచయితలు ఈ సభలో పాల్గొన్నారు. 'ప్రతిష్ఠాన్' ప్రచురించిన 'కవిసామ్రాట్ విశ్వనాథ్ సత్యనారాయణ్ – వ్యక్తిత్వ్ ఔర్ కృతిత్వ్' అనే హిందీ గ్రంథాన్ని ఆవిష్కరించారు. విశ్వనాథ వారిని గూర్చి హిందీలో వచ్చిన తొలి గ్రంథం ఇది. ఈ సభలో విశ్వనాథ హిందీలో ప్రసంగిస్తూ జాతీయ భాషలోకి ఇతర భాషా రచనలను అనువదించే ప్రణాళికను చేపట్టవలసిన అవసరం ఉందని సూచించారు.

శ్రీ పి.వి.నరసింహారావు ప్రసంగిస్తూ విశ్వనాథవారి రచనల్లో ప్రగతి దృక్పథం లేదనటం నిజం కాదనీ, దేశపురోభివృద్ధికి అవసరమైన అనేక విషయాలు వారి రచనల్లో నిండి ఉన్నాయనీ సోదాహరణంగా వివరించారు.

తెలుగు భాషకు మొట్టమొదటి జ్ఞానపీఠపురస్కారం లభించిన ఆనందాన్ని ప్రతి ఆంధ్రుడూ పొందాడు. 'ఈ సన్మానం నాలుగుకోట్ల ఆంధ్రుల సన్మానం. ఆంధ్రభాషామతల్లికి జరిగిన సన్మానం' అని విశ్వనాథవారి అభిభాషణ.

1974 మార్చి 17వ తేదీన బెంగుళూరులో విశ్వనాథ వారి సన్మానసభ ఘనంగా జరిగింది. ఆనాటి గోష్ఠిలో ఆయన శాస్త్రీయ, లలిత సంగీత తారతమ్యాలను వివరిస్తూ త్యాగ రాజకీర్తనలను

పాడి వినిపించారు. బెంగుళూరు విశ్వవిద్యాలయ ఉపాధ్యక్షుడు డాక్టర్ హెచ్.నరసింహయ్య గారి అధ్యక్షతన జరిగిన సన్మానసభలో ఎందరో ఆచార్యులు, సాహిత్యాభిమానులు, కర్ణాటక ప్రాంతపు తెలుగువారు విశ్వనాథ వాఙ్మయ వైభవాన్ని ప్రస్తుతించారు.

భారతీయ విద్యాభవన్ డైరెక్టర్ శ్రీ.బి.శ్రీనివాసరావు ప్రసంగిస్తూ 'ప్రాచీన సంప్రదాయ ప్రభావం తగ్గి, జీవితపు విలువలు మారుతున్న నేటి దశలో విశ్వనాథ వంటి మహాపండితులు ఉంటేగాని సాధారణ ప్రజల స్థాయి, సంస్కృతి పెరగదు. సాహిత్యం ఉన్నత నాగరికతకు, సంస్కృతికి ప్రబల చిహ్నం. గొప్ప తపశ్చర్యగా విశ్వనాథ సాహిత్యారాధన గావించారు. ఆంధ్రసారస్వత ఉద్యానవనంలో విశ్వనాథ ఒక మహావృక్షం. ఇందరు ఆంధ్రకర్ణాటక ప్రసిద్ధ పండితులు ఈ సభలో పాల్గొనటం సాహిత్యానికి సంకుచిత భాషా సరిహద్దులు లేవని స్పష్టం చేసింది. ఆయన మేధ సంప్రదాయసిద్ధం ఆయన సాహిత్యసేవ శాశ్వతం' అని ప్రశంసించారు.

'హరిహరప్రియ' కన్నడంలోకి అనువదించిన విశ్వనాథవారి సాహిత్యవ్యాసావళి బెంగుళూరులో వారిచేతనే ఆవిష్కరించబడింది. అక్కడే ఇండియన్ సైన్స్ ఇన్‌స్టిట్యూట్, కన్నడ సాహిత్య పరిషత్ ఏర్పాటు చేసిన సన్మాన సభలలో విశ్వనాథ కర్ణాటక ప్రజలకు తన కృతజ్ఞతలు తెలియజేశారు.

1974 సెప్టెంబరు ఒకటవ తేదీన కడప పట్టణంలో పౌరసన్మానసభ పద్మశ్రీ పుట్టపర్తి నారాయణా చార్యులవారి అధ్యక్షతన ఘనంగా జరిగింది. రాయలసీమ ప్రాంతంలోని ప్రముఖ కవి పండితులు సాహిత్యాభిమానులు కడపలో జరిగిన సన్మానసభలలో పాల్గొని విశ్వనాథ సాహిత్య విశిష్టతను అనేక కోణాలలో ప్రశంసించారు. విశ్వనాథవారు తన సాహిత్య విశేషాలు వివరిస్తూ తాను భావించే పద్ధతిని, సాహిత్య విలక్షణత గూర్చి ఆలోచించే తన మార్గాన్ని దాని సామంజస్యాన్నీ గురించి ఉపన్యాసాలు చేశారు.

1974 సెప్టెంబరు పదవతేదీన విశ్వనాథవారి చివరి రచన 'శివార్పణము' కావ్యాన్ని ధ్వన్యనుకరణసామ్రాట్ శ్రీనేరెళ్లవేణుమాధవ్‌కు విజయవాడలో జరిగిన సభలో అంకితం చేశారు. ఎనభై ఏళ్ల వయస్సులో నెలరోజుల్లో విశ్వనాథవారు ఈ కావ్యాన్ని రచించారు.

1975 జనవరి 9వ తేదీనుండి 13వ తేదీవరకు నాగపూరులో జరిగిన విశ్వ హిందీ సమ్మేళనంలో నాటి ప్రధాన మంత్రి శ్రీమతి ఇందిరాగాంధి ముఖ్యఅతిథిగా జరిగిన సభలో తెలుగు మహాకవిగా విశ్వనాథవారిని సన్మానించారు.

1975 మే తొమ్మిదవ తేదీన విశ్వనాథవారు సంస్కృత భాషలో రచించిన రెండు గొప్పనాటకాలు 'అమృత శర్మిష్ఠమ్' 'గుప్త పాశుపతమ్' ఆవిష్కరణ సభ డాక్టర్ బెజవాడ గోపాలరెడ్డి గారి అధ్యక్షతన విజయవాడలో జరిగింది. బొంబాయి ఆంధ్రమహాసభ వారు ఈ రెండు నాటకాలను ఒకసంపుటంగా ప్రచురించారు. తెలుగువారు సంస్కృత భాష నుండి దిగుమతులే

కాక ఎగుమతులు కూడా విశిష్టంగా చేయగలరని ఈ రెండు నాటకాలు నిరూపించాయి. 'అశనినిరాసమ్' అనే ఏకాంకవ్యాయోగం కూడా భారతీయ సంస్కృతిలోని వైజ్ఞానిక దృష్టిని అద్భుతంగా ఆవిష్కరిస్తూ సంస్కృత సాహిత్యంలో విశ్వనాథవారికి సమున్నత స్థానాన్ని కల్పిస్తోంది. 'శ్రీ విశ్వనాథ ఇంతవరకు చేసిన సాహితీసేవ ఒక ఎత్తు ఈ రెండు సంస్కృత నాటకాలు ఒక ఎత్తు' అని డా॥బెజవాడ గోపాలరెడ్డి గారు అన్నారు.

1976 ఏప్రిల్ రెండవతేదీన ఆంధ్రప్రదేశ్ ప్రభుత్వ ఆస్థానకవి కవిసామ్రాట్ విశ్వనాథ వారికి 'జేసీస్' వారు చేసిన సువర్ణ పుష్పసమర్చనా మహోత్సవం ఒక మహాకవికి ప్రజలు ఎంతఘనంగా గౌరవపూర్వకంగా సత్కరిస్తారో తెలిపే చారిత్రకాంశంగా నిలిచిపోయింది.

విశ్వనాథ దంపతులను అందంగా అలంకరించిన జీపులో వారి నివాసం నుండి ఊరేగింపుగా తీసుకువచ్చారు. ముందు నాదస్వరబృందం, పోలీసుబ్యాండు బృందం, శిష్యులు, సాహిత్యాభిమానులు, పురప్రముఖులు నడిచారు. దారిలో పలుచోట్ల పూలవర్షం కురిపించారు. కూడలి ప్రాంతాలలో బాణసంచాలు కాల్చారు.

విద్యామంత్రి శ్రీమండలి వెంకటకృష్ణారావు, సాంఘిక సంక్షేమ మంత్రి శ్రీ భాట్టం శ్రీరామమూర్తి, డా॥ టి.వి.ఎస్. చలపతిరావు, ఆచార్య ఎస్వీ జోగారావు, వంటి మహామహులు పాల్గొన్న ఈ సభ ఉషశ్రీ వ్యాఖ్యానంతో ఉత్తేజకరంగా సాగింది.

శ్రీ విశ్వనాథవంటి పెద్దలను సన్మానించి, వారి ఆశయాలను దృష్టిలో పెట్టుకొని ప్రవర్తిస్తే తెలుగువారి ప్రగతికి తోడ్పడిన వారమవుతాం. వారి రచనల పునర్ముద్రణకోసం ఆంధ్రప్రదేశ్ ప్రభుత్వం నలభై నాలుగు వేలరూపాయలు ఆర్థిక సహాయాన్ని ఆయనకు మంజూరు చేసింది. తొలివిడత మొత్తంగా ఇరవై రెండు వేల రూపాయల చెక్కును ఈ సభలో అందజేస్తున్నాను అని శ్రీ మండలి చెక్కును అందించారు. శ్రీ భాట్టం శ్రీరామమూర్తి 'గుండెల్లో అమృతభాండం, మనస్సులో ప్రేమవాహిని ఉన్న వ్యక్తి కవిసామ్రాట్ విశ్వనాథ, ఆయన ఆంధ్రసాహిత్యాకాశంలో ధ్రువతారగా వెలుగొందుతారు' అన్నారు. డా॥ టి.వి.ఎస్.చలపతిరావు 'సాహిత్య పుటెడారిగా పేర్కొనబడిన విజయవాడను శ్రీ విశ్వనాథ సస్యశ్యామలం కావించారు' అన్నారు. ఆచార్య ఎస్వీ జోగారావు 'శ్రీ విశ్వనాథ సాహిత్య షష్టిపూర్తి చేసుకొన్న స్రష్ట, మహాద్రష్ట, ఆయన పిలిస్తే శబ్దాలు పలుకుతాయి. ప్రతి శబ్దంలో అఖండమైన శక్తి, ప్రతిభ ఉన్నది' అన్నారు. ఆనందించి ఉంటే బాగుండేది అంటూ జేసిస్ వారికి, ముఖ్యమంత్రికి, మంత్రివర్యులు మండలి, భాట్టం శ్రీరామమూర్తులకు పద్యాలతో కృతజ్ఞత చెప్పారు.

నలనామ సంవత్సరం భాద్రపద బహుళ షష్ఠి (14-9-1976) నాటికి శ్రీ విశ్వనాథ వారికి అధికమాసాలతో కలిపి లెక్కిస్తే తొమ్మిది వందల తొంభైతొమ్మిది చాంద్రమాసాలు పూర్తి అయిన సందర్భంగా వైదికంగా జరిగే సహస్ర చంద్ర దర్శనోత్సవం విజయవాడలో వైభవోపేతంగా జరిగింది.

ఆ సందర్భంలో విశ్వనాథవారు విద్యామంత్రి శ్రీ మండలి వెంకటకృష్ణారావుతో మాట్లాడుతూ గ్రంథప్రచురణకు ఆర్థిక సహాయం చేసిన ముఖ్యమంత్రికీ, మండలి వారికీ కృతజ్ఞతలు తెలుపుతూ ఆ డబ్బుతో పునర్ముద్రించిన బాలకాండ ప్రతిని ఇచ్చి నూతన వస్త్రాలతో సత్కరించారు. దానిలో కల్పవృక్షశ్రోతలలో మండలివారిని చేర్చి ఇలా రాశారు.

'స్నేహమని కాదు గాని నా స్నేహితులకు
చిన్ననాటి స్నేహితులకు స్నేహితుండు
రావు మండలికుల కృష్ణరావొకండు
ఒగిని మేమందరము కృష్ణయొడ్డు జాతి
ఆయన జూచిన నేనే
ఆయన యనిపించె హృదయమందు నదేలో
ఆయన ప్రకృతియు నాయది
మాయురె యొకజాతి ద్రవ్యమా యనిపించున్'

విశ్వనాథ వారి 'వేయి పడగలు' గుజరాతీ భాషలోకి అనువదింపబడింది. దానిని ఢిల్లీలో ప్రధాని శ్రీమతి ఇందిరాగాంధి ఆవిష్కరించారు. ఆ గ్రంథాన్నీ, ఒక శాలువానీ విశ్వనాథవారికి అందించమని రాష్ట్ర విద్యామంత్రి శ్రీ మండలి వెంకట కృష్ణారావు గారికి పంపారు. ఆయన 1976 అక్టోబరు ఏడవతేదీన వాటిని అందుకొని విశ్వనాథ వారి ఇంటికి ఫోను చేశారు. వారి అమ్మాయి 'నాన్నగారికి సుస్తీగా ఉండటంతో ఇప్పుడే గుంటూరు ఆస్పత్రికి తీసుకువెళ్ళారు' అని చెబితే వెంటనే మండలివారు గుంటూరు ఆస్పత్రికి ఫోను చేసి డాక్టరుగారితో పరిస్థితిని గురించి మాట్లాడి ప్రధాని పంపిన బహుమతి సంగతి కూడా వారికి తెలియజేయమని చెప్పారు. పద్దెనిమిదవతేదీన వచ్చి అందచేస్తానని తెలుపమన్న మాట విని విశ్వనాథవారు ఎంతో ఆనందించారట. ఆ తేదీన త్రివేండ్రం నుండి బయలుదేరిన శ్రీమండలి ఎక్కిన విమానం వాతావరణం సరిగాలేక బెంగుళూరుకు మళ్ళింప బడింది. అక్కడ ఉండగా మధ్యాహ్నం ఒంటిగంటకు వారు స్వర్గస్థులయ్యారన్న వార్త వారికి చేరింది. మరునాడే (19-10-76) అంత్యక్రియలని తెలుసుకొని ఆ రాత్రికి హైదరాబాదు చేరుకొని మరునాడు ఉదయానికి శ్రీ పి.వి., శ్రీ మండలి విశ్వనాథ వారి ఇంటికి వచ్చి భౌతికకాయాన్ని దర్శించి కృష్ణానదీ తీరంలో అంత్యక్రియల వరకు ఉన్నారు. ప్రభుత్వలాంఛనాలతో ఆస్థానకవి అంత్యక్రియలు జరిపించటమేకాక శ్రీ పి.వి.నరసింహారావు అంతిమయాత్రలో నడిచి స్వయంగా కొంతదూరం పాడెను భుజానికి ఎత్తుకొని మోసిన దృశ్యం 'అలనన్నయ్యకులేదు తిక్కనకులేదాభోగము' అన్న విశ్వనాథ పద్యాన్నే గుర్తుకుతెచ్చింది. భౌతికదేహాన్ని చూడగానే శ్రీ పి.వి. కళ్లలో ఉబికిన రెండు పెద్ద ముత్యాలవంటి కన్నీటిబొట్లు ఇప్పటికీ ఈ రచయిత కళ్లలో కనబడుతూనే ఉన్నాయి. ఇలాంటి ఆత్మీయాశ్రుతర్పణం ఏ మహాకవికీ లభించలేదేమో?

డా॥ సర్వేపల్లి రాధాకృష్ణన్ రాష్ట్రపతిగా ఉన్నప్పుడు విశ్వనాథవారు వారిని కలవటానికి వెళితే వారే స్వయంగా ఎదురువచ్చి లోనికి తీసుకువెళ్లారట. అప్పుడు వీరు రాసిన 'నాగసేనుడు' నవల వారి చేతికి ఇవ్వగానే పేరు చూసి 'మిళిందపన్హా'? (నాగసేనుని చారిత్రకనామం) అన్నారట. వారి జ్ఞాపకశక్తికి విశ్వనాథ ఆశ్చర్యపడ్డారట. ఒకదేశాధినేత ఒకమహాకవి ప్రక్కన కూర్చొని ఆత్మీయతతో సంభాషించి, బయలుదేరినప్పుడు తానే తలుపుదగ్గరకు వచ్చి తలుపుతెరిచి చూపిన గౌరవాన్ని విశ్వనాథవారు తన్మయత్వంతో వర్ణించారు.

విశ్వనాథవారి శతాధిక రచనలు

పద్యకవిత

1. ఖండకావ్యాలు

1. ఆంధ్రపౌరుషము
2. ఆంధ్రప్రశస్తి

} ఈ రెండు రచనలు తెలుగువారి గొప్పదనాన్ని తెలుగు నేలలోని క్షేత్రాలు, నదులు, పర్వతాలు మొదలైనవాటిని ఉత్తేజకరంగా వివరించి ప్రసిద్ధి పొందాయి.

3. ఋతుసంహారము - తెలుగునేలలో ఏ ఋతువు ఎలా ఉంటుందో స్వీయానుభూతితో రాసిన గొప్పరచన.

4. శృంగారవీధి
5. శశిదూతము

} భావకవితా భాగస్వామ్యంతో అలరారే రచనలు

6. భ్రష్టయోగి
7. కేదారగేళ

} వివిధ పత్రికలలో ఆయా సందర్భాలలో, వెలువడిన ఖండికలు.

2. శతకములు

8. మా స్వామి - 'విశ్వేశ్వరా' మకుటంతో నందమూరు స్వామి పై రచింపబడిన ఈ శతకం భాష, భావవ్యక్తీ కరణలలో శతకాలలో ప్రత్యేక స్థానాన్ని పొందింది.

9. వరలక్ష్మీ త్రిశతి - విశ్వనాథవారి ధర్మపత్ని వరలక్ష్మమ్మగారు మరణించినప్పుడు వెలువడిన స్మృతికావ్యం ఇది. వైదికమైన కర్మకాండలతో మేళవించి దాంపత్య వైభవాన్ని చూపిన ఈ రచనను 'భార్య ఉన్నవారు చదవకండి' అని కవి నిషేధించారు.

10. విశ్వనాథ పంచశతి – వ్యంగ్యం, ఎత్తిపొడుపు, సుభాషితం, హేళన మొదలైన రీతులలో వెలువడిన ఈ అయిదు వందల పద్యాలు దేనికదే స్వతంత్రమైన ముక్తకాలు.

11. విశ్వనాథ మధ్యాక్కఱలు – 'మధ్యాక్కఱ' అనే దేశిఛందస్సులో అయిదు మకుటాలతో రాసిన అయిదు భక్తిశతకాలు పరిణతి చెందిన ఈ రచనకు కేంద్రసాహిత్య అకాడెమీ బహుమతి లభించింది.

3. పద్యగీతరచనలు

12. గిరికుమారుని ప్రేమగీతాలు – ఇది భావకవితా తరంగం. దీనిలోని గిరికుమారుడు విశ్వనాథవారే.

13. భ్రమరగీతలు
14. గోపికాగీతలు
15. శ్రీకృష్ణ సంగీతము
} భాగవతంలోని భక్తిరసావిష్కరణలు.

4. ఉదాహరణం

16. గోపాలోదాహరణం – డా॥బెజవాడ గోపాలరెడ్డిగారిపై రచించబడిన ఉదాహరణ కావ్యం. ఒక ప్రత్యేక సాహిత్య ప్రక్రియ. ఏడు విభక్తులతో కళిక, ఉత్కళికలతో మార్గ, దేశి సమన్వయంతో సాగే రచన ఇది.

5. కావ్యాలు

17. ఝూన్సీరాణి
18. శివార్పణము
} చారిత్రక రచనలు.

19. కుమారాభ్యుదయము
20. ప్రద్యుమ్నోదయము
21. రారా చరిత్రము
} భారత, భాగవత సంబంధములైన పౌరాణిక రచనలు.

6. మహాకావ్యం

22. శ్రీమద్రామయణ కల్పవృక్షము

ప్రపంచ ప్రసిద్ధిని పొంది తెలుగు భాష బ్రతికి ఉన్నంతవరకు బ్రతికి ఉండే పన్నెండువేల పద్యాల మహాకావ్యం ఇది. వాల్మీకి రామాయణానికి వ్యాఖ్యానపరంగా అన్ని పాత్రలు, భావనాశైలి, భాష, కాకువులలో తెలుగుదనం ఉట్టిపడే విధంగా 'వ్యవహారభాష'లో రచింపబడి, జ్ఞానపీఠ పురస్కారాన్ని అందుకొన్న కల్పవృక్షం నిజంగా భావుకుల పాలిటి కల్పవృక్షమే.

II. గేయ కవిత

23. కిన్నెరసాని పాటలు -

గేయంతో రసావిష్కరణ చేసే కథాకావ్యాన్ని సందేశాత్మకంగా ఎలా రాయవచ్చో నిరూపించి, అడవుల్లోని చిన్నవాగును అందలం ఎక్కించి అందరికీ పరిచయం చేసిన గొప్పరచన. సభలలో విశ్వనాథ వారు స్వయంగా పాడి వినిపించేవారు. చిన్ననాడు భద్రాచలం కాలినడకను వెళ్ళినప్పుడు తాను చూచిన కిన్నెరసానిని కవి రసభరితం చేయటం చూస్తే, 'దర్శనాత్ వర్ణనాచ్చాదా రూఢాలోకే కవిశ్రుతిః' అనే కవి శబ్ద నిర్వచనం స్పష్టమౌతుంది.

24. కోకిలమ్మ పెళ్లి - ప్రకృతి, పశుపక్ష్యాదులతో కవికి ఆత్మీయానుబంధం ఉన్నప్పుడు సృష్టి అంతా కవితామయం అవుతుందని ఈ గేయాలు చెబుతాయి.

25. పాముపాట - పతివ్రతల కథలలోనూ మహాభారతంలోని కథలో రాసిన గేయాలు.

III. నాటికలు

26. దుర్యోధనుడు

27. కిరీటమణి

28. నాగమణి

IV. నాటకములు

1. పౌరాణికములు

29. వేనరాజు
30. నర్తనశాల
31. కావ్య, వేద హరిశ్చంద్రములు
32. సౌప్తికప్రళయము
33. గుప్తపాశుపతము

ఇవి పౌరాణిక నాటకములు. 'వేనరాజు' సంచలనం సృష్టించింది. 'నర్తనశాల' కీచకుని పట్ల సానుభూతితో ప్రత్యేకత సంతరించు కొంది. మనం చూసే హరిశ్చంద్రకథ, వేదంలోని కథ తెలుపు తుంది. హరిశ్చంద్ర నాటకం. 'సౌప్తిక ప్రళయము' అశ్వత్థామ వెనుక ఉన్న పరమేశ్వర సంకల్పాన్ని వివరిస్తుంది.

'గుప్తపాశుపతము' అర్జునుని మానసత్వాన్ని శివకేశవాద్వైతాన్ని తెలుపుతుంది. సంస్కృత నాటకానికి ఇది అనువాదం కాదు. రెండు స్వతంత్ర రచనలు.

2. చారిత్రకములు

34. త్రిశూలము - వీరశైవానికి సంబంధించిన నాటకం

35. అనార్కలి - సుప్రసిద్ధమైన చారిత్రక నాటకం.

3. సాంఘికములు

36. ధన్యకైలాసము

36. లోపలా బయటా

37. సత్యాగ్రహము

38. అంతా నాటకమే

39. ప్రవాహం

40. తల్లిలేని పిల్ల

41. ఆకాశరాజు

4. రాజకీయములు

42. అవతార పరివర్తనము

43. భస్మాసుర చయనము

V నవలలు

1. సాంస్కృతికములు

43. అంతరాత్మ

44. మూడు తరాలు

45. వేయి పడగలు

ఆంధ్ర విశ్వవిద్యాలయ బహుమానాన్ని అందుకొన్న వేయిపుటల మహానవల. దీనిని చదవని వారు కనీసం పేరు తెలియని తెలుగువారు తెలుగువారు కారు అన్నంత ప్రసిద్ధమై భారతీయ సంస్కృతిపై పాశ్చాత్య సంస్కృతుల ప్రభావాన్ని, వచ్చిన మార్పులను, తరాల మధ్య అంతరాలను విశ్లేషిస్తూ వెలువడిన ఈ నవలలోని వర్ణనలు, భావనలు, భాష, విశ్లేషణ, విమర్శ, సమన్వయం మరెక్కడా కానరానంత మహోన్నతంగా రూపుదిద్దుకొన్న ఈ నవలను విశ్వనాథవారు రాయలేదు. వారు చెబుతుంటే మరొకరు రాశారు. మొత్తం నవల ఇరవై ఎనిమిది రోజుల్లో పూర్తి అయింది.

46. హాహాహూహూ

ఇది ఒక గంధర్వుని పేరు. గుఱ్ఱం తలగల ఆ గంధ్వరుడు ఆకాశమార్గంలో వెళుతూ లండన్‌లో ట్రఫాల్గర్ స్క్వేర్‌లో పడిపోయాడు. అక్కడ అతని అనుభవాలు ఈ నవలగా రూపుదిద్దుకొన్నాయి.

2. సాంఘికములు

47. దేవతల యుద్ధము

48. వీరవల్లడు

తెలుగు పల్లెల్లో మానవ సంబంధాలు కులాల హెచ్చుతగ్గులకు అతీతంగా ఎంతో ఆత్మీయంగా ఉండేవో దీనిలో కళ్లకుకట్టినట్టు చూపించారు.

49. మాబాబు

50. చెలియలికట్ట

51. స్వర్గానికి నిచ్చెనలు

52. పునర్జన్మ

53. తెఱచిరాజు

తన కాలంలో తనకు పరిచయం ఉన్న ప్రముఖుల జీవితాలను ఆధారంగా చేసుకొని 'వేయిపడగలు' నవలలో ఎన్నో పాత్రలను విశ్వనాథ సృష్టించారు. తాను కథానాయకుడు ధర్మారావు అయినారు. అలాగే కొన్ని నవలలు ప్రత్యేకంగా రాశారు. 'తెఱచిరాజు' ఒక గొప్పనటుని గూర్చి, 'గంగూలీ ప్రేమకథ' ఒక ప్రముఖ పత్రికా సంపాదకుని గూర్చి 'బాణావతి'లో తన ఉద్యోగక్షేత్ర పాత్రలను గూర్చి ప్రత్యక్షంగానే సమకాలీన రచనలు చేశారు.

54. నీలపెండ్లి

55. పరీక్ష

56. శార్వరి నుండి శార్వరి దాకా

57. బాణావతి

58. కుణాలుని శాపము

59. గంగూలీ ప్రేమకథ

60. జేబుదొంగలు

3. ఆంధ్రచారిత్రక నాటకములు

61. వీరపూజ

62. చందవోలు రాణి

63. ధర్మచక్రము

64. కడిమి చెట్టు

65. ప్రళయ నాయుడు

66. బద్దన్న సేనాని

4. దాక్షిణాత్య చరిత్రలు

67. ఏకవీర

విశ్వనాథవారి తొలినవలగా, వారి భావనాతపఃఫలంగా, తెలుగువారి పుణ్యఫలంగా ఆవిర్భవించిన ఈ విషాదాంత నవల విశ్వనాథ కీర్తికిరీటంలోని పద్మరాగం.

68. స్నేహఫలము

5. భారత చరిత్ర

68. భగవంతుని మీద పగ
69. నాస్తిక ధూమము
70. ధూమరేఖ
71. పులిముగ్గు
72. చంద్రగుప్తుని స్వప్నము
73. నందో రాజా భవిష్యతి
74. అశ్వమేధము
75. నివేదిత
76. హెలీనా
77. వేదవతి
78. నాగసేనుడు
79. అమృతవల్లి

పై నవలలు అన్నీ పాశ్చాత్యులు వారి స్వార్థంకోసం తప్పుగా రాసిన చరిత్రను సరిచేస్తూ శ్రీ కోటవెంకటాచలం రాసిన చారిత్రక విషయాలు ఆధారంగా 'పురాణవైరగ్రంథమాల' పేరుతో అద్భుతంగా వెలువడ్డాయి.

6. కాశ్మీరు చరిత్ర

80. యశోవతి
81. మిహిరకులుడు
82. కవలలు
83. పాతిపెట్టిన నాణెములు
84. భ్రమరవాసిని
85. సంజీవకరణి

ఈ నవలలు కల్హణుని రాజ తరంగిణి ఆధారంగా రచించారు.

7. నేపాళదేశ చరిత్ర

86. దిండుక్రింద పోక చెక్క
87. చిట్లీ చిట్లని గాజులు
88. సౌదామిని
89. దూతమేఘము
90. లలితా పట్టణపు రాణి
91. దంతపుదువ్వెన

చారిత్రక నవలలు చదివించే విధంగా రాయటమేకాక పేర్లు కూడా ఆకర్షణీయంగా పెట్టటం విశ్వనాథవారికి వెన్నతో పెట్టిన విద్య. పైనవలలన్నీ నేపాల్‌కు చెందినవైనా ఆనాడు ఎమెస్కోవారు అచ్చువేసిన ఆ 'చిన్ని నవలలు' కుర్రకారు చేతిలో కనబడుతూ ఉండేవి.

8. రాజకీయములు

92. పులుల సత్యాగ్రహము
93. సముద్రపుదిబ్బ
94. వల్లభమంత్రి
95. దమయంతీ స్వయంవరము

ముందుగానే ఎవరికో కేటాయించిన ఉద్యోగానికి జరిగే ఉత్తుత్తి ఇంటర్వ్యూలపై రాసిన ఈ నవల పేరులోనే రాబోయే కథ అంతా ఇమిడి ఉంది.

9. వ్యంగ్యము

96. విష్ణుశర్మ ఇంగ్లీషు చదువు

ఆంగ్లభాషావ్యామోహంతో మాతృభాషను నిర్లక్ష్యం చేస్తున్న తెలుగువారికి కనువిప్పు అయ్యేవిధంగా ఇంగ్లీషు భాషలోని దోషాలను, లోటుపాట్లను, విష్ణుశర్మ, తిక్కన మొదలైన పాత్రలద్వారా వ్యంగ్యంగా చూపించిన నవల.

10. సంగీతము

97. ట్రోయుతుమ్మెద

లలితకళలలో సంగీతం గొప్పదనాన్ని ప్రత్యేకతను వివరిస్తూ కరీంనగర్‌లోని ఒక ప్రముఖ సంగీతవిద్వాంసుని తనను, ఇతర పాత్రలను సన్నివేశాలను ప్రత్యక్షంగా చిత్రీకరించిన ఈ నవల పేరుతో ఒక ప్రవాహం కూడా ఆ ప్రాంతంలో ఉంది. విశ్వనాథ వారి సునిశిత పరిశీలనా దృష్టికి ఈ నవల ఒక ఉదాహరణ.

11. సాంస్కృతిక భౌగోళికము

98. ఆఖునదులు

VI. కథలు

99. చిన్న కథలు

విశ్వనాథవారి 'చిన్న కథలు' సంపుటిలో ఎన్నెన్నో విలువైన కథలు ఆ ప్రక్రియలో ఆయన ముద్రను తెలియజేస్తాయి. ఆంగ్ల సాహిత్యాన్ని ఔపోసన పట్టిన అగస్త్యుడుగా విశ్వనాథ ఈ ప్రక్రియలో ప్రత్యక్షమౌతాడు.

VII. సంస్కృతరచనలు

100. శివపంచశతి
101. దేవీత్రిశతి
102. గురుప్రసాదమ్
103. శారదా చంద్రమౌళి సుప్రభాతమ్
104. అమృత శర్మిష్ఠమ్
105. గుప్తపాశుపతమ్
106. అశని నిరాసమ్ (నాటిక)

నాటకములు

VII. సాహిత్య విమర్శ

తెలుగు సాహిత్యం

110. సాహిత్య సురభి

సంస్కృత సాహిత్యం

114. విశ్వనాథ సాహిత్యోపన్యాసములు

సాహిత్యమీమాంస

ఆంగ్లవ్యాసాలు

వరంగల్లు కాకతీయ విశ్వవిద్యాలయం తెలుగు విభాగం వారు ప్రచురించిన 'విశ్వనాథ వాఙ్మయసూచిక' మొదలైన సమాచారాల సమన్వయంతో పెద్దలు శ్రీతాటికొండ వేంకటకృష్ణయ్య, శ్రీముదివేడు ప్రభాకరరావుగారు రచించిన 'బ్రాహ్మీమయ మూర్తి' శ్రీ జోస్యుల సూర్యనారాయణ మూర్తిగారు రచించిన 'విశ్వనాథకథ' మొదలైన ఆధారాలతో కవి సామ్రాట్ విశ్వనాథ సత్యనారాయణ గారి జీవిత విశేషాలు, సాహిత్య సమాచారం సంక్షిప్తంగానైనా ఈ తరానికి తెలియటానికి చేసిన ఈ ప్రయత్నంలో వారందరికీ కృతజ్ఞతలు తెలుపుతూ విశ్వనాథవారి పాదస్పర్శతో, హస్తస్పర్శతో పులకితమై తలవంచి నమస్కరిస్తున్నాను.

గుర్రం జాషువా

(1895-1971)

– *డాక్టర్ గుమ్మా సాంబశివరావు*

ప్రపంచంలో ఎంతోమంది మహనీయులున్నారు. ఆ మహనీయత వాళ్లకు ఎట్లా కలిగింది? అంటే వాళ్లుచేసే మంచి పనులు వల్ల అని తెలుస్తుంది. మహనీయులు అన్ని రంగాలకు చెందిన వారుంటారు. రాజకీయ, ఆర్థిక, వైజ్ఞానిక, కళాసాహిత్య, సాంస్కృతిక రంగాలలో విశిష్టమైన ప్రతిభను ప్రదర్శించి శాశ్వత కీర్తిని సాధిస్తారు. ముఖ్యంగా సాహిత్యరంగంలో ప్రముఖులు వాళ్ళు రచించిన రచనల ద్వారా ఎంతో ప్రసిద్ధిని పొందుతారు. ప్రజలకు దగ్గరవుతారు. ప్రజల శ్రేయస్సును కోరే రచనలద్వారా ప్రజాకవులుగా, విశ్వమానవులుగా ప్రస్తుతి పొందుతారు. అలా విశ్వనరుడుగా తనుతాను చెప్పుకున్న గుర్రం జాషువ ఆధునిక తెలుగు సాహిత్యంలో ఒక గొప్పకవి. ఆ మహాకవి చరిత్రను చదవటం ద్వారా ఎన్నో విశేషాల్ని గ్రహించవచ్చు. స్ఫూర్తిని పొందవచ్చు.

"కులమతాలు గీచుకొన్న గీతలుజొచ్చి
పంజరాన గట్టు వడను నేను
నిఖిల లోకమెట్లు నిర్ణయించిన నాకు
తరుగులేదు విశ్వనరుడ నేను"

అని సగర్వంగా చాటి చెప్పిన గుర్రం జాషువ క్రీ.శ. 1895వ సంవత్సరం సెప్టెంబరు నెల 28వ తేదీ శనివారం నాడు ఉదయం శ్రీ గుర్రం వీరయ్య లింగమ్మలకు జన్మించాడు. ఆ దంపతులకు అంతకు ముందు పుట్టిన పిల్లలు పుట్టిన వెంటనే చనిపోతూ ఉండగా ఈ మగబిడ్డ అయినా తమకు దక్కుతాడని గంపెడాశతో ఉండి అల్లారు ముద్దుగా పెంచారు. జాషువా తండ్రి వీరయ్య యాదవ కులానికి చెందినవాడు కాగా తల్లి ఆదిమ ఆంధ్రకులానికి చెందింది. వీరయ్య లింగమ్మను కులాంతర వివాహం చేసుకుని 'మానవులంతా ఒక్కటే' అని నిరూపించాడు. అయితే కుల పెద్దలు వీరయ్య నిర్ణయాన్ని అంగీకరించక పోవటంతో ఆయన క్రైస్తవాన్ని స్వీకరించి, బైబిలును పఠించి మత ప్రబోధకుడుగా జీవితాన్ని సాగించాడు. ఒక వైపు పేదరికం మరొకవైపు పెద్దల తిరస్కారం బాధిస్తున్నా వీరయ్య లింగమ్మ దంపతులు నీతిబద్ధమైన జీవితాన్ని గడిపారు.

జాషువ అనే పేరు హిబ్రూ భాషకు సంబంధించింది. తెలుగు బైబిల్లో 'జాషువ' అనే పదం 'యెహోషువ'గా అనువాదం అయింది. 'యెహోషువా' అంటే 'యెహోవాయే రక్షణ'. అంటే యెహోవా దేవుడి రక్షణ ఎవరకుంటుందో అతడు. ఈ యెహోషువాయే యెహోవా దేవుడి ప్రార్థన చేసి ఒకరోజంతా సూర్య చంద్రుల్ని నిలిపివేసినట్లు బైబిలు ద్వారా తెలుస్తున్నది.

బైబిలు పరిజ్ఞానం బాగా ఉన్న వీరయ్య లింగమ్మలు లేక లేక తమకు కలిగిన బిడ్డకు 'జాషువ' అని పేరు పెట్టారు. అంతేగాకుండా దైవ ప్రార్థనల్ని చదివింపజేసి జాషువ రొమ్ము మీద 'బాప్తిస్మ' ముద్రను ధరింపజేశారు. జాషువ పుట్టిన పదిసంవత్సరాలకు మరొక మగబిడ్డ పుట్టాడు. అతని పేరు ఇస్రాయేలు. ఈ యిద్దరు పిల్లల్ని అల్లారు ముద్దుగా పెంచారు.

ఎన్నో గ్రంథాల్ని రచించిన జాషువ తన జీవిత కథను 'నాకథ' పేరుతో పద్య కావ్యంగా రచించాడు. ఆ కావ్యం ద్వారా ఆయన జీవిత విశేషాలెన్నో తెలుస్తున్నాయి.

బాల్యం

జాషువా చిన్న వయసులో ఉన్నప్పుడు సమాజంలో అంటరానితనం విస్తృతంగా పాటించబడుతూ ఉండేది. వీధి బడిలో మాలమాదిగ పిల్లలకు ఇతర బాలురకు వేర్వేరు బల్లలుండేవి. అంతేగాకుండా ఈ రెండు విభాగాలకు మధ్యలో సరిహద్దు బల్ల ఉండేది. అధ్యాపకులుకూడా బడుగు విద్యార్థుల్ని చులకనగా చూసేవారు. ఒళ్లు దద్దురు లెత్తేటట్లు బెత్తాలతో బాదేవారు. వాళ్లమీద భక్తికంటే భయమే ఎక్కువగా ఉండేది.

ఒకసారి జాషువా జబ్బు పడితే ఆయన తల్లి లింగమ్మ జాషువా కుడి ముక్కుకు పోగు కుట్టించింది. తన కొడుకు ఆరోగ్యం బాగుపడాలని ఎంతో తపించింది. చాలాకాలం వరకు జాషువా ముక్కున పోగు ఉండేది. పెద్ద అయిన తర్వాత జాషువా దాన్ని తొలగించాడు.

చిన్నప్పుడు జాషువా విపరీత ప్రవర్తనతో ఉండేవాడు. తన ఇంటినే రంగస్థలంగా చేసుకొనేవాడు. పులివేషాలు, వీధి భాగవతాలు, బొమ్మలాటలతో నటిస్తూ అందరినీ అలరింపజేసేవాడు. తల్లి వద్దంటున్నా ఏదో ఒక విధంగా బతిమలాడి గేదెలు కాసే పిల్లవాళ్లతో కలసి వెళ్లి ఆడుకొనేవాడు. జాషువాకుగానీ, ఆయన తమ్ముడికిగానీ ఆరోగ్యం బాగుండక పోతే వారి తల్లి నిద్రాహారాలు లేకుండా వాళ్లను ఆప్యాయంగా చూసుకొనేది.

జాషువా చిలిపి చేష్టలు చేస్తూ రోజుకొక తగాదా తెచ్చేవాడు. ఇరుగుపొరుగు అమ్మలక్కలు "ఇంత అల్లరి పిల్లవానినెలా కన్నావమ్మా?" అని అడిగితే 'మీరు పెంచటం లేదు కదా! మీ కెందుకీ బాధ' అని కొడుకును సమర్థించేది.

పశు పక్ష్యాదుల మీద జాషువాకు ఎంతో ప్రేమ ఉండేది. రకరకాల రంగులతో విహరించే పక్షుల్ని గమనించేవాడు. తమాషాకోసం ముంగిస పిల్లల్ని పెంచేవాడు. అన్నం పెట్టి కుక్క పిల్లల్ని మచ్చికచేసుకునేవాడు. ఇంకా సీతాకోకచిలకల రెక్కల్లో స్వర్గ సమూహాల్ని గమనించేవాడు. జీరంగి, పొన్న, పికిలి పిట్టల్ని పరిశీలించేవాడు. అయితే కొన్ని సందర్భాల్లో రకరకాల పిట్టల్ని బాణంతో కొట్టి చంపానని పశ్చాత్తాపాన్ని ప్రకటించాడు.

జాషువాకు ఐదేళ్లు వచ్చినప్పుడు బడిలో వేశారు. మంచి మిఠాయి పొట్లాల్ని సాదరుగా ఇచ్చేవారు. వాటిని పూర్తిచేసి ఇంటిదారి పట్టేవాడు. జాషువా చేరిన బడిలో ఉన్న పంతులమ్మ గురవమ్మ అతని కొంటెచేష్టలకు కోపగించుకోకుండా బుజ్జగించేది. ఆదరించి అక్షరాలు దిద్దించేది. అతన్ని ఒక దారికి తెచ్చి రెండు తరగతులు దాటించింది.

జాషువా బడిలో పాఠాలు సరిగా వినేవాడు కాదు. జంతువుల బొమ్మలు గీసేవాడు. చీవాట్లు తినేవాడు. గోడకుర్చీలు వేసేవాడు. ప్రధానోపాధ్యాయుడి రూపాన్ని బొమ్మగా గీస్తుండగా ఆయన పట్టుకొన్నాడు. అయితే బొమ్మను చూసి 'వీడు కాలాంతకుడు' అని మెచ్చుకొన్నాడే గాని జాషువాను ఏమాత్రం దండించలేదు.

ఉదాత్త భావాలు

జాషువాకు చిన్న వయసులోనే ఉదాత్త భావాలు అలపడ్డాయి. దేశభక్తి, హేతువాద దృష్టి, విశ్వమానవ దృక్పథం మొదలైన లక్షణాలు అలవడ్డాయి. చిన్న వయసులోనే తెల్లదొరల పెత్తనాన్ని నిరసించాడు. నైసర్గిక జ్ఞానాన్ని అరికట్టే తలాతోకలేని కథల్ని ఆయన అంతరంగం అంగీకరించలేదు. కులమతాలకు విలువనిచ్చే వారి స్నేహాన్ని గమనించి ఆయన హృదయం ఉడికిపోయింది. కర్మ సిద్ధాంతాల్ని ఆయన మనసు ఒప్పుకోలేదు.

తండ్రి వీరయ్య చెప్పిన పల్నాటి వీరగాథల పౌరుషాన్ని జాషువా నరనరంలో జీర్ణింప జేసుకున్నాడు. తర్వాతి కాలంలో వీర రసాత్మక పద్యాల్ని రచించటానికి చిన్నప్పుడు జాషువా తండ్రి ద్వారా విన్న పల్నాటి వీరచరిత్ర ప్రముఖ కారణం.

ఉపాధ్యాయ శిక్షణ

జాషువా ఏదో విధంగా ఎనిమిదో తరగతి ఉత్తీర్ణుడనయ్యాననిపించాడు. తండ్రి వీరయ్య జాషువాను బాపట్లలోని ఉపాధ్యాయ శిక్షణాలయంలో చేర్పించాడు. అక్కడ శిక్షణ పొందేటప్పుడు సెలవులివ్వగా అందరూ ఇళ్లకు బయలుదేరారు. జాషువా కూడా బయలుదేరాడు. కానీ చేతిలో చిల్లిగవ్వకూడా లేదు. ఇతరుల్ని డబ్బులు అడగటం అవమానంగా భావించాడు. నడుస్తూ వినుకొండ చేరాలను కొన్నాడు. రెండు జతల బట్టలు, సత్తు గ్లాసు, సత్తు కంచం, అద్దం, దువ్వెన, చెక్కపెట్టెను నెత్తిన పెట్టుకుని బాపట్లనుంచి బయలుదేరాడు. నరసరావు పేటకు వచ్చేటప్పటికి కాళ్లు బొబ్బలెక్కాయి. మిత్రులు అతని అవస్థను చూడలేక రైలు టికెట్ కొనిపెట్టి బండి ఎక్కించటంతో వినుకొండకు చేరుకోగలిగాడు. ఆ తర్వాత మొత్తానికి ఉపాధ్యాయ శిక్షణ పరీక్షలో ఉత్తీర్ణుడయ్యాడు.

పెళ్లి , ఉద్యోగం

ఉపాధ్యాయ శిక్షణ పూర్తి కావటంతో జాషువా మేనమామ కూతురు 'మేరి'ని తల్లిదండ్రుల అంగీకారంతో పెళ్లిచేసుకున్నాడు. సొంత ఊరు చాట్రగడ్డపాడులోని ప్రాథమిక పాఠశాలలో నెలకు మూడు రూపాయల జీతం, అదీ మూడు నెలల కొకసారి తీసుకునే ఒప్పందం మీద బడిపంతులుగా చేరాడు.

జాషువ కావ్యాల్ని పఠిస్తూ పద్యరచనలు చేసేవాడు. మిత్రులకు సంతోషాన్ని కలిగింప చేసేవాడు. యౌవనోద్రేకంలో కొన్ని ప్రణయ కలాపాలు చేశాడు. "అందరము పుట్టు పాపులమని"

బోధించే క్రైస్తవ మత బోధలను నిరసించాడు. క్రైస్తవ సంఘం జాషువాను బహిష్కరించింది. ఉద్యోగం ఊడింది.

భాషా పరిశ్రమ

జాషువా చదువు ముగించిన సమయంలో ఆంధ్రదేశం తిరుపతి వేంకట కవుల అష్టావధానాలు, శతావధానాలతో మారుమోగిపోతోంది. వారికి సాటిగా కొప్పరపు కవులు అవధానాలు చేశారు. వీరి మధ్య కవిత్వపు కలహాలు పెచ్చు పెరిగాయి. ఆ రోజుల్లో నియోగి, వైదిక కవులు రెండువర్గాలుగా విడిపోయి కొప్పరపు కవుల్ని, తిరుపతి వేంకట కవుల్ని సమర్థించారు. ఈ కవి వీరుల కవితా జైత్రయాత్రా ప్రభావంతో ఎంతోమంది యువకులు కవిత్వ మల్లటం ప్రారంభించారు. జాషువాకు కూడా కవిత్వాన్ని రచించాలనే కోరిక పెద్దదైంది.

శతావధాని జూపూడి హనుమచ్ఛాస్త్రి దయతో ఆయన దగ్గర కాళిదాస కావ్య త్రయాన్ని అభ్యసించాడు. తర్వాత నైషధాన్ని వల్లెవేశాడు. కనపడ్డ ప్రతిఒక్కరికీ తానురాసిన పద్యాల్ని చదివి వినిపించేవాడు. "ఇతడు వీరయ్య కొడుకు" అని అందరూ మెచ్చుకుంటుంటే పొంగి పోయేవాడు. తనతోటి బాలురు పృచ్ఛకులై ప్రశ్నలు సంధిస్తూ ఉంటే అష్టావధాన, శతావధానాలు చేసేవాడు. కంటికి కనిపించిన ప్రతికావ్యాన్నీ చదివేవాడు.

వ్యథా ఘట్టాలు

బాల్య మిత్రుడు సాతాని వైష్ణవుడు వేంకటప్పయ్య మృతికి జాషువా చింతించాడు. ఒక వైష్ణవుడు జాషువా దగ్గరకు వచ్చి జాషువా, పద్యాలు రాస్తున్న విషయాన్ని ఖండిస్తూ.

"పృథివి సురులు దక్క నితర జాతులు కైత
లల్లరాదు నేరమంద్రు బుధులు"

అని చెప్పాడు. అంతేగాకుండా బ్రాహ్మణుని భార్యను చెరబట్టిన వానిని, బ్రాహ్మణుడు కాకుండా పద్యాలు రాసిన వాడిని నరికినా పాపం లేదని పురాణాలు చెబుతున్నాయని చెప్పాడు. ఆ మాటలు విన్న జాషువాకు ఆరోజున నిద్రపట్టలేదు. కవిత్వాన్ని రచించాలనే పట్టుదల జాషువాలో మరింత పెరిగింది.

జంట కవిత్వ ప్రయత్నం

తిరుపతి వేంకట కవుల్ని చూసి ఆనాడు ఎంతోమంది జంట కవులు బయలు దేరారు. జాషువా కూడా దీపాల పిచ్చయ్య శాస్త్రితో కలిసి జంట కవిత్వం రాయాలని భావించాడు. ఇద్దరూ కలిసి ఆశువుగా కవిత్వం చెప్పటం అలవాటుచేసుకున్నారు. జంట కవిత్వం చెప్పేవారు వారి పేర్లు కలసివచ్చేటట్లు ఒకేపేరును నిర్ణయించుకోవాలి. గుర్రం జాషువా, దీపాల పిచ్చయ్య

శాస్త్రి. వీరిపేర్లు ఏ విధంగా కలపాలని ప్రయత్నించినా కుదరటంలేదు. ఈ విషయాన్ని జాషువ ఎంతో చమత్కారంగా చెప్పాడు.

"నాపేరు ముందు నిల్పం
బాపంబదియేమొ జాషువా పిచ్చులగున్
నా పేరు చివర నిల్పిన
శాపం బిడినట్లు పిచ్చి జాష్వాలయ్యేన్"

– ఏ విధంగా చూసినా వీరిద్దరి పేర్లు కలవలేదు. అందువల్ల జంట కవిత్వ ప్రయత్నాన్ని మానుకుని ఎవరి ధోరణిలో వారు కవితా రచన సాగించారు. అయితే వారిద్దరి స్నేహం మాత్రం బాగానే సాగింది. కొంత కాలానికి దీపాల పిచ్చయ్య శాస్త్రిగారికి ఉద్యోగం రావటంతో ఆయన నెల్లూరు వెళ్లిపోయాడు. అప్పుడు జాషువాకు బీర్నీడి మోషేకవితో స్నేహం ఏర్పడింది. ఇద్దరూ కలిసి సాహిత్య సాధనచేశారు. ఎందువల్లనో వీరిద్దరి స్నేహం ఎక్కువ కాలం కొనసాగలేదు.

నేత్రావధానం

దీపాల పిచ్చయ్యశాస్త్రి ఎడబాటుతో జాషువా సాధనచేస్తున్న అష్టావధాన, శతావధాన అభ్యాసానికి ఆటంకం ఏర్పడింది. అందువల్ల జాషువా దృష్టి నేత్రావధానం మీదకు మళ్లింది. నేత్రావధాన ప్రదర్శనకు ఇద్దరు కావాలి. తన తమ్ముడు ఇస్రాయేలు మంచి తెలివైనవాడు కావటంతో తనకు తోడుగా తమ్ముని ఎంచుకున్నాడు. నేత్రావధానం చాలా కష్టమైన ప్రక్రియ. అవధానాన్ని ప్రదర్శించే ఇద్దరు వ్యక్తులు ఒకరి కొకరు ఎదురెదురుగా కొంచెం దూరంగా కూర్చుని ఉంటారు. పృచ్ఛకులు తమకిష్టం వచ్చిన పద్యాన్ని గాని, శ్లోకాన్ని గాని ఎన్నుకొని అవధానం చేస్తున్న ఇద్దరిలో ఒకరికిస్తారు. దాన్ని గ్రహించిన వ్యక్తి తన కనుగుడ్లు అక్షరాలకు అనుగుణంగా తిప్పుతూ ఎదురుగా ఉన్న వ్యక్తికి సూచిస్తాడు. అవతల ఉన్నవ్యక్తి ఈ కనుగుడ్ల కదలికను బట్టి అది ఏ అక్షరమో గ్రహించి రాస్తాడు. ఈ విధంగా పద్యంలోని లేదా శ్లోకంలోని ప్రతి అక్షరాన్ని సూచించాలి. ద్విత్వ సంయుక్తాక్షరాల్ని సూచించటం చాలా కష్టం. పద్యం లేదా శ్లోకం పూర్తయిన తర్వాత పృచ్ఛకుడిచ్చిన దానితో సరిపోతుందో లేదో నిర్ధారిస్తారు. ఈ ప్రదర్శనలో కళ్లకు బాగా నొప్పికలుగుతుంది. కళ్లు వాచిపోతాయి. నేత్రావధానం చాలా కష్టం. ఈ ప్రక్రియను జాషువా తన తమ్ముని సహాయంతో విజయవంతంగా ప్రదర్శించేవాడు.

ప్రథమ సత్కారం

ఒకసారి జాషువ తన బంధువుల్ని చూసి రావటానికి ఒక పల్లెకు వెళ్లాడు. ఆ ఊరి రైతు రెడ్డి వంశీయుడు. బాగా పొలం ఉన్నవాడు. ఆయన మీద జాషువ ఐదు చరణాల పద్యంరాసి దానిలో రెడ్డిపేరు పొందుపరిచాడు. రెడ్డి ఎంతో సంతోషించాడు. జాషువ తాను మహాకవి నయ్యానని సంతృప్తి చెందాడు. జాషువా తన పేరును పద్యంలో పెట్టటంతో పొంగిపోయిన రెడ్డి.

“ఊరుం బేరడిగి మహో
దారగుణము తేట పడగ తన పాలేరున్
జీరి కవి కొసగరా పది
సేరులు పెసలంచు నాజ్ఞ సేసెం బ్రీతిన్” అని పలికినట్లు జాషువా చెప్పుకున్నాడు.

అయితే జాషువా చెప్పిన పద్యంలో తప్పులున్నాయని ఒక బ్రాహ్మణ కవిచెప్పి అనేక సూచనలు చేశాడు. కవిత్వమంటే మాటలు కాదని చెప్పాడు. మహాకవికి హృదయం కావాలని, సత్యనిష్ఠ ఉండాలని, బెదరని గుండెకావాలని, హాస్యోక్తులు అవసరమని తెలిపాడు. బ్రాహ్మణ విద్వాంసులు ఇతరుల్ని మెచ్చుకోరని జాషువా అతన్ని అనుమానించాడు. కానీ బ్రాహ్మణ కవి చెప్పిన మాటల్లో సత్యం ఉందని తర్వాత గ్రహించాడు.

ఉద్యోగ జీవితం

చాట్రగడ్డపాడులో బడిపంతులు ఉద్యోగం ఊడిపోవటంతో జాషువా సంసారాన్ని పోషించటానికి పట్టణాలు, పల్లెలు తిరిగాడు. ఎంతోకష్టపడి ఒక ‘టూరింగ్‌టాకీసు’లో కథారచయితగా కథాకథకునిగా చేరాడు. నెలకు పదిహేను రూపాయలు వేతనమని చేరిన జాషువా రెండు నెలలు పనిచేసినా ఆయనకు తిండి తప్ప ఏమీ గిట్టుబాటు కాలేదు.

జాషువా, సినిమా ఉద్యోగం మానుకున్న తర్వాత గోదావరీ తీరంలో కోటిలింగాల దగ్గరున్న ప్రాథమిక పాఠశాలలో పంతులుగా చేరాడు. ఆయన జీతం నెలకు ఎనిమిదిన్నర రూపాయలు. ఆ సమయంలో భార్య బిడ్డల్ని రాజమండ్రి తీసుకువచ్చాడు. రెండో ప్రపంచయుద్ధం జరుగుతున్న రోజులవి. అన్నిటికీ కొరత ఏర్పడింది. మధ్యతరగతి ప్రజల జీవనం దుర్భరమైంది. ఇక పేదలపరిస్థితి చెప్పాల్సిన పనిలేదు. ఆ సమయంలో జాషువా కుటుంబ నిర్వహణకు ఎన్నోపాట్లు పడ్డాడు. ఆ విషయాన్ని వివరిస్తూ ‘నాకథ’లో

“ఇద్దరు సుతులుం గూరిమి
ముద్దియ మేరాంబతోడ ముట్టెడు జీతం
బద్దెకు, ముద్దకు, చాకలి
పద్దుకు సరిపోక పెక్కు పాట్లం బడితిన్” అని చెప్పాడు.

జాషువా కుటుంబం కష్టాల్లో మగ్గిపోతూ ఉంటే ‘గంటాశారా’ అనే మహిళ ఎంతో సహాయం చేసింది. ఆమెకు జాషువా ‘నాకథ’లో కృతజ్ఞతలు తెలిపాడు.

యుద్ధంలో సైనికుడుగా చేరటం మంచిదని జాషువా సైన్యంలో చేరటానికి ‘రిక్రూటింగ్’ భవనం దగ్గరకు వెళ్లాడు. కానీ ఆరోజే యుద్ధం ముగిసింది. సైనికుడిగా జీవించాలనే జాషువా కోరిక తీరలేదు.

జాషువా కవితాశక్తిని, కష్టాల్ని గమనించిన తోలేటి సుబ్బారావనే బ్రాహ్మణుడు జాషువాకు అనేక రకాలుగా ధైర్యం చెప్పాడు. ఇద్దరూ సాయంత్రం గౌతమీ తీరంలో కవితా గోష్ఠులు నెరపేవారు. ఒక రోజు సుబ్బారావు గోదావరిమీద పద్యం చెప్పుమని జాషువాను అడగగానే జాషువా ఆశువుగా పద్యం చెప్పాడు. వెంటనే సుబ్బారావు జాషువాను "మొనగాడని" మెచ్చుకున్నాడు. సుబ్బారావు సలహాతో సత్యవోలు గున్నేశ్వరరావు స్నేహాన్ని పొందాడు. ఆయన జాషువా పద్యరచనా శక్తికి ఆశ్చర్యపోయి తాను నిర్వహిస్తున్న 'చింతామణి' నాటకమండలికి ఒక నాటకాన్ని రచించమని అడిగాడు. నెల జీతంగా ఇరవై రూపాయలిచ్చాడు. జాషువా 'రుక్మిణీ పరిణయమ'నే నాటకాన్ని రచించి ఇచ్చాడు. తర్వాత కందుకూరి వీరేశలింగాన్ని దర్శించి రుక్మిణీ పరిణయాన్ని వినిపించాడు. కందుకూరి సంతోషించి 'కులభేదాలతో ఉన్న ఈదేశం నిను మెచ్చదు. అది మెచ్చినా మెచ్చకున్నా శారద నిను మెచ్చిందని' అభినందించాడు. జాషువా ఆ తర్వాత చిలకమర్తి లక్ష్మీనరసింహం పంతులుగారిని దర్శించి ఆశీస్సులు పొందాడు. జాషువా మూడేళ్లు రాజమండ్రిలో ఉన్నాడు.

గుంటూరులో ఉద్యోగం

ఒకసారి వేసవి సెలవుల్లో సొంత ఊరికి వెళుతున్న జాషువాకు విజయవాడ రైల్వే స్టేషనులో "ఫిలిప్ లైసన్‌రింగ్" అనే కళాభిమాని తారసపడ్డాడు. జాషువా తన తమ్మునితో కలిసిచేసిన నేత్రావధానం సమయంలో పూర్వమే పరిచయమైన విషయాన్ని గుర్తుచేశాడు. గుంటూరులో క్రైస్తవ పండితుని అవసరం ఉందని చెప్పాడు. జాషువా అంగీకరించాడు. మెకాలే దొరసాని నుంచి 'ట్రైనింగ్' స్కూలులో తెలుగు పండితుని ఉద్యోగపు నియామక ఉత్తర్వులు వచ్చాయి. జాషువాకంటే వయసులో పెద్దవారు అక్కడ శిక్షణ పొందుతున్నారు. జాషువా తన ప్రతిభను ప్రదర్శిస్తూ విద్యార్థుల, యాజమాన్యం వారి మెప్పులు పొందాడు.

తనిఖీలో తమాషా

జాషువా గుంటూరు ట్రైనింగ్ స్కూలులో ఉద్యోగం చేస్తున్నప్పుడు ఒకరోజు డీ యీవో తనిఖీ జరగబోతున్నదని తెలిసింది. అందువల్ల జాషువా తన పక్క ఇంటిలో ఉంటున్న 'రాజా' అనే టికెట్ కలెక్టర్ సలహాతో అతనే ఇచ్చిన సూటూ, బూటూ, టైతో పాఠశాలకు వెళ్లాడు. డీయీవో తనిఖీ ముగించి 'తెలుగు' పండితు డెక్కడ? అని జాషువాని ఉద్దేశించి అడిగాడు. వెంటనే జాషువా ఆయన దగ్గరకు వెళ్లటంతో "ఆంగ్లేయాచార్యుని గాదు. నువ్వు పో" అని కోపించాడు. ఇతడే తెలుగు పండితుడు మంచి కవి అని ప్రధానోపాధ్యాయుడు చెప్పటంతో డీయీవో తెలుగు పండితుని వేషం ఇది కాదని విసుక్కున్నాడు.

జాగర్లమూడి కుప్పస్వామి పరిచయం

గుంటూరుజిల్లా బోర్డుకు అధ్యక్షుడుగా ఉన్న జాగర్లమూడి కుప్పుస్వామి చౌదరికి వినుకొండలో సన్మానం జరుగుతున్నదని తెలుసుకుని జాషువా ఆ సభకు వెళ్ళాడు. ఆయన

మీద పద్యాలు రాసి చదివాడు. కుప్పుసామి పరమానంద భరితుడయ్యాడు. నూటపదహార్లు బహూకరించాడు. ఉభయభాషా ప్రవీణులు ఎంతోమంది తెలుగు పండితులుగా చెయ్యటానికి పాకులాడుతూ ఉండగా కుప్పుసామి జాషువాను బాపట్ల బడికి తెలుగు పండితునిగా పంపించాడు. పద్యాలతో ఉద్యోగాన్ని సాధించాడు జాషువ. కవిత్వం ఇన్నాళ్ళకు ఆ విధంగా ఆయనకు ఉపయోగపడింది.

ఎనిమిది సంవత్సరాలు 'మెకాలే దొరసాని' నిరంకుశత్వానికి లొంగిపోయి పనిచేసిన జాషువ దాస్యపాశం తొలగిపోయినట్లు భావించి బాపట్లకు వెళ్లాడు. 16 సంవత్సరాల వయసులో తనకు ఉపాధ్యాయుడై తెలుగు మాధుర్యాన్ని బోధించిన ఓగిరాల శాస్త్రిగారి పీఠమే జాషువాకు దక్కటం ఎంతో అదృష్టంగా భావించాడు. 'పంచాప కేశుడనే తమిళుడు' జాషువా బోధనా విధానానికి ఆనందపడి జాగర్లమూడి కుప్పుస్వామికి చెప్పేవాడు. ఆయన ఆశ్చర్యపోయేవాడు. జాషువాకు బాపట్ల నీళ్లు పడకపోవటంతో ఉద్యోగాన్ని వినుకొండకు మార్పించుకున్నాడు.

ప్రముఖులతో పరిచయం

జాషువాకు కనిగిరి తాలూకాబోర్డు అధ్యక్షుడు మాలకొండారెడ్డితో పరిచయమైంది. ఆయన చాలామందికి పరిచయం చేశాడు. ఆనాటి పార్లమెంటు సభ్యుడు బెజవాడ రామచంద్రారెడ్డితో పరిచయం కలిగింది. ఈ ఇద్దరూ వెంకటగిరి సంస్థానాధీశుడు యాచేంద్ర భూపతికి పరిచయం చేసి ఇతని కావ్యాన్ని అంకితం తీసుకోమని అడిగారు. ఆ భూపతి తన వంశ ఔన్నత్యాన్ని గూర్చి చెప్పుమని అడగటంతో జాషువా ఆశువుగా నాలుగు పద్యాలు చెప్పాడు. భూపతి ఆనందించాడు. అంతకు ముందు పిఠాపురం సంస్థానాధీశుని నిందించి చెప్పిన పద్యాలు కూడా జాషువా చదవటంతో వెంకటగిరి సంస్థానాధీశుడు బిగ్గరగా నవ్వాడు. "నన్ను బజారు పాలుచెయ్యవద్దని పలికి" జాషువాకు రెండువందలిచ్చి సత్కరించాడు. తన వెంట వచ్చిన రెడ్డి ప్రముఖులిద్దరూ జాషువా సాహసాన్ని ఎంతగానో పొగిడి నెల్లూరులో ప్రతి ఒక్కరికీ చెప్పారు.

నెల్లుట్ల రామకృష్ణయామాత్యుడనే కవి తాను రచించిన 'సురబాల' కావ్యాన్ని జాషువాకు అంకితమిచ్చి నూరార్లు(116) కట్నమిచ్చాడు.

జాషువా ప్రసిద్ధిని విని ఎంతోమంది తమ సభలకు అధ్యక్షత వహించ వలసిందిగా ఆహ్వానించారు. నూటపదహార్లు ఇచ్చి సత్కరించారు.

తుమ్మల సీతారామమూర్తి కవి జాషువా పద్యాల్లోని వ్యాకరణ భంగాల్ని రంధ్రాన్వేషణా దృష్టితో పత్రికల్లో ప్రకటించాడు. రసికులు ఆశ్చర్యం చెందారు. జాషువా దాన్ని పట్టించుకోలేదు. కానీ ఆయన అభిమానులు తుమ్మల రచనలకు స్పందించి వ్యాసాలు రచించారు. ఆ తర్వాత తుమ్మల తన ప్రయత్నాన్ని మానుకున్నాడు.

ఉభయభాషా ప్రవీణ లేకపోతే ఉద్యోగం ఊడుతుందని జాషువాకు తాఖీదు వచ్చింది. అందువల్ల జాషువ రాత్రింబవళ్లు కష్టపడి ఉభయ భాషా ప్రవీణుడయ్యాడు.

పుట్టిన ఊళ్లో సన్మానం

ఆనాడు వినుకొండ తహశీల్దారుగా ఉన్న రమాకాంతరావు తెలుగులోను సంస్కృతంలోను రచనలు చెయ్యగలదిట్ట. ఆయన జాషువా పిరదౌసి కావ్యాన్ని చదివి సంతోషించి జాషువాకు పుట్టిన ఊళ్లో సత్కారం చెయ్యటానికి ఏర్పాట్లు చేశాడు. నూట పదహారులిచ్చి సత్కరించాడు. "కవితోద్యానవసంత కోకిలవు" అని ప్రశంసించాడు. ఆ తర్వాత పీసపాటి వంశానికి చెందిన బ్రాహ్మణుడు జాషువాను హైదరాబాదుకు ఆహ్వానించాడు. శ్రీకృష్ణదేవరాయాంధ్ర భాషానిలయంలో సత్కారం చేశాడు. ఎప్పుడు హైదరాబాదు వెళ్ళినా ఆయన ఆతిథ్యాన్ని తప్పకుండా స్వీకరించేవాడు.

ఏకాదండయ్య పరిచయం

గుంటూరులో పొగాకు వ్యాపారంలో ప్రముఖస్థానం ఏకాదండయ్య పంతులుగారిది. ఆయన దానశీలి. ఎన్నో సామాజిక కార్యక్రమాలకు ధన సహాయంచేసేవాడు. ఆయనకు జాషువా కవిత్వం అంటే చెప్పలేనంత అభిమానం. అచ్చుకు సిద్ధంగా కావ్యం ఉంటే ముద్రిస్తానని జాషువాతో ఏకాదండయ్య చెప్పాడు. తన పితలకు అంకితం ఇవ్వవలసిందిగా అర్థించాడు. జాషువా ఖండకావ్యాలు రెండు భాగాల్ని ఇచ్చి ఉచితమనిపిస్తే ప్రచురించండని చెప్పాడు. ఆయన ప్రచురించాడు.

స్వాతంత్ర్యోద్యమం

జాషువా కవితా రచన ముమ్మరంగా చేస్తున్న రోజుల్లో స్వాతంత్ర్యోద్యమం నడుస్తున్నది. బాపూజీ ప్రభావం జాషువా మీద ఎంతగానో పడింది. అందుకే తన రచనల్లో శాంతి, అహింసల ప్రబోధం గావించాడు. ఆ సందర్భంలోనే పల్నాటి సీమలో కన్నెగంటి హనుమంతు బ్రిటీషువారినెదిరించి పోరాటం సలిపాడు. ఇంకా కొండావెంకటప్పయ్య, ఉన్నవ లక్ష్మీనారాయణ, ఆంధ్రకేసరి టంగుటూరి ప్రకాశంపంతులు మొదలైన వారు స్వాతంత్ర్యోద్యమంలో పాల్గొని తమ దేశభక్తిని ప్రకటించారు. బలిజేపల్లి లక్ష్మీకాంతకవి దేశభక్తి పూరిత పద్యాల్ని రచిస్తే ఆయన్ని బంధించారు. మళ్ళీ ఇకమీదట రాయనని బలిజేపల్లివారు ఒప్పుకున్నారు. జాషువా తాను రాసిన పద్యాల్ని చదవకుండా జేబులో దాచి పెట్టాడు. "కవులు భీరులు గదా" అని చమత్కరించాడు.

సన్మాన పరంపర

నెల్లూరులో తిక్కన జయంతి నిర్వహిస్తున్న మాల కొండారెడ్డి జాషువాకు నెల్లూరులో ఉద్యోగం ఇప్పించాడు. తిక్కవరపు రామిరెడ్డిగారిని గూర్చి జాషువా పద్యాలు రచించాడని కొంతమంది దుష్టబుద్ధులు 'హార్వే' మహాశయునికి ఉత్తరాలు రాశారు. అయితే జాషువా గొప్ప తనాన్ని వివరిస్తూ మాలకొండారెడ్డి హార్వేకు 15 పేజీల ఉత్తరం రాశాడు. దాంతో జాషువా పదవికి ఏమాత్రం ప్రమాదం కాలేదు. తిక్కవరపు రామిరెడ్డిగారి భార్య సుదర్శనాదేవికి అంకితంగా

కాందిశీకుడనే కావ్యాన్ని జాషువా రచించాడు. ఆ రెడ్డిగారు వేయి నూటపదహార్లు పంపించారు. తర్వాత బెజవాడలో జాషువాకు అద్భుత రీతిలో సన్మానం జరిగింది.

విజయవాడ సన్మానం

1946 జనవరి ఒకటో తేదీనాడు విజయవాడ మునిసిపల్ హైస్కూలులో పెద్ద పందిళ్లు వేశారు. శ్రీశ్రీశ్రీ మేకా వేంకట రంగయ్యప్పారావు మొదలైన జమీందార్లు సభకు వచ్చారు. ఇంకా జాషువా తండ్రి వీరయ్య, తమ్ముడు ఇశ్రాయేలు మొదలైన కుటుంబ సభ్యులందరూ హాజరయ్యారు.

రెండవరోజు చెళ్లపిళ్ల వేంకటకవి జాషువాను అభినందించి కాలికి గండపెండేరం తొడిగాడు. సాయంత్రం ఏడుగంటలకు జాషువాను గుర్రం మీద కూర్చోబెట్టి అసంఖ్యాకమైన దీపాలతో పురవీథుల్లో ఊరేగించారు. పది గుర్రాలు, రెండు ఒంటెలు కూడా ఈ ఊరేగింపులో పాల్గొన్నాయి.

పలు ప్రదేశాల్లో సన్మానాలు

బెజవాడ సన్మానం అయిపోయిన తర్వాత పూనా, బొంబాయిలాంటి మహానగరాల్లో జాషువా సన్మానాలందుకున్నాడు. ఢిల్లీ నుంచి చెన్నపట్టణం మధ్యలో ఉన్న సమస్త భారతదేశంలోనూ జాషువా సన్మానాలు పొందాడు.

జాషువ ఆకివీడులో సన్మానాన్ని అందుకొని వచ్చేటప్పటికే భార్య 'మేరి' మరణించింది. గుంటూరు పట్టణం స్వేచ్ఛా పౌరసత్వం ఇచ్చి తనను తాను గౌరవించుకుంది.

అఖిల భారత కవిసమ్మేళనం

ప్రతి ఏటా దేశస్థాయిలోని పలుభాషా కవుల్ని ఒకచోట చేర్చి 'అఖిత భారత కవి' సమ్మేళనాన్ని నిర్వర్తిస్తూ ఉంటారు. ఈ విషయాన్నే సంతోషంగా జాషువా...

"పదియు నాలుగు భాషల భరతజగతి
మేటి పండిత కవి సమ్మేళనమున
పాలుగొన్నాడ గౌరవ భాజనముగ
భాసురాంధ్రికి ప్రతినిధిత్వము వహించి" అని తెలిపాడు.

చెన్నపురి వాసం

జాషువా కొన్నాళ్లు చెన్నపురి రేడియోకేంద్రంలో పనిచేశాడు. తోటి ఉద్యోగులు ఆదరణ చూపకపోవటంతో తిరిగి గుంటూరుకు చేరాడు. అయితే తన కుమార్తె హేమలత బి.ఏ చదవటం ఒక్కటే చెన్నపురిలో తనకు జరిగిన మేలని జాషువా చెప్పాడు. చెన్నపురిలో జాషువా

మూడేళ్లున్నాడు. అక్కడ సంగీతానికిచ్చిన ప్రాధాన్యాన్ని సాహిత్యానికి ఇవ్వరు. అయినా చెన్నపురిలోని కళాశాలలన్నీ కలిసి జాషువాకు సన్మానం చేశాయి. పద్యగద్యస్తుతులు గావించాయి.

తిరుపతిలో సన్మానం

జాషువాకు శ్రీనాథునికీ మధ్య ఉన్న పోలికల్ని గుర్తించి ఆయనకు 'మధుర శ్రీనాథ' బిరుదునిచ్చి తిరుపతిలోని వైష్ణవ కవులు సత్కరించారు. భారతదేశం నలుమూలల నుంచి జాషువా కవితా పరిశ్రమను మెచ్చుకుంటూ ప్రతిరోజూ అనేక ఉత్తరాలు వస్తుండేవి.

ఒరిస్సాలో సన్మానం

ఓఢ్రదేశపురాజు విక్రమదేవవర్మ జాషువాను పిలిచి వెయ్యి పదహారు రూపాయల్నిచ్చి 'హవామహలు' దగ్గర తన రాజసానికి తగ్గట్టు సత్కరించాడు. పెనుమాకలోని సామ్యేలు జాషువాను తమ ఊరికి ఆహ్వానించి 'నూరార్ల'విత్తాన్ని బహూకరించాడు.

శాసన మండలి సభ్యత్వం

ఆరోజుల్లో శ్రీకాసు బ్రహ్మానందరెడ్డి ఆంధ్రప్రదేశ్ ముఖ్యమంత్రిగా ఉండేవాడు. బ్రహ్మానందరెడ్డికి జాషువా కవిత్వమంటే ఇష్టం. జాషువా మీద ప్రత్యేక ఆదరం ఉండేది. అందువల్ల జాషువాకు శాసనమండలి సభ్యత్వం ఇప్పించాడు. ఆయన సంసారయాత్ర సవ్యంగా సాగింది.

జాషువా రాసిన గబ్బిలం కావ్యాన్ని ప్రముఖ హిందీపండితుడు రామమూర్తి (రేణు) హిందీలోనికి అనువదించగా ఇందిరాగాంధీ అధ్యక్షురాలిగా జరిగిన సభలో ఆ కావ్యం బ్రహ్మానందరెడ్డికి అంకితమైంది.

జాషువా భార్య మరణించటంతో విమలమ్మను రెండవ వివాహం చేసుకున్నాడు. అమెరికా ప్రయాణానికి సిద్ధమవుతున్న తమ్ముడు ఇస్రాయేలుకు పక్షవాతం వచ్చి మరణించిన ఘట్టాన్ని జాషువ జీర్ణించుకోలేక పోయాడు. ఒంగోలులో మంచి ఉపాధ్యాయుడుగా పేరు తెచ్చుకున్న తమ్ముని మరణానికి జాషువా తట్టుకోలేకపోయాడు.

బందరులో డిప్యూటీ కలెక్టరుగా ఉన్న సాముయేలు జాషువాను బందరుకు పిలిపించి సన్మానంచేశాడు. బెజవాడ గోపాలరెడ్డి ఆంధ్రసాహిత్య పరిషత్తులో జాషువాకు సభ్యత్వమిప్పించి ఆదరించాడు.

తల్లి దండ్రుల మీద భక్తి

ఎవరికైనా జన్మనిచ్చిన తల్లిదండ్రులపట్ల భక్తి, గౌరవం, ఆదరణ ఉండటం సహజం. జాషువా తన రచనల్లో అవకాశం లభించినప్పుడెల్లా తల్లిదండ్రుల్ని స్తుతించాడు. బాల్య దశలో

చిలిపి చేష్టలు చేసినా, తండ్రి చేస్తున్న ఉద్యోగానికి విరుద్ధంగా ప్రవర్తించినా తల్లిదండ్రులమీద మాత్రం ఎప్పుడూ భక్తితో ఉండేవాడు. వినుకొండలో ఉన్నప్పుడు తల్లి దండ్రుల్ని తనదగ్గరే ఉంచుకొని పోషించాడు. తాము పేదరికంలో మగ్గుతున్నా తమ పిల్లలకు పేదరికం బాధ తెలియకూడదని ఎన్నో కష్టాలు పడి పెంచిన తల్లిదండ్రుల పట్ల కృతజ్ఞతా భావాన్ని జాషువా పలుసందర్భాల్లో ప్రకటించాడు. తల్లిని స్మరించుకుంటూ.

"పుత్ర ప్రేమము రోమ రోమమున దీప్తుల్ జిమ్ముచుండంగ నే
మాత్రంబైన శ్రమంబు బిడ్డలకు సంప్రాప్తింపగా నీకహో
రాత్రంబున్నిజదేహ సౌఖ్యములు, సర్వస్వంబు వెచ్చించు, మా
స్తోత్రార్హన్ జననీమణిన్ దలప, జిందున్నేడు దుఃఖాశ్రువుల్"

అని చెప్పాడు. జాషువా తల్లికి పుత్ర ప్రేమ నరనరాల్లో జీర్ణించి ఉంది. తన బిడ్డలకు ఎలాంటి శ్రమా కలిగించేదికాదు. తన బిడ్డల సుఖానికి తన సర్వస్వాన్నీ వెచ్చించేది. అలాంటి తల్లి ప్రేమను తలచుకుంటే దుఃఖాశ్రువులు వెలువడతాయి.

జాషువా తనకు కవితా పుష్టి కలిగిన విషయాన్ని గూర్చి చెబుతూ "పుణ్యముల తల్లి నీ పాలపుష్టి కతన; కవన బాలికనాజిహ్వ నవతరించె" అని చెప్పాడు.

తల్లిదండ్రుల కోర్కెల్ని తీర్చాలనే భావం ఏ సంతానానికైనా ఉంటుంది. అయితే జాషువా తన తల్లి బతికివుండగా ఆమె కోర్కెను తీర్చలేకపోయానని బాధపడి "వేయి నగలకన్న వెలగల్గు కృతి భూషనంపుచుంటి స్వీకరింపుమమ్మ" అని ముంతాజ మహలు కావ్యాన్ని అంకితమిచ్చాడు.

జాషువాకు తండ్రిమీద ఎంతో ప్రేమ ఉంది. తండ్రిపాడే 'గొల్లసుద్దులు', 'పల్నాటి వీరచరిత్ర' జాషువా కవిత్వానికి పునాదులుగా నిలిచాయి. తాను రచించిన నేతాజీ కావ్యాన్ని తండ్రి వీరయ్యకు అంకితం చేశాడు. ఆయన ప్రశస్తిని వివరిస్తూ.

"తానము నంది క్రైస్తవ మతంబున జేరి కులంబు గోత్రమున్
మానిన వెర్రి గొల్లడవమాయక మూర్తివి, కాని తండ్రి! ఇ
ట్లేనుగు నెక్కు పుత్రుని కవీశుని పుట్టువు గుట్టెరుంగు, వి
జ్ఞానివి నీవు, నీదుచరణంబులకున్ గవితా నమస్కృతుల్" అని చెప్పాడు.

భార్యపట్ల ప్రేమ

జాషువా భార్య మేరి మేనమామ కూతురు. అనుకూలవతి. భార్యను తన తల్లికి మారురూపంగా భావించాడు.

"నాతనుయష్టి ప్రత్యణువున్ గలపుష్టికి కారణంబునీ
చేతిసుధాశనంబె కద! చిక్కునె? నాకనరాదుగాని నా

మాతకు మారుగా యనుగు మానిని రూపము దాల్చినట్టి నా
జాతక పుణ్య రేఖవా! ప్రశస్త శుభైకవరప్రదాత్రివో?

– అని తన అర్ధాంగిని సన్నుతించాడు. ఆమె మరణించిన మరుక్షణాన తన కవిత్వ భారతీ దేవత మూగబోయిందని బాధచెందాడు. ఇల్లాలు లేని ఇంటిలో ఎవరికీ సుఖం ఉండదని చెప్పాడు.

హాస్యప్రీతి

జాషువా మహా ప్రతిభా సంపన్నుడు. చక్కని సమయస్ఫూర్తితో మాట్లాడేవాడు. జీవితంలో నవ్వుకునే సన్నివేశాలు ఎక్కువగా ఉండాలని భావించేవాడు. బాధలో సైతం హాస్య కుశలతను ప్రదర్శించేవాడు. నవ్వును గూర్చి అద్భుతమైన పద్యాన్ని రచించాడు.

"నవ్వవు జంతువుల్ నరుడు నవ్వును నవ్వులు చిత్తవృత్తికిన్
దివ్వెలు, కొన్ని నవ్వులెటుతేలవు కొన్ని విషప్రయుక్తముల్
పువ్వులు వోలె ప్రేమరసమున్ వెలి గ్రక్కు విశుద్ధమైనలే
నవ్వులు సర్వదుఃఖ దమనంబులు, వ్యాధులకున్ మహౌషధుల్"

– సకల ప్రాణికోటిలో మానవుడు మాత్రమే నవ్వగలుగుతాడు. నవ్వులు మానసిక వికాసాన్ని కలిగిస్తాయి. కొన్ని సందిగ్ధంగా, విషపూరితంగా ఉంటాయి. ప్రేమ రసాన్ని ప్రవహింపజేసే నవ్వులు సమస్త దుఃఖాలను పోగొడతాయి. వ్యాధులకు ఔషధాలు నవ్వులు.

జాషువా జీవితం కష్టాలమయం. అయితే కష్టం వచ్చినప్పుడు కుంగిపోకుండా దాన్నుంచి బయట పడటానికి హాస్యాన్ని సృష్టించి మనసారా నవ్వుకొని, ఎదుటి వారిని నవ్వించేవారు.

ఒకసారి జాషువాకు జ్వరం వచ్చింది. ఆయన ఔషధాన్ని సేవిస్తూ ఉన్నారు. ఆయన కూతురు హేమలత "నాన్నగారూ! జ్వరం తగ్గిందా? అంటే "సగం తగ్గింది" అన్నారు. సగం తగ్గటమేమిటి? అంటే "సీసాలో మందు" అని చమత్కరించారు. ఇలా జాషువా జీవితంలో ఎన్నో హాస్య సన్నివేశాలున్నాయి.

అభ్యుదయ భావాలు

అస్పృశ్యతా నిరసనం జాషువా సమాజంలోని అసమానతల్ని గుర్తించి ప్రశ్నించాడు. కులాలు, మతాలు మానవుల మధ్య అడ్డుగోడలని గుర్తించాడు.

కులవ్యవస్థను జాషువా ఎన్నో పద్యాల్లో నిరసించాడు. అస్పృశ్యతా జాడ్యానికి ఔషధమే లేకుండా పోయిందని బాధపడ్డాడు. బడుగు ప్రజల్ని చూసిన హైందవ నాగరాజు బుసలు కొడుతున్నాడని చెప్పాడు. మానవుల మధ్య అంతరాలుండ రాదని హెచ్చరించాడు. అందరం

భారతమాత ముద్దు బిడ్డలమని చెప్పాడు. మనిషిని మనిషి తాక కూడదని చెప్పటంకంటే ఘోరమైన విషయం మరొకటి లేదని జాషువా భావం.

హైందవ సమాజం అటరానితనం అనే జాఢ్యంతో బాధపడుతుంటే క్రైస్తవ సమాజంలో ఉన్న మాల మాదిగలు "మేము గొప్ప అంటే మేము గొప్ప" అని తన్నుకుంటున్న తీరును విమర్శించాడు. కలసికట్టుగా హక్కుల సాధనకోసం, అభ్యుదయం కోసం కృషి చెయ్యాలని జాషువా చెప్పాడు. అయితే మాల మాదిగల్ని కలపటం ఎవరికీ సాధ్యం కాదని చెప్పాడు.

కలదమ్మా! వ్రణమంటరానితన మాకర్ణింపుమీ యిండియా
పొలమందుంగల మాలమాదిగలకున్ భూతేశుడే కాదు, కృ
ష్ణులు, కృష్ణున్ నిరసించు దైవములు, క్రీస్తుల్ మస్తుగా బుట్టినన్
కలుపన్నేరరు రెండు జాతులను వక్కాణింప సిగ్గయ్యెడిన్"

అని అంటరానితనం ఉన్నప్పుడు ఎవరూ బాగుచెయ్యలేరని చెప్పాడు.

మతమౌఢ్యనిరసనం

మనిషి పాపాల్ని కప్పిపుచ్చే రక్షణ వలయంగా మతం పనిచేస్తుందని కొందరి భావం. దేవుడు ఒక్కడే అయినా ఒక్కొక్క మతానికి ఒక్కొక్క దేవుడు పుట్టుకొస్తాడు. సంకుచిత బుద్ధులు, స్వార్థపరులు, మతాధిపతులు, పూజారులు, ధర్మకర్తలు బాగుపడటానికి 'మతం' బాగా దోహదపడుతుంది. మతం పేరుతో అనేక అనాచారాలు జరుగుతూ ఉంటాయి. జంతుబలులు జరుగుతాయి. ఆచారాల పేరుతో గురు దక్షిణలు సమర్పించుకోవలసి ఉంటుంది. మంత్ర తంత్రాలు చేసే సోమరులైన మాంత్రికుల బారిని పడాల్సి వస్తుంది. ఇలాంటి అస్తవ్యస్త పరిస్థితులవల్ల స్వర్గతుల్యమైన దేశాభ్యుదయాన్ని సాధించుకోలేక పోతున్నామని జాషువా ఆవేదన ప్రకటించాడు.

రాతి బొమ్మలకు పెళ్లిళ్లు చెయ్యటానికి లక్షలకు లక్షలు ఖర్చు పెడుతారుగానీ, గుడిముందు కూర్చున్న అభాగ్యుల్ని మాత్రం కనికరించరని ఆవేదన చెందాడు. గుండ్రాయిని చూపించి గొప్ప దేవుడని ప్రచారంచేస్తూ బాగుపడేవాళ్లు చాలామంది ఉండగా ప్రాణం ఉన్న పేదవాడిని బాగుచేసే ధర్మాత్ముడు లేకుండా పోయాడని జాషువా బాధపడ్డాడు.

దొంగభక్తుల్ని, మతఛాందసుల్ని, దేవుడి పేరుచెప్పి అమాయిక ప్రజల్ని దోచుకుతినే వాళ్ళని విమర్శించిన జాషువా సృష్టికర్త అయిన దేవుణ్ణి కూడా నిలదీశాడు. "కనబడవేమిరా జగము కల్పన చేసినగారడీవాడ?" అని ప్రశ్నించాడు.

తినేతిండికీ, తాగేనీటికీ అంటరానితనాన్ని అంటగట్టే మతం ఎట్లా గొప్పదవుతుందని నిలదీశాడు. మతకలహాలు మానవ రక్తాన్ని తాగుతున్నాయని, ఈ దారుణానికి అంతం ఎప్పుడు

కలుగుతుందని ఆవేదన చెందాడు. గుడులు నిర్మించటం కంటే బడులు నిర్మించటం మంచిదని జాషువా అభిప్రాయం.

జీవకారుణ్య దృష్టి

జాషువా ప్రతిప్రాణిపట్ల ఎంతో దయా భావాన్ని ప్రదర్శించేవాడు. అందుకే తన పెంపుడు కుక్క జాకీ మీద, సాలీడు మీద, మిణుగురుల మీద, గొల్లభామల మీద, చీమల మీద, 'కాదేదీ కవిత కనర్హం' అన్నట్లు అన్ని ప్రాణుల మీద పద్యాలు రచించాడు. బుద్ధుడు, గాంధీ ప్రబోధించిన అహింసా సూత్రాల్ని పద్యాల ద్వారా ప్రబోధించాడు.

"పంచభూతాత్మకంబైన ప్రకృతి సుఖము
ననుభవించెడు హక్కు మర్త్యునకె కాదు
కలదు ప్రతి చిన్ని ప్రాణి భృత్తులకు కూడ
బలము గలదంచు దోపిడీ సలుపదగదు"

అని చెప్పాడు. ప్రకృతి సుఖాన్ని అనుభవించే హక్కు ప్రతిప్రాణికీ ఉంది కాబట్టి. ఏ ప్రాణీ మరొక ప్రాణిని చంపకూడదని హెచ్చరించాడు. బలం ఉన్నప్పుడు ఎద్దుల్ని వ్యవసాయానికి ఉపయోగించుకుని తర్వాత అవి ముసలివైనప్పుడు వాటిని ఎండగట్టే మానవుల దుష్ట చిత్తాల్ని జాషువా ఖండించాడు. తమ తలలు నరకటానికి సిద్ధంగా ఉన్న మనిషితో తమ భావాల్ని చెప్పుకోలేని మూగజీవాల రోదనను గుర్తించాలని జాషువా ప్రబోధించాడు.

కొంతమంది స్త్రీలు ఆవుదూడలకు పాలువదలకుండా మొత్తం పాలను పిండటంతో దూడలు చచ్చిపోతూ ఉంటాయి. అయితే ఆ దూడల్ని గడ్డిరూపంలో చేసి ఆవుల ముందు పెడితే పాలిస్తూ ఉంటాయి. ఇలా పశువుల్ని మోసంచేసే మానవుల దుష్ట స్వభావాల్ని పశువులు గుర్తించినా సహన భావంతో పాలిస్తాయని పశువుల గొప్పతనాన్ని స్పష్టంచేశాడు. జాషువా కవిత్వంలో కరుణరసం ఎక్కువగా ఉండటానికి కారణం ఆయనలో ఉన్న జీవన కారుణ్య దృష్టి అని చెప్పవచ్చు.

డార్విన్ పరిణామ సిద్ధాంతం ప్రకారం కోతినుంచి మానవుడు పుట్టాడని భావించే మాటల్ని జాషువా "తిమ్మన్నా! దగ్గర వాడవే కదా! మనుష్య శ్రేణికీ నాటికిన్" అనిచెప్పాడు. ప్రతి ప్రాణినీ ప్రేమతో చూడాలని చెప్పాడు.

మహిళాభ్యుదయ దృక్పథం

జాషువాకు మహిళల పట్ల ప్రత్యేక గౌరవం ఉంది. వారి అభ్యున్నతికి కృషి చెయ్యవలసిందిగా సమాజానికి హితవు చెప్పాడు. స్త్రీల దుస్థితికి స్త్రీలు, పురుషులూ కారకులని చెప్పాడు. తల్లి తన ముచ్చట తీర్చుకోవటం కోసం తనకూతురుకు చిన్నవయసులో పెళ్లి చెయ్యటాన్ని జాషువా నిరసించాడు.

“ఈడు రాక ముందు వేడుక కోసమ
ర్థంబు లేని పెండ్లి తంతు జరిపి
భావి జీవితములు పాడుచేయు వధూటి
తల్లిగాదు జంగుబిల్లిగాని”

అని చెప్పాడు.

పురుషుడు స్వార్థంతో తనకొక న్యాయం, స్త్రీకొక న్యాయం కల్పించాడని జాషువా ఆవేదన చెందాడు.

హేతువాద భావాలు

హేతువాద ఉద్యమకర్త శ్రీ గోరాగారి కుమారుడు లవణంగారికి తన కూతురు హేమలతనిచ్చి పెళ్లిచేసిన సంస్కర్త జాషువ. స్వర్గనరకాలున్నాయని, పుణ్యాలు చేసినవారు స్వర్గానికి, పాపాలు చేసినవారు నరకానికి పోతారని అందరూ అంటారేకానీ చూసివచ్చిన వాడెవడూ లేడని జాషువా ఒకచోట తన భావాన్ని వ్యక్తం చేశాడు. “స్వర్గమనగనేమొ, భగవంతుడెవ్వడో యెరుగనని” తన సంశయాన్ని వెలిబుచ్చాడు.

‘గబ్బిలము’ కావ్యంలో అరుంధతీ సుతుని గూర్చి చెబుతూ

మనిషిని ఉద్ధరించటానికి భగవంతుడే లేకపోతే ఇంకా మనిషి వాడినెట్లా కనికరిస్తాడని ప్రశ్నించాడు.

“వేదచతుష్టయంబు ప్రభవించిన వ్యాసుని దివ్యవాణిలో మాదిగలుందురా?” అని హేతువాద దృష్టితో ప్రశ్నించాడు.

దేవుడికి పక్షపాతం లేదనటంలో సత్యం లేదని హేతుదృక్పథంతో జాషువా ప్రశ్నించాడు.

దుష్టుడిమీదా, మంచివానిమీదా ఒకే విధంగా చూపును ప్రసరింపజేసే మృత్యుదేవతను, ఆమె సర్వమానవ సమానత్వాన్ని ప్రదర్శింపజేస్తున్న తీరును తెలిపాడు. ఒకడు పేద, ఒకడు ధనికుడనే భేదభావం ఎందుకని జాషువా ప్రశ్న!

జాతీయ భావం

జాషువాకు భారతదేశంఅన్నా, భారతదేశంలోని నదీనదాలన్నా, పూర్వ వీరులన్నా, పూర్వవైభవమన్నా ఒక ప్రత్యేక ఆవేశం కలుగుతుంది. భారత స్వాతంత్ర్యోద్యమం సాగుతున్న రోజుల్లోనే జాషువా ‘గబ్బిలము’ కావ్యాన్ని రచించాడు. మరెన్నో కావ్యఖండికల్ని వెలువరించాడు. జాషువా రచించిన జాతీయ భావ ప్రేరకాలైన పద్యాల్ని చదువుతుంటే ఒళ్లు గగుర్పొడుస్తుంది.

"సహియింపదయ్యె శైశవమందెనా చిన్ని
చిత్తంబు తెలవారి పెత్తనంబు" –

అని చిన్నప్పుడే ఆంగ్లేయుల పాలనని ఈసడించుకున్న దేశభక్తుడు జాషువా.

భారతదేశ ప్రాభవాన్ని గూర్చి జాషువా చెప్పిన పద్యం కవిత్వాభిమాను లందరికీ కంఠస్థమే.

"సగర మాంధాత్రాది షట్చక్రవర్తుల
అంక సీమల నిల్చినట్టి సాధ్వి
కమలనాభుని వేణుగాన సుధాంబుధి
మునిగి తేలిన పరిపూరిత దేహ
కాళిదాసాది సత్కవి కుమారుల గాంచి
కీర్తి నందిన పెద్ద గేస్తురాలు
బుద్ధాది మునిజనంబుల తపంబున మోద
బాష్పము ల్విడిన భక్తురాలు

సింధు గంగానదీజల క్షీరమెపుడు
కురిసి బిడ్డల పోషించు కొనుచునున్న
పచ్చిబాలెంతరాలు మా భరతమాత
మాతలకు మాత సకల సంపత్సమేత!"

అనే పద్యంలో భారతదేశాన్ని పాలించిన చక్రవర్తులు, పురాణ పురుషులు, కవి వరులు, ప్రబోధకులు నదీజలాలు ప్రశంసించబడ్డాయి. అలాగే ఢిల్లీ నగరాన్ని గూర్చి ఆనాడూ ఈనాడూ దానిశోభ తగ్గలేదని "ఢిల్లి నగరంబు నందంబు, తరుగలేదు. శిరము నెరయలేదు" అని చెప్పాడు

విశ్వమత మహాసభల్లో ప్రసంగించి వచ్చిన వివేకానందుడు భారతీయుడని, కేవలం అహింసా సిద్ధాంతంతో ఐదుఖండాల్ని ఓడించి నుతులందుకొన్న గాంధీజీ భారతీయుడని చాటి చెప్పాడు. పరదేశంలో ఆచార్యుడుగా ప్రబోధంగావించిన డా॥ సర్వేపల్లి రాధాకృష్ణన్, విశ్వ సన్మానం పొంది నోబెల్ కీర్తి రంగమెక్కిన వంగ సుకవి రవీంద్రనాథ టాగూర్ భారతీయులేనని చెప్పాడు. చెట్లకు ప్రాణం ఉన్నదని చెప్పిన విశిష్ట విజ్ఞాన ఖని జగదీష్ చంద్రబోస్ భారతీయుడేనని సగర్వంగా చెప్పాడు.

"నాల్గు ఖండములకు నవ నవోజ్జ్వలములౌ
ధర్మమార్గములకు దారిచూపి
ఘనతనాచి కొన్న ఖండంబుమనదన్న
పౌరుషంబు మనది ప్రజ్ఞ మనది" అని భారతీయుల గొప్పతనాన్ని జాషువా ఎలుగెత్తి చాటాడు.

1962లో చైనా భారతదేశం మీద దాడిచేసినప్పుడు జాషువాలో దేశభక్తి కట్టలు తెంచుకుని ప్రవహించింది. చైనా నాయకునికి పద్యం ద్వారా హెచ్చరిక పంపాడు.

"ఇట నీయబ్బ గడించినట్టి ధరలేదేనాడు నీపిచ్చి మ
ర్కట చేష్టల్ పనిచేయ వెన్నడును ధైర్యంబేది నీకొర్కెదీ
ర్చుట కిచ్చే ముసలమ్మ లై వెఱచు వారున్ లేరు నీ లాహిరీ
నటనల్ మాననిచో ప్రమాదమగు చీనీ నాయకాగ్రేసరా!" –

అని చైనా నాయకాధీశ్వరుని హెచ్చరించాడు.

భారతదేశ సరిహద్దుల్ని అతిక్రమించిన చైనా ముష్కరుని శిరస్సు ఖండించేదాకా భారతజాతి నిద్రపోదని హెచ్చరించాడు. స్వాతంత్ర్యం వచ్చినప్పుడు "అపరంజి గురిసి మా కన్నంబు దినిపించు తల్లి భారతినేడు దక్కెమాకు" అని సంతోషించిన దేశభక్తుడు జాషువా.

జాషువా రచనలు

కాలాన్ని బట్టి సాహిత్య స్వరూపం మారిపోతూ ఉంటుంది. ఆధునిక కాలంలో అనేక సాహిత్య ప్రక్రియలు వచ్చాయి. ప్రజల జీవన గమనంలో వేగం, యాంత్రిక జీవనం సాహిత్యానికి ఎక్కువ కాలాన్ని వెచ్చించలేక పోయాయి. అందుకే మహాకావ్యాలు పోయి లఘు కావ్యాలు, ఖండ కావ్యాలు వచ్చాయి. ఏదైనా ఒక వర్ణ్య వస్తువును సంక్షిప్తంగా రచించి, అలాంటి ఖండికల్ని సంపుటిగా వేస్తే అది ఖండకావ్య సంపుటి అవుతుంది. ఇందులో కథ ఉండదు. ఏ కవితకు ఆ కవిత ప్రత్యేకతను కలిగి ఉంటుంది. జాషువా తన మదిలో మెదిలిన భావాల్ని పలు కావ్య ఖండికల్లో పొందుపరిచాడు. ఆయన రచించిన ఖండకావ్యాల్ని ఏడు సంపుటాలుగా ప్రచురించారు.

జాషువా ఖండకావ్యాల్లో మొదటి సంపుటి పలుముద్రణలు పొందింది. అద్భుతమైన కవితా ఖండికలు ఆ సంపుటిలో ఉండటమే దానికి కారణం. భరతమాత, సాలీడు, శ్మశాన వాటిక, గుంటూరుసీత, రాజదర్శనం మొదలైన 35 కవితా ఖండికలున్నాయి. జాషువా ఈ సంపుటిని గుంటూరులోని ఏకాదండయ్య పంతులుగారి తల్లి రుక్మిణమ్మకు అంకితంచేశారు. కొత్త కొత్త భావాలు ఈ సంపుటిలో ఉన్నాయి. జాషువా రచించిన శ్మశానవాటికలోని పద్యాలు బలిజేపల్లి లక్ష్మీకాంత కవి రచించిన సత్యహరిశ్చంద్ర నాటకంలో పొందు పరచటం ఆ పద్యాల్లోని ప్రతిభను చెప్పక చెబుతుంది. "ఇచ్చోటనే సత్కవీంద్రుని కమ్మని కలము నిప్పుల లోన కరిగి పోయె" లాంటి మనోహరమైన పద్యాలు చాలా ఉన్నాయి.

ఖండకావ్యం రెండోభాగం భరతమాత, హెచ్చరిక, ఆంధ్రుడను, వివేకానంద, శిశు ప్రబోధము, పంచముడు, మాతృప్రేమ, బుద్ధుడు, సందేహ డోల, కవితా లక్షణము, జాకి, చీట్లపేక మొదలైన 32 ఖండికలున్నాయి. ఈ సంపుటి ఏకాదండయ్య పంతులుగారి తండ్రి సుబ్రహ్మణ్యంగారికి అంకితమైంది.

ఖండకావ్యం మూడో భాగంలో కన్నతల్లి, తిక్కయజ్వ, కృతజ్ఞత, నేటికైత, సుభాసు బోసు, భట్టుమూర్తి, గోవు మొదలైన కవితా ఖండికలు 20 ఉన్నాయి. ఇది పెనుగొండ వాస్తవ్యులు జవ్వాది లక్ష్మయ్యగారి ధర్మపత్ని ఆది లక్ష్మమ్మగారికి అంకితమైంది. విజయవాడలో తనకు జరిగిన సన్మానానికి కృతజ్ఞతను ప్రకటిస్తూ జాషువా చెప్పిన

"నా కన్నన్ మొనగాండ్రు సత్కవి వరుల్ నాకన్న విద్యా నిధుల్
నాకన్నన్ రుచిగాఁ దెలుంగు కవితన్గల్పించు వారుండగా
నాకీ బంగరు గండ పెండియరము న్బాదాన గీలించి, పె
న్బాకీ నాతల నిల్పినావుగద? బెజ్వాడా! పుర గ్రామణీ!

అనే పద్యం సాహిత్య ప్రియులకు విందును చేకూర్చింది.

ఖండకావ్యం నాల్గోభాగంలో క్రీస్తు, నవభారతము, వీరేశలింగకవి, తెలుగుగడ్డ, సవతి తల్లి, స్వేచ్ఛాదినము, నేటినెలత, ప్రశ్న, కవి, గుంటూరు మొదలైన 26 కవితా ఖండికలున్నాయి. ఇది డిప్యూటీ కలెక్టరుగా పనిచేసిన శామ్యూల్‌గారికి అంకితమైంది.

ఖండకావ్యం ఐదో భాగంలో నేను, మాత, పిలక, బడిపంతులు, వంచిత, ఓటు మొదలైన 24 కవితా ఖండికలున్నాయి. ఇది మంగళగిరివాసి శ్రీ బొల్లా శ్రీనివాసరావుగారికి అంకిత మివ్వబడింది.

ఖండకావ్యం ఆరోభాగంలో విశ్వకవి, నాగార్జునుడు, శారదా దర్శనము, వీరచానమ్మ, సంక్రాంతి, శ్రద్ధాంజలి, జోతలు, విజ్ఞప్తి, మణిహారము, చంద్రోదయము మొదలైన 31 కవితా ఖండికలున్నాయి. జాషువా దీన్ని గుంటూరు వాస్తవ్యులు శ్రీ ఏకాఆంజనేయులు గారికి అంకితమిచ్చారు.

ఖండకావ్యం ఏడో భాగంలో తస్మాద్ జాగ్రత్త, సింహనాదము, రక్త తిలకము, ప్రథమాస్థాన కవి, తండ్రి దీవెన, పితృభక్తి మొదలైన 25 కవితా ఖండికలున్నాయి. దీన్ని రామచంద్రాపురం వాస్తవ్యులు ఈలి వాడపల్లి గారికి అంకితమిచ్చారు.

జాషువా తన ఖండకావ్యాన్ని గూర్చి తానే "మరణంలేని మానవత్వాన్ని కామించు కవితా వీణపై నేను మ్రోయించిన వ్యథాతంత్రులే ఖండ కావ్యాలు. దేశం చిమ్ముతున్న కన్నీటి చెమ్మలే నాయీ (ఖండ) కావ్యాలు." అని చెప్పుకోవటం గమనించ దగిన అంశం.

ప్రారంభదశలో సంసారం గడవటానికి జాషువా పలు రచనలు చేశాడు. వాటిలో రుక్మిణీ కల్యాణము, 'చిదానంద ప్రభాతము' ధ్రువ విజయము, మీరాబాయి, తెరచాటు అనేవి నాటకాలు. ఇవి గాకుండా కన్యకాపరమేశ్వరి, హిమదమార్క పరిణయము, మదాలస మొదలైన రచనలు కూడా చేసినట్లు తెలుస్తున్నది. "సాంగోపాంగముగా రచించి త్రిభాషాశుద్ధి మారాట రాసింగంబైన శివాజి రాజు కథ" అని శివాజీ ప్రబంధాన్ని రచించినట్లు తానే చెప్పుకున్నా అది లభ్యం కాలేదు.

లఘు కావ్యాలు

ఏదో ఒక ఇతివృత్తాన్ని గ్రహించి సంక్షిప్త రూపంలో రచించబడే కావ్యాలకు లఘుకావ్యాలని పేరు. లఘు కావ్యరచనలో జాషువా మార్గదర్శకుడు. చెప్పదలచుకున్న విషయాన్ని సూటిగా, స్పష్టంగా, సంక్షిప్త సుందరంగా చెప్పటంలో జాషువా సిద్ధహస్తుడు. ఆయన రచించిన లఘుకావ్యాల సంక్షిప్త సారాంశం ఈ విధంగా పరిశీలిద్దాం.

గబ్బిలము

జాషువా రచించిన కావ్యాల్లో అద్భుతమైన రచన ఇది. చెప్పులు కుట్టి జీవనం సాగించే అరుంధతీ సుతుణ్ణి కావ్యనాయకుడుగా చెయ్యటం జాషువా ప్రయోగించిన సాహసం. అంతేకాదు సందేశసాధనానికి గబ్బిలాన్ని ఎంచుకోవటం మరో సాహసం. లోకంలోని అస్తవ్యస్త పరిస్థితుల్ని పేదల కడగండ్లను శివునికి పూజారిలేని సమయంలో విన్నవించవలసిందిగా కథానాయకుడు గబ్బిలానికి విన్నవించుకుంటాడు. దక్షిణ భారతదేశం నుంచి ప్రారంభమైన ఈ కథ కైలాసం వరకూ సాగుతుంది. కైలాసం నుంచి తిరిగి వచ్చిన గబ్బిలంతో లోకంలో కొన్ని ఆనందకర పరిస్థితులు సంభవించినా ఇంకా ఎన్నో సామాజిక వ్యత్యాసాలు, కష్టాలు ఉన్నాయని కథానాయకుడు ఆవేదన చెందుతాడు. వెయ్యేళ్ల తెలుగు సాహిత్యంలో ఎంపికైన కొన్ని మహత్తర గ్రంథాల్లో 'గబ్బిలము' ఒకటిగా నిలవటం దాని మహత్త్వానికి తార్కాణం. ఇది కల్లూరి చంద్రమౌళిగారికి అంకితమైంది.

పిరదౌసి

ఒక పారశీక కవీశ్వరుని కథను వార్తా పత్రికలో చదివి జాషువా ఈ కావ్యాన్ని రచించాడు. గజనీ మహమ్మదు తన వంశ చరిత్రను పద్యకావ్యంగా రచించుమని పిరదౌసిని కోరి ఒక్కొక్క పద్యానికి ఒక్కొక్క బంగారు నాణెం ఇస్తానన్నాడు. పిరదౌసి అరవై వేల పద్యాలతో "షానామా" గ్రంథాన్ని రచించి ఇస్తే రాజుమాట తప్పి వెండి నాణేలు పంపుతాడు. పిరదౌసి వాటిని తిరస్కరిస్తూ ఒక లేఖను నిందాపూర్వకంగా రాస్తాడు. రాజు పిరదౌసిని బంధించమని ఆజ్ఞాపించటంతో ఆ విషయం తెలిసిన పిరదౌసి తన సొంత ఊరికి వెళ్లి పోతాడు. కవిని బాధించిన రాజుకు ఎన్నో కష్టాలు రాగా పశ్చాత్తప్తుడై బంగారు నాణేలు పంపిస్తాడు. అయితే ఆ నాణేలు పిరదౌసికి చేరబోయే సమయానికే ఆయన మరణిస్తాడు. ఆ ధనంతో ఆయన నివాసమైన 'తూసు' నగరంలో ఒక సత్రం కట్టించబడుతుంది. ఈ విషయాన్ని జాషువా మహత్తర కావ్యంగా మలిచాడు. ఇది సింగరాజు లక్ష్మీనారాయణకు అంకితమైంది.

ముంతాజమహలు

మొగల్ చక్రవర్తి షాజహాన్ తన భార్య ముంతాజ్ బేగం కోరికమేరకు వారి ప్రేమకు చిహ్నంగా యమునానది ఒడ్డున నిర్మించిన స్మృతిచిహ్నం 'తాజమహల్' భార్యాభర్తల అనురాగ

దాంపత్యం, వారిద్దరి మధ్యా జరిగిన వేదాంత పరమైన చర్చను ఆసక్తికరంగా జాషువా వర్ణించాడు. జీవనసారం ఈ కావ్యంలో ఉంది.

"ఆవిరి యోడలో జలధి యానమొనర్చెడు బాటసారులో
భూవర! రేవులందు దిగిపోయెదరించుక వెన్కముందుగా
నీవసుధా పణంబు పని యెల్ల ముగించి స్వదేశగాములై
పోవుచు వచ్చు చుంద్రు సతమున్ ప్రజలీ నరజన్మ వర్తకుల్"

తాజ్‌మహల్ నిర్మాణానికి దారితీసిన పరిస్థితులు, దాని వైభవం ఈ కావ్యంలో వర్ణించబడింది. దీన్ని జాషువా తనతల్లి లింగమ్మకు అంకితమిచ్చాడు.

కాందిశీకుడు

ఆంధ్రుడైన ఒకానొక బర్మా కాందిశీకునికి అరణ్య మార్గంలో కాలికి తగిలిన ఒక బౌద్ధ భిక్షువు కపాలానికి జరిగిన వాదోపవాదాలే దీనిలోని కథ. శాంతి, అహింసల ప్రబోధం ఈ కావ్యంలో ఉంది. తిక్కవరపు రామిరెడ్డిగారి సతీమణి సుదర్శనాంబకీ కావ్యం అంకితమైంది.

స్వప్నకథ

ఇందులో రెండు కథలున్నాయి. మొదటిది స్వప్న కథ. రెండోది అనాథ. చందమామలో మచ్చగా కనిపించే అవ్వ కథ స్వప్న కథ. భర్త మరణించగా గంపెడు బిడ్డలతో పొట్టకోసం జోలె పట్టుకొని వీధుల పాలైన మాలెత దీనగాథ అనాథ. దారిద్ర్యం, అస్పృశ్యత అనే సామాజికాంశాల యథార్థ దృశ్యాలే ఈ రచనలు. ఇది సింగరాజు మల్లపురాజారావుగారి ప్రథమ ధర్మపత్ని లక్ష్మీకళావతీ దేవిగారికి అంకితమైంది.

బాపూజీ

మహాత్మాగాంధి అకాల మరణానికి స్పందించి జాషువా రచించిన కావ్యం. ఇది బాపూజీ జీవితచరిత్ర కాదు. స్వాతంత్ర్యోద్యమంలో గాంధీజీ సాగించిన పోరాటాల సారాంశం ఈ కావ్యం. గాంధీజీపట్ల, ఆయన సిద్ధాంతాలపట్ల జాషువాకున్న ప్రత్యేక అభిమానమే ఈ కావ్యాన్ని రచింపజేసింది. తిక్కవరపు రామిరెడ్డిగారికీకావ్యం అంకితమైంది.

నేతాజి

జాతీయనాయకులు పట్ల ప్రత్యేక అభిమానం గలిగిన జాషువ 'తొలినిట్టూర్పు – మలినిట్టూర్పు' అనే శీర్షికలతో 'నేతాజీ' కావ్యాన్ని రచించాడు. ఇది జీవిత చరిత్రకాదు. బానిసత్వంలో మగ్గుతున్న భారతమాత ఆవేదనను తలచుకొని 'నేతాజీ' పడిన మనోవ్యథ తొలి నిట్టూర్పులో ఉంది. గృహనిర్బంధం నుంచి తప్పించుకుని మిత్రుల సహాయంతో హిట్లర్‌ను

కలిసి సహాయం పొందటం, జపాన్ వెళ్లి అక్కడివారి సాయం పొందటం, అజాద్ హింద్ ఫౌజ్ సైన్యాన్ని రూపొందించటం, బ్రిటీష్ ఇండియాపై దాడికి సిద్ధం కావటం మలి నిట్టూర్పులో కనిపిస్తాయి. జాషువా తనతండ్రి గుఱ్ఱం వీరయ్యకు ఈ కావ్యన్ని అంకితం చేశాడు.

రాష్ట్రపూజ

ప్రత్యేక ఆంధ్ర రాష్ట్రంకోసం ఆత్మబలిదానం చేసిన అమరజీవి పొట్టి శ్రీరాములు, ఆంధ్రకేసరి టంగుటూరి ప్రకాశం పంతులు–రాజధాని విషయంపై చెలరేగిన వాదాలు– ముఠారాజకీయాల కీచులాట–జీవనదులతో సస్య శ్యామలంగా ఉన్న ఆంధ్రదేశ సౌభాగ్యం, ఆంధ్రజాతి ఔన్నత్యం ఇందులో వర్ణింపబడ్డాయి.

ముసాఫిరులు

ఇహానికీ పరానికీ ప్రయాణం చేస్తున్న రెండు ఆత్మల సమావేశం దీనిలోని కథావస్తువు. మానవజీవిత పరమార్థం ఇందులో వివేచించబడింది. ఆధునిక ప్రపంచంలోని వింత వైఖరులు దీనిలో ఉన్నాయి. సానికొమ్ము మాల కొండారెడ్డికి ఈ కావ్యం అంకితం.

కొత్త లోకము

ఇది కల్పిత కావ్యం. దీనిలో వ్యత్యయం, తొలికోర్కె, మలికోర్కె అనే భాగాలున్నాయి. రాజుకు, కవికీ ఉన్న వ్యత్యాసం, రాష్ట్రాభివృద్ధికి చేపట్టిన పథకాలు, నాగార్జునసాగర్ ప్రాజెక్టు నిర్మాణ ప్రస్తావన ఇందులో ఉన్నాయి. తొలికోర్కెలో సృష్టికర్తను నిలదీసే విషయాలున్నాయి. సృష్టిలోని అవకతవకల్ని గుర్చి కవి ప్రశ్నిస్తాడు. మలి కోర్కెలో సతీవినియోగంతో నవనాడులు కుంగిపోయిన కవి తన భార్యను తిరిగి ప్రసాదించమని వేడుకుంటాడు. మూఢాచార నిరసనం, దోపిడీ వ్యవస్థా విమర్శ ఇందులో ఉన్నాయి.

క్రీస్తు చరిత్ర

జాషువా బాల్యంలో క్రైస్తవ మతం పుచ్చుకున్నా, ఏనాడూ ఆ మతపద్ధతుల్ని ఆచరించిన జాడలేదు. కానీ మిత్రుల కోర్కెమేరకు కొత్తనిబంధనను కావ్య రూపంగా మలిచాడు. ఆనాడు ఆర్థిక ఇబ్బందుల్లో ఉండటం దీనికొక కారణం. క్రీస్తు జీవితానికి, మహిమలకు, ప్రబోధాలకు సంబంధించిన అనేక విషయాలు ఇందులో వర్ణింపబడ్డాయి. క్రీస్తుచరిత్ర రచన విషయంలో జాషువా రాజీధోరణిని అనుసరించాడని కొంతమంది భావించారు. జీవితచరిత్ర కాబట్టి ఇందులో కావ్యకళా ధర్మాల్ని పొందుపరచటం కష్టం. ఈ విషయాన్ని ముందు మాటలో అంగీకరించాడు. "బైబిలును ఛందోబద్ధం చేయటమంటే తీగమీద నడవటం లాంటిదని" చెప్పాడు. అయితే ఈ కావ్యానికి కేంద్రసాహిత్య అకాడమీ పురస్కారం లభించటం విశేషం.

నా కథ

జాషువా తన కథను తాను మూడు భాగాలుగా రచించాడు. పద్యాల్లో తన కథను రచించిన జాషువా మొదటి భాగాన్ని మాధవరెడ్డి రాజయ్యగారికి, రెండో భాగాన్ని పత్తిపాటి ఆదినారాయణరెడ్డిగారికి, మూడోభాగాన్ని ప్రియశిష్యుడైన బొద్దు ప్రకాశంగారికి అంకితం చేశాడు.

వ్యక్తిత్వం - ఆశయాలు

జాషువా అధునిక కవుల్లో అగ్రగణ్యుడు. అట్టడుగు వర్గంలో పుట్టినా అత్యున్నత శ్రేణికి చెందిన కవితలల్లాడు. జీవితంలో ఎన్నో ఒడుదుడుకులకు లోనయ్యాడు. "సుకవులెందున్ మంద భాగ్యుల్ గదా!" అంటాడు ఒకచోట. అత్తా కోడళ్లయిన లక్ష్మీ సరస్వతులు ఒకచోట ఇమడలేరని లోకం నమ్మకం. అందుకే శారద వరించిన జాషువాను లక్ష్మి సమీపించలేదు. సంసార నిర్వహణకు అనేక కష్టాలు పడాల్సి వచ్చింది.

తన జీవితాన్ని గూర్చి జాషువా ఒకచోట ఇలా చెప్పాడు. "జీవితం నాకు ఎన్నో పాఠాలు నేర్పింది. నా గురువులు ఇద్దరు. పేదరికం, కులమత భేదం. ఒకటినాకు సహనాన్ని నేర్పితే, రెండవది నాలో ఎదిరించే శక్తిని పెంచిందేగాని బానిసగా మాత్రం మార్చలేదు. దారిద్ర్యాన్ని, కుల భేదాన్ని కూడా చీల్చి నేను మనిషిగా నిరూపించుకో దలిచాను. వాటిపై కత్తికట్టాను. అయితే నా కత్తి కవిత. నా కత్తికి సంఘంపై ద్వేషంలేదు దాని విధానంపై ద్వేషం.

జాషువాను పేదరికం పట్టిపీడిస్తున్నా ఆయన కవితా రచనకు ఆయన బాధలు తోడ్పడ్డాయేగాని ఆయన ఎక్కడా వెనుకంజ వెయ్యలేదు. అలాగే కులపరంగా ఆయనకు ఎన్నో అవమానాలు జరిగాయి. అయినా ఆయన ఎవరినీ దూషించలేదు. జాషువా తన కవితలో చైతన్య స్ఫోరకమైన పద్యాలు రచించాడేగాని ఎవరినీ నిందించలేదు.

జాషువా తన వ్యక్తిత్వాన్ని స్వభావాన్ని కొన్ని పద్యాల్లో స్పష్టం చేశాడు.

"నివసించుటకు చిన్ని నిలయ మొక్కటి దక్క
        గడన సేయుట కాస పడను నేను
ఆలుబిడ్డలకు నై యాస్తి పాస్తులు గూర్ప
        పెడత్రోవలో పాద మిడను నేను
నేనాచరింపని నీతులు బోధించి
        రానిరాగము తీయలేను నేను
సంసార యాత్రకు చాలినంతకు మించి
        గ్రుడ్డి గవ్వయు కోరుకొననునేను

కులమతాలు గీచుకొన్న గీతలుజొచ్చి
పంజరాన గట్టు వడను నేను

నిఖిల లోకమెట్లు నిర్ణయించిననాకు
తరుగులేదు, విశ్వనరుడనేను" –

ఒక సామాన్య మానవునికి ఏం అవసరమవుతాయో వాటినే కోరుకుంటానని చెప్పటంలో జాషువా వ్యక్తిత్వం ప్రస్ఫుటమవుతుంది. ఈలోకం ఎలా ఉండాలో, ఎలా ఉండకూడదో, ఈ లోకానికి ఏం కావాలో జాషువా తన ఆశయాల ద్వారా పలు పద్యాల్లో స్పష్టం చేశాడు.

"మాతృ భాషలకు మర్యాదలిచ్చే సర్వకళాశాలలు సాగేచోటు కావాలన్నాడు. ప్రజల్ని బాధించే దేవతల పూజా కార్యక్రమాలుండకూడదన్నాడు. వెన్నతో సమానమైన కవుల కమ్మని వాక్కులు నిర్భయంగా వెలువడే చోటు కావాలని పలికాడు. తల్లిదండ్రులు తమ సంతానానికి వైషమ్యాలు నేర్పనిచోటు కావాలని, విషపు నవ్వులు నవ్వేవారి పాదముద్రలు లేనిచోటు కావాలని ఆకాంక్షించాడు.

ప్రజలందరికీ నిత్యావసరాలు తీరినప్పుడే పరిపూర్ణ స్వాతంత్ర్యం లభించినట్లు జాషువా ఆశించాడు.

విద్య మానవత్వాన్ని ప్రసాదించాలని, దురాచారాల్ని రూపుమాపాలని కోరుకున్న జాషువా

"జనులం బీలిచి పిప్పి, జేసెడు దురాచారంబులన్ గాలమ
ట్టని విద్యా బలమేల? విద్యయన మౌఢ్య వ్యాఘ్రి కింపైన భో
జనమా? మోసపు వ్రాతకోతలకు రక్షాబంధమా? యెందుకీ
మనుజత్వంబు నొసంగలేని చదువుల్ మైరేపున్ మైకముల్" అని తెలియ జేశాడు.

సమస్త ప్రపంచంలోనూ ప్రేమ సందేశాన్ని చాటుతున్న "క్షతమెఱుంగనట్టి శాంతి కపోతంబు" నూరువత్సరాలు బతకాలని జాషువా ఆశించాడు.

బిరుదులు

ఆధునికాంధ్ర సాహిత్య చరిత్రలో చెరగని ముద్రవేసిన జాషువా గజారోహణ, కనకాభిషేకాది గౌరవాల్ని పొందటమే కాకుండా ఎన్నో బిరుదుల్ని అందుకున్నాడు.

కవితా విశారద, కవికోకిల, కవిదిగ్గజ, నవయుగకవి చక్రవర్తి, మధుర శ్రీనాథ, విశ్వకవి సమ్రాట్, కళాప్రపూర్ణ, పద్మభూషణ్, మొదలైన బిరుదులు జాషువాను వరించాయి. ఆంధ్రదేశంలో జాషువాకు జరిగినన్ని సన్మానాలు మరొక కవికి జరగలేదంటే అతిశయోక్తి కాదు.

మహాకవి అస్తమయం

జాషువా చివరిదశలో గుంటూరులోనే ఉన్నాడు. 1956లో మొదటి భార్య 'మేరి' చనిపోయిన తర్వాత విమలమ్మను 1961లో పెళ్లిచేసుకున్నాడు. చివరి దశలో అనారోగ్యంతో

బాధపడ్డాడు. ఎంతోమంది కవులు, అభిమానులు పలకరించటానికి వచ్చేవాళ్ళు. ఆరోగ్యం క్షీణదశలో ఉన్న జాషువాలోని చమత్కార ధోరణిలో ఏ మార్పూ ఉండేది కాదు.

తన కవితా గానంతో ఆంధ్రదేశాన్నే గాకుండా యావద్భారతాన్ని పులకింపజేసిన మహాకవి జాషువా 1971 జులై 21వ తేదీన కన్నుమూశారు.

"రాజు మరణించె నొకతార రాలిపోయె
కవియు మరణించె నొకతార గగనమెక్కె
రాజు జీవించు రాతి విగ్రహములందు
సుకవి జీవించు ప్రజల నాలుకల యందు"

ఒక మహాకవి జీవితచరిత్ర వల్ల మనం తెలుసుకోగలిగింది ఏముంది? అని ప్రశ్నించుకుంటే జాషువా వినుకొండనుంచి విశ్వనరుడు దాకా ఎదిగిన విషయాన్ని గుర్తించాలి. జాషువా పేదకుటుంబంలో పుట్టాడు. కనీస అవసరాలకు కూడా నోచుకోని జీవితం. ఒక వంక పేదరికం మరోవంక కుల మతద్వేషాల వల్ల అవమానాలు. అయినా జాషువా కుంగిపోలేదు. తన కవితా వ్యవసాయాన్ని సాగించాడు. మధుర కావ్యాల పంటలు పండించాడు.

జీవిక కోసం ఏ పనినైనా చెయ్యటానికి సిద్ధంగా ఉండాలని తన ప్రవర్తన ద్వారా నిరూపించాడు. ప్రతిభ ఉంటే ఉద్యోగం లేకపోయినా బతకవచ్చుని చాటి చెప్పాడు. ఆంధ్రదేశం దాదాపు ముప్ఫై సంవత్సరాలు జాషువాను పోషించింది. ఉత్తమశ్రేణి కవిత్వాన్ని రచించటం వల్ల ఎంతోమంది కళాప్రియులైన ధనవంతులకు దగ్గర కాగలిగాడు. సంసార యాత్రకుమించి సంపాదించాలని ఆరాటపడలేదు. ధనం మీద ఆయన ఏనాడు మోజును ప్రదర్శించలేదు. అవసరానికి డబ్బు ఏదో ఒక విధంగా అంది జాషువా జీవితం సవ్యంగా సాగిపోతూ ఉండేది.

కష్టాలను లెక్కచెయ్యకుండా కృషిచేస్తే ఉత్తమ ఫలితాలు ప్రాప్తిస్తాయని జాషువా జీవితం ద్వారా గుర్తించవచ్చు. ఎన్ని బాధలుపడ్డా జాషువా ఎవరినీ నిందించలేదు. తన కర్తవ్యాన్ని తాను నిర్వర్తించాడు. ప్రజల్లో చైతన్యం కలిగించటానికి ప్రయత్నించాడు.

జీవన గమనంలో ఆటుపోట్లు ఎన్ని ఉన్నా నవ్వుతూ బతకాలనే కోరికను సార్థకం చేశాడు. అయితే ఆస్థాన పదవి తనను వరించలేదని కొంత బాధపడిన మాట వాస్తమే కానీ ఆ పదవి రానందుకు క్రుంగికృశించలేదు. ఇతరుల్ని నిందించలేదు. పదవి లేకపోయినా ప్రతిభ ఉంటే తప్పక గౌరవం కలుగుతుందని నిరూపించాడు. అసంఖ్యాకమైన సన్మానాలందుకున్నాడు. తల్లిదండ్రుల్ని, భార్యా బిడ్డల్ని అనురాగంతో చూసుకొన్న జాషువా ఉత్తమ కుటుంబిగా సాక్షాత్కరిస్తాడు. భారతదేశ వైభవాన్ని పలురీతుల్లో వర్ణించి దేశభక్తిని ప్రదర్శించాడు. పేదవారి పక్షాన కలం పట్టి వారి వికాసాన్ని ఆశించిన హృదయమున్న కవి జాషువా. అందుకే జాషువా జీవితం అందరికీ ఆదర్శయోగ్యం అని చెప్పవచ్చు.

అడవి బాపిరాజు
(1895-1952)

– డా. మన్నవ సత్యనారాయణ

కళాసాధనకై తమ జీవితాన్ని అంకిత మొనరించిన కళారాధనా తత్పరు లెందరో! వారు ధన్యులు. వారి ప్రతిభ ప్రశంసార్హం. వారి కీర్తి చిరస్మరణీయం. నిజమైన కళాకారుడు తనకు ఎదురయ్యే సాధక బాధకాల్ని, కష్టనష్టాల్ని గణింపక కళారాధనానిమగ్నుడై తద్వారా అనిర్వచనీయమైన ఆనందాన్ని అనుభవిస్తూ, పలువురికి అందజేసి మధురానుభూతి కలిగిస్తాడు. ఈ కోవలో పేర్కొన దగిన వ్యక్తి శ్రీ అడవి బాపిరాజు. ఆయన కళా జగత్తులో జీవించాడు. కళ ఆయనలో జీవించింది. లలితకళలో ఆయనకు ఖ్యాతి నార్జించి పెట్టింది. కవిత్వం, చిత్రలేఖనం, సంగీత నాట్యాదులలో కూడా తగినంత పరిచయమయింది.

బాపిరాజు బాల్యం :

బాపిరాజు బాల్య విశేషాల్ని వివరించడానికి ముందు ఆయన వంశ చరిత్రను పరిశీలించడం సముచితం. బాపిరాజు నియోగి బ్రాహ్మణ కుటుంబములో జన్మించారు. ఆయనది "సాంఖ్యాయనస" గోత్రం. బాపిరాజు తాతగారు అడవి బాపిరాజుగారు. సుబ్బమ్మ గారు వారి అర్ధాంగి. వీరి పుత్రుడు కృష్ణయ్యగారు. వీరి భార్య సుబ్బమ్మ గారు. అత్తా కోడళ్ళపేర్లు ఒకటి కావడం చిత్రం.

కృష్ణయ్య, సుబ్బమ్మ పుణ్యదంపతులకు బాపిరాజు రెండవ సంతానం. కృష్ణయ్యగారికి ఇద్దరు కుమారులు, ఐదుగురు కుమార్తెలు, బాపిరాజు ఒక అక్క, ఒకతమ్ముడు, నలుగురు చెల్లెళ్ళు గల బంధు సంపన్నుడు. కృష్ణయ్యగారి పూర్వులు భీమవరంలో ఏనాడో స్థిరనివాసులు కావడం చేత ఆయన కూడ భీమవరం లోనే స్థిరపడ్డారు.

కృష్ణయ్యగారు సంపన్న గృహస్థు. బాపిరాజు''నారాయణరావు'' నవలలోని సుబ్బరాయుడుగారి కుటుంబం కృష్ణయ్యగారి కుటుంబాన్ని పోలిందనవచ్చు. కృష్ణయ్యగారి ప్రధాన వృత్తి వ్యవసాయం. తనకున్న పొలాన్ని చూచి రావడం మిత్రులతో, పనివాళ్ళతో కథలు, కబుర్లు చెప్పుకోవటంతో కాలం గడిపేవారు. కృష్ణయ్యగారి గురించి ఇక్కడ ఒక ముఖ్య విషయం చెప్పాలి. వీరు ఎప్పటి కప్పుడు కథల్ని ఆశువుగా అల్లిచెప్పేవారట. వీరి కథనం ఆశువుగా సాగినప్పటికీ శ్రోతలకు ఆసక్తి దాయకం గాను, రంజకంగాను ఉండేదట. ఈ కారణంగా వీరి కథలు వినే శ్రోతల సంఖ్యకూడా ఎక్కువగానే ఉండేది. బాపిరాజు కథా కథన నైపుణ్యం తండ్రిగారి నుండి సంక్రమించిందని చెప్పవచ్చు. "నారాయణరావు" నవలలో సుబ్బారాయుడు పాత్రను బాపిరాజు

తన తండ్రిగారిని దృష్టిలో ఉంచుకొని సృష్టించి ఉంటాడు. ఒక్క మాటలో చెప్పాలంటే కృష్ణయ్య గారే "నారాయణరావు" నవలలోని సుబ్బరాయుడనిపిస్తుంది.

ఆంధ్రదేశ చరిత్రలో ముఖ్యంగా తెలుగు సాహిత్య చరిత్రలో క్రీ.శ. 1880-1900 మధ్య కాలానికి ఒక ప్రత్యేకత ఉంది. తెలుగు సాహిత్యంలో ఆధునిక యుగానికి చెందిన సుప్రసిద్ధ రచయితలు ఈ కాలంలోనే జన్మించారు. సుప్రసిద్ధ నవలాకారుడు, కథారచయిత, వక్త, ఉత్తమ చిత్రకారుడు అయిన అడవి బాపిరాజు 1895 అక్టోబరు 8వతేది. అంటే మన్మథ నామ సంవత్సర ఆశ్వయుజ బహుళ పంచమి రాత్రి పశ్చిమ గోదావరి జిల్లాలోని భీమవరానికి సమీపంలో ఉన్న "సిరిపల్లె" అనే గ్రామంలో మాతామహుల గృహంలో జన్మించారు. బాపిరాజు బాల్యం తల్లిదండ్రుల ముద్దు ముచ్చట్లతో, ఆటపాటలతో ఆనందంగా సాగింది. కృష్ణయ్యగారికి బాపిరాజు రెండవ సంతానం కావటం చేత అందునా పుత్ర సంతానం కావటం చేత ఆయన పట్ల తల్లిదండ్రులు చూపే ప్రేమాభిమానాలకు అంతులేదు. బాపిరాజు బాల్యం జమీందారు బిడ్డలాగా నిశ్చింతగా హాయిగా గడిచింది.

విద్యాభ్యాసం :

బాపిరాజు ప్రాథమిక విద్య భీమవరంలోనే పూర్తి అయింది. ఈనాటి భీమవరానికి ఆనాటి భీమవరానికి ఎలాంటి పోలికా లేదు. ఆ రోజుల్లో భీమవరంలో కనీస సౌకర్యాలు కూడా ఉండేవికావు. భీమవరంలో ఉన్నత పాఠశాల లేని కారణంగా బాపిరాజు ఉన్నత విద్యాభ్యాసానికి నర్సాపురం వెళ్ళవలసి వచ్చింది. అక్కడ తమ బంధువుల ఇంట్లో ఉండి ఈయన తన ఉన్నత విద్యను పూర్తి చేశారు. అనారోగ్యం కారణంగా బాపిరాజు నాల్గవఫారం చదువుతూ ఉండగా ఈయన విద్యాభ్యాసానికి కొంత అంతరాయం ఏర్పడింది. బాపిరాజు ప్రజ్ఞను గుర్తించిన ప్రధానోపాధ్యాయులు ఎలాగో ఆ అంతరాయాన్ని తొలగించారు.

ఉన్నత విద్యను పూర్తి చేసిన బాపిరాజు కళాశాలలో చేరి చదువ నిశ్చయించు కున్నారు. కృష్ణయ్యగారికి కుమారుడు కళాశాలలో చేరి చదువడం ఎంత మాత్రం ఇష్టంలేదు. కృష్ణయ్యగారికి పుత్ర సంతానం కన్నా పుత్రికా సంతానం మిన్న. తమ కుమారుడు పెద్ద చదువులు చదివి ఎక్కడికో వెళ్ళి ఏదో వెలగబెట్టడం కంటే స్వస్థలమైన భీమవరంలోనే ఉండి వ్యవసాయం చేస్తూ మంచి ఫలసాయం సాధిస్తూ అతిథి అభ్యాగతుల్ని బంధువుల్ని అభిమానంతో ఆదరిస్తూ కాలం గడపటం ఉత్తమ మార్గమనిపించేది. అంతే కాక తమ కుమారుడు పొలంపుట్రా చూస్తూ తమకు సాయంగా నిలబడటానికి ఇంటి పట్టునే ఉండాలని కూడ ఆయన ఆశించి ఉండవచ్చు. గారాబంతో పెంచి పెద్ద చేసిన కుమారుడ్ని విడిచి ఉండటం కూడ కృష్ణయ్యగారికి దుర్భరమనిపించి ఉండవచ్చు. ఇలా ఆలోచించి కృష్ణయ్యగారు కుమారుడు కళాశాలలో చేరి చదవటానికి తన అసమ్మతిని తెలియజేసారు.

బాపిరాజు పెద్ద చదువులు చదివి ఉన్నత స్థితికి చేరుకోవాలని చిన్నతనంలోనే నిశ్చయించుకొన్నాడు. జీవితంలో ఏదేదో సాధించాలని ఊహించిన బాపిరాజు తండ్రిమాట

ప్రకారం కళాశాలలో చేరకుండ ఉండటం సాధ్యమామరి! తన ఆశయం నెర వేర్చుకోవడానికి బాపిరాజు తండ్రికి నచ్చజెప్పి ఒప్పించడానికి గట్టిగా ప్రయత్నించాడు. ఎట్టకేలకు కృష్ణయ్యగారికి తన కుమారుని కోరిక మన్నించక తప్పలేదు. బాపిరాజు తాను నొవ్వక, తన తండ్రి మనస్సును నొప్పింపక రాజమండ్రి ఆర్టు కళాశాలలో చేరారు.

బాపిరాజు రాజమండ్రి ఆర్ట్సు కళాశాలలో చేరే సమయానికి కళాశాల ప్రిన్సిపాల్ పదవిని ఆస్వార్ట్ కూల్డ్రే దొరగారు నిర్వహిస్తున్నారు. ఇంగ్లాండులో జన్మించిన కూల్డ్రే ఆక్సఫర్డ్ విశ్వవిద్యాలయం నుంచి ఎమ్.ఏ. పట్టాన్ని పొంది ప్రభుత్వాదేశానుసారం రాజమండ్రి ఆర్ట్సు కళాశాల ప్రిన్సిపాల్ పదవిని స్వీకరించారు. వీరు 1909 నుండి 1919 వరకు ఈ పదవిలో ఉన్నారు. కూల్డ్రే ఆంగ్ల భాషా కోవిదుడు. ఆంగ్ల సాహిత్యాన్ని కూలంకషంగా అధ్యయనం చేసి పరిశోధించిన మనిషి. ఉత్తమ చిత్రకారుడు. ఆంగ్లంలో కవి. అంతేకాక మంచి ఈతగాడు కూడ. పడవ నడపడంలోను, గుఱ్ఱపు స్వారీలోను, హాకీ, టెన్నిసు క్రీడల్లోను, సంగీతాలాపనంలోను కూల్డ్రే దొరకు సహజాసక్తి. ఈయన తెల్ల దొరైనా నల్ల ప్రజల జీవన విధానాన్ని గమనిస్తూ "ఆంగ్లేయులు ఎలా ప్రవర్తిస్తే ఆంధ్రులకు చేరువకాగలరు?" అన్న ప్రశ్నకు జవాబుగా నిలుస్తూ తమ పదవీకాలాన్ని ఆంధ్రుల కభిమాన పాత్రంగా పూర్తి చేశారు. తెలుగు వారి ఆచార వ్యవహారాల పట్ల గౌరవాభిమానాన్ని చూపే వ్యక్తి ఆయన. ఇలాంటి వ్యక్తి ఆధిపత్యం వహిస్తున్న కళాశాలలో బాపిరాజు విద్యార్థిగా ప్రవేశించారు. అంతే బాపిరాజు కళా జీవితానికి నాందీ ప్రస్తావన జరిగిందన్నమాట.

కళాశాలలో చేరిన కొద్ది కాలానికే బాపిరాజు కూల్డ్రే ప్రేమాభిమానాన్ని పొందగలిగారు. కూల్డ్రే బాపిరాజుపై ప్రత్యేక దృష్టిని ప్రసరింపజేసారు. అనేక విషయాల్ని ఆత్మీయతతో బోధించారు. ఆయన ప్రతిభను గుర్తించి ప్రోత్సహించి కళాదృష్టిని పెంపొందింపజేసి భావి జీవితానికి బంగారు బాటను వేసారు. వీరి శిష్యరికంలో బాపిరాజు బి.ఏ,పూర్తి చేశారు. చరిత్రను అభిమాన విషయంగా గ్రహించి పరిశీలనా దృష్టితో చదివారు. బాపిరాజు నవలల్లో చారిత్రక నేపథ్యానికీ అధ్యయనం కొంత వరకు తోడ్పడింది.

బాపిరాజు కూల్డ్రేకి కేవలం శిష్యమాత్రుడు కాదు. వీరి గురు శిష్య సంబంధం అత్యంత ఆంతరంగికం. కూల్డ్రే మహాశయుడు బాపిరాజును ఒక మహోన్నత వ్యక్తిగా తీర్చి దిద్దటానికి ప్రయత్నించి కృతకృత్యుడైనాడు. వీరి ప్రోత్సాహబలంతోనే బాపిరాజు రచయితగాను, చిత్రకారుడు గాను రాణించి సహృదయుల హృదయాలలో ఉన్నత స్థానాన్ని సంపాదించగలిగాడనటం అతిశయోక్తి కాదు.

ఒకప్పుడు కూల్డ్రే గురుత్వం వహించి బాపిరాజుకి చిత్రకళను, ఆంగ్ల సాహిత్యాన్ని గూర్చి, పాశ్చాత్య సంస్కృతి సంప్రదాయాల్ని బోధిస్తే, ఇంకో పర్యాయం బాపిరాజు గురుస్థానాన్ని అలంకరించి కూల్డ్రే శిష్యుడికి భారతదేశ చరిత్రను, భారతీయుల ఆచారవ్యవహారాల్ని బోధించేవారు. కూల్డ్రేకి ఆంధ్ర జానపదగేయాల పట్ల ప్రత్యేకాసక్తి. దాన్ని గురించి బాపిరాజు

శ్రావ్య కంఠంతో 'కమ్మోరి సిన్మోట– సిరిసిరి మువ్వ', 'ఒకరికి చెయ్యినిస్తి', 'ఒకిరికి కాలూనిస్తి".
'పల్లానాటి ఎలమంద' మొదలైన జానపద గేయాలెన్నో పాడి వినిపించేవాడు. అప్పుడు కూర్డ్రే ఆనందానికి అంతుండేదికాదు. అవకాశం దొరికినప్పుడల్లా ఈ దొరగారు బాపిరాజు చేత జానపద గీతాల్ని పాడించుకొని, భావాన్ని ఇంగ్లీషులో చెప్పించుకొని ఆనందించేవారు.

కూర్డ్రే మహాశయులు బాపిరాజుని వెంటబెట్టుకొని భారతదేశంలోని చారిత్రక సుప్రసిద్ధ స్థలాల్ని, పుణ్యక్షేత్రాల్ని సందర్శించారు. అంతేకాక వీరిద్దరు కలిసి ప్రకృతి రమణీయాన్ని వీక్షిస్తూ కొండల్లో, కోనల్లో, వెన్నెల రాత్రుల్లో విహరించారు. ఇసుక తిన్నెలపై విశ్రమించారు. సంధ్యాసమయాల్లో గోదావరి నదిలో ఈదేవారు. ఈ రీతిగా గురుశిష్యుల మధ్య అనురాగాను బంధం క్రమంగా గాఢమైంది. లోకానికిది ఆదర్శప్రాయమైంది.

కూర్డ్రేకి నాటకాల పట్ల మక్కువ ఎక్కువ. అవకాశం దొరికినప్పుడల్లా విద్యార్థులచేత నాటకాలు వేయించేవారు. ఈ నాటకాల్లో ఎక్కువభాగం షేక్స్పియర్వే. అడపాదడపా తెలుగు నాటకాలు కూడా ఆడేవారు. కూర్డ్రే ఒక నాటకంలో బాపిరాజు చేత భావ వేషం వేయించారట. నాటకంలోని వివిధ దృశ్యాలకు తగిన తెరలను సమకూర్చడంలోనూ, రంగాలంకరణలోనూ కూర్డ్రే ప్రత్యేక శ్రద్ధ వహించేవారు. ఈ విషయంలో బాపిరాజు కూర్డ్రేకి తోడ్పడు తుండేవారు. దర్శకత్వం, కళాదర్శకత్వం, నేపథ్య నిర్మాణం, పాత్రోచిత వేషధారణం, రంగాలంకరణం. ఇత్యాది అనేక విషయాలలో బాపిరాజు విద్యాభ్యాస కాలంలోనే మంచి అనుభవం గడించారు. ఈ అనుభవమే ఉత్తరోత్తరా బాపిరాజుకి నవలారచనలోను, చలన చిత్ర దర్శకత్వంలోను తోడ్పడ్డాయి.

అజంతా, హంపి, అమరావతి మొదలైన కళాక్షేత్రాల్ని అనేక పర్యాయాలు వీరిరువురు సందర్శించి అక్కడి శిల్ప కళావైచిత్రిని పరికించారు. అక్కడి శిల్పాలను గురించి, శిలలను గురించి కూర్డ్రే బాపిరాజు ద్వారా వివరంగా తెలిసికొన్నారు. చిత్రకారుడైన కూర్డ్రేని మనశిల్పకళ అమితంగా ఆకర్షించింది. బాపిరాజుకి, శిల్పకళా, చిత్రలేఖనాలపట్ల అభిరుచి అధికం అయింది. బాపిరాజు ఉత్తమ చిత్రకారుడిగా ప్రత్యేక స్థానాన్ని సంపాదించుకోవటంలో ఈ పర్యటనలు విశేషంగా తోడ్పడ్డాయి.

కూర్డ్రే మంచి గ్రంథాలను ఎన్నిక చేసి శిష్యుని చేత చదివించేవారు. తన్మూలంగా బాపిరాజులో పఠనాసక్తి పరాకాష్ఠ కెక్కింది. అనేక గ్రంథాలు చదివి చదివి విస్తృత పరిజ్ఞానాన్ని గడించడం చేతనే బాపిరాజు తన నవలల్లో భిన్న విషయాల్ని, సమస్యల్ని ప్రతిపాదించి పాత్రలచేత చర్చింపజేయగలిగాడు. బాపిరాజు ఎలాంటి గ్రంథాన్నయినను శరవేగంతో పఠిస్తూ అందులోని విశేషాల్ని గ్రహించేవారని, ఇంటి అవసరాలు సయితం మరచిపోయి నిర్విరామంగా గంటలకొద్దీ గ్రంథ పఠనాన్ని కొనసాగించే వాడని బాపిరాజు సన్నిహితులలో ఒకరైన శ్రీ రాచకొండ నరసింహమూర్తి గారు పేర్కొన్నారు.

బాపిరాజు జీవితానికి ఉత్కృష్టతను చేకూర్చిన సంఘటన యొకటి ఈ సందర్భంలో సంస్మరించాలి. గురుశిష్యులిద్దరు ప్రకృతి సౌందర్య దర్శనార్థం పర్యటిస్తుండగా ఒకనాటి రాత్రి

బాపిరాజు ఒక బండపై విశ్రమించారట. గురువైన కూల్డ్రే సమీపంలో కూర్చున్నారు. పూలచెట్లతో, లతలతో ఆ ప్రాంతం వీరికి మనోహరంగా ఉంది. అది వెన్నెల రాత్రి కావటంచేత ఆ ప్రాంతమంతా వెలుగులతో నిండి పోయింది. చంద్రుడు చల్లని వెన్నెలతో గురు శిష్యులకు ఉల్లాసాన్ని చేకూరుస్తున్నారు.

ఇంతలో ఓ సంఘటన జరిగింది. వెన్నెల వెలుగులో ఏదో అనిర్వచనీయమైన దివ్యకాంతి బాపిరాజు దేహంపై పడి తక్షణమే వారిలో అంతర్లీనమై పోయినట్లు తోచింది. అపుడు కూల్డ్రే పొందిన ఆనందానికి, ఆశ్చర్యానికి అంతులేదు. మూడువేల సంవత్సరాల క్రిందటి ఎండీమియాన్ కథ స్ఫురణకు రాగా, కూల్డ్రే మహాశయుడు అతడే ఈ బాపిరాజని భావించి అప్పటినుండి బాపిరాజుని "ఎండీమియాన్" అని పిలవసాగారు. గ్రీకు దేశీయుడైన ఎండీమియాన్ గోవులను మేపు కొంటూ జీవించేవాడు. ఒకనాటి రాత్రి పొలాలలో నిద్రిస్తున్న ఎండీమియాన్‌ను వెన్నెల రూపంలో వచ్చి ఒక స్త్రీ అతనిని కౌగిలించుకొని అతనిలో కలిసిపోయిందట. ఎండీమియాన్ అప్రతిమాన సౌందర్యవంతుడు కావడంచేత ఒక దివ్యాంగన ఇలా అతనిలో లీనమైపోయింది. కాల్పనిక కవులైన కోట్సా ప్రభృతులకు ఈ కథ కవితావస్తువైంది. ఈ కథంతా చెప్పి కూల్డ్రే "నీకు, ఆనాటి ఎండీమియాన్‌కి ఎలాంటి భేదం కన్పించడం లేదు. ఆనాటి ఎండీమియాన్ నీవేనని నాకనిపిస్తుంది." అని నవ్వుతూ శిష్యుని వీపు తట్టారట. స్వదేశానికి తిరిగి వెళ్ళిన తరువాత కూల్డ్రే మహాశయుడు "ఎండీమియాన్" అనేశీర్షికతో ఆనాడు విశ్రమించిన బాపిరాజు గారి చిత్రాన్ని వేసి శిష్యునికి పంపారు.

నిదురపోయే నన్ను చూచీ
నాపై వాలిన నిన్ను చూచీ
గురువు "కూల్డ్రే చిత్రం లిఖియించె"
ఓ నా బ్రతుకు తెరువుల ప్రవిమలాంగీ
"ఎండీమియానని" చిత్రం పేరుంచె!
చిత్రం చూచిన పెద్దలంతా
చిత్రమెంతో గొప్పదనిరీ
చిత్రం వ్రాసిన చిత్రకారుడు
ఎండీమియాన్ని చూచే నన్నారే
ఓ నానిత్య ప్రణయినీ
చూచిన సత్యం నీకే తెలుసునే!

కూల్డ్రే గీసిన చిత్రాన్ని "శశికళ" గేయసంపుటిలో చూడవచ్చు.

బాపిరాజు జీవితంలో జరిగిన ఈ సంఘటన నిజమేనా? ఇలా జరగడం అనేది ఎంతవరకు సాధ్యం? అని ఎవరికైనా అనిపించవచ్చు. అంత మాత్రంచేత ఇదంతా కేవలం కల్పన మాత్రమే

అని అనుకోవటం ఎంతమాత్రం సరికాదు. కళా సహృదయుడైన కూర్లే శిష్యుడిని ఆ స్థితిలో చూచినపుడు అలా భావించడం అసంభవము కాదు. ఈ సంఘటనతో పాటు అప్పటి కూర్లే మహాశయుని మనోభావాల్ని కూడ కూర్లే గీసిన చిత్రం చక్కగా ప్రతిబింబిస్తుంది ఏది ఏమైనా బాపిరాజు గురువుచే "ఏండిమియాన్"గా భావింపబడి సమాదరింపబడడం, భావకవులలో బాపిరాజు శశికళా ప్రియం భావుకుడుగా ప్రఖ్యాతి నందటం అక్షరాలా యథార్థం, నాటినుండి తనలో లీనమైన ఆ సౌందర్య రాశికి "శశికళ" అని నామకరణం చేసి ఆమెకై నిరంతరం అన్వేషణ సాగించి ఆమెపై ఎన్నో గేయాలు రచించారు బాపిరాజు.

వివాహం :

బాపిరాజు విద్యార్థిదశలోనే అంటే బి.ఏ. రెండవ సంవత్సరము చదువుతున్నప్పుడు వివాహమైంది. తూర్పు గోదావరిజిల్లా, రామచంద్రపురం తాలూకా, కొలమూరు వాస్తవ్యులు, కౌండిన్యస గోత్రులు అయిన శ్రీ తటవర్తి సుబ్బారావుగారి ద్వితీయ పుత్రిక సుభద్రను బాపిరాజు వివాహమాడారు. వివాహ సమయానికి వరుని వయస్సు 21 సంవత్సరాలు. వధువు వయస్సు 11 సంవత్సరాలు. అంటే ఇద్దరి మధ్య వయోభేదం పది సంవత్సరాలు. దీనిని బట్టి బాపిరాజు బాల్యవివాహం చేసుకొన్నట్లు స్పష్టం. ఈయన వివాహం బంధువుల ఆశీస్సులతో, మిత్రుల అభినందనలతో రాజమండ్రిలోని ప్రసిద్ధమైన నాళంవారి సత్రంలో 1915 జులై 5వతేదీన జరిగింది. కూర్లే మహాశయుడు శిష్యుని వివాహానికి స్వయంగా వచ్చి ఆశీర్వదించటం విశేషం. వధువు మేనమామ వివాహానికి అన్ని ఏర్పాట్లు చేసి వివాహం హుందాగా జరిపించాడు.

బాపిరాజు కన్యాదాత గృహానికి పెళ్ళిచూపుల నిమిత్తమై వెళ్ళలేదు. వధువు అందచందాల్ని గురించి, మంచి చెడ్డల్ని గురించి విచారించలేదు. తనకు వివాహం నిశ్చయింపబడినట్లు శుభలేఖ చూచేంత వరకు బాపిరాజుకే తెలియదు. రాజమండ్రి ఆర్ట్సు కళాశాలలో బి.ఏ., రెండవసంవత్సరం చదువుతున్న తమ కుమారునికి తండ్రి కృష్ణయ్యగారు వివాహం నిశ్చయించి, ముహూర్తం పెట్టించి అన్ని ఏర్పాట్లు పూర్తి చేసిన పిమ్మటనే బంధువులతో పాటు కుమారుడికి కూడ ఒక శుభలేఖ పంపటం ఆశ్చర్యం. బాపిరాజు ఆ శుభలేఖను సంభ్రమాశ్చర్యాలతో తిలకించి పులకించి పోయాడట. కేవలం తండ్రిపై గల భక్తి విశ్వాసాలతో మాత్రమే బాపిరాజు ఆ వివాహానికి అంగీకరించాడని చెప్పవచ్చు. ఈయన వివాహానికి పూర్వం ఇరు కుటుంబాలవారికి ఎలాంటి బంధుత్వం లేదు. ఇది క్రొత్త సంబంధం.

బాపిరాజు బి.ఏ. పూర్తిచేశాడు. గురువైన కూర్లే స్వదేశానికి 1919లో తిరిగి వెళ్ళారు. అయితే బాపిరాజు విద్యార్థిదశ మాత్రం పూర్తి కాలేదు. 1921నుండి కొంత కాలం జాతీయోద్యమంలో పాల్గొని తరువాత మచిలీపట్నంలోని జాతీయ కళాశాలలో చేరి ప్రమోదకుమార ఛటర్జీగారి వద్ద చిత్రలేఖనాన్ని అభ్యసించాడు. చిత్రలేఖనానికి, శిల్పకళకు చెందిన అనేక రహస్యాల్ని బాపిరాజు ఛటర్జీగారి వద్ద క్షుణ్ణంగా గ్రహించాడు. ఆ తరువాత మదరాసులోని

'లా' కాలేజీలో జేరి న్యాయశాస్త్రాన్ని అధ్యయనం చేసి బి.ఎల్, పట్టా పొందారు. ఇంతటితో ఆయన విద్యార్థి జీవితం పూర్తి అయినప్పటికీ నిరంతర గ్రంథ పఠనంతో నిత్య విద్యార్థిగానే యావజ్జీవితాన్ని గడిపాడు. ఈయన చివరి నిశ్వాసం వరకు ఏదో ఒక పుస్తకం చదువుతూనే ఉండేవారని తెలుస్తుంది.

న్యాయవాద వృత్తి :

న్యాయశాస్త్ర పట్టభద్రుడైన బాపిరాజు స్వస్థలం భీమవరంలో న్యాయవాద వృత్తి చేపట్టాడు. అయితే ఈయన వృత్తిలో ఒక్క సంవత్సర కాలం మాత్రమే కొనసాగి తరువాత న్యాయవాద వృత్తికి స్వస్తి చెప్పాడు. ప్లీడరు వృత్తిని నిర్వహిస్తున్న రోజులలో కూడ బాపిరాజు కోర్టుకు వెళ్ళి తన వాదనను కొనసాగించిన సంఘటనలు చాలా తక్కువ. "కర్మము చాలక యెవ్వరేని వకాలతు నిచ్చి, వాయిదానాటి కేతెంచి, తను ఆఫీసునొద్ద-ఆఫీసుమనదొకటి యుండిననే సుడీ! వచ్చి కూర్చున్నచో, లాయరుగారెచట నుండెడివారు? ముష్టి లక్ష్మీనారాయణ తోటలో పుష్పజాతుల గూర్చి యానుపూర్వికముగా నద్భుతమైన ప్రసంగము చేయుచుండును. ఎటులో అట నుండి పట్టి తెచ్చి కోటును, తలపాగను తెచ్చి తగిలించి కోర్టులో గూరుచుండ బెట్టినచో ఆముసి ముసి నవ్వులు, ఆ వాలకము జూచి ప్రతికక్షి వకీలె ముందుగా వాయిదా గోరెడివాడు. సబ్‌జడ్జి మాత్రమేమి చేయగలడు? కోర్టు మాట మరచిపోయి "ఏమండీ? బాపిరాజుగారూ ఎంత వరకు వచ్చినది మీ నవల?' యనుచు కుశల ప్రశ్న యొనర్చవలసినదే"

బాపిరాజు న్యాయవాద వృత్తి ఆయుర్దాయం ఏడాది మాత్రమే. బాపిరాజు ప్లీడరు వృత్తిని నిర్వహించలేక పోవడానికి ఆయన అసమర్థత ఎంత మాత్రం కారణం కాదు. ఈయన ఎంత జటిలమైన విషయాన్ని గురించి అయినా సోదాహరణంగా గంటల తరబడి ఉపన్యసించగల వక్త. ఇలాంటి వ్యక్తికి కోర్టులో వాదించడం ఏమంత కష్టమైన పనికాదు. "అయితే మరి ఈ వృత్తిని ఎందుకు విడిచిపెట్టినట్లు?" బాపిరాజు హృదయం మృదువైంది. ఆయనకు అసత్యభీతి ఎక్కువ. అంతేకాక వీరు కవిత్వ చిత్రలేఖనాదుల కంకితమైన వ్యక్తి రచయితగా, చిత్రకారుడుగా మంచి కీర్తి ప్రతిష్ఠల నార్జింపదలచిన బాపిరాజుకు ఈ వృత్తి ప్రతిబంధకమనిపించింది. అంతేగాక గాంధేయవాదియైన బాపిరాజుకు బ్రిటీష్ వారు కల్పించిన న్యాయవాద వృత్తిపట్ల అనాదరమేమో!

ప్రిన్సిపాల్ పదవి :

న్యాయవాద వృత్తిని విడిచిపెట్టి బాపిరాజు బందరు జాతీయ కళాశాల ప్రిన్సిపాల్ పదవిని 1935లో చేపట్టారు. ఈ పదవిని నిర్వహిస్తూ ఈయన ఎందరికో చిత్రలేఖనంలో మంచి శిక్షణ ఇచ్చి ఉత్తమ చిత్రకారులుగా తీర్చిదిద్దారు. ప్రిన్సిపాల్ పదవీ నిర్వహణ విషయంలో తమ గురువైన కూల్ద్రే మహాశయుని ఆదర్శంగా పెట్టుకొని జాతీయ కళాశాలకు మంచి ఖ్యాతి నార్జించాడు.

విశ్రాంతి సమయాలలోనూ బాపిరాజు కళాశాలకు వచ్చి విద్యార్థులందరినీ తన వద్దకు రప్పించుకొని వారికి అనేక విషయాలు నేర్పుతో బోధిస్తూ ప్రోత్సహిస్తూ వారికి లలిత కళాపిపాస

కల్గించేవాడు. విద్యార్థుల సామర్థ్యాన్ని, అభిరుచుల్ని బాగా గుర్తించి ఎవరు ఏ కళ అభ్యసించడానికి అర్హులో ఆలోచించి, నిర్ణయించి ఆయా కళలలో కృషి చేయడానికి వారికి తగిన సలహాలిస్తూ తోడ్పడేవారు. ప్రముఖ నృత్య కళాకారులు వెంపటి పెదసత్యం గారే ఇందుకుదాహరణ. పెదసత్యంగారు చిత్రలేఖనం నేర్చుకోవటానికి బందరు జాతీయ కళాశాలలో చేరారు. వీరి శక్తి సామర్థ్యాల్ని పరిశీలించి బాపిరాజు "నీవు చిత్రలేఖనం" నేర్చుకొని రాణించలేవు. నీ అభిరుచికిది తగింది కాదు. నీవు నాట్యకళని అభ్యసించు. నీకు మంచి భవిష్యత్తు ఉంటుంది". అని వీరికి నచ్చజెప్పి వెంటనే మద్రాసు పంపాడట. నృత్యరంగంలో తాను ఇంతటివాడు కావడానికి ప్రధాన కారణం ఆనాటి బాపిరాజు గారి ప్రోత్సాహమేనని ఇటీవల ఆకాశవాణి ద్వారా ప్రసారమైన కార్యక్రమంలో పెదసత్యంగారు పైరీతిగా బాపిరాజును కృతజ్ఞతాపూర్వకంగా సంస్మరించారు.

కళాశాల అధ్యాపకులతోను, ఇతర సిబ్బందితోను బాపిరాజు అధికారిగా కాక ఆత్మీయుడిగా మెలిగేవాడని, వారందరి సహకారంతో ప్రిన్సిపాల్ పదవిని ఎంతో సమర్థవంతంగా నిర్వహించాడని బాపిరాజు ఆత్మీయులు శ్రీ రాచకొండ నరసింహమూర్తి గారు తెలియజేశారు. బాపిరాజు ప్రిన్సిపాల్‌గా ఉన్న కాలంలో జాతీయ కళాశాల అధ్యాపకులుగా శ్రీ రాచకొండవారు ఉన్నారు.

నాలుగు సంవత్సరాల కాలం ప్రిన్సిపాల్ పదవి నిర్వహించి అనివార్య కారణాలవల్ల, కొన్ని చికాకుల వల్ల 1939లో తన పదవికి రాజీనామా చేసాడు. ఈయన శ్రేయోభిలాషులు, అభిమానులు పదవిలో కొనసాగ వలసిందిగా కోరినప్పటికి బాపిరాజు తన నిర్ణయాన్ని మార్చు కోలేదు.

ప్రథమాంధ్ర కళాదర్శకుడు :

తెలుగు చలన చిత్ర నిర్మాణం ప్రారంభమైన తొలిదశలో అంటే 1930 ప్రాంతంలో ప్రత్యేకించి కళాదర్శకుడంటూ ఒకరుండేవారు కాదు. కళాదర్శకుని ఆవశ్యకతను గూడ ఆనాటి నిర్మాతలు గుర్తించినట్లు తోచదు. చిత్ర దర్శకుడు, ఛాయాగ్రాహకుడు మాత్రమే సినీ పరిశ్రమలో ముఖ్యులుగా పరిగణింపబడేవారు. సన్నివేశానుకూల కల్పనలకు బదులు తెరలు నాటకాలలో వంటివి ఉపయోగించే వారేకాని సన్నివేశానికి తగినట్లు నమూనాలు గీయించటం లేదు. షూటింగు చాలావరకు పెద్దపెద్ద బంగళాలలోనో, ఆవరణలలోనో జరుగుతుండేవి. ఈ స్థితిలో కళానిధి బాపిరాజు కళా దర్శకుడుగా రంగప్రవేశం చేసాడు. 1935లో చిత్త జల్లు పుల్లయ్య గారు తీసిన "సతీ అనసూయ- ధ్రువ విజయం" చిత్రానికి బాపిరాజు కళాదర్శకత్వం వహించాడు. ఇది మొట్ట మొదటి బాలల చిత్రం. బాపిరాజు తెలుగు చలన చిత్ర రంగంలో మొట్టమొదటి కళాదర్శకుడు.

కళాదర్శకత్వం వహించేవ్యక్తికి ఈ క్రింది విషయాలలో మంచి పరిజ్ఞానం అవసరం. 1. కథలోని ప్రతి సన్నివేశాన్ని ఓర్పుతో అర్థం చేసుకొని దాని కనువైన కళానేపథ్యాన్ని సృష్టించగలగాలి. 2. ఆయా పాత్రలకు తగిన అలంకరణలు సమకూర్చగలగాలి. 3. అటు

పురాణాలని, ఇటు చరిత్రని పరిశీలనాత్మకంగా అధ్యయనం చేసి చిత్రం పౌరాణికమైతే దాని కనువైన వాతావరణాన్ని, చారిత్రకమైతే దానికి తగిన వాతావరణాన్ని కళాసృష్టి ద్వారా రూపొందించటం, 4. చిత్రంలోని వివిధ దృశ్యాలకు సరిపడే విధంగా రంగాలంకరణం సమకూర్చగలగటం 5. అన్నింటికి మించి చిత్రలేఖనంలో మంచి అనుభవాన్ని కలిగి యుండటం. 6. ఛాయాగ్రహణానికి తగిన విధంగా పెక్కు రంగుల్లో సెట్టింగ్సు తయారుచేయటం ఇత్యాదులు.

పైవానిలో బాపిరాజు నిష్ణాతుడు. అంతేగాక సంగీతంలోను అభినయనంలోను పరిచయం ఉండడంచేత సంగీత దర్శకునికి, దర్శకునికి చేయూతగా ఉండేవారు.

"సతీ అనసూయ - ధ్రువ విజయం" బాపిరాజు కళాదర్శకత్వం వహించిన మొదటి చిత్రమైతే "మీరా బాయ్" రెండోది. తరువాత 1940 ప్రాంతంలో కొన్ని చిత్రాలకు ఏవో కొన్ని డిజైన్లు మాత్రమే గీసారు తప్ప ఏ చిత్రానికి పూర్తిగా కళాదర్శకత్వం వహించలేదు. అయినా కళావేత్తగా ఆనాటి చిత్ర పరిశ్రమలో బాపిరాజుకు మంచి గౌరవం ఉండేది. "1944 ప్రాంతంలో శ్రీ గూడవల్లి రామబ్రహ్మం గారు" పల్నాటి యుద్ధం" నిర్మిస్తున్నారు. ఒకటి రెండు డిజైనులలో తెలుగుదనం లోపించిందనే సంశయం వారికి కలిగింది. "ఈ సమస్యను బాపిరాజుగారే తీర్చాలనుకున్నారు. బాపిరాజును కోరగా వారా రెండు డిజైనులు వేసి ఇచ్చారు. రామబ్రహ్మంగారు వాటిని లోనికి తీసికొని వెళ్ళి ముకుళిత హస్తాలతో తిరిగి వచ్చారు. బాపిరాజు చేతులు పట్టుకొని అమితానందంతో తాంబూలం సమర్పించారు. బాపిరాజు తాంబూలంలో 1500 రూపాయల చెక్కు చూచి ఆశ్చర్యపడుతుంటే ఈ నూలు పోగును స్వీకరించం'డన్నాడు. ఆరోజులలో రెండు డిజైనులకు 1500 రూపాయలు సమర్పించారంటే బాపిరాజు స్థాయి ఎంత ఉన్నతమో వేరే చెప్పనక్కరలేదు." కళాదర్శకుడిగా బాపిరాజు తన మొదటి చిత్రమైన 'సతీ అనసూయ- ధ్రువ విజయం'లో మంచి నైపుణ్యాన్ని ప్రదర్శించాడు. పార్వతి స్వభావాదుల కనుగుణంగా ఆమె ధరించిన కిరీటాన్ని తయారు చేసారట. ఈ కిరీటంలోని ఒక్కొక్క మెలిక, ఒక్కొక్కరంగు, ఒక్కొక్క ఆభరణం పార్వతి స్వభావంలోని వివిధ లక్షణాల సంకేతాలు." వెండి తెరపై రెండు మూడు సెకండులు మాత్రమే ఉండే క్లోజప్పులో చిత్రకారులు, చరిత్రకారులు, పరిశోధకులు తెలుసుకొనే అంశాలు ఎన్నో ఉండేవన్నమాట." ఇదే చిత్రంలో మంచు పడుతుండగ దేవతలు కైలాసం నుండి దిగివస్తున్న దృశ్యాల్ని చిత్రీకరించవలసివచ్చింది. అందుకు బాపిరాజు బస్తాలకొద్దీ ఫ్రెంచ్ చాక్ పౌడరును తెప్పించి కైలాసం సెట్టుకు దానిని అద్దారట. సరిగా షూటింగు జరుగుతున్న సమయంలో ఈ పౌడరు మంచులా జారి దృశ్యానికి సహజ శోభను కలిగించింది.

కళాదర్శకునిగా పనిచేస్తున్న రోజులలో కూడ బాపిరాజుకి ఎందరో శిష్యులు ఉండేవారు. వారిలో ప్రముఖ కళాదర్శకులు వాలి, జి. కోటేశ్వరరావు, వెంకట్రావు ప్రభృతులు.

ఆరోజుల్లో కళాదర్శకుడుగా బాపిరాజు మంచిపేరు సంపాదించినప్పటికీ ఈ రంగంలో కూడ ఎక్కువ కాలం కొనసాగలేదు. అయితే ఇందుకు కారణాలు లేకపోలేదు. ఆయన ఛలోక్తిగా అన్నమాటల్ని కూడా పట్టుకుని చాదస్తాలకు పోతాడనే అభాండం వేశారు. "సినిమాలకు

బాపిరాజుతో పెట్టుకుంటే తెములుతుందా?" అన్న అపవాదు ప్రచారమైంది. కారణాలు ఏకరువు పెట్టడం కంటే బాపిరాజు ఆదర్శాలకు కాలం కలిసిరాలేదని భావించడమే సమంజసమేమో.

బాపిరాజు అధిక సంఖ్యలో చిత్రాలకు కళా దర్శకత్వం వహించక పోయినా చలనచిత్ర పరిశ్రమలో కళాదర్శకునికి ఒక ప్రత్యేక స్థానం గుర్తింపు ఉండే విధంగా కృషి చేసి తెలుగు చలన చిత్ర చరిత్రలో ప్రథమాంధ్ర కళాదర్శకుడుగా నూతనాధ్యాయాన్ని సృష్టించి ఈనాటికి అనేక మంది కళాదర్శకులకు ఆదర్శప్రాయుడైనాడు.

పత్రికా సంపాదకుడు :

బాపిరాజు బందరు జాతీయ కళాశాల ప్రిన్సిపాల్ పదవి చేపట్టక పూర్వం కొంతకాలం త్రివేణి పత్రికకు ఉప సంపాదకుడిగా పనిచేశారు. కొన్నేండ్ల తరువాత అంటే కళాశాల ప్రిన్సిపాల్ పదవిని విడిచి పెట్టడం, చిత్రరంగం నుండి నిష్క్రమించడం జరిగిన తరువాత "మీజాన్" పత్రికకు సంపాదకత్వం వహించాడు.

"మీజాన్" ఒక దినపత్రిక. ఇది తెలుగు, ఉర్దూ, ఇంగ్లీషు భాషలలో హైదరాబాద్ నుండి వెలువడేది. దీని సంస్థాపకులు జి.యం.ఏ.కలకత్తా వాలా. ఈ దినపత్రికలోని పుటలు నాలుగు. వెల ఒక అణా (రూపాయిలో 16వభాగం) మాత్రమే. తెలంగాణా ప్రాంతంలో ఆనాడు పెద్ద సంఖ్యలో అమ్ముడుబోయే పత్రికల్లో ఇది ఒకటి.

"మీజాన్" తెలుగు పత్రికకు బాపిరాజు మూడేండ్లు (1943 నుండి 46) సంపాదకులుగా పనిచేసాడు. ఈయన సంపాదకత్వంలో పాఠకుల సంఖ్య పెరిగి పత్రిక హెచ్చు సంఖ్యలో వివిధ ప్రాంతాలకు విస్తరించింది. దీనితో బాపిరాజుపై కలకత్తావాలాకు అభిమానం కూడ అధికమైంది. పత్రికలో వివిధ శాఖల్లో పనిచేసే వ్యక్తులకు ఎలాంటి నిర్బంధాలు విధించకుండ భావ ప్రకటనా స్వేచ్ఛను కల్పించారు, ఏ ఉద్యోగి అయినా పొరపాటునకానీ, ఆవేశంతోగాని ఇతరులను కించపరచే విధంగా వార్తల్ని ప్రచురిస్తే బాపిరాజు చాకచక్యంతో వారిని సమర్థించటానికే ప్రయత్నించే వాడట.

బాపిరాజు తన సిబ్బందితో సంపాదకుడిగా కాక ఆత్మీయ మిత్రుడుగా వ్యవహరించేవాడట. పత్రికా కార్యాలయం ఆవరణలో ఒక చెట్టు ఉండేదట. ప్రతి రోజూ మధ్యాహ్నానికి బాపిరాజు తన సిబ్బందితో ఆ చెట్టు క్రిందకు చేరేవాడట. అక్కడ భోజనంగాని, ఫలాహారంగాని అందరూ కలసి ఛలోక్తులాడుకుంటూ తీసుకొనే వారట. ఈయన చతుర సంభాషణ వినడానికి అదే సమయానికి కొంత మంది వచ్చి ప్రతిదినం ఆ చెట్టు క్రింద కూర్చునేవారట. ఈ సమయంలో బాపిరాజు ఒకరి భోజనం మరొకరికి, ఒకరి ఫలాహారం ఇంకొకరికి మార్చి వారి చేత తినిపించేవాడట. ఈ విధంగా అందరిలోను సామరస్యాన్ని, ఐకమత్యాన్ని పెంపొందించేవాడు. నాగంగరు బాపిరాజును గురుస్థానంలో ఉంచి గౌరవించేవారు.

రచయితగా బాపిరాజుకు మంచి ఖ్యాతి రావడానికి "మీజాన్" పత్రికే చాలా వరకు కారణమని చెప్పక తప్పదు. బాపిరాజుకు బద్ధకం ఎక్కువ. ఏదైనా బయటనుండి ఒత్తిడి ఉంటేనే తప్ప ఏది రాయడు. ఒకవేళ రాయనారంభించినా దానిని సకాలంలో పూర్తి చేయడు. పత్రికా సంపాదకత్వం చేపట్టిన తరువాత ఈయనలోని ఈ స్వభావంలో క్రమ క్రమంగా మార్పు వచ్చింది. బాపిరాజు క్రమంగా ఒక్కొక్క నవలను "మీజాన్"లో ప్రతిదినం ధారావాహికంగా ప్రకటింపసాగాడు. 'కోనంగి', 'గోనగన్నారెడ్డి', 'హిమబిందు', 'అడవి శాంతిశ్రీ', 'తుఫాను', ఇత్యాది నవలలు ఈ పత్రిక ద్వారా మొదట సీరియల్‌గా వెలువడి, తరువాత పుస్తక రూపం దాల్చాయి. బాపిరాజులోని బద్ధకాన్ని బద్దలు చేసి బుద్ధిని ప్రచోదకం చేసి ఉత్తమ నవలలు ఉద్భవించడానికి, బాపిరాజుకి నవలా కారుడిగా మంచి ఖ్యాతి రావటానికి "మీజాన్" పత్రిక ఎంతగానో దోహదమైంది.

పత్రికా స్థాపకులైన కలకత్తావాలా బాపిరాజుకు స్వేచ్ఛతోపాటు పత్రికా విషయంలో పూర్తి అధికారాన్నిగూడ దత్తం చేసారు. అంతేగాక వీరు బాపిరాజును అమితంగా అభిమానిస్తూ, పత్రికా నిర్వహణ విషయంలో ఎప్పటికప్పుడు బాపిరాజునుండి అమూల్యమైన సలహాల్ని స్వీకరించేవారు. అయినా 1946లో బాపిరాజుకు పత్రికను విడిచిపెట్టక తప్పలేదు. జాతీయ వాది అయిన బాపిరాజు నిజాం నిరంకుశ పాలనాన్ని, రజాకారుల దుండగాల్ని సహించలేక సంపాదకత్వానికి స్వస్తి చెప్పారు. కలకత్తావాలా పత్రికను విడిచి వెళ్ళవద్దని, సంపాదకత్వంలో కొనసాగ వలసిందని బాపిరాజుని ఎంతగా బ్రతిమిలాడినా బాపిరాజు తన నిర్ణయాన్ని మార్చుకోలేదు.

"మీజాన్" పత్రికా సంపాదకత్వానికి రాజీనామా చేసిన తరువాత బాపిరాజు గుంటూరు వచ్చి కళాపీఠాన్ని స్థాపించాడు. చిత్రలేఖనంలో ఎందరికో శిక్షణ నిచ్చారు. చిత్రలేఖనంలో బాపిరాజు దగ్గర శిక్షణ పొందిన ప్రముఖులలో కళావాచస్పతి కొంగర జగ్గయ్య ఒకరు. ఇక్కడుంటున్న కాలంలో ఎన్నో కవితా గోష్ఠులలో పాల్గొన్నాడు. గుంటూరులోను పరిసర ప్రాంతాలలోను లలితకళలపై ఎన్నో ఉపన్యాసాలు గావించి తద్వారా ప్రజలలో కళాభిరుచిని కలిగించటానికి ప్రయత్నించాడు. బాపట్లలో లలిత కళాసమితి పక్షాన బాపిరాజు లలిత కళల్ని గూర్చి ఇచ్చిన మహోపన్యాసం మరువలేనిది.

చిత్రకారుడు :

బాపిరాజుకు బాల్యంలోనే బొమ్మలు వేయటం అలవడింది. పాఠశాలలో చదువుతున్న రోజులలో డ్రాయింగు వేయటంలో నైపుణ్యం చూసి ఉపాధ్యాయుల మన్ననలను పొందారు. ఈయన నాల్గోఫారం చదువుతున్న రోజులలో అనారోగ్యకారణంగా పరీక్షలలో ఉత్తీర్ణులు కాలేకపోయారు. ఈయన తెలివితేటల్ని, చిత్ర కళలో ఈయనకి గల అభినివేశాన్ని గుర్తించిన ప్రధానోపాధ్యాయులు ఈయనను పైతరగతికి పంపుతూ ఒక యోగ్యతాపత్రాన్ని కూడా ఇచ్చారు.

బాపిరాజు కళాశాల విద్యను కొనసాగించడానికి రాజమండ్రి వెళ్ళగా ప్రిన్సిపాల్ పదవిలోనున్న కూల్డ్రే కళాశాలలో చేర్చుకోవడానికి అభ్యంతరం చెప్పారట. బాపిరాజు రెండవ పర్యాయం కలుసుకొని లోగడ ప్రధానోపాధ్యాయు లిచ్చిన యోగ్యతాపత్రాన్ని వినయంతో చూపి సీటు నిమ్మని అర్థించగా ఈయనలోని చిత్రకళాభిరుచిని గుర్తించిన కూల్డ్రే కళాశాలలో చేర్చుకోవడానికి సంతోషంతో అంగీకరించారట. ఈయన చిత్ర కళాభిరుచే ఈయనకి కళాశాల ప్రవేశాన్ని చేకూర్చింది.

కూల్డ్రే ప్రమోదకుమార చటర్జీగార్ల ద్వారా గ్రహించిన చిత్రకళా రహస్యాలతోను, వివిధ శిల్పకళాక్షేత్రాల్ని అనేక పర్యాయాలు దర్శించి గడించిన కళానుభవంతోను, బాపిరాజు ఒక ప్రత్యేక విధానాన్ని రూపొందించుకొని తన చిత్రలేఖనా వ్యాసంగాన్ని కొనసాగించాడు. "ఆదిలో బాపిరాజు ప్రమోద కుమార చటర్జీగారి వద్ద బెంగాలీ సంప్రదాయాన్ననుసరించి చిత్రకళ అభ్యసించినప్పటికిన్నీ, ఆ సంప్రదాయాన్ని అజంతాలో అగుపడే తెలుగు రేఖలతో మేళవించి తెలుగు సంప్రదాయ నిలయమైన అమరావతి శిల్పాలలోని రేఖలతో తన తెలుగు తనపు తలపు వెలుగులను చూపు మెఱుపులను గురించి, చిత్ర రచన చేసి, ఈనాటి ఆంధ్రకళా కారులలో తనతో తులతూగ గల వ్యక్తి మరొకరెవ్వరు లేరనిపించుకొన్నారు. ఆయన చిత్రాల్లోని రేఖలను, భంగిమలను అంజంతా, అమరావతీ శిల్పాల రేఖా భంగిమలతో సరిపోల్చవచ్చు." అంటారు కామరాజుగారు.

బాపిరాజు తాను చిత్రింపదలచుకొన్న మూర్తిని రెండు రోజుల్లో పూర్తిచేసేవాడట. ఒక్కొక్కప్పుడు ఒక చిత్రాన్ని గీయటానికి రెండు మాసాలు పట్టేదట. కళ్ళుతప్ప చిత్రాన్ని మొత్తాన్ని గీసిన తరువాత బాపిరాజు ఆ చిత్రానికి కొబ్బరి కాయలు కొట్టి హారతిచ్చేవాడట. ఇది పూర్తయిన తరువాత ఆ చిత్రానికి కళ్ళను తీర్చిదిద్దేవాడట.

బాపిరాజు లిఖించిన అసంఖ్యాక చిత్రాలలో ముఖ్యమైనవి :

శబ్ద బ్రహ్మ, భాగవత పురుష, సూర్యదేవ, సముద్రగుప్తుడు, రాధాకృష్ణ, గౌరిశంకరులు, శశికళ, మృత్యుంజయుడు, శ్రీ వేంకటేశ్వర్లు, శ్రీలక్ష్మి, నటరాజు ఆనంద తాండవం, శ్రీకంఠ శివాచార్యులు, కృష్ణవేణి, శ్వేతతార, ములుగు పాపయారాధ్యులు, స్వయంవరం, భారత మాత, వరలక్ష్మి, బుద్ధాగమనం, భిక్షుకి, రుద్రమదేవి, చక్షుకి, నాగనృత్యం, తిక్కన, మీరాబాయి, అంగకరవాటు. అంగనామణి, తిరుమల నాయకుని దేవేరి, పాలంపేట నృత్యమూర్తి ఇత్యాదులు. ఇవి భారతి. ఆంధ్రపత్రిక ఉగాది సంచిక వంటి ప్రముఖ పత్రికల్లో ముద్రితాలు. రసజ్ఞులనేకుల ఇండ్లలో ఇవి అలంకృతం.

బాపిరాజు విశ్వనాథ సత్యనారాయణగారి కిన్నెరసాని పాటలకు, శృంగారవీధికి, నండూరి వేంకట సుబ్బారావుగారి ఎంకి పాటలకు చక్కనిచిక్కని రేఖా చిత్రాలు గీసి ఆ గ్రంథాలనందగింప జేసారు. ఇవి కాక మిత్రుల డైరీలలోను, నోటు పుస్తకాలలోను అలవోకగా గీసిన చిత్రాలు

ఎన్నో! ఎన్నెన్నో! ఈయన చిత్రించిన 'శబ్దబ్రహ్మ' చిత్రం డెన్మార్కు దేశంలోని ఒక చిత్ర ప్రదర్శనాశాలలో పదిల పరచబడి ఉంది. 'భాగవతపురుష' చిత్రం తిరువాన్కూరులోను, 'సూర్యదేవ' చిత్రం కూచ్ బీహారులోను ఉన్నాయి. 'సముద్రగుప్త' చిత్రం అల్లాడి కృష్ణ స్వామయ్య గారింటికి. రాధాకృష్ణ చిత్రం బెజవాడ గోపాలరెడ్డి గారింట్లోను అలంకరణాలు. ఇంకావీరి చిత్రాలెన్నో ఆప్త మిత్రులు గూడురు నమశ్శివాయ ప్రభృతుల ఇండ్లకి శోభ చేకూరుస్తున్నాయి. అయితే బాపిరాజు శత జయంతి ఉత్సవాలను పురస్కరించుకుని 1995 సంవత్సరములో బాపిరాజు కుమార్తె రాధా వసంతగారు బాపిరాజు చిత్రాలన్నిటిని సేకరించి ఒక చోటకు చేర్చారు. ఈయన శతజయంతి సందర్భంగా ఆంధ్ర రాష్ట్రంలోని వివిధ ప్రాంతాలలో ఉత్సవాలు జరిగాయి. ఆ సందర్భాలలో బాపిరాజు చిత్రకళా ప్రదర్శన కూడ ఏర్పాటు చేయబడింది. ఈ ప్రదర్శన నేటితరం కళాభిమాను లెందరినో ఆకర్షించింది.

చిత్రకారుడిగా బాపిరాజు శాశ్వత యశస్సు నార్జించుకున్నాడు. ఈయన 'తిక్కన' చిత్రానికి ఆంధ్ర విశ్వ కళాపరిషత్ వారి బహుమతి లభించింది. అంతేగాక ఈయన చిత్రించిన 'శబ్దబ్రహ్మ' చిత్రం డెన్మార్కు మ్యూజియానికే అలంకారంగా భావిస్తారు. దశదిశా పరివ్యాప్త కీర్తికి ఇంతకన్నా ఉదాహరణ ఏం కావాలి? బాపిరాజు జీవితంలోని అపూర్వ సంఘటనాన్ని సంక్షిప్తంగా వివరించాలి.

ప్రభుత్వాదేశంపై, బాపిరాజు సింహళంలోని సిగీరియా కుడ్య చిత్రాల ప్రతికృతుల్ని చిత్రించి అక్కడి కళాసంపదను మన దేశానికి తీసికొని రావడానికి వెళ్ళాడు. బాపిరాజు 1951 ఫిబ్రవరిలో సింహళం సందర్శించాడు. ఈయన తనతో సహకరించడానికి రాంభోట్ల కృష్ణమూర్తి, పిలకా నరసింహమూర్తి, కోడూరు రామ్మూర్తి, శ్రీనివాసులను వెంట తీసికొని వెళ్ళాడు. అక్కడ వీరందరూ కళాతృష్ణతో పక్షం రోజులు గడిపారు.

బాపిరాజు తన అనుచరులతో కలసి అక్కడ కుడ్య చిత్రాల్ని బాగా పరిశీలించి వాని ప్రతికృతుల్ని నైపుణ్యంతో చిత్రించుకొని భారతదేశానికి తిరిగి వచ్చారు. ఈయన 12 సిగీరియా చిత్రాల్ని చిత్రించాడు. వీటిలో కొన్ని మద్రాసులోని ప్రభుత్వ మ్యూజియంలో భద్రపరచబడి కళాప్రియులకు కనువిందు చేస్తున్నాయి. బాపిరాజు ఉత్తమశ్రేణికి చెందిన చిత్రకారుడు అనడానికి ఈయన సింహళ పర్యటన గొప్ప ఉదాహరణ.

బాపిరాజు చాకచక్యంతో చిత్రాలు గీయటమే కాక చిత్రలేఖన కళకు సంబంధించిన అనేక గ్రంథాల్ని చదివి, అమరావతి, అజంతా ఎల్లోరా వంటి ప్రదేశాలు పర్యటించి ప్రాచీన శిల్ప సౌందర్య, నైపుణ్యాల్ని అవగాహన చేసికొని చిత్ర కళాపరిజ్ఞానాన్ని సమృద్ధిగా సంపాదించాడు. అంతేకాక ఆంధ్రదేశంలో పలుప్రాంతాలు తిరిగి సామాన్యుడికి కూడ చిత్రకళపట్ల మంచి అభిరుచి కలిగే విధంగా ఆయా ప్రదేశాల్లోని కళను గూర్చి సులభశైలిలో వందలాది ఉపన్యాసాలిచ్చి చిత్రకళాసక్తిని పునరుద్ధరించడానికి శక్తి వంచన లేకుండ కృషిచేశాడు. కేవలం చిత్రలేఖన

విశేషాలతో చిత్రకళా పత్రిక నొకదానిని స్థాపించడానికి ప్రణాళిక నొకదాన్ని సిద్ధం చేశాడు. పత్రికను ప్రారంభించకుండానే బాపిరాజు కన్ను మూశాడు.

శాతవాహనుల కాలంనాటి నుండి ఈనాటి వరకు తానొక మహాశిల్పిగ జన్మలెత్తుతూ ఆయా కాలాల్లో చెక్కబడిన గొప్ప శిల్పాలన్నిటినీ తానే సృష్టించినట్టు ఊహించుకొని రాసుకొన్న బాపిరాజు పద్యాల్ని ఉదాహరించకుండ ఉండలేను. బాపిరాజు తన గత స్మృతుల్ని నెమరు వేసుకొంటూ ఈ పద్యాలు రాసి ఉంటాడు.

"శాత వాహన మహదాంధ్ర సార్వభౌమ
రాజ శిల్పినై ఒక్కనాడు విన్య
సించినాడ, చైతన్య విహార శిల్పకళ
నా ప్రతిభ లోక సమ్మోహనమ్ము గాగ.
రాష్ట్ర కూట శ్రీకృష్ణ సమ్రాట్టు వేడ
దివ్యకైలాస శిఖర సాదృశ్య రూప
మొక్కగిరినె మలచితి మహోన్నతముగ
ఆలయమ్ము ప్రపంచాద్భుతావహముగ
సరిగమపదని ఏడు సుస్వరములాడు
సుందర స్తంభములు వెల్గు మందిరాలు
విఠలదేవునాలయమొందు విజయనగరి
పరమశిల్ప కౌశల్యాన మలచినాడ
కాకతీయ పవిత్రనగరము అనుమ
కొండలో సహస్ర స్తంభ మండపమ్ము
పరమశివుని కొలుచు రుద్రవసుమతీశు
నానతి రచించినాడ, విన్నాణ మొప్ప.

నవలాకారుడు:

బాపిరాజు కలం నుండి అద్భుతమైన నవలలు వెలువడ్డాయి. ఈయన సాంఘిక నవలల్ని చారిత్రక నవలల్ని కూడా దక్షతతో రచించాడు. సాంఘిక నవలలు : 'నారాయణరావు', 'కోనంగి', 'తుఫాను' నవలికలు- 'జాజిమల్లె', 'నరుడు' - చారిత్రక నవలలు : 'హిమబిందు', 'గోనగన్నారెడ్డి', 'అడవి శాంతిశ్రీ' నవలిక -అంశుమతి. ఇవిగాక 'మధురవాణీ', 'శిలారథం' ఈయన అసంపూర్ణ నవలలు. డాక్టరు దిట్టకవి శ్యామలాదేవి గారు "మధురవాణి" నవలను పూర్తి చేసారు. ఇది మొదట ఆంధ్రభూమి దిన పత్రికలో ధారావాహికంగా ప్రచురింపబడి తరువాత పుస్తక రూపంలో వెలువడింది. అంతేగాక ఆకాశవాణి హైదరాబాదు కేంద్రం నుండి ధారావాహిక నాటకంగా కూడా ప్రసారమైంది.

బాపిరాజు ఆశయాలకు, అభిరుచులకు, మనస్తత్వానికి ఈయన వివిధ నవలలు అక్షర దర్పణాలు. ఈయన ఉన్నత ఆదర్శాలతో పాటు లలితకళల పట్ల తనకు గల గాఢాభిమానాన్ని నవల ద్వారా సువ్యక్త మొనరించారు. తమ రచనద్వారా తెలుగు నవలాసాహిత్యాన్ని సుసంపన్నం చేసిన ప్రముఖులలో, బాపిరాజు ప్రముఖుడు. విశ్వనాథ, బాపిరాజు, చలం సమకాలీన నవలా రచయితలు. పాశ్చాత్య నాగరికత ప్రభావానికి లోనైన చలం భారతీయ సంప్రదాయాన్ని సంస్కృతిని నిరసిస్తూ రచనలు చేసాడు. లైంగిక పరమైన స్వేచ్ఛ స్త్రీకి ఎంతైనా అవసరమని తమ నవలల్లో ప్రతిపాదించాడు. ఇందుకు భిన్నంగా విశ్వనాథ మన సంస్కృతి సంప్రదాయాల గొప్పదనాన్ని వేనోళ్ళ ప్రశంసిస్తూ పాశ్చాత్య సంస్కృతిని నిరసిస్తూ నవలా రచన చేసాడు. ఈ రెండు విరుద్ధ భావాలకు మధ్యేమార్గంగా బాపిరాజు అందరికి ఆమోద యోగ్యమైన విధానాన్ని తన నవల ద్వారా ప్రతిపాదించారు. ప్రాచీనమైనా, ఆధునికమైనా మంచి చెడు ఉండటం సహజం. కేవలం ప్రాచీనమే మంచిదనికాని అలాకాక ఆధునికం మాత్రమే మంచిదని కాని భావించడం పొరపాటు. రెంటిలోని చెడును వదలి మంచిని మాత్రమే గ్రహించి జీవనయానాన్ని కొనసాగించాలన్నది బాపిరాజు సిద్ధాంత సారాంశం.

నారాయణరావు :

బాపిరాజుగారు రాసిన సాంఘిక నవలల్లో, "నారాయణరావు" నవల ప్రత్యేక స్థానాన్ని సంపాదించింది. దీని రచనా కాలం 1934. ఆంధ్ర విశ్వకళా పరిషత్ నిర్వహించిన నవలల పోటీలో ఈ నవల ఎన్నిక చేయబడి బహుమతి పొందింది. అదే సంవత్సరం దీనితోపాటు విశ్వనాథవారి "వేయిపడగలు" కూడ బహుమతి పొందిన విషయం అందరికి తెలిసిందే.

"నారాయణరావు" నవలను మొదట ఆంధ్రపత్రిక (దినపత్రిక) ధారావాహికగా ప్రచురించింది. తరువాత పుస్తకరూపంలో వెలువడింది. "నారాయణరావు" తొలి ముద్రణను బాపిరాజే కావించాడు. ఇంతవరకు ఈ నవల ఎన్నో ముద్రణలకు నోచుకోవటం విశేషం.

"నారాయణరావు" నవలను బాపిరాజు చెబుతూ ఉండగా వారి మేనల్లుడు బుద్ధవరపు కామరాజు రాశాడు. నవల చిత్తుప్రతి రాయడం పూర్తి అయ్యేసరికి ఆంధ్ర విశ్వ కళాపరిషత్తు వారు ప్రకటించిన పోటీ గడువు కూడ సమీపించింది. బాపిరాజుకి "నారాయణరావు" చిత్తుప్రతిని ఒకసారి సరిచూసి మార్పులు చేర్పులతో కూడిన మంచి కూర్పును సిద్ధం చేసి పోటీకి పంపే వ్యవధి ఎంతమాత్రం లేదు. ఈ పరిస్థితిలో పోటీకి చిత్తుప్రతినే పంపక తప్పలేదు.

"నారాయణరావు" నవల ఎలాంటి మెరుగులు దిద్దకుండ పంపిన చిత్తుప్రతి. ఆంధ్ర విశ్వవిద్యాలయం వారిచే నిర్వహింపబడిన నవలల పోటీలో ఉత్తమ నవలగా ఎన్నుకోబడి బహుమతి పొందటం ఎంతైనా మెచ్చదగిన విషయం. బాపిరాజు గొప్ప నవలాకారులనడానికి ఇంతకన్నా తార్కాణం ఏం కావాలి? డాక్టరు బొడ్డపాటి వేంకట కుటుంబరావు భావించినట్లు "అడవి బాపిరాజుగారి వంటి సంస్కార ధురీణులు నవలారచనమునకు బూనుకొనుట యాంధ్రుల

అదృష్టఫలము. వీరి "నారాయణరావు" వేయిపడగలవలెవొక మహాజ్ఞానమయ కోశము. దాని కీర్తి యజరామరము". ఈ నవలలో బాపిరాజు ఉత్తమ ఆదర్శాలు. లలితకళల గొప్పతనాన్ని ప్రతిపాదించటంతో పాటు పతనావస్థకు చేరుకుంటున్న జమీందారీ వ్యవస్థ తీరుతెన్నులను వివరించారు.

తుఫాను :

"నారాయణరావు" తరువాత చెప్పుకోదగిన నవల "తుఫాను". ఇది. మొదట "మీజాన్" పత్రికలో ధారావాహికంగా ప్రచురింపబడి తరువాత 1945లో పుస్తకరూపం దాల్చింది.

ఈ నవలలో నాయకుడైన శ్రీనాథమూర్తి భార్య యౌవనవతి అయ్యేటప్పటికీ అకాల మృత్యువాత బడుతుంది. తాను ప్రాణ ప్రదంగా ప్రేమించిన భార్య శకుంతల మరణించడంతో శ్రీనాథమూర్తి జీవితంలో పెనుతుపాను చెలరేగుతుంది. ఈ తుఫాను కారణంగా భార్య కోసం శ్రీనాథమూర్తి పడ్డ ఆవేదన వర్ణనాతీతం. అందుచేతనే ఈ నవలకు రచయిత "తుఫాను" అని నామకరణం చేశారు. పాత్ర ప్రధాన నవల "నారాయణరావు", సన్నివేశ ప్రధాన నవల "తుఫాను".

కోనంగి :

అడవి బాపిరాజుని నవలా కారుడిగా ఖ్యాతి తెచ్చిన మరో ఉత్తమ సాంఘిక నవల "కోనంగి". ఇది కూడ మొదట "మీజాన్" పత్రికలో ప్రతిదినం ధారావాహికంగా ప్రచురింపబడి, తరువాత పుస్తకరూపం దాల్చింది. "నారాయణరావు" నవలతో పాటు ఇది కూడ పాఠకుల మన్ననలకు పాత్రమైంది. అంతేగాక వీరి సాంఘిక నవలలతో పోల్చి చూస్తే ఈ నవలకు సార్థక్యమున్నట్లు మనం గమనించగలం. బ్రాహ్మణ వితంతువు కుమారుడైన కోనంగికి, వేశ్యపుత్రికయైన అనంత లక్ష్మితోను, రెడ్డికి చౌదురాణితోను, రియావత్‌కి మెహరున్నీసాతోను వర్ణాంతర వివాహాలను జరిపించి ఈ నవలద్వారా రచయిత పాఠకులకు వర్ణాంతర వివాహాల ఆవశ్యకతను తెలియజేసిన తీరు ప్రశంసార్హం. దీనితోపాటు రెండవ ప్రపంచ యుద్ధ తీవ్రత. ఆ యుద్ధంలో వివిధ దేశాలు పాల్గొన్న తీరు ఆసక్తిజనకంగా అభివర్ణితాలు. ఈ నవలలో కోనంగి పాత్రద్వారా మంచి హాస్యం పోషింపబడింది.

జాజిమల్లి :

బాపిరాజు రచించిన "జాజిమల్లి" పరిమాణంలో చాలా చిన్నది. అందుచేత ఇది నవలిక. ఇందులోని కథ కూడ చాలావరకు మదరాసులో జరిగినట్లే రాయబడింది. ఈ నవలలోని నాయిక పద్మావతికి జాజిమల్లి పూలంటే చాలా ఇష్టం కావటం చేత ఆ పూలను చూచినపుడు ఆమె తనను తాను మరచిపోవటం చేత ఈ నవలికకు 'బాపిరాజు' 'జాజిమల్లి' అని పేరుపెట్టి ఉండవచ్చు.

మదరాసులోని ఆంధ్ర మహిళా సభకు ఈ నవలికలోని కథా భాగంలో ప్రత్యేక స్థానం కల్పించబడింది. మహిళాసభ కార్యకలాపాల్ని గురించికూడ బాపిరాజు విపులంగానే రాశాడు. అంతేకాక ఈ నవలికను మొదటిసారి ఆంధ్ర మహిళా సభవారే ప్రచురించారు. ఈ కారణాలను పురస్కరించుకొని కేవలం ఆంధ్రమహిళా సభకు మంచి ప్రచారాన్నీయడానికే బాపిరాజు ఈ నవలికను రాశారని ఆరోజుల్లో అనుకొనేవారట. దేన్ని గురించైనా విపులంగా చెప్పటం బాపిరాజుకు పరిపాటి.

నరుడు :

ఈనవలికలో బాపిరాజు దళితుల స్థితిగతుల్ని, సాధక బాధకాల్ని చక్కగా వివరించి చూపాడు. ఈనవలికను చదవటం ప్రారంభించినపుడు పాఠకులకు ఉన్నవ లక్ష్మీనారాయణగారి 'మాలపల్లి' స్ఫురణకు వస్తుంది. కానీ నవలికను చదవడం కొనసాగించిన కొద్ది 'మాలపల్లి'కి దీనికి ఎలాంటి పోలిక లేదని స్పష్ట మౌతుంది. బాపిరాజు దళితుల స్థితిగతుల్ని కళ్ళకి కట్టినట్లుగా అద్భుతంగా వర్ణించి, తరువాత కథా భాగాల్లో ఆ విషయాల్ని పూర్తిగా విస్మరించి, నాయికా నాయకుల ప్రేమని, వారి శృంగార చేష్టల్ని వర్ణించడంలో శ్రద్ధ చూపాడు. ఈ కారణంగా సంఘ సంస్కరణ పరంగా ప్రారంభింపబడిన కథలో క్రమంగా పట్టు సడలిపోయింది.

హిమబిందు :

బాపిరాజు సాహిత్య సృష్టి అంతా ఒక ఎత్తు "హిమబిందు" నవల ఒక్కటీ ఒక ఎత్తు. "హిమబిందు" నవలను మాత్రమే రాసి తన రచనా వ్యాసంగానికి స్వస్తి చెప్పినా రచయితకు ఇంతటి ప్రఖ్యాతి లభించి ఉండేది. ఈ నవలలోని సాంఘిక, మత, రాజకీయాది భిన్న విషయాలని పరిశీలించినప్పుడు రచయిత శాత వాహన కాలంలో కూడ జీవించి ఉండి ఆనాటి తన అనుభవాలను ఈనాడు ఇలా వ్యక్తం చేశారేమోననిపిస్తుంది. అంతేకాక బాపిరాజు ఈ నవలను రచించడంలో చూపినంత శ్రద్ధ మరే ఇతర నవలా రచనలోను చూపలేదని కూడ అనిపిస్తుంది.

"హిమబిందు" 116 అధ్యాయాలు గల బృహన్నవల. ఈ నవలను నవలాకారుడు 1922లో అంటే తాను సహాయ నిరాకరణోద్యమంలో పాల్గొని జైలులో ఉంటున్న రోజులలో ప్రారంభించి కొంతభాగం రాశాడట. తరువాత 1945లో మిగిలిన భాగాన్ని పూర్తి చేశాడట. ఈ మధ్యకాలంలో "నారాయణరావు" ఇంకా తదితర రచనలెన్నో వెలువడ్డాయి. కాని ఎందుచేతనో తాను ప్రారంభించిన "హిమబిందు" నవలను పూర్తిచేసే అవకాశం రచయితకు 1945 వరకు కలగలేదు. నవల ప్రారంభానికి, ముగింపుకు ఇరవై మూడు వత్సరాల వ్యవధి ఉంది. నవల రచనకు సంబంధించి సిద్ధం చేసుకొన్న ప్రణాళిక రచయిత మనఃఫలకం మీద ఇంతకాలం స్థిరంగా ఉండడం చెప్పుకోదగ్గ గొప్ప విశేషం. ఎంత పరిశీలించి చూచినా నవలలో ఎక్కడా మనకు అతుకులేమీ కనిపించవు సరికదా నవల ప్రారంభం నుండి చివరి వరకు ఒక ప్రవాహంలా సాగిపోతుంది. దీనిని బట్టి బాపిరాజుకి గల రచనా సామర్థ్యమెంతటిదో సులభంగా ఊహించవచ్చు.

"హిమబిందు" శాతవాహనుల కాలానికి చెందిన చారిత్రక నవల. ప్రథమాంధ్ర చక్రవర్తులైన శాతవాహనులపట్ల, తనకుగల అభిమానాన్ని రచయిత ఈ నవల ద్వారా చక్కగా వ్యక్తీకరించాడు. ఇదే విధంగా ఆనాటి ఆంధ్రుల సంస్కృతికి, ఒక జీవన విధానానికి, రాజకీయ కుట్రలకు, మత మౌఢ్యానికి అద్దం పట్టే విధంగా ఈ నవల రచింపబడింది. నవల చదువుతున్నంత సేపు పాఠకుడికి తాను కూడ ఆనాటి సంఘంలో ఒకడై జీవిస్తున్న అనుభూతి కలుగుతుంది. బాపిరాజు నైపుణ్యంతో చారిత్రక వాతావరణాన్ని కల్పించడమే ఈ అనుభూతికి కారణం.

పురవీధుల్ని, రాజప్రసాదాల్ని, యుద్ధ విధానాన్ని, న్యాయ నిర్ణయ పద్ధతిని వర్తక విశేషాల్ని, కథ కనుగుణంగా అభివర్ణించారు. అంతేకాక ఈ నవలలో యుద్ధ వర్ణన విపులంగా చేయబడింది. యుద్ధంలో పాల్గొనే ఏనుగుల, అశ్వాల, తిండిని గురించి, వాటి రక్షణ గురించి ఆసక్తికరమైన విషయాలెన్నో ఈ నవలలో ఉన్నాయి. ఏనుగుల ఆహారపు కొలతలు ఇలా ఉండేవి. "ఆంధ్ర సైన్యముల గజాహారము కొలత. ఒక ద్రోణము బియ్యము, అర్ధ ఆఢకము నువ్వులనూనె, మూడు ప్రస్థముల నేయి, పదిపలముల ఉప్పు. ఏబది ఫలముల నారి కేళములు. ఒక ఆఢకము మదిరము. రెండు ఆఢకముల పాలు, రెండు భారముల యదగడ్డి, రెండంగాలు భారముల ఆకుపచ్చగడ్డి, భారములో ఆరవవంతు వట్టిగడ్డి, ఆకు పప్పుదినుసుల మొక్కలును!

'ముట్టడి', 'జైత్రయాత్ర', 'సైన్యదేశము', 'స్కంధావారము' ఇత్యాది ప్రకరణాల్లో యుద్ధ విధానాన్ని గురించి ఎంతో విపులంగా రాశారు. సైనికులు శత్రుసైనికులపై బాణములు విడవటం, శత్రువులు విడిచే బాణాల నుండి తమను తాము రక్షించుకొంటూ ముందుకు సాగటం, వివిధ వ్యూహాలు పన్ని శత్రుసైన్యాన్ని సర్వనాశనం చేయటం మొదలైన విషయాలెన్నో కళ్ళకు కట్టే విధంగా వర్ణించాడు. ఇంత అద్భుతమైన యుద్ధ వర్ణనలు చేయడానికి నవలా కారులు చరిత్రను ఎంత నిశితంగా పరిశీలించి ఉంటాడో!

అడవి శాంతిశ్రీ :

ఈ నవల కూడ 'మీజాన్' పత్రికలో ధారావాహికంగా ప్రకటితం. బాపిరాజు మరణానంతరం ఈయన కుమార్తె శ్రీమతి రాధా వసంత సహకారంతో పుస్తక రూపంలో వెలువడింది. రాధా వసంత తనకు గల అంగవైకల్యాన్ని సహితం గణింపక ఓపికతో గ్రంథాలయాలన్నీ తిరిగి ఓర్పుతో పాత 'మీజాన్' పత్రికలన్నీ పరిశీలించి "అడవి శాంతిశ్రీ" రాత ప్రతిని సిద్ధం చేశారు. ఆ తరువాత అది పుస్తక రూపంలో ప్రచురించబడింది.

"అడవి శాంతిశ్రీ" నవల ఇక్ష్వాకుల కాలానికి చెందినది. శాతవాహన చక్రవర్తులు పతనం కావటం, ఆపై ఇక్ష్వాకుల సామ్రాజ్యం విస్తరించడం, ఇత్యాది విషయాలు ఈ నవలలో పేర్కొనబడ్డాయి. ఆంధ్ర దేశం పట్ల, ఆంధ్ర సంస్కృతి పట్ల, తనకు గల గాఢాభిమానాన్ని బాపిరాజు ఈ నవలలో కూడ సుందరంగా వ్యక్తం చేశాడు. నవల ప్రారంభంలో ఆంధ్రమాతను, కృష్ణాగోదావరి నదుల్ని మనసారా ప్రస్తుతించాడు.

హిమబిందు నవలలోలాగానే ఈ నవలలో కూడ ఆర్ష, బౌద్ధమతాలను గురించి రచయిత ప్రస్తావించాడు. అంతేకాక ఆంధ్రులకు వివిధ ప్రాంతాలలోను వాణిజ్య సంబంధాల్ని గురించి, నేతపనిలో ఆంధ్రులకు గల నైపుణ్యాన్ని గురించి, ఆంధ్రుల వ్యవసాయాన్ని గురించి, ఆ కాలంలో ఆంధ్ర దేశంలోగల పరిశ్రమల గురించి బాపిరాజు ఈ నవలలో విపులంగా కథకనువైన రీతిలో ప్రస్తావించాడు. ఒక్క మాటలో చెప్పాలంటే ఆనాటి ప్రజాజీవనాన్ని చిత్రించటానికీ విధంగా ఈ నవలను రాసి బాపిరాజు కృత కృత్యుడైనాడు.

అంశుమతి :

బాపిరాజు ఈ నవలికను 1949లో రాశాడు. ఒక ప్రచురణ కర్త కోరికపై ఇది రచింపబడింది. ఈ నవలికను బాపిరాజు పదిహేను దినాల్లో రాసి పూర్తి చేశాడు. ఈ నవలికను బాపిరాజు చెప్తూండగా రాచకొండ నరసింహమూర్తి రాశాడట.

గోనగన్నారెడ్డి :

"హిమబిందు" తరువాత పేర్కొన దగిన ఉత్తమ చారిత్రకనవల "గోనగన్నారెడ్డి". బాపిరాజు సర్వతోముఖ ప్రజ్ఞకు, చారిత్రక పరిజ్ఞానానికి, ఉత్కంఠోపేత కథాకథన కౌశలానికి ఈ నవలనుదాహరించవచ్చు. ఇది కాకతీయుల కాలానికి చెందినది. ఈ నవలకూడ మొదట "మీజాన్" పత్రికలో ధారావాహికంగా ప్రచురింపబడి పుస్తక రూపం ధరించింది.

కాకతి రుద్రమదేవి కుడిభుజంగా నిలచిన గోనగన్నారెడ్డి పాత్రను స్వీకరించి ఈ నవలను బాపిరాజు రచించాడు.

కథలు:

బాపిరాజు వందకుపైగా కథలు రచించాడు. ఈయన కథలన్నీ ఆరు సంపుటాలలో ముద్రితమైనాయి. ఇవి 1. 'రాగమాలిక' 2. 'అంజలి' 3.'తూలికా నృత్యం' 4.'తరంగిణి' 5.'భోగీరలోయ' 6. 'బాపిరాజు కథలు'. ఈ సంపుటాలలోని కథలు కాక ఇంకా ఎన్నో అముద్రిత కథలున్నాయి. ఈయన కథలు 'మీజాన్'లోను "భారతి" లోను ఇతర పత్రికలలోను ప్రచురింపబడ్డాయి. ఇంతేకాక కొన్ని కథలు నాటక రూపంలో ఆకాశవాణి నుండి ప్రసారమైనాయి. బాపిరాజు కథలు ఈ విధంగా లోకానికి బాగా పరిచయం.

బాపిరాజు కథలలో మనకు మరో ప్రపంచం దర్శనమిస్తుంది. గలగలా పారే సెలయేళ్ళు, సుందరవనాలు, పచ్చికబీళ్ళు, శిల్పసౌందర్యాలు లావణ్యవతులైన రమణీమణులు, సత్వగుణ ప్రధానులైన పురుషులు ఒక్కమాటలో చెప్పాలంటే ప్రకృతిలోని యావత్సౌందర్యాన్ని ఈయన కథా ప్రపంచంలో మనం దర్శింపగలం. ఈ ప్రపంచం బాపిరాజు భావుకతకు, ఊహలకు, కళాభిమానానికి ప్రతీక, బాపిరాజు లలితకళలకు ముఖ్యంగా చిత్రకళకు మంచి ప్రాధాన్యమిచ్చి కథారచన చేశాడు. "తూలికా నృత్యం" "భోగీరలోయ" ఇత్యాది కథలిందుకుదాహరణలు.

బాపిరాజు తన కథలలో కళాజగత్తును సృష్టించాడు. అలా అని “ఈయన కథలన్నీ కళామయాలు. వాస్తవ చిత్రణతో ఈయన ఏ కథని వ్రాయలేదు” అని భావించరాదు. పేదవారిని, భిక్షుకుల్ని, కార్మికుల్ని, కర్షకుల్ని వారివారి జీవితాలని ప్రతిబింబింపజేస్తూ వాస్తవ చిత్రణతో కొన్ని కథలు రాశాడు. “నాగలి”, “నరసన్న పాపాలు”, “గుడ్డిపిల్ల”, “నేలతల్లి”, “తిరుపతి కొండ మెట్లు” ఇత్యాది కథలు ఇందు కుదాహరణలు. కాని ఇలాంటి కథలు స్వల్ప సంఖ్యలోనే వెలువడ్డాయి.

లలితకళల పట్ల అభిమానం, కళావిషయికమైన పరిజ్ఞానం, బాపిరాజు ఆత్మీయతను కొంతవరకైనా అవగాహన చేసికొనగల సామర్థ్యం ఉన్న వ్యక్తులు మాత్రమే ఈయన కథల్ని చదివి హాయిని, అనుభూతిని పొందగలరు. ఇవిలేని వారికి బాపిరాజు ఒక వింత మనిషిగా, ఈయన కథలు విచిత్రంగా కన్పించటంలో ఆశ్చర్యం లేదు. అయితే బాపిరాజు హృదయాన్ని అర్థంచేసుకొని ఆయన కథల్ని అభిమానంతో పఠించే పాఠకులకు మాత్రం లోటులేదు. ఉత్తమ కథారచయితగా తెలుగు కథా సాహిత్యంలో ఈయనకు ప్రత్యేక స్థానం ఉంది. బాపిరాజు కథలు హిందీలోకి, ఇంగ్లీషులోకి అనువదించబడ్డాయి.

గేయకర్త :

బాపిరాజు పాఠశాల విద్యార్థిగా ఉన్న రోజులలో ఈయన పినతండ్రి కుమారునితో కలిసి చేలవెంట, చెట్లవెంట, తోటలవెంట, తోపులవెంట తిరుగుతు జానపదుల జీవన విధానాన్ని బాగా పరిశీలించేవాడు. జానపద జీవితం ఈయనను బాగా ఆకర్షించింది. పల్లె జీవనాన్ని ప్రతిబింబించే గేయాలు అనేకం రాశారు. కొంత కాలానికి అవి ‘తొలకరి’ అనే సంపుటిగా ప్రచురింపబడ్డాయి. ఇదే ఆయన మొదటి గ్రంథం.

“ఆకం మళ్ళు”, “పంటపదం”, “పోలి”, “సోదె”, “తోటమాలి కూతురు” , “గౌళ్ళ సెల్లాయి కూతురు”, “కోయపడుచు” ఇత్యాది గేయాలు బాపిరాజుని ఉత్తమ జానపద కవిగా సాహితీ లోకానికి పరిచయం చేసి ఉత్తరోత్తరా ఈయనకి మంచి కీర్తి నార్జించి పెట్టాయి. బాపిరాజు గేయాలు అనతికాలంలోనే గ్రామ గ్రామాల వ్యాపించి జానపదుల నాలుకలపై నాట్యం చేశాయి. రైతులు, కార్మికులు, యువజనులు ఆబాలగోపాలం ఆనాడు ఈయన గీతాలు ఆనందంతో పాడుకునేవారట.

1921 ప్రాంతంలో దేశ రాజకీయాలు బాపిరాజుని కదిలించి వేశాయి. జాతీయోద్యమ ప్రభావితులై ఎన్నో దేశభక్తి గీతాలు రాశారు. అంతేకాక గాంధీజీపై కూడ అభిమానంతో గేయాలు రాసి వివిధ సభలలో ఆ గేయాలు పాడుతూ మహాత్ముడిపై తనకు గల మక్కువను వ్యక్తీకరించాడు. బాపిరాజు స్వాతంత్ర్యాన్ని అభిలషించి గేయాలు రాసినట్లే స్వరాష్ట్రాన్ని ఆశించి కూడ గేయాలు రాశాడు. ఆంధ్ర రాష్ట్రావతరణకు రెండు దశాబ్దాలకు పూర్వమే అంటే 18-3-1935న తెలుగువారి సమైక్యాన్ని గురించి ఊహిస్తూ “విజయఢంకా” అన్న గేయాన్ని కూర్చాడు. బాపిరాజు భవిష్యద్దర్శనానికి, భావనాబలానికి ఈ గేయం చక్కని ఉదాహరణ శశికళ.

ఎవరీ శశికళ ? బాపిరాజుకు, ఈమెకు ఏమి సంబంధం? అన్న ప్రశ్నలకు అనేకులు అనేక విధాల సమాధానాలు చెప్పారు. ఈ విషయమై కొందరు ఏదో ఊహలు చేశారు. శశికళ బాపిరాజు ఊహాప్రేయసి అని కొందరంటే, బాపిరాజుకు ఆమె ఆరాధ్యదేవత అని మరికొంద రన్నారు. ఇది ఇలా ఉండగా బాపిరాజు ఒక సౌందర్యవతిని ప్రేమించి విఫలుడై ఆమెకై జీవితాంతం తపిస్తూ ఆమెకు "శశికళ" అని పేరు పెట్టి తన ఆవేదనను,అనుభూతినీ గేయరూపంలో వ్యక్తం చేశారని మరికొందరు విపరీతంగా వ్యాఖ్యానించారు. ఇంత మంది ఇన్ని విధాల భావించడానికి బాపిరాజు తన గేయాల ద్వారా వ్యక్తం చేసిన భావాలే కారణం. "శశికళ"ను బాపిరాజు ఏ ఒక్క కోణంనుంచో కాక అన్ని కోణాల నుంచి ఆవాహన చేశాడు. ఆమెకై పరితపించాడు. ఈయనకు "శశికళ" వలపు హొయలతో లాలించే ప్రేయసి, వాత్సల్యం కురిపించే మాతృమూర్తి. గురువు, శిష్యురాలు, వాణి, రాణి, బాణి, సూర్యసుత, సోమసుత, ఉపాసనాదేవత, గానశిల్ప చిత్రాదికళామూర్తి. ఇంత విస్తృతమైంది వీరిరువురి సంబంధం ఇది అనూహ్యం.

బాపిరాజు శశికళకై అనుక్షణం అన్వేషించారు. విప్రలంభ శృంగారంతోనే జీవితమంతా గడిపాడు. ఆమె యెడబాటును భరించలేక నిరాశతో నిట్టూర్చారు.

"నీకై నే ఎదురు చూస్తి,
నీకై నే వెదకినాను

కనుతెరచిన కలలమధ్య
కలలెరుగని గాఢ నిద్ర
నీకై నే ఎదురు చూస్తి,
నీకై నే వెదకినాను
......................"

అంటూ నిరీక్షించారు. బాపిరాజు జీవితమంతా శశికళాన్వేషణ తోనే గడిచింది. కడకు జీవితం చాలించి ఆమెలో లీనమై అద్వైత సిద్ధి పొందారు.

బాపిరాజు శశికళాగేయాలు 'ఆకాశవాణి' తరచు ప్రసారం చేస్తున్నది. "పాడకే నారాణి", పాడెదను నీకునై పాటలనుదేవి" అనే గేయాలు సుప్రసిద్ధ గాయకులు శ్రీ ఘంటసాల వేంకటేశ్వరరావు పాడగా రికార్డు చేయబడ్డాయి. బాపిరాజు జీవించి ఉండగానే ఈయన గేయాలకు సాహితీ ప్రియుల అభిమానం లభించింది. బాపిరాజు చివరి రోజుల్లో గేయాలన్నిటిని సరిచూచుకొని గేయ సంపుటి రాతప్రతిని సిద్ధం చేశాడు. అది ముద్రితంకాక ముందే మృత్యువాత పడ్డారు. ఆయన మరణానంతరం 1954 జనవరిలో రావులపర్తి భద్రిరాజు గారి పూనికతో తొలిసారిగా ఆ గేయ సంపుటి ప్రచురింపబడింది.

బాపిరాజు 1949–50 ప్రాంతాల్లో రేడియో నాటక రచనపై తన దృష్టిని కేంద్రీకరించాడు. కొంతకాలం 'ఆకాశవాణి' విజయవాడ కేంద్రానికి సలహా దారుగ కూడ పనిచేశాడు. "ఉషాసుందరి", "కృతి సమర్పణం", "శైల బాల", "భోగీరలోయ" "నవోదయం", "ఏరువాక", "దుక్కిటెద్దులు", ఆంధ్ర సామ్రాజ్య" మొదలైనవి. ఈయన రేడియో నాటికల్లో ముఖ్యమైనవి. అంతేగాక ఈయన తన "నారాయణరావు" నవలకు రేడియో నాటకీకరణ చేసి అందులో జమీందారు పాత్రను పోషించి నాటక రచయితగా, నటుడిగా, శ్రోతలను రంజింపచేశాడు.

జాతీయవాది :

విదేశీపాలనలో బానిసలుగా మ్రగ్గుతున్న భారతీయుల దయనీయమైన స్థితి బాపిరాజు హృదయాన్ని కలచివేసింది. గాంధీజీ బోధలు, సిద్ధాంతాలు ఈయనను బాగా ఆకర్షించాయి. సహాయ నిరాకరణోద్యమంలో పాల్గొని 1921లో జైలుకు వెళ్ళారు. ఆయన ఆరుమాసాలు రాజమండ్రి జైలులోను, ఆరుమాసాలు నెల్లూరు జైలులోను మొత్తం సంవత్సరంపాటు కారాగార శిక్షననుభవించారు.

"మంచి కళాదృష్టి, ప్రజ్ఞ ఉన్న నీవు ఈ దేశంలో రాణించలేవు. నేను మాదేశం చేరుకొనే కాలం సమీపిస్తోంది. కాబట్టి నిన్ను నాతో ఇంగ్లండు తీసికొని వెళ్ళి ప్రభుత్వానికి సిఫారసు చేసి నీకు ఉన్నత పదవి నిప్పించగలను. నీవు నాతో తప్పకరావాలి" అని కూజ్రే అన్నారట. ఈ మాటలు వినటంతోనే దేశభక్తి. జాతీయాభిమానం బాపిరాజులో ఒక్కుమ్మడిగా పెల్లుబికింది. "నా దృష్టిలో మీకు భగవంతునికి తేడాలేదు. మీ శిష్యుడిగా మీరు ఏది చేయమంటే అది గౌరవంతో చేస్తాను. అయితే బానిసతనంలో బ్రతుకుతున్న నా జాతిని, నా దేశాన్ని విడిచి ఇంగ్లండు వచ్చి నేనొక్కడనే అక్కడ సుఖపడలేను. కష్టమైనా, సుఖమైనా నా జాతితో కలిసి నా మాతృదేశంలోనే అనుభవిస్తాను." అని తక్షణమే తన అనంగీకారాన్ని ఎంతో వినయంతో తెలియజేశారట, బాపిరాజు.

బాపిరాజు గాంధీజీ అడుగుజాడల్లో తు.చ తప్పకుండా నడిచారు. జీవితాంతం ఖద్దరునే ధరించాడు. రాజమండ్రి జైలులో ఉండగా ఒకనాడు ఈయన శ్రీమతి బంధువులతో కలిసి ఈయనను చూడడానికి రాగా ఆమెతో ఒక్కమాటైనా మాట్లాడలేదట. బాపిరాజు కోపానికి కారణం విచారించగా ఆమె విదేశీ వస్త్రాలు ధరించటం తనకు బాధను కల్గించిందని చెప్పాడట. ఆచారాన్ని మంటగలుపు తున్నావని పెద్దలు పోరుపెడుతున్నా వినక హరిజనుల్ని ఇంటిలోనికి తీసికొని వచ్చి తరచు భోజనం పెట్టి పంపుతూ ఉండేవాడు. బాపిరాజు బందరులో ఉన్నప్పుడు ఒకసారి హరిజనులందరికీ జాతీయ కళాశాలలో భోజనాలు ఏర్పాటు చేసాడు. హరిజనులందరు భోజనం పూర్తి చేసి ఎవరికి వారు లేచి వెళ్ళిపోయారు. వీరి విస్తళ్ళు ఎవరు తీస్తారన్నది విందు ఏర్పాటు చేసిన వారికి ఒకసమస్య కాగా బాపిరాజు చొరవ్యం చేసికొని "ఆ విస్తళ్ళన్నీ నేను తీస్తాను." అని ముందుకు వచ్చి ఆ ప్రాంతాన్ని శుభ్రం చేసాడు. ఇది నిజమైన గాంధేయత.

వక్త :

బాపిరాజు గొప్ప వక్త కూడ, ఆయన అనేక సభలలో ఉపన్యసించారు. ఎన్నో సమావేశాలకు అధ్యక్షత వహించాడు. ఆంధ్ర సంస్కృతి, ఆంధ్రుల చరిత్ర లలిత కళా ప్రాశస్త్యాద్యనేక విషయాలపై ఎన్నో ఉపన్యాసాలు చేశారు. ఆయన ఉపన్యసిస్తూ మధ్యమధ్య తన సమకాలీన భావకవుల పాటలు అభినయిస్తూ పాడేవారు. ఈ కారణంగా ఈయన ఉపన్యాసాలు శ్రోతల్ని మరింతగా ఆకర్షించేవి. ఇక్కడ మరొక్క విషయం చెప్పాలి. బాపిరాజు ఏ సభలో ఉన్నా "గౌళ్ళసెల్లాయి కూతురు" అన్న పాట పాడందే శ్రోతలు వదిలేవారు కారు. "సాహిత్య సభలలో రక్తి తగ్గినప్పుడు పిలవండి బాపిరాజు" ననేవారు. ముసిముసి నవ్వులతో నపుడు బాపిరాజు ప్రవేశించి "గవళ్ళ సెల్లాయి కూతురు, కడు చక్కని కూతురు" అనుచు ఎత్తుకొను సరికి సభయంతయు వింజమాకిడి నట్లయ్యెడిది." ఈయన ముట్నూరి కృష్ణారావుగారి "కృష్ణరాయ దర్బారు"లో తరచు పాల్గొనేవాడని, ఈయన బహుముఖ ప్రజ్ఞను గుర్తించిన ముట్నూరి కృష్ణారావుగారు ఈయనకి "కులపతి" అనే బిరుదాన్ని ప్రదానం చేశారని పువ్వాడ శేషగిరిరావు గారు తెలియజేశారు.

1950 ప్రాంతంలో విజ్ఞాన సర్వస్వానికి సమాచారం సమకూర్చటానికి బాపిరాజు గుంటూరు నుండి మద్రాసు వెళ్ళారు. అయితే ఈ పనిలో అట్టే కాలం కొనసాగలేదు. తరువాత పెద పావనిరాణి గారి కుమార్తెలకు గురుత్వం వహించి ఒకరికి చిత్ర లేఖనంలోనూ, మరొకరికి కవిత్వంలోనూ శిక్షణ ఇస్తూ కొంత కాలం గడిపాడు.

అయితే వీరినుండి ఏ విధమైన ప్రతిఫలాన్ని స్వీకరించలేదు. రాణిగారింటికి వారుపంపిన కారులోనే వారానికి రెండు మూడు పర్యాయాలు వెళ్ళేవాడు. మిగిలిన సమయంలో ఏవో కథలు రాస్తూ చిత్రాలు గీస్తూ ఉండేవాడు.

ఈవిధంగా కొంతకాలం గడిచింది. ఇంతలో బాపిరాజు ఆరోగ్యం దెబ్బతింది. ప్రొస్టేటు గ్రంధి పెరగటమే ఈయన అనారోగ్యానికి కారణమని వైద్యులు చెప్పారు. వెంటనే బాపిరాజు రాయపేటలోని ప్రభుత్వ వైద్యశాలలో చేరారు. డాక్టర్ ఎ.ఎస్.రామకృష్ణ, డాక్టర్ కాంతారావు, డాక్టర్ మీనన్‌ల సహాయంతో బాపిరాజుకు శస్త్ర చికిత్స చేసి విస్తరించిన గ్రంధిని తొలగించారు. శస్త్ర చికిత్స వల్ల బాపిరాజు ఆరోగ్య పరిస్థితి క్రమంగా మెరుగు పడింది. రెండు వారాలలో బాపిరాజు పూర్తిగా కోలుకున్నాడు. వైద్యులు రేపోమాపో బాపిరాజుని ఇంటికి పంపాలనుకున్నారు. ఆరోజు 1952 సెప్టెంబరు 22వ తేది. సమయం సాయంత్రం ఏడు గంటలు. బాపిరాజుకు ఆకస్మికంగా గుండెపోటు వచ్చింది. భార్య, కూమార్తెలు, అల్లుళ్ళు, సోదరుడు మొదలుగా గల ముఖ్యులందరు ఆరాటంతో బాపిరాజు చుట్టు చేరారు. అందరినీ ఒక్కసారి కలయ జూచాడు. ఇంతలో ఆయన ప్రాణవాయువు అనంత వాయువుల్లో లీనమైంది. బాపిరాజు ఇహలోక యాత్ర ముగిసింది. చంద్రలోకం తూర్పుదెసలో, సూర్యలోకం పశ్చిమంలో చిన్ని లోకం చేరుకొని, తమ నెచ్చెలీ. ఆరాధ్యదేవత అయిన శశికళను కలుసుకొన్నాడు.

మరణించే సమయానికి బాపిరాజుకు భార్య, ఇద్దరు కుమార్తెలు, వృద్ధురాలైన తల్లీ ఉన్నారు. కుమార్తెలిద్దరికీ ఆయన జీవించి ఉండగానే వివాహమైంది. గొప్ప కళా హృదయాన్నిచ్చిన భగవంతుడు బాపిరాజు నిత్యజీవితంలో సుఖాన్ని మాత్రం ప్రసాదించలేదు. నరాల బలహీనత కారణంగా ఈయన శ్రీమతి అనారోగ్యానికి గురియై 1936లోనే మంచం పట్టారు. ఈయన ప్రథమ పుత్రిక పోలియో వ్యాధి సోకి నడకను కోల్పోయారు. ఇది ఆయన కుటుంబ పరిస్థితి. ఆర్థికంగా కూడ వీరి స్థితి అంతంత మాత్రమే. న్యాయవాదిగా, కళాశాల ప్రిన్సిపాల్‌గా, పత్రికా సంపాదకుడిగా, చలన చిత్ర కళాదర్శకుడిగా ఈయన తన ప్రతిభను ప్రదర్శించి "సెబాస్" అనిపించుకొన్నారే కాని ఏ రంగంలోనూ ఎక్కువ కాలం పనిచేయలేదు.

భౌతికంగా మరణించినా బాపిరాజు రాసిన గ్రంథాల్లోను, గీసిన చిత్రాల్లోను శాశ్వతంగా జీవిస్తూనే ఉన్నాడు. యావజ్జీవితాన్ని లలిత కళలకే అంకితం చేసిన ఉత్తమ చిత్రకారునిగా, మంచి రచయితగా, సరసజీవిగా ఆంధ్రదేశ సాంస్కృతిక చరిత్రలో విశిష్ట స్థానాన్ని సంపాదించుకొన్నారు. "బాపిబావ' గా సమకాలీన రచయితలకు, కవులకు, ఆత్మీయతతో అనురాగాన్ని పంచి, అందరి అభిమానాన్ని చూరగొన్నారు. 'కులపతి' అడవి బాపిరాజుగా శిష్యకోటి మన్ననల నందుకొన్నాడు. ఈయన జీవితం ధన్యం. సకల కళాకారులకు, కళాభిమానులకు ఈయన జీవితం ఆదర్శోపేతం.

బాపిరాజు కళామయ జగత్తును సృష్టించుకొని కళాతపస్విగా జీవించాడు. లౌకిక బాధలకు, కష్టాలకు కలత చెందలేదు. కేవలం కళా తపస్విగానే వీటిని అధిగమించగలిగాడు. బాపిరాజు మంచి భావుకుడు. ఈయన భావుకత చిత్రాలలోను రచనలలోను స్ఫుటంగా గోచరించి మనలను రసానుభూతిలో వోల లాడించి మైమరిపిస్తుంది. ఈ సందర్భములో విశ్వనాథవారి ప్రశంసను ప్రస్తావించటం సముచితం "బాపిబావ కున్న భావనాబలం నాకు లేదు. నాకున్న భాషాబలం మా బాపి బావకు లేదు."

"జయన్తితే సుకృతినో
రససిద్ధాః కవీశ్వరాః
నాస్తి తేషాం యశః కాయే
జరా మరణజం భయమ్"

కనుపర్తి వరలక్ష్మమ్మ

(1896-1979)

- కోకా విమలకుమారి

ఒక మహాకవి చెప్పినట్లు ఈ ప్రపంచం ఒక పాఠశాల. ఎందరో జీవులు ఇక్కడకు వచ్చి ఈ మజిలీలో కొంతకాలం ఉంటారు. అటుపిమ్మట సాగిపోతూ ఉంటారు. ఇది సత్యం- ఇంత మందిలో లోకం కొందరినే గుర్తుంచుకొంటుంది. చరిత్రలో వారిపేర్లు చిరస్థాయిగా నిలిచిపోతాయి. వారే తమ జీవితాలను సార్థకం చేసుకొన్న మహనీయులు. కీర్తికాయులు. అట్టి మహనీయుల కోవకు చెందిన వ్యక్తి శ్రీమతి కనుపర్తి వరలక్ష్మమ్మ-జన్మసాఫల్యం చేసుకొన్న చరితార్థురాలు.

తెల్లని ఆణిముత్యాల సొగసుల నడుమ పొగడల ఎఱ్ఱని ఛాయతో హారం ఎలా శోభిస్తుందో ఈ సాహిత్యమూర్తుల నడుమ తెలుగు ప్రజలను అలరించిన విదుషీమణులు కూడా లేకపోలేదు. అటువంటివారిలో బహుముఖంగా సాహిత్య ప్రక్రియల్లో రచనలు చేసి ఆనాడు ఆంధ్ర మహిళలకే గాక పురుషులకు కూడా సందేశాలందించిన మహిళ శ్రీమతి కనుపర్తి వరలక్ష్మమ్మగారు.

వీరు సద్బ్రాహ్మణ (సదా నిష్ఠా గరిష్ఠ) కుటుంబంలో 1896, అక్టోబరు 6వ తేదీన గుంటూరుజిల్లాలోని బాపట్లలో జన్మించారు. వీరి తల్లి హనుమాయమ్మ, తండ్రి శేషయ్య, వీరి పుట్టింటి పేరు పాలపర్తి, మెట్టినింటిపేరు కనుపర్తి. వీరి మెట్టినిల్లు కూడా బాపట్ల పట్టణమే. వీరు అయిదుగురు అన్నదమ్ములు, ఇద్దరు అక్కచెల్లెళ్ళు. వీరి కుటుంబము సనాతనమైనప్పటికీ, కుటుంబ సభ్యుల భావాలు మాత్రం ఆధునికమైనవి. సంప్రదాయాలపట్ల గౌరవం, కాలానికి తగినట్లు వచ్చే మేలైన కొత్తభావాలను ఆదరించడం. ఆ కుటుంబం ప్రత్యేకత - వరలక్ష్మమ్మగారి వివాహం కనుపర్తి హనుమంతరావుగారితో జరిగింది. కనుపర్తి మార్కండేయశర్మ వంటి ప్రసిద్ధ పండితులుదయించిన వంశం కనుపర్తివారిది. వరలక్ష్మమ్మ గారి పుట్టినింటివారు సంస్కరణ భావనావిలసితులైతే, మెట్టినింటివారు ఆర్షసంస్కృతి విజ్ఞాన ఖనులు. వీరేశలింగం పంతులుగారి వంటి గొప్ప సంస్కర్తలుద్భవించిన రాజమహేంద్రవరంలో హనుమంతరావుగారి విద్యాభ్యాసం జరగడం వల్ల నాటినుండే వారు స్త్రీ విద్యాభిమానిగా, స్త్రీజన శ్రేయోభిలాషిగా మారినారు కనుకనే ఆమెకు అన్ని విషయాలలో భర్త ప్రోత్సాహం, ఆమోదం లభించేవి. కనుకనే మంచి భర్తకు తోడు భగవదనుగ్రహం లభించిన వరలక్ష్మమ్మగారు తన చదువు సంధ్యలను, శక్తి సామర్థ్యాలను, సిరిసంపదలను వ్యర్థంచేయక తన తోటి స్త్రీలందరిని వెలుగులోకి తీసుకురావడానికి కంకణం కట్టుకున్నారు. పెద్దంచు ముతక ఖద్దరు చీరను గోచీ కట్టు కట్టుకుని, కళ్ళ జోడు, చేతి గడియారంతో నిరాడంబరంగా, చిరుదరహాసంతో నొసటన ఎఱ్ఱని కుంకుమ బొట్టు పెట్టుకొనేవారు. ఆ వస్త్రధారణలో ఆమెను చూడగానే ఎవరికైనా గౌరవ భావం కలుగక మానదు. వరలక్ష్మమ్మ

గారికి పిల్లలు లేరు. 'భానుమతి' అను పేరుగల మేనకోడల్ని పెంచి పెద్దచేశారు. ఆమెకు తల్లిలేని లోటు తీర్చారు. సదనంలోని పిల్లలంతా తనపిల్లలేనని చెప్పేవారు.

సనాతన ఆధునిక భావాలకు ప్రతిరూపమైన ఈమె స్త్రీలపట్ల తగిన ఆదరణలేని కాలం, అదీ సామాన్య విద్య నభ్యసించిన ఈమె ఐదుదశాబ్దాల పాటు ఒక సామాన్య మధ్యతరగతి గృహిణిగా పురుషులతోబాటు జంకుగొంకులేకుండా ధైర్య సాహసాలతో సాహిత్య సామాజిక స్వాతంత్ర్య సేవచేశారు. స్త్రీ జనాభ్యుదయానికి ఆఖరిక్షణం వరకు తన జీవితాన్ని అంకితం చేశారు. ఆమె జీవితం నిర్మల జలతరంగిణిలా మహిళలందరకూ నాడూ నేడూ కూడా ఆదర్శవంతమైనది.

శ్రీమతి కనుపర్తి వరలక్ష్మమ్మగారి విశిష్ట లక్షణాలు గురించి ఆలోచిస్తే అవి అనంతం – అనర్గళోపన్యాసం చేయగల చక్కని వక్త – అనేక విషయాల పై చక్కని కంఠస్వరంతో సరళమైన శైలితో వాక్చమత్కృతితో ప్రసంగించగల విద్వన్మణి, సంఘసంస్కరణాభిలాషిణి, దేశాభిమాని, గాంధేయవాది, తెల్లని స్వచ్ఛమైన ఖద్దరు ధరిస్తూ కడదాకా కాంగ్రెస్‌లోనే జీవించిన ధన్యజీవి, నిరాడంబరతకు పెట్టింది పేరు. తనకు బిడ్డలు లేరని ఏనాడూ తపించలేదు. అందరు తల్లులకు ఇద్దరో ముగ్గురో బిడ్డలుంటారు. నాకు మీరంతా బిడ్డలే అంటూ తన్మయత్వంతో తమ మండలికి వచ్చేవారందర్నీ చూసి ఆనందించేవారు. అంతటి అవ్యాజానురాగంగల మాతృమూర్తి ఆమె. ఇలాంటి ఉన్నతోత్తముల జీవితాలు స్త్రీజాతికే స్ఫూర్తిదాయకం.

అన్నదమ్ములు అక్కచెల్లెళ్ళ మధ్య పెరిగిన వరలక్ష్మమ్మగారు సమాజాన్ని కూడా విశాల దృక్పథంతో తనదిగానే భావించారు. ఈ భావనే ఆమె సమాజ సేవకు పునాది అయింది. మరొక పక్క విదేశీవిద్య నభ్యసించిన మహోన్నత సంస్కార హృదయుడైన భర్త హనుమంతురావు గారు లభించడం బంగారానికి తావి అబ్బినట్లయింది. వరలక్ష్మమ్మగారు ఒకానొక సందర్భంలో ఈ విధంగా చెప్పు కొన్నారు. "నాభర్త విదేశాలలో డిగ్రీ పొందారు. ఇంగ్లండు నుండి తిరిగి వచ్చాక ఏ ఉద్యోగమూ చేయలేదు. ఇంట్లోనే ఉండి దేశసేవచేస్తూ నన్నూ దేశసేవ చేయమని ప్రోత్సహించారు. కనుక వారిష్టప్రకారం నడుస్తూ నాకు స్వాతంత్ర్యం ఉన్నంత వరకు సేవ చేశాను. వారి ఆమోదం లేకపోతే ఇంతమాత్రమైనా చేసేదాన్నికాదు". అని చెప్పుకొన్నారు- వరలక్ష్మమ్మగారు రచనలు చేసేప్పుడు తెల్లవారు ఝామునే లేచి రాసుకొనే అలవాటున్నది. అలా రాసిన వాటికి తరువాత సాపు రాసుకునేవారు. కనుకనే ఆదర్శ ప్రాయమైన రచనలు చేయగల దక్షురాలిగా, ఆదర్శగృహిణిగా తమ జీవితాన్ని సార్థకం చేసుకొన్నారు.

ఆమెకు ఊహవచ్చి ఎదుగుతున్న వయస్సులో తెలుగుదేశం యావత్తూ సాహితీ సౌరభాలతో గుబాళిస్తూ ఉండేది. వీరేశలింగంపంతులుగారి ప్రభావం, విజ్ఞాన చంద్రికా మండలివారి గ్రంథాలు, చిలకమర్తివారి రచనలు, తిరుపతి వేంకటకవుల అష్టావధానాలు, పానుగంటివారి 'సాక్షి' వ్యాసాలు, గుడిపూడి ఇందుమతీదేవి, కాంచనపల్లి కనకాంబగారి కవితలు, వీటితో ఆంధ్రదేశమంతా సాహితీ

సౌరభంతో చైతన్యవంతంగాను, ప్రోత్సాహకరంగానూ ఉండేది. ఆ సమయంలో సంస్కరణ వాదులైన సోదరుల ప్రోత్సాహంతో వరలక్ష్మమ్మగారు తమ రచనా వ్యాసంగాన్ని ప్రారంభించారు.

విద్యాభ్యాసం

వరలక్ష్మమ్మగారు ఆరోజుల్లో ఆరవ తరగతి వరకే చదివి ఆపేశారు. ఏ పాఠశాల, కళాశాలలోను విద్యనభ్యసించలేదు. ఆమె ఉన్నత విద్య నభ్యసించ డానికి రచనలు చేయడానికి ప్రోత్సహమిచ్చి ముందుకు నడిపించినవారు, ఆమె రెండవ సోదరుడు పాలపర్తి నరసింహంగారు. ఆయన బ్రహ్మసమాజ సభ్యుడిగా ఆంధ్రులలో చైతన్యం నింపడానికి కృషిచేసిన మహనీయుడు. ఆరవతరగతి చదివిన తన సోదరి వరలక్ష్మమ్మను పై పరీక్షలకు చదవమని ప్రోత్సహించడమే గాక తాను దగ్గరుండి చదివించేవారు. ఆరోజుల్లో నరసాపురం తాలూకా అభివృద్ధి సంఘంవారు స్త్రీలకు పరీక్షలు పెట్టి సర్వ ప్రథములుగా వచ్చినవారికి 'స్వర్ణపతకం' ఇచ్చేవారు. అన్నగారికిచ్చిన మాటకొరకై ఆ పరీక్షలకు చదివి ప్రథమురాలిగా ఉత్తీర్ణతను పొంది స్వర్ణపతకాన్ని సాధించారు. ఆ విధంగా అన్నమాట నిలబెట్టారంటే ఆమె ఎంత పట్టుదల కలవారో మనకు అర్థమవుతుంది-

వివాహానికి పూర్వమే తండ్రిగారు మరణించటంచేత ఉద్యోగం కొరకు అన్నగారితోబాటు కుటుంబ సభ్యులంతా రాజమహేంద్రవరం తరలి వెళ్ళారు. అది పవిత్ర గోదావరీ తీరం. అంతేగాక శ్రీ కందుకూరి వీరేశలింగం పంతులుగారు స్త్రీ జనోద్ధరణ గావించే రోజులవి. ఆ విధమైన వాతావరణంలో వరలక్ష్మమ్మ గారిలో విద్యాకుసుమం వికసించింది. వరలక్ష్మమ్మ అత్తవారింటికి వెళ్తుంటే అన్నగారు నరసింహంగారు చెల్లెలికి అరణంగా తెలుగు నిఘంటువును ఇచ్చి విద్యను అభివృద్ధి చేసుకోమ్మా అన్నారు. అంతే ఆమె అన్నగారి సలహాను తు చ తప్పకుండా పాటించి మేధావంతు రాలైనారు.

శ్రీమతి వరలక్ష్మమ్మగారి జీవితం, సాహిత్యం

బహుముఖ ప్రజ్ఞాశీలి అయిన వరలక్ష్మమ్మగారు గృహిణిగా భర్త మన్ననలందు కొన్నారు. సంఘసేవికగా, సాహితీ సేవకురాలిగా అన్ని లలిత కళలు నేర్చిన విదుషీమణిగా ఇంటాబయటా అందరి మంచితనాన్ని పంచుకొని ఈనాటి స్త్రీల జీవితాలకు మార్గదర్శినిగా, మణిదీపంగా ఆమె తన రచనల ద్వారా కీర్తి ప్రతిష్ఠల నార్జించారు.

స్త్రీలు చదువు కోవడమనేది కలలో కూడా తలవని ఆరోజుల్లో వరలక్ష్మమ్మ గారిని వారి సోదరులు బుజ్జగించి, లాలించి చదివించడం, నాళం కృష్ణారావుగారి రచనలపై అభిరుచిని కలిగించడం, ఆమెలో సాహిత్యం పట్ల మక్కువ కలిగేలా చేశాయి. ఆమె తన నవల 'వసుమతి' లో "ధరను నరశింహమను పేర బరగి నాకు సోదరుండు గురుడునై" అని రాసుకొన్నారు. సాహిత్య సామాజిక పరంగా మంచి విద్వత్ కలిగిన శ్రీమతి చోరగుడి సీతమ్మగారు వరలక్ష్మమ్మను ప్రోత్సహించిన వారిలో ముఖ్యులు. గుంటూరు జిల్లాలోనే సీతమ్మగారు సంఘ సంస్కరణలకు నడుంకట్టిన తొలి మహిళ అని చెప్పవచ్చు. చాట్రాతి నరసమ్మగారు, కొటికలపూడి సుందరమ్మగారు

ఇలా ఎందరో మహిళలు ఆమెలోని విజ్ఞానం పెరగటానికి సాహిత్య సామాజిక సేవలో ముందంజ వేయడానికి ప్రోత్సహించారు. శ్రీమతి వరలక్ష్మమ్మగారి రచనా వ్యాసంగం ఒక అనువాద కథతో ప్రారంభమైంది. ఆమె మూడవ అన్నగారైన ఆంజనేయులుగారు ఆంగ్లంలో ప్రచురించబడిన ఓ కథను వరలక్ష్మమ్మగారికి తెలుగులో చెప్పి దానిని స్వంత వాక్యాలతో రాయమని ప్రోత్సహించారు. చక్కని భాషలో ఆ కథను తెలుగులోకి అనువదించారామె. ఆనాటి స్త్రీల పత్రికలో ఒకటైన 'అనసూయ' అనే పత్రికకు 'సౌదామిని' అను కలంపేరుతో ఆమె సోదరులు పంపించగా అది అచ్చయింది. అనుకోని ఈ సంఘటనకు ఆమె ఆనందానుభూతిని పొందారు. ఆ విధంగా ఆమె సాహిత్య జీవితానికి శ్రీకారం చుట్టబడి ఆనాటినుండి ఆమె రచనలు అన్ని పత్రికల్లోను ప్రచురితం కాసాగినవి. కథ, నవల, వ్యాసం, కవితలు, గీతాలు, ద్విపద కావ్యాలు, శతక పురాణాలు, ఆత్మకథ, ప్రహసనాలు, లేఖా సాహిత్యం, మాచెట్టునీడ ముచ్చట్లు, ఇలా ఒకటేమిటి ఆమె కలం అన్ని ప్రక్రియల్ని తాకింది. ఆమె తన రచనలకు గద్యాన్నే ఎంచుకొన్నారు. గద్యసాహిత్యానికే ఎక్కువ ప్రాధాన్యత నిచ్చేవారు. వరలక్ష్మమ్మగారు ఏ ప్రక్రియను తీసుకొన్నా సూటిగా నిర్మొహమాటంగా నిర్భయంగా తమ అభిప్రాయాలను వెల్లడించేవారు. ఆమె ప్రతి రచనలోనూ ఓ సందేశం ఉంటుంది. ఆమెరచనలు మహిళలకే కాదు పురుషులకు సందేశానిచ్చేవిగా ఉండేవి. ఆమె చెప్పదలిచిన విషయాన్ని సున్నితంగా విషయ పరిజ్ఞానంతో ప్రతిబింబింపజేసేవి. మంచి రచన అంటే భార్యాభర్తలు, తల్లిదండ్రి, సోదరులు, బిడ్డలు అందరూకలిసి ఉన్నచోట బిగ్గరగా చదవగలిగినదై ఉండాలని ఆమె అనుకునేవారు. ఆమె మానసిక పరిపక్వత, ఉన్నతాదర్శాలు, ఈనాడు రచనలు చేసేవారికి పైన ఉదహరించిన ఒక్క వాక్యం చాలు ఎంత ఎదగాలో చెబుతుంది.

వరలక్ష్మమ్మగారు వచనం, పద్యం, కవిత్వం, కథ, నవల ఏది రాసినా చక్కని రసవత్తరమైన భావాలు, రెండర్థాలు వచ్చేలా రాసేవారు. ఆనాటి పాఠకులకు ఆమె రచనలు ఎప్పుడెప్పుడు చదువుదామా అన్నట్లుండేవి. సహజ లక్షణాలతో మహా లక్ష్మిలా ఉండే వరలక్ష్మమ్మగారు సనాతన ధర్మపరాయణిగా కొనియాడబడినారు.

బాపట్ల పట్టణం భావపురిగా కొనియాడబడుతూ సర్వకళలకు నిలయమై వెల్గొందింది. ప్రముఖ కవిపండితులకు, రచయితలకు పేరుగాంచింది. ఆ గడ్డన పుట్టిన వారెందరో కవులూ, కళాపిపాసులు, రాజకీయ దురంధరులు, విజ్ఞాన వేత్తలు అయినట్లు అక్కడ మెట్టినవారికి ఆ లక్షణాలు అలవడుతాయి.

వరలక్ష్మమ్మగారి రచనలు

వరలక్ష్మమ్మగారు బహుముఖ వైదుష్యంగల మహిళ. సుమారు అరవై కథలు, వసుమతి, అపరాధి, వరద రాజేశ్వరి అనే నవలలు, పద్మ, పునఃప్రతిష్ట, జీవనరాగం అను నాటికలు, ఆత్మకథ, ఉన్నవలక్ష్మీబాయమ్మ జీవితచరిత్రను రాయడమేగాక బుర్రకథగా మలిచి ప్రదర్శింప

జేశారు. ఈమె రచనల్లో మొట్టమొదటగా ప్రస్తావించ దగినవి, మకుటాయమాన మైనవి 'శారద లేఖలు' అనే లేఖాసాహిత్యం 'మా చెట్టునీడ ముచ్చట్లు' వరలక్ష్మమ్మగారి లేఖా సాహిత్యాన్ని పరిశీలిస్తే ఆమె రచనా చాతుర్యం, విషయ స్పష్టత, లోకానికి తానిచ్చే సందేశాలు, ప్రతి ఒక్కటి స్పష్టమవుతాయి. వరలక్ష్మమ్మ గారి శారద లేఖల గురించి చెప్పుకొనేముందు 'మా చెట్టునీడ ముచ్చట్లు' గురించి మనం తప్పకుండా తెలుసుకోవాలి. ఇవి కూడా సామాజిక ప్రయోజనాన్ని చైతన్యాన్ని కలుగ జేసేవి. అప్పట్లో ఆంధ్రపత్రికలో ప్రచురితమైన వ్యాసాలివి. మదరాసు, కర్నూలు, నెల్లూరు, విశాఖపట్నం, గుంటూరు జిల్లాలకు చెందిన ఐదుగురు ముత్తయిదువలు, విజయవాడలోని ఓ ఇంట్లో కాపురముంటూ సాయంకాలపు సమయంలో ఆ ఇంటిముందున్న నారింజ చెట్టునీడలో కూర్చొని తమతమ యాసలతో కూడిన భాషలతో ఆంధ్రదేశం నలుమూలల జరిగే విషయాలను చర్చించుకొంటూ ఉండేవారు. ఇది ఎంతటి అద్భుతమైన ప్రక్రియ అంటే హాస్యంగా హాయిగా మాట్లాడుకొంటూ ఇటు కుటుంబ సంప్రదాయాల నుండి అటు రాజకీయాల వరకు, పలురకాల వంటకాల నుండి పోపుగింజల వరకు అన్ని విషయాల పరిజ్ఞానం పొందేలా ఉండేవి. 'చెట్టుకింద ముచ్చట్లు' అను శీర్షికతో చాలాకాలం పత్రికల్లో వ్యాసాలు వచ్చాయి - అటు తరువాత డాక్టర్ కె.యన్.కేసరిగారి 'గృహలక్ష్మి' మాసపత్రికద్వారా 'శారదలేఖలు' అను శీర్షికన శారదపేరుతో కల్పనకు రాసినట్లు లేఖల రూపంగా వ్యాసాలు ప్రచురితమైనాయి.

శారద లేఖలు

ఎక్కడో ఇంగ్లాండులో వాడుకలో ఉన్న ఈ లేఖా సాహిత్య ప్రక్రియను వరలక్ష్మమ్మగారు తమ రచనా ప్రారంభం నుండే మొదలుపెట్టడం విశేషం! ఈ శారద లేఖలు గురించి సుప్రసిద్ధ కవులు శ్రీ శివశంకర స్వామిగారు ఇది మూడు దశాబ్దాల 'ఆంధ్రుల చరిత్ర' అని చెప్పారంటే ఈ లేఖలు ఎంత ప్రాముఖ్యమైనవో మనకు అర్థమవుతుంది. శ్రీమతి ఇల్లిందల సరస్వతీదేవి గారన్నట్లు అటు అంతర్జాతీయ రాజకీయాలనుండి ఇటు పోపుగింజలవరకు ఈ లేఖలు స్పృశించని అంశం లేదంటే అతిశయోక్తి కాదు. కొత్త కొత్త విషయాలతో పూర్వాపరాలు చర్చిస్తూ వాడిగా వేడిగా ఉండేవి వీరి లేఖలు. వరలక్ష్మమ్మగారికి రవీంద్రుని రచనలంటే చాలా ఇష్టం. సమయం దొరికినప్పుడల్లా ఆమె రవీంద్రుని రచనలు చదివేవారు.

సమాజంలోని కుత్సిత మౌఢ్యాలను, ఆచార ఆడంబరాలను, మిథ్యా గౌరవాలను గురించి తమలేఖల్లో నిర్మొహమాటంగా చెప్పేవారు. ఆవిధమైన లేఖల్లోని విషయం కొందరికి చీవాట్లు, చెంపపెట్లు, మరి కొందరికి ఎత్తిపొడుపుల్లా, విమర్శల్లా. మరికొన్ని బోధనలు, విజ్ఞాన చంద్రికలు, కొన్ని వసంతకాల శోభలు, గ్రీష్మ తపోరుచులు, కొన్ని లావా ద్రవాలను వెదజల్లినాయి. మచ్చుకు కొన్నిలేఖల్ని చూద్దాం!

ఆంధ్రలో కళ్ళేపల్లి వెంకట రమణమ్మగారి ఆధిపత్యంలో వెలువడిన 'లక్ష్మి' అనే మాసపత్రిక, వింజమూరి వెంకటరత్నమ్మగారి 'అనసూయ' అనే పత్రికలోను, 1928 నుంచి 'గృహలక్ష్మి' పత్రికలోను ఈ వ్యాసాలు ప్రచురితమయ్యాయి. తన స్నేహితురాలైన కల్పన ఎదుట కూర్చొని మాట్లాడుతున్నట్లుగా రాశారు. ఈ లేఖా విశేషాలు ఆనాటి పరిస్థితులనే గాక నేడు జరుగుతున్న సాంఘిక పరిస్థితులను కూడా తెలుపుతున్నట్లుగా ఉన్నాయి. ఈ లేఖల్ని ఆమె రెండు భాగాలుగా రాశారు. ఆమె ఒక లేఖలో హిందీ భాషను అధికార భాషగా చేసినందువల్ల ఆంధ్రభాషకు నష్టం లేదని చెబుతూ, "యావద్భారత దేశానికి ఉపకరించు భాష లేనందువలననే కదా వందలకొలది భాషలు కల మన భారతదేశం విదేశీ భాషతో అఖిల భారత వ్యవహారాలు నడుపుకునే దుస్థితి కలిగింది. మనకు చక్కని 'లిపులు' ఉండి కూడా ఏమీ లేనట్లు విదేశీ భాషలో మన వ్యవహారాలు చక్కబెట్టుట ఎంత అవమానకరము. ఎవరి భాష వారికి తల్లి భాష. మిగతా ప్రాంతీయ భాషలు అక్కచెల్లెళ్ళ వంటివి. తల్లి పూజ్యత తల్లిదే, తోబుట్టువు పూజ్యత తోబుట్టువుదే - ఇందువలన ఎవ్వరికీ నష్టంరాదు - స్త్రీలు తోడ్పడితే - ఏక భాషా ప్రచారం విజయవంతం అవుతుంద"ని ఈ లేఖలో పేర్కొన్నారు.

మరొక లేఖలో "వర్ణాంతర వివాహాలు గురించి, అవి పనికిరానివని, విఫలమవుతాయని చాలామంది అనుకొంటూ ఉంటారు. కాని కులగోత్రాలు చక్కగా పరిశీలించి వివాహం చేసిన దంపతుల్లో కూడా సుఖపడని వారెందరో ఉన్నారు. పైగా వర్ణాంతర వివాహాలు పురుషులకు చెల్లును. స్త్రీలకు చెల్లవు అనుటలో అర్థంలేదు. వర్ణాంతర వివాహాలను సజాతి సంబంధాలుగా భావించి సమర్థించ వచ్చుకదా" అని అంటారామె.

మరొక లేఖలో హిందూ స్త్రీల దుఃఖాన్ని గురించి ఆమెకు ఆర్థిక స్వాతంత్ర్యం లేకపోవడం గురించి చక్కని సందేశాన్నందిస్తారు. హిందూ స్త్రీల బానిసత్వానికి కారణం ఆర్థిక స్వాతంత్ర్యం లేక పోవడమేననియు, స్త్రీకి మాత్రం డబ్బు ఉండనవసరం లేదా! ఆమె అవసరాలకు ఎవరిస్తారు? పసి బిడ్డకు కూడా పైసాతోటి పని 'ఉంటుంది'. ఆమెకు అనుకోని అవసరాలకు ఏదైనా కావలసి వస్తే భర్తగాని, పుత్రులు గాని గుర్తించి ధనం ఇస్తారా! అలా ఇచ్చే వారెంతమంది ఉంటారు! అని ఈ లేఖలో ప్రశ్నిస్తారామె.

ఈ లేఖ సారాంశం చూడండి! ఎంతముందు చూపుతో రాశారో! మహిళా సభలు ఆంధ్ర రాష్ట్ర తీర్మానం చేయడంలో విమర్శించడాన్ని ఆమె జవాబుచూద్దాం! ప్రత్యేక ఆంధ్రరాష్ట్రమేర్పడు విషయమున స్త్రీలకు సంబంధం లేదా! కేవలం ఈ ప్రయత్నం పురుషులవరకేనా! కాని ప్రత్యేక రాష్ట్రం ఏర్పడితే స్త్రీలకే ఎక్కువ ప్రయోజనం. స్త్రీలకు సంబంధించి పన్నెండు జిల్లాలకు ఒక్క కళాశాల కూడా లేదు. (ఆరోజుల్లో) ప్రత్యేక రాష్ట్రమున్న మన అవసరాలు తీరుతాయి. మాతృభాష అభివృద్ధి చెందుతుంది. కనుక ఆంధ్రమహిళలు తీర్మానాలను ఆమోదించడమే గాకుండా ప్రజలలో బాగా ప్రచారం చేయవలసియున్నదని స్త్రీల కొరకు సామాజిక ప్రయోజనాన్ని ప్రోత్సహిస్తూ ఓ చక్కని సందేశాన్నందిస్తారు వరలక్ష్మమ్మగారు.

ఇంతేగాకుండా శారదా చట్టం, విడాకుల చట్టం, గాంధీగారి ఖద్దరు ప్రచారం, సహాయనిరాకరణోద్యమాల గురించి, అస్పృశ్యతా నివారణ, హరిజన దేవాలయ ప్రవేశం, మద్యపాన నిషేధం మొదలైన రాజకీయ విషయాల గూర్చి మాత్రమేగాక తీర్థయాత్రల ప్రభావం, విగ్రహారాధనలోని మంచిచెడులు, బుద్ధిలేని మూఢభక్తుల నిరసన, దొంగ సన్యాసులను దుయ్యబట్టుట, వరకట్నాల పీడ, బహు భార్యత్వ దురాచారం, వేశ్యావృత్తి బహిష్కరణ, స్త్రీల నాటకరంగ ప్రవేశం మొదలగు సాంఘిక విషయ చర్చలు, స్త్రీ పురుషుల మనస్తత్వ విశ్లేషణలు, సమయోచిత పరిహాస భాషణలు, మొదలగు అంశములన్నియు తమ శారద లేఖల ద్వారా ప్రజల కందించి సామాజిక చైత్య కిరణమై వెల్గొందినారు కనుపర్తి వరలక్ష్మమ్మ గారు. నన్నయ భారతంలో తెలుగు పద్య రచనకు పునాది ఏర్పడినట్లు ఈమె లేఖల్లో తెలుగు సాహిత్యపు విలువలు ఉట్టి పడ్తున్నాయి. వరలక్ష్మమ్మగారి రాతల ఫలితంగానే స్త్రీలు తమ వంటిమీద నగలు వలిచి గాంధీగారి ముందు కుప్పగా పోసి ఉప్పు సత్యాగ్రహం, నాన్ కో ఆపరేషన్‌లో పాల్గొనడం వంటి ప్రాయోజిత కార్యక్రమాలు నిర్వహించేవారు. ఇలా వరలక్ష్మమ్మగారు ప్రతి లేఖలోను, ప్రతి రచనలోను ఉన్న విషయాన్ని మొహమాటం లేకుండా స్పష్టంగా చెప్పడమే గాక విశ్లేషణ చేసి మంచిచెడులను చర్చించి చక్కని పరిష్కార మార్గాన్ని సూచించేవారు. ఆమె ప్రతి లేఖలోను సామాజిక ప్రయోజనం స్పష్టంగా కనిపిస్తుంది.

వ్యక్తులు దళాలుగా ఏర్పడి సత్యాగ్రహులు ఫలానా ఊరిలో ఉద్యమించారని ఒక లేఖ వెలువడగానే మరికొంతమంది ఆంధ్రప్రదేశ్ నుండి బయలుదేరేవారు. సత్యాగ్రహాల్లో పాల్గొన్న స్త్రీలు కొంతమంది చెరసాలలో పురుళ్ళు పోసుకొన్నారని వినగానే వారినభినందిస్తూ, మరికొందరిని ప్రోత్సహిస్తూ మరొక లేఖ, చెరసాలలో ఉన్న స్త్రీలు హిందీ నేరుస్తున్నారనియు, నూలు వడుకుతున్నారని, ఉద్యమ గీతాలు నేర్చుకొంటున్నారని రాసిన లేఖలు ఆంధ్రదేశపు స్త్రీలను జాగృతం చేశాయి. ఇలా పుంఖాను పుంఖాలుగా లేఖలు వెలువడుతుంటే ఆంధ్రదేశమంతా స్త్రీ, పురుష భేదం లేకుండా ఉద్వేగంతో కొట్టుకు పోయేది. ఈ విధంగా వరలక్ష్మమ్మగారి శారద లేఖలు సామాజిక చైతన్యాన్ని ప్రోత్సహిస్తూ దేశవ్యాప్తంగా కీర్తి ప్రతిష్ఠల్ని తెచ్చిపెట్టాయి ఆమెకు. వచన రచనలంటేనే వరలక్ష్మమ్మగారికెంతో ఇష్టం,

ఆమె నా జీవము ధర్మము, నా మతం నీతి, నా లక్ష్యం సతీశ్రేయమని స్త్రీలయొక్క బాధ్యతను గుర్తు చేసేవిధంగా తన బాధ్యత గురించి చక్కగా చెప్పుకొన్నారు. ఆమె ఏ రచన చేసినా ఏదో ఒక కచ్చితమైన సందేశాన్నిచ్చారు. కాలం మారినా ఆమె రచనలు నాడు నేడు కూడా స్త్రీలందరకు చక్కని ప్రబోధాత్మకాలుగా నిలిచాయి.

కథా సాహిత్యం

వరలక్ష్మమ్మగారు కథానికలు రాయడంలోను సిద్ధహస్తులు– ఆమెరాసిన 'రెండే కోర్కెలు' అన్న కథ 'భారతి'లో అచ్చయింది. అది ఒక పరిత్యక్తయొక్క కరుణామయగాథ. అది ఎందరిచేతనో

కన్నీరు కార్పించింది. మరెందరికో బుద్ధిచెప్పింది. 'పెన్షన్ పుచ్చుకొన్న రాత్రి' పెద్దకథ. మరో అమూల్యమైన రచన, అధికార దాహపీడితుడైన ఒక ఆఫీసరు (అధికారి) తన సర్వీసులో సకల సౌఖ్యాలు అనుభవించి పెన్షన్ తీసుకొన్ననాటి రాత్రి పడిన ఆవేదన ఆనాడు ఎంతోమందిలో హృదయ పరివర్తన కలిగించి తమ జీవితాలను చక్కదిద్దుకోవడానికో మంచి మార్గం అయింది. కొన్నాళ్ళకు 'ప్రణయ లేఖలు' అను కథ ఆంధ్రసచిత్ర వారపత్రికలో అచ్చయింది. అది విద్యాలయాలలో విద్యార్థినీ విద్యార్థుల ప్రేమ లేఖలు. చాటుమాటు సమావేశాలను గురించి, వారి మధ్య నడిచే ప్రేమాయణం గురించి వీటివల్ల ఆడపిల్లలకు సంబంధాలెట్లా చిట్లిపోయేది వివరించిన కథ. ఈ కథ ఆనాడు చాటుమాటు ప్రేమాయణాలు నడిపించే విద్యార్థినీ విద్యార్థులకు కనువిప్పు కలిగిస్తూ వెర్రితలలు వేసే ప్రేమకు చెంపపెట్టులా ఉంటుంది. ఇవన్నీ వరలక్ష్మమ్మగారి కథా సాహిత్యానికి చక్కని ఉదాహరణలు.

పద్యకావ్యాలు

వరలక్ష్మమ్మగారు గద్యం మీద ఎక్కువ మక్కువ చూపించినా కొన్ని పద్యకావ్యాలను కూడా చక్కగా రచించారు. అవి 'ద్రౌపదీ సంవాదం', 'ద్రౌపదీ వస్త్ర సంరక్షణం' 'నవ భారతేతిహాసం' అను ఓటు పురాణం, 'నాదుమాట' మొదలగునవి ప్రజాశ్రేయస్సును గూర్చి రాసి ద్విపద కావ్యాలుగా మలిచిన ఈ రచనలు మహిళలకు మార్గదర్శకాలైనవి. గృహిణిగా, సంఘసేవా పరాయణిగా స్త్రీయొక్క బాధ్యతను చక్కగా వివరించారామె. ఈ దండకాలు, శతకాలు, నాటకం, నవల, వ్యాసం ఇలా ఒకటేమిటి? అన్ని ప్రక్రియలందును రచనలు చేసి ఖ్యాతి నొందినారు. సత్యాద్రౌపది సంవాదంలో అష్టభార్యా సంగతుడైన శ్రీకృష్ణుని తనకు మాత్రమే వశీకృతుని చేయమని సత్యభామ ద్రౌపదిని అడిగినప్పుడు సత్యభామ అమాయకతకు పరిహసించిన ద్రౌపది ఈ విధంగా అంటుంది.

"మంత్ర తంత్రము – మగలను సతులను
వశమొనర్చు కొనుట వట్టిది సుమీ్మ
సతి ఇట్టి దుష్కర్మ సలిపిన యెడల
కల కూర్మి నశియించు కాంతునిమదిని"

మంత్ర తంత్రము లనెడి వశీకరణతో భర్తను వశపర్చుకొనుట అబద్ధమనియు, ఆవిధమైన ప్రయత్నము చేసిన యెడల భార్యమీద ఉన్నటువంటి కొద్దిపాటి ప్రేమకూడా నశించి పోవునని అర్థంతో తెలియజేస్తుంది రచయిత్రి.

"భర్తల ధన ధాన్య భాగ్యంబునెల్ల
వ్యర్థ వ్యయము సేయ – వదిన నేనోర్వ
గృహమైన పెరడైన గృహపాత్రలైన
యశుచియై యుండుట కంగీకరంప

ఈ విధంగా తెలియజేస్తూ మగనిప్రేమను పొందవలసిన మగువ మెలగవలసిన రీతులను కూడా ఈ క్రిందివిధంగా తెలిపినది.

"పతివాది వశమగు భవ్యమార్గాలు
నాలుగు కలవవి - నాతిరో వినుము
పతి కరుణించుటే సతికి భాగ్యంబు
ధన ధాన్య సంపత్తి - తగు గౌరవంబు.
"నిర్మలమతి తోడ నిత్యంబు నీవు
భయమును ప్రేమంబు బహుభక్తి కల్గి
ప్రీతి చూపితివేని విభుడే తనంత
నిండారు మక్కువ నీవెంట దగులు"

అని పతిని వశమొనరించుకొనుటకు తగిన విధానాలను చెప్పినది. ఇంకను ఉత్తములైన స్త్రీలు భర్తరాగానే ప్రీతితో ఎదురేగవలెననియు. భర్త చెప్పిన రహస్యముల నెవ్వరికి చెప్పకూడదనియు అకలంక చిత్తముతో అతిగుణవంతులై ఉండవలెననియు ఉపదేశాన్నిస్తారు వరలక్ష్మమ్మగారు.

ఆమె తాకని ప్రక్రియ లేదు. తన రచనా శక్తితో ఆమె నిరక్షరాస్యులకు సైతం ఓటు విలువ తెలియజేయడానికి ఓటు పురాణం అనే చమత్కార భారతాన్ని రచించారు. రెండు భాగాలుగా ఉన్న ఈ గ్రంథంలో మొదటి భాగం పురాణ పద్ధతిలోనే సాగింది. రెండవ భాగంలో సూతుడు మునులను అడగ్గా ఓటు విలువ గురించి ఈ విధంగా వివరించారు.

కం॥ ఓటే దైవము సత్యము
ఓటే ప్రాణము రాజ్యంబోటున నిలుచున్
ఓటే నెక్కువ బడయమి
ఏటు పడును ఎట్టిదైన నుర్విని సుండీ॥

వ్యంగ్య పూరితంగా ఓటు యొక్క ఆవశ్యకతను దానిని సక్రమంగా వినియోగించుట గురించి, అన్ని దానముల కంటె ఓటు దానం ముఖ్యమనియు ఓట్లెక్కువ పడనివారికి ఏటు పడుననియు పరిహసిస్తూ, దేశకాల పరిస్థితులను తెలియకుండా ఓటు దానం చేయొద్దనియు, వర్ణ వర్గ భేదపు వత్తిడులందు దగుల్కొని ఓటు నొసగిన మోసపోవుదురనియు, గో, భూ, హిరణ్య, కన్యాది షోడశ దానములు కంటె ఓటు దానము ముఖ్యమైనదనియు, చక్కని చిక్కని వివరణతో వ్యంగ్య పూరితంగా, హాస్యరసభరితంగా ఓటు ఆవశ్యకతను గురించి చక్కగా రాశారు వరలక్ష్మమ్మగారు.

వీరు సంఘ శ్రేయస్సు, ప్రజాశ్రేయస్సును దృష్టిలో పెట్టుకొని "నాదుమాట" అను పద్య కావ్యాన్ని రాశారు. సుమతీ వేమన శతకాలవలె ఈ పద్యాలు ప్రతి ఒక్కరూ చదువదగినవి. అందు కొన్ని పద్యాలను చూద్దాం!

"వ్రతములందు మేలు వ్రతము సేవయెసుమ్మి
దీనిబోలు వ్రతము కానమెందు
పరుల సేవకంటె పరమ పుణ్యము లేదు
నమ్మివినుడు జనులు నాదుమాట"

ఈ విధమైనటువంటి సేవాధర్మాన్ని మనోవాక్కాయ కర్మలా ఆచరించిన ధన్యురాలు వరలక్ష్మమ్మగారు.

దొంగ సాధువులు, స్వాములవారు బయలుదేరుతున్న రోజుల్లో మంచి చెడులు విచారించకుండా వారిసేవకై వెర్రిగా పరుగులెత్తే ఆడువారిని చూసి బాధపడేవారు. తన బాధను ఈ క్రింది పద్యం ద్వారా వ్యక్తం చేస్తారు.

పరుగులెత్తనేల పరతత్వమని స్త్రీలు
పతి సుతాళి వీడి పరులగొలువ
ఎవరిస్వామి వారి ఎదలోనే ఉండగా
నమ్మి వినుడి జనులు నాదుమాట-

చిత్రసీమలోని స్త్రీల వేషధారణ, నటన, అశ్లీలమైన పాటలు ఆమెకు విపరీతమైన మనః క్లేశాన్ని కల్గించేవి. ఆమె మనస్తాపాన్ని ఈ క్రింది విధంగా చెప్పారు.

చీర రైక లేని సింగారమది యేల
నాతి విలువ చెఱచు నాట్యమేల
మానుషంచె నుండి మహిళల మర్యాద
నమ్మి వినుడి జనులు నాదుమాట.

ఇటువంటి సుద్దులెన్నో ఆమె కలం నుండి వెలువడినాయి. అహర్నిశలు స్త్రీల శ్రేయస్సుకై తపించిన వరలక్ష్మమ్మగారు ఎక్కువ స్త్రీ చైతన్యం దిశగా రచనలు చేశారు. పిల్లల నాటికలను అనేకం రాశారు. యజ్ఞాశ్వము, పెళ్ళిచూపులు, చుట్టాల బెడద మొదలగు నాటికలను రాసి పాఠశాల వార్షికోత్సవ సందర్భంలో విద్యార్థినుల చేత ప్రదర్శింప జేసేవారు. ఈ ప్రదర్శనలు సామాజిక పరంగానూ, హాస్యరస ప్రధానంగాను ఉండేవి. వీరు వీరేశలింగం గారి సతీమణి రాజ్యలక్ష్మమ్మగారి జీవిత చరిత్ర, శ్రీమతి దుర్గాబాయి దేశ్‌ముఖ్ గారి జీవితచరిత్ర కూడా రాశారు. ఉన్నవ లక్ష్మీబాయమ్మగారి జీవితచరిత్రను 'మహిళాప్రబోధం' అను పేరుతో బుర్రకథగా రాసి ప్రచారం చేశారు. ఆమె ఎంత పరిపక్వంచందిన రచయిత్రి అయినప్పటికి ఆమెది పసిహృదయం. పిల్లల్తో అన్నీ చేయిస్తూ పసిపిల్లలా ఎంతో సంతోషించేవారు. సరదా పడేవారు.

స్త్రీ జనాభ్యుదయానికి కనుపర్తి వరలక్ష్మమ్మగారి సేవలు

ప్రప్రథమంగా వరలక్ష్మమ్మగారిలో సంఘ సంస్కరణాభిలాష ఏర్పడడానికి ముఖ్య కారకులు బాపట్ల వాస్తవ్యురాలు, విదుషీమణి, సంఘ సంస్కర్త శ్రీమతి చోరగుడి సీతమ్మగారు. వీరి సేవల ద్వారా, రచనలు ద్వారా స్ఫూర్తి నందుకొన్న వరలక్ష్మమ్మ గారు అనేక స్త్రీజనోద్ధరణ కార్యక్రమాలను ప్రారంభించారు. అవి అంతటితో ఆగక 1931వ సంవత్సరంలో బాపట్లలో 'స్త్రీహితైషిణి మండలి'ని స్థాపించారు. వరలక్ష్మమ్మగారు స్త్రీహితైషిణి మండలిని స్థాపించడానికి ఎంతో శ్రమకోర్చి ఇల్లిల్లు, ఊరూరూ తిరిగి చందాలు వసూలు చేశారు. స్త్రీలకు గ్రంథ పఠనం, పత్రికా పఠనం, పెద్దలచే ప్రవచనాలు స్త్రీలలో కళాభివృద్ధిని పెంపొందింపజేసే రంగవల్లుల పోటీలు, అనాథలకు అభాగ్యులకు జీవన మార్గాన్ని కలిగించే కుట్లు, విద్యాబోధన, ఒకటేమిటి అనేక సాహితీ కళారంగాలలో స్త్రీలను ప్రోత్సహించారు. స్త్రీ హితైషిణి మండలిలో సభ్యురాలిగా చేరిన ఊటుకూరి లక్ష్మీ కాంతమ్మగారు వరలక్ష్మమ్మగారికి తమ సహాయ సహకారాలను అందించేవారు.

వరలక్ష్మమ్మగారు హితైషిణి మండలిని తమ గారాల పుత్రికలా భావించి సర్వలక్షణ శోభితగా దిద్దుటలో కృతకృత్యులైనారు. ఆరోజుల్లో ఇళ్ళలో మ్రగ్గుతూ లోకజ్ఞానం తెలియక మూఢాచారాలతో మునిగి తేలే స్త్రీలెందరినో ముందుకు నడిపించడమే గాక వారిలో ఆత్మస్థైర్యాన్ని పెంపొందించి రాజకీయాలలో పరిచయం కలిగించారామె. అంతేగాక సెంట్రల్ ఫెయిర్ వారి సహకారంతో కండెన్సుడు కోర్సులను ప్రవేశపెట్టి ఎంతో మంది స్త్రీలకు భుక్తిని కల్గించారు. ఈ కోర్సుల్లో అభాగినులైన ఆడపిల్లల్ని చేర్చి ఓదార్చి విద్యనేర్పించి వారి వ్యక్తిత్వాన్ని నిలబెట్టారు. వారి కష్టసుఖాల్లో భాగం పంచుకొంటూ వారిమధ్య పేచీలొచ్చినప్పుడు కన్నతల్లిలా తీర్పునిచ్చే బాధ్యతనూ వారే తీసుకొనేవారు. ఆ కోర్సులు నిర్వహించేప్పుడు అనేక బరువు బాధ్యతల్ని వహించాల్సి వచ్చేది. హాస్టలు నిర్వహణ, స్కూలు అజమాయిషి, మండలి కార్యక్రమంలో విశ్రాంతి ఎరుగని విధినిర్వహణలో నిమగ్నమై ఉండేవారు. అయినా వీటివల్ల ఆమె ఆనందం ఉత్సాహంతో ఊగిపోతూ శ్రమను మర్చిపోయేవారు.

1925వ సంవత్సరంలో గుంటూరు జిల్లా బోర్డు మహిళా సభ్యురాలిగా ఎన్నికై అనేక అభ్యుదయ ప్రణాళికలకు రూపకల్పన చేసి నిర్మాణ కార్యకర్తగా నిలిచారు. 'స్త్రీ పురుషునికి బానిసయే' అని అనుకొంటున్న రోజులవి. అట్టి పరిస్థితిలో ఆమె భర్తగారైన కనుపర్తి హనుమంతరావుగారు ఆమెకు అన్ని విషయాలలోను తమ సహాయ సహకారాలను అందించారేగాని ప్రతిఘటించలేదు. "భర్త చేదోడు వాదోడుగా ఉన్న స్త్రీ ప్రగతివేరు. ఒంటరియగు స్త్రీ ప్రగతి పంథావేరు". అని ఒకానొక సందర్భంలో వరలక్ష్మమ్మగారంటారు. స్త్రీలకు ఆశ్రయులైన పురుషుల మనోభావాలు స్త్రీలపట్ల ఎంత ఉదారంగా సరళంగా ఉంటే స్త్రీ జీవితం అంత వికాసం చెందుతుందని ఆమె వివరించారు.

1933వ సంవత్సరంలో గుంటూరులోని ఉమెన్స్ ప్రొవెన్షియల్ కాన్ఫరెన్సుకు అధ్యక్షురాలిగా ఎన్నికై స్త్రీలలో హిందూసంస్కృతిని ప్రేరేపించుటకు తమవంతు కృషిచేశారు. అంతేగాక గుంటూరు జిల్లా బోర్డు మెంబరుగా చాలాకాలం పనిచేస్తూ స్త్రీ సంక్షేమశాఖాధిపత్యాన్ని అతి సమర్థతతో నిజాయితీగా నిర్వహించారు. ఆమె ఎన్నో రాష్ట్రీయ స్త్రీల సభల్లో స్త్రీ ఆస్తిహక్కు గురించి విడాకులు గురించిన తీర్మానాలపై అతి నైపుణ్యంతో వాదన చేసి శ్రోతల్ని మెప్పించి అలరించేవారు. స్త్రీలకు అతికఠిన నియమ నిబంధన లేర్పరుపబడిన ఆరోజుల్లో కనుపర్తి వరలక్ష్మమ్మగారు స్త్రీలలోని అజ్ఞానాన్ని, అవిద్యను తొలగించడానికి ఎంతో కృషిచేసి కృతకృత్యురాలైనారు. బ్రహ్మసమాజమంటే ఆమెకు ఎంతో ఇష్టం. ఉన్నవ లక్ష్మీబాయమ్మగారు స్థాపించిన శారదానికేతనంలో అధ్యక్షురాలిగా ఉండి అనేక అభివృద్ధి కార్యక్రమాలు చేశారు.

అనేకమంది ఆడపిల్లల్ని అనేకరంగాలలో అభివృద్ధిలోకి తెచ్చే గురుత్వాకర్షణశక్తి వరలక్ష్మమ్మగారిలో ఉంది. తన దగ్గర శిక్షణ పొందిన తన శిష్యులు తనను మించిపోతే అపూర్వ ఆనందాన్ని అనుభవించేవారామె. ఆమె ఆధ్వర్యంలో పెరిగిన పిల్లలెందరో ఉన్నత విద్యలో ఆరితేరి ఉద్యోగినులైనారు. పండుగ రోజులొచ్చాయంటే హితైషిణిమండలిలో అందరికీ పండుగే- మన సంస్కృతీ సంప్రదాయాలను మరువకుండా శ్రావణమాసం వచ్చిందంటే, ఆడపిల్లలచేత బొమ్మల కొలువులు, వరలక్ష్మీ వ్రతాలు చేయించేవారు. ఈ విధంగా వారిలో దైవభక్తిని, ఉత్సాహాన్ని ప్రేరేపించేవారు. సంక్రాంతి పండుగకు ముగ్గులు, గొబ్బెళ్ళలోను, భగవద్గీత, భాగవతంలో కొన్ని పద్యాలలోను పోటీలు పెట్టి బహుమతులిచ్చేవారు. మన ఆచార వ్యవహారాలమీద ఆమెకెంతో మక్కువ. పవిత్రస్నానాలాచరించే రోజుల్లో సముద్ర స్నానాలు ఏర్పాటు చేసేవారు. తనకు బిడ్డలు లేకపోయినా మండలిలోని పిల్లలందరూ తనపిల్లలేనని చెప్పేవారు. వారి బాధ్యతను స్వీకరించేవారు.

వరలక్ష్మమ్మగారు స్త్రీహితైషిణి మండలి ద్వారా మహిళలకు బహుముఖీనమైన సేవలందిస్తున్న సమయంలో ఆంధ్రదేశంలోని స్త్రీ సమాజాల సంకుచితత్వాన్ని విమర్శించడమేగాక, తన ధోరణిలో తాను మార్పుకు పూనుకొన్నారు. అందరూకలిసి స్వాతంత్ర్యం అనే ఆశయంతో కృషి చేయాలని బోధించారు. ఆమె తన భర్తగారైన హనుమంతరావుగారి పేరుతో 'హనుమంతరాయ బాల విద్యావిహార్'ను మండలిలో స్థాపించారు. దాని ప్రారంభ ఖర్చులకై అప్పట్లో వేయి రూపాయలు విరాళమిచ్చారు. ఆమె మేనకోడలు పాలపర్తి ఉమాదేవి, కోటంరాజు వెంకట సీతాబాయిగారు ఈ విద్యాలయాన్ని చక్కగా, నిస్వార్థంగా నిర్వహిస్తూ ఎంతోమంది విద్యార్థుల్ని తీర్చిదిద్దారు.

ఎల్లవేళల స్త్రీల శ్రేయస్సుకై తపించిన వరలక్ష్మమ్మగారు స్త్రీ హితైషిణి మండలిలో స్త్రీలకు ఎంతటి సేవలందిస్తున్నా, ఇంకా ఏదో చేయాలనే ఆకాంక్ష ఉండేది. అందుకే మండలిలో సంగీతం, హిందీ, కుట్టు క్లాసులు ఏర్పాటు చేశారు. ఇంతా సోషల్ వెల్‌ఫేయిర్ బోర్డువారి గ్రాంటుతో 6

సంవత్సరాలు సంక్షిప్త మహిళా విద్యాలయాన్ని నడిపారు. ఇందులో ఉచిత భోజనవసతులు కూడా ఉండేవి.

దేశసేవ

వరలక్ష్మమ్మగారిలో దేశభక్తి, దేశసేవకూడా అపారంగా చోటు చేసుకొన్నాయి. గాంధీ మహాత్ముడు స్వరాజ్యోద్యమం సాగించురోజులవి. 1921వ సంవత్సరంలో విజయవాడలో అఖిల భారత కాంగ్రెస్ సమావేశం జరిగింది. జరిగిన తరువాత గాంధీజీ స్వరాజ్యనిధికోసం ఆంధ్రప్రదేశ్ నుండి ప్రారంభించిన చారిత్రాత్మక భారతదేశ పర్యటనలో బందరు రావడం జరిగింది. వరలక్ష్మమ్మగారు జాతీయ కళాశాలలో విడిది చేసిన గాంధీజీని దర్శించి తాను వడికిన ఖద్దరు, నూలు, బంగారు ఉంగరం దేశ సౌభాగ్యం కోసం కానుకగా సమర్పించారు. అప్పుడు గాంధీజీ పల్చటి దుస్తులు ధరించిన వరలక్ష్మమ్మగారిని చూసి, ఇక నుండి మీరు ఖద్దరు వస్త్రాలు ధరిస్తానంటేనే నేను వీటిని తీసుకొంటానని అన్నారు. మొదట ఆమె మొహం చిన్న బోయినప్పటికీ వెంటనే అంగీకరించి గాంధీజీకి వాగ్దానం చేశారు. అప్పటినుండి ఆమె ఖద్దరు వస్త్రాలు ధరించడమేగాక స్వరాజ్యలక్ష్మి వ్రతాలు, రాట్నపూజలు చేసేవారు. గాంధీగారి ప్రబోధాలకు ప్రభావితమైన వారెందరో గొప్ప, బీద, అను తేడాలేకుండా ఖద్దరు వస్త్రాలు ధరించారు. కాని గాంధీగారు చనిపోగానే ప్రజలు అన్నీ మర్చిపోయి ఖద్దరు బట్టలు మూలపడేసి సిల్కు దుస్తులను ధరించడం ప్రారంభించారు. కాని వరలక్ష్మమ్మగారు మాత్రం గాంధీగారి సిద్ధాంతాలను చివరివరకు తు చ తప్పకుండా చివరి వరకూ పాటించారు. జీవితాంతం ఖద్దరునే ధరించి ధన్యులైనారు.

గాంధీజీ ప్రబోధాలతో వరలక్ష్మమ్మగారు స్వాతంత్ర్యోద్యమంలో పాల్గొని విదేశీ వస్త్ర బహిష్కరణ గావించి, స్వదేశీవస్త్రధారణను ప్రోత్సహిస్తూ తమవంతు సహాయ సహకారాలను అందించారు. గాంధీజీని అవతార పురుషునిగా భావించి ఆరాధించారామె. గాంధీజీ దండకమును రాసి ఆయనపై తమకున్న భక్తిని, గౌరవాన్ని వెల్లడించుకొన్నారు. అజరామరమైన గాంధీజీ హితోపదేశాలను చిత్తశుద్ధితో అనుసరించిన గాంధీ భక్తురాలీమె. గాంధీగారి ప్రబోధాల ద్వారా స్త్రీలు ఏం చేయాలో, ఎలాంటి సహకారాన్ని అందించాలో తెలుపుతూ, విదేశీ వస్త్ర బహిష్కరణ, స్వదేశీ వస్త్రధారణలను ప్రోత్సహిస్తూ, రాట్నాలపై నూలువడకడం, వంటి విషయాల గురించి ఈమె రాసిన రచనల (లేఖలు) వలన ఎందరో స్త్రీలు ఇల్లు వదిలి బయటకు రావడమేగాక శ్రీమంతులతో సహా అనేకమంది పలుచని వస్త్రాలను విసర్జించి తాము వడికిన నూలు వస్త్రాలనే ధరించారు. అంతేగాక ఉప్పు సత్యాగ్రహంలోను, నాన్ కో ఆపరేషన్‌లోను పాల్గొన్నారు. స్వాతంత్ర్యోద్యమ సమయంలో ఏమూల ఏ సంఘటన జరుగుతున్నదో తెలుసుకొని పుంఖాను పుంఖాలుగా లేఖలురాసి ప్రచురించేవారామె. ఈ విధంగా వరలక్ష్మమ్మగారు స్త్రీలను జాగృతం చేసేవారు. ఆ రోజుల్లో ఇళ్ళల్లో మగ్గుతూ లోక జ్ఞానం తెలియక మూఢాచారాలతో ఉన్న స్త్రీ

లెందరినో ముందుకు నడిపించి వారిలో ఆత్మస్థైర్యాన్ని పెంపొందించారు. అభాగినులైన ఆడపిల్లల్ని ఓదార్చి విద్యనేర్పించి వారి వ్యక్తిత్వాన్ని నిలబెట్టారు. వారి కష్టసుఖాల్లో భాగం పంచుకొంటూ వారిమధ్య పేచీలొచ్చినప్పుడు కన్నతల్లిలా తీర్పునిచ్చే బాధ్యతకూడా తీసుకొనేవారు.

అవార్డు ప్రదానం.

గృహలక్ష్మి పత్రికా సంపాదకులైన డాక్టర్ కె.యన్. కేసరిగారు వరలక్ష్మమ్మగారి సాహిత్య సామాజిక సేవలకు గుర్తింపుగా 'స్వర్ణకంకణం' బహుకరించారు. స్త్రీలలో అందునా రచయిత్రులలో తొలిసారిగా స్వర్ణకంకణం వరలక్ష్మమ్మగారికే లభించింది. అది ఆమె అదృష్టమేగాక యావదాంధ్ర మహిళాలోకానికే గర్వకారణం. అంతే గాకుండా ఆమె సాహిత్య అకాడమీ వారి అవార్డును, ప్రపంచ తెలుగు మహాసభలో స్వర్ణఫలక సత్కారాలను అందుకొన్నారు. అంతేగాక సాహిత్య సామాజిక సేవా పథంలోను, మహిళోద్ధరణ దిశగా పలు ప్రాంతాల్లో అనేక సభల్లో ఎన్నో సన్మాన సత్కారాలనందు కొన్నారు. - స్త్రీ జనోద్ధరణలోను, సాహిత్య సామాజిక సేవలో నేను పొందే సంతృప్తిని నాకే సన్మాన సత్కారాలు ఇవ్వలేవని ఆమెచెప్పడం ఆమెయొక్క నిరాడంబరతకు నిదర్శనం.

అఖిలభారత రచయిత్రుల మహాసభలు, ప్రపంచ తెలుగు మహాసభలు, ఆంధ్రమహిళా సభలు ఆమెను సన్మానించి గౌరవించి తమకుతాము సన్మానం చేసుకొన్నాయి. తానొక చిన్న పట్టణంలో పుట్టి ఆంధ్రదేశమంతా కీర్తి ప్రతిష్ఠలు గడించిన ఆదర్శ విదుషీమణి, పలురంగాలలో పాల్గొన్న సర్వతోముఖ ప్రజ్ఞాశాలి. అనేక సభలలో ప్రారంభోత్సవాలు చేయుట, పాఠశాలల వార్షికోత్సవాలకు అధ్యక్షత వహించుట వారికి పరిపాటి. రచయిత్రుల సభల్లో పాల్గొని అనేకమంది యువతులకు మహిళాసాధికారత దిశగా ఉత్సాహ ఉత్తేజాలను కల్గిస్తూ స్ఫూర్తినిచ్చేవారు. 1952వ సంవత్సరంలోనే ఆమె ఆధ్వర్యంలో మద్రాసు నుండి ఆంధ్రులకు ప్రత్యేక రాష్ట్రం కావాలని బాపట్ల పట్టణ స్త్రీలతో గొప్ప ప్రదర్శన బహిరంగసభ జరిపారు. ప్రతి ఎన్నికల్లోను కాంగ్రెస్ పార్టీకి పూర్తి సేవల్ని అందించారు. గాంధీజయంతి రిపబ్లిక్ దినోత్సవాలలో ఉత్సవాలు జరుపుతూ ఆయా సందర్భాలకు తగినట్లుగా పిల్లలకు వక్తృత్వం, వ్యాసరచన, వాగ్వివాదం, చిత్రలేఖనం వంటి పోటీలు నిర్వహించి బహుమతులిచ్చేవారు. ఈ పోటీలవల్ల పిల్లలెందరో విజ్ఞానాన్ని, ఐకమత్యాన్ని సంతరించుకొన్నారు. పిల్లలు నాటకాలు వేస్తుంటే ప్రాంప్టింగు, వేషాలు వేయించడం, తెరలమార్పులు, వంటివి తెరవెనుక ఉండి ఓర్పుగా నిర్వహించేవారు.

వరలక్ష్మమ్మగారి వ్యక్తిత్వం

వరలక్ష్మమ్మగారు బాల్యం నుండి వినయవిధేయతలు, ఓర్పు, సహనం ఓదార్పును సంతరించుకొన్న వనిత. ధైర్యసాహసాలకు పెట్టింది పేరు. ప్రేమ, కరుణ, జాలిదయ కలిగినటువంటి దయార్ద్ర హృదయ - పెద్దల యెడ గౌరవం, విద్యపట్ల మక్కువ ఆమెకు ఎక్కువ.

ఎల్లవేళల ఆమె మనసులోని ఆలోచనలు మహిళోద్ధరణ దిశగానే పయనించేవి. ఆమె ఎంత ఎత్తు ఎదిగినా ఓ మెట్టు కిందే ఉన్నానని అనుకొంటారు –

బహుముఖ ప్రజ్ఞాశాలి అయిన వరలక్ష్మమ్మగారు గృహిణిగా భర్త మన్ననలందుకొన్నారు. సంఘసేవికగా, సాహితీ సేవకురాలిగా, అన్ని లలితకళలు నేర్చిన విదుషీమణిగా ఇంటా బయటా అందరి మన్ననలందుకొని ఈనాటి స్త్రీల జీవితాలకు మార్గదర్శినిగా, మణిదీపంగా ఆమె తన రచనల ద్వారా స్త్రీలకో చక్కని సందేశాన్నందించారు. వారి భవిష్యద్బాటకు వెల్గులు ప్రసరింప జేశారు. భారతావనిలో సంస్కార వంతమైన ఓ తరాన్ని తయారుచేసి తెలుగువారు మర్చిపోలేని మహోపకారాన్ని చేశారామె. ఆమె రచనల్లో కటుత్వంలేని పటుత్వం కనిపిస్తుంది. ఆమె మూర్తిలో గర్వంలేని గాంభీర్యం స్ఫురిస్తుంది. ఆమె జీవితంలో ఆడంబరంలేని ఆదర్శం ద్యోతకమవుతుంది.

బాపట్ల సర్వకళలకు నిలయం. ముఖ్యంగా సంగీత సాహిత్యాలకు కవితా రచయితలకు, రచయిత్రులకు పేరుగాంచినది. ఆ గడ్డపై పుట్టిన వారిలో కవులూ, కళా పిపాసులూ, విజ్ఞాన వేత్తలు, రాజకీయ దురంధరులు ఎంతోమంది ఉన్నారు. ఆ గడ్డపై మెట్టిన వారికి కూడా అవి అలవడుతాయి. ఒక పక్క పురివిప్పిన భావాలను పులకింపజేసే భావనారాయణస్వామివారి ఆలయం, మరొకపక్క నమ్మిన వారికి అభయమిచ్చు దాసాంజనేయ స్వామి వారి ఆలయం, భావపురి ప్రజలకు కొండంత అండగా నిలిచాయి. అటువంటి బాపట్ల పట్టణంలో జన్మించిన కనుపర్తి వరలక్ష్మమ్మగారు ఎంతో అదృష్టవంతులు – ముతక ఖద్దరు చీర, కళ్ళజోడు చేతిగడియారంతో నిరాడంబరంగా చిరుదరహాసంతో చిన్న పిల్లల్ని నవ్విస్తూ పెద్దలను ఉత్సాహంతో పలుకరిస్తూ, స్త్రీలను ప్రబోధిస్తూ, అతిశయం కలవారిని మందలిస్తూ అసూయా ద్వేషాలతో మగ్గిపోయేవారిని హెచ్చరిస్తూ అరవై సంవత్సరాలకు పైగా తన రచనా వ్యాసంగంతో ఆంధ్రదేశాన్ని ఉర్రూతలూగించి, తమ పేరును చిరస్మరణీయం చేసుకొన్నారు. తనకలంతో నాల్గు దిక్కులను ప్రకాశవంతం చేసిన మహారచయిత్రి.

నాటికి నేటికి కాలంమారింది. కాని నాటికి నేటికి స్త్రీ విద్య స్త్రీ ప్రగతిలో కొంత మార్పు వచ్చినా స్త్రీ సమస్యలనేవి మాత్రం నాడూ నేడూ ఒకే విధంగా ఉన్నాయి. ఈనాడు కూడా ఓ మదర్ థెరిస్సా, ఓ మల్లాది సుబ్బమ్మ వంటి సంఘసంస్కర్తలు అక్కడక్కడ లేకపోలేదు. కనుపర్తి వరలక్ష్మమ్మగారి రచనలు స్త్రీలలో సామాజిక చైతన్యస్ఫూర్తిని కలుగ జేసిందనుటలో సందేహం లేదు. ఆమె కాలంలో స్త్రీలలో పుస్తకం చేతబట్టి చదివినవారు సామాన్య గృహాలలో అరుదు. ఆ కాలపు కవయిత్రులకు సాంఘిక సమస్యలు పేలవమైనవిగా కనిపించేవి. అటువంటి వాతావరణంలో కందుకూరివారి సంస్కార భావాలను బాగా వంటపట్టించుకొన్న వరలక్ష్మమ్మగారు సాంఘిక సమస్యల్ని, జాతీయ భావాలను చక్కగా అవగాహన చేసికొని నిర్భయంగా తన వాడియైన కలం ద్వారా వేడిగా వ్యక్తం చేయగలిగారంటే సామాన్యమైన విషయం కాదు.

చరిత్రాత్మకమైన ఆంధ్రమహిళాభ్యుదయ చరిత్రలో చిరస్థాయిగా సువర్ణాక్షరాలలో లిఖించదగిన వరలక్ష్మమ్మ గారిమాట, చేత, సందేశం, ఆమె జీవితమే ఓ సందేశం. వారి ఆదేశాలు సందేశాలు మనకు శిరోధార్యాలు. ఈనాటి సమాజానికి చైతన్యకిరణాలు. ఈనాటికీ సమస్యగానే మిగిలిపోయిన వరకట్నం గురించి, కులాల సమస్య, వర్ణభేదంపై ఆనాడే ఎంతగానో పోరాటం చేశారు. ఈనాటికీ తీరని సమస్యగా మిగిలిపోయిన వరకట్నాలమీద ఆమె అభిప్రాయం – "మేము కట్నాలు పుచ్చుకోవద్దని, ఇవ్వద్దని తల్లిదండ్రులకు, యువతీ యువకులకు ఎంతో బోధించాం. కాని వ్యర్థమయింది. ఆడపిల్లలు చదువుకున్నా ప్రయోజనం లేకపోతున్నది. అయితే ఇప్పటి సంపాదనలపై తల్లిదండ్రులు ఎంతోకాలం కట్నాలు ఇవ్వడం సాగించలేరు. కొంత కాలానికైనా ఈ సమస్య తీరుతుందనే నానమ్మకం అని ఆమె అన్నారు. కాని ఈ వరకట్నాల విషయంలో నాడు నేడు కూడా దాదాపు ఒకే పరిస్థితి అని చెప్పవచ్చు.

అలాగే కులాల విషయానికై దేశం అంతటా వ్యాపించిన, వర్ణభేదం, వర్గభేదం అంతటా ఉంది. అది కూలిపోవడం కష్టం. వర్ణభేదం మొండిగోడలుగా ఉన్నంతవరకు సమాజ పరిస్థితులూ ఇంతేనని ఆమె వాపోయారానాడు – కాని నేడు అదే పరిస్థితికొనసాగుతుందనిపిస్తుంది.

సమాజంలోని స్త్రీ జీవిత వికాసాన్ని గురించి ఈ విధంగా అంటారు. హిందూ సంఘంలో స్త్రీ గాజుకుప్పెలోని దీపవంటిది. దీపం విశేషమైన ప్రకాశవంతంగా ఉండాలనే ఉద్దేశ్యంతో పెట్టిన ఆ గాజు చిమ్నీ ఎంత తెల్లగా, ఎంత నిర్మలంగా, ఎంత సున్నితంగా ఉంటే దీపం యొక్క ప్రకాశం అంత తేజోవంతంగా ఉంటుంది. అలాగే స్త్రీలకు ఆశ్రయులైన పురుషుల మనోభావాలు ఎంతసరళంగా ఉంటే స్త్రీ జీవితం అంత వికాసం చెందుతుంది అని తన మనసులో, తనభర్త సహకారాన్ని మననం చేసుకొంటూ తమ అభిప్రాయాన్ని తెలియజేశారు. తన సేవా నిరతితో అందర్నీ అలరించిన మహోన్నతమైన మహిళ. మహిళాలోకానికే మహోపకారమొనర్చిన మహామనీషి శ్రీమతి కనుపర్తి వరలక్ష్మమ్మగారు. "జాతస్య మరణం ధ్రువం" అన్నట్లు ప్రతిజీవి మరణించక తప్పదు. కాని బ్రతికినన్నాళ్ళూ ఎలా బ్రతికాడు! ఏమి గడించాడు! అన్నదే ప్రశ్న. వరలక్ష్మమ్మగారు పదికాలాలపాటు నిలిచే రచనలు చేశారు. కీర్తి ప్రతిష్ఠలు గడించే సత్కార్యాలు చేశారు అలాంటి సేవా కార్యక్రమాలతో తన జీవితానికొక అర్థాన్ని, పరమార్థాన్ని గడించారు. శాయశక్తులా సంఘసేవ చేశారు. ఆదర్శజీవిగా మన్ననలొందారు. గృహిణిగా కర్తవ్యపాలనంటే ఏమరుపాటులేదు. శ్రీ హనుమంతరావు గారు ఓ ఆదర్శవంతమైన భర్తగా భార్య పురోగతికి తోడునీడగా నిలిచారేగాని ఏనాడూ ఆజ్ఞాపించలేదు. భార్య ఉచ్చస్థితిని కోరే భర్త లభించడం ఆమె అదృష్టం. వారి ఆదేశాలు సందేశాలు మనకు శిరోధార్యాలు. ఈనాటి సమాజానికి ఆదర్శప్రాయాలు.

కనుపర్తి వరలక్ష్మమ్మగారు వివాహానంతరమే ఇంతటి ఘనత సాధించి నందులకు ఆమెకు అన్ని విధాలా సహకరించిన ఆమె భర్త శ్రీ కనుపర్తి హనుమంత రావుగారి వ్యక్తిత్వానికీ, సహృదయతకూ, మహిళాలోకం నివాళులర్పించాలి.

వరలక్ష్మమ్మగారు సమాజాన్ని ఉద్దేశించి చెప్పిన కొన్ని సూక్తులు

"ప్రతిఫలా కాంక్షలేని సేవాపరాయణులను లోకమే గుర్తించి మన్నించును"

"విదేశీ మెరుగులు మన సంప్రదాయాలను రూపుమాపుచున్నవి"

"నిర్మలమును, కరుణా పూరితమును, ప్రేమపూర్ణమునగు, హృదయమును కలిగి యుండుటయే స్త్రీకి నిజమైన సౌందర్యం."

"స్వశక్తిచే స్త్రీ లక్ష్మియు, సరస్వతియు కావచ్చును."

"మనుష్యుని విపరీత స్వేచ్ఛ, జ్ఞానము యొక్క నిదర్శనం కాజాలదు"

"జ్ఞానము, నీతి, సత్యములకు నిబద్ధమైనపుడే జగాన మాన్యత బడయును. (కలుగును)"

"ఈడేరిన బిడ్డ తల్లిదండ్రులకు భారం కాకపోయినా లోకానికి బరువు"

"ఒక స్త్రీ ప్రాణము తీసిన నేరము కంటె, ఒక స్త్రీ సుఖమును, సంతోషమును, ఉత్సాహ ఉల్లాసములను నాశనముచేసి జీవన్మృతురాలిగా చేసిన నేరము బలవత్తరమైనది."

"స్వేచ్ఛా సహజమైన మానవుల వర్తనమును ఒకనీతికి, ఒక ధర్మమునకు, ఒక సత్యమునకు, ఒక సంప్రదాయమునకు భద్రపరచునదే మతము"

"నా జీవము ధర్మము, నా మతము నీతి, నాలక్ష్యము సతీ శ్రేయము. ఈ మూడింటిని సమర్థించుటకే నేను చేత కలము బూనితిని."

"సాంఘిక దురాచారాలను రూపుమాపనప్పటికీ వాటికి దూరంగా ఉండి మేలొనరించు"

"విద్యావంతులైన మహిళలూ మీ జీవిత సారాన్ని దర్శించండి. మీ జీవనశైలిని దిద్దుకొనండి."

ఈ విధంగా కనుపర్తి వరలక్ష్మమ్మగారు తమ సూక్తులద్వారా నాటి సమాజానికి హితబోధ చేశారు – ఆలోచింపజేసే ఆమె సూక్తులు నేటి సమాజానికి ఓ చక్కని సందేశమనిపిస్తుంది.

ముగింపు

శారదలేఖల వరలక్ష్మమ్మగా దేశవ్యాప్తంగా ఖ్యాతినార్జించిన ఆమె జీవితం ఓ తెరచిన పుస్తకం – ఆమె సమాజానికి ముఖ్యంగా మహిళాలోకానికి అందించిన సాహిత్య, సామాజిక స్త్రీ జనోద్ధరణ సేవల ద్వితీయం. ఆమె స్త్రీహితైషిణి మండలిని నిస్వార్థ నిరతితో, నిష్కల్మష హృదయంతో నిర్వహించడానికి ఎన్నో అవరోధాలు ఏర్పడినప్పటికి వాటిని ఓర్పుగా నేర్పుగా ఎదుర్కొని మండలిని మహిళాభ్యుదయ పథంలో నడిపించారు. స్త్రీజన కల్పవల్లి అయిన వరలక్ష్మమ్మ గార్కి సంస్కరణ భావాలను సంతరించుకొన్న సహృదయుడైన హనుమంతురావుగారు భర్తగా లభించడం ఆమె పూర్వజన్మ పుణ్యఫలం.

ఇంతటి మహోన్నత మహిళా రత్నాన్ని సమాజానికందించిన ఆమె తల్లిదండ్రులు ధన్యులు. చిన్నతనం నుండి వరలక్ష్మమ్మను ముద్దుగా 'వరాలూ' అని పిలుచుకొంటూ ఆమెలో విజ్ఞానం పెంపొందింపజేయడానికి ప్రోత్సహించిన ఆమె సోదరులు చిరస్మరణీయులు. ఆమె రచనలు నాడు నేడు స్త్రీలలో సామాజిక చైతన్యాన్ని కలుగజేస్తుందనుటలో సందేహంలేదు. ఆమె మహిళల కోసమై వారిలో ఆత్మస్థైర్యాన్ని కలిగించడానికి, వారిని సంస్కారవంతుల్ని చేయడానికి, వారి జీవితాలకో గమ్యం ఏర్పరచడానికి తన సంపూర్ణ జీవితాన్ని వినియోగించారు.

బాల్యం నుండి చనిపోయేవరకు మహోజ్వలంగా వెలిగిన కనుపర్తి వరలక్ష్మమ్మగారు. తన కలంతో నాల్గు దిక్కులను ప్రకాశవంతం చేసి సంపూర్ణ ఆయుర్దాయంతో తన 83వ సంవత్సరంలో శ్రావణ శుద్ధ పంచమీ ఆదివారం ఆగస్టు 13న స్వర్గస్థులైనారు. వరలక్ష్మమ్మగారు భౌతికంగా మనమధ్య లేకున్నను ఆమె 'శారద లేఖలు' తెరచి చూస్తే ప్రతి పేజీలోనూ, ప్రతి అక్షరంలోను ఆమె ప్రత్యక్షమవుతారు. రామాయణ రచయిత్రి మొల్ల, వేంకటేశుని భక్తురాలు తరిగొండ వేంగమాంబ వంటి ఉత్తమ 'నారి' అనిపించుకొన్న అద్వితీయ మహిళామణి-

"చలం చిత్తం చలం విత్తం చలం జీవిత యౌవనే"
చలం చలమిదం సర్వం కీర్తిర్యస్య స జీవతి॥

చిత్తము, విత్తము, జీవితము యౌవనము చివరకు జగత్తు అస్థిరమైనవి. కీర్తి మాత్రం నిలిచే ఉంటుంది. వనితాలోకానికి అపూర్వ సేవలందించి కీర్తి శేషులైన శ్రీమతి వరలక్ష్మమ్మగారికి యావదాంధ్ర జాతి నివాళులర్పించింది.

కోటంరాజు రామారావు

(1896-1961)

- డా॥ చిల్లర భవానీ దేవి

కలాన్ని కత్తిగాచేసి అనేక రచనలు చేసిన దేశభక్తుడు, నలభై సంవత్సరాలకు పైగా పత్రికా సంపాదకత్వంలో బహుముఖ ప్రజ్ఞతో అమూల్యమైన సేవలందించిన ప్రముఖ పాత్రికేయుడు, నాటి బ్రిటీషు ప్రభుత్వ విధానాలగురించి కలం ఝుళిపించి తన సంపాదకీయాల ద్వారా స్వాతంత్ర్య సముపార్జనకు ప్రజలను ఉత్తేజపరచిన స్వాతంత్ర్య సమరయోధుడు శ్రీ కోటంరాజు రామారావు. విదేశీపాలకులను అక్షరశక్తితో ఎదుర్కొన్న నేరానికి ఆరుమాసాలదాకా లక్నో జైలులో నిర్బంధింపబడిన త్యాగశీలి. మొదటి రాజ్యసభ సభ్యుడు. ఇరవై అయిదుకు పైగా భారతీయ పత్రికలకు పనిచేసిన నిజమైన 'కలంవీరుడు'. వీరి సేవలనూ, జీవిత విశేషాలనూ తెలుసుకోవటం ఈనాటి తరానికి ఎంతో స్ఫూర్తిదాయకం.

పాత్రికేయప్రపంచం గర్వించదగిన ఈ మహోన్నత వ్యక్తి ప్రస్తుత ప్రకాశంజిల్లా, నాటి అవిభాజ్య మద్రాసురాష్ట్రంలోని చీరాలలో 1896వ సం॥ నవంబరు 9వ తేదీన జన్మించారు. తండ్రి కోటంరాజు నారాయణరావు పంతులుగారు. తల్లి శ్రీమతి వెంకాయమ్మ. నారాయణరావు పంతులుగారు ప్రముఖ సంస్కృత పండితులు. చీరాల స్కూలులో ప్రధాన ఉపాధ్యాయులుగా పనిచేశారు. వెంకాయమ్మగారు 1899 సం॥ కాలంలో గుంటూరుజిల్లాలో బ్రిటీషు ప్రభుత్వానికి వ్యతిరేకంగా స్వాతంత్ర్య సమరంలో పన్నుల నిరాకరణ ఉద్యమంలో పాల్గొన్నారు. తల్లిదండ్రుల నుంచి సంక్రమించిన ఉత్తమ సంస్కారం, అక్షరశక్తి, దేశభక్తి రామారావుగారి జీవితాన్ని ఉదాత్త ఆశయాలతో నింపి, ఉన్నత ప్రస్థానం వైపు నడిపించాయి.

రామారావు గారి బాల్యం స్వగ్రామంలో సోదరులు పున్నయ్యగారు, తల్లిదండ్రుల వల్ల ప్రభావితమైంది. వారి దాహం తీర్చిన సముద్రాలు వారే! రామారావుగారి తండ్రి కోటంరాజు నారాయణరావు పంతులు తెలుగులో, సంస్కృతంలో పండితులు. ఉత్తమ వచనాన్ని రాసినా రచయితనని గుర్తింపుకోరరు. ఊరివాళ్ళకు ఏడాది పొడుగునా ఆంధ్ర మహాభారతాన్ని చదివి చెప్పేవారు. చివరిలో జత ధోవతులు మాత్రం తనకి, భార్య వెంకాయమ్మకి ఒక చీర అంగీకరించేవారు. ఏనాడూ ధనాన్ని ఆశించలేదు. తొమ్మిదేళ్ళ వయసునాటికే ఆంధ్ర మహాభారతంలోని ప్రముఖ కథలన్నీ రామారావుగారికి గ్రాహ్యమయ్యాయి. తల్లి వెంకాయమ్మగారు నిరక్షరాస్యురాలైనా మంచితెలుగును జాతీయాలు, సామెతలతో మాట్లాడేవారు. సూక్తులు వల్లించేవారు. పాటలు పాడేవారు. తర్వాతి జీవితంలో ఆవిడ కుమారులు పంపే మనియార్డర్ల మీద సంతకం చేయటం మాత్రం నేర్చుకున్నారు. మానవత్వ భావనలు గల ఆ తల్లి అన్యాయాన్ని

తీవ్రంగా ప్రశ్నించే స్వభావం గలవారు. ఆమె సంతానం కూడా అటువంటి మహనీయ గుణాలని అలవర్చుకోవటం ఆశ్చర్యంకాదు.

రామారావుగారి సోదరులు కోటంరాజు పున్నయ్య మెట్రిక్‌పరీక్ష తప్పి బొంబాయి పారిపోయాడు. తదనంతర కాలంలో కరాచీ ప్రముఖదినపత్రికకు సంపాదకులుగా ఎదిగి పాకిస్తాన్ ఏర్పడేవరకు కరాచిలోనే ఉన్నారు. వారి జీవితం ఎన్నో ఆటుపోట్లకు లోనైన సరస్సు వంటిది. పున్నయ్యగారు, వారి సతీమణి డా॥కె. తారాబాయి త్యాగాలుచేసి రామారావుగారిని చదివించారు. వారే తొలిగురువు. ఇంగ్లీషు వ్యాసాలు రాయటం, రిపోర్టులు తయారుచేయటం నేర్పింది వారే.

పాత్రికేయులకు అత్యంత అవసరమైన లోక వ్యవహారాలలో తెలివిగా వ్యవహరించే తీరు మాత్రం రామారావుకి అలవడలేదు. పాకిస్తాన్‌లో పున్నయ్యగారు నివసించిన ప్రాంతమైన కరాచీ పట్టణంలో ఒక వాడను 'పున్నయ్యపూర్'గా ప్రజలు ప్రేమగా పిలవటం పున్నయ్యగారి వ్యక్తిత్వానికి నిదర్శనం.

కోటంరాజు రామారావుగారి విద్యాభ్యాసం కొంత చీరాలలో, రెండేళ్ళపాటు రాజమండ్రి హైస్కూల్లో, మూడేళ్ళు కాకినాడ కళాశాలలో జరిగింది. రాజమండ్రి ఆంధ్ర ప్రాంతానికి ఏథెన్సులా ఉండేదనీ, అక్కడ ప్రముఖ తెలుగు రచయితలు, రాజకీయ వేత్తలు జీవించారనీ, తను వారిని కలవలేకపోయినా, వారి గొప్పదనం వింటూ తన ఆలోచనలకి పదును పెట్టుకునేవాడిననీ రామారావుగారు ఆత్మకథలో వెల్లడించారు. రాజమండ్రి హైస్కూల్లో చదివేరోజుల్లోనే సహాధ్యాయి అయిన కుందూరి ఈశ్వరదత్తుగారి తండ్రి వెంకటరత్నంగారు ఇంగ్లీషు వ్యాకరణ బోధనచేసి ఆంగ్ల భాషలో రామారావుగారు గట్టి పునాదిని వేసుకునేలా దోహదం చేశారు. తర్వాతికాలంలో 1917 సం॥లో మద్రాసు పచ్చయప్ప కళాశాలలో పట్టభద్రు లయ్యారు. పాత్రికేయులుగా జీవితాన్ని ప్రారంభించకముందు ప్రతిష్ఠాత్మకమైన పచ్చయప్ప కాలేజీలోనే ఆంగ్ల భాషా బోధకులుగా పనిచేశారు.

రామారావు 1922 సం॥లో జ్యోతిశ్శాస్త్రజ్ఞురాలు, ఆంగ్ల కవయిత్రి, ప్రొ॥ చోడవరపు జగన్నాథరావు కుమార్తె 'సారసవాణి'ని వివాహం చేసుకున్నారు. ఆ రోజుల్లో జగన్నాథరావుగారు మచిలీపట్నంలో ఉపాధ్యాయ శిక్షణా కళాశాలలో ప్రిన్సిపాల్‌గా పనిచేసేవారు. రామారావుగారు సారసవాణిల వివాహం నాటి మధ్యప్రదేశ్ గవర్నర్, కాంగ్రెసు అధ్యక్షులు డా॥ భోగరాజు సీతారామయ్య గారిచే నిర్ణయించబడింది. సీతారామయ్యగారు రామారావుగారికి సోదరుని వరస.

నాడు ఆంధ్ర ప్రాంతాన్ని బాగా ప్రభావితం చేసిన ఆంధ్రేతరవ్యక్తి బిపిన్ చంద్రపాల్. బ్రహ్మ సమాజవేత్తగా బెంగాల్ విభజన తర్వాత స్వదేశీ స్వరాజ్య సిద్ధాంతాల గురించి మచిలీపట్నం మార్కెట్ దగ్గర 1907 సం॥లో పాల్ ఉపన్యాసం రామారావుగారిని బాగా ప్రభావితం చేసింది. అప్పటికీ ఇంగ్లీషులో ఆయనకు ఎక్కువ ప్రావీణ్యత లేకపోయినా దేశభక్తి ప్రపూరితమైన అయన

వాక్కులోని భావతీవ్రత రామారావుగారిని బలంగా తాకింది. ఆంధ్రప్రాంతంలో మొదటి రాజకీయ బాధితుడు తను నమ్మినంతవరకు గాడిచర్ల హరిసర్వోత్తమరావుగారని రామారావుగారు భావించారు. ఆయన రాసిన 'క్రూయల్ ఫారిన్ టైగర్' అనే వ్యాసం ఎందరో భారతీయ దేశభక్తుల్ని మింగింది. వారికి సుదీర్ఘజైలు శిక్షను బహూకరించింది.

రామారావుగారు పచ్చయప్ప కాలేజీలో చదివేటప్పుడే (1916) అన్నగారైన కోటంరాజు పున్నయ్య 'హ్యూమానిటీ' అనే ఆంగ్ల పక్షపత్రిక నడిపేవారు. అన్నగారికి సాయం చేయటానికి కొన్నాళ్ళు ఆ పత్రికా నిర్వహణలో తప్పులు దిద్దటం, రాజకీయ అంశాల అవగాహన పెంచుకోటానికి దోహదపడింది. దక్షిణ భారతదేశంలో జాతీయతను ప్రేరేపించే సాధనంగా కులమతాలు, విగ్రహారాధన, దేవదాసీ వ్యవస్థకు వ్యతిరేకంగా ఉద్యమించిన పత్రిక ఇది. పున్నయ్యగారికి గుమాస్తాను నియోగించుకునే శక్తి లేనందున తమ్ముళ్ళయిన బైరాగిదాస్, రామారావు తోడ్పడేవాళ్ళు. కొంత కాలానికి ప్రథమ ప్రపంచ యుద్ధ సమయంలో బైరాగిదాస్ మెసపొటేమియాకి వెళ్ళిపోవడంవల్ల రామారావుగారొక్కరే పత్రికలో ప్రకటనలు, సర్కులేషన్, నిర్వహణ బాధ్యతలు తీసుకున్నారు. టైపు రైటర్ కూడా కొనే ఆర్థికస్థోమత లేనందువల్ల పత్రికలో ప్రకటించే అంశాలు రామారావుగారే స్వయంగా కాపీ చేసేవారు. ఆనాడు బ్రహ్మ సమాజంలో హరీంద్రనాథ్ చటోపాధ్యాయ తన మొదటి ఇంగ్లీషు కవితను 'హ్యూమానిటీ' లో వెలువరించారు. మద్రాసు నగర సమావేశాల్లోని ఉపన్యాస సారాంశాన్ని పత్రికల్లో రాయటం, అన్నగారు బయట ఊళ్ళకి వెళ్ళినప్పుడు పత్రికను ఎడిట్ చేయటం, అప్పుడప్పుడు సంపాదకీయ వ్యాసాలుకూడా రాసి సంచలనం సృష్టించటం స్వయంగా రామారావుగారే చేశారు. 1917వ సం॥లో దాదాబాయి నౌరోజీ మరణించినప్పుడు వారు రాసిన వ్యాసం అద్భుతమైంది. 'హ్యూమానిటీ' తనదైన రీతిలో విజయవంతంగా నడిచేలా చేసి చదివించేశక్తిని ఆ పత్రికకు అందించారు. ఇలా విద్యార్థి దశలోనే అటు చదువు, పాత్రికేయ చదువును సమాంతరంగా సాగించి భావి జీవితానికి బలమైన పునాదులు వేసుకున్నారు రామారావుగారు.

పాత్రికేయులుగా జననం :

దాదాపు నలభై సం॥ లకుపైగా వివిధ హోదాల్లో ఇరవై ఐదు పత్రికలకు పైగా పనిచేసిన కోటంరాజు రామారావుగారు 1919లో పాత్రికేయులుగా 'ది న్యూటైమ్సు' అనే కరాచీ ఆంగ్ల పత్రికలో ప్రవేశించినప్పుడు ఆయన ఈ రంగానికి మరీ కొత్తకాదు. అయితే వారి పాత్రికేయ జీవితం ఇక్కడే ప్రారంభమైంది. టి.కె.జాస్వాని ప్రొప్రయిటర్‌గా, టిఎల్ వాస్వాని సంపాదకులుగా, కోటంరాజు పున్నయ్యగారు అసిస్టెంటు ఎడిటర్‌గా నడిచే ఈ పత్రికలో 1919 సం॥ మార్చినెలలో రామారావుగారు సబ్‌ఎడిటర్‌గా ప్రవేశించి 10 నెలలు పనిచేశారు. వార్తలు సేకరించటం, రాయటం, ఎడిటింగ్ చేయటం చేశారు. కరాచీలో రౌలత్ చట్టాలను వ్యతిరేకిస్తూ మన నాయకుల ప్రసంగాలు, జలియన్ వాలాబాగ్ దురాగతం, హంటర్ కమిషన్ ముందు

జనరల్ డయ్యర్ ఇచ్చిన వాజ్మూలం వంటివి 'న్యూటైమ్స్'లో రామారావుగారు విపులంగా రాశారు. హంటర్ కమిషన్ ముందు డయ్యర్ వివరణ ఎడిట్ చేస్తున్నప్పుడు తన రక్తం ఆవేశంతో మరిగిపోయిందని రామారావుగారు ఆత్మకథలో అన్నారు. ఉత్తర భారతంలో భయానక పరిస్థితులు సృష్టించి బ్రిటీషు ప్రభుత్వం పట్టును మరింత బిగించదలిచే డయ్యర్ ఆ మారణకాండ చేశాడన్నది కమిషన్‌ముందు ఇచ్చిన వాజ్మూలంలో స్పష్టంగా ఉంది. డయ్యర్ అకృత్యాన్ని ఆంగ్లో ఇండియన్ పాలకులు అంగీకరించారు. అతని దేశంలోని పౌరులు 20,000 పౌండ్ల పర్సునూ, బంగారు ఖడ్గాన్ని బహుకరించి అతన్ని సత్కరించారనీ, అమృతసర్ అమర వీరుల ఆత్మలు డయ్యరు అంత్యదశ దాకా వెన్నాడాయని రామారావుగారనటం హృదయాలను ఆవేశ పరుస్తుంది. మోతీలాల్ నెహ్రూ అధ్యక్షతలో జరిగిన కరాచీ కాంగ్రెస్ మహాసభల వివరాలను కూడా హాజరయిన రామారావుగారే పత్రికకు అందజేశారు.

వివిధ హోదాలు - ముఖ్యసంఘటనలు

రామారావుగారు 'సింధ్ అబ్జర్వర్' లో (1921-23) పాత్రికేయ జీవితాన్ని పూర్తి స్థాయిలో ప్రారంభించారు. దిగువ పేర్కొన్న వివిధ దిన వార పాత్రికలకు వివిధ హోదాలలో పాత్రికేయులుగా నాలుగు దశాబ్దాలకు పైగా మహోన్నత సేవలందించారు.

ది లీడర్ : (1920)

రామారావుగారు 'ది న్యూ టైమ్స్' పత్రికను వదిలిపెట్టిన తర్వాత అలహాబాదు నుంచి వెలువడే ఆంగ్ల దినపత్రిక 'ది లీడర్'లో జూనియర్ సబ్ ఎడిటర్‌గా చేరారు. అప్పుడు వారి వేతనం వందరూపాయలు. లీడర్ సి.వై. చింతామణిగారి ఆలోచనలకు, పంథాకు ప్రతిరూపం. వారే ఆ పత్రిక ముఖ్య సంపాదకులు. మితవాద వర్గానికి చెందిన కాంగ్రెసు నాయకులు కూడా! రామారావుగారికి వస్త్రధారణ పట్ల గల నిర్లక్ష్య ధోరణి. కార్యాలయం పక్కనేఉన్న నివాసంలో వేపచెట్టు కింద మంచంమీద పడుకుని తెలుగు కవిత్వం పఠించటం చూసినందువల్లేమో స్వంత వారైన తెలుగువారిమీద సరయిన అభిప్రాయం లేని చింతామణిగారు రామారావుగారిలో ఒక ప్రూఫ్‌రీడర్‌కన్నా సంపాదకుడ్ని చూడగలిగారంటే దానికి కారణం రామారావుగారి ఆంగ్ల వ్యాకరణ పరిజ్ఞానం. దోషాలు లేని వాక్య నిర్మాణం, ప్రజా విషయాలపట్ల ఆసక్తి, స్పష్టమైన మంచి దస్తూరి. చింతామణిగారు రామారావుగార్ని హిందీ నేర్చుకోవటానికి ప్రోత్సహించారు. తన సబ్జక్టుకాని అంశాలు విజ్ఞానశాస్త్ర రహస్యాలు, ఖగోళశాస్త్రంలో లోతులు, గణిత రహస్యాలు, భౌతిక శాస్త్రం, వైమానికం వంటి అంశాలను అధ్యయనం చేసి రామారావుగారు రాసిన వ్యాసాలు పలువురిచే ఆమోదించబడ్డాయి. లీడర్ పత్రికలో ఒకరు ఎడిట్ చేశాక మరొకరు క్షుణ్ణంగా చదివి, కామాలు, డాష్‌లు సరి చూశాకే ప్రెస్‌కు వెళ్ళేది. రామారావుగారు ప్రధాన సంపాదకులైన చింతామణిగార్ని చాలా గౌరవించేవారు. వారు ఉద్యోగం కోసం రాసిన దరఖాస్తు చూసి 'ది అడ్వకేటు ఆఫ్ ఇండియా' ఆంగ్ల పత్రికవారు సబ్ ఎడిటర్‌గా ఉద్యోగమిచ్చారు.

'ది అడ్వకేట్ ఆఫ్ ఇండియా' (1920-21)

ఆ రోజుల్లో బొంబాయి నుంచి వెలువడే ఆంగ్ల దినపత్రిక 'ది అడ్వకేట్ ఆఫ్ ఇండియా'. 1920 సం॥ జూన్ నెలలో ఈ పత్రికలో సహాయ సంపాదకులుగా పనిచేసే రోజుల్లో ఆ పత్రిక చీఫ్ సబ్ ఎడిటర్ హోల్సింగర్ దగ్గర రామారావుగారు పత్రికా రచన, ఎడిటింగ్ మొదలైన విషయాలు నేర్చుకున్నారు. ప్రతి వారం 'మద్రాసు లేఖ' రాసి పలువురి ప్రశంసలు పొందారు. 'అడ్వకేట్' పత్రికలో పనిచేసే సమయం కాక మిగిలిన కాలాన్ని దేశ పరిస్థితుల్ని అధ్యయనం చేయటానికి, రాజకీయ పాఠాలు నేర్చుకోటానికి, రాజకీయ అనిశ్చిత పరిస్థితివల్ల జరిగే బహిరంగ సభల్లో హాజరుకావటానికి, జాతీయ నాయకుల ప్రసంగాలు వినటానికి, ఉగ్రవాద సాహిత్యం చదవటం, కార్మిక నాయకులతో స్నేహం చేయటం చేసేవారు. కొన్ని సమావేశాల్లో మాట్లాడేవారు.

జులై 1920లో తిలక్ మహాశయుడు కీర్తిశేషుడైనాక రాజకీయ పటంలో గాంధీజీ సూర్యునిలా ప్రకాశిస్తున్న రోజులవి. దేశవ్యాప్తంగా సహాయ నిరాకరణ ఉద్యమం, విదేశీవస్తు బహిష్కరణోద్యమం జరుగుతోంది. రామారావుగారి రచనల్లో దేశభక్తి ప్రభావం కన్పించేది. బ్రిటీషురాజు ఉపన్యాసంలో కూడా తప్పులు పట్టటానికి సిద్ధంగా ఉండేవారు. 1921లో సర్ మాల్కొంహెయిలీ ఆర్థిక వాఙ్మూలంలో కూడా తప్పు ఎత్తి చూపగలిగిన దిట్ట. ప్రఖ్యాత లండన్ పత్రిక 'దిటైమ్స్' సంపాదకీయంలో కూడా తప్పులు పట్టుకున్నారు. రామారావుగారు సాయంకాలం సమాచారాన్ని పత్రికకు రాసేవారు. 'అడ్వకేట్' పత్రికలో దిన్షావాచా, ఫిరోజ్‌షా మెహతా తరచుగా వ్యాసాలు రాసేవారు.

'ది సింధ్ అబ్జర్వర్' (1921-23)

ఆరోజుల్లో కరాచీ నుంచి వెలువడిన ఈ ఆంగ్ల దినపత్రికలో రామారావుగారు సహాయ సంపాదకులుగా పనిచేశారు. ప్రత్యేక రిపోర్టరుగా రాజకీయ అంశాల విలేఖరిగా, అసిస్టెంటు ఎడిటర్‌గా, చీఫ్ సబ్ ఎడిటర్‌గా ఎంతో శ్రమకోర్చి విధులు నిర్వహించిన ఈ కాలంలోనే పలువురు విజ్ఞాన వేత్తలతో పరిచయం ఏర్పడింది. 'విశ్వకవి' రవీంద్రనాథ టాగూరు 'శాంతినికేతన్' నిధుల సేకరణకు కరాచీకి వచ్చినప్పుడు రామారావుగారు టాగోర్ జాతీయవాదం, అంతర్జాతీయ వాదాల గురించి 'సింధ్ అబ్జర్వర్' పత్రికలో సంపాదకీయం రాశారు. అలీ సోదరులపై కోర్టు విచారణ, శంకరాచార్య భారతీకృష్ణ తీర్థగారిపై కోర్టు విచారణ, 1921 డిసెంబరులో గయలో జరిగిన కాంగ్రెసు మహాసభల నివేదికల గురించి ఈ పత్రికలో నివేదికలు అందించారు.

'ది టైమ్స్ ఆఫ్ ఇండియా (1923-1927)

1922లో చౌరాచౌరి సంఘటనలో గాంధీజీ దీక్ష విరమించారు. దేశ రాజకీయాల్లో వేడి పెరిగింది. రామారావుగారు బొంబాయి నుంచి వెలువడే ఆంగ్ల దినపత్రిక 'ది టైమ్స్ ఆఫ్

ఇండియా'లో మూడు సంవత్సరాలు పనిచేసిన కాలం ఎంతో శ్రమతో కూడింది. రెండేళ్ళపాటు ఇన్‌సోమ్నియా (నిద్రలేమి)తో బాధపడినా ఎన్నో లాభాలు, అనుభవం గడించారు. ఇంగ్లాండు, స్కాట్లండులలో పని నేర్చుకున్నవారి సాంగత్యంలో ప్రతిష్ఠాత్మక సంస్థలో పనిచేయటంవల్ల వారిలో ఆత్మస్థైర్యం ద్విగుణీకృతమైంది. 'టైమ్స్' పత్రికలో శిక్షణ కఠినమైనదైనా పొందిన జ్ఞానం గొప్పది. బహుముఖీనమైన అనుభవం గడించిన రామారావుగారి వ్యక్తిగత ప్రాధాన్యత పెరిగింది. బ్రిటిషు అధికారులు భారతీయ పత్రికా సంపాదకుల్ని చిన్నచూపు చూడటం, అవమానించటం ఆయనకు తెలుసు. ఈ పత్రికలో ఇతర భారతీయ పత్రికలకన్నా విలక్షణ రీతిలో భారతదేశ వార్తల్ని విస్తృతంగా ప్రచురించింది. సబ్ ఎడిటర్‌గా అన్ని అంశాలలోనూ రామారావుగారు ప్రజ్ఞావంతు లయ్యారు. బ్రిటీషు యాజమాన్య పత్రికల్లో భారతీయుల రాజకీయాంశాలను గౌరవించటం కూడా ఈ పత్రిక ప్రత్యేకత. సంపాదకుల అధికారాన్ని గౌరవించే ఈ పత్రికలో శామ్యూల్ టి. షెషర్డు, ఫ్రాన్సిస్ సంపాదకులుగా ఉన్నప్పుడు రామారావుగారు పనిచేశారు. ఆ కాలంలో టైమ్స్ పత్రిక సర్క్యులేషన్, వార్తా సేకరణ పరంగా కూడా ఆధిక్యతలో ఉండేది. రామారావుగారు 'ఈవెనింగ్ న్యూస్' పత్రికలో పనిచేయటానికి అర్హులుగా భావించి కొన్నాళ్ళు (1923) ఆ పత్రికలోకి వారిని తీసుకున్నారు.

1920-21 సంవత్సరాల్లో రామారావుగారు 'అడ్వకేట్' పత్రికల్లో పనిచేసినప్పుడు వారి పాత సహోద్యోగి పి.పి. అయ్యరుగారి వల్లనే రామారావుగారు టైమ్స్ ఆఫ్ ఇండియాలో ఉద్యోగంలో ప్రవేశించగలిగారు. మెట్రిక్యులేట్‌గా చిన్న ఉద్యోగంతో జీవితాన్ని ప్రారంభించిన పి.పి. అయ్యర్ తన పట్టుదల, తెలివితేటలతో ఎదిగారు. వారితో రామారావుగారికి గాఢ అనుబంధం ఉండేది. గాంధీజీ నిరాహారదీక్ష గురించి, ఆటల గురించి ఇద్దరూ చిన్న చిన్న పందాలు కూడా కాచేవారు. మహానాయకుడు సురేంద్రనాథ్ బెనర్జీ మరణించినప్పుడు నటేశన్, గణేశన్‌ల రచనలైన చిరుపుస్తకాలు రామారావుగారికి ఎంతో ఉపయోగించాయి. గొప్పవాళ్ళు మరణించినప్పుడు సబ్ ఎడిటర్లు ఆ నేతల నేపథ్యాల కోసం సమాచార పుస్తకాల్ని వెదుక్కోకతప్పదు. ఒక వాక్యం నుంచి వ్యాసాన్ని సృష్టించటం ఒక సాధన. 1919లో రామారావుగారు తమ సోదరులు పున్నయ్య గారితో కలసి కరాచీలో పనిచేసినప్పుడు వారి దగ్గర వుడ్ అండ్ లాయ్ రాసిన ఒక చిన్నపుస్తకం చూశారు. యుద్ధానంతరం ఉత్పన్నమయ్యే పరిస్థితుల గురించి సరయిన అవగాహన ఆ పుస్తకంవల్లే వారికి లభించింది.

'ఈవెనింగ్ న్యూస్' పత్రికలో ఎడిటర్ తర్వాతి స్థానంలో రామారావుగారు సేవలందించారు. కోటీశ్వరుడైన బొంబాయి మున్సిపల్ కార్పొరేటర్ హత్య ఉదంతం, కోర్టు విచారణ, కె.ఎఫ్.నారిమన్ కోర్టు విచారణ ఆ పత్రికలో ప్రముఖంగా వెలువడ్డాయి. 1926లో ఇంగ్లండ్ క్రికెట్ టీము గిల్లిగన్ టీముకు వ్యతిరేకంగా భారత క్రికెట్ కెప్టెన్ సి.కె.నాయుడు ఆడి 11 సిక్సర్లు, 16 బౌండరీ షాట్స్ కొట్టి సంచలనం సృష్టించిన చారిత్రాత్మక అంశానికి రామారావుగారు ప్రత్యక్షసాక్షి. 'టైమ్స్ ఆఫ్ ఇండియా', 'ఈవెనింగ్ న్యూస్ ఆఫ్ ఇండియా' రెండు పత్రికల్లో నాలుగు సంవత్సరాల

నాలుగు మాసాలు పనిచేశాక ఆ పత్రికనుండి విరమించుకోవాలని రామారావుగారు అనుకుంటున్నప్పుడు సహజంగానే సంపాదకులు కారణాలు అడిగారు. అటువంటి ప్రతిష్ఠాత్మక పత్రికలు వదిలి వెళ్ళటానికి ఎవరూ ఇష్టపడరుమరి! దానికి రామారావుగారు "నేనిక్కడ చాలా కాలమే పనిచేశాను. చాలా నేర్చుకున్నాను. నా ఆశయాలు నాకున్నాయి. 'టైమ్స్ ఆఫ్ ఇండియా'కి ఎప్పుడైనా ఎడిటర్‌ను కాగలనా" అన్నారు. దానికి ఆ సంపాదకులు చిరునవ్వుతో వారిని సాగనంపారు. బ్రిటీషు ప్రభుత్వ పాలన అంతమైనప్పుడు ఆ పత్రిక యాజమాన్యం మారుతుందని ఆనాడు ఏ ప్రవక్త, జ్యోతిష్యుడు ఊహించగలడు!

రామారావుగారు 'టైమ్స్'లో పనిచేసిన రోజుల్లో 1924లో ఫిబ్రవరి ఆరవతేదీ గాంధీజీ జైలునుండి విడుదల అయి ఏప్రిల్‌లో 'యంగ్ ఇండియా' ను మళ్ళీ ప్రారంభించారు. గాంధీజీ భారత రాజకీయ వారణాసి అనదగిన బొంబాయిలో 'జుహు'లో కొంతకాలం ఉన్నారు. రామారావుగారికి మొదటి కుమారుడు ప్రతాప్ జన్మించిందప్పుడే! అంతగా ఎటువంటి విశ్వాసాలు లేని రామారావుగారు జుహులో గాంధీజీ సాయంత్రం నడుస్తున్నప్పుడు ప్రతాప్ శిశువును వారి పాదాల దగ్గర ఉంచారు. గాంధీజీ ప్రతాప్‌కి ఆశీస్సులిచ్చి కదిలారు. అప్పుడు గాంధీజీ వెంట వారి కుమారుడు దేవదాస్ కూడా ఉన్నారుట. ఈకాలంలోనే మహా నేత, దాత అయిన చిత్తరంజన్ దాస్ మరణించటం జరిగింది. స్వరాజ్‌పార్టీకి ఆ లోటుని మోతీలాల్ నెహ్రూ భర్తీ చేశారు.

'టైమ్స్' పత్రికను వదిలిన తర్వాత అక్టోబరు 1927 నుండి జులై 1928 వరకు రామారావుగారు స్వస్థలమైన చీరాలలో గడిపారు. ఆరోగ్యం చూసుకుంటూ చదరంగం ఆడటం, గ్రామ తగాదాలు పరిష్కరించటం, సంఘ సంస్కరణ పట్ల ఆసక్తి కల్గించటం, స్థానిక, జాతీయ రాజకీయాలమీద ఉపన్యసించటం వంటివి అమలుచేశారు. సైమన్ కమిషన్‌కు వ్యతిరేకంగా చీరాల రైల్వేస్టేషన్‌లో రైలు ఆగినప్పుడు మిత్రులతో కలిసి నినాదాలిచ్చారు. 1927 డిసెంబరులో మద్రాసులో జరిగిన ఆలిండియా కాంగ్రెసు మహాసభలకు పున్నయ్యగారితో కలిసి హాజరయ్యారు. ప్రముఖ సంఘ సేవకులు ఎస్.శ్రీనివాస అయ్యంగారి నైపుణ్యం, చొరవవల్ల 'జస్టిస్' పార్టీలోంచి చాలామంది కాంగ్రెస్‌లోకి చేరిన రోజులవి. వారిలో కొందరు కాంగ్రెస్ సెషన్‌లో కార్యవర్గ సభ్యులుగా కూడా ఉన్నారు. ఆనాటి 'నెహ్రూరిపోర్టు'లో మాలవ్య, లాలా లజపతిరాయ్ మొ॥ ప్రముఖులున్న ఆల్‌పార్టీకమిటి ఐక్యంగా నిర్ణయాలు చేసింది.

ది పయొనీర్ (1928-1930)

ఆ రోజుల్లో అలహాబాదునుండి ప్రచురితమయ్యే ఆంగ్ల దినపత్రిక 'పయొనీర్'లో రామారావుగారు 1928 జులై నుండి సబ్ ఎడిటర్‌గా పనిచేశారు. ఈ పత్రికకు ఎడిటర్ ఎఫ్.డబ్ల్యు విల్సన్. పత్రిక నిర్ణాయక విధానాలు మార్చి, ఆకర్షణ పెంచి, ధర తగ్గించి పత్రిక అభివృద్ధికి విల్సన్ శాయశక్తులా కృషిచేశారు. జర్నలిస్టు కుండాల్సిన అన్ని సుగుణాలున్న విల్సన్‌కి భారతీయులపట్ల అనుకూల వైఖరి ఉంది. అతను పత్రికను వదిలేశాక 'పయొనీర్' ప్రజాదరణను కోల్పోయింది.

రామారావుగారు 'పయొనీర్' ద్వారా అందించిన సేవ అమూల్యం. ముఖ్యంగా సబ్ ఎడిటింగ్, పుస్తక సమీక్షతో బాటు సంపాదకునితో రాజకీయ చర్చలు చేసేవారు. 1928 సం॥లో కలకత్తా సమావేశంలో సంపూర్ణ స్వరాజ్యం ధ్యేయంగా నిర్ణయించబడింది. 'రావి' నదీతీరంలో ముస్లిం, హిందు, సిఖ్ మత సన్యాసుల సందేశాల నడుమ సంపూర్ణ స్వరాజ్ తీర్మానం జరిగిన రాత్రి నెహ్రూ తననుతాను 'సోషలిస్టు రిపబ్లికన్'గా ప్రకటించుకున్నారు. ఈ సందర్భంలో నెహ్రూమాట గొప్ప పనులు గొప్ప ప్రమాణాల ద్వార సంభవం. మరపురానిది 'సైమన్ కమిషన్' ప్రకాశంగారి గుండె దమ్ముతో మద్రాసులో వెనుదిరిగినా లాహోరులో లాఠీదెబ్బలవల్ల లాలా లజపతిరాయ్‌ను బలిగొంది. ముగ్గురు దేశభక్త యువకులు భగత్‌సింగ్ మొ॥ వారి ఉరివంటి బాధాకర సంఘటనలు జరిగాయి.

1930లో 'పయొనీర్' పత్రిక నుండి రామారావుగారు వైదొలగేనాటికి మూడు ముఖ్యమైన చారిత్రాత్మక సంఘటనలు జరిగాయి. మొదటిది 'ఆనందభవన్'ను నెహ్రూలు జాతికి అంకితం చేయటం, నెహ్రూ ఉప్పు తయారుచేసి శాసనోల్లంఘనం చేయటం, మూడోది సర్దార్ వల్లభాయి పటేల్ సెంట్రల్ లెజిస్లేటివ్ అసెంబ్లీ అధ్యక్ష పదవికి రాజీనామా చేసి అలహాబాదుకు రావటం.

ది ఇండియన్ డెయిలీ మెయిల్ (1930-31)

బొంబాయి నించి వెలువడిన ఈ ఆంగ్ల దినపత్రికలో రామారావుగారు న్యూస్ ఎడిటర్‌గా పనిచేశారు. సంపాదకులు ఎఫ్.డబ్ల్యు విల్సన్. 1930 మే నెలలోనే గాంధీజీని అరెస్టు చేసి పూనాకి తీసుకెళ్ళారు. 'ది ఇండియన్ డెయిలీ మెయిల్'లో ఈ ముఖ్య సంఘటనలైన గాంధీజీ శాసనోల్లంఘనం, దండియాత్ర, గాంధీజీ అరెస్టు ప్రకటిస్తే పత్రిక అధికసంఖ్యలో అమ్ముడయింది. "దండియాత్రలో సబర్మతి నుండి దండి బీచ్‌కు (241 మైళ్ళు) 78 మంది అనుయాయులతో గాంధీ బయలుదేరారు. ఉపన్యాసాలు, నూలు వడకటంతో 24 రోజుల్లో 60 ఏళ్ళు పైబడ్డ ఆ మనిషి శక్తిని అంచనా వేయలేం. అడవుల్లో చెట్లు ఉచితంగా నరుక్కోవటం సత్యాగ్రహంలో భాగమే". ఇటువంటి వార్తలు రామారావుగారి కలంలో సజీవంగా నిలిచేవి. సైమన్ కమిషన్ రిపోర్టు గురించి, రౌండ్‌టేబుల్ సమావేశం గురించి, ఇంటర్వ్యూలు కూడా పత్రికను వృద్ధిపరిచాయి.

ఒకరోజు బాంబేకి 40 మైళ్ళ దూరంలో అడవిలో జరిగిన సంఘటనలో సత్యాగ్రహులు చెట్లు నరికినందుకు పోలీసులు కాల్పులు జరపటంతో చాలామంది సత్యాగ్రహులు మరణించారు. గాయపడ్డారు. రామారావుగారి పత్రికకు సంఘటనా స్థలానికి వెంటనే రిపోర్టర్‌ని పంపే స్థోమతు లేదు. లోకల్ ఆంగ్లో ఇండియన్ పత్రికల్లో తెల్లారగానే తప్పంతా సత్యాగ్రహులదేనని వార్తలు వెలువడతాయి. చేసేదిలేక సబర్బన్ రైల్లో అర్ధరాత్రి ఇల్లు చేరుకున్న రామారావుగారి చేతిలోకి ఒక కుర్రాడు పరుగునవచ్చి 'బులెటిన్ సర్' అని ఉంచి వెళ్ళాడు. ఆయన వీథిలైటు మసక వెలుతురులో చదవారు. ఆ బులెటిన్‌లో వివరంగా అడవిలో సత్యాగ్రహులమీద పోలీసు కాల్పులు

ఎలా జరిగిందీ ఉంది. ఆ కాంగ్రెస్ బులెటిన్‌ను తమ పత్రికలో యథాతథంగా ప్రచురించకూడదు కాబట్టి వెంటనే పబ్లిక్ ఫోన్‌లోంచి సబ్ ఎడిటర్‌కు కొన్ని కొన్ని స్వల్ప మార్పులతో డిక్టేషన్ ఇచ్చారు. ఆయన ఎక్కువసేపు మాట్లాడుతున్నారని టెలిఫోన్ ఆపరేటర్ అనుమానిస్తాడని రెండు మూడుసార్లు ఆపి మళ్ళీ చేసి పనిపూర్తి చేశారు. ఈ కేసులో పోలీసు ఇన్‌స్పెక్టర్‌దే తప్పు అన్నది రామారావుగారు తమ పత్రిక ద్వారా రిపోర్టు చేయగలిగారు.

కొంత కాలానికి 'ఇండియన్ డెయిలీ మెయిల్' పత్రికను 'బాంబే క్రానికల్' యజమాని 'బెల్‌గాంవాలా' అద్దెకు తీసుకున్నాడు. పోథాన్ జోసఫ్ సంపాదకుడు. ఏది ఏమైనా మరో ఆరు నెలలకు పత్రిక మూలపడింది. ఇర్విన్ ఒడంబడిక వైఫల్యం, ప్రభుత్వాధికారుల సంఘ బహిష్కరణ, అరెస్టులు, 1931లో గాంధీజీ లండన్‌నించి తిరిగిరావటం, బాంబే అంతా ఫోన్ సర్వీసులు ఆపటం, పోలీసు జులుం, అరెస్టు అయినవారి పేర్లు రాయొద్దని పత్రికలపై ఆంక్షలు అన్నీ రామారావుగారు ఎదుర్కొన్నారు. స్వాతంత్ర్యోద్యమంలో ఉత్తేజంగా పాల్గొన్న ఆంధ్ర ప్రాంతీయులూ పోలీసు బాధితులే! ఖాదీ ధరిస్తే శిక్ష, జెండా ఎగరేస్తే పదేళ్ళ జైలుశిక్ష, స్వంత గుంటూరు జిల్లాలో గాంధీ టోపీ ధరిస్తే చట్ట వ్యతిరేకం... ఇటువంటి అంశాలు రామారావుగారి ఆత్మకథలో ఎన్నో కన్పిస్తాయి. 1931లో 'ఇండియన్ డెయిలీ మెయిల్' లేడీ విల్లింగ్‌టన్ (వైస్రాయి భార్య) తన హేండ్ కర్ఛీఫ్ పారేసుకున్న కథనం కారణంగా మూత పడడం హాస్యాస్పదం.

బాంబే క్రానికల్ యజమాని 'బెల్గాంవాలా' కు ముఖ్య సంపాదక సలహాదారు 'హార్నిమన్' సిఫార్సు వల్ల రామారావుగారు ముందుగా 'బాంబేక్రానికల్' సంపాదక వర్గంలో చేరి తర్వాత 'ఈవెనింగ్ ఎడిషన్'కు మారారు. కొన్నాళ్ళకు ఇదే 'బాంబే సెంటినెల్' అయింది. ఈ పత్రిక ఎడిటర్ 'హార్నిమన్' గొప్ప వ్యక్తి. తన గదిలోనే కూర్చొని బాంబే రాజకీయాలు... ఇతర మంచీ చెడూ తెల్సుకునేవారు. ఆయన భారతదేశం పట్ల దేశభక్తుల పట్ల ఉదాత్త భావనలతో 'కలం పోరాటం' చేశారు. వారి సాహచర్యంలో రామారావుగారు అనేక విషయాలు అవగతం చేసుకున్నారు.

ది ఫ్రీ ప్రెస్ జర్నల్ (1932-34)

ఇది బొంబాయి నుండి వెలువడిన ఆంగ్ల దినపత్రిక. నాలుగు పేజీలు. అర్ధణా ఖరీదుతో వెలువడే ఈ పత్రిక సంపాదకులు స్వామినాథ్ సదానంద్. భారతదేశంలో ప్రముఖులైన సంపాదకుల్లో సదానంద్‌గారు ముఖ్యులు. సదానంద్ రౌండ్ టేబుల్ సమావేశాలకు వెళ్ళినప్పుడు రామారావుగారే ఈ పత్రికకు డీఫాక్టోఎడిటర్. ఆ సమయంలో రామారావుగారి పనితనం సదానంద్‌గార్ని ఆకర్షించింది. సదానంద్‌గారి ఉన్నత ఆశయాలు, ధైర్యం, పోరాటపటిమను రామారావుగారు బాగా అధ్యయనం చేశారు. జనరల్ ఎడిటర్‌గా, సలహాదారుగా పనిచేసిన రామారావుగారి సలహాలు సదానంద్‌గారు స్వీకరించేవారు. స్వాతంత్ర్య పోరాటాంశాలు, రౌండ్ టేబుల్ సమావేశాలు, కమ్యునల్ అవార్డు, గాంధీజీ నిరాహార దీక్ష, దేవాలయ ప్రవేశ ఉద్యమం,

రిజర్వు బ్యాంక్ బిల్, మోడీ లీ ఒప్పందం, అట్టలీ అగ్రిమెంటు, హిట్లర్, నాజిజం, జపాను దండయాత్ర, రూజ్‌వెల్టు న్యూడీల్ వంటి విషయాలపై రామారావుగారి వ్యాసాలు పాఠకుల ప్రశంసలు పొందాయి.

రామారావుగారు పనిచేసినా తమపత్రికలో ఇతర పత్రికల్లో కనిపించని తాజా వేడి వార్తలు అందించేవారు. బెంగాల్ విప్లవకారుడు సూర్యసేన్ పోలీసులకి పట్టుబడిన వార్త, 1933 ఫిబ్రవరిలో సుభాష్ చంద్రబోస్‌ను పోలీసులు రహస్యంగా వైద్యం నిమిత్తం ఐరోపాకు తీసుకెళ్ళేటప్పుడు పోలీసుల కళ్ళుగప్పి బోస్ ఫోటోను తీసి మర్నాడు పత్రికలో ప్రచురించటం రామారావుగారి సాహసానికి నిదర్శనాలు.

'జార్జి బెర్నాడ్ షా' బాంబే వచ్చినప్పుడు బోటులో ఇంటర్వ్యూలు ఇచ్చారు. ఆ సందర్భంలో 'షా' బ్రిటీషువారికి ఇండియాని పాలించే హక్కులేదనటం గమనార్హం. షా ప్రతి మాటను శ్రద్ధగా ఆలకించిన రామారావుగారు ఆయన 'అపోలో బండర్'ని చూస్తున్నప్పుడు అనుసరించారు. అనేక సమాధానాలను రాబట్టుకున్నారు. రామారావుగారు వాడిన 'పక్కా' అనే మాటకు ఇంగ్లీషులో సరైన పదం 'షా'కు దొరకలేదు.

భారతదేశంలో బరువయిన వస్తువుల్ని ఎత్తయిన ప్రదేశాలకు మనుషులే చేరవేయటం 'షా'కి చాలా ఆశ్చర్యాన్ని కల్గించిందట. తర్వాత రామారావుగారితో వచ్చిన ఆర్టిస్టు బెర్నాడ్‌షా బొమ్మ గీచి దానిపై వారి సంతకం పెట్టించి భద్రపరిచారు. 'షా'తో రామారావుగారు ఫోటో తీయించుకున్నారు.

స్వరాజ్య (1934 అక్టోబరు - 1935 జనవరి) :

ది ఫ్రీ ప్రెస్ జర్నల్ నుండి బయటికివచ్చాక రామారావుగారు ఐదు ఆంగ్ల పత్రికల్లో కొద్ది కాలాలపాటు పనిచేశారు.

'స్వరాజ్య' ఆంగ్ల దినపత్రిక సంపాదకులుగా మద్రాసులో పనిచేశారు. ఇది ప్రజానాయకులు, న్యాయవాది టంగుటూరి ప్రకాశం పంతులుగారు స్థాపించిన పత్రిక. రామారావుగారు చేరే నాటికే దాని ఆర్థికస్థితి సరిగాలేదు. శిక్షణ పొందిన ఉద్యోగుల కొరత, పాత యంత్రాలతో నడపటం క్లిష్టంగా ఉండేది. మద్రాసు ప్రెసిడెన్సీలో ఆంధ్రుల మనోభావాల వ్యాప్తికీ, ఆంధ్రోద్యమ ప్రచారానికి ఈ పత్రిక పనిచేసింది. ప్రకాశంగారు బారిస్టరుగా సంపాదించిన సొమ్ము, ఆగ్నేయాసియా దేశాలనుండి అందిన చందాల సొమ్ము ఆ రోజుల్లోనే 18 లక్షల దాకా ఖర్చు పెట్టాక 'స్వరాజ్య' మాయమైంది. ప్రకాశంగారు ప్రజలకోసం బీదరికాన్ని వహించారు. వారు బారిస్టర్‌గా సంపాదించింది మొత్తం ఈ పత్రికకే ఖర్చు చేశారు. అయినా పత్రిక నిలవలేదు. కానీ ఆ పత్రిక కృషి స్మృతిగా మిగిలింది. రామారావుగారు యువరులకు జర్నలిజంలో మంచి శిక్షణ ఇచ్చారు. ఎడం చేస్తే వేగంగా రాసే మెయిల్ 'లక్ష్మీ నరసింహం'గారు ఆసక్తి కల్గించే

వ్యక్తి. 'స్వరాజ్య' వదిలాక రామారావుగారు పదినెలలు నిరుద్యోగిగా ఉన్నారు. ఈ కాలంలోనే బొంబాయిలో జరిగిన కాంగ్రెసు మహా సభలకు హాజరయ్యారు. ఈ సభలకు రాజేంద్రప్రసాద్ అధ్యక్షులుగా వ్యవహరించారు.

ది నేషనల్ (1934-35)

ఢిల్లీ నుంచి ప్రచురితమైన ఆంగ్ల దినపత్రిక 'ది నేషనల్ కాల్'లో రామారావుగారు ఐదు నెలలు పనిచేశారు. పత్రిక పనితీరు మెరుగుపరిచారు. 1935 జనవరిలో జార్జి ప్రభువు మరణవార్తను వెంటనే ప్రచురించిన పత్రిక ఇదే! కేంద్ర శాసనసభ చర్చలను విశేషాంశాలుగా రామారావుగారు ప్రచురించారు. ప్రముఖ కేంద్ర శాసనసభ్యులైన శ్రీయుతులు ఎన్.వి.గాడ్గిల్, ఎన్.జి.రంగా, వి.వి.గిరి, ఉమర్ అలీషా కవి, డా॥జి.వి. దేశ్‌పాండే, డా॥భగవాన్‌దాస్ గోవింద వల్లభ్ పంత్ మొ॥గు వారి చర్చలన్నీ 'నేషనల్ కాల్'లో వివరంగా ప్రచురించారు.

ది పీపుల్ (1935 ఫిబ్రవరి - 1937 జనవరి)

లాహోరు నుంచి వెలువడే ఆంగ్ల దినపత్రిక 'ది పీపుల్' మొదట్లో వార పత్రికగా లాలా లజపతిరాయ్‌చే ప్రారంభించబడింది. తర్వాత దినపత్రికగా మారింది. ఈ పత్రికలో ఫిరోజ్ చంద్, రాఘవన్ గార్లతో కల్సి రామారావుగారు చాలా శ్రమించి పనిచేశారు.

ది డాన్ (1937 ఫిబ్రవరి - 1938 జనవరి)

బొంబాయినుండి వెలువడిన డాన్ పత్రికలో ఒక సంవత్సరంపాటు పని చేసినప్పుడు రామారావుగారి సంపాదకీయాలు వివరణాత్మకంగా ప్రజోపయోగంగా ఉండేవి. తక్కువ కాలం జీవించినా, సమర్థవంతంగా పనిచేసిన ఈ పత్రిక ఖరీదు అర్ధణా. నారిమన్‌ను వ్యతిరేకించి బొంబాయి ముఖ్యమంత్రిగా బి.జి. ఖేర్‌ను పటేలు చేసినప్పుడు సమర్థిస్తూ రామారావుగారి వ్యాసం ఆలోచనను రేకెత్తించింది.

హిందూస్తాన్ టైమ్స్ (1938 ఫిబ్రవరి 1938 జులై)

ఢిల్లీ నుంచి ప్రచురితమయిన 'హిందూస్తాన్ టైమ్సు'లో ఆర్నెల్లపాటు న్యూస్ ఎడిటర్‌గా రామారావుగారు పనిచేశారు. సంపాదకులుగా పోథాన్ జోసెఫ్‌గారు, తర్వాత ఎస్.ఎన్.భారతిగారు పనిచేశారు. దేవదాస్ గాంధీగారు మేనేజింగ్ డైరెక్టరుగా వ్యవహరించారు. ఈ కాలంలో జి.వి.కృపానిధి, కార్టూనిస్ట్ శంకర్, బి.పి.మాథుర్ వంటి మంచి మిత్రులుండేవారు. అసెంబ్లీ సమావేశాలు చర్చలేగాక, సుభాష్ చంద్రబోస్ అధ్యక్షతన హరిపురంలో జరిగిన అఖిల భారత కాంగ్రెసు మహాసభలో బోస్ గంభీర ఉపన్యాస వివరాలు రామారావుగారు ప్రముఖంగా ఈ పత్రికలో ప్రచురించారు.

నేషనల్ హెరాల్డ్ (1938-1946)

1938 సం॥ ఆగష్టునెలలో లక్నోలో ఆవిర్భవించిన నేషనల్ హెరాల్డు యునైటెడ్ ప్రావిన్సెస్‌లో కాంగ్రెసు విధానాలకు అనుగుణంగా జన్మించింది. అప్పటికి రామారావుగారు వివిధ నేపథ్యాలు గల పత్రికల్లో పనిచేశారు. కాని తొలి సంపాదకులుగా నేషనల్ హెరాల్డ్‌లో పనిచేసిన కాలం ఎంతో విలువైంది. పత్రికారంగ జీవితంలో వారిని అత్యున్నత శిఖరం మీద నిలబెట్టింది. అనివార్యమైన ఒక జాతీయ అవసరంకోసం ఆవిర్భవించిన జవహర్లాల్ నెహ్రూగారి ప్రియ పుత్రిక అయిన నేషనల్ హెరాల్డ్ రామారావుగారి జీవితాశయం కూడా నెరవేర్చుకోటానికి దోహదం చేసింది. అవకాశం లభించినప్పుడల్లా శాయశక్తులా వినియోగించుకున్నారు. శ్రమించారు. విజయాలకు ఆనందించారు. శిక్షలు అనుభవించారు. ఈ పత్రికా యుద్ధంలో గాయాలు, విజయాలు, జ్ఞాపికలు అందుకున్నారు. ప్రతిరోజూ సరికొత్త ఉదాత్త అనుభవాన్ని వెంట తెచ్చిన పత్రిక ఇది. మహనీయులతో కలసి పనిచేస్తూ నగారాలు వినే పఠితలకు దగ్గర చేసిన ఈ పత్రికలో రామారావుగారు విశ్వాసపాత్రులైన, నిర్భయులైన సహోద్యోగులతో కలసి సంపాదకత్వం అనే నిర్విరామ పోరాటాన్ని విదేశీ పాలనపై 'కలం' కత్తితో చేశారు.

తొలిరోజుల్లో మోహన్‌లాల్ సక్సేనా ఈ పత్రికకు మేనేజింగ్ డైరెక్టరు. వి.కె.కృష్ణమీనన్ లండన్ కరస్పాండెంట్. ప్రముఖుల వ్యాసాలు ప్రచురితమయ్యే ఈ పత్రికలో ఎమ్.చలపతిరావు గారు కూడా అచిరకాలంలోనే రెండవస్థానంలో సంపాదకులయ్యారు.

నేషనల్ హెరాల్డ్ దేశ విదేశాల్లో ప్రాచుర్యం పొందింది. కాంగ్రెసు పత్రికగా నెహ్రూ నేతృత్వంలో వారి వ్యాసాలతో, స్పష్టమైన విధానంతో భారతదేశ సమైక్యత, స్వాతంత్ర్యం, అట్లాంటిక్ చార్టర్, ఫాసిజానికి వ్యతిరేకత, సాంఘిక సంస్కరణ, ఆర్థిక ప్రణాళికలు, జాతి పునర్నిర్మాణం వంటి అంశాలు రామారావుగారి సంపాదకీయంలో వెలువడేవి. పత్రిక అందరికీ మార్గదర్శిగా మారింది. ఆ రోజుల్లో లక్నోలోని కైజార్ బాగ్ భవనంపై నెహ్రూగారు జెండా ఎగరేయటం రామారావుగారు మరువలేని మధుర స్మృతిగా పేర్కొన్నారు. సంపాదకుడిగా స్వేచ్ఛతో అన్నీ తానే అయి సివిల్ మత స్వేచ్ఛా స్వాతంత్ర్యాల ప్రతీకగా, ప్రజాస్వామికంగా, పత్రికను నడిపాడు. గాంధీజీ, సుభాష్‌ల మధ్య వివాదాలు, బోస్ కాంగ్రెసు అధ్యక్ష పదవికి రాజీనామా చేయటం గురించి నిష్పాక్షికంగా రాశారు. బోసు ప్రశంసలు కూడా అందుకున్నారు. ప్రతి ప్రముఖ సంఘటన వారి కలంలో అక్షరరూపం దాల్చింది.

రెండవ ప్రపంచయుద్ధ సమయంలో వార్తలు అందించిన పత్రికల్లో 'నేషనల్ హెరాల్డ్' ప్రముఖమైంది. యుద్ధ వార్తలమీద హెచ్చరికలు, సెన్సార్ షిప్, సెక్యూరిటీ డిపాజిట్‌లు ఎదుర్కొన్నారు. ఒకసారి ఆర్థిక కారణాలవల్ల పత్రిక మూసేయాల్సివస్తే అర్ధ జీతంతో పనిచేసి ఉద్యోగులు పత్రికను నిలబెట్టారు. ఈ పత్రిక కోసం నెహ్రూజీ ఓసారి ప్రామిసరీనోటు కూడా రాయాల్సివచ్చింది. 1940లో స్మాల్‌పాక్స్ వచ్చి రామారావుగారు జబ్బు పడేవరకూ హెరాల్డ్‌కి

ఎడిటర్, చీఫ్ లీడర్ రైటర్, న్యూస్ ఎడిటర్ ప్రిన్సిపల్, సబ్ ఎడిటర్‌గా ఎంతో సేవ చేశారు. 1942లో మార్చిలో ఇందిర ఫిరోజ్‌ల వివాహం జరిగినప్పుడు స్వరాష్ట్ర వీరకర్మి, విజయప్రాప్తి, దేశ సంపత్తిగా పౌరసత్వమతంగా భావించి, ధర్మార్థ కామమోక్షాలనే నూతన అన్వయాన్ని అందించారు. ఎన్.ఎన్.రాయ్‌తో రెండుసార్లు వివాదాలకు లోనయ్యారు. యునైటెడ్ ప్రావిన్సెస్‌లో 'బరదారి' అనే చోట పత్రికా రచయితల సమావేశం నిర్వహించి చర్చించి 'స్కూల్ ఆఫ్ జర్నలిజం' స్థాపన గురించి తీర్మానం చేయించారు. 1942 ఆగష్టు వరకు ఆలిండియా న్యూస్ ఎడిటర్స్ కాన్ఫరెన్సు స్థాయీ సంఘ సభ్యులుగా వ్యవహరించి వర్కింగ్ జర్నలిస్టుల ప్రయోజనాల కోసం పనిచేశారు.

1940లో అమలు చేయబడిన న్యూ ప్రెస్ చట్టాలవల్ల నేషనల్ హెరాల్డులో సంపాదకీయాలు రామారావుగారు మానేశారు. 'జైలులో ఉన్న మన దేశీయులు' అనే శీర్షికతో జైళ్ళలో సత్యాగ్రహుల వివరాలు అందించారు. క్రిప్స్ రాయబారం విఫలం కావటంతో జపాన్ మితిమీరుతున్న సమయంలో కొన్ని కీలక రక్షణ పత్రాలు కాంగ్రెసు నాయకుల చేతులకందాయి. ఇక ఉపేక్ష కూడదని జాతి జాగృతమైంది. సుభాష్ చంద్రబోస్ ఇండియన్ నేషనల్ ఆర్మీ స్థాపించారు. పల్లీయులంతా విల్లు పట్టారు. బ్రిటీషు వాళ్ళు వెళ్ళిపోతే మన దేశాన్ని మనమే కాపాడుకుంటాం అంటూ 'క్విట్ ఇండియా' ఇండియా వదలి వెళ్ళండనే నినాదంతో జాతి కదిలింది. ఆత్మ రక్షణకు హింస, యుద్ధం జరిగేటప్పుడు భారత దేశానికి రక్షణగా ఉన్న విదేశీ దళాలను అనుమతించటం అనే ప్రతిపాదనలను అఖిలభారత కాంగ్రెసు కమిటి 'క్విట్ ఇండియా' తీర్మానంగా చేసింది. 'డు ఆర్ డై' అంటూ పటేల్ ఉత్తేజపరిచారు. ఆ సందర్భంలో రామారావుగారి విశ్లేషణలు గమనించిన గాంధీజీ వారిని 'ఫైటింగ్ ఎడిటర్'గా పిలిచారు.

లక్నో క్యాంపు జైల్ సూపరింటెండెంట్ 'వెడ్‌లీ' రామారావుగారిమీద రెండు నేరాలు మోపి జిల్లా సెషన్స్ కోర్టులో కేసు పెట్టారు. వాటిలో మొదటిది 1941 ఆగష్టులో లక్నో క్యాంప్ జైలులో సత్యాగ్రహులను బ్యారక్స్‌లోకి లాగి పోలీసులు లాఠీలతో, బూట్లతో తన్నారని హెరాల్డు పత్రికలో వార్తని ప్రచురించటం. రెండవది అదే విషయంపై 'జైల్ ఆర్ జంగిల్' శీర్షికతో హెరాల్డ్‌తో సంపాదకీయం రాయటం. స్మిత్ అనే సెషన్స్ జడ్జి విచారించిన ఈ కేసులో మొదటి అభియోగాన్ని కొట్టేశారు. రెండవదాన్ని నిరూపించి పరువునష్టం కింద రామారావుగారికి ఆర్నెల్లు జైలుశిక్ష, 750 రూ.ల జరిమాన వేశారు. దీనిపై అపీలు చేసినా అది డిస్మిస్ అయింది.

ప్రభుత్వం పత్రికను మూసివేసే సమయం ఆసన్నమైంది. మోతీలాల్ నెహ్రూ, బి.జె.కృపలానీ వంటి నాయకులు నిర్బంధంలో ఉన్నారు. రామారావుగారు ఆఖరివ్యాసం 'వందేమాతరం' రాస్తున్నారు. బ్రిటీషు ప్రభుత్వానికి భారతదేశపు హెచ్చరిక అది. కాంగ్రెసు మళ్ళీ వచ్చే అశ్వత్థ వృక్షమని భావం. ఆ వ్యాసాన్ని ఆనాడు ప్రతి పిల్లలచే పెద్దలు కంఠస్థం చేయించారు. తదనంతర కాలంలో రామారావుగారు హిమాలయాల్లో ముక్తేశ్వరం వెళ్ళినపుడు 1956 సం॥లో ఒక రిటైర్డు అధికారి ఈ వ్యాసాన్ని యథాతథంగా ఆయన స్మృతుల్లోంచి విన్పించటం గొప్ప అనుభవం.

పేపర్ పూర్తి చేసిన కొన్ని గంటలకే పోలీసులు రామారావుగారి ఇంటిని, ఆఫీసునీ చుట్టుముట్టారు. తీసుకున్న ముందు జాగ్రత్తలవల్ల వారికేమీ దొరకలేదు. రామారావుగారి మీద అభియోగాలు విచారణ, తర్వాత తీర్పు వెలువడిన గంటకే జపాన్ రేడియో దాన్ని ప్రకటించింది.

జైలు జీవితం

కోటంరాజు రామారావుగారు 1942 సం॥లో లక్నోజిల్లా జైలులో నిర్బంధింపబడ్డారు. అంతకుపూర్వం ఈ జైలులో మోతీలాల్ నెహ్రూ, జె.బి.కృపలానీ మొ॥గు గొప్ప నాయకులు నిర్బంధింపబడ్డారు. రామారావుగారు ఈ జైలులో 'ఎ' క్లాసు ఖైదీగా ఉన్నారు. ప్రతి నవంబరు వారి జీవితంలో ఎర్రని అక్షరాల రోజుగా స్మృతిలో మిగిలింది. వారి 47వ పుట్టినరోజు జైల్లోనే జరిగింది. జైలు జీవితం వారికి మానవ మనస్తత్వాన్ని అర్థం చేసుకుని మానవీయంగా ఎదిగే అవకాశాన్నిచ్చింది. ఆర్నెల్లకాలం విలువగా, విశ్రాంతిగా గడిపారు. ఒక జర్నలిస్టుకు కొత్త ఉద్యోగం దొరికింది. గార్డెనింగ్, రోజాపూలు పూయించటం, రోజూ ఒక పుస్తకం చదవటం, తెలుగు కవిత్వం రాసే ప్రయత్నం చేయటం వారి దినచర్య. పాత్రికేయరంగం కలలకి మృత్యువు. కవిత్వం రాయటానికి అవసరమైన భావ ప్రవంతి వారిలో ఇంకిపోయింది. జర్నలిజంమీద రాజకీయాలమీద పుస్తకాలు రాయాలనుకున్నా చదవటం పైనే ఆసక్తి మెండుగా ఉండేది.

విప్లవయార్డుగా పిలవబడేచోట వారి సెల్ ఉండేది. హాస్పిటల్ వార్డుకీ, హాస్టల్‌రూంకి మధ్యగా అది ఉండేది. సిమెంట్ మంచాలు, ఎముకలకి గుచ్చుకునే గట్టి పరుపులతో ప్రైవసీ లేకుండా ఉండేది. చలికాలం కురిసే మంచు చూసి అంతా 'సోనా బర్సాతీహై' అని పాడేవారు. పల్లెల్లోని వారికి పంట పండితే బంగారమే! రామారావుగారికి మంచుగానీ, వానగానీ ఇంకెక్కడైనా కురిస్తే బాగుండు అన్పించేది. అది వారిసెల్‌లో కురిస్తే ఇబ్బంది కాబట్టి. జైల్లో దొంగలు ఎక్కువే. రామారావుగారు యార్డులోని విప్లవ ఖైదీలతో శాంతిగురించి చర్చించేవారు. వాళ్ళతో చదరంగం ఆడేవారు. జైళ్ళలో స్మగ్లింగ్ కూడా ఉండేది. 'ఎ' క్లాస్ ఖైదీగా ఇంటినుంచి సరుకులు అందేవి. మంచి వంటవాడుండేవాడు. 'సి' క్లాసువారి ఆహారంలో పురుగులు, రాళ్ళు ఉండేవి. 'సి' క్లాసు ఖైదీలే నిజమైన కాంగ్రెసు వీరులుగా భావించి వాళ్ళకి పుస్తకాలు, పత్రికలు ఇచ్చేవారు రామారావుగారు. తన ఆహారం వాళ్ళకి పెట్టి డబ్బులిచ్చేవారు. విజయ దశమి, దివాలి పండగల్లో జైలర్‌నుగెస్ట్‌గా చేసుకున్నారు. జైలుకి వచ్చాక సుభాష్ చంద్రబోస్ గురించి రేడియో ద్వారా వింటుండేవారు. ఆ మహావీరుని పేరు తన ఆఖరి కొడుకుకు పెట్టుకున్నారు.

రామారావుగారు జైలునుంచి వచ్చేనాటికి నేషనల్ హెరాల్డ్ బిల్డింగ్ పోలీసుల ఆధీనంలోనే ఉంది. ప్రింటింగ్ యంత్రాలు తుప్పుపట్టి కదలటంలేదు. ఒక ఏడాది పోరాటంతో వారు దానిని తిరిగి సాధించారు. జైలునించి వచ్చాక కూడా ఎనిమిది నెలలదాకా వారిపై పోలీసు నిఘా ఉంది. రామారావుగారి పి.ఎ. రాంగోపాల్‌ని కూడా 'రామారావు ప్రణాళికలు' చెప్పమని పోలీసులు హింసించినా ఫలితంలేదు. అరాలంలో అజ్ఞాత ఉద్యమ కారులకు లేఖలందించటం చేశారు.

అరుణా అసఫ్ ఆలీ, జయప్రకాష్ నారాయణన్ కూడా ఉధృతంగా పనిచేశారు. కొంతకాలం ఫ్రీలాన్స్ జర్నలిస్టుగా "గాంధీయాజ్ ఎ పొలిటికల్ ప్రొఫెట్' 'రూజ్వెల్టు ఫెయిల్డు' 'వాట్ హేవ్ ఉయ్ లాస్టు బై నాట్ జాయినింగ్ ది వార్' వంటి వ్యాసాలు రాశారు. గాంధీజీకి హరిజన్ ఫండ్ స్పందనచూసి 'ట్రావెలింగ్ టెంపుల్' రాశారు. గాంధీజీ జిన్నా చర్చలు సెప్టెంబరు 1944లో జరిగినప్పుడు ఆ 18 రోజులు రామారావుగారు హాజరై వార్తలు అందించారు. ఏకాభిప్రాయానికి రాలేని జిన్నా భారతదేశ విభజన కోరారు. సేవాగ్రాంలో గాంధీజీ 75వ పుట్టినరోజు ఉత్సహం, కస్తూరి బా మరణం, కస్తూరి బా మెమోరియల్ ఫండ్ సందర్భంగా సరోజినీనాయుడు పర్సు బహూకరణ రిపోర్టు చేశారు. ఒక జర్నలిస్టుకు జాతీయోద్యమంలో పని చేయటానికి సేవాగ్రాం అనువైన స్థలంగా భావించి లక్నో వచ్చాక ఖుర్షద్ బెన్‌కు లేఖ రాశారు. గాంధీనుండి జవాబు 'అతన్ని రమ్మను. అతను చాలా ఉపయోగిస్తాడు' తెలిసి రామారావుగారు చాలా ఆనందించారు. వార్ధా వెళ్ళేలోపు రాజస్థాన్ పర్యటించి వ్యాస పరంపర రాశారు.

వార్ధాలో గాంధీగారికి ప్రత్యేక కరస్పాండెంట్‌గా పనిచేయటం వృత్తిరీత్యా, వ్యక్తిరీత్యా గొప్ప వరంగా రామారావుగారు భావించారు. తన ఆరోగ్యం మెరుగుదల కోసం మహాబలేశ్వరం పొమ్మన్నా పోలేదు. గాంధీజీతో ఇతర ముగ్గురు పాత్రికేయులతో తాను ఉదయం నడిచేవారు. వారితో చాలా అంశాలు చర్చించేవారు. సేవాగ్రాం సైడ్‌లైట్స్, మహాబలేశ్వర్ మ్యూజింగ్స్, పంచాగ్ని ప్లెజర్స్, సిమ్లా సిల్‌హాట్స్ వంటి విశేష వ్యాసాలు రాశారు.

నేషనల్ హెరాల్డ్ మళ్ళీ పుట్టింది (1945)

1945 సెప్టెంబరులో గాంధీజీ ఆశీస్సులతో నేషనల్ హెరాల్డు మళ్ళీ పుట్టింది. రామారావుగారిని తిరిగి యాజమాన్యం పిలిపించింది. రాజకీయ చిత్రపటం మారింది. యుద్ధానంతరం ఒక ప్రతికూల వాతావరణం అంతటా ఉంది. కొద్దిలో ప్రాసిక్యూషన్ తప్పించుకున్న రామారావుగారు ఎన్నికల సమయంలో కాంగ్రెసుకి బాసటగా నిలిచారు.

ఫ్రీలాన్స్ జర్నలిస్టు (1946-48)

నేషనల్ హెరాల్డు వదిలి మళ్ళీ పాట్నాలో 'సెర్చిలైటు'లో చేరేవరకు రామారావుగారు ఫ్రీలాన్స్ జర్నలిస్టుగా కుటుంబంతో ఉంటూ భారతదేశంలో వివిధ పత్రికలకి రాసిన వ్యాసాలు ఆంధ్రులకి ఎంతోమేలు చేశాయి. మద్రాసు పత్రికలు ప్రకాశంగారికి వ్యతిరేకంగా రాస్తున్న రోజుల్లో రామారావుగారు మంచి విచక్షణతో రాసి తెలుగువారిని ఆలోచింపజేశారు. 'తారణ' ఉగాది సంచిక 'ఆంధ్రపత్రిక'లో రాసిన 'యుద్ధము – జాతీయత' ఆంధ్ర పత్రిక శ్రీ చిత్రభాను సంవత్సరాది సంచికలో రాసిన 'సంగ్రామానంతర ప్రపంచము – జాతీయత' రామారావుగారి ప్రపంచ రాజకీయ అవగాహనా నైశిత్యాన్ని తెలియజేస్తాయి.

త్రివర్ణ రాగరంజితం

1946లో డా॥ భోగరాజు సీతారామయ్యగారి ఆహ్వానం మేరకు మద్రాసు శుభోదయ పబ్లికేషన్స్‌లో రామారావుగారు కొంతకాలం చేశారు. 1946 ఆగస్టు 16 'పాకిస్తాన్ డే'గా జిన్నా ప్రకటించారు. రక్తం వరదలైపారింది. కాంగ్రెసు, లీగ్ ఒక తాటిపై రాలేక చర్చలు విఫలమైనాయి. 'తలనెప్పి వదిలించుకోవాలంటే తల నరకక తప్పదు' అన్న నెహ్రూ మాటలు గుర్తించదగినవి. గాంధీగారు అయిష్టంగానే అంగీకరించారు. భారతదేశ విభజన 1947 ఆగస్టులో జరిగింది. బెంగాల్, పంజాబులలో ఊచకోత జరిగింది. 5 మిలియన్ల మంది భారతదేశానికి వచ్చారు. మూడు మిలియన్లు పాకిస్తాన్ వెళ్ళారు. ఆనాటి శరణార్థుల బాధలు చూసి రామారావుగారి హృదయం బాధతో ద్రవించింది. శతాబ్దాల బానిసత్వం నుండి దేశం విముక్తం అయిన ఆవేళ కోటంరాజు రామారావుగారు నిజాం రాజ్యంలోని గ్రామంలో బ్రిటీషు ఇండియా భవనంపై (విజయవాడ సమీపంలో) త్రివర్ణ పతాకాన్ని స్వేచ్ఛగా, ఆనందానుభూతితో ఎగరేశారు. ఆనాడు ఆవేశంగా 'వెళ్ళిపోతున్న బ్రిటీషు పాలకులగురించి ఇంకా హైద్రాబాదు సంస్థానాన్ని ఏలుతున్న మొగలాయి పాలకుల గురించి' రామారావుగారు ప్రసంగించిన విధానం మరపురానిది. విజయవాడకు అర్ధరాత్రి చేరేటప్పటికి ఆకాశవాణిలో ఈ చారిత్రాత్మక సంఘటన ప్రసారం కావటం విని ఆనందించారు. డా॥సర్వేపల్లి రాధాకృష్ణన్‌గారి ఉపన్యాసం ఈ సందర్భంలో చైతన్య స్ఫూర్తిని రగిలించింది.

ది సెర్చిలైట్ 1949 జనవరి 1950 నవంబరు

పాట్నా నించి వెలువడే ఆంగ్ల దినపత్రిక 'ది సెర్చి లైటు'లో రామారావుగారిని సంపాదకులుగా నియమించమని డా॥రాజేంద్రప్రసాద్‌గారు సిఫార్సు చేశారు. రామారావుగారు 'సెర్చిలైటు'లో రాజ్యాంగ పరిషత్తు కార్యక్రమాలు ప్రకటించారు. శుభోదయ పబ్లికేషన్స్ మద్రాసులో తన దగ్గర శిక్షణ పొందిన యువకుల్ని సెర్చిలైటు యాజమాన్యం అనుమతితో నియమించుకున్నారు. 'కాశ్మీరు ఒప్పందం' గురించి తొలుత రాసిన పత్రిక ఇదే. ముజఫర్‌పూర్ కాంగ్రెసు సమావేశ వివరాలు, రాజేంద్రప్రసాద్ ఇంటర్వ్యూ, సెర్చిలైటులో ప్రచురించారు. నేపాల్ రాజకీయాల నేపథ్యంలో సంస్కరణలు సమర్థించిన రామారావుగారిని 'సెర్చిలైటు' తొలగించింది. నెహ్రూగారితో అమెరికా కెనడాలు పర్యటించి 'సెర్చిలైటు' హిందూస్థాన్ టైమ్స్, లీడర్ పత్రికల్లో రామారావుగారు రాసిన వ్యాసాలు ప్రసిద్ధిపొందాయి.

1951 ప్రారంభంలో ది ఇండియన్ న్యూస్ క్రానికల్, తర్వాత కాంగ్రెస్ సందేశ్ (వీక్లీ) లకు సంపాదకత్వం వహించారు. కాంగ్రెస్ సందేశ్‌లో దేశ సమగ్రత, పేదరిక నిర్మూలన, దేశ సమగ్రత, ప్రాంతీయ కులతత్వాలు ఎదుర్కోవటం అంశాలపై వ్యాసాలు రాశారు.

ది పీపుల్ (1952)

లాలా లజపతిరాయ్‌చే లాహోరులో ప్రారంభించబడిన 'ది పీపుల్' ఆంగ్ల పత్రికలో సంపాదకుడుగా కొంతకాలం పనిచేశారు. రామారావుగారు అప్పటికే రాజ్యసభ సభ్యులుగా ఉన్నారు. పత్రికకు ఎక్కువ సమయం కేటాయించలేకపోయారు. దీనితో పత్రికా సంపాదకీయం వదిలేశారు. రామారావుగారు సంపాదకత్వం వహించిన చివరి దినపత్రిక ఇదే!

1950 అక్టోబరు విప్లవం

భారతదేశంలోని వర్కింగ్ జర్నలిస్టులంతా ఢిల్లీలో సమావేశమై దేశస్థాయి సంస్థగా ఏర్పడి రాజ్యాంగంలోని ప్రాథమిక హక్కుల్లో ఒకటైన సరయిన వేతన విధానం గురించి పోరాటానికి నిర్ణయించారు. శ్రీ ఎమ్ చలపతిరావుగారు ఈ సమావేశానికి అధ్యక్షులు. తర్వాత సంస్థకు కూడా అధ్యక్షులుగా ఎన్నుకోబడ్డారు. నేషనల్ హెరాల్డ్ సంపాదకులుగా గొప్ప విజ్ఞానవేత్తగా, ప్రజాసంస్థను నడిపే దక్షులుగా బలమైన సంస్థగా ఎమ్.చలపతిరావుగారు దీనిని తీర్చిదిద్దారు. రామారావుగారు ఉపాధ్యక్షులుగా పాత్రికేయులను ఉత్తేజపరుస్తూ ఉపన్యసించి దేవదాస్ గాంధి ప్రశంసలు కూడా పొందారు. 1954 వరకు వర్కింగ్ జర్నలిస్టు సంఘానికి రామారావుగారు ఉపాధ్యక్షులుగా పనిచేశారు. ప్రెస్ రాజ్యాంగ నియమావళి రూపొందించిన కమిటీకి కూడా వీరే అధ్యక్షులు.

రాజ్యసభ సభ్యుడు (1952-1954)

రామారావుగారు రాజ్యసభ సభ్యులుగా 1952 నుండి 1954 వరకు వ్యవహరించిన కాలంలో అంకితభావంతో ప్రతి అవకాశాన్ని పూర్తిగా వినియోగించుకున్నారు. సుమారుగా 50 సార్లు సభలో ప్రసంగించిన రామారావుగారు కాంగ్రెసు పార్టీ సభ్యులుగా కాకుండా భారతదేశ పత్రికా రచయితల ప్రతినిధిగా రూపుదాల్చారు. ప్రెస్ కమిషన్ నియామకంగురించి, ప్రెస్ చట్టం గురించి మాట్లాడారు. "నాటి సభకు ఆత్మ చైర్మన్ డా॥ ఎస్.రాధాకృష్ణన్ అనీ, ఆయన సరస్వతీ పుత్రుడనీ, భోజరాజుని చూస్తే విద్య అందినట్లు రాధాకృష్ణన్‌గారు తనకి స్ఫూర్తి నిచ్చారని రామారావుగారు ఆత్మకథలో రాశారు. కాశ్మీరు సమస్యపై డా॥బి.ఆర్.అంబేడ్కర్ ప్రసంగం, శ్రీ యుతులు ఎన్.గోపాలస్వామి అయ్యరు, పి.సుందరయ్యలు ప్రవేశపెట్టిన తీర్మానాల గురించి రికార్డుచేసి తాను ప్రసంగించారు. రాజ్యసభలో రామారావుగారు ప్రవేశపెట్టిన అనధికార తీర్మానాల్లో వివిధ భారతీయ భాషలపై వాఙ్మయ కమిటీ గురించి, భాషల అభివృద్ధి గురించిన ప్రతిపాదనలున్నాయి.

పంచవర్ష ప్రణాళిక ప్రచారక సలహాదారు (1954)

1954 లో రామారావుగారు భారత ప్రభుత్వంచే పంచవర్ష ప్రణాళిక ప్రచారక సలహాదారుగా నియమింపబడ్డారు. ఈ హోదాలో వీరు దేశమంతా పర్యటించి ప్రజలను కలిశారు.

ప్రజల్లో వివిధ వర్గాల వారి అభిప్రాయాలు, అనుభవాలు ప్రభుత్వానికి నివేదికలుగా పంపారు. ప్రణాళిక ఆశయాన్ని ప్రజలకు తెలియజెప్పారు. ప్రజలతో అధికారులతో మమేకమై సమావేశాలు నిర్వహించారు. ఒక సం॥లోనే అసంఖ్యాక పుస్తక పఠనం వల్ల ప్రచారం గురించి అధికజ్ఞానం పొందారు. ప్రజల మనస్తత్వం ప్రాంతాన్నిబట్టి, మారుతుందనీ నాడు 85% నిరక్షరాస్యులున్న దేశంలో ఎటువంటి ప్రచారం ఉపయోగించాలో అధ్యయనం చేశారు. అందరికీ ఒకేసాధనం వర్తించదనీ దృశ్యశ్రవణ విధానాలవల్ల జరిగే మేలునూ గుర్తించారు. పుస్తకాలు రాయించి విద్యాలయాలకు వినియోగించాలన్నారు - పబ్లిసిటీ స్కూలు స్థాపించాలని తెలియజేశారు. సాధనాలెన్నున్నా ఇంత పెద్దదేశంలో ప్రతి మూలకి ప్రభుత్వ పథకాలు చేరాలంటే ఆనాటి రోజుల్లో రేడియో, జీప్ ముఖ్యమైనవి. కొన్ని ప్రాంతాలకు 'జీప్'లు కూడా వెళ్ళలేక ఎడ్లబండే శరణ్యంగా ఉండేవి.

"కలమే నా ఆయుధం" (ది పెన్ యాజ్ మై స్వోర్డ్ - స్వీయచరిత్ర) (1960)

కోటంరాజు రామారావుగారు 1916 సం॥నుంచి 1960 సం॥ వరకు తమ జీవనంలో జరిగిన సంఘటనలనూ, దేశ ప్రముఖ సంఘటనలనూ, తన అనుభూతులూ, అనుభవాలు, జ్ఞాపకాలు, పత్రికారంగంలో ఎదుర్కొన్న ఒడుదుడుకులు తన జ్ఞాపకశక్తి ననుసరించి 'ది పెన్ యాజ్ మై స్వోర్డ్'గా రాశారు. అనీబిసెంటు కాలంనుంచి నెహ్రూజీ వరకు. హోం రూలు ఉద్యమం నుంచి స్వాతంత్ర్య సముపార్జన, పంచశీల, పంచవర్ష ప్రణాళికలు, అంతర్జాతీయ స్థాయి వరకు సుదీర్ఘ ప్రస్థాన రచన ఇది. స్వాతంత్ర్య వీర సైనికుల్లో ఒకరిగా తన వంతు బాధ్యతను 'కలం' తో నిర్వహించిన వ్యక్తిత్వం వారిది. గాంధీజీ ఆశయాలకు ప్రభావితమై, వారి సందేశాలు ప్రజలకుచేర్చి, వారి స్ఫూర్తిని సాధనంగా వారి ఉద్యమరంగాన్ని నివేదిస్తూ జీవించిన మనీషి రామారావుగారు. గాంధీజీ 'యంగ్ ఇండియా' పవిత్ర వేదంలా వారిని అంకితభావంతో పనిచేసే అమృతానిచ్చింది. పాత్రికేయ వృత్తిపట్ల నిబద్ధతతో, 'మిషన్' లాగా పనిచేసి దేశభక్తిని జీర్ణించుకుని 'గంగాజలం'లా స్వీకరించారు. 41 ఏళ్ళ సంపాదకవృత్తిలో నీడలా వ్యాపించే పత్రికల ఆత్మతో మిళితమయి సరికొత్త ప్రపంచంకోసం, సరికొత్త జాతీయతా స్ఫూర్తికోసం పనిచేసిన రామారావుగారు తమ ముందుమాటలో పితృ సమానుడు, పత్రికారంగంలో గురువు, సోదరుడు పున్నయ్యగారికి ఆత్మకథను అంకితం చేయటం సముచితం. ఈ జ్ఞాపకాల పేటిక 'ది పెన్‌యాజ్ మై స్వోర్డ్'కు భారతదేశ తొలి ప్రధాని పండిట్ జవహర్లాల్ నెహ్రూ ముందుమాట రాసి (1964) రామారావుగారిని గౌరవించారు.

శ్రీరామారావు మార్చి 3వతేదీ, 1961లో పాట్నానుండి ఢిల్లీకి చేసిన రైలు ప్రయాణంలో ప్రమాదవశాత్తూ రైల్లోంచి జారి కిందపడి మరణించటం విషాదకరం.

ముగింపు :

పాత్రికేయరంగంలో వన్నెకెక్కిన రామారావుగారిని పలువురు ప్రముఖులు ప్రశంసించారు. నెహ్రూగారు "యాన్ అవుట్ స్టాండింగ్ ఫిగర్ ఇన్ ఇండియన్ జర్నలిజం" అనీ "ఎ మాన్ విత్ ఐడియల్స్ అండ్ మిషన్" అనీ, గాంధీగారు "ఫైటింగ్ ఎడిటర్" అనీ, రాజగోపాలాచారిగారు 'డియర్ డ్రెడ్ నాట్' అనీ ప్రశంసించారు. రామారావుగారి సంపాదకత్వంలో నేషనల్ హెరాల్డ్ గురించి నేతాజీ "మోర్ ఫెయిర్ టు మి దేన్ ఎక్స్పెక్టెడ్" అని అభినందించారు.

జర్నలిజంలో నేర్పు, భాషాప్రావీణ్యతతో 25కి పైగా పత్రికలలో వివిధ హోదాలలో పనిచేసి 'నేషనల్ హెరాల్డ్' పత్రికలో పనిచేసిన కాలంలో కీర్తి శిఖరాలు అధిష్ఠించారు రామారావుగారు. భారతీయ పత్రికా సంపాదకులలో వారి స్థానం విశిష్టమైంది. ఆంధ్ర ప్రాంతంలో చిన్న ఊరు చీరాలలో పుట్టి ఎక్కువకాలం కరాచీ, బొంబాయి, ఢిల్లీ, పాట్నావంటి దూరప్రాంతాల్లో పనిచేసి తెలుగు బావుటా ఎగరేశారు. వార్తలు సేకరించటం, ప్రకటనలు, వివరాలు, హెడ్‌లైన్స్, వ్యాసాలు, నివేదికల్లో వారికి వారే సాటి. వారిది స్వయంకృషి. భారతీయ పత్రికా ప్రపంచంలో ధృవతారగా వెలుగొందే రామారావుగారి పేరిట హైదరాబాద్‌లో పాత్రికేయుల నివాసప్రాంతానికి "శ్రీకోటంరాజు రామారావు జర్నలిస్టు కాలనీ" గా నామకరణం చేయటం ముదావహం.

ఉపకరించిన గ్రంథాలు :

1. Kotamraju Rama Rao (A profile in courage) Published by Vishwadev Lucknow.
2. Trial of and Indian Patriot King Emperor Versus K Rama Rao.
3. The Pen as my sword. (Memories of a Journalist) by Sri K.RamaRao. Published by Bharatiya Vidya Bhavan, Bombay 1965.
4. 'సంగ్రామా నంతర ప్రపంచము – జాతీయత' (వ్యాసం) శ్రీ కోటంరాజు రామారావు– ఆంధ్రపత్రిక శ్రీ చిత్రభాను సంవత్సరాది సంచిక.
5. 'యుద్ధము – జాతీయత' (వ్యాసం) శ్రీ కోటంరాజు రామారావు – ఆంధ్రపత్రిక తారణ సంవత్సరాది సంచిక.
6. మన ప్రముఖ పత్రికా సంపాదకులు – శ్రీ రాపాక ఏకాంబరాచార్యులు – 2008
7. 'K.RamaRao - A Journalist who worked in different cultural environments in Pre-Independence India and Earned Respect' articel by Sri KM Srivastava, Professor, Indian Institute of Mass Communication, New Delhi.

దామెర్ల రామారావు

(1897-1925)

- కళాసాగర్ యల్లపు

రాతియుగంనుండి కంప్యూటర్ యుగం దాకా ఎందరో మహాచిత్రకారులు కళాకౌశలంతో మానవ హృదయ వికాసాన్ని సాధించారు. అందులో ఆంధ్ర చిత్రకళా సంప్రదాయం ఒక స్వర్ణయుగం. మన దేశంలో ఇతర ప్రాంతీయ చిత్రకళాధోరణులను పరిశీలిస్తే ఆంధ్ర చిత్రకళకు గల విశిష్టత, సుదీర్ఘ చరిత్ర మరేఇతర ప్రాంతానికి లేదంటే అతిశయోక్తి కాదు. దాదాపుగా క్రీ.పూ. రెండవ శతాబ్దం నుండి నేటి వరకూ సాగిన సుదీర్ఘ పయనమిది. ప్రాచీన ఆంధ్రచిత్రకళ అజంతా గుహలలోనూ, పల్లవుల కాలంలోనూ, కాకతీయుల కాలంలోనూ, విజయనగర రాయల కాలంలోనూ అభివృద్ధి చెందింది. అమరావతి, లేపాక్షి, హంపి, విరూపాక్ష ఆలయాలలోని చిత్రాలు శిల్పాలలో ఆంధ్రజానపద శైలి ప్రస్ఫుటిస్తుంది.

మొగలాయిల, రాజపుత్రుల ప్రభావం, బ్రిటిష్ వారి పాశ్చాత్య చిత్రకళా ప్రభావం, వారి చిత్రకళారీతులు మన చిత్రకారుల మీదకూడా పడింది.

అప్పటి వరకూ భారతీయ ప్రాచీన చిత్రకారులు నీటిరంగులతోనే చిత్రీకరించేవారు. పాశ్చాత్యుల రాకతో తైలవర్ణ చిత్రాల చిత్రీకరణ ప్రారంభించారు. భారతదేశంలో ప్రప్రథమంగా కలకత్తాలో శాంతినికేతన్ తర్వాత బొంబాయిలో జె.జె. స్కూల్ ఆఫ్ ఆర్ట్స్, మద్రాసులో మద్రాస్ స్కూల్ ఆఫ్ ఆర్ట్స్ చిత్రకళాశాలలు ప్రారంభించబడ్డాయి. ఆంధ్రప్రదేశ్‌లోని తొలితరం చిత్రకారులు చాలా మంది

ఈ మూడు కళాశాలలలో ఏదో ఒకదానిలో చిత్రకళనభ్యసించినవారే.

అదే కాలంలో ఆంధ్ర చిత్రకళకు ఊపిరిపోసిన మరొక కేంద్రం రాజమహేంద్రవరం. ఆంధ్రదేశంలో రాజకీయ, సామాజిక, సాహిత్య, కళారంగాలలో ప్రధాన పాత్ర వహించిన నగరం. ఆంధ్ర మహాభారతానికి శ్రీకారం చుట్టిందిక్కడే. ఈ నగరంలో చిత్రకళా పురోగతికి కృషిచేసిన మహనీయుడు ఆస్వాల్డు జె. కూల్డ్రే. రాజమండ్రిలోని ప్రభుత్వకళాశాలకు ప్రధానోపాధ్యాయుడుగా నియమితుడై వచ్చిన ఆంగ్లేయుడు. స్వయం చిత్రకారుడు కావడంతో, విద్యార్థులలో చిత్రకళ మీద అభిరుచి కనబడితే ప్రోత్సహించేవాడు. తానే ప్రాథమిక శిక్షణనిచ్చేవాడు. కొంతమంది విద్యార్థులను బొంబాయిలోని జె.జె. స్కూల్ ఆఫ్ ఆర్ట్స్‌కు పంపి, వారి భవిష్యత్ పురోగతికి బాటలు వేసారు.

ఆంధ్రులు గర్వించదగ్గ చిత్రకారుడు అంతర్జాతీయ ఖ్యాతి నార్జించిన యువకళాతేజం, యువదాంధ్రదేశ చిత్రకళా ప్రగతికి మూలస్తంభం అయిన దామెర్ల రామారావు కూడా కూల్డ్రేగారి మార్గదర్శకత్వంలో, శిక్షణలో రూపుదిద్దుకున్న చిత్రకారుడే.

రాజమహేంద్రవరం పేరు తలుచుకొంటే తెలుగు వారి మనసు పులకించి పోతుంది. చారిత్రాత్మక స్మృతులెన్నో కనులముందు కదలాడుతాయి. పవిత్ర జీవనది గోదావరి, రాజరాజనరేంద్రుడు, నన్నయ్య, కందుకూరి వీరేశలింగం పంతులు, చిలకమర్తి లక్ష్మీనరసింహం, భమిడిపాటి కామేశ్వరరావు, శ్రీపాద సుబ్రహ్మణ్యశాస్త్రి, మధునాపంతుల సత్యనారాయణ శాస్త్రి, ప్రభృతుల వారసత్వం, సాంస్కృతిక వైభవం, మహోజ్వల చారిత్రక నేపథ్యంలో దామెర్ల చిత్రకళా వైభవం స్మరణకు వస్తుంది.

ఆధునిక – సంప్రదాయ చిత్రరీతుల్ని సమన్వయించి, పాశ్చాత్య కళారీతులను శోధించి, ఆధునికాంధ్ర చిత్రకళకు ప్రాణం పోసిన మహా కళాకారుడు దామెర్ల. ఆధునిక ఆంధ్ర చిత్రకళా మార్గానికి కరదీపికగా నిల్చిన ప్రతిభామూర్తి. భారతీయ చిత్రకళలో రవివర్మది పాశ్చాత్య వాస్తవరీతి, విషయవస్తువు భారతీయమైనది. కానీ దామెర్ల రామారావు చిత్రాలలో విషయ వస్తువు భారతీయమైనదే. చిత్రశైలి కూడా భారతీయమైనదే. భారతీయ చిత్రకళలోని రూపాలను వాస్తవరీతికి సవరించి, చిత్రకళలోని ఆదర్శ సౌందర్యంతో వాస్తవికత ఉండేలా కృషిచేశారు. రూప చిత్రకళలకు, ప్రకృతి చిత్రకళలకు, పౌరాణిక చిత్రకళలకు కొత్తదారులు వేసిన చిత్రకళాస్రష్ట రామారావు. తెలుగు చిత్రకళా చరిత్రలో నూతన యుగానికి ఆయన వైతాళికుడు.

ఆంధ్ర దేశంలో చిత్రకళకు ఆయనే ఆద్యుడు. చిత్రకారునిగా ఆయన కాల్పనికుడు. ఆధునిక కవిత్వంలో కృష్ణ శాస్త్రికి వున్న స్థానమే చిత్రకళారంగంలో దామెర్ల రామారావుకి వుంది.

బాల్యం

ఆంధ్ర సంస్కృతికి కేంద్రంగా వర్ధిల్లిన రాజమండ్రిలో, వేదంలా ఘోషించే పవిత్రగోదావరి తీరాన, వంకాయల వారి వీథిలోని సుప్రసిద్ధ ఆయుర్వేద వైద్యులు దామెర్ల వేంకట రామారావు, లక్ష్మీదేవి దంపతులకు కలిగిన ఐదుగురు కుమార్తెలు, నలుగురు కుమారుల్లో రెండవ సంతానంగా 1897 మార్చి 8న రామారావు జన్మించాడు. చిన్ననాటి నుండి శారీరకంగా ఆయన బలహీనంగా వుండేవాడు. గోదావరి అలల మీద వెలుగు నీడల సయ్యాటల్ని చూసిన దామెర్ల పదవ ఏటనే కుంచె పట్టాడు. రామారావు మేనమామ గాడిచర్ల రామ్మూర్తి జాతీయ కళాశాలలో చిత్రకళోపాధ్యాయులుగా వుండేవారు. పసిప్రాయం నుండీ రామారావు చిత్రాలు గీసి మేనమామకు చూపిస్తూ వుండేవాడు. రామారావు తొలి గురువు రామ్మూర్తి గారే.

1908 ప్రాంతం రాజమండ్రి నాటక కళాకేంద్రంగా వర్ధిల్లుతున్న సమయం. హిందూ థియెట్రికల్ కంపెనీ అధిపతి కృత్తివెంటి నాగేశ్వరరావు నాటకాలకి బ్యాక్ గ్రౌండ్ కర్టెన్లు రాయడానికి బెంగుళూరు నుండి ప్రముఖ చిత్రకారులు ఎ.ఎస్. రాంను తీసుకొచ్చారు. ఆయన చిత్రించిన కర్టెన్లు సహజసుందరంగా వుండేవి. రాజమండ్రి చిత్రకారులెందరికో ఈ "కర్టెన్లకళ" స్ఫూర్తి

కల్గించింది. రాం వల్ల ఎందరో కళాభిమానులు ప్రత్యక్షంగానో పరోక్షంగానో ప్రభావితు లయ్యారు. రామారావు కూడా చదువు సంధ్యలు మాని రాం కళాసృష్టిని సునిశితంగా పరిశీలించే వాడు.

గోదావరి అనగానే కాటన్ గుర్తొస్తాడు. తెల్ల వాళ్ళలో మనం గుర్తించుకో దగిన ముగ్గురిలో కాటన్, బ్రౌన్, కూల్డ్రే ముఖ్యులు. కాటన్ నీటికి మారుమాట. బ్రౌన్ 'వే'మన మనిషి. కూల్డ్రే కళలకు నిలువుటద్దం. దక్షిణ భారతదేశంలో రాజమండ్రిలో ప్రప్రథమంగా స్థాపించబడ్డ ప్రభుత్వ ఆర్ట్సు కళాశాలకు 1909లో ఇంగ్లండ్‌కు చెందిన ఆస్వాల్డ్ జెన్నింగ్ కూల్డ్రే ప్రిన్సిపాల్‌గా వచ్చారు. ఆయన కవి, గాయకుడు, నటుడు, చిత్రకారుడు అన్నిటికి మించి సహృదయుడు. ప్రిన్సిపాల్‌గా వుండి ఆ కళాశాలను నిస్వార్ధంగా, చిత్తశుద్ధితో అభివృద్ధి చేస్తూ, తీరిక సమయాల్లో కళాసేవ చేసేవారు.

రామారావు సోదరుడైన వెంకట్రావు ఆ కళాశాలలో చదువుతూ కూల్డ్రే అభిమానాన్ని చూరగొన్నారు. రాం వద్ద కళాభ్యాసం చేస్తున్న రామారావును వెంకట్రావు కూల్డ్రే కు పరిచయం చేశారు. రామారావు చిత్రించిన ప్రకృతి చిత్రాలు చూసి కూల్డ్రే ముగ్ధులయ్యారు. ప్రకృతి చిత్రాలతో పాటు సజీవ చిత్రాల స్కెచ్‌లు కూడా వేయడంలో కూల్డ్రే శిక్షణ ఇచ్చారు. అర్జునునికి ద్రోణునివలె రామారావుకు కూల్డ్రే లభించారు.

వరదా వెంకటరత్నం, భమిడిపాటి కామేశ్వరరావు, కవికొండల వెంకట్రావు, అంకాల వెంకట సుబ్బారావు, అడవి బాపిరాజు, రామమోహన రావు తదితరులు రామారావుతోపాటు కూల్డ్రే వద్ద చిత్రలేఖనంలో శిక్షణ పొందారు. రామారావును కూల్డ్రే ఆప్యాయంగా "రాము" అని పిలిచేవారు.

ఒకసారి రాముని తీసుకొని కూల్డ్రే అజంతా, ఎల్లోరా గుహలకు వెళ్లారు. వర్షాకాలం కావడం వల్ల స్టేషన్‌లో సామాన్లు వుంచి, స్కెచ్ పుస్తకాలతో ఇద్దరూ గుహలకు వెళ్లారు. బలహీనంగా వుండే రామారావు కూల్డ్రే తో నడవడంలో వెనుకబడగా ఆయన తన భుజాలపై ఎత్తుకొని అజంతా అంతా తిప్పి చూపించారు. బ్రిటీష్ వ్యక్తి, ప్రభుత్వ ఉద్యోగి అయినప్పటికీ కూల్డ్రే ఎలాంటి భేషజం లేకుండా రామారావును ఎత్తుకొని తిరగడం అసామాన్య విషయం. ఆ గురుశిష్యుల గాఢ మైత్రికి , అనురాగానికి ప్రతీక ఈ సంఘటన. చరిత్రలో అరుదైన విషయం.

రామారావు ప్రియమిత్రుడు వరదా వెంకటరత్నం పాఠశాల విద్య ముగించి, బాలికోన్నత పాఠశాలలో చిత్రకళోపాధ్యాయుడుగా చేరారు. ఈ సమయంలోనే రాజమండ్రిలో ఫైన్ ఆర్ట్సు సొసైటీని స్థాపించారు. ఆ సంస్థకు కూల్డ్రే అధ్యక్షునిగా, ఎ.ఎస్.రాం ఉపాధ్యక్షునిగా వుండేవారు. చిత్రకళపై వున్న అభిరుచి వల్ల పదవ తరగతిలోనే దామెర్ల విద్యకు ఆటంకం కలిగింది.

ఒకసారి ఒక మిత్రుడు కూల్డ్రే చిత్రించిన "కశ్మీరు" దృశ్యాన్ని తనకివ్వమని కోరాడు. కూల్డ్రే కు చిత్రం ఇవ్వాలని లేదు. అదే చిత్రం నకలు తీసి ఇస్తానని వాగ్దానం చేశారు. తన చిత్రానికి నకలు చిత్రించమని రామారావును కూల్డ్రే కోరగా రామారావు ఆ చిత్రాన్ని యథాతథంగా

చిత్రించి ఇచ్చారు. మరునాడు వచ్చిన మిత్రుడు ఆ రెండు చిత్రాలు చూసి ఆశ్చర్యపోయాడు. రామారావు చిత్రమే బాగుందని అదే తీసుకొన్నాడు.

ప్రకృతి చిత్రాల్లో రామారావు ప్రతిభకు ఇదో నిదర్శనం. కూల్డ్రే రామారావులోని కళాభినివేశానికి అనుగుణంగా ఉత్తమ శిక్షణ ఇచ్చారు. ఉత్తమ కళాకారునికి కావల్సిన పునాది వేశారు.

చిత్రకళాభ్యాసం

కూల్డ్రే ప్రోత్సాహంతో రామారావును ప్రపంచ ప్రసిద్ధి నొందిన జంషెడ్జీ జిజియాబాయ్ స్కూల్ ఆఫ్ ఆర్ట్స్, బొంబాయి పంపడానికి తండ్రి అంగీకరించారు. 1916 జూలైలో రామారావు బొంబాయి వెళ్ళి అక్కడి కళాశాల డీన్ సిసిల్ ఎన్. బర్న్సను కలిసి తన చిత్రాలు చూపించారు. అత్యంత వాస్తవికంగా, రంగుల ఛాయా చిత్రంల్లా, ఆంధ్రగ్రామీణ సౌందర్యాన్ని నీటి రంగుల్లో కళ్లకు కట్టినట్టు చిత్రించబడ్డ ఆ చిత్రాలు చూసి రామారావుకు సరాసరి మూడవ సంవత్సరంలో ప్రవేశం కల్పించారు ప్రవేశపరీక్ష లేకుండా రెండేళ్లు పరీక్షలు రాయకుండా ఏకంగా మూడవ ఏట చేర్చుకోవడం అద్భుత విషయంగా పేర్కొనవచ్చు.

కళాశాలలో హ్యూమన్ మోడల్, స్టిల్‌లైఫ్, ఎనాటమీలలో రామారావు సాధన చేశారు. సాయం సమయాల్లో క్రాపర్డ్ లఫ్లోరా ఫౌంటెన్ మార్కెట్ వద్ద స్కెచ్‌లు వేసేవారు. ఈ సందర్భంలో ప్రముఖ చిత్రకారులు పద్మశ్రీ రవిశంకర్ రావల్‌తో పరిచయం కలిగింది. సెలవుదినాల్లో రామారావు నాసిక్, లోనేవాలా, కళ్యాణ్, కర్ణా, తదితర ప్రాంతాలకు వెళ్ళి స్కెచ్‌లు, దృశ్యాలు చిత్రించేవారు.

కళాశాల ప్రిన్సిపాల్ సిసిల్ బర్న్స ఉద్యోగ విరమణ చేస్తున్నప్పుడు రామారావును ప్రత్యేకంగా అభినందించారు. తర్వాత ఆ పదవిలోకి వచ్చిన కెప్టెన్ డబ్ల్యు. ఇ. గ్లాడ్‌స్టన్ సాల్మన్ భారతీయతకు అనుకూలంగా పాఠ్యాంశాల్ని మార్పుచేశారు. మీనియేచర్ పెయింటింగ్‌ని అతని హయాంలోనే ప్రవేశపెట్టారు. ఇండియన్ ఫైన్ ఆర్ట్సను ప్రత్యేకంగా ఆయన ఏర్పాటు చేశారు. రామారావుపై సాల్మన్‌కు కూడా ప్రత్యేక అభిమానం ఏర్పడింది. కూల్డ్రే , బర్న్స, ఎల్.కె. సాల్మన్ కూడా రామారావు పట్ల వ్యక్తిగత శ్రద్ధ తీసుకొనేవారు.

1918లో సెలవుల్లో రామారావు రావల్, బదెకాలతో కలిసి గుజరాత్‌లో 15రోజులు పర్యటించి పలుచిత్రాలు గీచారు. కథియవాడ్‌లో గొల్లపడుచులు, గిర్నార్ అడవుల సుందర దృశ్యాలు, నీటి రంగుల్లో చిత్రించారు. ఆ సమయంలో రామారావు వాషింగ్టన్, గ్రిఫిత్, దిహెడ్, బొంబాయి ప్రభుత్వ బహుమతి మేయో బంగారు పతకం గెలుపొందారు. తన విజయాల్ని మిత్రులు కూల్డ్రే , వరదా వెంకటరత్నంలకు తెలియజేస్తూ వుండేవారు.

1919లో రామారావు మన్య ప్రాంతాలకు తరచు వెళ్లి చిత్ర రచన చెయ్యడం వల్ల జ్వరం వచ్చింది. జ్వరం తగ్గడానికి వాడిన మందుల వల్ల క్రమంగా వినికిడి శక్తి తగ్గి, బధిరత్వం కలిగింది. అదే సంవత్సరం జూన్‌లో రామారావుకు చిత్రకళాభిమాని దినుమర్తి శ్రీనివాసరావు ద్వితీయకుమార్తె సత్యవాణితో వివాహం అయింది. అప్పుడు ఆమె వయస్సు 11 సంవత్సరాలే. 1920లో రామారావు ప్రథమశ్రేణిలో ఉత్తీర్ణులై రాజమండ్రి తిరిగి వచ్చారు. రామారావుకు ఒక కుమారుడు పుట్టి ఆరోనెలలో మృతి చెందాడు.

చిత్రకళాసాధన

రామారావు తర్వాత ఫెలోగా వున్నప్పుడు గుజరాత్‌లో తన మిత్రుడు మనూభాయ్ బధెకా వద్ద ఆరునెలలు వుండి పలు చిత్రాలు గీచారు. "బావి చెంత" అనే పెద్ద సాముదాయక చిత్రం ఈ సందర్భంలోనే చిత్రించారు. చిత్రంలో కథియవాడ్ గ్రామీణ స్త్రీలని హృద్యంగా చిత్రించారు. అక్కడ వేసిన చిత్రాలు, స్కెచ్‌లు అహమ్మదాబాద్‌లో ప్రదర్శింపబడి ప్రశంసలు పొందాయి. భావనగర్ మహారాజు దివాన్ పట్వారీ సాహెబ్ వీరి కళాప్రతిభను గుర్తించి, రాజవంశీకుల చిత్రాలు వేయించారు.

గుజరాత్‌కు చెందిన దక్షిణామూర్తి విశ్వవిద్యాలయంలో విశ్వకవి రవీంద్రనాథ్ ఠాగూర్ ప్రసంగిస్తుండగా రామారావు తెల్ల కాగితంపై పెన్సిల్ స్కెచ్ వేసి ఆయన ఆశీస్సులు పొందారు. లక్నో స్కూల్ ఆఫ్ ఫైన్ ఆర్ట్స్ వైస్ ప్రిన్సిపాల్ పదవి వచ్చినా రామారావు అంగీకరించక స్వతంత్ర జీవనానికి నిర్ణయించుకొన్నారు. రామారావు శాంతినికేతన్ సందర్శించి అవనీంద్ర బృందం, బెంగాల్ స్కూలు పోకడల్ని అవగతం చేసుకొన్నారు. ఓరియంటల్ సొసైటీ నిర్వహిస్తున్న కళాప్రదర్శనకు తన 'ఋష్యశృంగ భంగం' 'తూర్పు కనుమల్లో గోదావరి' చిత్రాలు ఇచ్చారు. 'ఋష్యశృంగ భంగం' చిత్రానికి వైస్రాయ్ ఆఫ్ ఇండియా నగదు బహుమతి లభించింది. రెండవ చిత్రం 'గోదావరి సౌందర్యం' వైస్రాయ్ లార్డ్ రీడింగ్ దర్శించి, ముగ్ధుడై చిత్రాన్ని ఖరీదు చేశాడు. కళకు జాతి మత భేదాలు, ఎల్లలు వుండవనటానికి ఇదొక నిదర్శనం.

1922లో దేశం అంతా పర్యటించి వచ్చిన రామారావు రాజమండ్రిలో స్థిరపడ్డారు. ఆయన ప్రాక్పశ్చిమశైలులను మేళవించి పాశ్చాత్య వాస్తవిక వాదం. భారతీయ ఆధ్యాత్మికతతో ఆంధ్రచిత్రకళాశైలిని సృష్టించారు. తన మిత్రులు వరదా వెంకటరత్నంతో పాటు చిత్రకళలో ఉత్సాహవంతులైన వరాహగిరి భగీరథి, చామకూర సత్యనారాయణ, సోదరి బుచ్చికృష్ణమ్మలను పోగుచేశారు. ఈ సమయంలోనే 'సిద్ధార్థ రాగోదయం' చిత్రించారు.

తన ఆశలు, ఆశయాలకనుగుణంగా రామారావు 'ఆంధ్రా సొసైటీ ఆఫ్ ఇండియన్ ఆర్ట్స్' అనే సంస్థను స్థాపించారు. కళాసాధనలో ఆయనకు భార్య సత్యవాణి సహాయ సహకారాలు అందించేది. భర్తకు తగిన భార్యగా ఆమె కీర్తి నొందారు. సత్యవాణిని మోడల్‌గా కూర్చోబెట్టి

రామారావు చాలా బొమ్మలు గీచారు. ఆయన చిత్రాల్లోని స్త్రీ ముఖాలన్నిటిలో తన భార్య పోలికలే గోచరిస్తాయి. శరీరరూపం వేరుగా వుంటుంది.

గోదావరి నది ఒడ్డున సోడాలు అమ్మే నూకాలు అనే స్త్రీ రామారావుకు మోడల్‌గా వుండేది. నూకాలు శరీర సౌందర్యమే దామెర్ల చిత్రాలలో కనిపిస్తుంది. ఆమె ఆ వూళ్ళోనే సోడాలు అమ్మే ఒక వ్యక్తి ప్రియురాలు. అప్పట్లో రాజమండ్రి లాంటి ఓ చిన్న పట్టణంలో ఒక మహిళ మోడల్‌గా రామారావు ఎదుట నిల్చోవడం అనేది ఆ వూళ్ళో పెద్దసంచలనాన్నే సృష్టించింది. ఆమే కాక రామారావు భార్య సత్యవాణి కూడా కొన్ని చిత్రాలకు 'మోడల్'గా వుంది. రాములు అనే నాయీ బ్రాహ్మణ యువకుడ్ని రామారావు పురుష స్వరూపాలకు మోడల్‌గా ఎంచుకొన్నారు.

దామెర్ల రామారావు కళాకృతులను మూడు విధాలుగా విభజించవచ్చు.

1. ప్రకృతి చిత్రాలు

2. రూప చిత్రాలు

3. నగ్న చిత్రాలు.

దామెర్ల కళాకృతుల్లో నగ్న చిత్రాలకు ప్రత్యేక స్థానం ఉంది. ఆయన చిత్రకళా నైపుణ్యానికి ఈ నగ్న చిత్రాలు అద్దం పడతాయి. తెల్లటి కాగితం మీద సన్నటి పెన్సిల్‌తో గీసిన డ్రాయింగ్స్, చార్‌కోల్, వైట్‌పెన్సిల్‌తో రంగు కాగితాల మీద చిత్రించిన లైట్ అండ్ షేడ్ (వెలుగు నీడలు) చిత్రాలు, వాటర్‌మన్ పేపరు మీద చిత్రించిన నీటిరంగు చిత్రాలు, కాన్వాస్ మీద చిత్రించిన తైలవర్ణ చిత్రాలు, పెన్సిల్, చార్‌కోల్, నీటిరంగులలో పూర్తి నగ్న చిత్రాలు వున్నాయి.

ఆయిల్ క్యాన్వాస్‌లో మాత్రం అర్ధనగ్న చిత్రాల రంగుల మేళవింపు, రంగులు వాడిన తీరు ప్రత్యేకంగా గుర్తించదగిన విషయం. తైలవర్ణచిత్రాల్లో కనిపించే రూపాలు దేశీయమైనప్పటికీ అవన్నీ పాశ్చాత్య చిత్రకళాశైలిని అనుసరించి వున్నాయి. చిత్రకారుడి ప్రత్యేకత ఈ చిత్రాలలో గోచరించదు. మిగతా నగ్న చిత్రాల కంటే ఇవి సైజులో కూడా పెద్దవి. ఈ చిత్రాలలో స్టడీ ఆఫ్ ఉమన్, స్టడీ ఆఫ్ ఎ డాన్సర్, గర్ల్ విత్ ఫ్యాన్, క్వీన్స్ టాయిలెట్, డెత్ చిత్రాలు వున్నాయి. చేతులు పైకెత్తి వయ్యారంగా పడుకున్న సుందరి చిత్రం 'స్టడీ ఆఫ్ ఎ వుమెన్'. వక్షోజాలు కనబడేలా అందమైన శరీర సౌష్టవంగల స్త్రీమూర్తి చిత్రం ఇది. నాట్యభంగిమలో, నగలతో అలంకరించుకున్న నర్తకి చిత్రం 'స్టడీ ఆఫ్ ఎ డాన్సర్'. ఒక చేత్తో విసనకర్రను పైకెత్తి వయ్యారంగా నిల్చొన్న అమ్మాయి చిత్రం 'గర్ల్ విత్ ఫ్యాన్'.

అలంకరించుకుంటూ అద్దంలో తన ప్రతిబింబాన్ని చూసుకుంటున్న రాకుమారి, చుట్టూ చెలికత్తెలు వున్న చిత్రం, 'క్వీన్స్ టాయిలెట్'. బలమైన శరీరం, అంగసౌష్ఠవం గల పురుషుడొకడు అర్ధనగ్నంగా వున్న స్త్రీమూర్తిని అర్ధనగ్నంగా చూపెట్టిన కల్పిత చిత్రాలు, వాటర్‌మన్ షీట్‌పై

నీటి రంగుల్లో మరో మూడు చిత్రాలు వున్నాయి. ఈ మూడు నగ్న చిత్రాలు. పైకెత్తిన చేతులు నెత్తి వెనక పెట్టుకొని వయ్యారంగా నిల్చొన్న నగ్నమూర్తి చిత్రం–'అమాయిక'. పొడవాటి, సన్నటి, పల్చటి నగ్న శరీరాన్ని ఈ అమాయిక చిత్రంలో చూస్తాం. బ్యాక్ గ్రౌండ్‌లో కలంకారి వస్త్రాన్ని, ఫోర్ గ్రౌండ్‌లో చిన్న కూజాను చూడవచ్చు. చేతులకు గాజులు తప్ప శరీరంపై నూలుపోగు కూడా లేకుండా ముందు నుంచి స్త్రీమూర్తిని చిత్రించిన చిత్రం ఇది. ముడివేసిన జడతో వెనుక భాగాన్ని ప్రదర్శిస్తూ నిల్చొన్న నగ్నసుందరి చిత్రం– బ్యాక్ న్యూడ్. బ్యాక్‌గ్రౌండ్‌లో చెట్టు చేమను కూడా చూడవచ్చు. నగలు ధరించి నగ్నంగా నిల్చొని వున్న స్త్రీ మూర్తి చిత్రం–' నగ్నసుందరి'. వాటర్ కలర్స్‌లో వేసినా అద్భుతంగా చిత్రించిన చిత్రాలు ఇవి. స్త్రీ శరీర నిర్మాణాన్ని కళాత్మకంగా చిత్రించిన చిత్రాలివి. రామారావు కుంచె, పనితనం ఈ చిత్రాలలో కనిపిస్తుంది. ఈ మూడు చిత్రాలు 1924వ సంవత్సరంలో చిత్రించినవే. ఈ చిత్రాలు మోడల్‌ను నిలబెట్టి చిత్రించినవి.

స్త్రీ మూర్తులను ముందు నుంచి చిత్రించిన తొలి ఆధునిక భారతీయ చిత్రకారుల్లో దామెర్ల రామారావు ఒకరు. లైట్ అండ్ షేడ్ చిత్రాలలో చార్‌కోల్, వైట్ పెన్సిల్‌తో చిత్రించిన మూడు చిత్రాలు చెప్పుకోదగ్గవిగా వున్నాయి. వీణతో నగ్నంగా వున్న సుందరి చిత్రం 'వీణాపాణి'. చిన్నపాత్రను భుజంపై పెట్టుకొని నిల్చొన్న యువతి చిత్రం. 'స్టడీ ఆఫ్ ఎ గర్ల్' పక్క భాగాన్నుంచి స్త్రీ నగ్నత్వాన్ని చిత్రించిన చిత్రం ఇది.

1924–25 సంవత్సరాల్లో రామారావు తాను స్థాపించిన సొసైటీ తరపున అఖిల భారత చిత్రకళా ప్రదర్శనలు రాజమండ్రిలో జయప్రదంగా నిర్వహించారు.

ఎన్నో చిత్రాలు దేశ విదేశాల్లో జరిగిన చిత్రకళా ప్రదర్శనల్లో అమ్ముడు పోయాయి. కొన్ని చిత్రాలను కళాప్రియులు, సంపన్నులు సొంతానికి సేకరించు కున్నారు. 1923–24సం॥లలో లండన్‌లో బ్రిటీష్ ఎంపైర్ ఎగ్జిబిషన్‌లోనూ, కెనడా, టొరంటోలో జరిగిన అంతర్జాతీయ చిత్రకళా ప్రదర్శనలలో తన చిత్రాలను ప్రదర్శించి అవార్డులు కూడా అందుకున్నారు.

1988లో హైదరాబాద్‌లోనూ, మద్రాసులోనూ, 1991 న్యూఢిల్లీలోనూ రామారావు చిత్రాలలో కొన్నింటిని ప్రదర్శించారు.

దామెర్ల జీవించింది అతి స్వల్పకాలం. బొంబాయి నుండి తిరిగి రాజమండ్రి వచ్చాక జీవించింది ముచ్చటగా మూడేళ్ళే. ఈ స్వల్పకాలంలో ఆయన చిత్రించిన కళాకృతులు ఎన్నో. ఇందులో కొన్ని అమ్మగా, మరికొన్ని బహుమతులుగా ఇవ్వగా, ఇంకొన్ని మాయంకాగా, 34 ఆయిల్‌పెయింటింగ్స్, 129 వాటర్‌కలర్ పెయింటింగ్స్, 250 పెన్సిల్‌స్కెచ్‌లు, 28 స్కెచ్ పుస్తకాలు, ట్రేస్‌లు మిగిలాయి.

రామారావు తన చిత్రాల్లో నాటి రాజమండ్రి, సామాజిక కట్టుబాట్లు కళ్లకు కట్టినట్లు చూపించారు. వీరి చిత్రాలన్నీ ఇక్కడి పరిసరాలని ప్రతిబింబిస్తాయి. వీరిలో స్ఫూర్తి కల్గించినవి

కూడా స్థానిక స్థితిగతులు, పరిస్థితులే. రాజమండ్రి పరిసర ప్రాంతాల నుండి ఆ రోజుల్లో సంస్థానాధీశులు, జమీందార్లు, షావుకార్లు తరచు ఇక్కడికి వచ్చేవారు. వారు ఇక్కడ బస చేసేటప్పుడు సంగీత నృత్యకార్యక్రమాలు ఏర్పాటు అవుతుండేవి. ఈ రాజసం, సంస్కృతే రామారావులో కళాతృష్ణకు కారణమయింది. నాటి కట్టడాలు, స్త్రీల అలంకరణ వీరి చిత్రాల్లో కనిపిస్తుంటాయి. సంప్రదాయంగా జరిగే పెళ్లిళ్లు, సీమంతాలు, పండుగలు కూడా ఆయన తన చిత్రాలకు భావాలుగా స్వీకరించారు. స్త్రీ నగ్నత్వంలో ఎంతటి సౌందర్యం వుందో చాటి చెప్పిన ఖ్యాతి దామెర్లకే దక్కుతుంది.

దామెర్లది విప్లవ మనస్తత్త్వం. దేనికీ లొంగకుండా తన సాధన, తన అనుభూతి, తన జ్ఞానంతో విశిష్ట వ్యక్తిత్వం పొందటానికి, ఆంధ్రసంస్కృతిని నిలబెట్టడానికి పోరాడారు. దేశంలో విభిన్న కళారీతుల్లో నిక్షిప్తమైయున్న కళా సంపదను వెలికి తీయడానికి దామెర్ల పడిన శ్రమ, చేసిన సాధన అనన్యసామాన్య మైనది.

1925లో రామారావు, భార్య సత్యవాణితో తిరుపతి సందర్శించి, రాజమండ్రి తిరిగి వచ్చిన 24గంటలకే మశూచి వ్యాధి సోకి 1925 ఫిబ్రవరి 6న కన్ను మూశారు. ఆయన మరణించినా ఆయన సృష్టించిన కళాఖండాలకు మరణంలేదు. అవి ఎప్పుడూ కళాభిమానుల మనస్సులతో మాట్లాడుతూనే ఉంటాయి.

దామెర్ల రామారావు ఆర్ట్ గ్యాలరీ

దామెర్ల మరణించాక ఆయన సృష్టించిన అమూల్య చిత్రసంపదను భావితరాలకు అందించే లక్ష్యంతో ఆయన ప్రియమిత్రులు, ప్రముఖ చిత్రకళోపాధ్యాయులు వరదా వెంకటరత్నం, రామారావు సతీమణి సత్యవాణి రామారావు పేరిట రాజమండ్రిలో ఒక ఆర్టు గ్యాలరీని ఆయన ఇంటివద్దనే ఏర్పాటు చేశారు. రామారావు చిత్రించిన ఆయిల్, వాటర్‌కలర్ చిత్రాలు, పెన్సిల్ స్కెచ్‌లు, స్కెచ్ పుస్తకాలు, విలువైన చిత్రకళా గ్రంథాలు గ్యాలరీలో భద్రపరచి కళాభిమానులకు అందుబాటులో వుంచారు. అంతేకాక రామారావు స్ఫూర్తితో ఆయన పేరుతో ఒక చిత్రకళాశాలను కూడా ఈ సందర్భంలో ఏర్పాటు చేసి, నిర్వహించసాగారు. వేంకటరత్నం మృతి చెందేవరకు, అంటే సుమారు నాలుగు దశాబ్దాల పాటు, ఈ పాఠశాలను సక్రమంగా నిర్వహించారు. ప్రతిరోజు సుమారు 30 నుండి 40 మంది వరకు విద్యార్థులు ఈ కళాశాలలో చిత్రకళను అభ్యసించేవారు. మరగంటి సీతారామాచారి, పిలకా లక్ష్మీ నరసింహమూర్తి, వి.ఎస్.హెచ్. శర్మ, ఎం. రాజాజీ, హెచ్.వి. రాంగోపాల్, ఎస్. దుర్గారావు, ఆశపు అప్పారావు, ఎస్. ప్రభాకరరావు, కె. నరసింహాచార్యులు, కె.పార్వతీశం, ఎం. సూర్యనారాయణ మూర్తి, వై.ఎస్. ప్రసాద్, పి. నాగేశ్వరరావు, ఎం. వెంకటేశ్వరరావు, సి.రాధారాణి, కొరసాల సీతారామ స్వామి, ఎన్.యస్. శర్మ, టి. మృత్యుంజయరావు, తారా నగేష్, పి.యస్. ఆచారి, పి. భాస్కర్ వంటి ప్రముఖ చిత్రకారులు,

చిత్ర కళోపాధ్యాయులు ఈ పాఠశాల నుండి రూపొందారు. వెంకటరత్నం మృతి చెందాక, ఆయన ప్రియశిష్యులు, గ్యాలరీ విద్యార్థి, ప్రముఖ చిత్రకారులు మాదేటి రాజాజీ తను మరణించిన వరకు, అంటే 1990 జులై 25 వరకు, గ్యాలరీ, పాఠశాల ప్రగతికి జీతం లేకుండా పని చేశారు. రాజాజీ మృతి చెందాక రామారావు స్మారక చిత్రకళాశాల మూత పడింది.

1957లో ప్రముఖ స్వాతంత్ర్య సమరయోధురాలు దుర్గాబాయి దేశ్‌ముఖ్ ప్రస్తుత గోదావరి రైల్వేస్టేషన్ వెనుకనున్న వీధిలో దామెర్ల ఆర్టు గ్యాలరీ భవనానికి ప్రారంభోత్సవం చేశారు. గ్యాలరీ ప్రాంగణంలోనే చిత్రకళాపాఠశాల నూతన భవనానికి 1977 జూన్ 17న ఆనాటి రాష్ట్ర సాంస్కృతిక విద్యాశాఖ మంత్రి శ్రీ భాట్టం శ్రీరామమూర్తి శంకుస్థాపన చేసారు.

గత గోదావరి పుష్కరాల సందర్భంగా అప్పటి జిల్లా కలెక్టర్ రణదీప్ సుదాస్ ఆర్టుగ్యాలరీ అభివృద్ధికి నిధులు మంజూరు చేసారు. ఈ నిధులతో గ్యాలరీకి అవసరమైన విద్యుద్దీపాలు అమర్చారు. గ్యాలరీలో తగిన స్థలం లేక అనేక విలువైన చిత్రరాజాలు రికార్డురూమ్‌లో మూలపడివున్నాయి. గ్యాలరీలో తగినంత సిబ్బంది వున్నా, ప్రభుత్వం తగిన నిధులు మంజూరు చెయ్యనందున పలుచిత్రాలు ప్రదర్శనా యోగ్యతను కోల్పోయాయి. గ్యాలరీని విస్తృత పరచవలసిన అవసరం వుందని కళాకారులు, కళాభిమానులు భావిస్తున్నారు. గ్యాలరీలో దామెర్లకు చెందిన విలువైన జ్ఞాపికలు, ఉత్తరాలు, కొన్ని చిత్రాలు లేవు. అవి రామారావు బంధువుల ఇంట్లోనే ఉన్నట్టు తెలిసింది.

2003 సం॥లో గ్యాలరీకి నూతన భవనం నిర్మించి, ఇండియన్ నేషనల్ ట్రస్టు ఫర్ ఆర్ట్ అండ్ కల్చరల్ హెరిటేజ్ న్యూఢిల్లీవారి సహకారంతో పాడయిపోయిన నీటిరంగుల చిత్రాలను సాంప్రదాయక పద్ధతులలో మెరుగులు దిద్ది, తైలవర్ణ చిత్రాలకు ఆధునిక సాంకేతిక పద్ధతులలో భద్రతకల్గించి, గ్యాలరీలో ప్రదర్శిస్తున్నారు. ఎప్పటినుంచో దామెర్ల రామారావు శిలా విగ్రహాన్ని రాజమండ్రి పట్టణంలో ఆవిష్కరించాలన్న కళాభిమానుల కోరికను నెరవేర్చేందుకుగాను, తూర్పుగోదావరి జిల్లా కొత్తపేటకు చెందిన ప్రముఖ శిల్పి పి.వి. రామారావు ఫైబర్‌తో రూపొందించిన దామెర్లరామారావు ఏడడుగుల ఎత్తుగల ప్రతిమను గ్యాలరీలోపల ఆవిష్కరించారు. గ్యాలరీలో రామారావు చిత్రాలను చూసిన ప్రతీ కళాభిమాని రామారావు ప్రతిమ దగ్గరకొచ్చేటప్పటికి అప్రయత్నంగానే చేతులెత్తి నమస్కరిస్తారు.

రాష్ట్రంలో వున్న ఈ ఏకైక చిత్రకళాశాలను జాతిపిత మహాత్మాగాంధీ, మాజీ రాష్ట్రపతి వి.వి.గిరి, మాజీ ప్రధాని శ్రీ పి.వి. నరసింహారావు రెండు సార్లు, రాష్ట్రమాజీ ముఖ్యమంత్రి కాసుబ్రహ్మానందరెడ్డి, చిత్రకళా విమర్శకులు డా॥ సంజీవదేవ్, ప్రముఖ చిత్రకారులు బాపు, ప్రముఖ సాహితీ వేత్తలు శ్రీశ్రీ, డా॥ సర్వేపల్లి రాధాకృష్ణ, డా॥ సి. నారాయణరెడ్డి, శంకర్ దయాళ్ శర్మ, కృష్ణకాంత్, వురిపండా, నగ్నముని, చలం, తెన్నేటి విశ్వనాథం వంటి ప్రముఖులు సందర్శించారు.

దామెర్ల జీవిత విశేషాలను 'రిథమ్ ఆఫ్ లైఫ్' పేరుతో ఎల్. సంజీవరెడ్డి దర్శకత్వంలో ఎస్. చంద్రారెడ్డి ఒక డాక్యుమెంటరీని నిర్మించారు. 22 నిమిషాల నిడివి ఉండే ఈ డాక్యుమెంటరీ ప్రస్తుతం అందుబాటులో లేదు.

ఆ తర్వాత 2001 సం॥లో సౌత్ సెంట్రల్ రైల్వేలో జనరల్ మేనేజరుగా పనిచేసిన చిత్రకారుడు, చిత్రకళాభిమాని అయిన వి.కె. కల్కి అవతారం గారు "లైఫ్ అండ్ వర్కు ఆఫ్ దామెర్లరామారావు" పేరుతో మరొక డాక్యుమెంటరీ ఫిల్మ్‌ను రూపొందించారు. 30 నిమిషాల నిడివిలో ఇంగ్లీషులో దామెర్ల వారి జీవిత విశేషాలను, చిత్రాలను వినసొంపైన సంగీతంతో మనకందించారు. ఇవి ప్రస్తుతం రాజమండ్రి దామెర్ల రామారావు మెమోరియల్ గవర్నమెంట్ ఆర్ట్ గ్యాలరీ – రాజమండ్రిలోనూ, సాలార్‌జంగ్ మ్యూజియంలో హైదరాబాద్‌లోనూ లభ్యమవుతున్నాయి.

దామెర్ల రామారావు శతజయంతి సందర్భంగా 1996 సంవత్సరంలో చిత్రకళాపరిషత్, విశాఖపట్టణం తరఫున సుంకర చలపతిరావు గారు చలసాని ప్రసాదరావు, డా॥సంజీవదేవ్, డా॥కాపురాజయ్య, పిలకానరసింహమూర్తి, కొండిపర్తి శేషగిరిరావుల అభిప్రాయాలతో, దామెర్ల రామారావు శతజయంతి సంచిక ప్రచురించారు.

దామెర్ల - పునరుజ్జీవన చిత్రకళావాదం

20వ శతాబ్దపు ప్రారంభం నాటికి జాతీయోద్యమం ప్రారంభమై ఊపందుకుంటున్న సమయంలో, బెంగాలులో ప్రారంభమైన పునరుజ్జీవన పవనాలు ఆంధ్రదేశమంతటా ప్రసరించాయి. ఫలితంగా బందరులో ప్రమోద్ కుమార్ ఛటర్జీ నేతృత్వంలో ఆంధ్రజాతీయ కళాశాలలో చిత్రకళా విభాగం ప్రారంభమైంది. ఇక్కడి బోధన పాశ్చాత్య విద్యావిధానానికి భిన్నం. భారతీయ చిత్రరచనా పద్ధతులనే నేర్పారు. అజంతా, మొగల్ రాజపుత్ర చిత్రాలను కాపీలు రాయడం, బెంగాలు వాష్ పద్ధతి ఇక్కడ నేర్పబడ్డాయి. ఈ కళాశాల నుండి పట్టభద్రులైన వారిలో అడవి బాపిరాజు, పింగళి వెంకయ్య, గుర్రం మల్లయ్య, కౌత ఆనందమోహన శాస్త్రి, అంకాల వెరూట సుబ్బారావు, మాదవ పెద్ది గోఖలే ప్రభృతులున్నారు.

అదేకాలంలో ఆంధ్ర చిత్రకళా పునరుజ్జీవనానికి నడుం బిగించిన చిత్రకారుడు దామెర్ల రామారావు, కూర్లే మార్గదర్శకత్వంలో బొంబాయి జె.జె.స్కూల్ ఆఫ్ ఆర్ట్సులో పాశ్చాత్య చిత్రకళను అభ్యసించినప్పటికీ ప్రాక్పశ్చిమ రీతుల సమ్మేళనం ద్వారా ఒక విశిష్ట ఆంధ్రశైలికి అంకురార్పణ చేసారు.

బెంగాలులో ఉద్భవించిన పునరుజ్జీవనోద్యమానికి మూలస్తంభాలు హావెలు, అవనీంద్రనాథ టాగోర్, నందలాల్ బోస్ అయితే ఆంధ్రాలో దామెర్ల రామారావు అని కృష్ణచైతన్య రాసిన 'ఏ హిస్టరీ ఆఫ్ ఇండియన్ పెయింటింగ్' పుస్తకంలో పేర్కొన్నారు. తెలుగునాట "రివైవల్"

చిత్రకళారీతికి దామెర్ల ప్రాణం పోసాడని చెప్పాలి. చిత్రకళలో ఇతరుల కన్న భిన్నమైన మార్గాన్ని ఆయన ఎంచుకోవడంతో విశిష్ఠ చిత్రకళాకారుడుగా అనతికాలంలోనే ఆయన రాణించారు.

చిత్రకళా విమర్శకులు డా॥ సంజీవదేవ్ దామెర్ల రామారావుగారి గురించి ఇలా అన్నారు.

"ఆయనకు మరణించక పూర్వమే కీర్తి వచ్చింది.

మరణించిన తరువాత కూడా ఆ కీర్తి నిలిచి వుండిపోయింది."

రామారావుగారు చిన్న వయసులో మరణించినప్పటికీ ఆయన చిత్రరచన తక్కువేమి కాదు. ఆయన కళాప్రతిభ బహుముఖమైంది ఇతి వృత్తంలోను, రచనా రీతిలోనూ కూడ.

కొందరు కవులు రాసిన మాటే పాట అయినట్లు రామారావుగారు గీచిన గీతల్లా చిత్రం అయేది. ఆయన చేతినుంచి పొందిన ప్రతి రేఖా కూడా ఒక రసమయ రూపలేఖ!

చిత్రకళలో ఆయన ఏ వర్గానికి చెందుతాడు అనే ప్రశ్నయే లేదు. కళారంగంలోని అన్ని వర్గాలు ఆయనవే, అన్ని మార్గాలు ఆయనవే. పాశ్చాత్య, ప్రాచ్య, దూరప్రాచ్య మొదలైన అన్ని చిత్రరీతులలో ఆయన చిత్రిస్తాడు. తైలవర్ణాల్లో, జలవర్ణాల్లో కూడా సమాన దక్షతతో ఆయన తన తూలికను నర్తింపచేసేవాడు.

మానవ రూపాలను ఎంత రమ్యంగా రూపొందించేవాడో, జంతువులను, పక్షుల చిత్రాలను, ప్రకృతి దృశ్యాలను, అచల చిత్రాలను కూడా అంత కౌశలంతో చిత్రించేవాడు.

కొందరు చిత్రకారులు రేఖా చిత్రాలను మాత్రమే దక్షతతో చిత్రిస్తారు, మరికొందరి ప్రతిభ వర్ణచిత్రాల్లో మాత్రమే అభివ్యక్తమవుతుంది. ఇంకొందరి ప్రతిభ రేఖనూ వర్ణాన్నీ సమ్మేళించి చిత్రించడంలో ప్రత్యక్ష పడుతుంది. కాని రామారావుగారి చిత్ర సృష్టి ఈ మూడింటిలోనూ కూడా వైశిష్ట్యాన్ని, వైలక్ష్యాన్నీ కలిగి వుంటుంది. వర్ణంలేకుండా శుద్ధ రేఖాంకనను సృష్టించిన చాకచక్యంతోనే రేఖలేని కేవలం వర్ణ విన్యాసాన్ని కూడా సృష్టిస్తాడు. అయినా ఆయన చిత్రాల్లో రేఖ,రంగు కలసిన సమ్మేళనమే ఎక్కువ వ్యక్తమవుతంది.

దామెర్ల రామారావుగారు ఒక వైపున వాస్తవవాది అయినట్లే మరొక వైపున ఆదర్శవాది కూడా. తన చిత్రాల్లో ఆంధ్రుల దైనందిన సామాజిక జీవితం ప్రత్యక్షమైనట్లే భావచిత్రణ కూడా రూపొందుతుంది.

అంత చిన్న వయస్సులోనే అంత పెద్దవాడుగా తన కళా జీవితంలో వికసించి, తాను పెంచుకొన్న ఉన్నతాదర్శాలన్నిటినీ ఆచరణలోకి రూపాంతర పరచకముందే తన జ్యోతిర్మయ జీవితాన్ని చాలించి అదృశ్యమైపోవడం విచారాన్ని మించిన విచారకరమైన విషయం.

అయినా, నేటికీ జీవించి వున్న ఆయన అపూర్వ రూపసృష్టిలో ఆయన అనుగ కళాప్రదీపం ఉజ్వలంగా, ప్రోజ్వలంగా వెలుగుతూనే వున్నది."

ప్రముఖ బెంగాలీ కవి హరీంద్రనాథ్ చటోపాధ్యాయ దామెర్లకు నివాళులర్పిస్తూ ఈ విధంగా రాసుకొన్నారు.

'అమృత చిత్రాలను వేసిన చేతులకా ఈ మరణ నిశ్చలత్వం ?

విశ్వ సౌందర్యాన్ని వీక్షించిన నీలినయనాలను

తన మంత్ర హస్తంతో మూయడానికి

మరణానికి చేతులెలా వచ్చాయో ?

వింతను చూసి నప్పుడల్లా విచిత్రానంద వేదనను

అనుభవించే అతడి హృదయం తారలలో దాక్కుందా

కన్నీళ్లా... ఛఛ... తప్పు తప్పు

కలలు గన్న వాళ్ళెప్పుడు కలలు గానే మిగులుతారు,

దేవుళ్ళు వారిని విశిష్టంగా కలగంటారు

వాడు మరణింలేదు

వాడు మరణించలేదు.

మరణంలేని వస్తువుల్ని సృష్టించిన వాడెలా మరణిస్తాడు?

కలలమకరందం తాగి ఒంటరిగా మన అంతరాళాల్లో

ఎక్కడో ఒక బంగారు సితారాను వాయిస్తూ వుంటాడు.

వెలుగునీడల చల్లటి విశ్వంలో,

నిశ్శబ్దంలో నీడలేని కాంతిని కలగంటూ వుంటాడు.'

తెలుగు మణిదీపమైన దామెర్ల రామారావు వేసిన చిత్రాలను కంప్యూటర్ డేటారూపంలో భద్రపరిచేందుకు, పాడయిపోయిన చిత్రాలను కంప్యూటర్ద్వారా మెరుగుదిద్దేందుకు, దేశంలో వివిధ ముఖ్యపట్టణాలలో రామారావు చిత్రాలను ప్రదర్శించేందుకు, కళాభిమానులకు, కళావిద్యార్థులకు ఉపయోగపడేవిధంగా రామారావు చిత్రాలతో, స్కెచ్లతో వీడియో సి.డి. రూపొందించేందుకు, ఆర్ట్గ్యాలరీ కొరకు ఒక వెబ్సైటును ప్రారంభించేందుకు ఇండియన్ నేషనల్ ట్రస్టు ఫర్ ఆర్ట్ అండ్ కల్చరల్ హెరిటేజ్, న్యూఢిల్లీ వారు ప్రణాళికను రూపొందిస్తున్నారు. ఇవి అమలు జరిగితే రామారావు చిత్రాలు కొన్ని శతాబ్దాలపాటు చిత్రకళా ప్రపంచంలో అజరామరంగా నిలుస్తాయి.

దామెర్లరామారావుగారి చిత్రాలలో కొన్ని

బూర్గుల రామకృష్ణారావు

(1899-1967)

- డా॥ వెలుదండ నిత్యానందరావు

రెండు వందల యేడుల నుండి చిమ్మ
చీకటుల గ్రుగ్గి, వెలుతురు రేక గనని
మాకు ప్రథమ ప్రజా ముఖ్యమంత్రి వీవు
కీర్తనీయ, బూర్గుల రామకృష్ణరాయ
రాజ్యపాలనమున, ప్రజారక్షణమున
సాహితీ రంగమున, కళాసరణిలోన
సార్వభౌమత్వము గడింపజాలితీవు
కృష్ణరాయుడవే రామకృష్ణరాయ (దాశరథి)

"దేశభాషలందు తెలుగు లెస్స' అను ఆర్యోక్తి నిజమే అయినచో మన తెలుగు భాషకు ఇతర భాషల వల్ల భంగం కలుగుతుందన్న భావము ఎన్నటికీ ఉండరాదు. మన భాష సజీవమైన, సచేతనమైనటువంటి భాష, ఆంధ్రులున్నంతవరకు ఆంధ్రభాష కూడా ఉంటుంది. ఎందుకు ఈ ఆందోళన కలుగుతుందో నాకు అర్థము కావడము లేదు. హిందీగాని, ఉర్దూగాని, ఇంగ్లీషుగాని మరేభాషగాని తెలుగుభాషను నాశనం చెయ్యలేవు. మన భాషకు ఏమీ సంక్షోభము లేదని నేను గట్టిగా మనవి చేసుకుంటున్నాను. రాజకీయంగా గాని మరేవిధంగా గాని మార్పులు వచ్చినా తెలుగు భాషకు నష్టము లేదు.... రేపు రాష్ట్రభాషగా హిందీ దక్షిణదేశంలోకి వస్తే దానిపై దక్షిణదేశపుముద్ర, సంస్కృతి యొక్క ముద్ర తప్పకుండా పడుతుంది. కనుక ఇతర భాషల యొక్క రాబోవు ఆక్రమణల వల్ల భయపడవలసిన అవసరము ఏమాత్రమూ లేదని ఈ భయాన్ని మీ హృదయంలో నుంచి తీసివేయాలని సర్వేశ్వరుని ప్రార్థిస్తున్నాను.

సంస్కృతి అనే పదములో అనేక విషయములు ఇమిడియున్నను, వేషభాషలు ముఖ్యముగా గమనింపబడుచుండును. వేషము జాతికి కేవలము బాహ్యచిహ్నమగుటచే దానిని ఎప్పటికప్పుడు ఇష్టానుసారముగా మార్చుకొన వచ్చును. కాని భాష ఆంతరంగిక మగుటచే మార్చుకొనరానిది. ఒకవేళ దేశకాల పాత్రముల ననుసరించి అనివార్యకారణముల వలన భాషలలో మార్పు కలిగెనేని అట్టి మార్పే సంస్కృతియందు వెంటనే ప్రతిఫలించును. భాష సచేతనమై దినదినాభివృద్ధి గాంచుచుండునేని ఆ జాతియు నట్లే పురోగమనము చేయుచుండును. దురదృష్టవశమున భాషయే పతనావస్థకు గుర అయ్యేనేని ఆ జాతియు పతనము వంకకు మొగ్గక తప్పదు. ఈ పరస్పర సంబంధము ఒక చారిత్రక సత్యము.

నేటి ప్రజాస్వామిక స్వాతంత్ర్య వాతావరణమున భాషా సారస్వతములతో పాటు సభ్యత, సంస్కృతుల నభివృద్ధినొందించి తగిన వాతావరణము సృష్టించి తెలుగువారి మేధా సంపత్తికి, ప్రతిభా వ్యుత్పత్తులకు పదును పెట్టి ఆంధ్రజాతి యొక్క పూర్వవిశిష్టతను పునః స్థాపించే బాధ్యత ఈ ప్రముఖ భాషా నిలయపు మూపుపై (మనపై) పడుచున్నది". అంటూ హైదరాబాదులోని శ్రీకృష్ణదేవరా యాంధ్ర భాషానిలయం స్వర్ణోత్సవవేళ 1952 సెప్టెంబర్ 1న అభిభాషణం చేసినవారు హైదరాబాదు రాష్ట్రముఖ్యమంత్రి బూర్గుల రామకృష్ణారావుగారు. బూర్గుల మహాంధ్రరాజనీతిజ్ఞులు, మహావిద్వాంసులు, బహుభాషాకోవిదులు. ప్రజలచేత ఎన్నుకోబడిన ప్రప్రథమ హైదరాబాదు ముఖ్యమంత్రి (వారే చిట్టచివరి ముఖ్యమంత్రి కూడా). అప్పటి చారిత్రక పరిస్థితులకు, భావనలకు అనుగుణంగా తెలంగాణ, ఆంధ్రప్రాంతాలను కలిపి 'ఆంధ్రప్రదేశ్'గా ఏర్పరచి నాయకత్వ బాధ్యతను అభిలషించని నిస్వార్థప్రజానాయకుడు బూర్గుల. ఒక తీరుగా వ్యాఖ్యానించాలంటే తన రాజకీయ సమాధిమీద విశాలాంధ్ర నిర్మాణం గావించిన కర్మయోగి బూర్గుల.

1952 మార్చి 6న హైదరాబాదు రాష్ట్రముఖ్యమంత్రిగా బూర్గుల పగ్గాలు చేపట్టారు. కన్నడ, మరాఠి, ఉర్దూ, తెలుగు, ఆంగ్ల భాషల పంచవేణీ సంగమంగా విరాజిల్లిన తెలంగాణ విధాన సభలో సభ్యుడు ఏ భాషలో అడిగితే ఆ భాషా నుడికారంతో చక్కగా సమాధానాలు చెప్పి మంత్రముగ్ధుల్ని చేసిన చతురవచస్వి బూర్గుల. ఆయనకున్న బహుభాషా పాండిత్యం సభ్యులను వశీకరించుకోవడానికి ఎంతోబాగా ఉపకరించింది. బూర్గులవారి పరిపాలన 1956 అక్టోబర్, 31వరకు ఆంధ్రప్రదేశ్ ఏర్పడేదాక (1956 నవంబర్, 1) కొనసాగింది.

ముఖ్యమంత్రిగా బూర్గుల భూగరిష్ఠపరిమితిని విధించి భూసంస్కరణలకు శ్రీకారం చుట్టారు. ఇది ఎంతో విప్లవాత్మకమైన చర్య. కొంత తన సొంతభూమిని కోల్పోయినా కూడా వెనుకంజవేయలేదు. కౌల్దారీ రక్షణచట్టాన్ని తీసుకొని వచ్చి నిజంగా పొలాన్ని చెమటోడ్చి దున్నే బక్కరైతులకు బాసటగా నిల్చారు. 1955 జులై, 1న అవినీతి నిరోధకశాఖను ఏర్పాటుచేసి 54 కేసుల్లో విచారణ జరిపించి పరిపాలనలో స్వచ్ఛత, పారదర్శకతలకు ఉండవలసిన స్థానాన్ని నిరూపించారు. విద్యారంగంలో గణనీయమైన అభివృద్ధి సాధించకపోతే జాతి ముందడుగు వేయదని విశ్వసించిన విద్యావేత్తలు వారు. గ్రామానికొక ప్రాథమిక పాఠశాలనైనా ఉండితీరాలన్న సత్ సంకల్పంతో విద్యాసౌకర్యాలను విస్తరింపచేశారు. ఈ పాఠశాలల్లో పనిచేసే అధ్యాపకులను తయారుచేయడానికి అధ్యాపకశిక్షణ కళాశాలలను తెరిపించారు. ప్రతి జిల్లాలో ఒక డిగ్రీ కళాశాల, ఉద్యోగులకు చదువుకోవడానికి వీలుగా సాయం కళాశాలలు ప్రారంభించారు.

రామకృష్ణారావు ముఖ్యమంత్రిగా ఉన్న కాలంలోనే కేంద్రప్రభుత్వం నిజాం ప్రభుత్వ చిహ్నమైన ఉస్మానియా సిక్కా కరెన్సీని రద్దుచేసి ఇండియా కరెన్సీని ప్రవేశపెట్టింది. దీనితో హైదరాబాదుస్టేట్‌కు, భారతదేశానికి ఆర్థిక సామ్యం సిద్ధించినట్లయింది.

ఆర్థిక పరిపుష్టికి జల వనరుల ఆవశ్యకత కూడా ఎంతో ఉంటుందన్న సంగతిని రామకృష్ణారావు గ్రహించారు. కేంద్రప్రభుత్వాన్ని ఒప్పించి అడ్డంకుల్ని అధిగమించి నాగార్జున సాగర్ నిర్మాణాన్ని సాధించారు. 1955 డిసెంబర్ 10న భారత ప్రధాని జవహర్‌లాల్ నెహ్రూ చేత నాగార్జునసాగర్ ప్రాజెక్ట్ శంకుస్థాపన చేయించారు.

ఇలా ఎన్నో అభివృద్ధిపథకాలు రచిస్తూ, ప్రణాళికలు వేస్తూ, కన్నడిగులను, మరాఠీలను తెలుగు వారిని, ముస్లింలను సహనంతో కలుపుకొని పోతు రాజనీతి చతురత ప్రదర్శించారు. అయినా బూర్గులవారి మీద ముఠాతగాదాల ఫలితంగా కాంగ్రెసువారే అవిశ్వాసతీర్మానం ప్రవేశపెట్టి ముఖ్యమంత్రి పదవి నుండి దిగిపోవాలని కుట్రలు చేయనారంభించారు. ప్రధాని జవహర్‌లాల్ నెహ్రూ హైదరాబాద్ వచ్చి తానే స్వయంగా విశ్వాసపరీక్ష నిర్వహించారు.

వ్యతిరేకులకు కేవలం వేళ్ళమీద లెక్కపెట్టేటన్ని ఓట్లురాగా బూర్గుల వారికి తక్కిన మొత్తం ఓట్లు వచ్చాయి. అప్పుడు నెహ్రూ గారికి, అసమ్మతి వర్గీయులకు బూర్గుల గొప్పతనం అర్థమైంది. మెజారిటీ సరిగా లేదు. భూసంస్కరణలు తెచ్చి భూస్వాముల ఆగ్రహానికి గురయ్యారు. అంతర్గత ముఠా రాజకీయాలెన్నో ఉన్నాయి అయినా బూర్గులవారు ముఖ్యమంత్రిగా గెలిచి నిలదొక్కుకొన్నారు. ఆయనలోని చిత్తశుద్ధి, స్థిరసంకల్పం, అందరినీ కలుపుకొనిపోతూ ఏ ఒక్క వర్గంవైపు మొగ్గుచూపకపోవడం, ప్రజాభ్యుదయ కాంక్ష, సామాన్య కార్యకర్తలను సైతం సాదరంగా పలుకరించడం, సహచరమంత్రుల దైనందిన వ్యవహారాల్లో జోక్యం చేసుకోక స్వేచ్ఛనివ్వడం, శాసనసభా సంప్రదాయాలను కచ్చితంగా పాటించడం బహుభాషా పాండిత్యం మొదలైనవి బూర్గులవారి విజయానికి హేతువులుగా భావించవచ్చు.

ఫజల్ అలీ కమిటీ నివేదిక 1962 సార్వత్రిక ఎన్నికలవరకు వేచిచూసి అభివృద్ధి చెందాక, మూడువంతుల శాసనసభ్యులు అంగీకరిస్తే తెలంగాణ ప్రాంతాన్ని విశాలాంధ్రలో కలపవచ్చునని అవకాశమిచ్చింది. కాని మరాఠ్వాడ ప్రాంతాలు మహారాష్ట్రలోను, కన్నడప్రాంతాలు కర్ణాటకలోను కలిసిపోయాక కేవలం తొమ్మిది జిల్లాలు ప్రత్యేకంగా ఉండడం కన్నా విశాలాంధ్రలో కలవడంతోనే సత్వర అభివృద్ధికి అవకాశముంటుందని బూర్గుల భావించారు. భారతప్రధాని జవహర్‌లాల్ నెహ్రూ, కేంద్రహోంమంత్రి గోవిందవల్లభపంత్ విశాలాంధ్ర నిర్మాణానికి అనుకూలంగా ఉండడం, ఆనాడు వారికున్న ప్రాబల్యం కాదనలేనిది కావడం కూడ ఆంధ్రప్రదేశ్ నిర్మాణానికి హేతువైంది. హైదరాబాదు రాష్ట్రంలోని కన్నడ మహరాష్ట్రులను విడదీయకుండా విశాలాంధ్రలో కలవకుండా కేంద్రమంత్రి మౌలానా అబుల్ కలాం ఆజాద్ కూడ తన శక్తి కొద్దీ యత్నించారు. పైపెచ్చు నెహ్రూతో ముస్లిం వ్యతిరేకి బూర్గుల అంటూ ఎంతో ఆగ్రహంగా వాదించారు. ఇదంతా బయట ఉండి చెవులారా విన్న బూర్గులవారికి ఆజాద్ ఏ వర్గఆధిక్యానికి కృషిచేస్తున్నారో, రాబోయే ప్రమాదమేమిటో అర్థమైంది. హైదరాబాదుకున్న మతతత్త్వపు మరకలు, ఫ్యూడల్ వాసనలు పూర్తిగా తుడిచివేయకపోతే ప్రగతి ఉండదన్నది తెలిసివచ్చింది. "ఆంధ్రప్రాంతాల నన్నింటినీ

ఏకం చేయవలెనన్న ఆదర్శం నలభై ఏళ్ళకు పైబడిన కాలం నుండే మనముందున్నది, ప్రకాశం, కాళేశ్వరరావు, మాడపాటి హనుమంతరావు మున్నగు ఎందరో పెద్దలు ఈ ఆదర్శం కోసం కృషిచేశారు. ఇట్టి మహోద్యమానికి చివరిదశలో నేను కూడా నాకు చేతనైన సేవ చేసే అవకాశం కలుగడం నా మహాభాగ్యంగా, ప్రత్యేక అదృష్టంగా భావిస్తున్నాను. దీనివల్ల నేను ఎన్నో ఇబ్బందులూ, క్లేశాలు ఎదుర్కోవలసివచ్చిన మాట నిజమే. కాని నా కర్తవ్య నిర్వహణలో నేను తొట్రుపాటుపడి సంకోచిస్తే నేను నాపట్ల, నాదేశంపట్ల విశ్వాసం లేనివాడిగా ప్రవర్తించిన వాడినవుతానేమో అనిపించింది". అని రామకృష్ణారావు స్వయంగా రాసుకొన్నారు. మహాంధ్ర రాజనీతిజ్ఞుడనీ, విశాలాంధ్ర నిర్మాణానికి ప్రధానకారకులనీ బూర్గుల వారిని పట్టాభి సీతారామయ్య ప్రశంసించారు. బూర్గులకు సన్నిహితులైన కొండా వెంకటరంగారెడ్డి, మర్రి చెన్నారెడ్డి లాంటి తెలంగాణానేతలకు, బూర్గుల నెహ్రూల విశాలాంధ్ర నిర్ణయం మింగుడుపడలేదు.

1956 ఫిబ్రవరి 20న ఆంధ్ర తెలంగాణాలు కలిసిన నూతన రాష్ట్రానికి 'పెద్దమనుషుల ఒప్పందం' కుదిరింది. 1956 ఏప్రిల్ 13న హైదరాబాదు శాసనసభ ఆమోదించింది.

ముఖ్యమంత్రిగా బూర్గుల రామకృష్ణారావు హైదరాబాదు రాష్ట్రంలోని తెలుగు ప్రజలకు, తెలుగు ప్రాంతాలకు ఏమాత్రం నష్టం వాటిల్లకుండా ప్రాంతాలూ, తాలూకాల పేర్లు చెప్తూ తీర్మానం ప్రతిపాదించారు. తెలుగు ప్రజలున్న పర్లాకిమిడి, బరంపురంలాంటి ప్రాంతాలు పోగొట్టుకొన్నామన్న అపఖ్యాతి ఆంధ్రరాష్ట్ర నేతలకు కల్గినతీరుగా, హైదరాబాదు స్టేట్ ముఖ్యమంత్రిగా తనకు కలుగకుండా బూర్గుల ఎంతో జాగ్రత్త పడ్డారు. ఎక్కడా అసమ్మతి తలెత్తకుండా ఏకగ్రీవతీర్మానం చేయించారు.

1956 నవంబర్ 1న ఆంధ్రప్రాంతం తెలంగాణ కలిసిన ఆంధ్రప్రదేశ్ రాష్ట్రాన్ని ప్రధాని జవహర్‌లాల్ నెహ్రూ ప్రకటించారు. అంతకు ముందురోజువరకు 1956 అక్టోబర్ 31 దాక ప్రజలచే ఎన్నుకోబడిన ముఖ్యమంత్రి బూర్గుల రామకృష్ణారావు ఆంధ్రప్రదేశ్ నాయకత్వాన్ని కోరుకొనే హక్కు ఉన్నా, (అడిగితే నెహ్రూ కూడ ఇవ్వడానికి అంగీకరించే పరిస్థితులే అవి) ఏకగ్రీవంగా అన్ని ప్రాంతాలవారు ఎన్నుకొంటే వారే ముఖ్యమంత్రి అయ్యేవారేమో! కాని రాజకీయాలు అంత సులభమయినవి కావు. ప్రాంతీయ అభిమాన, దురభిమానాల మధ్య రాష్ట్ర రాజకీయాలకు దూరదృష్టితో వారు దూరమయ్యారు.

బూర్గుల రామకృష్ణారావు చేసిన అపూర్వత్యాగం ఆంధ్రప్రదేశ్ నిర్మాణానికి మూలకారణ మన్న సంగతి ప్రధాని పండితనెహ్రూ విస్మరించలేదు. ప్రధాని నెహ్రూ బూర్గులవారిని 1956 నవంబర్ 22న కేరళ రాష్ట్రానికి గవర్నర్‌గా నియమించారు. ఇ.ఎం.ఎస్. నంబూద్రిపాద్ లాంటి సీనియర్ కమ్యునిస్టు నేతల ప్రాబల్యమున్న కేరళప్రాంతానికి బూర్గులలాంటి రాజనీతి చతురులు, సంయమనశీలురే తగినవారని నెహ్రూజి అభిమతం. 1960 జులై వరకు బూర్గుల వారు కేరళ గవర్నర్‌గా ఉన్నారు. ఆయనలోని సాహిత్య పిపాస ఆయనను ఊరుకోనివ్వలేదు. మళయాళ

భాష నేర్చుకొన్నారు. మళయాళ సంస్కృత భాషల తులనాత్మక పరిశీలన చేశారు. ముఖ్యమంత్రి ఇ.ఎం.ఎస్. నంబూద్రిపాద్ మంత్రివర్గాన్ని బర్తరఫ్‌చేసి రాష్ట్రపతి పరిపాలన విధించవలసి వచ్చినా నంబూద్రిపాద్ రామకృష్ణారావుల మధ్య సత్సంబంధాలు చెడిపోలేదు. పరస్పర గౌరవభావం తొలగలేదు. అంటేనే రామకృష్ణారావు వ్యవహార సరళి ఎంత నిస్వార్థంగా చట్టసమ్మతంగా ఉండేదో బోధపడుతుంది. 1960 జూలై 1న ఉత్తరప్రదేశ్‌కు గవర్నర్‌గా నియమితులయ్యారు. తెలుగుసాహిత్యాన్ని ముఖ్యంగా పోతన భాగవత తత్త్వాన్ని, భక్తితత్త్వాన్ని హిందీవారికి పరిచయం చేశారు. లక్నో రాజభవన్‌ను సాహిత్య సాంస్కృతిక కళారంగాలకు నిలయంగా మార్చారు. ఉత్తర ప్రదేశ్ గవర్నర్ తర్వాత వారు 1962 మే 25వ తేదిన రాజ్యసభ సభ్యునిగా ఎన్నికయ్యారు. ఎన్నో ప్రజాసంబంధ అంశాలమీద తమ అనుభవప్రజ్ఞను వినియోగించి ప్రసంగాలు చేశారు. 1966 ఏప్రియల్ దాక రాజ్యసభలో సభ్యులుగా ఉన్నారు.

అపారప్రజ్ఞా సమన్వితునిగా, రాజనీతిచతురునిగా, పండితునిగా పేరొందిన బూర్గుల రామకృష్ణారావు ముఖ్యమంత్రి పీఠాన్ని అధిష్ఠించడానికి, ఆపై ఉన్నత పదవులలో రాణించడానికి నేపథ్యప్రాయమైన సామాజిక జీవితాన్ని, ఎదిగినతీరును గమనిద్దాం.

ప్రజాబంధువు

బూర్గుల రామకృష్ణారావు హైదరాబాదులో 1923లో న్యాయవాదవృత్తిని అవలంబించారు. ఆనాడు ఉర్దూలో అనర్గళంగా వాదించగలిగే న్యాయవాదులుండేవారు. కాని వారు ఇంగ్లీషులో తడబడేవారు. ఇంగ్లీషులో బాగా వాదించే నైపుణ్యం ఉన్నవారికి ఉర్దూ సరిగా రాకపోయేది. ఈ రెంటిలోనూ సమానమైన పాండిత్యం ఉండడంతో బూర్గుల వారికి వృత్తిపరంగా రాణించడానికి అవకాశాలెక్కువయ్యాయి. న్యాయవాదవృత్తితో ధనార్జన మీద దృష్టి కేంద్రీకరించక రాజకీయ వ్యవహారాల మీద తెలంగాణ అభివృద్ధిపట్ల ఆసక్తి కనబరచారు. నైజాం వ్యతిరేక పోరాటం చేస్తున్న ఆర్యసామాజిక కార్యకర్తలను, ఇతరులను జైలునుండి జమానతు ఇచ్చి విడిపించడం వారి కేసులను వాదించడంపట్ల బూర్గులవారు శ్రద్ధ వహించారు. మాజీ ప్రధానమంత్రి పి.వి.నరసింహరావు కూడ తొలినాళ్ళల్లో బూర్గులవారి వద్ద జూనియర్ లాయర్‌గా కొంత కాలం పనిచేశారు. బూర్గుల వారు ఎంతో కుశాగ్ర బుద్ధితో, సద్యస్ఫూర్తితో, చట్టాలను ఉల్లేఖిస్తూ నిర్దుష్టంగా వాదించే న్యాయవాది అని అనతికాలంలోనే పేరుతెచ్చుకొన్నారు. నిజాం వ్యతిరేక రాజకీయాల్లో బూర్గుల తిరగడాన్ని నిరోధించడానికి 1937లో న్యాయమూర్తి పదవిని నిజాం ఎరవేశారు. కాని బూర్గుల తిరస్కరించారు. న్యాయమూర్తి లాంటి ఉన్నతపదవిని తృణప్రాయంగా నిరాకరించడం బూర్గుల భవిష్యత్ రాజకీయజీవితానికి, నైతికజీవితానికి సోపానమైంది. బూర్గుల రూపంలో చాల పొట్టివారు.కాని మానసికంగా చాల గట్టివారు. హైకోర్టులో ప్రధాన న్యాయమూర్తి ఆసనం ఎత్తుగా ఉండేదట. ఒకసారి "వాదిస్తున్న న్యాయవాది ఎక్కడున్నారు" అని న్యాయమూర్తి మీర్జాయార్‌ఖాన్ దిక్కులు చూస్తున్నారట. ఒక ముస్లిం పెద్దమనిషి అమాంతం బూర్గుల వారిని పైకెత్తి "వీరే కేసు వాదిస్తున్న లాయర్" అని చూపించారట.

హైదరాబాదులో న్యాయవాద వృత్తి మొదలుపెట్టిన కొన్నినాళ్ళలోనే బూర్గుల రామకృష్ణారావు అందరికీ ఆత్మీయమైన మిత్రునిగా, సురవరం ప్రతాపరెడ్డి, రాజబహద్దూర్ వెంకటరామారెడ్డి, మాడపాటి హన్మంతరావు, కొండా వెంకటరంగారెడ్డిలాంటి నాయకుల సహచరునిగా పేరుగడించారు.

రామకృష్ణారావు ఏదైన పత్రం రాస్తే అందులో అస్పష్టతకు, భిన్నభావాలకు తావివ్వడం లేకుండా నిర్దుష్టంగా ఉండేది. ఆంగ్లంలోనైనా సరే ఉర్దూ, పారసీల్లోనైనా సరే తెలుగులోనైనా సరే బూర్గుల వారు రాయాల్సిందే.

17 ఏళ్ళ లేత ప్రాయంలో ఒక స్వచ్ఛంద యువక మండలి కార్యదర్శిగా పనిచేశారు. న్యాయవాదవృత్తికోసం చదువుతున్న రోజుల్లోనే 'ఇండియన్ సోషల్ రిఫార్మర్' పత్రికలో బూర్గుల రాసిన ఆంగ్లవ్యాసానికి తగిన మన్నన లభించడమే కాక ఆ పత్రిక ఏకంగా సంపాదకీయాన్ని రాసి అభినందించింది. 1921లో మాంటేగ్ చేమ్స్ ఫర్డ్ సంస్కరణలు భారతదేశంలో అమలు కాబోతున్న తరుణంలో నైజాం రాజ్యంలోనూ సంస్కరణల కోసం ప్రజాభిప్రాయాన్ని సేకరించారు. ఆ సంస్కరణల ముసాయిదా తీర్మానాన్ని తయారుచేసిన ఘనత బూర్గుల రామకృష్ణారావుకే దక్కింది. 22 ఏళ్ళ యువకుడైన రామకృష్ణారావు తయారుచేసిన తీర్మానం, రచనావైఖరి మాడపాటి హన్మంతరావు లాంటి పెద్దల అభిమానాన్ని చూరగొంది.

1923లో కాకినాడలో జరిగిన అఖిలభారత కాంగ్రెసు మహాసభకు తెలంగాణ తరపున ఆనాటి అగ్రశ్రేణి నాయకులందరు వెళ్ళారు. దేశీయ సంస్థానాలకు బ్రిటిష్ ఇండియాకు ఉండాల్సిన సంబంధ బాంధవ్యాల మీద జరిగిన చర్చలను ఆకళింపుచేసుకొని బూర్గుల వారు సమర్పించిన పత్రానికి ఎన్నో ప్రశంసలు లభించాయి. ఇతర ప్రాంతాల నుండి వచ్చిన అగ్రశ్రేణి నాయకుల ఉర్దూ ఉపన్యాసాలను తెనిగించే బాధ్యత కూడ బూర్గుల స్వీకరించి ప్రశంసనీయంగా నెరవేర్చారు. అఖిలభారత కాంగ్రెసు నాయకుల దృష్టిలో ప్రతిభగల యువకుడుగా బూర్గుల ముద్రపడ్డారు. గుర్తింపు, అవకాశాలురావడం మొదలుపెట్టాయి. బూర్గుల ప్రతిభానుమం వికసింపనారంభించింది.

ఎంతో పెద్ద ఉద్యమానికి కూడ ఏదో చిన్న సంఘటన హేతువు కావచ్చు. ఆంధ్రోద్యమానికి మూలమైన ఒక చిన్న అంశం కూడ అలాంటిదే. 12 నవంబరు 1921 వ తేదిన హైదరాబాదులో వివేకవర్ధిని ప్రాంగణంలో మహారాష్ట్ర విద్వాంసుడైన కర్వేపండితుని అధ్యక్షతన సంఘసంస్కరణ సభ జరుగుతుంది. అలంపల్లి వెంకట రామారావు అనే న్యాయవాది తెలుగులో ప్రసంగించడానికి లేవగానే మరాఠావారు గోల చేసి ఉపన్యాసం సాగనివ్వలేదు. వారు మరాఠిలో మాట్లాడుతుంటే తెలుగువారు ఎలాంటి అభ్యంతరం చెప్పనపుడు తెలుగులో మాట్లాడుతుంటే అభ్యంతరపెట్టడ మేమిటి? ఇది తెలుగువారిని అవమానించడమేనని అక్కడున్న పన్నెండు మంది తెలుగు పెద్దల మనసులు గాయపడ్డాయి. ఆ పన్నెండుమందిలో రామకృష్ణారావు గారొకరు. రాత్రికి రాత్రి 12

నవంబరు 1921న మాడపాటి హనుమంతరావు నేతృత్వంలో 'ఆంధ్రజనసంఘం' స్థాపించారు. తెలంగాణ ఆంధ్రులకు విద్యావకాశాలు మెరుగుపరచడం, సంక్షేమాభ్యున్నతులకు దోహదం చేయడం ముఖ్యలక్ష్యాలుగా భావించారు. మాడపాటి వారి ఆశయాలను అక్షరాలా అమలు చేయగలిగిన యువకుడుగా బూర్గుల రామకృష్ణారావు కనిపిస్తారు. "ఆంధ్రోద్యమ పరివ్యాప్తికై యంగలు చాచుచున్న హనుమంతరావుగారికి విద్వాంసుడు, రాజనీతి విశారదుడు, మహావక్త, ప్రజ్ఞావంతుడు, పరోపకారి, ప్రతిభాశాలి, నిరుపమాన తేజశ్శాలియగు శ్రీరామకృష్ణారావుగారి సాహచర్యము అత్యంత ముదావహము గొల్పెను. ఆంధ్రపితామహులు ప్రారంభించిన ఆంధ్రోద్యమ క్రియాకలాప రంగములందు శ్రీబూర్గుల వారు ప్రశంసనీయమైన పాత్రవహించినారు". అని ఆదిరాజు వీరభద్రరావుగారొక వ్యాసంలో బూర్గుల వారిని ప్రస్తుతించారు. అలా ఏర్పడిన 'ఆంధ్రజన సంఘం' పరిణత రూపమే, ఫలితాంశమే 1930 నుండి ప్రారంభమయిన ఆంధ్రమహాసభ సమావేశాలు నడిచినంతకాలం బూర్గులవారే ప్రధాన సూత్రధారులు, రూపకల్పకులు, ఆలోచనాతత్పరులు అన్నా అతిశయోక్తిలేదు.

మొదటి ఆంధ్రమహాసభ సురవరం ప్రతాపరెడ్డి అధ్యక్షతన జోగిపేటలో జరిగింది. రెండవ ఆంధ్రమహాసభ 1931 మార్చి 3,4,5 తేదీలలో నల్లగొండజిల్లా దేవరకొండ గ్రామంలో వైభవోపేతంగా జరిగింది. దీనికి అధ్యక్షత వహించిన వారు బూర్గులవారు. నిజాం ప్రభుత్వం నుండి అనుమతి పొందడానికి ఎంతో శ్రమపడవలసివచ్చింది. హైదరాబాద్ నుండి దేవరకొండకు వెళ్తున్న దారిలో నాయకులకు అపూర్వస్వాగతం లభించింది. సభ జయప్రదంగా జరగాలని నిజాం ప్రభుత్వంలోని పెద్దలు ఉన్నతోద్యోగులు శుభాంశసనలు పంపించారు.

అస్పృశ్యత నివారణ, వెట్టిచాకిరి నిర్మూలన, బాల్యవివాహాల నిరోధం మొదలైన సాంఘిక సమస్యలను ప్రముఖంగా ప్రస్తావించారు. బహిరంగ సభలు నిర్వహించుకోవడాన్ని నిషేధించే గస్తీ నిషాన్ 53 చట్టాన్ని నిజాం ఉపసంహరించి స్వేచ్ఛనివ్వాలని అభ్యర్థించారు. ప్రైవేటు పాఠశాలలు నెలకొల్పుకొనే హక్కు ప్రజలకు ఉండాలన్నారు. రాజకీయాలు ఉండకూడదను కోవడం సబబు కాదన్నారు. ప్రజాహక్కులు లభిస్తే కాని సంక్షేమం సాధ్యం కాదన్నారు. ఇలా రామకృష్ణారావు ఎంతో చాకచక్యంగా సుతిమెత్తగా అందరికీ అంతరార్థం బోధపడేలా దిశానిర్దేశం చేశారు. అయినా నిజాంప్రభుత్వం అతితీవ్రంగా స్పందించి మూడవ వార్షిక సమావేశానికి ప్రభుత్వ వ్యతిరేక ప్రసంగాలు చేయరాదని అందుకు రెండువేల రూపాయలు పూచీకత్తు కట్టాలని షరతు విధించింది. కాని బూర్గులవారు పూచీకత్తు కట్టడమంటే మా ఆత్మగౌరవానికి భంగం కలిగించుకోవడమేనని స్పష్టంగా తిరస్కరించారు. ప్రభుత్వ వ్యతిరేకాభిప్రాయాలు ప్రకటించవద్దని మందలించి ఆంధ్రమహాసభ జరుపుకోమని నిజాంప్రభుత్వం అనుమతించింది. అప్రయోజన కరమైన వాదోపవాదాలతో సమస్యలు మరింత బిగిసిపోకుండా నిజాం ప్రభుత్వాధి కారులకు విషయాన్ని చతురతతో సర్దుబాటుతో వివరించే వారు బూర్గులవారు.

ఈ విధంగా 13 ఆంధ్రమహాసభలు 1946 దాక జరిగాయి. ఎందరో మేధావులు అధ్యక్షులుగా నిర్వహించారు. భువనగిరిసభలో అతివాద మితవాద వర్గాలుగా నాయకులు చీలిపోయారు. భావాల తీవ్రతలోను, అనుసరించే మార్గాల్లో తేడాలున్నా అంతిమలక్ష్యం మాత్రం నిజాంవిముక్తి అన్నది నిస్సందేహం.

ఆంధ్రమహాసభ విజయపరంపర వెనుక బూర్గులవారి అపార శక్తి సామర్థ్యాలు, త్యాగశీలం ఉన్నాయన్నది మాత్రం వాస్తవం. ఆదిరాజు వీరభద్రరావుగారి మాటల్లోనే ఆంధ్రమహాసభల నిర్వహణలో బూర్గులపాత్రను గమనిద్దాం. "ఆంధ్రమహాసభ పరంపరలో రావుగారు ప్రముఖ పాత్రను వహించి కృషిసలిపిరి. ఆలోచనాశక్తి, రచనాశక్తి, విషయగ్రహణశక్తి, క్లిష్ట సమస్యా పరిష్కారశక్తి శ్రీరావుగారియందు పుష్కలముగా నుండుటచే ఆ శక్తులు ఆంధ్రమహాసభ కెంతయో ఉపకరించెను. నియమావళి నిర్మాణము, మహాసభ సూత్ర నిర్ణయము, నిర్బంధ విద్యావిధానము, ఆంధ్ర నిధిసేకరణము, మున్నగు వివిధ కార్యకలాపములకు సంబంధించిన ఉపసంఘములందు సభ్యులయి, మార్గదర్శకులయి రాజ్యాంగ సూత్ర వేదిత్వమున తమకు గల అపార వైదుష్యమును రాజనీతి చతురతను ప్రదర్శించి అందరను ముగ్ధుల గావించిరి".

బూర్గుల రామకృష్ణారావు రాజకీయ చైతన్యం కలగడానికి విద్యావ్యాప్తి అత్యవసరమని భావించారు. గ్రంథాలయాలు స్థాపించి విద్యావ్యాప్తికి కృషి చేయాలని ఆనాటి నాయకులతో కలిసి పిలుపునిచ్చారు. 1901 సెప్టెంబర్ 1 న హైదరాబాదులో శ్రీకృష్ణదేవరాయాంధ్ర భాషానిలయం ప్రారంభించ బడింది. ఆంధ్రోద్యమం వెల్లువలా పొంగడానికి ఈ భాషా నిలయం ప్రత్యక్షం గానూ, పరోక్షంగానూ దోహదం చేసింది. దీనికి బూర్గుల వారు 1950-52, 1956-57, 1963-66 వరకు అధ్యక్షులుగా వ్యవహరించారు. 1927లో రజతోత్సవాలు జరిగినపుడు గౌరవకార్యదర్శి పదవిలో ఉన్నారు. 1952 స్వర్ణోత్సవాల వేళ అధ్యక్షులుగా ఉండి నడిపించారు. గ్రంథాలయాలు చైతన్య జ్యోతుల్ని వెలిగించే కేంద్రాలుగా విలసిల్లాయి.

1944లో ఖమ్మంజిల్లా సింగరేణి కాలనీలో గ్రంథాలయోద్యమ మహాసభ జరిగింది. దానికి గాడిచర్ల హరిసర్వోత్తమ రావు, అయ్యంకి వెంకటరమణయ్య, చెఱుకువాడ నర్సింహం లాంటి ఆంధ్రగ్రంథాలయోద్యమ ప్రముఖులందరు విచ్చేశారు. ఆనాటి సభకు బూర్గుల వారు అధ్యక్షులు. సాధారణంగా నిజాం ప్రభుత్వం గ్రంథాలయాల స్థాపన, గ్రంథాలయ మహాసభల నిర్వహణను వ్యతిరేకిస్తుంది. కాని ఖమ్మం జిల్లా గ్రంథాలయ సభను పట్టించుకోలేదు. అందులో రామకృష్ణారావు అధ్యక్షతన విశాలాంధ్ర నిర్మాణానికి తీర్మానం చేయడం గమనార్హం.

1938లో రాజకీయ ఆర్థికశిక్షణ ఇవ్వడానికి కార్యకర్తలకు ప్రత్యేకశిక్షణ తరగతులు నిర్వహించారు. దానికి బూర్గుల రామకృష్ణారావు అధ్యాపకుడై విశ్లేషణాత్మకంగా అవగాహన కలిగించారు. కాంగ్రెసుపట్ల, జాతీయభావాలపట్ల, భిన్న వ్యక్తులను కలుపుకొనిపోవడం పట్ల బూర్గులవారికి ఉన్న నిబద్ధత అందరికీ అర్థమైంది.

జాతీయభావాలు కలిగిన వారందరిని కలుపుకొని 'హైదరాబాదు స్టేట్ కాంగ్రెసు' స్థాపించి తద్వార భారతస్వాతంత్ర్యోద్యమానికి 'నిజామాంధ్ర ప్రజలు' సంఘీభావం తెలపాలని నాయకులు భావించారు. 1938లో బూర్గుల రామకృష్ణారావు ఈ సంస్థకు తాత్కాలిక కన్వీనర్గా నియమితులై హైదరాబాదు స్టేట్ కాంగ్రెసు స్వరూప స్వభావాలు, నియమాలు నిర్ధారించే బాధ్యతను ఎంతో చక్కగా నిర్వహించారు. పన్నెండు వందల మందిని ప్రాథమిక సభ్యులుగా చేర్చుకొని నియమావళిని ఆశయాలను ఆమోదించి, కార్యవర్గం ఎన్నుకొని ప్రజారంగంలోకి అధికారికంగా అడుగుపెట్టడానికి 1938 సెప్టెంబరు 9న సర్వసభ్య సమావేశాన్ని నిర్వహించాలని నిర్ణయించారు. భారత కాంగ్రెసుతో కాని, హైదరాబాదు వెలుపల సంస్థలతో కాని ఎలాంటి సంబంధాలు లేకుండా స్వతంత్రంగా నిజాంప్రభువు ఛత్రఛాయల్లో ఉంటూ బాధ్యతాయుత ప్రభుత్వ స్థాపనకోసం కృషిచేస్తుందని బూర్గులవారు ప్రకటించారు. అంటే నిజాంకు తమమీద అపనమ్మకం ఏర్పడకూడదని బూర్గులవారి ప్రయత్నం. కాని బాధ్యతాయుత ప్రభుత్వం ఏర్పడడం అంటే నిజాం ప్రభుత్వం సార్వభౌమత్వానికి తిలోదకాలివ్వడమేనని భావించారు. నిజాం ప్రభుత్వం 1938 సెప్టెంబర్ 7న హైదరాబాదు స్టేట్ కాంగ్రెసును మతతత్త్వపార్టీగా ఆరోపిస్తు నిషేధించింది. దానితో పుట్టీ పుట్టకముందే నిషేధానికి గురయిన విచిత్రఖ్యాతి హైదరాబాదు స్టేట్ కాంగ్రెసుకు సమకూరింది. మొత్తం భారతదేశంలోను బ్రిటిష్వారికి వ్యతిరేకంగా కాంగ్రెసుపార్టీ పోరాడుతుండడం, దేశీయ సంస్థానాలు కూడా భారతదేశంలో అంతర్భాగమే, స్వాతంత్ర్యం వచ్చాక అవి స్వతంత్రంగా ఉండజాలవని కాంగ్రెసు నాయకులు అంటూ ఉండడం నిజాం వెన్నులో చలి పుట్టించాయి. అందుకు 'కాంగ్రెసు' పదంమీద కూడ ప్రభుత్వం ఆంక్షలు విధించింది. ప్రభుత్వ అనుమతికోసం చేసిన సంప్రదింపులు విఫలమయ్యాయి. ఎట్టకేలకు తాత్కాలిక సమితిని రద్దుచేసి కార్యాచరణ సమితిని ఏర్పరచి 1938 అక్టోబర్ 24 వ తేదిన హైదరాబాదు స్టేట్ కాంగ్రెసు సంస్థ ఆవిర్భవించినట్లు అది రాయాకీయాలలో క్రియాశీలకంగా వ్యవహరించనున్నట్లు నేతలు ప్రకటించారు. సంస్థ పుట్టినరోజే, పుట్టని సంస్థను నిషేధించిన నిజాం ప్రభుత్వానికి వ్యతిరేకంగా సత్యాగ్రహం చేశారు. మరో మూడు రోజులకు స్వామిరామానందతీర్థ మొదటి సత్యాగ్రహిగా జైలుకెళ్ళారు. హైదరాబాదు చరిత్రలో ప్రసిద్ధిపొందిన సత్యాగ్రహం ఇది.

1942 అక్టోబరు 8న హైదరాబాదులోని విక్టరీ ప్లేగ్రౌండ్లో వందలాది మందితో కూడి బూర్గులవారు భారతజాతీయ పతాకాన్ని (అప్పటికి నాయకులు వాడుతున్నది) ఎగురవేసి జైలుకెళ్ళారు. ప్రభుత్వం మూడురోజుల తర్వాత విడిచి పెట్టారు. ప్రజల్లో కాంగ్రెసు నాయకుల పట్ల పెరుగుతున్న గౌరవాదరాలను గమనించిన ప్రభుత్వం 1946 జూన్ 3న స్టేట్ కాంగ్రెసు ప్రభుత్వ నిషేధిత సంస్థగా ఉంటూనే స్థైర్యంగా, ధైర్యంగా ప్రజల్లోకి చొచ్చుకొనిపోయి చైతన్యాన్ని కలిగించింది. ప్రముఖ స్వాతంత్ర్య సమరయోధుడు జయప్రకాశ్ నారాయణ సికింద్రాబాదులో 1947 మే 7న ప్రసంగిస్తూ నిజాంను మీర్జాఫర్తో పోల్చి విమర్శించినందుకు బంధించి హైదరాబాదునుండి బహిష్కరించి బొంబాయికి పంపారు. జయప్రకాశ్నారాయణలాంటి

గొప్పవాడిని బంధించి అవమానకరంగా నగరబహిష్కరణ విధించడం సబబుకాదని ప్రభుత్వ చర్యను ఖండిస్తు బూర్గులవారు స్టేట్ కాంగ్రెసు పార్టీలో తీర్మానం చేశారు. నిజాం ప్రభుత్వం బూర్గులవారిని కారాగారానికి పంపింది. స్టేట్‌కాంగ్రెసు మహాసభ 1947 జూన్ 16,17,18 తేదీలలో జరిగింది. అధ్యక్ష పదవికోసం జరిగిన పోటీలో స్వామి రామానందతీర్థ గెలుపొందారు. బూర్గులవారు మూడు ఓట్ల తేడాతో ఓడిపోయారు. స్వామిరామానంద తీర్థ అధ్యక్షోపన్యాసంలోను, బూర్గులవారు ప్రవేశపెట్టిన ప్రధాన రాజకీయ తీర్మానంలోను హైదరాబాదు భారత యూనియన్‌లో విలీనమైపోవాలని, వయోజన ఓటింగ్‌విధానం ద్వార ప్రతినిధులను ఎన్నుకోవాలని ప్రతిపాదించారు. హైదరాబాదు రాష్ట్రాన్ని భారతదేశం నుండి విడదీసి ప్రత్యేకదేశంగా ఉంచి నిరంకుశపాలన సాగించాలనుకొనే నిజాం కుయుక్తులను ఎదుర్కోవడానికి ప్రజలందరు ఎన్ని త్యాగాలకైనా, ఎన్ని ప్రమాదాలకైనా సంసిద్ధులు కావాలని పిలుపునిచ్చారు. నాయకులు ప్రతి గ్రామం తిరిగి ప్రజలకు ధైర్యప్రోత్సాహాలనిచ్చారు. రజాకార్లు, సాయుధ కమ్యూనిస్టులు, ఆర్యసామాజికులు, కాంగ్రెసు నాయకులు- దాడులు ప్రతిదాడులు, ఉద్యమాలు ఊరేగింపులు, వాగ్బాణాలు, అజ్ఞాత సమావేశాలు, అరెస్టులు అంతా సంచలనం, అంతా కోలాహలం. చివరికి నిజాం ప్రభుత్వం మనుగడకు నూకలు చెల్లినట్లేనని, అది తుమ్మితే ఊడిపోయే ముక్కని నిజాముకు, ప్రజలకు తెలిసిపోయింది. భారత ప్రభుత్వం ఏజెంట్ జనరల్‌గా కె.ఎం.మున్షి 1948 జనవరి 5న హైదరాబాదుకు వచ్చారు. పోలీసు యాక్షను జరిగేదాక హైదరాబాదులో ఉన్నారు. కె.ఎం. మున్షి హైదరాబాదులో అడుగుతీసి అడుగువేస్తే చాలు ఎన్నో నిఘానేత్రాలు గమనించేవి. ఆయనను ఎవరూ కలవడానికి వీలులేదు. ఎవరైన కలిస్తే వారి పేరు చిరునామా, ఏమి మాట్లాడారు అని ఎన్నో కూపీలు లాగేవారు. నిజాం ప్రభుత్వం దృష్టిలో కె.ఎం. మున్షి భారత ప్రభుత్వ గూఢచారి. అయితే బూర్గుల రామకృష్ణారావు మాత్రం నిర్భయంగా కె.ఎం.మున్షి వద్దకు వెళ్ళి సంప్రదించేవారు. బూర్గుల వారు అస్తమించినపుడు మున్షీగారు స్వయంగా ఆనాటి అనుభవాలను, బూర్గుల తెగువను, తెలివితేటలను ప్రశంసిస్తూ స్మరించారు.

"రామకృష్ణారావు ఒక గొప్ప దార్శనికత, ఆర్ద్రత, సౌశీల్యం మూర్తీభవించిన మనీషి. నిజాంకు అతిసన్నిహితులుగా మెలిగేవారు సైతం విశ్వసించగలిగేంత స్వచ్ఛమైన నిజాయితీపరుడు. ఎలాంటి జంకుగొంకులు లేకుండా బహిరంగం గానే వచ్చి నాతో కలిసేవాడు. భారతదేశంలో కలవడానికి సుతరాము ఇష్టంలేని నిజాంను ఒప్పించడానికి లొంగదీసుకోవడానికి నాకు వచ్చే సలహాలను సూచనలను రామకృష్ణారావుగారితో స్వేచ్ఛగా చర్చించేవాడిని. ఆ సూచనల్లోని ఆంతర్యాన్ని నిశితంగా గ్రహించి వాటిలో బాగోగులను సాధ్యాసాధ్యాలను రామకృష్ణారావు వివరిస్తుంటే నాకెంతో ఆశ్చర్యం సంతోషం కలిగేది. నిజాం ప్రభుత్వాధికార్లు ఒక దశలో రామకృష్ణారావును జైల్లో పెట్టాలని కూడా చూశారు. నేనక్కడ ఉన్న తొమ్మిది నెలల్లో రామకృష్ణారావుకు మంత్రిపదవి ఇస్తామని కూడ ప్రలోభపెట్టారు. కాని రామకృష్ణారావు జైల్లో పెడ్తామన్నపుడు కంగారుపడి బెదిరిపోలేదు. మంత్రిపదవి ఇస్తామంటే పొంగిపోయి

స్వీకరించలేదు." (భవన్స్ జర్నల్ 1967 అక్టోబర్‌లో కె.ఎం.మున్షి 'కులపతిలేఖ' తెలుగు అనువాదం)

అయాచితంగా వచ్చిన మంత్రిపదవిని సైతం అవలీలగా తిరస్కరించ గలిగినవారు ఏ కొందరో ఉంటారు. ఆ కొందరిలో రామకృష్ణారావు ఒకరు. అలాంటివారే చరిత్రలో యశఃకాయులుగా నిలుస్తారు. గతంలో 1937లోనే నిజాం హైకోర్టులో న్యాయమూర్తి పదవి పొందే అవకాశాన్ని సైతం తిరస్కరించిన సంగతి ఇంతకు ముందే ప్రస్తావనకు వచ్చింది. ఇలా మంత్రి పదవిని, న్యాయమూర్తి పదవిని త్యాగం చేసిన బూర్గుల ఉత్తరోత్తర తానే మంత్రి పదవులిచ్చే స్థాయికెదిగారు.

స్టేట్ కాంగ్రెసులో రెండు వర్గాలుండేవి ఒక వర్గానికి స్వామి రామానందతీర్థ నాయకులు. రెండవ వర్గానికి బూర్గుల, కె.వి. రంగారెడ్డి ఉమ్మడి నాయకత్వం వహించారు. స్వామీజీ జైల్లో ఉన్నప్పుడు స్టేట్ కాంగ్రెసుతో సంప్రదింపులు జరపవలసి వస్తే ఆ వర్గాన్ని ప్రభుత్వం విస్మరించి మితవాదులైన బూర్గుల, రంగారెడ్డి వర్గంతో సంప్రదింపులు జరిపినట్లు స్వామీజీ వర్గం అభిప్రాయపడింది. వారి చెప్పుడు మాటలు విని స్వామీజీ బూర్గుల, రంగారెడ్డి వర్గాన్ని స్టేట్ కాంగ్రెసు నుండి సస్పెండ్ చేశారు. ఆ రోజుల్లో స్టేట్ కాంగ్రెసుకు స్వతంత్ర ప్రతిపత్తి ఉండేది. దీనికి కినుక చెందిన రామకృష్ణారావు వర్గం పోటీ కాంగ్రెసును నెలకొల్పింది. ఆ వర్గానికి కర్ణాటక రాష్ట్ర కాంగ్రెసు నాయకులు జనార్దన్‌రావు దేశాయ్ అధ్యక్షులుగాను, బూర్గుల కార్యదర్శిగాను పనిచేశారు. అవి గోసాయి, దేశాయి కాంగ్రెసులుగా ప్రఖ్యాతమయ్యాయి.సర్దార్ పటేల్ హైదరాబాదు వచ్చినపుడు ఈ రెండు కాంగ్రెసు కీచులాటలను సర్దుబాటు చేసి స్వామీజీ నాయకత్వం ఉండేటట్లు, ఇరువర్గాలకు కార్యనిర్వాహక వర్గంలో సమప్రాధాన్యం ఉండేటట్లు చేశారు. అప్పుడే పనిలో పనిగా స్టేట్ కాంగ్రెసుకు స్వతంత్రప్రతిపత్తి రద్దుచేసి అఖిలభారత కాంగ్రెసుకు అనుబంధ సంస్థగా మార్చివేశారు.

17, సెప్టెంబర్, 1948 నాడు సర్దార్‌పటేల్ ఆజ్ఞతో జనరల్ జె.ఎన్. చౌదరి నేతృత్వంలో భారత సైన్యాలు నిజాం ప్రభుత్వాన్ని లొంగదీసుకొన్నాయి. దీనికే 'పోలీస్ యాక్షన్' అని ప్రసిద్ధి ఏర్పడింది. నిజాం తిమిరం నుండి తెలంగాణ విముక్తం చెందాక 1949 డిశంబర్ 1వ తేదీన కేంద్ర హోంశాఖ కార్యదర్శి యం.కే వెల్లోడి ముఖ్యమంత్రిగా హైదరాబాదు రాష్ట్ర ప్రభుత్వం ఏర్పడి 1952 మార్చి దాక సాగింది. వెల్లోడి మంత్రివర్గంలో రెవెన్యూ విద్యాశాఖల మంత్రిగా రామకృష్ణారావు పనిచేశారు. వెల్లోడి స్థానికుడు కాకపోవడంతో బూర్గులవారు మంత్రివర్గంలో ప్రముఖస్థానంలో ఉండి అన్ని వ్యవహారాలను తన ప్రమేయంతో నడిపించేవారు. 150 సంవత్సరాల నుండి బోధనా భాషగా వెలిగిన ఉర్దూస్థానంలో ఒక్క కలంపోటుతో బూర్గులవారు తెలుగును ప్రవేశపెడితే ఏ ఒక్కరు కూడా వ్యతిరేకించలేదు సరికదా హర్షాతిరేకాలు ప్రకటించారు. 1944 నవంబర్ 11న హైదరాబాద్ ప్రజా విద్యామహాసభలు జరిగాయి. దానికి అధ్యక్షత

వహించిన బూర్గులవారు 'మాతృభాషలో విద్యాబోధన చేయడమే తమ లక్ష్యమని చెప్పుకొంటూ నిజాం ప్రభుత్వం ఉర్దూను బోధనా భాషగా అమలుచేస్తుంది. అటువంటప్పుడు ఉర్దూ మాతృభాష కాని తెలుగువారికి ఉర్దూలో ఎందుకు బోధిస్తున్నా'రని గర్జించారు. ఆనాటి తన స్వప్నాన్ని బూర్గుల వారు అధికారంలోకి రాగానే నెరవేర్చుకున్నారు.

రెవిన్యూ మంత్రిగా బూర్గుల రామకృష్ణారావు ఉన్న కాలంలోనే వినోభాబావే భూదానోద్యమ కార్యక్రమం మొదలైంది. 1951 ఆగష్టు 15 గెజిట్‌లో 'శ్రీఆచార్య వినోబాభావే సర్వోదయ భూయజ్ఞ హైదరాబాదు ల్యాండ్ రెవిన్యూ స్పెషల్ రూల్స్' తయారు చేయించి చట్టబద్ధత కల్పించిన కృషి బూర్గుల వారికే దక్కింది. బూర్గుల వారు విధించిన నియామాలను గమనిస్తే వారెంత దూరదృష్టితో వ్యవహరించారో తెలుస్తుంది. భూమిని దానం చేయదలచిన వ్యక్తి తన రాజీనామ పత్రాన్ని వినోబా కమిటి ప్రతినిధి సాక్షి సంతకంతో తాసిల్దారుకు సమర్పించాలి. దానితో భూమి సొంతదారు తన హక్కును కోల్పోతారు. మళ్ళీ ప్రశ్నించడానికి వీలు లేకుండా వదులుకుంటాడన్న మాట. అట్లా వదులుకున్న భూమి ప్రభుత్వ స్వాధీనమవుతుంది. స్థానిక గ్రామకమిటి భూమిలేని వ్యక్తులను గుర్తించి వారికి ఇస్తుంది. 10 ఏళ్ళ పాటు దానిని అమ్ముకోవడానికి వీలులేదన్నది ఒక నిబంధన. అంటే బినామీలను నిషేధించడం అన్నమాట. రెండేళ్ళలో సాగుచేస్తే మూడేళ్ళపాటు శిస్తు మినహాయింపునిచ్చి ప్రోత్సహించాలన్నది మరోనియమం. పట్టాకు స్టాంపు ఫీజుకాని, రిజిస్ట్రేషన్ చార్జీలు కాని వసూలు చేయకూడదు. దీనివల్ల సాగుచేసుకోవాలనుకొనే పేదరైతులకు ఎంతో ప్రోత్సాహం ఇచ్చినట్లవుతుంది. భూదానోద్యమానికి బూర్గుల ఎంతో చిత్తశుద్ధితో యత్నించారు. 1955లో బూర్గుల ముఖ్యమంత్రిగా ఉన్న కాలంలో రాజప్రముఖ్ నిజాంను ఒప్పించి 3,600 ఎకరాల భూమిని దానంగా ఇప్పించారు.

రామకృష్ణారావు కేవల రాజకీయనాయకుడే కాదు ఆయన మరో ముఖ్య పార్శ్వం సాహిత్య చైతన్యం. దాన్ని ఇప్పుడు గమనిద్దాం.

సాహిత్య సింధువు

బూర్గుల రామకృష్ణారావు బహుభాషా కోవిదుడు. రచయిత. హిందీ, సంస్కృత ఆంధ్రాంగ్లాల్లో సృజనాత్మకత, విమర్శనాత్మక రచనలు చేశారు. 1.కృష్ణశతకం 2. పుష్పాంజలి (శతకం) 3. తోకచుక్క (కవితలు) 4. నివేదన (కవితలు) 5. కవితామంజరి (సంస్కృతం) 6. శ్రీవేంకటేశ్వర సుప్రభాతం (సంస్కృతాంధ్రాలు రెండింటిలో) 7. సారస్వత వ్యాస ముక్తావళి 8. పారశీక వాఙ్మయ చరిత్ర 9. ఆంధ్రమహా భాగవత సమీక్ష (హిందీ) 10. The dream of a poetess 11. Randam Reflections 12. Cultural Syntheses of India ఇవే కాక 13.పండితరాజ పంచామృతం 14.కనకధారాస్తవం 15.సౌందర్యలహరి 16.సర్మద్ గీతములు 17.ఉమర్‌ఖయ్యాం మొదలయిన అనువాదాలు చేశారు. ఎంతో మంది రచయితల గ్రంథాలకు

పీఠికలు వెలువరించారు. వీటిలో చాలా పుస్తకాలు బూర్గుల కుటుంబసభ్యులకే లభ్యం కాకపోవడం శోచనీయం. మరికొన్ని ఉర్దూలో ఉన్నాయి. వీటన్నింటిని కలిపి బూర్గులవారి సమగ్ర సాహిత్య సంపుటాలుగా ప్రచురించాల్సిన అవసరం ఎంతగానో ఉంది ఎవరైనా పూనుకొంటే బాగుంటుంది.

"సంస్కృత శ్లోకం - పారసీ గజల్ - తెలుగు పద్యం వెరసి బూర్గుల" అని మహాకవి దాశరథి బూర్గుల వారిని అభివర్ణించింది వాస్తవం.

బూర్గులవారి రచనల్లో శిఖరాయమానమైంది 'పండితరాజ పంచామృతం'. ఇది సంస్కృత సాహిత్యంలో అత్యంత విశిష్టమైన జగన్నాథ పండితరాయల (1590-1665) లహరీ పంచకానికి చేసిన తెనుగుసేత. లక్ష్మీలహరిలోని 41 శ్లోకాలకు, కరుణాలహరిలోని 55 శ్లోకాలకు సుధాలహరిలోని 30 శ్లోకాలకు, అమృతలహరిలోని 11 శ్లోకాలకు, గంగాలహరి (పీయూషలహరి) లోని 53 శ్లోకాలకు మొత్తం 195 శ్లోకాలకు బూర్గులవారి అనువాదం కొనసాగింది. ఈ శ్లోకాంధ్రీకరణం అంతా తెలుగు నుడికారంతో, మూలానుసారంగా జరిగినట్లు పండితులంగీకరించారు. పండితరాయల శ్లోకాలకు అక్కడక్కడ బూర్గులవారు చేసిన చిరు సవరణలు, ఊహించిన పాఠాంతరాలు ఈయుణ్ణి వీరరాఘవాచార్యుల లాంటి అసమాన పండితుల మన్ననలకు పాత్రం కావడం బూర్గులవారికి సంస్కృత సాహిత్యం మీద ఉన్న పట్టు ఎంతటిదో తెలుపుతుంది. పుస్తకానికి రాసిన పీఠికలో "సంస్కృతాంధ్ర భాషా పాండిత్యమును సంపాదించుటకు గాని, సాహిత్య పరిశ్రమనొనర్చుటకు గాని యవకాశమే లభింపక నేటికిని సాహిత్యేతర వ్యాసంగములందు వ్యగ్రుడనై యల్పజ్ఞుడనగు నేనీ పనికి సాహసించుటకు నిజముగా నాయుత్సాహమే కారణము గాని నా శక్తిసామర్థ్యములు కావు". అని చెప్పుకోవడం, "ఇందులోని గుణాలన్ని సంస్కృతం నేర్పిన గురువులవి, దోషాలన్ని నావి" అని ప్రకటించుకోవడం బూర్గుల వారి వినయశీలాన్ని ప్రతిఫలిస్తున్నాయి. నిండుకుండలు తొణకవు. వెలితికుండలు ఎగిరెగిరి పడతాయన్నది సామెత. బూర్గుల నిండుకుండలాంటి మనిషి. బూర్గుల లాంటి మహాపండితులు ప్రదర్శించిన వినయం మనకు ఎప్పుడూ ఆదర్శం కావాలి.

స్మరోనామం నామం త్రిజగదభిరామం తవ పదం
ప్రపేదే సిద్ధిం యాం కథ మివ నరస్తాం కథయతు?
యయాపాతం పదకమలయోః పర్వతచరో
హరోహా రోషార్ద్రా మనునయతి శైలేంద్రతనయామ్.
జగదభిరామ మీచరణ సారసయుగ్మము మ్రొక్కి మ్రొక్కి, యే
యగణిత సిద్ధినొందెనో సుమాయుధు డయ్యది సెప్పనేర్తునే?
యగజ పదాబ్జమంటి మరి యంటి యొకానొక కొండకోయ, మున్
ఖగ వగగొన్న యామె ఖతిమాలుటరుం గతమద్దియేరదా!

త్రిజగదభిరామమైన శైలేంద్రతనయ నామాన్ని 'పదాన్ని'. స్మరుడు (మన్మథుడు) స్మరించి స్మరించి నామజపం చేశాడట- 'పదం' శబ్దం ద్వారా పాదసేవ అనే శ్లేష కూడా వచ్చింది. దానిలో తెలుగులో బూర్గులవారు 'మ్రొక్కి మ్రొక్కి' అని చరణసారస యుగ్మమునకు అన్వయించి అనువాదంలో తెలుగుదనం తీసుకొని వచ్చారు. శ్లేషలు ఉన్నచోట తెనిగించినపుడు ఏదో ఒక భావానికి పరిమితం కావడం అనివార్యమవుతుంది. పద్యంలోని ధార సంస్కృతానికి అనువాదమనిపించక స్వతంత్ర పద్యంలా సాగిపోతుండడం బూర్గుల రచనా నైపుణ్యానికి చిహ్నం.

రమే! పద్మే! లక్ష్మి! ప్రణత జనకల్ప ద్రుమలతే
సుధాంబోధేః పుత్రి! త్రిదశనికరోపాస్తచరణే
పరే! నిత్యం మాత! ర్గుణమయి! పరబ్రహ్మ మహిళే!
జగన్నాథ స్యాకర్ణయ మృదుల వర్ణావళి మిమామ్!
కమలా! లక్ష్మి! పరా! సమాశ్రిత జగత్కల్ప ద్రుమాంతర్లతా
అమృతాంభోనిధి పుత్రికా! త్రిదశలోకారాధితాంఘ్రి ద్వయీ
రమ! మన్మాత! గుణీత్మికా! శివ! పరబ్రహ్మాంగనా! చారువ
ర్ణము లాలింపుము రామకృష్ణుల జగన్నాథోక్త లక్ష్మీస్తుతిన్

సంబోధనాత్మకమైన ఈ అనువాదంలో మూలంలో ఉన్న జగన్నాథుని తీసుకొని రావడంతో పాటు అనువాదకులైన 'రామకృష్ణారావును' తీసుకొనిరావడం కూడ ఔచితీమంతంగా ఉంది.

అయం పండితరాజేన శ్రీ జగన్నాథ శర్మణా
స్తవం కలిందనందిన్యా నిర్మలో నిరమీయత.

అనే అమృత లహరిలోని చివరి శ్లోకానికి

కృతి యిది కళిందకన్యా
స్తుతి పండితరాజసూక్తి సుభగమ్మాంధ్రా
కృతి దాల్చె జగన్నాథా
మృతలహరీమూర్తి రామకృష్ణోదితమై

అని అనువాదక నామ సమన్వితంగా తెనిగించడం గంగాలహరిలో కూడ గమనించవచ్చు.

అమరతరంగిణీ పులినమందు సుఖాసనముండి కన్నులం
దమరిచి యోగముద్ర, విషయమ్ములదల్చి హరించి లోని సం
తమసము, సత్సుఖాత్మక సుధారసనిర్ఝరి నన్నవంబుదో
త్తమరుచి చిత్కళన్ మునిగి ధన్యుడనౌటది యెన్నడోకదా!

అని రామకృష్ణారావే కాదు, జగన్నాథ పండితరాయలే కాదు, సాధకులైన ప్రతి ఒక్కరు అలా తపించిపోవడం సర్వసామాన్యాంశమే.

శంకరాచార్యుల సౌందర్యలహరిని, కనకధారాస్తవాలను కూడ బూర్గులవారు తెనుగుచేశారు.

బూర్గులవారు సంస్కృతంలో సైతం రాయగలిగే సామర్థ్యం కలిగిన వారు. శ్రీవేంకటేశ్వర సుప్రభాతం, భావమంజరీ లాంటివి ఇందుకు నిదర్శనంగా చెప్పుకోవచ్చు. 1958లో ప్రచురితమైన ముప్పది శ్లోకాలతో కూడిన శ్రీ వేంకటేశ్వర సుప్రభాతంలోంచి ఒక శ్లోకాన్ని గమనిద్దాం.

ఆశాముపైతి రజనీ తిమిరావశేష
నిర్వాస కారుణ రుచిస్తిలకాయ మానా!
తారాధీపోసి విలసత్వనుమేయ శోభః
శేషాద్రిశేఖర విభో! తవ సుప్రభాతమ్.
అనమ్ర చూత తరుషండ ముపేత్య కల్యే
పీత్వాతిరుచ్య ఫలసార రసాత్మకావ్యమ్
పుంస్కోకిలాః శ్రవణ సుందర మాలపంతి
శ్రీవేంకటాచలపతే తవసుప్రభాతమ్!

ఇలా సాగిపోతుంది. కొన్ని శ్లోకాలకు వారే తెలుగు చేసుకోవడం కూడ కనిపిస్తుంది. (తెలుగులో ముందు రాసి సంస్కృతీకరించి ఉండవచ్చు).

యత్రయత్ర తవపాదపంకజం
తత్ర తత్ర కమలాయతే ధరా
యత్ర యత్ర తవ మందస్మితం
తత్ర తత్ర శరదిందు చంద్రికా

మొదలైన ఆరు శ్లోకాలు 1956 ఆగస్టు స్రవంతి మాసపత్రికలో ప్రకటితమయ్యాయి. శృంగేరి శారదాస్తుతి అనే ఒకరచన కూడ సంస్కృతంలో కనిపిస్తుంది. బూర్గులవారి తొలినాటి కవితలు (1917-21 నాటివి) 'నివేదన' పేరుతో సంకలితమయ్యాయి. 'తొలిచుక్క' పేరుతో ఒక కవితాసంకలనం వెలువడింది. వీటిలో ఆధ్యాత్మిక స్పృహ, సమకాలిక సామాజిక స్పృహ ఉండే కవితలున్నాయి.

ఏమి మనస్సో హరి హరి
స్వామిని బడద్రోసి స్వారి సలిపెడి గుర్రం
బేమో యనిపించు వడి
కామితముల వెంటబడుట గాంచిన కృష్ణా!

అని చంచలపూరితమైన మనస్సును నియంత్రించుకోవలసిన ఆవశ్యకతను గుర్తించి, బూర్గులవారు తమ కృష్ణశతకంలో ప్రబోధిస్తారు.

బూర్గులవారు ఉమర్‌ఖయ్యాంను నేరుగా ఫార్సీ నుండి గ్రహించి అనువదించారు, తెలుగు కవులు చాలామంది ఫిడ్జరాల్డ్ చేసిన ఆంగ్లానువాదాన్ని అనుసరించారు. ఇంకా సూఫీ సర్మద్ రుబాయిలను కూడ ఫార్సీనుండి నేరుగా గ్రహించి అనువదించారు.

ఈ రెండు పుస్తకాలు బూర్గులవారి కుమారులు రంగనాథరావుగారు అందంగా ప్రచురించారు. ఫార్సీమూలం, ఆంగ్లానువాదం, ఉర్దూ అనువాదం, తెనిగింపు చేర్చి తులనాత్మకంగా అధ్యయనం చేసే జిజ్ఞాసువులకు ఎంతో ఉపయోగపడేటట్లు మలిచారు.

విమర్శకునిగా బూర్గులవారి విమర్శన పరిణతికి నిశితత్వానికి గీటురాయిగా నిలిచేది వారి 'సారస్వత వ్యాస ముక్తావళి'. ఇది 7 వ్యాసాల సంకలనం. నండూరి ఎంకి పాటలలోని నవీనతను, భావసౌకుమార్యాన్ని, జానపదగ్రామీణ దంపతీయుక్తమైన ప్రణయ శబలతను సమర్థించి తన పురోగమశీలాన్ని ప్రకటించారు. మహాకవి శ్రీశ్రీ ఈ వ్యాసాన్ని ప్రత్యేకించి మెచ్చుకొన్నారు. ఉమర్ ఖయ్యాం జీవన వివరాలు, రచనావైఖరి, అనువాదాల తీరుతెన్నులు, నిష్ఠుర నిర్భయభావ ప్రకటనలు, ఈశ్వర తత్త్వజ్ఞానం సూఫీతత్త్వం, వైష్ణవ భక్తుల తోడి సామ్యం మొదలైన అంశాలు ఎంతో సునిశితంగా పరిశీలనాత్మకంగా రెండు వ్యాసాల్లో చర్చించారు.

కాకునూరి అప్పకవి (1656 ప్రాంతం) తెలంగాణా ప్రాంతం గర్వించదగిన ఆలంకారికుడు. తనకు పూర్వమున్న 42 లక్షణ గ్రంథాలను, 73 కావ్యాల నుండి 339 పద్యాలను ఉల్లేఖించడమేకాక తిక్కన ఒకేఒక్కచోట వాడిన 'యతి'ని సైతం ఉదాహరించిన పరిశోధక శిఖామణి కాకునూరు అప్పకవి.

అతని జన్మస్థలం ఆంధ్రప్రాంతం కాదని మహబూబ్‌నగర్ జిల్లా షాద్‌నగర్ తాలుకాకు చెందిన కాకునూరు గ్రామమని, అప్పకవి పేర్కొన్న గ్రామాలు నిడదవెల్లి, బొదినెంపల్లి, లేమామిడి, తొమ్మిది రేకుల మొదలైనవన్నీ కాకునూరు పరిసరప్రాంతాలలోనివే కావడం గమనార్హమని బూర్గుల వారు సాధికారికంగా చర్చిస్తూ అప్పకవిని మహబూబ్‌నగర్ ప్రాంతీయుడిగా నిర్ధారణ చేశారు. ఉర్దూభాషా సారస్వతాల పరిణామ వికాసాలను మొగల్‌పాదుషాల కాలం నుండి నిజాం దాక ఉర్దూలోని ప్రముఖ కవులను గురించి పరిచయం చేశారు. అలంగీర్ అనే రాజు చేతిలో హతమైన సూఫీసర్మత్ అనే కవి యౌగిక ప్రణయాత్మక కవితా తత్త్వాన్ని బూర్గుల ధీరోదాత్త గంభీరంగా, ఉద్వేగ మహితంగా ఒక వ్యాసంలో వివరించారు.

రెడ్డి రాజుల కొలువులో మతసంస్కృతులను, సాంఘిక పరిస్థితులను ఒక వ్యాసంలో వివరించారు. బూర్గుల వారు ఈ వ్యాసం రాసిన 1947 నాటికి సురవరం ప్రతాపరెడ్డి ఆంధ్రుల సాంఘిక చరిత్ర కానీ, మల్లంపల్లి సోమశేఖర శర్మ రెడ్డిరాజుల చరిత్ర కానీ, రెడ్డి సంచిక గాని

వెలువడలేదు. సారస్వత వ్యాసముక్తావళిలోని ప్రతివ్యాసం ఆణిముత్యంగా విరాజిల్లుతూ బూర్గుల పాండిత్యానికి నిలువుటద్దంలా భాసిస్తుంది.

బూర్గులవారు సమకాలీన విద్వాంసుల రచనలకు కూర్చిన పీఠికలు ఒక రాజకీయ నాయకుడు రాసినట్లు లాంఛన ప్రాయంగా ఉండక నిరంతరం సాహిత్యంతో సన్నిహితత్వం ఏర్పరచుకొన్న పండితుడు రాసినట్లుగా ఉండడం విశేషం. గ్రంథగత అస్తిత్వాన్ని లోనారసి దర్శిస్తూ విశ్లేషణాత్మకంగా ఉంటాయి. దాశరథి మహాంధ్రోద్యమానికి గాలిబ్ గీతాలకు కలుగోడు అశ్వత్థరావు రాసిన అశ్వత్థభారతం, సర్వజ్ఞవచనాలకు, ఆత్మానందస్వామి మేఘ సందేశాను వాదానికి, ఇలా మొత్తం పదిపుస్తకాలకు వారు రాసిన పీఠికలతో ఒక సంకలనం వెలువడింది. ఇందులో వెల్దండ ప్రభాకరామాత్య 'ఆముక్తమాల్యద' పర్యాలోకనానికి రాసిన పీఠిక చేరలేదు. ఇలా చేరని మరికొన్ని పీఠికలుకూడ ఉంటే ఉండవచ్చు. బూర్గుల వారికి ఉర్దూ పారసీ భాషలు కొట్టినపిండి కావడం వల్ల దాశరథి గాలిబ్ గీతాలకు రాసిన పీఠిక ఎంతో అమూల్యమైంది. గాలిబ్ జీవితంలోని విశృంఖలత అనదగిన స్వేచ్ఛా ప్రీతిని ఆయన గజల్‌లో ఉండే కల్పనాశక్తి, భావుకత, అసాధారణాలైన అనుభూతులు, భావవ్యక్తీకరణలో ఉండే ఒకానొక మార్మికత, వ్యంగ్యం, మొదలైన వాటిని గురించి సాధికారికంగా బూర్గుల వారు వివరించి గాలిబ్ గీతాల మూలాన్ని దాశరథి అనువదించడంలో కృతకృత్యుడైన విధానాన్ని సరిపోల్చి చూపి తన ఉభయ భాషా పాండిత్యాన్ని ప్రకటించారు.

శ్రీనాథుని కతిపయ శృంగారపద్యాలను ఆలంబనగా చేసుకొని శ్రీనాథుని శృంగారిగా, వేశ్యాలోలునిగా పండితులు చిత్రించడాన్ని ఖండిస్తూ చిలుకూరి పాపయ్యశాస్త్రి 'శ్రీనాథుని కవితా సమీక్ష' రాశారు. దానికి బూర్గులవారు మంచి పీఠిక రాశారు. ఆ పీఠికలో బూర్గుల వారన్న మాట శ్రీనాథుని పట్లనేకాదు ఇతర కవుల పట్ల కూడ విమర్శకులు అనుసరించవలసిన మార్గాన్ని నిర్దేశించారు. 'తాత్త్వికముగా యోచించినచో నే కవికిని సాహిత్యకారునిగా అతని రచనలలో ప్రతిఫలించు ప్రధాన రసభావ సామగ్రి నాధారముగా గొని యతని వ్యక్తిగత జీవితమునకు తత్సంబంధితములగు ప్రవృత్తుల నంటగట్టుట యత్యంత సాహసకార్యమే కాక సాహితీ సమీక్ష యొక్క సిద్ధాంతములకు వ్యతిరేకమైన పద్ధతి ననుసరించుటయగును. ఈ పద్ధతి ప్రతిభాశాలురగు సాహిత్యోపాసకుల రచనా శిల్పమున కపార్థములు కల్పించుట కుపకరించునే గాని, వారి జీవిత చరిత్రముల యథార్థాంశముల నిదమిత్థమని నిర్ణయించుటకు సరిపోదు. ఇది అందరు గమనించవలసినదే'.

బూర్గుల రామకృష్ణారావు గారు కళాశాలలో నేర్చిన పార్సీ తెలుగులో పారశీకవాఙ్మయ చరిత్రను రచించడానికి దోహదమైంది. పొట్టి శ్రీరాములు తెలుగు విశ్వవిద్యాలయం ప్రచురించిన బూర్గులవారి పారసీక వాఙ్మయచరిత్ర ఆ రంగంలో ప్రమాణ గ్రంథంగా ఉపయోగ పడ్తుంది. గుజరాత్, లక్నో విశ్వ విద్యాలయాల్లాంటి వెన్నో బూర్గులవారిచేత స్నాతకోత్తర ఉపన్యాసాలు

ఇప్పించి గౌరవించాయి. ఆంధ్రవిశ్వవిద్యాలయం 1953లో 'డాక్టర్ ఆఫ్ లిటరేచర్' తోను, ఉస్మానియా విశ్వవిద్యాలయం 1956 నవంబర్ 4న 'డాక్టర్ ఆఫ్ లాస్'తోను సత్కరించాయి. సాహిత్యసభలకు అధ్యక్షత సరేసరి.

"రామకృష్ణారావుగారు నిరంతర రాజకీయ కార్యవ్యగ్రులయ్యు ఈ విధముగా సారస్వతసేవ కావించుట వారి సరసహృదయమునకును, భాషా సారస్వతాభి మానమునకును తార్కాణము. వారెంత పండితులో అంత కవులు. ఎంత కవులో అంత మహావక్తలు. ఎంత ప్రతిభావంతులో అంత హృదయౌన్నత్య శోభితులు" అన్న దివాకర్ల వేంకటావధాని పలుకులు నిత్యస్మరణీయాలు.

జీవన వికాసం

రామకృష్ణారావుగారి స్వగ్రామం మహబూబ్‌నగర్ జిల్లా షాద్‌నగర్ తాలుకాలోని బూర్గుల. పుల్లమరాజు రంగనాయకమ్మ, నరసింగరావు దంపతులు బూర్గుల వారి తల్లిదండ్రులు. కల్వకుర్తి తాలుకా పడకల్ గ్రామంలో మాతామహులైన వెల్దండ శేషగిరిరావు ఇంట్లో 1899 మార్చి 13న సోమవారం నాడు జన్మించారు. మహారాష్ట్రలో చదువుకోవడం వల్ల అక్కడ గ్రామనామాన్నే ఇంటిపేరుగా పిలిచే సంప్రదాయం ఉండడంతో 'పుల్లమరాజు రామకృష్ణారావు' కాస్త బూర్గుల రామకృష్ణారావు అయ్యారు. అలాగే ప్రసిద్ధులైపోయారు. వారిది సంప్రదాయక వైష్ణవ కుటుంబం.

బాల్యంలో వీధిబడిలో ఎక్కాలు, లెక్కలు తెలుగుపద్యాలు నేర్చుకొన్నారు. అప్పటి పాలనభాష ఉర్దూ కావడంతో ఉర్దూ దానితోపాటే పారసీలోనూ నిష్ణాతులయ్యారు. మరాఠీ, కన్నడప్రాంతాలతో కలిసి ఉండడం వల్ల మరాఠీ కన్నడ భాషలు వచ్చాయి. ఆంగ్లం సరేసరి. సంస్కృత భాషను కూడా స్వయంకృషితో నేర్చుకుని దానిలో విద్వాంసులయ్యారు. రాజకీయనాయకులను కలుపుకొని పోవడానికి సాహిత్య రచనా వ్యాసంగానికి, అనువాదాలకు బహుభాషాపాండిత్యం వీరికి ఎంతో ఉపకరించింది. 1915లో బొంబాయి విశ్వవిద్యాలయ మెట్రిక్యులేషన్‌లో ప్రథమశ్రేణిలో ఉత్తీర్ణులయ్యారు.

హైదరాబాదులోని నిజాంకళాశాలలో ఇంటర్‌మీడియేట్‌లో చేరారు. ఆరోజుల్లో నిజాంకళాశాల మద్రాసు విశ్వవిద్యాలయానికి అనుబంధంగా ఉండేది. చరిత్ర, తర్కశాస్త్రం ఐచ్ఛిక విషయాలుగా, ఫారసీ రెండవ భాషగా 1918లో ఇంటర్‌మీడియేట్ డిస్టింక్షన్‌లో ఉత్తీర్ణులయి బంగారు పతకాన్ని పొందారు. ఇరాన్ దేశస్థుడైన ఆగా మహ్మదలీ ఫారసీ ఆచార్యునిగా నిజాంకళాశాలలో ఉండడం, వారి వద్ద బూర్గులవారు ఫారసీ నేర్చుకోవడంతో పారసీలో అపారమైన పాండిత్యాన్ని పొందారు. అది తర్వాత పారసీవాఙ్మయ చరిత్ర రాయడానికి దోహదం చేసింది. తండ్రిగారి ఆర్థికపరిస్థితి అంతబాగా లేనపుడు అంజుమనే ఇస్లామియా హైస్కూల్‌లో ఫారసీ ఉపాధ్యాయునిగా పనిచేసి బూర్గుల తన విద్యాభ్యాసానికి ఆర్థిక వనరులు చేకూర్చుకున్నారంటే ఆయన ఫారసీ పాండిత్యమెంతటిదో తెలుస్తుంది. ఉర్దూ నేర్చిన మహ్మదీయులు

ఫార్సీ, అరబ్బీ నేర్చుకోవడంలో ఆశ్చర్యపోవలసిందేమీ లేదు. ఫారసీ అధ్యాపకులుగా నియమితుడైన హిందువు వీరొక్కరేనేమో!

స్వాతంత్ర్యోద్యమ చైతన్యం వెల్లివిరుస్తున్న మహారాష్ట్ర పూనా పట్టణంలోని ఫెర్గుసన్ కళాశాలలో తత్త్వశాస్త్రంలో బి.ఏ చేసి సర్వప్రథములుగా నెగ్గారు. తర్వాత బొంబై విశ్వవిద్యాలయం ద్వారా న్యాయవాద పట్టం పొందారు. బాలగంగాధరతిలక్, గోపాలకృష్ణగోఖలే, గోవిందరనడే. లాంటి మహారాష్ట్రనేతల ప్రభావం, అమితంగా బూర్గుల మీద ప్రసరించి భావిరాజకీయ జీవితానికి పాదులు నిర్మించింది. మరాఠి భాష కూడా స్వాధీనమైంది.

చదువుకుంటున్న రోజుల్లో ఆనాటి సంప్రదాయాలకు అనుగుణంగా 13వ యేట 1912లో కొంపెల్లి నరసింహారావు రెండవ కూతురు రత్నమ్మతో రామకృష్ణారావుకు కల్యాణం అయ్యింది. ఆ దంపతులకు రంగనాథరావు అనే కుమారుడు, శ్యామల అనే కూతురు కలిగారు. 1920లో రత్నమ్మ రామకృష్ణారావును, కళ్ళు కూడా సరిగ్గా తెరవని పసికూనలను వదిలేసి పరలోకానికి వెళ్ళిపోయారు. యవ్వన ప్రాదుర్భావంలో ఉన్న 21 ఏళ్ళ రామకృష్ణారావు ఆ దుఃఖాన్ని దిగమింగు కున్నారు. పిల్లలను పోషించే బాధ్యత మీదపడింది.

చిన్నతనమ్మునన్ మురువు చేకుర పెండిలి సేసి రోలమై
కన్నెగనైన నీవు నతికాలము నుండగలేదు, వెంటనే
పిన్నవయస్సులోనే మరిపిల్లలు గల్గి సుఖింప కూరకే
నన్నును పిల్లలన్ విడిచి నాకము చేరితె ప్రేయసీ వెసన్

అని అశ్రుగీతికలాలపించారు. తెలుగులోనే కాక తన వేదనాశ్రువులను ఇంగ్లీషులో కూడా వెదజల్లారు.

Alas, we were wed, a boy and girl, a crimae
we were the other play things; a queer show;
we grew and developed mysterious loves,
And lived for a time like a pair of doves.
I, a shy youth, and though a sheer mate.
thy hidden meaning ; my immature skill
could not clearly penetrate.

అని బూర్గులవారు రాసుకున్నారు.

రామకృష్ణారావు పెద్దకుమారులు రంగనాథరావు కూడ సాహితీవేత్తలు. ఉన్నతాధికారిగా పనిచేసి విశ్రాంతి తీసుకొంటున్నారు. మాజీమంత్రి మంగుముల నరసింగరావు పెద్దకుమార్తె యశోదాదేవిని రంగనాథరావు పరిణయమాడారు. శ్యామలాదేవి ఇల్లిందల రామచంద్రరావును

వివాహం చేసుకున్నారు. 1924లో రామకృష్ణారావు అనంతలక్ష్మిదేవిని వివాహమాడారు. అనంతలక్ష్మి రామకృష్ణారావు గార్హస్థ్య జీవితంలోనేకాక సామాజిక జీవితంలోను సహధర్మచారిణిగా ఉంటూ ఆంధ్రమహాసభల్లో చురుగ్గా పాల్గొన్నారు. వీరికి ఇద్దరు కూతుళ్ళు, ఇద్దరు కుమారులు కలిగారు.

1951 సెప్టెంబర్‌లో జరిగిన శ్రీకృష్ణదేవరాయాంధ్ర భాషానిలయం స్వర్ణోత్సవాలలో భాగంగా మూడవరోజు మహిళాసభ జరిగింది. దానికి శ్రీమతి అనంతలక్ష్మిదేవి అధ్యక్షత వహించారు. అప్పుడు ముల్కి నాన్ ముల్కి ఉద్యమం హైదరాబాదులో తీవ్రంగా నడుస్తుంది. కొందరు దుండగులు అకస్మాత్తుగా పెద్దఎత్తున అల్లర్లు చేశారు. శామ్యానాలు తగలబెట్టారు. సమావేశాలలో ఉన్న స్త్రీలను ముఖ్యంగా అనంతలక్ష్మిగారిని అవమానించయత్నించారు కె.వి.భూపాలరావు లాంటివారెంతో జాగ్రత్తగా అనంతలక్ష్మిగారిని, ఇతర స్త్రీలను తప్పించారు. తప్పించుకున్నారన్న కోపం కొద్దీ ఆ దుండగులు రామకృష్ణారావు ప్రభుత్వ వాహనాన్ని కాల్చేశారు. ఖిన్నులై నిలిచిన భూపాలరావులాంటి వారిని ఓదార్చడం రామకృష్ణారావు వంతైంది.

రామకృష్ణారావుకి బాల్యం నుండే దైవభక్తి, ఆధ్యాత్మికచింతన అలవడ్డాయి. క్రమేపి సత్యసాయిబాబా ఆధ్యాత్మిక మార్గంలోకి వెళ్ళారు. బాబాగారితో సాన్నిహిత్యానికి దారితీసింది. 1961 మార్చి 23న చెన్నైలో పెరంబూర్ రైల్వే స్టేడియంలో జరిగిన సభలో లక్షలాది మంది భక్తులకు సత్యసాయిబాబా అనుగ్రహభాషణం చేశారు. ఆ సభకు బూర్గులవారు అధ్యక్షత వహించారు. కేరళలో గవర్నర్‌గా ఉన్నపుడు కేరళకు, ఉత్తరప్రదేశ్ గవర్నరుగా ఉన్నపుడు లక్నోకు సాయిబాబాను ఆహ్వానించారు. బాబా వెంట ఉత్తరప్రదేశ్, అయోధ్య, హరిద్వార్ దర్శించారు. బాబా తెలుగు ఉపన్యాసాలను హిందీలోకి అనువదించారు.

ఈ ఆధ్యాత్మిక చింతనం బూర్గుల వారిలో అహంకారం లేకుండా చేసింది. నిర్మల చిత్తంతో వ్యవహరించేలా చేసింది. అక్రమధనార్జన పట్ల, ఆడంబరాల పట్ల, ఆర్భాటాల పట్ల అనాసక్తుని చేసింది. ఎన్నో సాయంకాలాలు హైదరాబాదులో పాదచారిగా మందిమార్బలం లేకుండా స్వేచ్ఛగా తిరిగేవారు. తనతో అనేకవిధాల లాభాలు పొందినవారు ఎదురుపడి పలకరించకుండా తప్పించుకు తిరిగినా పట్టించుకునేవారు కారు. హైదరాబాదులో వారి శేషజీవితం సాహిత్య, సాంస్కృతిక, ఆధ్యాత్మిక కార్యక్రమాలతో నిరాడంబరంగా కొనసాగింది. స్వల్ప అస్వస్థతతో 1967 సెప్టెంబర్ 14న 68వ ఏట బూర్గుల రామకృష్ణారావుగారు ప్రశాంత చిత్తంతో పరమపదం చేరుకున్నారు. వారు ప్రదర్శించిన సౌమ్యశీలత, ఋజుప్రవర్తన, వివేకచిత్తం, స్థితప్రజ్ఞత ఎప్పటికీ వాడిపోనివి.

కాకాని వెంకటరత్నం

(1900-1972)

- అట్లూరి పురుషోత్తం

కాకాని వెంకటరత్నం కృష్ణాజిల్లా, ఉయ్యూరు మండలం, ఆకునూరులో ది.3-08-1900న జన్మించారు. బాల్యదశలో చదువులోనూ, ఆటలలోనూ ఆయనదే అగ్రస్థానం. ఆనాడు ఆ గ్రామంలో ఉన్నత విద్యావసతులు లేనందున, కాకాని అయిదవ తరగతి వరకు మాత్రమే చదివారు. ఆంధ్రనామసంగ్రహాన్ని, కొన్ని శతకములను వల్లించారు. హిందీలో రాష్ట్రభాష పరీక్షలో ఉత్తీర్ణులయ్యారు. 1920లో ఆయనకు వివాహం జరిగింది. ఆయన ఏకైక కుమారుడు శ్రీకాకాని రామమోహనరావు.

ఆనాడు అనిబిసెంట్(1846-1933) గారి హోమ్‌రూల్ ఉద్యమం, ఆంధ్రలో దుగ్గిరాల గోపాలకృష్ణయ్యగారి రామదండు ఉద్యమం కాకానిని ఆకర్షించాయి. ఆయన మిత్రులతో కలిసి ప్రతిరోజూ సుమారు 5 కిలోమీటర్ల దూరాన గల ఉయ్యూరు నడిచివెళ్ళి చదివేవారు. నాడు ఆయన ముఖ్యంగా ఆంధ్రపత్రిక, కృష్ణా పత్రికలను అధ్యయనం చేసేవారు. ఆ రోజుల్లో ఆయన ఒక స్వంత గ్రంథాలయాన్ని ఏర్పర్చుకున్నారు. దానిలో దేశనాయకుల, విప్లవకారుల వీరగాథలు వుండేవి. వాటిని చదివి ఆయన దేశభక్తుడయ్యాడు.

1921లో బెజవాడలో జరిగిన అఖిలభారత కాంగ్రెస్ కమిటీ సమావేశముల సందర్భంలో జరిగిన సభకు హాజరయ్యేందుకు ఆయనతో కలిసి 15మంది భజనలు చేసుకుంటూ ఒకరోజు ముందే కాలినడకన బెజవాడ చేరారు. అప్పుడు బస్సుల్లేవు.

కాకాని, ఆయన అనుచరులు సభాప్రాంగణంలో ఒక చెట్టు కింద, నూతి దగ్గర మకాం వేశారు. అప్పుడే అయిదు వందలమంది గల, చీరాల పేరాల నుండి వచ్చిన దుగ్గిరాల గోపాల కృష్ణయ్యగారి ఎర్రచొక్కాల రామదండు బెజవాడ స్టేషను చేరింది. ఆ దండు టిక్కెట్లు లేకుండా రైలెక్కింది. వారిని టిక్కెట్లు అడిగే ధైర్యం నాటి రైల్వే ఉద్యోగులకు లేదు.

ఆ దండు బారులు తీరి సైనికవందనం చేసింది. కాకానిదళం ధన్యమైనట్లు భావించింది. మరుసటి సంవత్సరం కృష్ణాపుష్కరాలు. ఆ పుష్కరాలకు హాజరైన జనానికి దేశభక్తి సందేశాలనివ్వటానికి రోజుకొక నాయకుడు ఉపన్యసించేవాడు. ఆ సభలు, సందేశాలు కాకానిని బాగా ఆకర్షించాయి.

ఆనాడు అఖిలభారత కాంగ్రెస్ కమిటీ సభలకు రెండు లక్షలమంది హాజరయ్యారు. ఆ సభలలో కాట్రగడ్డ రఘురామయ్య, మధుసూదనరావుగార్లు వున్నారు. అవి విదేశ వస్తు బహిష్కరణ,

స్వదేశవస్తువుల ఆదరణ జోరుగా జరుగుతున్న రోజులు, కాకాని రహస్యంగా తన స్నేహితుల ఇళ్ళనుండి విదేశీ వస్తువులను తెచ్చి, వీథులలో దహనం చేసేవారు. ఆ దహనకాండను గురించి తెలిసికొన్న పెద్దలు ఆ యువకులకు దేహశుద్ధి చేసేవారు. నిజం తెలుసుకున్న తరువాత ఆ పెద్దలే వారిని ఆశీర్వదించేవారు. "అందరూ ఖద్దరు ధరించాలి", "విదేశీ ప్రభుత్వం నశించాలి" ఇవీ ఆనాటి నినాదాలు.

కృష్ణాజిల్లాలో నిధుల కోసం గాంధీ పర్యటించినపుడు ఖద్దరు నిధికోసం రూ. 116లు, తిలక్ స్వరాజ్యనిధి కోసం రూ. 200లు (ఎండూరి రామలింగయ్య గారి విరాళము) యివ్వగా గాంధీ కాకానిని దీవించారు. కాకాని కోరికననుసరించి మహాత్ముడు కుమ్మమూరు, ఉయ్యూరులలో ఉపన్యసించారు.

రాజకీయరంగ ప్రవేశం :

1923లో అఖిల భారత కాంగ్రెస్ మహాసభలు కాకినాడలో జరిగాయి. ఆ సభకు మహాత్మాగాంధీ అధ్యక్షులు. శ్రీ చిత్తరంజన్‌దాస్, శ్రీ మోతీలాల్‌నెహ్రూ, శ్రీజవహర్‌లాల్ నెహ్రూ, శ్రీ రాజేంద్రప్రసాద్ వంటి యోధానుయోధులను కాకాని ఒకే చోట దర్శించాడు. ఆనాటి నుండి కాకాని మదమతిప్పని మహానాయకుడుగా ముందడుగు వేశాడు.

1926లో 'కాంగ్రెస్ శాసనసభలలో ప్రవేశించవచ్చునా?' అన్న చర్చ ప్రారంభమైనది. 'ప్రోఛేంజెర్స్' - ప్రవేశానికి అనుకూలురు - స్వరాజ్యపార్టీగా ఏర్పడి శాసనసభను ఆక్రమించి ప్రభుత్వాన్ని స్తంభింపచేయాలని ఆలోచించగా, కాకాని ఆ స్వరాజ్యపార్టీలో చేరాడు. ఆ పార్టీవారు చాలా మంది కేంద్రశాసనసభ సభ్యులైనారు. విఠల్‌భాయిపటేల్ ఆ సభకు అధ్యక్షులైనారు. ఆయన ఆంగ్లేయులకు బద్ధవిరోధి. ప్రభుత్వం పబ్లిక్‌సేఫ్టీ బిల్లును ప్రవేశపెట్టదలచగా ఆయన దానిని అనుమతించలేదు. ఇంకా ఆ బిల్లును వ్యతిరేకించిన హిందుస్థాన్ సోషలిస్ట్ రిపబ్లికన్ పార్టీ తరఫున సర్దారు భగత్‌సింగ్, ఆయన మిత్రులు ఆ సభాభవనంలో పొగ బాంబులను పేల్చారు. కరపత్రాలను వెదజల్లారు. కాకాని ఆ రోజుల్లో రహస్యంగా అందిన అటువంటి విప్లవసాహిత్యాన్ని చదివి వీరోచితమైన పనిచేసేందుకు అవకాశం కోసం ఎదురు చూడసాగాడు.

మద్రాస్ కాంగ్రెస్ :

1927లో మద్రాసులో జరిగిన కాంగ్రెస్ మహాసభలకు హాజరైన జవహర్‌లాల్, సుభాస్‌చంద్రబోస్‌లకు వ్యతిరేకంగా అధినివేశప్రతిపత్తి ఇస్తే చాలునని, ఆ విధంగా బ్రిటిషు ప్రభుత్వానికి ఒక అవకాశమివ్వాలని గాంధీ వాదించాడు. చివరకు 1929 డిశంబరు 31న లాహోర్‌లో జరిగిన కాంగ్రెస్ మహాసభలో సంపూర్ణ స్వరాజ్యం కాంగ్రెస్ లక్ష్యం అనే తీర్మానం ఏకగ్రీవంగా ఆమోదం పొందింది. గాంధీది ఉద్యమనిర్వహణ బాధ్యత. 1930 జనవరి 26న

కాంగ్రెసువారు దేశమంతా సభలు జరిపి సంపూర్ణ స్వరాజ్యపత్రాలను చదివారు. కాకాని తన గ్రామం చుట్టుపక్కల గల గ్రామాలలో సభలను నిర్వహించి యువకుల చేత ప్రమాణాలు చేయించారు. తరువాత ఆ సంవత్సరం మార్చిలో దేశం అంతటా సంపూర్ణస్వరాజ్యం లభించని ఎడల శాసనోల్లంఘనం తప్పదని గాంధీ నిర్ణయించారు. గాంధీ మహాత్ముని సందేశం విని కాకాని పులకితులయినారు. తత్ఫలితంగా ఆయన తన కుటుంబాన్ని విస్మరించి, విరామం ఎరుగని కాంగ్రెస్ కార్యకర్తయ్యాడు.

జైలు జీవితం:

1930 మార్చిలో గాంధీ సబర్మతీ ఆశ్రమం నుండి 80 మంది సత్యాగ్రహులతో దండి ఉప్పుకొటారులపై దండెత్తాడు. కాకాని ఆంధ్రసత్యాగ్రహదళ నాయకుడు. ది.9-4-1930న 120మంది గల దళం ఆయన నాయకత్వం కింద బెజవాడ ఆంధ్రరత్నభవనం నుండి బయలుదేరింది. ఆ దళానికి బెజవాడలో ఇంటింటా కర్పూరహారతులు లభించాయి. అది బెజవాడ నుండి బందరురోడ్డు పక్కన గల ఎన్నో గ్రామాలలో పర్యటించి, పదిరోజులకు బందరు చేరింది. అతి సుకుమారులైన గంపలగూడెం కుమారరాజా (కోటగిరి వెంకటకృష్ణారావు) ఆ దళానికి సర్వసేనాని. ఆయన బందరు వరకు నడవలేక పోయినందున కుమ్మమూరు మునసబైన మైనేని వెంకటనరసయ్యగారి గుర్రాన్ని రాజాగారి నిమిత్తం తెప్పించారు. అశ్వారూఢులైన ఆ సర్వసేనాని ఆధ్వర్యంలో ఆ దళం బందరు చేరింది. ది.16-4-30న బందరు నుండి తెచ్చిన ఉప్పును ఆ సర్వసేనాని బెజవాడలో పంచిపెట్టారు, విక్రయించారు కూడా. తరువాత ఆ దళం ఆరు చిన్న దళములుగా చీలి, 64 గ్రామాలను దర్శించి ప్రజలకు దేశభక్తిని బోధించింది. ఆ దళాలలో ఒక దాని నాయకుడైన కాకానిని ది.17.6.30న ప్రభుత్వం అరెస్టు చేసి, రెండు సంవత్సరముల కఠిన కారాగారవాస శిక్షను విధించింది. కాని 1931లో జరిగిన గాంధీ-ఇర్విన్ ఒడంబడిక ఫలితంగా ప్రభుత్వం కాకానిని బళ్ళారి జైలునుండి విడుదల చేసింది.

శ్రీ అయ్యదేవర కాళేశ్వరరావు 60మందిగల దళానికి నాయకుడు. ఆనాడు ఆయన బెజవాడ మున్సిపాలిటి ఛైర్మన్ అయినందున, ఆయన దళానికి రైల్వేవారు ఓ పెద్ద మూడవ తరగతి బోగీని కేటాయించారు. అందులో 80 మంది కూర్చుని పాటలు పాడుతూ బందరు చేరారు. దారిలో ఎన్నో స్వాగతాలు, ఆతిథ్యం వారికి లభించాయి.

రైతు సేవ :

1931లో తీవ్రమైన ఆర్థిక మాంద్యం ఏర్పడింది. ధాన్యం ధర విపరీతంగా పడిపోయింది. అంతకుముందే ప్రభుత్వం రూపాయికి మూడు అణాలు అదనపు శిస్తు విధించింది. ఈ అదనపు శిస్తు రద్దుచేయించమని ఆచార్యరంగా నాయకత్వాన కాంగ్రెస్ ఒక మహోద్యమాన్ని నిర్వహించింది. రంగా జైలు కెళ్ళాడు. ఈ మహోద్యమంలోనే కాకానికి రంగాతో పరిచయమయ్యింది.

కృష్ణాజిల్లాలో శ్రీకాకాని, శ్రీ నూకల వీరరాఘవరావు, శ్రీ పేట బాపయ్య, శ్రీ కాట్రగడ్డ మధుసూదనరావుగార్లు జిల్లా రైతుసంఘాన్ని స్థాపించి, పన్నుల నిరాకరణోద్యమాన్ని ఉధృతం చేశారు. ఆ ఉద్యమం శాసనోల్లంఘన ఉద్యమంగా మారింది. ప్రభుత్వం కాంగ్రెసును చట్టవిరుద్ధ సంఘంగా ప్రకటించింది. 1932 జూన్‌లో ప్రభుత్వం కాకానిని తంజావూరు జైలుకు పంపింది. అక్కడ ఆయనకు కామరాజ్‌నాడార్‌తో పరిచయమయ్యింది. 1932 డిసెంబరు ఆఖరున కాకాని జైలు నుండి విడుదలయ్యాడు. గ్రామాల్లో ప్రచారం చేసేటప్పుడు కాకానిదళానికి ఎవ్వరూ అన్నం పెట్టలేదు. ఆ దళంసభ్యులకు లభించిన ఆహారం మరమరాలు, శనగపప్పు. ఆ ఉద్యమకాలంలోనే హరిజనులు సవర్ణుల బావులనుండి నీళ్ళు తోడుకున్నారు. దేవాలయాల్లో ప్రవేశించారు. 1932లో జైళ్ళకు వెళ్ళిన యువకులందరు సోషలిస్టు భావాలకు ప్రభావితులైనారు.

1938లో ఆంధ్రరాష్ట్ర రాజకీయ మహాసభలు సుభాస్‌చంద్రబోస్ అధ్యక్షతన ఏలూరులో జరిగాయి. (ఆ సభకు హాజరైన వేలాదివిద్యార్థులలో ఈ రచయిత ఒకడు) కొద్దిరోజుల్లో ప్రపంచయుద్ధం వస్తుందనీ, అది భారత స్వాతంత్ర్య సముపార్జనకు తోడ్పడుతుందనీ ఆయన చెప్పారు. 1939 సెప్టెంబరులో రెండవ ప్రపంచయుద్ధం ప్రారంభమయ్యింది. బ్రిటన్‌తో పోరాడడానికి సుభాష్‌చంద్రబోస్ ఫార్వర్డు బ్లాకును స్థాపించారు. కాకాని బోసు మార్గాన్ని ఆమోదించాడు. ఆ యుద్ధాన్ని సామ్రాజ్యవాదుల యుద్ధంగా ఎంచిన భారత కమ్యూనిస్టు పార్టీ, 1941లో హిట్లర్ రష్యామీద దండెత్తిన తరువాత, దాన్ని ప్రజాయుద్ధంగా వర్ణించింది. వెంటనే కమ్యూనిస్టులకు, కాకాని అనుచరులకు రాజకీయవైరం ఏర్పడింది. కృష్ణాజిల్లా ఒక రణరంగంగా మారింది. శ్రీ అక్కినేని భాస్కరరావు ప్రభృతులు బ్రహ్మాండంగా కమ్యూనిస్టు వ్యతిరేక ఉపన్యాసాలను చేశారు. ఆనాటి యువకులలో దేశభక్తి కట్టలు తెంచుకుని ప్రవహించింది.

1937లో ఎన్నికలముందు కృష్ణాజిల్లాలో జస్టిస్‌పార్టీ మాటే చెల్లింది. ఆనాడు కృష్ణాజిల్లా జమీందార్ల పుట్ట. బ్రిటిష్ ప్రభుత్వానికి ఆ జమీందార్లు అండ. కాకాని సమర్థతను ఎరిగిన కార్యకర్తలు ఆయనను నాయకుడిగా ఎన్నుకున్నారు. ఆయన నాయకత్వాన అయ్యదేవర కాళేశ్వరరావు బెజవాడ పట్టణ నియోజకవర్గం నుండి నాటి అవిభక్త మద్రాసు రాష్ట్ర అసెంబ్లీకి ఎన్నికయ్యారు. నాటి జస్టిస్‌పార్టీ అభ్యర్థి కొళందరెడ్డి. కొళందరెడ్డిగారి అభిమాన్లు కాంగ్రెస్‌వారిని జాతీయగీతాలు పాడ నివ్వలేదు. ఆ వార్తవిని కాకానిదళం బెజవాడ నుండి కారులో నిడమానూరు చేరింది. ఆ అర్ధరాత్రి వేళ కాకాని పెద్దకాంగ్రెస్ జెండాను భుజానవేసుకుని, టార్చిలైటుతో బయలుదేరి "మీటింగహో!" అని బాకాను వూది, గంటలో 200 మందిని సభకు రప్పించారు. ఆ గ్రామం కాంగ్రెస్ కోటగా మారింది.

ఆ ఎన్నికల సందర్భంలో కాకానిదళం పాటలు పాడుతూ కోలవెన్ను గ్రామంలో ముందుకు వెళ్ళుతూ ఉండగా, అక్కడకు అప్పటికే చేరిన జస్టిస్‌పార్టీ దళం దాని సభను వాయిదా వేసుకొని

వెళ్ళిపోయిందట! అప్పుడు కాంగ్రెస్ అభ్యర్థి కాట్రగడ్డ నారాయణరావు. కాట్రగడ్డవారి ప్రచారదళంలో ఉన్న చాలా మంది విద్యార్థులలో ఈ రచయిత ఒకడు.

1934 తర్వాత దేశమంతటా సోషలిస్టు ప్రచారం సాగింది. 1936లో జవహర్‌లాల్ నెహ్రూ కాంగ్రెస్ అధ్యక్షుడయ్యాడు. అంతకు పూర్వం నెహ్రూ సోవియట్ రష్యాను దర్శించారు. ఆచార్య నరేంద్రదేవ్, లోకనాయక్ జయప్రకాష్ నారాయణ్‌గార్ల నాయకత్వాన కాంగ్రెస్ సోషలిస్టు పార్టీ ఏర్పడింది. (బెజవాడ రైల్వేస్టేషన్‌లో ఆ సోషలిస్టునాయకులను విద్యార్థుల ప్రతినిధిగా ఈ రచయిత కలవటం జరిగింది.) కాకానిని ఆ సోషలిస్టు పార్టీ ఆకర్షించింది. తిరువూరు తాలుకా తునికిపాడు, వీరులపాడులలో సోషలిస్టు శిబిరాలు నడిచాయి. కార్యకర్తలు తయారయ్యారు.

కాకానిపై క్రమశిక్షణ చర్య :

తరువాత జరిగిన కాంగ్రెసు పార్టీ ఎన్నికలలో అతివాదుల అభ్యర్థులైన ఆచార్యరంగా, పుచ్చలపల్లి సుందరయ్యగార్లు ఓడిపోగా, డా॥పట్టాభి, గొట్టిపాటి బ్రహ్మయ్యగార్లు నెగ్గారు. అయినా రాష్ట్రకాంగ్రెస్ సంఘాన్ని పట్టుకోవాలన్న పట్టుదల అతివాదులలో పెరిగింది. ఇందు నిమిత్తం వారు 35,000 మంది కాంగ్రెస్ ప్రాథమిక సభ్యులను (ఆనాడు కాంగ్రెస్ ప్రాథమిక సభ్యత్వ రుసుము పావలా!) చేర్పించగా ఆయన వ్యతిరేకులు 29,000 మందిని మాత్రమే చేర్పించారు. కాకాని వర్గం వసూలు చేసిన సభ్యత్వ రుసుమును నిబంధనలకు వ్యతిరేకంగా ఆనాడు భారత కాంగ్రెస్ అధ్యక్షుడైన సుభాష్‌చంద్రబోస్‌పేర జమకట్టగా, పట్టాభివర్గం నిబంధనలకు వ్యతిరేకంగా తన సభ్యుల రుసుమును జిల్లా కాంగ్రెస్ అధ్యక్ష కార్యదర్శులకు చెల్లించకుండా రాష్ట్రకాంగ్రెస్ కార్యదర్శికి చెల్లించారు. ఇద్దరు చేసింది ఒకే రకమైన తప్పు. అయినా అఖిల భారత కాంగ్రెస్ వర్కింగ్ కమిటీ సభ్యుడైన డా॥పట్టాభి సలహా ప్రకారం కాకాని వర్గం చేర్పించిన 35వేల సభ్యత్వాన్ని రద్దుచేశారు. ఆనాడు కృష్ణాజిల్లాలో అదొక గొప్ప సంచలన సంఘటన. తత్ఫలితంగా కృష్ణాజిల్లా కాంగ్రెస్‌లో గల సోషలిస్టులు, ముఖ్యంగా పుచ్చలపల్లి సుందరయ్య, కంభంపాటి సత్యనారాయణ (సీనియర్), చండ్ర రాజేశ్వరరావు, కాట్రగడ్డ రాజగోపాలరావు, కడియాల గోపాలరావు, పిల్లలమర్రి వెంకటేశ్వర్లు మొదలయిన వారు కమ్యూనిస్టులయ్యారు. అయినా కాకాని, అన్నే అంజయ్యగార్లు కాంగ్రెస్‌లోనే ఉన్నారు. న్యాయం ఖూనీ అయ్యింది. కృష్ణా జిల్లాలో కమ్యూనిస్టుల ప్రభావం పెరిగింది.

పరపతి సంఘాల అభివృద్ధి:

1940లో జరిగిన వి.సి.సి. బ్యాంక్ సమావేశాలలో చేతులు ఎత్తే పద్ధతిని కాకానివర్గం రెండుఓట్ల ఆధిక్యతతో గెలిచింది. కాని ఆ సభను నిర్వహించిన అధ్యక్షుడు కాకానివర్గం ఓడిపోయిందని ప్రకటించాడు. అయినా 1942లో జైలుకు వెళ్ళేవరకు ఆయన బ్యాంకు డైరెక్టరులలో ఒకరు.

కస్తూరిబాయి స్మారక నిధి:

1942 ఆగస్టు ఉద్యమకాలంలో కస్తూరిబా జైల్లో మరణించింది. బెజవాడలో కస్తూరిబా స్మారక కూపన్ల ద్వారా పెద్దమొత్తాన్ని వసూలు చేసి కాకాని ఆ నిధికి జమకట్టారు. అలాగే గాంధీ మరణం తరువాత గాంధీ స్మారక నిధికి 30,000/- లను వసూలు చేసి ఆ నిధికి జమకట్టారు. పశ్చిమ కృష్ణాజిల్లా కాంగ్రెస్ అధ్యక్షురాలుగా రాయలసీమ కరువు బాధితుల నిధికి 400 బస్తాల ధాన్యం ఎన్నో జతల బట్టలను సేకరించి ప్రత్యేకరైల్లో పంపించారు. ఆయన రశీదు లేకుండా పైసా పుచ్చుకునేవారు కాదు. బాధితులకు డబ్బు పంపిన తరువాత జమా ఖర్చులను ఆడిట్ చేయించేవారు.

1963లో చైనాతో యుద్ధం వచ్చినపుడు దేశరక్షణ నిధికి రొఖ్ఖం, బంగారం వసూలు చేశారు. ఆచార్యరంగా విగ్రహ ప్రతిష్ఠాపనకు కూడా నిధులు వసూలు చేశారు. ప్రత్యర్థులు ఆయనకు చికాకులు కలిగించినా, కాంగ్రెస్ నుండి బయటకు వెళ్ళలేదు. 1964లో జరిగిన పంచాయతీ సమితుల ఎన్నికలలో పశ్చిమ కృష్ణాలో గల 11 సమితులలో, ఆయన సహచరులు ఎనిమిది సమితులలో జయించారు. తరువాత జరిగిన జిల్లా పరిషత్ ఎన్నికలలో ఆయన సహచరుడు పిన్నమనేని కోటేశ్వరరావు ఎంపికైనారు.

1946లో ఆంధ్రకోస్తా జిల్లాలు పెద్దతుఫానుకు గురి అయ్యాయి. కృష్ణాజిల్లా వరద బాధితుల బాధానివారణ కమిటి ఛైర్మన్‌గా శ్రీకాకాని ప్రతిరోజూ ఎన్నో మైళ్ళు నడిచి వెళ్ళేవారు. ఒకసారి నడుస్తూ వాగులను, మురుగుకాలువలను దాటుతూ బుడమేరు నీటి ప్రవాహంలో తాటిదోనెపై ప్రయాణం చేశారు.

ఉత్పత్తి కొనుగోలుదార్ల సహకార సంఘాలు :

1946లో ప్రకాశంగారు మద్రాసు రాష్ట్ర ప్రధానమంత్రి అయిన వెంటనే ఆయన ఉత్పత్తి కొనుగోలుదార్ల సంఘాలను సహకార సంఘాలు అన్నారు. రైతులను, కొనుగోలుదారులను దళారీల నుండి రక్షించటమే ఆ వ్యవస్థ ఆశయం. ఈ సంఘాలు రైతులకు అప్పులు కూడా పెట్టేవి. ఈ విధానం గ్రామస్థుల జీవనపద్ధతిలో విప్లవమార్పులు తెచ్చింది. పశ్చిమకృష్ణాలో 16 సంఘాలు ఏర్పడ్డాయి. కాకాని రోజుకొక సంఘాన్ని రిజిస్టర్ చేయించారు.

వీరవల్లి, ఆరుగొలను, ఆత్కూరు, అవుటపల్లి, గన్నవరం, ముస్తాబాద, మానికొండ, ముసునూరు, గోపువానిపాలెం, ఆకునూరు, మేడూరు, తోట్లవల్లూరు, గొడవర్రు, కంకిపాడులలో ఆ సంఘాలు అద్భుతంగా పనిచేశాయి. 1947 జనవరికి నాలుగు కోస్తా జిల్లాల్లో 108 సంఘాలు ఏర్పడ్డాయి. కాని ప్రకాశంగారు దిగిపోగానే ఆ సంఘాలు రద్దయినవి. కాకాని చాలా బాధపడ్డారు. ప్రకాశంగారు ఆ సంఘాల రద్దును శిశుహత్యగా అసెంబ్లీలో వర్ణించారు.

1945లో జైలు నుండి రాగానే కాకాని వి.సి.సి. బ్యాంకు డైరెక్టర్ అయినారు. తిరిగి 1955లో కాకానిని బ్యాంకు డైరక్టరుగా ఎన్నుకున్నారు. 1965లో బ్యాంకు స్వర్ణోత్సవం కాకాని పర్యవేక్షణలో దిగ్విజయంగా జరిగింది.

1946- ఎన్నికలు :

తనకు నచ్చని నూకల వీరరాఘవయ్య, కొల్లిపర సూరయ్య గార్లు అభ్యర్థులైనా కాకాని ఎన్నికల ప్రచారాన్ని నిర్వహించడానికి అంగీకరించి, రోజు ఇరవైగంటలు పనిచేశారు. పగలు ఒక డ్రైవరు, రాత్రి ఒక డ్రైవరు - ప్రాంతీయ ఎన్నికల కార్యాలయాలు, ప్రతి ప్రాంతీయ కార్యాలయానికి ఒక పరిశీలక దళం, ఒక బుర్రకథ దళం.

ఫలితాలు :

అత్యధిక మెజారిటీతో, కాంగ్రెస్ అభ్యర్థుల విజయం. అది కాకాని విజయమని ఆయన మిత్రులు కొనియాడారు. తరువాత 1948లో జరిగిన ఎన్నికలలో కాకాని ఏకగ్రీవంగా కృష్ణాజిల్లా బోర్డు అధ్యక్షులుగా ఎన్నికయ్యారు.

కాకాని సవ్యసాచి :

కాంగ్రెసు కార్యక్రమాలు, సహకారరంగం కార్యక్రమాలు, కస్తూరిబా స్మారక నిధి వసూలు, కమ్యూనిస్టులతో పోరాటం, నైజాంజిల్లాల నుండి పారిపోయి వచ్చిన కాంగ్రెసు వారి పునరావాస కార్యక్రమం - అన్ని రంగాలలో కాకాని ఒకేసారి పనిచేయవలసి వచ్చింది. తరువాత ఆచార్యరంగా, నీలం సంజీవరెడ్డిగార్లు రాష్ట్ర కాంగ్రెస్ అధ్యక్షపదవికి పోటీ చేయగా రంగా ఓటమిపాలయ్యాడు. వెంటనే రంగా, ప్రకాశంగార్లు కాంగ్రెస్ నుండి బయటపడి మరొక పార్టీ పెట్టారు. కాని కాకాని కాంగ్రెసులోనే ఉండిపోయారు. 1951 ఎన్నికల్లో కాంగ్రెస్ చిత్తుగా ఓడిపోయింది. (ఆనాడు ఎన్నికల ఫలితాల ప్రకటనా విధానం నేటి ఎన్నికల ఫలితాల విధానానికి భిన్నం. కొన్ని నియోజకవర్గాల ఎన్నికలను నిర్వహించేనాటికి అంతకు ముందు జరిగిన నియోజక వర్గాల ఎన్నికల ఫలితాలు వచ్చేవి. తత్ఫలితంగా ఎక్కువ నియోజకవర్గాలలో ఓడిపోయిన పార్టీ, తరువాత ఎన్నో నియోజకవర్గాలలో చిత్తుగా ఓడిపోయేది.)

ప్రత్యేక ఆంధ్రరాష్ట్రం ఏర్పడినపుడు ప్రకాశంగారు దానికి ముఖ్యమంత్రయ్యారు. కాని ప్రకాశం ఎక్కువకాలం అధికారంలో ఉండలేదు. 1956 మార్చి 31న విశాలాంధ్ర ఏర్పడుతున్నట్లు ప్రకటన వచ్చింది. 1958లో మధ్యంతర ఎన్నికలు వచ్చాయి. ఆ ఎన్నికలలో రంగాగారిని కలుపుకొని కాంగ్రెస్ అఖండవిజయం పొందింది. కాకాని ఉయ్యూరు నియోజక వర్గం నుండి నెగ్గారు. తరువాత పశ్చిమ కృష్ణా, తూర్పు కృష్ణా కాంగ్రెస్ సంఘాలు ఏర్పడ్డాయి. తూర్పు కృష్ణాలో కాకాని వ్యతిరేకులు కాకానిని దెబ్బతీశారు. అయినా కాకాని కాంగ్రెసు నుండి బయటకు

పోలేదు. ఆయన ఎన్నో ఎదురుదెబ్బలు తిన్న ధీశాలి. ఒకసారి ఒక బస్సుపైకెక్కి బెజవాడ చేరిన కాకానిని పోలీసులు అరెస్టు చేశారు. కాకాని ఒకసారి పోలీసులను తోసుకొని ఆంధ్రరత్న భవనంలో ప్రవేశించారు.

కళ్యాణి కాంగ్రెస్ మహాసభ :

కళ్యాణి బెజవాడకు సుమారు 2200 కిలోమీటర్ల దూరాన వున్నది. కాకానిదళం ఇద్దరు డ్రైవర్లతో రాత్రింబవళ్ళు ప్రయాణం చేసి, దారిలో తనకు భాష తెలియని గోండుల, చెంచుల, బంజారాల దాడులనెదుర్కొంటూ కొండలూ, గుట్టలను దాటుకొంటూ, కళ్యాణికి వెళ్ళి తిరిగివస్తూ ఒక అర్ధరాత్రి రాయగఢ్‌లో శ్రీనూతక్కి రామశేషయ్యగారి ఆతిథ్యాన్ని పొందింది. బెజవాడ వచ్చేసరికి ఆయన వ్యాను శిథిలమైంది. సహచరులు శల్యావశిష్టులైనారు. కాని కాకాని చెక్కుచెదరలేదు.

నందికొండ పర్యటన :

నాగార్జునసాగర్ నిర్మాణాన్ని గూర్చి ఖోస్లా కమీషన్‌కు మెమోరాండం సమర్పించటానికి శ్రీకాకాని, పదిహేనుమంది కార్యకర్తలతో ముక్త్యాల రాజా గారిని కలుపుకొని, ఎన్నో అడవులనుదాటి నందికొండ చేరారు. అక్కడ కమ్యూనిస్టులను ఎదుర్కొనేందుకు ఉన్న దళానికి చెందిన ఒక సార్జంట్, కాకానిని గుర్తుపట్టి కాకానిదళానికి భోజనం ఏర్పాటు చేశాడు. ఖోస్లాకమిటీని కలిసిన తరువాత రాత్రి పదిగంటలకు కాకాని దళం భోజనం చెయ్యకుండానే బయలుదేరి, మిర్యాలగూడాలో ఒక బంగ్లాలో నేల మీద పరుండి, మరునాటి ఉదయం దారిలోగల బుచ్చిరామశ్రేష్ఠి గారి (కొణకంచి) ఇంట్లో భోజనం చేసి, రాత్రి 9గం॥లకు బెజవాడ చేరింది.

పరిపాలనాదక్షుడు :

ఆయన ఏకగ్రీవంగా ఎన్నికైన ఆకునూరు పంచాయితీ అధ్యక్షుడు (1934-37). ఆయన జిల్లా బోర్డు అధ్యక్షుడుగా (అక్టోబరు 1949 నుండి మే 1953) ఏకగ్రీవంగా ఎన్నికయ్యారు. ఆయన ఎన్నిక వల్ల ఆ పదవికే గౌరవం దక్కింది. జిల్లా బోర్డు అధ్యక్షుడైన తరువాత 3వ రోజుననే పెద్ద తుఫాను కోస్తాఆంధ్రను ధ్వంసం చేసింది. వెంటనే మద్రాసు ప్రెసిడెన్సీ స్థానిక సంస్థల శాఖామంత్రి కల్లూరి చంద్రమౌళిగారిని రప్పించి, తుఫాను బాధిత గ్రామప్రాంతాలను ఎడ్లబండిపై తిప్పి ఆయనకు చూపించారు. వెంటనే వివిధ శాఖల నుండి నిధులు వచ్చాయి. ఆ నిధులకు తోడుగా ఎంతోకాలంగా మూలపడి వున్న లక్షలరూపాయల రైల్వే సెస్సు, రైల్వే అమ్మకపు ఫండ్, సుమారు 25 లక్షల రూపాయలు వుండగా, ఆ సొమ్మును ఖర్చుచేయుటకు ఆయన స్కీములను తయారుచేయించి 1949 నవంబరులో జిల్లాబోర్డు బడ్జెట్ సమావేశంలో ఆమోదం పొందారు. ఆ బడ్జెట్ వివరాలను స్వయంగా ఆయన మద్రాసు తీసుకొనివెళ్ళి, చంద్రమౌళిగారి అనుమతి పొందారు.

ఆయన జిల్లాబోర్డు ఉద్యోగులలో అవినీతిని బాగా తగ్గించారు. ఫైళ్ళు చకచకా పరుగులు పెట్టాయి. ఆయన ప్రతిరోజూ ఏదో ఒక ప్రాంతంలో పర్యటించేవారు. కారుకదలని చోట సైకిల్ ఎక్కేవారు. సైకిల్ కదలని చోట కాలినడకన వెళ్ళేవారు. ఒకసారి నందిగామ తాలూకాలో ఆయన కారు కదలలేదు. వెంటనే రెండు సైకిళ్ళు తెప్పించి, ఆరుమైళ్ళ దూరం సైకిల్‌పై వెళ్ళి రోడ్డును తనిఖీ చేసి వచ్చారు. హైస్కూళ్ళలో బి.ఇడి. శిక్షణ పొందిన ఉపాధ్యాయులు సరిపడలేరని గ్రహించి, బి.ఇడి లేని పట్టభద్రులను, స్నాతకోత్తర పట్టభద్రులను ఉపాధ్యాయులుగా నియమించి, తరువాత వారికి స్టైఫండ్ ఇచ్చి బి.ఇడి. శిక్షణపొంది రమ్మనేవారు. ఎం.ఏ., బి.ఇడి., అయిన ఈ రచయిత నిడుద్రోలు కాలేజిలో లెక్చరర్‌గా పనిచేయటానికి, 1951 జూన్‌లో తన ఉద్యోగానికి రాజీనామా చేస్తే "ఎందుకండీ వెళ్ళిపోవడము, రెండు మూడు సంవత్సరాలలో మీరు ఇక్కడే హెడ్మాస్టరు అవుతారు కాబట్టి ఇక్కడే వుండండి." అన్నారు. తరువాత గొంది రామబ్రహ్మం (మద్దూరు) గారు గట్టిగా సిఫారసు చేసినప్పుడు ఆయన ఈ రచయిత రాజీనామాను ఆమోదించారు. డాక్టర్లు తక్కువగా వున్నారని గమనించి చాలా మందికి స్టైఫండ్ ఇచ్చి, ఆయన వారికి ఆయుర్వేద వైద్యంలో శిక్షణ ఇప్పించారు.

క్రమశిక్షణ:

అప్పుడు ఉపాధ్యాయులు చాలామంది చదువు చెప్పటం మానేసి ట్రాన్స్‌ఫర్ల కోసం బోర్డుఆఫీసు చుట్టూ తిరుగుతున్నారని గమనించి "ఏ ఉపాధ్యాయుడూ బోర్డుఆఫీసుకు రాకూడదు" అని శాసించారు. వారిని నేరుగా తనకు ఉత్తరాలు రాయమన్నారు. ఏ కవరునూ తాను తప్ప మరెవ్వరూ చించరాదని శాసించారు. వచ్చిన వాటిల్లో అవసరమైన వాటిని తనదగ్గరే వుంచుకుని, సంబంధిత గుమాస్తాను పిలిపించి, తన ఎదుటనే నోటు రాయించి, వెంటనే అర్జీదారునకు సమాధానం పంపేవారు. ఇతర అర్జీలను నిర్ణీత సమయంలో పరిష్కారం చేయాలని సిబ్బందిని ఆజ్ఞాపించేవారు. ఏ ఒక ఉపాధ్యాయుడైన, ఏదేని పనిమీద రెండుసార్లు ఆఫీసుకు వస్తే సంబంధిత గుమస్తాను "నీ అంతు చూస్తాను" అని హెచ్చరించేవారు. రాష్ట్రం మొత్తం మీద ప్రభుత్వపు ఉపాధ్యాయులకు లభించే జీతాలను బోర్డు ఉపాధ్యాయులకు మొట్టమొదట ఇచ్చిన బోర్డు అధ్యక్షులు శ్రీకాకాని. ఇంకా నెలనెలా మొదటితేదీన జీతాలు ఇచ్చిందీ ఆయనే. అందుకోసం ప్రతినెల 28వ తేదీన ఆయన ఆఫీసులో తప్పనిసరిగా ఉండేవారు. జీతంచెక్కులు ప్రతినెలా ఆఖరితేదీన పోస్టులో పడ వలసిందే. శ్రీచక్రవర్తుల రాజగోపాలచార్యులుగారు ఉమ్మడి మద్రాసు రాష్ట్ర ప్రధానమంత్రిగా ప్రతికాగితంను చూచిన తర్వాతే దానిని ఆఫీసుకు పంపించేవారు. స్వయంగా తపాలా చూడటం పరిపాలనాదక్షుని లక్షణం.

ఇలా ఆఫీసు నిర్వహణలో కఠినంగా ఉండే కాకాని సిబ్బందిని ఎంతో ప్రేమించేవారు. వారి కోర్కెను మన్నించి జిల్లాబోర్డు ఆఫీసు ఆవరణలో స్థలం ఇవ్వడమే కాక మిత్రుల నుండి చందాలు ఇప్పించి, సిబ్బంది క్లబ్బు నిర్మాణానికి తోడ్పడ్డారు. ఆయన జిల్లాబోర్డు అధ్యక్షుడు

కాకముందు హైస్కూలు సర్వీసు పదిసంవత్సరంలు వున్నవారే హెడ్మాస్టర్లు కావచ్చుననే నిబంధన వుండేది. శ్రీకాకాని ఆ నిబంధనను మార్పించి ఒకటి, రెండు సంవత్సరాలు సర్వీసు తక్కువగా ఉన్న వారికెందరికో హెడ్మాస్టర్లుగా పదోన్నతి కల్పించారు. అందుకే ఉపాధ్యాయులు బెజవాడ గాంధీనగరలో "కాకాని గిల్డ్‌హోమ్"ను కాకానికి శాశ్వత జ్ఞాపికగా (1968-69)లో నిర్మించారు. ఈ గిల్డ్‌హోమ్‌ను శ్రీయార్లగడ్డ రాజగోపాలరావుగారు కొన్ని సంవత్సరాలు నిర్వహించారు.

కాకాని ఆయన వ్యతిరేకులకు కూడా సహాయం చేసేవారు.

కాకాని మొత్తం 10సార్లు జైలుకు వెళ్ళారు. ఆయన కృష్ణాజిల్లాలో సుమారు 100 ఉన్నత, ప్రాథమికోన్నత పాఠశాలలు స్థాపించారు. ఎందుకు ఇన్ని పాఠశాలలు పెడుతున్నారు అని ఆయనను ఎవరైనా అడిగితే, తను చదువుకోలేదు కాబట్టి, తనకు చదువు విలువ తెలుసునని అనేవారు. ఈ విషయంలో ఆయనకు స్ఫూర్తిని ఇచ్చినది గుంటూరు జిల్లా నిడుబ్రోలు వాస్తవ్యుడైన పాములపాటి వెంకటకృష్ణయ్య చౌదరిగారు.

ఇంకా రాష్ట్రంలో ప్రభుత్వపు ఉపాధ్యాయులకిచ్చే కరువు భత్యాన్ని ప్రైవేటు కళాశాలల ఉపాధ్యాయులకు ఇప్పించారు.

ఉపాధ్యాయబంధు:

కృష్ణాజిల్లా టీచర్స్ గిల్డ్ ఆయనకు తన పామర్రు సభలో 'ఉపాధ్యాయబంధు' అనే బిరుదు ఇచ్చింది. బోర్డు అధ్యక్షపదవి నుండి వైదొలిగిన తరువాత ఆయనకు ఈ బిరుదు లభించటం గొప్ప విశేషం.

మునగాల రైతు పోరాటం :

ఆనాడు కృష్ణాజిల్లాలో గల మునగాల జమీందారు నిరంకుశుడు. కష్టాల్లో వున్న రైతులకు "నేనున్నాను" అని ధైర్యం చెప్పినవారు కాకాని. ఆయన కాంగ్రెస్ సోషలిస్టులతో కలిసి 'జిల్లా రైతు సంఘం' స్థాపించారు. ఆనాడు అఖిల భారత రైతు సంఘం నాయకులు ఆచార్యరంగా ఆ పోరాటంలో భాగం కాగా, కృష్ణాజిల్లా కాంగ్రెస్ ప్రత్యేక సమావేశం మునగాల రైతుల ఇక్కట్లను గురించి ఒక నివేదికను ఆమోదించి, రెవెన్యూ మంత్రి ప్రకాశంగారికి పంపించింది. జమీందారు దురాగతాలు ఎక్కువైనా, కాకాని మునగాల జమీందారు కమతంలో వెట్టిచాకిరీ చేయవలసి ఉండేది. ప్రతి ఇంటినుండి నెలకొక్క కోడిని ఉచితంగా పంపవలసివుండేది. ఆ జమీందారుకు యాదవులు ఆరునెలలకొకసారి ఒక పొటేలును ఉచితంగా పంపవలసి వుండేది. తగాయిదాలపై జమీందారే తీర్పు చెప్పి జరిమానాను తానే వసూలు చేసుకొనేవాడు. ఆయన దృష్టిలో నేరస్తులైన వాళ్ళకు బండకొయ్య శిక్షను విధించేవాడు. అతని అనుమతిలేనిదే రైతులు వారి చెట్లను నరుక్కోరాదు. వాళ్ళ పొలాల్లో నూతులు తవ్వుకోరాదు. ప్రతి ఇంటినుండి ఒకమనిషి వెళ్ళి

జమీందారు గారి వడ్లు దంచాలి. పేడను పిడకలుగా మార్చాలి. జొన్నలు తొక్కాలి. ఆ వెట్టిచాకిరి బాలింతలకు కూడా తప్పేదికాదు. ఆయన సిబ్బంది గ్రామాలకు వెళ్ళినప్పుడు వారికి ప్రజలు సకల మర్యాదలు చేయాలి. ఆ దురంతాలను విచారించుటకు కృష్ణాజిల్లా కలెక్టర్ ఒకసారి మునగాల వెళ్ళగా, ఆ జమీందారు దివాను పెద్దపెద్ద పళ్ళెములలో భోజన పదార్థాలను పంపాడు. కలెక్టరు ఆ దివానును మందలించాడు. తరువాత ఆ పరగణాను ఆచార్యరంగా, రెవెన్యూ మంత్రి ప్రకాశంగార్లు దర్శించక ముందు ప్రజల విధులను గురించి ఆ జమీందారు దివాను లిఖిత పూర్వకంగా పంపిన చీటీలు ఒక బస్తా అయినవి.

కొండపర్వ రైతుల పోరాటం:

మునగాల రైతుల పోరాటం జరుగుతున్నప్పుడే నూజివీడు, విస్సన్నపేటల మధ్యగల కొండపర్వ జమీందారు రైతులను భూములనుండి అక్రమంగా తొలగించటానికి ప్రయత్నిస్తున్నట్లు కాకానికి వార్తలు చేరాయి. కాకాని, కాట్రగడ్డ నారాయణ రావుగార్లు, కొందరు సోషలిస్టు యువకులు, ఉరుకులు పరుగుల మీద కొండపర్వచేరి, కరపత్రాలను పంచి, సత్యాగ్రహానికి రైతులను సిద్ధం చేశారు. ఆ సందర్భంలో పేటబాపయ్య గారిని జైలులో పెట్టారు. కాని కోర్టు తీర్పు రైతులకు అనుకూలంగా వచ్చింది. విజయోత్సవ సభ ఆ జమీందారు ఇంటి ముందే జరిగింది. ఆ సభ బాపయ్యగారికి "సర్దార్" బిరుదును ఇచ్చింది.

రజాకారుల చర్యలు :

1948 ప్రారంభం నుండి కాకాని అగ్ని పరీక్షలను ఎదుర్కొన్నారు. ఒకవైపు నిజాం ప్రభుత్వపు హోమ్ గార్డులైన తెలంగాణా రజాకార్ల క్రూరత్వం, మరొక వంక కమ్యూనిస్టుల సాయుధచర్యలు. నిజాం నిరంకుశత్వాన్ని అంతం చేయటానికి ప్రారంభమైన కాంగ్రెస్ సత్యాగ్రహ ఉద్యమం. ఈ విధంగా కాంగ్రెసు కార్యకర్తలకు ఆయుధాలనందించే ఏర్పాటు చేశారు. పోలీసు సాయం కూడగట్టారు. ఒక రాత్రి 10 గంటలవేళ కాకాని బృందం నందిగామతాలుకా జొన్నలగడ్డలో గల స్టేట్ కాంగ్రెస్ శిబిరానికి వెళ్ళింది. కాపలా డ్యూటీలో వున్న సాయుధుడైన వాలంటీర్ తుపాకీని ఎత్తి కాల్చబోగా, కాకాని జీపునుండి దూకి "ఫ్రెండ్! ఫ్రెండ్!" అని కేకవేశారు. ఆ వాలంటీరు కాకానికి మిలటరీ శాల్యూట్ చేసి, ఆయన బృందాన్ని ఆహ్వానించారు.

నాటి నిజాంస్టేట్‌లో రెసిడెంట్‌గా వున్న కె.ఎం. మున్షీ నాటి రజాకార్ల దుండగాలను స్వయంగా పరిశీలించటానికి మునగాల వచ్చారు. వారికి మాధవరం సరిహద్దుల్లో నిజాం స్టేట్ కాంగ్రెసీకుల శిబిరాలను, రజాకారుల దురంతాలను సాయుధ కమ్యూనిస్టుల చర్యలను శ్రీకాకాని వివరించారు. కాకాని కార్యదక్షతకు ముగ్ధుడైన మున్షీ కాకానిని ప్రశంసించారు.

ఆనాడు నిజాంస్టేట్‌లో పెచ్చరిల్లిన రజాకార్ల అరాచకాన్ని తుద ముట్టించటానికి ది.13-9-48న సర్దార్ పటేల్ పోలీస్‌యాక్షన్ తీసుకున్నారు. ఆనాడు నల్లగొండ, వరంగల్ జిల్లాల్లో కమ్యూనిస్టులు పెద్దపెద్ద భూస్వాముల భూములను పేదలకు పంచారు. ప్రజాకోర్టులు నిర్వహించారు.

1848-49లో కాటూరులో మంచం మీద నిద్రిస్తున్న నార్ల రామలింగయ్యని ఎవరో కాల్చిచంపారు. నిస్సందేహంగా అది కమ్యూనిస్టుల చర్యేనని ప్రభుత్వవర్గాలు భావించాయి. అప్పుడు ఈ రచయిత తాడంకి హైస్కూలులో బి.ఇడి. అసిస్టెంట్‌గా ఉద్యోగం చేస్తున్నారు. ఆ రోజులలో రేపాల బుచ్చిరామశ్రేష్ఠిగారు (కొణకంచి), అడుసుమిల్లి సూర్యనారాయణగారు (వీరులపాడు) కాకానికి విశ్వాసపాత్రులైన అనుచరులు. ఆనాడు ముందుకు అడుగువేస్తే మృత్యువేనని తెలిసికూడా ముందడుగు వేసిన ధీశాలి కాకాని. "మీరు మేల్కొని వుంటే... వాళ్లు (కమ్యూనిస్టులు) నిద్రపోతారు." అని కాకాని తన అనుచరులకు నిత్యం బోధించేవారు. ఒక సందర్భంలో "ఉక్కు వంటి మీ కాకాని మిమ్ములను రక్షించగలడు" అని ప్రకాశం అన్నారు. తరువాత భారత హోంమంత్రి సర్దార్‌పటేల్‌కు మద్రాసులో కాకానిని పరిచయం చేస్తూ నాటి ఆంధ్రకాంగ్రెసు అధ్యక్షులు ఆచార్యరంగా "ఈయన ఆంధ్ర ఉక్కుమనిషి" అన్నారు. అప్పటి నుండి "ఉక్కు కాకాని" కాకానికి సార్థకనామమైనది.

కాకాని - ఆర్టీసి :

ప్రభుత్వం 1950లో ఆంధ్రా బస్సురూట్లును జాతీయం చేసే కార్యక్రమాన్ని కృష్ణాజిల్లాతో ప్రారంభించింది. ఆనాడు ప్రైవేటు బస్సు కార్మికులకు తగినన్ని ఉద్యోగాలు రాలేదు. ఉద్యోగాలు వచ్చినవారికి తెలంగాణా ఉద్యోగులకు ఇచ్చిన జీతాలు రాలేదు. కాగా కాకాని ఆర్టీసి నేషనల్ వర్కర్స్ యూనియన్ అధ్యక్షులై, ఆంధ్రా బస్సుకార్మికులకు తెలంగాణా బస్సు కార్మికులతో పాటు జీతాలు ఇప్పించారు. ఆయన కృషివలననే విజయవాడ - హైదరాబాదు రాత్రి బస్సుసర్వీసులు ప్రారంభ మయ్యాయి. ఇంకా ఆయన సూచనపైనే విజయవాడ- హైదరాబాద్ రాత్రి బస్సులు కండక్టరు లేకుండా తిరగడం ప్రారంభమైంది.

కాకాని మంచి మధ్యవర్తి :

ఉయ్యూరు పంచదార ఫ్యాక్టరీకి దాని కార్మికులకు ఆయన మధ్యవర్తి. ఆయన కృష్ణాజిల్లా వ్యవసాయకాంగ్రెసును నిర్మించారు. దీని నిర్వాహకులు హరిజనులైన శ్రీ అప్పికట్ల జోసెఫ్.

కాకాని పశ్చిమ కృష్ణాజిల్లాలో ఎన్నో హరిజన కుటుంబాలకు ఇళ్ళ స్థలాలు ఇప్పించారు. వ్యవసాయ కూలీల అభ్యున్నతి కోసమే ఆయన వ్యవసాయశాఖ మంత్రిగా ఉన్నప్పుడు పాల సహకార సంఘాలను ఏర్పరిచారు.

విజయపురి సందర్శన :

నాగార్జునసాగర్ డామ్‌ను చూసిన తరువాత కాకాని ఇక్ష్వాకుల రాజధానియైన విజయపురికి వెళ్ళారు. శిథిల కట్టడాలను దర్శించారు. శిల్పసంపద మునిగిపోవుననే భయంతో అక్కడ కొండపైన నిర్మాణమవుతున్న ఒక భవనాన్ని చూశారు. రాజదర్బారులు, రాణీవాసమందిరాలు, రాజమహల్‌లు, అశ్వమేధయాగ కుండములు, రాజుల శవపేటికలుంచిన మమ్మీలు, ప్రపంచ ప్రఖ్యాతిగాంచిన నాగార్జున విశ్వవిద్యాలయం, బౌద్ధారామం చూచి మాచెర్ల వెళ్ళగా, అక్కడ ఆయన మిత్రులు కోవూరి భాస్కరరావు కాకానికి ఆతిథ్యమిచ్చారు.

భారత్‌సేవక్ సమాజ్ :

1947 తరువాత దేశపునర్నిర్మాణ నిమిత్తం ఏర్పడిన భారత్‌సేవక్ సమాజ్ అధ్యక్షుడిగా ప్రముఖ స్వాతంత్ర్య సమరయోధుడు గుల్జారి లాల్ నందా ఎన్నికయ్యారు. ఆంధ్రరాష్ట్రంలో కాకాని ఆ సమాజశాఖ కన్వీనర్. కాకాని వ్యవసాయశాఖ ద్వారా కాలువలను త్రవ్వించారు. అవినీతి నిర్మూలనశాఖలో ఒక సంఘసేవకుడైన న్యాయవాది, ఒక రిటైర్ జడ్జిని సభ్యులుగా చేసి, అవినీతి వ్యతిరేక పోరాటం సాగించారు. ఉద్యోగులు ఆయనను చూస్తే హడలిపోయేవారు.

ఆయన యువకుల కోసం మంచి స్కీములు తయారుచేయించి ఉ.9.00 గంటలనుండి 12.00 గంటల వరకు శ్రమదానం చేయించుతూ, ఆయన కూడా వారితో పనిచేసేవారు. సాయంత్రం 3 గంటల నుండి 6 గంటల వరకు మేధావుల చేత ఉపన్యాసాలను ఇప్పించేవారు. అందుకే ఆయనను కృష్ణాజిల్లా మొత్తం గౌరవించింది. 1968లో ఆయన అనుచరులు నందిగామ పట్టణంలో కాకాని వెంకటరత్నం కళాశాలను స్థాపించారు. కృష్ణాజిల్లా పెనుగంచిప్రోలు మండలం కొణకంచిలో గల ఒక పాఠశాల పేరు కాకాని వెంకటరత్నం పాఠశాల.

మహిళా విభాగం:

మహిళా సభ్యుల ద్వారా పొదుపు ఉద్యమ ప్రచారం చేయించారు. పొదుపు మొత్తాలను డిపాజిట్ చేయించారు. దొడ్లలో కూరగాయలు పండించుకునేందుకు ప్రోత్సహించారు. విత్తనాలను వ్యవసాయశాఖద్వారా పంపిణీ చేయించారు. కుట్టుమిషను కేంద్రాలను పెట్టించారు. విద్యార్థి విభాగం ద్వారా పదిహేనురోజుల శిబిరాలను ఏర్పరచి వాటిని స్వయంగా పర్యవేక్షించారు.

ఉయ్యూరు పంచదార ఫ్యాక్టరీ :

శ్రీ అడుసుమిల్లి గోపాలకృష్ణయ్యగారు కాకాని ముఖ్య సహచరుడు. గోపాలకృష్ణయ్యగారి అల్లుడు వెలగపూడి రామకృష్ణ ఐ.సి.యస్.గారి సలహాతో సహకారరంగంలో షేర్ల విక్రయం ద్వారా ధనాన్ని స్వీకరించి, ఫ్యాక్టరీలు నిర్మించుటకు ఒక ఇండస్ట్రియల్ సహకారసంఘాన్ని

స్థాపించారు. చెఱకుపంటను కాకాని స్వయంగా ప్రోత్సహించారు. సామర్లకోట ప్రాంతం గ్రామాలనుండి విత్తనపు చెఱకును తెప్పించారు. అప్పుడు చెఱకుధర టన్ను ఒకటికి ఏడురూపాయ లుండేది. బాగా కష్టపడితే ఎకరం ఒకటికి 10టన్నులు పండేవి. కాని అడుసుమిల్లివారు ఆ ఫ్యాక్టరీని సొంతం చేసుకోవాలని ఆలోచించి వ్యాజ్యాలు వేసి గెలిచారు.

గ్రంథాలయోద్యమం :

గ్రంథాలయోద్యమానికి కాకాని చాలా సహాయం చేశారు. వి.సి.సి.బ్యాంక్ కామన్ గుడ్‌ఫండ్ నుండి విరాళాలను ఇప్పించి కాకాని అనేక గ్రంథాలయాలకు సహాయపడ్డారు. విజయవాడలో ఏర్పడిన టాగూర్ గ్రంథాలయంలో సంప్రదింపు గ్రంథాల విభాగాన్ని పెట్టించటానికి కాకాని తోడ్పడ్డారు. టాగూర్ శతజయంతి సందర్భంలో పి.డబ్ల్యు.డి.వారి స్థలంలో కృష్ణాజిల్లా గ్రంథాలయ సంస్థ టాగూర్ స్మారక భవనాన్ని నిర్మించింది.

1962లో కాకాని వుయ్యూరు నుండి శాసనసభకు ఎన్నికయ్యారు. 1967లో జరిగిన ఎన్నికలలో కాకాని, కాంగ్రెస్ ముఠాతత్వాల వల్ల కొద్దిపాటి తేడాతో ఓడిపోయారు.

1967లోనే కాకాని ఆంధ్రరాష్ట్ర కాంగ్రెస్ అధ్యక్షుడయ్యారు. హఠాత్తుగా ఆంధ్రతెలంగాణా ఉద్యమం పుట్టింది. కాంగ్రెస్సే కాకాని, కాకానియే కాంగ్రెస్ అను ధోరణి ఏర్పడింది. ఆయన కారుపై హైద్రాబాదులో దుండగలు దాడి చేశారు. అయినా కాకాని ఒంటరిగా వుండేవారు. అక్కడ జరిగిన అఖిలభారత కాంగ్రెస్ సభలకు ఆయన అధ్యక్షుడు. ఆ సభలు జరుగుతుండగానే ఆయన కుడిభుజమైన శ్రీవెల్లివల సీతారామయ్య, (గన్నవరం ఎం.ఎల్.ఏ.) గుండెపోటుతో మరణించారు. సీతారామయ్యగారు నిరతాన్న దానశీలి, అజాతశత్రువు. తదుపరి గన్నవరం నియోజకవర్గానికి కాకాని ఎన్నికై, 1968లో ఆం.ప్ర. వ్యవసాయశాఖ మంత్రి అయ్యారు. ఆయన దృష్టి వ్యవసాయం, పాడిపరిశ్రమ, గ్రామసీమలపై పడింది. ఆయన స్వయంగా పొలం దున్నినవారు. విత్తనాలు చల్లినవారు, పొలంలో దమ్ము చేసినవారు. ది.26.7.69 ఆంధ్రరత్న భవనంలో ఆయనకు పౌరసన్మానం జరిగింది.

సహకారరంగంలో తనకు గల అనుభవంతో కాకాని విజయవాడ కో-ఆపరేటివ్ పబ్లిషింగ్& ప్రింటింగ్ సొసైటీ స్థాపించారు. ఈ సంస్థ ముఖద్వారంపై కాకాని గంభీర చిత్రపటమున్నది. అక్టోబరు చివరలో పెద్దతుఫాను వచ్చింది. 24-12-69న ఆయన రాష్ట్ర కాంగ్రెస్ అధ్యక్షపదవికి రాజీనామా చేశారు. కాంగ్రెసు రెండు ముక్కలైనది. 1969 డిసెంబరు 27న బొంబాయిలోని వర్లి డైరీఫామ్‌ను, పాలశీతల కేంద్రాన్ని ఆరే పాలకాలనీని దర్శించారు. తరువాత ఎల్&టి కంపెనీని దర్శించారు. పాలశీతల కేంద్రాలకు కావలసిన యంత్రాలను అక్కడ తయారుచేస్తారు. కాకాని ఆ పరిశ్రమ స్వయంగా తిలకించిన ప్రథమ వ్యవసాయ శాఖామంత్రి. ఎల్&టి. వారు తయారు చేసే సీసాల వంటి సీసాల ద్వారానే పాలను సరఫరా చేయించాలని కాకాని

నిర్ణయించుకున్నారు. కాకానిబృందం అహ్మదాబాదు నుండి 40 మైళ్ళ దూరాన గల పాలశీతల కేంద్రానికి చేరగానే గుజరాత్ ప్రభుత్వం కాకానికి అధికారయుతంగా అన్ని సౌకర్యాలు కల్పించింది. అప్పుడు కాకాని ఆ చుట్టు పక్కల 20 గ్రామాలనుండి పాలబిందెలను నెత్తిమీద పెట్టుకుని పాలశీతల కేంద్రాలముందు నిలబడి పాలుపోసి వెంటనే డబ్బులు తీసుకుంటున్న స్త్రీలను చూచి ముగ్ధుడయ్యారు. తరువాత ఆ ప్రజల కోరికపై చక్కగా హిందీలో ఉపన్యసించారు. మరునాడు సహకార రంగంలో వున్న ఆనంద్ డైరీ ఫామ్‌ను పరిశీలించారు.

అవినీతి వ్యతిరేకి:

వ్యవసాయ శాఖామాత్యులుగా ఆయన ఒకసారి హఠాత్తుగా తన కార్యదర్శికి కూడా తెలియకుండా అనంతపురం జిల్లాలో గల భూసార సంరక్షణ ప్రాజెక్టుని దర్శించి వ్యవసాయశాఖ అడిషనల్ డైరెక్టర్ ద్వారా నివేదికను తెప్పించి ఒకే ఒక్క ఆర్డరుతో సుమారు 112 మంది ఉద్యోగులను సస్పెండు చేసిన ధీశాలి కాకాని.

శ్వేత విప్లవం:

పాలపరిశ్రమలో ఆయన మహావిప్లవాన్ని సాధించారు. ఆం.ప్ర.లో ప్రతి గ్రామంలో పాల సేకరణ కేంద్రం ఏర్పడేటట్లు కృషిచేశారు. ఈ పాలను ఆంధ్ర రాష్ట్ర ప్రజలేకాక కలకత్తా, మద్రాసు వాసులు కూడా వినియోగించుకుంటున్నారు.

కాకాని కళ్యాణ మంటపం / సమావేశ మందిరం :

కృష్ణాజిల్లా హనుమాన్ జంక్షన్‌లో పాలశీతల కేంద్రం దగ్గర కాకాని కళ్యాణమంటపాన్ని పాలకేంద్రాల సంఘాలు నిర్మించాయి. ఇది హనుమాన్ జంక్షన్‌లో గల నాలుగు కళ్యాణమంటపాల లోనూ పెద్దది.

ప్రత్యేకాంధ్రోద్యమం :

1969లో ప్రత్యేకతెలంగాణా ఉద్యమం వచ్చినపుడు, ఆయన ఆం.ప్ర. కాంగ్రెస్ అధ్యక్షుడు. ప్రత్యేక తెలంగాణా వేర్పాటువాదులకే గాని సామాన్యులకు ఉపయోగపడదని ఆయన వాదం. అటువంటి కాకాని ముల్కీ సమస్య పరిష్కారం అసాధ్యమని తేలిన తరువాత, ప్రత్యేకాంధ్రరాష్ట్రం కోసం రణరంగంలో ప్రవేశించారు. కాంగ్రెసు సమైక్యతకు కట్టుబడివుంటే, ఆ ఉద్యమం ప్రతిపక్షాల చేతుల్లోకి వెళ్తుందని, ఇంకా తెలంగాణాకు హైదరాబాద్ రాజధాని అయితే ఆంధ్రులు ఆ నగరంలో ద్వితీయశ్రేణి పౌరులుగా వుండవలసి వస్తుందని భావించి కాకాని మంత్రివర్గం నుండి ది.17.12.72న రాజీనామా చేసి ది.18.12.72న మంత్రివర్గ బాధ్యతల నుండి విముక్తి పొంది ది.21.12.72న విజయవాడ చేరారు. ది.24.12.72న సమైక్యతావాదుల ప్రదర్శన

విజయవాడలో జరుగుతుందని ఆ ప్రదర్శనలో ఎందరో సమైక్యతావాదులు పాల్గొనవచ్చుననే వార్తలురాగా ప్రజలు రెచ్చిపోయారు. గన్నవరం విమానాశ్రయ ప్రాంతమంతా ప్రజాజీవనం స్తంభించిపోయింది. రాకపోకలు బందు అయినవి. కాకాని నిడమనూరు నుండి విమానాశ్రయం వరకు నడచి వెళ్ళారు. ఆయన విమానాశ్రయం దగ్గరకు చేరినప్పుడు ఒక విమానంవచ్చి దిగకుండా తిరిగి వెళ్ళిపోయింది. ఆయన విజయవాడ చేరకముందే పోలీసుకాల్పులు జరిగాయి. కొందరు విద్యార్థులు మరణించారు. కాకాని తీవ్ర ఆందోళనకు గురయ్యారు. "నా పిల్లలను చంపేస్తున్నార్రా?" అంటూ కాల్పుల జరిగిన చోటుకు (బీసెంట్‌రోడ్, ఏలూరు రోడ్ కలిసిన చోటు) వెళ్ళడానికి సిద్ధపడ్డారు. ఆయన మిత్రులు ఆయనను కదలనివ్వలేదు. ఆయన ఆ రాత్రి భోజనం చేయలేదు. అలసటతో ప్రక్కపై వాలిపోయారు. మరల ఒంటిగంటకు స్పృహవచ్చి "గుండెలో బాధగా వున్నది శ్వాస ఆడుటలేదు" అన్నారు. ఆయన మిత్రులు ఆయనను కెనాల్ గెస్ట్‌హౌస్ నుండి ప్రభుత్వఆసుపత్రికి తరలించారు. అక్కడ ఆస్పత్రి సూపరింటెండెంట్ డా॥వెల్లంకి నాగభూషణం, ఆయన తోటిడాక్టర్లు ఎంతో కృషిచేసి ప్రాణవాయువును కూడా సరఫరా చేయించారు, ప్రయోజనం లేక పోయింది. అక్యూట్ లెఫ్ట్‌వెంట్రికల్ ఫెయిల్యూర్‌వల్ల కాకాని మరణించినట్లు డా॥నాగభూషణం వెల్లడించారు. ఒక ఉజ్వలతార రాలిపోయింది.

తెల్లవారకముందే ఆకాశవాణి ద్వారా ఈ ఘోరమైన వార్త నలుదిశలా వ్యాపించింది. కాకాని మరణించినరాత్రి ఈ రచయిత నాగాయలంకలో ఉన్నారు. ది.25-12-72న కృష్ణాజిల్లాలో ఆయన అంతిమయాత్ర డిసెంబరు 25 మధ్యాహ్నం 2-45 గం॥లకు కెనాల్ గెస్ట్‌హౌస్‌నుండి సాగింది. అంతిమయాత్రలో సుమారు పదిలక్షలమంది పాల్గొన్నారు. ఆ సాయంత్రం 5 గం॥లకు ఆయన అంతిమయాత్ర కృష్ణాబ్యారేజికి చేరింది. ఆయన భౌతిక కాయం పక్కన శాసనసభ్యులు శ్రీ వసంతనాగేశ్వరరావు, శాసనమండలి సభ్యులు శ్రీపాలడుగు వెంకట్రావు, ఇంకా ఎందరో మాన్యులు మహానుభావులు ఆయన కుటుంబసభ్యులు కూర్చుని ఉండగా విలపిస్తున్న లక్షలాది జనం దిక్కులు పిక్కటిల్లేట్లు "వీరకాకాని జోహార్" "ఉక్కు కాకాని జోహార్" అంటూ నినాదాలుచేస్తూ ఉండగా, కాకానికి తన నివాళిని అక్షరబద్ధం చేయటానికి ఈ రచయిత ఇంటికి వెళ్ళి ఓ గంటలో ఒకవ్యాసం రాసి అదే రోజు రాత్రి టైపు చేయించి, వెంటనే "ఇండియన్ ఎక్స్‌ప్రెస్" స్థానిక సంపాదకులైన పి.ఎస్. రంగస్వామి గారికి అందజేశారు. అప్పటికే 26వ తేదీ ఉదయం పాఠకులకు చేరవలసిన ఆ పత్రిక సంచిక అచ్చయిపోయింది. తత్ఫలితంగా ఆ వ్యాసం 27-12-72 తేదీగల ఇండియన్ ఎక్స్‌ప్రెస్‌లో వచ్చింది. అదే రోజున ఇండియన్ ఎక్స్‌ప్రెస్ సంపాదకీయం రాసింది. ఆ సంపాదకీయంలో కాకానిని సర్దార్ పటేల్‌తో పోల్చింది. పండితారాధ్యుల నాగేశ్వరరావుగారు ఆంధ్రప్రభ సంపాదకీయంలో కాకాని సేవలను కొనియాడుతూ "ముందు లక్ష్యం నిర్ణయించుకొని ఆ లక్ష్యం సిద్ధించేవరకు పోరాటం సాగించగల ధీరుడు... అని రాస్తూ "కృష్ణాజిల్లా స్వరూపాన్ని, స్వభావాన్ని మార్చి... మంత్రి పదవిని వదలి కార్యరంగంలో ప్రవేశించిన వీరుడు..." లోకమే ఆయన పాఠశాల, అనుభవమే వారి విద్య"

అన్నారు. శ్రీనార్లవారు ఆ డిసెంబరు 26న ప్రచురించిన ఆంధ్రజ్యోతి సంపాదకీయంలో - "కపటం రాజ్యం చేస్తున్న ఈ కాలంలో కపటానికి శత్రువు, మనసులో ఒక మాట పైకి మరొకటి... ఆయనకు చేతకాని విద్య. ఆయనది భల్లూకపు పట్టు. ఆయన శత్రువులైనా స్వలాభానికై ఆయన తన పదవులను దుర్వినియోగం చేసినట్లు అనలేరు. ఆయన నిప్పులాంటివాడు. కొందరు పదవిలో వుంటే నాయకులు లేకపోతే పూర్ణానుస్వారులు. పదవిలో వున్నా లేకపోయినా శ్రీకాకాని ప్రజానాయకులు" అని రాశారు. ఆనాడు ఆంధ్రపత్రిక సంపాదకులైన శ్రీ శివలెంక శంభుప్రసాద్ "రైతుల కోసంవారు సాధించిన అభివృద్ధికన్నా ఉత్తమమైన స్మృతి చిహ్నం కాకానికి ఉండబోదు" అన్నారు.

శ్రీపురాణం సుబ్రహ్మణ్యశాస్త్రి తన వ్యాసంలో ది.24.12.72 రాత్రి ప్రజలు "పారిస్ కమ్యూన్" ను మరిపించే దృశ్యాలు సృష్టించారని, ధైర్యసాహసాలు ప్రదర్శించారని రాస్తూ పోలీసుల దమనకాండను యువకుల మరణాన్ని చూచి కాకాని గుండె బ్రద్ధలయ్యింది.... "మన సారథి, మన సచివుడు, మన బాంధవుడు మనలను విడనాడి చనియె మనుజాధీశా!" అన్నట్లు కాకాని నిర్యాణానికి ప్రజావాహిని శోకతప్త హృదయంతో తల్లడిల్లిపోయింది." అన్నాడు.

రాజీనామా చేసిన తరువాత ఆయన తను మంత్రిగా వాడిన లెటర్‌ప్యాడ్‌ను వాడటానికి తిరస్కరించగా, ఆంధ్రులను అవమానించిన ప్రభుత్వ రాజలాంఛనాలతో కాకాని దహనక్రియలను నిర్వహించటానికి ఆంధ్రప్రజానీకం తిరస్కరించింది. ది.24.12.72 సాయంత్రం బెజవాడ ఎలావున్నదీ అంటే ఆనాటి ముఖ్యమంత్రి పి.వి.నరసింహారావు, హోంమంత్రి శ్రీజలగం వెంగళరావు విజయవాడకు రావాలని హైదరాబాద్ విమానాశ్రయానికి వెళ్ళగా "మీకు ఇక్కడ రక్షణ కల్పించలేను" అని కృష్ణాజిల్లా కలెక్టరు చెప్పినందుకు, తమ ప్రయాణాన్ని రద్దు చేసుకున్నట్లు శ్రీ వెంగళరావు కొన్ని నెలల తరువాత ఈ రచయితకు చెప్పారు.

వ్యక్తిగత జీవితం :

ఆయన నిరాడంబర జీవి. నిష్ఠాగరిష్ఠుడైన ఐచ్ఛిక బ్రహ్మచారి. కల్లాకపటం లేని సత్యవంతుడు, తాను నమ్మినదానిని త్రికరణ శుద్ధిగా అవాంతరాలు ఎన్ని వచ్చినా వాటిని లెక్కచేయకుండా సాధించి తీరుటయే ఆయన పద్ధతి. ఆయన శుద్ధ ఖద్దరు తప్ప మరొక వస్త్రాన్ని వాడి యెరగరు. ఆయన రోజుకు కనీసం 18గం॥లు పనిచేసేవారు. రాత్రి రెండుగంటలవరకు తిరిగి తిరిగి వచ్చి పండుకొని తెల్లవారుఝామున నాలుగు గంటలకే నిద్రలేచేవారు. దిన వార పత్రికలన్నీ కొనేవారు. వ్యానులో నిద్రపోతూ, వ్యాను గమ్యం చేరగానే లేచేవారు. ఏ ఊరువెళ్లినా కనిపించిన వారిని పేర్లతో పిలచేవారు. ఏ పని మీద ఎవ్వరు తన వద్దకు వచ్చినా "డబ్బు ఎక్కువైనదా! ఉత్తరం రాస్తే సరిపోవును గదా" అని కోప్పడేవారు. చెప్పుకున్నవారు మరచిపోయినా ఆ పని ఎంతవరకు వచ్చినది తెలియజేస్తూ ఆయనయే వారికి ఉత్తరాలు రాసేవారు. ఎక్కడ ఏ

ఆఫీసుకు వెళ్ళినా ఆయనకు కార్డుతో పనివుండేది కాదు. ఎదురు ఈదటమే ఆయనకు ఇష్టం. ఆయన పశ్చిమ కృష్ణాజిల్లాలో ఎదురులేని ప్రజానాయకుడు. ఆయన కృష్ణాజిల్లా కామరాజ్‌నాడార్. కామరాజ్ వివాహమే లేని బ్రహ్మచారి. కాకాని ఇచ్ఛిక బ్రహ్మచారి. ఇరువురూ అంతంతమాత్రం చదువుగలవారే! ముందుకు నరుక్కుపోవటమే వారి స్వభావం. కామరాజ్ నాడార్ తమిళనాడు కాంగ్రెస్ అధ్యక్షుడు. కాకాని ఆంధ్రరాష్ట్ర కాంగ్రెస్ అధ్యక్షుడు. రాజకీయ వాతావరణం కలుషితమైనదనే ఆందోళనతో కామరాజు మరణిస్తే, జైఆంధ్ర ఉద్యమంలో చనిపోయిన యువకుల మరణవేదన భరించలేక కాకాని మరణించారు. వారిరువురూ వారి ఆశయాల కొరకు బలైనారు.

ముగింపు:

ఆనాటి పరిస్థితులను బట్టి కాకానికి హైస్కూలు విద్య, కళాశాల విద్య లభించలేదు. అనుభవమే ఆయనకు పాఠాలు నేర్పింది. ఆయన నమ్మిన సిద్ధాంతానికి కట్టుబడి జీవితకాలమంతా దేశసేవ చేశారు. అప్పుడప్పుడు ఓటమిని చవిచూసినా, తన పార్టీనాయకులే తనను దెబ్బతీసినా ఆయన పార్టీలు మారలేదు.

పొట్టి శ్రీరాములు

(1901-1990)

- రావినూతల శ్రీరాములు

ఆంధ్రుల ప్రస్థానం

క్రీ.పూ. 3వ శతాబ్దికి చెందిన అశోక చక్రవర్తి రాజ్యం భారతదేశంలో చాలా భాగానికి విస్తరించి వుండేది. ఆంధ్రులు అప్పటికే స్వతంత్రులుగా వున్నట్లు చరిత్ర తెలుపుతుంది.

ఓరుగల్లు రాజధానిగా కాకతీయ సామ్రాజ్యం విస్తరించివుండేది. క్రీ.శ. 11వ శతాబ్ది నుండి 300 ఏండ్లపాటు సాగిన వీరి పాలనలో ఆంధ్రదేశం ఏకఖండంగా వుంటూ వచ్చింది. క్రీ.1336లో ఏర్పడిన విజయనగర సామ్రాజ్యం 3 శతాబ్దాలు విజయవంతంగా సాగింది. ఆ కాలంలో ఆంధ్రులు సుఖశాంతులతో వర్ధిల్లారు.

శ్రీకృష్ణదేవరాయల పాలన తెలుగు వారికి స్వర్ణయుగం. మనభాషను కీర్తిస్తూ "దేశ భాషలందు తెలుగు లెస్స" అన్న రాజకవి రాయలు. క్రీ.శ. 1600లో వ్యాపారం కోసం తూర్పు ఇండియా కంపెనీ పేరుతో మనదేశంలో ఆంగ్లేయులు అడుగుపెట్టారు. 1801 నాటికి ఆంధ్రదేశంలో చాలభాగం వీరి పాలన కిందకు వచ్చింది.

1885 నాటికి బ్రిటిష్ ఇండియా సామ్రాజ్యం ఏర్పడింది. మద్రాసు కేంద్రంగా మద్రాసు ప్రావిన్సు ఏర్పడింది. ఇందులో తమిళ, కర్ణాటక, కేరళలతో పాటు బరంపురం నుండి మద్రాసు వరకు గల కోస్తా జిల్లాలు పడమరగావున్న అనంతపురం కడప కర్నూలు బళ్లారి జిల్లా - ఆంధ్రప్రాంతం ఆంగ్లేయపాలన కింద వచ్చింది.

ఆంధ్రదేశంలో కృష్ణా, గోదావరి డెల్టాలవల్ల కోస్తా ప్రాంతం వ్యవసాయ రంగంలో అభివృద్ధి సాధించింది. రాష్ట్ర ఆదాయంలో అధిక భాగం తెలుగు జిల్లాల నుండి వచ్చినా సరిఅయిన దామాషాలో ఆంధ్రప్రాంతంలో వినియోగం జరగలేదు.

రాజధాని నగరమైన మద్రాసు దక్షిణంగా ముందుగా రైలుమార్గం ఏర్పాటయింది. దక్షిణ ప్రాంతానికి చెందిన తమిళ కుటుంబాలు నగరంలో స్థిరపడి ప్రభుత్వ ఉద్యోగాలలో కీలకస్థానం ఆక్రమించాయి.

1857లోనే మద్రాసులో యూనివర్సిటీ స్థాపితమయింది. ఆంధ్రులకు దీనివల్ల ఎక్కువ ప్రయోజనం కలుగలేదు. ఎంతో ఆందోళన చేస్తేనే గానీ 1926లో ఆంధ్ర యూనివర్సిటీ ఏర్పడలేదు.

మద్రాసు నగరానికి మొదటిపేరు చెన్నపట్టణం. చెన్నప్ప అనే స్థానిక తెలుగు రాజు పేరుతో అది ఏర్పడింది. క్రీ.శ.1639లో చంద్రగిరి రాజు శ్రీరంగరాయలు నుండి ఫ్రాన్సిపడే అనే కంపెనీ ఉద్యోగి దానంగా పొందాడు. చారిత్రకంగా తెలుగు నగరమయిన మద్రాసు తెలుగు తమిళ ప్రజల సమష్టి కృషితోనే మహానగరమయింది.

నిర్విరామ పోరాటం

ఆంధ్రులు ఉమ్మడి మద్రాసు రాష్ట్రంలో భాగంగా వున్న కారణంగా స్వీయ ప్రతిభను చాటటానికి అవకాశం లేకుండా పోయింది. ఉత్తర దేశం వెళ్ళినప్పుడు తమను మద్రాసీలని పిలవటం ఆంధ్రులకు న్యూనత కలిగించి ప్రత్యేకంగా ఆంధ్రరాష్ట్రం ఏర్పాడితేగాని సర్వతోముఖ వికాసం సాధ్యం కాదని పలువురు నాయకులు భావించారు.

1911లో బెంగాల్ నుండి బీహారును వేరుచేస్తూ భాషా ప్రయుక్త రాష్ట్రాల ఏర్పాటు సముచితము అనే సూచన ఇండియా సెక్రటరీ చేశారు. ఇదే ఆంధ్రరాష్ట్ర ఉద్యమానికి నాందీ ప్రస్థావన అయింది.

1913 మే 26న బాపట్లలో మొదటి ఆంధ్రమహాసభ జరిగింది. 800 మంది ప్రతినిధులు ఇందులో పాల్గొన్నారు. శ్రీ బి.ఎన్.శర్మ అధ్యక్షతవహించారు. దేశభక్త కొండ వెంకటప్పయ్య ఆహ్వాన సంఘ అధ్యక్షులుగా ఆంధ్రరాష్ట్రం తెలుగు జిల్లాలలో ఏర్పాటుకై ప్రభుత్వాన్ని కోరవచ్చునా అని అభిప్రాయ సేకరణకు తీర్మానించారు.

1914లో దేశోద్ధారక నాగేశ్వరావు పంతులు ఆంధ్రపత్రికను దినపత్రికగా మద్రాసు నుండి ప్రారంభించారు. ఆంధ్రుల తమ అభిప్రాయ ప్రకటనకు ఇది చక్కని వేదిక అయింది.

1911లోనే రెండవ మహాసభ బెజవాడలో జరిగింది. 'ఆంధ్ర భీష్మ' న్యాయపతి సుబ్బారావుగారు అధ్యక్షులుగా ఆంధ్రరాష్ట్ర నిర్మాణం వాంఛనీయమని తీర్మానించారు. అప్పటి నుండి ప్రతి ఏటా ఆంధ్ర దేశంలోని వేర్వేరు పట్టణాలలో ఆంధ్రమహాసభలు 1951 వరకు జరుగుతూవచ్చాయి.

స్వాతంత్ర్య సాధనకు కృషి చేయాడానికి ఏర్పడిన భారత జాతీయ కాంగ్రెసు 1917 కలకత్తా సభలో భాషా ప్రాతిపదికపై కాంగ్రెసు సంఘాలు ఏర్పడాలనికోరింది. దాని ఫలితంగా 1920లో ఆంధ్ర కాంగ్రెసు సంఘం ఏర్పడింది. మద్రాసు నగరంపై ఆంధ్ర, తమిళనాడు కాంగ్రెసుకు సమాన హక్కులు ఏర్పరచబడినాయి. ఈ ఆందోళన ఫలితంగానే ఆంధ్రా యూనివర్సిటీ ఏర్పడింది.

1928లో సైమన్ కమీషన్‌ను బహిష్కరించాలని కాంగ్రెసు నిశ్చయించింది. ఆంధ్రులు జాతీయోద్యమంపై దృష్టి నిలుపగా పర్లాకిమిడి రాజా బ్రిటిష్ వారితో సహకరించి ఒరిస్సా రాష్ట్రం సాధించారు. ఆంధ్ర జిల్లా గంజాం ఆ రాష్ట్రంలో చేరిపోయింది.

1938 మార్చిలో మద్రాసు లెజిస్లేటివ్ అసెంబ్లీలో కొండా వెంకటప్పయ్య, లెజిస్లేటివ్ కౌన్సిల్ కాశీనాథుని పూర్ణమల్లికార్జునుడు విడివిడిగా మద్రాసు ప్రావిన్సును తమిళ, తెలుగు, కన్నడ, కేరళ రాష్ట్రాలుగా విభజించాలని తీర్మానాలు ప్రవేశపెట్టారు. తమిళ నాయకుల కుట్రల వల్ల ఇది ఫలించలేదు.

1947 ఆగస్టు 15న దేశం స్వతంత్రమైనది. రాజ్యాంగ నిర్మాణం ప్రారంభమయింది. ఆంధ్రరాష్ట్రం ఏర్పాటు దానిలో చేర్చాలన్న ఆంధ్రకేసరి ప్రకాశం పంతులుగారి కృషి సఫలం కాలేదు.

1949లో జవహర్‌లాల్ నెహ్రూ, సర్దార్ వల్లభభాయి పటేల్, పట్టాభి (N.V.P)లతో కూడిన కమిటీ ఆంధ్రరాష్ట్ర సమస్య గూర్చి రిపోర్టు తయారు చేసింది. ఆంధ్రులు మద్రాసు పై హక్కులు వదలుకుంటే రాష్ట్రం ఏర్పడుటకు వీలవుతుందని అన్నారు. ఆంధ్రకేసరి విభజన కమిటీ సభ్యులుగా దీనిని వ్యతిరేకించారు. 1951 ఆగస్టు 16న స్వామి సీతారాం ఆంధ్రరాష్ట్ర నిర్మాణానికి ప్రాయోపవేశం చేశారు. 30 రోజుల తరువాత ఆచార్య వినోబాభావే విజ్ఞప్తి మేరకు దీక్ష విరమించారు.

1951 ఎన్నికలలో ఆంధ్రప్రాంతంలో గల 140 స్థానాలలో కాంగ్రెసుకు 40 స్థానాలే దక్కాయి. మద్రాసు అసెంబ్లీలో తెన్నేటి విశ్వనాథం, వావిలాల గోపాలకృష్ణయ్య, రాజ్యసభలో పైడా వెంకటనారాయణ, పుచ్చలపల్లి సుందరయ్యాగార్లు తీర్మానాలు పెట్టారు.

ఇందరు మహనీయులు ఇన్ని సంవత్సరాలుగా ఇన్ని విధాలుగా కృషిచేసినా ఆంధ్రప్రజల వాంఛనెరవేరలేదు. అందుకు ఒకమహాపురుషుని ఆత్మబలిదానం అవసరమయింది. ఆ యోగి పొట్టి శ్రీరాములు. ఆయన చరిత్ర ఆసాంతం త్యాగమయం.

బాల్యం, విద్యాభ్యాసం

పొట్టి గురవయ్య మహాలక్ష్మమ్మ అనే పేద దంపతులు 19వ శతాబ్ది చివరన మద్రాసు మహానగరం చేరారు. వారు మద్రాసు రాకముందు కొంతకాలం పొన్నేరి సమీపాన గల న్యాయపాలెంలో నివసించారు. వీరి పూర్వుల స్థావరం నేటి ప్రకాశం జిల్లా కనిగిరి మండలం పడమటి పల్లె.

మద్రాసు నగరంలోని జార్జిటౌనులో అణ్ణాపిళ్లై వీథి డోరు నెం.163 ఇంటిలో వీరు నివసించేవారు. ఈ దంపతులకు నలుగురు సంతానం కలిగారు. ప్రథమ సంతానం గురమ్మ. తరువాత వరుసగా ముగ్గురు కుమారులు కలిగారు. ఆ ముగ్గురిలో రెండవవాడు మన కథా నాయకుడు పొట్టి శ్రీరాములు. 1901 మార్చి 16 ఫాల్గుణ బహుళ ఏకాదశి నాడు ఈయన జన్మించాడు.

అయిదవ ఏట అక్షరాభ్యాసం పిమ్మట శ్రీరాములును ప్రాథమిక పాఠశాలలో వేశారు. ఆ రోజులలో పెద్దబాల శిక్షతో చదువు మొదలయ్యేది. కొద్ది కాలంలోనే బమ్మెర పోతన భాగవతంలోని పద్యాలు, బాల రామాయణం కంఠతా వచ్చేశాయి.

శ్రీరాములుగారి తల్లి రెక్కలు ముక్కలు చేసుకొని కుమారునికి ఏ లోటు లేకుండా చేసేది. తల్లి ప్రభావం వల్లనే శ్రీ రాములుకు కష్టించి పనిచేయడం ఓర్పు, దాన గుణం లాంటి సుగుణాలు అలవడ్డాయి.

మద్రాసులో ప్రాథమిక విద్య, ఉన్నత విద్య సాగించాడు శ్రీరాములు. ఆయన తండ్రి గురవయ్య 1908లో కాలధర్మం చెందడంతో భారం అంతా తల్లి వహించేది. తల్లికి సాయంగా వుంటూ వచ్చిన శ్రీ రాములు అన్న నారాయణ కూడా 1917లో అకాల మరణం పాలయ్యాడు.

శ్రీరాములు చదువులో సాధారణ విద్యార్థిగా వుండటం మూలాన ఫిఫ్తుఫారం పూర్తి చేయలేక పోయాడు. ఒక మిత్రుని సాయంతో బొంబాయి చేరి అక్కడి విక్టోరియా జూబిలీ ఇన్స్టిట్యూట్‌లో నాలుగేళ్ల శానిటరీ ఇంజనీరింగ్ కోర్సులో చేరాడు.

ఆఖరు సంవత్సరం కోర్సులో వుండగా శ్రీరాములుకు మేనమామ గునుపూడి నరసయ్య శెట్టి కుమార్తె సీతమ్మతో వివాహం జరిగింది.

అప్పటికే గాంధీజీ ప్రభావం దేశవ్యాప్తంగా విద్యార్థులపై ప్రసరించింది. శ్రీరాములు కూడా చదువు మానుకొని ఉద్యమంలో పాల్గొనాలని తలపోశాడు. కాని పెద్దల సూచనల మేరకు విద్యాభ్యాసం కొనసాగించాడు.

ఉద్యోగం-కుటుంబ జీవనం

చదువుకొన్న బొంబాయిలోనే శ్రీరాములుకు ఉద్యోగం దొరికింది. రైల్వేశాఖలో అసిస్టెంట్ ప్లంబర్‌గా నెలకు రూ.150/- జీతం మీద శ్రీరాములు ఉద్యోగంలో చేరాడు.

ఉద్యోగం రాగానే భార్యను తీసికొని వచ్చి శ్రీరాములు బొంబాయిలో కాపురం పెట్టాడు. తన జీతంలో రూ.80/-లు మాత్రం వాడుకొని కుటుంబ నిర్వహణకు, తమ్ముడు, మేనల్లుని చదువులకు మిగిలిన సొమ్ము మద్రాసు పంపేవాడు. అన్యోన్య దంపతులయిన శ్రీరాములు సీతమ్మలకు ఒక మగపిల్లవాడు పుట్టి 5వ రోజుననే మరణించాడు. భార్య అనారోగ్యం పెరిగి క్రమంగా క్షయగా మారింది. తల్లి కూడా శ్వాసకోసవ్యాధి ముదిరి 1928లో కాలధర్మం చెందింది. తరువాతి సంవత్సరం (1929)లో భార్య క్షయవ్యాధితో కన్నుమూసింది.

కుటుంబం కకావికలై పోవడం శ్రీరాములును కలిచివేసింది. అతనిలో వైరాగ్యం పరాకాష్ఠకు చేరుకుంది. సమాజానికి ఆయన సేవలు నిరాటంకంగా జరగాలని దైవ నిర్ణయం కాబోలు! తన వారందరు దూరమయినారని శ్రీరాములు తనను తాను సమాధానపరచుకున్నాడు. తనకంటూ

ఏమికోరని శ్రీరాములు, తన శక్తి సామర్థ్యాలు లోకకళ్యాణానికి వినియోగించాలని గాఢంగా నిర్ణయించుకున్నాడు.

ఒక శుభదినాన ఉద్యోగానికి స్వస్తి చెప్పి గాంధీజీ సబర్మతి ఆశ్రమానికి తరలి వెళ్ళాడు. అప్పుడు ఆయన 28 ఏండ్ల యువకుడు.

సబర్మతిలో శ్రీరాములు

ఉప్పు సత్యాగ్రహానికై దండి వెడుతున్న మహాత్ముని బృందం ఏప్రిల్ 1న సూరత్ చేరుతుందని శ్రీరాములు తెలుసుకొన్నాడు.

అంతనిర్విరామమైన కార్యక్రమం కొనసాగిస్తూ కూడా గాంధీజీ శ్రీరాములుతో ఇంటర్వ్యూకు 5 నిముషాల సమయం కేటాయించాడు. శ్రీరాములు తన గోడు విన్నవించుకున్నాడు. గాంధీజీ అతని వినయ విధేయతలకు తృప్తిపడి ఆశ్రమ ప్రవేశానికి అనుమతినిచ్చారు.

శ్రీరాములు 1930 నుండి 1933 వరకు సబర్మతిలో వుండి ఆశ్రమవాసుల అభిమానాన్ని చూరగొన్నాడు. అక్కడ వారాయనను రాములు భాయ్ అని పిలిచేవారు. తనకు నిర్దేశింపబడిన కార్యక్రమాలు నిజాయితీతో ఆయన నిర్వహించేవారు. మితభాషి, నిరాడంబరుడు కార్యదీక్షా పరుడైన శ్రీరాములును సన్నిహితంగా గాంధీజీ గమనిస్తూ వచ్చాడు. ఒకనాటి ప్రార్థనా సమావేశంలో మహాత్ముడు ఇలా అన్నాడు.

"శ్రీరాములులాంటి క్రమశిక్షణ, పట్టుదల, దీక్షగల ఆదర్శ ప్రజాసేవకులు పదిమంది వుంటే స్వరాజ్య ప్రాప్తి అనుకున్న దానికంటే ముందుగా లభిస్తుంది."

గాంధీజీ తన సహచరులతో తలపెట్టిన ప్రదర్శన సందర్భంగా ఆశ్రమ వాసులతో పాటు శ్రీరాములు 1933 ఆగస్టులో జైలుశిక్షకు గురి అయినాడు. ఒకనెల రోజులు సబర్మతి జైలులోనూ అయిదు నెలలు నాసిక్ జైలులోను ఆయన గడిపాడు.

1934లో బీహార్‌లో ఘోర భూకంపం సంభవించింది. గాంధీజీ ఆదేశాలమేరకు బీహారువెళ్ళి అక్కడి బాధితులకు సేవచేశాడు.

నారాణదాస్ అనే గాంధీజీ శిష్యుని ఆహ్వానం మేరకు రాజ్‌కోట ఆశ్రమంలో శ్రీరాములు శ్రద్ధగా పనిచేశాడు. సర్దార్ పటేల్ స్థాపించిన శ్రమజీవి సంఘంలో సుమారు ఒక ఏడాదిపాటు పనిచేసి ఆంధ్రదేశానికి వచ్చేశాడు.

కొమరవోలు గాంధీ ఆశ్రమంలో

1936లో గుజరాత్ వదలి వచ్చిన శ్రీరాములు 3 సంవత్సరాల పాటు మారెళ్ళ గ్రామంలో వుంటూ పరిసరాలలో గాంధీజీ సూత్రాలను అమలు పరుస్తూ ప్రచారం చేస్తూ వచ్చాడు.

గాంధీజీతోపాటు దండి సత్యాగ్రహంలో పాల్గొన్న ఎర్నేని సుబ్రహ్మణ్యం గుడివాడ తాలూకా కొమరవోలులో 'గాంధీ ఆశ్రమం' స్థాపించాడు. 1939 జనవరిలో శ్రీరాములు గాంధీ ఆశ్రమంలో చేరారు. తనకు ప్రీతిపాత్రమైన ఖాదీ ప్రచారం మద్యపాన నిషేధం అస్పృశ్యతా నివేదనా కార్యక్రమాలు ముమ్మరంగా సాగించాడు.

అక్కడి నుండి వెలువడే 'దరిద్ర నారాయణ' పత్రికలో ఎన్నో వ్యాసాలు రాశాడు. 1942 ఆగస్టులో గాంధీజీ క్విట్ఇండియా ఉద్యమం ప్రారంభించి నప్పుడు శ్రీరాములు గారు కూడా అందులో పాల్గొనదలచాడు.

1943 జనవరి 26 స్వాతంత్ర్య దినోత్సవం నాడు జాతీయపతాకం చేతబుచ్చుకొని బ్రిటిష్ ప్రభుత్వానికి వ్యతిరేక నినాదాలు చేస్తూ అరెస్టయినాడు.

బళ్లారి సమీపాన ఆలీపూర్ క్యాంపు జైలులో శ్రీరాములు 6 నెలలు గడిపాడు. శ్రీరాములును నిర్బంధించిన బ్లాకులోనే నాస్తికవాది గోపరాజు రామచంద్రరావు, హిందీ ప్రచారకుడు యలమంచిలి వెంకటప్పయ్య, యువకర్షకనేత దరువూరి వీరయ్యగార్లు వుండేవారు. శ్రీరాములు జైలులో అందరికంటే ముందుగా నిద్రలేచి పారిశుధ్య కార్యక్రమాలతో తన పనులు మొదలు పెట్టేవాడు. శ్రీరాములు గారి కార్యకలాపాలు సహచర ఖైదీలనే గాక జైలు అధికార్లను ముగ్ధులనుగావించేవి.

హరిజనుల దేవాలయ ప్రవేశం

క్విట్ ఇండియా ఉద్యమంలో జైలు నుండి విడుదల అయిన శ్రీరాములు నెల్లూరు చేరాడు. పవిత్ర పినాకినీ తీరాన సూత్రయజ్ఞం ప్రారంభించారు. కులభేదాలు పోగొట్టాలనే వ్రతం చేపట్టాడు. అన్ని కులాల వారితో సహ పంక్తి భోజనాలు ఏర్పాటు చేస్తూ వుండేవాడు. అంటరానితనం నిర్మూలనా ప్రచారానికి ఆయన ఒక వినూత్న పద్ధతి చేపట్టాడు. ముందువైపు మెడలో ఒక అట్ట వెనుక వైపు వీపున మరొక అట్టతగిలించుకొనేవాడు. 'అంటరానితనం మహాపాపం' అని ఒకదాని పైనా 'దేవుని దృష్టిలో మానవులంతా సమానులే' హరిజనులను దేవాలయాలలోనికి రానివ్వండి అని మరొక అట్టపైన నినాదాలు రాసివుండేవి.

1945లో కొందరు యువకులు నెల్లూరులో హిందూ సంఘ సంస్కరణ సమితి స్థాపించారు. హరిజనోద్ధరణ, వితంతు వివాహాలు, సహపంక్తి భోజనాలు, అనాథప్రేత సంస్కారాలు. ఈ సమితి కార్యకలపాలు. పొట్టి శ్రీరాములు ఈ సమితి సహాయ కార్యదర్శిగా ఎనలేని సేవ చేశాడు.

నెల్లూరులో గల ప్రసిద్ధ దేవాలయాలలో శ్రీవేణుగోపాలస్వామి దేవస్థానం ఒకటి. ఈ ఆలయంలో హరిజన ప్రవేశం కోరుతూ పొట్టి శ్రీరాములు 1946 మార్చి 7న దేవాలయం కోనేటిగట్టున నిరశన దీక్ష ప్రారంభించాడు. వారం రోజులలో నెల్లూరు పట్టణంలో ఉద్రిక్త

వాతావరణం నెలకొంది. దేవస్థానం అధికారులు దిగి వచ్చారు. మార్చి 15న హరిజనులు ఆలయంలో ప్రవేశింపవచ్చునని ప్రకటించారు. శ్రీరాములు మార్చి 15 రాత్రి 12 గంటలకు దీక్ష విరమించాడు.

బొంబాయి నుండి గాంధీజీ ఒక ప్రకటన చేస్తూ "శ్రీరాములు గొప్ప కాంగ్రెసు వాది. ఆయన పేదవాడు. ఆయన ఉద్యమాన్ని బలపరచాల్సిందిగా కోరుతున్నాను" అని తెలిపాడు.

హరిజన దేవాలయ ప్రవేశం గూర్చి ఒక చట్టం రావాలని శ్రీరాములు 1946 నవంబరు 25న తిరిగి నిరాహార దీక్ష పూనాడు. అప్పుడు మద్రాసులో ప్రధాని (అప్పుడు ముఖ్యమంత్రిని అలాగే పిలిచేవారు) ఆంధ్రకేసరి ప్రకాశం ఈ విషయమై ఆయన గాంధీజీకి రెండు లేఖలు రాశాడు. అప్పటి దేవాదాయశాఖ మంత్రి కడప కోటిరెడ్డి గారు త్వరలో హరిజన దేవాలయ ప్రవేశానికి సంబంధించిన సవరణలు చేయబోతున్నట్లు హామీయిచ్చాడు. గాంధీజీ కూడా రాష్ట్ర ప్రభుత్వానికి వ్యవధినీయవలసిందిగా శ్రీరాములును కోరారు.

గాంధీజీ ప్రభృతుల సూచన మేరకు 19 రోజుల అనంతరం శ్రీరాములు 1946 డిసెంబరు 13న దీక్ష విరమించాడు.

గాంధీజీకి తన దీక్షాతీర్మానం గూర్చి తెలిపాడు. గాంధీ ప్రకాశం గారికి లేఖ రాస్తూ "కొంత ఉద్వేగి అయిన శ్రీరాములు దృఢమైన కార్యకర్త" అన్నాడు.

ముఖ్యమంత్రి ఇంటి ముందు నిరసన దీక్ష

1948 జనవరి 30 'జాతిపిత' మహాత్మగాంధీ శరీరం చాలించాడు. ఆయనకు ప్రీతిపాత్రమయిన హరిజనోద్ధరణ తగిన రీతిలో కొనసాగడం లేదని శ్రీరాములు భావించాడు.

బాపూజీ వర్ధంతి - జనవరి 30 ప్రతి ఏటా హరిజన దినోత్సవంగా జరుపబడాలని శ్రీరాములు కోరిక. నాటి మద్రాసు ముఖ్యమంత్రి ఒమాండూర్ రామస్వామి రెడ్డియార్ గారికి శ్రీరాములు ఒకలేఖ రాశాడు. లేఖతో ఎలాంటి ఫలితం కన్పించలేదు. నేరుగా మద్రాసు వెళ్ళి ముఖ్యమంత్రి ఇంటిముందు 1948 జూలై 25న నిరాహార దీక్షకు పూనుకొన్నాడు. పాలక వర్గానికి అది ఒక అసహ్యకార్యంగా తోచింది. ఆయనపై 'న్యూసెన్సు' కేసు పెట్టి శ్రీరాములును అరెస్టు చేసి నెల రోజులు జైలులో పెట్టారు. జైలులో కూడా నిరాహార దీక్ష కొనసాగించిన శ్రీరాములు మిత్రుల సలహా మీద దీక్ష విరమించాడు.

వార్ధాలో నిరసన దీక్ష

తాను తయారు చేసిన గాంధీస్మారక ప్రణాళిక ననుసరించి ప్రతినెలా ఒకరోజు హరిజనదినంగా మద్రాసు రాష్ట్ర ప్రభుత్వం ప్రకటించాలని కోరుతూ వార్ధాలోని గాంధీజీ

ఆశ్రమంలో 1949 జనవరి 12వ తేది శ్రీరాములు నిరాహార దీక్షను ప్రారంభించాడు. రాష్ట్రపతి బాబు రాజేంద్రప్రసాద్ వార్ధా వచ్చాడు. ఆయన అప్పటికే మద్రాసు ముఖ్యమంత్రికి లేఖ రాశాడు. చివరకు ముఖ్యమంత్రి శ్రీ.ఒ.పె.రాజస్వామి రెడ్డియార్ శ్రీరాములు కోరినట్లు ప్రతినెలా 30వతేది హరిజనదినంగా పాటించబడాలని ఉత్తర్వులు జారీచేశారు. తరువాత 1949 జనవరి 12న 28 రోజుల తర్వాత శ్రీరాములు తన నిరసన దీక్ష విరమించాడు.

శ్రీరాములు నిర్మాణ కార్యక్రమాన్ని గూర్చి గాంధీజీ ఒక సందర్భంలో ప్రశంసించాడు. ఆ సందర్భం యిది. 1946 జనవరి 18న మహాత్మాగాంధీ సాయంకాలం ప్రార్థనకు వెడుతున్నారు. శ్రీరాములు తన పద్ధతిలో ముందు వెనుక అట్టలు కట్టుకొని వీరికంటే ముందుగా నడుస్తున్నాడు. గాంధీజీకి ఆయన అడ్డు వస్తున్నాడని గాంధీజీ అనుచరుడైన మోటూరు సత్యనారాయణ భావించాడు. శ్రీరాములు దగ్గిరకు వెళ్ళి రెండవ వరసలో నడవవలసిందిగా కోరాడు. ఇది గమనించిన బాపూజీ మోటూరి వారిని వారిస్తూ ఆయనను అడ్డు పెట్టవద్దు. శ్రీరాములు గూర్చి నీకు తెలియదు. ఆయన ఒక నిఖార్సయిన కార్యకర్త అన్నాడు.

గాంధీజీ స్మారకనిధి సంచాలకుడుగా...

మహాత్ముని నిర్యాణం పిమ్మట జాతీయ నాయకులు ఢిల్లీ కేంద్రంగా గాంధీ స్మారకనిధి ఏర్పాటుచేశారు. వివిధ రాష్ట్రాలకు 16 మంది గాంధేయవాదులను సంచాలకులుగా నియమించారు. ఆంధ్రదేశానికి పొట్టి శ్రీరాములు నియమితులైనాడు. ప్రధాన స్కీముకు లోబడి ఏయే ప్రాంతాలకు తగినట్లు స్కీముల ఏర్పాటుకు సంచాలకులకు విచక్షణాధికారాలివ్వ బడ్డాయి. శ్రీరాములు తన నియామకం జరిగిన వెంటనే రాష్ట్రం అంతటా విస్తృతంగా పర్యటించి వివిధ సేవా సంఘాలను గుర్తించాడు. ప్రముఖ సంఘ సేవకులతో చర్చలు జరిపాడు. స్వచ్ఛంద సంస్థలకు నిధులు మంజూరు చేయడంలో శ్రీరాములు మిక్కిలి జాగరూకత వహించేవాడు. నిధులు సక్రమంగా వినియోగ మయ్యేటట్లు చూచేవాడు.

గాంధీజీ ఆశయాలకు అనుగుణంగా సంఘసేవకులకు రెండు సంవత్సరాల కోర్సును శ్రీరాములు ఈ విధంగా ప్రతిపాదించాడు.

1. ఆరు నెలల పాటు శ్రీ వేజెళ్ల శ్రీరాములుగారి పర్యవేక్షణలో తెనాలి గాంధీ విద్యాలయంలో ఆరోగ్యం పశుగణాభివృద్ధిలో శిక్షణ.

2. తొమ్మిది నెలలు శ్రీ ఎర్నేని సుబ్రమణ్యం ఆధ్వర్యాన కొమరోలు గాంధీ ఆశ్రమంలో గ్రామీణ సేవలో శిక్షణ.

3. ఎంపిక కాబడిన కొద్దిమందికి 3 నెలల ప్రత్యేకశిక్షణ.

శ్రీరాములు ఎంత శ్రమించినా తాను అనుకొన్నరీతిని కార్యక్రమాలు ముందుకు సాగనందున మిక్కిలి బాధపడేవాడు. భూదాన యజ్ఞట్రస్టు, గాంధీ ట్రస్టు, కస్తూరిబా ట్రస్టులు ఇతర రాష్ట్రాలలో ముందు వరుసలో వుండగా ఆంధ్రదేశంలో తగినంత పురోగతి లేకపోవడం ఆయనకు మరింత బాధ కలిగించింది.

ఆంధ్రదేశంలో గాంధీస్మారక నిధి మొదలగు సంస్థలు అభివృద్ధి సాధించకపోవడానికి ఉమ్మడి ప్రభుత్వమే కారణమని శ్రీరాములు గట్టిగా విశ్వసించాడు. ఆంధ్రులకు తమకంటూ ప్రత్యేక రాష్ట్రం ఏర్పడితేగాని అధికార అనధికారుల మధ్య సమన్వయం ఏర్పడి అభివృద్ధి సాధ్యం కాదని శ్రీరాములు నిర్ణయానికి వచ్చాడు. నాయకులలో అనైక్యత, వ్యక్తి ప్రతిష్ఠలు రాష్ట్ర నిర్మాణానికి అడ్డంకులవుతున్నాయని ఆయన గుర్తించాడు.

ప్రత్యేక రాష్ట్రవాంఛ అప్పుడు శాసన సభ్యులుగా వున్న వావిలాల గోపాలకృష్ణయ్య గారికి కూడా గాఢంగా వుండేది. ఆయన అనుభవం తెలుపుతూ ప్రాంతీయ అసెంబ్లీలలో ఎవరికి వారు ముఖ్యంగా వయోజన వోటింగ్ వచ్చిన తర్వాత – మాతృభాషలో మాట్లాడకపోతే స్వరాజ్యం సురాజ్యం కాదు. సామాన్య జనం శాసన సభకు వస్తారు. తమిళులు, ఆంధ్రులు, మలయాళీలు, కన్నడులు ఎవరి భాషలో వారు మాట్లాడితే ఎవరికీ ఏమి అర్థంకాని పరిస్థితి, చూచినవారికి మూగ చెవిటి వారి ముచ్చటగ కన్పిస్తుంది. 1952 మార్చిలో మద్రాసు అసెంబ్లీలో ఈ ప్రదర్శన రుచి చూడగలిగాం అని తెలిపారు.

పైగా మద్రాసు రాష్ట్రంలో అధికార్లంతా ఎక్కువగా తమిళులే!

వనరులు ఆంధ్రదేశానివి. వినియోగం తమిళప్రాంతానికి.

పొట్టి శ్రీరాములు అమరణ నిరాహారదీక్ష ద్వారానే రాష్ట్రసాధన సాధ్యమనే నిర్ణయానికి వచ్చాడు.

1952 అక్టోబరు 16న గాంధీ స్మారకనిధి సంచాలకుడుగా వైదొలగాడు.

ప్రాయోపవేశం ముందటి పరిస్థితి

గాంధీజీ సిద్ధాంతాలు జీర్ణించుకున్న పొట్టి శ్రీరాములు లోగడ నిరాహార దీక్షల ద్వారానే తన లక్ష్యాలను సాధించాడు.

ఆంధ్రరాష్ట్రం నిర్మాణం కోసం ఆంధ్రకేసరి ప్రకాశం, ఆచార్యరంగా గార్లను తామే నిరసన దీక్షకు పూనవలసిందిగా కోరాడు శ్రీరాములు. కానీ వారి నుండి ఎలాంటి సమాధానం రాలేదు. చివరకు తన నిర్ణయాన్ని నెల్లూరు నుండి మద్రాసులో న్యాయవాదిగా వున్న భాగవతుల లక్ష్మీనారాయణ గారికి 15.9.1952 లేఖ ద్వారా ఇలా తెలిపాడు.

"ఆంధ్రరాష్ట్రం గూర్చి నేను తీవ్రంగా ఆలోచిస్తున్నాను. మన పెద్దలంతా ఒక నిర్ణయానికి వస్తారని ఆశించాను. నేను ఏదేని పార్టీకి సాధనంగా వుండటం నా తత్త్వానికి వ్యతిరేకం. నాకు ఏ పార్టీ లేదు. నాకు ఎవరు అనుచరులు లేరు. నేనే పని చేసినా ఒంటరి పోరాటమే! నేను అనేక నిరసన వ్రతాలు చేశాను. ఆంధ్రరాష్ట్ర సమస్య భిన్న అభిప్రాయాలకు తావిచ్చింది. ఎవరికి తోచినట్లు వారు ఆలోచిస్తున్నారు. ప్రజలు ధర్మబద్ధంగా ఆలోచిస్తేగాని ఏకగ్రీవ నిర్ణయానికి రాలేరు. ఏ కోరిక రాగద్వేషం లేకుండా నిశ్చయంగా నా జీవితాన్ని త్యాగం చేయడమే ఏకైక మార్గంగా కన్పిస్తుంది. ఇంకా ఆలస్యం చేస్తే పాపానికి ఒడగట్టిన వాడనవుతాను. ఈ అసిధారా వ్రతం నెరవేరుస్తాను. నా జీవితం దాని కోసం త్యాగం చేస్తాను.

శ్రీరాములు తన లేఖతో పాటు ఒక 'మాని ఫెస్టో' కూడ పంపాడు. ఇందులో మద్రాసు నగరం గూర్చి ప్రస్తావించాడు. ఆంధ్ర తమిళుల ఉమ్మడి కృషితో నిర్మితమైన నగరం కాబట్టి అది కేంద్ర పాలితప్రాంతంగా ఏర్పాటు కావాలని ఆయన కోరిక.

బలిదాన కార్యక్రమం

శ్రీరాములు తన నిరాహార దీక్ష శిబిరానికి తన జన్మ గృహం స్థానంగా వుండాలని ఆలోచించాడు. కాని అక్కడివారు అంగీకరించలేదు. చివరకు మహర్షి బులుసు సాంబమూర్తి నివాసం మైలాపూర్‌లో వేదికగా తపోదీక్ష ప్రారంభించాడు.

1952 అక్టోబరు 19వ తేది ఉదయం 10 గంటలకు ఆరంభమై 58 దినాలు సాగింది. ఈలోగా ఆంధ్ర మహాసభ అధ్యక్షులు గాడిచెర్ల హరిసర్వోత్తమ రావు కుటుంబ స్నేహితులు ఆచార్య మామిడిపూడి వెంకట రంగయ్య లాంటి పెద్దలు దీక్ష విరమించాలని కోరగా శ్రీరాములు సున్నితంగా తిరస్కరించారు.

డిసెంబరు 7 నాటికి శ్రీరాములు దీక్ష 50వ రోజు చేరుకున్నది. మద్రాసులో ఆంధ్రకేసరి ప్రకాశం అధ్యక్షతన అఖిలపక్ష సమావేశం జరిగింది. కాంగ్రెస్ వారెవరు ఇందులో పాల్గొనలేదు. శ్రీరాములు ఆశయానికి అనుగుణంగా మద్రాసు కేంద్రంగా ఆంధ్రరాష్ట్ర ఏర్పడాలని తీర్మానించారు. కమ్యూనిస్టులు లోక్‌పార్టీని విభేదించింది. డిసెంబరు 9న ప్రధాని నెహ్రూ పార్లమెంటులో ప్రకటన చేస్తూ ఆంధ్రులు మద్రాసు పై హక్కు వదలుకుంటే ఆంధ్రరాష్ట్రం వెంటనే ఏర్పాటు చేయబడుతుందని ప్రకటించారు. శ్రీరాములు ఇందుకు ప్రతిస్పందించలేదు. ఆయనను పరీక్షిస్తున్న డా॥కస్తూరి నారాయణ మూర్తి దీక్ష విరమించమని కోరగా శ్రీరాములు ముక్కు మీద వేలు వేసికొని తోసిపుచ్చాడు.

ఆంధ్రకేసరి ప్రకాశం వచ్చినప్పుడు "ఈ ప్రపంచంలో ధర్మానికి స్థానం వుందా" అని ప్రశ్నించాడు శ్రీరాములు. ప్రకాశం మౌనం వహించగా "అయితే ఇంకా నేను బ్రతికి ఏమి ప్రయోజనం నేను మరణించడం మేలు" అని తెలిపాడు శ్రీరాములు.

శ్రీరాములు దీక్షాకాలంలో ప్రతిదినం నాలుగు నిమ్మకాయల రసం రెండు స్పూన్లు తేనె నాలుగు దఫాలుగా తీసికొనేవారు. 45వ రోజు నుండి వీటిని కూడా తీసుకొన లేకపోయారు.

వీరి దీక్షా కాలంలో డాక్టర్లుగా కస్తూరి నారాయణమూర్తి, కల్నల్ టి.ఎస్.శాస్త్రి, ఎస్.ఎల్. కాంతారావు, ఎ.వి.అవధాని ప్రకృతి వైద్యులు వి.కృష్ణంరాజు శ్రీరాములును పరీక్షించేవారు.

తాను స్పృహ కోల్పోయినప్పుడు ఎలాంటి ఇంజెక్షన్లు కాని ఏ రకమయిన ఆహారం కానీ యివ్వరాదని ఆయన డాక్టర్లను కోరారు.

డిసెంబరు 9న మద్రాసు లెజిస్లేటివ్ కౌన్సిల్‌లో శ్రీరాములుగారి నిరాహార దీక్షను గూర్చి డి.వెంకట్రావు అడిగిన ప్రశ్నకు ముఖ్యమంత్రి రాజాజీ సమాధానమిస్తూ మద్రాసుతో కూడిన ఆంధ్రరాష్ట్రం ఇవ్వటం జరగని పని మద్రాసుపై వారి హక్కులు వదలుకుంటే ఆంధ్రరాష్ట్రానికి నేను అనుకూలుడనే అని చెప్పారు.

రాష్ట్ర ప్రభుత్వం కేంద్రానికి పంపిన నివేదికలలో శ్రీరాములుగారి దీక్ష తీవ్రతను తెలియ జేయకపోవడం గొప్ప తప్పిదం.

58 రోజుల కఠోర దీక్ష పిమ్మట 1952 డిసెంబరు 15 రాత్రి 11.20 గంటలకు శ్రీరాములు తుదిశ్వాస వదిలారు. తెల్లవారేసరికి జనం తీర్థ ప్రజలుగా వచ్చి ఆయన భౌతిక కాయాన్ని దర్శించుకున్నారు.

దీక్షా కాలం యావత్తు పర్యవేక్షించిన డాక్టర్ నారాయణమూర్తి 'బలిదానం' అనే రచనలో "1953 సంవత్సరాల క్రిందట ఏసుక్రీస్తు క్రాసుపై బలిదానం కావడం జరిగింది. అదే మాదిరి మన కండ్లముందే రాష్ట్రం కోసం శ్రీరాములు ఆత్మార్పణ గావించారు" అని రాశారు.

అంతిమ యాత్ర

1952 డిసెంబరు 16న శ్రీరాములుగారి భౌతిక కాయాన్ని పూలరథంపై పద్మాసనంలో కూర్చొండబెట్టారు. ఒకవైపు మహర్షి బులుసు సాంబమూర్తి రథం పై ఆశీనులయినారు. మద్రాసు సెంట్రల్ స్టేషన్ వచ్చేసరికి ఆంధ్రకేసరి ప్రకాశం ఊరేగింపులో చేరి భౌతిక కాయానికి రెండోవైపు ఆశీనుడైనాడు.

రెండు మైళ్ళు సాగిన ఊరేగింపులో ఒక్క అవాంఛనీయ సంఘటన జరగలేదు అది శ్రీరాములు గారి 'ఆత్మశక్తి' ప్రభావమే!

దహన సంస్కారం పిమ్మట జరిగిన సభలో ఆంధ్రకేసరి ప్రకాశం అశ్రునయనాలతో ఇలా ప్రసంశించాడు.

"శ్రీరాములును మనం రక్షించుకోలేక పోయాం. అతడు చాల గొప్పవాడు. గాంధీ అస్తమించిన తర్వాత సత్యం అహింసలు నవ్వుల పాలయి నందుకు అతడు విచారించాడు.

వాటికి తిరిగి ప్రాణ ప్రతిష్ఠ చేయదలిచాడు. శ్రీరాములు చనిపోయినాడని మనలో కొందరు విచారిస్తున్నారు. కాని అతడు చావలేదు. అతడు అమరజీవి. అతడు మన అందరిలో ప్రవేశించాడు.

మనలో మనం దెబ్బలాడుకొంటూవుంటే ఆంధ్రరాష్ట్రం కోసం తన ప్రాణం బలిదానం చేసి మన అందరికి చక్కని గుణపాఠం చెప్పాడు. నెహ్రూ తలచుకుంటే శ్రీరాములు ఆదర్శం అతడు బ్రతికి వుండగనే అమలుజరిగి వుండేది. నెహ్రూ బుద్ధిమంతుడే అయితే ఈ సందర్భంలో న్యాయంగా వర్తించలేకపోయాడు.

ఆంధ్రలో ఆరని అగ్ని జ్వాలలు

శ్రీరాములుగారి నిర్యాణ వార్త ఆంధ్రదేశంలో దావానలంగా వ్యాపించింది. ఎక్కడి రైళ్ళు అక్కడే నిలిచిపోయాయి. ఎక్కడ చూసినా హర్తాళ్లే! సమ్మెలే! ప్రదర్శనలే! పాఠశాలలు కోర్టులు వాటంతటవే మూతపడ్డాయి.

పోలీసులు పలుచోట్ల లాఠీ చార్జీలు కాల్పులు జరిపారు. వివిధ ప్రాంతాలలో 12 మంది ప్రాణాలు కోల్పోయారు. నెల్లూరులో మరణించిన ముగ్గురు వ్యక్తుల మృతదేహాలతో తొమ్మిదిమైళ్ళ ఊరేగింపు జరిపారు.

ప్రభుత్వ చర్యకు నిరసనగా తెన్నేటి విశ్వనాథం ప్రభృతులు శాసన సభ్యత్వానికి రాజీనామా చేశారు. ఆచార్య వినోబా "మా (గాంధీ) కుటుంబ సభ్యులనొకరిని కోల్పోయాం" అంటూ నివాళులర్పించారు.

ఆంధ్రకేసరి ప్రకాశం 'శ్రీరాములు గాంధీని మించిన త్యాగం ప్రదర్శించాడు' అని కొనియాడారు. బెజవాడ గోపాలరెడ్డి ఆయను 'వీరరాజ తపస్వి'గా అభివర్ణించాడు. ఆయన చితాభస్మం నుండి పలువురు అహింసా వీరులుద్భవించి ఆయన ఆశయం సాధిస్తారని తెలిపారు సాధుసుబ్రహ్మణ్యం.

ఆంధ్రరాష్ట్ర అవతరణ

ఉవ్వెత్తున లేచిన ఆంధ్రోద్యమ ప్రభావం ఢిల్లీలోని పార్లమెంటుపై పడింది. 19.12.1952న ప్రధాని పండిట్ జవహర్‌లాల్ నెహ్రూ వివాదం లేని తెలుగు జిల్లాలతో ఆంధ్రరాష్ట్రం మద్రాసు రాష్ట్రం నుండి వేరు చేయబడుతుందని ప్రకటించాడు. రాజస్థాను హైకోర్టు ప్రధాన న్యాయమూర్తి శ్రీ.కె.ఎన్.వాంఛూ రాష్ట్ర నిర్మాణ విషయంగా నివేదిక సమర్పించడానికి నియమితులైనారు. 1953 జనవరి 7న వాంఛూ తన పని ప్రారంభించాడు. శ్రీకాకుళం, విశాఖ, తూర్పు, పశ్చిమ, గోదావరులు, కృష్ణా, గుంటూరు, నెల్లూరు, కర్నూలు, కడప, అనంతపురం, చిత్తూరు జిల్లాలతో పాటు బళ్లారి జిల్లాలోని ఆలూరు, ఆదోని, రాయదుర్గం తాలూకాలు నూతన రాష్ట్రంలో చేర్చాలని

వాంఛూ తన నివేదికలలో పేర్కొన్నారు. వాంఛూ నివేదికను ఆమోదించిన పిమ్మట 1953 మార్చి 25న కేంద్రం ఒక ప్రకటన చేస్తూ ఆంధ్రరాష్ట్రం 1953 అక్టోబరు 1న ఏర్పాటుకానున్నదని తెలిపింది.

ఆంధ్రశాసన సభ్యులంతా మద్రాసులో ఆంధ్రకేసరి ప్రకాశం అధ్యక్షతన సమావేశమై నూతన రాష్ట్రానికి రాజధానిగా కర్నూలు నిర్ణయించారు. ఆంధ్ర ప్రజల ప్రియతమ నాయకుడు ప్రకాశంను తొలి ముఖ్యమంత్రిగా వుండవలసిందిగా ప్రధాని నెహ్రూ కోరారు.

1953 అక్టోబరు 1న ప్రకాశం ముఖ్యమంత్రిగా కర్నూలులో ఆంధ్రరాష్ట్రాన్ని ప్రధాని నెహ్రూ స్వయంగా ప్రారంభించాడు. ఉపరాష్ట్రపతి రాధా కృష్ణన్ ఆ సభలో పాల్గొని శుభాకాంక్షలు తెలిపారు.

ఆంధ్రరాష్ట్రం ఏర్పాటైన కొద్దికాలానికే భాషా ప్రాతిపదికన దేశవిభజన కావాలనే కొందరు కోరారు. దీని కోసమే ఫజల్ ఆలీ కమిషన్ ఏర్పాటయింది. వారి సిఫార్సులు ఆధారంగా నిజాం సంస్థానంలోని తెలుగు జిల్లాలతో కూడిన హైద్రాబాద్ రాష్ట్రాన్ని ఆంధ్రతో కలిపి విశాలాంధ్రగా 1956 నవంబరు 1న ఏర్పడింది. ఆంధ్రప్రదేశ్‌గా ఏర్పడిన రాష్ట్రానికి రాజధాని హైద్రాబాద్.

ఆంధ్రప్రదేశ్‌కు తొలి ముఖ్యమంత్రిగా నీలం సంజీవరెడ్డి ఎన్నికైనాడు.

దేశంలో భాషా రాష్ట్రాల ఏర్పాటుకు ఆంధ్రులే కారకులు.

ముందుగా ఆంధ్రరాష్ట్రం ఏర్పాడడానికి కారకులయిన పొట్టి శ్రీరాములు దేశప్రజలందరికి ప్రాతః స్తవనీయుడు.

తెలుగు విశ్వ విద్యాలయానికి పొట్టి శ్రీరాములు పేరు పెట్టడం, నెల్లూరు జిల్లాకు శ్రీ పొట్టి శ్రీరాములు పేరు పెట్టడం ద్వారా అమరజీవిని స్మరించుకుంటున్నాం.

తుమ్మల సీతారామమూర్తి

(1901-1990)

- పాపినేని శివశంకర్

రాష్ట్రసిద్ధి కొఱకు రక్తమ్ము గార్చిన
కవిని నేను గాంధి కవిని నేను
బడలి బడలి తల్లి బాస కూడ్గెము సేయు
కవిని నేను దేశి కవిని నేను

ఆర్జవం, ఆత్మవిశ్వాసం ఉట్టిపడే ఈ పద్యం చెప్పిన కవి సామాన్యుడై ఉండడు. సాహిత్యలోకంలో చెలరేగుతున్న ఎన్నో ఉద్యమాల మధ్య, వాదాల మధ్య, అస్తిత్వ సంక్షోభాల మధ్య మనమిప్పుడు ఒక తరం వెనకటి మహాకవిని తలుచుకొందాం.

ఆరడుగుల గొప్ప ఆకృతి. ప్రసన్న గంభీరమైన ముఖం. ముతక ఖద్దరు దుస్తులు. పదహారణాల పల్లెటూరి రైతు. నెమ్మది గల, నిజాయితీగల మాట. నడతలో గాని, నాగలి చాలులో గాని వంక, వాసి లేని సరళత్వం. జీవితంలో, కవిత్వంలో మూర్తీభవించిన తెలుగుదనం. అన్నిటినీమించి ఆత్మలోకంలో సత్యసంధత. అతడే ఇరవయ్యో శతాబ్దపు తిక్కన, తెనుగులెంక తుమ్మల సీతారామమూర్తి.

జీవితం, కవిత్వం వేర్వేరుగా ఉండవచ్చా? తను ఆచరించలేని ఆదర్శాలు కవిత్వంలో ప్రతిపాదించవచ్చునా? జాతికి ఉపదేష్టగా కనపడే కవి వ్యసనపరుడు కావచ్చునా? భావ ప్రతిపాదనతోపాటు అహంభావ ప్రదర్శన కూడా కవి వ్యక్తిత్వంలో భాగమేనా? ఒక ప్రాంతానికి, కులానికి, వర్గానికి చెందిన పరిమిత దృష్టితో సంపూర్ణ సామాజిక సత్యాన్ని దర్శించగలమా? కవిత్వానికి, నైతికతకి రక్త సంబంధం ఉండనవసరం లేదా? ఈ ప్రశ్నలన్నింటికి వ్యతిరేక సమాధానమే తుమ్మల సీతారామమూర్తి. ఇటువంటి విలక్షణ వ్యక్తిత్వం గల మహాకవిని గురించి ప్రతి తెలుగు సాహిత్యాభిమాని తప్పకుండా తెలుసుకోవాలి.

శ్రీ తుమ్మల సీతారామమూర్తి గుంటూరు జిల్లా రేపల్లెతాలూకా కావూరు అనే పల్లెటూళ్లో 25-12-1901వ తేదీన పుట్టారు. తల్లి చెంచమ్మ, తండ్రి నారయ్య. నారయ్య భక్తిపరుడు. సంతుష్టజీవనుడు. వ్యవసాయ కుంటుంబం. చదువులేక పోయినా నారయ్య భారత,భాగవతాల్లో వందలకొద్ది పద్యాలను వ్యాఖ్యానం చెయ్యగలవాడు. కొడుకును దగ్గర కూర్చోబెట్టుకొని భాగవతం చదివిస్తూ ఇరుగుపొరుగు వాళ్లకి వివరించేవాడు.

ఆ.వె. కల్లకసటులేని పల్లెలో నాగలి
దున్నువారు నన్ను గన్నవారు

మడికినొక్క పూట బడికొక్కపూటగా
దాఁటినాడఁ జిన్నతనము నేను

తుమ్మలవారి తొలిగురువు శ్రీ కావూరు శ్రీరాములు. పెదపూడి గ్రామంలో తన బావ జాస్తి సుబ్బయ్యగారి దగ్గర అమరం, మనుచరిత్ర, వసుచరిత్ర చదివారు. చిన్నతనంలోనే తండ్రి చనిపోవటంతో వ్యవసాయభారమంతా తనపైబడింది. అయినా తనలో అంకురించిన సాహిత్యాభిలాష వాడిపోలేదు. కావూరుకు నాలుగుమైళ్ళ దూరంలో చందోలులో మహాపండితులు తాడేపల్లి వెంకటప్పయ్యశాస్త్రి ఉన్నారు. పగలంతా పొలం పనులుచేసి, రాత్రి చందోలు వెళ్లి వారి దగ్గర సంస్కృత కావ్యాలు చదువుకొన్నారు తుమ్మలవారు. కావూరులోని గ్రంథాలయంలోని పుస్తకాలు పఠించారు. అక్కడ స్థాపించబడిన జాతీయపాఠశాలలో తెలుగు భాషోపాధ్యాయుడుగా చేరారు. తర్వాత ఉభయభాషా ప్రవీణపట్టం కోసం బందరు దగ్గర చిట్టిగూడూరు వెళ్లారు. ఆసర చిన్నయసూరి, తుమ్మలవారి మాటల్లో, 'పుంభావ పద్మజాత రమణి', దువ్వూరి వెంకటరమణశాస్త్రి వద్ద తెలుగు వ్యాకరణం క్షుణ్ణంగా నేర్చుకొన్నారు. ఆపైన జిల్లాబోర్డు ఉన్నత పాఠశాలలో తెలుగుపండితులుగా చేరారు. అదే సమయంలో ఉప్పుసత్యాగ్రహం జరిగింది. ఆ ఉత్సాహంతో కావూరు గ్రామం ఉప్పొంగిపోయింది. తుమ్మలవారు కూడా సత్యాగ్రహానికి ఉద్యుక్తుడై తల్లిమాటకు బద్ధుడై వెనుకంజవేశారు. బాపట్ల, నిడుబ్రోలు, అప్పికట్లవంటి చోట్ల ఆంధ్ర పండితుడుగా పనిచేసి విశ్రాంతి తీసుకున్నారు. అప్పికట్లలో తమ యింట్లో 21-03-1990నాడు పరమపదించారు.

"నా జీవితానికి కొంత వాసి తెచ్చిన సన్నివేశాలలో మొదటిది మా నాయన గారి ధర్మనిష్ఠ" అన్నారు సీతారామమూర్తి. తండ్రి నారయ్య పేద రైతు. మిత్రుడు ఒక క్లిష్టపరిస్థితిలో పది వీసెల బంగారపు అచ్చుల్ని తన యింట్లో దాచిపెట్టి, అడిగినప్పుడు ప్రతిఫలాపేక్ష లేకుండా అప్పగించిన నిజాయితీ అతనిది. 'మానవుడిట్లా బ్రతకాలి' అనే తొలిపాఠం అక్కడే నేర్చుకొన్నారు తుమ్మల.

తను పుట్టి పెరిగిన కావూరు కవిగారి మీద ప్రసరించిన రెండో ప్రభావం. జాతీయోద్యమ కాలంలో సుప్రసిద్ధమైంది కావూరు. అక్కడ వినయాశ్రమం, జాతీయ పాఠశాల స్థాపించబడ్డాయి. గాంధీగారి కార్యక్రమాలకు అది అంకితమైంది. గాంధీ, వినోబా, రాజేంద్రప్రసాద్ - మరెందరో మహావ్యక్తులు అక్కడకు విచ్చేశారు. మహాత్మాగాంధీ ఖద్దరు నిధికై ఆంధ్రదేశంలో పర్యటిస్తూ 1929 ఏప్రిల్ నెలలో కావూరు వచ్చారు. అప్పుడు తుమ్మల ఒక వచన సన్మానపత్రం రచించి గాంధీకి సమర్పించారు. ఖద్దరునిధికి 25రూపాయలు ఇచ్చారు.

ఇక ముచ్చటగా మూడో ప్రభావం మహాత్ముడే. ఆయన ప్రతిపాదించిన సత్యాహింసలు ఏనాటి సమాజానికైనా ఆదర్శాలే అని నమ్మారు తుమ్మల. అవి ప్రేమకు మూలం. వాటి వెనక 'కష్టపడి జీవించు, త్యాగశీలంతో జీవించు' అనే సారాంశం ఉంది. అది ఈ కవిలో మూర్తీ భవించింది. జీవితాంతం అసత్యమాడని సత్యవ్రతం తుమ్మలవారిది.

తుమ్మల కలంపట్టే నాటికి పద్యంలో, గద్యంలో, గ్రాంథికభాషే రాజ్య మేలుతుంది. దాదాపుగా 1940వరకు పత్రికల్లో సైతం గ్రాంథికభాషే సాగుతూంది. ఆ భాషే ఈ కవికీ అలవాటైంది. పద్య ప్రక్రియకి వాడుకభాష ఒదగదు. కాబట్టి తుమ్మల తన కవితా ప్రారంభం నుంచి గ్రాంథిక భాషా వాదిగానే జీవించారు. ప్రగాఢ పద్యసాహిత్య అధ్యయనం, బాలవ్యాకరణ అధ్యయనం అందుకు బాగా దోహదం చేసిఉండొచ్చు. అయితే "భాషామార్గము ఏదైనను రచయిత లోతుగా సాహిత్యకృషి చేసినపుడే, పదికాలాల పాటు అది చరిత్రలో నిలుచును." అనే అవగాహన తుమ్మలది.

రచనలు :

"అంతస్తత్వాన్ని బట్టి సీతారామమూర్తి కావ్యాలను ఈ విధంగా విభజింపవచ్చు"నని శ్రీ నాగళ్ల గురుప్రసాదరావు పదమూడు రకాల విభజన చేశారు. (గురుప్రసాదరావుగారు సీతారామమూర్తిగారికి ప్రియశిష్యులు.)

1. శతకములు: 1. పురాంతక శతకము. 2. రామశతకము. 3. రామలింగేశ్వర శతకము.

2. జంగం కథలు: 1. బిల్హణీయము

3. నాటకాలు: 1. గిరికా పరిణయము. 2. హనుమద్విజయము. 3. మాహేంద్ర జననము

4. హరికథలు: 1. అన్నదాన మాహాత్మ్యము. 2. సాత్రాజితీ పరిణయము. 3. నామదేవ చరిత్రము

5. స్మృతికావ్యము: 1. రామకృష్ణ స్మృతి

6. కథాకావ్యాలు: 1. ఆత్మార్పణము 2. ధర్మజ్యోతి

7. రాష్ట్రకావ్యాలు: 1. రాష్ట్రగానము 2. ఉదయగానము

8. గాంధీకావ్యాలు: 1.శ్రీమహాత్మాగాంధీ తారావళి 2.బాపూజీ ఆత్మకథ 3.మహాత్మకథ 4. అమరజ్యోతి 5. సర్వోదయ గానము 6. గాంధీగానము.

9. ఖండకావ్యాలు: 1. పఠిగపంట 2. పెద్దకాపు 3. శబల 4. పైరపంట 5. సమదర్శి 6. కదంబకైత 7. చక్కట్లు 8. దివ్యజ్యోతి

10. వేదాంతకావ్యాలు: 1. ఆంధ్రభజగోవిందము 2. ఆంధ్రలక్ష్మీనృసింహస్తోత్రము 3. గీతాదర్శనము 4. హనుమాన్‌చాలీసా

11. సామాజిక కావ్యాలు: 1. ఎక్కట్లు 2. సందేశసప్తశతి

12. నీతికావ్యాలు: 1. తెనుగునీతి

13. స్వీయచరిత్ర కావ్యాలు: 1. తపస్సిద్ధి 2. నేను 3. నా కథలు

కవితాసిద్ధాంతాలు:

సీతారామమూర్తిగారి కవితాసిద్ధాంతాలు విలక్షణమైనవి. 1949వ సంవత్సరంలో 'తపస్సిద్ధి' అనే కావ్యంలో ఆయనీవిధంగా చెప్పుకొన్నారు.

చం. కళకొఱకే కవిత్వమని గంతులువేయక, రోఁతరోఁతగా
వలపులు నింపి, కబ్బములు వ్రాయక, విశ్వజనీనబోద్ధృతా
లలిత, ముదారవృత్తము, కళాకమనీయము, సంస్కృతిప్రభా
మిళితమునైన సృష్టినెదమెచ్చితి, జాతికిఁ గాన్కలిచ్చితిన్.

కళ కళ కోసమే అనే సిద్ధాంతం ఆయనకు గిట్టలేదు. పచ్చిపచ్చిగా ప్రేమలు నింపిన భావకవిత్వం కూడా రుచించలేదు. విశ్వజనీనత, ఉత్తమవస్తువు, ఉన్నత సంస్కృతి, కళాత్మకత ఉన్న కవితాసృష్టిని తుమ్మల చేశారు. గాంధీజీవితాన్ని కావ్య వస్తువుగా గ్రహించటంలోనే ఆయన ఆదర్శం ఇమిడివుంది.

'కవి వేరు, రచన వేరు' అనే పద్ధతిలో ఈనాటి సాహిత్యరంగం ఉంది. రచనల్లో ప్రదర్శించే ఆదర్శం తమ జీవితం దరిదాపులకూడా రాకుండా జాగ్రత్తపడే రచయితలున్నారు. తాము తాగిపడేసిన సీసాలు కాదు, రాసిన పద్యాలు చూడమని చెప్పిన మహాకవులున్నారు. అయితే రచయితకీ, రచనకీ ఉండాల్సిన రక్తసంబంధం సంగతేమిటి? తాము నమ్మని, పాటించని భావజాలం ఏ సమాజంకోసం ప్రతిపాదించగలడు రచయిత? ఇటువంటి సందర్భంలో తుమ్మలవారు చెప్పిన సంగతులు ఆధునిక కవులు, రచయితలు అందరూ ఆలోచించదగినవి.

ఆ.వె. కవులకేమి నేఁడు గ్రామాన కొకనూఱు
మంది కలరు గాని మాట దారి
బ్రదుకు దారి వేఱుపడకుండ నిల్పువా
రెంతమంది యుందురీ శతాన?

కవుల మాటదారి, బ్రతుకుదారి వేర్వేరు కావని, రచయితంటే అతని రచనే అని తుమ్మల చెపుతున్నారు. "ఇతివృత్తమునకు, దీటగు బ్రతుకే కవికుండు నతని పల్కురహించున్" అంటున్నారు.

ప్రాచీనకాలం నుంచి పద్యకవిత్వం సమాజానికి దూరంగానే ఉండిపోయింది. అదే ఆనవాయితీని చాలామంది పద్యకవులు ఇప్పటికీ అవలంబిస్తున్నారు. కాలం చెల్లిన కవితా వస్తువుల్లో పద్యాలల్లేవాళ్లు, సారాంశ శూన్యమై, కేవలం ధారణాశక్తికి దృష్టాంతాలుగా నిలబడే అవధానాలను ఆశ్రయించి కావ్యరచనకే దూరమైన వాళ్లు చాలామంది మనకళ్ల ముందున్నారు. తుమ్మలవారిది ఆ పద్ధతి గాదు. సామాజిక గతిని గాలికి వదిలేసి కవిత్వం రాస్తే నేలవిడిచిన సామే అవుతుందని ఆయన భావించారు.

ఆ.వె. నేలవిడిచి సాము నెఱపిన యట్లుండు
సంఘగతికి దవ్వుసాగి వ్రాంత;
యుక్తిచణత గాదు యుగలక్షణము గుబా
ళింపవలయుఁ గావ్యలేఖనముల (నేను)

కలుషితమైన విషయవాంఛల్ని రెచ్చగొట్టి, ప్రజల్ని పశువులుగా మార్చేది కళ కాదన్నారు తుమ్మల. కృతికి జీవగఱ్ఱగా ఉపదేశం ఉండాలని భావించారు. "జాతి కుపకరించు సందేశమును గళానితముగా వచించు వితము నాది" అన్నారు.

కం. నైతిక పునరుజ్జీవన
జాతీయ వికాస, విశ్వజనతా శ్రేయః
ప్రీతము మచ్చేతము; నా
కైతము తద్దర్పణమ్ముగా నుదయించున్ (నేను)

నైతిక పునరుజ్జీవనం, జాతీయ వికాసం, విశ్వమానవతావాదం – ఈ మూడు లక్షణాలు తుమ్మలవారి కవిత్వంలో ఉన్నాయి.

గాంధీకవిగా:

తుమ్మలసీతారామమూర్తి గాంధేయవాది. యౌవనదశ నుంచే ఆయనకు గాంధీసిద్ధాంతాలపై నమ్మకం కుదిరింది. తన జన్మస్థలమే జాతీయోద్యమానికి అంకితమైంది. దాని ప్రభావం తనపై గాఢంగా ప్రసరించింది. 1920 నుండి ఆ భావాలను ప్రచారం చెయ్యటానికి పూనుకొన్నాడు.

ఉప్పు సత్యాగ్రహంలో పాల్గొనటానికి ఉత్సాహపడ్డాడు. కాని తల్లివారించటంతో సాధ్యం కాలేదు. అందుకు విచారించాడు. అంతరాత్మ ప్రబోధంతో గాంధేయ సాహిత్య నిర్మాణానికి తన కవిత్వాన్ని అంకితం చేయాలని సంకల్పించారు.

మహాత్ముడు కథానాయకుడుగా తుమ్మలవారు రెండు మహాకావ్యాలు రచించారు. 1.బాపూజీ ఆత్మకథ (1950) 2. మహాత్మకథ (1968). అయిదు భాగాల ఆత్మకథలో 3800 గద్యపద్యాలున్నాయి. నాల్గుభాగాల 'మహాత్మకథ'లో 4500 గద్యపద్యాలున్నాయి.

'The story of My Experiments with Truth' అనే గాంధీ ఆత్మకథ సుప్రసిద్ధం. గాంధీచూపులో సత్యమే దైవం. "సత్యమే నాకన్నిటి కన్నా గొప్పది" అన్నాడు మహాత్ముడు. సత్యం స్వతంత్రమైంది. సనాతనమైంది. అది మానవుల వాక్కులలో, భావాలలో ఆవిష్కరించ బడుతుంది. దానితో తను చేసిన ప్రయోగాలే తన ఆత్మకథ. ఇటువంటి స్వీయగాథ కావ్యరచనకి పనికొస్తుందా? అందులో రసాత్మకత ఉంటుందా? దాన్ని కావ్యవస్తువుగా గ్రహించి మెప్పించడం అంతతేలికైన విషయం గాదు.

కం. పలికెడిది గాంధి కథయట
పలికించెడు వారు తెనుఁగుఁ బ్రజలట, దీనిం
బలికిన నూఱట యౌనట,
పలికెద నికనొండు మఱచి బాపు చరిత్రన్

అని పోతన మాదిరిగా మహాత్మకథా వస్తువుతో ఆత్మీయత ప్రకటించారు.

"ఇటువంటి మానవుడొకప్పుడు ఈ భూమిమీద నడిచాడంటే భావితరాల వారు నమ్మలేక పోవచ్చు"నని ఐన్‌స్టీన్ మహాత్మాగాంధీని ఒక రకంగా దర్శించాడు. ఇక తుమ్మల దర్శించిన తీరు ప్రత్యేకమైంది. రాముడి సత్యం, కృష్ణుడి ప్రేమ, గౌతముడి కరుణ పెనగొన్న యోగి గాంధీజీ.

సీ. ఉత్తమ వాగ్మినా నొప్పారె, నురకగ
ర్జించియా? కాదు, వర్జించి నుడులు
అతిలోకబల సమంచితుఁడయ్యె కండలు
పెంచియా? కా, దలయించి యొడలు
చిరజయశ్రీ ధురంధరుఁడయ్యె రిపుల ఖం
డించియా? కాదు, పండించి కృపలు
అమృతత్వమందె యాగము లాచరించియా?
కాదు, నిష్కామయోగము వరించి

యతఁడు సామాన్యుఁడెట్లు? వీరతక పూర్వ
జీవములు వోసి వాసి దెచ్చిన మహాత్ముఁ;
డతని నడచిన బాటలయందు నడిచి
పందయును విక్రమక్రమాస్పదుఁడయ్యె

విరోధాభాసంగా భాసించే ఈ వర్ణన విశిష్టమైంది. మహాత్ముడు మౌనంతో మహావక్త అయ్యాడు. కండలు కరిగించి మహాబల సంపన్నుడయ్యాడు. కరుణ పండించి శత్రువుపై విజయం సాధించాడు. ఏ యాగాలు లేకుండా నిష్కామ యోగంతో అమరుడయ్యాడు. కనుక అతడు అసామాన్యుడు, మహాత్ముడు. ఇంతకన్న గొప్పగా మహాత్ముడి వ్యక్తిత్వాన్ని ఆవిష్కరించిన కవి తెలుగులో లేడని చెప్పవచ్చు.

మహాత్ముని ఆశయాల అడగుజాడలలో నడిచినవారు గనుక గాంధీ హత్య ఆయన మనస్సును తీవ్రంగా గాయపరిచింది. ఆ గాయం నుంచి వెలువడిన గేయమే 'అమరజ్యోతి'. ఒకవైపు మహాత్ముని మరణం వలన కలిగిన అపార దుఃఖంతోపాటు అప్పటికే దేశంలో ప్రబలిన నీచ గాజకీయ సామాజిక సంస్కృతిపట్ల అసహ్యం కూడా ఆ కవితలో గూడు కట్టుకొంది. "యుగయుగమ్ముల ఖారతోర్వీతపః పుంజమెసరేఁగి జగముల కిడినపంట"గా గాంధీని సంభావించారు తుమ్మల.

సీ. క్రుల్లిన యెముకకై కుక్కగుంపులవోలె
నధికారమునకుఁ గారాడువారి
లంచాలగడ్డి కాసించి సేవాధర్మ
నియమముల్ బలసేయ నేర్చువారి
కుహనా వణిజ్యోప గూహనోద్రిక్తులై
సుధవోలెఁ బ్రజ నెత్రు జుఱ్ఱువారి
పరమత ద్వేషాగ్ని మరగినారీ వృద్ధ
శిశుమండలని జీల్చి చెండువారి

దేశహితకృత్యముల పేరఁ దెచ్చు నర్థ
మాత్మబంధువులకుఁ బంచునట్టివారి
బ్రతుకు గనలేక కన్ను మూసితివి గాని
కలఁడే నీ గుండెపైఁ బ్రేల్వఁగల మగండు

హేతూత్ప్రేక్షతో మహాత్ముడి నిర్యాణాన్ని వర్ణించటంతో పాటు దేశదౌర్భాగ్యానికి హేతువును గూడ అప్పుడే యీ కవి పసిగట్టినట్టు తెలియడం లేదా?

ఇటువంటి జాతీయోద్యమ కవిత్వాన్ని భావకవిత్వంలో భాగంగా భావించారు ప్రముఖవిమర్శకులు. కాని ఈ రెండు కవిత్వాల పునాదులు వేరు. భావకవులు దేశభక్తి కవిత్వం రాసినా అందులో ఆచరణ శీలత, ఉద్యమ తీవ్రత తక్కువ. జాతీయోద్యమ కవిత్వం పూర్తిగా ఉద్యమప్రేరేపితమైంది. గాంధీవాదం దానికి వెన్నెముక. కనుక ఆ కవిత్వాన్ని ఒక ప్రత్యేక నవీన కవిత్వశాఖగా పరిగణించి, పరిశీలించాల్సిందే.

రాజకీయదృక్పథం:

రాజకీయాల గురించి నాయకుల గురించి తుమ్మల చెప్పిన మాటలు నిత్యసత్యాలు. పదవులు పొందిన వారు గర్వపడకుండా, వినయవంతులుగా ఉండాలని, ఆదర్శవంతులుగా ఉండాలని ఆయన కోరారు.

"ఎక్కినవాడు నా నొసటనే పొడిచెన్ రవియంచు, నాకులం
బొక్కటిచాలు నే గెలుపు నొందుటకంచు భుజాలు త్రిప్పుతున్
నిక్కఁగరాదు, పాదుకలు నీట ధరింపఁగరాదు, నమ్రతా
రుక్కలితాత్మ వైభవ నిరుద్ధ విపక్షబలుండు కావలెన్"

రాజకీయనాయకుడు తన వినయపూర్వకమైన ఆత్మవైభవంతో విపక్ష బలాన్ని జయించాలని తుమ్మలవాక్కు. అసభ్య, అశ్లీల వాక్కులతో పరపక్షాలను విమర్శించే ఈనాటి నాయకులు పదేపదే మననం చేసుకోదగిన మాట యిది.

"తోరణాలు కట్టి, తోమాలియలు వైచి
పొగడు ప్రజలఁ జూచి పొంగి పడక
పదవి లేనినాఁడు పదిమంది మన్నించు
వడువెఱంగి బ్రదుక వలయుఁ బ్రైగడ"

పదవి ఉన్నప్పుడు, లేనప్పుడు పదిమంది గౌరవించే బ్రతుకు కావాలి రాజకీయనాయకుడికి.

"జాతిపెంపు నాకుఁ జూలును జాతీయ
గౌరవంబ నాదు గౌరవంబు
జాతిసేవ నాదు జన్మంబునకు ఫలం
బని తలంచు" మహాపురుషులు మంత్రులైతే ప్రజలకు శాంతిసౌభాగ్యాలు కలుగుతాయని ఆయన భావన.

ఆ.వె. పెత్తనంబు వలచు పెద్దలూరూర బా
కాల నూదుకొంద్రు గగన మదర
నిక్కమైన సేవ నెఱపెడి కుఱ్ఱలు
కంటఁబడరు సెనగ పంటవోలె (ఉదయగానము)

వేరుసెనగ పంట నేలలోపల దాగివుంటుంది. పైకి కనపడదు. నిజమైన సమాజసేవకులు ఆవిధంగా స్వార్థముఖం లేకుండా ఉంటారు.

రాష్ట్రం ఏర్పడిన కొత్తలో పదవులకోసం కొట్లాడుకుంటున్న వారిని చూచి తుమ్మల చేసిన హితబోధ ఈ విధంగా ఉంది.

ఆ.వె. మూఁడుకోట్లమంది మూఁగిన యింటిలో
మంచి పీఁట లెంతమంది కుండుఁ
జూఁపనున్న వారు నాఁపలా? సైరణ
చూపువారె కీర్తికోపువారు (ఉదయగానము)

స్వాతంత్ర్యానంతరం భారతదేశ రాజకీయరంగంలో జరిగిన విలువల క్షీణత కవి మనస్సును గాయపరిచింది. మహాత్మాగాంధీతోనే కర్తవ్యనిష్ఠ కాలధర్మం చెందిందని తోచింది. పదవి,సంపద, భోగం, వీటికోసం మానవుడు అంతులేని దాహంతో పరిగెత్తుతున్నాడన్పించింది.

ఆ.వె. గాంధితో నడంగెఁ గర్తవ్యనిష్ఠ, మ
హాత్ముతో వివేక మస్తమించె;
భారతోర్వినిపుడు పదవుల కొట్లాట
తక్కనేమి కలదు నిక్కమరయ?

తే.గీ. పదవి, సిరి, నీచ భోగముల్ పడ యనరుడు
పరుగులెత్తుచునున్నాఁడు పగలురేయి,
ఊరనూరను గద్దెల పోరు హెచ్చి
తాఱుమాఱగుచున్నది ధర్మమెల్ల

సామాజిక దృక్పథం:

సర్వోదయమార్గం తుమ్మల సీతారామమూర్తిది. సమాజంలోని అసమానతలు ఆయన గుర్తించారు. దోపిడితత్వాన్ని అవగాహన చేసుకున్నారు. అవసరమైన సందర్భాల్లో ఉన్నవారు గాక లేనివారి పక్షం వహించారు. లేకపోతే 'ధర్మజ్యోతి' కావ్యంలో కింది పద్యం రాయలేరు.

ఆ.వె. బొట్టి బలిసి నేఁడు విఱ్ఱ వీఁగుచునున్న
సాహుకార్ల యాట సాగదిట్లె
రుద్రమూర్తియై దరిద్రుండు చిచ్చఱ
కన్నువిప్పి గజ్జెకట్టు నెపుడొ (ధర్మజ్యోతి)

1958-60 మధ్యకాలంలో రాసిన 'క్రొత్త సంక్రాంతి' పద్యాల్లో కూడా సమసమాజ దృక్పథం కనపడుతుంది.

ఆ.వె. మేడప్రక్క గుడిసె, మేలిమి బంగారు
పట్టువలువ సరసఁ బ్రాఁత గోఁచి
తనివి చెంత నింత తఱుగని కన్నీరు
లేని పండు విది ఫలింపవలయు

బిచ్చగాడు లేని, ముచ్చులేని, కత్తిలేని, దొరతనం లేని, కుట్రలేని, ఈర్ష్యలేని దేశావధిలేని కొత్తపండుగ రావాలని కోరుకొన్నారు.

1940 నాటికే తుమ్మల మార్క్సు సిద్ధాంతం గురించి తెలుసుకొన్నారు. ఆ తెలివిడే 'ధర్మజ్యోతి' కావ్యంలో ప్రతిఫలించింది. అయితే మార్క్సు చెప్పిన వర్గ-దోపిడిని అంగీకరించిన తుమ్మల వర్గపోరాటాన్ని మాత్రం అంగీకరించలేదు. తనలో బలీయంగా ఉన్న గాంధీయ భావజాలంతోనే ఆయన సామాజిక అసమానతలకు పరిష్కారమార్గం అన్వేషించారు. ఈ వైరుధ్యం తుమ్మలవారి మలిదశ కవిత్వంలో స్పష్టంగా కనపడుతుంది. గాంధీచెప్పిన ధర్మకర్తృత్వసిద్ధాంతాన్ని బలపరిచారాయన.

కం. సంపన్నులు తమ బంగరు
గంపలకున్ దాము ధర్మకర్తల యని భా
వింపవలయుఁ, బేదలసిరి
పెంపవలయుఁ, ద్రుంపవలయుఁ బిసిడి తనమ్మున్

సామాజిక సంపద ఒక్కచోట పోగుపడరాదు. అది గడపగడపకి చేరాలి. ఎవరి సంపదకైనా ఒక హద్దుండాలి. 'నేను' అనే స్వార్థకేంద్రం వదిలి 'మనము' అనే భావం పెంచుకోవాలి. శ్రమించకుండా లభించే సంపదవల్ల మనిషికి గర్వం కలుగుతుంది. అన్ని అనర్థాలు కలుగుతాయి. చదువులేని మనిషి, మందులేని పేద, కూడు లేని అనాథ ఉన్న గడ్డకు శాంతిలేదు; జీవకాంతి లేదు.

"సర్వోదయం పరిపూర్ణమయిన జీవనదర్శనం. 'ఆత్మవత్సర్వభూతాని', 'సహనౌభునక్తు', 'ఈశావాస్యమిదం సర్వం' - ఇత్యాది ఉపనిషద్వాక్యాలు దీని తత్త్వాన్ని చాటుతాయి. సర్వసమభావం, దీనికి హేతువయిన ప్రేమా సర్వోదయానికి మూలస్తంభాలు. ఇది ఎదుటివాణ్ణి ద్వేషింపదు. అతనిలోని సద్గుణాలను గుర్తించి వాటి వికాసానికి తోడ్పడుతుంది. సమస్యలను పరిష్కరించటానికి హృదయ పరివర్తనం ప్రధానమంటుంది. సర్వోదయం ధనికవాదం, సామ్యవాదం మొదలయిన ఆర్థిక సిద్ధాంతాలలోని మేలిమిని స్వీకరించటానికి వెనుకంజవేయదు" (శ్రీ నాగళ్ల గురుప్రసాదరావు : తుమ్మల సీతారామమూర్తి, కేంద్ర సాహిత్య అకాడెమీ, 2000)

సామాజిక సమానత్వం సాధించటానికి పోరాటమార్గం లేని, ఈ అహింసాపద్ధతి సరిపోతుందా అనేది చర్చనీయాంశం కావచ్చు. కాని తుమ్మలవారు నమ్మిన సిద్ధాంతం అదే.

'శ్రమపడుటే జాతికి సిరి, శ్రమపడుటే రాజ్యమునకు సంపద' అని శ్రమ విలువ గుర్తించిన తెలుగులెంక సమాజంలో శ్రమిస్తున్న సమస్త వర్గాలవారిని సమానంగా భావించారు.

కం. కలమెత్తిన హలమెత్తిన
మలమెత్తిన వాని నొక్కమైఁ జూడవలెన్
వలతియు నలతియు లేదిట
పలువృత్తులు సాగినపుడె బ్రతుకులు సాగున్ (ఎక్కట్లు)

అని అన్ని వృత్తులవారిని గౌరవించారు. తన చెప్పులు బాగుచేసి తెచ్చిన పనివాడిని కుర్చీలో కూర్చోబెట్టి, అతని దగ్గర చెప్పులు కుట్టే పని నేర్చుకొన్న సమచిత్తం తుమ్మల సీతారామమూర్తిది.

రైతుకవి:

20వ శతాబ్ది ప్రారంభంలో తెలుగు సాహిత్య రంగంలో ఒక క్రొత్తమార్పు వచ్చింది. అది ఏమిటంటే అప్పటిదాకా అగ్రవర్ణాల చేతుల్లో ఉన్న కవితాకళ శూద్రుల, పంచముల చేతుల్లోకి వచ్చింది. జమీందారీలు శిథిలమై ఆంగ్లేయుల పాలన ఏర్పడటంతోనే బ్రాహ్మణాధిపత్యం తొలగిపోయింది. పలాయి దొరల ముందు చట్టపరంగా అన్నివర్ణాలు సమానమయ్యాయి. బ్రాహ్మణ కులవృత్తులు, అగ్రహారాలు క్షీణించాయి. వాళ్ళు తమ కుల వృత్తులు వదిలి విద్యా,వైద్యా, న్యాయ

రాజకీయాది రంగాలలో ప్రవేశించారు. మరోవైపు గ్రామాల్లో వ్యవసాయం ప్రధానంగా ఉన్న కమ్మ, రెడ్డి, వెలమ మొదలయిన కులాలు సమాజం నిచ్చెనమెట్లలో పైకి ఎగబాకారు. భూస్వాములు, మోతుబరి రైతులు సామాన్య రైతులు వ్యవసాయరంగంలో స్థిరపడిన పిమ్మట విద్యా, వైద్యం మొదలయిన రంగాలలో కూడా తమ శక్తియుక్తుల్ని ప్రదర్శించనారంభించారు. ఈ దశలోనే శూద్రకులాల నుండి, పంచముల నుండి కవులుకూడా జన్మించి బ్రాహ్మణ కవులకు దీటుగా, తమ ప్రతిభను ప్రదర్శించారు. ఈ సామాజిక పరిణామదశలోనే త్రిపురనేని రామస్వామి, తుమ్మల సీతారామమూర్తి, దువ్వూరి రామిరెడ్డి, ఏటుకూరి వెంకట నరసయ్య, జాషువా, మొదలయిన కవులు విశిష్టమైన రచనలు చేశారు. 1934లో రైతునాయకులు ఎన్.జి.రంగా సంపాదకత్వంలో 'రైతు భజనావళి' కవితాసంకలనం వచ్చింది. ఇది అప్పటి రైతు జాగృతికి నిదర్శనం.

ఏ ఏ వృత్తుల నుంచి ఈ కవులు వచ్చారో ఆ వృత్తుల పట్ల, రంగాల పట్ల వారికి అపార గౌరవం ఉంది. రైతుకుటుంబంలో జన్మించి ఒక వైపు వ్యవసాయం మరొక వైపు కవితావ్యవసాయం చేసే కవులు రైతును గూర్చి కవిత్వం రాయకుండా ఉండలేరు. అందుచేతనే దువ్వూరి రామిరెడ్డి 1918లో "కృషీవలుడు" కావ్యం రాశారు.

ఇక తుమ్మల సీతారామమూర్తి ఒక పూటబడికి, మరొక పూట మడికి వెళుతూ బాల్యం గడిపాడు. 'ముప్పదియేండ్లు సేద్యమున' మునిగితేలిన బ్రతుకాయనది. దానికితోడు ఎన్.జి.రంగా నాయకత్వంలో సాగిన రైతు ఉద్యమం ప్రభావం ఆయన మీద బలంగా ఉంది.

రైతుబిడ్డ తుమ్మల ముప్ఫయి సంవత్సరాలు కృషి చేసినవారు. రైతుకవి. ఉద్యోగవశాన వ్యవసాయం వదిలినా మదిలో దాని తలపు వదలలేదు. ఒకానొక సంక్రాంతి నాడు తన వెనకటి రైతు జీవనం గుర్తుకొచ్చింది. చలికాలంలో గిత్తలబండి తోలుతూ, వలిపాట పాడుకునే యౌవనం గుర్తుకొచ్చింది. పడుగునూర్చి, కడెంపేర్చి, వెంటిని తీర్చి ఆకలి కరకరలాడుతుండగా దోసిళ్లతో మజ్జిగబువ్వ జుఱ్ఱిన అనుభూతి తలపుకొచ్చింది. పిడికట్ట కొడితే దెబ్బకు పుట్టెడు గింజలు రాలిన నాటి బలం గుర్తుకొచ్చింది.

ఆ.వె. అఱ్ఱుపులిసి గిత్తయంకె వైచిన తఱి
నడుముగట్టి పట్టె మెడకుఁదార్చి
యూబిలోని బండి నూఁపి లేపినమొన
గాఁడ వెఱతు నిపుడు కడవఁదోడ

శరీరశ్రమతో సంబంధం కోల్పోయిన వృత్తివల్ల కలిగిన అనర్థం తెలుసుకొని పశ్చాత్తాప పడ్డారు తుమ్మల. అది బలపడి, బలపడి ఒకరోజు పొద్దునే తెలిసిన వాళ్ల చేనికిపోయి వాళ్లకు తోడుగా కుప్పనూర్చి ఆనందించారు.

కర్షకుడి గుండెలో కోటికోటి యుగాలనాటి పుణ్యసంస్కృతి తొణికిస లాడుతుంది. అతని వెలిరూపు నాగరికతకు దూరంగా ఉంటుంది. కాని అతడు తత్త్వజ్ఞుడు. ముసలిరైతు కూడా సూత్రపట్టినట్టుగా సూటిగా నాగటి చాలువేస్తాడు. కారణం ఏమిటి? చిరకాల అనుభవమేనా? అతని వంకరలేని నడతా? ఎండకు, వానకు జంకకుండా పండించిన ధాన్యమంతా పాతరలో నిండిస్తూ తను తింటూ, ఇతరులకు పెట్టే కర్షకుడే ధన్యుడు. ఇవి తుమ్మలవారి రైతు తలపులు.

ఈ అనుభవ నేపథ్యంలో 'శబల' కావ్యంలో 'సంక్రాంతి తలఁపులు' అనే ఖండికలో తుమ్మల సీతారామమూర్తి రైతు బ్రతుకు వదిలిపెట్టి ఉపాధ్యాయవృత్తిలో స్థిరపడినందువల్ల కలిగిన దౌర్బల్యం గురించి వర్ణిస్తాడు.

శా. ఊరుంగాయలు, పచ్చడుల్, పులుసు లేవో కూరలైదాఱు, సాం
బారున్, మీఁగడ, లప్పడాలు, వడియాల్ వడ్డించినన్ నేఁడిసీ!
చేరెండన్నము లోనికిన్ దిగదహో! చిన్నప్పుడేనొక్క గోం
గూరన్ గుండెఁడు కూడు మెక్కితి, నెఱా గోతాలతో దూఁకితిన్

ఉ. గట్టితనమ్ము చిందఁ బిడికట్టకు సాగిన దెబ్బదెబ్బకున్
బుట్టెఁడు రాలి రాశి వడెఁబో! కుసుమల్; కడియమ్ము మీఁదికిన్
బట్టిన గడ్డి నొడ్డి పన పంజినచోఁబడి మోపులుండు; నా
రెట్టబలమ్ము నేఁడు సయిరింపదు వీసెఁడు కూరలెత్తఁగన్ (శబల)

తాను రాసిన రెండు కావ్యాలకు 'పఠిగపంట','పైరపంట' అనే పేర్లుపెట్టటం ద్వారా తన రైతు స్వభావాన్ని ప్రకటించారు తుమ్మల. 'కర్షకుడు' అనే ఖండికలో అన్నదాత కష్టాలను వివరించారు. 'కాఁపులు కూలివాండ్రునొక కాఁడికిఁ గట్టిన గిత్తలు' అనటంలో రైతు, కూలీ - ఇద్దరూ శ్రమలో సమానులే అనే చక్కని అర్థం ఇమిడివుంది. రైతు-కులవృత్తులు వేరేవేరు కావని తుమ్మల అభిప్రాయం. "కాపు వేఱు, కర్మకరుఁడు వేఱనువారు గ్రుడ్డివారు, తెలివి సెడ్డవారు" అన్నారు తుమ్మల. 'వరినాటు', 'సంక్రాంతి ముచ్చటలు' అనే కవితా ఖండికలు రైతు జీవన సన్నివేశాల్ని ఎంతో నిసర్గంగా వర్ణిస్తాయి. ఇక 'జడికారు' రాగానే ఊళ్లో గొప్ప కదలిక మొదలవుతుంది.

సీ. ఊపిరాడక పోయె నూరి వడ్రంగికిఁ
బగలురే నాఁగటి పరోతఁదీర్ప
కఱ్ఱు, చెక్కుడుపాఱ గాల్చుచో నెగసిన
పొగలోనఁ గమ్మరి బ్రతుకు వడియె
రేపేమిటని రైతు కోపింప నెట్టెటో
నాఁటెనల్ గొడగరి వాఁడు పెనఁచె

చేతితో నోటితో సెనగవిత్తులు దుల్చి
గాసిల్లెఁ జిన్నారి కాఁపు వెలఁది

పలుపు పగ్గాలు సంతన పఱుచు పనికిఁ
జిక్కి చిడిముడి పడసాఁగె జీతగాఁడు
కర్షకుని పాట్లు వివరింపఁగా బనేమి
యతని తల మీఁద నుండెఁ గొండంత బరువు

ఈ పద్యమంతా స్వభావోక్తిమయమే. వానకాలంలోని గ్రామజీవన చిత్రం ఇది. వ్యవసాయరంగంలో మునిగి తేలిన వ్యక్తి మాత్రమే యిటువంటి పద్యాలు రాయగలడు.

కం. ఏను స్వతంత్రుఁడు ననఁగల
మానిసి తలయెత్తఁదగిన మగఁడొక రైతే
వీనిశ్రమ వీని కరుణని
దానముగా నొరుల జీవితమ్ములు నడచున్

'ఉత్తమంసేద్యం, మధ్యమం వ్యాపారం, అధమం ఉద్యోగం' అనే ఆనాటి పల్లెటూళ్ల నానుడి ఈ సందర్భంలో మననం చేసుకోవాలి. రైతు జీవనం ప్రకృతితో అనుసంధానమై లేదా దానిపై ఆధారపడి వుంటుంది. మరి దేనికీ పరతంత్రత లేదు. వ్యాపారం, ఉద్యోగం ఇవి ఇతరుల ప్రమేయం, ఆదరం లేకుండా సాగవు. అక్కడే రైతు స్వతంత్రత అర్థం చేసుకోవాలి.

"పల్లెపట్టేకదా భరతోర్వియన్నఁ
గమ్మతీఁడే కదా గ్రామం బటన్నఁ
గర్షకానందకు కద జగత్తుష్టి
రైతేకదా దేశరమకు వెన్నెముక
కాపే కదా లోక కల్యాణదాత
సేద్యగాడే కదా జీవనమ్మిలకు"

1930 దశాబ్దంలో వచ్చిన నందన నామ కరువు మొదలు కరువుకాటకాలన్నీ గమనిస్తూ వచ్చారు తుమ్మల. ఎంతకృషి చేసినా ఎందుకు రైతు బ్రతుకు తెల్లవారటం లేదో గమనించారు. గాలివానలు, ఎలుకలు, చీడపీడలు మొదలైనవి ప్రకృతి గతమైన సమస్యలు. అవిగాక 'ఏలువారి' నిర్లక్ష్యం కారణంగా ఏర్పడే కష్టాలు గుర్తించారు. దగ్గరలో ఏరు పారుతున్నా చేలు ఎండిపోతున్న వైనం, తగినధరలు లేక రైతు దిగాలుపడటం, ఆపైన పన్నుపోటు–ఇవన్నీ గ్రహించారు. రైతులలోని అనైక్యం గుర్తించారు. వారికి 'ఒకమాట, ఒక బాట' లేదన్నారు. సంఘశక్తి తెలిసి పల్లెటూళ్లలో రైతుకూటాలు ఏర్పరుచుకోవాలని ఆకాంక్షించారు.

పతిగపంట, పైరపంట, పెద్దకాపు వంటి కావ్యాల పేర్లు గమనిస్తే రైతు జీవితంతో ఈ కవికి గల అవినాభావ సంబంధం తేలిగ్గా అర్థమవుతుంది.

తెలుగు సంస్కృతి :

"తెలుగుదేశము, తెలుఁగుభాష, తెలుఁగు చరిత్ర, తెలుఁగు పూజ, తెలుఁగు సంస్కృతి అనినంతనే నా యొడలు పులకరించును ఇవి నాకు ప్రాణకల్ప విషయములు" అన్నారు తుమ్మలవారు. అంతేకాదు, "నేను తెలుగు వాడను అనునహంకారము నాకెక్కువ. ఈ యహంకారమే నన్ను కవిని చేసినది. ఇట్టి నా జాతియు నా భాషయు పరతంత్రములై పరకీయ సంస్కారము నాశ్రయించి ప్రాచీన గౌరవమును కోల్పోయినవి కదా! ఇది నా మనస్సులో అనుక్షణముగా రేగునట్టి మారాటము. ఈ మారాటమునకు నాజీవుడు కదలినాడు ఆ కదలికయే రాష్ట్రగానము."

ఈ విధమైన ఆవేశంతో సమకాలికమైన ఆంధ్రోద్యమాన్ని వస్తువుగా గ్రహించి రాష్ట్రభక్తి కవిత్వం రచించారు తుమ్మల. రాష్ట్రగానము అనే కావ్యంలో తానాంధ్రుడననే స్వాభిమానం కనిపిస్తుంది. రాష్ట్రసిద్ధికోసం ఆయన పడిన తపన కనిపిస్తుంది. పరసంస్కృతిని మెచ్చుకునే ఆంధ్రుల వ్యామోహాలను తుమ్మల విమర్శించారు. ఆంధ్రోద్యమాన్ని బలపరిచారు. 'రాష్ట్రగానము' మొత్తం ఆంధ్రరాష్ట్రోద్యమ చరిత్రే. ఎన్నెన్నో పద్యాలలో ప్రాచీనాంధ్రదేశ వైభవాన్ని వర్ణించారు. తెలుగుదేశ చరిత్రలో వెనుకటి కాలాన స్వర్ణయుగాలున్నాయని ఆయన భావన. శాతవాహనులు, కాకతీయులు, విజయనగర రాజులు మొదలయిన ప్రభువులు పాలించిన కాలంలో జన్మించనందుకు విచారించారు.

సీ.   పాటలీపుత్రమ్ము కోటకొమ్మల మీఁద
            దెలుగు జెండాలు నర్తించునాడు
       ఢిల్లీశు నెదిరి చెండిన తెల్గు విలుకాండ్రు
            నవలక్షలోరుగల్ కవియునాఁడు
       రాచూరు కదనమం దేచి తళ్తళమంచు
            దెలుగు జోదుల కత్తి తిరుగునాఁడు
       అలచోళపాండ్య భూములఁ దెల్గుసరకార్ల
            పసుపు సూయాణమై ప్రాఁకునాఁడు

తే.   చూచి సంతోషభారంబు మోచి, శిరము
       నూఁచు భాగ్యంబునకు నింత నోఁచలేక
       యేల పుట్టితి నిపుడిసీ! మేటి బ్రతుకు
       కటకటా! దాఁటిపోయె బంగారు యుగము (రాష్ట్రగానము)

తెలుగు తల్లిని సంబోధిస్తూ వారికి ప్రాచీన చరిత్ర బోధించమని కోరారు తుమ్మల. తెలుగువాడు తన వేషభాషలన్ వదిలిపెట్టరాదని బోధించాడు. తమిళలతో ఉమ్మడి కాపురం

వద్దని మనకు ప్రత్యేకరాష్ట్రం కావాలని ఆకాక్షించాడు. చెన్నపట్టణం కూడా తెలుగువారిదే! అని సాక్ష్యాధారాలు చూపించాడు. రాష్ట్రోద్యమం సందర్భంలో రాజకీయనాయకుల వంకరబుద్ధుల్ని విమర్శించారు. "తల్లిబాస తీపి తగులని మానిసి, దేశి కవిత నిగ్గు తెలియనతడు" నాయకత్వానికి పనికిరాడని చెప్పారు.

కం. ఆంధ్రుడవై జన్మించితి,
వాంధ్రుడవై యనుభవింపు మాయుర్విభవం,
బాంధ్రుడవై మరణింపుమి,
ఆంధ్రత్వము లేని బ్రతుకు నాసింపకుమీ (రాష్ట్రగానము)

ఆంధ్రత్వం లేని నాడు భారతీయత్వం కూడా లేదని చెప్పారు.

కం. మన కాంధ్రత్వము ప్రాణము
తనువు సుమీ భారతీయ ధర్మము, మావ
న్మను జాభ్యుదయ ప్రవణత
యనుజా! విను, వజ్రకవచమై దిట వొసఁగున్ (రాష్ట్రగానము)

ఆంధ్రత్వము- భారతీయత్వము-అంతర్జాతీయత్వము. ఇదీ తుమ్మలవారి భావనాక్రమం.

రాష్ట్రసిద్ధి తర్వాత పుట్టిన కావ్యం 'ఉదయగానము' అందులో రాష్ట్రసమస్యలు కొన్నిటిని చర్చిస్తారు తుమ్మల. దేశవికాసానికి కొన్ని సూచనలు చేస్తారు. అంతకుమించి ఈ రాష్ట్రం భాషామూలకం కనుక తెలుగుభాష పెంపుసొంపుల గురించి కూడా చర్చిస్తారు. ఆంధ్రజాతికి "వలసినంత పురాతన వైభవం కలదు. కమనీయ సంస్కృతి కలదు" అని తుమ్మలవారు తెలుగు వారికి గుర్తుచేశారు. ఒకనాడు తెలుగుల పతాకం పాటలీపుత్రం కోటకొమ్మలపై రెపరెపలాడినది. "కొమ్ము దిరిగిన వారరె కొలువుసేయ దిక్కులొత్తిన మొనగాడు తెలుగువాడు" "ఎల్లసంపదలు పుట్టినిల్లు అనంగా తేజరిల్లినది తెలుగువాడు" తెలుగు రాజులు, వీరులు, కవులు, గాయకులు, శిల్పులు తెలుగు కాంతల విశిష్ఠతలు తలుచుకొని తుమ్మలవారు పరవశించారు.

కలదోయి! తెలుఁగుజోదుల తుటారి కటారి
చెలరేగి పగఱఁ జీల్చినదినంబు
కలదోయి! తెలుఁగు రాజులు గంగగట్టుపైఁ
దీండ్రించి పడగలెత్తిన దినంబు
కలదోయి! రేవు రేవులఁ తెలుంగు సరంగు
పెనఁగి లంగర్లు దింపిన దినంబు
కలదోయి! తెలుఁగు పల్కుల వెలంది వెలంది
వెలుఁగు లెల్లెడలఁ బర్వినదినంబు

కలదు కలదోయి! తెల్గుపోకడల విశ్వ
మునకు మేల్బంతులై వెలింగిన దినంబు
నేఁటి నీపాటు నెంచి కన్నీటి నిడకు
నిలుచునే కాల మొకలీలఁ దెలుఁగు బిడ్డ! (రాష్ట్రగానము)

ఆంధ్రరాజ్యస్థాపనాచార్యుఁడై తెల్గు
వేలు పైనాఁడాంధ్రవిష్ణువిభుఁడు
రణకళానిధి సుశర్మను జంపి మగధోర్వి
శాసించె శ్రీముఖ చక్రవర్తి
ఔత్తరాహుల నెల్ల నదలించె హాలుండు
శాలివాహనశక స్థాపకుండు
నిజజయస్తంభముల్ నఖిల దిక్కులఁబాఁతె
గౌతమీ పుత్రుండు శాతకర్ణి

క్షాత్రవుల గెల్చి మాళవధాత్రికెల్ల
నాథుడయ్యెను వాసిష్ఠనందనుండు
ప్రాఁతవడినట్టి యాంధ్రభూపతుల కథలు
చదువుఁడొకసారి కండలు కదలియాడ (రాష్ట్రగానము)

తుమ్మల సీతారామమూర్తి చరిత్ర పరిశోధకుడు కాదు. కాని ఆంధ్రదేశ చరిత్రనంతా రాష్ట్రోద్యమ సమయంలో కూలంకషంగా అధ్యయనం చేశారు. తెలుగుదేశంలోని ఎన్నో గ్రామనామాలకు వ్యుత్పత్త్యర్థాలు చెప్పగలిగిన పాండిత్యం వారిది. (ఒక సందర్భంలో మా ఊరిపేరు 'నెక్కల్లు' అని చెపితే అది 'నెఱ+కల్లు = పెద్దరాయి' అని, కనుక ఆ గ్రామంలో పెద్దకొండరాయి ఉండి ఉంటుందని కచ్చితంగా ఊహించారు.) బి.ఎస్.ఎల్. హనుమంతరావు వంటి సృజనశీలులైన చరిత్రకారుల్నే అబ్బురపరిచిన తెలుగుదేశ చారిత్రక, భౌగోళిక పరిజ్ఞానం తనది.

'రాష్ట్రగానము' కావ్యం చదివితే ఆంధ్రరాష్ట్ర ఉద్యమప్రారంభం, ఒడిదుడుకులు, నేతల అనైకమత్యం, రాష్ట్రసిద్ధి - అన్నీ తెలుస్తాయి. అదొక చారిత్రక కావ్యం. చరిత్ర చెప్పలేని ఎన్నెన్నో అంశాలను ఈ కావ్యం తేటతెల్లం చేస్తుంది.

తెలుగుదనం:

"ఏ పుణ్యలేశమ్ము నాపాలి దాయెనో
నా పూజకే లోకనాథుండు పొంగెనో
నీ పావనోదర శ్రీ పరంపరలలో
నీ పదార్చకులలో నేను నొక్కఁడనైతి

తెనుఁగుతల్లీ! నీకు జోహారు
దేశమాతా! నీకు జేజేలు" (రాష్ట్రగానము)

అని తెలుగునేలమీద పుట్టినందుకే పరవశించిపోయాడు తుమ్మల. వేషంలో, భాషలో, నడతలో ముమ్మూర్తుల తెనుగుదనం తుమ్మల. ఆయన చాలాకాలం తనకు ప్రజలిచ్చిన 'అభినవతిక్కన' అనే బిరుదు తగిలించుకొన్నారు. తన పుస్తకాలమీద కూడా ఆ బిరుదు ప్రకటించుకొన్నారు. అది అహంభావమని, తను తిక్కన అంతటివాడు కాదని తెలిసిన తర్వాత స్వతంత్రంగా ఆ బిరుదు వదిలించుకొన్నారు. ఆపైన తనకు తనే తగిలించుకొన్న సర్వనామం 'తెనుఁగులెంక' 'లెంక' అంటే 'సేవకుడు' అని అర్థం.

ఆ.వె. పొగరుతనము పోవ నేనైలెస్స
యరసి 'తెనుఁగులెంక' నైతి నేఁడు
లెంకనా నెవండు? కింకరుఁడే సుఁడీ
రాజుగాఁడు రాజరాజుగాఁడు

ఆ బిరుదు గాని బిరుదు తన భాషాభిమానాన్ని చాటి చెపుతుంది. భాషాభిమానం దిగజారి, అటు హిందీ, ఇటు ఆంగ్లం జాతిని ముంచెత్తుతున్న సమయంలో గొంతెత్తారు తుమ్మల.

"అస్పృశ్యములు నీకు ఆంధ్రపత్రిక లెల్ల
నింటి వేల్పులు టైమ్సు, హిందు, మెయిలు"

అని తెలుగువాడిని హేళన చేశాడు.

"పోతన్న కలము సొంపులనెఱుంగక మున్న
తులసిదాసుని కైతతోఁబనేమి?"

అని హిందీ దాసోహాన్ని విమర్శించాడు.

ఆ.వె. తెలుఁగు బాస పెంపు దెలుప తిక్కన చాలు
అన్నమయ్య చాలు హౌసు దెలుప
తిన్నదనము తీరు తెలుప వేమన చాలు
కేలు మోడ్తు వీరి మేలుములకు

ప్రాచీనయుగంలో తిక్కన, మధ్యయుగంలో వేమన, ఆధునికయుగంలో గురజాడ తన అభిమాన కవిత్రయంగా శ్రీశ్రీ పేర్కొన్నాడు. అదే రీతిలో మరోవిధంగా తెలుగుదనం ప్రాతిపదికగా తెలుగుకవిత్రయాన్ని పేర్కొన్నారు తుమ్మల. "ఒక తిక్కన సాలదె, యీ సకలాంధ్రమునకును జీవసంపద నొసఁగన్" అన్నారు.

భాషాధ్యయనంలో, ప్రయోగంలో కవిత్రయం తుమ్మలవారికి ఆదర్శం. భారతమే ప్రమాణం. మహావ్యాకరణవేత్త, బాలవ్యాకరణానికి 'రమణీయ' వ్యాఖ్య రచించిన శ్రీ దువ్వూరి వెంకటరమణ

శాస్త్రి దగ్గర చిట్టిగూడూరులో కొన్నాళ్లు చదువుకున్నారు తుమ్మల. ఆ క్రమంలో చిన్నయసూరి బాలవ్యాకరణంపై అభిమానం కలిగింది. బాలవ్యాకరణమంతా ఆయనకు కంఠపాఠమే.

కం. నన్నయ తిక్కన యెఱ్ఱన
మున్నగు నాచార్యవరుల ముద్రవడని ప
ల్కెన్నడు మెచ్చును; నాలోఁ
జిన్నయ కొలువున్నవాఁడు జీవాత్మవలెన్

సంస్కృతాంధ్ర పదార్థపరిజ్ఞానం, వ్యాకరణ పాండిత్యం, ప్రాచీన కవిత్వాధ్యయనం పుష్కలంగా కలిగిన తుమ్మల శుద్ధగ్రాంథికవాదిగా రూపొందారు. తెలుగునుడికారం ఎన్నడూ వదలని భాషాప్రయోగం తనది. 'లోభాదిరొంపి', 'జిహ్వాదిపొగరు' వంటి ప్రౌఢప్రయోగాలు చేసేటప్పుడు వెంపరాల సూర్యనారాయణ శాస్త్రి వంటి పండితుల్ని సంప్రదించేవారు. ప్రాచీనకవి ప్రయోగాలు పరిశీలించేవారు.

తుమ్మల చదివిన చదువు గొప్పది. సంపాదించిన పాండిత్యం కూలంకషమైనది.

తే.గీ. పెక్కుబాసల కెగఁబడి యొక్కనుడియు
రానిదుర్గతి కలవాఁడఁ గాను నేను
నేర్చిన యొకండు గట్టిగా నేర్చినాఁడఁ
గూర్చిన రవంత తిన్నగాఁ గూర్చినాఁడ

ఈ విధమైన దృక్పథం ఉండటం చేతనే భాషపట్ల ఆయనకంత పట్టుదల ఏర్పడింది. అసాధుపదప్రయోగం, వ్యాకరణ విరుద్ధత, మితిమీరిన అన్యభాషా ప్రయోగం–వీటివల్ల తెలుగుబాస చెడిపోతుందని తుమ్మల భావించారు. అలా చెడగూడదని ఆశించారు.

కం. బాస చెడెనేని కవితా
వాసన చెడు, నాత్మధర్మవత్సలత చెడున్
వేసము చెడు, రోసము చెడు
మీసము చెడు, నెట్టియెట్టి మెఱుఁగైనఁ జెడున్

ఇదీ తుమ్మలవారి భాషాదృక్పథం. ఇటువంటి దృక్పథంతో ఆయన రాసిన పద్యాలెట్లా ఉన్నాయి?

సీ. లేఁగటి పాలలో గ్రాఁగి మాఁగిన తీయ
తీయకప్పుర భోగి పాయసంబు
చవులూరు కటివేఁప చివురాకుతో గమ
గమలాడు పైరవంకాయ కూర

క్రొత్త బెల్లపుఁ దోడి కోడలై మఱఁగిన
మదురు గుమ్మడిపండు ముదురు పులుసు
తరుణ కుసుంభరీ దళమైత్రితో నాల్క
త్రుప్పు దుల్చెడు నక్కదోస బజ్జి

జిడ్డుదేఱిన వెన్నెల గడ్డపెరుఁగు
గఱగఱికఁజాటు ముంగారు చెఱకురసము
సంతరించితి విందు భోజనము సేయ
రండు రండని పిలచె సంక్రమణ లక్ష్మి

ఒక కవి విషయంలో మహాకవి పండితులు, సాటికవులు ఏ విధంగా స్పందించారు అనే అంశాన్ని బట్టి కూడా ఆ కవిని కొంత వరకు అంచనా కట్టవచ్చు. శతావధాని నవీన కవికుల గురువు చెళ్లపిళ్ల వేంకటశాస్త్రి "తుమ్మలవంశ సన్మణి, బుధుల్ గని మెచ్చెడి ప్రజ్ఞవాడు, కడుఁగమ్మని కైత రచించువాఁడు, రాష్ట్రమ్మును గూర్చి గానమును సల్పి జగమ్మునఁ బేరుగాంచినాఁడు" అని తుమ్మలను అభినందించారు.

కం. తెలుఁగు నుడికార మెసంగన్
దెలుఁగు కవిత్వంబుఁ జెప్పి, దిట్టతనమునన్
దెలుఁగని పించెదవో తు
మ్మల సీతారామమూర్తి! మాన్యకవీంద్రా!

– అని హేతువాద కవిత కాద్యుడైన త్రిపురనేని రామస్వామి చౌదరి ప్రశంసించారు. తుమ్మల కవిత్వంలో ఆయనకు ప్రధానంగా తెలుగు నుడికారం కన్పించింది. విశ్వనాథవారి ప్రశంస ప్రత్యేకమైంది. వెయ్యిమంది స్నేహితులకన్నా తుమ్మలవంటి వాడు శత్రువుగా ఒక్కడున్నా జీవితసాఫల్యమే నన్నారు. ఇక అటువంటివాడు తనకు సఖుడు కావటం గొప్పగా భావించారు.

మ. ఇతరుల్ తారొక వేయిమంది సఖులై యేతెంచినన్ గాదు, స
న్మతి నీయట్టిఁడొకండు శత్రువయినన్ సాఫల్యమౌనట్టినీ
పితరాప్రాస్య సఖిత్వభావమున నన్నెంతేని మన్నింతు వా
హితమే వందకు వంద సాధుజన సాహిత్యంబు నన్నందెడున్

రాశి బలివోయినట్టి నిర్భాగ్యదేశ
మాది మహాభూతవేతాళ మదవతీప
రంపరా రూక్షఖడ్గ నిర్యత్ ప్రభాస
ముజ్జ్వల ద్దంష్ట్రమై మృత్యువుగ్రదీర్ఘ
జిహ్వలార్చుచు వాహ్యాళి చేసినట్టి
రంగ–మది మాదిఁగరఁగించు వంగభూమి

ఏవో రెండుమూడు మాటలు తప్ప ఈ వర్ణన మొత్తం తత్సమపద భూయిష్ఠంగా సాగింది. ఆ క్షామం యొక్క భయంకరత్వం వినగానే స్ఫురించే విధంగా చేసిన రచనయిది. దీనివల్ల కవి శబ్దాధికారం కూడా వెల్లడి అవుతున్నది.

స్త్రీ,పురుష సంబంధం:

నాగరికతా గంధంలేని, ఒకానొక పల్లెటూరి కవి స్త్రీపురుష సంబంధం గురించి అద్భుతమైన విశ్లేషణ చెయ్యగలడని ఎవరైనా ఊహించగలరా? అక్కడే తుమ్మల విశిష్ఠత అర్థమవుతుంది. ఆయన సనాతనుడుగా కన్పించే ఆధునికుడు.

కం. అతిమృదులం బతి కర్కశ
మతిసుఖమతి కష్టమై మహాద్భుతమగు సం
గతి కద పాణీ గ్రహణము
కృతమతులగు నాలుమగలు గెల్తురు దీనన్

"కట్నములు లేని పెండ్లి, బాకాలదండు సందడులు లేని పెండ్లియు జరుగుగాక!" అని ఆకాంక్షించారు ఈ కవి.

సార్వభౌముడైనా, విద్వాంసుడైనా, యోధుడైనా భార్యస్నేహానికి దూరమైతే అతని బ్రతుకు మోయరాని భారమవుతుంది. ధర్మార్థకామసౌఖ్యాలు, సాటిలేని కీర్తి సాధ్వివల్లనే భర్తకు సమకూరుతాయి. గృహస్థాశ్రమంలో భోగం కంటే ఉరువుగా త్యాగం ఉండాలి. అది ఔదార్యంనేర్పే పాఠశాల. తొలగని వసంత ఋతువై, నెలకు నెల నిండువెన్నెలై ప్రేమ ఉన్నట్లయితే ఆ జంటకు ఈ నేలే నందనవనం. ఇటువంటి సున్నితమైన భావాలెన్నో సీతారామమూర్తి కలం నుంచి జాలువారాయి. ఆత్మార్పణ కావ్యం దాంపత్యధర్మాన్ని అద్భుతంగా ఆవిష్కరిస్తుంది.

రేపటిమహిళ తెలుగుజాతి చరిత్రను పునర్లిఖిస్తుంది అన్నాడు గురజాడ. 'తెనుఁగు చరిత్రలో నతివతేజము దొడ్డది' అన్నారు తుమ్మల.

తత్త్వదర్శనం:

తుమ్మలవారు ఆస్తికులు. హిందూమత ధర్మాల పట్ల అభినివేశం గలవారు. అయితే ఆయన భక్తి ముదురుపాకాన బడింది కాదు. ఆస్తికభావనకు హేతువును జోడించి దైవతత్త్వాన్ని పరిశీలించారాయన. అందువల్లనే ఒకవైపు దైవభక్తి పరులుగా కన్పిస్తూనే మరోవైపు హిందూ మతంలోని జాడ్యాలను తూర్పారబట్టారు. ఈ విషయంలో తుమ్మలకు, జాషువాకు పోలికలు ఉన్నాయనిపిస్తుంది. ఆస్తిక్యభావనలో మొట్టమొదట ఎదురయ్యేది దైవం యొక్క ఉనికి. ఈ విషయంలో తుమ్మల చెప్పిన నమ్మకమైన మాటేమిటి?

క. కోవెలలో గంగానది
రేవులలో రామకోటి రేఖలలో లేఁ
దేవాని యెడఁద కరుణకు
నావాలం బతని యంద హరి వసియించున్ (ఉదయగానము)

గుళ్లలో వెతుకుతున్నారు. నదుల్లో మునుగుతున్నారు. రామకోటి రాస్తున్నారు. కాని ఎక్కడున్నాడుదేవుడు? దయగల హృదయమే దేవాలయం. ఇదే తుమ్మల నమ్మకం. ఆపైన మరో అడుగు ముందుకు పోయినప్పుడు రవీంద్రనాథ్‌ఠాగూర్ అన్నట్టు "He (God) is there where the tiller is tilling the hard ground and where the pathmaker is breaking stones " అనిపిస్తుంది. 'శిథిలాలయమ్ములో శివుడు లేడోయి, ప్రాంగణమ్మున గంట పలుకబోదోయి' అన్న తెలుగుకవులు రవీంద్రుని మాటలే అందుకున్నారు.

హిందూమతాన్ని నాల్గుపడగల హైందవ నాగరాజుగా వర్ణించలేదుగాని, తుమ్మలవారు ఆ మతంలో కన్పించే అన్ని రకాల ప్రగతి నిరోధక భావజాలాన్ని విమర్శించారు. మనువాదాన్ని తిరస్కరించారు. 'చాతుర్వర్ణ్యం మయాసృష్టమ్' అనే శాసనాన్ని ఆయన అంగీకరించలేదు. వర్ణవ్యత్యాసాలు తుమ్మలవారిని బాధించిన ముఖ్యాంశం. ఆపైన అస్పృశ్యత.

తే.గీ. బుక్కులొకనికి నొకనికిఁ జెక్కభజన
ప్రభుత యొకనికి, నొకనికి బానిసమ్ము
గ్రామమొకనికి నొకనికిం గసటు గూడె
మేమి సౌభ్రాత్రమేమి హిందూ మతమ్ము?

అని ప్రశ్నించగలిగిన ఆలోచనా శీలి తుమ్మల. హిందూ మతంలో తరతరాలుగా కొనసాగుతున్న అంటరానితనాన్ని అసహ్యించుకొన్నారు.

తే.గీ. మనుజునొక్కని దేవతామౌళిఁజేసి
యొకని నస్పృశ్యతాదోష నికృతుఁజేసి
నారి నవమాన భారావనతను జేసి
దారిదప్పెను హిందూమత ప్రవక్త

ప్రేమలేని మతం పెరగదు; సమత్వం లేని మతం విస్తరించదు. హిందువులు, పారశీకులు, ఏసుమతం నాదరించెడువారు, మహమ్మదీయులు ఐకమత్యం, అన్యోన్య ధర్మానురాగంతో జీవించాలి. ఒక దారానికి గల ముత్యాల లాగా మతాలన్నీ ఒద్దికగా ఉండాలి. ఇక్కడ కొందరికి కోవెల; కొందరికి మసీదు; కొందరికి చర్చి. అందరికీ ఈ సుందరభారతదేశం దేవాలయం అవుతుంది. ఇవి తుమ్మల భావాలు.

కం. తలమీఁది వెండ్రుకలు తిరు
మలనాథుని కిచ్చినంత మాత్రన పొంగా!
తలలోని పొగరు పొచ్చెము
బలిగా నిడవోయి బాగుపడగా వెడcగా!

మనస్సులోని అహం నశించకుండా పైపై ఆచారాలు పాటించినంత మాత్రాన ఫలితమే ముంటుంది?

అన్నిటికన్నా మించి దైవతత్త్వానికి శ్రీ సీతారామమూర్తి చెప్పిన నిర్వచనం ఆధునిక ప్రజాస్వామ్య భావజాలానికి అనుగుణమైంది.

కం. దేవుఁడన మాతృదేశము
దేవతలన ప్రజలు; యజ్ఞదీక్ష యనంగా
సేవావ్రత నిష్ఠయ; యివి
జీవన సూత్రములుగాc బ్రసిద్ధిం గనుమా!

'ఉదయగానం'లోని యీ పద్యం ప్రజల సంగతేమోగాని యీ దేశ రాజకీయ నాయకులు నేర్చుకొంటే ఎంత బాగుంటుంది! అటువంటి మహాకవి వాక్కుకు జయమగుగాక!

చం. జయముసమస్త శిష్టజన సంస్తుతిపాత్ర మహామనీషికిన్
జయము జరారుజాభయ విషాద దవిష్ఠ కవీశవాణికిన్
జయమమృతోమేయ రససంభృత కావ్యకలా తపస్యకున్
జయము జయమ్ము శాంతిమయ సత్యపథప్రియ మానవాత్మకున్.

వేములకూర్మయ్య
(1903-1970)

- డా॥ జి.వి.పూర్ణచంద్

భారతదేశంలో సామాజిక వ్యవస్థ మూడు ముఖ్యమైన విభాగాలుగా ఉంది.

1. సవర్ణులు
2. అవర్ణులు
3. మైనారిటీలు

సవర్ణులంటే అగ్రవర్ణాలకు చెందిన హిందువులు అవర్ణులంటే హిందువులలోనే అంటరానివారుగా దూరంగా ఉంచబడినవారు.

క్రీ.శ. 18వ శతాబ్దిలో అవర్ణుల్ని పంచములని పిలిచేవాళ్ళు. 1900 సంవత్సరం మొదలయ్యాక తెలుగు నేల మీద పంచముల్లో రాజకీయ చైతన్యం కొద్ది కొద్దిగా ప్రారంభం అయ్యింది. తాము ఆది ఆంధ్రులమని చెప్పుకోవడం ప్రారంభించారు. ఆ మాటకొస్తే ఆది హిందువులమని కూడా అన్నారు. అప్పటి ఆంగ్లేయ ప్రభుత్వం వీళ్ళని 'డిప్రెస్డ్ క్లాస్' ప్రజలుగా గుర్తించింది.

'నిమ్నజాతులు' అనే పేరుతో కూడా వీళ్ళని పిలుస్తూ వుండేవాళ్ళు.

గాంధీగారు కాంగ్రెస్ పార్టీలోకి ప్రవేశించి దాని నాయకత్వ బాధ్యతలు స్వీకరించిన తర్వాత 'హరిజనులు' అనే పేరును వాడకంలోకి తెచ్చారు.

స్వాతంత్రోద్యమంలో హరిజనోద్యమం ఒక భాగంగా మారింది. అస్పృశ్యతా నివారణ, హరిజనుల దేవాలయ ప్రవేశాలు ఆనాటి కాంగ్రెస్ కార్యక్రమాల్లో ముఖ్యభూమిక వహించాయి.

పేదరికం, అవిద్య, మురికివాడల్లో నివాసం, నిరుద్యోగం-ఇవన్ని ఒక ఎత్తయితే, అంటరాని తనం ఒక ఎత్తుగా హరిజనులు సమాజంలో అత్యంత హీనమైన స్థితిలో జీవిస్తున్నా హిందువులు గానే కొనసాగుతూ వుండడం, భూదేవంత సహనం వారిదని నిరూపిస్తుంది.

ఇలాంటి స్థితిలో హరిజనులకు తిరుగులేని నాయకుడిగా ఎదిగి, మొత్తం ప్రజలందరూ, అన్ని కులాలవారికీ కూడా సన్నిహితులుగా మెలిసి హరిజన సమస్యల్ని, దేశ సమస్యల్ని కూడా పరిష్కరించగల స్థాయికి చేరిన దీనజన బాంధవుడు వేముల కూర్మయ్య. దేశ సమగ్రతకు ఏకైక ప్రతీకగా నిలబడిన నాయకుడు.

వేముల కూర్మయ్యగారి జీవిత చరిత్ర అంటే, 20వ శతాబ్దపు హరిజనాభ్యుదయోద్యమ సంపూర్ణ చరిత్ర-

వేముల కూర్మయ్య గారి జీవిత చరిత్ర అంటే తెలుగు నేలమీద గాంధీగారి నాయకత్వంలో సాగిన స్వాతంత్రోద్యమ చరిత్ర-

వేముల కూర్మయ్య గారి జీవిత చరిత్ర అంటే, కృష్ణాతీరం కేంద్రంగా ప్రారంభమైన ఎన్నో సామాజికోద్యమాల చరిత్ర-

హరిజనోద్యమ వైతాళికుడుగా, హరిజన గాంధీగా, కూలి ప్రజల బాంధవుడిగా, పంచముల జీవితాలకొక గమ్యాన్ని, దిశనీ చూపించిన శ్రీ వేముల కూర్మయ్య గత శతాబ్దపు ప్రథమార్ధంలో అట్టడుగు ప్రజల్ని అపారమైన తన వ్యక్తిత్వంతో అమితంగా ప్రభావితం చేసిన మహనీయుడు.

దళిత ప్రజల జీవితాలలో వెలుగులు విరజిమ్మేందుకు అహోరాత్రులు పోరాడిన మహాత్ముడు.

గుంటూరు జిల్లా అమరావతికి అత్యంత సమీపంలో 'వడ్డమాను' అనే కుగ్రామం వుంది. ఆకుగ్రామంలో ఓ మాలపల్లె. మాల ప్రజలకు పురోహితుడు వేముల వెంగళయ్య. వైష్ణవ మత ప్రచారం చేయడం ఆయన వృత్తి. దాసరిగా ధర్మ ప్రబోధం చేయడం ఆయన ప్రవృత్తి.

ఆయన కుమారుడే వేముల కూర్మయ్య. 1903 సెప్టెంబర్ 10న 'వడ్డమాను'లో జన్మించాడు.

వెంకటయ్యని ఎంకిగాడని, రామయ్యని రామిగాడనీ, సుబ్బయ్యని సుబ్బిగాడనీ పిలిచే వ్యవస్థని మార్చుచేయాలని, మాలలు, మాదిగలు, మంగళ్ళు, ఎరుకలు, యానాదులు అందరూ గౌరవప్రదంగా జీవించాలనీ కలలుగన్న వేముల వెంగళయ్య తాను దాసరి అయినా, అంటరానివారుగా ముద్రపడిన కులాల వారందరికి సమానంగా చూస్తాననీ, స్వయంపాకాలు తెచ్చుకోవడం మానేసి వాళ్ళ ఇళ్ళలో సహపంక్తి భోజనం చేస్తానని ప్రకటించిన సంస్కరణవాది.

ఆయన పెద్ద కుమారుడు వేముల కూర్మయ్యకి అతి చిన్న వయసులోనే ఈ ఆలోచనలను నూరిపోశాడాయన. వెంగళయ్య గారి భార్య అచ్చమ్మ భర్తకు సహకరించిన సహధర్మచారిణి.

వెంగళయ్యగారి లాంటి సంస్కరణ వాదులు అరుదుగా పుడతారు. కానీ అర్ధాయుష్కులుగానే వెళ్ళిపోతుంటారు. వాళ్ళు ఈ భూమ్మీద అవతరించిన కార్యం నెరవేరకమునుపే భగవంతుడు వెనక్కు పిలుచుకుపోతాడు.

వేముల కూర్మయ్యగారికి 12వ ఏడు రాక మునుపే వెంగయ్యగారు సుస్తీ చేసి మరణించారు.

తల్లి అచ్చమ్మ పిల్లల్ని తీసుకొని కృష్ణాజిల్లా మల్లవరం వచ్చేసింది. పెద్ద కొడుకు కూర్మయ్య. ఇంకా ఇద్దరు మగ పిల్లలు ఒక ఆడపిల్ల కూడా వుంది.

అప్పటికే కృష్ణాజిల్లాలో కాశీనాథుని నాగేశ్వర రావు పంతులుగారు పంచముల అభ్యున్నతి కోసం కృషిచేస్తున్నారు. గాంధీగారి కన్నా ఎన్నో ఏళ్ళముందే హరిజనోద్ధరణ కార్యక్రమాన్ని చేపట్టి, వాటిని గాంధీకి పరిచయం చేసిన వ్యక్తి నాగేశ్వరరావు పంతులుగారు.

ఆయన సహచారుడు నిమ్నవర్గాల ప్రజల నాయకుడు సుంద్రు వెంకయ్య.

కాశీనాథుని నాగేశ్వరరావు పంతులుగారిని వెళ్ళి కలువవలసిందిగా సుంద్రు వెంకయ్య ఒక లేఖని వేముల కూర్మయ్యకి ఇచ్చి పంపారు. అందులో ఇలావుంది.

'మహాశయా! మీరు ఎంతో వదాన్యతతో యలకుర్రు గ్రామంలో శ్యామలాధర్మ ప్రాథమిక పాఠశాలని నెలకొల్పారు. అన్ని వర్గాల వారికీ సమానంగా విద్యాదానం చేయాలని తమ సంకల్పం.

అయితే మన పాఠశాలలో నిమ్నవర్గాల వారిని చేర్చుకోవటానికి ప్రధానోపాధ్యాయులు అంగీకరించటంలేదు.

ఈ ఉత్తరం తెచ్చి ఇచ్చిన కుర్రవాడు దాసరుల అబ్బాయి. చురుకైనవాడు. మీ వంటి పెద్దలు ఆశీర్వదించి చేయూతనిస్తే జీవితంలో ఎంతో ఉన్నతి పొందగలడనేభావన. అందువలన తమరు పెద్దమనసుతో దీవించి ఈ కుర్రవాణ్ణి తమ పాఠశాలలో చేర్పించేందుకు అనుమతించ వలసిందిగా ప్రార్థన-'

1916 ఏప్రియల్ 1వ తేదీన కృష్ణాజిల్లా యలకుర్రులో పెద్ద సంచలనం - అలజడి అల్లకల్లోలం జరిగింది.

వేముల కూర్మయ్య అనే అంటరానివారి పిల్లవాడిని అగ్రవర్ణాలవారు చదువుకునే పాఠశాలలో నాలుగో తరగతిలో చేర్చుకోవడమే ఈ సంచలనానికి కారణం. ఊరు ఊరంతా ఏకమై పంచముడి ప్రవేశాన్ని నిరసిస్తూ పిల్లలందర్నీ బడికి పంపడంమానేశారు.

నాగేశ్వర రావు పంతులు గారే పూనుకొని, సంఘసంస్కరణలో ఇది భాగమని, జాతియోద్యమం ఇదే చేస్తోందని, భారతీయులంతా సమైక్యంగా నిలవాలని చెప్పి ఒప్పించారు. నాలుగు రోజులకు ఊరు సద్దుమణిగింది.

ఎలకుర్రు నాగేశ్వరరావు పంతులుగారి స్వస్థలం. కృష్ణాజిల్లాలో మచిలిపట్నం వెళ్ళేదారికి సమీపంలో ఈ ఊరు ఉంది. ఆంధ్రపత్రిక, అమృతాంజనం సంస్థలు నెలకొల్పిన కాశీనాథుని నాగేశ్వరరావు పంతులుగారి అగ్రహారం ఇది. అగ్రహారం అంటే బ్రాహ్మణులు నివసించే కాలని అని! అలాంటి చోట, 1916లో, హరిజనోద్ధరణ కార్యక్రమాలు ప్రారంభమైనాయంటే, నాగేశ్వరరావు పంతులుగారు గొప్ప సాహసం చేశారన్నమాటే!

కృష్ణాజిల్లాలో నాగేశ్వరరావు పంతులు, అయ్యదేవర కాళేశ్వరరావు, గుంటూరులో ఉన్నవ లక్ష్మీనారాయణ పంతులు, నల్లపాటి హనుమంతరావు, రాజమహేంద్రవరంలో చిలకమర్తి

లక్ష్మీనరసింహంపంతులు వీళ్ళంతా పంచముల కోసం రాత్రి పాఠశాలలు నడపటం, ఉచిత విద్యతోపాటు భోజనాలు కూడా ఏర్పాటు చేస్తుండేవారు.

హరిజనుల కోసం కృషిచేస్తున్నారని వీళ్ళని సాటి కులస్థులు బ్రాహ్మణ కులంలోంచి వెలివేసి మంచినీళ్ళు పుట్టకుండా ప్రయత్నించారు కూడా! అయినా సంస్కరణలు సాధించాలనే వీళ్ళ సంకల్పం ముందు ఏదీ నిలవలేదు.

ఆ రోజుల్లో హైదరాబాద్ కేంద్రంగా భాగ్యరెడ్డివర్మ, కృష్ణాజిల్లా కేంద్రంగా సుంద్రు వెంకయ్యలు ఆది ఆంధ్ర నాయకులుగా వినుతికెక్కినవారు.

1917 అక్టోబర్ నెలలో బెడవాడలో ప్రథమ ఆది ఆంధ్రమహాసభను జరిపించి కాశీనాథుని నాగేశ్వరరావు, అయ్యదేవర కాళేశ్వరరావులు ఈ ఇద్దరు ఆది ఆంధ్ర నాయకులను గుర్రపు బగ్గీలో కూర్చోబెట్టి ఊరేగిస్తూ, తామునడుస్తూ పౌరసన్మానం చేశారు.

అంటరానివారిని ఆది ఆంధ్రులు అని పిలవాలని, ఆది ఆంధ్రులకు ప్రత్యేక ప్రాతినిధ్యం కల్పిస్తూ ప్రతి నియోజక వర్గాలు ఏర్పాటుచేయాలనీ, ఆ సభలలో తీర్మానించారు.

అప్పటినించీ కృష్ణాజిల్లాలో పంచముల అభ్యున్నతి కోసం కార్యక్రమాలు ముమ్మరం కాసాగాయి.

1921లో కాంగ్రెస్ కార్యవర్గ సమావేశం బెజవాడలో జరిగింది. డా॥ భోగరాజు పఠాభి సీతారామయ్య, కొండా వెంకటప్పయ్య, కాళేశ్వరరావు, నాగేశ్వరరావు పంతులు ప్రభృతులు ఈ సభలలో గాంధీగారిని కాంగ్రెస్‌కు నాయకత్వం అప్పగించడంలో ప్రముఖ పాత్ర వహించారు.

అస్పృశ్యతా నివారణ, హరిజన దేవాలయ ప్రవేశం, హిందూ ముస్లింల ఐక్యత, ఈ మూడు అంశాలను కాంగ్రెసు కార్యక్రమ ప్రణాళికలో చేర్పించడంలో ఈ నలుగురు ముఖ్యపాత్ర వహించారు. కూర్మయ్యగారు 20 ఏళ్ళ యువకుడిగా ముఖ్య కార్యకర్తగా పనిచేసి, జాతీయ నాయకుల దృష్టిని ఆకర్షించారు.

కాళేశ్వర రావుగారు ఒక జాతీయ హైస్కూలుని నిలకొల్పి, వేముల కూర్మయ్య గారిని ఆ హైస్కూల్లో చేర్చుకున్నారు. ఎలకుర్రులో ప్రాథమిక విద్య తర్వాత కూర్మయ్య కాళేశ్వరరావు గారింట్లో వుంటూ ఈ హైస్కూల్లో చదువుకున్నారు.

హైస్కూలు విద్య అయిన తర్వాత కాళేశ్వరరావుగారు ఒక ఉత్తరం రాసి ఇచ్చి, సబర్మతి ఆశ్రమంలో గాంధీ గారిని కలవ వలసిందిగా పంపించారు. అందులో కాళేశ్వర రావుగారు రాసింది ఇది.

'వేముల కూర్మయ్య అనే ఈ నిమ్నవర్గాల విద్యార్థి కాంగ్రెస్ కార్యక్రమాలలో నాకు కుడిభుజంగా ఉన్నాడు. నాగేశ్వరరావు పంతులుగారు ఎలకుర్రులో ప్రాథమిక విద్య చెప్పించారు. మా 'నేషనల్ హైస్కూలు'లో విద్యార్థిగా చేర్చుకున్నాము. మా ఇంట్లోనే వుంచుకొని మెట్రిక్యులేషన్

చదివించాను - ఇతను కాశీ విశ్వవిద్యాలయంలో ఉన్నత చదువునభ్యసించాలని ఆశిస్తున్నాడు. ఇతని యోగ్యతని పరీక్షించి సాయపడవలసిందిగా ప్రార్థన-' ఇదీ ఆ ఉత్తరంలో సారాంశం.

గాంధీగారు కూర్మయ్యని నిశితంగా పరీక్షించారు. 'నిజమైన గాంధేయ వాదిగా, అహింసా వాదిగా, సత్యవాదిగా నిన్ను నువ్వు సంస్కరించుకొనేందుకోసం ఈ ఆశ్రమంలో కొన్నాళ్లు వుండు. ఇక్కడ నువ్వుపొందే శిక్షణే భవిష్యత్తులో నిన్ను సత్యవాదిగా చేస్తుంది' అన్నారు గాంధీ.

అలా అహ్మదాబాద్‌లో సబర్మతి నది ఒడ్డున ఉన్న గాంధీగారి ఆశ్రమంలో చేరిపోయారు కూర్మయ్య. అలా రెండు సంవత్సరాల పాటు అక్కడే ఉండిపోయారు.

కూర్మయ్యగారు గాంధీగారి శిక్షణలో మంచి నాయకత్వ లక్షణాలు సముపార్జించుకున్న తర్వాత, పండిత మదనమోహన మాలవ్యా పేరిట గాంధీగారు ఉత్తరం రాసిచ్చి కూర్మయ్యగారిని ఆయన దగ్గరకు పంపారు.

'దీన జనోద్ధరణ కార్యక్రమాల్ని దేశం అంతా ప్రబోధిస్తున్నా మనం మన ఆధీనంలోని విశ్వవిద్యాలయంలో కనీసం ఒక పంచముడినైనా చేర్చుకుని చదివించకపోతే, మనం చెప్పేదానికీ చేసేదానికీ పొంతనలేనట్టే-' అనేది గాంధీగారి లేఖలో సారాంశం.

తెల్లని పంచె, పైన లాల్చీ, పైకండువాతో ఇరవైరెండేళ్ళ వయసులో మూర్తీ భవించిన తెలుగు బిడ్డలా ఉన్నారు కూర్మయ్య ఆరోజున.

నిర్మలమైన ఆ చూపుల్లో చురుకుదనాన్ని, ఏదో సాధించాలనే ఏకైక లక్ష్యాన్ని పసిగట్టా రాయన. యోగ్యుడిగా తీర్చిదిద్దిన తర్వాతే ఆయన్ని తన దగ్గరకు గాంధీగారు పంపినట్లు గ్రహించారాయన. సబర్మతి నుంచి వచ్చిన సత్యవాదిలా కన్పించాడు వేముల కూర్మయ్య. 'నువ్వు వర్ధిల్లు - నీవారిని వర్ధిల్లచెయ్యి-' అని ఆశీర్వదించారు.

అంతే! కాశీ విశ్వవిద్యాలయంలో అవలీలగానే సీటు దొరికింది కూర్మయ్యకు. బెనారస్ హిందూ యూనివర్శిటీలో చేరిన తొలి హరిజనుడు ఈయనే!

కూర్మయ్యగారి చేరికతో బెనారస్ హిందూ విశ్వవిద్యాలయం జాతీయ వార్తలకెక్కింది.

దేశవ్యాప్తంగా అనేక నిమ్నవర్గాల వారికి చదువుకోవాలనే ఆశ తీరేందుకు ఈ విశ్వ విద్యాలయం గొప్ప ఆదర్శ సంస్థగా కన్పించింది.

బెజవాడలో మరీ సంచలనం కల్గింది. అయ్య దేవర కాళేశ్వర రావుగారు సంతోషంతో ఉప్పొంగిపోయారు.

హిందూవుల పుణ్యక్షేత్రమయిన కాశీనగరంలో హిందూ విశ్వ విద్యాలయంలో మొట్టమొదటి హరిజన విద్యార్థిని చేర్పించిన గౌరవం ఆంధ్రదేశానికి దక్కింది. ఆంధ్రుల సంస్కరణ హృదయానికి ఇది ప్రతీకగా కాళేశ్వర రావుగారు భావించారు.

పండిత మదనమోహన మాలవ్యగారి గుర్రపు బగ్గీనినడిపే సులేమాన్ ఇంటిదగ్గర పడుకొని, భోజనం చేసి, ఆరుమైళ్ళ దూరం రోజూ నడిచి విశ్వవిద్యాలయానికి వెళ్ళేవాడు.

ఆయన చేరాడని హాస్టల్లో విద్యార్థులు భోజనం మానేసిన సంఘటన కూడా జరిగిందక్కడ. అలాంటి వ్యతిరేక పరిస్థితుల్లో కూడా వేముల కూర్మయ్య హిందూ విశ్వవిద్యాలయం విద్యార్థి నాయకుడిగా ఎన్నిక కావడమే కాదు, హాస్టల్లో అందరితో కలిసి భోజనం చెయ్యగలిగాడు. ఆనాటి అంటరాని పరిస్థితుల్లో అది తక్కువ విజయం కాదు.

గాంధీగారు సిఫారసుచేసి సీటు ఇప్పించగలిగారు. కానీ, వేముల కూర్మయ్య తన వ్యక్తిత్వంతో, వ్యక్తిగత ప్రతిభతో విద్యార్థి నాయకుడిగా ఎదిగాడు. ఆ నాయకత్వ లక్షణాలను సంతరింపచేసింది గాంధీ గారే! రెండేళ్ళపాటు సబర్మతి ఆశ్రమంలో నేర్చుకున్న విద్య ఇదే!

విశ్వవిద్యాలయంలో విద్యార్థి నాయకుడిగా ఉంటూ, న్యాయశాస్త్రం చదువుకొంటూ మధ్య మధ్య బెజవాడ వచ్చి కాళేశ్వరరావు గారి సంస్కరణ కార్యక్రమాలకు చేదోడుగా ఉంటూనే 'అంజనాదేవి ఆది ఆంధ్ర బాలికల హాస్టల్' నెలకొల్పి, దళిత వర్గాల ఆడపిల్లలకు చదువుకునే అవకాశం కల్పించారు కూర్మయ్య. మొదటి బ్యాచ్‌లో ఆరుగురు బాలికలు చదువుకోవటానికి ముందుకొచ్చారు. ఈదావెంకయ్య గారు స్థానికంగా ఈ హాస్టల్ నిర్వహణ బాధ్యతల్లో సహకరించేవారు.

1932లో కూర్మయ్యగారు శ్యామలాదేవిని వివాహం చేసుకున్నారు. అప్పటినించి అంజనాదేవి హాస్టల్ నిర్వహణ బాధ్యతని ఆమే స్వయంగా చూసుకోసాగారు.

వేముల శ్యామలాదేవిని అన్నపూర్ణ అనే వారంతా! ఒక దీనజన బాంధవుడి సహధర్మ చారిణిగా బీదలసేవలో పునీతమైన స్త్రీ మూర్తి ఆమె!

శ్యామలాదేవి నేతృత్వంలోకి వచ్చాక అంజనాదేవి హాస్టల్‌లో అన్ని కులాల వారి ఆడపిల్లల్ని చేర్చుకోవడం ప్రారంభించారు. క్రైస్తవులు, మహమ్మదీయులు కూడా చేరడంతో తెలుగు నేలమీద ఒక హరిజన హాస్టల్ పేద ఆడపిల్లల కోసం అంకిత భావంతో పనిచేస్తోందనేది ఒక సంచలనాత్మక వార్త అయ్యింది!

సమాజసేవకు అంకితమైన వారికి తోడ్పడేందుకు వదాన్యులు ఎప్పుడూ తోడ్పడుతూనే వుంటారు. అంజనాదేవి బాలికల హాస్టలు పేదప్రజలకు కల్పతరువుగా రూపుదిద్దుకొంది.

సెప్టెంబర్ 1932

రాంసేమేక్‌డొనాల్డ్ అధికార మత నివేదిక దేశంలో కొత్త కల్లోలానికి కారణం అయ్యింది.

అంతకాలంగా హరిజనులు తమకు ప్రత్యేక ప్రతిపత్తిని కోరుతూ వస్తున్న మాట వాస్తవం. దాన్ని బ్రిటిష్ వాళ్ళు చాకచాక్యంగా విభజించి పాలించేందుకు ఉపయోగించుకుంటూ ఈ నివేదికని అందించారు.

ఆంగ్లో ఇండియన్లకీ, ఇతర యూరోపియన్లకీ, క్రైస్తవులకీ, ముస్లింలకీ, ట్రేడర్లకీ, అస్పృశులకీ సవర్ణ హిందువులకీ (అగ్రవర్ణాల వారికి) వేర్వేరు నియోజక వర్గాలు కేటాయించడం ఈ నివేదికలో ప్రధాన అంశం.

హిందువుల్ని, హరిజనుల్ని వేర్వరుగా విడదీయడం వెనక. హరిజనుల్ని బ్రిటిష్ అనుకూలురుగా మార్చే కుట్ర ఉన్నదని గాంధీగారు ఈ నివేదికని తిరస్కరించారు.

'హిందూమతంలో అంటరానితనాన్ని ముందు నిషేధించండి. పంచములకు హిందువునని పించుకోవటం అప్పుడు గర్వకారణం–' అని ఎదురు తిరిగారు డా॥ బాబాసాహెబ్ అంబేద్కర్. పంచములకు ప్రత్యక్ష హక్కులు కావల్సిందేననేది ఆయన వాదన.

'హరిజనులకు ప్రత్యేకసీట్లు కేటాయించడానికి నేను వ్యతిరేకం కాదు. కానీ, ఇది ఉమ్మడి నియోజకవర్గాలలో జరగాలి–' అన్నారు గాంధీ. 'మెక్‌డొనాల్డ్ కేటాయించదలచిన దానికన్న ఎక్కువ సీట్లు హరిజనులకు కావాలి. అదీ ఉమ్మడి నియోజక వర్గాలలో మాత్రమే–' అని గాంధీగారు మళ్ళీ డిమాండ్ చేశారు.

యరవాడ సెంట్రల్ జైల్లో ఉన్న గాంధీగారు నిరాహారదీక్ష చేపట్టారు.

ఇదంతా అనవసర గందర గోళానికి దారితీస్తోందని భయపడ్డ బ్రిటిష్ ప్రభుత్వం యరవాడ జైలు నుంచి గాంధీగారిని విడుదల చేసింది.

అయినాసరే, పూనేలోనే ఉండి నిరాహార దీక్ష కొనసాగించారు గాంధీ.

'ఉమ్మడి నియోజక వర్గాలలోనే ప్యానెల్ అభ్యర్థులుగా హరిజనుల్ని కలుపుకొని రాజకీయ పక్షాలు హరిజన అభ్యున్నతిని సాధించాలి – వారిని నాయకులుగా తీర్చిదిద్దాలి' అనీ గాంధీ గారి వాదన.

డా॥ బాబాసాహెబ్ అంబేద్కర్ గారు ఇతర హరిజన నాయకులతో చర్చలు జరుపుతూ ఉన్నారు. చివరికి హరిజనులు పోటీ చేసే సీట్ల సంఖ్యను పెంచి, ఉమ్మడి నియోజక వర్గాలలోనే ప్రత్యేకంగా పోటీ చేసే అవకాశం కల్పించేందుకు హరిజన నాయకులంతా ఏకగ్రీవంగా ఆమోదం తెలిపారు. మెక్‌డొనాల్డ్ అవార్డుకు ఈ పూనా పాక్ట్ ఒక సవరణగా వైస్రాయి కూడా అంగీకరించాడు.

ఉమ్మడి నియోజక వర్గాలలో హరిజనుల ప్రవేశంతో– హరిజనుల్ని అవమానించటం మానుకోవాలని అగ్రవర్ణాలవారు గుర్తించేందుకు ఈ ఒడంబడిక తోడ్పడింది! అప్పటినుంచి 'ఆంధ్రరాష్ట్ర హరిజనోద్ధరణ సంఘం' కాంగ్రెస్ హరిజన విభాగంగా పనిచేయడం ప్రారంభించింది. కూర్మయ్యగారు సహాయ కార్యదర్శిగా ఎన్నికయ్యారు. హరిజన దేవాలయ ప్రవేశం ఉద్యమరూపం దాల్చింది. స్వల్ప ప్రతిఘటనలున్నా మెజారిటీ హిందువులు ఇందుకు సహకరించడం ప్రారంభించారు.

కృష్ణాజిల్లా అంగలూరులో హరిజన దేవాలయ ప్రవేశం ప్రారంభమయ్యింది. అవనిగడ్డలో మండలి వెంకట కృష్ణారావుగారు ఒక హరిజన బాలికని దత్తత తీసుకొని స్వయంగా కన్యాదానం చేసి పంపించారు.

1933లో మహాత్మా గాంధీ ఆంధ్రరాష్ట్ర పర్యటనకు వచ్చినప్పుడు హరిజన సంఘం అధ్యక్షులు మాగంటి బాపినీడు, సహాయ కార్యదర్శి వేముల కూర్మయ్య ఆయన వెంట ఉన్నారు.

'నేను ఏ సంకల్పంతో ఈ హరిజన ఉద్యమం ప్రారంభించానో, అదే సంకల్పంతో నాకంటే ముందుగా మీరు ఇటువంటి హరిజన సేవాకార్యక్రమాలు చేపట్టడం చాలా ఆశ్చర్యంగానూ, ఆనందంగానూ ఉందని ప్రశంసించారు గాంధీజీ.

జీవితాంతం కాంగ్రెస్ వాదిగానే ఉంటానని, గాంధేయ మార్గాన మాత్రమే నడుస్తానని గాంధీగారికి వాగ్దానం చేశారు కూర్మయ్యగారు. బెనారస్ విశ్వవిద్యాలయంలో తొలిహరిజన విద్యార్థిగా న్యాయశాస్త్ర పట్టాపుచ్చుకున్నప్పటికీ, న్యాయవాదిగా తాను ప్రాక్టీస్ పెట్టనని, ప్రజా జీవితాన్ని కొనసాగిస్తాననీ గాంధీ గారి పాదాలంటి ప్రమాణం చేశారాయన.

1936 జిల్లా బోర్డు ఎన్నికలొచ్చాయి.

తూర్పుకృష్ణా జిల్లా బోర్డు సభ్యుడిగా కూర్మయ్యగారిని ఎంపికచేసి నిలబెట్టారు ప్రకాశం పంతులు.

'మిత్రమా న్యాయవాదిగా ఎదిగిన నీకు ఇదే రాజకీయాల్లో మొదటి అవకాశం. ఈ అవకాశాన్ని సద్వినియోగం చేసుకో! కష్టపడి పనిచేసి ఎన్నికల్లో గెలుపొందు. గాంధీగారి వారసుడిననిపించుకో! కడదాకా పోరాట పటిమ కొనసాగించు' అని ఆశీర్వదించారు ప్రకాశంగారు.

వాస్తవానికి తూర్పుకృష్ణాజిల్లా గ్రామాలలో ముసలీ ముతకా అంతా జమీందారీ ప్రాపకంలోనే వుండటంతో చల్లపల్లి జమీందారు జస్టిస్ పార్టీని ఎదుర్కోవడం కాంగ్రెస్‌కు కష్టమే అయ్యింది. యువకుల్లో కాంగ్రెస్ అనుకూలురు ఎక్కువ. మధ్యతరగతి ప్రజలకు గాంధీగారు దేవుడు. హరిజనులంతా గాంధీగారి వెనకే నిలిచారు, అయినా జమీందారు ప్రభావాన్ని తక్కువ అంచనా వేయకూడదు. క్రైస్తవులు పూర్తిగా గాంధీ వ్యతిరేకులు. బ్రిటిష్ అనుకూలురు. గ్రామీణ ప్రాంతాల నుంచి పోటీ చేయటానికి కాంగ్రెస్‌కు అభ్యర్థులు కరువయ్యే పరిస్థితి ఏర్పడింది. చివరికి చల్లపల్లి రాజా ఒకవైపు, కూర్మయ్యగారు వేరొవైపుగా పోటీపడే పరిస్థితి వచ్చింది.

చల్లపల్లిది అర్థబలం.

కూర్మయ్యది అంగబలం.

ఏది గెలుస్తుందోనని ఆసక్తిగా ఎదురుచూస్తున్నారంతా! ప్రకాశంగారు ఆంధ్రప్రాంతం అంతా సుడిగాలి పర్యటనలు చేసి కాంగ్రెస్ అభ్యర్థుల విజయం కోసం కృషిచేస్తున్నారు.

హరిజన దేవాలయ ప్రవేశ కార్యక్రమంలో చురుకుగా పాల్గొన్న కారణంగా కూర్మయ్య గారి పట్ల మధ్యతరగతి హిందువులు వ్యతిరేకత కనబరుస్తారేమోనని భయపడ్డారు. అయితే గాంధీ ప్రభావంతోనే ఇదంతా జరిగింది కాబట్టి స్వాతంత్ర్యకాంక్ష కల్గినవారు కూర్మయ్యని స్వాగతించసాగారు.

చివరికి ఎన్నికలు జరిగాయి. వేడిగా ఉత్కంఠభరితంగా జరిగాయి.

ఆనాటి ఉమ్మడి మద్రాసు రాష్ట్రంలో ఆంధ్రప్రాంతం అంతా కాంగ్రెస్ విజయభేరి మోగించింది. ఒక్క తూర్పు కృష్ణాలోనే కథ అడ్డం తిరిగింది. పోటీ చేసిన 52 స్థానాల్లో 50 స్థానాల్లో కాంగ్రెస్‌వారు ఓడిపోయారు. ఇద్దరు మాత్రమే గెలుపొందారు.

ఒకరు వేముల కూర్మయ్య

రెండవవారు తుర్లపాటి వెంకటేశ్వరరావు.

కూర్మయ్య గారికి ఇది ఆరంభం మాత్రమే! అత్యున్నత శిఖరాలు అధిరోహించడానికి ఈ విజయం ఒక శుభసూచకం...అంతే!

ఇది అవగానే 1937 ఉమ్మడి మద్రాసు రాష్ట్ర అసెంబ్లీకి ఎన్నికలు వచ్చాయి.

తూర్పు కృష్ణా గ్రామీణ నియోజక వర్గాలలో జనరల్ సీటుకు కాంగ్రెస్ అభ్యర్థిగా గొట్టిపాటి బ్రహ్మయ్య పేరు, రిజర్వ్‌డ్ సీటుకు వేముల కూర్మయ్య పేరు ఖరారు చేసి పంపించారు, ప్రకాశంగారు. జస్టిస్‌పార్టీ పక్షాన జనరల్ సీటుకు చల్లపల్లి రాజా, రిజర్వ్‌డ్ సీటుకు సుంద్రు వెంకయ్యలు ఎంపికయ్యారు.

ఏ సుంద్రు వెంకయ్యగారు స్వయంగా తన చేత్తో ఉత్తరం రాసి ఇచ్చి కాశీనాథుని నాగేశ్వరరావు పంతులుగారి దగ్గరకు వేముల కూర్మయ్యని చిన్ననాడు పంపారో ఆ సుంద్రు వెంకయ్యగారు ఇప్పుడు అదే వేముల కూర్మయ్య పైన పోటీకి దిగారు.

'చల్లపల్లికి బ్రహ్మయ్యనీ కూర్మయ్యని బలి పశువులుగా అందించారు ప్రకాశం'గారని వ్యాఖ్యలు వినపడ్డాయి.

'ఈ జమీందార్లను, భూస్వాముల్ని, బూర్జువాల కూటమి అయిన ఈ జస్టిస్ పార్టీనీ ఓడించటానికి మా సోషలిస్ట్ పార్టీ కూడా కాంగ్రెస్‌కు సహకరిస్తుంది-' అని ప్రకటించారు పుచ్చలపల్లి సుందరయ్యగారు ఎన్నికలు జరిగాయి. ఓట్ల లెక్కింపు సాగుతోంది.

గుడివాడ కైకలూరు దివితాలూకాలకు చెందిన కాంగ్రెస్ పెట్టెల్లో ఓట్లు అధికంగా పడితే, జమీందారీ గ్రామాల్లో ఓట్లు ఏకపక్షంగా పడ్డాయని, భారీ ఎత్తున రిగ్గింగ్ జరిగిందనీ వార్తలు వచ్చాయి.

చల్లపల్లి రాజా తన గెలుపు కోసం ఎక్కువ దృష్టి పెట్టడంతో తన ప్యానెల్లో వున్న సుంద్రు వెంకయ్య గురించి మర్చిపోయాడు. ప్రచారం అంతా చల్లపల్లి మీద కేంద్రీకరించబడటంతో కూర్మయ్యగారి పరిస్థితి నల్లేరుపైన బండి నడక అయ్యింది.

వేముల కూర్మయ్యగారు 10,333 ఓట్ల మెజార్టీతో గెలుపొందితే, ఆయన పైన పోటీచేసిన సుంద్రు వెంకయ్యకు కేవలం 210 ఓట్లు మాత్రమే పోలయ్యాయి.

జనరల్ సీటు విషయంలో పాత ఫలితమే పునరావృతం అయ్యింది. చల్లపల్లి రాజా 8,797 ఓట్ల మెజారిటీతో గొట్టిపాటి బ్రహ్మయ్యగారి పైన గెలుపొందాడు.

ఈ ఎన్నికల్లో తేలిన ముఖ్య విషయం చల్లపల్లి రాజా హరిజనుల్ని మోసం చేశాడనే! తాను నిలబెట్టిన హరిజన అభ్యర్థి సుంద్రు వెంకయ్య ఓట్లను చల్లపల్లి స్వాహా చేశాడని చెప్పుకున్నారంతా!

ఈ దెబ్బతో జస్టిస్ పార్టీ పూర్తిగా తుడిచి పెట్టుకుపోయింది. ఎక్కడికక్కడ కాంగ్రెస్ యువనాయకులు గెలుచుకొచ్చారు. జమీందారులంతా మట్టికరిచారు.

ఒకే ఒక్కరు... ఆంధ్రప్రాంతంలో జస్టిస్‌పార్టీ అవశేషంగా గెలిచిన వ్యక్తి... చల్లపల్లిరాజా.

తోటి అభ్యర్థి కూర్మయ్యని గెలిపించుకొని గొట్టిపాటి బ్రహ్మయ్య ఓడారు. తోటి అభ్యర్థి సుంద్రు వెంకయ్యని దిగమింగి చల్లపల్లి రాజా గెలిచారు.

ప్రకాశం గారిని మద్రాస్ ఉమ్మడి రాష్ట్రానికి ముఖ్యమంత్రి కానీకుండా చట్రం అడ్డువేసి ఆపదవిని రాజాజీకి కట్టబెట్టేందుకు పైస్థాయిలో గట్టి ప్రయత్నాలే జరిగాయి.

కలహాలు నివరించడం కోసం ప్రకాశంగారు తాను పోటీలోంచి తప్పుకొంటున్నట్లు ప్రకటించారు. మంత్రివర్గంలో మొదటి స్థానం ముఖ్యమంత్రి రాజాజీదైతే, రెండో స్థానంలో ప్రకాశం గారు వుండేలా ఒప్పందం కుదిరింది.

కానీ, ప్రమాణ స్వీకారం జరిగే నాటికి ఉపనాయకులుగా నల్గురి పేర్లు చదివారు. ప్రకాశం గారు మోసపోయినట్లు గ్రహించారు.

చీఫ్ పార్లమెంటరీ సెక్రటరీ పదవిని అయ్యదేవర కాళేశ్వరరావు గారికిచ్చారు.

వేముల కూర్మయ్య, బి.యస్.మూర్తి (బయ్యా సూర్యనారాయణ మూర్తి) ఈ ఇద్దరు హరిజన నాయకులకూ మంత్రి పదవులు ఇవ్వకుండా పార్లమెంటరీ సెక్రటరీ పదవులిచ్చారు. ఇంతకన్న హరిజనులకు ఇచ్చేదేమీ లేదన్నాడు ముఖ్యమంత్రి రాజాజీ. కూర్మయ్యగారు నొచ్చుకున్నారు.

'హరిజనులు సమాజంలో రాణించడానికి గాంధేయ పద్ధతిలో అనేక ఉపయోగాలున్నాయి. మీరు ఇవ్వజూపిన పార్లమెంటరీ సెక్రట్రీ పదవి ద్వారా నేను హరిజనుల కోసం చేసేదేమిటి?'

అని ప్రశ్నించారు కూర్మయ్యగారు. రాజాజీ మొండిచెయ్యి చూపించాడు. పార్లమెంటరీ సెక్రటరీ పదవిని తిరస్కరించి వచ్చేశారు కూర్మయ్యగారు.

రెవెన్యూ మంత్రిగా ప్రకాశంగారు జమీందారీల రద్దు, దున్నేవాడిదే భూమి, మద్యపాన నిషేధం, హరిజన దేవాలయ ప్రవేశం, అంటరాని తనం నిర్మూలన – ఈ కార్యక్రమాల కోసం బిల్లులు ప్రవేశపెట్టారు.

ఆ సందర్భంగా సభలో కూర్మయ్య గారు హరిజనుల సమస్యలపై ఉపన్యసిస్తూ కొన్ని సవరణలను ప్రతిపాదించారు.

1. సివిల్ డిజెబిలిటీని నిరోధిస్తూ, హరిజనులకు చట్టపరమైన రక్షణ కల్గించాలి.
2. ఏ దేవాలయాలలోకి హరిజనుల్ని రానివ్వడం లేదో ఆ దేవాలయాధికారుల పైన కఠిన చర్యలు తీసుకొనేలా చట్టం వుండాలి.
3. ఏ కులం వారైనా అంటరాని తనం పాటిస్తే జైలు శిక్షపడాలి.
4. నదులు, కాలువలు, చెరువులు, తటాకాలు, నూతుల్లో నీళ్ళని వాడుకునే అవసరం హరిజనులకు కల్పిస్తూ దాన్ని అడ్డుకొనే వాళ్ళకి శిక్షపడాలి.
5. హరిజనులకు సరుకులు అమ్మడానికి నిరాకరిస్తూ వారిని హేళన చేసి అవతలకు తరిమేసే పద్ధతుల్ని చట్టబద్ధంగా నిరోధించాలి.
6. స్థానిక సంస్థల్లో హరిజనుల్ని సభ్యులుగా నామినేట్ చేస్తే, హరిజనుల సమస్యలకు ప్రభుత్వపరంగా చర్యలు తీసుకూనే అవకాశం లభిస్తుంది.

కూర్మయ్యగారి ఈ ప్రతిపాదనలకు రాజాజీ ప్రభుత్వం సానుకూలంగానే స్పందించింది. ఎం.సి.రాజా అధ్యక్షతన ఒక సెలెక్ట్ కమిటీని వేసి, అందులో వేముల కూర్మయ్య గారిని కూడా సభ్యుడిగా వుండమని కోరారు.

ఇది కూర్మయ్యగారి విజయం

ఇది కాంగ్రెస్ వారందరి విజయం

ఇది మహాత్ముడి కార్యాచరణకు విజయం.

అంతలో –

1939 సెప్టెంబర్ 3వ తేదీన రెండో ప్రపంచ యుద్ధం ముంచుకొచ్చింది.

భారతీయులకు ఈ యుద్ధంతో ఎలాంటి సంబంధం లేకపోయినా యుద్ధంలోకి లాగింది బ్రిటిష్ ప్రభుత్వం. కనీసం భారతీయ నాయకుల్ని ఏ ఒక్కరినీ సంప్రదించకుండా ఏకపక్ష నిర్ణయం తీసుకోవడంతో నిరసనగా దేశంలోని ఆరు కాంగ్రెస్ ప్రభుత్వాలూ రాజీనామా చేశాయి.

కేవలం 27 నెలల పాలనతోనే ఉమ్మడి మద్రాస్ రాష్ట్ర పాలన నుంచి రాజాజీ ప్రభుత్వం నిష్క్రమించింది.

హరిజనోద్ధరణకు చట్టబద్ధత కల్పించే కార్యక్రమం మధ్యలోనే ఆగిపోయింది.

మాజీ శాసన సభ్యుడిగా వేముల కూర్మయ్య గారు బెజవాడకు తిరిగి వచ్చేశారు.

గ్రేట్ బ్రిటన్‌కు భారతీయులు ఎలాంటి సహకారమూ ఇచ్చే ప్రసక్తే లేదని ప్రకటించారు. గాంధీగారు 'నాజీల నియంతృత్వానికి, మీ బ్రిటిష్ నిరంకుశత్వానికి తేడాలేదు. జర్మనికి వ్యతిరేకంగా మీ యుద్ధంలో మీపక్షాన నిలబడమని భారతీయులను కోరడం కన్న బ్రిటిష్‌కు సిగ్గుచేటైన అంశం ఇంకొకటి ఉండదు' అని వైస్రాయి స్వయంగా వచ్చి గాంధీని కోరినప్పుడు నిర్మోహమాటంగా చెప్పిపంపిచేశారు.

ఆ వెంటనే వ్యక్తి సత్యాగ్రహానికి పిలుపు నిచ్చారు గాంధీ. బ్రిటిష్ వారికి వ్యతిరేకంగా నిలబడి దేశంలో ప్రతి ఒక్కరూ అరెస్ట్ కావాలనేది ఈ సత్యాగ్రహం ఉద్దేశం.

కాంగ్రెస్ వర్కింగ్ కమిటీ ఈ వ్యక్తి సత్యాగ్రహం కార్యక్రమాల్ని ఆమోద ముద్రవేయిచడంతో సత్యాగ్రహ కార్యక్రమం మొదలయ్యింది.

'ప్రప్రథమ సత్యాగ్రహిగా ఆచార్య వినోబాభావేని నేను ప్రకటిస్తున్నాను. ఆయనను అరెస్ట్ కావలసిందిగా కోర్తున్నాను–' అని ఆజ్ఞాపించారు గాంధీ.

ఆంధ్రప్రాంతంలో మొదటి సత్యాగ్రహిగా ప్రకాశంగారు అరెస్ట్ అయ్యారు.

ప్రకాశంగారి స్థానంలో పట్టాభి సీతారామయ్య గారు ఆంధ్ర కాంగ్రెస్ అధ్యక్షులయ్యారు. కార్యదర్శి కళావెంకట్రావుతో కలిసి పట్టాభిగారు అరెస్ట్ కావలసిన 1500 మంది యోధుల జాబితా తయారు చేశారు. ఈ జాబితాని 'ఆంధ్ర సర్కులర్' అని వ్యవహరిస్తారు.

అరెస్ట్ కావలసిన వ్యక్తుల జాబితాని అలా ముందుగా ప్రకటించడం దేశంలోనే ప్రథమం. ఆంధ్రులు ఈ సంచలనాన్ని సాధించారు. బ్రిటిష్ పార్లమెంట్‌లో ఆంధ్రా సర్క్యులర్ మీద చర్చ కూడా జరిగింది.

ఈ జాబితా ప్రకారం గుడివాడలో వేముల కూర్మయ్యగారు అరెస్టయ్యారు. ఆయన్ని రాయవేలూరు జైలుకి తరలించారు. 1500 మంది జాబితాని దాటి 2,300 మంది అరెస్టయ్యారు. ఇంత మందినీ రాయవేలూరు సెంట్రల్ జైల్లోనే ఉంచారు.

దేశం బయట రెండో ప్రపంచయుద్ధం ఒకవైపు, దేశంలో అరెస్టుల పర్వం ఇంకొకవైపు కొనసాగుతూనే వున్నాయి.

హిట్లర్ ఆధిపత్యంలోకి దాదాపు 65 రాజ్యాలు లొంగిపోయాయని వార్తాలు వెలువడ్డాయి.

'ఒక విధంగా ఇప్పటివరకూ సాగిన యుద్ధంలో గ్రేట్ బ్రిటన్ నీచాతినీచంగా జపాన్‌కు లొంగిపోయినట్టేనని నేను భావిస్తూన్నాను-' అన్నారు గాంధీ.

ఈ వైపు ఇలానే కొనసాగితే బ్రిటన్ భారత్‌ను జపాన్‌కు సమర్పించుకునే పరిస్థితి ఏర్పడబోతోంది.

'భారతదేశం మీదకు జపాన్ దండెత్తి వస్తే, బ్రిటిష్ వాళ్ళు తప్పకుండా మనల్ని నట్టేటముంచి పారిపోతారని నాకూ అన్పిస్తోంది-' అని పండిట్ నెహ్రూ ఎద్దేవా చేశారు.

బ్రిటన్ ఇంపీరియలిజంలోంచి జర్మనీ ఫాసిజంలోకి మనం పెనంమించి పొయ్యిలోకి పడిపోయే పరిస్థితి దాపురించింది. ఆ పరిస్థితుల్లో లండన్‌నుంచి క్రిప్స్ దొరగారు రాజీ ప్రతిపాదనలతో భారతదేశానికి వచ్చారు.

'భారతీయులకు స్వపరిపాలననిస్తూ, దేశంలోంచి విడిపోవాలనుకునే వారికి విడిగా స్వపరిపాలనాధికారాలు ఇస్తాం' అనేది క్రిప్స్ రాయబారం సారాంశం.

కాంగ్రెస్, ముస్లింలీగ్, హిందూ మహాసభలతో పాటు, డా॥ అంబేద్కర్ కూడా ఈ ప్రతిపాదనని తిరస్కరించారు.

క్రిప్స్ రాయబారం విఫలం అయ్యింది.

ఈలోగా విశాఖపట్టణం హార్బర్‌పైన జపాన్ విమానాలు దాడిచేసాయి.

కొస్తా తీరం మొత్తాన్ని సైనిక పహారాలో ఉంచారు. బైటి ప్రపంచంతో సంబంధాలు తెగిపోవడంతో కోస్తా తీరప్రాంతం అంతా కరువు రాక్షసికి బలి అయ్యింది.

బ్రిటిషర్లు ఏమీ చెయ్యలేని నిస్సహాయ స్థితిలో చేతులెత్తేశారు.

భారతదేశానికి రక్షణ కల్పించలేని ఈ బ్రిటిష్ పాలకులు దేశం వదిలి పోవాల్సిందే 'క్విట్ ఇండియా' అని పిలుపునిచ్చారు గాంధీ.

ఇండియా వ్యతిరేక వైఖరితో మొండిగా వ్యవహరిస్తున్న బ్రిటన్ ప్రధాని చర్చిల్ వైఖరిని దేశ ప్రజలంతా ఖండించారు.

మొదట దేశానికి స్వాతంత్ర్యం ప్రకటించాలి. స్వతంత్ర భారతదేశం అప్పుడు లీగ్‌ఆఫ్ నేషన్స్ అంటే, అమెరికా, రష్యా, ఫ్రాన్స్, బ్రిటన్‌లకు మిత్రదేశంగా ఈ యుద్ధంలో సహకరిస్తుంది - క్విట్ ఇండియా సమరం ముఖ్యలక్ష్యం ఇది. క్విట్ ఇండియా సమరాన్ని చర్చిస్తోన్న సభలో వ్యక్తమైన అభిప్రాయం ఇదే.

ఆ రోజునుంచి ప్రతి భారతీయుడూ స్వేచ్ఛపొందినట్లే ప్రవర్తించండి. మనకు స్వాతంత్ర్యం వచ్చినట్లే వ్యవహరించండి-' అన్నారు గాంధీ.

సభ జరుగుతుండగానే బ్రిటిష్ ప్రభుత్వం వేదికపైన వున్న దేశనాయకులందరినీ గాంధీతో సహా ప్రతి ఒక్కరిని అరెస్ట్ చేసింది.

సభలో ఆసీనులైన ప్రముఖుల్ని కూడ ఎక్కడి వారిని అక్కడే అరెస్ట్ చేశారు.

విభ్రాంతి చెందారు జనం.

దేశం అంతా అలజడి చెలరేగింది. పూర్తి అహింసాత్మకంగా ప్రారంభించదలిచిన క్విట్ఇండియా ఉద్యమం అనూహ్యంగా హింసా మార్గానికి మళ్ళింది. 1942 ఆగస్ట్ 11, 12 తేదీల్లో ఢిల్లీలో పోలీస్ కాల్పులకు 76 మంది మరణించారు. 144 మంది ప్రమాదకరంగా గాయపడ్డారు.

'డూ-ఆర్-డై', 'కరో-యా-మరో' అన్నారు గాంధీ. అంతే! ఎవరి అదుపులోనూ లేని పరిస్థితి ఏర్పడింది.

అయితే, హరిజన సేవే పరమావధిగాఉన్న కూర్మయ్యగారికి ఈ పరిస్థితి చాలా బాధాకరం అనిపించింది.

జాతీయ నాయకులందరినీ రాత్రికి రాత్రే అరెస్టులు చేయడంతో నాయకులు లేకుండానే ప్రజలు నడిపిన తిరుగుబాటులో రైల్వేస్టేషన్లు తగలబడిపోసాగాయి. ప్రభుత్వ ఆస్తులు ధ్వంసం అయిపోయాయి. అధికార యంత్రాంగం చిన్నాభిన్నం అవుతోంది.

ఈ పరిస్థితుల్లో థక్కర్ బాబాజీ కూర్మయ్య గారికి ఒక లేఖ రాశారు. హరిజన సేవకు అంకితమైన వాడివి నువ్వు - ఇలాంటి నిస్సారమైన ఉద్యమాల కోసం అమూల్యమైన సమయాన్ని వృథా చేసుకోవద్దని సూచించారు.

పెద్ద నాయకులందరూ జైళ్ళలో వున్నారు. కాబట్టి, కాంగ్రెస్ పనులు, హరిజన కార్యక్రమాలు చూసుకొంటూ వుండమని పట్టాభిగారు కూడ సూచించడంతో కూర్మయ్యగారు అరెస్టు తప్పించుకొన్నారు.

అఖిల భారత హరిజన సేవాసంఘానికి సహాయ కార్యదర్శిగా కూర్మయ్యగారిని నియమిస్తూ జాతీయ అధ్యక్షులు థక్కర్ బాబాజీ ఉత్తర్వులు పంపారు. దేశస్థాయిలో హరిజనోద్ధరణ కోసం పాటుపడే ఒక ఉన్నత పదవి కూర్మయ్యగారికి లభించింది.

రెండో ప్రపంచ యుద్ధం సాగుతుండగా, దేశంలో అరాచకం ప్రబలడం, అరెస్టుల పర్వం 1945లో కూడ కొనసాగడంతో కాంగ్రెస్ వాదులంతా చాలా బాధపడ్డారు.

గాంధీగారు ఈ అల్లకల్లోలానికి దిగాలు పడిపోయారు. 'I will bend it other wise I will end it' అని దృఢంగా ప్రకటించి పరిస్థితిని అదుపుచేయడానికి జైల్లోంచే ప్రయత్నాలు ప్రారంభించారు. కానీ, దేశ ప్రజలు విన్పించుకునే స్థితి కన్పించలేదు. అంతే అరక్షణం ఆలస్యం చెయ్యకుండా 'క్విట్ ఇండియా ఉద్యమాన్ని ఉపసంహరిస్తున్నట్లు ప్రకటించారు.

హింసాత్మక ఉద్యమాలను గాంధీ ఆమోదిస్తారని దేశప్రజలు ఎలా భావించారో అర్థంకాదు – తాత్కాలిక ఆవేశంలో, దేశనాయకులను ఒక్క ఉమ్మడిగా అరెస్ట్ చేసిన సంఘటనతో రెచ్చిపోయిన జనం సృష్టించిన అల్లరి అది. అందువలన అసలు లక్ష్యం దెబ్బతింది.

బ్రిటిష్ వారికి దేశం విడిచి వెళ్ళిపోమ్మని శాసించిన ఒక మహా ఉద్యమాన్ని అర్థాంతరంగా ఉపసంహరించుకోవాల్సిన పరిస్థితి ఏర్పడింది.

కూర్మయ్యగారి వంటి స్థితప్రజ్ఞులు మాత్రమే దాన్ని అర్థం చేసుకోగలరు.

గాంధీజీ స్వాతంత్ర్యోద్యమాన్నే కాదు, హరిజనోద్యమాన్ని కూడా అహింసామార్గంలోనే నడవాలని కోరుకున్నారు. అన్ని కులాల వారితోనూ సామాజిక స్పృహని రగిలించి చైతన్యవంతుల్ని చేయడం ద్వారా హరిజనులకు సమాన గౌరవ ప్రపత్తులు సాధించాలని ఆయన భావించారు. కూర్మయ్యగారు ఆ మార్గానే నడిచారు.

అగ్రవర్గాల వారి మీద దాడి చేసి తిరుగుబాట్లు చెయ్యమని ఆయన ఏనాడూ ప్రబోధించలేదు. ఒకవేళ క్విట్ఇండియా ఉద్యమంలోనే హరిజనోద్యమం కూడా హింసామార్గన పడివుంటే భారతదేశంలో కులాల కురుక్షేత్రం అయివుండేదని కూర్మయ్యగారు స్పష్టంగా అభిప్రాయపడ్డారు.

1945 ఆగస్ట్ 6న జపాన్‌లోని హిరోషిమా నగరంపైన, ఆగస్ట్ 9న నాగసాకీ నగరంపైనా అణుబాంబులు విసరడంతో ఒక గంటలోపు 2 లక్షల మంది చనిపోయి ఉంటారని వార్తలు వచ్చాయి.

హిరోషిమా, నాగసాకీలు పీనుగుల కుంటలుగా మారాయి. జపాన్, జర్మనీ, ఇటలీల కూటమికి శృంగభంగం తప్పలేదు.

హిట్లరు ఆత్మహత్య చేసుకొన్నాడు. ముస్సోలినీ ముందే మరణించాడు బెర్లిన్ సరిహద్దు గోడ జర్మనీని రెండుగా చీల్చింది.

రెండో ప్రపంచ యుద్ధం విషాదాలతో ముగిసింది.

ఈ యుద్ధంలో గెలిచిన వారు నష్టపోయిందే ఎక్కువ అయ్యింది. గ్రేట్ బ్రిటన్ – వట్టి బ్రిటన్‌గా మిగిలింది.

1945 జూన్ 14న బ్రిటన్ భారతదేశానికి స్వాతంత్ర్యం ఇచ్చి వదిలివెళ్ళి పోయేందుకు సిద్ధంగా ఉన్నట్లు ప్రకటించింది.

కాని, రెండు సంవత్సరాలయినా ఆ ఊసు ఎత్తకుండా కూర్చుంది.

అవతల బ్రిటన్‌లో చర్చిల్‌గారి కన్జర్వేటీవ్‌లు ఓడిపోయి ఆట్లీగారి లేబర్ పార్టీ అధికారంలోకి వచ్చింది. తన స్వంత ఇంటిని సర్దుకునే సందడిలో భారత స్వాతంత్ర్యం గురించి గుర్తులేనట్లు బ్రిటన్ ప్రవర్తించింది.

1946 ఏప్రియల్.

శాసన సభలకు మళ్ళీ ఎన్నికలు వచ్చాయి.

అంతకుమునుపు ఎన్నికల్లో జస్టిస్ పార్టీతో పోరాడి ఘనవిజయాలు సాధించిన కాంగ్రెస్ వాదులకు ఈ ఎన్నికల్లో కమ్యూనిస్టులతో పోరాడాల్సిన పరిస్థితి ఎదురయ్యింది.

గతంలోలాగనే ఈసారీ హరిజన స్థానానికి అభ్యర్థిగా వేముల కూర్మయ్య, జనరల్ స్థానానికి అభ్యర్థిగా గొట్టిపాటి బ్రహ్మయ్యలను మెజారిటీ సభ్యులు బలపరిచారు. జనరల్ స్థానంలో బ్రహ్మయ్యగారిని 300 మంది బలపరిస్తే వల్లభనేని సీతామహాలక్ష్మిగారిని 10 మంది మాత్రమే బలపరిచారు.

బ్రహ్మయ్యగారు ప్రకాశం గారి మనిషి. సీతా మహాలక్ష్మిగారు పట్టాభిగారి మనిషి.

పట్టాభిగారు అధిష్ఠాన వర్గం మనిషి.

ఫలితం – బ్రహ్మయ్యగారి స్థానంలో వల్లభనేని సీతామహాలక్ష్మిగారికి సీటును ఖరారు చేస్తూ సర్దార్ పటేల్‌గారు టెలిగ్రాం పంపారు.

ఎన్నికలలో చివరికి కూర్మయ్యగారు, సీతామహాలక్ష్మిగారు ఒక ప్యానెల్‌గా కమ్యూనిస్టులపైన పోటీకిదిగారు.

గెలుపు కాంగ్రెస్ అభ్యర్థులనే వరించింది. కూర్మయ్యగారు రెండవసారి ఉమ్మడి మద్రాస్ రాష్ట్ర శాసన సభకు ఎన్నికయ్యారు.

ఆ తర్వాత ఢిల్లీ స్థాయిలోనూ, మద్రాస్ స్థాయిలోనూ చాలా రాజకీయాలు జరిగాయి. ప్రకాశం గారిని ముఖ్యమంత్రిని కానీయకుండా పట్టాభిగారు చెయ్యదగినదంతా చేశారు. ఢిల్లీ పెద్దల్ని ఎదిరించి ప్రకాశం మనో నిబ్బరాన్ని ప్రదర్శించారు. చివరికి పట్టాభిగారు కూడా ప్రకాశాన్ని సమర్థించక తప్పలేదు.

'గాంధీజీ ప్రకాశంగారికి వ్యతిరేకంగా వర్కింగ్ కమిటీ వారిచే తీర్మానం చేయిస్తానన్నారు. కానీ, ప్రకాశం జంకలేదు. పోట్లాడారు. చివరికి గెలిచారు. ఇంత పట్టుదలతో, ఉత్సాహముతో ఇన్ని సంవత్సరములు దేశసేవ గావించిన వ్యక్తి చరిత్రలో లేదు. ఆయనకు చేయెత్తి నమస్కరించుట మన విధి–' అని చివరికి ఆంధ్రపత్రికలో పట్టాభిగారు ఒక వ్యాసం రాశారు.

గాంధీజీ ఆశీస్సులు లేకుండానే ప్రకాశం ముఖ్యమంత్రి కాగలిగాడు.

గాంధీని ఎదిరించి భారత రాజకీయాలలో నిలిచిన ప్రముఖులు ఇద్దరు. ఒకరు సుభాస్‌చంద్రబోస్, రెండవవాడు ప్రకాశం.

అయితే, ప్రకాశం నిస్సంకోచంగా సూరుపాళ్లం గాంధేయవాది. గాంధీ అనునన్నా కాదన్నా గాంధీని మహాత్ముడిగా కొలిచిన వ్యక్తి. పదహారణాల గాంధేయుడు.

సుభాష్ చంద్రబోస్ గాంధీ విధానాలను వ్యతిరేకించిన వ్యక్తి. హింసామార్గాన్ని సాధించి పోరాట మార్గాన్ని ఎంచుకున్నారు. ఈ యిద్దరికీ స్పష్టమైన తేడావుంది!

ప్రకాశం గారు ముఖ్యమంత్రిగా తన మంత్రి వర్గంలో ఆంధ్రుల్లోంచి వి.వి.గిరినీ, కడప కోటిరెడ్డినీ, వేముల కూర్మయ్యనీ ఎంపిక చేసుకొన్నారు.

హరిజననాయకుడు శివషణ్ముగం పిళ్ళే స్పీకర్‌గా ఎన్నికయ్యారు.

కూర్మయ్యగారు హరిజనాభివృద్ధి మరియు రేడియో, హరిజన సంక్షేమం కోసం కోటి రూపాయల నిధిని ప్రకాశం గారిచేత కేటాయింపచేస్తూ సంతకం చేయించారు. హరిజన మంత్రిగా ఆయన సాధించిన మొదటి విజయం ఇది.

'ఈ కోటి రూపాయల హరిజన నిధిని సద్వినియోగం చెయ్యటానికి తగిన కార్యచరణ ప్రణాళికను రూపొందించి మీ ఆమోదానికి పంపుతాను-' అన్నారు కూర్మయ్య.

'హరిజనులకు ఉచితంగా బియ్యం పంచుతారా? ఇళ్ళు కట్టిస్తారా? అప్పులు ఇప్పిస్తారా?' ప్రశ్నించారు ప్రకాశంగారు.

'ప్రభుత్వ ధనం అంటే ప్రజాధనమే! మంత్రులుగా మనందరం ఈ ధనానికి భద్రతాదారులం. తాత్కాలిక ప్రయోజనం కల్గించే బియ్యం పంపిణీల వంటి కార్యక్రమాల వలన హరిజనోద్ధరణ గానీ, వారికి శాశ్వత ప్రయోజనాలు గానీ ఏమీ ఉండవనుకొంటాను-' అన్నారు. కూర్మయ్య గారు.

వింటున్నారు ముఖ్యమంత్రి ప్రకాశం.

'చదువులకన్న శాశ్వత ప్రయోజనం ఇంకొకటికాదు. హరిజనుల పిల్లలకు చదువుకునే ఏర్పాట్లు చెయ్యాలి. వారు హైస్కూల్ వరకైనా చదవాలంటే, వారికి హాస్టళ్ళ ఏర్పాటు ఉండాలి. హరిజనుల పిల్లలకు ఉచిత విద్యా సౌకర్యాలు, ఉచిత హాస్టళ్ళు కల్పించడానికి ఈ నిధుల్ని వినియోగించాలని భావిస్తున్నాను-' వివరించారు కూర్మయ్యగారు.

ప్రకాశంగారు చప్పట్లుకొట్టి 'సెహభాష్' అని ప్రశంసించారు. 'ఈ రోజు నుంచి సంవత్సరకాలంలో 500 హాస్టళ్ళు ఏర్పడాలని ఒక లక్ష్యం పెట్టుకోండి. రెండు సంవత్సరాల కాలంలో వెయ్యి హాస్టళ్ళు ఏర్పడాలి. కూర్మయ్య హాస్టళ్ళుగా అవి పేరు తెచ్చుకోవాలి. మీ హాస్టళ్ళకు ఎంత మంచి పేరు వస్తే మీకు అంతఘనత' అని ప్రోత్సహించారు ప్రకాశం గారు.

ఏడాదిలోపే 800 హాస్టళ్ళు కేవలం 36 లక్షల రూపాయలతో ఏర్పాటు చేసినట్టు హరిజన సంక్షేమ శాఖమంత్రిగా రాష్ట్రశాసన సభలో ప్రకటించారు కూర్మయ్యగారు.

అగ్రవర్ణాల వారి తాకిడి ఎక్కువగా వున్న ప్రాంతాల్లోనూ, హరిజనులపైన దాడులు జరిగే ప్రాంతాల్లోనూ, హరిజనులు ఎక్కువగా నివసించే ప్రాంతాల్లోనూ హరిజన పాఠశాలలు పెట్టటం, ఉచిత హాస్టళ్ళు నెలకొల్పటానికి ప్రాధాన్యత ఇచ్చారు.

హరిజనసులకే వాటి నిర్వహణా బాధ్యతని అప్పగించారు. గట్టి సానుభూతి పరులు ముందుకొచ్చినా అప్పగించారు.

హరిజనులపై అత్యాచారాలు జరగకుండా ఒక పర్యవేక్షణ కమిటీని ప్రతి గ్రామంలోనూ నిర్మించారు.

హరిజన సంక్షేమశాఖను ఏర్పరచి, పాఠశాలలు హాస్టళ్ళు తదితర హరిజన సేవా కార్యక్రమాలను పర్యవేక్షింపచేశారు.

సమాజంలో అణచివేతకు గురి అయిన వర్ణాల ప్రజలందరినీ ఈ విద్యాలయాలు, హాస్టళ్ళ పరిధిలోకి తీసుకువచ్చారు.

ఆంధ్ర తమిళ ప్రాంతాల్లో ఎక్కడ చూసినా కూర్మయ్య హాస్టళ్ళు విద్యార్థులతో కళకళలాడాయి. తాను బెనారస్ హిందూ విశ్వ విద్యాలయంలో చదువుకునే రోజుల్లో అంజనాదేవి బాలికల హాస్టల్‌ని స్థాపించి ఆరుగురు విద్యార్థినుల్ని తీసుకురావడానికి ఎంత ప్రయాసపడవలసివచ్చిందో ఆయనకు ఇంకా గుర్తుంది. ఈ ఇరవై ఏళ్ళలో హరిజనుల్లో పెరిగిన చైతన్యం ఆయన్ని ఎంతగానో ఆశ్చర్యపరిచింది. ఇదంతా గాంధీగారి ఆశయాలవల్లనే సాధ్యం అవుతోందని భావించారు కూర్మయ్య గారు.

ఇంతలో రాజకీయ అనిశ్చితి ఏర్పడటంతో 1947 మార్చి 30వ తేదీన ప్రకాశంగారు ముఖ్యమంత్రి పదవికి రాజీనామా చేశారు.

హరిజన సంక్షేమానికి తనకున్న కొద్ది పాటి వ్యవధిలో తాను చేయ గలిగిందంతా చేసిన కూర్మయ్యగారు ఇదంతా రాజకీయ చదరంగం అనుకున్నారు. ఇక్కడ ఆడుతూనే వుండాలి. ఆట ఆగితే పదవులు లేచిపోతాయి. పదవిని బాధ్యత అనుకునే వాళ్ళకి ఇదంతా చాలా సామాన్య విషయంగా అనిపిస్తుంది. పదవులు తమకొక భూషణం అనుకునే వాళ్ళు ఎదుటివాడి ఆట ఆపాలని ప్రయత్నిస్తారు. ఒక్కోసారి తమ ఆటనికూడా చవిచూసుకొంటూ వుంటారు.

ప్రకాశంగారు ముఖ్యమంత్రి పదవిని తృణప్రాయంగా వదిలేసి వచ్చేశారు. తన మనస్సాక్షిని వదిలి రాజీపడటానికి ఆయన అంగీకరించలేక పోవడమే ఈ పదవీత్యాగానికి కారణం.

కొత్తగా ముఖ్యమంత్రి స్థానంలో ఒమాండూరు రామస్వామి ఎన్నికయ్యారు. కూర్మయ్యగారిని హరిజనాభివృద్ధి మంత్రిగా కొనసాగించారు.

రెట్టించిన ఉత్సాహంతో పనిచేయడానికి తనకు తానే సంకల్పం చెప్పుకున్నారు.

'మద్రాస్ రిమూవల్ ఆఫ్ సివిల్ డిజెబిలిటీస్ (ఎమెండ్ మెంట్) బిల్ 1947ని మద్రాసు ఉమ్మడి రాష్ట్రశాసన సభలో చర్చకు ప్రవేశపెడుతూ ఆయన చేసిన ప్రసంగం గొప్పది-

అథర్వణ వేద కాలం నుంచీ నడుస్తూ వస్తున్న కులవ్యవస్థ మూలాలను ఆయన చారిత్రక దృష్టితో విశ్లేషించారు.

ఈనాడు అంటరానివారుగా చెప్పబడుతున్న కులస్థులు ఒకప్పుడు ఈదేశాన్ని పరిపాలించిన వారేనని ఆయన సగర్వంగా ప్రకటించారు.

ముస్లింలు, బ్రిటిషర్లు ఇద్దరూ ఈదేశాన్ని దోచుకోవడానికి వచ్చినవాళ్ళే! కానీ, ముస్లిం ప్రభువులు ఈ దేశాన్ని దోచి ఏ విదేశానికి చేరవేయలేదు.

వారి సంపదని, వారి శక్తి సామర్థ్యాలనీ ఈ దేశం కోసమే ఖర్చుపెట్టారు. కానీ, బ్రిటిష్‌వారు ఇక్కడి జీవన స్థితిని విచ్ఛిన్నం చేశారు. వ్యాపారులుగా వచ్చి దేశ సంపదను హరించారు. జాతి సంపదను బ్రిటన్‌కు తరలించుకుపోయారు.

ఏ విధంగా చూసినా బ్రిటిష్ పాలన కన్న ముస్లింల పాలనే ఎన్నోరెట్లు ఉత్తమమైందిగా భావిస్తున్నాం. వారిప్పుడు పర్షియన్లో, అరేబియన్లో కాదు - భారతీయులు.

అధ్యక్షా! హిందూమతంలో అత్యధిక భక్తులు తమ కోర్కెల్ని తీర్చుకోవడం కోసమే దేవుణ్ణి ప్రార్థిస్తారు. బ్రిటిష్ వారి ప్రాపకం కోసం ఎగబడతారు. ఉద్యోగవకాశాల కోసం అర్రులు చాస్తారు. ఈ దేశం బ్రిటిష్ వారికాలంలో అందుకే అధోగతికి చేరింది.

హిందువులు పరమ పావనంగా భావించే భగవద్గీత సర్వజన సమానత్వాన్నే సూచించింది. నాలుగు వర్ణాల ప్రజలు గుణకర్మల్ని బట్టి రూపొందాయేగాని, పుట్టుకని బట్టికాదనీ, పంచములనే ప్రజలే లేరనీ గీతాకారుడు స్పష్టంగా పేర్కొన్నాడు.

పవిత్రమైన హరిజనుణ్ణీ చూస్తున్నాం. మనసావాచా కర్మణా పవిత్రత ఏ కోశానాలేని బ్రాహ్మణుణ్ణి కూడా మనం చూస్తున్నాం. కానీ, మన సమాజంలో కులవ్యవస్థ గీతలో చెప్పినట్లు ప్రస్తుతం గుణకర్మల మీదే ఆధారపడి నడుస్తోందా?' అని ప్రశ్నించారు కూర్మయ్యగారు.

పౌరహక్కులు సమాజంలో అట్టడుగు మానవుడికి కూడా సమానంగా అందించడం అనేది కులవ్యవస్థ నిర్మూలనకు మొదటి మెట్టుగా భావిస్తున్నాను. అని ఆయన అన్నప్పుడు అబ్దుల్ హమీద్‌ఖాన్ సాహిబ్ బహద్దుర్ అనే సభ్యుడు స్పీకర్ అనుమతితో లేచి నుంచొని 'అట్టడుగు మనిషంటే ఎవరు? Who is the Lowest man;' అనడిగారు.

కూర్మయ్యగారు తడుముకోకుండా 'ఈ సభలో నేనే అట్టడుగు మనిషిని-' అన్నారు.

'ఈ రోజున మనం మామూలు రాయనుకుని నిర్లక్ష్యంగా వదిలేసినదే రేపు దేవాలయ గోపురానికి చేరవచ్చు-' అంటూ హరిజన పౌరహక్కుల బిల్లుని ఆమోదించవలసిందిగా కోరారు.

'ఇవ్వాళ నాకెంతో గర్వంగావుంది. గాంధీగారి కృషి ఫలితంగా ఏర్పడిన అఖిల భారత కాంగ్రెస్ పార్టీ జాతీయ విధానం ప్రకారం కాంగ్రెస్ ప్రభుత్వ పక్షాన అస్పృశ్యుడైన ఒక హరిజనుడు, కనీసం శాసన సభ్యుడిగా వుండే అవకాశాలు కూడా లేని వ్యక్తి మంత్రిగా, శాసనకర్తగా హరిజనుల ఈ పౌరహక్కుల బిల్లుని సభలో ప్రవేశపెడ్తున్నాడు. హరిజనాభ్యున్నతే ధ్యేయంగా కల్గిన సభ్యులారా! దయచేసి ఆమోదించండి-' అన్నారాయన.

కరతాళ ధ్వనులతో కాంగ్రెస్ సభ్యులు కూర్మయ్య గారిని ప్రోత్సహించారు. బల్లలు దడదడమోగాయి.

ఆ తర్వాత ఈ బిల్లు పూర్వాపరాల గురించి ఆయన సభకు చక్కగా వివరించారు.

ఆయన చెప్పిన విశేషాలివి.

1. డా॥ చక్రవర్తుల రాజగోపాలాచారి ముఖ్యమంత్రిగా వున్నప్పుడు కీ॥శే॥ రావుబహదూర్ ఎం.సి. రాజా మొదటిసారిగా Madras Removal of civil Disabilities చట్టాన్ని 1938లో ప్రవేశపెట్టారు. మొదటగా ఆయన ఢిల్లీ సెంట్రల్ పార్లమెంట్‌లో ప్రవేశపెడితే ఆయన్ని బ్రిటిష్ ప్రభుత్వం నిరోధించింది. తర్వాత కాంగ్రెస్ ప్రభుత్వంలో మద్రాస్ సభలో ప్రవేశపెట్టారు.

2. గత ముఖ్యమంత్రి ప్రకాశంగారు హరిజనుల దేవాలయ ప్రవేశానికి చట్టబద్ధత కల్పించే చర్యలు చేపట్టినప్పుడు ఆయనను సంఘ బహిష్కరణ చేసేందుకు కొందరు పూనుకొన్నారు. అయితే, ప్రకాశం గారు తన అసమాన వాదనా పటిమతో వారిని ఎదుర్కొని విజయం సాధించారు.

3. ప్రజాసంబంధమైన అన్ని సంస్థల్లోనూ, హిందువైన ప్రతి వ్యక్తికీ ప్రవేశించే హక్కువున్న ప్రతిచోటా హరిజనుడికి కూడా ప్రవేశించే హక్కుందనేది ఈ చట్టంలో రెండవ సెక్షన్ సూచిస్తోంది. ఇది కూర్మయ్యగారి దూరదృష్టికి సంకేతం.

4. హరిజనుల హక్కుల్ని నిరోధించేవారికి శిక్ష లేకుండా నిరోధించకూడదని మాత్రమే చట్టం చెప్తోంది. అప్పటి సెలెక్ట్ కమిటీ శిక్షను నిర్ణయించలేకపోయింది. కూర్మయ్య గారు తన చట్టంలో శిక్షని నిర్దేశించి చెప్పారు. ఆరు నెలలు కఠిన కారాగార శిక్ష, 50 రూపాయలు జరిమానా, ఆయన ఆరోజున ప్రతిపాదించిన శిక్ష.

5. సెక్యులర్ ఇన్‌స్టిట్యూషన్స్ అంటే ఏమి? అనే విషయమై చట్టంలో స్పష్టమైన నిర్వచనం లేకపోతే ఆ చట్టాన్ని అమలు చేయడం కుదరదు పైగా, హరిజనులకు బార్బర్ షాపుల్లో తల పనిచేసి తీరాలని, కూరగాయలు అమ్మితీరాలని వత్తిడి చేయడానికి ఎవ్వరికి హక్కులేదని కోర్టులు తీర్పులు కూడా ఇచ్చాయి.

   హరిజనుల్ని బ్రాహ్మణ హోటళ్ళలోకి రానివ్వనప్పుడు ఫిర్యాదు చేస్తే ప్రభుత్వం ఇచ్చిన సమాధానం ఇది. 'బ్రాహ్మణ హోటళ్ళు నడుపుకునేందుకు యజమానులకు లైసెన్సులిచ్చింది ప్రభుత్వం. వారి వ్యాపారాల విషయంలో తలదూర్చి అవరోధం కల్పించడం ప్రభుత్వం విధి కాదు–' అని! ఇలాంటి లోటుపాట్లను సరిచేస్తూ కూర్మయ్యగారు ఈ ఎమెండ్ మెంట్‌బిల్ ప్రవేశపెట్టారు.

6. బిల్లుపైన చర్చ జరుగుతున్న దశలో సభలో అధికార పార్టీ సభ్యుల సంఖ్య చాలా పలుచగావుంది. ముఖ్యమంత్రి అసలు సభలోనే లేరు.

'అధికార పార్టీ సభ్యులు ఎక్కువ మంది ఈ సభలో హాజరు కాకపోయినప్పటికీ వారందరి తరఫున నేనొక్కడినే సమాధానం చెప్పగలను హరిజనుడిగా, రాష్ట్ర ప్రభుత్వంలో హరిజన సభ్యుడిగా, ఈ బిల్లు రూపకార్తగా సగర్వంగా దీన్ని చట్టం చేయించగలననే భావిస్తున్నా–' అని అమితమైన ఆత్మవిశ్వాసాన్ని ప్రదర్శించారు కూర్మయ్యగారు.

7. 'నిన్నటిదాకా హరిజనులు సంస్కరణ వాదులైన కొందరు అగ్రవర్ణాల వారిపైనా, కాంగ్రెస్ వారిపైనా, సానుభూతి పరులైన ఇతర రాజకీయ పార్టీలపైనా ఆధారపడివున్నారు. కానీ, నేటి నుంచీ హరిజనులు అధికారంలో భాగస్వామ్యం కోసం పోరాటం జరిపే స్థితికి చేరుకున్నారు' అని నిర్వంద్వంగా ప్రకటించారు. స్వాతంత్రోద్యమంలో భాగంగా హరిజనోద్యమం కూడా సమాంతరంగా నడిచింది కాబట్టి స్వాతంత్ర్యం వచ్చే సమయానికి కూర్మయ్యగారు ఇంత ఆత్మవిశ్వాసంతో ఆ ప్రకటన చేయగలిగే స్థితి వచ్చింది.

8. బ్రాహ్మణ వ్యతిరేకతా లక్ష్యంగా బయల్దేరిన జస్టిస్ పార్టీ హరిజనోద్ధరణ కార్యక్రమం ఎందుకు చేపట్ట లేకపోయిందని కూర్మయ్యగారు ప్రశ్నించారు.

9. అందరికి కలుపుకుపోతూనే చైతన్యాన్ని సాధించి హరిజనులకు సమాన గౌరవం సిద్ధింపచేయాలనే గాంధీ విధానమే సరయినదని కాలం ఋజువు చేసిందని అన్నారు.

10. వ్యతిరేకంగా ఎవరూ మాట్లాడలేదు కాబట్టి బిల్లు ఆమోదించబడినట్లుగా స్పీకర్ ప్రకటించారు.

హరిజన అసమానతల్ని తొలగించి, అస్పృశ్యతను నిరోధించి, తగిన శిక్ష వేసేలా చట్టంరూపొందిన క్షణం ఆసెంబ్లీ దద్దరిల్లేలా కరతాళ ధ్వనులు చేశారు శాసన సభ్యులంతా!

కూర్మయ్యగారి వ్యక్తిత్వం ఆయన సహజమైన నాయకుడిగా మలిచింది.

గాంధీగారితో సాన్నిహిత్యం ఆయన్ని ఒక సామాజిక సంస్కర్తగా తీర్చిదిద్దింది. హరిజన చట్టాలు, హరిజన పాఠశాలలు, హరిజన హాస్టళ్ళు – ఈ మూడూ దేశంలోనే మొదటిసారిగా మద్రాస్ ఉమ్మడి రాష్ట్రంలో ఏర్పడటానికి ప్రత్యక్షంగా వేముల కూర్మయ్య గారే కారకులు.

మొన్న మొన్నటిదాకా తమిళనాడులో కూడా హరిజన హాస్టళ్ళని కూర్మయ్య హాస్టళ్ళే అనే వాళ్ళు.

ఆయన నడుపుతున్న 'వ్యవసాయకూలీ' పత్రిక ఆయనని హరిజనోద్యమ వైతాళికుడిగా ఆపద్బాంధవునిగా తీర్చిదిద్దింది.

కూలీల గాంధీగా కూర్మయ్యగారు జాతి చరిత్రలో ఒక చిరస్మరణీయునిగా మిగిలిపోయారు.

బెజవాడ గోపాలరెడ్డి

(1907-1997)

- సి.వేదవతి

మన స్వప్న సీమ - సువర్ణ భూమి
పుణ్య వసుంధర - వందేమాతరమ్
మన హిందూస్థానము - మన ఆనంద నందనవనము

కవిగా, దేశభక్తునిగా డా॥ బెజవాడ గోపాలరెడ్డి హృదయమూలం నుంచి కదలివచ్చిన కవితాత్మక వచనం ఇది.

ఆయన మన దేశ స్వాతంత్ర్యంకోసం పోరాడిన సమరయోధుడు. మచ్చలేని రాజకీయవేత్త, పరిపాలనాదక్షుడు, సాహితీవేత్త, బహుముఖ ప్రజ్ఞాశాలి. అన్నిటినీ మించి రసహృదయుడైన కవితామూర్తి.

తెలుగువాడిగా పుట్టి జాతీయస్థాయికి ఎదిగి, రాజకీయ, సాహిత్య, సాంస్కృతిక రంగాలలో ఉన్నత శిఖరాలను అందుకున్న విశిష్ట ప్రతిభామూర్తి. అటు మాతృదేశాభిమానమూ, ఇటు లలితకళలపట్ల మమకారమూ ఈ రెండూ సమాంతరంగా కలగలుపుకొని ఆయనకు స్ఫూర్తిని అందించిన వెలుగు రేఖలైనాయి. స్వాతంత్ర్యోద్యమంలో కారాగారశిక్షలు అనుభవించే కాలంలోనూ ఆయన సాహిత్యానురక్తిని మరువలేదు. జైలులోనే ఆయన బహుభాషలు నేర్చుకొన్నారు. శ్రీ ముట్నూరు కృష్ణారావువంటి మేధావుల సాహచర్య భాగ్యంవల్ల ఆయనకు జైలు జీవితమే సాహిత్యాధ్యయన విద్యాశాలగా మారింది. ఆ తరువాత రాజకీయ బాధ్యతల్లో తలమునకలై ఉన్న కాలంలోనూ సాహిత్యాది సర్వకళా రసజ్ఞతను పదిలంగా కాపాడుకొన్నారాయన. ఈ విధంగా రాజకీయార్ధగోళం, సాహిత్యార్ధగోళం రెండూ కలసి ఏర్పడిన ఒక పరిపూర్ణ సమగ్ర వ్యక్తిత్వం ఆయనగారి పేరు వినగానే మన కనులముందు సాక్షాత్కరిస్తుంది.

త్యాగశీలమయిన స్వాతంత్ర్యోద్యమ సంఘర్షణానుభవమే ఆయనను ఒక నిష్కళంకమైన రాజనీతిజ్ఞునిగా తీర్చిదిద్దింది. ఉన్నతమైన రాజకీయ పదవులెన్నిటినో నిర్వహించినా అన్నిటిలోనూ నీతిని, నిజాయితీని పరమ ప్రమాణంగా భావించుకొని రాణించిన నిబద్ధ ధురంధరుడు ఆయన.

ఆంధ్ర సారస్వత క్షేత్రంలో అనేక సంస్థలకు సారథిగా సుదీర్ఘకాలం సాహిత్యం, లలితకళల వికాసంకోసం కృషి చేశారు. బహుభాషల అధ్యయనంతో సాహిత్యంపైన మక్కువను పెంచుకొని, బెంగాలీ నుండి రవీంద్ర కవీంద్రుని రచనలను, ఉర్దూ నుండి గాలిబ్, ఇక్బాల్ వంటి మహాకవుల కవితలను తెలుగులోకి అనువదించారు. ఆ తరువాత డెబ్బదేళ్ల వయస్సులో పండిన అనుభవ

చేతనతో ఊటలూరి వచ్చిన అంతరంగభావాలకు అక్షరరూపం ఇచ్చి పుంఖానుపుంఖంగా స్వీయ కవితా ఖండికలను కావ్యాలుగా వెలయించారు.

రాజకీయవేత్తగా, సాహితీమూర్తిగా, కళాబంధువుగా భారత ప్రజలందరికీ ఆయన ఎంతో ప్రీతిపాత్రులైనవారు. గాంధీజీ అనుయాయిగా ఆనాడు పండించుకొన్న జీవనసంస్కారం – గోపాలరెడ్డి వ్యక్తిత్వాన్ని మహనీయంగా తీర్చిదిద్దింది.

రాజకీయాలలో గాంధీజీవలెనే సాహిత్య సంగీతాది లలితకళలలో విశ్వకవి రవీంద్రనాథ్ టాగూర్ ఆయనకు మార్గదర్శకులు. చిన్న వయసులోనే జాతీయ భావాలతో సర్కారు బడిని వదలడం, ఆ తర్వాత బందరు జాతీయ కళాశాల లోనూ, అటు తర్వాత రవీంద్రుని వద్ద శాంతినికేతన్‌లోనూ చదువుకొనే అవకాశం కలగడం తన జీవితాన్ని మలుపుతిప్పిన ఘట్టాలని అంటారయన.

తన జీవితంలోని కొన్ని ముఖ్యఘట్టాలను నెమరువేసుకుంటూ ఒకచోట...

"20వ శతాబ్దిలో పుట్టినందుకు ఆనందపడుతున్నాను. నా ప్రకృతికి అనువైన నాయకత్వం క్రిందనే నడిచానని సంతోషపడుతున్నాను. గాంధీ, రవీంద్రుల అభిమానిగా కొన్ని ఆదర్శాలతో జీవితాన్ని గడిపానని నన్ను నేను అభినందించుకొంటున్నాను".

ఇంతటి నిబ్బరంతో, ఆత్మవిశ్వాసంతో తనను తాను సమీక్షించు కోగలిగిన విలక్షణ వ్యక్తిత్వం ఆయనది.

ఆడంబరంతో కాక నియమించుకొన్న కొన్ని ఆదర్శాలతో జీవనసాధన చేసిన ఆయన సమున్నత వ్యక్తిత్వ స్వరూపం ఒక తెరచిన పుస్తకం. అది ప్రజా జీవితంతో ముడిపడిన అనుభవదర్పణం. ఆ పుస్తకాన్ని తెరచి చూస్తే మనకు సాక్షాత్కరిస్తుంది దశదశాబ్దాలను ప్రభావితం చేసిన ఒక నిత్య చేతనోల్లాస జీవనసౌరభం. అది ముందుతరాలకు స్ఫూర్తినిచ్చి ముందుకు నడిపించే ఆదర్శమయ క్రాంతిపథం.

భరతమాత ముద్దు బిడ్డ, ఆంధ్రావనికే గర్వకారణం అయిన బెజవాడ గోపాలరెడ్డి సమున్నత వ్యక్తిత్వ ప్రాభవాలను రేఖామాత్రంగా పరిచయం చేసే ప్రయత్నం ఇది.

జీవన రేఖలు :

1907 ఆగస్టు 5న నెల్లూరు జిల్లా బుచ్చిరెడ్డి పాలెంలో గోపాలరెడ్డిగారి జననం. తల్లిదండ్రులు బెజవాడ పట్టాభి రామిరెడ్డి, సీతమ్మ దంపతులు. ప్రాథమిక విద్య బుచ్చిరెడ్డి పాలెంలో ఆ తర్వాత నెల్లూరులోను సాగింది. తర్వాత అప్పటికే జాతీయోద్యమంలో చేరిన అన్నగారి స్ఫూర్తితో సర్కారు బడి వదలి బందరు జాతీయ కళాశాలలో కొంతకాలం చదువుకొన్నారు. ఆపైన శాంతినికేతన్‌లో చేరి రవీంద్ర గురుదేవుల సన్నిధిలో మూడు సంవత్సరాల

కాలం విద్యాభ్యాసం చేశారు. ఆయన ఎన్నుకొన్న ఆ విద్యావిధానమే ఆయన భావి జీవితాన్ని ప్రభావితం చేసింది.

బాల్యంలోనే దేశభక్తి భావాలను పెంచుకొన్న గోపాలరెడ్డి గాంధీజీ పిలుపుతో స్వాతంత్ర్య సమరోద్యమంలో ముమ్మరంగా పాల్గొన్నారు. పలుమార్లు కారాగారవాసం అనుభవించారు. ఆ తర్వాత పట్టుమని మూడుపదుల వయసైనా నిండకముందే నాయకత్వ లక్షణాలతో రాణించి మంత్రి పదవిని చేపట్టారు. మద్రాసు, కర్నూలు, హైదరాబాదు, ఢిల్లీలలో 186 మాసాలపాటు వివిధ హోదాలలో మంత్రి పదవులు నిర్వహించారు. రాష్ట్ర కేంద్ర స్థాయిలలో మంత్రి పదవులు సమర్థంగా నిర్వహించి, ఆ తర్వాత ముఖ్యమంత్రి పదవిని చేపట్టారు. ఆ తర్వాత అయిదు సంవత్సరాలకు పైగా ఉత్తరప్రదేశ్ గవర్నర్‌గా బాధ్యతలు నిర్వహించారు.

ఒకవైపున రాజకీయాలలో, పదవీ బాధ్యతలతో తలమునకలుగా ఉండి క్షణం తీరికలేని రోజుల్లోనే ఆయన సాహిత్యం, ఇతర లలితకళల పట్ల ఆసక్తిని పెంచుకున్నారు. ఇతర రాజకీయవేత్త లెవరికి అనుభవంకాని ఈ ద్వంద్వ ప్రకృతి ఆయనకు సమకాలీన రాజకీయ నాయకుల్లో ఒక విశిష్టస్థానం ఏర్పరచింది. అందుచేతనే ఆయన ఆంధ్ర విశ్వవిద్యాలయం ప్రో ఛాన్సలర్‌గానూ ఎన్నిక కావటం. 1951 నుండి 1957 వరకు ఆరు సంవత్సరాలకాలం ఆయన ఈ పదవిని నిర్వహించారు.

సాహిత్యపరమైన పదవీ బాధ్యతలను చేపట్టి ఆయన భాషా సాహిత్యాలకు ఎంతో సేవ చేశారు. తెలుగు భాషా సమితి, ఆంధ్రప్రదేశ్ సాహిత్య అకాడమి వంటి సంస్థలకు సుదీర్ఘకాలం అధ్యక్షులుగా ఉండి తెలుగు భాషా సంస్కృతులకు దోహదం చేసే అనేక కార్యక్రమాలకు, గ్రంథ ప్రచురణలకు సారథ్యం వహించారు. కేంద్రసాహిత్య అకాడమీ అధ్యక్షుడిగాను, జ్ఞానపీఠం అధ్యక్షులుగాను వ్యవహరించారు.

రవీంద్రనాథ్ టాగూర్ అంతేవాసిగా ఆ మహాకవి విశ్వజనీన భావాలపైన ఎంతో మక్కువ పెంచుకొన్నారాయన. ఆ ఇష్టంతో ఆయన రవీంద్రుని నాటికలు, కథలు, కవిత్వం పది గ్రంథాలకు పైగా తెలుగులోకి అనువదించి ప్రచురించారు.

ఉర్దూ, పర్షియన్ భాషలతోనూ పరిచయం పెంపొందించుకొని గోపాలరెడ్డి గారు ఉర్దూ కవుల రచనలను, కవితలను తెలుగులోకి అనువదించారు.

ఈ అనువాద సాహిత్యం ఆయన సాహిత్యకృషిలో ఒక పార్శ్వం మాత్రమే. 70 వసంతాలు నిండిన పరిణత వయస్సులో ఆయన తనదైన స్వంతగళం వినిపించడం ప్రారంభించారు. యాభై ఏళ్ల పాటు సాగివచ్చిన రాజకీయ, సాహిత్య, సాంఘిక యాత్రలో పండించుకొన్న అనేక అనుభవాలను, అనుభూతులను ఆయన అక్షరబద్ధం చేస్తూ అనేక స్వతంత్ర వచన కవితా కావ్యాల్ని వ్రాసి ప్రచురించాగు భాషలో, భావంలో అభివ్యక్తిలో ఒక వినూత్నమైన ఒరవడినీ, తనదైన స్వీయముద్రనూ సాధించుకొన్న రచనలవి.

గోపాలరెడ్డిగారు ఇరవైకి పైగా కవితాసంపుటులు ప్రచురించారు. దేశభక్తి ప్రపూర్ణునిగా, ప్రకృతి సౌందర్యారాధకునిగా, మానవతావాదిగా, సామాజిక విలోచనాశీలిగా, తాత్త్విక భావసంపన్నునిగా అన్నిటినీ మించి హృదయవాదిగా ఆయన తన అనుభవ అనుభూతిపరంపరకు అక్షరరూపం ఇచ్చుకొన్న కవితా ఖండికలివి.

1972లో ఉత్తరప్రదేశ్ గవర్నరుగా పదవీ విరమణ చేసిన తర్వాత ఆయన నెల్లూరులో స్థిరనివాసం ఏర్పరచుకొన్నారు. రాజకీయాల నుంచి స్వచ్ఛందంగా వైదొలిగి తనకు ఎంతో ఇష్టమైన సాహిత్య కళారాధనలో కాలం గడిపారు. ఒకసారి రాజకీయ పదవుల వైభవాన్ని చవిచూచినవారు సాధారణంగా వాటికి దూరంగా ఉండటం అరుదుగా ఉంటుంది. గోపాలరెడ్డి గారు తమకు అప్రయత్నంగానే లభించిన పదవులను ఒక నిర్మోహదృష్టితో నీతి, నిజాయితీలతో నిర్వహించారే కాని పదవులకోసం ఎప్పుడూ ప్రాకులాడలేదు. సమున్నతమైన ఆదర్శభావాలతో జీవితాన్ని నిర్దేశించుకొన్న స్థితప్రజ్ఞత ఆయనది.

సుదీర్ఘకాలం సాహిత్య అకాడమీ అధ్యక్షులుగా వ్యవహరించిన ఆయనకు ఎందరో ఉద్దండ కవి పండితులతో స్నేహ బాంధవ్యాలు ఉండేవి. పండితసీమగా పేరుపొందిన నెల్లూరు పట్టణంలో కవిత్రయ జయంతుల వంటి అనేక సాహిత్య సభలు వారి ఆధ్వర్యంలో జరుగుతూ ఉండేవి. ఎందరో కవి పండితులకు వారి చేతుల మీదుగా గౌరవపురస్కారాలు అందచేశారు. దేశంలో ఎక్కడ ఏ సాహిత్యసభ జరిగినా వారికి ఆహ్వానం తప్పక వెళుతుండేది. శ్రమ అయినా లెక్కచేయక ఆయన ఎంత దూరమైనా సభలకు వెళ్ళి ఇష్టంగా పాల్గొంటూ ఉండేవారు. ఎందరో కవి మిత్రులతో ఆయన ఎప్పుడూ కవితాగోష్ఠులు నెరపుతుండేవారు. నిత్య సాహిత్య వ్రతశీలమైన ఒక చైతన్య స్రవంతిగా జీవితాన్ని మలచుకొన్న రస హృదయుడూ, సర్వకళాప్రియుడూను.

రవీంద్ర కవీంద్రుని విశ్వమానవతావాదం, బ్రహ్మసమాజ అభ్యుదయ భావధోరణుల పట్ల ఆకర్షితులై వారు తమ వివాహాన్ని కూడా నిరాడంబరంగా జరుపుకున్నారు. నెల్లూరు జిల్లాలో శ్రీమంతుడైన కవిపండిత పోషకుడు, తనకు బావగారు అయిన తిక్కవరపు రామిరెడ్డిగారి కుమార్తె లక్ష్మీకాంతమ్మను ఆయన 1938లో బ్రహ్మసమాజ విధానంలో వివాహం చేసుకొన్నారు. తిథి, వార, నక్షత్రాల ప్రమేయం లేకుండా విశ్వకవి రవీంద్రుని పుట్టినరోజే పుణ్యతిథిగా ఎంచుకొని మే నెల 8వ తేదీన ఆయన వివాహం జరిగింది. 30 సంవత్సరాల పిన్న వయస్సులోనే ఉమ్మడి మద్రాసు రాష్ట్ర మంత్రిగా ఉన్న సమయంలో ఆ వివాహం జరగటం ఆనాటి రాజకీయ వాతావరణంలో ఒక విలక్షణతను సంతరించుకొన్నది. మద్రాసు పచ్చప్పాన్ కాలేజి ఆవరణలో శ్రీ ఉన్నవ లక్ష్మీనారాయణ, మాగంటి బాపినీడు పౌరోహిత్యంలో ఆ వివాహం జరిగింది. మరునాడు ఉదయం కవితాగోష్ఠి, ఆనాటి ప్రముఖ కవుల ఆశీర్వాదాభినందనలు. విశ్వనాథ సత్యనారాయణ, కృష్ణశాస్త్రి, శ్రీశ్రీ, మల్లవరపు విశ్వేశ్వరరావు వంటి మహాకవులు సభకు హాజరై నవదంపతులకు ఆశీఃపూర్వకంగా పద్యాలు చదివారు. ఆ పద్యాల సంకలనం 'కల్యాణ కింకిణి' అనే పేరుతో ప్రచురితం అయింది.

గోపాలరెడ్డిగారికి ముగ్గురు కుమారులు – కృష్ణమోహన్‌రెడ్డి, రాధాకృష్ణారెడ్డి, రవీంద్రానంద రెడ్డి, ఒక కుమార్తె అనురాధ. నెల్లూరులో ఆయన కాపురముండిన ఇంటిపేరు శాంతినికేతన్.

ఇది స్థూలంగా వారి జీవన రేఖాచిత్రం. భారతదేశ చరిత్రలో సువర్ణాక్షరాలతో వ్రాసు కోవలసిన ఉజ్వల శతాబ్దిలో జన్మించడం తన అదృష్టం అని అంటారు గోపాలరెడ్డిగారు.

ఇరవయ్యవ శతాబ్దపు దశదశాబ్దముల మహత్తునూ చూచినవాడిని అని చెప్పుకొన్నారాయన. ఊరకే చూడటమే కాదు, ఈ దశదశాబ్దాల ప్రాపంచిక మహోత్సవంలో మనసారా పాల్గొని, తన పాత్రను అత్యంత ప్రతిభాసమన్వితంగా నిర్వహించారు. రాజకీయ, సాహిత్య, సాంస్కృతిక వికాస వేదికగా, సత్యశివ సుందరమైన ఒక నిత్య చేతనోత్సవంగా తన జీవితాన్ని మలచుకొన్న శ్రీమంతుడు గోపాలరెడ్డిగారు.

ఆయన తన జీవన చిత్రానికి మూడు విభజన రేఖలను విధించుకొన్నారు. అవి : సమరపర్వము, ఉద్యోగపర్వము, సాహిత్యపర్వము. అత్యంత స్ఫూర్తిదాయకమూ, రసప్రపూర్ణమూ అయిన వారి జీవనకావ్యాన్ని తెరచి చూస్తే–

సమరపర్వం :

స్వరాజ్యప్రాప్తి కోసం ప్రజలు నడిపిన ఉద్యమాలు, చేసిన తపస్సు, త్యాగాలు తలచు కొన్నప్పుడు ఎన్నో తీవ్రమైన తలుపులు, స్మృతులు మనసును ఉత్తేజితం చేస్తాయి. ఉదాత్తమైన ఆదర్శాలు, ఉన్నతమైన నడవడి, ఉత్తమమైన నాయకత్వము ఆ దినాల విశిష్టత. జన సముదాయ జీవితంలో బంగారు పంటలు పండిన దినాలు అవి. దేశభక్తి పెద్ద ఎత్తున వీరోచిత త్యాగ సంసిద్ధతగా మారిన దినాలవి. అధికారపు శక్తిని, ప్రతిష్ఠను నిర్భయంగా, హింసారహితంగా ఎదుర్కొన్న కాలమది. గోపాలరెడ్డిగారి గతస్మృతుల నెమరువేత ఇది.

భారత జాతీయ చరిత్రలో స్వర్ణయుగం అనదగిన కాలం అది. గుండెలు రగిలించే స్వాతంత్ర్య కాంక్ష ఒక మహాద్భుత అగ్నిజ్వాలగా దేశ ప్రజల గుండెలలో ప్రజ్వరిల్లుతున్న కాలమది.

1920వ సంవత్సరంలో గాంధీజీ నాయకత్వంలో సహాయ నిరాకరణోద్యమం ఊపందుకున్న నాటికి గోపాలరెడ్డి గారిది లేతవయస్సు. ఆయన అన్నగారు బెజవాడ చంద్రశేఖరరెడ్డి అప్పటికే కాంగ్రెస్‌వాదిగా స్వతంత్ర సంగ్రామ రంగంలో ముమ్మరంగా పాల్గొంటున్నారు. అప్పటికి 4వ ఫారం చదువుకుంటున్న గోపాలరెడ్డి, 1వ ఫారం చదువుతున్న తమ్ముడు రామిరెడ్డి అన్నగారి స్ఫూర్తితో జాతీయోద్యమంలో భాగంగా సర్కారు బడి చదువును మానివేశారు. ఆ వెంటనే వారు బందరు జాతీయ కళాశాలలో చేరారు.

"నా చిన్నతనంలో నేను తీసుకొన్న నిర్ణయమే నా జీవిత భవిష్యత్తును నిర్ధారించింది" అని చెప్పుకొన్నారాయన. ఆనాటి బందరు జాతీయ కళాశాల దేశభక్తి స్ఫూర్తినీ, జాతీయ భావాలనూ పెంపొందించడం కోసం రూపొందించబడిన సంస్థ. ఆ కళాశాల రూపకల్పన

వెనుక డాక్టర్ భోగరాజు సీతారామయ్య, ముట్నూరి కృష్ణారావు వంటి దేశభక్తులు, మేధావుల పరిశ్రమ ఉంది.

ఆ కళాశాలలో చదువుకోవడం వల్ల గోపాలరెడ్డిగారిలో దేశభక్తి బీజాలు ప్రబలంగా నాటుకొన్నాయి. ఆ తర్వాత రవీంద్ర కవీంద్రుని విశ్వభారతిలో చేరి మూడు సంవత్సరాల పాటు విద్యాభ్యాసం చేయడం ఆయన జీవితానికి ఒక సుందరమైన, సంస్కృతీ సంపన్నమైన భావపరిపుష్టిని ప్రసాదించింది. అందుకే ఆయన-

నేను మొగ్గలు తొడిగినది
వంగదేశపు పాదులోనే - అని చెప్పుకొన్నారు.

రవీంద్రుని విశ్వమానవ దృక్పథాన్ని, సౌందర్యారాధనను నరనరంలోనూ జీర్ణించుకొన్న గోపాలరెడ్డిగారికి గురుదేవులపైన అంతులేని గౌరవం, అభిమానం. రవీంద్రుని చూస్తున్నప్పుడు, వింటున్నప్పుడు సాహిత్య హిమాలయ పాద మూలమున కూర్చున్న అనుభూతి కలిగేది అంటారాయన. శాంతినికేతన్‌లో తాను విద్యాభ్యాసం చేసినప్పటి ఆనందమయ ఘట్టాన్ని తలుచుకొంటూ గాంధీజీ నాయకత్వంలో అహింసా సిద్ధాంతాలతో ప్రారంభమై ముమ్మరంగా సాగుతున్న దేశవిముక్తి పోరాటంలోకి స్వచ్ఛందంగా ప్రవేశించారు. తొలిగా 1930లో ఉప్పుసత్యాగ్రహోద్యమంలో పాల్గొంటూ ఆరుసార్లు అరెస్టు అయ్యి జైలుశిక్షలు అనుభవించారు. అపూర్వమూ, అసాధారణమూ అయిన అహింసాయుత పవిత్ర దేశవిముక్తి ఉద్యమంలో ఆయన గాంధీజీ అడుగుజాడలలో నడిచారు.

కేవలం దేశ స్వాతంత్ర్యం కోసమే ఆనాటి విప్లవయోధులు పోరాటంలో పాల్గొన్నారు. ఇటువంటి దేశభక్తిప్రపూర్ణులు దేశం స్వతంత్రం పొందిన తర్వాత తమకేదో గుర్తింపు వస్తుందనీ, పదవులు లభిస్తాయనీ ఏనాడూ ఆలోచించలేదు. ఆ దేశాభిమానం స్వార్థచింతన లేనిది. కల్తీ లేనిది.

గోపాలరెడ్డిగారు కాంగ్రెస్‌లో చేరి స్వతంత్ర సాధనకోసం ఉద్యమబాటలో ముందుకు నడిచారు. తనకు పోరాటస్ఫూర్తిని కలిగించిన కాంగ్రెస్ అంటే ఆయనకు అంతులేని అభిమానం.

కాంగ్రెస్ తల్లి ఒడిలోనే పెరిగాను
కాంగ్రెస్ చేయి పట్టే నడిచాను
ఆమె కరదీపికలే త్రోవను చూపాయి
అది తల్లి వంటిది! శివాలయము వంటిది
త్యాగవిభూతి మాత్రమే దొరికేది.

అని చెప్పుకొన్న గోపాలరెడ్డిగారు అచ్చమైన గాంధేయ కాంగ్రెస్‌వాది. స్థిరచిత్తంతో, తాను ఎన్నుకున్న ఉద్యమ మార్గంలో ఆయన ముందుకు నడిచారు. ఉప్పుసత్యాగ్రహం నుండి

క్విట్‌ఇండియా ఉద్యమం వరకూ ఉద్యమాల్లో పాల్గొంటూ పలుమారులు జైలుశిక్షలు అనుభవించడం గోపాలరెడ్డిగారి సమరపర్వంలో చిరస్మరణీయమైన ఘట్టం.

ఆగర్భ శ్రీమంతుడైన గోపాలరెడ్డిగారు కారాగారవాసం చేయవలసి రావటం ఒక విలక్షణ ఘట్టం. అయితే ఆయన జైలు జీవితంలోని అసౌకర్యాన్ని కూడా తమకు హృదయోన్నతిని కలిగించే సాధనగా మలచుకోవడం ఒక అసాధారణ సన్నివేశం. పట్టాభి సీతారామయ్య, గొట్టిపాటి బ్రహ్మయ్య, తల్లావజ్ఝల శివశంకరశాస్త్రి, రాజాజీ, ముట్నూరు కృష్ణారావు, పొణకా కనకమ్మ వంటి మేధావి కవిపండితులతో సహజీవన సహవాసం చేయగలిగిన అదృష్టం ఆయనకు లభించింది.

అక్కడే ఆయనకు సంస్కృతం, తమిళం, ఉర్దూ, గుజరాతి, మరాఠీ వంటి బహుభాషలతో పరిచయం కలిగింది. ముట్నూరు కృష్ణారావుగారి వద్ద ఆయన అభిజ్ఞాన శాకుంతలం, నాగానందం కావ్యాలు చదువుకొన్నారు. ప్రకాశంపంతులు గారు, మాగంటి బాపినీడు వంటి ఉద్యమకారులు ఆనాడు గోపాలరెడ్డి గారి జైలు శిక్షలలో సహచరులుగా ఉండిన వారే! రాజాజీ వద్ద ఆయన సంస్కృతం నేర్వడం, తాను స్వయంగా కొందరికి బెంగాలీ నేర్పడం ఆ స్వాతంత్ర్య సమరయోధునికి ఒక సాహిత్యాధ్యయన శిక్షణాశిబిరంగా మారిపోవడం ఒక అద్భుతమైన విషయం.

“ఏ విశ్వవిద్యాలయంలోనూ కాక, జైలులోనే నేను ఎక్కువగా చదువు నేర్చానేమో అనిపిస్తుంది” అంటారాయన ఎంతో వినమ్రంగా.

ఉప్పు సత్యాగ్రహం నుండి క్విట్‌ఇండియా ఉద్యమం వరకూ స్వాతంత్ర్య సమరంలో గోపాలరెడ్డిగారు ముమ్మరంగా పాల్గొన్నారు. 1930 నుంచి 1943 వరకు ఆయన ఆరుమారులు అరెస్టయి జైలుజీవితం అనుభవించారు. అంతా కలిసి ఆయన జైలులో గడిపిన కాలం దాదాపు నాలుదు సంవత్సరాలు. ఎ.బి.సి. క్లాసుల ఖైదీగా ఆయనకు ఆనాటి బ్రిటిష్ ప్రభుత్వం శిక్షలు విధించింది. ఎన్నో ఆశలు, కోరికలు, ప్రలోభాలు మనసును వశపరచుకుని ఊగిసలాడించే కాలం యౌవనదశ. ముఖ్యమైన ఆ జీవనదశలో వారు ఏ ప్రలోభాలకూ లొంగిపోలేదు. తాను ఎన్నుకొన్న ఆదర్శవంతమైన మార్గంలో నిస్వార్థ దేశసేవా పరాయణులుగా ముందుకు సాగిపోయారు.

ఉత్తేజపూర్వకంగా, హృదయపూర్వకంగా ఆనాడు తాను పాల్గొన్న స్వాతంత్ర్య సమరఘట్టాల్ని ఆయన స్మరించుకొన్న తీరు అద్భుతంగా ఉంటుంది. ఆయన మాటల్లోనే చెప్పుకోవాలంటే ఈ కవితాత్మకమైన వాక్యాలు –

“వేలమంది వీరసైనికులలో నను ఒకదను
ప్రేక్షకుడిగా కాక సిపాయిగా పాల్గొన్నాను

నాకు తగినంత త్యాగం చేశాను.
వట్టి మాటలతో కాక పనిచేసేవారి దండులో చేరాను.
అదే నా సర్వోత్కృష్ట ఆనందకారణం.

నా జీవితానికి మకుటాయమానమైన సాహసాధ్యాయం. ఆ వీర సింధువులో నేనూ ఒక బిందువుగా ఎదిగాను".

దేశంకోసం సర్వత్యాగాలకూ సంసిద్ధులైన నాటితరం మహా నాయకులలో ఒకడైన గోపాలరెడ్డిగారు దేశ స్వాతంత్ర్యోద్యమ మహోజ్జ్వల కాలంలో జీవించడం తన అదృష్టం అని చెప్పుకొంటారు.

స్వాతంత్ర్య సమరంలో సహస్ర సైనిక శిబిరాలలో నేనూ ఒకడినే అనే సంతృప్తి నా మనసును ఆనందపరుస్తుంటుంది అని చెప్పుకొంటారు ఎంతో వినయంగా. ఆయన 85వ ఏట ఒక్కసారి గతజీవితాన్ని తడిమి చూచుకొని ఆర్ద్రచిత్తులై అంటారిలా.

20వ శతాబ్దపు దశదశాబ్దముల మహత్తును చూచాను.
ఈ శతాబ్దములో జన్మించినందుకు గర్విస్తున్నాను.

ఈ శతాబ్దపు పూజారిని, స్తుతిగాయకుణ్ణి. నేను ఆశించేది ముందుచూపే! ముందడుగే!

వారి జీవితంలో తొలిదశలో సాహసోపేతంగా సాగిన సమరపర్వం ఇది.

ఉద్యోగ పర్వం :

స్వాతంత్ర్య సమరపర్వంలాగే గోపాలరెడ్డిగారి రాజకీయ పదవీపర్వం కూడా ఉదాత్తమూ, ఆదర్శవంతమూ ఆయన విధానంలో కొనసాగటం ప్రత్యేకంగా ఎన్నదగిన విషయం. రాజకీయపుటెత్తులు, కుయుక్తులు, పదవులకోసం పోరాటాలు, అధికారలాలసలు ఎదుటివాడిని కూలతోసి తాను పైకి ఎదగాలన్న స్వార్థచింతనలు ప్రబలిపోయి కుళ్లుకంపు కొడుతున్న నేటి రాజకీయ వాతావరణాన్ని మాత్రమే ఎరిగిన మనకు గోపాలరెడ్డి వంటి ఆనాటి నాయకుల ఉదాత్త వ్యవహార శైలి నిజంగా ఎంతో ఆశ్చర్యం కలిగిస్తుంది.

పదువుల కోసం ఏనాడూ ప్రాకులాడలేదు. ఆశ్చర్యకరంగా పదవులే వచ్చి ఆయనను వరించాయి. వచ్చిన పదవులను నీతి నిజాయితీలే గీటురాళ్లుగా సమర్థవంతంగా నిర్వహించారు. రాజకీయంగా ఆయనను ఎదుర్కొన్న విపక్ష ప్రత్యర్థులు కూడా ఆ విషయాన్ని అంగీకరించారు. గోపాలరెడ్డి అనగానే మచ్చలేని రాజనీతిజ్ఞుడు అన్న కీర్తిని గడించుకొన్న మహనీయ వర్తనం అది.

చాలా చిన్న వయసులోనే ఆశించకనే ఆయనకు మంత్రిపదవి లభించింది. ప్రప్రథమంగా రాజాజీ నేతృత్వంలోని ఉమ్మడి మద్రాసు రాష్ట్రమంత్రిగా 1937వ సంవత్సరంలో ఆయన నియమితులై ఆ తర్వాత మరెన్నో ఉన్నత పదవులను అలంకరించే అవకాశం ఆయనకు కలిగింది. ఉమ్మడి మద్రాసు రాష్ట్ర ఆర్థికమంత్రిగా, ఆంధ్రరాష్ట్ర ముఖ్యమంత్రిగా, జవహర్ లాల్ నెహ్రూ మంత్రివర్గంలో కేంద్రమంత్రిగా, ఆ తర్వాత ఉత్తరప్రదేశ్ గవర్నరుగా ఉన్నతమైన రాజకీయ పదవులను నిర్వహించారు. ప్రదేశ్ కాంగ్రెస్ అధ్యక్షులుగానూ వ్యవహరించి కాంగ్రెసును విజయపంథాలో నడిపించారు. ఆయన ముఖ్యమంత్రిగా ఉన్న కాలంలోనే ప్రతిష్ఠాత్మకమైన నాగార్జునసాగర్ నిర్మాణానికి పునాదిరాయి పడింది.

కారాగార శిక్షల కాలంలో రాజాజీ గోపాలరెడ్డి నడవడికను, ఆలోచనా శక్తిని, ఆదర్శభావాలను, క్రమశిక్షణను, విజ్ఞానకాంక్షను స్వయంగా చూచినవాడు. అందుకే ఆయనను తన మంత్రివర్గంలో చేర్చుకోవాలన్న సంకల్పం కలిగింది. అది ఒక అనుకోని మలుపు.

తన జీవితంలో అదే పదవుల తొలిమెట్టు అనీ, ప్రజలను శాసించడానికి కాక వారిని సేవించడంకోసం అందిన పెద్ద అవకాశమనీ గోపాలరెడ్డి రాసుకొన్నారు. ఇంతటి పరమోదాత్త భావనతో ఆయన ఆనాడు ఆ రాజకీయ పదవిని స్వీకరించారు. ఆనాటినుంచీ చిత్తశుద్ధితో కూడిన ఆ ప్రజా సేవాదృక్పథమే చివరివరకూ ఆయనకు వెలుగుబాటగా నడిపిస్తూ వచ్చింది.

తాను పదవిలో ఉండటం ప్రజాసేవలో భాగమే అని విశ్వసించడం, రాజకీయ జయాపజయాలకు సమానమైన పిలుపును ఇవ్వడం, ప్రత్యర్థులతో కూడా కక్షలూ, కార్పణ్యాలూ పెట్టుకోక వారితో స్నేహబాంధవ్యాలు నెరపుకోవడం – ఈ లక్షణాలన్నీ గోపాలరెడ్డిని రాజకీయ మేధావిగా తీర్చిదిద్దాయి. అహింసావాదిగా స్వాతంత్రోద్యమంలో పాల్గొన్నట్టే ఘర్షణలకు దూరమైన మితవాదిగా రాజకీయాలలోనూ ఆయన ఒక విలక్షణ మార్గంలో సాగిపోయారు. గాంధీజీ, నెహ్రూలను తన రాజకీయ గురువులుగా భావించారు.

రాజకీయాలలో ఉండి రసజ్ఞతను, సాహితీ కళాప్రియత్వాన్ని సమాంతరంగా పోషించుకొన్న అరుదైన వ్యక్తిత్వం ఆయనది. పదవీ నిర్వహణ బాధ్యతలలో ఎంతగా మునిగితేలుతున్నా సంగీత సాహిత్యాది సభా సమావేశాల కోసం తన విలువైన కాలాన్ని వెచ్చించేవారు. అనేక ప్రలోభాలకు, వత్తిడులకు ఆకరమైన రాజకీయ రంగంలో ఉంటూ సాహిత్యకళలతో అంతగా మమేకమై జీవితాన్ని ఒక రసమయ కావ్యంగా దిద్దుకొన్న మహనీయుడా గోపాలరెడ్డి. సుదీర్ఘమైన రాజకీయ జీవితాన్ని గడిపి అధికారహోదాలు అనుభవించినా ఒక నిర్మోహమైన చిత్తసంస్కారమే ఆయనను అడుగడుగునా నడిపించింది. పదవిని అధికారహోదాకోసం కాక ఒక పవిత్ర బాధ్యతగా స్వీకరించిన ఆ తరం నాయకులలో గోపాలరెడ్డిగారిది ఒక ప్రముఖస్థానం. ఆ స్థానం ఎంతటిదో గోపాలరెడ్డిగారు తొట్టతొలుత మంత్రి పదవిని చేపట్టిన కొత్తలో స్వదస్తూరితో రాసిన లేఖ చదివితే మనకు తెలుస్తుంది. ఆ లేఖ కవికోకిల దువ్వూరి రామిరెడ్డి గారికి ఆయన రాశారు.

“ప్రియ మిత్రమా!

మన రాష్ట్రంలో తొట్టతొలి మంత్రివర్గంలో నేనొక మంత్రినయిన సందర్భంలో మీరు దయతో పంపిన అభినందనలకు మారు నమస్కరిస్తున్నాను. ఈ పదవి గౌరవాధికారాలుగల హోదా అని కాక, బాధ్యతాయుతమైనదని నేను భావిస్తున్నాను.

లాఠీకి ఎదురొగ్గి చెరలో క్రుగ్గిన అజ్ఞాతుడూ, అనామధేయుడూ అయిన స్వచ్ఛంద సేవకుని ప్రతినిధిగా నేనిక్కడ ఉన్నాననే విషయం ఎప్పుడూ మరువను. దేశ స్వాతంత్ర్యం కంటే మరేదీ ప్రియతరం కాదని సుప్రసిద్ధ భారతీయులు మనకు అందించిపోయిన సంప్రదాయాలను ఎప్పుడూ స్మృతిలో ఉంచుకొనడానికి ప్రయత్నిస్తాను.

ఈ క్రొత్త కార్యకలాపాలలో నా నడవడి, సేవాతత్పరత మీ అభినందనలకు అర్హమైనవిగా ఉండును గాక”!

అట్లా ఆయన ఆనాడు తనకు తానే నియమించుకొన్న నైతిక నిష్ఠ ఒక కరదీపికగా ఆయన రాజకీయజీవితాన్ని నిష్కళంకమైన రాజమార్గంలో నడిపించింది.

రాజకీయ పదవులలో ఉన్నవారిలో సాధారణంగా అధికారహోదా అందించే ఉచిత సౌకర్యాలపైన మోజుగా ఉంటుంది. మెరుగైన నివాస గృహాలు, కార్లు, నౌకర్లు, అడుగడుగున అడుగులకు మడుగులొత్తే పైరవీకార్లు – ఈ హంగామా అంతా రాజకీయ నాయకులకు హక్కుగా అనిపించే వైభవాలు. వాటిపైన తీరని వ్యామోహాలు. ఆ వ్యామోహం ఎంతటిదంటే తమదికాని ప్రజాధనాన్ని దుర్వినియోగం చేస్తున్నామన్న స్పృహ కూడా ఉండనిది!

ఈ విషయంలో గోపాలరెడ్డిగారి వ్యవహారశైలి కచ్చితంగా ఉండేది. ఫోన్ కాని, కారు కాని స్వంత పనులకు వినియోగించకూడదని ఇంట్లో అందరికీ శాసనం విధించారు ఆయన.

ప్రభుత్వపరంగా తనకు లభించే సౌకర్యాలెన్నిటినో వదులుకోవడం మామూలుగా రాజకీయ వర్గాలలో జరగని సంగతి. గోపాలరెడ్డిగారు పబ్లిక్‌ఫండ్స్ ఖర్చుపెట్టే విషయంలో ఎంతో పొదుపరితనం పాటించేవారు. ఆయన మంత్రిహోదాలో తన స్వంత జిల్లా నెల్లూరు టూర్‌కు వెళ్లినప్పుడు ఆయనకీ, సిబ్బందికీ తన బంధువుల ఇళ్లలోనే భోజనవసతులు ఏర్పాటు అవుతుండేవి. అందుచేత తమ జిల్లాకు వెళ్లినప్పుడు డి.ఎ. ఖర్చులు తీసుకోకూడదని ఆర్డర్ వేశారాయన. ఈ విషయాలన్నీ ఆయన క్రింద పనిచేసిన సిబ్బంది ఇప్పటికీ కథలుగా చెప్పుకొంటారు.

వీసమెత్తయినా అటూ ఇటూ తొణకని నియమ పాలన అది. ఆలోచనలోనే కాక, ఆచరణలోనూ ఆయన అక్షరాలా పాటించిన నిబద్ధ భావసంపద అది.

“మా తండ్రి వారసత్వంగా ఇచ్చిన సొమ్ము మాత్రమే నాది! దానిని నా ఇష్టం వచ్చినట్లు ఖర్చు పెట్టుకునే అధికారం ఉంది. కాని ప్రజాధనం నాది కాదు. దీనిని ఇతరత్రా వినియోగించే

హక్కు నాకు లేదు". గోపాలరెడ్డిగారు ఒక సందర్భంలో చెప్పిన మాటలివి. ప్రజాధనం తమకు అధికారం కట్టబెట్టిన సొమ్ము అనీ, దానిని తాము హక్కుభుక్తంగా వాడుకోవచ్చుననీ, అధికారపు హోదా వీలున్నంత ఎక్కువగా సొమ్మును వెనకేసుకోవడం కోసమనీ తలచే రాజకీయనాయకులు ప్రబలుతున్న ఈ కాలంలో గోపాలరెడ్డిగారి తరంనాటి నిస్వార్థ సేవాపరాయణత మన ఊహకు కూడా అందనిది. ఉత్తమ సంస్కార సంపన్నులైన వీరీ విషయాన్ని గురించి కవితాత్మకంగా చెప్పిన మాటలు–

"మంత్రి కావడం ఎందుకు? జనాన్ని శాసించడం కోసం కాదు సేవావ్రతంలో వికసించడం కోసం

పదవులు నిప్పుల గుండాలు
ప్రలోభాల పట్టుత్రాళ్ళు ఈడుస్తుంటాయి
బయటపడాలి వీటి నుంచి
అనలతప్త కాంచనంలాగా మెరవాలి".

42 సంవత్సరాలకు పైగా రాజకీయజీవితం గడిపి ఉన్నతపదవులు నిర్వహించిన గోపాలరెడ్డి గారిది ఒక నిర్మోహమైన సంస్కారదృష్టి. అందుకే ఆయన రాజకీయం ఇక చాలు అనుకొన్నప్పుడు ఉత్తరప్రదేశ్ గవర్నరుగా పదవీ విరమణ చేయగానే స్వచ్ఛందంగా ప్రజాజీవితానికి స్వస్తి పలికారు. ఒకసారి ఆ పదవీ బంధనాలను వదిలించుకున్నారు. మళ్లీ ఆ మాయాజాలంలో ఇరుక్కునే ప్రయత్నం చేయలేదు. ఆయన జన్మసంస్కార కారణంగా సాధించుకొన్న గొప్ప మనో యోగం అది.

రాజకీయ చదరంగంలో గెలుపు ఓటములకు విపరీతంగా ప్రాధాన్యత ఉంటుంది. గోపాలరెడ్డిగారు ఈ జయాపజయాలను సమదృష్టితో స్వీకరించగలిగిన స్థితప్రజ్ఞులు. ముఖ్యమంత్రి పదవిని పొందడమూ, ఆ తర్వాత సంజీవరెడ్డిగారి చేతిలో ఓటమిని చవిచూడటమూ, ఆ తర్వాత ఆయన మంత్రివర్గంలో అడిగినంతనే చేరిపోవడమూ – అన్నిటినీ ఆయన సమాన హృదయ ధర్మంతోనే స్వీకరించారు. రాజకీయాలలో ఈ రకమైన సహృదయ లక్షణం కలిగినవారు చాలా అరుదుగా కనిపిస్తారు.

గోపాలరెడ్డి గారు ఉత్తరప్రదేశ్ గవర్నరుగా ఉండిన 5 సంవత్సరాల కాలాన్ని ఆయన సంస్కృతీమహితంగా మలుచుకున్నారు. తన జీవితంలో అది రసవత్తర ఘట్టమని ఆయన చెప్పుకొన్నారు. ఒక సంవత్సర కాలంపాటు సలహాదారులు లేకనే, యు.పి.పాలన సాగించడం, 9 యూనివర్సిటీలకు ఛాన్సలర్‌గా ఉండటం, లుంబిని, శ్రావస్తిపుర, సారనాథ్ వంటి బౌద్ధక్షేత్రాలు దర్శించడం ఇవన్నీ తాను యు.పి.గవర్నర్‌గా ఉన్నప్పటి మధురస్మృతులుగా ఆయన నెమరు వేసుకొంటారు.

గవర్నర్‌గా లక్నోలో 62 మాసాల నివాసాన్ని రాజకీయంగా తనకు చివరి మజిలీ అని అంటారు. మహాకవి మిర్జాగాలిబ్ శతవర్ధంతి, మహాత్మాగాంధీ శతజయంతి తన హయాంలోనే జరుపుకొన్నామని సంతోషపడతారు.

గోపాలరెడ్డిగారికి యు.పి.గవర్నర్ పదవీకాలం ముగిసేటప్పటికి 65 ఏళ్లు. రాజకీయాల నుంచి విరమించటానికి అది యుక్త వయస్సు అనుకొన్నారాయన. అందుకే మరే అవకాశాలనూ అందుకోక గవర్నర్‌గా పదవీ విరమణ చేయగానే రాజకీయ వాసనలన్నీ వదలుకొని నెల్లూరుకు చేరారు.

ఆ తరువాత ఆయన గడిపిన కాలమంతా తనకు ఎంతో ఇష్టమైన సాహితీ సాంస్కృతిక రంగాలతో ముడిపడినది. అయినా దేశాన్ని ప్రేమించిన వ్యక్తిగా, నిష్ఠకలిగిన రాజకీయ నీతిజ్ఞునిగా, తలపండిన అనుభవజ్ఞునిగా వర్తమాన చరిత్రను ఆయన జాగ్రత్తగా గమనిస్తూ ఉండేవారు. తానెరిగినది త్యాగశీలమైన, సిద్ధాంతపరమైన రాజకీయ చతురజ్ఞత! ఇప్పుడైతే అది ప్రత్యర్థులను దెబ్బకొట్టే, ఉసురులు తీసే వ్యూహాత్మక హింసామయ ధ్వంసాచరణ!

ప్రజారాజ్యం వరహావతారం ఎత్తిందనీ, ప్రజాస్వామికం నేడు నరపిపాసి అయిందనీ, ఎక్కడ చూచినా దారుణ రుధిర రుద్రలీలలే తాండవమాడుతున్నాయనీ కవిగా ఆయన నిర్వేదం వెలిబుచ్చారు.

"రాజకీయ పదవులు క్షణ ప్రభలు
ఉన్నంతసేపు మిరుమిట్లు గొలుపుతాయి.
శాశ్వతమని భ్రమ కలిగిస్తాయి.

ఈ మాటలు గోపాలరెడ్డివి. దేశం కోసం శ్రీమంతమయిన జీవితంలో త్యాగవిభూతిని స్వీకరించి, వరించివచ్చిన పదవీబాధ్యతలను ఒకపవిత్ర ధర్మచరణగా నిర్వహించి సుదీర్ఘమయిన రాజకీయ జీవితంలో మలినమంటని మచ్చలేని మాణిక్యంగా తేజస్వితంగా నిలిచి వెలిగిన ప్రతిభామూర్తి ఆయన.

కోరివచ్చిన పదవులను ఎంత నిర్మోహంగా స్వీకరించారో వద్దనుకున్న క్షణం అంతే నిర్లిప్తతతో గోపాలరెడ్డిగారు రాజకీయాల నుంచి వైదొలిగారు.

పదవులవేటలో కొట్టుకులాడుతున్న ఈతరం నాయకుల గురించి ఆయన ఒకచోట చమత్కారంగా చెప్పినమాట-

మోక్షాన్నయినా వదులుతాడు - కనకాన్ని వదలలేడు
కనకాన్నయినా వదులుతాడు - కామినిని వదలలేడు
కామినినైనా వదులుతాడు - పదవిని వదలలేడు

ఇంతటి పదవీలాలసను తృణప్రాయంగా తలచి నళినీపత్రస్థిత జలబిందువు లాగా జీవించిన స్థితప్రజ్ఞుడు.

సాహిత్యపర్వం :

"రవీంద్రుని రచనామృతమును గ్రోలగల్గిన శ్రీమంతులు ఆనందభోగులు కాకుండ నెట్లుండగలరు?" కృష్ణాపత్రిక సంపాదకులు, సాహితీమూర్తి, మేధావి అయిన ముట్నూరి కృష్ణారావుగారు గోపాలరెడ్డిగారిని గురించిన పరిచయ వాక్యాలలో చెప్పిన మాటలివి.

అక్షర సత్యాలయిన మాటలివి. శాంతినికేతన్‌లో చదువుకొన్న రెడ్డిగారికి టాగూర్ ఆరాధ్య గురుదేవులైనారు. రవీంద్రుని విశ్వజననీన భావజలం ఆయనను ఎంతగానో ఆకర్షించింది. రవికవి రచనలు, కవితలు, సంగీతం ఆయనకు ప్రీతిపాత్రం అయ్యాయి. బెంగాలీ నేర్చుకుని రవీంద్ర రచనలను పూర్తిగా ఆకళింపు చేసుకుని వాటిని తెలుగులోకి అనువాదం చేయడం ప్రారంభించారు. రవీంద్రుని నాటికలు, కథలు, గల్పికలు, కవిత్వం వగైరా రచనలను మొత్తం పది పుస్తకాలుగా అనువదించి ప్రచురించారు. అందులో రవీంద్రుని నాటికల అనువాదానికి కేంద్రసాహిత్య అకాడమీ అనువాద పురస్కారం లభించింది.

బెంగాలీతో పాటు ఉర్దూ, పర్షియన్, మరాఠీ వంటి భాషలను కూడా నేర్చుకొన్న గోపాలరెడ్డి గారు గాలిబ్, ఇక్బాల్ వంటి మహాకవులు భావజలాన్ని కూడా తెలుగులోకి అనువదించారు!

ఇట్లా అనువాదాలతో ప్రారంభమైన రెడ్డిగారి సాహితీకృషి ఆ తర్వాత చాలాకాలానికి ఆయన డబ్బైయవఏట అనుకోని మలుపు తిరిగింది. ఆయన భావుక హృదయంనుంచి జాలువారి వచ్చిన సుకుమార భావనలెన్నో కవితాక్షరాలుగా వెలుగుచూడటం ప్రారంభమయింది. ఆ వరుసలో ఆయన పుంఖానుపుంఖంగా స్వీయకవితలు రాసి ప్రచురించారు. 20కిపైగా ఉన్న ఆ కవితాప్రక్రియలు, ముక్తకాలు, దీర్ఘకవితలు, రేఖాచిత్రాలుగా వెలువడిన రచనలు.

తాను కవితాసభలోకి ఆలస్యంగా వచ్చాననీ, కూర్చోవటానికి చోటు దొరికిందనీ, వృద్ధ వృక్షానికి చిటారు కొమ్మన మొలిచిన చిగురు తన కవిత్వమనీ వినయంగా చెప్పుకొన్నారు. కానీ, ఆయన కవితలలో ఆవిష్కరించిన భావసంపద ఎంతో విస్తృతమైనది. అద్భుతమూ, అనంతమూ అయిన ఈ సృష్టి సర్వస్వాన్నీ, అందులోని జీవకోటినీ ఆయన ఎంతో ఆసక్తితో గమనించారు. కుప్పలు తెప్పలుగా మనసును ఆవేశించిన అనుభూతులకు, భావసౌరభాలకు అక్షరరూపం ఇచ్చారు. ఆ కవితాసృజన వెనుక డబ్బై ఏళ్ల సాహిత్య, సాంస్కృతిక, రాజకీయ, సాంఘిక, అనుభవభూమిక ఉంది. అందుచేతనే ఆయన రచనలో భాషకంటే భావం ఎక్కువ ఆకర్షకంగా ఉంటుంది.

ముక్తక రచనలలో గోపాలరెడ్డిగారు తొలిగా వెలువరించిన "ఆమె" కవితాలోకంలో ఒక సంచలనం సృష్టించింది. సూఫీప్రణయతత్వాన్ని ప్రతిబింబించే ఉర్దూ, పర్షియన్ భావాలను

మెరుపుతునకలుగా తెలుగులోకి తేవడం 'ఆమె'లోని ప్రధాన కవితాలక్షణం. ఆ తరువాత ఆమె జాడలు, ఆమె నీడలు, ఆమె తళుకులు, ఆమె చెణుకులు మరి నాలుగు సంపుటాలుగా వెలువడ్డాయి. ఉర్దూ ప్రణయభావాలతో ప్రారంభమైన ఆ ముక్తకాలు అటుతర్వాత ఎంతో వస్తువైవిధ్యంతో విస్తృతమైన భావదృక్పథంతో కొనసాగివచ్చాయి.

కాంతం, ఊర్వశి, శశిరేఖ, యెంకి - వంటి కావ్యనాయికల సరసకు ఉర్దూ పర్దా సోయగాలతో వచ్చిచేరింది ఆమె! ఆమె తెలుగువారికి పరిచయం అయిన సంప్రదాయ సుందరికాదు. ఉర్దూ, పర్షియన్ భాషాసంస్కృతి నుంచి ఒకజాణ అయిన ఆమెను పట్టుకువచ్చి తెలుగు సాహిత్యంలో ప్రవేశపెట్టడం కవిగా గోపాలరెడ్డి చేసిన సరికొత్తప్రయోగం.

ఉర్దూవారి వలపుపాటే తాను సృష్టించిన "ఆమె" అని చమత్కరిస్తారు కవి. మన తెలుగు కావ్యాల్లో విరహిణి విలాపాలే ఎక్కువగా వినపడతాయి. కాని ఉర్దూ సాహిత్యంలో విరహకష్టాలన్నీ అనుభవించేది ప్రేమికుడే. ప్రియుడిని తన జాణతనంతో అనేక విధాలుగా విసిగిస్తుంది "ఆమె". ఈ ఉర్దూవిలాసిని ఒక దీపంలాగ వెలుగుతూ ఉంటుంది. ఆమె చుట్టూ శలభాల్లాగ తిరిగి మలమల మాడిపోయే ప్రియులు!

మనకు సంప్రదాయ విరుద్ధంగా అనిపించే ఈ చిత్రమైన ప్రణయభావాన్ని తెలుగులోకి ప్రవేశపెట్టి కొత్త ఒరవడిని దిద్దిన కవి గోపాలరెడ్డి. ఇది తెలుగు సాహిత్యంలోకి దిగివచ్చిన ఒక నవ్యభావధార. 'ఆమె'ల పంచకావ్యాలు వెలువడుతుండిన రోజుల్లోనే ఈ 'ఆమె' ఎవరు అని సాహిత్యంలోకంలో గుసగుసలు చెలరేగాయి. ఎవరికి తోచినవిధంగా వారు నిర్వచనాలు చెప్పుకొన్నారు. ఆమె ప్రకృతి కావచ్చు. ఊహాప్రేయసి కావచ్చు, సాహిత్యమో, సంగీతమో కూడా కావచ్చు. అయితే కవి నవ్వుతూనే సమాధానం చెప్పుకొన్నాడు. 'ఆమె' ఎవరంటే తనకు కవిత్వ ప్రేరణ కలిగించిన ఒక స్ఫూర్తిమూర్తి మాత్రమే అన్నాడు. ఈ 'ఆమె' ఒక 'ఆమె' కాదు. ఆమె బహురూప, బహుగుణ. ఊర్విశి నుండి పరాశక్తి వరకూ ఆమే! అన్న వివరణతో 'ఆమె' ఒక స్ఫురణ అనీ, కవికి సాక్షాత్కరించిన కవితాసుందరి అనీ అర్థం అవుతుంది.

కొన్ని మెరుపుల్లాంటి ఆలోచనలు, ఛలోక్తులు, వ్యంగ్యవిమర్శలు, ప్రకృతి వర్ణనలు, తాత్త్వికభావాలు ఆ తరువాత వచ్చిన ముక్తకాలకు భావపరిపుష్టిని సంతరించిపెట్టాయి.

ఇవికాక గోపాలరెడ్డిగారు అనేక అంశాలమీద తన స్పందనను దీర్ఘకవితలుగా మలిచారు. రేఖాచిత్రాలుగా రచించారు. ఇవన్నీ గోపాలరెడ్డిగారి అనుభవరేఖల గుండె చప్పుళ్లు, స్పష్టత, గాఢత, భావుకత, భావపరిపక్వత ఈ కవితల లక్షణం. ఒక ఆత్మీయతాముద్రతో ఆయన సమాజాన్నీ, లోకవృత్తాన్నీ పరిశీలించారు. ఆత్మాశ్రయరీతిలో తన అనుభవాలను అనుభూతి ప్రదంగా అక్షరీకరించారు.

గోపాలరెడ్డిగారి కవిత్వం కొంతమేరకు ప్రౌఢ సమాసభూయిష్టంగా ఉంటుంది. మరికొంత మేరకు కేవలం సమాచారం చెప్పే భోగట్టాలాగా నిరలంకారంగా ఉంటుంది. కొన్ని వర్ణనలు అద్భుతమైన భావకవితలుగానూ అలరిస్తాయి.

తన కవితా సంపుటులన్నిటికీ ఆయన సుకుమార సుందరమైన పేర్లు పెట్టుకున్నారు. సాహిత్యసుందరి, పరిమళతరంగాలు, మలయమారుతాలు, సౌరభనీరాజనాలు, హంసతూలికలు, సౌదామినీదీప్తులు వంటి చక్కనైన పేర్లతో వెలసిన కవితా సౌరభాలవి. ఈ పుస్తకాలన్నిటికీ 'నివేదన' అంటూ వినయ పూర్వకమూ, వివరణాత్మకమూ అయిన ముందుమాటలు వ్రాసుకున్నారు. తనకు ఆత్మీయులూ, సహచరులూ, మిత్రులూ అయినవారు, కీర్తిశేషులయిన వారికే పుస్తకాలను అంకితం ఇచ్చారు.

స్మృతి, సమాలోచన అన్న రెండు విభాగాలుగా సాగిన రెడ్డిగారి కవిత్వంలో స్పష్టంగా ఆయన ఆత్మకథా సంగీతం వినవస్తుంది. బీజప్రాయంగా కవి మనస్సులో నాటుకొన్న ఒక జ్ఞాపకమో, సంఘటనో మొలకెత్తి, కొమ్మలూ రెమ్మలూ సాచి, వటవృక్షంగా ఎదిగిన విధంగా కవిత సాగుతుంది.

తాజ్‌మహల్ నునంచీ తాత్త్విక చింతనల వరకూ, ప్రకృతి సౌందర్యాల నుంచీ కాలచక్ర పరిభ్రమణం వరకూ, చరిత్ర శకలాలనుంచీ సమకాలీన సామాజికాంశాల వరకూ కవిగా గోపాలరెడ్డి స్పందించని అంశం లేదంటే అతిశయోక్తి కాదేమో! విశేషం ఏమంటే, ఆయన 70వ ఏట ప్రారంభమైన స్వీయ కవితారచన 90 సంవత్సరాల పరిపూర్ణదశ వరకు సాగుతూనే ఉండటం!

గోపాలరెడ్డి కేవలం సౌందర్యారాధకుడైన కవిమాత్రమే కాదు, అభ్యుదయాన్ని మనసారా ఆకాంక్షించే ప్రగతివాది. పాత ఆకులు రాలాలనీ, కొత్తచిగుళ్ళు తొడగాలనీ, మూగకోకిల పాడాలనీ, ప్రజావాణి పలకాలనీ సమాకాంక్షించే కవి ఆయన. సమాజం పాతకాలపు ఆచారాలనూ, గుడ్డినమ్మకాలనూ వదలాలనీ, మార్పుకు స్వాగతం పలకాలనీ హెచ్చరించిన కవి ఆయన.

భగవద్గీతలోని నిరాసక్త కర్మయోగమూ, ఆత్మను పెంచుకోమని చెప్పే ఇక్బాల్ కవిభావాలూ కవికి ఎంతో ప్రియంగా అనిపిస్తాయి. అందుకే -

నీ లోకాన్ని నీవే సృష్టించుకోవాలె.
నీ బాటను నీవే వేసుకోవాలె
నీ భాగ్య విధాతవు నీవే!

అంటూ ఆత్మవిశ్వాసాన్ని ప్రబోధిస్తారు. తెలుగువారు కావటాన గోపాలరెడ్డిగారు తెలుగులో కవితలు చెప్పారే కాని - రవీంద్రనాథ్ ఠాగూర్ వలె ఆయన దృష్టి విశ్వాత్మకమూ, విశ్వజనీనమూ అయినదే!

నాకాళ్లు ఆంధ్రప్రదేశపు మట్టిమీదే
కళ్లు భారత గిరిశిఖరాల మీదే
మనస్సు విశ్వవిశాల వీథులమీదే!

ఎల్లలులేని కవితాత్మకు గోపాలరెడ్డి కవిగా ఇచ్చుకొన్న అక్షరాకృతి ఇది.

కవిగా, సాహిత్యప్రియునిగా, సాహిత్యసంస్థల సారథిగా, తెలుగుభాషామ తల్లికి సుదీర్ఘకాలం సేవలు చేసిన మహామనిషి గోపాలరెడ్డిగారు.

వ్యక్తిత్వ సౌరభం :

"గోపాలరెడ్డిగారి హృదయం భారతీయం, చూపు విశ్వభారతీయం, నాలుక తెలుగుజాతీయం, శ్వాసకోశాలు సంగీతసాహిత్యాలు, నడక సౌజన్యం, నవ్వు రసికత్వం, పిలుపు సహజీవనం, తలపు మధురభావనం, బాట గాంధీయం, పాట జాతీయం. రెడ్డిగారు నిలబడితే హిమవత్పర్వతం తెలుగుదనంతో వెలుగు నింపుకొన్నట్లు ఉంటుంది. మాట్లాడితే ఈ శతాబ్ది స్వీయ మధురస్మృతులను నెమరు వేసుకున్నట్లు ఉంటుంది. ఆయన సాహితీ బంధువు, కళాసింధువు, మనిషి, మనీషి, కవి, రవి".

ఇంత క్లుప్తంగానూ, హృద్యంగానూ గోపాలరెడ్డిగారి వ్యక్తిత్వ ప్రాభవాన్ని అంచనావేస్తారు ఆచార్య జి.వి.సుబ్రహ్మణ్యంగారు.

అవును! సాహిత్యం, కళాప్రియత్వం, సౌజన్యమూర్తిత్వం ముప్పేటగా కలసిన బహు సుందరమైన వ్యక్తిత్వం ఆయనది.

గోపాలరెడ్డిగారికి పువ్వులంటే ఇష్టం. పువ్వుని ప్రేమించినప్పటి ఆర్ద్ర స్పర్శ ఆయన జీవితమంతా కస్తూరి పరిమళంలా పరచుకొన్నది. ఆయనకు పొగడ పువ్వులంటే మరీ ఇష్టం. ఆయన స్ఫురద్రూపం ఇప్పుడు కనిపించకపోయినా, మానవతా పరిమళం గుబాళించే ఆయన వ్యక్తిత్వ సౌరభం, ఒక పొగడపువ్వుల రాశిగా మనకు సాక్షాత్కరిస్తుంది.

మతం కన్నా మానవుడు తనకు ఆప్తుడని చెప్పుకొన్నారాయన, విశ్వమానవత వాదం ఆయన మతం. అన్ని వర్గాల, అంతస్థులవారితోనూ సుందరమైన స్నేహ బాంధవ్యాల్ని నెరపుకొన్నారు. జీవితమంతా మనుషుల మధ్య మసలి, చెలిమిదీపం వెలిగించుకొన్నారు. అడుగిడిన అన్ని రంగాలలోను ఆయనకు అపారమైన మిత్ర సంపద లభించింది.

గోపాలరెడ్డిగారు ఆజానుబాహులైన స్ఫురద్రూపులు. బయటకు ఎంత గంభీరమో, ఆయన మనస్సు అంత నవనీత సదృశంగా ఉంటుంది. దీనస్థితిలో ఉన్నవారి నెవరిని చూచినా ఆయన అనుకంపతో చలించిపోయేవారు. తనకు సాధ్యమైనంతగా గుప్తదానాలు చేసేవారు. దొడ్డ వంగణంలో పుట్టి ఉన్నత అధికార హోదాలు అనుభవించినా, ఆయన నిరాడంబరంగా జీవించారు.

ఆర్థికస్థాయిలో, విద్యాసంస్కారాలలో, అట్టడుగున ఉన్నవారినైనా ఆప్యాయంగా పలకరించడం ఆయనలోని గొప్ప సంస్కార విశేషం. ఆ ఉదాత్త మానవతాధర్మమే ఆయన మలచుకొన్న జీవనతత్త్వం.

సాహితీ సభలకోసం శ్రమ అనుకోకుండా ఎంతదూరమైనా ప్రయాణాలు చేస్తుండేవారు. పిలిచిన కార్యక్రమం చిన్నదైనా, పెద్దదైన వయసూ, ఆరోగ్యమూ సహకరించకపోయినా, పెద్దమనసుతో అంగీకరించి ఆ సభలకు వెళ్ళి వారిని సంతోషపెట్టేవారు. ఎందుకూ అంత శ్రమతీసుకోవడం అని అడిగినవారికి –

"ప్రయాణాలు లేకుంటే దిగంత కవాటాలు మూసినట్లుంటాయి. హృదయ గవాక్షాలు బిగించినట్లుంటాయి". అని సమాధానం!

దేశాభిమానమే స్ఫూర్తిగా ఆయన ఆసేతు శీతనగపర్యంతం పర్యటించి భారత దర్శనం చేశారు. పదవీబాధ్యతల నుంచి తప్పుకొన్న తర్వాత గడచిన ఆయన విశ్రాంత జీవితమంతా సాహితీ సంస్కృతీమయమే.

ఈయనకు సాహిత్యంతో పాటు సంగీతం అంటే కూడా ఎంతో ఇష్టం. రవీంద్ర సంగీతంతో పాటు కర్నాటక – హిందూస్థానీ బాణీల శాస్త్రీయ సంగీతమన్నా ప్రీతి. ఆ ప్రీతి ఎంతటిదో ఆయన మాటల్లోనే విని తీరాలి! "నాకు జన్మరాహిత్యము అక్కర్లేదు! మళ్లా మానవుడిగా పుట్టి వచ్చే శతాబ్దిలో మానవత్వం సాధించే వికసనలు చూడాలని కోరిక. వచ్చే జన్మలో సంగీత విద్వాంసుడిగా పుట్టాలని నా కోరిక!"

బహువిస్తృతమైన జీవనయాత్రలో గోపాలరెడ్డిగారు గడచి వచ్చిన మైలు రాళ్లు ఎన్నో! జరిగిన చారిత్రక, వైయక్తిక సంఘటనలూ మరెన్నో! ఆశ్చర్యకరంగా అవన్నీ తేదీలతో సహా ఆయనకు గుర్తు ఉండేవి. వయసు మీరినా చెక్కు చెదరని జ్ఞాపకశక్తి అది. గడచిన సంఘటనల గురించి నెమరువేసుకుంటూ, వాటికి స్వర్ణోత్సవాలూ, రజతోత్సవాలూ అని చమత్కరిస్తూ ఆ జ్ఞాపకాలను మిత్రులతో పంచుకుంటుండేవారు. వరుసవారీగా తేదీలక్రమంగా ఆ స్మృతి కథనాలను ఎవరైనా పేర్చి పెట్టగలిగితే అది నిజాయితీతో కూడిన ఒక చరిత్ర కథనమే అయి ఉండేది.

గోపాలరెడ్డిగారు సరసహృదయులు, హాస్యప్రియులు కూడా! పండిన వయస్సులోనూ ఆయన ఒక ఉత్సాహతరంగంలాగా జీవించారు. మిత్రగోష్ఠులలో సరసోక్తులు, ఛలోక్తులు కొల్లలుగా ఉండేవి. బాగా చదువుకుని ఏదో ఒక రంగంలో విశేష ప్రతిభ చూపించే స్త్రీలంటే ఎంతో అభిమానించేవారు ఆయన. కొద్దిపాటి పరిచయమే అయినా, వారి చదువు సంధ్యలనూ, ప్రతిభావిశేషాలనూ తెలుసుకొని గుర్తించే సౌహార్దయతత్త్వం ఆయనది. రచనారంగంలోనూ, విద్యారంగంలోనూ, ప్రజ్ఞావంతులై రాణించిన స్త్రీమూర్తులంటే ఆయనకు ఎంతో గౌరవం.

'ఈ శతాబ్దపు సర్వోన్నత భారత నారీమణి' – అంటూ కవికోకిల సరోజినీ నాయుడును ప్రస్తుతించారు.

'నేను ప్రకృతి పూజారిని – సుత్తిగాయకుణ్ణి' అని చెప్పుకొన్న రెడ్డిగారు ప్రకృతి సౌందర్యారాధకులు. రావిఆకుల దగ్గరనుంచీ పువ్వుతీగెల వరకూ ప్రకృతిలోని అణువణువూ ఆయనకు కవితా వస్తువయింది. తృణదళము మొదలు వటవృక్షము వరకు తనను విస్మయపరచేవే అనగలిగిన కవి ఆయన.

జీవితంలో ఎక్కువకాలం రాజకీయాలతో సంబంధం కలిగిఉన్నా, గోపాలరెడ్డిగారు ప్రధానంగా సాంస్కృతిక జీవి. ఈ సాంస్కృతిక జీవితాన్ని ఒక నియమబద్ధమైన ప్రణాళికతో సుసంపన్నం చేసుకొన్నారాయన. శ్రీరామ నవమినాడు అయోధ్యను చూడటం, కృష్ణాష్టమినాడు మధురలో ఉండటం, బుద్ధుని జన్మదినాన లుంబిని, క్రీస్తుపుట్టిన బెతల్‌హేం దర్శించడం, తనకు 80 సంవత్సరాలు నిండిన సంవత్సరం గాంధీజీ పుట్టినరోజున పోర్‌బందర్ చూడటం ఇవన్నీ ఆ ప్రణాళికాబద్ధమైన కార్యాచరణాలే!

గోపాలరెడ్డిగారి సతీమణి శ్రీమతి లక్ష్మీకాంతమ్మగారు శ్రీమంతమైన కుటుంబంలో జన్మించారు. గోపాలరెడ్డిగారి ఇల్లాలిగా వివిధ రాజకీయపు హోదాలనూ, దర్జాలనూ ఎరిగినా ఏ మాత్రమూ ఆడంబరం ఎరుగని పుణ్యజీవి ఆమె. ఆతిథ్యధర్మాన్ని పుణికిపుచ్చుకొన్న గృహిణి ఆమె. శాంతినికేతన్‌లో ఆమె కూడా చదువుకొన్నారు. ఆంగ్ల ఆంధ్రభాషల్లోనూ మంచి పరిచయం ఉన్నవారు. గోపాలరెడ్డిగారు ప్రజాజీవితంలో అంతగా రాణించడానికి వెనుక వెన్నుదన్నుగా నిలచిన శక్తి ఆమె. గృహసంబంధమైన బాధ్యతలేవీ ఆయనపైన పడకుండా ఆ భారమంతా తానే నిర్వహించుకొంటూ వచ్చారు. దయాస్వభావం, దాతృత్వగుణం ఆమెకు జన్మసంస్కార కారణంగానే ఏర్పడిన హృదయ లక్షణాలు. నిత్యచైతన్యశీలమయిన గోపాలరెడ్డిగారి ప్రజాజీవితం వెనుక మౌనంగా నిలచి వెలిగిన దీపశిఖ ఆమె.

సాహిత్యమంటే ఎంత ఇష్టమో, గోపాలరెడ్డిగారికి సాహితీవేత్తలపైన, కవి పండితులపైన అంతకుమించిన గౌరవం, అభిమానం. కుటుంబ సంస్కారం వలన, శాంతినికేతన్ చదువు వలన, సాహిత్యాభిమానం ఆయనకు చాలా చిన్న వయస్సులోనే అంకురించింది. ఆ అభిమానంతో ఆయన ఎందరో సాహితీ మూర్తుల ఇళ్లకు వెళ్లి స్వయంగా దర్శించుకున్నారు. ఈ విషయాన్ని ఆయన మాటల్లోనే వినాలి.

రవీంద్రుని ఉత్తరాయణంలో, గాంధీజీని సబర్మతీ ఆశ్రమంలో, కాశీకృష్ణాచార్యులను గుంటూరులో, చెళ్లపిళ్ల వేంకటశాస్త్రులను కడియములో, వేదం వేంకట్రాయశాస్త్రులను నెల్లూరులో, కృష్ణశాస్త్రిని పిఠాపురంలో, దువ్వూరి రామిరెడ్డిని పెమ్మారెడ్డిపాలెంలో, రామస్వామి చౌదరిని తెనాలి సూతాశ్రమంలో సందర్శించడం నా జీవితంలో పెద్ద భాగ్యమని తలచాను అంటారు ఎంతో గౌరవంతో, వినమ్రభావంతో.

రసజ్ఞత, హాస్యప్రియత, జీవనరసికత బహిరంగంగా ఆయన వ్యక్తిత్వానికి శోభను కూర్చిన లక్షణాలు అయినా, ఆంతరిక జగత్తులో ఆయన గొప్ప తాత్త్వికుడు. మృత్యువును గురించీ, మరణానంతర స్థితిని గురించీ సమాలోచనలు చేసిన కవి ఆయన.

అనిశ్చిత ప్రపంచంలో నిశ్చయమైనది మరణమేనని చెపుతూ, మృత్యువును వాత్సల్యమూర్తి, సౌమ్యమూర్తి, శాంతిప్రదాయిని, ఓదార్చే మాతృమూర్తిగా దర్శిస్తారాయన.

మానవునిపట్ల, మానవవికాసంపట్ల ఆయనకు అంతులేని విశ్వాసం. మానవుడు మహామానవుడు కావాలనీ, అమృతపుత్రుడు కావాలనీ ఆకాంక్షించారు ఆయన. మానవుని క్రమ మేధావికాసాన్ని ఆయన బహువిధాలుగా స్తుతించారు. మానవోదయము, మానవపాటవము - అంటూ కవితాత్మక నివేదన చేశారు.

మానవ శతపత్రం అన్ని దళాలలనూ విప్పాలనీ, సర్వజన సమానత్వం రావాలనీ కోరుకున్న ప్రగతిశీల భావకుడాయన.

దేశ దాస్యవిముక్తి ఎంత అవసరమో-

సంఘవిముక్తి, భాషావిముక్తి ఎక్కువ అవసరాలు. అన్నిరకాల వెనుకబడినతనాన్ని పారద్రోలాలి అని పిలుపునిచ్చిన అభ్యుదయ కాముకుడాయన.

రాజకీయాలనుంచి స్వచ్ఛంద విరమణ చేసిన నాటినుంచీ తొమ్మిది పదుల వయసు వరకూ వారి జీవితాన్ని సాహిత్య సాంస్కృతిక కార్యకలాపాలతో రసభరితంగా తీర్చిదిద్దుకున్నారు. నెల్లూరులో కవిత్రయ జయంత్యుత్సవాల దగ్గరనుంచీ రవీంద్రజయంతి, దువ్వూరి రామిరెడ్డిజయంతి వరకూ ఎందరో మహాకవుల సంస్మరణ సభలు వారి ఆధ్వర్యంలోనే జరిగేవి. సభలలో ప్రసంగించవచ్చిన కవిపండితులకు వారి చేతులమీదుగానే సత్కారాలు అందుతుండేవి.

కవిసామ్రాట్ విశ్వనాథ సత్యనారాయణ, ఊటుకూరి లక్ష్మీకాంతమ్మ వంటి సాహితీవేత్తలు ఎంతోమంది అభిమానంతో ఆయనకు కావ్యాలు అంకితం ఇచ్చారు. ఆయన సాహిత్య అకాడమీ అధ్యక్షులుగా ఉండిన కాలంలో ఎన్నో ప్రాచీన, అప్రాచీన గ్రంథాలు వెలికితీయించి ముద్రించారు. భాషాసమితి అధ్యక్షులుగా ఉన్నప్పుడు బృహత్తరమైన ప్రణాళికతో తెలుగు విజ్ఞాన సర్వస్వం సంపుటాలను ప్రచురించడానికి కారణభూతులయారు. ఇంతటి సంకల్పశుద్ధి, కార్యదక్షత ఉండినా, తాను అన్నిటికీ నిమిత్తమాత్రుడినే అని వినయంతో చెప్పుకొన్నారాయన. రచనలో ఒకచోట ఆయన వినయంగా చెప్పిన ఈ కింది పంక్తులు అందుకు సాక్ష్యంగా నిలుస్తాయి.

"తెలుగుభాషా సమితిని శ్రీ మోటూరు సత్యనారాయణ, నేను సంరక్షించుకుంటూ వచ్చాము. మోటూరి ఇరుసువంటివాడు. నేను రథానికి ధ్వజము వంటివాడిని. కనపడేది ధ్వజము. భారము వహించేది ఇరుసు."

కవి పండితులు, నటులు, సంగీత విద్వాంసులు వయసుభారంతో, ఆర్థిక ఇబ్బందులతో కృంగిపోయిన వారినెందరినో చూచారు గోపాలరెడ్డిగారు. వారికోసం ఏమైనా చేయాలన్న సంకల్పంతో, స్వయంగా ఒక నిధిని ఏర్పాటు చేశారు. ఆ కళాకారుల సహాయనిధి ప్రతి సంవత్సరం 20మంది పేద కళాకారులకు ఆర్థిక సహాయం చేస్తున్నది. ఇప్పటికీ ప్రతి సంవత్సరం సభాముఖంగా ఆ కార్యక్రమం నెల్లూరులో జరుగుతున్నది.

అన్నిటినీ మించి ఆయన చేసిన ఒక విశిష్టకృషిని గురించి జన సామాన్యానికి తెలియని విషయం ఒకటున్నది. తిరుమలలో తామ్రపత్రాలలో నిక్షిప్తమైన అన్నమాచార్య కీర్తనలను వెలుగులోకి తెచ్చే కార్యక్రమం వెనుక ఆయన కృషి కూడా బలీయంగా ఉన్నదన్న విషయం అది.

గాంధీజీ, అరవిందయోగి, నెహ్రూలకన్నా ఎక్కువకాలం తాను జీవించానని తరచుగా మిత్రులతో అంటుండేవారు గోపాలరెడ్డిగారు. 1996వ సంవత్సరంలో ఆయన 90 సంవత్సరాలు నిండిన వసంతోత్సవాలు నెల్లూరులోను, హైదరాబాదు సారస్వత పరిషత్తులోను ఘనంగా జరిగాయి. ఆ సభలలో గోపాలరెడ్డిగారు తమ జీవితాన్ని సింహావలోకనం చేసుకొంటూ ఉద్వేగంగా ప్రసంగించారు. ఆ ప్రసంగం విన్నవారికి ఒక శతాబ్ది దేశచరిత్ర తనను తానే సమీక్షించుకొంటున్న అనుభూతి కలిగింది. వయసు పండినా మనసు ఎండలేదన్న మాటను సార్థకం చేస్తూ ఆనాటి ఆయన అద్భుత ఆలోచనాధారను ఆవిష్కరించిన గంభీరవచోధార. అందులోనివి ఒకటి రెండు ముఖ్యాంశాలు -

"ఈ శతాబ్ది ప్రారంభం నుండి అంతంవరకు పది దశాబ్దాలు చూచిన వాడిని. దేశాన్ని ఆసేతునగపర్యంతం పర్యటించినవాడిని. నాకు అసంతృప్తి లేదు. అయిష్టాలు లేవు. నేను నెల్లూరుకు, ఆంధ్రరాష్ట్రానికి, భారతదేశానికి మాత్రమే సంబంధించినవాణ్ణి కాదు. విశ్వనరుణ్ణి నేను, వసుధైక కుటుంబం కావాలని కోరుకునేవాణ్ణి".

ప్రాంతీయతత్త్వాలతో, వేర్పాటువాదాలతో ద్వేషాగ్నులు రగులుతున్న నేటి కాలంలో గోపాలరెడ్డిగారు ఊహచేసిన ఈ విశ్వమానవ సౌభ్రాతృత్వ భావన ఎంతో మహనీయమైనదిగా తోస్తుంది.

అత్యంత చైతన్యవంతంగా సాగిన తన జీవనక్రమాన్ని గురించి ఆత్మతృప్తితోనూ, ఆత్మవిశ్వాసంతోనూ ఆయన ఆనాడు చెప్పిన మాటలు- "జీవితనౌకను కొన్ని ఆదర్శాల తెరచాపలతోనే నడపడానికి ప్రయత్నించాను. నన్నూ, నా పదవుల్నీ నా సాహిత్యాన్ని, అన్నిటినీ జనం మరవవచ్చు. అయినా, నాకెందుకు అసంతృప్తి! ఈ జీవన్నాటక రంగంలో నా పాత్ర నేను చక్కగా నిర్వహించానన్న తృప్తి నాకుంది. నా జీవితాన్ని మనోవాక్కాయ కర్మలా ఒక వీరుడిగా గడిపానన్న సంతృప్తి నాకుంది."

స్వరవిపంచిక వంటి ఈ సర్వసృష్టిని ప్రేమించారు గోపాలరెడ్డిగారు. ఈ లోకం పాటతో తానూ స్వరం కలిపి మానవతా జీవనాదాలు వినిపించారు. ఈ ప్రపంచపు మహోత్సవంలో మనసారా పాల్గొన్న రస ప్రపూర్ణుడాయన.

చివరగా ఆయన గంభీరవాణి వెలిబుచ్చిన ఒకే ఒక ఆకాంక్ష. అదేమిటంటే-

మాతృభూమి కోసం విముక్తి ఉద్యమంలో పనిచేసిన తాను దేశం సర్వస్వతంత్రమై యాభై సంవత్సరాలు పూర్తిచేసుకుంటున్న స్వర్ణాధ్యాయాన్ని కూడా చూడాలన్న ఒకే ఒక్క కోరిక.

ఆ కోరికను కూడా ఆయన తీర్చుకున్నారు. ఒంటరిగా కాదు - అల్లంత దూరాన ఆకాశవీధిలో - తాను ఎంతగానో ప్రేమించే రవీంద్ర గురుదేవులు, గాంధీజీ, నెహ్రూలతో చేయి చేయీ కలిపి భారత స్వాతంత్ర్య స్వర్ణోత్సవాలను హర్షపులకిత నేత్రాలతో వీక్షిస్తూ-

ఆ ఆకాశంలో విరిసిన హరివిల్లు చేసే పని అదే! గోపాలరెడ్డిగారు ఆకాశంలో విరబూసిన రంగురంగుల హరివిల్లు వంటి వారని శ్రీ సంజీవ్‌దేవ్ ఏనాడో చెప్పారు మరీ ఇంత అందంగా-

He was a living rainbow
A Visual and melodious rainbow
A fragrant rainbow !

భౌతికాన్ని చాలించి, ఆకాశంలో 9-3-1997న పొటమరించిన ఆ ఇంద్రధనువు పేరు - డా॥ బెజవాడ గోపాలరెడ్డి.

చక్రపాణి

(1908-1975)

- డాక్టరు వెలగా వెంకటప్పయ్య

చక్రపాణి ఒక సాధారణ వ్యవసాయ కుటుంబంలో పుట్టి, పెరిగి కేవలం స్వయంకృషితో ఆకాశమే పొద్దుగా ఎదిగారు. తాను చేపట్టిన ప్రతి రంగంలో పారమ్యం చూశారు. శరత్‌బాబు నవలల తెలుగు అనువాదాలు, యువ ప్రచురణలు, ఆంధ్రజ్యోతి, చందమామ, కినిమా, యువ మాసపత్రికల ప్రచురణ, నాగిరెడ్డిగారితో కలిసి విజయా బానర్‌పై చిత్రాల నిర్మాణం. అన్నిటా తనదైన శైలితో 1945-1975 మధ్య దాదాపు మూడు దశాబ్దాలు దుర్నిరీక్ష్యభానుడిగా వెలిగారు. ఒక సందర్భంలో చక్రపాణిగారే తన జీవిత గమనాన్ని గురించి ఇలా చెప్పుకున్నారు.

"చెన్నై నాకు బి.ఎన్.రెడ్డితో వ్యక్తిగతమైన పరిచయం ఏర్పడక ముందు, నేను చెన్నైలో ఉన్నానని తెలిసి, మిత్రులు కె.వి.రెడ్డి ద్వారా కబురు చేసి, స్వర్గసీమ చిత్రం ఇతివృత్తం చెప్పి, నన్ను రాయమన్నారు. నాకు చిత్రకథ ఎలా రాయాలో తెలియదన్నాను. 'అదంతా మేం చూచుకుంటాం - నువ్వు రాయి' అన్నారు. ఇది 1943 జులైలో జరిగింది. 1944 జనవరిలో కథ పూర్తిచేసి, నేను వెళ్ళిపోతానన్నాను. 'తెనాలి వెళ్ళి ఏం చేస్తావు? పుస్తకాలు వెయ్యడమే గదా. ఇక్కడే లాడ్జిలో ఉండొచ్చు. బి.ఎన్.కె. ప్రెస్‌లో పుస్తకాలు వేసుకోవచ్చు' అన్నారు. నేను చెన్నైలో ఉండిపోయాను.

1944లో నాగిరెడ్డితో పరిచయం బలపడింది. ఆయన అప్పుడు బి.ఎన్.కె. ప్రెస్ చూస్తుండేవారు. నాగిరెడ్డికి పత్రిక నడపాలన్న ఉత్సాహం ఎంతో ఉండేది. ఆ రోజుల్లో బి.ఎన్.కె. గుప్తా నడుపుతున్న ఆంధ్రజ్యోతి వారపత్రిక ఆగిపోయింది. అది నాగిరెడ్డి సోదరులు తీసుకున్నారు. 1945 జులైలో నా సంపాదకత్వం క్రింద 'ఆంధ్రజ్యోతి' మాసపత్రికగా ప్రారంభమైంది. 1947 జులైలో 'చందమామ' మొదలుపెట్టాం. 1949 జులైలో నిర్మాతగా సినీరంగంలో నేను ప్రవేశించడం జరిగింది.

"నేను పత్రికారంగంలో అడుగుపెట్టినప్పుడు నాకు పత్రికానుభవం ఏమాత్రం లేదు. ఐనా, 'ఆంధ్రజ్యోతి' ప్రముఖ రచయితల సహకారంతో ప్రథమశ్రేణి మాస పత్రికగా రూపొందింది. అలాగే, సినీ రంగంలో కూడా, ప్రొడ్యూసరుగా నాకు ఏ విధమైన అనుభవం లేదు. ఐతే బి.ఎన్.రెడ్డి., కె.వి.రెడ్డి - ఎల్.వి.ప్రసాద్‌గార్ల వంటి ప్రముఖ దర్శక, నిర్మాతల సలహాల ద్వారా, వారితో చర్చల ద్వారా కొన్ని విషయాలు తెలుసుకోగలిగాను అంటారు" చక్రపాణి. అట్టి మహనీయుని గురించి మరికొన్ని విషయాలు ముచ్చటించుకుందాం.

బాల్యం, విద్యాభ్యాసం

గుంటూరు జిల్లాలో తెనాలి ప్రాంతీయులు గొప్ప అదృష్టవంతులు. పూర్వజన్మలో పుణ్యం చేసినవారు అనుకోవాలి. కారణం ఏమంటే కృష్ణానదిపై 1858లో కాటన్‌దొర నిర్మించిన ఆనకట్ట వలన గుంటూరు జిల్లాలో ఒక్క తెనాలి ప్రాంతీయులకే సాగునీరు, తాగునీరు తగినంత లభించింది. ఆ విధంగా ఈ ప్రాంతం సస్యశ్యామలం అయింది. పాడిపంటలకు కొదువలేదు.

ఈ మంచివాతావరణంలో తెనాలి పట్నంలో ఒక భాగమైన ఐతానగరంలో 1908 ఆగష్టు 5న వీరు జన్మించారు. తండ్రి గురవయ్య, తల్లి వెంకమ్మ. వీరికి వెంకటసుబ్బారావు అని తల్లిదండ్రులు నామకరణం చేశారు. మధ్యతరగతి వ్యవసాయ కుటుంబం. ఆ ఊళ్ళో వారింటికి చేరువలోగల ప్రాథమిక పాఠశాలలో విద్యాభ్యాసం పూర్తి చేశారు. తదుపరి తెనాలి తాలూకా హైస్కూలులో ఎస్.ఎస్.ఎల్.సి పూర్తి చేశారు. కాలేజి గడప తొక్కలేదు. పై వ్యవసాయ ఆదాయాలపై కుటుంబం గడిపే వారికి ఉద్యోగాలపై పెద్దగా ఆసక్తి ఉండేది కాదు. పై బయటి ఊళ్ళకు వెళ్ళడం అసలు ఇష్టం ఉండేది కాదు. "ఉద్యోగం చేయాలా – ఊళ్ళేలాలా" అనే సూక్తి అలాగే పుట్టింది.

అవి జాతీయ ఉద్యమ దినాలు. జాతిపిత బాపూజీ జాతీయోద్యమంలో ప్రజలను జాగృతం చేస్తున్న దినాలు. ఆనాడు హిందీ ప్రచారం జాతీయోద్యమ ప్రచారంలో ఒక భాగం. బాపూజీ 20 సూత్రాల పథకంలో ఒక అంశం. ఆ దినాలలో కృష్ణా జిల్లా, కనుమూరు గ్రామానికి చెందిన యలమంచిలి వెంకటప్పయ్య ఉప్పు సత్యాగ్రహంలో పాల్గొని, జైలు నుంచి తిరిగి వచ్చి, 1934లో ఐతానగరంలో పాటి కాలువ ప్రక్కన మెరకభూమిపై పాకలు వేసి నిశ్శుల్క హిందీ పాఠశాల నిర్వహించారు. ఇచట హిందీ బోధనపూర్తిగా ఉచితం.

సుబ్బారావు ఈ పాఠశాలలో చేరి హిందీ అభ్యసించారు. హిందీ, తెలుగు పుస్తకాలను బాగా చదివారు. వారిలో రచనాశక్తి పెల్లుబికింది. తొలుత హిందీలోంచి కథలు తెలుగులోకి అనువాదం చేసి చిత్రగుప్త, వినోదిని మొదలైన పత్రికలకు పంపేవారు, లభించే పత్రికలన్నీ కొని చదివేవారు. ఒకనాడు సుప్రసిద్ధ ఉత్తరాది హిందీ పండితులు వ్రజనందన శర్మ ఆ పాఠశాల దర్శించి – సుబ్బారావు రచనా కుతూహలాన్ని గమనించి ఇక ముందు 'చక్రపాణి' పేరుతో రచనలు కొనసాగించమని సూచించారు. ఆ విధంగా వెంకట సుబ్బారావు కాస్త చక్రపాణి అయ్యారు. జీవితాంతం అదే పేరు కొనసాగించారు. చెన్నైలో మాత్రం చిన్న, పెద్ద అందరూ వీరిని 'చక్కన్న' అని ఆప్యాయతతో పిలిచేవారు.

వివాహవేడుక

అదే గ్రామంలో నలజాల తిరుపతి రాయుడు అనే భూస్వామి ఉండేవారు. వరుసకు చక్రపాణి రాయుడుగారికి మేనల్లుడే. పైగా రాయుడికి సాహిత్యం అంటే ఆసక్తి ఉండెద. పౌరాణికుల ద్వారా రామాయణ, భారతాలు చదవించుకునేవారు. రాయుడు తన మేనల్లునితో సాహిత్యాభిలాష

గమనించి ఆనందించారు. ప్రోత్సహించారు. పైపెచ్చు తన కుమార్తె రంగమ్మనిచ్చి ఘనంగా వివాహం జరిపించారు.

ఊళ్ళో సంబంధం - అనుకూలమైన దాంపత్యం. వీరికి ఇద్దరు బిడ్డలు కలిగారు. పెద్ద కుమారునికి తాతగారైన తిరుపతిరాయుడు అని పేరు పెట్టారు. రెండవకుమారునికి సుధాకరరావు అని పేరు పెట్టారు. చక్రపాణి ఇంటిలో ఉన్నప్పుడు ఎక్కువకాలం మేడపైన గల గదిలో గడిపేవారు. చదువుకోవడం, రాసుకోవడం ప్రధానమైన వ్యాపకం. వ్యవసాయపు పనులు ఇతరులకు పురమాయించేవారు. వ్యవసాయ ఆదాయంతో కుటుంబం ఒడుదుడుకులు లేకుండా గడిచింది.

ముప్పిరికొన్న అనారోగ్యం

పెండ్లయి మూడేళ్ళు తిరక్కముందే అనారోగ్యం పాలయ్యారు. దగ్గు, ఆయాసం, నీరసం, ముప్పరిగొని ఊపిరి సరిగా ఆడకుండా చేశాయి. వైద్యులను సంప్రదిస్తే క్షయవ్యాధి అని తేల్చారు. ఆ దినాలలో క్షయవ్యాధికి గుంటూరు ప్రాంతంలో ఆస్పత్రి లేదు. ఒక బంధువు సాయంతో చిత్తూరు జిల్లా మదనపల్లిలోని ఆరోగ్యవరం - టి.బి. శానిటోరియంలో చేరారు. చికిత్స పొందారు. విశేషం ఏమంటే ఆ దినాలలో ఈ శానిటోరియంకు దేశవ్యాప్తంగా రోగులు వచ్చేవారు. అది ఆ దినాలలో ఏకైక టి.బి. ఆస్పత్రి. మిషనరీలు ఏర్పరిచారు. తగిన పరీక్ష జరిగాక ఆపరేషన్ చేసి చక్రపాణి ఒక ఊపిరితిత్తి(లంగ్) తొలగించారు. వారు అనారోగ్యంతో ఉన్నప్పుడే చక్రపాణి బెడ్‌ప్రక్కనే కోల్‌కతా నుంచి చికిత్స కోసం వచ్చిన బెంగాలీబాబు బెడ్ ఉండేది. వారిరువురు తొలుత హిందీలో పలకరించుకున్నారు. క్రమంగా వారి పరిచయం పెరిగింది. ఆ చనువుతో చక్రపాణి బెంగాలీబాబు వద్ద బెంగాలీ భాష నేర్చుకున్నారు.

స్వస్థత చేకూరాక తెనాలి చేరుకున్నారు. వారి చిరకాల మిత్రుడు బి.ఎస్.రామారావు ద్వారా (తదుపరి వీరు చందమామ మాసపత్రిక మేనేజరై చందమామ రామారావుగా ప్రసిద్ధులయ్యారు). కోల్‌కతా నుంచి బెంగాలీ పుస్తకాలు, పత్రికలు తెప్పించుకున్నారు. బెంగాలీ భాషా పరిచయం బాగా పెంచుకున్నారు.

ఇంతలో తన మేనమామ తిరుపతి రాయుడు గతించారు. అంతకు మించి తన భార్య రంగమ్మ కొద్ది అస్వస్థత పిదప మరణించారు. ఆ విధంగా చక్రపాణి ఒంటరివాడై పోయాడు. రెండో పెళ్ళి చేసుకోమని బంధువులు బలవంతపెడితే "నేనసలే రోగిష్టివాణ్ణి, నాకు పెళ్ళేమిటి?" అని వివాహ ప్రసక్తి దాటవేసేవారు. చక్రపాణి అత్త గౌరమ్మ మనుమలనిద్దరనూ ఎంతో గారాబంగా పెంచారు. ఇక చక్రపాణి సాహిత్య వ్యాసంగంపై దృష్టి కేంద్రీకరించారు.

సాహిత్యరంగంలో చక్రపాణి

కోల్‌కతా నుంచి బెంగాలి నవలలు, కథలు తెప్పించుకొని చక్రపాణి బాగా చదివారు. అవి వారి మనసును బాగా హత్తుకున్నాయి. ఇవి తెలుగువారి జీవనగమనానికి దగ్గరగా ఉన్నాయి. అందులో శరత్‌బాబు నవలలు మరింత చేరువగా ఉన్నాయి. అంతేగాక బెంగాలీ నవలలోని

పాత్రల పేర్లు, స్వభావాలు, వృత్తులు, ప్రవృత్తులు తెలుగువారి హృదయాలకు సన్నిహితంగా ఉంటాయి.

వీరు అనువదించిన దేవదాసు నవలలోని చివరి వాక్యాలు ఇలా ఉంటాయి.

"ఇప్పుడు, ఇంతకాలమైనాక పార్వతి ఏమయిందో యెలా ఉన్నదో నాకు తెలియదు. తెలుసుకోవాలనే కోరిక కూడా లేదు. దేవదాసును గురించే నాకు చాలా దుఃఖంగా ఉంటుంది. ఈ కథ చదివితే బహుశా మీకు కూడా నా మాదిరిగానే దుఃఖం కలగవచ్చు. అయినా దేవదాసు వంటి దౌర్భాగ్యులతో, నిగ్రహం లేని వారితో, పాపిష్టులతో యెప్పుడైనా మీకు పరిచయం కలిగితే, వాళ్ళకోసం మీరు కొంచెం ప్రార్థించండి. కనీసం అతని వంటి చావు మాత్రం యెవ్వరికీ రాకూడదని కోరండి! మరణం వల్ల పెద్దనష్టమేమీ లేదు. కాని, ఆ సమయంలో ప్రేమపూరితమైన కరస్పర్శ లలాటానికి సోకాలి; ఆఖరికి ఒకటైనా కరుణాపూరిత ముఖాన్ని చూస్తూ ఈ జీవితం అంతం కావాలి, చివరికి ఒక్కరి కంటి నుంచైనా కన్నీటి బిందువు రాలటం చూసి ప్రాణాలు వదలాలి. చాలు, ఇంతకంటే పెద్ద కోరికలు అనవసరం!"

ఎవరినైనా కంట తడిపెట్టించిన మానవులు చక్రపాణి ఇలాటి రచనతో దాదాపు పదేళ్ళపాటు విశేషంగా శ్రమించి శరత్‌బాబు రచనలు కొన్ని, ఇతరులవి కొన్ని అనువదించారు.

చక్రపాణి గారు తొలుత బెంగాలీ కథలు, తరువాత నవలలు 1935-1945 మధ్య కాలంలో అనువదించి ప్రచురించారు. వాటి వివరాలు కొన్ని తెలుసుకుందాం.

1. **శరత్‌బాబు నవలలు** - వాగ్దత్త, సుభద్ర, దేవదాసు, పల్లీయులు, నవవిధాన్, చంద్రనాథ్, పరిణీత, బడదీది, హేమాంగిని, నిష్కృతి, మావారు, కాశీనాథ్, మహేశుడు (కథలు) - ఇవిగాక మహిళా ప్రాధాన్యతకు సంబంధించిన నారీర్ మూల్య - అనే సుదీర్ఘమైన వ్యాసం.
2. **ప్రగల్భప్రేతం (కథలు)** - ప్రగల్భప్రేతం, తార్కికుడు, ప్లీడరు, ప్రతిజ్ఞా, రహస్యం, అభిసారిక, కనబడుటలేదు మొదలైన కథలు ఈ గ్రంథాన్ని చలంగారికి అంకితం ఇచ్చారు.
3. **హనుమంతుని స్వప్నం (కథలు)** - పరశురామ్ రచన, హనుమంతుని స్వప్నం, జాబాలి, ప్రేమ భూమితో శ్రీశ్రీసిద్ధేశ్వరి లిమిటెడ్ మొదలైన కథలు. ఈ గ్రంథాన్ని కట్టమంచి రామలింగారెడ్డి గారికి అంకితం ఇచ్చారు.
4. **బెంగాలీ కథలు** - పుసీ రచన : సజనీకాంతదాస్, కాయకల్ప చికిత్స, రచన: అశోక్ ఛటర్జీ, పున్నామ నరకం రచన: ప్రేమేంద్రమిత్ర, పేకయిల్లు, రచన: తారాశంకర్ బెనర్జీ, పరేశుడు రచన: శరత్‌బాబు మొ॥కథలు.
5. **నారీ ద్వేషి(కథలు)** - రచన రవీంద్రనాథ్ మైత్ర, త్రిలోచన కవి రాజు ఆల్‌స్టార్ ట్రాజడీ నారీద్వేషి, వెల్లు, సంస్కారి, ఆఖరు పేజీ, పొట్లకాయ, సమాధానం, నవలపాట్లు, కథకాని కథ, తదితర కథలు
6. **వల్లభాపురం చిట్టడివిలో (నవల)** - రచన దేప ప్రసాద్ రాయ్ చౌధురీ.

7. **మెట్ట వేదాంతం (కథలు)** – రచన వనఫూల్

8. **సంధి(నవల)** – రచన యతీంద్ర మోహన్

9. **ఉదర నిమిత్తం(నాటకం)** – రచన రవీంద్రనాథ్ మైత్ర

10. **డిటెక్టివ్ నాటకం.**

చక్రపాణి తన అనువాద శైలిలో తేనె సోనలు కురిపించారు. అత్యంత నవీనమైన, పదునైన భాషను ఎంచుకున్నారు. ఇది తెలుగు నవలే సుమా అనేలా భ్రమింపచేశారు. దేవదాసు చక్రపాణి అనువదించిన బడదీది నవలను చదివిన వేలూరి శివరామశాస్త్రి, "మీ అనువాదమూ, నా అనువాదమూ మూలగ్రంథం దగ్గర పెట్టుకుని చూశాను, మీ అనువాదము లెస్సగా ఉంది" అని రాస్తూ, మీరు కోల్‌కతాలో ఎచట ఉన్నారో రాయమన్నారు.

"నేను కోల్‌కతా చూడలేదు" అని వెంటనే సమాధానం రాశారు చక్రపాణి. విచిత్రం ఏమంటే తన జీవిత కాలంలో చక్రపాణి కోల్‌కతా చూడనే లేదు.

కథాసాహిత్యం:

చక్రపాణి ఒకవైపు బెంగాలీ నవలలను అనువదిస్తూనే, మరోవైపు తన సన్నిహిత మిత్రులైన గుడిపాటి వెంకటచలం, కొడవటిగంటి వెంకటసుబ్బయ్య, కుటుంబరావు, జి.వి. కృష్ణారావు సాహచర్యంతో కొన్ని మౌలికకథలు రాశారు. అవి ప్రజాబంధు, చిత్రగుప్త, ఆంధ్రపత్రిక – సచిత్ర వార పత్రికలలో తొలుత అచ్చయినాయి. వాటిని 'పాతమంగలి' పేరుతో గ్రంథరూపంలో ప్రచురించారు. తోకచుక్క అనే వ్యంగ్య కథల సంపుటి అలభ్యం.

పాత మంగలి కథలో గ్రామీణ ప్రాంతాలలో 20వ శతాబ్దం మధ్యపాదంలో వచ్చిన ఆర్థిక, సామాజిక, సంస్కృతిక పరిణామాలను విశ్లేషించారు. మార్పులకు, ప్రగతికి తలొగ్గాలని ఈ కథలో ధ్వన్యాత్మకంగా సూచించారు. ఇంకా వారి కథలు ఉగ్గుబాల సంస్కారం, లంచగొండి, ప్లీడరిజం (రేడిజమ్, కాని నక్క, రజ్జునత్వం, ప్రకృతి పురుషుడు, దివ్య దృష్టి, గుండమ్మ కూతుళ్ళ కథ విశేష ప్రచారాన్ని అందుకున్నాయి.

అయితే చక్రపాణి కథలలో "అహం బ్రహ్మాస్మి అనే కథ మాస్టర్ పీస్, గొప్ప కథలలో గొప్ప కథ. అద్వైతాశ్రమంలో చోరీ జరుగుతుంది. ఆశ్రమవాసులందరినీ చేర్చి నిగ్గు తేల్చాలి అనుకుంటాడు ఆశ్రమ అధ్యక్షులవారు. పోయిన వస్తువులు లభించలేదు. పోలీసు రిపోర్టు ఇచ్చాడు. కాని పోయిన వస్తువులు అధ్యక్షుని పెట్టెలో దొరికినై. "భగవంతుడు భక్తిలోలుడు. నేను కోరిన విధంగా నా వస్తువులు నాకు అప్పగించాడు" అంటాడు అధ్యక్షులు. పైగా "సర్వేశ్వరా! నీ లీలలతి విచిత్రములు! నేనెంత అజ్ఞానినో నువ్వు శేషగిరి రూపంలో రుజువు పర్చావు. శేషగిరి ఆధ్యాత్మిక విద్యలో నాకంటే గొప్ప. అతను నాదగ్గర నేర్చుకునేది యింకాలేదు" అని ప్రార్థించాడు అధ్యక్షుడు. జరిగిందేమంటే అధ్యక్షులవారే వస్తువులు కాజేసి ఒక ఆశ్రమవాసి శేషగిరిపై నెడదాం అనుకుంటాడు. పాచిక పారలేదు. ఇక, ఆ ఆశ్రమంలో ఉండడం యోగ్యం కాదని శేషగిరి

ఆశ్రమం వదిలిపెట్టాడు, గురువుగారి దీవెనలు పొంది, అంతా భగవత్సంకల్పం అంటూ జనాన్ని మోసం చేద్దామనుకునే వారికి ఈ కథ ఒక కనువిప్పు.

ప్రతి కథ ఒక సామాజిక ప్రయోజనం కోసం రాశారు. ఒక లక్ష్యం కోసం రాశారు. ప్రతి కథలో చిత్తశుద్ధి, లక్ష్యశుద్ధి, సమగ్రత (టోటాలిటీ) కనిపిస్తాయి. హాస్యం వ్యంగ్యం పాలు ఎక్కువగా ఉంటుంది. ఇది వారు నిర్మించిన సినిమాలలో ప్రస్ఫుటంగా కనిపిస్తుంది.

పనిలేని మంగలి - వ్యంగ్య చిత్రాలు

చక్రపాణికి వ్యంగ్య రచనలు అంటే చాలా ఇష్టం. వ్యంగ్య ధోరణిలో కవితలు రాసే మాధవపెద్ది బుచ్చి సుందరరామశాస్త్రి వారికి ఇష్టమైన కవి. ఆంధ్రజ్యోతి మాసపత్రికను 1945లో చెన్నైలో పునఃప్రారంభించినప్పటి నుంచీ పనిలేని మంగలి శీర్షికలో సమాజంలోని వింత ధోరణులను, అసమానతలను, మాయలను, మోసాలను వ్యంగ్య ధోరణిలో విమర్శించేవారు. ఇదే శీర్షిక హైదరాబాదులో 1959 నుంచి ప్రారంభించిన యువ మాసపత్రికలోనూ కొనసాగింది. ఇందు ఆధునిక విజ్ఞాన అవసరాన్ని, హేతువాదాన్ని బలపరుస్తారు. నకిలీ కోరికలను నిరసిస్తారు. వరకట్న దురాచారాలను ప్రతిఘటిస్తారు. పత్రికలలోని మోసాలను దుయ్యబడతారు.

ఆనాడు కొన్ని పత్రికలలో వింత ప్రకటనలు వెలువడుతుండేవి. "ఒక్క మాత్ర వేసుకుంటే చాలు సర్వరోగాలు నయమౌతాయి" ఇవన్నీ కొందరు ప్రబుద్ధులు సొమ్ములు చేసుకోడానికి ఏర్పడిన ప్రకటనలే.

వెనకటికి ఇంగ్లాండులో డాక్టర్ జోన్సు అనే ఆయన ఒక సర్వరోగ నివారిణి కనిపెట్టి, వానిని "డాక్టర్ జోన్సుగారి మూలికామాత్రలు - అన్ని రోగములను పోగొట్టును" అని ప్రకటన చేశాడు. ఆ మాత్రలను అనేక మంది సేవించారు. వాటితో అనేక దీర్ఘరోగాలూ, తీవ్రరోగాలూ కూడా కుదిరినై. వాటి ఖ్యాతి ఇంగ్లాండంతటా పాకిపోయింది. పంచదారలు పొదిగినవీ, సాదావీ అయిన డాక్టరు జోన్సుగారి మూలికామాత్రలు (ఇందులో జంతు పదార్థములు చేర్చబడలేదు.) అన్ని పత్రికలలోనూ కనిపించసాగినై. వాటికి పార్లమెంటరీ సభ్యులూ, జమీందార్లూ, గొప్పలాయర్లూ, వణిజులూ మొదలయినవారంతా ప్రశంసలిచ్చారు. డాక్టరు జోన్సు గారు చాలా డబ్బు ఆర్జించారు.

ఇట్లా వుండగా అకస్మాత్తుగా డాక్టర్ జోన్స్‌గారి రసాయనశాల గురించిన రహస్యం కాస్తా ఒకనాడు బట్టబయలయింది. డాక్టరు జోన్సుగారి దొడ్లో ఏ మూలికలు లేవు. ఆయన సావిట్లో ఏ కల్వాలు లేవు. ఆయన ఆవరణలో ఒక వంద చెవుల పిల్లులు మాత్రం ఉన్నై. ప్రజలను వంచిస్తున్నాడని డాక్టర్ జోన్సుగారి మీద కేసుపెట్టి ఆయనను కోర్టుకీడ్చారు. ఆయన తరపున గట్టి లాయర్లు వాదించారు. ఇందులో వంచన ఏమీలేదు. చెవుల పిల్లులు శాకాహారులు. వాటి పెంటికల్లో మూలికలు తప్ప ఏమీ ఉండవు. ఈ మూలికామాత్రలను సేవించినవారికి రకరకాల వ్యాధులు నివారణ అయినట్టు ఎంతో గొప్పవాళ్ళ దగ్గర్నుంచి సహితం వ్రాతపూర్వకంగా దాఖలా ఉంది.

అయితే పాపం, జోన్సుగారి పక్షాన తీర్పురాలేదు. ఆయనకు బరువైన జరిమానాతో పాటు శ్రీకృష్ణ జన్మస్థానవాస ప్రాప్తి కూడా లభించింది.

ఈనాటి నాగరిక ప్రపంచంలోనూ నకిలీ వైద్యులు సంఖ్య తగ్గలేదు. పట్నాలలో, పల్లెల్లో ఈ మోసాలు జరుగుతూనే ఉన్నాయి. తగిన జాగ్రత్త వహించి మెలగవలసిందిగా హెచ్చరిక చేస్తారు. ఇలా వారి పనిలేని మంగలి శీర్షికలో వ్యాస పరంపర సాగుతుండేది. వారు నిర్వహించిన పత్రికలో బెంగాలీ పత్రికల నుంచి సేకరించిన యీ కార్డును వేసేవారు.

పత్రికారంగంలో చక్రపాణి

బాల్యం నుంచి చక్రపాణికి పత్రికలంటే ఎంతో ఆసక్తి ఉండేది. తెనాలిలో లభించే అన్ని పత్రికలూ కొన్ని చదివేవారు. పత్రికలకు రచనలు చేయడం, ముద్రణపై మక్కువ ఉండటం వలన తానే పత్రిక ప్రారంభించారు. దీనిని ప్రసిద్ధ సాహిత్యవేత్త జి.వి. కృష్ణరావు సహాయ సంపాదకులుగా ఉండేవారు. అది కొద్దికాలం నడిచింది. తదుపరి 'సంచారి' అనే మరో మాసపత్రికను చెన్నై ప్రారంభించారు. దీనిని రాడికల్ హ్యూమనిస్టు ఉద్యమ అభిమాని పి.వి.సుబ్బారావు సహాయ సంపాదకులుగా ఉండేవారు. ఈ రెండు పత్రికల ప్రతులు లభించనందున వీటిపై వివరణ సాధ్యం కాలేదు.

ఆంధ్రజ్యోతి మాసపత్రిక

చక్రపాణి చెన్నైలో స్థిరపడ్డాక నాగిరెడ్డి సహకారంతో 1945 నుండి ఆంధ్రజ్యోతి మాసపత్రికను ప్రారంభించారు. ఆనాటి ప్రసిద్ధరచయితలైన గుడిపాటి వెంకటచలం, మునిమాణిక్యం నరసింహారావు, గోపీచంద్, మల్లాది రామకృష్ణశాస్త్రి, శ్రీశ్రీ, కొడవటిగంటి కుటుంబరావు ఇందులో రచనలు చేసేవారు. 1947 ఆగష్టు 15న స్వాతంత్ర్య దినోత్సవ సంచిక, 1950 జనవరి ప్రచురించిన రిపబ్లిక్ దినోత్సవ సంచిక ఎంతో ఉన్నత ప్రమాణాలకు చెందినవి. ఆనాడు ఆంధ్రజ్యోతి మాసపత్రికలో కథ అచ్చయితే కొండ ఎక్కినట్లుండేదని రచయితలు భావించేవారని, ఇది అత్యుత్తమ పత్రిక అని కొడవటిగంటి ఒకసారి రాశారు. అంతటి స్థాయిలో ఈ పత్రిక నిర్వహించారు. చందమామ మాసపత్రిక ప్రారంభించారు. సినిమారంగంలో అడుగుపెట్టాక, దీనిపై దృష్టి పెట్టే సమయం లేక దీన్ని 1951 ఏప్రిల్‌లో నిలిపివేశారు.

చందమామ మాసపత్రిక

చక్రపాణి పత్రికా నిర్వహణ పరిజ్ఞానానికి చందమామ ఒక మంచి నిదర్శనం. వీరు తరచు ఎన్నో పత్రికలు పరిశీలిస్తూండేవారు. భారతీయ సంస్కృతి, కుటుంబ సంప్రదాయాలను, మానవత్వాన్ని గౌరవించే కథలతో పిల్లలకోసం పత్రిక ప్రారంభించాలనే యోచన చేసి, చెన్నైలో నాగిరెడ్డితో పరిచయం పెరిగాక 1947 జులై నుంచి చందమామ - మాసపత్రిక ప్రారంభించారు. ఎత్తుగడతోనే ఈ పత్రిక విశేష ప్రచారాన్ని అందుకుంది. పిన్నలూ, పెద్దలూ అందరూ చదివే కుటుంబ మాసపత్రికగా రూపుదిద్దుకుంది.

దీని ప్రచారాన్ని గమనించి – దీని ప్రచురణ పన్నెండు భాషలకు విస్తరించారు. అందులో సంస్కృతం, బ్రెయిలీ లిపిలో ఉండడం హర్షణీయం. 'చందమామ' పత్రికకు 1992లో ఎఫ్.ఐ.ఇ. ఫౌండేషన్ వారి ప్రతిష్ఠాత్మకమైన జాతీయస్థాయి పురస్కారం లభించింది. ఈ సందర్భంలో ఇచ్చిన ప్రశంసాపత్రం ఇలా ఉంది.

"చందమామ పిల్లలకూ, వారి తల్లిదండ్రులకూ ప్రియతమ పత్రికగా నెలనెలా వెలువడుతూ, వారి కుటుంబాలలోనూ, జీవితంలోనూ విడదీయరాని అనుబంధంగా పెనవేసుకున్నది. పిల్లల పట్ల కన్నవారి కర్తవ్య నిర్వహణలో ఒక భాగంగా చక్రపాణిగారు ఉదాత్త ఆశయంతో నూతనమూ, ప్రయోజనాత్మకమూ అయిన పద్ధతిలో ఒక ఉద్యమంలాగ పిల్లల కోసం ఒక పత్రికను తీసుకురావడానికి ప్రణాళికను రూపొందించారు. 1947లో చక్రపాణి సంచాలకులు, నాగిరెడ్డి ఆ ఉదాత్త ఆశయానికి రూపకల్పన ఇవ్వడానికి సేవాతత్పరతతో, ఉత్సాహంతో పూనుకున్నారు. దాని ఫలితంగా ఈనాడు చందమామ 12 భాషలలో వెలువడుతూ, అంధులకోసం 'బ్రెయిలీ ఎడిషన్'గా కూడా ప్రచురింపబడుతున్నది.

"పిల్లలనూ, స్త్రీలను విద్యావంతుల్ని చేయడానికి, 'చందమామ' వేలకొలది కథలూ, సీరియల్స్, పురాణ ఇతిహాసాలూ, జానపద కథలూ, జీవిత చరిత్రలూ వెలువరించింది. ప్రాంతం, భాష వేరయినప్పటికి మన దేశంలోని యువతరం అంతా ఒక్కటేనని, వారి అభిరుచులు ఆవయాలూ, ఒక్కటేనని 'చందమామ' విశ్వసిస్తున్నది. మన దేశంలోని వివిధ ప్రాంతాల జీవన స్థితిగతులలో తేడాలు ఉన్నప్పటికీ, మనదేశ యువత ఆలోచనావిధానంలో ఐకమత్యాన్ని ఏర్పరచి దాని ద్వారా జాతీయ సమైక్యతను సాధించవచ్చని భావిస్తూ, 'చందమామ' అందుకోసం కృషి చేస్తున్నది.

"ఎఫ్.ఐ.ఇ. ఫౌండేషన్ అనే ఈ సంస్థ గత రెండు దశాబ్దాలుగా విజ్ఞాన, సాంకేతిక, వ్యవసాయ, వ్యాపార రంగాలలోనూ, కళ, సాంస్కృతిక, క్రీడారంగాలలోనూ విశిష్టమైన కృషిని సమాజానికి తెలియజేస్తూ, జాతీయ సమైక్యతకు పాటుపడడం ఈ సంస్థ ఆశయం. నాలుగున్నర దశాబ్దాలుగా 'చందమామ' చేస్తున్న కృషిని ఎఫ్.ఐ.ఇ. ఫౌండేషన్ గుర్తించి అభినందించింది."

ఈ విధంగా చందమామ ఆకాశంలో కనుపరిచే చల్లని చందమామ – వెలుగు వెన్నెల నీడలలో ఆనందాన్ని అందిస్తూంది. అందరి పత్రికగా నేటికీ వర్ధిల్లుతూంది.

కినిమా మాసపత్రిక

విజయావారి చలన చిత్రాలు విజయ దుందుభులు మోగిస్తున్న దినాలలో చందమామ పబ్లికేషన్స్ తరపున చక్రపాణి సంచాలకుడుగా 1952నుంచి కినిమా మాసపత్రిక ప్రారంభమైంది. ఆనందదాయకం, సందేశాత్మకమైన కినిమాలను ఈ పత్రిక బాగా ప్రోత్సహించింది. ఎల్.వి.ప్రసాద్, ఎస్వీ రంగారావు, ఎన్టీరామారావు, సావిత్రి వంటి ప్రముఖ నటీనటులు ఈ పత్రికలో తమ అనుభవాలను రాశారు. ఈ పత్రిక ముద్రణ ఉన్నత ప్రమాణాలలో ఉండేది.

యువ మాసపత్రిక

చక్రపాణి 1935లో "యువ" నామ సంవత్సరంలో యువ మాసపత్రికను తెనాలి నుంచి ప్రారంభించారు. దీని సంపాదకుడు కొడవటిగంటి కుటుంబరావు. కొద్ది కాలం నడచి ఆగిపోగా 1947 జనవరిలో తెనాలి నుంచి యువమాసపత్రిక తన సంపాదకత్వంలో ప్రారంభించారు. ఇదీ ఎక్కువ కాలం సాగలేదు. వ్యక్తిగత కారణాల చేత చక్రపాణి దృష్టి హైదరాబాదు వైపు మరలుతుంది. అచట తను ఉండేందుకు, ప్రెస్ కోసం పబ్లిక్ గార్డెన్స్ ఎదురుగా రెండుపాత ఇళ్ళు కొన్నారు. అక్కడ నుంచి తన అలవాటు కొద్దీ, తనకు అభిరుచి గల పత్రికా రంగం వైపు మొగ్గి 1959లో యువ మాసపత్రికను ప్రారంభించారు. ఈ పత్రిక అనతి కాలంలో విశేష ప్రచారాన్ని అందుకుంది. యద్దనపూడి, గోపీచంద్, బీనాదేవి, మాదిరెడ్డి, మధురాంతకం మొదలైనవారి ప్రసిద్ధ రచనలు ఇందులో వచ్చేవి. యువ - దీపావళి సంచికలు ఎంతో ఆకర్షణీయంగా ఉండేవి. ఈ పత్రిక నిర్వహణలో సుప్రసిద్ధ కథారచయిత తాళ్ళూరి నాగేశ్వరరావు తమ స్నేహహస్తం అందించారు. అతి తక్కువ కాలంలో ఈ పత్రిక భారతి మాసపత్రిక ఆర్జించినంత కీర్తి ఆర్జించింది. పత్రికా నిర్వహణలో చక్రపాణిగారికి ఒక ప్రత్యేకత ఉండేది. పేజీల లే అవుట్, చిత్రాలు, ముఖచిత్రంతోనే ప్రేక్షకులను ఆకట్టుకొనేవారు. భాషా దోషాలు ఉండేవి కాదు. రచన చేరగానే ఈ సంచికలో వేసేవీ రాసేవారు. రచన అచ్చయిన సంచిక, పారితోషికం ఒకే రోజు అందేలా చేసేవారు. పత్రిక నష్టాలలో ఉన్నా రచయితల పారితోషికాన్ని ఏనాడు విస్మరించలేదు. అశక్తత ప్రదర్శించలేదు. అదీ చక్రపాణి ప్రత్యేకత.

ప్రచురణ రంగంలో చక్రపాణి

1920 దశకం నుంచి తెనాలి ముద్రణ రంగం పాదుకొని ఉంది. ప్రైవేటు రంగంలో పాఠ్యగ్రంథాలు ముద్రించే దినాలలో తెనాలి ముద్రణారంగం రాష్ట్రంలో అగ్రగామిగా అంది. అప్పట్నుంచి ఎన్నో పత్రికలు వెలుగులోకి వచ్చి అనతికాలంలో కనుమరుగైనాయి. ఈ అనుకూల వాతావరణం పుస్తకాలు, పత్రికలంటే అభిమానం గల చక్రపాణికి చేతినిండా పని.

పత్రికలలో అచ్చయిన తన రచనలు చూచుకున్న చక్రపాణి - పుస్తకాలు స్వయంగా వేసుకుందామని ఆరాటపడ్డారు. ఐతానగరం నుంచి ఐదు నిమిషాలు నడిస్తే - తెనాలి ప్రెస్‌కు చేరుకోవచ్చు. ఈ వసతులను గనమించి తాను అనువదించిన శరత్‌బాబు నవలలతో ప్రచురణ ప్రారంభించారు. అలా వాగ్దత్త, సుభద్ర, దేవదాసు, పరిణీత, బడదీది, శ్రీవారు మొదలైన 15 పుస్తకాలు ప్రచురించారు. ఇవి గాక సుమారు 20 కథలు వెలుగులోకి తెచ్చారు. ఉదరనిమిత్తం, డిటెక్టివ్ మొదలగు నాటకాలు ప్రచురించారు. నాడుకొత్త ఆలోచనలతో నూతన భావ సరళికి నాంది పలికిన చలం, నార్ల, గోఖలే, శిష్లా తదితరుల రచనలు సుమారు 50 గ్రంథాలు ప్రచురించారు. ముద్రణా వేగానికి తెనాలి సరిపోనందున చెన్నైలోని బి.ఎన్.కె. ప్రెస్‌లో పుస్తకాలు బాగా వేస్తారని కొన్ని పుస్తకాలు అచట ముద్రించారు. ఆ విధంగా చక్రపాణి తెనాలి నుంచి సుమారు 70 గ్రంథాలు నవ్య సాహిత్యంలో ప్రచురించి సాహిత్య ప్రచారానికి విశేషంగా దోహదపడ్డారు.

చక్రపాణిలో ప్రత్యేకత ఏమంటే పుస్తకాలు అత్యంత ఆకర్షణీయంగా ప్రచురించడం, ఫాంట్‌సైజ్, పేజీ మేకప్, పై బొమ్మలపై విశేష శ్రద్ధ కనపరచడం, పలచగా, స్పష్టంగా ఉంటే ఇంగ్లీషు బాడీ టైపు కంపోజింగును వాడడం, పుస్తకాలలో అచ్చు తప్పులు కూడా లేకుండా కంట్లో వత్తులు పెట్టుకుని ప్రూఫులు చూడడం, కనబడని అక్షరాలతో గ్యాలీ ప్రూఫులు చూడడంఎంత కష్టమో అనుభవించినవారికే తెలుసు. ఈ తరం వారికి గ్యాలీ ప్రూఫుల బాధ తెలియదు.

అంతేగాక ప్రతి రచయితకు ఇతోధికమైన పారితోషికం ఇచ్చి తృప్తిపరచడం. కాపీరైటు కబంధ హస్తాలలో ఎవరినీ బంధించక, తదుపరి ముద్రణల స్వేచ్ఛా వారికే వదలడం చక్రపాణి పెద్ద మనసుకు కొండంత ఉదాహరణ. ముద్రణా రంగంలో చక్రపాణి పాటించిన విలువలు నేటికీ ఎల్లరకు శిరోధార్యాలు.

చక్రపాణి గారి శతజయంతి సంవత్సరంలో వారు అనువదించిన బెంగాలీ నవలలకు సంగ్రహ రూపాలు సంపుటాలుగా వెలువడ్డాయి. వారి అనువాద విధానం తెలుసుకునే అవకాశం నేటి తరానికి కలిగింది. ఆరోగ్యకరమైన, కుటుంబ వాతావరణానికి, మానవ సంబంధాలకు ప్రతిరూపాలే శరత్‌బాబు బెంగాలీ నవలలు చక్రపాణిగారి తెలుగు అనువాదాలు.

సినిమా రంగంలో చక్రపాణి

చక్రపాణి - నాగిరెడ్డి స్నేహబంధం పత్రికా చలన చిత్ర రంగంలో ఒక ఆఖ్యాయిక, చక్రపాణి పుస్తకాలు అచ్చేసుకోవడానికి నాగిరెడ్డి ప్రెస్‌కు వచ్చిన కొద్దికాలానికి చక్రపాణి నాగిరెడ్డి వ్యాపారంలో భాగస్వాములయ్యారు. ఇంట్లో సభ్యునిగా చేరిపోయారు. చక్రపాణి పిల్లలూ నాగిరెడ్డిగారి ఇంట్లో చేరారు. అదొక అపూర్వ సంగమం. ఇద్దరూ కలిసి పత్రికలు పెట్టారు. సినిమాలు తీశారు. ఇద్దరి క్రమశిక్షణ ఎల్లరకూ ఆదర్శప్రాయమైంది. ఇద్దరిమాట ఒక శాసనంగా చెల్లింది.

ధర్మపత్ని సంభాషణలు

శరత్‌బాబు నవలతో 1939నాటికే చక్రపాణి లబ్ధప్రతిష్ఠులైన రచయితగా పేరుగాంచారు. దాంతో సినిమా దర్శకుడు సి. పుల్లయ్య తాను నిర్మించే ధర్మపత్ని చిత్రానికి సంభాషణలు రాసే అవకాశం కల్పించారు. ఈ చిత్రాల కథ మరాఠీ రచయిత ఖండేల్కర్ రాశారు. ఈ చిత్ర సంభాషణలు చాలా బాగున్నాయనీ సముద్రాల వారితోనూ తాపీ వారితోనూ సమానమైన స్థానాన్ని చక్రపాణి సంపాదించుకున్నారని కొడవటిగంటి ఒక సందర్భంలో ప్రశంసించారు. ఈ తెలుగుచిత్రం కొల్హాపూర్‌లో తయారై 1941లో విడుదలైంది.

స్వర్గసీమ కథ:

కొల్హాపూర్ నుంచి తిరిగి వచ్చిన చక్రపాణి మరల పుస్తక ప్రచురణలో మునిగిపోయారు. ముద్రణ పనిపై చెన్నై వెళ్ళిన చక్రపాణికి చిత్ర దర్శకుడు బి.ఎన్.రెడ్డి గారితో కొద్దిపాటి పరిచయం ఏర్పడింది. బి.ఎన్. నాగిరెడ్డి సోదరులే. స్వర్గసీమ చిత్రానికి కథ రాయమని బి.ఎన్. చక్రపాణిని

కోరారు. ఈ పని 1944లో విజయవంతంగా పూర్తిచేశారు. తదుపరి చక్రపాణి చెన్నైలో స్థిరపడిపోయారు. స్వర్గసీమ చిత్రం విజయవంతం కావడంతో చక్రపాణి సినిమా జీవిగా గుర్తింపుపొందారు.

విజయ స్టూడియోస్ : షావుకారు సినిమా

షావుగారు సినిమా చక్రపాణి – నాగిరెడ్డి ఇద్దరు కలిసి అప్పట్లో ఉన్న వాహినీ స్టూడియో కొనేసి దాన్ని విజయ స్టూడియోగా మార్చేశారు. విజయా బ్యానరు తరపున తొలిచిత్రం షావుకారు తీశారు. ప్రతి కథకు ఒక సామాజిక ప్రయోజనం ఉండాలి. ఇరుగు పొరుగు వారితో కలసి ఉండాలి అనే సూత్రం కథా వస్తువుగా షావుకారు కథ సాగింది.

"ఇరుగు పొరుగుపైన ద్వేషాలు
పెరిగితే రేగు దోషాలు
మరచిపో ఇక మత్సరాలు
పొరుగు సేమమే నీదు మేలు"

ఇది షావుకారు చిత్రంలో అంతఃసూత్రం. ఈ కథలో మానవ సంబంధాలు మలచిన తీరు మమతానురాగాలకు మల్లెపందిరి వేసినట్లుంటుంది. ఈ చిత్రం విశేషంగా ప్రజాభిమానం పొందింది. చక్రపాణిగారి సినీ రచనలలో శిఖరాయమాన మనదగిన రచన "షావుకారు" సినిమా కథ. తెలుగునాట ఒక పల్లెటూళ్ళో రెండు రైతు కుటుంబాల మధ్య జరిగిన సాదాసీదా కథ. ఇదంతా జరిగిందే సుమా! మనమంతా చూస్తున్నదే కదా – అని భ్రమింపజేసే మంచి కథ. ఇరుగు పొరుగుల కథ.

ఈ చిత్రంలో చక్రపాణి కీర్తి పతాక విజయపథంలోకి ఎగిరింది. కొత్త సమీకరణలు, కొత్త మిత్రులు, కొత్త సంబంధాలతో వారు సినిమా రంగంలోని ప్రసిద్ధుల కోవలో చేరిపోయారు.

తదుపరి చిత్రాలు:

విజయపరంపర విజయా బ్యానరుపై తదుపరి పాతాళభైరవి – జానపద సాహసచిత్రం నిర్మించగా అది అపూర్వ విజయం సాధించింది. కనకవర్షం కురిపించింది. మాయాబజార్ చిత్రం విజయవంతమైంది. పిదప విజయబ్యానరుపై వరకట్న సమస్య ఇతివృత్తంగా పెళ్ళిచేసి చూడు చిత్ర నిర్మాణం జరిగింది. ఈ చిత్రానికి చక్రపాణికథ, మాటలు, స్క్రీన్‌ప్లే రాశారు. చిత్రం విజయవంతమైంది. ఆ తరువాత కులాంతర మతాంతర వివాహాలు ఇతివృత్తంగా మిస్సమ్మ నిర్మించారు. చక్రపాణి దీనికి కథ, సంభాషణలు, రసప్రధానంగా మలిచారు. ఈ చిత్రంలో వీరు పాటించిన సాంకేతిక విలువలు, సన్నివేశ పరంగా అపూర్వం. అనితరసాధ్యం. ఇది విజయవంతమైన చిత్రం. ఆ తరువాత తీసిన గుండమ్మకథలోని కథనం వీరిదే. ఆ పిమ్మట నిర్మించిన సి.ఐ.డి., చంద్రహారం, శ్రీ రాజ రాజేశ్వరీ కాఫీ క్లబ్, జగదేకవీరుని కథ, అప్పుచేసి

పప్పుకూడు తదితర చిత్రాలలో చక్రపాణి ముద్ర ఇంతో అంతో ఉంది. అంతేగాక చిత్ర నిర్మాతగా చక్రపాణి ప్రతి సెట్‌లోన ఉండి తగు సూచనలు అందజేస్తూ ఉండేవారు. చక్రపాణి తదనంతరం విజయబ్యానరుపై కొన్ని చిత్రాలు విడుదలైనాయి. ఏదీ తొలి చిత్రాల స్థాయికి చేరలేదు. ఆ విధంగా విజయా చిత్రాల పతాకం క్రమంగా వాలి వాడిపోయింది.

అయితే గతంలో నిర్మించిన చిత్రాల సంగతులు, సాధించిన విజయాలు మరికొన్ని దశాబ్దాల పాటు చెప్పుకొనేంత తూకం గలవి నిస్సందేహంగా.

మిత్రుల మధ్య చక్రపాణి

చక్రపాణి నూటికి నూరుపాళ్ళు అంతర్ముఖుడు. తనేమో, తన పనేమో. ఇతర్ల జోలీ శొంఠీ పట్టదు. కొత్తవారిని వెంటనే పంపడం వారి నైజం. పాతవారు వస్తే కబుర్లు పరంపరలు – తరతరాల జ్ఞాపకాలు, అనుభవాలు చెప్పుకుంటూ పగలబడి నవ్వడం వారి పరిపాటి.

నేనంటే నేనే:

ముళ్ళపూడి వెంకటరమణ ఒకసారి చక్రపాణి వద్దకు ఇంటర్వ్యూ కోసం వెళ్ళి ఇలా అన్నారు.

"నేను ఆంధ్రపత్రిక నుంచి వచ్చానండి"

"ఎందుకూ?"

"మీతో ఇంటర్వ్యూ చేసి"

"ఎందుకూ?"

"మీ గురించి రాద్దామని"

"నా గురించి చెప్పడానికి ఏముంది. నువ్వు రాయడానికేముంది, నేను నేనే"

"అంతేనా"

"అంతే గదా" – అలా ముగిసింది ఇంటర్వ్యూ.

దటీస్ చక్రపాణి.

అలా కుండబద్ధలు కొట్టినట్లు సమాధానాలు చెప్పడం చక్రపాణిగారికే చెల్లు. అందుకే "వేపరసం, హ్యూమరసం కలిసి కళాత్మక వ్యాపారి వెరసి చక్రపాణి" అంటారు ముళ్ళపూడి.

ఎంతక్లిష్ట సమస్యనైనా అరటి తోలు వొలచి పెట్టినట్లు చెప్పడంతో వారికి వారే సాటి. తన మిత్రులు చిన్న పొరపాటు చేస్తున్నట్లు తెలిసినా పనిగట్టుకు వెళ్ళి సరిదిద్దే ప్రయత్నం చేసేవారు. వారి మాట కటువుగా, సూటిగా ఉండేది. దాని వెనుక గల వారి మనసు ఒక అమృతభాండం.

సన్మానాలంటే గిట్టని వ్యక్తి:

తెలుగు రచయితలలో సన్మానాలకు సత్కారాలకు దూరంగా ఉన్న రచయితలు ముగ్గురే ముగ్గురు. చక్రపాణి, చలం, ధనికొండ సన్మానించే వారిని వీరు జీవితాంతం దూరంగా ఉంచారు.

చక్రపాణిని ఎం.ఎల్.సి.గా ప్రభుత్వం నామినేట్ చేసినపుడు ఎల్.వి.ప్రసాద్ నిలువెత్తు దండ వేశారు. "ఈ సంగతి నీకెలా తెలిసింది" అని ఎంతో నొచ్చుకున్నారట. ఆ రోజుల్లో "యువ" ధనికొండ వారి క్రాంతి ప్రెస్‌లో అచ్చు వేశారు. మాటల సందర్భంలో చక్రపాణి నాకు మీతో స్నేహం కాని మీరు యిచ్చే బిల్లులు మాత్రం కాదు. మీరు బిల్లు ఎక్కువ వేస్తున్నానని అనుకునేటట్లయితే ఈ నెల అచ్చువేసి వచ్చే నెల నుండి మానుకుంటాను" అని ఫోన్ పెట్టారు ధనికొండ. అందుకు చక్రపాణి చాలా బాధపడ్డారు. "నా జీవితంలో మాట్లాడుతూ ఉండగా ఫోన్ పెట్టేసింది ధనికొండ మాత్రమే" అని అన్నారు. ఈ సంగతి ధనికొండతో ప్రస్తావించినపుడు "చక్రపాణి కంటే నాకు ఆప్తులు మరెవ్వరు లేరు" అని అన్నారు. అదీ చక్రపాణి మిత్రుల ఎడ చూపే మానవ సంబంధం.

చక్రపాణి ప్రభావం

సాహిత్య రంగంలో, పత్రికా రంగంలో సినిమా రంగంలో చక్రపాణి ప్రభావాన్ని అంచనా వేయడం కష్టం. అయితే స్పష్టంగా కనిపించే సంఘటనలు కొన్ని లేకపోలేదు.

శరత్‌బాబు నవలలతో తెలుగు సాహిత్యంలో ఒక ఒరవడి పెట్టి తాను 15 పుస్తకాలు అనువదించి ఈ కుటుంబ నేపథ్యం ప్రధానంగా గల నవలలకు శ్రీకారం చుట్టారు. చక్రపాణి శరత్ నవలలను బెంగాలీ నుంచి అనువదిస్తే - తదుపరి మరికొందరు ఈ నవలలను హిందీ, తదితర భాషలనుంచి తెలుగులోకి అనువదించారు. అందరూ కలసి శరత్‌బాబు తెలుగు నవలా రచయితలలో ఒకరిలా భ్రమించేలా చేశారు.

చక్రపాణి మేధోమధనం నుంచి వచ్చిన చందమామ - మూసలో పలు పిల్లల బొమ్మల మాసపత్రికలు వచ్చాయి. ఏదీ నాడు - నేడు విషయంలో, ముద్రణలో చందమామ స్థాయికి చేరుకోలేదు. అయితే చందమామ నమూనాలో ప్రచురించే కొన్ని పత్రికలు దాదాపు ఆర్థికంగా విజయవంతం అయ్యాయి.

అయితే చక్రపాణి నిర్వహించిన ఆంధ్రజ్యోతి, యువ మాస పత్రికల ధోరణి ప్రత్యేకం. ఈ పత్రికలలో ఆనాడు సాహిత్య రంగంలోని ప్రతిష్ఠులందరూ రచనలు చేయడం, ఆయా పత్రికలతో సంబంధం కల్గి ఉండటానికి కారణం చక్రపాణి ఆయా రచయితలతో నెరపే స్నేహ సంబంధాలే. ఈ రంగంలోనూ చక్రపాణిగారి పత్రిక స్థాయి నేటికీ శిరోధార్యమే.

ఇహ సినిమాల సంగతి సరేసరి. విజయాబ్యానర్‌పై చక్రపాణి - నాగిరెడ్డి నిర్మించిన చిత్రాలు ఏ కోణం నుంచి చూసినా ఉత్తమ చిత్రాలే. వినోదం కోసం చిత్రాలను నిర్మిస్తున్నామని చెప్పినా ప్రతి చిత్రంలో ఒక సందేశం. సామాజిక విలువలు పరిరక్షణ, కుటుంబ వ్యవస్థ ఎడ గౌరవం ప్రస్ఫుటంగా కనిపిస్తాయి.

చక్రపాణి రచనలు, సినిమాలు జయప్రదం అయ్యేందుకు ప్రధానాంశం సామాన్యుల చేరువలో అవి ఉండడమే. శ్రేయశ్చింతన, ధర్మనిరతి, నిబద్ధత గల చక్రపాణి తన ఉనికి అప్రతిహతంగా చాటారు. కారణజన్ములయ్యారు.

చక్రపాణి జీవితాంతం ఇంతో – అంతో అనారోగ్యంతో గడిపారు. అనారోగ్యాన్ని కొని తెచ్చే ఛైయిన్ స్మోకింగ్‌తోనే... మరో దురలవాటు, దాదాపు మూడు దశాబ్దాల క్రితం అనగా 1935లో మదనపల్లి శానిటోరియంలో తొలగించిన లంగూ... అన్నీ విశ్రాంతి కోరాయి.

"జాతస్యహి ధ్రువో మృత్యుర్ధృవమ్" కదా – పుట్టినవాడు గిట్టకమానడు. తనను ఆదరించిన, తనను ప్రేమించిన వారి మధ్య 1975 సెప్టెంబరు 24న చెన్నై విజయనర్సింగ్ హోంలో కన్నుమూశారు.

చక్రపాణి గారి అనంతరం వారి చిత్ర నిర్మాణం కుంటుపడింది. వారి ప్రచురణలన్నీ ఆగిపోయాయి. యువప్రెస్సు మూతపడింది. సంపాదించిన ఆస్తులకు చిహ్నంగా హైదరాబాదు పబ్లిక్ గార్డెన్సుకు ఎదురుగాగల చక్రపాణి ఎస్టేట్స్ – హైదరాబాదులో శోభాయమానంగా వెలుగుతోంది.

వారు చేసిన శరత్ అనువాదాలు, నిర్వహించిన పత్రికా ప్రమాణాలు వారిని సాహిత్య రంగంలో శాశ్వతంగా నిలుపుతాయి.

వారు నిర్మించిన సినిమాలు మరికొన్ని తరాలపాటు తెలుగువారికి విజ్ఞాన వినోదాలు అందిస్తాయి. వారు నిలిపిన విలువలు చిరకాలం గుర్తుంటాయి. వారు చిరకాలం మన మధ్యే ఉంటారు.

తదుపరి అధ్యయనకు గ్రంథాలు

1. యువ మాసపత్రిక ఆగష్టు 1975, చక్రపాణి స్మారక సంచిక
2. చక్రపాణీయం. స్మృతి సంపుటి. సంపాదకుడు : డాక్టరు వెలగా వెంకటప్పయ్య 1997
3. చక్రపాణి. రచన: డాక్టరు వెలగా వెంకటప్పయ్య, కేంద్ర సాహిత్య అకాడెమీ, న్యూఢిల్లీ
4. షావుకారు, మరో అయిదు సినిమా కథలు: కథానికలు రచన : చక్రపాణి. సంపాదకులు: డాక్టరు వెలగా వెంకటప్పయ్య
5. చక్రపాణి విజయ పతాక. శతజయంతి సంపుటి, 2009 సంపాదకులు : డాక్టరు వెలగా వెంకటప్పయ్య.

చక్రపాణి గారి నమ్మకం :

నా జీవితం ఒకటి యదార్థం. మనసాక్షిగా నా జీవితం నాది అనే భావన నాకు ఎప్పుడూ లేదు. మనం చేసే పని సక్రమంగా ఉండాలి. ఫలితం అదే వస్తుంది అనేది నా గట్టి నమ్మకం.

కాసు బ్రహ్మానందరెడ్డి

(1909-1994)

- డి. శ్రీనివాసదీక్షితులు

ప్రజాస్వామ్యానికి పట్టుకొమ్మ నాయకుడు. ప్రజాభీష్టాన్ని పాటిస్తూ ప్రజాహితాన్ని కాపాడేందుకు ఆ నాయకుడు ఎప్పుడూ సర్వసన్నద్ధంగా ఉండాలి. ఎంతటి త్యాగాన్నైనా చెయ్యగలగాలి. మంచి మార్గాన్ని నిర్దేశించగలగాలి. అప్పుడే ఆ వ్యక్తి నిజమైన నాయకుడనిపించు కుంటాడు. అటువంటి ప్రజానాయకుడు కాసు బ్రహ్మానందరెడ్డి.

సాధారణ రైతుకుటుంబంలో పుట్టినా అందివచ్చిన అవకాశాల్ని ఒడుపుగా పట్టుకున్నాడు. వాటిని బంగారు మెట్లుగా మలుచుకున్నాడు. తనని తాను ఆదర్శవంతంగా మలుచుకుని దీక్షతో, దక్షతతో అంచెలంచెలుగా ఎదిగి ప్రజల మనసుల్లో చెరగని ముద్ర వేసిన నాయకమణి బ్రహ్మానందరెడ్డి

అందుకే ఆంధ్రప్రదేశ్ రాజకీయ చరిత్రలో కాసు బ్రహ్మానందరెడ్డిది ఒక సువర్ణాధ్యాయం.

తెలుగువారి మణిదీపమై వెలుగులు పంచిన ఆ మహానాయకుని 'జీవిత విశేషాలు' పరిపాలనదక్షత ఈతరానికి, భావితరాలకి తరగని సంపదగా నిలిచి తప్పకుండా స్ఫూర్తినీ దీప్తినీ కలిగిస్తాయి.

కాసు బాల్యం :

గుంటూరు జిల్లాలోని "తూబాడు" గ్రామానికి మునసబు కాసు పాపిరెడ్డి. ఆయన భార్య ప్రకాశమ్మ. ఆ దంపతులకి కాసు వెంకట కృష్ణారెడ్డి ఒక్కడే సంతానం.

సత్తెనపల్లి తాలూకా సిరిపురం గ్రామంలో ఐదుగురు అన్నదమ్ములున్నారు. వారిది ఉమ్మడి కుటుంబం. వారు కాసు రెడ్లు. ములుగుట్ల గోత్రికులు, తూబాడు గ్రామ కరణం కోరికపై సిరిపురం నుంచి కాసు కుటుంబం తూబాడుకి తరలి వచ్చింది. వారసత్వపు మునసబుగిరి కాసు వారికి లభించింది.

కాసురెడ్లు తూబాడులో ఆస్తిపాస్తులు సంపాదించుకుని ఇళ్ళూ వాకిళ్ళూ కట్టుకుని స్థిరపడ్డారు.

ఇదంతా ప్రథమ భారతీయ స్వాతంత్ర్య సమరానికి ముందే జరిగింది. తూబాడు గ్రామానికి రెండు మైళ్ళు దూరంలో "చిరుమామిళ్ళ" గ్రామం ఉంది. నరసరావు పేటకి తూర్పుగా ఈ గ్రామం తొమ్మిది మైళ్ళ దూరంలో ఉంది. చిరుమామిళ్ళకి ఉత్తరాన రెడ్డి రాజుల గతవైభవానికి

అనవాలుగా మిగిలిన కొండవీటి కోట, దక్షిణాన దక్షిణకాశిగా ప్రసిద్ధి చెందిన పుణ్యక్షేత్రం కోటప్ప కొండ కనుచూపు మేరలో ఉన్నాయి.

చిరుమామిళ్ళ గ్రామంలో గాదె వెంగళ రెడ్డి భూస్వామి, ఆయనకి తగిన ఇల్లాలు లక్ష్మీదేవి. వారికి పెద్ద వెంకటయ్య, చిన్న వెంకయ్య, ఛాయమ్మ, లింగమ్మ, వీరారెడ్డి అని ఐదుగురు సంతానం కలిగారు.

కాసు వెంకట కృష్ణారెడ్డి గాదెరెడ్ల ఆడపడుచు అయిన ఛాయమ్మని వివాహం చేసుకున్నాడు. ఛాయమ్మకి ఆరుగురు సంతానం కలిగారు. పెద్దకొడుకు వెంకట రెడ్డి. తర్వాత ఒక ఆడపిల్ల పుట్టి పోయింది. రెండవ కొడుకు వెంగళరెడ్డి. మాతా మహుని (ఛాయమ్మ తండ్రి) పేరు పెట్టారు. మూడవ కొడుకు బ్రహ్మానందరెడ్డి. నాలుగవ సంతానం మాణిక్యమ్మ. ఐదవ వాడు పాపిరెడ్డి (పితామహుని పేరు).

బ్రహ్మానందరెడ్డి 1909వ సంవత్సరం జూలై28వ తేదీన రాత్రి ఎనిమిది గంటలు దాటిన తర్వాత చిరుమామిళ్ల గ్రామంలో మేనమామల ఇంట్లో జన్మించాడు. ఎప్పుడూ సుఖప్రసవమయ్యే ఛాయమ్మకి ఈ కానుపు కొంచెం కష్టమయింది. బ్రహ్మానందరెడ్డి పుట్టటానికి ముందే "ఛాయమ్మ కడుపున రాజ్యమేలే కొడుకు పుడతాడు" అని అవధూత నందయ్య (జలాలుపురం నందయ్య) జోస్యం చెప్పాడు. బ్రహ్మానందరెడ్డి పుట్టిన తర్వాత ఆనందయ్యే వచ్చి నామకరణం చేసాడు.

బ్రహ్మానందరెడ్డి కంటే వెంగళ రెడ్డి వయసులో రెండేళ్ళు పెద్ద, చిన్నప్పటి నుంచీ ఇద్దరూ కలసి మెలసి ఉండేవారు

విద్యాభ్యాసం :

బ్రహ్మానందరెడ్డికి ఐదేళ్ళ వయస్సులో తూబాడులోనే మాగంటి రామమూర్తి అక్షరాభ్యాసం చేసాడు. తమ గొడ్లకొట్టంలోనే బడి ఏర్పాటు చేసాడు కృష్ణారెడ్డి, ఓనమాలతో ప్రారంభించి పెద్ద బాలశిక్ష వరకూ బ్రహ్మానందానికి బోధించాడు రామమూర్తి. తెలుగూ, లెక్కలూ అతనికి బాగా నూరిపోసాడు రామమూర్తి. ఈయన గ్రామంలో అందరికీ చక్కని దస్తూరితో దస్తావేజులు రాసిపెడుతుండేవాడు.

హైస్కూలు విద్యపూర్తిచేసుకున్న హనుమంతరావు అనే యువకుడు రుద్రపాడు నుంచి వచ్చి బ్రహ్మానందానికి తొమ్మిది నెలలపాటు ఆంగ్లవిద్యని బోధించాడు. తమ్మునితో పాటు వెంగళరెడ్డి కూడా చదువుకుంటున్నాడు.

గుంటూరులో స్కూలు ఫైనలు చదువుతూ సెలవులకి ఇంటికొచ్చి తమ్ములిద్దరికీ చెబుతున్న ఆంగ్ల పాఠాలు విన్నాడు వెంకటరెడ్డి. హనుమంతరావుకి సరిగా ఇంగ్లీషు బోధించటంరాదని తండ్రికి చెప్పాడు పెద్దకొడుకు వెంకటరెడ్డి.

వెంటనే హనుమంతరావుని మానిపించి చీరాల నుంచి గోపాలకృష్ణయ్య అనే ఉపాధ్యాయుణ్ణి పిలిపించాడు కృష్ణా రెడ్డి. అతను కొంతకాలం పిల్లలిద్దరికీ చక్కగా ఇంగ్లీషు చెప్పాడు.

బ్రహ్మానందరెడ్డి చాలా చురుకైన విద్యార్థి. ఏ రోజు చెప్పిన పాఠాల్ని ఆరోజే అప్పజెప్పేవాడు. బ్రహ్మానంద ఒట్టి మాటలపుట్ట. ఎప్పుడూ ఏదో ఒకటి మాట్లాడుతూనే ఉండేవాడు.

మేలుకున్న మానవత్వం :

బ్రహ్మానందానికి పదేళ్ళ వయస్సులో ఒక సంఘటన జరిగింది. అది పిన్న వయస్సులోనే అతని మనసులో మేలుకున్న మానవత్వానికీ, పేదప్రజలపట్ల అతనికున్న అభిమానానికి మచ్చుతునకగా కనిపిస్తుంది.

బ్రహ్మానందం మధ్యాహ్న భోజనానికి ఇంటికొచ్చాడు. వీధి వాకిట్లో ఒక వ్యక్తిని తాళ్ళతో స్తంభానికి కట్టేసారు. అతని శరీరమంతా కొట్టిన దెబ్బలకి కందిపోయి ఉంది. వాతలు తేలాయి. బ్రహ్మానందం ఆ మనిషిని తేరిపార చూసాడు. వెంటనే పనివాళ్ళని పిలిచాడు.

"ఆ మనిషిని ఎందుకట్టా కట్టేసారు?" కోపంగా అడిగాడు బ్రహ్మానందం.

"మునసబుగారు కట్టేయమన్నారండి" పనివాళ్ళు చెప్పారు.

'నాన్నగారా ? .. ఎందుకూ .?......" అడిగాడు బ్రహ్మానందం.

"మనూళ్లో మేకని కాజేసాడటండి! మేకలవాళ్ళు వచ్చి మునసబుగోరికి ఫిర్యాదు చేసారండి! వీడు తను చేసిన నేరం వప్పేసుకున్నాడండి! అందుకని మునసబుగోరు ఈడికీ సిచ్చవేసారండి! వివరంగా చెప్పారు పనివాళ్ళు.

"వాడి వళ్ళు మీరుకొట్టిన దెబ్బలకి ఎలా కందిపోయిందో చూడండి! ముందా కట్లు విప్పండి! నేను చెబుతున్నాను. గద్దిస్తూ అన్నాడు బ్రహ్మానందం.

"అట్టా సేత్తే మునసబుగోరు ఊరుకోరండి! " భయంగా అన్నారు పనివాళ్ళు.

"నాన్నగారికి నేచెబుతాలే! ముందు వాడి కట్లు విప్పండి! లేకపోతే మిమ్మల్ని కట్టేస్తాను" అని ఆ పనివాళ్ళ చేత ఆ వ్యక్తి కట్లు విప్పించాడు బ్రహ్మానందం.

వెంటనే తల్లి దగ్గరికి వెళ్ళి "అమ్మా! వాడికి అన్నం పెట్టు పాపం వాడికెంత ఆకలేస్తోందో" అని చెప్పి ఆ పూట తాను తినవలసిన వరి అన్నాన్ని ఆ మనిషికి పెట్టించి తాను జొన్న అన్నం తిన్నాడు బ్రహ్మానందం.

ఆ రోజుల్లో కాసు వారింట్లో తప్ప ఆ ఊళ్ళో ఎవరింట్లో కూడా వరి అన్నం తినేవారు కారు. అందరూ జొన్న అన్నమే తినేవారు.

దొంగతనం చేసిన ఆ మనిషి అన్నం తిన్న తర్వాత

"ఇంకెప్పుడూ దొంగతనం చెయ్యకు" అని చెప్పి పంపేసాడు బ్రహ్మానందం.

తన కొడుకు విషయం తెలుసుకుని తండ్రి ఎంతగానో సంతోషించాడు..... ఆశ్చర్యపోయాడు.

తర్వాత కాసు వెంకట కృష్ణారెడ్డికి ఇన్ఫ్లూయంజా జ్వరం వచ్చింది. ఎన్ని మందులు వాడినా తగ్గలేదు. ఆ జ్వరంతోనే ఆయన కన్నుమూసాడు.

కృష్ణారెడ్డికి చదువంటే వల్లమాలిన అభిమానం. అందుకే చనిపోయే ముందు "నాకొడుకులందరూ లా చదివి ప్లీడర్లు కావాలి. అవసరమయితే పొలాన్ని అమ్మి అయినా వాళ్లకి చదువు చెప్పించు" అని భార్యకి తన చివరికోరిక చెప్పి ఒప్పించాడు కృష్ణారెడ్డి.

గుంటూరులో విద్యాభ్యాసం :

తండ్రి చనిపోయిన తర్వాత వెంకటరెడ్డి తన తమ్ముళ్ళిద్దరినీ తనతో పాటు గుంటూరుకి తీసుకెళ్ళాడు. అక్కడ "అమెరికన్ ఎవాంజెలికల్ లూథరన్ మిషన్ హైస్కూల్" (ఎ.ఇ.ఎల్.ఎమ్. హైస్కూల్) లో బ్రహ్మానందరెడ్డినీ, వెంగళరెడ్డినీ పరీక్షచేసి 1920 జూన్‌లో మూడవఫారంలో చేర్చుకున్నారు.

1922 ఏప్రిల్ చివరికి ఇద్దరికీ నాలుగోఫారం పూర్తయింది.

1921 ఏప్రిల్ 21వ తేదీన బెజవాడలో అఖిల భారత కాంగ్రెస్ కమిటీ సమావేశం జరిగింది. ఆ సమావేశానికి మహాత్మాగాంధీ వచ్చారు. గుంటూరులో చదువుకుంటున్న కాసు సోదరులు బెజవాడకి వెళ్ళి గాంధీగారి దర్శనం చేసుకున్నారు. అక్కడే కనీసత్యాగంగా విదేశీవస్త్రాల్ని పోగుచేసి మంట బెట్టారు. అనాటి నుంచీ ఖద్దరు వస్త్రాల్ని ధరించాలన్న నియమాన్ని పెట్టుకున్నారు. కాసు సోదరులు.

బ్రహ్మానందరెడ్డికి చదువుతో పాటు క్రీడల్లో కూడా బాగా ఆసక్తి ఉండేది.

ఆ రోజుల్లో గుంటూరులో విద్యార్థులు ఎక్కువగా హాకీ ఆడేవాళ్ళు. ఊరంతా క్రీడా మైదానాలుండేవి. ప్రతి పేటలోనూ హాకీ జట్లుండేవి. హాకీ కర్రలు కొనలేని కుర్రాళ్లు చింతచెట్టుకున్న లేదా వేపచెట్టుకున్న వంకర కొమ్మని నరికి ఎండబెట్టి నూనె పూసి దానిని ఆటకర్రగా ఉపయోగించుకునేవాళ్ళు.

బ్రహ్మానందం గుంటూరులో చదివినంతకాలం హాకీ బాగా ఆడాడు. ఆ ఆటలో మంచి పట్టు కూడా సాధించాడు.

గుంటూరులో ఇంటర్మీడియట్ చదువుతున్న వెంకటరెడ్డికి ఆరోగ్యం సరిగాలేక ఏడాది పాటు ఇంటిదగ్గర ఉండవలసివచ్చింది. అందుచేత తమ్ముళ్ళిద్దరినీ తమ ఊరికి దగ్గరగా ఉన్న

నరసరావుపేటలోని మునిసిపల్ హైస్కూలులో ఐదోఫారంలో చేర్చాడు. అక్కడే ఇద్దరూ ఐదోఫారం ప్యాసయ్యారు.

ఏడాది తర్వాత మళ్ళీ ఆరోగ్యం కుదుటపడటంతో వెంకటరెడ్డి గుంటూరు వెళ్ళి కాలేజిలో చేరాడు. ఆయన తమ్ముళ్ళిద్దరూ గుంటూరు టౌన్ హైస్కూలు (ఇప్పుడు హిందూ కాలేజి)లో స్కూలు ఫైనలులో చేరారు.

బందరు, మద్రాసుల్లో విద్యాభ్యాసం :

అన్న వెంకటరెడ్డి ఇంటర్మీడియట్‌పరీక్షలో ఉత్తీర్ణుడయ్యాడు. తమ్ముళ్ళిద్దరూ స్కూలు ఫైనలు పరీక్ష తప్పారు. గుంటూరు మిషను కాలేజిలో బి.ఏ. లేనందున బందరు వెళ్ళి నోబులు కాలేజీలో చేరాడు వెంకటరెడ్డి.

బందరులోని హిందూ హైస్కూలులో తమ్ముళ్ళిద్దరూ చేరారు. స్కూలు ఫైనలులో బ్రహ్మానందం ప్యాసయ్యాడు. తర్వాత అతను అక్కడే నోబులు కాలేజిలో చేరి చరిత్ర ప్రధానాంశంగా ఇంటర్మీడియట్ మొదటి సంవత్సరం పూర్తిచేసాడు.

బందరులో బ్రహ్మానందం హాకీతో పాటు టెన్నిసుకూడా ఆడేవాడు. హాకీలో రైట్‌ఇన్‌గా అమోఘంగా ఆడేవాడు.

బందరు నుంచి చెన్న పట్టణానికి చేరుకున్నాడు వెంకటరెడ్డి లా చదవటానికి. అతని వెంట తమ్ముళ్ళిద్దరూకూడా చెన్నపట్టణానికి చేరుకున్నారు.

బ్రహ్మానందరెడ్డి పచ్చయప్పకాలేజిలో ఇంటర్మీడియట్ రెండో సంవత్సరంలో చేరాడు. బి.ఏ. అయ్యేంతవరకూ అతను ఆ కాలేజిలోనే చదివాడు.

మద్రాసులో సైమన్ కమిషన్ దిగినరోజు... ప్రజలు నిరసన తెలుపుతూ వీధుల్లో ఊరేగింపు జరిపిన రోజు.... తెల్లసైనికులు విచక్షణా రహితంగా కాల్పులు జరిపారు. ఆకాల్పుల్లో మరణించిన వ్యక్తిని చూడటానికి ముందుకి సాగుతున్న టంగుటూరి ప్రకాశంగారిని సైనికులు అడ్డగించారు. కాలుస్తామని బెదిరించారు. వెంటనే చొక్కా గుండీలు విప్పి గుండె చూపించి కాల్చమని గర్జించాడు. సైనికుడు ఆయన గుండెకి తుపాకీ గురిపెట్టాడు. మరో సైనికుడు, సైనికాధికారి వచ్చి కాల్చబోతున్న సైనికుణ్ణి నిరోధించారు. అప్పుడు కోపంతో ముందుకు దూసుకెళ్ళిన ఆంధ్రకేసరి భీకరస్వరూపాన్ని ఎత్తైన పచ్చయప్పకాలేజి మెట్లమీద నిలబడి చూసాడు బ్రహ్మానందరెడ్డి. ఆక్షణంలోనే ఆయన ఆంధ్రకేసరికి మానసికంగా శిష్యుడయ్యాడు.

1929 వేసవిలో వెంకటరెడ్డికి పెళ్ళయింది. "లా" చదువుకూడ పూర్తయింది. మద్రాసులోనే బడుగుసోమయ్య ఆఫీసులో జూనియర్‌గా చేరాడు. రాయపేటలో కాపురం పెట్టాడు.

బ్రహ్మానందరెడ్డి మాత్రం పచ్చయప్ప కాలేజికి దగ్గర్లో ఉండాలని సేతుపేటలో ఒక ఇల్లు అద్దెకి తీసుకున్నాడు.

బి.ఏ., చదివినంతకాలం ఆయన కాలేజి హాకీ జట్టుకి కెప్టెన్‌గా ఉండి మంచి క్రీడాకారుడిగా మన్ననలందుకున్నాడు. టెన్నిస్ కూడా బాగా ఆడేవాడు.

బి.ఏ., ప్యాసైన తర్వాత బ్రహ్మానందరెడ్డి లా కాలేజిలో చేరాడు. కొన్నాళ్ళు పచ్చయప్ప కాలేజి హాస్టలులోనే ఉన్నాడు. తర్వాత లా కాలేజికి ఎదురుగా ఉన్న వై.ఎమ్.సి.ఏ.,లో బస. బ్రాడ్వే సందులో ఉన్న యూనివర్సిటీ క్లబ్బులో భోజనం ఏర్పాటు చేసుకున్నాడు బ్రహ్మానందరెడ్డి. అన్నగారి అజమాయిషి లేకుండా ఉండటం రెడ్డికిదే మొదలు. అందుకే ఎస్.ఎల్.సి పరీక్షతప్పాడు.

ఆ రోజుల్లో ఆ పరీక్షతప్పినా తిరువనంతపురం వెళ్ళి బి.ఎల్.లో చేరి రెండుపరీక్షల్ని ఒక సంవత్సరంలోనే రాసే వెసులుబాటు ఉండేది. వెంటనే బ్రహ్మానందరెడ్డి తిరువనంతపురం వెళ్ళి బి.ఎల్.లో చేరాడు. అక్కడ కూడా లా కాలేజి హాకీ జట్టుకి కెప్టెన్‌గా ఆయన వ్యవహరించాడు. బి.ఎల్. ప్యాసయ్యాడు బ్రహ్మానందరెడ్డి.

తండ్రి చివరి కోరిక తీర్చానన్న తృప్తి కలిగింది బ్రహ్మానందరెడ్డికి.

రాజకీయ రంగ ప్రవేశం :

బ్రహ్మానందరెడ్డి రాజకీయ రంగ ప్రవేశం కాకతాళీయంగా జరిగింది. అయినా త్రికరణశుద్ధిగా ఆ రంగంలో కృషిచేసాడు.

చింతగుంట రాఘవరావు చెన్నపట్టణంలో బాగా పేరున్నలాయర్. లా పట్టా పుచ్చుకున్న తర్వాత ఆయన ఆఫీసులో అప్రెంటిస్‌గా చేరాడు బ్రహ్మానందరెడ్డి.

1928లో ఛాయమ్మ తన కూతురు మాణిక్యమ్మని చిరుమామిళ్లలోని గాదె కోటిరెడ్డికిచ్చి పెళ్ళి చేసింది.

పెద్దగా ఆసక్తి లేకపోయినా అన్నగారి మాట, బావ కోటిరెడ్డి బలవంతం మీద బ్రహ్మానందరెడ్డి ఎన్నికల్లో నిలబడి నరసరావుపేట తాలూకాబోర్డుకి, గుంటూరుజిల్లా బోర్డుకి ఎన్నికయ్యాడు. అప్పుడాయన వయస్సు 23 సంవత్సరాలు మాత్రమే !

ఆ విధంగా 1932 నవంబరులో బ్రహ్మానందరెడ్డి రాజకీయ రంగ ప్రవేశం అనుకోకుండా జరిగింది.

న్యాయవాదిగా కాసు :

1933 ప్రారంభంలో న్యాయవాదిగా నరసరావుపేటలో జీవితాన్ని ప్రారంభించాడు బ్రహ్మానందరెడ్డి. ఆవృత్తి దాదాపుగా పన్నెండు సంవత్సరాల పాటు నిరాఘాటంగా సాగింది. రాజకీయాల్లో ఊపిరి సలపకుండా తిరుగుతున్నా తనవృత్తిని మాత్రం ఆయన విడిచిపెట్టలేదు. రాజకీయాల్లో ఉన్నందువల్ల ఆయనపేరు నాలుగైదు తాలూకాల్లో మారుమోగింది.

నరసరావుపేట మునసబు కోర్టులో సివిల్ పిటీషనుతో ఆయన న్యాయవాద వృత్తికి శ్రీకారం చుట్టారు. రెండు మూడు నెలలకే ఆయన ప్రాక్టీసు బాగా పెరిగింది.

చిన్నలాయర్లలో పెద్దఫీజు పుచ్చుకునే స్థాయికి ఆయన ఎదిగాడు. అంతమాత్రం చేత పార్టీలని పీడించేప్లీడరు మాత్రంకాదు. ప్రతి దానికీ పార్టీల నుంచి డబ్బుగుంజే మనస్తత్వం ఆయనకులేదు. ఒక్కసారి ఫీజు పుచ్చుకుంటే కేసు పూర్తయ్యేవరకూ ఆయన క్లయింట్లు నిశ్చింతగా ఉండేవారు.

కేసుల పనిమీద పరాయి ఊళ్ళకి వెడితే బ్రహ్మానందరెడ్డి డాక్ బంగళాలో ఉండేవాడు.

కోర్టులో ఎటువంటి కేసుని వాదిస్తున్నా బ్రహ్మానందరెడ్డి ఎంతో ప్రసన్నంగా ఉండేవాడు. క్రాస్ ఎగ్జామనేషన్‌లో కూడా చాలా మర్యాదగా ప్రవర్తించేవాడు. ఆయన మాటల్లో ఎంతో సభ్యతా, సంస్కారం కనిపించేవి.

ఎంత క్లిష్టమైన పరిస్థితుల్లో కూడా ప్రత్యర్థుల్ని ఆయన పల్లెత్తుమాట అన్న దాఖలాలు లేవు. అంతేకాదు ప్రత్యర్థులు తనని ఏదైనాఅన్నా పడేవాడు కాదు. దీటైన సమాధానం చెప్పేవాడు.

కోర్టులో ఆయన వాదన ముక్తసరిగా ... నీటుగా ... సూటిగా ఉండేది.

బ్రహ్మానందరెడ్డి తన మొత్తం ప్రాక్టీసుకాలంలో ఒకే ఒక్కసారి కోపం తెచ్చుకున్నట్లు తోటి లాయర్లు చెబుతారు. ఒకసారి ప్రత్యర్థి లాయరు సాక్షికి ఏదో చట్టవిరుద్ధమయిన ప్రాంప్టింగ్ చెయ్యాలని ప్రయత్నించినప్పుడు కోర్టులో నెమ్మదిగా అతని ప్రయత్నానికి అబ్జెక్షన్ చెప్పాడు. కోర్టు బయటికి వచ్చిన తర్వాత ఆ ప్రత్యర్థిని రెడ్డి తీవ్రంగా మందలించాడట.

క్రిమినల్ లాయరుగా మంచిపేరు సంపాదించిన బ్రహ్మానందరెడ్డి ఆంధ్రరాష్ట్రం అవతరించి హైకోర్టు గుంటూరుకి వచ్చినప్పుడు తనప్రాక్టీసుని కూడా నరసరావుపేట నుంచి గుంటూరుకి మార్చుకున్నాడు.

ఒంగోలుజిల్లా బోర్డుఅధ్యక్షుడు :

1934 ఏప్రిల్‌లో బొబ్బిలిరాజా రాష్ట్రంలోని తాలూకా బోర్డులన్నింటినీ రద్దుచేసాడు. 1935లో గుంటూరు జిల్లా బోర్డుని రెండుగా చీల్చారు. గుంటూరు, తెనాలి, సత్తెనపల్లి, రేపల్లె తాలూకాల్ని కలిపి గుంటూరుజిల్లా బోర్డుగాను. ఒంగోలు, బాపట్ల, వినుకొండ, నరసరావుపేట, పల్నాడు తాలూకాల్ని కలిపి ఒంగోలుజిల్లా బోర్డుగానూ ఏర్పాటుచేసారు. 1935లోనే ఇండియా చట్టం అమల్లోకి వచ్చింది.

32 స్థానాలున్న ఒంగోలుజిల్లా బోర్డుకి అధ్యక్షుడిగా కాసు బ్రహ్మానందరెడ్డి ఒక్క ఓటు మెజార్టీతో గెలిచి పదకొండు లక్షలమంది ప్రజలకి ప్రతినిధి అయ్యాడు. ప్రత్యర్థులకి ఎక్కువ

స్థానాలు వచ్చినా యువకుడైన బ్రహ్మానందరెడ్డి అధ్యక్షుడిగా ఎన్నిక కావటం రాజకీయ పండితులకి సైతం అమితమయిన ఆశ్చర్యాన్ని కలిగించింది.

గాంధీజీ రైలులో తెనాలిమీదుగా మద్రాసు హిందీ ప్రచారసభకి వెడుతుంటే ఆయనతోకలిసి బ్రహ్మానందరెడ్డి మద్రాసువరకూ వెళ్ళాడు. ఆ ప్రయాణంలో గాంధీగారు తన దగ్గరే కూర్చున్న రెడ్డిని ఏదో ప్రశ్న అడిగితే సమాధానం చెప్పకుండా తన్మయుడై మహాత్ముని ముఖంవంక చూస్తూండి పోయాడట ఆయన. గాంధీగారంటే బ్రహ్మానందరెడ్డికి అంతటి ఆరాధన భావం ఉండేది.

1926లో నాగార్జునకొండ దగ్గర బౌద్ధశిథిలాలు బయటపడ్డాయి. నాగార్జునకొండ మాచర్లకి 16 మైళ్ళ దూరంలో ఉంది. ఆ కొండ దగ్గరికి వెళ్ళటానికి దారీ తెన్నూలేదు. అది కీకారణ్యప్రాంతం. డొంకల్లో రాతినేల మీద రెండెడ్ల బళ్ళమీద యాత్రికులు అక్కడికి వెళ్ళాల్సివచ్చేది. ఆ బౌద్ధ శిథిలాలు ముమ్ముందు చాలా ప్రాముఖ్యాన్ని పొందుతాయని ఊహించి ఒంగోలుజిల్లా బోర్డు అధ్యక్షుడిహోదాలో బ్రహ్మానందరెడ్డి మాచర్ల నాగార్జున కొండకి రోడ్డుని వేయించాడు. అంతేకాదు అనేక ప్రజోపయోగకరమైన పనుల్ని ఈ కాలంలో ఆయన చేసాడు.

గురజాలలో చీరాలలో పన్నుల నిరాకరణకి పేరుగాంచిన పెదనంది పాడులో ఆయన హైస్కూల్ను పెట్టించాడు. వాటి కోసం బ్రహ్మానందరెడ్డి మద్రాసుకి వెళ్ళి డైరెక్టర్‌ని, డెప్యూటి డైరెక్టర్నీ కలుసుకుని ఒప్పించాడు.

జిల్లా బోర్డుఅధ్యక్షుడిగా ఉన్న మూడేళ్ళూ బ్రహ్మానందరెడ్డి తన ప్రాక్టీసుని బాగా తగ్గించుకుని తన సమయాన్నంతా రాజకీయాలకే వెచ్చించాడు.

రాఘవమ్మతో వివాహం :

1925వ సంవత్సరంలో చిన వెంకయ్య పిచ్చమ్మ దంపతులకి లేకలేక ఒక కూతురు కలిగింది. ఆమెకి "రాఘవమ్మ" అని పేరు పెట్టుకున్నారు. ఆ పిల్ల అందంగా ఉండేది.

తనకి మేనకోడలు పుట్టిందని ఛాయమ్మ ఎంతగానో సంతోషించింది. అంతే కాదు రాఘవమ్మని తన కోడలిగా చేసుకోవాలని కూడా ఆమె అప్పుడే నిర్ణయించుకుంది. అందుకే ఆమె పెంపకంలో తానే అన్ని జాగ్రత్తలూ తీసుకుంది.

బాల్యంలో మేనకోడలికి ఇంటిదగ్గర మంచి ఉపాధ్యాయులచేత చదువు చెప్పించింది. ఏడేళ్ళు నిండగానే గుంటూరులో ఉన్నవ లక్ష్మీనారాయణ దంపతులు స్థాపించిన శారదా నికేతనంలో చేర్పించింది రాఘవమ్మని, ఆరోజుల్లో ఆంధ్రదేశంలో స్త్రీలకి విద్యని బోధించేసంస్థ అదొక్కటే.

రాఘవమ్మ అక్కడ చదువుతో పాటు వయొలిన్ కూడా నేర్చుకుంది. పూర్తిగా గాంధీసిద్ధాంతాల మీద ఆధారపడి అక్కడ విద్యా బోధన జరిగేది. తకిలీ వడకటంలో అందరికంటే రాఘవమ్మ ముందుండేది.

అటు కోడలూ, ఇటు చివరి కొడుకూ చనిపోవటంతో ఛాయమ్మ మనోవ్యాధితో మరణించింది. మేనత్త పోవటంతో రాఘువమ్మ తన చదువుకి స్వస్తి పలికి చిరుమామిళ్ళకి వచ్చింది.

బ్రహ్మానందరెడ్డి స్నేహితుడైన నరసరావుపేట జమిందారు కొండలరావు బలవంతం మీద నరసరావుపేటకు చేరి పడమరగా రైలు కట్టకి అవతలి వైపున ఉన్న సుమారు ఎకరం స్థలంలో 1938 స్వగృహానికి శంకుస్థాపన చేసాడు. 1940 ఫిబ్రవరికి చక్కని బంగళాలాంటి ఇల్లు తయారయింది. ఆ ఇల్లు కట్టటానికి దాదాపు రెండు సంవత్సరాల కాలం పట్టింది. చుట్టు పక్కల గ్రామాల్లోని జనం ఉత్సాహంగా అభిమానంతో ఆగృహనిర్మాణంలో పాలుపంచుకోవటం విశేషం !

1939 మే 31వ తేదీన బ్రహ్మానందరెడ్డి పెద్దన్న వెంకటరెడ్డి క్షయ వ్యాధితో మరణించాడు.

1940 మే 25వ తేదీన చిరుమామిళ్ళలో బ్రహ్మానందరెడ్డికి రాఘువమ్మ నిచ్చి పెళ్ళిచేసారు. ఆపెళ్ళి మూడు రోజులపాటు గొప్ప వేడుకగా జరిగింది.

వ్యక్తి సత్యాగ్రహం :

బ్రిటీష్ ప్రభుత్వం యుద్ధాన్ని ప్రకటించింది. బ్రిటిష్ సామ్రాజ్య భాగమైన భారతదేశం కూడా యుద్ధం చేస్తున్నట్లే అనిఅందరూ అనుకొంటున్నారు. అలా అనుకోవటం కాంగ్రెస్‌కి ఇష్టం లేదు.

"ఈ యుద్ధంలో మాకేమీ ప్రమేయంలేదు. మా అభిప్రాయాల్ని ప్రకటించటానికి మేం త్రికరణశుద్ధిగా ప్రయత్నిస్తాం" అన్నారు గాంధీజీ. ఆ ప్రయత్నమే "వ్యక్తి సత్యాగ్రహం"గా రూపుదిద్దుకుంది.

"సత్యాగ్రహంలో పాల్గొనే వ్యక్తి నిర్దిష్టమైన ప్రదేశానికి వెళ్ళి పదిమందినీ సమావేశపరచి పై అభిప్రాయాన్ని బిగ్గరగా ప్రకటిస్తాడు. శాంతియుతంగా సాగే శుద్ధ సత్యాగ్రహం ఇది"

ఇదీ వ్యక్తి సత్యాగ్రహ స్వరూపం.

మొదటగా సత్యాగ్రహం చేసేవారి జాబితాని గాంధీజీయే స్వయంగా తయారు చేసి ప్రకటించాడు. మొదటి సత్యాగ్రహ వ్యక్తి వినోబాభావే, రెండవ వ్యక్తి జవహర్ లాల్ నెహ్రూ. నెహ్రూని అరెస్టుచేసారు. దాంతో వ్యక్తి సత్యాగ్రహ పరంపర ప్రారంభమయింది. వరసగా సత్యాగ్రహం చేసేవారు సిద్ధమయ్యారు. భారతదేశ మంతటా జాబితాలు తయారయ్యాయి. సత్యాగ్రహ వ్యక్తులతో జైళ్ళన్నీ నిండి పోతున్నాయి.

ఆంధ్రదేశంలో వ్యక్తి సత్యాగ్రహం చేసేవారి జాబితా తయారయింది. అందులో నరసరావుపేట న్యాయవాది బ్రహ్మానందరెడ్డి పేరుంది.

అప్పటికి తూబాడు గ్రామ మునసబీ బ్రహ్మానందరెడ్డి పేరుమీదనే ఉంది. 1929లో గ్రామమునసబు పరీక్ష రాసి ప్యాసై ఏడురోజుల పాటు లాంఛనంగా ఆ ఉద్యోగం చేసినప్పటి నుంచీ ఆయన పేరుమీదనే ఆ మునసబీ ఉంది.

వ్యక్తి సత్యాగ్రహం కోసం తన మునసబుగిరికి రాజీనామా చేసాడు బ్రహ్మానందరెడ్డి. సాతులూరుకి వెళ్ళి ఆయన వ్యక్తి సత్యాగ్రహం చేసాడు. వెంటనే ఆయన్ని అరెస్టు చేసారు. నాలుగునెలల కఠిన కారాగారశిక్ష, వందరూపాయల జరిమానా ఆయనకి విధించారు. జరిమానా చెల్లించకపోతే మరోనెల కారాగారవాసం. ఆ విధంగా ఐదునెలలు శిక్షఅనుభవించి జైలునుంచి విడుదలయ్యాడు బ్రహ్మానందరెడ్డి.

తర్వాత తనభార్య రాఘవమ్మతోకలిసి నరసరావుపేటలో కట్టిన బంగళాలో కాపురంపెట్టాడు ఆయన.

మళ్ళీ బ్రహ్మానందరెడ్డి ప్రాక్టీసు ఏడాది పాటు ముమ్మరంగా సాగింది.

జైలు జీవితం :

1942 సెప్టెంబరు 12న బాపట్లలోని న్యాయవాది మల్లాది యజ్ఞనారాయణతో కలిసి బ్రహ్మానందరెడ్డి నరసరావుపేట నుంచి మాచర్ల వెళ్ళాడు. పల్నాడులో క్విట్ ఇండియా ఉద్యమాన్ని ఎలా నడిపించాలనే విషయం మీద కొల్లాసుబ్బారెడ్డి అనే కమ్యూనిస్టు నాయకుడితో ఇద్దరూ చర్చలు జరిపారు. కానీ సుబ్బారెడ్డితో ఒప్పందం కుదరలేదు. ఇంకా ఇతర నాయకుల్ని కూడా కలిసి చర్చించి ఆ రాత్రికి దాచేపల్లికి చేరి అక్కడా కొంతమంది నాయకుల్ని కలిసి మాట్లాడి మర్నాడు ఉదయం నరసరావుపేటకి తిరిగి వస్తుండగా నకరికల్లు దగ్గర పోలీసులు వారిని అరెస్టు చేసారు.

పన్నెండు రోజులు వారిద్దరినీ నరసరావుపేట సబ్‌జైలులో ఉంచి తర్వాత రాయవేలూరు జైలుకి తరలించారు.

అక్కడ రాజకీయ ఖైదీల్లో ఎక్కువ మంది ఆంధ్రులు ఉండేవారు. ఉన్నవ లక్ష్మీనారాయణ, పప్పూరి రామాచారి, కాకాని వెంకటరత్నం, క్రొవ్విడి లింగరాజు, పిడతల రంగారెడ్డి, నీలం సంజీవరెడ్డి వంటి ప్రముఖులతో జైలులో కలిసి ఉండటం తన అదృష్టంగా భావించాడు రెడ్డి.

ఒక సంవత్సరం గడిచినతర్వాత అక్కడున్న ఖైదీల్లో చాలామందిని స్పెషల్‌ట్రెయిన్‌లో తంజావూరుజైలుకి తరలించారు. అక్కడ ఆంధ్రులు భోజనవసతిని జిల్లాలవారీగా ఏర్పాటుచేసుకున్నారు. తంజావూరు జైల్లో అన్ని ప్రాంతాలవాళ్ళు నాలుగువందల మందిదాకా రాజకీయ ఖైదీలుండేవాళ్ళు.

అక్కడ జైల్లో ఒకపద్ధతి ఉండేది. ప్రతిఖైదీ వెళ్ళి జైలు సూపరింటెండెంట్‌తో నేరుగా మాట్లాడే అవకాశం లేదు. అందుచేత ఖైదీలందరూ కలసి లౌక్యంగా మాట్లాడగల సమర్థుడైన

ఒక వ్యక్తిని నాయకునిగా ఎన్నుకునేవారు. ఆ నాయకుణ్ణి "మేయర్" అని వ్యవహరించేవారు. మాటతీరు, వ్యవహారశైలి చూసి బ్రహ్మానందరెడ్డిని ఖైదీలందరూ కలిసి "మేయర్"గా ఎన్నుకున్నారు. వారానికోసారి జైలు సూపరింటెండెంట్ వచ్చి బ్రహ్మానందరెడ్డిని కలిసేవాడు. అప్పుడు ఖైదీలకి కావలసిన సౌకర్యాలని, ఇబ్బందుల్ని "కంప్లయింట్స్" రూపంలో ఆయనకి చెప్పేవాడు రెడ్డి, అప్పుడు ఆ సూపరిటెండెంట్ ఖైదీల అవసరాల్ని తీర్చేవాడు.

అందరికీ ఒకే వంట. నాలుగువందల మందికి వంటావార్పు. అన్ని పనులూ అందరూ పంచుకొని నిర్వహించేవారు. బ్రహ్మానందరెడ్డి పప్పు వడ్డించడం, నెయ్యివేయడం చేసేవారు.

జైలులో బ్రహ్మానందరెడ్డి నూలు వడికేవాడు. ఖద్దరు నేసేవాడు... హిందీ నేర్చుకునేవాడు.... తోటిఖైదీలతో రాజకీయ విషయాలు చర్చించేవాడు. ఎంతో ఉత్సాహంగా అందరితో కలిసిమెలిసి ఉండేవాడు.

29-9-1942 నుంచి 13-12-1944 వరకు దాదాపు రెండేళ్ళకి పైగా బ్రహ్మానందరెడ్డి జైలుశిక్షని అనుభవించాడు. తర్వాత పెరోల్‌మీద 15 రోజులు విడిచిపెట్టారు. ఆ పెరోల్‌ని మరో 15 రోజులపాటు పొడిగించారు.

నెలరోజుల తర్వాత 1945 జనవరి 25న రాజకీయ ఖైదీలందరికీ విడుదల లభించింది.

జిల్లాస్థాయి నుంచి రాష్ట్రస్థాయికి :

ప్రపంచ పరిస్థితులతో పాటు భారతదేశంలో పరిస్థితులు కూడా వేగంగా మారిపోయాయి.

బ్రిటిష్‌లో పార్లమెంటు ఎన్నికలు జరిగాయి. చర్చిల్‌పార్టీ ఓడిపోయింది. లేబరు పార్టీ అధికారంలోకి వచ్చింది. వెంటనే ఇండియాకి స్వాతంత్ర్యం ఇస్తానని ఆపార్టీ ప్రకటించింది. తదనుగుణంగా ఇండియాలోని వివిధరాష్ట్రాల్లో ప్రజా ప్రభుత్వాల్ని ఏర్పాటు చేస్తానని వైస్రాయి హామీ ఇచ్చాడు.

1946 మార్చిలో రాష్ట్ర శాసన సభలకి ఎన్నికలు జరిగాయి. మద్రాసు రాష్ట్ర శాసనసభకి నరసరావుపేట నియోజక వర్గం నుంచి కాంగ్రెస్ అభ్యర్థిగా బ్రహ్మానందరెడ్డి ఎన్నికయ్యాడు. 1946 నుండి 1952 వరకూ (టంగుటూరి ప్రకాశం, ఒమ్మాందూరు రామస్వామి రెడ్డి, పూసపాటి కుమారస్వామి రాజా) మూడు మంత్రి వర్గాలు మారినా శాసనసభ మాత్రం ఆరేళ్ళు నడిచింది. ఆ కాలంలో కేవలం శాసన సభ్యుడిగా మాత్రమే ఉండకుండా కాంగ్రెస్ శాసనసభాపార్టీ కార్యనిర్వాహక సభ్యుడిగా, ఆంధ్ర విశ్వకళాపరిషత్తు సెనేట్ మెంబరుగా ఎస్టిమేట్ కమిటీ, పబ్లిక్ ఎకౌంట్స్ కమిటీ, భూమి వ్యవహారాల కమిటీవంటి ముఖ్యమైన ఉపసంఘాల్లో ఆయన సభ్యుడిగా పనిచేసాడు. కీలకమైన వ్యక్తిగా కీర్తిని సంపాదించాడు.

ఆ విధంగా జిల్లా స్థాయి నుంచి రాష్ట్రస్థాయి నాయకుడిగా ఎదిగాడు బ్రహ్మానందరెడ్డి.

1952లో జరిగిన ఎన్నికల్లో వ్యక్తిగత ద్వేషాల వల్ల, దురభిమానాలవల్ల రాష్ట్రంలోని అన్ని ప్రాంతాల్లో కాంగ్రెస్ పార్టీ ఘోరంగా పరాజయం పాలయింది. అప్పుడు బ్రహ్మానందరెడ్డికి ఓటమి తప్పలేదు.

రాష్ట్ర కాంగ్రెస్ ప్రధాన కార్యదర్శిగా :

"అమరజీవి" పొట్టి శ్రీరాములు గారి ఆత్మత్యాగఫలంగా 1953 అక్టోబరు 1వ తేదీన కర్నూలు రాజధానిగా "ఆంధ్రరాష్ట్రం" అవతరించింది.

ఆంధ్రరాష్ట్ర ప్రథమ ముఖ్యమంత్రిగా టంగుటూరి ప్రకాశం పదమూడు నెలలపాటు పనిచేసారు. మద్యనిషేధం పద్దుమీద ఓటింగులో ప్రభుత్వం ఓడిపోయి రాజీనామా చేసింది.

1955లో మధ్యంతర ఎన్నికలు జరిగాయి. శాసన సభకి జరిగిన ఈ ఎన్నికల్లో ఫిరంగిపురం నియోజక వర్గంనుంచి కమ్యూనిస్టు పార్టీ అభ్యర్ధి ఎడ్రిడ్డి రామిరెడ్డిపై పోటీ చేసి కాంగ్రెస్ అభ్యర్ధిగా బ్రహ్మానందరెడ్డి గెలిచాడు.

బెజవాడ గోపాలరెడ్డి ముఖ్యమంత్రిగా నీలం సంజీవరెడ్డి ఉపముఖ్యమంత్రిగా రాష్ట్ర మంత్రివర్గం ఏర్పడింది.

ఆంధ్రరాష్ట్ర కాంగ్రెస్ కమిటీకి ప్రధాన కార్యదర్శిగా బ్రహ్మానందరెడ్డి నియమింపబడ్డాడు. బెజవాడలోని ఆంధ్రరత్న భవనంలో ఉన్న కాంగ్రెస్ ఆఫీసులో ఎప్పుడూ అందరికీ ఆయన అందుబాటులో ఉండేవాడు.

1955 డిసెంబరు 10న ప్రధానమంత్రి జవహర్‌లాల్ నెహ్రూ నాగార్జున సాగర్ ప్రాజెక్టుకు శంకుస్థాపన చేసాడు. అదేరోజు సాయంకాలం గుంటూరులో ఆంధ్రరాష్ట్ర రాజకీయ మహాసభ జరిగింది. ఆహ్వాన సంఘాధ్యక్షుడైన బ్రహ్మానందరెడ్డి ఆ మహాసభకి సకలసన్నాహాలు చేసి అందరిప్రశంసల్ని అందుకున్నాడు.

రాష్ట్ర మంత్రి పదవి :

1956 నవంబరు 1వతేదీన ఆంధ్రప్రదేశ్ అవతరించింది. ఆంధ్రప్రదేశ్ తొలి ముఖ్యమంత్రిగా నీలం సంజీవరెడ్డి పదవీబాధ్యతలు స్వీకరించాడు. అందరూ అనుకున్నట్లుగానే ఆయనకిబాగా సన్నిహితుడైన బ్రహ్మానందరెడ్డికి ఆంధ్రప్రదేశ్ ప్రథమ మంత్రి వర్గంలో మంత్రి పదవి లభించింది. స్థానిక స్వపరిపాలనశాఖని కేటాయించారు.

1957లో జరిగిన తెలంగాణా ఎన్నికల తర్వాత మంత్రి వర్గంలో మార్పులు చేశారు. అందులో కూడా కాసు తన పాతశాఖనే నిర్వహించారు.

1958 ఏప్రిల్‌లో రాష్ట్ర ఆర్థికమంత్రిగా ఉన్న బెజవాడ గోపాలరెడ్డిని కేంద్రమంత్రి వర్గంలోకి తీసుకోవడంతో బ్రహ్మానందరెడ్డికి ఆర్థికశాఖని అప్పగించారు. దీక్ష, దక్షత కలిగిన బ్రహ్మానందరెడ్డి

ఎంతో శ్రమించి రాష్ట్ర ఆర్థిక వ్యవస్థని చక్కబరచి ఆదాయాన్ని వృద్ధిచేసి మిగులుబడ్జెట్‌ని సమర్పించి తన సామర్థ్యాన్ని నిరూపించుకున్నాడు.

ప్రధానమంత్రి నెహ్రూగారి పిలుపుని అందుకుని 1960 జనవరి 11వ తేదీన సంజీవరెడ్డిగారు రాష్ట్రముఖ్యమంత్రి పదవికి రాజీనామా చేసి ఢిల్లీకి వెళ్ళి అఖిలభారత జాతీయకాంగ్రెస్ అధ్యక్షపదవిని అధిష్ఠించారు.

అప్పుడు సంజీవరెడ్డికి అత్యంత సన్నిహిత సహచరుడిగా ఉన్న బ్రహ్మానందరెడ్డికి రాష్ట్రముఖ్యమంత్రిగా ఉండటానికి అవకాశం వచ్చి కొన్ని అనివార్య కారణాలవల్ల తృటిలో తప్పిపోయింది. అయినా కాసు నిరుత్సాహపడలేదు. నీలంను నిందించలేదు.

దామోదరం సంజీవయ్య ఆంధ్రప్రదేశ్‌కి రెండవ ముఖ్యమంత్రి అయ్యాడు. ఆయన మంత్రి వర్గంలో కాసు ఆర్థికశాఖతో పాటుగా న్యాయశాఖని కూడా నిర్వహించాడు.

1959 మార్చిలో "అపరచాణక్యుడు" కళా వెంకట్రావు మరణించగా ఆయన నిర్వహించిన ప్లానింగ్ శాఖని కూడా బ్రహ్మానందరెడ్డికి కేటాయించారు.

1962లో అసెంబ్లీ ఎన్నికలు జరిగాయి. తన పాత నియోజక వర్గమైన ఫిరంగిపురం నుంచి పోటీచేసి బ్రహ్మానందరెడ్డి గెలిచాడు. జాగర్లమూడి చంద్రమౌళి ఓడిపోయాడు.

ఆంధ్రప్రదేశ్‌లో పరిస్థితులు అల్లకల్లోలంగా ఉన్న కారణంగా జాతీయ కాంగ్రెస్ అధ్యక్షపదవికి రాజీనామా చేసి నీలం సంజీవరెడ్డి మళ్ళీ ముఖ్యమంత్రి అయ్యాడు. ఆ మంత్రి వర్గంలో బ్రహ్మానందరెడ్డి ఆర్థికశాఖతో పాటు సహకారశాఖని కూడా నిర్వహించాడు.

1962 ఏప్రిల్‌లో ప్రభుత్వం కర్నూలుజిల్లాలోని ప్రైవేటు బస్సు రూట్లను జాతీయంచేస్తూ చట్టాన్నితెచ్చింది. వెంటనే ఆ జిల్లాలోని రహదారీ బస్సు రవాణాదార్లు కోర్టుకి వెళ్ళారు. ప్రభుత్వం ఆ జిల్లా రవాణాదార్ల మీద కక్షకట్టి ఆ చట్టం చేసిందని, అందువల్ల ఆ చట్టం చెల్లదని సుప్రీంకోర్టు తీర్పునిచ్చింది.

చట్టంచేసిన బాధ్యత ముఖ్యమంత్రిగా తనదే కనక ఉన్నతమయిన ప్రజాస్వామ్యం విలువలకీ సంప్రదాయాలకీ కట్టుబడి సంజీవరెడ్డి తన ముఖ్యమంత్రి పదవికి రాజీనామా చేసి శాసనసభా నాయకునిగా కొనసాగాడు.

రాష్ట్ర ముఖ్యమంత్రిగా :

ఎనిమిది సంవత్సరాలు వరసగా వివిధ మంత్రి పదవుల్ని సమర్ధవంతంగా నిర్వహించి, సంజీవరెడ్డికి నమ్మిన బంటుగా ఉన్న బ్రహ్మానందరెడ్డి 1964 ఫిబ్రవరి 23వ తేదీన అధికార స్వీకారం చేసి 29న ఆంధ్రప్రదేశ్ ముఖ్యమంత్రిగా ప్రమాణ స్వీకారం చేసాడు. సాధారణ పరిపాలన, ఆర్థిక శాఖల్ని ఆయన నిర్వహించాడు.

ఉగాదినాడు రేడియో ప్రసంగంలో ప్రజలకి శుభాకాంక్షలు తెలుపుతూ ఆయన తన రాజకీయ జీవితాన్ని సింహావలోకనం చేసుకున్నాడు. తాను అమితంగా అభిమానించే ఆంధ్రకేసరిని గుర్తు చేసుకున్నాడు. ఇన్ని సంవత్సరాలుగా ప్రజాసేవ చేసుకునే అవకాశాన్ని ఇచ్చిన రాష్ట్ర ప్రజలకి తాను ప్రథమ సేవకుణ్ణిని సగర్వంగా చెప్పుకున్నాడు బ్రహ్మానందరెడ్డి.

1964 మే నెలలో జవహర్ లాల్ నెహ్రూ దివంగతుడయ్యాడు. లాల్ బహదుర్ శాస్త్రి ప్రధాన మంత్రి అయ్యాడు. అనుభవం కలిగిన నీలం సంజీవరెడ్డిని తన మంత్రి వర్గంలోకి సాదరంగా ఆహ్వానించాడు శాస్త్రి, వెంటనే రాష్ట్ర శాసన సభానాయకత్వానికి రాజీనామా చేసి కేంద్రమంత్రి వర్గంలో చేరిపోయాడు సంజీవరెడ్డి.

అప్పుడు బ్రహ్మానందరెడ్డిని ఏకగ్రీవంగా రాష్ట్ర శాసనసభాపక్ష నాయకునిగా ఎన్నుకున్నారు.

బ్రహ్మానందరెడ్డిలో నిదానం అనే గుణం మిగిలిన గుణాల్ని మించింది. రాజకీయ నాయకులకి ఈ గుణం చాలా ప్రధానమని తలపండిన వారంటారు. గొప్ప రాజకీయ చాతుర్యం కలిగిన కాసులో ఆగ్రహం కానీ ఆవేశం కానీ మచ్చుకైనా కనిపించవు. శాసన సభలో ప్రతిపక్షసభ్యులు ఎంతో ఆవేశంతో ప్రశ్నలు అడిగినప్పుడుకూడా ఆయన ఎంతో నిదానంగా చమత్కారంగా సమాధానాలు చెప్పేవాడు.

"ప్రతిపక్షాలు మాపై నిందలు వేయవచ్చు. కానీ ఇలాంటి నిందలు వేయవచ్చా? మేమంత చెడ్డ వాళ్లమా ? అలాంటి పనులు ఎవరూ చేయరు. మేమసలు చేయము, చేయలేదు" అని సమ్మోహనంగా సమాధానాలు చెప్పేవాడు కాసు.

పేరుకి తగ్గట్టుగా ఆయన మొహంలో ఎప్పుడూ చిరునవ్వు చెదిరేది కాదు.

కాంగ్రెసులో సీనియరు నాయకుడైన మంతెన వెంకటరాజుగారు ఒకసారి బ్రహ్మానందరెడ్డిని ఒక పెద్ద మనిషికి పరిచయం చెసాడట. అప్పుడా పెద్దమనిషి "ఈ కుర్రాడి ముక్కు చాలా పెద్దది. బాగా పైకొస్తాడు" అన్నాడట.

బ్రహ్మానందరెడ్డి మితంగా మాట్లాడతాడు. పేదవాడు వచ్చి చెప్పినా ధనవంతుడు వచ్చి చెప్పినా వారి మాటలు ఓపిగ్గా వింటాడు. సానుభూతితో వింటాడు. సావకాశంగా వింటాడు. సానుకూలంగా స్పందిస్తాడు. తన దగ్గరకి వచ్చిన వ్యక్తి సంతృప్తిగా తిరిగి వెళ్ళే విధంగా ప్రవర్తిస్తాడు.

నేర్పు కలిగిన నాయకుడు :

బ్రహ్మానందరెడ్డికి జ్ఞాపకశక్తి చాలా ఎక్కువ, అందుచేతనే తన నియోజక వర్గంలోని గ్రామాల్లోని ప్రజల్ని పేరుపెట్టి పిలిచేవాడు. జనం ఆశ్చర్యపోయే వాళ్ళు. అలాగే ఒక విషయంలోంచి మరో విషయంలోకి తత్తరపాటు లేకుండా అలవోకగా వెళ్ళిపోయేవాడు ఆయన.

తెల్లవారు జామునే లేచి ఫైళ్ళు చూసుకోవటం ఆయనకి అలవాటు. వాటిని నిదానంగా చదువుతూ అవగాహన చేసుకునేవాడు. కార్యదర్శి ప్రతిపాదన మంచిదని తోస్తేనే అంగీకార సంతకం చేసేవాడు.

బహిరంగ సభల్లో కూడా బ్రహ్మానందరెడ్డి ధోరణి ఆదర్శప్రాయంగానే ఉండేది. అతిగా మాట్లాడేవాడుకాదు. కొన్ని సందర్భాల్లో అసలు మాట్లాడేవాడు కాదు. అందుచేత ఆయన మనసులోని మర్మాన్ని గ్రహించటం చాలా కష్టంగా ఉండేది. అవులిస్తే పేగులు లెక్కపెట్టగలిగిన ఘటికులు కూడా ఆయన దగ్గర చతికిల పడేవారు.

కనిపించగానే నవ్వుతూ పలకరించే స్వభావంతో ఆయన ప్రజల్ని బాగా ఆకట్టుకునేవారు. ప్రజల్లో కాసుకి వ్యక్తిగతమైన పలుకుబడి ఉండేది.

ఎప్పుడూ తలపై గాంధీటోపీనీ ధరించే బ్రహ్మానందరెడ్డి తాను చేయబోయే రాజకీయ వ్యవహారానికి సూచనగా టోపీని అటునుంచి ఇటు తిప్పి పెట్టుకునేవాడని అప్పుడు అందరూ అనుకునేవారు.

తాను చెప్పవలసిన మాటని ఎదుటివారి చేతనే చెప్పించగలిగిన నేర్పు ఆయన సొత్తు.

1966 నాటికి బ్రహ్మానందరెడ్డికి క్రమంగా మిత్రులే శత్రువులయ్యారు.

1967 మార్చిలో రాష్ట్ర శాసనసభకి సాధారణ ఎన్నికలు జరిగాయి. ఆ సమయంలో గమనించదగ్గ మార్పులు చాలా జరిగాయి. 1962లో ప్రధాన ప్రతిపక్షంగా నిలిచిన కమ్యూనిస్టు పార్టీ రెండుగా చీలిపోయింది. చండ్ర రాజేశ్వరరావు నాయకత్వంలోనే సి.పి.ఐ. ఏర్పడింది. సి.పి.ఐ.యం.కి సుందరయ్య నాయకత్వం వహించాడు.

ఎంతటి పరిస్థితులు మారినా బ్రహ్మానందరెడ్డి నాయకత్వంలోని కాంగ్రెస్ పార్టీ ఘన విజయాన్ని సాధించింది. మద్రాసులో కాంగ్రెస్ కుప్పకూలిపోయింది. ఒరిస్సా, కేరళ రాష్ట్రాల్లో కూడా కాంగ్రెస్ చావుదెబ్బతింది.

అందరూ బ్రహ్మానందరెడ్డికి బ్రహ్మరథం పట్టారు.

1967 మార్చి 3న బ్రహ్మానందరెడ్డిని తిరిగి ఏకగ్రీవంగా కాంగ్రెస్ శాసన సభానాయకుడిగా ఎన్నుకున్నారు. 6వ తేదీన కొత్త మంత్రి వర్గంతో ముఖ్యమంత్రిగా బ్రహ్మానందరెడ్డి ప్రమాణ స్వీకారం చేసాడు. సాధారణ పరిపాలన, ప్లానింగు, పరిశ్రమల శాఖల్ని ఆయన నిర్వహించాడు.

ఈ మంత్రి వర్గంలోనే కొంతకాలం ఆర్థికమంత్రిగా పనిచేసి తర్వాత డా॥మర్రి చెన్నారెడ్డి స్టీలుమంత్రిగా కేంద్రానికి వెళ్ళిపోయాడు.

బ్రహ్మానందరెడ్డి రాజకీయజీవితం ప్రశాంతంగా సాగుతోంది.

కాసు విదేశయానం :

ప్రతి వేసవిలో రెడ్డిదంపతులు ఊటీకి వెళ్ళటం పరిపాటి. చాలా కాలంగా దీన్ని వాళ్లు క్రమం తప్పకుండా పాటిస్తున్నారు. అలా రోజువారీ ఒత్తిళ్ళకి దూరంగా ఉండటానికి ఉదకమండలయానం వాళ్ళకిబాగా ఉపకరించింది.

కానీ రెండోసారి ముఖ్యమంత్రి అయిన తర్వాత రాజధానిని విడిచిపెట్టి భార్యతో కలిసి బయటికి రాజకీయ వ్యవహారాల్లో తల మునకలయ్యే జీవితానికి కొంత విశ్రాంతి కావాలని పించింది.

నరసరావుపేటలో న్యాయవాదిగా ఉన్నప్పుడు ప్రతి సాయంకాలం బ్రహ్మానందరెడ్డి క్లబ్బుకి వెళ్ళి టెన్నిసు ఆడేవాడు. తర్వాత కాసేపు స్నేహితులతో బ్రిడ్జి అడేవాడు.

మంత్రి అయిన తర్వాత ఆయన దినచర్య మారక తప్పలేదు. వ్యాయామానికీ, వినోదానికి అవకాశమే లేకుండా పోయింది. ఇప్పుడాయనకి మిగిలిన పరోక్ష వ్యాయామం రోజూ ఉదయం చేయించుకునే "తైల్‌మాలీస్" ఒక్కటే!

కొన్ని రోజులుగా బ్రహ్మానందరెడ్డి భార్య రాఘవమ్మ తలనొప్పితో బాధపడుతోంది. ఎన్ని చికిత్సలు చేసినా అది తగ్గలేదు. లండనులో వైద్యనిపుణులకి చూపిస్తే మంచిదని డాక్టర్లు సూచించారు.

అందుకోసమే 1967 నవంబరులో బ్రహ్మానందరెడ్డి దంపతులు లండను వెళ్ళారు. అక్కడి వైద్య నిపుణులు ఆమెను పరీక్షించి ప్రమాదమేమి లేదని చెప్పారు.

బ్రహ్మానందరెడ్డి విదేశాలకి వెళ్లటం ఇదే తొలిసారి. విలాసాలకోసం బ్రహ్మానందరెడ్డి ఎప్పుడూ విదేశాలకి వెళ్ళలేదు.

షష్టిపూర్తి మహోత్సవం :

పెద్దల కోరికపై పదిరోజుల వ్యవధిలో హైదరాబాద్‌లోని ఫత్తే మైదానంలో అఖిల భారత కాంగ్రెస్ మహాసభల్ని అపూర్వంగా నిర్వహించి అందరి మన్ననల్ని అందుకున్నాడు బ్రహ్మానందరెడ్డి. ఈ సభల నిర్వహణకి కోటి రూపాయలు ఖర్చయింది. తర్వాత బ్రహ్మానందరెడ్డి అఖిలభారత కాంగ్రెస్ కార్యనిర్వాహక వర్గసభ్యుడయ్యాడు.

ముఖ్యమంత్రిగా రెండోసారి బాధ్యతల్ని స్వీకరించిన తర్వాత ఉధృతంగా సాగుతున్న ప్రత్యేక తెలంగాణా ఉద్యమాన్ని బ్రహ్మానందరెడ్డి ఎదుర్కోవాల్సి వచ్చింది. ఆ ఉద్యమానికి హైదరాబాదు ముల్కీ ఉద్యమం కూడా తోడయింది. డా॥ మర్రి చెన్నారెడ్డి ఈ ఉద్యమానికి వెన్నుదన్నుకావటంతో సమస్య మరింత క్లిష్టతరంగా మారింది.

1969లో ప్రత్యేక తెలంగాణఉద్యమం కారణంగా రాష్ట్ర మంత్రి వర్గాన్ని పునర్వ్యవస్థీకరించారు. ఈసారి ముఖ్యమంత్రిగా కాసు సాధారణ పరిపాలనశాఖని మాత్రమే నిర్వహించారు.

1968 నుంచి 1971 వరకూ బ్రహ్మానందరెడ్డి జీవితకాలంలో చాలా క్లిష్టమయిన దశ. తెలంగాణ ఉద్యమం ఏవిధంగా ప్రారంభమై ఏ విధంగా సాగినా ఆయన ముఖ్యమంత్రి పదవికే ఎసరుపెట్టింది. అయినా ఆయన తన సహజ సిద్ధమయిన రాజకీయచాతుర్యంతో ఆ పరిస్థితిని ఎదుర్కొన్నారు.

రాష్ట్ర అసెంబ్లీలో మెజారిటీ సభ్యులు తనని బలపరుస్తున్నప్పటికీ, కాంగ్రెస్ లెజిస్లేచర్ పార్టీపై గట్టి పట్టున్నప్పటికీ రాష్ట్రశ్రేయస్సు కోసం తెలంగాణ వ్యక్తికి ముఖ్యమంత్రి పదవిని కట్టబెట్టేందుకు వీలుగా ఇందిరాగాంధీ ఆదేశాన్ని శిరసావహించి తన ముఖ్యమంత్రి పదవికి బ్రహ్మానందరెడ్డి 1971 సెప్టెంబరులో రాజీనామా చేసారు.

ఈ సమయంలో కాకలు తీరిన కర్ణాటక రాజకీయ నాయకుడు నిజలింగప్ప బ్రహ్మానందరెడ్డిని రాజీనామా చెయ్యవద్దని వారించాడు.

అంతేకాదు "ప్రస్తుత పరిస్థితుల్లో అన్ని ప్రాంతాల్నీ అందర్నీ కలిపి ఉంచగలిగిన శక్తి ఒక్క బ్రహ్మానందరెడ్డికే ఉంది" అన్నాడు ఆ సమయంలో నిజలింగప్ప.

ఆంధ్రప్రదేశ్ ఏర్పడిన తర్వాత బ్రహ్మానందరెడ్డి 29-2-1964 నుండి 25-9-1971 వరకూ ఏడుసంవత్సరాల ఏడునెలల సుదీర్ఘకాలం (అప్పటికి) నిరంతరాయంగా ముఖ్యమంత్రిగా పనిచేసి చరిత్ర సృష్టించారు.

వరసగా ఏడుసార్లు రాష్ట్ర అసెంబ్లీలో బడ్జెట్‌ని ప్రవేశపెట్టిన ఘనత కూడా ఆయనదే!

మిత్రులందరి బలవంతంమీద 23-08-1969వ తేదీన సౌమ్యనామ సంవత్సరం శ్రావణ శుద్ధ ఏకాదశి కన్యాలగ్నంలో బ్రహ్మానందరెడ్డిగారికి షష్టిపూర్తి మహోత్సవం జరిగింది.

ఉన్నత పదవుల్లో :

రాష్ట్రముఖ్యమంత్రిగా రాజీనామా చేసిన తర్వాత బ్రహ్మానందరెడ్డి 1972-73 మధ్యకాలంలో ఆరవ ఫైనాన్స్‌కమీషన్ ఛైర్మన్‌గా పనిచేసాడు.

1974లో కేంద్రమంత్రి వర్గంలో కమ్యూనికేషన్లశాఖ మంత్రిగా కాసు పనిచేసాడు. అప్పుడు తపాలాశాఖను, టెలిఫోన్, టెలిగ్రాఫ్‌నూ విడివిడిగా వ్యవస్థీకరించి ఆ శాఖల్ని పటిష్ఠం చేసాడు.

కాంగ్రెస్‌పార్టీ బెంగుళూరులో మొదటిసారి చీలిపోయినప్పుడు తన రాజకీయగురువైన నీలం సంజీవరెడ్డితోనే బ్రహ్మానందరెడ్డి విభేదించి శ్రీమతి ఇందిరాగాంధీని బలపరిచాడు.

ఎమర్జన్సీ కాలంలో ఆయన కేంద్రహోంమంత్రిగా ఉన్నారు. అప్పటి వరకూ మరో ఆంధ్రుడు కేంద్రంలో హోంశాఖని నిర్వహించలేదు.

ఎమర్జన్సీ తర్వాత శ్రీమతి ఇందిరాగాంధీ అఖిలభారత కాంగ్రెస్ అధ్యక్షపదవికి రాజీనామా చేసింది. ఆమె స్థానంలో 1977మే నెలలో బ్రహ్మానందరెడ్డి కాంగ్రెస్ అధ్యక్షుడుగా ఎన్నికయ్యాడు. ఆ సమయంలోనే ఇందిరా గాంధీతో బ్రహ్మానందరెడ్డికి తీవ్రవిభేదాలు తలెత్తాయి.

1978 జనవరి 2న ఇందిరాగాంధీ కాంగ్రెస్ నుంచి చీలిపోయి "ఇందిరా కాంగ్రెస్" ("కాంగ్రెస్-ఐ") పార్టీని స్థాపించింది. అప్పుడు బ్రహ్మానందరెడ్డి గారి నాయకత్వంలోని కాంగ్రెస్ "రెడ్డి కాంగ్రెస్" (కాంగ్రెస్-ఆర్)గా వ్యవహరింపబడింది. అప్పుడు కాంగ్రెసుఅధ్యక్షునిగా ఆయన జాతీయ రాజకీయాల్లో కీలకపాత్రని పోషించాడు.

జనతా ప్రభుత్వం పడిపోయి చరణ్‌సింగ్ నాయకత్వంలో కేంద్రంలో కొత్త మంత్రివర్గం ఏర్పడినప్పుడు బ్రహ్మానందరెడ్డి పరిశ్రమలశాఖ మంత్రిగా పనిచేసాడు.

1980 లోక్‌సభ ఎన్నికలకి ముందు ఆయన తిరిగి కాంగ్రెసులో చేరాడు. 1984 లోక్‌సభ ఎన్నికల్లో తెలుగుదేశం ప్రభంజనం తాకిడికి బ్రహ్మానందరెడ్డి పరాజయం పాలుకాక తప్పలేదు.

తరువాత కొంతకాలం విరామం :

1987లో మహారాష్ట్ర గవర్నర్‌గా నియమితుడయ్యాడు బ్రహ్మానందరెడ్డి.

1989 డిసెంబరులో కేంద్రంలో జనతాదళ్ ప్రభుత్వం ఏర్పడటంతో ఆయన గవర్నర్‌పదవికి రాజీనామా చేసాడు.

నాగార్జునసాగరం :

సరైన పంటలు పండక మెట్ట భూములుగా ఉండిపోయిన గుంటూరు, ప్రకాశం, నల్గొండ, ఖమ్మంజిల్లాల్లోని లక్షలాది ఎకరాలను సస్యశ్యామలం చేసేందుకు దోహదంచేసిన నందికొండ ప్రాజెక్టు "నాగార్జునసాగరం". ఇది కాసువారి కలలపంట. దీనిని సాధించేందుకు ఎంతో కృషిచేసి కృతకృత్యుడయ్యాడు కాసుబ్రహ్మానందరెడ్డి.

1951లో ఆనాటి ఉమ్మడి మద్రాసుప్రభుత్వం కృష్ణా - పెన్నార్ పథకాన్ని ప్రతిపాదించింది. కృష్ణానదికి సిద్ధేశ్వరం దగ్గర, పెన్నానదికి సోమశిల దగ్గర ప్రాజక్టులు కట్టి ఈ రెండు రిజర్వాయర్లనీ లింక్‌కెనాల్‌తో కలపాలని కృష్ణా పెన్నార్ పథకానికి లక్ష్యం. సోమశిల దిగువన బ్యారేజి నిర్మించటంకూడా ఈ పథకంలో భాగమే.

కృష్ణా -పెన్నార్ పథకం ద్వారా కృష్ణా జలాల్ని పూర్తిగా తమిళనాడులోని చెంగల్పట్టు, ఉత్తర - దక్షిణ ఆర్కాట్ జిల్లాలకి తరలించాలని ఉమ్మడి మద్రాసు ప్రభుత్వం ఉద్దేశం.

ఈ పథకానికి వ్యతిరేకంగా ఆంధ్రప్రాంతంలో ప్రజలు ఆందోళన చేసారు. ఉమ్మడి మద్రాసుప్రభుత్వం అ పథకాన్ని విరమించుకుంగి. కేంద్ర ప్రభుత్వం నాగార్జునసాగర్ ప్రాజెక్టుకి అనుమతి ఇచ్చింది. 1954లో నాగార్జునసాగర్ ప్రాజెక్టు ప్రతిపాదన తుదిరూపుదాల్చింది.

ఈ ప్రాజెక్టు కుడి, ఎడమ కాలవల ద్వారా సాగునీటిని అందించాలని, విద్యుత్తుని ఉత్పత్తిచెయ్యాలని ప్రతిపాదించబడింది. 1955లో ప్రాజెక్టుపని ప్రారంభమయింది. 1955 డిసెంబరు 10న నాటి ప్రధానమంత్రి పండిట్ జవహర్‌లాల్ నెహ్రూ ప్రాజెక్టుకి శంకుస్థాపన చేసారు.

దీని అంచనా వ్యయాన్ని 91.12 కోట్లుగా ప్రణాళికా సంఘం నిర్ణయించింది. డ్యాం నిర్మాణం 1974లో పూర్తి అయింది.

ఎంతో అనుకూలంగా ఉండటంవల్ల నందికొండవద్ద కృష్ణానదిపై ఈ ప్రాజెక్టుని నిర్మించారు. తుంగభద్రానది కలిసిన తర్వాత ఈ ప్రాంతంలో కృష్ణానది ఇరుకైన పర్వత కనుమల మధ్య ప్రవహిస్తుంది. చింతల పాలెం వరకూ కృష్ణానది ఇలాగే ప్రవహిస్తుంది. ఆ తర్వాత నదీప్రవాహం బాగా విశాలమవుతుంది.

ఇక్కడ నదీ ప్రవాహం వెడల్పు కేవలం 914.4 మీటర్లు మాత్రమే ఉంటుంది. రెండువైపులా కొండలుండటంతో పాటు నదీ గర్భం కూడా రాతినేలతో కూడి ఉండటం విశేషం. అందువల్ల ప్రవాహవేగానికి నేల కోసుకుపోయే ప్రమాదంలేదు. అంతేకాకుండా మరోవిశేషం కూడా ఉంది. ఇక్కడ కృష్ణానది సాధారణ ఎత్తుకన్నా 11003 మీటర్ల ఎత్తున ప్రవహిస్తోంది. అందువల్ల రిజర్వాయర్‌లోని నీరు వాలుగా కాలువల్లోకి ప్రవహిస్తుంది. రిజర్వాయర్ గరిష్ఠ విస్తీర్ణం 110 చదరపుమైళ్ళు.

నాగార్జునసాగర్ ప్రాజెక్టు రూపకల్పనలో ఇంజనీర్ డా॥కె.ఎల్.రావు ప్రధాన పాత్ర వహించారు.

ఆంధ్రరాష్ట్రంలో ఆహారధాన్యాలు ఎక్కువగా పండుతుండటంవల్ల కేంద్రం నుంచి బియ్యం పంపమని తరచుగా అభ్యర్ధనలు వస్తుండేవి. ప్రధాన మంత్రికూడా ముఖ్యమంత్రికి స్వయంగా విజ్ఞప్తి చేసేవారు. అలాంటి సందర్భంలో బ్రహ్మానందరెడ్డిగారు సమయస్ఫూర్తితో అప్పటి ప్రధానమంత్రికి, ఆర్థికమంత్రికి, “మా నాగార్జున సాగరుకి తగినన్ని నిధులివ్వండి అత్యవసరంగా ఒక పదిలక్షల ఎకరాల్ని మాగాణిగా మార్చి మీరు అడిగినంత ధాన్యమిస్తాం” అని చెప్పేవారు.

టి.టి.కృష్ణమాచారి కేంద్రంలో ఆర్థికమంత్రిగా ఉన్నప్పుడు ఆయన దగ్గర్నుంచి నిధులు తెచ్చుకోవడం కష్టసాధ్యంగా ఉండేది. అలాంటి కృష్ణమాచారి గారిని ఒప్పించి మెప్పించి ఒక్క విడతలో పదిహేను కోట్లరూపాయల్ని తెచ్చారు. బ్రహ్మానందరెడ్డి.

“అసలు నా జీవితంలోని ముఖ్యమైన విశేషాల్లో ఇది మొదటిది అనుకోండి. ఇరవైలక్షల ఎకరాలకి, లక్షలమంది రైతులకి నేను అన్నదానం కలకాలం చేసానని జ్ఞాపకం వచ్చినపుడు వళ్ళు పులకరిస్తుంది. చాలు మనం చేసింది అనేటటువంటి భావం కలుగుతుంది”అన్నాడు నాగార్జునసాగరు గురించి తన జ్ఞాపకాల్ని నెమరు వేసుకుంటూ ఆకాశవాణిలో బ్రహ్మానందరెడ్డి.

నాగార్జునసాగరుకి బ్రహ్మానందరెడ్డికి అవినాభావ సంబంధముంది. ఆ ప్రాంతంలో నాగార్జునసాగరుని సాధించిన నాయకుడని కాసుని ప్రజలు ప్రస్తుతించటం పరిపాటి.

"ఆంధ్రప్రదేశ్‌లో నాగార్జునసాగరు లాంటి ప్రాజెక్టులు భావితరాలకి బ్రహ్మానందరెడ్డి గారిని జ్ఞాపకంచేస్తూనే ఉంటాయి" అన్నారు ఆంధ్రప్రదేశ్ ప్రెస్ అకాడమి మాజీ అధ్యక్షులు శ్రీ పొత్తూరి వెంకటేశ్వరరావు.

ప్రజల శ్రేయస్సు కోసం :

రాష్ట్రంలోఉన్నా కేంద్రంలోఉన్నా ఏ పదవిలో ఉన్నా బ్రహ్మానందరెడ్డి రాష్ట్రాభివృద్ధికోసం ప్రజల శ్రేయస్సు కోసం ఎంతో కృషిచేసాడు.

పోచంపాడు ప్రాజెక్టు రావడంలోనూ బ్రహ్మానందరెడ్డి కృషి చాలా ఉంది. వంశధార ప్రాజక్టుకి పునాదిరాయి వేసింది ఆయనే.

రాష్ట్ర వ్యాప్తంగా గ్రామాధికారులు సమ్మె చేసినప్పుడు ఒకనాడు తానూ గ్రామాధికారినని గుర్తుంచుకుని వారి కోర్కెల్ని పరిశీలించి గ్రామస్థాయి నుంచి రాష్ట్రస్థాయివరకూ సంస్కరణలు చేసాడు.

ఆయన హయాంలోనే తెలుగు అధికార భాషాసంఘం ఏర్పాటుకు బిల్లుపాసయింది.

సాగరు ఆయకట్టు అభివృద్ధికి ఆయన విశేష కృషిచేసాడు.

టంగుటూరి ప్రకాశం మీదున్న గౌరవభావంతో కాసు ప్రకాశంజిల్లా ఏర్పాటుకు కృషి చేసారు. అప్పటివరకూ వ్యక్తులపేర్లతో జిల్లాలు లేవు.

ఆయన ముఖ్యమంత్రిగా ఉన్న రోజుల్లోనే రాజమండ్రిలో గోదావరి మీద రోడ్డుమార్గం, రైలు వంతెనపనులు ప్రారంభమయ్యాయి.

ఆరవ ఫైనాన్స్‌కమీషన్ ఛైర్మన్‌గా ఆయనచేసిన ఆర్థిక వికేంద్రీకరణ వల్ల గ్రామ పంచాయతీలకి ఎంతోమేలు జరిగింది.

సికింద్రాబాద్ కేంద్రంగా దక్షిణ మధ్యరైల్వేమండలం ఏర్పాటులో కూడా ఆయనపాత్రని మరిచిపోకూడదు.

కేంద్రప్రభుత్వం సహాయంతో అగ్నిగుండాలలో పురాతన రాగి, సీసం గనుల్ని ఆయన పునరుద్ధరించారు. అగ్నిగుండాల హిందూస్థాన్ జింక్‌లిమిటెడ్ ద్వారా ఎంతోమందికి ఉపాధి అవకాశాలు లభించాయి.

ఎందరో పారిశ్రామికనేతల్ని ఒప్పించి 1500 కోట్లరూపాయల వ్యయంతో భారీ, చిన్న పరిశ్రమల ఏర్పాటుకి బ్రహ్మానందరెడ్డి కృషి చేసారు.

హెచ్.ఎం.టి., బి.హెచ్.ఇ.ఎల్. ప్రాగాటూల్, ఇండోనిప్పన్ మున్నగు పరిశ్రమల్ని ఏర్పాటు చేయించి లక్షలాదిమందికి ఉద్యోగావకాశాలు కల్పించాడు కాసు.

వజ్రకరూర్‌లో వెనుకటి మణినిధుల్ని తిరగదోడించి రాయలసీమని రవ్వలసీమగా మార్చటానికి ప్రయత్నించాడు ఆయన.

మన రాష్ట్రంనుంచి పొగాకు, మరికొన్ని దినుసులు ఎగుమతి అవుతాయి. కేంద్రసంస్థల ద్వారా పరిశోధన చేయించి సాలీనా వందకోట్లవరకూ ఎగుమతి అయ్యే అవకాశమున్నట్టు బ్రహ్మానందరెడ్డి తెలుసుకున్నాడు. ఆ విధంగా విదేశీ మారకద్రవ్యాన్ని ఆర్జించేందుకు వీలుగా ఆయన ఎంతో కృషిచేసి "ఎక్స్‌పోర్ట్ ప్రమోషన్ కౌన్సిల్" ఏర్పాటు చేయించాడు.

పేదవారికి భూపంపిణీ కార్యక్రమం చేసాడు.

దేశంలో మొట్టమొదటగా మన రాష్ట్రంలో "జర్నలిస్టుకాలనీ" రావటం ఆయన చలవే!

అస్తమయం :

కాసు బ్రహ్మానందరెడ్డి తన 84వ ఏట 1994 మే 20న హైదరాబాదులోని నిజాం వైద్యసంస్థలో గుండెపోటుతో కన్నుమూసాడు.

జీవితాంతం ప్రజల శ్రేయస్సుకోసం త్రికరణశుద్ధిగా పాటుపడిన ప్రజల నాయకుడు కాసు బ్రహ్మానందరెడ్డి. అందుచేతనే ఆయన జీవితం అందరికీ ఆదర్శప్రాయం! సముదాత్త స్ఫూర్తిదాయకం!!

కొడవటిగంటి కుటుంబరావు
(1909-1980)

- ఆర్. శాంత సుందరి

కొడవటిగంటి కుటుంబరావు గుంటూరు జిల్లాలోని తెనాలిలో 1909 అక్టోబర్ 28వ తేదిన జన్మించారు. వారిది మధ్య తరగతి బ్రాహ్మణ కుటుంబం. చిన్నతనంలోనే తల్లి దండ్రులు చనిపోయారు. తండ్రి 1914లోనూ, తల్లి 1920లోనూ మృత్యువాతపడ్డారు. కుటుంబరావు 1925దాకా తెనాలిలోనే ఉన్నారు.

విద్యాభ్యాసం :

1925 దాకా స్కూలు చదువు తెనాలిలోనే సాగింది. చిన్నతనమంతా అక్కడే గడపటం వల్ల పల్లెటూరి జీవితంతో బాగా పరిచయం ఏర్పడింది. సాహిత్యంలో అభిరుచి ఆ రోజుల్లోనే ఏర్పడటానికి కారకులు కుటుంబరావు అన్నగారు కొడవటిగంటి వెంకట సుబ్బయ్య. ఆయన కవి, సాహితీ సమితి ముఖ్యుడు. ఆయన ద్వారా సాహితీ సమితి సభ్యులతో పరిచయాలు కలిగాయి. ఇంట్లోని ఈ సాహిత్య వాతావరణం తరువాతి రోజుల్లో కుటుంబరావుని రచయితగా తీర్చిదిద్దింది అనుకోవచ్చు.

1925 నుంచి 27 దాకా గుంటూరు ఏ.సి. కళాశాలలో ఇంటర్ చదివారు. అప్పుడే గిడుగు రామమూర్తి పంతులు గారి ఉపన్యాసం విన్నారు. వ్యావహారిక భాష విషయంలో వారి వాదనను ఆమోదించారు. ఉన్నవ లక్ష్మీనారాయణ గారు నడిపిన సంస్కరణోద్యమం తాలూకు ప్రభావం కూడా ఆయన మీద, ఆ సమయంలో పడింది. కుల భేదాల పట్ల వ్యతిరేకత పెరిగింది. వితంతువుల పట్ల సానుభూతి, స్త్రీ పునర్వివాహాలపట్ల సుముఖత కలిగాయి.

ఆ తరువాత విజయనగరంలో మహారాజా కళాశాలలో చేరి బి.ఏ. భౌతికశాస్త్రం చదివారు. అక్కడే నాటకాలమీద అభిరుచి ఏర్పడింది. కథా రచనపైన కూడా దృష్టి నిలిపారు. భమిడిపాటి వారి 'బాగుబాగు' నాటకం నిర్వహణ బాధ్యత చేపట్టారు. అంతర్జాతీయ సాహిత్యంతో బాగా పరిచయం ఉండటం చేత సమకాలీన తెలుగు కథలు అంత సంతృప్తికరంగా లేవనిపించి, మంచి కథలు రాయాలన్న పట్టుదలతో కలం పట్టారు.

బెనారెస్ హిందూ విశ్వవిద్యాలయంలో ఎమ్.ఎస్.సి. భౌతిక శాస్త్రం రెండో సంవత్సరం చదువుతూండగా, 1929-30లో ఘోరమైన ఆర్థిక మాంద్యం ఏర్పడింది. ఆస్తి పాస్తులు హరించుకు పోగాయి. ఆయన తన చదువుకి స్వస్తి చెప్ప వలసి వచ్చింది.

బెనారెస్ హిందూ విశ్వవిద్యాలయంలో ఉన్నప్పుడే ఆయన జీవితంలో కొన్ని మరిచిపోలేని అనుభవాలు కలిగాయి. విద్యార్థిగా ఉండగా మదన్‌మోహన్ మాలవీయ ఉపన్యాసాలు ఎన్నో వినే అవకాశం దొరికింది. జాతీయ భావాలు ఆయన మనసులో చోటు చేసుకున్నాయి. కులమతాలకు అతీతంగా ఆలోచించటం కూడా ఆదశలోనే నేర్చుకున్నారు. విశ్వవిద్యాలయంలో ఏర్పాటు చేసిన 'చాపకూడు', అంటే పాకీవాళ్ల చేతి వడ్డన తిన్నారు. నిజమైన మానసిక స్వాతంత్ర్యాన్ని అనుభవించారు.

ఉద్యోగాలు :

కుటుంబరావు చాలా చోట్ల రకరకాల ఉద్యోగాలు చేశారు. సిమ్లా, బాంబే, మద్రాసు నగరాల్లో ఆయన క్లర్క్‌గానూ, టీచరుగానూ, ఫ్యాక్టరీ ఛైర్మన్‌గానూ ఉద్యోగాలు చేశారు. ఫ్యాక్టరీలో ఉద్యోగం చెయ్యటం వల్ల ఆయన కార్మికుల జీవితాన్ని ఎంతో దగ్గర నుంచి చూశారు. ఆ అవగాహన ఆయన కథల్లో చోటు చేసుకుంది. 'కొత్తజీవితం' అనే కథలో వ్యవసాయ కుటుంబంలో పుట్టిన ఒక కుర్రవాడు బొంబాయికి వెళ్లి, ఫ్యాక్టరీలో కూలిపని చేసి, డబ్బు ఇంటికి పంపుతూంటాడు. కానీ అతని కటుంబంలోని వారు ఆ డబ్బుతో నగలు చేయించు కుంటారు. వాళ్లని తన కార్మిక మిత్రులతో పోల్చుకుని, కార్మికులే నిజమైన మనుషులు అని తేల్చుకుని, వాళ్లలో ఒకడిగా జీవించటానికి నిర్ణయించుకుంటాడు.

సినిమాలతో సంబంధం కూడా ఉండేది. సినిమాలకి సంబంధించిన రచనలు కూడా ఆయన రచనల్లో భాగమైనాయి. ఆయన కథలలో సినిమా ప్రసక్తి తరచు కనిపించటం మనం చూస్తాం. ఆయన వ్యాసాలలో సినిమా వ్యాసాల సంఖ్య మిగతా వాటికన్నా ఎక్కువగా ఉంది. కానీ ఆయన సినిమా గురించిన రచనలని సాహితీ స్థాయికి తీసుకొచ్చారు.

ఉద్యోగం అంటే మొదటినించీ విముఖత్వం ఉండటం చేత, ఏ ఉద్యోగమూ నిలకడగా చేయ్యలేదు. తనలోని స్వేచ్ఛ ప్రియత్వానికి కొంతలో కొంత అవకాశం కల్పించే జర్నలిస్టు ఉద్యోగంలో చివరికి స్థిరపడ్డారు. కొన్ని పత్రికలకి పని చేశారు. కొన్ని పత్రికలని యువప్రచురణలనీ తనే ప్రారంభించారు. మద్రాసు వచ్చి 1950లో ఆంధ్రపత్రిక (వారపత్రిక)ను తీర్చిదిద్దారు. మిత్రులు చక్రపాణి గారి కోరికపై సినిమా పత్రికలో చేరారు. 1952లో 'చందమామ' పిల్లల మాసపత్రికలో చేరి దాని సంపాదకత్వం చేపట్టారు. చివరి వరకూ ఆ ఉద్యోగంలోనే కొనసాగారు.

సాహిత్యం

1927 లో కుటుంబరావు మొట్టమొదటి కథ 'ప్రాణాధికం', 'గృహలక్ష్మి' పత్రికలో అచ్చయింది. ఆ తరువాత ఆయన రచనా ప్రవాహం మరిక ఆగలేదు. నిజానికి తన పదో యేటే ఒక స్నేహితుడికి ఒక కథ చెప్పానని ఆయన తన వ్యాసం, 'నా కథా రచన'లో స్వయంగా రాసుకున్నారు.

"పదో యేట ఒక స్నేహితుడికి తొమ్మిది రోజుల పాటు తరగని కథ ఒకటి చెప్పాను".

అదే వ్యాసంలోని మరో వాక్యం –

"పదమూడో ఏటా తలాతోకా లేని డిటెక్టివ్ నవల, ముందు వాక్యంలో ఏమి రాస్తానో నాకే తెలియకుండా, కొంత రాశాను."

ఈ వాక్యాలని చదివితే ఆయన చిన్నతనం నుంచే కథలు రాయటం పట్ల ఆసక్తి కనబరిచారనే విషయం అర్థమౌతుంది. ఆయన స్వయంగా తన కథల గూర్చి రాస్తూ, "ప్రాణాధికం" అచ్చయిన తరువాత, ఆ నెల 'గృహలక్ష్మి' లో ప్రచురించిన కథల్లో దానికి అగ్రస్థానం లభించినప్పటికీ, కథలు రాయటం గురించి భయం తీరలేదు అంటారు.

కథలు రాయటం మొదలుపెట్టిన పదేళ్లకి తనకి తృప్తి కలిగించిన కథ 'తాతయ్య' అనీ, ఆ కథతోనే తాను ఊహాప్రపంచం నుంచి వాస్తవిక ప్రపంచంలోకి రావటం మొదలుపెట్టాననీ ఆయన తన వ్యాసంలో రాసు కున్నారు. ఈ మార్పుకి దోహదం చేసినది మొదటి ప్రపంచయుద్ధమని కూడా చెప్పుకున్నారు.

తాతయ్య కథని ఒక్క తెలుగువాడే రాయగలడనీ, అది కూడా తను మాత్రమే రాయగలననీ కుటుంబరావు అన్నారు. అందులో అంత ప్రాంతీయత ఉంది. ఒక పిల్లవాడి దృక్కోణం నుంచి ఆనాటి సామాజిక స్థితిగతులనీ, పిల్లల మనస్తత్వాలనీ, సంస్కారాలు రూపొందే తీరునీ, తరాలమధ్య అంతరాలనీ ప్రతిభావంతంగా చిత్రించిన కథ ఇది. ఈ కథలో పిల్లవాడి తాతయ్యది 19వ శతాబ్ది, వాడి తల్లిదండ్రులది మొదటి ప్రపంచయుద్ధ తరం.

రచనా ప్రక్రియలు :

కథలూ, నవలలూ, గల్పికలూ, [illegible], నాటికలూ, వ్యాసాలూ. ఇవికాక సమీక్షలూ, లేఖలూ, ఇంటర్వ్యూలూ, ముందుమాటలు

కథలు :

కుటుంబరావు వైవిధ్య భరితమైన కథలు రాశారు. సామాజిక కథలూ, రాజకీయ కథలూ, శాస్త్ర విజ్ఞాన కల్పనా కథలు, డిటెక్టివ్ కథలూ, హాస్యవ్యంగ్య కథలూ, ఇంకా ఎన్నో రకాల కథలు రాశారు.

'పట్నవాసం' అనే కథలో 'కథానాయకుడు' ఒక ఎలుక. పల్లెటూరి ఎలుక ఒకటి పట్నం వస్తుంది. అక్కడ కనిపించే వర్గ వ్యత్యాసాలు చూసి బెదిరిపోతుంది. వ్యాపార నాగరికతలోని పట్టణ జీవిత అమానుషత్వాన్ని చిత్రించే ఇటువంటి కథ భారతీయ సాహిత్యంలోనే లేదని సుప్రసిద్ధ విమర్శకులు కేతు విశ్వనాథ రెడ్డి అంటారు.

సామాజిక కథలు :

పెళ్లి వ్యవవహారం, చెడిపోయిన మనిషి, పచ్చకాగితం, ఇంతలో ఉంది, హింస, దుక్కిటెద్దు, సాహసం, తిండిదొంగ, వాయు భక్షకుడు మొదలైనవి.

రాజకీయ కథలు :

దిబ్బరాజ్యం కథలు, బకాసుర (నవలిక) కథల ద్వారా సమకాలీన రాజకీయాలని విమర్శించారు. ప్రతీక సాహిత్యం కుటుంబరావు ప్రత్యేకత. దిబ్బ కథలు ఈ కోవకి చెందినవే. పురాణాలూ, ఉపనిషత్తుల నుండి తీసుకున్న కథావస్తువులని ఆధునిక కథలుగా మలిచారు. బకాసురుడి అసలు శక్తి ప్రజల అజ్ఞానం, ప్రజల భీతి అని చూపించారు.

శాస్త్రవిజ్ఞాన కల్పనా కథలు :

చంద్రగ్రహంలో, గ్రహాంతర యాత్ర గంధర్వలోక యాత్ర సైన్స్ ఫిక్షన్‌కి ఆయన ఒక గంభీరమైన సాహిత్య రూపాన్ని ఇచ్చారు.

అపూర్వ అపరాధ పరిశోధన - కథలు (డిటెక్టవ్ కథలు) :

కే. ఎస్. అనే డిటెక్టివ్‌ని సృష్టించి, అతనికి భద్రం అనే అసిస్టెంటుని ఇచ్చి, దాదాపు 15 కథల దాకా రాశారు. టి.వి. శంకరం అనే కలం పేరుతో కుటుంబరావు వీటిని రాశారు.

సమకాలీన అపరాధ పరిశోధక సాహిత్య రచనలను అవహేళన చేయటం, పాఠకుల తక్కువరకం సాహిత్యాభిరుచిని విమర్శంచటం కోసం ఈ కథలు రాశారు.

హాస్య వ్యంగ్య కథలు :

ముసలం, సినిమా కథ, పిరికి దయ్యం, కుక్క అహింసాప్రయోగం, బ్రహ్మరాక్షసులు, మొదలైనవి.

ఇంతవరకు కొడవటిగంటి కుటుంబరావు కథలు, లభ్యమైనవి. 270 వీరి మొదటి కథా సంపుటి 1930లో వెలువడింది. మొత్తం పది కథా సంపుటులు వెలువడ్డాయి.

నవలలు :

మొత్తం నవలల సంఖ్య 23 వాటిలో కొన్ని వారసత్వం, ఐశ్వర్యం, ఎండమావులు, అనుభవం, జీవితం, పంచకల్యాణి, ఆడజన్మ, కూరూపి, బెదిరిన మనుషులు, చదువు, తార, కులంలేని మనిషి

వీటిల్లో కొన్నిటి గురించి క్లుప్తంగా తెలుసుకుందాం.

1. జీవితం :

ఈ నవలలోని కథానాయకుడు ప్రకాశం. 20 సంవత్సరాల కాలంలో అతను తన కెదురయ్యే ప్రతి ఒక్క సంఘటన నుంచీ ఎంతో కొంత నేర్చుకుని, ఈ అనుభవాన్ని తన ఎదుగదలకి ఉపయోగించుకుంటాడు. జీవితం ఒక అందమైన అనుభవమనీ, ఆ ఆనందాన్ని గుండెలనిండా నింపుకోవాలనీ అనుకునే వ్యక్తి ప్రకాశం. ఇతరుల దృష్టి కోణాలనుంచి ఆలోచించి, సమస్యను అన్ని కోణాల నుంచీ చూడగల ఉదాత్తుడు.

2. అనుభవం :

ఈ నవలలో కూడా రచయిత ఒక తల్లీ కొడుకుల జీవితానుభవాలని చిత్రించారు. ఈ నవల వారిరువురి జీవితంలోనూ కొన్ని దశాబ్దాల కాలాన్ని విశ్లేషించి చూపుతుంది.

చదువు, జీవితం, అనుభవం అనే మూడు నవలలూ కుటుంబరావు జీవితానుభవాలని కొంతవరకూ చిత్రించే నవలలని కొందరి అభిప్రాయం.

3. చదువు :

ఈ నవల అన్నిటికన్నా ఎక్కువ జనాదరణ పొందిన నవల. చాలా మంది పాఠకులు కొ.కు. పేరు చెప్పగానే 'చదువు' నవలతో ఆయన్ని గుర్తిస్తారు. తెలుగు బోధించే కళాశాలల్లో దీన్ని పాఠ్య పుస్తకంగా ఎంపిక చేశారు. ఈ నవలలో రచయిత జీవితానుభవానికి సంబంధించిన అంశాలు ఎన్నో ఉన్నాయని కొందరు అభిప్రాయాన్ని వెలిబుచ్చారు.

కె.వి. రమణారెడ్డి, నవీన్, టి.జి.ఆర్. ప్రసాద్, చదువుని ఆత్మకథా నవలగా పేర్కొన్నారు. కాత్యాయని విద్మహే ఈ నవలని 'కొడవటిగంటి' కుటుంబరావు ప్రాతినిధ్య నవల అన్నారు. అయినప్పటికీ 'చదువు' ఉపోద్ఘాతంలో, తన రచనల గురించి అనే శీర్షిక కింద కుటుంబరావు ఏమంటారో చూద్దాం .....

"చదువు నవల నా ఆత్మకథా నవల కాదు. ఆ పాత్ర, సెంటర్ కారక్టర్‌కి అంత ప్రాధాన్యత లేదు. సోషల్ హిస్టరీకే ప్రాధాన్యం. ఎక్స్‌పీరియన్స్‌లు నావికావు కానీ మిగిలిన చిత్రం అంతా నేను చూసిందే".

"అభ్యుదయ సాహిత్యానికి సహాయంగా 'చదువు' రాశాను. చదువు ఉద్యమ నవల కాదు".

చదువు నవలలోని ఇతివృత్తం సంక్షిప్తంగా. . . .

చదువు :

ఈ నవలలో 1915-1935 మధ్యకాలంలోని సామాజిక స్థితిగతుల చిత్రణ మనకి కనిపిస్తుంది. కుటుంబరావు రాసిన అన్ని నవలలకన్నా పరిమాణంలో ఈనవల పెద్దది.

ఈ నవల సుందరం అనే ప్రధాన పాత్ర చుట్టూ అల్లబడింది. నవలలోని సంఘటనలన్నిటిని పాఠకుడు సుందరం కళ్లతోనే చూస్తాడు. అతని జీవితంలో జరిగే కథే ఈ నవలలోని ఇతివృత్తం. కథారంభంలో సుందరం తన తల్లిదగ్గర అక్షరాలుదిద్దటం నేర్చుకుంటాడు. తల్లి నేర్పేపద్ధతి అతనికి చదువంటే అమితమైన ఆసక్తిని కలిగిస్తుంది. పిల్లలందరూ స్కూలు కెళ్లటం అనేది ఒక 'శిక్ష'గా భావించే సమయంలో సుందరం స్కూలుకెళ్లటానికి ఉవ్విళ్లూరుతాడు.

కానీ తీరా స్కూల్లో చేరాక అతను రకరకాల చేదు అనుభవాలని చవిచూస్తాడు. అయినా చివరి వరకు చదువు మీద అతనికి ఉన్న ఆసక్తి ఏ మాత్రం తగ్గదు.

ఈ నవలలో ప్రధానంగా కన్పించే కుటుంబాలు – సీతమ్మ, శ్రీమన్నారాయణ కుటుంబం, సుబ్బమ్మ కుటుంబం, ఆదినారాయణ కుటుంబం, శేషగిరి కుటుంబం, పార్వతీశం కుటుంబం, శ్యామల కుటుంబం.

రచయిత దృష్టి సుందరం కుటుంబం మీదే కేంద్రీకరించాడు. సుందరం తల్లి సీతమ్మ పాత తరానికి ప్రతినిధి అయితే సుందరం కొత్త తరానికి ప్రతినిధి. నవల ప్రారంభంలో సీతమ్మ పాత్రకి ఉన్న ప్రాధాన్యం సుందరం హైస్కూలుకి చేరే సరికి తగ్గిపోతుంది. సుందరం ఇంగ్లీషు అక్షరాలు నేర్చుకోవటం మొదలు పెట్టినప్పుడే సీతమ్మ మనసుకి కష్టంగా తోస్తుంది. అన్నాళ్లూ తన దగ్గర అక్షరాలు దిద్దుకున్న కొడుకు అప్పుడే తనకు అలవిగాని చదువులో పడ్డాడు అనిపిస్తుంది.

సుందరం బైటి ప్రపంచాన్ని చూసిన కొద్దీ తల్లికి దూరం అవుతూ పోతాడు. తనతో చదువుకునే శివయ్య అనే మేదరి పిల్లవాడు ఇంటి కొచ్చినప్పుడు, తల్లి ఆపిల్లవాడి పట్ల 'అంటరానివాడు' అనే భావంతో ప్రవర్తించటం చూసి సుందరం చికాకు పడతాడు. అక్కడ రచయిత సుందరం గురించి ఇలా అంటాడు.

"సుందరం పుట్టుకతోనే సంస్కారి అని కాదు. క్లాసులో తనకు సమానంగా ఉండే వాణ్ణి ఇతర విషయాల్లో నీచంగా చూడాలంటే, సంఘ స్వరూపం ఎరగని సుందరానికి బాగా పట్టి యిచ్చింది.

మేనమామ శేషగిరి కొడుకుతో తన చెల్లెలు జానకి పెళ్లి సుందరానికి ఇష్టం లేకుండానే జరిగిపోతుంది. సుందరం పెళ్లి తల్లి సీతమ్మ చూసిన పిల్లతో నిశ్చయమౌతుంది. పిల్ల తండ్రిని తల్లి కట్నం అడగటం చూసి సుందరం కోపగించుకుంటాడు. ఆ బేరాలు చూసి 'సుందరానికి వికారం పుట్టింది', అంటారు కుటుంబరావు.

అంత వరకు తన ఊళ్లో, తన కుటుంబలోనూ, పరిచయస్తుల కుటుంబాల్లోనూ, స్కూలు వాతావరణంలోనూ జరుగుతున్న సంఘటనలకి ప్రతిస్పందిస్తూ, జీవితాన్ని, మనుషుల స్వభావాలనీ అర్థం చేసుకోటానికి ప్రయత్నిస్తూ వచ్చిన సుందరం, కాలేజీలో చేరటానికి బెనారెస్ (కాశీ) వెళ్లాక ఒక్కసారిగా అతని జీవితానుభవాలు ఎంతో విస్తృతమౌతాయి. దేశ పరిస్థితుల గురించీ,

రాజకీయాల గురించీ, తిలక్, గాంధీ వంటి దేశ నాయకుల గురించి తెలుసుకుంటాడు. అతని మనసు, ఆలోచనలూ వికాసం పొందుతాయి.

భార్య కాపురానికి వచ్చాక అతనికి ఒక కొడుకు పుడతాడు. శిల్పానికి కుటుంబరావు ఎంత ప్రాధాన్యత ఇచ్చేవారో ఈ నవల మొదలూ, చివరా చూస్తే తెలిసిపోతుంది. సుందరం అక్షరాభ్యాసంతో ప్రారంభమైన 'చదువు' నవల, అతని కొడుకు తల్లి దగ్గర అక్షరాలు దిద్దటం నేర్చుకుంటూ ఉండటంతో ముగుస్తుంది.

4. పంచకళ్యాణి :

ఈ నవలలో ఐదు స్త్రీ పాత్రలు. అందరూ పెళ్ళీడు యువతులే, శీర్షికకి సరిపోయేట్టుగా! ఆ ఐదుగురికి వివాహం గురించి ఏవేవో ఆశలూ, ఆశయాలూ ఉంటాయి. వాటికీ సామాజిక వాస్తవాలకు మధ్య ఉండే సంఘర్షణనే ఈ నవలలో కటుంబరావు చిత్రించారు. ఈ ఐదు స్త్రీ పాత్రలూ పుట్టిపెరిగిన వాతావరణం భిన్నంగా ఉంటుంది. దాని వల్ల వారి మనస్తత్వాల్లో కూడా తేడా ఉంటుంది. అయినప్పటికీ వాళ్లు ఎదుర్కొన్న సామాజిక సమస్య మట్టుకు ఒకే రకమైనది.

బాల్యవిహాలు పోయి, స్త్రీలు చదువుకొని, కావాలంటే ఉద్యోగాలు కూడా చేసే స్థితికి ఎదిగారు. కానీ అదే స్వాతంత్ర్యం కాదు. స్త్రీ పురుషుల మధ్య సమానత్వం ఉండాలనే భావం బైటపడుతోందికాని, అది ఇంకా ఏర్పడలేదు. తరతరాలుగా బానిసగా పెరిగిన స్త్రీని, ఇవాళ నువ్వు స్వతంత్రురాలివి, పరిగెత్తమంటే ఎలా పరిగెత్తుతుంది, అంటుంది ఐదుగురిలో ఒక యువతి లలిత.

ఇంకో పాత్ర సుశీల తన సవతి తల్లి బతుకుతున్న తీరుని చూసి హడలిపోతుంది. తన సవతి తల్లికి "జీవితంలో ఒక్క ఆనందం లేదు. మామూలు ఆడది కోరే ప్రతి అల్ప సుఖం మీదా విముఖత్వం తెచ్చిపెట్టుకుని గానుగెద్దు జీవితం గడుపుతున్నది" అంటుంది సుశీల ఆమె గురించి. ఆ తరువాత తనకి భర్తగా వచ్చేవాడు తనని మర్యాదగా చూస్తే చాలు అనుకుని, అదివరకే పెళ్లాం పిల్లలున్నవాడూ, తనకన్నా వయసులో పెద్దవాడూ, రామకృష్ణని పెళ్లి చేసుకుంటుంది.

పంచకళ్యాణులలో మూడోది లక్ష్మి తన స్నేహితురాలు ఇందిర సినిమా తారగా వెలుగుతూ ఉంటే, ఆమె భర్త ఎంతో హీన స్థితిలో ఉండటం చూస్తుంది. ఇంకోవైపు తన అన్నా - వదినెల దాంపత్యం చూసి ఇలా అనుకుంటుంది...

"అయితే ఆడదో, కాకపోతే మగవాడో బానిసగా బతకవలసిందేనా ? ఇద్దరూ సఖ్యంగా, సమంగా అన్యోన్యంగా స్నేహితుల్లాగా బతికే అవకాశం లేదా"? ఆ తరవాత మంచి చెడ్డలు బేరీజు వేసుకుని, "ఆడంగిరేకుల వాడైతేనేం? పెళ్లాన్ని కాల్చుకు తినడు. చెప్పినట్టు వింటాడు". అనుకుని కమలాకరాన్ని ఎంచుకుంటుంది.

నాలుగో కల్యాణి, తాయారు సంఘ సంస్కర్తననుకునే తండ్రి పెంపకంలో ఈమె ఆత్మరక్షణ చేసుకోలేని దానిగా తయారవుతుంది. లలిత తన స్నేహితురాలు కాబట్టి ఆమె అన్న నారాయణని

చేసుకుంటే బావుంటుందను కుంటుంది. పోచికోలు కబుర్లు చెప్పడు, కోపిష్టివాడు కాడు, అందుకని అతనిపట్ల ఇష్టంతో అతన్ని పెళ్లాడుతుంది.

ఇక ఈ ఐదుగురిలో ఆఖరిది జానకి. ఆమె సుధాకరాన్ని ఇష్టపడి పెళ్లి చేసుకుంటుంది. "ఆమె తన భర్తను అనేక మంది మగవాళ్లతో పోల్చి చూసుకుని అతను చాలా మందికన్నా మెరుగనే నిర్ణయానికి వచ్చింది," అంటారు రచయిత. కాని కొద్ది రోజుల్లోనే అది భ్రమ అని తెలుస్తుంది. ఆ ఇంట్లోనే తన పట్ల సానుభూతి చూపించే చలపతి ఉన్నాడని తెలుసుకుంటుంది.

పుట్టింటికి చేరుకుని ఉద్యోగంలో చేరుతుంది. జీవితం ఆనందంగా ఉన్నట్లు తోస్తుంది. ఇప్పుడామె చలపతి ప్రేమను ఆమోదించే స్థితిలో ఉంది. కానీ అతనిలో మార్పు వస్తుంది. ఆమెతో జీవించగల డబ్బూ, హోదా, ఆస్తీ పలుకుబడీ అతనికి లేవు.

ఈ నవలలోని ఐదుగురు యువతుల నిర్ణయాల మాట అటుంచి, ప్రేమ వివాహాలపట్ల ఆనాడు రచయిత చెప్పదల్చుకున్న మాట, లలిత భర్త రామారావు ద్వారా చెప్పించారు..

"సంఘంలో ఆడదాని స్థాయి పెరగక ముందే ప్రేమ వివాహాలను గురించి కలలు కనడమేమిటి" ?

ఆ మాట వినటంతోనే, "స్థాయి పెరగటమంటేఏమిటి?" అనే ప్రశ్న తలెత్తుతుంది. దాదాపు పంచకల్యాణి రాసిన పదేళ్ల ముందు రాసిన 'ఆడజన్మ' నవలలో లక్ష్మిని పరిచయం చేస్తూ, "మన సమాజంలో కొందరు తక్కువ కులాల్లో పుడతారు. కొందరు బీదల కడుపున పుడతారు. మరి కొందరు ఆడవాళ్లుగా పుడతారు," అంటారు కుటుంబరావు.

స్త్రీ సామాజిక శ్రమలో పాల్గొనటం అనేది మట్టుకే అమెని గౌరవ స్థానంలో నిలబెట్టగలదన్న మార్క్సిస్టు భావనను మానవ సంబంధాల చిత్రీకరణలో వాడుకున్నారు కుటుంబరావు.

కుటుంబరావు నవలా రచనలు 1941 - 70 మధ్య కాలంలో చేశారు. వారివి 23 నవలలు ప్రచురితమయాయి.

నాటికలు :

1946 -63 మధ్య కాలంలో రేడియో కోసం 18 నాటికలు రాశారు. అందువల్లే రంగస్థల నాటకాలలో కనిపించే ఘర్షణతో కూడిన నాటకీయత వీరి నాటకాల్లో ఉండదు.

గల్పికలూ - అల్పికలూ :

1942-78 మధ్య కాలంలో 75 గల్పికలూ -అల్పికలూ రాశారు. వీటిలో చాలా మటుకు వ్యంగ్యంతో కూడుకున్నవే. 'ఫారిన్ కొలాబరేషన్', 'భక్తా గ్రేసరుడు', 'సౌందర్య రహస్యం', 'భాషాసేవ' వీటిలో ఆణిముత్యాలు.

'ఫారిన్ కొలాబరేషన్' అనే గల్పికలో ప్రపంచీకరణ సృష్టించబోయే సమస్యల్ని, ముప్పైయేళ్ల క్రితమే పాఠకుల ముందుంచారు. పాపారావు బంకుని ఏదోపెద్ద చేప మింగింది ! ఆ బంకు ఉండవలసిన చోట అద్దాల షాపు వెలిసింది. అని మొదలయ్యే ఈ గల్పికలో, లంక పొగాకు అమ్మే పాపారావు బంకుని అమెరికన్ కొలాభరేషన్ ఇండో - అమెరికన్ కోకాకోలా సెంటర్ ఎలా మింగేసిందో చెప్పే గల్పిక ఇది. ఈ గల్పికలోని ఆఖరి వాక్యం "ఇంక పాపారావు నాకు కనిపించే అవకాశం లేదు". ఈ గల్పిక రచనాకాలం జూన్ 1977

ఒకటి - రెండు పేజీల్లో ముగిసిపోయే ఈ గల్పికలనీ అల్పికలనీ తెలుగులో మొట్టమొదట రాసింది కొడవటిగంటి కుటుంబరావేనని కొందరు అభిప్రాయపడతారు.

యుద్ధ సమయంలో కాగితం కొరతవల్ల ఇటువంటి "మినీ" కథలని రాయవలసిన అవసరం ఏర్పడిందని కుటుంబరావు ఒక చోట అంటారు.

తక్కువ పంక్తుల్లో, మామూలు భాషలో ఒక భావాన్ని మనసుకు హత్తుకునేలా ఎలా చెప్పవచ్చో, ఈ గల్పికలు చదివితే తెలుస్తుంది.

'భూతదయ' 'ఉద్ధరింపు' అనే గల్పికల్లో ఉన్నవి పదే పంక్తులు, కానీ వాటిలో ఉన్న ఆలోచననీ, భావాన్నీ అర్థం చేసుకోవాలంటే వాటిని చదివితేనే తెలుస్తుంది.

వ్యాసాలు :

కుటుంబరావు మిగతా సాహిత్యమంతా ఒక ఎత్తైతే, ఆయన రాసిన వందలాది వ్యాసాలు ఒక ఎత్తు. సైన్సు దగ్గర్నించి తాత్త్వికత వరకూ ఆయన స్పృశించని విషయం లేదు. విరసం వారు ప్రచురించిన కుటుంబరావు గారి వ్యాస సంపుటులు 7.

అర్ధ శతాబ్ద కాలంలో (1931 - 80) వెయ్యికి పైగా విషయాలపై వ్యాసాలు రాసి, తెలుగు సాహిత్యంలో సాటిలేని మేటి వ్యాసకర్తగా నిలిచారు. లోతైన అధ్యయనం, జిజ్ఞాస, వైజ్ఞానిక దృష్టి, భావుకత, విశ్లేషణ, సామాజిక ప్రయోజనం ఈ వ్యాసాల్లో మనకి కనిపిస్తాయి.

సైన్సు వ్యాసాలు :

మొదటి ముద్రణ 1989, రెండవ ముద్రణ 1997, ఈ సంపుటిలో మొత్తం 144 వ్యాసాలున్నాయి. వీటిని ప్రాణులు - ప్రపంచం, శాస్త్ర పరిశోధనలు, శాస్త్ర జ్ఞానం, పదార్థంలో పరమాణువులు, పావ్లావ్ పరిశోధనలు, గ్రహాంతర యానం, శాస్త్రీయ విజ్ఞానం, విశ్వరూపం, పురోగమనం అనే శీర్షికల కింద పొందుపరిచారు.

చరిత్ర వ్యాసాలు :

1999 లో ప్రచురించబడింది. ఈ సంపుటిలో వ్యాసాల సంఖ్య 58. వీటిని ప్రాచీన భారతం స్త్రీ పర్వం అనే శీర్షికలతో ప్రచురించారు. ఈ సంపుటి 'ముందుమాటలు' నుంచి కొన్ని వాక్యాలు...

"కుటుంబరావు గారు కాలక్రమణిక ప్రకారం మన దేశపు చరిత్ర రాయలేదు... దేశ దేశాలలోని వింత వింత ఆచార వ్యవహారాలని, వాటి సరళిని కూడా ఓపిగ్గా వివరించారు... చారిత్రక భౌతికవాదం కటుంబరావు గారికి ప్రాతిపదిక. ఈ దృక్పథాన్ని అనుసరించి ఆయన రాశారు."

సంస్కృతి వ్యాసాలు :

1999లో ప్రచురించబడింది. ఇందులో 8 శీర్షికలతో 133 వ్యాసాలున్నాయి. భూమిక, కళలు, సంగీతం, నాటకం, విద్యా వ్యవస్థ, హేతువాదం, ప్రతికారంగం, సామాజిక విలువలు.

ఈనాడు నెలకొన్న కృత్రిమ సంస్కృతికి విరుగుడుగా సజీవ శ్రామిక సంస్కృతిని ఈ వ్యాసాల్లో మన ముందుంచారు.

సంపాదకులు ముందు మాటలో, "వ్యాసకర్తగా కుటుంబరావు చొరరాని చోటులేదు. ఎక్కలేని ఎత్తులేదు. దేనినైనా సరే విశదీకరించి, విశ్లేషిస్తూ లోతులు తడుముతారాయన. అందుకే ఆయన వ్యాసాలు అంత ప్రయోజనకరంగా ఉంటాయి. నిజానికిది కత్తిమీద సాములాంటిది. ఎందుకంటే సంస్కృతికి సవాలక్ష నిర్వచనాలు ఉన్నాయి", అంటారు.

ఈ సంపుటిలో 'కళలు' గురించి రాసిన వ్యాసాల సంఖ్య మిగతా వాటికన్నా ఎక్కువగా ఉంది. కళలకి సంబంధించిన అన్ని అంశాలనీ రచయిత స్పృశించే ప్రయత్నం చేశారు.

సినిమా వ్యాసాలు :

2000 సంవత్సరంలో ఈ వ్యాసాలు రెండు భాగాలుగా ప్రచురించ బడ్డాయి. కొడవటిగంటి కుటుంబరావు వ్యాసాలన్నిట్లోకీ సినిమా వ్యాసాల సంఖ్యే ఎక్కువ. మొట్టమొదటి వ్యాసం 1934లో ప్రచురించబడితే ఆఖరిది 1980లో వెలువడింది.

ఈ రెండు భాగాలలోనూ మొత్తం 340 వ్యాసాలు ఉన్నాయి. రచయిత ఈ వ్యాసాలన్నిటినీ సామాజిక దృష్టితోనే రాశారు. "సినిమా కళకు, సినిమా పరిశ్రమకు, సమాజానికి ఉండవలసిన సంబంధాలతో గల వ్యత్యాసం నాకు అనుక్షణం కనిపిస్తూ ఉంటుంది," అంటారు కొ.కు

సినిమా ప్రపంచంతో తనకున్న సంబంధాన్ని ఈ కింది మాటల్లో తెలియజేశారు...

"సినిమాలంటే నాకు ద్వేషం లేదు... సినిమా రంగంలో నేను జీవనోపాధి కల్పించుకోక పోయినా సినిమాకారులు నన్ను 'బయటి' వాడిగా చూడరు. విడుదల అవుతున్న ప్రతి చిత్రమూ హిట్‌కావాలనే నేను మనస్ఫూర్తిగా కోరతాను. చిత్ర నిర్మాతలకు గల ప్రతిబంధకాలు నాకు బాగా తెలుసు.

అయితే నేను అచ్చంగా సినిమా రంగంలో ఉండే మనిషిలాగా ఆలోచించను. సినిమా వాతావరణమూ, సినిమా అవసరాలూ, నియమాలూ నన్ను 'కండిషన్' చెయ్యవు. నాకొక సామాజికుడి దృష్టి ఉంది".

సాహిత్య వ్యాసాలు :

2001లో ప్రచురించబడ్డాయి. ఈ సంపుటిలో మొత్తం 278 వ్యాసాలున్నాయి. భాష, సాహిత్య వేత్తలు, నేనూ నా రచనలు, సాహిత్య రూపం, సాహిత్య సారం, సాహిత్య విమర్శ, లేఖలు, పుస్తక పరిచయం, పుస్తక సమీక్ష, బాలల సాహిత్యం, సాహిత్యంలో రాజకీయాలు, సాహిత్య ఉద్యమాలు, ఇష్టాగోష్టి, అనే శీర్షికలున్నాయి.

సాహిత్యం గురించి కుటుంబరావు వ్యక్తీకరించిన కొన్ని అభిప్రాయాలను ఇక్కడ తెలుసుకోవటం సబబుగానే ఉంటుంది

1. సాహిత్యానికి సాంఘిక ప్రయోజనం ఉండాలి. జీవిత చిత్రణ వాస్తవంగా ఉండాలి.
2. అభ్యుదయ కళలు శ్రామికవర్గ ప్రయోజనానికి అనుకులంగా ఉంటాయి, వాటి స్వభావం సామూహికంగా ఉండాలి.
3. సాహిత్యం సాంఘిక చైతన్యంలో ఒక భాగం. అభ్యుదయ సాహిత్యం ఒక సామాజిక శక్తి.
4. రచయిత ప్రభావం సమాజం మీదా, సంఘం యొక్క ప్రభావం రచయిత మీదా ఉన్నప్పుడే అభ్యుదయ సాహిత్య సృష్టి జరుగుతుంది.
5. సాహిత్య అభివృద్ధికి సాంఘిక సిద్ధాంతాల ఆధారం అవసరమౌతుంది.
6. తన కళను ఉత్తమ సాంఘిక ప్రయోజనానికి అంకితం చేసే స్వేచ్ఛ కళాకారుడికి ఉండాలి.
7. సంఘ విద్రోహ శక్తులతో శ్రామికులు జరిపే పోరాటంలో రచయిత ప్రజాశక్తులను బలపరచి, వారి అసామాన్య పరాక్రమాలను గుర్తించాలి.
8. రచయిత ఎప్పటికప్పుడు ఆత్మ విమర్శ చేసుకుంటూ ఉండాలి. అప్పుడే తనలోపాలు దిద్దుకోగలుగుతాడు.

కుటుంబరావు తన రచనల్లో, విమర్శల్లో ప్రతిపాదించిన- అంశాలను గురించి ఆలోచించమని చెప్పేవారుగాని, వాటిని సమ్మితీరాలన్న ధోరణిలో చెప్పేవారు కాదు.

రాజకీయ వ్యాసాలు :

2001లో ప్రచురించబడ్డాయి. 12 శీర్షికల కింద 177 వ్యాసాలు ఈ సంపుటిలో చోటుచేసుకున్నాయి. ప్రపంచ రాజకీయాలు, దేశ రాజకీయాలు, మన సామాజిక వ్యవస్థ, మార్క్సిజం, లెనినిజం, నేటి రాజకీయాలు, దిబ్బిరాజ్యం మొదలైన శీర్షికలున్నాయి.

సామాజిక పరిస్థితుల కారణంగా మార్క్సిజం స్వీకరించిన కుటుంబరావు నాలుగు దశాబ్దాల కాలంలో, (1941-80) రెండు ప్రపంచయుద్ధాల విశ్లేషణ, ఆర్థిక సంక్షోభం, సామ్యవాదం, సామ్రాజ్యవాదం, ఇరవైయవ శతాబ్దంలోని అపజయాలు, మొదలైన విషయాలపై వ్యాసాలు రాశారు.

తాత్త్విక వ్యాసాలు :

2002 లో ప్రచురించబడింది. జిజ్ఞాస మీమాంస, మాయదారి దేవుడు, Dimensions (రెండు వ్యాసాలు ఇంగ్లీషులో), బుద్ధికౌలత, అసాధారణ అనుభవాలు అనే ఐదు శీర్షికల కింద మొత్తం 49 వ్యాసాలున్నాయి.

ఇవికాక 'లేఖా సంభాషణలు' అనే శీర్షికతో 30 లేఖలున్నాయి.

ఈ వ్యాసాల్లో సత్యస్వరూపం, దయ్యాలు, దేవుళ్లు, మతం, నాస్తికత్వం, పూర్వజన్మలు, పునర్జన్మలు, జోస్యం, అతీంద్రియ శక్తులు, టెలిపతీ, సైకోమెట్రీ వంటి విషయాలమీద 1935 నుంచి 1980 వరకూ రాశారు. ఈ వ్యాసాల గురించి తీవ్ర స్థాయిలో చర్చలు జరిగాయి. ఈ సంపుటిలో ప్రచురించిన లేఖలు కూడా ఇటువంటి చర్చలకి సంబంధించినవే. రచయిత ఎంతో ప్రజాస్వామికంగా, సైన్సు వివరించలేని సంఘటనలకు సశాస్త్రీయమైన సమాధానాలనూ, చర్చలనూ ఆహ్వానించారు.

అనువాదాలు :

స్వీయరచనలే కాక కుటుంబరావు అనువాదాలు కూడా చేశారు. రష్యన్, జర్మన్ భాషల నుంచి ఇంగ్లీషులోకి వచ్చిన అనువాదాలని ఆయన తెలుగులోకి అనువదించారు. కానీ వీటి సంఖ్య తక్కువే . . . కొన్నిటిని చూద్దాం. . .

1. మృత జీవులు – నికొలోయ్ గొగొల్ రాసిన రష్యన్ నవల
2. మరోప్రపంచం – జేమ్స్ హిల్టన్ ఆంగ్ల నవల

జర్మన్ కథానికలకు కుటుంబరావు చేసిన అనువాదాలు 6 సంపుటాలుగా వెలువడ్డాయి.

ఇవికాక జీవిత చరిత్రల అనువాదాలు, వైజ్ఞానిక రచనల -అనువాదాలు కూడా అచ్చయాయి. 'నిత్య జీవితంలో భౌతికశాస్త్రం' (రష్యన్ భాష నుంచి అనువాదం) ప్రతి విద్యార్థీ చదవవలసిన పుస్తకం.

ఈ విధంగా కొడవటిగంటి కుటుంబరావు సాహిత్యం ఎంతో విస్తృతమైనదీ, సామాజిక చైతన్యంతో కూడుకున్నదీ అని మనకి అర్థం అవుతుంది.

కుటుంబరావు రచనల్లో శైలి, శిల్పం :

కుటుంబరావు రచనల గురించి కాత్యాయనీ విద్మహే, " కుటుంబరావు రచనల్లో భావుకత కంటే ఆలోచనా తీవ్రత ఎక్కువ. కథల ఇతివృత్త నిర్మాణంలో, పాత్రల ప్రవృత్తులను వర్ణించటంలో ఆ ధోరణే కనబడుతుంది," అంటారు.

అయినప్పటికీ ఆయన రచనలు తెలుగు వారి జీవితాన్ని ప్రతి బింబించేవిగా ఉంటాయి. విలువైన అనుభవాన్ని తెలియజేసేవిగా ఉంటాయి. ఆయన కథల్లో ఛాందసవాద వ్యతిరేకతా, సంస్కరణ వాదమూ కథా వస్తువుతో చాలా సహజంగా అల్లుకుని ఉంటాయి. రాజకీయాల గురించి ఆయన దృక్పథం విప్లవాత్మకమైనది. ముఖస్తుతికీ, భట్రాజు పొగడ్తలకీ వ్యతిరేకి. ఇవన్నీ ఆయన సాహిత్యంలోనూ ప్రతిబింబించాయి.

ఆయన వచనం చాలా నిర్దిష్టంగా ఉంటుంది. అనవసరపు సంభాషణ గానీ, పదంగానీ ఎక్కడ కనిపించవు. కథా వస్తువుకీ, శైలికీ, శిల్పానికీ సమానమైన ప్రాముఖ్యత యిచ్చిన రచయిత కొడవటిగంటి కుటుంబరావు. చెప్పే విషయంలోనూ, చెప్పే పద్ధతిలోనూ నూటికి నూరు శాతం స్పష్టత కలిగి ఉండటం ఆయన శైలిలోని ప్రత్యేకత. అదే విధంగా పాఠకుడి తెలివితేటల మీద ఆయనకి అపారమైన నమ్మకం. అందుకే అరటిపండు ఒలిచినట్టు అన్నీ తానే చెప్పకుండా పాఠకుడినే ఆలోచించమంటారు.

పాఠకులు కొడవటిగంటి కుటుంబరావు రచనా శైలిని రష్యన్ రచయిత 'చెఖోవ్' శైలితో పోల్చేవారు. ఎంతో తెలుగుతనం ఉట్టిపడే ఆయన రచనల మీద విదేశీ సాహిత్య ప్రభావం, శైలి పరంగా ఉందనే అనుకోవాలి. దాన్ని చాలా సహజంగా తెలుగు కథల్లో మలచటం ఆయన ప్రతిభకి తార్కాణం.

కుటుంబరావు శైలి సూటిగా ఉంటుంది. రచయిత మనసులోని ఆవేశ కావేషాలూ, రచయిత మధ్యలో జోక్యం కలిగించుకోవటం ఎక్కడా కనబడవు. పాత్రల స్వభావమూ, ప్రవర్తనా జీవితంలో లాగే ఉంటాయి తప్ప ఎక్కడా అసహజంగా ఉండవు. అదే విధంగా పాత్రల ప్రవర్తన గురించి రచయిత సంజాయిషీ ఇచ్చుకోవటం ఉండదు. రచయిత ఎవరి పక్షానా ఉండడు, కానీ తన రచనల ద్వారా పాఠకుల సామాజిక చైతన్యం పెరగాలనీ, వాళ్లలోని సంస్కారం

మేలుకోవాలనీ ఆశించటం కనబడుతుంది. పరోక్షంగా రచయిత ఈ లక్ష్యాన్ని ఆశిస్తాడు. ఆదర్శాన్ని సూచించి వదిలేస్తాడు. ఉపన్యాసాలు ఇవ్వడు. అందుకే ఆయన "నారచనలని పాఠకులు ఎంత త్వరగా చదవటం మానేస్తే, నేనంత సంతోషిస్తాను", అంటారు. అంటే ఆయన ఏ సంస్కరణలు జరగాలనుకుని కథలు రాశాడో, అవికనక సమాజంలో జరిగితే, ఇక తన కథలు పనికిరాకుండా పోతాయనీ, వాటిని చదవలసిన అవసరం ఇక ఉండదనీ ఆయన అభిప్రాయం. తన రచనల ద్వారా తన పేరు చిరస్థాయిగా నిలిచిపోవాలని ఆయన ఎన్నడూ అనుకోలేదు.

'నేను కథలు ఎలా వ్రాస్తాను' అనే వ్యాసంలో ఆయన తన రచనా శైలీ, శిల్పం గురించి చెబుతూ, "నేను కూడా మొదట్లో కథా శిల్పానికి అత్యంత ప్రాముఖ్యం ఇచ్చేవాణ్ణి. టెక్నిక్ బాగుంటే కథలో ఇంకేమీ లేకపోయినా ఫరవాలేదు అనుకునేవాణ్ణి.

శిల్పానికి ప్రాధాన్యం ఇచ్చినప్పటికీ నాకు నా పరిసరాలకూ గల సంబంధాన్ని విధిగా గుర్తించాల్సి వచ్చింది" అంటారు.

అరటిపండు వలిచినట్లు అన్నీ రచయితే చెప్పెయ్య కూడదనీ, పాఠకుడి ఆలోచనని రేకెత్తించి వదిలెయ్యాలనీ ఆయన పూర్తిగా నమ్మేవారు. అలాగే కథా శిల్పానికీ, నవలా శిల్పానికీ గల తేడాని వివరిస్తూ, ఒకే సంఘటనను చిత్రించేది చిన్న కథ అనీ, ఒక జీవిత భాగాన్ని చిత్రించేది నవల అనీ అంటూ, రాసే పద్ధతిలో ఆ తేడాని రచయిత పాటించాలని అంటారు. కథా రచనలు చెయ్యదలచిన వారు విరివిగా కథలు చదవాలనీ శిల్పం అనేది కూడా పరిచయం వల్ల లభ్యం అవుతుందనీ ఆయన అంటారు.

కుటుంబరావు రచనల్లో కథా వస్తువు, శైలి, శిల్పం విడదీయటానికి వీలులేకుండా పెనవేసుకుని, సమానమైన ప్రాముఖ్యతని కలిగి ఉండటం కనిపిస్తుంది.

పాలగుమ్మి పద్మరాజు గారితో 1953 ఫిబ్రవరి 12వ తేదీన ఆలిండియా రేడియోలో ప్రసారమైన చర్చలో కుటుంబరావు కథారచన గురించీ, శిల్పం గురించీ ప్రస్తావిస్తూ, ఒక చోట ఇలా అంటారు...

"...రచయితకు సంఘ సమస్యల్ని గురించి ఉండే విశ్వాసాలు నేరుగా రచనలో పెట్టడానికి అవకాశం లేదు. రచన యెప్పుడూ జీవితం నుంచి రావలసిందే గాని సిద్ధాంతాలనుంచి వచ్చే అవకాశం లేదు.

...రచయితకి తాను రచించే విషయాన్ని గురించి అనుభవంతో పాటు ఆ అనుభవం వెనక ఉండే జీవితసత్యాన్ని తెలుసుకునే శక్తి కూడా ఉండాలి.

'అరుణోదయం' నవలలో ఒక పాత్ర చేత రచయిత పలికించిన మాటలు ఆయన రచనా విధానానికి సంబంధించినవే అనిపిస్తాయి...

..."సంఘానికి అభ్యుదయం చేకూర్చాలనే దృఢ సంకల్పమూ, మనస్తత్వం గురించిన విశాల పరిజ్ఞానమూ, మానవ మనస్సును కదిలించే అపార ప్రజ్ఞా వీటి వెంట సంప్రాదాయ సిద్ధంగా వస్తున్న శిల్పంలో ప్రావీణ్యం సంపాదించటమూనూ..."

వ్యక్తిత్వం

నిరాడంబరత్వం, నిజాయితీ, నిర్మొహమాటం, నిక్కచ్చితనం కొడవటిగంటి కుటుంబరావు వ్యక్తిత్వంలోని ముఖ్యమైన గుణాలు. రాసేదీ, చెప్పేది, చేసేది ఒకటిగానే ఉండటం అనేది ఆయనలోని విశిష్టత. తన గురించీ, తన రచనల గురించీ వాస్తవికమైన అంచనా కలిగి ఉండటం ఆయన ప్రత్యేకత. దీనికి ఈ కింద వాక్యాలే ఉదాహరణ.

"నాకు ఒకటే ఆశయం నా రచనల వల్ల కూడా మనోవికాసం పొందదగిన వాళ్లు తెలుగు వాళ్లల్లో ఉండి తీరాలి. వారందరూ నాకథలు చదవాలని నా కోరిక. వారందరికీ నా రచన మీద ఎంత త్వరగా ఏవగింపు కలిగితే అంత ఉపకారం చేసిన వాణ్ణవుతాను తెలుగు సారస్వతానికి. అప్పటికి తెలుగు సారస్వతానికి నాతో పని అయిపోతుంది. నా కథలు చిరస్థాయిగా ఉండి పోవాలనే ఆశ నాకు ఏ కోశానా లేదు.

ఇంకా ఎప్పుడో పుట్టబోయ్యేవాళ్ల కొరకు రాస్తున్నాననే అహంకారం కూడా నాకు లేదు. నేను అకాశంనించి ఊడిపడలేదు. నాకు పూర్వం కథలు రాసిన వారు ఎక్కడ విడిచి పెట్టారో నేను కథా రచనను అక్కడే అందుకోగలను కాని అంతకు పైన ఎట్లా అందుకోగలను ? "

– ('కారుణ్యం' ముందుమాట, 1937)

చిన్న పత్రికలనీ, రచయితలనీ ఆయన ప్రోత్సహించే విధానం కూడా చాలా గొప్పగా ఉండేది. కొత్తగా పత్రిక పెడుతున్నాం, రచన పంపగలరా అని అడగ్గానే ఏదో ఒకటి రాసి పంపేవారు. ఆ పత్రిక వెలువడుతుందా, రచనకి పారితోషికం లభిస్తుందా, ఇవేవీ ఆయనకి పట్టేవి కావు.

అప్పుడప్పుడే రాయటం మొదలు పెట్టిన యువ రచయితలు, ఆయన్ని కలిసి మాట్లాడి ఎన్నో విషయాలు చర్చించి తెలుసుకోవాలని ఉవ్విళ్లూరే వారు. వారి సందేహాలకి ఓపిగ్గా సమాధానాలు చెప్పేవారు. ఇంటి దగ్గరైతే తను తొడుక్కున్న పంచె బనీనుతోనే వచ్చి కూర్చునేవారు. కొందరు ఆయన్ని చందమామ ఆఫీసులోనూ కలిసే వారు. అలా కలిసి మాటల్లో పడి ఒక్కోసారి ఇంటిదాకా కూడా వచ్చేవారు.

ఇతరులు చెప్పేది ఓపిగ్గా వినటం, చర్చించటం ఉండేది కాని, తన అభిప్రాయాలని ఇతరుల మీద రుద్దటం ఉండేది కాదు. తను నమ్మే సిద్ధాంతాలతో ఏకీభవించని వారితో సంభాషణ కొనసాగించటానికి ఆసక్తి చూపేవారు కాదు. ఒకటి రెండు వాక్యాల్లో తన అభిప్రాయాన్ని

సూచించి వదిలేసేవారే తప్ప, అవతలి వ్యక్తిని ఒప్పించటం – బలవంతంగా తనతో ఏకీభవించమని అనటం – ఎప్పుడూ చెయ్యలేదు. పైగా సహేతుకంగా ఎవరైనా ఆయన అభిప్రాయాలు తప్పని నిరూపిస్తే ఆయనకి ఎటువంటి అభ్యంతరమూ ఉండేది కాదు సరికదా, అటువంటి చర్చలంటే ఎంతో ఆసక్తి కనబరచేవారు. ప్రచురితమైన వారి లేఖలు ఈ విషయానికి మంచి సాక్ష్యాలు. మూఢ విశ్వాసాలని పట్టుకు వేలాడుతూ మూర్ఖంగా వాదించే వారంటే మాత్రం ఆయనకి తగని చిరాకు. సంస్కృతి వ్యాసాలలోని ఒక వ్యాసంలో ఆయన ఇలా అంటారు...

"మూఢ విశ్వాసాలనుంచి బయట పడని జాతికి భౌతిక దృష్టి లేదని వేరే చెప్పనవసరం లేదు. భౌతిక దృష్టి లోపించిన జాతి వెనకబడి ఉండక తప్పదు..."

"మన మూఢత్వానికి గతంలో వేళ్లుతన్నిఉండటం ఒక్కటే కారణం కాదు. ఎండిపోయిన చెట్టు కొంతకాలం వేళ్ల పట్టుమీద నిలబడి ఉన్నప్పటికీ ఏ గాలివానకో పడిపోక తప్పదు... కానీ అది సజీవంగా ఉన్నట్టు భ్రమ కలిగించటానికి కృత్రిమంగా రంగులు పూసి, కాగితం ఆకులు కట్టారనుకోండి!"

ఇంకో చోట –

"నేను మార్క్సిస్టు Dialectical దృక్పథాన్ని పూర్తిగా ఆమోదిస్తాను. Dialectical గా ఆలోచిస్తే మూఢ విశ్వాసం పుట్టినచోట Scientific Inquiry start అవుతుంది. Assimilate (జీర్ణం) కాని అనుభవం దగ్గర మూఢ విశ్వాసమూ, శాస్త్రపరిశోధనాధారమూ చీలతాయి. . .

Matter (పదార్థం) నుంచి దాన్ని ఎడంచేసినా నా Scientific Conscience సహించదు". అంటారు.

చదువుకునేటప్పుడూ, రాసుకునేటప్పుడూ తప్ప, మిగతా సమయాల్లో ఆయనకి చాలా హాబీలు ఉండేవి. సంగీతం, ఫొటోగ్రఫీ వాటిలో ముఖ్యమైనవి. హార్మోనియం మీదా, దిల్‌రుబా (ఇప్పుడు ఈ వాయిద్యం అంతగా వాడుకలో లేదు) మీదా తను ఉత్తర భారత దేశంలోనూ, బొంబాయిలోనూ ఉన్నప్పుడు విని నేర్చుకున్న పాటలు పాడుతూ వాయించుకునేవారు. గ్రామఫోను ఉండేది. రికార్డులుండేవి. కర్ణాటక సంగీతమన్నా అంతే ఇష్టం.

ఫోటోగ్రఫీ అంటే విపరీతమైన ఇష్టం. ఈనాటికీ, గత 60–65 ఏళ్లకు ముందు నుంచి, ఆయన పోయేవరకు తీసిన ఫోటోలు ఉన్నాయి. తనకి ఎప్పుడు బుద్ధి పుడితే అప్పుడు, ఇంట్లో వాళ్లు ఎంత జిడ్డు మొహాలతో ఉన్నా పట్టించుకోకుండా ఫోటోలు తీసేవారు. ఆయన తీసిన ఫోటోలు కూడా అందుకే జీవితానికి దగ్గరగా ఉండేవి.

ఇవికాక తోట పనంటే ఆయనకి బలేసరదా. పిల్లలు పెళ్లిళ్లయి వేరే ఊళ్లకి వెళ్లిపోయినా, కుళాయిలో నీళ్లు పట్టి మొక్కలకి పోసేవారు. 1979లో అలా మొక్కలకి నీళ్లు పోస్తూండగా ఒక

కాలూ, ఒక చెయ్యి వణకటం మొదలుపెట్టాయి. ఆస్పత్రిలో కొన్నాళ్లు ఉన్నారు. ఆయన హోమియో వైద్యం చేసుకునేవారు. ఇతరులకి కూడా చేసేవారు. హోమియో వైద్యానికి సంబంధించిన పుస్తకాలూ, మందుల పెట్టెలూ ఉండేవి. ఇంగ్లీషు వైద్యం అంటే అంతగా నచ్చేది కాదు. కానీ పక్షవాతమేమో అనే భయంతో ఆస్పత్రిలో చేర్చక తప్పలేదు. అక్కడ డాక్టర్లు ఆయనకి వైద్యం చేశారు. డిశ్చార్జి అయి ఇంటికొస్తూ ఆస్పత్రి సిబ్బందితో, " రోగంతో వచ్చినప్పుడు నడిచి వచ్చాను, మీరు వైద్యం చేశాక వీల్ చెయిర్‌లో పంపుతున్నారు!" అని తన సహజ వ్యంగ్య ధోరణిలో నవ్వుతూ అన్నారు.

1980 ఆగస్టు 17వ తేదీన ఆయనకి పోస్టులో ఎవరో పంపిన వెదురుగింజలు అందాయి. మధ్యాహ్నం వాటిని ఒక తొట్టెలో స్వయంగా పాతినీళ్లుపోశారు. అదే రోజు సాయంకాలం 7 గంటల తరవాత ఆయన ఈ లోకంవదిలి వెళ్ళిపోయారు. హఠాత్తుగా సంభవించిన ఆ మరణంనించి తేరుకుని చూసేసరికి, ఆ తొట్టెలో మొలకలు వచ్చి ఉన్నాయి. పనిమనిషి మొక్కలన్నిటికీ నీళ్ళు పోసేది. అప్పుడు వాటిని తోట్టెలోనించి తీసి, కాంపౌండులో ఒక మూల పాతించాం. ఆ వెదురు పొద కాల క్రమాన ఏపుగా పెరిగింది. ఎలెక్ట్రిక్ క్రిమెటోరియంలో మిగిలిన ఆయన అస్తికలని ఆ వెదురుపొద మొదట్లోనే పాతిపెట్టించాం.

ఆయనకి పెన్నులు కూడబెట్టటమంటే ఎంతో సరదా. ఎవరిదగ్గరైనా మంచి పెన్ను కనిపిస్తే "ఈ పెన్ను చాలా బావుందే!" అనేవారు. అవతలి వ్యక్తికి ఆయన మీద అభిమానం ఉంటే వెంటనే పెన్ను తీసి ఆయనకి ఇచ్చేసేవారు.

రాసేటప్పుడు, గుండెలకింద దిండు పెట్టుకుని, బోర్లా పడుకుని రాసేవారు. బల్లా, కుర్చీ వంటివేమి అవసరం అయేవి కావు. కుర్చుని రాసినంత హాయిగానూ, ఆ భంగిమలో ఆయన రాయటం చూసి, మేం ఆశ్చర్యపడేవాళ్లం.

మా చిన్నతనంలో మాకు ఆయన వంట చెయ్యటం చూస్తే చాలా ఆశ్చర్యంగా ఉండేది. ఇంకే ఇంట్లోనూ మగవాళ్లు వంట చెయ్యటం మేం చూడలేదు. వంట చెయ్యటం రిలాక్సేషన్ (విశ్రాంతి)గా ఉంటుందని అంటూ ఉండేవారు. ఉత్తర భారత దేశపు కూరలూ, రకరకాల సేండ్ విచ్‌లూ చేసేవారు. ఒక్కోసారి రోట్లో పచ్చడి కూడా నూరేవారు. ఏ పనైనా, ఎవరైనా చెయ్యవచ్చు అనేది ఆయన నమ్మేవారు.

అదే విధంగా ఆఫీసులో తనపై వాళ్లకీ, కిందివాళ్లకీ సమంగా గౌరవం చూపించేవారు. ఆఫీసు బాయ్‌తోనూ, కారు డ్రైవర్‌తోనూ సరదాగా మాట్లాడేవారు. ఆఫీసుకారు ఆయన కోసం వచ్చేది, కారంతా ఖాళీగా ఉన్నా, ఆయన డ్రైవర్ పక్కసీట్లోనే కూర్చునేవారు.

హేతువాదిగా మారకముందు ఆయన రట్టూ, బొట్టూ బహుశా ఆలోచనా ధోరణి కూడా, సంప్రదాయంగానే ఉండేవి. మాతో ఒకసారి తన చిన్నప్పటి అనుభవాలు పంచుకుంటూ, తను

ఎంతో గౌరవించే ఒక పెద్దమనిషి దారిలో కనబడి ఎక్కడికెళ్తున్నావని అడిగారనీ, 'గుడికి' అని చెప్పగానే, 'ఏమిటీ నువ్వు గుడికి వెళ్తున్నావా?' అన్నారనీ. ఆయన అలా అనేసరికి కుటుంబరావుకి ఏదోలా అనిపించి, ఆయన అలా ఎందుకన్నాడని ఆలోచిస్తూ ఉండిపోయాననీ, గుడికి వెళ్లటం మానేశాననీ చెప్పారు. 'గుడికి వెళ్లటం' అవసరమనో, వెళ్ళొద్దు అనో చెప్పకుండానే ఆ పెద్దమనిషి కుటుంబరావు మనసులో మార్పు తీసుకు రాగలిగారు.

కాలక్రమాన జంధ్యాన్నీ, పెంచుకుని ముడివేసిన జుట్టునీ తీసి పారేసి, పాత ఛాందస భావాలని వదిలేసి, హేతువాదిగా మారారు. ఆ తరువాత కార్ల్ మార్క్స్‌ని చదివాక మరింత పరిపక్వత చెంది, అభ్యుదయవాదిగానూ, ఆ తరువాత విరసం సభ్యుడిగానూ మారారు. ఆలోచించటం, అన్వేషించటం, ప్రశ్నించటం ఆయన వ్యక్తిత్వంలో అంతర్లీనంగా చోటు చేసుకుని, రోజువారీ జీవితంలోనూ, రచనల్లోనూ కూడా భాగంగా మారాయి.

తాను నమ్మిన సిద్ధాంతాలని మనస్ఫూర్తిగా నమ్ముతూనే ఎప్పటికప్పుడు వాటిని పునః పరిశీలించుకుంటూ ఏరోజుకారోజు కొత్త విషయాలని తెలుసుకోవాలనే అపారమైన జిజ్ఞాస ఆయన వ్యక్తిత్వంలోని అతి ముఖ్యమైన భాగం. చివరికి, ఆగస్టు 17వ తేదీ 1980లో ఆయన చనిపోయేముందు పుస్తకం చదువుతూ, నిద్రముంచుకొచ్చేసరికి, చదువుతున్న పేజీలో గుర్తుగా తన కళ్లజోడుని మడిచి ఉంచి, కునుకు తీశారు. ఆ కునుకునించి ఆయన మళ్లీ మేలుకోలేదు. చదువుతున్న పేజీలోనే ఆగిపోయారు. కానీ, ఆయన పోయాక, ఆయన ఆఫీసుకి తీసుకెళ్లే బ్యాగులో కొన్ని ఉత్తరాలూ, వ్యాసాలూ దొరికాయి. అలాగే ఆ తరువాత మూడు నెలలకి సరిపడే కథలని 'చందమామ' కోసం తయారు చేసి ఉంచారు.

రచయితలకి సాధారణంగా ఉండే బలహీనతలూ, పోజులూ, 'మూడ్సూ' లేని సాదాసీదా వ్యక్తి కొడవటిగంటి కుటుంబరావు. రచయితగా ఎంత గొప్పవారో, వ్యక్తిగాకూడా ఆయన అంతే గొప్పవారు.

వసంతరావు వేంకటరావు

(1909-1992)

- యు.ఎ.నరసింహమూర్తి

విజయనగరానికి వన్నె తెచ్చిన ప్రతిభావంతులలో వసంతరావు వేంకటరావు ఒకరు. వైజ్ఞానిక, సాహిత్య రంగాలలో విశిష్ట సేవలందించిన ఈ సహస్రమాస జీవి 1909లో వసంతరావు ధాతారావు, కామేశ్వరీ కోనాబాయి దంపతులకు జన్మించారు. మధ్య బ్రాహ్మణ శాఖకు చెందిన వసంతరావు ధాతారావుగారు 1902లో విజయ నగరం మహారాజావారి ఆస్థానంలో ఇంజనీరింగు ఆఫీసులో ఉద్యోగిగా చేరారు. ధాతారావు గారికి ముగ్గురు కుమారులు. వారిలో జ్యేష్ఠుడు బ్రహ్మాజీరావు, రెండవ వారు వేంకటరావు, కనిష్ఠులు అచ్యుతరావు. గ్రంథకర్తగా, హెూమియో వైద్యునిగా పేరుపడిన బ్రహ్మాజీరావు (1899-1969) వృత్తి రీత్యా అడ్వకేటు. టెన్నిస్ క్రీడాకారునిగా ప్రసిద్ధి పొందిన అచ్యుతరావు హిందుస్థాన్ షిప్‌యార్డ్‌లో ఉద్యోగిగా ఉండేవారు. వేంకటరావుగారికి కాసుఖేల నారాయణరావు, తులసీబాయమ్మ దంపతుల కుమార్తె సుందరమ్మతో వివాహం జరిగింది. వీరికి పుత్ర సంతానం లేదు. ఆరుగురు కుమార్తెలు జన్మించారు. సిరిసంపదలతో, ఆయురారోగ్యాలతో, సుఖసంతోషాలతో, శాంతి సౌభాగ్యాలతో తులతూగిన కుటుంబంగా విజయనగరంలో వీరి కుటుంబం పేరు పడింది.

వేంకటరావుగారు శాస్త్రాధ్యయనాన్ని ఒక తపస్సుగా భావించి అదే తమ జీవిత పరమావధిగా భావించారు. వీరు ఆంధ్రాయూనివర్సిటీ నుంచి భౌతికశాస్త్రంలో బి.ఎ. డిగ్రీని, కాశీ హిందూ విశ్వవిద్యాలయం నుంచి "పొజెటివ్ రేస్" ప్రధానాంశంగా ఎం.ఎస్‌సి డిగ్రీని అందుకున్నారు. ఆ తరువాత 1935లో ఆంధ్ర విశ్వవిద్యాలయంలో సుప్రసిద్ధ శాస్త్రవేత్త ఆచార్య సూరి భగవంతంగారి వద్ద పరిశోధక విద్యార్థిగా చేరి కొద్దికాలం ఎక్స్‌రేలను గూర్చి అధ్యయనం చేసి ఆ తరువాత కారణాంతరాల వల్ల పరిశోధనకు స్వస్తి పలికారు. అనంతరం 1955లో విజయనగరం మహారాజా వారి కళాశాలలో ఫిజిక్స్ లెక్చరర్‌గా ప్రవేశించి 1955లో ప్రిన్సిపాల్‌గా ప్రమోషన్ పొందారు. 1969లో పదవీ విరమణ చేసారు. రచయితగా శాస్త్ర విజ్ఞానాభివృద్ధికి వారు చేసిన కృషికి అనేక గుర్తింపులు పొందారు. మద్రాసులోని తెలుగు భాషా సమితి ఆధ్వర్యంలో రూపుదిద్దుకున్న "తెలుగు విజ్ఞాన సర్వస్వం"లో ఫిజిక్సు, కెమిస్ట్రీ సంపుటికి వారు 1949 నుండి 1951 వరకు సంపాదకునిగా వ్యవహరించి దానిని ఉత్తమ ప్రమాణాలతో రూపొందించారు. తెలుగు అకాడమీ వీరిని 1970లో రీసెర్చి ఆఫీసరుగా నియమించింది. 1975 వరకు వారు ఆ పదవిలో కొనసాగారు. ఈ అనుభవాన్ని పురస్కరించుకొని హైదరాబాద్‌లోని తెలుగు విశ్వవిద్యాలయం వారు తాము చేపట్టిన "తెలుగు విజ్ఞాన సర్వస్వం" ప్రణాళికలో ఫిజిక్సు సంపుటిని తీర్చిదిద్దే బాధ్యతను వేంకటరావుగారికి అప్పగించారు. వారు ఎస్ట్రొలాజికల్ మ్యాగజైన్,

ఎడ్వర్టయిజర్, ఇండియా మ్యాగజైన్, ఆంధ్రప్రదేశ్, భారతి, తెలుగు విద్యార్థి, విజ్ఞాన వాహిని, కృష్ణాపత్రిక, భాగ్యనగరంవంటి వివిధ పత్రికలలో 700కు పైగా వ్యాసాలు ప్రచురించారు. ఫిజిక్సు, ఎస్ట్రోనమీ, ఏస్ట్రోఫిజిక్సు, కెమిస్ట్రీ, ఫిలాసఫీ మొదలయిన శాస్త్రాలకు సంబంధించిన అంశాలపై అనేక వ్యాసాలు రాసారు. సుప్రసిద్ధ స్వాతంత్ర్య సమరయోధులు గోవాడ నిరీక్షణరావుగారి సంపాదకత్వంలో మచిలీపట్నం నుండి వెలువడిన 'భాగ్యనగర్' పక్షపత్రికలో "ప్రకృతితో మానవుని చెరలాటం" అన్న శీర్షికతో 1980 నుంచి 1982 వరకు ధారావాహికంగా ఇరవైకి పైగా వ్యాసాలను వారు ప్రచురించారు. ముప్పైకి పైగా పుస్తకాలను ప్రచురించారు. ఇందులో శాస్త్ర విజ్ఞానానికి సంబంధించినవే ఎక్కువ. ఆధునిక విజ్ఞానం, విజ్ఞాన చర్చ, చంద్రుని కథ, ద్రవ్యము-శక్తి, విశ్వరహస్యము, సూర్యుడు, ఎలక్ట్రాన్, గాలి-గ్రహాలు మొదలగు పేర్లతో వెలువడిన గ్రంథాలు సైన్స్ గ్రంథరచనపై వారికిగల ఆసక్తికి, అభినివేశానికి తార్కాణం, విజ్ఞానసీమలు, విజ్ఞానస్రవంతి, విజ్ఞానవికాసం, విజ్ఞానస్ఫులింగాలు, విజ్ఞాన మంజరి, విజ్ఞానవసంతం అనే పుస్తకాలలో తాను రాసిన అనేక వ్యాసాలను సంకల్పించారు. ఇవన్నీ కూడా తెలుగులోనే ప్రచురింపబడడం గమనార్హం. వీనికి తోడు వీరు కళాశాల విద్యార్థులకు పాఠ్యగ్రంథాలను కూడా ప్రచురించారు. నేటి విజ్ఞానం, ప్రకృతితో మానవుని చర్లాట, కాలతత్త్వం, జనరంజక విజ్ఞానం, విజ్ఞాన గీత మొదలైన గ్రంథాలను ముద్రించారు. ఇవికాక దేశమంతటా జరిగిన వివిధ గోష్ఠులలోను, సెమినార్‌లలోను పాల్గొని విజ్ఞానశాస్త్ర విషయాలపై ఆసక్తికరమైన అనేక పత్రాలను సమర్పించారు.

ఆంధ్రాయూనివర్సిటీ పంపించగా వేంకటరావుగారు అనేక కళాశాలల్లో భౌతికశాస్త్రంలోని వివిధ అంశాలపై ఎక్స్‌టెన్షన్ లెక్చర్లనిచ్చారు. తిరుపతిలో 'హిందూమతం' పై ఏర్పాటు చేసిన సమ్మర్‌స్కూల్‌లో వారు 'శాస్త్రము-మతము' అన్న అంశం పై ప్రధానోపన్యాసమిచ్చారు. వీటికి తోడు మద్రాసు, విజయవాడ, హైదరాబాదు, విశాఖపట్నం ఆకాశవాణి కేంద్రాలనుంచి వారు 150కి పైగా ప్రసంగాలను, గ్రంథ సమీక్షలను చేయడమేకాక శాస్త్రవిషయాలపై ఆసక్తిదాయకమైన నాటికలను కూడా రూపొందించి ప్రసారం చేసారు. న్యూఢిల్లీలోని కేంద్ర సాహిత్య అకాడమీ, నేషనల్ బుక్‌ట్రస్టు, మద్రాసులోని అమెరికా సమాచారశాఖ చేపట్టిన అనేక ప్రాజెక్టులతో వారికి సన్నిహిత సంబంధం ఉంది. తెలుగులో శాస్త్రవిజ్ఞానాన్ని వ్యాప్తి చేసినందుకు వీరు అనేక గౌరవాలను పొందారు. మనకు స్వతంత్రం రావడానికి పూర్వమే శాస్త్ర విజ్ఞానానికి తన జీవితాన్ని అంకితం చేయదలచుకొన్న శాస్త్రాధ్యయనం మాతృభాషలోనే జరగాలనీ ఆ విధంగా ఐతే అక్షరాస్యులైన అందరికీ విజ్ఞాన విషయాలు తేలికగా అర్థమవుతాయనే భావనతో వేంకటరావుగారు కలం పట్టారు. డిగ్రీ లెవెల్ వరకు విద్యాబోధన ప్రాంతీయభాషలోనే కొనసాగాలనే వాదనకి ఆయన ఆద్యులు. ప్రీ యూనివర్సిటీ, డిగ్రీ క్లాసులకి ఏడు పాఠ్యగ్రంథాలు రచించారు. తెలుగు సాహిత్య అకాడమీ పర్యవేక్షణలో భౌతికశాస్త్రానికి సంబంధించిన పాఠ్యపుస్తకాలను ఇంగ్లీషు నుండి తెలుగులోకి అనువదించారు.

తెలుగులో ఆయన 'పరిణామాల వింతలు', 'మానవా! మానవా!', 'విజ్ఞాని అంతరాత్మ', 'విజ్ఞాన మంజరి', 'వసంత విజ్ఞానం', 'రోదసి విజ్ఞానం', 'ఆధునిక విజ్ఞానం', 'విజ్ఞాన చర్చ', 'ద్రవ్యము-శక్తి', 'జగము-జీవము', 'మారేలోకం', 'విశ్వరహస్యం', 'సూర్యుడు', 'ఎలక్ట్రాను ఆత్మకథ', 'గెలీలియో', 'పరమాణు చరిత్ర', 'భౌతికాధ్యాత్మిక విజ్ఞానాలు', 'విద్యుద్విలాసము', 'విజ్ఞాన స్రవంతి', 'విజ్ఞాన ప్రగతి', 'రాకెట్టులో ఆకాశయానం', 'ఎంత పెరిగినాడు', 'చంద్రుని కథ', 'ఖగోళ పదార్థ విజ్ఞానము' మొదలైన గ్రంథాలు రాసారు. ఫిజిక్స్, కెమిస్ట్రీ, తెలుగు భాషా పదకోశ సంపుటాలకు సంపాదకత్వం వహించారు.

వైజ్ఞానిక గ్రంథ రచన చేసే సందర్భంలో ఆయనకు రెండు ప్రధాన సమస్యలు ఎదురయ్యాయి. విజ్ఞాన విషయాలను సూచించే ఆంగ్ల పదాలకు సరియైన పారిభాషిక పదాల లోపం మొదటి సమస్య అయితే ఏ సాహిత్య ప్రక్రియ ద్వారా తన ఉద్దేశ్యాన్ని సర్వతోముఖంగా ప్రచారం చేయడం సాధ్యమన్నది రెండవ సమస్య. తెలుగులో సరళంగా సుబోధకంగా ఉండే పారిభాషిక పదాలను ఎన్నుకోవడం ద్వారా వారు మొదటి సమస్యను అధిగమించారు. Spectrascope - వర్ణపట దర్శిని, Line Spectrum - రేఖా వర్ణపటము, Radiation - ప్రసారము, Stationary Status - స్థావరావస్థలు, Momentum - ఆవేగం, Angular Momentum - కోణీయావేగం, Radius - త్రిజ్యా, Fine Structure Lines - సూక్ష్మ నిర్మాణరేఖలు, Ellipse - దీర్ఘవృత్తము వంటి పారిభాషిక పదాలు ఇందుకు ఉదాహరణలుగా నిలుస్తాయి. "ప్రతి కర్మమునకు వ్యతిరేకమును సమానమును అగు ప్రతికర్మ కలదు". (విశ్వ రహస్యము 1947) వంటి సూత్రరచనలోను, 'ఒక వస్తువు నుండి ప్రసరించు శక్తిని వివిధ తరంగ దైర్ఘ్యాలలోనికి కేటాయించు యంత్రాన్ని 'వర్ణపటదర్శిని' అంటారు. (ద్రవ్యము-శక్తి, రెండవభాగం, 1943) వంటి నిర్వచనాలను కూర్చడంలోను, ఒక తేజోరేఖా యొక్క పౌనఃపున్యం 'ప' అనుకుంటే ప = R (1/అ^2-1/ఆ^2) వంటి సమీకరణాలను కల్పించడంలోను వేంకటరావుగారు సరళము, సుబోధము అయిన శైలిని ఎన్నుకొన్నారు.

రెండవ సమస్యను పరిష్కరించడానికి ఆయనకు ఒక కవి, ఒక శిల్పి, ఒక సంగీతజ్ఞుడు స్ఫూర్తినిచ్చారు. ఆ కవి రాయప్రోలు సుబ్బారావుగారు. ఆ శిల్పి ఆదిరాజు సుబ్రహ్మణ్యంగారు. ఆ సంగీతజ్ఞుడు ద్వారం వేంకటస్వామి నాయుడు గారు. "విజ్ఞానం అనుక్షణం విస్తరిల్లుతున్నది. దానిని కథలుగా, గాథలుగా, పదాలుగా, పాటలుగా చివరకు చిత్ర పురాణాలుగా కూడా వివిధ రూపాలలో అనుఘటించి ఆవిష్కరిస్తే గానీ అది ప్రజల బుద్ధులలోనికి ప్రాకదు, అని పూజనీయ రాయప్రోలు సుబ్బరాయ కవీంద్రులు నా విశ్వాసమును బలపరచిరి", అని వేంకటరావుగారు తన 'విశ్వరహస్యము' (1947) అనే పుస్తకానికి కూర్చిన ముందుమాటలో పేర్కొన్నారు.. ఆదిరాజు సుబ్రహ్మణ్యంగారు వేంకటరావుగారి గ్రంథాలకు ఎన్నో చిత్రాలను సమకూర్చారు. ఈ ముగ్గురి ప్రోత్సాహంతోను వ్యాసము, గేయము, పద్యము, నాటిక, ఆత్మకథ వంటి వివిధ సాహిత్య ప్రక్రియలతో ఆధునిక వైజ్ఞానిక పరిశోధన జ్ఞానాన్ని సహజము, సరళము, సుందరము అయిన

ఆధునిక ప్రామాణిక శైలిలో తెలుగు వారికి అందించడంలో వేంకటరావుగారు కృతకృత్యులయారు. వేంకటరావుగారి గేయ రచనకు విశ్వరహస్యము అనే గ్రంథం నుండి ఈ క్రింది భాగాలను ఉదాహరణలుగా స్వీకరించవచ్చును.

గట్టిగ జగతిని సంకుల యంత్రాల్
పెట్టి పరీక్షగ దిగ్వలయంబే
మూలను చూచిన తొంబది రెండే మూల పదార్థాల్ గలవండీ!
ఋణ విద్యుత్తని ధన విద్యుత్తని కణ రూపములో గలవండీ!
ఋణ ధన కణముల కలయికచే పర మాణువు లేర్పడ గలవండీ!

వేంకటరావుగారి పద్యరచన శైలి ఎంత సుగమంగా ఉంటుందో ఈ క్రింది పద్యాలు తెలియజేస్తాయి.

గాలినైదు పాళ్లు కావింప నందులో
నాల్గు పాళ్ల వరకు నత్రజనియు
ప్రాణవాయు వొక్క పాలును మిగిలిన
వన్ని వాయువుల్ రవంత గలవు (గాలి-గ్రహాలు, P-2)

లేవు మరుత్ సమూహములు
లేవు ఘనా ఘన సంచయంబులున్
లేవు లతా నికుంజములు
లేవు రసాల తమాల వాటికల్
లేవు కదా సముద్రములు
లేవు నదాది తటాక కూపముల్
జీవము వృద్ధి చెందగల
చిహ్నము లెవ్వియు లేవునీయెడన్ (గాలి-గ్రహాలు, P-28)

సూర్యబింబమందు చూపట్టు మచ్చలు
భీకరాగ్ని కీల కాకరములు
మండుచున్న వాయుమండలా లెగయుచు
కాంతి నడ్డగింప కలుగునవియు (గాలి-గ్రహాలు, P-32)

ప్రౌఢ సాహిత్య పరిజ్ఞానమున్నా వేంకటరావుగారు ఎక్కడా విజ్ఞానశాస్త్ర గ్రంథ రచనకు విరుద్ధమైన కఠినశైలికి చోటీయలేదు. ఎంతటి క్లిష్టమైన శాస్త్ర విషయాన్నైనా అలవోకగా సహజంగా తేట తెలుగులో పాఠకులకు అందించగలగడం తొలితరం తెలుగు వైజ్ఞానిక పరిశోధకులలో ఆయన సాధించిన ప్రత్యేకత.

యూరెకా, బుధులు వంటి నాటికలలో విజ్ఞాన శాస్త్రాంశాలను ఆయన రసవత్తరంగా చిత్రించారు. ఒక వస్తువును నీటిలో ముంచినప్పుడు ఆ వస్తు పరిమాణానికి సమానమైన పరిమాణం గల నీరే పైకి నెట్టబడుతుంది - అనే సూత్రం ఆధారంగా కంసాలి రాజుగారి కోసం తయారుచేసిన కిరీటమంతా స్వచ్ఛమైన బంగారంతో చేసినదని చెప్పిదానిలో 110 తులాల స్వచ్ఛమైన బంగారంతో పాటు 10 తులాల వెండిని కలిపి చేసినట్లు ఆర్కిమెడిస్ నిరూపించిన కథ 'యురెకా' అన్న నాటికలో ఉంది.

హీరో-సైరక్యూస్ నగరరాజు. యుడోక్సస్-మంత్రి, హిరాన్-ఖిల్లేదారు, ఆర్కిమెడిస్-విజ్ఞాని, అర్చిటా-కంసాలి, ఎధీనా-మంత్రి భార్య, మేరీ-ఆర్కిమెడిస్ భార్య అనే పాత్రలతో కూడిన ఈ నాటికలో 6 రంగాలు ఉన్నాయి.

బుధుని ఆత్మభ్రమణ కాలం మన 88 రోజులు. సూర్యునికి ఒక ప్రదక్షిణం చెయ్యడానికి 88 రోజులు బుధగ్రహం తీసుకుంటుంది. ఇట్లా ఆత్మభ్రమణ కాలాలు సమానం-అనే వైజ్ఞానికాంశం ఆధారంగా అక్కడ జీవకోటి ఉండే కాలగణనం మన లోకంలోలాగా సులభం కాదని, మన పురాణాలలో చెప్పిన పవన, పర్ణ, అంబు భక్షకులలాగా అక్కడి ప్రాణులు శక్తి భక్షకులయే అవకాశం ఉందని ఊహలు చేస్తూ "బుధులు" అనే నాటిక రాసారు. బుధుడు, భూవుడు, చాంద్రుడు అనే పాత్రలు ఈ ఏకాంకికలో కనిపిస్తాయి.

పర్సా వెంకటేశ్వరరావుగారు కార్యదర్శిగా ఉండిన సంస్కృత నికేతనము వారు 1948లో తమ కార్యకలాపములను ప్రారంభించి వైజ్ఞానిక గ్రంథాలను వందవరకు ప్రచురించాలని నిశ్చయించుకొన్నారు. ఈ సంస్థకు దేవులపల్లి రామానుజరావు గారు, వేమరాజు భానుమూర్తిగారు సహాయ కార్యదర్శులు, గిబ్బన్ రాసిన "వాట్ ఈజ్ ఎలక్ట్రిసిటీ" అనే పుస్తకం ఆధారంగా వేంకటరావు గారు "రూపవాణి", "ఆంధ్రశిల్పి", "మాతృసేన" అనే పత్రికలలో రాసిన వ్యాసాలను సంస్కృతీ నికేతనం-హైదరాబాదు వారు 1953లో "ఎలక్ట్రాన్ ఆత్మకథ" అనే పేరుతో ప్రచురించారు. భారతీయ వాతావరణానికి అనువుగా సాగిన ఈ రచన ఆత్మకథా రూపంలో ఉండడంలో మాత్రమే మూలంతో పోలిక కలిగిఉంది. (1) స్వప్న సాక్షాత్కారం (2) ఆది చరిత్ర (3) చంద్రలోకం (4) సంయోగ విశేషం (5) మానవునితో పరిచయం (6) అణువులు- పరమాణువులు (7) మాసక్రమ గమనం (8) నిరంతర నాట్య విశేషం (9) ఎట్టి వార్తా వహులయో (10) రంగు లెట్లు కలుగుచున్నాయి (11) నక్షత్ర వార్తావళి-I (12) నక్షత్ర వార్తావళి-II (13) నా ఎక్స్ కిరణ అనుభవాలు అనే వ్యాసాలు ఆత్మకథా రూపంలో 'ఎలక్ట్రాన్ ఆత్మకథ' అనే గ్రంథంలో ఉన్నాయి. వివిధ సాహిత్య ప్రక్రియలలో ఆధునిక విజ్ఞాన శాస్త్ర పరిశోధనల ఫలితాలను తెలుగు వారికి తేట తెలుగులో అందించడానికి నిరంతర కృషికొనసాగించారనడానికి పై విషయమంతా సాక్ష్యంగా నిలుస్తుంది.

ఆధునిక విజ్ఞానమంతా ప్రత్యక్ష ప్రమాణానికి లోబడి కార్యకారణ సంబంధం కలిగి ఉండి తర్కసహంగా ఉంటుందని అందుచేత ఆ గుణాలు లేని దైవ మహిమలు, ఆధ్యాత్మిక మార్గను

వైజ్ఞానికులకు విశ్వాసం కలిగించవని కొందరి మతం, కానీ ప్రపంచంలోని ఆధునిక విజ్ఞానశాస్త్ర పరిశోధకులనేకులు దైవం పట్ల, ఆధ్యాత్మికత పట్ల అచంచల విశ్వాసాన్ని ప్రకటించి ఉన్నారు. వసంతరావు వేంకటరావుగారు కూడా ఈ కోవకు చెందినవారే అనుటకు వారు రాసిన జగత్తు-జీవము, సూర్యుడు వంటి గ్రంథాలు ప్రమాణాలుగా ఉన్నాయి.

'జగత్తు-జీవము' అనే గ్రంథంలో జగత్తు, జీవము, జీవితాంతము, కారాకాశ వైచిత్రి- అనే నాలుగు విభాగాలున్నాయి. మహా మహోపాధ్యాయ, న్యాయభూషణ పేరి లక్ష్మీనారాయణ శాస్త్రిగారు ఈ పుస్తకానికి పీఠిక రాస్తూ "ఈ గ్రంథ పఠనము వలన ఆంగ్లభాష యందలి ప్రకృతి ఖగోళశాస్త్ర పరిశోధన యొక్క సంస్కృత భాష యందలి వేదాంత ఖగోళశాస్త్రముల యొక్క పరిజ్ఞానము అల్పాయాసముచే సిద్ధించును. ఈ పుస్తకమందున్న విషయము మాత్రము చూడగ మన వేదములలోని విషయములనే గ్రహించి ఆధునికులు తగు పరికరములతో చేసిన పరిశోధనా ఫలిత మాత్రమని తెలియక మానదు, కాబట్టి స్మృతి పురాణేతి హాసాదుల వలె దీనికిని వేదమూలకత సిద్ధించుచున్నది". అని పేర్కొన్నారు. ఈ గ్రంథ రచనలో వేంకటరావుగారి లక్ష్యం కూడా అదే అని తెలుస్తుంది. ఈ గ్రంథం 1944లో ప్రకటితమయింది.

వేంకటరావుగారు 'భారతి' పత్రికలో ప్రకటించిన సూర్యుడు-కర్మ సిద్ధాంతము, నారదుడు-కర్మఫలము, చిత్రగుప్తులు- విగ్రహారాధన అనే వ్యాసాలను 1948లో 'సూర్యుడు' అనే పేరుతో ఒక పుస్తకంగా వెలువరించారు. ప్రాచీన భారతీయ విశ్వాసాల పట్ల ప్రజలకు విశ్వాసం సడలకుండా ఉండాలంటే ఆధునిక విజ్ఞానంతో వాటిని సమన్వయించి ఒక సామరస్యాన్ని సాధించాలనే పూనికతో వేంకటరావుగారు ఈ వ్యాసాలను రాసారు. ప్రాచీన విజ్ఞాన సౌధాలు ఆధ్యాత్మికపు పునాది మీద నిర్మించారు. అని దృఢంగా విశ్వసిస్తూ సూర్యోపనిషత్తులో చెప్పిన-

సూర్యాద్భవన్తి భూతాని
సూర్యేణ పాలితానితు
సూర్యేలయం ప్రాప్ను వన్తి
య సూర్య స్సోహ మేవచ॥

అనే శ్లోకార్థాన్ని ఇతర అంశాలను ఆధునిక విజ్ఞానంతో సమన్వయించడానికి హేతుబద్ధమైన పరిశోధన చేసి 'సూర్యుడు' అనే వ్యాసరూపంలో ప్రచురించారు. భౌతిక విజ్ఞానం కూడా ఆధ్యాత్మిక శాస్త్రాలను త్రికరణయా అంగీకరిస్తున్నది అనే అంశాన్నే 'కర్మ సిద్ధాంతము' అనే వ్యాసంలో స్థాపించారు. భారతీయ ప్రాచీనాధ్యాత్మిక విజ్ఞాన వ్యాప్తి కన్న మానవ కళ్యాణానికి వేరొక సాధనం లేదు. "న్యూటను సూత్రము, కర్మసూత్రము, నారద సూత్రము - ఈ మూడును క్రమంగా జడద్రవ్యమునకు, భూలోక జీవులకు అంతకు విశిష్టమైన సురాసురులకు వర్తించక తప్పదని తెలియజేయడానికే నారదుడు పౌరాణిక పురుషుడుగా చిత్రింపబడ్డాడా? అనిపిస్తుంది" అని భావించిన వేంకటరావు గారు నారదుడు-కర్మఫలము అనే వ్యాసం రాసారు. "శక్తి-ద్రవ్యముల

కవినాభావ సంబంధమున్నదని ప్రాయోగికంగా ధ్రువపరచి స్థూలదృష్టికి గోచరించు బహుధానేకత్వంలో ఏకత్వాన్ని అన్వేషించగలిగిన భౌతిక విజ్ఞాన దృష్టితో చిత్రగుప్త భావాన్ని విమర్శిస్తే మహత్తర సత్యం వ్యక్తమౌతుంది. అది ఏ జీవికాజీవియే చిత్రగుప్తుడన్న పరమ రహస్యము" అన్న అంశాన్ని తాత్త్వికంగా నిరూపిస్తూ 'చిత్రగుప్తులు' అనే పరిశోధనా వ్యాసం రాసారు. "ఒక శక్తి రూపాన్ని ఇంకొక శక్తి రూపంగా మార్చడం భౌతిక విజ్ఞానంలో సర్వసాధారణమైనట్లే విగ్రహాన్ని లక్ష్యంగా నియమించుకొని తద్వారా జగచ్ఛక్తి నిష్టసిద్ధికై ఉపయోగించుకొనవచ్చును" అన్న అంశాన్ని నిరూపించడానికి 'విగ్రహారాధన' అనే వ్యాసం రాసారు. ప్రాచీన భారతీయ విజ్ఞానాన్ని గూర్చి, ఆధ్యాత్మిక విషయాలను గూర్చి రాయవలసి వచ్చినప్పుడు వేంకటరావుగారు మహామహోపాధ్యాయ పేరి లక్ష్మీనారాయణ శాస్త్రి, మహా మహోపాధ్యాయ పేరి సూర్యనారాయణ శాస్త్రి వంటి దిగ్గంతులైన పండితులతో కలసి అధ్యయనం కొనసాగించే వారు.

వేంకటరావుగారు 1947లో 'చంద్రుని కథ' అనే పుస్తకాన్ని ప్రచురించారు. వైజ్ఞానిక విషయాలను గేయ రూపంలో ప్రకటించిన లఘు గ్రంథమిది. ప్రసిద్ధ నాటకకర్త విశ్వనాథ కవిరాజుగారు విజయనగరంలో ఉండేవారు. వారి ప్రోత్సాహంతో ఈ గేయ రచనకు పూనుకొన్నట్లుగా ప్రకటించి గ్రంథారంభంలో కీర్తిశేషులైన వారిని వేంకటరావుగారు స్మరించారు. వైజ్ఞానిక భావప్రచారానికి గద్య, గేయాలలో గేయమెక్కువగా అనుకూలమైనదనే నమ్మకంతో వేంకటరావుగారు తమ 'చంద్రుని కథ'ను గేయరూపంలో వెలువరించారు. చంద్రుని గూర్చి విజ్ఞానులు కనుగొన్న విషయాలు మొదటి గేయంలోను ఘన, ద్రవ, వాయు పదార్థాలలో అణు సమూహాలకున్న వ్యత్యాసం రెండవ గేయంలోను, భౌతిక క్షేత్రంలో మానవ కర్మ యొక్క ప్రాముఖ్యం మూడవ గేయంలోను వివరింపబడ్డాయి. వేంకటరావుగారు ఈ చిన్న పుస్తకం రాసేటప్పటికి యూరీగగారిన్ ఇంకా చంద్రుని ఉపరితలం మీద కాలు మోపలేదు. కానీ మానవుణ్ణి చంద్రగ్రహానికి పంపించడానికి అవసరమైన పరిశోధనలు, ప్రయత్నాలు ముమ్మరంగా జరుగుతున్నాయి. మానవుని చంద్ర గ్రహ యాత్రను దృష్టిలో ఉంచుకొని రచయిత ఇందులో ఎన్నో ఆసక్తికరమైన విషయాలను తెలియజేసారు. ఒక వంక వైజ్ఞానిక పురోగతిని శాస్త్రీయమైన మార్గంలో విశదీకరిస్తూ, ఇంకొక వంక సంప్రదాయబద్ధమైన విశ్వాసాన్ని సమర్థిస్తూ మానవుడు ఏ విధంగా కర్మాచరణకు పూనుకోవాలో రచయిత ఈ గ్రంథ ఫలశ్రుతిలో చక్కగా వివరించారు.

వెర్రి వేదాంతమున్ విని మోసపోకుండా
పురుష యత్నోత్కృష్టమును పూజ్యముగ నెంచి
యాత్మ విశ్వాస మత్యంతముగా పెంచి
ప్రాక్పశ్చిమ జ్ఞాన వాహినీ సంగమం
బరసి ధన్యుండవై, వ్యామోహముల వీడి
వేద ప్రశస్తి నిర్వేదించు జనులకు

జ్ఞానోదయము కాగ వీనుల విందుగా
కర్మ సిద్ధాంత లక్షణములన్ బోధించి
కర్మ వీరుల జేసి, క్షణములో దాస్యశృం
ఖల పరిచ్ఛేదనా కంకణ బద్ధుల
నొనరింప స్వాతంత్ర్య ముదయింపదే సఖా!

అప్పటికింకా భారతీయులు ఆధునిక వైజ్ఞానిక ప్రగతికి దూరంగా ఉన్నారు. బానిసత్వం నుండి విముక్తి పొందిన తొలి ఘడియలవి, స్వాతంత్ర్య ఫలం ఇంకా పూర్తిగా జాతికి అందలేదు. భారతీయ మేధావి వర్గానికి ప్రతినిధిగా అటువంటి తరుణంలో జాతిని కర్తవ్యోన్ముఖం చేయడంలో రచయిత ప్రబోధం భారతీయులలో కర్తవ్యదీక్షను, వైజ్ఞానిక తృష్ణను పెంచేదిగా కనిపిస్తుంది.

భారతి, కృష్ణాపత్రిక, ఆంధ్ర మహిళ, బాల, కృషి, ప్రకృతిమాత పత్రికలలో వేర్వేరు సమయాలలో ప్రకటితములైన గేయాలను కొన్నింటిని ఒకచోట చేర్చి వేంకటరావు గారు 1954లో "మానవా! మానవా!" అనే పేరుతో ఒక లఘు గ్రంథంగా ప్రకటించారు. ఇందులో మానవా! మానవా! – ఉబలాటం – విగ్రహారాధన – పరమశూన్యం – వాతావరణం – రెడ్‌క్రాస్ సంఘం అనే గేయాలున్నాయి. ఉదజని బాంబు పేలిన పక్షంలో భూగోళం అంతటా భయంకరమైన అగ్ని నేలలు వ్యాపించి సూర్యగోళంలా మండిపోతుందని వైజ్ఞానికుల అభిప్రాయం. ఉదజని కేంద్రకాల సమ్మిశ్రణంతో పుట్టిన శక్తి విషపూరితమై సమస్త జీవరాశిని నశింపజేయగలదని శాస్త్రవేత్తలు భయపడుతున్నప్పటికీ అగ్రరాజ్యాలైన రష్యా, అమెరికాలు ఒకరిని మించి ఒకరు ప్రయత్నాలు చేయడం నేపథ్యంగా 'మానవా! మానవా!' అనే గేయ రచన జరిగింది. వేల సంవత్సరాల మానవ మేధ కృషి ఫలితంగా లభించిన విజ్ఞాన సంపద అంతా మానవ వినాశనానికి దోహదం చేస్తూ ఉండడం చూసి విచలితమైన రచయిత ఆత్మక్షోభ ఈ గేయంలో కనిపిస్తుంది.

జీవులు కలకలలాడే లోకం
జీవాభ్యున్నతి కనువగు లోకం
జీవనదుల కాస్పదమగు లోకం
జీవశక్తులకు నాట్యరంగ మగు
లోకములం దేకైక లోక మీ
లోకము నొక సూక్ష్మాణు శక్తిచే
భీకరాగ్ని కీలావృత మౌన
ట్లేక లిప్తలో మంటబెట్టెదో!!

రెండవ ప్రపంచ యుద్ధం ముగుస్తున్న తరుణంలో హిరోషిమా, నాగసాకి పట్టణాల మీద అమెరికా అణుబాంబులు వేసిన తరువాత ఉత్పన్నమైన భీతావహ పరిస్థితికి తల్లడిల్లిన ప్రపంచ మానవాళి ప్రతినిధిగా రచయిత ఈ ప్రశ్న అడుగుతున్నాడు.

వెంకట్రావుగారు ప్రాచీన, ఆధునిక విజ్ఞానాలకు వారధిగా నిలిచారు. ఆ విషయాన్ని తెలుసుకోవడానికి 'విగ్రహారాధన' అనే గేయ రచనకు వారు రాసిన ఈ ముందు మాటలు ఉపయోగిస్తాయి. "భౌతిక విజ్ఞాన వ్యాప్తితో భారతీయ సంప్రదాయ నిరసన ప్రారంభమైంది. మానవుడు సర్వస్వతంత్రుడనీ, స్వాభ్యుదయానికై జడ విగ్రహాలను పూజించడం అసంగతమనీ, విగ్రహారాధన మూర్ఖమనీ భావించి, దానిని తృణీకరించి హేళన చేయడం పరిపాటి కాజొచ్చింది. చైతన్య రహితమైన శిల ముందు మొఱపెట్టుకొనడం గాని, ఆ శిలకు ధూప దీప నైవేద్యాలు సమర్పించడం గాని యుక్తియుక్తంగా లేదనీ, పైగా విగ్రహారాధకులు ఆత్మవిశ్వాసం లేని పిరికిపందలనీ భయావహులైన మనుష్యులు మాత్రమే దేవాలయాలకు పోతారనీ ఒక విధమైన దుష్ప్రచారం బయలుదేరింది. సృష్టి రహస్యాల నన్వేషిస్తూన్న భౌతిక విజ్ఞానం పై విషయాన్ని ప్రస్తావించలేదన్న దొక్కటే దీనికి ముఖ్యకారణం!"

"భౌతిక విజ్ఞానం ప్రత్యక్ష ప్రమాణాన్ని అంగీకరిస్తుంది. కావున అది జన సామాన్యాన్ని ఆకర్షిస్తున్నదనుకొంటారు. భౌతిక విజ్ఞానం విశ్వాన్నెట్లు అవగాహన చేసికొంటుందో, అది అనుగమిస్తున్న మార్గాలేమిటో, ప్రత్యక్షం ఎంతవరకందులో అంగీకృతమో తెలిసికొన్నప్పుడు విగ్రహారాధన యొక్క ప్రాముఖ్యం ద్యోతకమౌతుంది.

విగ్రహారాధన మనస్సుకు సంబంధించినది. భౌతిక విజ్ఞానం మనసు యొక్క పొలిమేరకైనా పోలేదు. విశ్వంలోనున్న ద్రవ్యం (matter) శక్తి (energy) గురించి చెప్పగలదే కాని, మానసిక ప్రవృత్తుల గూర్చి భౌతిక విజ్ఞానం ప్రాయోగికంగా సిద్ధాంతీకరించగల అవస్థనింకా చేరుకొనలేదు. అట్టి ప్రయత్నాలు పాశ్చాత్య దేశాలలో జరుగుతున్నాయి. మనస్సుకీ శరీరానికీ గల సంబంధాన్ని కనిపెట్టడానికి ప్రయోగాలు చేస్తున్నారు. కానీ అవింకా ఫలించలేదు.

ప్రతి మానవునికి మనస్సుంది. స్థూలశరీరంలో అవ్యక్త మనస్సుందని అంగీకరిస్తారు. శరీరబలం చాలకపోతే మానవ మేధస్సు నుపయోగించి ప్రకృతి శక్తులను కైవసం చేసికొని, యంత్రాలు సృష్టించి, అపారబలాన్ని మానవుడు సంపాదిస్తున్నాడు. అది ప్రత్యక్షం. మానసిక బలం చాలకపోతే ధ్యానాది క్రియల వల్ల దానిని కూడ పెంపొందించుకొనవచ్చునని, ఆ బలం యొక్క మహత్తును ప్రదర్శిస్తూన్న రమణ మహర్షి వంటి యోగులను ప్రత్యక్షంగా చూస్తున్నాం. కాని ఈ 'ప్రత్యక్షం' అంతగా బుద్ధికెక్కదు. భౌతికంచే ఆకర్షింపబడినంత సులభంగా మానసికంచే మానవుడాకర్షింపబడడు. అదొక సహజ లక్షణమే!

ఇక భౌతిక విజ్ఞానం యొక్క సావధికత గుర్తించక పోవడం పెద్ద పొరపాటు. అది శక్తి ద్రవ్యాల నతిక్రమించి మానసిక రంగంలో ప్రవేశించలేదు. పైగా అందులో ముఖ్యమైన ప్రమాణం ప్రత్యక్షమనుకొనడం మరొక పొరపాటు, అణువులను, అనేక కిరణాలను ఎవ్వరు చూడలేరు. వాటిని చూడగల సామర్థ్యం మానవ నేత్రానికి లేదు. అద్దాలు లేని (దూరదర్శిని (telescope) ఎంత చూడగలదో, అణు పరమాణువుల గూర్చి కన్ను సైతమంతే గుర్తించకలదు. ఒక ఛాయా

చిత్రంలో నౌక గీత కనిపిస్తుంది. అది ఎలక్ట్రాను యొక్క మార్గమని విజ్ఞాని చెప్తాడు, మనం విశ్వసిస్తాము. ఆత్మశక్తి నీవిధంగా వృద్ధి చేసికొనవచ్చునని యోగులు చెప్తారు. మనమది విశ్వసించము. విజ్ఞానిని విశ్వసించడం ఒప్పు; యోగిని విశ్వసించకపోవడం తప్పు, ఆ అవిశ్వాసానికి కారణం భౌతిక విజ్ఞానమనుట అక్షంతవ్యము.

భౌతిక విజ్ఞానం యొక్క వ్యాప్తిని విశదీకరించి, అందులో ప్రత్యక్ష ప్రమాణానికి తావులేదని చూపి, ఒకవేళ భౌతిక విజ్ఞానం విగ్రహారాధనను అవలంబమిస్తుందేమో కాని దానినెంత మాత్రం ఖండిచదని ఈ పూర్వభాగంలో వివరింపబడింది".

సాధారణ దృష్టికి, భౌతిక విజ్ఞానానికి, సనాతన ధర్మానికి మధ్య ప్రబలమైన వైరుధ్యమున్నట్లు కనిపిస్తుంది. పారమార్థిక దృష్టికి ఈ వైరుధ్యం తోచదు. రెండింటికి విశ్వాసమే ప్రధానమైనది. ప్రత్యక్ష ప్రమాణాన్ననుసరించి భౌతిక విజ్ఞానం మేలైనదనే విశ్వాసం కలుగుతుంది. పరోక్ష ప్రమాణాన్ని పరిగణించినప్పుడు సనాతన ధర్మం మేల్తరమైనదన్న విశ్వాసం బలపడుతుంది. కాబట్టి విజ్ఞులు విగ్రహారాధనను మన అనూచాన సంప్రదాయంగా ఎంచి సనాతన ధర్మ సంరక్షకంగా తెలుసుకొని అనుసరించాలన్నది వేంకటరావుగారి మతము. ఈ దృష్టితో చూసినప్పుడు వారు ఆధునికులలో ఆధునికునిగా, సనాతనులలో సనాతనునిగా కనిపిస్తారు.

'పరమ శూన్యం' అనే గేయంలో అణువుల కూటమి వల్ల ఏర్పడే ఘన, ద్రవ, వాయు రూప ద్రవ్యాల స్వరూప స్వభావాలను, వాటి ధర్మాలను మానవ బుద్ధిని గిలిగింతలు పెట్టే విచిత్ర సంఘటనలకు దారితీసే వాటి చర్యలను గూర్చి వేంకటరావుగారు ఎంతో శాస్త్రీయంగా, సరళంగా తెలియజెప్పారు. ఎంతటి గహనమైన శాస్త్రీయ విషయాన్నైనా అలవోకగా తెలియజెప్పగల ప్రజ్ఞవారిది. ఈ సందర్భంలో తాపక్రమం (టెంపరేచర్) ఒత్తిడి (ప్రెషర్), నిరోధం (రెసిస్టెన్సు) వంటి తేలికపాటి పరిభాషలను ఉపయోగించడం ద్వారా వారు మాతృభాషా మాధ్యమంలో విజ్ఞానశాస్త్ర బోధనకు సులభతరమైన మార్గాన్ని కల్పించారు.

తాపక్రమమే తగ్గుచుండగా
అణువులు దగ్గర దగ్గర బడగా
వాయువు ద్రవమై, ద్రవము ఘనంబై
ఆయతనము వడివడిగ కృశించును.
అణువు లెపుడు స్పందించకుండునో
అణువు లెపుడు స్తంభించి యుండునో
ఆయవస్థనే "పరమ శూన్యతా
పక్రమమ్ము"గా నిర్వచించెదరు.
ప్రపంచమంతా ఘనీభవిస్తే
అణుతాండవమే అంతమొందితే

ప్రళయం వచ్చీ ప్రపంచమంతా
లయమై పోయిందందురు విజ్ఞులు!

ఆధునిక భౌతిక శాస్త్ర విజ్ఞానాన్ని ఇంత తేలికమాటలతో అందించడం అందరివల్లా అయ్యే పనికాదు. మాతృభాష పట్ల అపారములైన గౌరవ విశ్వాసాలు, తెలుగు విద్యార్థులకు మేలు చేయాలని వాత్సల్య భావం, బోధక సాధన కల మేధావులకు మాత్రమే ఇది సాధ్యం.

"వాతావరణం, వాతావరణం
జీవరక్షకం వాతావరణం;
వాతావరణం మాయమైన ప్రా
ప్తించ నున్నదీ భీకర మరణం"

అంటూ ప్రారంభమైన 'వాతావరణం' అనే గేయంలో వాతావరణం కారణంగా ప్రాణికోటికి చేకూరే లాభాలను గూర్చి, వాతావరణం నశిస్తే ఏర్పడే ప్రకృతి విలయాన్ని గూర్చి వేంకటరావుగారు సరళ సుందరమైన శైలిలో తెలియజేసారు. మానవుని మనుగడకు ఆధ్యాత్మిక జ్ఞానం, ఆధునిక శాస్త్రీయ విజ్ఞానం మాత్రమే పరిపూర్ణతను కల్పించలేవు. ఈ రెండింటికంటే మానవతావాదం గొప్పది. మానవత్వం నశించిన జ్ఞాని ప్రపంచానికి మేలు చేయలేడు, సేవాధర్మం కంటే గొప్పది లేదు అని ప్రబోధిస్తూ వీరు 'రెడ్‌క్రాస్ సంఘం' అనే గేయాన్ని రాసారు.

మానవుడు చంద్రమండలం మీద కాలు పెట్టకముందు రోదసిలో ఏముంది? వాతావరణ నిరోధాన్ని అధిగమించి ఆ విషయం తెలుసుకోవడమెలా? శుక్ర, అంగారక, చంద్ర గ్రహాలకు మానవుడెప్పుడు చేరుకోగలడు? వంటి విషయాలను గూర్చి వేంకటరావుగారు తీవ్రంగా యోచించి సమగ్రమైన అధ్యయనం చేసారు. ఇందులో భాగంగా వారు అమెరికా సమాచార శాఖ నుండి కృత్రిమ ఉపగ్రహాల ప్రయోగం, వాటి ద్వారా రోదసి యొక్క అయస్కాంత పరిమాణంలో మార్పు, కాస్మిక్ కిరణాల తీక్షత, సౌరకణాల పరిమాణం మొదలైన విషయాలకు సంబంధించిన సమాచారాన్నంతటినీ నేరుగా సేకరించారు. ఈ సమాచారం వల్ల కలిగిన ప్రేరణతో 1963 నవంబరులో 'రోదసీ విజ్ఞానం' అనే ఒక చిన్నపుస్తకాన్ని ప్రచురించారు. ఉపగ్రహ ప్రయోగం వల్ల లభించిన జ్ఞానంతో మానవుడు అంగారక, శుక్ర గ్రహాలను దర్శించే అవకాశాన్ని పొందగలడని, 1971లో అంగారక గ్రహం భూమికి సన్నిహితంగా వచ్చినప్పుడు ఎన్నో వైజ్ఞానిక పరిశోధనలు చేయవచ్చునని 2,3 సంవత్సరాల స్వల్ప వ్యవధిలోనే మానవుడు చంద్రగ్రహాన్ని చేరుకోగలడని ముందుగానే ఊహించి గ్రహాంతర యానం సురక్షితం కావడానికి రోదసీ విజ్ఞానం ఎంతో ఉపకరిస్తుందని తెలిపారు. రోదసీ విజ్ఞానం అనే పుస్తకం వచనంలో ఉంది. ఇందులో భ్రమణాయమాన సౌర పరిశోధనా గారం - ఉపగ్రహం ఎలాటి - ప్రోజెక్టరిలే - మారినర్ - ఎక్స్‌ప్లోరర్ ఉపగ్రహాలు - రోదసీ విజ్ఞానం అనే 6 వ్యాసాలు ఉన్నాయి. వేంకటరావుగారి వచనం వాడుకభాషలో ఉంది. వారి పద్యాలు, గేయాలు సులభశైలిలో ఉంటే ఇందులోని

వచనం ఇంకా సులభతరమైన శైలిలో ఉంది. ఇందులో వేంకటరావుగారు కొన్ని ఆంగ్లపదాలను యథాతథంగా ఉపయోగించారు. విద్యుదయస్కాంతశక్తి (electromagnetic), సౌర పరిశోధనాగారం (orbiting Solar observatory: Oso), (సౌర ఎక్స్ - కిరణ) వర్ణపటమాపకం (Spectrometer), కేంద్రక ప్రక్రియలు (Nuclear reactions), వర్ణపటం (Spectrum), సౌరఘటాలు (Solar cells), వికిరణము (Radiation), రోదసీ వాతస్థితి (Space Weather), అయస్కాంతావరణం (Magnetosphere), వలయాకార విద్యుత్ప్రవాహం (Ring current), అయస్కాంతపుబుడ్డి (Magnetic Bottle), సౌరపవనం (Solar wind), సూర్యుని నాలుక (Solar tongue), ఆకాశ శవాక (Probe) - ఇలా ఈ పుస్తకంలో వీలైన చోటల్లా శాస్త్రీయములైన ఆంగ్ల పరిభాషలకు తెలుగులో అనువాద పరిభాషలను కల్పించి తెలుగుభాషను అత్యంత ఆధునికమైన రోదసీ విజ్ఞానాన్ని సైతం సమగ్రమైన రీతిలో అందించగల శక్తిమంతమైన భాషగా రూపొందించడానికి సడలని కృషిచేసారు. రోదసీ విజ్ఞానం ద్వారా సంపాదించిన జ్ఞానం శాంతియుత సహకారానికే ఉపయోగపడు తుందని, దీని మూలంగా వార్తా ప్రసారం మెరుగుపడగలదని అన్న కెనడా ప్రధాని జాన్ జార్జి డీఫెన్ బేకర్ మాటలను ఉట్టంకిస్తూ ఈ జ్ఞానం మానవ పురోగమనానికి ఉపకరిస్తుందని రచయిత అన్నారు. 'ప్రోజెక్టరిలే' అన్న వ్యాసంలో ఉత్తర, దక్షిణ అమెరికాలకీ యూరప్‌కీ ఉపగ్రహం ద్వారా కమ్యూనికేషన్లు నెలకొల్పడానికై నిర్దేశింపబడింది రిలే అని వివరించారు. 1962 ఆగస్టు 27న అమెరికా ప్రయోగించిన 'మారినర్' అనే ఉపగ్రహం శుక్రగ్రహ రహస్యాలను కనిపెట్టే లక్ష్యంతో పనిచేసే విధానాన్ని 'మారినర్' అనే వ్యాసంలో వివరించారు. ఎక్స్‌ప్లోరర్ ఉపగ్రహాలు అనేక విషయాలను శోధించి భూ అయస్కాంతావరణ, గ్రహాంతరాళాల గుణాలను తెలిపిన వైనం 'ఎక్స్‌ప్లోరర్ ఉపగ్రహాలు' అనే వ్యాసంలో కనిపిస్తుంది. వాతావరణ విశేషాలను ముందుగా తెలుసుకోవడానికి, వ్యవసాయ కార్యక్రమాలకు రేడియో ప్రసారాలతో గుణాత్మక అభివృద్ధికి రోదసీ విజ్ఞానం ఎలా ఉపకరిస్తుందో 'రోదసీ విజ్ఞానం' అనే చివరి వ్యాసంలో తెలియజేసారు. రోదసీ విజ్ఞానాన్ని గూర్చి వివరించడానికి రచయిత ఈ పుస్తకంలో ఛాయా చిత్రాలను, రేఖాచిత్రాలను కూడా బాగా ఉపయోగించుకొన్నారు.

వేంకట్రావుగారి కృషి అంతా భౌతిక, ఆధ్యాత్మిక విజ్ఞానాలకు గల సన్నిహిత సంబంధాన్ని నిరూపించడమే లక్ష్యంగా కొనసాగింది. సమకాలీన సమాజంలో ఆధ్యాత్మిక సాధన పట్ల విశ్వాసం సడలి భౌతిక విజ్ఞాన సంపాదన పట్ల ఆసక్తి పెరుగుతూన్న కారణంగా మానవుని శీల వికాసానికి భంగం కలిగి అనేక విధాలైన సామాజిక రుగ్మతలు బలపడుతున్నాయని, ఆ రుగ్మతలను నిరోధించడానికి, రూపుమాపడానికి భౌతిక, ఆధ్యాత్మిక విజ్ఞానాల సామరస్యాన్ని పరస్పర పరిపూరకత్వాన్ని ప్రజలకు తెలియజేయాలని వారు సంకల్పించారు. ఆధ్యాత్మిక చింతనలేని భౌతిక విజ్ఞానాభివృద్ధి సమాజ పరిపూర్ణ వికాసానికి సమర్థమైనది కాదని వారి విశ్వాసం. సామాన్య విద్యావంతులకు ఆ విషయంలో మానసిక వికాసాన్ని కలిగించడానికి వేంకటరావుగారు 1966లో 'విజ్ఞానమంజరి' అనే చిన్న పుస్తకాన్ని రాసారు. ఇందులో ఉపక్రమము - పంచేంద్రియాలకు

వ్యక్తమైన ప్రపంచం - రోదసీ యాత్ర - యూరెకా- బుధులు - ఫ్లయింగ్ సాసర్లు - ఉపసంహారము అనే అంశాలు ఉన్నాయి. ఇందుకో యూరెకా, బుధులు అనేవి నాటికలు. ఈ రెండింటిని గూర్చి ఇంతకు ముందు తెలుసుకొన్నాము. 'ఫ్లయింగ్ సాసర్లు' అనే వ్యాసంలో వచనంతో పాటు పద్యాలున్నాయి. మిగిలిన రచన అంతా తేలికపాటి వచనంతో ఉంది. ఉపక్రమణికలో క్షణక్షణం మన శరీరంలో కొన్ని పరమాణువులు భగ్నమౌతూ ఉంటాయి. ఈ చర్యకు కాస్మిక్ కిరణాలు, వాతావరణం వంటివి కారణాలుగా కనిపిస్తున్నాయి. మన శరీరంలో ఈ విధంగా విడుదలయ్యే అణుశక్తిని లాభదాయకంగా వినియోగించుకొనే విధానం మనకింకా తెలియడం లేదని వారు శాస్త్రీయమైన మార్గంలో తమ ఉపక్రమణికలో తెలియజేసారు. 'పంచేంద్రియాలకు వ్యక్తమయ్యే ప్రపంచం' అనే వ్యాసంలో అతీంద్రియ శక్తి గలవారిని గుర్తించడం, ఆ శక్తిని పెంపొందించే విధానాలు కనిపెట్టడం అనే దిశగా జరిగిన ప్రయోగాలను గూర్చి, వాటి ఫలితాలను గూర్చి, ఇంకా జరుగవలసిన కృషిని గూర్చి వివరించారు. రోదసీ యాత్రలో ఎదురయ్యే ప్రమాదాలను గూర్చి శాస్త్రీయ జ్ఞానంతో ఆ ప్రమాదాలకు లోనుకాకుండా తీసుకోవలసిన జాగ్రత్తలు, పొందవలసిన శిక్షణను గూర్చి 'రోదసీయాత్ర' అనే వ్యాసంలో వివరించారు. కొన్ని యేండ్ల క్రిందట విచిత్రమైన విమానాలు మన లోకంలో సంచరిస్తున్నాయనీ, బహుశ అవి కుజలోక వాసులు ప్రయాణం చేస్తూన్న వాహనాలనీ ఒక అలజడి బయలుదేరింది. ఆ అలజడి ఆధారంగా కుజలోకంలో జీవరాశి ఉనికి సాధ్యమా? జీవరాశి ఉంటే ఆ జీవులకు మానవులకుండే మేధాసంపత్తిగానీ అంతకంటే ఎక్కువ శక్తిగానీ ఉంటుందా? మానవులకు అప్పుడప్పుడు కనిపించినట్లుగా చెప్పుకొంటూన్న ఎగిరే పళ్ళేలు కుజలోకవాసులు ప్రయోగించిన విమానాలా? గాలిలో కలిగే తాపక్రమపు మార్పుల కారణంగా ధ్రువప్రాంతాలలో ఏర్పడే వాయుమండలాల కదలికలే విమానాలనే భ్రమను కల్పిస్తున్నాయా? అనే అంశాలను 'ఫ్లయింగ్ సాసర్లు' అనే వ్యాసంలో సాకల్యంగా పరిశీలించారు.

జీవమే యున్న కుజునిలో జీవశాస్త్ర
మర్మమెరిగిన విజ్ఞాన కర్మయోగు
లూహ కందని యంత్ర సంయోజనమున
ధరణిలో కాలుపెట్టు టబ్బురము కాదు.
"గాలి పొరలందు గల్గు సంఘర్షణమున
గాలిప్రోగు విమానముగా భ్రమింప
చేసి, అతిలోక గమన వైచిత్రి జూపు"
నందు రాకాశ గాములై నట్టి బుధులు.

శాస్త్రానికి, సాహిత్యానికి చుక్కెదురని భావించేవారు ఈ పద్యాలను చూసి తమ అభిప్రాయాలను మార్చుకోవలసి వస్తుంది. శాస్త్రీయ విషయాలకు సాహిత్య పరిమళాన్ని అద్దాలనుకొనే రచయితలు వేంకట్రావుగారిని చూసి నేర్చుకోవలసినది చాలా ఉంది. విజ్ఞానవాహిని

ఎన్ని మలుపులు తిరిగిందో ఈ చిన్న పుస్తకం చెప్తుంది. "విజ్ఞానాన్ని మించిన కర్మక్షేత్రాలు విశ్వంలో ఉన్నాయని సహేతుకంగా నిరూపించడానికే ఈ ప్రయత్నం" అని రచయిత ఈ పుస్తకాన్ని పూర్తి చేస్తూ చెప్పారు.

సి.డబ్ల్యు.డబ్ల్యు రాబిన్ గారి 'సన్ అండ్ రెవిటివిటి' పుస్తకం ఆధారంగా వేంకటరావుగారు 1967లో 'పరిమాణాల వింతలు' అనే పుస్తకాన్ని రాసారు. ఒక్కొక్క పరిమాణ జ్ఞానం అదనంగా కలిగినప్పుడు ఆశ్చర్యకరమైన విషయాలు బయల్పడతాయనీ, దానిమూలంగా మన భావాలు క్రొత్త క్షేత్రాలలో ప్రవేశిస్తాయని తెలియజేయడానికి ఈ పుస్తకం రాసారు.

1) రెండు పరిమాణాల లోకపు వింతలు, 2) భిన్న పరిమాణాల లోకాల విశేషాలు, 3) నాలుగు పరిమాణాల లోకం, 4) ఆకాశ వక్రత్వము: గురుత్వాకర్షణ; 5) ఆధునిక విజ్ఞాన పరిణామం అనే వ్యాసాలు ఇందులో ఉన్నాయి. ఈ వ్యాసాలన్నీ ముందుగా 'భారతి' పత్రికలో ప్రచురితమయ్యాయి. భారతిలోని చిత్రాలను కూడా రచయిత ఈ పుస్తకంలో ఉపయోగించు కొన్నారు. ఇది పూర్తిగా వచన రచన.

'వన్, టూ, త్రీ... ఇన్ఫినిటీ' అనే గ్రంథంలో ప్రఖ్యాత విజ్ఞాన శాస్త్రవేత్త జార్జిగేయో చిన్నపిల్లలకు సైతం బోధపడేలా మహత్తర విషయాలను చర్చించడంతో ప్రేరితుడై రచయిత అదే విధానాన్ని అనుసరించి ఈ గ్రంథ రచన చేసారు, ఐన్‌స్టీను, బెర్‌కెలే వంటి శాస్త్రజ్ఞులు ప్రతిపాదించిన పరిమాణ విజ్ఞానాన్ని రచయిత ఈ గ్రంథంలో సాధారణ సంభాషణ పద్ధతిలో అందిరికీ తెలిసేలా వివరించగలిగారు.

'ఎంత పెరిగినాడు' అనే గ్రంథాన్ని విజయనగరంలోని 'భారతీ తీర్థ' అనే ప్రసిద్ధ సాహితీ సంస్థ 1983 లో తమ 9వ లోకాగమ శాఖా పుష్పంగా ప్రచురించింది. ఇది ఒక శతకం. "ఎంత పెరిగినాడు వింత మనిషి" అనేది దీని మకుటము. ఇందులో 100 పద్యాలున్నాయి. 1) ఆకాశం – కాలం, 2) నక్షత్రాలు, 3) సూర్యుడు, 4)గ్రహాలు, 5) చంద్రుడు, 6) భూమి, 7) జీవం, 8) సంఘం, 9) మతం, 10) విజ్ఞానం అనే 10 భాగాలు ఇందులో ఉన్నాయి. "విజ్ఞానం అనే విందారంగించడానికి సిద్ధమైన జ్ఞాన భోక్తలకు ఈ పుస్తకం ఏపిటైజర్ వంటిద"ని రచయిత పేర్కొన్నారు. శాఖోపశాఖలుగా విస్తరించిన విజ్ఞానాన్ని ఈ రకంగా అందించినట్లయితే ఆ రుచి వలన కలిగిన కుతూహలంతో మూలగ్రంథ పఠనంపట్ల ఆసక్తి పెరుగుతుందని, పెరగాలనీ రచయిత ఆశయం. శాస్త్రీయ విషయాలను పద్య రూపంలో అందిచడంలోని సామంజస్యాన్ని రచయిత ఇలా వివరించారు. "పద్యం ఎందుకు?" అంటారు కొందరు. పద్యం కంఠస్థమై భావాలను హృదయంలో పదిలపరుస్తుంది. దేశకాలాలతో నిమిత్తం లేకుండా ఏ సమయంలోనైనా జ్ఞాపకానికి వచ్చి తెలుసుకోవాలనే బుద్ధిని బలపరచి జ్ఞానార్జనకు ప్రోత్సహిస్తుంది. ఈ సౌకర్యం గద్యంలో లేదు. అందుకే పద్యం, ముద్రణ సౌకర్యం పెరిగిన తరువాత శాస్త్ర విషయాలను పద్యరూపంలో అందించే పూర్వపు పద్ధతి దాదాపుగా అంతరించిందని చెప్పాలి. అయినా పద్యం

ప్రత్యేకతను దృష్టిలో ఉంచుకొని శాస్త్ర విషయానికే ప్రాధాన్యాన్ని కల్పిస్తూ సుబోధకమైన భాషలో ఎక్కువగా ఉపజాతి పద్యాలలో శాస్త్ర విషయాలను అందించడం శ్రేయస్కరంగా ఉంటుందని భావించి రచయిత ఈ మార్గం చేపట్టారు.

కాలమందు సూటిగా పోవుటే కాని
వెనక తిరిగి వెడలు విధము లేదు;
కాల తత్త్వమేమొ కనిపెట్ట నుంకించు,
ఎంత పెరిగినాడు వింత మనిషి!
వెలుగు చుక్కవోలె వెలుగిచ్చి కనిపించు
తార మండుచున్న ద్రవ్య మనుచు,
వాయుగోళ మనుచు వర్ణించి నాడయా!
ఎంత పెరిగినాడు వింత మనిషి!
గురుని వత్సరమ్ము ధరలోన పన్నెండు
వత్సరముల వరకు వ్యాప్తి చెందు,
మన సహస్ర మాస మచట ఏడేండ్లన
ఎంత పెరిగినాడు వింత మనిషి!

జటిలములైన శాస్త్రీయ విషయాలను తేలికపరచి అందించడానికి రచయిత అనుసరించిన కథనశైలి ఎంతో ఉపయోగకరంగా కనిపిస్తుంది.

1987 లో 'భాగ్యనగర్' పత్రికా సంపాదకులైన గోవాడ నిరీక్షణరావుగారు వేంకటరావుగారి వ్యాసాలలో కొన్నింటికి "ప్రకృతితో మానవుని చెరలాటం" అనే పేరుతో ప్రకటించారు. అందులో 1) ప్రకృతి శక్తులు, 2) విజ్ఞానావిర్భావం, 3)ఖగోళశాస్త్రం, 4) యంత్ర నిర్మాణం, 5) సూర్యుడు, 6) వర్ణపట మాపనం, 7)పరమాణువు, 8) ఎలెక్ట్రాన్ల వితరణ, 9) ఎలెక్ట్రాన్ల పాత్ర, 10) విశ్వసంచారం, 11) నక్షత్రపరిణామం, 12) ఆకాశ కలం, 13) సహజప్రకృతి, 14) ప్రకృతితో సంఘర్షణ, 15) కాలుష్య ప్రభావం - అనే వ్యాసాలు ఉన్నాయి. మానవ జీవితాన్ని, ప్రపంచ గమనాన్నీ తమ చెప్పుచేతలలో, అదుపాజ్ఞలలో, దయాదాక్షిణ్యాలలో నిలిపి ఉంచే బలవత్తరములైన నీరు, నిప్పు, గాలి అనే ప్రకృతి శక్తులను ప్రయోజనకరమైన మార్గంలో తనకనుగుణంగా ఉండేలా మార్చుకోవడానికి వేదోపనిషత్తుల కాలం నుండి నేటి వరకు మానవుడు చేసిన సాహసోపేతములైన ప్రయత్నాలను, పొందిన ఫలితాలను గూర్చి ఈ వ్యాసాలు తెలియజేస్తాయి. పంచభూతాత్మకమైన జగత్తత్త్వాన్ని కనిపెట్టిన ప్రాచీన భారతీయ తత్త్వభూమిక నుండి 92 మూలకాలతో పరిణతమైన ప్రకృతితత్త్వాన్ని ఆకళించుకొన్న ఆధునిక వైజ్ఞానిక తత్త్వం దాకా మానవుని గవేషణ ఎలా పరిణతి చెందిందో ద్రవ్యాన్ని శక్తిగా మార్చుకొని మానవుడు ఎన్నెన్ని ప్రయోజనాలను పొందుతున్నాడో ఈ వ్యాసాలు వివరిస్తాయి. 17వ శతాబ్దాంతం వరకు

ప్రాక్పశ్చిమ ఖగోళశాస్త్రవేత్తలు తమ అసహాయ నేత్రాలతో ఇంద్రియ గోచరం కాని ఖగోళ శాస్త్ర విజ్ఞానాన్ని తమ దార్శనిక ప్రతిభతో గుర్తించిన వైనాన్నీ, ఆధునిక కాలంలో యాంత్రిక పరికరాల సాయంతో ఆ విజ్ఞానాన్ని సువిస్తరం చేసి మానవుడు గ్రహ, గోళాలన్నింటిని చుట్టి రావడానికి చేస్తోన్న అద్భుత ప్రయత్నాలను గూర్చి రచయిత ఈ వ్యాసాలలో వివరించారు. మానవుడు ప్రకృతిని వశం చేసుకోడానికి ఆధునిక యుగంలో యంత్రాన్ని పరికరంగా చేసుకొన్న విధంగా యాంత్రిక పురోగమనంలోని వివిధ దశలు ఈ చిన్న పుస్తకం ద్వారా మనం తెలుసుకోవచ్చును. సూర్యుని గురించి సంపాదించిన జ్ఞానంతో శాస్త్రవేత్తలు నక్షత్ర విజ్ఞానాన్ని ఎలా కైవసం చేసుకున్నారో 'సూర్యుడు' అనే వ్యాసంలో రచయిత చెప్పారు. వర్ణపట దర్శిని సహాయంతో సాధించిన నక్షత్ర విజ్ఞానం విశ్వంలో మానవుని స్థానం ఎంత అల్పాతి అల్పమైనదో తెలియజేసే వైనాన్ని 5,6 వ్యాసాలలో వివరించారు. ఇందులో చాలా అమూల్యమైన వైజ్ఞానిక విషయాలున్నాయి. మానవుడు ప్రకృతి శక్తులతో సంఘర్షిస్తున్న కారణంగా భవిష్యత్తులో ఎదుర్కోవలసిన అనూహ్య విపత్కర పరిణామాలను 'సహజప్రకృతి', 'ప్రకృతితో సంఘర్షణ', 'కాలుష్య ప్రభావం' అనే వ్యాసాలలో వివరించారు.

వేంకటరావుగారు 1) శతవార్షికోత్సవాలు, 2) వానప్రస్థం, 3)స్వయంకృతం, 4) విజ్ఞాని – అంతరాత్మ అనే కథలు రాసారు. ఆంధ్రప్రభవారు ఇందులో రెండింటిని ప్రచురించి, రెండింటిని ప్రచురించ నిరాకరించారు. విశాఖపట్టణంలోని ప్రసిద్ధ సాహితీ సంస్థ అయిన 'విశాఖ సాహితి' ఈ నాలుగు కథలను 1988లో 'విజ్ఞాని – అంతరాత్మ' అనే శీర్షికతో ప్రచురించింది. రచయిత 'శతవార్షికోత్సవాలు' అనే కథలో కుహనా చారిత్రక పరిశోధకుల 'గాలితో యుద్ధాన్ని' గేలిచేస్తారు. 'వానప్రస్థం' అనే కథలో హైందవ కుటుంబాలను సుదృఢంగా నిలిపిన ధర్మసూత్రాలూ, వాటి విశ్లేషణా, ముప్ఫయి ఏళ్లక్రిందట మన ధర్మశాస్త్రాలలో ప్రభుత్వాలు తెచ్చిన చట్టపరమైన మార్పులూ, వాటి విపరిణామాలు, తురీయాశ్రమ ప్రయోజనం వివరించారు. 'స్వయం కృతం'అనే కథలో కుటుంబ నియంత్రణను వారు సమర్థించారు. అపారమైన విజ్ఞానశాస్త్ర పరిశోధన అనంతంగా, నిరంతరంగా సాగుతూనే ఉందనీ, ఉంటుందనీ 'విజ్ఞాని – అంతరాత్మ' అనే కథ చెప్తుంది. ఈ కథను చెప్పడంలో ఉపనిషత్తుల మార్గాన్ని అనుసరించారు. ఉపనిషత్తులలో గురు శిష్యులు తమ సంభాషణ మూలకంగా బ్రహ్మజ్ఞానాన్ని అన్వేషిస్తారు. ఈ కథలో ఆధునిక శాస్త్రీయ విజ్ఞానాన్ని గూర్చి గురుస్థానంలో అంతరాత్మ, శిష్య స్థానంలో విజ్ఞానీ సంవాదం కొనసాగిస్తారు. సాధారణంగా కథలలో కనబడే మలుపులూ, కొసమెరుపులూ ఈ కథలలో లేవు. సమకాలీనత, సామాజిక స్పృహ ఈ కథలలోని ప్రధానాంశాలు. కేవలం కాల క్షేపం కోసం, వినోదం కోసం ఉద్దేశించిన కథలు కావివి. అన్ని కథల్లోను, వాటిలో ప్రయోగించిన పదాలలోను రచయిత సమున్నత సంస్కారమూ, సంప్రదాయ బద్ధతా గోచరిస్తాయి. ఈ కథలను విజ్ఞాన సాహిత్య శాఖకు చెందినవిగా పరిగణించాలి. 'విజ్ఞాని – అంతరాత్మ' అనే కథలో వేంకటరావుగారు వడ్డాది సుబ్బారాయకవి రాసిన పద్యాన్ని ఉపయోగించుకోవడమే కాక తాను కూడా పద్యరచన చేశారు.

"చంద్రలోక నివాస సరణి పరీక్షింప
నేరుగా చనిన 'లూనికు'ల కంటె,
కుజలోకమున జీవకోటి నన్వేషింప
చనిన రాకెట్టు 'మారినరు' కంటె
ఆకర్షమున కౌగ్గి అవని చుట్టును సదా
తిరుగుచున్నట్టి 'స్పుత్నికు'ల కంటె,
అంతరిక్ష విశేష మాద్యంత మెరుగగా
సంచరిస్తూన్న 'కాస్మాసు' కంటె

శక్తి కలవాడ వీవు, నిజమ్ము, కాని
ఇంద్రియాతీత విజ్ఞాన మించుకైన
వాటివలె పొందలేని అభాగ్యుడవట,
ఈ అసామర్థ్యమెట్లు తరించగలవు?"

ఇందులో లూనికులు, రాకెట్టు మారినరు, స్పుత్నికులు, కాస్మాసు వంటి సంజ్ఞావాచకాలను యథాతథంగా ప్రయోగించడంతో వేంకటరావుగారు ఒక వింతశైలిని, ఒక గడుసుదనాన్ని, ఒక సౌలభ్యాన్ని ప్రదర్శించారు. ప్రక్రియ ఏదైనా వారికి గల లక్ష్యశుద్ధి అందులో ప్రతి ఫలిస్తుంది. తన పద్యాలలో ఈ విధమైన కేవల శాస్త్రీయ శైలికి మాత్రమే కాక పూర్వాంధ్ర కవుల శైలీ మార్గాన్ని కూడా ప్రకటించే నేర్పు, అనుకరించగల సామర్థ్యం ఆయన రచనలో కనిపిస్తుంది.

ఒక గాజు ఫలకమ్ము హొయలు మీరగ రంగు
రంగుల చిత్ర మేర్పరచ గలదు,
ఒక గాజు ఫలకమ్ము ఒడలి లోపలనున్న
ఎముకల చిత్రము లేర్పరించు,
ఒక గాజు ఫలకమ్ము వ్యోమయాన మొనర్చు
కణముల జాడవాకట్టగలదు,
ఒక గాజు ఫలకమ్ము రకరకాల కణాల
జన్మ రహస్యమున్ సంగ్రహించు

బుద్ధి, విజ్ఞాన, జ్ఞాన సమృద్ధి కలిగి
శక్తి పరివర్తన మొనర్చు శక్తి కలిగి,
జడము పాటి గ్రహింపగా జాలకుంటి
నీ అసామర్థ్యమెట్లు తరించగలవు?"

ఈ పద్య నిర్మాణంలో పూర్వ కవుల ధోరణిని మనం గుర్తించగలం.

కృష్ణశాస్త్రిగారి "లేవు శరత్వమస్వినులు, లేవు మనోజ్ఞ సుధాంశు మాలికల్" అనే ప్రసిద్ధ పద్యానికి అనుకరణంగా వెలువడిన "లేవు మరుత్ సమూహములు"... అన్న పద్యాన్ని చదివినప్పుడు సాహిత్యాభిమానులకు వారిలో అనుకరణ శీలం కాక అనుకరణ కౌశలం కనిపిస్తుంది. వారికి గల తెలుగు సాహిత్య పరిజ్ఞానానికి ఈ పద్యం ఒక తార్కాణం.

విజ్ఞానం బాగా పెరిగి పెరిగి సాంకేతిక శాస్త్రానికి దారి తీసింది. మానవసౌఖ్యాన్ని ఇనుమడింపచేసేదిగా ప్రారంభమైన సాంకేతిక శాస్త్రం రాను రాను మానవజాతినే తుడిచిపెట్టే మారణాస్త్ర నిర్మాణం వైపు మొగ్గుతూంది. ఆ విషయం జనసామాన్యానికి అంతగా తెలియదు. భయంకర భవిష్యత్తులోనికి కొద్దిగా తొంగి చూచే ప్రయత్నమే "వసంత విజ్ఞానం" అన్న గ్రంథంలో కనిపిస్తుంది. శ్రీమతి కునాథరాజు సీతయ్యమ్మగారి ఆర్థిక సహాయంతో 1990లో ప్రచురితమైంది. ఇందులో 1) తిరిగేనా ఈ శతాబ్ది, 2) సూక్ష్మస్థలాలు, 3) ఆకర్షణ వికర్షణలు, 4) ఆవిష్కరణము, 5) ప్రకృతి వైచిత్రి, 6) పరిమాణాలు తమాషా, 7) త్రికము, 8) సమాజశక్తులు లేకపోతే, 9) సావధాన్, 10) తరంగణం, 11) అచేతన చైతన్యం, 12) శిశిరంలో వసంతం, 13) ఉగాది, 14) మానవా! 15) స్మృతులు, 16) క్షణం - యుగం, 17) అతీంద్రియ శక్తులు, 18) ఆత్మోద్ధరణ, 19) ఏం కాలం?, 20) ఆధునిక విజ్ఞాన సరళి, 21) బధిర శంఖారావం అనే అంశాలు ఉన్నాయి. స్వచ్ఛంద గమనం గల గేయంలోను, గీత పద్యాలలోను ఈ రచన కొనసాగింది.

ప్రాచ్య పాశ్చాత్య దేశాల భావ సరళి
ఒక్కటే యని ప్రకృతి సత్యుత్తమముగ
సంకులంబైన యంత్ర సంచయము తోడ
ప్రబల పరిశోధనలు చేసి, భౌతికముగ
ఉపనిషద్వాక్యసత్యము వొప్పుననుచు
ఆధునికులైన విజ్ఞానులందురిపుడు.

ఇటువంటి రచనలను చూసినప్పుడు అర్ధశతాబ్దికి పైబడిన వేంకటరావుగారి భౌతికశాస్త్ర విజ్ఞానంలోను, సాహిత్య పరిజ్ఞానం లోను ఎంతటి అనుభవము, పరిణతి చోటుచేసుకున్నా వారి ప్రధాన ఆశయంలోను, తాత్త్విక దృష్టిలోను, కార్యదీక్షలోను అణుమాత్రం కూడా సడలింపుగానీ, మార్పుగానీ కలుగలేదని మనకు స్పష్టపడుతుంది. వారిది అచంచల విశ్వాసంతో కూడిన సుదీర్ఘ కార్యనిరతి.

రకరకాల పరికరాలు
సుఖాన్నిస్తాయన్న
వ్యామోహంతో
సాంకేతిక శాస్త్రాన్ని
పెంపొందిస్తున్న మానవుడు,

ఇంద్రియాలకు దాసుడై
జీవిత లక్ష్యానికి
దూరమవుతున్నాడు.
కాని,
ఇంద్రియ వ్యాపారంచేత
పాలింపబడుతూన్న మనస్సు
తుదకు పొందేది
వినాశం మాత్రమే!

అనే భరతవాక్యంతో ఈ వసంత విజ్ఞానాన్ని పూర్తి చేసారు.

భగవద్గీత, శంకరభగవత్పాదులు, భర్తృహరి, వసురాయలు, కఠోపనిషత్తు, ముప్పిడి సత్యనారాయణమూర్తి, రాధాకృష్ణపండితుడు, ఉపనిషత్తులు – చెప్పిన అనేక విషయాలతో పాటు తన రచనల నుండి ఏరిన భాగాలను జతకూరుస్తూ వేంకటరావు గారు విశాఖ ఆకాశవాణి కేంద్రం నుండి పలుసార్లు సూక్తిముక్తావళి కార్యక్రమంలో భౌతిక, ఆధ్యాత్మిక విషయబోధకములైన అనేక విషయాలను సర్వజనరంజకమైన శైలిలో శ్రోతలకందించారు. ఈ ప్రసంగాలు వారి సహస్ర చంద్రదర్శన మహోత్సవ సందర్భంగా ప్రచురితమయ్యాయి. ఆ ప్రచురణలో ఉత్సవ సంఘం వారు వేంకటరావుగారిని గూర్చి తెలిపిన ఈ క్రింది విషయాలు తెలుగు పాఠకులు తెలుసుకోదగినవి.

“ఆధ్యాత్మికతను అధ్యయనం చేయడం ఒక ఎత్తు, విజ్ఞాన శాస్త్ర విశిష్టతలను విశ్లేషించడం మరొక ఎత్తు, ఈ రెండు శాస్త్రాల మేళవింపుతో మానవ ఉనికిని, దాని అర్థాన్ని, పరమార్థాన్ని విశేష సారూప్య సాదృశ్యాలతో వివరించే ప్రత్యేకత వసంతరావు వేంకటరావుగారిది.

భగవచ్ఛక్తిని విస్మరించి, సృష్టిలో సర్వశక్తులకు విజ్ఞాన శాస్త్రపరమైన అన్వయింపులను మేళవించి, సృష్టి రహస్యాలను ఆసాంతం ఆకళింపు చేసుకొన్నామనే మధాంధతతో విజ్ఞాన శాస్త్రవాదులు భగవంతుని మరచిన ఈ ఆందోళనకర సమయంలో “అతని ఉత్కృష్ట శక్తి విజ్ఞాన శాస్త్ర వివరణా సరళికి అనూహ్యమైన ప్రాథమిక విజ్ఞానం సుమా! ఏ జ్ఞానమైనా ఆ మహాజ్ఞానానికి బద్ధమై మనవలసిందే” అని నొక్కి వక్కాణించే భాగవతోత్తముడు శ్రీ వేంకటరావు.

ఆధ్యాత్మికతను, విజ్ఞానశాస్త్రాన్ని వేంకటరావుగారు సవ్యసాచిగా సంధించి, విజ్ఞానానుగత ఆధ్యాత్మికతను ఉద్బోధించిన అరుదైన దిట్ట.

ఆధునిక యుగానికి విజ్ఞానశాస్త్రం ఎంత ముఖ్యమైనా సృష్టి యావత్తుని విజ్ఞాన సూత్రాలకు ఆలంబనగా సృజియించిన మహా విజ్ఞానవేత్త ఆ సర్వేశ్వరునికి ఎల్లరూ నిత్యంబద్ధులై ఉండాలన్నది నిర్వివాదం. అదే వసంతరావు వేంకటరావుగారి సత్యవాదం. ఈ వాక్యాలు శతశతాంశ సత్యాలని వారి రచనలు నిరూపిస్తున్నాయి. వేంకటరావుగారు ఇంకా మరి కొన్ని వైజ్ఞానిక రచనలు చేసారు.

పత్రికలలోను, సావనీర్లలోను 750కి పైగా వ్యాసాలు - గేయాలు; 220 నాటకాలు ప్రచురించారు. జనరంజక విజ్ఞాన గ్రంథాలు 32 వెలువరించారు. కాలేజి స్థాయి భౌతిక శాస్త్ర పాఠ్యగ్రంథాలు, ప్రమాణ భౌతిక శాస్త్ర గ్రంథాలు - అనువాదాలు 47 వరకు ప్రచురించారు. తెలుగు అకాడమీ వారు గానీ, తెలుగు విశ్వవిద్యాలయం వారు గానీ పూనుకొని వారి జనరంజక విజ్ఞాన గ్రంథాలను, నాటికలను, ఎంపికచేసిన వ్యాసాలను వేరు వేరు సంపుటాలుగా వెలువరించి తెలుగులో వైజ్ఞానిక సాహిత్యాన్ని పరిపుష్టం చేయడం సముచితంగా ఉంటుంది. ఈ లఘు రచనలో లభించిన పరిమితమైన అవకాశాన్ని బట్టి వారి ప్రతిభను లేశమాత్రం గానే ప్రదర్శించడమైనది.

వేంకటరావుగారు ఎత్తైన మనిషి. భారీ విగ్రహం. విశాలమైన ఫాలభాగం మీద ఎప్పుడూ అంగారుబొట్టు ఉండేది. తీర్చినట్లుండే కనుబొమ్మలు, మెరిసే కళ్ళు, స్ఫుటమైన నాసిక, పెద్ద చెవులు, ఒత్తైన శిరోజాలు, పెద్ద ముఖం, చామనఛాయను మీరిన వర్ణం, నిండుచేతులతోడ ముణుకులు దిగేదాకా ఉండే పెద్ద ఖద్దరు లాల్చీ - పంచ, గంభీరమైన గమనం, ఆకర్షణీయమైన కంఠస్వరం, బొద్దుమీసాలు - ఇలా ఒకసారి చూచినవారు జన్మలో తిరిగి ఎన్నటికీ మరచిపోలేని హుందాతనంతో కూడిన రూపం వారిది. భౌతిక శాస్త్రాచార్యునిగా, మహారాజా కళాశాలాధ్యక్షునిగా, వైజ్ఞానిక శేఖరునిగా, సారస్వత మూర్తిగా, కేంద్ర సాహిత్య అకాడమీ కార్యవర్గ సంచాలకునిగా - ఇలా తన సుదర్ఘీ జీవన యానంలో ఎన్నెన్నో ఉన్నత కార్యకలాపాలలో, నిరంతరం నిమగ్నుడై ఉన్న వేంకటరావుగారికి విద్యార్థులతో, అధ్యాపకులతో, ఉన్నతాధికారులతో, శాస్త్రవేత్తలతో, సారస్వతేయులతో, వివిధ సామాజిక వర్గాలతో అత్యంత సన్నిహితమైన ఆత్మీయ సంబంధాలుండేవి. ఆయన నిగర్వి. ఉదాత్త ప్రకృతి. తనకు కావ్య, శాస్త్ర పరిచయం లేదని, కళాకుశలత లేదని, అనుభవజ్ఞానశూన్యుడనని ఆయన 'ఉబలాటం' అనే రచనలో పేర్కొన్నారు. అయినా సుమారుగా ఏడు దశాబ్దాలకు పైబడి ఆయన చేసిన రచనలన్నీ ఆయనకు గల విశేష జ్ఞానాన్నీ, అనుభవసారాన్నీ మనకు అందించాయి. ఇంతకాలం రచనలు ఎందుకు చేస్తున్నాననే ప్రశ్నకు ఆయనొక సమాధానం చెప్పారు.

చిత్రకారుడను, దివ్యగాయకుడ
నద్భుత కవినై పోవాలంటూ,
హృదయాంతరమున రగిలే అగ్ని
జ్వాలల నార్పగ నాతరమా?
వ్రాయక, గీయక, పాడక జటినై
కాలం పుచ్చుట నా తరమా?

నిరంతర సృజనశీలురకు మాత్రమే అనుభూతమయ్యే పరమ సత్యమిది. వారికి సమాజమంతా ఒక కళాశాలలా కనబడేది. "సహవీర్యం కరవావహై" అనే సూత్రం ఆధారంగా లోకమంతటితో కలిసి నిరంతర విద్యావ్యాసంగాన్ని కొనసాగించిన శేముషీఖని వారు. విజయనగరంలోని కౌముదీపరిషత్తు, విశాఖపట్టణంలోని విశాఖ సాహితి, కేంద్ర సాహిత్య

అకాడమీ వంటి సాహితీసంస్థలు వారి సభ్యత్వంతో, కార్యకలాపాలతో ఎంతో ఉన్నతిని సాధించాయి. ఆనంద విజయములో గురజాడ అప్పారావుగాను, భువన విజయంలో శ్రీ కృష్ణ దేవరాయలుగాను పలుసార్లు తమ పాత్రను పోషించి వారు రసిక జన మనోభిరాముడయ్యారు. కవిత్వ కళలోనే కాక చిత్రకళలో సైతం వారు చక్కని అభినివేశాన్ని, ప్రతిభను ప్రదర్శించారు. వారి చిత్రకళా కౌశలానికి చిహ్నంగా నిలిచిన ఒక అపూర్వ సంఘటనను ఇక్కడ మనం జ్ఞాపకం చేసుకోవలసి ఉంది. గాంధీ మహాత్ముడు విజయనగరం మీదుగా రైలులో ప్రయాణిస్తున్నారని తెలిసి ఆయన రేఖాచిత్రం గీసి వేంకటరావుగారు ఆయనకు చూపించి దానిమీద సంతకం చేయమని అడిగారట. గాంధీ హిందీలో సంతకం చేసారు. వేంకటరావుగారు ఆయనను తిరిగి ఇంగ్లీషులో సంతకం చేయమని అడిగితే "నీకు హిందీ రాదా?" అని మహాత్ముడు ప్రశ్నించారట. "బాపూ! నాకు హిందీ తెలుసు. కానీ మా అమ్మగారికి తెలియదు. మీరు ఇంగ్లీషులో సంతకం చేస్తే చదువుకొని మా తల్లిగారు సంతోషిస్తారు" అన్నారట. గాంధీగారు ఆశ్చర్యంతో "మీ తల్లిగారు ఏం చదివారు?" అంటూ సంతకం చేశారు. ఆమె చదివినది ఐదవ తరగతి. ఆమె 'దిహిందూ' పత్రికను ఆమూలాగ్రంగా చదివేవారట. ఆ తల్లి పెంపకంలో పెరిగిన బిడ్డ ఇంతటి శేముషీ సంపన్నుడు కావడంలో ఆశ్చర్యమేముంది? పెన్సిల్‌తో మహామహుల, వైజ్ఞానికుల చిత్రాలను అలవోకగా వేసేవారు వారు.

వేంకటరావుగారికి విద్యా విశారద, విజ్ఞాన శేఖర అనే బిరుదులున్నాయి. తెలుగులో వైజ్ఞానిక విషయాలు ప్రచారం చేసినందుకు 1953లో వారికి కవికోకిల దువ్వూరి రామిరెడ్డి సైన్స్ ప్రైజ్ బహూకరించారు. ఉజ్జయినిలో "కాళిదాసు నాటక సమారోహ్" వారు నిర్వహించే నాటక పోటీలలో సంస్కృతంలో వారు దర్శకత్వం వహించిన 'అభిజ్ఞాన శాకుంతలం'కి స్వర్ణకలశం లభించడం వారి ప్రతిభకు తార్కాణం. అంతర్ విశ్వవిద్యాలయ నాటకపోటీలలో కాలేజీ విద్యార్థుల నాటకాలకు సాంకేతిక పరమైన దర్శకత్వం వహించి అప్పటి రిజిస్ట్రార్ శ్రీ కె.వి.గోపాలస్వామిగారి ప్రశంసలు పొందారు. వేంకటరావుగారు 1971 లో హైదరాబాద్‌లోను, 1981 లో కొచ్చిన్‌లోనూ, నేషనల్ బుక్‌ట్రస్ట్‌వారు ఏర్పాటుచేసిన సెమినార్‌లోను పాల్గొన్నారు. ఉన్నత విద్య వరకు మాతృభాషలోనే విజ్ఞాన శాస్త్ర బోధన జరగాలనే దృఢదీక్షకు అంకితులైన తొలితరం తెలుగు విజ్ఞానశాస్త్రవేత్తలలో వేంకటరావుగారి స్థానం విశిష్టమైనది. పరిపూర్ణము, తృప్తికరము అయిన తన జీవితంతో పాటు విజ్ఞానశాస్త్రాన్ని కూడా కళామయంగా తీర్చిదిద్దిన ఆ మహనీయుడు తెలుగుజాతికి చిరస్మరణీయుడు. 1992 ఏప్రిల్ 25న వారు దివంగతులయారు.

శ్రీశ్రీ జీవితం - సాహిత్యం
(1910-1983)

- డాక్టర్ కడియాల రామమోహనరాయ్

తెలుగు సాహిత్యానికి ఇరవైయవ శతాబ్ది వరం మహాకవి శ్రీశ్రీ. కాలంతోపాటు కదిలివచ్చిన కవి మాత్రమే కాదు, కాలానికి ముందుండి, క్రాంతదర్శియై జాతిని ముందుకు నడిపించిన కవి శ్రీశ్రీ. కవిత్వ సీమను విశాలతరం చేసి, కవులకు అంతర్జాతీయ దృక్పథాన్ని కలిగించినవాడు.

చలంగారన్నట్లు "ప్రపంచపు బాధ అంతా శ్రీశ్రీ బాధ... ఇంకా రాత్రి చీకట్లో లోకం నిద్రలో భయంకర స్వప్నాలు కంటూ దీనంగా పలవరించే సమయాన ఉషాగమనాన్ని గుర్తించి స్వాగతమిచ్చే వైతాళికుడు శ్రీశ్రీ."

దీనులు, హీనులు, పతితులు, భ్రష్టులు, దగాపడిన తమ్ములు, బాధా సర్పద్రష్టులను శ్రీశ్రీ తన హృదయానికి హత్తుకున్నాడు. కూడులేని గూడులేని బాధితులను 'ఏడవ కండేడవకండి' అని ఓదార్చి మీకోసం కలం పట్టి, ఆకాశపు దారులంట, హడావిడిగా వెళ్ళిపోయే జగన్నాథ రథ చక్రాలను భూమార్గం పట్టిస్తానని ప్రతిజ్ఞ చేశాడు. కష్టజీవికి కుడి ఎడమ నిలిచినవాడే కవి అని ఆయన తలపు. వ్యక్తికి బహువచనం శక్తి అని, సమాజ జీవనంలో శ్రామికులంతా ఏకం కావలసిన అవసరాన్ని ఎలుగెత్తి చాటాడు.

"నరజాతి చరిత్ర సమస్తం, దరిద్రులను కాల్చుకు తినడమేనని... గతమంతా తడిసే రక్తముతో, కాకుంటే కన్నీళ్లతో"నని చరిత్రను గూర్చి పరిపూర్ణమైన అవగాహనతో "ఒక వ్యక్తిని మరొక వ్యక్తీ, ఒక జాతిని వేరొక జాతి పీడించే సాంఘిక ధర్మం, ఇంకానా ఇకపై సాగదు" అని సింహగర్జన చేశాడు. నిత్యనూతన కాంతిని ప్రసరింపజేస్తూ తెలుగుజాతికి వెలుగుబాటను చూపుతున్నది శ్రీశ్రీ సాహిత్యం.

జీవిత విశేషాలు :

శ్రీరంగం శ్రీనివాసరావు విశాఖపట్టణంలో 1910 ఏప్రిల్ 30వ తేదీన ఒక మధ్య తరగతి బ్రాహ్మణ కుటుంబంలో జన్మించాడు. తల్లి అప్పలకొండ. తండ్రి వెంకటరమణయ్య. శ్రీనివాసరావుకు రెండేళ్లవయసులో తల్లి చనిపోయింది. తండ్రి మళ్ళీ పెళ్లి చేసుకున్నాడు. సవతి తల్లి సుభద్రమ్మ శ్రీనివాసరావును అల్లారుముద్దుగా పెంచింది. శ్రీనివాసరావుకు 14 ఏళ్ల వయసులో ఈమె కూడా మరణించింది.

శ్రీశ్రీ పుట్టిన 1910 వ సంవత్సరానికి చరిత్రలో ఒక గుర్తింపు ఉన్నది. విను వీథిలో ఒకతోకచుక్క (హెయిలీ) కనిపించింది. సామాన్య ప్రజలు దీన్ని అరిష్టదాయకంగా తలచారు. కాని మహాకవి గురజాడ ఈ తోక చుక్కను సంఘసంస్కరణ ప్రయాణ పతాకగా అభివర్ణించారు. ఆయేడే బరంపురంలో అన్ని కులాలవారు కలిసి భోజనం చేసిన విందు జరిగింది. ఈ విందుకు గురజాడ హాజరయ్యారు.

శ్రీశ్రీని ఐదవయేట రమణయ్యగారు తమ ఇంటికి దగ్గరలో వున్న గోదావరయ్య బడికి పంపారు. ఎనిమిదేళ్ల వయసులో తనకు చేతనైన రీతిలో పొడుగూ పొట్టిపాదాలతో పద్యాలు రాయటం చూచి, ముచ్చట పడి వాళ్ల నాన్నగారతనికి సులక్షణ సారం అనే లక్షణ గ్రంథం కొనిపెట్టి ఛందస్సులో కొన్ని మెలకువలు తెలియజెప్పారు. ఆరోతరగతి చదువుతున్నప్పుడు శ్రీశ్రీ 'వీరసింహ విజయసింహులు' అనే నవల రాశాడు. తర్వాత 'గోకులాయి' అనే డిటెక్టివ్ నవల, 'సావిత్రీ సత్యవంతము' అనే పద్య నాటకమూ రచించాడు. ఇవి ఏవీ అచ్చుకాలేదు. రాతప్రతులు కూడా దొరకలేదు.

పదేళ్ల వయసులో శ్రీశ్రీ జగన్మిత్రనాటక సమాజము వారి నాటకాలలో కుశుడు, అశరీరవాణి (స్త్రీ పాత్ర)గా నటించాడు.

గాంధీజీ అరెస్టుకు నిరసనగా శ్రీశ్రీ ఇతర విద్యార్థులతో సత్యాగ్రహోద్యమంలో పాల్గొన్నాడు.

హైస్కూలు చదువుపూర్తికాగానే 15వ ఏట శ్రీశ్రీకి పెళ్ళి అయింది. వధువు వెంకట రమణమ్మ. ఆమె వయస్సు తొమ్మిదేళ్లు. 15వ ఏటనే శ్రీశ్రీ పరిణయ రహస్యము అనే నవలిక రాసి ప్రచురించాడు. శ్రీశ్రీ రచనల్లో మొట్టమొదట అచ్చైనది ఇదే.

సుప్రసిద్ధకవి సెట్టి లక్ష్మీనరసింహంగారు శ్రీశ్రీ నాన్నగారికి ప్రాణస్నేహితుడు. ఆయనతో కలిసి శ్రీశ్రీ అద్యతనాంధ్ర కవి ప్రపంచనిర్మాతలు చెళ్ళపిళ్ల వెంకటశాస్త్రి గారిని దర్శించాడు. చెళ్ళపిళ్లవారు 'లోకుల రసనలె తాటాకులు'గా కవిత్వాన్ని లిఖించాలన్నారు. ఈ మాట శ్రీశ్రీకి బాగా నచ్చింది.

శ్రీశ్రీ రచించిన తొలిఖండకావ్యం 'దివ్యలోచనములు' పురిపండా అప్పలస్వామి ప్రోత్సాహంతో 'స్వశక్తి' పత్రికలో ప్రచురితమైంది. పురిపండాతో స్నేహం శ్రీశ్రీకి కవిత్వ రచనలో ప్రయోజనకారి అయింది. పురిపండా, వడ్డాది సీతారామాంజనేయులు, శ్రీశ్రీ కలిసి విశాఖపట్టణములో 'కవితాసమితి'ని స్థాపించారు.

చదవటం ప్రారంభించినప్పటినుండి ఏ పుస్తకం దొరికినా దాన్ని పూర్తి చేసే దాకా శ్రీశ్రీకి ఏమీ తోచేది కాదు. కేరమ్స్, ఫుట్‌బాల్ ఆటలంటే ఇష్టం. చిన్నప్పుడు 'ఆంధ్రవీర కంఠీరవ' కోడిరామమూర్తి ఛాతీమీదుగా ఏనుగు నడుచుకుపోయిన దృశ్యాన్ని చూచి ఆనందించాడు. చిన్నప్పటినుండి సముద్రమంటే ఇష్టం. "నా కవిత్వానికి సముద్రమే ఆవేశం" అన్నాడు.

శ్రీశ్రీ ఇంటర్మీడియట్ చదువుతున్నప్పుడే 'ప్రభవ' (1928) అనే పద్య కావ్యం రచించాడు. ప్రభవలోని ఖండ కావ్యాలమీద కృష్ణశాస్త్రి, విశ్వనాథవారల కవిత్వ ప్రభావం గాఢంగా వున్నది.

కృష్ణశాస్త్రి కవిత మోహినీ గంధర్వగానమని, విశ్వనాథ కవిత్వం మేఘనినాదమని శ్రీశ్రీ తలచాడు. కృష్ణశాస్త్రి సాహిత్యం సమస్తమూ ఇక్షురసార్ణవమే నంటాడు శ్రీశ్రీ. విశ్వనాథవారి పద్యాలు మహాబలిపురపు రాతి రథాలవంటివని, అవి తాము కదలకుండా మనల్ని కదిలిస్తాయని శ్రీశ్రీ భావించాడు.

శ్రీశ్రీ అప్పుడప్పుడు విజయనగరం వెళ్ళి రోణంకి అప్పలస్వామి, చాగంటి సోమయాజులు, శ్రీరంగం నారాయణబాబు గారలతో సాహిత్య విషయాలు చర్చించి తన ఊహలకు పదునుపెట్టుకొనేవాడు. సోదరుడు నారాయణబాబుతో శ్రీశ్రీకి భావ సారూప్యం వుండేది.

1928 లో శ్రీశ్రీ మద్రాసు క్రైస్తవ కళాశాలలో బి.ఏ.లో చేరాడు. అప్పుడు మద్రాసులో తంబుచెట్టి వీథిలో వుండేవాడు. ఆ వీథిలోనే ఆంధ్రపత్రిక, భారతి, కార్యాలయం వుండేది. అక్కడ శ్రీశ్రీకి కొంపెల్ల జనార్ధనరావుగారితో స్నేహం కలిసింది. కొంపెల్లవారి ద్వారా ప్రసిద్ధ సాహిత్యవేత్తలు గన్నవరపు సుబ్బరామయ్య, మల్లంపల్లి సోమశేఖరశర్మ, నండూరి సుబ్బారావు, బసవరాజు అప్పారావు, ముద్దుకృష్ణ, మల్లవరపు విశ్వేశ్వరరావు మొదలైనవారి పరిచయం లభించింది.

బి.ఏ. డిగ్రీ పూర్తికాగానే శ్రీశ్రీ విశాఖపట్టణము తిరిగివచ్చాడు. టైఫాయిడ్ జ్వరంతో 63 రోజులు మంచంపట్టాడు. జ్వరం వల్ల శరీరంలో మార్పువచ్చినట్లు గానే ఆయన ఆలోచనల్లోనూ మార్పు వచ్చింది. భావకవిత్వం మీదవున్న భ్రమలు తొలగిపోయాయి.

అప్పటిదాకా శ్రీశ్రీ అనుభవిస్తున్న ఐశ్వర్యం కరిగిపోయింది. ఉండటానికి స్వంత ఇల్లు కూడాలేని దుర్భర దారిద్ర్యం పీడించింది. బతుకుతెరువుకోసం ఎన్నో ఉద్యోగాలు చేశాడు. ఉన్నచోట ఉండకుండా బంతిలాగా తిరిగాడు. ఈ దుస్థితి 1930 నుండి 1950 దాకా కొనసాగింది.

శ్రీశ్రీ ఇంటర్మీడియెట్ చదువుకున్న విశాఖపట్టణము మిసెస్ ఏ.వి.యన్ కాలేజీలో డిమాన్‌స్ట్రేటర్‌గా ఒక సంవత్సరం పాటు పనిచేశాడు. తర్వాత విశాఖ హార్బర్‌లో టైంకీపర్‌గా, వెయింగ్ క్లర్క్‌గా పనిచేశాడు.

భావకవిత్వం పట్ల అసంతృప్తితో కొత్తదనాన్ని వెతుక్కుంటూ 'సుప్తాస్థికలు' (1929) గీతం రచించాడు. కొత్తదనాన్ని గుర్తించని 'భారతి' దీన్ని ప్రచురించకుండా తిప్పి పంపింది.

ఆంధ్రవిశ్వవిద్యాలయం బెజవాడ నుండి విశాఖపట్టణానికి తరలివచ్చింది. శ్రీ అబ్బూరి రామకృష్ణారావు విశ్వవిద్యాలయ గ్రంథాలయ అధిపతిగా విశాఖపట్టణం వచ్చారు. ఆంధ్ర

విశ్వవిద్యాలయ గ్రంథాలయము, హిందూ రీడింగ్ రూమ్‌లో దేశదేశాల పుస్తకాలు చదివి శ్రీశ్రీ తన జ్ఞాన పరిధిని విశాలతరమొనరించుకొన్నాడు. మహాకవి గురజాడ రచనల గొప్పతనాన్ని అర్థంచేసుకొని గురజాడ అడుగుజాడను భావికి బాటగా సంభావించాడు.

ప్రపంచ ప్రఖ్యాత కవుల రచనలు చదివి వాటి అంతస్సారాన్ని వొంట బట్టించుకొన్న శ్రీశ్రీ బాదలేర్, మపాసా, అల్లెన్‌పోలను తన ఋషిత్రయంగా పేర్కొన్నాడు.

కల్పనాప్రపంచం నుంచి కవిత్వాన్ని వాస్తవ లోకానికి మళ్ళించటానికి ప్రయత్నించి శ్రీశ్రీ కృతకృత్యుడయ్యాడు. కృష్ణశాస్త్రి, విశ్వనాథల ప్రభావంనుంచి ప్రయత్న పూర్వకంగా బయట పడ్డాడు. "మరో ప్రపంచం, మరోప్రపంచం, మరో ప్రపంచం పిలిచింది" (మహా ప్రస్థానం) అని 'జ్వాల' పత్రికలో వచ్చిన ఈ కవిత (1954) తెలుగు సాహిత్యాన్ని మలుపుతిప్పి అభ్యుదయ మార్గంలో నడిపించింది.

"మహాప్రస్థానం అన్న గీతం రాసేనాటికి నాకు మార్క్సిజమ్ గూర్చి తెలియనే తెలియదు. నేను మార్క్సిజమ్‌ను తెలుసుకున్నది సాహిత్యం ద్వారానేగాని రాజకీయాల ద్వారా కాదు" అని శ్రీశ్రీ స్పష్టంగా తెలిపాడు (సృజన - ఫిబ్రవరి 1970)

తెలుగు కవిత్వంలో మార్పు రావాలని శ్రీశ్రీ తలచాడు. "నాలుగు చక్రాల బళ్ళూ, నాలుగు పాదాల పద్యాలూ నాకిక అక్కరలేదనుకున్నాను. అవి ఫ్యూడల్ యుగానికి ప్రతీకలు. ఇప్పుడు మనం పారిశ్రామిక యుగంలో ప్రవేశించాం. ఇప్పుడు మనకు కావలసినవి ధూమశకటాల వంటి మాత్రాఛందస్సులూ విమానాలలాటి వచన గేయాలు" అన్నాడు (కవిత్వంలో నా ప్రయోగాలు - అనంతం)

కవిత్వాన్ని శ్రీశ్రీ ఎల్లప్పుడూ కన్నతల్లిగా భావించాడు: "ఓహో! ఓరసధుని! మణిఖని! జననీ! కవితా! ఓ కవితా!" అనేది ఆయన కవిత్వ దృక్పథం.

నిరుద్యోగంతో చాలాకాలం బాధపడిన తర్వాత శ్రీశ్రీ మద్రాసు చేరుకొని 'ఆంధ్రప్రభ' దినపత్రికలో సహాయ సంపాదకుడిగా చేరాడు. శ్రీ నార్ల వెంకటేశ్వరరావు, మల్లవరపు విశ్వేశ్వరరావు ఆంధ్రప్రభ సంపాదకువర్గంలో ఉండేవారు.

ఆధునిక కవి పఠాభి రచించిన ఫిడేలు రాగాలు డజన్'కు శ్రీశ్రీ 'ఇంట్రో' రాశాడు. విచిత్రమే సౌందర్యమన్న శ్రీశ్రీ 'ఇంట్రో' సంచలనం కలిగించింది.

అధివాస్తవికోద్యమం శ్రీశ్రీని తీవ్రంగా ఆకర్షించింది. అయితే అధివాస్తవికతను కేవలం ప్రయోగాత్మకంగానే వుంచాడు. ప్రజలు కోరుతున్నది ఆకలి దారిద్ర్యం నుండి విముక్తిగాని అధివాస్తవికతకాదని సకాలంలో గుర్తించాడు.

'కవితా! ఓ కవితా!' అనే గీతాన్ని శ్రీశ్రీ చదవగా విని మహాకవి విశ్వనాథ ఆనందంతో శ్రీశ్రీని కౌగిలించుకున్నారు. 'మహాప్రస్థానం' కావ్య సంపుటిని తానే అచ్చు వేయించాలని ఉత్సాహపడ్డారు.

తన రచనలతో సంచలనం కలిగించిన మహా రచయిత చలంతో శ్రీశ్రీ చెలిమి చేశాడు. చలం శ్రీశ్రీ కవిత్వాన్ని గాఢంగా అభిమానించటమేగాక తెలుగులో ఏ కావ్యానికి, ఎవరూ రాయనంత గొప్ప పీఠిక మహాప్రస్థానం కావ్యానికి రచించాడు. ఈ పీఠికను యోగ్యతాపత్రంగా శిరసావహించాడు శ్రీశ్రీ. తర్వాత మరొక దశాబ్దానికి గాని మహాప్రస్థానం పుస్తకరూపంలో రాలేదు.

అభ్యుదయం అనే మాటను శ్రీశ్రీ కొత్త అర్థంలో ప్రయోగించాడు. మహా ప్రస్థానంలో 'అభ్యుదయం' పేరుతో ఒక గీతం వున్నది. అభ్యుదయమంటే నరజాతికి పరివర్తన, నవజీవన శుభసమయం."

శ్రీశ్రీ తమ బంధువుల అమ్మాయిని దత్తతచేసుకుని ఆమెకు లెనీనా అని పేరు పెట్టుకున్నాడు.

ఆల్ ఇండియా రేడియో ఢిల్లీ కేంద్రంలో శ్రీశ్రీ కొద్ది కాలం న్యూస్ రీడర్‌గా పనిచేశాడు. తర్వాత లక్నోలో మిలిటరీ కంటోన్మెంట్ లేబరేటరీ అసిస్టెంట్‌గా, విశాఖలో అబ్బూరివారి. నటాలి'లో స్క్రిప్ట్‌రైటర్‌గా చిన్నా చితకా ఉద్యోగాలు చేశాడు.

శ్రీశ్రీకి మిక్కిలి ప్రియతముడైన తండ్రి వెంకట రమణయ్య మరణించారు.

అభ్యుదయ రచయితల సంఘం 1943 లో మొదటి మహాసభను తెనాలిలో జరుపుకొన్నది. రెండవ సభ బెజవాడలో జరిగింది. వీటిలో శ్రీశ్రీ పాల్గొనలేదు. 1946లో రాజమండ్రిలో జరిగిన 3వ మహాసభలో శ్రీశ్రీ ప్రారంభోపన్యాసం చేశాడు. 'అరసం' పెదపూడిలో జరిపిన సాహిత్య పాఠశాలలో శ్రీశ్రీ కావ్య విమర్శ మీద పాఠం చెప్పాడు.

హైదరాబాదులో నిజాం కొలువులో శ్రీశ్రీ కొంత కాలం పౌరసంబంధాల అధికారిగా పనిచేశాడు. తెలంగాణాలో పేదరైతులు, కూలీలు, దేశముఖ్‌లు, జాగీర్దార్‌లకు వ్యతిరేకంగా పోరాటం సాగిస్తున్న కాలంలో శ్రీశ్రీ నిజాం కొలువు చేయవలసిరావటం విచిత్రం. బతుకు తెరువు కోసం నిజాం ప్రభుత్వంలో పనిచేసినా శ్రీశ్రీ నిజాం నవాబును ఆదర్శ ప్రభువుగా కీర్తిస్తూ రచనలేమీ చేయలేదు. ముల్కీ సర్టిఫికెట్ లేకపోవటం వల్ల శ్రీశ్రీ ఈ ఉద్యోగం కూడా పోగొట్టుకున్నాడు. మద్రాసు చేరుకొని 'ఆనందవాణి'లో సంపాదకుడిగా పనిచేశాడు (1946-49). సినిమాలకు రచన చేసేందుకు ప్రయత్నించాడు.

సుప్రసిద్ధ కవి ఆరుద్ర శ్రీశ్రీ బంధువు. శ్రీశ్రీ మేనమామ కొడుకు భాగవతుల నరసింగిరావు పుత్రుడు ఆరుద్ర. బంధువేగాక, సాహిత్య బంధుత్వం వల్ల అత్యంత సన్నిహితుడు. రెండవ

ప్రపంచ యుద్ధకాలంలో ఆరుద్ర రాసిన 'లోహవిహంగాలు' (1942) గీతం విని శ్రీశ్రీ ఆరుద్రను ప్రోత్సహించాడు. తెలంగాణా పోరాటంమీద శ్రీశ్రీ ప్రత్యేకంగా రచనలేవీ చేయకపోయినా, ఆరుద్ర రచించిన 'తెలంగాణ' కావ్యం చదివి దానికి 'త్వమేవాఽహమ్' అనేపేరు పెట్టాడు. ఆ కావ్యానికి 'లఘుటిప్పణి' సమకూర్చాడు. "ఇక నేను పద్యాలు రాయకపోయినా ఫర్వాలేదు" అని ఆరుద్రకు కితాబు ఇచ్చాడు. కొన్ని సినిమాలకు శ్రీశ్రీ ఆరుద్రలు కలిసి పనిచేశారు.

మిత్రుడు నళినీకుమార్ అందించిన ఆర్థిక సహాయంతో 1950లో శ్రీశ్రీ 'మహాప్రస్థానం' కావ్య సంపుటిని ప్రచురించాడు. మహాప్రస్థానం మహా కావ్యంగా పండిత పామరులందరి మెప్పుపొందింది.

హిందీ నుండి డబ్బింగ్ చేసిన 'ఆహుతి' అనే సినిమాకు శ్రీశ్రీ మొదటిసారిగా రచన చేశాడు. తొందరలోనే సినిమా రచయితగా పేరు ప్రఖ్యాతులు సంపాదించాడు. బొంబాయిలో జరిగిన ఫిల్మోత్సవ్ (1951) లో న్యాయనిర్ణేతగా పాల్గొన్నాడు.

అవిభక్తమద్రాసు రాష్ట్ర శాసనమండలిలో సభ్యుడై శ్రీశ్రీ గౌరవాదరాలు పొందాడు. తమ దేశం సందర్శించవలసిందిగా చైనా నుండి శ్రీశ్రీకి ఆహ్వానం అందింది. కాని ప్రభుత్వం అనుమతించకపోవటాన చైనా వెళ్ళలేకపోయాడు.

1954 లో స్టాక్‌హోమ్‌లో జరిగిన శాంతి మహాసభలో భారతదేశ ప్రతినిధిగా పాల్గొన్నాడు. ఇది ఆయన మొదటి విదేశ ప్రయాణం. ఈ పర్యటనలో శ్రీశ్రీ సోవియట్ రష్యా సందర్శించి ఆ దేశం సాధించిన అభివృద్ధికి ముగ్ధుడయ్యాడు. తిరిగి వచ్చాక ఆ దేశప్రగతిని కొనియాడాడు. సోవియట్ వ్యతిరేక కూటమి శ్రీశ్రీ ప్రకటనలను వక్రీకరించి విషప్రచారం సాగించింది. దీనికి 'ఆంధ్రప్రతిక' వేదిక అయింది.

1955లో జరిగిన ఎన్నికల్లో శ్రీశ్రీ కమ్యూనిస్టు పార్టీ ప్రచారకునిగా వివిధ ప్రాంతాలలో పర్యటించాడు. ప్రజాస్వామ్య పరిరక్షణ పేరిట తన సన్నిహిత సాహిత్య మిత్రులు తనపై దొంగదాడి చేయగా శ్రీశ్రీ తట్టుకోలేకపోయాడు. నార్ల చిరంజీవి శ్రీశ్రీకి వ్యతిరేకంగా ప్రచారం చేస్తున్నవారిని అడ్డుకొని అండగా నిలిచాడు. హనుమాన్ జంక్షన్‌లో ఎన్నికల ప్రచార సభలో వుండగా శ్రీశ్రీకి మతిభ్రమించింది. మద్రాసులో మానసిక వైద్యశాలలో చికిత్స చేయించి ఆరుద్ర, అనిసెట్టి సుబ్బారావు, శ్రీశ్రీకి స్వస్థత చేకూర్చారు.

1955 నాటికి శ్రీశ్రీ సొంతయిల్లు, సొంతకారుతో స్థితిమంతుడయ్యాడు.

శ్రీశ్రీ రేడియో నాటికలు రాయటంలో కథానికా, రచనలో కూడా సిద్ధహస్తుడు. 'మరోప్రపంచం', 'చరమరాత్రి' (1956) రచనల్లో చైతన్య స్రవంతి శిల్పాన్ని ప్రవేశపెట్టాడు. తెలుగు సాహిత్యంలో చైతన్య స్రవంతి (Stream of consciousness)ని ప్రవేశపెట్టిన ఘనత శ్రీశ్రీదే.

'చెవిలో రహస్యం' అనే డబ్బింగ్ సినిమాను శ్రీశ్రీ స్వయంగా తీసి నష్టపోయాడు.

తనకు సినిమా రంగంలో కార్యదర్శిగా వున్న కుమారి ఉపద్రష్ట సరోజను శ్రీశ్రీ పెళ్ళి చేసుకున్నాడు (1958). శ్రీమతి సరోజవల్ల శ్రీశ్రీకి ముగ్గురు కుమార్తెలు, ఒక కుమారుడు కలిగారు.

1959లో శ్రీశ్రీ ప్రపంచశాంతి సంఘసభ్యుడిగా మరొకసారి స్టాక్‌హోమ్ వెళ్ళాడు.

వినువీథిలో అష్టగ్రహకూటమి జరుగనున్నదని, దీనివల్ల జలప్రళయం రానున్నదని 1962 లో ఒక దుమారం చెలరేగింది. ఈ జలప్రళయ వార్తను నమ్మి చలం శ్రీశ్రీని రమణాశ్రమానికి వచ్చి ఆశ్రయం పొందమని ఆహ్వానించారు. శ్రీశ్రీ జలప్రళయం వార్తను నమ్మలేదు. తాను జనం మధ్యనే వుంటానని రమణాశ్రమానికి రానని చలంగారికి తెలిపాడు.

శ్రీశ్రీ 'ఖడ్గసృష్టి' కావ్యసంపుటికి సోవియట్ లాండ్ నెహ్రూ అవార్డ్ వచ్చింది. ఈ అవార్డ్ తీసుకోవటానికి శ్రీశ్రీ మరొకమారు సోవియట్ రష్యా వెళ్ళాడు. (1967). రష్యాలో శ్రీశ్రీ టాల్‌స్టాయ్ ఎస్టేట్ చూశాడు. అగ్రరాజ్యంగా ఎదిగిన రష్యా అభివృద్ధిని గుర్తించాడు.

దిగంబరకవుల తిరుగుబాటు (1965-68) ను అభ్యుదయవాదులు కూడా తిరస్కరిస్తున్న దశలో శ్రీశ్రీ వాళ్లను సమర్థించటమే గాక వాళ్ల కవితలుకొన్ని ఇంగ్లీష్‌లోకి అనువాదం చేశాడు.

1970 ఫిబ్రవరి 2 వ తేదీన విశాఖపట్టణంలో శ్రీశ్రీ షష్ఠిపూర్తి ఘనంగా జరిగింది. దాదాపు రెండు వేలమంది ఊరేగింపులో పాల్గొని శ్రీశ్రీకి జేజేలు పలికారు.

ఆంధ్రప్రదేశ్ సాహిత్య అకాడమీ శ్రీశ్రీకి విశిష్ట సభ్యత్వం ఇచ్చి గౌరవించింది.

1970 జూలై 4 తేదీన హైదరాబాదులో సెవెన్ స్టార్స్ సిండికేట్ శ్రీశ్రీని ఘనంగా సన్మానించాలని ఏర్పాట్లు చేసింది. ఈ సభకు కొందరు మంత్రులను, సినిమా వారిని కూడా సెవెన్ స్టార్స్ సిండికేట్ ఆహ్వానించింది.

శ్రీకాకుళం జిల్లాలో నక్సలైట్ ఉద్యమంతో ప్రేరణ పొంది, కొంతమంది కమ్యూనిస్టు నాయకులు రైతుకూలీలను సమీకరించి, సాయుధపోరాటం సాగిస్తున్నారు. ఆంధ్రలో సి.పి.ఐ. మార్క్సిస్ట్ - లెనినిస్ట్ పార్టీ కార్యకలాపాలను సాగిస్తున్నది. వీరి భావజాలాన్ని, కార్యాచరణను సమర్థించిన మేధావులు, రచయితలు శ్రీశ్రీని హైదరాబాదులో జరుగనున్న సన్మానానికి వెళ్ళవద్దని, వాళ్లు ఇచ్చే డబ్బు తీసుకోవద్దని విజ్ఞప్తి చేశారు. శ్రీశ్రీ తాను ఆ సభకు వెళ్ళి తన అభిప్రాయాలను నిస్సంకోచంగా తెలియజేస్తానని, సన్మానాన్ని స్వీకరించనని ప్రకటన చేశాడు.

హైదరాబాదు వెళ్ళిన తర్వాత శ్రీశ్రీ సాహితీ మిత్రులతో చర్చించి, సెవెన్‌స్టార్స్ వారి సభకు వెళ్ళకుండా, అప్పటికప్పుడు ఏర్పడిన విప్లవరచయితల సంఘానికి అధ్యక్షుడయ్యాడు.

"మంటల చేత మాట్లాడించి రక్తంచేత రాగాలాపన చేయిస్తా"నని శ్రీశ్రీ విప్లవశంఖం పూరించాడు. మార్క్స్, లెనిన్, మావోలు తన ఋషిత్రయంగా ఈ సందర్భంలో పేర్కొన్నాడు. తెలుగు సాహిత్యంలో ఆదికాలంలో తిక్కన, మధ్య కాలంలో వేమన, ఆధునిక కాలంలో గురజాడ తన అభిమాన కవిత్రయమని శ్రీశ్రీ పెక్కు సందర్భాలలో తెలిపాడు.

ప్రత్యేక తెలంగాణాకు అనుకూలంగా వున్న విప్లవ రచయితల సంఘంతో విభేదించి శ్రీశ్రీ తన అధ్యక్ష పదవికి రాజీనామా ఇచ్చాడు.

సాహిత్య అకాడమీ (న్యూఢిల్లీ) పురస్కారం స్వీకరించినందుకు 'విరసం' శ్రీశ్రీ వైఖరిని ఖండించింది.

1975 ఏప్రిల్ 12 వ తేదీన ఆంధ్రప్రదేశ్ ప్రభుత్వం నిర్వహించ తలపెట్టిన ప్రపంచ తెలుగు మహాసభలను బహిష్కరించమని శ్రీశ్రీ రచయితలనుకోరాడు. హైదరాబాదులో జరిగిన ప్రపంచ తెలుగు మహాసభలలో శ్రీశ్రీ సభలను వ్యతిరేకిస్తూ కరపత్రాలు పంచాడు. ప్రభుత్వం శ్రీశ్రీని అరెస్టుచేసి ఒకరోజు జైలులో నిర్బంధించింది.

1975 జూన్ 26 వ తేదీన భారత ప్రభుత్వం దేశంలో 'ఎమర్జెన్సీ'ని విధించింది.- పౌరహక్కుల్ని రద్దుచేసింది. ప్రతిపక్షనాయకులను, కవులు, రచయితలను చాలామందిని జైళ్లలో నిర్బంధించింది.

ప్రధాని ఇందిరాగాంధీ ప్రవేశపెట్టిన ఇరవై సూత్రాల ప్రణాళికను మెచ్చుకుంటూ శ్రీశ్రీ రాసిన గీతాలు రేడియోలో ప్రసారమయ్యాయి. శ్రీ శ్రీ వైఖరి 'విరసం' వారిని దిగ్భ్రాంతికి గురిచేసింది.

డా. కొట్నీస్ స్మారకసంఘం ఆహ్వానంపై శ్రీశ్రీ చైనాలో 21 రోజులు పర్యటించాడు. (1976)

ఎన్నికలను బహిష్కరించాలనేది 'విరసం' నిర్ణయం. కాని శ్రీశ్రీ 1977 ఎన్నికలలో ఇందిరాగాంధీ పరిపాలన వామపక్ష నియంతృత్వమని, ఆమెను తిరిగి ఎన్నుకోవలసిందిగా ప్రజలకు విజ్ఞప్తి చేశాడు. 'ఎమర్జెన్సీ'లో తన ప్రవర్తనకు పశ్చాత్తాపం వెలిబుచ్చి శ్రీశ్రీ తనను విరసం అధ్యక్షునిగా గాక సామాన్య సభ్యునిగా కొనసాగనిమ్మని కోరాడు. 'విరసం' ఇందుకు సమ్మతించింది.

1980లో శ్రీ గూటాల కృష్ణమూర్తి ఆహ్వానంపై శ్రీశ్రీ శ్రీమతి సరోజతో, మిత్రుడు పురిపండాతో కలిసి లండన్‌లో నాలుగునెలలు గడిపాడు. శ్రీశ్రీ స్వంత దస్తూరితో రాసి స్వయంగా చదివిన మహాప్రస్థానాన్ని (పుస్తకం + ఆడియోకేసెట్) గూటాల కృష్ణమూర్తి ప్రచురించారు. మిత్రులు ఆహ్వానించగా శ్రీశ్రీ USA వెళ్ళి అక్కడ వివిధ ప్రాంతాలలో సాహిత్యోపన్యాసాలు చేశాడు.

శ్రీశ్రీ ఆరోగ్యం పాడైంది, కేన్సర్ వ్యాధి అని తేలింది. 1983 జూన్ 15వ తేదీ శ్రీశ్రీ మరణించాడు. తన భౌతిక కాయాన్ని విశాఖపట్నం కింగ్ జార్జి ఆసుపత్రికి చేర్చవలసిందిగా ఆయన వీలునామా రాశాడు. కానీ కుటుంబ సభ్యులు ఆయనకు చితిపేర్చి దహనం చేశారు.

తెలుగు జాతి శ్రీశ్రీని ఆయన జీవిత కాలంలో మహాకవిగా గుర్తించి, అనేక సన్మానాలు చేసి గౌరవించింది. ఆయన మరణానంతరం హైదరాబాద్ టాంక్‌బండ్‌మీద, విశాఖపట్టణం బీచ్‌లో విగ్రహాలు నెలకొల్పింది. 2010లో శ్రీశ్రీ శతజయంతిని ఘనంగా జరపటానికి ఆంధ్రప్రదేశ్ అంతటా ఇప్పటినుంచే ఏర్పాట్లు జరుగుతున్నాయి.

మహాకవి శ్రీశ్రీ సాహిత్యం - కవిత్వం

ప్రభవ (1928)

శ్రీశ్రీ ఇంటర్మీడియట్ చదువుతున్నప్పుడు తన తొలి పద్యకావ్య సంపుటి ప్రభవను వాళ్ళనాన్నగారు ఇచ్చిన డబ్బుతో ప్రచురించాడు. ఆనాటి భావకవులలాగ శ్రీశ్రీ కూడా ప్రకృతిగీతాలు, ప్రణయగీతాలు రచించాడు. వీటిపై కృష్ణశాస్త్రి, విశ్వనాథ కవితల ప్రభావం ఉన్నది.

తొలిదశలో శ్రీశ్రీ రాసిన ఈ కవితల్లో సుదీర్ఘ సమాసాలు ఎక్కువగానే వున్నాయి. 'ప్రభవ'లో లలిత భావ వియద్వాహినిని గుర్తించి పురిపండా శ్రీశ్రీని ప్రోత్సహించారు.

స్వర్గదేవతలు - ఇతర పద్యాలు (1929-32)

కృష్ణశాస్త్రి, విశ్వనాథల ప్రభావం నుండి బయటపడాలనే తలపుతో, భావకవిత్వానికి స్వస్తిచెప్పి, కొత్తదనాన్ని వెదుక్కునే తపనతో శ్రీశ్రీ రచించిన ఉత్కృష్టగీతం, 'సుప్తాస్థికలు'

"అవిధరాగర్భమున మానవాస్థికా పరంపరలు - సుప్తనిశ్శబ్ద సంపుటములు
అటనొకే దీర్ఘయామిని ! ఆ నిశా శ్మశాన శయ్యకు ప్రాతః ప్రసక్తి లేదు"

- వస్తు శిల్పాలు రెండూ కొత్తవి. భారతి పత్రిక దీన్ని ప్రచురించకుండ తిప్పిపంపింది. అయితే తర్వాతి కాలంలో ఈ గీతం రసజ్ఞుల ప్రశంసలను అందుకొన్నది.

చందమామ, వెన్నెల భావకవులకు కొట్టినపిండి. 'ఖండశశి' గీతంలో శ్రీశ్రీ జాబిల్లిని "సంపెంగ విరిపైడిచాయలో నాకేమో వంపు తీరిన కత్తివలె నుంటివీరేయి" అని పలకరించిన తీరు విలక్షణమైనది.

మహాప్రస్థానం గీతాలు (1950)

మహాప్రస్థానం అంటే గొప్ప ప్రయాణం. పేదలు, ధనికులు వున్న వర్గ సమాజం నుండి వర్గభేదాలు లేని సమసమాజానికి ప్రయాణించాలని శ్రీశ్రీ సంకల్పించాడు:

"మరో ప్రపంచం/ మరో ప్రపంచం/ మరో ప్రపంచం పిలిచింది/ పదండి ముందుకు/ పదండి ముందుకు/పోదాం పోదాంపైకి/ ... దారిపొడుగునా గుండెనెత్తురులు/ తర్పణ చేస్తూ/ - సైనికులారా రారండి/ హరహరహర! హరోంహరోం హరహర! హరోంహరా! అని కదలండి/ మరో ప్రపంచం మరోప్రపంచం/ ధరిత్రి నిండా నిండింది"

1934 ఏప్రిల్ 12 వ తేదీన రాసిన ఈ గీత రచనకు ప్రేరణగా శ్రీశ్రీ చాలా రచనలను పేర్కొన్నాడు.

అవి 1) లామర్సెయ్యే, 2) లా ఇంటర్ నేషనల్ (3) బర్గన్ రచించిన బెన్నాక్ బరన్ (4) అలెగ్జాండర్ బ్లాక్ రచించిన 'దిట్వెల్వె' (5) హరీంద్రనాథ చటోపాధ్యాయ రచన 'షురూహు ఆ హైజంగ్' (6) కాజీనజ్రుల్ ఇస్లామ్ గీతాలు (7) కవి కొండల వారి గేయం (8) శిష్టా ఉమామహేశ్ రచన మారో మారో మారో (9) ఆది శంకరుల 'భజ గోవిందం'.

"కనపడ లేదా మరో ప్రపంచపు/ అగ్ని కిరీటపు ధగధగలు/ ఎఱ్రబావుటా నిగనిగలు/ హోమజ్వాలల భుగభుగలు" అని శ్రీశ్రీ తన కవిత్వంలో మొట్టమొదటి సారి 'ఎఱ్రబావుటా'ను వర్ణించాడు. ఆయేడే ఆంధ్రలో కమ్యూనిస్టుపార్టీ స్థాపన జరిగింది.

"ఏలోకంలో అన్యాయాలూ, అధికారాలు, ఏడుపులు, క్షామాలు, యాచకాలు, క్షుద్ర కవిత్వాలు, శిక్షలు, Scandals లేవో ఆలోకాన్ని dream చేస్తున్నాడు" శ్రీశ్రీ (చెలం-యోగ్యతా పత్రం).

"ఏ కవి యొక్క ఆవిర్భావం వల్ల ఈ ప్రపంచం ఇంకో అడుగు ముందుకు వేస్తుందో ఆ కవి మహాకవి" అని శ్రీశ్రీ మరొక సందర్భంలో తెలిపాడు. ఈ కొలమానంతో మహాప్రస్థాన గీత రచనతో శ్రీశ్రీని మహాకవిగా తలచవచ్చు.

'జయభేరి' గీతంలో శ్రీశ్రీ సామాన్యుని హృదయస్పందనను విన్పించాడు. "నేను సైతం ప్రపంచాగ్నికి సమిధ నొక్కటి ఆహుతిచ్చాను/ ఎండకాలం మండినప్పుడు/ గబ్బిలం వలె/ క్రాగిపోలేదా? నేనొక్కణ్ణే/ నిల్చిపోతే/ చంద్రగాడ్పులు, వానమబ్బులు, మంచుసోనలు/ భూమి మీదా/ భుగ్నమౌతాయి/ నేను సైతం/ భువన భవనపు/ బావుటానై పైకి లేస్తాను!" గతమూ, భవిష్యత్తును గూర్చి మామూలు మనుషుల మనస్సులలో భావాలను సరళ సుందరమైన భాషలో శ్రీశ్రీ వెల్లడించాడు. ఈ ముత్యాల సరాలు గురజాడ అడుగుజాడలకు కొనసాగింపుగా తోస్తాయి.

కవుల మానసిక స్థితిని బట్టి ప్రకృతి వారి కవితల్లో కొత్తరూపంలో కన్పిస్తుంది. శ్రీశ్రీ దారిద్ర్యంతో నిరుద్యోగంతో బాధపడుతూ సముద్రతీరాన సంచరిస్తున్నప్పుడు కలిగిన వేదన 'రాత్రి' గీతం. నోరెత్తి హోరెత్తి నొగులు సాగరము/ కరికళేబరములా/ కదలదుకొండ/ ఆకాశపు టెడారిలో కాళ్ళు తెగిన/ ఒంటరి ఒంటెలాగుంది జాబిల్లి./ విశ్వమంతా నిండి/ వలబూచివోలి- బహుళ పంచమి జ్యోత్స్న/ భయపెట్టునన్ను" ఆహ్లాదం కలిగించే వెన్నెల కవికి భయం గొలిపింది.

ఈ గీతంలో శ్రీశ్రీ ఉపమానాలు తెలుగు సాహిత్యంలో మరెక్కడా కన్పించనివి. శ్రీశ్రీ ప్రతిభను ఎల్లకాలం జేగీయమానంగ నిల్పగలిగినది ఈ గీతం.

ఎడ్గార్ ఏల్లెన్‌పో గీతం 'The Bells'తో శబ్దమాధుర్యాన్ని తలపుకు తెస్తూ శ్రీశ్రీ 'గంటలు' రచించాడు. "పట్టణాలలో పల్లెటూళ్లలో/... భయంకరముగా, పరిహాసముతో/ సింహములాగు, సివంగిలాగూ/... నీహృదయములో, నాహృదయములో/ ఇప్పుడూ అప్పుడూ, ఎప్పుడూ మ్రోగెడు/ గంటలు, గంటలు" శ్రీశ్రీ సంకల్పించిన ప్రస్థానానికి చతురస్రగతిలో నడిచిన ఈ గేయం ఉత్సాహాన్ని ఇస్తున్నది.

'ఆకాశ దీపం' ఛందస్సును విడిచిపెట్టిన వచనగీతం. తెలుగులో వచన కవిత్వం 1930 ప్రాంతాలలో ఒక సుస్పష్టరూపంతో కన్పించింది. వచన కవిత్వ రచనకు శిష్టా ఉమామహేశను ఆద్యునిగా పరిశోధకులు తలుస్తున్నారు-'ఆకాశదీపం', 'వాడు' మొదలైన గీతాలతో శ్రీశ్రీ వచన కవితకు ఎనలేని గౌరవం చేకూర్చాడు. "అతని దీపం ఆ గదిలో/మూల నక్కిమూలుగుతున్నది/ ... కత్తిగంటు మీద నెత్తుటి బొట్టులాగున్నది". ఈ పద చిత్రంలోని భావన విశిష్టమైనది. ఈ గీతంలో అధివాస్తవికత అయోమయమైనది కాదు. పారదర్శకమైనది.

శ్రీశ్రీ "ఋక్కులు" నవయువ కవులందరికీ ఉత్సాహం కలిగించింది. కవితకు అనర్హమైనది ఏదీ లేదని, అన్నీ కవితామయమేనని శ్రీశ్రీ తెలిపాడు. రమ్యమైనదైనా జుగుప్సాకరమైనదైనా ఏదైనా కావ్యవస్తువుగా పనికి వస్తుందని ధనంజయుడూ దశరూపకంలో ఏనాడో చెప్పాడు. మరగునపడిన ఈ సత్యాన్ని చమత్కారంగా "కుక్కపిల్లా, అగ్గిపుల్లా, సబ్బుబిళ్ళా / హీనంగా చూడకుదేన్నీ/ కవితామయమేనోయ్ అన్నీ" అని తేటతెల్లం చేశాడు.

"పుడమి తల్లికి పురిటి నొప్పులు కొత్త సృష్టిని స్ఫురింపజేస్తున్నాయి" (అవతారం) అనటంలో శ్రీశ్రీ రానున్నది సామ్యవాద సమాజమని ధ్వని పూర్వకంగా తెలిపాడు.

వచన కవిత్వంలో 'బాటసారి' శక్తిమంతమైన గీతం. నిరుద్యోగం, దారిద్ర్యం, ఆకలి ఉక్కిరి బిక్కిరి చేస్తున్న సమాజంలో "కూటి కోసం కూలి కోసం/ పట్టణంలో బతుకుదామని/ తల్లిమాటలు చెవిని పెట్టక/ బయలుదేరిన బాటసారి పట్టణంలో అనాథగా మరణించటాన్ని శ్రీశ్రీ హృదయ విదారకంగా వర్ణించాడు.

'ఐ' గీతంలో శ్రీశ్రీ తన ఇష్టాలను తెలిపి వాటిని బోధపరచుకొనే పనిని పాఠకుల ఊహకు వదిలివేశాడు. "లోకాలు/ భవభూతి శ్లోకాలు/ పరమేష్ఠిజూకాలు నామహోద్రేకాలు" అంతేగాక, నేనొక దుర్గం నాదొక స్వర్గం/ అనర్గళం, అనితర సాధ్యం నామార్గం అని కూడా అన్నాడు. శ్రీశ్రీ తర్వాత ఆయన మార్గంలో ఏ ఇతర కవి ఆయనను మించలేకపోయారు.

శైశవగీతి తెలుగు బాల సాహిత్యానికి మకుటాయమానమైనది. పసిపిల్లలను మహాకవి "పాపం పుణ్యం, ప్రపంచమార్గం - కష్టం, సౌఖ్యం, శ్లేషార్థాలూ ఏమీ యెరుగని పూవుల్లారా!"

అని పిల్లల్ని సంబోధించటమేగాక పరమాత్ములుగా సంభావించాడు. మీదే మీదే సమస్త విశ్వం, మీరే లోకపు భాగ్యవిధాతలు అని వాళ్లను దీవించాడు.

శ్రీశ్రీ తన హ్రస్వగీతాలు–అవతలిగట్టు 'సాహసి'లో శబ్దాల మధ్య నిశ్శబ్దానికి ప్రాముఖ్యమిచ్చాడు. కృష్ణశాస్త్రిగారి 'అతని పాట'లో మొగము గంటిఁ గనులఁగంటి, మొగిలుగంటి, పాటవినుచుంటిలో కవి చెప్పిన దానికంటె పాఠకుడు ఊహించుకోవలసిందే ఎక్కువ. శ్రీశ్రీ 'అవతలిగట్టు'లో "ఇవేమిటీ వింతభయాలు/ ఇంట్లో చీకటి/ ఇవేమిటీ అపస్వరాలు/ తెగింది తీగ" అలాగే 'సాహసి'లో "హృదయంలో దీపం పెట్టకు/ మంత్రనగరి సరిహద్దులు ముట్టకు" ఇలాంటివి.

శ్రీశ్రీ 'భిక్షువర్షీయసి' గీతం కవిత్వాభిమానులందరి ప్రశంసలనందు కొన్నది. "దారిపక్క చెట్టు కింద/ ఆరిన కుంపటి విధాన/ కూర్చున్నది ముసిల్దొకతె/ మూలుగుతూ ముసరుతున్న ఈగలతో వేగలేక" అనే దృశ్యమూ, ఆరిన కుంపటితో పోలిక అనితర సాధ్యమైనది. గీతంలో మాటలు తెలుగులో రాసి శీర్షికను బిచ్చగత్తె అనకుండ 'భిక్షువర్షీయసి' అనటం శ్రీశ్రీ కవిత్వ శిల్ప నైపుణ్యం.

కృష్ణశాస్త్రి మొదలైన కవులు ఊహా ప్రేయసి కోసం తపిస్తున్న కాలంలో శ్రీశ్రీ యథార్థలోకపు వ్యథార్త దృశ్యాల్ని భిక్షువర్షీయసిలో చూపాడు.

శ్రీశ్రీ రాసిన 'చేదుపాట' 'పరాజితులు'. విసిగిన ప్రాణుల పిలిచేదెవ్వరు/ దుర్వృత్తి, దుర్గతి, దుర్మతి, దుర్మృతి".

మహాప్రస్థానంలో గొప్ప గీతం 'ఆః!'. లోకరీతిని ఆరు చిన్న పంక్తులలో పట్టుకున్న మహాకవి ప్రజ్ఞ అనితర సాధ్యమైనది. "నిప్పులు చిమ్ముకుంటూ

నింగికి నేనెగిరిపోతే
నిబిడాశ్చర్యంతో వీరు!
నెత్తురు కక్కుకుంటూ
నేలకు నేరాలిపోతే
నిర్దాక్షిణ్యంగా వీరే!..."

గుండెలు కలుక్కుమనే చేదు నిజం 'చేదుపాట'లో వున్నది. నలువైపులా చీకట్లు కమ్ముకున్న నిరుద్యోగి మనస్థితిని యీ గీతంలో తెలిపాడు.

"బతుకువృథా చదువువృథా! కవితవృథా వృథా వృథా! లేదు సుఖం లేదు రసం చేదు విషం జీవఫలం జీవఫలం చేదువిషం చేదు విషం చేదు విషం!"

– శ్రీజలసూత్రం రుక్మిణీనాథశాస్త్రి విన్పించగా చలం యీ గీతం విని కంటతడిపెట్టారు.

ఉన్మాది మనస్వినీ వాలిని దర్శించిన శ్రీశ్రీ "అలకలన్నీ అట్టకట్టిన/ బొమికలన్నీ ప్రోవుపట్టిన/ కాగితం వలె పలచబారిన/ కుర్రవాడి"ని వెర్రివాడిని జాలిగొలిపేలాగ, సహృదయుల మనస్సులలో నిలిచివుండేలాగ చిత్రించాడు.

ప్రఖ్యాత ఆంగ్లకవి స్విన్‌బర్న్ కవితలంటే శ్రీశ్రీకి ప్రాణం. స్విన్‌బర్న్ కవితమానవాళికి ఉషోగీతిక అని శ్రీశ్రీ భావించాడు.

"కవి నీ గళగళన్మంగళ కళాకాహళహళాహళిలో కలిసిపోతిని, కరిగిపోతిని/ కానరాకే కదిలిపోతిని" అని ఆకలికి కైమోడ్పు ఘటించాడు. స్విన్‌బర్న్ కవితలాగ శ్రీశ్రీ కవిత కూడా కానరాకే కదిలించగల శక్తి గలది.

నిరుద్యోగిగా దుర్భరమైన బాధలను అనుభవిస్తున్న దశలో శ్రీశ్రీ రాసిన ప్రేమగీతం 'అద్వైతం', "ఆనందం అర్ణవమైతే/ అనురాగం అంబరమైతే/ అనురాగపుటంచులు చూస్తాం/ ఆనందపులోతులు తీస్తాం... హసనానికి రాణివి నీవై/ వ్యసనానికి బానిసనేనై/ ప్రపంచమును పరిహసిస్తాం/ భవిష్యమును పరిపాలిస్తాం" సాధారణ ప్రేమ గీతాలకు భిన్నంగా దివ్యమైన భవ్యమైన ప్రేమ స్వరూపాన్ని వివరించింది ఈ గీతం.

'వ్యత్యాసం'లో శ్రీశ్రీ సమాజంలో వర్గవైరుధ్యాలను వర్గస్వభావాలను వెల్లడించాడు. అదృష్టవంతులు మీరు/ వెలుగును ప్రేమిస్తారు/ ఇరులను ద్వేషిస్తారు/ మంచికీ చెడ్డకీ నడుమ కంచు గోడలున్నాయి మీకు/... వడ్డించిన విస్తరి మీ జీవితం/... అలజడి మా జీవితం/ ఆందోళన మా ఊపిరి/ తిరుగుబాటు మా వేదాంతం/ – మార్క్సిజాన్ని కరతలామలకంగా తెలియజెప్పిన గొప్ప గీతం ఇది.

జగత్తుమిథ్య అనే అద్వైత వేదాంతాన్ని శ్రీశ్రీ 'మిథ్యావాది'లో తిరస్కరించాడు. జమీందారు రోల్సుకారు, మహారాజు మనీపర్సు మిథ్యకావు. అలాగే పాలికాపు నుదుటిచెమట, కూలివాని గుండె చెరువు, బిచ్చగాని కడుపు కరువు ఏవీ మాయ కావని ఎగతాళి చేశాడు.

లండన్ నుండి వచ్చిన Manifesto of the Indian progressive writers Associationను అబ్బూరి వారు ఇవ్వగా చదివి ఆ ప్రేరణతో 'ప్రతిజ్ఞ' రాశాడు. ఆ ప్రణాళిక అంతస్సారం 'ప్రతిజ్ఞ'లో వచ్చిందని అబ్బూరి ప్రశంసించారు.

"పొలాలనన్నీ హలాలదున్నీ/ ఇలా తలంలో హేమంపిండగ–జగానికంతా సౌఖ్యం నిండగ–విరామమెరుగక పరిశ్రమించే/ బలంధరిత్రికి బలికావించే/ కర్షకవీరుల కాయం నిండా కాలువగట్టే ఘర్మజలానికి/ ఘర్మజాలానికి/ ధర్మజలానికి/ ఘర్మజలానికి ఖరీదులేదోయ్". ఇంకా అనాథులంతా/ అశాంతులంతా/ దీర్ఘశ్రుతిలో తీవ్రధ్వనితో/ విప్లవశంఖం వినిపిస్తారోయ్ అని

హెచ్చరించాడు. శ్రమైక జీవన సౌందర్యానికి సమానమైనది లేనేలేదని కర్షకవీరులకు, కార్మిక ధీరులకు జేజేలు పలికాడు.

'కవితా! ఓ కవితా' శ్రీశ్రీ కవితల్లో అత్యుత్తమమైనదిగా అందరి ప్రశంసలను అందుకొన్నది. కవి కవితను "అందని అందానివిగా/ భావించిన రోజులలో/ నీకై బ్రతుకే ఒక తపమై వెదుకాడా"నన్నాడు. మరి "నిన్నుస్మరిస్తే/ నాకగుపించే దృశ్యాలా? వినిపించే భాష్యాలా?... కాలువ నీళ్ళలో జారిపడి/ కదలగనైనా చాలని/ త్రాగుబోతు వ్యక్తావ్యక్తాలాపన! ప్రేలాపన! కడుపు దహించుకుపోయే/ పడుపుకత్తె రాక్షసరతిలో/ అర్థనిమీలిత నేత్రాల/ భయంకర బాధల పాటల పల్లవి!... సమ్మెకట్టిన కూలీల/ సమ్మెకట్టిన కూలీల భార్యల బిడ్డల/ ఆకటిచిచ్చుల/ హాహాకారం! ఆర్తారావం!" "నావిన్నవి కన్నవి విన్నవించగా/ మాటలకై వెదుకాడగబోతే" - శ్మశానాల వంట నిఘంటువులు, వ్యాకరణాల సంకెళ్ళు/ చందస్సుల సర్పపరిష్వంగం అడ్డుగావున్నాయని వాటిని వదలి తన మాటలు వడిగా, వడివడిగా వెలువడినాయన్నాడు.

కవిత్వమంటే శ్రీశ్రీ దృష్టిలో "క్షణికమై శాశ్వతమైన దివ్యానుభవం". "నారచనలలో లోకం ప్రతిఫలించి/ నాతపస్సు ఫలించి/ నాగీతం గుండెలలో ఘూర్ణిల్లగ/ నా జాతిజనులు పాడుకునే/ మంత్రంగా మ్రోగించాలని" శ్రీశ్రీ కోరుకున్నాడు. ఆయన కవిత్వాన్ని తెలుగు జాతి ఆదరించింది.

ఆధునిక కవిత్వానికి ఏమేమి కావాలో శ్రీశ్రీ చక్కని భాషలో పొందికగా చెప్పాడు. "కదిలేదీ కదిలించేదీ/ మారేదీ మార్పించేదీ/ పాడేది పాడించేదీ/ మునుముందుకు సాగించేదీ/ పెనునిద్దుర వదిలించేదీ/ పరిపూర్ణపు బ్రతుకిచ్చేది/ కావాలోయ్ నవకవనానికి" (నవకవిత)

'దేశ చరిత్రలు' గీతం ఒక్కటే రాసినా శ్రీశ్రీని తెలుగుజాతి మహాకవిగా మన్నించేది.

"ఏదేశ చరిత్ర చూచినా ఏమున్నది గర్వకారణం? నరజాతి చరిత్ర సమస్తం పరపీడన పరాయణత్వం"

"ఇంకా నరజాతి చరిత్ర సమస్తం పరస్పరా హరణోద్యోగం/ రణరక్త ప్రవాహసిక్తం/ పిశాచగణ సమావాకారం/ దరిద్రులను కాల్చుకుతినడం" అన్నాడు.

చారిత్రక యథార్థతత్త్వం తెలియటానికి "ఏ యుద్ధం ఎందుకు జరిగెనో?/ ఏ రాజ్యం ఎన్నాళ్ళుందో? తారీఖులు, దస్తావేజులు/ ఇవికావోయ్ చరిత్రకర్థం/ ఈ రాణీ ప్రేమ పురాణం/ ఆ ముట్టడికైన ఖర్చులూ/ మతలబులూ కైఫీయతులూ/ ఇవి కావోయ్ చరిత్ర సారం/ ఇతిహాసపు చీకటి కోణం/ అట్టడుగున పడి కాన్పించని/ కథలన్నీ కావాలిప్పుడు/ దాచేస్తేదాగని సత్యం/ నైలునదీ నాగరికతలో సామాన్యుని జీవనమెట్టిది? తాజ్‌మహల్ నిర్మాణానికి రాళ్ళెత్తిన కూలీలెవ్వరు? ప్రభువెక్కిన పల్లకి కాదోయ్! అగినోసిన బోయీలెవ్వరు? చారిత్రకవిభాస సంధ్యల మానవ కథ వికాసమెట్టిది?"

దేశ చరిత్రల గురించి ఇంత ఉత్తమ కవిత మరి ఏ ఇతర భారతీయ భాషలో రాలేదు. ఈ గీతంలో ఏ ఒక్క అంశాన్ని చరిత్రకారులెవ్వరూ కాదనలేదు.

రెండవ ప్రపంచయుద్ధంలో సోవియట్ రష్యా విమానదాడిలో ఘనవిజయాన్ని సాధించినందుకు ఉత్తేజితుడై శ్రీశ్రీ గర్జించు రష్యా (1941) గీతం రచించాడు. "కార్మిక స్వర్గాన్ని కలగన్న రష్యా! నా రష్యా! గర్జించు రష్యా గాండ్రించు రష్యా! పర్జన్య శంఖం పలికించు రష్యా!" ఫాసిజం నశించాలని కోరుకున్నవారికి యీ గీతం ఉత్తేజం కలిగించింది.

మానవ స్వభావాన్ని నిశితంగా పరిశీలించిన శ్రీశ్రీకి 'నిజంగానే?' కొన్ని సందేహాలు వేదనకు గురిచేశాయి. "నిజంగానే నిజంగానే నిఖిల లోకం/ నిండు హర్షం వహిస్తుందా? మానవాళికి మంచికాలం రహిస్తుందా?... బానిసలు సంకెళ్ళు బిగిసే/ పాడుకాలం లయిస్తుందా? సాధుసత్త్వపు సోదరత్వపు స్వాదుతత్త్వం జయిస్తుందా? ఇటువంటి, సందేహాలు వచ్చే వారందరికీ యీ గీతం ఎప్పటికీ మరపురాదు.

'నీడలు'లో శ్రీశ్రీ శబ్దక్రీడ పేదవారిపై జాలి చిరకాలం జ్ఞాపకముంటాయి. "చూడు చూడు నీడలు/ నీడలు పొగమేడలు/ యుగయుగాల దోపిడిలో/ నరనరాల రాపిడిలో/ వగదూరిన పొగచూరిన/ శాసనాల జాడలు/ జాలిజార్చు గోడలు/... పూలు లేని కాడలు."

"పతితులార! భ్రష్టులార! దగాపడిన తమ్ములార! మీ కోసం కలంపట్టి/ ఆకాశపు దారులంట/ అడావిడిగ వెళ్ళిపోయే/ అరుచుకుంటు వెళ్ళిపోయే/ జగన్నాథుని రథచక్రాల్/ రథ చక్రప్రళయ ఘోష/ భూమార్గం పట్టిస్తాను/ భూకంపం పుట్టిస్తాను" అని ప్రతిజ్ఞ చేసిన మహాకవి వాక్కు అజేయమైనది. అభ్యుదయకవులందరికి ఆదర్శప్రాయమైనది.

మహాప్రస్థానంలో ప్రతిపదం "అనుభవించి పలవరించ" దగినది. చలం గారన్నట్లు "తెలుగు కవిత్వాన్ని ఖండించి, దీవించి, ఊగించి, శాసించి, రక్షించే అపూర్వశక్తి మహాప్రస్థానం.

భారత స్వాతంత్ర్యదినోత్సవం (1947 ఆగస్టు 15) నాడు రేడియోలో శ్రీశ్రీ 'మహా సంకల్పం' గీతం చదివాడు. "సకల జగజ్జనులారా! ఇదిగో నా స్వాతంత్ర్య స్వప్నం!... ఒకే ఒక్క మానవ మూర్తి/ నాకళ్ళ ముందు కనిపించాడు/ ఎంచేతో అతని ముఖం మీద/ ఎప్పుడూ ఉండే పసిపాప నవ్వులేదు/... అతణ్ణి జాగ్రత్తగా చూడండి/ స్వతంత్ర భారతపౌరుడు/ అతని బాధ్యత వహిస్తామని/ అందరూ హామీ ఇవ్వండి/... స్వాతంత్ర్యం తెచ్చేవెన్నెన్నో బాధ్యతలు/ సామర్థ్యంతో నిర్వహిస్తామని సంకల్పం చెప్పుకుందా.!" సామాన్యుని సంక్షేమం కోసం శ్రీశ్రీ జీవితకాలమంతా తపించాడు.

ఇదే గీతంలో "మనుష్యుడే నా సంగీతం మానవుడే నా సందేశం" అని మానవ విజయాన్ని కాంక్షించాడు.

కవితా! ఓ కవితా! తర్వాత తన కవితల్లో శ్రీశ్రీకి మిక్కిల ఇష్టమైన కవిత శరచ్చంద్రిక, 'జాబిల్లితో ఆయన' "ఇదిగోమాట! ఈ ప్రపంచంలో/ ఇంకా ఎందరో/ అభాగ్యులున్నారు/

పలకరించు వాళ్ళని చల్లగా/ ధైర్యం చెప్పు వాళ్ళకి మెల్లిగా" అంటారు. దీనులు, హీనులపై ఆయన సానుభూతి గొప్పది.

మహాప్రస్థానం అంకితమిస్తూ శ్రీశ్రీరాసిన కొంపెల్ల జనార్దనరావు కోసం 'తెలుగు సాహిత్యంలోనే గొప్ప స్మృతి గీతం' ఎవరు దుఃఖించారులే నేస్తం/ నువు చనిపోతే/ ఏదో నేనూ ఆరుగురు స్నేహితులు తప్ప! ఆకాశం పడి పోకుండానే వుంది/ సానుభూతి సభలలో ఎవరూ/ సాశ్రునేత్రాలు ప్రదర్శించలేదులే నీకోసం/... నీ సాహసం ఒక ఒరవడి/ నిన్నువదలిన పోరాటం/ నేడు అందుకొనక తప్పదు/ కావున ఈ నిరాశామయ లోకంలో/ కదన శంఖం పూరిస్తున్నాను"

మేమే (1954)

శ్రీశ్రీ అబ్బూరి వరద రాజేశ్వరరావు, ఆరుద్రల సంయుక్త రచన మేమే. ఇందులో వున్నవన్నీ 'నిషా ఖుషీ గేయాలు', ఒకటి మార్చి మరొక గేయంలో మృత్యువును భగవంతుణ్ణి తలచుకోవటం వల్ల వీటికి ఒక విధమైన గాంభీర్యం కూడ అబ్బింది. "సిరి సిరి మువ్వలం/ చెరిగిన దవ్వలం/ మృత్యువు పెరట్లో/ మందార పువ్వులం/ భగవంతుని వితంతువులం/ భాషించే జంతువులం/ కరుణమా బ్రతుకు/ కవనం మామెతుకు".

కవితా ప్రయోజనం (1957)

శ్రీశ్రీ, అబ్బూరి వరద రాజేశ్వర రావు, ఆరుద్రల కవిత్వరూప చర్చాగోష్ఠి 'కవితా ప్రయోజనం'. ఇందులో శ్రీశ్రీ "ప్రజాస్వామ్యాన్ని అంగీకరిస్తూనే కవి/ మెజారిటీకి అందని ఊహలు వెదకాలి" అన్నాడు. ఇంకా చక్రాల్లో చక్రాల్లాగ అర్థాల్లో అంతరార్థాలుంటాయి/ కొంతమట్టుకే బోధపడవచ్చు కొందరికి ఇంకా అందులో ఏముందో చెబుతాడు వ్యాఖ్యాత" అని కవిత్వానికి వ్యాఖ్యాత అవసరమేనన్నాడు.

"మనిషి కోసం కవిత్వం/ మంచి కోరి నవత్వం/ నవత్వం ప్లస్ మానవత్వం ఈజీక్వల్‌టు కవిత్వం" అనేది శ్రీశ్రీ అభిప్రాయం.

"చూశావా ఆరుద్రా ఒక తమాషా/ సంప్రదాయం నిలిచేవుంటుంది హమేషా!... జాతికి జీవననాళిక/ జానపదగీతిక".

మహాకావ్యానికి/ క్రైటీరియా/ సైజూ బరువూ కావయా/ నిన్నటి మహాకావ్యం పద్దెనిమిది పర్వాలైతే/ నేటి మహాకావ్యం పద్దెనిమిది పేజీలే"- శ్రీశ్రీ భావాలు కవితా ప్రియంభావుకులు మరచిపోలేనివి.

మూడు యాభైలు (1964)

విశాఖపట్టణ ప్రాంతంలో ఏవడు బతికేడు 'మూడు యాభైలు' అనే సామెత వున్నది. సిరిసిరి మువ్వ శతకంలో 50, ప్రాసక్రీడలు 50, లిమరిక్కులు 50 కలిపి శ్రీశ్రీ మూడు యాభైలు.

వీరికి 'మరొక మూడు యాభైలు' చేర్చి 1974లో ఒక కావ్యాన్ని-అన్నిటినీ కలిపి 'సిప్రాలి' పేరుతో 1981లో మరొకసారి ప్రచురించాడు.

సిరి సిరి మువ్వలన్నీ కందపద్యాలు. శ్రీశ్రీకి వీటి నడక మంచినీళ్ళ ప్రాయం. చమత్కారాన్ని జోడించిన ఈ పద్యాలు రసగుళికలు "ఉగ్గేల త్రాగుబోతుకు

ముగ్గేల తాజమహలుముని వాకిటిలో విగ్గేల కృష్ణశాస్త్రికి సిగ్గేల భావకవికి సిరిసిరి మువ్వా!

పత్రికలలో కార్టూన్ల వంటివి ప్రాసక్రీడలు "అడుగు జాడ గురజాడది అది భావికి బాట మనలో వెధవాయత్వం మరపించేపాట"

– కార్టూన్ కవిత్వంలో ఆధునికులలో శ్రీశ్రీ మొదటివాడు.

'లిమ బుక్కులు' ఐదు పంక్తుల గీతాలు– ఈ ఛందస్సుకు శ్రీశ్రీయే సృష్టికర్త.

"నాయింటిపేరు ప్రపంచం ప్రజలే నాకుటుంబం వెదజల్లుతా దిగ్దిగంతం అభ్యుదయ సుగంధం అప్పుడు నా జీవితమే ఒక ప్రబంధం"

మొదలైన మనోహరమైన పద చిత్రాలిందులో వున్నాయి

ఖడ్గ సృష్టి (1966)

వేములవాడ భీమకవి చాటు పద్యం నుండి శ్రీశ్రీ 'ఖడ్గసృష్టి' శీర్షికను తీసుకున్నాడు. "క్షేమం అవిభాజ్యం అంటే/ జైళ్లు నోళ్లు తెరిచే భూమిలో/... క్షణక్షణం మారుతున్న లోకాన్ని/ సరిగా అర్థం చేసుకున్నవాళ్ళంతా/ పేద ప్రజల పక్షం వహించడమే/ పెద్ద అపరాధమైపోయింది/ అహింస ఒక ఆశయమే గాని/ ఆయుధం ఎప్పుడూ కాదు/ ఆశయం సాధించాలంటే/ ఆయుధం అవసరమే మరి/... అందుకే సృష్టిస్తున్నాను/ అధర్మనిధనం చేసే ఖడ్గాన్ని/ కలంతో సృష్టిస్తున్న ఖడ్గం ఇది/ జనంతో నిర్మిస్తున్న స్వర్గం ఇది" అని పోరాట స్ఫూర్తిని కలిగించాడు

1970లో శ్రీశ్రీ షష్టిపూర్తి సంఘం అప్పటిదాకా వచ్చిన శ్రీశ్రీ మొత్తం తెలుగు రచలను 5 సంపుటాలలో ఇంగ్లీషు రచనలను మరొక సంపుటిలో ప్రచురించింది. వీటి సంపాదకులు శ్రీ కె.వి. రమణారెడ్డి.

మరో ప్రస్థానం (1980)

విప్లవ రచయితల సంఘం అధ్యక్షుడైన తర్వాత శ్రీశ్రీ 1970–80 మధ్యకాలంలో రాసిన విప్లవ గీతాల సంపుటి 'మరో ప్రస్థానం'.

పామర ప్రజల భాషలో శ్రీశ్రీ 'మరో ప్రస్థానం', 'నిన్నటి జట్కావాలా' గీతాలు రచించాడు.

హత్యానేరం కింద ప్రభుత్వం భూమయ్య, కిష్టాగౌడ్‌లను ఉరితీసింది. వాళ్లను శ్రీశ్రీ భూమ్యాకాశాలుగా అభివర్ణించి గొప్ప స్మృతి గీతం రాశాడు. శ్రీశ్రీ 'మదిపయనం, తొలివిజయం' విప్లవాన్ని కోరేవారిని ఉత్తేజపరుస్తూ "ఊగరా, ఊగరా, ఊగరా/ ఉరికొయ్య అందుకొని ఊగరా/ ఉరికొయ్య అంటుకొని ఊగరా! ఉయ్యాలలాగ ఊగరా/... నీధాటికి అడ్డులేదు నీత్యాగం వృథాకాదు" అన్నది. ఈ పాటను విప్లవ కవిత్వ అభిమానులు తరచుగా మననం చేసుకుంటున్నారు.

పాడవోయి భారతీయుడా (1983)

సినిమాలకు పాటలు రాయటంలో కవికి స్వేచ్ఛ తక్కువ. సన్నివేశానికి వీలుగా, ఒక్కోసారి సంగీత బాణీకి సరిపోయేటట్లు రాయవలసి ఉంటుంది. ఈ పరిమితులలోనే శ్రీశ్రీ ఉత్తమ కవిత్వంగా తలచగల సినిమా పాటలు రాశాడు.

"పాడవోయి భారతీయుడా!, ఉన్నవారికే అన్ని సుఖాలో రయ్యోరయ్యో, ఓ సజీవ శిల్పసుందరీ, ఏమని పాడెదనోయీ వేళ, కలకానిది విలువైనది, మనసున మనసై, నా హృదయంలో నిదురించే చెలీ, భూమి కోసం భుక్తి కోసం, మనుష్యుడిల మహానుభావుడే" మొదలైన పాటలు ఈ సంపుటిలో ఉన్నాయి. 'తెలుగు వీరలేవరా!' అనే పాటకు శ్రీశ్రీకి జాతీయస్థాయిలో బహుమతివచ్చింది.

డబ్బింగు సినిమాలకు పాటలు రాయటంలో శ్రీశ్రీ ఘనాపాటి.

వచన రచనలు

కథలు : చరమరాత్రి - (1957)

శ్రీశ్రీ కథారచన 'సీతయ్య' (ఒక ఆలాపన) (1938-భారతి)తో ప్రారంభమైంది. సీతయ్య ఎవరో చెప్తానని ఊరిస్తూ "సీతయ్య నా హార్మోనియం పెట్టె. కేరమ్స్ బల్ల" అంటూ ఎన్నెన్నో సంగతులు చెప్పి సీతయ్యను ఒక నీడగా మబ్బుగా, దోబూచిగా వదిలేశాడు. కథ ఏమీలేకపోయినా యీ రచన శిల్ప నైపుణ్యంవల్ల చదువరులను ఆకట్టుకొంటుంది.

అధివాస్తవిక రీతిలో శ్రీశ్రీ సృష్టించిన పాత్ర జటావల్లభుల కోనేటిరావు. ఫ్రాయిడ్ తెల్పిన మనోవైజ్ఞానిక శాస్త్రం ఆధారంగా కోనేటిరావు వాస్తవ జీవితానికి కలలకూ వున్న వ్యత్యాసాన్ని చమత్కారంగా కోనేటిదినంలో చిత్రించాడు. "హెడ్డు గుమాస్తా కోనేటిరావు పంతులు పదకొండు గంటలయింది. గుమాస్తా హెడ్డు కోనేటి పదకొండు గంటలు కొడుతున్నారు. గోడ గడియారం కుశల ప్రశ్నవేస్తే కోనేటి కళ్ళు కృతజ్ఞత తెలియచేశాయి కాబోలు పాగా పక్కనే తలకాయ కూడ తీసేసి పదిలంగా పట్టి పనిలో మునిగి పోయింది యంత్రంలో యంత్రం.

కలలో కోనేటిరావు తానొక సినిమా హీరో. హీరోయిన్ను దుర్గమారణ్యం నుండి సురక్షిత స్థానం చేర్చాడు... పిల్లాడు ఏడిస్తే నిద్రా భంగమయింది.

నిద్రలో మరొక, కలలో జర్మన్ సబ్మెరీన్ కమాండర్ జటావల్ కోనేట్. బ్రిటిష్ యుద్ధ నౌకను పేల్చేయమని జర్మన్ భాషలో అనర్గళంగా ఆదేశాలిస్తున్నాడు. పిల్లి పాల గిన్నె పడదోయటంతో మెలకువ వచ్చింది.

మరొక కలలో కోనేటిరావు బ్రిటిషువారి నెదిరించి పోరాడుతున్న సత్యాగ్రహి. "తెల్లరిపోయింది నాన్నా" అనే పిలుపుతో మెలకువ వచ్చేసింది.

కోనేటిరావు మరపురాని పాత్ర. తీరని కోర్కెలు తీరేది ఇతనికి కలల్లోనే. తెలుగులో కోనేటిరావు ప్రేరణతో చాల రచనలు వచ్చాయి. తిలక్ గొంగళీ పురుగులు (అయినాపురం కోటేశ్వరరావు) రాచకొండ విశ్వనాథశాస్త్రి 'అల్పజీవి' (సుబ్బయ్య) కోనేటిరావు సంతతే.

శ్రీశ్రీ 'భిక్షువర్షీయసి' కవిని కలుసుకొని జరిపిన సంభాషణ 'హేమంతం'. విశాఖపట్టణంలో నీళ్ళింకిపోయిన కటకంవారి కోనేటిపక్క ఆకులు రాలిపోయిన మోడుచెట్టు కింద మొదటిసారి వాళ్ళు కలుసుకున్నారు. డెబ్బయి ఆశ్వాసాల మహాకావ్యాన్ని ఒక చిన్న గీతంలోకి ఆవిరిపట్టి నాకొక శాశ్వతత్వం ప్రసాదించావు. సంఘదుర న్యాయానికి యజ్ఞపశువునైన నన్ను పరపీడితుల, పరాజితుల సమూహానికొక చిహ్నంగా నిలబెట్టావు. జరామరణ దుఃఖాలను స్మరించే వాళ్ళందరికీ నన్నే జ్ఞాపకం తెస్తున్నావు" అన్నది అవ్వ. ఈ ప్రంశంసకు అన్ని విధాలా తగినదే భిక్షువర్షీయసి.

"ఒసే తువ్వాలు అందుకో" మనస్తత్వ పరిశీలన చేసిన చమత్కారమైన కథ. బాత్‌రూమ్‌లో స్నానం చేస్తున్న భర్త ఆలోచనలు, కట్టెల పొయ్యి కింద వంట చేస్తున్న భార్య తలపులను శ్రీశ్రీ హాస్యస్ఫోరకంగా తెలిపాడు. "ఇమాజినేషన్‌కి జబ్బు చేస్తే ఇలాంటి ఆలోచనలొస్తా"యంటూ భార్యాభర్తల మనసుల్లో మెదిలే వింత భావాలను వెల్లడించాడు. తెలుగులో ఇటువంటి రచనకు శ్రీశ్రీయే ఆద్యుడు.

"ఎవరూ అక్కరలేదని పారేసినవాటినే కథా వస్తువులుగా ఏరుకుంటాం... అందరూ నిరాకరించిన రౌడీలూ కేడీలూ, లేడీలూ మనకి ఆధ్యాత్మిక బంధువులు" అన్నాడు శ్రీశ్రీ.

'సన్మానం', 'శూర్పణఖామాన సంరక్షణం, తెలుగు సినిమా పై శ్రీశ్రీ సంధించిన వ్యంగ్యాస్త్రాలు. శ్రీశ్రీ కథల్లో చమత్కారాలు కొన్ని ఎల్లకాలం తలచుకోదగినవి. "నలుగురితో పెళ్ళి చావుతో సమానం", "మొగాళ్ళు కలలు మాత్రమే కంటారు. ఆడవాళ్ళు కలల్నీ పిల్లల్నీ, కవల పిల్లల్నీ కనగలరు."

శ్రీశ్రీ కథల్లో కథకంటే చెప్పేపద్ధతి ఆకర్షణీయంగా ఉంటుంది.

విశ్వవిఖ్యాత రచయితలు విలియం సారొయాన్, సర్ ఆర్థర్ కానన్‌డాయిల్, ఛార్లెస్ డికెన్స్, మపాసా, కాఫ్కా కథలను శ్రీశ్రీ ఇంపైన శైలిలో తెనిగించాడు. ఇవి స్వేచ్ఛాను వాదాలు. విదేశీ పాత్రల పేర్లు మార్చి తెలుగు పేర్లు పెట్టేశాడు.

రేడియో నాటికలు

మరో ప్రపంచం - 1+1=1 (1956)

స్టేజిమీద ప్రదర్శించటానికి గాక శ్రీశ్రీ రేడియో ప్రసారం కోసం శ్రవ్య నాటికలు రచించాడు. ఇవి 'Plays of Ideas'.

'యుద్ధం, యుద్ధం యుద్ధం' నాటికలో అభిమన్యుడి రక్తాన్ని తాగిన రాక్షసుడు "సహనావవతు సహనౌభునక్తు" అంటాడు. యుద్ధ ప్రచార కవి "యుద్ధం చిరకాలం వర్ధిల్లుగాక" అని కోరుకుంటాడు. ప్రచార కవులపై శ్రీశ్రీ సెటైర్ ఇది.

'విదూషకుని ఆత్మహత్య శ్రీశ్రీ నాటికల్లో అత్యుత్తమమైనది. ప్రయోక్త విదూషకుడికి మందహాసం, గడియారం, కుతూహలం, దంతకాష్ఠం, గంగాధరం, కొలాహలం, అట్టహాసం అని పేర్లు పెట్టి వినోదం కలిగిస్తాడు.

దారిద్ర్యంతో అప్పుల వాళ్ళతో బాధలు పడలేక విదూషకుడు ఆత్మహత్య చేసుకుంటాడు. కన్యాశుల్కంలో బైరాగి వేషం వేసి యీ విదూషకుడు నిన్నటి దాకా లోకాన్ని నవ్వించాడు. 'లోకమే పెద్ద అబద్ధం' అన్న సంగతి మనస్సుకి పట్టించుకున్నాడు. ఇవాళ అతని పుట్టినరోజు. చార్లీచాప్లిన్ సినిమాల్లోలాగ యీ నాటికలో విషాదభరిత హాస్యం కంటతడి పెట్టిస్తుంది.

'బలి' మరొక ఉత్తమనాటిక. తనను యాచించ వచ్చిన వామనుడికి తన సర్వస్వం అర్పించాడు బలి. ఇంకా చాలక తన శిరస్సునే త్రివిక్రముని పాదాక్రాంతం చేశాడు. ఫలితం అందుకతనికి పాతాళవాసం. ఇదేనా న్యాయం? ఇంద్రుడు దుష్టుడు. అతని అసూయకు మితిలేదు. తన పదవిని నిలుపుకోవటానికి అతను అవలంబించని కుతంత్రంలేదు. అప్సరలను పంపటానికి కూడ జంకడు. అయినా అతడు స్వర్గానికి రాజు. ఇదెక్కడి న్యాయం? అన్నాడు శ్రీశ్రీ యీ నాటికలో.

ఇంద్రుడు చేపట్టజూచిన "జలదాంతశ్చంద్ర చపల" అనే అప్సరను బలి రక్షించి ఆమెను పాతాళానికి చేరుస్తాడు. పురాణాలను గురించి పునరాలోచన కలిగించే నాటిక' బలి!

'చతురస్రం'లో యుద్ధంలేని లోకాన్ని ఊహించాడు శ్రీశ్రీ. చంద్రలోకం నుంచి మానవుడు తెచ్చిన అమృతాన్ని అందరికీ పంచాలని ఐక్యరాజ్య సమితి నిర్ణయిస్తుంది. పెట్టుబడిదారీ దేశాలు అమెరికా బ్రిటన్‌లు అమృతం అందరికీ పంచటానికి వీల్లేదంటాయి. లుముంబా జూనియర్ అమృతం అందరికీ పంచాలని ప్రవేశపెట్టిన తీర్మానం నెగ్గి అమృతం అందరికీ లభిస్తుంది-

నీల్ ఆర్మ్ స్ట్రాంగ్ చంద్రమండలంపై కాలు మోపకముందు రాసిన గొప్ప నాటిక ఇది.

వ్యాసాలు

పుస్తక సమీక్షలు

మద్రాసులో బి.ఏ చదువుతున్న కాలంలో 'భారతి' పత్రికలో శ్రీశ్రీ కొన్ని పుస్తకాలను సమీక్షించాడు. సమీక్ష చివర తన పేరును కుదించి శ్రీశ్రీ అని రాసేవాడు. తర్వాత ఆ పేరు బాగా ప్రచారంలోకి వచ్చింది.

మల్లవరపు విశ్వేశ్వరరావు 'మధుకీల' సమీక్ష ఆసక్తికరమైనది. "భావ కవిత్వం ఒక అనుభవం. దీన్ని ఒకడు మరి ఒకడికి బోధపరచటానికి వీల్లేదు. పరిమళం ఇలా ఉంటుందని ఏమి చెప్పగలం? దాన్ని అనుభవించ గల ఇంద్రియాలు ఉండాలి. వాటిని సున్నితంగా ఉంచుకోవాలి. నీ అర్హతను బట్టి సంస్కారాన్ని బట్టి నీకదిగొచరిస్తుంది" అని శ్రీశ్రీ యీ సమీక్షంలో భావకవిత్వతత్వాన్ని చక్కగా విశ్లేషించాడు.

'యౌవన జ్వాల' కావ్య సమీక్షలో మహాకవి జాషువాను శ్రీశ్రీ ఉపకవిగా పరిగణించాడు. అంతేగాక శ్రీశ్రీ తర్వాతి కాలంలో కూడ తన అభిప్రాయం మార్చుకున్నట్లులేదు.

వారం వారం (1946)

పత్రికల్లో వేర్వేరు విషయాల పై శ్రీశ్రీ రాసిన చిరువ్యాసాల సమాహారం 'వారం వారం'.

"ఆంధ్రదేశంలో నువ్వుగొప్పవాడివి కాదలచుకుంటే ఒక్కటే మార్గం, చచ్చిపో" (సలహా) చనిపోయిందాకా గొప్ప వాళ్ళ గొప్పతనాన్ని గుర్తించని తెలుగువారి తెలివి లేమితనాన్ని శ్రీశ్రీ దెప్పిపొడిచాడు.

గురజాడ (1959)

మహాకవి గురజాడపై శ్రీశ్రీ రాసిన విమర్శ వ్యాసాల సంపుటి 'గురజాడ'. గురజాడ గొప్పతనాన్ని శ్రీశ్రీ కొంత ఆలస్యంగానే గుర్తించినా 1932 నాటికే 'కన్యా శుల్కములో స్త్రీ వ్యక్తులు' వ్యాసం రాశాడు (సమదర్శిని)

'ముత్యాలసరం-ఒక కృషి' వ్యాసంలో "అప్పారావుగారు ముత్యాల సరాన్ని మెలకువతో నిర్వహించలేదనే చెప్పాలి" అని నిస్సంకోచంగా తన అభిప్రాయాన్ని ప్రకటించాడు.

"కన్యాశుల్కం బీభత్సరస ప్రధానమైన విషాదాంత నాటకం" అనే అభిప్రాయం సరైనది.

'లోకమే పెద్ద అబద్ధం' అన్న బైరాగి 'కన్యాశుల్కం'లో శ్రీశ్రీ అభిమానపాత్ర.

"ఏకవికైనా సరే అతని చుట్టూ ఒక సమాజం ఆ సమాజానికొక చరిత్ర, ఆ చరిత్రకొక పరిణామం ఉంటాయి. సామాజిక చారిత్రక పరిణామగమనంలో కవి యొక్క సాహిత్యస్థానం

నిర్ణీతమవుతుంది. కవి ప్రగతి శీలీ ప్రతిభా శాలీ అయితే ఆ గమనాన్ని అతడు మరింత వేగవంతం చేస్తాడు. సామాజిక పరిణామానికి విప్లవ పంథాలో వేగం సాధించిన మహాకవిగా" గురజాడకు శ్రీశ్రీ నమస్కరించాడు (గురజాడ ఆధిక్యానికి కారణాలు)

శ్రీశ్రీ వ్యూలు - రివ్యూలు

ఇంద్రగంటి హనుమచ్ఛాస్త్రి 'శ్రుతి' సమీక్షలో శ్రీశ్రీ "ఉత్కృష్ట రసానందం పద్యం చదవగానే కలిగే ఆశ్చర్యంలోనే ఉంది. అర్థం తుదకు మేడిపండులా తేలినా సరే. రసానందం భావార్థాలు రెండిటికీ అతీతమయింది కనక ఇది ఎప్పుడు దేనివల్ల ఆవిష్కృతమైనా మహత్తరమైనదే" అన్న అభిప్రాయం తెలుగు సాహిత్య విమర్శకు కొత్తది, చర్చించదగినది.

పఠాభి ఫిడేలు రాగాలడజన్ "ఇంట్రో, లో శ్రీశ్రీ ఛందస్సుల చండ శాసనానికి కాలం వెళ్ళిపోయింది... కొత్త శక్తులు కొత్త రూపంలో సాక్షాత్కరించాలి" అని యువ కవులకు ప్రోత్సాహమిచ్చాడు.

రాచకొండ విశ్వనాథశాస్త్రి 'ఆరుసారా కథలు' ముందుమాటలో అనేక రసాల కలయిక వల్ల కలిగే ఆనందానికి 'రసన' అని పేరు పెట్టాడు గాని ఆ మాట తర్వాత కాలంలో వాడుకలోకి రాలేదు.

"గురజాడ నా ఉద్దేశంలో రవీంద్రుని కన్నా గొప్పవాడు" - మరొక సందర్భంలో "శరత్‌బాబు మన చింతాదీక్షితులుగారి మోకాళ్ల దాకానైనా రాడు". ఇటువంటి అభిప్రాయాలు శ్రీశ్రీ తెలుగు సాహిత్యాభిమానాన్ని తెలియజేస్తాయే గాని సరైన అంచనాలు కావు. ఇటువంటి వ్యాఖ్యల వల్ల శరత్, రవీంద్రుల గొప్పతనం ఏమీ తగ్గిపోదు. చింతాదీక్షితులు గురజాడల కీర్తి ఏమాత్రం పెరగదు.

వ్యాసక్రీడలు (1973)

"నువ్వు స్వయంగా అపాయాల్లోకి వెళ్ళు. ఎరువు తెచ్చుకున్న అభిప్రాయాల్ని తగలబెట్టటానికి వీలుగా ఒక అగ్గిపెట్టె నీతో తీసుకు వెళ్ళటం మరచిపోకు" రచయితలు స్వతంత్రంగా ఆలోచించాలని శ్రీశ్రీ చెప్పిన హితవు మేలైనది (బాధ కవిత్వానికి పర్యాయ పదం)

"నాకు నచ్చిన వచన శైలినాదే. మరొకళ్ళశైలి నాకు నచ్చదు... రూపాయిలు మాట్లాడే శైలి నాకు నచ్చనేనచ్చదు" (నాకు నచ్చిన వచన శైలి) శ్రీశ్రీ వచన రచన సరళంగా స్పష్టంగా, సూటిగా, శక్తిమంతంగా ఉంటుంది.

చైనా యానం

1977లో శ్రీశ్రీ 21 రోజులు డాక్టర్ కొట్నీస్ మెమోరియల్ కమిటీ ఆహ్వానంపై చైనాలో పర్యటించాడు. ఆ యాత్రా విశేషాలే చైనాయానం.

చైనా ప్రజలకు తగినంత జీవన భద్రతవున్నది. ఆడవాళ్ళు 56వ ఏట మగవారు 50వ ఏట పని నుండి విరమిస్తారు. ఆ తర్వాత 80 శాతం జీతం ఉపకారవేతనంగా ప్రభుత్వం వారికి యావజ్జీవితమూ చెల్లిస్తుంది.

చైనాలో ఆదాయపు పన్నులేదు. ద్రవ్యోల్బణమూ ధరల పెరుగుదలాలేవు. రైళ్ళలో తరగతి భేదాలు లేవు. గ్రామాలలో తారు రోడ్లులేవు. అన్ని మట్టి రోడ్లే.

ఎక్కడా మంచి నీటికి, విద్యుచ్ఛక్తికీ కొరతలేదు. ఇటువంటి చైనా విశేషాలు శ్రీశ్రీ ఇంపుగా చెప్పాడు.

'నా చైనా ఓ నాచైనా' అనే శ్రీశ్రీ గీతం ఈ పుస్తకానికి అదనపు ఆకర్షణ.

అనువాద రచనలు

ఇంగ్లీషు నుంచి తెలుగు

ఇంగ్లీషులో ఏ మంచి రచన చదివినా దాన్ని తెలుగులోకి తీసుకురావాలని తపన పడేవాడు శ్రీశ్రీ. శ్రీశ్రీ అనువదించిన కవితల్లో బాల్యం (జెన్స్ బెగ్గెసన్) పేదలు (ఎమిలీవెర్ హెరెన్) ప్రేమ గీతం (జేమ్స్ జాయిస్) ఏవి తల్లీ నిరుడు కురిసిన హిమ సమూహముల్ (ఎఫ్.విల్లాన్) స్వాతంత్ర్యం (పాల్ఎలార్డ్) స్టేట్మెంట్ (ఆడెన్) చిన్న పిల్లల సర్కస్‌లో (డిలాన్ థామస్) పిచ్చిదానిమ్మ చెట్టు (ఒడి న్యూస్) ద్వేషగీతం (పాల్ఎలార్డ్) అవమాన (ఆడెన్) పుట్టని పాపప్రార్థన (లూయీమెక్నీస్) మిక్కిలి రసవంతమైనవి. కవి వీటిని మొదట తెలుగులోనే రాసినట్లు కమ్మని నుడికారంతో హాయిని గొల్పుతాయి.

మయకోవస్కీ రష్యన్ కావ్యం వ్లదీమీర్ ఇల్యీచ్‌లెనిన్, ను శ్రీశ్రీ ఇంగ్లీషు అనువాదం ఆధారంగా తెనిగించాడు.

"ఇదే అదను లెనిన్ కథను రచించెదను నేను

లెనిన్ బ్రదుకు జనం కొరకు / ధ్వనించెదను

నేడు... లెనిన్ మన పరాక్రమం" ప్రవాహ గమనంతో ఆహ్లాదకరంగా సాగిపోతుంది. సృజనలో అను సృజనలో శ్రీశ్రీ సవ్యసాచి.

అబ్బూరి రామకృష్ణారావు కోరగా శ్రీశ్రీ ఛెహోవ్ 'చెర్రీ ఆర్చర్డ్' నాటకాన్ని సంపంగితోట పేరుతో తెనిగించాడు.

కారల్ చాపెక్ రాసిన 'మదర్' నాటకాన్ని శ్రీశ్రీ 'అమ్మ' పేరుతో తెనిగించి విప్లవాభిమానులకు ఉత్తేజం కలిగించాడు. షోల మూవ్‌రష్యన్ నవలను శ్రీశ్రీ 'మానవుడి పాట్లు' పేరుతో అనువదించాడు.

తెలుగు నుంచి ఇంగ్లీషు అనువాదాలు

శ్రీశ్రీ తన మహాప్రస్థానంలో కొన్ని కవితలను అనువదించి 'Three Cheers For Mars' పేరిట 1956లో ప్రచురించాడు. వీటిలో To Foesy-A Rhapsoy (కవితా! ఓ కవితా!) Poetrics (బుక్కులు) Histories of Nations (దేశ చరిత్రలు) తెలుగు తెలియని ఇంగ్లీషు చదువరులకు ఆనందం కలిగిస్తాయి. తెలుగు కవితల్లో వున్న శక్తి పూర్తిగా కాకపోయినా చాలావరకు ఇంగ్లీషు అనువాదాల్లో వున్నది.

ఇంకా శ్రీశ్రీ పురిపండా అప్పలస్వామి సౌదామిని కావ్యాన్ని గురజాడ 'దేశ భక్తి' 'లంగరెత్తుము' గీతాలను ఇంగ్లీషులోకి అనువదించాడు. శ్రీ రెంటాల, అజంతా, వరద కవితలను, దిగంబర కవుల 'దిక్'లను కూడ ఇంగ్లీషులో అనువదించాడు. ఏంజెలో కాట్రొచ్చీ నవలను శ్రీశ్రీ ఇంగ్లీషు నుండి "రెక్క విప్పిన రివల్యూషన్" పేరుతో తెనిగించాడు. పాఠకుల నుండి ఇది విశేషమైన ఆదరణను పొందింది.

అనంతం

ఆత్మ చరిత్రాత్మ చరిత్రాత్మక నవల

శ్రీశ్రీ 'అనంతం'ను నవల అన్నాడు గాని నిజానికి ఇది స్వీయచరిత్ర. ఒక క్రమంలో రాసినది కాదు. 1950కి ముందు మొదలు పెట్టి కొద్దిగా రాసి 1975-77లో ఎక్కువ భాగం 'ప్రజాతంత్ర' వారపత్రికలో రాశాడు. మరికొన్ని భాగాలు 'స్వాతి' మాసపత్రిక (1979-80)లో వచ్చాయి. శ్రీశ్రీ రచనకు ఒక క్రమం ఏర్పరచి శ్రీ చలసాని ప్రసాద్ శ్రీశ్రీ మరణానంతరం పుస్తకరూపంలో తీసుకువచ్చారు (1986).

"ఈ శతాబ్దం ఆరంభం నుంచి మన సమాజం మనకు అనంతంలో గోచరిస్తుంది. జీవితవాస్తవికత పుష్కలంగా మన కళ్లకు కడుతుంది" (శ్రీ చలసాని ప్రసాద్)

'అనంతం'లో కొన్ని అంశాలు శ్రీశ్రీ సాహిత్యాభిమానులు తప్పక తెలుసు కోవలసినవి. "నా జీవితాన్ని ఒకసారి సింహావలోకనం చేస్తే నాకు అఖండమైన విజయాలే ఎన్నో కనబడు తున్నాయి అన్నాడు. శ్రీశ్రీ సాహిత్య ప్రస్థానాన్ని పరిశీలించిన సాహిత్య చరిత్రకారులు తప్పక శ్రీశ్రీతో ఏకీభవిస్తారు.

శ్రీశ్రీ 'అనంతం'లో పాఠకులు నవరసాలను ఆస్వాదించగలరు.

శ్రీశ్రీ వ్యక్తిత్వం

శ్రీశ్రీని సన్నిహితంగా ఎరిగిన వారు ఆయన్ను 'పసివాడు' అని చెబుతారు. ఆయన వల్ల సాయమూ ఉపకారమూ పొందినవాళ్ళు 'దేముడు' అంటారు.

కృతజ్ఞతా భావం శ్రీశ్రీ స్వభావంలో ఒక ముఖ్యాంశం. తనను ప్రేమతో పెంచిన సవతి తల్లి సుభద్రమ్మను, అల్లారుముద్దుగా పెంచిన తండ్రిని కవిగా తనను ప్రోత్సహించిన పురిపండా, కొంపెల్ల జనార్దనరావును, అబ్బూరివారిని, మహాప్రస్థానం పుస్తకరూపంలో రావటానికి ధనసహాయం చేసిన నళినీకుమార్‌ను, మహాప్రస్థానంను 'స్వదస్తూరీ–సొంతగొంతుక'తో తీసుకు వచ్చిన గూటాల కృష్ణమూర్తిని కృతజ్ఞతతో పెక్కు సందర్భాలలో స్మరించాడు. బీదరికంలో ధనవంతుడిగా వున్నప్పుడు తన బాల్య స్నేహితులు ద్వారం జగన్నాథరావును, కాళూరి వెంకట నరసింగరావును ఆప్యాయంగా తలచుకొన్నాడు.

శ్రీశ్రీ స్వేచ్ఛా జీవి. చాల సందర్భాలలో సంఘనీతిని కట్టుబాట్లను ధిక్కరించాడు. ఉద్యమాలలో చురుకైనపాత్ర వహించినప్పుడు కూడ బాధ్యతారహితంగా క్రమ శిక్షణను ఉల్లంఘించాడు. అంతలోనే పశ్చాత్తాపం ప్రకటించి, తప్పువొప్పుకొని జనం మనిషి అనిపించు కోవాలని తాపత్రయపడతాడు.

"అత్యవసర పరిస్థితి కాలంలో విరసం సభ్యులు చూపిన ధైర్య సాహసాలను అభినందిస్తూ" అదే సమయంలో "నా రాజకీయావగాహన లోపంవల్ల జరిగిన పొరపాట్లకు విచారిస్తున్నాను" అని తనను 'విరసం' అధ్యక్ష పదవి నుండి తొలగించమని కోరాడు. "నా శాశ్వత చిరునామా విరసం" అని కూడ ప్రకటించాడు.

శ్రీశ్రీకి ఆత్మవిశ్వాసం మెండు. సాహిత్యంలో తన స్థానం గురించి ఆయనకు గట్టి నమ్మకం వున్నది. "1930 దాకా తెలుగు సాహిత్యం నన్ను నడిపిస్తే ఆ తర్వాత దాన్ని నేనే నడిపించాను. ఈ శతాబ్దం నాదే" అన్నాడు. ఈ మాట యథార్థమని చరిత్ర ఋజువు చేసింది.

ఏముంది శ్రీశ్రీ సాహిత్యంలో?

కడలి వలపూ వలపు కడలీ వున్నాయి.

పరిపూర్ణపు బ్రతుకుకు వెలుగుబాట చూపిన మహాకవి శ్రీశ్రీకి జేజే.

ఏటుకూరి వేంకట నరసయ్య

(1911-1949)

- కొల్లా శ్రీకృష్ణారావు

'అతి పరిచయా దవజ్ఞా' - అన్నట్లు మన పెరటిలోని మంచి మొక్కల విలువను మనము గుర్తింపలేకపోవుట శోచనీయము. తెలుగు నాట నాటికి - నేటికి ప్రసిద్ధులైన పలువురు సాహితీ మూర్తుల రచనలు మనోజ్ఞములయ్యు అజ్ఞాతముగా నుండి వెలుగునకు రాకపోవుట కాలవైపరీత్యమనక తప్పదు. కొందరు ఉదాత్త భావసంపత్తితో రసవన్మనోహర కావ్యములు సృష్టించియు ఇనాలోకయోగమునందని మణులవలె మరుగుపడియుండిరి. అటువంటివారిలో 'కవిబ్రహ్మ' ఏటూకూరి వెంకట నరసయ్యగారొకరు.

నవ్యాంధ్ర సాహిత్య నందనోద్యానములో కవితా రసాల శాఖను అధిరోహించి పలనాటి వీర గాథలను తన కమనీయ కంఠముతో శ్రవణ మనోహరముగా ఆలపించి తెలుగు బిడ్డలమేను పులకరింపజేసిన మహాకవి ఏటుకూరి వెంకట నరసయ్యగారు. వీరు గుంటూరు జిల్లా పెదకూరపాడు గ్రామములో 1911వ సంవత్సరము ఏప్రిల్ 1న సామాన్యపు రైతు కుటుంబములో జన్మించిరి. పూవు పుట్టగానే పరిమళించునన్నట్లు లేబ్రాయముననే ఉత్తమ కవితాబీజములు వీరిలో అంకురించినవి. బాల్యారబ్ధమగు సహజ కవితా సంస్కారమును స్వయం ప్రతిభతో నినుమడింపజేసికొనిరి. వారి నిరంతర వ్యుత్పత్త్యభ్యాస బలముచే కలమునకు జీవమేర్పడినది. 'ఇంతింతైవటుడింతయై'న రీతి వీరి కవిత నానాటికి పెంపొందినది.

వెంకట నరసయ్యగారి తల్లి శేషమ్మ-తండ్రి భూషయ్య. ఆ దంపతులకు గల్గిన ఐదుగురు పుత్రులలో వీరు రెండవవారు. తన బిడ్డలు విద్యావంతులు కావాలని భూషయ్యగారి ఆరాటము. నరసయ్యగారిని ఐదవ ఏట బడికి పంపిరి. అక్షరాభ్యాసము నాడు పిల్లలకు పంచదార పంచిపెట్టుచున్నప్పుడు సిరిపురపు లక్ష్మయ్య పంతులుగారు 'మీ యింటా బైటాకమ్మ దనం వ్యాపించాలి' అని చమత్కరించినారట! కాని కవిగారికి చిన్న తనములో చదువుపై అంతగా శ్రద్ధలేదు. తిండి తప్పలు మాని, చెట్టు చేమలు పట్టుకొని తిరిగేవాడు. దీనిని గమనించిన తండ్రి బాలుని భవిష్యత్తునూహించి ప్రత్యేక శ్రద్ధాసక్తులు చూపించాడు. ప్రతి దినము సాయంకాలము కుమారుని దగ్గర కూర్చుండబెట్టుకొని భారత కథను వినిపించెడివాడు. అందువలనే కాబోలు కవిగారికి ఆంధ్రభారతము పై గౌరవ మగ్గలను చిన్న నాటి నుండి చదివిన భారత కథ జీర్ణమై 'వీరభారత' రచనకు ప్రేరేపించినదేమో? కావుననే-

అరయిక కేమివచ్చె నపుడయ్య కతమ్ముగ నుగ్గు cబాలతో
నడిగిన దంధ్ర భారత మనంతర మిద్ధకళాపిపాసమై c
దిరిగితి దీక్ష c బూని గురుదేవుల చెంగట సంస్కృతాంధ్రముల్
గఱచితిc దెల్గువెల్గులకుcగా నిలువెల్లను ధారపోసితిన్.

అని సగర్వముగా చెప్పుకొనిరి. వారికి దాదాపు పంద్రెండేడులు వచ్చుసరికి తండ్రి కాలధర్మము చెందారు. మేనమామ ప్రోత్సాహముతో వ్యవసాయమును సాగించిరి. పగలెల్ల పొలమున పనిచేసికొనుచు రాత్రులయందు చదువు కొనెడివాడు. ఆయనుభవ ఫలితమే 'క్షేత్రలక్ష్మి' రచన కానోపు! ఎంత కష్టించినను వ్యవసాయము గిట్టుబడి కాలేదు. సింహావలోకనము చేసికొని తిరిగి చదువు సంధ్యలపై దృష్టి మరల్చిరి. స్వగ్రామముననే ఎనమండ్రు మంగయ్య శాస్త్రిగారి యొద్ద అమరము - పంచకావ్యాలు అభ్యసించిరి. భారత, భాగవతములు పఠించిరి. నిరంతరము కవితావృద్ధుల సాంగత్యమునకు జొచ్చి 'ఆకాయపోకాయ' కవిత్వము రాయప్రారంభించిరి. పల్లె పదాలు పరశ్శతముగా నల్లిరి. అందు భాషాభేషజము ఇంచుక కొరవడి నను పెద్దలు ముద్దు చేసిరి. ఈ సాహిత్య పిపాసతో కాడికి - మేడికి పూర్తిగా 'స్వస్తి' పలికిరి. అదే సమయమున గ్రామమునందొక నాటక సమాజము వెలసినది. కవిగారందులో ప్రవేశించి ఉత్తర, శశిరేఖ, చంద్రమతి మున్నగు స్త్రీ పాత్రలు ధరించి పలువురి మెప్పులందుకొనిరి. ఆ సందర్భముననే అంగదరాయబారము, జయప్రద నాటకములు రచించిరి. ఆ తరువాత వారే ఒక బాలనాటక సమాజమును నెలకొల్పి ప్రధాన భూమిక నిర్వహించిరి. ఇంతలో దీనికితోడు భజన బృందములు బయలుదేరినవి. వానికి కావలసిన కీర్తనలను స్వయముగా రాసి గురువుగా బృందావన భజనలు చేయించిరి.

కవిత్వానికి భాషాపటుత్వము ఆవశ్యకమని భావించుటచే సంస్కృతము చదువు కొవాలనే కోర్కె బలముగా గల్గినది. గ్రామమున సంస్కృతము నేర్పు వారెవరులేరు. గురుకులావాస శిక్షకు గడగిరి. అమృతలూరు గ్రామమునకు జేరిరి. దానితో జీవితములో నూతనాధ్యాయము ప్రారంభమైనది. అమృతలూరు గీర్వాణ వాణికి కాణాచి. గుంటూరు మండలమున సంస్కృత భాషావ్యాప్తికి దోహదమిచ్చి పలువురు విద్యార్థులకు సాహిత్య భిక్షపెట్టిన ఆదర్శగ్రామము. అక్కడ మైనేని వెంకటప్పయ్యగారు ఏటుకూరివారికి సంస్కృతాక్షరాభ్యాసము గావించిరి. సాహిత్య జిజ్ఞాసతోనాశ్రయించిన వీరి బుద్ధికుశలత గ్రహించిన గురువులు సంస్కృత భాష తీరుతీయములు నూరిపోసిరి. కొంతకాలము స్వామినాథ శాస్త్రులవారి యొద్దకావ్య పఠనము జరిగినది. అంతకుముందే భారతాదులు గాలించినవారు గనుక తరగతిలో వీరికొక ప్రత్యేకస్థానమేర్పడినది. పంచకావ్యవ్యాసంగమున అందరిలో ముందడుగు వేయుట గుర్తించిన దేశికులన్ని విధముల నాదరించిరి. పిదప నాగలింగం వెంకటేశ్వర శాస్త్రిగారు భాషా గురువులైరి. అమరవాణికి ఆలవాలమైన అమృతలూరును సాహిత్య జన్మస్థలమని నరసయ్యగారు చాటి చెప్పుకొనిరి.

అమృతలూరులో రెండు సంవత్సరములున్న పిమ్మట ప్రత్యేకముగా పాణినీయము చదువుటకై ముత్తుపల్లి అగ్రహారమునకు వెళ్ళిరి. అక్కడ అప్పలా చార్యుల వారి యింటనుండి సిద్ధాంతకౌముదిని ఆపోశనము పట్టవలెనని తహతహపడిరి. కానివ్యాసంగము సరిగలేకపోవుట చే తెనాలికి వచ్చిరి. పుచ్చా వరదరామ కృష్ణయ్యగారు సంస్కృత కళాశాలలో ప్రవేశము గల్పించిరి. అక్కడనే 'ఉభయ భాషా ప్రవీణ' ప్రవేశ పరీక్ష పూర్తిచేసిరి. అప్పుడే రాజమహేంద్రము వారి భగవద్గీతా పరీక్షలకు చదివి ప్రథమ శ్రేణిలోనుత్తీర్ణులై బహుమతులందుకొనిరి. పాఠ్యాంశములతోపాటు ప్రాచీనాంధ్ర మహాకావ్యములు పరామర్శించి యందలి విశేషముల నాకళించుకొని కూలంకషపాండిత్యము గడించిరి. అందులకే కాబోలు – 'గుండెలు క్రుమ్మరించితిని గొప్ప కవీశ్వరు గ్రంథమన్న బ్రహ్మాండముగా పఠించితి'నని చెప్పుకొనిరి. తెనాలిలోనున్నప్పుడు ఏటుకూరి వారికి 'కవిరాజు' త్రిపురనేని రామస్వామి చౌదరిగారితో పరిచయమేర్పడినది. దానితో సూతాశ్రమములో గండుకోయిలలయై శ్రావ్యముగా నాలపింపసాగిరి. ఉభయులకు అనుబంధమేర్పడినది. కవిరాజుగారి ప్రోత్సాహముతో కొవ్వూరు విద్యాపీఠములో జేరిరి. కొంతకాలమట నుండి తరువాత విజయనగరము నందు మహారాజా వారి సంస్కృత కళాశాలలో 'సాహిత్య విద్యా ప్రవీణ' జదువదొడగిరి. అక్కడ బ్రహ్మశ్రీ జమ్ములమడక మాధవరామ శర్మగారు వీరి సహపాఠి. కాని యానాటి వాతావరణమంటే గిట్టక తిరిగి తెనాలికే వచ్చిరి. ముదిగొండ నాగలింగశాస్త్రిగారికడ ఏడాదిపాటు విద్యనభ్యసించిరి.

తిరుమల గుదిమెళ్లవరదా చార్యులవారు సంస్కృత విద్యా సముద్ధరణకై నడుముకట్టి చిట్టిగూడూరులో తండ్రిగారిపేర శ్రీ నారసింహ సంస్కృత కళాశాలను నెలకొల్పి అన్ని మతముల వారికి అన్ని వర్గముల వారికి సంస్కృతము చదువుకొను అవకాశము గల్పించిరి. విద్యార్థులకు వసతి గృహముల నేర్పాటుచేసి యేయిబ్బంది కలుగకుండ కన్నబిడ్డలకన్న మిన్న గజూచుకొను చుండిరి. రామానుజుడు వోలె స్వార్థత్యాగమే పరమార్థముగ నెంచిన వారి పవిత్రాశయము ఎందరినో ప్రభావితులు గావించినది. రామస్వామి చౌదరిగారు వరదాచార్యులవారికి ఒక గుప్తలేఖను రాసియిచ్చి నరసయ్య గారి నటకుబంపిరి. ఆచార్యులవారు సంపూర్ణ సహాయ సహకారములందించిరి. అక్కడ చదివినంతకాలము కృష్ణాజిల్లా, దివితాలూకా నాగాయిలంక గ్రామవాస్తవ్యులు, సాహితీ ప్రియులు తలశిల హనుమయ్య చౌదరిగారు నరసయ్యగారికి వార్షికముగ కొంత పసదన మిచ్చెడివారు. ఆ ఋణము దీర్చుకొనుటకే కాబోలు 'క్షేత్రలక్ష్మి' కావ్యమును వారికంకితమిచ్చిరి.

ఏటుకూరి వారి కృతులన్నిటిలో 'క్షేత్రలక్ష్మి' కొలికిపూస. ఏ సమయమునందెట్లు చెప్పవలయునో అట్లు చెప్పగల సమర్థులగుట చేనిందొక విధమగునౌద్ధత్యము శైలికి పట్టువడినది. ఇది యొకదానికి అనువాదము గాని – అనుకరణ గాని కాదు. స్వీయ, సృష్టి. ఇంతమనోజ్ఞమైన కావ్యఖండము తెలుగుసాహిత్యములో అపురూపము. కవిత సానదీరినది. కాలమెంతోమారినది. కర్షకుడు గ్రంథకర్తయైనాడు. జీవిత మొక కావ్యము కదా! మధుర జీవితానుభవములు స్మృతికి

దెచ్చుకొనుటలో ఎంతేని ఆనందానుభూతికలదు. చిన్ననాడు గోచిపెట్టి, కఱ్ఱపట్టి గొడ్లగాచి జొన్నకోసి కావడిమోసి 'మిరప మొక్కలు నాటి, మేడి పై చేయివేసి పగ్గమూనికోడె నదల్చి యిరువాలు దున్నిననాటి యానందాను భవమునకు, ప్రకృతి సౌందర్యమునకు పొంగిపోయి క్షేత్రలక్ష్మిని ఆరాధించిరి.

మినువట్టి నలు దెసల్ మెఱసిపోయినగాని
కనుఱెప్ప c గొట్టcడా కర్మయోగి
మండువేసవినిప్పు చేండు చుండినగాని
కాయమ్ముడాపడాకష్టజీవి
ఆఱుగాలము లేమిడై కృశించినగాని
పడిపంచ ద్రొక్కcడా భాగ్యశాలి
చుట్టపక్కాలిల్లు చూఱకొన్నంగాని
తన్నుతా నెఱుcగcడా ధర్మరాజు
విశ్వమాదమఱచి విషమిచ్చుచున్నను
దోసిలొగ్గి కనులు మూసినాడు
వెనుక ముందులేని మనవంటివారల
నెంతమంది నుద్ధరింప cగలcడొ?

ఎంతటి రసరామణీయకమైన వర్ణన! పాత్ర చిత్రణమున నీ పద్యము విశిష్ట గుణోపేతమన దగును. శైలీ సౌభాగ్యము కవిసార్వభౌముని స్మృతికి దెచ్చుచున్నది. కవి శీలమే కావ్యమున ప్రతిఫలించును గదా! కవిగామారిన కర్షకుడు గనుక కవితా శిల్ప ప్రపంచమున రైతును అతిమనోహరముగ శబలతమొనర్చిరి. వీరు చేపట్టిన మట్టిని గూడ మాణిక్యము చేయగల రససిద్ధులు. సంస్కారము గల కవి తాను చెప్పదలచు కొన్న విషయమేదైనను దానిని తనదిగా జేసికొని రసభావపరిపుష్టముగ చెప్పగలుగును. పసిసన్యాసులు గొడ్డుగోదలను మందవెట్టుట, పొలిమేరకడనున్న దుండి గల కంటిని తంగేడుపూల కోవపై కాపురమున్న జీరగుల గొంతులకు ఉరి పోసి త్రిప్పుట మున్నగు వానిని వర్ణించుటలో కల్పనా చాతుర్యమున కన్న సహజత్వము మిన్ను ముట్టుచున్నది.

శ్రీ నారసింహ సంస్కృత కళాశాలలో వ్యాకరణా చార్యులు బ్రహ్మ శ్రీ దువ్వూరి వేంకట రమణశాస్త్రి, శ్రీమాన్ పంచాంగం రామానుజా చార్యులు మున్నగు గురుదేవుల వలన సంస్కృతాంధ్రములు లెస్సగ నభ్యసించి యందలి రహస్యముల నెరిగి చేవదేరిరి. తన ప్రజ్ఞా విశేషములతో అధ్యాపకుల నాకర్షించుచుండిరి. గురువులకు ప్రేమ పాత్రులుగా, సహ పాఠకులకు స్నేహపాత్రులుగా మెలగి ప్రశంసలందుకొనిరి. విద్యార్థి దశయందే జాతీయతను రంగరించుకొని ఆస్వాదించి జీర్ణించుకొనిన దేశికవి. స్వాతంత్ర్యోద్యమ సమయమున పోలీసు బలాత్కారములు

ముమ్మరముగానున్న దినములలో ఒకసారి జిల్లా కలెక్టరు బందరునకు పోవుచుండగ పర్ణశాలకడ కొందరు విద్యార్థులు సహజ ధోరణిలో 'మహాత్మా గాంధీకి జై' అని నినాదములు చేసిరి. అది వినిన కలెక్టరు బందరు వెళ్ళి పోలీసు సర్కిల్ ఇన్‌స్పెక్టరును పిలిపించి విషయము తెలిసికొనిరమ్మని కొంత రిజర్వు దళమునిచ్చి పంపినాడు. చిట్టి గూడూరు వచ్చిన రిజర్వుదళము ఇన్‌స్పెక్టరు మాటను గూడ లెక్కచేయక, ప్రిన్సిపల్ గారియనుమతిలేకుండ కళాశాలలో ప్రవేశించి పలువురు విద్యార్థులను నిర్దాక్షిణ్యముగా లాటీలతో మోదిరి. మన కవిగారికి గూడ నాటి యనుభవమున్నది. సెలవులలో నింటికి వచ్చినప్పుడు చుట్టుపట్ల గ్రామములకు వెళ్ళి జాతీయోద్యమ ప్రచారము చేయుచుండెడివారు. పలనాటి చరిత్రను గూర్చి చేసిన పరిశోధనము అచంచలమైన వారి జాతీయాభిమానమునకు దృష్టాంతము.

1933వ సంవత్సరములో 'ఉభయభాషా ప్రవీణ' పరీక్ష పూర్తియైనది. ఆనాడు గుంటూరు జిల్లా బోర్డు అధ్యక్షులుగా నున్న జాగర్లమూడి కుప్పుస్వామి చౌదరిగారి ఆదరణతో పండితోద్యోగము లభించినది. ఏటుకూరి వారు ఒరులు చేసిన మేలును మరవనివారు కనుక అందులకు కృతజ్ఞతగా "ప్రేమాలోకము" అను కావ్యమును వారి కంకితమిచ్చిరి. వారి నేమియు కోరకుండ మిత్రుల సహకారముతో అచ్చువేయించుకొనిరి. వీరి కావ్యములన్నియు నొకజాతికి చెందినవికావు. అందు కొన్ని చారిత్రకములు - కొన్ని పౌరాణికములు - కొన్ని సాంఘికములు - కొన్ని కల్పితములై యున్నవి. అనేక శతాబ్దముల పాటు తెలుగు సాహిత్యములో ముక్కాలు మువ్వీసము అనుకృతులని యంగీకరింపక తప్పదు. పింగళి సూరన కళాపూర్ణోదయము వంటి యొందురెండు మాత్ర మందుల కపవాదము. ఆ కోవకు చెందినదియే ఈ 'ప్రేమాలోకము' ఇది శృంగార కరుణ శాంత రసస్రవంతులకు కూడలియైన ప్రయాగ:

ఉద్యోగము వచ్చునంతవరకు వివాహము చేసికొనలేదు. అది మొదలు ఇంత కలిగినవారే పిల్లనిచ్చెదమని ముందునకు వచ్చినను అంగీకరింపక పెదకూరపాడునకు సమీపమునందుగల పరస గ్రామములోని శ్రీ అమిరినేని రామయ్య చిన్నమ్మ దంపతుల పుత్రిక ఆదిలక్ష్మమ్మతో పూలదండల పెండ్లి జరిగినది. ఈ ఆదర్శ వివాహము చుట్టుపట్లనున్న కలవారికి సిగ్గుతెచ్చినది. దీనిని సాకుగా దీసికొని సామాన్య వివాహము లెన్నియో జరిగినవి. ఏటుకూరివారు మొదటి నుండియు వితంతు వివాహము పట్ల మక్కువ చూపెడివారు. స్వగ్రామములోనే ఒక విచిత్రమైన సంఘటన జరిగినది. ఒక వితంతువు గలదని యొకరిని రప్పించి యొప్పించునంతలో పిల్ల అత్తవారికి తెలిసి కవిగారిపై దాడిచేసిరి. రాను రాను కవిరాజుగారి "వివాహవిధి" ననుసరించి కొన్ని వివాహములు జరిపించిరి. బూటకపు వివాహముల తంతు వీరికే మాత్రము గిట్టదు. ప్రకృతి సాక్షిగా వధువరులు ముడిపెట్టుకొనుటయే మంచిదని వారి అభిప్రాయము.

ఏటుకూరి వారు 1935వ సంవత్సరము నుండి సంపూర్ణముగా కవితా వ్యాసంగములకు ఉపక్రమించిరి. బహుముఖముగా రాణింపగల ఉపజ్ఞ వారి సొత్తు. సంస్కృతమున కాళిదాసునకన్న

భవభూతి వ్యాసుని కన్న వాల్మీకి అభిమానపాత్రులు. ఇక తెలుగున తిక్కన శ్రీనాథులనిన పంచప్రాణములు. సహజ కవితా ధోరణికి అసాధరణపాండిత్యముతోడైనది. ఇంకేమి? రసజ్ఞుల తలలూపింప గల శైలి అపూర్వముగా అలవడినది. ఆంధ్ర సాహిత్య కేదారమున పండించిన సస్యమపారము. కొందరకు ప్రాతది పనికిరాదు. మరికొందరకు క్రొత్తది గిట్టదు. వీరు పాత్రను విడనాడక, క్రొత్తను నిరసింపక ప్రాత క్రొత్తల మేలుకలయికతో క్రొంగ్రొత్త పుంతలు ద్రొక్కిన రసవత్కావ్య నిర్మాతలు.

క్రమశిక్షణ ఏటుకూరి వారికి ఉగ్గుబాలతో వచ్చినది. జీవితమును క్రమబద్ధము చేసికొని కొన్ని నియమములను నేర్పరచుకొనిరి. వ్యాయమము నిత్య కృత్యము. ఉదయమున స్నానానంతరము కాఫీ-టీలను సేవింపరు. కవ్వము మీది కమ్మని మజ్జిగ తీసికొనుట అలవాటు. ఇంతటి మహాకవియైనను కర్షక తత్త్వము వీడక ఆహార విషయములోగూడ అత్యంత నిగ్రహము వహించెదరు. శరీరమునకు నేదియారోగ్యదాయకమో, యేదిబలవర్ధకమో దానిని మాత్రమేకైకొందురు. అనవసరముగ దేనిని తీసికొనరు. కాని అతిథులకు నేమిలోటుండదు. వారు కులమతభేదములు పాటింపరు. కలిమిలేములు పరిగణింపరు. పిన్న పెద్దల తారతమ్యము నెంచరు. వారికి కావలిసిదెల్ల మానవత్వము. ఇంటికి వచ్చినవారెవరైన నొక్కటియే. వేళకు వారితోపాటు చేయికడుగవలసినదే. కవిగారికి జంగము కథలు, గొల్ల సుద్దులు, జోలపాటలు, పెండ్లిపాటలు, దంపుడు పాటలు – ఏలలు ఇత్యాది జానపదగేయములు వినుటయందాస్థమెండు. వీథిలోని ముష్టివాని పాటలు వినుచుండెదరు. అందేదైన మంచి పలుకుబడి వినబడినదో దానిని వెంటనే సందర్భోచితముగా కావ్యమున కెక్కవలిసినదే! కనుకనే భాషా పరిశోధకులకు సహితము చెవి సోకని తీయని జాను తెనుగు పదముల నెన్నింటినో గ్రంథస్థ మొనర్చి జీవముపోసిరి. మన ప్రాచీన సాహిత్యమంతయు గేయకవితా రూపమున నున్నదని, జానపద వాఙ్మయము దేశీయ సంస్కృతికి కాణాచియని వారి దృఢ విశ్వాసము. అసలైన సిసలైన తెలుగు శబ్దములను మనము మరచిపోవుచున్నవారమని ఆవేదనపడిరి. తెలుగ ద్రావిడ భాషా కుటుంబమునకు చెందినదైనను సంస్కృత ప్రతిబింబమేయని, కొన్ని గీతములు, అక్కరలు, సీసములు తక్క తక్కిన ఛందోరీతు లన్నియు మన భాషలోనికి సంస్కృతము నుండి దిగుమతియైనవేననిరి. సంస్కృత వ్యామోహము, ఇంకను మనల వెన్నాడుచున్నదని, తెలుగు కావ్యమున సంస్కృత శబ్ద ప్రాధాన్యము తగ్గించి తెలుగు మాటలనెక్కువగా నుపయోగింపవలెనని విద్యార్థులకు బోధించుచుండెడివారు. తెలుగు దనము కరుడుగట్టిన ఆలోచనశీలి. ఊహాశాలి. నిందాస్తుతులను సమముగా భావించి కవితయే జీవితముగా, జీవితమే కవితగా గడిపిన కళాతపస్వి.

ఏటుకూరి వారి కృషి బహుముఖీనము. చిరస్మరణీయము. ఒకవంక ఉపాధ్యాయవృత్తి. మరొక వంకర రసవత్కావ్య నిర్మాణము. కవితలు దిద్దించుకొనుటకో, వినిపించుటకో, పీఠికలు రాయించుకొనుటకో యెప్పుడు నెవరోయొకరు వచ్చిపోవుచుందురు. కవిగారిక విసుగు విరామము

లేదు. పనులుమానుకొని, నిదురమేలుకొని అనుకొన్నదానిని అనుకొన్నట్లు నెరవేర్చి పంపవలసినదే! "నాకిప్పుడు తీరుబడిలేదు" అనుమాట నోటివెంటరాదు. రైతు కుటుంబమున జన్మించి జన్మతః విశిష్ట గుణ సంపత్తి పుణికిపుచ్చుకొన్నవారు గనుక వారి యమూల్యమైన సమయమునెంత వ్యర్థము చేసికొనినారో. వారి గృహము బాల కవులకు సాహితీ సదనము. నిరుపేద విద్యార్థులకు మనికి పట్టు. వారి విద్యార్థి దశను మరచిపోలేదేమో? దూరభారమనక సంస్కృతాంధ్రముల నభ్యసించుటకై వచ్చు విద్యార్థులకు వారియింటనే తగిన సదుపాయముల నేర్పాటు చేసి యుచితముగా బోధించెడువారు. నిత్యసంతోషము కన్నులలో తేలియాడు దయార్ద్ర హృదయులు. రాయుటకన్న చదువుట - చదువుటకన్న ఆలోచించుటయే నాకెక్కువగా గోచరించినది. యువ కవులను అభిమానించినతీరు అనుభవైక వేద్యమేకాని రాయనలవి కాదు. వలసిన గుణములన్నియు నున్నవి. ఇట్టి గుణ సమాహారమెచ్చుటనో?

"శృంగార విషయములు తెలుగు పండితుల సొత్తు" అని వేరుగ చెప్పనక్కర లేదు. అందులో నీ కవిగారిది అగ్రతాంబూలము. సుప్రసిద్ధ ప్రాచీనాంధ్ర కావ్యములలోని ఘట్టములకు ఘట్టములే కంఠస్థమొనర్చి యందలి మహోన్నత గుణముల నిశ్శేషముగా పుడిసిలించిరి. తెలుగు సాహిత్యములో తిక్కన తరువాత సూరన అని కళాపూర్ణోదయములోని సుగాత్రీ శాలీనుల కథయందలి మానసిక శృంగారము శ్రేష్ఠమైనదని విశ్లేషించి, కథన శిల్పము, రసపాత్ర పోషణ, నాటకీయ సంభాషణములు మున్నగువిశేషముల వివరించిరి. ఇక చేమకూరి వారి చెణుకులు కాలాతీతమైనను వీనుల విందుగ విపులీకరించిరి. ఎంతటి వచోలాలిత్యము. ప్రతి రక్తనాణము స్పందించినది. నా చిరుతప్రాయమున అందలి రసానుభూతిని నేనంతగ పొందలేకపోయితిని గాని వారి సరస ప్రసంగ వైశద్యము గిలిగింతలు గలిగించినది. నాటియారసవత్సంభాషణములు వ్రాయుచో నొక గ్రంథమగును. వెన్నకన్న మెత్తని వారి మనస్సు నన్నెంతేని ఆకర్షించినది. మరుపురాని మరువలేని ఆ మధుర సన్నివేశము నేటికిని నా హృదయమున జేగంటగా మారుమ్రోగుచున్నది. నేనీనాడు నాలుగు పద్యములు వ్రాయ గల్గుట వారి పుణ్యమేయని చెప్పనవసరము లేదు.

ప్రాచీన వాఙ్మయమునందెంతటి యభినివేశమున్నదో నవీన సాహిత్యముపై నంతటి యభిమానమున్నది. ఆధునిక కవితలను గూడ చదివి ఆనందించు విశిష్ట లక్షణమున్న సహృదయులు. సాహిత్యము ప్రవాహతుల్యమైనదని, స్థిరముగ నుండవలెనని పేర్కొనిరి. భాషకు పరిణామశీలత సహజ గుణమని, పరిమితమైన మనభాష పెరుగవలెనని, అర్థస్ఫూర్తిగల పదములు అనైఘంటుకములైనను ప్రయోగింపవచ్చునని తెల్పిరి. వారి రచనలలో నా అభిమానమునకు పాత్రమైన మగువ మాంచాల కావ్యములోని మాంచాల-బాలచంద్రుల సంభాషణ పద్యములు వారి ముఖతః విననాకాంక్షించి చదువ నభ్యర్థించితిని. కాదనలేదు. వారిదొక 'బాణి' అది వింతగానుండును. దానికి సంగీతమున్నది లేనిది తెలియదు.

నేఁడు రాకున్న మర్నాఁడు రాఁడా? యని
యనుదిమ్మాత్మ నూరార్చుకొంటి
అర్ధాంగి నామాత్రమాలింపడా? యని
యనవరత మ్మాసలల్లుకొంటి
కులధర్మమిసుమంత గుర్తింపఁడా? యని
చుట్టుప్రక్కలఁ బాఱఁచూచుకొంటి
సబ్బాయి భుక్తశేషమ్మబ్బదా? యని
మెదలక గ్రుక్కిళ్లు మ్రింగుకొంటి

మదనమోహన! నామాటెమఱచినావు
పనుగు చెడివట్టి బయలెగఁ బ్రాఁకినావు
స్వర్గమైనది కానిమ్ము సాని గృహము
నరకమైనది కానిమ్ము నా గృహమ్ము

పద్యము చదువుచున్నంతసేపు కన్నులప్పగించి బొమ్మవలె నాలకించి పులకించితి. అది నామనమున పాదరసమువలె ప్రసరించియాపాదస్తకము పట్టినది.

రేకులఁ గుంకుమమ్ము పచరించిన మామిడిలే యిగుళ్లలోఁ
గోకిలనైన మ్రోడులకుఁ గూడ నొడల్ పులకింపఁబాడుకొం
చీ కమనీయ శార్వరులనీ మధు గర్భవసంత వీధులన్
దూఁకొని గాడ్పుటూయెలలఁదూఁగెదరా జగదేకమోహనా!

ఏమా అపూర్వ కల్పనాగరిమ! పాత్రోచిత భావప్రకటనకు దొరకొన్న పై పద్యమందలి సౌకుమార్యము, రామణీయకము వక్కాణించుచు ఒక్కొక్క కావ్యము పది సంవత్సరముల జీవితమును మ్రింగుచున్నదని వారన్నప్పుడు నా గుండె గుభేలుమన్నది. ఏమండీ! 'పల్నాటి యుద్ధము' చిత్రమునకు రాసిన మాటలు-పాటలు మీ మగువమాంచాలకు అనుకరణకాదా! యని సూటిగా ప్రశ్నించితిని. అది నా కావ్యము చదివిన వారు నిర్ణయింప వలసిన విషయమని నవ్వుచు తేలికగా దాటవేసిరి. ఆ స్నిగ్ధ హృదయములో నందరకు తావున్నది.

నరసయ్యగారు ఆకారమున కష్టజీవి. హృదయములో మాత్రము మహాకవి. కవితలోని కండపుష్టివలె మెలికలు దిరిగిన కండరములు, కొట్టవచ్చినట్లు కనుపట్టు విశాల వక్షస్థలము, కోలముక్కు, కాంతి నెగజిమ్ము కన్నులు, ఆజానుబాహువులు, ఎత్తుకు దగినలావు, కొద్దిగ పలుచబడిన జుట్టు, నిలువు బొట్టు పక్కా పల్లెటూరి రైతుబిడ్డకు ప్రతీకగా కన్పించెదరు. పండువంటి సంసారి 'కవిబ్రహ్మ'కు ఇద్దరాడు పిల్లలు, ఇద్దరు మగపిల్లలు. ఒక వంక పిల్లలను జూచి నవ్వుతూనెయుండెదరు. మరొక వంకపని చెప్పవలసి వచ్చినప్పుడు కంఠము కఠినముగా ధ్వనించును. ఆ కఠిన శబ్దములో దాగియున్న మమకారము పరిచితులకే తెలియును.

తెలుగు పండితులుగా పేరు తెచ్చుకొనిరి. తరగతి గది గడపలో కాలు పెట్టుటయే ఆలస్యము. నిశ్శబ్దవాతావరణము నెలకొనును. బోధన విధానము చిత్రముగ నుండును. పుస్తకాపేక్షలేకుండ పద్యములు చదివి చెప్పుచుండెదరు. అవి లోగడవారికి వచ్చినవే మోయని యనుకొనిన పిల్లలు అవి పాఠ్యాంశమునకు సంబంధించినవని గ్రహించెదరు. వెనుకటి పాఠము తడవకుండ క్రొత్తపాఠము మొదలుపెట్టరు. పాఠమైన పిదప రేపటి పాఠమును చూచుకొని రమ్మని విద్యార్థులను హెచ్చరించెదరు. వ్యాకరణము చదువుటయన్న పిల్లకాయలకు తలనొప్పి. కాని వీరు వ్యాకరణమువలె కాక కథలాగ చేసి చెప్పెదరు యుదాహరణములిచ్చి వివరించెదరు. అవి విద్యార్థుల హృదయము నాటుకొని ఎన్నటికిని బాయకుండును. నరసయ్యగారు హాస్యప్రియులు. పిల్లలను పేరుతో పిలువరు. సేనయ్య, ఉమ్మయ్యయని ముద్దుముద్దుగా పిలిచెడివారు. ఆ పిలుపులోనే శిష్యవత్సలత రాశీభవించియున్నది. పాఠశాలలో నున్నప్పుడే గంభీరముగా నుండెదరు. బయటకు వచ్చిన తరవాత పిల్లవానివలె ప్రవర్తించెదరు. ఏమారుమూలన కనుపించినను నవ్వుచు పలుకరించి కొంచెము దూరము చేయిచేయి కలుపుతారు వారి గొప్పతనానికది పునాది.

నరసయ్యగారు పుట్టినది గుంటూరు సీమలోని మెట్టప్రాంతము. విద్యనభ్యసించినది మాగాణిప్రాంతము. ఈ రెండుప్రాంతముల సంస్కృతి జీవితములో సమానప్రాధాన్యము వహించినది. వీరు కావ్యములు, ఖండకృతులు, నవలలు, నాటకములు, శతకములు, హరికథలు, గేయములు, సమీక్షలు అవి-ఇవి అననేల వారు స్పృశింపని సాహితీ ప్రక్రియలేదు. పాలపూసల ప్రాయముననే తమపాలేరు రుద్రపాటి వెంకన్న ఇంటాబైట చెవినిల్లుగట్టుకొని పలనాటి వీరగాథను నూరిపోసినాడట. ఆనాడు ఒంటబట్టిన కథ స్ఫురించినది. పచ్చినెత్తురు చిప్పిలజేయు నా వీరగాథ వడపోసిన తెలుగు పౌరుషము. అన్ని విధముల భారతకథకు సాదృశ్యమగుటయేకాక తన పురిటి గడ్డకు, అందున తన జాతికి సంబంధించిన గాథను ఇతివృత్తముగా స్వీకరించి "వీరభారతము"ను రచించిరి. ఈ వీర చరిత్రమును శ్రీనాథుడు ద్విపదరూపమున విరచించి ప్రథమ భిక్షపెట్టినాడు. అది ప్రాచీనాంధ్ర జీవన ప్రతిబింబమై వెలుగొందినది. ఈ కథకు సంబంధించిన శాసనములు. చరిత్రకాంశములు పరిశీలించుటకై రెండు సంవత్సరములపాటు గురజాలలో నుండిరి. అప్పుడా వీరభూములను గాలించి ఆనాటి సన్నివేశపరిస్థితులను తజ్ఞుల మూలమున యథాశక్తి తెలిసికొనుటయేకాక, బైనిడి, పిచ్చు గుంటివాండ్రచేనీ కథనెన్నియోమారులు విని పూర్వాపరములు సమన్వయము చేసికొని రచనకు పూనుకొనిరి. ఇంతలో ఆరోగ్యము సరిగాలేకపోవుటచే నిడుబ్రోలునకు రావలసివచ్చినది. ఆ సమయముననే ఆచార్య రంగాగారి కర్షకోద్యమము ఉద్ధృతమైనది. తత్ప్రభావము ఏటుకూరి వారిపై గూడ పడినట్లున్నది. పుష్టిగల వాజ్మయము కర్షకునిపై చీద కన్నువేచినగని కలతపడి " సకల జీవకోటి సాకుపుణ్యాత్ముండు లోకమందు రైతుగాకెవండు?" అని సైరికుని కావ్యరంగముస కెక్కించి "క్షేత్రలక్ష్మి"ని సంతరించిరి.

ఆలనాటి సూర్యనారాయణ (గోపాడ) గారి ఆధిపత్యమున నడచుచున్న గుంటూరి సీమ రైతు సంఘమువారు 1941వ సంవత్సరములో రైతు హరికథ పోటీలు పెట్టి ఉత్తమ కథకు నూటపదహారు రూపాయలు బహుమతి నిచ్చెదమని ప్రకటన గావించిరి. న్యాయనిర్ణేతలైన బెజవాడ రామచంద్రారెడ్డిగారు. "ఆంధ్ర విశారద" తాపీ ధర్మారావుగారు, జాగర్లమూడి కుప్పుస్వామి చౌదరిగారు పోటీలకు వచ్చిన కథలను పరిశీలించి కవిగారి "రైతు" హరికథను ఉత్తమ కథగా నిర్ణయించిరి. ఆ సందర్భమున 'దివాన్ బహదూర్' కొమ్మారెడ్డి సూర్యనారాయణమూర్తిగారి అధ్యక్షతన జరిగిన సన్మానసభలో "కవిబ్రహ్మ" బిరుదాంకితమైన స్వర్ణముద్రనిచ్చి నూరారులతో సత్కరించిరి. అప్పుడు నరసయ్యగారు కృతజ్ఞతలు తెలుపుచు "ఎన్ని పూలదండలనైన ధరించెదను గాని ఈ నాలుగ క్షరములు భరించుటకు నా హృదయము జంకుచున్నది" అని వినమ్రులై పేర్కొనిరి.

తెలుగు సాహితీ ప్రక్రియలలో హరికథ యొకటి. దీని వ్యుత్పత్తిని పలువురు పలు విధములుగా దెల్పిరి. వానిని చర్చించుటకిది సందర్భముగాదు. ఏదియేమైన ఈ హరికథ రచన సంప్రదాయముగనే నడచినది. ప్రక్కవాద్యములకు పని కల్పించు "ప్రగతి" నిందెక్కువగా వాడిరి. కవిరైతుబిడ్డ. కర్షకుల కష్టనిష్ఠూరములు బాగుగా నెరిగినవాడు. కథావస్తువు మెట్ట రైతులది. గ్రామీణప్రాంతములలో కరణము, మునసబు రైతును పెట్టు బాధలన్నిన్నికావు. ప్రత్యేకించి కరణము పగపట్టినట్లు–

అమ్మాయి పెండ్లికి నందటివలెఁ దాను
చదివింప లేదన్న చలము కొంత
బంధుల నంపఁగా బండికట్టమఁటన్నఁ
గట్టలేదన్న యాగ్రహము కొంత
అనువైనమేఁత దానడిగినంతన వెళ్లి
తెచ్చిపెట్టఁడఁటన్న కచ్చెకొంత
ముందుపండిన కాయ మునిముట్టకుండఁగా
నెపుడంపలేదన్న యీర్ష్య కొంత

పవలు రేలును బనిలేని చవటలట్లు
తన్నుసేవింపడన్న క్రోధమ్ము కొంత
పెచ్చురిలి యిక్కతమ్ముగ బెచ్చుపెరిగి
అగ్గిలో గుగ్గిలము వేసినట్టులయ్యె.

కవిపద్యరచనా శిల్పములోని తెరగులెరిగిన ప్రతిభాసంపన్నులగుటచే ఏ విషయము గ్రహించినను రమ్యముగా గంభీరార్థ సంయుతముగా నొనర్పగలరు. "ఎన్నాళ్లు బ్రతికినా యీ పాడు కట్టెలకు – ఇహము పరమూలేదు చిలుకా!" వంటి తత్వాలు, వలియపాట, 'సైరాచిన్నాపారెడ్డి'

వంటి వీర పదాలు హరికథకు హంగుగూర్చినవి. నిఘంటువులకు నెక్కని పెక్కు చక్కని చిక్కని మాటలు, పల్లెటూరి పలుకుబడులు, నానుడులు సందర్భోచితముగా ప్రయోగింపబడి సంస్కారవంతములైనవి. ఈ హరికథను 'రైతుబిడ్డ'కే అంకితమిచ్చుట విశేషము.

కవిగారొక పర్యాయము సంక్రాంతి సెలవులకు పెదకూరపాడు వచ్చిరి. ఆ సంగతి తెలిసికొని అప్పుడే యేవో పిచ్చిపద్యములు గిలుకుచున్న నా మిత్రుడు ఎన్. బాలయ్యను కవిగా పరిచయము చేయుటకై ఒకనాడు సాయంకాలము వారింటికి వెళ్లితిమి. పంచలోన పడక కుర్చీలో కూర్చుండి మిత్రులతో ముచ్చటించుచు కాలక్షేపము చేయుచుండిరి. మేము గుమ్మము వద్దకు చేరి నమస్కారమండీ! అనియనకముందే మమ్ములను కూర్చుండుడని ఆప్యాయముగ పలుకరించిరి. స్నేహితుని పరిచయము చేసితిని. అతని యోగక్షేమములడిగి తెలుసుకొని ఏమైన పద్యములు వ్రాయుచుంటివా? వినిపింపుమని చుట్టించుకొనిరి. అతడు తన ప్రథమ ప్రయత్నపూర్వకమైన పద్యము చదువుటకు బిడియపడుచున్నాడు. నోటనొకమాటైన పెగులదు. అది గమనించిన కవిగారు చిరునవ్వుతో సిగ్గెందులకు అమ్మాయివా? అని సహజ చమత్కార ధోరణిలోననిరి. ఎట్టకేలకు గుండె నిబ్బరము చేసికొని రెండు మూడు పద్యములు వినిపించినాడు. 'అబ్బాయి! భయపడకుము. పద్యములు చక్కగానున్నవి. బాగా చదువుకొనుమని చెప్పిరి. అంతనాతడు మీ పుణ్యమున మారుమూల నణిగియున్న మనపెదకూరపాడు గ్రామము సకలాంధ్ర ప్రజానీకము నోటబడినదని పాదాభివందనము చేయబోవగ నివారించినారు. అటువంటి పనులు చేయవలదని హితవు పలికిరి భావదాస్యముపోవలె-భావవిప్లవము రావలెనని పేర్కొనిరి. అంతలో మరికొందరు గ్రామపెద్దలు విచ్చేసిరి. అనంతరము శ్రీనాథుని శృంగార నైషధములోని, తిక్కన భారతోద్యోగ పర్వములోని రసోదంచితమైన అనేక పద్యములు వినిపించిరి. అర్థస్ఫూర్తి కలిగించుటకై ప్రతిపద్యమును విరుపులతో చదివి యందలి భావమాధుర్యమును, శిల్పనైపుణ్యమును, శైలీసౌకుమార్యమును విశదీకరించిరి. వారి వివరణ సరళముగ నుండి మా మనసులకు బట్టినది. వారి బోధామృతము తనివిదీర చూచితిమి.

పశ్చిమగోదావరి జిల్లా ఏలూరులో సర్ కట్టమంచి రామలింగారెడ్డి కళాశాలలో కొలది కాలము తెలుగు పండితులుగా పనిచేసిరి. అక్కడున్నప్పుడు ప్రాచీన గేయ సంప్రదాయముల ననుసరించి గేయకథలు రచించిరి. బాలవాఙ్మయమును గూర్చి విశేష పరిశ్రమము గావించిరి. వీరు వివిధ ప్రక్రియలలో రచించుట వినా ప్రచార సరళి యేమాత్రమెరుగరు. కృతులిచ్చి గడించినది గూడలేదు. ఆనాడు దాదాపు వందరూపాయల జీతము తప్ప మరే ఆదాయము లేదు. వచ్చిపోవు సాహితీ మిత్రులకు, తదితరాలకు చేయు ఖర్చులెక్కువ. డబ్బులవసరమైనప్పుడు అన్న వెంకట రామయ్య గారికి లేఖ రాయటమే! వారెప్పుడు పొలమునపండు కందిపప్పు, ఎండుమిరుప కాయలతో పాటు నేయి ప్రతి నెల తీసికొనివచ్చుచుండెడివారు. అన్నగారిపట్ల కవిగారికి అపరిమితమైన భక్తి. అదేవిధముగ వారికి తమ్మునిపై గూడ మిక్కిలి ప్రేమాభిమానములు. అందులకే కాబోలు "బాలచంద్రుడు" పుస్తకమును అంకితమిచ్చుచు "అన్న ఋణమ్ము

దీర్ఘగలనాయను సంశయమంత యింతగాదెన్నడు దీర్తునో" యని అన్నారు. తన రచనలచే నిద్రితాంధ్రజాతిని మేల్కొలుపుటయే. కానీ కావ్యములమ్ముకొని సొమ్ము చేసికొను ప్రవృత్తిగాదు. కనీసము అచ్చయినవి అచ్చయినట్లు పందేరమునకు సరి. వీరి ముద్రిత రచనలు: వీర భారతము (అలుగురాజురెండుభాగములు) నాయకురాలు, మగువమాంచాల, అలరాజు రాయబారము (ఇవి వీరభారతములోని ఖండములు) రుద్రమదేవి, క్షేత్రలక్ష్మి కవిగారి మరణానంతరము 1950వ సంవత్సరములో బి.ఎ. స్పెషల్ తెలుగవారికి పాఠ్యగ్రంథముగా నియమితమైనది, రైతు (హరికథ), సిద్ధాశ్రమము (దీనిని ఆంధ్రవిశ్వవిద్యాలయము వారు ఇంటర్ స్పెషల్ తెలుగువారికి పాఠ్యగ్రంథముగా నిర్ణయించినారు.) ప్రేమాలోకము, త్రివేణి (ఖండకృతి), బాలచంద్రుడు (వచనము), గాథావళి, మర్యాదరామన్నకథలు (దీనిని గూడ 7వ తరగతి వారికి ఉపవాచకముగా పెట్టిరి.) నీతిమంజరి (శతకము) – అముద్రితములు: జిబిలిక (గేయకావ్యము) చందమామ గేయ కథలు ("చందమామ" పిల్లల మాసపత్రికలో ప్రచురింపబడిన గేయకథల సంపుటి), నిరుద్ధసైరికమ్ (సంస్కృత ఖండకావ్యము), బుద్ధిజీవులు (నవల–ఆంధ్ర విద్యార్థి మాసపత్రికలలో ప్రచురింపబడినది), అంగద రాయబారము, జయప్రద (నాటకములు), ఇంకను కొన్ని పద్యములు, గేయములు, వ్యాసములు మున్నగునవి ఆయా వార, మాసపత్రికలలో ప్రకటితములు.

జాతీయతలో 'నభూతో నభవిష్యతి'గా పేరెన్నిక కన్నవారు. ఈయన తెలుగు వాఙ్మయము నకు దెచ్చిన జాతీయపదజాలమపారము. ఇకనానుడులిత్యాదులు చెప్ప పనిలేదు. ప్రజలనోటిలో నాని చికిలీ చేయబడుచున్న పదజాలమును శంఖములో పోసి తీర్థము చేసినాడు. అందుచే భాషకు బలుపుచేకూరినది. ఆంధ్రరాష్ట్ర కాంగ్రెసు సంఘము వారిచే ఏర్పాటు చేయబడిన "జాతీయ విజ్ఞాన పరిషత్తు" సంస్థకు అధ్యక్షులుగా నుండి 1948వ సంవత్సరములో "జాతీయ విజ్ఞానము" పేర ఒక అమూల్యమైన సంకలనమును వెలువరించిరి.

1945వ సంవత్సరములో సంగంజాగర్లమూడి గ్రామమున జంపా శ్యామసుందర ప్రసాదుగారి యాజమాన్యమున సాహిత్య మండలి నెలకొల్పి వారు ప్రాధ్యక్షులుగా నుండి పెక్కు గ్రంథములు వెలువరించి సాహిత్య సేవచేసిరి. పెదకూరపాడు గ్రామములో వారి పేరమేమ స్థాపించిన 'కవిబ్రహ్మ' సాహిత్యమండలికి చేదోడు వాదోడుగా నుండిరి. వీర కావ్యములలో "వీరభారతము"ను అంకితము తీసికొనిన మేకాగన్నయ్య చౌదరిగారొక్కరే కృతి సమర్పణ సభను మద్రాసు 'ఉడ్‌లాన్సు' ఏర్పాటు చేసి వేయినూటపదహారులతో సంభావించిరి. అమలాపురము, అమృతలూరు, గోవాడ, జాగర్లమూడి, దుగ్గిరాల, పారపర్రు, తెనాలి, గుంటూరు, దువ్వూరు మున్నగు చోట్ల సన్మానములు జిరిగినవి.

కవిక్రాంతదర్శి. కనుకనే "రవిగాననిచో కవిగాంచునెయ్యెడన్" అనులోకోక్తి పొసగినది. కానివాని కవిత శోభిల్లుటకు ఆశ్రయమవసరము. 'నిరాశ్రయా న శోభంతే కవితావనితాలతా'– అని పెద్దలు చెప్పిరి. "దేశభాషలందు దెలుగు లెస్స" – అని నిర్భయముగా పలికిన సాహితీ

సమరాంగణ సార్వభౌముడగు శ్రీకృష్ణదేవరాయలవారి ప్రాపు దొరకుటచే పెద్దనాదుల కావ్య సుధామాధురులు శరశ్చంద్ర చంద్రికలై శబ్దప్రపంచమును పునీత మొనర్చినవి. పూర్వకాలమున రాజులు, మండలాధిపతులు, సేనానాయకులు, మంత్రులు మున్నగువారు కీర్తి కాముకులై పలువురు కవులనాదరించి ప్రోత్సహించి పోషించిరి. కాలము మారినది. రాజ్యములంతరించి ప్రజా ప్రభుత్వములు అవతరించినవి. ప్రతిభా వ్యుత్పత్తులు గల విద్వత్కవులు తక్కువ. అట్టి ప్రజ్ఞావంతులను గుర్తించి గౌరవించువారు మరియు తక్కువ. కాని ఏటుకూరి వెంకటనరసయ్యగారి సాహితీ సేవలు యావదాంధ్రము గుర్తించి తన రసజ్ఞతను కృతజ్ఞతను చాటుకొన సమకట్టినవి. 1949లో ఆవుల గోపాలకృష్ణమూర్తి (తెనాలి) గారి సారథ్యమున పెక్కురు పెద్దలతో ఒక విస్తృతమైన సన్మాన సంఘమేర్పడినది. పెద్ద ఎత్తున సన్నాహములొనర్చిరి. ఏటుకూరివారి ప్రతిభను తెలిసిన సారస్వతాభిమానులు తమ విధిని నిర్వర్తింపనెంచి సంఘమునకు చేదోడువాదోడుగా నిలిచిరి. పండితలోకము గర్వపడినది. తెలుగునేల నలుమూలలనున్న కవి పండితుల రచనలతో సన్మాన సంచిక ముద్రణ చురుకుగా జరుగుచున్నది. గుంటూరులో జరుప తలపెట్టిన సన్మానసభ రూపురేఖలు దిద్దుకొనుచున్నది. ఆ సుముహూర్తమునకై సాహితీ ప్రియులు నిరీక్షించు చుండిరి. కాని విధి వక్రించినది. అభిమానుల ఆశలొక్కుమ్మడి వమ్మైనవి. 1949వ సంవత్సరము నవంబరు పది రాత్రి పది గంటలకు కట్టడి కాలము కవిబ్రహ్మను కబళించి ఆంధ్రులకన్యాయమొనర్చినది. ఇదియనూహ్యమైన సంఘటన. అంతకు ముందు కొద్దిపాటి జబ్బుచేసియున్నను నవంబరు 7న నిడుబ్రోలులో జరిగిన ఆచార్య రంగాగారి జన్మదినోత్సవ సభలో పాల్గొని పద్యములు చదివి పదిన ఆకస్మికముగా మృతి చెందుట తీరనిలోటు. ప్రాయముకై వ్రాలని తరుణముననే కీర్తిశేషులగుట తలచిన సన్మానసభతలవని సంతాపసభగ మారుట మన దురదృష్టము. నరసయ్యగారు కవులుగా, పండితులుగా ఉపాధ్యాయులుగా, ఉపన్యాసకులుగా ఆర్జించిన యశము మహనీయమనుటలో సందియములేదు. వీరు గూర్చిన ప్రత్యక్షరము ఆంధ్రభాషాయోషకు అమూల్యాభరణము.

నేనిటువంటి వీర ధరణిన్ జనియించిన వాఁడఁగాన మ
న్మానస రాజహంస మసమాన తదీయ కథా సుధానదిన్
స్నానములాడు, నే సుకృత జన్మఫలమ్మున కగ్గమైతినో
కాని, తదీయదృశ్యములు కన్నులఁ గట్టు యథాతథమ్ముగన్.

అని సాభిమానముగా జెప్పుకొని "వీరభారతము"ను రచించిరి. ఇదియొక మహాభాగ్యమే! వర్ణనీయవస్తువు కవికి కన్నులలో ప్రత్యక్షముగా తాండవింపవలెనన్న అతడెంత భావతపస్వి కావలయునోకదా! కవి పలనాటికథను అనుపూర్వకముగా చెప్పక దానిని ఖండములుగా విభజించి ఆ గాథలోని ప్రధాన పాత్రలనదగు అలుగు రాజు, నాయకురాలు, మాంచాల, బ్రహ్మనాయుడు, అలరాజు మున్నగు వారిలో ఒక్కొక్కరిని ఒక్కొక్క భాగమునకు నాయకులుగ జేసెను. ఆ పద్ధతి వలన కథాభాగ వివరణముతో పాటు ఆయా పాత్రల ప్రత్యేకతా విశిష్టతల నిరూపించుటకు

అవకాశము గూడగలదు. ఈ ఖండములన్నియు నొకే కథను చెప్పుచున్నను ప్రతి ఖండమొక ప్రత్యేక కావ్యమనదగు. ఈ విషయమున భారతము నందలి భీష్మాది పర్వములను గమనింపదగును. ఇందు "అలుగురాజు" మొదటి ఖండము. కార్తవీర్యార్జున వంశము వాడగు అలు(ను)గు రాజు మహమ్మదీయ ధాటికి తట్టుకొనలేక తెలుగుదేశమునకు వలస వచ్చి పలనాటి యందు ప్రతిష్ఠితుడగుట ఇందలి ప్రధాన కథాంశము.

దాదాపిది యెనిమిది వందల యేండ్లనాటిమాట. నర్మదా నదిని చుట్టుకొని నాగపూరు వరకు వ్యాపించియున్న ప్రాంతమునకు చేది దేశమని పేరు. దీనికి బాలమాచాపురి అను నామాంతరముగల జబల్‌పూరు రాజధాని. హైహయ వంశజులు పరిపాలించుచుండిరి. అలుగురాజు రాజైన సమయమున ఉత్తరదేశమునకు మహమ్మదీయుల దండయాత్రలెక్కువైనవి. అతడా దాడులకు తట్టుకొనలేక కుల మంత్రియగు రేచర్ల దొడ్డనాయనితో ఆంధ్రదేశమునకు వలసవచ్చెను. కార్తవీర్యార్జునుడొనర్చిన పాపనివృత్తికై రాజు జీడి నూనెగుడ్డలను ధరించి తీర్థ సంసేవకు బయలుదేరినట్లు, ఆ యుడుపు లెచ్చట తెల్లబడునో అచ్చట నెలకొందుమని చాటు కొనుచు అమరావతికి వచ్చిరి. ఆనాడిట బౌద్ధులకు వైదికులకు మతవైషమ్యములేర్పడినవి. ఈ ముగ తెగలకు అమరావతియే కేంద్రము. చోళులు చందవోలును రాజధానిగా జేసికొనివెలనాటి పరగణాను ఏలుచుండిరి. వారిలో కులోత్తుంగ రాజేంద్ర చోడుడు ప్రసిద్ధికెక్కినవాడు. నండూరికొమ్మన ప్రధానామాత్యుడుగా నుండెను చోడుని అనంతరము రెండవ గొంకడు పట్టాభిషిక్తుడయ్యెను. అతనికి ధవళశంఖ మహారాజను నామాంతరము గలదు. ఇతను బౌద్ధమతావలంబి. ఇతనికాలమున కొమ్మనయే మంత్రి. గొంకడు తన బిడ్డ మైలమదేవిని అలుగురాజునకిచ్చి వివాహము చేసి అరణము క్రింద పలనాడును చదివించెను.

ఈ కావ్యము నందు చోటు చేసికొనన కొన్ని కల్పనలద్భుతముగా నున్నవి. మృగ వృత్తాంతము, బౌద్ధ బ్రాహ్మణ వాక్కలహము, మాస్టీలకు - అలుగురాజు భటులకు జరిగిన యుద్ధము - అందలి పందెము కారణముగా అలుగురాజు గొంకనికి అల్లుడగుట, రాజ్యశ్రీ (రూపలి) పృథుశర్మలు భార్యభర్తలని నిరూపించినతంతు - ఇవియన్నియు కథా విస్తృతికి నెంతగానో తోడ్పడినవి. ప్రతికల్పన కథతో అతికిపోయి అపూర్వ శోభను సమకూర్చినవి. దీనిని చదువు చున్నప్పుడొక నవలగానుండును. కథాసంవిధానమందు, కల్పనలయందు కవి చూపిన నేర్పు ప్రతిభావంతమైనది. కొమ్మనాదుల పాత్ర చిత్రణమున కవి కూర్చిన విశేషాంశములను వివరించుట కిటతావు చాలదు.

'నాయకురాలు' కావ్యమొక నూతన సృష్టి. అలుగురాజు గురజాలను రాజధానిగా జేసికొని అరణముగ వచ్చిన పలనాటి సీమనేలుచుండెను. దొడ్డనాయడు మంత్రి రాజుకు మైలమదేవికాక వీరవిద్యాదేవి (విజ్జలదేవి) భూరమాదేవి అను మరి యిరువురు భార్యలుగలరు. చాలాకాలమునకు మైలమదేవికి నలగామరాజు, వీర విద్యాదేవికి పెదమలిదేవుడు, పినమలిదేవుడు, బాలమలిదేవుడు,

అను ముగ్గురు కుమారులు, భూరమాదేవికి కామరాజు, నరసింగరాజు, ఝుట్టిరాజు, పెరుమాళ్లరాజు అను నలువురు నందనులు జన్మించిరి. కామరాజు, పెరమాళ్లరాజులు పిన్న వయసుననే మృతి చెందిరి. అలుగురాజు మరణానంతరము నలగామరాజు పట్టాభిషిక్తుడాయెను. నరసింగరాజు యువరాజు. దొడ్డనాయని రెండవ కుమారుడగు బ్రహ్మనాయుడు మంత్రి. రాజనీతికుశలుడు. ఆలోచనాపరుడు ఆయన పవిత్రాశయమే కన్నమదాసువంటి స్వామి భక్తులను సృష్టించినది.

పలనాటి సీమయందు నాగులేటి యొడ్డున చిట్టగామాలపాడు అనునొక చిన్న గ్రామము గలదు. అందు చౌదరిరామిరెడ్డియను రైతుగలడు. అతని పుత్రికయే నాగమ్మ. ఆమెయె కావ్యనాయికి నాయకురాలు-యుద్ధమునకు కారకురాలు - రాజ్యతంత్రము నడుపగల సమర్థురాలు శైవమతాచార్యుడగు శివయోగి శిష్యురాలు. బాలవితంతువు. విద్యావతి ఇంటిపేరు 'అరవిల్ల' అది అత్తవారింటి పేరో? పుట్టింటిపేరో? ఏదైనది తెలియరాకున్నది. ఆమె భర్తపేరు కావ్యమునందెచ్చట కానరాదు. మేనమామ మేకపోతు సింగారెడ్డి. ఇందలి ప్రథమ ఖండము ప్రస్తావనవలె సాగినది. పచ్చిక బయళ్లలో నాగమ్మ "గో గణంబులు మేపుచు గొంతులెత్తి వ్రేళ్లతో 'సమ్మగా' గంగడోళ్ల నిమురు"చున్న మధుర సన్నివేశము ప్రత్యక్షమగును. గ్రామీణ జీవితమే జీవన సర్వస్వముగా, పశుసంతతులే ఆత్మసంతతిగా నామె భావించెను. రెడ్డిరాణి కంట వత్తిడుకొని నిలువు గాళ్ల నిలిచి రేకమోవక పశువులగాచును. పండ్లూట మెసవెడు పాడియావుల నోటికి ఔరుగంటులు - ఉల్లంకి దుబ్బులు పిడికిళ్ళతో నందించును. ఏమా జీవకారుణ్యము? ఏటుకూరి వారి కర్షక జీవితానుభూతి స్ఫురణ లిందువెలువడినవి.

నాగమ్మ తండ్రి ముదుసలి. పసిది వేళకు పాళకునింటికి రాదని, నాకే దరి తోచుటలేదని, పైగ ఆ బాదమవారితో పగపట్టినదేమగునో? యని యావేదనపడుచుండ శివయోగివచ్చును. ఆ తరువాత పొలమునుండి నాగమ్మయు వచ్చును. మాటల సందర్భములో "వీరవైష్ణవ స్వాముల పంజఁబట్టెద నెవండదలించునొ?" చూచెదనని బుసకొట్టినది. నాయనిపై ప్రజలకు అనిష్టము గలిగింప నెంచి వాని తప్పులు వెదకి చాటింప గడచినది.

చాపకూడఁటే, వాని జన్మమాఁడిపోవ
అంకచందాలమైనది మతమ్ము
మంత్రత్వమంటె, వాని మంత్రమూడ్చుకపోవ
కులకక్ష పాలయ్యె తెలుఁగుజాతి
వీరపూజఁటె,వాని నోరట్టె పిడపోవ
మూకలై చెలరేఁగె లేకిగుంపు
శాసనమ్మఁటే, వాని చాతుర్యమణఁగార
వల్లకాడైపోయెఁ బల్లెనాడు

పౌరుషా జీవమంటె, వాని పణతవగుల
ఇట్టులెన్నాళ్లు చెలంగి చేయింపం గలండు
పాఱంబట్టెద నాతని బ్రతుకు గితుకు
మడిచిపెట్టెద నాతని మతము గితము.

అని ప్రతిజ్ఞ గావించినది. ఏమాసాహసము! ఒక వైపు వారాలాపములు. మరొక వైపు విషాదచ్ఛాయలు. ముదుకడు శాశ్వతముగా కనులు మూసినవాడు. కొంప కూలినదని బావమరిది సింగారెడ్డి గగ్గోలు పడినాడు. "మగరాయండయ్యును వగగూరి నాగమ్మ తండ్రికైలోలోన తల్లడిల్లి"నది.

ఎట్టకేలకు నాగమ్మ నలగాముని కొలువు చేరినది. బ్రహ్మనాయనిపై నిందలు మోపసాగినది. వైష్ణవము పేర నిన్ని కుంటు చిక్కులు పెట్టు నాయని "గోడు గుడిపి కడకు మూడు చెర్వుల నీరు ద్రాపకున్ననాండుదానంగాను" అని పగ్గెలు పల్కినది. ఏమా తెగువ! "నాలో విక్రమ మీటుపోయెననుకొన్నాండేమొ? శౌర్యాల జ్వాలాభీల రణాగ్ర భూమిని నిర్వ్యా పారతన్ ముక్కుపై వ్రేలే మోపునొ? నాండు సిగ్గుపడి గంభీరించునో?" చూచెదగాకయని కేరించినది.

తెలుంగుం గాంతల వీర విక్రమ కళల్ దీపించు భాగ్యమ్ము నా
వలనన్ జే కుఱెనంచు గర్వపడెదన్ బ్రహ్మన్న మూలాన స్త్రీ
బల సంపత్ప్రతి పత్తులెల్లరుకు విస్పష్టంబులై తీరు నాం
ధ్రుల దర్పోజ్జ్వల వీరగాథలిలం బర్వున్ విప్లవోచ్చండమై.

నన్నయధారశుద్ధి, తిక్కన భావ గాంభీర్యము పెనగొని యున్నపై పద్యమున నాయకురాలి మనోభావ పరిపక్వత ప్రోపడినది. ఆమె యింకను నేమనుచున్నదో వింటిరా? నాయని "మేనిపయిం గాకుల్ గ్రద్దలఱాఱడం గన్నారం జూచినంగాక నా హృదయ సంతాపమ్ము చల్లార"దని అక్కసు వెడల గ్రక్కినది. 'నా రక్తమ్మొక బొట్టు చిందనెఱుంగండా వేలకున్ వేల సృగ్ధరన్ నేలందొరంగు" నని గర్జించినది. "ననుం గాదన్ననిమేషమాత్రమునం బల్నాడెల్ల భస్మమ్మొనర్తును నాగానదిం ద్రోతు"నని జబ్బ చఱచినది. స్త్రీసాహస మెట్టిదో యప్పుడర్థమగునని తలపంకించినది. "పరాజయములే జీవించినన్నాళ్లు నా చాయం జూడ" వని ఆత్మ విశ్వాసమును ప్రకటించినది. 'వర్గ చైతన్యమర్థింప వలయుంగాని ప్రజకు బహునాయకత్వమ్ము పనికిరాదు" - అని తెగించి చెప్పినది.

బ్రహ్మనాయడు మలిదేవుల పక్షపాతి, నలగామునకు నాగమ్మ చెప్పినదే వేదవాక్యము. రాజును మసిపూసి మారేడుగాయను జేసి చక్రము ద్రిప్పుచున్నది. ఒక ఒరలో రెండు కత్తులు ఇముడవని నాయుడు తలిచి మలిదేవులకు పాలుపంచుకొని మాచెర్లకు జేరిరి. మలిదేవుడు సింహాసనాసీనుడయ్యెను. నాయకురాలు సామాన్యురాలు కాదు. రాజ్య తంత్రజ్ఞురాలు. ఒక

పర్యాయము మలిదేవులను కోడిపందెములకు ఆహ్వానించినది. గురజాలలో ఇరువాగులవారు కోడిపుంజులతో పందెములకు సిద్ధపడిరి. "ఓడిన పక్షమ్ము లేడేండ్లు దనుక వసతులు విడనాడి వలసపోవలయును"- అని నాగమ్మ పందెము పెట్టిది. నలగాముడు అంగీకరించెను. విచారణీయమని అలరాజాదులు హితవు పలికిరి. బాదన్న ప్రభృతులు యుక్తముగాదని వాదించిరి అవల మువ్వల భీముడు - ఇవల బాలగోపన్న పందెములకు సిద్ధముగా నుండిరి. నాయడు కానిండని చేసను చేసెను. సైగ గావించిన వెంటనే కోళ్లకు కత్తులు గట్టిరి. అవి కొక్కొరో కోయని రెక్కలల్లార్చినవి. ఉక్కు గోళ్ల గుండెలు చీలిపోవ తన్నుకొన్నవి. పోరులో మాచెర్ల పుంజులు బరిమీద వ్రాలగనే నాగమ్మ కంచు ఢక్క మ్రోయించినది. బాలవీరుల తలలు నేలబడినవి. బ్రహ్మనాయడు విభ్రాంతిపడెను. బాలగోపన్న మాత్రముడీలు పడక కత్తిదూసి "మీ పాపము పండెరండు బరిపై నిలుcడెత్తునc గొందు"నని గద్దించినాడు, ఏది యెటులైన పూర్వ వాగ్దానము తప్పరాదని అలరాజు తీర్పుచెప్పెను.

ఇంతవిచిత్ర కుక్కుటము నెన్నcడెఱుంగము దీని జన్మవృ
త్తాంత మభూత కల్పిత కథా కలితమ్ము చరిత్ర కంద దా
వంతయుc బామర ప్రజల కద్భుత కల్పనలిష్టమందు చే
ముంతకుc గాళ్లు కాళులకు మోములు మొల్చిన విట్టి పట్టులన్

ఇందలి భావము చరిత్రజ్ఞులు గమనింతురుగాక! ఇక పద్యరచనా కౌశలమును గూర్చి వేరుగ జెప్పనవసరము లేదు. అది సహజ పరిణతి సిద్ధమైనది.

ప్రతిభా సంపన్నులైన విద్వత్కవులెందరున్నను కథాకథన కౌశలము అందరికలవడదు. అది కొందరికి మాత్రమే. అందులో ఏటుకూరి వారొకరు. వీరభారతము ఆధునికాంధ్ర సాహిత్యములో ప్రత్యేక స్థానము సంపాదించుకొన్నది. అందలి ఖండములలో అలుగురాజు, నాయకురాలు కావ్యములతోపాటు మగువమాంచాల, అలరాజు రాయబారములున్నవి. కథను నడిపించుటలోనేమి, సంభాషణములు చేయించుటలోనేమి, పాత్రల పోషించుటలోనేమి, వర్ణించిన వస్తువును హృద్యముగా హృదయమునకు హత్తుకొనునట్లు చేయుటలోనేమి సర్వవిధముల ప్రౌఢిమ వెలార్చుచు కావ్యములాద్యంతము మనోహరముగనున్నవి.

ఆంధ్రవాఙ్మయముననున్న సాహితీ ప్రక్రియలలో చారిత్రక కావ్య రచనమొకటి పౌరాణిక కథలు స్వీకరించి కొన్ని మార్పులు చేసికొనవచ్చును. దానసష్టము లేదు. చరిత్రలట్టివికావు. ఈ మధ్య పుక్కిట పురాణములెన్నియో చరిత్రములుగా గూర్పుపబడుచున్నవి. వేదమువారి "ప్రతాపరుద్రీయ" నాటక కథ యందలి సత్యాసత్యము లెందరెరుగుదురు? మన చరిత్రలను మనమే విస్మరించుచున్నందులకు పండిత ఉమాకాన్త విద్యాశేఖరులు శ్రీనాథభట్టకృత పల్నాటి వీరచరిత్ర ద్వితీయభూమిక (పుట 39-40)లో "ఆంధ్రుల వీరత్వాలను ప్రకటించి ఆంధ్ర సామ్రాజ్యాన్ని ప్రతిష్ఠితం చేసిన కాకతీయాంధ్ర సామ్రాజ్యమును మరచినాము. విజ్ఞానోజ్జీవనం

చేసి ఆంధ్రులకు ఆరాధ్యులై యశోభ్యుదయాలు సమకూర్చిన గణపతిదేవుణ్ణిగాని, రుద్రమదేవిని గాని, ప్రతాపరుద్రుణ్ణిగాని మనవారని విశిష్ట బుద్ధితో జ్ఞప్తికి తెచ్చుకొనము. పైగా ఆంధ్రుల అపజయాన్ని ప్రకటించే కథను రాసికొని దానికి ప్రతాపరుద్రీయమని పేరుపెట్టి దాని ఆడుతుంటే చూచి మురుస్తూ చప్పట్లు కొట్టుకుంటున్నాము"– అని వారి మనస్తాపమును ప్రకటించిరి.

ఏటుకూరి వెంకట నరసయ్యగారు రుద్రమదేవి ఈ నాటిది కాకున్నను నేటిదిగా వస్తువును స్వీకరించి జాతీయతా సౌభాగ్యముల ప్రసరింపజేయుట ప్రశంసనీయము. ఇది స్వాతంత్ర్య యుగము. భాషా నియమములనుల్లంఘించుట నాగరకతయైన తరుణమందు సంప్రదాయము పాటించి యుజ్జ్వల భావశోభితమైన "రుద్రమదేవి"కావ్యమును సంతరించుట సాహిత్యమునకు శుభ సూచన. ఇది యొక ఆఖ్యాయిక. కవి గారికి చారిత్రక గాథలపై నేదియో ప్రేముడి యున్నట్లున్నడి. కాకతీయులకు సంబంధించిన చరిత్ర పరిశోధన ప్రమేయమేయము. ఆంధ్ర రాజకీయ చరిత్రలో రుద్రమదేవి ప్రముఖ స్థానమాక్రమించుకొన్నది. కవి ఆమె చరిత్ర సృష్టిలో మిక్కిలి శ్రమించి అనేక విషయములు సేకరించి కావ్యమందలి వివిధ పాత్రల మనఃప్రవృత్తులు తీర్పుగా చిత్రించిరి. ఇందు వీరము ప్రధాన రసము. రాజభక్తి, కర్తవ్య పాలనము మొదలగు విశిష్ట ధర్మ ప్రతిపాదకమై కావ్యము విశ్వశ్రేయోదాయకముగ నున్నది.

స్థవిరుడైన గణపతిదేవచక్రవర్తి నిరంతరము కాకతీయ సామ్రాజ్య లక్ష్మీ భవితవ్యము దలపోయుచు తనయనంతర మాంధ్రదేశమున కెప్పుడే ముప్పు వాటిల్లునోయని కలవరపడుచు పుత్రికతో నేను 'అటో–ఇటో' వచింపజాలను. నీవు అనాథవు. ఎట్లు సంచరించెదవో? ఈ యదను గనుకొని పరులు దండెత్తెదరు – ముట్టడించెదరు. ఇప్పటికి గదా పరిస్థితుల పాయకరముగా నగపడుచున్నవి.

మన సామ్రాజ్య మమాంత మెత్తి కబళింపంజూచుచున్నాడు దు
ర్జనుడై దేవగిరి ప్రభుండతని దుర్భావమ్ముతోపాటు పాం
డ్య నరేంద్రుల్ చెలరేఁగి రీక్రియ శ్మశాన ప్రాయముం జేతురీ
తెనుఁగుంగడ్డ నిదే మదీయ హృదయోద్వేగమ్ము రుద్రాంబికా!

అని పరితపించును తండ్రి హృద్గతావేగముగ్రహించిన రుద్రమదేవి 'జనక! భవాదృశుల్ గుణులశాశ్వత భోగమునిచ్చు భూమికై తనయులకై తపింతురె? వృథా కృశియింతురె? చూడకుందురే తనువొకడున్న మిన్ను మను తాళము వేయుదునొక్క వ్రేల్మిడిన్–' అని ధైర్యమూది పలికినది. మీ హృదయము నందు కొరతను మాట కలుగరాదు. మీ పరువు ప్రతిష్ఠలు నా భుజముపైనున్నవి. 'ఆఁడుది రాజ్యచక్రమే వెరపునఁ ద్రిప్పునో? భరతవీరులు దాల్చిన ధర్మదండమే కరణి ధరించునో? వినక, కానక పోరొక నాఁటికేనియున్–" అని జబ్బచఱచి బొబ్బరించినది. ఆమెకు స్వకార్య నిర్వహణ సామర్థ్యము నందెంతటి విశ్వాసము! ఆంధ్రవీర నారీలోకమున కిది

గర్వకారణము కాదా? అప్రతిహతోత్తరముగా పేర్కొనిన రుద్రమాంబ ప్రతిజ్ఞా వచనములకు రాజనీత్యభినివేశమునకు గణపతిదేవుడానందా శ్రుహర్షపులకితుడైనాడు. రుద్రమదేవి శివదేవయ్యల సంభాషణమున రాజ్ఞి తన వాక్చమత్కృతిని, రాజకీయ పరిజ్ఞానమును హేతువాద దృక్పథమును విజ్జిరాల్చినది. పాత్రల ఆత్మలతడవి చిత్తప్రవృత్తుల ప్రదర్శించుటలో వీరు తిక్కనకు సాటియన దగును. ఇందలి సంభాషణములన్నియు సహజములై లోకమున జరుగు సన్నివేశములకు ప్రతిబింబములు గానున్నవి. దేశకాల పాత్రలను గుర్తించుటలో కవిగారి మేధ సున్నిశితమైనది. రుద్రమదేవి వెలిబుచ్చిన యభిప్రాయములు స్వతంత్రమైన కవి వ్యక్తిత్వమునకు నిదర్శనము.

ఏటుకూరి వెంకట నరసయ్య గారు మొదట కవి. పిమ్మట పండితుడు. వారి కవితా జీవితములో పెక్కుమార్పులు చోటు చేసికొన్నవి. అభిరుచులు మెండైన కొలది తీరున కొక ప్రక్రియ చేపట్టిరి. అందులో నాలుగు వీథులు గల "సిద్ధాశ్రమము" చంపూకావ్య మొకటి. కావ్య నామమును బట్టి యితివృత్త మవగతమగును. వస్తువు రామాయణమునకు సంబంధించినది. కవిగారి ప్రవేశ పరీక్షకు రామభద్ర దీక్షిత విరచితమగు జానకీ పరిణయమను సంస్కృత నాటకము పాఠ్యాంశముగా నున్నదట. అందలి కథా కల్పన కచ్చెరువంది దానిని ఐదు భాగములుగా నాంధ్రీకరింప పూనుకొనిరి. అందాద్యమీసిద్ధాశ్రమము. తక్కిన పట్టభంగము, జనస్థానము, శుక్ర నాటకము, పట్టాభిషేకము క్రమముగా వెలువరింప సమకట్టి పూరింపకుండగనే అకాల మరణము చెందుట విచారకరము. విశ్వామిత్రుని యాశ్రమము పేరు సిద్ధాశ్రమము. గాధేయుడు బ్రహ్మర్షి కావలెనని కాంక్షించి చేయుచున్న ఘోర తపమును భంగపరచుటకై యింద్రుడు కాముకురాంద్రను పంపెను. మేనక మధురాధరామృతము నాస్వాదించి యాతడు తపఃభ్రష్టుడైనాడు. నిర్జరుల మాయ గ్రహించిన కౌశికుడు తేరుకొని వనవాసవ్రత దీక్ష కొనెను. అతని తపఃప్రభావము వలన ఆ తపోవనము పుణ్య సంభావితముగా విలసిల్లుచున్నది.

జనకుడు, రావణుడును శివభక్తులు. అందును మిత్రులు. ఆ చనువున రావణుడు సౌందర్యవతి యగు జానకిని తనకిమ్మని కోరెను. మిథిలాధినాథుడు తప్ప గ్రుంక లేక గాధిసుతునకొక లేఖ వ్రాయును. అందలి విషయము నెరిగిన ముని సత్యవ్రతుని పయనము గావించును. శుకసారణులు రావణుని చారులు రహస్యమును గ్రహించి తాటక రావణాసురలతో మంతనములు చేసి ఆశ్రమమునకు వచ్చు ప్రయత్నములు గావించిరి. "సిద్ధాశ్రమము" నందలి యితివృత్తము పురాణేతిహాసోద్భవముకవిత్వము రసోదంచితము - ఉదాత్తభావోపేతము - పాండితీ ప్రతిభకు నికషోపలము. ప్రబంధమునందు వలె నిందష్టాదశ వర్ణనలు లేక పోయినను రమణీయ భావస్ఫోరకమగు ఆశ్రమ, సూర్యోదయ, ఛాందస బ్రాహ్మణ, మధ్యాహ్న, మృగయా వినోదాది వర్ణనలందు కవిగారి యుపజ్ఞ ప్రస్ఫుటించుచున్నది. సంస్కృత సమాస రచనయందు, తేనెలొలుకు తెలుగు పదముల కూర్పునందు నన్నయ - తిక్కనలననుసరించినట్లు పొడకట్టును. తాటకను వర్ణించుచు-

గళగర్త నిర్యద్వికార స్వరోదీర్ణ
కహకహార్భటి రటద్గహ్వారముగ
కాలాయసోత్తాల కాయకాంతిచ్ఛటా
లహరి కోద్భూత వలాహముగ
తామ్రకేశ ప్రభాధగధగాయితదిశా
భాగకృత్రిమదావపావకముగ
ఆలోలతారకాగోళ నిర్భర్త్సిత
భ్రాంత చరిద్గృధ్ర భైరవముగ
ఘోరదంష్ట్రావిటంక విఘూర్ణమాన
పరుష జిహ్వావలీఢక పాలదామ
తాటకానామ ప్రకటితద ధైర్యధామ
దైత్య కాంతాలలామ ప్రత్యక్షమయ్యె.

వంటి పద్యములందు సంస్కృత భాషా ప్రభావము పరాకాష్ఠనందినది. ఇందలి వచన రచనా క్రమము కాదంబరి శైలిని స్ఫురింపజేయుచున్నది. ఏతావత కష్టమను వాదము. అయినను కావ్యమంత్యంత ప్రౌఢముగ, సరసపద భూయిష్ఠమై రమణీయార్థప్రతిపాదకమై తెలుగువాణికి గైసేతకాగలదు.

'త్రివేణి' : ఒక ఖండకావ్యము. ఇవియన్నియు ఏకకాలమున రచింపబడినవి కావు. ఆయా సందర్భములలో నాడునాడు గీలుకొల్పిన రసవత్తరములైన వివిధానేక కళాఖండములు. కాని దేనికది ప్రత్యేకము. ఇందలి మూడు పాయలు మూడు రత్నములు. శీర్షికలన్నియు నొకదానికొకటి తీసిపోని ఆణిముత్యములు. తొలిపాయలో జిజ్ఞాసాతరంగములు, మలిపాయలో జీవితతరంగములు, తుదిపాయలో సాంసారిక తరంగములు. ఒకేరేవునకైన వానిననుసంధించిన మధురసుధా స్రవంతి. నానాగుణ శోభితమైన 'త్రివేణి' కావ్యహారమున "హంపీయాత్ర" నాయకమణి. ఇది తెలుగుబిడ్డల హృదయఫలకముపై చిత్రించిన సాటిలేని చిత్తరువు. ఆధునిక సాహిత్యమున శిరోభూషణమైన కవితా ఖండము. ఇతివృత్తము చరిత్ర ప్రసిద్ధమైనది. శైలిరస భావ పరిపోషకము.

కల్లూరి చంద్రమౌళిగారు గుంటూరు జిల్లాబోర్డు అధ్యక్షులుగానున్న సమయమున ఉన్నత పాఠశాలోపాధ్యాయులు, విద్యార్థులు, ఉద్యోగులు, సిబ్బందితోపాటు జిల్లా ప్రముఖులు కొందరు కలసి 1940వ సంవత్సరము జూలై 6న హంపీ విహారయాత్ర జరిగినది. ఆ సందర్భమున హంపీక్షేత్రపురావైభవమును స్మరించుకొనిన కవిహృదయము ద్రవించినది.

అన్నా! ఆంధ్రుఁడవైననేమి ఫలమా హంపీక్షేత్రముం
గన్నావా? పెను గొండలందుఁ గొలువైకొఁ గిళ్లలాలింపఁగా

మన్నావా? రతనాల శిల్పమచటన్ మన్నెన గాథావళుల్
విన్నావా? దురదృష్టవంతుఁడవు నీవౌనాఁటికిన్ నేఁటికిన్

శ్రుతిమనః పేయముగనున్న ఈ పద్యమున భావావేశమునకు సరిపడు భాషా పరిజ్ఞాన ముండుటచే కవితాధార ధారాళమై సహృదయ హృదయముల స్పందింపజేయుచున్నది. అక్కడి దేవాలయములలో విరూపాక్ష దేవాలయము ముఖ్యమైనది. అందలి విరూపాక్ష స్వామిని పంపాపతియని, తుంగభద్రానదిని పంపానదియని యందురు. కన్నడులు దీనిని హంపానదియని, ఈ స్వామిని హంపాపతియని పిలుచుటచే ఈ పట్టణము హంపియని ప్రఖ్యాతినందినది. ఆంధ్ర చరిత్రకు ప్రధానమైన విజయనగర సామ్రాజ్య శిల్పకళావైభవ మభివ్యక్తమొనర్చు శిథిల నిర్మాణావశేషములగనుగొనిన కవిభావోద్వేగమరయదగినది.

ఏనాఁడు పంచిరో యీకోటశక్తుల
        కరివీర కంఠ రక్తా సవమ్ము
ఏనాఁడు కూర్కెనోయీ శిలావేదుల
        గుడివెట్టి మన్నీల గుండెకాయ
ఏనాఁడు మ్రోసెనో యీగతుంగభద్రపై
        శత్రురాజుల ధనుశ్చాలనమ్ము
ఏనాఁడు నిల్పిరోయీ రచ్చపట్టులో
        శౌర్య ముద్రలు సెక్కి జయపతాక

రాణులేనాఁడు కాళ్లపారాణి విద్రిచి
నగరి వాఁకిటఁ బసపంటి నారొగాని
నేఁటి కవి వ్రాంత కోఁతల నిలిచిపోయె
కాల గర్భమ్ములోపలఁ గలసిపోయె

ఏమా! అందచందములు. ఇంతటి యౌన్నత్యముగల పట్టణము కాలక్రమానుగత పరిణామము వలన ప్రాచీన వైభవమును గోలుపోయినది. "రాయలు కొల్వైన రచ్చపట్టులు చూచి గుండెనీరై గోడుగుడిచి - వల్లకాడగు రాణివాస శైథిల్యములేవీక్షించి కన్నీరు విడిచి" - మనము శాశ్వతాయని మరలినారట. ఈ రూపమునవారి యనుభూతులను మనకు పంచిపెట్టిరి. ఈ మహావైభవమున కెవడు హేతువో? ఇన్ని దిగ్విజయముల కెవడు మూలమో? ఈ కళా సంపదభివృద్ధి కెవడు కర్తయో? అట్టి తిమ్మరుసును మరవవలదని చెప్పుట సముచితముగనున్నది. శిథిలమైన ఆ నగరము నేటికి చూడదగినది.

వెంకట నరసయ్యగారిలో జాతీయత ప్రత్యణువునుప్పెనవలె వెల్లివిరిసినది. గాంధి మహాత్ముని స్వాతంత్ర్యోద్యమ శంఖారావమాలించి యుత్తేజము పొందిన దేశభక్తుడు. "భారతజాతి

సభ్యతకుఁ బాల్పడి నూటికినూఱుపాళ్లు నోరూరని వారులేరు, వినవోయి! సముజ్జ్వల రత్నగర్భనీ భారతభూమి"- అని చేసిన ప్రభోదము జాతీయౌన్నత్యమునకు దర్పణప్రాయము. ఆనాటి మతకలహములకు

మతయుద్ధమ్ములపేర దివ్యతర సామ్రాజ్యమ్ములెన్నెన్ని దు
ర్గతి పాలైనవొ? యెందఱెందరు ప్రవక్తల్ తల్లక్రిందైరొ? నీ
మతి నూహింపుము జాతివైరము, మతోన్మాదమ్ము దుర్జాతి కా
చితి కెక్కించినఁ దీఱు శల్యగతముల్ చేసేత వారింతుమే?

అని చింతించిరి. ఇందలి భావస్ఫోరక పద సంవిధానము వివృతమై పాఠకుని జిజ్ఞాసనురేకెత్తించుచున్నది. భిన్నత్వమున నేకత్వమును గాంచుట భారతీయులకెంతేని ముఖ్యమని, జాతికి శాంతి సందేశమునందించిరి. ఇందలి ఖండికలన్నియు తెలుగు సాహిత్యమునకు అలంకరణయోగ్యములైన రత్నాభరణములె.

మహాకవి, శతావధాని త్రిపురనేని రామస్వామి చౌదరి. 1942వ సంవత్సరము - ఏప్రిల్ నెలలో గుడివాడలో జరిగిన ఘన సన్మాన సందర్భమున ఏటుకూరి వారు "నెలరాజ!" అని రాసిన కమ్మని పద్యములలో ఒక్కదానినిట నునిచెద-

నీ రచనాభిఘాతముల నేఁటి కపార పురాణ గోపుర
ద్వార కవాటపంక్తులు బదాబదలైనవి, యింతకీ వసా
ధారణ భావవిప్లవ విధాతవు గైకొనవన్న! దివ్య క
ర్పూర సుగంధవస్తు పరిపూర్ణ సువర్ణ జలాభిషేకముల్

ఈవిధముగనే ప్రతి పద్యమున భావావేశము తలమునుగ మధుర కవితా రసామృత స్రవంతి పరువులు వారినది. ఇదే రీతి రచనాశక్తి సమృద్ధిగా నున్నప్పుడు తక్కినవాని నెత్తిచూపులు ఎందులకు?

ఏటుకూరివారు సంస్కృతాంధ్రముల రెంటిని నిరుకేలగీలింపగల సవ్యసాచి. భాషా సాహిత్యములకు బహుముఖముగా సేవ చేసిన వాఙ్మయ తపస్వి. ఆయన సంస్కృతములో "నిరుద్ధ సైరికమ్" అను ఖండ కావ్యమును రచించిరి. అందలి శ్లోకములు జయదేవుని గీతికలవలె నుండును. అభిజ్ఞులు దీనిని గమనింతురుగాక!

పాంథ! మృగతృష్ణా తుషారం
పాతు మిచ్ఛసి మానుసరతం
మామకీయ క్షేత్రకోణే
మధురసం పిబపుష్కలమ్-

జీవితములో ఓడిన వ్యక్తి కవితలో రాణింపగలడని పెద్దలందురు. వారు జీవితముతో పోరాడినారు. సామాన్యపు రైతు కుటుంబములో జన్మింపజేసిన విధికెదురీది విజయము సాధించినారు. సంఘ జీవనమును సరిదిద్దు ఉత్కృష్ట రచనలను దేశమునకిచ్చి 'కవిబ్రహ్మ'గా వెలుగొందినారు.

విశ్వమానవ కళాకాంతులు ప్రదర్శించినవారు కళకొరకే కవిత్వమను కోటలో చేరారు. శ్రీ గురుజాడవారన్నట్లు "దేశమంటే మట్టికాదోయ్, దేశమంటే మనుషులోయ్-" అను సత్యము వీరి రచనలలో తొణికిసలాడును. బాలవాఙ్మయ నిర్మాతలలో గూడ వీరికి ప్రముఖ స్థానమున్నది. 'నీతిమంజరి' (శతకము తెలుగులో నీత్యుద్బోధకములగు వేమన, సుమతీ శతకముల కోవకు చెందినదై మనకు చెప్పదలచుకొన్న సూక్తులను విద్యార్థులముందు ప్రత్యక్షమొనర్చినాడు. సందేశాత్మకమైన సరళపద ప్రయోగముతో పాటు తెలుగు పలుకుబడు లెక్కువగా సరళరీతిని చోటు చేసికొన్నవి. వచన రచనలో గూడ సిద్ధహస్తులే! పిల్లల కొరకు వ్రాసిన గాథావళి, బాలచంద్రుడు చదివిన మనకర్థమగును. పిల్లలకు మానసిక పరివర్తన గలిగించుటకు గేయకథలు, నీతికథలు సూటిగా నుండును. కథ విస్మరింపబడిన నీతిమాత్రము మనస్సులో హత్తుకొని పోవును. బాలసాహిత్యములో శైలికన్న భావము ప్రధానము. "చందమామ" గేయకథలు పిల్లల యుల్లములను పల్లవింపజేయుటయేకాక పెద్దలను గూడ మురిపించును. ఒక్కొక్క గేయకథ ఒక్కొక్క కావ్యముగా నుండును. తేట తెలుగు నుడులతో తీర్చిదిద్దిన "గంగుల కూతురు" అన్న గేయమెంత సున్నితముగా నున్నది. ఒక్కసారి చదివితే అట్టే మనసునకు హత్తుకొని పోవును. అన్ని జాతీయ పదాలే!" కిఱ్ఱు కిఱ్ఱు చెప్పులు" వంటి గేయములన్నియు అదే రీతిలో నుండును.

ఏటుకూరి వెంకటనరసయ్యగారు లేరు. కాని వారి యశోమూర్తి సాహితీ క్షేత్రములో చిరస్థాయిగా నిలిచియుండగలదు.

కొండూరు వీర రాఘవాచార్యులు

(1912-1995)

- డా. మత్తే జయజీవితరాజు

కళా ప్రపూర్ణ కొండూరు వీర రాఘవాచార్యులు గారు గుంటూరు జిల్లాలోని కోపల్లి గ్రామంలో విశ్వబ్రాహ్మణ కుటుంబంలో 29-9-1912 తేదీన జన్మించారు. వీరి తల్లి పార్వతమ్మ. తండ్రి కోటేశ్వరాచార్యులు. వీరి తండ్రి గొప్ప పౌరాణికుడవటం చేత చిన్నతనం నుండి రామాయణ భారతాది కథల్ని వినే అవకాశం వీరికి కల్గింది. చిన్నతనం లోనే తల్లి మరణించడంతో అన్నింటికి తండ్రే దిక్కైనాడు. అదే వీరి జీవన వికాసానికి తోడ్పడింది. అంతే కాదు వీరి తండ్రి వేదాంతి, యోగి, వైద్యుడు, జ్యోతిర్వేత్త కూడా. "సంస్కారా ప్రాక్తనా ఇవ" అన్నట్లు పూర్వ జన్మ సంస్కారమువల్ల బాల్యం నుండే వీరికి వేదాంతం, యోగాభ్యాసాలలో అభిరుచి ఉండేది. తండ్రి వీరికి యోగాభ్యాసాన్ని నేర్పేవారు. ప్రతిరాత్రి భారత రామాయణాదికావ్యాలను వింటూ, నన్నయ తిక్కనాది కవుల జీవితాలను, అలాగే కృష్ణ రాయల ఆస్థాన కవుల జీవిత విశేషాల్ని కూడ తండ్రిగారి ద్వారా తెలుసుకున్నారు.

బాల్యం - విద్యాభ్యాసం :

తండ్రి కోటేశ్వరాచార్యులుగారు అయో, దారు, తామ్ర,శిలా, స్వర్ణ మయాలయిన పంచ శిల్పాలలో ప్రవీణులు కావడంతో వీరరాఘవాచార్యులు గారు కూడ బాల్యం నుండి శిల్ప విద్యలో ప్రవేశాన్ని సంపాదించారు. కాలక్రమంలో శిల్ప విద్యపై వీరికి జిజ్ఞాస పెరిగింది. దీనితోపాటు చిన్న చిన్న పద్యాల్ని, కీర్తనల్ని, గేయాల్ని రాయసాగారు. క్రమంగా శిల్ప, సాహిత్య, యోగ, వేదాంతాల్లో ప్రజ్ఞాశాలి కావాలనే అభిప్రాయం బలపడడంతో దాన్నే తన జీవితలక్ష్యంగా నిశ్చయించుకున్నట్లు ఈ క్రింది పద్యం వలన తెలుస్తుంది.

"శిల్పసాహిత్యములు నాకు జీవగఱ్ఱ
లౌ తాపనిషదవనాలు విహారవీధు
లీచరాచరాత్మక జగద్ధితము వ్రతము
నడుపుమిటు నాదు జీవిత నాటకమ్ము".

ఈ లక్ష్యంతోనే వీరు విద్యాభ్యాసం ప్రారంభించి అందుకు అవసరమైన సంస్కృతాధ్యయనం కోసం గ్రామాంతరం వెళ్ళవలసివచ్చింది. అప్పటికి వీరిది 16 ఏండ్ల వయస్సు. తల్లి గారు లేకపోవడంతో ఆ చిరుప్రాయంలోనే ఆచార్యులు గారికి మంగళగిరి వాస్తవ్యులు ఇంకొల్లు

కోటయ్యగారి కూతురు రాజేశ్వరమ్మతో వివాహం జరిపించారు తండ్రి గారు. తెనాలిలోని శ్రీత్రిపురారిభట్ట వీర రాఘవస్వామి వద్ద శిష్యత్వాన్ని స్వీకరించారు. ప్రతి రోజు కోపల్లి నుండి తెనాలి వెళ్ళి వచ్చేవారు. కాళిదాసుని రఘువంశంతో వీరి సంస్కృత విద్యాభ్యాసం ఆరంభమైంది. పంచకావ్యాల్ని, నైషధాన్ని, చంద్రాలోక, లఘుసిద్ధాంత కౌముదుల్ని పూర్తి చేసారు. పిమ్మట సంస్కృత కళాశాలలో ఉభయ భాషా ప్రవీణలో చేరి, ప్రత్యేకంగా శ్రీజమ్మలమడక మాధవరామశర్మ గారి దగ్గర ధ్వన్యాలోకం, చిత్రమీమాంస, రసగంగాధరం మొ॥న సంస్కృతాలంకార గ్రంథాల్ని చదివారు. 1936లో ఉభయ భాషా ప్రవీణలో ఉత్తీర్ణులయ్యారు. ఈ విద్యార్థి దశలోనే విద్యారణ్యుల వారి సర్వదర్శన సంగ్రహాన్ని, సాంఖ్య యోగ దర్శనాల్ని చదివారు. అంతటితో ఆగక సర్వమత సారాలను సంగ్రహించదలచిన ఆచార్యులుగారు తెనాలిలోని జైనదేవాలయాన్ని దర్శించి, అక్కడ ఒక జైన సన్యాసితో ఏర్పడిన పరిచయం గురు శిష్య సంబంధంగా మారి, ఆ జైన సన్యాసి దగ్గర బ్రహ్మసూత్ర, శాంకరభాష్యాల్ని చదివారు. అలాగే బైబిలు, ఖురానులను కూడ వీరు అవగాహన చేసుకున్నారు. దుగ్గిరాలలోని శ్రీవడ్డెపాటి నిరంజన శాస్త్రి వలన వేద రహస్యాల్ని, శిల్ప, వాస్తు జ్యోతిర్విషయాల్ని, కవితా సాహిత్యాంశాల్ని తెలుసుకున్నారు. ఆంగ్లం, హిందీ భాషల్లో కూడ తగు పరిచయాన్ని సంపాదించారు. ఇట్టి సర్వతో ముఖ పాండిత్య సాధనానికి ఉత్కృష్టమైన జీవిత లక్ష్యనిర్ణయానికి విద్యారంభ దశలో చదువుకున్న రఘువంశకావ్యమే వీరికి ప్రేరణ కలిగించింది.

బాల్యంలో విద్యాభ్యాసం చేసి యౌవనంలో విషయ వాంఛలను తీర్చుకొని, వార్ధక్యంలో ముని వృత్తి నాశ్రయించి చివరికి యోగం చేత శరీర త్యాగం చేసే సనాతన భారతీయ సంస్కృతి వీరికి ప్రేరణ కలిగించింది.

స్వాతంత్ర్యోద్యమ ప్రవేశం :

విద్యాభ్యాస కాలంలోనే ఆచార్యులు గారు సమకాలీన సమాజాన్ని మరువలేదు. ఆనాడు గాంధీ నాయకత్వంలో ఉప్పసత్యాగ్రహ పిలుపుతో తనమిత్రులైన రాచకుళ్ళ చంచయ్య గారితో కలిసి ఆ ఉద్యమంలో పాల్గొని ఉపవాసం కూడ చేసారు. విద్యార్థి కావడంతో వీరిని వదిలేసి మిగిలిన వారిని బ్రిటిషు వారు అరెస్టు చేసారు. తనను అరెస్టు చేయనందుకు ఆచార్యులుగారు ఎంతో చింతించారు. గాంధీగారి సిద్ధాంతాలకు ప్రభావితులై గాంధేయవాది అయ్యారు. ఆ ప్రభావంతోనే ఈ క్రింది పద్యాన్ని చెప్పారు.

"గాంధికాలాన బుట్టుట గాంధి చేయు
పనులనెఱుగుట వాటిలో పాలు గొనుట
గాంధి తత్వానుసారముగా బ్రతుకుట
ఎవ్వరికి నేని భాగ్యమంచెంచవలయు" - అని భావించారు.

సాహితీమిత్ర సంపాదనం :

ఆచార్యులుగారి విద్యాభ్యాస కాలంలో తిరుపతి వేంకట కవులు, శ్రీపాద కృష్ణమూర్తి శాస్త్రి గారు, కొప్పరపుకవులు, రామకృష్ణ కవులు మొదలైన వారు సుప్రసిద్ధులు. ఒక సారి తెనాలి సంస్కృత కళాశాలకు చెళ్ళపిళ్ళ వేంకట శాస్త్రి గారు రావడం జరిగింది. ఆయనదర్శన భాగ్యం విద్యార్థిగా ఉన్న ఆచార్యులుగార్కి లభించింది. వ్యర్థంబులుకావు పెద్దల పరిచయంబులు అన్న జాషువావాక్కు ఫలించింది. చెళ్ళ పిళ్ళ వారి శిష్యులైన పింగళి, కాటూరి వేంకటేశ్వరరావు, విశ్వనాథ సత్యనారాయణ, వేటూరి ప్రభాకర శాస్త్రిగార్లతో వీరికి మంచి పరిచయం ఏర్పడింది. ఒకనాడు ఒడ్డెపాటి నిరంజన శాస్త్రిగారి స్మారక సభకు విశ్వనాథ గారు సభాధ్యక్షులుగా ఉండి "తన ప్రసంగంలో" నియోగులకే తాము బ్రాహ్మణులనే విశ్వాసం లేదు. వైదికులు ఆ సంగతిని ఒప్పుకోవడం కూడ అరుదే "ఇక విశ్వబ్రాహ్మణుల బ్రాహ్మణత్వాన్ని గూర్చి శ్రీనిరంజన శాస్త్రిగారు "విశ్వకర్మ బ్రాహ్మణ వంశాగమము వ్రాసారు?" అని చిన్నసందేహాన్ని వెలిబుచ్చారు. అపుడు మన ఆచార్యులుగారు తమ ఉపన్యాసములో యజుర్వేదమంత్ర ప్రమాణంగ విశ్వ బ్రాహ్మణుల బ్రాహ్మణత్వాన్ని స్థాపించారు. వీరి దృష్టిలో బ్రాహ్మణులంటే అసలు విశ్వ బ్రాహ్మణులనే. ఆనాటి నుండి విశ్వనాథ వారికి వీరిపై ఒక ప్రత్యేక అభిమానం ఏర్పడింది. ఆవిధంగా వీరిరువురు సాహిత్య సభల్లో పాల్గొనేవారు.

ఆంధ్ర విశ్వవిద్యాలయం వీరరాఘవా చార్యులు గార్కి కళా ప్రపూర్ణ, బిరుదాన్నిచ్చి సత్కరించిన సందర్భాన్ని పురస్కరించుకుని విజయవాడలో జరిగిన సన్మాన సభకు అధ్యక్షత వహించిన విశ్వనాథ గారు "ఇంత వరకు కేవలం కవులకు పండితులకు మాత్రమే కళాప్రపూర్ణ బిరుదము దక్కుతూ ఉండేది. ఇప్పుడు శిల్ప సాహిత్య కవితాకోవిదులైన ఆచార్యులుగార్కి దాన్నివ్వడంవల్ల కళాప్రపూర్ణ బిరుదము సార్థకమైనది". అని ఆచార్యులు గారిని ప్రశంసించారు.

1936లో ఉభయ భాషా ప్రవీణ పట్టభద్రులైన ఆచార్యులు గారు కాళహస్తిలోని ఉన్నత పాఠశాలలోని ఆంధ్ర పండిత స్థానానికి ప్రయత్నించి విఫలమయ్యారు.

దేశాటనం :

ఉద్యోగం రాక పోవడంతో వారిదృష్టి దేశాటనం వైపు మళ్ళింది. తిరువణ్ణామలైలోని రమణ మహర్షిని సందర్శించి వారి దివ్యబోధామృతాన్ని గ్రోలి, తదుపరి వారి అనుమతితో పుదుచ్చేరిలోని అరవిందుల దర్శనానికి వెళ్ళారు కాని ఫలించలేదు. పిమ్మట మద్రాసు వచ్చి మహాబలిపురంవెళ్ళి అచ్చటి పల్లవుల నాటి శిల్ప శోభను ఆకళించుకొన్నారు. అటుపై కంచి, కాళహస్తి క్షేత్రాల్లోని శిల్ప రీతుల్ని పరిశీలించారు. ఈ యాత్రలోనే రాయవేలూరిలోని ఆలయ శిల్పాల్ని పరిశీలించారు. ఈ విధంగా శిల్ప కళా పరిశీలన చేసిన ఆచార్యులుగారు శిల్పకళాక్షేత్ర రచన చేయగలిగారు.

మైసూరు రాష్ట్ర పర్యటనం :

గాయత్రీ పీఠాధిపతులు అయిన వీపూరి వెంకటాచార్య గురుస్వాములు 1938లో మైసూరు రాష్ట్రపర్యటనకు వెళ్తూ ఆచార్యులు గారిని ఆస్థాన పండితునిగా తీసికొనివెళ్ళారు. అప్పుడు బెంగుళూరులో సుమారు ఒక నెల రోజులు ఆచార్యులు గారు ఆధ్యాత్మిక ఉపన్యాసాలిచ్చారు. అక్కడ మైసూరు రాజుల ఆధ్యాత్మిక గురువులు జగత్ప్రసిద్ధ శిల్పాచార్యులయిన శ్రీ సిద్ధ లింగేశ్వర స్వాముల ఆధ్యక్షతనంలో నాలుగైదు ఉపన్యాసాలిచ్చారు. ఆ పరిచయంతో మహాశిల్పి జక్కణా చార్యుల చారిత్రక విశేషాల్ని సేకరించారు. అదే తరువాత కళారాధన నవల గా రూపొందింది. ఈ విధంగా బెంగుళూరు, మైసూరు నగరాలలో పెక్కుసన్మానాల తో పాటు పెక్కు మందితో పరిచయాలేర్పడ్డాయి.

ఉద్యోగప్రాప్తి :

ఉన్నవ లక్ష్మీనారాయణ గారు గుంటూరులో బాలికల కొరకు శారదానికేతనాన్ని స్థాపించారు. అందులో పాటిబండ మాధవశర్మగారు ప్రధానాచార్యులుగా ఉండేవారు. వారి పిలుపు మేరకు లక్ష్మీనారాయణగారు ఆచార్యులుగారిని సంస్కృతాంధ్రాధ్యాపకునిగా ఆహ్వానించారు. గుంటూరుజిల్లాలో పలుచోట్ల ఆదర్శోపాధ్యాయులుగా వీరు కీర్తిని గడించారు. 1952 లో గోగినేని రంగనాయకులు, నన్నపనేని వెంకట రావు గార్లు తెనాలిలో స్థాపించిన సంస్కృత కళాశాలలో వీరిని ఆంధ్రాధ్యాపకులుగా నియమించారు. 1972వరకు 20 సం॥లు నిరాఘాటంగా, ఆదర్శవంతంగా పదవిని నిర్వహించారు.

ఆంధ్రశిల్ప కళాపరిషత్తు :

జీవన యాత్ర సాగించడానికి అధ్యాపక వృత్తిని చేపట్టినా శిల్ప కళపట్ల వారికి ఆసక్తి తగ్గలేదు. ఆధ్యాపకునిగా ఉన్న రోజుల్లోనే 1944లో "ఆంధ్రశిల్ప కళాపరిషత్తు" ఆంధ్రులకు అవసరమని ఒక వ్యాసాన్ని అరుణోదయ పత్రికలో ప్రకటించారు. సంవత్సరంలోపునే వీరి సంకల్పం సిద్ధించింది. ఆ పరిషత్తులో అనేక సమావేశాలు జరిగాయి. శిల్పులకు శిల్ప కళకు సేవ చేయుటలో ఆచార్యులు ముఖ్య పాత్ర వహించారు. 1959లో ఆంధ్ర ప్రదేశ్ ప్రభుత్వం, టెంపుల్‌రినోవేషన్ కమిటీని స్థాపించి వీరిని అందులో సభ్యులుగా నియమించింది. భద్రాచల దేవాలయ పునరుద్ధరణ కార్యక్రమనిర్వహణలో గణపతి స్థపతి శిల్ప కౌశలాన్ని పరీక్షించే పరీక్షకునిగా ఆచార్యులు గారే నియమింపబడ్డారు. మరొకసారి 'మనకొక శిల్ప కళాశాల' అనే వ్యాసాన్ని ఆంధ్రప్రభలో ప్రకటించారు. దానికి స్పందనగా తిరుపతిలో శిల్పకళాశాల స్థాపన జరిగింది. ఇది ఆచార్యుల వారి సిద్ధ సంకల్పానికి మరొకనిదర్శనం. 1961లో ఆంధ్రప్రదేశ్ ప్రభుత్వం సాహిత్య, లలిత కళా, సంగీత, నాటక అకాడమిలను ప్రారంభించింది. మునుపటి శిల్ప కళాపరిషత్తును లలిత కళా అకాడమికి అనుబంధం చేసింది. శిల్పకళాపరిషత్తు సంస్థ పక్షాన లలిత కళా అకాడమి సభ్యునిగా మూడు సం॥లు వీరే ఉన్నారు.

పత్రికా పరిచయం :

ఆచార్యుల వారికి ఆధ్యాపక వృత్తి తొలి దశ నుండి పత్రికలో సాహిత్య, శిల్ప శాస్త్ర సంబంధి వ్యాసాల్ని ప్రకటించే అలవాటుంది. అరుణోదయ, ఆంధ్రప్రభ, ఆంధ్రజ్యోతి, భారతి మొ॥న పత్రికల్లో వీరి వ్యాసాలు అనేకం ప్రకటింపబడ్డాయి. ఈవ్యాసాలే వీర రాఘవ వ్యాసావళి, శిల్ప కళా క్షేత్రాలు, యోగ దర్శనం మొ॥న గ్రంథాలయ్యాయి.

రేడియో ప్రసంగాలు :

ఆచార్యులు గారి సాహితీ ప్రస్థానంలో రేడియో ప్రసంగాలు కూడ ఉన్నాయి. సమకాలీన సమాజానికి అవసరమయ్యే సందేశాలనిస్తూ కుటుంబ సంక్షేమం, హితబోధ, సూక్తిముక్తా వళి, స్వతంత్ర భారతం వంటి గేయాలు ప్రసారమ య్యాయి.

సన్మానాలు - బిరుదులు :

1939లో అయోధ్య సంస్కృత పరిషత్తువారు ఆచార్యులు గారిని 'విద్యాధురీణ' బిరుదుతో సత్కరించారు. గాయత్రీ పీఠాస్థాన పండితులుగా మైసూరు విద్వత్సంస్థలు 1939లో సత్కరించాయి. 1945లో 'దర్శనాచార్య' బిరుదాంకితులయ్యారు. 1972లో ఆంధ్రవిశ్వ విద్యాలయం కళాప్రపూర్ణ బిరుదుతో సత్కరించింది. 1972లోనే పదవీవిరమణ చేసారు. తెనాలిలోని స్వగృహంలోనే నివసిస్తూ జిజ్ఞాసువులకు సందేహనివృత్తిని గావిస్తూ ఔపనిషదవనాలు విహారవీధులుగా ఎంచుకొని జగద్ధితాన్ని వ్రతంగా చేసుకొని తన జీవితాన్ని సాగించారు. 1982లో పత్నీవియోగ మేర్పడింది. చివరకు నిష్కామయోగివంటివాడై 18-1-1995న పరమపదించారు.

ఆచార్యులు గారి రచనలు :

వీరు రచించిన గ్రంథాల్ని 1. కావ్యాలు 2. నవలలు, 3. జీవిత చరిత్రలు, 4. దర్శన గ్రంథాలు, 5. విమర్శనవ్యాసాలు అనే విధంగా విభజించవచ్చు. వాటిని గురించి స్థాలీపులాకంగా తెలుసుకుందాం.

1. కావ్యాలు:- తోరణము :

ఇది 1949 మార్చిలో ప్రచురించబడింది. ఇది అనేక ఖండ కావ్యాల సంపుటి. ఇందులో భావకవిత్వం పరాకాష్ఠ చెందిందనవచ్చును. కవికి గల సహజమైన శిల్పాభిమానం కూడా అప్రయత్నంగా చాల ఖండికలలో వ్యక్తమైంది. ఆచార్యులుగారు ఇంచుమించు భావకవిత్వ శాఖలన్నిటిని స్పృశించారని చెప్పవచ్చు. 'ప్రణయసందేశ మనుఖండికలో ప్రణయం ఆత్మాశ్రయరీతిలో సాగింది. ఇందులో ప్రియుడు ప్రియురాలి కలయికకై ఎదురుచూస్తూ తన అనురాగాన్ని వ్యక్తం చేస్తూ తన విరహాన్ని సహిస్తూ ఉండేందుకు ఆమెను ఊరడించుటే ఇందులోని సందేశం.

'శ్రావణ పయోదమాలికార్భటులు సరళ
మృదుతరాత్మీయ సుస్నిగ్ధ హృదయ వీథి
బిడుగులై పడ నెటు దురపిల్లినావొ
మదవతీ ! ఇట్టి పాషాణ హృదయు కొఱకు' – (33పుట)

"ఉదయశ్రీ" అనే ఖండికలో కవి దక్షిణ మారుతాన్ని తమకు ఓజోబలమిచ్చే దేవతగా భావిస్తాడు.

తోరణమనే ఈ ఖండ కావ్య సంపుటిలో కొండవీడు పెందోట అనే విక్షేత్ర ప్రశస్తిని చెప్పగా, 'కర్మవీర' అనేది గాంధీని ప్రశంసించిన ఖండిక. "కొండవీడు" రెడ్డి సామ్రాజ్యానికి రాజధాని. వీరభూమి. ఎందరోమహావీరుల రక్తపు టేరులతో తడిసిన శౌర్యభూమి. పెందోట గుంటూరు మండలంలోని నాగార్జునుని కొండకు ఎనిమిదిమైళ్ళ దూరంలో కృష్ణా నది ఒడ్డున కలదు ఇది శిల్పాచార్యులకు ఆలవాలమైన ప్రదేశం. దీని ప్రశస్తిని పొగడడంలో వీరి శిల్ప కళా ప్రీతి స్పష్టమౌతుంది.

భారతీయ శిల్ప కళా వైభవాన్ని, శిల్పుల గొప్పతనాన్ని గూర్చి "శిల్పి" అనే ఖండికలో శిల్పుల పూర్వవైభవాన్ని గుర్తు చేసి తట్టి లేపుతున్నారు.

2. అమరావతి :

నవ్యాంధ్ర సాహిత్యంలో అమరావతి కావ్యం ఒక ప్రముఖస్థానాన్ని పొందదగింది. అమరావతీ నగరం బౌద్ధమతానికి, ఆంధ్రుల శిల్ప కళాచాతుర్యానికి నెలవైంది. అమరావతీ క్షేత్రాన్ని ప్రధాన వస్తువుగా గ్రహించి కావ్యాన్ని రాయటం తెలుగులో ప్రప్రథమమనే చెప్పవచ్చు. ఈ కావ్యంలో ఆచార్యులుగారి ఆంధ్రాభిమానం, బౌద్ధధర్మాసక్తి, శిల్ప కళాభిరుచి, రమణీయమైన వారి భవ్య కవితావేశంతో సువ్యక్తమైంది. బౌద్ధాన్ని కేవలం మతం దృష్టి తోకాకుండా సామాజిక దృష్టితో అవగాహన చేసికోవడం ఈయన లోని ప్రత్యేకత.

ఈ కావ్యం చరిత్ర, మతం, శిల్ప కళల్ని మూడింటితో పెనవేసికొని ఉంది. స్వాతంత్ర్యం సిద్ధించిన తొలి రోజుల్లోనే ఈ గ్రంథాన్ని రాయడం వీరి ప్రాప్తకాలజ్ఞతకు నిదర్శనంగా భావించవచ్చు.

మహాదేవభిక్షువు ఆంధ్ర దేశానికి వచ్చి శాతవాహన ధరాధిపునకు బౌద్ధమతాన్ని ఉపదేశించటంఈ కావ్యంలోనివిషయం. చారిత్రకంగా మహాదేవభిక్షువు వచ్చే నాటికి శాతవాహన రాజ్యస్థితిగతులేంటో తెలియదు స్పష్టంగా అయినా కావ్య కళాదృష్టితో కవి వారి సమాగమాన్ని జరిగినట్లుగా ఊహించి ఇందులో పొందుపరిచాడు.

బౌద్ధంలో అవాంఛనీయ ధోరణులు ప్రబలి, శంకరాచార్యులు మొ॥న హైందవాచార్యుల వల్ల, పెక్కుమతయుద్ధాల వల్ల బౌద్ధం ఉన్మూలింపబడింది. నాటి అమరావతీ వైభవం రిత్త వోయింది ఈ నిందను ఎవరిపైన వేయక కాలంపైనే వేసారు. ఆ సందర్భంలో ....

"మతము బౌద్ధమెయైన సంపదలు తెల్గు
దేశ జనని కావొ, తదీయసుతులు
సోదరులు కారొ, భేదమ్ము పాదుకొల్పి
తల్లి కడుపున చిచ్చిడం దగునటోయి" అని వాపోయారు.

3.మిత్ర సాహస్రి :

శ్రీమాన్ కొండూరు వారి కృతుల్లో మిక్కిలి గొప్పది. ప్రాచీన నవీన విజ్ఞాన సర్వస్వం, నీతి సారం అనదగినట్టి గ్రంథం 'మిత్రసాహస్రి'. ఇందులో పది శతకాలు కూర్పబడ్డాయి. లౌకిక, ఆధ్యాత్మిక సంబంధమైన విషయాల్ని చక్కగా మృదువైన శైలిలో ఆట వెలదుల్లో కూర్చారు. 'విశ్వహిత చరిత్ర వినరమిత్ర" అనే మకుటంతో ఈ గ్రంథం సాగింది. విశ్వహిత చరిత్ర అనడంలోనే వారి వసుధైక కుటుంబ భావం, మిత్ర అనుటంలో వారి సౌహార్దిక తత్వం వ్యక్తమైంది. అంతే కాక విశ్వానికి హితం చేకూర్చే చరిత్రను కల్గి మిత్రుని లాగ ఉండమనే సంబోధన కూడ తోస్తుందిమనకు. లోనారసినచో ఈ సాహస్రిని చదివి విశ్వహిత చరిత్రులు కావాలని కవి గారి ఆకాంక్ష.

వేమననే గురువుగా స్తుతించిన వీరి కవిత్వంలో వేమనలాగే తేట తెలుగు సరళత్వం, ప్రసాదగుణం, అలవోక పద్యధారల్ని గమనించగలం.

స్త్రీ పట్ల వీరికి గల తాత్త్విక దృష్టి మనకు గోచరిస్తుంది. స్త్రీని ప్రకృతిగా, శక్తిగా లక్ష్మ్యాది దేవతామూర్తిగా భావించడంలో వీరి భావౌన్నత్యం తెలుస్తుంది.

"సతికి భర్త దైవసముడైన యట్టులె
సతియు పతికి దైవ సమయ కాదె" – అని అనడంలో ప్రాచీన నవీన భావాలు రెండూ గోచరిస్తున్నాయికదూ.

"అగ్ని సాక్షి పెండ్లి యాడిన యిల్లాలి
మేలిబ్రతుకు కాటిపాలొనర్చి
అన్య కాంత మరగు నతడు దుర్గతికేగు" – ఈ విషయంలో వీరి నిష్పాక్షిక దృష్టి స్త్రీ పట్ల సానుభూతి వ్యక్తమౌతుంది.

గుణకర్మ విభాగాన్ని బట్టి అతి ప్రాచీన కాలంలో చాతుర్వర్ణ వ్యవస్థ ఏర్పడింది అని గీతా వాక్యం చెబుతోంది. ఆధునికులు దీన్ని అంగీకరించరు. వ్యక్తి గతగుణాల్ని బట్టి, వాళ్ళు చేసే

పనిని బట్టి ప్రాచీన కాలంలో ఈ వర్ణవ్యవస్థ ఏర్పడిందని ఆధునికుల భావం. కాలక్రమంలో వర్ణ సాంకర్యం ఏర్పడి యిప్పుడు ఎన్నో వర్ణా లేర్పడ్డాయి. గుణకర్మల్ని విడిచి పెట్టి కేవలం జన్మతోనే వర్ణాల నిర్ణయించడం ఇప్పుడు జరుగుతుంది. ఏది ఏమైనప్పటికి గుణంచేతనే వ్యక్తి పూజ్యుడవుతాడు కాని కులం చేతకాదనేది తెలియ జేస్తూ కవిగారు–

"పూజనీయగుణము పూజింపనొల్లక
జాతికేల జగము జయలు పెట్టు ?" అని ప్రశ్నిస్తున్నారు.

"కులము" శీర్షికలో వీరు అనేక విధాలుగా వర్ణవ్యవస్థను ఈసడించారు.

"చదువరాదు శూద్ర సంఘంబు వేదాల
నంచు వ్రాసి నారల చ్ఛెఱువుగ
తెల్ల దొరలు చదివి దివ్యార్థములు చెప్ప
నోరుమెదప రేమి వీరు మిత్ర" - అంటూ అగ్రవర్ణాల వారిని సూటిగా ప్రశ్నిస్తున్నారు.

అంతే కాక విశ్వంలోని నల్ల, తెల్ల ఎర్రనరుల్ని ఒక్క తల్లి బిడ్డలుగా పోల్చుతూ భారతీయ వర్ణ విభేదాన్నేకాక ఖండాంతర జాతి విభేదాన్ని కూడ నిరసిస్తున్నారు.

"ఒక తల్లి బిడ్డలుండరే పలు రంగు
లెనసియట్లె విశ్వజనులుగూడ
వివిధ వర్ణులైన వేర్పరింపగనౌనె" అంటూ ఎంతో ఔన్నత్యాన్ని ప్రదర్శించారు.

విశ్వమానవ సౌభ్రాతృత్వాన్ని చాటుకున్నారు. అంతటితో తృప్తిపడక

"కుల విభేదమెపుడు కూలునో, ఈజాతి
భేద వాద మెపుడు ప్రిదిలి విశ్వ
జనము లొక్కటనెడి జ్ఞానంబు కలుగునో
నవయుగోదయంబు నాడె మిత్ర" - అంటూ నవయుగోదయ రాగాలన్ని ఆలపించారు.

వర్ణ వ్యవస్థ లో చివరివారు పంచములు. వీరికి గాంధీగారు హరిజనులు అని పేరు పెట్టారు అటువంటివారిని బహిష్కరించుట పాడి అవుతుందా అంటు న్నారు. అగ్ర జాతివారి అడుగుల తొక్కిళ్ళలో నలిగిపోయి తెలివితక్కువ వారయ్యారు గాని దేశసౌభాగ్య గరిమను తీర్చి దిద్దలేరా. ఆత్మ దృష్టితో చూస్తే వీళ్ళు కూడా ఆత్మీయులే అవుతారని అటు మంగిపూడి వేంకటశర్మ గారి భావాన్ని భగవద్గీతలోని "విద్యా విషయ సంపన్నే .... సమదర్శినః" అనే శ్లోకాన్ని తలపింపజేసారు.

కలిమి కలకాలముండక పోయిన మనిషికి అన్నింటికి అధారం డబ్బే అందుకే "డబ్బుంటే కొండ మీది కోతి నైనా దింపవచ్చు" అనే సామెతకూడ చెబుతుంది. అయితే కవిగారి దృష్టిలో ధర్మ బద్ధమైన ధనార్జన ఉత్తమమైందని వీరి ఆశయం.

మానవత్వాన్ని గూర్చి వీరు 21 పద్యాల్లో వివరించారు. లోకంలో కోట్ల మంది పదవులను ఉన్నతస్థానాల్ని అధికారాల్ని పొందుతున్నారు కాని మానవత్వాన్ని మర్చి పోతున్నారన్నారు అందుకోసం.

"డాక్టరైన, పెద్దయాక్టరైననుగాని
మేయరైన, మేటి లాయరైన
మానవత నశింపమహికీర్తిగన లేడు" – అని నిందిస్తున్నారు.

"జీవితసాధన" అనే శీర్షికలో జీవితాన్ని ఏ విధంగా నడుపుకోవాలో సిద్ధాంత పద్ధతిలో చెప్పారు. అందుకోసం అనేక నీతుల్ని నుడివారు. ఈ లోకంలో సర్వజ్ఞుడైన వాడు లేడు. విశ్వమనే పాఠశాలలో ప్రతివ్యక్తి ఒక విద్యార్థిగా ఉండి నీతుల్ని నిత్యం తెలుసుకుంటూ మోక్ష సిద్ధికి పాటుపడాలని వీరు భావించారు. తాము శ్రామికులకు (శ్రమించే వారికి) బంధువులు, సోమరులకు విరోధులని చెప్పారు

"మతము అనగా మనిషికి ఇష్టమైనది. కాని నేడు ఈ అర్థాన్ని దాటి పోయిందని చెప్పొచ్చు. లోకంలో అనేక మతాలు వెలిసాయి. అందులో ప్రధానంగా హిందూ ముస్లిమ్, క్రైస్తవమతాలు. ప్రతి మతం లోని వారు తాము దేవుని సంతానమనే భావిస్తారు. మరి ప్రతి మతస్థుడూ ఈశ్వర సంతానమైనప్పుడు ఒకరినొకరు చంపుకోవడం దేనికంటారు. అంటే దీనికి కారణం ప్రజల అజ్ఞానమని చెప్పవలసి ఉంటుంది. సత్యమైన మతం అంటే అది సత్యం, ధర్మం, దయా గుణాల్ని సాధించాలి. అలాగే మానవులందరి లోను ఐక్యాన్ని నెలకొల్పాలి. జాతి మతం, మొదలైన విరోధ చర్యల్ని నశింపజేసి అందరిని అన్న దమ్ములలాగ భావింపజేసి లోకానికి మంచిని చేకూర్చే మతమే సత్యమైన మతమని మతాన్ని నిర్వచించి, మతౌన్యత్యాన్ని కాపాడే ఉపాయాన్ని తత్త్వవేత్తలకు సూచించారు.

మూఢ విశ్వాసాలనే శీర్షికలో కవికి గల ఆధునిక భావస్వాగత దృష్టి తెలుస్తుంది. విద్యావంతులు సైతం ఈ మూఢ విశ్వాసాలకు దూరంకాలేక పోతున్నారు. ఇవి తరతరాల నుండి వేళ్ళు పాదుకొని చివరకు నరుడినెత్తికెక్కి నాట్యమాడుతున్నాయి. నిశితమైన దృష్టితో చూచినపుడు సూర్యోదయానికి చీకట్లు తొలగిపోవునట్లు గుడ్డి నమ్మకాలన్నీ తొలగిపోతాయి.

"త్రోసి వేయ దొసగు తొంటి యాచారముల్
కొత్తపుంత మేలు కూర్చు నపుడు
తాత దిన్న బొచ్చెతరతరాలుంతుమా
విశ్వహిత చరిత్ర వినర మిత్ర" – అని ఉపమానపూర్వకంగా తెల్పుచున్నారు.

ఆస్తికత – నాస్తికత' అనే శీర్షికలో వీరు ఆస్తిక్యాన్ని, నాస్తిక్యాన్ని నిర్వచించి వాటికంటె మంచినడతే సమాజానికి ముఖ్యమని అభ్యుదయ దృక్పథాన్ని వ్యక్త పరిచారు.

"మిత్ర సాహస్రి" గ్రంథం ప్రాచీన నవీన విజ్ఞానం అనదగింది. వివిధ విషయాల పట్ల స్పష్టమైన వీరి అవగాహన, లౌకిక అలౌకిక విషయాల పట్ల వీరి సమన్వయ దృక్పథం ప్రశంసార్హం. సంఘంలోని పెక్కురుగ్మతల్ని వేలెత్తి చూపుతూ వాటికి సరైన పరిష్కారాల్ని కూడ తెల్పడంలో కవిగా వీరు కృతకృత్యులయ్యారని చెప్పవచ్చు. సమాజం యొక్క మనుగడకు కవి కూడ బాధ్యుడే. ఈ దృష్టితో చూస్తే వీరు తమ బాధ్యతను చక్కగా నిర్వర్తించారని చెప్పవచ్చు ఎన్నో విషయాల్ని వీరు ఇందులో ప్రస్తావించుటతో ఈ గ్రంథం ఒక విజ్ఞాన శాస్త్రంగా ఒక నీతి శాస్త్రంగా కూడ ఒప్పుతోంది.

నవలలు :

1. కళారాధన :

కళలకు కాణాచి భారత దేశం. సంగీతం, సాహిత్యం, శిల్పం చిత్రలేఖనం, మొదలైన కళలన్నీ ఆధ్యాత్మిక స్పర్శతో పరమార్థ సోపానంగా విలసిల్లాయి. కళాసాధనని ఒక తపస్సుగా భావించేవారు. అలాంటి శిల్ప కళాతపస్వి అయిన జక్కణాచార్యుని శిల్ప కళా తపోమయ జీవితగాథే ఈ "కళారాధన నవల" కళనే ఆరాధ్యదైవంగా భావించి కళాసిద్ధిలోనే జీవిత సాఫల్యాన్ని చూసుకొన్న ఒక కళా తపస్వి గాథ ఇది.

కథాసారం :

క్రీ॥శ॥ 12వ శతాబ్ది కాలంలో కన్నడ దేశీయ హోయసల సామ్రాజ్యాన్ని వీర భల్లాళుడు పాలించేవాడు. ఇతడు జైనమతావలంబి. ఇతనికి శాంతలాదేవి, సహజాదేవి, లకుమాదేవి అనే ముగ్గురు భార్యలుండేవారు. లకుమాదేవికి కీర్తిమతి అని నామాంతరం కలదు. శాంతలాదేవి వైదిక మతావలంబి. లకుమాదేవి భర్త ప్రేమ కోసం జైనమతాన్ని అవలంబించింది. కీర్తిమతిగా మారింది. సహజాదేవి శక్తిని ఆరాధించేది. ఇలాంటి భిన్న మతాల్ని అవలంబించేవారైనా ఆ దంపతుల అన్యోన్యతలో ఎట్టి భంగమూరాకుండా వాళ్లు మత సామరస్యాన్ని కలిగి ఆదర్శప్రాయులుగా ఉండేవారు. వీరభల్లాళుడు తన జైనమత ప్రచారానికై అనేక జైన శిల్పాల్ని వెయ్యించాడు.

ఆ కాలంలో "హాసన్" నగరంలో ఒక శిల్ప కళా గురుకులముండేది. దాన్ని జక్కణాచార్యులు నిర్వహించేవారు. ఆయన తండ్రి నాగలింగస్థపతి జక్కణాచార్యులు వేద విద్యలలో, శిల్పకళలో, చిత్రకళలో వాస్తు విద్యలో, ఆలయ నిర్మాణంలో, నగరనిర్మాణంలోను ఆరితేరిన వాడు. పితృభక్తిలో శ్రీరాముడంతటోడు.

నీర భల్లాళుడు ఈ శిల్ప గురుకులంలోని జక్కణాచార్యుని ఆస్థాన శిల్పా చార్యునిగా వరించి అతని ఆధ్వర్యంలో అనేక శిల్పాల్ని చేయించాలను కుంటాడు ధర్మపత్ని సహజాదేవి

కోరిక మేరకు హాసన్ నగరానికి దగ్గర్లో గల దొడ్డగడ్డపల్లిలో లక్ష్మీదేవాలయాన్ని నిర్మింపజేసాడు. ఇందులోనే శైవవైష్ణవ మతాలకు చెందిన గాథల్ని చెక్కించి రాజుతన హరి హరాభేద దృష్టిని చాటుకున్నాడు. శ్రావణ బెళగుళ లోను చంద్రగిరిపైన అనేక శిల్పాల్ని చెక్కించాడు. ఈ విధంగా జక్కణా చార్యుని ఆధ్వర్యంలో అనేక జైన వైష్ణవ మహాశిల్పాలెన్నిటినో వెలయించాడు.

శిల్పులు ప్రతి సంవత్సరం చైత్రపూర్ణిమి నాడు విశ్వకర్మ జయంతి నిర్వహిస్తారు. ఒకనాడు జక్కణ, భార్య సౌపర్ణీ దేవితో తండ్రి అయిన నాగలింగ స్థపతికి సాష్టాంగ ప్రణామం చేయగా ఆయన సుపుత్రప్రాప్తిరస్తు అని జక్కణను దీవించాడు. ఈ దీవెన సఫలమై త్వరలోనే ఆమె గర్భవతి అయింది. ఇలా ఉండగా హోయసలరాజ్యం పైకి చోళ, పాండ్యరాజులు దండయాత్ర చేయబూనారు. జక్కణ సలహాపై చోళులతో యుద్ధానికి గాంగరాజు సన్నద్ధ మయ్యాడు. ఈ విధంగా జక్కణ రాచకార్యాలలో నిమగ్నుడై ఉన్నాడు.

సౌపర్ణీ దేవి ఒకానొక సుప్రభాత వేళ ఒకమగ శిశువుకి జన్మనిచ్చింది. శిశువు జాతకాన్ని రాయుటకు సిద్ధంగా ఉన్న జక్కణా చార్యుడు ముందుగా చెప్పిన ప్రకారంగా శిశువు పుట్టగానే దాది ఒక నిమ్మపండును దొర్లించెను. అది దుర్దైవ వశాన ఒక గుండ్రాతికి తగిలి మరల వెనక్కి వెళ్ళింది. దాది వెంటనే పండును ఆచార్యుని దగ్గరకు చేర్చింది. కాని పనితొందరలో ఈ విషయాన్ని ఆచార్యునికి చెప్పలేదు. నిమ్మపండు తన దగ్గరకు వచ్చిన సమయాన్ని శిశువు జన్మించిన కాలంగా గ్రహించి జక్కణ జాతక చక్రాన్ని లిఖించాడు. ఫలితం తెలిసిన వెంటనే జక్కణ మొగం వెల వెల పోయింది. జాతకం ప్రకారం శిశువు జారిణీ భవుడని తేలుతుంది. జక్కణుని హృదయంలో పెను తుఫానే రేగింది. సాధ్వియగు భార్యను శంకించ డానికి గాని, శాస్త్రాన్ని కాదనడానికి గాని మనసొప్పక ద్వైధీభావస్థితిలో పడిపోయాడు. బంధు శిష్యపరి జనులెవ్వరూ అతినిస్థితిని గమనించ లేదు. ఇంతలో అతనికి పూర్వం చోళ భూపాలుడు పంపిన ఆహ్వానం గుర్తుకొచ్చి అచటికి ఆనిశాంత వేళలో గృహాన్ని విడిచి వెడలిపోయాడు.

చోళ దేశం చేరిన జక్కణ చోళ భూపాలునిదర్శించి అచ్చట మత సామరస్యాన్ని నెలకొల్పాడు. ఈ విధంగా జక్కణ కొందరు శిల్పులతో కలిసి తాను విశ్వరూప స్థపతి నామంతో అనేక శైవవైష్ణవ దేవాలయాల్ని నిర్మిస్తున్నాడు జక్కణాచార్యుని జాడ తెలుసుకొనుటకై అతని కుమారుడు డక్కణా చార్యుడు చోళపాండ్య, కేరళ దక్షిణాంధ్ర దేశాలను తిరిగి చివరికి కర్ణాటకలో ప్రవేశించాడు. వేలాపురిలో గొప్ప దేవాలయనిర్మాణం జరుగుతుందని విని అక్కడకు వచ్చాడు. ఆ శిల్ప సౌందర్యానికి ముగ్ధుడయ్యాడు. చివరికి చన్నిగరాయమూర్తి విగ్రహాన్ని పరిశీలిస్తున్న సమయంలో అతనిముఖంలో ఒక వింత వికారంతోచింది. ఆ శిల్పం దోషదూషితమని అక్కడి శిల్పులతో చెప్పాడు. కాని పెద్దలు అతని మాటల్ని గైకొన లేదు సరికదా తప్పిదంగా భావించారు చివరికీ వాదం విశ్వరూపస్థపతికి చేరింది. బాలుడైన డక్కణతో ఈవిగ్రహాన్ని నేనే మలిచానని చెప్పాడు స్థపతి. అయినా డక్కణ తన వాదాన్ని మానలేదు. రాజదండనానికి కూడా వెరవలేదు అంతట

విశ్వరూపస్థపతి ఇందులో దోషముంటే వేనవేలు శిల్పాలను తీర్చిన నాదక్షిణ హస్తాన్ని ఖండించుకుంటానంటాడు. ఉభయుల వాదనలకు ప్రతిజ్ఞలకు శిల్పు లేకాదు అచటి వారంతా ఆశ్చర్యపోయారు. మహారాజు సకుటుంబ సమేతంగా విచ్చేసారు.

చన్నిగరాయమూర్తి విగ్రహానికి గంధపు పూత పూసారు. కొంత సేపటికి విగ్రహాన్నున్న గంధమంతా ఆరిపోయింది. కాని నాభి దగ్గర మాత్రం ఆరలేదు. అంతట దక్కణ ఉలిని సుత్తిని చేత బట్టి ఆ ప్రదేశం లోని పేడిని ఒలిచాడు. అంతట అక్కడ నుండి ఒక చిరుకప్ప బయటపడింది. ఆదృశ్యాన్ని చూచిన జనమంతా ఆశ్చర్య చకితులయ్యారు. విశ్వరూప స్థపతి ముఖంలో నెత్తురుచుక్క లేదు. ఇది గర్భిణీ శిల కావున మూల విరాట్టుకు వాడరాదని దక్కణ చెప్పాడు. జక్కణకు అప్పుడు స్ఫురణకు వచ్చింది. మునుపు సరస్వతీ పీఠాధిపతి చెప్పిన భవిష్యత్ఫలితం. ఆ బాలుడు తన కాప్తుడై ఉంటాడని తోచింది. బాలకా నీదే ఊరు? తల్లి దండ్రు లెవరు? అని విచారించి విధి విలాసానికిముగ్ధులయ్యారు. తనకుమారుడు తనంతటి వాడైనందుకు సంతసించి తన దక్షిణ హస్తాన్ని ఛేదింపబూనగా వారందరూ వారింపజూచినా తన సత్యప్రతిజ్ఞను నెరవేర్చాడు.

"కళారాధన" అనే పేరులోనే సత్యం ఇమిడి ఉంది. సామాన్య దృష్టికి శిల్ప కళను ఆరాధించుట అనే భావం కథను బట్టి కల్గినా కళ అనేది పరమాత్మకు ప్రతిరూపంగా స్వీకరించి ఆరాధించుట అనే భావం విశేష దృష్టికి గోచరిస్తుంది.

ఈ నవలలో నాగలింగస్థపతి శిల్పగురుకులాన్ని స్థాపించాడు. ఈ ఉన్నత భావంతోనే వీర రాఘవాచార్యులు కూడా శిల్ప కళా క్షేత్రాల్ని స్థాపింపజేసారు.

2. లేపాక్షి:

శ్రీమాన్ కొండూరు వారికలం నుండి జాలువారిన రెండవ చారిత్రక నవలా బిందువు "లేపాక్షి". ఇందులో శిల్ప కళావైభవంతో శోభిల్లు లేపాక్షిని ప్రధాన కేంద్రంగా చేసుకొని జీవించిన "విరుపణ్ణ" జీవిత చరిత్ర నవలగ మలచబడింది. ఇందులో కృష్ణరాయల అనంతరం విజయనగరాన్ని ఏలిన అచ్యుతరాయల, సదా శివరాయల కాలంనాటి చారిత్రక విషయాలు స్పృశింపబడ్డాయి. ఒక రకంగా ఇది 16వ శతాబ్ది ఉత్తరార్ధం నాటి విజయనగర సామ్రాజ్య సాంస్కృతిక చరిత్రగా చెప్పవచ్చు.

లేపాక్షినవల్లో విరుపణ్ణ, వీరభద్రప్ప, కృష్ణమ్మ, సదాశివరాయలు, రంజకం కుపాయమ్మ మొదలైన వారు చారిత్రక పురుషులు. అలాగే లేపాక్షి, కూర్మాద్రి, పాపనాశేశ్వర, రఘునాథ వీర భద్రాలయాలు అర్ధనిర్మితమైన కళ్యాణ మండపం, విరుపణ్ణకన్నులు ఊడదీసుకొని గుడి గోడకు కొట్టగా పడిన గుంటలు వాటి నెత్తుటి చారలు, ఇవన్నీ చరిత్రకు ప్రత్యక్షసాక్ష్యాలే. ఇటువంటి చారిత్రకాధారాలతో కొన్ని కల్పిత సంఘటనల్తో, పాత్రలతో రసవత్తరంగా సాగిన నవల లేపాక్షి, ఇందు పద్మినికల్పిత పాత్ర. అయినా లేపాక్షి లోని పద్మినీపాంచాలమూర్తుల శిల్పాలే వీరి ప్రణయ చరిత్రకు ఆలంబనలు.

ఈ పద్మినీ పాత్ర ద్వారానే కవి రాజనర్తకులస్థితి గతుల్ని తెలియ జెప్పడానికి పూనుకున్నారు. అంతే కాక దేవదాసీ వృత్తి పట్ల కవికి గల అవగాహన స్పష్టమవుతుంది. వేశ్యావృత్తి నివారింప దగిందని, దేవదాసీ వృత్తి ఒక పవిత్ర భావంతో కూడిందని కవి అభిప్రాయం. పద్మిని పాత్ర ద్వారా దేవదాసి వృత్తిని నిర్మూలించటమే ఈ రచనకు ముఖ్యోద్దేశం.

3. మోహనాంగి :

శ్రీ కొండూరు వీర రాఘవాచార్యులు గారి మూడోనవల మోహనాంగి. నాయిక పేరు మీదరచించిన నవల. ఆచార్యులు గారి ముచ్చటైన మూడవ చారిత్రక నవల. ఇందులోని కథ క్రీ॥శ॥. 1509 నుండి 1565 మధ్య కాలంలో జరిగిన విజయనగర సామ్రాజ్య సంబంధమైంది. మోహనాంగి కృష్ణదేవరాయల కుమార్తె. కృష్ణరాయలకు తిరుమలాంబ అనే కూతురుంది. ఈమెనే రాయలు ముద్దుగా మోహనాంగి అని పిలిచేవాడు. మోహనాంగి సంగీత సాహిత్యాల్ని అభ్యసించిన విదుషీమణి. ఈమెను రాయలు అళిమరామరాయుల కిచ్చి పెండ్లిచేసాడు.

ఈ నవలలో నాగిని పాత్రను సృష్టించి తద్వారా ఆనాటి సమాజంలో ఉన్న బసివి దురాచారాన్ని రూపుమాపడానికి కవి ప్రయత్నించారు. ఆరోజుల్లో శైవుల్లో తొలికాన్పు ఆడపిల్లను వివాహం లేకుండా 'బసివి' అనే పేరుతో స్వేచ్ఛా సంచారిగ వదిలేసేవారు. ఇప్పుడు బజారుల్లో బసవన్న పేరుతో ఆబోతులుంటున్నాయి. అలాంటిదే బసివి దురాచారం. ఈదురాచానాన్ని కవి రూపుమాపాలనుకున్నారు. అందుకే బసివిని నాగినిగా మార్చినాడు. ఈమె అంతఃపురంలో చేరి మోహనాంగికి ప్రియ సఖి అయింది. తన సౌహార్దముతో మోహనాంగికి బహిః ప్రాణమైంది. మోహనాంగికి నర్మసఖిగా ఉండడమే కాక పురుష వేషంలో యుద్ధనైపుణ్యాన్ని సంపాదించి అళియరామరాయలకు అంగరక్షకగాను కూడ వ్యవహరించేది. మోహనాంగి రామరాయల వివాహానికి సహకరించింది. కామాంధుడైన చిన తిరుమలరాజు చేతపడకుండా స్నేహితురాలైన మోహనాంగిని కాపాడింది. తనను అవమానించిన పురుషుని పాలిట రుద్రమదేవిగా మారి అతనిని మడియించి నాగిని అనే పేరును సార్థకం చేసుకుంది.

ఈ పాత్ర నవల్లో ఉత్తరార్థంలో నాగినిగా మారి బసివిదురాచారాన్ని రూపుమాపవలెననే దృఢ సంకల్పంతో మోహనాంగి సహకారంతో ఆ పనిని సాధింపగలిగింది. మోహనాంగి నవలచారిత్ర కంగా సంస్కరణాభిముఖంగా సాగిందని చెప్పవచ్చు.

జీవిత చరిత్రలు :

వీరు 1. శ్రీ నిరంజన విజయము, 2. సిద్ధయ్య చరిత్ర, 3. మనగురుదేవుడు, 4. ఆసియాజ్యోతులనే జీవిత చారిత్రక గ్రంథాల్ని రచించారు.

1. శ్రీనిరంజన విజయం :

ఇది ఐదు అధ్యాయాలు కలిగిన గద్యప్రబంధం, వడ్డెపాటి నిరంజన శాస్త్రి గారి జీవిత చరిత్ర. ఇందులో శాస్త్రిగారి వైదుష్యం, సంఘ సంస్కరణాభిలాష, సాహితీ కర్తృత్వాలు వివరించబడ్డాయి. దీన్ని 1938సం॥లో ప్రకటించారు. ఇందులో శాస్త్రి గారి వ్యవహార జ్ఞానం, వివిధశాస్త్ర కౌశలం, యజ్ఞ యాజకత్వం, ఉపాధ్యాయ వృత్తి, దేశసంచారం, భక్తి యోగం మొదలైన విషయాలు చర్చించబడ్డాయి.

మహానుభావుల జీవిత చరిత్రల్ని స్ఫూర్తి మంతంగా రచించడంలో వీర రాఘవాచార్యులు గారు కడునేర్పరని ఈ గ్రంథం ద్వారా చెప్పగలం. చరిత్ర రచయితకు ఉండవలసిన సత్య దృష్టి, నిష్పక్షపాతవైఖరులు ఇందులో స్పష్టంగా కన్పిస్తాయి. సంఘ సంస్కరణోద్యమంలో శ్రీ శాస్త్రి గారు ఎంచుకొన్న లక్ష్యాల్ని, వాటిని సాధించడానికి అనుసరించిన పద్ధతుల్ని రచయిత ఇందులో విస్తృతంగా వివరించారు. మహాత్ముల జీవిత చరిత్రను రచింపదలచిన వారికి ఇది చాలాముఖ్యం. ఏలక్ష్యాల్ని సాధించడం వలన వాళ్ళు మహాత్ములయ్యారో దానికోసం వారెలాంటి సాధనాల్ని చేపట్టారో వర్ణించడం ఇటు వంటి గ్రంథాల్లో చాలా ముఖ్య విషయం. ఇదే పఠితలకు స్ఫూర్తిని కలగజేస్తుంది. ఇలా కలిగించడమే ఇటువంటి గ్రంథ రచనకు పరమార్థం. ఆ పరమార్థం ఈ గ్రంథం సాధించిందని చెప్పొచ్చు.

2. సిద్ధయ్య చరిత్ర :

ఇది శ్రీ పోతులూరి వీర బ్రహ్మయోగీశ్వరుల శిష్యాగ్రేసరుడగు సిద్ధప్ప జీవిత చరిత్ర. ప్రాచీన కాలం నుండీ భారత దేశంలో ధర్మ ప్రబోధార్థం మహాయోగులు జన్మిస్తూనే ఉన్నారు. శ్రీ కృష్ణుడు గీతలో బోధించినట్లు ధర్మగ్లాని, అధర్మాభివృద్ధి జరిగిన సందర్భంలో శిష్టరక్షణ కొరకు మహాత్ములు అవతరిస్తుంటారు, ప్రజల్ని ప్రబుద్ధుల్ని చేస్తుంటారు ఇలాంటిది ఏసమాజం లోనైనా, ఏమతం లోనైనా జరగవచ్చు, ముఖ్యంగా హిందూ సమాజంలో ఇలాంటి విశ్వాసాలు అనేకం ఉన్నాయి. విష్ణువు దశావతారాలు ఇలాంటివే. కలియుగంలో బుద్ధుడు, శంకరాదులు ఇలాంటివారే. అలాగే యోగి వేమన, వీర బ్రహ్మేంద్ర స్వామి, సిద్ధప్ప, రామదాసు, కబీరు మొదలైనవారు ఈ పరంపరలోని వారే.

ఈ కావ్యం ఎనిమిది అధ్యాయాలలో రచింపబడింది. విజయనగర సామ్రాజ్యం విచ్ఛిన్నమై తెలుగుగడ్డ మహమ్మదీయుల వశమైన దుర్దినాలలో హైందవ సంస్కృతికి విఘాతం కలిగి దేశంలో ధర్మజ్యోతి కొడి గట్టిన కాలంలో క్రీ॥శ॥ 17శతాబ్దం లో వీర బ్రహ్మేంద్ర స్వాములవారు అవతరించి ప్రజల్లో ఉన్న మౌఢ్యాన్ని తొలగించి జ్ఞాన జ్యోతిని వెలిగించడానికి పూనుకున్నారు. ఆ శుభదినాలలో ఆంధ్ర దేశంలో కడప మండలంలో "ముదుమాల" అనే చిన్న పల్లెటూరిలో ఒక మహమ్మదీయ కుటుంబంలో ఆలంబీబీ పీరుసాహెబు పుణ్యదంపతులకు ఒక సిద్ధయోగి ప్రసాదం వలన సిద్ధప్ప జన్మించారు.

ఈ గ్రంథంలో వీర గురువు మతసామరస్యం, సామాజిక సమత్వాన్ని ఏ విధంగా సాధించాడో, దాన్ని సిద్ధప్ప ఎలా అనుసరించాడో కవి వివరించారు. దీని వలన సమాజానికి మతం వలన కలిగే ప్రయోజనం వివరింపబడింది. అందుచేత ఈ గ్రంథం దేశ కాలాలతో నిమిత్తం లేకుండా పఠనయోగ్యమైంది. గురుశిష్య సంబంధం ఇందులో చక్కగా నిరూపించబడింది. జీవిత చరిత్రను కూడ విజ్ఞాన గ్రంథంగా రచింపగలిగిన వీర రాఘవా చార్యులుగారిలోని ప్రతిభ తెలుస్తోంది.

3. మనగురుదేవుడు :

ఇది శ్రీ పోతులూరి వీర బ్రహ్మేంద్ర స్వాముల వారి సంక్షిప్త జీవితగాథ. అవతార పురుషునిగా, కారణ జన్మునిగా జనులు భావిస్తున్న శ్రీ వీర బ్రహ్మేంద్ర స్వామి గారి అవతరణానికి ఏర్పడిన పరిస్థితులు, అవతరించి వారు సాధించిన కార్యాల్ని, బోధించిన జ్ఞాన విశేషాలు, చూపించిన అద్భుతాలు, గడిపిన ఆదర్శవంతమైన జీవితం ఇందులో వివరింపబడ్డాయి.

4. ఆసియా జ్యోతులు :

ఆసియా జ్యోతులనే ఈ గ్రంథంలో ఆసియాఖండంలో జన్మించి మహోదాత్త చరితులైన బుద్ధుడు, క్రీస్తు, మహమ్మదు, గాంధి అనే వారి చరిత్ర రాయబడ్డాయి. కేవలం చరిత్రలు రాయడం మాత్రమే కాక, వారి జీవిత ఆదర్శాల్ని, ఆంతర్యాల్ని కవిగారు నిపుణంగా వర్ణించారు. ముఖ్యంగా గాంధీ మహాత్ముణ్ణి బుద్ధ క్రీస్తు, మహమ్మదుల సంగమంగా వర్ణించడంలో వీరు చూపించిన సమన్వయ దృక్పథం మెచ్చదగింది. ఈ గ్రంథం భావిభారత పౌరులు కాగల బాలల్ని ఉద్దేశించి రాయడం చేత సులభశైలిలో రచించారు.

ఈ గ్రంథం బాలల్ని ఉద్దేశించిరాయడంచేతనూ, మహాత్ముల జీవితగాధల్ని యథార్థంగా చెప్ప వలసి రావడం చేతను ఇందులో కవితాంశాలు తక్కువనే చెప్పాలి. అయినా అక్కడక్కడా కొన్ని చమత్కృతులు తళుక్కుమనడం సహజం.

ఇందులో మొదటిది బుద్ధ దేవుని చరిత్ర. శుద్ధోదనుని భార్య మాయా దేవి ప్రసవము కొరకై కపిలవస్తు నగరంనుండి పుట్టింటికి దేవదహంకి ప్రయాణమై పోగా మార్గమధ్యంలో లుంబినీ వనం సౌందర్యాన్ని తిలకిస్తున్న సందర్భంలో ప్రసవించింది. అతడే బుద్ధుడు. దయ అహింసలనే వ్రతంగా భావించిన మహనీయుడు. అట్టివాని జన్మను సూచించడానికి కవి మాయాదేవి చూలాలిగా ఉండి లుంబినీ వనంలో ఒక కోమలమైన తలిరును పుణక బోయి చెట్టునుండి చిగురును వేరుచేయడానికి మనస్సు అంగీకరింపక ఊరకుండెను. ఈ దయాగుణమే బుద్ధునిలో ప్రవేశించింది. అనగా ఆమెలోని దయాగుణం, అహింసా తత్వం బుద్ధుని జన్మకు పూర్వమే వ్యక్తం చేయడిందన వచ్చు. బుద్ధుని జన్మకు పూర్వమే ఇట్టి సంఘటనని కల్పించుటలోనే కవి ప్రతిభ వ్యక్త మౌతుంది. ఈ కల్పన కడు ఔచితీ రుచిరంగా ఉంది.

తరువాత ఏసుక్రీస్తు చరిత్ర అభివర్ణితం. కారుణ్యానికి, సహనానికి ఇతడు ఉనికి పట్టు. తనను బాధించిన వారిని సైతం క్షమించమని దైవాన్ని ప్రార్థించిన అజాతశత్రువు. ఇలాంటి మహోదారమూర్తి ప్రచారం చేసిన బోధనే క్రీస్తు మతము. హైందవమతరహస్యాల్ని ఎరిగిన మన ఆచార్యులుగారు క్రీస్తు చరిత్రను రచించటంలో మంచి నేర్పునే చూపించారు. కీస్తు బోధనల్లో పెక్కింటికి హైందవమత విషయాలలో సామ్యం గోచరిస్తుంది. అందులో వింతకూడ లేదు. తత్వం అనేది ఒక్కటే కాబట్టి బుద్ధుడు, ఏసుక్రీస్తు, మహమ్మదు ఎవరైనా నామభేదమే కాని వస్తుతః వారి బోధనల్లో భేదం ఉండదు.

మహమ్మదు ప్రవక్త :

మూడవది మహమ్మదు ప్రవక్త చరిత్ర. ఏదేశంలోనైనా ఒకేమతం ఒకే సంస్కృతి, ఒకే సంప్రదాయం ఎల్ల కాలం మనదు. కాలగతిలో మానవుల ప్రవృత్తులు, నియమశృంఖలాల్ని త్రెంచుకొని కొత్త తోవలు తొక్కడం సహజం. ఒక సంస్కృతి లేక ఒకమతం నశించి తిరిగి మరొక సంస్కృతి, మతం స్థిరరూపాన్ని పొందు వరకు ఆదేశం, జాతి సంక్షోభంలో కొట్టుమిట్టాడుతుంది. అలాంటి సమయంలోనే తిరిగి ధర్మస్థితిని నెలకొల్పడానికి ఒక మహాత్ముని జననం అవసరం. అలా ఉద్భవించిన వాడే మహమ్మదు ప్రవక్త.

మహాత్మాగాంధి :

అతి ప్రాచీన కాలంనాటి వారైన బుద్ధుడు, క్రీస్తు, మహమ్మదుల చరిత్రల్ని చిత్రించడంవేరు. సమకాలీన సమాజంలో జీవించి మహాత్ముడుగా పేరుగాంచిన గాంధీ చరిత్రను చిత్రించడంవేరు. గాంధీ జీవితాన్ని అవగాహన చేసికొని అతనిలో బుద్ధాదిమూర్తి త్రయాన్ని సమన్వయం చేసి గాంధీని మహాత్ముడుగా చిత్రించుట విశేషం. బుద్ధుడు కర్మత్యాగం చేసి అహింసావ్రతాన్ని పూని జనానికి ఉపదేశిస్తే క్రీస్తు కర్మాచరణాన్ని చూపికష్టాల్ని ఆహ్వానించి మానవులకు శ్రేయోమార్గాన్ని చూపాడు. మహమ్మదు నిరాడంబర జీవితాన్ని గడుపుతూనే తనకు తెలిసిన సత్యాన్ని ప్రచారం చేసి రాజ్యాధికారాన్నే స్వీకరించాడు. ఈ ముగ్గురు సత్యాన్ని ప్రచారం చేయడానికొకే లక్ష్యాన్ని చేపట్టినా మార్గాలు వేరుగా ఉన్నాయి. ఈ ముగ్గురిని సమన్వయపరచి ఆ ధోరణి గాంధీ మహాత్మునిలో ఉందని కవిగారి అభిప్రాయం.

ప్రదర్శన సాహిత్యం :

"దృశ్యతే అనేన ఇతిదర్శనమ్" అనే వ్యుత్పత్తి వలన చూడడానికి ఉపకరించే సాధనం దర్శనం అని వ్యవహరిస్తున్నారు. అతిప్రాచీన కాలం నుండి మన దేశంలో జగత్ తత్వాన్ని తెలుసుకోవాలనే ప్రయత్నాలు జరుగుతూనే ఉన్నాయి. కొందరు మహర్షులు వారి తపోనిష్ఠలో దివ్యజ్ఞానంతో ఈ తత్వాన్ని తెలుసుకున్నారు. లోకాసు గ్రహ కాంక్షతో ఈ తత్వాన్ని తెలుసురునే

సాధనాల్నివారు శిష్యులకు అందించారు. అలాంటి సాధనాలే దర్శనాలనే పేరుతో ప్రసిద్ధిపొందాయి.

ఈ దర్శనాలన్నీ సంస్కృతంలో వ్రాసారు ఇలాంటి వాటిని తెలుసుకోవడమే కష్టం. ఆచరించే అవకాశం మృగ్యం. ఈ పరిస్థితుల్లో తెలుగువారికి తేట తెల్లంగా భారతీయ సంస్కృతికి మూలం కందమైన పురుషార్థ సాధన మైన వేదాంత విద్యను తెలుగులో చెప్పడానికి ఆచార్యులుగారు పూనుకున్నారు. అందుకొరకు వీరు 1. ఆత్మదర్శనము, 2. శిల్పదర్శనము, 3. యోగదర్శనము, 4. తత్త్వసాధన, 5. ఋగ్వేద దిగ్దర్శనము అనే గ్రంథాలను రచించారు.

విమర్శవ్యాసాలు :

చరాచరాత్మకమగు జగద్ధితాన్నే వ్రతంగా భావించి ఆచార్యులవారు సాహిత్యం సృష్టించడమే గాక విమర్శించుటలో కూడ అందెవేసిన చెయ్యేనని చెప్పవచ్చు.

ఆంధ్ర వాఙ్మయంలో సృజనాత్మక సాహిత్యం వచ్చినంత పరిమాణంలో విమర్శనాత్మక సాహిత్యం రాలేదనే చెప్పవచ్చు. భవిష్య ద్దర్శనంగల కవి సమాజానికి ఏవిధంగా మార్గదర్శకుడో కవికికూడ విమర్శకుడు మార్గదర్శకుడు కావాలి. కవి సమాజానికంటె ఒక అడుగుముందుండాలి. అట్లే విమర్శకుడుకవికంటే ఒక అడుగు ముందుండాలి. కాని ఆంధ్రసాహిత్యంలో విమర్శకుడు కవి వెనుకాలే పోతున్నాడు విమర్శను సమీక్షాత్మకవిమర్శ, పరిశోధనాత్మక విమర్శ, సృజనాత్మక విమర్శ అనే విధంగా పేర్కొనవచ్చు. ఆచార్యుల వారి విమర్శవ్యాసాలు కూడ ఎక్కువగా సమీక్షాత్మకాలనే చెప్పవచ్చు.

మూడు కావ్యాలు :

ఆచార్యులు గారి విమర్శన సాహిత్యంలో ముందుగా పేర్కొనదగింది మూడుకావ్యాలు అనే గ్రంథం. రామాయణ, భారత, భాగవతాలపై సమీక్షా గ్రంథంగా ఇది వెలువడింది. అందుకోసం ఆచార్యులుగారు సంస్కృతాంధ్ర గ్రంథాలను రెండింటిని సమీక్షించటం జరిగింది. రామాయణాన్ని గూర్చిన సమీక్షలో ఆంధ్రంలో భాస్కరరామాయణం, మొల్ల రామాయణం, కృతుల్ని విమర్శించటం జరిగింది. ఈ సమీక్షా గ్రంథాన్ని రచించడంలో ఆచార్యుల వారి లక్ష్యం భారత జాతీయతా వికాసాన్ని పాఠకులకు తెలియ పర్చడమే. కాబట్టి కేవల కవితా సమీక్షగా కాకుండా భారతీయ సంస్కృతిని దృష్టిలో పెట్టుకొని ఈ కావ్య సమీక్ష చేసారు. దానికనుగుణంగానే కావ్యప్రయోజనాన్ని వివరిస్తూ రామాయణాది కావ్యాలపట్ల దానిని సమన్వయించడం జరిగింది.

శ్రీ వీరరాఘవ వ్యాసావళి (సాహిత్య ఖండం) :

ఇది వీర రాఘవాచార్యుల విమర్శన కృషిఫలముల సమీకరణ గ్రంథం. ఇందులో వివిధ విషయాలకు చెందిన 23 వ్యాసాలు సంకలితాలు. ఇవి సుమారు 1940 నుండి 1978 వరకు

గల మధ్య కాలంలో ఆచార్యులుగారి అమృత హస్తాలనుండి జాలువారాయి. ఇందులో ఎనిమిదివ్యాసాలు కావ్యతత్వాన్ని, స్వరూపాన్ని వివరించేవి. మిగిలినవి కొన్ని గ్రంథాల సమీక్షాత్మక వ్యాసాలు. కొన్ని చారిత్రాత్మక వ్యాసాలు.

ఇందులో కావ్యోత్పత్తి హేతువైన ప్రతిభను గూర్చి ఆనంద వర్ధనాది ఆలంకారికుల మతం సమీక్షించబడింది. ఈ సందర్భంగా సంస్కృతాంధ్ర కవుల కావ్యాలు కూడ స్పృశింపబడ్డాయి.

వీరరాఘవవ్యాసావళి (శిల్ప - తాత్విక ఖండం) :

ఆచార్యుల వారి కళా హృదయానికి శిల్ప శాస్త్ర ప్రావీణ్యానికి, నిశిత పరిశీలనా దృష్టికిని దర్శనాలనదగిన ఎనిమిద కళాక్షేత్రాలకు సంబంధించిన వ్యాసాలునాల్గు, నాలుగు తత్వవిషయిక వ్యాసాలు యితరాలు కలిపి మొత్తం 20 వ్యాసాలు ఉన్నాయి ఇందులో అవి 1. అమరావతి, 2.శ్రీకాళహస్తి క్షేత్రం, 3. తాడిపత్రి దేవాలయం, 4. పెనుగొండ శిల్పనైపుణ్యం, 5. లేపాక్షి శిల్ప లాస్యం, 6. అహోబలక్షేత్ర శిల్ప విశేషాలు, 7. మహానంది, 8. అన్నవరం క్షేత్రాలపై వ్యాసాలున్నాయి. ఇట్లే శిల్ప కళకు ఆంధ్రులసేవ, వేదవాఙ్మయంలో శిల్ప ప్రశంస, మన శిల్పా చార్యుల శాస్త్రతపోనిష్ఠ, నేటి శిల్పాలలో కళాధర్మలోపం, అందుకు కారణాలు, గార్గేయాగమం, కాశ్యపశిల్పం, శిల్పగంధ సంపాదన, మొదలైన వ్యాసాలతో కూడింది శిల్ప ఖండం.

శిల్ప కళా క్షేత్రాలు :

"శిల్ప సాహిత్యములు నాకు జీవగఱ్ఱలు" అన్న అచార్యులుగారు సాహిత్యంలో ఎంత కృషి చేసారో అంతకు రెండురెట్లు శిల్ప కళా విషయకంగా కృషి చేసారనేది సత్య దూరంకాదు శిల్ప కళాసక్తి లేని వీరి గ్రంథం లేదంటే అతిశయోక్తి కాదు. శిల్ప కళపట్ల వీరికి ఉన్నటువంటి అభిమానాన్ని, అభినివేశాన్ని నిరూపించే వ్యాససంపుటే "శిల్ప కళాక్షేత్రాలు" ఇది రెండు భాగాలుగా ప్రకటితమయింది. ఇందులో ప్రాచీన కాలం నుండి ఆధునికయుగం వరకు ఆంధ్ర దేశంలో శిల్పకళ వర్ధిల్లిన తీరు తెన్నుల్ని, శిల్పకళకు ఆంధ్రులు చేసిన సేవల్ని, ఆంధ్ర శిల్పం ప్రాశస్త్యాన్ని, సవిమర్శకంగా నిశిత దృష్టితో పరిశీలించి వ్యాసాలురాసారు.

వ్యక్తిత్వం :

కవి జీవిస్తున్న బాహ్య సమాజం యొక్క ప్రభావం ప్రతిబింబం, అతని రచనలో ఉండడం ఎంత సహజమో అలాగే కవి ఆంతర వ్యక్తిత్వం కూడ అతని రచనలో ప్రతిబింబించటం కూడ అంతే సహజం. కథావస్తువు ఒక్కటే అయినా కవి ఆత్మీయ తాముద్రచేత ఆకావ్యాలు భిన్నరీతులుగా ప్రకాశిస్తాయి. కవియొక్క ఆత్మీయతాముద్ర అనేది అతని ఆంతరవ్యక్తిత్వానికి సంబంధించిన విషయాలని బట్టి ఉంటుంది. నన్నయ, తిక్కనాద మహాకవుల కావ్యాలలో పరోక్షంగా కవి వ్యక్తిత్వానికి సంబంధించిన విషయాలెన్నో ఉన్నాయి. శ్రీనాథ పోతనల్లోని వ్యక్తిత్వ భేదం వారి

కావ్యాలలో స్ఫుటంగా ప్రకాశించింది. కవిరసికుడైతే కావ్యం రసవంతంగా ఉంటుంది. కవి విరక్తుడైతే కావ్యం రసరహితమై శాస్త్ర మాత్ర పర్యవసాయిగ, కేవల తత్వార్థావిష్కరణానికే పరిమితమవుతుంది.

వీర రాఘవాచార్యులు గారిది విశిష్ట వ్యక్తిత్వం. ప్రాచీన పద్ధతిలో కావ్యాలను రాస్తూనే నవీన భావాల్ని వ్యక్తపరిచే స్వభావం వీరిది. సాహిత్యమంటే ఎంత అభిమానమో శిల్ప మన్నా అంతే మక్కువ కలవారు. హేతువాద ధోరణితో ప్రాచీన గ్రంథాల్ని విమర్శిస్తూనే వేదాంతంలో పరిణత ప్రవేశం కలవారు. దార్శనిక దృక్పథంతో పాటు చారిత్రక దృష్టి కూడకలిగినవారు వీరు. ప్రాచీనం, నవీనం, అనే భేదాలు లేకుండా మంచిది ఏదైనా గ్రహింపగలిగే గుణ గ్రహణ పారీణులు. ఇలాంటి విశిష్ట వ్యక్తిత్వం కలిగి కళాప్రపూర్ణులగుటతో వీరి కృతులలో అనేక విజ్ఞాన విషయాలతో పాటుగా మానవానుభూతులకు సంబంధించిన పెక్కు విషయాలు ప్రతిబింబించాయి.

వీరు కూడ నన్నయ గారివలె జగద్ధితాన్ని లక్ష్యంగా ఎంచుకున్నారు. దాని సాధనకు శిల్ప సాహిత్యాల్ని ఎంచుకున్నారు. పరిధులను ఉపనిషద్వనాలుగా పేర్కొన్నారు. జీవితాన్ని ఒకనాటకంగా భావించి తమ తత్వజ్ఞతను ప్రకటించు కొన్నారు.

పరిశీలించి చూస్తే వీరి మనస్సు యొక్క క్రమపరిణతి వీరి గ్రంథరచనలో కూడ గోచరిస్తుంది. తొలినాటి యవ్వన దశలో తోరణం, అమరావతి అనే కావ్యాలు రచించారు. నడివయసులో శిల్ప కళాక్షేత్రాలు సాహిత్య వ్యాసాలు రాసారు. ఉద్యోగ విరమణ చేసాక పరిణతిని పొందిన పూర్ణ స్థితిలో దర్శన గ్రంథ రచన సాగించారు. ఆచార్యులుగారి వ్యక్తిత్వం లోని గొప్ప దనాన్ని ఒకటి చూడగలం. అదేమిటంటే ప్రాచీన సంస్కృతిని గౌరవిస్తూనే నవీనాన్ని ఆహ్వానించడం వీరి విశిష్ట స్వభావం ప్రాచీనమని ఆదరించడం, నవీనమని తిరస్కరించడం కాక మంచిని గ్రహించడమే వీరి తత్వం. కాబట్టే వీరి కృతులు ఉపాదేయాలవుచున్నాయి.

బి.వి.నరసింహారావు

(1913-1994)

- తాతా రమేశ్ బాబు

కొతవరం కృష్ణాజిల్లా గుడివాడ తాలూకా గుడ్లవల్లేరు మండలంలో మేజర్ పంచాయితీ. ఒకే కుటుంబసభ్యుల్లా ఆ గ్రామ ప్రజలందరూ కలసి మెలసి జీవించిన బంగారుకాలం. వ్యవసాయం ముఖ్యవృత్తిగా రైతులు ఎప్పుడూ తమ పనుల్లో ఉండేవారు. తీరిక కుదిరినప్పుడు తాళ్ళుపేనుకుంటూ, గోనెసంచుల పట్టాలునేసుకుంటూ, పులి - మేక, దాడి, చెడుగుడు, కోలాటం లాంటి ఆటల్లో పాల్గొనేవారు.

పారిశ్రామికవేత్త, ఆంధ్రజ్యోతి వ్యవస్థాపకుడు కె.ఎల్.ఎన్.ప్రసాద్, విద్యుత్ ప్రపంచంలో విప్లవాత్మక మార్పులు తెచ్చిన నార్ల తాతారావు, పత్రికా సంపాదకుడు నార్ల వెంకటేశ్వరావు, పద్మభూషణ్ అవార్డ్ గ్రహీత శ్రీ కంటిపూడి పద్మనాభయ్య,ఐ.ఏ.ఎస్., వెండితెర వెలుగు కైకాల సత్యనారాయణ మొదలుగా ఎంతో మంది ప్రతిభావంతుల్ని అందించింది ఈ గ్రామం. స్వాతంత్ర్య సమరయోధులు, అభ్యుదయ భావాలు కలవారు, విద్యాభిమానులు, విజ్ఞాన సంపన్నులు, వైద్యులు, ఇంజనీర్లు ఎంతో మందికి పుట్టిల్లు కౌతవరం.

స్వాతంత్ర్యోద్యమంలో మహాత్మాగాంధీ, ఈ గ్రామం వచ్చినప్పుడు, స్త్రీలు నగలు, పురుషులు డబ్బూ మహాత్ముని చేతికందించి దేశభక్తిని చాటారు. గాంధీ పిలుపునందుకొని స్వాతంత్ర్య సమరంలో పాల్గొని ఎన్నోత్యాగాలు చేశారు. కానూరి చినవెంకట దాసయ్య, బొబ్బా వీరభద్రయ్య, తాళ్ళూరి శ్రీరాములు లాంటి వాళ్ళు లాఠీ దెబ్బలుతిన్నారు, జైళ్ళకు వెళ్ళారు. విదేశీ వస్త్ర బహిష్కరణను అమలు చేస్తూ ఖద్దరు ఉత్పత్తిచేశారు. ఆరోజుల్లో "కవుతరం ఖద్దరు" బాగా ప్రసిద్ధి, మంచి గిరాకీ ఉండేది. ప్రతి ఇంటా స్త్రీలు తీరిక సమయాల్లో రాట్నాలముందు కూర్చుని నూలు వడికేవారు.

కట్టమంచి రామలింగారెడ్డి గారి సోదరులైన కట్టమంచి కొళందరెడ్డి ఆ గ్రామంలో ఒక ధాన్యం ఫ్యాక్టరీ కట్టించారు. వీరు చిత్తూరు నుండి కౌతవరం వచ్చారు. వారి పిల్లలకు విద్యాబోధన చేయడానికి రాజమహేంద్రవరం నుండి కామరాజుగడ్డ హనుమంతరావును తీసుకువచ్చారు. సంఘ సంస్కర్త వీరేశలింగం అనుయాయి అయిన హనుమంతరావు వివాహం సుందరమ్మ అనే భర్తపోయిన ఉపాధ్యాయురాలితో జరిగింది. వీరేశలింగంగారు చేయించిన తొలి సంస్కరణ వివాహం ఇదే!

ఇలా బహుముఖ చైతన్యంతో వెల్లివిరిసిందీ కౌతవరం గ్రామం.

ఆరోజుల్లో మొదటి ప్రపంచ మహాయుద్ధ సమయంలో కౌతవరం గ్రామంలో పెద్ద సుబ్బయ్య, పెద్ద సుబ్బమ్మలకు జన్మించారు "బాల బంధు" బి.వి.నరసింహా రావు. వీరి పూర్తి పేరు బాడిగ వెంకట నరసింహారావు. వీరి తల్లిదండ్రులు చదువుకోలేదు. అందువల్ల "బాలబంధు" పుట్టిన తేదీని వ్రాసి పెట్టుకోలేకపోయారు. వీరికి తల్లిదండ్రులన్న అపారమైన ప్రేమ. "బాలబంధు" తన "మాన్యశ్రీలు" అనే కావ్యంలో తల్లిదండ్రుల గురించి ఇలా అంటారు.

అమ్మ నాన్నా అతి సామాన్యులు
ఆదరణ ప్రేమ నసామాన్యులు
చదువురాదు సంస్కార హృదయులు
ఎదలో భేదము నెరుగని సదయులు
కల్లా కపటం తెలియని దమ్మ
కష్టజీవి సజ్జనుడు మానాన్న
పెద్ద సుబ్బమ్మా పెద్ద సుబ్బయ్యా
పేరులు మా తల్లిదండ్రులవి
జన్మనిచ్చిరి జగతిని జూపిరి
నన్ను చూసి తామెంతో మురిసిరి

పదకొండు మంది సంతానంలో 9వ వాడుగా, మధ్యతరగతి వ్యవసాయ కుటుంబంలో జన్మించిన బాలబంధు, మొదటి ఏడు సంవత్సరాలు అల్లరి ఆకతాయితనంతో గడిపారు. తినడం, తిరగటం, ఆడుకోవటంతోనే రోజంతా గడిపేవారు. చదువన్నా, బడికి వెళ్ళడమన్నా ఇష్టముండేదికాదు. బడికెళ్ళమంటే భయపడేవారు. కొట్టినా, తిట్టినా బడికెళ్ళనని మొండికేసేవారు. పంతులుగారు చింత బరికెతో తంతారేమోనని, కోదండం వేయిస్తారేమోనని, కాళ్ళకి బొండ వేస్తారేమోనని భయపడి బడికెళ్ళనని మొరాయించేవారు.

బడికిపోను, బాబు నేను
బంధిఖాన నిజంగాను
బడి పేరంటేనే చాలు
బండబారు నా నరాలు - అని రాసుకున్నారు ఆ రోజులని జ్ఞాపకం చేసుకొని.

చుట్టుపక్కల పిల్లల్ని పోగేసి పొలాలగట్లు, కాలవగట్లు తిరుగుతూ ఈత పళ్ళు, నేరేడు పళ్ళు, సీమ చింతకాయలు కోసుకు తినడం - గోళీలు, గోడుంబిళ్ళ, బుర్రబంతీ ఆడుకోవటం - ఊరివారి ఇళ్ళముందు పల్లేరుకాయలు తెచ్చిచల్లడం. దీపావళికి దివిటీలు తిప్పడం, ఉయ్యాలలూగడం, గోరింటాకు పెట్టుకోవడం, తొలిఏకాదశికి బెల్లంకలిపిన పేలపిండి బొక్కడం లాంటి సరదాలతో గడిపేవారు. ఇంక తోటి పిల్లలతో కబుర్లు చెప్పడం, కల్పించిన కథలు చెప్పడంతో కాలం గడిపేవారు. ఇంటిదగ్గర ఉన్నప్పుడు బండబూతులు తిడుతూ అల్లరిచేసేవారు.

చెల్లెళ్ళనూ, అక్కలనూ జుట్టుపీకి ఏడ్పించేవారు. అల్లరని తెలుస్తున్నా అదుపులో పెట్టుకోలేక పోయేవారు. ఒకరోజున బాగా అల్లరి చేస్తుండగా వారి బావగారు చూడటం, బాగా కొట్టడం జరిగాక ఏమనుకున్నారో అల్లరికి చుక్కపెట్టేశారు. ఆనాటి అల్లరి చేష్టల గురించి ఒక గీతంలో ఇలా వ్రాసుకున్నారు.

చిన్నప్పుడు నన్నందరు చీదరించుకొనేవారు
అంతులేని అల్లరి నా ఆకతాయి తనం చూచి

అమ్మకు ఒక క్షణమైనా నెమ్మది లేకుండ జేసి
విసిగించి విసింగిచీ వేధించుక తిన్నాను.

అన్నమాట వినక ఊరు అన్ని వీధులూ తిరుగుతు
బడికిపోక, చదువుకోక బడుద్ధాయినైపోతిని

అక్కలనూ చెల్లెళ్ళనూ అందరినీ లోకువెంచి
జుట్టుపీకి, ఏడిపించి కొట్టడమొక సరదా

అద్దులేక పద్దులేక పెద్దలన్న భయంలేక
అనరానివి నోట బూతులాడడ మొక సరదా

ఆగడాలు పెచ్చుపెరగ ఆగ్రహించి బావగారు
చివరి కొక్క మారు వీపుచిట్లునట్లు మోదినారు

ఆ దెబ్బకు దయ్యమింక ఆగలేక పారిపోయె
ఆనాటితోనా అల్లరి అన్న మాటకూడ పోయే.

ఇలా అల్లరి బాల్యానికి చరమగీతం పాడుకొని, ఎవరూ చెప్పకుండానే పలకా బలపం పట్టుకొని బడికి వెళ్ళడంతో అందరూ సంతోషించారు. బాగు పడతాడన్న నమ్మకం కలిగింది. ఏడు సంవత్సరాల చీకటిజీవితానికి తెరపడింది.

విద్య-ఉద్యోగం

ప్రాథమిక విద్య కొతవరంలోనే సాగింది. వెంకట నరసయ్య పేరుతో 1913 ఆగస్టు 15వ తేది పుట్టిన తేదిగా పాఠశాలలో నమోదు చేశారు. అసలైన పుట్టిన రోజు ఎవరికీ తెలియదు.

ప్రాథమిక విద్యాభ్యాస కాలంలోనే వారిలోని సృజనాత్మక శక్తులు బయటకొచ్చాయి. వాటికి తగిన ప్రోత్సాహం కూడా ఇచ్చేవారు ఉపాధ్యాయులు. ఏదివిన్నా, ఏమి చదివినా మరచి పోవటం అనేది ఎరుగరు. "ఏక సంథాగ్రాహి" అని ఎంతో ఇష్టంగా ప్రేమించి ఆదరించేవారు. ఉపాధ్యాయులయెడ భయం భక్తీ ప్రదర్శించేవారు. అన్ని తరగతుల్లో ప్రథమస్థానం పొందేవారు.

దస్తూరి ముత్యాల్లా ఉండేది. శుచి, శుభ్రతలు, చక్కగా మాట్లాడటం బాగా అలవాటయ్యింది. తోటి విద్యార్థులు వీరిలా ఉండటానికి ప్రయత్నించేసేవారు.

చిత్రలేఖనం, సంగీతం, అభినయం వీరికి ఆజన్మసిద్ధంగా వచ్చాయి. తోటి పిల్లలతో కలసి ఆవూ-పులి, హరిశ్చంద్ర, ధృవ మొదలైన చిన్నచిన్న నాటకాలు వేసేవారు. మామూలు వేషధారణతోనే సంభాషణలు చెప్పుకునేవారు. వారిలోని ఆసక్తిని గమనించి ప్రధానోపాధ్యాయులు పరబ్రహ్మశాస్త్రిగారు వారిచేత గయోపాఖ్యానంలోని కృష్ణార్జునుల సంవాదం వేయించారు. ఇందులో అర్జునుడు పాత్రను బివి ధరించగా మరో మిత్రుడు కృష్ణుడు వేషాన్ని వేశారు. ఆ తరువాత 17 చరణాలున్న గజేంద్రమోక్షణ కథాగీతాన్ని ఆనందభైరవి రాగంలో అటతాళంలో నేర్చుకున్నారు. అలాగే కొన్ని సంస్కృత ఆటవిడుపు శ్లోకాలను కూడా నేర్చుకున్నారు. పరీక్షాధికారులు బడి తనిఖీకి వచ్చినప్పుడు వీరితో పాటలు, శ్లోకాలు చదివించి మెప్పుపొందేవారు ప్రధానోపాధ్యాయులు. వీరికి ఉపాధ్యాయులు ఇంటివద్ద ఉచితంగా ప్రైవేటుచెప్పేవారు. 4వ తరగతి నుండి ఇంగ్లీషు నేర్చుకుంటూ, 5వ తరగతి పూర్తి చేసేనాటికి తెలుగు అనర్గళంగా చదవటం, గుణితదోషాలు లేకుండా చదవటం, గణితం బాగా అబ్బాయి.

వీరిలోని చిత్రకళాభిరుచిని గమనించిన ఉపాధ్యాయులు ప్రోత్సహించేవారు. బడి గోడలపై సరస్వతి, శివాజి, మార్కండేయులు మొదలైన బొమ్మలు వేయించేవారు. చిత్రరచన పోటీలో మొదటి బహుమతి గెల్చుకొన్నారు.

ఒక గ్రామ పెద్ద కొత్తగా గ్రామఫోను తెచ్చారు. దాని మీద గుండ్రంగా ఉన్న ప్లేటును ఉంచి పాటలు వినిపించేవారు. మనుషులు ఆ గ్రామఫోనులో ఉండి పాడుతున్నారని జనమంతా భావించేవారు. ఆ పాటలలో రాచప్పపాడిన "మగడొచ్చి పిలిచేను" మరియు వనజాక్షి పాడిన "ఓరోరి బండివాడ" పాటలు వీరికి బాగా ఇష్టం. అలాగేపాడి వినిపిస్తోంటే అందరూ అభినందించేవారు. ఆపాటలను కొందరు అడిగిమరీ పాడించుకొని మిఠాయిలు కొనిపెట్టేవారు. కూచిపూడి, భాగవతుల యక్షగానాలు, దేవదాసి నృత్యం చూసిందేతడవుగా అభినయిస్తుంటే మెచ్చుకొనని వారు ఉండేవారుకాదు. పక్కనున్న గ్రామం గుడ్లవల్లేరులో ధనుర్మాసంలో జరిగే హరికథా కాలక్షేపాలు, కౌతవరంలో జరిగే పురాణ కాలక్షేపాలు ఆసక్తితో వినేవారు. ఆ స్ఫూర్తితో కవితాకల్పనలు అల్లేవారు. అలా చదువుతోబాటు వారిలోని సృజనాత్మక శక్తులూ ఎదిగాయి. 1925లో ఐదవ తరగతి పూర్తయ్యాక పై చదువుకు ఆస్కారంలేక ఎంతో బాధపడ్డారు. గ్రామ పెద్దల సహకారంతో సంగీతం, చిత్రలేఖనం, ఫిడేలు సాధన చేసేవారు. 1926లో బందరు ఆంధ్రజాతీయ కళాశాలలో చిత్రలేఖనం నేర్చుకొన్నారు. విశ్వనాథ సత్యనారాయణ గారి వద్ద తెలుగు నేర్చుకుని తిరిగి ఇంటికి చేరుకొన్నారు. కాకినాడ పి.ఆర్. కాలేజీలో ఎఫ్.ఎ. చదువుతున్న కౌతవరం గ్రామవాసి నార్ల వెంకటేశ్వరరావు గారి ద్వారా, కాకినాడలో ఉన్న ఆంధ్ర సేవా

సంఘం పిల్లలను చేర్చుకొని నాటకాల్లో వేషాలు వేయించి వాళ్ళకు చదువుకూడా చెప్పిస్తారని తెలిసికొని ఆంధ్ర సేవాసంఘంలో చేరటానికి ప్రయాణం సాగించారు. చదువుకోవాలనే కోరిక కాకినాడ ప్రయాణానికి శ్రీకారం చుట్టింది.

కాకినాడ ఆంధ్రసేవా సంఘంలో చేర్చుకునే ముందు పద్యం, పాట పాడించారు. అరభిరాగంలో ఒకవర్ణం, గజేంద్రమోక్షణ కథాగీతం పాడించారు. సంఘ ఆర్థిక పరిస్థితి అంత బాగాలేకపోయినా వారికున్న విద్యాభిలాషను గమనించి చేర్చుకొన్నారు. కాకినాడ మెక్లారిన్ హైస్కూలులో ప్రైవేటుగా పరీక్షకు కూర్చోపెట్టి 4వ ఫారంలో చేర్పించారు. సినీరంగంలో హాస్యనటులుగా వెలుగొందిన కస్తూరి శివరావు, రేలంగి వెంకట్రామయ్యలు వీరి సహపాఠకులు. వింజమూరి వెంకట లక్ష్మీనరసింహారావు పంతులుగారు తెలుగు పండితులు. నరసింహారావు పంతులు నటులూ, నాటకకర్తలూ అవ్వడం వల్ల తెలుగు బోధన కళాత్మకంగా ఉండేది. ఆ రోజుల్లో మినర్వా సంస్థ తీసిన "అనార్కలి" మూకీ సినిమాకథను నాటకంగా మలిచారు నరసింహారావు. అందులో అనార్కలి పాత్రకు బి.వి ని నిర్ణయించారు. ఆరునెలలపాటు నాటక శిక్షణా గురువు కిళాంబి కృష్ణమాచార్యుల వద్ద శిక్షణ తీసుకొన్నారు. అలా వింజమూరి వారి కుటుంబ అభిమాని అయ్యారు.

1930లో ప్రదర్శించిన 'అనార్కలి' నాటకంలో వీరి అభినయానికి వేనోళ్ళ ప్రశంసలందించారు. తొలిప్రదర్శనకే బంగారు పతకం కైవసం చేసికొన్నారు. గురువుగారి వద్ద 'తులాభారం'లో సత్యభామ, 'రుక్మాంగద'లో మోహిని, 'చింతామణి'లో చింతామణి పాత్రాభినయాన్ని క్షుణ్ణంగా అభ్యసించారు. అలా అభినయంలోనూ గానంలోనూ ప్రావీణ్యతను సంపాదించారు.

వింజమూరి వారి పరిచయభాగ్యం వల్ల గానం, అభినయం, భాషాభిమానం, కవితాభి నివేశం కలిగాయి. వింజమూరి వారి దగ్గరకు వచ్చిపోయే పండితులను చూచే అవకాశం దొరికింది. ఉమర్ ఆలీషాకవి, చలం, వేదుల, ఇంద్రకంటి, శ్రీశ్రీ, పాలగుమ్మి, అనంతపంతుల రామలింగస్వామి, వైతాళికులు సంకలనకర్త ముద్దు కృష్ణ మొదలైనవారిని చూడటం తటస్థించింది, దేవులపల్లి వెంకట కృష్ణశాస్త్రిగారి బావగారు వింజమూరి అవటం వల్ల, కృష్ణశాస్త్రి అభిమానం, ప్రభావం కూడా బి.వి. మీద చెరగని ముద్రవేశాయి.

ఆంధ్రసేవా సంఘంవారు ఎక్కువగా క్రమశిక్షణలో పెట్టడం వల్ల స్వేచ్ఛను కోరుకుంటూ సంఘం నుండి బయటకువచ్చారు బి.వి. ఇతర నాటక సంఘాలలో ప్రాతలు వేసి, నాట్య ప్రదర్శనలిచ్చి సంపాదించిన డబ్బును ఇంటికి కూడా పంపేవారు.

చదువు సజావుగానే సాగటం వల్ల యస్.యస్.యల్.సి పాసయి 1932లో పిఠాపురం రాజావారి కళాశాలలో చేరడానికి వెళ్ళారు. అచటి బాలబాలికల్లో క్రమశిక్షణ, నైతిక ప్రవర్తన

అలవడేవి. ఏ చిన్న సందర్భం వచ్చినా సాంస్కృతిక కార్యక్రమాలలో ఈ కళాశాల కళాకేంద్రంగా రూపుదిద్దుకొంది. వీరు అక్కడ చదివిన నాలుగు సంవత్సరాలు కళామయంగా గడిపారు. నాటకాలు, నాట్యాలు, సంగీతపు పోటీలు, వక్తృత్వపు పోటీలు ఒకటేమిటీ అన్నింట్లోనూ వీరిదే ప్రముఖపాత్ర. అందరూ వీరిని కళాశిల్పిగా, నాట్యశిల్పిగా ఎంతో ఆదరణ చూపేవారు. వీరి తరగతిలో బాలాంత్రపు నళినీకాంతరావు, కింది తరగతిలో వింజమూరి సోదరీమణులు, ప్రఖ్యాత వైణికుడు ఈమని వెంకటశాస్త్రి, బాలాంత్రపు రజనీకాంతరావు మొదలైన వారుండేవారు. బంకుపల్లి మల్లయ్యశాస్త్రి, విశ్వనాథ సత్యనారాయణ వంటి కవిపండితులు, కళాకారులు, గాయకులు, సంస్కర్తలు ఆ కళాశాలకు వచ్చి ఉపన్యసించేవారు. ఆ కళాశాల వాతావరణం వీరినెంతగానో ప్రోత్సహించింది. అలా 1937లో బి.ఎ పూర్తిచేశారు. రాజమండ్రి గవర్నమెంటు ట్రయినింగ్ కాలేజీలో బి.ఇ.డి, ని పూర్తిచేశారు.

వీరికి ఉద్యోగం చేయటం ఇష్టంగా ఉండేదికాదు. కళాకారుడిగా స్వేచ్ఛగా బ్రతకాలనుకున్నారు. కానీ వీరి గురుపాదులు జయంతి సత్యన్నారాయణమ్మగారు రాజమండ్రి గవర్నమెంటు ట్రైనింగు కాలేజికి ప్రిన్సిపాలుగా ఉండేవారు. అందు ఖాళీ అయిన సెంకడ్‌గ్రేడ్ పోస్టులో వేశారు. అలా రాజమండ్రిలో మూడున్నర సంవత్సరాలు అవిచ్ఛిన్నంగా సాగింది.

1941లో వీరికి వివాహమైంది, వీరిపెద్దక్క కుమార్తె ప్రభావతితో. ఇద్దరు కుమారులు ఒక కుమార్తె కలిగారు. 1943లో అనకాపల్లి రేంజి జూనియర్ ఇన్స్పెక్టరుగా ప్రమోషను వచ్చింది. ఒకసారి వీరికి పై నుండి తాఖీదు వచ్చింది, "నీవు హేతు దృష్టి పాటిస్తూ నాస్తిక భావాలు కలిగి ఉన్నట్లు తెలిసింది. దీనికి తగిన సమాధానం తక్షణం పంపించు" అని. సమాధానంగా, అది నా ఆంతరంగిక స్వేచ్ఛావిషయం. అందువల్ల నా ఉద్యోగ నిర్వహణకు ఎలాంటి అవరోధం ఏర్పడదని విన్నవిస్తున్నానని వ్రాశారు. వీరి ఉద్యోగ జీవితంలో వెలకట్టలేని శిశు మనస్తత్త్వ పరిశీలనానుభవాన్ని గడించారు. ఉపాధ్యాయులలో కొందరి చిత్తశుద్ధి, బోధనానుభవం, పల్లెవాతావరణం వీరినెంతో ఉత్తేజపరచింది. బాలరచయితగా రాణించడానికి బాటలు వేసింది. బాలబంధు కావటానికి కారణమైంది. విద్యావిచక్షణా జ్ఞానావకాశం గడించుకొని, దీన్నే తాను సంపాదించుకున్న విలువైన సంపదగా భావించారు. 14-8-68న గుడివాడ రేంజి డిప్యూటి ఇన్స్పెక్టరుగా పదవీ విరమణ చేసిన తరువాత తన జీవితానికి సంపూర్ణ స్వేచ్ఛాస్వాతంత్రం లభించినట్లు సంతోషపడ్డారు.

ఉద్యోగ విరమణానంతరం మూడు సంవత్సరాలు ప్రైవేటు పాఠశాలలో పనిచేసినా, 'చలం' చెప్పినట్లు వారి రక్తం ఒత్తిళ్ళు సహించక, ఎదురుతిరిగిన నేపథ్యంలో మర్యాదగా ఆ వుచ్చులు తప్పించుకుని ఇంటికి వచ్చారు. ఆ తరువాత మరణించేవరకూ, శిశు విద్యాలయాలు దర్శిస్తూ, అక్కడున్న పిల్లలకు పాటలూ ప్రవర్తనావళులూ తెలియచేస్తూ తీరికలేని హాయిలో కాలం గడిపారు.

భావ నాట్యం-భరతకళానిధి

"నాట్యం నా ఊపిరి. అది ప్రకృతి ప్రథమావస్థ, నాకు ఆజన్మ సిద్ధంగా ప్రాప్తించి, అక్షయమై నాలోనేటికి నిలచి ఉంది. ఏనాదం, ఏ వాద్యంవిన్నా, ఏ అందమైన దృశ్యం కన్నా నా తనూలతిక ఇట్టే చలిస్తుంది. ఊగితూగి ఒయ్యారాలు పోతుంది. ఆపుకోలేని ఆవేశం నాలో పెల్లుబుకుతుంది" అని చెప్పుకునేవారు బి.వి. నాటక రంగం వారి నాట్యకళకు ద్వారాలు తెరచింది. కాకినాడ ఆంధ్రసేవా సంఘంలో కిళాంబి కృష్ణమాచార్యులు అనార్కలిపాత్రను తీర్చిదిద్దటంతో ఆ పాత్రకు అవసరమైన నాట్యాన్ని ఒక తమిళుని చేత వీరికి నేర్పించారు. తొలి ప్రదర్శనతోనే వీరిని అనార్కలి నరసింహారావుగా పిలిచేవారు. ఆ తరువాత ఈ నాటకం పలుపట్టణాల్లో ప్రదర్శించారు. వీరి సరసన దేవులపల్లి పద్మనాభశాస్త్రి సలీంగానూ, వింజమూరి వెంకట లక్ష్మీ నరసింహారావు అక్బరుగా నటించారు.

1938లో రాజమండ్రి గవర్నమెంటు ట్రయినింగ్ కాలేజీ వార్షికోత్సవంలో కవి సమ్రాట్ విశ్వనాథ సత్యన్నారాయణ గారు రచించిన అనార్కలి ప్రదర్శించటం జరిగింది. ఆ నాటకంలో కృష్ణశాస్త్రిగారు రచించిన "రారమ్మ రారమ్మ మందారమా, రక్తకర వీరమా," "పోయినది రానిమ్మ పూవు" అనే రెండు గీతాలకు వీరి అభినయాన్ని తిలకించిన విశ్వనాథ సత్యనారాయణగారు ముగ్ధులై ప్రశంసించినారు. 1940లో మద్రాసు ఆంధ్ర సంఘంలో వీరి సరసన సలీంగా బందా కనకలింగేశ్వరావు గారు నటించారు.

అనార్కలి పాత్రనేకాక సత్యభామ, మోహిని, రాధ, చింతామణి, కమల, సినిమాగర్ల్, మొదలైన ఎన్నో స్త్రీ పాత్రలు ధరించి అనేక నాటకాలు ప్రదర్శించారు. స్థానం నరసింహారావు, బళ్ళారి రాఘవ, బందా, సి.ఎస్.ఆర్., నగరాజారావు, జొన్నవిత్తుల, అద్దంకి, కస్తూరి శివరావు, రేలంగి వెంకట్రామయ్య మొదలైన పెద్ద నటులతో కలసి నాటకాల్లో నటించారు.

ఒకసారి వీరి నాట్యాన్ని చూసిన నార్ల వెంకటేశ్వరరావు గారు నాట్యకళను చేపట్టి ప్రచారంచేస్తే రాణించగలవని తెలిపారు. అక్కడ నుండి నాటకాల్లో నటించడం మాని నాట్యకళను స్వీకరించి మూడు దశాబ్దాలు ఆంధ్రదేశంలో అసంఖ్యాక ప్రదర్శనలతో పండితపామరులను రంజింపచేసేవారు. ఒక సందర్భంలో వాయులీన విద్వాంసులు ద్వారం వెంకటస్వామి నాయుడు వీరితో ఇన్ని సంవత్సరాలు ఫిడేలు చేతబట్టి ఎన్నెన్నో కచేరీలు చేసినా నాకు లభించని పేరు ప్రఖ్యాతులు, మీ నాట్యప్రదర్శనకు తక్కువకాలంలో లభించాయి అని అభినందించారు.

అష్టపదులు, తరంగాలు, భావగీతాలు, ఎంకి పాటలు, బంగారి మామ పాటలు, జానపదులు మొదలైనవి కూర్చుకొని మూడుగంటలకు తక్కువలేకుండా నాట్యప్రదర్శనలిచ్చేవారు. జయదేవుని అష్టపదులు, నారాయణ తీర్థుల తరంగాలు, కృష్ణశాస్త్రి, వేదుల సత్యన్నారాయణ శాస్త్రి, తాపీ ధర్మారావు, బసవరాజు అప్పారావు, భ.రా.గో, శ్రీశ్రీగార్ల అభ్యుదయ భావగీతాలు,

నండూరి సుబ్బారావు యెంకిపాటలు, కవికొండల వెంకటరావు జానపదాలు, ప్రాచీన జానపదాలు వీరి నాట్యంలో ప్రదర్శనాంశాలుగా ఉండేవి. వీటన్నింటిని మార్గ, దేశీ, జానపద పద్ధతిలో అభినయించి తనదైన వినూత్న నాట్యపద్ధతిని తయారుచేసుకొని నూతన ప్రయోగంగా తీర్చిదిద్దుకున్నారు. కృష్ణశాస్త్రి గారి 'ఓహో వసంతా', 'దాసిగా నుండుటకైనా తగనా' ఇతర గీతాలు, పద్యాలు, నండూరి వారి ఎంకి పాటలు, కొనకళ్ళవారి బంగారిమామ పాటలు, శ్రీశ్రీ ఆనందం అర్ణవమైతే అనే పాటలు పాడుతూ నాట్యం చేస్తున్నప్పుడు వేదుల, తాపీవారి గీతాలు పాడి అభినయిస్తున్నప్పుడు ఆయా రచయితలు చూచి, విని ఆనందించారు. తమ పాటలు నాట్యానికి పనికివస్తాయని ఊహించి ఉండరు వారు.

జానపదాలకు నాట్యాన్నికూర్చడం వీరి ప్రత్యేకత. జానపద నాట్యాలు, శాస్త్ర సంప్రదాయంగా, కళా సంప్రదాయంగా నిరూపించారు. చులకనగా చూడబడిన జానపద సంప్రదాయానికి ఒకస్థాయి గౌరవం తీసుకువచ్చిన ఘనత వీరికే చెందుతుంది.

వీరి నాట్యం గురించి ముందుగా వివరించి ప్రదర్శించడం వల్ల ప్రేక్షకులు అమితానందాన్ని పొందేవారు. వీరి నాట్యవివరణ అందించిన వారిలో, కృష్ణశాస్త్రి, విశ్వనాథ, బాపిరాజు, కందుకూరి రామభద్రరావు, దివాకర్ల వెంకటావధాని, పిలకా గణపతిశాస్త్రి, ఇంద్రగంటి హనుమశ్ఛాస్త్రి, వేదుల, సంజీవదేవ్, కాళోజి, మరుపూరి కోదండరామిరెడ్డి లాంటి కళా దిగ్గజాలు ఉన్నారు.

వీరికి వాద్య సహకారమందించిన వాళ్ళలో హార్మోనియం పెండ్యాల నాగేశ్వరరావు, వాయులీనం-అన్నవరపు రామస్వామి, తబలా-చిట్టిబాబు, మృదంగం-వారణాసి సోదరుల లాంటి ఉద్దండులు ఉండేవారు. కొన్ని చోట్లఫ్లూటు, క్లారినెట్, కంజిర వంటి వాద్యాలు ఉండేవి.

గాన సభలు, దైవోత్సవాలు, ఆంధ్రవిశ్వకళా పరిషత్తు, నవ్యసాహిత్య పరిషత్తు, కృష్ణరాయ పరిషత్తు, ద్వితీయ ప్రపంచ మహాసంగ్రామ సమయాన యుద్ధనిధి సహాయార్థం, కలవారి ఇండ్లలో వివాహం, పిఠాపురం, రామ చంద్రాపురం, చల్లపల్లి, ముక్త్యాల, జయంతిపురం, బొబ్బిలి, వేగాయమ్మపేట సంస్థానాలలో వీరు నాట్యం చేసేవారు.

తూర్పుగోదావరి మండలం రాజమండ్రి సమీపాన గల కోరుకొండ ఒక వైష్ణవకేంద్రం, అక్కడ వైష్ణవ మహాసభ వైభవోపేతంగా జరిగింది. ఎక్కడెక్కడి నుండో వైష్ణవ పండితులు వచ్చారు. ఆ సభలో వీరి నాట్యప్రదర్శనకు ముగ్ధులై ఆత్మకూరి గోవిందాచార్యులు గారి నేతృత్వంలో వీరికి "భరత కళానిధి" అనే బిరుదు ప్రదానం చేశారు.

3-1-42న పాలకొల్లు దేవాలయంలో వీరి నాట్యాభినయ ప్రదర్శన చూసిన శ్రీ మదజ్జాడ ఆదిభట్ల నారాయణ దాసు ఆశువుగా

అల జనన్మోహినీ వేష - మమరదాల్చి
అమృతమున్బంచి యిడు నల్ల - నయ్యవలెను
జేర నటియించితివి విబు - ధాళి మెచ్చ
జిరము బ్రదుకుకు మీవో నర-శింహరావు

అంటూ చెప్పిన పద్యం ప్రేక్షకులను దిగ్భ్రమలో ముంచింది.

1936లో గుంటూరు నవ్యసాహిత్య పరిషత్ సదస్సులో వీరినాట్యం చూసిన గిడుగు రామమూర్తి పంతులుగారు ఈ కుర్రవాడు బాగానటించాడని అన్నారు. స్థానం నరసింహారావుగారు ముగ్ధులై, 'నీవంక తదేకదృష్టితో నేను చూశాను. నేనైచూశాను. సెహబాస్ అన్నారు. స్త్రీ పాత్రధారణ పురుషుడు చెయ్యటాన్ని వ్యతిరేకించిన చలం' వీరి ఎంకి పాత్రాభినయం చూచి తన భావాన్నిమార్చుకుని, "ఎంకిపాటలు రాయాలంటే సుబ్బారావు, ఎంకిమాటలు రాయాలంటే చలం, ఎంకి నాట్యంచేయాలంటే నరసింహారావు" అని పేర్కొంటూ, వీరంటే వల్లమాలిన అభిమానం చూపారు. రాళ్ళపల్లి అనంతకృష్ణశర్మ, వేలూరి శివరామశాస్త్రి, డి.వి.సుబ్బారావు, చిత్తూరు నాగయ్య, ముట్నూరి కృష్ణారావు, ఆచంట జానకిరాం మొదలైన వారి సమక్షంలో జరిగిన నాట్య ప్రదర్శనలు వారికి ఎంతో పేరుతెచ్చాయి.

విజయనగరం డాబా గార్డెన్స్‌లో జరిగిన నాట్య ప్రదర్శనలో తన గేయం "ఆనందం అర్ణవమైతే" పాడి అభినయిస్తారని తెలుసుకొని, శ్రీశ్రీ తన మిత్రులైన రావిశాస్త్రి, చాసోలను వెంటబెట్టుకు వెళ్ళి చూశారు.

మునిమాణిక్యం నరసింహారావు ఒకసారి బందరు టౌన్‌హాలులో బి.వి.గారి నాట్యం ఏర్పాటు చేశారు. అడివి బాపిరాజు వ్యాఖ్యాత. నాట్యం చూచిన విశ్వనాథ సత్యనారాయణ గారు 'ఇది భావనాట్యం' అన్నారు అప్పుడు బి.వి.' అవును 'భావకవిత్వం నాట్యం' అనగా ప్రేక్షకులలో ఉన్న జలసూత్రం రుక్మిణినాథశాస్త్రి గారు "అవును అవును" అని బిగ్గరగా అరిచారు.

కంభంమెట్టులో ఒక వివాహంలో కవిరాజు త్రిపురనేని రామస్వామి, వీరి జానపద నాట్యాన్నిచూసి కొనియాడుతూ, జయదేవుని అష్టపదుల్లోని శిథిలీకృత జఘన దుకూలం పీన పయోధర మర్దన అన్న పచ్చి శృంగారభావాన్ని, శ్రీశ్రీ "ఆనందం అర్ణవమైతే" గేయంలోని కళ్ళెంగొళ్ళెం అన్న అంత్యప్రాసల పసని దుయ్యబట్టారు. కాపు పాటలలోని పవిత్ర పరిమళాన్ని శ్లాఘించారు. మరొక నాట్య ప్రదర్శనలో శ్రీ పాద కృష్ణమూర్తి శాస్త్రి ఎంకి పాటల స్థాయి తక్కువని విమర్శించారు. శృంగార భావాలు సంస్కృతంలో వుంటే మోజుపడతారు గాని జానపదాల్లోని నిర్మల ప్రేమభావాన్ని అందుకోను సందేహిస్తారని, భాసనారికి ముఖ్యం, భావనైర్మల్యంకాదు అని బి.వి. అభిప్రాయ పడేవారు.

శిష్యులు :

వీరి శిష్యులు ధర్మరాజు, సినీనటి సావిత్రికి నాట్యశిక్షణ ఇచ్చారు. మరో శిష్యుడు మోహనరావు, ఆంధ్రజాలరి వై.సంపతకుమార్‌కు నాట్య శిక్షణ ఇచ్చారు. మహానటుడు అక్కినేని నాగేశ్వరరావుకు ఆడవేషాలు వేసేకాలంలో అభినయశిక్షణ ఇచ్చారు. అంతర్జాతీయఖ్యాతి పొందిన కోరాడ నరసింహారావు వీరికి ఏకలవ్య శిష్యుడు బుర్రా సుబ్రహ్మణ్యశాస్త్రి వీరి శిష్యుడు. అతడు బి.వి.పై వ్రాసిన గీతప్రశంస–

'బాలబంధు' బి.వి, భరత విశారదు
దుకమందు నిల్పి యనుగుగతిని
ప్రేమ నించి పెంచి ప్రియమారబోధించె
భరతశాస్త్ర మర్మ భావమెల్లక.

బి.వి. ఈ కళ నేర్చుకొంది, ఇతరులకు నేర్పిందీ, కవితా కల్పనా వైఖరిలోనే. నర్తకునికి ముందు కవి హృదయం ఉండాలి. లయ ఆయువుపట్టు అవ్వాలి. అందం చిందించటం అభిమాన విషయంగా పాటలో జీవించాలి. భావ వ్యక్తీకరణకు సుకుమారంగా అంగభంగిమలకు వంగాలి శరీరం. ఉచ్చారణ సరిగ్గా ఉండి, కళ్ళు, హస్తాలు వరప్రసాదాలుగా ఉండాలి. క్షణంలో చీర సింగారించుకోవడం వీరి సొత్తు. శిల్ప, చిత్రరూపాలూ నాట్యంలో నిలిపేవారు. శృంగార, కరుణ రసాలకు చక్కగా ప్రదర్శించే నేర్పుతో జానపద నృత్యానికి రూపురేఖలు దిద్ది, ఒక గౌరవస్థానం కల్పించిన ఘనత వీరిదే! ఆచార్య ఖండవల్లి లక్ష్మీరంజనం గారు సంకలనపరచిన "సంగ్రహ ఆంధ్రవిజ్ఞాన" సర్వస్వంలో వీరి వ్యాసం "జానపద నృత్యాలు" చేర్చబడింది. 1958 నుండి నాట్యప్రదర్శలు ఇవ్వడం ఆపివేశారు.

బాల సాహిత్యం - బాలబంధు

'బాలల భాషను మనం కొంతవరకూ అనుకరించగలం గాని బాలల భావాన్ని మాత్రం అందుకోలేమన్న' ఆంగ్ల బాలసాహిత్య సర్వస్వం సంకలన కర్త సర్.ఆర్థర్ మి చెప్పిన సత్యాన్ని శిరోధార్యంగా తీసుకుని బాల సాహిత్య వ్యవసాయం చేయటానికి పూనుకున్నారు బి.వి.

పిల్లలకు పాటలవి
కొల్లలుగ వ్రాస్తా
ప్రేమతో వారి కవి
పిలిచి వినిపిస్తా'నంటూ బాల కవితా వ్యవసాయానికి బీజం వేశారు.

పాఠశాలల పర్యవేక్షక అధికారత్వం వృత్తిగా బాలసాహిత్యం ప్రవృత్తిగా ఉత్సాహ పూరితమైన బాల రచనలను వెలయించారు. వీరి మొదటి గేయం 1948లో విశాలాంధ్ర పత్రికలో "యక్షప్రశ్నలు" మకుటంతో ప్రచురించబడి అనేకుల ప్రశంసలను చూరగొంది. అందులో చివరి ప్రశ్న చూడండి.

ఆకలందరి కుందు నెందుకు
అన్నమందరి కుండ దెందుకు?

ఈ రెండు పంక్తులూ పిల్లలతో పాటు పెద్దలలో కూడా ఆలోచన రేకెత్తించింది. చలం బిడ్డల శిక్షణ, ఠాగూర్ నెలవంక, రస్సెల్ బాల మనస్తత్వ పరిశీలనా గ్రంథాలు, వీరిపై ప్రభావం చూపాయి. ఆ ప్రభావంతో ఆయన చైతన్య బాలగీతాలు, ఆవూ - హరిశ్చంద్ర రచించారు. ఆవూ - హరిశ్చంద్ర గీతంలో పులి తనను ఆహారంగా రమ్మని ఆజ్ఞాపించినపుడు పిల్లలకు పాలిచ్చి వస్తానని చెప్పి, అన్నమాట ప్రకారం పాలిచ్చి వచ్చి పులికి ఆహారంగా బలయ్యేందుకు సిద్ధపడిన ఆవు కథలో తనిచ్చిన మాటకోసం భార్య బిడ్డలను బానిసలుగా చేసిన హరిశ్చంద్రుని కథ పోల్చి చెప్పి హరిశ్చంద్రుని కన్నా ఆవు గొప్పదనే నగ్నసత్యాన్ని పిల్లలతో చెప్పించడం బి.వి గారి రచనోద్దేశం.

ఎప్పుడో 'బాల' పత్రికలో పడిన బాలగీతం
అనగా అనగా కోతి
కోతికి ఉంది మూతి
మూతికి ఉంది ముక్కు
ముక్కు ముక్కు టిక్కు - డిడిడి డీ డిక్కు
చదివిన బి.వి. దీని ప్రభావంతో
'చింత చెట్టు తొర్రలో చిలక ఉన్నది

తాత బోడి బుర్ర మీద పిలక ఉన్నది' అనే గీతం వ్రాసి 1940లో మద్రాసు రేడియోలో పాడారు. ఇలాంటి గీతాలలో మంచి టెక్నిక్ ఉంటుంది. పిల్లల్ని ఈ పాటలతో నవ్వించొచ్చు, కవ్వించొచ్చు, ఆడించొచ్చు, అలరించవచ్చు.

విద్యా ప్రబోధాత్మకంగా, విజ్ఞానయుతంగా ఆనందకరంగా బాలరచనలు సాగాలని వీరి ఆకాంక్ష. చిన్న పిల్లలలో ఎన్ని సందేహాలుంటాయో పరిశీలనగా చూచేవారు. ఎప్పుడూ పిల్లలను గురించి ఆలోచిస్తూ, వారి అల్లరి, ఆనంద చర్యలను చూసి అర్థం చేసుకోవటానికి ప్రయత్నించేవారు.

హాయిగా తీయగా బతికే పిల్లలని ఇళ్లల్లో, బళ్ళలో, దేవుని గుళ్ళల్లో పనిగట్టుకు పాడుచేస్తున్నారని, ఇది చాలా దగా! దారుణం!!గా భావించే బి.వి.

కులం మాది బాల-కులం
కుళ్ళూ కుచ్చిత మెరగని
కల్లా కపటం తెలియని
కులం మాది బాల-కులం

మమతా మందార కులం

మల్లెల సౌగంధి కులం

ఎల్లలు లేనాక కులం

అనే గీతం రాశారు. పిల్లలకు కులప్రసక్తి కలలోనైనారాదు, మతభావం, దైవభావం వారిదరిచేరదని వీరి అభిప్రాయం. బాలుడు తండ్రికి కొన్నింటి పట్ల తండ్రిగా గోచరిస్తాడని "వర్డ్స్‌వర్త్" చెప్పినట్టు వీరి రచనలు కొన్ని పెద్దల సంప్రదాయ దృష్టికి, పిల్లల పెంపకానికి ఒక హెచ్చరికగా నిలుస్తాయి.

వీరి రచనలు బాలరసాలు, పాలబడిపాటలు, చిన్నారిలోకం, బాలలోకం, పూలబాట, ఆవూ హరిశ్చంద్ర, నా కథలు, ఉత్తరాల రత్తయ్య, దిరిసెనపూలు, ప్రియదర్శి, ఋతురాణి, అమ్మబడి, వెన్నెల బడి, మున్నీ గీతాలు, బాలసాహిత్యం, భీమసేనుడు, చైతన్య బాలగీతాలు, నేను ఏమవాలి?, బాలబంధు రైమ్సు.

భారత ప్రభుత్వంవారు 1958లో పాలబడి పాటలకు పారితోషికం ఇచ్చారు. అలాగే ఆంధ్ర ప్రభుత్వంవారు 'బాలబంధు' బిరుదు, గౌరవ పురస్కారంగా ప్రధానం చేసింది. మొదటి ప్రపంచ తెలుగు మహాసభలు హైదరాబాదులో జరిగినప్పుడు ప్రభుత్వం వారు వీరిచే బాలసాహిత్యం గురించి ఒక వివరణ వ్రాయించారు.

1956లో ఆంధ్రప్రభుత్వంవారు రాజమహేంద్రవరంలో బాల రచనా శిక్షణకు గిడుగు సీతాపతిగారి శిక్షణలో 40 రోజులు కార్యశాల నడిపారు. అందులో పాల్గొన్న బి.వి. బేసిక్ కళాశాలలో పెద్దలకు, పునః శిక్షణా తరగతుల్లో ఉపాధ్యాయులకు, ట్రయినింగు పాఠశాలలో విద్యార్థులకు బాలరచనా శిక్షణ అందించారు.

(1976) 'అమ్మబడి' బాలగేయ సంపుటిలో 'ముద్దు ముచ్చట' అనే గేయంలో ప్రాసలతో నడిపిన తీరు బాగుంటుంది. చూడండి.

"చైనా అనుదేశమెప్పు

డైనా విన్నావా?

క్వైనా అను మందు నెప్పు

డైన కొన్నావ?

పైనా పిలు పండునెప్పు

డైన తిన్నావ?

కారు నెక్కి రోజూ షి

కారు కెళ్ళినావ?"

'అద్దంలో బొమ్మ' గేయంలో

"అద్దంలో బొమ్మ చూడు
అమ్మా నాలాగే ఉంది
నా రూపే నా చూపే
నా నడకే నా నవ్వే"

అంటూ అమాయకంగా చెప్పి

"అద్దాలంటూ ఉంటేనేకద
అసలు మనిషి సంగతి తెలిసేది
మంచీ చెడులూ తెలిస్తేనే కద
మనిషి తనను తాదిద్దుకొనేది"

– అంటూ ముగించి పిల్లలకు పెద్దలకు సుద్దులు చెప్పిన తీరు ప్రశంసనీయం.

1958, పాలబడి పాటలు ప్రచురించిన సకల సాహితీ సంపాదకులు 'మా మాట'లో, "పిల్లలకు ప్రపంచం అన్నివైపుల నుంచి అర్థం కావాలి. ఇటు గట్టు మీద చెట్టు, చెట్టు మీద పిట్టకావాలి. అటు ఆకాశంలో ఏడు వన్నెల విల్లు, సముద్రంలోని రతనాలు కావాలి. తమను ప్రేమించి, మనసిచ్చి మాటలతో, ఆట పాటలతో పరిచయం చేసే మాతృ హృదయం వారికి కావాలి. ఆ పిల్లలకూ ఈ తల్లులకూ నడుమ మాటలూ మనసులూ కలిసే పుస్తకం ఇది. చదువు చెప్పడంలో, నేర్చు కోవడంలో మార్పూ చేర్పులు కోరుతున్న వారికి, పిల్లల మంచీ మన్నన ఆలోచించే సహృదయులందరికీ, ఈ పాటల పుస్తకం. శ్రీ బి.వి నరసింహారావుగారి, 'పాలబడి పాటల' ప్రయోజనం ఇదే మరి" అనటం జరిగింది.

ఈ పుస్తకంలో "మేము" శీర్షికలో

"తెలుగు పిల్లలం
వెలుగు పిల్లలం
తెలివితేటలెన్నో కలిగి
మెలగు పిల్లలం" అంటారు

మరో గేయంలో

"ఆటలంటే మాకిష్టం
పాటలంటే మాకిష్టం
ఆడుకుంటు పాడుకుంటు
అలా వుండటం ఇష్టం"

– అని చెప్పడంలో బోధకులకు, పిల్లలకు ఏంచెప్పినా ఆటపాటల్లోనే చెప్పాలనే సత్యాన్ని చెప్పకనే చెప్పారు.

"తుర్రుమన్నది పిట్ట
బుర్రుమన్నది కారు
చర్రుమన్నది దెబ్బ
చుర్రుమన్నది నిప్పు
కిర్రుమన్నది చెప్పు"

– అని సాగే గేయంలో, పిల్లలకు భాషా పరిజ్ఞానం కలిగించిన తీరు బాగుంటుంది.

"జలజల పువ్వులు
కలకల నవ్వులు
గణగణ గంటలు
కణకణ మంటలు
తళతళ మెరుపులు
పెళపెళ ఉరుములు
గుసగుస మాటలు
మిసమిస తోటలు"

– ఇలా తేటతెనుగు ధ్వన్యనుకరణ మాటల్ని పిల్లలకు పరిచయం చేసే గేయాలు ఎన్నో ఉన్నాయి.

ప్రకృతికి ప్రపంచానికి ఏమిస్తావో ఆలోచించుకొమ్మనే గీతం చూడండి

"చెట్టులన్నీ కాయలిచ్చు
గుట్టలన్నీ రాళ్ళనిచ్చు
ఆవులన్నీ పాలనిచ్చు
ఆకులన్నీ నీడనిచ్చు
పక్షులన్నీ గానమిచ్చు
పైడిభూమి పంటలిచ్చు
పువ్వులన్నీ వాసనిచ్చు
పుణ్యనదులు జలమునిచ్చు"

అంటూ సాగిన ఈ గేయం ముగింపు చూడండి.

"ఇంత సాయమందినీవు
ఏమి యిత్తువోయి తిరిగి?"

ఎదిగే పిల్లలలో చక్కటి, ఆరోగ్యకరమైన ఆలోచనలిచ్చి సమాజానికి ఉపయోగపడేలా గేయాలు కూర్చిన బి.వి నిజంగా 'బాలబంధు'.

వీరి ఇతర గ్రంథాలు, పదవిపంచి, జిబ్రాన్ సూక్తులు, మాన్యశ్రీలు, భూపతిరాజు నారాయణరాజుగారి జీవితచరిత్ర, కల్యాణ కౌముది. కూర్చిన గ్రంథాలు, తెలుగు బాలల అకాడెమి వారి మల్లెలు మందారాలు, చలం 27 సంవత్సరాల పాటు బివికి వరుసగా వ్రాసిన లేఖలు, చలం అరుణాచలం లేఖలు.

విజయవాడ నుండి వెలువడిన 'చిరుమువ్వలు' అనే బాలల విజ్ఞాన మాసపత్రికకు సంపాదకుడుగా పనిచేశారు. ఇందులో 'మామ మాట' పేరుతో పిల్లలకు అనేక విషయాలపై అవగాహన కల్పించారు.

వీరి గేయాలకు, నాటికలకు, గేయ నాటికలకు, మద్రాసు, విజయవాడ, హైదరాబాద్, విశాఖపట్నం రేడియో కేంద్రాల్లో ఎంతో ప్రచారం జరిగింది.

'బాల్యం ఒక దివ్యత్వం
భావాలకు నవ్యత్వం
ప్రతిపాదించే కాలం
పరిమళాల వాతూలం'

– అనుకుంటూ ఎంతవారైనా చింతలు బాపుకోవటానికి బాల్యంలోనికి ప్రవేశించగలిగితే బాగుంటుందనేవారు. ప్రారంభ విద్య, కృష్ణా పత్రిక, విశాలాంధ్ర, ఆంధ్రజ్యోతి మొదలైన పత్రికల్లో వీరి పిల్లల పాటలు ప్రచురించబడ్డాయి.

పిల్లలంటే వారికి వల్లమాలిన అభిమానం. వాళ్ళ అల్లరి ఆకతాయితనం వీరికి అందంగా అపాయరహితంగా కనపడేది.

'అల్లరి చేసే పిల్లలు చల్లని తొలకరిజల్లు'లని

'పిల్లలకే అల్లరి తెలుసు
పిల్లలదే మల్లెల మనసు
అల్లరి మల్లెలు కొల్లగ జల్లి
ఎల్లరనీ రంజించుట తెలుసు' అని

'అల్లరి చేయడమనేది
పిల్లలలో సహజగుణం
అల్లరి పిల్లలు చేస్తే
అందంగా ఉంటుంది'

– అనీ, ఎన్నో విధాలుగా పిల్లల గురించి వ్రాసుకుని ఆనందపడేవారు. పిల్లలని దేవుళ్లుగా భావించి.

“నా కొలిచే దేవుళ్ళు పసివాళ్ళు
గుండె గుడిని నిండుగ కొలు
వుండిన దేవుళ్ళు పసివాళ్ళు
అంతరంగ మొకింత చింత చీకు చేరనీని
పంతాలకు పోయి బ్రతుకు పాడు బీడొనర్చుకోని
చిద్విలాస, చిదానంద, చిన్మయరూపులు వాళ్ళ పసివాళ్ళు?”

అని వ్రాసుకున్న గేయం రేడియోలో అనేక మార్లు ప్రసారమైంది.

‘బాలసాహిత్య సృష్టి ఆషామాషిగా జరిగితే ప్రయోజనం లేదని, ఒక పరమ ప్రయోజనమాశించి జరగాలని’ అనుకునేవారు. పిల్లలకు అంధవిశ్వాసాలు, పాడైపోయిన పాత సాంప్రదాయాలు అందించకుండా, వాళ్ళలో ఆత్మవిశ్వాసం, స్వావలంబన పాదుకొల్పాలని, పిల్లలకై మనం పిల్లలం కావాలని భావించేవారు. పిల్లలకు మంచి భాష, మధురమైన తెలుగు భాష, ఆది నుండి అలవర్చి చక్కని ఆశయాలు, అలవాట్లూ నేర్పాలి అనేవారు.

కాలం తీరిన పెద్దలు, కాలం తీరాన నిలచిన పిల్లలను ఆదర్శంగా తీసుకుంటే నేడు సర్వత్రా వ్యాపించిన కలుషితవాతావరణం అకలుషితమై అందరికీ ఆరోగ్యం సమకూరుతుందని భావించిన బి.వి.కి “భరత కళానిధి”గా నాట్య రంగంలో కంటే ‘బాలబంధు’గా బాల సాహితీరంగంలో ఎక్కువ ప్రచారం వచ్చింది. బి.వి. పేరుకు బాలబంధు పర్యాయపదమైంది. అలా పిలిపించుకోవటం వారికి అమితమైన ఇష్టం.

వర్ణరాహిత్యం

బి.వి చెవులకు బంగారు కాడలుండడం చేత శాస్త్రిగారబ్బాయి అనుకునేవారు. వింజమూరి వారింట్లో అందరినీ వరుసలు పెట్టి పిలవటం వల్ల వారి బంధువుల అబ్బాయి అనుకునేవారు. సాక్షాత్తూ వీరి గురువుగారే వీరిని పంతులూ అనిపిలిచేవారు. బి.వి.గారి మాట, రూపం అందుకు అనుగుణంగా ఉండేవి. విశ్వనాథ, స్థానం వారు వీరిని కృష్ణశాస్త్రి మేనల్లుడి కింద జమచేసేవారు. అందుచేత వారిద్దరూ వీరికి మామయ్యలైనారు, హనుమత్‌శాస్త్రి గారూ మామయ్యే, బాపిరాజుగారూ మామయ్యే.

నాట్యవృత్తి చేపట్టి పేరు గడించుకున్న రోజుల్లో ఇతరులకు వీరి కులం గురించి ఆలోచన ప్రారంభమైంది. బ్రాహ్మణ బ్రాహ్మణేతర కులాలవారు వీరికి పిల్లనీయడానికి ముందుకొచ్చారు. వీరికి సంబంధం తెచ్చినవారు బ్రహ్మర్షి వెంకటరత్నంగారి అల్లుడైన తారకంగారు ఒకరు. ఆయన

వర్ణాంతరవివాహం చేసుకొన్నారు. గొప్ప సంస్కర్త. వింజమూరి సోదరీమణులు నూజివీడులో కావలసినంతమంది పిల్లలున్నారనీ అందులో నాట్యానికి అనుకూలించే పిల్లని ఎంచుకోవలసిందని ప్రోత్సహించేవారు. బొబ్బిలినాట్య ప్రదర్శనకు వెళ్ళినప్పుడు ఒక పండితుడు సంగీత సాహిత్యమున్న తన కుమార్తె విషయం చెప్పగా, అప్పుడే పెళ్ళిచేసుకోనని, మేనకోడలు కుదిరి వుందనీ చెప్పుకుంటూ దాటవేసేవారు.

వింజమూరి వారి కుటుంబంతో కలసి వీరు 1937లో కలకత్తా గ్రామ ఫోను రికార్డులీయడానికి రైల్లో వెళ్తున్నపుడు, ఒక తెలుగు ఆడపడుచు వీరిని చూసి ఈ అబ్బాయి మీకేమవుతాడూ అని వారిని అడిగారు. వింజమూరి వెంకట రత్నమ్మగారు అందుకొని మా అక్కయ్య కొడుకని సమాధానమిచ్చారు. విశాఖజిల్లా అనసూయా సోదరుల్ని, వీరినీ బ్రహ్మ సమాజం కులంవాళ్ళ కింద జమకట్టారు. బ్రహ్మ సమాజంలో కులాల పట్టింపు ఉండదని వారి అభిప్రాయం. అంటే వీళ్ళు కులం లేనివారిగా ఎంచారు. కౌతవరంలో అన్ని కులాల వారూ అన్నదమ్ముల వరుసతో పిలుచుకోవడం వల్ల చిన్ననాడే అలా వరుసలతో పిలవడానికి అలవాటుపడ్డారు.

కృష్ణశాస్త్రి గార్కి గుడివాడలో పెద్ద సన్మానం జరిగింది. ఆ సన్మాన సభలో వారు, ఈ తాలూకాకు చెందిన బి.వి. నాకొక మేనల్లుడని చెప్పారు. అందరూ నిజమేమోనని నమ్మారు. 'ఊరుకన్న, పేరుకన్న, ఉద్యోగం కన్న, వంశంకన్న ముందు కులం సంగతి అవసరపడటం, కులాన్ని బట్టి మిగిలిన వాటికి గౌరవం అంట గట్టడం ఈ దేశ దౌర్భాగ్యం' అన్న చలంగారి మాటలు బి.వి.కి బాగా వంటబట్టాయి.

బి.వి.ని గురించి సామవేదం జానకి రామశర్మగారు ఇలా వ్రాశారు

"కులము మతములేని లలిత దీప్తివినీవు
నిలయమైతి వెంత కలిమి నీది" – అని

బి.వి., తనురాసుకున్న మాటలు చదవండి.

"మతమూ కులమూ మాటసలెందుకు?
దేశం జాతీ తేడాలెందుకు?
మనమందరమూ మానవులం
ఈ భూమికి వారసులం" – అని

బి.వి.గారి కులం విషయంలో అందరూ పొరపాటు బడటానికి కారణాలున్నాయి. వీరి రంగు, రూపూ, శుచీ, శుభ్రం, ఉచ్చారణా, శాకాహారి కావడం వల్ల ఇతరులలో ఒక అభిప్రాయాన్ని కల్గిస్తాయి. బ్రాహ్మణ పెంపకం వల్ల వీరి భాషలో పారిభాషికాలు దొర్లుతాయి.

భీమవరంలో జరిగిన హేతువాద సభకు యర్రా నారాయణ స్వామి అధ్యక్షులు, బి.వి. వక్త. ఉపన్యాసానంతరం ఒక బ్రాహ్మడు వీరిదగ్గర కొచ్చి "అయ్యా తమరిది గుడివాడన్నారు" బి

అంటే ఏమిటండి అన్నారు. బ్రాహ్మణ కుటుంబంలో పుట్టి ఈ హేతువాద వాళ్ళతో కలసి మైలపడిపోయారని, అయినా ఇంటి పేరు తెలుసుకుందామనే భావించి ఉండవచ్చు. బి.వి. ఒక్కక్షణం వారి వంకచూచి 'ఎందుకండీ, నేనొక హరిజనుడను' అని చెప్పారు. ఆ పెద్దమనిషికి నోటమాటరాలేదు.

బి.వి. ఎవ్వరినీ కులమడిగేవారు కాదు. వీరి కులప్రసక్తి తీసుకురావటానికి ఎవ్వరికీ అవకాశమిచ్చేవారు కాదు. ఎవరికైనా అన్యాయం, అవమానం జరిగితే వీరి గుండె మండిపోయేది. 1945వ సంవత్సరంలో ఏలూరులో ఏర్పాటైన రాయలసీమ కళా పరిషత్తులో ఉద్దండ పండితులూ, కవులూ, కళాకారులూ అనేక మంది వచ్చారు. అగ్రవర్ణ కవులతోపాటు ఒక కింది కుల కవికి సత్కారం చేయాలను కున్నారు. అతడొక క్రైస్తవ కవి. చక్కగా వ్రాసేవాడు. రాయలసీమవాడే. పేరు జోసఫ్. వేదికను నేల మీద ఏర్పాటుచేసి అధ్యక్షులవారు, "తమ ప్రాంతంలో దిగువస్థాయి వారు కూడ కవిత్వం చెప్పగలుగుతున్నారని, అట్టివారిలో ఒక్కరికైనా సన్మానం జరిపించ తలచామని చెప్పారు. క్రైస్తవకవి వచ్చి అధ్యక్షుల వారికి అల్లంతదూరాన చేతులుకట్టుకుని నిలబడ్డాడు. ఖద్దరు శాలువా కవికి కప్పకుండా అలా ఎత్తి పడవేశారు. ఆ కవి దాన్నందుకొని "మహాశయులారా మాకు కులంలేకపోయే, సంఘంలో గౌరవం లేకపోయే, అయినా నాపట్ల ఔదార్యం చూపించినందుకు కృతజ్ఞతలు" అని. ఈ విషయాన్ని బి.వి, కొనకళ్ళ, కనక రామబ్రహ్మం, రామకృష్ణారెడ్డి చర్చించుకున్నారు. ఆ రాత్రే వీరి నాట్య ప్రదర్శన ఉంది. ఆ ప్రదర్శనానంతర సన్మానంలో స్వర్ణపతకం పిన్నుతో వీరి చీరమీద అలంకరించవస్తే వద్దన్నారు. పళ్ళెంలో పోసి నూట పదహార్లు చేతికి అందించబోతే పళ్ళెం జారికిందపడేలా చేశారు. అనంతరం ప్రేక్షకులనుద్దేశించి ప్రసంగిస్తూ సహృదయులు సంస్కారులైన పెద్దలారా, మధ్యాహ్నం ఒక కవికి సన్మానం విలక్షణంగా జరిపించారు. స్త్రీ వేషంలో ఉన్నవానిని ఈ విధంగా తాకి సన్మానం చేయటానికి ఉత్సాహం చూపారు. ఇదేమి న్యాయమో రాయలసీమ కవి పండితులు ఆలోచించాలి అని.

హేతువాద ఉద్యమ కార్యక్రమాల్లో పాల్గొంటూ ఒకసారి విజయవాడ మాంటిస్సోరిలో జరిగిన హేతువాద సభలో ఉపన్యసిస్తూ జాబిలి గీతం వినిపించారు. వర్ణ వ్యవస్థ మనిషికీ మనిషికీ మధ్య అడ్డుగోడలా నిలచిందన్నారు. మా బంధువులు అన్ని కులాల్లో ఉన్నారంటూ, ఇందులో నాకే కులం అంటగడతారని ఒక తిరుగులేని ప్రశ్నను ప్రేక్షకులకు వదిలారు. ఒక యువకుడు లేచి మీ పుట్టుక, కులమేమిటని ప్రశ్నించాడు. అప్పుడు బి.వి. నవ్వుతూ, "బాబూ, ఆగ్రహించకు, నీవు అడిగింది. తప్పక చెప్పుతాను. నాది వ్యాకులం లేని కులం అన్నారు. ప్రేక్షకులు కళతార ధ్వనులతో హర్షాతిరేకం వ్యక్తం చేశారు. బి.వి. గారి కులం అనుభవాలను దృష్టిలో పెట్టుకుని, హేతువాదం, భావవికాసోద్యమం అంటూ వేదికలెక్కి ఉపన్యాసాలిచ్చే వారు. ఈ కులం పుట్టు పూర్వోత్తరాలు గట్టిగా అధ్యయనం చేయాలని, అంబేద్కర్ గ్రంథం 'శూద్రులెవరు' గ్రంథాన్ని అనుశీలించాలని, స్వామి ధర్మతీర్థ వ్రాసిన గ్రంథాన్ని చదవాలని, సంఘాన్ని చూడాలని, ప్రభుత్వ పోకడలు కనిపెట్టాలని భావించేవారు.

ఇంకా ఇలా అనుకునే వారు "ఏ పాపం ఎరుగని పసిపాపలపై ఈ కులమత సంప్రదాయ ఛాయలు పడకుండా చూడాలని, ఇందుకోసం ముందు ఇళ్ళపేర్లు తొలిగిస్తే కొంత మేలు జరుగుతుందని" తొలిగించేదెవరు? ఎవరికివారే మనుసులో నుండి కులభావం పోవాలి. ఇది అన్నింటికన్నా ముఖ్యం.

స్నేహం, ఉపన్యాసం, ముగింపు

స్నేహ మధువు గ్రోలిన వారికే దాని మాధుర్యం తెలుస్తుందనే బి.వి., స్నేహ సౌభాగ్య సంపదలో అందెవేసిన చేయి. పరిచయాలు పవిత్రమైనవైతే అవి శాశ్వత స్నేహలుగా ఎదగటానికి అవకాశం ఉంటుందని, నిర్మలమైన నిస్వార్థ స్నేహలు జీవితాంతం నిలచిపోతాయని భావించే బి.వి.కి ఉన్నతులు, ఉత్తములైన స్నేహితులు ఎందరో ఉన్నారు.

పండిత సూరపనేని సుబ్బయ్య, నార్ల చిరంజీవి, చలం, సంజీవదేవ్ లాంటి వారితో నెరపిన స్నేహం అనేక మంచి ఉత్తరాలు వ్రాసుకోవడానికి తోడ్పడింది. సంజీవదేవ్ గురించి ఇలా అంటారు బి.వి. "ఆయన గొప్ప మానవుడు, గొప్ప జీవనశిల్పి, మనోవ్యాకరణ శాస్త్రవేత్త. సకలశాస్త్ర పరిజ్ఞాత. ఆయన మనసు మల్లెలా తెల్లనిది. మంచి పరిమళాన్నిస్తుంది. ఆయన చూపుకున్న విస్తృతి, ఆలోచనకున్న లోతు కొలవడం అసాధ్యం. ఆయన ఆంధ్రుడై పుట్టడం ఒక వరమైతే, నాకు స్నేహితుడు కావటం మహావరం" అని. బి.వి.కి చలంగారు 1950 నుంచి 1977 వరకు రాసిన అసంఖ్యాకమైన లేఖల్లో కొన్నింటిని "చలం అరుణాచలం లేఖలుగా" గ్రంథరూపంలో తెచ్చారు. చలం గురించి బి.వి., "చలం గారితో నాస్నేహం ఒక హృదయ సామ్రాజ్యాన్ని ఏలినంత గౌరవం కలిగించే సంగతి. వీరితో నాకు గల మధుర స్నేహ బంధాన్ని అక్షరాలలో దించడం అసాధ్యం".

బి.వి.కి ఆంధ్రదేశంలో లెక్కలేనంత మంది స్నేహితులు ఉండేవారు. చెలిమిని కలిమిగా భావించే సహృదయుడు. ఎక్కడెక్కడి వాళ్ళనో కలుపుతూ స్నేహ సుమమాలికలో దారంలా ఒదిగుండే ఉన్నతుడు. పనిగట్టుకుని, పనిపెట్టుకుని ప్రయణంచేసి స్నేహితులను చల్లగాలిలా స్పృశించి, మనసారా మాట్లాడి, మరుగునపడుతున్న మమతాను బంధాలను, స్నేహసుగంధాలను వెలికి తీసి మురిపించి మళ్ళొస్తాలే అంటూ వెళ్ళిపోయేవారు.

పంచకర్ల ధర్మారావు, డా॥పి.దక్షిణామూర్తి, డా॥ఎర్నేని వెంకటేశ్వరరావు, డా॥కె.సదాశివరావు, వేగుంట కనక రామబ్రహ్మం, రావెల సాంబశివరావు డా॥ఎన్.వి.బ్రహ్మం ఇత్యాది మిత్రులు అనేకులు ఉండేవారు. 40 సంవత్సరాలు అత్యంత సన్నిహిత మిత్రులుగా మెలగిన సంజీవదేవ్, చలం గురించి ఒక గీతంలో బి.వి., రాగం తానుగా, పల్లవి చలంగా, తానం సంజీవదేవగా భావిస్తూ

"రాగం తానం పల్లవి మేము అను
రాగ సుధారసమను గ్రోతము

రాగమూ మా స్నేహ సుమ పరాగముగా యోగముగా
తానము మా యోచనా వితానముగా జ్ఞానముగా
పల్లవి మా జీవిత ప్రబంధముగా అందముగా
రాగము తానము పల్లవి మేము" – అని రాసుకున్నారు.

ఆంధ్రదేశం నలుమూలలా చిన్నవారి నుండి పెద్దవారి వరకూ, కొన్ని వందల మందితో స్నేహం నెరపిన బి.వి. ఎన్నో నేర్చుకుంటూ, ఎంతో నేర్పుతూ స్నేహ జీవితాన్ని గడిపారు.

చదువుకునే రోజుల్లో సిగ్గుగా ఒదిగి ఉంటూ నలుగురూ వినేలాగా ఎవరితోనూ ముచ్చటించటం ఎరుగని బి.వి. మహోపన్యాసకునిగా రూపొందారు. వింజమూరి వారింట్లో మిత్రులతో కలసి ఆటల, మాటల, పాటల సాధన ప్రారంభించినప్పుడు బి.వి. మాటలు విన్న వేదుల సత్యన్నారాయణశాస్త్రి, "బాగుందర్రా మీ పద్యాల పట్టా, ఉపన్యాసాల వరసా" అన్నారు. పైగా ఒక సలహా కూడా ఇచ్చారు. "ఇలా స్వేచ్ఛగా సాధన చేస్తే మీకు కవిత్వంలో శయ్యా, ఉపన్యాసంలో ఒక ఊపూ అలవడుతుంద"ని.

బి.వి.గారు విశ్వనాథ వారి పద్యపఠన పద్ధతి, కృష్ణశాస్త్రి గారి ఉపన్యాస వైఖరి, శ్రావ్యమైన గేయ పద్య పఠన పద్ధతి, రాయప్రోలు వారి ముత్తైదువు ముసలి బాణి, హనుమచ్ఛాస్త్రిగారి గడుసు పోకడ, శ్రీశ్రీ ఎక్కిళ్ళ తీరూ అనుకరించగలరు. అలాగే కృష్ణశాస్త్రి గారి తల్లిగారుపయోగించే పదాల తీరు చిన్న కోరుట్టు, పెద్ద కోరుట్టూ, మద్దెనాళ్ళు, అనాయిస్తి గాదు, సుబ్రాయశాస్తుర్లు లాంటి మాటల్ని చేర్చుకుని ప్రసంగం తయారుచేసుకుని పెద్దలతో మంచి కితాబు పొందారు.

1937లో గదిలో మంచాన్ని, కుర్చీని, గోడల్ని ఉద్దేశించి ఉపన్యసించటం, ధారాళంగా మాట్లాడటం అలవాటు చేసుకొన్నారు.

భాష, భావవ్యక్తీకరణ, మధ్యమధ్య సందర్భానుగుణంగా పాటలు పొదగటం, ఉచ్చారణ నిర్దుష్టంగా ఉండటం, వాక్యాలు చిన్నవిగా భావగర్భితంగా ఉండటం, ఊతపదాలు ఉండకుండా చూడటం, ప్రేక్షకులను ఆకర్షించే ఎత్తుగడ, కొసమెరుపుతో వ్యంగ్యాలు, ధ్వనులతో, సమయపాలన, స్వరంలో హెచ్చుతగ్గులు మొదలైనవి ఉపన్యసించే వారి ఆభరణాలు. ఈ వెలకట్టలేని ఆభరణాలు బి.వి సొంతం. రాజకీయ, మత సంస్థలు కాకుండా మిగతా అన్ని సభలకు, ఉపన్యసించడానికి వెళ్ళేవారు. వీరి ఉపన్యాసం వేషభూషలులేని నాట్య ప్రదర్శనగా, మాటా పాటా ఆటలతో మనుషులను ఆకట్టుకుంటుంది.

కొన్ని వేల సభల్లో భిన్న స్థాయిలున్న వ్యక్తులతో మాట్లాడిన బి.వి. బాలలనుద్దేశించి మాట్లాడటానికే ఎక్కువ ఇష్టపడతారు. అలతి మాటలతో, చిన్న పాటలతో వాళ్ళని మురిపించటానికి ముచ్చట పడేవారు.

1955లో బందరు, ఆంధ్రజాతీయ కళాశాల వార్షికోత్సవానికి ముఖ్య అతిథిగా వచ్చిన నందమూరి తారక రామారావు, ఆ సభకు అధ్యక్షత వహించిన బి.వి. గారి ఉపన్యాసం విని,

గురుతుల్యునిగా పేర్కొంటూ, నిమ్మకూరులో జరిగిన వీరి భావనాట్యాన్ని ప్రేక్షకుల మధ్య జొరబడి చూచిన సంఘటనను నెమరు వేసుకున్నారు. అలాగే బాలల అకాడమీ సభలు హైదరాబాదులో జరిగినప్పుడు, ఒకేవేదికపై బి.వి., హాస్యనటుడు అల్లు రామలింగయ్య ఉపన్యసించటం జరిగింది. బి.వి., ఉపన్యాసానికి చకితుడైన అల్లు "గురువుగారూ, మీకొక నమస్కారం, నేను ఓడిపోయాను, మీరు గెల్చారు. నేను ఒక్కొక్క సినిమాలో ఒక్కొక్క పాత్రగా ఎన్నో పాత్రలు నటించాను. ఏకంగా మీరు ఒక్క ఉపన్యాసంలో నేను సినిమాల్లో నటించిన మొత్తం పాత్రలకంటే ఎక్కువ పాత్రలు నటించారు" అని ప్రశంసించారు.

వయసు పెరిగిన కొద్దీ ఉపన్యాస పాటవం పెంచుకొన్న బి.వి.కి నాట్యానుభవం, రచనానుభవం, ఈ ఉపన్యాస కళకి మెరుగులు దిద్దాయని భావించేవారు. చలం మ్యూజింగ్స్, లేఖలు, డా॥సంజీవదేవ్ తెగిన జ్ఞాపకాలు, గతంలోకి ఉత్తరాలు, ఆచంట జానకిరాం నడుస్తున్న యాత్రలో, ఎం.ఆర్.అప్పారావు ఆంధ్ర సంస్కృతిలో, ఆవుల గోపాల కృష్ణమూర్తి పిల్లల పత్రికలులో, మాగంటి బాపినీడు బాలసాహిత్య గ్రంథంలో, కూర్మా వేణుగోపాల స్వామి ఆంధ్రనాటక కళాపరిషత్ పత్రికలలో, పి.వి.రత్నం మెచ్చుకోదగిన వ్యక్తులలో, మిక్కిలినేని రాధాకృష్ణమూర్తి నటరత్నాలలో బి.వి గారి ప్రసక్తి కనపడుతుంది.

రెండు సార్లు ఆంధ్రప్రదేశ్ సంగీత నాటక అకాడమి, ఒకసారి లలిత కళా అకాడమికి సభ్యులుగా ఉన్న "బాలబంధు" బి.వి. నరసింహారావు పేరు చెప్పగానే కవి, గాయకుడు, నర్తకుడు, రచయిత, చిత్రకారుడు, మంచి మనిషి, స్నేహానికి వారధిలా కన్పిస్తారు. ఆయన్ని ఎరిగిన వారికి. జ్ఞాపకాలు, పాట, మాట, పలకరింపు, అల్లరి, అలక గుర్తొస్తాయి.

సామాన్య కటుంబం నుంచి బహుముఖ ప్రజ్ఞాశాలిగా ఎదిగిన బివి 1968లో ఉద్యోగ విరమణ చేసి గుడివాడ రాజేంద్రనగర్ నాల్గవ లైనులో స్థిరనివాసం ఏర్పరచుకొని నృత్య సంగీత సాహిత్యాల మేళవింపుతో మధుర జీవితాన్ని సాగించారు. స్నేహ పరిచయ భాగ్యాన్ని పవిత్రంగా ఎంచుకొని పెంచుకొనే ప్రత్యేకలక్షణంతో ఎంతో పరిణామగతి, వైవిధ్యంతో ఎన్నో మలుపులు తిరిగిన జీవితాన్ని, తన ఆప్తమిత్రుడు గుడిపాటి వెంకటాచలం శత జయంతి సభకు అధ్యక్షత వహించేందుకు, విజయవాడ పుస్తక మహోత్సవానికి వెళ్ళి తీవ్ర అస్వస్థతలో 1994 జనవరి 6వ తేదీన గుండెపోటుకు గురై హఠాత్మరణం చెందారు. తుది శ్వాస విడిచేవరకూ బాలలకోసం రచనలు చేసిన బి.వి. నిజంగా "బాలబంధు".

పుట్టపర్తి నారాయణాచార్య

(1914-1990)

- రాధేయ

సీ॥ ఒక నాడు కృష్ణరాయ కిరీట సుమశేఖ
రంబైన యభయ హస్తంబు మాది ।
ఒకనాడు గీర్దేవతా క్రమకంకణ
స్వనమైన మాధురీ ప్రతిభ మాది !
ఒకనాడు రామానుజ కుశాగ్రబుద్ధికే
చదువునేర్పినది వంశమ్ము మాది !
ఒకనాటి సకల శోభకు తానకంబైన
దండిపురము పెన్గొండ మాది !

గీ॥ తల్లిదండ్రుల మేధ విద్యా నిషద్య
పాండితీ శోభ పదునాల్గు భాషలందు
బ్రదుకునకు బడిపంతులు,భాగ్యములకు
చీడపట్టిన రాయలసీమ మాది ॥

(పుట్టపర్తి - జనప్రియ రామాయణం)

అసాధారణ ప్రతిభావంతుడు, భారతీయ సాహిత్య సముద్రాన్ని ఆపోశనం పట్టిన అపర అగస్త్యుడు, పుంభావ సరస్వతి, 'సరస్వతీపుత్ర' బిరుదాంకితుడు డాక్టర్ పుట్టపర్తి నారాయణాచార్యుల జీవితం నిత్యసాహిత్య దర్శనమే!

దేశంలో ఎందరో విద్యాధికులు, కవులు, పండితులు వున్నారు. ఒక్కొక్కరిలో ఒక్కో ప్రత్యేకత, గొప్పదనం మనకు కన్పిస్తుంది. అన్ని లక్షణాలు ఒకే వ్యక్తిలో రూపొందడం అసాధారణమైన విషయం. అటువంటి మహామేధావి పుట్టపర్తి నారాయణా చార్యులు. అనంతమైన అనుభూతులకు అక్షర రూపమిచ్చి వందకుపైగా సత్కృతులను రచించి మహాకవిగా, పండితునిగా, విమర్శకునిగా, సమ్మోహక శక్తి గల వక్తగా, వాగ్గేయకారుడిగా ఆదర్శోపాధ్యాయుడుగ యావద్భారతంలో ప్రఖ్యాతి పొందిన సాహితీ మహామేరువు శ్రీమాన్ పుట్టపర్తి నారాయణాచార్యులు. రాయలసీమలోని అనంతపురం జిల్లా చియ్యేడులో తేది 28-3-1914న జన్మించారు.

తండ్రి శ్రీనివాసా చార్యులు, తల్లి లక్ష్మమ్మ గార్లు. శ్రీనివాసాచార్యులు సంస్కృతాంధ్రాలలో గొప్పపండితులు. తల్లి సంగీత మందు నిష్ణాతురాలు. పుట్టపర్తి వారి విద్యాభ్యాసం, కవిత్వ రచనకు శ్రీకారం ఒకనాటి విజయనగర రాజుల రాజధానిగా వెలిగిన పెనుగొండలో జరిగింది.

వీరికి బాల్యం నుండే సంస్కృతాంధ్రాలపట్ల, సంగీత సాహిత్యాల పట్ల అభిరుచి, అభినివేశం కల్గింది.

పెనుగొండలోని మహాలక్ష్మమ్మ అను నాట్యకత్తె వద్ద బాల్యంలోనే శాస్త్రయుక్త మైన నాట్యం అభ్యసించారు. పదునైదేండ్ల ప్రాయంవరకు పెనుగొండలోనే వుండి అక్కడ మూడవ ఫారం వరకు చదువుకున్నారు. కృష్ణరాయలన్నా, విజయనగర చరిత్ర అన్నా అమితమైన అభిమానం వీరికి. ఆంధ్రభోజుని కులపురోహితుడైన తాతాచార్యుల వంశీయుడు ఈయన. అందుకేనేమో వారికి విజయనగర రాజులపై అవ్యాజమైన అనురాగం.

ఈ అనుబంధం వారిని శిథిల శిల్ప సంపద గల హంపీ క్షేత్రంలోని ప్రతిరాయి, ప్రతిగుట్టను దర్శింపజేసింది రాయల వీర గాథనేకాదు వారి రసికతా జీవనాన్ని సైతం రమణీయంగా చిత్రింపజేసింది.

ఆనాటి విజయనగరాన్ని తలుచుకొని, నేటి శిథిలహంపీ క్షేత్రాన్ని చూసి ద్రవించిన వారి హృదయవేదనే

'అస్తసామ్రాజ్యం' అనే కావ్యం

సీ॥ ఆనాటి వీర సంతాన బాహుగర్వ
మిట్టలమయిన దూహించుకొన్న
ఆనాటి ధర్మసంస్థాపనా చార్యుల
ప్రౌఢ మేధాశక్తి పనవుకొన్న
ఆనాటి మహిత దుర్గాష్టమీ బంధురో
త్సవ కౌతుకంబులు దలచుకొన్న
ఈనాటి ప్రవిదారణావగుంఠితకకు
త్సీమంతినుల నూహసేసికొన్న

గీ॥ నాడు మనసొక బండయై పగిలిపగిలి
ధూళియై మండుకొని ధూమపాళియగును
నా కనుల నీరు గూడ సంతాపమునకు
పాఱియిర్రింకి నిశ్వాస మాల యగుచు" అంటూ రోదించాడు.

పెనుగొండలో ఉండగానే ఆంగ్ల సాహిత్యంపట్ల ఆసక్తి తో అధ్యయనం ప్రారంభించారు.

ఆనాటి పెనుగొండ సబ్ కలెక్టర్ వి.జె.విట్ గారి సతీమణి 'పుట్టపర్తి' కి ఆంగ్ల కావ్యాలను పరిచయం చేసింది. ఆమె ఆక్సఫర్డు యూనివర్సిటీలో చదువుకొంది. షేక్స్పియర్ నాటకాలు, మిల్టన్ రచనలు బాగా అధ్యయనం చేసింది. ఆమె దగ్గర అధ్యయన ఫలితంగా పుట్టపర్తి వారు Leaves in the wind అనే కావ్య సంపుటి రచించారు. ఈ రచన చదివిన హరీంద్రనాథ్

చటోపాధ్యాయ గారు "This collection does give us an insight with the soul, heart and mind of genuine poet" అంటూ ప్రశంసించారు.

పదిహేనేళ్ళ ప్రాయం వరకు వీరిబాల్యం పెనుగొండలోనే గడిచింది. బాల్యంలోనే 'పెనుగొండ లక్ష్మి' కావ్యం రాశారు. ఈ కావ్యాన్ని మద్రాసు విశ్వవిద్యాలయం వారు 'విద్వాన్' కోర్సుకు పాఠ్యగ్రంథంగా నిర్ణయించడం కొన్నేళ్ళ తర్వాత అదే పరీక్షకు పుట్టపర్తి ప్రైవేటుగా కూర్చుంటే తాను రాసిన కావ్యమే ప్రశ్నగా రావడం విచిత్రమైన, ఆశ్చర్యకరమైన సన్నివేశం, సాహిత్య చరిత్రలో ఎక్కడా జరిగి వుండదు. ఈ సంఘటనే వారి ప్రతిభకు తార్కాణం.

కొడాలి వారి 'హంపీక్షేత్రం' కన్నా చాలా ముందు గానే ఈ కావ్యం వెలువడింది. ఆంధ్రులను ఉత్తజపర్చే కావ్యం పెనుగొండ లక్ష్మి. పెనుగొండ తర్వాత తిరుపతి సంస్కృత కళాశాలలో చేరి వ్యాకరణ, అలంకారాది శాస్త్రాలను అభ్యసించారు. ఆతర్వాత స్వయం కృషితో విద్వాన్ పరీక్ష పాసయ్యారు.

ఒక తెలుగు భాషలోనే కాదు 14 భాషలలో వీరికి ప్రవేశం ఉంది. అంతే గాకుండా రష్యన్ భాషను కూడా నేర్చుకోవాలని ఉత్సాహం చూపించారు. బహుభాషా కోవిదులన్న బిరుదం వీరికే వర్తిస్తుందని సగర్వంగా చెప్పు కోవచ్చు.

ఒకటి రెండు బాసలు
నాలుకపై తిరుగుట గగనము
ఒకటి రెండు కబ్బములు
పెకలించుట అబ్బురము
పదికి మించు బాసలలో
పసిడినిగ్గు లేరుకున్న
పుట్టపర్తి ధిషణకు
జేకొట్టగ మనసాయె నాకు... డా॥ సి. నారాయణ రెడ్డి

'పాండితీశోభ పదునాల్గు భాషలందు' అని పుట్టపర్తి వారే స్వయంగా చెప్పుకున్నారు. సంస్కృతం, ప్రాకృతం, ఆంగ్లం, తమిళం, మళయాళం, కన్నడ, మరాఠీ, హిందీ ఇత్యాది భాషలన్ని ఆయనకు కరతలామలకాలు.

చక్కని దేహపుష్టి, ఇంపైన గాత్ర మాధుర్యంతో పదిహేనేళ్ళ వయస్సులో పలుతావుల నాట్యప్రదర్శన లిచ్చి ప్రేక్షకుల ప్రశంసలు పొందారు. స్త్రీ పాత్రలు ధరించి అందరి మెప్పు పొందారు.

తిరుపతిలో విద్వాన్ పట్టం పొందిన తర్వాత ఆచార్యుల వారి కార్యక్షేత్రం పెనుగొండ నుండి కడప జిల్లా ప్రొద్దుటూరుకి మారింది.

ప్రొద్దుటూరు వారి సాహిత్యాభివృద్ధికి కరదీపికగా నిలిచింది. స్థానిక పురపాలకోన్నత పాఠశాలలో తెలుగు పండితులుగా వారి జీవిక ప్రారంభమైంది.

ఆ దశలో ఆంధ్రదేశంలో భావకవితా మారుతం వీస్తున్న రోజులవి.

ప్రబంధ రచనా వైఖరికి తాత్కాలికంగా విడాకులిచ్చారు.

సామాజిక చైతన్యంతో పురోగమించారు. తన అర్ధాంగి శ్రీమతి కనకమ్మ గారితో కలిసి 'అగ్నివీణ' రచించారు. ఇది 44 ఖండికలున్న కావ్యం. కనకమ్మ గారు ఆంధ్ర సంస్కృత భాషలలో విదుషీమణి. వీరిరువురి రచనలలో రెండవది 'గాంధీ మహా ప్రస్థానము'

సవరింతునా అగ్నివీణ
సవరింతునా దిశాంచలము రింగులు
వార నవనవాంగారసంభవకీల బుసదేర
సవరింతునా ..... అంటూ అగ్నివీణ తో గుండెలను వేడెక్కించారు.

'అగ్నివీణ', 'మేఘదూతము', 'పురోగమనము', 'ప్రభోధము' మొదలైన కావ్యాలు వారి ప్రగతి శీలతకు నిదర్శనంగా నిలిచాయి.

మేఘదూతములో మానవతావాదాన్ని వెలుగెత్తి చాటారు.

వారి సంస్కృత భాషావైదుష్యానికి ప్రత్యక్ష నిదర్శనంగా – 'శివకర్ణా మృతము', 'త్యాగరాజ సుప్రభాతము' 'అగస్త్యేశ్వర సుప్రభాతము'. కావ్యాలు నిలిచాయి.

ఇంతలోనే హఠాత్తుగా ఆయన దృష్టి భక్తి మీదికి భగవంతుని మీదికి ప్రసరించింది.

తులసీదాసు చరిత్ర లోని ఒక ఘట్టాన్ని 'సాక్షాత్కారము' అనే కావ్యంగా చిత్రించారు.

సాక్షాత్తూ రామచంద్రుడే తనకు దర్శనమిచ్చినట్లు 'పాద్యము' సమర్పించారు.

'విభూతి' శతకంలో రామచంద్రుని దివ్యానుభూతిని కీర్తించారు. ఈ భక్తి పరంపరలోనే వారు రచించిన ఖండకావ్యం 'శివతాండవం' అఖండ యశస్సును, ఖండాంతర ఖ్యాతిని పొందిన కావ్యంగా ప్రసిద్ధి కెక్కింది.

ఏమానందము భూమీ తలమున
శివతాండవ మట శివలాస్యంబట
ఓహో హో హో ఊహాతీతం
బీ యానందం బిలాతలంబున
నచ్చిరి ఏమొ వియచ్చర కాంతలు
జలదాంగసలై విలోకించుటకు..... అంటూ గచించి, తానే స్వయంగా గానం చేసి అశేష జనావళిని భక్తి పారవశ్యంలో ముంచిన అద్వితీయ ప్రతిభావంతుడాయన. హిందీ,

బెంగాలీ, తమిళ, కేరళ సహృదయులైన పలువురు సాహితీ వేత్తలు 'శివతాండవం' లోని శబ్ద గాంభీర్యానికి పరవశించి తమ తమ భాషలలో ఆ కావ్యాన్ని అనువదించమని కోరారుట.

శివతాండవంలో శివలాస్యం కూడా వుంది. మొదటిది ఉద్ధతశైలిలో నడువగా, రెండవది లలితాతిలలితశైలిలో నడిచింది. వారి భక్తి తాదాత్మ్యం అటువంటిది.

తలపైని చదలేటి యలలు తాండవమాడ
అలల త్రోపుడుల క్రొన్నెల పూవు కదలాడ
మొనసి ఫాలముపైన ముంగురులు చెరలాడ
కనుబొమ్మలో మధుర గమనములు నడయాడ
కనుపాపలో గౌరి కసి నవ్వు బింబింప
కనుచూపులను తరుణ కౌతుకము జుంబింప
కడగి మూడవ కంట గటిక నిప్పులు రాల
కడు బేర్చి పెదవిపై కటిక నవ్వులు వ్రేల
ధిమిధిమి ధ్వని సరిద్గిరి గర్భములు తూగ
నమిత సంరంభ హాహాకారములు రేగ

ఆడెనమ్మా శివుడు
పాడెనమ్మా భవుడు

విఖ్యాత కళా దర్శకుడు ఆనందకుమార స్వామి శివతాండవం గురించి 1914లో ఆంగ్లంలో ఒక వ్యాససంపుటిని ప్రచురించాడు. అందులోని ఒక వ్యాసంలో శివతాండవ తత్త్వాన్ని వర్ణించారు.

పుట్టపర్తి వారి 'సాక్షాత్కారం' మరొక భక్తి కావ్యం. తులసీ దాసు జీవితఘట్టమే దీని ఇతివృత్తం.

మరొక భక్తి కావ్యం 'పండరి భాగవతం' 20 వేలపైగా ద్విపదలతో రచించిన కావ్యం. నారాయణాచార్యుల రచనలలో మకుటాయమానమైన కావ్యం.

నారాయణాచార్యుల రచనలలో ఇంకో మకుటాయమానమైన కావ్యం 'జనప్రియ రామాయణం' ఇది షట్పదీ చందస్సులో సాగింది.

ఈ జన ప్రియ రామాయణం దాదాపు ఎనిమిది వేల పుటల మహాగ్రంథం. ఇందులో 32 వేల షట్పదులుంటాయి.

ఆచార్యుల వారికి మళయాళ భాషలో మంచి ప్రవేశం వుంది. వారిని నిఘంటు నిర్మాణంలో తోడ్పడవలసిందని కేరళ సంస్థ వారు ఆహ్వానించారు.

అక్కడే విశ్వనాథ సత్యనారాయణ గారి 'ఏకవీర' నవలను మళయాళం లోనికి అనువదించారు. తన ముప్పై ఐదవ ఏట పుదుచ్చేరిలోని శ్రీ అరవిందాశ్రమంలో శ్రీ అరవింద

ఘోష్ గారిని సందర్శించారు. ఆ రోజుల్లోనే గ్రీకు, లాటిన్, ఫ్రెంచి భాషలలో కొంత పరిశ్రమ చేశారు. అరవిందుల రచనలను కొన్నింటిని ఆంధ్రీకరించారు.

భారత దేశ పర్యటనలో హృషీకేశ్‌లోని స్వామి శివానంద సరస్వతి గారిని సందర్శించారు. ఆచార్యులవారి ప్రతిభా సంపత్తిని పరీక్షించిన స్వామిజీ 'సరస్వతీపుత్ర' బిరుదంతో ప్రశంసించి సత్కరించారు.

నూర్జహాన్ - జహంగీర్ పాత్రల మృదు చిత్రణ 'షాజీ' కావ్యం. ఇందులోని ఒక్కొక్క పద్యం ఒక్కొక్క రసగుళిక. కావ్యారంభంలో ఇలా అంటాడు.

"నవ్యమైనట్టి మధుర గాన స్రవంతి
కొకడు తలయూచు, మఱియొక డోసరించు
వీణదే దోషమా ! కాక వినెడువారి దోషమ,
కాదు భావభేదములె సుమ్ము"

మరాఠీ సంత్ సాహిత్య అధ్యయన ఫలితంగా ఉదయించిన పద్యకావ్యమే 'పాద్యం'.

ఇందులో పాద్యము, వేదనాశతకము, విభూతి శతకము అని మూడు భాగాలున్నాయి. ఇక ఆయన చివరి దశలో రాసిన మహాప్రౌఢ ప్రబంధం 'శ్రీనివాస ప్రబంధం'

పుట్టపర్తి వారిని వాల్మీకి, పోతన వంటి మహా కవుల కోవకు చెందిన వారిగా పరిగణింప వచ్చు.

వీరి ధారణా శక్తి అమేయమైనది. ఏక సంథాగ్రాహి. శ్రీనివాస ప్రబంధం రెండు భాగాలుగా ఐదు ఆశ్వాసాలుగా 2414 పద్యగద్యాలుగా వెలసిన ప్రౌఢప్రబంధం.

"సకల విబుధులు నీకు నంశంబులగుట
దేవతాంతరములను నిందింపఁబోక,
కోర్కెగలిగియునైన, లేకున్ననైన
నిన్ను గొలిచెడు మనుజుండునిపుణతముడు".

(శ్రీనివాస ప్రబంధము - మొదటి భాగము)

'Leaves in the wind', 'The hero', 'Srimath Bhagavatham' అనేవి వారి ఇంగ్లీషు కృతులు.

వ్యక్తిత్వం - సౌమ్యం

పుట్టపర్తి సాహిత్యంలో ఆవేశపరులైనా, వ్యక్తిగతంగా అతిసౌమ్యులు. ఒకరిని నిందించడం, హేళన చేయడం ఆయనకు అలవాటులేదు. ఎవరైనా తనను సవాలు చేసినప్పుడు మాత్రం విజృంభిస్తారు.

జాగ్రదవస్థలో ఆయన ఎప్పుడు భగవన్నామ స్మరణ తనలో తాను చేసుకుంటూ వుండేవారు.

ఈ భక్తి నారాయణా చార్యుల రచనలలో పలు పాయలుగా ప్రవహించింది. సహృదయుల మనస్సులను పరిపక్వం చేసింది. అలాగని ఆయన భక్తి క్రమ పరిణామానికి దృష్టాంతం చూపలేం.

పెనుగొండలక్ష్మి లోనే ఆయన భక్తి హృదయం పెల్లుబికింది. కావున ఆయన రచనలు భక్తి తోనే ఆరంభమై భక్తి తోనే సమాప్తమయ్యాయని భావించ వచ్చు జనప్రియ రామాయణం, శ్రీనివాస ప్రబంధాలతో.

'శివతాండవం' ఆయన కొన్ని వేల సభల్లో గానం చేసి శ్రోతలను మంత్రముగ్ధుల్ని చేశారు. పుట్టపర్తి పద్య, గేయ కవి మాత్రమే కాదు వచన కవి కూడా. ఆయన రచనవైవిధ్యంతో కూడ కవితను కళ గా తీర్చిదిద్దారు.

శ్రీశ్రీ అంతటి వారు కూడా ఆయన జన ప్రియ రామాయణాన్ని చూసి విస్మయంచెంది. "నాకు రామాయణము, భారత మంటే సరిపోదు కానీ ఈ రచన చూస్తే ఏమో చదవాలనిపిస్తుంది". అన్నారు.

పుట్టపర్తి మానవమూర్తి సూర్యోదయం నుండి సూర్యాస్తమయం వరకు చెమటోడ్చే చింపిరి గుడ్డలతో వున్న ఒక పేద యువతిలోని అందాన్ని చూసి నిన్ను సంపన్ను రాలిగా చూడాలని కోరుకుంటాను అంటారు.

My heart Longs to see you in riches
God is unfair, wealth is only for some

(Leaves in the wind)

పుట్టపర్తి గొప్ప ఆస్తికుడు, భక్తాగ్రేసరుడు, జన్మతో వైష్ణవుడు. విశిష్టాద్వైతమున ప్రగాఢమైన విశ్వాసం కలవారు. వైష్ణవులైనా శివుడ్ని ఆరాధించారు.

శతాధిక గ్రంథకర్తలైన శ్రీమాన్ పుట్టపర్తి వారి కవితాశక్తినీ పరిశీలనా దృష్టినీ, పాండితీ ప్రకర్షను, సంగీత నృత్యాభినివేశాన్నీ లోకానికి చాటి చెప్పిన కావ్యమే శివతాండవం. ఈ కావ్యం తీవ్రమైన భావరసావేశంలో పొంగిన ప్రౌఢ గంభీర రసస్నిగ్ధ కవితా ప్రవాహం.

ఉధృతంగాసాగిన శివతాండవ రచన తర్వాత నిండుగా సాగే గంగానదీ ప్రవాహం శివాలాస్యవర్ణన.

త్రిగుణాతీతుడైన శివతాండవ కీర్తన ఆంధ్ర భారతి నలంకరించిన సరస్వతీ పుత్రుడు ఆయన.

పసి బాలుని తత్త్వం పుట్టపర్తి హృదయం, కల్మష మెరుగని రాయలసీమ కవి. అమోఘమైన ప్రతిభ అనిర్వచనీయమైన వ్యుత్పత్తి, నిరంతర, అవిశ్రాంత అభ్యాసంతో సరస్వతీ పుత్రులైనారని పిస్తుంది ఎవరికైనా

పండితులు వీరిని కవిసమ్రాట్ విశ్వనాథ వారితో సమఉజ్జిగ, కవి సార్వభౌములు శ్రీనాథుడితోనూ పోలికను చెప్పారు. ఈయన జీవితమే ఒక త్రివేణీ సంగమం

ప్రాచీనతకు, ఆధునికతకు, సనాతన ధర్మానికీ, లౌకికతకూ, సమ్మేళనం. కడపజిల్లా రచయితల సంంఘానికి గౌరవాధ్యక్షులుగా ఉన్నారు. కడప, ప్రొద్దుటూరు పట్టణాల్లో తెలుగు పండితోద్యోగం నిర్వహించారు. కొన్ని వేలమంది సాహిత్యాభిమాలను సంపాదించుకున్నారు. పుట్టపర్తి వారి 'కాంస్యవిగ్రహం' ప్రొద్దుటూరులోని నట్టనడిబొడ్డున వెలిసింది. ఇది చాలా అరుదైన గౌరవంగా కవి పండితులు భావిస్తారు.

ఆయన కడప పట్టణంలో మోచంపేట సందులో ఒక చిన్న ఇంట్లో సాధారణ జీవితం గడిపారు.

ఇంతటి బహుభాషా పండితుడు, ప్రజ్ఞావంతుడు, తాత్త్వికుడు ఉపాసకుడు, పరమభక్తుడు, ఇంతటి జిజ్ఞాసి అయివుండి కూడా వారిలో శిశుముగ్ధ హృదయం చెక్కు చెదర లేదు. జీవితంలో ఆఖరి క్షణాల వరకూ ఆరిపోని వారి జిజ్ఞాసకు తార్కాణంగా చిట్టచివరి రోజుల్లో ఉర్దూ లిపిని నేర్చుకోవడం, 60 సంవత్సరాలు దాటిన వయస్సులో గూడా పట్టుదల వీడకుండా మృదంగజతులు నేర్చుకోవడం శివునికి సహస్ర బిల్వార్చన స్వయంగా నమక, చమక సహితంగా నిర్వహించడం ఎటువంటి వారినైనా ఆశ్చర్య చకితుల్ని చేస్తుంది.

ఆయన ప్రతిభకు, వారి శమకు రావలసినంత గుర్తింపు కీర్తి రాలేదని వారి సాహిత్యాభిమానులు, ఆవేదన చెందుతూంటారు.

76 సంవత్సరాల ఆయన జీవిత కాలంలో 60 సంవత్సరాలు సాహిత్య సేవలో గడిపినారు.

ఆధునిక తెలుగు సాహిత్యానికి గురజాడను యుగకర్తగా భావించడం వారి ఆధునిక దృష్టికి సామాజిక దృక్పథానికి నిదర్శనం. సామ్యవాద వ్యవస్థమీద బలమైన విశ్వాసం కలిగిన వారు ఆయన. అందుకే ఆయన్ను సంప్రదాయ జ్ఞానం కలిగిన మానవతావాదిగా పేర్కొంటారు.

1-9-1990 తేదీన ఈ మహాకవి సరస్వతీ పుత్రుడు శివైక్యం చెందారు.

1914లో అనంతపురం జిల్లా చియ్యేడులో జన్మించిన వీరు 1990 లో కడప పట్టణంలో తన తుది శ్వాస విడిచేదాకా అవిశ్రాంతంగా కొత్త భాషలు నేర్చుకొంటూ జీవిత కాలాన్ని గడిపి తనదంటూ ఒక ప్రత్యేక స్థానాన్ని వర్తమాన తరానికి వదలిపెట్టి వెళ్ళారు. ఎన్నో సంస్కృతులు జీర్ణించుకొని, బహుభాషలు నేర్చి సంగీత నృత్యకళల్లో అపార పరిశ్రమ చేసిన సరస్వతీ పుత్రుల వంటి వారు నూరేళ్లకు గాని మరొకరు జన్మించరన్నమాట అతిశయోక్తి కాదు.

అవార్డులూ - సత్కారాలు

ఇటువంటి మహాకవి జ్ఞానపీఠ్‌కు అర్హుడైనా అది వారిని వరించక పోవడం వారి దురదృష్టంగా భావించారు అందరు.

1949లోనే స్వామి శివానంద సరస్వతి వీరికి 'సరస్వతీ పుత్ర' బిరుదు ప్రదానం చేశారు. 1967 లో జాతీయ ఉత్తమ ఉపాధ్యాయులుగా భారత ప్రభుత్వం సత్కరించింది 1972లో భారత ప్రభుత్వం 'పద్మశ్రీ' ని ప్రకటించింది.

1987 లో 'కళాభారతి' అవార్డును మదర్ థెరిస్సా ప్రదానం చేసింది.

కలకత్తాకు చెందిన 'భిల్వా పురస్కార్' వీరు రచించిన 'శ్రీనివాస ప్రబంధ'నికి లభించింది.

'పండరి భాగవతము' కావ్యానికి కేంద్ర సాహిత్య అకాడమీ అవార్డు లభించింది.

శ్రీ వేంకటేశ్వర విశ్వవిద్యాలయం, శ్రీ కృష్ణ దేవరాయ విశ్వవిద్యాలయం వారు గౌరవ డాక్టరేట్‌ను ప్రదానం చేశారు.

1989లో ఏలూరు లో గుప్తా ఫౌండేషన్ వారు పురస్కార మిచ్చి సన్మానించారు.

ఇవి గాక అనేక సాహిత్య సంస్థలు వీరిని సత్కరించాయి. తన సాహిత్య సంపదతో భారత దేశంలో వివిధ ప్రాంతాలు పర్యటించారు.

కావ్యలహరి - ఆణి ముత్యాలు

"ఉలిలో దోనెల సోనెలన్జిలికె
యీ యొయ్యారి చిత్రించు వే
ళల నా శిల్పికి గన్ను గోనలను
ధారల్గ ట్టె నేమో జలం
బులు, జేదోయి సెమర్చియుండు
నను కొందున్ భావనావేశ భం
గులు పైపై జెలరేగ ముద్దుగొని
యుండున్ ప్రేమ విభ్రాంతుడై" *(పెనుగొండ లక్ష్మి - నుండి)*

ఏమానందము భూమీతలమున
శివతాండవమట, శివలాస్యంబట
వచ్చిరి యేమొ వియచ్చరలందరు
జలదాంగనవై విలోకించుటకు
ఓహో హో హో ఊహాతీతం
బీయానందం బిలా తలంబున ! ....
....
తలపైన చదలేటి యలలు తాండవమాడ
అలలత్రోపుడుల క్రొన్నెల పూవు కదలాడ

మొనసి ఫాలముపైన ముంగురులు చెఱలాడ
కనుబొమ్మలో మధుర గమనములు నడయాడ
కనుపాపలో గౌరి కసినవ్వు బింబింప
కను చూపులను తరుణ కేతుకము జుంబింప
కడగి మూడవ కంట గటిక నిప్పులు రాల
కడుబేర్చి పెదవిపై కటిక నవ్వులు వ్రేల
ధిమి ధిమి ధ్వని సరిద్గిరి గర్భములు తూగ
నమిత సంరంభ హా హా కారములు రేగ
ఆడెనమ్మా శివుడు
పాడెనమ్మా భవుడు
. . . .
పలికి రంతటన గీర్వాణి లెల్లరుగూడ
చలిత కంఠముల శివశక్తులకు మంగళము
కచ్ఛపీవీణ ఉత్కంఠ తోడుతరాగ
గచ్ఛములనీన అఘూర్ణితముగ దిక్కు లాడినది గిరికన్నె" *(శివతాండవం)*

"ఓరి నావైపు చూడకురా ! రసంబు
చితికిపోయిన, మాంసంబు జీర్ణమైన
కన్ను లెత్తి వ్రేలాడెడి కరము దాచి
అడుగకుర నన్ను దమ్మిడీకై - విషాద
జఠరమౌ నా యెదకు జీవశక్తి లేదు
కర్మమనుచు వేదాంతులు గాయములకు
బూత బూయ - ధనాఢ్యులు బుస్సుమనగ
రక్కసితనంబు గద్దెపై రాజ్యకులు
చండ శాసనమగు ధరా చక్రమందు
బ్రతికి చచ్చినవాడ - నావలెనె నీవు నీవలెనె నేను "

('అగ్నివీణ' నుండి)

మతముకన్న మానవత మాన్యము రా ! మతబుద్ధి మానవ
ప్రతతిని భేద వాదముల బాధొనరించినయేని, దానిసం
గతి విడనాడుటే యుఱవు కల్మష కూప మతంబు నమ్మి, నీ
మతిఁబెడ గొట్టు కోవఁలగు, మానవ జాతిని ప్రేమఁజూడరా !

('సాక్షాత్కారము' నుండి)

"తొలిపల్కు మొదవుల వలపించువాడు
చిలిపినవ్వుల సుగంధిలమైనవాడు
పాలబుగ్గల గళన్బంతిన వాడు
పాలాక్షునకు వేఱుపడరానివాడు
వల్లవీ మానైక పశ్యతో హరుడు
కల్లరి, చిక్కి చిక్కని మాయవాడు
అర్చావ తారుడై యమరిన వాడు
చర్చింప దేవతా సార్వభౌముండు
వాని మూర్తిని జూచు భాగ్యంబు నాకు
నేనాటికిని గల్గ దేనాడు గలదో !" *('పండరి భాగవతము' నుండి)*

"ఏపరిమేష్ఠి కుంచె, రచియించును లోక మనూహ్య సుందరం
బాపరకుక్షి సర్వనిగమౌఘ విధిజ్ఞుడు నీదు పాల ని
ర్వాసిత పాప ! తాపృథుక భావము వాడట యెవ్వరింక, దే
వా ! పరిపక్వబుద్ధులు ఖగాంగ ! జగజ్జన జన్మ తారణా !

('శ్రీనివాస ప్రబంధం' నుండి)

They call me mad
Yes, I am, I think.

I don't care to have a spider in me
A spider that crouches in the web

only to drink innocent blood.

I don't care to have a fox in me
The political fox that stirs up trouble

For his own gain.

I don't wish to be known as learned
For he disturbs the ebb the flow of creation.

I am a poet, if you please
A human, a man
Living to my self,
But they call me mad

perhaps to the mad world, I am **(*Leaves in the wind*)**

"కౌసల్య కింటిలో
గను మూత పడదు, ది
క్కుల నెల్ల రంగనాథుండూ – శంఖ చ

క్ర గదాది భృత్య శోభితుడూ - నిటల తటి
ఘటితాంజలులుండౌచు - గట్టెదుట నిలుచున్న
చండ రాక్షసకుల జ్వరమైన గరుడుండు
నేవత్తునే తల్లి
నీకు సుతుడను గాగ
నీ చనుబాలు గాంక్షించీ - యాజ్యాహు
తులకన్న చవులు భావించీ - ఒక తొల్లి
యదితికిని జన్మించి తమర కార్యము బూని
నీవు రెండవ యదితిదేవి యీ సారికిని
అని పలికినటులైన
నతివ కలకల నవ్వు
పూర్వజని ఏదియో మెదలీ - కై మోడ్చు
మధురముగా మదియెల్ల కదలీ - తపమునకు
ఫలకాల మెదురైన పలు తలంపుల నలగు
సాధకుని యెద వోలె సదమదంబై పొలతి ”

('జనప్రియరామాయణం' నుండి)

“ప్రకృతికో, మాయకో కాక భావనా ప్ర
పంచ సౌదామినికొ, తపః ప్రభకొ, శూన్య
మునకొ, యానంద రూపమై మోద మొసగు
సాత్విక వ్యక్తికి నమస్కార శతము” *('షాజీ' నుండి)*

“ఏకాంతమున యందు
నెన్నినాళుల నుండి
పాడుకొనుచున్నదో తానూ ! వాల్మీకి
రామాయణమ్ము నంతానూ ! చెవి యొగ్గి
వినవయ్య వాల్మీకి విశద హృదయము బోలు
జాహ్నవీ వేదనా శబలితము, రామకథ” *('మేఘదూతము' నుండి)*

కాళోజీ నారాయణరావు

(1914-2002)

- ఆచార్య పేర్వారం జగన్నాథం

'ప్రజాకవి' కాళోజీ నారాయణరావుగారు కర్నాటక రాష్ట్రంలోని బిజాపూర్ జిల్లా, రట్టహళ్లి అనే గ్రామంలో 9 సెప్టెంబరు 1914నాడు జన్మించినారు. వారి తల్లిపేరు రమాబాయి, తండ్రిపేరు రంగారావు. రంగారావుగారు ఉద్యోగరీత్యా అప్పుడక్కడ పనిచేస్తుండేవారు. వీరి పూర్వీకులెప్పుడో మహారాష్ట్ర నుండి వచ్చి తెలంగాణంలో స్థిరపడినారు. తల్లి రమాబాయిగారు కన్నడిగ. ఐతే ఆమె తరపువాళ్లూ ఎక్కువకాలం మహారాష్ట్రలో గడిపినందున ఆమెకు మరాఠీ బాగావచ్చేది. రంగారావుగారు హిందీ, ఉర్దూ, ఫార్సీభాషల్లో గొప్ప పండితుడు. తులసీరామాయణం పురాణ కాలక్షేపంగా చెప్పేవాడు. నారాయణరావుగారు రెండేండ్ల ప్రాయంలో ఉన్నప్పుడు వీళ్ల కుటుంబం వరంగల్లు సమీపంలోని మడికొండలో స్థిరపడింది. రామేశ్వరరావుగారు నారాయణరావుగారి కగ్రజులు. ఆరేండ్లు పెద్ద. ఈయన చాలాకాలం వరంగల్లులో న్యాయవాదవృత్తి చేపట్టి పేరు ప్రఖ్యాతులు గడించినారు. ఉర్దూభాషలో పేరున్న కవి. 'షాద్' పేరుతో ఉర్దూలో కవితలు చెప్పేవాడు. వాటిలో సున్నితమైన హాస్యం, వ్యంగ్యం తొణకిసలాడుతూ ఉంటాయి. నారాయణరావుగారిని చిన్ననాటినుండి పోషిస్తూ వచ్చింది అన్నగారైన రామేశ్వరరావుగారే. వీరికాలంలోనే కాళోజీ కుటుంబం మడికొండ నుండి వచ్చి హనుమకొండలో స్థిరపడింది.

మడికొండ ఎందరో కవి పండితుల్ని కన్న పుణ్యభూమి. వానమామలై సోదరకవుల కది జన్మభూమి. వానమామలై వరదాచార్యులుగారు 'పోతన చరిత్రము' రచించగా, వానమామలై జగన్నాథాచార్యులుగారు 'రైతు రామాయణం' రచించి ప్రసిద్ధిగాంచినారు. వీరి తండ్రిగారైన బక్కయ్యశాస్త్రిగారు ఆనాడు దేశంలో గొప్ప పేరున్న పౌరాణికుడు. అక్కడ చక్కని సాహిత్య వాతావరణం వర్ధిల్లుతుండేది. సురభి నాటక సమాజాలవాళ్లు అప్పుడప్పుడు వచ్చి మడికొండలో నాటకాలు ప్రదర్శిస్తూండేవాళ్లు. రంగారావుగారు వానమామలై వెంకటాచార్యులు గారితో కలసి ఆ ఊర్లో 'ప్రతాపరుద్ర ఆంధ్ర భాషానిలయం' పేరుతో ఒక గ్రంథాలయాన్ని స్థాపించినారు. ఈ ఇద్దరూకలసి ఒక పాఠశాలను కూడ నెలకొల్పినారు. అందులో అక్షరాభ్యాసం దగ్గరినుండి వకాలతు చదివే విద్యార్థులందరికీ వీళ్లు చదువు చెప్పుతుండేవాళ్లు. రంగారావుగారు ఉర్దూలో కవిత్వమల్లడం నేర్పుతుంటే, వెంకటాచార్యులు గారు తెలుగులో కవిత్వమల్లడం నేర్పుతుండేవారు. రంగారావుగారు గొప్ప ఆభిజాత్యం కలవారై ఉండిరి. ఆయనకు ఆత్మాభిమానమెక్కువ. జీవితంలో క్రమశిక్షణకలవాటు పడినవాడు. ఒకసారి ప్రభుత్వ రెవెన్యూశాఖలో బెంచి క్లర్కు ఉద్యోగం కోసం ప్రకటన రాగా దీనికోసం రంగారావుగారు దరఖాస్తు చేసినారు. ఐతే అనుకున్న సమయానికి ఇంటర్వ్యూ నిర్వహించక ఆలస్యం చేయడంతో రంగారావుగారుండలేక, పై అధికారికొక చీటిరాసి

అక్కడినుంచి వెళ్ళిపోయినాడు. ఆ శాఖ కప్పుడు మంత్రిగా ఉన్న ఒక ఆంగ్లేయుడు రంగారావుగారి క్రమశిక్షణకు మెచ్చుకొని అతణ్ణి రప్పించి ఆయనకే ఆ ఉద్యోగం ఇచ్చినాడట. రంగారావుగారి కెందరో ముస్లింలు మిత్రులుగా ఉండేవాళ్లు. వాళ్ళతన్ని అమితంగా అభిమానించే వాళ్లు. రంగారావుగారికి కుల పట్టింపులుండేవికాదు. అన్ని కులాలవాళ్లనూ సమంగా ఆదరించేవారు. రంగారావుగారొకప్పుడు ఎవరికీ చెప్పకుండా ఇల్లువదిలి సాధువుల్లో కలసినాడట. ఐతే అందులో ఒక సాధువు రంగారావుగారి వేష భాషల్ని కనిపెట్టి తిరిగి ఇంటికి వెళ్లిపోవలసిందని సున్నితంగా మందలించినాడట. అట్లా రంగారావు గారు తిరిగివచ్చిన పిదపనే మన నారాయణరావుగారు జన్మించినారట. నారాయణ రావుగారి అసలుపేరు రఘువీర్ నారాయణ్ లక్ష్మీకాంత శ్రీనివాస రామ్‌రాజా. కాని నారాయణరావుగానే ప్రసిద్ధుడైనాడు. అంతకన్నా కాళోజీగానే దేశంలో సుప్రసిద్ధుడు.

నారాయణరావుగారి మేనమామ ఆర్య సమాజీయుడు. గొప్ప దేశభక్తుడు. బ్రహ్మచారిగానే బ్రతికినాడు. హిందీ సంస్కృత భాషల్లో గొప్ప పండితుడు. నారాయణరావుగారి మాతా మహుడు కూడా ఆర్య సమాజీయుడు. 'లోకమాన్య' బాలగంగాధరతిలక్ అనుచరుడు. వీళ్లంతా జీవితంలో క్రమశిక్షణ కలవాళ్లు. మాట తప్పనివాళ్లు. మానవీయకోణం కలవాళ్లు. పైగా ఆధునిక భావజాలంతో ప్రభావితులైనవాళ్లు నారాయణరావుగారి తల్లిగారు కూడ కులభేదాల్ని పాటించకపోయేవారు. మూఢాచారాల్ని దరికి రానిచ్చేవారు కాదు. పండుగలప్పుడు అన్ని కులాల వాళ్లనూ ఆహ్వానించి అందరితో కలిసి భోజనం చేసేవాళ్లు. వరంగల్లుకు జాషువా వచ్చినా, శ్రీశ్రీ వచ్చినా, విశ్వనాథసత్యనారాయణ వచ్చినా అందరూ కాళోజీవాళ్ల ఇంట్లోనే దిగేవాళ్లు. విసుగు విరామం లేకుండా అందరికీ సమాన ఆతిథ్యమిచ్చేవాళ్లు. ఒకసారి ఒక ఎరుకల స్త్రీ వర్షంలో నానుతూ వచ్చి కాళోజీవాళ్ల ఇంటిచూరు కింద నిలబడిందట. చలికి వణికిపోతున్నదట. ఆ సమయంలో నారాయణరావుగారు బయటకు వచ్చి ఆమెను చూసినాడట కానీ లోనికి రమ్మనే ధైర్యం చేయలేకపోయినాడట. అదేసమయంలో తల్లిగారైన రమాబాయి ఎందుకో బయటికి వచ్చి ఆమెను చూసి వెంటనే లోపలికి తీసుకువెళ్లి ఆదుకున్నదట. అంతటి కరుణార్ద్ర హృదయ రమాబాయిగారు. ఇది కాళోజీకి జరిగిన గర్వభంగంగా ఆయన భావిస్తుండేవాడు. గాంధేయవాదినని చెప్పు కుంటున్న కాళోజీ, తాను చేయలేని పనిని తన తల్లి చేసినందులకు ఒకింత సిగ్గుపడినాడు. ఇట్లా ఈ అందరి ప్రభావం నారాయణరావుగారి వ్యక్తిత్వంపై పడినట్లు కనిపిస్తుంది. పైగా మడికొండ వాతావరణం కూడ అందుకు తోడ్పడింది.

కాళోజీకి సుమారు పాతిక సంవత్సరాల వయస్సున్నప్పుడు రుక్మిణీబాయి గారితో వివాహమైంది. ఈమెది వరంగల్లు సమీపమందలి గవిచెర్ల గ్రామం. వేలూరి మాణిక్యరావుగారి కూతురు. ఈమెను వాళ్లింట్లో యాదక్క అని పిలిచేవాళ్లు. రుక్మిణీబాయిగారి మేనమామకూడ గొప్ప సంఘసంస్కర్త, దేశభక్తుడు. ఆ రోజుల్లోనే ఈయన కులాంతర వివాహం చేసుకున్నాడు. ఈయన ప్రతినిత్యం హనుమకొండలోని సిద్ధేశ్వరాలయానికి వెళ్లి అక్కడి గుండంలో స్నానంచేసి

స్వయంగా తన బట్టలు తానే ఉతుక్కునేవాడట. చిన్నతనాన కాళోజీ కూడా ఆయనతో కలసి సిద్ధేశ్వరా లయానికి వెళుతుండేవాడట. ఇట్లా కాళోజీ ఆత్మీయ బంధువులంతా సమకాలిక సమాజానికనుగుణంగా, ప్రగతిశీల భావజాలాన్ని కలిగి ఉండేవారు. ఆ భావజాల ధోరణి కాళోజీ వ్యక్తిత్వంలోనూ భాసిస్తూ ఉంటుంది. అదే ఆయన జీవితాన్ని నడిపింది కూడ. ఐతే కాళోజీ సోదరులు - రామేశ్వరరావూ, నారాయణరావుగారల స్వభావాలు ఉత్తర దక్షిణ ధ్రువాలంతటి వ్యత్యాసం కలవి. అన్నగారివి మలయమారుతం వంటి చల్లని వాక్కులు, తమ్ముడుగారివి నిప్పులు చెదిరే తుపాకి తూటాలు. అన్నగారి పలుకరింపులో కమ్మని కస్తూరి వాసన, తమ్ముడిగారి మందలింపులో నిప్పురవ్వల సవ్వడి. అన్నగారు నిశ్శబ్దగంభీరసాగరం, తమ్ముడుగారు లావా నెగజిమ్మే అగ్ని పర్వతం- అన్నగారి స్వరంలో మధుర మంజుల మోహనరాగం, తమ్ముడుగారి కంఠంలో పిడుగులు రాల్చే ఫెళఫెళార్భటుల మేఘగర్జన. ఐనా ఈ ఇద్దరి అంతస్స్వభావం ఒక్కటె. అంతరంగ తంత్రీనాదమొకటె. ఇద్దరి అంతర్వేదన ఒకటె. ఇద్దరి ఆశయ ఆదర్శాలూ ఒకటె. అదే దేశ సౌభాగ్యం, అదే ప్రజా సంక్షేమం, అదే 'సర్వేజనాస్సుఖినోభవంతు' అనే లక్ష్యం. ఐతే ఈ పార్శ్వాన్నంతా కాళోజీ అన్యాయం పైన, అధర్మం పైనే ఎక్కుపెడుతాడు.

కాళోజీకి అన్నగారంటే ఎంతో గౌరవభావం. అన్నగారికి కాళోజీ అంటే ఎంతో వాత్సల్యం. ఈ ఇద్దరూ పరస్పరం అమితంగా ప్రేమించుకునేవాళ్లు. ఆదర్శ సోదరులుగా జీవించినారు. వీళ్లు రామలక్ష్మణులవంటి వాళ్లని లోకం భావిస్తుండేది. ఐతే రామాయణంలోని తమ్ముడు అన్నకు సేవ చేస్తాడు. కాని ఇక్కడ అన్నే తమ్మునికి సేవచేస్తాడు. తమ్ముని సంరక్షణ భారమంతా అన్నే వహిస్తాడు. అన్నే తమ్మునికి సర్వస్వంగా నిలుస్తాడు. కాళోజీకి చిల్లిగవ్వ ఆదాయముండదు. అన్నగారి పోషణపైనే జీవితాంతం ఆధారపడినాడు. రామేశ్వరరావుగారే మొత్తం కుటుంబాన్ని పోషించి నాడు. పేరుకు కొద్దికాలం కాళోజీ వకాలతు నిర్వహించినా, అందులో నికచ్చిగా వ్యవహరించినందున రాణించలేకపోయినాడు. అందువల్ల దానికి త్వరలోనే స్వస్తి చెప్పినాడు. రాజకీయాల్లోనూ ఆయన ముక్కుసూటి మాటలు అపకారాన్నే చేసినాయి.

కాళోజీ స్వేచ్ఛాజీవి. సాంసారిక బాధ్యతలేవీ ఆయన భరించేవాడు కాదు. కుటుంబ పోషణ గురించి ఏ చీకూచింతా లేనివాడు. ప్రజా ఉద్యమాలే ఆయనకు సర్వస్వం. అన్యాయాల్నీ, అధర్మాల్నీ ఖండించడమే ఆయన నిత్యకృత్యం. పాలకుల దుర్నీతిని ఎండగట్టడం ఆయన ఎంచుకున్న మార్గం. ఖరాఖండిగా మాట్లాడ్డంలో ఆయనకు ఆయనే సాటి. కులమత వర్గ భేదాలు లేకుండా మనగలగడం ఆయన నైజం. సైద్ధాంతికంగా భావించే వాళ్లతో కూడ సఖ్యతతో మెలగగలిగే తత్త్వమాయనది. మొహమాటం లేకుండా ఎదుటివాని లోపాల్ని ఎత్తిచూపడంలో ఆయన వెనుకాడడు. అందుకే ఆయన రాజకీయాల్లో రాణించలేకపోయినాడు. ఎన్నికల్లో గెలువలేక పోయినాడు. ఒకచోట తానే అన్యాయాన్నెదిరించినవాడు నాకారాధ్యుడంటాడు. అన్యాయానికి గురైన వాళ్లనుచూసి వలవల ఏడుస్తాడు. కల్తీలేని కన్నీళ్లు కారుస్తాడు. అన్యాయపరులపై నిప్పులు

చెరుగుతాడు. కాళోజీకి లోకమంతా బంధువులే. ఊరంతా తన కుటుంబమే. ఆయన కట్టుబట్టలతో ఇంటినుంచి బయలుదేరుతాడు. నెలలకొద్ది మిత్రుల ఇండ్లలో గడుపుతాడు. వెళుతున్నప్పుడు అన్నగారితోకానీ, కట్టుకున్న భార్యతోకానీ ఎటు వెళ్లుతున్నదీ, ఎందుకు వెళ్లుతున్నదీ, ఎప్పుడు వచ్చేదీ చెప్పడం ఆయనకలవాటు లేదు. ఆ విషయాలు బయలుదేరుతున్నప్పుడు తనకే తెలిసి ఉండేవికాదు. ఇట్లా వెళ్లినవాడు ఆయాగ్రామాల్లో ఉన్న మిత్రులవద్ద కొన్నాళ్లుండడం, వాళ్లు పెట్టింది తినడం, నేలమీద పరుండడం, ఎక్కడ ఎట్లాఉంటే అట్లా సర్దుకుపోవడం ఆయన తన జీవితంలో నేర్చుకున్న పాఠాలు. ఆయన బీదవాళ్ల ఇండ్లల్లో ఉంటే కలో గంజో తాగేవాడు. ధనికుల ఇండ్లల్లో పట్టు పాన్పులపై పరుండి పరమాన్నం భుజించేవాడు. అందుకే ఆయన ఒకచోట ఇట్లా అంటాడు–

పల్లె పట్టణంబులనక
పల్లేరై తిరిగినాను.
మురికినీటి నడుమనున్న
ఇరుకులలో ఇరికినాను.
కూటిపేద తనకబళము
నోటికీయ గుడిచినాను.
పూలవాసనలు నిండిన
పాలరాతి మేడలలో
ఆయాసము కలిగించెడి
పాయసాలు మెక్కినాను.
వాయువుతో పోటీపడు
వాహనాలు ఎక్కినాను.
కంటకాల మధ్య నేను
కాలినడక నడిచినాను.
కాలుబైట పెట్టకుండ
కాలమెంతో గడిపినాను.

మన మాజీ ప్రధాని స్వర్గీయ శ్రీ పాములపర్తి నరసింహారావుగారు కాళోజీ షష్టిపూర్తి సందర్భంలో ఒకచోట కవితారూపంలో ఇట్లా చెప్పినారు–

ఆరుపదులునిండెనంట 'నారయ' నీ కాయమునకు
ఆరాపదియా మనస్సుకనియెడి సందియముతోచును
సూక్తులు శాపములును పునరుక్తి దోషమంటకుండ
జగత్తునభిశంసించుచు శతసంవత్సరములు దాటుము

నోటికస్సుబుస్సుకు కన్నీటి వింతజతకూర్చుచు
అంతరంగనవనీతము అనారతముపంచిఇమ్ము
బ్రహ్మనీకు పొరపాటున పాపులవయసిచ్చుగాక
కాలుడు మా 'కాళయ్యా'ను కలకాలము మరచుగాక!

కాళోజీ అంతరంగ స్వభావాన్ని పి.వి.నరసింహారావుగారు చక్కగా ప్రదర్శింప జేసినారు. అంతేకాక దేవులపల్లి రామానుజరావుగారు కూడ ఒకానొక సందర్భంలో కాళోజీ గూర్చి ఇట్లా ప్రశంసించినారు– "కాళోజీకి బహుభాషలతో పరిచయమున్న మాట వాస్తవమే. అయినా ఆయనను పండితుడని చెప్పడానికి వీలులేదు. అనేక విషయాల గూర్చిన అవగాహన ఆయనకున్నది. అయినా ఏ విషయంలోనూ పారంగతుడని చెప్పడానికి వీలులేదు. స్వార్థాన్ని గూర్చి ఆలోచించని అన్ని జాతీయోద్యమాలలో పాల్గొనిన త్యాగమూర్తి ఆయన. అయినప్పటికిని ఆయనను ఈనాటి పరిభాషలో నాయకుడని చెప్పడానికి వీలులేదు. దేశసేవకు జీవితాన్ని అంకితం చేసిన కాళోజీ అన్నిటికి మిన్నగా కరుణార్ద్ర హృదయుడైన కవీశ్వరుడు. ఎక్కడ ఏ అన్యాయం జరిగినా ఆయన కండ్లనుంచి జలజల నీరురాలి, గాయపడిన హృదయములోని భావాలు గేయ రూపమున వెలువడును. ఆయన కవిత్వమంతా ఈ విధంగా ప్రకటితమైనదే." ఇట్లా కాళోజీ వ్యక్తిత్వానికి గీసిన రేఖాచిత్రం ఇది.

కాళోజీకి తన వైయక్తిక జీవితంలో ఒక క్రమమంటూ కానీ, ఒక పద్ధతంటూ గానీ ఉండేవికాదు. సమయానికి భోజనం చేయడం, సమయానికి నిద్రపోవడం వంటి నియమ నిబంధనల్ని ఆయన పాటించకపోయేవాడు. ఆయనే ఒకచోట తనగూర్చి చెప్పుకుంటూ అన్నగారైన రామేశ్వరరావుగారెంతటి రెగ్యులరో, తానంతటి ఇర్రెగ్యులర్ అని తెలిపినాడు. ఆయన ఏ పార్టీకిగానీ, సంస్థకుగానీ చెందినవాడు కాదు. ఎందులోనూ ఆయనకు సభ్యత్వముండేదికాదు. ఒక పార్టీకి కట్టుబడి ఉండడమన్నది పాతివ్రత్యం లాంటి 'పార్టీవ్రత్య'మంటాడు. ఈ 'పార్టీవ్రత్య' మన్నపదం ఆయన సృష్టే. ఇట్లాగే 'ప్రజాకీయాలు' అనే పదాన్ని సృష్టించినాడు. ఆయనకే పార్టీలోనూ సభ్యత్వం లేకున్నా, అన్ని ప్రజా ఉద్యమాల్లోనూ తానే ఉండేవాడు. అన్ని ఉద్యమాలకూ ప్రాతినిధ్యం వహించేవాడు. ఒకప్పుడు ఒక పోలీసు అధికారి కాళోజీని ప్రశ్నిస్తూ – "గణపతి ఉత్సవాల్లో నీవే ఉంటావు, పోచమ్మ బోనాలవద్ద నీవే ఉంటావు, ఆంధ్ర మహాసభలో పాల్గొంటావు, హిందూ మహాసభలో ప్రసంగిస్తావు, ఆర్య సమాజంలో ముందుంటావు, కాంగ్రెసు కార్యక్రమాల్ని నిర్వహిస్తూంటావు" అంటూ అడిగినాడట. అప్పుడు కాళోజీ ప్రజలకు అన్యాయం జరిగిన చోటల్లా ఉండి ప్రతిఘటిస్తాననీ, ప్రజలకోసం ఏ ఉద్యమాల్లోనైనా పాల్గొంటాననీ సమాధానం చెప్పేసరికి ఆ పోలీసు అధికారి మారుమాట్లాడలేదట. వరంగల్లులో రకరకాల సభలూ, సమావేశాలూ, ఉద్యమాలూ జరుగుతుండేవి. వాటికోసం పలు ప్రాంతాల నుండి పలు సైద్ధాంతిక నేపథ్యం ఉన్నవాళ్లు వస్తుండేవాళ్లు. తరచుగా వాళ్లు కాళోజీ వాళ్ల ఇంట్లోనే దిగుతుండేవాళ్లు. ఇట్లా వచ్చిన పలువురు మేధావులతో కాళోజీకి పరిచయాలు జరుగుతూండేవి. వాళ్లతో అనేక

విషయాలు చర్చించడం జరుగు తుండేది. ఐతే ఈ భిన్న సిద్ధాంతాలు కలవాళ్లతోనూ కాళోజీ సభ్యతతో మెలిగేవారు. అట్లాగే వాళ్లింటికి వచ్చిన కవులూ పండితులతోనూ వాగ్వివాదాలు జరుగుతుండేవి. కాని చర్చించుకోవడమేతప్ప తామరాకును నీరంటని రీతిగా ఆవేశకావేశాల్ని పెంచుకునేవాళ్లు కాదు. ఒక్కొక్కప్పుడు కాళోజీ తన అన్నగారితోనూ ఏదైనా ఒక విషయంపై తీవ్రంగా విభేదించి వాదులాడేవారు. అంతా అయినాక కాళోజీ అన్నగారిపై గౌరవభావం ప్రదర్శించేవారు. వాళ్ళ ఆత్మీయ అనురాగాల్లో ఏవిధమైన హెచ్చుతగ్గులుండేవి కాదు.

రామేశ్వరరావుగారు మడికొండలో పాఠశాల చదువు పూర్తిచేసికొన్న పిదప న్యాయశాస్త్రం చదువుకునేందుకు హైదరాబాదు వెళ్లినాడు. అతనితోపాటు నారాయణరావుగారు కూడ వెళ్లినాడు. నారాయణరావుగారు కూడ రెసిడెన్సీ పాఠశాల లోనూ, ఆ పిదప సిటీ కాలేజీ హైస్కూలులోనూ చేరి తన చదువు కొనసాగించినాడు. ఇంతలో రామేశ్వరరావుగారు న్యాయశాస్త్రం పూర్తిచేయడం జరిగింది. అందువల్ల న్యాయవాదవృత్తి చేపట్టడం కోసం ఆయన మళ్లీ వరంగల్లుకు రావలసి వచ్చింది. వారితోపాటు నారాయణరావుగారున్నూ వచ్చి హనుమకొండ కాలేజియేట్ హైస్కూలులో ఇంటర్మీడియట్‌లో చేరినారు. ఇంటర్మీడియేట్‌లో ఉన్నప్పుడు కాళోజీ విద్యార్థి సంఘానికి కార్యదర్శిగానూ ఉండేవాడు. ఐతే ఇంటర్మీడియేట్ రెండవ సంవత్సరంలో ఉన్నప్పుడు కాళోజీకి క్షయరోగం వచ్చింది. ఆరోజుల్లో ఇది చాలా భయానకమైన వ్యాధి. అందువల్ల ఆయన తన చికిత్సకోసం హైదరాబాదులోని ఉస్మానియా ఆసుపత్రిలో చేరి సుమారు సంవత్సరమున్నర అక్కడే ఉన్నాడు. కాళోజీకి మిత్రులతో అధికంగా మాట్లాడ్డం అలవాటు. డాక్టర్లు అది గమనించి అట్లా మాట్లాడుతుంటే ఆరునెలల్లోనే చనిపోతావని కాళోజీని హెచ్చరించి నారట. అందుకు కాళోజీ వెంటనే స్పందించి మాట్లాడకుంటే ఆరురోజుల్లోనే చనిపోతానని సమాధాన మిచ్చినాడట. అది విన్న డాక్టర్లు నవ్వుకొని మిన్నకున్నారట. ఐతే కాళోజీ ఆరోగ్యం నయమైంది కానీ ఒక ఊపిరితిత్తిని తీసివేయవలసివచ్చింది. అట్లా జీవితాంతం కాళోజీ ఒకే ఊపిరితిత్తితో బ్రతికినాడు. ఈ అనారోగ్యం వల్ల ఆయన విద్యాభ్యాసం ఇంటర్మీడియేట్ పూర్తి కాకుండానే ముగిసింది.

వరంగల్లులో గణపతి నవరాత్ర్యుత్సవాలు జరిగినాక చివరిరోజు నిమజ్జ నోత్సవం జరిగింది. ఆ రోజుల్లో నిమజ్జనోత్సవం నాడు విద్యా సంస్థలకు సెలవు ప్రకటించడం ఆచారంగా వస్తుండేది. ఒకసారి మాత్రం అట్లా సెలవు ప్రకటించలేదు. కాళోజీ చదువుతున్న కాలేజీలో 1200 మంది విద్యార్థులుండే వాళ్లు. కాళోజీ మరికొందరు తోటి విద్యార్థులను కూడదీసుకొని 1150 సెలవు చీటీలు రాసినారు. ఒక్కొక్క విద్యార్థితో వాటిపై సంతకాలు చేయించి ప్రిన్సిపాలుకు పంపి నిమజ్జనోత్సవంలో పాల్గొన్నారు. ఆరోజు విద్యార్థులెవరూ కాలేజీకి రాకపోయేసరికి ప్రిన్సిపాలు కంగారుపడి పోయినారు. విద్యార్థులకు జుల్మానా విధించి తన పరువు కాపాడుకున్నాడు.

'ఆంధ్ర పితామహ' మాడపాటి హనుమంతరావుగారు 1921లో ఆంధ్రుల సర్వతోముఖ వికాసం కోసం 'ఆంధ్ర జనసంఘం' అనే సంస్థను స్థాపించినారు. ఇది క్రమంగా ఎదిగి 'ఆంధ్ర

జనకేంద్ర సంఘం'గా మారింది. ఆరోజుల్లో తెలంగాణలో మొత్తం 13 ఆంధ్ర మహాసభలు జరిగినాయి. వీటితో సమంగా మహిళాసభలూ, గ్రంథాలయ సభలూ జరిగుతుండేవి. 1930లో మొట్టమొదటి సారిగా మెదక్‌జిల్లాలోని జోగిపేటలో సురవరం ప్రతాపరెడ్డిగారి అధ్యక్షతన ప్రథమాంధ్ర మహాసభలు జరిగినాయి. ఆ సభలకు కాళోజీతోపాటు ఆయన బంధువు హర్కారె శ్రీనివాసరావుగారూ వెళ్ళినారు. వీళ్ళిద్దరూ 'కాళహర' అనే పేరుతో జంటకవిత్వం చెప్పేవాళ్ళు. ఐతే ఆ సభల్లో అతిథులకోసం ఏర్పాటుచేసిన భోజనవసతి సౌకర్యాల్లో కొంత లోపం జరిగింది. దాన్ని దృష్టిలో పెట్టుకొని ఈ 'కాళహర' కవులు "ఇకరాము ఇకరాము ఇటువంటి సభలకు" అంటూ వ్యంగ్యంగా ఒక కవితరాసినారు. ఇట్లా దేనిగురించైనా వెంటనే స్పందించడం కాళోజీ లక్షణం. ఈయన కవిత్వంలో సున్నితమైన హాస్యం, వ్యంగ్యం, అధిక్షేపం కనిపిస్తూంటాయి. ఈ ఇద్దరూ అధ్యక్ష కార్యదర్శులుగా ఉంటూ వరంగల్లులో ఆనాడొక సాహిత్య సంస్థ కూడా స్థాపించినారు.

ఇదే వరుసలో 1944లో భువనగిరిలో రావినారాయణరెడ్డిగారి అధ్యక్షతన 11వ ఆంధ్రమహాసభలు జరిగినాయి. అక్కడ జాతీయ నాయకులకూ, కమ్యూనిస్టు నాయకులకూ అభిప్రాయభేదాలేర్పడి ఆంధ్ర మహాసభ రెండుగా చీలింది. జాతీయ నాయకులు వాకౌట్ చేసి సభనుంచి వెళ్ళిపోయినారు. కాని కాళోజీ మాత్రం సభలోనే ఉండి చర్చించాలి తప్ప వాకౌట్ చేయకూడదని భావించి అక్కడే ఉండిపోయినాడు. స్టాండింగ్ కమిటీ చర్చలు ప్రారంభంకాగానే కాళోజీ – కులకలహాలూ, మత కలహాలతోనే సమాజంలో అశాంతి చెలరేగుతున్న సందర్భంలో కొత్తగా వర్గ పోరాటాన్ని ప్రోత్సహించడం భావ్యం కాదంటూ ఒక తీర్మానం ప్రవేశపెట్టినాడు. ఐతే అప్పుడక్కడ కమ్యూనిస్టుల ప్రాబల్యం ఎక్కువగా ఉన్నందున ఆ తీర్మానం నెగ్గలేదు. ఐనా కాళోజీ తన దృక్పథాన్ని మార్చుకోలేదు. పిదప కాళోజీ అక్కడినుంచి వెళ్ళిపోతుంటే అక్కడ ఉన్న చంద్ర రాజేశ్వరరావుగారు వర్గపోరాటం గూర్చి మీ అభిప్రాయమేమిటని కాళోజీని ప్రశ్నించినారు. ఆయనకూ అదే సమాధానం చెప్పి కాళోజీ వచ్చేసినారు. అట్లా కాళోజీ ఏ విషయంలోనైనా దృఢనిశ్చయంతో ఉండేవారు.

దేశంలో స్వాతంత్ర్యోద్యమం ఉధృతంగా సాగుతున్న కాలంలో ఉస్మానియా విశ్వవిద్యాలయం విద్యార్థులు 1938లో తమ హాస్టళ్లలో వందేమాతరం గీతాన్ని ఆలాపించినారు. దాన్ని నిజాం ప్రభుత్వం నిషేధించింది. ఐనా విద్యార్థులు మానకుండా అట్లాగే వందేమాతరం గీతాన్ని ఆలాపించసాగారు. అందుకు ప్రభుత్వమాగ్రహించి విద్యార్థులనందరినీ విశ్వవిద్యాలయం నుండి బహిష్కరించింది. హాస్టళ్లను ఖాళీచేయించి తాళంవేసింది. ఇట్లా బహిష్కరింపబడిన విద్యార్థులను చేర్చుకునేందుకు ఆంధ్రవిశ్వవిద్యాలయం నిరాకరించింది. అది నిజాంసంస్థాన సమస్య కనుక తమకు సంబంధం లేదని తప్పుకుంది. చివరికి నాగపూర్ విశ్వవిద్యాలయం అంగీకరించగా విద్యార్థులక్కడికి వెళ్ళి తమ చదువులు కొనసాగించినారు. ఇట్లా రాష్ట్రంనుండి వెళ్ళిపోయి నాగపూర్‌లో చదువుతున్న విద్యార్థుల సంక్షేమంకోసం ఒక సంఘమేర్పడింది. ఆ సంఘం తరఫున

కాళోజీ ఆ విద్యార్థుల బాగోగులకోసం పాటుపడినాడు. వాళ్ల రాకపోకల గురించీ, నాగపూర్‌లో వసతి సౌకర్యాల గూర్చీ, విశేషంగా కృషి చేసినాడు. ఐతే ఇక్కడొక దేశభక్తుని గురించి ప్రస్తావించవలసి ఉన్నది. ఈ వందేమాతరం ఉద్యమంలో రామచంద్రరావనే విద్యార్థిని నిజాం పోలీసులు లాఠీలతో చావబాదినారు. బూటుకాళ్లతో తొక్కినారు. నానా చిత్రహింసలపాలు చేసినారు. రక్తంవోడి ఒళ్లంతా గాయాలైనా అతడు వందేమాతరం గీతాన్ని ఆలాపించడం మానలేదు. చివరికి పోలీసులే విసిగి పోయినారు. అందుకే ఆయన వందేమాతరం రామచంద్రరావుగా ప్రసిద్ధుడైనాడు. ఆతని దేశభక్తి ఆదర్శప్రాయమైంది.

రాజ్యాంగ సంస్కరణల పిదప 1937లో బ్రిటిషిండియాలోని ప్రావిన్స్‌లలో తొలిసారిగా ఎన్నికలు జరిగినాయి. ఐతే ఇప్పటిలాగా వయోజనులందరికీ ఓటుహక్కు ఉండేదికాదు. కొద్దిమంది జమీందార్లూ, జాగీర్దార్లూ పారిశ్రామికవేత్తలూ, విద్యా వేత్తలకు మాత్రమే ఓటుహక్కు పరిమితమై ఉండేది. ఆ సందర్భంలో జవహర్‌లాల్ నెహ్రూ సోలాపూర్‌లో ప్రసంగించడానికి వచ్చినాడు. అప్పుడు కాళోజీ హైదరాబాదు లో న్యాయశాస్త్రం చదువుతుండేవాడు. నెహ్రూగారి ఉపన్యాసం వినడంకోసం కాళోజీ సోలాపూర్ వెళ్ళాడు. అప్పుడు పట్టణంలో సభ జరుపడానికి అనుమతించ నందున పట్టణం వెలుపల మైదానంలో సభ జరిగింది. ఐతే సోలాపూర్ పట్టణమంతా కదలి వచ్చినట్లు అశేష ప్రజానీకం నెహ్రూగారి ఉపన్యాసం వినడానికి వచ్చింది. గంటకుపైగా జరిగిన నెహ్రూగారి ఉపన్యాసాన్ని ప్రజలంతా నిశ్శబ్దంగా విన్నారు. కాళోజీ నెహ్రూగారి ప్రసంగానికి బాగా ప్రభావితులైనారు. అంతకుముందే వారి రచనల్ని కాళోజీ చదివి ఉన్నాడు కూడా. ఆ పిదప బార్నీలోను జరిగిన నెహ్రూ గారి ఉపన్యాసానికి కూడ కాళోజీ హాజరైవచ్చినాడు.

హనుమకొండలోని శ్రీరాజరాజనరేంద్ర ఆంధ్రభాషా నిలయంలో గ్రంథ పాలకుడుగా పనిచేస్తుండిన ఆంజనేయులకొకసారి పోస్టులో లేఖ వచ్చింది. అది తెలంగాణా రైతాంగ సాయుధ పోరాటయోధుడు రావి నారాయణరెడ్డిగారు కాళోజీకి రాసిన రహస్యలేఖ. అదెట్లాగో పోలీసుల కంటబడింది. వాళ్ళు కాళోజీని, ఆంజనేయులును అరెస్టుచేసి పోలీస్‌లాకప్‌లో ఉంచినారు. కాళోజీ ఉన్న గదిలోనే ఒక కరడుగట్టిన నేరస్థున్నికూడా వేసినారు. అతడు కంపుగొట్టే బట్టలతో అసహ్యంగా ఉన్నాడు. పైగా చుట్ట తాగుతూ పైపైనే ఉమ్మి వేస్తున్నాడు. అతడు కాళోజీ దగ్గరకువచ్చి ఎవరినైనా చంపినావా లేక మరేదైనా ఘోరమైన నేరం చేసినావా అంటూ ప్రశ్నించడం ప్రారంభించినాడు. ఇది కాళోజీని మరీ చీకాకు పరిచింది. ఆతని కంపువాసనను భరించలేక దూరంగా జరిగి కూర్చున్నాడు. ఐనా ఆ నేరస్థుడు కాళోజీని మళ్ళీ సమీపించి గాంధీ మహారాజుకూ నిజాంరాజుకూ లడాయి జరుగుతున్నదట, అందులో గనుక నీవు పాల్గొనలేదుకదా అంటూ క్రుచ్చిక్రుచ్చి ప్రశ్నించడం మొదలుపెట్టినాడు. ఇది కాళోజీని తట్టిలేపినట్లైంది. ఏమాత్రం చదువూ సంధ్యలులేని ఈ పామరునిక్కూడ గాంధీ మహాత్ముని పోరాటం గురించి తెలిసిందికదా అంటూ కాళోజీ విస్తు పోయినాడు. గాంధీమహాత్ముడే దేశప్రజల గుండెల్లో ఎట్లా గూడు గట్టుకొని ఉన్నదీ గమనించినాడు. ప్రొద్దస్తమానం గాంధీ గురించి మాట్లాడుతూ అతని బోధనల్ని మాత్రం

ఆచరణలోపెట్టని తమ బోంట్లవాళ్ల గురించి తలంచుకొని కాళోజీ సిగ్గుపడినాడు. లాకప్‌లో తనతోపాటున్న తోటి మనిషిని ప్రేమించకుండా అసహ్యించు కున్నందులకు బాధపడి వెంటనే అతన్ని కౌగిలించుకున్నాడు. దీన్ని కాళోజీ తన జీవితంలో ఒక గుణపాఠంగా స్వీకరించినాడు.

ఐతే మరునాడు పోలీసులు కాళోజీని, ఆంజనేయులునూ కోర్టులో హాజరుపరచినారు. కాళోజీపై సత్యాగ్రహాలు చేయడం కాంగ్రెసు కార్యకలాపాల్ని నిర్వహించడం వంటి నేరాలుమోపి పబ్లిక్ ప్రాసిక్యూటరు న్యాయమూర్తి ముందు వాదించినాడు. ఈ వాదనలన్నీ విన్న పిదప న్యాయమూర్తి లేఖరాసిన వాళ్ళది నేరమవుతుంది గానీ, అందుకు వీళ్ళెట్లా బాధ్యులవుతారని పబ్లిక్ ప్రాసిక్యూటరును ఎదురు ప్రశ్నించినాడు. అంతేకాక ఇలాంటి ఉత్తరమే తనకుగానీ, నిజాం ప్రభువరేణ్యులకుగానీ ఎవరైనా రాస్తే తాము ద్రోహులమవుతామా అంటూ ప్రశ్నలు సంధించేసరికి పబ్లిక్ ప్రాసిక్యూటర్ నిరుత్తరుడైనాడు. చివరికి కేసును కొట్టివేస్తూ న్యాయమూర్తి తీర్పు చెప్పినాడు. ఇక్కడ విశేషమేమిటంటే ఆ న్యాయమూర్తి ఒక ముస్లిం కావడం. ఆరోజుల్లోనూ ముస్లిం అధికారుల్లో కొందరు సజ్జనులుండేవాళ్లు.

కాళోజీకి పలు భాషలు వచ్చేవి. ఆయన జైల్లో ఉన్న సందర్భాల్లో వేరువేరు ప్రాంతాలనుండి వచ్చిన ఖైదీలతో ఆయన ఆయా భాషల్లో మాట్లాడేవారు. కనుక అందరితో సన్నిహితుడవుతుండే వాడు. అందర్నీ ఆకర్షిస్తుండేవాడు. తరచుగా ఆయన ఆరోగ్యం బాగుండేదికాదు. అందువల్ల తోటి ఖైదీలెందరో ఆయనకు రకరకాలుగా సహకరించేవాళ్లు. కొందరు రహస్యంగా పాలు, రొట్టెలు తెచ్చి ఇచ్చి కాళోజీ ఆరోగ్యం చెడిపోకుండా కాపాడుతుండేవాళ్లు. కొందరు కరడుగట్టిన నేరగాళ్లు పహిల్వాన్‌లై ఉండేవాళ్లు. వాళ్లుకూడ కాళోజీపై అభిమానంతో ఒంటికి నూనెరుద్ది మాలిష్ చేసేవాళ్లు. కొందరు చాటుమాటుగా తమలపాకుల బిడాలు తెచ్చి ఇచ్చేవాళ్లు. ఒకసారి కాళోజీని సెల్లార్‌లో వేసినారు. అంటే ఇరుకైన గది అన్నమాట. అందులో సరిగా కాళ్లు చాపుకోవడానిక్కూడ వీలుండదు. అందులో కాళోజీ యమ యాతనలనుభవించినాడు. ఆ సమయంలో మంగళ్‌సింగ్ అనే తీవ్రవాది అదే జైలులో ఉండేవాడు. గాంధీ మహాత్ముని అహింసా సిద్ధాంతంపై నమ్మకం లేని కొందరు యువకులు ఆంగ్లేయులకు వ్యతిరేకంగా తీవ్రవాద కార్యకలాపాలు నిర్వహించేవాళ్లు. హింసామార్గాన్ని అవలంబించేవాళ్లు. అదనుచూసి ఆంగ్లేయులపై బాంబులు వేసి చంపేవాళ్లు. అలాంటి విప్లవకారులపై గాంధేయవాదులు ఏమాత్రం సానుభూతి చూపించేవాళ్లుకాదు. వాళ్లను దూరంగా ఉంచేవాళ్లు. వాళ్లకెలాంటి కఠినశిక్షలు పడినా కనీసం జాలి కనపరచే వాళ్లుకాదు. అట్లాంటి శిక్షపడి వచ్చినవాడే ఈ మంగళ్‌సింగ్. ఐతే ఇక్కడ మంగళ్‌సింగ్ మాత్రం అచ్చమైన గాంధేయవాది అయిన కాళోజీ జైల్లో అనారోగ్యంతో కష్టపడుతుంటే ఆదుకునేవాడు. ఆయనకు కావలసిన ఆహార పదార్థాల్ని రహస్యంగా తెచ్చి ఇచ్చేవాడు. ఈ సన్నివేశం కాళోజీకి మరో గుణపాఠమైంది. గాంధేయవాదులమనీ, అహింసా వాదులమనీ చెప్పుకుంటున్న తమలాంటి కాంగ్రెసువాళ్లు తీవ్రవాదులపట్ల ప్రదర్శించని కరుణ, జాలి ప్రేమాను రాగాలు తీవ్రవాది అయిన మంగళ్‌సింగ్ తనపట్ల ప్రదర్శిస్తున్నందులకు కాళోజీ

ఒకింత ఆశ్చర్యపడినాడు. అంతకన్న ఎక్కువగా సిగ్గుపడినాడు. దీన్ని తన జీవితంలో మరొక గుణపాఠంగా స్వీకరించినాడు.

కాళోజీ జైలుశిక్ష అనుభవిస్తున్నప్పుడొకసారి అతన్ని వరంగల్లు జైలు నుండి గుల్బర్గా జైలుకు మార్చినారట. ఇద్దరు కానిస్టేబుళ్లు అతని వెంట ఉండి రైల్లో తీసుకువెళ్లుతూ ఒక పెట్టెలో కాళోజీని ఎక్కించి మరొక పెట్టెలో వాళ్లెక్కినారట. ఈ అదను చూసుకొని కాళోజీ పోలీసులనుండి తప్పించుకొని పారిపోయే అవకాశ ముండింది. కాని ఆయన అట్లా చేయలేదు. గుల్బర్గాలో దిగినాక కాళోజీని జైలుకు తీసుకపోయేసరికి చాల రాత్రి అయినందున జైలు అధికారులు ఆయన్ని తీసుకోలేదు. అందువల్ల కాళోజీని ఒక పోలీసు స్టేషన్‌కు తీసుకువెళ్లి ఆ రాత్రి అక్కడే పడుకున్నారట. తెల్లవారి కాళోజీని పోలీసు స్టేషన్‌లోనే వదిలి, వెంట వచ్చిన కానిస్టేబుళ్ళు కాలకృత్యాలు కోసం ఎటో వెళ్లి తిరిగివచ్చినారట. ఈ సందర్భంలోనూ కాళోజీ తప్పించుకోపోయే అవకాశముంది. కాని అట్లాచేస్తే కానిస్టేబుల్‌ల ఉద్యోగాలు ఊడుతాయని భావించారు. మానవతా దృష్టితో ఆలోచించి వాళ్లకు హాని జరుగకూడదని తలంచినాడు. ఇది కాళోజీలో ఉన్న మానవీయ కోణాన్ని ఆవిష్కరిస్తుంది. పోలీసు కానిస్టేబుళ్ళు కూడ కాళోజీ మీద విశ్వాసముంచి వ్యవహరించడం కూడ ప్రశంసింపదగ్గదే.

కాళోజీ ఎప్పుడు కూడా జైల్లో ఉన్న పరిస్థితులను బట్టి, అవకాశాల్ని బట్టి సర్దుకుపోయేవాడు. ఆహారం విషయంలోకానీ, అలవాట్ల విషయంలోకానీ అక్కడి నియమ నిబంధనల ప్రకారం ఒదిగిపోయేవాడు. ఎలాంటి పట్టింపులుండేవికాదు. రొట్టె కాలినా కాలకున్నా, కూర ఉడికినా ఉడకకున్నా పట్టించుకునేవాడు కాదు. కాని జైల్లో ఉన్న తోటి ఖైదీలట్లా ఉండేవాళ్లు కాదు. పరిస్థితులను బట్టి సర్దుకు పోయేవాళ్ళు కాదు. ముఖ్యంగా వాళ్ళకున్న అలవాట్లతో బాగా ఇబ్బంది పడేవాళ్లు. చాలామంది ఖైదీలకు బీడీలు తాగడం అలవాటుగా వుండేది. ఈ బీడీల కోసం వాళ్లు నిత్యం తహతహలాడుతుండేవాళ్ళు. అవిలేకుంటే బ్రతుకలేమన్నంతగా బాధపడేవాళ్లు. వాటిని పొందటం కోసం వాళ్లు ఏదైనా చేయడానికి సాహసించేవాళ్లు. చివరకి వ్యక్తిత్వాన్ని కూడా చంపుకోవడానికి సిద్ధపడేవాళ్ళు. కాని కాళోజీది అట్లా కాదు. ఆయనది దృఢమైన చిత్తం. సంకల్పం గొప్పది. ఆయన ఉంటే అనుభవిస్తాడు, లేకుంటే మిన్నకుంటాడు. వాటికోసం పరితపించడు.

నిజాంకాలంలో తెలుగు భాషకేమాత్రం ఆదరణఉండేదికాదు. పరిపాలనంతా ఉర్దూలోనే. పాఠశాల స్థాయి నుండి విశ్వవిద్యాలయం వరకు బోధన ఉర్దూలోనే. నిత్య వ్యవహారం కూడా ఉర్దూమయం. ప్రజల మాతృభాష తెలుగుకేవిధమైన ఆదరణ ఉండేదికాదు. రాష్ట్ర జనాభాలో 90 శాతంగా ఉన్న తెలుగు ప్రజలపై ఉర్దూ బలవంతంగా రుద్దబడేది. అందువల్ల తెలుగు భాషాసాహిత్యాలు వికాసం కోసం రాష్ట్రంలో 1943లో ఆంధ్ర సారస్వత పరిషత్తు ఆవిర్భవించింది. కాళోజీ దీనికి వ్యవస్థాపక సభ్యుడు. దీని మొట్టమొదటి వార్షికోత్సవం వరంగల్లులో 1944లో

నిర్వహించినారు. ఈ మహాసభల ఆహ్వాన సంఘానికి కాళోజీ కార్యదర్శిగా ఉన్నాడు. సురవరం ప్రతాపరెడ్డి గారి అధ్యక్షతన మహాసభలు జరిగినాక చివరిరోజు వరంగల్లు కోటలో కవి సమ్మేళనం జరగవలసి ఉంది. ఐతే కొందరు దుండగులు అదే రాత్రి వేదికను తగులబెట్టినారు. కాని కార్యకర్తలు ధైర్యం చెడక తగులబెట్టిన బూడిద నెత్తిపోసి, అదే స్థలంలో మళ్ళీ పందిళ్లు వేసినారు. పిదప ముసిపట్ల పట్టాభిరామారావు గారి అధ్యక్షతన విజయవంతంగా కవి సమ్మేళనం నిర్వహించినారు. ఐతే కంటి తుడుపు కోసం జిల్లాకలెక్టరు అధ్యక్షతన విచారణసంఘమొకటి ఏర్పడివచ్చింది. ఆ సందర్భంలో విచారణసంఘ సభ్యుడొకడు ఇదంతా సరస్వతీ పూజవల్లనే జరిగిందని హేళనగా మాట్లాడినాడట. అది పరోక్షంగా ఆంధ్ర సారస్వత పరిషత్తు నుద్దేశించి అవమానించడమే. అప్పుడు వెంటనే కాళోజీ స్పందించి "క్యాబక్‌రహాహై" అంటూ ఆ అధికారని గద్దించినాడట. అంటే ఏం వాగుతున్నావని అర్థం. ఐతే ఇంతలో కలెక్టరు కల్పించుకొని ఆయన మా డిప్యూటీ కలెక్టరంటూ కాళోజీకి సర్దిచెప్పినాడట. ఇట్లా కాళోజీ అన్యాయాన్ని సహించేవాడు కాదు. ఎంతటి పెద్ద ఆఫీసరునైనా నిలదీసేవాడు. చివరికి తగులబెట్టిన దుండగులు క్షమాపణ చెప్పడంతో ఆ కథ ముగుసింది. ఇంతకూ విషయమేమిటంటే నిజాంకాలంలో తెలుగు భాషోద్ధరణ కోసం కృషి చేయడమంటే నిజాం ప్రభువును గద్దెదించడానికేనన్న అభిప్రాయం ఆరోజుల్లో కొన్ని వర్గాల్లో ఉండేది.

ఆ రోజుల్లో వరంగల్లులో ప్రతి సంవత్సరం జరిగే గణపతి నవరాత్ర్యుత్సవాల్లో కాళోజీ చురుకుగా పాల్గొనేవాడు. చివరిరోజు నిమజ్జనోత్సవం జరిగేది. అప్పుడు భక్తులంతా బాజాబజంత్రీలతో భజనలతో ఊరేగింపుగా వెళ్లి విగ్రహాల్ని నిమజ్జనం చేసి వచ్చేవాళ్లు. ఒకసారి కాళోజీ 'సంఘటనే శక్తి' 'ముల్లునుముల్లు తోటే తీయాలి' 'ఐకమత్యం మహాబలం' 'కుక్కకాటుకు చెప్పు దెబ్బ' వంటి నినాదాలతో కొన్ని ప్లకార్డులు రాయించినాడట. వాటిని పట్టుకొని విద్యార్థులు నిమజ్జనోత్సవ ఊరేగింపులో సాగిపోతున్నారు. ఆ సమయంలో కొందరు రెవెన్యూ అధికారులు, పోలీసులూ అడ్డు తగిలి ఆ ప్లకార్డులను తొలగించవలసిందిగా హెచ్చరించినారు. అందుకు కాళోజీ ససేమిరా అంగీకరించక ఊరేగింపును ముందుకు తీసుకు పోతున్నాడు. అప్పుడక్కడ వాతావరణం ఉద్రేకపూరితంగా మారింది. ఊరేగింపులోని కొందరు పెద్దలు సర్దుకుపోదామన్నా తలంపుతో తొందరపడి ప్లకార్డులను తొలగించినారు. అది కాళోజీకి కోపకారణమైంది. ఇంతలో కొందరు పుర ప్రముఖులు వచ్చి కాళోజీ వాదనను సమర్థిస్తూ విగ్రహాల్ని అక్కడే వదిలివేసి వెళ్లిపోదామని ప్రకటించగా అందరూ అట్లే చేసినారు. ఐతే నడిబజార్లో విగ్రహాలుండడం జిల్లా అధికారులకు కొత్త తలనొప్పిని తెచ్చిపెట్టింది. విగ్రహాల్ని తొలగించడంకోసం అధికారులు కాళోజీతో రాయబారం నెరపినారు. ప్రజలకు పట్టపగలు పరాభవం జరిగింది. కనుక మళ్లీ పట్టపగలే ఏదైనా పరిష్కారం జరగాలంటూ కాళోజీ పట్టుపట్టినాడు. ఆ రాత్రి విగ్రహాల్ని కదిలించేది లేదంటూ ఖరాఖండిగా చెప్పినాడు. చివరికి కొందరు ప్రముఖులు కాళోజీతో రాయబారం నెరపి ఎట్లాగో ఆయన్ని అంగీకరింపజేసినారు. అట్లా ఆరోజు అర్ధరాత్రి గణపతి విగ్రహాల నిమజ్జనం

జరిగింది. కాళోజీ పట్టుదల గొప్పది. సాదారణంగా ఎంత గొప్ప అధికారికైనా తలొగ్గేవాడు కాదు.

ఒకసారి వరంగల్లు కోటలో 1946లో కాంగ్రెసు కార్యకర్తలు జాతీయ జండా నెగుర వేసినారు. దానికి కాళోజీ, ఎం. ఎస్. రాజలింగం, టి.హయగ్రీవా చార్యులు వంటి నాయకులు హాజరైనారు. జండా వందనం చేసి కార్యకర్తలంతా ఒకచోట కూర్చుండి సంభాషించు కుంటున్న సందర్భంలో కొందరు రజాకార్లు కత్తులు కటార్లతో వాళ్లపై దాడి చేసినారు. అప్పుడు బత్తిని మొగిలయ్య అనే దేశభక్తుడు వాళ్లనెదిరించి తరిమికొట్టినాడు. ఈయన మంచి పహిల్వాన్. ఐతే ఆ దుండగులంతా కలసి పెద్దఎత్తున దాడిచేసి మొగిలయ్యను బల్లెంతో పొడిచిచంపినారు. అక్కడున్న కొందరు కార్యకర్తల్ని విపరీతంగా కొట్టినారు. ఈ భయానక వాతావరణంలో కార్యకర్తలంతా చెల్లాచెదిరైనారు. అట్లా మొగిలయ్యను చంపిన రజాకార్లు ఊరేగింపుగా వెళ్ళుతూ దారిలో ఎదురైన ఒక బాలుణ్ణి కూడ బల్లెంతో పొడిచి జెండావలె ఎగురవేస్తూ వెళ్ళిపోయినారు. ఇది జరిగిన కొద్దిరోజులకే డా॥నారాయణరెడ్డిని ఆయన ఇంటిముందే రజాకార్లు నిష్కారణంగా నరికిచంపారు. ఈయన ప్రజలకు వైద్యం చేస్తూ అందరి మన్ననలు పొందిన సజ్జనుడు. ఇట్లా వరంగల్లు నగరంలో భయానక వాతావరణమేర్పడింది. రజాకార్లను అదుపుచేసే నాథుడు లేకుండా పోయినాడు. అరాచక పరిస్థితులేర్పడినాయి. ఈ సందర్భంలోనే నిజాం ప్రభుత్వం కాళోజీ, ఎం.ఎస్.రాజలింగం, టి.హయగ్రీవాచార్యులు ఇంకా కొందరిని "షెహర్‌బదర్' చేసింది. అంటే నగర బహిష్కారమన్నమాట. అందువల్ల కాళోజీ వరంగల్లు విడిచి కొన్నాళ్లు ఇతర ప్రాంతాల్లో గడిపినాడు. ఇదే సమయంలో హైదరాబాదు రాష్ట్రానికి ప్రధానిగా ఉన్న సర్ మిర్జాఇస్మాయిల్ వరంగల్లును సందర్శించడం కోసం వచ్చినాడు. దీన్ని పురస్కరించుకొని హైదరాబాదులో ఉన్న కాళోజీ–

ఎన్నాళ్లనుండియో ఇదిగో అదిగో యనుచు
ఈనాటి కైనను ఏగివచ్చితివా?
కోట గోడలమధ్య ఖూని జరిగినచోట
గుండాలగుర్తులు గోచరించినవా?
జెండయెత్తిన యంత జంబియాలు దూసిన
శిక్ష తప్పదటంచు చెప్పివచ్చితివా?
బాజార్లో బాలకుని బల్లెంబుతోపొడుచు
బద్మాషునేమైన పసిగట్టినావ?
సూబాధికారులు బీహురుం అనువారు
చుట్టుచేరీ అంతచూపెట్టినార?

కాలానుగుణ్యమౌ కాళోజి ప్రశ్నలకు

కళ్లెర్రజేసి ఖామోష్ అంటవా?

అంటూ ఒక గేయాన్ని రచిస్తే దాన్ని సురవరం ప్రతాపరెడ్డిగారు తన 'గోలకొండ పత్రిక'లో ప్రచురించినాడు.

హనుమకొండలో గార్లపాటి రాఘవరెడ్డిగారుండేవారు. ఆయన గొప్పకవీ, పండితుడు. ఈయనకు భార్యావియోగం జరిగినందున సచ్చిదానంద ఆశ్రమంలో ఉండేవారు. ఈయన అజాతశత్రువు వంటివాడు. నగరంలోని ప్రజలంతా ఈయన్ని గౌరవభావంతో చూసేవాళ్ళు. పి.వి.నరసింహారావు, పాములపర్తి సదాశివరావు గారలాయన్ని గురూజీ అని పిలిచేవాళ్లు. కొందరు రాగన్న అనే వాళ్లు. కాళోజీ మాత్రం అయ్యగారంటుండేవారు. రాఘవరెడ్డిగారు కాళోజీకి కవిత్వమల్లడం నేర్పేవాడు. గణ యతిప్రాసలగూర్చి తెలియజెప్పేవాడు. ఎక్కడైనా పదాన్ని తప్పుగా ప్రయోగిస్తే రాఘవరెడ్డిగారు దాన్ని సరిదిద్దేవాడు. ఒకసారి కాళోజీ రాఘవరెడ్డిగారూ కలసి ఖమ్మం వెళ్ళుతున్నప్పుడు కాళోజీ తన కవితల రాత పుస్తకాన్ని పోగొట్టు కున్నాడు. ఐతే రాఘవరెడ్డిగారికా కవితలన్నీ కంఠస్థం కనుక మళ్ళీ ముత్యాల్లాంటి అక్షరాలతో కొత్త ప్రతిని సిద్ధంచేసి ఇచ్చినారు. అందుకే కాళోజీ తమ గురుశిష్యుల సంబంధం గురించి ఒకచోట ఇట్లా చెప్పినాడు–

గురువు విరాగి రాగన్న
లఘువు రాగి కాళన్న
అక్షరజగత్తు సొంతం
గురు లఘువుల సొత్తు

రాఘవరెడ్డిగారు తరచుగా కాళోజీ ఇంటికి పలుప్రదేశాలనుండి వచ్చే కవి పండితులతో పండితగోష్ఠి జరిపేవాడు. వాళ్ళ కావ్యాల్లోని దోషాల్నికూడ నిస్సంకోచంగా ఎత్తిచూపేవాడు.

స్వాతంత్ర్యానంతరం కాళోజీ రెండుసార్లు శాసనసభకు పోటీచేసి ఓడిపోయినాడు. ఎందుకంటే ఆయన కల్లబొల్లి మాటలు మాట్లాడలేకపోవడం, లేనిపోని సాధ్యంకాని వరాల వర్షం కురిపించకపోవడం వంటివి కారణాలుగా చెప్పవచ్చు. ఐతే ఒకసారాయన శాసనమండలికి ఉపాధ్యాయ నియోజకవర్గం నుండి ఎం.ఎల్.సి.గా ఎన్నికై రెండేండ్లు పనిచేసినాడు. ఉపాధ్యాయుల్లో చాలామంది కాళోజీకి అభిమానులున్నందున గెలువగలిగినాడు. అప్పుడాయన కేవలం ఉపాధ్యాయుల సమస్యలేకాక మొత్తం ప్రజల సమస్యలగూర్చి శాసనమండలిలో చర్చించేవాడు. వాటిని పరిశీలించడానికి కృషి చేసినాడు.

ఆంధ్రప్రదేశ్ అవతరణానంతరం కాళోజీ కొందరు ప్రముఖ కవి పండితులతో సంప్రదించి అఖిలాంధ్ర సాహిత్య పరిషత్తు వంటి దాన్నొకటి స్థాపించాలని ప్రయత్నించినాడు. అందుకు

కొందరు తమ సమ్మతిని ప్రకటించినారు కూడ. ఐతే ఇంతలో ప్రభుత్వమే చొరవ తీసుకొని దేశంలోని కొందరు పండితులతో 'ఆంధ్రప్రదేశ్ సాహిత్య అకాడమీ' నొకదాన్ని స్థాపించింది. ఐతే విచిత్రమేమిటంటే కాళోజీ ప్రతిపాదించిన సాహిత్య పరిషత్తు స్థాపనలో సుముఖత వ్యక్తంచేసినవాళ్లలో కొంతమంది ఈ అకాడెమీలో కనిపించినారు. దీనివెనుక ఏవో కొన్ని రాజకీయాలు పనిచేసినవని భావించి కాళోజీ వెంటనే-

ఆకాశవీథి ఉన్మాదస్వామి
అంధపరదేశస్వామితాగాధమి
రామకృష్ణ పట్టాభిరామచైత్యం
రాష్ట్రేతర వెంకటేశ్వర మహాత్మ్యం
సర్వ సంస్థాః పరిత్యజ్య
సచివంమాం శరణం ప్రజ
దిల్లిబాబు సంజీవిని తోడచారు
తెలిసితెలియక తలుపులు తెరిచినారు
పూజపేరిట కట్టిరి మాటమ్మగుడి
పూజరుల మజా హడావుడికి దాడి
ప్రాతినిధ్యం ఇచ్చితి కులాలవారి
రాజ్యాంగానికి కీర్తి తెచ్చుదారి
ఐనాఉన్నారు బాపనోరుచాల
ఐనకాడికి పెట్టినాను మసాల

అంటూ ఒక వ్యంగ్య కవితను రచించినాడు. ఇందులో ఆయా ప్రముఖ కవిపండితుల, రాజకీయనాయకుల పేర్లు వికృతరూపంలో సూచిస్తూ చాలా పెద్ద గేయాన్ని రచించినాడు. ఇదొక చక్కని అధిక్షేప వ్యంగ్యకవిత. ఇలాంటి కవితలు రాయడంలో కాళోజీ సిద్ధహస్తుడు.

కాళోజీ స్వాతంత్ర్య సమరయోధుడూ, సామాజిక ఉద్యమకర్తేకాక దేశంలో పేరున్న గొప్పకవి. సమాజంలో జరిగే అవకతవకల్నీ, అన్యాయాన్ని చూసి చలించిపోతాడు. ఆయనలో అలజడి చెలరేగుతుంది. కన్నీరు కారుస్తాడు. కలంబట్టి వెంటనే కవిత రాస్తాడు. ఆయనే ఒకచోట తన అంత స్వభావాన్ని ఈ విధంగా వర్ణిస్తాడు-

అవనిపై జరిగేటి అవకతవకలుజూచి
ఎందుకో నా హృదిని ఇన్ని ఆవేదనలు?
పరుల కష్టము జూచి కరిగిపోవునుగుండె
మాయ మోసముజూచి మండిపోవును ఒళ్లు
పతిత మానవుజూచి చితికిపోవును మనసు
ఎందుకో నాహృదిని ఇన్ని ఆవేదనలు?

ఇట్లా తాను కవితలు రాయడానికి గల హేతువులెట్టివో చెప్పుతాడు. ఆయన నడుస్తున్న రాజకీయ, సామాజిక చరిత్రకు ఎప్పటికప్పుడు కవితారూపంలో వ్యాఖ్యానం చేస్తాడు. తన దృష్టికివచ్చిన ఏ విషయాన్నీ వదిలిపెట్టడు. తాను రాసిందంతా కవిత్వమనిపించుకోవాలని కూడ కాళోజీ ఆశించడు. తాననుకున్నది, తన మనసులో ఉన్నది ప్రజలకు వినిపించడమే ప్రధాన కర్తవ్యంగా భావిస్తాడు. ఆ క్రమంలో ఆయన రాసింది కవిత్వమైనా, శుద్ధ వచనమైనా ఆయన పట్టించుకోడు. వ్యాకరణం గురించికానీ, ఛందోలంకారాల గురించికానీ ఆయనంతగా పట్టించుకోడు. లోకవ్యవహారమే ఆయనకు ప్రమాణం. తాను చెప్పదలచుకున్నది సూటిగా ప్రజలకు చేరడమే ఆయనక్కావలసింది. ఇట్లా కాళోజీ కవిత్వాన్ని తన ఆయుధంగా చేసుకున్నాడు. జీవితాంతం సామాజిక రాజకీయ దురణ్యాయాల్ని ఖండిస్తూ పోరాడినాడు. పాలకుల దుర్నీతిని ఎండగట్టినాడు. ఇవి సమకాలిక సమాజచరిత్ర గతికి నిలువుటద్దాలు. అందుకే ఆయన 'ప్రజాకవి'గా ఖ్యాతిగన్నాడు. ప్రముఖ స్వాతంత్ర్యయోధుడూ, నవలా రచయిత అయిన వట్టికోట ఆళ్వారుస్వామి కాళోజీ కవితల్ని సంకలితంచేసి తన దేశోద్ధారక గ్రంథమాల పక్షాన మొదటిసారిగా "నా గొడవ" పేరుతో 1953లో ప్రకటించినాడు. ఆ పిదప కాళోజీ రాసిన కవితలన్నింటిని కూడ "నా గొడవ" పేరుతోనే ప్రకటిస్తూ వచ్చినారు. ఐతే ఈ "నా గొడవ" కవితా సంపుటిని తన అన్నగారైన రామేశ్వరరావుగారికి భక్తి శ్రద్ధలతో అంకితమిస్తూ కాళోజీ–

ఎన్నేండ్లు వచ్చినను చిన్నవాడనటంచు
అతిగారవముతోడ అన్ని సమకూర్చుచు
ఆటలకు పాటలకు అవకాశమిచ్చిన
అన్నయ్యకే 'గొడవ' అర్పితముచేతు

అంటూ ఆయనపట్ల గౌరవాన్ని ప్రదర్శిస్తాడు.

స్వాతంత్ర్యోద్యమ కాలంలో ప్రజలకు మాతృదేశ వైభవాన్ని గూర్చీ, దేశభక్తి గూర్చీ ప్రబోధం చేయవలసివచ్చింది. కవులెందరో ఆనాడు దేశభక్తిని ప్రబోధిస్తూ, దేశభక్తులను కీర్తిస్తూ కావ్యాలల్లినారు. నాటకాలు రచించినారు. విదేశీయుల్నెదిరించి సాహసోపేతంగా పోరాడిన వీరయోధుల విజయగాథల్ని వర్ణిస్తూ రచనలు చేసినారు. అట్లాగే ఒకచోట కాళోజీ -

మాతృదేశము మాటముచ్చట
ముదముగూర్పదు మదికినని యెడి
పరమనీచుడు ధరణినంతట
కలయవెదకిన కానవగునా?
నీరులేని ఎడారియైనను
అగ్గికొండల అవని యైనను
మాతృదేశము మాతృదేశమె

అంటూ మాతృదేశ ప్రాశస్త్యాన్ని వర్ణించినాడు. అట్లాగే మాతృభాష గొప్పతనాన్నీ కీర్తించినాడు. కొందరు తెలుగువాళ్లై ఉండి కూడా ఆంగ్ల భాషా వ్యామోహంతో తెలుగులో మాట్లాడ్డం నామోషీగా భావిస్తారు. ఆంగ్లంలో మాట్లాడితే సమాజంలో తమస్థాయి పెరుగుతుందన్న అపోహలో ఉంటారు. ఎవ్వరైనా మాతృభాషలో మాట్లాడగలిగినట్లుగా మరే ఇతర భాషల్లో మాట్లాడలేరు. మాతృభాషకు మరే భాష సాటిరాదు. మాతృభాషపై మమకారంలేనివాణ్ణి సంసార విహీనుడనవలసి ఉంటుంది. అందుకే కాళోజీ –

ఏభాషరానీది ఏమివేషమురా?
ఈభాష ఈవేషమెవరికోసమురా?
ఆంగ్లమందున మాటలాడగలుగతే
ఇంతగా కుల్కెదవు ఎందుకోసమురా?

....
తెలుగుబిడ్డడవయ్యు తెల్గురాదంచును
సిగ్గులేక ఇంకచెప్పుటెందుకురా?
దేశభాషలందు తెలుగులెస్సయటంచు
తెలుగుబిడ్డా! ఎపుడు తెలుసుకుందువురా?
తెలుగుబిడ్డవురోరి! తెలుగుమాట్లాడుటకు
సంకోచపడియెదవు సంగతేమిటిరా?
అన్యభాషలునేర్చి ఆంధ్రంబురాదంచు
సకిలించు ఆంధ్రుడా! చావవెందుకురా?

అంటూ ఘాటుగా విమర్శిస్తాడు. ఈ లోకంలో రెండే రకాల మనుషులుంటా రంటాడు కాళోజీ. ఒకరు తెలివికలవాళ్లు, మరొకరేమో అమాయకులు. ఈ తెలివికలవాళ్లు తెలివిలేనివాళ్లను కష్టపెడుతుంటారు. లేక దోచుకుంటారు. ప్రతిచోట ఆధిపత్యం చలాయించేది తెలివికలవాళ్లే. తెలివిలేనివాళ్లు అణగారి ఉండవలసిందే. ఈ సత్యాన్నే కాళోజీ –

కుటిలమతులు దేబెమొగాలు
జగతిలో రెండేరెండురకాలు
చతురవర్గ విలాసంకొరకు
దేబెల సర్వస్వం ముడిసరుకు
లోకమెపుడు చతురిదేసొత్తు
లేదమాయకునికందులో పొత్తు
శాస్త్రకార్లు శాసనకర్తలు
జనులకు తాళీకట్టని భర్తలు

చేయుటకై సామాన్యుల లూటీ
చాణక్యులమధ్యన పోటీ

అంటూ నిత్యసత్యాల్ని వచిస్తాడు. సమాజంలో ఎన్ని మారినప్పటికినీ అంతస్వభావం మాత్రం మారదంటాడు కాళోజీ. శాస్త్రపరిశోధనలో ఎన్ని కొత్తకొత్త సాధనాలు వాడుకలోకి వచ్చినా, వాటి ప్రయోజనం మాత్రం ఒకటేనంటాడు. ఉదాహరణకు–

ఏడుమారినా ఈడుముదిరినా
ఏమిమారినది ఈ లోకంలో?
రాలురువ్వినా రాకెట్‌విసరినా
గిట్టనివానిని కొట్టుటకే కదా!
కాలనడిచినా కారుయెక్కినా
కోరినచోటికి చేరుటకేకదా!

ఇట్లా సాధనాలు మారవచ్చుకానీ లక్ష్యం మాత్రం ఒక్కటేనంటాడు కాళోజీ. ఈనాడు మనకు ప్రజాస్వామ్యం అమల్లో ఉన్నది. ప్రజలు ఎన్నుకున్నవాళ్లే అధికారంలోకి వస్తున్నారు. ప్రజలకు ఓటుహక్కు ఉంటున్నది. ప్రజలు తమకు నచ్చిన వాళ్లను ఎన్నుకునే స్వేచ్ఛకలిగి ఉన్నారు. ఓటు చాలా పవిత్రమైనది. దాన్ని దుర్వినియోగం చేస్తే ప్రజలే నష్టపోతారు. ఏవేవో ఆశలకు లోనై ప్రజలు దుర్నీతి పరులకూ, దుష్టులకూ వోటువేసి గెలిపిస్తే వాళ్ళు అధికారంలోకి వచ్చి ప్రజల్ని దోచుకతింటారు. చట్టాల్ని తమ చేతుల్లోకి తీసుకొని ప్రజల్ని అష్టకష్టాల పాలుచేస్తారు. అందువల్ల ఎన్నికల్లో ప్రజలు జాగరూకులై ఉండాలి. విజ్ఞతతో సజ్జనులకు మాత్రమే ఓటు వేయాలి. ఈ విషయాన్నే కాళోజీ –

ఓటిచ్చు అధికారమున్నట్టివారు
ఎన్నికల సమయమున చిన్నగా వినుడు
మట్టిబానలుకొనిన కొట్టిచూచెదము
సరుకుకొన వీథెల్ల తిరిగి చూచెదము
పండు పండెనో లేదో పట్టి చూచెదము
వరునన్న విధముల తరచిచూచెదము
ఓటువేయుట పల్లిలాట ఎట్లగును?
సొరకాయ కోతలకు మురిసిపోతారా?
కర్రకొరకని జీలకర్ర కొంటారా?
చెరుకుతీపని వంటచెరుకు నములుదురా?
ఉప్పుకప్పురంబు లుండునొకతీరు
గుణములజూచి యేగుర్తింపవలయు

అంటూ హెచ్చరిస్తాడు. ఈనాటి మన పాలకుల అవినీతి అక్రమాలను చూసి కాళోజీ ఎంతో క్షోభచెందుతాడు. వక్రమార్గంలో అధికారంలోకి వచ్చి ప్రజల్ని పీక్కుతింటున్న నాయకుల్ని చూసి అసహ్యించుకుంటాడు. కుళ్లిపోయిన ఇప్పటి మన ప్రజాస్వామ్యాన్ని హేళన చేస్తూ ఆయన పెక్కు రచనలు చేసినాడు. లంచగొండి తనాన్ని దుయ్యబట్టినాడు. ఒకచోట వీరబ్రహ్మంగారి తత్త్వాల ననుకరిస్తూ ఒక పేరడీ కవితను రచించినాడు కాళోజీ -

ప్రజాసేవపేర బ్రతకండీ, తిన్నంగమీరు
ప్రజలసొత్తును మీదేయనుకోండి
సులభమైన భుక్తి మార్గము
సులువుగా పైకొచ్చుమార్గము..... ప్రజా॥

అంటూ వ్యంగ్యంగా అధిక్షేపాత్మకంగా కవితలు చెప్పి నేటి రాజకీయాల్ని ఖండిస్తాడు. ప్రజాసేవ పేరుతో ప్రజల్ని దోచుకతినడాన్ని తీవ్రంగా దుయ్య బడుతాడు. అట్లాగే కాళోజీ రచించిన మరొక పేరడీ కవితను గమనించండి-

రఘుపతిరాఘవ రాజారాం
రాంత్రోవకురానేరాం
పతితపావన సీతారాం
పతితులమార్గాన్నేపోతాం.... రఘు॥

పుణ్యాత్ముల చరితలు విన్నాం
పుణ్యానికి బ్రతుకుతు ఉన్నాం
బకముల గురువులుగా కన్నాం
దిగమింగుట నేరుచుకున్నాం..... రఘు॥

అంటూ నేటి రాజకీయ నాయకులు, వెనుకటి దొరలు దేశముఖులను దోపిడి వర్గాలను మించి పోవడాన్ని అధిక్షేపాత్మకంగా చురకలు తగిలిస్తాడు. ఇవి వాళ్లకు కశాఘాతంగా తగులుతాయి? నిప్పులేకుండా దహిస్తాయి. నేటిమన ప్రజాస్వామ్యం భ్రష్టుపట్టిన తీరును ఇట్లా కాళోజీ -

ప్రజాకీయాలీనాటికి
ప్రయోగదశకురాలేదు
రాజకీయాలే కొరివిదయ్యాలై
కులుకుతున్నాయి

అంటూ అవహేళన చేస్తాడు. ఇక్కడ 'ప్రజాకీయాలు' అన్నపదం కాళోజీ సృష్టి. రాజులకు సంబంధించినవి రాజకీయాలైతే ప్రజలకు సంబంధించినవి ప్రజాకీయాలని కాళోజీ ఉద్దేశం. ఇట్లా సందర్భోచితంగా కాళోజీ పదాల్ని సృష్టించి కొత్త అర్థాల్ని స్ఫురింపచేస్తాడు.

1962లో మనకు చైనాతో యుద్ధం జరిగింది. అంతకుముందు మన ప్రధాని జవహర్‌లాల్ నెహ్రూ చైనా ప్రధాని చౌఎన్-లైతో పంచశీల ఒప్పందం చేసుకున్నాడు. ఆ ఒప్పందాన్ని రెండు దేశాలూ అంగీకరించినాయి. ఐతే పంచశీల సూత్రాల్ని ఉద్దేశపూర్వకంగా ఉల్లంఘించి చైనా మన భూభాగాన్ని దురాక్రమించింది. ఇది పూర్తిగా నయవంచన. భారత ప్రజల్ని నమ్మించి చైనా తన దుష్ట స్వభావాన్ని ప్రదర్శించింది. నెహ్రూ కూడా చైనా ఇట్లా చేస్తుందని భావించలేదు. అప్పుడు దేశమంతటా ఒకటై ప్రతిఘటించింది. అట్లాగే ఆంధ్రదేశంలోనూ కవులు నినదించినారు. తమ గళం విప్పినారు. కలం పట్టినారు. ఆ సందర్భంలో కాళోజీ చైనా దురాక్రమణను తెగడుతూ-

పంచశీల ఒప్పందం ప్రథమ సంతకదారుడు
పంచతంత్రం వ్యవహరిస్తాడని అనుకోలేదు వారు
కోటొక్క పూలు వికసిస్తేనే శోభని వివరించినవాడు
పొరుగువాని పెరట్లో పూలు తొక్కేస్తాడని
అనుకోలేదు వారు
చాచా నెహ్రూతో యతికుదిరినవాడు
ప్రాసలో బెడిసిందని మిడిసిపడిమీద పడుతాడని
అనుకోలేదువారు.
కైలాసాని కావల మానససరోవరానికి మరీ ఆవల
మించుమెరయవెరచే మంచుకొండలకావల
ఏటేటా లక్షలాది జనాన్ని ఉప్పురాళ్లవలె
చప్పరింప నోరూరే వైతరణుల దేశంవాడు
తరతరాల నల్లమందు మత్తుకు తోడుగ
చేజిక్కిన స్వాతంత్ర్యం సత్తా తలకెక్కినవాడు

అంటూ చైనా కిరాతకచర్యను నిరసిస్తాడు. ఆ సందర్భంలో చైనాకు వ్యతిరేకంగా రాసిన కవితలనన్నింటిని సంకలితంచేసి కాళోజీ 'తుదివిజయం మనది నిజం' అనే పేరుతో ప్రకటించినాడు. దాన్ని ఒక ప్రెస్సు కార్మికునితో ఆవిష్కరింప చేసినాడు. ఇది కాళోజీలోని ప్రగతిశీల స్వభావాన్ని ప్రదర్శిస్తుంది.

1972 ప్రాంతంలో కొత్తగా బంగ్లాదేశ్ అవతరించి పాకిస్తాన్‌తో విడిపోయింది. అట్లా అదొక స్వతంత్ర దేశంగా ఆవిర్భవించింది. అప్పుడు భారతదేశం పాకిస్తాన్‌తో తలపడవలసి వచ్చింది. భారతదేశం బంగ్లాదేశ్ అవతరణను స్వాగతించింది. ఆ సందర్భంలో కాళోజీ –

ఏడున్నరకోట్ల ప్రజల
గుండెగుట్టు బంగ్లాదేశ్
ఏడున్నర కోట్ల ప్రజల
ఎడదల దడ బంగ్లాదేశ్

ఏడున్నరకోట్ల ప్రజల
తియ్యని కల బంగ్లాదేశ్
ఏడున్నరకోట్ల ప్రజల
తిరుగుబాటు బంగ్లాదేశ్
ఏడున్నరకోట్ల ప్రజల
బంగ్లాదేశ్ భేష్ భేష్

అంటూ బంగ్లాదేశ్‌ను స్వాగతించినాడు. స్వాతంత్ర్యమంటే చాలామంది పొరబడుతుంటారు. యథేచ్ఛగా విహరించవచ్చని భావింపరాదు. స్వాతంత్ర్యంలో కూడ కొన్ని నియమ నిబంధన లుంటాయి. కట్టుబాట్లుంటాయి. బాధ్యతలుంటాయి. ప్రతి పౌరుడూ రాజ్యంగానికి, చట్టానికి కట్టుబడి ఉండాలి. ఈ విషయాన్నే కాళోజీ ఒకచోట -

స్వాతంత్ర్యంబన సఖుడా
స్వైరవిహారంబుగాదు
స్వైరవిహరులకెపుడు
స్వాతంత్ర్యంబచ్చిరాదు
బాధ్యత ఎరుగని స్వేచ్ఛ
బానిసత్వ లక్షణము
బాధ్యత ఎరిగిన స్వేచ్ఛ
స్వాతంత్ర్యపు రక్షణము
విచ్చలవిడి వర్తనమే
స్వేచ్ఛా స్వాతంత్ర్యంబని
భావించెడివారెవ్వరు
బాధ్యతగల పౌరులవరు

అంటూ విచ్చలవిడితనం స్వాతంత్ర్య లక్షణంకాదని హెచ్చరిస్తాడు. లోకంలో పేదరిక మున్నచోట ధనముండదు, ధనమున్నచోట పేదరికముండదు. అవసరా లొకచోట ఉంటాయి. అవకాశాలొకచోట ఉంటాయి. దారిద్ర్యమొకచోట ఉంటుంది, ధనరాశులు మరొకచోట ఉంటాయి. ఈ వ్యత్యాసాలు తొలగితేనే ప్రపంచంలో శాంతినెలకొంటుందని కాళోజీ భావిస్తాడు. దాన్నే-

అన్నపురాసులు ఒకచోట
ఆకలిమంటలు ఒకచోట
హంసతూలికలొకచోట
అలసిన దేహాలొకచోట

అంటూ నిర్వచిస్తాడు. తెలంగాణంలో ప్రతి సంవత్సరం విజయ దశమికి ముందు తొమ్మిది రోజులు బతుకమ్మలాడుతారు. స్త్రీలు రంగురంగుల పూలతో ఎత్తుగా ఒక పల్లెరంలో బతుకమ్మను

పేర్చి వాటిచుట్టూ ఆటలాడుతూ పాటలు పాడుతూ తిరుగుతుంటారు. చివరిరోజు సద్దుల బతుకమ్మ అంటారు. ఆరోజు ఊరు ఊరంతా బతుకమ్మలనెత్తుకొని చెరువు గట్టుకు చేరుకుంటుంది. అక్కడ జట్లు జట్లుగా బతుకమ్మలాడి చివరికి వాటిని చెరువులో నిమజ్జనం చేసివస్తారు. ఈ పండగను తెలంగాణంలో పరమ పవిత్రంగా భావిస్తుంటారు. ఈ బతుకమ్మ పండుగ తీరు గురించి కాళోజీ –

గుమ్మడిపూలు పూయగ బ్రతుకు
తంగేడి పసిడి చిందగబ్రతుకు
నునుగు తురాయి కులుకగ బ్రతుకు
కట్లనీలిమలు చిమ్మగబ్రతుకు బతకమ్మా! బ్రతుకు

అమ్మనుమరువని సంతానముకని బతకమ్మా! బ్రతుకు

....

చెలిమిచెలమలు ఊరేదాకా
చెలిమి కలుములు నిలిచేదాకా
చెలిమి వెన్నెలలుకాసేదాకా
చెలిమి రాగములు ఒలికే దాకా బతకమ్మా! బ్రతుకు

అంటూ ఆ పండుగ వైభవాన్ని చాలా చక్కగా వర్ణిస్తాడు. ఇట్లా కాళోజీ దేశ సమస్యలకోసం, ప్రజా సమస్యలకోసం కవిత్వాన్ని ఆయుధంగానే చేసుకొని పోరాడినాడు. ఆయన నిత్య సమరశీలి. పాలకుల దుర్నీతిని అవినీతిని ఎండగట్టడానికే తన కవిత్వాన్ని అంకితంచేసినాడు. ఆ మార్గంలో ఆయన ఎవరితోనూ రాజీపడలేదు. ఎవరికీ భయపడలేదు. ఆయన నిస్వార్థ ప్రజాసేవకుడు. కనుకనే కేంద్ర ప్రభుత్వం కాళోజీకి 'పద్మవిభూషణ్' బిరుదు ప్రదానం చేసింది. కాకతీయ విశ్వవిద్యాలయం ఆయనకు గౌరవ డాక్టరేటు బిరుదునిచ్చి సత్కరించింది. ఇంకా దేశంలోని పలు సంస్థలు ఆయన్ని యథోచితంగా సత్కరించి గౌరవించినాయి. ఇట్లా జీవితాంతం ప్రజల మన్ననలు పొందిన కాళోజీ ది:13-11-2002 నాడు తనువు చాలించినాడు. ఆయన తన పార్థివ శరీరాన్ని వైద్య విద్యార్థుల ప్రయోజనం కోసం స్థానిక కాకతీయ వైద్య కళాశాలకు ప్రదానం చేసిన ఆదర్శమూర్తి. ఆయన మరణానంతరం రాష్ట్రప్రభుత్వం కాళోజీ కాంస్య విగ్రహాన్ని హనుమకొండలో ప్రతిష్ఠించి ఋణం తీర్చుకున్నది. ఆయనకు సమస్త ప్రజానీకం తరఫున నివాళులర్పిస్తున్నాను.

ఆధార గ్రంథాలు :

1. ఇదీ నా గొడవ (కాళోజీ ఆత్మకథ)

2. కాళోజీ నారాయణరావు – రచన; పేర్వారం జగన్నాథం – సాహిత్య అకాడమీ ప్రచురణ.

డాక్టర్ ఎం. ఆర్. అప్పారావు

(1915-2003)

- ఎ.యస్.ఆర్. కృష్ణ

"మానవతాదృక్పథం-సామాజిక బాధ్యత-సాంఘిక వ్యవస్థపై స్పష్టమైన అభిప్రాయాలు, పట్టుదల, ఉన్నతమైన భావాలు కలబోసిన మహానుభావుడు ఎం.ఆర్. అప్పారావుగారు.

గతంలోని మంచిని గ్రహించి వర్తమానానికి అన్వయించి, భవిష్యత్తుకి ప్రగతి బాటలు వేసిన ఆధునికుడాయన....

"జీవితంపట్ల మానవతా దృక్పథం ఆయనిది-"

ప్రేమించు ప్రేమకై అన్న ప్రజాకవి గురజాడ అప్పారావుగారి వాక్యం ఎం.ఆర్.గారి జీవితాన్ని రసమయంగా తీర్చిదిద్దింది...

మహాత్ముని పిలుపు నందుకొని తమ సంస్థానమును త్యజించిన ప్రథమ సంస్థానాధీశులు వీరు-

జమిందారీ వ్యవస్థకు చివరివాడుగా-ప్రజాస్వామిక వ్యవస్థకు ప్రథముడుగా వున్నారు ఎం.ఆర్.అప్పారావుగారు.

ఆధునిక ఆంధ్రప్రదేశ్ రాజకీయ చరిత్రలో తనదంటూ ఒక విశిష్ట స్థానాన్ని సుస్థిరం చేసుకొన్న "యశస్వి" ఎం.ఆర్.గారిని రాజకీయ అజాత శత్రువుగా పేర్కొన్నారు మాన్యశ్రీ బెజవాడ గోపాలరెడ్డి-

ఆయన అసలు పేరు మేకా రంగయప్పారావు అయినా...

అందరూ తలచిందీ-పిలిచిందీ-బాల్యంలో బుల్లి నాయనగా తర్వాత ఉయ్యూరు కుమార్ రాజాగా, చివరకు ఎం.ఆర్.గా స్థిరవడ్డారు. వీరు ఉయ్యూరు రాజా శ్రీ మేకా వెంకటాద్రి అప్పారావు-శ్రీమతి రాణీ రామయమ్మరావుగార్లకు 21-03-1915 రాక్షస నామ సంవత్సర చైత్ర శుద్ధ షష్ఠి భానువాసరమున జన్మించారు-

నూజివీడు ఆ ఊరిపేరు వినగానే చాలామందికి మామిడితోటలు నందూరివారి ఎంకి పాటలూ, మాడభూషి వేంకటాచార్యులు అవధానులు, ఎమ్వీయల్ ముత్యాల ముగ్గు ముచ్చట్లూ స్ఫురిస్తాయి- అయితే ఒకటి మాత్రం నిజం. అదేమిటంటే ఈ సాంస్కృతిక వైభవానికి వెన్నెముక ఎం.ఆర్.అప్పారావు. ఎం.ఆర్ అనగానే పాతిక సంవత్సరాలు ఎం.ఎల్.ఏగా చేశాగనో మంత్రి పదవిని అలంకరించారనే చెబుతుంటారు - ఆ మాటలు ఆయన వ్యక్తిత్వానికి సరిపోవు-

ఎందుకంటే కొందరి వ్యక్తిత్వం వెనకాల సాంస్కృతిక సౌరభం గాఢంగా ఉంటుంది. వాళ్ళు పెరిగిన వాతావరణంలో జాతిని చైతన్యవంతం చెయ్యగల జవసత్వాలుంటాయి.

పెద్దలు చెప్పినట్లు...

"విలువలు వంశానుగతంగా వస్తాయి.

అవి ఒక తరం నుండి మరొక తరానికి సంక్రమిస్తాయి"

తమ పూర్వీకుల నైతికవిలువలు ఎం.ఆర్.అప్పారావుగారికి జన్యుపరంగానే సంక్రమించాయి. అప్పారాయ వంశీకులు ఒక్కొక్కరు ఒక్కొక్కరంగంలో ప్రసిద్ధిచెందారు- చరిత్ర ప్రసిద్ధులైన విప్పర్ల బసవదండ నాథుడు వీరి మూల పురుషుడు- ఘనకీర్తికి కేంద్రస్థానం నూజివీడు సంస్థానం.

బ్రిటీష్ ఈస్ట్ ఇండియా కంపెనీ దుర్మార్గపుపాలనకు వ్యతిరేకంగా 1857 ప్రథమ స్వాతంత్ర్య సంగ్రామానికి 75 ఏళ్ళకు క్రితమే 1783లో మేకా నారయప్పారావు గెరిల్లా యుద్ధతంత్రంతో పెద్ద తిరుగుబాటు చేశారు. ఆయన ఆధిపత్యాన్ని అణచాలని బ్రిటీష్ సైన్యాలు 20-11-1783వ తేదీన నూజివీడు కోటను ముట్టడించారు- 21రోజులు ఉభయులకు యుద్ధపోరు సాగింది. కమ్మ, కాపు, హరిజన, గిరిజన, బడుగు, బలహీనవర్గాల ప్రజలు కుల, మత, వర్గ విచక్షణ లేకుండా నారయప్పారావు గారి నాయకత్వాన గెరిల్లా యుద్ధంలో పాల్గొని బ్రిటీషు సైన్యాలను త్రిప్పికొట్టారు. ఆ ప్రజాసైన్యమే తమ సంస్థానాన్ని నిలబెట్టుకొంది- ఇతర ప్రాంతాలలోలాగ ఇక్కడ శత్రువులుగాని, గూఢచారులుగాని మోసగాళ్ళు గాని లేరు.

ఇక్కడ శతాబ్దాల తరబడి ఒకే రాజవంశంచేత పూర్వీకుల విలువలను సంతరించుకొని ప్రజాభిమానంతో పరిపాలన సాగించారు-

"ప్రజలు-ప్రభువు" పరస్పర గౌరవ భావమే ఆ విజయ రహస్యానికి సాక్షీభూతంగా వుంది-

మేకావారి వంశంలో శ్రేష్ఠులలో శ్రేష్ఠుడైన "ధర్మ అప్పారావు"గా సార్థక నామం పొందిన శ్రీ వెంకట నరశింహ అప్పారావు (నారయప్పారావు వీరి తండ్రి) (1762-1827) మహాదాతలుగా వారి దాతృత్వం-ఆధ్యాత్మిక చింతన, అలాగే 13వ తరం వారై 18వ శతాబ్దానికి చెందిన రెబల్ నారయప్పారావుగారి పోరాటపటిమ-పట్టుదల వారి వంశానుగత లక్షణాలను, ముఖ్యంగా మేధాసంపత్తికి చెందిన వారి పెద్దల లక్షణాలు 18వ తరంవారై 20వ శతాబ్దానికి చెందిన ఎం.ఆర్ అప్పారావుగారికి జన్యుపరంగా సంక్రమించి వున్నవి.

ఆంధ్ర సారస్వత పరిషత్ అధ్యక్షులు "సాహితీ వల్లభ" "కళాప్రపూర్ణ". ఉయ్యూరు రాజా వేంకటాద్రి అప్పారావుగారు సంగీత-సాహిత్య చిత్రలేఖనం, శిల్పకళల్లో గొప్ప ప్రావీణ్యం

పొందినవారు. జయదేవుని గీత గోవిందాన్ని తెలుగులో రచించారు. తండ్రిగా వీరి ప్రభావం ఎం.ఆర్.మీద ప్రత్యక్షంగా వుంది.

ఎం.ఆర్. "గుర్రపు స్వారీ, వేట, షికారులలో" దిట్ట. 18వ ఏటనే వేటలో 18 అడుగుల పెద్దపులిని చంపారు. ఈయన ప్రముఖ టెన్నిస్ క్రీడాకారుడు. తన సహజ ప్రతిభతో ఊటి, కునూర్, బెంగుళూరులలో జరిగిన టెన్నిస్ టోర్నమెంట్సులలో గెల్చి ట్రోఫీలు సాధించారు. 1941వ సం॥లో మద్రాసు రాష్ట్రంలో టెన్నిస్ క్రీడాకారులలో "9వ" రాంకు వారిగా పరిగణింపబడ్డారు-

నూజివీడులో జరిగిన ఆల్ ఇండియా టెన్నీస్ పోటీలలో "ఛాలెంజి కప్పు" కైవసం చేసుకొన్నారు-

ఉయ్యూరు రాజాగారి ఫుట్‌బాల్‌వారి మానస పుత్రిక. వారి ప్రోత్సాహంతో ఎం.ఆర్ తొలి ప్రవేశం ఫుట్‌బాల్ ప్లేయరుగా అయినా తర్వాత దశకాలలో టెన్నిస్ ప్లేయరుగా రాణించారు. ఎం.ఆర్. టెన్నిస్ ఆటలో ప్రదర్శించే నైపుణ్యాన్ని ప్రపంచ టెన్నిస్ విజేతలు ప్రశంసించారు- క్రీడాకారునిగా ఆయన "ఛాతీ-44 అంగుళాలు" వుండేది. దీని రహస్యం వ్యాయమం-వేట-కసరత్తు-గుర్రపుస్వారీ, కత్తిసాములాంటి క్రీడా విన్యాసాలే!

ఆయన రాష్ట్ర వ్యాయామ క్రీడామండలి అధ్యక్షులుగా, రాష్ట్రబాల్ బాడ్మింటెన్ అసోసియేషన్ ప్రథమాధ్యక్షులుగావున్నారు- కృష్ణాజిల్లా బాస్కెట్ బాల్ అధ్యక్షులుగా ఉన్నారు.

మహాత్మాగాంధీగారు 1929లో దేశ స్వాతంత్ర్యపోరాట ప్రచారంతో కృష్ణాజిల్లా పర్యటన సందర్భంగా ఉయ్యూరు రాజా వేంకటాద్రి అప్పారావుగారు ఖద్దరు టోపీ ధరించి నూజివీడులో తమ ఎస్టేటుకు ఆహ్వానించారు. వారి ఆహ్వానాన్ని మన్నించి గాంధీగారు ఆ రాత్రి బసచేశారు. తండ్రిగారితోపాటు ఎం.ఆర్.గారికి కూడా గాంధీగారి సన్నిధిలో గడిపే అవకాశం కలిగింది. గాంధీగారు ఎం.ఆర్.ని ఆశీర్వదిస్తూ ఖద్దరు బట్టలు-టోపీ ధరింపజేసి జాతీయస్ఫూర్తిని కలిగించారు-ఎం.ఆర్. నాటి నుండి శేషజీవితం గాంధేయ వస్త్రధారణతో గడిపారు-

గాంధీగారిని ఆహ్వానించినందుకు కక్షసాధింపు చర్యగా 5లక్షల రెవెన్యూ ఆదాయం వచ్చే జమీని ఏవిధంగానైనా స్వాధీనం చేసుకోవాలని బ్రిటీష్‌వాళ్ళ దురుద్దేశ్యంగా వుందని ఉయ్యూరు రాజాగారి శ్రేయోభిలాషి మిత్రులొకరు వారిదగ్గర ప్రస్తావించగా... "చాలా సంతోషం-వెంటనే వచ్చి స్వాధీనం చేసుకొనినచో ఈ బంధము, బాధలు తప్పి స్వేచ్ఛగా దేశసేవ చేయు నవకాశము లభింపగలదని" నిర్భయంగా ప్రకటించిన ధైర్యశాలి ఉయ్యూరు రాజాగారు.

ఆ రరంగా గాంధీగారి ప్రేరణతో స్వాతంత్ర్య పోరాటస్ఫూర్తితో తండ్రి-కొడుకు లిద్దరూ తమ దేశ భక్తిని చాటి కాంగ్రెస్‌వారుగా అందరి దృష్టినీ ఆకట్టుకొన్నారు-కాంగ్రెస్‌పార్టీకి అండగా

వున్నారు. నాడు ఉయ్యూరు రాజాగారొక్కరే కాంగ్రెస్ వారిగా ఉన్నారు. వీరి వంశీకులు మీర్జాపురం రాజాతోసహా మిగతా జమిందార్లు జస్టిస్ పార్టీవారుగా ఉన్నారు.

ఎం.ఆర్.గారి ఉన్నత పాఠశాల విద్య నూజివీడులో ఎస్.ఆర్.ఆర్. హైస్కూలులో ప్రారంభమై మద్రాసు క్రిస్టియన్ కళాశాలలో ఇంటర్మీడియేట్, బందరు నోబుల్ కళాశాలలో బి.ఎ.పూర్తి చేశారు-

తర్వాత ఎం.ఆర్. ఆంధ్రాయూనివర్శిటీ ఆర్థికశాఖలో భూమి తనఖా బ్యాంకులు- సహకార పరిశోధనపై రెండేళ్ళు పరిశోధనచేసి గ్రంథము (థీసెస్) సమర్పించినందుకు 1940లో యూనివర్శిటీ ఎం.ఎ.పట్టా ఇచ్చింది.

మహాత్ముని ఆశీస్సులతో విద్యార్థి దశ నుండి శ్రీ ఎం.ఆర్., గాడిచర్ల హరిసర్వోత్తమ రావు, డాక్టర్ పట్టాభి, బులుసు సాంబమూర్తి, అయ్యదేవర కాళేశ్వరరావు, ఆచార్యా రంగా ప్రభృతుల సాహచర్యమున జాతీయభావ సంస్కార వికాసముల నమితంగా పొందారు. ఆ నేపథ్యంలో ఆయన రాజకీయ జీవితం ప్రారంభమైంది.

1943లో కాంగ్రెస్ నాయకులందరూ జైళ్ళలో ఉన్న సమయంలో రాష్ట్రీయ స్వయంసేవక సంఘం (ఆర్.ఎస్.ఎస్.) యువతను బాగా ఆకర్షిస్తోంది- జాతీయ భావముల నుండి, కాంగ్రెస్ మార్గం నుండి యువత దూరమగుచుండుట చూసి ఆవేదన చెందిన ఎం.ఆర్. మాన్యశ్రీ హార్డికల్‌గారి "హిందూస్థాన్ సేవాదళ్" ప్రణాళిక ననుసరించి "దేశసేవక సంఘం" (డి.ఎస్.ఎస్.) అను జాతీయ స్వచ్ఛంద సైనిక దళమును స్థాపించి 1946 వరకు నిర్వహించారు.

వీరి కార్యదక్షత గాంధీగారి ప్రశంసలు పొందింది. జైళ్ళ నుంచి విడుదలై వచ్చిన పిమ్మట జాతీయంగా విద్యార్థులను, యువతను సంఘటిత పరచు బాధ్యత కాంగ్రెస్ సంస్థయే స్వీకరించగలదని అభిప్రాయం తెలుపుతూ దేశ సేవక సంఘమును విరమింప చేయవలసిందిగా గాంధీగారి సూచనపై 1946లో డి.ఎస్.ఎస్.ను ఉపసంహరించి కాంగ్రెస్ నిర్మాణ కార్యక్రమాల్లో నిమగ్నమయ్యారు.

ఎం.ఆర్. అప్పారావుగారు రాజవంశంలో జన్మించినా రైతుల పక్షపాతిగా రాణించిన గ్రామీణ మేధావి. వీరితండ్రిగారి హయాం నుంచి రైతులతో మంచి సత్సంబంధాలుండేవి.

మనదేశానికి జీవనాధారమైన వ్యవసాయాభివృద్ధి-రైతుసంక్షేమం నిర్లక్ష్యం చేయబడుతోందని 23-02-1944లో గోవాడలో జరిగిన గుంటూరు సీమ రైతు మహాసభలో ఆయన అధ్యక్షోపన్యాసంలో ఎంతో ఆవేదన చెందుతూ ఇలా అన్నారు "మనదేశం వ్యవసాయం మీద నూటికి ఎనభైమంది జీవిస్తున్నారు. వ్యవసాయమింత ప్రబలంగా నున్న దేశంలో ప్రజలకుగాని, రైతులకుగాని సుఖంలేదు.

మనదేశంలో సేద్యభూమి ఎక్కువ-పశుసంపద ఎక్కువ. ఈ రెండిటిమీద ఆదాయం తక్కువగా వుంది. ఇతర దేశాలలో సగటున మనకంటె తక్కువ భూమి సేద్యమైనను పశువుల సంఖ్య కూడా తక్కువైనను ఆ రెండిటిమీద ఆదాయం ఎక్కువగా వుంది.

మనదేశమునందలి వ్యవసాయక పద్ధతులకును, ఇతరదేశాలలో వ్యవసాయక పద్ధతులకును గల భేదమే ఈ వ్యత్యాసమునకు కారణంతో పాటు మన పాలక వర్గాల నిర్లక్ష్యధోరణి కూడా తోడుగావుంది.

దేశంలో రైతులకు లభించే రుణం వారు చేసిన అప్పులు తీర్చటానికే చాలటం లేదంటూ ఎం.ఆర్. దేశంలో వ్యవసాయంతో పాటు వ్యవసాయాధారిత పరిశ్రమలు, కుటీర పరిశ్రమలు, పాడి-పంట సంపద మీద ప్రభుత్వాలు గ్రామీణాభివృద్ధికి పెద్దఎత్తున నిధులు సమకూరుస్తూ, ఇతర దేశాలకు మిన్నగా శాస్త్రీయ పద్ధతులద్వారా కృషి చేయాలని గట్టిగా వక్కాణించారు. ఈ ప్రసంగాన్నిబట్టి ఎం.ఆర్.గారు ఎమ్.ఎల్.ఎ గా రాజకీయ ప్రవేశానికి ముందే గ్రామీణ ఆర్థికవ్యవస్థపై అధ్యయనం చేసినట్లు అర్థమవుతోంది. మౌలిక అవసరాలకు మౌలిక సదుపాయాలను సమకూర్చడం ద్వారానే ఆర్థిక, సాంఘిక, రాజకీయపురోగతి సాధ్యమని ఆయన దృక్పథంగా కనిపిస్తోంది-

నూజివీడు నియోజకవర్గ ప్రజలకు ఎం.ఆర్.గారు శాసనసభ్యునిగా గెలవడం ఒకరకంగా కలిసొచ్చింది.

1957కి పూర్వం నూజివీడు, తిరువూరు ప్రాంత రైతులకు దీర్ఘకాలిక ఋణపరపతి సౌకర్యం అందుబాటులో లేక వ్యయప్రయాసలకు లోనవుతున్నారు. ఇది గమనించిన ఎం.ఆర్. 1957 జూలై 1వ తేదీన నూజివీడు సహకార భూమి తనఖా బ్యాంకుని రిజిష్టర్ చేసి, రైతులకు అందుబాటులో తాలూకా కేంద్రమైన నూజివీడులోనే బ్యాంకు ఉండాలని అక్టోబరు 1వ తేదీన ప్రారంభించారు.

1959 ఏప్రియల్‌కల్లా నూజివీడు, తిరువూరు తాలూకాల్లోని రెవెన్యూ గ్రామాలన్నిటిని ఈ బ్యాంకు పరిధిలోకి చేర్పించారు. తొలి అధ్యక్షుడిగా ఎం.ఆర్.గారితో బ్యాంకు బోర్డు ఏర్పడింది.

వ్యవసాయాధారిత పరిశ్రమగా రైతుల ఆర్థికాభివృద్ధికి, వందల మందికి ఉపాధి కల్పనకు హనుమాన్ జంక్షన్‌లో "హనుమాన్ కో ఆపరేటివ్ షుగర్ ఫ్యాక్టరీ" నిర్మాణం చేశారు. ఈ ఫ్యాక్టరీకి ఛైర్మెన్‌గా ఎం.ఆర్.గారిని నాటి ముఖ్యమంత్రి జలగం వెంగళరావు నియమించారు.

బోర్‌వెల్స్, ఎలక్ట్రికల్ మోటార్లు, షెడ్‌ల నిర్మాణానికి స్వల్ప వాయిదాలపై విస్తృతంగా అప్పులు మంజూరు చేయించారు. మోటారు షెడ్‌కు, బోర్‌వెల్ క్రింద 10 ఏకరాలు సాగుచేస్తేనే కాని బ్యాంకు నిబంధనల ప్రకారం అప్పుమంజూగు చేయటానికి వీల్లేదు. ఈ నిబంధన సన్నకారు, చిన్నకారు రైతులకు శాపంగా వుంది.

వారి సంక్షేమం ముఖ్యమని ఎం.ఆర్.గారు "జాయింట్ బోర్‌వెల్స్ స్కీము" తయారు చేయించి 47 బోర్‌వెల్స్ క్రింద 290 సన్నకారు రైతులకు, 44 బోర్‌వెల్స్ క్రింద 210 చిన్నకారు రైతులకు ఆ స్కీము క్రింద జంక్షన్ ఏరియాలో అప్పులు మంజూరు చేయించారు.

దేశంలోనే మొట్టమొదటగా ఈ ప్రక్రియకు శ్రీకారం చుట్టి మార్గదర్శకులయ్యారు. ఈ బోర్‌వెల్స్ నీటి వనరులుగా వున్నాయి. వీటి క్రింద రెండో పంటకు కూడా ఆదాయం వస్తుంది.

మామిడితోటల పెంపకంపై ఎం.ఆర్ దృష్టి సారించి వ్యవసాయ నిపుణులను రప్పించి సుమారు 2000 ఎకరాల భూమి స్వభావాన్ని పరిశీలించి మామిడి తోటల పెంపకానికి అనువైన భూమిగా తేల్చారు- వాటికి అనుబంధంగా పండ్ల నిలవ కేంద్రం, పండ్ల పరిశోధనా కేంద్రాల ఏర్పాటుకు పథకాలు రూపొందించి ప్రభుత్వానికి పంపారు. మామిడి, నిమ్మ, బత్తాయి, దానిమ్మ ఫల వృక్ష సంపద పెంపుదలకు ఫ్రూట్ గ్రోయర్స్ సహకార మార్కెటింగు సొసైటీ నిర్మాణం చేశారు -

ముఖ్యమంత్రి నీలం సంజీవరెడ్డిగారి ఆశీస్సులతో కె.ఎల్.రావుగారి కృషితో మూడో జోన్ క్రింద సాగర్‌నీరు మళ్ళింపుకు నూజివీడు మెరక ప్రాంతాలను కూడా ప్రణాళికలో చేర్పించి ప్రభుత్వంచే ఆమోదింపచేశారు. సాగర్ నీరు కోసం ఎం.ఆర్.గారు చేస్తున్న విశ్వప్రయత్నం పూర్వరంగంలో ఇలా జరిగింది. 1956 చివరి ప్రాంతంలో నిస్వార్థంతో ప్రజా సంక్షేమం దృష్ట్యా ఆయనకు అత్యంత సన్నిహితులైన గోపాలరెడ్డిగారిని విడిచి సంజీవరెడ్డిగారివైపు మొగ్గు చూపించారు- ఇదే ఆయన ప్రజాసేవకు, రాజకీయ కార్యకలాపాలకు గీటురాయి.

"కొద్ది సంవత్సరాలలో నాగార్జున సాగర్ ప్రాజెక్టు మనకు తయారుకాబోతున్నది. ప్రస్తుతం సాగర్ ప్లాన్‌లో వున్నదాని ప్రకారం మీ నియోజకవర్గానికి నీరు వచ్చే అవకాశంలేదు. ప్రస్తుత ప్రణాళికను సవరించడం ద్వారా కాలువను పొడిగించి మీ ప్రజలకు కూడా నీళ్ళు లభించే ఏర్పాటు చేస్తాను. ప్రజాక్షేమం కోరే మీరు నాకు చేదోడుగా ఎందుకు నిలువకూడదు?" అనిసూటిగా సంజీవరెడ్డిగారు ప్రశ్నించారు.

వెంటనే ఎం.ఆర్. అప్పారావుగారు ఆలోచించి చెబుతాను అనేమాట కూడా అనకుండా నా ప్రజలకు నీళ్ళివ్వడం కంటే నాకేం కావాలి? నేను తప్పకుండా సపోర్టు చేస్తాను నాకే పదవి అక్కర్లేదు. నేను మీతోనే వుంటాను అని సమాధానం చెప్పారు- ఆ నేపథ్యంలో నూజివీడు తాలూకా మెట్టప్రాంతానికి నీరు లభ్యమైంది.

ఆంధ్రరాష్ట్ర అవతరణలో అన్ని పక్షాలతోపాటు ఆంధ్రమహాసభ పాత్ర గణనీయమైనది. ఆ కృషిలో ఎం.ఆర్.అప్పారావుగారు ముఖ్యభూమిక వహించారు.

ఆంధ్రమహాసభల కార్యరంగములకు ఆయన ఆహ్వానింపబడ్డారు. 1942 జూలై 25, 26 తేదీలలో బరంపూర్‌లోను, 31-03-1943లో పశ్చిమ, కృష్ణాజిల్లా ఆంధ్రమహాసభల్లో ప్రారంభ, అధ్యక్షోపన్యాసాలు చేశారు.

1943 సం॥లో బళ్ళారి పట్టణంలో జరిగిన సర్ విజయగారి అధ్యక్షతన జరిగిన ఆంధ్ర మహాసభలో ముఖ్యపాత్ర ఆయనది. రాయలసీమ సోదరులకు – సర్కారు జిల్లాల ప్రతినిధులకు వచ్చిన బేధాభిప్రాయలను నివృత్తి చేయడంలో ఎం.ఆర్ ప్రదర్శించిన చాతుర్యం, చాకచక్యం తిలకించిన సర్‌విజయగారు ఆంధ్ర మహాసభకు కార్యవర్గాధ్యక్షునిగా నియమించి గౌరవించారు. రాయలసీమ–సర్కారు జిల్లాలా సౌహార్దము పెంపొందించుట కొరకు కృషిచేసిన ప్రముఖలలో ఎం.ఆర్. ఒకరు.

ఎం.ఆర్. 1946 సెప్టెంబరు 9,10 తేదీలలో మద్రాసులో జరిగిన ఆంధ్రమహాసభలో అధ్యక్షులుగా ఎన్నికై తీర్మాన రచనలో ప్రముఖపాత్ర వహించారు. 1947 ఏప్రిల్‌లో మద్రాసులో జరిగిన ప్రత్యేక ఆంధ్రమహాసభకు అధ్యక్షులుగా ఉన్నారు.

రాష్ట్ర సాధనా కృషిలో ఢిల్లీలో కేంద్రమంత్రులతో, సంవిధానసభ అధికారులతో సంబంధాలు ఏర్పరుచుకోవడం అవసరమని భావించి ఢిల్లీలో 1947లో ఎం.ఆర్., గాడిచర్ల హరిసర్వోత్తమరావు గార్లు కార్యాలయం ఏర్పాటు చేశారు.

గాడిచర్ల, అయ్యదేవర కాళేశ్వరావు మున్నగు పెద్దలతో ఎం.ఆర్. కలిసి థార్ కమీషన్, జస్టిస్‌వాంచూ కమీషన్‌ల సమక్షమున రాష్ట్ర నిర్మాణమునకు సంబంధించిన సాక్ష్యాధారములు, నివేదికలు సమర్పించారు. తర్వాత భాషాప్రయుక్త రాష్ట్రాల ఏర్పాటుకు పరిశీలనకు కేంద్రం నియమించిన ఫజుల్ ఆలీ కమీషన్‌కు కూడా ఎం.ఆర్. వీరందరితో కలిసి నివేదిక సమర్పించారు.

పొట్టి శ్రీరాములుగారిని దీక్ష విరమించవలసిందిగా కోరటానికి వెళ్ళిన బృందంలో ఎం.ఆర్.గారొకరు.

సర్ విజయ అనంతరం ఆంధ్రరాష్ట్రావతరణ పర్యంతమును ఆంధ్రమహాసభకు అధ్యక్షులుగా ఎం.ఆర్.ఉన్నారు.–

ఎం.ఆర్. అప్పారావుగారు ఆంధ్రమహాసభ ద్వారా రాష్ట్రావతరణకు జరిపిన కృషి చిరస్మరణీయం–

తర్వాతి కాలంలో రాష్ట్రవిచ్ఛిన్నతకు వేర్పాటు ఉద్యమాలు వచ్చిన తరుణంలో గూడ మొక్కవోని ధైర్యంతో దీక్షతో సమైక్యాంధ్ర అవసరాన్ని నిర్భయంగా ప్రకటించిన ధీశాలి ఎం.ఆర్.గారు–

“నేటి తెలుగు నాటకములు చాలా సంస్కృతి పొందినవి. ఈ నాటకములు యక్షగానముల కాలం నుండి నేటి రేడియో నాటికలవరకు ప్రజల్లో విజ్ఞానాభివృద్ధికి ఎంతయో తోడ్పడుచున్నవి. వయోజన విద్య ప్రచారానికి గాని, పాఠశాలలో చరిత్రాది విషయ బోధనలకుగాని ఈ నాటక పద్ధతి మహా ప్రయోజనకారిగా సున్నడసుటలో సందేహంలేదంటూ”

1943 అక్టోబరు 24వ తేదీన బళ్ళారిలో జరిగిన ఆంధ్రనాటక కళాపరిషత్ సభలో ఎం.ఆర్. అప్పారావుగారు అధ్యక్షోపన్యాసంలో నాటిక ప్రదర్శనములకు ప్రత్యేక మందిరములు నిర్మింపబడాలని, స్త్రీ పాత్రలు స్త్రీలే ధరించాలని, నాటక కళారంగ అభివృద్ధికి బళ్ళారి రాఘవాచార్యులులాంటి మహనీయుల కృషిలో అందరూ భాగస్వాములు కావాలన్నారు.

1944లో బందరులో జరిగిన ఆంధ్రనాటక కళాపరిషత్ మహాసభకు అధ్యక్షత వహించిన ఎం.ఆర్.గారిని 1944 నుంచి 1994 వరకు ఏకచ్ఛత్రాధిపత్యంగా నాటక కళాపరిషత్ అధ్యక్షపదవి ఆయన్నే వరించింది.

ఎం.ఆర్.మంచి భావుకుడు. గ్రీకు నాటకాలు చదివి వాటి కళాప్రయోగాలని ప్రోత్సహించిన కళాతపస్వి. ఆంధ్రనాటక కళాపరిషత్‌కు అధ్యక్షుడుగా బాధ్యతలు స్వీకరించి ఆధునిక రంగస్థల ఉద్యమానికి నాంది పలికింది అప్పారావుగారే! ఆయన ఆధ్వర్యంలో సాహితీ, కళారంగాల్లో అహరహం కృషిచేసినవారికి వారి నుంచి ఎంతో స్ఫూర్తి లభించింది.

సంయుక్త మద్రాసు రాష్ట్రప్రభుత్వ యాజమాన్యమున నేర్పడిన నాటక కళోద్ధరణ సమితికి ఎం.ఆర్.గారు నాయకత్వం వహించి, రాష్ట్రమంతయు పర్యటించి ఆయా ప్రాంతముల నందలి నటుల, నాటక సమాజాల సమాచారములను నాటకోద్ధరణకు కావలసిన సూచనలు సేకరించి ప్రభుత్వానికొక నివేదిక సమర్పించారు.

ఎం.ఆర్. అప్పట్లో నాటక కళాపరిషత్ పోటీలలో 1. స్త్రీల పాత్రల్ని స్త్రీలే ధరించాలి. 2. నాటకాలు 5సం॥లోపు రచించినవై ఉండాలి. 3. ఇతివృత్తం సమకాలికమై ఉండాలి. 4. సంభాషణ విధానం సూటిగా ఉండాలి. 5. సమయం నియంత్రణ పాటించాలని ప్రకటించారు.

ఆయన నిర్ణయాలపై కళారంగం హర్షించింది. వీటివలన స్త్రీలు రంగస్థలం పట్ల ఆసక్తి ప్రదర్శించే అవకాశం లభించింది. కొత్త రచయితలు, సరికొత్త భావాలతో సంచలనాత్మక నాటకాలు రాసేందుకు ప్రోత్సాహం లభించింది. ఎన్.టి.రామారావుగారి లాంటి యువకులు నవభావాలతో నాటకరంగానికి చైతన్యవంతమైన సేవచేసేలా చేసింది. ఆచార్య ఆత్రేయ, భమిడిపాటి రాధాకృష్ణ, హరనాధరావులాంటి రచయితలు నవ్యభావాలతో నాటికలు రాసే అవకాశం ఎం.ఆర్.గారి ఆలోచనా స్రవంతితో ఆంధ్రనాటక కళాపరిషత్ ఆవిర్భావంతోనే లభించింది.

1979లో ఆంధ్రనాటక కళాపరిషత్ స్వర్ణోత్సవాల అధ్యక్షపీఠం నుంచి అప్పారావు నాటకాలు, సంగీతం, నాట్యకళలాంటి లలితకళలను ప్రోత్సహించడానికి హైస్కూళ్ళు, జూనియర్ కాలేజీలలో సంస్కృత బోధనకై ప్రత్యేకంగా ఉపాధ్యాయులను నియమించాల్సిన ఆవశ్యకత ఉందని వక్కాణిస్తూ తెలుగు రంగస్థల నటీనటులకు కళాశాలలను నిర్వహించి శాస్త్రీయపద్ధతుల్లో నటనలో శిక్షణ ఇవ్వవలసిన అవసరం వుందని తన ఆకాంక్షను వెలిబుచ్చారు-

కాజ వెంకట్రామయ్య, దుక్కిపాటి మధుసూదనరావు, కొండముది గోపాలరామశర్మ, ఎర్రోజు మాధవాచార్యులు, పోలవరపు ప్రకాశరావు వంటివారి సహకారంతో ఎం.ఆర్. అప్పారావు నాటకరంగానికి నూతన భావచైతన్యాన్ని కలిగించారు.

అర్ధశతాబ్దపు కాలంలో ఆయన సేవలు-కృషి వలన కళామతల్లి కళా ప్రపంచంలో విహరించింది "నాట్యకళ" పత్రిక స్థాపించి అనేక వ్యాసాలు రాయించారు.

ఎం.ఆర్. భావ సంపదకొక చారిత్రక నేపథ్యంవుంది. వారి వంశం సంగీత, సాహిత్య, శిల్ప, చిత్రలేఖన కళారంగాలకు పుట్టినిల్లు. ఆయన తండ్రిగారే ఒక విద్యాలయం. వారి ప్రభావంతో ఆయన వ్యక్తిత్వం రూపురేఖలు దిద్దుకొని వికసించి పరిపూర్ణత చెందిన కాలంలో బ్రహ్మసమాజం-జాతీయోద్యమం, ఆంధ్రోద్యమం, గాంధీవాదం, సామ్యవాదం, వ్యావహారిక భాషా ఉద్యమాల వారసత్వాన్ని అందిపుచ్చుకొన్నారు.

ఆ నేపథ్యంలోంచి ఎం.ఆర్.లో సాంస్కృతిక ప్రియత్వం ఆయనలోని కళాభిలాషికి పాదులు వేసింది.

విశ్వనాథ, కృష్ణశాస్త్రి, చలం, శ్రీశ్రీ వంటి కవుల సహచర్యం ఆయన్ని రచయితగా తీర్చి దిద్దింది. బ్రహ్మర్షి వెంకటరత్నం నాయుడిగారి మీద ఎం.ఆర్. రచన చదివితే "సంస్కర్తల బోధనలు మానవ జీవితాన్ని ఎలా వికసింప చేస్తాయో బోధపడుతుంది-

విశ్వవిఖ్యాత కవి ఉమర్ ఖయ్యాం రచించిన "రుబాయత్" అనే తాత్విక గ్రంథాన్ని భారతీయ సాంప్రదాయాల కనుగుణ్యంగా తేటతెలుగులోకి అనువాదం చేశారు.

గ్రీకు రచయిత సోఫోక్లిజ్ రచించిన "యాంటిగని" అను గ్రీకు నాటకాన్ని, కేంద్ర సాహిత్య అకాడమీ ప్రచురించగా దాన్ని తెలుగులోకి ఎం.ఆర్. అనువదించారు. గ్రీకు ప్రజా జీవితాన్ని ప్రతిబింబించే "గ్రీకు రూపకములు" అనే గ్రంథాన్ని రాశారు.

వీరి తండ్రి జయదేవుని గీతగోవిందాన్ని తెలుగులోకి అనువదించగా ఎం.ఆర్. దాన్ని ఆంగ్లంలోకి తర్జుమా చేశారు-

1950 నుండి 1982 వరకు అఖిల భారత కాంగ్రెస్ వర్కింగ్ కమిటీ సభ్యులుగా ఉన్నారు-

కాంగ్రెస్ సంస్థకూ-ప్రజాస్వామిక సోషలిజానికి-ప్రణాళికలకూ గల మధ్య సంబంధాన్ని స్పష్టం చేయడం ఎంతో అవసరమని భావించి 1964లో భువనేశ్వర కాంగ్రెస్ మహాసభల సమయంలో ప్రజాస్వామిక సోషలిజం-ప్రణాళికలు అనే గ్రంథాన్ని రచించారు.

సోషలిజం కాని, మరే ఇతర సిద్ధాంతాలు కాని అది మానవ సంఘానికి సంబంధించినవి అయితే తప్పకుండా నిరంతరం పురోగమిస్తూనే వుంటుందని వక్కాణిస్తూ... ప్రణాళికలు అభివృద్ధి

సాధనాలుగా వాటిని ప్రజలకు తెలియజెప్పటానికి సులభశైలిలో ఎం.ఆర్. ఆ గ్రంథంలో వివరించారు.

"ప్రధాని నెహ్రూ ప్రవేశపెట్టిన" పంచవర్ష ప్రణాళికలు మనదేశ రాజకీయ ప్రజాస్వామ్య పరిధిలో కొనసాగడానికి ఉద్దేశించబడినవని" ఎం.ఆర్ నొక్కి చెప్పారు.

ఆయన రచన అందరి దృష్టిని ఆకర్షించడం - ఆలోచనలు రేకెత్తించడం గమనార్హం.

ఈ రచన్ని యూనివర్శిటీ పరిధిలో బి.ఎ. విద్యార్థులకు బోధనాంశంగా పాఠ్యాంశంలో చేర్చారు.

వాఙ్మయశ్రీ బెజవాడ గోపాలరెడ్డిగారి మాటల్లో... "25 సంవత్సరాలు ఏకైక ప్రజాప్రతినిధియై రజతోత్సవం జరుపుకొన్న ఘనులు, ఆంధ్రశాసన సభకు పితృతుల్యులు ఎం.ఆర్. అప్పారావు గారు."

ఎం.ఆర్. అప్పారావుగారు 1952లో నూజివీడు అసెంబ్లీ నియోజకవర్గం నుండి అఖండ విజయం సాధించారు. ఆ ఎన్నికలలో కృష్ణాజిల్లా మొత్తం మీద కాంగ్రెసేతర పక్షాల గాలిలో కూడా ఎం.ఆర్. గెలిచారు.

1952 నుండి 1978 వరకు నిరాటంకంగా ఇదే నియోజకవర్గం ప్రజలు ఎమ్.ఎల్.ఎగా ఎం.ఆర్‌నే వరించారు.

కవిసామ్రాట్ పైడిపాటి సుబ్బరామశాస్త్రిగారి కవితలో.....

"రాజాగారిపట్ల ప్రజలకున్నది నిజాయితీ"

"రాజావారి సీటు వారు నిలబడితే జిరాయితీ"

ప్రథమ ఆంధ్రశాసన సభలో (కర్నూలు) కాంగ్రెస్ పార్టీ డిప్యూటీ లీడర్‌గా వున్నారు. 1962-67 వరకు ఎక్సైజ్, మద్యపాన నిషేధశాఖ, సమాజాభివృద్ధి సాంస్కృతిక శాఖామాత్యులుగా నీలం సంజీవరెడ్డి, కాసు బ్రహ్మానందరెడ్డిగార్ల మంత్రిత్వ శాఖల్లో పనిచేశారు. 1981-83 వరకు రాజ్యసభ సభ్యునిగా కూడా కొనసాగారు.

వచ్చిన మంత్రి పదవుల్ని అలంకార ప్రాయంగా చూడకుండా సాహిత్యం-సాంస్కృతిక వారసత్వాన్ని పుణికి పుచ్చుకొన్న ఎం.ఆర్. అప్పారావుగారు ఆ పదవుల పరిధితో ఎన్నో దీర్ఘకాలిక ప్రజోపయోగ ప్రణాళికలు అమలుపర్చారు.

సాంస్కృతి శాఖామాత్యులుగా సాహిత్య అకాడమీ వారిని ప్రోత్సహించి, తగిన నిధులు మంజూరుచేసి తెలుగువారి సంస్కృతికి అద్దంపట్టిన ప్రాచీన గ్రంథాలను, చాలావరకు పునర్ముద్రరణ చేయించి కారు చౌకగా క్యాలికో బైండుతో సాహిత్య అభిమానులకు, సాధారణ

ప్రజలకు అందుబాటులోకి అందజేసి ప్రజలకీ-ప్రభుత్వానికి వారధిలా పనిచేసిన మహానీయుడు అప్పారావుగారు.

సైన్స్ అకాడమీ ద్వారా ప్రజల్లో విజ్ఞానాత్మక శాస్త్ర దృష్టికలిగించాలని గట్టి దృక్పథంగా, లక్ష్యంగా సాంస్కృతికశాఖా మాత్యులుగా 31-01-1965వ తేదీన హైద్రాబాద్‌లో అఖిల భారతీయ సాంస్కృతిక సమ్మేళన మహాసభ స్వయంగా నిర్వహించారు. ఆయన స్వాగతోపన్యాసంలో సంస్కృతి మీద సుదీర్ఘమైన ఉపన్యాసం చేశారు. దేశం నలు మూలల నుండి, ఆ సభకు వచ్చిన మేధావులను, శాస్త్రవేత్తలను అధ్యాపకులను వారి ప్రసంగం ఆలోచనాత్మకంగా, చర్చనీయాంశంగా అందరినీ ఆకట్టుకొంది.

"మానవజాతికి సంస్కృతి" అనేది ఒక ఉన్నత లక్ష్యస్థానం" అని ఆయన గట్టి విశ్వాసం.

సంస్కృతి ఉభయాత్మకంగా వుంటుందని, సౌజన్యం-దాక్షిణ్యం-నిస్వార్థం మొదలైనవి సంస్కృతి అనిపించుకుంటే- దౌర్జన్యం-నిర్దాక్షిణ్యం-స్వార్థం అనేవి అసంస్కృతి అనిపించు కొంటాయని - అయితే సత్యప్రయోజనాలను సత్యమార్గాల ద్వారానే సాధించగలమని అందరూ విశ్వసిస్తుంటారని తనకెలాంటి సందేహం లేదని ఆ సభలో చెబుతూ "సాధనాలు ఏమైనా ఫలితాలే ముఖ్యం" అనే నినాదం చాలా ప్రమాదకరమైనది. ఇది ఔద్ధత్యం-హింస-అసత్యం మొదలైన చెడు గుణాలకు దారితీస్తుంది-

శాస్త్రవిజ్ఞానాన్ని అందుబాటులోకి తేవడానికి ప్రజల్లో విజ్ఞానాత్మక శాస్త్రదృష్టిని కలిగించడానికి మా రాష్ట్రంలో వున్న సైన్సు అకాడమీ కృషి చేస్తుంది-

ఈ మహా ప్రయత్నంలో మనం సాంస్కృతిక విషయాలకు ఎక్కువ ప్రాముఖ్యత ఇవ్వాలి. ఏమంటే సాంఘిక మహాసౌధం నిర్మించాలంటే సంస్కృతియే దానికి గట్టి పునాది కావాలి బలమైన నైతిక కళాదృష్టి లేకపోతే ప్రజాస్వామ్య సిద్ధాంతంపై మనం నిర్మించబోయే నవ సమాజంలో ఉత్తమ పౌరులను తయారు చేయలేం.

అయితే మన ఆదర్శాల కనుగుణంగా మన విద్యాలయాల్లో చదువుతున్న యువతీ యువకులకు తర్ఫీదు ఇస్తున్నామా- మీరే ఆలోచించండి అని ఎం.ఆర్ ముగింపు ఉపన్యాసం చేశారు.

విజ్ఞాన శాస్త్రం-నవ్యమానవతావాదం-మతం-

"అమెరికన్ రివ్యూ" అనే పత్రిక 1965 జనవరి సంచికలో హడ్సన్ హోగ్‌లాండ్ రాసిన వ్యాసంపైన స్పందించిన సాంస్కృతిక శాఖామాత్యులుగా ఎం.ఆర్‌గారు విజ్ఞాన శాస్త్రం-నవ్యమానవతావాదం -మతం అనే విశిష్టరచన చేశారు -

ఆ రచనలో హోగ్‌లాండ్ ప్రస్తావించిన అంశాలను గురించి విపులంగా అధ్యయనం చేసి ఆయన రచనలోని 43 అంశాలపై సిద్ధాంతపరంగా ఎం.ఆర్. తన విశ్లేషణలో వ్యక్తీకరించిన అభిప్రాయాలు మేధావుల ప్రశంసలు నందుకొన్నాయి.

శాసనసభలో....

ఎం.ఆర్.గారికి యూనివర్శిటీతో 1941 నుండి సెనేట్ సభ్యునిగా, 1944 నుండి 62 వరకు సిండికేట్ సభ్యునిగా వున్న అనుబంధంతో యూనివర్శిటీ అభివృద్ధిపై 1958 మార్చి 25న ఆంధ్ర అసెంబ్లీలో "విద్యాపద్దుపై" చర్చలో పాల్గొంటూ ఆంధ్ర యూనివర్శిటీ లోటు పరిస్థితులను అధిగమించాలంటే- రాష్ట్ర ప్రభుత్వం సహాయం చేయాలే తప్ప మరోమార్గం లేదని సభ ద్వారా ప్రభుత్వ దృష్టికి తీసుకొచ్చారు.

ఆయన ప్రసంగంలో... యూనివర్శిటీ గ్రాంట్సు కమీషన్‌వారు ఇచ్చిన గ్రాంట్సులో సగం యూనివర్శిటీ వారు కూడా ఇవ్వవలసి ఉంటుంది. రాష్ట్రప్రభుత్వానికి డెఫిషీట్ వస్తే అనేక రకాల టాక్సులు వేసి భర్తీచేస్తారని.

కాని యూనివర్శిటీవారికి అలాంటి అవకాశాలు లేవు. ఇదివరకు జయపూర్ మహారాజాలాంటివారు సంవత్సరానికి ఒక లక్ష విరాళం ఇచ్చేవారు.

ఈనాడు మనదేశంలో వున్న "టాక్సేషన్ సిస్టమ్‌ని బట్టి సోషియో పాటరన్ ఆఫ్ సొసైటీని అమలు చేయబోతున్నాం కాబట్టి ప్రైవేటు సంస్థలు నుంచి వ్యక్తుల నుంచి డబ్బు వచ్చే అవకాశం లేదంటూ." ముఖ్యంగా యూనివర్శిటీలో సీటు వచ్చినా హాస్టల్‌లో సీటు దొరికితే తప్ప మరోమార్గంలేదు. హాస్టల్స్ అదనపు నిర్మాణానికి ప్రభుత్వం ఇవ్వవలసిందే. కొత్త కోర్సులకు సగం గ్రాంటు ఇస్తామంటూ, మిగతాసగం యూనివర్శిటీ భరించాలంటున్నారు. రెండో సగం యూనివర్శిటీ ఇవ్వలేకపోవటం వలన చాలా నష్టపోతున్నాం" అంటూ ఎట్టి పరిస్థితుల్లోనూ ప్రభుత్వం నుంచే డబ్బు భరించవలసి వుంటుందని ఎం.ఆర్. తన సుదీర్ఘ ఉపన్యాసంలో యూనివర్శిటీ అభివృద్ధిపై ప్రణాళికా బద్ధంగా ప్రస్తావించారు.

1962 జూలై 24వ తేదీన అసెంబ్లీలో 1962-63 ఎక్సైజ్‌పద్దులపై జరిగిన చర్చలో కాంగ్రెస్ సభ్యులు మాత్రమే కాకుండా ప్రతిపక్షాల నుండి మాట్లాడిన వారు కూడా ముఖ్యంగా ప్రొహిబిషన్ మంచిదని నైతికంగా, ఆర్థికంగా, సాంఘికంగా లాభం కలగజేసేదని చెప్పారు.

కాని విపక్షాలవారు ప్రాక్టికల్‌గా ఆచరణ యోగ్యం కాదు కాబట్టి తోసి వేయాలని, ఇతరదేశాలలో కూడా ఫెయిల్ అయిందని వాదించారు- అయితే ప్రాపగండాల ద్వారా మద్యపానాన్ని తొలగించే విషయంలో అన్నిపార్టీలవారు కమ్యూనిస్టులు సహకరిస్తామని ప్రకటించారు.

ఇప్పుడు ప్రొహిబిషన్ తీసివేసే పరిస్థితి వచ్చిందనేది మాత్రం నేను అంగీకరించనంటూ మంత్రి ఎం.ఆర్.గారు చర్చకు సమాధానమిస్తూ "ప్రాథమిక విషయాలలో మనం తొందరపడి తీసివేయడం అనేది కాకుండా దీనిని ఎట్లా అమలు చేయాలనేది ఆలోచించి దానిని అమలు చేయడానికి ప్రయత్నించాలి.

ఇతర దేశాలలో మద్యపానం అనేది సోషల్ కస్టమ్‌గా రెలిజియస్ కస్టమ్‌గా తీసుకొన్నారు- కాని మనదేశంలో తాగుడు పూర్వం నుంచి ఉన్నప్పటికి కూడా అది ఒక దొంగతనం లాగ, దురభ్యాసం మాదిరిగా ఒక తప్పు పనిగా పరిగణింపబడు తున్నది. దురభ్యాసాలలో ఇదికూడా ఒకటిగా మనం భావిస్తున్నాం-అందుచేత అమెరికాలో ఇది ఫెయిల్ అయింది కనుక ఇక్కడ కూడా ఫెయిల్ అవుతుందని చెప్పడానికి వీల్లేదు.

మనము స్వరాజ్యం రాక ముందు 1937 నుంచి కూడా మద్రాసులో ఉన్నప్పుడు మొట్టమొదట దీన్ని అమలు చేయడానికి ప్రయత్నించాం. కొంతవరకు జయప్రదం అయింది. స్వాతంత్ర్యపోరాటంలో కూడా కల్లు దుకాణాలు పికెట్ చేయటం వల్ల జయప్రదం అయింది-

పెద్దలు తేన్నేటివిశ్వనాథం, ధర్మభిక్షంగార్ల అభిప్రాయాలను సూచనలను పరిగణలోకి తీసుకుంటామని మంత్రిగారు హామీ ఇస్తూ నాయొక్క ప్రభుత్వం యొక్క అఖిలభారత కాంగ్రెస్ అభిప్రాయం కూడా ఇదేనని వక్కాణించారు.

విద్యా తపస్వి ఎం.ఆర్.

తండ్రిగారిచే స్థాపింపబడి చిరకాలం తమచే నిర్వహించబడిన విజయవాడలోని ఎస్.ఆర్.ఆర్. ప్రభుత్వ కళాశాలకు 1966 డిశంబరులో 11 లక్షల 50 విలువగల ఆస్తిని రిజిష్టర్ చేసి అప్పగించారు ఎం.ఆర్.

"ధర్మ అప్పారావు కాలేజి"

వారి పూర్వీకులు అడుగుజాడల్లో విద్యాభివృద్ధికి పునరంకితమవుతూ ఎం.ఆర్. అప్పారావుగారు నూజివీడులో "ధర్మఅప్పారావు కళాశాల" పేరుతో 1966లో స్థాపనకు శ్రీకారం చుట్టారు. వీరి కృషి ఫలితంగా 2లక్షల 40 వేలు నిధి డిపాజిట్ చేయబడింది.

ఆ స్ఫూర్తితో ఆయన విజ్ఞప్తి మేరకు ఎలమర్రు జమిందారు, మీర్జాపురం రాజా సంతితివారు తమ పూర్వ భవనములను కాలేజీకి రాసి ఇచ్చారు-

ఏ ఒక్కరి పెద్ద మొత్తం పై అధారపడకుండా, ఎవరినీ శ్రమపెట్టకుండా "ఒక రూపాయి టిక్కెట్"తో ప్రజల సహకారంతో, ప్రజల కాలేజిగా రాఫిల్ నిర్వహించి విజయవంతంగా నిధిని సమకూర్చారు.

ఈ కాలేజీ ఏర్పాటుతో నూజివీడు, తిరువూరు, మైలవరం, నందిగామ, గన్నవరం, చింతలపూడి, ఖమ్మం మెరక ప్రాంతాల విద్యార్థులకు విద్యా సౌకర్యం కల్పించారు.

గుడివాడ హోమియోపతి కళాశాల స్థాపనకు, నిర్వహణాభివృద్ధికి కృషిచేయుటయే గాక దానిని రాష్ట్రప్రభుత్వం స్వీకరించువరకు ఎం.ఆర్. పాలకవర్గ అధ్యక్షులుగా వున్నారు.

ఆంధ్ర విశ్వవిద్యాలయం ఉపాధ్యక్షులుగా ఎం.ఆర్.అప్పారావుగారు 1974 నుండి 1980 వరకు పనిచేశారు.

ఆయన 1941 నుండి ఆంధ్రా యానివర్శిటీ పట్టభద్రుల నియోజకవర్గం నుండి సెనేట్ మెంబరుగా ఎన్నిక అయి 1962లో మంత్రియగు వరకు వున్నారు. 1944 నుండి సిండికేట్ సభ్యులుగా వున్నారు.

1960లో మూడు మాసాలు యూనివర్శిటీ వైస్ ఛాన్సలర్గా వున్నారు- రెండు దశాబ్దాలకు పైబడి యూనివర్శిటీతో గాఢమైన సంబంధం, గౌరవమును పెంపొందించుకొనుచూ శ్రీయుతులు సర్వేపల్లి రాధాకృష్ణ, సర్ కట్టమంచి రామలింగారెడ్డి, డాక్టర్ వి.ఎస్.కృష్ణగార్ల సాన్నిహిత్యంతో అనుభవం గడించుకొని విద్యారంగమున కెంతో సేవచేసారు. కెనడాలో 1978 ఆగస్టులో జరిగిన కామన్వెల్తు విశ్వవిద్యాలయాల హెడ్స్ మరియు 12వ విశ్వవిద్యాలయాల కాంగ్రెస్, 1976లో న్యూజిలాండ్లో జరిగిన కామన్వెల్తు వైస్ఛాన్సలర్ల కాన్ఫరెన్స్లోను ఆంధ్రాయూనివర్శిటీ వి.సి.గా ఎం.ఆర్.పాల్గొని అనేక విద్యావిషయములపై చర్చించడం-ఉపన్యసించడం జరిగింది- అమెరికా, ఐర్లండ్, జపాను, థాయ్లాండ్, ఫ్రాన్స్, మలేషియా, రోమ్, సింగపూర్, నేపాల్ దేశాలను సందర్శించి విద్యా సాంస్కృతిక విషయములపై అనేక విద్యా సభల్లో వివరించి పత్రాలు సమర్పించి, విశేషావగాహనముతో ఆంధ్ర విశ్వవిద్యాలయమును విశ్వతోముఖశాస్త్ర విజ్ఞానకేంద్రముగా తీర్చి దిద్దుటకు అవిశ్రాంతి దీక్షతో కృషిచేసినారు-

ఈ నేపధ్యంలో మేధా సంపన్నుడైన పరిశోధకుడని కూడా అందరికీ ఈ విదేశీ పర్యటనల వల్ల విదితమవుతున్నది.

వి.సి.గా విప్లవాత్మక చర్యలు

ఎం.ఆర్. అప్పారావుగారి చేతివేళ్ళకు ఎముకలుండవు. కాస్త కనిపెట్టి వుండండని అంటూ ఆయన్ని వి.సి.గా నియమిస్తూ నాటి ముఖ్యమంత్రి జలగం వెంగళరావు గారన్నారు-

ఎం.ఆర్. యూనివర్సిటీ వైస్ ఛాన్సలర్గా యూనివర్శిటీ చరిత్రలోనే కొన్ని విప్లవాత్మక మైన చర్యలు తీసుకొన్నారు.

1. ఉపాధ్యాయుల్ని ఏ కారణం వివరించకుండా డిస్మిస్ చేసే అధికారాన్ని యాజమాన్యానికిచ్చే "10బి"క్లాజ్ను యూనివర్శిటీ శిక్షాస్మృతి నుండి తొలగించారు.

2. చాలాకాలం ఒకరు ఒక శాఖకు అధ్యక్షులైతే (హెడ్ ఆఫ్‌ది డిపార్ట్‌మెంటు) రిటైర్ అయ్యేవరకు ఆయనే హెడ్‌గా ఉండేవారు.

ఈ సూత్రాన్ని మార్చులని మూడేళ్ళు కొకసారి హెడ్ మారాలన్న రొటేషన్ పద్ధతిని ఎం.ఆర్. ప్రవేశపెట్టారు.

3. వందలాది టీచర్ల పోస్టులను భర్తీచేసి ప్రభుత్వం చేత ర్యాటిఫై చేయించారు-

4. విద్యార్థి తెలుగు ప్రశ్నాపత్రాలు వారి సమాధానాలు గ్రాంథిక భాషలోనే రాయాలనే నిర్బంధ నిబంధన ఉంది- విద్యార్థులకు అలవాటులేని గ్రాంథిక భాషలో సమాధానాలు రాయాలనే నిబంధనవల్ల వారి రాతలలో అనేక దోషాలు కలిగేవి- 11-1-1971లో సెనేట్ ఎం.ఆర్. అప్పారావుగారి అధ్యక్షతన తెలుగుభాషా సంఘాన్ని నియమించింది.

పురిపండా అప్పలస్వామి, ఆచార్య తూమాటి దోణప్ప, ఆచార్య భద్రరాజు గారిలాంటి వారితోడ్పాటుతో - యూనివర్సిటీలో పి.హెచ్.డి.కి సమర్పించే సిద్ధాంత వ్యాసాలను, తెలుగు పరీక్షాపత్రాలకు సమాధానాలు వ్యావహారిక భాషలో రాయవచ్చు అనే అనుమతి నిచ్చింది అప్పారావుగారే. వారిచర్య పండితుల కృతక గ్రాంథిక భాషనుండి జన బాహుళ్యానికి విముక్తి కలగడానికి, ప్రగతిశీల దృక్పథం ఏర్పడటానికి దోహద పడింది.

వ్యావహారిక భాషను విశ్వవిద్యాలయాలు ఆమోదించాలని ఆంధ్రా యూనివర్సిటీలో తీర్మానం చేయించారు వైస్ ఛాన్సలర్‌గా ఎం.ఆర్.గారు.

5. తెలుగువ్యుత్పత్తికోశ సలహా సంఘాన్ని అధికారికంగా నియమించారు- ఈ కోశం ప్రథమ సంపుటాన్ని అమరజీవి పొట్టి శ్రీరాములుగారికి ఆంధ్రాయూనివర్శిటీ అంకితం కావించింది. ఈ కోశంలోని ఆరో సంపుటాన్ని ఎం.ఆర్.గార్కి యూనివర్శిటీ అంకింతం కావించింది-

యూనివర్శిటీ ప్రెస్‌లో ముద్రించబడ్డ ఎనిమిది సంపుటాలు తెలుగు వ్యుత్పత్తికోశంలో 1,08, 330 పదాలు వ్యుత్పత్తులతో 2930 పుటలలో వున్నాయి. శ్రీ ఎం.ఆర్ ఆంధ్రజనావళికి అందించిన అపూర్వ కానుక-

6. తెలుగువారి సంస్కృతికి అద్దంపట్టిన ప్రాచీన గ్రంథాలని అతితక్కువ ధరకే అంటే కేవలం ఒక రూపాయికి మాత్రమే అందజేసి ప్రజలకీ ప్రభుత్వానికీ వారధిలా పనిచేశారు. యూనివర్శిటీలో తెలుగుశాఖ ఆచార్యుల్ని, విద్యార్థుల్ని సమావేశ పరచి వారిచే పరిశోధక వ్యాసాలు రాయించి వాటిని యూనివర్సిటీ ద్వారా అచ్చువేయించి అందరికీ అందుబాటులోకి తెచ్చిన ఘనత ఎం.ఆర్. అప్పారావుగారిదే.

7. ఆంధ్ర విశ్వవిద్యాలయం ఫైన్ ఆర్ట్స్ విభాగాన్ని ప్రారంభించి అంట్యాకుల పైడిరాజుని ఆచార్యునిగా నియమించి చిత్ర కళాభ్యుదయానికి ఆసరాయిచ్చింది ఎం.ఆర్. అప్పారావే.

హైద్రాబాద్‌లో లలిత అకాడమీద్వారా జాతీయస్థాయిలో చిత్రకళా ప్రదర్శన ఎందరో చిత్రకారుల్ని తెలుగు వారికి పరిచయం చేశారు–

చిత్రకళకు ఎం.ఆర్. గారిచ్చిన నిర్వచనం అమోఘం. రంగులు వేయటం చిత్రకళకాదు. యతిప్రాసలతో భాషను ఇమడ్చటం కవితకాదు. ప్రాకృత చిత్రణ సౌందర్యంలో అతి ప్రాకృత ఆధ్యాత్మిక ఆనందాన్ని స్ఫురింపచేయడమే కళాసృష్టి– "అందువలనే చిత్రకారుడు, కవి, గాయకుడు, రససిద్ధులైన తపస్విలని భారతీయదృష్టి– ఎక్కడ రసస్ఫురణ ఉంటుందో అదే ఈశ్వర సాక్షాత్కారం. "రసోవైసః" అన్నారు కదా.

ఆంధ్రప్రదేశ్ సాంప్రదాయ చిత్రకారులకీ, ఆధునిక చిత్రకారులకీ ఆయన స్ఫూర్తి ప్రధాత– భారతీయ చిత్రకళ మీద ఉత్తమ విమర్శక వ్యాసాలు రాశారు. వీరి పరిశోధనా వ్యాసాలను ఆరోజులలో ఆంధ్రప్రభ సీరియల్‌గా ప్రచురించింది.

ఆయన ప్రాచీన భారతీయ చిత్రకళల్ని, మధ్యయుగాల అజంతా కళల్ని ఆధునిక చిత్రకళల్ని సుదీర్ఘ పరిశోధనలు చేసి ఆయా దశలకు సంబంధించిన చిత్రాలను స్వయంగా ఆర్టిస్టులతో కాపీలు తీయించి "భారతీయ చిత్రకళను" గ్రంథరూపంలో అందించారు– సైన్స్‌గ్రూప్‌లతో నూజివీడులో, ఆర్ట్సు గ్రూప్‌లతో శ్రీకాకుళం, కాకినాడలలో పి. జి. సెంటర్ల నేర్పరిచి ఆంధ్ర విశ్వవిద్యాలయ పరిధిలో విద్యావ్యాప్తికి దోహదం చేశారు. –

అప్పారావుగారి సాంస్కృతిక జీవితం ఆయన వ్యక్తిత్వంలోని భిన్న అంశాలకి వన్నె తెచ్చింది. విద్యా బోధనలో మానవసేవకి ప్రాధాన్యాన్నివ్వా లన్నది ఆయన ఆశయం. జీవితంలో మిక్కిలి విలువైన భాగం ప్రేమేనన్నది ఆయన విశ్వాసం విద్యార్థులకి లేత మనసులో ప్రేమనాటుకొనేలా చేయించే మహాత్ముల జీవితాలని కథలుగా చెప్పాలని, నాటకాలుగా ప్రదర్శించాలనీ ఆయన అభిలాష. విజ్ఞాన శాస్త్రాల వైఖరి మారాలని, సైన్సు పరిశోధన ఫలితాలు మానవ వికాసానికి దోహద పడాలి తప్ప మానవ వికాసానికి కాదని ఆయన తాత్వికత.

బోధనా పద్ధతులు విద్యార్థుల మనస్సులో బలమైన ముద్ర పడేలా ఉండాలని అధ్యాపకులని కోరేవారు. గ్రామీణ ప్రాంతాలలో విద్యకీ, సాంస్కృతిక చైతన్యాన్నికి అధ్యాపకులు అంకితభావంతో పనిచేయాలని అభిలషించేవారు.

ఎం.ఆర్. సర్వమత సమానత్వం

రామకృష్ణ పరమహంస, వివేకానందస్వామి, అరవిందుడు, మెహర్‌బాబా, జీసస్‌క్రీస్తు, బ్రహ్మర్షి రఘుపతి వెంకటరత్నం నాయుడు, సత్యసాయిబాబా లాంటి మహనీయులపై ఎం.ఆర్.గారు వ్యక్తం చేసిన అభిప్రాయాలలో ఆయనని ఆయన విద్యావేత్తగా మలచుకొన్నతీరు కనిపిస్తుంది.

చదివిన పుస్తకాన్ని జీర్ణించుకొని జవసత్వాలుపొంది పలుకులో నడతలో పరిసరాలను ప్రభావితంచేయడంలో ఆయనలో వెల్లివెరిసిన చైతన్యం కొత్త తరాలకి స్ఫూర్తినిస్తుంది.

ఎం.ఆర్. హిందూ మతానికి చెందినవ్యక్తి. జమిందారీ కుటుంబంలో జన్మించిన వీరు విశిష్టాద్వైతమతాన్ని అవలంబించి శ్రీవానమామలై జీయర్‌స్వామి వారిచే సమాశ్రయాణం (చక్రాంకితములు) పొందారు.

అయితే ఆయన జీవితానుభవంలో అనేక అనుభూతులకు, సిద్ధాంతాలకు, ప్రభావితులై ఆధ్యాత్మిక భావాలకు లోనయ్యారు. వైష్ణవ సాంప్రదాయంతో పాటు శైవమతాన్ని కూడా ఆదరించి అవలంబించారు.

మెహర్‌బాబా, సత్యసాయిబాబా వంటి ఆధ్యాత్మికవాదుల సిద్ధాంతాలతోపాటు అరవిందుల వంటి తాత్త్విక దర్శనములను చవిచూచి, రామకృష్ణపరమహంస, వివేకానందుల వంటివారి బోధనలకు ప్రభావితములై వాటన్నిటిని అవగాహన చేసుకున్నారు. క్రైస్తవ మతంలోని శాంతి, దయ, కరుణ వంటి వాటిని మానవతా దృష్టితో అవగాహన చేసుకున్న వీరు ఏసుక్రీస్తు చరిత్ర అను రచన కావ్యం రాయటం ద్వారా వీరి యొక్క పరమత సహనం అవగతమవుతుంది-

అవతార్ మెహర్‌బాబా అంటే ఎం.ఆర్.కు అచంచల విశ్వాసం. అత్యంత నమ్మకం. పుట్టపర్తిసాయిబాబా వీరిని వారి డీమ్డ్ యూనివర్శిటీ గవర్నింగ్ బాడీలో నామినేట్ చేసుకొన్నారు. అరవిందుని తత్వజ్ఞాము, యోగము చదివారు. వాటితో జీవితం వ్యర్థంకాదని, మనుగడ కాకతాళీయం కాదని తనకు విశ్వాసం కలిగించారు ఎం.ఆర్.-

మన మతంలో ప్రవేశించిన మూఢనమ్మకాలనీ, కుల, మత భేదాలవల్ల దెబ్బ తింటున్న సమగ్రతనీ ఆయన ఖండించారు.

మతం ముసుగులో చెలరేగుతున్న అవినీతి, స్వలాభపరులైన దొంగస్వాములు అమాయక ప్రజలని మోసగిస్తున్న తీరుని ఆయన విమర్శించారు. దేనికైనాసరే విశ్వాసం ప్రధానం- విశ్వాసం అంధ విశ్వాసం కాకూడదు- నమ్మకం మూఢనమ్మకం కాకూడదు అన్నది ఆయన తాత్విక చింతన- అభ్యుదయ భావచింతనతో వివేకానందుని బోధనలని ఎం.ఆర్.అప్పారావు గారు విశదీకరించిన తీరు ఆయన ఆధునిక ఆలోచనా విధానాన్ని స్పష్టంచేస్తుంది.

"భారతదేశపు పూర్తి సమైక్యతను హృదయంలో శాశ్వతంగా అంతర్గతం చేసుకొనే సమగ్రదృష్టి ప్రయోగశాలే విద్యావిధానం" అని భిన్నత్వంలో ఏకత్వాన్ని సర్వమానవ సమానత్వాన్ని ఆకాంక్షించారాయన-

ఎం.ఆర్ దుఃఖాలకు కుంగనివాడు. సుఖాలకు పొంగనివాడు. భయమూ, రాగద్వేషాలు వదలిపెట్టినవాడు. వ్యక్తిత్వం ఆయన స్వంతం. గొప్ప సంస్కారి - కర్మయోగి

ఎం.ఆర్.గారు 31-03-2003 తేదీన కనిపించని లోకానికి వెళ్ళిపోయారు. మరణం లేని జీవితం ఎం.ఆర్ గారిది-

పోలవరం ప్రాజెక్టుదిశగా...

పోలవరం ప్రాజెక్టు సాధనా కమిటీకి ఎం.ఆర్.అప్పారావుగారు ప్రెసిడెంటుగా ఉన్నారు- నాటి చీఫ్ ఇంజనీర్ సహకారంతో బహుళ ప్రయోజనకారిగా పోలవరం ప్రాజెక్టుపై నిర్మాణాత్మకమైన రిపోర్టు శ్రీ ఎం.ఆర్. కమిటి ప్రధానమంత్రికి 23-3-1984 తేదీన సమర్పించారు. ఆ రిపోర్టులో ప్రాజెక్టు నిర్మాణానికి అవసరమైన మౌలిక సదుపాయాలన్నీ వున్నాయని, ఈ ప్రాజెక్టు క్రింద లక్షల ఎకరాలు సాగుకు వీలవుతుందని సాంకేతికపరంగా లెక్కల వివరాలతో సమర్పించారు. నాటి ముఖ్యమంత్రి టంగుటూరి అంజయ్యగారు శంకుస్థాపనచేశారు-

గాంధీగారి సమక్షంలో తనకు ఖద్దరు బట్టలు ధరింపు జేశారని, ఆనాటినుంచి నేటివరకు ఖద్దరునే ధరిస్తున్నానని, ఖద్దరులోనే దేశప్రతిష్ఠ ఇనుమడించి వుందనీ అన్నారు ఎం.ఆర్.

అహింసావాది స్వాతంత్ర్య సముపార్జన పితామహుడు జాతిపిత మహాత్మాగాంధీ తమ ఇంటికి రావడం జీవితంలో మరచిపోలేని సంఘటనగా తీపిగుర్తుగా చెబుతూ, అలాగే స్వాతంత్ర్యోద్యమంలో భాగంగా ఆయన చేస్తున్న ఉప్పు సత్యాగ్రహానికి తనను కూడా తీసుకెళ్ళిన సంఘటన తనకెంతో మధురానుభూతిని కలిగించిదని ఎం.ఆర్.గారు అన్నారు.

ప్రగడ కోటయ్య

(1915-1995)

- వంగర రంగభాస్కరరావు

ఇటీవల ఒక టి.వి. ఛానెల్‌లో చేనేత పరిశ్రమ పై జరిగిన చర్చలో పాల్గొన్న శ్రీ దీక్షితులు అనే జర్నలిస్టు మాట్లాడుతూ "గతంలో ప్రగడ కోటయ్య అనే అంకిత భావంగల చేనేత నాయకుడు ఉండేవాడు. ఆయన నాయకత్వంలో చేనేతపారిశ్రామికులు అనేక ఉద్యమాలు నడిపి పోరాటాలు సల్పి చేనేత పరిశ్రమ మనుగడ సాగించేందుకు చిత్తశుద్ధితో కృషి చేశాడు. ఈనాడు అటువంటి దీక్షాదక్షతలు గల నాయకుడు లేడు. చేనేత వారి స్థితిగతులు ప్రభుత్వ దృష్టికి తీసుకుపోగల నాయకత్వం కొరవడినందున చేనేత పారిశ్రామికులు దుర్భర పరిస్థితులలో ఉన్నారు." అని చెప్పారు. ఇది ప్రగడకోటయ్య చనిపోయి దశాబ్దం తరువాత జరిగిన సంఘటన.

"చేనేత పరిశ్రమ అభ్యున్నతి కోసం ప్రభుత్వం చేపట్టబోయే పథకాల విషయమై ముందుగా ఆ పరిశ్రమలో నిపుణులైన ప్రగడకోటయ్యతో చర్చించి ఆయనను సంతృప్తి పరిచే విధంగా విధాన నిర్ణయాలు చేయండి" అని నిండు సభలో ఆనాటి రాజ్యసభ ఉపాధ్యక్షురాలు నజ్మాహెప్తుల్లా ప్రభుత్వానికి సూచనలు జారీ చేశారు. ఇది ప్రగడకోటయ్య రాజ్యసభ సభ్యుడిగా ఉన్న 1992లో జరిగిన సంఘటన. ఈ రెండు సంఘటనలు నిశితంగా పరిశీలిస్తే చేనేత పరిశ్రమయెడల ప్రగడకోటయ్యకు ఉన్న అంకితభావం అర్థం చేసుకోవచ్చు. ఆయన మరణించినప్పుడు అప్పటి దేశ ఉపాధ్యక్షుడు, రాజ్యసభ అధ్యక్షుడు శంకర్‌దయాళ్ శర్మ సందేశం పంపుతూ "ప్రగడ మరణంతో చేనేత పరిశ్రమకు సంబంధించి పార్లమెంటు స్వరం మూగబోయింది" అని పేర్కొన్నారు. చేనేత పరిశ్రమే ప్రగడకోటయ్య ప్రగడకోటయ్యే చేనేతపరిశ్రమ అన్నట్లుగా ఆయన తన జీవితసర్వస్వాన్ని చేనేత పరిశ్రమ కొరకు నిరంతరం శ్రమించి అదే ఊపిరిగా జీవించాడు. చేనేత పరిశ్రమను వదిలి ఆయన అసలైన రాజకీయాలలోనికి అడుగుపెట్టి ఉన్నట్లయితే ఎందరో నాయకులకు నాయకుడై, కేంద్ర, రాష్ట్రమంత్రి వర్గాలలో సుస్థిరస్థానం పొంది ఉండేవాడు అనటంలో అతిశయోక్తి లేదు. అతి సామాన్యుడుగా పుట్టి మాన్యుడై, అసామాన్యుడై చేనేత పరిశ్రమకు ఊపిరిపోసి, చేతివృత్తులలో చేనేతకు ఒక సముచిత స్థానం కలుగజేశాడాయన అట్టి మహామనిషి జీవిత విశేషాలు తెలుసుకోవడం నేటి తరం వారికి ఎంతైనా అవసరం.

గుంటూరు జిల్లా నిడుబ్రోలు గ్రామంలో 1915వ సంవత్సరం జూలైనెల 26వతేదీన నిరుపేద చేనేత కుటుంబంలో జన్మించాడు ప్రగడకోటయ్య. తండ్రి వీరభద్రయ్య,తల్లి కోటమ్మలకు కలిగిన 8మంది సంతానంలో ప్రగడ మూడవవాడు. తక్కిన తోబుట్టువులందరూ చేనేత వృత్తిలోనే ఒదిగిపోగా ప్రగడ మాత్రం చదువుమీద ఉన్న శ్రద్ధతో ప్రాథమిక విద్య, హైస్కూల్ విద్య

పొన్నూరులోనే అభ్యసించారు. పై చదువుపై కోరిక ఉన్నా, కుటుంబ స్థితిగతులు అర్థం చేసుకున్న ఆయన వుదరపోషణార్థం Untrained Teacher గా జిల్లా బోర్డు స్కూల్ లో కొంత కాలం పనిచేశారు. ఆచార్యరంగా గారు జన్మించిన నిడుబ్రోలు గ్రామంలోనే జన్మించడం ఆయన అదృష్టం. రంగాగారి సలహా మేరకు మద్రాసు నగరంలోని All India Institute of Textile Technology లో డిప్లమా కోర్సుచేసి చేనేతపరిశ్రమ యొక్క సాంకేతిక పరిజ్ఞానం సంపాదించారు. భారతదేశంలో కెల్ల ప్రథముడిగా టెక్స్టైల్ టెక్నాలజీలో డిప్లమా సంపాదించారు. ఆ కాలేజీ ఫీజులు చెల్లించలేక ఆయన ప్రయివేటుగా ట్యూషన్‌లు చెప్పి, చిన్న చిన్న పనులు చేసి కొంత సంపాదించేవాడు. అదీ చాలకపోతే కొందరు స్నేహితులు ఆర్థికంగా సహాయపడేవారు.

వివాహం :

ఆ కాలంలోనే ఆయనకు చీరాల వాస్తవ్యురాలు ఇందిరమ్మతో వివాహం జరిగింది. అప్పటికి ఆయనకు వయస్సు 16సం॥లు భార్య వయస్సు 12 సంవత్సరములు. ఆనాడు బాల్య వివాహాలపై నిషేధం లేదు.

చేనేత దుస్థితి :

టెక్స్టైల్ ఇన్‌స్టిట్యూట్ లో చదువు పూర్తవగానే ఆనాటి చెన్న రాష్ట్ర చేనేత సహకార సంఘంలో సూపర్ వైజరుగా వుద్యోగంపొందాడు. ఆ వుద్యోగంలో చేనేత పారిశ్రామికులు ఎక్కువ సంఖ్యలో వున్న తూర్పుగోదావరిజిల్లా రాజమండ్రి, కృష్ణాజిల్లా పెడన, రాయలసీమలోను కొనసాగారు. అప్పుడే ఆయన చేనేత పారిశ్రామికుల స్థితిగతులు, చేనేత పరిశ్రమ ఆనుపానులు ఎక్కువగా, వివరంగా తెలుసుకున్నారు.

చేనేత పారిశ్రామికులు అత్యంత దైన్య స్థితిలో కాలం గడుపుతున్నారు. పరిశ్రమకు ముఖ్యమైన ముడిపదార్థం నూలు దొరకదు. దొరికినా అధికరేటు చెల్లించాలి. నూలు సరఫరా మీద కంట్రోలు వుంది, కాని రేటు నియంత్రణ లేదు. అసంఘటిత కార్మికులుగా చేనేత పారిశ్రామికులు నానా అగచాట్లు పడుతుండేవారు. నేసిన బట్టకు చాలినంత వేతనం లభించక, బట్ట విడుదలకాక వారు బాధపడుతూ ఉండేవారు. వారి శ్రమను దోచుకునే మిల్లుల యజమానులతో పాటు మాస్టర్ వీవర్సు అనే మరో వర్గం పుట్టు కొచ్చింది. నూలు అధిక ధరకు కొనలేక, నేసినబట్టను కొనే నాథుడు లేక, చేతినిండా పని దొరకక బాధపడే చేనేత పారిశ్రామికులకు పనియిస్తూ, మాస్టర్ వీవర్సు తక్కువ వేతనం యిచ్చి బట్టలు నేయించే వారు. పని దొరికిందే చాలని చేనేత పారిశ్రామికులు కొంత వరకు సంతోషించేవారు. భార్య, భర్త, పిల్లలు, కుటుంబంలోని ముసలి, ముతక పనిచేస్తేనే గాని మగ్గం ఆడేదికాదు. అయినా కుటుంబం మొత్తం అర్థ ఆకలితో కడుపు మాడ్చుకోవలసిందే. స్వంత పెట్టుబడితో మగ్గం నడిపించే తాహతు లేక చేనేత పారిశ్రామికులు నరకయాతన పడుతుండే రోజులవి.

ఉద్యోగానికి రాజీనామా :

చేనేత పరిశ్రమ దైన్యస్థితి, చేనేత పారిశ్రామికుల దుర్భర జీవితాలు నిశితంగా గమనించిన ప్రగడ, ఈదుస్థితులు మార్చటానికి తాను చేయగలిగిన సేవ కోసం నిరంతరం మార్గాలు అన్వేషిస్తూవుండేవారు. ఉద్యోగంలో ఉండి గానుగెద్దులా పనిచేయడమే గాని, పరిశ్రమకు చేనేత కార్మికులకు ఏ విధంగాను వుపయోగపడ లేకుండా వున్నానని ఆయన బాధ పడేవాడు. ఈ అంతర్మథనం లో ఆయన ఎన్నో నిద్రలేని రాత్రులు గడిపాడు. ఉద్యోగంలో వుండి పరిశ్రమకు సేవ చేసే కన్నా. వుద్యోగం వదలి బయట పడితే చేనేత పారిశ్రామికులకు సహాయపడగలననే నిశ్చయానికి వచ్చిన ప్రగడ వుద్యోగం వదలి పెట్టడానికి నిర్ణయించుకున్నాడు. కేంద్ర సహకార సంఘంలో సూపర్‌వైజర్‌గా వుంటూ కడుపులో చల్ల కదలకుండ వుద్యోగం చేసే వాడివి రాజీనామా చేసి సమాజసేవ చేయలేవు. ఆ నిర్ణయం మార్చుకోవలసిందిగా, స్నేహితులు, బంధువులు హితవుపలికారు. ఇన్ని వేల మంది చేనేత పారిశ్రామికులకు, నీవు వొకడివే ఏమి సహాయం చేయగలవు, వుద్యోగం వదిలితే చాలా బాధలు పడతావు, మానవద్దు అని ఆఫీసులో తోటి వుద్యోగులు వాదించారు. అయినా, ఆయన ఆలోచన మార్చుకోలేక, తోటివారి సలహాలు పాటించలేక చాలా రోజులు మథనపడ్డాడు.

1937, డిశంబరులో రాష్ట్ర చేనేత సహకార సంఘానికి అధ్యక్షుడుగా ఆచార్యరంగా ఎన్ని కయ్యారు. సంఘ ఉద్యోగిగా వుంటూనే ఈ ఎన్నికల్లో కోటయ్య ప్రముఖ పాత్ర వహించి, రంగా ఎన్నికయ్యేందుకు పరోక్షంగా కృషి చేశారని గుసగుసలు వినిపించాయి. 1940లో కాంగ్రెసు పార్టీలో సంభవించిన పరిణామాల వల్ల, ఆచార్యరంగా మాతృసంస్థను విడిచి సుభాష్ చంద్రబోస్ నెలకొల్పిన ఫార్వర్డ్ బ్లాక్‌లో చేరిన కారణంగా, ఆచార్య రంగాని మద్రాసు విడిచిపోవలసినదిగా మద్రాసు ప్రభుత్వం ఆదేశించింది. ఆ ఆదేశాన్ని ఆయన ఖాతర్ చేయని కారణంగా ప్రభుత్వం ఆయనను నిర్బంధించింది. అందువల్ల, ఆయన రాష్ట్ర చేనేత సంఘ అధ్యక్షపదవి వదులు కోవలసివచ్చింది. తర్వాత వచ్చిన పాలకవర్గం వారు కోటయ్యపై పగబట్టి, వేధింపులకు గురిచేసింది. దూర ప్రాంతాలకు బదిలీ చేసింది. కక్ష సాధింపు చర్యలు భరించలేక కోటయ్య ముందు వెనుకలు ఆలోచించకుండ వుద్యోగానికి రాజీనామా చేశాడు.

రాజీనామాచేసి యింటికి తిరిగి వచ్చిన తరువాత ఉదర పోషణార్థం, కుటుంబ పోషణ కొరకు కొందరు స్నేహితుల సహకారంతో తమ్ముళ్ళతో కలసి బట్టల వ్యాపారం పెట్టారు. మనిషి షాపులో కూర్చున్నా, కోటయ్య మనస్సు చేనేత సోదరుల దైన్య జీవనం పైననే. దుకాణంలో కాలు కుదరలేదు. చేనేత పరిశ్రమ సముద్ధరణకు ఏమి చేయాలనేదే ఆయన నిరంతర చింతన. ఇందు కొరకు వుద్యమం ప్రారంభించి, ప్రభుత్వంతో పోరాడాలని, కొందరు మిత్రులు సలహాయిచ్చారు.

ఉద్యమం ఎలా ప్రారంభించాలో, ఎవరి సహాయం పొందాలో తెలిగుగు. అప్పటికే ఆంధ్ర రాజకీయాలలో ప్రముఖ పాత్రవహిస్తున్న ఆచార్యరంగాగార ఆశీస్సులు కొరకు ఆయన

దగ్గరకు వెళ్ళి సమాలోచనలు జరిపారు. ముందుగా "చేనేత కాంగ్రెస్" అనే ఒక సంస్థను స్థాపించి అన్ని జిల్లాల నుండి నాయకులను. కార్యకర్తలను సమీకరించవలసిందిగా రంగాగారు సలహాయిచ్చారు. ఉద్యోగం చేసేటపుడు తనకు పరిచయమైన వ్యక్తులకు స్వయంగా లేఖలు రాసి వారిని వుద్యమంలో చేరవలసిందిగా కోరారు. ఆ విధంగా పెక్కుజిల్లాల నుండి వుద్యమంలో చేరటానికి పలువురు ముందుకు వచ్చారు. అలా దొరికిన వారిలో ప్రముఖులు గుంటూరు జిల్లా నుండి అక్కలకోటయ్య, దామర్ల రమాకాంతరావు, దీవిగోపయ్య, పోలన అమ్మయ్య, కృష్ణాజిల్లా నుండి వంగర రాఘవయ్య, బట్టా కుమార స్వామి, నున్న యల్ల మందయ్య, పశ్చిమ గోదావరి జిల్లా నుండి నార్నిరాజవీరయ్య, తాళ్ళ కోటివీరయ్య, తూర్పు గోదావరి జిల్లా నుండి ఇనుమర్తి వీరభద్రరావు, విశాఖపట్నం జిల్లా నుండి రాపర్తి జగన్నాథరావు, శ్రీకాకుళం జిల్లా నుండి కాసిన బసవరాజు, కడప జిల్లా నుండి జింకా వెంకట సుబ్బయ్య, నెల్లూరు జిల్లా నుండి తిరువీథుల రామకృష్ణయ్య, అనంతపురం జిల్లా నుండి కుందారామయ్య, చందానారాయణప్ప మొదలైన ప్రముఖులు వుద్యమంలో చేరి చేనేత కాంగ్రెసును పటిష్ఠ పరచటానికి , సంసిద్ధత వ్యక్తపరచారు. ఇంతటి ప్రతిస్పందనతో ప్రగడకు ఎంతో బలం చేకూరింది.

జిల్లాల పర్యటన :

ఇక ఒకరోజు కూడ ఆలస్యం చేయకుండ ప్రగడ తన భావి కార్యక్రమం నిర్ణయించుకోవటానికి, జిల్లాలలో పర్యటించటానికి కార్యక్రమం రూపొందించు కున్నారు. స్వంత గుంటూరు జిల్లాలో చీరాల (అప్పుడది గుంటూరుజిల్లాలో వుండేది) మంగళగిరి, రేపల్లె, పేటేరు వంటి చేనేత పారిశ్రామికులు ఎక్కువగా నివశించే ప్రదేశాలలో పర్యటించి చేనేత పరిశ్రమ స్థితిగతులు ఆకళింపు చేసుకున్నారు. అ జిల్లా పర్యటనలో వందలాది కార్యకర్తలు ముందుకు వచ్చి వుద్యమానికి తమ మద్దతు తెలియజేశారు. ప్రగడ నాయకత్వం బలపరుస్తామని, వుద్యమాన్ని ముందుకు తీసుకుపోతామని దీక్షబూనారు. జిల్లాలో వచ్చిన ప్రతిస్పందనతో కొందరు ముఖ్య అనుచరులతో ఆయన క్రమంగా కృష్ణా, పశ్చిమగోదావరి, తూర్పుగోదావరి, విశాఖపట్నం, శ్రీకాకుళం జిల్లాలలో పర్యటించి చేనేత పారిశ్రామికులు సంఘటితం అయి సహకార సంఘాలు నెలకొల్పవలసిన అవసరంగురించి ఉద్బోధించారు. ఆయన ఉపన్యాసాలకు చేనేత పారిశ్రామికులే కాదు, ఇతర చేతివృత్తుల వారు ప్రభావితులై తాముకూడ సహకార రంగంలోకి అడుగు పెట్టి సంఘాలు స్థాపించుకో గలమని ఆయనకు పూర్తి సహకార సహాయాలు అందించగలమని మద్దతు పలికారు.

కుటుంబాన్ని వదలిపెట్టి, కాలినడకన, సహచరులు, అనుచరులు వెంటరాగా జిల్లాలలో అన్ని గ్రామాలు, ముఖ్యంగా చేనేతపారిశ్రామికుల జనాభా ఎక్కువగా వుండే ప్రాంతాలు సందర్శించి వారి జీవన స్థితిగతులు తెలుసుకున్నాడు. ఆప్రయాణంలో ఆయనకు ఒకో గ్రామంలో భోజనం దొరకలేదు, నిద్రపోవటానికి స్థలం దొరకలేదు. అయినా, ఆయన ఆశయబాట వీడలేదు.

తూర్పుగోదావరి జిల్లాలో ఒక గ్రామంలో పర్యటన సందర్భంలో వారు ఎదుర్కొన్న దుర్భర పరిస్థితులను గురించి ప్రగడ వారి సహచరుడు అక్కల కోటయ్య ఈ విధంగా వర్ణించారు.

"మా దీక్ష పట్టుదల మమ్ములను నడిపించాయి. జేబులో చిల్లిగవ్వ వుండేది కాదు. కాని నడక మా ప్రధాన సాధనం. ఒకో గ్రామంలో చేనేత పారిశ్రామికులలో వితరణగల కొద్దిపాటి వ్యక్తులు దారి ఖర్చుల నిమిత్తం, వారి శక్తి కొలది, ధన సహాయము చేసేవారు. ఆ డబ్బుతో మరో గ్రామం, మరో గ్రామం వెళ్ళి అక్కడి చేనేత వారిని సమావేశపరచి, సహకార సంఘాలు స్థాపించుకోవలసిందిగా కోరేవాళ్ళం. రాత్రయితే ఎక్కడ పడుకోవాలి, ఎవరు భోజనం పెడతారా అనే ప్రశ్న తలెత్తేది. ఒక గ్రామంలో చేనేత పారిశ్రామికులు అందరూ పేదవారే ఎవరికీ బంధువులకు పడుకునేందుకు చోటివ్వగల గృహవసతి లేదు. వారికే కడుపునిండా తిండిలేని చేనేత పారిశ్రామికులు, అతిథులకు భోజనం ఎలా పెట్టగలరు. పడుకునేందుకు చోటెక్కడ చూపించగలరు. అయినా, కొంత దానగుణంకల ఒక చేనేత సోదరుడు తన యింటికి మమ్ములను తీసుకుని వెళ్ళి, అతిథ్యం ఇవ్వటానికి ముందుకు వచ్చాడు. ఆయన ఉంటున్నది ఒకే గదిగల ఇల్లు. అందులోనే వారి జీవనాధారమైన మగ్గము ఉంది. అదే వారి వంటగది కూడ. భార్యా, భర్త, పిల్లలు మగ్గం గుంట ప్రక్కన ఉన్న కొద్దిపాటి స్థలంలోనే కాలం గడుపుతున్నారు. మాకు పడుకోవటానికి ఇంటి ముందు ఉన్న అరుగు చూపించి, చాపవేసి దాని మీద విశ్రమించమన్నారు. కడుపులో ఎలుకలు పరుగెత్తుతున్నాయి. పగలంతా నడక, చేనేత పారిశ్రామికులతో సంప్రదించటముతో సరిపోయేది. శ్రమకుతగ్గ తిండిలేదు. ఆ యింటి ఇల్లాలు భర్తకు తగిన భార్య. అప్పటికప్పుడు కొన్ని బియ్యం నూకలతో గంజికాచి, అది కొంత, నీళ్ళుపోసి నానబెట్టిన అన్నం కొంత, అందులో కొంత ఉప్పువేసి మాకుపెట్టింది. నంచుకోవటానికి పచ్చడి ఏమైనా పెట్టమని ప్రగడ అడిగారు. అందుకు ఆ ఇల్లాలు సిగ్గుపడిపోయి, పచ్చడి లేదని చెప్పి ఒక ఎండుమిరపకాయ ఇచ్చింది. అదే మాకు ఆ రోజు పరమాన్నంతో సమానము. ఆ భోజనమే నాకు ఇప్పటికి గుర్తుకు వస్తుంటుంది. ఇలాంటివి ప్రగడవారి జీవితంలో ఎన్నో సంఘటనలు" అని అక్కల కోటయ్య వర్ణించారు.

చేనేత సహకార సంఘాల స్థాపన :

జిల్లాలలో జరిపిన పర్యటనలలో చేనేత పారిశ్రామికులు అందించిన స్ఫూర్తి, సహకారాలతో, వారిని సంఘటిత పరచటానికి కృషి చేశారు. కలసి బ్రతికితే బలం ఉందని చేనేత సోదరులకు తెలియజేసి, చేనేత సహకార సంఘాలు స్థాపించటానికి నడుంకట్టారు. ఈ ప్రయత్నంలో ఆయన కార్మికలోకం నుండి మాస్టరు వీవర్సు నుండి ఎన్నో ఆటంకాలను ఎదుర్కొన్నారు. అయినా ఆయన తన ధ్యేయం వీడలేదు. ప్రప్రథమంగా గుంటూరు జిల్లాలో చీరాల, పేరాల, మంగళగిరి నిడుబ్రోలు, రేపల్లె, పేటేరు కృష్ణాజిల్లాలో నాగాయలంక, ఘంటసాల, పెడన, మున్నగు గ్రామాలలో చేనేత పారిశ్రామిక సహకార ఉత్పత్తి మరియు అమ్మకాల సంఘాలను స్థాపించారు. ఆ స్ఫూర్తితో ఉభయ గోదావరి విశాఖపట్నం, శ్రీకాకుళం, నెల్లూరు, కడప, కర్నూలువంటి జిల్లాలలో కూడ చేనేతపారిశ్రామికులు ప్రగడవారి బోధన విని చేనేత సహకార సంఘాలు స్థాపించుకున్నారు. ఆవిధంగా సుమారు 300 చేనేత సహకార సంఘాలు ఆంధ్రదేశంలో నెలకొల్పబడ్డాయి.

నూలుపై కంట్రోలు, ఆకలిచావులు :

ఇంతలో రెండవ ప్రపంచయుద్ధం రావటంతో చేనేత పరిశ్రమ వాడే నూలుకు కొరత ఏర్పడింది. మిల్లులు తయారుచేసే నూలు విదేశాలకు ఎగుమతి చేయటం ప్రారంభించారు. అందువలన నూలుకు కొరత ఏర్పడింది. దురదృష్టవశాత్తు బట్ట నేయటానికి కావలసిన ముఖ్యమైన ముడిసరుకు అనగా నూలు కొరకు మిల్లులపై ఆధారపడవలసి ఉంది. మిల్లు యజమానులు స్వయంగా బట్టలు తయారుచేసే యంత్రాలను కూడ స్థాపించి, తమ అవసరాలకు సరిపోయిన నూలును, వస్త్ర తయారీకి వాడుకుని మిగిలిన కాస్తో, కూస్తో చేనేత పరిశ్రమ అవసరాలకు విడుదల చేసేవారు. నూలు దొరకటం కష్టమైంది. అధవా దొరికినా, అధిక ధర చెల్లించవలసివచ్చేది. మిల్లులు వారు వాడే నూలు, ధరకన్నా ఎక్కువ ధరకు చేనేత రంగానికి సరఫరా చేసేవారు. నూలుతయారు బట్టలతయారు, ఒకే చోట అయినందున మిల్లులలో తయారుచేసే బట్టధర తక్కువగా ఉండేది. అదే నూలు చేనేత పారిశ్రామికునికి చేరడానికి ఎక్సైజు డ్యూటీ, రవాణా ఛార్జీలు, గోడౌన్ ఖర్చులు, మధ్యదళారుల లాభం కలిపి తడిసిముప్పందుమై మిల్లు ధరకన్నా 30 శాతం అధికంగా చెల్లించి చేనేత పారిశ్రామికుడు కొనవలసివచ్చేది. నూలు ధర అధికమైనందున, చేనేత పారిశ్రామికుడు తన వేతనం తగ్గించుకుని నేతనేసి బట్ట విడుదల చేయవలసి వచ్చింది. కుటుంబం అంతా కష్టపడి, రాత్రి పగలు అనే భేదం లేకుండ, నేతవృత్తి సాగించినా పూటగడవని పరిస్థితిని చేనేత పారిశ్రామికులు ఎదుర్కొన్నారు. ఏదో విధంగా అర్ధాకలితో నేత వృత్తి సాగిద్దామన్నా నూలు సరఫరాపై కంట్రోలు విధించినందున, తగినంత నూలు దొరకక చేనేత పారిశ్రామికులు ఆకలాకలని అంగలార్చారు. వేలాది మంది ఆకలిచావుల పాలయ్యారు. చేనేత పారిశ్రామికులు, ప్రగడ కోటయ్య, దామర్ల రమాకాంతరావు, అక్కల కోటయ్య వగైరాల నాయకత్వంలో సభలు సమావేశాలు జరిపి చేనేత వారి కడగండ్లు ప్రభుత్వం వారి దృష్టికి తెచ్చారు. జిల్లాలో ఆకలి యాత్రలు జరిపారు. ఆఫీసులలో పికెటింగు చేశారు. అప్పటి మద్రాసు ప్రభుత్వ టెక్స్‌టైల్ కమీషనరుగా ఉన్న వెంకటేశన్ గారిని కలసి పరిస్థితిని వివరించి సహాయం అర్ధించారు. చేనేత వారికి నూలు సక్రమంగా పంపిణీ చేసి దుర్వినియోగం లేకుండా మీరేమైనా బాధ్యత తీసుకోగలరా అని కమిషనరు చేనేత నాయకులను అడిగారు. నాయకులు అందుకు అంగీకరించి భాధ్యత తీసుకున్నారు. ఆ విధంగా రాష్ట్ర చేనేత సహకార సంఘం వారికి ప్రభుత్వం నూలు పంపిణీ బాధ్యతను అప్పగించింది.

ప్రగడ కోటయ్య గారి నాయకత్వాన ప్రాథమిక చేనేత సహకార సంఘాల యాజమాన్యం కింద నూలు పంపకం కార్యక్రమం పెద్ద ఎత్తున ప్రారంభమయింది. జిల్లా చేనేత సంఘాల ఆధీనంలో గ్రామ గ్రామాన చేనేతమగ్గాల జాబితాలు తయారైనాయి. నాయకులు గ్రామాలలో విస్తారంగా పర్యటించి నూలు పంపిణీ కార్యక్రమం పర్యవేక్షించారు. జిల్లాచేనేత పారిశ్రామిక సంఘం ముద్రతో మగ్గాలకు నూలు రేషన్ కార్డులు ఇచ్చారు. 1943 నుండి 1946 వరకు చేనేత సంఘాలు దిగ్విజయంగా ఈ పథకం అమలు చేయటం జరిగింది. శ్రీ ప్రగడవారి

ఆధ్వర్యంలో యావదాంధ్ర రాష్ట్రంలో చేనేత సంఘాలు, చేనేత పారిశ్రామికులకు క్రమబద్ధంగా, లోపరహితంగా నూలు సరఫరా చేశారు. దేశంలో ఒక రాష్ట్ర ప్రభుత్వం చేనేత పారిశ్రామిక సంఘాల ద్వారా నూలు రేషనింగ్ విధానం అమలు పరచినది మన రాష్ట్రంలోనే. ఈ ఆదర్శచరిత్రకు ఆధారభూతుడు ప్రగడ కోటయ్య అని చేనేత పారిశ్రామికులతో పాటు ప్రభుత్వ వర్గాలు కూడ వేనోళ్ళశ్లాఘించాయి.

గంజి కేంద్రాల స్థాపన :

నూలు సరఫరా విధానం ప్రభుత్వ పైస్థాయిలో నిర్ణయించబడినా, దిగువ స్థాయి ఉద్యోగుల అలసత్వం, మిల్లుల కుటిల నీతివల్ల చాలినంత నూలు సరఫరా కాలేదు. రోజు రోజుకు ఆకలిచావులు ఎక్కువ అవటం ప్రారంభించాయి. ఆకలి చావుల గురించి చేనేత నాయకులు ప్రభుత్వం దృష్టికి తీసుకువచ్చి, తక్షణ సహాయం కోరారు. అందుకు స్పందించిన మద్రాసు ప్రభుత్వం వారు గంజి కేంద్రాలు పెట్టి, నూకలు ఉడికించిన గంజి సరఫరా చేసే పథకము ప్రభుత్వం ప్రవేశపెట్టింది. తమ న్యాయమైన కోర్కెలు తీర్చటానికి నూలు సరఫరా సక్రమంగా చేయటానికి ప్రభుత్వ మొసలికన్నీరు కారుస్తూ, దీర్ఘ కాలిక సహాయక పథకాలు అమలు చేయకపోయినందువల్ల చేనేత పారిశ్రామికులు గాంధేయ మార్గంలో సత్యాగ్రహాలు చేయక తప్పదని అందుకు అందరూ సిద్ధంగా ఉండాలని ప్రగడ పిలుపునిచ్చారు.

చారిత్రాత్మక మద్రాసు సత్యాగ్రహం :

1947లో దేశానికి స్వాతంత్ర్యం సిద్ధించినప్పటికీ, చేనేత పరిశ్రమ స్థితి గతులలో మార్పులేదు. తెల్లవాడు పోయి నల్లవాడు గద్దెనెక్కడం మినహా పేదల బ్రతుకులలో మార్పులేదు. చేనేత పరిశ్రమ మనుగడకు, చేనేత పారిశ్రామికుల ఆకలి చావులు నిరోధించటానికి రాష్ట్ర రాజధాని మద్రాసులో శాంతియుత సత్యాగ్రహం చేయాలని చేనేత కాంగ్రెస్ నిర్ణయించింది. 1950 ఫిబ్రవరి నెలలో చేనేతకాంగ్రెస్ ఆధ్వర్యంలో ప్రగడ కోటయ్య నాయకత్వంలో సత్యాగ్రహం ప్రారంభించబడినది. చేనేతవారి కోరికలు బహు స్వల్పమైనవి.

1. సంవత్సరం పొడవునా పనిచేసుకుని జీవించటానికి మగ్గం ఆగకుండ ఆడటానికి కావలసిన నూలు సరసమైన ధరకు అందించాలి.

2. మగ్గం నేసుకోవటానికి సరిపడినంత తక్కువ వడ్డీతో ఆర్థిక సహాయం అందించాలి.

3. చేనేత రంగంలో తయారైన వస్త్రాన్ని విడుదల చేసేందుకు సరియైన మార్కెటింగ్ సౌకర్యం కలుగజేయాలి.

ఈ కనీస కోర్కెలు తీర్చవలసినదిగా ఎండనక, వాననక మద్రాసు పురవీధులలో వేలాది చేనేత పారిశ్రామికులు శాంతియుత సత్యాగ్రహం చేశారు. ఆంధ్ర ప్రాంతంనుండే కాదు, తమిళ, మళయాళ (కేరళ) ప్రాంతాల నుండి కూడ వేలాది చేనేత పారిశ్రామికులు తరలి వచ్చి ఈ

సత్యాగ్రహంలో పాల్గొన్నారు. ఉద్యమం నడిపేందుకు నిరుపేద చేనేత పారిశ్రామికులకు ఆర్థిక స్థోమతలేదు. బడాపారిశ్రామిక వేత్తలు సత్యాగ్రహం నిర్వహించటానికి సహాయం చేయకపోగా, దానిని భగ్నం చేయటానికి ప్రయత్నాలు మొదలుపెట్టారు. ఇంటివద్ద ఉన్నా చేసేందుకు పనిలేక ఆకలితో పస్తులుంటున్నా చేనేత పారిశ్రామికులు మద్రాసు నగరంచేరి సత్యాగ్రహంలో పాల్గొని అక్కడే ఆకలితో చావటం మేలనే ఉద్దేశ్యంతో వేలాదిగా తరలివచ్చారు. చేనేత పారిశ్రామికులు మద్రాసు నగరంలో జోలి కట్టి వీథులలో బిచ్చమెత్తుకున్నారు. ఆఫీసులను పికిటింగ్ చేశారు. సత్యాగ్రహులను ప్రభుత్వం అరెస్ట్ చేసి వ్యానులలో తీసుకుని వెళ్ళి ఊరిచివర వదలిపెట్టి వచ్చేవారు. ప్రతిరోజు ప్రగడ నాయకత్వంలో నాయకులు మొక్కవోని దీక్షతో కార్యకర్తలకు ధైర్యం చెబుతూ 75 రోజులు సత్యాగ్రహం కొనసాగించారు.

చెన్నపట్నంలోని సత్యాగ్రహాగ్ని జ్వాలలవేడి ఢిల్లీ నగరం చేరింది. పత్రికల ద్వారా సత్యాగ్రహ వార్తలు తెలుసుకుంటున్న అప్పటి ప్రధాని నెహ్రూ తన మంత్రివర్గ సహచారుడు, పరిశ్రమల శాఖామాత్యుడు హరేకృష్ణ మెహతాబ్‌ను చేనేత నాయకులతో సంప్రదింపులు జరుపవలసినదిగా ఆదేశిస్తూ మద్రాసు పంపారు. చేనేత నాయకులు పరిశ్రమ ఎదుర్కొంటున్న సమస్యలు చేనేత పారిశ్రామికుల స్థితిగతులు పనిదొరకక సంభవిస్తున్న సమస్యలు, చావుల గూర్చి హరేకృష్ణ మెహతాబ్‌కు వివరించారు. వివరాలు విని చలించిపోయిన మంత్రివర్యులు చేనేతను ఒక పరిశ్రమగా గుర్తించి. ఇతర పరిశ్రమలతోపాటు రక్షణ కల్పించగలమని ప్రకటించారు. అది చేనేత నాయకులకు ముఖ్యంగా ప్రగడ కోటయ్యగారికి అపూర్వ విజయం.

రేపల్లె సత్యాగ్రహం :

1953వ సంవత్సరంలో చేనేత పరిశ్రమ మరో పెద్ద సంక్షోభం ఎదుర్కొన్నది. చేనేత సహకార సంఘాల వద్ద, మాష్టరు వీవర్సు వద్ద వేలాదిరూపాయల విలువైన వస్త్రం విడుదల కాక నిల్వ ఉండిపోయినది. అందువలన చేనేతపారిశ్రామికుడికి పనిదొరకని పరిస్థితి ఏర్పడింది. నాయకులు ప్రభుత్వానికి ఎన్నో విజ్ఞప్తులు చేశారు. మద్రాసు విడిచిపెట్టి ఆంధ్రరాష్ట్రం ఏర్పడిన కొత్తరోజులవి. ప్రభుత్వం ఇంకా ఆర్థికంగా నిలదొక్కుకోలేని పరిస్థితుల వల్ల చేనేతకు ఏమీ సహాయం చేయలేని పరిస్థితిలో ఉన్నారు. అంతకన్నా ఎక్కువైంది జీవన్మరణ సమస్య. చేసుకోవటానికి పనిలేక, తినటానికి తిండి దొరకక చేనేతపారిశ్రామికులు తీవ్ర ఇబ్బందులకు గురి అవుతున్నారు. ఈ పరిస్థితులను అధిగమించటానికి సత్యాగ్రహం చేయటం ఒక్కటే మార్గంగా తోచింది. పనిలేక, తిండిలేక చచ్చేకన్నా సత్యాగ్రహంచేసి ప్రాణాలు వదలటం మంచిదని భావించారు చేనేత పారిశ్రామికులు. చేనేత పారిశ్రామికులు అధికంగా నివశించే రేపల్లె ప్రాంతంలో, తాలూకా ఆఫీసుఎదుట మరోచారిత్రాత్మక సత్యాగ్రహం చేయుటకు ప్రారంభించారు. ప్రగడ కోటయ్య నాయకత్వం వహించారు. 40 రోజులు సాగిన ఈ సత్యాగ్రహంలో వందలాదిమందిని ప్రభుత్వం అరెస్టులు చేసి జైళ్ళకు తరలించింది. కోటయ్య వగైరా నాయకులు కూడ సత్యాగ్రహంలో పాల్గొంటే వారిని అరెస్టుచేసి బళ్ళారి జైలుకు తరలించారు.

దారిలో నంద్యాల వద్ద ముఖ్యమంత్రి ప్రకాశంగారి ఆదేశాల మేరకు కర్నూలు కలెక్టరు రైలువద్దకు వచ్చి ప్రగడ కోటయ్య మొదలైన నాయకులను విడుదల చేసి, ప్రకాశం గారితో చర్చలకు రావలసినదిగా కర్నూలు ఆహ్వానించారు. ఆంధ్రదేశం మొత్తం మీద చేనేత సహకార సంఘాలు, చేనేత పారిశ్రామికులు, మాస్టరు వీవర్సు వద్ద రూ. 25,000లు విలువైన బట్ట నిల్వయున్నదని అది విడుదల కాక, పని దొరకక చేనేత పారిశ్రమికులు ఇబ్బంది పడుచున్నారని, ఆ బట్ట ప్రభుత్వంవారు కొని చేనేత పరిశ్రమను ఆదుకోవాలని, నాయకులు ప్రకాశంగారిని కోరారు. ఆ రోజులలో రు. 25,000/లు అంటే ఇపుడు రెండున్నర కోట్లతో సమానం. అంత మొత్తం ఖర్చుచేయటానికి ప్రభుత్వం ఆర్థికంగా ఇంకా నిలద్రొక్కుకోలేదని ప్రకాశంపంతులుగారు, అప్పటి ఆర్థికమంత్రి తెన్నేటి విశ్వనాథం గారు తీవ్రంగా ఆలోచించి ఏవిధంగా సహాయం చేయాలో ఒక నిర్ణయానికి వచ్చారు. స్టేట్ బ్యాకు ఆఫ్ ఇండియా అధికారులను ఆహ్వానించి, వారితో సంప్రదించి చేనేత సహకార సంఘాలకు రు. 20,000/- లు అప్పు ఇవ్వవలసినదిగా కోరారు. ఆ అప్పుకు ప్రభుత్వం హామీ ఉంటే చేనేతసంఘాలకు అప్పు ఇవ్వటానికి స్టేట్‌బ్యాంకు ఆఫ్ ఇండియా వారు అంగీకరించారు. హామీ ఉండటానికి ప్రభుత్వం అంగీకరించింది. బ్యాంకువారు నిధులు విడుదల చేశారు. ఆ విధంగా బ్యాంకులు ఇచ్చే అప్పుకు ప్రభుత్వం హామీ ఉండే సంప్రదాయం ఏర్పడింది. ఆనాటి చేనేత సంక్షోభం ఆ విధంగా పరిష్కారమయింది.

చేనేత సభలు సమావేశాలు :

బలహీన వర్గాలకు చెందిన కడుపేదలు చేనేత పారిశ్రామికులు. వారికి రాజకీయ పార్టీల అండదండలు లేవు. రెక్కాడితేగాని డొక్కాడని వారికి రాజకీయ చైతన్యం అసలే లేదు. ఎన్నిసభలు, సమావేశాలు జరిపినా, పేదవాడి ఆక్రందనకు విలువలేదు. ఆకలికేకలు వినే నాథుడేలేడు.

ప్రగడ కోటయ్యగారి నాయకత్వంలో 1945లో తూర్పు గోదావరి జిల్లా మండపేటలో రాష్ట్ర చేనేత మహాసభ జరిగింది. ఆ సభకు దామర్ల రమా కాంతరావుగారు అధ్యక్షత వహించారు. ఖాదీ గ్రామీణ ఆర్థిక శాస్త్రవేత్త శ్రీమన్నారాయణ అగర్వాల్ మహాసభను ప్రారంభించారు. వివిధ జిల్లాల నుండి వేలసంఖ్యలో ప్రతినిధులు హాజరై. విషయ నిర్ణయసభలో పాల్గొని సుదీర్ఘ చర్చలు జరిపారు. చీరలు, దోవతుల ఉత్పత్తిని చేనేత పరిశ్రమకు కేటాయించాలని, మిల్లులు ఆ రకాల బట్టలు తయారుచేయకుండా నిషేధం విధించాలని తద్వారా చేనేత పరిశ్రమకు రక్షణ కల్పించాలని తీర్మానాలు చేశారు.

తరువాత అంతటి మహాసభ 1949లో విశాఖపట్నంజిల్లా నక్కపల్లిలో మహోత్సాహంగా జరిగింది. అప్పటి అఖిల భారత కాంగ్రెస్ కమిటీ అధ్యక్షుడు డాక్టరు భోగరాజు పట్టాభి సీతారామయ్యగారు ఆ సభకు అధ్యక్షత వహించడం చారిత్రాత్మక విషయం. చేనేత ఉద్యమ పితామహులు ఆచార్యరంగా మహాసభను ప్రారంభించారు. ఆంధ్రదేశంలోని అన్ని జిల్లాల నుండి హెచ్చు సంఖ్యలో ప్రతినిధులు పాల్గొన్నారు. ఈ సభలో చేనేత కాంగ్రెస్ ప్రధాన కార్యదర్శి

ప్రగడ కోటయ్యగారు చేనేత దుస్థితి దాని రక్షణకొరకు ప్రభుత్వాలు అందించవలసిన సహాయ సహకారాలు గురించి సుదీర్ఘంగా ప్రసంగించారు. చర్చోప చర్చల తరువాత అప్పటికి రూపొందించనున్న పంచవర్ష ప్రణాళికలో చేనేత పరిశ్రమాభివృద్ధికి పథకాలు ప్రవేశపెట్టాలని కేంద్ర ప్రభుత్వాన్ని కోరుతూ ఏకగ్రీవంగా తీర్మానించారు.

అదే సంవత్సరం విశాఖపట్నం లో చేనేత వారు ఆకలియాత్రలు జరిపారు. జిల్లా నలుమూలల నుండి చేనేత కార్మికులు వేలాది సంఖ్యలో రైళ్ళలో టిక్కెట్లు తీసుకోకుండ ప్రయాణించి విశాఖవచ్చి ఆకలియాత్రలో పాల్గొన్నారు. ప్రగడ కోటయ్య నాయకత్వం లో కాసిన బసవరాజు, రాపర్తి జగన్నాథరావు వగైరా చేనేతనాయకులు ఈ యాత్రలో పాల్గొని కలెక్టరును కలసి చేనేత దుస్థితిని తెలియజేసి చేనేత పారిశ్రామికులు రెండుపూటలు తిండి తినటానికి వీలుగా సంవత్సరం పొడవునా పని కల్పించాలని కోరారు. ఇట్లా పని చూపలేకపోతే ఆకలి చావులు తప్పవని ప్రతినిధి వర్గం తమ గోడును కలెక్టరు గారికి వినిపించి మెమోరాండం సమర్పించారు. తత్ఫలితంగా చేనేత కార్మికులకు గంజి కేంద్రాలు ఏర్పాటు చేసి ప్రభుత్వం ఆకలిచావులు నిలువరించ గలిగింది. కానీ, సంపూర్ణ రక్షణ చర్యలు ఏమీ శాశ్వత ప్రాతిపధికన చేపట్టలేదు. నెల్లూరు నుండి శ్రీకాకుళం వరకు రాయలసీమ జిల్లాలలోను ఎక్కడ చేనేత ఉద్యమం చేపట్టినా దానికి ప్రగడ కోటయ్యగారు నాయకత్వం వహించారు.

చేనేత విద్యాలయం :

చేనేత పారిశ్రామికులలో చైతన్యం తీసుకువచ్చి వారిని విద్యావంతులు చేయటం కోసం జాతీయ అంతర్జాతీయ విషయాలపై అవగాహనకలుగ జేయటం కోసం, చేనేత పారిశ్రామికులను సుశిక్షుతులైన కార్యకర్తలుగా తయారుచేయటం కోసం ప్రగడ కోటయ్య గారికి చేనేత విద్యాలయాన్ని స్థాపించాలని తలంపు కలిగింది. ఇందుకు స్ఫూర్తి ఆచార్యరంగా గారిచే నడుపబడుచున్న రామానీడు విద్యాలయమే. గుంటూరుజిల్లా నిడుబ్రోలులో ఈ రామానీడు విద్యాలయం స్థాపించి ఆచార్యరంగా, భారతీదేవి రంగాగార్లు పెక్కు మంది నాయకులను తయారు చేశారు. గౌతులచ్చన్న, పెద్దిరెడ్డి తిమ్మారెడ్డి, కందుల ఓబులరెడ్డి, ప్రగడకోటయ్య లాంటి నాయకులంతా ఆవిద్యాలయం విద్యార్థులే. ఆ విద్యాలయం తరహాలోనే చేనేత వారి కోసం ఒక విద్యాలయం స్థాపించాలని ప్రగడవారు స్థాపించారు.

గుంటూరుజిల్లాలో ప్రముఖ చేనేత కేంద్రమైన మంగళగిరిలో ఈ విద్యాలయం స్థాపించాలని తలపెట్టారు. సర్వశ్రీ ప్రెగడ బాలనాగు. వెనిగళ్ళ తాతయ్య, తాడిపర్తి శ్రీకంఠం, ఆవ్వారు మైలారు, ఉడతా వీరాస్వామి వగైరా పెద్దల సహాయ సహకారాలతో 1945 డిశంబరు 10వ తేదీన ఈ విద్యాలయం ప్రారంభించారు. ఉత్సాహవంతులైన చేనేత కార్యకర్తలు రాష్ట్రం నలుమూలల నుండి వచ్చి ఈ విద్యాలయంలో శిక్షణ పొందారు. డాక్టరు భోగరాజు పట్టాభి సీతారామయ్య ఈ విద్యాలయాన్ని ప్రారంభించారు. ఆచార్యరంగా, గొల్లపూడి సీతారామశాస్త్రి,

దుగ్గిరాల బలరామకృష్ణయ్య, గాడిచర్ల హరిసర్వోత్తమరావు, గొట్టిపాటి బ్రహ్మయ్య, విశ్వనాథ సత్యనారాయణ, గోపరాజు రామచంద్రరావు, కల్లూరి చంద్రమౌళి, కళా వెంకట్రావు, కాటూరి వేంకటేశ్వరరావు వంటి ఆనాటి మహామహులు విచ్చేసి వివిధ విషయాలపై ఉపన్యసించి, విద్యార్థులలో విజ్ఞానజ్యోతిని వెలిగించారు. సేవ,త్యాగ గుణాలను ఉద్బోధించారు. చివరి రోజు స్నాతకోత్సవంలో దేశభక్త కొండా వెంకటప్పయ్య పంతులు శిక్షణ పొందిన విద్యార్థులకు పట్టాలు బహుకరించారు. ఈ శిక్షణా తరగతులు పలువురు చేనేత నాయకులను తయారు చేసాయి.

కంట్రోలు నూలు సరఫరా :

రెండవ ప్రపంచ యుద్ధకాలంలో చేనేత పారిశ్రామికులకు నూలు దొరకక నానా ఇక్కట్లపాలయ్యారు చేనేత పరిశ్రమ మనుగడకే ప్రమాదం ఏర్పడింది. మిల్లు యజమానులు నూలును బ్లాక్ మార్కెట్‌లో అమ్మసాగారు. చేనేతవారిలో ఆకలిచావులు మొదలయ్యాయి. వేలమంది ప్రాణాలు అరచేత పట్టుకుని గ్రామాలు వదలి వలస పోయారు. ఈ దుర్భర పరిస్థితులు 1943 వచ్చే సరికి మరింత తీవ్రరూపం దాల్చాయి. ప్రగడ కోటయ్య రాష్ట్రంలోని పలు చేనేత కేంద్రాలు సందర్శించి స్థితిగతులు అవగాహన చేసుకున్నారు. సహచర చేనేత నాయకులతో కలసి మద్రాసు నగరం వెళ్ళి అప్పటి టెక్స్‌టైల్ కమీషనర్ ఎస్. వెంకటేశన్‌గారిని కలసి చేనేత వారి అసహాయస్థితిని వారికి విన్నవించి ప్రభుత్వసహాయం అర్థించారు. చేనేత దీనగాథ విన్న వెంకటేశన్ వివిధ అధికారులతో చర్చించిన తరువాత మిల్లులనుండి ప్రభుత్వమే నూలుకొని చేనేతవారికి అందజేయాలని నూలు అసలైన చేనేత పారిశ్రామికులకు అందేటట్లు చూచే బాధ్యత చేనేత కాంగ్రెస్ స్వీకరిస్తే ఆ పథకం అమలుచేయగలమని వెంకటేశన్‌గారు చెప్పారు. ఈ పథకం సక్రమంగా నిర్వహించి ప్రగడవారు చేనేత పారిశ్రామికుల విశ్వాసాన్ని, ప్రభుత్వ విశ్వాసాన్ని చూరగొన్నారు. దేశంలో ఒక రాష్ట్ర ప్రభుత్వం చేనేత పారిశ్రామిక సహకార సంఘాల ద్వారా నూలు రేషనింగ్ పథకం అమలుపరచింది ఈ మద్రాసు రాష్ట్ర ప్రభుత్వమే. ఆదర్శ చరిత్రకు ఆధారభూతుడు ప్రగడ కోటయ్య అనటంలో సందేహం లేదు.

చేనేత ఉద్యమ వ్యాప్తి :

1937-47 సంవత్సరాల మధ్య కాలంలో చేనేత ఉద్యమం దేశవ్యాప్తంగా చేపట్టటానికి ఆచార్య రంగా నాయకత్వంలో తీవ్ర కృషిజరిగింది. రంగాగారు అధ్యక్షుడుగాను, ప్రగడ కోటయ్య కార్యదర్శిగాను అఖిల భారత చేనేత కాంగ్రెస్ స్థాపించబడింది. బీహారుకు చెందిన అన్సారీ, తెలంగాణా ప్రాంతానికి చెందిన కొండాలక్ష్మణ బాపూజీ, షోలాపూర్ కు చెందిన ఆర్.వి. వేల్, నాగపూర్‌కు చెందిన కుంభారే, పూనాకు చెందిన కె.ఆర్ కోస్తి, కరూరు (తమిళనాడు)కు చెందిన గోపాలన్ వంటి అంకితభావం కల నాయకులు చేనేత ఉద్యమవ్యాప్తికి రంగాగారి నాయకత్వాన నడుము బిగించారు. ఆయా రాష్ట్రాలలో రాష్ట్ర చేనేత కాంగ్రెసును స్థాపించి చేనేత సమస్యలు రాష్ట్ర ప్రభుత్వాల దృష్టికి తెచ్చారు. వారికి తోడు రాయలసీమ ప్రాంతానికి చెందిన మాసాని

సోమప్పకూడ ఉద్యమంలో చేరి చేనేత కాంగ్రెస్ ఉద్యమానికి బలంచేకూర్చారు. అన్ని రాష్ట్రాలలో చేనేత కాంగ్రెస్ నాయకులను సమన్వయపరచి ఒక తాటి మీద నడిపే బాధ్యతను ఆచార్యరంగా ప్రగడ కోటయ్యకు అప్పగించారు.

ఆచార్యరంగా నాయకత్వంలో నాగపూర్‌లో అఖిల భారత చేనేత కాంగ్రెస్ మహాసభ నిర్వహించబడింది. ప్రగడ కోటయ్య ప్రధాన కార్యదర్శిగా ఈ సభలు అత్యంత విజయవంతంగా జరుపబడ్డాయి. ఆ రోజులలో నాగపూర్ వెళ్ళాలంటే మద్రాసు న్యూఢిల్లీ గ్రాండ్ ట్రంక్ ఎక్స్‌ప్రెస్ రైలు ఒకటే ఉండేది. రైళ్ళలో రిజర్వేషన్ పద్ధతి లేదు. బలం ఉన్నవాడే రైలు ఎక్కగలిగేవాడు. ప్రగడ కోటయ్య నాయకత్వంలో నాగపూర్‌కు బయలుదేరిన వందలాది చేనేత కార్యకర్తలు రైలులో ఎక్కలేక, ఒకవేళ ఎక్కినా కూర్చోవటానికి చోటు దొరకక బాధపడ్డారు. కోటయ్య కక్కసుదొడ్డి ప్రక్కన ఒంటికాలు మీద నిలబడి బల్లార్షావరకు ప్రయాణించారు. కార్యకర్తలందరు అదేరకంగా కష్టాలుపడి సమావేశాలలో పాల్గొనాలనే దీక్షతో ప్రయాణంసాగించారు.

వేలాదిగా చేనేత పారిశ్రామికులు నాగపూర్ నగరవీథులలో ప్రదర్శన చేసి చేనేత మహాసభలు దిగ్విజయంగా నిర్వహించారు. చేనేత పరిస్థితిపై పలు తీర్మానాలు చేసి ప్రభుత్వం దృష్టికి తెచ్చారు. ఈ సభలు నిర్వహణలో అవిరళ కృషి చేసిన ప్రగడ వారి సేవలను పలువురు ప్రముఖులు కొనియాడారు. సభలు ముగిసిన తరువాత నాయకులు వార్ధా వెళ్ళి మహాత్మాగాంధీని సందర్శించి వారికి చేనేతల దుస్థితిని విన్నవించారు. వీరి గోడు విన్న గాంధీజీ జాతీయస్థాయిలో చేనేత ఉద్యమం చేపట్టటానికి తాను అన్ని విధాల సహాయపడగలనని చేనేత నాయకులకు హామీఇచ్చారు. అది ఆనాడు చేనేత నాయకులు సాధించిన విజయంగా పొంగిపోయారు.

ఆ ఉత్సాహంతో ప్రగడ అన్ని జిల్లాలలోను తాలూకాలను సందర్శించి ఆంధ్ర ప్రాంతంలో జిల్లా మరియు తాలూకా కాంగ్రెసులను స్థాపించి వాటికి సకాలంలో సక్రమంగా ఎన్నికలు జరిగేటట్లు ఏర్పాటు చేశారు. ఈ సందర్భంలో ప్రగడకు లభించిన సహాయ సహకారాలు అపూర్వం.

'చేనేత' పత్రిక ప్రారంభం :

దేశంలోని పెద్దల ప్రోత్సాహంతో, వారిచ్చిన ఆర్థిక సహాయంతో చేనేత కాంగ్రెస్ తరఫున ప్రగడ కోటయ్య 'చేనేత' అనే వార పత్రికను ప్రచురించటానికి, గుంటూరుజిల్లా నిడుబ్రోలులో 1947లో ఒక ప్రెస్‌ను స్థాపించారు. అదే నాగార్జున ప్రెస్. ఈ పత్రికకు విద్యాధికులు దామర్ల రమాకాంతరావు సంపాదకులుగా వ్యవహరించారు. ఈ పత్రిక ద్వారా చేనేత కాంగ్రెస్‌వారు తమ వాణిని దేశం నలుమూలలా ఉన్న చేనేతపారిశ్రామికులకు అందజేసి సఫలీకృతులయ్యారు. పేదవాడి ప్రయత్నానికి ఎన్నో విఘ్నాలు ఎదురుకావటం సహజం. అతికష్టం మీద చేనేతపత్రిక ప్రచురణ ఆరు సంవత్సరాలు కొనసాగింది. ఆర్థిక ఇబ్బందుల వల్ల పత్రిక నిర్వహణ కొనసాగించలేక మూసివేయవలసివచ్చింది. పత్రిక మూసివేసినా ప్రగడవారు తమ కృషిని వీడలేదు.

నిరంతరం లేఖలు, పిటిషన్లు, మహజర్లు ద్వారా కేంద్ర రాష్ట్ర ప్రభుత్వాల దృష్టికి చేనేత పరిశ్రమ స్థితిగతులు తీసుకువచ్చే కృషి మాత్రం కోటయ్య మానలేదు. "చేనేత పరిశ్రమ ఇతర చేతి వృత్తుల వారి దుస్థితిని ప్రభుత్వాల దృష్టికి తీసుకురావటానికి అవిశ్రాంతంగా సలిపిన అవిరళకృషి ద్వారా ప్రగడ కోటయ్య దేశంలోనే ప్రథముడిగా నిలిచారని, ఒక శక్తి గా ఎదిగారని" అచార్యరంగా తన "distinguished acquaintences" అనే పుస్తకంలో ప్రగడ సేవలను శ్లాఘించారు. ఢిల్లీలో కూడ అఖిల భారతస్థాయిలో చేనేతకాంగ్రెస్ మహాసభలు నిరాడంబరంగా జరిపి, అత్యంత ప్రతిభగల నాయకుడుగా ఎదిగారని నిస్వార్థ, నిష్కళంక కార్యకర్తగాను, అనుభవజ్ఞుడైన జనరల్ సెక్రటరీగాను, చేనేతవారి హృదయాలలో ప్రగడ నిలిచిపోయారని" ఆచార్యరంగా ప్రస్తుతించారు.

ఉన్నతస్థాయి కమిటీ ఏర్పాటు :

ఢిల్లీ మహాసభలో చేనేత కాంగ్రెస్ చేసిన తీర్మానాలు భారతప్రభుత్వ దృష్టిని ఆకర్షించాయి. ఆచార్య రంగా నాయకత్వంలో ప్రగడకోటయ్య,మాసాని సోమప్ప వగైరాలు సభ్యులుగా ఒక ఉన్నతస్థాయి కమిటీని భారతప్రభుత్వం ఏర్పాటు చేసింది. ఈ కమిటీ దేశం నలుమూలలా పర్యటించి చేనేత పరిశ్రమ ఎదుర్కొంటున్న గడ్డు పరిస్థితిని తెలియజేస్తూ ప్రభుత్వానికి నివేదిక సమర్పించారు. చేనేతపై నాయకులు, కమిటీలు నివేదికలు పంపటం, ప్రభుత్వాలు పరిశీలించటం సంప్రదాయసిద్ధంగా జరుగుతూనే ఉంది. కానీ, ఫలితం మాత్రం శూన్యం. చేనేతకు జరిగేది సున్న. దశాబ్దాలుగా ఇదే తంతు జరుగుతూ ఉన్నది. ఈ కమిటీ నివేదిక కూడ భారత ప్రభుత్వ కార్యాలయాలలో సురక్షితంగా సమాధి చేయబడింది.

శాసన సభాపర్వం :

1952లో స్వతంత్ర భారతదేశానికి మొదటి సాధారణ ఎన్నికలు వచ్చాయి. ఈ ఎన్నికలలో ఆంధ్రకేసరి ప్రకాశంపంతులుగారు స్థాపించిన కృషికార్ లోక్‌పార్టీ టికెట్టు పై చీరాల నియోజకవర్గం నుండి పోటీ చేయవలసినదిగా ప్రగడ కోటయ్యను కోరారు. ఆయనతో మొత్తం ఎనిమిదిమంది పోటీ చేశారు. ప్రత్యర్థులందరి డిపాజిట్లు గల్లంతుకాగా, ప్రగడ కోటయ్య ఘనవిజయం సాధించారు. ఇది చీరాల నియోజకవర్గ చరిత్రలో సువర్ణాక్షరాలతో లిఖించబడిన విజయంగా పత్రికలు అభివర్ణించాయి.

మద్రాసు శాసనసభలో అడుగుపెట్టిన ప్రగడకోటయ్య తన అపార అనుభవంతో చేనేతపరిశ్రమ గురించి, తన తొలిప్రసంగంలో వినిపించారు. చేనేత దుస్థితిని గణాంకాలతో సహా ప్రభుత్వం దృష్టికి తెచ్చేందుకు ఇంగ్లీషులో చక్కని భాషలో గంభీరోపన్యాసం చేశారు. ఆ ఉపన్యాసాన్ని ఆద్యంతం అత్యంత శ్రద్ధతో విన్న అప్పటి ముఖ్యమంత్రి రాజగోపాలాచారి నిండుసభలో మాట్లాడుతూ "ఆంధ్ర ప్రాంతం నుండి వచ్చిన సభ్యులలో ప్రగడకోటయ్య చక్కని ఇంగ్లీషులో చేనేతపరిశ్రమ స్థితిగతులు పూర్తిగణాంకాలతో ప్రభుత్వ దృష్టికి తెచ్చారు. ఆయన సూచనలు పాటించతగ్గవి. సానుభూతితో పరిశీలిస్తాం ఆయన ఇక ముందు కూడ కృషి చేసి

చేనేత పరిశ్రమకు అండగా నిలవాలని కోరుకుంటున్నాను" అని ప్రశంసించారు. పార్టీలకు అతీతంగా శాసనసభ్యులు కోటయ్య దగ్గరకు వచ్చి ప్రశంసల వర్షం కురిపించారు.

చేజారిన మంత్రి పదవి :

కోటయ్యలో ఉన్న ప్రతిభను గుర్తించిన రాజగోపాలాచారి కాంగ్రెస్‌లో చేరితే, మంత్రి పదవి ఇస్తానని ఆంతరంగికంగా కోటయ్యకు సూచించారు. క్రమశిక్షణగల సైనికుని వంటి కోటయ్య పార్టీ మారటానికి అంగీకరించక తమ నాయకుడు ప్రకాశంగారితోను, చేనేత నాయకులతోను ఆలోచించి తమ నిర్ణయం తెలియజేస్తానని రాజాజీ సూచనను సున్నితంగా తిరస్కరించారు. ఇంతలో ఆంధ్రరాష్ట్ర సాధనకోసం అమరజీవి పొట్టి శ్రీరాములుగారు మద్రాసులో అమరణ నిరాహారదీక్ష ప్రారంభించారు. అంతటితో, ఆంధ్రదేశంలో ఉద్యమం తీవ్రరూపం దాల్చింది. ఆంధ్రరాష్ట్ర సాధన కోసం ఆంధ్ర ప్రాంతంలో తీవ్ర అలజడులు చెలరేగాయి. ఈ పరిస్థితులలో రాజాజీ సూచనను మంత్రిపదవి ఇవ్వజూపిన విషయాన్ని ప్రకాశంగారితో చర్చించారు కోటయ్య. అందుకు ప్రకాశంగారు మంత్రిపదవి ఇస్తానంటే అలస్యం ఎందుకు చేసావు, పోయి మంత్రివై మీ చేనేత వారికి సహాయపడు అని సలహా ఇచ్చారు. తోటి చేనేత నాయకులు కూడ, రాజాజీ సూచనను స్వాగతించి కాంగ్రెస్‌లో చేరి మంత్రి పదవి చేపట్ట వలసినదిగా కోటయ్య గారికి మద్దతు తెలిపారు. రాజాజీతో కోటయ్య చర్చించారు. అప్పటకే ఆంధ్ర ఉద్యమం తీవ్రంగా ఉన్నందున, ఆంధ్రరాష్ట్రం రావటం ఖాయమని, ఈ పరిస్థితులలో కొత్తగా మంత్రివైతే ఆంధ్ర ప్రాంతం వారు నిన్ను ద్వేషిస్తారని" రాజాజీ కోటయ్యకు చెప్పారు. ఆంధ్ర రాష్ట్రంలో ఏర్పడబోయే ప్రభుత్వంలో ముఖ్యమంత్రికి చెప్పి, మంత్రిపదవి ఇప్పిస్తానని రాజాజీ కోటయ్యకు హామీ ఇచ్చారు. రాజాజీ అడిగిన నాడే సరే అన్నట్లయితే కోటయ్య 1953లోనే ఉమ్మడి మద్రాసురాష్ట్రంలో మంత్రి అయి ఉండేవారు. మంత్రి పదవులకు ఆయన ఎగబడలేదు.

1953లో కర్నూలు రాజధానిగా ఆంధ్రరాష్ట్రం ఏర్పడడంతో ప్రథమ శాసనసభలో సభ్యుడైనాడు. ఆంధ్ర కేసరి ప్రకాశంపంతులుగారి నాయకత్వంలో ఏర్పడిన మంత్రి వర్గంలో కూడ కులాలు, కూటముల సమీకరణంలో కోటయ్యగారికి స్థానం లభించలేదు. అయినా ఆయన నిరాశ చెందలేదు. 1955వ సంవత్సరంలో జరిగిన అసాధారణ ఎన్నికలలో ఆయన మళ్ళీ చీరాల నియోజక వర్గం నుండి ఎన్నికయ్యారు. ప్రకాశం పంతులుపై తేబడిన అవిశ్వాస తీర్మానం వల్ల ప్రభుత్వం పడిపోవడంతో ఈ ఎన్నికలు అవసరమయ్యాయి. ఎన్నికల తర్వాత ఏర్పడిన గోపాలరెడ్డి మంత్రివర్గంలో స్థానం లభించగలదని కోటయ్య అభిమానులు ఎదురుచూచారు. కాని ఆయనకు మంత్రివర్గంలో చోటు దొరుకలేదు. అనంతరం పరిణామాల వల్ల ఏర్పడిన ఆంధ్రప్రదేశ్‌లో నీలం సంజీవరెడ్డిగారి నాయకత్వంతో ప్రభుత్వం ఏర్పాటు చేయబడింది. అప్పుడు కూడ ప్రగడవారిని దురదృష్టం వెన్నాడింది మంత్రిపదవి దక్కలేదు. ప్రతి మంత్రివర్గం ఏర్పాటు సమయంలోను, పునర్నిర్మాణం సమయంలోను మంత్రులు అయ్యే వారి జాబితాలో ప్రగడవారి పేరు వినిపించేది. పత్రికలు ప్రముఖంగా వూహాగానాలు చేసి ప్రగడవారి స్థానం వుంటుందని

ప్రముఖంగా వార్తలు రాసేవారు. ఉమ్మడి మద్రాసు రాష్ట్రంలోను, కొత్తగా ఏర్పడిన ఆంధ్రరాష్ట్రం లోను, తర్వాత ఏర్పడిన ఆంధ్రప్రదేశ్ రాష్ట్రంలోను శాసన సభ్యుడైన ప్రగడ కోటయ్య సభలో జరిగిన చర్చల్లో ప్రముఖంగా పాల్గొనేవారు. ఆయన ప్రతిభను సహచర శాసనసభ్యులు, ప్రభుత్వ వున్నతోద్యోగులు కొనియాడేవారు. ఆనాటి ఆంధ్రప్రదేశ్ శాసన సభలో వావిలాల గోపాల కృష్ణయ్య, సి.వి.కె.రావు, పుచ్చలపల్లి సుందరయ్య, తరిమెల నాగిరెడ్డివంటి దిగ్గజాలు సభ్యులుగా వుండేవారు. వారి సరసన శాసనసభ్యుడుగా వుంటూ ప్రగడ కోటయ్య వివిధ సమస్యలపై ప్రభుత్వాలకు పలు సూచనలు ఇచ్చేవారు. ప్రముఖ శాసన సభ్యులలో ఒకరుగా పరిగణనకెక్కారు.

కోటయ్యగారికి అత్యంత ఆత్మీయుడైన దామోదరం సంజీవయ్య మంత్రి వర్గంలో స్థానం దొరకుతుందని కోటయ్య అనుయాయులు ఆశించారు. అయినా దురదృష్టం ఆయన్ను వెన్నంటివుంది. మంత్రిపదవి రాలేదు. ప్రగడఅంటే మంత్రి అని అర్థం. ఆయన మంత్రి కాకున్నా ఆయన పేరులోనే మంత్రివున్నారు కాబట్టి ఆయన మంత్రే అని ఒక సందర్భంలో సంజీవయ్య చలోక్తి విసిరారు. అంతే కాదు ఆయన్ను సంజీవయ్య “రగడ” కోటయ్య అని హాస్యమాడేవారు.

తర్వాత 1962లో జరిగిన సాధారణ ఎన్నికలో చీరాల నియోజకవర్గం నుండి శాసన సభ్యుడుగా పోటీచేసేందుకు కాంగ్రెస్ అధిష్ఠానవర్గం కోటయ్యకు టిక్కెట్టు యిచ్చింది. పార్టీలోని కూటములు, కుమ్ములాటల వల్ల కోటయ్య ఓటమి పాలయ్యారు. ఆ ఓటమిని ఆయన లెక్కచేయలేదు. చేనేత పరిశ్రమ సమస్యల యడల ఎక్కువ శ్రద్ధవహించి చేనేత కాంగ్రెస్‌ను బలోపేతం చేయటానికి కాలం వెచ్చించటానికి అవకాశం కలిగిందని సంతోషించారు ప్రగడ వారు. 1962 నుండి 67 వరకు చేనేత కాంగ్రెస్ జవసత్వాలు చేకూర్చటానికి జిల్లాల పర్యటనలు చేశారు. చేనేత పారిశ్రామికులలో ఐకమత్యం సాధించారు. పరిశ్రమ బాగుకోసం వివిధ ప్రభుత్వాలతో సంప్రదింపులు జరిపి, ప్రతినిధి వర్గాలకు నాయకత్వం వహించి, ఢిల్లీ హైదరాబాద్‌ల లోని ప్రభుత్వాలకు అనేక విజ్ఞప్తులు అందజేశారు. చేనేత కాంగ్రెస్‌ను పటిష్ఠ పరిచారు. ఒకమాటలో చెప్పాలంటే చేనేత కాంగ్రెస్ వూపిరిగా ఆయన జీవించారు. ఆంధ్రప్రదేశ్ కాంగ్రెస్ కమిటీకి కూడ ఇతోధికంగా సేవచేశారు. ప్రజల దృషిలోను, కాంగ్రెస్ సంస్థ దృష్టిలోను ఆయన అంకితభావంగల నాయకుడుగానే ఆ ఐదు సంవత్సరాలు నిలిచివున్నారు.

ఆయన శాసనసభ్యుడుగా లేని చీరాల నియోజకవర్గ ప్రజలు ప్రగడవారు పదవిలో లేని లోటుగుర్తించారు. తమ నియోజకవర్గానికి ప్రాతినిధ్యం వహించగల వ్యక్తి కోటయ్య అని ఓటర్లు గుర్తించారు. 1967సం॥లో జరిగిన ఎన్నికల్లో కాంగ్రెస్ తరపున పోటీ చేసేందుకు కోటయ్యకు టిక్కెటు ఇచ్చారు. ఆయనకు ప్రత్యర్థిగా స్వతంత్రపార్టీ అభ్యర్థిగా కొణిజేటి రోశయ్యగారు పోటీ చేశారు. అది చీరాల నియోజకవర్గ చరిత్రలో అత్యంత ప్రతిష్ఠాత్మకంగా పోటీ జరిగిన ఎన్నిక. కోటయ్యకు అత్యంత ఆత్మీయులైన నీలంసంజీవరెడ్డి, కేంద్రమంత్రి కొత్త రఘురామయ్యగార్ల నాయకత్వంలోని వర్గంవారు ఆయన అభ్యర్థిత్వాన్ని సమర్థించి, అయన గెలుపుకొరకు కృషిచేశారు. అప్పటి ముఖ్యమంత్రి బ్రహ్మానందరెడ్డి నాయకత్వంలోని వర్గంవారు కోటయ్య అభ్యర్థిత్వాన్ని

వ్యతిరేకించి ఆయన ఓటమి కొరకు తీవ్రంగా కృషిచేశారు. అధికారవర్గానికి, ప్రత్యర్థివర్గానికి మధ్య జరిగిన పోరాటం అది. ధనిక వర్గానికి, పేద వర్గానికి మధ్య జరిగిన సంకుల సమరం అది. మెజారిటీ ప్రజలు కోటయ్య అభ్యర్థిత్వాన్ని సమర్థించారు. చేనేత పారిశ్రామికులు వర్గ భేదాలు విస్మరించి ఆయనకు అండగా నిలబడ్డారు. ధనబలంపై ప్రజాబలమే గెలిచింది. ప్రగడ కోటయ్య ముచ్చటగా మూడోసారి చీరాల నియోజకవర్గం నుంచి అఖండ విజయంసాధించి మరోమారు శాసనసభలో అడుగుపెట్టారు.

ప్రజాహిత కార్యక్రమాల నిర్వహణ - రొంపేరు బంజర్ల పంపిణి :

శాసన సభ్యుడుగా ప్రగడ అనేక ప్రజాహిత కార్యక్రమాలు చేపట్టారు. చీరాల దగ్గరలో నిరుపయోగంగా పడివున్న రొంపేరు బంజరుభూములు భూమిలేని నిరుపేదలకు పంపిణీ కార్యక్రమాన్ని చేపట్టారు. 17 వేల యకరాల విస్తీర్ణంలో విస్తరించివున్న రొంపేరు బంజరు భూమిని 6 వేలమంది నిరుపేదలకు పంపిణీ చేయించి బంజర్ల పంపిణీ కార్యక్రమానికి శ్రీకారంచుట్టారు. ఈనాడు అవి సస్యశ్యామలమైన భూములుగా మారి అక్కడి పేదల బ్రతుకుల్లో వెలుగుబాటలు చూపిస్తున్నాయి. బంజరుభూముల పంపిణీ విధానానికి రొంపేరు పథకమే మార్గదర్శక మయిందనటానికి సందేహించవలసిన పనిలేదు.

తోటవారి పాలెం పంపింగ్ స్కీమ్ :

చీరాల పట్టణానికి తూర్పున కుందేరు మురుగు కాల్వ ప్రవహిస్తుంది. కుందేరుకు అవతలి వైపున ఉన్న గ్రామాలు, ఆ ప్రాంత గ్రామస్తుల జీవితాలు ఎంతో దుర్భరంగా ఉండేవి. ఏరోజు కారోజు కూరగాయలో, కట్టెలో, తాటాకో నెత్తిన పెట్టుకుని చీరాల పేరాల వీధులలో తిరిగి అమ్ముకుని జీవనం సాగించేవారు. 10 ఏకరాల భూమి ఉన్న ఆసామి కూడ ఆ భూమిలో సరైన పంటలేక నీటిసరఫరాలేక అన్ని భూములు బీడుపడి ఉండేవి. ఈ పరిస్థితిలో అక్కడి రైతులు ప్రధానంగా తోటవారిపాలెం నుండి బాల బాపయ్య, మల్లెల వీరాస్వామి, కొత్తపేట గ్రామం నుండి చుండూరు వెంకటాద్రి వగైరాలు ఈ చౌడు భూములకు కృష్ణాజలాలు సరఫరా చేస్తే పంటలు పండుతాయని ఆలోచన చేసి ప్రగడ కోటయ్య గారికి విజ్ఞప్తులు చేశారు. స్కీము గురించి అప్పటి స్పెషల్ చీఫ్ ఇంజనీరు వెంకటకృష్ణయ్య గారితో ప్రభుత్వ ఇరిగేషన్, ఆర్థిక శాఖల కార్యదర్శులతోను కోటయ్య చర్చలు జరిపారు. ఈ స్కీము ప్రకారం సుమారు 15 కిలోమీటర్ల దూరంలోనున్న తోటపాలెం నుండి కాలువలు త్రవ్వి వాటి ద్వారా బీడు భూములు సుమారు 6 వేల ఎకరాలకు కొమ్మమూరు కాలువనుండి కృష్ణానది నీరు సరఫరా చేయాలి. ఇసుక పర్రలలో కాలువలు త్రవ్వి నీరు పారించటం వ్యయ ప్రయాసలతో కూడిన పనిఅని అప్పటి అధికారులు తిరస్కరించారు.

పట్టువదలని ప్రగడ కోటయ్య ముఖ్యమంత్రి నీలం సంజీవరెడ్డిగారితో చర్చలు జరిపి స్కీము పూర్తయ్యే విధంగా ఆలోచించమని అధికారులకు ఆదేశాలు జారీ చేయించారు. స్కీము

నిర్వహణ సాధ్యంకాదని అధికారులు తేల్చిచెప్పారు. ఒక్కసారి వచ్చి ఆ ప్రాంతాన్ని పరిశీలించవలసినదిగా కోటయ్యచేసిన విజ్ఞప్తిని ముఖ్యమంత్రి సంజీవరెడ్డి అంగీకరించి ఎర్రని ఎండలో కాళ్లుకాలే ఇసుకలో కాలిబాటను ఆ ఏరియాలో పర్యటించి ప్రజాక్షేమం దృష్ట్యా ఈస్కీము అమలుపరచాలని అవసరమయితే కాలువలకు సిమెంట్ లైనింగ్ చేయించాలని ఆదేశాలు జారీ చేయించారు. ముఖ్యమంత్రి స్వయంగా వచ్చి ఈ పథకానికి శంకుస్థాపన చేశారు. సుమారు 10 మైళ్ళ పొడవున తోటవారిపాలెంనుండి వాడరేవు వరకు ఇసుకప్రాంతంలో కాలువలు త్రవ్వి, సిమెంట్ లైనింగ్ చేయించి తోటవారిపాలెం పంపింగ్ స్కీము ద్వారా నీరు పారించిన అపర భగీరథుడు ప్రగడ కోటయ్య అని అక్కడి ప్రజలు ఈనాటికి గుర్తుచేసుకుంటూ ఉంటారు. పిచ్చిమొక్కలు మొలిచే ఎకరం 50 రూపాయలుకూడా విలువచేయని ఆ భూములు కృష్ణానీరు సరఫరా వలన ఈనాడు బంగారుపంటలు పండిస్తున్నారు. ఎకరం విలువ లక్షలలోనికి ఎగబ్రాకింది. ఈ పథకం కొరకు పనిచేసిన ఆయాగ్రామపెద్దలు, ప్రగడ కోటయ్య, అధికారులు కీర్తిశేషులైనప్పటికి కోటయ్యగారు మాత్రం అక్కడి గ్రామస్థుల మనసులలో చిరస్థాయిగా జీవించి ఉంటారు. ఆ ప్రాంత ప్రజలు కోటయ్యగారిని కాటన్ మహాశయుడుగా పొలుస్తూ ఉండటం అతిశయోక్తి కాదు.

పంపిగ్‌స్కీము అయితే వచ్చిందికాని, రాకపోకల సౌకర్యం ఏర్పడలేదు. కుందేరు ఆవల నివసించే జనాభా ఆనాడు 50 వేలమంది కుందేరులో దిగి కుంటు కుంటూ నీటిలో నడచి చీరాల చేరవలసివచ్చేది. 1977 వరకు ఈ పరిస్థితే కొనసాగింది. 1977లో వచ్చిన ఉప్పెనవల్ల ప్రజల కష్టాలు మరీ ఎక్కువైనాయి. కోటయ్యగారు అప్పటి జిల్లా కలెక్టరును ఒప్పించి ఈ ప్రాంతానికి తీసుకునివచ్చి ప్రజలుపడుతున్న యాతనను స్వయంగా చూపించారు. చలించిపోయిన కలెక్టరుగారు జిల్లా పరిషత్ నిధులనుండి నాలుగు వంతెనలు నిర్మించటానికి శాంక్షను చేశారు. గవినివారిపాలెం, తోటవారిపాలెం, కొత్తపేట, పాపయిపాలెం వద్ద నాలుగు వంతెనలు నిర్మింపజేశారు. ఆయా గ్రామాలకు వెళ్ళటానికి ప్రజలు ఇబ్బంది లేకుండ జీవిస్తున్నారు. ఆ విధంగా కోటయ్యగారు పేదప్రజలకు చేసిన సేవెన్నటికి మరువరానిది, మరువజాలనిది అని ఆ ఆ ప్రాంతనివాసులు నేటికి కోటయ్యగారిని కీర్తిస్తూ ఉంటారు.

సహకార నూలు మిల్లుల స్థాపన :

చేనేత పరిశ్రమకు సరసమైనధరలకు నూలు సరఫరా చేసి మిల్లుల పోటీ నుండి రక్షణ కల్పించేందుకు సహకార రంగంలో నూలుమిల్లులు స్థాపించేందుకు కోటయ్య అవిరళ కృషి జరిపారు. చీరాల సహకార నూలుమిల్లు స్థాపక అధ్యక్షుడుగా కోటయ్య 1959 అక్టోబరులో అప్పటి ప్రధాని జవహర్‌లాల్ నెహ్రూ చేత నూలు మిల్లుకు శంకుస్థాపన చేయించారు. ఆ నాటి కార్యక్రమానికి ముఖ్యమంత్రి సంజీవరెడ్డి అధ్యక్షత వహించారు. చీరాల - ఒంగోలు హైవే మీద వేటపాలెందగ్గర ప్రభుత్వ బంజరుభూమి 115 ఎకరాలు 99 సంవత్సరాల లీజు ప్రాతిపదికన మిల్లు స్థాపన కొరకు ప్రభుత్వం నుండి పొందటం కోటయ్య నిరంతర కృషి వల్లనే

సాధ్యమయినది. సుమారు వెయ్యిమంది నిరుద్యోగులకు మిల్లుద్వారా ఉద్యోగాలు కల్పించారు. అదే విధంగా అనంతపురం జిల్లా గుంతకల్లు, నెల్లూరుజిల్లా నెల్లూరు, తూర్పు గోదావరి జిల్లా రాజమండ్రిలలో కూడ సహకారరంగంలో నూలు మిల్లులు స్థాపించటానికి కృషిచేసి అన్ని మిల్లులలోను ఆయన డైరెక్టరుగా పని చేశారు. ప్రాథమిక చేనేత సహకార సంఘాలు రాష్ట్ర చేనేత సహకార సంఘం ఈ మిల్లులకు కావలసిన పెట్టుబడిని 49 శాతం సమకూర్చాయి. మిగిలిన మొత్తం రాష్ట్ర ప్రభుత్వంచే సమకూర్చబడినది. ఈ స్ఫూర్తితోనే ప్రత్తి ఉత్పత్తి దారులు ఇంకొల్లు, సత్తెనపల్లి, యడ్లపాడు నంద్యాల, ఆదిలాబాద్, సిరిసిల్ల మున్నగు ప్రాంతాలలో మరో 7 సహకార నూలు మిల్లులు స్థాపించారు. తద్వారా సుమారు 10 వేలమందికి ఉపాధి కల్పించటంతో పాటు శ్రీలంక, బర్మాకాందిశీకులకు వసతి ఉద్యోగాలు కల్పించబడ్డాయి. చేనేత సహకార సంఘాలకు సరసమైన ధరకు నూలు లభ్యమవటంతో పాటు ప్రత్తి రైతులు పండించిన ప్రత్తి సకాలంలో విడుదల కావటానికి ఈ మిల్లులు దోహదపడ్డాయి. అయితే తర్వాత కాలంలో వచ్చిన వివిధ ప్రభుత్వాలు అనుసరించిన విధానాల వల్ల ఈ 11 మిల్లులు మూతబడిపోయాయి. వారు పెట్టుబడి పెట్టిన సొమ్ముకూడ తిరిగిరాక చేనేత పారిశ్రామికులు, ప్రత్తి రైతులు విస్తారంగా నష్టపోయారు. వారి తరపున పోరాడే సమర్థమైన నాయకుడు లేక చేనేత పారిశ్రామికులు ప్రత్తి రైతులు అసహాయులై ఉన్నారు. శ్రీ కోటయ్యలేని లోటు ఈ రంగంలో ప్రస్ఫుటంగా నేటికి కనిపిస్తున్నది.

ఇతర ప్రజాహిత కార్యక్రమాలు :

1960-61 సంవత్సరాలలో ప్రభుత్వమెడికల్ సెలక్షన్ కమిటీలోను, ఇంజనీరింగ్ సెలక్షన్ కమిటిలోను సభ్యునిగా పనిచేశారు. ఆ కాలంలో ఎందరో వెనుకబడిన తరగతుల అభ్యర్థులకు మెడికల్, ఇంజనీరింగ్ కాలేజీలలో ప్రవేశం కల్పించారు.

ఆంధ్రయూనివర్సిటీ సభ్యుడుగా ఎన్నికై ఆ పదవిలో ఉంటూ విద్యారంగ వ్యాప్తికి, చీరాల ప్రాంతంలో కాలేజీలు స్థాపించటానికి కృషిచేశారు. చీరాలలో ఆంధ్రకేసరి ప్రకాశం జూనియర్ కాలేజీ స్థాపించి కళాశాల కమిటీ సెక్రటరీ మరియు కరస్పాండెంట్ గా అత్యంత సమర్థంగా వ్యవహరించారు. వదాన్యులైన ప్రముఖుల నుండి విరాళాలు వసూలు చేసి కళాశాలకు పక్కా భవనాలు నిర్మింపజేసి ప్రతిష్ఠాత్మక కాలేజీగా తీర్చిదిద్దారు. వేటపాలెంలో ఐ.టి.ఐ. స్థాపించి ఆ ప్రాంత పేదవిద్యార్థులకు సాంకేతిక విద్య అభ్యసించేందుకు కృషిచేశారు. కరస్పాండెంటుగా ఉంటూ పెక్కు శాఖలు (ట్రేడ్స్) స్థాపించి ఐ.ఐ.టి.ని బహుముఖాలుగా అభివృద్ధి చేశారు. గుంటూరు జిల్లా పొన్నూరులో కొమ్మనేని శేషయ్య జూనియర్ కళాశాల స్థాపనకు కృషిచేశారు.

ప్రత్యేక ఆంధ్ర ఉద్యమం :

1972లో ఉవ్వెత్తుగా లేచిన ప్రత్యేక ఆంధ్రరాష్ట్ర సాధన ఉద్యమంలో ముమ్మరంగా పాల్గొన్నారు. ఆంధ్రదేశం నలుమూలల విస్తృతంగా పర్యటించి రాష్ట్రసాధనకు తీవ్రంగా కృషి

చేశారు. పలు సమావేశాలలో పాల్గొన్నారు. ఈ సందర్భంలో ఆయన కొన్నాళ్లు అజ్ఞాత వాసంలో గడిపారు. అయినా ప్రభుత్వం వెంటాడి ఆయనను అరెస్టు చేసి నెల్లూరు జైలులో నిర్బంధించారు. ఎక్కడ ఏ వుద్యమం చేపట్టినా, సంక్షోభం తలఎత్తినా ప్రజాహితం కొరకు ప్రగడవారు రంగంలో దూకి తీవ్రంగా కృషిచేసేవారు.

శాసన మండలి సభ్యుడు :

1974లో ఆంధ్రప్రదేశ్ శాసనమండలికి జరిగిన ద్వైవార్షిక ఎన్నికలలో ఆయన ఎమ్.ఎల్.సి. గా ఎన్నికయ్యారు. శాసనసభలో లాగానే శాసన మండలిలో కూడ ప్రతిభావంతంగా వ్యవహరించి పులువురి ప్రశంసలు పొందారు. ప్రతిపక్ష ఉపనేతగా వ్యవహరించి ప్రభుత్వ వైఫల్యాలను తీవ్రంగా ఎండగట్టారు. 1980 వరకు ఈ పదవిలో కొనసాగి పెక్కు ప్రజాహిత కార్యక్రమాలలో పాల్గొన్నారు.

ఆంధ్రప్రదేశ్ కాంగ్రెస్ కమిటీ కార్యనిర్వాహక వర్గ సభ్యుడిగా జాయింట్ సెక్రటరీగా, ప్రధాన కార్యదర్శిగా పనిచేసి పార్టీ సిద్ధాంతాల వ్యాప్తికి పార్టీ పటిష్ఠతకు తీవ్రంగా కృషి చేశారు. శాసన సభ్యుడిగా ఉన్న కాలంలో కాంగ్రెస్ లెజిల్లేచర్ పార్టీ సెక్రటరీగా వ్యవహరించి సభలో పార్టీ కీర్తిని ఇనుమడింపజేశారు.

ప్రజాబంధు బిరుదు ప్రదానము :

1985వ సంవత్సరంలో మేనెల 5వ తేదీన ప్రగడ కోటయ్యగారికి 70వ జన్మదినోత్సవ ఘన సన్మానం జరిగినది. ఆ నాటి మహాసభకు మాజీ ముఖ్యమంత్రి, మాజీ ఉత్తరప్రదేశ్ గవర్నరు. శ్రీ బెజవాడ గోపాలరెడ్డిగారు అధ్యక్షత వహించారు. ఆంధ్రప్రదేశ్ హైకోర్టు మాజీ ప్రధాన న్యాయమూర్తి మరియు లోకాయుక్త జస్టిస్ ఆవుల సాంబశివరావుగారు సభను ప్రారంభించారు. మహారాష్ట్ర గవర్నరు కోన ప్రభాకరరావుగారు ఈ సభలో పాల్గొన్నారు. ఈ సన్మాన కార్యక్రమంలో ఆంధ్రదేశంలోని నలుమూలల నుండి ప్రముఖులైన చేనేత నాయకులు, కృష్ణా, గుంటూరు, ప్రకాశంజిల్లాల నుండి వేలాది అభిమానులు పాల్గొన్నారు. స్థానికులు పెక్కు మంది ఈ సభలో పాల్గొని కోటయ్యగారి సేవలను వేనోళ్ళ కొనియాడారు. చీరాల చరిత్రలో ఇదొక అపూర్వ సన్మానసభగా నిలిచింది. ఈ సభలో కోటయ్య గారిని "ప్రజాబంధు" బిరుదుతో సత్కరించారు. ఈ సభలో పలువురు వక్తలు మాట్లాడుతూ చీరాల ఓడరేవు బీడుభూములకు నీరు తెచ్చి పంటలుపండటానికి కారణభూతుడై నందుకు "అపర భగీరథుడని" చేనేత పరిశ్రమ అభ్యున్నతికి కృషి చేస్తున్నందులకు "నేతలకునేత" అని కోటయ్యను గురించి ప్రశంసల జల్లు కురిపించారు. ఆ రోజులలో చీరాల అంటే ప్రగడ కోటయ్య అని ప్రగడకోటయ్యే చీరాల అని కోన ప్రభాకరరావు ప్రశంసించారు. కాంగ్రెస్‌లో ఉంటూనే ప్రతిపక్ష నాయకుడి పాత్ర పోషించి, ప్రజాక్షేమం కోసం పోరాడి, తిరుగుబాటు నాయకుడిగా గుర్తింపు పొందిన కోటయ్యగారికి ఏపదవి ఇవ్వటానికి ఆయా ముఖ్యమంత్రులు అంగీకరించలేదని, అయినా ఆయన కీర్తి ప్రతిష్ఠలకు

భంగంలేదని బెజవాడ గోపాలరెడ్డి ప్రస్తుతించారు. తిరుగుబాటు నాయకుడిగా గుర్తింపు పొందినా, కాంగ్రెస్ అధిష్ఠానం మాత్రము ఆయనపై ఎటువంటి క్రమశిక్షణ చర్యతీసుకొనక అన్నివిధాల గౌరవిస్తూనే వచ్చింది. జాతీయ స్థాయిలో నేషనల్ ఫెడరేషన్ ఆఫ్ ఇండస్ట్రియల్ కో ఆపరేటివ్స్ న్యూఢిల్లీ ఉపాధ్యక్షుడుగాను, అధ్యక్షుడు గాను ఆయనను నియమించి సహకార రంగంలో ఆయనకుగల అనుభవాన్ని,అభిమానాన్ని భారత ప్రభుత్వం గుర్తించి ఆయన సేవలను వినియోగించుకున్నది.

1980లో ఎమ్.ఎల్.సి. గా రిటైర్డ్ అయిన తరువాత ఆయన తన పూర్తి కాలాన్ని చేనేత సహకార సంఘాల పటిష్ఠతకు, చేనేత కాంగ్రెస్ పునర్నిర్మాణానికి తీవ్రంగా కృషిచేశారు. అన్ని జిల్లాలు పర్యటించారు. జిల్లానాయకులతో కలిసి జిల్లాకలెక్టర్లతో సమావేశమై, చేనేత సమస్యలను ప్రభుత్వం దృష్టికి తీసుకువచ్చేందుకు కృషిచేశారు. అనేక సార్లు కేంద్ర రాష్ట్ర పభుత్వాలకు డెలిగేషన్లు నడిపారు. ఈ డెలిగేషన్లలో భాగంగా ఒకసారి రాష్ట్రపతి ఆర్.వెంకట్రామన్ వద్దకు డెలిగేషన్ తీసుకువెళ్ళారు. రాష్ట్రపతి చాలా ఆప్యాయంగా కోటయ్యగారిని డెలిగేషన్ వర్గాన్ని ఆహ్వానించి కేటాయించిన అరగంట కాలమేగాక, మరోగంటసేపు డెలిగేషన్ వారితో ముచ్చటించారు. ఆ డెలిగేషన్లో ఈ వ్యాసకర్త కూడ పాల్గొనే అవకాశం కలిగింది. ప్రభుత్వం చేనేత యెడల చూపుతున్న సవతి తల్లిప్రేమను గూర్చి రాష్ట్రపతికి వివరంగా తెలియజేయటం జరిగింది. తమిళనాడుకు చెందిన వెంకట్రామన్, తమిళనాడు ప్రభుత్వంలో పరిశ్రమలశాఖా మంత్రిగా పని చేసినందుకు, చేనేత పరిశ్రమ ఎదుర్కొనే సమస్యలన్నీ క్షుణ్ణంగా తెలుసు. ఆయనతో కోటయ్యగారు మాట్లాడుతూ “అయ్యా చేనేత పరిశ్రమ యెడల ప్రభుత్వం చిన్నచూపు చూపుతున్నది. మంత్రులను కలిస్తే ఎన్నాళ్ళు సబ్సిడీలు ఇచ్చి పోషిస్తామని అడుగుచున్నారు. ఈ పరిశ్రమ విషయం కూలంకషంగా ఎరిగిన వ్యక్తిగా మీరు ప్రభుత్వానికి నచ్చజెప్పి శాశ్వతరక్షణ కలుగజేయాలి”. అని కోరారు. అందుకు, వెంకట్రామన్ స్పందిస్తూ, “ఎన్నాళ్ళు సబ్సిడీలు ఇవ్వాలి అంటే, దానికి సరైన సమాధానం లేదు. మనిషి రోజూతినేఅన్నం ఎన్నాళ్ళు తినాలి అంటే దానికి సమాధానం ఏముంది, ఇది అంతే. సమస్యల యెడల ప్రభుత్వంలో అవగాహనలేని వ్యక్తులు ఉన్నంత వరకు, సమస్యలు సమస్యలుగానే ఉంటాయి. నేను ప్రభుత్వంతో మాట్లాడుతాను” అని హామీయిచ్చారు. చివరిగా ఆయన తాను, కోటయ్య మద్రాసు శాసనసభలో ఏవిధంగా కలసికట్టుగా పని చేసింది. చేనేతకు తమిళనాడు ప్రభుత్వం ఏ విధంగా సహాయ, సహకారాలు అందించి ఆదుకున్నది వివరించారు. మీ కోటయ్యగారు సామాన్యుడు గాదు. ఆ రోజులలో మేము ఆయనను జగడం కోటయ్య అని పిలిచేవాళ్ళం. ప్రతిరోజు ఆయన చేనేత సమస్యలపై మంత్రులతో పోట్లాడినట్లుగా మాట్లాడి శాసనసభలో వ్యవహరించారు. అదే స్ఫూర్తితో నలభై సంవత్సరాలు గడిచినా ఆయన పోరుబాట వీడలేదు అని నవ్వుతూ అన్నారు.

అదే విధంగా ఇందిరాగాంధీ, రాజీవ్‌గాంధీల నాయకత్వంలోని ప్రభుత్వాల వద్దకు వివిధ సందర్భాలలో కోటయ్యగారు పలుసార్లు డెలిగేషన్లు నడిపి చేనేత సమస్యలపై నివేదికలు పంపారు.

మరమగ్గాలు మిల్లుల పోటీ నుండి చేనేతపరిశ్రమను కాపాడేందుకు ఆయన పలు సూచనలు చేస్తూ నివేదికలు పంపారు. మిల్లులకన్నా మరమగ్గాల నుండి చేనేత పరిశ్రమకు తీవ్ర పోటీ ఎదురువుతున్న విషయాన్ని ప్రభుత్వాలకు తెలియజేశారు. ఒక మరమగ్గం స్థాపిస్తే 25 మంది చేనేత కార్మికులు ఉపాధి కోల్పోతారని ఆయన ప్రభుత్వానికి నివేదిక పంపారు. ఈ విషయాన్ని భారత ప్రభుత్వం ఏర్పాటుచేసిన శివరామన్ కమిటీ అంగీకరించి మరమగ్గాల వ్యాప్తిని అరికట్టాలని ప్రభుత్వానికి పలు సూచనలు చేశారు.

1980 నుండి 1990 వరకు ప్రగడ వారు ఏవిధమైన పదవి లేకపోయినా, ఆంధ్రరాజకీయ చిత్రపటంలో సజీవుడుగానే ఉన్నారు. మంత్రులుగా పనిచేసిన ఎందరో ప్రముఖులు కనుమరుగయ్యారు. ఎన్నో ప్రజాహిత కార్యక్రమాలలో ప్రగడ పాల్గొన్నారు. ఎన్నో పోరాటాలు చేశాడు. ఆంధ్రదేశం ఆయనను మరచి పోలేదు. నాయకులు, ప్రజల హృదయాలలో ఆయనకు ప్రత్యేక స్థానము ఉన్నది.

రాజ్యసభాపర్వం :

1990 లో రాజ్యసభకు ద్వైవార్షిక ఎన్నికలు వచ్చాయి. ఒకనాడు ఆయన ఇంట్లో కూర్చుని పనిచేసుకుంటూ ఉండగా అప్పటి ముఖ్యమంత్రి చెన్నారెడ్డిగారి నుండి ఫోన్ వచ్చింది. వెంటనే బయలుదేరి హైదరాబాదు రావలసిందిగా పిలుపు వచ్చింది. విషయం తెలియదు. చేనేత విషయమై ఏదో చర్చించటానికి అయి ఉంటుందని తలచి దగ్గరలో ఉన్న ఇద్దరు సహాయకులను వెంటబెట్టుకుని హైదరాబాదు వెళ్ళి చెన్నారెడ్డిగారిని కలిశారు. “కోటయ్య, ఆంధ్రదేశంలోని నాయకులు, ధనికులు, పారిశ్రామికవేత్తలు సూట్‌కేసులు తీసుకుని హైదరాబాదు చుట్టూ తిరుగుతున్నారు. నాయకులను కలుస్తున్నారు. రాజ్యసభ సీటు కొరకు దరఖాస్తులు పెట్టుకుంటున్నారు. నీవు ఇంకా వెనుకబడే ఉన్నావేమిటి ?” అని ప్రశ్నించారు చెన్నారెడ్డి గారు. రాజ్యసభకు పోటీ చేయగల శక్తి, ఆర్థిక స్తోమతు నాకులేదు. వృథా ప్రయాస ఎందుకు ? అని కోటయ్య అన్నారు. “అలాకాదు నిన్ను రాజ్యసభ సభ్యుడిగా చూడాలని నాకు కోరికగా ఉంది. నీలాంటి అనుభవశాలి, రాజ్యసభలో ఉండాలి. రాజీవ్ గాంధీ నాయకత్వం బలపడాలంటే వెనుకబడిన వర్గాలకు చెందిన నీవు రాజ్యసభలో ఉండాలి వెంటనే ఢిల్లీ వెళ్ళి, రాజీవ్‌గాంధీని కలువు అని చెప్పారు చెన్నారెడ్డి.

వెంటనే ప్రగడ తన ఇద్దరు సహచరులతో ఢిల్లీ వెళ్ళి, కాంగ్రెసు అధ్యక్షుడు రాజీవ్ గాంధీని కలవటానికి ప్రయత్నం చేశారు. అపాయింట్‌మెంట్ దొరకలేదు. అయినా సహచరుల కోరిక మేరకు ఒకరోజు ఉదయం ధర్మదర్శనం కోసం రాజీవ్‌గాంధి ఇంటికి వెళ్ళారు. వచ్చిన సందర్శకులందరిని చూస్తూ రాజీవ్ గాంధీ కోటయ్య వద్దకు వచ్చారు. ఆయనకు కోటయ్య అభివందనంచేసి తన బయోడేటా చెప్పి రాజ్యసభ సీటు అభ్యర్థించారు. మీ కాగితాలు చూచి మీకు న్యాయంచేస్తాను అని నవ్వుతూ సమాధానం చెప్పారు. ఆ రోజు చెన్నారెడ్డి కూడ ఢిల్లీ వచ్చారు. కాంగ్రెస్ వర్కింగ్ కమిటీ సమావేశం జరగింది.

మరో నలుగురు ఉపేంద్ర, ఆర్.కె. ధావన్ వగైరాలతో పాటు ప్రగడ కోటయ్య గారికి కూడ కాంగ్రెస్ టిక్కెట్ ఇస్తున్నట్లు వారు వెంటనే రాజ్యసభకు నామినేషన్ వేయాలని ప్రముఖంగా వార్తలు వచ్చాయి. వెనువెంటనే కోటయ్య హైదరాబాదు వచ్చి నామినేషన్ దాఖలు చేశారు రాజ్యసభకు ఏకగ్రీవంగా ఎన్నికయ్యారు.

భారత పార్లమెంటులో చేనేత సమస్యలపై ప్రగడ కోటయ్య తనదైన శైలిలో ప్రసంగాలు చేసి పలువురి దృష్టిని ఆకర్షించారు. పి.వి. నరసింహారావు ప్రధానమంత్రిగా ఉన్న సమయంలో 160 మంది పార్లమెంటు సభ్యులను సమీకరించి చేనేతసమస్యపై ప్రధానివద్దకు ఒక డెలిగేషన్ తీసుకుని వెళ్ళారు. భారత పార్లమెంటు చరిత్రలో ఇది ఒక అపూర్వచరిత్ర. ఇంతమంది పార్లమెంటు సభ్యులు ఏకాభిప్రాయంతో ఒక డెలిగేషన్ ఏర్పడి ప్రధానమంత్రిని కలవటం అపూర్వం. ఈ ప్రతినిధి వర్గానికి నాయకత్వం వహించటం ప్రగడ కోటయ్యగారి జీవితంలో మరచిపోలేని సంఘటన. చేనేత పరిశ్రమకు రక్షణ కలిపిస్తామని ప్రధానమంత్రి ప్రతినిధి వర్గానికి హామీయిచ్చారు.

భారత ప్రభుత్వ ప్రతినిధిగా ప్రగడ వారు అమెరికా, బ్రిటన్, చైనా, హాంగ్‌కాంగ్, థాయ్‌లాండ్, శ్రీలంక వగైరా దేశాలలో పర్యటించి, ఆయాదేశాలలో చేనేత జౌళి పరిశ్రమల పనితీరుపై అధ్యయనం చేశారు. లండన్ మ్యూజియంలో భద్రం చేయబడిన వివిధ రకాల డిజైన్లుగల చేనేత వస్త్రాలను అధ్యయనం చేసి ప్రభుత్వానికి నివేదిక పంపారు. ఈ నమూనాలను ఆంగ్లేయులు భారతీయులను బెదిరించి తీసుకునిపోయి వారి మ్యూజియంలో భద్రపరచుకున్నారు.

నిరాడంబరజీవి :

ఎన్ని పదవులు అలంకరించినా ఏన్ని దేశాలు పర్యటించి వచ్చినా, కోటయ్య అతి సామాన్య జీవనం గడిపారు. ఆయనకు స్వంత కారు లేదు. ఇంట్లో ఎ.సి.లేదు. చల్లనినీరు త్రాగేందుకు ఫ్రిజ్‌లేదు. ఆయన ముతక ఖద్దరు మాత్రమే ధరించారు. విలాస జీవితానికి ఆయన ఆమడదూరంలో ఉండేవారు. శుద్ధగాంధేయవాదిగా జీవించిన ప్రగడ ప్రభుత్వ పని మీద ప్రయాణించినను ఎ.సి.లో ప్రయాణించేవారు కాదు. 1995 నవంబరులో ఆయనకు గుండెపోటువస్తే సాదాసీదాగా గుంటూరు ప్రభుత్వఆసుపత్రిలో చేరారు. అప్పుడు ఆయన పార్లమెంటు (రాజ్యసభ) సభ్యుడుగా కొనసాగుతున్నారు. ఆయన కోరితే ప్రభుత్వం హైదరాబాదులోగాని ఢిల్లీలో గాని సూపర్ స్పెషాలిటీస్ ఆసుపత్రిలో చేర్చి చికిత్స జరిపించుటకు ఆయనకు అర్హత ఉంది. అయినా ఆయన సామాన్య వ్యక్తిలాగా గుంటూరు ఆసుపత్రిలోనే చికిత్స పొందారు.

తుదిశ్వాస :

తేది. 26-11-1995 హాస్పిటల్‌లో ఉండగానే గుంటూరుజిల్లా కలెక్టరు ఆయనను పరామర్శించటానికి గుంటూరు ప్రభుత్వఆసుపత్రికి వచ్చారు. ఆయనతో చేనేత పరిశ్రమకు

ప్రభుత్వం కల్పించవలసిన రక్షణ చర్యలు గురించి ఆవేశంగా సూచనలు ఇచ్చారు. కలెక్టరు వారిస్తున్నా ఆయన తన ధోరణిలోనే చేనేత గురించి వివిధ అంశాలు చర్చించారు. కలెక్టరు సెలవు తీసుకుని వెళ్ళిన తరువాత గంటలోపులో ఆయన తన తుదిశ్వాస విడిచారు. కలెక్టరుతో చివరి నిమిషం వరకు చేనేత పరిశ్రమ చేనేత పారిశ్రామికుల బాగోగుల గురించి మాట్లాడుతూనే ఉన్నారు. చేనేత పరిశ్రమే ఊపిరిగా ఆయన జీవించారు. అదే తుదిశ్వాసగా ఆయన తనువు చాలించారు.

ఆయన జ్ఞాపకచిహ్నంగా ప్రభుత్వంవారు ప్రకాశంజిల్లా చీరాల నడిబొడ్డున ఆయన కాంస్య విగ్రహం ప్రతిష్ఠించారు. ఆయనపై గల భక్తి ప్రపత్తులతో చేనేత పారిశ్రామికులు పేటేరు, కనగాల మొదలగు గ్రామాలలో ఆయన శిలావిగ్రహాలు స్థాపించారు. ఆంధ్రకేసరి ప్రకాశం జూనియర్ కాలేజీ చీరాలలో ఆయన కాంస్యవిగ్రహం ఏర్పాటు చేశారు. ఆయన జ్ఞాపక చిహ్నంగా భారత ప్రభుత్వం వారు నెల్లూరు జిల్లా వెంకటగిరి పట్టణంలోని హాండ్‌లూమ్ టెక్స్‌టైల్ టెక్నాలజీ ఇనిస్టిస్ట్యూషన్‌ను "ప్రగడ కోటయ్య ఇండియన్ ఇన్‌స్టిట్యూట్ ఆఫ్ హాండ్‌లూమ్ టెక్నాలజీ (PKIIHT)గా నామకరణం చేశారు. ఆయనకు భార్య, ఐదుగురు కుమార్తెలు, ఒక కుమారుడు ఉన్నారు. అందరూ వివాహితులే. ఆయన సంతానంలోను, అ ల్లుళ్ళు, మనుమలు, మనుమరాండ్రలో డాక్టర్లు, ఇంజనీర్లు, గ్రాడ్యుయేట్లు, పోస్టు గ్రాడ్యుయేట్లు ఉన్నారు. అయినా వారినెవ్వరినీ తన రాజకీయ వారసత్వం స్వీకరించేందుకు అనుమతించలేదు. చేనేత ఉద్యమదరిదాపులకు కూడ వారినెవ్వరినీ రానీయలేదు. వారసత్వ రాజకీయాలమయమైన నేటి సమాజంలో ప్రగడ కోటయ్య తన ప్రత్యేకతను నిల్పుకున్నారు.

సమాజానికి ఆయన చేసిన సేవ అపూర్వం, అసమానం. అందుకే ప్రగడ కోటయ్య ప్రజా బంధుగా ఈనాటికి ప్రజల హృదయాలలో నిలిచి ఉన్నారు.

వట్టికోట ఆళ్వారుస్వామి
(1915-1961)

- అంపశయ్య నవీన్

రాత్రింబవళ్ళు ప్రజలకోసం కృషిచేసిన మహనీయుడు కావడం వల్ల వట్టికోట ఆళ్వారుస్వామికి 'ప్రజలమనిషి' అన్న పేరొచ్చింది. తెలుగువాళ్ళకోసం, ముఖ్యంగా తెలంగాణాలోని తెలుగువాళ్ళకోసం అహర్నిశలు శ్రమించిన ఆళ్వారుస్వామిని తెలంగాణ వైతాళికుల్లో ఒకరని కూడా తెలుగు ప్రజలు గుర్తుంచుకుంటారు. ఆళ్వారుస్వామి పుట్టిపెరిగిన తెలంగాణాలో ఆనాటి ఆర్థిక, సామాజిక, రాజకీయ పరిస్థితులెలా ఉండేవో తెలుసుకుంటే తప్ప ఆయన సాధించిన విజయాలెంత మహత్తరమైనవో మనకర్థంకావు.

1748వ సంవత్సరంలో నిజాముల్-ముల్క్ స్థాపించిన హైదరాబాద్ సంస్థానంలో తెలంగాణ ఒక ముఖ్యమైన భాగంగా ఉండేది. మొగల్ సామ్రాజ్యం పతనమైపోయిన తర్వాత భారతదేశంలో ఎన్నో చిన్నచిన్న రాజ్యాలు స్వాతంత్ర్యం ప్రకటించుకున్నాయి. అవి మొగల్ సామ్రాజ్యంలో అంతర్భాగాలుగా ఉండేవి. ఔరంగజేబు తర్వాత మొగల్ సామ్రాజ్యం యొక్క పతనం ప్రారంభమైంది. ఔరంగజేబు తర్వాత సమర్థులైన రాజులెవరూ మొగల్ రాజ్య సింహాసనాన్ని అధిష్ఠించ లేకపోయారు - పరిస్థితులు అస్తవ్యస్తంగా మారిపోయాయి. దాంతో మొగల్ చక్రవర్తుల దగ్గర మంత్రిగా పనిచేస్తున్న నిజాముల్ - ముల్క్ దక్షిణ హిందూ దేశానికి సుబేదారుగా వచ్చి తనను తాను ఈ ప్రాంతానికి ఒక స్వతంత్ర రాజుగా ప్రకటించుకున్నాడు. ఈ స్వతంత్ర రాజ్యమే తర్వాత హైదరాబాద్ సంస్థానంగా మారింది.

నిజాముల్ -ముల్క్ ఆసఫ్‌జా వంశానికి చెందినవాడు. ఈయనతో ప్రారంభమైన ఆసఫ్‌జాహి వంశస్థుల పరిపాలన యేడు తరాల వరకు - 1748 నుండి 1948 వరకు- దాదాపు 200 సంవత్సరాల వరకు కొనసాగింది.

హైదరాబాద్ సంస్థానంలో మూడు ప్రధానమైన భాషలుమాట్లాడే ప్రాంతాలుండేవి. మొత్తం 16 జిల్లాలలో ఎనిమిది జిల్లాలలో తెలుగు, ఐదు జిల్లాలలో మరాఠీ, మూడు జిల్లాలలో కన్నడం మాతృభాషలుగా ఉండేవి. తెలుగు మాతృభాషగా గల ఎనిమిది జిల్లాలకే తెలంగాణ అన్న పేరు స్థిరపడింది. హైదరాబాద్ సంస్థానానికి హైదరాబాద్ నగరమే రాజధానిగా ఉండేది.

ఆసఫ్‌జాహీల పాలనలో ఉన్న ఆనాటి తెలంగాణాలో ప్రజల జీవన పరిస్థితులు అత్యంత దయనీయంగా ఉండేవి. అక్షరాస్యతాశాతం కేవలం నాల్గుశాతం మాత్రమే. తెలుగుభాష పరిస్థితి మరీ అధ్వాన్నంగా ఉండేది. హైదరాబాద్ నగరంలో తెలుగులో మాట్లాడటాన్ని నామోషీగా

భావించేవాళ్ళు. ఉర్దూ భాషే పరిపాలనా భాషగా ఉండేది. తెలుగు సాహిత్యం చాలా నిర్లక్ష్యానికి గురవుతుండేది.

తెలంగాణాలోని పల్లెప్రాంతాలన్నీ దొరల పాలనలో ఉండేవి. (పెద్ద భూస్వాము లను తెలంగాణాలో దొరలంటారు) వేలకొద్ది ఎకరాల భూములు దొరల అధీనంలో ఉండేవి. సన్నకారు రైతుల్లో చాలామంది దొరల దగ్గర కౌలుదార్లుగా ఉండేవాళ్ళు. పటేల్, పట్వారీ మాలీ పటేల్ మొదలైన గ్రామాధికారులు దొరల అడుగులకు మడుగులొత్తుతుండేవాళ్ళు. గ్రామాల్లోని చాకలి, మంగలి, కుమ్మరి, పద్మశాలి, గౌడ, గొల్ల మొదలైన వృత్తులవాళ్ళందరూ దొరలకూ, పటేల్ పట్వారీలకు దాస్యంచేస్తూ బతుకుతుండేవాళ్ళు. ఇక మాల, మాదిగల్లాంటి దళితుల పరిస్థితి ఇంకా దారుణంగా ఉంటుండేది. వీళ్ళందరూ దొరలకూ, గ్రామాధికారులకు వెట్టిచాకిరి చేస్తూ అంటరానివాళ్ళుగా ముద్రించబడి చాలా భయంకరమైన పేదరికాన్ని అనుభవిస్తుండేవాళ్ళు. (ఎలాంటి ప్రతిఫలం లేకుండా చేసే శ్రమను వెట్టిచాకిరి అంటారు) ఇలా ఆసఫ్ జాహీల పరిపాలనలో అనేక విధాలుగా, అనేక రంగాల్లో ఎంతో వెనుకబడిపోయిన తెలంగాణాలో 1930వ సంవత్సరం నుండి ప్రజలు తమ జీవన పరిస్థితులను మెరుగు పరచుకోవడానికి ఒక గొప్ప ఉద్యమాన్ని ప్రారంభించారు. ఆ ఉద్యమానికి నాయకత్వం వహించి తెలంగాణ ప్రజల అభ్యున్నతికోసం మాడపాటి హనుమంతరావు, సురవరం ప్రతాపరెడ్డి, కొమర్రాజు లక్ష్మణరావు, గాడిచర్ల హరిసర్వోత్తమరావు, రావినారాయణరెడ్డి లాంటి ఎందరో మహానుభావులు కృషిచేశారు. అలాంటి మహానుభావుల్లో వట్టికోట ఆళ్వారుస్వామి కూడా ఒకరు. ఎంతోకాలంగా అంధకారంలో మునిగిపోయిన తెలంగాణాలో వెలుగురేకల్ని ప్రసరింపజేసి ఈ ప్రాంతంలో సాంస్కృతిక పునరుజ్జీవనానికి పునాదులు వేసిన ఆళ్వారుస్వామి లాంటి త్యాగధనుల్ని తెలంగాణా వైతాళికులుగా ప్రజలు కీర్తించారు.

వట్టికోట ఆళ్వారుస్వామి నల్గొండ జిల్లాలోని నకిరేకల్లుకు సమీపంలోని మాధవరం అనే గ్రామంలో నవంబర్ ఒకటి, 1915వ సంవత్సరంలో ఒక పేద వైష్ణవ కుటుంబంలో జన్మించాడు. ఆయన తల్లిదండ్రుల పేర్లు : సింహాద్రమ్మ రామచంద్రాచార్యులు.

పదకొండవ యేటనే ఆళ్వారుస్వామి తన తండ్రిని పోగొట్టుకున్నాడు. ఆ సమయంలో ఆయన నకిరేకల్లు చేరి కాంచనపల్లి సీతారామారావు అనే ఉపాధ్యాయుడిని ఆశ్రయించారు. ఆ ఉపాధ్యాయుడి ఇంట్లో వంటమనిషిగా పనిచేస్తూ అతని వద్దనే విద్యాభ్యాసం కూడా చెయ్యడం మొదలుపెట్టాడు. కాంచనపల్లి సీతారామారావుకు సూర్యాపేటకు బదిలీకావడంతో ఆళ్వారుస్వామి కూడా సూర్యాపేటకు వెళ్ళాడు. 1928–29 ప్రాంతంలో సూర్యాపేటలో నివసించిన కాంచనపల్లి సీతారామారావు అక్కడ కొన్ని గ్రంథాలయాల్ని స్థాపించాడు. ప్రజలతో సన్నిహితంగా మెలగుతూ వాళ్ళ సమస్యల్ని తీర్చడానికి కృషిచేశాడు. తన ఉపాధ్యాయుడు నిర్వహిస్తున్న ఈ ప్రజాహిత కార్యక్రమాలను గమనిస్తున్న ఆళ్వారుస్వామిలో తనుకూడా భవిష్యత్తులో ఇలాంటి కార్యక్రమాల్నే చేపట్టాలన్న భావాలు కల్గాయి. సూర్యాపేటలో ఉంటున్నప్పుడే ఆళ్వారుస్వామికి అనేకమంది సేవాభావాలతో పనిచేస్తున్న వ్యక్తులతో పరిచయం కల్గింది.

సరిగ్గా ఈ సమయంలోనే ఆళ్వారుస్వామికి కోదాటి నారాయణరావుతో పరిచయం కల్గింది. కోదాటి నారాయణరావు స్వంత ఊరు రేపాల అనే గ్రామం. ఆయన 1928 - 29 ప్రాంతంలోనే రేపాల నుండి సూర్యాపేట కొచ్చాడు. గ్రంథాలయోద్యమ నిర్మాతగా ప్రసిద్ధిచెందిన కోదాటి నారాయణరావుతో ఆళ్వారుస్వామికి ఏర్పడిన పరిచయం క్రమంగా స్నేహంగా మారింది. ఆ తర్వాత ఆళ్వారుస్వామి కూడా గ్రంథాలయోద్యమంలో చురుగ్గా పనిచెయ్యడానికి వీరిద్దరి మధ్యన ఏర్పడిన ఈ సాన్నిహిత్యమే కారణమైంది.

బాల్యంలో ఆళ్వారుస్వామికి చదువంటే పెద్దగా ఆసక్తి ఉండేదికాదు. అందుకే బాల్యంలో ఆయనకు చదువు వంటబట్టలేదు. ఈ కారణం చేతనే ఆయన కాంచనపల్లి సీతారామారావు దగ్గర్నించి వెళ్ళిపోయాడు. నల్గొండజిల్లాలోనే ఉన్న 'కందిబండ' అనే గ్రామానికి చేరుకొన్నాడు. ఆ గ్రామంలోని నారపరాజు రాఘవరావు అనే దేశ్‌ముఖ్ ఇంట్లో ఆశ్రయం పొందాడు.

రాఘవరావు ఇల్లు ఒక సత్రంలా ఉండేదట. ఎంతోమంది నిరాశ్రయులకు ఆ ఇంట్లో ఆశ్రయం లభించేదట. ఎవరు ఎన్నాళ్ళున్నా వద్దనేవారు కాదట. ఆళ్వారు స్వామి ఈ దేశముఖ్‌గారిల్లు చేరుకుని ఆ ఇంటి పనులన్నీ చేసి పెడ్తూ ఆ కుటుంబంలో ఒకరుగా మారిపోయాడు. రాఘవరావుకు కూడా ఆళ్వారంటే ప్రేమానురాగా లేర్పడ్డాయి. ఆళ్వారును ఆయన తన స్వంత సోదరునిగా చూసుకునేవాడు. రాఘవరావు సోదరుడు వెంకటేశ్వరరావుతో కూడా ఆళ్వారుకు చక్కని స్నేహం ఏర్పడింది. వెంకటేశ్వరరావు ద్వారా ఆళ్వారు అక్షరాల్ని అందంగా రాయడం నేర్చుకున్నాడు. అందమైన ఆళ్వారు దస్తూరిని చూసి అందరూ ఆశ్చర్యపడేవారు. ఆ తర్వాత ఈ అందమైన దస్తూరీ ఆళ్వారు స్వామికి ఎంతో ఉపయోగపడింది.

నారపరాజు సోదరులు తమ తండ్రి సీతారామారావు పేరుమీద తమ స్వంత ఊరు కందిబండలో ఒక గ్రంథాలయాన్ని 1924లోనే స్థాపించారు. ఈ గ్రంథాలయంలో ఎన్నో విలువైన పుస్తకాలుండేవి. కొన్ని వార్తాపత్రికలు కూడా వస్తుండేవి. ఆళ్వారుస్వామి ఈ గ్రంథాలయం నుండి చాలా పుస్తకాల్ని తీసుకెళ్ళి చదువుతుండేవాడు. వార్తా పత్రికల్ని కూడా చదువుతూ అనేక విషయాలను ఆకళింపు చేసుకోగల్గాడు. అనేక ఉద్యమాలను గూర్చి కూడా అవగాహన చేసుకోగల్గాడు.

1933లో ఆళ్వారుస్వామి కందిబండను వదిలేసి హైదరాబాద్ చేరుకున్నాడు. హైదరాబాద్ నుండి వెలువడ్తున్న 'గోలకొండ' పత్రికలో ప్రూఫ్‌రీడర్ ఉద్యోగాన్ని సంపాదించారు. ఇదివరకు ఈ ఉద్యోగంలో కోదాటి నారాయణరావు ఉండేవాడు. కోదాటి నారాయణరావు గోలకొండ పత్రిక ఎడిటర్ సురవరం ప్రతాపరెడ్డికి ఆళ్వారుస్వామిని గూర్చి చెప్పి ఈ ప్రూఫ్ రీడర్ ఉద్యోగాన్ని ఇప్పించాడు. ఆ రోజుల్లో ప్రూఫ్‌రీడర్ ఉద్యోగాన్ని చేసినందుకు నెలకు పదిహేను రూపాయల జీతం ఇచ్చేవాళ్ళు.

ఆళ్వారుస్వామి గోలకొండ పత్రికలో చాలా కొద్దిరోజులే పనిచేసినప్పటికీ ఆయనకీ ఉద్యోగం కారణంగా సురవరం ప్రతాపరెడ్డి, మాడపాటి హనుమంతరావు, బి.ఎస్.శర్మలాంటి ఎందరో

గొప్ప వ్యక్తులతో సాహచర్యం లభించింది. ఈ అనుభవమే తర్వాతికాలంలో ఆయన 'తెలుగు తల్లి' అనే పత్రికను నిర్వహించడానికి, దేశోద్ధారక గ్రంథమాల అనే పేరుతో స్థాపించిన పుస్తక ప్రచురణ సంస్థను నిర్వహించడానికి ఎంతగానో తోడ్పడింది. గోలకొండ పత్రికలో పనిచెయ్యడం వల్లనే ఆళ్వారుస్వామికి సాహిత్యం మీద కూడా గొప్ప ఆసక్తి ఏర్పడింది. ఇదే ఆయన సృజనాత్మక రచయితగా యెదగడానికి తోడ్పడింది.

15 రూపాయల జీతం కనీసపు ఖర్చులక్కూడా సరిపోకపోవడంతో గోలకొండ పత్రికలోని ప్రూఫ్‌రీడర్ ఉద్యోగాన్ని వదిలేశాడు. మళ్ళీ కందిబండ గ్రామానికే వెళ్ళిపోయాడు. కందిబండలోని గ్రంథాలయంలో కూర్చొని ఎన్నో గ్రంథాలను చదివాడు. కందుకూరి వీరేశలింగం పంతులు రచించిన పుస్తకాలు ఆయనను గాఢంగా ప్రభావితం చేశాయి. ఈ రోజుల్లోనే ఆయన ఇంగ్లీషు భాషను కూడా నేర్చుకునే ప్రయత్నాన్ని ప్రారంభించాడు. కొద్దిరోజుల్లోనే ఆయనకు ఇంగ్లీషు భాష కూడా పట్టుబడింది.

నారపరాజు కుటుంబం వారు వ్యాపారలావాదేవీలను, ఇతర వ్యవహారాలను చూసుకోవడానికి తరచుగా బెజవాడకు వెళ్తుండేవాళ్ళు. ఎప్పుడు బెజవాడకు వెళ్ళినా 'వెలకమ్' హొటళ్ళలో బసచేసేవాళ్ళు. ఆళ్వారుస్వామి కూడా నారపరాజు కుటుంబంతోబాటు బెజవాడ వెళ్తుండేవాడు 'వెల్‌కమ్' హొటళ్ళలోనే బసచేసేవాడు. ఆరోజుల్లో బెజవాడలో ఉన్న పెద్ద హొటల్ ఇదే. ఆళ్వారుస్వామికి వెల్‌కమ్ హొటల్ వాళ్ళతో బాగా పరిచయం ఏర్పడింది. దాంతో ఆయన ఈ హొటల్లో కొంతకాలం సర్వర్‌గా పనిచేస్తూ బెజవాడలోనే ఉండిపోయాడు.

సర్వర్‌గా పనిచేసినందుకు భోజనం పెట్టి 15 నుండి 20 రూపాయలు వరకు జీతం ఇచ్చేవాళ్ళు. ఇందులోంచి నెలకు 8 రూ. ఇంగ్లీషు నేర్చుకోవడానికి ఖర్చుపెట్టాడు. ఇరవయ్యేళ్ళ వయసులో ఏబిసీడీలు దిద్దడం ప్రారంభించిన ఆళ్వారు స్వామి త్వరలోనే రాయడం నేర్చుకున్నాడు. ఇంకాస్త డబ్బు మిగిలితే ఆ డబ్బులతో ప్రతినెలా పుస్తకాలు, పత్రికలు కొనుక్కొని చదువుతుండేవాడు. ఇలా రెండేళ్ళు బెజవాడలో గడిపిన తర్వాత ఆళ్వార్ మళ్ళీ కందిబండకు చేరుకున్నాడు. నారపరాజు బంధువుల్లోని కొందరు యువకులు హైదరాబాద్‌లోని వివిధ కాలేజీల్లో చదువుకుంటుండే వాళ్ళు. వాళ్ళకు వండిపెట్టే ఉద్దేశ్యంతో ఆళ్వారుస్వామి హైదరాబాద్ చేరాడు. హైదరాబాద్ చేరుకున్నాక మళ్ళీ గోలకొండ పత్రికలో ప్రూఫ్‌రీడర్‌గా చేరాడు. వంటపని చెయ్యడం, ప్రూఫ్‌రీడర్‌గా ఉద్యోగం చెయ్యడం- ఈ రెండు విధుల్ని ఆయన సమర్థవంతంగా నిర్వహించాడు. అలా సంపాదించిన డబ్బుతో ఆయన ఎన్నో పుస్తకాల్ని, పత్రికల్ని కొనుక్కొని చదువుతుండేవాడు.

ఈ రోజుల్లోనే ఆళ్వారుస్వామికి యశోదమ్మతో వివాహం జరిగింది. యశోదమ్మ శ్రీవైష్ణవుల కుటుంబంలో జన్మించింది. చిన్నప్పుడే ఆమె తల్లి చనిపోవడం వల్ల ఆమెను సంతానం లేని చారుకొండ రుక్మిణమ్మ అనే వైశ్య స్త్రీ దత్తత తీసుకుంది. అన్ని విధాలా యశోదమ్మకు తగిన వరుణ్ణి చూసి వివాహం జరిపించాలని చూస్తున్న రుక్మిణమ్మకు ఆళ్వారుస్వామి కనిపించాడు.

బుద్ధిమంతుడు, అందగాడు కూడా అయిన ఆళ్వారుస్వామి యశోదమ్మగారి తాతగార్కి కూడా బాగా నచ్చాడు.

ఆళ్వారుస్వామి, యశోదమ్మల వివాహం 1937లో జరిగింది 'మేడ్‌ఫర్ ఈచ్ అదర్'లా ఉన్న వాళ్ళ జంటను చూసి ఆ పెళ్ళికొచ్చిన వాళ్ళందరూ ఎంతో ముచ్చట పడ్డారు. వాళ్ల వివాహం జరిగినప్పుడు యశోదమ్మ వయస్సు 11 సంవత్సరాలు, ఆళ్వారుస్వామి వయసు 22 సంవత్సరాలు. ఆళ్వారు దంపతులకు నల్గురు కొడుకులు, ఒకమ్మాయి జన్మించినప్పటికీ వీరిలో చివరి వాడైన శ్రీనివాసులు మాత్రమే జీవించి ఉన్నాడు. మిగతావాళ్ళందరూ శిశువులుగా ఉన్నప్పుడే మరణించారు.

ఆళ్వారుస్వామి చిన్నతనంలో బొట్టు, సంధ్యావందనంలాంటి బ్రాహ్మణులు ఆచరించే పనులన్నీ చేసేవాడు. ఆ రోజుల్లో ఆయన జీవనశైలి పూర్తిగా శ్రీవైష్ణవ సంప్రదాయ పద్ధతిలో ఉండేది. కానీ ఆయన కమ్యూనిస్టుపార్టీలో చేరాక వీటన్నింటినీ వదిలేశాడు. అయితే అర్ధాంగి యశోదమ్మకోసం ఆయన కొంత రాజీపడక తప్పలేదు. యశోదమ్మ సత్యనారాయణ వ్రతం చేసుకుంటున్నప్పుడు మీరు నాపక్కన కూర్చోవాలని పట్టుబట్టటంతో ఆళ్వార్‌కు వ్రతం మీద కూర్చోక తప్పలేదు. పెళ్ళయ్యాక కొంతకాలం ఆ దంపతులు నారాయణగూడాలో ఉన్నప్పటికీ ఆ తర్వాతికాలంలో వాళ్ళ మకాంని సికింద్రాబాద్‌లోని మారేడుపల్లికి మార్చి అక్కడే స్థిరపడిపోయారు. ఈ కారణం వల్లనే ఆళ్వారుకు హైదరాబాద్‌తో కంటె సికింద్రాబాద్‌తోటే ఎక్కువ సాన్నిహిత్యం ఉండేది.

వివాహంతో ఆళ్వారుకు ఆర్థిక ఇబ్బందులు తొలగిపోయాయి. అయినప్పటికీ ఆయన చేస్తున్న ప్రూఫ్‌రీడర్ ఉద్యోగాన్ని వదిలెయ్యలేదు. ఆ సంపాదనతో పుస్తకాలు కొని వాటిని చదివి క్షుణ్ణంగా అర్థంచేసుకునేవాడు. సికింద్రాబాద్‌లో పనిచేస్తున్న అనేక ప్రజాహిత సంస్థలతో సన్నిహిత సంబంధాల్ని ఏర్పరచుకొని స్వచ్ఛందంగా ఆ సంస్థలు నిర్వహిస్తున్న కార్యక్రమాల్లో పాల్గొనేవాడు. చాలా త్వరలోనే ఆళ్వారుకు నిస్వార్థపరుడైన కార్యకర్త అన్న గుర్తింపు లభించింది. ఆళ్వారుస్వామికి బాగా నచ్చిన ఉద్యమం గ్రంథాలయోద్యమమే. ఒక ప్రచురణ సంస్థను స్థాపించి, మంచి పుస్తకాలను ప్రచురించి వాటిని ప్రజలచేత చదివించాలన్నదే ఆయన కోరిక. ఈ కోరికే ఆయన జీవితలక్ష్యంగా మారింది.

ఈ లక్ష్యంతోటే ఆయన 1938లో దేశోద్ధారక గ్రంథమాల అనే సంస్థను స్థాపించాడు. దేశోద్ధారకుడుగా పేరుగాంచిన కాశీనాథుని నాగేశ్వరరావు అంటే ఆళ్వారుస్వామికి చాలా అభిమానం. ఈ కారణం చేతనే ఆయన స్థాపించిన ప్రచురణ సంస్థకు దేశోద్ధారక గ్రంథమాల అని పేరుపెట్టాడు. ఈ ప్రచురణ సంస్థ ద్వారా ఎన్నో గ్రంథాలను ఆయన ప్రచురించాడు. ఆయన దేశోద్ధారక గ్రంథమాల ద్వారా ప్రచురించిన మొట్టమొదటి గ్రంథం సురవరం ప్రతాపరెడ్డి రచించిన "హైందవ ధర్మ పోలీలు" కాళోజి "నా గొడవ" వానమామలై వరదాచారి "పోతన

చరిత్రము" మొదలైన గ్రంథాలను కూడా ఈ సంస్థే ప్రచురించింది. 1938 నుండి 1941 వరకు ఈ దేశోద్ధారక గ్రంథమాల తరపున 12 గ్రంథాలను వెలువరించారు. ఈ కాలంలోనే అణా గ్రంథమాల అనే సంస్థకూడా అవతరించింది. దీనిని కె.సి.గుప్తా గారు స్థాపించారు. వీరిద్దరూ కొంతకాలం నిజామాబాద్ జైల్లో కలిసి జీవించారు.

గోలకొండ పత్రికలో పనిచెయ్యడం వల్లనైతేనేమీ, దేశోద్ధారక గ్రంథమాలను స్థాపించడం వల్లనైతేనేమీ ఆళ్వారుస్వామికి అనేకమంది ప్రముఖులతో సాన్నిహిత్యం ఏర్పడింది.

వరంగల్‌లో ఉంటున్న కాళోజీ సోదరులతో ఆయనకు ఆత్మీయమైన సంబంధం ఉండేది. అలాగే వరంగల్ దగ్గర్లోని తాటికాయల గ్రామంలో ఉంటున్న పొట్లపల్లి రామారావుతోనూ, సికింద్రాబాద్‌లోనే ఉంటున్న దాశరథి సోదరులతోనూ ఆయనకు అపూర్వమైన స్నేహసంబంధాలేర్పడ్డాయి. ఇంకా బిరుదురాజు రామరాజు, సి.నారాయణరెడ్డి, సురవరం ప్రతాపరెడ్డి, కోవెల సోదరులు, మాడపాటి హనుమంతరావు, బూర్గుల రామకృష్ణారావు, రావి నారాయణరెడ్డి, బద్దం ఎల్లారెడ్డి, రాజబహదూర్ గౌడ్, కొమరగిరి నారాయణరావులాంటి ఎందరో మహామహులతో ఆయనకు సన్నిహిత సంబంధాలుండేవి. చదలవాడ పిచ్చయ్య, ప్రయాగ, అడవి బాపిరాజులు కూడా ఆయనకు సన్నిహితులే. తర్వాతి తరానికి చెందిన ఇరివెంటి కృష్ణమూర్తి, కేతవరపు రామకోటి శాస్త్రి, కె.కె. రంగనాథాచార్యులు, పెండ్యాల చినరాఘవరావు, గూడూరి సీతారాం, చంద్ర, పల్లాదుర్గయ్యలు కూడా ఆళ్వారు స్వామికి స్నేహితులే.

కాళోజీ సోదరులు ఆళ్వారుస్వామికి స్వయానా అన్నదమ్ముల్లా మెదిలేవాళ్ళు. కాళోజీ 'నాగొడవ'ను మొదటిసారిగా ముద్రణాభారాన్ని మోసి పుస్తకంగా వెలువరించింది ఆళ్వారుస్వామే. ఆళ్వారుస్వామిని గూర్చి కాళోజి "అతడు అజాత శత్రువులాంటివాడు. స్ఫురద్రూపి. అందమైన విగ్రహం. ఎప్పుడూ ముసిముసి నవ్వులతో ముచ్చటగా ఉండేటోడు. అతన్నెవరయినా పరిహాసం చేసినా దాన్ని కూడా ఎంజాయ్ చేసే సెన్సాఫ్ హ్యూమర్ అతనిలో ఉండేది." అన్నాడు.

కవి బలరామాచార్య, బిరుదురాజు రామరాజు, ఆళ్వారుస్వామి – ఈ ముగ్గురూ కలిసి ఫిబ్రవరి 5, 1961నాటి హైదరాబాద్‌లో జరుగుతున్న 'నుమాయిష్' (ఎగ్జిబిషన్) చూడటానికెళ్ళారు. ఎగ్జిబిషన్ అంతా తిరిగి చూసి ఎవరి ఇళ్ళకు వాళ్ళు వెళ్ళారు. ఆరోజు రాత్రే ఆళ్వారుస్వామికి గుండెపోటొచ్చింది. ఆయన హఠాత్తుగా కన్నుమూశారు. దిగ్భ్రాంతికి గురయిన బిరుదురాజు రామరాజు ఆనాటి నుండి ఈ నాటివరకు మళ్ళీ ఎగ్జిబిషన్ చూడటానికి వెళ్ళలేదుట!

ఆంధ్రమహాసభ కార్యక్రమాల్లో ఆళ్వారుస్వామి ఉత్సాహంగా పాల్గొనేవాడు. 1944లో భోనగిరిలో రావినారాయణరెడ్డి అధ్యక్షతన జరిగిన 11వ ఆంధ్ర మహాసభలో ఆళ్వారుస్వామి కోశాధికారిగా ఎన్నికయ్యాడు. ఆ సభను రాజకీయంగా, సైద్ధాంతికంగా దిశానిర్దేశం చేసే తీర్మానాల రూపకల్పనలో ఆళ్వారుస్వామి కృషి చేశాడు.

అనేకమంది రచయితలు తమ గ్రంథాల్ని ఆళ్వారుస్వామికి అంకితమిచ్చారు. ఆయన అంకితం పొందిన గ్రంథాల్లో దాశరథి రచించిన 'అగ్నిధార', వరవరరావు సిద్ధాంత గ్రంథం వట్టికోట ఆళ్వారుస్వామిగారి నవల 'ప్రజలమనిషి-ఒక పరిచయం', దాశరథి రంగాచార్య నవల 'జనపదం', కేతవరపు రామకోటిశాస్త్రి సిద్ధాంత వ్యాసం 'తిక్కన కవితా శిల్పం' మొదలైనవి ముఖ్యమైనవి.

నిజామాబాద్ జైల్లో దాశరథి ఆళ్వారుస్వామి ఒకే గదిలో నిర్బంధించ బడినప్పుడు దాశరథి రచించిన పద్యాలను ఆళ్వారుస్వామి బొగ్గుతో జైలు గోడలమీద రాస్తుండేవాడట. దాశరథి రచించిన ఈ క్రింది ప్రఖ్యాత పద్యాన్ని నిజామాబాద్ జైలుగోడలమీద ఎన్నోసార్లు రాశాడట.

'ఓ నిజాము పిశాచమా! కానరాడు
నిన్ను బోలిన రాజు మాకెన్నడేని
తీగలను తెంపి అగ్నిలో వేసినావు
నా తెలంగాణ కోటి రత్నాల వీణ'

జైలు అధికారులు గోడలమీద రాయబడిన ఈ పద్యాన్ని ఎన్నిసార్లు తుడిచేస్తే మళ్ళీ అన్నిసార్లు ఆళ్వారుస్వామి రాస్తుండేవాడట! అలాగే గుల్బర్గా జైలులో, కాళోజీతోనూ సహచర్యం లభించింది. ఈ విధంగా దాదాపు నాల్గున్నర సంవత్సరాల జైలుజీవితం గడిపారాయన.

ఆళ్వారుస్వామికి అభ్యుదయ రచయితల సంఘంతో (అరసం) ప్రారంభం నుండే సంబంధం ఉండేది. అరసం ప్రథమ మహాసభలు 1943లో తెనాలిలో జరిగినప్పుడు ఆళ్వారుస్వామి ఆ సభల్లో పాల్గొన్నాడు. 1944లో విజయవాడలో అరసం ద్వితీయ మహాసభలు జరిగినప్పుడు కార్యవర్గ సభ్యుడుగా ఎన్నికయ్యాడు.

పుస్తకాలను ప్రచురించడంతోటే ఆగిపోకుండా ఊరూరు తిరిగి ఆ పుస్తకాలను అమ్ముతుండేవాడు. గ్రంథాలయాల ద్వారా ఆపుస్తకాలను అనేకమంది పాఠకులు చదివేలా చేసేవాడు.

1938లో హైదరాబాద్ సంస్థానంలో స్థాపించబడిన కాంగ్రెస్‌పార్టీలో ఆళ్వారు సభ్యుడుగా చేరాడు. మహాత్మాగాంధీగారంటే ఆయనకు ఎనలేని అభిమానం ఉండేది. గాంధీలాగే అత్యంత నిరాడంబరమైన జీవితం గడపాలని నిర్ణయించుకున్నాడు. అయితే ఆయన 1944లో కమ్యూనిస్టుపార్టీలో చేరాడు. ప్రముఖ కమ్యూనిస్టు నాయకులు రావినారాయణరెడ్డి, బద్దం ఎల్లారెడ్డిలతో ఆయనకు సాన్నిహిత్యం ఏర్పడింది. 1946లో హైదరాబాద్ ప్రధానిగా మీర్జా ఇస్మాయిల్ ఉన్నప్పుడు బాధ్యతాయుత ప్రభుత్వాన్ని డిమాండ్ చేస్తూ ప్రజా ఉద్యమం చెలరేగింది. ఈ ఉద్యమాన్ని ముందుండి నడిపించిన ఆళ్వారుస్వామిని నిజాం ప్రభుత్వం అరెస్టు చేసింది. ఆళ్వారుస్వామిని సంగారెడ్డి, గుల్బర్గా, హైదరాబాద్, వరంగల్లు, నిజామాబాద్ జైళ్ళల్లో డిటెన్యూగా నిర్బంధించారు.

1951లో జైలు నుండి విడుదలయ్యాక ఆళ్వారుస్వామి కమ్యూనిస్టు పార్టీకి రాజీనామా చేశాడు. "పుస్తకాలు రాసుకోవడం, ప్రచురించడం, అమ్ముకోవడం చేసే నాకు రాజకీయాలతో ఏమి సంబంధం" అన్నాడని దాశరథి రంగాచార్య రాశాడు.

1946లో, రెండో ప్రపంచయుద్ధం తర్వాత ఆళ్వారుస్వామి రిక్షాకార్మికుల ఉద్యమంలో పాల్గొన్నాడు యుద్ధం ముగిసిన వెంటనే నిజాం ప్రభుత్వం 1946 ఏప్రిల్ నెలనుండి ఆరునెలలలోపు రిక్షాలు రద్దుచెయ్యబడతాయని ప్రకటించింది. ఇలా హఠాత్తుగా రిక్షా కార్మికులను రోడ్డున పడెయ్యటం అన్యాయమని భావించిన ఆళ్వారుస్వామి రిక్షాకార్మికుల పక్షాన చేరి పెద్ద ఉద్యమం లేవదీశాడు. రిక్షా కార్మికులను ఆదుకున్నాడు.

1946లో కడివెండిలో 60 ఊర్లదొర విస్నూరు రామచంద్రారెడ్డి పంపించిన గూండాలు ఆంధ్రమహాసభ కార్యకర్త దొడ్డి కొమురయ్యను హత్యచేశారు. ఈ హత్యకు సంబంధించిన నిజానిజాలను తెలుసుకోవడానికి, ఏర్పాటు చెయ్యబడిన నిజనిర్ధారణ సంఘంలో ఆళ్వారుస్వామి సభ్యుడుగా నియమించబడ్డాడు. ఆళ్వారుస్వామి కడివెండికి వెళ్ళి దొడ్డి కొమురయ్య హత్యకు సంబంధించిన సమాచారాన్నంతా సేకరించి 'మీజాన్' పత్రిక ద్వారా తెలంగాణ ప్రజలకు తెలియజేశాడు. ఆరోజుల్లో ప్రఖ్యాత రచయిత అడివి బాపిరాజు సంపాదకత్వంలో 'మీజాన్' అనే తెలుగు దినపత్రిక హైదరాబాద్ నుండి వెలువడుతుండేది.

రచయితగా ఆళ్వారుస్వామి

బాల్యం నుండే ఆళ్వారుస్వామికి సమాజంలోని వివిధ వర్గాలను పరిశీలించే మనస్తత్త్వం, తనను తాను పరిశీలించుకునే మనస్తత్త్వం యేర్పడ్డాయి. ఆ పరిశీలన ద్వారా తెలుసుకున్న విషయాలను పదిమందితో పంచుకోవాలనే తపన కూడా ఆయనలో ఉండేది. ఎక్కడ ఒక మంచి పుస్తకం కనిపిస్తే దాన్ని వెంటనే చదివి దాన్లోని సారాన్ని జీర్ణించుకునే నేర్పు కూడా ఆయనకు అలవడింది. ఈ అంశాలే ఆయననొక సృజనాత్మక రచయితగా మలచాయి. ముఖ్యంగా తను పుట్టి పెరిగిన తెలంగాణ ప్రాంతపు భాషనూ, ఆ భాషా నుడికారాన్ని, ఇక్కడి ప్రజల ఆచార వ్యవహారాలను, ఇక్కడి ప్రజలకు జరుగుతున్న అన్యాయాలను నవలలుగా, కథలుగా మలచాలనే అభినివేశం కూడా ఆయనను ఆవహించింది.

ఆళ్వారుస్వామి రెండు నవలలు రాశాడు. మొదటిది 'ప్రజల మనిషి' స్వాతంత్ర్యం తర్వాత తెలంగాణ నుండి వెలువడిన మొట్టమొదటి నవల ఇదే. రెండవది 'గంగు'. 'గంగు' అసంపూర్ణ నవల. ఈ నవలను పూర్తిచెయ్యకుండానే ఆళ్వారుస్వామి తన 46వ ఏట 1961లో ఆకస్మాత్తుగా కన్నుమూశాడు.

1930లో ఆంధ్రమహాసభ ఆవిర్భావం నుండి తెలంగాణ రైతాంగ సాయుధ పోరాటం వరకు - అంటే 1951 వరకు తెలంగాణాలో సంభవించిన అనేక సంఘటనలనూ,

పరిణామాలనూ చిత్రిస్తూ మూడు నవలలు రాయాలని ఆయన ప్రణాళిక వేసుకున్నాడు. 1930 నుండి 1938 వరకు – అంటే హైదరాబాద్ సంస్థానంలో ఇండియన్ నేషనల్ కాంగ్రెస్ ఆవిర్భావం వరకు జరిగిన పరిణామాలను చిత్రిస్తూ ఆయన రచించిన మొదటి నవల 'ప్రజల మనిషి' 1938 నుండి 1948 వరకు అంటే తెలంగాణ రైతాంగ సాయుధపోరాటం వరకు జరిగిన సంఘటనల్ని చిత్రిస్తూ రెండో నవలను రాయాలని 'గంగు' నవలను మొదలుపెట్టాడు. 1948 నుండి 1951 వరకు జరిగిన పరిణామాలను చిత్రస్తూ మూడో నవలను రాయాలనుకున్నాడు. కానీ 'మృత్యువు' ఆయన ఈ ప్రణాళికను భగ్నం చేసింది. రెండో నవల 'గంగు' రాస్తుండగానే ఆయన హఠాత్తుగా గుండెపోటు రావడంతో మరణించాడు.

'ప్రజలమనిషి' ఆళ్వారుస్వామి ఆత్మకథాత్మక నవల. రచయిత తన జీవితాన్నే కొన్ని మార్పులు చేర్పులతో, కొంత కల్పనను కూడా జోడించి రాసే నవలల్ని ఆత్మకథాత్మక నవలలంటారు. ఆళ్వారుస్వామి జీవితమే 'ప్రజల మనిషి' నవలగా రూపుదాల్చిందని ఆయన జీవితాన్ని, ఈ నవలనూ పరిశీలిస్తే మనకర్థమవుతుంది. 'ప్రజలమనిషి' నవలలోని నాయకుడు కంఠీరవం, ఆళ్వారుస్వామినే మనం కంఠీరవంలో చూస్తాం. నవలలోని కంఠీరవం ఎలా సామాజిక చైతన్యంతో ప్రజల మనిషిగా మారాడో వాస్తవజీవితంలో ఆళ్వారుస్వామి కూడా ఆ సామాజిక చైతన్యంతోనే, 'ప్రజల మనిషి'గా మారాడు. మళ్ళీ 'గంగు' నవలలోని నవనీతం పాత్రలో కూడా ఆళ్వారుస్వామి కనిపిస్తాడు.

"కాబట్టి ఈ రెండు నవలలు కూడా ఆత్మకథాత్మక నవలలే. ఈ ఆత్మకథ ఒక వ్యక్తిదికాదు. ఒక సమాజపరిణామంలో సమష్టిలో ఒకరిదిగా పోల్చుకోగల్గిన అనేకమంది అంటాడు" వరవరరావు.

'ప్రజల మనిషి'కి ముందు తెలంగాణా ప్రాంతం నుండి కొన్ని చారిత్రక నవలలు వెలువడినప్పటికీ వాటి ప్రభావం ఇక్కడి నవలాకారుల మీద ఏమీలేదనే చెప్పాలి. కాబట్టి సమకాలీన తెలంగాణ ప్రజల జీవితాల్ని అత్యంత వాస్తవికంగా చిత్రించిన తెలంగాణ ప్రాంతం నుండి వెలువడిన మొట్టమొదటి నవల 'ప్రజల మనిషే'నని చెప్పాలి. ఈ నవల ప్రభావంతోటే దాశరథి రంగాచార్య 'చిల్లర దేవుళ్ళు' 'మోదుగు పూలు', 'జనపదం'లాంటి నవలల్ని రచించారు. తెలంగాణ తొలి నవలాకారుడు ఆళ్వారుస్వామి. తెలంగాణ తొలినవల 'ప్రజల మనిషి' అంటారు దాశరథి రంగాచార్య.

'ప్రజల మనిషి' నవలలో 1930లకు పూర్వం తెలంగాణాలోని సామాజిక పరిస్థితులను రచయిత కళ్ళకుకట్టినట్టుగా చిత్రించారు. ఆ రోజుల్లో గ్రామాలలో నివసిస్తున్న పేదప్రజలమీద దొరలపెత్తనం ఎలా ఉండేదో నవల ప్రారంభంలోనే కోటయ్య అనే సన్నకారు రైతు తన పాలిచ్చే ఆవును దొర కూతురు పెళ్ళి జరుగుతున్న సందర్భంగా అరణంగా పంపించే సంఘటన ద్వారా తెలియజేస్తాడు.

'ప్రజల మనిషి' నవలకు కథాకేంద్రం నిజామాబాద్ జిల్లాలోని 'దిమ్మగూడెం' అనే గ్రామం. 'దిమ్మగూడెం' లోని దొర రామభూపాలరావు కూతురు పెళ్ళి జరుగుతున్నది. దొరగారింట్లో పెళ్ళంటే ఊరు ఊరంతా దొరగారింట్లో చేరి ఎలాంటి ప్రతిఫలాన్ని ఆశించకుండా పెళ్ళిపనులు చెయ్యాల్సిందే. యే కులంవారు యే పనిచెయ్యాలో కూడా నిర్ణయమైపోతుండేవి.

కోటయ్య అనే ఓ చిన్నరైతుకు బాగా పాలిచ్చే ఓ ఆవు ఉంది. ఆ ఆవుమీద దొరగారి కన్నుపడింది. కూతురికి అరణంగా ఆ ఆవును పంపించాలనుకున్నాడు. అంతే! వెంటనే కోటయ్యకు కబురు చేశాడు. నీ ఆవును తెచ్చి మాగడీలో అప్పగించమన్నాడు. దొరమాటను ఎవరూ జవదాటటానికి వీలులేదు. కోటయ్య ఆవును దొరగారికిస్తున్నానని కోటయ్య తన కొడుకు కొమురయ్యకు చెప్పాడు.

కొమురయ్య యువకుడు. ఉడుకురక్తం మీదున్నాడు. ఆ ఊరి సంప్రదాయాలు, ఆ ఊరిమీద దొరగారికున్న పెత్తనం కొమరయ్యకింకా అర్థంకాలేదు. అందుకే తమ ఆవును దొరగారికివ్వడం 'కొమురయ్యకు' చాలా అన్యాయంగా కనిపించింది.

"ఇయ్యాల దొర అల్లుడొస్తున్నాడట. రేపు అల్లుడిని, బిడ్డను సాగనంపుతారు. వాండ్లతో మన ఆవు కూడా పోతది. బిడ్డకు ఇస్తాడట మన ఆవును" అంటూ కోటయ్య ఆనగపు తీగెలకున్న పిందెలను కొడుక్కు చూపాడు.

"ఆ పిందెలు తెంపి మిరప తోట్లో ఇన్ని మిరపకాయలు తెంపుతుండు. బిరాన దొరకు పంపాలె. పొద్దెక్కుతున్నది" అంటూ కోటయ్య వంగతోట వైపు వెళ్ళాడు. కొమురయ్యకు గాయం మీద కారం చల్లినట్లయ్యింది. "మా అయ్యకు పిచ్చి లేసినట్టుంది. అన్నీ దొరకే కావాల్నట" అన్నట్లు వింతగా తండ్రిని కొద్దిసేపు చూచాడు. ఇలా 'ప్రజలమనిషి' నవల కోటయ్య అన్న రైతు తన ఆవును బలవంతంగా దొరగారింటికి పంపించడం అనే సంఘటనతో ప్రారంభమౌతుంది.

కొమురయ్యకు కంఠీరవం అనే స్నేహితుడున్నాడు. తమ ఆవును దొర ఇంటికి పంపించాలన్న వార్త తెలిసిన కొద్ది సేపట్లోనే కొమురయ్యకు కంఠీరవం తమ చెలకదగ్గర కనిపిస్తాడు. కంఠీరవం, కొమురయ్య ఒకే స్కూళ్ళో చదివారు. కొంత కాలం తర్వాత కొమురయ్యను వాళ్ళ నాయన చదువుమానిపించి వ్యవసాయంలో పెట్టాడు. కంఠీరవం మాత్రం రోజూ బడికి వెళ్ళి చదువుకుంటూనే ఉన్నాడు. ఆరోజు కంఠీరవం స్కూలుకు వెళ్ళకుండా అడవికొచ్చి మోదుగాకులు తెంపుతూ కనిపించడం కొమురయ్యను ఆశ్చర్యంలో ముంచేసింది. అందుకే కంఠీరవాన్ని చూడగానే కొమురయ్య –

"ఓ నువ్వా? ఎన్నడూ లేంది ఇవ్వాళ్ళ ఇదేం పని. ఇయ్యాల బడికిపోలే? పంతులు నిన్ను వదిలిండా?" అని అడిగాడు.

ఆ సిల్లవాడు (కంఠీరవం) నిరుత్తరుడై దిగులుపడి కొమురయ్యను చూస్తున్నాడు.

'ఆకులు తెంపుత' అంటూ గైకత్తితో కొమురయ్య మండలు కోయసాగాడు.

ఆపిల్లవాడు (కంఠీరవం) ఉబికి వస్తున్న దుఃఖాన్ని ఆపుకోలేక బావురుమని ఏడ్చాడు. కొమురయ్య దిగాలుపడి గైకత్తి కింద పడేసి ఆదరంతో "ఎందుకు ఏడుస్తున్నావు?" అని అడిగాడు.

"మా అమ్మ నన్ను బళ్ళోంచి బలవంతంగా తీసుకొచ్చి ఇక్కడకు పంపింది" గద్గదస్వరంతో అన్నాడు ఆ పిల్లవాడు (కంఠీరవం)

కంఠీరవాన్ని బళ్ళోంచి బలవంతంగా రప్పించిన వాళ్ళమ్మ అతన్ని మోదుగాకులు తెమ్మని అడవికి ఎందుకు పంపించింది?

దొరగారింట్లో పెళ్ళి జరుగుతున్నది. పెళ్ళికొస్తున్న బంధువులకు భోజనాలు వడ్డించటానికి విస్తళ్ళు కావాలి. కంఠీరవం వాళ్ళు వైష్ణవులు. ఊర్లోని వైష్ణవ కుటుంబాల వాళ్ళందరూ దొరగారింట్లో పెళ్ళి జరుగుతున్నప్పుడు వందలకొద్ది విస్తళ్ళు కుట్టి పంపించాలి. అందుకే కంఠీరవాన్ని వాళ్ళమ్మ బడిమానిపించి మోదుగాకులు తెమ్మని అడవికి పంపింది.

ఇలా ఊర్లోని ప్రతికులంవారికి వారి వృత్తికి సంబంధించిన ఒక పనిని దొరగారికి ఉచితంగా చేసిపెట్టాలనే నిబంధనను దొరలు నెలకొల్పారు. రైతులు పాలిచ్చే ఆవులనూ, కూరగాయలను పంపించాలి. వైష్ణవులు విస్తళ్ళు కుట్టి పంపించాలి. వైశ్యులు సామాన్ల గదిని నిర్వహించి తిండి పదార్థాలను అందించాలి. కుమ్మరివాళ్ళు కుండలు తెచ్చిచ్చి వంటలు చేసి పెట్టాలి. చాకలివాళ్ళు వాకిళ్ళూడ్చి, అంట్లు తోమి బట్టలుతకాలి. మంగలివాళ్ళు పెళ్ళికొచ్చిన బంధువులందరికీ క్షవరాలు చేసి, శరీరాల్ని మాలిష్ చేసి రాత్రిపూట పెళ్ళి ఊరేగింపులో దివిటీలు పెట్టాలి. ఇలా దొరంటే ఊరికి చక్రవర్తిలా ఉండేవాడు. అతడేదంటే అదే చట్టం. ఇలాంటి దోపిడీకి వ్యతిరేకంగా కంఠీరవం, కొమురయ్యలాంటి యువకులు అనేక ప్రజా ఉద్యమాల్ని ఎలా నిర్మించారో "ప్రజలమనిషి" అత్యంత వాస్తవికంగా చిత్రించింది.

'ప్రజల మనిషి' నవల 1952 లో వెలువడింది. 'ప్రజల మనిషి' నవలను చాలా భయంతో బయటకు తెస్తున్నాను' అన్నాడు ఆళ్వారుస్వామి. భయంతో అనడానికి కారణం ముదిగంటి సుజాతాదేవి అన్నట్టు "ఆయన వినయం కావొచ్చు. లేదా తెలంగాణాలో కావలసినంత సాహిత్యవాతావరణం లేకపోవడం వల్ల కావచ్చు... లేదా ఆళ్వారుస్వామి అంతగా చదువుకోక పోవడంతో నవలాశిల్పంలో తన నవల ఎక్కడ నిలుస్తుందో తెలియని పరిస్థితి కావచ్చు.

తెలంగాణ విమోచన పోరాటం కేవలం నిజాం పాలన నుండి విముక్తి కోరుతూ జరిగిన పోరాటమే కాదు. దొరల దౌర్జన్యాలకు వ్యతిరేకంగా భూస్వామ్య వ్యవస్థ నుండి విమోచనాన్ని కోరుతూ ప్రజలు చేసిన వీరోచిత పోరాటం కూడా. నిజాం పాలన నుండి విముక్తి కోరుతూ కాంగ్రెస్ పార్టీ పోరాటం సాగిస్తే నిజాంతోబాటు దొరల నుండి విముక్తి కోరుతూ కమ్యూనిస్టుపార్టీ పోరాటం సాగించింది. ఇక కులమత వ్యవస్థలనుంచి విముక్తి ఆశిస్తూ ఆర్య సమాజం ఉద్యమం

సాగించింది. మూడు పాయలుగా సాగిన ఈ పోరాట ఆవిర్భాలను ప్రజలమనిషి నవల చిత్రించింది.

'ప్రజలమనిషి' నవల ఇతివృత్తానికి నిజామాబాద్ జిల్లాలోని 'దిమ్మగూడెం' అనే గ్రామం కేంద్రబిందువు. నిజానికి ఆళ్వారుస్వామి నివసించిన ప్రాంతం నల్గొండ జిల్లాలోని సూర్యాపేట ప్రాంతం. అందువల్లనే పాత్రల సంభాషణల్లో సూర్యాపేట ప్రాంతమే ధ్వనిస్తుంది.

దిమ్మగూడెం దొర రామభూపాలరావు. భూస్వామ్య వ్యవస్థకు ప్రతినిధి. కూతురు వివాహాన్ని తన హోదాకు తగ్గట్టుగా అత్యంత ఆడంబరంగా జరిపిస్తాడు. ఆ పెళ్ళికి కావలసిన సామాన్లు తిండిపదార్థాలు, అలంకరణలు మొదలైన వాటినన్నింటినీ ఊరివాళ్ళనుండే రాబడ్తాడు. కూరగాయలు, పాలు, వెన్న, బల్లెపీటలు, మంచాలు మొదలైన వాటినన్నింటినీ ప్రజలే సరఫరా చెయ్యాలి. బంధువుల కచ్చరపు బండ్లకు కట్టిన ఎడ్లకు, ఎక్కివచ్చిన గుర్రాలకు కావలసిన మేతను ప్రజలే సమకూర్చాలి. ఇలా దొర కూతురి పెళ్ళికి ఊరంతా దోపిడీకి గురయ్యింది. దొరగారి కూతురి పెళ్ళిని గురించి వట్టికోట ఆళ్వారు స్వామి 'ప్రజలమనిషి'లో ఎలా వర్ణించాడో చూడండి:

"పెండ్లి ఆడంబరం, అట్టహాసంతో ఊరి ప్రజలంతా ఉబ్బితబ్బిబ్బై పోయారు. పనిపాటల వాండ్లకల ఊపిరి మెసలకుండా అయిపోయింది. పెండ్లి అయిదు రోజులకు కావలసిన కూరగాయలను అందించే బాధ్యత రైతులకు ఒప్పచెప్పబడింది. ప్రజలు తమ ఇండ్లలోని పాల నుండి వెన్నను భద్రపరచి నెయ్యి సిద్ధం చేయించి వీలున్న ప్రతిచోటా మంచి నెయ్యి సేకరించి అందించే బాధ్యత, పెండ్లిరోజుల్లో సామానుగది నిర్వహించి తిను పదార్థాలను అందించే బాధ్యత గ్రామ వైశ్యుల నెత్తిన బడ్డది. గ్రామంలో ఉన్న బల్లెపీటలు మంచాలు అతిథుల అవసరాలకై ప్రత్యేకించబడ్డవి. అతిథుల పశువులకు మేత కొరత రాకుండా చూసే బాధ్యత కొందరు రైతులకు అప్పగించబడ్డది. వీథుల పరిశుభ్రత, గుర్రాలను అరుచుకొనే భారం బేగారివాండ్లపై బడ్డది. ముఖ్యంగా ఆ పెండ్లి దిగ్విజయంగా జరిగి, రామ భూపాల్‌రావు ఘనతకు ఎలాటి లోటు రాకుండా చూచే బాధ్యత గ్రామ ప్రజల కర్తవ్యంగా నిర్ణయించబడ్డది. ఆ పెండ్లిని గురించి, అందుకై చేస్తున్న సన్నాహాలను గురించి, జరుగబోయే వినోదాలను గురించి, చుట్టుపట్ల పది గ్రామాల వరకు ప్రజలు వింతగా చెప్పుకున్నారు".

దొర కూతురు వివాహసమయంలో పట్నంనుండొచ్చిన మోహనాచారితో బాటు సహపంక్తిలో కూర్చొని భోజనం చెయ్యడానికి కంఠీరవం తండ్రి రఘునాథా చార్యులు నిరాకరిస్తాడు. దాంతో దొర ఆగ్రహించి రఘునాథాచార్యులకిచ్చిన భూమిని తీసేసుకుంటాడు.

"మేమిచ్చిన భూమిమీద ఇకమీదట మీకేమీ జోక్యం ఉండబోదు. ఆ విషయం చెబుదామనే పిలిపించింది. ఇక వెళ్ళవచ్చు" అంటాడు దొర.

"సరే! మీచిత్తం. ఇచ్చింది మీరే. తీసుకుంటున్నది నీగే. ధర్మదృష్టితో మీనాయనగారు ఇచ్చారు. ధర్మనిర్వహణ కారణంగానే మీరు ఆ భూమిని తీసుకుంటున్నారు. కాల వైపరీత్యం

మంచిది. ఏదైనా పెరుమాండ్ల కృపే" అంటాడు రఘునాథాచార్యులు. ఆనాటి నుండి రఘునాథాచార్యులు నిరాశ్రయుడైనాడు. కంఠీరవం బాల్యంలో జరిగిన ఈ సంఘటన కంఠీరవం భావి జీవితాన్ని చాలా ప్రభావితం చేస్తుంది.

కొమురయ్య తండ్రి కోటయ్య చనిపోయాక కొమురయ్య నొకరోజు రామభూపాల్‌రావు దొర తనింటికి పిలిపిస్తాడు. కొమురయ్య కుటుంబం ఎంతోకాలంగా సాగుచేసుకొని బతుకుతున్న భూమిని వదిలేయాలంటాడు. ఆ భూమిని వేరేవాండ్లకు కౌలుకిస్తున్నానంటాడు. వేరేవాండ్లకు కౌలుకివ్వడానికి మీరెవ్వరు? అది మీ భూమి కాదు కదా– ఆ భూమి ఎవరో బామ్మనోళ్ళదట కదా' అంటాడు కొమురయ్య.

"నీకేం మతిపోయిందా? ఆ భూమి నాది. ఆ బ్రాహ్మడు నాకెప్పుడో అమ్మిండు. నాకిష్టమొచ్చిన వారికి కౌలుకిచ్చుకుంటా. సొంత సేద్యం చేసుకుంటా. ఏమిటి నీ బలవంతం?" అంటాడు దొర రామభూపాల్‌రావు. "జాడ జవాబులేని బాపనాయన మీకు భూమి ఎక్కడ్నించి అమ్మేనండి. మానోట్లో మట్టి కొట్టటానికి కాకపోతే" అంటాడు కొమురయ్య.

కొమురయ్య ఆమాట అన్నందుకు దొర కొరడాతో కొమురయ్యను దెబ్బమీద దెబ్బ శివమెత్తినవాని వలె కొడ్తాడు. ఆ తర్వాత తన మనుష్యులను పిలిపించి కొమురయ్యను గడీలో ఉన్న గుంజకు తాళ్ళతో కట్టేస్తారు. తర్వాత దౌర్జన్యంగా కొమురయ్య సాగుచేసుకుంటున్న భూమిని దొర ఆక్రమించుకుంటాడు. కొమురయ్య తల్లి అన్నమ్మ దొర దౌర్జన్యాన్ని ఎదిరించే ప్రయత్నం చేస్తుంది.

ఇన్ని దోపిడీలు, దౌర్జన్యాలు చేసినా దొరను అడిగేవాళ్ళు లేరు. కాపు కులస్థుడైన కొమురయ్యను గడీలో గుంజకు కట్టేసి కొట్టించడంతో గ్రామంలోని కాపుకులస్థు లందరూ రామభూపాల్‌రావు దొరమీద లోలోపల ఆగ్రహోదగ్రులౌతారు.

ఇన్ని దౌర్జన్యాలు చేస్తూ, గ్రామస్థుల శ్రమనంతా దోచుకుంటున్న రామభూపాల్‌రావు దగ్గర పెద్దగా డబ్బుండేది కాదని రచయిత సూచిస్తాడు. అతని అధీనంలో వేలకొద్దీ ఎకరాల భూమి ఉన్నప్పటికీ ఆ భూమికి నీటి వసతి లేదు. వర్షాలు బాగా కురిస్తేనే, కాకతీయుల కాలంనాడు నిర్మించబడిన చెరువులు నిండితేనే వరిలాంటి పంటలు పండేవి. లేకపోతే సజ్జలు, జొన్నలు మాత్రమే పండేవి. వ్యాపారపంటల్ని అసలు పండించేవాళ్ళేకాదు. ఆనాటి తెలంగాణాలోని రైతులందరూ ఎదురుకున్న ప్రధాన సమస్య ఇదే - భూములకు నీటి వసతి లేకపోవడం - దొర ప్రజల్ని దోచుకొని కూతురు పెళ్ళిని ఎంతో ఆడంబరంగా జరిపించినప్పటికీ అల్లుడికి ఇస్తానన్న కట్నం మాత్రం ఇవ్వలేకపోతాడు. అల్లుడు మొదటిసారి వచ్చినప్పుడు ఇస్తానన్న కట్నం ఇవ్వలేదని అడిగినప్పుడు 'మాకు భూములు ఉండగానే, అయిపోయింది... వర్షాలు కురవాలి. పంటలు పండాలిగదా' అంటాడు రామభూపాలరావు.

కష్టకాలంలో దొరలు కూడా కోమట్ల దగ్గర అప్పులు చేసేవారని రామభూపాల్ రావు దొర ఆ ఊరి వైశ్యుడు శరభయ్య దగ్గర చేసిన అప్పు ద్వారా తెలుస్తుంది.

దిమ్మగూడెం నుండి నిజామాబాద్ చేరుకున్న కంఠీరవం అనేక ప్రజాహిత కార్యక్రమాల్లో నిమగ్నుడైతాడు. ఆరోజుల్లో గ్రంథాలయోద్యమం తెలంగాణాలో విస్తృతంగా సాగింది. 1901లో కొమర్రాజు లక్ష్మణరావు, రావి రంగారావు, మునగాల రాజా కలిసి హైదరాబాద్‌లో శ్రీ కృష్ణదేవరాయాంధ్ర భాషానిలయాన్ని స్థాపించారు. గ్రంథాలయోద్యమానికి ఇదే ప్రారంభం- ఆతర్వాత అనేక చోట్ల గ్రంథాలయాల్ని స్థాపించారు. 'ప్రజలమనిషి' నవలలో కంఠీరవం నిజామాబాద్‌లో గ్రంథాలయాన్ని ఈ ఒరవడిలోనే ఎలా స్థాపించాడో రచయిత చిత్రించాడు.

ఆళ్వారుస్వామిలాగానే కంఠీరవానికి కూడా గ్రంథాలయాలంటే చాలా ఇష్టం. కంఠీరవానికి పుస్తకాలు చదివి విజ్ఞానాన్ని పొందాలన్న తపన అమితంగా ఉంది. గొప్పవాళ్ళ జీవితచరిత్రలు చదివి వాళ్ళ నుండి స్ఫూర్తి పొందేవాడు. మహాత్మాగాంధీ జీవిత చరిత్ర "మై ఎక్స్పరిమెంట్స్ విత్ ట్రూత్" అన్న పుస్తకం ఆయనకెంతో నచ్చింది.

1921లో ఆంధ్రజన సంఘం అనే సంస్థ హైదరాబాద్ నగరంలో ఏర్పడింది. తెలుగుభాషనూ, తెలుగుసాహిత్యాన్ని పునరుద్ధరించాలన్న లక్ష్యంతో ఈ సంస్థను స్థాపించారు. టేకుమాల రంగారావు, మాడపాటి హనుమంతరావు, మిట్లా లక్ష్మీనర్సయ్య, ఆదిరాజు వీరభద్రరావు, నడింపల్లి జానకిరామయ్య, బూర్గుల రామకృష్ణారావు, మందుముల నర్సింగరావు, బోయినపల్లి వెంకటరామారావు. కొమ్మవరపు సుబ్బారావు, బూర్గుల నరసింహారావు, డా.పందిటి రామస్వామి నాయుడు మొదలైన 11మంది ప్రముఖులు ట్రూపుబజారులోని టేకుమాల రంగారావింట్లో సమావేశమై 'ఆంధ్రజనసంఘం' అనే ఈ సంస్థను స్థాపించాలన్న చరిత్రాత్మక నిర్ణయం తీసుకున్నారు.

ఈ ఆంధ్ర జనసంఘం అనే సంస్థను స్థాపించడానికి కారణమైన ఒక సంఘటనను గూర్చి కూడా మనం తెలుసుకోవాలి.

1921 నవంబర్ 11,12 తేదీల్లో హైదరాబాద్ నగరంలో సంఘసంస్కార సభ మహిళా విశ్వవిద్యాలయ స్థాపకుడు కార్వే పండితుని అధ్యక్షతన జరిగింది. కార్వే పండితుని అధ్యక్షోపన్యాసం మరాఠీలోనూ, ఇంగ్లీషులోనూ రెండు భాషల్లో ఆ తర్వాత వక్తలందరూ మరాఠీ, ఉర్దూ, ఇంగ్లీష భాషల్లో మాట్లాడారు. ఆ సభలో ఉన్న సుప్రసిద్ధ న్యాయవాది శ్రీ ఆలంపల్లి వెంకటరామారావు ఒక తీర్మానం పై తెలుగులో మాట్లాడటం మొదలెట్టగానే సభలో ఉన్న వాళ్ళంతా అరచి గోలచేసి ఆయనను మాట్లాడకుండా చేశారు. తెలుగు కూడా ఒక భాషేనా అన్నట్టుగా ప్రవర్తించారు. 'తెలంగీ బేడంగీ' అంటూ తెలుగు భాషను అవమాన పరచారు. ఈ సంఘటనను మాతృభాషకు జరిగిన అవమానంగా భావించి సభలో ఉన్న తెలుగువారంతా సభాకార్యక్రమాలు పూర్తి కాకముందే నిరసన తెలుపుతూ బయటకు వచ్చేశారు. అదే రోజు రాత్రి పైన పేర్కొన్న ప్రముఖులంతా తెలుగుభాషను రక్షించుకోడానికి టేకుమాల రంగారావుగారింట్లో సమావేశమై 'ఆంధ్రజనసంఘం'

అనే సంస్థను స్థాపించారు. తెలుగుభాషా వైభవాన్ని పునరుద్ధరించటం కోసం జరిగిన మొట్టమొదటి ప్రయత్నమే ఈ ఆంధ్రజనసంఘ స్థాపన.

1930లో ఈ ఆంధ్ర జనసంఘమే ఇంకా విశాలమై ఆంధ్రమహాసభగా పరిణామం చెందింది. మెదక్‌జిల్లా జోగిపేటలో మొదటి ఆంధ్ర మహాసభ సమావేశం సురవరం ప్రతాపరెడ్డి అధ్యక్షతన జరిగింది.

తెలంగాణా ప్రజల్లో ఆంధ్రమహాసభ గొప్ప చైతన్యాన్ని ఉద్దీపింపజేసింది. పన్నెండుసార్లు పన్నెండుచోట్ల ఈ ఆంధ్ర మహాసభలు పెద్దఎత్తున జరిగాయి. 11వ ఆంధ్ర మహాసభ జరిగే నాటికి ఈ మహాసభ స్వరూపం పూర్తిగా మారిపోయింది. ఆంధ్ర మహాసభ నిర్వాహకుల్లో అతివాదులు, మితవాదులు అని రెండు వర్గాలుండేవి. 11వ ఆంధ్ర మహాసభ నాటికి ఈ సంస్థ పూర్తిగా అతివాదుల చేతుల్లోకెళ్ళింది. నిరంతర పోరాటం ద్వారానే దొరల దౌర్జన్యాలనూ, నిజాంరాజు నిరంకుశత్వాన్ని ఎదురుకోవాలని అతివాదులు వాదించేవారు. 11వ ఆంధ్ర మహాసభ భోనగిరిలో 1944లో రావినారాయణరెడ్డి అధ్యక్షతన జరిగింది. రావినారాయణరెడ్డి కమ్యూనిస్టు నాయకుడు. 11వ ఆంధ్ర మహాసభ కమ్యూనిస్టుల నాయకత్వంలో జరగటంతో ప్రజల్లో నూతనోత్సాహం పెల్లుబికింది. ఆంధ్ర మహాసభను ప్రజలు 'సంగం' అని పిలువసాగారు. అనేకమంది ప్రజలు సంగంలో సభ్యత్వం తీసుకోవడం మొదలెట్టారు.

1930లో ఏర్పడిన ఆంధ్ర మహాసభ ప్రస్తావన 'ప్రజల మనిషి' నవలలో ఉంది. కంఠీరవం గ్రంథాలయోద్యమంలో పనిచేస్తూనే ఆంధ్ర మహాసభలో కూడా సభ్యత్వాన్ని తీసుకుంటాడు. ఆంధ్రమహాసభ కార్యకలాపాల్లో చురుగ్గా పాల్గొంటాడు.

దిమ్మగూడెం చెరువు హర్రాజు సమయంలో గ్రామ ప్రజలందరూ దొర రామభూపాల్‌రావుకు వ్యతిరేకంగా ఐక్యమై తామే చెరువును హర్రాజు పాడి తీసుకోవాలనుకుంటారు. కానీ హర్రాజును రహస్యంగా జరిపించి దొర చెరువును తన వశం చేసుకుంటాడు. దొరగారి ఈ కుట్రను తెలుసుకున్న ప్రజలు చెరువును దున్నుతున్న దొర నాగళ్ళకు అడ్డంగా వెళ్ళి నాగళ్ళను విరిచేస్తారు. దొర పోలీసులను రప్పిస్తాడు. కంఠీరవాన్ని, కొమురయ్యను అరెస్టుచేసి జైల్లో పెడ్తారు.

దిమ్మగూడెంలో హైదరలీ అనే దొరమనిషి ద్వారా జరుగుతున్న మత పరివర్తనను–హిందువులను ముస్లిములుగా మార్చడం జరుగుతున్న సందర్భంగా కూడా కంఠీరవాన్ని, కొమరయ్యను అరెస్టు చేసి నిజామాబాద్ జైలుకు తరలిస్తారు.

అప్పుడు కంఠీరవానికీ, ముస్లింల నాయకునికి జరిగిన ఈ వాదన చాలా ఆసక్తికరంగా ఉంటుంది.

"ఏమనుకున్నవ్? మహమ్మదీయులతో రుద్దుకోవడం తమాషాకాదు" అంటాడు మొహమ్మదీయుల జిల్లా నాయకుడు. "మీరు మొహమ్మదీయులమని అనుకుంటున్నారా? నేను మిమ్మల్ని మొహమ్మదీయ మతానికి శత్రువులంటాను" అంటాడు కంఠీరవం.

"అంటే నీవంటి కాఫిర్లు మహమ్మదీయులా?" అంజుమన్ కేంద్రనాయకుడు ప్రశ్నించాడు.

"ఇస్లాం అంటే శాంతి. శాంతిని కోరి సత్యానికి పాటుపడే ఏ మతమైనా నాకు సమ్మతమే. కానీ మీరు మీ మతాన్ని శాంతికి ద్రోహం చేసే దానివలె మార్చినారు" అంటాడు కంఠీరవం.

కంఠీరవం ఇలా మాట్లాడటాన్ని అంజుమన్ నాయకులు, వాళ్ళకు అండగా నిలిచిన పోలీసులు భరించలేకపోతారు.

కంఠీరవాన్ని, కొమురయ్యను పోలీలుసు తమ నిర్భంధంలో ఎన్నో హింసలకు గురిచేశారు. వారం రోజుల వరకు ప్రతిరోజూ అర్ధరాత్రి వారిద్దరినీ ఒక చీకటిగదిలో వేసి తీవ్రంగా కొట్టడం, రహస్య స్థలాల్లో కారం పెట్టడం, బోర్లా పడుకోబెట్టి చేతులపై మంచంకోళ్ళు మోపి మంచంపై అయిదారుగురు పోలీసులు గంతులు వేయడం, నోట్లో మూత్రం పోయడం, ఒకరి మూత్రం ఇంకొకరి నోట్లో పోయించడం, తలకు తాడు చుట్టి గట్టిగా వడిపెట్టడం, చేతివేళ్ళ మధ్య కట్టెలు ఇరికించి గట్టిగా వత్తడం, నడుముకు తాడుకట్టి ఈ గోడకు, ఆ గోటకు కొట్టడం – ఈ విధంగా నిజాం పోలీసులు కంఠీరవాన్ని, కొమురయ్యను అమానుషమైన చిత్రహింసలకు గురిచేశారు. ఆనాటి నిజాం పోలీసులు ప్రజల్ని ఎంత క్రూరంగా హింసించేవాళ్ళో 'ప్రజల మనిషి' నవలలోని ఈ సంఘటన చిత్రిస్తుంది.

కంఠీరవం, కొమురయ్యల మీద రాజద్రోహం నేరం మోపబడ్తుంది. న్యాయస్థానంలో కంఠీరవం న్యాయమూర్తితో ధైర్యంగా మట్లాడ్తాడు. చట్టాన్ని పోలీసులే ఎలా ధిక్కరించారో, తమను అన్యాయంగా ఎలా అరెస్టు చేశారో చెబుతారు. అయినప్పటికి కంఠీరవాన్నీ, కొమురయ్యను జైలుకు పంపిస్తారు.

కంఠీరవం జైలు జీవితాన్ని వర్ణిస్తున్నప్పుడు రచయిత ఆ రోజుల్లో జైళ్ళు ఎంత మురికికూపాలుగా ఉండేవో వర్ణించాడు. ఆళ్వారుస్వామి 1942లో సత్యాగ్రహం చేసి ఒక సంవత్సరం పాటు జైలులో గడిపాడు. తన ఈ జైలులో గడిపిన అనుభవాన్నే కంఠీరవం అనుభవంగా 'ప్రజలమనిషి' నవలలో చిత్రించాడు.

జైలు జీవితాన్ని చిత్రిస్తూ ఆళ్వారుస్వామి చాలా కథలు కూడా రచించాడు. ఆ కథలు "జైలు లోపల" అన్న పేరుతో సంకలనంగా వెలువడ్డాయి.

1937లో నిజామాబాద్‌లో జరిగిన ఆరవ ఆంధ్ర మహాసభ చారిత్రాత్మక మైంది. ఈ సభలోనే మొదటిసారిగా నాయకుల్లో రాజకీయ చైతన్యం కన్పించింది. 'బాధ్యతాయుత ప్రభుత్వం నిజాం రాష్ట్రాంధ్రుల ఆదర్శం" అన్న తీర్మానం ఈ మహాసభలోనే ఆమోదించబడింది. ఆ తర్వాత రాష్ట్ర కాంగ్రెస్ సత్యాగ్రహం నడిపింది. ఆ సత్యాగ్రహంలో పాల్గొన్నందుకు కంఠీరవాన్ని నిజాం ప్రభుత్వం అరెస్టు చేసి జైల్లో పెట్టింది. ఈ సంఘటనతో 'ప్రజలమనిషి' నవల సమాప్తమౌతుంది.

ఆళ్వారుస్వామి రచించిన రెండవ నవల 'గంగు' ఇది అసంపూర్ణ నవల. 1965వ సంవత్సరంలో 'గంగు' నవలను అసంపూర్ణ నవలగానే ప్రచురించారు.

'ప్రజల మనిషి' నవలమీద జరిగినంత చర్చ 'గంగు' మీద జరగలేదు. అందుకు కారణం అది అసంపూర్ణ నవలగా మిగిలిపోవడమే. 1965లో 'గంగు' నవల అసంపూర్ణ నవలగానే వెలువడింది. గంగు నవలను పూర్తి చెయ్యకుండానే ఆళ్వారుస్వామి మరణించడం వల్ల ఆ నవలను పూర్తిగా చదివే అవకాశం పాఠకులకు లభించకపోవడం అత్యంత దురదృష్టకరమైన పరిణామం.

'ప్రజలమనిషి' నవల 1938లో స్టేట్ కాంగ్రెస్ ఆవిర్భావంతో సమాప్త మయింది. 'గంగు' నవల 1940-45 మధ్య కాలంలో కమ్యూనిస్టుపార్టీ ప్రజల్లో తెచ్చిన చైతన్యంతో ప్రారంభ మౌతుంది. ప్రజలమనిషిలో ప్రజల్లో కల్గిన చైతన్యం 'గంగు' నవలలో సాయుధ పోరాట చైతన్యంగా మారిన క్రమాన్ని రచయిత చిత్రించాడు.

ముదిగంటి సుజాతారెడ్డిగారన్నట్లు 'ప్రజలమనిషి' నవలలో రచయిత కొన్ని సంఘటనలను అసంపూర్ణంగా వదిలేశాడు. వాటికి సమాధానాలు మనకు 'గంగు' నవలలో దొరుకుతాయి. ఉదాహరణకు ఆంధ్రమహాసభలో రామభూపాలరావు పాల్గొనటం - కొందర్ని అసంతృప్తి పరుస్తుంది. అట్లా అసంతృప్తి పడ్డవాళ్ళే తర్వాత ఆంధ్ర మహాసభనూ చీల్చి కమ్యూనిస్టు పార్టీని ఏర్పరచి ఫ్యూడల్ దొరలకు విరుద్ధంగా ఉద్యమం నడిపారు. అదే విధంగా జైలు శిక్షను అనుభవించి వచ్చిన దొర గ్రామానికి వచ్చి మళ్ళీ మునుపటిలాగానే అన్యాయాలను, దౌర్జన్యాలను కొనసాగిస్తాడు. ఇప్పుడు మళ్ళీ హైదరాలి కూడా అతనితో చేరుతాడు. దీన్నికూడా కమ్యూనిస్టుల సాయుధ పోరాటమే ఎదురుకున్నట్టుగా 'గంగు' నవలలో మనకు సమాధానం దొరుకుతుంది. చెరువు హద్రాజు విషయంలో గ్రామ ప్రజలు సంఘటితమయ్యారు కానీ మేజిస్ట్రేట్ కంటితుడుపుగా వ్యవహరించి వెళ్ళిపోతాడు. కానీ తహశీల్దారు దొరను నిజామాబాద్‌కు పిలిపించి 'ఇది మీకు మాత్రమే సంబంధించిన విషయమనుకోకండి' అని ప్రభుత్వం అండదండలు మీకుంటాయన్నట్టుగా మాట్లాడ్తాడు. అంటే ప్రజలు సంఘటితమైనా పోరాటం చేసేంత చైతన్యం కమ్యూనిస్టు పార్టీ ఏర్పడిన తర్వాతనే వచ్చిందనే సత్యాన్ని రచయిత గంగు నవలలో చిత్రించాడు". ఇలా కమ్యూనిస్టు ఆశయాలు అమలు జరగాలంటే విప్లవోద్యమం అవసరమన్న వాస్తవాన్ని ఆళ్వారుస్వామి 'గంగు' నవలలో చిత్రించాడు. ముఖ్యంగా 1944లో ఆంధ్ర మహాసభ కమ్యూనిస్టు పార్టీ చేతుల్లోకొచ్చాక ఉత్పన్నమైన అనేక పరిణామాలను రచయిత 'గంగు' నవలలో చూపించాడు. వెట్టిచాకిరిని వ్యతిరేకించడం, వ్యవసాయ కూలీలకు న్యాయమైన కూలి లభించాలనడం, దున్నేవాడికే భూమి చెందాలన్న నినాదం మొదలైన కమ్యూనిస్టుపార్టీ విధానాలన్నీ ఎలా అమలు చెయ్యబడ్డాయో 'గంగు' నవలలో మనం చదువుతాం.

బొత్తగూడెంలో జరిగిన ఆంధ్ర మహాసభలో 'కామ్రేడ్ సుజాత జిందాబాద్' వంటి నినాదాలను కార్యకర్తలు చేస్తారు. ఈ 'కామ్రేడ్' అన్నమాటను కమ్యూనిస్టులే వాడ్తారు. 'కామ్రేడ్ సుజాత జిందాబాద్' అన్న నినాదం కమ్యూనిస్టు పార్టీ ఆవిర్భావాన్ని తెలియజేస్తుంది.

గంగు నవలలో స్త్రీ పాత్రలే ఎక్కువగా ఉన్నాయి. 'గంగు' నవల పేరే ఆ నవలలోని ఒక స్త్రీ పాత్ర పేరు. సుజాత, అంతమ్మ, దొరభార్య రత్నమ్మ, అంతమ్మ కూతురు గంగమ్మ- వీళ్ళంతా 'గంగు' లో బలమైన పాత్రలుగా కనిపిస్తారు. గంగమ్మే 'గంగు' అయ్యింది. గంగు ఒక విప్లవ వనితగా ఎదగటమే ఈ నవలలోని ప్రధాన ఇతివృత్తం. నీలవేణి పాత్రద్వారా ఆళ్వారుస్వామి ఆనాడు తెలంగాణాలో దొరల గడీలల్లో వ్యవస్థీకృతమై ఉన్న ఆడబాప వ్యవస్థను పాఠకులకు పరిచయం చేస్తాడు. నీలవేణి వృత్తాంతం ద్వారా దొరల ఇళ్ళళ్ళో పనిచేసే ఆడబాపల దయనీయ జీవితాలకు దర్పణం పట్టాడు. ఆడబాపల జీవితాలు దాసీల జీవితాలకంటె నికృష్టమైనవి. ఆడబాపల్ని దొరలు కరువు కాటకాల సమయంలో పేదవాళ్ళ దగ్గర్నుంచి కొద్ది ధాన్యమిచ్చి కొనుక్కునే వాళ్ళు. ఇంట్లో బండెడు చాకిరి చెయ్యడమే కాకుండా అర్ధరాత్రుళ్ళు ఇంటికొచ్చిన దొరల అతిథుల శృంగార కోరికల్ని కూడా ఈ ఆడబాపలే తీర్చాలి. ఆడబాపలకు పుట్టిన పిల్లలు ఆడబాపలే అవుతారు తప్ప మరో గౌరవనీయులైన వృత్తిని చేపట్టటానికి వీల్లేదు. దొరకూతుళ్ళకు పెళ్ళయినప్పుడు ఆడబాపల్ని ఆ కూతుళ్ళతో బాటు వాళ్ళ అత్తవారిళ్ళకు అర్ణంగా పంపించే ఆచారం కూడా తెలంగాణాలో ఉండేది. ఈ 'ఆడబాప' అనే వ్యవస్థను 'గంగు' నవలలోనే మొదటిసారిగా చిత్రించడం మనం గమనిస్తాం. ఆ తర్వాత దాశరథి రంగాచార్య రచించిన 'చిల్లరదేవుళ్ళు'లోనూ, ముదిగంటి సుజాతారెడ్డి రచించిన "మలుపు తిరిగిన రథచక్రాలు"లోనూ, నవీన్ రచించిన 'కాలరేఖలు'లోనూ ఆడబాపల వ్యవస్థను గూర్చిన ప్రస్తావన కనిపిస్తుంది.

దొరల గడీల్లో స్త్రీజీవితం ఎంత దుర్భరంగా ఉండేదో రత్మమ్మ దొరసాని పాత్ర ద్వారా మనకర్థమవుతుంది. సుజాత, కమలపాత్రలను ఆ రోజుల్లో కమ్యూనిస్టు పార్టీలో పనిచేసిన ఎందరో స్త్రీలకు ప్రతినిధులుగా రచయిత చిత్రించాడు.

తెలంగాణ రైతాంగ సాయుధ పోరాటంలో తుపాకీ పట్టిన వీర వనితలెందరో ఉన్నారు. అగ్ర వర్ణాలకు చెందిన స్త్రీలు కూడా ఉద్యమంలో పాల్గొని జైళ్ళకు వెళ్ళారు. అలాంటి స్త్రీలు ఎందరో మనకు 'గంగు' నవలలో కనిపిస్తారు.

గంగు నవలలోని మరో సజీవపాత్ర అంతమ్మ. దొరను ఎదిరించిన ధైర్యస్తురాలు. ఆమె కూతురే గంగు. గంగును ఒక ఆదర్శవంతురాలైన పోరాటవనితగా అంతమ్మే తీర్చిదిద్దుతుంది.

గంగు నవలలోని మరో మంచి అంశం - హిందూ ముస్లిం మతాల మధ్య రాజకీయ నాయకులు ఎలా వైషమ్యాలను సృష్టించేవారో రచయిత చిత్రించడం. ఇలా ఆళ్వారుస్వామి ఈ రెండు నవలల్లో 1930, 1940 దశకాల నాట తెలంగాణ రాజకీయ, సామాజిక జీవితాన్ని అత్యంత వాస్తవికంగా చిత్రించాడు. ఆయన తర్వాత నవలలు రచించిన తెలంగాణ నవలాకారులకు మార్గాన్ని సుగమం చేశాడు.

ఆళ్వారుస్వామి గడిపిన జైలు జీవితంలో ఆయన ఎంతోమంది ఖైదీలను చూశాడు. వాళ్ళు ఎందుకు జైలు పాలయ్యారో అర్థం చేసుకున్నాడు. ఈ అనుభవం ఆధారంగా ఆయన ఎన్నో

కథలు రాశాడు. వాసిరెడ్డి నవీన్ అన్నట్లు "జైలు జీవితంపై అనేకమంది రచయితలు కవితలను, వ్యాసాలను, అనుభవాలను వివరించారు. అయితే ఖైదీల జీవితాలను వస్తువుగా చేసుకొని కథలు రాసిందిమాత్రం వట్టికోట ఆళ్వారుస్వామే. బహుశా తెలుగు సాహిత్యంలో ఖైదీల జీవిత గాథలను కథలుగా వెలుగులోకి తెచ్చిన మొట్టమొదటి రచయిత వట్టికోటే కావచ్చు."

ఆళ్వారుస్వామి జైల్లోంచి బయటకు వచ్చిన వెంటనే 1952లో దేశోద్ధారక గ్రంథమాల 13వ ప్రచురణగా 'జైలులోపల' కథాసంపుటి విడుదలయ్యింది. ఈ సంపుటిలో ఆరు కథలు మాత్రమే చోటు చేసుకొన్నాయి. నిజానికాయన 20 కథలు రాసి ఉంటాడని ఒక అంచనా. కానీ ఈ ఆరుకథలు తప్ప మిగతా కథలు ప్రస్తుతం అందుబాటులో లేవు.

'పతితుని హృదయం', 'మెదడుకు మేత', 'అవకాశమిస్తే', 'పరిగె', 'మాకంటె మీరేం తక్కువ', 'విధిలేక' అన్న ఆరు కథలు 'జైలు లోపల' పేరుతో వెలువడిన కథా సంకలనంలో చోటు చేసుకున్నాయి. ఈ ఆరుకథలు సామాజిక జీవితంలోని వివిధ పార్శ్వాలను తడిమి తద్వారా ఆయా సమస్యలను పాఠకుల ముందుంచుతాయి. ఆకలి విశ్వరూపాన్ని 'పరిగె' కథలోనూ, హిందూ ముస్లిముల ఐక్యత అవసరాన్ని 'మెదడుకు మేత' కథలోనూ చిత్రించారు. 'అవకాశమిస్తే' అన్న కథ ఒకవ్యక్తి నేరస్తుడుగా మారటానికి గల కారణాలను విశ్లేషిస్తుంది. రాజకీయనాయకుల నేరస్వభావాన్ని 'మాకంటే మీరేం తక్కువ' అన్న కథ చిత్రిస్తుంది. 'విధిలేక' అన్నకథ విధిలేక జైలుపాలైన ఖైదీల కుటుంబాల వ్యథల్ని చిత్రిస్తుంది. 'పతితుని హృదయం' అన్నకథ ఉరితీతలను గురించి రచించబడిన కథ. తోటి ఖైదీని ఉరితీసే సన్నివేశాన్ని, అతని మరణాన్ని చూసి చలించిపోయిన మరో ఖైదీ గంగయ్య వెళ్ళగక్కిన ఆవేశం, ఆక్రోశం, బాధ ఈ కథగా రూపొందాయి.

ఈ ఆరుకథల్లోని ప్రతికథలో ఏదో ఒక పాత్రలో రచయిత వట్టికోట ఆళ్వారుస్వామి కనిపిస్తాడు. ఆయనలోని ఆర్ద్రత, మానవ సంక్షేమంకోసం ఆయన పడే తపన ఈ కథల్లో ద్యోతకమౌతుంది. వట్టికోట ఆళ్వారుస్వామి పరిపూర్ణ వ్యక్తిత్వాన్ని అర్థం చేసుకోవడానికి ఈ కథలు ఎంతగానో ఉపయోగపడ్తాయి.

1956-57లో మచిలీపట్నం నుండి వెలువడే 'తెలుగు విద్యార్థి' మాస పత్రికలో ఆళ్వారుస్వామి 'రామప్పరభస' పేరుతో ఒక శీర్షికను నిర్వహించారు- ఈ శీర్షిక క్రింద వెలువడిన పదహారు కథనాలతో 1984లో తెలుగువిద్యార్థి ప్రచురణల వారు "రామప్ప రభస" పేరుతో ఒక సంకలనాన్ని వెలువరించారు. నిత్యం మనం మాట్లాడుకునే సంభాషణల రూపంలో ఈ రచన సాగుతుంది. దేశ స్వాతంత్ర్యానంతరం సమాజంలో పెరుగుతున్న స్వార్థం, పతనమవుతున్న విలువలు ఈ రామప్పరభస కథనాల్లో చర్చించబడ్డాయి. సూటిగా, నిష్కర్షగా, మొహమాటం లేకుండా యథార్థాలను బయటపెట్టడం 'రామప్పరభస'లో మనం చూస్తాం. ఇరివెంటి కృష్ణమూర్తిగారన్నట్టు రామప్ప పాత్ర ఆళ్వారుస్వామి వ్యక్తిత్వాన్ని స్ఫురింపజేస్తుంది.

ఆళ్వారుస్వామి 'పరిసరాలు' అనే కథల సంపుటికి సంపాదకత్వం వహించాడు. 'మేధావి', 'సాహసం', 'నాడు నేడు', 'కొత్తబాట', 'చౌకబేరం' 'గ్రామజీవనం' మొదలైన నాటికలను,

నాటకాలను రచించాడు. 'తెలుగుతల్లి' అన్న పత్రికకు సంపాదకత్వం వహించాడు. 'సాలార్‌జంగ్' మ్యూజియం మీద అదే పేరుతో ఒక కవితను కూడా రచించాడు. బమ్మెరపోతన రచించిన 'భాగవతం'పై పరిశోధన చేశాడు.

ఇలా వట్టికోట ఆళ్వారుస్వామి ఒక ఉద్యమకారుడుగా, రచయితగా, సంపాదకుడుగా, శీర్షికా నిర్వాహకుడుగా, రిక్షాకార్మికులకు, గుమాస్తాలకు ఆపద్బాంధవుడిగా, ఎన్నో ప్రజాహిత కార్యక్రమాలకు తనను తాను అంకితం చేసుకున్న సేవాపరాయణుడుగా తన జీవితాన్ని సార్థకం చేసుకున్న ధన్యజీవి.

46 సంవత్సరాల చిన్న వయస్సులోనే ఆళ్వారుస్వామి 5-2-1961 నాడు ఈ లోకాన్ని విడిచి వెళ్ళిపోయినప్పటికీ తెలుగు ప్రజల హృదయాల్లో ఆయన ఎల్లప్పుడూ సజీవుడుగానే ఉంటాడు.

ఉపయుక్త గ్రంథాలు

1. తెలంగాణా వైతాళికుడు వట్టికోట ఆళ్వారుస్వామి - సార్థకజీవనం. - సంగిశెట్టి శ్రీనివాస్, ఎన్.వేణుగోపాల్.
2. ప్రజల మనిషి వట్టికోట-సాహిత్యజీవితం-వ్యాస సంకలనం. సంపాదకులు : నందిని సిద్ధారెడ్డి, వేముగంటి రఘునందన్, దేశప శ్రీనివాస్, వేముకంటి మురళీ కృష్ణ
3. నిజాం రాష్ట్రాంధ్ర మహాసభలు - మొదటిభాగం : కె. జితేంద్రబాబు
4. వట్టికోట ఆళ్వారుస్వామి రచనలు
   ప్రజల మనిషి - నవల
   జైలు లోపల - కథలు

అమ్ముల విశ్వనాథ భాగవతుడు
(1916-1991)

– అమ్ముల ప్రసాద్

కృష్ణాజిల్లా సముద్రతీరాన గల గ్రామాలలో అతిచిన్నగ్రామం నంగేగడ్డ. దివితాలూకా నాగాయలంక మండలం లోని ఆ కుగ్రామంలో ఏభై – అరవై కుటుంబాలు మాత్రమే వుండేవి. పదిమంది నడిచిన అడుగులే నాగాయలంకకు రహదారిగా వాడుకునేవారు ఆ గ్రామస్థులు.

ఆ కుగ్రామంలో ఎక్కువమంది అమ్ములవారి వంశస్థులే. ఆ అమ్ములవారి కుటుంబాలలో సంగీత – సాహిత్యాలతో నిలయంగా వున్న కుటుంబంలోని పూదోటలో జన్మించిన ఓకళా కుసుమమేహరికథా రంగానజగద్విఖ్యాతి గాంచింది. హరికథాగాన కళాప్రపూర్ణునిగా వెలుగొందిన ఆయనే అమ్ముల విశ్వనాథుడు. సకలకళా సమాహారమైన హరికథాగానమే అమ్ములవారికి ప్రాణం.

1916 జనవరి 21వ తేదీన నరహరమ్మ – గోపాలరావు దంపతులకు ప్రథమ సంతానంగా ఈయన జన్మించారు. తదుపరి సంతానంగా లక్ష్మీనారాయణ, సీతమ్మ గోపాల, కృష్ణమూర్తిలు అమ్ములవారికి సోదరసోదరీమణులుగా జన్మించారు. లక్ష్మీనారాయణ అనే సోదరుడు మాత్రం అతని ఎనిమిదవఏటనే కన్నుమూశాడు. అమ్ములవారి అమ్మమ్మ వెంకట రత్నమ్మ ఆ రోజుల్లో ప్రసిద్ధ నర్తకి కాగా చిన్నమ్మమ్మ వెంకట సుబ్బమ్మ మంచి గాయనీమణి. ఆమె వద్దనే విశ్వనాథం వారు సంగీతాభ్యాసం గావించారు.

విద్యాభ్యాసం :

అమ్ముల విశ్వనాథుని చదువు తాటాకుల పుస్తకాలతోను, అమరం, ఆంధ్రనామ సంగ్రహం, బాల రామాయణం, పెద్దబాల శిక్షలతో వీధిబడిలో సాగింది. అప్పటికే ఆయన మేనమామ సత్యనారాయణ వద్ద వయోలిన్, బాబాయి వరుసైన నాగభూషణం వద్ద మృదంగం నేర్చుకుంటూ ఉండేవారు.

ఇవన్నీ శ్రద్ధగా నేర్చుకోవటానికి వారి అమ్మమ్మ వత్తిడి ఆయన పై ఎక్కువగా ఉండేది. అందుచేతనే ఆయన ఆనాడు ఆమెపై భక్తితో ఒక పద్యం రాసారు.

గీ॥ "పెంచి పెద్దను చేసి నా మంచి కొరకు
తిట్టి కొట్టియు మెరుగులు పెట్టితీవు
అచ్చమగు భక్తి నీకిపుడిచ్చుచుంటి
నందుకొనుమమ్మ మనుమని అంజలులన్"

అమ్ముల వారి కుటుంబ సంస్కృతికి ఆమెయే మూలం. అంతేగాక ఆమె చెల్లెలు, అన్నదమ్ములు కూడా ఎంతో గణనీయులు. ఆమె ప్రభావం విశ్వనాథుని వారిపై ఎక్కువగా పడింది. అమ్ముల వారి జననానికి ముందే వెంకటరత్నమ్మ కాశీని దర్శించి ఆ విశ్వేశ్వరుని పేరే పెట్టి తరచూ మురిసిపోతూండేది.

అలా వీధి బడి నుంచి ఒకొక్కతరగతి పాసై నాగాయలంక గ్రామ మిడిల్ స్కూల్లో అమ్ముల వారిని ప్రవేశపెట్టారు. థర్డ్ ఫారం వరకు మాత్రం చదువు కున్న చదువు కొంత ప్రోత్సాహాన్ని అందించగా ఎక్కడికోవెళ్ళి ఏదైనా నేర్చుకోవాలనే తపన ఆయనకు చిన్నప్పటినుంచే వుండేది. అయితే సంగీత, మృదంగాభ్యాసాన్ని మాత్రం విడువలేదాయన.

ఒకరోజు తెనాలినుంచి త్రిపురారిభట్ల రామకృష్ణశాస్త్రి తండ్రి ఆయన నాటకాలలోకి మంచిపిల్లలు దొరికితే తీసుకువెళదామని నంగేగడ్డ తదితర గ్రామాలలోకి రాగా అమ్ముల వారిని గమనించి గాత్ర శుద్ధి, గాత్ర పుష్టి బాగుందని తలచి వారితో రమ్మనగా అమ్ముల వారి తల్లిదండ్రులు నిరాకరించారు. అయితే వారికి తెలీకుండానే అమ్ములవారు వారితో తెనాలికి వెళ్ళి భక్త రామదాసులో చిన్న పాత్రను పోషించి కొంత రంగస్థల అనుభవం కూడా గడించారు.

తరువాత అమ్ములవారి తల్లిదండ్రులు దిగులుచెంది వారి మేన మామను పంపి తిరిగి ఇంటికి తెప్పించుకున్నారు. అలా స్వగ్రామానికి వచ్చిన విశ్వనాథంగారు భజనలకు-నాటకాలకు మృదంగ సహకారమందిస్తూ వచ్చారు.

కూచిపూడి రాఘవయ్యగారి నాటకం చల్లపల్లి సమీపాన యార్లగడ్డలో జరుగుతుండగా రాత్రంతా నిలుచునే మృదంగ సహకారమందించారు. 18వ ఏటనే పలు చోట్ల మృదంగం వాయిస్తూ, ఒక్కో సమయంలో మృదంగం భుజాన వేసుకుని తిరుగ చల్లపల్లి వరకు తెలతెలవారు ఝామున నడిచివస్తూ నిద్దుర మత్తులో క్రిందపడి దెబ్బలు తగలటం రోడ్డు ప్రక్కన చెట్టు క్రింద ఆ దెబ్బల బాధలను సయించుతూ సేద తీర్చుకోవడం పలుమార్లు జరిగింది.

అటువంటి ఎన్నో సంఘటనలు ఆయన జీవితంలో జరిగాయి. చల్లపల్లిలో బస్సెక్కి అవనిగడ్డలో దిగి అచట నుండి నాగాయిలంక మీదుగా నంగేగడ్డ వరకు నడక సాగిస్తూ అనేక ఇబ్బందులకూ తీవ్ర అలసటకు గురయ్యేవారు. రవాణా సౌకర్యాలు ఆ రోజుల్లో అంతంతమాత్రమే.

నాటక పరిచయం :

రేపల్లె తాలూకా పూడివాడ గ్రామంలోని ప్రముఖ పండితులు, కవులు మొవ్వ వెంకట దాసుగారి హరికథలకు చాలాకాలం మృదంగంతో సహకరించారు. నాగాయలంక గ్రామంలోని తలశిల హనుమయ్యగారి హాలులో కొన్ని నాటకాలకు తబలావలె మృదంగాన్ని వాయించి రక్తి కట్టించారు.

అమ్ముల వారి గ్రామంలో తెనాలి తాలూకా మోదుకూరు గ్రామవాసులు, ప్రముఖ సాహితీ వేత్తలు మొవ్వ వీరా రెడ్డి గారు నడుపుతున్న నాటక కంపెనీలో ప్రాతధారులకోసం మకాంపెట్టారు. సత్యవంతునిగా కాంతయ్యగారు, సావిత్రిగా వరలక్ష్మి, గోపాలరత్నం (చిట్టి) మరోపాత్రకు ఎంపిక చేసుకుని అమ్ముల వారికి నారద పాత్రనివ్వటం జరిగింది.

చల్లపల్లి సమీపాన కొడాలి గ్రామంలో ప్రథమంగా రంగస్థలంపై నారద పాత్రను ధరించి నాటకరంగానికి కూడా పరిచయమై, అలా అనేక నాటకాలలో పాత్రలను ధరించి వీధి నాటకాల ద్వారా కొంత చొరవ, ప్రముఖుల పరిచయ భాగ్యాన్ని గడించుకున్నారు.

అయితే అప్పటికే 18 ఏళ్ళ వయస్సు గల్గిన అమ్ముల విశ్వనాథానికి వారి స్వగృహం ఎదురుగా ఉన్న ఇంటిలోని ధనకొండ శివయ్యగారి దంపతుల 6గురి సంతానంలో మూడవ కుమార్తె లక్ష్మీకాంతంతో వివాహం జరిగింది.

కళలయందు ఆసక్తి వున్నా అభివృద్ధికి మార్గం లేక పశువులను మేపటం, ఇంటిలో వ్యవసాయం తాలూకు పనులు, సంతకి వెళ్ళి సరుకులు తేవటంతో రోజులు గడిచిపోతున్నాయి. అలా ఆ సమయాలలోనే పొలంగట్లపై చెట్ల నీడన ఆయనకు తోచిన రీతిలో పల్లె గీతాలు, సంగీత కుటుంబం కావటంతో కర్ణాటక సంగీత బాణీలో కృతులు పాడుకుంటూ ఇంటి, పొలం పనులు నిర్వహించేవారు.

ఆ వూరికి గ్రామ్ ఫోనులు కొత్తగా వచ్చిన రోజులు. అమ్ముల వారి గాత్రం బావుంటుందని ప్రసిద్ధ గాయని బెంగుళూరు నాగరత్నమ్మ పాడిన సుజన జీవన అనే త్యాగరాజ కీర్తనను ఆయనచే పాడించుకుంటూ ఆనందించి అభిమానించేవారు.

అలా సాగుతున్న రోజులలో విశ్వనాథం గారికి 19 ఏటలోనే మగ పిల్లవాడు జన్మించటం, భార్యకు బారసాల వేడుక సందర్భాన తిండిలో అపథ్యం జరగటం తల్లికి పాలు లేక పోతపాలు పట్టటం ఆ బిడ్డ దక్కక పోవటం జరిగింది. మృదంగ కార్యక్రమాలకు వెళుతూ వారికి తూర్పున గల భావదేవరపల్లి గ్రామానికి వెళ్ళగా అచట భావన్నారాయణ స్వామి వారి దేవాలయంలోని గ్రంథాలయంలో బాలాజీదాస విరచిత రుక్మాంగద చరిత్ర లభ్యం కావటంతో ఆయన జీవితంలో ఒక గొప్ప మార్పు సంభవించింది. ఏకలవ్య దీక్షతో దానిని పఠించటం జరిగింది. అప్పటి వరకు రెండు రూపాయలకు మృదంగ సహకారాన్ని అందించే అమ్ముల వారు కొంత చదువు, సంగీత జ్ఞానము, తెగువ, స్వల్ప అనుభవం ఉండటంతో స్వయంగా కథాగానం చేయలేనా అని అనుకుని ఆ చరిత్రను స్వతంత్రించి సాధన చేశారు.

హరిదాసుగా

ఒకనాడు అమ్ముల వారి మిత్రుడు చోడిశెట్టి సూర్యనారాయణ నాగాయలంకలోని సుబ్రహ్మణ్యేశ్వర స్వామి ఆలయంలో పూజలు జరిపిస్తూ ఒకరిచే కథాగానాన్ని ఏర్పాటు చేసి

అమ్ముల వారిని మృదంగ సహకారాన్ని కోరారు. ఆ సంఘటనే ఆయన జీవితంలో ఒక కీలకమైన మార్పు అయింది. హరికథా రంగాన మకుటం లేని మహారాజుగా ఎదగటానికి ఆ సంఘటనే కారణమయింది.

అనుకోని కారణాలతో ఆరోజు హరిదాసుగారు రాకపోవటంతో సమయం మించి పోవటంతో మిత్రుడు ఆదుర్దా పడుతుండగా గ్రహించి అమ్ముల వారు పట్టుబట్టలు, చిరతలు, గజ్జెలు తెప్పించుకుని 1935లో దైవేచ్ఛగా సుబ్రహ్మణ్యేశ్వరుని సన్నిధిలో రుక్మాంగద చరిత్రను గానం చేసే అదృష్టాన్ని, భాగ్యాన్ని పొందారు.

అలా అనేకమంది పరిసర గ్రామాలలో హరికథలు చెప్పించుకుని మూడు, నాల్గు రూపాయిలిచ్చేవారు.

అలా ప్రథమంగా విశ్వనాథునిచే కథ చెప్పించటానికి కారణమైన మిత్రుడినే ఎల్లప్పుడూ తలచుకొని మనస్సులోనే కృతజ్ఞతలు తెలుపుకుంటూండే వారు. ఆవిధంగా ఆయన హరికథారంగంలోకి అడుగిడి ఆ ప్రస్థానంలో అనేకానేక కొత్త విషయాలను తెలుసుకుంటూ స్వయంకృషితో ఉన్నత శిఖరాలను అధిరోహించే స్థాయికి ఎదిగారు. అలా ఆయన అనేక మంది ప్రముఖ సంగీత, సాహిత్య, నాటక, నృత్యరంగాలకు సంబంధించిన వారిని కలుసుకోవటం తద్వారా మరిన్ని విషయాలను సేకరించుకుంటూ హరికథా రంగాన ధ్రువతారలా వెలుగొందారు.

ఇదిలావుండగా నంగేగడ్డ గ్రామ శివార్లలోని కొట్టరువువారి పాలెం వీధిబడిలో ఉపాధ్యాయుడైన సత్యనారాయణగారి అన్న గారు వెంకట సుబ్బయ్య పంతులు గారు హరికథలు, పురాణాలు నంగేగడ్డ గ్రామ వాసులకు వినిపించే వారు. ప్రసిద్ధ పండితులైన ఆయన ఆదిభట్ల నారాయణదాసు గారి రచనలను గానం చేస్తూండేవారు. వారిని ఆశ్రయించి ఒక కథను ప్రారంభించి సాధన చేసి పలుచోట్ల కథాగానం చేస్తూండేవారు. అలా ఆ పంతులు వారి ఆశీర్వచనములు సంప్రాప్తించటంతో ఆదిభట్టాన్వయుని రచనలపై అనురక్తి అలానే మధురమైన ఆకర్షణ అమ్ముల వారికి కలిగాయి.

అలా కథాగానాలు చేస్తూ ఎన్నో ఇతర కథలు వల్లిస్తూండేవారు. ఆ విధంగా నిజాం ప్రభుత్వ కాలంలో ఖమ్మం, నల్గొండ ప్రాంతాలలోని గ్రామాలలో పర్యటిస్తూ అమ్ముల సత్యనారాయణ, మద్దెల పంచనాథం గార్లను హార్మోనియం- వయోలిన్, అమ్ముల రామదాసును మృదంగంపై సహకారానికి తీసుకువెళుతూండేవారు.

హరికథా పితామహులు ఆది భట్టాన్వయుని సందర్శన భాగ్యం

గాంధేయ వాదిగా గాంధీ సిద్ధాంతాల పట్ల పూర్తి విశ్వాసమున్న అమ్ముల వారు ఖద్దరును మాత్రమే ధరించేవారు. విజయవాడలోని మనికొండ వారి దుకాణంలో ఖద్దరు పట్టుబట్టలు, పట్టు పంచెలు కొనుగోలు చేస్తూండేవారు.

అలా ఒకనాడు 1941లో ఒక బట్టల కొట్టు వాని సమాచారంమేరకు పాతబస్తీలోని బంక సన్యాసి గారి సత్రంలో ఆదిభట్టాన్వయుల వారు బస చేసినట్లు తెలియగా వెను వెంటనే ఆ పుంభావ సరస్వతిని దర్శించుకున్నారు.

చుట్ట కాల్చుకుంటూ కాలుమీద కాలిడుకుని పెద్ద సంస్కృత గ్రంథమును చదువుతున్న ఆయన్ని దర్శించుకుని వారి అన్నగారైన పేరన్న గారిని దాసుగారి విరచితమైన యథార్థ రామాయణాన్ని వెలకడిగారు అమ్ములవారు. అలా ఆ గ్రంథాన్ని 2-50 రూ॥లకు తీసుకొని దాసుగారి మంచము వద్దకు వెళ్ళి దానిని వారి కందించగా వారు అమ్ములవారిని దీవించి ఆ పుస్తకాన్ని ఇవ్వటం వెనువెంటనే ఆ మూర్తిని విడిచి రాలేక కొద్ది సేపు పాదసేవ చేసుకుని రావటం అమ్ములవారి జీవితంలో మరోగొప్ప సంఘటన.

ఇలా పరిసరగ్రామాలలో కథాగానం చేస్తూ పర్యటన సాగిస్తున్న అమ్ముల వారికి ధనార్జన కూడా పెరిగింది. అయితే తరచు నంగేగడ్డ గ్రామం నుంచి రావటానికి వాహన, రవాణా సౌకర్యాలు లేకపోవటంతో కుటుంబాన్ని తెనాలి పట్టణానగల మండూరి గ్రామానికి మార్చారు. అప్పటినుంచి అన్ని రంగాలలోని ప్రముఖులతో పరిచయాలు ఏర్పడటం జరిగింది.

అలా గ్రామాల, పట్టణాల వాసుల, ప్రముఖుల ఆప్యాయతానురాగాలకు దగ్గరై, వారి ఆశీస్సులు, అండదండలతో భగవంతుని కృప కూడా తోడై విశ్వనాథుల వారు కోరుకున్న విధంగా హరికథారంగంలో ఉన్నత స్థాయికి ఎదుగుతూ వచ్చారు. అయితే అది కూడా ఇబ్బందై కాపురాన్ని తెనాలిలో ముత్తంశెట్టి వారి పాలెంలో నివసిస్తున్న చంగల్ రావుగారింట్లోకి మార్చారు. అచటనే బాలకోటయ్య, దీక్షితదాసు, ముసునూరి సూర్యనారాయణభాగవతుల వంటి ప్రముఖుల పరిచయ భాగ్యం దాసుగారిని మరింతగా ప్రోత్సహించే విధంగా చేసింది. దీనికి మృదంగ విద్వాంసులు దాసర వెంకటేశ్వర్లు గారే కారణం. అప్పుడు స్థానికులైన విద్యాదాన కర్ణులు తెల్లాకుల వెంకటేశ్వర్లు గుప్త గారితో స్నేహ బంధం ఏర్పడింది. అలా 1935 నుంచి అనేక గ్రామాలు తిరుగుతూ కథాగానాలు చేస్తూ ఎంతో మంది ప్రముఖులతో సన్నిహిత సంబంధాలు కల్గివుంటూ ఎన్నో కొత్త విషయాలను తెలుసుకుంటూ, కొత్త కొత్త కథలను వల్లెవేస్తూ ఉన్నత స్థాయికి బాటను వేసుకుంటూ హరికథాగాన ప్రస్తానాన్ని కొనసాగిస్తున్నారు. అలా 25 - 26 ఏళ్ళ వయసు లోనే రామాయణం మొత్తం కథాగాన రూపంలో చెప్పటం పేరుకలపూడి గ్రామంతో ప్రారంభించారు. తదుపరి నాదెళ్ళ గ్రామంలో రామాయణం 1942లో చెప్పటం జరిగింది.

రెండవసారి ఆదిభట్ల వారి దర్శనం :

అయితే 1943లో తణుకు తాలూకా భట్లమగటూరు గ్రామంలో ప్రముఖ మార్దంగికులు కొంతం గంగరాజు గారు నిర్వహించే త్యాగరాజ ఆరాధనోత్సవాలలో కొంతమంది కళోన్నతుల ప్రోత్సాహంతో పాల్గొనటానికి అమ్ములవారు వెళ్ళటం జరిగింది ఉత్సవాలకి ఆదిభట్ల నారాయణ దాస వర్యులు, తదితర ప్రముఖులు విచ్చేయటం అలా వారందరి ఎదురుగా కథాగానం చేసే

అదృష్టం కలగటం ఒక భాగ్యం. అమ్ములవారికి అలా ఆనాడు హరికథా పితామహుడైన ఆదిభట్ల వారు రచించిన సీతా కళ్యాణం గానం చేయగా నారాయణ దాసుగారు వారి పక్కనే వున్న వాజిపేయాజుల సుబ్బయ గారితో ఒరే ! సుబ్బిగా వీడి ఆట, పాట, మాట బావుందిరా వీడు తప్పక వృద్ధిలోకి వస్తాడురా అన్నారు. అమ్ముల వారు జీవితంలో ఆవాక్యాలను అమూల్య ధనరాశిగా దాచుకోవటం జరిగింది.

అలా ఏడురోజులు అచటనే వున్న ఆదిభట్ల వారు ఒక రోజున ఆయన స్వీయ రచన రుక్మిణీ కళ్యాణం కథా గానం చేయటం అది స్వయంగా శ్రవణం చేసిన అమ్ముల వారిపై ఆ కథ ప్రభావం ఎక్కువగా పడింది. అలా హరికథా పితామహుని రెండవసారి దర్శించుకుని కథనూ విన్న అమ్ముల వారు ధన్యులు. అలా ఆ ప్రాంతంలోని ప్రసిద్ధ వయోలిన్ విద్యాంసులు సరిదే సుబ్బారావు గారి పరిచయ భాగ్యం కలగటం, అలా దీక్షితదాసు, ముసునూరి సూర్యనారాయణ, భమిడిపాటి వెంకటనారాయణవారిని ఆదర్శంగా తీసుకుని దీక్షిత దాసుగారి రచనలు వల్లె వేయటం, ముసునూరి వారి వలె పద్యం చదివే విధానం, భమిడిపాటి వారి కీర్తన పాడేవిధానాన్ని అనుసరించుకుంటూ తనదైన శైలితో ఆదిభట్టాన్వయుని ఏకలవ్యగురువుగా పూజించుకుంటూ అత్యున్నతస్థాయికి ఎదిగారు.

1943వ సంవత్సరం డిసెంబర్ 5న చల్లపల్లి జమిందారుగారిచే సన్మానం పొందారు. అలా 1944 నుంచి రాష్ట్రంలోని అనేక నూతన గ్రామాలు, రాష్ట్రేతరంలో బరంపురంలో కూడా కథాగానాల స్థాయికి ఎదిగిన అమ్ముల వారికి ఆ ఏడాదిలోనే సుప్రసిద్ధ వయోలిన్, మృదంగ విద్వాంసులు చదలవాడ కుమారస్వామి వారు అమ్ముల వారి కథాగానాలకు సహకరించటం మహద్భాగ్యంగా భావించేవారు అమ్ములవారు.

1945లో ఆలపాటి సూర్యనారాయణ గారి నేతృత్వంలో తెనాలి తాలుకా గోవాడ గ్రామం నుంచి రైతుచరిత్ర కథను ఏటుకూరి వెంకట నరసయ్య రచించగా అనేక గ్రామాలు తిరుగుతూ ప్రచారం చేసారు. జాతీయ భావాలు కలిగిన దేశభక్తి పరుడైన అమ్ముల గాంధేయ భావాలను కూడా ప్రచారం చేసేవారు.

ఆ ఏడాదిలోనే అనకాపల్లిలో రామాయణం తదుపరి భాగవత కథాగానాలు చేసారు. తెనాలిలో కాపురమున్న రోజుల ప్రముఖ చలన చిత్ర నటులు రంగస్థల కళాకారులు పువ్వుల సూరిబాబుగారి సతీమణి రాజేశ్వరమ్మ గారు చిత్ర అనునామెకు హరికథలు నేర్పించమని కోరగా అలానే అమెకు, తదుపరి రేపల్లె వద్ద ఓలేటి గ్రామంలో కోటేశ్వరమ్మకు కొన్ని కథలు నేర్పించటం జరిగింది.

అలా నడుస్తున్న హరికథా ప్రస్థానంలో 25-6-45న మద్రాసు ఆకాశవాణి కేంద్రంలో ఆడిషన్ ఇచ్చారు. తదుపరి రెండు సంవత్సరాలకు (1947) ఆకాశవాణి మద్రాసు కేంద్రం నుంచి మొట్ట మొదటి సారిగా పాండవ సందేశం హరికథాగానం చేశారు. అలా ఆకాశవాణి

నుంచి ఆయన కథాగానం నేటికీ వినబడుతునే వుంది. 1946-47లలో పిడుగు రాళ్ళ "మండడం"లో రామాయణం సీరియల్ గా చెప్పటం జరిగింది. నంద్యాలలో బంగారు మెడల్స్ సత్కారం, అనకాపల్లిలోని సన్మానంలో బంగారు పాదుకలు, కామధేనువు గల బ్యాంక్ డిపాజిట్లను దాసుగారికి శ్రోతలు అందచేయటం జరిగింది. 1949న మొట్టమొదటసారిగా ఆకాశవాణి విజయవాడ కేంద్రంలో హరికథా గానం చేశారు. అలా అనేక గ్రామాలు, పల్లెలు, పట్టణాలు తిరుగుతూ కథాగానాలు చేస్తున్న అమ్ముల వారు మరల నంగేగడ్డ స్వగ్రామానికి వచ్చి వెళ్తూండే వారు. ఎంతోమంది పండితులతో గల సహవాసము భాగవతార్ గారికి సాహిత్యంపై పట్టు కుదిర్చింది. పద్యాలతోనే ఆయన పండితుల గోష్టులలో, ఉత్తర ప్రత్యుత్తరాలతో ప్రసంగిస్తూ క్షేమ సమాచారాలు కొనసాగించేవారు. ఆసమయంలోనే ప్రసిద్ధ హరికథకులు, విద్యాదానకర్ణ తెల్లాకుల వెంకటేశ్వర గుప్త భాగవతార్ గారు ప్రథమంగా తెనాలిలో చెబుతున్న భారతం పూర్తయిన సందర్భంగా ఏర్పాటైన సన్మాన సభలో అమ్ముల వారు పద్యమల్లి గుప్తగారిని అభిమానిస్తూ ప్రసంగించారు.

తెనాలిలో దాసరి వెంకటేశ్వర్లు, దాసరి నాగభూషణం, బాలకోటయ్య, డాక్టర్ నరశింహారావు స్థానం నరశింహారావు, ఉప్పల పాటి అంకయ్య, గుంటూరు నాగభూషణం, ములుకుట్ల సదాశివ శాస్త్రి వంటి ప్రముఖులతో కాలం వెళ్ళ బుచ్చుతూ కళలు, సంగీత, సాహిత్యాది అంశాలపై ఎన్నో విషయాలను నేర్చుకునేవారు. ఆ ఏడాది లోనే తిరువూరు గ్రామంలో రామాయణం, చెప్పుతున్న పువ్వుల రత్తయ్యగారి సిఫార్సుతో కుప్పావీరం రాఘవయ్య గారి దగ్గరకు శిష్యునిగా వెళ్ళిన అమ్ముల వారికి ఆయన హంసధ్వని రాగంలో నెలరోజులపాటు 'కనికరమునగను' అనే కీర్తనకు పల్లవిని మాత్రం చెప్పి విడిచిపెట్టినట్లు భాగవతార్‌గారు అంటూండేవారు. అలా తెనాలినుంచి చిత్రాదేవి భాగవతారిణి, సహకార వాదకులతో హరికథాగానాలకు బయల్దేరి నైజాంలో పర్యటిస్తూండగా దాసుగారి భార్య లక్ష్మి కాంతానికి బాలింత జబ్బు చేసినట్లు తెనాలికి వార్త అందింది. వెంటనే తెనాలి చేరి వెన్వెంటనే నంగేగడ్డ గ్రామానికి వెళ్ళి భార్య వద్దనే ఉండటం బాలింతగా వున్నా వర్షంలో తడిసి,తన శరీర పరిస్థితిని గుర్తించక, బరువైన పనులు చేస్తూ అనారోగ్యం తెచ్చిపెట్టుకున్న ఆమె విశ్వనాథం గారి ఒడిలో తలపెట్టుకుని కన్నుమూసారు యావత్తు కుటుంబ సభ్యులను దుఃఖం సాగరమున ముంచెత్తిన సమయం అది. ఆ సమయంలోనే అమ్ముల వారు వారి భార్య నుద్దేశించి పద్యాలను రాసుకున్నారు

ఉ॥ చిన్నతనంబునుండి బహుశీలముగ చరియించినీవు నీ
వెన్నడు మేను దాచుకుని ఇంట చరించిన రోజులేదు నిన్
గన్న గృహాన మాటికి మకాములు సేయగ నాససేయకే
నన్నిట నన్ను మించితి వహోయని ఎల్లరు నిన్ను మెచ్చగన్॥

ఉ॥ చెప్పితి వొక్క మాట మది చీలకలె నది జ్ఞప్తిరాగ నా
కిప్పుగిదిన్ ప్రమాద స్థితి ఏర్పడి బిడ్డల నేమి సేతురో!

తప్పదు నాకు మృత్యువని తల్లడ మందుచు క్రింది రోజునే
ముప్పు నెరింగి పిల్లలను మోదమెలర్పగ నప్పగించితే ॥

అయితే సతీవియోగం అనంతరం కూడా అలాగే కథాగానాలు చేస్తూండగా పిల్లలు లక్ష్మీ నారాయణ, శ్రీ రామమూర్తి బాలగంగాధరరావులు ఎలా వున్నారో అనే ఆలోచన అమ్ముల వారి మనస్సును కదిలించివేస్తూండేది. ద్వితీయ వివాహంపై దాసుగారికి అభిప్రాయం లేకపోయిన ఆయన మేనమామ వధువు కోసం తిరగటం ప్రారంభించారు. అలా విశ్వనాథం గారి తల్లి కూడా ద్వితీయ వివాహం చేయాలని గట్టి ప్రయత్నమే చేసింది అలా ఆ ప్రయత్నాలలో దాసుగారి స్వగ్రామమైన నంగేగడ్డ వాస్తవ్యురాలు లక్ష్మీబాయిగారు రేపల్లె తాలూకా పెదపులివర్రు గ్రామానికి చెందిన గుంటూరు సుబ్బారావు గారి సతీమణి.

ఆ దంపతులకు నలుగురు కుమార్తెలు. జాతీయ భావాలతో, సంఘ సంస్కర్తగా ప్రముఖ స్వాతంత్ర్య అతివాద కాంగ్రెస్ వాదిగా సుబ్బారావుగారు జైలుకి కూడా వెళ్ళారు. ఆయన ఇంటిలోని ప్రతి వస్తువును పలుమార్లు బ్రిటిష్ వారు జప్తు చేసి వేలం వేసేవారని కూడా చెప్పుకునే వారు. పేదవారికి హోమియో మందులు ఉచితంగా ఇస్తూ వైద్యం చేయటంతో డాక్టర్‌గా కూడా పేరొందిన ఆ సుబ్బారావు గారు కాలం చేసిన తరువాత ఆయన భార్య లక్ష్మీబాయి గారు పుట్టింటికి నంగేగడ్డ గ్రామానికి వచ్చేయటంతో వివరాలు తెల్సుకున్న అమ్ముల వారి కుటుంబం వారి మూడవ సంతానమైన సువర్ణాబాయి గారితో విశ్వనాథం గారికి వివాహం జరిపించారు. మొదటి కుమార్తె, నరేంద్రాబాయిని చిత్తజల్లు జగన్మోహనరావు, రెండవ కుమార్తె జవహరీ బాయిని కులాంతర వివాహమని భావింపక అభ్యుదయ భావాలతో గుత్తా సుబ్రహ్మణ్యం వారలకు ఇచ్చి వివాహం జరిపించగా మూడవ అల్లునిగా విశ్వనాథంగారు సువర్ణాబాయి గారిని వివాహం చేసుకున్నారు. గుంటూరు సుబ్బారావు గారు, ఏలూరులో గౌరవ ప్రతిష్ఠలు పొందిన గుంటూరు వీర రాఘవులు గారు స్వయాన అన్నదమ్ములు. అలా వారి పినతండ్రి కుమారులు అంకదాసుగారు తహసీల్దార్‌గా, సింహాద్రి నాయుడుగా (ఐ.ఎ.ఎస్) ఎన్నో ఉన్నత శిఖరాలను అధిరోహించిన కుటుంబాలు వారివి. సుబ్బారావు గారి నాల్గవ కుమార్తె విఠల్ బాయి. జాతీయ భావాలు నిండిన సుబ్బారావుగారు వారి నల్గురి కుమార్తెలకు దేశనాయకుల పేర్లు పెట్టటం విశేషం. పెద్ద కుమార్తెలకు ఇద్దరికీ వివాహం గుంటూరు సుబ్బారావు గారే చేసారు. తదుపరి సుబ్బారావు గారు అనారోగ్యంతో స్వర్గస్థులవ్వగా మూడవ కుమార్తే, నాల్గవ కుమార్తె, సుబ్బారావు గారి ధర్మపత్ని, వారి ఇంట ప్రథమ పుత్రికగా, గారాల బిడ్డగా, వివాహమయిన వెంటనే భర్తను కోల్పోయి, పెదపులి వర్రు గ్రామంలోనే వుంటున్న అమ్ముల సీతమ్మలు కలిసి జీవనం సాగిస్తున్నారు. సుబ్బారావు గారు పోయిన నక్షత్రం మంచిది కాకపోవటంతో ఊరిపెద్దల సూచనమేరకు 6 నెలలు యిల్లు పాడుబెట్టాలనే ఆలోచనతో ఒక దేవాలయం గదిలో నూతి సత్యనారాయణ దంపతుల, ఆ వూరి కరణం గార్ల సహకారంతో వుండటం జరిగింది. అలా ఆ సమయంలో విశ్వనాథంగారు వారి బావ జగన్నాథం గారితో కలిసి పెదపులివర్రు గ్రామం వెళ్ళి వధువుని

చూసి అన్ని విషయాలు మాట్లాడుకొని తిరిగివచ్చారు. ఇక వివాహనికి అందరూ నాగాయలంక నుంచి ఒక లాంచీ మాట్లాడుకుని పెళ్ళికి తరలి వెళ్ళారు. శ్రావణమాసం అవటంతో కృష్ణానది పరవళ్ళు తొక్కుతూ ప్రవహిస్తోంది. పెదపులి వర్రు గ్రామానికి చేరటం ఆ వివాహ సమయంలో సరిదే సుబ్బారావు గారి వయొలిన్ సోలోవాద్యం, ముదపాక మల్లేశ్వరరావు భాగవతార్‌చే హరికథాగానం వంటి కార్యక్రమాలు జరిగాయి. వివాహం ఇతర కార్యక్రమాలు ముగించుకుని ఆనందంగా నంగేగడ్డకు చేరారు.

అయితే అంతకు మునుపే పెదపులివర్రుగ్రామంతో ఆయనకి సుపరిచయం. ఆ గ్రామంలోని దేవాలయం నిర్వహించే ఉత్సవాలకు, గ్రంథాలయాల కథలకు తరచువెళ్ళే సందర్భములోనే అమ్ముల వారు ఆ గ్రామంపై రాసిన ఓ పద్యం :

చ॥ కవి నటగాయ కాగ్రణులు గాంధీ మహాత్ముని భక్త సత్తముల్
దివిజ సమాజ సౌఖ్యముల దేవెడి రైతులఖండ పండిత
ప్రవరులచే విరాజిలుచు పావన కృష్ణ సమీపమందుసం
భవమయి ఖ్యాతి గాంచు పెనువ్యాఘ్ర పురంబున కంజలించెదన్.

ప్రసిద్ధ సంగీత విద్వాంసుడు, చలన చిత్ర నేపథ్య గాయకుడు అమ్ములవారు సోదరతుల్యునిగా చూసుకునే ఘంటసాల వారు కూడా పెదపులి వర్రు గ్రామానికి చెందిన వారినే వివాహమాడటం, ఆమె (సావిత్రిగారు) అమ్ముల వారి భార్య సువర్ణాబాయికి స్నేహితురాలవటం కాకతాళీయంగా జరిగిపోయింది. ఘంటసాల, అమ్ముల వారలు కృష్ణా జిల్లా వారు కావటం అలా చేబ్రోలు వారు చేయు సప్తాహాలలో మృదంగం వాయించటం, నృత్యం, భజనలలో పాడటంతో వారిద్దరి మధ్య స్నేహబంధం మరింతగా బలపడింది. అలా మద్రాసు ఏ.ఐ.ఆర్. ప్రోగ్రాములకు వెళ్ళినపుడు, విడిగా కథాగానాలకు వెళ్ళినపుడు అమ్ములవారి దంపతులు ఘంటసాల వారి ఇంట్లోనే బస చేసేవారు. ఈ బంధం మరింతగా బలపడటానికి గుంటూరు వారితో ఏర్పడ్డ బంధుత్వమే కారణమని అమ్ముల వారంటూండేవారు అందుచేతనే వారి ద్వితీయ వివాహ అనంతరం

కం॥ అమ్ముల వారికి నీవో
కొమ్మా! కోడలివి సుమ్మ! గుర్తుంచుక శీ
లమ్మున్ గల్గి చరింపుము !
అమ్మకు నాన్నకును కీర్తియవనిన్ నిలుపన్॥

అనే ఇత్యాది పద్యాలను రాసారు.

అలా సాగిపోతున్న దాంపత్యం, హరికథాగాన ప్రస్థానంలో అప్పటికే ఒప్పుకున్న పెద్దాపురం రామాయణం కొరకై నూతన వధూవరులు అప్పటి చిన్నకుమారుడు బాలగంగాధరరావును వెంట తీసుకుని బయలు దేరారు. ప్రముఖ సినీ నటీమణి అంజలి పెంపుడుతల్లి దండ్రులు

చినగంధం సూర్యనారాయణ దంపతులు, సామర్లకోట డాక్టర్ ప్రసాదరావు దంపతుల ఆతిథ్యమందుకుంటూ రామాయణ కథాగానం చేశారు.

నంగేగడ్డ గ్రామంలో జన్మించి చల్లపల్లి వరకు, తదుపరి అవనిగడ్డల వరకు వచ్చే ఎర్రబస్సు (ఆర్టిసి బస్సు)లను చూస్తూ ఆ బస్సును ఎప్పటికైనా తాను ఎక్కగలనా అని అనుకున్న ఒకప్పటి దాసుగారి హరికథాగాన ప్రస్థానం అంచెలంచెలుగా ఎదిగి బస్సులు, రైళ్ళు తదితర వాహనాలపై ప్రయాణం చేసే ఉన్నత స్థితికి ఎదుగుతూ వచ్చారు. పిల్లల చదువులు కూడా రోజు రోజుకి పెరగటంతో తదుపరి ఉన్నత విద్యాభ్యాసానికి స్థలం మార్చవలసిన పరిస్థితి ఏర్పడింది. 1952లో దివితాలూకా కోడూరులో రామాయణం చెప్పటం అచట పొలమూరు (ప.గో. జిల్లా) డాక్టర్ పంగనామాల కేశవరావుగారు పరిచయమవటం, అది వారిద్దరి మధ్య స్నేహాభిమానాలతో కొనసాగటం జరిగింది.

ఆ ఏడాదే కృష్ణాజిల్లా తలగటూరం గ్రామం నుంచి కాట్రగడ్డ ప్రకాశరావు అనే వ్యక్తి దాసుగారి దగ్గరకు హరికథాగానం చేయటానికి శిష్యునిగా రావటం జరిగింది. అలా కథలు నేర్చుకుంటూ సొంత కుమారునిలా అన్ని విధాల సహాయపడుతూ దాసుగారి పర్యటనలలో పాల్గొంటూవుండేవారు. బందరులో తన ఇంటికి బంధువుల తాకిడి ఎక్కువయ్యిందని.

బందుల రాకతో తొలి స్వభావము మారట తిండ్లతో సుహృ
ద్బృందపు వేడ్కతో సుతుల విద్దెల కద్దెల కిచ్చుఖర్చుతో
నెందున శాంతి లేక ధనమెంత గడించియు కుందు చుంటినీ
బందరు వాసినై నెలకు వందలు నాల్గు వ్యయించు చార్తిమై

అనే పద్యం రాసుకున్నారు.

ఆ హైస్కూల్‌లోని ప్రముఖ తెలుగు పండితులు చల్లా రామ్మూర్తి శాస్త్రి గారు సంస్కృత భాషలో ఎంతో పరిజ్ఞానం కలిగించటం, వారి బావమరిది మూర్తి హనుమంతరావుగారు ఎన్నోవిధాల అందించిన సేవలు దాసుగారి ఉజ్వల భవిష్యత్తుకి పునాదులుగా నిలిచాయి.

అప్పుడు బందరులో గల దేవాదాయ ధర్మాదాయ శాఖ వారి ఆఫీసులో డిప్యూటీ కమిషనర్‌గా చల్లకొండ ప్రసాదరావు గారు సాహితీ కళాపోషకులు. భాస్కర్ల గోపాలకృష్ణమూర్తి గారి వలన పరిచయమైన వారి ద్వారా అన్నవరంలో తదుపరి రాష్ట్రంలోని ప్రసిద్ధ, ప్రధాన దేవాలయాలలో విశ్వనాథం గారి హరికథా గానం ఏర్పాటు చేయటం, అలా ఆయా ప్రాంతాలలోని ఎంతో మంది సంస్కృతాంధ్ర పండితులు ఆయన కథలను మరల మరల ఆయా ప్రదేశాలలో ఏర్పాటు చేయటం వార్షికంగా జరిగి పోతూవుండేది.

1952లో అన్నవర క్షేత్ర మహాత్మ్యంను దాసు గారు స్వయంగా రచించిగానం చేశారు. 1954లో మండపేట గ్రామాన రామాయణం సీరియల్ కథా గానం – సువర్ణ ఘంటా కంకణ

ప్రదానం అసాధారణ రీతిలో సన్మానం జరిగింది. ఆ సమయంలోనే దాసు గారికి ప్రథమ పుత్రిక శ్రీ లక్ష్మి జన్మించినట్లు వార్త తెలిసింది.

దాసుగారు స్వయంకృషితోపైకి ఎదుగుతున్నా పాఠశాల కళాశాల చదువులు చదవలేదని ఆయనకు తీరని కొరతగా మిగిలింది. అందుకనే తన పిల్లల ఉన్నత చదువులకోసం ధనం ఎంతో ఖర్చు పెట్టేవారు. అలా ఆఖర్చు, కుటుంబ పోషణ, బంధువుల రాకపోకల ఖర్చులతో ఆర్థిక బాధలను ఎదుర్కొంటున్నా పిల్లల చదువుల విషయంలో అశ్రద్ధ చేయక చదివిస్తూనే వుండేవారు. అలా కొన్ని సమయాలలో వస్తువులు బంగారు షాపులో కుదువ పెట్టి ఆ డబ్బుతో చదివించిన సంఘటనలు చాలా వున్నాయి.

అలా సాగుతున్న రోజులలో 1955 గూడూరు, తిరుత్తణి, శ్రీకాళహస్తి, మల్లిపూడి, అరసవల్లి, వేల్పూరు, చినవాడపల్లి, గురజ, కడలి, పొందూరు, కత్తకపాడు అనే ఇత్యాది గ్రామాలలో కథాగానం చేస్తూ 1956లో వెణుతురుమిల్లి, అంగలూరు, కూనవరం, దూసిపేట, జాల్నా, ధర్మ వరం, వంటి పెక్కు గ్రామాలలో కథాగానం 1957 లో పెదముక్తేవిలో రామాయణం సీరియల్ కథాగానం చేసారు. దాసుగారి పెద్ద బావమరిది భ్రమరయ్యకు కడుపులో పుండు ఏర్పడినందు వలన వైద్యానికి బందరు తీసుకురావటం జరిగింది.

అప్పుడు ఆయనతో కుటుంబ సభ్యులందరూ రావటంతో నెలరోజుల పాటు హాస్పిటల్ ఖర్చులు, మందుల ఖర్చులు, పై ఖర్చులన్నీ దాసుగారే భరించారు. ఇలా కథలు గానం చేస్తూ అనేక పట్టణ, గ్రామీణ ప్రాంతాలలోని పెద్దలను ప్రముఖ సాహితీ వేత్తలను, సంగీత విద్వాంసులను పరిచయం చేసుకుంటూ సదా తత్సంబంధమైన గోష్ఠులలో వారితో పాల్గొంటూ, అనేక కొత్త కొత్త పుస్తకాలను చదువుకుంటూ పెక్కు విషయాలను తెలుసుకుంటూ ఎంతో పరిజ్ఞానాన్ని సమకుర్చుకుంటూ తన ఉన్నత స్థానానికి తానే బాటలు వేసుకుంటూ ముందుకు సాగిపోతున్న దాసుగారు ఆ ఏడాది త్యాగరాజ చరిత్ర, అవతార్ మెహెర్ బాబా చరిత్రలను ప్రథమంగా గానంచేసారు.

1959 ఖర్గపూర్ ఆగ్రాలకు కథాగానం చేయటానికి వెళ్తూ దాసుగారు వారి తల్లి, అత్తగార్లను తీసుకు వెళ్ళి వస్తూ కాశీ, గయ, ప్రయాగలు, త్రివేణి సంగమంలు చూపించటం జరిగింది. 1960లో రాజమండ్రిలో రామాయణం హరికథాగానం సీరియల్‌గా చెప్పటం అనంతరం ఆ ప్రాంతానగల పండిత ప్రముఖుల, సాహితీ ప్రముఖులుతో కూడిన కమిటీ ఆధ్వర్యంలో ఊరేగింపు మరపురాని రీతిలో ఘనసన్మానం, హరికథా కళాకోవిద బిరుదు ప్రదానం జరిగాయి. అదే సయమంలో ఎందరో ప్రముఖులు దాసుగారికి అందించిన అభినందన కుసుమాలను పూలమాల అను రూపంలో పుస్తకంగా ముద్రించారు. అదే ఏడాదిలో విశ్వనాథం గారికి అయిదవ కుమారుడు ప్రసాదు బందురులో జన్మించాడు. 1961లో దాసుగారి ప్రథమ కుమారుడు లక్ష్మీనారాయణ వివాహం అల్లు వెంకయ్య గారు (రాజమండ్రి) ప్రథమ పుత్రిక సత్యవతితో జరిగింది. ప్రముఖ

వయొలిన్ విద్వాంసులైన ద్వారం వెంకట స్వామి నాయుడు గారి శిష్యులైన వెంకయ్య గారు సత్యవతిగారికి ఆ ద్వారం వారి సంప్రదాయంలోనే వయొలిన్ వాయిద్యం నేర్పించి విద్వాంసురాలిగా తీర్చి దిద్దారు. అదే ఏడాది శ్రీకాకుళం (జిల్లా) కోదండ రామస్వామి వారి ఆలయంలో ప్రథమంగా శ్రీమద్భారతాన్ని సీరియల్‌గా కథాగానం చేసారు. వైశ్యశ్రేష్ఠులైన బరాటం రమణయ్య శ్రేష్టి, బరాటం సూర్యనారాయణ, భగీరథి, ఆయుర్వేద వైద్య శిఖామణులు డాక్టర్ ధన్వంతరి వంటి వారలు దాసుగారికి అచట ఘనంగా మర్యాదలు చేసి పెద్ద ఎత్తున సత్కరించి స్వర్ణ ఘంటాకంకణమును బహూకరించారు. ఆ ప్రాంతాన అది అందరికీ మరిచిపోలేని ఘట్టం.

కాలేఖాన్ పేటలో అదే ఏడాది రామాయణం సీరియల్ కూడా చెప్పటంతో ప్రయాణాల పరంపర పెరిగింది.

1962 ఏడాదిలోకి అడుగిడిన మొదటి రోజుల్లోనే కుర్ధారోడ్‌లో అవతార్ మెహెర్ బాబా చరిత్రను గానంచేసి వినిపించారు దాసుగారు.

అలా దూరపు ప్రయణాలు కూడా చేస్తున్న దాసుగారు మరింత సౌకర్యార్థం విజయవాడకు కాపురాన్ని మార్చారు. బావగారూ అని దాసుగారిని అత్యంత అప్యాయంగా పిలిచే మృదంగ విద్వాంసులు మహాదేవు రాధాకృష్ణంరాజుగారు ఆయనకు ప్రాణ స్నేహితులు. అలా వారి అభిమానం మేరకు వారి ప్రాంతాన్నే ఇల్లు అద్దెకు తీసుకుని దిగారు. తదుపరి ఆ ఏడాదిలోనే విశాఖ పట్టణంలో రామాయణం సీరియల్ హరికథాగానం చేసారు. బొంబాయి, పూనాలలో ఆంధ్రమహాసభల వారి ఆహ్వానం మేరకు కథాగానం చేసిన అమ్ముల వారు పెద్ద పట్టణాలలో కూడా తరచు కథాగానాలు చేస్తూ ఆధ్యాత్మిక, ధార్మిక చింతనలతో పాటు సామాజిక చెతన్యం కలిగే అనేక విషయాలను తెలుపుతూండే వారు. ఆ ఏడాదే దాసుగారికి ద్వితీయ కుమార్తె వెంకటలక్ష్మి జన్మించింది. దాసుగారి తల్లి గారికి కూడా పక్షవాతం మరల వచ్చి సరిగా నడవలేని స్థితిలో నాగాయలంక నుండి విజయవాడకు తీసుకువచ్చి డాక్టర్ చక్రవర్తుల నరసింహాచార్యులు గారిచే వైద్యం చేయిస్తూండే వారు.

అలానే అదే ఏడాదిలో దాసుగారి పెద్దకుమారుడు లక్ష్మీనారాయణ ఆదిలాబాద్ జిల్లాలో అగ్రికల్చరల్ డిమానిస్ట్రేటర్‌గా ఉద్యోగంలోకి అడుగిడాడు. బాపట్లలో అగ్రి కల్చర్ బి.ఎస్‌సి. చదివిన లక్ష్మీనారాయణే దాసుగారి కుటుంబంలో ప్రథమంగా ప్రభుత్వోద్యోగి.

అప్పట్లో ఆదిలాబాద్ డిస్ట్రిక్ట్ అగ్రికల్చరల్ ఆఫీసర్‌గా ఉన్న జైనులాబెదీన్ గారికి దాసుగారంటే ఎంతో అభిమానం. అలా ఆ జిల్లా జడ్జి దేవతా సుబ్బారావు గారు, జిల్లా కలెక్టర్ నరహరశెట్టి రాఘవరావు గారులు కూడా బాగా అభిమానంగా ఉండటం తద్వారా దాసుగారి కథలు పలుచోట్ల ఉన్నత స్థాయిలో ఏర్పాటు చేయటం, దానిని దాసుగారు సద్వినియోగపరచుకుంటూ నిత్యం గ్రంథాన్వేషిగా అనేక కొత్త విషయాల కొరకు తాపత్రయపడుతూ రథరు కథకు కొత్త విషయాన్ని అందించేస్థాయికి ఎదిగి తనకొక గుర్తింపు తెచ్చుకున్నారు.

1963లో మద్రాసు ఎమ్.ఆర్.అప్పారావుగారింటిలోనే కథాగానం చేసారు అమ్ములవారు. అప్పుడు అచటకు ప్రముఖ కర్ణాటక విద్వాంసుడు జి ఎన్‌బి రావటం వారితో పరిచయభాగ్యం కలగటం దాసుగారు గొప్ప భాగ్యంగా భావించారు. ఆ ఏడాదిలోనే ప్రముఖ సాహిత్య విశారదులు ఉండేల మాలకొండారెడ్డి గారితో పరిచయం కలిగింది. అనేక గ్రామాలు పట్టణాలు, నగరాలు రాష్ట్ర, రాష్ట్రేతర ప్రాంతాలలో కథాగానాలు చేస్తున్న అమ్ములవారికి వయసుపెరుగుతోంది, సంపాదన పెరుగుతోంది, హరికథా గానానికి సంబంధించి విషయపరిజ్ఞానం పెరుగుతోంది, పెద్దల పరిచయాలు పెరుగుతున్నాయి, కుటుంబ పోషణా భారం కూడా పెరుగుతోంది అయితే కథలకు సంబంధించిన విద్యపరంగా తగు స్థితిలోనే ఉండేవారు. ఎప్పుడు ఇంటి బాధ్యతలకు సంబంధించిన పరిజ్ఞానం తక్కువగా ఉండేది.

1964లో కూడా ఇతర రాష్ట్రంలో పర్యటించారు దాసుగారు. ఆ ఏడాది భిక్షావతి అనే ఆమె తెనాలినుంచి వచ్చి దాసుగారి వద్ద కథలు నేర్చుకునేది. దాసుగారే ఆమెకు కొన్ని చోట్ల ప్రోగ్రాములు ఇప్పించారు. 1965లో ఢిల్లీ వారి ఆంధ్రసభ వారి ఆహ్వానం మేరకు కథాగానాలు చేసి ఘనసత్కారాలు పొందారు. ఆ ఏడాదిలోనే దాసుగారికి తృతీయ కుమార్తె వెంకట దుర్గా భవాని జన్మించింది.

ఆ ఏడాదే మరల ఢిల్లీ ప్రయాణం చేశారు. ఢిల్లీ ఆంధ్ర సంఘం అధ్యక్షులు డాక్టర్ కల్నల్ రాజు గారు (డిప్యూటీ డిఫెన్స్ మినిస్టర్) ఘన సత్కారం చేయటం జరిగింది. ఆ సమయంలోనే దాసుగారి కథాగానాలు శ్రవణం చేయటానికి కేంద్రజల విద్యుత్‌శాఖామాత్యులు డాక్టర్ కె.ఎల్. రావు కేంద్ర కార్మికశాఖామాత్యులు దామోదరం సంజీవయ్యలు తప్పని సరిగా విచ్చేయటం వారితో పరిచయం, సన్నిహితంగా మెలిగే భాగ్యం కలిగింది.

అలానే అచట ఉన్నతోద్యోగంలో వున్న బి.ఎస్ మూర్తి గారు, పోతుకూచి సూర్యనారాయణ గారల పరిచయం ఎన్నో విధాల సహాయ సహకారాలతో ఆద్యంతం కొనసాగింది ఆ ఏడాదే ప్రఖ్యాత రంగస్థల నటులు, సినీ నటులు పువ్వుల సూరిబాబుగారి భార్య రాజేశ్వరి దాసుగారి వద్ద హరికథలు నేర్చుకోవాలనే కోరికతో శిష్యురాలిగా చేరి కథకురాలైంది.

1966 నుంచి విశ్వనాథంగారి హరికథాగాన కళాప్రస్తారంలో ఒక కొత్త మలుపు మరువలేని మహత్తర సన్నివేశం ఢిల్లీ రాష్ట్రపతి భవనంలో రుక్మిణీ కళ్యాణం కథను వేద వేదాంత పండితులు, మహామహో పాధ్యాయులు, రాష్ట్రపతి డాక్టర్ సర్వేపల్లి రాధాకృష్ణన్ గారి సమక్షంలో కథాగానంతో ప్రారంభమైంది. వారు ఆసాంతం ఆలకించి పులకించిన సంఘటన దాసుగారి జీవన యానంలో మరచిపోలేనిది. దాసుగారికి ఎంతో హితులైన సాహితీ వేత్త తన్నీరు బుల్లెయ్య గారు రాజమండ్రిలో నవభారతి గురు కులాన్ని నడుపుతున్నారు. ఆ గురుకులంలో దాసుగారి నాల్గవ కుమారుడు వివేకానందను హాస్టల్‌లో వుంచి ఎస్.ఎస్.ఎల్.సి. చదువుకు ఏర్పాటు చేశారు.

68లో దాసుగారి తృతీయ కుమారుడు బాలగంగాధరరావుకు పొన్నూరు గ్రామనివాసి అయిన బండారు రామమూర్తిగారి తృతీయ కుమార్తె అంజనాదేవితో వివాహం జరిగింది. అప్పటికి ఆమె బి.ఎస్‌సి. చదువుతోంది, కోడళ్ళందరూ చక్కగా వారివారి కుటుంబాలను దిద్దుకుంటూ కాపురం చేసుకుంటున్నారు. అదే ఏడాది రాగోలు నుంచి దాసుగారి పెద్దబ్బాయిని హైదరాబాద్ అగ్రికల్చరల్ యూనివర్శిటీకి అప్పటి రిజిస్ట్రార్ ఎమ్. ఎన్. భారతిగారితో మాట్లాడి ట్రాన్స్‌ఫర్ చేయించారు. అప్పుడు దాసుగారితో భావదేవరపల్లి (దివితాలూకా కృష్ణాజిల్లా) నివాసి సాంఘిక, సామాజిక సేవాతత్పరులు, రాజకీయ నాయకులు, కాంగ్రెస్ వాది అయిన మండలి వెంకట కృష్ణారావు గారు కూడా హైదరాబాద్‌లోని ఎమ్.ఎన్. భారతి గారితో ట్రాన్స్‌ఫర్ విషయమై కలిశారు. మండలివారికి అమ్ములవారి స్నేహబంధం విడదీయరానిదిగా వుండేది. ఒకరంటే ఒకరికి ఎనలేని అభిమానం. 1967లో దాసుగారి శిష్యుడు కాట్రగడ్డ ప్రకాశరావు కుటుంబాన్ని విజయవాడకు రప్పించి కాపురం విజయవాడకు మార్పించారు.

... 1969లో చిత్తూరు జిల్లా పాకాల గ్రామంలో మహాభారతం సీరియల్ చెప్పటం అచట నారాయణస్వామి చౌదరి వారి కుటుంబం ఎంతో అభిమానంగా అదరించటం జరిగింది.

1971-72లలో పలుగ్రామాలలో కథాగానాలు చేస్తూ పర్యటన సాగిస్తున్న విశ్వనాథంగారు మద్రాసు వద్ద అత్తిపట్టు వంటి అనేక ప్రాంతాలలో అనేక సన్మానాలు, సత్కారాలు బిరుదులు పొంది అందరిలో వినమ్రునిగా మసలుకుంటూ ఆదరాభిమానాలను చూరగొన్నారు. ఆంధ్రప్రదేశ్ సంగీత నాటక అకాడమి సంయుక్త కార్యదర్శి బి.కృష్ణం రాజుగారు పిలిపించిన ఆనాటి కథకు పుట్టపర్తి నారాయణాచార్యులు, చిత్తురు నాగయ్య, ఈలపాట రఘురామయ్యగారల వంటి మహోదయులు విచ్చేయటం వారి ప్రశంసలనందుకోవటం గొప్పవిషయం. అయితే అదే ఏడాది దాసుగారికి జీవితంలో మరో మైలురాయిగా భావించే ఘటన రాష్ట్రపతి భవనంలో అడుగిడి రాష్ట్రపతి డాక్టర్ వి.వి.గిరి సమక్షంలో రెండు కథలు గానం చేయటం. అలా రాజధాని నుంచి తిరిగివస్తూ హృషీకేశ్ శివానంద ఆశ్రమంలో శ్రీకృష్ణ జననం గానం చేసి అప్పటి ఆశ్రమాధ్యక్షులైన శ్రీ చిదానందస్వామి, కార్యదర్శి శ్రీ కృష్ణానందస్వాముల వారల ఆశీస్సులతో కూడిన సన్మాన సత్కారాలు పొందే అదృష్టం చేజిక్కించుకున్నారు. ఆ ఏడాదిలోనే దాసుగారి నాల్గవ కుమారుడు హైదరాబాద్‌లోని ప్రాగాటూల్స్ (డిఫెన్స్ కంపెనీ)లో టెక్నిషియన్‌గా ఉద్యోగంలో చేరాడు. వారింట నుండే సీతమ్మ గారిని అతని వెంట వంటావార్పుకీ తోడుగా పంపారు. చిత్తూరు జిల్లా పాకాల గ్రామంలో మహాభారతం సీరియల్ కథాగానాన్ని రెండవసారి అచట చెప్పారు. మధ్యాహ్నం పూట జరిగే ఆ గ్రామంలోని కథలు వినటానికి వేలాది మంది చుట్టు ప్రక్కల నుంచి ఎడ్లబండ్ల మీద అన్నం మూట గట్టుకుని రావటం విశేషం. తరువాత రాజమండ్రిలో ప్రథమంగా శ్రీమద్భాగవతం సీరియల్‌గా కథాగానం చేయటంతో రామాయణ, భారత, భాగవతాది కథలన్నింటిని సంపూర్ణంగా చెప్ప గలిగిన సామర్థ్యాన్ని తెచ్చుకున్నారు. 1973లో తిరువూరు, శక్కర్ నగర్ (షుగర్ ఫ్యాక్టరీ), శరవది, నిజాం పట్నం, పాలగుమ్మి వంటి ఎన్నో ప్రాంతాలలో

కథాగానం చేస్తూన్న రోజుల్లో కేరళ ఆంధ్రసభ వారి ఆహ్వానం పై త్రివేండ్రం వెళ్ళి కథాగానాలు చేయటం అలా ఆ ప్రాంతాల నుంచి గిరినగర్, కొచ్చిన్ భారతీయ విద్యాభవన్‌లో కొన్ని కథలు గానం చేసి వినిపించారు. ఆపర్యటనలోనే కన్యాకుమారి వరకు వెళ్ళి స్వామి వివేకానంద రాక్ మెమోరియల్‌ను సందర్శించటం అచటనే సూర్యోదయాన్ని, సూర్యాస్తమయాన్ని చూసిన భాగవతార్ గారికి అదొక అపూర్వసంఘటన, అయితే ఆ పర్యటనలోనే కేరళ వెళుతూ మద్రాసులో ఘంటసాల వారింటికి ఆయనకు అస్వస్థతగా వుండటంతో పరామర్శించటానికి వెళ్ళారు. భగవద్గీత రెండవ భాగం రికార్డింగ్ జరుగుతున్న సమయం కావటంతో అనారోగ్యంతో వుండికూడా అమ్ముల వారికి ఘంటసాలవారు భగవద్గీత శ్లోకాలు కొన్ని పాడి వినిపించినట్లుగా దాసుగారు తరచూ అంటూండేవారు. అదే ఏడాదిలో అనకాపల్లి శారదా సంగీత పరిషత్ వారు ఏర్పాటు చేసిన సభలో సంగీత గోష్ఠిపై ప్రసంగం జరిగింది. అలానే కుటుంబంలో ఆ ఏడాదిలో కేంద్ర ప్రభుత్వ పరిశ్రమ బి. హెచ్. పి. వి లిమిటెడ్ (విశాఖపట్టణం)లో దాసుగారి నాల్గవ కుమారుడు వివేకానంద ఉద్యోగంలో చేరటం, పెద్ద కుమారుడు లక్ష్మీనారాయణ తన కుటుంబంతో రీసెర్చ్‌పై మనీలా (ఫిలిప్పైన్, వెళ్ళటం, దాసుగారి సోదరి సీతారత్నం కుటుంబ ఆర్థిక పరిస్థితులు ఎదురు తిరగటంతో సంసారాన్ని నాగాయిలంక నుంచి హైదరాబాద్‌కు మార్చారు. 1974లో ధర్మపురి నరసింహ క్షేత్రంలో హరికథాగానం చేయటం జరిగింది. నేలకొండపల్లి (భక్తరామదాసు జన్మస్థలం)లో తెలంగాణా ప్రాంతం, మందూరు గ్రామంలో రామాయణం సీరియల్‌గా కథాగానం చేశారు.

అదే ఏడాదిలో విశ్వనాథం గారు మర్చి పోలేని రెండు విషాదవార్తలు ఆయన తల్లి, ఆగస్టు15న మహాగాయకుడు, ఆత్మీయుడు, కుటుంబ మిత్రుడు ఘంటసాల వెంకటేశ్వరరావు అస్తమించటం. పక్షవాతం వచ్చిన తల్లిని ఆర్థిక పరిస్థితులు సరిగాలేకపోతే సోదరి దగ్గరి నుంచి తీసుకుని వచ్చి దాసుగారు తనవద్దనే ఉంచుకుని సేవ చేశారు. దాసుగారికి తన తల్లి పట్ల విపరీతమైన భక్తి, ప్రేమ. ఆవిడ బ్రతికి ఉన్నత కాలం దాసుగారి కుటుంబంలో ఆవిడ మాటే నెగ్గేది. దాసుగారికి తల్లి మాటే వేదవాక్కు, ఆవిడదే పూర్తి అధికారం, అలా జీవితాన్ని గడిపిన ఆమెకు అఖరిదశలో దాసుగారు, వారి కుటంబ సభ్యులు అందరూ చేయాల్సిన సేవనంతా చేసామనే తృప్తితో దాసుగారు ఉన్నారు. రాజమండ్రి పర్యటనలో వుండగా తల్లి మరణవార్త తెలిసింది. తల్లికి చేయవలసిన చివరి కార్యక్రమాలన్నీ ధర్మప్రకారం నిర్వర్తించి ఆయన ఋణం తీర్చుకున్నారు. తదుపరి వరుసగా దాసుగారి వృత్తి ధర్మమైన కథాగానాలతో పర్యటనలను కొనసాగిస్తూ వస్తున్నారు.

ఆ రోజుల్లోనే తెనాలి వాస్తవ్యురాలైన కమలారాణి అనే ఆమె దాసుగారి వద్దకు హరికథలు నేర్చుకోవటానికి వచ్చి కొన్ని కథలు నేర్చుకుంది. అదే ఏడాదిలో విజయవాడ సత్యనారాయణ పురంలో మహాభారత హరికథాగానం 40 దినముల పాటు జయప్రదంగా నిర్వహించిన దాసుగారికి కరుణశ్రీ జంధ్యాల పాపయ్యశాస్త్రి, కలగ ఆంజనేయశాస్త్రి, డాక్టర్ దమ్మాల పాటి రామరావు వంటి ప్రముఖ పండితుల సమక్షంలో హరికథక రాజహంస అనే బిరుదును ప్రదానం

చేశారు. ఘంటాకంకణ సత్కారాల వంటివి ఘనంగా జరిగాయి. తదుపరి విశాఖ పట్టణంలో రామాయణం సీరియల్‌గా గానం చేయటం ఆర్యవైశ్య యువజనసంఘం వారు దాసుగారికి చేసిన సన్మానానికి తెన్నేటి విశ్వనాథం వంటి ప్రముఖులు హాజరవటం జరిగింది. మాజీ ప్రధాని ఇందిరా గాంధీ ప్రకటించిన 20 సూత్రాల పథకంపై దాసుగారు స్వయంగా హరికథా రూపంలో ఆనంద వర్ధన చరిత్ర అనే కథను రచించగా రాష్ట్ర సంగీత నాటక అకాడమి ప్రథమ బహుమతిని అందించి దాసుగారిని సత్కరించింది. బలిజ సంఘం వారి ఆహ్వానం మేరకు బళ్ళారిలో విడికథలు గానం చేసిన దాసుగారు రాష్ట్ర మంత్రివర్యులుగా ఉన్నటువంటి మండలి వేంకటకృష్ణారావుగారి ప్రోత్సాహంతో ప్రథమ ప్రపంచ తెలుగు మహాసభలలో (హైదరాబాద్) సీతాకళ్యాణం కథాగానం చేసి భారతీయ కళౌన్నత్యాన్ని నలుదిశలా చాటారు.

ఆంధ్రప్రదేశ్ ప్రభుత్వం వారు దాసుగారికి సంగీత నాటక అకాడమిలో సభ్యత్వము నిచ్చి విశిష్ట గౌరవాన్ని కలిగించారు. అప్పటి అకాడమి అధ్యక్షులుగా కూర్మాపు వేణుగోపాల స్వామినాయుడు గారుఉండేవారు.

1976లో తెనాలిలో రామాయణం సీరియల్‌గా కథాగానాలు, బరంపురం కన్యకాపరమేశ్వరీ ఆలయంలో భాగవతం సీరియల్‌గా కథాగానాలు చేయటం జరిగింది. అపుడు అచట పెద్దలు ధర్మపురి కృష్ణమూర్తి భాగవతులు, మహేశం బాబు గారల వంటి వారు స్వర్ణ కంకణాన్ని బహూకరించి పట్టువస్త్రాలతో సన్మానం చేశారు.

అదే ఏడాది అవనిగడ్డ గాంధీక్షేత్రంలో దాసుగారంటే ఎనలేని ప్రేమాభి మానములున్న గౌరవనీయ మండలి వేంకట కృష్ణారావు గారి ప్రత్యక్ష పర్యవేక్షణలో దాసుగారికి షష్టిపూర్తి ఉత్సవం జరిగింది. అపుడు కావూరి వెంకట్రామయ్య చౌదరిగారు, కోలి కేశవ పెరుమాళ్ళు గారు, బి.కృష్ణంరాజు గారు, కూర్మా వేణుగోపాల స్వామి నాయుడు గారల వంటి ప్రముఖులు హాజరయ్యారు. నూతన వస్త్రాలు రూ.1116/-లు అందించి ఘనంగా సత్కారించారు. 1977లో గుంటూరు శ్రీరామసహిత సత్యనారాయణ స్వామి వారి ఆలయంలో రామాయణం సీరియల్‌గా కథాగానం చేసి ఉద్దండులైన సంస్కృతాంధ్ర కవి పండితులు కరుణ శ్రీ జంధ్యాల పాపయ్య శాస్త్రి, జమ్మలమడక మాధవ రామశర్మ, ఓరుగంటి నీలకంఠశాస్త్రి, ఏలూరి పాటి అనంతారామయ్య, వింజమూరి శ్రీనివాసా చార్యులు, కర్రా ఈశ్వరరావు లాంటి వారిచే నవరస మధుర సరస్వతి అనే బిరుదుతో సత్కరించబడ్డారు. 1977లో దాసుగారికి సోదరతుల్యులుగా ఉన్నటువంటి పైడిపాటి సుబ్బారావు భాగవతార్‌గారు మచిలీపట్నం పురవీధులలో ఊరేగిస్తూ ఘనంగా సన్మానం చేశారు. అదే ఏడాదిలో కడప జిల్లా ప్రొద్దుటూరు గ్రామంలో రామాయణం కథాగానం చేయగా అచట ప్రముఖ కవి పండితులు సి.వి.సుబ్బన్న శతావధాని, రాజన్న కవి వంటి ప్రముఖులచే సన్మానం పొందారు. 1978లో విశాఖపట్టణ శ్రీరామలింగేశ్వర స్వామి

ఆలయంలో భారత కథాగానం జొన్నలగడ్డ అప్పారావు గారి ఆధ్వర్యంలో జరుగగా సాహితీ వేత్త, కవి, రచయిత ఎస్.వి. జోగారావుగారివంటి పెద్దలతో సత్కారం జరిగింది. అదే ఏడాదిన విశాఖ యువజనపరిషత్‌వారిచే సన్మానం కూడా జరిగింది. తదుపరి ఆ ఏడాది బళ్ళారి, హంపి, హోస్‌పేట్ వంటి దూరప్రాంతాలలో కథాగానాలు చేశారు. అదే ఏడాదిలో విశాఖలోని ఆంధ్ర విశ్వ విద్యాలయం కాంపస్‌లో రిజిస్ట్రార్ గోపాల కృష్ణారెడ్డి గారు దాసుగారిచే కథాగానం చేయించటం విద్యార్థినీ విద్యార్థులు కూడా దాసుగారి కథగానం పట్ల ముగ్ధులవటం జరిగింది. తదుపరి విశాఖ పట్నంలోని రామలింగేశ్వర స్వామి దేవాలయంలో జొన్నలగడ్డ అప్పారావు గారు మరల రామాయణ కథాగానాలు ఏర్పాటు చేయగా 32 దినములు చెప్పి జయ ప్రదంగా ముగించారు. 1980లో మచిలీపట్టణం విఘ్నేశ్వర దేవాలయంలో వినాయక భక్త బృందం వారు ఘనంగా సత్కరించారు. అదే ఏడాదిలో దాసుగారి అత్తగారు లక్ష్మీబాయి పరమపదించారు. ఆమె కార్యక్రమాలన్నీ దాసుగారే జరిపించారు. 1981లో సంగీత అకాడమీ అధ్యక్షులు కూర్మా వేణుగోపాల స్వామినాయుడుగారి అధ్యక్షతన "కళాప్రవీణ" బిరుదుతో సత్కరించారు. ఉగాది సందర్భంగా ఆంధ్ర ప్రదేశ్ ముఖ్యమంత్రి వర్యులు టి. అంజయ్యగారు "తెలుగు-వెలుగు" బిరుదుతో సన్మానం చేశారు. తదుపరి మైసూరు, బెంగుళూరు వంటి తదితర నగరాలలో కథాగానాలు చేస్తున్న విశ్వనాథంగారు కౌలాలంపూర్, మలేషియా, సింగపూర్‌లలో రాష్ట్ర ప్రభుత్వ పక్షాన గౌరవనీయ మండలి వెంకట కృష్ణారావు గారి ప్రోద్బలంతో జయప్రదంగా నిర్వహించిన ద్వితీయ ప్రపంచ తెలుగు మహాసభలలో గానంచేసి విదేశీయులను సైతం హరికథాగానంతో మంత్ర ముగ్ధులను గావించారు. దాసుగారి జీవితంలోచేసిన తొలి విమానయానంగా అది మర్చిపోలేని సంఘటన. అదే ఏడాది తిరుమల తిరుపతి దేవస్థానం వారు టి.టి.డి. ఆస్థాన విద్వాంసునిగా నియమించారు. 1982లో శ్రీగణపతి సచ్చిదానందస్వామివారి సమక్షంలో కథాగానం, స్వామి వారి పిలుపు మేరకు మైసూరు ఆశ్రమంలో వారి సమక్షంలో రెండు దినములు గడపటం, కథాగానం చేయటం జరిగింది. సాహిత్య, అధ్యాత్మిక విషయాలపై కొన్ని గంటలు వారితో చర్చ జరపటం దాసుగారికి అదొక భాగ్యంగా అనిపించేది. భీమవరం లయిన్స్ క్లబ్ వారు ఘనంగా సత్కరించారు. అదే ఏడాది జూన్‌లో విశాఖపట్టణంలో రామాయణం సీరియల్ కథాగానం చేశారు.

1983లో పాలమూరు (ప.గో.జిల్లా) శ్రీమార్కండేయేశ్వర స్వామివారి దేవస్థానంలో మహారుద్రయాగం చేయిస్తున్న సందర్భాన్ని పురస్కరించుకుని దండు తాతరాజుగారి ఆహ్వానం మేరకు కథాగానం చేయటం, సత్కారం పొందటం. ఆ ఏడాదిలోనే విశాఖపట్టణంలో భారతము, బందరులో రామాయణం, రాజమండ్రిలో భాగవతం సీరియల్‌గా కథాగానం చేశారు. నెల్లూరు హరికథాగాన వాయిద్య కళా పరిషత్ వారు కథాగానం చేయించగా డాక్టర్ కె.ఎల్.రావు గారి కుమార్తె సుజాతారావు గారిచే సన్మానం చేయించారు.

కేంద్ర సంగీత నాటక అకాడమీ వారు బెంగుళూరులో కథాకీర్తన్ పేరిట వివిధరకాలుగా భారతదేశంలోని వివిధభాషలలో హరికథా సమ్మేళనంను భారతీయ విద్యాభవన్‌లో ఏర్పాటు చేసి తెలుగుభాషనుంచి ఏకైక హరిదాసుగా అమ్ముల విశ్వనాథ భాగవతార్ గారిని పిలిచి కథాగానం చేయించటం ఆయన కృషికి దర్పణం అని చెప్పుకోక తప్పదు, అలా బెంగుళూరు నుంచి మైసూరు వెళ్ళి శ్రీగణపతి సచ్చిదానంద స్వామీజీ వారి ఆశ్రమంలో స్వామి వారి సమక్షంలో ఏకాంతంగా కొద్ది సేపు కథాగానం చేయటం, తదుపరి స్వామి వారు వారిస్వంత కారులో చాముండేశ్వరి ఆలయానికి అమ్మ దర్శనానికి పంపటం ఒక అదృష్టంగా భావించారు దాసుగారు. 1984లో ఆంధ్ర విశ్వవిద్యాలయం వారు కళాప్రపూర్ణ (గౌరవ డాక్టరేట్) ని అప్పటిగవర్నరు శ్రీరామ్‌లాల్ గారి ద్వారా అందించారు.

అమ్ముల వారి జీవితంలో అదొక మరుపురాని ఘట్టము. గవర్నర్ గారితో ఆరోజున విందును కూడా సేవించటం జరిగింది. ఇక ఆ ఏడాది కథాగానాల పరంపర సన్మాన సత్కారాల పరంపరతో సాగింది. రాష్ట్ర సూర్యబలిజసంఘంవారు రాజమండ్రిలో సత్కరించటం, విజయవాడ లో రామకోటి యందు అద్దేపల్లి మాధవరావు సన్మానించి హరికథా శిరోమణి బిరుదుతో పట్టు వస్త్రాలను పెట్టి సన్మానించారు. అదే ఏడాది ఉగాదినాడు ఆంధ్రప్రదేశ్ ప్రభుత్వం వారు నాటి ముఖ్యమంత్రివర్యులు ఎన్.టి. రామారావుగారిచే కళాసరస్వతి బిరుదుతో సన్మానించటం జరిగింది. శ్రీకాకుళం (జిల్లా)లో డాక్టర్ ఈశ్వర సీతారామ ధన్వంతరి గారి అధ్యక్షతన శ్రీ కోదండ రామాలయంలోని ఉపనిష్మందిరంలో ఘనంగా సన్మానించారు. విశాఖపట్టణంలో భాగవతం సీరియల్ కథాగానం చేశారు. తరువాత వరుసగా ఒరిస్సా జయపురంలో భాగవతం, శ్రీకాకుళం (జిల్లా)లో భాగవతం, సాలూరులో రామాయణం, విజయనగరంలో భాగవతం సీరియల్స్ కథాగానాలు చేసి పండిత పామరులను రంజింపచేసారు.

ఆ ఏడాదిలోనే తిరుపతి సంగీత కళాశాలలో హరికథా ఇంటర్వ్యూలకు న్యాయనిర్ణేతగా వెళ్ళారు. సికింద్రబాద్ వెంకటాపురం కాలనీలో మహిళా మండలి వారి ఆధ్వర్యంలో కథాగానం చేయగా ముఖ్య అతిథిగా పి.వి.ఆర్.కె. ప్రసాద్‌గారు విచ్చేశారు. విజయవాడ నగరంలో అప్పటి కార్పొరేషన్ వారు విశ్వనాథం గారి ఇంటి ఎదురుగా వున్న ప్రధాన రహదారికి దాసుగారిపేరు పెట్టటం జరిగింది. అప్పటి స్థానిక కార్పొరేటర్ యు.వి. నరసరాజు దీని పట్ల ఎంతో కృషి చేసారని దాసుగారు చెబుతూండే వారు. 1985న "సంగీత, సాహిత్య దిగ్గజాలైన మంగళంపల్లి బాలమురళీ కృష్ణ, చిట్టిబాబు, మధునాపంతుల సత్య నారాయణశాస్త్రిల వంటి మహోదయులు ముందు రాజమండ్రిలో కథాగానం చేశారు. మార్చిలో నంగేగడ్డ (దాసుగారి జన్మస్థలం)లో సన్మానం జరిగింది. తిరుపతి సదస్సులో కథాగానం, అటు నుంచి బెంగుళూరులో కథాగానం మైసూరు శ్రీగణపతి సచ్చిదానంద స్వామి వారి జన్మదినోత్సవాన్ని పురస్కరించుకుని మూడు రోజులపాటు కథాగానాలు చేసి స్వామి వారి ఆశీఃపూర్వక సత్కారాన్ని పొందారు. అదే ఏడాది

విశాఖ జగన్నాథ స్వామి వారి ఆలయంలో భాగవతం సీరియల్, అనకాపల్లిలో రామాయణం సీరియల్‌కి కథాగానాలు చేశారు.

అదే ఏడాదిలో సామర్లకోట గార్లంక సుబ్బారావు గారు ఆహ్వానించి షుగర్ ఫ్యాక్టరీ, వేణుగోపాల కళాకేంద్రం వారు సంయుక్తంగా పురవీధుల గుండా పూర్ణ కుంభంతో ఊరేగిస్తూ సన్మానం చేయటం ఎస్.పి.బి.కె సత్యనారాయణరావు లాంటి కళా హృదయులు హాజరవటం జరిగింది. 1986లో విజయనగరం ఆదిభట్ల నారాయణ దాసు గారి వర్ధంతి సభలో సన్మానం. విజయవాడ ఆకాశవాణి వారు ఏర్పాటు చేసిన జానపద కళారూపాల్లో హరికథల పై రికార్డింగ్, కమిటి (ఇచ్ఛాపురం దగ్గర)లో రామాయణం కథాగానం, తిరిగి వస్తూ విశాఖపట్టణం, విజయనగరాలలో కూడా రామాయణ సీరియల్‌గా కథాగానం, నూజివీడు పిజి సెంటర్‌లో కథాగానం చేసి వినిపించారు.

విజయవాడ నారాయణదాసు గారి వర్ధంతిలో సన్మానం. వినుకొండ త్యాగరాజు స్వామి ఉత్సవాలలో కథాగానాలు. విజయనగరం దాసువర్ధంతిలో కథ, ఉపన్యాసం, సన్మానం జరిగాయి. రాజమండ్రిలో మంగళంపల్లి బాల మురళీ కృష్ణ, మధునాపంతుల సత్యనారాయణ శాస్త్రి, వక్కలంక, మానాప్రగడశేషసాయి, దాట్ల బలరామరాజు తదితర మహోన్నత వ్యక్తుల మధ్య అమ్ములవారిని పూర్ణకుంభంతో వేదికపైకి ఆహ్వానించి సువర్ణాభిషేకం జరిగింది. ఆవేదికపై హరికథాగానభాస్కర అనే బిరుదుతో సత్కరించారు. దీనికి సంకల్పకులు, కృషి సాహిత్య, సాంస్కృతిక ప్రియులు బుగ్గా పాపయ్య శాస్త్రి గారు చేశారు.

అంతేగాక దాసుగారి జీవితంలో మరో మరపురాని ఘట్టం ప్రభుత్వం వారి ఆహ్వానం మేరకు తెలుగు లలిత కళాతోరణంలో జరిగిన సభలో మదర్ థెరిస్సా కరకమలాలతో ఆంధ్ర రత్న అవార్డును అందుకోవటం.

విజయనగరంలో ఎస్.బి.పి.బి.కి సత్య నారాయణరావు గారు, అచట కొంత మంది పెద్దలు, పలు కళాసంస్థలు నిర్వహించే ఆదిభట్ల నారాయణ దాసు వర్ధంతి ఉత్సవాలలో హరికథా చూడామణి బిరుదు ప్రధానం జరిగింది. ఆ ఏడాది ఉగాది నాడు ఆనాటి రాష్ట్ర ముఖ్యమంత్రి ఎన్.టి.రామరావుచే హైదరాబాద్‌లో సన్మానాన్ని అందుకున్నారు. ఆ ఏడాది ఆంధ్ర విజ్ఞాన సమితి భోపాల్ బిహెచ్ ఇఎల్ వెంకటేశ్వరుని మందిరంలో కథాగానాలు, ఢిల్లీలో జనక్‌పురి దత్త వినాయక మందిరం, ఆంధ్ర వనితా మండలి, దత్తగురు దేవాలయం, జనక్‌పురి, కరాల్ బాగ్, ఆంధ్ర పాఠశాల, నానక్‌పుర, రామకృష్ణాపురంలో ఎన్నో కథలు గానం చేసి వినిపించారు.

అదే ఏడాది ఆగష్టులో అవనిగడ్డ గాంధీ క్షేత్రమున శ్రీయుతుల మండలి వెంకట కృష్ణారావుగారి 64వజన్మదినోత్సవం సందర్భంగా ఏర్పాటైన కళాసాహితీ నీరాజనం కార్యక్రమంలో దాసుగారు కొన్ని దేశభక్తి గీతాలు గానం చేయటం, తదుపరి సెంట్రల్ యూనివర్శిటీ వైస్ ఛాన్సలర్ భద్రిరాజు కృష్ణమూర్తి గారు ముఖ్య అతిథిగా మండలి వెంకట కృష్ణారావుగారలు

సన్మానం చేయటం జరిగింది. అదే ఆగష్టు చివరిలో ఢిల్లీ రాష్ట్ర భవన్‌లో కథను గానం చేయటం జరిగింది. 9వ నెలలో జివిఆర్ ప్రభుత్వ సంగీత నృత్య కళాశాల (విజయవాడ)లో ఆదిభట్ల నారాయణ దాసవర్యుల వారి ప్రశస్థిపై సోదాహరణ ప్రసంగం చేశారు.

11వ నెలలో సినీరచయిత, దర్శకులు జంధ్యాల, హాస్యనటులు సుత్తి వేలు, బ్రహ్మానందం వారలు దాసుగారింటికి వచ్చి దాసుగారిని మర్యాద పూర్వకంగా పలుకరించి దాసుగారి ఆశీస్సులు అందుకున్నారు. తదుపరి వరుస కథాగానాల పర్యటనల్లో విశాఖపట్టణంలో నిర్వహించిన మహా రుద్రయాగంలో కథాగానం సన్మానం, పుష్పగిరిలో పుష్పగిరి పీఠాధిపతి సమక్షంలో పార్వతీ కళ్యాణం కథాగానం చేసి ఆశీస్సులు పొందారు. కార్తీక మాసంలో విశ్వనాథ భాగవతార్ గారికి అత్యంత ఆప్తులైన మహాదేవు రాధాకృష్ణం రాజుగారు పరమపదించిన వార్త దాసుగారిని కలిచి వేసింది.

1990లో సరస్వతి గాన సమాజం (కాకినాడ) వారి పిలుపుపై కథాగానం చేసిన అమ్ములవారు ఆనందగజపతిరాజు సంస్థాన ప్రదర్శనంలో ఆదిభట్టాన్వయునిలా వేషధారణ చేసుకుని ప్రేక్షకులను మెప్పించారు. అలా సాగుతున్న ఆ రోజులలో కథాగానాలను ఇంకనూ చేస్తూనే వున్నారు. వచ్చేవరకు వల్లించు, చచ్చేవరకు సాధించు అనే ఆదిభట్టాన్వయుని మాటను ఏనాడూ విశ్వనాథంగారు దాటలేదు. జాషువా సాహితీ సమితి (భీమవరం)లో ప్రసంగము, కపిలేశ్వరపురం శివాలయం లో ప్రసంగము, తణుకు నన్నయ్య పీఠంలో హరికథా సారస్వతంపై ప్రసంగం జరిగింది. ఇదే సమయంలో సూర్యబలిజగా పేరుమార్పు గూర్చి సభలో ఉపాధ్యక్షునిగా ప్రసంగం చేశారు దాసుగారు అన్నవరంలో హరికథల పోటీలు రాష్ట్రస్థాయిలో జరుగగా న్యాయనిర్ణేతగా దాసుగారు వ్యవహరించారు. దీక్షితదాసవర్యుల చిత్ర పటము అవిష్కరణ జరిగిన సందర్భంలో శ్రీకృష్ణ రాయబారం హరికథను అమ్ములవారు గానం చేసి వినిపించారు. జూన్‌లో దాసుగారి కనిష్ట కుమారుడు ప్రసాదు కుటుంబము, దాసుగారి భార్య గౌరవవేతనంతో కపిలేశ్వరపురం హరికథా పాఠశాలలో ప్రిన్సిపాల్‌గా ఉద్యోగబాధ్యతలు నిర్వహిస్తున్న దాసు గారిని చూడటానికి కపిలేశ్వరపురం వెళ్ళారు. అయితే వారిని దాసుగారు ఆ వయస్సులో కూడా వాడపల్లి, అప్పనపల్లి, మందుపల్లి వంటి ప్రదేశాలను చూపించి వాడపల్లి వెంకటేశ్వర స్వామి ఆలయంలో కథాగానం కూడా చేశారు.

1991వ సంవత్సరం జనవరి 1వ తేదీన తాడేపల్లి గూడెం నటరాజ కళాపీఠం వారు ఏర్పాటు చేసిన సన్మానానికి వారి ఐదవ కుమారుడు ప్రసాదు ఈష్టుకోస్ట్‌కు ఎక్కించటం జరిగింది. అలా తాడేపల్లి గూడెంలో సన్మానం అనంతరం, అలా విజయనగరం నారాయణ దాసు గారి ఉత్సవాలకు వెళుతూ విశాఖపట్టణం లోని మూడవ కుమారుడు బాలగంగాధరరావు ఇంటికి చేరటం జరిగింది. గంగాధరరావు కుమారుడు నందగోపాల్ వెంట వెళ్లగా 4వ తేదీ రాత్రికి విజయనగరం చేరారు. విశ్వనాథం గారు ది. 5-6-7వ తేదీలలో ఆదిభట్లవారి ఆరాధనోత్సవా లలో పాల్గొని అనేక మంది హరికథకుల కథాగానాలు విని, దాసుగారు ఉత్సవాల చివరి

రోజైన 7వ తేదీన విభీషణ శరణాగతి అనే కథను మూడు గంటల పై బడి గానం చేసి వినిపించి అందరినీ తన పాండిత్య ప్రకర్షతో ముగ్ధులను గావించారు. ఆమరుసటి రోజు 8వతేది ప్రముఖ సంస్కృతాంధ్ర పండితులు మానా ప్రగడ శేషసాయి గారింట దాసు గారికి ఆతిథ్యము, దాసు గారితోపాటు వీరగంధం వెంకట సుబ్బారావు తదితరులు శేషసాయి గారింట భోజనం చేశారు. ఆ రాత్రికి విజయనగరం నుంచి విశాఖపట్టణం కుమారుడు గంగాధరరావు ఇంటికి చేరారు. అప్పటికే ఒక వారం రోజులుగా కడుపులో ఏదో తెలిని బాధగా ఉంటున్న నొప్పి విశాఖలోని కుమారుని ఇంటికెళ్లగా ఎక్కువవటం, గంగాధరరావు డాక్టర్‌కి చూపించటం, వేరే పరీక్షలు కూడా చేయించటం జరిగింది.

విదేశాలు ఎంతో హుషారుగా తిరిగే దాసుగారిని నడవలేని పరిస్థితులలో వెంటనే మూడవ కుమారుడు గంగాధరరావు విశాఖ నుంచి విజయవాడకు సంక్రాంతి రోజున స్వంత ఇంటికి చేర్చి తిరిగి విశాఖ చేరాడు. భోగి రోజునుంచే దాసుగారిల్లు కళకళాలాడుతోంది. దాసుగారి అనారోగ్యం విషయం వారికి తెలీదు. పండుగ అవటంతో కూతుళ్ళు, నాల్గవ కుమారుడు వివేకానంద కుటుంబాలతో ఆనందంగా ఉన్నారు. ఎప్పుడూ ఒక తలనొప్పి అని కూడా అనని దాసుగారు ఈ పరిస్థితులలో ఇంటికి చేరటం వారిని విస్మయానికి గురిచేసింది. అందరూ ఒక్కసారిగా దాసుగారి వైపు దృష్టి కేంద్రికరించారు. ఫ్యామిలీ డాక్టర్ అయిన శిష్ఠా విశ్వనాథంగారిని తెచ్చి చూపించటం వారు ఏవో మందులిచ్చినా తగ్గలేదు. వెంటనే మరల ఆడాక్టరునే సంప్రదించగా ఆయన సర్జన్ అయిన సి. నరశింహారావు గారనే రిటైర్డ్ రైల్వే మెడికల్ ఆఫీసర్‌ను తీసుకువచ్చి చూపించటం జరిగింది. జనవరి 17వ తేదిన పిన్నమనేని పాలీక్లినిక్‌లో చేర్పించమని, తాను అక్కడకు వచ్చి ఆపరేషన్ చేస్తానని ఆయన చెప్పారు. దానికి అందరూ పక్కబట్టలు, దిండు, చాప, ఫ్లాస్క్ అన్నీ సిద్ధం చేసుకున్నారు. ఆరాత్రి 16వ తేది నుంచే దాసుగారికి వాంతులు ఎక్కువగా అవ్వటం తెల్లవారు వరకు అయిన వాంతులతో దాసు గారు హరికథా గాన కళారంగాన్ని విడిచి వెళ్ళి పోవటం జరిగింది. వైద్యునితో కూడా ఈ కళారంగానికి తిరిగినన్ను అందించండి అని దాసుగారు ప్రాధేయపడినా భగవంతుడు ఆయన వద్ద కథాగానాలు చేయలనే కోరికతో తీసుకువెళ్ళాడనే చెప్పుకోవాలి. హరికథాగానం ఆయన ప్రాణం అనేట్లు జీవించిన అమ్ముల విశ్వనాథుడు మృదుమధుర భాషి. పెద్దలయందు ఎంత గౌరవంగా ఉండేవారో చిన్నవారియందు అంత ప్రేమానురాగాలు పంచేవారు. విజయవాడలోని ఘంటసాల వెంకటేశ్వరరావు ప్రభుత్వ సంగీత నృత్య కళాశాల వారు ఈ వార్త విని సెలవు ప్రకటించారు. హరికథాగానానికి తనదైన శైలిలో కొత్త ఒరవడిని తీసుకువచ్చి హరికథ ఎంతో ఉన్నత స్థానాన్ని కలిగివున్నదని చాటారు.

షేక్ నాజర్

(1920-1997)

- డా॥అంగడాల వెంకట రమణమూర్తి

భారతదేశం సకల సంపదలకు ఆలవాలము. విభిన్న సంస్కృతులు, భిన్నభిన్న కళలకు దేశంలోని కొన్ని రాష్ట్రాలు ప్రసిద్ధి చెందాయి. అలాంటి కళలకు ఆంధ్రరాష్ట్రం పెట్టింది పేరు. ఈ కళల్లో "బుర్రకథ" ఒకటి. ఇది ప్రజా కళారూపం, ప్రదర్శన కళారూపం. దీనికి మెరుగులు దిద్ది ప్రజల హృదయాల్లో చెరగని ముద్ర వేసిన ఘనుడు పద్మశ్రీ షేక్ నాజర్.

సామాన్యమైన అట్టడుగు కుటుంబంలో నిరుపేదగా జన్మించి పద్మశ్రీ దాకా ఎదిగిన నిజాయితీ కళాకారుడు నాజర్. నాజర్ ఉత్తమ జీవితం, శీలమే అతణ్ణి గొప్పవాణ్ణి చేశాయి. అవి లేకుండా నాజర్ లేడు. జీవితంలో ఎన్నో కష్టనష్టాలను చవిచూసినా నీతి, నిజాయితీలకు మాత్రం కట్టుబడి సమున్నతంగా, నిటారుగా తల ఎత్తుకుని తిరిగిన ఉత్తముడు. జీవిక కోసం ఎటుబడితే అటు పోలేదు. కళను నిమ్నస్థాయికి చేర్చలేదు. తను నమ్ముకున్న కళామతల్లి బుర్రకథకు తెలుగు సీమలోనే కాదు, ప్రపంచ ఖ్యాతి తెచ్చిపెట్టిన ఘనత శ్రీనాజర్‌కు దక్కుతుంది.

జననం :

1920 ఫిబ్రవరి 5వ తేదీన గుంటూరు జిల్లా పొన్నెకల్లు గ్రామంలో నిరుపేద దంపతులైన షేక్ మస్తాన్, బీబాబీలకు నాజర్ జన్మించారు.

నిరుపేద కుటుంబంలో జన్మించినా తెలుగుసీమలో 'బుర్రకథ'కే ప్రాధాన్యం కల్పించి దశదిశలా వ్యాపింపజేసి సామాన్య జీవితం నుండి "పద్మశ్రీ" దాకా ఎదిగిన విశిష్ట వ్యక్తి శ్రీ"షేక్ నాజర్".

విద్యాభ్యాసం :

నాజర్ తండ్రి మస్తాన్ కష్టజీవి. ఆ రోజుల్లోనే 'చదువు మనిషికి మూడో నేత్రమ'ని గమనించిన గొప్పవాడు. 'మా కష్టాలు మాతోనే పోవాలని' కుమారుడైన నాజరును 1925వ సం॥లో వీధిబడిలో చేర్పించాడు. పువ్వు పుట్టగానే పరిమళిస్తుందనన్నట్లు ఐదేళ్ల ప్రాయంలోనే నాజర్ ఒకసారి విన్న పాఠం వెంటనే అప్పగించేవాడు. పాటలు, పద్యాలు ఏవైనా సరే అలవోకగా అదే శ్రుతిలో పాడేవాడు.

గాన విద్యాభ్యాసం :

ఇది గమనించిన ఆయన పెద్దనాన్న నాజరును దగ్గరకు పిలిచి సరిగమలు పలికించి, సన్నాయి నేర్పడం ప్రారంభించాడు. నమాజు, వీధి భాగవతుల పాటలు, ఎరుకల సింగి, సింగడు, సోది బాణీలు, కృష్ణచెంచులు జంటగా జేగంటలు వాయిస్తూ పాడే పద్ధతి, దేవ చెంచులు వీరణం చేస్తూ వీరతాళ్ళు మోగిస్తూ పాడే పాటలు, వీర చెంచుల ఆడవాళ్ళు ముద్దకోసం పాడే పాటలు, వీటితోపాటు బవినీలు, పంబలు, జక్కులు మున్నగువారి వంశ పారంపర్యంగా వస్తున్న మౌఖికమైన తెలుగు జానపద బాణీలను అందులోని మెళకువలను ఆసక్తితో నేర్చుకున్నాడు నాజర్.

ప్రతిఏటా పీర్ల పండుగనాడు నాజరు తండ్రి, పెదనాన్న పులి, ఎలుగు, ఎరుకల సింగడు, గొర్లకాపరి వంటి వేషాలు వేసి జనాన్ని మెప్పించేవారు. అందుకు ప్రతిఫలంగా ప్రజలు మెచ్చుకుని కొంత ధాన్యాన్ని ఇచ్చేవారు.

ఒకసారి ప్రతి ఏడులా కాకుండా ఆయన నాజరుతో పద్యాలు కీర్తనలు పాడించారు. ముందు సంవత్సరం కంటే ఎక్కువ ధాన్యం పోగయ్యింది.

నాటక నటన:

1920 వం సం॥ స్కూలు వార్షికోత్సవంలో విద్యార్థులందరూ కలసి 'ద్రోణ విజయం' అనే నాటకాన్ని ప్రదర్శించారు. అందులో నాజరు ద్రోణ పాత్రను పోషించాడు. ఆ పాత్రకు జీవం పోశాడని మాష్టారు నాజరును ప్రశంసించి బహుమతిని ఇచ్చారు. నాజరు తండ్రితో 'మీవాడు సహజ నటుడే కాదు, ఏక సంతాగ్రాహి కూడా. కృషి చేయిస్తే మంచి కళాకారుడు అవుతా'డని చెప్పారు. అలా శ్రీనాజరు 'దినదిన ప్రవర్ధమానుడై' ఎదుగుతున్నాడు.

ఆనోట, ఆనోట నాజరును గూర్చి విన్న గొప్ప హార్మోనిస్టు ఖాదర్ సాహెబ్ గారు 'కనకతార' నాటకంలో కనకసేనుని వేషం వేయించారు. ఆ పాత్రను పోషించిన నాజరు ప్రజల ప్రశంసలను, అభిమానాన్ని చూరగొన్నాడు.

బాలరత్న సభ :

1928 సం॥లో ఖాదర్‌గారు నాజరు తల్లిదండ్రులను ఒప్పించి టి.రామకృష్ణ శాస్త్రిగారి ఆధ్వర్యంలో నిర్వహింపబడుతున్న "బాలరత్న సభ"లో చేర్పించారు. నాజరు పేరును 'గోపి'గా మార్చి చదువు, నటన, సంగీతం, నాట్యం, గానం నేర్పించారు. టి.రామకృష్ణశాస్త్రిగారు అసామాన్య నటశేఖరులు; నారద పాత్ర ప్రసిద్ధులు; సుమారు 1500 నాటకాల్లో నటించిన గొప్ప నటుడు.

అప్పటివరకు మగవేషాలు మాత్రమే వేస్తున్న నాజరు 'కృష్ణలీల'లో దేవకి వేషం, 'శ్రీకృష్ణ తులాభారం'లో రుక్మిణివేషం ధరించి ఆడవేషాల్లో ప్రేక్షక ప్రశంసలు పొందాడు.

ఒకసారి 'భక్త రామదాసు' నాటకంలో చాందిని పాత్రను పోషించవలసి వచ్చింది. ఆ పాత్రకు నాట్యం ప్రధానం కాబట్టి నాట్యం నేర్చుకోడానికై తెనాలిలోని కళావంతుల నాయకురాలి వద్దకు వెళ్ళాడు. నాట్యం నేర్పడానికి ఆమె అంగీకరించింది. ఆమె చెప్పిన వెంటనే అనుకరిస్తుంటే అనుమానం వచ్చి, 'నీకిందులో ప్రవేశముందా' అని ప్రశ్నించింది. దానికి నాజరు కులుకు కోలాటం, చెక్కభజనలలో ప్రవేశముందని సమాధానమిచ్చాడు. అది విని ఆమె "నీవు లయబ్రహ్మావురా" అని అభినందించి అనతికాలంలోనే నాట్యంలోని మెళకువల్ని నేర్పింది.

అలా తర్ఫీదై ఇంచుమించు రోజూ నాటకాలు ప్రదర్శిస్తూ ఉండేవాడు నాజరు. ఆయన నటనకు ప్రేక్షకులు ఏకకంఠంతో "వన్స్‌మోర్" అని ఈలలు, చప్పట్లు కొడుతూ లీనమయ్యేవారు.

1929లో "కృష్ణలీల" నాటకం చీరాలలో ప్రదర్శించారు. ప్రదర్శన అనంతరం నాటక సంస్థలో వాటాలు కుదరక గొడవలు జరిగాయి. 'బాలరత్న సభ' కళాకారులను అందరినీ ఎవరిళ్ళకు వాళ్ళను పంపించారు. ఇంటికి వచ్చిన నాజరు ఖాళీగా కూర్చోలేక బట్టలు కుట్టడం నేర్చుకుంటానని ఓ దర్జీ వద్ద చేరాడు.

దర్జీ పని నేర్చుకుంటున్న నాజరు వద్దకు తండ్రి వచ్చి తీసుకు వెళ్తూ "నాజరూ వన్స్‌మోర్‌లు కొట్టించుకునే నీవు బట్టలు కుడుతూ, గుండీలు వేయటం నాకు బాధగా ఉంది. స్వరాలు పలికించి సంగీతాన్ని ఆలపించాల్సింది పోయి నీలో నీవే పాడుకుంటుంటే నేను చూడలేను. నీవు గొప్పవాడిగా పేరు ప్రఖ్యాతులు సంపాదించుకోవాలి" అని బాధతో అన్నారు.

సంగీతాభ్యాసం :

నాజరును ఎలాగైనా విద్వాంసుని చేయాలని ఖాదర్ సాహెబ్‌గారు అనేక ప్రయత్నాలు చేస్తున్నారు. 1929లో నరసరావుపేట బెంచి మెజిస్ట్రేటు, సహృదయులు అయిన మురుగుళ్ళ సీతారామశాస్త్రి గారి వద్దకు తీసుకువెళ్లి అప్పగించారు. ఆయన ఎంత ప్రయత్నించినా వారాలు కుదురలేదు. నాజరు తండ్రి ఎలానో తిప్పలుపడి డబ్బు పంపి ఒకనెల తరువాత నావల్లకాదు డబ్బులు పంపలేను అని చెప్పారు. చివరకు గురువుగారు నాజరుచే జోలె కట్టించి తన శిష్యురాండ్రను భిక్ష వేయుటకు ఒప్పించారు. త్యాగరాజ కృతులు, శాంతము లేక సౌఖ్యము లేదనే కృతి పాడగా నాజరును శిష్యురాండ్రు బావుందని మెచ్చుకున్నారు.

నాజరుకు సమవయస్కులు ఎదురైనపుడు కొంచెం సిగ్గు అనిపించేదట. సంగీతంపైగల మక్కువ, గమ్యం చేరాలనే తపనలు అతనిని కార్యోన్ముఖునిగా చేశాయి. శాస్త్రిగారి వద్ద ఐదు సంవత్సరములు గడిపాడు. ఈ కాలంలో 25 చిన్న వర్ణాలు, 4 పెద్ద వర్ణాలు, త్రికాలు శ్రద్ధగా నేర్చుకున్నారు.

1934లో 'బాలరత్న సభ' కుర్రాళ్ళంతా కలసి మళ్ళీ నాటకాలు వేయాలనుకుంటున్నారు, నిన్ను తీసుకు రమ్మన్నారని నాజరుగారి పెద్దమామ వచ్చారు. ఈలలు, తప్పట్లు, వన్స్‌మోర్‌తో

కూడిన గత వైభవము కళ్ళముందు కదలి, గురువుగారితో మామయ్య కొడుకు పెళ్ళి అని అబద్ధం చెప్పి శ్రీనాజరు బయలుదేరాడు.

బాల మహమ్మదీయ సభ

1934లో 'బాల మహమ్మదీయ సభ' అని పేరు పెట్టి నాటకాలు వేస్తుంటే ఏనోట విన్నా నాజర్ మంచి పాటగాడు, ఆటగాడు అని గొప్పగా చెప్పుకునేవారు. ప్రత్తిపాడు గ్రామస్థుల కోరికపై నాజరు తన బృందంతో 'శ్రీకృష్ణ తులాభారం' నాటకం ప్రదర్శించారు. రుక్మిణి పాత్రను అద్భుతంగా పోషించాడని నాజరుకు 'బంగారు పతకం' బహూకరించారు. డబ్బు పంపకాలలో తేడావచ్చి 'బాల మహమ్మదీయ సభ' కూడా ఎంతోకాలం కొనసాగలేదు. ఇంటికి తిరిగివచ్చి సీతారామయ్యగారి వద్ద టైలర్‌గా చేరాడు.

మళ్ళీ సంగీతాభ్యాసం

ఫిడేలు వాద్యకారులైన సీతాపతిగారు, హరిదాసు ముట్లూరి వీరకోటయ్యగారు పొన్నెకల్లు గ్రామంలో హరికథ చెపుతున్నారు. గ్రామ ప్రజలు పాట పాడాలని బలవంతంగా నాజరును స్టేజిపైకి పంపారు. 'జంపెతాళం'లో 'వరదానమిచ్చిన పాలింపవే' అని పాడి జనం మెప్పు పొందాడు. అది చూసిన సీతాపతిగారు వయోలిన్ నేర్పిస్తానని సుముఖులయ్యారు. అనతి కాలంలోనే వయోలిన్‌లో నైపుణ్యాన్ని సాధించాడు నాజరు.

ఒకరోజు నాజరుగా వీథిలో నడచి వెళుతుండగా బంగారు ఉంగరం దొరికింది. నాజరు ఆలోచించి వయొలిన్ గురువు సీతాపతిగారికి గురుదక్షిణగా ఇచ్చాడు.

1938లో తండ్రి హఠాన్మరణంతో మళ్ళీ సంగీతం వదలిపెట్టి బట్టలు కుట్టడం మొదలుపెట్టాడు. అప్పటికి నాజరి వయసు పద్దెనిమిది సంవత్సరములు.

సంగీతంపైగల మక్కువతో పెద్దమ్మ అన్నయ్య నాజరుతో నీవు మిషన్ కుట్టవద్దని, రాఘవయ్యగారి వద్ద సంగీతం నేర్చుకోమని తాడికొండలో వదలిపెట్టారు. కొన్నాళ్ళకు రాఘవయ్యగారి అనారోగ్యం వల్ల సంగీతం సాగక మళ్ళీ ఇంటికి చేరి పొలం పనులకు వెళ్ళేవారు. సాయంత్రం అయ్యేసరికి అలసిన శరీరం జ్వరం వచ్చినట్లుగా ఉండేది. ఇంటికి వచ్చిన తరువాత సంగీతం సాధన చేస్తూ బాధను మరచిపోయేవాడు. పొగాకుబేరన్ పనులకు వెళ్తే బట్వాడా దగ్గర తేడా వచ్చి ఇదేమని ప్రశ్నిస్తే ఇక్కడ నీవు పనికిరావు పొమ్మన్నారు.

అలాంటి పరిస్థితుల్లో ఇక్కడ బ్రతుకునీడ్చడం కష్టమని భావించి కృష్ణాజిల్లాలో 'బేరన్ పని చేసుకుంటూ బ్రతకవచ్చు' అని అన్నలు, వదినలు ఉన్న చోటుకు వెళ్ళటానికి ఉన్న ఒక కాసు తాకట్టుపెట్టి ఆ డబ్బుతో తల్లిని వెంటబెట్టుకుని బయలుదేరి వెళ్ళాడు.

అలా వెళ్ళిన నాజరును చూసి "తాదూర కంత లేదు మెడకోడోలన్నట్లు" 'ఇక్కడ మాకే లేదు, మళ్ళీ మీరొచ్చి చేరారు' అని ఈసడింపుగా మాట్లాడారు. ఆ మాటలకు తట్టుకోలేక తిరుగు ప్రయాణమయ్యాడు. ఏటి ఒడ్డుకు చేరిన తర్వాత నాజరుతో తల్లి ఎలా బ్రతికిస్తావురా కొడకా?! అని భోరున విలపించింది. నాజరు కూడా ఏడుస్తూ సంబాళించుకుని 'రాతిలో కప్ప ఎలా జీవిస్తుందో అలా' అని తల్లికి ధైర్యం చెప్పి తమ ఊరికి తిరిగి వచ్చాడు.

వచ్చిన వెంటనే ఉన్న పశువులను అమ్మి కుట్టుమిషన్ కొని బట్టలు కుట్టడం మొదలుపెట్టాడు. మొదట్లో గుడ్డలు కుట్టడంలో అవకతవకలు జరిగేవి. ఇదేమిటని జనం ప్రశ్నిస్తే ప్రక్కనున్న ఊరిపెద్దలు "నూలు గుడ్డలు నూరేళ్ళు కడతావా" అని సర్దిపంపేవారు. అనతికాలంలోనే ప్రావీణ్యం సంపాదించి బాగానే కుడుతున్నాడనే పేరు సంపాదించాడు.

పేరుతోపాటు సంపాదన పెరిగింది. దానితో స్నేహితులు, అలవాట్లు పెరిగాయి.

తిరుగుబాటు

అలా స్నేహితులతో తిరుగుచుండగా ఒకనాడు ఊరి పెదకాపు నాజరుని పిలిచి "మా పిల్లల భుజములపై చేతులువేసి తిరుగుతావా? నీకెంత ధైర్యం? కుడి చేతికి, ఎడమ చేతికి గల తేడా తెలుసుకుని జాగ్రత్తగా మసలుకో" అని కొట్టి బెదిరించాడు. ఆ క్షణంనుంచి నాజరులో కొత్త మార్పు కలిగి "వర్గ భేదాలను" గూర్చి ఆలోచన చేయటం మొదలుపెట్టాడు.

కాలక్రమాన 'ఆర్యమత' సిద్ధాంతాలు నచ్చి 'జీవహింస' మహాపాపం అని భావించి మాంసాహారం మానేశాడు. పండుగల సందర్భాలలో నాటకాలు వేస్తూ కాలం గడుపుతున్నాడు. "పాదుకా పట్టాభిషేకం"లో 'కైకేయి' పాత్ర, "ఖిల్జీరాజ్య పతనం'లో 'కమలారాణి' పాత్రను పోషించి ప్రజాభిమానం చూరగొన్నాడు. తదనంతరం "కమ్యూనిస్టు సాహిత్యం" చదవసాగాడు.

కమ్యూనిస్టు సిద్ధాంతాలతో నాస్తిక చర్యలు చేస్తూ, విగ్రహాలను పగులగొట్ట నారంభించాడు. ఆస్తికులు తిడుతుంటే, మత సహనం కలవారు మిన్నకుండగా, కొందరు నాజరును అనుకరిస్తూ, అనుసరిస్తున్నారు.

అలా నాజరు రెండవదశలో అనుభవాలను పాఠాలుగా చేసుకుని, మేధస్సు పెంచుకుంటూ ఎదుగుతున్నాడు.

ఆడుతూ, పాడుతూ నేర్చుకున్న మిషన్ జీవనాధారం మాత్రమే కాలేదు. పరిచయాలను పెంచి, మాటామంతీ, లోకజ్ఞానం వంటి వాటితో మానసికాభివృద్ధిని పెంచి పోషించింది.

ఓరోజు నాజరు బట్టలు కుడుతూ మంచి హుషారుగా, అదే స్థాయిలో రాగాలు తీస్తున్నాడు. ఆ సమయంలో అక్కడకు 'కొమ్మినేని బసవయ్య'గారు వచ్చింది గమనించకుండా పాడుతూనే ఉన్నాడు. పాట పూర్తయిన తరువాత చప్పట్లు కొడుతున్న బసవయ్యగార్ని చూసి సాదరంగా

కూర్చుండబెట్టాడు. కాసేపు పిచ్చాపాటి మాట్లాడిన తరువాత బసవయ్యగారు మా పిల్లలకు సంగీతం నేర్పమని నాజర్ని అడిగారు.

సంగీత గురువు

ఇంతకాలం తాను నేర్చుకున్నవి, పాడినవి ఒక క్రమ పద్ధతిలో ఏర్చి కూర్చి సాధన చేస్తూ నేర్పటం మొదలుపెట్టాడు. సంగీతంలోని లోతు, మాధుర్యం, గొప్పదనం మెల్లగా అర్థం చేసుకోసాగారు. నాజరు వద్ద సంగీతం నేర్చుకున్న శ్రీ కొమ్మినేని చక్రవర్తి ప్రముఖ సంగీత దర్శకులు అయ్యారు.

సంగీతం నేర్పుతున్న నాజరుగారిని గుర్చి విన్న ప్రక్క ఊరి కుర్రాళ్ళు సంగీతం, నాటకాలు నేర్పమని కోరారు. వారిచే సాధన చేయించి నాటకాలు ఆడిస్తూ, తాను కూడా ఆడుతూ, పాడుతూ జనరంజకుడుగా ప్రజలకు దగ్గరయ్యాడు. కొండ్రుపాటు, కాట్రపాడు, చిన్న లింగాయపాలెం యువకళాకారులచే 'కనకతార' మొదలగు నాటక ప్రదర్శనలు ఇప్పించి, ప్రజల ప్రశంసల్ని పొందాడు.

ప్రయోజకుడైన నాజరును ఒక ఇంటివాణ్ణి చేయాలని తలచిన బంధువులు, మిత్రులు మేనమామగారమ్మాయి 'ఖాసింబీ'తో 1942లో శిష్యుల సహకారంతో వివాహం జరిపించారు.

గాయకుడు

కమ్యూనిస్టుల ఆధ్వర్యంలో 'తుళ్ళూరు'లో పాటల పోటీలు నిర్వహిస్తున్నారు. అందులో పాల్గొన వలసిందిగా శ్రేయోభిలాషులు, మిత్రులు నాజరుకు కబురు పంపించారు. 'కారుమంచి వెంకటేశ్వరరావుగారు' రచించిన పాటలు పద్యములు పాడి 'ప్రథమ బహుమతి'ని గెలుచుకున్నాడు.

నాజరు గురించి తెలుసుకున్న పొన్నెకల్లు కమ్యూనిస్టువారు శ్రీ కొండపనేని బలరామ్, వేములపల్లి శ్రీకృష్ణగారు నాజరును కలసి "నీ ఈ ఉన్నతమైన కళ ప్రజారంజకము, కాబట్టి నీవు ప్రజా కళాకారుడవు అయితే దేశానికి సేవ చేసిన వాడవుకాగలవు. దానితో నీవు అనుకున్న గమ్యం చేరగలవు" అని చెప్పారు.

గుంటూరు తీసుకువచ్చి జానపద కళా ప్రక్రియ, ప్రదర్శనా వాఙ్మయము అయిన 'బుర్రకథ'ను ప్రచార సాధనంగా ఎంచుకున్నారు. ఉలిందం వాస్తవ్యుడైన 'వేపూరి రామకోటి'ని ప్రధాన కథకునిగా చేసి, వంతలుగా 'నాజరును హాస్యపోషణకు, ముక్కామల పురుషోత్తమును రాజకీయ పోషణ'కు నిర్ణయించారు.

1943లో ప్రప్రథమ బుర్రకథా రచయిత, కథకులు అయిన 'కాకుమాను సుబ్బారావు'గారు రాసిన 'సోవియట్ వీరవనిత' "తాన్యా" అనే కథను ఈమనిలో ప్రదర్శించారు.

కథకుడు

కొన్నాళ్ళకు రామకోటిగారు కమిటీకి చెప్పి, ఒప్పించి నాజరుని ప్రధాన కథకునిగా చేసి, తాను హాస్యవంతగా మారిన 'ఉత్తమ కళాభిరుచిగల సహృదయుడు'. తాడికొండలో 'తాన్య' కథనే నాజరుచే చెప్పించారు. కథను విన్న ప్రజలు, ప్రముఖ బుర్రకథకులు 'శ్రీ దొడ్డవరపు వెంకటస్వామి'ని గుర్తు చేశారనే వార్త మారుమ్రోగింది.

శ్రీరామకోటిగారు పట్టుబట్టి కమిటీకి చెప్పి అందెలు, చెక్కలతో పాటు తంబూర కూడా ఉండాలని 'ధేనువకొండ వెంకటస్వామి' గారి వద్దకు తీసుకువెళ్ళి తంబూర కొన్నారు. తంబూరను శృతి చేసి నాజరుచే పాడించి గొంతుకు సరిపడ 'ధీం తధింధింత' అనే తాళం పలికింపజేశారు.

తుళ్ళూరులో కథ చెప్పడానికి వెళుతూ దారిలో అంతకుముందున్న నాటకాల అనుభవం, సంగీతజ్ఞానం కలిపి 'ధేనువకొండ'వారి బాణీలు తెలిసిన నాజరుకు అడుగు, తాళం చూపించి ధైర్యం చెప్పిన 'రామకోటి' ఉత్తమ కళాభిమాని.

బుర్రకథల్లో సంస్కరణలు

దొడ్డవరపు వెంకటస్వామిగారు కథను ప్రారంభించే ముందు పాడే 'శ్రీధేనువగిరి' ప్రార్థననే నాజరు మార్పులు, చేర్పులు చేసి పాడేవాడు. 'రెంటపాల గుడ్డిజంగా' ఎలియాస్ 'కోటి వీరయ్యగారు "సముద్ర మథనం" ఘట్టంలో వాడిన "గిరగిర కవ్వము తిప్పుచు, కేకలు వేయుచును" అను రగడలను యుద్ధము, వీర ఘట్టాలలో పాడి చూడగా జనవాహిని బావుందని మెచ్చుకున్నారు. నాజరు తన ఆప్త మిత్రుడైన రామకోటితో నిరంతరం కథను ఎలా మెరుగులు దిద్దాలి, ఎలా రక్తి కట్టించాలి అని చర్చించి ప్రదర్శనలు ఇచ్చేవాడు. అలా కళ్ళల్లో మెళకువలు గమనిస్తూ, అనునయిస్తూ కాలం గడుపుతున్నాడు.

విజయవాడ 'రైతు మహాసభ'లో పోటీలు నిర్వహిస్తున్నారని తెలిసి క్రిక్కిరిసిన ప్రేక్షక సమూహాము ఎదుట రష్యాలో 'తాన్యా' అను స్త్రీ, స్వేచ్ఛకై చేసిన పోరాట గాథను ప్రదర్శించారు. ఆ కథలోనున్న ఆంతర్యాన్ని అర్థమయ్యేలా, స్త్రీల అభ్యుదయాన్ని గూర్చి చెప్తూ 'పోరాట పథం వైపు దేశ స్వేచ్ఛకై పోరాడే వాళ్ళు అంతా సమానులే' అనే సిద్ధాంతాన్ని తెలియజేశారు. ప్రజలను చైతన్యవంతులుగా చేయడానికి బుర్రకథను ప్రదర్శించినందుకు 'ద్వితీయ బహుమతి' లభించింది.

ప్రజా నాట్యమండలి సభ్యత్వం

1943లో గుంటూరు 'ప్రజా నాట్యమండలి'లో 'నాజర్ దళం' సభ్యులుగా చేరారు. తబలా, హార్మోనియం, డోలక్, మృదంగం, తంబురా వంటి వాద్యాలపై సాధన చేయటం మొదలుపెట్టారు. నాజరు అంతకుముందే సంగీతం, నటన, నాట్యంలో గల ప్రావీణ్యానికి, తనకు తానుగా అభివృద్ధి చేసుకున్న కళను జతచేసి అతి తక్కువ కాలంలోనే సామ్యవాద రచయిత అయిన 'సుంకర

సత్యనారాయణ'గారి 'కష్టజీవి' బుర్రకథను స్వతంత్రించి కొన్నిచోట్ల మార్పులు చేసి చెపుతుంటే ప్రజలు ఉత్తేజితులు అయ్యేవారు.

ప్రజా నాట్యమండలిలో సభ్యత్వం ఉన్న కళాకారులకు నెలకు 16/- రూపాయల జీతం, సామూహిక భోజనాలు, పడకలు, చర్చలతో ఉండేవారు. అలాంటి సమయంలో నాజరు భార్యకు కంటిజబ్బు చేసింది. ఆమెను పార్టీవారు హాస్పిటల్‌లో చేర్చి వైద్యం చేయించారు. ఆమెను పరీక్షించిన వైద్యులు దాంపత్య జీవితానికి పనికిరాదని చెప్పారు. భార్యా వియోగాన్ని దిగమింగుకుని బాధతో ఆమెను ఇంటికి పంపించాడు.

1944లో డాక్టర్ గరికపాటి రాజారావుగారి నేతృత్వంలో 'రాష్ట్ర ప్రజా నాట్యమండలి'కి నాజర్ దళాన్ని ఎన్నిక చేశారు. నాజరు కూచిపూడి, డప్పుల డాన్సులు నేర్చుకున్నాడు.

సుంకర, వాసిరెడ్డిగార్ల 'మా భూమి' నాటకంలో 'జమిందారు', 'క్రిప్స్ రాయబారం'లో 'లాబు' పాత్రలతో పాటు 'వీధి భాగవతం'లో 'భూపాల' వంటి విచిత్ర వేషాలు కూడా వేస్తూ ఆంధ్రరాష్ట్రమంతటా సామ్యవాద సిద్ధాంతాన్ని నాజర్‌దళం ప్రచారం చేసింది.

అహ్మదాబాదు ఆలిండియా నాటక సభ్యుల జానపద కళల పోటీలో నాజరు దళానికి 'ప్రథమ బహుమతి' లభించింది.

అదే సమయంలో కళాకారుడుగా ఎదుగుతున్న నాజరు ఆరోగ్యం క్షీణించడంచేత బాధపడుతున్నాడు. డాక్టరును సంప్రదించగా మళ్ళీ పెళ్లి చేసుకొమ్మని సలహా ఇచ్చాడు. ఆ విషయం పార్టీ వాళ్లకు చెప్పాడు.

ద్వితీయ వివాహం

క్రమశిక్షణాయుతులు, సామ్యవాది అయిన 'శ్రీ పుచ్చలపల్లి సుందరయ్య' గారు నాజరుతో "నీ మొదటి భార్యను, బంధువులను ఒప్పించినట్లయితే పార్టీ పెళ్లి చేసుకోవచ్చు" అని చెప్పారు. ఇంటికివెళ్ళి రెండవ వివాహం గురించి అడిగితే అందరూ నిరాకరించారు. తన పరిస్థితిని ఎవరూ అర్థం చేసుకోవటంలేదు కనుక ఎవరికీ తెలియకుండా పెళ్లి చేసుకోవటం ఉత్తమం అని నిర్ణయించుకున్నాడు. కొంటిపాడులో విడాకులు తీసుకున్న ఆదంబీ అనే అమ్మాయి ఉందని తెలిసి వెళ్ళాడు. ఆ అమ్మాయిని వివాహం చేసుకోవటానికి ఒప్పించాడు. కన్యాశుల్కంగా వాళ్ళ నాన్నకు వంద రూపాయలిచ్చి ఆ అమ్మాయిని విజయవాడ తీసుకువచ్చాడు.

1944 పెదపూడిలో చారిత్రాత్మక, వైజ్ఞానిక, రాజకీయాలను, 'కొడవటిగంటి, మల్లంపల్లి, నిడదవోలు వెంకట్రావు, ఆదినారాయణ, శ్రీశ్రీ'ల ప్రసంగాలకు స్పందించి పాటలు రాయనారంభించాడు. సభ్యుల ఎగతాళిని పట్టుదలగా మార్చుకుని నాజర్‌గారు రచయితగా మరో పర్వానికి నాంది పలికాడు. జానపదులు (పల్లెప్రజలు) పాడుతూ పనులు చేస్తూ ఉంటారు. అట్టి జానపదుల కళాప్రక్రియలోనిదైన 'వలియ వలియ' అను పాటతో గ్రామీణ జన జీవన విధానాన్ని తెలియచేశాడు.

బుర్రకథా రచయిత

1944వ సంవత్సరం బెంగాల్‌లో తుఫాను వచ్చి, వరదలు పొంగి అనేకమంది నిరాశ్రయులయ్యారు. అక్కడి ప్రజల హీన, దీన, దయనీయ పరిస్థితిని పేపర్లో చూసిన నాజరుకి కళ్ళల్లో నీళ్ళు నిండి ఒక్క క్షణం అక్షరాలు కన్పించలేదు. ఆ సంఘటనతో స్పందించిన నాజరు "బెంగాల్ కరువు" అని పేరు పెట్టి కరువుకు గురైన సగటు మనిషి స్థితిగతులను వివరిస్తూ "బుర్రకథ"ను రాశాడు.

విజయవాడ హనుమంతరాయ గ్రంథాలయంలో 'బెంగాల్ కరువు' ప్రదర్శిస్తూ తాను జీవితంలో అనుభవించిన విషాద సంఘటనలు దృష్టిలో ఉంచుకుని "కోడలు ఊరొదలి మామతో వెళ్ళే" సంఘటనలో కరుణ రసాన్ని "గుమ్మన యుద్ధరాక్షసి, దేశాన కరువు పిశాచి, దేశమందు తిండి దొంగలు, దాచివేసిరి తిండి గింజలు" అంటూ నిత్య సత్యాలను అత్యంత మనోహరంగా వివరించాడు.

అంతేగాక యుద్ధం వస్తే కరువు వచ్చి సంక్షోభం పెరుగుతుంది. సోదర, మిత్రులు ఆహుతి అవుతారని నిరసనగా పాడుతూ "గాంధీ, జిన్నాలు కలవాలని మనమంతా ఏకమై కోరాలోయ్" అంటూ సందేశాన్నిచ్చాడు. అది చూసిన ప్రముఖ రాజకీయ నాయకులు, అభ్యుదయ రచయితలు నాజరుగారిని ప్రశంసించారు.

మానవతా వాది, త్యాగశీలి, నిస్వార్థజీవి, క్రమశిక్షణాయుతుడు, ప్రేమ స్వభావి అయిన శ్రీ పుచ్చలపల్లి సుందరయ్యగారు శ్రీనాజరును ఆప్యాయంగా కౌగలించుకుని వెన్నుతట్టి "నాబిడ్డ ఎంతో ఎత్తు ఎదిగాడ"ని అభినందించారు. అభ్యుదయ పత్రిక కవరు పేజీపై నాజరు ఫోటో వేసి, లోపలి పేజీల్లో పొగుడుతూ ప్రత్యేక వ్యాసం ప్రచురించారు.

1944లోనే బాపట్ల యువజన మహాసభలో "బెంగాల్ కరువు" బుర్రకథ ప్రదర్శించారు. శ్రీ 'బళ్ళారి రాఘవ'గారు ఆ సభకు అధ్యక్షత వహించారు. నాజరు బుర్రకథ చెపుతుంటే అధ్యక్షపీఠం నుంచి లేచి "భళా నాజరూ! నీవంటి ఉత్తమాభిరుచి గల కళాకారుడు ఈ దేశానికి ఎంతో అవసరం" అంటూ అభినందించారు.

తరువాత కొన్నాళ్ళకు బళ్ళారిలో 'నాజరు బృందం'చే కథ చెప్పించి డబ్బు, వస్తువులు, వస్త్రాలు ప్రోగుచేసి కమ్యూనిస్టు పార్టీ వారి 'కరువు కమిటీ' ద్వారా బెంగాల్‌కు పంపించారు.

సన్మానం

1946లో మచిలీపట్నం ప్రజా సహకారంతో 'పినపాల నాగభూషణం'గారు పనసకర్రను తెప్పించి నిపుణుడైన 'నందం సుబ్బారావు'తో సరిక్రొత్త పద్ధతిలో తంబురా చేయించారు. సభను ఏర్పాటుచేసి నాజరుగారిని సత్కరించి బహూకరించారు.

ప్రముఖ పాత్రికేయులు అయిన శ్రీ 'కె.అబ్బాస్' దక్కన్ క్రానికల్ పత్రిక చివరి పేజీలో ఫోటో వేసి వ్యాసాన్ని ప్రచురించారు. అందులో నాజరుగారిని "ఆంధ్రా అమర్ షేక్" అని కీర్తించారు

మాభూమి నాటకంలో 'కమల' పాత్రకు ప్రజానటి 'జమున'ను తీర్చిదిద్ది దుగ్గిరాలలో ప్రదర్శింపజేశారు.

ప్రభుత్వ నిషేధం

దేశంలో కార్మిక, కర్షక సమ్మెలు, ధనిక, పేద వర్గాల మధ్య పోరాటాలు చినికి చినికి గాలివానగా మారాయి.

సృజనాత్మకత కలిగి ప్రజలలో మమేకమై ప్రజా కళాకారుడుగా కీర్తింపబడుతున్న 'నాజరుదళం' తాడిత పీడిత జనాన్ని చైతన్యోద్దీపితం చేసి, ప్రజా సంఘాల ద్వారా సాయుధ పోరాటానికి సన్నద్ధుల్ని చేస్తుందని ప్రభుత్వం నిషేధం విధించింది.

ప్రజా నాట్యమండలి కళాకారులు వేరుగా ఉండక పార్టీలో కలిసి ఉంటున్నారు. ప్రజా నాట్యమండలి సలహాదారు (అడ్వైజర్) 'మద్దుకూరి చంద్రం'గారు పార్టీని, కళాకారులను వేరుచేసి కళాకారులు ఇకనైనా వేరుగా ఉంటూ స్వయంప్రతిపత్తిపై జనాన్ని చైతన్యవంతం చేయాలన్నారు.

ఏర్వాక కమిటీ

ఏర్వాక కమిటీలుగా ఏర్పడి ఒక్కొక్కరు ఒక్కో సంస్థగా వాళ్ళ బాధ్యతలు నిర్వహిస్తున్నారు.

నాజరుగారు పొన్నెకల్లు చుట్టు ప్రక్కల గ్రామాల్లో కూలి, పాలేళ్ళ, రైతు సంస్థలను నిర్మించారు. అక్కడి వాళ్ళను నాటకాలు ఆడిస్తూ ఇల్లు మరచి చైతన్యవంతులను చేస్తున్నారు. ఇంటి దగ్గరనుండి తల్లి కబురు చేస్తే వెళ్ళారు. వెళ్ళిన నాజరు గారిని "నీకు దేశంతోపాటు మేము కూడా ఉన్నాము, అనే విషయం మరచిపోయినట్లున్నావు" అంటూ తల్లి మందలించింది.

ప్రభుత్వపు నిషేధాజ్ఞలకు భయపడిన నాజరుగారు అటు పోలీసులకు, ఇటు భూస్వాములకు తెలియకుండా తల్లిమాట కాదనలేక పొలం పనులకు వెళుతూ, కష్టజీవి యొక్క సాధక, బాధకాలను పాటలుగా రాస్తూ, పాడుతూ, వివరిస్తూ జనాన్ని సమతాపథం వైపు తీసుకువెళ్తూ తన కర్తవ్యం నిర్వహించసాగారు.

పాటల రచయిత

తన పాటల్లో రైతు కూలీలను, కష్ట జీవులను దృష్టిలో ఉంచుకుని వారి జీవన విధానాన్ని వివరించారు. 'ఏనాటి కానాడు ఎండవానల్లో' పాటలో రైతు కూలీలను గూర్చి వివరించి చెప్తూ

పాడించేవారు. ఊరికి ఉత్తరాన విసిరేసినట్టు ఉంచే అంటరాని విధానాన్ని నిరసిస్తూ వారినందరినీ ఏకం కావాలని ప్రబోధించారు.

పేదల మనిషి

"ఎండల్లో వానల్లో నీడనక, నిద్రనక అనే పాటలో "పని చేసే వాళ్ళ పస్తులు, సోమరిపోతులకు ఆస్తులు"గా ఉన్న పరిస్థితిని కొనసాగనివ్వరాదని "శ్రామికులంతా ఏకం కావాల"నే సందేశాన్నిచ్చారు. రోజూ కూలి చేస్తూ జీవనం గడవక ఏ పూటకాపూట అన్నీ వెతుక్కునే వారిని గూర్చి "ఎన్నాళ్ళీ కాపురాలు" పాటలో 'సగటు మనిషికి కూలి చాలక ఎన్ని ఇబ్బందులు ఎదుర్కుంటున్నాడో' చెప్పారు.

భూస్వాముల వద్ద చేసే కమతగాళ్ళను గూర్చి "ఏరన్న రాకముందే ఏర్వాక వచ్చెరన్న" పాటలో తెల్లవారక ముందే లేచి చద్దన్నం, పచ్చడి మెతుకులు తిని భూస్వాములు చెప్పినట్టు చేయటం, జబ్బులొచ్చినా సెలవుల్లేవు అని వివరిస్తూ 'కామందుల దౌర్జన్యాన్ని నిలదీసి అడగమని' చెప్పారు.

అలా ఉపన్యాసాలు, మాటలు, పాటల ద్వారా 'బుర్రకథ'లు చెప్పేప్పుడు సమయం, సందర్భం వచ్చినపుడు సామాజిక స్థితిగతులు, వాటి పరిష్కార మార్గాలు చెపుతూ 'దోపిడీ విధానాన్ని పెట్టుబడి దారులనుంచి సామాన్య మానవునికి సమాజంలో గుర్తింపు కావాలని' తన ఉద్దేశాన్ని ప్రజలకు చాటేవారు.

ఇలా అన్ని ఊళ్ళల్లో ముమ్మరంగా ప్రచారం చేస్తుండగా, ప్రక్క ఊరి ఆసామి "ఏరా?! కులం, గోత్రం లేనోళ్ళని ప్రభువులని చేస్తావా?" అని చెంపపై కొట్టి పెన్ను లాక్కు వెళ్ళాడు. శ్రామికులకు తెలిసి వెళ్ళి ఆసామిని నిలదీయగా ఖంగుతిని కొట్టలేదని అబద్ధం చెప్పి తప్పించుకుని పెన్నిచ్చి పంపాడు.

నాజరుగారు ఏ జనానికైతే "మహాప్రస్థానం" ఏర్పాటు చేశారో అదే జనంలో వచ్చిన మార్పును చూసి, ఆ దారిలోనే నడవాలనే స్పృహను కల్పించి తాను చేసిన కృషి సార్థకమైందని, ఈ పట్టు మీరు ప్రభువులయ్యే వరకు ఉండాల'ని ఉత్సాహపరిచారు.

అజ్ఞాతవాసం

పేదల విముక్తి పోరాట సంఘాలైన ఏర్వాక కమిటీ వారిని, కమ్యూనిస్టు అభిమానులను, సానుభూతి పరులను అటు ప్రభుత్వం, ఇటు ధనికవర్గం ముప్పతిప్పలు పెట్టి మూడు చెరువుల నీరు త్రాగిస్తున్నారు. అదే సమయంలో తాటికొండ పోలీసు స్టేషన్‌పై దాడి చేశారనే నెపంతో సామ్యవాద కమిటీ సభ్యులను, ప్రజా కళాకారులను అరెస్టు చేస్తున్నారనే వార్త రాగానే తలా ఓ దిక్కుకు చెల్లాచెదురై తమ ఉనికి ఎవరికీ తెలియకుండా, ఊళ్ళలో ఉండకుండా, 'కొండల్లో, పొలాల్లో, అడవుల్లో అజ్ఞాతవాసం' చేశారు.

ఏ క్షణంలో ఏ విపత్తు వస్తుందో తెలియని పరిస్థితిలో నాజరుగారు పరారిలో ఉన్నారు. నిండు చూలాలైన నాజరుగారి భార్య గిలకలేని బావిలో నీళ్ళు తోడుతూ కాలు జారిపడి ప్రాణాపాయ స్థితిలో ఉంది. ఆమెను వాళ్ళ అన్నయ్య గుంటూరు ఆస్పత్రిలో చేర్పించారని తెలిసింది. వెంటనే రావటానికి పోలీసులకు, కామందులకు తెలిస్తే అపాయం కనుక రాత్రి వరకు ఎలాగో ఓపికపట్టి ఎవరికీ కనిపించకుండా చీకట్లో చుట్టూ గమనిస్తూ, భయాందోళనలతో వెళ్ళి ఆసుపత్రిలోనున్న భార్యను కలిశారు. 'కష్ట సమయంలో నిన్ను చూసుకునే అవకాశం లేకపోయిందని' ఏడ్చి బాధను దిగ మ్రింగుకుని, సముదాయించి మామగారింటి ప్రక్కనే ఉన్న నిమ్మతోటలో తోటమాలిగా ఉంటూ మిత్రుల సహకారంతో వైద్యం చేయించినప్పటికీ ఆమె దక్కలేదు. తను బైటకు రావటానికి వీల్లేక మిత్రుల సహకారంతో కర్మకాండ జరిపించి, పొన్నెకల్లు వచ్చి పుట్టెడు దుఃఖంలో ఉన్నారు. కొన్నాళ్ళకు పోలీసుల నిఘా తగ్గుముఖం పట్టింది.

మూడవ వివాహం

ఎప్పుడూ ఖాళీ లేకుండా ఏదో ఒక పని చేస్తూ హాయిగా ఉండే నాజరుగారు, ఒక్కసారిగా భార్యావియోగం కలిగి మనోవ్యథతో కుమిలి పోతున్నారు. తల్లి, పెద్దమ్మవచ్చి ఓదార్చి "మళ్ళీ పెళ్ళి చేసుకో నాయనా! ఒంటరితనం మంచిదికాదు, మనస్సుకు శాంతి లేనపుడు చేదోడు, వాదోడుగా మనిషికి మరో మనిషితోడు ఉంటే మనసు కుదుటపడుతుంద"ని నచ్చచెప్పారు. ఈ పరిస్థితుల్లో పెళ్ళి వద్దని తిరస్కరించారు.

1948లో ప్రభుత్వం ప్రజాసంఘాలపై, ప్రజా కళాకారులపై గల నిషేధాన్ని ఎత్తివేసినట్లు ఉత్తర్వులు రాగానే ఊరట చెందారు. తరువాత కొన్నాళ్ళకు గారపాడులో గల మేనమామ గారమ్మాయి 'ఆదంబీ'ని మూడవ వివాహం చేసుకున్నారు.

భార్యా వియోగం నుంచి, ప్రభుత్వ ఒత్తిడులనుంచి తేరుకుంటున్న నాజరుగారికి తుళ్ళూరులో ఓ భూస్వామిని ఎవరో హత్య చేసారట, మన పార్టీ వాళ్ళంతా పరారీలో ఉన్నారని సుబ్బయ్య వచ్చి ఆదుర్దాగా చెప్పాడు. అప్పటికి నాజరుగారి పెళ్ళి జరిగి పదమూడు రోజులు ఇంకా ముద్దు, ముచ్చట తీరనేలేదు. అసలే లోకం పోకడ తెలియని అమాయకురాలు. కానీ ఆమెకు సంగీతం అంటే బాగా ఇష్టం. అలాంటి పసి మనసును విడిచిపెట్టాలంటే బాధ కలిగినా తప్పదని అనుకుంటుండగా పోలీసులు ఊళ్ళోకి వచ్చారని కబురందింది.

ఇక్కడ ఉండడం మంచిది కాదని ఎటు వెళ్ళాలో తోచక ఆలోచించే సమయం లేక నాజరుగారు ప్రక్కసందులోకి వెళ్ళారు. కాంగ్రెస్ వాలంటీర్లు ఎదురొస్తూ కన్పించారు. వాళ్ళనుచూసి ప్రక్కనే ఉన్న పొగాకు బేరన్‌లోకి జొరబడ్డారు. ఆ క్షణంలోనే పోలీసులు వచ్చి నాజరుగారి ఇంటిని సోదా చేస్తున్నారు. "ఇదేం ఇల్లురా? బాబూ! గోనెలతో గోడలు, కంది కంప, ఈత ఆకులతో ప్రహరీ (దడి) సూర్యచంద్రులు వీడికి ఆప్తమిత్రులులా ఉన్నట్టుంది" అన్నారు పై

కప్పుకేసి చూస్తూ! 'అసలు విలువైన వస్తువు ఒక్కటి కూడా ఉన్నట్టు లేదు', అంటూ ఖాళీ అన్నం కుండలు చూసి "వీడు తిన్నట్టు లేదు" అంటూ అన్నం కుండలు బైటకు విసిరి, పచ్చళ్ళ నిండా కిరసనాయిలు పోశారు. దడులు విరగ్గొట్టి, గోనెలు కోసేసి, వస్తువులన్ని చిందరవందర చేసి త్రొక్కుతూ "ఒసే ముసలిదానా! ఎక్కడే నీ కొడుకు" అని తిడుతున్నారు. బేరన్‌లో నుంచి అంతా చూస్తూ, వింటున్న నాజరుగారికి పట్టరానంత ఆగ్రహం వచ్చినా సమయం కాదని, తమాయించుకున్నారు.

"ఎంత అడిగినా, తిట్టినా చెప్పవా? నిన్ను ఒక్క దెబ్బ కొట్టామంటే చస్తావ్! ఇప్పుడు కాదు మళ్ళీ వస్తాం. ఈలోగా నీ కొడుకు వస్తే కోర్టుకు రమ్మని చెప్పు. లేదంటే తంబుర మీటేందుకు వ్రేలు, ఆడేందుకు కాలు, పాడేందుకు గొంతు, జనాన్ని ఉద్ధరించేందుకు మెదడు, చైతన్యం గురించి రాసేందుకు చేయి ఉండవు. ఇంతెందుకు ఒక్కమాటలో చెప్పాలంటే కనిపిస్తే చాలు చంపేస్తాం" అంటూ బెదిరించి వెళుతూ పుస్తకాలు, 'వీడి రచనలు ఉంటాయి చూడండి' అని ఓ పోలీసు అధికారి అన్నాడు.

'ఇక్కడ ఏవో రాసిన కాగితాలుంటే చిత్తు కాగితాలని పారేశాము. పుస్తకాలుంటే చించి పారేశాము' అంటూ ప్రక్కనున్న పోలీసులు చెప్పగా పారేసిన వాటిని ఏరుకుని తీసుకువెళ్ళారు.

పోలీసులు వెళ్ళిన కాసేపటికి నాజరుగారు తేరుకుని "పోలీసులా వీళ్ళు? పేదలను దోచుకుని ధనికులను కాపాడే కాపలా కుక్కలు, ధనికులపై తిరగబడి ఇదేం అన్యాయం అని నిలదీసే పేదలను అణచివేసే భక్షక భటులు" అని తనలో తాను అనుకున్నారు.

సద్దు మణిగిన పిదప ఎవరూ గుర్తుపట్టకుండా తన అభిమాని అయిన ఒక జీతగాని బట్టలు ధరించి, ప్రక్కనే ఉన్న తట్టనిండుగా పేడ వేసుకుని, తలపై పెట్టుకుని ఎవరూ గుర్తించకుండా నెమ్మదిగా ఇళ్ళమధ్య నుంచి 'మోతడక' కొండ వద్దకు చేరుకున్నారు. కొండ గుహలో ప్రాణాలు గుప్పెట్లో పెట్టుకొని "తనలాంటి వాళ్ళకు, ఈ దేశానికి ధనికులనుండి దాస్యవిముక్తి లభించాలనే ఆశ"తో కాలం గడుపుతున్నారు.

పేదల విముక్తికై

తెల్లవారగానే నాజరుగారికై కార్యకర్తల పిల్లలు పలికెలో అన్నం, తాబేటి కాయలో నీళ్ళు తీసుకుని వస్తే రోజంతా జాగ్రత్తగా వాడుకుంటున్నారు. వాళ్ళు తెచ్చి ఇచ్చిన కాగితాలపై పాటలు రాసుకుంటూ, దేశానికి శాంతి, స్వేచ్ఛ కావాలనే ఆశయంతో రోజులు దుర్భరంగా గడుపుతున్నారు.

నాజరుగారిని ఒక కార్యకర్త ఇంటిలో విందు ఉందని పిలిచారు. చీకటిపడిన తరువాత ఊగిలోకి ఎవరికంటా పడకుండా అభిమాని సహాయంతో కార్యకర్త ఇంటికి చేరాగు. అప్పటికే నాజరుగారికి ఒకవైపు ఆనందము, మరొకవైపు దుఃఖమూ కలిగాయి. నన్ను నమ్ముకున్న తల్లి,

భార్యలకు నా మూలంగా సుఖం లేకుండా, దుఃఖం కలిగిస్తున్నాననే బాధను దిగమ్రింగుకుని, ఆ రాత్రి వాళ్ళతో గడిపారు.

తొలికోడి కూయగానే తల్లివచ్చి నాజరుగారిని లేపి చుట్టూ పోలీసులు, కాంగ్రెస్ వాలంటీర్లు తిరుగుతున్నారని చెప్పింది. వెంటనే నాజరుగారు ఇంటి వెనుకగా ఉన్న ముళ్ళకంచె దూకి, తప్పించుకుని ఎవరికీ అనుమానం రాకుండా ఎట్టకేలకు ఊరిబయటనున్న కొండకు చేరుకున్నారు.

మూర్ఖుడైన ఆ ఊరి ప్రెసిడెంటుకు ఈ వార్త తెలిసి బరిసె తీసుకుని కాంగ్రెస్ వాలంటీర్లను కొందరిని తన వెంటబెట్టుకుని కొండవద్దకు బయలుదేరాడు. అది తెలిసిన పేదలంతా ఏకమై 'మా నాజరుబాబును మేము కాపాడుకుంటామని' ఎదురు తిరిగారు. గొడవ జరుగుతున్న విషయం తెలిసిన ఆ ఊరి చర్చి ఫాదర్ వెంటనే వచ్చి మధ్యలో కలుగజేసుకుని "ఇంటిలో ఎలక ఉందని ఇంటినే తగలబెట్టు కుందామా?" అని ఇరువురిని సమాధానపరచి పంపించారు.

ఆలోచనా పరుడైన ఫాదర్ రహస్యంగా అర్ధరాత్రి నాజరుగారిని పిలిపించి "నాయనా! నీవు ఇక్కడ ఉండడం క్షేమం కాదు. నీ గొప్పదనం ఏమిటో నిన్నటి గొడవ మూలంగా తెలిసింది. ప్రజలను చైతన్యవంతులను చేశావు. ఇంకా నీవు చేయాల్సింది చాలా ఉంది. మరో సురక్షిత ప్రాంతానికి వెళ్ళడం అటు నీకు, ఇటు గ్రామానికీ మంచిది. నీకు మంచి భవిష్యత్ ఉంది. కావున తెల్లవారకముందే ఇక్కడినుండి వెళ్ళిపో" అని చెప్పారు.

మరో మారువేషం

అర్ధరాత్రి చర్చిలో భోజనం చేసిన నాజరుగారు చర్చి ఫాదర్‌గారి సహాయంతో తరాజు, తూనిక రాళ్ళు, ఒక గోనె పట్టా, కొంత పొగాకు తెప్పించుకుని పట్టాలో పెట్టుకుని, తలకు గుడ్డ చుట్టుకుని, పొగాకు మూటను తలపై పెట్టుకుని, తక్కెట చేతిలో పట్టుకుని నల్లపాడు చెరువుగట్టి వెంబడి లాలుపురం మీదుగా గారపాడు చేరారు.

నాజరుగారికి, చెల్లెలికి కూడా గారపాడే అత్తగారి ఊరు. ఊరి బయట యానాదుల ఇళ్ళ దగ్గర ఉన్న చెల్లెలి ఇంటికి నాజరుగారు చేరుకున్నారు. కాసేపటికి విషయం తెలిసిన నాజరుగారి భార్య చేపలకూర తీసుకుని వచ్చింది. మిట్టమధ్యాహ్నం కావటంచేత భోజనంచేసి భోషాణం పక్కన నిద్రపోయారు.

వేసవికాలం కావడంచేత రాత్రిపూట భోజనంచేసి యానాదుల ఇళ్ళమధ్య ఆరుబయట పడుకున్నారు. మూడవరోజున నాజరుగారి చెల్లెలి ఇంటివద్ద కాంగ్రెస్ వాలంటీర్లు గొడవ చేస్తున్నారని కొందరు యానాదుల కుర్రాళ్ళు, నాటకాలు నేర్చుకున్న అభిమానంతో వెళ్ళిపొమ్మని ఊరి బయటఉన్న తుమ్మలచెరువు వరకు వచ్చి విడిచి వెళ్ళిపోయారు.

అక్కడనుంచి కాలినడకన చేలకు అడ్డంపడి 'కర్నూతల' చేరి, ఊళ్ళోనుంచి వెళ్ళటం మంచిదికాదని కొండ ఎక్కి, దిగి సాయంత్రానికి కొండవీడు చేరుకున్నారు. ఆ ఊరిలో తన గురించి ఎవరికీ తెలియక పోవటంచేత ఊరిలోనుంచే 'తుళ్ళూరు' వచ్చి మిత్రుడైన రామకోటిగారిని కలుసుకున్నారు. పగలు ఊరిలో కుర్రాళ్ళ కాపలాతో ఉంటూ, రాత్రిళ్ళు పొలాల్లో తాటితోపుల్లో గడుపుతున్నారు. ఒక పోలీసు శ్రీరామకోటికి స్నేహితుడు అవటంచేత భోజనాలు వాళ్ళ అమ్మ తీసుకుని వస్తుండేది.

అచ్చుమ్మపేట పోలీస్‌స్టేషన్‌పై దాడి జరిగింది. ఆ గొడవల్లో ఎస్.ఐ.గారి భార్య మరణించగా, ఇది కమ్యూనిస్టులే చేసి ఉంటారని పోలీసులు కమ్యూనిస్టు అభిమానుల ఇళ్ళను గాలిస్తున్నారు. ఉన్నట్టుండి వచ్చిపడిన ఈ ఉపద్రవం నుంచి బయటపడటం కోసం కోతికొమ్మచ్చి ఆడుతున్న పిల్లలను ఎప్పటికప్పుడు సమాచారం తెలియజేయమని నియమించారు.

పరిస్థితులు విషమించక ముందే ఇక్కడనుంచి బయటపడాలని నిర్ణయించుకుని సాహిత్యం, రచనలు అన్నీ కుండలో పెట్టి ఒకచోట పాతిపెట్టి, దేవులపల్లి వేంకటేశ్వరరావుతో కలసి ముళ్ళకంచలు, తుప్పలు, కొండలు దాటుతూ అంధకారంలో పామో, తాడో తెలియని అయోమయస్థితిలో మిలటరీ వాళ్ళ కళ్లలో పడకుండా తప్పించుకోవటమే ధ్యేయంగా ప్రాణాలు అరచేతిలో పెట్టుకుని పొద్దుపొడిచే సరికి 'మోతడక' చేరారు. దేవులపల్లిగారు నీవింక ఇక్కడ ఉండమని నాజరుగారికి చెప్పి ఆయన వెళ్ళిపోయారు.

నాజరుగారు ఊరి బయట కాపుసారా కాస్తున్న సామ్యవాద సానుభూతిపరులైన హరిజనుల వద్దకు చేరారు. వారు నాజరుగారికి భోజనం పెట్టి, కొన్ని కాగితాలు తీసుకుని వచ్చారు. వాటితో ప్రక్కనే ఉన్న కొండ గుహకు చేరుకున్నారు. అసలే వేసవికాలం. కొండ గుహ లోపల, వేళకు భోజనం, నిద్ర లేక నడక వలన సరయిన విశ్రాంతిలేక మానసిక ఆందోళనలన్నీ కలిసి, కాళ్లు వాచి, జ్వరంతో ఒళ్లంతా బొబ్బలు వచ్చాయి. స్ఫోటకం పోసి చనిపోతానని భయపడ్డారు. ఒక కామ్రేడ్ ఇచ్చిన మందులవలన నయమైంది.

పొన్నెకల్లులో ఓ పక్కా కాంగ్రెస్ వాలంటీరు చావిడిలో ఉన్న పిచ్చుక గూడును అజాగ్రత్తగా తీస్తుండగా, ఆ చూరులో ఉన్నపాము కరచి మరణించాడు.

నాజరుగారి అన్న బడాఖాసిం నాజరుగారిని వెతుక్కుంటూ వచ్చి అనారోగ్యంతో ఉన్న తమ్ముణ్ణి చూసి హృదయానికి హత్తుకుని బావురుమన్నారు.

"అన్నయ్యా! నాకన్నాముందు ఇలా ఎందరో కష్టపడ్డారు. కనీసం ఇది మాతోనైనా ఆగిపోవాలనేదే నా కోరిక" అని చెప్పి ఓదార్చారు.

కాంగ్రెస్‌కన్నా పోలీసులే నయం

కాసేపటికి తేరుకున్న ఖాసిం నాజరుగారితో "రామిరెడ్డిగారు ఎస్.ఐ.గారితో నీ గురించి మాట్లాడారు. కాంగ్రెస్ కార్యకర్తలకు కనబడకుండా తీసుకురమ్మని, నిన్ను కాపాడతానని చెప్పారని" చెప్పారు.

"రేపు మధ్యాహ్నం రెడ్డిగారిని కోమట్ల అరుగుమీద కూర్చోమని చెప్పు. నేను వస్తాను. కానీ ఈ విషయం అమ్మకు, నా భార్యకు చెప్పవద్దు" అని చెప్పి అన్నను పంపించారు నాజరుగారు.

ఆ రాత్రి సరిగా నిద్రపట్టక తెల్లవారేందుకు సమయం ఉన్నా లేచి చారల లుంగీ కట్టుకుని, చిరిగిన బనియను వేసుకుని, పై పంచె తలకు చుట్టుకుని, ఒక కామ్రేడ్ తోడు రాగా పరుగులాంటి నడకతో బయలుదేరారు. పిట్టలు కీచుకీచుమంటూ పీచు పీచుగా తెల్లవారేప్పటికి పొన్నెకల్లు గ్రామ శివార్లకు చేరుకున్నారు నాజరుగారు. ఊరు బయటఉన్న పెద్దబండ చాటున నక్కి కూర్చున్నారు. తనతో వచ్చిన కామ్రేడ్ ఊళ్ళోకి వెళ్ళాడు. బండచాటున కూర్చున్న నాజరుగారికి అక్కడనుంచి అంతా కన్పిస్తుంది. నాజరుగారు ఎవరికీ కనిపించకుండా కూర్చున్నారు. అలా ఎంతసేపు కూర్చున్నారో తెలియదు. మిట్టమధ్యాహ్నం వీథుల్లో జన సంచారం తగ్గిపోయింది. అందరూ పనులకు వెళ్ళి వచ్చి ఎవరిళ్ళలో వారు విశ్రాంతి తీసుకుంటున్నారు. జన సంచారం లేకపోవటంతో నాజరుగారు మెల్లగా కొండ దిగి సందుల్లో నుండి ఇళ్ళ చాటుగా నడుస్తూ ఒక ఇంట్లోకి చేరుకున్నారు.

అక్కడ ఉన్న ఎస్.ఐ. నాజరుగారిని చూసి "నీవేనా నాజరు?" అని ప్రశ్నించారు. నాజరుగారు అవునని తలూపారు. ప్రక్కనే ఉన్న రామిరెడ్డిగారు వచ్చి నాజరుగారిని ఒక గదిలో పెట్టి తాళం వేశారు. ఈ విషయం తెలిసిన కాంగ్రెస్ కార్యకర్తలు కర్రలు, బరిసెలు, గొడ్డళ్ళు పట్టుకుని వచ్చి ఎస్.ఐ. గారితో ఘర్షణకు దిగి "నిన్ను ఏమీ అనము. నాజరును వదిలేయ్, చంపేసి వెళ్ళిపోతాం" అని బెదిరింపుగా వాదిస్తున్నారు. అది చూసిన నాజరుగారు "పెనంమీద నుండి పొయ్యిలో పడ్డట్టయింది నా పని" అనుకుని, సరే ఏమౌతుందో చూద్దాం అని గుండె దిటవు చేసుకున్నారు.

పోలీసుల అరెస్టు, వేధింపు

ఈలోగా మిలటరీ వ్యాన్ వచ్చింది. అది చూసిన జనం చెల్లాచెదురై పోయారు. నాజరుగారిని వ్యాను ఎక్కించి తీసుకువెళుతుంటే రోడ్డుకు ఇరువైపులా జన సమూహము బారులుతీరి నిలబడి కన్నీరు కారుస్తూ, దీనంగా చూస్తున్నారు. ఈ విషయం పొగాకు కంపెనీలో పనిచేస్తున్న తల్లికి తెలిసి పరుగెత్తుకొచ్చింది. నాజరుగారిని చూసి "అయ్యో! నాజరూ" అని పెద్దగా అరచి స్పృహ తప్పి పడిపోయింది.

నాజరుగారిని మంగళగిరి మిలటరీ క్యాంపుకి తీసుకువెళ్ళారు. పోలీసులు నాజరుగారిని మీ నాయకులు ఎవరు? వాళ్ళు ఏం చేద్దామని అనుకుంటున్నారు? వాళ్ళ పేర్లేమిటని కొట్టినచోట కొట్టకుండా కొట్టారు. ముందురోజు కొట్టిన దెబ్బలు మీదే కొడుతుంటే ప్రాణం పోయిన బావుండు అనిపించేంతగా హింసించారు.

పోలీసుల వేధింపు చర్యలు తట్టుకోలేక, తన తల్లి స్పృహ తప్పి పడిపోయిన సంఘటన కలచి వేస్తుండగా, తన తల్లికి ఏమైందో తెలియక నాజరుగారు సతమతమై పోయారు.

నాలుగురోజుల అనంతరం పోలీసుల వేధింపు చర్యలు ఆపి నాజరును గూర్చి అడిగి తెలుసుకుని వారికి తెలిసిన ఘంటసాల పాటలు, పద్యాలు, కీర్తనలు, కృతులు పాడించుకుని తమకై తెచ్చుకున్న క్యారేజీలోని భోజనం నాజరుగారికి కూడా పెట్టేవారు.

అలా నెలరోజులు గడిచిన తర్వాత ఒకనాటి అర్ధరాత్రి నాజరుగారితో మరో నలుగురు యువకులను మంగళగిరి మిలటరీ క్యాంపునుంచి గుంటూరుకు తీసుకువెళుతున్నారు. వెళ్ళేదారిలో రైలు గేటు వేసి ఉంది. గుంటూరునుంచి ఒక టాక్సిలో వచ్చిన వ్యక్తి ఆగి ఉన్న వ్యాను వద్దకు వచ్చి పోలీస్ ఆఫీసర్‌తో రహస్యంగా ఏదో చెప్పి వెళ్ళిపోయాడు.

పోలీసులు వెంటనే వ్యాన్‌ను మంగళగిరికి తీసుకుని వచ్చి "మీ పెళ్లాల తాళ్ళు గట్టివిరా, ఎందుకంటే కేంద్ర, రాష్ట్ర ప్రభుత్వాలు కమ్యూనిస్టులపై ఉన్న నిషేధాజ్ఞలను రద్దు చేశారని కలెక్టర్ కళ్యాణరావుగారు స్వయంగా వచ్చి చెప్పారు" అని వివరించారు.

జైలునుండి విడుదల

నెలరోజుల జైలు జీవితం తర్వాత ఒకరోజు ఉదయం ఎనిమిది గంటలకు వ్యాన్‌లో గుంటూరుకు తీసుకువచ్చి సబ్‌జైలులో ఉంచారు. మిత్రులు, అభిమానులు వచ్చి చూసి వెళ్ళారు. వివరాలు నాజరుగారి తల్లికి, భార్యకు వివరించి చెప్పారు. వాళ్ళు ఆనందంగా గుంటూరు సబ్‌జైలుకు వచ్చి నాజరుగారిని చూశారు. అమాయకురాలైన భార్య "నిన్ను వదులుతారట కదా"! అని కటకటాలు పట్టుకుని అడిగితే నాజరుగారికి, తన తల్లికి కూడా నవ్వు వచ్చిందట. ఎందుకంటే ఎన్ని బాధలు పడిన సంగతి కాదు ఆమెకు కావలసింది. ఇకనైనా సుఖంగా ఉండవచ్చు కదా అనే ఉద్దేశం చూసి నవ్వారు.

నాజరు దళం

నాజరుగారు జైలునుంచి విడుదలైన పిదప కమ్యూనిస్టు పార్టీ కార్యకర్తలు అందరూ కలసి ఎప్పుడు, ఎలా చేయాలని చర్చించుకుంటున్నారు. ఉద్యమకారులపై నిషేధం ఎత్తివేసిన తర్వాత తెలంగాణా సాయుధపోరాటం ఆగిపోయింది. సభలు, సమావేశాలు ముమ్మరంగా జరుగుతున్నాయి. ఈ పరిస్థితిలో ఉమ్మడి కమ్యూనిస్టు పార్టీలో చీలికవచ్చింది.

1949లో చంద్ర రాజేశ్వరరావుగారు కార్మిక, కర్షక నాయకత్వం బలపరచాలనే ఉద్దేశంతో నాజరుకు 'సర్క్యులర్'ను పంపారు. నాజరుగారు ఆలోచనలో పడ్డారు. అలా ఆలోచిస్తూ రామకోటిగారు 'నాజరుదళం'గా బుర్రకథలు చెపుదామని రాసిన ఉత్తరం చూశారు. నాజరుగారు కూడా ఏదే సరైంది అని నిర్ణయించుకున్నారు.

సుంకర సత్యనారాయణగారి 'కష్టజీవి' బుర్రకథలో రైతు నాయకులు కామందుల తొత్తులై ఉండటం బావుండలేదని మంచికి బదులు చెడు ఎక్కువగా జరుగుతుందేమోనని ఆలోచించి చెప్పడం మానేశారు. క్రొత్తగా ఏదైనా కథ రాయాలనే ఉద్దేశంతో తెలుగు, సంస్కృత సాహిత్యం చదవటం ప్రారంభించారు. ప్రాచీన సాహిత్యంలో సామాన్య మానవుని గూర్చి కంచు కాగడాతో వెదికినా దొరకలేదు. అయినా నిరుత్సాహపడక చదువుతూ వెదుకుతూనే ఉన్నారు.

పల్నాటి యుద్ధం

1950లో నాజరుగారు మద్రాసు 'ఆంధ్ర మహాసభ'లో 'బెంగాల్ కరువు' బుర్రకథను ప్రదర్శించారు. ప్రముఖ సినీ నిర్మాత శ్రీ'గూడవల్లి రామబ్రహ్మం'గారు ఆ కథను విన్నారు. నాజరుగారిని పిలిచి తనవద్దనున్న 'పల్నాటి యుద్ధం' స్క్రిప్టు చూపించి కథ తయారుచేయమని 'దీనితో నీకు భక్తి, దేశభక్తి, పెత్తందార్లనుంచి పేదలకు దాస్యవిముక్తి లభిస్తాయి' అని చెప్పి స్క్రిప్టు ఇచ్చారు.

నాజరుగారు స్క్రిప్టును పరిశీలించి బ్రహ్మనాయుని చాపకూటి సిద్ధాంతం, దేవాలయ ప్రవేశం, నిమ్మజాతుల వారికి అధికారం కట్టబెట్టిన బ్రహ్మనాయుని ఔదార్యం అన్నీ బావున్నాయని ప్రయాగ కోదండ రామశాస్త్రిగారి సహాయంతో ఆప్తమిత్రులు రామకోటిగారి అమూల్యమైన సలహాలతో మార్పులు, చేర్పులు చేసి బుర్రకథను పూర్తి చేశారు.

వంతల కొరత

ప్రదర్శనకై రాజకీయవంత అయిన పురుషోత్తం కోసం కబురు చేస్తే మతి స్థిమితం లేదని తెలిసింది. నాజరుగారు నాకు మంచి సహాయకుడైన వాడికిలా జరిగిందే అని బాధపడి, ఇంటికివెళ్ళి అతని భార్యకు కొంత ధనమిచ్చి వైద్యం సరిగా చేయించమని చెప్పి వచ్చారు. వంతకోసం దేవులాడ ప్రారంభించారు. ప్రజానాట్యమండలి కళాకారుడైన 'కర్నాటి లక్ష్మీ నరసయ్య'కు తర్ఫీదు ఇచ్చి అతి తక్కువ కాలంలో మంచి వంతగా తయారుచేశారు.

స్వతంత్రంగా బుర్రకథా కథకుడు

కొత్త కథ, కొత్త వంత, కొత్త జీవితం స్వతంత్రంగా కథ చెప్పటం ఆరంభించారు. ఆలపాటి వెంకట్రామయ్యగారు, మంతెన వెంకట్రాజుగారి యాజమాన్యంలో కాంగ్రెస్ సభలో సాంస్కృతిక, వైజ్ఞానిక కార్యక్రమాలు జరుగుతున్నాయని తెలుసుకుని నాజరుగారు వారిని కలుసుకుని తాను

కథ చెప్పడానికి అంగీకరింపజేశారు. అలా కాంగ్రెస్ సభలో చెప్పబోతున్న నాజరుగారితో తల్లి "నాయనా! నాజరూ పస్తులున్నాం, బిచ్చమెత్తుకుని విద్య నేర్చుకున్నావు. ఎంతో కష్టపడి కథకు ఓ రూపం తెచ్చావు. పోలీసులతో తన్నులు తిన్నావు. కామందులు కనిపిస్తే నరుకుతాం, చంపుతాం అనే సంక్లిష్ట పరిస్థితుల్లో జైలుకెళ్ళి ప్రాణాలతో మిగిలావు "గడ్డపలుగులు గాలికి ఎగిరిపోయాయా" అని దుఃఖంతో అన్ని బాధలు పెట్టినోళ్ళ వేదికపై కథ చెపుతావా?" అని నాజరుగారి గతాన్ని గుర్తుచేసింది.

వెంటనే నాజరుగారు తల్లితో "అమ్మా! అవి నాలాంటి వాళ్ళు మరిచిపోలేని దుస్సంఘటనలు. నాలాంటి వాళ్ళకు తప్పవు. కానీ ఇప్పుడున్న పరిస్థితుల్లో స్వతంత్ర కథకుడుగా నేను స్థిరపడాలనుకుంటున్నాను. కాంగ్రెస్ వేదికలపై కథ చెప్తే పోలీసు దాడులు ఉండవని సర్ది చెప్పారు.

కానీ నా కథలో, నాలో ఏమార్పూ ఉండదమ్మా! అని నమ్మకంగా చెప్పి వెళ్ళి "పల్నాటి యుద్ధం" కథ చెప్తే జనం ఎక్కువగా రాలేదు. కారణం ఏమిటా అని ఆరా తీస్తే నాజరుగారిని పోలీసులు చంపేశారనే వదంతులు విని, ఇతను వేరే అని జనం రాలేదట. వెంటనే 'సుంకర' రచించిన 'కష్టజీవి' బుర్రకథను పెట్టించి కరపత్రాలు పంచి మైకులో ప్రచారం చేయిస్తే ప్రజలు తండోప తండాలుగా ఎడ్లబండ్లు కట్టుకుని, అన్నం మూటలతో తిరునాళ్లకు వచ్చినట్లుగా వచ్చారు.

అలా వచ్చిన ఆబాల గోపాలాన్ని చూసిన చివుకుల వెంకటేశ్వరరావు గారి అనుయాయులు వచ్చి నాజరుగారి తంబుర పైనున్న సుత్తికొడవలిని, తలపాగ పైనున్న యంత్ర చిహ్నం తీసి 'కాంగ్రెస్‌కు జై' అనాలని పట్టుబట్టారు. వెంటనే మీరు బంగారంతోనో, వెండితోనో గాంధీగారి బొమ్మ చేసి ఇవ్వండి. వద్దంటే అప్పుడు చూద్దాం!" అని ఆలపాటి, మంతెన మున్నగువారు అన్నారు. ఈ జేజేలతోనే కాలం సరిపోతుంది. త్వరగా పనులు చూడండి, సభ ప్రారంభించాలని సర్ది చెప్పి పంపించారు.

వేషం వేసుకుని వేదిక మీదకు వెళుతున్న నాజరుగారిని ఒంటినిండా మురికి, చిరిగిన గుడ్డలతో, ఎముకల గూడులా బక్కచిక్కిన దేహంతో సగటు మనిషి అయిన ఓ శ్రమజీవి నాజరుగారి దగ్గరగా వచ్చి హీన స్వరంతో 'బాబయ్యా! మీరు కాంగ్రెస్‌లో చేరి పోయారా?!' అని బిక్కమొహంతో అడిగాడు. నాజరుగారు ఒక్కసారిగా 'గుండెల్లో గునపాలు గుచ్చినట్లు'గా అవాక్కయి పోయారు. కొంత సేపటికి తేరుకుని భుజంమీద చేయివేసి 'నేను చెప్పే కథ విని తర్వాత నేను ఏమయ్యానో నీవే నిర్ణయించుకో' అని చెప్పి ఒక కార్యకర్తను పిలిచి 'ఇతన్ని ఎదురుగా కూర్చోబెట్ట'మని చెప్పారు.

సామాన్యుని స్పందన

నాజరుగారు తనదైన ధోరణిలోనే కథ చెప్పిన పిదప వస్తుంటే కష్టజీవి ఎదురెళ్ళి ఆప్యాయంగా కౌగలించుకుని 'కష్టజీవుల కడగండ్లను తీర్చటానికి మీబోటివాళ్ళున్నారు కనుకనే

నాబోటివాళ్ళు ఇంకా బతక గలుగుతున్నారు బాబయ్యా! మీరు నా ఆయుష్షును కూడా పోసుకుని లోకాన్ని ఉద్ధరించాలయ్యా!' అని వెళుతున్న ఆ బడుగుజీవిని చూస్తున్న నాజరుగారికి కదులుతున్న కళేబరంగా అనిపించింది. అంతేకాక నాజరుగారికి బాధ్యతను కూడా గుర్తుచేసింది.

ఆనోట ఆ నోట బుర్రకథల నాజర్ బ్రతికే ఉన్నాడని ప్రజలకు తెలిసింది. టికెట్ పెట్టి కథలు చెప్పిస్తున్నారు. హాలు పట్టని జనసందోహం, జనత హృదయంలో ఆనందమూ, అభిమానమూ డబ్బుకు కొదవలేదు. అలా నాజరుగారు దినదిన ప్రవర్ధమానమై ప్రజారంజకుడుగా పేరు ప్రఖ్యాతులు గడిస్తూ ప్రశాంతంగా, నూతన రీతులను నిరంతరం అన్వేషిస్తూ కథకు ఓ రూపం, ఓ పద్ధతి కల్పించారు.

సమయాన్నిబట్టి, సందర్భశుద్ధితో రామకోటిగారి సహాయంతో రాజకీయం, హాస్యం ఏర్చికూర్చి చెప్పేవారు నాజరు.

వేద వాళ్ళను గూర్చి "కారప్పచ్చళ్ళు, పుల్నీళ్లు, కూరలేని కూళ్ళు, గోచీ లేనోళ్ళు, గొడ్డు చాకిరీ గాళ్ళు, పల్లె పల్లెలందు పేదవాళ్ళు" అని పల్లెల్లో కూలీ చేసుకుంటున్న రైతు కూలీల గురించి రాశారు. శ్రీనాథుని "చిన్న చిన్న రాళ్ళు, చిల్లర దేవుళ్ళు" చాటు పద్యాన్ని పేరడీగా రాసి చెప్పేవారు.

రాజకీయ నాయకులను దుయ్యబడుతూ "సందు సందుకో సారాకొట్టు, పేటకో పేకాట క్లబ్బు, వీథికొక వ్యభిచార గృహం లైసెన్సు" ఇలా ఉంది ప్రభుత్వ విధానం అని వివరించేవారు.

కోర్టులోని న్యాయం గురించి చెప్తూ, "వాదినష్టం, ప్రతి వాది ముదనష్టం, కోర్టు వారి ఇష్టం, ప్లీడరు దుష్టం" అని విశదపరిచేవారు.

మూఢ నమ్మకాలను గూర్చి తన ప్రతీమాట, పాట, ఆటలో కూడా అట్టడుగు ప్రజానీకాన్ని "సోది, మంత్రాలు, జాతకాలు ఇలాంటివన్నీ నమ్మవద్దని సమాజాన్ని, సందర్భాన్ని బట్టి ప్రతి చిన్న విషయంలో కూడా అతి జాగ్రత్తగా, విజ్ఞానవంతంగా ఉండాల"ని ఆయన ప్రతి ప్రదర్శనలోనూ చెప్పేవారు.

ప్రజానీకాన్ని చైతన్యవంతం చేయటం కోసమని సమాజాన్ని అద్దం పట్టి చూపిస్తూ, ప్రజలపై జరుగుతున్న దోపిడీని చూపిస్తున్నారు. కథలు చెప్పించుకునేవారు 'మా డబ్బులు తీసుకుని ప్రజల్ని మాపై తిరగబడేలా మమ్మల్ని తిట్టి, తన్నించేలా చేస్తున్నావు గదయ్యా!" అని సరదాగా అనేవారు. అలా నాజరుదళం లక్ష్మీ నరసయ్యగారి ఆధ్వర్యంలో నీరసం రాకుండా, తింటూ ఆయాసం లేకుండా కథలు చెప్పసాగారు.

నాజరుగారు వీరులపాడులో కథ చెప్పటానికి కంచికచర్ల నుంచి కోడెగిత్తల బండిపై తీసుకు వెళుతున్నారు. అవి పరుగులు తీస్తుంటే సరదాగా అనిపించిందట. కొంతదూరం వెళ్ళాక

చప్టా దగ్గర వేగంగా వెళుతూ బండి చక్రం రాయిపై ఎక్కగా పడుతుందనే భయంతో నాజరుగారు బండిలో నుండి దూకారు. కాలు చీలమండ చిట్లింది. అమితమైన బాధ కలిగినా, భరిస్తూ జనానికి నిరుత్సాహం కలగకుండా ఏదోవిధంగా కూర్చుని కథను ముగించారు. ఆ పరిస్థితుల్లో విజయవాడ వచ్చారు. ప్రముఖ వెయిట్ లిఫ్టర్ "శ్రీ గుళ్ళపల్లి సూర్యనారాయణ"గారు తన ఇంటికి తీసుకువెళ్ళి నాజరుగారి భార్యకు కబురు పంపించారు. కాలు తోముతూ ప్రకృతి వైద్యం చేసి అతి నైపుణ్యంతో తగ్గేలా చేశారాయన.

ఆకాశవాణి

1950లో నాజరుగారు విజయవాడ ఆకాశవాణిలో "భక్త ప్రహ్లాద" బుర్రకథను చెప్పగా శ్రోతలు "ఇంతవరకు బుర్రకథ కూడా ఇంత గొప్పగా ఉంటుంద"ని మాకు తెలియజేయడమే గాక కథ చెప్పడంలో గల నైపుణ్యం, అందులోని మాధుర్యాన్ని గూర్చి రాస్తూ ప్రశంసించారు.

సినీ పరిశ్రమ ప్రవేశం

గరికపాటి రాజారావుగారు మొట్టమొదటగా నాజరుగార్ని మద్రాసు పిలిపించి "పుట్టినిల్లు" సినిమాలో బుర్రకథ చెప్పాలన్నారు. సుంకర రచించిన "రుద్రమదేవి" కథకు మెరుగులు దిద్ది కథ పూర్తి చేసి, బయలుదేరుటకు సిద్ధమవుతుండగా రామకోటిగారిని హాస్యనటునిగా ఉండమని సినీ పరిశ్రమవారు కోరారు. రామకోటిగారు ఉండిపోతానని నాజరుగారితో చెప్పారు. తాను రామకోటిగారిని విడిచి ఒంటరిగా రాలేక తప్పనిసరి పరిస్థితుల్లో బయలుదేరారు.

ప్రముఖ సంగీత దర్శకులు శ్రీ సాలూరి రాజేశ్వరరావుగారు "మీరు మద్రాసులోనే ఉండండి. మీకు ప్రతి సినిమాలో ఒక పాట పాడేందుకు అవకాశం ఇస్తాం" అని చెప్పారు. నాజరుగారు ఇక్కడ ఇమడలేనని అంతేకాక, "నా జీవితం, బుర్రక్రథ కళా భవితవ్యం ఆలోచించి నేను తీసుకున్న నిర్ణయం ఇది" అని వచ్చేశారు.

బొబ్బిలి యుద్ధం

1951లో దేశ ప్రజలను ఉత్తేజపరచడానికి, పోరాట పటిమను పెంపొందింప చేయటానికి 'బొబ్బిలి యుద్ధం' బుర్రకథలో పౌరుషం గల పాత్రల స్వభావాలు, సన్నివేశాలు ఉన్నాయని, బొబ్బిలి కోడి పందెములు మాత్రమే కాదని, అసలు ఏదో విషయం తెలుసుకోవాలని బయలుదేరారు. ఎవరికి తోచింది వారు చెపుతుంటే నాజరుగారు రాసుకున్నారు.

విజయనగరం రాజావారి పెంకుటిల్లు ఒకటి సాలూరు దగ్గర పాచిపెంట వద్ద ఉంది. అక్కడ వయసు మళ్ళిన ఓ పండు ముదుసలి కన్పించగా నాజరుగారు ఆయన్ని కలిసి బొబ్బిలి గురించి అడిగారు. దానికి ఆయన "ఇక్కడ నీటి తగాదాలు తరతరాలుగా సాగుతున్నవి.

ఎందుకంటే ఇక్కడ నీటికి అడ్డుకట్ట వేస్తే విజయనగరం వాళ్ళకు ఎక్కువ పొలం సాగు అయి పంటలు బాగా పండుతాయి. నీరు క్రిందకు వెళితే బొబ్బిలివాళ్లకు సాగు ఎక్కువై పంటలు బాగా పండుతాయి. అందుకని అనువంశికంగా ఈ రెండు రాజ్యాలలో పోరాటం జరుగుతుందని" చక్కని వివరణ ఇచ్చారు.

1951వ సంవత్సరానికి చక్కని కూర్పులతో చరిత్ర చదివి ప్రముఖుల సలహాలతో చాలా కష్టపడి "బొబ్బిలియుద్ధం" బుర్రకథను రచించారు. మొట్టమొదటగా విజయనగరంలో కథ చెప్పటానికి వెళ్ళారు. కథ పేరు చెప్పగానే అక్కడున్న రాజులు "ఆపు! ఇక్కడ బొబ్బిలి కథ చెపుతావా?! ఎవడ్రా నీవు" అని గదమాయించారు.

అనుకోని సంఘటన ఎదురయ్యేప్పటికి విస్తుపోయి కొంతసేపటికి తేరుకున్న నాజరుగారు "అయ్యా! నేను ఏమి వ్రాశానో చూడండి. ఆ తర్వాత బావుండలేదంటే ఇక్కడే నా కథ చించి ఇక ఎక్కడా కథ చెప్పనని" సర్ది చెప్పి తన శక్తినంతా ధారపోసి కథ చెప్పారు.

కథ విన్న పెద్దలు బాగానే సమర్థించి రాసి, సమర్థంగానే చెప్పావు. నీవు చాలా అదృష్టవంతుడివి, లేకపోతే ఈ విజయనగరం గడ్డమీద బొబ్బిలికథ ఎవడూ చెప్ప సాహసించడని అదికూడా నీవే మొదటివాడవని ప్రశంసించి నీ గానం, నటన బావున్నాయని అభినందించారు. మీదట సన్మానించారు. కిర్లంపూడి దొరలు తుని మహారాజా వారి కుమారుడు కథ చెప్పించి, సన్మానించి వెండి కప్పులు బహుమానంగా ఇచ్చారు. అలాగే బొబ్బిలి వారు కూడా ముందు కథ చెప్పించి పెట్టల నరసింహారావుగారి ఆధ్వర్యంలో సింహతలాటకం, బంగారు, వెండి కప్పులు బహూకరించారు.

అభిమన్యు యుద్ధం

1952లో యువతను ఉత్తేజపరచడానికి సాధనమైన కథకోసం అనేక గ్రంథాలు చదివారు. పౌరాణికుడైన "అభిమన్యుని" యొక్క ప్రాణభీతిలేని యుద్ధ సన్నద్ధ ఉత్సాహాన్ని నేటి యువతకు ప్రేరణ కల్గింపగలదనే ఆశయంతో రచించారు. నాజరుగారు ఏ కథ ఎన్నుకున్నా జన చైతన్యం కలిగించేదిగా ఉంటుంది. సాంఘిక, జానపద, చారిత్రాత్మక కథలు, పౌరాణిక కథలు రాసి చెప్పారు.

నేటి రాయలసీమ

1952లో ఒకనాటి రతనాల సీమగా పేరుగాంచిన రాయలసీమ, రాళ్ళసీమ కాగా నాజరుగారు ఆ ప్రాంత ప్రజానీకపు సాధక, బాధకాలకు చలించి "రాయలసీమ కరువు" అని పేరు పెట్టి బుర్రకథను రచించారు. రైతు కూలీలు, సన్నకారు రైతులు, వడ్డీ వ్యాపారులు, పల్లె ప్రజల మనస్తత్వం అన్నీ అద్దంపట్టి చూపించారు. ఈ కథ చెపుతూ ఏడుస్తూ, ఏడిపిస్తూ, నవ్వుతూ, నవ్విస్తూ, రాజకీయ చైతన్యం కలిగిస్తూ అనేక ప్రదర్శనలిచ్చారు.

మద్రాసులో ఆంధ్రరాష్ట్రం అవతరణ కోసం ఆమరణ నిరాహార దీక్ష చేసి అసువులు బాసిన సందర్భంగా 'అమరజీవి', 'త్యాగశీలి' 'శ్రీ పొట్టిశ్రీరాములు'గారిపై సుంకర, వాసిరెడ్డిగారలు రాసిన "స్వతంత్ర సంగ్రామ మందు" అనే సీస పద్యాన్ని నాజరుగారితో పాడించారు.

1953లో మరో కథ రాయాలని ఆలోచిస్తూండగా దేశాన్ని రక్షించడం కోసం ప్రాణత్యాగం చేసిన అల్లూరి సీతారామరాజు, బ్రిటీషువారి విద్యా విధానం సరైనది కాదని మానివేసి, తల్లిని ఒప్పించి దేశ రక్షణకై బలైపోయిన ఇతివృత్తంతో కథ రాసి, చెపుతూ, జనతను దేశభక్తివైపు మళ్ళిస్తూ, తనదైన కథాసరళితో యువజనుల్లో చైతన్యం కలిగించారు.

కౌలుదారీ విధానం దృష్టిలో ఉంచుకుని రైతు కూలీలను ఉద్దేశించి తిరుగుబాటు ధోరణితో "దున్నేవానిదే భూమి" అనే ముఖ్య ఉద్దేశంగా "ఆసామి" నాటకం రచించారు. నాటకాన్ని ప్రదర్శించగా చూసిన రాష్ట్ర కమ్యూనిస్టు నాయకులు మెచ్చుకోలుగా శ్రీనాజర్‌ను అభినందించారు.

ప్రజా నాట్యమండలి తిరస్కారం

విజయవాడ ప్రజా నాట్యమండలిగా మార్చమని అడిగితే రాష్ట్ర సభ్యులు తిరస్కరించారు. అపుడు విజయవాడవారు ఇకనుండి మేము డ్రస్సులు, వాద్యాలు ఇవ్వమని నిషేధించారు. అయినా నిరుత్సాహపడక నిబ్బరంగా విజయవాడ గ్రంథాలయ ఆడిటోరియంలో టిక్కెట్టు పెట్టి డ్రామా ప్రదర్శిస్తే ప్రజలు ఆదరించారు.

ఆసామి ప్రదర్శనకు ఉత్తమ బహుమతి

1954 మే నెలలో మచిలీపట్నం 'ఆంధ్ర నాటక కళాపరిషత్' వారు మినర్వా థియేటర్‌లో ఆంధ్రరాష్ట్ర మాజీ ముఖ్యమంత్రి, సాహిత్యాభిమాని, సాహితీవేత్త అయిన శ్రీ 'బెజవాడ గోపాలరెడ్డి' ఆధ్వర్యంలో ఆసామి నాటకం ప్రదర్శించగా "ఎనిమిది బహుమతులు" వచ్చాయి. ఉత్తమ ప్రదర్శనగా కూడా ఎంపిక చేశారు. 'కొప్పవరపు సుబ్బారావు' గారు నాటకం బావుందని పీఠిక రాయగా, న్యాయవాది శ్రీ'వేములపల్లి శ్రీకృష్ణ'గారు ముద్రించారు.

తిరువూరులో టిక్కెట్టు నాటకం ఏర్పాటుచేయగా పార్టీ తరఫున ఈ నాటకం ప్రదర్శించడం లేదని ఎవరో చెప్పారట. జనం అంతగా రాకపోవడంతో నష్టం వచ్చింది. ఒప్పుకున్న మిగిలిన కథలను వంతలుగా మిక్కిలినేని, కోసూరి పున్నయ్యల సహాయంతో పూర్తి చేశారు. క్రైస్తవ కథలు చెపుతున్న నందిగం వెంకటేశ్వరరావును తీసుకువచ్చి వంతగా తీర్చిదిద్దారు.

నాజరుగారు రెండవ సినిమా అగ్గిరాముడు కోసం శ్రీరాములు నాయుడు గారు మద్రాసు రమ్మన్నారు. నాజరుగారు వెళ్ళి ఆత్రేయగారితో పల్నాటి యుద్ధమా, రామరాజా చెప్పాల్సింది అని అడిగారు. సందర్భాన్ని బట్టి రామరాజు బాగుంటుంది కానీ దానిపై ప్రభుత్వ నిషేధం ఉందని ఆత్రేయగారు అంటుంటే నాయుడుగారు విని ఆ నిషేధం గురించి నేను చూస్తాను, మీరు కథ తయారు చేసేయండని అన్నారు.

అదే సమయంలో రష్యా సాంస్కృతిక బృందంవారు స్టూడియోకు వచ్చారు. ఆ సందర్భంలో నాజరుగారు 'రామరాజు' కథ చెపుతున్నారు. రామరాజును తుపాకితో కాల్చిన సందర్భంలో "అబ్బా సూటిగా నాటెను తుపాకి గుండు రాజు గుండెలోన అయ్యో!" అంటూ తన సహజ ధోరణిలో చెపుతున్నారు. ఆ సన్నివేశంలో పై స్థాయిలో ట్రాజెడీని రష్యా కళాకారుడు నాజరుగారికి చూపించారు. ఆ స్థాయికి నాజరుగారు అందుకోలేక యాతన పడుతుంటే నాయుడుగారు టేక్ ఓకె చేయడంలేదు. అప్పుడు 'భానుమతి' గారు చొరవ తీసుకుని నాయుడుగారితో మనకింకా అంత టెక్నిక్ డెవలప్ కాలేదని సర్దిచెప్పారు. నాజరుగారు ఎలాగో కథ పూర్తిచేసి నేనింకా నేర్చుకోవలసింది చాలా ఉందని మళ్ళీ సంగీత సాధనకు పూనుకున్నారు.

సంగీతాన్వేషణ

నాజరుగారు జంగా సుబ్బదాసుగారి వద్దకు వెళ్ళి పాడి వినిపించి, ఇందులో మార్పులు, చేర్పులు ఉంటే, చెప్పండి అన్నారు. ఆయన విన్న తర్వాత అందే కోటదాసుగారి ప్రక్కన నాటకాలు ఆడినపుడు ఆయన పాడినపుడు విన్నాము, మళ్ళీ ఇన్నాళ్ళకు నీ నోటి వెంటే విన్నాము. నాకు తెలిసినంతవరకు ఇదే గొప్ప. ఇంతకన్నా ఎక్కువగా నాకు తెలియదు అన్నారు. అంతటితో నాజరుగారు సమాధానపడక ఒకవైపు సంతృప్తి, మరొకవైపు అసంతృప్తితో ఇంకా నూతన సంగీత బాణీల అన్వేషణలోనే ఉన్నారు.

ఆ ప్రయత్నంతోనే ప్రముఖ హార్మోనిస్టు ఆకుల నరసింహారావుగారిని కలిశారు. కరీంఖాన్, బిస్మిల్లాఖాన్, ఓంకార్ నాథ్, ఠాగూర్ మొదలగువారి షహనాయి, సన్నాయి సంగీత రికార్డులు వింటే కొంత ఉపయోగం ఉండవచ్చని ఆయన సూచించారు. ఆ తర్వాత ఆంధ్రసంఘం వారి ఆహ్వానంపై కథ చెప్పటానికి కలకత్తా వెళ్ళారు.

1955లో సంగీత రికార్డులు తెచ్చి విన్న తర్వాత కరీంఖాన్ సంగీతం మన జానపద బాణీలకు దగ్గరగా ఉండటం వలన హార్మోనియం, తంబుర, డక్కీలపై సాధన చేస్తున్నారు. ఆ సమయంలో మూడో సినిమా 'భలేబావ'కు కథకోసం మద్రాసు రమ్మనగా వెళ్ళి పాత కొత్త కలయికతో, నూతన పోకడలతో కథ సంతృప్తిగా చెప్పి ఆనందంగా విజయవాడ తిరిగివచ్చారు నాజరుగారు.

ప్రాచీన జానపద కళారూపమైన బుర్రకథకు జీవంపోసి కథకుని వేషం, రంగులు, దుస్తులలో తనదైన సొంతబాణీని ఏర్పాటుచేసి తనకుతానే సాటి అనే కాక ఇది 'నాజర్ యుగం' అని కూడా నాజర్ నిరూపించుకున్నాడని ప్రముఖ విమర్శకులు శ్రీనివాస చక్రవర్తి ప్రశంసించారు.

మధునాపంతుల సత్యనారాయణ శాస్త్రి

(1920-1992)

- సన్నిధానం నరసింహశర్మ

ఒక కవి పుట్టుక అది ఎట్టిదనిన...

గంగతోపాటుగ గొప్ప పవిత్రనది గోదావరి
అది 'సారోదార తరంగశీకర సుధాసంబంధవద్గౌతమీ'
తీరంలో-తూర్పుగోదావరి జిల్లాలో కాకినాడ తాలూకాలో-
దక్షారామ చరిత్ర రక్షితప్రాంతంలోని పల్లిపాలెం.

1920వ సంవత్సరం మార్చి 5వ తేదీ 6 గంటల 20 నిముషాలకు ధరాతలంపై చాలా ప్రాంతంపై ఒక్క ఉదయమే సంభవించింది.

కానీ పల్లెపాలెంలో రెండు ఉదయాలు! ఎంత అదృష్టం! ఎంతదృష్టం!

ఒకటి సూర్యోదయం; రెండవది మధునాపంతుల సత్యనారాయణ శాస్త్రి కవి చంద్రోదయం.

సత్యనారాయణ గారి తల్లి లక్ష్మమ్మగారు; తండ్రి మధునాపంతుల సత్యనారాయణమూర్తి గారు. మధునాపంతుల సత్యనారాయణమూర్తిగారు ప్రసిద్ధవైద్యులు, 'భిషగ్రత్న' గౌరవ విభూషితులు.

సత్యనారాయణమూర్తిగారి ఇంట తరచు సాహిత్యగోష్ఠులు జరుగుతూండేవి. కోలంక, పిల్లంక, కుయ్యేరు, విద్వత్ కుంజరమైన ఇంజరం - ఇలా చుట్టుపక్కల కవి పండిత రసజ్ఞులకు ఒక స్థానిక వేదిక పల్లెపాలెంలోని సత్యనారాయణమూర్తి గారి గృహం.

'వీథులన్నిటిలోన ఏ వీథిమేలు' అంటే భిషక్ విద్వాంసులున్నట్టి ఆ వీథిమేలు అన్నట్లుండేది సత్యనారాయణమూర్తిగారి వీథి. పాతకాలంనాటి పల్లె ఆత్మీయులకు ఒక డాక్యుమెంటరీ తీయతగిన చల్లని చక్కని పల్లె ఆ పల్లిపాలెం. కవిత్వ సంప్రదాయానికేకాదు, జీవన ప్రమ సంప్రదాయానికి మధునాపంతులవారి ఇల్లు పెట్టింది పేరు. బ్రాహ్మణ కుల సంప్రదాయ ఆచారాలున్నా అవి ఆ ఇంట గుప్తగుప్తంగా ఉండటమే తప్ప ఎవ్వరి మనస్సుల్నీ ఈషణ్మాత్రమైనా కొంచపరచక కించపరచక గర్భితంగా దర్శనమిస్తాయి.

మధునాపంతుల సత్యనారాయణమూర్తిగారి కాలంలోనే కాదు వారి పుత్రులైన మధునాపంతుల సత్యనారాయణ శాస్త్రి, సూరయ్యశాస్త్రిగార్ల కాలంలోను, తర్వాత కూడా వారిల్లు ఆత్మీయ ఆతిథ్యకేంద్రమే.

తియ్యని జీవితానికి అటువంటి ఊళ్ళో భోజనంకాదు, ఒక పొదుగాటి చెరకుగడ విరుచుకుని తిన్నా చాలు; లేదా రెండు చేతుల్లో ఒదిగే – కాల్చబడి అదోరకం సువాసన ముకుపుటాలకు విందు గొలిపే తాటిపండును గంటలకొలదీ ఇంకా ఇంకా తిన్నా చాలు. నిజానికి పల్లెపాలెం వంటి పల్లెల్లో గాలికి విలాసంగా ఊగే చెట్ల ఆకుల మధ్య కోయబడని మామిడి కాయల్ని చూస్తేనే కడుపునిండి పోతుంది.

ఆ పల్లెపాలెం ఆ ఊరు వాళ్లకి ఏమిచ్చినా ఆంధ్ర దేశానికి మాత్రం ఓ మహాకవిని – మధునాపంతుల సత్యనారాయణ శాస్త్రి గారిని అందించి ధన్యత చెందింది.

చదువూ 'సంధ్యలు'

సత్యనారాయణ శాస్త్రిగారికి అయిదవఏట అక్షరాభ్యాసం అయ్యేటప్పటికే పద్య, శ్లోక పఠనాభ్యాసం జరిగింది. ప్రాథమిక పాఠశాల ఊళ్లోఉంది. చేర్పించారు. పాఠశాలలో నేర్చే చదువు, ఇంట్లో గొప్ప గొప్ప కవి పండిత సన్నిధులిచ్చే సాహిత్యపు చదువూ రెండూ నిండుగా శాస్త్రిగారికి చిన్నతనంలో చేకూరాయి.

తిరుపతి వెంకట కవుల జంట – రామకృష్ణ కవుల జంట – ఇద్దరూ ఇద్దరి శిష్యులు అందరూ కలసి ఆరోగ్యప్రదమైన సాహిత్య సమరాలు సాగించారు. అస్త్రాలు, శస్త్రాలు వంటి గ్రంథసృజనలు జరిగాయి. భారతదేశంలో ఓ చిన్నప్రాంతం గీరతదేశమయింది. చెళ్ళపిళ్ల చెరలాటాలు పాశుపతాస్త్రాలు – సాహిత్య యుద్ధాలు – శాబ్దిక చర్చలు – శాస్త్రచర్చలు – నాటి సాహిత్య వారసత్వ ప్రేమికులకు విందులే విందులు!

సత్యనారాయణ శాస్త్రిగారు పదవ సంవత్సరంలో ప్రాథమిక పాఠశాలలో ఐదవతరగతిలో ఉత్తీర్ణులయ్యారు. పల్లెపాలం దగ్గరలోని ఇంజరంలోని సంస్కృత పాఠశాలలో చేర్చారు. మహేంద్రవాడ సుబ్బారాయశాస్త్రిగారి సన్నిధానంలో కావ్యపఠనాదులు జరిగాయి. భూమిక కుదురుకుంది. శబ్దమంజరి పట్టడం, శాస్త్రమ్ముముట్టడం కవిగా దీవింపబడడం క్రమక్రమంగా జరిగాయి.

పాఠశాల – కావ్య పాఠశాల రెండిటా శాస్త్రిగారిది అందెవేసిన చేయిచందాన అయింది.

అష్టావధానుల శతావధానులవల్ల సాహిత్య పాఠకులు, శ్రోతలు పెరిగిన వాస్తవాన్ని గమనించాలి. సామాన్య ప్రజానీకాన్ని అవధానాలు పలకరించాయి; ఆశ్చర్యపరిచాయి; అలంకరించాయి. మన భాషాసాహిత్యాలు ఇంత గొప్పవా అని పరవశింపజేసాయి.

మధునాపంతుల సూరయ్యశాస్త్రిగారి మాటల్లో – 1920 నాటికి.... "హోరాహోరీగా జరిగిన సాహిత్యసమరం శాంతిపర్వానికి వచ్చింది"

స్థిమితమైన ఒకానొక సాహిత్యశాంతి కాలంలో సత్యనారాయణ శాస్త్రిగారు జన్మించడం వల్లనేమో తరువాత కాలంలో స్థిమితంగా శాశ్వత యశోసంధాయక ఆంధ్రపురాణం రాయగలిగారు.

1919లో వీరేశలింగ మహనీయుడు అక్షరాలా కీర్తిశేషులయ్యారు. ఆయన అస్తమయం తరువాత సంవత్సరం తరువాత శాస్త్రిగారు జన్మించారు. శాస్త్రిగారికి చిన్నప్పటినుండి అవధానాదులపై కంటె కావ్య, ప్రబంధకవిత్వాలపైన ఎక్కువ మక్కువ.

తక్కువ కాలపరిధిలోనే వారు గురుమార్గంలో పంచకావ్యాలు అభిజ్ఞాన శాకుంతలం వంటి నాటకాలు చక్కగా చదువుకున్నారు. చదువుల్లో గట్టెక్కడంకన్నా గుట్టులు తెలుసుకోవడం అంటే ఇష్టముండేది. గురుపరంపరల నుండి కాలం అందించే సాహిత్య రహస్యాలకు ఆయన చెవులు సంసిద్ధమయ్యేవి. ఆయన 'శుశ్రూష' నిజార్థంలోని శుశ్రూష. శుశ్రూష అంటే వినడంలో ఇష్టం కలిగి వుండడం. శాస్త్రిగారి అర్చనపీఠం మహేంద్ర సుబ్బరాయ శాస్త్రి. ఆయన శాస్త్రిగారి పట్ల అధిలేఖమానంతో బోధిస్తూ సిద్ధాంతకౌముది కూలంకషంగా బోధించారు. బోధించడం మామూలు బోధించడం కాదు తద్వారా 'శాబ్దసౌరభా'న్ని శాస్త్రిగారి హృదయంలో పోశారు ఆయన 'వాసినార్జింప' దీవనలనూ చేశారు.

బాల్యంలో సూర్యనారాయణశాస్త్రిగారి కళ్లూ చెళ్లపిళ్ళను చూశాయి. అంతేకాదు, ఆయన మేనత్త భర్త రామకృష్ణ కవులలో ఒకరయిన ఓలేటి వేంకటరామశాస్త్రి గారిని చూశాయి. శాస్త్రిగారు వారినుండి మాటలు పద్యాలు, శ్లోకాలు గురుభావంతో విన్నారు. ఆయన శబ్దలింగజ్ఞానాంశాలు చెళ్ళపిళ్ల వారిచే పరీక్షించబడ్డాయి. "సత్యనారాయణ శాస్త్రికి లింగజ్ఞానం బాగానేవుంది కుమారసంభవం చదువుతున్నాడు కదా" అన్న చెళ్ళపిళ్ల చమత్కారం ఆకాలంలోనిదే.

పిఠాపుర సంస్థాన కవి అయిన వారు ఆ కాలంలో మంచిపేరు గడించిన వారు అయిన ఓలేటి వెంకటరామశాస్త్రిగారు ఆంధ్రకథా సరిత్సాగరం రాస్తున్న రోజులవి. బాగా పెద్దాయన, బంధువు అయిన ఆయన పాద సేవను భాగ్యంగా భావించి సత్యనారాయణ శాస్త్రిగారు, సోదరుడు సూరయ్య శాస్త్రిగారూ ఇద్దరూ చేశారు. పాదసేవాక్రియ పద్యపాద ఫలప్రాప్తికి దోహదం చేసింది.

పద్యవిద్యారంభం కరిష్యామి!

పద్యం తెలుగుసాహిత్యంలో వేయి సంవత్సరాల చరిత్రతో ముడిపడింది.

"మెచ్చుదు మెచ్చువచ్చినచో మెచ్చకు డిచ్చకు మెచ్చురానిచో" వంటి పద్యాలు నన్నయ పురాణకాలంలోనే మేమున్నామని సగర్వంగా శాసనాల్లోను కొన్ని తాళపత్రాల్లోను దర్శనమిచ్చాయి.

సగ్యరచనలో ప్రయోగాలు, ముద్రణ అధికంగా లేని సందర్భంలో కంఠస్థ ఉపయోగాలు. కవిత్వం, కావ్యం, శాస్త్రం కాదు, రళా విషయాలు కాను – అవి ఏమి వచ్చినా పద్యరచనారూపంగానే రావడం ఒక పరిణామ చరిత్రలో భాగం.

పద్యాలేకాని ఎన్నివైవిధ్యాలు! ఎన్నిరకాల ఛందస్సులు. ఒకే పద్యఛందస్సులో వివిధ కాలాల కవుల ప్రయోగాలు - భాష తెలుగయినా ఎవరి కవిత్వ భాష వారిది. ఎవరిశైలి వారిది. అనుకరణలు! అనుసరణలు! గర్భకవిత్వాలు, బంధ కవిత్వాలు, ఆశుకవిత్వాలు, చిత్రకవిత్వాలు అన్నిటికీ పాత్రలు పద్యాలే. నన్నయ, తిక్కన, పోతన, శ్రీనాథుడు, నాచన సోమన, మొల్ల, పెద్దన, శ్రీకృష్ణదేవరాయలు, భట్టుమూర్తి, ధూర్జటి- ఇలా ఇలా కాలంలో తేరిన కవులుది చరిత్ర తేల్చి ఇచ్చిన గ్రంథాలు. ఎవరిశైలులు వారివి. ఎవరి ప్రత్యేకతలు, ఎవరి ప్రత్యేక కథలు వారివి. శతాబ్దాల ఆంధ్రకవిత్వాన్ని హృదయార్థం చేసుకున్న మహానుభావులు ఎందరో!

శాస్త్రిగారి తండ్రి మధునాపంతుల సత్యనారాయణమూర్తిగారి ఇంట్లో - మహాకవుల మహాపండితుల కదలికలు!

"ఎదుట జెళపిళ్ళ వేంకట బుధుడు; రామ

కృష్ణ కవులాప్తబాంధవ శ్రీలవెలయ"గా మూర్తిగారు తమ పుత్రుడు శాస్త్రిగారు సత్కవికావాలని సత్కాంక్ష కలిగి దోహదం చేయసాగారు....

శాస్త్రిగారు తమ 13వ ఏట శారదారాధన చేసి "పద్యారంభం కరిష్యామి"అన్నారు. ఒక సీసపద్యం - గురుర్బ్రహ్మా, గురుర్విష్ణు గురుర్దేవో మహేశ్వరః.... కదా- గురువుగారు వేంకటశాస్త్రి మీద సీసచరణాలు వచ్చాయి.

"సంస్కృత కవితలో సములుగా వ్యాసుని

భాసుని భవభూతిపలుకవలయు"

ఇలా సాగిన సీసపద్యం నాలుగు చరణాలు - ఏదో ఒక ఎత్తుగీతి రాగా - అదో మరోపద్యమో చెన్నపట్నంలోని గురువు గారికి పంపారట!

11-09-1993వ తేదీగల తిరుగులేఖలో - గురుభక్తికి పదింతలు శిష్యవాత్సల్యాలుండే రోజులవి - గురువుగారు శాస్త్రిగారికి ఆ చిన్ననాట ఆశీఃపూర్వకంగా పది పద్యాలు పంపడం మనసారా దీవించడం చిన్నమధునాపంతులవారిని ఉబ్బితబ్బిబ్బుల్ని చేసింది.

ఆంధ్రపురాణ కర్తగా ఒక స్థానం అంటూ పదిలపరచుకున్నాక సైతం ఆయన కృతజ్ఞతతో ఆ పద్యాల్ని కొన్నిటిని చదువుకునేవారు, విన్పించేవారు. 'సకల శుభాశీఃపూర్వకం'గా సాగిన పద్యాలలో రెండు నిండు పద్యాలు.

ముసిముసి నగవులతో నీ
పసితనపు గవిత్వరీతి పరికించితి సం
తసమయ్యె జేయుముచితా
భ్యసనము కవి వౌదువీవు భగవంతుకృపన్

అసమానంబగు సాహితీవిభవమీవార్జించి మాకెల్ల సం
తసముంగూర్చుచు సత్కవీశ్వరత నౌన్నత్యంబునుం గీర్తియున్
వసుధంబెంపువహింప వర్ధిలగదే! వత్సాచిరంజీవివై
పసివానిన్ నిను గూర్చి పెక్కుపలుకన్ భావ్యంబె మాబోంట్లకున్

ఆయన ఆశీస్సులు ఫలించినవి. అవి మధునాపంతుల వారి భవిష్యకావ్యాలలో ప్రతిఫలించాయి.

రచనాభ్యాసం - కవితా విలాసం

'వానలో తడియని'వారూ వుండరు మా గురువుగారి అవధాన మృదూక్తుల అమృతధారలో తడియని వారూ ఉండరు అని శిష్యమహాకవి తరువాత ప్రశంసించేవిధంగా అవధానాలు చేశారు తిరుపతి వేంకటకవులు.

ఇంతకీ – ఇప్పుడు ఆ కాలచరిత్ర పుటల్లో – ఆంధ్రదేశంలోని పల్లెపాలెంలో చిరంజీవిగా సత్యనారాయణశాస్త్రిగారు గణ భంగం, గుణ భంగం, రసభంగం లేని పద్యాల కసరత్తు చేస్తున్నారు.

మధునాపంతులవారి ఇంటి వెనుక కనులవిందుగా మామిడితోట, దాని వెనక పచ్చపచ్చని పొలాలు.

అక్కడే 'ఆంధ్రీకుటీరం' అనే చిన్న సాహిత్య విద్యాసంస్థ పురుడు పోసుకుంది. దానికి మగమంత్రసాని మధునాపంతుల వారే కారకులు. 1938 జనవరి 13వ తేదీన దాని జననం. విద్యార్థులలో ఒక ఆరోగ్యకర సాహిత్యచైతన్యాన్ని కలిగించడంకై – కావ్యపాఠాలు చెప్పడం, సాహిత్య సభల నిర్వహణం, సంస్కృతిని ప్రచారం చేయడం ఆంధ్రీకుటీర లక్ష్యాలు, అంతేకాదు ఒక సాహిత్య పత్రికను ప్రమాణాలతో నడపడం, పుస్తక ప్రకాశనం – ఇలా ఇలా కొన్ని సదాశయాలు తరువాత, కార్యరూపాలు దాల్చాయి కూడా.

అదే సందర్భంలో నాటి సత్యనారాయణశాస్త్రిగారికి అష్టావధానం చేస్తే ఎలా వుంటుందనేది నాటుకుంది. పదహారు అక్షరాలవరకూ 'వ్యస్తాక్షరి' చేయగలిగారు. గడియకునూరు పద్యాలు కాకపోవచ్చు. నల్లేరు పై బండి పద్యాలనడక రాకపోవచ్చు. కానీ ప్రయత్నలోపం లేదు. గంటకు 20,30, లేదా 40 పద్యాలవరకూ శాస్త్రిగారు చెప్పేవారు. ఆశువు సులువులు నేర్చుకున్నారు. పద్యనిర్మాణధురీణత్వం పెంచుకున్నారు. ఆ క్రీడాసక్తిలో పృచ్ఛకులు ఎవరు? శాస్త్రిగారి సోదరుడు సూరయ్య శాస్త్రిగారున్నూ, మరికొందరు విద్యార్థులున్నూ. సూరయ్యశాస్త్రిగారు తద్దినం పెట్టేవాడి ప్రక్కే తమ్ముడు అన్న చందాన ఉన్న వ్యక్తి కాదు; అనంతరకాలంలో పద్యనిర్మాణంలో భావనలో విద్వత్కవి అనదగిన సరంయామా సమకూర్చుకున్న ఉన్నతుడు. ఆయన రాసిన దేవీనవతి తెలుగు -లో అమ్మవారి వెలుగులు పద్యవిద్యాప్రస్థాన ప్రభలుగా ఉంటాయి.

అనవసరమైన పదంకాదు, అనవసర అక్షరంకూడా వుండని పండిన కవిత్వం. భవిష్య కాలంలో మంచికవి కాదగిన సూరయ్యశాస్త్రిగారు –

సత్యనారాయణశాస్త్రిగారి ఆ చిననాట ఒక చిన్న పృచ్ఛకుడు– ఇంకెవరు ప్రశ్నించగలరు ఆ ప్రయత్నాన్ని.

శాస్త్రిగారు అవధానపు కుస్తీలకు తయారవుతూండగా ఒక భారరహిత పరిస్థితి ఏర్పడింది.

అవధానాలు వద్దు, నిలకడపద్యమే ముద్దు - శతావధాని ప్రబోధం

ఓ రోజున శతావధాని, మధునాపంతులవారి గురువు అయిన వేంకటరామశాస్త్రిగారు ఆంధ్రీకుటీరానికి విచ్చేశారు. అష్టావధాన ఆసక్తిని ఆ చిన్న వయస్సులోని సత్యనారాయణ శాస్త్రిగారు గురువుకడ వెల్లడించారు. ఆశ్చర్యకరంగా ఆయన ఇలా అన్నాడు – "ఎప్పుడూ ఇటువంటి అష్టావధానపు పనులు చెయ్యకు. శ్రద్ధగా ప్రాచీనకావ్యాలు పఠించు. వ్యుత్పత్తి సంపాదించు. ఆశువు అంటూ పద్యాన్ని పలచపరుచుకోకు. నిలకడగా పద్యం రాయాలి." అనిఅంటూ – వడ్డాది సుబ్బారాయుడుగారు, రాయప్రోలు సుబ్బారావు వంటివారు ఆశుకవిత్వ వ్యతిరేకంగా ఏమేమి చెప్పారో చెప్పి అష్టావధాన క్రియ ప్రారంభాన్ని మొగ్గలోనే త్రుంచేలా ప్రబోధించారు. ఫలితంగానే సత్యనారాయణశాస్త్రిగారు కావ్యపద్య విద్యాధికారి అయ్యారు అనంతరకాలంలోనే.

ఇక్కడ చిత్రమేమిటంటే శతావధాని తమ శిష్యుణ్ణి అవధాన కేంద్రంగా ఆశువును వద్దనడం పెద్దలమాట చద్ధిమూట కదా విన్నారు.

ఒకవైపు 'మాకొద్దీ తెల్లదొరతనం' అంటూ స్వాతంత్ర్యోద్యమం. దానితోపాటుగా ప్రత్యేకంగా మాకు ఆంధ్రులకు ప్రత్యేకంగా ఆంధ్రరాష్ట్రం కావాలనే ఆంధ్రోద్యమం. అది రాష్ట్రోద్యమం. అదే భాషోద్యమం. అది తెలుగు సంస్కృతీ పరిరక్షణోద్యమం. ఉద్యమద్వయప్రభావం 'ఆంధ్రీకుటీరం' పై ఎప్పుడోపడింది. అసలా ప్రభావంతోనే పుట్టింది ఆంధ్రీకుటీరం!

'ప్రబోధం' అనేది శాస్త్రిగారి తొట్టతొలి కవిత. 14 ఏళ్ళ వయస్సులో రాసినది. 'పితృశిక్ష', 'పరిత్యక్త' వంటి ఏడెనిమిది కవితలు రాశారు. 'ఆంధ్రపత్రిక' 'త్రిలింగ' పత్రికలు వేశాయి.

కావ్య రచనా భూమికలు; వివిధ రచనలు

బహుధాన్యలో బహుధన్యత్వం!

1938వ సంవత్సరం మన సంస్కృతి ప్రకారంగా 'బహుధాన్య' శాస్త్రిగారి భవిష్య వివిధ రచనా ప్రస్థానాలకు ఒక లఘుస్థానం – జ్యోతిగా మార్గనిర్దేశం చేసింది. వారి కవిత్వ స్థిరగృహానికి ఖండకావ్య 'తోరణం' పచ్చదనం వెలుగులిచ్చింది. ఈ చిన్నపుస్తకానికి అప్పటికే ఎంతో పేరు పొందిన విశ్వనాథ సత్యనారాయణగారు పీఠిక రాశారు. ఈ అబ్బాయి వృద్ధిలోకి వస్తాడని దీవించిన విశ్వనాథవారు అనంతరానంతర కాలంలో శాస్త్రిగారి 'ఆంధ్రపురాణ'కావ్యసృజన చూశాక

ముగ్ధులయి ఆధునిక పంచ కావ్యాలలో ఆంధ్రపురాణం ఒకటి అని ఆహ్వానించారంటే వారి కాలానుగుణ పరిగణన ఎంత గొప్పదో మనం అర్థం చేసుకోవాలి. 14 వ సంవత్సరం శాస్త్రిగారు అన్నవరంలో శ్రీపాద కృష్ణమూర్తి శాస్త్రిగారి సమక్షంలో ఒక పద్యరచన పోటీలో ప్రథమ బహుమతి పొందాడు. 1934లో తమ పితృదేవులు వైద్యదేవులు అయిన మధునాపంతులసత్యనారాయణ మూర్తిగారికి కోలంకలో 'భిషగ్రత్న' బిరుదసమ్మానంలో మూర్తిగారికి 'వెండికల్వం' 'బంగారు కంకణం' ఇచ్చి మెచ్చికోలు సభను నిర్వహించారు. అప్పుడు ఆ సభావేదికపై కొందరు పద్యరత్నాలు చదివారు. అదిగో, ఆ శుభవేదికను ఎక్కి మధునాపంతుల సత్యనారాయణ శాస్త్రిగారూ పద్యపఠనం హృద్యంగా సాగించారు.

అంటే శాస్త్రిగారు తొలుతగా వేదిక ఎక్కింది 1934లో అన్నమాట. ఆ సందర్భంలో 46 పుటల సంచిక వచ్చింది; అందులో శాస్త్రిగారి కవిత ముద్రింపబడింది. 'తోరణం' ప్రథమ గ్రంథమైనా, ప్రథమ కవిత ముద్రణకెక్కడం 1934లోనే జరిగిందన్నమాట!

1935లో ఓవైపు వ్యాకరణం - మరోవైపు సంస్కృతాంధ్రగ్రంథాల అధ్యయనం రెండు సాగాయి. చౌఖంబ, నిర్ణయ సాగర్ సంస్థలనుండి గ్రంథాలు తెప్పించుకునేవారు. శబ్దరత్నాకరాన్ని ఈదారు. అరసున్నలున్న మాటల్ని పట్టికగా రాశారు; అలా వున్న వాటికీ లేనివాటికీ అర్థభేదాలు రాసుకునేవారు. ఆ నుడికడలికడ శబ్దార్థ సంగ్రహణం లోతుగా జరిగేది.

శాస్త్రిగారు ఒక కవి శుకం లేదా ఒక కవి పికం. పంజరంలో ఉండిపోతారా? ఇంజరంలో పాఠశాలలో 'ఎంట్రన్స్'తో ఉత్తీర్ణులయ్యారు. విద్యానగరమైన విజయనగరంలో సంస్కృత కళాశాలలో 'సాహిత్య విద్యాప్రవీణ'లో చేరినట్లేచేరి అనారోగ్యంవల్ల ఇంటికి వచ్చేశారు. రెండునెలలు విశ్రాంతి తీసుకున్నారు. ఇంటివద్దనే రచనలు చేస్తూ - ఇంజరంలో 'బాలమనోరమ' పూర్తి చేశారు.

1938లో పతంజలి చరిత్రను అనువదించారు. అదివచన గ్రంథం. వావిళ్ళవారు 'త్రిలింగ'లో వేసుకుని పుస్తకం కూడా వేశారు. తండ్రిగారి ప్రోత్సాహంతో 'త్రిలింగ'లో కొన్ని వైద్యవిద్యా వ్యాసాలు రాశారు కూడా.

1930 దశకంలో శాస్త్రిగారు హిందూసుందరి, సుబోధిని, ప్రజాసేవ, ఆంధ్రపత్రికలో - పద్యాలో వ్యాసాలో ఏవో వస్తూండేవి. చిత్రగుప్తలో కూడా రచనలు వచ్చాయి.

భారతీయుడిగా పుట్టడమే గొప్ప. అయితే తెలుగులో 'భారతీయుడవడం' అంటే భారతిలో రచనలు పడడమూ గొప్పే. శాస్త్రిగారు తెలుగు భారతీయుడయ్యారు. 1939 జనవరి భారతిలో నా 'కుటీరము' అనే పద్యాలువచ్చాయి. 'తేలని సమస్య', 'అద్వైతసిద్ధి' 'శోకశ్లోకము' నంటివి తరువాతి కాలాల్లో ప్రచురింపబడ్డాయి.

భారతిలో శాస్త్రిగారి రచనలు తరువాత కాలంలో వచ్చినవి ఇంకా ఉన్నాయి. భారతి తనకు నచ్చకపోతే లబ్ధప్రతిష్ఠులకే తిరిగి పంపడంలో వెనుకంజ వేసేది కాదు.

భారతి శాస్త్రిగారిని ఆశీర్వదించింది! భారతిలో ప్రకటింపబడిన రచనలు 'అష్టదిగ్గజములు', 'మహాకవుల మితభాషిత్వము', 'గుండెలేని పండిత రాయలు', 'రాయలసీమగడియారము'.

1930 ఉత్తరార్ధంలో వచన రచనలు ఎక్కువగా చేశారు. దర్శనసిద్ధాంతాల అధ్యయనం సమాహారంగా 'షడ్దర్శన సంగ్రహము' రాయగా 1942లో ప్రకాశితమైంది. శాస్త్రిగారిలో భక్తిదృష్టిని మించి తాత్త్వికదృష్టి విశేషంగా ఉంది.

వీరేశలింగోదాహరణం' శాస్త్రిగారి గొప్ప రచన. అసలు సిసలు తెలుగు ప్రక్రియ ఉదాహరణం. కవిత్వరీత్యా కూడా వీరేశలింగోదాహరణం పేరు పొందింది. ప్రథమావిభక్తి డు,ము,వు,లు ఎలా ఒదిగాయో గమనిద్దాం.

'ఆరని సౌరభంబు భరతావనినాల్గుచెరంగులందు పొం
గారెడి తీరునన్ శతశతాబ్దులునెండని నిండుటేరులై
పారి రసజ్ఞచిత్తములు పండువు చేసినకందుకూరి మం
దార మరందముల్ తెలుగునాటను జిందిన జీవబిందువుల్.

ఆంధ్రికుటీరం - ఆంధ్రిపత్రిక

ఆంధ్రాభిమానం ఆంధ్రీకుటీరానికి ప్రాణతుల్యమైన అంశం. ప్రతి ఆదివారం యువతీయువకులను సమావేశపరచి సాహిత్యగోష్ఠులూ అవీ నిర్వహించేవారు. అంతేకాదు ఉడుతాభక్తిగా ఒక గ్రంథాలయాన్ని సైతం నిర్వహించారు.

కవితా సంకలనం ఆలోచన

కవితా సంకలనాలలో ముద్దుకృష్ణగారి వైతాళికులు ఆధునిక కవితాసంకలనంగా ఎంతో పేరు పొందింది. దీనికి కారణం నాటి కాలీన ఆధునిక కవులమేటి కవితలు సేకరించడంలో ఉత్తమాభిరుచి, సేకరణా నాణ్యత. అదిగో అటువంటి విశిష్ట కవితా సంకలనాన్ని తీసుకురావాలని ఆంధ్రీకుటీరం ఆలోచించింది. ఉత్తమ కవులకు కవితలు కోరుతూ ఉత్తరాలు రాశారు. 'ప్రణయలేఖ' అని చలంగారు ఒక్కరే రచన చేశారు. ఇక ప్రయత్నం సఫలం కాలేదు.

పిఠాపురంలోని వేంకటరామశాస్త్రి గారి సూచన ఏమిటంటే – ఆంధ్రీకుటీరం అని పెట్టారు కదా. ఆంధ్రాభిమానంతో ఆంధ్రి అనే సాహిత్య పత్రిక పెట్టండి అనేది. ఆ గురుసూచన క్రియారూపం దాల్చింది. మధునాపంతుల సత్యనారాయణ శాస్త్రిగారు సంపాదకులుగా 'ఆంధ్రి' 1939 జనవరి సంచిక తొలి వెలుగుగా, తెలుగు వారి వెలుగుగా వచ్చింది. అప్పుడప్పుడు సమకాలీన సాహిత్యవిషయాలపై సంపాదకీయాలు ఉండేవి. ఆంధ్ర వ్యక్తిత్వ వికాసానికి,

ఆంధ్రసాహిత్య రంగానికి ప్రామాణిక సేవలు చేసిన పత్రికలలో ఆంధ్రిస్థానం భద్రస్థానం. పద్యగద్య రచనల క్రింద సంపాదకుని ఆంతరంగిక వస్త్వంశాల నిగూఢ సంక్షిప్త విమర్శలుండేవి. విమర్శ చేయడంలో పెద్దచిన్నల తేడా లేదు. విమర్శాంశమే ప్రధానం. వేత్తలు ఈ ఉత్తమ పద్ధతిని ఆహ్వానించారు. కాగా చెళ్ళపిళ్ళ వేంకట శాస్త్రిగారు మాత్రం ఒకసారి మధునాపంతుల సత్యనారాయణ శాస్త్రిగారి విమర్శలో ఒక శబ్ద చర్చకు సంబంధించి కొంచెం మందలింపుగానే సాగారు. కృష్ణాపత్రికలో రాశారు కూడా. దీని వివరాలు కథలు–గాథలులో ఉంటాయి.

నార్ల వెంకటేశ్వరరావుగారి షష్టిపూర్తి సందర్భంగా History of Telugu Journalism అని శేషగిరిరావు గారి సంపాదకత్వాన ఓ మంచి గ్రంథం వచ్చింది. అందులో నిడుదవోలు వెంకటరావుగారు Literary Journalism అనే వ్యాసం రాశారు. అందులో వారు ఆంధ్రి గురించి రాస్తూ Edited by Madhuna pantula satyanarayana Sastry, a poet of high calibre' అని పరిగణించారు. తెలుగుదేశంలోని నలుచెరగుల గల సుప్రసిద్ధ రచయితలకు ఆంధ్రి సంచికలు ఓ వంద పంపిణీ జరిగేవి. ముద్రణ పిఠాపురంలోని 'విద్వజ్జన మనోరంజనీ ముద్రాక్షరశాలలో. తపాలాపనుల తతంగం తపాలా ఆఫీసు ఉన్న వింజరంలో. కార్యకర్తలు విద్యార్థులు. ఈ మాసపత్రిక వెల ఒక అణా, సంవత్సర చందా రూపాయి. నెలనెలా ఓ రాయప్రోలు గురించో ఓ కట్టమంచి వారి గురించో ఓ కొమర్రాజు వారి గురించో సత్యనారాయణ శాస్త్రిగారు వ్యాసాలు రాసేవారు. స్థానపు టంచనాలు, చేసిన సేవలు, సూక్ష్మాంశ విమర్శలు ఆచితూచి రాసేవారు. తరువాత 'ఆంధ్ర రచయితలు' అనే కవుల చరిత్ర రావడానికి అంకురార్పణలు జరిగాయి, అలా, తెలుగు విశ్వవిద్యాలయ పక్షాన ఆచార్య జయధీర్ తిరుమలరావుగారు జరిపిన ఓ ఇంటర్వ్యూలో (1980 తర్వాత అని గుర్తు) ఆంధ్ర రచయితల రెండవ భాగం రావాలనే ఆకాంక్షను వ్యక్తం చేశారు.

'ఆంధ్రి' పత్రిక రెండు సంవత్సరాల ఎనిమిది మాసాలపాటు నిర్వహించారు. హంసలాగే శోభాయమానంగా నడచింది.

ఆశీర్వదించో, అభినందించో, ప్రశంసించో వేలూరి, వేటూరి, చెళ్ళపిళ్ళ ప్రోత్సహించారు. ప్రోత్సాహక లేఖలు రాసిన వారిలో కట్టమంచి, విశ్వనాథాదులున్నారు.

ఓలేటి వేంకటరామశాస్త్రిగారు 1939 డిసెంబరు 3వ తేదీ కీర్తిశేషులయ్యాక ఆంధ్రి ఆయన గురించి స్మారక సంచిక విశిష్టరీతిలో పెద్దల రచనలతో వచ్చింది.

"పత్రిక ఆపుకున్న పాపిని" శాస్త్రిగారి పత్రికాభిమానం

సామాజిక, రాజకీయ ఆర్థిక నేపథ్యం దేనికైనా ముఖ్యమే. ప్రపంచయుద్ధం కారణంగా అనేక దుష్పరిణామాలు తలెత్తాయి. కాగితాల కరువువంటివి ఏర్పడ్డాయి. నిర్వహణాక్లేశాలు పత్రికని ఆపమన్నాయి. ఇంతింత అనరాని ప్రేమతో ఒక లక్ష్యశుద్ధితో నడిపే పత్రిక తప్పనిసరిగా ఆపడం సత్యనారాయణశాస్త్రిగారికి సుతరామూ ఇష్టంలేదు. అయినా ఆపవలసివచ్చింది.

శాస్త్రిగారి మనోవేదన ఒక పద్యంగా రూపాంతరం చెందింది.

ఆ రూపం ఇది–

"అది మూడేడుల ముచ్చటైనడచిపోనల్లల్లనన్ సాహితీ
హృదయస్యందము గుర్తులందుకుని ఆంధ్రీపత్రికా రత్నమ
భ్యుదయచ్ఛాయలకెక్కుకాలమున నయ్యో పాపినైయాపికొ
న్నదరిద్రుండను నిద్రలో కలవరింతల్ నేటినాయూహముల్.

శాస్త్రిగారికి ఆంధ్రి పత్రిక కాదు; పుత్రికే. అయ్యోపాపినై ఆపుకొన్న దరిద్రుడను అని తనను తానే తిట్టుకున్నారు. పత్రికా సంపాదకులలో ఇట్టి మమకారం ఆదర్శపథ దర్శకం కదా!

స్మరణీయ సంఘటనలు

పద్యం గణసంబంధమైనదే అయినా కవితాగుణ సంబంధమయినది అని కూడా నమ్మినారు సత్యనారాయణశాస్త్రిగారు.

సత్యనారాయణ శాస్త్రిగారు వేగగమనంగల పద్యాలు, సకల గుణ సమన్వితంగా రాసేవారు, ఆయన ఉచితజ్ఞత తెలిసినసుకవి.

1940లో కట్టమంచి రామలింగారెడ్డి అరువ దేడుల పండుగ సందర్భంగా మెచ్చు కూటమి జరిగింది. సుప్రసిద్ధ శాస్త్రవేత్త సి.వి.రామన్‌గారు సభాధ్యక్షులు; మదరాసు గవర్నరు గారు సభాప్రారంభకులు. ఆంధ్రిపత్రికా సంపాదకుని హోదాలో శాస్త్రిగారు ఆ సభలో పాల్గొని అభినందన పద్యాలు చదవగా అందరూ మంచిపద్యాలు చదివారని మెచ్చుకున్నారు. మంచివారైన కట్టమంచివారు శాస్త్రిగారిని ఆలింగనాభినందనం చేశారు.

ఆ 1940లోనే మరో స్మరణీయ సభాసంఘటన. అది కాకినాడ పి.ఆర్.కళాశాల వేదిక. పెద్దపెద్దలు పాల్గొన్న చారిత్రాత్మక ఆంధ్రాభ్యుదయోత్సవాల సంరంభం. సరస్వతికి పుంభావమూర్తి అయిన చిలకమర్తివారి అధ్యక్షతన జరిగిన సభలో మధురకంఠంతో మధునాపంతులవారు 'ఆంధ్రాభ్యర్చన' అనే కవిత చదివారు. అది ఆంధ్రిలో పడినది. ఆ కవితలో ఆనాటికి ప్రసిద్ధులైన వీరేశలింగం, వడ్డాది సుబ్బారాయుడు, చెళ్ళపిళ్ళ వేంకటశాస్త్రి చిలకమర్తి లక్ష్మీనరసింహం వంటి వారిపై ప్రశంసలు, చివరలో కాలీన విమర్శలు స్పృశించేవిధంగా రాశారు. యువకవి మధునాపంతుల వారి కలాన్ని, గళాన్ని రెండింటినీ మెచ్చుకున్నారు.

సూర్యరాయాంధ్ర నిఘంటు పండితునిగా...

'దేశమైనా చూడు. కోశమైనా చూడు' అనేది ఓ తెలుగు సామెత. నిఘంటువు చూడడం దేశం చూడటంతో సమానమన్నమాట! నిఘంటువు అనేటప్పటికి మనం సి.పి.బ్రౌను వంటి మహనీయులను స్మరించుకొని ముందుకువెళ్ళవలసిందే!

పండితబృందపు సందడులు గుర్తుకువస్తాయి సూర్యరాయాంధ్ర నిఘంటువు పేరెత్తగానే – పీఠాపురం రాజావారి సాహితీ అక్షర సేవలకు నిలువెత్తు నిదర్శనాలలో ఆంధ్రసాహిత్య పరిషత్తు ముఖ్యమైనది. పిఠాపురంలో తరువాత కాకినాడలో సూర్యరాయాంధ్ర నిఘంటు కార్యాలయం ఒకనాటి మేటి పండిత బృందపు సేవలతో పునీతమైంది.

1939లో సత్యనారాయణశాస్త్రిగారి వివాహం ఐ.పోలవరంలో ఆయన మేనమామ ఆకొండ రాజగోపాలం గారి మొదటి కూతురు కామేశ్వరితో కనులపండువుగా జరిగింది. వివాహం జరిగిన రెండు సంవత్సరాలకు శాస్త్రిగారు పీఠికాపుర నిఘంటు కార్యాలయంలో పండితునిగా నెలకు 20 రూపాయల పారితోషికం వంటి జీతంపై ఉద్యోగపర్వంలో ప్రవేశించారు. తరువాత పంచరూప్యపు పెంపకం జరిగింది.

ఆంధ్రి సంపాదకునిగా వచ్చిన కీర్తి, ఫలానా వారి మేనల్లుడని వున్న కీర్తి కారణంగా పిఠాపురం రాజాగారు శాస్త్రిగారితో సాహిత్య అంశాలు ముచ్చటించేవారు. సర్వజ్ఞ సింగభూపాలుని రత్నపాంచాలిక–రసపేటికయని అనువదించడం రాజాగారి ప్రేరణ కారణమే. కొన్ని నాటకీయ పరిణామాలు చోటుచేసుకోవడం వల్ల శాస్త్రిగారి మనస్సు నొచ్చుకుంది. ఫలితంగా రాజీనామా సమర్పణ జరిగింది.

అంతకుముందు పండిత ఉద్యోగమందు ఎంతో సంతృప్తిని పొందారు. కారణం కాశీభట్ట సుబ్బయ్యశాస్త్రిగారు, దువ్వూరి సూర్యనారాయణశాస్త్రి, దర్భాసర్వేశ్వరశాస్త్రి, వెంపరాలవారు, ప్రయాగవేంకటరామశాస్త్రి, పిసుపాటి చిదంబరశాస్త్రి వంటి హేమాహేమీలైన పండితులతో కలసిమెలసి పనిచేయడం, శాబ్దికచర్చలు వ్యాకరణాది సాహిత్య చర్చలు సాగించడంవల్ల తరువాత 'సూర్యసప్తతి' అనే పుస్తకం రాశారు. ఇందులో కొన్ని పద్యాలు రాజాగారిపై గర్భితంగా ఉన్నాయి. రాజాగారు మళ్ళీ ఉద్యోగానికి శాస్త్రిగారిని పిలిపించాలనుకున్నారట. కానీ పెద్దపెద్దవాళ్ళ మధ్య అగ్నికి ఆజ్యం పోయడానికి నేతిజారీలు పట్టుకుని ఈర్ష్యాళువు లుంటూనే వుంటారెక్కడైనా.

'ఆంధ్రరచయితలు' రచయిత

కొన్ని ఖండకావ్యాలున్నప్పటికీ, మరికొన్ని చిన్న పొత్తాలున్నప్పటికీ – మధునాపంతులవారి కీర్తి రూపానికి రెండు కళ్ళు – 'ఆంధ్రరచయితలు' కవుల చరిత్ర; ఆంధ్రపురాణం తెలుగుల చారిత్రక కావ్యం మాత్రమే.

'శ్రీఖండం' కవిత్వం చిందించివుండవచ్చు; 'చైత్రరథం' కవితామార్గంలో పరుగులు తీసివుండవచ్చు. 'కేళాకూళి' కవితా ధారలు నింగివైపు వెళ్ళవచ్చు. వ్యాస వ్యాసంగము తక్కువ కాకపోవచ్చును. ఒక 'బోధివృక్షము' శాంతిమార్గగాములను సేదతీర్చవచ్చు. ఒక నవల నవకాంతులను చూపి ఉండవచ్చును.

కానీ ఆంధ్ర రచయితల రచయితగా ఆంధ్రపురాణ కావ్యకర్తగా మేరుపర్వత శోభలను చూపించారు, శాస్త్రిగారు.

మల్లంపల్లి శరభయ్య గారి వంటి ఒకటోరకం ప్రామాణికుడు 'శరన్మల్లిక' అనే మృదుమధుర వచనంలో చేసిన ఈ ప్రవచనం చూడండి –

"పండితుడైన కవి కాని – పరిశోధకుడైన విమర్శకుడు కాని – అంతశ్చక్షువు సమున్మీలితము కానినాడు వందమంది రచయితల వందరకములైన ఆంతర ప్రతిభాస్వరూపములను అంత విస్పష్టముగా దర్శించి చిత్రింపలేడు. ఆనూరు రచనలు నూరు కావ్యఖండములు. శాస్త్రిగారు కవుల చరిత్రములను నిబంధించి వచనమునకు కవితా గౌరవమును, పద్యములలో నిబంధించి రాజుల చరిత్రములకు కావ్యగౌరవమును సంతరించిపెట్టిరి"– ఈ వాక్యాలు ఒక గ్రంథం పెట్టు; లోతులను చూపెట్టు.

'ఆంధ్రరచయితలు' 43 మంది రచయితలతో ప్రథమభాగం 1944లో వెలుగుచూసింది. తరువాత అమృతగాథాజ్యోతులు 'శతమాన'మయ్యాయి. రాజమహేంద్రిలోని అద్దేపల్లి వారు ఆంధ్రరచయితల ప్రకటనకర్తలు. శ్రీపాద సుబ్రహ్మణ్యశాస్త్రిగారు ఇందుకు ప్రోత్సాహమిచ్చారు. ప్రచురణకర్తలకు కవుల గ్రంథాల హక్కులు ఇవ్వడంలో కవి గౌరవాలను పెంచే గొప్ప సంస్కారం శ్రీపాద సుబ్రహ్మణ్యశాస్త్రిగారిది.

వీరేశలింగంగారు, గురజాడ శ్రీరామమూర్తి, చాగంటి వారు, నిడుదవోలు వారు కవి చరిత్రల నిర్మాతలు. కాలశాసనాది పరిష్కారాలు మౌలిక పరిశోధనలు తొలినాటి కవి చరిత్రకారులు చేయవలసి వచ్చింది. తాళపత్ర గ్రంథ శోధనం వారికి అవసరమయింది.

మధునాపంతులవారి ఆంధ్రరచయితలు ముద్రిత గ్రంథ అధ్యయన ఫలమైంది.

తారీఖులు సంవత్సరాలవంటి భౌతిక విశేషాలు ప్రతి రచయితవి ఒక పద్ధతిలో మామూలుగా ఇచ్చి లోతుచూపుల అంచనాలతో ఆయా రచయితల కవిత్వాలను గ్రంథాలను జీవితాలను సూక్ష్మాంశ విశ్లేషణలతో రాయడం ఆంధ్ర రచయితల ప్రత్యేకత. కొన్ని పుటల వ్యాస రచనకు వివరణకు ఆస్కారమిచ్చే నిగూఢ విమర్శలు ఆంతరంగిక అంశాలు 'ఆంధ్రరచయితలు'లో అనేకం.

ఆంధ్ర రచయితల రచయితగా మధునా పంతులవారు కవిచరిత్రకారుని కీర్తి పొందారు.

ఆంధ్రపురాణం – మధునాపంతుల యశోకేతనం.

ఆంధ్రాభిమానాన్ని రేకెత్తిస్తూ అంతకుమునుపు ఖండకావ్యాలే వున్నాయి. అవి ఖండ కావ్యాలయితేనేం మహాకావ్యానికి రాని ప్రశస్తులు, పరిగణనలూ వానికి వచ్చాయి.

రాయప్రోలు వారి ఖండ కావ్యాలు, రాష్ట్రగానం, ఆంధ్ర ప్రశస్తి, ఆంధ్రపౌరుషం, జాషువా ఖండ కావ్యాలు - ఈవిధంగా ఎన్నో తెలుగు జాతిని కదిలించి, ప్రశ్నించి, నీ ఉనికి నీ మనికీ ఇదీ అని తెలిపాయి. శంఖారావాలున్నాయి, అన్నిటా. వీటి ఉత్తేజంతో మహాకావ్యం ఒకటి స్తిమితంగా వచ్చింది, అదే ఆంధ్రపురాణం. ఆచార్య సి.నారాయణరెడ్డిగారి మాటల్లో "కంకాళములవంటి చారిత్రకాంశములకు కమనీయ రూపకల్పన ఆంధ్రపురాణం."

"రాలను రాగిరేకుల పురాతన వాఙ్మయకందరమ్ములన్
మూలుగుచున్న తెల్గుకథముమ్మరపున్ బడలోర్చితీర్చిమేల్
మేలనికోవిదుల్ పొగడ మేటి ప్రబంధముగా సృజించి ని
ర్వేలయశమ్ముగొన్న సుకవిన్ గొనియాడెద..."

నన్నారు తుమ్మలవారు.

తెలుగుల చరిత్ర బృహత్కావ్యంగా నిర్మించి నెగ్గుకురావడం కష్టమని మల్లంపల్లి సోమశేఖర శర్మగారు తొలుత తమ తలపులను శాస్త్రిగార్కి చెప్పినా-

పట్టుదలతో ఒక సవాలుగా దీక్షగా ఆంధ్రపురాణాన్ని రాసి చాళుక్య పర్వంలోని నన్నయ ఘట్టాన్ని శ్రీపాద సుబ్రహ్మణ్యశాస్త్రి వంటి వారి సమక్షాన చరిత్రకారణజన్ములు మల్లంపల్లివారికి విన్పించి పులకరింపజేసి ఆయన పీఠికా ప్రశంసలను పొందిన శక్తిగల వ్యక్తి శాస్త్రిగారు.

ఆంధ్రపురాణంలోని అవతారికలో రేమిళ్ళవారికి అంకితం ఇచ్చే విషయాలు తండ్రిగారితో ప్రసక్తులూ వారి ఆమోదమూ వుంటాయి. ఆంధ్రపురాణంలో ఉదయ, శాతవాహన, చాళుక్య, కాకతీయ, పునఃప్రతిష్ఠా, విద్యానగర; శ్రీకృష్ణదేవరాయ, విజయ, నాయకరాజ పర్వాల పేర్లతో తొమ్మిది పర్వాలు గర్వకార ఆంధ్రజాతి చరిత్ర రసవద్ఘట్టాలను అందిస్తుంది.

తెలుగువారిని సమైక్య పరిచే సాంస్కృతిక కావ్యమిది. ఒక్కొక్కరికి ఒక్కొక్క ఘట్టం రుచిస్తుంది.

భారతావతరణ ఘట్టం, కావ్యహోమ ఘట్టం, రుద్రమాంబ యుద్ధోత్సాహం, కుమారగిరి వసంత రాజీయము, శ్రీనాథ డిండిముల శాస్త్రార్థప్రౌఢి, కవిసార్వభౌముల కనకాభిషేకము, రాయలమృత్తికాస్నానము, కనకాభిషేకము, రాయల ముట్టడులు, భువన విజయ సభ, రంగనాథేశ్వరి ముంగర మాయమగుట, ముక్తామణీదర్శనం- ఈ ఘట్టాలు అనేకమంది రసజ్ఞులను పులకరింపజేశాయి.

శ్రీమదాంధ్ర వసుంధరాసీమ నొలసి
దక్షవాటీమహాస్థాన దైవతమ్ము
కాళనాథేశ్వరుండు శ్రీశైలవిభుడు
తెలుగువారల నాశీర్వదింతు రెపుడు-"

అని ప్రారంభింపబడి

అభితః పరిమళితయశః
ప్రభవిష్ణులు సుకవిజన సభాజన లీలా
రభటీకాస్థానులు ప్రా
క్ప్రభువుల చారిత్రమటు పురాణింపబడెన్

అనే దానితో ముగించిన ఆంధ్రపురాణం – మనచరిత్రను మన కవులను, మన పాలకులను, ఆయాస్వర్ణఘట్టాలతో చాలామటుకు కళ్ళకు గట్టించే తెలుగు జాతీయకావ్యం.

భావుకత, పద్య రామణీయకత

వీటికి అనేక ఉదాహరణలు ఆంధ్రపురాణంలో ఉన్నాయి; తేలాయి; పరిమళించాయి.

శాతవాహనపర్వంలో – కావ్యహోమం సందర్భం...

"చిమ చిమారావ పావక శిఖలలోన్నఁ
గబ్బ మొక్కొక్క యాకుగాఁ గాలు చుండఁ
గవికి వేయిదళాల తమ్మివిరిఁబోని
హృదయమొక్కొక రేకుగా బ్రిదులుచుండె"

చాళుక్యపర్వంలో... ఆంధ్ర భారత రచన ఆగిపోయిన సందర్భం...

"ఆగినదల్ల నన్నయ మహాఋషి గంటముకాదు; సాధువీ
చీగతి చాతురీ మధురుచి ప్రచురోత్తమ గౌతమీధునీ
వేగమెయాగిపోయెననిపించి, రసజ్ఞుల డెందముల్ పిపా
సాగళితంబులై పరవశత్వమునందెమందవేదనన్"

విద్యానగర పర్వంలో శ్రీనాథ కనకాభిషేక సందర్భం...

"ఆంధ్రకవి సార్వభౌమ హేమాభిషేక
పరమసమ్మానమంగళాచరణగాన
వాద్య నిస్వానమదియొక్క స్వాతివాన
తనుపుగా మొగ్గవిచ్చెముత్యాలశాల"

శ్రీకృష్ణదేవరాయపర్వం – విద్యానగర అలంకరణ సందర్భం...

"పాలపమునెత్తుముత్తియపు ముగ్గుల జగ్గులతో ననంటిబో
దెల రమణించుద్వారముల దీప్తులతో నెటిపూతజీడిపిం
దెలలరు మావిరెమ్మల గుదించి వెలార్చిన తోరణాళితో
విలసితమై వసంతకృతివీథికి దత్పురితీర్చెపీఠికన్"

ఇవి మచ్చుకు కొన్ని మాత్రమే.

ఆంధ్రపురాణం ఒక పద్యాల పాలకడలి. కమ్మదనం, తియ్యదనం భావుకత్వబలం మన రక్తంలో బలాన్నిస్తాయి, మధిస్తే.

చైత్ర రథము

ఇది 1976లో భారతి మొదలైన పత్రికలలో ప్రకటింపబడిన, ఆకాశవాణి కేంద్రాలనుండి – ఒక 30 ఏండ్ల పరిధిలో శాస్త్రిగారి హృదయసీమనుండి వచ్చినవి, సన్నిధానం నరసింహశర్మ ఏకవళిగా చేయగా వచ్చిన ఖండకావ్యం.

కవి శ్రీ కరుటూరి సత్యనారాయణగారి కంకితమైన కబ్బం. ఇందులో చైత్ర రథము, వినువీథి, దోయిలి, హ్లాదమము, అవగాహనము, నవమన్మథము, క్షణప్రభ, ఆంధ్రోత్సాహము, మబ్బు, స్విన్నశిల, బంతిపూలు, నిదాఘవాహిని, శ్రీ సమర్పణము, పెనుపండువు, అమృతాంజలి, పిఠాపురము, అరణ్య రోదనము, కృష్ణగీతము, అనుబంధము, కీర్తికి, బొమ్మరిల్లు, గోపీనౌక, దాగుడుమూత, నివాళి, నీరాజనము, కిమర్థమ్, బిల్వణోక్తులు, చిత్రపటము, తెలుగుసింగము, ఒజ్జకొలువు, సూర్యసప్తతి, ఆనందబిందువు – ఖండికలు శాస్త్రిగారి అఖండ కవితా ప్రతిభలకు దర్పణాలుగా ఉన్నాయి.

ఇందులో 'దోయిలి' సింహాచల నరసింహస్వామిపై హాయిని గూర్చే గొప్ప కవితా ఖండిక.

అందులో

నీ వివాహమ్మైన నెలయన్న తలపున
రాముండు తాను జైత్రమున బుట్టె
నీవులక్ష్మిని గొన్న నెలయన్న నెనరున
దొడరి యీనెలవసంతుడు చిగిర్చె
కడలికన్నుకు నీవు కన్నుగీటినయట్టి
ఋతువని యారామవితతిపూచె
నీవొక గృహమేథిభావమందిన మాస
మని యిక్షుచాపమ్ము గుణమునేర్చె

నిన్నుబట్టి కాలనియతి సర్వమ్మును
సౌమ్యభావనూత్నరమ్యమయ్యె
సింహశైల రాజ్య సింహాసనాసీన
చారుమూర్తి దేవచక్రవర్తి!

ఏ భావుకసహృదయునకైనా యిటువంటి పద్యాలు దప్పిక తీర్చేవేరదా!

ఈ ఖండ కావ్యంలోని గోపికానౌక తాత్త్వికదృష్టి కేంద్రంగా శృంగారం ఆంగికంగా ఉన్న రసవత్తర కథాఖండిక.

మధునాపంతుల సాహిత్యవ్యాసాలు :

ఇందులో పదకొండు వ్యాసాలున్నాయి. 1959-1981 సంవత్సరాలలో భారతి, ఆంధ్రపత్రిక, ఆంధ్రప్రభ పత్రికలలో వచ్చినవి ఆకాశవాణీ కేంద్రాలనుండి ప్రసారమయినవి వున్నాయి. ఆంధ్రమహాభారతము వచనోపక్రమము, నన్నయ తిక్కనల అవతారికల తీరుతెన్నులు, నన్నయ తిక్కనల గద్యపద్యములు, నన్నయగారి వెన్నెలరేయి, శ్రీనాథుని కవిసార్వభౌమతా, తెలుగు వ్యాసము - తద్వికాసము, వేదమువారి వ్యాఖ్యలు, హాస్యరసతరంగిణి సాక్షి, విశ్వనాథ వారి వచనశైలి, నేటి పద్యరచన - భవితవ్యము, నా సాహిత్య దృక్పథము అనే వ్యాసాలున్నాయి. మధునాపంతులవారి వీరేశలింగ పాఠశాల శిష్యులు చింతల గోపాలరావుగారు దానిని ముద్రించారు. ఇందులోని శాస్త్రిగారి స్వదస్తూరితో శిష్యుడు గోపాలరావుపై రాసిన నాల్గు పద్యాలున్నాయి. అందులో

> "పసిడి తీవయైన పడతి పద్మావతి
> చెంతరాగనౌక వసంతవేళ
> పచ్చనగురసాలఫలములనిచ్చిదీ
> వనలునావి పుచ్చుకొనియెతాను"

అనేది ఒక పద్యం.

ఈ వ్యాసాలలో 1981లో విశాఖ ఆకాశవాణి కేంద్రం ద్వారా ప్రసారమయిన 'నా సాహిత్య దృక్పథము'లో శాస్త్రిగారి దృక్పథ ఆత్మను తెలిసే అంశాలున్నాయి. అందులో "సార్వకాలికమై, మానవ సమాజంయొక్క ఆభ్యంతర జీవితాలను ఏకసూత్ర బద్ధం చేయగలశక్తి ఒక సంప్రదాయ సాహిత్యానికే వుంది" అని స్వయంవ్యక్తులయ్యారు. 1982, 1984లలో ఈ గ్రంథం రెండు ముద్రణలు పొందింది.

కేళాకుళి

కేళాకుళి అనే మాట Fountain అనే ఆంగ్లపదానికి దేశీయమైన మనదైన తెలుగుమాట.

కేళాకుళి 33 కవితల స్వీయకవితా సంకలనం. శాస్త్రిగారి శిష్యులు చింతల గోపాలరావు ఆయన శ్రీమతి-పద్మావతి సంయుక్తంగా కేళాకుళిని ముద్రింపజేశారు.

1982లో కేళాకుళి ప్రకటితం. 1970 దశకంలో ఎమెస్కో బుక్స్ అధినేత ఎమ్.ఎన్.రావు గారు రాజమహేంద్రి విచ్చేశారు. అప్పుడు శ్రీ గౌతమీ గ్రంథాలయంలో ఎమెస్కో పుస్తక ప్రదర్శన

జరిగింది. అప్పుడు 'కేళాకుళి' పదప్రయోగంతో ఆ సంస్థకు శుభాకాంక్ష పూర్వకంగా ఒక పద్యాన్ని రాయగా ప్రదర్శించబడింది.

కేళాకుళిలో ప్రథమకవిత కన్యాకుమారిలో అరుణోదయం చాలామంచి ఖండిక ఉదాత్త భావవిలసితమైన ఆ కవితలో ఒక పద్యం-

"అళికుల రావముల్ శ్రుతులకాదటగొల్పగ నారికేళతై
లలవముపూత స్నానసవిలాసమార్ద్రములౌనరాళకే
రళమహిళాసుదీర్ఘచికురంబుల చిక్కెడలించుదువ్వెనల్
కలిత నవౌషసంబులగు కాంతికరంబులు సోకినవ్వెడిన్"

సాభిప్రాయపదప్రయోగశక్తి మధునాపంతుల వారికవితలలో దోబూచులాడుతుంది.

జీవన రేఖలు సాహితీ రేఖలు

మహాకవి మధునాపంతుల సత్యనారాయణశాస్త్రిగారికి ఉద్దండకవి పండితులు, సాహితీవేత్తలు రాసిన లేఖలు గల గ్రంథమిది.

2000 సంవత్సరంలో రాజమహేంద్రి శ్రీ మధునాపంతుల ట్రస్టు ప్రకాశమానం చేసిన ఈ గ్రంథానికి సన్నిధానం నరసింహశర్మ, డా. అరిపిరాల నారాయణరావు, మధునాపంతుల వేంకట చలపతి, మధునామూర్తి సంపాదకులు.

ఇందులో ఓలేటి వేంకటరామశాస్త్రి, వేలూరి శివరామశాస్త్రి, తల్లావజ్ఝల శివశంకరశాస్త్రి, దుర్భాక రాజశేఖర శతావధాని, గడియారం వేంకట శేషశాస్త్రి, విశ్వనాథ సత్యనారాయణ, వేటూరి ప్రభాకరశాస్త్రి, మల్లంపల్లి సోమశేఖర శర్మ, రాయప్రోలు సుబ్బారావు, రాళ్ళపల్లి అనంతకృష్ణశర్మ, పింగళి లక్ష్మీకాంతం, వేటూరి వేంకటేశ్వరరావు, సురవరం ప్రతాపరెడ్డి, దేవులపల్లి వేంకటకృష్ణశాస్త్రి, నోరి నరసింహశాస్త్రి, తుమ్మల సీతారామమూర్తి చౌదరి, పుట్టపర్తి నారాయణాచార్యులు, ఇంద్రగంటి హనుమచ్ఛాస్త్రి, తెన్నేటి విశ్వనాథం, బెజవాడ గోపాలరెడ్డి, దూపాటి వేంకటరమణాచార్యులు, జమ్మలమడక మాధవరాయశర్మ, పంచాగ్నుల ఆదినారాయణశాస్త్రి, వావిళ్ళ వేంకటేశ్వర్లు, దీపాల పిచ్చయశాస్త్రి, నిడదవోలు వేంకటరావు, దాశరథి, గుంటూరు శేషేంద్ర శర్మ, సంజీవ దేవ్, బాలగంగాధర తిలక్, పురిపండా అప్పలస్వామి, సి. నారాయణరెడ్డి, సోమసుందర్, కుందుర్తి, కొత్త సత్యనారాయణ చౌదరి, కరుణ శ్రీ, జంధ్యాల పాపయ్యశాస్త్రి, ఏ. వేంకటరంగయ్య, మోచర్ల రామకృష్ణయ్య, వానమామలై వరదాచార్యులు, ఆరుద్రగార్ల లేఖలు ఉన్నాయి.

ఈ లేఖల్లో కాలీన సాహిత్య చర్చలు, శాబ్దిక అంశాలు, ఆత్మీయ విషయాలు, చారిత్రకమైన సంగతులు ఉన్నాయి.

ఆంధ్రదేశంలోని లేఖా సాహిత్య గ్రంథాలలో ఒక స్థానం పొందదగిన గ్రంథం.

ఇందులో లేఖ రాసిన వారి ఛాయా చిత్రం, వారి దస్తూరీ చూపడానికి మచ్చుకమ్మ, అచ్చులో వారిలేఖల పూర్తి రూపాలు లేఖా రచయితల సంతకాలు ఉండి, ఆంధ్ర దేశానికి సంబంధించిన మహనీయుల స్ఫురణలు స్ఫూర్తిదాయకంగా ఉంటాయి. ఉదాత్త సాహిత్యాంశాలు గల 167 పుటల గ్రంథమిది.

శాస్త్రిగారి ఉపన్యాస విశిష్టత

మధునాపంతులవారి ఉపన్యాసం సామాన్యులను వేత్తలను అలరించి, ఆశ్చర్యపరిచేది.

సామాన్య ప్రజలకు సైతం అర్థమయ్యే కొన్ని చమత్కారాలు సహజ సందర్భాలలో చెప్పి వారిని ఆకట్టుకుంటారు. అప్పుడు లోతైన అంశాలు, మారుమూల సంగతులు చెప్పి విభ్రాంతి గొలుపుతారు. మధ్యమధ్య పద్యాలు భావం ప్రకటింపబడేవిధంగా విరుపులతో రాగయుక్తంగా చదివి ఇంకా ఇంకా చదవాలనిపిస్తారు. సభా నిర్వాహకుల శ్రమలను గుర్తెరిగి సకారణంగా సముచితంగా ప్రశంసిస్తారు. ఏవూరైనా వెళ్ళి ప్రసంగించిన సందర్భాలలో ఆ ప్రాంత కవి పండితుల ప్రసక్తులు తెచ్చి వారి గొప్పతనాలు చెబుతారు. నొప్పించక, తానొవ్వక తప్పించుకు తిరగునట్టి చరిత్రధన్యులు శాస్త్రిగారు. మనస్సు నొప్పింపబడిన సందర్భాలలో వ్యక్తిత్వానికి మరకరానీయని సున్నితపు చురకలు వేయడం కూడా ఆయనకు తెలుసు. తన చిన్నతనంలో పెద్దల ఆశీస్సులు పుష్కలంగా పొందారు; పెద్దయ్యాక సమకాలీనుల ప్రేమాభిమానాలనూ తగినవిధంగా పొందారు. ఆశీర్వదించవలసిన సందర్భాలలో వాత్సల్యాన్ని కురిపించారు.

ఆయన నివసించడం రాజమహేంద్రవరంకి ఒక వరం

వీరేశలింగంగారి మృతి వెనుక ఒక సంవత్సరానికి 1920లో పల్లెపాలెంలో జన్మించిన మధునాపంతులవారు 1947లో రాజమహేంద్రవరం వీరేశలింగ పాఠశాలలో తెలుగు పండితునిగా శ్రీపాదకృష్ణమూర్తి శాస్త్రి ప్రోద్బలంతో చేరారు. భమిడిపాటి కామేశ్వరరావు, శ్రీపాద సుబ్రహ్మణ్యశాస్త్రి గార్లతో శాస్త్రిగారి సాన్నిహిత్యం ఎన్నో సాహిత్య సభా సంఘటనలతో ముడిపడివుంది. జానపద వాఙ్మయోద్ధారకులు నేదునూరి గంగాధరంగారు శాస్త్రిగారిని ఎంతో ప్రేమతో చూసేవారు. ఆస్థానకవి శ్రీపాదకృష్ణమూర్తిశాస్త్రిగారి నిర్యాణానంతరం సాహిత్యరంగంలో మధునాపంతులవారే విద్వత్కవిప్రాతినిధ్యాన్ని వహించారు. ఆంధ్రవిశ్వవిద్యాలయ కళాప్రపూర్ణ గౌరవాన్ని పొందారు. రాజమహేంద్రికి మల్లంపల్లి శరభయ్యగారు వచ్చిన తదుపరి శరభయ్యగారు, శాస్త్రిగారు రాష్ట్రంలో మంచి సాహిత్యాకర్షక కేంద్రాలయ్యారు.

మధునాపంతులవారింట్లో శరభయ్యగారు, చాగంటి గోపాలకృష్ణమూర్తిగారు, తణికెళ్ళ శ్రీరామమూర్తిగారు, చెరకుపల్లి జమదగ్నిశర్మగారు, సంపత్ శ్రీరాఘవాచారిగారు, పోతుకూచిసూర్యనారాయణ మూర్తిగారు ఎన్నెన్నో సాహిత్య చర్చలు జరిపేవారు. పండితుల కవుల

సందడులకు కవి సమ్మేళనాలకు సాహిత్య సభలకు శాస్త్రిగారు ఒక పెద్దరికంతో అందరినీ కలుపుకుని సాగేవారు. ఆంధ్రకేసరి యువజనసమితి వీరి చేతి చలువతోనే ప్రారంభించబడింది. నలుగురుకుమారులు, నలుగురు కుమార్తెలకు ఆయన కన్న తండ్రి. 1974లో వీరి శ్రీమతి కామేశ్వరి సుమంగళిగా స్వర్గస్థురాలయ్యారు. ఆధ్యాత్మిక దృష్టి ఎక్కువగల ద్వితీయ కుమారుడు రామమూర్తి తల్లి తర్వాత రెండు ఏళ్ళకు మృతి చెందాడు.

1950లో ఆచార్య వినోబాభావే రాజమహేంద్రి విచ్చేసినప్పుడు శాస్త్రిగారి నోట ఆంధ్రపురాణంలోని నన్నయ ఘట్టం ఆసక్తితో విన్నారు.

1982లో రాష్ట్రసాహిత్య అకాడమీ సన్మానం పొందారు. అంతకుమునుపు 1965లో ఆంధ్రపురాణానికి ఉత్తమకావ్యం అవార్డును పొందారు.

1980 ఆగష్టు 3న ఆంధ్రకేసరి యువజనసంఘం ఆధ్వర్యాన శ్రీ వై.యస్.ఎన్. సారధ్యంలో ఆంధ్రపురాణ రజతోత్సవం వైభవంగా జరిగింది.

శతావధాని కడిమెళ్ళ వరప్రసాదుగారు మధుజీవనం పేరుతో శాస్త్రిగారి జీవితాన్ని ఓ పద్యగ్రంథంగా రాశారు.

రాజమహేంద్రిలో తొలుత ఇన్నీసుపేటలో నివసించిన శాస్త్రిగారు స్వగృహం కట్టుకుని లలితానగర్‌లో శాశ్వత నివాసం చేసుకున్నారు. రాజమహేంద్రి పురపాలక సంఘం వారున్న వీథికి మధునాపంతుల వీథిగా నామకరణం చేసి పేరుపొందింది.

శరన్మండలి స్థాపించి నన్నయ జయంతులు రాజమహేంద్రిలో ఏటా జరిపే ఏర్పాటులు చేసిన నన్నయ్యాభిమాని.

1992లో కార్తీక క్షీరాబ్ధి ద్వాదశిరోజున రాత్రి 2 గంటలకు శాస్త్రిగారు భౌతికకాయాన్ని వీడారు.

ఆంధ్రపురాణ కర్తగా ఆయన శాశ్వత యశోవిరాజితులు. ఆంధ్రప్రదేశ్ అవతరణకు రాజకీయంగా ఎంత ప్రాధాన్యముందో సాహిత్యపరంగా ఆంధ్రపురాణ అవతరణకు అంత ప్రాధాన్యముంది.

"అన్నా నన్నయ! మాకు దవ్వయితివయ్యా లేదు కాలేదు నీ
వెన్నండే మమువీడి యుండెదవటోయి" అనే

ఆంధ్రపురాణ పద్యమే గుర్తుకువస్తోంది.

పీసపాటి నరసింహమూర్తి
(1920 - 2007)

- శ్రీ నిష్ఠల వేంకట రామయ్య

రంగస్థల నట సమ్రాట్, కళాప్రపూర్ణ పీసపాటి నరసింహమూర్తిగారు 1920 సం॥ జూలై 10వ తేదీన (రౌద్రినామ సంవత్సరం, ఆషాఢ బహుళ నవమినాడు) ప్రస్తుత విజయనగరం జిల్లా, బలిజిపేట మండలానికి చెందిన వంతరాం గ్రామంలో వారి మాతామహులు ముట్నూరు సంగమేశంగారి ఇంట్లో జన్మించారు. సంగమేశంగారు భరతశాస్త్ర ప్రవీణులు. తాళావధానంలో సిద్ధహస్తులు. స్మార్తంలో మంచి దిట్ట.

నరసింహమూర్తిగారి తండ్రిగారు లక్ష్మణమూర్తిగారు, తల్లి సూరమ్మగారు. పీసపాటి వారికి 3వ ఏటనే మాతృవియోగం కలిగింది. ఆ రోజుల్లో వీరి పినతండ్రిగారు వెంకట నరసింహంగారు, చిన్నమేనత్తగారి భర్తయైన పెద్దిభొట్ల రామనాథంగారు కాకినాడలో ఉండేవారు. పీసపాటివారి తండ్రి లక్ష్మణమూర్తి తన బిడ్డడిని తీసుకొని కాకినాడ వెళ్లారు. వెంకట నరసింహంగారు, పెద్దిభొట్లవారు లక్ష్మణమూర్తిగారిని, బాలుడైన పీసపాటివారిని ఆదరించారు. అయితే దురదృష్టవశాత్తు పీసపాటివారి తండ్రిగారు పీసపాటి వారి ఏడవయేటనే పరమపదించారు. పీసపాటిగారు తన పినతండ్రిగారి సంరక్షణలోనే ఉండి 5వ తరగతివరకు చదువుకొన్నారు. అక్కడితో వారి చదువు ఆగిపోయింది. వీరికి 11వ ఏట తమ గ్రామం అయిన రాముడువలసలో (బొబ్బిలి సమీప గ్రామం) ఉపనయనం అయింది. వీరి మేనత్తగారి భర్త పెద్దిభొట్ల రామనాథంగారు మంచి వేద పండితులు, స్మార్త పురోహితులు. వారు మన లక్ష్మణమూర్తిగారికి పురోహిత సంబంధమైన అన్ని విద్యలలో శిక్షణ ఇచ్చారు. అదే పీసపాటి వారికి జీవనాధారం అయింది.

పీసపాటి లక్ష్మణమూర్తిగారికి 17 సంవత్సరముల వయస్సప్పుడు కాకినాడలో ఒక ఇంటిలో బారసాల కార్యక్రమం పూర్తి చేసుకొని ఇంటికి వస్తుండగా ఒక మేడమీద గదిలో హార్మోనియం ధ్వని వినబడింది. దానికి వారు ఆకర్షితులై పైకి వెళ్లి చూచారు. ఒక విద్వాంసుడు హార్మోనియం వాయిస్తూ కొంతమందికి పద్యాలు రాగయుక్తంగా చదువుతుండడం నేర్పుతున్నాడు. ఆయన శ్రీ పీసపాటిని చూచి లోనికి పిలిచి వీరి గురించి తెలుసుకున్నాడు. పీసపాటివారికి పద్యం చదవాలని ఆసక్తి ఉన్నట్లు గమనించాడు. హార్మోనియం మీద వీరి చేత "స, ప, స"లు కలిపించి, అవి చక్కగా శ్రుతిలో మేళవించినట్లు గ్రహించాడు. "ఫరవాలేదు. నువ్వు కృషి చేయి", అని రాగ యుక్తంగా పద్యం చదవటం నేర్పుతానని మాట ఇచ్చారు. సాధన ప్రారంభమైంది. నెలకు ఒక రూపాయి జీతం. ప్రతిరోజు సాయంత్రం అక్కడికి వెళుతూ మొదటి నెలలోనే 3,4 రాగాలు నేర్చుకున్నారు.

అట్లా ప్రతి సాయంత్రం సాధన జరుగుతుండగా ఒకసారి కాకినాడలో ప్రదర్శింపబడ వలసిన 'రంగూన్ రౌడీ' నాటకంలో 'కృష్ణమూర్తి' అనే పాత్రకు ఖాళీ వచ్చింది. ఆ హార్మోనిష్టు పీసపాటివారిని ఆ పాత్రకు ఎంచుకున్నారు. ఆ పాత్ర పీసపాటివారు సాధన చేస్తుండగా ఒకనాడు మహానటులైన శ్రీమాన్ కిళాంబి కృష్ణమాచార్యులు ఆ లాడ్జికి రావడం జరిగింది. వారు పీసపాటి వారి పద్య పఠనాన్ని, గాత్ర సౌష్టవాన్ని, గాంభీర్యాన్ని విని అతనిలో మంచి ప్రజ్ఞ నిద్రాణంగా ఉన్నట్లు గ్రహించారు. ఆ మహానుభావుడే తరువాత పీసపాటివారికి గురువు అయినారు. ఆచార్యులవారు పీసపాటివారికి నటనలో అనేక మెళకువలు నేర్పి, శిక్షణ ఇచ్చి, ఒక మహా నటుడిగా తీర్చిదిద్దారు. ఆచార్యులవారంటే పీసపాటి వారికి ఆరాధ్యదైవమే. జీవితాంతం వారిని స్మరించుతూ, ఆ జ్ఞాపకాలతో పీసపాటివారు మురిసిపోతుండేవారు. వారి నటనను తలచుకొంటేనే తనలో నటనకు సంబంధించిన ఒక ఆవేశం కలుగుతుందని పీసపాటివారు అనేవారు. హార్మోనిష్టు నటుడిని అనుసరించాలేకానీ, పద్యాలు చదివేటప్పుడు నటుడు హార్మోనియంపై దృష్టి పెట్టి, హార్మోనిష్టు ఎలా చెపితే అది చిలక పలుకులులాగ అనుసరిస్తూపోతే అది నటుని భావయుక్తమైన నటనకి, పాత్ర యొక్క అవస్థను పూర్తి స్థాయిలో వ్యక్తం చేయడానికి అవరోధం అవుతుందని ఆచార్యులవారు చెప్పిన సూచన పీసపాటి వారి పద్య పఠనానికి ఒక ప్రత్యేకతను సంతరించింది. తదాది పీసపాటివారు హార్మోనిష్టుకి అవసరమైతే శ్రుతి చెప్పి నటన ప్రారంభించేవారు. తెలిసిన హార్మోనిష్టయితే ఆ అవసరమే లేదు.

తరువాత వీరికి సామర్లకోట సుప్రసిద్ధ డాక్టరుగారు చాగంటి సన్యాసిరాజుగారి ట్రూపులో 'ఖిల్జీ రాజ్యపతనం' అనే చారిత్రక నాటకంలో గణపతిపాత్ర లభించింది. అది కీ.శే. గుండిమెడ వెంకటసుబ్బారావుగారు (ఉపాధ్యాయులు, ఛత్రపూర్ ఒరిస్సా) రాసినది. అందులో తరువాత ప్రసిద్ధ చలనచిత్ర నటీమణిగా పేరుపొందిన అంజలీదేవిగారు దేవత పాత్ర ధరించేవారు. దానికి శ్రీకృష్ణమాచార్యులు దర్శకత్వం వహించారు. ఇతర నటీనటులతో పాటు పీసపాటివారు ఆచార్యులవారివద్ద నటనకు సంబంధి చి ఆంగిక, సాత్త్విక, వాచిక అభినయాలలో ఎన్నో మెళకువలు నేర్చుకొన్నారు. గ్రంథంలో మొదటి సీను వదిలిపెట్టి నాటకం ప్రదర్శించేవారు. అందుచేత "గణపతి" పాత్రతోనే 2వ సీను ప్రారంభమవుతుంది. ఆ నాటకంతో పీసపాటి సానబట్టిన వజ్రమైపోయారు. వారి నటన ఆ నాటకానికే ఒక వన్నెతెచ్చింది. రెండవ ప్రపంచయుద్ధ సమయంలో అనేక యుద్ధనిధుల సేకరణ డ్రామా ప్రదర్శనలకు ఈ నాటకం ఎన్నుకోబడింది. ప్రదర్శించిన ప్రతిచోట పీసపాటివారే సాటి అనిపించుకున్నారు. గణపతిపాత్ర పైకి విలన్‌గా కనిపించే ఒక దేశభక్తుడి పాత్ర. అల్లాఉద్దీన్ సైన్యంలో విభేదాలు సృష్టించి, అతడు తన పంతం చెల్లించుకుంటాడు. శ్రీ పీసపాటి ఎంతటి ప్రతిభ చూపించారంటే, ఆ చుట్టుప్రక్కల 'ఖిల్జీరాజ్య పతనం' నాటకమాడిన ఏ బృందమైనా వీరిచేతనే గణపతి పాత్ర ధరింపచేసేవారు. (1963, అక్టోబరు 31వ తేదీన శ్రీకాకుళంజిల్లా కాశీబుగ్గ గ్రామంలో ఇదే నాటక ప్రదర్శన జరిగింది. కొందరు జూనియర్ ఆర్టిస్టులతో కలిసి ఈ నాటకంలో పీసపాటి వారు నటించారు. అందులోవారు

'దేవీదాస్' అనే వేరొక పాత్ర ధరించారు. ఈ రచయిత ఆనాడు 'గణపతి' పాత్ర ధరించాడు. అది ఈ రచయితకి, అందులో పాల్గొన్న ఇతర నటులకు ఒక అదృష్టంగా భాసించింది).

గణపతిపాత్రతో మంచిపేరు తెచ్చుకొన్న సమయంలోనే పీసపాటి, వారి గురువుగారు 'ప్రమీలార్జునీయం' అనే నాటకం ప్రదర్శించారు. అందులో ఆచార్యులవారు 'అర్జునుడు'. వారి అర్జునపాత్ర అద్వితీయమని, అద్భుతమని, చిరస్మరణీయమని శ్రీ పీసపాటి భావించారు. తన పాత్ర ఒక అప్రధానమైనది. అందులో తానంతగా రాణించలేదని శ్రీ పీసపాటి చెప్పేవారు. అయితే తన గురువుగారిని తలచుకొన్నప్పుడల్లా వారి అర్జునపాత్ర తన మనస్సులో మెదలాడుతుందని వారంటారు.

అటు తర్వాత డాక్టరు చాగంటి సన్యాసిరాజుగారి ట్రూపు 'ఆంధ్రశ్రీ' అనే చారిత్రక నాటకాన్ని అభ్యాసం చేశారు. అది పల్నాటి యుద్ధం కథ. అందులో పీసపాటి వారికి 'కన్నమదాసు' పాత్ర ఇచ్చారు. ఆ నాటకానికి కృష్ణమాచార్యులు వారు దర్శకత్వం వహించారు. 'కన్నమదాసు' పాత్ర నిర్వహణలో ఆచార్యులుగారు ఇచ్చిన శిక్షణ పీసపాటివారి నట జీవితంలో ఒక పెద్ద మలుపునకు కారణమైంది. ఆ పాత్ర ధరించిన, ప్రదర్శించిన తరువాత పీసపాటి వారికి తాను సహజసిద్ధమైన నటనకల ఒక నటుడ్ని అనే ఆత్మవిశ్వాసం పెరిగింది. ఇతర నటులుకూడా బాగా నటించారు. అంజలీదేవి అందులో మాంచాలపాత్ర ధరించారు. ఆ నాటకం ఎన్నో ప్రదర్శనలు ఇచ్చింది. 1940లో మద్రాసులో జరిగిన ఆంధ్ర నాటక పరిషత్తు సభల్లో ఇది ఎందరో విద్వద్వరేణ్యుల సమక్షంలో ప్రదర్శించబడింది. అందులో కన్నమదాసుపాత్ర (పీసపాటిగారి)కి ప్రథమ బహుమతి లభించింది. అది వారికి లభించిన మొదటి గుర్తింపు.

'ఆంధ్రశ్రీ' నాటకం అభ్యాసం చేస్తున్న రోజులలోనే 'చంద్రగుప్త' అనే నాటకం కూడా నేరుస్తూ ఉండేవారు. అందులో శ్రీ ఆచార్యులవారు బహుశా చాణక్యపాత్ర ధరించారో, లేక మరి ఎవరికో ఆ పాత్ర నటన నేర్పారో నాకు సరిగా జ్ఞాపకం లేదు. అయితే రిహార్సల్సులో ఆచార్యులవారు చాణక్యపాత్ర నందుని వంశాన్ని నిర్మూలనం చేస్తానని ప్రతిజ్ఞ చేసే సందర్భంలో వారు ప్రదర్శించిన హావ, భావ సాత్త్వికాభినయాలు చూచిన వారందరినీ మంత్రముగ్ధులను చేసిందట. శ్రీ పీసపాటివారు తన గురువుగారి చాణక్యప్రతిజ్ఞ సమయంలో తాను మైమరచిపోయేనని అన్నారు.

అదే సంవత్సరంలో పీసపాటిగారికి వారి మేనబావగారు శ్రీ కొటికెలపూడి శివరామయ్యగారి మూడవ కుమార్తె పాపమ్మగారితో పెండ్లి జరిగింది. శివరామయ్య గారు మంచి పౌరాణికులు, సంస్కృత పండితులు. రామాయణ కావ్యంలోని కొన్ని ఘట్టాలను ఎంతో అద్భుతంగా వివరించి చెప్పేవారని ప్రతీతి. వారికి బొబ్బిలి ప్రాంతంలో శిష్యగణం కూడా ఉండేది. శివరామయ్యగారు తనకు పిల్లనిచ్చి పెండ్లి చేయడమే గొప్పసాహసం అని బంధుగణం అనుకుంటూండేవారని నరసింహమూర్తి గారు చెప్పేవారు. కానీ ఆర్థికంగా అతి సామాన్యుడైనా పీసపాటి వారు అసామాన్య జాతకుడని ఆయన విశ్వాసం.

పౌరోహిత్యంతోను, నాటకాలలో వేషాలతోను వచ్చే ఆదాయం వారికి స్వల్పంగా ఉండేది. చాలేది కాదు. ఆచార్యులవారి సూచన మేరకు శ్రీ చాగంటి సన్యాసిరాజుగారు, సామర్లకోటలోని భీమేశ్వరాలయంలో నిత్యాభిషేకాలు ఏర్పాటు చేయించి వాటి ద్వారా నెలకి కొంత నికరాదాయం శ్రీ పీసపాటివారికి లభించేటట్లు చేశారు. కొంత ఊరట లభించింది.

సామర్లకోటలో చాగంటివారి నాటక బృందము (శ్రీవాణీ నాట్యమండలి) ఒక కొత్త నాటకాన్ని ప్రారంభించారు. అది కవి సమ్రాట్ విశ్వనాథ సత్యనారాయణగారు రచించిన 'వేన రాజు' నాటకం. అందులో వేనరాజు పాత్ర డాక్టరు గారు, గౌతముడు పాత్ర పీసపాటివారు వేశారు. ఆ నాటకం విశేషంగా రక్తి కట్టింది. ఒకసారి ఆ నాటక ప్రదర్శనానికి శ్రీ విశ్వనాథవారు, నటనావతంసక స్థానం నరసింహారావుగారు విచ్చేశారట. పీసపాటి వారి పద్యపఠనాన్ని అభినయ చాతుర్యాన్ని విశ్వనాథవారు మెచ్చుకున్నారట. వారు రాసిన నాటకాన్ని వారి ముందే ప్రదర్శించి శభాష్ అనిపించుకోవడం తన జీవితంలో సువర్ణాక్షర లిఖితంగా భావిస్తానని పీసపాటివారు చాలా సభలలో చెప్పేవారు. ప్రదర్శకుల సామర్థ్యం, సమష్టి కృషి మీద నాటకం రక్తికడుతుంది అనడానికి వారి ప్రదర్శనయే సాక్షి అని శ్రీ విశ్వనాథ వారన్నారట.

పీసపాటివారి పెదతండ్రిగారి కుమారుడు (వారిని పెదనరుసు అంటారు) 1945లో పీసపాటిని సామర్లకోట, కాకినాడలు విడిచిపెట్టి పొందూరు రమ్మని కబురుచేశారట. తాను పనిచేస్తున్న మిల్లులో పీసపాటివారికి కూడా ఒక ఉద్యోగం యిప్పించి కొంత నికరాదాయం నెలజీతంగా లభించేటట్లు ఏర్పాటుచేశారు. ఆ సోదరులిద్దరూ జీవితాంతం అత్యంత ప్రేమానురాగాలతో సౌభ్రాత్రంగా ఉండేవారని ప్రతీతి. పొందూరు గ్రామం శ్రీకాకుళం జిల్లా కేంద్రానికి సుమారు 20 కిలోమీటర్ల దూరంలో ఉంటుంది. నాటికి, ఈనాటికి కూడా ఆ ఊరు నాటకాలకు ప్రసిద్ధి. అక్కడి ప్రజలకు నాటకాలు చూడడంలో ఆసక్తి హెచ్చు. వృత్తి నటులెంతమందో ఆ ఊర్లో స్థిరపడియున్నారు.

పొందూరులో స్థానిక కళాకారులు కొందరు ఆరోజుల్లో 'పాండవ విజయం' నాటకాన్ని అభ్యసిస్తున్నారు. వారందరూ ఎంతో కొంత నాటకానుభవం కలవారే. పీసపాటివారికి నాటకానుభవం ఉందని తెలుసుకొని వారికి 'శల్యుడు' పాత్ర ఇచ్చారు. అది కొంచెం చిన్నపాత్రే. పొందూరు పుర ప్రముఖులు, ఒక ఆయిల్ మిల్లు యజమాని శ్రీ పాలిశెట్టి సూర్యంగారు 'కృష్ణ' పాత్ర కృషిచేస్తున్నారు. నాటకం రిహార్సల్సు ప్రతిరోజు అవుతున్నాయి. ఒకనాడు అర్జునుడిలో పౌరుషాన్ని రెచ్చకొట్టడానికి శ్రీ కృష్ణుడు చక్రం పట్టుకొని భీష్ముడిపైకి లంఘించే సన్నివేశం అభ్యసిస్తున్నారు. ఆ ట్రూపులో అర్జునపాత్రధారి పొడగరి. శ్రీకృష్ణ పాత్రధారి సూర్యంగారు కొంచెం పీలమనిషి. సూర్యంగారు తనకు తోచినట్లు, శక్తివంచనలేకుండా ఆ సన్నివేశంలో నటించడానికి ప్రయత్నిస్తున్నాడు. కాని వారికే తన పాత్ర సంతృప్తిగాలేదు. అప్పుడు పీసపాటి సూర్యంగారి అనుమతి తీసుకొని అక్కడ శ్రీకృష్ణుడు ఎలా నటిస్తే బాగుంటుందో చక్కగా ప్రదర్శించిచూపారు. ఇక్కడ "వృద్ధుండౌ అలా జామదగ్న్యుడనుకుంటే వీడు..." అనే మంచి

పద్యం ఉంది. ఆ పద్యాన్ని గంభీరంగా చదువుతూ కొంచెం ఎత్తు నుండి లంఘించే లాగ ఎలా చేస్తే బాగుంటుందో పీసపాటివారు ప్రదర్శించి చూపారు. అదీ సూచనగా చేశారు. మహానుభావులు, కళాభిమాని, విశాలహృదయుడైన సూర్యంగారు "పంతులుగారూ! మీరే ఆ కృష్ణపాత్ర వేస్తే బాగుంటుంది. మీ నటన అద్భుతంగా ఉంది. నేను వేస్తే బాగుండదు" అని ఎంతో సుహృద్భావంతో చెప్పారు. అంతేకాకుండా మిగతా ట్రూపు వారిని కూడా ఒప్పించి, పీసపాటి వారే కృష్ణపాత్ర ధరించేట్లు చేశారు. నిజానికి సూర్యంగారు తానే కృష్ణ పాత్ర వేయదలచుకొంటే దానిని మాన్పించగల వారెవ్వరూ లేరు. కానీ వారు చిత్తశుద్ధి కలిగిన ఒక సహృదయ శిఖామణి. పీసపాటివారి మాటలలో తనచేత ఆ వేషం వేయించడమనేది ఒక గొప్ప స్వార్థత్యాగం. ఆ పాండవ విజయం నాటకం 4 నెలలు రిహార్సల్సు చేసి ప్రదర్శించారు. నాటకం చాలా బాగా రక్తికట్టింది. కృష్ణ పాత్ర నటన అత్యద్భుతం అని ప్రేక్షకులు అన్నారు.

అయితే ఇక్కడ ఒక ముఖ్య విషయం చెప్పుకోవాలి. శ్రీ కిళాంబి కృష్ణమాచార్యుల వారు తన శిష్యుడైన పీసపాటి వారి సత్తా, కంఠధ్వని, నటనాభినివేశం అన్నీ సమగ్రంగా తెలిసినవారే. ఎప్పుడూ వారిని మెచ్చుకొనేవారే. అంత అభిమానం పీసపాటివారి మీద ఉన్నప్పటికి వారు పీసపాటితో "నీవు ఏ పాత్ర వెయ్యి. బాగుంటుంది. కానీ కృష్ణపాత్ర మాత్రం వేయకు. నీ ముఖం దానికి సరిపోదు. అంచేత ఆ వేషం నీకు బాగుండదు" అని అనేవారట. ఆ భావం పీసపాటివారి మనస్సులో బాగా హత్తుకుంది. దీనికి కారణం లేకపోలేదు. బాహ్యదృష్టికి పీసపాటివారు కాస్త నల్లగా ఉండడం, ముఖంపై చిన్నప్పుడు వచ్చిన మశూచికం కారణంగా ముఖం మీద పడిన గంట్లు - వీటిని బట్టే గురువుగారు పీసపాటివారు కృష్ణపాత్రకు సరిపోడేమో అనే అభిప్రాయానికి వచ్చి ఉంటారు. అయితే పొందూరులో అత్యవసరపరిస్థితి వల్ల కృష్ణపాత్ర ధరించవలసివచ్చింది. కానీ ఆవేషంలో, ముఖంలో ఒక కొత్త ఠీవి, తేజస్సు కనిపించాయి. అది ప్రేక్షకులకే కాదు, సందేహంతో నటిస్తున్న నరసింహమూర్తిగారికి కూడా కనిపించింది. కారణమేమంటే పీసపాటివారి కళ్లు తేజోవంతమైన జీవకళతో ఒప్పారుతుంటాయి. వారు ఎంతో యిష్టపడి, కష్టపడి నటించిన బాహుకపాత్ర గల 'చిత్రనళీయం' నాటకంలో ఒక పద్యం పీసపాటివారికి వర్తించుతుంది. అందులో ఋతుపర్ణుని ఆస్థానానికి 'బాహుకుడు' రాగానే కవిగారు ఋతుపర్ణునికి ఒక పద్యం పొందుపరిచారు. అది బాహుకుని వర్ణించేది.

"భూరియశుండుగ నాకీవీరుడు కనిపించె, ఎందువెలయునో ఇటు లాకారము ఘోరము, తేజమపారము ఇతండెవ్వడో పరికింపంగన్".

బాహ్యదృష్టికి ఒక్క "ఆకారముఘోరము" అన్నమాట తప్పిస్తే పీసపాటివారికి పూర్తిగా వర్తించుతుంది. "భూరియశము", "అపారతేజము"– ఈ రెండు విశేషాలు నరసింహమూర్తిగారికి వర్తిస్తాయి.

ఆ సమయంలోనే అంటే 1948లో ఆనాటి మద్రాసు ప్రభుత్వం చెళ్లపిళ్ల వేంకటశాస్త్రిగారిని ఆస్థానకవిగా నియమించింది. 'పాండవ ఉద్యోగ విజయాలు' నాటకకర్తలైన జంటకవులలో

చెళ్లపిళ్లవారొకరు. (రెండవవారు దివాకర్ల తిరుపతి శాస్త్రిగారు, వారు ఏనాడో మరణించి ఉన్నారు) ఆ సందర్భాన్ని పురస్కరించుకొని, చెళ్లపిళ్లవారి యెడ గౌరవ సూచకంగా ఒక సమాజం వారు 'పాండవ ఉద్యోగం' నాటక పోటీలు పెట్టారు. పీసపాటివారు పనిచేసిన పొందూరు నాట్యమండలివారు ఎలాగైనా ఆ పోటీల్లో పాల్గొనాలని నిశ్చయించేసి, 50 రూపాయలు ప్రవేశరుసుము కూడా కట్టేశారు. అందులో కృష్ణపాత్ర పీసపాటి వారే వేయాలని తీర్మానించారు. పీసపాటివారు కొంచెం విముఖత చూపించి తన గురువుగారైన శ్రీ కిళాంబి కృష్ణమాచార్యులు ఆమోదించేటట్లయితే మాత్రం తాను వేస్తానని వారు వచ్చి డైరెక్టు చేయాలని పట్టుబట్టారు. ఆచార్యుల వారికి ఒక ఉత్తరం రాశారు. తాను 'పాండవ విజయం' నాటకంలో యాదృచ్ఛికంగా కృష్ణపాత్ర ధరించడం జరిగిందని, అది బాగుందని, వేషం కూడా బాగుందని ప్రేక్షకులందరు ప్రశంసించారని ఆ ఉత్తరంలో రాశారు. "తమరు స్వయంగా వచ్చి శిక్షణయిస్తేనే ఈ నాటక పోటీల్లో పాల్గొంటాను లేదంటే మానేస్తా"నని ఆ ఉత్తరంలో ఉటంకించారు. ఆచార్యులవారు ఆ ఉత్తరం చదివి చాలా సంతోషించారు. అన్ని విషయాలు గ్రహించి శిష్యుని ఉత్సాహాన్ని చల్లార్చకూడదనే ఒక మహదాశయంతో, "తప్పకుండా వచ్చి శిక్షణయిస్తాన"ని తిరుగుటపాలో రాసి పంపారు. ఎక్కడ కాకినాడ, ఎక్కడ పొందూరు. వారు స్వయంగా పొందూరు వచ్చి 2 నెలలపాటు బాగా శిక్షణ యిచ్చి నరసింహమూర్తిగారిని తిరుగులేని కృష్ణపాత్రధారిగా తీర్చిదిద్దారు.

1949 జూలై 11, 12, 13 తేదీలలో గుంటూరులో పోటీలు నిర్వహింపబడ్డాయి. ఎన్నో వ్యయప్రయాసాల కోర్చి పొందూరు ట్రూపు ఆ పోటీలలో పాల్గొన్నది. శ్రీ పీసపాటికి కృష్ణపాత్ర ఇచ్చి స్వార్థ త్యాగం చేసిన పాలిశెట్టి సూర్యంగారు, మరికొందరు దాతలు విరాళాలిచ్చి ప్రదర్శనకు, ప్రయాణపు ఖర్చులు కొంత భరించారు. మొదటిరోజే, మొదటి ప్రదర్శన పొందూరు ట్రూపువారికి లభించింది. అది ఒకగొప్ప అవకాశం. శ్రీ త్రిపురారిభొట్ల వీరరాఘవ స్వామిగారు, జమ్మల మడక మాధవ రామశర్మగారు, మొదలైన ఐదుగురు హేమాహేమీలు న్యాయనిర్ణేతలు. వీరు రసహృదయులు, కవితాభి నివేశం కలవారు. త్రిపురారిభొట్ల వారైతే స్వయంగా మాధవపెద్ది వెంకట్రామయ్య గారికి, స్థానం నరసింహారావుగారికి, పిల్లలమర్రి సుందరరామయ్యగారికి ప్రత్యక్ష గురువులు. అంతేకాక చెళ్లపిళ్లవారి శిష్యులు కాటూరి వేంకటేశ్వరరావుగారు ఆ నాటకాన్ని తిలకించారు. పీసపాటి వారి నటనను ప్రశంసించారటకూడా. పోటీలైన తరువాత న్యాయనిర్ణేతల తరఫున దేవులపల్లి కృష్ణశాస్త్రిగారు 3వ రోజున బహుమతులు ప్రకటించారు. శ్రీ కృష్ణపాత్రకు పీసపాటి వారు ఎన్నుకోబడినట్లు ప్రకటించారు. ఆ మూడు రోజుల నాటకాల ప్రదర్శనలలో దుర్యోధన పాత్రకు ధూళిపాళ సీతారామశాస్త్రిగారు, ధర్మరాజు పాత్రకు ముప్పవరపు భీమారావుగారు, కర్ణుడి పాత్రకు సవరం వీరాస్వామినాయుడుగారు ఎన్నుకోబడ్డారు.

కాటూరి వెంకటేశ్వరరావుగారు పీసపాటివారిని తీసికొనివెళ్లి పరిచయం చేశారు. చెళ్లపిళ్లవారికి ఇష్టమైన కృష్ణపాత్రధారి పాతనటులలో ఒకరున్నారు. వారి పేరు ముంజులూరి కృష్ణారావుగారు. పీసపాటి వారి అభినయంలో ముంజులూరి కృష్ణారావుగారి ఛాయలు ఉన్నాయని

కాటూరివారు తమ గురువుగారితో అన్నారట. చెళ్లపిళ్ల వారు పీసపాటి వారిచేత కొన్ని పద్యాలు చదివించి విన్నారట. సాధారణంగా పూర్వపునటులందరూ "చెల్లియో, చెల్లకో" పద్యం చదివేటప్పుడు "చెల్లియో, చెల్లకో తమకు చేసిన యెగ్గులుసై చిరందరున్", అని, తరువాత "తొల్లిగతించె" అని అంటూండేవారు. పీసపాటివారు ఆ పద్యాన్ని అలా విరవకుండా "చెల్లియో చెల్లకో తమకు చేసిన యెగ్గులు సైచిరం దరున్ తొల్లి" అని ఆపి, "గతించె" అని వేరేగా చదువుతారు. అది పీసపాటివారి పద్ధతి. ఈ రకం విరుపు కొంత నూతనంగా ఉంది. అలా ఎందుకు చదివావు? అని చెళ్లపిళ్ల వారు పీసపాటివారిని అడిగారు. "జరిగిన అన్యాయాలు 'తొల్లి' జరిగిపోయాయి. ఇంక ఆ కాలము 'గతించింది'. నేడు మనం చేయవలసినది చేయాలన్న భావంతో నేను అలా చదివాను" అని పీసపాటివారు తమ విరుపుని సమర్థించుకున్నారు. ఆ వివరణకు చెళ్లపిళ్లవారు చాలా సంతోషించి తృప్తి చెందారు. వీరికి ఒక ప్రశంసాపత్రం రాసి యిచ్చారు. అది అమూల్యమైనదని పీసపాటివారు ఎప్పుడు చెపుతుండేవారు. అక్కడే ఉన్న చెళ్లపిళ్ల వారి మరోశిష్యుడు కవిసమ్రాట్ విశ్వనాథసత్యనారాయణగారు ఇన్నాళ్లకు "ఒక మగకృష్ణున్ని" చూచాం అన్నారట.

పీసపాటి వారి దశమారింది. పొందూరు ట్రూపు వారి ఆనందానికి అంతులేదు. పీసపాటివారి కృష్ణపాత్రకు గిరాకీ పెరిగింది. వారి కిరాయి పెరిగింది. కంట్రాక్టర్ల మీద కంట్రాక్టర్లు రావడం వారి కృష్ణపాత్రను బుక్ చేయడం జరిగింది.

అప్పటికే లబ్ధప్రతిష్ఠులైన 'ఆంధ్రనాటక చక్రవర్తి, 'అభినవరాజరాజు' బిరుదాంకితులైన మాధవపెద్ది వెంకట్రామయ్యగారు, సంగీత విద్వాన్ అద్దంకి శ్రీరామమూర్తిగారు పీసపాటి వారితో కలిసి ఆంధ్రా ఆర్టిస్ట్స్ అసోసియేషన్ పేరుతో కొన్ని వందల నాటకాలు ప్రదర్శించారు. అందులో అర్జునుడుగా ఒక్కొక్కసారి పంచాంగం రామానుజాచార్యులువారు, లేదా పులిపాటి వెంకటేశ్వర్లుగారు లేదా బి.వి. రంగారావుగారు తరచూ వేస్తూ ఉండేవారు. "ఆ నాటకాన్ని చూడడానికి వేయికళ్లు చాలేవికావు" అని ఆనాటి ప్రేక్షకులు కొందరంటుంటారు. అందరూ సమర్థులే, అందరూ అనుభవజ్ఞులే. అదొక స్వర్ణయుగం పీసపాటివారు ప్రసిద్ధిలోకి రాకముందు అబ్బూరివారికి, బందావారికి, ఆ తరువాత షణ్ముఖి ఆంజనేయరాజుగారికి, రఘురామయ్యగారికి కృష్ణపాత్రలోను, ఇతర పాత్రలలో పి.సూరిబాబుగారికి మంచి పేరు ప్రఖ్యాతులు ఉన్నాయి. అందులో 'అబ్బూరి' వారినైతే డబ్బుల కృష్ణుడు అని అనేవారు. అబ్బూరివారుంటే కలక్షన్లు బాగా ఉండేవి. అటువంటి జనాదరణ పీసపాటివారికి ఒక్కసారి వచ్చేసింది. వారి పేరు చెపితే చాలు, నాటకం ఉందని తెలిస్తే చాలు పీసపాటివారి నాటకానికి జనం ఎగసిపడేవారు. వారొక్కరుంటే చాలు ఆ నాటకం బాగుంటుంది అనే అభిప్రాయం దృఢపడింది. 1957లో శ్రీ మాధవపెద్ది మరణించారు. వారి బృందంలో దుర్యోధనుడి పాత్ర పెళ్లూరి శేషగిరిరావు గారు కొన్నాళ్లు వేశారు. వారి తరువాత ధూళిపాళవారు, వారు సినిమాల్లోకి వెళ్లిన అనంతరం శ్రీ పాతూరి రామకృష్ణ మూర్తిగారు, ఉప్పులూరి రాజారావుగారు వారి ట్రూపులో దుర్యోధన పాత్ర ధరించేవారు.

ఎవరు ఏ సీనులో కృష్ణుడు వేసినా 'రాయబార ఘట్టం' లో మాత్రం పీసపాటి వారే ఉండాలి అనే అభిప్రాయం ఇటు కంట్రాక్టర్లలోను, అటు ప్రేక్షకుల్లోను ఉండేది. ఆంధ్రరాష్ట్రంలోనే కాదు, ఇతర రాష్ట్రాలలోను ఢిల్లీ, కలకత్తా, బొంబాయి మొదలైన స్థలాల్లో కూడా పీసపాటి వారి నాటకం ప్రదర్శితమౌతూ ఉండేది. అనేక ఘనసన్మానాలు సింహతలాటాలు, గజారోహణ మొదలైనవన్నీ పీసపాటివారికి ఎన్నో, ఎన్నో జరిగాయి. ఒక వ్యక్తి జీవితంలో ఇన్ని సన్మానాలు అటు ప్రభుత్వపరంగా, ఇటు ప్రజలపరంగా, కళాకారుల పరంగా పొందుట చాలా అరుదు. వారిని సన్మానించిన వారిలో శ్రీ ఆర్.బి.రామకృష్ణరాజు (సంగీత నాటక అకాడమీ అధ్యక్షులు), తెన్నేటి విశ్వనాథంగారు లాంటి మహామహులు ఎందరో ఉన్నారు. తరువాత వీరు సంగీత నాటక అకాడమీ సభ్యులు కూడా అయ్యారు.

విజయనగరంలో సుమారు ఒక పుష్కరకాలం పైగా ప్రతి సంవత్సరం ఏప్రియల్ 16 నుండి 20 లేదా 21 వ తేదీవరకు 'బళ్లారి రాఘవ నాటకోత్సవాలు' జరుగుతుండేవి. ఆ సంస్థకు వేదుల జగన్నాథరావుగారు కార్యదర్శి. పీసపాటి వారు ఆహ్వాన సంఘాధ్యక్షులు ప్రతిసంవత్సరం ఆ 5, 6 దినములలో విజయనగరంలో రాష్ట్ర మంతటి నుండి కళాకారులు వచ్చేవారు. విజయనగరంలో ఒక ఉత్సవ వాతావరణం ఉండేది. ఎందరోనటులు, సాహితీప్రియులూ, ప్రసిద్ధ సినీనటులు, వృత్తికళాకారులు, ఔత్సాహికనటులు ఆ రోజుల్లో విజయనగరం దర్శించేవారు. ఆ 5, 6 రోజుల్లో ఏదో ఒక రోజున పీసపాటివారు తమ ట్రూపుతో ఒక మంచి పౌరాణిక నాటకం ప్రదర్శించి, ఆ వచ్చిన కలెక్షన్లు ఉత్సవ నిర్వహణకు ఉపయోగించేవారు. ఆ విధంగా వరుసగా చిత్రనళీయం, హరిశ్చంద్ర, ఉద్యోగ విజయాలు, గయోపాఖ్యానం, సతీసావిత్రి నాటకాలు ప్రదర్శించారు. అన్ని రకాల నటులు, వృద్ధులు, స్త్రీలు, తదితర ప్రేక్షకులు ఆ నాటకాలను తిలకించి మురిసి పోయేవారు.

పీసపాటివారు జీవితంలో ఎన్నో ఒడిదుడుకుల్ని ఎదుర్కొన్నారు. 3 సంవత్సరాల ప్రాయంలోనే తల్లిని కోల్పోయారు. ఆవిడ మరణించిన 6 నెలల్లో వారికి మశూచికం వచ్చి, ఒక వారం రోజులు మృత్యుదేవతతో పోరాడి మృత్యు గహ్వరం నుండి బయటికి వచ్చారు. వారు బ్రతుకుతారని అనుకోలేదట. ఒక మహానటుణ్ణి ఆంధ్రదేశానికివ్వడం కోసం విధి ఆవిధంగా ఆటాడి, మనకిచ్చిందన్నమాట. 7,8 సంవత్సరాలప్పుడే తండ్రిని కోల్పోయారు. అటువంటి పరిస్థితిని ఊహించాల్సిందే. అది ఎంత దయనీయమైనదో అర్థమవుతుంది. వారి 11వ యేట ఉపనయనం అయింది. అది జరిగిన 5 వ రోజున వారి మాతామహులు శ్రీ ముట్నూరు సంగమేశంగారు ఇచ్చిన ఒదులుగా ఉన్న వ్రేలి ఉంగరం చెరువులో పడిపోయింది. నిరాశతో దుఃఖితుడై వారిచ్చిన గుర్తులతో నీటిలో వెదకితే ఆ ఉంగరం మట్టిలోంచి దొరికింది. నిజంగా కష్టాలనే మట్టిలోంచి జనించిన మాణిక్యమే పీసపాటివారు. వారు మహర్జాతకుడనే అభిప్రాయానికి వారి మామగారు రావడానికి అదే కారణం.

కానీ పీసపాటివారు తమకు ఎన్నో ఘన సన్మానాలు జరిగినప్పుడు ఎంత ఉన్నతస్థాయికి ఎదిగినా, తన ఉన్నతస్థితిని చూచి ఆనందించడానికి తనతల్లి దండ్రులు లేరనే బాధ వ్యక్తం చేసేవారు. ఆ శూన్యం నిత్యం వారిని కలతపెట్టే దంటారు కొందరు సన్నిహితులు. అయితే ఎట్టి పరిస్థితులలోను వారు మనోనిబ్బరాన్ని కోలుపోలేదు.

పీసపాటివారు ముక్కుసూటి మనిషి. తనకు నచ్చని విషయాలు నిర్భయంగా అవతలివాడు ఎంతగొప్పవ్యక్తయినా ఆయన దానిని ఖండించేవారు. ఒకపెద్దమనిషి "ఘనుడాభూసురుడేగెనో" పద్యంలో ఘనుడని చెప్పడంలో బ్రాహ్మణాధిక్యత ద్యోతకమౌతున్నది అని అంటే అక్కడ ఘనుడంటే మేఘునివంటివాడని అర్థంతప్ప మరో అర్థం తీసికోరాదు అని వీరు సమర్థించారు. ఆ విధంగా వారి దురభిప్రాయాన్ని ఖండించారు.

నటులకు భాషాజ్ఞానం ఉండాలి. పాత్ర యొక్క పూర్వాపరాలు తెలుసుకోవాలి. దానికి తగిన ఆహార్యం ధరించాలి. ఇంతకీ పూర్వజన్మ సుకృతం ఉండాలి. దానిని మనం ప్రకృతి ఇచ్చిన బహుమానం అనుకోవచ్చు. వారు పానుగంటివారు చెప్పినట్లు "ఇట్టే యేడ్చి అట్టె నవ్వగలవాడే నటుడు". ఆ మాటలు ఉదహరించేవారు. పద్య నాటకాన్ని వేసినప్పుడు పద్యం యొక్క భావాన్ని తెలుసుకొని, అందులో ఉపయోగించబడిన పదాలు, సమాసాలు వాటికి తగిన విధంగా రాగం ఎంచుకోవాలి. భావం బాగా తెలుసుకుంటేనే నటించగలడు. అంచేతనే వారు నటుడికి 3 భకారాలు బాగా తెలియాలి అనేవారు. అంటే **భావం, భాష, భంగిమ.**

పాండవ ఉద్యోగం రాయబారం సీను "మామా సత్యవతీ పౌత్రా!" అనే కృష్ణుడి మాటలతో ప్రారంభమవుతుంది. పీసపాటివారు ఆ మాటలు చాలా ఉచ్చస్వరంతో బిగ్గరగా అంటారు. ఒకచోట ఒక ప్రేక్షకుడు వారిని అంతగట్టిగా ఎందుకంటారండీ అని అడిగేడట. వెంటనే నరసింహమూర్తిగారు "ఆనాడు కృష్ణరాయబారంలో కృష్ణుడి మాటలు వినడానికి ఎందరో మహానుభావులు, మహర్షులు వచ్చారు. అది అందరూ వినాలి. కాబట్టి బిగ్గరగా నేను ఆ మాటలు అంటాను. అంటూ తిక్కనగారు ఉద్యోగపర్వంలో ఉపయోగించిన పద్యాన్ని వారు ఉదహరించారట. "జలదస్వన గంభీరత నెలుగొప్పగా" అనే పద్యం చెబుతున్న దేమంటే మేఘగర్జనతో సమానమైన గొంతుతో కృష్ణపరమాత్మ ఆమాటలన్నారు. ఆ ప్రేక్షకుడు తృప్తిపొందాడు. ఆవిధంగా ప్రతిసంభాషణని, వచనాన్ని పీసపాటివారు సన్నివేశానికి తగినట్లు పలికేవారు. నిష్కర్షగా, నిస్సందేహంగా, నిర్దుష్టంగా తెలిసికొని వ్యవహరించేవారు.

వారు తనంత తానుగా సొంతమాటలు ఉపయోగించి ప్రక్కనటుడ్ని పరిహాసం పాలు చేసేవారు కారు. కానీ అవతలి వ్యక్తి వీరిని (పీసపాటివారిని) పరిహాసం పాలు చేయడానికి ప్రయత్నిస్తే మాత్రం అతడ్ని అప్రతిభుడ్ని చేసేవారు.

ఒకమాటు బందరులో 'గయోపాఖ్యానం' నాటకం ఆడుతున్నారు. కృష్ణుడు బందాకనక లింగేశ్వరరావుగారు. అర్జునుడు పీసపాటి వారు. బందావారు నాటకంలో లేని ప్రశ్నలు వేస్తే పీసపాటి వాటికి దీటుగా సమాధానం చెప్పి ప్రేక్షకుల మన్ననలు పొందారు. ఉదా:

నీచ ముచ్చము నాక రాచపాడి దొరంగి
బిడియమించుక లేక బిచ్చమెత్త
జనవిరుద్ధంబుగనై దోడులేవురు
వెలదినొక్కర్తునే పెండ్లియాడ

....

ఇలా సాగుతుంది పద్యం

కృష్ణుడు 4 ఆక్షేపణలు చేస్తాడు

జవాబు అర్జునుడు చెప్పాలి. కవి చిలకమర్తివారు ఒక్క మొదటి ఆక్షేపణకే జవాబుగా

"అదితికశ్యపులకు గుజ్జువగుచుపుట్టి
అడుగుకొన లేదె నేల మూడడుగులీవు
నీవు నేర్పిన విద్యయే నీరజాక్ష
బిచ్చమెత్తుట ఇది క్రొత్త విద్యకాదు" అనే పద్యం రాశారు.

బందావారు ప్లీడరుకదా! నారెండవ ఆక్షేపణకు జవాబు ఏది? అని అన్నారు.

సమయస్ఫూర్తి, విషయపరిజ్ఞానం కలవారు కాబట్టి పీసపాటివారు వెంటనే "మా జన్మలే జనవిరుద్ధంగా జరిగాయి. ద్రౌపది జన్మ కూడా జనవిరుద్ధమే. ఆమె అయోనిజ. కాబట్టి మా వివాహంకూడా జనవిరుద్ధం అగుటలో ఆశ్చర్యం కాదు. అంతేకాదు నీకు ఎనమండుగురు ముఖ్య భార్యలు కాక పదియారువేల మంది అధికంగా ఉన్నారు. నీకు సోదరియైన ద్రౌపదికి ఆ మాత్రం ఐదుగురైనా భర్తలుండవద్దా" అని అన్నారు. నీ ప్రశ్నలకు రెండిటికి సమాధానం ఇచ్చేను. ఇంకా మిగిలిన వాటికి చెప్పాలా? అని అంటే "చాలు" అని బందావారన్నారట. అదే నాటకం ఆఖరున "కుటిలాచారులు ధార్తరాష్ట్రులకు మీకున్" ఈ పద్యం పూర్తి చేసి బందావారు అర్జునుడ్ని బావా నీ కోరిక యేమైనా ఉంటే చెప్పు అని అడిగారు. ఆయన ఉద్దేశ్యం "నందకుమార యుద్ధమున నారథమందు వసింపుమయ్య..." అనే పద్యం చదువమని. దానికి వెంటనే శ్రీ పీసపాటి సమయస్ఫూర్తితో గయోపాఖ్యానం నుండి పాండవ ఉద్యోగానికి వెళ్లకుండా "బావా నీవు గుత్తివంకాయ కూరోయ్ బావా" అని పాడితే వింటాను అన్నారు. నాటకాంతంలో ఈ పాట ఉన్నట్లు పీసపాటి వారు చూచారట. ప్రేక్షకులు ఎంత సేపో కరతాళధ్వనులు చేసారట.

అసలు బందాకృష్ణుడు, పీసపాటి అర్జునుడు వేస్తే గయోపాఖ్యానం ఆఖరి సీను రసవత్తరంగా ఉండేదట. ఒకరిని మించి ఒకరు నటించడానికి ప్రయత్నించేవారు. వాగ్బాణాలు సంధించుకుంటు నాటకంలో లేని సంభాషణలు గుప్పిస్తూ ఉంటే ఎవరు ఎవరిని మించి పోతున్నారో ప్రేక్షకులకు తెలియనిపరిస్థితి. అది ఒక కళాత్మకమైన విందని అనుకోవాలి.

ఇంకోసారి వీరిసత్తా తెలియకనో, తెలిసి మరచిపోవుటచేతనో ఒక దుర్యోధన పాత్రధారి కృష్ణుడ్ని ఐదు ఊళ్లన్నావు. ఆ ఊళ్లపేర్లు వరుసగా చెప్పితే నేను సంధికి సిద్ధం అని సొంతమాటలు అన్నాడట. అవి పీసపాటి వారికి తెలియవనుకుని ఉంటాడు. ఆ అయిదూళ్లపేర్లు వరుసగా, సరిగ్గా ఏకరువు పెట్టేసి, ప్రేక్షకులు వినేటట్లుగా, భీష్మాదులు వినేటట్లుగా "ఆర్యులారా! నా వచ్చినపని అయిపోయినది. దుర్యోధనుడు నేను ఊరిపేర్లు చెప్పినట్లయితే సంధికి సిద్ధమన్నాడు. నేను చెప్పాను. ఇంక సంధి కుదిరిందిగదా, నేను వస్తాను" అని గ్రీన్ రూమ్‌లోకి పీసపాటివారు వెళ్లారట. ప్రేక్షకులు కోపంతో లేచి ఆ దుర్యోధన పాత్రధారిని నానా చీవాట్లు పెట్టి, గట్టిగా మందలించారట. అతడు తన తప్పు తెలుసుకొని, గ్రీన్‌రూమ్‌లోనికి పోయి పీసపాటివారి కాళ్లమీదపడి క్షమించమని కోరితేవారు స్టేజిమీదకు వచ్చి నాటకం కొనసాగించారట.

పీసపాటివారు ఎన్నో పాత్రలు ధరించారు. మెప్పించారు. అయితే వారికి ఇష్టమైనవి రెండే పాత్రలు. "అవి నేను బాగా అధ్యయనం చేశాను" అని ఈ రచయిత విజయనగరంలో చదువుతున్నప్పుడు, 1955 కళాశాల 'నాటక పరిషత్తు' ప్రారంభోత్సవానికి పీసపాటి వారు వచ్చినప్పుడు ఈ విషయం చెప్పారు. ఆ పాత్రలు 'కృష్ణుడి పాత్ర', చిత్రనళీయం నాటకంలో 'బాహుకపాత్ర'. పాండవ ఉద్యోగ విజయాలు నాటకంలో, గయోపాఖ్యానంలో కృష్ణుడు అర్జునుడు వేసేవారు. హరిశ్చంద్రలో హరిశ్చంద్రుడు, నక్షత్రకుడు, చింతామణిలో బిల్వమంగళుడు, భవానీ శంకరుడు, చిత్రనళీయంలో నలుడు, బాహుకుడు, పాదుకలో రాముడు, భరతుడు, ఖిల్జీరాజ్యపతనం నాటకంలో గణపతి, దేవీదాసు, ప్రతాపరుద్రీయంలో చెకుముకి శాస్త్రి, బొబ్బిలి యుద్ధంలో వెంగళ్రావు వేసినా వారికిష్టమైన పాత్రలు కృష్ణుడు, బాహుకుడు. అవి వారికి చాలా ఇష్టం. వారికున్న విషయ పరిజ్ఞానం తెలుసుకోవాలంటే ఒక ఘట్టం నేను ఉదహరిస్తాను. మద్రాసులో ఒక పెళ్లి సందర్భంలో రాత్రి భోజనానంతరం 9 గంటలప్పుడు వీరు కొందరు మిత్రులతో విశ్రాంతి తీసుకుంటుండగా సినిమాలలో కృష్ణపాత్ర వేసిన ఒక నటుడు అయ్యా గురువుగారు మీరు కృష్ణపాత్ర బాగా వేసి మెప్పించారు. ఏ గ్రంథాల్లో కృష్ణుడ్ని ఎలా చిత్రించారు చెప్పండి అని వినయంగా అడిగేడట. అక్కడ కొంతమంది రంగస్థల నటులు, సినీనటులు, మిత్రబృందం ఉన్నారు. వీరు అనేక గ్రంథాలలో కృష్ణ పాత్ర ఏ విధంగా చెప్పబడిందో చెప్తూపోతే తెల్లవారిందట. సంస్కృతభారతంలో ఎలా వుంది, కవిత్రయ భారతంలో ఎలా వుంది, భాగవతంలో ఎలా వుంది, హరివంశంలో ఎలా వుంది - ఇవన్నీ వారు చెప్పుకుపోయారు. ఈలోగా తెల్లవారిందట. ఆ వివాహానికి వెళ్లిన ఒక మిత్రుడు నాకు చెప్పాడు వారి మనస్సులో కృష్ణపాత్రకు సంబంధించిన ఇంత విషయ బాహుళ్యం ఉందని మనం గ్రహించాలి. ఒక మాటు 'గయోపాఖ్యానం' నాటకం ప్రసక్తి వచ్చి ఇది భారతంలో లేదు. ఫలానా పురాణంలో ఉందని చెప్పారు. 18 పురాణాల్లో ఒక దాన్లో దేనిలోనో ఉంది. నాకు జ్ఞాపకం లేదు బహుశా వారు మార్కండేయపురాణంలో ఉందని చెప్పినట్లు నాకు జ్ఞాపకం. తప్పయితే అది నాతప్పే.

వారి కృష్ణపాత్ర ప్రత్యేకతకు ఇదేకారణం. ఎన్నో గ్రంథాలు ఆపోశనం పట్టివేశారు. వారు పాత్ర ధరించి రంగస్థలం మీదకి రాగానే ఈ భావాలన్నీ వారిని ఆవేశిస్తాయి. ప్రతినటుడు తన పాత్రకు సంబంధించిన అన్ని విషయాలు అధ్యయనం చేయాలి. అలాచేస్తేనే అతడు తన పాత్రకు న్యాయం చేయగలడు. ఉదాహరణకి 'గయోపాఖ్యానం' ఆఖరి సీనులో అర్జునపాత్ర ధారికి ఒక పద్యం ఉంది "చనినారార్వురు చక్రవర్తులు మహీచక్రంబుపాలించి ధర్మనిరూఢికి" అని. అర్జునపాత్రధారికి ఆ ఆర్గురు చక్రవర్తులెవ్వరో, అదే పద్యంలో చెప్పబడిన షోడశమహారాజులెవరో తెలియవద్దా? అందులోనే కృష్ణ పాత్రకు "దీర్ఘతమునితనయులు" అనే వచనం ఉంది. దీర్ఘతముడు ఎవరో తెలుసుకోవాలి. అతని తనయులు ఏమిచేసారో ఎందుకు అలా చేశారో పర్యవసానం తెలుసుకోవాలి. పీసపాటివారి అభిప్రాయం ఇది. ఇవాళ పురాణపాత్రలు ధరించి, నటించేనటులు, పద్యనాటకాల్లో వేషాలు వేసే నటులు అందరూ ఈ విధంగా కృషిచేస్తున్నారా? అనేది ప్రశ్నార్థకమే!

పౌరాణిక పాత్రలు నటించే విషయంలో వారికి కొన్ని ప్రత్యేక అభిప్రాయాలు ఉన్నాయి. పాత్ర స్వభావాన్ని, కాలాన్ని తెలుసుకోవాలి. దానికి అనుగుణమైన గాంభీర్యాన్ని ప్రదర్శించాలి. లేదా హాస్యమైతే దానిని ప్రదర్శించాలి. అది చవుకబారు హాస్యం కాకూడదు. ఇవాళ కొన్ని పౌరాణిక నాటకాల్లో కొన్ని పాత్రలచేత వ్యంగ్యంగా బూతులు కూడా చెప్పిస్తున్నారు. ఇది ధర్మమేనా? భావ ప్రకటన, భాష కాస్త ఉన్నతంగా ఉండాలి. ప్రేక్షకుల మనస్సుల్లో దాని సరియైన ముద్ర స్పష్టంగా పడాలి.

ఈ రచయిత దర్శకత్వంలో ఒకసారి 'చిత్రనళీయం' నాటకం ప్రదర్శింప బడుతోంది. ఈ రచయితే అందులో ప్రధానమైన బాహుక పాత్రధారి. అది 1976 వ సంవత్సరంలో కార్తీక శుద్ధ ఏకాదశినాడు జరుగుతున్నది. స్థలం శ్రీకాకుళం జిల్లా, రాజాం సమీపాన ఉన్న గలావిల్లి అనే గ్రామం. పీసపాటివారు, కొందరు బంధుమిత్రులతో ఆ నాటక ప్రదర్శనచూడడానికి ఎడ్లబండిమీద చాలా దూరం నుండి వచ్చారు. వారికి మా నాటకం చూడ్డంకన్నా ఆ నాటకం చూడ్డం మక్కువ. వారు రెప్పవేయకుండా నాటకం ఆసాంతం తిలకించారు. మా నాటకంలో ఎక్కువమంది చదువుకొన్నవారే. కొందరు పట్టభద్రులుకూడా. దానికి వారు సంతోషించారు. మా ప్రదర్శన ముందు ఆవూరి పెద్ద అంతగొప్పవారు వచ్చినందుకు గౌరవించి నాటక ప్రారంభానికి ముందు రంగస్థలం మీద ఏర్పాటుచేశాడు. వారు చిత్రనళీయనాటకం యొక్క గొప్పదనం, కవిత్వ విశేషాలు, కొన్ని ముఖ్య సన్నివేశాల గురించి ఉపన్యసించారు. మా నాటకాన్ని ప్రేక్షకులు చూడడానికి తగిన వాతావరణం కల్పించారు. అది మా అదృష్టం.

నాటకానంతరం కొన్ని సద్విమర్శలు చేశారు. "దమయంతి ముగ్ధకదా ఆమె చేత ప్రౌఢలాగా ఎందుకు నటింపచేశావు" అని నన్ను అడిగారు. నాతప్పు ఒప్పుకున్నాను. 'నక్షత్రమాల' సీను (27 పద్యాలు) నటిస్తున్నప్పుడు "చంద్రుడిపైన, మన్మథుడిపైన, వసంతుడిపైన, మలయమారుతం పైన నీవు రలియబడుతున్నట్లు నటించాను. అది అధికనటన అది బాగులేదు". అంటే వారి పరిశీలన అంత తీక్షణమైనది. తరువాత "నాటకం 3 గంటలలో కుదించితే బాగుంటుంది. మీ

నాటకం బాగానే ఉంది. కానీ ఇంకా మార్పులు చేయండి. నలుడి పాత్ర ఉన్న భాగం గంటలోను, బాహుక పాత్ర వచ్చేక 2 గంటలలోను ముగించండి" అన్నారు. అంటే నాటకం విషయంలో దమయంతి పాత్ర అలంకారశాస్త్ర ప్రకారం 'ముగ్ధ' ఇలాంటి విషయాలు నటులు తెలుసుకోవాలి. అంతేకాకుండా ఒకసమావేశంలో వారు చెప్పారు. నక్షత్రమాలలో మొదటి పద్యం మొదటి చరణం (సమయత్రి విక్రమాశాహారపరి కవితాకాశ పథక హీరాళులనగా) అందులో రూపకంలో రూపకం, ఆ రూపకంలో రూపకం ఉన్నాయి. అది చాలా గొప్ప విషయం. ఇవన్నీ వారికి తెలుసు.

వారి పద్య పఠనం విలక్షణమైనది. పద్యం పూర్తి అయ్యేసరికి వారు మందర, మధ్యమ తారస్థాయిలు చూపించేవారు. అక్కడికి రాగచ్ఛాయ అంతా పూర్తవుతుంది. తరువాత రాగాన్ని పెంచారు. పెంచినా ఆ రాగానికి తుది మెరుగులు ఇవ్వడమే, ఆ పెంచిన దాని ఉద్దేశ్యం. అది కూడా చాలా సహజంగా ఉంటుంది. వారిగాత్రం గంభీరమైనది. మైకులేకపోయినా, ఒకవేళ ఉండి పనిచేయకపోయినా ప్రేక్షకులకు వినిపించేటంత స్థాయివారి కంఠధ్వని కున్నది. అలాగని అది పెళుసుగాదు, మార్దవం కలిగి ఉంటుంది. వారిది గౌళగాత్రం.

కొన్ని కొన్ని పద్య భాగాల్ని, వచన భాగాల్ని పునశ్చరణ చేసేవారు. లేదా భావానికి ఒక ఊపురావడానికి పద్యపాదాలని ముందు వెనుకలు మార్చేవారు. ఉదాహరణకి వారు నక్షత్రకుడు వేస్తే "జటినై నేననరాదుగాని విను నీసత్యంబె నీకొంపకింతటి చేటౌటకు మూలము" అనే పద్యం తీసుకొందాం. హరిశ్చంద్రుడు "సత్యం, సత్యం" అంటుంటాడు కదా. అందుచేత ఈ పద్యాన్ని సాధారణంగా శ్రీరాగంలో చదివేవారు. "నీ సత్యంబె నీ కొంప కింతటి చేటౌటకు మూలము" అని పై ఋషభంలో పద్యం ఎత్తుకొని, "జటినై నేననరాదుకాని విను" అనుమాటలు శ్రీ రాగం మందరంలో అనేవారు. అది చాలా ప్రభావవంతంగా ఉంటుంది. భావం ప్రస్ఫుటమౌతుంది. అలాగే అదే సీను (కాశికాపురం)లో హరిశ్చంద్రుడ్ని వీరబాహుడికి అమ్మి వేసిన తరువాత ఒంటరిగా, సుమారు 4,5పద్యాలు, కొంత వచనం ఉంటుంది. అది స్వగతంలా ఉంటుంది. ఆ భాగం అతి రమ్యంగా నటించి, ప్రేక్షకుల కంట కన్నీరు తెప్పించి నక్షత్రకుడి యెడల ప్రేక్షకులకు సానుభూతి కలిగేట్లు నటించేవారు. వారి హావభావాలను బాగా అర్థం చేసుకొనే ప్రేక్షకులున్నప్పుడు నరసింహమూర్తి ఇంకా విజృంభించినటించేవారు.

అలాగే పాండవోద్యోగంలో రెండవ సీనులో ధర్మరాజు "శాత్రవులు మిగులబల సంపన్నులు. మనమా అంతటి" అంటాడు. ఆ మాటలు అన్న వెంటనే కృష్ణుడికి "యుధిష్ఠిరా నీతమ్ముల తేజమ్మును, నీబల పరాక్రమములు నీ వెరుంగక మాట్లాడుచున్నావు" అని వచనం ఉంటుంది. తరువాత "నాల్గుపయోధులో యనగ, నాలుగు దిక్కరులో యనంగ నీ నల్గురు తమ్ములున్ ప్రమథనాథసమానులు" అనే పద్యం ఉంది. ఇది ఒక గొప్ప పద్యం. నరసింహమూర్తిగారు ధర్మరాజు మాటలు పూర్తయిన వెంటనే "యుధిష్ఠిరా... మాట్లాడుచున్నావు" అనే వచనం అనకుండా, "నాల్గుపయోధులో యనగ" అని పై ఋషభంలో (శ్రీరాగంలోనో, భైరవిరాగంలోనో)

పద్యం ఎత్తుబడి చేసి, అప్పుడు ఆ వచనములు అదే స్థాయిలో పలికి, అదే స్థాయిలో "నాలుగు దిక్కరులో అనగ" అని అనేవారు. నాల్గువ్రేళ్లు కనిపించేవి. వాటి ఉంగరాలు కూడా ప్రేక్షకులకు జిగేలు మంటూ మెరుస్తూ కనిపించేవి. "కల్యాణి, కాఫీ, అఠాణ, మోహన, భైరవి, శ్రీరాగం, సింహేంద్ర మధ్యమం, అసావేరి వారికి మంచి పట్టున్న రాగాలు. ఒక్కొక్కప్పుడు అసావేరి రాగంలో పద్యాన్ని పై గాంధారంలో ఎత్తుగడచేసేవారు. నెమ్మదిగా మాట్లాడేటట్లు ఉండే మాటలు పద్యాలలో ఉంటే సరస్వతి, పీలు మొదలైనవి వాడేవారు. సాహిత్యానికి విలువయిచ్చేవారు. సాధారణంగా ఎక్కడో ఒక దగ్గర పై పంచమాన్ని అందుకునేవారు. (పంచమం ఉండే రాగాలకు).

ఇక సంధి సీనులో "చెల్లియొచెల్లకో...", "అలుగుటయే యెరుంగని", "జెండాపైకపిరాజు", "సంతోషంబున సంధి" – ఈ నాల్గుపద్యాలు చదవడంలో పీసపాటి వారిది ఒక ప్రత్యేకశైలి. వాటికి వరుసగా కల్యాణి, కానడ, కాఫీ, మోహనరాగాలు వారు ఎంచుకున్నారు. సాధారణంగా ఈ నాలుగు పద్యాలు తారస్థాయిలోనే, తప్పితే మధ్యమస్థాయిలో చదివేవారు. అక్కడ అక్కడ మందరం, అనుమందరాల్లో కొన్ని మాటలు అనేవారు. పద్యాలకు, పద్యంకు మధ్య అనుసంధానంగా భావస్ఫోరకంగా వచనం వాడేవారు. ఒకొక్కప్పుడు పద్యం మధ్యలోనే కొన్ని కొన్ని పదాలకు, సమాసాలకు మధ్య వచనం వాడేవారు. అందులో "సంతోషం బునసంధి సేయుదురె" "వస్త్రం బూడ్చుచోద్రౌపదీ కాంతన్" అనుపద్యం విలక్షణంగా ఉండేది. "సంతోషంబున సంధిచేయుదురె" మోహనరాగంలో పైషడ్జమంలో అని "వస్త్రం బూడ్చుచో ద్రౌపదీ కాంతన్ చూచిననాడు." అన్నమాటలు పై గాంధారంలో అనేవారు. దుర్యోధనుని దౌష్ట్యం ప్రేక్షకుల మనస్సుల్లో దృఢంగా నాటుకోవాలి. బహుశా వారి ఉద్దేశ్యం అదే అయి ఉంటుంది.

దుర్యోధనుడు కృష్ణుని బంధించే ప్రయత్నంలో ఉన్నప్పుడు "ఒక్కనిచేసి నన్నిచట" అనుపద్యం ఉంది. తాను భయపడుతున్నట్లు నటించి, చివరికి "అనుజన్ములతో అందిమ్ముపార్థివా" అనే మాటలు పై స్థాయిలో చదివి వికటాట్టహాసం చేసి తనదైన బాణీలో విశ్వరూప సందర్శనం చేయించేవారు. "దివ్యదృష్టి యొసంగితి" అనుపద్యం ఎత్తుకొనేముందు వికటాట్టహాసం చేస్తూ, పెద్దదైన వారికళ్లల్లో ఉన్న కంటిపాపలు గుండ్రంగా ఇటునుంచి అటు అటునుంచి ఇటు (వృత్తాకారంగా) తిప్పి ఏ లైటింగ్ ఎఫెక్ట్ సాధించలేని దానిని వారి కళ్లతోనే సాధించి ప్రేక్షకులను మంత్ర ముగ్ధులను చేసేవారు.

ఈ నాలుగు సంధి పద్యాలు వారు చదివి నటిస్తున్నప్పుడు శ్రీ మాధవ పెద్ది వెంకట్రామయ్య దుర్యోధనుడిగా నటిస్తూ ఉంటే ఆ దృశ్యం చూడడం ఒక మహా అదృష్టం. వారిరువురు ఇటునుంచి అటు, అటునుంచి ఇటు హావభావాలు ప్రదర్శిస్తూ కథ నడిపించెడి తీరు, ఆ దృశ్యము – అదొక అద్భుతమైన, అనిర్వచనీయమైన అనుభూతి. ఈ రచయితకు ఒకసారి అటువంటి అదృష్టం కలిగింది. శ్రీ పీసపాటి, శ్రీమాధవ్ పెద్ది – నిజంగా చారిత్రక కృష్ణుడు, దుర్యోధనుడు మన ఎదుట నిలబడినట్లు అనిపించే దృశ్యం అది. అది మరువలేనిది.

1960లోననుకుంటాను. విశాఖపట్నం మున్సిపల్ స్టేడియం గ్రౌండ్‌లో వీరి గయోపాఖ్యానం నాటకం ప్రదర్శింపబడుతున్నది విశేషంగా జనం వచ్చారు. ధూళిపాళవారు 'గయుడు', పురిపాటి వెంకటేశ్వర్లుగారు అర్జునుడు. నాటకం మొదటి సీను ప్రారంభమైంది గోల, గోలగా ఉంది. సాత్యకి, కేశికుల సంభాషణ జరుగుతున్నది. జనం వినడం లేదు. గోలగోల. తరువాత కృష్ణుడు, కౌశికుడు, తరువాత బలరాముడు, సాత్యకి ప్రవేశిస్తున్నారు. అయినా గోలతగ్గలేదు. ఇక యిది ఆగదు అని శ్రీ కృష్ణ పాత్రధారి నరసింహమూర్తిగారు గ్రహించి అర్ఘ్యం విడుస్తూ, అందులో గయుడు ఉమ్మిన సందర్భాన్ని చాలతొందరగ గమనించి వెంటనే "రే దురాత్మ గర్వాంధకార ప్రమత్త హృదయ" అను గద్యాన్ని కోపంతో కళ్లురుముతూ అంటుంటే వారి కోపాన్ని, కంఠ ధ్వనిని విని ప్రేక్షకులు నిశ్శబ్దం వహించి ఎక్కడి వారక్కడే కూర్చొని, మిగిలిన నాటకాన్ని శ్రద్ధగా, ప్రశాంతంగా చూచారు. వారి కంఠధ్వనిలో తీవ్రతకు అటువంటి శక్తి ఉండింది. గయుడ్ని సంహరిస్తానని ప్రతిజ్ఞచేసే సందర్భంలో మంచి గద్యం ఉంటుంది "శ్రీ మచ్చతురానన, పంచానన, షడానన" అంటూ ఆ గద్యం నడుస్తుంది. చివరకు "అద్దురాత్ము కీతాంతనిశాంతమునకు అతిథింగావించెద". ఈ గద్యం పీసపాటి వారి నోటంటే వినాలి. ఇవి పూర్తయిన వెంటనే మరి ఆగకుండా "జలనిధులింకుగాక" అన్నపద్యం గుక్కతిప్పుకోకుండా, మంచి స్థాయిలో చదివేవారు. ప్రేక్షకులను ఆకర్షించే కౌశలము ఆయనకు ఉండేది. రౌద్రరసంతో ఆ పద్యాలు పూర్తిచేసే సరికి ప్రేక్షకులు కరతాళధ్వనులు చేసేవారు.

బందావారితోను, పంచాంగం రామానుజాచార్యులు కృష్ణుడు వేస్తే పీసపాటి అర్జునుడు వేసేవారు. కృష్ణుడు వేసినంత బాగా అర్జునుడు ఉండేది. మచ్చునకు ఒక సన్నివేశం. కృష్ణుడు పద్యం చదువుతూ ఆఖరున "తలచి నాడవుకాబోలు దర్పమొకటె" అంటాడు. దానికి జవాబుగా అర్జునుడి పద్యం ఈ విధంగా ఉంటుంది.

"దర్పముగలాడనంచు నే తలపలేదు
పూర్వమైత్రిని తలపకపోవలేదు.
మానధనుడనగుట నీకు మరదినగుట
తలచి నాడను క్షత్రియధర్మమొకటె"

పీసపాటి అర్జునుడు వేసినప్పుడు ఈ పద్యం సాధారణంగా శ్రీరాగంలో చదివేవారు.

మొదటిచరణం అనుమందరస్థాయిలో చదివేవారు. చాలామెల్లగా మాటాడు తున్నట్లు ఉంటుంది.

రెండవచరణం మధ్యమంలో ప్రారంభించి, కైశికి నిషాదంలో వదిలి మూడవ చరణంలో "మానధనుడనగుట" పై షడ్జమంలో అని, మళ్లీ "నీకు మరదినగుట" అనుమాటలు కేవల మంద్రస్థాయికి దింపి, ఇక "తలచినాడను క్షత్రియధర్మమొకటె" అనే మాటలు పై ఋషభంతో ప్రారంభించి అలాగపై మధ్యమం, పంచమంవరకు వెళ్లేవారు. 'క్షత్రియ ధర్మము' అనే మాటలను

ఒత్తిపలకడం వారి ఉద్దేశ్యం. అలా పూర్తయ్యేసరికి ప్రేక్షకుల మనస్సులలో హత్తుకొనేవి. ఒక్కొక్కసారి ఆ 'క్షత్రియ ధర్మమొకటే' హెచ్చుస్వరంలో అనేసరికి ప్రేక్షకులు వన్స్‌మోర్ అనేవారు.

బహుశా 1961 లో నేను చెప్పబోయే మరొక గొప్ప సంఘటన జరిగింది. ఆనాటి ఆంధ్ర యూనివర్సిటీ రిజిస్ట్రారు గారు కె.వి. గోపాల స్వామిగారు మంచి నాటక ప్రయోక్త, బళ్లారి రాఘవగారికి ప్రియమిత్రుడు. ఆంధ్రా యూనివర్సిటీ నాటకరంగ అభివృద్ధికి ఎనలేని కృషిచేశారు. యూనివర్సిటీలో రంగస్థలశాస్త్రం, కళ ప్రవేశపెట్టిన ఘనుడాయన. వారు మంచి నాటక విమర్శకులు, దర్శకులు, న్యాయనిర్ణేతకూడా. వారు ఒకనాడు పీసపాటి వారిని పిలిపించి "మా యూనివర్సిటీలో మీ ఉద్యోగ విజయాలు నాటకం ప్రదర్శించండి. అన్ని ఏర్పాట్లు నేను చేస్తాను" అన్నారు. దానికి పీసపాటి వారికి ఆశ్చర్యం కలిగింది. వెంటనే అడిగారు. "తమరు ఎప్పుడూ మా పద్యనాటకాలను, పౌరాణిక నాటకాలను, మా నటులను ప్రతి సమావేశంలో విమర్శిస్తుంటారు. అలాంటిది ఇవాళ మా నాటకం ప్రదర్శించమంటారేంటి" అని. పీసపాటి వారికి మొగమాటం, ఇచ్చకాలు లేవు. అప్పుడు వారు (గోపాలస్వామిగారు) ఇట్లన్నారు. అయ్యా మన విశ్వవిద్యాలయంలో ఎందరో విద్యార్థులు బి.ఏ., ఎం.ఏ., లు, ఎం.యస్‌సి., ఎం.కామ్ లు పూర్తి చేసుకొని జీవితంలో ప్రవేశిస్తున్నారు. వారికి మన తెలుగు వారి ఆస్తి అయిన పద్యాలు, వాటి మాధుర్యం తెలియాలి. మన పద్యాలు మన విద్యార్థులు వినాలి. వాటి మాధుర్యం, విలువ మీరు చదివి వినిపిస్తేనే వాళ్లు ఆ రసాన్ని ఆస్వాదించగలరు. అది మీ వల్లనే సాధ్యం" అని అన్నారు. ఆ నాటకం ప్రదర్శించారు. అది చాలా బాగుంది. విచిత్ర మేమంటే తరువాత కొన్నాళ్లపాటు సంవత్సరానికి ఒకమారు పీసపాటివారి నాటకం యూనివర్సిటీలో ప్రదర్శింపబడేది. అది వార్షికం అయిపోయింది. శ్రీ గోపాలస్వామిగారు ప్రదర్శనకు కావలసిన సదుపాయాలన్నీ చేశారు. విద్యార్థులకు ఆ పద్యాల రుచి తెలిసింది.

తరువాత ప్రభుత్వ ప్రోత్సాహం మీద 'పృథ్వీ పుత్రి' (లవకుశకథ - శ్రీ గుండిమెడ వెంకట సుబ్బారావుగారి నాటకం) వారు అభ్యాసం చేసి కొన్ని కేంద్రాల్లో ప్రదర్శించారు. రాముడు పాత్ర ధరించిన పీసపాటి వారి నటన అద్భుతం. ఈ రచయిత ఆ నాటకాన్ని 1963 అక్టోబరులో శ్రీకాకుళం జిల్లా, పాలకొండ గ్రామంలో చూచాడు. ప్రభుత్వ సహాయంతోనే మల్లాదిగౌరీనాథ శాస్త్రిగారు రచించిన 'గౌతమబుద్ధ' నాటకం బాగా కృషిచేసి, వేశారు. కొందరు చూచిన వారు వారి పాత్ర 'బుద్ధుడు' గా చాలా బాగుందని చెప్పారు.

1976 లో ఏలూరులో సంగీత నాటకం అకాడమీవారి నిర్వహణ నాటకోత్సవాలు జరిగాయి. ఆ ఉత్సవానికి పీసపాటి వారే అధ్యక్షులు. వారికి 'నాటక కళాప్రపూర్ణ' బిరుద ప్రదానం కూడా అక్కడ జరిగింది. 1975, 76లో వీరి పాండవ ఉద్యోగవిజయాలు నాటకం రాష్ట్రపతి ముందు ప్రదర్శింపబడింది. 1979లో వీరిని ఆంధ్రప్రదేశ్ ఆస్థాన నటశేఖరులుగా ప్రభుత్వం నియమించింది. నెలకు 1000 రు. వీరికి ఇచ్చింది. అది 1983 వరకు కొనసాగింది 1986లో కేంద్ర ప్రభుత్వ సంగీతనాటక అకాడమీ వారు ఉత్తమనటునిగా సత్కరించి 10,000లు

పారితోషికం ఇచ్చారు. అది కూడా ఆనాటి రాష్ట్రపతి చేతులమీదుగా ఈయబడింది. అంతకుముందుగానో, ఆ తర్వాతనో పీసపాటి వారిని 'తానా' (ఉత్తర అమెరికా ఆంధ్రుల సంఘం) అమెరికా రప్పించి వారి ప్రదర్శనలు ఇప్పించింది. పద్య పఠనాలు చేసి అనేక ప్రాంతాలు కూడా తిరిగారు.

ఇంక పీసపాటివారి మానవతా దృష్టి: తమ గ్రామ సమీపంలో హైస్కూలుకు భూరి విరాళం ఇచ్చారు. వీరి పేరు మీద బిల్డింగ్ కట్టబడింది. వీరు ఎన్నో సమాజాలకు, కళా, సేవా సంఘాలకు సహాయ ప్రదర్శనలు ఇచ్చి వారి వృద్ధికి ఇతోధికంగా కృషిచేశారు. 1958 లో సంగీతనాటక అకాడమీ వారి నిధి వసూలుకోసం వరుసగా మొదటి రోజున ఉద్యోగ విజయాలు 3వ రోజున గయోపాఖ్యానం ఉచిత ప్రదర్శనలు ఇచ్చారు. రెండవ రోజున సమాజం వారిచే ఆత్రేయగారి 'భయం' నాటకం ప్రదర్శించబడింది.

ఇక జీవితంలో తాను ఉన్నత శిఖరాలను అధిరోహించడానికి సహాయం చేసినవారిని శ్రీ పీసపాటి ఎప్పుడూ కృతజ్ఞతాభావంతో వినమ్రులై గౌరవించేవారు. అదెప్పుడూ విస్మరించలేదు.

మొదట తన గురువుగారయిన శ్రీ కిళాంబికృష్ణమాచార్యుల వల్లనే తాను నటనలో అంత ఉన్నత దశకు చేరుకున్నాను అని అంటూ వారిని తలచుకొని మురిసిపోయేవారు.

రెండవవారు పొందూరు పాలిశెట్టి సూర్యంగారు. నాడు సూర్యంగారు చేసిన స్వార్థత్యాగం, కృష్ణపాత్ర వీరిచేత పట్టుపట్టి వేయించడం తరువాత గుంటూరు పోటీలు, దానికి కూడా సహృదయతతో విరాళం ఇవ్వడం - పోటీలలో కృష్ణ పాత్రకు బహుమతి పొందడం దాని మూలంగా తాను ఆర్థికంగా మంచిస్థాయికి చేరుకోడం - నటుడిగా కీర్తి శిఖరాలను చేరుకోడం ఇవన్నీ సూర్యంగారి త్యాగం వల్లే తను పొందగలిగాననే భావం పీసపాటివారి మనస్సుల్లో ఉండేది. వీరికి ఎప్పుడు ఏ సన్మానం జరిగినా సూర్యంగారికి కృతజ్ఞతతో తెలియచేసేవారు. (ఇక్కడ ఒక విశేషం చెప్పుకోవాలి. పాలిశెట్టి సూర్యంగారు గొప్పదాతలు. పొందూరు గ్రామానికి 25 సంవత్సరాలు పైగా సర్పంచ్. గ్రామాభివృద్ధికి తన సొంతధనాన్ని గూడ వెచ్చించి సేవ చేసిన వదాన్య శేఖరుడు కూడా. ఈ రచయిత చిత్రనలీయనాటక అభ్యాసానికి ప్రోత్సహించిన వారు కూడా సూర్యం గారే.)

మూడవ వ్యక్తి నౌడూరి శ్రీరామమూర్తిగారు మక్కువడాక్టరుగారని ప్రతీతి. వీరు మంచి హస్తవాసిగలవారు. ఒకప్పుడు నరసింహమూర్తిగారికి బాగా చికాకు చేస్తే చికిత్సచేసి బాగుచేశారు. తరువాత నరసింహమూర్తిగారు వీరినే ఆరోగ్యం విషయంలో సంప్రదించేవారు. శ్రీరామమూర్తిగారు కూడా కళాభిమాని, కొంతలో కొంత నటుడు కూడా.

నాలుగవ వ్యక్తి పాకలపాటి సత్యనారాయణరాజుగారు. వీరు సాలూరులో ప్రముఖ బస్సు యజమాని, కళాభిమాని. సీతారామ, త్యాగరాజు, నారాయణ దాస ఉత్సవాలు జరిపించినవారు. పీసపాటి వారికి సుస్తీ చేసినప్పుడు వీరి ఇంట్లో కొంతకాలం ఉన్నారు.

పీసపాటి వారికి రెండు మూడు సినిమాల్లోకూడా నటించే అవకాశం కలిగింది. కానీ ఏవో ఆటంకాలు వచ్చి వాటితో రాజీపడడం తన ఆత్మగౌరవానికి భంగకరం అనే దృష్టితో విరమించుకొన్నారు. పూర్వపునటులు శ్రీ అద్దంకి, పులిపాటి, బళ్లారిరాఘువ మొదలైన వారందరు. రెండు,మూడు లేదా అంతకెక్కువ సినిమాల్లో నటించినవారే. వారి సినిమాలు కాపీలు అక్కడక్కడ దొరకుతాయి. పీసపాటి వారి విషయంలో మనకు ఆ అదృష్టం లేదు. కొన్ని టీ.వీ. ఛానెల్స్‌లో వీరు నటించినప్పుడు తీసిన సన్నివేశాలు దొరుకుతాయి.

అయితే అదృష్టవశాత్తు వీరు టీ.వీలో నటించిన కన్యాశుల్కం మనం చూడగలం. అందులో వీరు లుబ్ధావధాన్లు పాత్ర వేశారు. అప్పటికి వారి వయస్సు 8 పదులు దాటింది దానికి రావికొండలరావుగారు దర్శకత్వం వహించారు. గొల్లపూడి మారుతీరావుగారు గిరీశంగా నటించారు. అయితే పీసపాటివారికి ఆ నాటకంలో పద్యాలు లేవు. అయినా చాలా చక్కగా సహజంగా వారు నటించారు. 1,2 రోజుల్లోనే వారి పోర్షన్‌కంఠస్థం చేశారని రావి కొండలరావుగారు అన్నారు. వారి పద్యాల కేసెట్లు, సి.డి.లు దొరకవచ్చు, ఉన్నాయి కూడా. వారినటనను కళ్లతో చూడాలంటే 'కన్యాశుల్కం' నాటకంలోని 'లుబ్ధావధాన్లు' పాత్ర ఒక్కటే మనకి మిగిలిన వారి స్మృతి చిహ్నం.

ఇక్కడ ఒక వింత చెప్పుకోవాలి. వారు తమ రాముడు వలస గ్రామానికి ఒక 5 సంవత్సరాలు పంచాయితీ అధ్యక్షులుగా కూడా వ్యవహరించారు.

పద్యం ఆంధ్రులసొత్తు. దాని సౌరభాన్ని దశదిశలా వెదజల్లిన వారిలో పీసపాటి వారికొక ప్రత్యేక స్థానమున్నది. అటువంటి మహామనిషి, 2007 సంవత్సరం సెప్టెంబరు 28 వ తేదీన స్వర్గస్థులయ్యారు.

బొల్లిముంత శివరామకృష్ణ
(1920-2005)

- చందు సుబ్బారావు

బాల్యం - చైతన్యోదయం

అది గుంటూరు జిల్లా, తెనాలి తాలూకాలోని చదలవాడ గ్రామం. తెనాలికి తూర్పుగా ఆరుమైళ్ళ దూరం. రోడ్డూ, బస్సూ, విద్యుత్తూ లేని స్థితి. ఏ నిప్పురవ్వ ఎటు నుంచి వచ్చి పడిందో, బొల్లిముంత అక్కయ్యగారి రూపం దాల్చింది. తెనాలి పట్టణం వెళ్ళి, స్వయంగా చదువుకుని అయిదో తరగతి పాసై, జిల్లా బోర్డు వారి అనుమతితో తానే పాఠశాల నేర్పరచటం, నాటికి బ్రాహ్మణులకు తప్ప సాధ్యం కాని చదువూ, సంస్కృతాంధ్ర గ్రంథాల అధ్యయనమూ, పాఠశాల స్థాపనా అక్కయ్య గారికే సాధ్యమైంది. "ఏం, వారికేనా చదువు... మేం మాత్రం చదువుకోలేమా?" అన్న ధిక్కార స్వభావం చివరికంటావుంది. ఆయన పట్టుదల, సంస్కారం, జ్ఞానతృష్ణ, ధిక్కారం యిత్యాది లక్షణాలను పుణికి పుచ్చుకొని పుట్టిన ఏకైక కుమారుడు శివరామకృష్ణ. తల్లి మంగమ్మకు గారాల బిడ్డ. 1920 నవంబరు, 27న చదలవాడకు ఖ్యాతి తెచ్చే కృష్ణుని జననం. బొల్లిముంత అక్కయ్య ఎలిమెంటరీ స్కూల్‌లో గరికిపాటి రాఘవయ్య గారు 'సింగిల్ టీచర్'గా పనిచేస్తుండేవారు. రాఘవయ్య అక్కయ్య గారికి దూరపు బంధువే. ఆయనే పెంచి, ట్రెయినింగ్ పూర్తి చేయించి ఉపాధ్యాయుడిగా నియమించారు.

అక్కయ్యగారికి ఒకే ఒక చెల్లెలు కోటమ్మ. ఆమె భర్త చందు సుబ్బయ్య. వారికి ఆరుగురు కొడుకులూ, ఇద్దరు కుమార్తెలూ, పెద్దవాడు వెంకటకృష్ణయ్య, శివరామకృష్ణుడు కన్నా ఏడాది చిన్న. సుబ్బయ్యకు చదువు శూన్యం. రోజు కూలీతో అధిక సంతానాన్ని పోషించేవాడు. కోటమ్మ బిడ్డల పోషణకు శక్తిలేక "అన్నా, నీవే దిక్కు" అని అన్నయ్యను ప్రాధేయపడింది. అక్కయ్యగారికి కూడా చెల్లెలంటే ఎంతో ప్రేమ. ముఖ్యంగా చెల్లెలు పెద్దకొడుకు వెంకటకృష్ణనూ, శివరామకృష్ణనూ కలిపి చదివించాడు, పెంచాడు. అమరకోశం, ఆంధ్ర నామ సంగ్రహం, మనుచరిత్ర యిత్యాది గ్రంథాలను స్వయంగా బోధించారు. ఇద్దరూ బి.ఏ. ఎలిమెంటరీ స్కూల్లో అయిదో తరగతి పాసయ్యాక, ఆరోతరగతి కోసం చదలవాడకు మూడు మైళ్ళ దూరంలోని అనంతవరం హైస్కూలుకు పంపించారు. గరికపాటి రాఘవయ్య గారే పిల్లలిద్దర్నీ తీసుకువెళ్ళి అనంతవరంలో చేర్పించాడు. ఆరోతరగతి పూర్తయింది. ఏడో తరగతిలో వుండగా శివరామకృష్ణ "నేను డ్రాయింగ్ నేర్చుకుంటాను రా కృష్ణా.... నీవు స్కూలుకెళ్ళు" అని తను ముక్కామల రాఘవయ్య గారి దగ్గరకు వెళ్ళాడు. వెంకట కృష్ణను తను 'అరె కృష్ణా' అని పిలిచేవాడు. అతను మాత్రం 'శివరాం' అని పిలిచేవాడు. శివరామకృష్ణ ప్రఖ్యాతుడైన తర్వాత 'శివరాం గారూ, మీరు' అని

సంబోధించేవాడు. మిగతా తమ్ముళ్ళు, చెల్లెళ్ళు మాత్రం "మా శివరాం బావ" అని నోరారా పిలుచుకునేవాళ్ళు.

కళాకారుడైన ముక్కామల రాఘవయ్యగారి (అనంతవరానికి చెందిన) ప్రభావంలో శివరామకృష్ణ నాటకాల్లో పాత్రలూ, చిన్న చిన్న ఆడవేషాలూ వేయటం ప్రారంభించాడు. అలాగే, అనంతవరానికి రెండు మైళ్ళ దూరంలో వున్న వెల్లబాడు గ్రామంలోని పిన్నమనేని రాఘవయ్యగారి దగ్గర హార్మోనియం నేర్చుకొనటానికి వెళ్ళేవాడు. హార్మోనియం శబ్దం వింటే చాలు శివరామకృష్ణకు వొళ్ళు పరవశించేది. ఒంట్లోని ప్రతి అణువూ నృత్యం చేసేది. కళాత్మక చైతన్యం బుసలు కొట్టి పైకి లేచేది. పురివిప్పి ఆడే నెమలిలా శివరామకృష్ణ గెంతేవాడు. తెనాలి పుస్తకాల షాపు యజమాని గణపవరపు సోమసుందరంగారితో పరిచయం ఏర్పడింది. పుస్తకాలు కొనకుండా చదువుకునే మార్గం కనబడింది. దావులూరి ఆంజనేయులు గారి దగ్గర శాస్త్రీయసంగీతం నేర్చుకోవటం ప్రారంభించాడు. 16వ ఏటనే 'ఏటొడ్డు' అనే కథ రాసి 'చిత్రాంగి' పత్రికలో ప్రచురించాడు. స్వయంగా కవి కూడా అయిన అక్కయ్యగారు జస్టిస్ పార్టీ ప్రచారం కోసం ఊరూరా తిరుగుతుండే వారు. శివరామకృష్ణను గాంధీ మహాత్ముడు ఆకర్షించాడు. కాంగ్రెస్ పార్టీకి ప్రచారం చేస్తూ ఊళ్ళు తిరగటం ప్రారంభించాడు.

1936లో పదహారో ఏట శివరామకృష్ణకు కాకర్లమూడి గ్రామానికి చెందిన చందు వాళ్ళమ్మాయి వెంకటలక్ష్మమ్మతో వివాహం అయ్యింది.

1938లో శివరామకృష్ణ, వెంకటకృష్ణలను అక్కయ్యగారు టీచరు ట్రయినింగ్ కోసం గుంటూరు పంపించారు. ఎనిమిది ప్యాసయిన తర్వాత రెండేళ్ళు లోయర్ గ్రేడ్ ట్రయినింగ్ తీసుకుంటే స్కూలు టీచర్లుగా అర్హులవుతారు. ఇద్దరికీ చెరో ఎనిమిది రూపాయలు స్టయిఫండ్ యిచ్చేవాళ్ళు. పదహారు రూపాయలతో బ్రతకాలి. అర్ధరూపాయికి ఓగది అద్దెకు తీసుకుని స్వయంగా వంటచేసుకుని తిని ట్రయినింగ్ స్కూలుకు వెళ్ళేవాళ్ళు. డబ్బులు చాలేవి కావు. ఏమాట కామాటే చెప్పుకోవాలి. వెంకటకృష్ణ సాదాసీదా బట్టలు వేసుకునేవాడు. శివరామకృష్ణ మాత్రం చక్కని ఖద్దరు పైజామా, లాల్చీలు వేసుకోవటమే కాకుండా వాటిని ఉతికి, 'యిస్త్రీ' చేయించుకునేవాడు. వెంకటకృష్ణను వంటకు పురమాయించి, తాను నాటకాలకు, భజనలకూ, హరికథలకూ హార్మోని వాయించటానికి వెళ్ళేవాడు. నెలకు రూపాయి చొప్పున ఇద్దరు పిల్లలకు సంగీతం చెప్పటానికి అంగీకరించాడు. ఇవి చాలదన్నట్లు గుంటూరు ట్రయినింగ్‌స్కూలు విద్యార్థి యూనియన్‌కు కార్యదర్శిగా ఎన్నికయ్యాడు. తన మిత్రులు యం.వి. అప్పారావు, పూర్ణచంద్రరావు, వీసాబత్తుని రామలింగయ్య, అజాద్‌గార్లతో కలిసి కాంగ్రెస్ తరపున జిల్లా బోర్డు ఎన్నికలకు ప్రచారం చేసేవాడు. కళాకారుడైన కార్యకర్త అనేసరికి అందరికీ అవసరమే, ఆనందమే!

ట్రయినింగ్ ప్యాసయిన తర్వాత బావా, బావమరుదులిద్దరూ తిరిగి సొంత స్కూల్లో, ఉపాధ్యాయులుగా చేరారు. స్కూలు నుండి గరికిపాటి రాఘవయ్య గారు నిష్క్రమించి, ఊళ్ళో

మరో స్కూలుకు వెళ్ళటం వలన మొత్తం పాఠశాల నడిపే బాధ్యత వెంకటకృష్ణపై పడింది. శివరామకృష్ణ పేరుకు పంతులుద్యోగం చేస్తున్నా, ప్రతిరోజూ హరికథలూ, బుర్రకథలూ, నాటకాలూ అంటూ హార్మోని పట్టుకుని తిరగటంతో సరిపోయేది. దావులూరికి చెందిన మిత్రులు చింతల సూర్యనారాయణ, కాబోతు రామస్వామిగార్ల పరిచయంతో, పేదలకోసం, రైతుకూలీల కోసం పుట్టిన కమ్యూనిస్టు పార్టీ రాజకీయాలు ఆకర్షించాయి. కాకర్లమూడి వెళ్ళి (చదలవాడకు ఒకమైలు దూరం) తన బంధువు బొల్లిముంత రాఘవయ్యగారి సాయంతో కమ్యూనిస్టు పార్టీని స్థాపించాడు. రాఘవయ్యగారిచేత రాజకీయ హరికథలు చెప్పించేవాడు. తాను స్వయంగా చందు సాంబయ్య, నూకలపాటి పార్వతీశంగార్లతో కలిసి బుర్రకథ దళాన్ని తయారు చేసాడు. సాంబయ్య హాస్యం, తాను రాజకీయం, పార్వతీశం కథకుడు, రచన తనదే! జనరంజకంగా సాగేవి కార్యక్రమాలు.

తండ్రి నుండి అన్ని లక్షణాలనూ పొందిన శివరామకృష్ణ, ఆయన కంచు కంఠాన్ని పొందలేకపోయాడు. శివరామకృష్ణది బొంగురు గొంతు, కడకంటా అలాగే వుండిపోయింది. ఆ కంఠంతోనే ఉపన్యాసాలూ, సంభాషణలూ, సంగీతపాఠాలూ, కబుర్లూ నిర్విరామ చర్చలూ చేసాడంటే ఆ నేర్పును అభినందించవలసిందే, అన్నిచోట్లా అతని ఉపన్యాసం కోసం ప్రజలు ఉవ్విళ్ళూరేవారు. గంటల తరబడి మాట్లాడేవాడు. ఆటంకాల్ని అధిగమించి ముందుకు నడవటం శివరామకృష్ణకు బాగా అబ్బింది. నిటారుగా నిలబడి దూరంగా చూస్తూ, చకచకా నడుస్తూ వెళ్ళటం, కళ్ళెప్పుడూ సుదూర 'గమ్యం' మీదే నిలపటం ఆయన కలవాటయ్యింది. కళ్ళజోడు దూరదృష్టికి సంకేతంగా నిలిచింది. నిటారు నడక వెన్నెముక గల వ్యక్తిత్వానికి చిహ్నమైంది.

బురదలో పుట్టిన పద్మం సూర్యకాంతి కోసం ప్రాకులాడినట్లు, పైకి లేచినట్లు శివరామకృష్ణను చుట్టూ వున్న పరిస్థితులు ఏనాడూ నిల్వరించలేక పోయాయి. సంతానం కలిగింది. నల్గురు అబ్బాయిలూ, యిద్దరమ్మాయిలూ. పెద్దవాడు వెంకటకృష్ణ, రెండవవాడు అమరేశ్వరరావు, మూడవవాడు మధు, నాల్గవవాడు గోపి. ఆడపిల్లలలో పెద్దమ్మాయి నిర్మల – అనంతర కాలంలో రష్యన్ విప్లవ ప్రభావంలో యీమె పేరు 'జోయ' గా మార్చాడు. ఇప్పటికీ అందరికీ జోయ అంటేనే తెలుసు. చివరి పిల్ల కోటేశ్వరమ్మ. తండ్రి, అక్కయ్యగారు ఎలాగో సంపాదించిన రెండకరాల భూమి, స్కూలులో భాగంగా ఓ పక్కగా పూరిల్లు... తప్ప ఏ ఆస్తులూ లేవు. శివరామకృష్ణ సంపాదన ఏటి ఈతకూ, లంక మేతకూ సరిపోయినట్లుండేది. ఆ పొలంలోని ఆదాయం కుటుంబం తినటానికి సరిపోయేది. పాఠశాలల్ని ప్రభుత్వం స్వాధీన పరుచుకున్న తర్వాత మేనేజరుగా అక్కయ్య గారికొచ్చే కొద్దిపాటి ఆదాయం కూడా ఆగిపోయింది. ఈతిబాధలు, నీతి బోధలు, సామాన్య మర్యాదలు, బరువు బాధ్యతలూ శివరామకృష్ణను ఏనాడు కదిలించలేదు. కళాచైతన్యం కదం తొక్కుతుండగా ప్రజారాజకీయాలు, కమ్యూనిస్టు విప్లవాలు ముందుకు నడిపించాయి. ఎంత సేపు మీటింగులు, నినాదాలు, ఊరేగింపులూ... . మహాసభలూ...!

రచనా - రాజకీయం

కళాకారుడిగా శివరామకృష్ణ మారబోతున్నాడని ఆయన ప్రథమ దశ చూసిన వారికెవరికైనా అర్థమవుతుంది. అసలాయన జీవితం ఎన్ని మలుపులు తిరిగిందో చూస్తే ఆశ్చర్యం కలుగుతుంది. ఆ మలుపులైనా ఏదో కాలానుగుణ్యంగా, కొద్ది విశేషాలతో తిరిగిన మలుపులు కావు. హార్మోనిపెట్టె, నాటకాల్లో పాత్రలు, బుర్రకథలు యిత్యాది ప్రదర్శన కళాసాధనాలన్నీ కమ్యూనిస్టు రాజకీయాల్లో రంగరిస్తే ప్రజానాట్య మండలికే పరిమితం కావాలి. చిత్రంగా శివరామకృష్ణ ప్రసిద్ధ అభ్యుదయ రచయితగా సాక్షాత్కరించాడు! వినవలసిన కథ అక్కడే ప్రారంభమైంది.

1945 ప్రాంతాల్లో కమ్యూనిస్టు పార్టీ పత్రిక ప్రజాశక్తిలో దేశం ఏంకావాలి అనే కథ రాసాడు. ఈ కథ అనేక సంకలనాల్లో పునర్ముద్రితం అయ్యింది. బీదాబిక్కీని పీక్కుతినే వారంతా ఖద్దరుధారులై స్వాతంత్ర్యోద్యమంలో ముందు వరుసలో కన్పించేసరికి, సిసలైన కాంగ్రెస్‌వాది నిద్రలో ఉలిక్కిపడి లేచి 'దేశం ఏం కావాలి' అనుకుంటాడు. శివరామకృష్ణ ఊహించినట్లుగానే స్వాతంత్ర్యానంతరం తెల్లదొరలను తలదన్నే తెల్లదొరలు అధికార పీఠాల నలంకరించారు. కర్నాటక ముఖ్యమంత్రిగా నిజలింగప్ప వున్నప్పుడు ప్రధాని నెహ్రూ గారు బెంగుళూరుకు వెళ్ళాడట. ముఖ్యమంత్రి ఆయనను శాసనసభ్యులనుద్దేశించి ప్రసంగించమని ఆహ్వానించారట. నెహ్రూ అసెంబ్లీ కొస్తూనే వీరి రూపాలను చూసి 'ఈ గాడిదలందర్నీ అసెంబ్లీకెందుకు తీసుకొచ్చారు?' అని ప్రశ్నించారట. వారు గాడిదలు మాత్రమే కాదు, అడవి పులులు, సింహాలు అని ఉత్తరోత్రా విశదీకరించారట. శివరామకృష్ణ స్వాతంత్ర్యానంతరం చేసిన రచనలన్నిటా వ్యంగ్యం ప్రధాన ఆయుధంగా పరిణమించింది. రాజకీయాన్ని చీల్చి చెండాడాలంటే ఆయనకు వ్యంగ్యం, ఎత్తిపొడుపు, ప్రహసనం, వక్రగీతలు సాధనాలయ్యాయి. 'కూలిదండు' పత్రికలో ఓ కాకి భగవద్గీతను రేడియోలో విని తాను కూడా 'జీవనగీత'ను వినిపించిన వైనాన్ని చిత్రించాడాయన. చిత్రంగా యీ కథకు ఆయన 'కృష్ణపక్షి' అని పేరు పెట్టాడు. వ్యంగ్య చిత్రీకరణలో శివరామకృష్ణది అందెవేసిన చేయి!

అభ్యుదయ రచయితగా అవతరించిన శివరామకృష్ణ ఏ పదవులూ ఆశించలేదు. సభ్యత్వం తప్ప, పీఠాలూ, అధికారాలకూ దూరంగానే వున్నాడు. కాని అభ్యుదయ రచయితలంతా చిరకాలం గుర్తుంచుకోవలసిన 'తెలుగుప్రాణి' కథను రాసాడు. "మూలనున్న ముసలమ్మనైనా కదపలేని ఆంధ్రనాయకులున్న రాష్ట్రంలో పుట్టిన రచయిత, పెళ్ళాన్నీ, బిడ్డల్నీ పోషించలేక ప్రగతీ, అభ్యుదయం అంటూ గోలపెట్టే యీ చేతకాని 'తెలుగు ప్రాణి' ఏం చేయగలడు? తెలుగు ప్రాణిగా, అందులోనూ అభ్యుదయ రచయితగా పుట్టినంత పాపం మరోటి లేదు" అంటాడు ఆ కథలో...! 1948 ప్రాంతంలో రాసిన యీ కథ కలకలం సృష్టించింది. నాటి రచయితల్లో కొందరు నవ్వలేక నవ్వారు, ఏడ్వలేక నవ్వారు. తెలుగు ప్రాణులైనందుకు నవ్వాలో, ఏడ్వాలో తెలియలేదు మరికొందరికి.

సెట్టి ఈశ్వరరావు గారి సంపాదకత్వంలో వెలువడ్డ విశాలాంధ్ర పక్ష పత్రికలో 'ప్రజాసేవ' 'చేప చెట్టెక్కింది' అనే కథలు ప్రచురితమయ్యాయి. ముఖ్యంగా 'చేపచెట్టెక్కింది' కథ శివరామకృష్ణ నిశిత వ్యంగ్యానికి నిదర్శనంగా నిలిచింది. ఓ భూస్వామి తన వరికుప్ప ప్రక్కనే ఉన్న చిన్నరైతు బుల్లికుప్పను నాదే అని కైంకర్యం చేస్తాడు. 'అదేమిట'ని అడిగిన జనానికి పెద్దకుప్ప పిల్లని పెట్టింది అంటాడు. జనం ఆశ్చర్యపోయి చూస్తూండగా అందులో నుండి ఓ నక్క 'సముద్రం తగలబడిపోయిందోచ్' అని అరుస్తుంది. 'జనమంతా పరిగెత్తండి, పరిగెత్తండి' అంటూ కేకలేస్తుంది. భూస్వామికి చికాకు వేసి 'ఏమిటి, ఎక్కడన్నా సముద్రం తగలపడుతుందా?' అనడుగుతాడు. "అయ్యో, అలా అంటారేమిటయ్యా, కుప్పపిల్లని పెట్టగాలేంది, సముద్రం తగలపడిపోదా...? అందుండే చేపపిల్ల వేడికి తట్టుకోలేక ప్రక్కనేవున్న చెట్టెక్కి కూచుందట. చూద్దాం పదండి" అని అరుస్తుంది. జనం కళ్ళు తెరిపిస్తుంది. భూస్వామి సిగ్గుతో తలదించుకునేలా చేస్తుంది. అలాగే రాసిన కథల్లో 'పాలేరు', 'సమ్మె పిలుపు' వంటివి ముఖ్యమైనవి. కథల సంకలనంగా, 'సూక్ష్మంలో మోక్షం' అనే పేరుతో 1950లో వెలువడ్డాయి.

రష్యన్ విప్లవ విజయం ప్రపంచ కమ్యూనిస్టు ఉద్యమంలో తొలి మైలురాయి అనివేరే చెప్పనక్కరలేదు. 'గోర్కి అమ్మ నా అమ్మ' అంటూ పలికిన శివరామకృష్ణ అదే పద్ధతిలో తెలంగాణా సాయుధ ఉద్యమంపై 'మృత్యుంజయులు' అనే నవలను 1947లో రాసాడు. అది సంచలనం సృష్టించింది. కుటుంబ కథలను మాత్రమే నవలలుగా రాయవచ్చన్న అభిప్రాయాలతో వున్న తెలుగుసాహిత్య ప్రపంచంలో తొలి రాజకీయనవలగా ప్రభవించింది 'మృత్యుంజయులు'. ఈ నవలను తెలంగాణా సాయుధ పోరాటనాయకుడు రావి నారాయణరెడ్డి గారు అభినందించారు. "నవలా రచనలో తొలి ప్రయత్నంలోనే ఒక మహోజ్వల చారిత్రక ఘట్టాన్ని ఆవిష్కరించిన ఘనత శివరామకృష్ణకే దక్కింది" అని ప్రశంసించారాయన.

ఈ వరవడి వట్టికోట ఆళ్వారుస్వామికీ, దాశరథి రంగాచార్యకూ, సింహప్రసాద్‌కూ, మహీధర రామ్మోహనరావుకూ, కొడవటిగంటి కుటుంబరావుకూ రాజకీయ నవలలు రాయడానికి ద్వారాలు తెరిచింది. అనంతర దశలో అనేక రాజకీయ నవలలు రావటానికి కారణమైంది. 'మృత్యుంజయులు' నవలలో రాములమ్మ పాత్ర, గోర్కి అమ్మపాత్రేనని ఎవరయినా అనవచ్చు. అనేక మార్లు అలా ప్రతిబింబాలు, ప్రతిధ్వనులూ సాహిత్యంలో రావటం జరుగుతుంటుంది. వాటి పాత్ర ఏమిటన్నదే ప్రశ్న. ఏ మంచికి దోహదం చేసాయన్నదే మీమాంస. అలా 'మృత్యుంజయులు' నవల రజాకార్ల దోపిడీని, తెలంగాణాలో హిందూముస్లిం సోదరులంతా ఏ రకంగా బాధలు అనుభవించిందీ కళ్ళకు కట్టినట్టు చూపిస్తుంది. అనేక సంఘటనల్ని రికార్డు చేసింది. 1970 ప్రాంతాల్లో ఆ నవల రెండోముద్రణను సమీక్షిస్తూ ఒకాయన 'పోదురూ... యింత దుర్మార్గం వుంటుందేమిటెక్కడైనా... పుష్పవతి అయిన పిల్లను, ఆకుల మీదే బలవంతంగా అనుభవిస్తారా ఎవరైనా?' అని ప్రశ్నించాడు. అది చదివిన కమ్యూనిస్టు నాయకులు, అభ్యుదయ

రచయితలు "ఆ రచయితకు ఆడపిల్లలున్నారా?" అని ప్రశ్నించారు. "లేరు" అని జవాబొచ్చింది. "పోనీండి బ్రతికిపోయారు" అని నిట్టూర్చారు.

ఇదంతా శివరామకృష్ణ లిఖిత సాహిత్య ప్రక్రియ. ఇదీకాక ప్రదర్శన సాహిత్య ప్రక్రియ వేరుగా వుంది. ప్రజల్తో సాన్నిహిత్యంతో పాటు శివరామకృష్ణకు రాజకీయ అవగాహన మేరు పర్వత స్థాయిలో వుండటం వల్ల, అవగాహనే కాదు ఆచరణ రాజకీయాల్తో ప్రత్యక్ష ప్రమేయం వుండటం వల్ల, ఆయన ఏది రాసినా నేరుగా, సూటిగా వెళ్ళి నేరస్తుల్ని తాకేది. 'సామాన్యుడు' పేరుతో విశాలాంధ్రలో అనేక శీర్షికలు నిర్వహించినపుడూ యీ అనుభవమే కన్పిస్తుంది. చూచినంత, విన్నంత, విశ్లేషణల కందినంత మేర రాయటమే ఆయనకు తెలుసును. నగిషీలు, నేర్పులు, భేషజాలు, శిల్ప చిత్ర విచిత్రాది అలంకారాలు ఆయనకు తెలియవు. ఇతర అభ్యుదయ రచయితలకున్న అవగాహనకన్నా కొన్ని చోట్ల బొల్లిముంతకున్న ఆలోచన మిన్నగా కన్పిస్తుంది. రాజకీయం రచన్ను కమ్మి వేస్తుందా అన్న ప్రశ్నకు 'అవసరం లేదు.... కించిత్తు జాగ్రత్త వహించితే' అని సమాధానం యిచ్చాడు.

ఒక ఇంటర్వ్యూలో బొల్లిముంత యిచ్చిన సమాధానం చూడండి. "మన మేధావుల్లో ఎక్కువమందిలో వుండే దుర్లక్షణం ఏమిటి?" అనడిగితే బొల్లిముంత "మా మిత్రుడు గోపిచంద్ గారు ఒకప్పుడు 'సజ్జలు' అని కథ రాసాడు వీళ్ళ మీదే. కోడి 'సజ్జలు' తిని 'సజ్జలు' విసర్జిస్తుంది. వీళ్ళూ అంతే. చదివిందాన్ని జీర్ణం చేసుకోకుండా కాగితాల మీదకు దించుతుంటారు" అన్నాడు.

రాజకీయాలు - తొలిదశ

అక్కయ్యగారు జస్టిస్ పార్టీ రాజకీయాలు వీడి, గాంధీగారి శిష్యుడిగా మారిపోయేటప్పటికి, శివరామకృష్ణ చదలవాడ కమ్యూనిస్టు పార్టీ నాయకుడిగా ఆవిర్భవించి ప్రజాసౌలభ్యం కోసం 'శివరాం' అయిపోయేడు. ఖద్దరు ధారణ, పుస్తక పఠనం, స్వరాజ్య గీతాలాపన నిత్యం కొనసాగేవి. కుటుంబం యావత్తూ శాకాహారులే. బ్రాహ్మణేతర కులాల్లో సాధ్యపడని యీ అలవాటును ఆయన కుటుంబం అమలుజరిపింది. వీరి ప్రభావంలో అక్కయ్యగారి చెల్లెలు కోటమ్మ, ఆమె ప్రథమ సంతానం వెంకటకృష్ణయ్య మాత్రం ఆజన్మ శాకాహారులయ్యారు. మిగితావాళ్ళు వ్రతాన్ని ఎత్తివేసారు.

గ్రామంలో కమ్మ-కాపు ప్రధాన కులాలు. కమ్మవారిలో కాట్రగడ్డ, నాదెళ్ళ, సజ్జా, పరుచూరి, చంద్ర కుటుంబాలుండేవి. ఎక్కువ మంది మధ్యతరగతి రైతులు. కాట్రగడ్డ వారు భూస్వాములు. ఇహ శివరామకృష్ణ జన్మించిన కాపుకులస్తులు పేదరైతులూ, రైతు కూలీలు, పాలేరులుగా వుండేవాళ్ళు. కాపుల్లో ఒకరిద్దరు భూస్వామ్య కుటుంబాలుండేవి. శివరాం కమ్యూనిస్టు రాజకీయానికి కాపుల్లోనే పెద్దగా మద్దతు లభించలేదు. పైకి మౌనంగా వున్నా కమ్మవారు కాంగ్రెసును బలపరిచేవారు. మాల మాదిగల్లో కొంత భాగం, ఎరుకల, ఏనాది, చాకలి, మంగలి

కుటుంబాలు శివరాం బంధువులు కమ్యూనిస్టు పార్టీని బలపరిచేవారు. వెంకటకృష్ణయ్య తమ్ములతో పాటు, గ్రామంలోని ముద్దాభక్తుని సుబ్బారావు అనే యువకుడు శివరాంకు శిష్యుడయ్యాడు. సుబ్బారావు ఎనిమిది వరకూ చదివాడు. కష్టజీవి, నిబద్ధత కలిగిన మనిషి. క్రమశిక్షణకు మారుపేరు. పైగా అతనికి వెంకటకృష్ణయ్య చెల్లెలు సీతారామమ్మ నిచ్చి పెళ్ళిచేసారు. దాంతో శివరాంకు దగ్గరై 'అన్నయ్యా' అని పిలిచేవాడు. కమ్యూనిస్టు పార్టీ బాధ్యతలు అతని మీదే పడ్డాయి.

శివరాం భార్య వెంకటలక్ష్మమ్మకు ముగ్గురు తమ్ములు. పెద్దవాడు చందు దశరథరామయ్య. సరిగ్గా ముద్దాభక్తుని సుబ్బారావుకు ప్రతిరూపం. తానుకూడా ఉపాధ్యాయుడే. రెండవది శివరామయ్య, రైతు, మూడవది కోటయ్య, తాను రైతే, నాల్గవ సంతానం వీరరాఘవయ్య. (భవిష్యత్తులో తాను కూడా ఉపాధ్యాయవృత్తినే స్వీకరిస్తాడు) దశరథ రామయ్య కాకర్లమూడి పార్టీకి నాయకుడు. శివరాంకు సుబ్బారావు, దశరథరామయ్యలు కుడి, ఎడమ భుజాలుగా పార్టీ నిర్మాణం సాగింది. కాకర్లమూడి పార్టీ బలంగా, శక్తిమంతమైన యూనిట్‌గా మారింది. ఊరంతా మారిందా అన్నా ఆశ్చర్యం లేదు.

1945 జూన్ నెలలో శివరాం ఉపాధ్యాయ వృత్తికి రాజీనామా చేసి పూర్తి రాజకీయవాదిగా మారిపోయాడు. తెనాలి తాలూకా నాయకుల్లో ఒకరుగా తిరగటం ప్రారంభించాడు. కమ్యూనిస్టు పార్టీ ప్రవేశపెట్టిన సంస్కరణ వివాహాలు జరిపిస్తూ, కుల, మత సంప్రదాయ తంతుల్ని సాధ్యమైనంత వరకు తగ్గిస్తూ ముందుకు సాగుతున్న తరుణంలో కమ్యూనిస్టులపై దాడులు ప్రారంభమయ్యేయి. తన బావమరిది వెంకటకృష్ణయ్యకు రేపల్లె తాలూకా సూరేపల్లి గ్రామానికి చెందిన రాజ్యలక్ష్మినిచ్చి ప్రమాణాల పెళ్ళి జరిపించాడు. అది వెలమదొరల గ్రామం. కమ్యూనిస్టులతో వివాహం అని తెలిసి దొరగారు పోలీసులకు ఉప్పందించాడు. పెళ్లిరోజు వుదయాన్నే రాజ్యలక్ష్మి తాతయ్య కడియాల వరదయ్య, ఆయన సోదరుడు రామయ్యలను పోలీసులు అరెస్టు చేసారు. అయినా పెళ్ళి ఆగకుండా శివరాం తన బలగంతో సూరేపల్లి వెళ్ళి కార్యక్రమం నిర్వహించాడు. దొరలకింద నలిగిపోతున్న రాజ్యలక్ష్మి కుటుంబసభ్యులు పోలీసుల తాకిడికి బెదరలేదు సరికదా, శివరాం ఉపన్యాసంతో ఉత్సాహం పొందారు. పెళ్ళయిపోయింది. రాజ్యలక్ష్మి, వెంకట కృష్ణయ్యలకు అనంతర కాలంలో తొమ్మిది మంది సంతానం కలిగారు. వారిలో పెద్దవాడు సుబ్బారావు (ఈ రచయిత) సరిగ్గా 26 సంవత్సరాల తర్వాత, 1971లో చందుసుబ్బారావు వివాహాన్ని అదే పద్ధతిలో, ప్రమాణాలతో అదే బొల్లిముంత శివరామకృష్ణ జరిపించాడంటే శివరాం చైతన్యయాత్ర ఎలా సాగిందో తెలుస్తుంది.

తరచు తెనాలిలోనే వుంటూ, పార్టీ కార్యక్రమాల్లో పాల్గొనేందుకు ఊళ్ళు పట్టుకు తిరుగుతుండే శివరాంకు ఒకటికి మూడు పనులయ్యాయి. పార్టీ ప్రచార కార్యక్రమం, ప్రజానాట్య మండలి, అభ్యుదయ రచయితల సంఘ సమావేశాలు. నిజం చెప్పొద్దూ, కమ్యూనిస్టు పార్టీ

సంస్కారంలో జీవితానికీ, రాజకీయానికీ తేడా వుండదు. నిద్రపోతున్నా రష్యా సంగతులే, అన్నం తింటున్నా అక్టోబరు విప్లవ విశేషాలే. శివరాం మరీను. సిగరెట్లు త్రాగుతూ, టీలు సేవిస్తూ రోజుకు ఇరవైమూడు గంటలు మాట్లాడుతుండేవాడు. ఒకగంట నిద్ర – అందులో ఇరవైరెండు గంటలు రాజకీయాలు. ఒకటో, అరగంటో కుటుంబ విషయాలు. కొడుకునో, కూతుర్నో పిలిచి "నీ చదువు ఎలా వుంది రా పెద్దబ్బాయి, ఏమిటే జోయి, నీవసలు పుస్తకం తెరవటం లేదంటా... వెంకట లక్ష్మమ్మ వీళ్ళకు నువ్వేమైనా చెబుతున్నావా లేదా... ఆ అమరేశ్వరరావు ఏడీ... కనిపించడే... వాడికి ఆటలు ఎక్కువయ్యాయా..." అని పలకరింపులు..! ఊరికే పైపై మాటలే కాని కుటుంబాన్ని పట్టించుకున్నదే లేదు.. వాళ్ళ కోసం సమయాన్ని వెచ్చించిందీ లేదు. ఎంత సేపూ చంద్ర రాజేశ్వరరావు, పుచ్చలపల్లి సుందరయ్య, మోటూరు హనుమంతరావు, మాకినేని బసవపున్నయ్యా, వేములపల్లి శ్రీకృష్ణా, రావి అమ్మయ్యా, లావు బాలగంగాధరరావు అంటూ నాయక నామస్మరణే... ఎం.బీ., ఎం.హెచ్., యల్.బి.జీ, వీయస్‌కే అంటూ చర్చలే...! పార్టీ మీద అణచివేత ప్రారంభమైంది. తెలంగాణా తిరుగుబాటు కోస్తాకు వ్యాపించింది. కమ్యూనిస్టుల్ని పోలీసులు వెంటాడుతున్నారు.

స్వాతంత్ర్యం రాగానే కమ్యూనిస్టు పార్టీ నిషేధానికి గురైంది. నాయకులు అజ్ఞాతవాసంలోకి వెళ్ళిపోయారు. శివరాంతో సహా ఎవరెక్కడున్నారో పార్టీ బాధ్యులకు, కొరియర్లకు తప్ప యితరులకు తెలియవు.

చదలవాడ గ్రామంలో అక్కయ్య గారి మీద అసూయ, శివరాం మీద కసీ, ద్వేషం వున్న కుటుంబాల్లో బత్తుల కిష్టయ్యది వొకటి. తనో ముఠానాయకుడు. మామూలు సమయాల్లో ఏమి చేయలేని అతను, పోలీసులతో పాటు దాడుల్లో పాల్గొని, అక్కయ్యగారి కుటుంబాన్ని వేధిస్తుండేవాడు. శివరాం ఎక్కడున్నాడో చెప్పమని! పోలీసుల్తో పాటు నడివీధిలో అక్కయ్యగారిని కాలితో తన్నాడు! గ్రామస్తులంతా ముక్కుమీద వేలేసుకున్నారు. ఊరికి చదువు చెప్పిన మహనీయుణ్ణి, కాలితో తన్నటమూ..? వీడి కాలు విరిగిపోతుందని శాపాలు పెట్టారు. బత్తుల కిష్టయ్య పాపం పండిందన్నారు... అంతే...!!

నెలరోజులు తిరక్కుండా కిష్టయ్యను పట్టపగలు, మిట్ట మధ్యాహ్నం రోడ్డు మీద చెట్టు క్రింద పడవేసి "కొంతమంది" యువకులు విరగ్గొట్టేసారు. కొద్దిసేపటికి చచ్చిపోయాడు. ఆ కేసులో శివరామకృష్ణ మొదటి ముద్దాయి. ముద్దాభక్తుని సుబ్బారావు రెండవ ముద్దాయి. మత్తే వెంకయ్య, మత్తే సుబ్బారావులు మూడు, నాలుగూ ముద్దాయిలు. చందు వెంకటకృష్ణయ్య, (స్కూలు టీచరే కాకుండా, పోస్టుమాస్టరు కూడా) ఆయన తమ్ముళ్ళు నాగయ్య, రాఘవయ్యా, రామయ్యలూ, చందు సాంబయ్య యితర ముద్దాయిలూ, 1948 చివర్లో జరిగిన యీ కేసు రెండు సంవత్సరాలు నడిచింది. అందరూ లొంగిపోయారు. ఒక్క శివరాం తప్ప, కేసు విచారణలో నిలబడలేదు. శివరాం ఎక్కడున్నాడో ఎవరికి తెలియదు. సాక్ష్యాలు తడబడ్డాయి. సానుభూతి

పవనం కమ్యూనిస్టు పార్టీపై పెరగసాగింది. ఆ ప్రభావం కూడా కనిపించింది. కేసుకొట్టివేశారు. శివరాం మాత్రం బయటకు రానేలేదు. 1952 ఎన్నికల్లో తెనాలిలో జరిగిన ఏ.కే. గోపాలన్ ఉపన్యాసం వింటున్న ప్రజలమధ్యలో తిరిగి శివరాం కనిపించాడు!!

❄ ❄ ❄

అజ్ఞాత వాసంలో శివరాం చాలా బాధలు పడవలసి వచ్చింది. భోజనమూ, రహస్య స్థావరమూ దొరికేవి కావు. ఊరి మాలపల్లిలో చిన్నచిన్న గుడిసెల్లో జీవించాడు. తెనాలి పరిసర గ్రామాల్లో, పార్టీ సానుభూతిపరుల యిళ్ళల్లో కాలక్షేపం చేయవలసి వచ్చింది. దుగ్గిరాల, మంచకలపూడి, చేకూరు, చలపాడు గ్రామాల్లో తిరుగుతూ, తను సంపాదకత్వం వహించే 'నగారా' పత్రికను రహస్యంగా అచ్చువేసి పంపిణీ చేయటం జరిగేది. 'నగారా'లో ప్రముఖుల రచనలు పడుతుండేవి. పోలీసులు ఉడుక్కునేవారు. పార్టీ పైన నిషేదముంటే, పైగా పత్రికా ప్రచురణా... అందులో రచనలూ!! వీరి నిర్మాణ సామర్థ్యానికి వారికి మతులుపోయేవి. 'నగారా' వ్యవస్థాపకులు కారుమంచి వెంకటేశ్వరరావు, ప్రసిద్ధ నాటక రచయిత కొడాలి గోపాలరావు, తిరునగరి రామాంజనేయులు, కరణం రంగారావు, మాధవాచారి యిత్యాదులంతా కలిసి తిరుగుతుండేవాళ్ళు. కొరియర్ల ద్వారా సమాచారం అందుకోవటం, పార్టీ ఆదేశాలు తీసుకోవటం, వాటిని ఆచరణలోనికి తేవటం ఒక ఎత్తయితే, పోలీసు వేటకుక్కలు తరుముతుండగా వారి కన్నుకప్పి చరించటం మరొక ఎత్తు. అర్ధరాత్రి శ్మశానాల్లో, చెట్లపైనా నిద్ర..ఎక్కడ పడితే అక్కడ ఏది దొరికితే అది తినటం.. దృష్టిమాత్రం రాజకీయం... తినేది, త్రాగేది, మాట్లాడేది రాజకీయమే... నిజంగా స్వార్థం ఎరుగని మనిషంటే తననే చెప్పాలి.... అటువంటి వారు కమ్యూనిస్టు పార్టీలో చాలామంది ఉండవచ్చును. అందులో ఆయన ఒకరు.

❄ ❄ ❄

అజ్ఞాతవాసం, పాండవుల అజ్ఞాతవాసం కన్నా కష్టతరమైంది. ఆనాడు వారికి వందలమంది వేగులు లేరు. వేటకుక్క ల్లాంటి పోలీసులు లేరు. పిట్టల్లా కాల్చివేసే తుపాకులు లేవు. అన్ని హంగుల్తో కమ్యూనిస్టు పార్టీని నిషేధించిన 'ప్రకాశం ఆర్డినెన్సు' అనేక మందిని పొట్టన పెట్టుకుంది.

పోలీసుల్ని తప్పించుకుని కార్యక్రమాలను నిర్వహించగల కామ్రేడ్లను అనంతరం పార్టీ హీరోలుగా గుర్తించిన మాట వాస్తవమే. కాని శివరాంకు అజ్ఞాతవాసం చెడ్డఅనుభూతుల్ని మిగిల్చింది. కామ్రేడ్లు ఎక్కడ వుండాలో పార్టీ నిర్ణయించి సమాచారం కొరియర్ల ద్వారా అందిస్తుంది. ఆ సమాచారం సరిగ్గా అందేదికాదు. రక్షణ లేని ఇళ్ళనూ, అన్నం పెట్టలేని ఆశ్రయాలనూ శివరాంకు పంపించేవారు. పార్టీలో తక్కువ శ్రేణి నాయకులకు కూడా ఆహారం, వ్యవహారం అందే పకడ్బందీ భవనాల్లో నివాసం కల్పించబడేది. ఈ నిర్ణయాలను వ్యక్తుల స్థాయిని బట్టి కాక నాయకత్వం (తాలూకా, జిల్లా నాయకులు) ఆశ్రితులకు, 'అస్మదీయు'లకు మేలైన రక్షణ కల్పిస్తుందని తెలిసిపోయింది.

శివరాం చదలవాడ, కుచ్చళ్ళపాడు, మంచాల, కూచినపూడి, అత్తోట, దుగ్గిరాల, రేపల్లె, సూరేపల్లి, భట్టిప్రోలు గ్రామాల్లో బంధువు ఇళ్ళలో గానీ, అభిమానించే మాలమాదిగల పల్లెయిళ్ళలోగాని నివాసముండేవాడు. వాళ్ళు పెట్టిన గంజి అన్నాన్నే తినేవాడు. మాంసం కాని, కోడిగుడ్డు కూడా ముట్టడాయె. పెట్టేవాళ్ళకు యిబ్బందిగానే వుండేది.

ఒకసారి మూడురోజుల పాటు చదలవాడ మాదిగపల్లిలోని వొకాయన యింట వుండవలసి వచ్చింది. గ్రామంలో ఆయన యింటి చుట్టూ పోలీసుకళ్ళు కాపలా కాస్తున్నాయి. మూడోరోజు మధ్యాహ్నం హఠాత్తుగా గుడిసె తలుపుతోసుకుని, ఊళ్ళో మోతుబరి రైతు పెద్దచౌదరిగారు లోనికొచ్చారు. "మరియమ్మ... మరియమ్మ"... నేను బాపయ్యను... అంటూ వీళ్ళ కెదురుగా శివరాం కనిపించగా ఎగిరి బయటకుదూకి పారిపోయాడు. ఊళ్ళో పోలీసులున్నారు. ఈ చౌదరిగారు తిన్నగా వెళ్ళి ఊరంతా చాటుతాడు. తక్షణం శివరాం గుడిసె విడిచి చెప్పకుండా పొలాల మధ్యగా కూచినపూడి దారి పట్టాడు. మిట్టమధ్యాహ్నం, వేసవి ఎండ - చొక్కాలేకుండా నడక. కళ్ళజోడు గుడిసెలోనే ఉండిపోయింది. తిండిలేదు, మంచినీళ్ళు లేవు. రాత్రయ్యేసరికి కూచినపూడి పొలిమేరలకు చేరి వేపచెట్టెక్కి నిద్రపోయాడు. తీరా చూస్తే అది శ్మశానం. అర్ధరాత్రి కాలుతున్న శవం నుండి పైకి లేస్తున్న కొరివి దయ్యాల వంటి నిప్పురవ్వలు...! రెండోరోజు ఉదయానికి తెలిసిన వారింటికి పోయి గుప్పెడు మెతుకులు తిన్నారట!!

ప్రజానాట్య మండలితో....

శివరామకృష్ణ ఎన్ని పాత్రలను పోషించినా, ఎన్ని రంగాలను స్పృశించినా ప్రజానాట్య మండలిదే ప్రముఖస్థానం అని చెప్పకతప్పదు. హార్మోనియంతో హరికథలవెంటా, బుర్రకథలవెంటా వెళుతున్న శివరాంకు నాటకాల్లో స్త్రీ పాత్ర ధరించే అవకాశాలు లభించేవి. ఆనాటికి స్త్రీ పాత్రలు పురుషులే వేయటమూ, ఆయన బొంగురు గొంతూ, కాస్త పాడే తత్త్వమూ, సంగీత జ్ఞానమూ, అందుకు దోహదపడ్డాయి. గయోపాఖ్యానంలో రుక్మిణి, సుభద్ర, సత్యభామలో సత్యభామ, పాదుకాపట్టాభిషేకంలో కైక వంటి పాత్రలు ధరించేవాడు. ఏదో సాధించాలన్న తృష్ణ శివరాంను కళామతల్లి కాలి గజ్జెలవెంట పరుగులు తీయించింది. ఆరోజుల్లో అత్తోలు వెంకటరత్నం అనే యువకుడు క్రైస్తవ గాథలు బోధిస్తూ వుండేవాడు. అతనికి హార్మోనియం సహకారం శివరాం యిచ్చేవాడు. రాజకీయ పరిజ్ఞానం, కళాకారుడి తత్త్వం చెరిసగంగా వున్న శివరామకృష్ణ 1943లో ఏర్పడిన ప్రజానాట్యమండలికి సరిగ్గా సరిపోయాడు. కళ కళకోసం కాదని, ప్రజలకోసమనీ చిత్తశుద్ధితో నమ్మి అప్పటికే ఎన్నో కథలు నాటికలు రాసిన శివరాంకు ప్రజానాట్య మండలి విస్తృత వేదిక కల్పించింది.

చదలవాడలోనే బుడబుక్కలవాడు, కోలాటం పాటలు, పిట్టలదొర వంటివి రచించి యువకులచేత చుట్టుప్రక్కల గ్రామాల సభల్లో ప్రదర్శింపచేసేవాడు. ఈమనిలో జరిగిన గుంటూరు

జిల్లా శిక్షణాశిబిరం నిర్వహించిన శివరాం 'క్విట్ కాశ్మీర్' అనే నాటిక రాసి ప్రదర్శింపచేసాడు. 'నేటి భారతం' అనే షాడోప్లేను కూడా ఆ సందర్భంలోనే రచించి ప్రదర్శనకు సిద్ధం చేసాడు. అంటే ఏమర్థమవుతుంది? శివరాం కార్యకర్తగా శిబిరాన్ని, రచయితగా నాటికల్ని, దర్శకుడుగా ప్రదర్శనలను నిర్వహించాడన్నమాట. అనేక సార్లు, అనేక చోట్ల యిదే తంతు! పెదవడ్లపూడి రాష్ట్ర యువజన మహాసభలు 'తెలంగాణా స్వతంత్ర ఘోష' అనే నాటికను రాసి ప్రదర్శనకు సిద్ధం చేసారు. కె.వి. సుబ్బారావు సారథ్యంలో యీ ప్రదర్శన కూడా జరిగింది. మహాసభలో ఆ నాటికకు ప్రథమ బహుమతి లభించింది. ఈ నాటిక ఎక్కడ ప్రదర్శింపబడినా బహుళ జనాదరణ లభించింది. సాంబయ్య, పార్వతీశంగార్లతో 'కష్టజీవి', 'బెంగాల్ కరువు' బుర్రకథలు ప్రాక్టీసు చేయించి తాను 'రాజకీయం' చెబుతూ ప్రదర్శనలిప్పించాడు. 'రైతుబిడ్డ' అనే రాజకీయ హరికథను రాసి అత్తోట రత్నకవి ద్వారా చెప్పిస్తూ, తానే హార్మోనియం సహకారం యిచ్చేవాడు. శివరాం కృషి కొంత 'గుర్తింపు' నోచుకుని దురదృష్టానికి గురయిందని కూడా చెప్పాలి. దానికి కారణం తనలో లేని డాంబికం, స్వార్థం. దానికి కారణం తనలో వున్న వినయం, నిష్కామం! కృషిని ఎలా 'కేష్' చేసుకోవాలో (కేష్ అంటే డబ్బేకాదు) శివరాంకు తెలియదు. నిర్విరామంగా పనిచేస్తూ పోవటం తప్ప తిరిగి ఏమి ఆశించని, ఆలోచించని సిసలైన సామ్యవాది శివరాం. ఆయనకు లేనిది అహంకారం. వున్నది పేదరికం! పేదవాడు కనుక పేరును పోగు చేసుకోవాలన్న తపన వుండివుండవచ్చు!! లేకపోతే రచయిత, నటుడు, సంగీతజ్ఞుడు, కార్యకర్త అన్నీ ఒకరిలోనే వున్న వారెందరున్నారు. ఆలోచిస్తే తెలుస్తుంది. ఏమీ లేని వాళ్ళు సైతం డబ్బుంటే పార్టీలో కూడా పెద్దలుగా చలామణీ అయ్యే తత్త్వం అప్పటికే మొలకెత్తింది. ఇంకా మారాకు తొడగలేదు.

తన సంపాదకత్వంలో వెలువడిన 'నగారా' పత్రికలో 'పత్రికాన్యాయం', 'ఏ ఎండకా గొడుగు', 'ధర్మసంస్థాపనార్థాయ' అనే నాటికలు ప్రచురించారు. అవి ప్రజానాట్యమండలికి ఆయుధ సామగ్రిగా అమరుతుండేవి. ఇవన్నీ వొకవెత్తూ, శివరాం రచించిన 'రాజకీయ గయోపాఖ్యానం' వొకవెత్తూ అని చెప్పాలి. ఆంధ్రదేశానికి విజయవాడ రాజధాని కావాలని, గయోపాఖ్యానంలో కృష్ణార్జునుల సంవాదం మాదిరి సంజీవరెడ్డి, నాగిరెడ్డిల సంవాదంగా రచించారు. పురాణ పక్కీలో పద్యాల్లోనే రాసాడాయన. ఇది ప్రదర్శింపబడుతున్నప్పుడు ఆంధ్రరాష్ట్రంలో సంచలనం చెలరేగింది. సంజీవరెడ్డి, నాగిరెడ్డి స్వయాన బావ బావమరుదులే. సంజీవరెడ్డి కాంగ్రెసు నాయకుడు. నాగిరెడ్డి కమ్యూనిస్టు నాయకుడు. సంజీవరెడ్డి సోదరుడు రాజశేఖరరెడ్డి కూడా కమ్యూనిస్టు పార్టీ నాయకుడే.

దీనితో పాటు 'ఇదీ భారతం' అనే మైమ్ (మూకాభినయం) షో అనేకచోట్ల ప్రేక్షకుల్ని అలరించింది. కొడాలి ఆదిశేషయ్య ఆనాటి 'మైమ్‌షో'కు సారథ్యం వహించేవాడు. తాను కూడా నటించేవాడు. బంజరు భూములు పంచాలని కోరుతూ 'రాజకీయ కురుక్షేత్రం' అనే నాటికను రాసాడు. 'సంభవామి యుగేయుగే' నాటకంలో వ్యంగ్యం ప్రధాన ధాతువుగా పరిణమించింది.

శ్రీకృష్ణుడు, నారదుడు భూలోకానికి వచ్చి పరిస్థితులను పరిశీలిస్తారు. ఇక్కడ అవినీతి పరులు, అధికారకామాంధులు, దుర్మార్గులు చేస్తున్న కార్యాలకు బెదిరిపోయి దేవుడు సైతం "నారదా, సంభవామి యుగేయుగే అని వూరికే అన్నాను. అబ్బో యీ భూలోకాన్ని సంస్కరించటం నావల్ల కాదు" అంటూ వెళ్ళిపోవటం ప్రధాన అంశంగా సాగింది. పలువురి ప్రశంసల నందుకుంది. అనంతరదశలో అనేక సినిమాల్లో దేవుళ్ళు భూలోక సందర్శనార్థం క్రిందికి రావటం, యిబ్బందులు పడటం అనే ప్రహసనాలు వచ్చాయి. వీటన్నింటికీ శివరాం నాటకం మార్గదర్శి.

ప్రజానాట్యమండలిలో కోగంటి గోపాలకృష్ణయ్య, కొడాలి ఆదిశేషయ్య, మిక్కిలినేని రాధాకృష్ణమూర్తి, కోసూరు పున్నయ్య, మోహన్‌దాస్, తాపీరాజమ్మ వంటి సహచరుల్తో పాటు, రక్తకన్నీరు నాగభూషణం, అల్లురామలింగయ్య, పెరుమాళ్ళు, వై.వి.రాజు, ఆచార్య ఆత్రేయ, జి.వరలక్ష్మి వంటి ప్రముఖుల పరిచయాలు లభించాయి. రానున్న సినిమారంగ అధ్యాయంలో యివన్నీ సహకరించాయి.

ఇవి కాక వాసిరెడ్డి-సుంకరల 'మాభూమి' నాటకాన్ని ఆంధ్రదేశంలో ప్రదర్శించుతున్నపుడు వీలైనపుడల్లా శివరాం సహకరించేవాడు. తెనాలిలో ప్రజానాట్యమండలి 'మా భూమి'ని ప్రదర్శించినపుడు విజయం వరించడంలో అతని కృషి ఎంతయినా వుంది. తాపీరాజమ్మ నటించిన ఆ నాటిక ప్రదర్శన గురించి రాస్తూ ఆమె "47 చివరి భాగంలో యీ ప్రదర్శన రక్తి కట్టేందుకు శివరాం కృషి నిరూపమానం. ఇంకా కాకుమాను సుబ్బారావు, నారాయణరావు, మాధవాచారి, కోటమ్మగార్లు సహకరించారు. మమ్మల్ని ఆదరించారు. ప్రదర్శన విజయవంత మయ్యేందుకు సూచనలిచ్చారు. మెరుగులుదిద్దారు. ప్రతిక్షణము మమ్మల్ని పరిశీలించి ప్రోత్సహించారు" అన్నారు. 'గయోపాఖ్యానం' నాటికను గుడివాడలో ప్రారంభించి ఆంధ్రదేశంలో అనేకచోట్ల ప్రదర్శన లిచ్చేవారు. కొడాలి ఉమామహేశ్వరరావు, మద్దారి వెంకటేశ్వరరావు, కొడాలి సంజీవరెడ్డిపాత్రను, మద్దాలి నాగిరెడ్డిపాత్రను ధరించారు. అద్భుతమైన గానంతో పద్యాలు పాడి రక్తి కట్టించేవారు. ఈ నాటికను ఊరూరా ప్రదర్శనలిచ్చి పేరు తెచ్చిన ఉమామహేశ్వరరావు - "మా శివరామకృష్ణ పండితుడు కాకపోవచ్చు. ప్రజాకవి, ప్రగతిశీలి, నిరాడంబరుడు, నిగర్వి, భ్రమలేక శ్రమనే నమ్మిన యోధుడు" అని వ్యాఖ్యానించారు. 1953లో 'విశాలాంధ్ర' దినపత్రికలో 'గయోపాఖ్యానం' మొదటిసారి అచ్చయ్యింది.

తెనాలిలోని ఆంధ్రా క్రాంతి థియేటర్‌కు కొడాలి గోపాలరావుగారు కార్యదర్శి. 1949-50ల ప్రాంతం ఆంధ్రదేశమంతా అల్లకల్లోలంగా వుంది. ప్రభుత్వం ప్రజానాట్యమండలిని నిషేధించింది. దానికి మారుపేరుగా క్రాంతి థియేటర్ పనిచేస్తోంది. శివరాం రాసిన 'ఏ ఎండకా గొడుగు' నాటికను ప్రదర్శించారు. ఎంతో భయంకర పరిస్థితిలో జీవిస్తూ అంతటి రసవత్తరమైన హాస్యనాటికను ఎట్లా రాసారా అని మిత్రులంతా విస్తుపోయారు. ముఖ్యంగా నటుడూ, శివరాంకు ఆప్తమిత్రుడూ అయిన నేతి పరమేశ్వరశర్మ సారథ్యంలో 'మానవుడు చిరంజీవి' అనే మూక

నాటికను రచించి ప్రదర్శనయిప్పించాడు. ఆ నాటిక దర్శకత్వానికి శివరాంకు విశేషమైన ప్రశంస లభించింది.

జాస్తి కోటేశ్వరరావు, భగవాన్, నేతి పరమేశ్వరశర్మల సారథ్యంలో గుమ్మడి కుటుంబరావు దర్శకులుగా క్రాంతి థియేటర్ 'పునర్జన్మ' నాటకం ప్రారంభించారు. జనస్వామి, యం.వి. సుబ్బారావుల సలహాలతో శివరాం పర్యవేక్షణలో ఆ నాటకం మణిపూసలా తయారై, ప్రదర్శనలకెక్కింది. కొడాలి గోపాలరావు వివిధ నాటకాల రచనలో శివరాం ప్రోత్సాహపాత్ర వుందని ఆయనే అంగీకరించారు. సంగీతం వుండనే వుంది. రిహార్సల్సు సమయంలో శివరాం వుంటే వాళ్ళకు కొండంత అండగా వుండేదట. స్టేజి థియేటర్ రంగంలో ఆయనకు కన్నెగంటి నాసరయ్య, పరమేశ్వర శర్మ, మక్కపాటి కృష్ణమోహన్, కన్నేశ్వరరావు, గోగినేని కేశవరావు, గట్టా లక్ష్మీ సత్యనారాయణ, వెచ్చా రామమోహన్‌రావు యిత్యాదులు తెనాలి మిత్రులూ, సహచరులూ, శిష్యులూ, అనుచరులూ అనిచెప్పవచ్చును.

తెనాలి జనతాఆర్ట్సు థియేటర్ కార్యదర్శి కన్నెగంటి నాసరయ్యకు శివరాం అంటే ఎనలేని భక్తి. అందులో పనిచేసే భగవాన్, ఆయన సోదరుడు హేమచంద్రరావులకు శివరాం అంటే గురుభావం. ముక్కామల చలపతిరావు గారు కాంగ్రెసువాది. అయినా శివరాం అంటే ఎనలేని గౌరవం. తెనాలిలోని గోకుల్ టాకీసుకు యజమాని. ఆయన మాటల్లోనే చెప్పాలంటే "శివరాం మంచి మనిషి. పార్టీ నాయకుడు, నిస్వార్థపరుడు, అందుకే ఆయన పార్టీతో మేము విభేదించినా ఆయనంటే ఎనలేని గౌరవం నాకు" అంటుండేవాడు. శివరాం నాటకరంగంలో చేసిన కృషికి మారుగా, నటుల్లో అనేకమంది (క్రాంతి థియేటర్, జనతా ఆర్ట్సు) కమ్యూనిస్టు పార్టీ సభ్యులుగా, సానుభూతిపరులుగా మారారు. భగవాన్ అనే శిష్యుడు యీ సందర్భంలోనే ప్రతిస్పందిస్తూ, "ఆ కామ్రేడ్ మాకు రాజకీయ గురువు ఆయన ఎరుపెక్కిన కళ్ళలోని ఆవేదనకు కమ్యూనిస్టులనుకునే కొందరం ఆయన ప్రతిబింబాలు కాగలిగితే సంతోషించాలని వుంది" అన్నాడు.

* * *

ప్రజా నాట్యమండలి ప్రముఖుల్లో కె.ప్రతాపరెడ్డి, నల్లూరి వెంకటేశ్వర్లు, మిక్కిలినేని రాధాకృష్ణమూర్తి, మైత్రేయ, కె.చిరంజీవి వారంతా సహచరులుగా శివరామకృష్ణ అనుభవాలను, శక్తి యుక్తులను ప్రత్యక్షంగా చూడగలిగారు. కోసూరు పున్నయ్య, కొడాలి ఆదిశేషయ్య, కోగంటి గోపాలకృష్ణయ్య, కొండేపూడి శ్రీనివాసరావు, గుమ్మడి కుటుంబరావు వంటి కళాకారులతో పాటు అ.ర.సం.లో తుమ్మల వెంకట్రామయ్య, పి.సి.జోషి, ఈద్పుగంటి నాగేశ్వరరావు, ఏటుకూరి బలరామమూర్తి, మద్దుకూరి చంద్రశేఖరరావుగార్లు శివరాంకు ప్రాణమిత్రులు. గజ్జెల మల్లారెడ్డి, రాంభట్ల కృష్ణమూర్తి, ఏటుకూరి ప్రసాద్, వై.విజయ్‌కుమార్‌లు ఉద్యమంలో నిత్యసహచరులు. డాంగే, రాజేశ్వరరావుగార్లు గురుతుల్యులు సాహిత్యంలో త్రిపురనేని రామస్వామి చౌదరి, తాపీ ధర్మారావు నాయుడుగార్లు గురువర్యులు. గోపిచంద్ మిత్రుడు!!

కుటుంబం - బంధుమిత్రులు

తెనాలి తాలూకా కమ్యూనిస్టు పార్టీ కార్యదర్శిగా ఎంపికైన శివరామకృష్ణకు క్షణం తీరికలేదు, కుటుంబం గురించి పట్టించుకునే సమయమూ లేదు. తండ్రి అక్కయ్యగారు ముసలివారయ్యారు. పిల్లలు పెద్దవాళ్ళయ్యారు. వెంకటకృష్ణయ్య ఊళ్ళోనే మరోస్కూలు హెడ్మాస్టరుగా వెళ్ళింతర్వాత, చందు దశరథరామయ్యను ట్రయినింగ్ పూర్తి చేయించి ఆ స్థానంలోనే నియమించారు. ఆయనకు అసిస్టెంట్లుగా మత్తే సత్యనారాయణ, అత్తోట రత్నం అనే ఉపాధ్యాయుల్ని నియమించారు. సత్యనారాయణ కవీ, రచయితా. శివరాం అంటే ప్రేమా, గౌరవం. కమ్యూనిస్టు రాజకీయాలు ఉధృత స్థాయిలో వున్నాయి. 1952 ఎన్నికల్లో అనేకమంది అభ్యర్థులు విజయం సాధించారు. ఎక్కడ చూసినా పార్టీ ప్రభావం స్పష్టంగా కనిపిస్తుంది. ప్రజానాట్యమండలి ప్రభావం జనాన్ని ఉర్రూతలూగించింది. అక్కయ్య గారి పాఠశాల పగలు విద్యార్థులకు బోధన, రాత్రిళ్ళు ప్రజానాట్యమండలి శిక్షణా శిబిరంగా వుండేది. దశరథరామయ్యక్కూడా హార్మోని వాయించటం తెలుసును. అనంతర కాలంలో ఆయన తమ్ముడు వీరరాఘవయ్య కూడా హయ్యర్ గ్రేడు టీచరుగా శిక్షణ తీసుకున్నాడు. ప్రజానాట్యమండలి తరుపున హరికథలూ, బుర్రకథలూ చెప్పేవారు. గ్రామనాయకుడు ముద్దాభక్తుని సుబ్బారావు కూడా స్కూలు టీచరే. చదలవాడ గ్రామసర్పంచ్‌గా ఎన్నికైన తర్వాత ఉపాధ్యాయవృత్తిని మానేసాడు. తన భార్య సీతారామమ్మ కూడా స్కూలు టీచరే. చదలవాడకూ, అనంతవరానికి మధ్యనున్న చెముడుబాడు గ్రామంలోని పాఠశాలలో వీరిద్దరూ పనిచేసేవారు. ఆ పాఠశాల ఎవరిదో కాదు. వెంకటకృష్ణయ్య తమ్ముడు చందు లక్ష్మీనారాయణ స్థాపించినదే. ఆయన కూడా ఉపాధ్యాయుడు. అక్కడ పనిచేసే మరొక ఉపాధ్యాయుడు వెలివల విశ్వనాథం, కుచ్చుళ్ళపాడు గ్రామానికి చెందినవాడు. అనంతరకాలంలో కమ్యూనిస్టు కార్యకర్తగా ఉపాధ్యాయ సంఘాల్లో పనిచేసాడు. ఆయనా, వాళ్ళ హెడ్మాస్టరు-కమ్-మేనేజరు లక్ష్మీనారాయణ కమ్యూనిస్టు పార్టీ అనుబంధిత ఉపాధ్యాయ సంఘాల్లో పనిచేసేవారు.

చూసారా శివరాం ప్రభావం, ప్రత్యక్షంగానో, పరోక్షంగానో ఎలాపనిచేస్తుందో! అందరూ ప్రాథమిక ఉపాధ్యాయులే. అందరూ కమ్యూనిస్టు పార్టీ అభిమానులే. అందరూ ప్రజానాట్యమండలి అభిమానులే. కొందరైనా కళాకారులే. అందరి నోటా శ్రీశ్రీ, సోమసుందర్ పాటలూ, గేయాలే. ప్రతిక్షణం సోవియట్ రష్యా సంస్మరణ. మార్క్స్, ఏంగిల్స్ రచనల విశ్లేషణ. లెనిన్ నామస్మరణ. పి.సి.జోషి, రణదీవె, ఏకే గోపాలన్, నంబూద్రిపాద్, జ్యోతిబాసు, భూపేష్‌గుప్తా, హిరేన్ ముఖర్జీ, సుందరయ్యా, రాజేశ్వరరావుల ప్రస్తావనలే. డాంగే, మోహన కుమార మంగళం, పార్వతీ కృష్ణన్, రావినారాయణ రెడ్డి, నాగిరెడ్డి, పిల్లలమర్రి, మాలెంపాటి బాల భాస్కరరావుల సాహసకృత్యాలే. వారి గాథలను కథలుకథలుగా వర్ణించి చెప్పటాలే. చదలవాడ, కాకర్లమూడివంటి చిన్న చీకటిగ్రామాల్లో ప్రపంచ రాజకీయాల్ని స్ఫురింపచేసే యోగ్యత చర్చించే బాధ్యత అంతా శివరాం పుణ్యమే అని అందరికీ తెలిసిన విషయమే.

శివరాం పిల్లల్లో 'పెద్దబ్బాయి' వెంకటకృష్ణకు కొంతమేరకు తండ్రి వారసత్వం అబ్బింది. హార్మోనిస్టుగా మారాడు. అచ్చం అలనాటి శివరామకృష్ణ మాదిరి ఊరూరా తిరుగుతూ నాటకాలకు సంగీత సహకారం సమకూర్చటం అలవాటయ్యింది. కమ్యూనిస్టు పార్టీ సభలకు అనుసంధానంగా జరిగే ప్రజానాట్యమండలి కార్యక్రమాలకు పెద్దబ్బాయి స్వయంగా పర్యవేక్షకుడిగా మారాడు. ఇంకా ఆశ్చర్యకరమైన విషయం, పెద్దబ్బాయి కూడా తెనాలి మున్సిపాలిటీలో ప్రాథమిక ఉపాధ్యాయుడు. శివరాం పిల్లల్లో రెండవవాడైన అమరేశ్వరరావు విశాలాంధ్ర ప్రచురణాలయం ఆఫీసులో గుమాస్తా. కుమార్తె జోయా తిరిగి స్కూలుటీచరుగా చేరారు. మరోకుమారుడు మధుసూదనరావు సినిమాల్లో సహకార దర్శకుడిగా పనిచేస్తుండేవాడు. చిన్నవాడు గోపీ అనంతరకాలంలో విశాలాంధ్ర బుక్‌హౌస్‌లో చిన్న ఉద్యోగంలో చేరాడు.

శివరాం తాలూకా కార్యదర్శిగా వున్న కాలంలోనే అసూయాపరులు, అక్కయ్యగారి పాఠశాలను తగలబెట్టారు. గ్రామంలో పంచాయితీ కక్షలు రాజుకున్నాయి. కాపు కులస్తులు రెండు వర్గాలుగా చీలిపోయారు. ముద్దాభక్తుని సుబ్బారావు, భూపతి వెంకయ్య, దశరథరామయ్య, అమ్మయ్య, బొల్లిముంత రమణయ్య, రాఘవయ్య ఇత్యాదులు శివరాంతోనే పార్టీలో వుండగా పోతురాజు, గరికిపాటి వెంకయ్య యిత్యాదులు శత్రువులగా మారారు. శివరాం ప్రభావం మీద ఈర్ష్యాద్వేషాలు, సుబ్బారావు పంచాయతీ సర్పంచ్‌గా (చదలవాడ, కాకర్లమూరి గ్రామాలు ఒకే పంచాయితీగా వుండేవి) వున్నందున కలిగిన అసూయాగ్రహాలు యీ చీలికకు దారితీసాయి. కమ్యూనిస్టు పార్టీకి కాంగ్రెస్‌తో వున్న విభేదాలు కొంతమేర ఆజ్యంపోసాయి. ఈర్ష్యాద్వేషాలు ఉచ్ఛస్థితికి చేరటంతో కమ్యూనిస్టు వ్యతిరేకులు కుట్రపన్ని చందు దశరథరామయ్యను బడికి వెళుతుంటే మధ్యాహ్నం వేళ దారికాచి కొట్టి చంపేసారు.

చందు దశరథరామయ్య హత్యకేసులో పదిమందికి శిక్షలు పడ్డాయి. 'ఒక వీరుడు మరణిస్తే వేల కొలది ప్రభవింతురు' అన్నట్లుగా గ్రామంలో పార్టీ విజృంభించినా, అతను లేనిలోటును పూడ్చలేకపోయింది. శివరాంకు ఒక భుజం విరిగినట్లయింది. అక్కయ్య పాఠశాలను ప్రభుత్వం మరొక చోటుకు మార్చింది. ఆ వైభవం అలా ఆగిపోయింది.

పార్టీలో శివరాంకు, ధనవంతుల వర్గంనుండి యిబ్బందులెదురయ్యాయి. జిల్లా నాయకుడిగా ఎదగకుండా చాలామంది జాగ్రత్తపడ్డారు. "అయిన వాళ్ళకు ఆకుల్లో, కాని వారికి కంచాల్లో" వడ్డించే అలవాటు పార్టీలో ప్రవేశించింది. శివరాంను యీ ధోరణి నిరుత్సాహపరిచింది. పార్టీ రాజకీయాలనుండి కాకపోయినా 'బాధ్యత'ల నుండి దూరంగా జరిగారు. 1959ల నాటికి ప్రజానాట్యమండలి, విశాలాంధ్ర, అరసం వంటి అనుబంధ సంస్థల కార్యక్రమాల్లో పాల్గొంటూ జీవనోపాధికోసం వెతుకులాట ప్రారంభమైంది. సినిమా రంగానికి రమ్మని కొందరు మిత్రులు కోరగా వెళ్ళాడు. మద్రాసులో వై.వి.రాజు గారింట్లోనే వుంటూ సహాయరచయితగా ఆత్రేయ దగ్గర చేరాడు. అప్పట్లో ఆత్రేయ దర్శకుడిగా మారాలన్న 'అసమంజస' కోర్కెతో 'వాగ్దానం'

చిత్రం ప్రారంభించాడు. ఆత్రేయ కలం, గళం దర్శకత్వంలో పనిచేయలేదు. చిత్రం రెండు మూడేళ్ళకు కాని పూర్తికాలేదు. శివరామకృష్ణపేరును సంభాషణల సహాయరచయితగా తెరపై చూపించారు.

తెరపై బొల్లిముంత శివరామకృష్ణ పేరును చూసిన తెనాలి తాలూకా ప్రజలు, బంధు మిత్రులు, కుటుంబసభ్యులు, ప్రజానాట్యమండలి కళాకారులు, అభ్యుదయ రచయితలు, ఎంతగానో పులకించిపోయారు. కాని యథావిధిగా శివరాం రథం ఒకడుగు ముందుకు వేసినా, మళ్ళీ రెండడుగులు వెనక్కు జరిగింది. ఆదాయం లేకుండా, తెనాలిలో వుండవచ్చును కాని చెన్నపట్టణంలో వుండలేరు. తెనాలి వచ్చినపుడు పార్టీ కార్యదర్శి 'రావు' గారింట్లోనే వుండేవాడు. శివరాంకు రావుగారింటి సభ్యులతో ఎంత సన్నిహిత సంబంధం వుండేదో, మాధవాచారి గారి కుటుంబంతో కూడా అంతే సంబంధ బాంధవ్యాలుండేవి. శివరాం పిల్లలు ఆ కుటుంబాల్లో స్వేచ్ఛగా తిరగుతుండేవారు. శివరాంకు ప్రజలే నిజమైన బంధుమిత్రులనిపించేది!!

వెండితెర వేల్పుల మధ్య....

నిజానికి రాజకీయాల కన్నా, ప్రజాకళారూపాల నిర్వహణ కన్నా 'సినిమా' రంగంలో నిలదొక్కుకోవటం కష్టమైనపని. కారణం, అక్కడ ప్రతిభ వొక్కటే చాలదు. ఆ ప్రతిభయొక్క వక్రరూపం (వికృతి) ఏదో అవసరమవుతుంది. లాభం, వ్యాపారం, అవకాశవాదం, అవినీతి, శృంగార పానీయాది అవలక్షణాలు సినిమారంగంలో ధ్యేయాన్ని నిర్దేశిస్తుంటాయి. రాచకొండ విశ్వనాథశాస్త్రి గారొక చోట అన్నట్లుగా "అక్కడ మీ అన్నం మిమ్మల్ని తిననివ్వరు. వాళ్ళే పెడతారు. మీ డ్రింకు మిమ్మల్ని త్రాగనివ్వరు. వాళ్ళే యిస్తారు. మీ మాటల్ని మిమ్మల్ని రాసుకోనివ్వరు, వాళ్ళే రాస్తారు." అటువంటి మాయామేయ జగత్తులో మాయామర్మాలు తెలియని శివరాం రాణించటం దుర్లభమేననిపిస్తుంది, ఎవరికైనా.

మద్రాసులో, 1959లో నటుడు వై.వి.రాజు గారింట్లోనే వుంటూ అన్వేషణ ప్రారంభించారు. 1960లో దోనేపూడి కృష్ణమూర్తి గారు తీసిన 'తిరుపతమ్మ కథ'కు మాటల రచయితగా తీసుకోబడ్డారు. ఆ చిత్రానికి బీ.యస్.నారాయణగారు దర్శకులు. ఆర్.శ్రీనివాసరావు సహాయ దర్శకులు. అందులో ఆయన రాసిన సంభాషణల్లో క్రింది తరగతుల వారి భాష అందర్నీ అలరించింది. ఆయనకు నగిషీలు చెక్కటం చేతకాకపోవటం మేలైంది. నిసర్గ సుందరమైన మానవ వ్యావహారికం ఆభరణంగా నిలిచింది. నారాయణగారికి శివరాంపై గురికుదిరింది. ఆత్రేయ అలాకాదు. పచ్చి 'డ్రెమెటిక్ డైలాగ్'లకు పెట్టింది పేరు. కదిలిస్తే కవిత్వం. పనిమనిషి కూడా కవిత్వమే మాట్లాడుతుంది. "వాసంతీ..వాసంతీ... నీ కన్నీటికి కానుకగా నా జీవితాన్ని సమర్పిస్తున్నాను వాసంతీ" అంటుందో ఆత్రేయ పాత్ర... అదే శివరాం అయితే...

'వాసంతీ.. ఏడిస్తే, మన ప్రేమతోపాటు నీ కన్నీళ్ళు కూడా మట్టిపాలవుతాయి. నీ అక్కనే చేసుకుంటాను. ఆనాడు విడవటానికి కాసిని మిగుల్చు' అనుండేవాడు అనిపిస్తుంది.

సినిమారంగంలో వున్నా నిత్యం ప్రజల్తో వుండటంవల్ల ఏమో, శివరాంకు గ్రామీణ నుడికారం మాచక్కగా అబ్బింది.. రసవత్తరమైన సంభాషణలు రాయించింది.

సినిమారంగంలో పల్లెటూరి పలుకుల్ని పండించినవారిలో తాపీధర్మారావు నాయుడు, కొసరాజు రాఘవయ్యచౌదరి, సుంకర సత్యనారాయణగారలు తొలిదశ వేల్పులని చెప్పాలి. మలిదశ కొచ్చేసరికి గ్రామీణ వాతావరణం కూడా 'నగరీక'రింప బడిందిలెండి. బీయస్ నారాయణగారితో 'విశాలహృదయాలు', 'ఆమెఎవరు', 'ఆనందనిలయం', 'శ్రీదేవి', 'శ్రీవారు–మావారు', 'నిమజ్జనం' సినిమాలకు మాటలు రాశారు. 'నిమజ్జనం' చిత్రానికి జాతీయ అవార్డు, అందులోని నాయిక శారదకు ఊర్వశి బిరుదూ వచ్చాయి. తెలుగునాట ఆ చిత్రం విడుదల కాకపోవటం దురదృష్టం. దూరదర్శినిలో చూసామనుకోండి.

బి.యస్.నారాయణ గారన్నట్లుగా "చిత్రసీమలో వుండే పాలిటిక్స్‌వల్ల శివరాంకు రావలసినంత పేరు రాలేదు. ఆయనకు నిరుపేద వర్గాల సమస్యలపై మంచి కమాండ్ వుంది. అది బయటకు రానివ్వరు. వచ్చినా రాణించటానికి వొప్పుకోరు. అసమర్థులు 'అదృష్టం' వల్ల చలామణీ అవుతుంటారు. ప్రతిభావంతుల్తో పోటీ చేయవచ్చు కానీ, అదృష్టవంతుల్తో పోటీ చేయలేం" ! అదీ అసలు రహస్యం.

'విశాల హృదయాలు'కు కూడా ఎన్టీరామారావుగారే కథానాయకులు. ఆయనకూ, కృష్ణకుమారికీ ఓ ప్రణయసన్నివేశం షూటింగ్ జరుగుతున్నదట. దర్శకుడు నారాయణగారు రెండు మూడు 'టేకులు' తీయించారు. శివరాం చూస్తూన్నారు. కృష్ణకుమారిని గట్టిగా లాగి కౌగలించుకోవాలి. కౌగలింత సరిపోవటం లేదని దర్శకుని కంప్లైంటు. మూడో టేకులో రామారావు, కృష్ణకుమారిని కౌగలించుకుని 'కట్' అన్న తర్వాత కూడా వదలకుండా శివరాం వంక చూసి 'చాలునా' అన్నారట. అందుకు శివరాం 'చాలునో, లేదో, ఆమెనే అడగండి' అని చమత్కరించాడట. రామారావుగారు నవ్వేయగా, కృష్ణకుమారి 'ఆయ్' అంటూ గుద్దులిరిమిందట!

శివరాం చాలామంది దర్శకుల దగ్గర పనిచేసినా, వి.మధుసూదనరావు గారికీ– ఆయనకూ వీడతీయరాని బంధం ఏర్పడింది. కేవలం స్నేహబంధం కాదది. కళాబంధం. శివరాంకు తెనాలి మిత్రులూ, వైద్యులు పాటిబండ్ల దక్షిణామూర్తిగారు విశ్లేషించినట్లుగా సినిమారంగంలో ప్రతి దర్శకుడికి ఒక రచయిత అనుబంధంగా వుండి విజయాలకు కారణమవుతుంటారు. వాహినీ చిత్రాలకు బి.యస్.రెడ్డికి సముద్రాల, విజయావారి నిర్మాణాలకు కె.వి.రెడ్డికి పింగళి నాగేంద్రరావు, ఆదుర్తి సుబ్బారావుకు ఆత్రేయ, ఎ.వి.యం. వారి చిత్రాలకు నరసరాజు, బాపూ చిత్రాలకు ముళ్ళపూడి, విశ్వనాథ చిత్రాలకు జంధ్యాల, బాలచందర్ చిత్రాలకు గణేశ్‌పాత్రో, రాఘువేంద్రరావు చిత్రాలకు సత్యానంద్, వి.మధుసూదన్‌రావు చిత్రాలకు శివరామకృష్ణ ద్వంద్వ సమాసంలో కనిపిస్తుంటారు.!!

ఈడ్పుగంటి లక్ష్మణరావు అన్నట్లుగా "ఒక్క శారద అనే తెలుగునటికి రెండు మార్లు 'ఊర్వశి' బిరుదుకు శివరామకృష్ణ కారణమంటే ఆశ్చర్యం లేదు. 'శారద' చిత్రానికి, 'నిమజ్జనం' చిత్రానికి ఆమెకు రెండుమార్లు 'ఊర్వశి' లభించింది. నిజానికి మూడో 'ఊర్వశి'కి కూడా ఆయనే కారణమయ్యేవాడు. అది ఆమెకు మళయాళంలో 'మనుషులు మారాలి' కి లభించింది. అందుచేత తెలుగులో మిస్సయ్యింది. నాకు జీవితాన్ని చదవటంలో బొల్లిముంతా, అక్కినేని నాగేశ్వరరావు ఒకేవిధంగా కన్పిస్తారు. ఇద్దరూ నిగర్వులు. సహజ జీవితాన్ని చదివి ప్రపంచం ముందు నిలిచిన ప్రాజ్ఞులు. ప్రతిభకు ప్రతీకలు" అతిశయోక్తులేమున్నాయి.

అయినా శివరాంను తెలుగు వెండితెర అంతగా ప్రోత్సహించలేదు. 'పీటలమీద పెళ్ళి', 'ఆనందనిలయం' చిత్రాలు రాసినా, తిరిగి ముందూ, వెనకా చూసుకోవలిసి వచ్చేది. ఆత్రేయ దగ్గర పనిచేయటం దినదినగండం నూరేళ్ళాయుషుగా వుండేది. ఆయన దగ్గరే డబ్బులుండేవి కావు. ఇంక అసిస్టెంట్లకే మిస్తాడు? ఒకటో తారీఖు వెయ్యి రూపాయలిచ్చి, ముప్ఫయ్యో తారీఖులోపు రెండువేల రూపాయల సిగరెట్లు శివరాంను తెప్పించమనేవాడట. శివరాం నవ్వుతూ అనేవాడు, "అలాగని గురువు గారి మీద అగౌరవమేమీ లేదు. ఎంతో గౌరవం, ప్రేమ, అభిమానం".

* * *

శివరాం పెద్ద కుమారుడు వెంకటకృష్ణ వివాహానికి ఆచార్య ఆత్రేయనూ, బీయస్ నారాయణనూ, వై.వి.రాజునూ ముఖ్య అతిథులుగా పిలిచాడు. పెళ్ళి బహిరంగ వేదిక మీద దండల పెళ్ళి, వధువు టంగుటూరుకు చెందిన నారాయణమ్మ అనే ప్రాథమిక పాఠశాల ఉపాధ్యాయిని, వరుడు కృష్ణ తెనాలి తాలూకా హైస్కూల్లో ఉపాధ్యాయుడు. శివరాం బంధుమిత్ర పరివారమంతా ఆయన అడుగుజాడల్లో ప్రాథమిక పాఠశాల ఉపాధ్యాయులేనన్నది విశదమవుతుంది.

పెళ్ళి నారాయణ గారే జరిపించారు. అందులో పాల్గొన్న కమ్యూనిస్టు నాయకులు యథావిధిగా మంత్రాల్ని, సంప్రదాయాల్ని తూర్పారపట్టారు. ఆత్రేయకు కోపమొచ్చింది. ఆయన తన ప్రసంగంలో "వివాహం రాజకీయ కార్యక్రమం కాదు, వేడుక, మంగళ వాయిద్యాలూ వేడుక కోసమే తప్ప వాదనకోసం కాదు. ప్రతి కార్యానికి హేతువుని వెతకలేం. అలా వెతికితే జీవితం లెక్కల మాస్టరు అవుతుంది తప్ప అనుభూతి కాలేదు. మనస్సులో గుణకారాలు తప్ప అనురాగాలు కన్పించవు. అయినా పోయిందేముంది.

"మంత్ర విధులు లేని మాత్రాన కొరతేమి
మూల సూత్రమింత మొక్కవోదు
మూడుముళ్ళు కాదు ముఖ్యంబు బ్రతుకున
మనసులు ముడివేసి మనిన చాలు" అని ఆశీర్వదించారు.

* * *

ఈలోగా పార్టీలో చీలికలొచ్చాయి. 1964లో పార్టీ నిలువునా బ్రద్దలైంది. డాంగే, రాజేశ్వరరావుల నాయకత్వంలో సి.పి.ఐ. సుందరయ్య, నంబూద్రిపాద్‌ల నాయకత్వంలో సి.పి.యం. అవతరించాయి. సి.పి.ఐని రివిజనిస్టులని వారు. సి.పి.యంను అతివాద దుందుడుకువాదులని వీరూ తిట్టిపోసారు. శివరాం సి.పి.ఐలోనే వున్నాడు. చైనా దురాక్రమణ సందర్భంలో సుందరయ్య వైఖరి మీద విపరీతమైన ఆగ్రహం కలిగింది శివరాంకు. "వాళ్ళు మన దేశం మీద దాడిచేస్తుంటే" వారిదే రైటంటావా, "నిజంగా" వారిదే రైటేనా? అలాగని అంటే యిక్కడ కమ్యూనిస్టులకు చుక్కనీరు పుడుతుందా, ఊచకోతలకు పాల్పడితే ఇండోనేషియాలో సుకర్ణోలా, బలయిపోవటం తప్ప నిజమెక్కడుంటుంది. కమ్యూనిజమెక్కడుంటుంది. ఇంత దరిద్రపు పాలసీ మరెక్కడా వుండదు" అని తిట్టిపోసాడు.

ఉభయ కమ్యూనిస్టులూ భ్రాతృహత్యలకూ, దాయాది పోరాటాలకూ శ్రీకారం చుట్టారు. 1967 ఎన్నికలు బందరు పార్లమెంటు నియోజక వర్గానికి సి.పి.ఐ. తరపున శివరామకృష్ణ, సి.పి.యం. తరపున మోటూరు హనుమంతరావు నిలబడ్డారు. కాంగ్రెసు అభ్యర్థిగా, చల్లపల్లి జమీందారు నిలబడి విజయం సాధించారు. గెలిచిన కాంగ్రెసుకు లక్ష మెజారిటీ రాగా, సి.పి.యం. అభ్యర్థికి ఎనభైవేలు, సి.పి.ఐ. అభ్యర్థి శివరాంకు 50వేల ఓట్లు పోలయ్యాయి. శివరాం తరపున ప్రచారం చేసిన చండ్ర రాజేశ్వరరావుగారి సొంత నియోజకవర్గమది.

చిరకాలంగా చేసిన పోరాటాలు, జమీందారీపైన నడిపిన ఉద్యమాలు ఈన గాచి నక్కలపాలు చేయటానికి చీలిక కారణమయ్యింది. శివరాంకు రాజకీయ జీవితంలో చివరి మెట్టుగా మాత్రం నిలిచిపోయింది.

❄ ❄ ❄

శివరామకృష్ణను పార్టీ తరపున విశాలాంధ్ర దినపత్రిక సోదర ప్రచురణగా 'ప్రతిభ' వారపత్రిక ఉపసంపాదకులుగా నియమించారు. సంపాదకుడు కాత్రగడ్డ రాజగోపాలరావు. శివరాంకు సహాయకుడుగా శ్రీకాంత్‌ను నియమించారు. రాజగోపాలరావు నామమాత్రాధిపతి అవటం చేత మొత్తం బాధ్యతలు శివరాం మీదే పడ్డాయి. వారపత్రిక, కమ్యూనిస్టుల దినపత్రికలా నడపటం కుదరదని గ్రహించిన శివరాం చమత్కారాలు, జోకులు, విజ్ఞాన వ్యాసాలు, కార్టున్లు, వింతలు, విశేషాలూ ప్రవేశపెట్టి జర్నలిజంలో తన సత్తా చూపించారు. శ్రీశ్రీ చేత జాబులకు జవాబులు ప్రవేశపెట్టాడు. రంగనాయకమ్మ వంటి సీనియర్ రచయితల చేత రాయించాడు. ఇంతలో కాత్రగడ్డ రాజగోపాలరావు పార్టీ హైకమేండ్‌తో విభేదించి విశాలాంధ్ర, ప్రతిభ పత్రికలపై కోర్టుకెక్కాడు. ప్రతిభ ప్రచురణ నిలిచిపోయింది.

కాత్రగడ్డ దగ్గరకు కలవటానికి వెళ్ళిన శివరాంను తన ప్రక్క నిలబడమని కోరాడు. ఎంత మిత్రులైనా శివరాం అందుకంగీకరించలేదు. "పార్టీలో వెయ్యి లోపాలుంటే విమర్శిస్తాం. కులతత్త్వం ప్రవేశించిందని నిందిద్దాం. అయినా సరే, పార్టీకి వ్యతిరేకంగా స్టేట్‌మెంట్ యిచ్చే

ప్రసక్తి లేదు. పార్టీని వదిలే ప్రసక్తే లేదు. మీరే పునరాలోచించండి" అని రాజగోపాలరావుతో చెప్పి వచ్చేసాడు.

అనంతరం 'ప్రతిభ' పేరు మార్చి 'ప్రగతి'గా వెలువడటం ప్రారంభించింది. వేములపల్లి శ్రీకృష్ణ విశాలాంధ్రకూ, శివరామకృష్ణ 'ప్రగతి'కీ సంపాదకులుగా ప్రచురణలు కొనసాగాయి. విజయవాడలో కమ్యూనిస్టుల ధాటికి తట్టుకోలేనని గ్రహించిన కాట్రగడ్డ ఆత్మరక్షణ కోసం వంగవీటి మోహనరంగారావు శిబిరంలో చేరి, ప్రధాన సలహాదారుడిగా మారాడు.

❄ ❄ ❄

ఈ సమయంలోనే అభ్యుదయ రచయితల సంఘంలో అంతఃకలహాలు ప్రారంభమయ్యాయి. శ్రీశ్రీ దిగంబరుల్ని, అతివాద యువకుల్ని సమర్థిస్తూ ప్రకటనలిస్తున్నాడు. అది సహించలేని ఆవంత్స సోమసుందర్ 'అన్నయ్యకు ఆఖరి జాబు' అంటూ ప్రగతిలో కవిత రాసాడు. "అన్నా, నారసింహా నీ ఆవేశాన్ని ఉపశమించు... దిగంబరుల్ని ప్రోత్సహించటం తగ్గించు... విప్లవం అతివాదం నుండి రాదని గ్రహించు" అంటూ సాగుతుంది కవిత. దీనికి శ్రీశ్రీ ఘాటుగా సమాధానమిస్తూ.... "తమ్ముడికి తొలి జవాబు" అంటూ కవితా లేఖను ప్రచురించాడు. సోమసుందర్‌ను లోహసుందర్ అంటూ ప్రారంభించి. అన్నట్లు మహాప్రస్థానాన్ని చదవకుండా చలం యోగ్యతా పత్రాన్ని చదివి, కావ్యాన్ని ఆపోసనం పట్టినట్లు నటించే 'చిల్లిముంత'ల ఆసరా నీకుందని తెలుసు" అన్నాడు.

నిష్కారణంగా బొల్లిముంతను యీ వివాదంలోకి లాక్కొచ్చాడు శ్రీశ్రీ. నామీద సోమసుందర్ రాస్తే ప్రచురిస్తావా అని శివరాంపై కోపం. శివరాం నవ్వి ఊరుకున్నాడు. "ఏమిటండీ అంటే, మట్టిబుర్ర కదా, అలా కారుతూనే వుంటుంది" అని చమత్కరించాడు. బుర్రలు, లోహాలతో తయారుకావు అని చమత్కారం. శ్రీశ్రీని కలిసినపుడు మాత్రం "ఏం గురువుగారూ, మహాకవులు, యిలా పేర్లమీద పేరడీలు ఏమిటి. శ్రీ 'స్త్రీ' అనిమేం అనలేమా" అన్నాడట.

"ఆ..ఆ.. దిగజారిపోతున్నాం" అని గాలిలోకి చూస్తూ శ్రీశ్రీ సిగరెట్టు దమ్ములాగాడట. నిజం చెప్పొద్దూ... శ్రీశ్రీ తిట్టినా గౌరవమే అని కవులూ, రచయితలూ భావించే కాలమది...! అందుకు సోమసుందర్, శివరాంలు కూడా అతీతులు కారు!!

శిఖరాగ్ర సందర్భం

తనకు ప్రజానాట్యమండలి మిత్రుడైన వీరమాచనేని మధుసూదనరావు గారు అప్పటికే సుప్రసిద్ధ సినీదర్శకుడు. వ్యాపార వస్తువులను అత్యంత రమణీయంగా తీర్చిదిద్ది 'విక్టరీ' మధుసూధనరావు అని పేరు గడించాడు. 'మా శివరామకృష్ణ సజ్జనుడు, స్నేహశీలి. అపకారికి నుపకారము నెపమెన్నకసేయు గలనిస్వార్థపరుదు' అని తన మిత్రునిగూర్చి మధుసూదనరావుగారి అభిప్రాయం. 'మనుషులు మారాలి' కథ విన్న తర్వాత 'శివరాం' ఈ చిత్రానికి సంభాషణా రచయితగా వచ్చి తీరాలని పట్టుపట్టి పిలిపించారు. అది 1968 మధ్య మాసాల్లో, శివరాం

అంగీకరించాడు. తపస్సులా కృషి చేసారు. ఇన్నాళ్ళకు మనకొక 'మన' సినిమా దొరికిందోయ్ శివరాం, అంటుండేవారట. సినిమా అనూహ్యమైన విజయం సాధించింది. అందుకు శివరామే కారణమని అనవలసిన పనిలేదు. అందులో మొదటి ఘనత మళయాళ నిర్మాతలది, దర్శకులది. రెండవది తెలుగులో దర్శకుడు మధుసూదనరావుది. మూడవస్థానం అపురూపమైన సంభాషణలు రాసిన శివరాంది. నాల్గవస్థానం శారదది. శారదకు తొలిస్థానమే దక్కును గాని, ఆమె నటన మళయాళంలోనే పరిపక్వమై ఊర్వశిదాకా వెళ్ళింది. 'రీమేక్' గనుక ఆమెకు కొట్టినపిండయ్యింది. శివరాం తన స్థానాన్ని దక్కించుకోవటంలో శారదకు, నిర్మలమ్మకు రాసిన సంభాషణలు. మూలంలో లేని విధంగా నిర్మలమ్మ పాత్రకు మాటలు రాసారు. ఆమె మాటల్లోనే "శివరాం చక్కని మాటల పూలను దండ కట్టి నా మెళ్ళో వేసారు" అన్నది నిజం. కమ్యూనిస్టు పార్టీల కార్యకర్తలైతే ఆ సినిమా చూస్తూ ఈలలు వేసారు. తెరపై ఎర్రజెండా కనపడటం తొలిసారి కావటమూ ఆ ఆనందానికి కారణమైంది. (అనంతరం మాదాల రంగారావు చిత్రాల్లోనూ, నారాయణమూర్తి చిత్రాల్లోనూ అరుణ పతాకం పలుమార్లు కనిపించవచ్చును తొలి దర్శనం అనుభూతి వేరు)

నూరురోజుల పండుగనాడు విజయవాడ మున్సిపల్ హైస్కూలు ఆవరణలో, మహానటుడు ఎస్వీరంగారావు ముఖ్యఅతిథిగా విచ్చేసి శివరాంనూ, నిర్మలమ్మ నటననూ ప్రశంసించారు. 'నిర్మలమ్మ నటనకు ఈ ఎస్వీరంగారావు దాసోహం" అన్నాడాయన. హైద్రాబాదులో జరిగిన సభలో మహాకవి శ్రీశ్రీ "ఈ సినిమా విజయానికి బొల్లిముంత ముఖ్య కారణం. ఇలాంటి గుర్తింపు రచయితలకు సాధ్యం కాదు. నేనూ ఆ స్థాయిలో సంభాషణలు రాయలేనేమో" అన్నారు. బొల్లిముంత శిఖరారోహణ యీ సినిమాతోనే ప్రారంభమైంది. ఆ తర్వాత విక్టరీ మధు దర్శకత్వంలో 'కళ్యాణమండపం', 'మంచిరోజులొచ్చాయి', (రక్తకన్నీరు నాగభూషణంతో) 'ప్రజానాయకుడు', 'పేదల బ్రతుకులు', 'పొరుగింటి పుల్లకూర', 'మూగపిల్ల', 'విచిత్ర బంధం', 'కన్నకొడుకు' చిత్రాలకు బొల్లిముంత సంభాషణలు రాసాడు. విక్టరీకి నచ్చిన బొల్లిముంత డైలాగు నొకదాన్ని చెప్పమంటే ఆయన, "బంగారం తనను మూసలో వేసి కాల్చినా, సుత్తెతో మోదినా బాధపడదురా, తన విలువను గురివింద గింజతో తూచినప్పుడే దాని గుండె బ్రద్దలవుతుంది" అన్నాడట. "ఈ డైలాగు శివరాంకూ వర్తిస్తుంది, ఆయన ఎంత కృషి చేసినా డబ్బులు మిగలకుండా, మరుగునపడి తెనాలి వీధుల్లో తిరగటమేమిటని" వాపోయాడట మధుసూదనరావు గారు.

కె.విశ్వనాథ్ దర్శకత్వంలో 'శారద', 'కాలంమారింది' వంటి చిత్రాలకు సంభాషణలు రాసాడు. ఆ రెండూ ఆంధ్ర ప్రభుత్వ ప్రత్యేక ప్రశంసను పొందాయి. 'ప్రజానాయకుడు' చిత్రంలో నాగాభూషణం నటించి అద్భుతం అనిపించాడు. అందుకు శివరాం డైలాగులు కూడా కారణం.

"ఆస్తిలేకపోతే బ్రతకొచ్చు. అన్నం లేకపోతే బ్రతకొచ్చు. కట్టుకున్న భార్యలేచిపోయి ఎదురింట్లో కాపురం పెడితే బ్రతకొచ్చు. కాని పదవి లేకుండా ఎలా బ్రతకగలంరా దేవుడా" అనే డైలాగును నాగభూషణం పలికినపుడు జనం హర్షధ్వానాలను వినితీరాలి. ఆ సినిమా అంతా అలాగే నడుస్తుంది.

మొత్తం 35 చిత్రాలకు సంభాషణలు రాసిన శివరాంకు మిగిలిన ఆస్తి విక్టరీ మాటల్లో చెప్పాలంటే "చెలిమి...కలిమి...బలిమి" అనే మూడు మాటలు. అవే మూడుకోట్లు అనుకుందాం. అనుకోవచ్చును. శారద, శోభన్‌బాబు వంటి నటులకు విజయోత్సాహాన్ని కల్పించిన రచయితకు మరేంకావాలి అని మనల్ని మనం సముదాయించుకోవచ్చును.

"మనుషులు మారాలి చిత్రంలోనూ, కాలం మారింది, శారద, నిమజ్జనం చిత్రాల్లోనూ బొల్లిముంత పలికించిన మాటల వేడి వాడి నాకు పేరు రావటానికి సహకరించాయి. అందుకు వారికి సర్వదా కృతజ్ఞురాలను." అని ఊర్వశి శారద. "మనుషులు మారాలి, కళ్యాణమంటపం, కాలం మారింది, శారద, ఖైదీ బాబాయ్ చిత్రాల్లో కథానాయకుడిగా నాకు సంభాషణలు రాసిన బొల్లిముంత గారిని, హృదయాన్నిచ్చి పుచ్చుకునే ఆయన తత్వాన్ని ఎంతగానో ప్రశంసిస్తున్నాను" అని శోభన్‌బాబూ, "మంచి సన్నివేశాలకు పదునైన సంభాషణలు శివరాం మాత్రమే రాయగలడు" అని జగ్గయ్యా "ఇతను బహుముఖ ప్రజ్ఞాశాలి, కవి, రచయిత, ఉపాధ్యాయుడు, ప్రయోక్త, హార్మోనిస్టు, రాజకీయవేత్త, సంఘశ్రేయోభిలాషి" అని ధూళిపాళా (శకుని, దుర్యోధన పాత్రల ఫేమ్) "త్రిపురనేని, గోపీచంద్, స్థానం, మాధవపెద్ది, గోవిందరాజులు, చలం, కొడవటిగంటి, జీవీకృష్ణారావు, చక్రపాణి, వంటి మహామహులు పుట్టిన తెనాలికి గౌరవం తెచ్చిన శివరామకృష్ణ ఆ వరుసకు న్యాయం చేస్తున్నాడు, అభ్యుదయ సాహిత్యోద్యమంలో అపూర్వమైన పాత్ర వహిస్తున్నాడు..." అని డి.వి. నరసరాజూ, "సినిమారచనలో సిద్ధహస్తుడు. ఈయనంటే నాకెంతో గౌరవం. అవాకులు, చవాకులు మాట్లాడడు. ప్రతిమాట తూచితూచి సునిశితంగా, యితరులను నొప్పించకుండా మాట్లాడతాడు" అని కొసరాజు రాఘవయ్యచౌదరీ నివాళులిచ్చారు. శివరాం తనకు డాంబికాలు, దబాయింపులు, అవసరం లేదని ఎన్నోమార్లు నిరూపించాడు.

"నిస్వార్థం, క్రమశిక్షణా, ఓర్పు, సహనం, నిరాడంబరత వంటి లక్షణాలుంటే ఆ వ్యక్తికి డబ్బులెలా మిగులుతాయి" అని ధూళిపాళ కితాబులాంటి వాక్యం పలికాడొకమారు. సినిమా శిఖరాగ్రాలెక్కునపుడు బడాయిలు పలకలేదు, కోతలు కోయలేదు, సినిమా రంగం నుండి క్రిందికి దిగి గ్రామవీథుల్లో సంచరించినప్పుడు ఎవరినీ భజనకోసం కాని, పైసల కోసం కాని, సుఖలాలసత్వం కోసం కాని దేవిరించలేదు. పిల్లలు చిన్నచిన్న ఉద్యోగాల్లో చేరి అలా సాదాసీదా జీవితాలు లాగిస్తున్నా విచారించలేదు. చిరునవ్వు నుండి ఆయన ముఖం ఒక్కసారి కూడా మళ్ళించలేదు. వెండితెర వెలుగుల రవ్వల జడి నుండి, గ్రామీణ పంటల కంకెల సవ్వడికి మళ్ళినా గత వైభవాన్ని చింతించి క్రుంగిపోలేదు. కర్తవ్యాన్ని విస్మరించి నీరసించలేదు. కమ్యూనిస్టు పార్టీ సభలకు, ప్రజానాట్యమండలి కార్యక్రమాలకు హాజరయ్యాడు. పైగా రక్తకన్నీరు నాగభూషణం కోసం 'అందరూ బ్రతకాలి' అనే నాటకం రాసి తిరిగి ప్రదర్శనలిప్పించటానికి సిద్ధమయ్యాడు శివరాం రెండు మూడు పాటలు కూడా రాసాడు. తిరుపతమ్మ కథలో 'శ్రీ వెంకటేశా, దయాసాగరా.. మనసై తిరుపతి కొండ, మాకు నీవే అండ... కనులలో నీ పాద కమలాలు నిండ..." అనే పాట జనాదరణ పొందింది.

శివరాం మామయ్య..

శివరాం చిన్నప్పటి నుండి 'అరె కృష్ణా' అని ఆప్యాయంగా పిలిచే చందు వెంకట కృష్ణయ్య, రాజ్యలక్ష్మిల ప్రథమ సంతానం సుబ్బారావు అనునేను. పితామహుడు సుబ్బయ్య పేరు పెట్టారన్నమాట. మా తాతగారికి 'అక్కయ్య తాత' అంటే వొళ్ళుమంట. "బావగారు చెల్లెలి పిల్లల్ని కూడా చదువుల్తో చెడగొడు తున్నాడని!" అయినా, సరే పెద్దకొడుకు వెంకటకృష్ణయ్య, మూడోకొడుకు రాఘవయ్య, అయిదో కొడుకు లక్ష్మీనారాయణ, ఆరోకొడుకు సత్యనారాయణ, రెండో కూతురు సీతారామమ్మ (ముద్దాభక్తుని సుబ్బారావు భార్య) అందరూ ప్రాథమిక ఉపాధ్యాయులయ్యారు. పాపం మా తాతయ్య పిల్లలు చిన్న పిల్లలుగా వుండగానే చనిపోవటం కూడా మేలయ్యింది! కొడుకుల్లో యిద్దర్నే (నాగయ్య, రామయ్య) రైతు కూలీలుగా మళ్ళించగలిగాడు. పెద్దకూతురు అంజమ్మను తిరిగి బొల్లిముంత ఇంటిపేరు వారికే ఇచ్చి పెళ్ళి చేసాడు. శివరాంను, యీ చందు బావమరుదుల్ని కృష్ణుడు – పంచపాండవులు అనేవాళ్ళు ఊళ్ళో.

నా చిన్నతనంలో ఊళ్ళో అంతా శివరాం, శివరాం అంటే ఆశ్చర్యంగా వుండేది. ఆయన రూపం, దుస్తులు చూస్తే ఆకర్షణీయంగా వుండేవి. వాళ్ళ యిల్లు చూస్తే కళానిలయంగా వుండేది. వాళ్ళ పెద్దబ్బాయిని చూస్తే అసూయగా వుండేది. వాడు అప్పటికే హార్మోని, పాటలు, రిహార్సల్సు అంటుంటేవాడు. వాళ్ళ పెద్దమ్మాయి జోయా దుస్తుల్నీ, తన మాటల తీరూ చూస్తే 'ఏదో' తెలియని భావం కదులుతూ వుండేది. రెండో కొడుకు అమరేశ్వరరావు నాకు సమవయస్కుడు. మంచిదోస్తు. కాని వాడు కూడా గోర్కీ, చెహోవ్, ప్రేమ్‌చంద్ అంటుండేవాడు! నాకు లోపల చాలా ఇన్‌ఫీరియారిటీ! కుళ్ళుగా వుండేది. ఎలాగైనా వీళ్ళ కుటుంబాన్ని అధిగమించాలని పట్టుదలగా వుండేది. కానీ ఏం చేయటం! సంగీతం రాదు, పాటలు రావు, నాటకాలకు వెళ్ళితే నాన్న తంతాననే వాడు. నాటకాలు వేస్తే చెడిపోతారని మా నాన్నకు బాగా విశ్వాసం!

ఆంధ్రవిశ్వవిద్యాలయంలో రీసెర్చి చేస్తున్నపుడు శివరాం ఒకటి రెండు సార్లు రావటం మా విశ్వవిద్యాలయ అరసం శాఖనుద్దేశించి ప్రసంగించటం జరిగింది. 1971 మే నెలలో జరిగిన నా వివాహంలో ప్రధానవక్త శివరాం మామయ్యే. రెండవది రాష్ట్రపతినుండి ఉత్తమ ఉపాధ్యాయ బహుమతి గ్రహీత మద్దులూరి రామకృష్ణ. మా చిన్నాన్న చందు లక్ష్మీనారాయణకు ఉపాధ్యాయ ఉద్యమంలో సన్నిహితుడు. అందరూ నన్ను పొగుడుతూ వుంటే, శివరాం తన ఉపన్యాసంలో "ఏమీ, నిర్మల అదృష్టవంతురాలని అనటమేమిటి, సుబ్బారావే అదృష్టవంతుడు, ఆ అమ్మాయి దొరకటం చేత. తను కూడా ఎం.యస్సీ, లెక్చరరు. కానీ మనకు తెలియకుండానే మగవాడి పట్ల ఎక్కువ గౌరవం చూపుతున్నాం. ఇది తప్పు. ఆడపిల్లకే ఎక్కువ అభిమానం దక్కాలి. కారణం, నూటికొక్కరు కూడా వాళ్ళల్లో విద్యాధికులు లేరు కనుక" అన్నాడు.

శివరాం మామయ్యతో చనువూ, సన్నిహితత్వం పెరిగిన తర్వాత తరుచూ ఉత్తరాలు రాసుకునేవాళ్ళం. కనిపించినపుడు కాలం తెలియకుండా కబుర్లు... చర్చలు... మార్క్సిజం పై

విమర్శ. పార్టీలో పెరుగుతున్న కులతత్త్వం పై ఆగ్రహం.. కాలానుగుణంగా పార్టీ మారటం లేదని విచారం. నాటు,మోటు కమ్యూనిస్టులు జనాన్ని ఆకర్షించలేక పోతున్నారని ఉభయులం ఏకాభిప్రాయంలో ఉండేవాళ్ళం. పార్టీలో కమ్మవారి ఆధిపత్యం పెరిగి పోతుందని, ఎన్టీఆర్ వచ్చిన తర్వాత మరికాస్త ఎక్కువైందని చర్చల్లో ఎక్కువగా విమర్శిస్తుండే వాళ్ళం. "మీరు కూడా కాపు నాడు సభలకు వెళ్ళారు కదా" అనడిగితే, "అవును, వెళ్ళాను, పార్టీ అనుమతితోనే వెళ్ళాను. వెళ్ళకపోతే కాపుల్లో పార్టీకి సభ్యులు కూడా మిగలరని ఆలోచించి వెళ్ళాను" అన్నాడు శివరాం. 1988లో కృష్ణాతీరంలో విజయవాడదగ్గర తెలుగుదేశం పార్టీ మహాసభలు జరిగాయి. అంతా 'కమ్మకులస్తులమయం' అని తదితరులు భావించారు. తర్వాత రెండు మూడు నెలలకు అక్కడే వంగవీటి రంగా అభిమానులు 'కాపునాడు' సభ నిర్వహించారు. రంగా ప్రాణానికి ముప్పు వుందని గ్రహించటంచేత, లక్షలాది జనం తరలివచ్చారు... అనుకున్నట్లుగానే ఆ డిసెంబరులో రంగా హత్య జరిగింది. కమ్యూనిస్టు పార్టీ 'అదేదో' ఓ చిన్న రౌడీ మరణంలా భావించింది. అలాగే ప్రతిస్పందించింది. రంగా మరణానంతరం జరిగిన విధ్వంసకాండ పార్టీలో మరింత చిచ్చుకు కారణమైంది. పార్టీ సభ్యులు, నాయకులు కూడా ప్రత్యక్షంగా కాంగ్రెసుతో కలివిడిగా తిరగటం ప్రారంభించారు. శివరాం యీ పరిణామానికి పూర్తిగా సంతోషించాడు. అన్నట్లు యిందులో వోపిట్ట కథ! పార్టీ నెదిరించి బయటకు వెళ్ళిన కాట్రగడ్డ రాజగోపాలరావు, రంగా మరణానంతర విధ్వంసకాండకు ప్రధాన సూత్రధారి. గతంలో శివరాంకు మంచిమిత్రుడు అని తెలుసు కదా! ఈ విషయంలో పార్టీ మాత్రం స్పష్టమైన పంథా అవలంబించలేకపోయింది.

"ఇందులో అంతగా బాధపడవలసిందేముందిరా సుబ్బారావు. ఈ దేశంలో వర్గపోరాటం కులాల రూపంలోనే వస్తుందని అంబేద్కర్, లోహియాలు అనలేదా, కులరహిత వర్గీకరణ సాధ్యమేనని మనం అనుకున్నాం. నమ్మాం. ఉన్నవారికి కులం మిగిలింది. లేని వాళ్ళకు ఆశయాలు మాత్రమే మిగిలాయి. పార్టీ వాళ్ళు కళ్ళుతెరిచే సరికి యిదీ పరిస్థితి. వంగవీటి రంగా దగ్గరకు చేరారు జనం. పార్టీ ఆ పేద ప్రజల్ని ఎందుకు దగ్గరకు తీయలేకపోయింది?"

శివరాం వాదన అలా సాగేది. నాకు చాలావిషయాలు తెలియదని మామయ్యతో ఉన్నప్పుడు తెలుస్తుండేది. నాది పుస్తకాల పరిజ్ఞానం మాత్రమేనని, సత్యసందర్శనానికి సామాజిక గడ్డు వాస్తవికత అవసరమనీ, సాహసనేత్రం కూడా కావాలని మామయ్య దగ్గరే గ్రహించాను. ప్రదేశ్ కాంగ్రెసు నాయకులు కె.కేశవరావు గారితో నాకు స్నేహం ఏర్పడినప్పుడు తెలిసింది. ఆయనా, కేశవరావు కలిసి తీసిన చిత్రమే 'నిమజ్జనం' అని! 'మీ మామ ఏం చేస్తున్నాడయ్యా' అని అడుగుతుండేవారు కేశవరావుగారు!

2004 ఆగస్టు నెలలో రాష్ట్ర అరసం మహాసభలకు విశాఖపట్నంలో కె.యస్.చలం, నేనూ, మిరియాల లక్ష్మీపతీ సారథ్యం వహించాం. అందరికీ ఆహ్వానాలు పంపాం. అన్ని పార్టీల నాయకుల్ని పిలిచాం. శివరాం మామయ్యకు పంపనే లేదు. ఆయుసకు హెల్త్లో బాగాలేదని

చదలవాడ నుంచి కదలటం లేదని తెలిసింది. ఆయన ప్రయాణం చేయలేడులే అనుకున్నాను. కళ్ళు కూడా సరిగ్గా కనిపించటం లేదు. చిన్నకూతురు కోటేశ్వరమ్మ దగ్గరే వుంటున్నాడు. (కోటేశ్వరమ్మ భర్త సాంబశివరావు అమరజీవి కామ్రేడ్ చందు దశరథరామయ్య పెద్దకొడుకే!) తనే యింత వండి అమ్మా,నాన్నలకు పెడుతుందని తెలిసింది. డబ్బులు కూడా లేవు. కానీ శివరాం మామయ్య అరసం సభల సంగతి పత్రికల్లో చూసి విశాఖపట్నం బయలుదేరాడు. అనుకోని విధంగా విశాఖపట్నంలోనే మా అమ్మాయి కవితా వాళ్ళయింట్లో ఏదో శుభకార్యం జరుగుతుంది. అదే తేదీల్లో చదలవాడ చుట్టాలంతా బయలుదేరారు.

'నేను కూడా విశాఖ వస్తానే. అరసం సభలున్నాయి. మన సుబ్బారావే చూస్తున్నాడు" అన్నాడట...అంతే అందరూ ఆశ్చర్యపోయి "శివరాం బావ...శివరాం అన్నయ్య, శివరాం పెదనాన్న ... శివరాం మామయ్య" అనుకుంటూ వాళ్ళందరి మధ్యా కూర్చోపెట్టుకుని విశాఖపట్నం తీసుకొచ్చారు. నిజానికి శుభకార్యానికి కూడా శివరాం మామయ్యకు పిలుపులేదు.

సాధారణ నీరుకాయ బట్టల్తో, గుడ్డ సంచితో, వొళ్ళు తుడుచుకునే టవల్ ఉత్తరీయంగా వేసుకుని శివరాం బండి దిగాడు. రిసీవ్ చేసుకోవటానికి వెళ్ళిన కారుల్లో నుండి శివరాం దిగటం నాకు ఆశ్చర్యం కలిగించింది. సిగ్గువేసింది. 'మామయ్యా, మీరు వచ్చారా' అన్నాను. "అవును వచ్చాను. మనవాళ్ళంతా వున్నారు కదా... సభలకు హాజరు కావొచ్చని" అన్నాడు.

ఒక్కసారి నా దృష్టి, నేను చేసిన నేరం మీదకు మళ్ళింది. 1982 జూలైలో శివరామకృష్ణకు తెనాలిలో ఘనమైన సన్మానం జరిగింది. మంచి సావనీర్ వెలువడింది. వీరమాచనేని మధుసూదనరావు, బీయస్ నారాయణవంటి సినీప్రముఖులతో పాటు, రోశయ్యగారి వంటి కాంగ్రెస్ నాయకులు, ఆలపాటి ధర్మారావు, అన్నాబత్తుని సత్యనారాయణ, చందు పరమయ్య వంటి తెనాలి పుర ప్రముఖులూ, నన్నపనేని రాజకుమారి, నేతి పరమేశ్వరశర్మ, నాసరయ్యా, కృష్ణమోహన్ వంటి కార్యకర్తలూ, రావుగారు, పాటిబండ్ల దక్షిణామూర్తి, మాధవాచారీ, లోకం వెంకటేశ్వరరావు, కొడాలి వీరయ్య వంటి శివరాం మిత్రులూ పాల్గొన్న ఆఘనసన్మానంలో నన్ను వేదికపై కూర్చోబెట్టి గౌరవం కల్పించిన శివరాం మామయ్యను నేను నిర్వహిస్తున్న అరసం సభలకు పిలవనే లేదు కదా!

నా నిర్లక్ష్యానికి, దుర్మార్గానికి లోపల చాలా బాధపడ్డాను. శివరాం మామయ్యను మా యింట్లోనే వుంచుకుని రెండోరోజు మహాసభలకు తీసుకువెళ్ళాను. సభలో హాలులో కూర్చోబెట్టి, నా పనుల్లో మునిగిపోయాను. తర్వాత మధ్యాహ్నం చూస్తే హాలుబయట చెట్టుక్రింద ఒంటరిగా కూర్చోని గాలిలోకి చూస్తున్నాడు శివరాం. కళ్ళు కనపడక ఎవరినీ పలకరించలేక పోతున్నాడు. నిన్నటి కామ్రేడ్స్ అంతా సభలో వున్నా గుర్తుపట్టటం లేదు. ఏం చేయలేక తన గుడ్డ సంచీలో నుంచి కాగితాలు తీసి చదువుకుంటున్నాడు. 'ఏమిటి మామయ్యా' అని వెళ్ళి పలకరిస్తే, "ఆ,

వచ్చావా, 1943 తెనాలి అరసం సభల తీర్మానాలు 1993 భీమవరం సభల్లో నువ్వుకూడా మాట్లాడావు కదా, ఆ రిపోర్టులన్నీ యిక్కడే వున్నాయి. 1972లో విరసం ఖండన తీర్మానం ముసాయిదా నా దగ్గరే వుంది. కావాలంటే వాడుకో...” అంటూ ఏదో యివ్వబోయాడు. నాకు కళ్ళల్లో నీళ్ళు తిరిగాయి. ప్రజలే కుటుంబ మనుకున్న నిన్నటి కామ్రేడ్! పార్టీనే జీవితమని నమ్మి దశాబ్దాల పాటు సేవచేసిన వృద్ధ నాయకుడు. ఏదీ తిరిగి ప్రతిఫలంగా కోరకుండా జీవితాన్ని ప్రజల కోసమే అర్పించిన వ్యక్తి, త్యాగశీలీ, పేదల శ్రేయోభిలాషీ. ఆయనెవరో గుర్తించిన పాత్రికేయులు తక్షణం యింటర్వ్యూలు చేసి పై విశేషణాలతో చిరువ్యాసాలు ప్రచురించారు. మహాసభల్లో పార్టీ నాయకులు సురవరం సుధాకరరెడ్డిగారి చేతుల మీదుగా శివరాంకు ఘనసన్మానం జరిగింది.

❄ ❄ ❄

డబ్బుల్లేకున్నా, ఆరోగ్యానికి మందుల్లేకున్నా, సినీ జీవిత శిఖరాల సంచరించిన జ్ఞాపకాలు కళ్ళముందే కనిపిస్తున్నా ఏనాడూ విచారించలేదు శివరాం. ఒకసారి యింటర్వ్యూలో....

“మామయ్యా, జీవితంలో ఏదైనా సందర్భానికి విచారిస్తున్నారా?’

“లేదు, డబ్బులు సంపాదిస్తే బావుండేది. సంపాదించగల్గితే యీ చర్చకు తావుండేది కాదు కదా” అని చిరునవ్వు.. “అలాగని సంపాదించలేదని విచారం లేనేలేదు....”

“నిన్నటి కమ్యూనిస్టులు నేటి మర్యాదస్తులు... వ్యాపారైక దృష్టులు... తపోభ్రష్టులు.. అన్నాడు శ్రీశ్రీ... మీ అభిప్రాయం”

“అలా కొందరుండవచ్చు...వారే శ్రీశ్రీకి కనిపించి వుండవచ్చు. అందరిలోనూ అలాంటి వారిని గుర్తించే తత్త్వం వుండాలి. లేకపోతే శ్రీరంగనీతులు అవుతాయి” శివరాం.

“మామయ్యా, ఒకానొక సినిమా నాయకుడు తన ఆస్తి అంతా ఉద్యమం కొరకు త్యాగం చేసానంటున్నాడు...”

“త్యాగం చెయ్యటానికి ఆస్తులుండాలి కదరా... ఏవీ... మా దగ్గరున్నవి ఈ అస్థిపంజరాలు మాత్రమే అవి కూడా ఉద్యమం కోసం వెచ్చించాం కదా.”

అవును, ఉన్నదంతా ఉద్యమం కోసం వెచ్చించి, చిక్కిశల్యమై, భవిష్యత్తు భారత సమాజంపై ఆశతో, కళ్ళల్లో నిలిచిన వెలుగుతో, తెనాలి ప్రభుత్వ ఆసుపత్రిలో జూన్ 7, 2005 వ తేదీన కన్నుమూసారు. వర్ధంతి సభకు విజయవాడ నుండి పార్టీనాయకులు, శ్రేయోభిలాషులు, మిత్రులూ తరలి చదలవాడకు వచ్చారు.

పి.వి. నరసింహారావు

(1921-2006)

-డా. సంగనభట్ల నరసయ్య

బాల్యం, కౌమారం, యవ్వనం

పాములపర్తి వేంకట నరసింహారావుగారు ఆంధ్రప్రదేశ్‌లోని కరీంనగర్ జిల్లా భీమదేవరపల్లి మండలం వంగర గ్రామస్థుడు. అమ్మమ్మ ఇంట లక్నెపల్లి (వరంగల్ జిల్లా)లో రుక్మాబాయమ్మ సీతారామారావు దంపతులకు 28, జూన్ 1921లో జన్మించారు. పాములపర్తి రంగారావుగార్కి దత్తత పోయినారు. శైశవం లక్నేపల్లిలో, బాల్యం వంగరలో, అక్షరాభ్యాసం హనుమకొండలో పాఠశాల, ఉన్నతపాఠశాల విద్య, ఇంటర్మీడియట్ విద్య కొనసాగింది. విశ్వవిద్యాలయపు చదువు హైదరాబాద్‌లో నడిచి, స్వాతంత్ర్య సమర భాగస్వామ్యం కారణంగా నిజాం రాష్ట్రంలో విద్యార్జనకు నిషేధం రాగా పూనాలో ఫెర్గూసన్‌లో బి.యస్‌సి చేసి, నాగపూర్‌లో న్యాయశాస్త్రం అభ్యసించి ఆ విశ్వవిద్యాలయం నుండి స్వర్ణపతకం అందుకొన్నారు. ఉస్మానియా విశ్వవిద్యాలయం నుండి హిందీలో సాహిత్యరత్న చేసారు. బూర్గుల రామకృష్ణారావు (తరువాత హైదరాబాదు స్టేట్ ముఖ్యమంత్రి)గారివద్ద జూనియర్ లాయర్‌గా న్యాయవాద వృత్తి కొనసాగించారు.

పెద్ద భూస్వామ్య కుటుంబానికి చెందిన పి.వి.నర్సింహారావుగారు గ్రామ పట్వారిగా, హైకోర్టు న్యాయవాదిగా పనిచేసి భూసంబంధాలలో అపారానుభవం గడించారు పి.వి. హైదరాబాద్‌లో శ్రీ రామానందతీర్థతో కలిసి కాంగ్రెస్‌పార్టీ కార్యకర్తగా సత్యాగ్రహ కార్యక్రమాల్లో పాల్గొన్నారు. 1943లో క్విట్ ఇండియా ఉద్యమంలో పాల్గొన్నారు. 1947లో శ్రీ పాములపర్తి సదాశివరావుగారి సంపాదకత్వాన వరంగల్‌నుండి వెలువడే కాకతీయ వారపత్రికకు ఈయన సహస్థాపకుడు. తనపేరుతో, మారుపేరుతో ఆ పత్రికలో రచనలు చేశారు.

పి.వి. నర్సింహారావుగార్కి తనుగుల బండారావు కూతురు సత్యమ్మనిచ్చి ఇల్లెంతకుంట రామాలయంలో వివాహం అతి బాల్యంలోనే జరిగింది. పి.వి.కి ఐదుగురు కూతుళ్లు, ముగ్గురు కొడుకులు, వారిలో పి.వి. రంగారావు తరవాత రాష్ట్ర ప్రభుత్వంలో అమాత్యులుగా పనిచేసారు. రాజేశ్వరరావు (న్యాయవాది) సికింద్రాబాద్ నుండి లోక్‌సభ సభ్యులుగా ఉన్నారు. ప్రభాకరరావు (ఎలక్ట్రికల్ ఇంజనీర్, పారిశ్రామికవేత్త). శ్రీమతి శారద, సరస్వతి, సురభివాణి, జయ, విజయ గారలు కూతుళ్లు.

శ్రీ పి.వి. 1939లో ఇంటర్మీడియట్ చదివేరోజుల్లో వందేమాతరం ఉద్యమంలో పాల్గొని కళాశాల నుండి బహిష్కృతులైనారు. స్వర్ణపతకం పొందిన న్యాయశాస్త్ర విద్యార్థికిచ్చే ప్రభుత్వ న్యాయ విభాగోద్యోగాన్ని ఆంగ్లేయుల ప్రభుత్వంలో పనిచేయడం ఇష్టంలేక తిరస్కరించారు.

తెలంగాణా ప్రాంతానికి నైజాం చెరనుండి విముక్తి లభించనిస్థితిలో 1948లో తెలంగాణ సాయుధపోరాటంలో పి.వి. పాల్గొన్నారు. విప్లవకారులకు వార్తాహరునిగా, బాంబుల పేలుడు సామగ్రినందించేవానిగా సేవలందించాడు. ఈ విధంగా బాల్యం నుండే దేశభక్తి లక్షణ సమన్వితునిగా వెలుగొందినారు.

రాజకీయ జీవితారంభం

త్రిపురలో 1939లోని జాతీయ కాంగ్రెస్‌కు హాజరైన పి.వి. కాంగ్రెస్‌లో చేరి, జిల్లా, రాష్ట్రస్థాయి ఉద్యమాల్లో దేశస్వాతంత్ర్యోద్యమాల్లో పాల్గొన్నారు. 1951లో అఖిలభారత కాంగ్రెస్ కమిటీ మెంబర్ అయ్యారు. స్వామిరామానందతీర్థ శిష్యులుగా వీరి రాజకీయ జీవితం ప్రారంభంఅయింది. స్వామీజీ సన్యాసం స్వీకరించినందున ఈ గ్రూప్‌ను గోసాయి గ్రూప్ అని రాష్ట్ర రాజకీయాల్లో పేర్కొనేవారు. 1952 లో కరీంనగర్ లోక్‌సభకు కమ్యూనిష్టు పార్టీ బద్దం ఎల్లారెడ్డిపై పోటీచేసి తొలిసారిగా ఓటమితో రాజకీయ నాయక జీవితం ప్రారంభించారు. 1957లో మంథని నుండి రాష్ట్ర శాసనసభకు గెలుపొందారు. 1956 వరకు ప్రదేశ్ కాంగ్రెస్ కమిటీ ప్రధాన కార్యదర్శిగా, 62 వరకు ఉపాధ్యక్షునిగా ముల్కనూరు సహకార బ్యాంక్ ఉపాధ్యక్షునిగా, 1962, 67, 72లలో మొత్తం నాల్గు పర్యాయాలు శాసనసభ సభ్యునిగా ఎన్నికైనారు. ప్రాంతీయ విద్యాకమిటీ, అధికార భాషాసంఘాల్లో సభ్యత్వంకల్గి, ఆచరణాత్మక సంస్కరణలకు పాదులు వేసినారు.

పి.వి. నరసింహారావుగారు రాష్ట్రస్థాయిలో ఆంధ్రప్రదేశ్ ప్రభుత్వ న్యాయ, సమాచార మంత్రిగా (1964-67) ఆరోగ్య వైద్యశాఖ మంత్రిగా (1967), ఉన్నత విద్యాశాఖా మాత్యులుగా (1968-71) ఆంధ్రప్రదేశ్ రాష్ట్రముఖ్యమంత్రిగా (1971-73) సేవలందించారు. జాతీయస్థాయిలో 1974లో అఖిలభారత కాంగ్రెస్ కమిటీ కార్యదర్శిగా పనిచేసిన పి.వి.గారు 1977లో హనుమకొండ లోక్‌సభ సభ్యునిగా ఎంపికైనారు. 1980లో తిరిగి ఎం.పీగా ఎన్నికై భారత ప్రభుత్వంలో విదేశాంగశాఖ మంత్రిగా (1980) హోంశాఖా మాత్యులుగా (1984), మహారాష్ట్ర రాంటెక్ నుండి ఎం.పీగా (1984) ఎన్నికైనారు. (ఈ సందర్భంగా రెండవస్థానంగా హనుమకొండనుండి ఓడిపోయినారు). భారత ప్రభుత్వ ప్రణాళికా శాఖామాత్యులుగా (1984), ప్రణాళికా సంఘ డిప్యూటీ ఛైర్మన్ (1985)గా, రక్షణమంత్రిగా (1985) తరువాత మానవ వనరుల శాఖా మాత్యులుగా (1985-88), మధ్యకాలంలో కేంద్ర ఆరోగ్యమంత్రిగా విదేశాంగ మంత్రిగా (1988) పనిచేసారు. 1989లో లోక్‌సభకు రాంటెక్ నుండి ఎన్నికైనాక విదేశ వ్యవహారాలమంత్రిగా (1990) పనిచేసారు.

రాజీవ్‌గాంధీ హత్యానంతరం (మే-21, 1991)) మే 29న కాంగ్రెస్‌పార్టీ అధ్యక్షులై, 21 జూన్ 1991న దేశ ప్రధానిగా సర్వోన్నతమైన పదవిలో ప్రతిష్ఠితులైనారు. దేశ ప్రధానిగా ఉండి నంద్యాల లోక్‌సభ నియోజకవర్గం నుండి 1991లో ఎన్నికైనారు.

మూడు రాష్ట్రాలనుండి (మహారాష్ట్ర, ఆంధ్రప్రదేశ్, కర్ణాటక) నుండి లోక్‌సభకు ఎన్నికైన ఘనతకూడా పి.వి. నర్సింహారావుగారిదే. రాజీవ్‌గాంధీ హత్యకు ముందు తాను క్రియాశీల రాజకీయాల్లో నుండి తొలుగుతున్నానని చెప్పి, లోక్‌సభ టిక్కెట్టు తిరస్కరించి, ఆశ్రమ జీవితానికి సిద్ధపడ్డ సమయాన, రాజీవ్‌గాంధీని కోల్పోయిన కాంగ్రెస్ పార్టీకి పెద్దదిక్కయి, ప్రధాని అయి, పార్టీని, ప్రభుత్వాన్ని బలోపేతంచేసి పునఃజవజీవాలు నింపినారు. నాడు పీ.వీ పగ్గాలు చేపట్టకుంటే పార్టీ చరిత్ర ముగిసిపోయేది. వ్యక్తిగత ఆకర్షణలు గలవారు హతులై, గాంధీ కుటుంబ సభ్యులు రాజకీయ విషాదంతో దూరమైన ఆస్థితిలో పార్టీని నిలబెట్టినది పి.వి.యే

బహుముఖ ప్రతిభ

సంగీతం, ఫోటోగ్రఫీ, కంప్యూటర్ విజ్ఞానం, ఎనిమిది (8) భాషల తెలివిడి, సినిమా విమర్శ, నాటకాలు, పి.వి.లో బహుముఖ ప్రతిభను ప్రదర్శిస్తాయి. వీటన్నిటికి తోడు రచయితగా ఆయన అద్భుత ప్రతిభను ప్రదర్శించారు. వాక్శక్తి, సమగ్ర ఆలోచనా సరళి ఫలాలతో అద్భుత శబ్దప్రయోగాలతో, ఉపమానాలతో, ఉటంకింపులతో ఆయనచేసే ఉపన్యాసం భావగంభీరంగా ఉండేది. వక్తృత్వం ఆయన ప్రతిభల్లో కలికితురాయి. అది అనేక దేశాల రాజకీయనాయకులతో స్నేహాన్ని కలిపింది.

నగధీర వ్యక్తిత్వం

మిన్నులు విరిగి మీదపడ్డా చలించని ధైర్యం ఆయన స్వంతం, ఆ స్థితిలో మిగతా రాజకీయనాయకులైతే ఓపిక నశించి, అక్కసుతో, ఇతరులను నిందిస్తూ, దూషిస్తూ అనేకంగా ప్రకటనలిస్తారు. మీడియాకు బలే విందుగా ఉంటుంది. కాని పి.వి.మౌనంగా, గంభీరంగా ఉండేవారు. మీడియా ఎదుట విస్తృతంగా సంభాషించేవారు కాదు. నిర్వికారంగా ఉండేవారు. తను ఎంతసేవచేసినా, తనకు ఆపత్కాలంలో ఆసరాగా నిలువలేదని ఎవరినీ తప్పుపట్టక మిన్నకుండిపోయేవారు. ప్రజాస్వామ్యదేశం గనుక పత్రికలకు తప్పనిసరిగా జవాబివ్వాల్సిన స్థితిలో “చట్టం తనపని తాను చేసుకుపోతుందని” మాత్రం వ్యాఖ్యానించేవారు. ఇలా ప్రవర్తించడం వెనుక ఆయన చట్టాన్ని గౌరవిద్దాం అని, సంయమనంలేక పరులపై వ్యాఖ్యలు చేయవద్దు అని, వ్యూహ రచయితకు అపశబ్దం దొరలవద్దు అని మనకు సూచించినట్టుగా భావించాలి.

పైగా తాను అధికార రహస్యాలు దాచి ఉంచుతానని దేశంకోసం ప్రమాణం చేసిన వ్యక్తిగా చాలా రహస్యాలు తనలో జీర్ణించుకొని, తన పార్థివశరీరంతోనే దహించి వేసుకున్న సంయమనశాలి. దేశస్వాతంత్ర్య పూర్వ చరిత్రలో, అనంతర చరిత్రలో పి.వి.కి ఈ విషయంలో సాటిరాగల నాయకుడు పుట్టలేదు. మరి పుట్టబోరు.

పి.వి.కి ముఠా రాజకీయాలంటే సరిపడదు. ఏ ముఠాలో చేరే లక్షణం లేదు. నాడు కరీంనగర్ జిల్లాలో రెడ్ల, వెలమల ముఠారాజకీయాలెక్కువ ఉండేవి. పి.వి. ఆ రోజుల్లో ఏ పక్షం

వైపూ వెళ్లక పోవడాన్కి వాటిపట్ల నిర్లిప్తత ప్రకటించడాన్కి స్థానిక రాజకీయాలు కూడా ఒక కారణం కావచ్చు. గుంపులో గోవిందయ్యలా గాక, అంతర్ముఖుడై ఉండే లక్షణం పి.వి.ది అలాంటి వ్యక్తి ఏ గుంపులో చేరి గోవిందయ్యకాగలడు? గుంపులు కట్టడం, అసంతృప్తి, అసమ్మతిని తెలియజేయడం, అల్లరిచేయడం సహాయ నిరాకరణం, విభీషణత్వం, ఇవి రాజకీయాల అనారోగ్య లక్షణాలు. పి.వి. వీటికి వేలమైళ్లదూరం. తనకన్యాయం జరిగినా, పార్టీకి, ప్రభుత్వానికి నష్టం వాటిల్లుతుందని మౌనయోగిగా మిగిలి పొయ్యే లక్షణం మన పి.వి.ది.

కార్యదక్షులైన సమర్థులకు అవకాశం ఇవ్వడం పి.వి.లో గొప్ప సుగుణం

పి.వి. ప్రధానిగా ఉన్నప్పుడు జెనీవా సమావేశానికి వెళ్లే భారత బృందం సభ్యులను నియమించి, వారికి వాజ్‌పేయిని నాయకుని చేశారు. సమర్థతకు స్వపర భేదం లేకుండా ప్రతిభావంతులను ఏ రంగంలో ఉన్నా ఏ రాజకీయపక్షంలో ఉన్నా ఆహ్వానించి బాధ్యతలు అప్పుచెప్పేవారు.

మన్మోహన్‌సింగ్ తన ఆహ్వానంతో తన మంత్రివర్గంలోనే పనిచేసినా, ఆ గొప్పతనం అంతా తనకు ఆపాదించుకొనక, ఉదార హృదయంతో ఆర్థికమంత్రిగా మన్మోహన్‌సింగ్ చేయూత తనకు చాలా కీలకమైనదని ప్రశంసించడం ప్రధానిస్థానంలో ఉండి, ఒక్క పి.వి.కే చెల్లింది. ఇతరులైతే తాము చేయని గొప్పల క్రెడిట్ కొట్టేస్తారు.

బ్యాంకింగ్ రంగంలో సరళీకృత విధానాలద్వారా వచ్చే సంస్కరణలు ప్రవేశపెట్టడం కోసం సమర్థుడైన నరసింహంగార్ని కమిటీ నాయకులుగా నియమించి, నిష్పాక్షికంగా కమిటీ సూచనలను అమలుచేసినాడు. కమిటీలు కాలయాపన కోసం వేసే తత్త్వం కాదు పి.వి.ది. ఆయన కార్యాచరణశీలి.

పి.వి.గారి వ్యక్తిత్వం చాలా విశిష్టమైంది.

అది సమకాలీన రాజకీయ నాయకులలో సామాన్యంగా కనబడదు. ఆయనలో గల రాజకీయ సామర్థ్యం ప్రజాస్వామ్య విలువలపట్ల మమకారం, ప్రతిపక్షాలతో రాజకీయ ఒప్పందాలు కుదుర్చుకోవడంలో నేర్పు, అపార సహనం, మితభాషణం, పాండిత్యం, ముఠారాజకీయాలకు, బల ప్రదర్శనలకు దూరంగా ఉండటం, పదవులపట్ల వైరాగ్యభావన, దౌత్యరంగ పరిణతి, పార్టీకి-ప్రభుత్వానికి విధేయత, ఆర్థిక స్వావలంబనకై ప్రపంచీకరణ విధానాలు, క్షుద్ర రాజకీయాలకు అతీతంగా వ్యవహరిస్తే భారతీయమేధస్సు ప్రపంచస్థాయిలో అత్యుత్తమమనే భావన, సోషలిష్టు ఆర్థిక విధానాలకు (నెహ్రూ ఆర్థిక విధానాలకు) మంగళం పాడటం, నిజాయితీగా పనులు చేయడం అనే విశిష్ట లర్షణాలున్నాయి. ఉదాత్త దేశభక్తి రాటకీయ నాయకుల పరంపరంలో పి.వి. ఆఖరివాడు.

అంతర్ముఖత్వం

పి.వి. స్వభావరీత్యా అంతర్ముఖుడు. తాను నేర్చిన అనుభవాలు, తాను చదివిన చదువు, తనకు కుటుంబం, సమాజం నేర్పిన సంస్కారం అన్నీ కలబోతగా ప్రతిసమస్యను మూలాల నుండి తరచిచూచి, సిద్ధ సంకల్పుడై, స్థిర నిర్ణయాలు తీసికొంటాడు. అంతవరకూ కీచులాడటం, తన భావాలు ఇతరులతో ఒప్పించే తీవ్రయత్నాలు, అనుకూలంగాని భావాలకు ఆవేశం ప్రదర్శించడం పి.వి.లో మచ్చుకైనా లేవు. సహనం ఆయనకు పెట్టని కిరీటం. శైల సమస్థిరత, మౌనం, తీక్షణ దృక్కోణం, మత్తగజ సదృశ ధీరత ఆయన స్వంతం. మనసులో భావాలను, భాష, ముఖ కవళికలు బయటవేస్తాయి. పి.వి. ఆ రెంటిని తన ఆధీనంలో ఉంచుకుంటాడు. ఆచరణల ఫలాలు పూర్తి అందేవరకు సంకల్పించిన కార్యాలు బయట ప్రదర్శనకు అందవు.

తాను నమ్మిన సిద్ధాంతాలకు కట్టుబడి ఉన్నపుడు, ఎల్లవేళలా బాసటగా ఉండటం రామనందతీర్థకాలం నుండి ఇందిరాగాంధీవరకు ఆయనను ఉదాహృతునిగా చూపవచ్చు. "స్వధర్మే నిధనం శ్రేయః" అన్నట్లు కష్టకాలంలో విడవడు. కొందరు దీనిని విధేయత అంటారు కాని పి.వి. సిద్ధాంతాలకు విధేయుడు. వ్యక్తులకు కాదు. కవి స్వప్నలోకంలో విహరించినట్టు రాజకీయ నాయకుడు విహరించలేడు. రాజకీయ నాయకుడుగా జీవితంలో ఆచరించలేనివి, ఆలోచించలేనివి, ఆజ్ఞాపించలేనివి, లోపలిమనిషిలో రచయితగా ప్రదర్శించినాడు. ఎంత విశ్రాంతి లేని రాజకీయ జీవితమైనా, రోజులో ఎంతోకొంత సమయం అంతర్ముఖుడై, కవిగా స్వప్నించి, రచనలద్వారా రాణించాడు.

ఈ అంతర్ముఖత్వం వల్లనే తన ప్రవర్తనా సరళిని కూడా విశ్లేషించి, నిర్మొహమాటంగా తప్పులను ఏకరువుపెట్టగలిగే సత్తాతో పత్రికలలో వివిధకలాల (మారు) పేరుతో వ్యాసాలు రాయడం పీ.వీకే చెల్లింది. జవహర్‌లాల్ నెహ్రూ, పి.వి.నరసింహారావులు మాత్రమే ద్రష్టలుగా ఈ ఉత్కృష్ట రచనగా కార్యం చేయగలిగినారు.

పి.వి. చట్టాలు Coding చేసినా, మేనిఫెస్టోలో రాసినా చాలా ప్రభావశాలిగా ఉండేవి. ప్రధానులుగా ఉన్న ఇందిగాంధీ, రాజీవ్‌గాంధీలు వాటిని బాగా ప్రశంసించేవారు.

విధేయత-విమర్శ

విధేయత పి.వి.లోని ఒకగొప్ప సుగుణం. తన వ్యక్తిగత సిద్ధాంతాలెలా ఉన్నా- ఒకపార్టీలో ఒక ప్రభుత్వంలో ఉన్నప్పుడు దానికి విధేయంగా ఉండేవాడు. రాష్ట్రంలో బ్రహ్మానందరెడ్డి మంత్రివర్గంలోవున్నా, కేంద్రంలో ఇందిరాగాంధీ మంత్రివర్గంలో ఉన్నా, కాంగ్రెస్‌పార్టీ అన్నా తన అచంచల విధేయతను చూపాడేకాని, గోతులు తీసే లక్షణాలు, గొప్పలు చెప్పే లక్షణాలు, గ్రూపులుకట్టే లక్షణాలు ఆయనకు ఇష్టం కానివి.

అలా అని అభిప్రాయాలు సరిపడనపుడు ఖండించడాన్కి ఆయన వెనుకాడడు. పి.వి.ని అందరూ ఇందిరా విధేయుడని అంటారు కాని ఆయన స్వతంత్ర వ్యక్తిత్వం కలవాడు. ఇందిరాగాంధీ ఎమర్జెన్సీ విధింపునకు, వ్యతిరేకంగా "ఒక కాంగ్రెస్ వాది" అనే పేరుతో ఢిల్లీ వారపత్రిక 'మెయిన్ స్ట్రీ'లో పలు వ్యాసాలు రాశాడు. ఇందిరా కాంగ్రెస్‌ను చీల్చినపుడు పీవీ సహాయం అర్థించి పిలుస్తే పి.వి. ఆమెవద్దకు వెళ్లకుంటే ఆమెయే పి.వి. ఇంటికి వెళ్లి మద్దతు కోరింది. బ్రహ్మానందరెడ్డి ఇందిరకు వ్యతిరేక కూటమి కనుక పి.వి. బ్రహ్మానందరెడ్డికి వ్యతిరేకంగా ఇందిరపక్షానికి వచ్చి, జీవితాంతం ఇందిరమ్మ, రాజీవ్ వెంబడే ఉన్నాడు. కష్టకాలంలో ఎందరు ఇందిరను వదిలినా తాను మాత్రం ఆమెకు కుడిభుజంగా నిలిచాడు. తల్లీ, తనయుల హయాంలో బయటకు కనపడకుండా ద్వితీయస్థానంలో స్థిరంగా నిలిచాడు.

ప్రతిభా వినిమయం

పి.వి. నర్సింహారావుగారి విస్తృతాధ్యయనం వల్ల అనేకాంశాలపై సమగ్ర అవగాహన ఉండేది. దేశ సంస్కృతీ చరిత్రపట్ల అభిమానం, అవగాహన ఉన్నవాడు. ఆయనోసారి విదేశాంగ శాఖ మంత్రిగా పాకిస్థాన్ వెళ్లినప్పుడు, ఆ దేశీయులు పి.వి.తో దేశ విభజన కాలంలో తాము తాజ్‌మహల్‌ను భారతదేశాని కప్పగించి నష్టపోయామని, నష్టపరిహారం తీసికోవాల్సి ఉండిందని వ్యాఖ్యానించారు. పి.వి. వెంటనే దానికి జవాబుగా మేమూ హరప్పా మొహింజొదారో మీకిచ్చి అలానే నష్టపోయామని దీటుగా జవాబు ఇచ్చే సరికి వాళ్ల నోళ్లు మూతలుపడ్డాయి.

బాల్యం నుంచి అమలులో ఉన్న అధ్యయన శీలత వల్ల, రచనా నైపుణ్యం వల్ల, న్యాయశాస్త్రాభ్యసనం వల్ల, నిశిత పరిశీలనతో ముందస్తుగా ఏర్పరుచుకున్న విధానాల వల్ల పి.వి. అత్యంత మేధావిగా సమకాలీన రాజకీయాలకు, దేశ సౌభాగ్యానికి ఉపకరించే విధాన నిర్ణయాలకు తన ప్రతిభను వెచ్చించగలిగినాడు. ఆయనొక ప్రసంగం చేసినా, పత్రం రాసినా, శ్వేతపత్ర నిర్మాణం చేసినా, చట్టం రచించినా తన ముద్ర ఉండేది.

విద్యామంత్రిగా అధికార భాషగా తెలుగుకు చేసిన సేవ ఎనలేనిది. శాసనసభా ప్రసంగాలు నాటి శ్వేతపత్ర సమర్పణ వీటికి ఉదాహరణలుగా చూపవచ్చు. మానవవనరులశాఖ మంత్రిగా, ఇతర శాఖలలో ఉన్నా ఆయన (సెక్రటరీలు రాసినవి కాక) స్వీయరచనా ప్రసంగాల్లో ఆయన విజ్ఞానం తొణికిసలాడేది. పి.వి. తితిదే. ప్రత్యేక చట్టం ముసాయిదా రూపకల్పన చేసినాడని చెప్తారు. అపార అనుభవం రంగరించి, నిర్దిష్టంగా నిర్దుష్టంగా చట్టాలు రాసేవాడు. ధరిత్రీ దివసంనాడు ఆయన ప్రసంగం స్వీయ ప్రతిభకు దర్పణం.

సాహిత్యవేత్తగా పి.వి.

పి.వి. బహుభాషావేత్త, తెలుగు, మరాఠీ, కన్నడం, ఉర్దూ, పర్షియన్, సంస్కృతం, ఇంగ్లీష్, ఫ్రెంచ్ భాషలు పి.వి.కి వచ్చును. వీటిలో కేవలం పరిచయం మాత్రమేగాక అనర్గళంగా

మాట్లాడేవారు. కొన్ని భాషల్లో పీ.వీ రచనలు చేసారు. బూర్గుల రామకృష్ణారావుగారి శిష్యరికంలో సాహిత్య గంధం అద్భుతంగా అబ్బింది.

పి.వి. జీవితంలో అత్యద్భుత మౌలిక రచనలతోబాటు అనువాద రచనలూ ఉన్నాయి. విశ్వనాథ సత్యనారాయణ వేయిపడగలు "సహస్ర ఫణ్" పేరిట హిందీలో అనువదించి, సాహిత్య అకాడమీ ఉత్తమ అనువాద పురస్కారం పొందినారు. విశ్వనాథవారు తనకు హిందీ రాదని హిందీలో అనువాదం ఎలా ఉందని జి. కృష్ణగారి నడిగితే, పి.వి. హిందీలో సహస్రఫణ్ రాయగా విశ్వనాథవారే అనువదించారని లోకం చెప్పుకుంటుందని చెప్పారట. అంత చక్కగా అనువాదం సాగింది. హరినారాయణ ఆప్టే మరాఠీనవలను తెలుగులో అబలా జీవితంపేర అనువదించారు.

'ఇన్‌సైడర్' అంగ్లంలో సమకాలీన రాజకీయాలపై వచ్చిన నవల ఒకరకంగా ఆత్మకథేనని చెప్పుతారు.

పి.వి. స్వీయ సాహిత్యం

1.	జయంద్రా హైందవ ధ్వంసణ	-	ఛందోబద్ధం
2.	ప్రేమ ప్రణయం	-	ఖండకావ్యం
3.	కఠినునకైన నాగునే కంటనీరు	-	ఆశు కవిత
4.	బ్లూ సిల్క్ సారి	-	కథ
5.	మానావమానాలు ఏది పాపం (హిందీలో నవలకు)	-	పీఠిక
6.	ఛాయావాద్ కవితా విమర్శ	-	హిందీ సాహిత్య విమర్శ (డా.మహదేవీవర్మ సాహిత్యం పై)
7.	సహస్రఫణ్ (విశ్వనాథ సత్యనారాయణ గారిది)	-	'వేయి పడగల'కు అనువాదం
8.	వ్యంగ్య రచనతో వ్యాసాలు (జయ విజయ అనే మారు పేరుతో)	-	'కాకతీయ' వారపత్రిక
9.	అబలా జీవితం	-	పాన్‌లక్షక్ కోన్ ఘేతోను మరాఠి నవల మూలం
10.	ఆ నిద్రాణ నిశీధిని మానసి మేల్కొంచినాడు	-	కవిత 15-08-1972
11.	మంగయ్య అదృష్టం	-	నవలిక ఆంధ్రప్రభ వారపత్రిక
12.	గొల్ల రామవ్వ (విజయ అనే కలం పేరుతో)	-	కథ, కాకతీయ వారపత్రిక

13. మంత్రిగారు - కథ

14. రాజకీయ వ్యాసాలు - మెయిన్ స్ట్రీం పత్రికకు
(కాంగ్రెస్ వాది పేరుతో)

15. ది ఇన్‌సైడర్ (చివరి రచన) - రాజకీయ బృహన్నవల

1999 డిశంబర్ నెలలో ఐదురోజులు ఐదు సభలుపెట్టి తాను ప్రసంగించిన ప్రసంగాలు హైదరాబాద్ సాహిత్యాభిమానులకు మేధావులకు చెవులకు విందుగా నడిచినవి.

పోతన భాగవత పంచశతి ఉత్సవాలపేరుతో 1982లో వరంగల్‌లో సాహిత్యసభలను నిర్వహించారు. తన ప్రారంభోపన్యాసం ఆ సభల్లో అద్భుతంగా సాగింది.

బాలగంగాధర తిలక్, పండిత గోవింద వల్లభ్‌పంత్, కే.ఎం. మున్షీ, పండిత జవహర్లాల్ నెహ్రూల సరసన లెక్కించదగిన అఖండపాండిత్యం, మేధ, రచనా వ్యాసంగం పి.వి. స్వంతం.

పి.వి.కి సాహితీవేత్తలంటే ఎనలేని గౌరవం

ముఖ్యమంత్రిగా అధికారికంగా కాకినాడ పర్యటించి, తిరుగు ప్రయాణంలో పనిలేకున్నా విజయవాడలో ఆగి, విశ్వనాథను కలిసారు. అలాగే తాను రక్షణశాఖ మంత్రిగా ఉన్నప్పుడు ఆంధ్రవిశ్వవిద్యాలయానికి స్వయంగా వెళ్ళి వైస్‌ఛాన్స్‌లర్ సువిఖ్యాత దర్శన శాస్త్రవేత్త ప్రొ॥ కొత్త సచ్చిదానందమూర్తి గార్ని ప్రత్యేకంగా కలిసారు. "ఎదురైనచో తన మదకరీంద్రము డిగ్గి కేలూత యొసగి యెక్కించు కొనియె" అని రాయలు గూర్చి అల్లసాని పెద్దన చెప్పినట్టు తానే తన మదకరీంద్రమును సాహితీమూర్తుల ఇంటికి నడిచి మరీ దర్శించుకొని వచ్చేవారు. విశ్వనాథ సత్యనారాయణగారింటికి మందీ మార్బలాన్ని పక్కనబెట్టి అధికార అట్టహాసంతో కాకుండా కాలినడకన నడిచి వెళ్లారు. డా. యార్లగడ్డ లక్ష్మీ ప్రసాద్‌గారి హిందీ సాహిత్య చరిత్రకోసం అర్ధరాత్రిళ్లు మేల్కొని అధికార కార్యక్రమాలు పక్కనబెట్టి విపులమైన పీఠిక సంతరించి ఇచ్చారు. పదవిలో ఉంటే అహంకారం రావాల్సింది పోయి సాహిత్యవేత్తలను సరస్వతీ రూపాలుగా భావించి వినయంగా ఉండటం ఒక్క ఈ సహృదయునికే చెల్లింది. మరో కవి అయిన అటల్ బిహారీ వాజ్‌పాయి అంటే కూడా పీవీకి గౌరవం. తన గ్రంథావిష్కరణ సభలో వాజ్‌పాయిని భాగస్వామిని చేసారు. వాజ్‌పాయి ఈతనిచేత తన కవితలను గ్రంథంగా ఆవిష్కరణ చేయించారు.

విశ్వనాథను సరిగ్గా అంచనావేసిన పి.వి. ఆయనగూర్చి చెపుతూ "విశ్వనాథవారి రచన జాతీయవాదం, తెలుగుదనం, భారతీయ సంస్కృతుల సంగమం. విశ్వనాథ ప్రాచీన మూలాలకు, ఆధునిక శిల్పానికి వారథి. పూర్వ కవుల పవిత్రాత్మలన్నీ కలిసికట్టుగా మూర్తీభవించిన కవి, శిల్పి, తాత్త్వికుడు, దార్శనికుడు, వేదాంతి" అని జయంతి పత్రికకు రాసిన సందేశములో కొనియాడినారు.

విద్యాసంస్కరణాభిలాషి

సామాజిక సమస్యలపట్ల అవగాహన, లోతైన అధ్యయనం, తత్సంబంధంగా సంపాదించిన విజ్ఞానంవల్ల మార్పులను, అభివృద్ధికరమైన వాటిని ప్రవేశపెట్టాలనే లక్షణం ఆయనలో ఉండేది.

పి.వి. విద్యామంత్రిగా అనేక సంస్కరణలు చేసాడు. 7వ, 10వ తరగతి పరీక్షల మధ్య పరీక్షా విధానం (డిటెన్షన్) తీసివేసినా, నవోదయ విద్యాలయాలు, రెసిడెన్షియల్ కళాశాలలు స్థాపించినా, భూసంస్కరణలు చేసినా, ఆర్థిక మాంద్యం నుండి దేశాన్ని తప్పించ గల్గినా ఇవన్నీ ఆలోచన ఫలంగా వచ్చిన సంస్కరణలే.

ఈసారి మీకు విద్యాశాఖ ఇవ్వరని మంత్రిపదవుల పందేరంలో ఓ మిత్రుడు హాస్యమాడితే- "పోనీలే నాకు చేపలశాఖ ఇచ్చినా అందులో నా సంస్కరణలు తెస్తాను" అని పి.వి. జవాబిచ్చారు.

తన హయాంలో అధికారభాష అమలుపై ఎంతో చిత్తశుద్ధితో వ్యవహరించారు. తెలుగు అకాడమీ నిర్మాణం చేయించి, శాస్త్రగ్రంథాలు విడుదల చేయించారు.

పి.వి. సంస్కరణలు

1986లో రాజీవ్‌గాంధీ, ప్రభుత్వంలో మానవవనరుల అభివృద్ధి శాఖా మాత్యులుగా ఉన్నప్పుడు "నూతన విద్యావిధానం" ప్రవేశపెట్టినారు. జాతీయ విద్యా విధానంగా పలుస్థాయిల్లో సంస్కరణలున్నాయి. ఇది యువకులను సాంకేతిక, శాస్త్రీయ విద్యలవైపు మళ్లేలాచేసింది.

నవోదయ, రెసిడెన్షియల్ విద్యావిధానాలు మరొక సంస్కరణ. గ్రామీణ, పేద, ప్రతిభావంతులైన విద్యార్థులను ప్రత్యేక శిక్షణ నిప్పించి, ఉచిత విద్యనందించే గొప్ప సంస్కరణ. ఈ సంస్కరణ ఫలాలలను నేటి గ్రామీణయువకులు బాగా ఉపయోగించు కొని, భారతదేశ పరిపాలనా రంగంలో ప్రతిభావంతులుగా రాణిస్తున్నారు.

జైళ్లశాఖకు మంత్రిగా నియమిస్తే పి.వి. ఓపెన్ జైల్ (బహిరంగ ఖైదు) అనే కొత్త పద్ధతిని ప్రవేశపెట్టి, నిందితులు, శిక్షార్హుల మానసిక ప్రవర్తనకు అది దారితీస్తుందని అనంతపురంలో మొదట ఓపెన్ జైల్ ఏర్పాటుచేశారు.

పంచాయితీరాజ్‌కు అధికారాల బదలాయింపు ఓ సంస్కరణ. అధికార వికేంద్రీకరణకే పి.వి. ఎక్కువ ఇష్టపడేవారు. నామినేషన్ సంస్కృతికి పి.వి. వ్యతిరేకి.

ఆర్థిక సంస్కరణలు

ఒక్కపక్క ప్రపంచం సరళీకృత ఆర్థిక సంస్కరణలతో వివిధ దేశాలు ఆర్థికంగా బలపడుతుంటే, చిన్నచిన్న రాజ్యాలు అగ్రరాజ్యాల సరసన నిలబడిగలితే - సమృద్ధిగా మానవవనరులు, ప్రాకృతిక వనరులు ఉండికూడా, ప్రభుత్వేతర యాజమాన్యరంగం లేక, లైసెన్స్

రాజ్‌తో, పెట్టుబడి రంగాలు కునారిల్లుతున్నదశలో, భారతదేశ అభివృద్ధి రేటు సున్నాశాతం అయి, విదేశీమారక నిలువలు పడిపోయి దిగుమతులధిక భారమైన తరుణంలో పి.వి. నరసింహారావు దేశ ప్రధాని ఐనారు.

తాను గట్టిగా నమ్మిన ఆర్థిక సరళీకరణ విధానాలను ప్రవేశపెట్టేదిశగా, ప్రధానిగా ప్రమాణస్వీకారం చేయగానే, ఆర్థికవేత్త (నేటి ప్రధాని) మన్మోహన్‌సింగ్‌ను దేశ ఆర్థికమంత్రిగా నియమించి, ఆయనకు స్వేచ్ఛనిచ్చి, ఆర్థిక సంస్కరణలకు శ్రీకారం చుట్టినారు. భారదేశపు బంగారం నిల్వలు లండన్ బ్యాంక్‌లో కుదువపెట్టినప్పుడు అదొక దీనదశగా ఇంటా బయటా నవ్వినవారే, తరువాతి అభివృద్ధి దశకు అబ్బురపడినారు. లైసెన్స్ విధానం రద్దు, వ్యవసాయోత్పత్తుల ధరలపెంపు, ప్రభుత్వ వ్యయ క్రమబద్ధీకరణ, విదేశీమారకద్రవ్య నియంత్రణ సవరణలు, ప్రైవేట్‌గా విద్యుత్తు ఉత్పాదన, రాష్ట్ర ప్రభుత్వాలకు కూడా ప్రైవేట్ వ్యక్తుల వ్యాపారానికి ప్రోత్సహమివ్వాలని సూచనలు, ఉపాధికల్పనలో ప్రభుత్వేతర సంస్థలకు భాగస్వామ్యం వంటి సంస్కరణలు సత్ఫలితాలిచ్చాయి. భూగోళంపై అతిపెద్ద స్వేచ్ఛా విపణిగా మారనున్నదన్న పి.వి. కల నేడు నిజమైంది. ఇది ఆయన ఆర్థిక సంస్కరణలతోనే నన్నది నూటికి నూరుపాళ్లు నిజం. స్వాతంత్ర్య భారతదేశ ఆర్థిక చరిత్రలో పి.వి. మన్మోహన్‌ల కలయిక కృష్ణార్జుల స్నేహం వంటిది.

నేడు భారతీయ మేధావుల ఉద్యోగ వలస కారణంగా పెరుగుతున్న విదేశమారక నిల్వలు, దేశీయ కంపెనీలు, విదేశీకంపెనీలను కొనుగోలు చేస్తున్న దశ, పాశ్చాత్య కంపెనీలు భారతదేశ విపణిలో పెడుతున్న పెట్టుబడులు, సాధిస్తున్న కొనుగోలు రంగపు విజయాలు, భారతీయుని సగటు జీవనశైలి మెరుగుదల, ప్రభుత్వేతర రంగ సంస్థల పోటీతత్త్వం, నాణ్యత ప్రమాణాలు, కులవర్గాతీత ఉద్యోగావకాశాలు, ఉద్యోగావకాశాలు లేని వారికి వృత్తి ఆదాయాలు, దరిద్ర భారతం నుంచి సంపన్న భారతం వైపు దూసుకుపోతున్న విధానాలు పి.వి. ఆర్థికసంస్కరణ వృక్షాలనుండి పండుతున్న ఫలాలన్నది నిర్వివాదాంశం పి.వి. పెట్టిన దీపం దేశసౌభాగ్యానికి వెలుగు అనిపిస్తోంది.

ప్రజాస్వామ్య ప్రీతి

పి.వి. నరసింహారావుగార్కి ప్రజాస్వామ్యం అంటే ఎనలేని గౌరవం, మక్కువ. చాలా సమస్యలు ప్రజాస్వామ్య బద్ధంగా పరిష్కరించుకోవచ్చని ఆయన అభిప్రాయం 'నామినేషన్ సంస్కృతి' అధిష్ఠానం సీల్డ్ కవర్లలో పేర్లు పంపడం కాంగ్రెస్ సంస్కృతిగా ముద్రపడగా పి.వి. దాన్ని బద్దలుకొట్టినాడు. ప్రధానికాగానే ఎన్నికలకు సిద్ధమైనాడు.

మొదటగా కాంగ్రెస్ పార్టీలో సంస్థాగత ఎన్నికలకు శ్రీకారం చుట్టినాడు. అంతకు ముందు ఏకనాయకాశ్రితంగా ఉన్న పార్టీలో, దీర్ఘకాలం ఎన్నికలు లేక కునారిల్లుతున్న దశలో రెండు దశాబ్దాల విరామానంతరం సంస్థాగత ఎన్నికలు నిర్వహించాడు. వ్యతిరేకులు, గెలుపుపై సందేహించి, లేదా గుత్తాధిపత్యం ఆశించి, అసమ్మతి జ్వాలలు ఎగజిమ్మి, ఇబ్బందులకు గురి

అవుతామని భయపడినా, సభ్యుల జాబితాలు సరిగాలేవని రకరకాల కుంటిసాకులతో వ్యతిరేకించినారు. అయినా పి.వి. జంకకుండా ఎన్నికలు జరిపినాడు. అసలు ఎన్నికలు జరగకుండా ఏండ్లతరబడి ఒకేవ్యక్తి చేతిలో పార్టీ ఉండేకంటే, తప్పుల తడకలతోనైనా ఎన్నికలు జరపడం మంచిదన్నారు పి.వి.

సాహసోపేతమైన రెండవ ఎన్నికలు పంజాబు ప్రభుత్వానికి ఎన్నికలు. తీవ్రవాదంతో సతమతమవుతూ, ప్రతిష్ఠగల నాయకులు సైతం భయంతో, అంతర్గతకలహాలతో, కొందరు తీవ్రవాదులతో పొత్తుకల్పడంతో ఈ ఎన్నికలు చాలామంది వ్యతిరేకించడం జరిగింది. తీవ్రవాదుల బెదిరింపులకు భయపడక అత్యంత కట్టుదిట్టమైన భద్రతాచర్యలు, ఏర్పాట్ల మధ్య ఎన్నికలు జరుపగా మూడింట రెండువంతుల మెజార్టీతో కాంగ్రెస్ విజయం సాధించి పంజాబులో ప్రభుత్వం ఏర్పాట్లు చేసింది. చట్టబద్ధమైన ప్రభుత్వం ఏర్పడ్డాక, తీవ్రవాదుల ప్రాబల్యం, జోక్యం రాష్ట్రంలో తగ్గింది. ఎన్నికల ప్రక్రియతో తీవ్రవాదం ఎదుర్కొన్న ఘనత పి.వి.దే. తీవ్రవాదుల ప్రాబల్యం ఆ రాష్ట్రంలో ఎంత దూరం వెళ్ళిందంటే మరికొంత ఆలస్యం ఐతే పంజాబు కేంద్ర ప్రభుత్వాధీనంలోనుండి, భారతదేశంలోనుండి జారిపోయేదే. అది పాకిస్థాన్ పొరుగు రాష్ట్రం కావడం మరింత కీలకమైనదన్న సంగతి మరవకూడదు. పి.వి. పెట్టించిన బ్యాలెట్‌పెట్టెల ముందు తీవ్రవాదుల తుపాకులు మూగపోయినాయి. ఓటుతో పంజాబు ప్రజ పి.వి.కి మద్దతు పలికింది. తీవ్రవాదం తమకు అయిష్టమన్న సంగతి బ్యాలెట్‌తో తెలిపింది.

ఢిల్లీలో జరిగిన కాంగ్రెస్ సమావేశంలో (1994 జూన్)లో పి.వి.

"పార్టీని విజయపథంలో నడపడాన్కి గ్రామస్థాయి శాఖలు అవసరమని, పెద్దనాయకులు గ్రామాలకు వెళ్ళే పరిస్థితిరావాలని, దాంతో గ్రామశాఖలు వాటి నిర్వాహకులైన కార్యకర్తలు బలోపేతులౌతారని, నైతికబలం చేకూరుతుందని" చెప్పారు.

నూతన పంచాయతీరాజ్ వ్యవస్థను ప్రవేశపెట్టారు పి.వి. అన్యాయాన్ని, దోపిడీని ఖండించేలా, గ్రామస్థాయి స్వచ్ఛంద రాజకీయాలకు శిక్షణ నిచ్చే చోటులా తీర్చిదిద్దారు. ఇదికూడా ఆయనకు ప్రజాస్వామ్యంపట్ల విశ్వాసానికి, పునాదిస్థాయినుండి పార్టీ నిర్మాణావశ్యకతకు సూచకంగా పేర్కొనవచ్చు.

ఆర్థిక సంస్కర్తగా–ప్రపంచీకరణ నేపథ్యంలో–భారతదేశాన్ని స్వేచ్ఛావాణిజ్య విధానాల బాట పట్టించిన పి.వి.కి ప్రపంచదేశాలను తృప్తిపెట్టే బాధ్యత పడ్డది. దానికోసం అనేక విదేశాలు పర్యటించాడు.

విదేశీపర్యటనలు

ఎ) ప్రధాని అయిన 3 మాసాలకు ఐరోపా దేశాల ఉమ్మడి మార్కెట్ అయిన జర్మనీని పర్యటించి 1991 సెప్టెంబర్‌లో అక్కడి పారిశ్రామికవేత్తలను తనవైపు తిప్పుకొని, ఎగుమతుల విషయంగా మార్గాలు సుగమం చేసారు.

బి) కామన్‌వెల్తు దేశాల (చోగమ్) సమావేశాల్లో జింబాబ్వే రాజధాని హరారేలో నవంబర్ 1991లో తనదైనశైలిలో ప్రధానపాత్రవహించి మానవహక్కులు, ప్రజాతంత్ర సంస్కరణలు ఆర్థికాంశాలతో ముడిపెట్టక అభివృద్ధి, సహకారం వంటి అంశాలను ఆర్థికేతర అంశాలుగా చూడాలని బోధించి, ఈ ప్రతిపాదనను కామన్‌వెల్తు ప్రకటనలో చేర్చారు.

సి) స్విట్జర్లాండ్‌లోని దావోస్‌లో 1992 జనవరిలో భారతదేశపు తొలి ప్రధానిగా పర్యటించి, ఆయన అధికారికంగా ముందే రాసిన ప్రసంగాలు చదవక, స్వతంత్రంగా ఉపన్యసించి, భారతదేశపు ఆర్థిక సరళీకరణ విధానాలను ప్రపంచానికి తెలియజెప్పారు.

డి) రియోడి జైరోలో 1992 జూన్‌లో ప్రపంచదేశాల అధినేతల ధరిత్రి శిఖరాగ్ర సమావేశంలో ప్రసంగించిన పి.వి. నరసింహారావు భూమాతను స్తుతించే శ్లోకంతో ఆరంభించారు.

"సముద్ర వసనేదేవి!
పర్వతస్తనమండలే!
విష్ణుపత్నీ! నమస్తుభ్యం
పాదస్పర్శం క్షమత్వమే!

భారతదేశం ఆదినుండీ వాతావరణ సమతౌల్యాన్ని నొక్కిచెప్పిందని అది పురాణ ఋషుల కాలం నుండి గౌరవిస్తోందని తెలిపినారు.

పి.వి. 1994 మే నెలలో అమెరికా వెళ్లారు. రెండు ప్రధాన ప్రజాస్వామ్య దేశాల మధ్య సయోధ్యకై కృషి సల్పిన పర్యటన ఇది. అణువ్యాప్తి విషయంగా, క్షిపణుల స్వతంత్ర వ్యవస్థ విషయంగా, కాశ్మీర్ సమస్య విషయంగా, పాకిస్థాన్ మైత్రీ విషయంగా అమెరికాతో వివాదాలున్న పి.వి. తన నాయకత్వంలో నిపుణులతో స్వదేశంలో విమర్శలున్నా లెక్కచేయక - అమెరికావెళ్లి పెట్టుబడుల ఆహ్వానానికి అభ్యర్థించి తన సరళీకృత ఆర్థికవిధానాలను వివరించి, కృతకృత్యులయ్యారు. తన రాజకీయ చతురతతో అమెరికా దేశాధ్యక్షుణ్ణి, నిబంధనలు, నియంత్రణలు లేని స్నేహహస్తాన్ని చాచేలా చేయగలిగారు.

పి.వి. సభలో అడుగుపెట్టగానే అమెరికా సంయుక్త కాంగ్రెస్ ఉభయసభల సభ్యులు గౌరవసూచకంగా లేచినిలబడ్డారు. ఇది ఒక అపూర్వ గౌరవం ఆనాటి పి.వి. ప్రసంగం యావద్దేశాన్ని ముగ్ధుల్ని చేసింది.

గొప్ప వక్త ఐన పి.వి. ఈ పర్యటనలోనే ప్రతిష్ఠాత్మక హార్వర్డు విశ్వ విద్యాలయంలో 'శామ్యుల్ ఎలిజెబెత్ జోడీ' స్మారకోపన్యాసం చేసారు. విశ్వవిద్యాలయాధికారులు, విద్యార్థులు, ఆహూతులు. ఆయన ధిషణకు, వాక్శక్తికి వశ్యులైపోయ్యారు.

భారత్‌లో పెట్టుబడులు పెడితే లాభాలు బాగా అందుకోవచ్చనే విశ్వాసాన్ని పి.వి. అమెరికాలోని ప్రతి ఒక్కరికి కల్పించారు. ఆర్థిక సరళీకరణ విధానాలు, ప్రపంచీకరణ

సిద్ధాంతాలు, ఆర్థికస్వావలంబన, విస్తృత ఎగుమతి, దిగుమతులు, ప్రపంచ వాణిజ్య వేత్తలకు భారతదేశ ద్వారాలు తెరచిపెట్టడం పి.వి. ఆర్థిక సంస్కరణలలో భాగం కనుక ఏ ప్రధానీ తిరగనన్ని దేశాలు తక్కువ కాలంలో తిరిగి, తన బాధ్యతగా, ప్రపంచం మద్దతును, సహకారాన్ని కూడ గట్టినాడు.

ఇ) భారత ప్రధానిగా పి.వి. ఆహ్వానాన్ని తిరస్కరించలేక 31 సం॥ సుదీర్ఘ విరామం తరువాత చైనా ప్రధాని లీపింగ్ అంగీకరించి 1991 డిశంబర్‌లో రావడం ఒక విశేషం. సరిహద్దు వివాదంతో చైనా మనకు జవహర్‌లాల్ నెహ్రూ కాలం నుండి మిత్రదేశంకాదు. పైగా దీర్ఘకాలం పాకిస్థాన్‌కు మనకు వ్యతిరేకంగా మద్దతు నిచ్చింది. మొదటిసారిగా లీపింగ్, పి.వి. నరసింహారావుల మధ్య అనేకాంశాలలో చర్చలు, అంగీకారాలు కుదిరాయి. సరిహద్దు వివాదంతో మొదలు పెడితే బెడిసి కొడుతుందని పి.వి. దాన్ని ఇతరాంశాలతో ముడిపెట్ట వద్దని చెప్పి, వాణిజ్య, ఆర్థిక సహకారాల్లో, టెక్నాలజీ ఆదాన ప్రదానాల్లో, సరిహద్దు సైన్యాల కుదింపులో, బలప్రయోగ వ్యతిరేకతలో, వాస్తవాధీనరేఖను గౌరవించడంలో ఆసియాదేశాల పరస్పర సహకార యత్నాలచొరవలో ఒక అంగీకారానికి రావడంలో పి.వి. ఘన విజయం సాధించారు. పి.వి.దౌత్యనీతికి ఇది ఒక అపూర్వ నిదర్శనం. తిరిగి పి.వి. చైనా ఆహ్వానం మేరకు 1993 సెప్టెంబర్‌లో అక్కడ పర్యటించి స్నేహబంధాన్ని, పై అంశాల్లో అమలుకై చిత్తశుద్ధిని నిరూపించారు.

ఎఫ్) పి.వి. 1991 నవంబర్ లో ఫ్రాన్స్‌ను దర్శించి తన సరళీకృత ఆర్థిక విధానాలను సమగ్రంగా నివేదించి, కీలకాంశాలపై చర్చలు జరిపారు.

జి) సింగపూరు పర్యటనలో తన వెంబడి ఉన్న వాణిజ్య వేత్తలను కూడా తీసుకొనివెళ్ళి, 60 కోట్ల డాలర్ల మేరకు టెలికాంగ్రెస్ గ్రామీణ గృహనిర్మాణం, విద్యుత్తు ప్రాజెక్టుల విషయంగా ఒప్పందాలు జరిపారు.

పి.వి. పథకాలు

దేశ స్వావలంబనకు, సౌభాగ్యానికి దీర్ఘదర్శిగా పి.వి. ఆర్థిక పథకాలు రచించి, దశాబ్దాల తర్వాత వాటి ఫలితాలనందించే దిశగా పయనిస్తూ మరోపక్క తాత్కాలిక లాభాలకోసం పేదజనం సంక్షేమంకోసం పథకాలు ప్రవేశపెట్టినాడు.

1. వృద్ధాప్య పింఛను
2. నిరుపేద కుటుంబ యజమాని చనిపోతే ఐదువేల రూపాయల సహాయం
3. నిరుపేద గర్భిణీ స్త్రీలకు ఆర్థిక వైద్య సహాయాలు.
4. గ్రామీణ యువకులకు జవహర్ రోజగార్ యోజన.

5. ఇందిరా ఆవాస్ యోజనా ద్వారా పక్కా ఇండ్ల నిర్మాణం.

6. రక్షితమంచినీటి సరఫరా గ్రామాల్లో అమలు.

వంటి పథకాలు జనాకర్షక పథకాలుగా గాక తాను ప్రభుత్వేతరీకరణ (ప్రైవేటైజేషన్) ద్వారా జరిగేమార్పులకు, అప్పటివరకున్న పేదజనం తట్టుకునేలా ఉండేందుకు అమలు చేసారు. ఈ పథకాలు ఇప్పటికీ వన్నె తగ్గకుండా, ఏ ప్రభుత్వం (కాంగ్రెస్సేతర మైనా) అధికారంలో ఉన్నా అమలు చేస్తుండడం పి.వి. దూరదృష్టికి చక్కని నిదర్శనం.

ఈ పథకాలు ఓట్లను కొల్లగొట్టే పథకాలు గానో, పార్టీ లేదా ప్రభుత్వ ప్రతిష్ఠను పెంచేవిగానో కాక, ఆర్థిక దృష్టిలేని లోటు బడ్జెట్‌కు దారితీసే పథకాలుగానో, ఎన్నికలు జరిగాక, గెలిచాక మరిచిపొయ్యే క్షుద్రరాజకీయ పథకాలుగా గాక, పి.వి. దయా హృదయానికి, ప్రజలపట్ల గల హితలక్షణానికి అద్దంపట్టి, ప్రతిపక్షాలు కూడా హర్షించేలా నిలిచాయి. స్వాతంత్ర్య సముపార్జనా లక్ష్యంగా ఏ కలలు కన్న దేశం స్వపరిపాలనలో కోరుకున్నామో వాటి లక్ష్యంగా నిర్దేశించుకున్న పథకాలు ఇవి.

తన నియోజకవర్గం / జిల్లా అభివృద్ధి

1) పి.వి. 'తన' అనే శబ్దం అంగీకరించేవారు కాదు. ప్రైవేట్ సంభాషణల్లో ఓ సారి బ్రాహ్మణ వర్గాలు తమకేమీ చెయ్యలేదని వాపోతే ఆయనిచ్చిన జవాబు "ఎన్నికైనాక ఒక వర్గం వారనే ముద్ర మంచిదికాదు. నేను అలాచేస్తే - తరువాతి బ్రాహ్మణేతర నాయకులనుండి మీరేమీ పొందలేరు. ఆ నాయకుడు నేను బ్రాహ్మణ్ణి కాదంటే మీరేం చేస్తారు"? అని ప్రశ్నించి మహదాశయవాదాన్ని నిలబెట్టినారు.

2) హైదరాబాద్ - కరీంనగర్-గోదావరిఖని (రాజీవ్ రహదారిని పి.వి. హయాంలో (177 కె.ఎమ్. రాచమార్గం) నిర్మాణం అయింది.

3) కరీంనగర్ పెదపల్లి, కరీంనగర్ జగిత్యాల-నిజామాబాద్ రైల్వేలైన్ (50సం॥) కల-సాకారం అయింది.

4) నిజామాబాద్ పోచంపాడులో వరదనీటి కాలువల నిర్మాణం వెయ్యికోట్లతో ప్రారంభం అయింది.

5) వెలిగోడు ప్రాజెక్ట్-ప్రకాశం, నెల్లూరు, కడప జిల్లాల్లో నాలుగు లక్షలవరకు మెట్ట ప్రాంతాలకు నీటికోసం అందించారు.

6) 5.80 లక్షల మెజార్టీతో గెలిచిన నంద్యాల నియోజకవర్గానికి మంచినీటి సరఫరా, విద్యుత్ స్టేషన్, హైపవర్ టీపీ ట్రాన్స్‌మిషన్ కేంద్రం, జాతీయ విత్తనసంస్థ, గిడ్డంగులు సమకూర్చారు. కర్నూలు-చిత్తూరు రహదారి అభివృద్ధికి నిధులు కేటాయింప జేసారు.

పి.వి. దేశసేవ

పి.వి. రెండు ప్రధాన సంక్షోభాల్లో దేశానికి దిక్కైనారు. ఇందిరాగాంధీ మరణానంతరం, ఏమాత్రం అనుభవంలేని రాజీవ్‌గాంధీకి, కుడిభుజంలా నిలిచి రాజకీయంగా, దేశ సౌభాగ్య పరంగా అనేక కీలక నిర్ణయాలకు పరిపాలనా విధానాలకు మూలభూతుడై నిలిచాడు.

రెండవ ప్రధాన సంక్షోభం రాజీవ్‌గాంధీ మరణం. అప్పటికి ఆరోగ్యపరిస్థితుల దృష్ట్యా, రాజకీయాల నుండి తప్పుకొని, క్రియాశీల రాజకీయాలకు దూరంగా ఉన్నస్థితిలో క్రూర కర్కశ తీవ్రవాదం నుండి ఆందోళనల నుండి దేశాన్ని నడపడానికి తిరిగి నడుం బిగించి తానే ప్రధానిగా దేశాన్ని నడిపినాడు.

తీవ్రవాదం ఒకపక్క, ఆర్థికసంక్షోభం మరోప్రక్క, మెజారిటీలేని పార్టీబలం మరోపక్క ఉన్న పి.వి. కాక మరేనాయకుడైనా ప్రధాని అయ్యుంటే వ్యవస్థ మొత్తం కుప్పకూలేది. ఈ సమయంలో పి.వి.కి ప్రధాని పగ్గాలందడం దేశ ప్రజలు చేసికొన్న అదృష్టం. ఆయన అనుభవం, ఆయన ధైర్యం, ఆయన దూరదృష్టి, ఆయన రాజనీతి, ఆయన స్థిరసంకల్పం యుద్ధరంగంలో అపజయ దశనుండి విజయ పథంవైపు నడిపిన మహాసైన్యాధ్యక్షుణ్ణి గుర్తు చేస్తుంది.

పి.వి. నరసింహారావుగారు పుట్టుకతో భూస్వామ్య వ్యవస్థకు చెందినవాడు. తండ్రి నుండి సుమారు వెయ్యి ఎకరాల ఆస్తికి వారసుడైనాడు. కాని భూస్వామ్యవాదం నుండి భూసామ్య (సమాన భూమి) వాదంకు ప్రస్థానం చెందిన ద్రష్ట. ఆయన తరువాత విపత్కర పరిణామాలకు వెరవక, భూసంస్కరణలు అమలుచేసిన ముఖ్యమంత్రిగా చరిత్రలో మిగిలిపోయినాడు. భూస్వాములకు కన్నెర్రగా ఈ చర్య తన ముఖ్యమంత్రి పదవినే పోగొట్టింది. ఆ పరిణామం తెలిసీ అందరికీ సమానంగా భూమి ఉండాలని గరిష్ఠ పరిమితి చట్టాన్ని తెచ్చినాడు. అంతేగాక అందరికంటే ముందుగా తన భూమిని సుమారు 800 ఎకరాలను భూసంస్కరణల క్రింద ప్రభుత్వానికి అప్పచెప్పినాడు. ఈ భూమిని 479 లబ్ధిదారులకు అందేలా చూసాడు.

మేమెట్లాగూ వ్యవసాయం చేయం. చేసేవారైనా (రైతులు) పంటలు పండించి బతకనిమ్మన్నాడే గాని వాటిని అమ్మి సొమ్ముచేసుకోలేదు.

భూసంస్కరణలు

పి.వి. పెద్ద భూస్వామ్య కుటుంబంలోంచి వచ్చాడు. ఐనా ఆయనలో భూమి అందరిదీ అన్న భావనే ఉండేది. ఆయన రచనలలో అది ప్రతిఫలించింది. కేవలం రచనలలో ఆశావాదిగా కాకుండా ఆచరణవాదిగా తాను ఆంధ్రప్రదేశ్ ముఖ్యమంత్రిగానే 1972లో భూసంస్కరణల చట్టం తెచ్చాడు. భూగరిష్ఠ పరిమితి (సీలింగ్)ను దాటిన భూస్వాములంతా భూమిని ప్రభుత్వానికి ప్రజలకు అప్పచెప్పాలని 'అందరికీ భూమి' సాకారం కావాలని ఆయన వాంఛ. ఆయన

హయాంలో - ఆయన సంస్కరణలతో మొత్తం గరిష్ఠంగా 29 లక్షల ఎకరాలను పేదలకు పంపిణీ చేసినట్లు రికార్డులున్నాయి. ఈ సంస్కరణల వల్ల భూస్వాములు కన్నెర్రజేసి తన అధికార పీఠమే కదిలించివేసినారు. కాని ఆయన దేనికీ జంకలేదు. తన భూసంస్కరణలకు అధికార పీఠాన్ని తృణప్రాయంగా త్యజించాడు. స్వాతంత్ర్యానంతర రాజకీయనాయకుల్లో, అధికారం అనుభవించే ముఖ్యమంత్రుల్లో ఇలాంటి త్యాగనిరతి కల్గిన వారు పి.వి. తప్ప మరొకరు లేరు. భవిష్యత్తులో ఎవరూ ఉండరు.

విశిష్టకార్యశైలి

పీవీ రాజకీయనాయకుడే ఐనా, రాజనీతిజ్ఞుడంటేనే చక్కగా కుదురుతుంది. వృత్తిరీత్యా రాజకీయనాయకుడు (Politician) ప్రవృత్తిరీత్యా రాజనీతిజ్ఞుడు (Statesman) స్వార్థ రాజకీయాలు, తాత్కాలిక ప్రయోజనాలు, అవసరార్థం అబద్ధాలు, ప్రకటనల్లో రోజుకో మార్పు లాంటివి పీ.వీలో మచ్చుకైనా కనబడవు. తాత్త్విక దృక్పథం. సిద్ధాంత అనుగమనం, సమస్యలపట్ల లోచూపు, పరిష్కారాలపట్ల ముందుచూపు (Vision) ఉన్నవాడు. ఆయన లోతైన గ్రంథాధ్యయనం ద్వారా సాహిత్యపఠనం ద్వారా ఒక గొప్ప మూర్తిమత్వాన్ని సాధించుకొన్నాడు. పరిణత ప్రజ్ఞావంతుడుగా అవతరించినాడు.

స్వతంత్ర వ్యక్తిత్వంగల ప్రధాని

ప్రధానిగానైనా, దేశరాజకీయ చిత్రపటానికైనా గాంధీ/నెహ్రూ కుటుంబమే దిక్కు అనేంత వ్యక్తిపూజా సంస్కృతిని పార్టీని నిబద్ధత, సైద్ధాంతికత వైపు మళ్లించిన ఘనాపాఠి. ఒక లాల్ బహదూర్ శాస్త్రి, ఒక మొరార్జీ దేశాయివంటి గాంధీయేతర ప్రధానుల జాబితాలో పూర్తి కాలపు, పూర్తిస్థాయి, పూర్తి స్వతంత్ర వ్యక్తిత్వంగల దేశ ప్రధానిగా ఏకైక వీరునిగా నిలిచాడు. ఈయన కాలం కూడా ముందు తరం వారికంటే కఠినమైన కాలం. ఆ కఠిన కాలపరీక్షకు, పరిస్థితుల పరీక్షకు, వ్యతిరేక శక్తులకు నిలిచిన ఉక్కుపిండం పి.వి.

విధేయతకు, భజంత్రీపరులకు ప్రాధాన్యతనిచ్చే రాజకీయ సంస్కృతిలో ప్రతిభకు, స్వాతంత్ర్య కాలంనాటి విలువలకు వివేచనా శక్తికి, సంయమనానికి ప్రతీకగా నిలిచిన కాంగ్రెస్ ప్రధాని, ఈ ఉన్నతమైన విలువలను సహించని అధిష్ఠానాన్ని పరిమితుల్లో ఉంచి, వారి ఆగ్రహానికి గురైనా జంకని ధీశాలి. ఆ ఆగ్రహమే చివర్లో మరణించాక పార్థివ శరీరాన్ని పార్టీ కార్యాలయంలో సముచిత గౌరవం అందకుండా అంత్యక్రియల విషయంలో ఒక మహానాయకునికి అందవలసినంత గౌరవ ప్రతిష్ఠలు అందకుండా చేసింది.

రాజకీయానుభవం

దశాబ్దం పైగా రాష్ట్రమంత్రిగా వివిధ శాఖల్లో, ముఖ్యమంత్రిగా రెండు సంవత్సరాలు, మరో దశాబ్దంపైగా కేంద్ర ప్రభుత్వ వివిధ మంత్రిత్వశాఖల్లో, అర దశాబ్దిగా దేశరథసారధిగా

ప్రధాని పదవిలో శోభించిన పీవీ, అధికార పీఠాలపై మూడు దశాబ్దులు (సుమారు), రెండు దశాబ్దులు అనధికార రాజకీయ నాయకునిగా పి.వి. రాజకీయానుభవం అర్ధశతవర్షీయం. కార్యకర్తగా మరో దశాబ్ది ప్రారంభ సమయం. ఇంత సుదీర్ఘానుభవంగల రాజకీయ నాయకులు దేశం మొత్తంమీద ఒకరిద్దరికి మించి లేరు. పైగా స్వాతంత్ర్య పోరాటకాలంనాటి అత్యుత్తమ విలువగల దేశభక్తుల కాలం నుండి, దుష్ట దుర్భర ధూర్త రాజకీయ కాలుష్యం నిండిన కాలం వరకు రాజకీయ జీవితం గడిపిన భిన్న అనుభవాలు ఆయన స్వంతం అయినాయి. పి.వి.ని మరొక్కరితో పోల్చరాదు. ఆయన కాయనేసాటి. భూమి వంటి ఓర్పు, వృక్షం వంటి ఉపకారబుద్ధి, సముద్రమువంటి గంభీరత, మేరు పర్వతము వంటి ధైర్యము, నదివంటి ప్రవాహసదృశ విజ్ఞానము, మేఘమువంటి దాతృత్వము, చిక్కులు పడినా అడవితీగవంటి పుష్పించే సుగుణం, పరులకు సుగంధం పంచే మంచి చందనంలాంటి మేధ, పి.వి. తన సుదీర్ఘ ప్రయాణంలో దేశానికి సేవచేయడానికి వినియోగించినారు.

విదేశాంగ విధానం

సాహితీ ప్రియుడు, చరిత్ర పాఠకుడు, ద్రష్ట, మేధావి అయిన వ్యక్తి ఏదేశానికైనా విదేశాంగ శాఖామాత్యుడుగా గాని, ప్రధానిగా గాని ఉంటే ఆ దేశ విదేశాంగనీతి సర్వదేశాలచేత ఆసక్తిగా పరిశీలించబడుతుంది. ఆ అదృష్టం భారతదేశానికి పట్టింది. ఏ దేశానికి అందని ఘనతకూడా భారతదేశానిదే. కారణం పై రెండు పదవులూ పి.వి. నిర్వహించడం. నెహ్రూ కూడా దేశ ప్రధానిగా పైలక్షణాలున్నా, ఆయన విదేశాంగ మంత్రిగా లేడు. నెహ్రూనాటి పరిస్థితులు వేరు. అప్పుడు అణ్వస్త్రదేశాలు తక్కువ. రెండు అగ్రరాజ్యాల మధ్య ప్రపంచం రెండు ముక్కలుగా చీలింది. పంచశీల, పొరుగుదేశాల సద్భావనలు నెహ్రూ హయాంలోనే విఫలమైనాయి.

పి.వి. విదేశాంగ విధానంలో అత్యంత ధీశాలి. ఒకే అగ్రరాజ్య పడగనీడ ఉన్న కాలమది. కాని నెహ్రూనాటి అమెరికా మొగ్గుగాని, ఇందిరాగాంధినాటి రష్యా మొగ్గుగాని, పి.వి. పాటించలేదు. అన్నిదేశాలతో ద్వైపాక్షిక సంబంధాలకోసం మొగ్గుచూపాడు. అనేక దేశాలు పర్యటించాడు. తన అభిప్రాయాలను ఆదేశాల్లో సైతం ప్రసంగ రూపంలో స్వతంత్రతా కోణంతో అందించాడు. రాసుకొచ్చిన, లేదా ఔపచారికంగా ప్రసంగించడం కాక తన స్వంతగొంతుక, స్వంత ఆలోచన స్వంతబాణీ ప్రదర్శించాడు. ఆయన ప్రసంగాలు ప్రాక్పశ్చిమ దేశాలనన్నింటిని ప్రభావితం చేసాయి. ముప్పై ఒక్క సంవత్సరాల తరువాత చైనా ప్రధాని భారత్‌ను సందర్శించాడంటే అది పి.వి. చొరవ. అపోహలు తొలగించడంలో పి.వి. కృషి నిరుపమానం. పాకిస్థాన్‌తో ఏడుసార్లు ఆ దేశాధ్యక్షునితో భేటీ ఐనాడు. అగ్ర రాజ్యాల పడగనీడన వర్ధమాన దేశాలు. అభివృద్ధి సాధించవన్నది పి.వి. నిశ్చితాభిప్రాయం. “లుక్ ఈస్ట్” నినాదం ద్వారా వర్ధమాన దేశాల స్వయం ప్రతిపత్తి కోసం యత్నించిన ధీశాలి, ధైర్యశాలి.

చాణక్యం

చాణక్యుడనే మౌర్య చంద్రగుప్తుని గురువు కార్యసాధన, వ్యూహాలు పన్నడంవల్ల చాణక్యం అనేమాట వ్యవహారంలో ప్రసిద్ధమైంది. రాజకీయంగా ఎన్నిసిద్ధాంతాలు, విలువలూ ఉన్నా, అధికారంలో ఉన్నప్పుడు కొన్ని ఆచరణలో వ్యత్యాసాలుంటాయి. పి.వి. తన అధికారకాలంలో మహామహులనుసైతం మట్టికరిపించే చాణక్యంతో లౌక్యంగా మెదిలి, అస్థిర ప్రభుత్వాన్ని సుస్థిరపరచుకొన్నారు. ఆయన ఆచరణలోనివి కొన్ని వ్యూహాలు.

1. కాగల కార్యం గంధర్వులు తీర్చే స్థితిలో ఉండగా మన చేతులకు మట్టెందుకు అంటాలి అని వ్యూహాత్మకంగా ప్రవర్తించేవారు.
2. తాత్సారం వల్ల సమస్యలు పరిష్కారం అవుతాయని, కాలం గాయాలను మానుస్తుందని కావాలని ఆలస్యం చేసేవారు. తక్షణ స్పందన సత్ఫలితాల నివ్వదనే చోట్ల మాత్రమే ఈ 'వేచిచూచు' సిద్ధాంతం ఆచరించేవారు.
3. రామాయణంలో వాలితో యుద్ధంచేసేవారి శక్తిలో సగభాగం వాలికి చెందుతుందనే నియమాన్ని చూచి, తన బలహీనతను బలోపేతం చేసుకోవడానికి బదులు ఎదుటివారిని బలహీనులను చేసి తనబలం పెంచుకునేవారు.
4. చెయ్యాల్సిన పనులు జాతికి లాభదాయకం, ప్రపంచరాజకీయాలకు వ్యతిరేకం అనుకున్నప్పుడు గుట్టుచప్పుడు కాకుండా చేసేవారు.
5. ఇద్దరూ ప్రత్యర్థులే అయినప్పుడు ఇద్దరూ ద్వంద్వ యుద్ధానికి పాలుబడితే - వినోదంగా చూసి విజేత ఐన వ్యక్తిని అక్కున చేర్చుకోవడం తద్వారా బలం పెంచుకోవడం.
6. మౌనమే సందర్భోచితంగా తన భాషగా వాడుకోవడం.
7. వ్యక్తుల అవిధేయతను, అరాచకత్వాన్ని సహిస్తున్నట్టే నటించి మూలాల్లో దెబ్బకొట్టి లేవలేకుండా చేయడం.

అభిప్రాయాలు- సుభాషితాలు

మహామేధావి అయిన పి.వి. పలుసందర్భాల్లో వ్యక్తంచేసిన భావాలు సుభాషితాలుగా నిలిచాయి. మేధ, ఆలోచన, విశ్లేషణల ఫలాలుగా నిలిచాయి. వాటిలో కొన్ని.

1. పదవిలో ఉన్నామంటే అధికారులు గుర్తుపెట్టినచోట గుడ్డిగా సంతకం పెట్టడం కాదు. వారు చూపిస్తున్న గుర్తులను మార్చగలగాలి.
2. నేను ఒక నిర్ణయం తీసుకోవడం లేదంటే నేను దాన్ని గురించి ఆలోచించనట్లు కాదు. నేను దాని గురించి ఆలోచించి నిర్ణయం తీసుకోగూడదని నిర్ణయించినట్లు.

3. రాజకీయ విషయాలలోనే కాక, ఆర్థిక, సాంఘిక, విద్యా విషయాలలోనూ, వ్యక్తిగత నైతిక విషయాలలోనూ గాంధేయమార్గం అంటూ ఒకటి స్పష్టంగా కనిపిస్తుంది అదొక సమగ్రదృష్టి.

4. ఈనాటి స్వాతంత్ర్యాన్ని సర్వోతోముఖంగా పరిరక్షించుకోవటానికి మనం మన సాంస్కృతిక వారసత్వాన్ని రక్షించుకోక తప్పదు. దానివల్ల స్ఫూర్తి పొందక తప్పదు.

5. చలన చిత్రాలు, రంగస్థల కార్యక్రమాలు, ప్రదర్శన కళలు, ఆకాశవాణి, దూరదర్శక ప్రసారాలు, ఏవైనాసరే ప్రజల్లో ఏ వర్గాన్నికూడా పెడమార్గం పట్టించేవిగా ఉండకూడదు. ఈ విషయంలో విజ్ఞులు సర్వదా అప్రమత్తంగా ఉండాలి.

6. ఒక పేద మనిషికి, ఒక చిన్న మనిషికి, ఒక బలహీనుడికి భూమి రికార్డు ఒక ఆయుధం... సమాజంలో ఎంతో పలుకుబడి ఉన్నవారు ఎల్లప్పుడు లేదా కొన్ని సందర్భాలలో ఈ పేదమనిషి హక్కు హరించాలనుకుంటారు కనుక నిరుపేదలకు భూమి యివ్వడంతో బాటు రికార్డుల రూపంలో దానిపై హక్కు కూడా కల్పించాలి. ఆర్థికంగా అతను బలపడడానికి సహాయపడాలి.

7. చరిత్ర తొలిక్షణాలనుంచే భారత సమాజం నిగ్రహస్ఫూర్తిని ప్రదర్శించింది.

8. "మతతత్త్వం అతి ప్రమాదకరమైన విషక్రిమి...."

ఉపసంహారం

తాను నమ్మిన విలువలకు కట్టుపడి, దిక్కులేనిస్థితిలో ఉన్న తన పార్టీకోసం-విశ్రాంతి దశనుండి కార్యశూరత్వ దశలోకివచ్చి, పార్టీని, ప్రభుత్వాన్ని నడిపి జీవితం అంతా భారత ప్రజల సంక్షేమంకోసం, భారతజాతి గౌరవం కోసం శ్రమించారు. భూసంస్కరణలు, ఆర్థిక సంస్కరణలు, విద్యాసంస్కరణల ద్వారా జాతి చరిత్రను తీర్చిదిద్ది, అవసానదశలో అభాండాలు, నిందారోపణలు ఎదుర్కొని, పార్టీ నుండి నిరాదరణకు గురై, ఆఖరున పరిశుద్ధ నాయకునిగా న్యాయస్థానం చేత ఆమోదించబడి ఉన్నత విలువలకు, ఉదాత్త రాజకీయాలకు, మారుపేరై నిలిచిన తెలుగు తేజం పి.వి. నరసింహారావుగారు 23 డిశంబర్ 2006న తుదిశ్వాస విడిచినా ఆయన సిద్ధాంతాలు, ఆచరణలు, మానవాళిపై ఆయనకుగల అపారమైన ప్రేమ, ధీమంతునిగా, ప్రజాస్వామ్య ప్రేమికునిగా ఆయన కృషి భారత ప్రజల మనస్సులలో ఆరకుండా ప్రదీపించే దీపమై సర్వదా నిలిచి ఉంటుంది. ఒక దార్శనికుడు, ఒక ఋషితుల్యుడు, ఒక అంతర్ముఖుడు, ఒక మేధావి, ఒక పరిణత ప్రజ్ఞావంతుడు, ఒక మహానాయకుడు-ఒక పరిపాలనాదక్షుడు, ఒక పండితుడు, ఒక కాల్పనిక సాహితీస్రష్ట, ఒక ప్రజాస్వామ్య ప్రేమికుడు, ఒక భారతీయ సంస్కృతీ సభ్యతల అధినేత, అన్ని కలిసిన మహోన్నతమూర్తి మన పాములపర్తి వేంకట నరసింహారావు గారు. జాతియావత్తు గర్వించదగ్గ ఆ మహామహుని ఆదర్శం చేసుకొని జాతిని నడుపుకోవడమే మనం ఆయనకిచ్చే నిజమైన నివాళి.

దేవరకొండ బాలగంగాధర తిలక్

(1921-1966)

- డా. కె.బి.లక్ష్మి

వానలో తడిసిన కవితా వాకిటిలో
జూకా మల్లెల సౌరభాల్ని విరియించి
వెన్నెలలోని వికాసాన్ని వెలిగించి
పదం పదంతో ఎద వీణియల మీటుతూ
అమృతం కురిసిన రాత్రిళ్ళతో, అక్షరరమ్యతతో
సౌందర్యలోకాల విహరింపజేస్తూ
ప్రేమ గీతాలాలపిస్తూ, ఆర్తగీతాలు వినిపిస్తూ
సామాజిక సమస్యల సవ్వడులను సవరిస్తూ,
చరిత్రగతిలోని చింతన - పొంతనలను గమనిస్తూ,
అనుభూతి గాఢతలో కించిత్ ఆవేశం, ఆర్ద్రతలను మేళవిస్తూ
మానవతా మణిదీపాల కాంతిని పంచిన సంగీత ప్రియుడు,
స్వాప్నికుడు, సుందరాకారుడు తిలక్.
నవభావాల కవితలల్లి, విషాదమోహన కథలు చెప్పి,
నావెల్‌గా నాటికలు,నాటకాలు, వ్యాసాలు రాసి,
ప్రసంగాలతో మెప్పించి, తనదైన బాణి, తనదే అయిన బాటలో
మేటిగా నిలిచిన ఆల్కెమిస్ట్, పర్‌ఫెక్షనిస్ట్ తిలక్.
భావాభ్యుదయాల మేళవింపుతో
వచనకవితనొక అపురూప సింహాసనాధిష్ఠురాలిని చేసి,
'ఏ ఇజానికి ఇంప్రిజన్ కాని' వినూత్న సృజన శీల విరాజితుడు.
"కొత్త అనుభవాల కాంతి పేటికను తెరచి,
గుండెలోపలి గుండె కదిలించి, తీగలోపలి తీగ సవరించి
పాటపాటకి లేచు కెరటంలాగ - మాటమాటకి మోగు కిన్నెరలాగ
నేం మనుష్యులం, మేం మహస్సులం..." (మేగ్నరార్టా) అని నినదిస్తూ
మానవత, తాత్వికత, భావగాఢత, అభ్యుదయ ఆలోచనా దార్శనికతా స్పర్శతో,

అంతస్సౌందర్య, సున్నిత భావాల ఆర్ద్రహృదయ అక్షరశిల్పి,

తరతరాలకు ఉత్తరాధికారిగా నిలిచే కవి తిలకుడు, బాలగంగాధర తిలక్ దేవరకొండ.

బాలగంగాధరుడు

తిలక్ స్వాతంత్ర్యం రావడానికి 26 ఏళ్లముందు 1921 ఆగస్ట్‌లో పుట్టారు. భారత స్వాతంత్ర్య సంగ్రామానికి దేశం యావత్తు నడుం కట్టి ఉద్యమిస్తున్న రోజులవి. దేశం నలుమూలలా దేశభక్తి భావనలు వెల్లివిరుస్తున్న రోజులు. సహజంగానే తిలక్ జన్మస్థలం మండపాకలో కూడా తిలక్ నాన్నగారు దేవరకొండ సత్యనారాయణగారు జాతీయోద్యమ నాయకులని స్ఫూర్తిగా తీసుకున్నారు. ఆయనకు లోకమాన్య బాలగంగాధర్ తిలక్ అంటే అభిమానం. స్వాతంత్ర్యం నా జన్మహక్కని చాటిన లోకమాన్యుడి పేరు తన రెండవ కుమారునికి పెట్టారు. అతడే మన బాలగంగాధర తిలక్. ఆ తర్వాత పెద్దయ్యాక కవిత్వం నా జన్మహక్కని చాటాడు.

తిలక్‌కి ఒక అన్న, 5గురు తమ్ముళ్లు, ఐదుగురు అక్కచెల్లెళ్లు వున్నారు. వాళ్లెవరికీ తిలక్‌లా నామకరణం జరగలేదు. తిలక్ అమ్మగారి పేరు రామసోదెమ్మ.

పశ్చిమ గోదావరి జిల్లా తణుకు దగ్గర మండపాక గ్రామంలో కలవారి కుటుంబం తిలక్‌ది. వ్యవసాయం పనులు తండ్రి, పెద్దన్నయ్య, మిగతావారు చూసుకునేవారు. తిలక్ నివాసం తణుకులోనే. లంకంత ఇల్లు. ఇంతమంది అక్కచెల్లెళ్లు, అన్నదమ్ములు, వాళ్ల పిల్లలు, అనేక పండగలు, కుటుంబ పరమైన సంప్రదాయాలు, ఆచారాలు, ఆడవాళ్ల కష్టాలు, అక్కచెల్లెళ్ల కష్ట సుఖాలు అన్నీ ఆ ఉమ్మడి కుటుంబంలో సన్నిహితంగా చూసి, జీవన వైరుధ్యాలని, సంఘర్షణల్ని అర్థం చేసుకున్న వ్యక్తి తిలక్. అలా చిన్న తనం నుంచే ఓ పక్క ఆనందం ఇంకో పక్క కష్టాల స్వరూపం సమాంతరంగా ఆలోచనల్లో చోటు చేసుకునే వాతావరణం తిలక్ చుట్టూ వుండేది. కుటుంబ సభ్యులంతా ప్రేమాభిమానాలు కలిగి వుండేవారు ఒకరి పట్ల ఒకరు. బహుశా అందువల్లే కావచ్చు ఈర్ష్యాసూయలు లేని అనురాగాన్ని, ఆత్మీయతని అతను అటు స్నేహితులకు, ఇటు తన కన్నబిడ్డలకే పంచి ఇవ్వగలిగారు. జీవనరంగస్థలం మీద నవరసాలు దర్శించాడు గనుకనే తన సృజనతో వాటికి అద్భుతమైన స్థానం కల్పించ గలిగాడు తిలక్.

చదువు - సంధ్య

చదువు హైస్కూలు వరకు సజావుగా సాగింది. తణుకు స్కూల్లో స్కూల్ ఫైనల్ (ఎస్.ఎస్.ఎల్.సి) ప్యాసయిన తర్వాత ఇంటర్మీడియట్ చదవడానికి మద్రాస్ వెళ్లి లయోలా కాలేజీలో ఆ కోర్స్ పూర్తవకుండానే వెనక్కి వచ్చేశాడు తిలక్. మళ్లీ విశాఖపట్నం ఎ.వి.యన్. కళాశాలలో చేరాడు. విద్యార్థి ఫెడరేషన్‌లో పనిచేశాడు. చదువు పూర్తి చేయలేదు. శ్రద్ధలేకా? ఏకాగ్రత కుదరకా? కళాశాల కట్టుబాట్లతో గాక స్వేచ్ఛగా చదువతగిన సాహిత్యం ఎంతో ఉందనా?! కారణం ఏదైనా ఆ కలవారబ్బాయి తన ఊరు తణుకు వచ్చేసి తన విద్యకి, వ్యక్తిత్వానికి కొత్త

నిర్వచనాలు రచించుకున్నాడు. ఆస్తిపాస్తులున్న కుటుంబం గనక ఉద్యోగం చేయాల్సిన అవసరం లేకపోయింది.

'AN IDLE MANS' BRAIN IS A DEVILS WORKSHOP' అని అప్పట్లో అందరూ ఈ వాక్యాన్ని తెగవాడుతూ వుండేవారు. పనిలేకుండా సోమరిపోతులా వుండడం తిలక్‌కీ ఇష్టంలేదు. సరదాగా మొదలెట్టిన చతుర్ముఖపారాయణం (పేకాట) ఆ తర్వాత బ్రాకెట్టు ఆటలోనూ డబ్బు పెట్టి ఆడడం వల్ల చాలా డబ్బులు పోగొట్టుకునే వాడు. అదృష్టం ఏమిటంటే సాహిత్యం అంటే వల్లమాలిన అభిమానం. పేకాటని కూడా తోసి రాజనేంత వ్యసనం సాహిత్య పఠనం. వీటితో బాటు కొటేరు ముక్కులో 'నస్యం' దట్టించడమూ హాబీయే. ఐనా అవన్నీ తిలక్ సృజనకు ఇంధనాలే.

తిలక్‌కి సాహిత్యంపట్ల అభిలాష కలిగించిన వారు హైస్కూలోని తెలుగు మాష్టారు పండిత పెన్మెత్స సత్యనారాయణరాజు. ఆయన దగ్గర ఛందస్సు, వ్యాకరణం క్షుణ్ణంగానే నేర్చుకున్నాడు. ప్రబంధాలన్నీ చదివాడు. ప్రాచీన సాహిత్యాన్ని బాగ ఆకళింపు చేసుకున్నాడు. ఆంగ్ల సాహిత్యం కూడా విరివిగా చదివాడు. సాహితీ సభలకు వెళ్తుండేవాడు. వారి వారి భావలతో ఏకీభవించకపోయినా సరికొత్త భావజాలాన్ని తెలుసుకునేవాడు. అలాగే నవ్య సాహిత్య పరిషత్తులో సభ్యుడై ఆధునిక భావాలను అలవరుచుకున్నాడు. ఆంగ్లాంధ్ర సాహిత్య పుస్తకాలను పత్రికలను విపరీతంగా కొని, చదివేవాడు.

తిలక్‌వాళ్ల నాన్నగారికి సాహిత్యాభిరుచి మెండుగా వుండేది. ఆయనకి భారత రామాయణాలు కంఠోపాఠం. ముఖ్యంగా భారతంలోని పద్యాలు అందరికీ వినిపిస్తూవుండేవారు. ఆ ప్రభావం కూడా తిలక్ మీద వుంది. తిలక్ పుస్తకాల కొనుగోలుకు వందలాది రూపాయలు ఖర్చుచేస్తున్నా వాళ్లనాన్నగారు "ఏమిట్రా! అనవసరపు ఖర్చు?" అని ఏనాడు అనలేదు.

తిలక్ ఇంటిముందు ఎడమవైపున ఒక పెద్దగది వుండేది. దానికి తిలక్ గది అనే వ్యవహారనామం. అందులో బీరువాల నిండా వేలాది పుస్తకాలు, తెలుగు సాహిత్యంలో ప్రముఖుల రచనలన్నీ తిలక్ వద్ద ఉండేవి. అలాగే కీట్స్, షెల్లీ, వైల్డ్, సోమర్ సెట్‌మామ్, బెర్నాడ్‌షా, షేక్స్‌పియర్, హెచ్.డి. లారెన్స్, ఉడ్‌హౌస్, వర్జీనియా ఉల్ఫ్, ఆల్బర్ట్ మొరేవియా ఇలా ప్రముఖుల అనేకానేక గ్రంథాలు. శరత్ అంటే తిలక్‌కు విపరీతమైన అభిమానం. 'శరత్ వంటి నవలాకారుడు లేడని' సోదరులతోను, మిత్రులతోను అంటూండేవారు. శరత్ మిత్రులకి, సోదరులకి తిలక్ పర్సనల్ లైబ్రరీయే పెద్ద గ్రంథాలయం. తిలక్ తను చదివిన సాహిత్యం గురించి, ఇతర విశేషాల గురించి స్నేహితులతో చర్చించడం, లేఖల్లో ఉటంకించడం చేస్తూ అందర్నీ తనతో బాటు సాహితీ బాటలో నడిపిస్తుండేవాడు. లెనిన్, కారల్ మార్క్స్, జయప్రకాష్, నెహ్రూల రచనలు చదివాడు. అయినా తదనంతర కాలంలో 'ఏ ఇజానికి ఇంప్రిజన్' కాని, సైద్ధాంతిక నిబద్ధతలేని కవిగా రచయితగా అద్భుత రచనలు చేశాడు తిలక్. అందరినీ అలరించాడు. అందరివాడూ అనిపించుకున్నాడు.

సంప్రదాయ పట్టు, ఆధునిక అభ్యుదయ భావలహరి, దార్శనికత, తాత్వికత, అనురాగం, ఆనందం ఏదైనా సరే ప్రధానంగా స్పష్టత, అనుభూతి, మానవత తిలక్ ప్రత్యేకతలై భాసించాయి.

కవితిలకుడు

తిలక్ అనగానే సుందరీ సుబ్బారావు, అమృతం కురిసిన రాత్రి, 'నా అక్షరాలు వెన్నెల్లో ఆడుకునే అందమైన ఆడపిల్లలు', 'కవిత్వం ఒక ఆల్కెమీ'(రసవాదం), 'నీవులేవు నీ పాట వుంది' అన్నవి చటుక్కున స్ఫురిస్తాయి. తిలక్‌ని తల్చుకోగానే చల్లని సాయంకాలపు నీరెండలో సన్నని జల్లు పడుతుంటే, మల్లెల పరిమళాలను మోసుకుని ఓ పిల్ల తెమ్మెర మెత్తగా మనసుని తాకినట్లువుతుంది. అంతటి లలిత సుకుమార భావ చిత్రాలు తిలక్ సృజన.

తిలక్ సాహిత్యాధ్యయనం చేస్తూ, స్వయంకృషితో అక్షర శిల్పిగా మారుతున్న రోజుల్లో అతని చుట్టు విభిన్న సాహిత్యోద్యమాలు, రచనారీతులు వుండేవి. కృష్ణ శాస్త్రి భావకవిత్వం, శ్రీశ్రీ అభ్యుదయ కవిత్వం ప్రధానంగా పాఠకుల్ని ఆకట్టుకున్న కాలం. సాహిత్యంలో రకరకాల 'ఇజా'లు. తన సమకాలికులందరిలాగే తానూ రాజకీయ, సాహిత్యధాటిని ఎదుర్కోవలసే వచ్చింది. అయినా అన్నింటినీ నిదానంగా గమనించాడు. తన సొంతగొంతును సవరించుకున్నాడు. తాను ఇష్టపడిన, తాను చదివిన కృష్ణ శాస్త్రి, శ్రీశ్రీ, విశ్వనాథ, నన్నయ, తిక్కన, పెద్దన, తెనాలి రామకృష్ణుడు, ఆంగ్లసాహిత్యంలో నవలాకారులు జేమ్స్ జాయిస్, వర్జీనీయా ఉల్ఫ్, హెమింగ్వే, ఇంకా ఇలియట్ అందరి సాహిత్యాన్నీ చిన్నతనంలోనే ఆకళింపు చేసుకోవడం వల్ల

"నాకవిత్వం కాదొకతత్వం
మరికాదు మీరనే మనస్తత్వం
కాదు ధనిక వాదం సామ్యవాదం
కాదయ్యా అయోమయం, జరామయం.
గాజు కెరటాల వెన్నెల సముద్రాలూ
జాజిపువ్వుల అత్తరు దీపాలూ
మంత్రలోకపు మణిస్తంభాలూ
నా కవితా వాదనశాల సుందర చిత్ర విచిత్రాలు...
"నా అక్షరాలు
కన్నీటి జడులతో తడిసే దయా పారావతాలు
నా అక్షరాలు
ప్రజాశక్తుల నావహించే విజయ ఐరావతాలు
నా అక్షరాలు
వెన్నెల్లో ఆడుకునే అందమైన ఆడపిల్లలు..." (1941)

అని నిర్వచించుకున్నాడు తన కవిత్వాన్ని. ప్రధానంగా 'అనుభూతివాది' నని చెప్పుకున్నా తిలక్ కవిత్వంలో అభ్యుదయభావావేశం కూడా మెండుగా వుంది.

అందరూ కవులలాగే తిలక్ తన సాహిత్యరచనను పద్యంతోనే ప్రారంభించాడు. ఆపద్యాలను మిత్రుల సమక్షంలో శ్రావ్యమైన కంఠ స్వరంతో చదివి వినిపిస్తుండే వాడు. తన పదకొండవ ఏట (1932లో) రాసిన మొదటి కథ 'మాధురి' 14,15 ఏళ్ల వయసు నుండే పద్యాలు బాగా (సంఖ్యాపరంగా, సాహితీ పరంగా) రాసిన తిలక్ తన 17వ ఏట ప్రభాతము - సంధ్య (1937 - 38లో) పేరిట కవితా సంకలనంగా వెలువరించాడు. ఆ తర్వాత రాసినవి కూడా 1945లో అదే పేరుతో సంకలనంగా వచ్చాయి. బొంబాయిలో 1944లో జరిగిన అఖిల భారత అభ్యుదయ రచయితల మహా సభలో పాల్గొన్నాడు. వస్తూవస్తూ తన పర్సనల్ లైబ్రరీ కోసం మరిన్ని పుస్తకాలు కొని తెచ్చుకున్నాడు తిలక్.

అనూహ్యమలుపు

అది 1944 - జూన్ నెల. తిలక్ తండ్రి పుష్కరాలకి కానూరు అగ్రహారం వెళ్లారు. పుష్కరాల్లో పితృదేవతలకు పిండ ప్రదానం చేస్తూ గుండెపోటు వచ్చి గోదావరి ఒడ్డునే మరణించారు. ఆరోజు సాయంత్రం ఆయన పార్థివ శరీరాన్ని ఇంటికి తీసుకొచ్చారు. నిత్య చైతన్యమూర్తిగా వుండే తండ్రి అచేతనుడిగా పడి వుండడాన్ని తిలక్ తట్టుకోలేక పోయాడు. చిన్నప్పటినుండీ అంతంత మాత్రం ఆరోగ్యంతో చదువు కూడా కొనసాగించలేకపోయిన తిలక్‌ని ఈ హఠాత్ సంఘటన మానసికంగా కృంగదీసింది. నరాల బలహీనత (Nervousness Palapitation) ఏర్పడింది. చిన్నతనంలో జీర్ణసంబంధ అనారోగ్యంతో అపుడపుడు గుండెదడ అనిపించేది. ఇపుడది 'హార్ట్ ఎటాక్'గా రావచ్చని, ఒక విధమైన మృత్యు భయానికి లోనయ్యాడు.

యు.కె.లో డాక్టర్‌గా వున్న తిలక్ పెద్దకుమారుడు డా॥ దేవరకొండ సత్యనారాయణమూర్తి చెప్పిన ప్రకారం "తాతగారు అకస్మాత్తుగా పోవడంతో నాన్నగారికి ఈ జబ్బు వచ్చింది. నాకు తెలిసి చిన్నప్పట్నించీ ఆయన మృదుభాషి. ఎవరికైనా చిన్న కష్టం వస్తే తనకే వచ్చినట్లు బాధపడేవారు. ఎప్పుడూ మమ్మల్ని తన చుట్టూ కూర్చోబెట్టుకుని కబుర్లు, కథలు చెప్పేవారు. నాకు బాగా గుర్తు ఆయనతో బాటు ఎవరైనా వుండాలి, లేదా చదువుకుంటూనో, రాసుకుంటూనో వుండేవారు. అపుడపుడు సమావేశాలకి, సినిమాలకి వెళ్లేవారు. అలాంటి వ్యక్తిని తాతగారి మరణం సహజంగానే బాగా కదిలించింది.

దాదాపు 10,15 సంవత్సరాలు రోజులో 20గంటలు మా ఫ్యామిలీ డాక్టర్ కృష్ణమాచారి గారింట్లోగాని, ఆస్పత్రిలోగాని వుండేవారు. ఆయన ఇంజక్షన్, మందులు ఇచ్చి ఫరవాలేదు ఇంటికి వెళ్లమన్నా వచ్చేవారు కాదు. డాక్టర్ దగ్గరుంటే హఠాత్తుగా 'ఎటాక్' వస్తే ఆయన వున్నారని ధైర్యంగా వుంటుందనేవారు. ఆఖరికి డాక్టర్‌గారి ఇంటి ఆవరణలో తనుండడానికి స్వయంగా ఓ గది కట్టించుకున్నారు ఆయనకి ఇబ్బంది లేకుండా. ఆ జబ్బు వల్ల, అనుభవంలేని

వ్యాపార వ్యవహారాల వల్ల కొంత మొత్తం మీద ఆగర్భ శ్రీమంతుడైన నాన్నగారు ఆర్థికంగా బాగా చితికి పోయారు. అపుడపుడు కాస్త నిమ్మళంగా వున్నప్పుడు పుస్తకాలు చదివేవారు. మధ్యమధ్య రాస్తూండేవారు. మృత్యుభయం. ఇంట్లో అమ్మ, బైట డాక్టర్ గారు ఇద్దరే ఆయన తనకి అండ అనుకునేవారు. ఆయన్ని అలా చూడ్డం బాధగా వుండేది. కానీ తమ్ముడు సుబ్రమణ్యానికి, నాకు మెడికల్ కాలేజీలో సీటు వచ్చిందనగానే ఎంతో సంతోషపడ్డారు. ఒక తృప్తిని, ధైర్యాన్ని ఆయనలో చూశాను...”(పర్సనల్ ఇంటర్వ్యూ జనవరి 2008- హైదరాబాద్‌లో)

దాదాపు దశాబ్దం పాటు నిశ్శబ్దంలోకి జారిపోయిన కవికోకిల మెల్లిగా 1955లో కలం గళం విప్పింది. 1960 నుండి తిలక్ విజృంభించారనే చెప్పాలి. కథలు, కవితలు, నాటికలు, అటు పాఠకులను, పత్రికలను, మిత్రులను, విమర్శకులను కూడా మెప్పించాయి. ‘తిలక్ భావ కవితాయుగానికి భరతవాక్యం. తదుపరి యుగానికి నాందీ వాక్యం’ అన్న మాటను నిజం చేస్తూ శబ్దార్థ సౌందర్య సౌరభాలను పంచి యిచ్చే వచన కవితలు రాశాడు. ‘కృష్ణ శాస్త్రినీ శ్రీశ్రీని కలిపే కాంతిరేఖ’ యై భాసించాడు. భావపోషణలో శిల్ప నిర్మాణాలంకార విన్యాసాలు చేశారు.

విజయపథం - అప్పటికి భావకవిత్వానికి, రొమాంటిసిజానికి కాలం చెల్లినట్లే అభ్యుదయ కవితాయుగం. వస్తువుకి పరిధులేర్పడ్డాయి. ఆ నేపథ్యంలో

“ఆకాశాన్ని మేఘం నల్లని కంబళిలా కప్పుకుంది.
ఆనందం మనసులో మయూర బర్హంలా విప్పుకుంది
ఆలోచన లెందుకు జవ్వనీ! విలోకించు వర్షా సంధ్యని
సందేహం వదలి నా సందిటిన నిలిచి కళ్లెత్తి చూడు

....

చినుకుల కలనేత వస్త్రాన్ని సింగారించుకుంది ధరిత్రి
సిందువారం పులకించి చిరుసిగ్గు పూలని పూసింది
ఆకుపచ్చని ఉత్సాహంతో విజృంభించింది ప్రాణశక్తి
అనందవల్లరీ! ప్రేయసీ! అందించు నీ అధరామృత సూక్తి

(వానలో నీతో-1964)

....

అనీ

“...సిగ్గిలిన సోగకళ్లతో మల్లెపూల వాల్జడతో నువ్వుపాడిన పాట
నా గుండెల దగ్గర తడబడుతూ ఏదో కొత్త భాషలో చెప్పి ...
పండిన మొగలి పొత్తివంటి పరిమళంగల ప్రారంభ యౌవనపు నిండైన
ఆరోగ్యపు వాకిళ్ల ముందు విరిసిన నంది వర్ధనం పువ్వుల మధ్య

సువ్వూ నేనూ కూర్చొని అలాగ ఒకర్నొకరు చూసుకుంటూ...

కాలాన్ని కదలకుండా నిలబెట్టి కమ్మని ఊహల పూలతోటల మధ్య

పరుగులెత్తి...

నీ ఒడిలో నా తల పెట్టుకుని అభ్యంగనా విస్మృత త్వదీయ

వినీల శిరోజ తమస్సముద్రాలు పొంగి నీ బుజాలు దాటి నా

ముఖాన్ని కప్పి ఒక్కటే ఒక్క స్వప్నాన్ని కంటున్న వేళ...

ఇంటిముందు జూకా మల్లెతీగల్లో అల్లుకుని

లాంతరు సన్నని వెలుతురులో క్రమ్ముకుని నా గుండెల్లో చుట్టుకుని...

నీ పాట ఒక్కటే నిజంలాగా...

శిశిర వసంతాల మధ్యవచ్చే విచిత్ర మధురమైన మార్పుని

గుర్తుకుతెస్తోంది యిన్నేళ్ల తర్వాత... (నీవు లేవు నీ పాట వుంది–1965)

అటూ ప్రణయోన్మత్త గీతాలు రాశారు. అందర్నీ సమ్మోహితుల్ని చేశారు. వచన కవిత్వంలో వచ్చిన అపురూప ఖండిక ఇది. ఒక విధంగా తిలక్ కవిత్వాన్ని PASSION తోను కథలను COMPASSION తోను రాశాడనిపిస్తుంది. నిజానికి ఈ లక్షణాలన్నీ అతని రచనలన్నింటిలోనూ (లేఖలతో సహా) నిండి వున్నాయి విడదీయలేనంతగా. తిలక్ కవితకి విరోధాభాసమే మకుటం. అంతలో ప్రేమ, అంతలో కరుణ, దయ, ఆవేశం, క్రోధం వివిధ రసాలు దర్శనమిస్తాయి. 'ప్రిజమ్ లాంటి జీవితంలో వేర్వేరు కోణాలు ప్రదర్శిస్తా'డు

తిలక్ నాన్నగారికి లోకమాన్య తిలక్ అంటే ఇష్టమున్నట్లే దేవరకొండ తిలక్‌కి నెహ్రూ అన్నా, నెహ్రూయిజమన్నా ఇష్టమేమోననిపిస్తుంది. 1964లో నెహ్రూ దివంగతుడైనపుడు.

"ఎవరు చెప్పు ఇంతటిదాకా

ఈ భూ వలయం మీద ఇంత హుందాగా ఇంత అందంగా

ఇంత గర్వంగా తిరిగిన మనిషి...

జవహర్– నలభై అయిదు కోట్ల ప్రియతమ నాయకుడా

నీవులేవనే తలపు రానివ్వ లేకపోతున్నాను...

ఎలాగ కనుగిలికి తెరతొలగించి నిశ్శబ్దంగా నిష్క్రమించావు...

అల వివేకానంద రవీంద్ర మహాత్ముల త్రివిధ పథగామి...

ప్రిన్స్ ఛార్మింగ్ డార్లింగ్ ఆఫ్ ది మిలియన్స్ వెళ్లిపోతున్నాడు దారినివ్వండి

స్వప్న శారిక లతని శిరస్సు చుట్టూ పరిభ్రమిస్తున్నాయి...

కన్నీరు విడవకండి... శాశ్వత నిద్రపోతున్నాడు సద్దు చేయకండి

విధుర వసుమతి మౌన విషాద గీతమాలపిస్తున్నది.” అని అద్భుతమైన ఎలిజీ రాశాడు. 74 పంక్తుల ఈ ఎలిజీ కవితలో నెహ్రూ వ్యక్తిత్వ, జీవనరేఖలు రూపుకడతాయి.

అనుభూతి X మానవత

జీవితంలోని ప్రతి అడుగులో తాను చూసింది, అనుభూతించింది. ప్రతిదీ అక్షరబద్ధం చేశాడు తిలక్. పిల్లలంటే ఇష్టం, ఆడపిల్లలంటే మరీ ఇష్టం. ఆ నాటి ఆచార సంప్రదాయాలను బట్టి స్త్రీల జీవితాల్లో చొరబడే గాఢవిషాదాలు తిలక్‌ని బాధించేవి. సమీప బంధువుల్లో స్త్రీలు వితంతువులై పుట్టిళ్లకు చేరడం తట్టుకోలేకపోయేవాడు. సంప్రదాయాన్ని మూర్ఖంగా, మొండిగా పట్టుకుని వెళ్లాడే వాళ్ల మీద వ్యంగ్యాస్త్రాలు సంధించాడు.

(శిఖరారోహణ-1966)

“సంప్రదాయ భీరువుకీ అస్వతంత్ర వితంతువుకీ వసంతం లేదు...” అన్న ఆర్తితో కూడిన తాత్విక చింతనతో కూడిన ఈ వాక్యంతో మహిళలకుండాల్సిన ఆర్థిక, ఇతర స్వాతంత్ర్యాల గురించి స్పష్టపరుస్తాడు.

ఇదే భావన ‘సాలెగూడు’ నాటికలో విస్తరించి చెబుతాడు. కథానాయిక సావిత్రి పుట్టుపూర్వోత్తరాల ప్రస్తావచ్చినపుడు, ఆమె ఒక వితంతువుకు పుట్టినదని ఎరుకపరిచే సన్నివేశంలో... విద్యావతి, అభిమానవతి అయిన ఆ తల్లి ఎలా నిస్సహాయురాలైందో వివరిస్తూ సావిత్రి పెంపుడు తండ్రి విశ్వనాథం పాత్రద్వారా “నీ తల్లి నా స్నేహితుడి భార్య. మిత్రుడు చనిపోతూ ఆమె రక్షణ బాధ్యత నాకప్పగించాడు. తోబుట్టువులా చూసుకుంటున్నాను. ఆమె నా ప్రార్థననంగీకరించలేదు. విద్యావంతురాలు, అభిమానవతి, జీవితంతో దెబ్బలాడింది. కొన్నాళ్లు భర్తగీసిన బొమ్మలు అమ్ముకుంది. ఏ ఉద్యోగం వచ్చినా చేయడానికి సిద్ధపడింది. గౌరవప్రదమైన ఉద్యోగం దొరకలేదు. ఆమె విద్యనెవరు చూడలేదు. యవ్వనం మీదే దృష్టి, చివరికి ‘దరిద్రం’ ఆమెను ఓడించింది. ప్రియుడు వదిలేశాడు. నిన్ను కని, నాకప్పగించి ఆమె మరణించింది...” అనిపిస్తాడు.

‘సుప్తశిల’ నాటికలో ‘అహల్య’ పాత్రని ఆధునిక స్త్రీవాద భావజాలంతో కూడిన ఒక అనూహ్య ఉదాత్తకోణంలో చిత్రించాడు తిలక్. అందుకు ఊతంగా అహల్య మానసిక చిత్రణకు అనుగుణంగా వుండడం కోసం ‘నందిని’ పాత్రను సృష్టించి ఆమెకు ఇష్టసఖిని చేశాడు. ఋషి పత్నిగా పతివ్రతాధర్మాలను అహల్య, స్త్రీగా ఆమెలోని స్త్రీత్వ భావాలను ప్రకటించే నందిని - ఈ ఇరువురి సంభాషణల ద్వారా వాస్తవ, స్వాప్నిక జగత్తుల మధ్య గుంజాటన పడే స్త్రీ మనోభావాలను అద్భుతంగా, ఎంతో కన్విన్సింగ్‌గా చిత్రించాడు తిలక్. గౌతమ మహర్షి, దేవేంద్రుడి పాత్రల మానసిక సంఘర్షణను కూడా అంతటి సమర్థతతోను నిర్వహించాడు. సుప్తశిల (నిదురించే రాయి) శీర్షికే అత్యంత ఔచిత్య భరితంగా అమరింది.

శాపానంతర అహల్య విషాదఘట్టంలో

"ఇన్నాళ్లు బ్రతికిన బ్రతుకులో ఆనందమేముంది కనుక? ఇపుడు బాధపడడానికి ..." అంటూ

'బ్రతికినన్నాళ్లు కోర్కెల బలిమి నడిచి

ఒక్కశిలవోలె గడిపితినోర్చి యోర్చి

ఇపుడు మీ శాపమే తదాకృతి నొసంగె

గాక, వేరేమి బాధించగలదు నన్ను" అంటుంది అహల్య

సీత అంటే తిలక్‌కి ఎంతో మక్కువయిన పాత్ర. అందుకే తొలిరోజుల నుండీ ఆ తర్వాత కూడా సీత గురించి రాశాడు. స్వయంవరం (భారతి- 1942-48) అద్వైత మాన్మథము (భారతి 1961-66) అలాగే ఊర్మిళ పైన పద్యాలు రాసి వినిపించేవాడు తిలక్ అని మిత్రుల ఉవాచ. ఆ పద్యాలు ఎక్కడ అచ్చయినవో! లేదో? తెలీదు.

'సుచిత్ర ప్రణయం' నాటికతో ఆధునిక వ్యక్తిత్వభావాలున్న కథానాయిక సుచిత్రను చక్కగా చిత్రించారు. ఆ నాటిక ఆద్యంతం సరదా అయిన సాంఘిక నాటిక. వేదికలపై ప్రదర్శనలకి కూడా నోచుకుంది. మరో నాటిక 'సుశీలపెళ్లి'.

వీటికి భిన్నంగా 4 ఖండికలుగా 'అభినవ ఋగ్వాదం' రాశాడు తిలక్. అందులో 60వ దశకంలో పుంఖాను పుంఖాలుగా పత్రికల్లో సీరియళ్లు, నవలలు రాసే రచయిత్రుల మీద వ్యంగ్యాస్త్రం సంధిస్తూ వారి ధాటికి మగ రచయితలు నిలవలేక పోతున్నారని ఎంత పదునుగా చెప్పారంటే! ఇదిగో ఇలా...

"నవలలు నవలలు రాసేస్తున్నారు

కవలల్ని క్వాడ్రప్లెట్సుని సృష్టిస్తున్నారు (నవలల్లో)

వచనమైనా రచనమైనా పైచెయ్యివాళ్లదే

వచనం వదలి మగవాళ్ళు ని

ర్వచనం లేని కవితా కంటక వనాంతరాల పడి

ప్రవాసులై నిర్వాసులై పోతున్నారు

వర్ణనీయ వస్తువే తిరగబడి వర్ణిస్తూంటే

కంచెయే చేనుమేస్తుంటే... హతవిధీ! ఇది కలికాలం, 'కలికి' కాలం!"

'అమృతం కురిసిన రాత్రి' సంపుటిలోని ఈ ఖండిక ఏ సంవత్సరంలో రాశారో! ఎక్కడ ప్రచురితమైందో నమోదు కాలేదు.

అభివ్యక్తిలోనే గాక వస్తుస్వీకారంలో కూడా తిలక్‌ది విన్నూత శైలి. సుబ్బారావనే ఫ్రెండ్ తమ జిల్లా తపాలా శాఖ జరుపుకునే వార్షికోత్సవానికి పోస్ట్‌మాన్ మీద రాయమని కోరినపుడు రాసిచ్చిన 'తపాల బంట్రోతు' (1959). ఆనాటికి ఎవరు దృష్టి పెట్టని నూతనత్వం అది.

"అందరికి నువ్వు వార్త నందిస్తావు

అందరికీ నువ్వు ఆత్మబంధువువి...

ఇన్ని ఇళ్లు తిరిగినా/ నీ గుండె బరువు దింపుకోడానికి ఒక్కగడపలేదు...

ఒక్కనయనం నీ కోటుదాటి లోపలికి చూడదు

ఉత్తరం యిచ్చి నిర్లిప్తుడిలాగ వెళ్లిపోయే నిన్ను చూసినప్పుడు

తీరం వదిలి సముద్రంలోకి పోతున్న ఏకాకి నౌక చప్పుడు..."

'ఏ కాకి నౌక చప్పుడు'– తిలక్ ఉపమానాలు అనుపమానం. ఇది ఒక ఉదాహరణే.

అలాగే తిలక్‌లోని కరుణరస స్పందన చూస్తుంటే బుద్ధుడైన సిద్ధార్థుడు గుర్తుకొస్తాడు. 1956లో రాసిన ఆర్తగీతంలోని

"నేను చూశాను నిజంగా ఆకలితో అల్లాడి మర్రి చెట్టు కింద మరణించిన ముసలివాణ్ణి

నేను చూశాను నీరంధ్ర వర్షాన వంతెన కింద

నిండు చూలాలు ప్రసవించి మూర్ఛిల్లిన దృశ్యాన్ని

నేను చూశాను నిజంగా తల్లిలేక తండ్రిలేక తిండిలేక

ఏడుస్తూ ఏడుస్తూ ముంజేతుల కన్నులు తుడుచుకుంటూ

మురికి కాల్వ పక్కనే నిద్రించిన మూడేళ్ల పసిబాలుణ్ణి...

ఇది ఏ నాగరికతకు ఫలశ్రుతి? ఏ విజ్ఞాన ప్రకర్షకు ప్రకృతి?

ఏ బుద్ధదేవుడి జన్మభూమికి గత స్మృతి?... నా ఎదద మోడైన ఒక దుస్థితి..."

అన్న పంక్తుల్లో మానవత్వంతో కదలిపోయిన తిలక్, విషాద గీతం ఆలపించిన తిలక్, ఐదేళ్ల తర్వాత 1961 మేలో మోగంటి మాణిక్యాంబ దేవిగారికి రాసిన లేఖలో ".... నా చిన్న తనంలో ఒక వృద్ధుణ్ణి, ఒక జీర్ణ దేహుణ్ణి ఆకలితో అరుస్తున్న వాణ్ణి చూసి ఎంత ఏడ్చాననీ...." అని రాస్తూ మద్రాసు లయోలా కాలేజీలో చదువుతున్నప్పుడు (టీనేజ్‌లో) 'శవం చూపి చందా అడుక్కునే దృశ్యం' చూసి చచ్చి ఏమౌతారు? ఈ బాంధవ్యాలు ఏమవుతాయి? అంతా పెద్ద అబద్ధం, మోసంగా మిథ్యగా అనిపించింది. నాకు బ్రతుకు కూడా విరక్తి కలిగింది' అని, ఇంకోసారి అదే మద్రాసులో మౌంట్ రోడ్డు మీద 'ఆకలిగా వుంది, మా అమ్మకి తిండిలేదు. ఒక్క కాలణా ఇవ్వండి' అని వెంట పడ్డ ఓ ఏడెనిమిదేళ్ల అమ్మాయిని స్నేహితుల్తో పాటు తానూ విదిలించి కొట్టడం, ఆ తర్వాత ఆ పిల్ల జాలి చూపులు వెంటాడి బాధిస్తే వెతుకుతూ వెళ్లి, కనబడక, ఆఖరికి కనబడ్డాక ఎవరైనా చూస్తారన్న సిగ్గుతో జేబులో వున్న ఆరు రూపాయలూ ఇచ్చేసి రావడం గుర్తుచేసుకుని బాధ పడుతాడు తిలక్. నిజానికి తిలక్ లేఖలన్నింటిలోకి ఈ ఉత్తరంలో అతని మనసు, వ్యక్తిత్వం అత్యంత పారదర్శకంగా ప్రస్ఫుటించాయనిపిస్తుంది. అందుకే తిలక్

రచనల్లో అంతర్లీనంగా ఆర్ద్రతా జీర, విషాద గాఢత, మానవతా స్పర్శ కలగలిసిపోయి వుంటాయి. వాటితో బాటు సంప్రదాయాన్ని ఎదిరించి ప్రశ్నించే అభ్యుదయకామన కూడా.

"సంకుచితమైన జాతి మతాల సరిహద్దుల్ని చెరిపి వేస్తున్నాను నేడు

అకుంఠితమైన మానవీయ పతాకను ఎగురవేస్తున్నాను చూడు..." (వసుధైక గీతం 1962)

"మానవ చరిత్ర పుటలలో నెత్తురొలికి

మాసిపోయిన అక్షరాల్ని వివరించు

రహస్య సృష్టి సానువుల నుండి జారిపడే కాంతి జలపాతాన్ని చూపించు

కత్తివాదరకు తెగిన కంఠంలో హఠాత్తుగా

ఆగిపోయిన సంగీతాన్ని వినిపించు..." (ప్రార్థన1963)

"సంప్రదాయభీరువుకీ అస్వతంత్ర వితంతువుకీ వసంతం లేదు

సాహసి కానివాడు జీవనసమరానికీ స్వర్గానికి పనికిరాడు

హిమసుందర శృంగమైన ఎవరెస్టుని ఒక టెన్సింగే ఎక్కగలడు..." (శిఖరారోహణ-1966)

ఇలా 'ఒక సైనికుడి ఉత్తరం', 'టులాన్', 'సి.ఐ.డి', 'గొంగళిపురుగు' ప్రతికవితా ఉదాహరణీయమే. ప్రత్యక్షరం పఠనీయమే.

తిలక్ కథలు తక్కువే, అయినా కథా సాహిత్యంలో న్యూడైమెన్షన్స్ చూపిన కథలవి. మానవ సంబంధాలు, ముఖ్యంగా స్త్రీ పురుష సంబంధాలను చాల సున్నితంగా చిత్రించిన కథకుడు తిలక్. సంభాషణా చతురత, వస్తు వైవిధ్యం సునిశిత పరిశీలన, కించిత్ హాస్యంతో కూడిన శాస్త్రీయ దృక్పథం, జీవితాధ్యయనంతో కూడిన అనుభవ సారం తిలక్ కథనంలో చోటు చేసుకుంది. కథల్లో కవిత్వం, కవిత్వంలో కథలు చెప్పగల సవ్యసాచి తిలక్. ఒక'దొంగ', పరివర్తన, 'సముద్రపు అంచులు'. 'దేవుణ్ణి చూసినవాడు','నల్లజెర్ల రోడ్డు', ప్రయోగాత్మక కథనం', 'అద్దంలో జిన్నా', స్కిట్‌లా, సరదగా సాగుతూ చెంపఛెళ్లుమనే చురకతో ముగిసిన 'కవుల రైలు', ఊపిరిని వుండచుట్టే 'ఊరి చివరి ఇల్లు' వగైరా 19 కథలే సంపుటీకరించగలిగారు. 1948 నుండి 1966 వరకు విశాలాంధ్ర, ఆంధ్ర పత్రిక, జ్యోతి, ఆంధ్రప్రభ సాహితి వంటి పత్రికల్లోను, ఉగాది ప్రత్యేక సంచికల్లోను అచ్చయిన కథలివి.

1937లో 'ప్రభాతము - సంధ్య' పద్య సంకలనం రాసిన తిలక్ 1941 నుంచీ వచన కవిత్వం రాశాడు. విరామం తర్వాత రాసిన కవితల్లో కొత్తపోకడలు చూపించాడు. తొలినాళ్లలో 1942నుండి 1958 వరకు రాసిన పద్యాలు, 1962లో ఏప్రిల్ 17 మంగళవారం సాయంత్రం 6గంటలకి రమ్యమైన సాయంశోభను వీక్షించి

"తెరలై జారిన లేత మబ్బుగము లందీ అందక స్వీచు తె
మ్మెర లొయ్యారము లొల్కవోసినవి సుమ్మీ! మంద మందాక్ష సుం
దర సాయం రమణీ కపోల యుగళీ తల్పములన్నంటి, చెం
దిలి పూతల్ ఒకయింత రేగికొన తత్సీమంత సీమాంతముల్"

అని రాసుకున్న పద్యాన్ని 'ముక్తకము'గా అలంకరించి 1993 జనవరిలో తిలక్ పెద్ద కుమారుడు డా॥ డి.ఎస్. మూర్తి నండూరి రామమోహన్‌రావు గారి పీఠికతో 'గోరువంకలు' పేరుతో 56 పేజీల కవితా సంకలనం వేశాడు.

ఈ పుస్తకాన్ని,1967 ఏప్రిల్‌లో 'తిలక్ కథల్ని' 1968 జూలైలో 'అమృతం కురిసిన రాత్రి' కవితా సంపుటిని (తిలక్ కీర్తి శేషుడైన తర్వాతే ఆయన రచనలు గ్రంథ రూపం దాల్చాయి) విశాలాంధ్ర పబ్లిషింగ్ హౌస్ వారు ముద్రించడం గమనార్హం, విశేషం.

ఆవంత్స సోమసుందర్, వరవరరావు, మిరియాల రామకృష్ణ, జానకీజాని, ఇంద్రగంటి శ్రీకాంత శర్మ, మాణిక్యాంబాదేవి మోగంటి తదితరులకు తిలక్ స్వయంగా రాసిన లేఖల్ని అచ్చు వేసి పుస్తకంగా తేవడం వల్ల కేవలం ఉభయకుశలోపరులే గాక, రాసిన వారి, లేఖ అందుకున్న వారి విషయాలు, ఆత్మీయత, నాటి సాహితీ వాతావరణం, దేశస్థితిగతులు, మనస్తత్వాలు అనేకానేక సంగతులు చోటు చేసుకుని సాహితీ చరిత్రలో సువర్ణాక్షరాలై నిలుస్తాయి. మచ్చుకి కవి, రచయిత, అభ్యుదయ వాది అయిన వరవరరావుకి తిలక్ 1966 మే 27న లేఖలో అతన్ని తమ్ముడూ అని సంబోధిస్తూ

"రోజూ నీకు ఉత్తరం రాయాలనుకుంటూనే అశ్రద్ధ చేస్తున్నాను. కానీ నువ్వు నా మనసులో ఎపుడూ మసలుతూనే వున్నావు". తీవ్రమైన ఈ ఎండల వల్ల బద్ధకము అలసటా కలుగుతున్నాయి. అన్ని ఋతువులలోనూ కూడా ఎండిపోయిన ఈ మనుష్యులూ ఊళ్లూ మరీ చికాకు కలిగిస్తున్నాయి. తెలుగుదేశంలో అందం, ఆనందం, అనేవి దొరకవేమో! యింత యిదిగా చచ్చి పురుగు పట్టిన సామాజిక జీవితం ఒక్కొక్క సారి నాలో భయంకరమైన నిరాశ కలిగిస్తోంది.

జి.వి. కృష్ణారావు గారు ఒక వ్యాసంలో నేటి అవస్థలో మంచి కవులూ, మంచి సాహిత్యమూ రావడానికి వీలులేదన్నారు, కానీ నేను వారితో సహకరించలేను. కవియొక్క అవసరమూ, కవియొక్క ప్రేరణా ఈనాడే – ఈ వ్యవస్థలోనే ఎక్కువగా వుంది అన్నాను నేను. కానీ దురదృష్టవశాత్తూ mediocre talent మన రాజకీయాలు సినిమాలాగ. ఏమిటి చెయ్యడం. మనం నిజంగా కొన్ని విలువల్నీ సౌందర్యాన్నీ సృజించగలమా! ఇది మనకు సవాల్ తమ్ముడూ. ఎంత చికాకుని, బాధని లోపల్లోపల సహిస్తున్నాను. వైయక్తికమైన స్వప్నంలో కలలో ఎన్నాళ్లు వుండగలడు ఎవడైనా!

విశాలాంధ్ర పబ్లిషింగ్ వాళ్లు నా కవితను పుస్తకరూపంలోకి తీసుకొస్తున్నారు. నువ్వన్నట్లు యీ పత్రిక కూడా వధువౌతున్నది. నీవేం చేస్తున్నదీ ఏం రాస్తున్నదీ ఎప్పుడు తణుకు వచ్చేదీ జాబు రాయి సుమీ!"

ఇట్లు మీ అన్న బాలగంగాధర తిలక్.

('తిలక్ లేఖ'లు నుండి)

ఆ తర్వాత జూలై 1వ తేదీకి తిలక్ లేడు. అంటే రెండు నెలల ముందే తన కవితలు పుస్తకంగా వస్తున్నాయన్న ఆనందం కలిగిందనీ ఆనాటి సాహిత్య, సామాజిక తీరుతెన్నులు అతన్ని నొప్పించాయనీ ఆ లేఖవల్లేగా మనకి తెసింది. అందం, ఆనందం, విలువలు, సౌందర్యం కోసం తిలక్ నిరంతర తపన అవగతమయ్యేది ఇలానేగా.

తిలక్ మంచి కమ్యూనికేటర్. ఈ నేర్పు సృజన ద్వారా పాఠకులకి అందించడానికి అతను ఎన్నుకునే ప్రక్రియా వైవిధ్యం కూడా ఎన్నదగినది. అసాధారణమైన కవిత్వ సంవాహకత్వ నైపుణ్యం (POETIC COMMUNICATION SKILL) వుంది కనుకనే తిలక్ అక్షరాలు అజరామరాలై నిలిచి వెలుగుతున్నాయి.

తిలక్‌ని మరణానంతర కీర్తి అపారంగా వరించింది. 1969లో ఆంధ్రప్రదేశ్ సాహిత్య అకాడమీ అవార్డు, 1970లో కేంద్ర సాహిత్య అవార్డు వచ్చాయి. 1968లో తొలి ముద్రణ అయిన 'అమృతం కురిసిన రాత్రి' 1983 నాటికి నాల్గవ ముద్రణకు వెళ్లింది.

'తిలక్ కవితాతత్వం' శీర్షికన వి.వి. నరసింహ సిద్ధాంత వ్యాసానికి పిహెచ్.డి లభించింది. తిలక్ కవితల్ని బైరాగి హిందీలోకి, అరవింద్ కోర్చా మరాఠీలోకి, ప్రభాకరరావు ఆంగ్లంలోకి అనువదించారు. ఇటీవల డా॥ వెలిచాల కొండలరావు 'అమృతం కురిసినరాత్రి'ని 'The Night The Nectar Rained' అని ఇంగ్లీషులోకి అనువదించారు. ఈ టైటిల్ 'THE NIGHT NECTAR RAINED' అన్నా సరే లింగ్విస్టిగ్గా కరెక్ట్ అని భద్రిరాజు కృష్ణమూర్తి గారి ఆమోదం.

ఇవిగాక ఇదివరలోనే 1966లో తిలక్ మరణానంతరం భారతి, ఆనందవాణి, నవత, సృజన లాంటి పత్రికలు ప్రత్యేక సంచికలు వేశాయి. 1985లో 'అందగాడు అందరివాడు తిలక్' అన్న గ్రంథం వచ్చింది. రచయిత సి. వీరరాఘవులు.

అన్నింటినీ మించి అమృతతుల్యుడైన తిలక్, అతని సాహిత్యం ఇంకా ఎంత ఆదరాభిమానాలకు నోచుకుంటోందో తెలియజేసే అపురూప ఘట్టం జనవరి 27-2008లో చోటు చేసుకుంది.

2008 జనవరి 7వ తేదీ రవీంద్రభారతి ప్రాంగణం తిలక్ అభిమానులతో క్రిక్కిరిసి పోయింది. ప్రముఖ కవి, కథకుడు, నాటక క దేవరకొండ బాలగంగాధర తిలక్ జయంత్యుత్సవ - సాహితీ సమాలోచన సభ ఆనాడు ఆదివారం మధ్యాహ్నం 2గం॥ నుండి 8గం॥ వరకు

సాహితీ సదస్సు, నేటి తరంపై తిలక్ ప్రభావం, ఇ.ఎస్ మూర్తి సంగీత సారథ్యంలో 'తిలక్ గేయామృత విభావరి'- అద్భుతంగా సాగింది తిలక్ కన్న పిల్లలు, సోదరులు, మిత్రులు, అభిమానుల సమక్షంలో. వక్తల పలుకుల్లోని తిలక్ కవిత్వపు గుబాళింపుని ఆస్వాదిస్తూ తిలక్‌ని స్మరించుకుంటూ ప్రేక్షకులు అనంద భరితులవడం చూస్తే

"అమృతం కురిసినరాత్రి అందరూ నిద్రపోతున్నారు
నేను మాత్రం తలుపు తెరచి యిల్లు విడిచి
ఎక్కడికో దూరంగా కొండదాటి కోనదాటి
వెన్నెల మైదానంలోకి వెళ్లి నిలుచున్నాను....
దుఃఖాన్ని చావునీ వెళ్లి పొమ్మన్నాను.
కాంక్షా మధుర కాశ్మీరాంబరం కప్పుకున్నాను ....
అందుకే పాపం ఈనాటికీ ఎవరికీ తెలియదు
నేను అమరుడనని! - (అమృతం కురిసినరాత్రి-1962)

అన్న పంక్తులు అక్షర సత్యాలని 'నీవెపుడు అమరుడవే! నీవు లేకపోయినా నీ పాట వుంటుందని నీకే తెలియదని' తిలక్‌కి చెప్పాలని 'తపాలబంట్రోతు'ని పిలిచి 'లేఖలిచ్చి' పంపాలని, నీకవిత్వం అంతరాంతర జ్యోతిస్సీమల్ని బహిర్గతం చేస్తోందని, విస్తరిస్తోంది చైతన్య పరిధి, అగ్ని జల్లినా, అమృతం కురిసినా ఆందం ఆనందమే దానిపరమావధి' అని-

సంస్కృతి యుగ యుగానికీ స్వభావం
మార్చుకుంటుందనీ మనం ఇతర సంస్కృతులకు
ఇచ్చిందీ పుచ్చుకున్నదీ ఎంతైనా వుందనీ
ఏ దేశ సంస్కృతి అయినా ఏనాడూ
కాదొక స్థిర బిందువు

సైకత నదీ నదాలు అదృశ్యంగా కలిసిన అంతస్సింధువనీ.. నీవన్న మాటలు నిజం చేస్తూ ఈవేళ నీ సాహితీ సాగర తీరాన మేం సేద తీరుతున్నామని చెప్పాలనివుంది.

'ఒక స్వప్నం ఒక బాష్పం
మెదిపిన సుగంధ ద్రవ్యం' అన్నాడు కృష్ణశాస్త్రి శైలిని
'విశ్వనాథ వైశ్వానర
కీలార్చికి వాగీశ్వరి
సగం మెరిసె సగం వడలె' అన్నాడు. విశ్వనాథ శైలిని
'అతని శైలి శైలూషి
ప్రజా శ్రేయోభిలాషి' అన్నారు శ్రీశ్రీని తిలక్.

'కవిత్వ రహస్యాలు తెలిసి చలజ్జీవన దైనందిన కోలాహలం మధ్య తనలో తానొక ఏకాంత సౌందర్యాన్ని రచించుకున్న' స్వాప్నికుడు తిలక్.

"కవితామృతానికి జీవనవాస్తవికతల హాలా హలాన్ని జోడించి కొత్తటానిక్ తయారు చేసిన సాహితీ భిషక్ తిలక్" అన్న శ్రీశ్రీ 1966 జూలై 1న తిలక్ తనువు చాలించి 'అమృతం కురిసినరాత్రి ఆకాశంలో అప్సరసలు ఒయ్యారంగా పరుగులెత్తుతూ కిలకిల నవ్వి – చూడు వీడు అందమైనవాడు – ఆనందం మనిషైన వాడు – కలల పట్టుకుచ్చు లాగుతున్న కిరీటం ధరించాడు – కళ్ల చివర కాంతి సంగీత గీతాన్ని రచిస్తున్నాడు... జీవితాన్ని ప్రేమించినవాడు – ఇతడే సుమీ మన ప్రియుడు – నరుడు – మనకి వరుడు...." అంటుంటే నింగికెగిసి పోతున్న తిలక్‌ని చూసి నిబిడాశ్చర్యంతో

"... ఏమిటీ ఘోరం? కోకిలవలె కూజించే కలధ్వని
కేసరి వలె గర్జించే రణధ్వని ఇక వినిపించదా?
నవభావామృత రసధుని
కవితాసతినొసట నిత్య
రస'గంగాధర తిలకం'...
మన మిత్రుడు కవితాపుత్రుడు
కదనక్షాత్రుడు సకల జగన్మిత్రుడు
మరి కనిపించదా!" అని ఎలుగెత్తి విలపించాడు.

కానీ "ఒక నిశార్థ భాగంలో నక్షత్ర నివహ గగనం
ఓరగా భూమ్మీదకు వొంగి ఏదో రహస్యం చెబుతున్న వేళ
ఒంటరిగా నా గదిలో నేను మేల్కొని రాసుకుంటాను
నా హృదయ స్పందన మాత్రం నాకు వినిపిస్తూ ఉంటుంది..." అనే తిలక్ అనుభూతి గాఢత సాహిత్యావరణంలో ఆవరించే వుంటుంది. అతని స్మృతిలో ప్రతి రాత్రి అమృతం కురిపించేదే.

ప్రకృతిని, పిల్లల్ని, పుస్తకాల్ని, మనుషుల్ని ప్రేమించినట్లే తనను తాను ప్రేమించుకున్నాడు తిలక్. కాబట్టే అనారోగ్యంతో నిరాశలోకి వెళ్లిపోకుండా, ఆరోగ్యం కాపాడుకోవాలని తపనపడి సాధించాడు. గ్యాప్ వచ్చినా, పెన్ను క్యాపు ముయ్యకుండా చివరికంటూ రాస్తూనే ఉన్నాడు. సాహిత్యంలో వస్తున్న మార్పుల్ని, కవిత్వంలోని అస్పష్టతా ధోరణుల్ని నిక్కచ్చిగా వ్యతిరేకిస్తూ, విస్పష్టమైన అభిప్రాయాల్ని కవితాత్మకంగానే వెల్లడించాడు. కవిగా, కథకుడిగా, తన సమకాలికులకు ప్రచ్ఛన్న పోటీదారుడుగా మహాప్రస్థాన ప్రభంజనాలు సృష్టించిన శ్రీశ్రీ ధాటికి దీటుగా నిలబడి దాదాపు అర్ధ శతాబ్దం దాటినా ఈ తరానికి కూడా ప్రీతిపాత్రమయ్యేలా సాహితీ సృజన చేసిన 'ఎవర్‌ఫ్రెష్ గ్రేటెగ్' సర్వజన హితైషి దేవరకొండ బాలగంగాధరతిలక్.

జలగం వెంగళరావు

(1922-1999)

- డా॥ బూదాటి వేంకటేశ్వర్లు

"తెలుగు కొలనులో విరిసిన జలజం
తెగువగల మన ముఖ్యమంత్రి జలగం
ముఖ్యమంత్రిత్వమొక్కటే ముఖ్యమనెడు
బుధులు కొందరుకలరులే పుడమిపైన
వంచకులనుండి కాపాడి ప్రజలకెల్ల
మంచి చేసెడి మా ముఖ్యమంత్రి నీవు"

అని జలగాన్ని, బందరు సన్మానసభలో మహాకవి దాశరథి కీర్తిస్తూ అన్న మాటలు అక్షరసత్యాలు. 'సమైక్య ఆంధ్రప్రదేశ్' రథసారథిగా రాష్ట్రాన్ని ముక్కలుకాకుండ కాపాడటంలోనేమి, తెలుగుప్రజల భావవారధిగా ప్రపంచ తెలుగు మహాసభల్ని మొట్టమొదటిసారిగా జరపటంలోనేమి, నిర్భయంగా ప్రజాసంక్షేమం కోసం కృషిచేయటంలోనేమి ఆయన అనన్వయాలంకారం. పుట్టిన గడ్డకు, నమ్మిన జనతకు గుండెగా నిల్చి పీడిత, తాడిత జనాళికి వెన్నుదన్నుగా నిలిచిన మహా మనీషి శ్రీ వెంగళరావు.

జననం-బాల్యం

1922 మే 4వ తేదిన, శ్రీకాకుళం జిల్లా 'సోపేరు'లో మాతామహుల ఇంట జన్మించారు వెంగళరావుగారు. తల్లిదండ్రులు వెంకట్రావు, సూరాయమ్మలు. తండ్రి కృష్ణాజిల్లా 'కేసరపల్లి'లో ఎస్టేట్ మేనేజర్‌గా ఉద్యోగం చేసేవారు. వెంగళరావుగారి అక్కపేరు 'ప్రకాశమ్మ'. వెంగళరావుగారి తరువాత సత్యవతి, కొండలరావు, రామారావులు జన్మించారు. తండ్రి వెంకట్రావుగారి క్రమశిక్షణ ప్రభావం వెంగళరావుగారిపై పడింది. వెంగళరావుగారి బాల్యం నాటికి, భారతదేశంలో, - ఆంధ్రదేశంలో - కృష్ణాజిల్లాలో జరుగుతున్న జాతీయోద్యమం, ఇతర ఉద్యమాల ప్రభావం సహజంగానే అతనిపై పడింది.

అక్షరాభ్యాసం

వెంగళరావుగారి ప్రాథమిక విద్య సాఫీగా సాగలేదనే చెప్పుకోవాలి. కుటుంబ సమస్యలవల్ల అటు ఇటు కుటుంబం మార్చడం వలన వెంగళరావుగారికి ఆ కుదుపులు తప్పలేదు. కృష్ణాజిల్లా

యలమర్రులో 'పాపయ్య పంతులు'-గారిచేత అక్షరాభ్యాసం జరిగినా, నాయనమ్మ అనారోగ్యం కారణంగా, కుటుంబం 'నందమూరు' మారటం చేత అక్కడ ఒక ప్రైవేటు పాఠశాలలో చేరవలసివచ్చింది అక్కడినుండి మళ్లీ కుటుంబం 'ఎలమర్రు' తిరిగిరావటం, మళ్లీ అక్కడ కొన్నాళ్లు చదువు, రమణక్క పేటలో రెండో తరగతి చదువు అక్కడినుండి కేసరపల్లి చేరాక రాజాగారి దివాణంలో సోమయాజులగారిదగ్గర కొన్నాళ్లు, కె.యస్. ప్రకాశరావుగారివద్ద కొన్నాళ్లు ఇలా పాఠశాల విద్యముగించి, గన్నవరంహైస్కూల్లో ప్రవేశించారు.

కేసరపల్లి నుండి గన్నవరానికి రెండు మైళ్లదూరం. ఫస్ట్‌ఫారం నుండి ఆరోఫారం వరకు అక్కడే చదువుకున్నారు. గన్నవరం హైస్కూలులో విద్యార్థిగా ఉంటూనే, రాజకీయాలపట్ల ఆసక్తి చూపిస్తుండేవారు. ఎనిమిదో తరగతి చదివేరోజులనుండే చారిత్రక పురుషుల జీవిత చరిత్రల్ని, జాతీయనాయకుల్ని, ప్రపంచచరిత్రపై తమ ముద్ర వేసిన నేతల జీవిత కథల్ని చదవటం అలవాటు చేసుకున్నారు. పాఠ్యేతర గ్రంథాల్ని చదివి తన విజ్ఞానాన్ని విశాలం చేసుకున్నారు. కొడాలి సుబ్బారావుగారి ద్వారా సమకాలీన సమాజపు స్థితిగతుల్ని, పరిణామాన్ని అవగాహనకు తెచ్చుకొని తన మేధను వికసింప చేసుకున్నారు.

వెంగళరావుగారికి ఆటలమీద, నాటకాలమీద ఆసక్తి ఉండేది. 'కన్యాశుల్కం' నాటకంలో గిరీశం పాత్ర వెంగళరావుగారు వేశారంటే ఎవరైనా నమ్ముతారా? దివాణంలో ఆ నాటకాన్ని వేసేటప్పుడు ప్రథమరంగంలో పూటకూళ్లమ్మ గిరీశాన్ని వెతుక్కుంటు మధురవాణి ఇంటికి వస్తుంది. సరుకులకోసం ఇచ్చిన డబ్బుని, డాన్సింగ్ గర్ల్‌కోసం ఖర్చుచేసి, మొగంచాటేసిన గిరీశాన్ని దులుపుదామని చీపురుకట్టె తీసుకొని మరీ వచ్చింది. పూటకూళ్లమ్మ గొంతు విన్న గిరీశం, మంచంకింద దాక్కుంటాడు. అప్పటికే అక్కడ దాక్కున్న రామప్పంతులు పక్కనే చేరతాడు. గిరీశం అనుకొని రామప్పంతులిమీద చీపురు తిరగేస్తుంది. రామప్పంతులు పాత్రధారి పూటకూళ్లమ్మ వేషం వేసిన కుర్రవాడి ఓవర్ యాక్షన్‌కు ఆవేశపడి తిరగబడి కొట్టటానికి పై కెగబడగా, పూటకూళ్లమ్మ వేషం వేసినవాడు స్టేజీ వదలి పరుగెత్తి పారిపొయ్యాడట! దాంతో ప్రేక్షకుల నుండి యీలలు, కేకలు. . .

వెంగళరావు స్వదేశీ అభిమాని. 1937లోనే విద్యార్థి కాంగ్రెస్‌లో క్రియాశీలక పాత్ర పోషించారు. విద్యార్థి కాంగ్రెస్‌కు నాయకత్వం వహించి, డిటెన్షన్ విధానానికి వ్యతిరేకంగ ఉద్యమించారు. ఉద్యమ తీవ్రతకు ప్రభుత్వమే దిగివచ్చి, డిటెన్షన్ విధానాన్ని రద్దు చేసింది. ఆనాటి హైస్కూలు పద్ధతి ప్రకారం, థర్డ్‌ఫారం వరకు తెలుగు మీడియంలోను, ఫోర్త్ ఫారం నుంచి ఎస్. ఎస్.ఎల్.సి. వరకు ఇంగ్లీషు మీడియంలోను, 1939లో స్కూల్‌ఫైనల్ పాసయ్యారు. చరిత్ర-భూగోళం వెంగళరావుగారి అభిమాన విషయాలు. రెండవ ప్రపంచయుద్ధం ప్రారంభమైన సంవత్సరమే వెంగళరావుగారు స్కూల్‌ఫైనల్ పాసయ్యారు. కుటుంబపు ఆర్థిక స్థితి అనుమతించనందున కాలేజీ చదువులు కొనసాగించలేకపొయ్యారు. తండ్రి సంపాదనతో

కుటుంబపోషణ, తమ్ముళ్ల చదువులు భారమని భావించిన వెంగళరావు చదువుకు ఫుల్ స్టాప్ పెట్టేశారు - రాజకీయాల జోలికి వెళుతున్నాడని తండ్రి ఆందోళన పడటంకూడ కొంత కారణమేనని చెప్పుకోవాలి. ఏమైనా చదువుమానేశాక, నిర్వ్యాపారంగా ఉండటందేనికని 'తోట్లవల్లూరు' - గ్రామ పంచాయతీలో క్లర్క్‌గా కొన్నిరోజులు పనిచేశారు.

వివాహం - బయ్యన్న గూడెపువాసం

అప్పటి వరంగల్ జిల్లా మధిర తాలూకాలోనిది బయ్యన్నగూడెం. ఆ ఊళ్లో 'వెలుగులేటి మాధవరావు' - అనే కలపవ్యాపారి ఉండేవాడు. ఆయన కుమార్తె మంగాయమ్మతో వెంగళరావుగారి వివాహం 1942లో జరిగింది. మామగారి అండదండలతోతోట్లవల్లూరు గ్రామంలో పంచాయితీ క్లార్క్ ఉద్యోగం మానివేసి, వి.ఎం.బంజరులో మకాంపెట్టి కలప వ్యాపారంతో అదృష్టాన్ని పరీక్షించుకుందా మనుకున్నారు వెంగళరావుగారు. ఒక వెలమ కుటుంబంవారు తమసాగుభూమిని అమ్మితే, తండ్రి సాయంతో వెంగళరావుగారు ఆ భూమిని కొనుక్కొని బయ్యన్న గూడెంలోనే స్థిరపడ్డారు. నాటినుండి తెలంగాణా ప్రాంతమే వెంగళరావుగారి నివాసమైంది.

ఆ రోజుల్లో తెలంగాణా ప్రాంతంలో మూడురకాల ఉద్యమాలు ముప్పేటగా పెనవేసుకొని ఉండేవి. ఒకటి నైజాం ప్రభుత్వపు రజాకార్ల ధాష్టీకం, కమ్యూనిష్టుల భూపోరాటోద్యమాలు, జాతీయోద్యమం. పెనుబల్లిలోని 'రామచంద్రరావు' - మాస్టారుతో ఏర్పడిన పరిచయంవలన స్వామి రామానందతీర్థ నాయకత్వంలోని స్టేట్ కాంగ్రెస్ వెంగళరావుగారిని ఆకర్షించింది. అందులో సభ్యులయ్యారు. అప్పటి నుండి నైజాం ప్రాంతంలో ప్రజలు పడుతున్న కష్టాలు, వెట్టిచాకిరీ, దోపిడీల వంటి వాటికి వ్యతిరేకంగా పోరాడటం ప్రారంభించారు. శిబిరాలు నిర్వహించి, గ్రామాలలోకి చొచ్చుకెళ్లి ప్రజలకు ధైర్యాన్ని నూరిపోశారు. అప్పుడప్పుడు నైజాం ప్రభుత్వపు పోలీసు బలగాలతో సాయుధ పోరాటాల్లోను పాల్గొనేవారు.సరిహద్దు శిబిరాల నిర్వహణ విషయంలో వెంగళరావుగారికి మంచిపేరు వచ్చింది.

ఆంధ్రమహాసభ

1938లో 'హైద్రాబాద్ స్టేట్ కాంగ్రెస్' నిషేధించబడింది. స్టేట్ కాంగ్రెస్‌కు ముందు నుంచే 'ఆంధ్రమహాసభ' తెలంగాణా ఆర్థిక, సాంఘిక, విద్యావిషయిక సమస్యలపై కదంతొక్కుతూ స్టేట్ కాంగ్రెస్‌పై నిషేధం తొలిగేవరకు పోరాడింది. అందుచేత వెంగళరావుగారికి 'ఆంధ్ర మహాసభ' - వేదిక అయింది. 1944కు ముందు జాతీయవాదులు, కమ్యూనిష్టులు కలిసిపనిచేసేవారు. 1944 నుండి వీళ్లమధ్య విభేదాలు అధికమై అంధ్రమహాసభ చీలిపోయింది. 1946 మే 10, 11 తేదీలలో ఆంధ్రమహాసభ వర్షాకాల సమావేశాన్ని 'కల్లూరు' లో నిర్వహించాలని నిర్ణయించారు.ఆ కార్యభారాన్ని భుజాల మీదవేసుకున్న 'లక్కినేని నరసయ్య' సభల నిర్వహణ

కోసం వెంగళరావును వెతుక్కుంటు వచ్చారు. అదే తొలి పరిచయం. నాటినుండి ఇద్దరు మంచిస్నేహితులై కలిసి పనిచేయటం ప్రారంభించారు.

1946లో బ్రిటీషు ఇండియాలో జరిగిన సార్వత్రిక ఎన్నికలలో, నిజాంరాజ్య పరిసర రాష్ట్రాలలో కాంగ్రెస్ ప్రభుత్వాలేర్పడటంతో స్టేట్ కాంగ్రెస్‌పై నిషేధం తొలగింది. స్వామిరామానంద తీర్థ అధ్యక్షులుగా, మాడపాటిహనుమంతరావు కార్యదర్శిగా సాగిన స్టేట్ కాంగ్రెస్ వెంగళరావుగారి కార్యక్షేత్రమయింది. 1947లో బ్రిటీష్ ఇండియా మొత్తానికి స్వాతంత్ర్యం వచ్చిందికాని నిజాం రాజ్యానికి రాలేదు. ఖాశింరజ్వీ ఆధ్వర్యంలోని రజాకార్ల దురాగతాలకు వ్యతిరేకంగా ప్రతిఘటనోద్యమాలు ప్రారంభమయ్యాయి. ప్రజలకు ధైర్యంచెప్పి, ప్రతిఘటన ఉద్యమాలకు జనాన్ని సేకరించే బాధ్యత వెంగళరావు పై పడింది. స్వామి రామానందతీర్థ, బూర్గుల, మేల్కోటే, కొల్లిపాక కృష్ణారావు వంటి వ్యక్తులు జైళ్లపాలు, కావటంతోఉద్యమాన్ని నడపటానికి హైదరాబాద్ సంస్థానం వెనుక కొన్ని శిబిరాలు నిర్వహించాలని స్టేట్ కాంగ్రెస్ నాయకులు భావించారు. తెలంగాణా ప్రాంత సరిహద్దులలో పోచంపల్లి, వత్సవాయి, జొన్నలగడ్డ, పెద్దాపురం, జయంతి, తిరువూరు, గురుభట్లగూడెం, జీలుగుమిల్లి మొ।।న శిబిరాలు నెలకొల్పాలని స్టేట్ కాంగ్రెస్ భావించింది. వీటిలో 20 క్యాంప్ కేంద్రాలు. వీటితోపాటు మూడు ప్రాంతీయ కార్యాలయాలు, మూడు పరిసర భాషా ప్రాంతాలలో నెలకొల్పారు. అవి గడగ్ (కర్నాటక), ఔరంగాబాద్ (మహారాష్ట్ర), విజయవాడ (తెలంగాణా) వీటిలో విజయవాడ కేంద్రానికి ఇన్ చార్జి టి. హయగ్రీవాచారి. ఉద్యమ నిర్వహణ బొమ్మకంటి సత్యనారాయణ రావు. వి.బి. రాజు ప్రచార బాధ్యత నిర్వహిస్తే, మాడపాటి రామచంద్రరావు 'లైజాన్' కార్యక్రమానికి ఇన్‌చార్జి. వీరందరి సారథ్యంలో తిరువూరు సరిహద్దు శిబిరానికి ఇన్‌చార్జిగా వెంగళరావు ఎంపికయ్యాడు. దాదాపు వందమంది కార్యకర్తలతో వెంగళరావు పెద్ద శిబిరాన్ని నిర్వహించి, బొమ్మకంటికి కుడిభుజమయ్యాడు.

ఎర్రుబాలెం - గంగినేని రైల్వే స్టేషన్ మధ్య రేమిడిచర్ల సమీపంలో వెంగళరావు దళం 'సోడాగ్యాస్' సిలిండర్‌ను పట్టాలమధ్య పాతిపెట్టి గూడ్స్‌బండిని పడగొట్టింది. క్రమంగా ఈ దళం తన కార్యకలాపాలను కృష్ణా-పశ్చిమ గోదావరి జిల్లాల సరిహద్దులకు విస్తరించింది. వెంగళరావు, సహచర కార్యకర్తలు తెగించి, నిజాం ప్రాంత గ్రామాలలో చొచ్చుకొనివెళ్లి ప్రజల్ని కలిసి, నిబ్బరం కలిగించి తిరిగివచ్చే వాళ్ళు. 1948 మే నెలలో వెంగళరావు, తన సహచరులతోకలసి పశ్చిమగోదావరి జిల్లా చింతలపూడి గ్రామ సరిహద్దులలో సంచరించేటప్పుడు రజాకారు మూకలు ఎదురయ్యాయి. ఆత్మరక్షణ కోసం తమవద్ద ఉన్న రైఫిళ్లతో రజాకారు మూకతోపోరాడి తప్పించుకొని 'చింతలపూడి' చేరారు. అక్కడ ఆయుధాలతో జీపులో ప్రయాణిస్తున్న వీళ్లని ఆంధ్రాపోలీసులు అరెస్టు చేసి ఏలూరు సబ్‌జైలులో కుక్కారు. పైగా కేసు నమోదుచేసి, కోర్టుకు అప్పగించారు. అప్పుడి దళంలో వెంగళరావు, రామచంద్రారావు మాస్టారు కూడ ఉన్నారు. వెంటనే హైద్రాబాద్ స్టేట్ కాంగ్రెస్ నాయకులు ఈ విషయాన్ని మద్రాస్ రాష్ట్ర ప్రధానిని కలిసి

వినిపించారు. సంస్థాన విముక్తి కోసం పోరాడే కాంగ్రెస్ కార్యకర్తల్ని కేసులు నమోదుచేసి ఆంధ్రా పోలీసులు వేధిస్తున్నారని విన్నవెంటనే 'రామస్వామి రెడ్డియార్' - స్పందించి, అప్పటి రెవెన్యూ మంత్రి కళావెంకట్రావును ఏలూరుకు పంపి తప్పు సవరించమన్నారు. వెంటనే కళావెంకట్రావు ఏలూరు వచ్చి, జిల్లా కలెక్టర్‌ను ఇతర అధికారుల్ని సమావేశపరిచి, అరెస్టయిన వెంగళరావును, ఆయన సహచరుల్ని విడిపించారు. అలా మండువేసవిలో 15 రోజులు కారాగారంలో మ్రగ్గినవారంతా విడుదలయ్యారు.

హైదరాబాద్ సంస్థానంలోని దౌర్జన్యకాండకు వ్యతిరేకంగా భారత ప్రభుత్వం, అప్పటి దేశీయాంగ మంత్రి సర్దార్ వల్లభాయ్ పటేల్ ఉత్తర్వుల ననుసరించి 'ఆపరేషన్ పోలో' పేరుతో ఆంధ్ర కర్నాటక మహారాష్ట్రల వైపునుండి ఒకేసారి ముప్పేటదాడి నిర్వహించింది. ఆ సమయంలో వెంగళరావుగారు తిరువూరు నుంచి పురోగమించిన సైనికదళాలతో కలసి వారి కారులోనే వెళ్లారు. కల్లూరు పోలీస్ స్టేషన్‌ను సైనికదళాలు వశపరచుకొని ముందుకు సాగాయి. ఊరురా ప్రజలు ఆనందంతో స్వాగతం చెప్పారు. అలా పోలీసుచర్యతో నిజాం శకం ముగిసింది. కాని రజాకార్లతో పోరాటంకోసం సాయుధులైన కమ్యూనిస్ట్ కార్యకర్తలు, పోలీసుచర్య తరువాత ఆయుధాలను విసర్జించలేదు. పైగా సాయుధపోరాటం చేస్తూ, గ్రామాలలో భూస్వాముల్ని హత్య చేయటం, దోపిడీ చేయటం, అరాచకాన్ని సృష్టించటం - వంటి చర్యల్ని చేయసాగాయి.

సంస్థాన విముక్తి తరువాత, కాంగ్రెస్ పార్టీని జిల్లా, తాలూకా, గ్రామ స్థాయిలలో బలిష్టం చేయటానికి తీసుకున్న చర్యల్లో భాగంగా వెంగళరావుగారు మధిర తాలూకా కాంగ్రెస్ కమిటీ అధ్యక్షులయ్యారు. వెంగళరావుగారి కృషితో ఊరూరా కాంగ్రెస్ బలపడటం గమనించిన కమ్యూనిష్టులు, కాంగ్రెస్ కార్యకర్తల్ని హత్యచేసి భయానక వాతావరణాన్ని సృష్టించే ప్రయత్నాలు చేశారు. వెంగళరావుగారిపై కమ్యూనిష్టులు నిఘా పెట్టారు.

మామగారి హత్య :

1949 మార్చి 23న వెంగళరావుగారికి తొలిచూలుగ ప్రసాదరావు జన్మించాడు. తిరువూరు తాలూకా 'మాధవరం'లోని పుట్టింట్లో ఉన్న భార్యాబిడ్డల్ని వెంగళరావుగారు అడపదడపా జీపులోవెళ్లి చూసి వస్తుండేవారు. దీనిని గమనించిన కామ్రేడ్లు 1949 డిసెంబర్ 29న, వెంగళరావు కోసం అత్తవారింటిపై దాడిచేశారు. హైద్రాబాద్‌లో ఏదో మీటింగు ఉండి పట్నం వెళ్లారు. దాడి సమయంలో అత్తవారింట్లో, వెంగళరావుగారి మామ వెలుగులేటి మాధవరావు, ఆయన సోదరుడు నరసింహారావు, భార్య - కుమార్తె మంగాయమ్మ, ఇంకా మరో ఇద్దరు మహిళలు ఉన్నారు. నరసింహారావు గోడదూకి బైటకు పారిపోయారు. దాడిచేసిన కమ్యూనిష్టు ముఠావాళ్లు ఇంట్లో దొరికిన వెండి, బంగారం దోచుకొని, మాధవరావుగారిని ఊరు బయటకు తీసుకొని పోయి తుపాకితో కాల్చిచంపారు. స్టాలిన్ 70వ జన్మదినోత్సవ కానుకగా రాష్ట్రం మొత్తంమీద ఏడుగురిని చంపాలని లక్ష్యంగా ఎంచుకున్నారట. వారిలో వెంగళరావు మామగారొకరు. ఈ దుర్ఘటనతో మాధవరావుగారి కుటుంబం చితికి పోయింది.

ఈ సంగతి తెలియగానే హుటాహుటిన కారులో బయలుదేరి వెంగళరావు మాధవరం చేరుకున్నారు. మామగారి భౌతిక కాయానికి అంత్యక్రియలు జరిపి, ఆరునెలలపాటు పోలీస్ కాపలా ఏర్పాటుచేసి వాళ్లు భయపడకుండా చేశారు. ఆ పైన వెంగళరావు తన కుటుంబాన్ని బయ్యన్న గూడేనికి మార్చారు.

తప్పుడు కేసు :

ఒక ప్రక్క కమ్యూనిష్టుల అరాచకత్వం, మరోప్రక్క మదరాసు నుండి వచ్చిన రెవెన్యూ పోలీసుల అవినీతి మధ్య నలిగిపోతున్న ప్రజలకు తోటి కాంగ్రెస్ కార్యకర్తలతోకలసి వెంగళరావు అండగానిలిచాడు. అధికారుల అవినీతిని బయట పెట్టటం, ప్రజలలో పలుకుబడి పెరగటం ఇవన్నీ గమనించిన పట్వారీలు, తమకు సన్నిహిత సంబంధాలు గల హోంశాఖకు వెంగళరావుపై ఫిర్యాదు చేశారు. ఆ ఫిర్యాదులో వెంగళరావు కమ్యూనిష్టు భావాలు కలిగి, గ్రామాలలో అరాచకం సృష్టిస్తూ సమాంతర ప్రభుత్వాన్ని నడిపించే ప్రయత్నం చేస్తున్నాడని మొత్తం పది ఆరోపణలు పేర్కొన్నారు. వెంటనే హోంశాఖ వెంగళరావును, తోటి కాంగ్రెస్ కార్యకర్తల్ని పదిమందిని అరెస్టు చేసి వరంగల్ సెంట్రల్ జైలుకు పంపారు. హైద్రాబాద్‌లోని కాంగ్రెస్ నాయకుల జోక్యంతో, నిర్దోషిత్వం తేలి విడుదలయ్యారు. 3 నెలల 15రోజులు నడివేసవిలో జైలులో మగ్గటం వెంగళరావును మరింత రాటు దేల్చింది. పోరాటం మరింత ఉధృతంగా, రెట్టించిన ఉత్సాహంతో కొనసాగించాడు.

1950 జనవరి 26న భారతదేశం రిపబ్లిక్‌గా అవతరించటం, నూతన రాజ్యాంగం అమలులోకి రావటం, 1952లో సార్వత్రిక ఎన్నికలు జరగటం, కాంగ్రెస్ అధికారంలోకి వచ్చి నెహ్రూ ప్రధాని కావటం జరిగింది. ఖమ్మం - నల్లగొండ-వరంగల్ వంటి తెలంగాణా జిల్లాల్లో పోలీసుల దౌర్జన్యాలవల్ల చాలామంది కాంగ్రెస్‌వాళ్లు ఓడిపోయారు. అయితే మిగిలిన ప్రాంతాలలో కాంగ్రెస్ గెల్చినందున హైదరాబాద్ రాష్ట్రానికి బూర్గుల రామకృష్ణారావు ముఖ్యమంత్రి అయ్యారు. ఈ ఎన్నికల్లోనే వెంగళరావుగారు స్థానిక ప్రజల అభ్యర్థనమేరకు, వేంసూరు నియోజకవర్గంలో ఇండిపెండెంట్‌గా పోటీ చేశారు. కాంగ్రెస్ పార్టీ అభ్యర్థిగా బొమ్మకంటి సత్యనారాయణరావు, పి.డి.ఎఫ్ అభ్యర్థిగా కమ్యూనిష్టులు బలపరిచిన కందిమళ్ల రామకృష్ణారావు పోటీ చేశారు. 549 ఓట్ల తేడాతో వెంగళరావుగారు ఓడిపోయారు. రామకృష్ణారావు గెలిచారు. ఇదే వెంగళరావుగారి తొలి, మలి ఓటమి. ఓటమికి క్రుంగిపోక, సంస్థతో ప్రజలతో సంబంధాలు కొనసాగిస్తు రెట్టింపు పూనికతో పనిచేశారు.

కౌలుదారులకు సేవ :

బూర్గుల రామకృష్ణారావు ప్రభుత్వం కౌలుదారులకు రక్షణ కల్పిస్తూ చట్టం చేసింది. అ చట్టం కాగితాలలోనే కొడిగట్టకుండ వెంగళరావు, ఊళ్లలో కార్యకర్తలతో కలసి తిరిగి, భూస్వాముల

బారినుండి సన్నచిన్నరైతుల్ని కాపాడడంలో భాగంగా వారిని కలిసి వాళ్ల హక్కులు తెలియజెప్పి అండగా నిలిచాడు. వాళ్ల గుండెల్ని గెల్చుకున్నాడు.

ఆంధ్రప్రదేశ్ అవతరణ - ఖమ్మంజిల్లా కాంగ్రెస్ :

1913 మే 26న బాపట్లలో తొలి ఆంధ్రమహాసభ జరిగిన నాటినుండి స్వరాష్ట్ర ఉద్యమం కొనసాగుతూనే ఉంది. 1952లో అక్టోబరు 10 నుండి 58 రోజులు ఆమరణ నిరాహారదీక్ష చేసి, డిసెంబరు 15న కన్ను మూసిన పొట్టి శ్రీరాములు ఆత్మబలి దానంతో ప్రత్యేక రాష్ట్రం వచ్చింది. 1953లో అక్టోబర్ 1న ఆంధ్రరాష్ట్రం అవతరించింది. ఆ రోజునే ఖమ్మంజిల్లా, వరంగల్‌జిల్లా నుండి విడివడింది. మధిర, పాల్వంచ, ఇల్లందు, బూరుగుంపాడు, ఖమ్మం తాలూకాలు ఇందులో ఉన్నాయి. ముక్కోటి ఆంధ్రుల కలల ఫలంగా 1956 నవంబర్ 1న ఆంధ్రప్రదేశ్ ఏర్పడింది. అప్పుడే తూర్పుగోదావరి జిల్లాలోని భద్రాచలాన్ని, మణుగూరు తాలూకాలను ఖమ్మం జిల్లాలో చేర్చారు. ఖమ్మంజిల్లా ఆంధ్ర తెలంగాణా ప్రాంతాలకు వారధి. అటువంటి ఖమ్మంజిల్లా కాంగ్రెస్ అధ్యక్షపదవికి జరిగిన ఎన్నికల పోటీలో 1955లో 'కొలిపాక కిషన్‌రావు' ను సమర్థించి, వెంగళరావు గెలిపించారు. 1957లో జలగం వెంగళరావుగారు జిల్లా కాంగ్రెస్ అధ్యక్షులుగా ఏకగ్రీవంగా ఎన్నికయ్యారు. అప్పటినుండి జిల్లాను కాంగ్రెస్‌కు కంచుకోటగా తీర్చిదిద్దారు. ప్రజలకు - ప్రభుత్వానికి మధ్య ఉన్న అంతరాన్ని తొలగించి ఆ రెంటిమధ్య వారధిగా పార్టీ కార్యకర్తల్ని పనిచేయించి తిరుగులేని నాయకునిగా ఎదిగారు. 1957 ఎన్నికలలో తాను ఓడిపోయిన వేంసూరు నియోజకవర్గం నుండి తన తమ్ముడు 'కొండలరావు'ను నిలబెట్టి బలమైన కమ్యూనిష్టు అభ్యర్థి పై గెలిపించారు.

1959 ఏప్రిల్ 25, 26 తేదీలలో వెంగళరావు సారథ్యంలో ఆంధ్రప్రదేశ్ కాంగ్రెస్ రాజకీయ మహాసభలు జరిగాయి. ఆ సభలకు అఖిలభారత కాంగ్రెస్ అధ్యక్షురాలిగా కొత్తగా బాధ్యతలు స్వీకరించిన శ్రీమతి ఇందిరాగాంధీ విచ్చేశారు. లక్షమందికిపైగా జనం పాల్గొన్న ఆ సభల వెనుక వెంగళరావుగారి దీక్షాదక్షతలున్నాయి. 5000 మంది ప్రతినిధులు, 1500 మంది కార్యకర్తలు, 400 మంది అతిథులు, 500 మంది ఫొటోగ్రాఫర్లు - పాత్రికేయులు వీరందరికే కాక, మహిళలకు ప్రత్యేకంగా ఆవరణలు ఏర్పాటు చేసి, ఆ మహాసభ ప్రాంగణానికి 'కళావెంకట్రావ్ నగర్' - అని పేరు పెట్టారు. "ఖమ్మం జిల్లా కాంగ్రెస్ సంఘం" కిరీటంలో అది కలికితురాయిగా మిగిలిపోయింది. ఖమ్మం జిల్లా కాంగ్రెస్ భవనంకూడ వెంగళరావుగారి అధ్యక్షతలోనే ఏర్పడింది.

అధికార సోపానాలు ఖమ్మం జిల్లా పరిషత్ అధ్యక్షపదవి :

1959 నవంబర్ 1న, పంచాయతీరాజ్ సంస్థలను 'బల్వంతరాయ్ మెహతా' సిఫారసుల మేరకు, అప్పటి ఆంధ్రప్రదేశ్ ముఖ్యమంత్రి నీలంసంజీవరెడ్డిగారు ఏర్పాటుచేశారు. ఖమ్మంజిల్లాలో 300 గ్రామాలున్నాయి. వీటికి ఎన్నికలు జరిగి, 230 గ్రామాల పంచాయితీలను కాంగ్రెస్

గెల్చుకుంది. కల్లూరు పంచాయతీ సమితికి వెంగళరావుగారు కో ఆప్టెడ్ మెంబరు అయ్యారు. దానితో సమితికి అధ్యక్షులయ్యారు. జిల్లా ఎం.ఎల్.ఏలు, ఎంపీలు, రాజ్యసభ సభ్యులు - వీరందరి ఓట్ల బలగంతో జలగం, జిల్లా పరిషత్తుకు ఏకగ్రీవంగా అధ్యక్షునిగా ఎన్నికయ్యారు.

విస్తారమైన వనరులున్న ఖమ్మం జిల్లాను అభివృద్ధి చేయటానికి అవకాశం దొరికింది. ఏడు లక్షలమంది జనాభా ఉన్న ఖమ్మం జిల్లాలో ఒక్కటే కాలేజీ, రెండో మూడో స్కూళ్లు మాత్రమే ఉండటాన్ని చూచిన వెంగళరావుగారు వెంటనే ప్రతిగ్రామంలోను ఒక పాఠశాల స్థాపించాలన్న ఉద్దేశంతో 130 పాఠశాలలు వెంటనే స్థాపించారు. తాలూకా ఆసుపత్రిని జిల్లా ఆసుపత్రిగా అప్‌గ్రేడ్ చేయించారు. డిస్ట్రిక్ట్ బోర్డు ఇ.వో.గా శంకర్‌రావు దేశాయ్‌ని, జిల్లా విద్యాధికారిగా ఎన్. అప్పారావు వంటి సమర్థులైన అధికారుల్ని ఎంచుకున్నారు. వివిధ శాఖాధిపతులతో అరమరికలు లేకుండ చర్చలు చేసి, ఎక్కడెక్కడ ఏయే పనులు ఆవశ్యకమో నిర్ణయించి ప్రాధాన్యక్రమంలో చేయించారు. టీచర్లను ఆంధ్రప్రాంతం నుండి తెచ్చుకోవటానికి అడ్డుగా ఉన్న 'ముల్కీ' నిబంధనల్ని సడలింపజేసి, కృష్ణా జిల్లానుండి, ఇతర జిల్లాల నుండి టీచర్లను రప్పించి విద్యా విప్లవానికి నాందిపలికారు.

రహదార్ల నిర్మాణం సక్రమంగా లేకుంటే జిల్లా ప్రగతి సాధ్యంకాదనిఊళ్లను కలుపుతూ ప్రగతికి సాధనంగా రోడ్లను నిర్మించారు. తెలంగాణా ప్రాంతీయ అభివృద్ధికి కేటాయించిన నిధుల్ని సమర్థంగా ఖర్చుచేసి ఇతోధిక సౌకర్యాల్ని కల్పించారు. మైనర్ ఇరిగేషన్ పథకాల ద్వారా వందహెక్టార్లలోపు భూముల్ని సాగులోకి తెచ్చారు. పల్లె ప్రజలకు వైద్య సౌకర్యాలు కల్పించవలసిన అవసరాన్ని గ్రహించి, ప్రతి పంచాయతీ సమితిలోను ప్రాథమిక ఆరోగ్య కేంద్రాలను నెలకొల్పారు. పార్టీలకు అతీతంగా, కమ్యూనిష్టుల ప్రాబల్యం ఉన్న గ్రామాలకు కూడా చట్టపరంగా దక్కాల్సిన అన్ని సౌకర్యాల్ని కల్పించారు. అభివృద్ధి విషయంలో కమ్యూనిష్టుల చేతకూడా 'భళీ' అనిపించుకున్నారు. మిగిలిన జిల్లా పరిషత్ అధ్యక్షులతో పోటీపడి మరీ పనిచేసి ఖమ్మంజిల్లాలోని ప్రతి గుమ్మానికి ఇలవేల్పయ్యారు.

రాష్ట్ర పంచాయతీరాజ్ ఛాంబర్ తొలి అధ్యక్షునిగా ...

వెంగళరావు తన అయిదేళ్ల జిల్లాపరిషత్ అధ్యక్షపదవిని సమర్థంగా పూర్తిచేశారు. తరువాత ఆ పదవికి తన తమ్ముడు 'కొండలరావు' - ఎన్నికయ్యారు. ఆంధ్రప్రదేశ్ తొలిముఖ్యమంత్రిగా వచ్చిన నీలంసంజీవరెడ్డి, 1960లో అఖిలభారత కాంగ్రెస్‌కు అధ్యక్షులయ్యారు. అప్పుడు ఆంధ్రరాష్ట్రానికి 'దామోదరం సంజీవయ్య' ముఖ్యమంత్రి అయ్యారు. విద్యాధికుడు, సంస్కారి, నిరాడంబరుడు, నీతి నిజాయితీలకు నిలబడేవ్యక్తిత్వం, సాహిత్యాభిమాని అయిన సంజీవయ్యగారు ఆంధ్రప్రదేశ్‌కు అతి చిన్నవయసులోనే ముఖ్యమంత్రిగా ఎన్నికయిన దళితుడు. ఆయన ముఖ్యమంత్రిగా ఉన్న సమయంలోనే ఎన్నికలొచ్చాయి. 1962లో జరిగిన ఈ ఎన్నికల్లో, వెంగళరావు, వేంసూరు నియోజక వర్గంనుండి అత్యధిక మెజారిటీతో గెలిచాడు. పి.డి.ఎఫ్

అభ్యర్థి వట్టికొండ నాగేశ్వరరావుపై 18,583 ఓట్ల మెజారిటీతో గెలిచాడు. రాష్ట్రమంతా కాంగ్రెస్ ఘనవిజయాన్ని చవిచూసింది. కాని మళ్లీ ముఖ్యమంత్రి కావలసిన 'దామోదరం సంజీవయ్య'కు ఆ స్థానం దక్కలేదు. రాజకీయ వ్యూహాల కారణంగా నీలం సంజీవరెడ్డి మళ్లీ రాష్ట్రముఖ్యమంత్రిగా వచ్చారు. జరిగిన అన్యాయాన్ని గమనించిన నెహ్రూ సంజీవయ్యను 'అఖిలభారత జాతీయ కాంగ్రెస్' అధ్యక్షుణ్ణి చేశారు.

రెండవసారి ముఖ్యమంత్రి అయిన సంజీవరెడ్డి ప్రభుత్వ కార్యక్రమాల్ని, లక్ష్యాల్ని పంచాయతీరాజ్ సంస్థలకు తేటపర్చటం కోసం, ఆయాసంస్థల అవసరాలు, సమస్యలు ప్రభుత్వ దృష్టికి తేవడంకోసం 1963లో 'రాష్ట్ర పంచాయతీ ఛాంబర్' ను ఏర్పాటు చేశారు. వెంగళరావుగారు జిల్లా పరిషత్ ఛైర్మన్‌గా చేసిన సేవను గుర్తించి, రాష్ట్ర పంచాయతీ ఛాంబర్ అధ్యక్షులుగా ఉండమని నీలం కోరారు. వెంగళరావు అంగీకరించారు.

'రాష్ట్ర పంచాయతీరాజ్ ఛాంబర్'కు సొంతభవనాన్ని సమకూర్చి, సొంత ముద్రణాలయాన్ని ఏర్పరచి, 'పంచాయత్' – అనే మాసపత్రికను ప్రారంభించి, గ్రామీణాభివృద్ధికి విశేష కృషిచేశారు. రాష్ట్రమంతా పర్యటించి పంచాయతీరాజ్ సంస్థల కృషిని సమన్వయం చేయటానికి శ్రద్ధ తీసుకున్నారు. 1964 తరువాత చురుకుదనాన్ని కోల్పోయిన పంచాయతీ రాజ్ సంస్థల్ని మళ్లీ పునరుత్తేజితం చేయటానికి 1967లో ఎం.టి. రాజు కమిటీని, 1968లో వెంగళరావు అధ్యక్షతలో, కాంగ్రెస్ శాసనసభాపక్షం నియమించిన కమిటీలు నియమించబడ్డాయి. వెంగళరావు కమిటీ ఎన్నో సిఫారసులు చేసింది. అయినప్పటికీ, జిల్లా డెవలప్‌మెంట్ బోర్డుల అధికారాన్ని జిల్లాపరిషత్ మొదటి స్థాయిసంఘానికి అప్పగించటం తప్ప వెంగళరావు కమిటీ నివేదికపై ఎటువంటి చర్యలు తీసికోలేదు.

బ్రహ్మానందరెడ్డి

1962లో మళ్లీ ముఖ్యమంత్రిగా వచ్చిన నీలం సంజీవరెడ్డిని కోర్టు ఆక్షేపిస్తూ తీర్పు చెప్పటంతో తప్పనిసరయి రాజీనామా చేశారు. తన తరువాత బ్రహ్మానందరెడ్డిని ముఖ్యమంత్రిగా నిలపాలని నిర్ణయించారు. ఎ.సి.సుబ్బారెడ్డిని ముఖ్యమంత్రి చెయ్యాలని ఎక్కువమంది పట్టుబట్టడంతో తాను శాసనసభాపక్ష నాయకునిగా, బ్రహ్మానందరెడ్డి ముఖ్యమంత్రిగా ఉండేందుకు గవర్నర్‌ను నీలం ఒప్పించారు. ఫలితంగా బ్రహ్మానందరెడ్డి ముఖ్యమంత్రి అయ్యారు. 1964లో మే 27న నెహ్రూ మరణించగా లాల్‌బహదూర్‌శాస్త్రి భారత ప్రధాని అయ్యారు. లాల్‌బహదూర్ తన క్యాబినెట్లోకి నీలం సంజీవరెడ్డిని పౌరవిమానయాన శాఖామంత్రిగా తీసుకున్నారు. దాంతో శాసనసభాపక్షానికి రాజీనామా చేయక తప్పలేదు. ఫలితంగా బ్రహ్మానందరెడ్డి శాసన సభాపక్షనాయకుడయ్యారు. పాకిస్థాన్ యుద్ధ సందర్భంగా తాష్కెంట్ వెళ్లిన శాస్త్రిగారు 1966 జనవరి 12న గుండెపోటుతో మరణించారు. 1966 జనవరి24న ఇందిర ప్రధాని అయ్యారు. ప్రధాని పదవిని ఆశించిన మొరార్జీ దేశాయ్ ఇందిర ప్రభకు నిలువలేకపొయ్యారు.

కామరాజ్‌నాడార్, నిజలింగప్ప, ఎస్.కె. పాటిల్, అతుల్యఘోష్, నీలం సంజీవరెడ్డి వంటివారు శ్రీమతి ఇందిరాగాంధీని బలపర్చారు. ఇందిర తన క్యాబినెట్లోకి సంజీవరెడ్డిని తీసికోలేదు. తమమాటలు వింటుందని భావించిన పెద్దలకీ చర్య నచ్చలేదు. ఆ తరువాత లోక్‌సభ స్పీకర్‌గా సంజీవరెడ్డిని, ఉపప్రధానిగా మొరార్జీని తీసుకున్నారు.

1967లో సార్వత్రిక ఎన్నికలు వచ్చాయి. ఇందిర తనకనుకూలమైన అభ్యర్థులకే పార్టీ టిక్కెట్లివ్వటాన్ని అవకాశంగా తీసుకొని, బ్రహ్మానందరెడ్డి తన అనుకూలురకు టిక్కట్లు ఇప్పించుకున్నారు. ఆ ఎన్నికల్లో పూర్తిమెజారిటీ సాధించి రెండోసారి ముఖ్యమంత్రి అయ్యారు. వెంగళరావు ఈ ఎన్నికల్లో సత్తుపల్లి నియోజకవర్గంనుండి 24, 375 ఓట్ల ఆధిక్యంతో గెలిచారు. అప్పుడే 1967 ఏప్రిల్ 18న రెండవ కొడుకు వెంకట్రావు జన్మించాడు. రాష్ట్ర పంచాయతీ ఛాంబర్ అధ్యక్షులుగా ఉన్నప్పటికీ, వెంగళరావు ఎక్కువగా ఖమ్మంలోనే ఉంటూ తరచు హైదరాబాద్ వెళ్లి వస్తుండేవాడు.

కల్లోల నామ సంవత్సరం హోంమంత్రిత్వం :

శ్రీకాకుళం, విశాఖ ఏజన్సీలలో ఉగ్రవాద కార్చిచ్చు రగుల్కొనటం ప్రారంభించింది. పార్వతీపురం నక్సల్‌బరీకి ప్రతిధ్వని అయి గెరిల్లా యుద్ధానికి ఆటపట్టయింది. క్రమంగా ఈ ఉద్యమం మైదాన ప్రాంతాలకు కూడా వ్యాపించటం మొదలయింది. 1969లో ఖమ్మంలో ఒక నిరుద్యోగ యువకుడు, తెలంగాణా రక్షణకు నడుంబిగించి, పెద్ద మనుషుల ఒప్పందంతో ఇచ్చిన హామీలను నెరవేర్చమని కోరుతూ ఆమరణ దీక్షకు పూనుకున్నాడు. ఉద్యోగులు, విద్యావంతులు, సంపన్నులు, మధ్యతరగతి ప్రజలు, విద్యార్థులు అందరూ తెలంగాణా ప్రాంతపల్లెలు, పట్టణాలు అని లేకుండా అందరూ ఉద్యమంలోకి దూకారు. అటు నక్సల్‌బరీ ఉద్యమం, ఇటు తెలంగాణా ఉద్యమం హత్యలు - దోపిడీలు ఏం చెయ్యాలో తోచని అగమ్యస్థితిలో బ్రహ్మానందరెడ్డి, వెంగళరావును పిలిచి 'హోం' మంత్రిగాచేరమని కోరారు. బ్రహ్మానందరెడ్డిపై తనకు సదభిప్రాయంలేనప్పటికీ, రాష్ట్ర సంక్షేమంకోసం మంత్రివర్గంలో చేరారు. 1969, జులైలో హోంమంత్రిగా పదవీ బాధ్యతలు స్వీకరించారు. చాలామంది మిత్రులు ఈ క్లిష్టపరిస్థితులలో ఈ పదవి వద్దని వారించినా, వెంగళరావుగారు సాహసించి 'ఇటువంటి క్లిష్టపరిస్థితులలోనే ఋజువు చేసికోవాలి' అని బాధ్యతలు స్వీకరించారు.

హోంమంత్రిగా :

కమ్యూనిష్టు పార్టీ (మాలె) నాయకుడైన చారుమజుందార్ బోధలతో ప్రభావితమైన శ్రీకాకుళం విప్లవానికి పురిటిగడ్డయింది. అందుకు స్థానిక భూస్వాముల దోపిడీ విధానాలు, వడ్డీవ్యాపారుల దగాకోరుతనం, దౌర్జన్యాలు, గిరిజనుల అమాయకత్వం, వారి సమస్యలు-కష్టాలపై స్పందించని స్థానిక పాలనాయంత్రాంగం కారణాలు. గిరిజనులకోసం చేసిన చట్టాలన్నీ

కాగితాలపైనే ఉన్నాయి. అమలుపరిచే శ్రద్ధ ఉన్న నాథుడే లేడు. అటువంటి సమయంలో 'వెంకటాపుసత్యం' – అనే ఉపాధ్యాయుని నాయకత్వంలో సమీకృతమై, పార్వతీపురం ఏజన్సీ ప్రాంతంలోని 'తీగల నరసింహులు' అనే వడ్డీవ్యాపారి ఇంటిపై దాడిచేసి, ధాన్యాన్ని, ప్రామిసరీనోట్లను జనం స్వాధీనం చేసుకున్నారు. భూస్వాముల పంటలను కోసుకుపోవటం, పోలీసులపై గెరిల్లా పోరాటం చేయటం, పోలీసుల స్థావరాల్ని తగులబెట్టటం వంటి హింసాత్మక సంఘటనలు జరిగాయి.

హోంమంత్రిగా పదవీ బాధ్యతలు స్వీకరించిన వెంటనే వెంగళరావు బాధితకుటుంబాలను పరామర్శించటానికి బయలుదేరారు. కాలినడక తప్ప రోడ్లులేని ఆ గ్రామాలకు లోయలు, అడవుల్ని దాటి వెళ్లాలి. నక్సలైట్లు దొంగదెబ్బ తీయటానికి అవకాశం ఉన్న గ్రామాలవి. పర్యటనమానమని, సెక్యూరిటీ కారణాలు చూపి పోలీసువారు వద్దని వారింప చూశారు. స్థానిక ప్రజల్లో ధైర్యం కలిగించటానికి ఆరునూరైనా సరే పర్యటిస్తానని చెప్పి నిర్ణయం తీసుకుని బయలుదేరారు వెంగళరావుగారు. ఉద్దానం ప్రాంతంలోని బొడ్డపాడులో దేవతావిగ్రహాల్ని ఉరితీసినట్లు వేలాడదీసి, ప్రక్కఊరి కరణాన్ని చంపి, తలను నరికి, కర్రకు గుచ్చి ఊరి బొడ్రాయి దగ్గర నిలబెట్టారు. జనంలో భీతిని కలిగించటానికే నక్సలైట్లు ఆ పనిచేశారు. వెంగళరావు ఆ ప్రాంతానికి వస్తే తీవ్ర పరిణామాలు ఎదురవుతాయని హెచ్చరించారు. కరపత్రాలు పంచారు. ఇవేవీ లెక్కచెయ్యకుండా పర్యటించి నక్సలైట్లను ఎదుర్కొనటంతో పోలీసులు పడుతున్న ఇక్కట్లను అనుభవపూర్వకంగా తెలుసుకున్నారు. ధైర్యంగా కాలినడకనవెళ్లి, ప్రజలకు ధైర్యంచెప్పటంతో ప్రజలలో ఆత్మస్థైర్యం, పోలీసులకు కొత్త ఉత్సాహం వచ్చాయి. ప్రభుత్వం తమకు అండగా ఉందన్న నమ్మకం వారిలో కలిగింది. నక్సలైటు సమస్యను కేవలం లా అండ్ ఆర్డర్ సమస్యగానే కాకుండా గిరిజనసంక్షేమం కోసం వాళ్ల సాంఘిక ఆర్థికాభ్యున్నతి కోసం చేసిన చర్యల్ని వేగవంతం చేయమని ప్రభుత్వాన్ని హెచ్చరించారు. తన పర్యటన వివరాలతో 'క్యాబినెట్ నోట్' – రాసి, మంత్రివర్గానికి సమర్పించారు. పోలీస్ స్టేషన్‌కు ఫోను, జీపు, సబ్‌ఇన్‌స్పెక్టర్లకు మోటారుసైకిళ్లు, వైర్‌లెస్ సెట్లు వంటివి ఇవ్వాలని ప్రతిపాదనలు చేశారు. అందుకు 50 కోట్ల రూపాయలు ఇవ్వటానికి కేంద్రప్రభుత్వాన్ని ఒప్పించారు. 'పోలీస్ హౌసింగ్ కార్పోరేషన్' – ఏర్పాటుకు ప్రభుత్వానికి సిఫారసు చేసి పోలీసులలో నైతిక స్థైర్యం, ఉత్సాహం పెంచి ఉద్యమాన్ని అదుపుచేసి హోంశాఖకే పేరు తెచ్చారు. హోంమంత్రిగా ఇది వెంగళరావుగారికి అపురూపమైన ఖ్యాతిని తెచ్చి పెట్టింది.

జోడెద్దులు - కుమ్ములాట :

వాగ్దాన భంగం చేసిన నాయకులపై కసిగా తెలంగాణా ఉద్యమం తీవ్రమయింది. రాష్ట్రపతి అభ్యర్థిగా నీలం సంజీవరెడ్డిని అధికార అభ్యర్థిగా నిలబెట్టి ఇందిర ఓడించింది. ఇందిరాగాంధీని కామరాజ్ నాడార్ – పార్టీనుండి బహిష్కరించారు. ఇందిర సాహసంతో, 'అధికార కాంగ్రెస్' –

నాదేనంటూ పార్టీని చీల్చి మొరార్జీ, నాడార్ లాంటి వారిని అసహాయుల్ని చేసింది. 1971లో ఇందిరాగాంధీ లోక్‌సభ ఎన్నికల్ని ప్రకటించింది. అప్పుడే శాసనసభ ఎన్నికల్ని కూడా జరిపించమని బ్రహ్మానందరెడ్డి కోరితే ఇందిర తిరస్కరించింది. తెలంగాణా ఉద్యమ సారథులైన చెన్నారెడ్డి ప్రభృతులు ఇందిరాగాంధీకి సన్నిహితులయ్యారు. తెలంగాణా ప్రాంతంలో తెలంగాణా ప్రజాసమితి అభ్యర్థులు 10 మంది గెలిచారు. కాంగ్రెస్ మూడు మాత్రమే గెల్చుకుంది. కమ్యూనిష్టులు ఒకటి గెల్చుకున్నారు. దీని వెనుక ఇందిర హస్తం ఉంది.

అఖిలభారత కాంగ్రెస్ అధ్యక్షులైన దామోదరం సంజీవయ్యను కర్నూలులో కోట్ల విజయభాస్కరరెడ్డి బ్రహ్మానందరెడ్డి ఆదేశంతో ఓడించారు. ఫలితంగా ఉభయ సభలలో మెంబరు కాకున్నా కోట్లకి మంత్రివర్గంలో స్థానం దక్కింది. రాజ్యసభకు కూడా, సంజీవయ్యను ఎన్నిక కాకుండా చేయాలని బ్రహ్మానందరెడ్డివర్గం చూచింది. దాన్ని వెంగళరావుగారు ప్రతిఘటించి, సంజీవయ్యగారిని గెలిపించారు. కాని కేంద్రమంత్రివర్గంలో పరిశ్రమలమంత్రిగా చేరిన సంజీవయ్యగారు పిన్నవయసులోనే మరణించారు.

'ఎన్నికల నిధి' పేర బియ్యం మిల్లర్లతో బ్రహ్మానందరెడ్డి చేసిన వ్యవహారాలవంటివి నచ్చక ఇందిరాగాంధీ కాంగ్రెస్ వర్కింగ్ కమిటీని సమావేశ పర్చింది. వర్కింగ్ కమిటీ సభ్యుడైన బ్రహ్మానందరెడ్డి హాజరు కాలేదు. వర్కింగ్ కమిటీ సమావేశం పూర్తయ్యాక సంజీవయ్య ఢిల్లీనుండి ఫోన్‌చేసి, రాత్రి 9 గం॥ల న్యూస్ బులెటిన్‌లో వర్కింగ్ కమిటి నిర్ణయాన్ని వినమని వెంగళరావుగారికి చెప్పారు. ఆ రాత్రే బ్రహ్మానందరెడ్డికి ఫోన్‌చేసి ఢిల్లీ రమ్మని అధిష్ఠానం కబురు చేసింది. మరునాడు ప్రొద్దునే వెళ్లి బ్రహ్మానందరెడ్డి రాజీనామా సమర్పించి, తిరిగి సాయంకాలం హైదరాబాద్ వచ్చేశారు.

పి.వి. ముఖ్యమంత్రిత్వం :

బ్రహ్మానందరెడ్డి స్థానంలో ఎవరిని ముఖ్యమంత్రిగా నియమించాలని, సంజీవయ్యను ఇందిరాగాంధీ సంప్రదించింది. వెంగళరావు అయితే ఉభయ ప్రాంతాలను కలుపుకొని పోగలరని కొందరు చెప్పారు. కానీ, ఇందిరాగాంధీని కమలాపతి త్రిపాఠి, ఉమాశంకర్ దీక్షిత్ వంటి బ్రాహ్మణలాబీ, పి.వి. నరసింహారావును ముఖ్యమంత్రిగా సూచించింది. బ్రహ్మానందరెడ్డి వర్గం కూడా వెంగళరావుమీద ఉన్న కోపంతో పి.వి.ని బలపరచింది. అలా పి.వి.నరసింహారావు ముఖ్యమంత్రిగా 1971 సెప్టెంబర్‌లో గద్దెనెక్కాడు. ఆయన మంత్రివర్గంలో చేరడానికి వెంగళరావు అంగీకరించలేదు. 1972లో జరిగిన రాష్ట్ర శాసనసభ ఎన్నికల్లో వెంగళరావు సత్తుపల్లి నియోజకవర్గంనుంచి 38,072 ఓట్ల మెజారిటీతో గెలిచారు. రాష్ట్రమంతటా కాంగ్రెస్ పార్టీ తన బలాన్ని చూపింది. మళ్లీ పి.వి. నరసింహారావు మంత్రివర్గంలో చేరమని వెంగళరావును ఆహ్వానించారు. సంజీవయ్యగారితో సంప్రదించి పి.వి. మంత్రివర్గంలో పరిశ్రమల శాఖామంత్రిగా పదవీ బాధ్యతలు స్వీకరించారు.

జై ఆంధ్ర ఉద్యమం :

'ముల్కీ' నిబంధనలపై రాష్ట్రహైకోర్టు ఇచ్చిన తీర్పును సవాలు చేస్తూ సుప్రీంకోర్టులో పి.వి. ప్రభుత్వం దాఖలుచేసిన పిటీషన్‌ను విచారించి, ముల్కీ నిబంధనలు చెల్లుతాయని సుప్రీంకోర్టు తీర్పునిచ్చింది. అప్పుడు సర్కారు, రాయలసీమ జిల్లాలకు చెందిన మంత్రులు, శాసనసభ్యులు కనీ వినీ ఎరుగని రీతిలో జై ఆంధ్ర ఉద్యమాన్ని లేవదీశారు. విద్యార్థులు, ఉద్యోగులు, స్త్రీలు, సామాన్య ప్రజానీకం పెద్ద ఎత్తున పాల్గొన్నారు. ఉపముఖ్యమంత్రి బి.వి. సుబ్బారెడ్డి, వ్యవసాయ శాఖామంత్రి కాకాని వెంకటరత్నం నాయకత్వంలోఉద్యమం తీవ్ర రూపాన్ని ధరించింది. పోలీసుల కాల్పుల్లో ఎందరో మరణించారు. ఉద్యమాన్ని నడుపుతున్న కాకాని హఠాత్తుగా గుండెపోటుతో మరణించాడు. ప్రజల ఆవేశ ఉద్రేకాలను ఆపలేక పోయారు. పి.వి.ని పదవీచ్యుతుని చేయకుండా ఉద్యమం ఆగదని ఇంటెలిజెన్స్ నివేదిక ద్వారా తెలుసుకున్న ఇందిర పి.వి.ని పదవి నుండి తొలగించింది. 1973 జనవరి 1న రాష్ట్రపతి పాలనను విధించి, శాసనసభను సస్పెండెడ్ యానిమేషన్‌లో ఉంచారు. గవర్నర్ ఖండూభాయ్ దేశాయ్‌కి సలహాదారులుగా హరిశ్చంద్ర సరీన్, వి.కె. రావ్ నియమితులైనారు.

ముఖ్యమంత్రిగా జలగం :

11 నెలల కేంద్ర పరిపాలనానంతరం గవర్నర్ కేంద్రానికి నివేదిక పంపుతూ "రాష్ట్రంలో కాంగ్రెస్‌కు మంచి మెజారిటీ ఉంది. ఎక్కువకాలం అధ్యక్ష పాలనలో ఉండటం మంచిదికాదు" అని అన్నారు. ఇందిరాగాంధీ తక్షణమే స్పందించి గవర్నర్ సలహాదారైన 'సరీన్'ను ఢిల్లీకి పిలిపించుకొని సలహా అడిగారు. ఆయన కూడా వెంగళరావుగారి పేరును ముఖ్యమంత్రిగా సూచించారు. సంజీవయ్య ఒకనాడు తనకు చేసిన సూచనను గుర్తుచేసుకున్నారు. వెంగళరావును ఢిల్లీకి రమ్మని సరీన్‌తో కబురు చేశారు. వెంగళరావు 1973 అక్టోబర్ మొదటివారంలో ఢిల్లీ వెళ్లారు. అప్పటి దేశీయాంగ శాఖామంత్రి 'ఉమాశంకర్ దీక్షిత్' వారి పి.ఏ. వచ్చి పార్లమెంటు భవనంలోని దీక్షిత్ ఛాంబర్‌కు తీసుకెళ్లారు. వెంగళరావును ఇందిరాగాంధీ దగ్గరకు తీసుకువెళ్లి పరిచయం చేసి, బయటకు వెళ్ళారు. ఆమె వెంగళరావుగారితో రాష్ట్రపాలనా బాధ్యతలను చేపట్టమని, అందరికీ మీ శక్తిసామర్థ్యాల మీద విశ్వాసాలున్నాయని, మీరు పదవీబాధ్యతలు స్వీకరించడానికి సిద్ధంగా ఉండాలని, రెండు నెలల్లో మీకు నిర్ణయం తెలియజేస్తానని, ముఖ్యమంత్రిగా ఏం చేయాలో ఈ లోపల నిర్ణయించుకోమని వెంగళరావుకు చెప్పారు.

వెంగళరావు అందుకు తన అంగీకారం తెలియజేసి, కాసు, పి.వి.లు తాను ముఖ్యమంత్రి కావటానికి అంగీకరించరని తెలియజేశాడు. ఆ విషయాన్ని నేను చూసుకుంటానని వాళ్లపై తనకున్న నిరసన భావాల్ని తెలియజేసింది. నేను అధికారికంగా చెప్పేవరకు ఈ విషయాన్ని మనసులోనే ఉంచుకొని స్నేహంగా శాసనసభ్యులతో మెలగమని, సాయంత్రమే హైదరాబాదు

వెళ్ళమని చెప్పి వెంగళరావును పంపించారు. ఇలా వారిద్దరి మధ్య సంభాషణ గంట 10 నిమిషాలు నడిచింది. సాయంత్రానికి హైదరాబాదు వెంగళరావు తిరిగొచ్చారు. పత్రికల్లో ప్రధాని, వెంగళరావుగారి భేటీ గురించి వచ్చిన వార్తలు చూచి, విశేషమేమని వెంగళరావుని ఎంతమంది ప్రశ్నించినా వెంగళరావు "జరిగిన ఉద్యమాల వలన నష్టపోయిన రాష్ట్ర పరిస్థితి గురించి అడిగారని, రాష్ట్రాభివృద్ధికి ప్రధాని చెప్పిన మాటల్ని మనం పాటించాలని" చెప్తూ దాటవేశారు. ముఖ్యమంత్రి ఎవరు అవుతారన్నది ఒక అర్థంకాని ప్రశ్నగా మిగిలింది. చొక్కారావుని చేయమని బ్రహ్మానందరెడ్డి, నూకల రామచంద్రారెడ్డి రాయబారాలు చేశారు. మరోవైపు కేంద్రప్రభుత్వం తెలంగాణా, ఆంధ్ర ఉద్యమ నాయకులను పిలిచి చర్చలు జరిపి ఆరు సూత్రాల పథకం ప్రారంభించింది. మర్రి చెన్నారెడ్డిని, బి.వి. సుబ్బారెడ్డిని వెంగళరావు ముఖ్యమంత్రి అయితే మాకు అభ్యంతరం లేదని లిఖిత పూర్వకంగా ఒప్పించారు. కాంగ్రెస్ పార్టీ పరిశీలకులుగా వచ్చిన శంకర్‌దయాళ్‌శర్మ, ఉమాశంకర్ దీక్షిత్, మరకతం చంద్రశేఖర్‌లు కాంగ్రెస్ ఎం.ఎల్.ఏ.లను ఒక్కొక్కరిని పిలిచి విచారించారు. శాసన సభ్యులంతా ఇందిరాగాంధీ అభిప్రాయానికి కట్టుబడి ఉంటామని ప్రకటించారు. మూడు రోజులపాటు జరిగిన ఈ తతంగం తరువాత వారు ఢిల్లీ వెళ్లారు. డిసెంబర్ 8 సాయంకాలం 4 గంటలకు ఇందిరాగాంధీ అధ్యక్షతన కాంగ్రెస్ పార్లమెంటరీ బోర్డు సమావేశమై వెంగళరావును ముఖ్యమంత్రి చెయ్యాలన్న నిర్ణయం తీసుకున్నారు. ఆ రాత్రి 9 గంటలకు అధికారికంగా ఈ విషయాన్ని తెలియజేసింది. మరునాడు ఉదయం ఫ్లైట్లో ఎ.ఐ.సి.సి నుంచి తనకు వర్తమానం (లేఖాప్రతి) అందిన తరువాతనే అభిమానుల పూలదండలను స్వీకరించారు. వెంటనే ఇందిరాగాంధీకి ఫోన్‌చేసి ధన్యవాదాలు తెలియజేశారు. ఉదయం 11 గంటలకు గవర్నర్‌ను కలవటానికి పోగా దారిలో కాసుబ్రహ్మానందరెడ్డి, పి.వి. నరసింహారావుల నివాసాలకు వెళ్లి వారి సహకారాన్ని కోరారు. "పైవాళ్ల నిర్ణయం అయ్యాక మా సహకారం లేకుండా ఎలా ఉంటుంది?" అని బ్రహ్మానందరెడ్డి, "సహకారం లేకుండా ఎట్లాతప్పుతుంది" అని పి.వి.నిష్ఠురోక్తులు పలికారు. గవర్నర్ ఖండూభాయ్‌దేశాయ్‌ని కలిసి తన మంత్రివర్గం నిర్మాణాన్ని గురించి ప్రస్తావించారు. తక్షణమే మంత్రివర్గాన్ని ఏర్పాటు చేయమని రాతపూర్వకంగా ఆహ్వానించారు."మీ ముఖ్యమంత్రిత్వంలో రాష్ట్రం అభివృద్ధి జరుగుతుందని మీ ప్రమాణస్వీకారం నాచేతుల మీదుగా జరగటం సంతోషంగా ఉందని" దేశాయ్ మనసారా ఆశీర్వదించారు. వెంగళరావు ముఖ్యమంత్రిగా తన మంత్రి వర్గానికి ఆమోదం తీసుకొని వచ్చి 1973, డిసెంబర్ 10 సాయంత్రం నాలుగు గంటలకు ప్రమాణ స్వీకారం చేశారు. వెంగళరావు తరువాత 23 మంది మంత్రివర్గ సహచరులు ప్రమాణస్వీకారం చేశారు. ఈ విధంగా 11 నెలల రాష్ట్రపతిపాలన తరువాత ప్రజా ప్రభుత్వం ఏర్పడింది.

పదవీ నిర్వహణ

వెంగళరావు పాలనా పగ్గాలు స్వీకరించే నాటికి రాష్ట్రం 10 కోట్ల రూపాయల ఓవర్ డ్రాఫ్టుతో తీవ్ర ఆర్థిక సంక్షోభంలో ఉంది. విద్యుత్ కొఱత, సాగునీటి ప్రాజెక్టులకు నిధులు

లేకపోవటం, ప్రాంతాల మధ్య అవగాహనాలోపం, అనుమానాలు, విభేదాలు వంటి సమస్యలతో రాష్ట్రం నలిగిపోతోంది. ఇటువంటి పరిస్థితులలో వెంగళరావుగారు చేసిన కృషి మరుపురానిది. అప్పటి ప్రభుత్వ ప్రధాన కార్యదర్శి"భగవాన్ దాస్" ను ఆ పదవిలోనే కొనసాగించారు. ఆర్థిక, ప్రణాళికా శాఖలను కలిపివేసి, ఆర్థిక ప్రణాళికాశాఖగా మార్చి అప్పటి ప్రణాళికాశాఖ కార్యదర్శిగా ఉన్న బి.పి.ఆర్. విఠల్‌ను ఆ శాఖకు (ఆర్థిక ప్రణాళిక) ప్రిన్సిపల్ సెక్రటరీగా నియమించారు. సమర్థుడైన అధికారిగా మంచి పేరున్న కృష్ణస్వామి (సీనియర్ ఐ.ఏ.ఎస్. అధికారి) రావుసాహెబ్‌ను తన కార్యదర్శిగా నియమించుకొన్నారు. ప్రభుత్వాన్ని సమర్థంగా నడపటంలో, నిర్వహణ తీరు మెరుగుపరచటంలో ముఖ్యమంత్రికి అండదండగా రావుసాహెబ్ నిలిచాడు. 1973, డిసెంబర్ 31 రాత్రివేళ ముఖ్యమంత్రి చేసిన రేడియో ప్రసంగంలో ఆరుసూత్రాల పథకాన్ని తుచ తప్పకుండా అమలు చేస్తానని, నిజాయితీతో పనిచేస్తానని చెప్పిన మాటకు అనుగుణంగానే ఆ పథకాన్ని నిష్కర్షగా అమలుజరిపాడు. కేవలం ఈ పథకం వల్లనే ఆంధ్ర ప్రదేశ్ సమస్యలన్నీ తీరిపోతాయని వెంగళరావు భావించలేదు. కానీ ఆ పథకంవల్ల చాలా సమస్యలు పరిష్కరించబడ్డాయి. రెండు సంవత్సరాల కాలపరిమితిగల ప్రణాళికా అభివృద్ధి సంఘాలను "రాష్ట్ర ప్రణాళికా అభివృద్ధి మండలి"తోపాటుగా మూడింటిని వెంగళరావు ప్రభుత్వం ఏర్పాటుచేసింది. వీటికి అధ్యక్షులుగా ఒక మంత్రితోపాటు 20మంది శాసనసభ్యులు ఉంటారు. ఆంధ్రప్రదేశ్‌లోని విద్యాసంస్థల్లో విద్యార్థుల ప్రవేశాన్ని క్రమబద్ధం చేస్తూ 1974 జులై 1లో వచ్చిన ఉత్తర్వు స్థానిక అభ్యర్థులు అంటే ఏమిటో స్పష్టంచేసింది.

కేంద్రీయ విశ్వవిద్యాలయం

ఆరు సూత్రాల పథకంలో భాగంగా హైదరాబాద్ విశ్వవిద్యాలయాన్ని ఏర్పాటుచేశారు. దానికి తాత్కాలిక వసతిని సరోజినీ నాయుడుగారి ఇంటిని ('గోల్డెన్ త్రెషోల్డ్') ఇచ్చారు. సరోజినీ నాయుడు వారసురాలు పద్మజానాయుడు ఆ భవనాన్ని 'గిఫ్ట్' గా కేంద్రీయ విశ్వవిద్యాలయాని కిచ్చారు. అయితే ఆ భవనం మైసూరు కేఫ్ వాళ్ళ ఆధీనంలో ఉండటంచేత వాళ్లు ఇవ్వటానికి నిరాకరించారు. విషయం తెలిసిన వెంగళరావుగారు ఒకమంచి పనికి సహకరిస్తే బాగుంటుందని చెప్పి ఒప్పించి, ఆ బిల్డింగ్‌ను బాగుచేయించి, ఇందిరాగాంధీ చేత ఆ విశ్వవిద్యాలయాన్ని ప్రారంభింపజేశారు. బాంబేహైవేని ఆనుకొని ఉన్న 2500 ఎకరాలను విశ్వవిద్యాలయానికి ఇచ్చారు.

మూడు ప్రాంతాలకు మూడు క్రొత్త విశ్వవిద్యాలయాలు

వరంగల్‌లో కాకతీయ, గుంటూరులో నాగార్జున, అనంతపురంలో శ్రీకృష్ణదేవరాయ విశ్వవిద్యాలయాలు స్థాపించడానికి ప్రభుత్వం పూనుకొన్నప్పటికీ యు.జి.సి. నుండి కొన్ని అభ్యంతరాలు వచ్చాయి. వెంటనే వెంగళరావుగారు కేంద్ర విద్యామంత్రి నూరుల్‌హసన్‌తో,

యు.జి.సి. ఛైర్మన్ రమేష్‌చంద్రతోనూ మాట్లాడి నిబంధనలను పూర్తిచేసి ఒప్పించారు. కాలేజీలలో, విశ్వవిద్యాలయాలలో పనిచేసే బోధనాసిబ్బందికి యు.జి.సి. వేతనాలు ఇవ్వటానికి కూడా వెంగళరావుగారు అంగీకరించారు. భారతదేశంలో మొట్టమొదటగా యు.జి.సి. పే స్కేల్స్ ను అంగీకరించిన రాష్ట్రం ఆంధ్రప్రదేశ్. ఈ విషయంలో వెంగళరావుగారిని అభినందిస్తూ యు.జి.సి. ఎంతో ఆనందాన్ని వ్యక్తంచేసింది.

పరిపాలనా ట్రిబ్యునల్

1975 మే19న ప్రభుత్వం, ఉద్యోగుల సర్వీసు విషయమై తలెత్తే ఇబ్బందుల్ని పరిష్కరించేందుకు 'ఆంధ్రప్రదేశ్ పరిపాలనా ట్రిబ్యునల్'ను రాష్ట్రపతి ఏర్పాటుచేశారు. ఉద్యోగులకి ఇవ్వవలసిన డి.ఏ. కానీ పే ఫిక్సేషన్‌ల విషయంలోగానీ ఉద్యోగులు ఆశించిన దానికన్నా ఎక్కువగానే వెంగళరావు ప్రభుత్వం స్పందించేది. వేర్పాటుఉద్యమాలవలన సర్వీసు నుంచి ఉద్వాసితులైన ఉద్యోగుల నాయకుల్ని పునర్నియమించి వాళ్ళ అసంతృప్తిని తొలగించారు. మరణించిన ఉద్యోగికి అంతిమసంస్కారం కోసం వెంటనే రూ.500-00 చెల్లించే ఏర్పాటు వెంగళరావుగారే చేశారు. అంతేకాకుండా చనిపోయేనాటికి అతనికి రావలసిన జీత భత్యాలతో 10వేల రూపాయలు అదనంగా చెల్లించే ఏర్పాటు చేశారు. పదవీవిరమణ పొందిన ఉద్యోగుల కోసం, వనస్థలిపురంలో 150 ఎకరాల భూమిని కేటాయించి వారికి ఇళ్ళస్థలాలను కేటాయించారు. ఆ భూమిని కేవలం గజం 48 పైసల నామమాత్రపు ధరకే ఇచ్చారు. ఆరు సూత్రాల పథకానుసారమే కేంద్రప్రభుత్వం 5వ పంచవర్ష ప్రణాళికా కాలమున 90కోట్ల అదనపు గ్రాంటును కేంద్రప్రభుత్వం నుంచి సాధించారు. జంటనగరాల అభివృద్ధికోసం మరో 10 కోట్ల రూపాయలు మంజూరు చేయించి నగరాభివృద్ధి సంస్థను ప్రతిపాదించారు.

ఆర్థిక పురోగతి

రాష్ట్ర ఆర్థికాభివృద్ధిని సర్వతోముఖంగా సాధించడానికి వెంగళరావుగారు సర్వశక్తులు ఒడ్డారు. 5వ పంచవర్ష ప్రణాళిక మొదటివార్షిక ప్రణాళిక నిర్ణయించడానికి ప్లానింగ్ కమీషన్‌వారు ముఖ్యమంత్రిని ఢిల్లీకి రమ్మని పిలిచారు. అప్పటి ప్లానింగ్ కమీషన్ డిప్యూటీ ఛైర్మన్ డి.పి.ధార్. ఆయన అడ్డుపడకుండా ముందుగానే ఇందిరాగాంధీని కలిసి సహాయం చేయమని కోరారు. వెంటనే ఇందిరాగాంధీ ధార్‌కు ఫోన్‌చేసి, అభ్యంతరాలు చెప్పకుండా వెంగళరావుగారికి సహాయం చేయమని చెప్పారు. ఆ పైన ప్లానింగ్ కమీషన్ సమావేశానికి ఆర్థిక, రెవెన్యూ శాఖలమంత్రి నూకల రామచంద్రారెడ్డి, రాష్ట్ర ఉన్నతాధికారులు వెంగళరావుతో కలిసి సమావేశానికి హాజరు అయ్యారు. ఎంతో హోంవర్కు చేసుకొని వెళ్ళిన వెంగళరావుగారు ప్రణాళికాసంఘంలోని సభ్యులు కోరిన వివరాలన్నీ ఇచ్చారు. వెంగళరావుగారి వివరణకు సంతృప్తి చెందిన కమీషన్ వార్షిక ప్రణాళికను 150 కోట్లకు పెంచడానికి అంగీకరించింది. గత వార్షిక బడ్జెట్టు కేవలం 9 కోట్లు

మాత్రమే. అయితే విజయవాడలో థర్మల్ పవర్ కేంద్రాన్ని స్థాపించే ప్రతిపాదనను ఐదో ప్రణాళికలో చేర్చడానికి కమీషన్ అంగీకరించలేదు. తాను ఏ పరిస్థితుల్లో ముఖ్యమంత్రి అయ్యిందీ తెలియజెప్పి మొట్టమొదటి సంవత్సరం పేరుకు కోటి రూపాయలు మాత్రమే ఖర్చయ్యే ఈ ప్రాజెక్టుకు సానుకూలంగా స్పందించకపోతే వచ్చే రాజకీయ సమస్యలను వివరించారు. థార్ జోక్యం చేసుకొని కమీషన్ సభ్యులకు నచ్చజెప్పి వెంగళరావుగారి ప్రతిపాదనను అంగీకరింపచేశారు. ఈ విధంగా 5వ పంచవర్ష ప్రణాళికలో థర్మల్ విద్యుత్ ప్రతిపాదనకు చోటు లభించింది. ప్లానింగ్ కమీషన్ ఆమోదించిన దానికంటే అదనంగా వార్షిక ప్రణాళిక ముగిసింది. దాదాపు 200 కోట్ల వరకూ అయిన ఖర్చును బకాయిల వసూళ్ళద్వారా పూరించారు.

శాసనసభాసమావేశాలు

మొట్టమొదటిగా రాష్ట్రపతిపాలన ముగిసి కోమాలో ఉన్న శాసనసభ సమావేశమైంది. ప్రతిపక్షంలో ఉన్న సి.పి.ఐ సభ్యులు సైతం వెంగళరావుగారిని కలిసి రాష్ట్ర సమైక్యతకోసం అభివృద్ధి కార్యక్రమాల అమలుకోసం సహకరిస్తామని చెప్పారు. గవర్నర్ ప్రసంగం, ఆపైన గవర్నర్ ప్రసంగానికి కృతజ్ఞతలు తెలిపే తీర్మానం సాగాయి. గవర్నర్ ప్రసంగంపై జరిగినచర్చలో 40, 50 మంది సభ్యులు ప్రస్తావించిన అంశాలన్నింటినీ నోట్‌చేసుకొని తన ప్రసంగంలో సమాధానం చెపూ్త దాదాపు గంటనలభై నిముషాలు అనర్గళంగా ప్రసంగించారు. సమస్యల్ని అర్థంచేసు కోవటంలో, వాటి పరిష్కారానికి కృషి చేయటంలో వెంగళరావుగారి అవగాహన, సమర్థత ప్రసంగంలో కనిపించింది. అంతలో అనుకోకుండా రాష్ట్ర ఆర్థిక, రెవెన్యూ శాఖామాత్యులైన నూకల రామచంద్రారెడ్డి గుండెపోటుతో హఠాత్తుగామరణించారు. దాంతో రాష్ట్రబడ్జెట్‌ను ప్రవేశపెట్టాల్సిన బాధ్యత, ఆ బడ్జెట్‌పై జరిగేచర్చలకు సమాధానం చెప్పుకోవాల్సిన బాధ్యత ముఖ్యమంత్రి అయిన వెంగళరావుపై పడింది. హోంమంత్రిగా, పరిశ్రమల మంత్రిగా ఎంతో అనుభవం కలిగిన వెంగళరావుగారు ఈ బడ్జెట్ సమావేశాలను విజయవంతం చేశారు.

ప్రధానిగా ఇందిర రాష్ట్రపర్యటన

ఉద్యమాలఉద్ధృతి తగ్గి ప్రజలు ప్రశాంత జీవనం కొనసాగిస్తున్నారని, రాష్ట్రానికి వచ్చి క్రొత్త ప్రాజెక్టుల్ని ప్రారంభించమని ఆహ్వానించిన వెంటనే ఇందిర అంగీకరించారు. 1974 ఏప్రిల్‌లో బీబీనగర్ నడికుడి రైలు మార్గానికి, రాయనపాడు రైల్వే మరమ్మత్తు కర్మాగారానికి, ఇబ్రహీంపట్నం వద్ద థర్మల్‌పవర్ కేంద్రానికి శంకుస్థాపన చేశారు. దారిపొడవునా ప్రజలు జేజేలు పలుకుతూ స్వాగతం చెప్పటాన్ని తిలకించి, ఇందిరాగాంధీ పులకించిపోయి వెంగళరావు గారి సామర్థ్యానికి అభినందనలు తెలియజేసింది. మండువేసవిని సైతం లెక్క చేయకుండా గడచిపోయిన ఆ దినాన్ని ఇందిరాగాంధీ ఎంతో ప్రశంసాపూర్వకంగా తన మంత్రివర్గ సహచరులతో ప్రస్తావించింది. వెంగళరావు ముఖ్యమంత్రి అయిన తొలి సంవత్సరంలోనే ఇన్ని అభివృద్ధి కార్యక్రమాలను చేపట్టటం వెంగళరావుగారి శక్తి యుక్తులకు నిదర్శనం.

మా తెలుగుతల్లికి మల్లెపూదండ

"ఆత్మలను పలికించేదే అసలైన భాష" అన్న మాటను విశ్వసించి దాని విలువను ప్రపంచానికి తెలియజెప్పి మూడు ప్రాంతాల తెలుగు ప్రజల సాంస్కృతిక వారసత్వాన్ని గుర్తుచేసి, తెలుగు ప్రజల హృదయాలలో సమైక్యతాదీప్తిని ప్రోది చేయడానికి వెంగళరావుగారు కృతనిశ్చయులైనారు. కేవలం రాజకీయ సమైక్యత కంటే మనసుల్ని ఏకం చేసేది సాంస్కతిక సమైక్యతేనని వెంగళరావుగారు భావించారు. మొట్టమొదటిగా తెలుగును పరిపాలనాభాషగా అమలు చేయాలని నిర్ణయించి 1974 ఉగాది నుంచీ తాలుకా స్థాయిలో అన్ని కార్యాలయాలలో తెలుగు వాడకాన్ని ప్రవేశపెడుతూ ఉత్తర్వు జారీ చేశారు. మరుసటి ఉగాదికి జిల్లాస్థాయినుండీ ప్రవేశపెట్టబోతున్నట్లుగా ప్రకటించారు. తెలుగును అధికారభాషగా అమలుజరుపటానికి అధికారభాషా కమీషన్‌ను ఏర్పాటు చేసి, దానికి వావిలాల గోపాలకృష్ణయ్యను అధ్యక్షునిగా చేశారు. 1975 ఏప్రిల్ 12న తెలుగు ఉగాది, తెలుగు పండుగ. ఆరోజే ప్రపంచ తెలుగు మహాసభలకు శ్రీకారం చుట్టారు. ఖండఖండాతరాలనుంచీ ప్రవాసాంధ్రులు, రాష్ట్రంనలుమూలల నుండీ తెలుగువాళ్ళు, దేశంలోని వివిధరాష్ట్రాలనుండీ తెలుగు ప్రతినిధులు తరలివచ్చారు. హైదరాబాదు నగరం సర్వాంగ సుందరంగా అలంకరించుకున్నది. సాయంత్రం వెంగళరావుగారు తన మంత్రివర్గ సహచరులతో, రాష్ట్రం నుంచీ ఎన్నికైన ఎం.పి.లతో, శాసన సభ్యులతో, వివిధ రంగాలలో విశిష్టులయిన ప్రముఖులతో, ఆనందోత్సాహాలతో అనుసరించి వచ్చే ప్రజావాహినితో చార్మినార్ నుంచీ కాకతీయనగర్ వరకు (లాల్‌బహదూర్ స్టేడియం) 7 కి.మీ. దూరం ఊరేగింపుగా కదలివచ్చారు. సభలు "మా తెలుగుతల్లికి మల్లెపూదండ" అనే పాటతో ప్రారంభమయ్యాయి. ఉపరాష్ట్రపతి బి.డి. జెట్టీ ప్రపంచ తెలుగు మహాసభలను ప్రారంభించారు. రాష్ట్రపతి, ప్రధాని ప్రముఖ దేశనేతలు పంపిన శుభాకాంక్షలతో ప్రపంచ తెలుగు మహాసభలు ప్రారంభమయ్యాయి. ఈ సందర్భంగా ముఖ్యమంత్రి జలగం మాట్లాడుతూ "భాషా ప్రయుక్త రాష్ట్రాలకోసం కలలుకన్నాము. ఆ కలనిజమై ఆంధ్రప్రదేశ్ ఏర్పడ్డది. దాని సమైక్యతకు భంగం కలిగించే సంఘటనలు జరిగినప్పటికీ అవన్నీ క్రమంగా తొలగి సమైక్యంగా నిలిచాము. ఈ ఐక్యతను కాపాడుకోవటానికి నేటి సభలు తోడ్పడాలని విశ్వసిస్తున్నాము. రమారమి 5 కోట్ల మందిగల తెలుగువారిలో భావ సమైక్యాన్ని సాధించటానికి భాష ఎంతైనా తోడ్పడుతుందని దృఢ విశ్వాసంతో ఉన్నాను." అని ప్రసంగించారు. ప్రపంచ తెలుగు సభలు జరిగిన ఈ సంవత్సరాన్ని వెంగళరావు ప్రభుత్వం తెలుగు సాంస్కృతిక సంవత్సరంగా ప్రకటించింది. ప్రతిజిల్లా తాలుకా కేంద్రాల్లోని తెలుగువారి సమైక్యతను చాటిచెప్పే ఉత్సవాలు జరిగాయి. తెలుగుసంస్కృతిని ప్రతిబింబించే వివిధ సాంస్కృతిక కళారూపాల ప్రదర్శనలు జరిగాయి. నాగార్జునపీఠంలో విద్వద్గోష్ఠులు, కవి సమ్మేళనాలు, తెలుగువారి గత చరిత్ర వర్తమాన ప్రగతి వంటి విషయాలపై సాహితీవేత్తలు, కళాకారులు వ్యాసాలు చదివి చర్చలలో పాల్గొన్నారు. చిత్రకారుల కళాప్రదర్శనతోపాటు, తెలుగు వెలుగుల్ని సత్కరించటం తెలుగు తల్లి ఆరాధనా ఉత్సవాలుగా

జరిగాయి. సభలు జరిగిన రోజులన్నీ 'తెలుగుపతాకం ఎగురని దిశయేలేదు' అన్నట్లు అంతా తెలుగుమయమై తెలుగువాళ్ల మదిలో తియ్యని అనుభూతుల్ని మిగిల్చాయి. ఈ సభను దిగ్విజయం చేయటానికి అప్పటి విద్యాశాఖామాత్యులు మండలి వెంకటకృష్ణారావు చేసిన శ్రమ మాటల్లో చెప్పవీలుకానిది.

అంతర్జాతీయ తెలుగు కేంద్రం

ప్రపంచవ్యాప్తంగా ఉన్న తెలుగువాళ్లతో సంబంధాలు పెంచుకొని సదవగాహనను ఏర్పాటుచేసుకునే నిమత్తం అంతర్జాతీయ తెలుగుకేంద్రాన్ని స్థాపించాలని తెలుగువాళ్ల తరతరాల సంస్కృతిని ప్రదర్శించటానికి ఒక మ్యూజియాన్ని రూపొందించాలని నిర్ణయించారు. వీటిని 1975 సెప్టెంబర్ 8న భారత రాష్ట్రపతి ఫక్రుద్దీన్ ఆలీ అహమ్మద్ ప్రారంభించటం తెలుగువాళ్ల చరిత్రలో ఒక వెన్నెల శకలం.

అన్నదాతకు అండగా

"సౌదీ అరేబియా"లో భారత రాయబారిగా ఉన్న జహెర్ అహ్మద్ అనే రిటైర్డ్ ఐ.ఎ.ఎస్. అధికారి సహాయంతో సౌదీ అరేబియాలోని పెట్రోలియం శాఖామంత్రి జకీ అమీన్ భారతదేశం వచ్చినపుడు ఆయన పర్యటన ఆంధ్రప్రదేశ్‌లోకూడా ఏర్పాటు చేయించి, హిందూముస్లింల మధ్య సామరస్య వాతావరణం ఉన్న విషయాన్ని ఆయన దృష్టికి తెచ్చి శ్రీశైలం, నాగార్జున ప్రాజెక్టులకు రుణసహాయాన్ని పొందారు. సౌదీ రుణ సహాయం ప్రపంచబ్యాంకు ద్వారా పొందేందుకు ప్రతిపాదనలు పంపారు. కేంద్రం మాత్రం తమ ప్రతిపాదనలలో శ్రీశైలం, నాగార్జునసాగర్‌లను ప్రస్తావించలేదు. ఈ సమయంలో ప్లానింగ్‌కమీషన్ ఉపాధ్యక్షులు పి.ఎన్. హక్సర్ తన సహాయాన్ని అందించారు. ఆ సహాయంతో సాగర్ కాలువలకు మొదటి విడత 50కోట్లు అందింది. ప్రభుత్వంనుంచి ఆలస్యంకాకుండా ఎక్కడికక్కడ చీఫ్ ఇంజనీర్లతో కమిటీ ఏర్పాటుచేసి టెండర్లను అక్కడికక్కడే ఖరారు చేసి, కాంట్రాక్టు మంజూరు చేసేందుకు అధికారాన్ని వికేంద్రీకరించారు. కాంట్రాక్టర్లను అదుపుచేసేందుకు కన్‌స్ట్రక్షన్ కార్పోరేషన్ ఏర్పాటుచేసి దానికి మాటూరి గోపాల్‌రావుగారిని చీఫ్ ఇంజనీరుగా చేశారు. సాగర్ ఎడమకాలువను కృష్ణా ఖమ్మం జిల్లాలవరకూ పొడిగించటానికి వెంగళరావుగారి శ్రద్ధే కారణం. అడ్వాన్సులు జేబులో వేసుకొని పనులు బకాయిపెట్టి అదనంగా డబ్బుకావాలని పేచీపెట్టే వాళ్ల దగ్గరనుండీ ఆ పనులను లాక్కొని "కన్‌స్ట్రక్షన్ కార్పోరేషన్"కు అప్పగించారు. వెంకటాయపాలెం డీప్ కట్ అటువంటి వాటిలో ఒకటి. ఖమ్మంజిల్లాలో 16 మండలాలలో 230 గ్రామాలలో రెండున్నర లక్షల ఎకరాల భూమి, సాగర్ జలాలతో సస్యశ్యామలం అయ్యింది. తొండలు గూళ్ళుపెట్టి, బీళ్లుగా పడిఉన్న భూముల్ని బంగారం పండే మాగాణీగా చేసిన ఘనత వెంగళ్రావుగారిదే. పాలేరు ప్రాజెక్టును బ్యాలెన్సింగ్ రిజర్వాయర్‌గా చేసి ఏడాదిపొడవునా నీటికి కరువులేకుండా చేశారు.

తాలిపేరు ప్రాజెక్టు

పాలేరు నుంచీ సీలేరువరకూ పాలేరు, తమ్మిలేరు, పాపికొండలవరకూ ఉన్న గిరిజన రైతులకు లబ్ధిచేకూరేలాగా మధ్యతరగతి నీటిపారుదల పథకాలను పూర్తిచేయించారు. చెరువులు ఏర్పాటుచేశారు. నిధులు సమకూర్చి 1976లో జూన్ 3న వెంగళరావుగారు తాలిపేరు ప్రాజెక్టుకు శంకుస్థాపన చేశారు. అశ్వారావుపేట మండలంలో పెదవాగు ప్రాజెక్టు ద్వారా 16వేల ఎకరాలకు, నూకమామిడి ప్రాజెక్టుద్వారా ములకలపల్లి మండలంలో 10వేల ఎకరాలకు, పెనుపల్లి మండలంలో లంకాసాగర్ ప్రాజెక్టు ద్వారా 7354 ఎకరాలకు నీరు అందుతోంది. ఇవన్నీ వెంగళరావుగారి విశేష కృషి ఫలితాలు.

కేవలం ఖమ్మంజిల్లాకే కాకుండా రాయలసీమలోని సంజీవయ్యసాగర్, సుబ్బారావుసాగర్, మైలవరం ప్రాజెక్టు, పెన్న అహోబలం, కృష్ణసాగర్ వంటి ప్రాజెక్టుల రూపకల్పనకు వెంగళరావుగారే కృషిచేశారు. సాగునీటి ప్రాజెక్టులకు పోతిరెడ్డిపాలెం వద్ద రెగ్యులేటర్ నిర్మాణానికి శంకుస్థాపన చేశారు. కేంద్రప్రభుత్వ అనుమతి లేకున్నా ఆ నిర్మాణం పూర్తిచేసి ముందుకు సాగటంవల్లనే తెలుగుగంగ నిర్మాణం సులభతరమైనది. 'పోచంపాడు' ప్రాజెక్టు పేరు మారి శ్రీరాంసాగర్ ప్రాజెక్టుగా మారింది. శంకుస్థాపన జరిగి 38 సంవత్సరాలయినా పూర్తికాలేదు. వెంగళరావు ఆ ప్రాజెక్టు గురించి పట్టించుకొని ప్రపంచబ్యాంకు నిధులను సంపాదించి, పనులు వేగంచేసి, 1974 జులై 14న లక్షా 20 వేల ఎకరాలకు నీరు విడుదల చేశారు. 1975లో తిరిగి 2 లక్షల 10వేల ఎకరాలకు వెంగళరావుగారే నీటిని విడుదల చేశారు. పోచంపాడు ప్రాజెక్టు ఎడమవైపు రెగ్యులేటర్నిర్మాణానికి ఉత్తర్వులు జారీచేశారు. పోచంపాడు కుడివైపునుంచి లక్ష్మీకాలువను తవ్వి నిజాంసాగర్ క్రింద కొసభూములకు కూడా నీరు లభ్యమయ్యేట్లు చేశాడు. ఈ విధంగా అదిలాబాద్, నిజామాబాద్ జిల్లాలకు సాగునీరు, వరంగల్కు మంచినీరు వెంగళరావుగారి కృషివల్ల లభించాయి. పోచంపాడు రెండవదశకు సర్వే చేయించి, ఎస్టిమేట్స్ మంజూరు చేయించారు. సోమశిల ప్రాజెక్టుకు వెంగళరావుగారు 1975 జూన్ 4న శంకుస్థాపన చేశారు. వెంగళరావుగారు ముఖ్యమంత్రిగా ఉండగానే ఆత్మకూరుతాలుకా గ్రామాలకు నీరందే ఏర్పాటు చేయించారు. ఇంకా సాగర్కాలువ, సోమశిల నీటిని గన్పూర్ కాలువకు అందించడం, గడ్డిపాలెం ప్రాజెక్టును ప్రారంభించడం ఇలా ఎన్నో పథకాలు వెంగళరావుగారి కర్షక పక్షపాతాన్ని, అపర భగీరథత్వాన్ని తెలియజేస్తాయి. నిజాంసాగర్ను పునరుద్ధరించటం, బొగ్గులకుంట (కరీంనగర్ జిల్లా) ప్రాజెక్టు పూర్తి చేయించటం, తమ్మిలేరు ప్రవాహాన్ని జల్లేరు ప్రాజెక్టు, రంపచోడవరం ప్రాంతంలోని మద్దెలవరం ప్రాజెక్టుకు వెంగళరావుగారే శంకుస్థాపన చేశారు. విశాఖపట్టణం జిల్లాలో తాండవ, రైవాడ, కోణా ప్రాజెక్టులు ఆయన చొరవవల్లే పూర్తయ్యాయి. వంశధార ప్రాజెక్టు మొదటి దశ వెంగళరావుగారి పూనికవల్లనే పూర్తయ్యింది. శ్రీశైలం జలవిద్యుత్ ప్రాజెక్టు సౌదీ అరేబియా రుణంవల్ల పూర్తయ్యింది.

విద్యుత్ కాంతులు

1974-75లో రాష్ట్రప్రభుత్వ వనరులలో 35శాతం విద్యుచ్ఛక్తికే కేటాయించింది. 1975-76లో 67 కోట్లు కేటాయించింది. 75లో కొత్తగూడెం మూడవ దశకు ప్రారంభోత్సవం చేశారు. నాలుగవదశ 1976-77లో పూర్తిచేశారు. దిగువ సీలేరు జలవిద్యుత్ పథకం 1976 చివరకి తొలిదశ పూర్తై రెండువందల మెగావాట్ల విద్యుదుత్పాదన పూర్తయింది. విజయవాడ థర్మల్ విద్యుత్ కేంద్రం పూర్తికావచ్చింది. ఈ పనులన్నింటినీ చేయటానికి ఎలక్ట్రిసిటీ బోర్డు ఛైర్మన్‌గా నార్ల తాతారావును మధ్యప్రదేశ్‌నుంచి పిలిపించి ఆ బాధ్యతలను అప్పగించారు. రాష్ట్రంలో తలపెట్టిన విద్యుత్ ప్రాజెక్టులనన్నీ పూర్తిచేసి వెంగళరావు ప్రభుత్వం విద్యుత్తురంగంలో స్వయంసమృద్ధిని సాధించింది. అలాగే నేషనల్ థర్మల్ పవర్ కార్పోరేషన్‌ను రామగుండంలో నెలకొల్పడానికి కేంద్రప్రభుత్వ అనుమతిని సంపాదించారు.

పరిశ్రమల స్థాపన

పరిశ్రమలను స్థాపించాలని వచ్చే ఔత్సాహిక పారిశ్రామిక వేత్తలకు కావలసిన సదుపాయాల్ని అన్నింటినీ సత్వరంగా కల్పించి అనుమతులకు ఆలస్యంకాకుండా వెంగళరావు ప్రభుత్వం పరిశ్రమించింది. ప్రైవేటు పరిశ్రమలేకాకుండా ప్రభుత్వ రంగ సంస్థలు, రక్షణశాఖకు సంబంధించిన పరిశ్రమలు హైదరాబాదుకు వచ్చాయంటే వెంగళరావు ప్రభుత్వం కల్పించిన స్థాపనా సౌకర్యాలు. భద్రాచలం పేపర్ బోర్డు, ఆసియా ఖండంలోనే అతిపెద్ద రెండవ ఫ్యాక్టరీ. ఐ.టి.సి. వారికి ఆ పరిశ్రమ స్థాపనకు కావలసిన అనుమతులను 24 గంటల్లో ఇవ్వటమే కాకుండా 500 ఎకరాల భూమిని సేకరించి ఇచ్చి నీటివసతిని కూడా కల్పించారు.

రూ.1200 కోట్ల వ్యయంతో మణుగూరు సమీపంలోని అశ్వాపురంలో 'భారజల కర్మాగారం', పాల్వంచలో 'నవభారత్' ఫెర్రొ ఎలాయిస్, అదే ప్రాంతంలో స్పాంజ్ ఐరన్ కర్మాగారం, ఎ.పి స్టీల్స్ మైలారం కాపర్‌మైన్స్, విశాఖపట్టణం వద్ద హిందూస్థాన్ జింక్ (శుద్ధి) కర్మాగారం, కాకినాడలో ఎరువుల ఫ్యాక్టరీలు ఆయన చొరవవల్ల, కల్పించిన సౌకర్యాలవల్ల, ఇచ్చిన ప్రోత్సాహం ఫలితంగా రూపుదిద్దుకొన్నాయి. ప్రైవేటు రంగాలకు చెందిన పారిశ్రామిక వేత్తలకు, ఔత్సాహికులకు, సిమెంటు కర్మాగార నిర్మాణాలకు లైసెన్సులు ఇవ్వకూడదనే నిబంధనను రద్దుచేసి, పారిశ్రామిక వేత్తలకు సున్నపురాయి తవ్వటానికి లీజ్ మంజూరు చేయడంవల్ల పెద్ద పెద్ద సిమెంటు ఫ్యాక్టరీలు స్థాపించబడ్డాయి. సిమెంట్ కార్పోరేషన్ ఆఫ్ ఇండియా, కడపజిల్లా ఎర్రగుంట్లలో అదిలాబాదులో, రంగారెడ్డి జిల్లా తాండూరులో సిమెంటు ఫ్యాక్టరీ ఏర్పడ్డానికి ఈయనే కారకులు. సింగరేణి బొగ్గు గనుల్ని కేంద్ర ప్రభుత్వానికి ఇవ్వటానికి తిరస్కరించి, దాని ఇతోధిక అభివృద్ధికి కృషిచేశారు. కొత్తగూడెం సిర్పూర్ కాగజ్ నగర్‌లమధ్య సింగరేణి ఎక్స్‌ప్రెస్‌ను ప్రారంభించింది వెంగళరావుగారే.

నదీ జలాల పరిష్కారం

మహారాష్ట్ర ముఖ్యమంత్రి ఎస్.బి. చవాన్‌తో చర్చించి సింగూరు రిజర్వాయర్, పోచంపాడు ప్రాజెక్టు వంటి ప్రాజెక్టుల విషయాలలోని అభ్యంతరాలను పరిష్కరించారు. అలాగే కర్ణాటక ముఖ్యమంత్రి దేవరాజ్ అర్స్‌ను, మధ్యప్రదేశ్ ముఖ్యమంత్రి సేథీని కలిసి గోదావరీ నదీజలాల ఒప్పందం కుదుర్చుకొన్నారు. ఒరిస్సా ముఖ్యమంత్రి నందినీ శతపథిని కలిసి నాగావళీ నదీజలాల విషయంలో ఉన్న వివాదాల్ని పరిష్కరించారు. గోదావరీ నదీజలాల వివాద పరిష్కారం కారణంగా తెలంగాణాలోని తొమ్మిది మధ్యతరహా నీటి పారుదల ప్రాజెక్టు నిర్మాణాలకు అవకాశం కలిగింది.

విద్యారంగానికి సేవ

అన్ని రకాలుగా ధ్వంసమైన ఉస్మానియా విశ్వవిద్యాలయాన్ని సంస్కరించడం కోసం సుప్రీంకోర్టు న్యాయామూర్తిగా పదవీ విరమణ చేసిన పింగళి జగన్మోహన్‌రెడ్డిని వైస్‌ఛాన్సలర్‌గా నియమించారు. ఆయన కొద్దికాలంలోనే ఉస్మానియా విశ్వవిద్యాలయానికి పూర్వ వైభవాన్ని సంతరించిపెట్టారు. వివిధ అక్రమపద్ధతుల్ని, అరాచకాల్ని అంతమొందించడంలో జగన్మోహన్‌రెడ్డికి ముఖ్యమంత్రి అన్ని రకాలుగా అండదండలందించారు. ఏ విశ్వవిద్యాలయంలో ఏ వైస్ ఛాన్సలర్ వల్లాకాని పనిని జగన్మోహన్‌రెడ్డి చేసి చూపించారు. కాలేజీ టీచర్లకు పెన్షన్ సౌకర్యాన్ని కల్పించటం, ఎయిడెడ్ కళాశాలల ఉద్యోగులకు ఉద్యోగభద్రత కల్పించడం వారికీ పెన్షన్ సౌకర్యాన్ని కల్పించటం, ఎయిడెడ్ పాఠశాలలకు కూడా పెన్షన్ వర్తింపజేయటం, అనియత విద్యను కొత్తగా ప్రవేశపెట్టడం,కరస్పాండెన్స్ కోర్సులు ప్రవేశపెట్టడం వంటివి అన్నీ వెంగళరావుగారు చేసిన ప్రయోగాలే. బడుగు బలహీనవర్గాలకు చెందిన పిల్లలను పాఠశాలలకు ఆకర్షించటానికి పుస్తకాల గ్రాంటు రూపేణా ఇవ్వటం, పాఠశాలలకు కావలసిన ఉపకరణాలను, సామగ్రిని సమకూర్చటం వంటివెన్నో చేశారు. 1975-76 విద్యాసంవత్సరంలో బాలికలకోసమే ఒక రెసిడెన్షియల్ స్కూల్ ఏర్పాటు చేయటం, జిల్లాకు ఒక రెసిడెన్షియల్ పాఠశాలను ఏర్పాటు చేయాలని భావిప్రణాళికను సిద్ధం చేయించారు. 1974-75లో రాష్ట్రంలో 13 ప్రభుత్వ జూనియర్ కళాశాలలు, 18 ప్రైవేటు కళాశాలలను ఏర్పాటు చేశారు. నెల్లూరులో ఒక 'లా' కాలేజీని ఏర్పాటు చేసింది. నల్గొండ, ఆదిలాబాదు, సంగారెడ్డి, మచిలీపట్నాలలో నాలుగు మహిళా కళాశాలలను వారి ప్రభుత్వం అప్పట్లో 116 లక్షల గ్రాంటును ఏర్పాటు చేసింది. విజయవాడలో సిద్ధార్థ ఇంజినీరింగ్ కాలేజీని ప్రైవేటు రంగంలో ఏర్పాటు చేసింది.

ప్రజారోగ్యం - వైద్యసేవలు

ప్రాథమిక ఆరోగ్య కేంద్రాల స్థాయినిపెంచి, వాటి నిర్వహణకు భారీ మొత్తాన్ని సమకూర్చటంతో పాటు, భవన నిర్మాణానికి వైద్యసిబ్బందికి కావలసిన వస్తు సౌకర్యాలకు నిధులు మంజూరుచేసి, ప్రాథమిక ఆరోగ్య కేంద్రాలను 30 పడకల ఆసుపత్రులుగా మార్చటానికి చర్యలు

తీసుకున్నారు. కర్నూలు జనరల్ హాస్పిటల్ లో కార్డియాలజీ విభాగం, హైదరాబాద్‌లో కేన్సర్ హాస్పిటల్ నూతన భవనం, ప్రభుత్వ వైద్య కళాశాలల ప్రిన్సిపల్స్ - జనరల్ హాస్పిటల్ సూపరిండెంట్స్‌ల వేతనస్కేలును పెంచటంవంటి విషయాలలో వెంగళరావు ప్రభుత్వం ముందు నడిచింది. 'నిమ్స్' ను సూపర్ స్పెషాలిటీ సంస్థగా రూపుదిద్దుకోవటానికి కావలసిన ఏర్పాట్లు వెంగళరావుప్రభుత్వం చేసినవే.

అత్యవసర పరిస్థితి

స్వతంత్ర భారతదేశంలో 1975లో జూన్ 26 అంధ యుగానికి దారితీసినరోజు. ఆ రోజు ఉదయం ఇందిరాగాంధీ దేశ ప్రజలను ఉద్దేశించి రేడియో స్టేషన్‌లో ప్రసంగిస్తూ ఎమర్జెన్సీని విధించారు. దానివలన ప్రభుత్వ వ్యతిరేకంగా మాట్లాడటంగానీ, ప్రభుత్వ వ్యతిరేక చర్యలు చేసినవారిని గానీ ఏ విచారణ లేకుండానే జైల్లో వేసే అవకాశం ప్రభుత్వానికి లభించింది. ప్రతిపక్షనాయుకులైన చాలామంది జైళ్లపాలైనారు. మొరార్జీ, జయప్రకాష్ నారాయణ్, ఆచార్యకృపలాని వంటి కురువృద్ధులే జైళ్లపాలైనారు. ఈ ఎమర్జెన్సీ సెగలు రాష్ట్రానికి తగలకుండా రాష్ట్రప్రగతికి ఎమర్జెన్సీని వాడుకున్న చాకచక్యం వెంగళరావుగారిది. రాష్ట్రంలో రౌడీషీటర్లనీ, గూండాలను ఈ సాకుతో జైలుపాలు చేశారు. నీలం సంజీవరెడ్డి, తెన్నేటి విశ్వనాథం వంటినాయకులను అరెస్టు చేయించలేదు. అరెస్టు అయిన నాయకులకు ఏ ఇబ్బంది లేకుండా వారు దరఖాస్తుచేసుకొని కోరిన సౌకర్యాలను వెంగళరావు ప్రభుత్వం కల్పించింది. అయితే ఉత్తరాదిన దీనికి భిన్నంగా జరిగింది. అందువల్ల కాంగ్రెస్‌పార్టీకి చెడ్డపేరు వచ్చింది.

సంజయ్ పర్యటన

ఆంధ్ర కోస్తా తమిళనాడులలో తుఫాన్ వలన నష్టం కలిగినపుడు ప్రధానికి ఆనాడు పి.ఏ.గా ఉన్న ఆర్.కె.ధావన్ వెంగళరావుకు ఫోన్‌చేసి సంజయ్‌గాంధీని ఆయా ప్రాంతాల పర్యటనకు ఆహ్వానించాలని ప్రధాని సూచించినట్లు తెలిపారు. అది అంత సమంజసం కాదని, శ్రీమతి గాంధీతో పాటు సంజయ్‌వస్తే బాగుంటుందిగానీ అతనికోసం ప్రత్యేకంగా పర్యటన ఏర్పాటు చేయటం బాగుండదని వెంగళరావు తిరస్కరించారు. ఆ విషయాన్ని గురించి ఇందిర ఆగ్రహించిందని ఒక ఎం.పి. ద్వారా వెంగళరావుగారికి తెలిసింది. తర్వాత గౌహతిలో ఏఐసిసి సమావేశాల్లో సంజయ్‌ని ఆహ్వానించని కారణాన్ని వివరించి సహాయ పునరావాస కార్యక్రమాలు పూర్తయిన తరువాత సంజయ్ పర్యటన ఏర్పాటు చేయటానికి అంగీకరించి ఆమెను ఒప్పించారు. అది తరువాత వివాదాస్పదమైంది.

20 సూత్రాల కార్యక్రమం అమలు

20 సూత్రాల కార్యక్రమాన్ని అమలు జరపటంలో రాష్ట్రప్రభుత్వం ముందు నిలిచింది. ఇందులో భూసంస్కరణలు చాలా ముఖ్యమైనవి. రాష్ట్రపతి ఆమోదం లభించిన ఆంధ్రప్రదేశ్

భూసంస్కరణల చట్టాన్ని 1975 జనవరి 1 నుంచీ సమర్థంగా వెంగళరావు ప్రభుత్వం అమలు జరిపింది. వెంగళరావు ఈ సందర్భంగా తనకున్న 60 ఎకరాల అదనపు భూమిని ఏ పరిహారం కోరకుండానే ప్రభుత్వానికి అప్పగించారు. ఆయన అడుగుజాడల్లో ఆయన మంత్రివర్గ సహచరులు, శాసనసభ్యులు ఈ విషయమై ఆదర్శంగా తీసుకున్నారు. 1976వ సంవత్సరానికి వెంగళరావుగారి హయాంలో మొత్తం 18లక్షల ఎకరాల భూమి పంపిణీ అయ్యింది. తెలంగాణ కౌలుదార్ల రక్షణ చట్టము క్రింద 1.47లక్షల హెక్టార్ల భూమికి పట్టాలను సాగుదార్లకు కల్పించారు.

గోదావరి ఆనకట్టకు గండి

1976 జులై 8న అర్ధరాత్రి ధవళేశ్వరం వద్ద గోదావరి ఆనకట్టకు గండిపడింది. వైర్‌లెస్ ద్వారా సమాచారాన్ని తెలుసుకున్న వెంగళరావు, రాత్రికి రాత్రే రాజమండ్రికి బయలుదేరి తెల్లవారేసరికి ఆనకట్ట ప్రాంతానికి చేరుకున్నారు. ఇంజనీర్లతో కలసి పరిస్థితిని సమీక్షించారు. వెంటనే అనుభవజ్ఞులతో నిపుణుల కమిటీని వేసి, ఎ. కృష్ణస్వామిని స్పెషల్ ఆఫీసర్‌గా నియమించారు. కాలహరణం కాకుండా డబ్బుకు వెనుకాడకుండా పని సత్వరంగా పూర్తికావాలని ఆదేశించారు. ప్రతిదానికి ప్రభుత్వాన్ని సంప్రదించకుండా స్వతంత్రంగా నిర్ణయాలు తీసుకోమని ప్రోత్సహించారు. జల ప్రళయాన్ని ప్రత్యక్షంగా చూసిన ముఖ్యమంత్రి విశాఖపట్నంలో ఒక సిమెంట్ కంపెనీని సంప్రదించి 'ఔటర్ హార్బర్' నిర్మాణంకోసం తయారుచేసిన బరువైన సిమెంట్ కాంక్రీటు నిర్మాణాలను ప్రత్యేక రైళ్లద్వారా రాజమండ్రికి తెప్పించి, దగ్గరిలోని కొండల నుంచీ గ్రానైట్ రాళ్లను క్వారీ చేయించి, వందల లారీలను, క్రేన్స్ యంత్రపరికరాలను, సామగ్రిని, హెవీ పంప్‌సెట్స్‌ను, కావలసిన అంగబలాన్ని యుద్ధప్రాతిపదికన సమీకరించి నిరంతరం కరెంటు సరఫరా చేయమని ఎలక్ట్రిసిటీ బోర్డును ఆదేశించి కొన్ని వారాల వ్యవధిలోనే గండిని పూడ్పించారు. ఇది బహుశా వెంగళరావు ప్రభుత్వానికే సాధ్యమైన విషయమేమో!

దివిసీమ ఉప్పెన

1977 నవంబర్ 19న దివిసీమకు తీవ్రమైన ఉప్పెన తాకింది. గత వంద సంవత్సరాలలో ఎప్పుడూ ఎరుగని జలప్రళయమది. 18 అడుగుల పైగా లేచిన సముద్రపుటలలు, 30 మైళ్ల వరకూ ఉన్న గ్రామాల్ని ముంచెత్తాయి. 16 వేలకు పైగా ఆహుతి అయిపోయారు. ఊళ్లకు ఊళ్లే తుడిచివేయబడ్డాయి. లక్షల ఎకరాల్లో పంటనాశనమైపోయింది. కేవలం దివిసీమ మాత్రమే కాకుండా కృష్ణా, గుంటూరు జిల్లాల్లోని ఎన్నో ప్రాంతాలు తుఫానుకు గురయినాయి. ఈ తుఫానుకు ఒకరోజుముందు వెంగళరావు ఢిల్లీలో ముఖ్యమంత్రుల సమావేశానికి హాజరు కావలసివచ్చింది. తుఫాను రోజు రాత్రి ఢిల్లీలో ఉన్నప్పటికీ ఎప్పటికప్పుడు సమాచారాన్ని సేకరిస్తూ ఫోన్లో తగిన ఆదేశాలిస్తూ మరునాడు హైదరాబాదు చేరుకొని విమానంలో గన్నవరం వెళ్ళారు. అక్కడినుండీ కారులో వెళ్లడానికి రోడ్డులు సరిగాలేని కారణంగా మిలిటరీ హెలికాప్టర్‌లో దివిసీమకు వెళ్ళారు.

హెలికాప్టర్‌ను అవనిగడ్డలో దించటం సాధ్యంకాక పైలెట్ రూటుమార్చి గుంటూరులోని పోలీసు పెరేడ్ గ్రౌండ్స్‌లో దించాడు. అక్కడ కలెక్టర్‌తో తెనాలి, రేపల్లె ప్రాంతాల్లో చేపట్టవలసిన సహాయ చర్యలు గురించి చర్చించి, తన వెంట వచ్చి కాలాన్ని వృథాచెయ్యవద్దని సహాయ పునరావాసాల కోసం ఎంత ఖర్చయినా వెనుకంజ వేయవద్దని చెప్పి అవనిగడ్డ వెళ్ళారు. మండలి వెంకట కృష్ణారావు తుఫాను బీభత్సానికి తల్లడిల్లి తన పదవికి రాజీనామా చేశారు. ఆయనకు ధైర్యం చెప్పాలని వాళ్ళింటికి వెళితే ఆయన కాలినడకతో ఊళ్ళను చుట్టి రావటానికి వెళ్ళాడని తెలిసి, రాత్రి వేంకటకృష్ణారావు వచ్చేవరకూ ఉండి రాత్రికి విజయవాడ చేరుకున్నారు. 10 రోజులు విజయవాడలో మకాంపెట్టి కారులో, హెలికాప్టర్‌లో తుఫాను పీడిత ప్రాంతాల్లో తిరుగుతూ సహాయ కార్యక్రమాల్ని పర్యవేక్షించారు. ట్యాంకర్ల ద్వారా నీరు, బట్టలు, ఆర్థిక సహాయ పంపిణీ, భోజన వసతుల సహాయం వంటివి యుద్ధప్రాతిపదికన బాధితులకు అందించారు. జైళ్లనుంచీ ఖైదీలు వచ్చి నీళ్ళలోనాని కుళ్లిపోయి కంపుకొడుతున్న శవాలను దహనం చేశారు. రామకృష్ణమఠం వారికి ప్రభుత్వ తోడ్పాటునందించి పక్కా ఇళ్లు కట్టించటానికి సహాయం చేశారు. నాలుగైదు వందల దాకా సైక్లోన్ సెంటర్‌లను నిర్మించారు. ఇప్పటికీ ప్రకృతి వైపరీత్యాల విపత్కాలంలో వెంగళరావు ప్రభుత్వం అమలు చేసిన కార్యాచరణ ప్రణాళికే ఆదర్శంగా ఉంది. అప్పటి భారత ప్రధానిగా ఉన్న 'మొరార్జీ' తుఫాను పీడిత ప్రాంతాల్లో పర్యటించి కృష్ణాజిల్లా కలెక్టర్‌ను, చీఫ్ సెక్రటరీని సస్పెండ్ చేయమని రికమెండ్ చేశారు. దానికి వెంగళరావుగారు సమాధానంగా "అర్ధరాత్రి ఒక సముద్ర కెరటం లేస్తే వాళ్ళిద్దరూ అడ్డువెళ్లి నిలబడితే ఆగుతుందా? వాళ్లిద్దరు కూడా కొట్టుకొని పోతారు. వారిని నిందించటం న్యాయంకాదు. జిల్లా కలెక్టరు బంగళా పైభాగంలో ఉండగా, కిందిభాగం పూర్తిగా మునిగిపోయింది. ప్రకృతివైపరీత్యానికి వారేంచేస్తారు" అని బదులు చెప్పారు. వారిని సస్పెండ్‌చేయటానికి నిరాకరించారు. అందుకే అధికారులకు వెంగళరావుగారంటే అంత అభిమానం.

విమద్‌లాల్ కమీషన్

జనతా ప్రభుత్వం అధికారంలోకి రాగానే కాంగ్రెస్ రాష్ట్రాల ముఖ్యమంత్రు లందరి పైన విచారణకు కమీషన్ వేసింది. వెంగళరావుపైన బొంబాయి హైకోర్టు జడ్జి విమద్‌లాల్ ఆధ్వర్యంలో కమీషన్‌ను వేసింది. మిగిలిన ముఖ్యమంత్రుల్లాగా వెంగళరావు ఆ కమీషన్‌ను బహిష్కరించలేదు. హైదరాబాదు లోనూ, బొంబాయిలోనూ హాజరై వాస్తవాల్ని చెప్పారు. ఈ లోగా ఇందిరాగాంధీ 1978 జనవరిలో ఇందిరా కాంగ్రెస్ ఏర్పాటు చేసింది. ఇందిరాకాంగ్రెస్ మర్రిచెన్నారెడ్డి నేతృత్వంలో రాష్ట్రశాసనసభ ఎన్నికలకు సిద్ధమైంది. వెంగళరావు పాత కాంగ్రెస్‌లోనే ఉన్నారు. ఆ ఎన్నికల్లో కాంగ్రెస్ 175 స్థానాలను పాత కాంగ్రెస్ 36 స్థానాల్లోనూ విజయం సాధించింది. వెంగళరావు సత్తుపల్లి నియోజవర్గంనుంచి గెలిచారు. సంజయ్‌గాంధీ పర్యటనను గురించి విమద్‌లాల్ కమీషన్ వెంగళరావును ప్రశ్నించినపుడు ప్రభుత్వ ఆదేశానుసారమే తానా మర్యాదలు చేశానని చెప్పారు. ఏ అధికార పదవీలేని ప్రైవేటు వ్యక్తి సంజయ్‌గాంధీకి రాచమర్యాదలు

చేయటం పాలనా పరమైన అనౌచిత్యమని కమీషన్ భావించింది. దాంతో వెంగళరావుగారు 1976 జులైలో శాసన సభ్యత్వానికి రాజీనామా చేసి, రాజకీయాల నుంచి తాత్కాలికంగా విరామాన్ని ప్రకటించారు. జనతా ప్రభుత్వంలో హోంమంత్రిగా ఉన్న చౌదరి చరణ్‌సింగ్ విమద్‌లాల్ కమీషన్ నివేదికను పార్లమెంటుకు సమర్పించి, వెంగళరావును నిర్దోషి అని ప్రకటించింది. తరువాత జనతా ప్రభుత్వం పడిపోవటం, చరణ్‌సింగ్‌ను ఆపద్ధర్మ ప్రధానమంత్రిగా ప్రకటించడం ఇవన్ని జరిగాయి. 1980లో జరిగిన ఎన్నికల్లో కాంగ్రెస్ అఖండ విజయం సాధించింది. మళ్ళీ ఇందిరాగాంధీ ప్రధాని అయ్యారు. 1981 మార్చి 29లో వెంగళరావుగారి సతీమణి మంగాయమ్మ మరణించారు. భార్యా వియోగంతో వెంగళరావుగారు క్రుంగిపోయారు. రాష్ట్రంలో తెలుగు దేశం అధికారంలోకి వచ్చి కాంగ్రెస్‌నుమట్టి కరిపించి్ంది. సంజయ్‌గాంధీ మరణం తర్వాత, ఇందిరాగాంధీ మళ్ళీ గతంలో సన్నిహితులుగా మెలిగిన వారందరినీ చేరదీసే ప్రయత్నంలో భాగంగా వెంగళరావును 'మూపనార్' చేత కబురు చేయించి పిలిపించారు. ప్రణబ్ ముఖర్జీ, కృష్ణస్వామిరావ్ సాహెబ్ వంటి వారంతా ఇందిరాగాంధీ కబురును తెలియజేశారు. అయినా వెంగళరావుగారు స్పందించలేదు. ఇందిర తాను చనిపోవటానికి నాలుగు నెలల ముందు ఒకరోజు ఫోన్‌చేసి, చాలా రోజులయింది, ఒకసారి ఢిల్లీవచ్చి మాతో కలవమని అన్నారు. కాదనలేక ఢిల్లీ వెళ్లి ఆమె పి.ఏ.కు ఫోన్‌చేసి, విషయాన్ని చెప్పారు. ఆమెకు ఆరోజు 104 డిగ్రీల టెంపరేచర్ ఉండటంచేత ఎవరికీ అపాయింట్‌మెంట్సు లేవని జ్వరం తగ్గాక కబురు చేస్తానని, అంతవరకు ఢిల్లీలోనే ఉండమని తన కార్యదర్శి 'ఫోతేదార్' ద్వారా కబురు చేశారు. ఫోతేదార్ వెంగళరావును వెతుక్కుంటూ రావడం ఆనాటి రాజకీయనాయకులు చాలామందిని ఆశ్చర్య చకితుల్ని చేసింది. రెండవరోజు రాత్రి 10 గంటల సమయంలో ప్రధాని ఇంటినుంచి పిలుపు వచ్చింది. వెంగళరావుగారు వెళ్లి ఇందిరాగాంధీని కలిశారు. మీ రాష్ట్రంలో కాంగ్రెస్ పార్టీ మళ్లీ బలం పుంజుకోటానికి మీరు పార్టీలోకి రావాలని ఇందిరాగాంధీ కోరగా సరేనని వెంగళరావుగారు చెప్పారు. పార్టీ సభ్యులుగా చేరటానికి ఏఐసిసి ఆఫీసుకు లెటర్ పంపుతానంటే శ్రీమతి గాంధీ అందుకు ఒప్పుకోక అప్పటికప్పుడు సభ్యత్వ ఫారాలు తెప్పించి వెంగళరావుచేత సంతకాలు చేయించారు. వెంగళరావుగారి పట్ల ఆమెకున్న నమ్మకం అలాందిది. కొద్ది నెలలకే ఇందిర హత్య చేయబడటం రాజీవ్ ప్రధానికావటం జరిగింది. రాజీవ్ ప్రధానియైన రెండు మాసాల్లోనే లోక్‌సభకు ఎన్నికలు జరిగాయి. దేశమంతా కాంగ్రెస్ గెలిచినా ఆంధ్రలో మాత్రం వెంగళరావుతోపాటు ఆరుగురు మాత్రమే లోక్‌సభకు గెలిచారు. రాజీవ్ కేబినెట్‌లో వెంగళరావుకు అవకాశం దొరకలేదు.

పి.సి.సి. అధ్యక్షపదవి

పి.సి.సి. ప్రెసిడెంటుగా వెంగళరావుగారిని ఉండమని రాజీవ్‌గాంధీ కబురు చేశారు. అందుకు వెంగళరావుగారు తిరస్కరించారు. 5, 6 నెలలు గడిచిన తరువాత మళ్లీ కబురు చేశారు. పార్లమెంటు భవనంలో తన ఛాంబర్‌కు వచ్చి కలువమని ప్రత్యేకంగా కబురు చేశారు. అప్పుడు రాష్ట్రంలో కాంగ్రెస్ పునరుజ్జీవింపజేయటానికి మీ సహాయం కావాలి అని కోరగా

వెంగళరావుగారు నిర్మొహమాటంగా "కాబినెట్‌ను ఏర్పాటు చేసేటప్పుడు లేని అవసరం ఇప్పుడు వచ్చిందా? కాంగ్రెస్‌ను బాగుచేయమని మాట్లాడటం విడ్డూరంగా ఉందే" అన్నారు. జరిగిన పొరపాటును సరిదిద్దుకోవటానికి కొంత వ్యవధినిమ్మని, ముందు కాంగ్రెస్ అధ్యక్షులుగా అంగీకరించమని, ఆ తరువాత కేబినెట్‌లోకి తీసుకుంటానని రాజీవ్ చెప్పారు. అలా వెంగళరావుగారు పిసిసి ప్రెసిడెంటు అయినారు.

గాంధీభవన్

రామారావును దైవాంశసంభూతునిగా, ఆయన చర్యలను లీలావిశేషాలుగా భావిస్తున్న తరుణంలో వెంగళరావు పిసిసి ప్రెసిడెంటు కావటం కాంగ్రెస్ వర్గాలలో ఆత్మస్థైర్యాన్ని నింపింది. అప్పుడే భారతకాంగ్రెస్‌కు వంద సంవత్సరాలు నిండిన చారిత్రక సందర్భం కలిసివచ్చింది. 1985 జూన్ 3న విశాఖ పట్టణం ఆంధ్ర విశ్వవిద్యాలయ అసెంబ్లీ హాలులో కాంగ్రెస్ శతవార్షికోత్సవాలను ప్రారంభించారు. రాష్ట్రంలో కాంగ్రెస్‌పార్టీ అధికారం కోల్పోయిన తర్వాత కాంగ్రెస్‌వాదులందరినీ ఒకచోట చేర్చిన వేదిక ఆసమావేశం. రాష్ట్రకాంగ్రెస్ అధ్యక్షునిగా కాంగ్రెస్ సందేశాన్ని గ్రామస్థాయిలోకి తీసుకొని పోవటమే కాక తెలుగుదేశం పార్టీకి ఎదురునిలబడి పోరాడే ఉత్సాహాన్ని, ధైర్యాన్నిచ్చింది. రామారావుపై ఆయన ప్రయోగించిన పరుషవాగ్బాణాలు ఆయన వ్యక్తిత్వానికి తగవని విమర్శవచ్చినప్పటికీ కాంగ్రెస్‌వాదులలో రామారావును తిట్టినా ఏమీకాదనే ధైర్యాన్ని పెంచాయి. వెంగళరావుపై పిసిసి అధ్యక్షునిగా ఎన్నో ఫిర్యాదుల్ని అధిష్ఠానవర్గానికి చేరవేశారు. అయినావాటినేమీ వెంగళరావుగారు పట్టించుకోలేదు. 1986లో కేంద్ర పరిశ్రమల శాఖామంత్రిగా ఉండటంతో ఒక వ్యక్తి, ఒకే పదవి అన్న కాంగ్రెస్‌పార్టీ వర్కింగ్ కమిటీ నిర్ణయాన్ని పాటించి పిసిసి పదవికి రాజీనామా చేశారు. మూడున్నర సంవత్సరాలు పిసిసి అధ్యక్ష పదవిలో ఉన్న వ్యక్తి వెంగళరావుగారు ఒక్కరే.

కేంద్ర పరిశ్రమల మంత్రిగా

వెంగళరావు 1986 అక్టోబరు 22 నుంచీ 1989 డిసెంబర్ 2 వరకూ కేంద్ర పరిశ్రమల మంత్రిగా బాధ్యతలు నిర్వహించారు. ఆయన కింద ముగ్గురు సహాయమంత్రులు పనిచేసేవారు. రెడ్ టేపిజంకు వ్యతిరేకంగా ఔత్సాహిక పారిశ్రామిక వేత్తలను ప్రోత్సహిస్తూ, విదేశీ పారిశ్రామికవేత్తలు మనదేశంలో పరిశ్రమలు స్థాపించడానికి ముందుకువస్తే కొన్ని పరిశ్రమలకు ప్రభుత్వంనుంచి లైసెన్స్‌లేవీ అవసరంలేకుండానే అనుమతించి, వాళ్ళ అనుమానాలను నివృత్తి చేయటానికి ఒక ప్రత్యేక కమిటీని ఏర్పాటు చేశారు. విద్యావంతులైన నిరుద్యోగ యువతీయువకులకు స్వావలంబన కలిగించడానికి పారిశ్రామికరంగంలో శిక్షణనిచ్చారు. మూతపడుతున్న చిన్న పరిశ్రమలకు ఊతమివ్వటానికి ప్రతి సం।। 20కోట్లు ఖర్చు చేయాలని నిర్ణయించారు. ఖాయిలా పడ్డ పరిశ్రమలను గూర్చి సర్వేచేయటానికి బి.ఐ.ఎఫ్.ఆర్‌ను

రూపొందించి దాని నివేదికను అమలుచేశారు. కాగితం, సిగరెట్ వంటి పరిశ్రమలకు ప్రభుత్వం విధించిన కంట్రోళ్లను ఎత్తిపారేశారు. హైదరాబాదులోని ఐడిపిఎల్ ను నిధుల కొరతనుండి ఉద్ధరించి పునరుజ్జీవింప జేశారు. 'కంపెనీ లా యాక్టు'కు అవసరమైన సవరణలను వెంగళరావుగారు చేశారు. రాష్ట్రంలో ఎక్కడాలేని టెలిఫోన్ డిజిటల్ వ్యవస్థను మొట్టమొదటగా ఖమ్మంజిల్లాలో ప్రవేశపెట్టింది వెంగళరావుగారే. కల్లూరులోని కైలాష్ చక్కెర కర్మాగారం ఆయన చలువే. వేంసూర్‌లో ఇండస్ట్రియల్ గ్రోత్ సెంటర్, చింతకాని వద్ద రైల్వే స్లీపర్ కర్మాగారం వెంగళరావుగారే శంకుస్థాపన చేశారు. మణుగూరులో థర్మల్ విద్యుత్ కేంద్రానికి ఆయనే అనుమతినిప్పించారు. అది తర్వాత వచ్చిన ప్రభుత్వాలు పట్టించుకోలేదు.

రాజకీయాలకు స్వస్తి

1989లో జరిగిన లోక్‌సభ ఎన్నికల్లో, ఖమ్మం లోక్‌సభ స్థానం నుంచి రెండవసారి పోటీచేసి గెలిచారు. కేంద్రంలో వి.పి.సింగ్, ప్రతిపక్షాల మద్దతుతోనే నేషనల్ ఫ్రంట్ ప్రభుత్వాన్ని ఏర్పాటు చేశారు. 6 నెలలు కాగానే పి.పి.సింగ్ ప్రభుత్వం కూలిపోయింది. రాజీవ్‌గాంధీ మద్దతుతో చంద్రశేఖర్ ప్రభుత్వాన్ని ఏర్పాటుచేశారు. మళ్లీ చిన్న సాకుతో రాజీవ్‌గాంధీ మద్దతు ఉపసంహరించి చంద్రశేఖర్ ప్రభుత్వాన్ని కూల్చారు. ఇది అనైతికమని వెంగళరావు రాజీవ్‌గాంధీకి చెప్పినా వినలేదు. మళ్లీ ఎలెక్షన్స్ వచ్చాయి. 'నా సలహా మీరువినలేదు. ఇప్పుడు మళ్లీ ఎన్నికలొచ్చాయి. లోగడకంటే ఇప్పుడు ఇంకా తక్కువ సీట్లు వస్తాయని' రాజీవ్‌కు చెప్పి వెంగళరావు వచ్చేశారు. మళ్లీ పోటీ చేయలేదు. రాజకీయాల నుంచి విరమించి ఇంట్లో విశ్రాంతి తీసుకొందామని నిర్ణయించుకొన్నారు. అదేరోజు హైదరాబాదుకు తిరిగివచ్చాడు. ఖమ్మం నుంచి పోటీచేయమని బలరాంజక్కర్ వంటి పెద్దలు వచ్చికోరినా చేయనని కుండబద్దలు కొట్టినట్లు చెప్పి క్రియాశీల రాజకీయాలనుంచి శాశ్వతంగా వీడ్కోలు తీసుకొన్నారు. మళ్లీ ఢిల్లీ మొహం చూడలేదు సరికదా! తన పేరుతో ఉన్న క్వార్టర్‌ను ఖాళీచేయటానికి కూడా తాను వెళ్ళకుండా చిన్నకొడుకు వెంకట్రావును పంపించారు. కాంగ్రెస్ ప్లీనరీ లాంటి ముఖ్యమైన సదస్సులకు ఆహ్వానాలు పంపినా, సీనియర్ కాంగ్రెస్ నేతలు సాదరంగా ఆహ్వానించినా కదలలేదు. రాజకీయాల విరమణ తరువాత రిటైర్డు జీవితం ఆయనకు విసుగు పుట్టించలేదు. 1994 ఏప్రిల్‌లో ఒకసారి ఖమ్మం పర్యటనకు వెళ్ళారు. అది అసెంబ్లీ ఎన్నికల సంవత్సరం కూడా. ఖమ్మంలో అఖండస్వాగతం లభించింది. జిల్లా పరిషత్ కార్యాలయంలో సాయంత్రం జరిగిన బహిరంగసభలో వెంగళరావు గంటకుపైగా సుదీర్ఘ ప్రసంగం చేశారు. రాష్ట్రముఖ్యమంత్రి విజయభాస్కరరెడ్డిపై తీవ్ర విమర్శలు చేశారు. ఈ సందర్భంగా ఒకసారి 1983లో అధికారాన్ని వెండిపళ్ళెంలో పెట్టి తెలుగు దేశం పార్టీకి అప్పగించారు. ఈ సారిబంగారు పళ్ళెంలో పెట్టి అప్పగిస్తారని విజయభాస్కరరెడ్డి గురించి అన్నమాటలు అక్షరాలానిజమైనాయి. తరువాత ఐరిగిన ఎన్నికలలో కనీస సంఖ్యా బలాన్ని కూడా కాంగ్రెస్ సాధించలేకపోయింది.

నా ఆత్మకథ

ఆత్మీయులైన మిత్రుల సూచనమేరకు, కొడుకు వెంకట్రావు కోరికమేరకు వెంగళరావుగారు ఆత్మకథా రచన చేశారు. ప్రతిరోజు సాయంత్రం ఓ గంటసేపు తన జీవిత కథనానికి కేటాయించారు. ఆయన చెబుతూ ఉంటే తనకోడలు శ్రీమతి వాణి ప్రక్కనే ఉన్న సోఫాలో కూర్చొని అక్షరబద్ధం చేశారు. 1996 ఆగస్టులో ఆ పుస్తకం ప్రింటయ్యింది. ఆ పుస్తకంలో నీలం సంజీవరెడ్డి, కాసుబ్రహ్మానందరెడ్డి, పి.వి. నరసింహారావు, కోట్ల విజయభాస్కరరెడ్డి, నాదెండ్ల భాస్కరరావు వంటివ్యక్తులపై ఆయన వేసిన చురకలు వివాదాన్ని సృష్టించాయి. వ్యక్తిగతంగా తనకు ఎవరిపై దురుద్దేశం లేదని చెప్పటమే కాకుండా ఇందిరాగాంధీ ఎన్నికల కేసులో జస్టిస్ సిన్హా ఇచ్చిన తీర్పు గురించి చేసిన ప్రస్తావనపై ఆయన అలహాబాదు కోర్టుకు బేషరతుగా క్షమాపణలు చెప్పారు.

చివరిరోజుల్లో.......

చివరి రోజుల్లో ఒంటరితనం ఆయన్ను బాగా క్రుంగదీసింది. చిన్నకొడుకు సతీసమేతంగా అమెరికా వెళ్ళడం, పెద్దకొడుకు బంజారాహిల్స్‌లో నివాసముండటం అంటిపెట్టుకొని ఉన్న బావమరిది సొంతఇంటికి మారిపోవటం ఇవన్నీ వెంగళరావును ఒంటరివాణ్ణి చేశాయి. బాత్‌రూమ్‌లో కాలు జారిపడి, పదిరోజులకుపైగా ఇబ్బందిపడ్డారు. తరచుగా భార్యను గుర్తు తెచ్చుకొని కన్నీరు కార్చేవారు. మనపనులు మనం చేసుకోలేనప్పుడు ఇతరులమీద ఆధారపడే పరిస్థితి వచ్చినపుడు బ్రతకటం వ్యర్థమని నేనెందుకు బ్రతకాలి? అని ప్రశ్నించేవారు. హైదరాబాదులోని రామకృష్ణ మఠం, అందులోని మందిర సముదాయం, ఇందిరాపార్కు, పాటిగడ్డవద్ద సంజీవయ్య పార్కు, బిర్లామందిర్ ఇవన్నీ, వెంగళరావు ముఖ్యమంత్రిగా ఉన్నప్పుడు జరిగినవే. ట్యాంక్‌బండ్‌పైన, హైదరాబాదు పురవీథుల్లోని మెర్క్యురీలైట్లు ఆయన ఏర్పాటు చేసినవే. తన మరణానంతరం అంత్యక్రియలు ఎవరు చేయాలో వీలునామాలో పేర్కొని అందుకు అయ్యేఖర్చుల్ని కూడా ఏర్పాటు చేశారు. తన అంత్యక్రియలు ప్రజలెవరికీ ఇబ్బంది కలుగకుండా నిరాడంబరంగా జరగాలని కోరారు. 1999 జూన్ 8న అనారోగ్య కారణాలతో వెంగళరావుగారు నిమ్స్‌లో చేరారు. అప్పటి ముఖ్యమంత్రి చంద్రబాబునాయుడు పరామర్శించటానికి రాగా తన జబ్బు సంగతి మరిచిపోయి రాష్ట్రాభివృద్ధిని గూర్చి, ఇరిగేషన్ ప్రాజెక్టుల గురించి మాట్లాడారు. నాలుగు రోజులు డాక్టర్లు చెప్పినట్లుగా విని మందులు వేసుకొని ఉన్న జలగం 12వతేదీ శనివారం లేవగానే ఇంటికి వెళ్ళాలని పట్టుబట్టారు. వెళ్ళడం మంచిది కాదని, ఒక వారం ఉండమని డాక్టర్లు ఎంతచెప్పినా వినలేదు. సీనియర్ డాక్టర్ నాగార్జున, అతని బృందం చేసిన ప్రయత్నాలు కూడా ఫలించలేదు. మేం చెప్పినట్లు వింటారా? లేదా? అని అడిగిన డాక్టర్లకు ఇంతకాలం మీరుచెప్పినట్లు విన్నాను. ఇప్పుడు నేనుచెప్పినట్లు మీరు వినండి! అని దాదాపుగా

ఆదేశించారు. డాక్టర్ల అభ్యర్థనను తిరస్కరించి, ఆక్సిజన్ సెలైన్ పైపులు తీసివేసి ఉన్నపళంగా బయలుదేరారు. ఉదయం 10.40కి ఇంటికిచేరిన జలగం, ఆఫీసులో తన సీట్లో కూర్చొని అంతకు ముందు నాలుగు రోజులుగా అందిన బిల్లుల్ని చూసి అవి చెల్లించే ఏర్పాట్లు చేశారు. ఆఫీసులో నుంచి నెమ్మదిగా హాలులోకి వచ్చి, భార్య ఫోటో చూసి నెమ్మదిగా నిలబడ్డారు. ఆ తరువాత భోజనం చేసి బెడ్రూమ్లోకి వెళ్ళారు. ఉదయంనుంచి ఆయాసపడుతున్నా సాయంత్రం 7 తర్వాత శ్వాస పీల్చడం కష్టమయింది. కబురందుకున్న డాక్టర్లు వెంటనే ఇంటికి వచ్చారు. ఆస్పత్రికి వెళ్ళేందుకు కొడుకులు ఎంతనచ్చజెప్పినా తిరస్కరించారు. రాత్రి 8.15కు ఆయన మౌనాన్ని అంగీకారంగా భావించి, అంబులెన్సు తెప్పించి, రూమ్లోంచి బయటకు తీసుకొచ్చే ప్రయత్నంలో ఉండగానే కుమారులిద్దరితోపాటు వెంకటేశ్వరస్వామిని, వినాయకుణ్ణి చూస్తూ ప్రశాంతంగా కన్నుమూశారు. జలగం మరణవార్త విన్న ఖమ్మంజిల్లా అభిమానులు హుటాహుటిన హైదరాబాదు వచ్చి, కనీసం కడసారి చూపైనా దక్కలేదని విలపించారు.

అంతిమ సంస్కారం

రాష్ట్రప్రభుత్వం, అధికారిక లాంఛనాలతో అంత్యక్రియలు జరిపింది. రంగారెడ్డి జిల్లాలోని తుర్కయాంజల్లోని ఆయన 'ఫార్మ్హౌస్'లో చిన్నకొడుకు జలగం వెంకట్రావు ఆయన చితికి నిప్పంటించాడు. రాష్ట్రపతి ప్రత్యేక దూత ద్వారా సంతాపసందేశంతోపాటు పుష్పగుచ్ఛం పంపారు. రాష్ట్రగవర్నర్, ముఖ్యమంత్రి, ఏఐసిసి ప్రధానకార్యదర్శులు వంటి అధికార అనధికార ముఖ్యులు ఎందరో పాల్గొనగా పోలీసుల గౌరవవందనంతో తుపాకులను మూడుసార్లు గాలిలోకి పేల్చిన అనంతరం వెంగళరావుగారి భౌతిక కాయం పంచభూతాలలో కలిసిపోయింది.

ఆరికపూడి రమేష్‌చౌదరి

(1922-1983)

- డా.వెన్నా వల్లభరావు

స్వాతంత్ర్య సమరయోధుడు, హిందీ-ఇంగ్లీషు భాషలలో పత్రికా రచయిత, సుప్రసిద్ధ హిందీ నవలా రచయిత అయిన ఆరికపూడి రమేష్ చౌదరి తెలుగుజాతి ఆణిముత్యం. తెలుగు భాషి అయిన రమేష్‌చౌదరి ఒకవైపు తన మాతృభాష తెలుగుకు మరొకవైపు జాతీయభాష హిందీకి ఎనలేని సేవచేసి తెలుగు-హిందీ భాషలకు మధ్య సేతువుగా నిలిచారు. తెలుగు భాషీయుడైన హిందీ ప్రచారకుడేకాక, హిందీ సాహిత్యంలో అనేక ప్రక్రియలలో ప్రతిభాపాటవాలను కనబరిచిన మేటి రచయిత రమేష్‌చౌదరి. దక్షిణ భారతదేశంలో హిందీయేతర భాషలకు చెందిన హిందీ రచయితలలో ఈయన విశిష్ట స్థానాన్ని పొందారు. అనేక తెలుగు రచలనలను హిందీలోనికి, హిందీ రచనలను తెలుగలోనికి సమర్థంగా అనువదించి దేశంలో భావ సమైక్యత తీసుకురావటానికి ఎనలేని కృషి చేశారు.

భావవ్యక్తీకరణలోనే కాక హిందీ భాషా పటిమలోను అనన్యసామాన్యమైన ప్రతిభ కలిగి హిందీలో 8 కథాసంపుటాల్ని, అనేక నాటకాల్ని, వ్యాసాల్ని, జీవిత గాథల్ని రచించి ఆయన హిందీ సాహిత్యాన్ని సుసంపన్నం చేశారు. చెపితే తప్ప 'ఇది హిందీయేతర భాషీయుని హిందీ రచన' అని ఆయన రచనను తెలుసకోవటం అసాధ్యం. హిందీవారికి దీటుగా, సరిసాటిగా, సుదీర్ఘకాలం హిందీలో రచనా వ్యాసంగాన్ని కొనసాగించిన ప్రతిభాశాలి రమేష్‌చౌదరి. యథార్థవాద రచయితగా ప్రేమ్‌చంద్ సాంప్రదాయాన్ని కొనసాగించిన ఆరికపూడి దక్షిణ భారతదేశపు అన్ని రంగాల జీవన స్థితిగతుల్ని తమ రచనలద్వారా జాతికి అందించారు. ఈ రకంగా ఆయన తెలుగు తల్లి ఋణం తీర్చుకోవటమేకాక ఆ తల్లి ముద్దు బిడ్డగా నిలిచారు.

జననం:

ఆరికపూడి రమేష్‌చౌదరి 1922 నవంబర్ 28న కృష్ణాజిల్లా ఉయ్యూరులో జన్మించారు. తండ్రి వెంకటరామయ్య, తల్లి మాణిక్యాంబ. వీరికి తొలి సంతానం ఆడపిల్ల. తరువాత ఆరేళ్ల వరకూ సంతానం లేదు. కొడుకు కావాలనే కోరికతో వారు నోయని నోము లేదు, మ్రొక్కని దేవుడులేడు, తిరగని తీర్థంలేదు. చివరకు రామేశ్వరం వెళ్ళి మొక్కుకున్న పిమ్మట రమేష్‌చౌదరి పుట్టాడు. ఈశ్వరుని కృపవల్ల జన్మించిన పుత్రరత్నానికి 'రామేశ్వర వనజాసన గాంధీ' అని నామకరణం చేశారు. దేశభక్తి, గాంధీ మహాత్ముని పట్ల మిక్కిలి గౌరవం కారణంగా కొడుకు పేరులో గాంధీ అని చేర్చటం జరిగింది. వనజాసనుడు అంటే బ్రహ్మ సృజనశీలుడు. తమ పుత్రుడు సృజనశీలుడు కావాలని తల్లిదండ్రుల ఆకాంక్ష. దైవభక్తి-దేశభక్తి పరాయణుడైన తండ్రి

వెంకటరామయ్య మధ్య తరగతి కుటుంబీకుడు. చదువుకున్న వారిని, సంస్కారవంతులను ఎంతో గౌరవించే వ్యక్తి. నిజాయితీ పరుడుగా, సంఘ సేవా కార్యక్రమాల్లో పాల్గొనే వ్యక్తిగా గ్రామప్రజల ఆదరాభిమానాల్ని, గౌరవాన్ని చూరగొన్న మనిషి. వీరి కుటుంబం పరువు-ప్రతిష్ఠలకు పెట్టింది పేరు.

గాంధీ మహాత్మునిపట్ల ఎనలేని భక్తి కలిగిన వెంకటరామయ్యగారు జాతీయోద్యమంలో పాల్గొని దేశసేవలో తమ జీవితాన్ని చరితార్థం చేసుకున్నారు. 'క్విట్ ఇండియా' ఉద్యమంలో పాల్గొని జైలుకు వెళ్లారు. ఆదర్శవంతమైన జీవితం గడుపుతూ ఆస్తిపాస్తుల్లో అధికభాగం విద్యాసంస్థల కోసం వెచ్చించారు. ఆయన గొప్ప అభిమానధనుడు. ఆర్థిక ఇబ్బందుల్లో ఉన్న వెంకట రామయ్యగారికి నూజివీడు జమీందారు కోరినంత భూమి ఇవ్వబోగా, ఆ సహాయాన్ని సున్నితంగా తిరస్కరించిన స్వాభిమాని. ఉన్నంతలో ఇతరులకు పెట్టడం, సాయపడటమేగాని, ఎవరినుంచీ ఏమీ ఆశించని వ్యక్తిత్వం ఆయనది. తల్లి మాణిక్యాంబ దైవభక్తి పరాయణురాలు. పిల్లల వ్యక్తిత్వాన్ని తీర్చిదిద్దడంలోను, వారి భవిష్యత్తుకు మంచి బాట వెయ్యటంలోను ఆమె పాత్ర ఎన్నదగినది.

బాల్య, విద్యాభ్యాసం:

దేశభక్తుడైన వెంకట్రామయ్యగారు తన కుమారునికి విదేశీభాష ఆంగ్లం నేర్పించటం ఇష్టంలేక ఆరేళ్ల వయసులోనే అతనిని తీసుకువెళ్ళి గురుకుల కాంగడీ విశ్వవిద్యాలయంలో చేర్పించారు. దేవభాష సంస్కృతం నేర్చుకుని తన కుమారుడు భరతమాత ముద్దుబిడ్డ అవ్వాలని ఆశించారు. ఈ విశ్వవిద్యాలయం హరిద్వార్ దగ్గర ఉంది. వనజాసనగాంధీ కాంగడీలో విద్యాభ్యాసంతో పాటు మంచి నడవడిని, చక్కని సంస్కారాన్ని కూడా అలవర్చుకున్నారు. సెలవులు వస్తే ఉత్తరప్రదేశ్‌కు వెళుతూ ఉండేవారు. హిమాలయ పర్వత సానువుల్లో విహరించటం బాగా ఇష్టపడేవారు. చిన్నతనంలోనే జన్మస్థలానికి దూరంగా ఉండటం వల్ల మాతృభాష చదవటం-రాయటం నేర్చుకునే అవకాశం లేకపోయింది. హిందీ భాషయే తన మాతృభాష అన్నట్టు పిన్నవయసులోనే జాతీయ భాషను క్షుణ్ణంగా నేర్చుకున్నారు. ప్రాథమిక విద్య హిందీలోనే సాగించినా తెలుగుభాషపట్ల అమితమైన అభిమానం ఆరికపూడి అంతరాంతరాలలో నెలకొని ఉన్నది.

ఆరికపూడి ఏడు సంవత్సరాలపాటు ఉత్తరప్రదేశ్‌లో విద్యాభ్యాసం సాగించి హిందీ-సంస్కృత భాషలతోపాటు వేదాధ్యయనం కూడా చేశారు. ఆరేళ్లవయసులో గ్రామం విడిచి వెళ్లిన ఆరికపూడి మరల 13వ ఏట తన ఊరు తిరిగి వచ్చారు. అప్పుడు తెలుగు నేర్చుకునే అవకాశం రావటంతో స్వభాషను క్షుణ్ణంగా అభ్యసించారు. తెలుగు సాహిత్యాన్ని చటపటల, మననం చేసుకోవటంతో ఆయనలో దాగి ఉన్న రచయిత మేల్కొనసాగాడు.

కొంతకాలం మద్రాసులో ఉన్న కారణంగా తమిళ భాషకూడా బాగా నేర్చుకుని బహుభాషా కోవిదునిగా కొనియాడ బడ్డారు. తెలుగునాట జన్మించి దక్షిణభారతదేశంలోనే కాక, ఉత్తరభారతదేశంలోని హిందీయేతర ప్రాంతాలలో హిందీభాషను ప్రచారం చేసిన మోటూరి సత్యనారాయణగారి ప్రోత్సాహంతో ఆరికపూడి తన హిందీభాషా పరిజ్ఞానాన్ని మరింత పెంపొందించుకుని రచనా వ్యాసంగానికి శ్రీకారం చుట్టారు. 'వనజాసన్' అనే పేరుతో ఇంగ్లీషు కవిత్వం కూడా రాశారు.

ఆరికపూడి ఏ విశ్వవిద్యాలయంలోను డిగ్రీలు పొందలేదు. విశ్వమంతా ఆయన విద్యాలయం. తెలుగు, ఇంగ్లీషు ఆయన స్వార్జితభాషలు. అందరి పిల్లలవలె ఒక క్రమపద్ధతిలో ఆయన విద్యాధ్యయనం జరగలేదు. గురువు లేకుండానే ఆయన చదువు ఎక్కువ వంతు సాగింది. గ్రంథాలే గురువులు, పరిసరాలు-పరిస్థితులే పాఠాలుగా జ్ఞానార్జన చేశారు ఆరికపూడి.

కాంగడీలో చదువుకుంటున్నప్పుడు ఇతర పిల్లలు తల్లిదండ్రులు తరచూ వచ్చివెళ్ళుతూ ఉండేవారు. కాని దక్షిణభారతంలో కృష్ణామండలం నుంచి ఉత్తర ప్రదేశ్ వెళ్లటం ఆరోజుల్లో తేలికైన పనికాదు. ఆర్థికపరిస్థితి బాగుండకపోవడం కూడా వెంకటరామయ్య గారు కుమారుణ్ణి చూడటానికి వెళ్ళలేకపోవటానికి మరొక కారణం. చిన్నవయసులో ఆరికపూడి తల్లిదండ్రులకు దూరంగా ఉంటూ, వారి ప్రేమకు దూరమై, వారిని చూడాలని ఆరాటపడుతూ ఉండేవారు. వెంకటరామయ్య గారు తమ కుమారునికి నెలకు ఖర్చులనిమిత్తం 30 రూపాయలు పంపుతుండేవారు. ఒక్కొక్కసారి డబ్బు సకాలంలో అందక ఇబ్బందులు పడుతుండేవాడు ఆరికపూడి. ఈ అనుభవం ఆయనచేత 'ఏక్ తీస్ రూపయే కీ కహానీ' (ముప్పైరూపాయల కథ) అనే కథ రాయించింది. ఒక రకంగా విద్యార్థి జీవితంలోనే ఆయనలోని రచయిత తన సాహిత్య ప్రతిభను కనపరిచాడు.

వైవాహిక జీవితం:

వెంకటరామయ్యగారు మంచిస్నేహశీలి. అందరితో కలివిడిగా ఉండేవ్యక్తి. ఒకసారి ప్రయాణంలో తెనాలి నివాసియైన ఒక పెద్దమనిషితో పరిచయం ఏర్పడింది. ఆపరిచయం స్నేహంగా మారింది. ఆస్నేహం వియ్యంగా కూడా మారింది. సంస్కారవంతుడైన తన ఈ స్నేహితుని కుమార్తెను తన కుమారునికి చేసుకుంటే బాగుంటుందన్న ఆలోచన కలిగింది. ఈ రకంగా ఆరికపూడి వివాహం 1947 మే 4వ తేదీన కొసరాజు బసవపూర్ణతో జరిగింది. అప్పటికి ఆరికపూడికి 25 సంవత్సరాలు. చదువు-సంస్కారం గల ఇంటి నుంచి వచ్చిన పూర్ణ ఆరికపూడికి అత్యంత అనుకూలవతియైన భార్యగా ఆయన రచనా వ్యాసంగాన్ని ప్రోత్సహిస్తూ వచ్చారు. వారి వివాహం ఆర్యసమాజపురీతిలో జరిగింది.

శ్రీమతి బసవపూర్ణ బి.ఎ., బి.టి. చదువుకున్నారు. ఆమె స్త్రీ సంక్షేమశాఖలో సంచాలకులుగా ఉద్యోగజీవితంలో అడుగుపెట్టారు. కొంతకాలం తర్వాత మద్రాసు నగరపాలక సంస్థలో

విద్యాసంబంధమైన వ్యవహారాలు నిర్వహించే ఉద్యోగం చేశారు. ఉద్యోగ బాధ్యతలు నెరవేరుస్తూ కూడా భర్తను, కుటుంబాన్ని అన్నివేళలా కంటికి రెప్పలా చూసుకున్న గృహిణిగా కూడా మెలిగారు. ఆమె చాలా వినయశీలి. ఆరికపూడి గారిది పరువు ప్రతిష్ఠలుగల కుటుంబం కావటంతో ఎప్పుడూ వచ్చేపోయేవాళ్లు ఎంతోమంది ఉండేవారు. వారిఇల్లు ఎల్లప్పుడూ కోలాహలంగా ఉండేది. శ్రీమతి బసవపూర్ణ తన భర్తస్నేహితులు, పరిచయస్తులు, బంధువులతో ఎంతో ఆత్మీయంగా మెలిగేవారు. వారి ఇంట అతిథి సత్కారాలకు ఏమాత్రం లోటు ఉండేది కాదు. తమ వైవాహిక జీవితాన్ని గురించి ఆరికపూడి అన్నమాటలు శ్రీమతి బసవపూర్ణగారిని ఉత్తమ ఇల్లాలుగా, ఆదర్శ పత్నిగా నిలుపుతాయి. "దాంపత్య జీవితం విషయంలో నేనెంతో అదృష్టవంతుణ్ణి. నాభార్య నిజంగా నా సహధర్మచారిణి. ఎంతో నేర్చుకున్నాను"

ఉద్యోగజీవితం:

రమేష్‌చౌదరి ప్రత్యేకంగా ఒక ఉద్యోగాన్ని అంటిపెట్టుకుని ఉండలేదు. ఆయన పత్రికా రచయిత, ఢిల్లీలోను మద్రాసులోను ఆకాశవాణిలో నిర్మాతగా, విలేఖరిగా ఉండేవారు. ఆకాశవాణిలో వివిధ పదవులు నిర్వహించారు. ఆంధ్ర విశ్వవిద్యా లయంలో గౌరవ అధ్యాపకునిగా పనిచేశారు. ఎన్నో పత్రికలలో వ్యాసాలు రాశారు. సంపాదకులుగా వ్యవహరించారు. సాహిత్యరచన నిర్విరామంగా కొనసాగించారు. వీటి ద్వారానే కొద్దోగొప్పో ఆర్జించేవారు. నిజానికి ధనార్జన ఆయన ధ్యేయంకానేకాదు.

ఆకాశవాణికి ఆరికపూడి రమేష్ చౌదరి చేసిన గౌరవ సేవలు మరిచిపోలేనివి. 1950లో ఆయనను ఆకాశవాణి ఢిల్లీ కేంద్రంలో ఇంగ్లీషు కార్యక్రమాల నిర్వహణకోసం ఆహ్వానించింది. అప్పటినుంచి ఆయన ఇంగ్లీషు-హిందీ రెండుభాషల కార్యక్రమాలను సమర్థంగా నిర్వహించి తన ప్రతిభను చాటారు. జాతీయస్థాయి కార్యక్రమాలను అన్ని ఆకాశవాణి కేంద్రాల ద్వారా ప్రసారం గావించే నిమిత్తం ఆయన ఎప్పుడూ దేశమంతా తిరుగుతుండవలసి వచ్చేది. ఆకాశవాణి ఢిల్లీ కేంద్రం ద్వారా రమేష్‌చౌదరి ఉపన్యాసాలు, ముఖాముఖీ నాటికలు, ప్రత్యక్షవ్యాఖ్యానాలు మొదలైన వాటిని సఫలీకృతంగా నిర్వహిస్తూ ఉండేవారు. రేడియోలో ప్రసారంకోసం నాటికలు కూడా రాస్తూండేవారు. అప్పుడప్పుడు అందులో పాత్రలు కూడా పోషించేవారు. ఆయన రచించిన కోయీ నా పరాయా', 'నేపథ్య', 'బిజిలీ ఔర్ బారిశ్' ఆకాశవాణి ద్వారా ప్రసారమయ్యాయి. ఆకాశవాణి ఢిల్లీ కేంద్రం నుంచి ప్రసారం చెయ్యబడుతున్న 'హవామహల్' అనే జనరంజకమైన కార్యక్రమానికి నామకరణం చేసినవాడు ఆరికపూడి. ఒక తెలుగుభాషీయుడైన హిందీరచయిత రేడియోలో ఒక మహత్తరమైన కార్యక్రమానికి పేరుపెట్టటం, ఆ కార్యక్రమం సుదీర్ఘకాలం దేశవ్యాప్తంగా ఉన్న ఆకాశవాణి శ్రోతలను రంజింపచెయ్యటం తెలుగుజాతి గర్వించదగ్గ విషయం. ఇదే 'హవామహల్'లో ప్రసారం నిమిత్తం ఆరికపూడి ఎన్నో నాటికలు రాశారు.

ఆకాశవాణి ఢిల్లీ కేంద్రంలో తమ అమూల్యమైన సేవలు అందించి మద్రాసు వచ్చిన ఆరికపూడి ఆకాశవాణి మద్రాసు కేంద్రంలో జీవిత పర్యంతం నిర్మాతగా పనిచేశారు.

దక్షిణ భారత్ హిందీప్రచారసభ నడిపిన 'దక్షిణభారత్' హిందీమాస పత్రికకు ఆరికపూడి 8 సంవత్సరాలు సంపాదకులుగా ఉన్నారు. ప్రసిద్ధ బాలసాహిత్య పత్రిక 'చందమామ' (హిందీ)కి దశాబ్దకాలంపాటు సంపాదకులుగా ఆయన సేవలందించారు.

సంతానం, మిత్రులు:

ఆరికపూడి రమేష్‌చౌదరికి నలుగురు సంతానం. నలుగురూ ఆడపిల్లలే. 1957లో మొదటి అమ్మాయి జన్మించింది. వేదాల ప్రభావం ఆరికపూడిపై బాగా ఉన్న కారణంగా వేదంలోని ప్రథమ మంత్రపు స్మృతిగా కుమార్తె పేరు 'గాయత్రి' అని పేరు పెట్టారు. 1960లో రెండవ కుమార్తె జన్మించింది. వేదకాలంలోని విదుషీమణిపేరైన 'మైత్రేయి' పేరు ఆమెకు పెట్టారు.

1961లో కలిగిన కుమార్తెకు 'నియతి' అని నామకరణం చేశారు. ఇద్దరు కుమార్తెల తర్వాత కొడుకు పుట్టాలని ఎంతైనా ఆశించిన ఆరికపూడికి మళ్లీ అమ్మాయి పుట్టటంతో నిరాశచెంది అది తన 'నియతి' నిర్భయంగా, భాగ్యంగా భావించారు. ఈ అమ్మాయి అంటే ఆయనకు ఎంతో ప్రేమ. ఈమెతో చాలా ఆప్యాయంగా ఉండేవారు. నియతితో ఆడుతుంటే ఆయనకు సమయమే తెలిసేదికాదు. 1963లో నాల్గవసంతానంగా మళ్లీ కుమార్తే జన్మించింది. అంతటితో తృప్తిచెందిన ఆరికపూడి దంపతులు ఆమెకు 'తృప్తి' అని నామకరణం చేశారు.

నలుగురు ఆడపిల్లలను అల్లారుముద్దుగా పెంచటంతోపాటు వారిని ఉన్నత చదువులు కూడా చదివించారు. ముగ్గురు అమ్మాయిలకు యోగ్యులైన వరులను వెతికి వివాహాలు జరిపించారు. ఆరికపూడి మరణానంతరం నాల్గవ అమ్మాయికి వివాహం జరిగింది. ఆరికపూడి పెద్దకుమార్తె గాయత్రి భర్త శ్రీనరహరి విజయవాడ సిద్ధార్థ కళాశాలలో వాణిజ్యశాఖలో అధ్యాపకునిగా పనిచేసి 2008 సంవత్సరంలో పదవీవిరమణచేశారు. రెండవ అమ్మాయి మైత్రేయి భర్త శ్రీపురోషోత్తమ్ మద్రాసులో పెద్దవ్యాపారస్థుడు. మూడవ అమ్మాయి నియతి భర్త శ్రీనగేష్‌బాబు ఒక ప్రయివేటు సంస్థకు మేనేజర్‌గా ఉన్నారు. వారి నివాసం తెనాలి. నాల్గవ అమ్మాయి తృప్తి భర్త శ్రీసురేంద్రబాబు భారతప్రభుత్వ రక్షణశాఖకి చెందిన ప్రెస్‌లో పనిచేస్తున్నారు. వారు హైదరాబాదులో ఉంటున్నారు.

రమేష్‌చౌదరి మిత్రబృందం చాలా పెద్దది. వారిలో పి.వి.జి. రాజు, ఎం.ఆర్. అప్పారావు (నూజివీడు) మొదలయిన వారు ఆయనకు అత్యంత సన్నిహితులైన మిత్రులు. నటరత్న నందమూరి తారక రామారావు, శ్రీమతి పూర్ణగారు సహాధ్యాయులు కావటం వల్ల ఆరికపూడికి ఎన్.టి.రామారావుగారితో కూడా మంచి సాన్నిహిత్యం ఉండేది. ఇంకెంతో మంది మిత్రుల ప్రస్తావన ఆయన రచనల్లో కనిపిస్తుంది. సాహితీమిత్రుల ప్రభావం కూడా రమేష్ చౌదరిపై

ఎంతో కనపడుతుంది. ఆంధ్రప్రదేశ్ హిందీ అకాడమీ పూర్వ అధ్యక్షులైన డా.బాలశౌరిరెడ్డి, తెనాలిలోని హిందీ ప్రేమి మండలికి చెందిన చందులాల్ దుబే, ద.భా.హిం. ప్రచార సభ మద్రాసు కార్యనిర్వాహక సభ్యులు ప్రచురణ కర్తలు మొదలైన వారందరితో ఆయన ఎంతో స్నేహంగా మెలిగేవారు. అంతేకాక ఆయన ఏ ప్రాంతంలో పనిచేసినా అక్కడి వారితో మంచి స్నేహ సంబంధాలు ఏర్పరుకునేవారు. ఏ ప్రయాణంలోనైనా పరిచయమైన వారితోకూడా ఉత్తర ప్రత్యుత్తరాల ద్వారా మైత్రి కొనసాగించేవారు. ఈ రకంగా రమేష్ చౌదరిగారి మిత్ర పరివారం చాలా పెద్దదిగా ఉండేది. ఆయన మరణానంతరం కూడా చాలామంది మిత్రులు వారి కుటుంబంతో సత్సంబంధాలు కలిగి, రాకపోకలు కొనసాగిస్తూ ఉండేవారు.

వ్యక్తిత్వం:

ఆరికపూడి రమేష్‌చౌదరి వ్యక్తిత్వం ఉన్నతమైనది. ప్రభావపూరితమైనది. నిరాడంబరత, అణకువ ఆయన వ్యక్తిత్వానికి వన్నె తెచ్చే గుణాలు. మధుర భాషణం, గంభీరమైన రూపం కలిగిన ఆరికపూడి వ్యక్తిత్వంలో స్వారస్యము, తేజస్సుల మేలికలయిక గోచరిస్తుంది.

ఎత్తైన నుదురు, చిరునవ్వుచిందించే గంభీర వదనం, విశాలమైన కన్నులు ఆరికపూడిని జ్ఞానసంపన్నుడుగా పరిచయం చేస్తాయి. తొలి పరిచయంలోనే ఎవరైనాసరే ఆయనలోని విలక్షణమైన వ్యక్తిత్వాన్ని గ్రహిస్తారు. అయనతో సంభాషిస్తే ఒక గొప్ప వ్యక్తిని, తత్వజ్ఞానిని కలుసుకున్న అనుభూతి పొందుతారు. ఆయన ముఖంలోని గాంభీర్యం కారణంగా ఎవరూ ఆయనముందు పొరపాటుగా మాట్లాడే సాహసం చెయ్యలేరు. ఆరికపూడి ఎంత మితభాషి, మధురభాషి అంటే - ఎవరైనా సరే ఆయన ఎదుట సంయమనంతో మాట్లాడటానికి ప్రయత్నంచేస్తారు. తన మాటలతో ఎవరి మనసు నొప్పించని తత్వం ఆరికపూడి వ్యక్తిత్వంలో చెప్పుకోదగ్గ అంశం.

స్త్రీలంటే ఆరికపూడికి అత్యంత గౌరవం. స్త్రీని భారతీయ సంస్కృతికి ప్రతినిధిగా, గౌరవ చిహ్నంగా భావించేవారు. తమ కుమార్తెలను స్వతంత్రంగా ఆలోచించే స్వేచ్ఛ నిచ్చేవారు. ఆడపిల్లల కట్టు-బొట్టు, నడవడి, స్నేహాలు, ఇరుగుపొరుగు వారితో మాట్లాడేతీరు - అన్ని విషయాల పట్ల జాగరూకులుగా ఉండేవారు. చదువు విషయంలో మాత్రం వారికి స్వేచ్ఛనిచ్చేవారు.

రమేష్ చౌదరి తమ భార్య శ్రీమతి బసవపూర్ణ పట్ల ప్రేమాభిమానాలు కలిగి ఉండేవారు. ఆమెతో కఠినంగా మాట్లాడటంగాని, ప్రవర్తించటంగాని ఎన్నడూ చేసేవారు కారు. చౌదరిగారి మరణానంతరం 13సం॥రాల పిమ్మట శ్రీమతి పూర్ణగారు అన్నమాటలు "ఆయన నన్నెప్పుడు కసురుకున్న సందర్భాలు కూడా లేవు. కుమార్తెలకు కూడా ఏ విషయమైనా దగ్గర కూర్చోబెట్టుకుని ప్రేమగా నచ్చచెప్పేవారు. చివాట్లుపెట్టి చెప్పినదానికంటే, కోప్పడినదానికంటే ఆయన నచ్చజెప్పే తీరుకు వాళ్ళనాన్నగారి మాట వెంటనే అంగీకరించేవారు. మా అమ్మాయిలు నా రంటే

వాళ్లనాన్నగారితోనే ఎంతో చేరికగా ఉండేవారు. ఆయన మాటల్లో ఆజ్ఞాపించే ధోరణి అస్సలు ఉండేదికాదు" ఆరికపూడి మృదుస్వభావానికి ఆనవాళ్లు "నాకు కొంచెం టీ ఇస్తావా?" "బహుశా నువ్వు నాకోసం టిఫిన్ చెయ్యబోతున్నట్టున్నావు?" అని తనకు కావాల్సింది ఎంతో మృదువుగా, వినోదపూరితంగా అడిగేవా"రని ఆమె తెలియజేశారు.

ఐదు అడుగుల ఏడు అంగుళాల ఎత్తుగల రమేష్ చౌదరి ఖద్దరు పంచె, చొక్కాగాని పైజమా-చొక్కాగాని ధరించేవారు. ఖద్దరు కట్టుకుని నుదుట బొట్టు పెట్టుకుంటే ఆయన హిందుత్వానికి ప్రతీకగా కనిపించేవారు. జీవనసరళిలో నిరాడంబరత్వం ఆయన వేషభాషల్లో ద్విగుణీకృతమయ్యేది. పెద్ద-పెద్ద పట్టణాలలో ఉండి విద్యనభ్యసించినా పట్టణ సంస్కృతి ఆయనకు కొంచెం కూడా తాకలేదు. తెలుగు ప్రాంత గ్రామీణ వస్త్రధారణని ఆయన ఇష్టపడేవారు. ఆయన జీవనశైలి పాశ్చాత్య ఆలోచనధోరణిగల ఆయన స్నేహితుల్ని చకితుల్ని చేసేది. గ్రామీణ సంస్కృతి పట్ల అపారమైన గౌరవం, మమకారం ఆయన దుస్తుల్లో ఉట్టిపడేది. నిరాడంబర రూపం, ఉన్నతమైన భావాలు ఆయన వ్యక్తిత్వానికి రెండు పార్శ్వాలు.

అలవాట్లు:

రమేష్‌చౌదరి రోజూ చాలా పెందలాడే లేచి వాహ్యాళికి వెళ్లేవారు అలా నడిచేటప్పుడు ఆయనకు ఎంతోమంది స్నేహితులు ఏర్పడ్డారు కూడా. వారితో చాలా వినోదపూరితంగా సంభాషిస్తూ ఉండేవారు. బయటకు వెళ్లటం కుదరనప్పుడు తమకుమార్తె నియతితో పాటు తమ ఇంటిముందున్న తోటలోనే నడిచేవారు. అలానడిచే సమయంలో ప్రకృతిలోని సౌందర్యాన్ని తాము ఆస్వాదించటమే కాకుండా కుమార్తె నియతికి కూడా ప్రకృతిని ప్రేమించే తత్వాన్ని అలవర్చారు. ఆరికపూడి చాలా వేగంగా నడిచేవారు. కుమార్తె 'నాన్నగారు! మీరు చాలా వేగంగా నడుస్తున్నారు' అంటే అప్పుడు ఆయన 'గాంధీజీ నాకంటే వేగంగా నడిచేవారు' అని అనేవారు.

రుచికరమైన భోజనం అంటే రమేష్‌చౌదరికి ఎంతో ఇష్టం. రకరకాల పిండివంటలు చాలా ప్రీతిగా తినేవారు. అవి పళ్లెంలో ఒక పద్ధతి ప్రకారం వడ్డించాలని కోరేవారు. రాత్రిభోజనం భార్యాపిల్లలతో కలిసిచేసేవారు. భోజనానంతరం తమ కుమార్తెలకు ఎన్నో విషయాలు, కథలు చెపుతుండేవారు. అటుపిమ్మట చాలా రాత్రి అయ్యేంతవరకు రచనా వ్యాసంగం కొనసాగించేవారు. సాయంత్ర సమయంలో ధ్యానంలో కూర్చునేవారు. రమేష్‌చౌదరి భక్తితత్పరులు, కాని ఆయన భక్తిలో ఆడంబరం లేశమాత్రమైనా కనిపించేదికాదు.

ఆరికపూడి గొప్పతత్వజ్ఞాని. నీటిపైనున్న తామరాకువలె లౌకికత్వానికి సాధ్యమైనంత దూరంగా ఉంటూ ఎప్పుడూ ప్రసన్నంగా కనిపించేవారు. ఒక తాత్వికునికి ఉండాల్సిన గుణాలు ఆయనలో మెండుగా ఉండేవి. కాని ఒకరసిక హృదయం కలిగిన వ్యక్తిగా ప్రకృతిలోని సౌందర్యాన్ని సూక్ష్మంగా దర్శిస్తూ తన్మయులయ్యేవారు. ఆయనకు ప్రయాణాలంటే ఎంతో మక్కువ. దూరపు

ప్రయాణాలంటే మరీను. సైకిల్ రిక్షా ఆయనకు ఇష్టమైన వాహనం. రైలు ప్రయాణాల్లో పరిచయమయ్యే వ్యక్తులతో అభిప్రాయాలు పంచుకోవటం, వారిని తన స్నేహితులుగా చేసుకోవటం ఆయన నైజం. ఏదైనా ఊరు వెళ్లి ఎవరి ఇంట్లో అయినా బస చేస్తే తిరిగి ఇంటికి చేరాక కృతజ్ఞతలు తెలుపుతూ ఉత్తరం రాయటం ఆయన సంస్కారం. పరిచయస్తులు కనిపిస్తే కేవలం వారి కుశల క్షేమాలు ఆడగటమే కాదు, వారి కుటుంబ సభ్యులందరి క్షేమ సమాచారాలు అడిగి తెలుసుకునేవారు. 'సంబంధాలలో ఆడంబరం ఉండకూడదు, ఆత్మీయతే ఉండా'లనేది ఆయన అభిప్రాయం. అందుకే ఆయనతో పరిచయమున్న ఎవరైనా ఆయన్ను ప్రేమించేవారు.

మనోభావాలు:

ఆరికపూడి పట్టుదల, స్వయంకృషిని నమ్మేవ్యక్తి. అహంకారం తన దరిజేరనివ్వని మనిషి. స్వాభిమాన ధనుడు. అభిమానానికి దెబ్బతగిలితే సహించని దృఢస్వభావం కలిగినవారు. ఒక చిన్న సంఘటన ఆయనను ఇంగ్లీషుభాషలో ప్రవీణునిగా చేసింది. ఒకసారి ఆంగ్లేయుడొకడు ఇంగ్లీషులో మాట్లాడలేని కారణంగా రమేష్‌చౌదరిని 'జంగలీ (ఆటవికుడు) అన్నాడు. వెంటనే ఆయన ఇంగ్లీషు పుస్తకాలు కొనితెచ్చి స్వాధ్యాయంతో అనతికాలంలోనే ఆంగ్లభాష నేర్చుకున్నారు. ఇంగ్లీషులో చక్కగా ఉపన్యసించే అభ్యాసం కోసం, ఒంటరిగా కొండల్లోకి వెళ్లి హావభావాలతో మాట్లాడేవారు. పట్టుదల ఇంగ్లీషు ఉచ్చారణ చక్కగా నేర్చుకున్నారు. ఎవరైనా ఇంగ్లీషువారితో మాట్లాడితే, అచ్చమైన బ్రిటీష్ ఉచ్చారణతో ఇంగ్లీషులో మాట్లాడి అందరినీ నివ్వెరపోయేటట్టు చేసేవారు. ఆ ఇంగ్లీషు పరిజ్ఞానం, ఉచ్చారణ కారణంగా శ్రీమతి బసవపూర్ణగారికి కాలేజీలో సీటు లభించింది. మొదట ఆమెకు సీటు ఇవ్వటానికి నిరాకరించిన ప్రిన్స్‌పాల్, రమేష్‌చౌదరి గారి ఆంగ్ల సంభాషణకు ప్రభావితురాలై వెంటనే ఆమెకు సీటిచ్చారు. పట్టుదల, కృషితో మనిషి సాధించలేనిది ఏమిలేదని ఆయన నిశ్చితాభిప్రాయం.

ఆత్మగౌరవం ఆరికపూడికి ఆభరణం. మాతృదేశమన్నా, మాతృసంస్కృతి అన్నా ఆయనకు ఎంతైనా ప్రేమ, గౌరవం, జాతీయ భాష అంటే ఎంతో అభిమానం. ఎవరన్నా ఆయనను 'అహిందీభాషీయుడు' అంటే చాలా బాధకలిగేది. 'నన్ను హిందీ సాహిత్యకారులతో పోల్చండి కాని అహిందీ భాషీయుడని మాత్రం అనొద్దు' అని నిష్కర్షగా చెప్పేవారు. ఆయనపై ఆర్యసమాజ భావాల ప్రభావం కనపడుతుంది. ఆయన పదహారణాల గాంధేయవాది.

పచ్చదనమంటే ఆయనకు ఎంతైనా ఇష్టం. ప్రకృతి సౌందర్యాన్ని ఒంటరిగా ఆస్వాదించటం ఇష్టపడేవారు. అందుకే తరచుగా హిమాలయాల ప్రదేశాలలో విహరించేవారు. హిమాలయాలంటే ఆరికపూడికి ఎనలేని ప్రేమ.

ఆరికపూడి సంకోచ స్వభావం కలిగినవారు. ఆర్థిక ఇబ్బందుల్లోకూడా సాయం కోరటానికి ముందు వెనకలాడేవారు. కొంచెం మొండి స్వభావం కలిగినవారు కూడా. ఏదైనా చెయ్యాలని

నిర్ణయించుకుంటే అది సాధించేవరకు నిద్రపోయేవారు కాదు. సమయం విలువ తెలిసి మెలిగేవారు. క్షమాగుణం ఆయనలో మెండు. కష్టించే తత్వం ఆయనలో ప్రత్యేకం గుణం. ఎన్ని పనులున్నా రచనా వ్యాసంగానికి సమయాన్ని కేటాయించుకునే వారు అంతేగాక తన రచనల్ని స్వయంగా టైప్ చేసేవారు. టైప్‌రైటర్ అంటే ఆయనకు చాలా ఇష్టం.

సాహిత్య వ్యక్తిత్వం:

ఆరికపూడి రమేష్‌చౌదరి బహుముఖ ప్రతిభగల సాహితీవేత్త. ఆయన సఫలకవి, నవలా రచయిత, కథారచయిత, నాటక కర్త, వ్యాసరచయిత, విమర్శకుడు. అంతేకాదు పత్రికారచయిత, సంపాదకుడు, చరిత్రకారుడు కూడా. ఆయన మాతృభాష తెలుగు. చిన్నతనంలో హిందీ ప్రదేశాల్లో పెరిగాడు. హిందీ ఆయనకు మాతృభాషతో సమానం. తెలుగు, హిందీ భాషలతోపాటు, సంస్కృతం, ఇంగ్లీషు, ఇతర దక్షిణాది భాషల పరిజ్ఞానం బాగ ఉంది. అందువల్ల తెలుగు నుండి హిందీలోకి, హిందీ, ఇంగ్లీషు నుండి తెలుగులోకి అనేక పుస్తకాలు అనువదించారు.

పత్రికా రచయిత:

ఆరికపూడి తనను పత్రికా రచయితగా చెప్పుకునేవారు. తన అనేక కార్యకలాపాల్లో పత్రికా రచనకు ప్రాధాన్యతనిచ్చేవారు. ఇతర వ్యాపకాల్లో మార్పులు సంభవించినా జీవిత పర్యంతం ఆయన పత్రికా రచనమాత్రం కొనసాగిస్తూనే వచ్చారు. మద్రాసులో హిందూ పత్రికకు రాయటంతో ఆరికపూడి పత్రికా రచనకు శ్రీకారం చుట్టారు. అటుపిమ్మట బొంబాయిలో 'ఫ్రీప్రెస్' పత్రికలో పనిచేశారు. అటుపిమ్మట మరల మద్రాసు వచ్చి 'ఇండియన్ రిపబ్లిక్'లో పనిచేశారు. నిజంచెప్పాలంటే పత్రికా రచనతోనే ఆయనలో దాగున్న సృజనశీలి వెలికి వచ్చి అనేక రచనలు చేసేటట్టుచేసాడు. సంపాదకునికి ఉండవలసిన లక్షణాలన్నీ తనలో పెంపొందించుకున్నది కూడా ఈ రంగంలో 'హిందూస్తాన్ టైమ్స్', 'ఫోరం' మొదలైన దక్షిణ భారత పత్రికలకు ఆయన ప్రతినిధిగా ఉన్నారు. ఇంకెన్నో పత్రికల్లో కాలమిస్ట్‌గా కూడా వ్యవహరించాడు. మద్రాసు నుంచి వెలువడే 'టైమ్స్ ఆఫ్ ఇండియా' సంస్థకి చెందిన 'నవభారత్ టైమ్స్' హిందీ దినపత్రికకు విశిష్ట ప్రతినిధిగా ఉన్నారు. దక్షిణభారత హిందీ ప్రచారసభ మద్రాసు ప్రచురించే 'దక్షిణ భారత్' హిందీ మాసపత్రికకు, సుప్రసిద్ధ బాలసాహిత్య మాసపత్రిక 'చందమామ' (హిందీ)కి దీర్ఘకాల సంపాదకులుగా ఉన్నారు. 'ఆజ్', 'ధర్మయుగ్' 'హిందూస్తాన్' పత్రికలకు తమ రచనల ద్వారా సేవలందించారు.

ఆరికపూడి రమేష్‌చౌదరి తొలికథ 'విశ్వాస భారత్' అనే పత్రికలో ప్రచురిత మయ్యింది. దానితో మొదలైన ఆరికపూడి రచనా వ్యాసంగం నిరంతరాయంగా సాగింది. 'సాప్తాహిక్ హిందుస్తాన్', 'ఆజ్‌కల్', 'సారిక', 'కాదంబిని', 'నయీ కహానియాం', 'నయీధారా' మొదలైన పత్రికలలో ఆయన రచనలు అచ్చవుతూ ఉండేవి.

స్వాతంత్రోద్యమంలో పాల్గొని ఆరికపూడి జైలుకు కూడా వెళ్లారు. 'క్విట్ ఇండియా ఉద్యమం' సమయంలో ప్రజలను చైతన్య పరిచే నిమిత్తం హిందీ, ఇంగ్లీషు భాషల్లో కరపత్రాలు ప్రచురించారు. ఫలితంగా 1-10-1942లో జైలుకు వెళ్లవలసి వచ్చింది. ఈ ఉద్యమంలో క్రియాశీలంగా పాల్గొన్న కారణంగా అయన 25.2.1943న మరల ఆరు మాసాలు ఆలీపూర్ జైలులో ఉంచబడ్డారు. జీవితంలో ఆయన కష్టాలు చవిచూసింది బహుశా ఇక్కడేనేమో!

'ప్రీలా సింహ్' అనే పత్రిక ఆయన జీవనోపాధికి ప్రముఖ సాధనంగా నిలిచింది.

సంపాదకత్వం:

మద్రాసునుంచి వెలువడే 'ఇండియన్ రిపబ్లిక్' 'ఇండియన్ నేషన్' ఆంగ్లపత్రికలకు ఆరికపూడి సహ సంపాదకులుగా, సంపాదకులుగా పనిచేశారు. హిందీ 'చందమామ' బాలమాసపత్రికకు సంపాదకులుగా ఉండటమే కాకుండా చందమామను ఇంగ్లీషు నుండి తెలుగులోనికి అనువదించి ప్రచురణకు తోడ్పడేవారు. ఈరకంగా సఫల సంపాదకులుగా, నిజాయితీపరుడైన పత్రికా రచయితగా పేరుగాంచారు.

సభ్యత్వాలు:

ఆరికపూడి 'సెంట్రల్ బోర్డు ఆఫ్ పిల్మ్ సెన్సార్'లో సభ్యులుగా ఉన్నారు. ఆరికపూడి రైల్వేబోర్డ్‌లో రాజభాషా అమలు సమితి సభ్యులుగా కూడా ఉండేవారు. ఆసమయంలో రైల్వేస్టేషన్ల నామఫలకాలను తొలుత హిందీలోను, పిదప ప్రాంతీయ భాషలోను రాయించాలని కేంద్ర ప్రభుత్వానికి వినతి పత్రాన్ని సమర్పించి, దాన్ని అమలుకు కృషిచేశారు. ఆరికపూడి 9 సంవత్సరాలపాటు సాహిత్య అకాడమీ సభ్యులుగా ఉన్నారు. టంగుటూరి ప్రకాశం గారు స్థాపించిన 'స్వరాజ్య' పత్రికకు తమ రచనలను అందించటం ద్వారా సేవలందించారు. ఆంధ్ర విశ్వ విద్యాలయంలో కొద్దికాలం పాటు 'డిప్యూటీ చీఫ్ ప్రొడ్యూసర్-హిందీ స్పోకెన్ వర్డ్' బాధ్యతలు నిర్వహించారు.

సినీజగత్తుతో సంబంధాలు:

ఆరికపూడిని సినీ జగత్తుకూడా సాదరంగా స్వాగతించింది. ఆయన ప్రాంతీయ 'సినిమా సెన్సార్ బోర్డ్'కు 10 సంవత్సరాలు పాటు సభ్యులుగా కొనసాగారు. ప్రముఖ తెలుగు హీరో నందమూరి తారక రామారావు ఆయనకు కుటుంబ మిత్రులు. అందువల్ల సినీప్రపంచంతో ఆయనకు ప్రత్యక్ష సంబంధం ఉండేది.

గుర్తింపు:

ఒక హిందీయేతర ప్రాంతానికి చెందిన ప్రతిభగల హిందీ రచయితకు జాతీయ స్థాయిలో ఎంతగౌరవం దక్కాలో ఆరికపూడి రమేష్‌చౌదరి జీవితకాలంలో దక్కకపోయినా, హిందీ జగత్తు

ఆయనను పూర్తిగా నిర్లక్ష్యం చెయ్యలేదు. 1975 జనవరి 10 నుంచి 12వ తేదీవరకు నాగపూర్‌లో జరిగిన 'ప్రథమ విశ్వహిందీ సమ్మేలన్' సందర్భంగా ప్రచురించదలచిన 'స్మరణికా' సంపాదక వర్గంలో సభ్యులుగా ఆరికపూడిని నియమించటం చెప్పుకోదగ్గ విషయం. 1976 ఆగష్టు 28 నుండి 30వ తేదీ వరకు మారిషస్‌లో జరిగిన 'ద్వితీయ విశ్వహిందీ సమ్మేలన్'కు ఆరికపూడిని మారిషస్ ప్రభుత్వం ఆహ్వానించింది. ఆ సమ్మేలన్‌కు కూడా ఆయన తమవంతు సహకారాన్ని అందించారు. దక్షిణ భారతదేశానికి, ముఖ్యంగా తెలుగు గడ్డకు చెందిన హిందీ సాహిత్యకారునికి ప్రపంచ హిందీ మహా సభల్లో ఇలాంటి స్థానం లభించటం ఆరికపూడి సాహితీ ప్రతిభకు నిదర్శనం.

జీవితంలో ఒడుదుడుకులు:

ఆరికపూడి రమేష్‌చౌదరి, జీవితంలో సంఘర్షణలను, ఒడుదుడుకులను ఎదుర్కొన్న సాహితీవేత్త. అసలు మానసిక సంఘర్షణలో నుంచీ సాహిత్యకారుడు పుట్టుకొస్తాడని కొందరి విశ్వాసం కూడా. చిన్నతనంలో ఇంటికి, సొంతఊరికి, తల్లిదండ్రులకు దూరంగా ఉంటూ సొంతవారి ప్రేమకై తపించాడు.

నిరంతరం సాహిత్య సాధనలో నిమగ్నమైన ఆరికపూడి తమ కుటుంబానికి ఎక్కువ సమయాన్ని కేటాయించలేకపోయేవారు. అందుకు తానే బాధ్యుడనని నిజాయితీగా భావించేవారు. అలాంటి పరిస్థితుల్లో ఆయన భార్య కుటుంబ బాధ్యతనంతా తానే వహించేది. భర్త సాహిత్య రచనా కార్యక్రమానికి ఎట్టి అవరోధం రాకుండా శ్రీమతి బసవపూర్ణ చూసుకునేవారు. కాని ఇంటా-బయట కొన్ని విలువలను కాపాడే విషయంలో ఆరికపూడి సంఘర్షణకు, ఒత్తిడికి లోనయ్యేవారు. అప్పుడు కూడా చదువు సంస్కారాలు కలిగిన ఆయన అర్ధాంగి ఆరికపూడికి మానసిక స్థైర్యాన్ని కలిగించటంలో ముఖ్యపాత్ర పోషించేవారు.

విద్యాభ్యాసం నుంచే మొదలైన కష్టాలు జీవితంలో అడుగడుగునా ఆయన్ను వెంటాడుతూ వచ్చాయి. పత్రికారచనతో కూడా ఎన్నో ఇబ్బందుల్ని ఆయన చవిచూశారు. ఒకసారి రమేష్‌చౌదరి ఆంగ్ల పత్రిక 'వ్యూ' ముద్రణకు సంబంధించి ప్రచురణకర్తకు డబ్బుఇవ్వవలసి వచ్చింది. ఎంత ప్రయత్నించినా డబ్బు సమకూరలేదు. భర్త అవస్థ చూడలేక శ్రీమతి బసవపూర్ణ ఆర్థికసాయం కోసం తన తండ్రికి ఉత్తరం రాశారు. ఆమె తండ్రిగారు ఇవ్వగలిగిన స్థోమత ఉండికూడ, ఈ విషయంలో డబ్బు పంపటానికి నిరాకరించారు. సాహిత్య సంబంధమైన విషయాలకు పెట్టేఖర్చు అనవసరమైన ఖర్చు అని ఆయన అభిప్రాయం. ఈ సంఘటన ఆరికపూడి మనసుని బాధకి గురిచేసింది. అప్పుడు ఆయన భార్యతో- "నేనేమైపోయినా పరవాలేదు, కాని ఇకమీదట ఎవరి వద్ద చెయ్యి చాపవద్దు" అని చెప్పారు. తాను కూడ దీన్ని తు.చ. తప్పకుండా పాటించారు.

ఆరికపూడి ఆకాశవాణి ఢిల్లీ కేంద్రంలో పనిచేసేటప్పుడు 'స్పోకెన్ వర్డ్' విభాగంలో ఉండేవారు. ఆ విభాగంలో అదే స్థానంలో ఉండటానికి ప్రయత్నించిన వారు ఆరికపూడంటే

ఎంతో ఈర్ష్యపడేవారు. వీరికి సరైన సహకారం కూడా అందించేవారు కాదు. సకాలంలో వక్తల సమాచారం అందేది కాదు. ఆయనను ఎంతగా ఇబ్బంది పెట్టాలో అంత పెట్టేవారు. అలాంటి ఒత్తిడి, సంఘర్షణ స్థితిలో కూడా రమేష్‌చౌదరి చలించకుండా తమ బాధ్యతలు నిర్వర్తిస్తుండేవారు. కొన్ని సందర్భాలలో నిముషాల్లో స్క్రిప్ట్ రాసి ఆకాశవాణిలో ప్రసారం చేసేవారు. ఒక రకంగా తన ఆర్థిక, కుటుంబపరమైన ఇబ్బందులకు ఆయన సాహిత్య పిపాసే కారణంగా ఉంటుండేది.

జీవితదర్శనం:

ఆరికపూడి రమేష్‌చౌదరి సమకాలీన జీవితాన్ని, జీవితపు విలువల్ని నిశితంగా పరిశీలించిన సాహిత్యకారుడు. జీవిత విలువల్ని ఆయన కథలు, నవలలో ప్రత్యక్షంగానో - పరోక్షంగానో వ్యక్తపరిచారు. జీవితం ఒక ప్రవహిస్తున్న నది వంటిదని ఆయన అభిప్రాయం. జీవనమార్గంలో సంఘర్షణలనే కొండలు ఎదురైనా, కష్టాల కందకాలు అవరోధాలుగా ఉన్నా, నిరాశా-నిస్పృహల ముళ్ల కంచెలు అడ్డగించినా, మనిషి నిరంతరం ముమ్ముందుకు సాగిపోవాలి తాము చేసే పనులు ఇతరుల జీవితాలను ఆనందమయం చెయ్యాలి. జీవితాన్ని సుఖమయం చేసుకోవాలంటే ఆత్మబలంకావాలని ఆరికపూడి గట్టి నమ్మకం. దార్శనికుల, యథార్థవాదుల, తత్వజ్ఞానులైన సాహితీవేత్తల అభిప్రాయాలను అవగతం చేసుకోవటం ద్వారా ఆత్మబలం పొందవచ్చు. పెద్దల మాటలపై విశ్వాసం ఉంచినందువల్ల కూడా ఆత్మబలం చేకూరుతుంది. చరిత్ర చదివితే క్రొత్త దృష్టి సంప్రాప్తిస్తుంది. జీవిత ధ్యేయం అన్వేషణ కావాలి అని ఆయన నమ్మకం.

ఈ విషయంలో ఆరికపూడి "నాకు వెలుగు లభించిందని నేను చెప్పలేనుగాని, నేనింకా ఆ వెలుగుకోసం అన్వేషిస్తున్నాను అని చెప్పగలను. తనకు తాను సాయం చేసుకునే వారికి దైవం కూడా సాయపడుతాడు. ఈలోకంలో ఇంకా నన్ను నేను వెతుక్కుంటున్నాను. నా వ్యక్తిత్వం ఎవరివల్లో ప్రభావితమై నిర్మితమవ్వాలని నేను కోరుకోవటంలేదు. అది తనంత తానుగా అభివృద్ధి చెందాలని ఆశిస్తున్నాను. నిరంతరం అన్వేషించటం నా ప్రవృత్తి" అని అంటుండేవారు.

ఆరికపూడి జీవితంలోనూ, సాహిత్యంలోనూ కూడా స్వాభిమాని. "ప్రతి రచనను విమర్శించటం సహజం. అలా అని విమర్శకులను దృష్టిలో పెట్టుకుని రచన చేస్తే మరి నా వ్యక్తిత్వం మాటేమిటి? నేను చిల్లర కోసం ఎవరివద్ద వారి పాటపాడే సంచారిని కాదే! నాపాటే నేను పాడుకుంటాను. లోకం విననీ-వినకపోనీ!" ఈ కథనం ఆయన సాహిత్య వ్యక్తిత్వానికి దర్పణం

తప్పులెంచేవారే నిజమైన హితైషులని ఆరికపూడి విశ్వాసం. ఎవరైనా నిందిస్తే కదా మనం మన తప్పుల్ని తెలుసుకునేది. జీవితం ఒక పరిమళ పుష్పంగా ఉండాలని, ఇతరులవద్దకు అది వెళ్లటంకాదు - దానిపరిమళానికి ఆకర్షితులై ఇతరులే దాని వద్దకు రావాలని ఆరికపూడి అభిప్రాయం.

జీవితాన్ని దార్శనిక దృష్టితో చూసే ఆరికపూడి రమేష్‌చౌదరి దృష్టి చాలా అరుదైనది. "జీవితమంటే సరైన అర్థం మనిషి మాటల్లోనూ, చేతల్లోనూ, తేడా లేకుండా ఉండటం. అలాంటి తేడా ఉంటే అది నైతిక దోషం. అలాంటి తప్పు మొదలైతే జీవితానికి అదే పతనం. ధనాకాంక్ష, కీర్తికాంక్షలేని జీవితం గడపటమే సుఖసంతోషాలకు సోపానం. కోరిక లేకపోతే నిరాశలేదు, నిరాశలేకపోతే దుఃఖమేలేదు" ఇది ఆరికపూడి జీవన దర్శనం

దైవభక్తి:

ఆరికపూడి రమేష్‌చౌదరికి భగవంతునిపై నమ్మకం హెచ్చు. జీవితంలోని ప్రతి సన్నివేశాన్ని ఆయన భగవత్సంకల్పంగానే భావించేవారు. ఒక వేళ ఎప్పుడైనా ఏదైనా అనుకొని అవాంచిత ఘటన జరిగితే 'ఎందుకు' అని ప్రశ్నించటం కంటే 'జీవితంలో ఇలా కూడా జరుగుతుంది అని భావించి విశాల హృదయంతో స్వీకరించాలి అంటారు. పూలను ఏవిధంగా స్వీకరిస్తామో అలాగే ముళ్లను కూడా గ్రహించాలి అని భావించేవారు. భగవంతుడు ప్రసాదించిన ప్రతిభను సద్వినియోగం చెయ్యకపోవటం నేరమని, తాను అలాంటి నేరం ఎన్నటికి చేయబోనని ఆరికపూడి అనేవారు.

ఆరికపూడి రచనల నేపథ్యం:

సాహిత్యకారుడు సమకాలీన పరిస్థితులతో తాను ప్రభావితుడవ్వటమేకాక, తాను కూడా యుగాన్ని ఎంతోకొంత ప్రభావితం చేస్తాడు. ఆ యుగీన పరిస్థితుల నేపథ్యంలోనే తనకంటూ ఒక నిశ్చితమైన దృష్టి ఏర్పరుచుకుంటాడు.

ఆరికపూడి రమేష్‌చౌదరి యుగం భారత చరిత్రలో ఒక విశిష్టమైన కాలం రాజకీయంగా అస్వతంత్ర భారత, స్వాతంత్ర్యానంతర భారత స్థితిగతులు ఆయనపై ప్రభావాన్ని చూపాయి అనటం అతిశయోక్తి కాదు. స్వాతంత్ర్యోద్యమ సమయంలో భారతీయులపై బ్రిటీష్ పాలకుల దోపిడీ విధానం, అత్యాచారాలు ఒకవైపు సాగుతుంటే, ఆంగ్లేయ పాలకుల్ని దేశం నుంచి పారద్రోలి భరతమాత దాస్య శృంఖలాలను తెగ తెంచేందుకు తిలక్, చంద్రశేఖర్ ఆజాద్, భగత్‌సింగ్, సుభాస్ చంద్రబోస్, మొదలైనవారు హింసకు ప్రతిహింసే జవాబని భావించి ఉద్యమాన్ని విప్లవ మార్గాన నడపసాగారు. లాలాలజపతిరాయ్, సర్దార్ పటేల్, గాంధీ, నెహ్రూ మొ॥ వారు శాంతిమార్గాన స్వరాజ్య సముపార్జనకు కృషి చేస్తూ భారత ప్రజల్ని ప్రభావితం చేశారు. స్వాతంత్ర్యం రావటం, దేశవిభజన, హిందూ మహమ్మదీయుల మధ్య మత విద్వేషాలు, రక్తపాతం, దోపిడీలు, బలాత్కారాలు, వీటన్నింటి ప్రభావం ఆరికపూడి ఆలోచనలపై రచనలపై కనిపిస్తుంది.

స్వాతంత్ర్యానంతర భారతంలో రాజకీయాల్లో అవినీతి, ఆశ్రిత పక్షపాతం, నల్లబజారు, లంచగొండితనం, కుంభకోణాలు – ఇవన్నీకూడా ఆరికపూడి రచనల్ని ప్రభావితం చేశాయి.

ఆయన తన ఆరేళ్ల వయస్సు నుంచి అరవయ్యేళ్ల వయస్సు వచ్చేంతవరకు జరిగిన రాజకీయ పరిణామాలను చూశారు. రాజకీయాలు విన్నారు. చదివారు, ఆకళింపుచేసుకున్నా తమ పూర్వీకుల నుండి జాతీయతా భావాల్ని వారసత్వంగా పొందారు. తమ రచనల్లో విభిన్న రాజకీయ స్థితిగతుల్ని చిత్రించారు. భారత రాజకీయాల్లో నెలకొన్న అరాచకత్వాన్ని, అవినీతిని, స్వార్థపరత్వాన్ని 'నదీ కాశోర్', 'ఖరే ఖోటే', 'ముద్రాహీన్', 'చరిత్రవాన్', 'అంతిమ ఉపాయ్' మొదలైన నవలల్లో దర్శింపజేశారు. ఈ నవలల్లో అనేక రాజకీయ సమస్యలను, నాయకుల తీరుతెన్నులను దుయ్యబట్టారు. 'అంతిమ ఉపాయ్' అనే నవలలో గాంధీవాద ప్రభావంగల నాగేశ్వరరావు అనే పాత్రద్వారా చాలా సమస్యలకు పరిష్కారాలు సూచించారు. 'ఖరే ఖోటే' నవలలోని రాఘవేంద్రరావు. 'యే ఛోటే బడే లోగ్' నవలలో రామమూర్తి రాజకీయాలపట్ల జాగరూకులై ఉండే ప్రయత్నం చేస్తారు. ఆరికపూడి తన రచనల్లో రాజకీయ అణచివేతను తీవ్రంగా ఖండించారు.

రమేష్‌చౌదరి రాజకీయ దృష్టికోణం తమ పాతతరం అభిప్రాయాల, సమకాలీన రాజకీయ సిద్ధాంతాల అనుకరణ మాత్రమే కాదు. ఆయన తన మౌలిక ఆలోచనలతో రాజకీయరంగంలోని అనేక సమస్యలకు పరిష్కారాలు సూచించారు.

సామాజిక నేపథ్యం:

స్వాతంత్ర్యానికి పూర్వం, సమాజంలో దేశభక్తి వాతావరణం నెలకొని ఉండేది. స్వరాజ్య కాంక్ష, దానికోసం తమవంతు కృషి - ఇవే అప్పటి సమాజంలోని వ్యక్తుల్లో కనిపించేవి. ఆంగ్లేయులకు అగ్రస్థానం. భారతీయులకు నిమ్నస్థానం ఉండేది. కొద్దిపాటి జమీందార్లు, పెట్టుబడిదారులు తప్ప అధికశాతం ప్రజలు దారిద్ర్యంలోనే మగ్గిపోతూ ఉండేవారు. ఉమ్మడి కుటుంబ సభ్యుల మధ్య ప్రేమానురాగాలు, అనుబంధాలు ఉండేవి. స్త్రీలలో కొద్దిమందికి మాత్రమే చదువుకునే అవకాశం ఉండేది. సంఘంలో మూఢనమ్మకాలు, కులవ్యవస్థ బాగా వ్యాప్తిలో ఉండేది. గాంధీజీ ప్రభావంతో మద్యనిషేధం, అంటరాని తనం నిర్మూలన, విదేశీ వస్తుబహిష్కరణ, జాతీయ భాషా ప్రచారం, మొదలైన విషయాలకు ప్రాధాన్యతనివ్వటం జరుగుతుండేది. జాతీయోద్యమంలో పురుషులే కాక చదువుకున్న స్త్రీలు అనేక మంది పాల్గొనేవారు.

స్వాతంత్ర్యానంతర కాలంలో వ్యక్తి స్వేచ్ఛాచారిగా మారాడు. చదువుకున్న వర్గం పాశ్చాత్య సంస్కృతికి దాసులై భోగలాలసత్వమే జీవిత పరమావధిగా భావించసాగింది. మధ్యతరగతి ప్రజల స్థితి చాలా దయనీయంగా మారింది. సమాజంలో స్వార్థం, నమ్మకద్రోహం, లంచగొండితనం, అవినీతి పెచ్చుమీరాయి. విద్యారంగంలో మాతృభాషలకంటే ఇంగ్లీషుకు ప్రాధాన్యత పెరిగింది. స్వార్థపరులైన నాయకులు క్రింది తరగతి ప్రజల్ని తమ స్వార్థానికి ఉపయోగించుకోసాగారు. ఉమ్మడి కుటుంబ వ్యవస్థ విచ్ఛిన్నం కాసాగింది. వేషభాషల్లో, ఆహార పానీయాల్లో పాశ్చాత్య సంస్కృతి చోటు చేసుకుంది. నిరుద్యోగం సమస్యగా పరిణమిల్లింది.

స్త్రీలు చదువుకోవటంతో కుటుంబ పరిస్థితుల్లో చెప్పుకోదగ్గ మార్పు రాసాగింది. స్త్రీలలో తమ హక్కుల పట్ల అవగాహన పెరిగి, అవి సాధించుకునే మార్గాల అన్వేషణ మొదలైంది. వరకట్న దురాచారం కారణంగా స్త్రీలు వృద్ధ తల్లిదండ్రుల పట్ల నిర్లక్ష్యం కనబరుస్తున్న పరిస్థితి దయనీయంగా మారింది. వైవాహిక జీవిత సంబంధమైన విలువల్లో మార్పులు చోటుచేసు కున్నాయి. స్త్రీ పురుష సంబంధాలలో కొత్త స్వరాలు పుట్టుకొచ్చాయి. పునర్వివాహాలు, విధవా వివాహాలు, కులాంతర వివాహాలు సమాజంలో ఆమోదాన్ని పొందసాగాయి.

ఇలాంటి సామాజిక నేపథ్యంలో ఆరికపూడి సాహిత్యం సృజింపబడింది. సమాజంలో ఉన్న దురాచారాలను చూసి ఆయన స్పందించారు. స్వాతంత్ర్య పూర్వ భారతీయసమాజపు స్థితిగతుల్ని, స్వాతంత్ర్యానంతర సమాజాన్ని తమ నవలల్లోను, కథలలోను, నాటకాలలోను యథాతథంగా చిత్రించారు. నీతిబాహ్యమైన, స్వార్థ బుద్ధిగల పాత్రల్ని, – వాటితో ఆదర్శవంతమైన జీవితం గడిపే పాత్రల్ని చిత్రించి భారతీయ సమాజానికి అద్దం పట్టే రచనలు గావించారు. ఆధునికత పేరుతో స్వేచ్ఛాయుతమైన జీవితం గడుపుతున్న స్త్రీల అధఃపతనాన్ని చూపించి ఆరికపూడి సనాతన స్త్రీ రూపాన్ని సమర్థించారు. ఆయన నవలల్లో స్త్రీ త్యాగమూర్తి, సమాజంలోని వ్యతిరేక పరిస్థితులను ఎదుర్కొని పోరాడే ధైర్యశాలి. వరకట్నం, వయసుల వ్యత్యాసం బాగా ఎక్కువగా ఉండే వివాహాలు, వేశ్యా సమస్యల దుష్పరిణామాలను సమర్థంగా చిత్రించారు. 'బదలా', జీనేకీసజా', 'మయసూద్ కే', మొదలైన కథలు, 'భూలే భటకే', 'పతిత పావనీ', ఉల్టీ గంగా', 'దూర్ కే ఢోల్', 'ఏక్ థా కౌఆ', 'అంతిమ ఉపాయ్', మొదలైన నవలలు 'కోయి నా పరాయా', 'బిజిలీ ఔర్ బారిశ్' మొదలైన నాటకాలు, రచయిత సమకాలీన సమాజానికి దర్పణాలు. 'నదీ కాశోర్' నవల స్వాతంత్ర్యం వచ్చిన పిమ్మట మొదటి 30 సంవత్సరాల సమాజానికి చక్కని ఉదాహరణ ఈ నవలద్వారా యువతరాన్ని స్వేచ్ఛగా తిరగటాన్నుంచి వారించి సమాజ శ్రేయస్సుకు కృషి సల్పేదిశగా ప్రయత్నం చేశారు. ఇదే విధంగా సాంఘిక దురాచారాల్ని, తరగిపోతున్న జీవిత విలువల్ని, గ్రామం పేద ప్రజల శ్రమదోపిడిని, ఇంకెన్నో సమాజ స్థితిగతుల్ని ఆరికపూడి తమ రచనల్లో కళ్ళకు కట్టినట్టు సమర్థంగా వర్ణించారు.

"సాహిత్యకారుని మాటల్లోను, చేష్టల్లోను సామ్యం, నిజాయితీ ఉన్నప్పుడే అతడు సామాజిక బాధ్యత నెరవేర్చగలుగతాడు. సంఘానికి మేలు చెయ్యగలుగుతాడు. సమాజంలో ఉన్న తప్పుల్ని లోటుపాట్లను తెలియజెప్పి వాటిని తొలగించటానికి ప్రయత్నించటం సాహిత్యకారుని బాధ్యత" అని ఆరికపూడి భావించేవారు.

సాంస్కృతిక నేపథ్యం:

'సంస్కృతి' మానవజీవితాన్ని నిర్దేశించే అంశం మానవుని అన్న వస్త్రాలు, ఆవాసం వంటి భౌతిక అవసరాలే కాకుండా మతం, భక్తి, దర్శనం, సాహిత్యం ఇత్యాది అలౌకిక విషయాల సమగ్ర స్వరూపమే సంస్కృతి. మానవుల సదాచరణ, కర్తవ్య పరాయణత, సేవాభావం, ఆదర్శాలు,

ప్రాచీన సాంప్రదాయాల పట్ల గౌరవం మొదలైన అంశాలన్నీ సంస్కృతిలో వారసత్వాన్ని భావితరాలకు అందిస్తూ ఉంటుంది. ఈ వర్గమే సంస్కృతిని కాపాడుతుంది. వికసింపజేస్తుంది కూడా. సంస్కృతి మానవ హితానికి దారిచూపితే, నాగరికత సంస్కృతిని సమృద్ధిగావిస్తుంటుంది. భారతీయ సంస్కృతి అతి ప్రాచీనమైనది, సుసంపన్నమైనది. అయితే సంస్కృతి నిరంతర వికాస శీలమైనది కావటంచేత స్వాతంత్ర్య పూర్వపు సాంస్కృతిక పరిస్థితులకు స్వాతంత్ర్యానంతర సాంస్కృతిక స్థితిగతులకు ఎంతో వ్యత్యాసం గమనిస్తాము.

ఈ రెండు కాలాల భిన్న సంస్కృతుల యథార్థ ప్రతిబింబం ఆరికపూడి రచనల్లో కనిపిస్తుంది. రమేష్‌చౌదరి భారతీయ సంస్కృతిని ఆరాధించేవ్యక్తి. అందువల్ల ఆయన సాహిత్య జీవితంపై ఆ సంస్కృతి యొక్క తీవ్ర ప్రభావం ఉంది నిజం చెప్పాలంటే భారతీయ సంస్కృతిపట్ల గౌరవం, ఆత్మవిశ్వాసం కలిగించటమే తన రచనల ప్రధాన ధ్యేయమని ఆరికపూడి భావించేవారు. మన మౌలికమైన సంస్కృతిని కాపాడుకుంటూ, పాశ్చాత్య సంస్కృతిలోని మంచి విషయాలను అవసరమైనంతమేరకు గ్రహించటం సముచితమని ఆయన అభిప్రాయపడేవారు. భిన్న పరిస్థితులలోని సాంస్కృతిక నేపథ్యాన్ని ఆరికపూడి తన సాహిత్యంలో పొందుపరిచారు.

ఉత్తర, దక్షిణ భారతాల సంస్కృతి నెరిగిన రచయితగా రమేష్‌చౌదరి తన రచనల్లో రెండు ప్రాంతాల సాంస్కృతిక విశిష్టతలని విస్తృతంగా వర్ణించారు. దక్షిణభారతదేశం, ముఖ్యంగా ఆంధ్రప్రాంతం సంస్కృతీ వైశిష్ట్యాన్ని ఎంతో ఆదరభావంతో ఆయన తన నవలల్లో చిత్రించారు. గ్రామీణ సంస్కృతి అంటే ఆయనకు ఎంతో ఇష్టం. కాబట్టి తెలుగు జాతి గ్రామీణ సంస్కృతిని హిందీ రచనల ద్వారా దేశానికంతటికి విశదపరిచారు. 'సాంక్ గాంక్', 'యే ఛోటే బడేలోగ్', 'అంతిమ ఉపాయ్', 'అపవాద్', మొదలైన రచనల్లో భారతీయ సంస్కృతి విశిష్టతలను నిర్ద్వంద్వంగా తెలియజెప్పారు. 'ముద్రాహీన్', 'చరిత్రవాన్', 'ధన్యభిక్షు', 'సారా సంసార్ మేరా', 'అభిశాప్' మొదలైన నవలల్లోని పాత్రలద్వారా భారతీయ ప్రాచీన పరంపరాగతమైన సంస్కృతిని పరిరక్షించుకోవాలన్న సందేశం ఇచ్చే ప్రయత్నం చేశారు. ఈ రకంగా ఆయన సాహిత్యం మొత్తంలో సాంస్కృతికోద్యమం గోచరిస్తుంది.

సాహిత్య నేపథ్యం:

సాహిత్యకారుడు తన యుగానికి ప్రతినిధి. అతడు ఎలాంటి సాహిత్యనేపథ్యం నుంచి ప్రభావాన్ని గ్రహిస్తాడో, అతని రచనలు కూడా అదే ప్రవృత్తిని కలిగి ఉంటాయి. స్వాతంత్ర్య పూర్వ సాహిత్యంలో భావాత్మక, జాతీయ ఐక్యత సాధనకోసం జరిగిన కృషి అధికం. స్వాతంత్ర్యానంతర భారతీయ సాహిత్య స్వరూపం భిన్నమైనది. ఈ రెంటి మధ్య మార్పు చాలా వేగంగా చోటు చేసుకుంది. ఈ యుగపు సాహిత్యంలో సమాజంలోని స్పష్టమైన సమస్యలు, మనిషి వికృత రూపం, విచ్ఛిన్నమౌతున్న మానవ విలువలు ప్రధానంగా కనిపించసాగాయి.

ఆరికపూడి రచనా కాలంలో హిందీ సాహిత్య రంగంలో అనేక మార్పులు వచ్చాయి. నవలారంగంలో సాంప్రదాయకసిద్ధంగా వస్తున్న సామాజిక, చారిత్రక, యథార్థవాద, ఆదర్శవాద, మనోవైజ్ఞానిక నవలలు రాయబడుతూఉండేవి. 1952 నుంచి 'ఆంచలిక్ ఉపన్యాస్' (మాండలిక నవల) మొదలయ్యింది. నాగార్జున్ రాసిన 'బలచనమా'తో ప్రారంభమైన ఆంచలిక్ ఉపన్యాస్‌ల ఒరవడి ఫణీశ్వరనాథ్ రేణు రాసిన 'మైలా ఆంచల్' అనే నవలతో బాగా ప్రచారంలోకి వచ్చింది. దీనితో పాటే వ్యక్తివాద సమాజవాద, మనో విశ్లేషణవాద ధోరణులు కూడా మొదలయ్యాయి. లఘు నవలలకు ఆదరణ తగ్గి, మహాకావ్యాత్మక నవలలు రాయబడ్డాయి. కథా రచనలో స్వాతంత్ర్యానంతర కాలంలో 'అకహానీ', 'సమానాంతర్ కహానీ', 'సచేతన్ కహానీ', 'సక్రియ కహానీ' మొదలైన ఉద్యమాలు ఒకదాని వెంట మరొకటి వచ్చాయి. లఘు కథ కూడా ఉద్యమంగా వెలికి వచ్చింది. నాటక సాహిత్యంలో సహితం ఎన్నో మలుపులు వచ్చాయి. ప్రదర్శనను దృష్టిలో పెట్టుకుని నాటక రచన సాగింది. వీధినాటకాలు వంటి క్రొత్త ప్రక్రియ చోటుచేసుకుంది. సమీక్ష, వ్యాసం మొదలైన రచనల్లో ఎన్నో కొత్త ప్రవృత్తులు వచ్చాయి. ఈ యుగంలో జీవితగాథలు, బాలసాహిత్యం, జానపద కథలు ఇత్యాది ప్రక్రియలు బాగా వ్యాప్తిలోకి వచ్చాయి.

ఆరికపూడిపై సమకాలీన యుగంలోని వివిధ సాహిత్య ఉద్యమాలన్నింటి ప్రభావం కొద్దోగోప్పో తప్పకుండా కనిపిస్తుంది. ఆయన కథలు, నవలలపై అప్పటి ధోరణుల ప్రభావం కూడా ఉంది అని చెప్పటం అతిశయోక్తికాదు. దేశ రాజకీయ, సామాజిక ఆర్థిక వైషమ్యాల కారణంగా రూపుదిద్దుకున్న అవినీతి, నిరుద్యోగం, నైతిక పతనం, మారుతున్న మానవీయ విలువలు మొదలైన విషయాలన్నింటిని ఆరికపూడి తన నవలల్లోను, కథలలోను, నాటకాల్లోను యథాతథంగా చిత్రించారు. కుల మత ద్వేషాలు, మూఢనమ్మకాలు, మత మౌఢ్యం మొదలైన విషయాలన్నింటినీ ఆయన రచనల్లో స్పృశించారు. ఆరికపూడి సాహిత్యంలో వ్యక్తి యొక్క స్వతంత్ర ఆలోచనా ధోరణిని సమర్థించే యథార్థత, వ్యక్తిదైనందిన జీవితం నుంచి సమష్టి జీవితంవరకు ప్రతిపార్శ్వం చిత్రించబడింది. అంతేకాక రచయిత బాల్యకాలపు, యవ్వనకాలపు అనుభవాలు, సంఘర్షణల ప్రభావం కూడా ఆయన రచనలపై ఉంది. ముఖ్యంగా పత్రికా రచనా సంబంధమైన ఆయన అనుభవాలు 'చరిత్రవాన్' నవలా నాయకుడైన వాగీశ్, 'ముద్రాహీన్' నవలలోని నరోత్తమ్, రఘురామ్ ద్వారా వ్యక్తపరచబడ్డాయి. స్వానుభవ సంబంధమైన గ్రామీణ వాతావరణం చాలా సహజంగా రమేష్‌చౌదరి సాహిత్యంలో చూడవచ్చు.

యువావస్థలో ఆయన స్నేహితులతో కలిగిన అనేక అనుభవాలను 'దూర్ కీ ఢోల్', 'ఆదరణీయ్' మొదలైన రచనల్లో పొందుపరిచారు. పాశ్చాత్య సాహిత్యపు అధ్యయనంలో ఆయనకు ఆసక్తి హెచ్చు. ఫలితంగా ఆయన సింకలేచర్, లెనిన్, ఆప్టన్ సాన్, స్టీన్ బక్, ఎర్స్కిన్ కాండ్‌వేల్, రోమ్యా రోలా, జూల్స్ రోమ్సా, లియో టాల్‌స్టాయ్, అలెక్సీ తాలస్టయ్, శోలోఖోవ్, పోస్తావస్కే మొదలైన విశ్వప్రసిద్ధులైన సాహిత్యకారుల సాహిత్యాన్ని చదివి ఆకళింపు చేసుకున్నారు.

ఆరికపూడి స్వాతంత్ర్యపూర్వ, స్వాతంత్ర్యానంతర పరిస్థితులను తన వ్యక్తిగత అనుభవాల ఆధారంగా చిత్రించారు. అందుకే ఆయన సాహిత్యం మానవ జీవితానికి దగ్గరగా ఉంటుంది.

"సాహిత్య సృజనగావించే రచయితకు ఒక విశిష్టమైన ధ్యేయం ఉండాలి. సాహిత్యం లక్ష్యం ఒక విప్లవమో లేక సంస్కరణో తీసుకురావటం కాదు. అందుకు అవసరమైన అనుకూల వాతావరణాన్ని నెలకొల్పటం. సాహిత్యం ఒక మహిమగల అద్దం వంటిది. దానిలో రచయిత సమాజపు ఏరూపం చూపించాలనుకుంటాడో, చూపించగలుగతాడు. ప్రపంచంలోని ఏ మారుమూల ప్రదేశపు ప్రతిబింబాన్నైనా ప్రదర్శించగలుగుతాడు" అని భావించే ఆరికపూడి రమేష్‌చౌదరి పాశ్చాత్య సాహిత్యాన్ని గౌరవిస్తారుగాని దాన్ని అనుకరించి రాసే సాహిత్యాన్ని అవాంఛితమని తలుస్తారు.

వివిధ వాదాల ప్రభావం:

ఆరికపూడి రమేష్‌చౌదరి తండ్రి గాంధేయవాది. అందువల్ల తండ్రిగారి ప్రభావం చౌదరిపై బాగాపడింది. గాంధీజీ అంటే ఆయనకు ఎనలేని గౌరవం, భక్తి. ఆరికపూడి మతవిశ్వాసాలపైన గాంధీజీ ప్రభావం స్పష్టంగా కనిపిస్తుంది అంతేకాక అరవిందుడు, రమణ మహర్షి వంటి దార్శనికుల ఆలోచనలు, అభిప్రాయాలనుకూడా ఆయన గ్రహించారు. జ్యోతిష్య శాస్త్రం, ధర్మశాస్త్రం – రెండింటి ప్రభావం కూడా ఆరికపూడిపై అధికంగా ఉండేది. ఆయన తనను నిమిత్త మాత్రునిగా భావించేవారు. స్వకార్యం కంటే లోకధర్మానికే ప్రాధాన్యతనిచ్చేవారు. ఆయన ఆలోచనా ధోరణికి తగినరీతిలోనే వస్త్రధారణ కూడా ఉండేది. గాంధీజీ ప్రభావం కారణంగా ఖద్దరు ధరించేవారు. గాంధీజీపై కవితలు రాశారు. అయితే వాటిని భద్రంగా పెట్టెలో దాచి ఉంచారు. 1942లో స్వాతంత్ర్యోద్యమంలో కరపత్రాలు వేసిన ఫలితంగా ఆయన జైలుకు వెళ్లాల్సి వచ్చింది. అప్పుడు ఆయన వయసు 21 సంవత్సరాలు. ఆ ఫలితంగా ఆయన ఇంటిని సోదాచేయగా గాంధీజీపై రాసిన కవితలు బయటపడ్డాయి. ఆరోజుల్లో అదికూడా ప్రభుత్వ వ్యతిరేకంగానే భావించబడేది. ఫలితంగా జైలుశిక్ష అనుభవించాడు.

రమేష్‌చౌదరి హరిజనుల పట్ల సానుభూతి కలిగి ఉండేవారు మానవతావాది అయిన కారణంగా పేదల ఎడల ఉదారంగా వ్యవహరించేవారు. మానవసేవే మాధవసేవగా భావించేవారు. ఆయనపై ఆర్యసమాజపు ప్రభావంకూడా బాగా పడింది. ఆయన వివాహం ఆర్యసమాజ రీతిలో జరిగింది.

ఆధునిక హిందీ సాహిత్యంలో యుగకర్త, మానవతావాది రచయితగా ఆరికపూడి రమేష్‌చౌదరి ప్రసిద్ధిగాంచారు. ఉత్తర దక్షిణభారతాలకు సాహిత్య సేతువు నిర్మించి ఆయన తన తొలిపేరు 'రామేశ్వర్'ను సార్థకం చేసుకున్నారు. పై రెండు ప్రాంతాల సాంస్కృతిక, భావాత్మక ఐక్యతకు సాహిత్యం ద్వారా ఇతోధికంగా కృషి చేసిన కళా తపస్వి. అత్యంత వినయశీలి, సహృదయుడు, తత్వవేత్త, సాహిత్యకారుడు ఆరికపూడి రమేష్‌చౌదరి.

సాహిత్యసేవ:

ఒక తెలుగువానిగా, దక్షిణ భారతీయునిగా హిందీ సాహిత్యానికి ఆరికపూడి చేసిన సేవ అనన్య సామాన్యం. 25 నవలలు, వందకు పైగా కథలు రచించిన ప్రసిద్ధ హిందీ రచయితల సరసన స్థానాన్ని సంపాదించారు. ఆయన రచనల్లో మానవ జీవితంలోని అనేక పార్శ్వాలకు సంబంధించి విలువలు పొందు పరచబడ్డాయి. గ్రామీణ, పట్టణ జీవితాన్ని అత్యంత సజీవంగా, ప్రభావపూరితంగా చిత్రించి ఖ్యాతి గడించారు. ఆయన నవలలు మానవ మనోవిజ్ఞాన యథార్థతకు అద్దం పడతాయి. 'కోయి నా పరాయా' అనే అయన నాటకం వసుధైక కుటుంబకం అనే భావనకు ప్రతిరూపం. 'నౌపథ్య్' ఆరికపూడి ఏకాంకికల సంకలనం, 'బిజిలీ ఔర్ బారిశ్' రేడియో రూపకాల సంపుటి. దీనిలో 14 ఏకాంకికలు ప్రత్యేకించి రేడియోలో ప్రసారార్థం రాయబడి ప్రసారం చెయ్యబడ్డాయి.

'భాయిచారా' సామాజిక చైతన్యాన్ని సూచించే ఏకాంకిక. 'ఆంధ్ర కీ లోక కథాయేం' అని పేరుతో ఆయన తెలుగు జానపద కథలను హిందీలో రచించారు. 'ఆంధ్ర కీ సంస్కృతి ఔర్ సాహిత్య' సమీక్షాత్మక రచన. 'జవహర్ జ్యోతి' అనే పేరుతో జవహర్‌లాల్ నెహ్రూ జీవిత గాథను అందించారు ఆరికపూడి. 'ఛబ్బీస్ జనవరీ కీ కహానీ' అనే కథలో ఒక గ్రామీణ యువకుని దయనీయమైన విషాదగాథ చిత్రించబడింది.

'భగవాన్ భలాకరే' అనే కథాసంపుటితో (1952) హిందీ సాహిత్య రంగంలోకి అడుగుపెట్టిన ఆరికపూడి రమేష్‌చౌదరి అడుగడుగునా ప్రశంసలను, పురస్కారాలను అందుకుంటూ శరవేగంలో ముందుకు దూసుకవెళ్లారు. ఈ కథా సంపుటికి 'న్యూయార్క్ హెరాల్డ్' 'ట్రిబ్యూన్', 'హిందూస్తాన్ టైమ్స్' పత్రికలు నిర్వహించిన అంతర్జాతీయ కథానికల పోటీలో బహుమతి లభించింది. దానిని ప్రోత్సాహంగా భావించి నవలల రచనకు పూనుకున్నారు. అందులో కూడా అనూహ్యమైన సఫలత్వాన్ని చవిచూసి గద్య ప్రక్రియలన్నింటిలో దాదాపు 30 సంవత్సరాల పాటు సాహిత్య రచనచేసి హిందీలో చేయి తిరిగిన రచయితగా యావద్భారత దేశంలో ఎనలేని కీర్తి శిఖరాలను అధిరోహించారు.

ఆరికపూడి రమేషచౌదరి రచనలు:

ఆరికపూడి రమేష్‌చౌదరి హిందీ సాహిత్యరంగంలో బహుముఖ ప్రతిభాశాలి. కథలు, నవలలు, నాటకాలు, సమీక్షలు, జీవిత గాథలు, బాలల కథలు, జానపద కథలు రచించి హిందీ గద్య సాహిత్యాన్ని ఆయన సుసంపన్నం చేశారు. పత్రిక కోసం అనేక వ్యాసాలు, ఆకాశవాణిలో ప్రసారార్థం నాటికలు రాశారు. ఆరికపూడి రచనల్లో ప్రాచుర్యం పొందిన రచనలు - కథలు, నవలలు.

కథాసంపుటాలు:

ఆరికపూడి రాసిన వందకుపైగా కథలు 8 కథాసంపుటాలుగా ప్రచురించబడ్డాయి. వాటిలో ఆయన మానవ జీవితంలోని అనేక పార్శ్వాలను స్పృశించారు. రచయిత తెలుగు వాడు కావటంచేత, ఆయన హిందీ కథల్లో ఆంధ్రప్రాంత జీవితం సజీవంగా కనిపిస్తుంది. కథాసంపుటాల శీర్షికలు-

1. భగవాన్ భలాకరే (దేవుడు మేలుచేయుగాక) (1952)

2. జీనే కీ సజా (బ్రతుకొక శిక్ష) (1960)

3. బంద్ ఆంఖేఁ (మూసిన కళ్లు) (1967)

4. విచిత్ర నిధన్ (విచిత్రమైన అంతం) (1973)

5. ఏక్‌పహియే కీ గాడీ (ఒంటి చక్రపు బండి) (1989)

6. కలాపోషక్ (కళాపోషకుడు) (1980)

7. ఉలఝే సంబంధ్ (చిక్కుపడిన బంధాలు)

8. మయ సూదే కే (వడ్డీతో)

నవలలు

ఆరికపూడి హిందీయేతర ప్రాంతానికి చెందిన హిందీ నవలా రచయితల్లోనే కాక హిందీ నవలా రచయితల్లో సుప్రసిద్ధుడు. ఆయన రాసిన 25 నవలల్లో మానవ జీవితంలోని అనేక సమస్యలను చిత్రించటమేకాక వాటికి పరిష్కారాలు సహితం యథార్థవాద దృష్టితో సూచించటం జరిగింది. 1956లో 'భూలే భటకే' అనే నవలా రచనతో ప్రారంభమైన ఆయన నవలా ప్రస్థానం 'అంతిమ ఉపాయ్' అనే నవలతో ముగిసింది. ఈ నవల 1984లో ఆరికపూడి మరణానంతరం ప్రచురించబడింది. ఆయన నవలలు-

1. భూలే భటకే (పెడత్రోవ పట్టిన) 2. అపనీ కరనీ (తమచేతలు) 3. దూర్ కా ఢోల్ (దూరపు కొండలు..) 4. ఖరే ఖోటే (మంచి చెడ్డలు) 5. ధన్యభిక్షు 6. ఆదరణీయ్ 7. అపనేపరాయే (తన-పర) 8. పతితపావనీ 9. అపవాద్ (ఎక్స్‌ప్షన్) 10. ముద్రాహీన్ (డబ్బులేని) 11. యహ్ భీ హోతాహై (ఇలాకూడా జరుగుతుంది) 12. సాంఠ్ గాంఠ్ (కలయిక) 13. సారాసంసార్ మేరా (ప్రపంచమంతానాది) 14. ఝూడ్‌పానూస్ (పెళ్లిచాందినీలలో వ్రేలాడదీసే దీపము) 15. నిర్లజ్జ్ (సిగ్గులేని) 16. ఉల్టీగంగా (విపరీత పరిమాణమము) 17. చరిత్రావాన్ (శీలవంతుడు) 18. ఉధార్ కే పంఖ్ (అరువు రెక్కలు) 19. నదీకా శోర్ (నదీఘోష) 20. చూ ఛోటే బడే లోగ్ చిన్నాపెద్దామనుషులు) 21. చమత్కార్ (వింత/అద్భుతం) 22. అభిశాప్ (శాపము) 23. సబ్

స్వార్థీ హైం (అందరూ స్వార్థపరులు) 24. సరలా (సరళ) 25. అంతిమ ఉపాయ్ (చివరి ఉపాయం)

నాటక సాహిత్యం :

ఆరికపూడి రమేష్‌చౌదరి కథల, నవలలతోపాటు నాటకం, ఏకాంకిలు కూడా చాలా సమర్థంగా రచించారు. 1961లో 'కోయీ నా పరాయా' (ఎవరూ పరాయి వాళ్లుకారు) అనే సాంఘిక నాటకం రచించారు. ఇందులో కులాంతర వివాహాలు ఆధునికీకరణ కారణంగా తలెత్తిన సమస్యలు, దళితులపై అత్యాచారాలు మొదలైన సామాజిక సన్నివేశాలు చక్కగా ప్రదర్శనయోగ్యంగా చిత్రించబడ్డాయి.

'నేపథ్య' అనే ఏకాంకిక సంకలనం 1956లో ప్రచురించబడింది. ఇందులో ఆకాశవాణి, ఢిల్లీ కేంద్రం ద్వారా 'హవా మహల్' కార్యక్రమంలో ప్రసారార్థం రాసిన నాటికలు, ఇతరత్రా కొన్నినాటికలు ఉన్నాయి. ఆరికపూడి రచించిన 'భాయిచారా' (సోదరభావం) అనే నాటిక అనేక కళాశాలల్లో ప్రదర్శించబడి ప్రేక్షకుల మన్ననలు పొందింది. 'బిజలీ ఔర్ బారిశ్' (మెరుపులు - వర్షం) అనే ఏకాంకికల సంకలనంలో రేడియోలో ప్రసారమైన ఆరికపూడి ప్రసిద్ధ నాటికలు 14 ఉన్నాయి.

సమీక్ష, వ్యాసాలు,జీవిత చరిత్రలు :

ఆరికపూడి రమేష్‌చౌదరి ప్రతిభకలిగిన సమీక్షకులు, వ్యాస రచయిత కూడా. ఆయన రచించిన 'ఆంధ్ర కీ సంస్కృతి ఔర్ సాహిత్య' అనే రచన ఉత్తమ సమీక్ష గ్రంథం.

'26 జనవరీ కీ లంబీ కహానీ' వ్యాసాత్మక కథ. ఇందులో నిరుద్యోగ యువత దీనగాథ చిత్రించబడింది.

రమేష్ చౌదరి పండిత్ జవహర్‌లాల్ నెహ్రూ జీవిత చరిత్రను అత్యంత ప్రభావపూరితంగా రచించారు. నెహ్రూ వ్యక్తిగతంలోని అనేక పార్శ్వాలు ఇందులో వెలుగులోకి తేవటం జరిగింది. ఇది 1968లో ప్రచురింపబడింది.

బాలలసాహిత్యం, జానపద కథలు :

ఆరికపూడి రమేష్‌చౌదరి బాల సాహిత్యం సృజనలో కూడా అందెవేసిన చెయ్యి. 1959లో ఈయన రచించిన బాల కథల సంపుటి 'కుబడా ధోబీ' (గూని చాకలి) ప్రకాశితమయింది. అందులో 8 కథలున్నాయి. 1. కుబడా ధోబీ 2. చతుర్ నాయీ (తెలివిగల మంగలి) 3. ఏక్ థా కంజూస్ (ఒక పిసినారి వాడుండేవాడు) 4. విచిత్రశ్యామ్ 5. పూంఛ్ కటా బందర్ (తోక తెగిన కోతి) 6. గంవార్ కే కరతబ్ (గ్రామీణుని చమత్కారాలు) 7. పరమానందయ్య ఔర్ శిష్య 8. శుద్ధ బ్రాహ్మణ్

ఆంధ్రప్రాంతంలోని ప్రసిద్ధ జానపద కథలను ఆరికపూడి రచించి సంకలితం చేశారు. 1960లో 'ఆంధ్ర కీ లోక కథాయేఁ' అనే పేరుతో వెలువడిన ఈ సంకలనంలో మొత్తం 8 కథలున్నాయి.

అనువాద రచనలు :

ఆరికపూడి రమేష్‌చౌదరి సఫల అనువాదకులు కూడా. తెలుగులోని ఉత్తమమైన గ్రంథాలను ఎన్నింటినో ఆయన హిందీలోనికి అనువదించి తెలుగు సాహిత్యానికి దేశవ్యాప్తంగా ఖ్యాతి సంతరింపజేశారు. అడివిబాపిరాజు నవల 'నారాయణరావు' (1958), పాలగుమ్మిపద్మరాజు రచన 'నల్ల రేగడి'ని 'కాలీమిట్టీ' అనేపేరుతో హిందీలోనికి అనువదించారు. నార్లవెంకటేశ్వరరావు ఆంగ్లంలో రచించిన 'వేమన'ను ఆరికపూడి తెలుగులోనికి అనువదించారు. హిందీలోకి వచ్చిన 'పంజాబీ కహానియాఁ'ను 'పంజాబీ కథలు' పేరుతో తెలుగులోకి అనువదించారు.

ఆంగ్ల రచనలు :

వనజాసన్ అనేపేరుతో ఆరికపూడి ఆంగ్లంలో కవితలు రచించారు. ఆంగ్లభాషపై అసాధారణమైన పట్టు సాధించి 'ఆంధ్రప్రదేశ్', 'విండ్ ఆఫ్ ఛేంజ్', 'రోఅర్ ఆఫ్ ద రివర్' అనే రచనలు గావించారు.

ఆరికపూడి రమేష్‌చౌదరి హిందీ సాహిత్యం దేశ-విదేశ భాషల్లోకి అనువదించబడి ప్రపంచవ్యాప్తమైన భారతీయ సాహిత్యానికి, తెలుగుభాషీయుడైన హిందీ రచయిత ఖ్యాతిని ఇనుమడింపజేసింది. 'నదీ కా శోర్' ఆంగ్లభాషలోకి అనువదింపబడగా, 'అపనే పరాయే', 'దూర్ కే ఢోల్' నవలలు రష్యన్ భాషలోకి తర్జుమా చెయ్యబడ్డాయి. 'నదీ కాశోర్', ఝూడ్‌ఫోనూస్', 'భూలే భటకీ', 'దూర్ కే ఢోల్', 'ధన్యభిక్షు', 'సారా సంసార్ మేరా', 'సరలా' ఇత్యాది రచనలు తెలుగులోనికి అనువదించబడ్డాయి. 'పతిత పావనీ' గుజరాతీ భాషలోకి అనువదింపబడింది.

పురస్కారాలు, సన్మానాలు :

తమ నిరుపమానమైన సాహిత్యసేవకు గుర్తింపుగా ఆరికపూడి రమేష్‌చౌదరి అనేక పురస్కారాలు, సన్మానాలు అందుకున్నారు. 1952లో నిర్వహించబడిన అంతర్జాతీయ కథానికల పోటీలో 'భగవాన్ భలాకరే' కథానికకు న్యూయార్క్ హెరాల్డ్, ట్రిబ్యూట్, హిందూస్తాన్ టైమ్ పురస్కారం, 'దూర్ కే ఢోల్' నవలకు 1958లో ఉత్తరప్రదేశ్ రాష్ట్రప్రభుత్వ పురస్కారం, 'ఆదరణీయ్', 'ధన్యభిక్షు', 'అపనే పరాయే' నవలలకు 1960లోను, 'ఖరేఖోటే' నవలకు 1964లోను ఉ.ప్ర. రాష్ట్రప్రభుత్వ పురస్కారాలు, 'సాంఠ్ గాంఠ్' నవలకు 1966లో కేంద్రీయ హిందీ నిర్దేశాలయ్ వారి పురస్కారం, నదీకాశోర్, నవలకు 1973లో హిందీ ప్రతిష్ఠాన్ గాంధీభవన్ హైదరాబాదు వారి పురస్కారం, ఇదే నవలలకు 1975-76లో భారత ప్రభుత్వ విద్యాశాఖ, సాంఘిక

సంక్షేమశాఖల ద్వారా, హిందీయేతర ప్రాంతాల హిందీ రచనకు పురస్కారం, మరల ఇదే నవలకు 1976-77లో ఉత్తరప్రదేశ్ హిందీ సంస్థాన్ పురస్కారాలు అందుకున్నారు. 'ఆంధ్ర సంస్కృతి ఔర్ సాహిత్య్' అనే రచనకు 1983లో బీహర్ రాష్ట్రప్రభుత్వం పురస్కారం లభించింది.

1966లో ఆంధ్రప్రదేశ్ సాహిత్య ఆకాడమీ ఆరికపూడి చేసిన హిందీ సాహిత్య సేవకు గుర్తింపుగా పురస్కార ప్రదానం చేసి సత్కరించారు. 1974లో మహాత్మా గాంధీ పురస్కారం, అంతర్జాతీయ కళా, సాంస్కృతిక పరిషత్తు, నజీబాబాద్ వారు ఆరికపూడిని మాతా కుసుమ కుమారి అంతర్జాతీయ పురస్కారంతో గౌరవించారు 1977లో ఆంధ్ర విశ్వకళాపరిషత్తు ఆయనకు 'కళాప్రపూర్ణ' బిరుదు ప్రదానం చేసింది. ఇదే విశ్వవిద్యాలయం ఆయనకు డి.లిట్.కూడా ఇచ్చింది క్విట్ ఇండియా ఉద్యమంలో పాల్గొన్న కారణంగా భారతప్రభుత్వం 'తామ్రపత్రం' ఇచ్చి గౌరవించింది.

నిరంతరం రచనా వ్యాసంగంలో నిమగ్నమై, నిరుపమానమైన గ్రంథాలను రచిస్తూ అవిశ్రాంతంగా శ్రమిస్తున్న సాహిత్య తపస్వి ఆరికపూడి రమేష్‌చౌదరికి 1969లో మొదటిసారి గుండెనొప్పి వచ్చింది. అయినప్పటికి ఆయన పత్రికా రచనలను, హిందీ సాహిత్య సృజనను కొనసాగిస్తూనే వచ్చారు. 'సాహిత్యకారునికి భగవంతుడు ప్రసాదించిన సృజనాత్మకతని సామాజిక చైతన్యానికి, మానవ కల్యాణానికి వినియోగించాలి అన్న ప్రగాఢ విశ్వాసం గలవారు ఆరికపూడి. అదే విశ్వాసంతో 1983లో ఏప్రియల్ 30వ తేదీన తమ తుదిశ్వాస విడిచేంతవరకు ఆయన సాహిత్యసేవ చేస్తూనే ఉన్నారు.

తెలుగువానిగా పుట్టి, జాతీయభాషలో అనేక నవలలు, కథలు, నాటకాలు రచించి, తెలుగు ప్రాంత జీవితాన్ని తమ సాహిత్యం ద్వారా దేశవ్యాప్తం చేసిన మహనీయుడు ఆరికపూడి రమేష్‌చౌదరి. మహాత్మా గాంధీ స్ఫూర్తితో హిందీ సాహిత్యంలో ప్రేమ్ చంద్ సంప్రదాయాన్ని కొనసాగించిన సాహితీవేత్త ఆరికపూడి. ఉత్తర భారతదేశంలో పుట్టిపెరిగిన హిందీ రచయితలతో దీటుగా, సమర్థంగా హిందీ సాహిత్యరంగంలో హిందీ రచయితలకు ఆదర్శప్రాయుడుగా, దారిదీపంగా నిలిచిన ధన్యజీవి స్వర్గీయ డాక్టర్ ఆరికపూడి రమేష్‌చౌదరి.

ఘంటసాల వేంకటేశ్వరరావు

(1922-1974)

- గబ్బిట దుర్గాప్రసాద్

"గొంతు కంచుఘంట లీల - అసలుపేరు గానలోల - మారుపేరు ఘంటసాల" అని ప్రముఖ చిత్రకారుడు, దర్శకుడు బాపుగారి కితాబు నిచ్చారు. ఘంటసాల అసలుపేరు ఘంటసాల వెంకటేశ్వరరావు. 'ఘంటసాల' అనే అంతా ఆత్మీయంగా, అభిమానంగా పిలుస్తారు. ఏ దివిలో విరిసిన పారిజాతమో భువిపై ఆయనగా అవతరించింది. ఆంధ్రులు చేసుకున్న పుణ్యఫలం. ఆ గానలహరి దేశమంతా వ్యాపించి విశ్వసమ్మోహనం చేసింది. ఆయన పాటతో నటించిన కళాకారుడు. అరుదైన ఆ గాత్రం మాధుర్యానికే మధురిమనిచ్చింది. శ్రావ్యంగా, భవ్యంగా, దివ్యంగా వెలిగింది. ఆయన స్వరంలో పలుకని భావంలేదు. స్పష్టతకు, స్వచ్ఛతకు ఆలవాలమైంది. ఏస్థాయిలో పాడినా యిసుమంతైనా గాంభీర్యం సడలని కంఠధ్వని. ఆమనిహాయి ఆ మహామహుని గానవిశేషం. పరవశం కల్గించే తన్మయత్వం ఆయన లక్షణం. త్రికరణశుద్ధిగా సంగీత సరస్వతిని అర్చించి ధన్యమైన జీవితం ఆయనది. నడిచే సంగీతం, నర్తించే గానామృతం. నిన్నటి నారదుడు, తుంబురుడు నేటి మన గాన విలోలుడు. విషాదంలో మాధుర్యం అంతర్లీనంగా విన్పిస్తుంది. పండితుడినీ, పామరుడిని సమానంగా మెప్పించిన ప్రతిభామూర్తి. సంప్రదాయ సంగీతానికి వన్నెవాసి తెచ్చారు. లలిత సంగీతానికి లావణ్యం అద్దారు. తెలుగు పద్యానికి పట్టాభిషేకం చేశారు. పాటకు తేనెలవూటలూరించారు. శ్లోకానికి శ్రేష్ఠతతెచ్చారు. మాటకు మల్లెల సుగంధం పూయించారు. భక్తికి నీరాజనం ఆయన స్వరం. శృంగారానికి కంఠ శ్రీనాథుడే. హాస్యానికి లాస్యంజోడించారు. ఎంత చెప్పినా, ఎంత పొగిడినా ఇంకా ఆయన్ను వివరించి వర్ణించే తీరు మిగిలే వుంటుంది. పుట్టినగడ్డకు, జిల్లాకు, రాష్ట్రానికి ఆయన ఓ మణిదీపం. ఆ దీపశిఖ జ్వాజ్వల్యమానం. ఆబాలగోపాలాన్ని తన గానమాధుర్యంతో, సంగీత సౌరభంతో, ప్రజ్ఞావిశేషాలతో, దాతృత్వంతో అలరించిన ఆ సంగీత సరస్వతి దర్శనాన్ని పొంది మనమూ ధన్యులమవుదాం.

జననం-బాల్యం

కృష్ణాజిల్లా సంగీత సాహిత్యాలకు పట్టుగొమ్మ. అంతటి పవిత్ర కృష్ణాతీరంలో జన్మించారు ఘంటసాల. కృష్ణాజిల్లాలోని దివిసీమలోని టేకుపల్లి గ్రామంలో 1922వ సంవత్సరంలో డిసెంబరు నాల్గవతేదీన మేనమామల ఇంట ఈ గంధర్వ శిశువు జన్మించారు. గుడివాడ తాలూకా చేటపల్లిలో పెరిగారు. తల్లిదండ్రులు రత్తమ్మ, సూర్యనారాయణ గార్లు. ఒక అన్న ఆదినారాయణ శాస్త్రి, తమ్ముడు సదాశివరావు. ముగ్గురన్నదమ్ములలో మధ్యవాడు మన వెంకటేశ్వరరావు. జయపద్ర, వెంకట సుబ్బమ్మ, అన్నపూర్ణ అక్క చెల్లెళ్ళు. పెద్ద కుటుంబమే. ఘంటసాలవారు తరతరాలుగా శివార్చకులు. దేవాలయ పూజార్లుగా భగవత్సేవలో పునీతులౌతున్నవారు. సంగీతం ఘంటసాల

వారింట్లో కొలువైవుంది ముందునుంచి. తండ్రి సూర్యనారాయణగారు సంగీతంలో మర్మాలు తెలిసిన మనిషి. మృదంగంపై సునాదాన్ని అందించే నేర్పు వారికి వుండేది. తరంగాలంటే ఆయనకు తరగని అభిమానం. సంగీతసాధనలో అనుక్షణం తండ్రిగారు తలమున్కలయి వుండేవారట. ఇంటి విషయాలలో నిర్లిప్తంగావుండేవారట. ఇల్లుదాటి బయటకు వస్తే దేవాలయాల్లో ఏకాహం, భాగవత సప్తాహాలతో గడిచిపోయేది. అలా గానం, భజన, సప్తాహాలతో వారాలు, రోజులు, నెలలు గడిచిపోతూండేవి. మన బాల ఘంటసాలను భుజంమీద ఎక్కించుకొని, నడిచి ఎంత దూరమైనా వెళ్ళి భజనలో పాల్గొని సమయాన్ని సార్థకం చేసుకునేవారట. ఆయన మృదంగం వాయిస్తూ పాడుతూ వుండేవారట. ఘంటసాల బాలుడు చిటిపొటి అడుగులతో లయాన్వయంగా నృత్యం చేసేవాడట. చెవులకూ, కన్నులకు ఆ తండ్రి కొడుకులు విందు చేసేవారట. అదోలోకం, అదేలోకం. ఆ నాట్యాభినయాన్ని చూసి అంతా "బాలభరతుడు" అనేవారట. చూసి ఆనందించటమే కాదు ఆ ముద్దు కుఱ్ఱకు పతాకాలు, బహుమతులు ఇచ్చి ప్రోత్సాహించేవారు. తమ సంతృప్తిని వ్యక్తంచేసి ప్రోత్సహించేవారు. విశ్వదాత సుదర్శనమూ అప్పుడే దక్కింది. కనుక ఘంటసాలకు ముందు నృత్యం అలవడింది అలవోకగా. ఎక్కడా నేర్చిందికాదు. పరిశీలనలో అబ్బిన అభినయ విద్య అది. తండ్రి సంగీతంలో తన్మయం చెందుతూంటే తనయుడు నాట్యంతో ప్రేక్షకులకు తన్మయత్వం కల్గించేవాడు.

రోజులన్నీ ఒకే మాదిరిగా వుండవు కదా! బాల ఘంటసాలకు పదకొండు సంవత్సరాల వయసు వచ్చేసరికి తండ్రిగారు ఆకస్మికంగా ఇహలోకంవీడారు. తీవ్రవేదనను, క్షోభను కుటుంబానికి మిగిల్చి సూర్యనారాయణగారు సవితృమండలం చేరారు. తన తండ్రి చేసిన తపస్సు, జపం, శివపూజ, గానాభిషేకం తన అభ్యుదయానికి కారణం అని కృతజ్ఞత ప్రకటించారు. ఆ శివపూజా దురంధరుని శివదీక్ష తనయునికి గొప్ప మార్గదర్శనం చేసింది. మనసులోని బీజాన్ని మొలకచేసి వటవృక్షంగా పెంచాడు.

ఆశయం మంచిదే కాని ఆచరణకు మార్గం దొరకాలికదా! చాలా కష్టపడవలసి వచ్చింది. తండ్రి చనిపోవటంతో కుర్రాడికి చదువుపై శ్రద్ధ దూరమైంది. ఆటలాడే వయస్సే కదా యింకా. ఆలనా, పాలనా, అజమాయిషీకి కుటుంబానికి పెద్దదిక్కులేదు. వీళ్ళ కుటుంబం అంతా మేనమామ ర్యాలి పిచ్చి రామయ్యగారిపై ఆధారపడాల్సి వచ్చింది. అప్పటికీ వీలుదొరికితే నాటకాలు వేస్తూండేవాడు. నాట్యం తర్వాత అబ్బిన రెండో విద్య నటన అయింది. అదీ శిక్షణ ఏ మాత్రమూ లేకుండానే పనిలో పనిగా నాటకం ప్రారంభానికి ముందు, రంగాలు మారేటప్పుడు నృత్యం చేసి అందర్నీ ఆకర్షిస్తూండేవాడు. పిల్లాడు జులాయిగా మారిపోతున్నాడేమోనని మేనమామకు భయం. చదువుమీద శ్రద్ధ ఎలాగోలేదు. కనీసం పొలం పనుల్లోనైనా రాణిస్తాడేమో అని వ్యవసాయం పనులు చేయమన్నారట. అసలే పాపం పసివాడు. చివురు చేతులు గడ్డపార, పలుగులు పట్టేసరికి కందిపోయి కాయలు కాచాయట. ఈ జీవితం దుర్భరమనిపించింది. తండ్రి మాట మాటిమాటికీ జ్ఞాపకంవస్తోంది. తనమనసులోని కోరికా దృఢమవుతోంది. గట్టి

నిశ్చయానికి వచ్చేశాడు. తన జీవిత గమ్యమేమిటో స్పష్టంగా నిర్ణయించుకున్నాడు మాస్టర్ ఘంటసాల. త్వరలోనే సినీ సంగీత వినీలాకాశంలో తనదైన శైలిలో పెరిగే స్వరరాగ చంద్రుడయి ఘంటసాల మేష్టారుగా అవతారం దాలుస్తాడని ఆయన ఊహించివుండడు. విధియెవ్వరిని ఎప్పుడు ఏ స్థాయికి తెస్తుందో తెలీదు కదా! ప్రయత్నం ఫలించాలి, కాలంకలిసి రావాలి.

సంగీత విద్యాభ్యాసం

లక్ష్యంలేని జీవితం గడిపిన ఘంటసాల, లక్ష్యాన్ని నిర్దేశించుకున్నాడు. అప్పుడు సంగీతానికి పట్టుగొమ్మ విజయనగరమే. నేర్పించే వుద్దండులున్న పట్టణం. సంగీత సరస్వతి నిత్యం నర్తించే నగరం. అక్కడ తప్ప సంగీత కళాశాల ఆంధ్రదేశంలో ఎక్కడాలేదు. ద్వారం వెంకటస్వామి నాయుడుగారి వయొలిన్ స్వరతరంగాలతో ఆంధ్రదేశాన్ని ఓలలాడించింది. హరికథాపితామహుడు శ్రీ మదజ్జాడ ఆదిభట్ల నారాయణదాసు కీర్తి జగద్వ్యాప్తి పొందివుంది. ఆ మహామహులను సందర్శించాలని, సంగీతం నేర్వాలని నిర్ణయించుకొని విజయనగరం వెళ్ళటానికే నిర్ణయించు కొన్నారు. అయితే ఇంటినుంచి ఏ రకమైన ప్రోత్సాహమూ లభించలేదు. 1936లో తన వేలి ఉంగరాన్ని అమ్మేశాడు. చేతికి వచ్చిన డబ్బు 8 రూపాయలే అదే ఆధారం. తల్లికి, మేనమామకూ చెప్పకుండా, విజయనగరం రైలెక్కాడు. ఆ తర్వాత జరిగిన కథను ఘంటసాల మాటల్లోనే తెలుసుకుందాం. "నేను విజయనగరం చేరేసరికి కాలేజికి వేసవి సెలవులు. అక్కడవుండి నిలదొక్కు కోవటానికి ఎంతో ప్రతి కూలవాతావరణం ఏర్పడింది. ఇలాంటి నిరుత్సాహ పరిస్థితుల్లో శ్రీ పట్రాయని సీతారామశాస్త్రిగారిని ఆ ప్రాంతంలో అందరూ చిన్న గురువుగారు" అనేవారు. వారి తండ్రి పెద్ద గురువుగారు. వారు సాలూరు గ్రామంలో చాలాకాలంనుంచి సంగీత పాఠశాల నెలకొల్పి ఎంతోమంది విద్యార్థులకు ఉచితంగా సంగీత విద్యను ఉపదేశిస్తూ వుండేవారు. శ్రీ శాస్త్రిగారి గానం, వారి మూర్తిమత్వం, సౌమ్యత నన్ను ప్రబలంగా ఆకర్షించాయి. 'గురువు' అనే మాట శ్రీ శాస్త్రిగారి యెడలనే సార్థక మయిందనిపించింది. నాటి నుండే వారి సన్నిధిలో సంగీత సాధన ప్రారంభించాను".

ద్వారం నాయుడుగారు సంగీత కళాశాల ప్రిన్సిపాల్. ఆయన ముందు తన కంచుకంఠం విప్పి పాడి మెప్పించి కళాశాలలో ప్రవేశం పొందారు ఘంటసాల. చేరే కోరిక తీరిందిగాని భుక్తికి గొప్ప ఇబ్బంది కల్గింది. రాజాగారు నిర్వహించే "సింహాచల బోర్డింగ్ హౌస్"లో ఉచితవసతి కొంతమందికి కల్పించేవారు. చాలామంది విద్యార్థులు వారాలు చేసికొనో, మధూకరం చేసో (ఇంటింటికి తిరిగి అన్నం అడగటం) పొట్టనింపుకునేవారు. వారాలలో, ఉంఛవృత్తిలో ఇల్లిల్లూ తిరిగి, పాటలతో రంజింపజేస్తూ, గుడ్డజోలెలో వేసిన పదార్థాలను స్వీకరిస్తూ రెండు పూటలకు సరిపడ వచ్చేది. దాంతో కాలక్షేపం చేసేవాడు. గిన్నెకొనుక్కునే ఆర్థికస్థితికూడా లేదు. తర్వాత కొంతకాలానికి సత్రంలో భోజనం చేసే సౌకర్యం కల్గింది. ఘంటసాల సహచరుల్లో నారాయణ దాసుగారి శిష్యుడు నేలనూతల నాగభూషణం వున్నాడు.

సంగీత కళాశాలలో ఘంటసాల అందర్నీ ఆకర్షించిన విద్యార్థి. మంచి కమ్మని కంఠం, గొప్ప గ్రహణశక్తి, దానికి మించి ఏకాగ్రత ఆయనకువుండేది. "1938 నాటికి మధూకరం, వారాలు చేయటం చాలా సహజం అనే భావింపబడుతుండేది. "మొట్టమొదట మధుకరపుజోలె భుజానవేసుకొని తిరిగిన ఆరోజు అనుభవం ఎన్నటికీ మరపురాదు. ఏమైనా నాడు యేతల్లి మొదటి కబళం నాజోలెలోవేసిందో ఆమెవాత్సల్య పూరితమైన భిక్ష నాకు అష్టైశ్వర్యాలతో కూడిన భవిష్యత్తునే ప్రసాదించింది" అని ఆ రోజుల్ని గుర్తుచేసుకుంటూ చెమ్మగిలిన నయనాలతో వందనాలు చేశారు మహానుభావుడు ఘంటసాల.

కళాశాలలో శాస్త్రీయ సంగీతమే నేర్చుకుంటున్నా ఘంటసాలకు నాటకాలు, హరికథలు, బుర్ర కథలు, సినిమాలు, వీధి భాగవతాలు, బొమ్మలాటలు, జానపదగేయాలు, గొల్ల సుద్దులు, తప్పెటగుళ్ళు మొదలైన అన్ని కళారూపాల మీద ఎంతో ఆసక్తి వుండేదని, వాటిలోని సంగీతాన్ని ఆస్వాదించటమేకాక, స్వంతం చేసుకున్నాడని శ్రీ సంగీతరావు వివరించారు. దేశి సంగీతం మీద ఘంటసాలకు ఆసక్తి వుండి పరిశీలించి తెలుసుకోవటం వల్ల తర్వాతకాలంలో అన్ని ప్రక్రియల్లోనూ ఉత్తమ నేపథ్య గాయకుడవటానికి గొప్పగా తోడ్పడింది. ఆనాటిశాస్త్రీయ సంగీత విద్యార్థులు వీటన్నిటిని లక్ష్యపెట్టేవారుకాదు. వారికి భిన్నంగా ఆలోచించబట్టే ఘంటసాల లలిత సంగీత చక్రవర్తికాగలిగాడు. పాటకు ప్రాణంపోసిన గాన పరమేష్ఠి అయ్యాడు. ఆ కాలంలో బొప్పల్లి సూర్యనారాయణ భాగవతార్ ఉత్తమహరి కథకుడిగా, చలన చిత్రనటుడిగా పేరు పొందారట. ఆయన ఆధ్వర్యంలో నడుస్తున్న 'మారుతీ భక్త మండలి' ఆదిభట్ల నారాయణదాసుగారి చేతులమీదుగా ఘంటసాలకు ఒక తంబురను బహూకరించారట. "ఆ రోజు నా జీవితంలో ఓ పర్వదినం" అని మురిసిపోయారు. దాసుగారి చేతులమీదుగా పొందిన ఆ పురస్కారం భవిష్యత్తును బంగారంగా మార్చుకోవటానికి ఆస్కారంగామారింది. "నా చిన్నతనంలో ఘంటసాల విజయనగరంలో చదువుకుంటున్నప్పుడు మా ఇంటికి వచ్చి రేడియో వినడం లీలగా నాకు జ్ఞాపకం" అని ప్రఖ్యాత గాయని పి.సుశీల గుర్తు చేసుకున్నారు. తన విజయనగరం జీవితంలో, విద్యార్థి దశలో తనపై ఆదరాభిమానాలు కనపర్చిన కళావరునిగా పేరున్న శ్రీ సందెలక్ష్మీ నరసమ్మను ఘంటసాల జీవితాంతం జ్ఞాపకం పెట్టుకున్నాడు. విజయనగరం రావటానికి ముందు కొండపల్లి దగ్గర "పాలకోడేరు" గ్రామంలో కుర్రాళ్ళకు "సారంగధర" నాటకాన్ని తర్ఫీదుయిచ్చారట. వాళ్ళు ఇచ్చింది స్వల్పమే. తనవేలికి వున్న 40 రూపాయలవుంగరాన్ని ఆ నాటక కళా విద్యార్థులకు బహుమతిగాయిచ్చేసి, వాళ్ళ నుంచి 8 రూపాయలు తీసుకొని విజయనగరం రైలెక్కారు ఘంటసాల అని డాక్టరు భార్గవి తెలిపారు. ఘంటసాల భోజనం చేసిన రాజాగారి సత్రంలో భ.రా.గో. అని పిలువబడే ప్రఖ్యాత కథారచయిత శ్రీ భమిడిపాటి రామగోపాలం, ఆయన బావమరిది లింగమూర్తి కూడా భోజనం చేసేవారట. వీరికివడ్డించే సర్వర్లు కూడా విద్యార్థులే. అలాంటి సర్వర్లలో ఒకడుగా జి.వి.రావు వుండేవాడు. జి.వి.రావు అంటే ఘంటసాల వెంకటేశ్వరరావే. అప్పుడు ఆయన సంగీత కళాశాల ఫైనల్ విద్యార్థి. అప్పటికే జి.వి.రావు పద్యాలను చాలా కొత్తరకంగా, పాటలను మంచి విరుపులతో పాడేవాడట. ఇవన్నీ మాకు రెండు పూటలా భోజనం కంటె ఎక్కువ రుచిగా

వుంటున్నాయి" అని లింగమూర్తి బావగారైన భ.రా.గో.కు చెప్పి రోజూ భోజనాలయిందాకా వుండి విని ఆనందించేవారట. "ఆ పాటలు మా అమ్మడక్కయ్య పాటలకంటె ఎంతో ఇంపుగా వుండేవి" అని భ.రా.గో పరవశంగా మురిసిపోతూచెప్పారు. "నభూతో నభవిష్యతి" స్థాయిలో రాణించగల ఘంటసాల వెంకటేశ్వరరావు అవుతాడని మాకెవరికీ ఊహలకి కూడారాలేదు" అన్నారు భరాగోగారు. కాలక్రమంలో సంగీత విద్వాన్ పట్టా పొందారు. తండ్రిగారు తనపై పెట్టుకొన్న ఆశను నెరవేర్చారు. తన మనసులోని కోరికా తీరింది.

సంగీతం భూమికగా జీవనయానం

స్వగ్రామం చేటపల్లి చేరాడు ఘంటసాల. వీలైన చోట్ల సంగీత పాఠాలు చెప్పి, నేర్చిన విద్యకు సార్ధకత చేకూర్చాడు. అడపాదడపా సంగీత కచేరీలు చేశాడు. విద్వాంసుడిగా గుర్తింపు లభించింది. అన్నీబాగానే వున్నాయి కాని ఆర్థికంగా సాధించిందేమీ కనపడలేదు. వెనక తిరిగి చూసుకుంటే. మళ్ళీ దిగులు, నిర్వేదం, నిరుత్సాహం. నెలకు 3 రూపాయల జీతంతో ఆడపిల్లలకు సంగీతం నేర్పారు.

ఘంటసాల దేశభక్తి

బ్రిటిష్‌వారిపై పోరాటం తీవ్రమైంది. 1942లో గాంధీగారు క్విటిండియా ఉద్యమాన్ని చేపట్టారు. ప్రభుత్వ విధానాలపై ప్రజలు తిరుగుబాటు చేశారు. స్వాతంత్ర్య సాధనేధ్యేయంగా కాంగ్రెస్ తీర్మానం చేసింది. అల్లర్లు, ఆందోళనలు, హర్తాళ్ళతో దేశం అట్టుడికి పోయింది. ఘంటసాలలో చైతన్యం ఒక్కసారిగా విజృంభించింది. "వందేమాతరం" అన్నాడు. ఖద్దరు కట్టాడు. గాంధీటోపీ పెట్టాడు. చేతిలో జండా పట్టాడు. సత్యాగ్రహంలో ముందున్నాడు. ఫలితం రాజకీయ ఖైదీ అయ్యాడు మన గాన గంధర్వుడు. స్వాతంత్ర్యఫలాపేక్ష ఆయన్ను మాతృభూమి శృంఖలాలు తెంపే ఉద్యమానికి దారిచూపింది. రాజకీయాల్లో ఆసక్తిలేకపోయినా, ఆవాతావరణం ఆవేశం ఆయన్ను ఆకర్షించింది. జైలులో ప్రముఖ రాజకీయ నాయకులతో పరిచయాలు పెరిగాయి. జైల్లోనే సంగీతంక్లాసులు పెట్టాడు. ప్రబోధ గీతాలు పాడి తోటి డిటిన్యూలకు స్ఫూర్తి కల్గించాడు. తన జైలు జీవితాన్ని గుర్తు చేసుకుంటూ ఘంటసాల "నా వ్యక్తిగత జీవితం, నా కుటుంబ బాధ్యతలు, నా సంగీత సాధన అన్నీ దేశ భవితవ్యం దృష్ట్యా చాలా అల్పంగా కనిపించాయి. దేశం యువకుల ధైర్య సాహసాలను, త్యాగాన్ని కోరుతూ వుంది. ప్రతి యువకుడు అర్థం, మానం, ప్రాణం ఆహుతి చేయవలసిన సమయం వచ్చింది. ఏమైనాకానీ ఇంతకంటే భారత పౌరుడిగా వేరే కర్తవ్యం నాకులేదు. ఈ ఆవేశంతోనే నాటి ఆగస్ట్ ఉద్యమంలో పాల్గొన్నాను. ఫలితంగా నాటి పరప్రభుత్వం పదునెనిమిది మాసాలు కారాగార శిక్ష విధించింది. జైలు జీవితం నాకు ఎన్నో విధాలుగా మహోపకారం చేసింది. కర్తవ్యదీక్ష, స్థిర సంకల్పం, నియమబద్ధమైన జీవితం నేను జైలు జీవితం గడిపినప్పుడే అర్థం చేసుకున్నాను. జైలులో ఉన్నప్పుడే శ్రీ గోపాలరెడ్డిగారు, శ్రీ పొట్టి శ్రీరాములుగారు, శ్రీ బి.యస్.మూర్తిగారు, శ్రీ ఎర్నేని సుబ్రహ్మణ్యం

మొదలగు నాయకుల సాహచర్యం లభించింది". అని సంతృప్తిగా జైలుజీవితం గురించి, నేర్చిన జీవిత విలువలగురించి వివరించారు. దేశభక్తి నరనరాన జీర్ణించుకొన్న పుణ్యమూర్తి. జైలులోని ఆయనకు మోపర్రుదాసుతో పరిచయం అయింది. దాసుగారి వద్ద గానదాసు హరికథను నేర్చుకున్నారట. ఆ హరికథ బాణీ మొదటిసారిగా ప్రైవేటు రికార్డు ఇచ్చిన సాంధ్యశ్రీ పద్యాలలో బాగా గోచరించింది. ఈ పద్ధతికి ఆయనే ఆద్యుడు" అని డాక్టరు భార్గవి (పామర్రు) గుర్తుచేసుకున్నారు. జైలు జీవితం కూడా విశాల దృక్పథాలను నేర్పింది. ఎక్కడైనా నిత్యవిద్యార్థి మన ఘంటసాల. అదే ఆయన ఎదుగుదలకు ముఖ్యకారణమైంది.

సావిత్రీ ఘంటసాలీయం

ఘంటసాల గారి ఇల్లాలు సావిత్రి 1932లో తెనాలి దగ్గర పెదపులివర్రు గ్రామంలో పుట్టారు. తండ్రి కొడమంచిలి వెంకటరత్న శాస్త్రి, అమ్మ శివకామమ్మ. తండ్రిగారు బాలా త్రిపురసుందరీ గుడిలో పూజారి. 10 మంది సంతానంలో సావిత్రి 3వ వారట. ఆమెకు 9 యేళ్ళ వయసులో ఒక గోసాయి ముష్టికి వచ్చి, ఆమెను పరిశీలించి మహర్జాతకురాలని, మంచి సంగీత గాయకుడు భర్తగా లభిస్తాడని, మేడల్లో, అష్టైశ్వర్యాలతో హాయిగా జీవితం గడిచిపోతుందని, తాను తిని ఇతరులకు పెట్టే గొప్పగుణం ఆమెలోవుందని భవిష్యత్తు చెప్పాడని సావిత్రిగారు రాశారు. పెళ్ళి ప్రయత్నాలు, వివాహం జరిగిన విధానం ఆమె మాటల్లోనే తెలుసుకుందాం. "ఒక రోజు నాన్న 5 తెల్లపువ్వులు కోసుకొని గుడికి రమ్మనారు. గుడికి వెళ్ళి నాన్న కిచ్చాను. అమ్మవారి ముందు పూజలో వుంచాడు. మధ్యాహ్న పూజ పూర్తి చేసి ఇంట్లోకి వస్తూనే 'సావిత్రికి వెంకటేశ్వరరావు సంబంధం ఖాయంచేస్తున్నాను సంగీతం నేర్చుకున్నాడు. సంగీత పాఠాలు చెప్పి కుటుంబాన్ని పోషించగలడు' అని ఇంట్లోవారికి చెప్పాడు. అంతా స్వయంనిర్ణయమే. చేటపల్లిలోని రత్తమ్మ అమ్మమ్మకి ముహూర్తాలు పెట్టుకోవటానికి రమ్మని కార్డు రాశాడు." సావిత్రి వెంకటేశ్వరరావుల కళ్యాణం 1944 మార్చి 3న జరిగింది. వరుడికి 21, వధువుకు 11 ఏళ్ళు. ఘంటసాలను 'మామయ్య' అని పిలిచేవారట భార్య సావిత్రి. ఇంకో విచిత్రం యేమిటంటే తన పెళ్ళిరోజున సాయంత్రం చాలాసేపు కర్ణాటక సంగీతం, కొన్ని భావగీతాలు కచేరిచేసి రికార్డు సృష్టించారని సావిత్రిగారు జ్ఞాపకం చేసుకున్నారు. మామగారికి ఘంటసాల అన్నా, ఆయన సంగీతం అన్నా విపరీతమైన ఇష్టమట. గోసాయి మాట నిజమయింది. ఇక అదృష్టం కలిసిరావాలి. ఘంటసాల మామయ్యకు స్వంతఇల్లు లేదు, పొలం లేదు, నిలకడైన ఉద్యోగం లేదు. సంపాదనాలేదు. ఆలిమాత్రం వచ్చేసింది. భగవంతుని పైనే భారం. అప్పటికే సముద్రాల రాఘవాచార్యులు చలనచిత్ర రంగంలో మాటల, పాటల రచయితగా మంచిపేరు సంపాదించు కొన్నారు. ఆయనదీ సావిత్రిగారి ఊరే. రెండు కుటుంబాలకు చాలాకాలంగా పరిచయం వుంది. వివాహానికి వీరింటికి వచ్చారు ఆచార్యులుగారు. ఘంటసాల పాటలు విని ముగ్ధులయ్యారు. "ఇంత అద్భుతమైన కంఠం పెట్టుకొని ఇక్కడ వుండి యేంచేస్తావు? మద్రాసు వచ్చి అదృష్టాన్ని పరీక్షించుకో" అని సలహాయిచ్చారు. 1944లో మద్రాసు చేరారు. సముద్రాల వారిల్లే బస.

సినీ రంగ ప్రవేశం

అన్నీవున్నా అదృష్టం కలిసిరావాలి కదా. సముద్రాలవారి ప్రోత్సాహంతో నాగయ్యగారి రేణుకా ఆఫీసులో, ఆయన దగ్గర అసిస్టెంట్‌గా మొదట చేరారు. బి.ఎన్.రెడ్డి లాంటి ప్రఖ్యాత దర్శకుల దగ్గరకు వెళ్ళి పాటలు పాడే అవకాశాలకోసం ఎదురు చూశారు. ఎవరికీ ఆ కంఠం నచ్చలేదు. ఘంటసాల బలరామయ్యగారు 'సీతారామజననం' చిత్రంలో చిన్నవేషం ఇచ్చారు. నాల్గునెలలు ఆఫీసులో పనిచేస్తే ఇచ్చింది కేవలం 400 రూపాయలు మాత్రమేనట. ఆకాలంలో హెచ్.ఎం.వి. గ్రామఫోన్ కంపెనీ మంచి ఉచ్చస్థితిలో వుంది. అక్కడకీ వెళ్ళి "గొంతు సాచారు" అబ్బే నీగొంతు మైకుకు పనికిరాదప్పా అని దప్పాలు కొట్టి తిరస్కరించారట. తర్వాత 1945లో వాహినీ వారి స్వర్గసీమలో హీరో నారాయణరావుకు ప్లేబాక్ పాట పాడారట. బి.ఎన్.రెడ్డి దానికిగాను రూ.116 పారితోషికం యిచ్చారని ఘంటసాలే స్వయంగా చెప్పారు. అదే ప్లేబాక్ సింగర్‌గా పాడిన మొదటిపాట. ఆ పాటను భానుమతితో పాడారు. అదే "అరెహో, లేతవెన్నెల చిరునవ్వులు విరజిమ్ముబఠాణీ – నీరాక గోరి నీదారికాచియున్నానే, నీకైవేచియున్నానే, పిల్లా కల్సుకున్నానే" – దీనికి ఓగిరాల రామచంద్రరావు, నాగయ్యలు సంగీతం అందిస్తే సముద్రాల రచన చేసిన పాట. సినిమా సంగతి ఇలా వుంటే, ఆలిండియా రేడియో మద్రాసు కేంద్రంవారు మాత్రం ఆడిషన్ పరీక్ష చేసి ఎంపిక చేసి ప్రోత్సహించారు. ఆవిధంగా రేడియో ద్వారా ఘంటసాల కంఠం మొదటిసారిగా ప్రజలకు విన్పించింది. శ్రీ బాలాంత్రపు రజనీకాంతరావు యిచ్చిన ప్రోత్సాహం మరువలేనిది. సముద్రాల అండ కొండంతవుండనే వుంది. నాగయ్యగా త్యాగయ్యలో చిన్నవేషం వేశారట. గూడవల్లి రామబ్రహ్మంగారు 'పల్నాటి యుద్ధం'లో పాడించుకోవటానికి నెలకు రూ.110 జీతం యిచ్చేవారట. ఆ సినిమాలో 'చూతము రారయ్య', అన్న పాటను అక్కినేనితో, తెరతీయగ రాదా పాటను కన్నాంబతో కలిసిపాడారు. 'తీరిపోయెనే మాతా' అన్నది ఘంటసాల ఒక్కరే పాడినపాట. ఇలా అప్పుడప్పుడు అవకాశాలు వచ్చినా, ఏదీ స్థిరంగా లేదు. ఆ సమయంలో భరణీవారు 'రత్నమాల' సినిమా తీస్తూ సంగీత దర్శకుడు సుబ్బరాయన్‌కు అసిస్టెంటుగా ఉద్యోగం ఇచ్చి ప్రోత్సహించారు. తానే స్వయంగా ఆ సినిమాకు 4,5 పాటలు తయారుచేశారని ఆయనే చెప్పుకున్నారు. సంపాదించిన డబ్బంతా సముద్రాల వారివద్ద దాచేవారట. ఆయనపై అపారనమ్మకం. తన భర్త కొత్త పాటలు, ఎవరూ పాడని పాటలు పాడాలని, కొత్త ఫణితులు ఆయన కట్టాలని, ఆ అనుగ్రహం కల్గించమని సావిత్రిగారు తన ఇలవేల్పు బాలాత్రిపుర సుందరికి మొక్కేదట. ఆమె కోరిక అమ్మమన్నించింది. అద్భుతమైన అవకాశాలు తరువాత ఘంటసాల ఇంటిముందుకు వచ్చాయి. అమ్మ ఆశీస్సుఫలంచాలా గొప్పదని సావిత్రిగారు చెప్పారు. తర్వాత ఎప్పుడో కుటుంబం అంతావెళ్ళి అమ్మవారిని దర్శించి తరించారట. సరియైన అవకాశాలు రావటం లేదు. ఉండటానికి, పండటానికి చోటు లేదు. భయంకరమైన ఆకలి. చేతిలో గవ్వ నిల్వవుండటం లేదు. ఈ స్థితి ఘంటసాలకే కాదు ఆనాడు సినీవినీలాకాశంలో మెరసిపోవాలనుకున్న కుర్రకారు అందరిదీ ఇదే పరిస్థితి. పానగల్ పార్కు యిలాంటి వారందరికీ

ఆశ్రయం. 1944 సెప్టెంబర్ 30న మద్రాస్ రేడియోలో గురువుగారు పాట్రాయని శాస్త్రిగారు రాసిన "లలిత సరసగాన కళాకృతి" పాటను మొదటి పాటగా పాడాడు. రజని ప్రోత్సాహమేకారణం. గురువుగారు విని తన్మయం చెందారట. సముద్రాల గారింట్లో స్నానం, హోటల్లో భోజనం, పార్కులో పడక అప్పటి ఘంటసాల జీవితం అది. రేడియోలో తరచుగా ప్రోగ్రాములు వస్తున్నాయి. తిండికిలోటు తీరింది. మకాం కూడా ప్రతిభా ఆఫీసుకు మార్చాడు. అక్కడే తన జిల్లావాడు నటుడు అక్కినేనితో పరిచయమూ జరిగింది. హాస్యనటుడు పేకేటి శివరాం హెచ్.యం.వి.కంపెనిలో 'ఆర్కెస్ట్రా ఇన్‌ఛార్జి'. పేకేటితో స్నేహం చేయటం వల్ల ఏ కంఠం మైకుకుసూట్‌కాదని తిరస్కరించిందో, ఆ కంపెనీయే ఘంటసాలను పాడటానికి రమ్మని ఆహ్వానించింది. అందులో "నగు మోమునకు" అనే మొదటి పద్యం "గాలిలో నాబ్రతుకు తీరిపోయిన గోయి" అన్న తొలిపాట హెచ్.యం.వి.కి పాడారు. సత్తాచూపి సెభాష్ అనిపించు కొన్నారని సి. హెచ్.వి.రామారావుగారు జ్ఞాపకం చేసుకున్నారు. హెచ్.యం.వి. వారికి ఆరాధ్యమై పోయింది. ఆ తర్వాత ఘంటసాల కంఠం ఆంధ్రజనుల నోట ఆయన పాడిన ప్రతిదీ అమరగానం అనిపించుకుంది. ఘంటసాల పాటకు పల్లవేకాదు, పల్లకీ కూడా దొరికింది.

రికార్డుల రికార్డు

భారత స్వాతంత్ర్యం సంపాదించిన 1947 ఆగస్ట్ 15న ఆకాశవాణిలో "సంగీతరథం" అనే సంగీత రూపకం ప్రసారమయింది. అందులో ఘంటసాల శ్రావ్యమైన కంఠంతో చాలా పాటలు, పద్యాలు పాడి తనలో వున్న దేశభక్తిని ఉద్యమం ద్వారానేకాకుండా, దేశభక్తి గీతాల ద్వారా కూడా ప్రదర్శించారు. ఆ స్వరఝురికి భారతమాత పులకించింది. తర్వాత తోలేటి వెంకటరెడ్డి రాసిన "స్వాతంత్ర్యమ్మె మాజన్మహక్కనీ చాటండీ - నిరంకుశంబగు శక్తులెదురైనా నిర్భయముగ నెదిరించండి" అన్న పాటను అద్భుతంగా పాడి గొప్ప ప్రబోధం కల్గించారు. పాట, బాణి, కంఠం త్రివేణీసంగమమై నినదించింది. ఆ రికార్డుల ద్వారా వచ్చే రాబడిపై రాయల్టీనిచ్చింది గ్రామఫోన్ కంపెనీ. ఆ పాట అప్పటినుంచి ఇప్పటికీ ప్రతి స్కూల్లో, కాలేజిలో వినిపిస్తూనే వుంది. ఆ రికార్డు రెండోవైపున ప్రయాగ నరసింహశాస్త్రి గారు రాసిన "ఆ మొఘల్ రణధీరులు" అనే కమ్మని పాటనూ ఘంటసాల పాడారు. అదీ మంచి పాప్యులర్ అయింది.

కరుణశ్రీ అప్పటికే మధురకవిగా పేరుపొందారు. 'అద్వైత మూర్తి', 'సాంధ్యశ్రీ' అనే పద్యాలు ఘంటసాల కంఠంలో ప్రాణంపోసుకున్నాయి. ఈ రికార్డులు 1949లో విడుదలయాయి. తెలుగు పద్యానికి ఓ కొత్త వింత సొబగు చేకూర్చారు ఘంటసాల. కొత్త బాణీకి ఘంటసాల శ్రీకారం చుట్టారు. కరుణశ్రీ రాసిన 'పుష్పవిలాపం' పద్యాల రికార్డు సంచలనాన్ని సృష్టించింది. ఆ పద్యాల వల్ల ఘంటసాలకు పేరు వచ్చిందా, ఘంటసాల పాడటం వల్ల ఆ పద్యాలకు ప్రాచుర్యం వచ్చిందా? అని విశ్లేషకులు ఇప్పటికీ వితర్కించుకుంటూనే వుంటారు. ఏమైనా ఇద్దరి ప్రతిభా, ప్రజ్ఞా పాటవాలే ఆ రికార్డుల విజయానికి కారణాలు. కరుణశ్రీ రాసిన 'కుంతికుమారి' పద్యాలు ఘంటసాల పాడి రికార్డులు విడుదల చేశారు. 'నా అభిమాన కవిత'

'కుంతి కుమారి'ని నీ చేతులలో పెట్టుచున్నాను. ఇకపై యెటులున్నదో దాని యదృష్టము" అన్నారట పాపయ్యశాస్త్రి గారు. జనహృదయాలను ఆర్ద్రతతో పిండివేసిన పద్యాలవి. తెలుగు పద్యం మహోన్నత వ్యక్తిత్వాన్ని నిరూపించిన పద్యాలు అజరామరాలు. "ఆ పద్యాలు విన్న ఓ తమిళ శ్రోత మామయ్య కంఠాన్ని గురించి మాధుర్యం, గాంభీర్యం, బాణీల గురించి 40 పేజీలు ఇంగ్లీషులో పుస్తకంగా రాసి మాకు ఇచ్చివెళ్ళాడు" అని శ్రీమతి సావిత్రి ఘంటసాల స్వరహేలను గురించి చెప్పారు. ఆ పద్యాలు ఒక మహోద్యమంగా ఆంధ్రదేశాన్ని కుదిపేశాయి. ఆ శ్రావ్యతకు, మాధుర్యానికి, భావగాంభీర్యానికి ముగ్ధులైపోయారు జనం. తనదైన బాణీతో తెలుగు పద్యానికి అంతవైభవం సంతరించి పెట్టారు ఘంటసాల. ప్రఖ్యాత హిందీనటుడు రాజ్ కపూర్, శంకర్ జైకిషన్ (మ్యూజిక్ డైరెక్టర్లు) ఆ పద్యాలు విని "ఎంత గొప్ప కంఠం! ఎంత బాగా కంపోజ్ చేశారు!" అని ఆశ్చర్యపడేవారని సావిత్రిగారు చెప్పారు. సినీ సంగీత దర్శకులు నౌషాద్, రామచంద్ర వగైరాలకూ ఘంటసాల పద్యాలపై యెనలేని మోజట. రికార్డుల అమ్మకం రికార్డులనే బద్దలు కొట్టింది. తెలుగుపద్యం భారతదేశమంతటా విజయకేతనాన్ని ఎగురవేసింది. ఈ రచయిత ఒక సందర్భంలో ఘంటసాలను స్తుతిస్తూ "తెలుగు పద్యపాంచాలిని - బజారు గాయక కీచకుల బారినుంచి కాపాడి సర్వాంగ సుందర సపుష్టి కల్గించి - నవచైతన్య విలసితను గావించిన రసానందమూర్తి" అని మెచ్చుకున్నాడు. అందుకే కరుణశ్రీ తన పద్యాలకు ఘంటసాల అమరత్వం కల్గించాడని ఆనంద పరవశత్వంతో, 'గంధర్వతార' అనే 'లలిత గాంధర్వదేవత కొలువుదీరు - కలికి ముత్యాలశాల మా ఘంటసాల' అని ఒక కమ్మని పద్యం చెప్పారు.

"తెలుగు లలిత సంగీతం ఆయన బాణిలో సుసంపన్నమైంది. ముఖ్యంగా భావయుక్తంగా పద్యం ఆలాపించటంలో ఘంటసాల తరువాతే యెవరైనా. ఎన్నో సాధారణ రాగాలు ఆయన గొంతులో కొత్త సొగసులు సంతరించుకునేవి. ఆయన పాట, పద్యం తెలుగునాట శ్రోతలను రసపరవశులను చేసింది" అని ప్రఖ్యాత పత్రికా సంపాదకుడు, విమర్శకుడు, రచయిత, ఓ పట్టాన మెచ్చుకోనివాడు శ్రీ నార్ల వెంకటేశ్వరరావు కొనియాడారు. ఘంటసాల స్వయంగా రాసిన "బహుదూరపు బాటసారీ! ఇటురావో ఒక్కసారి" చాలా ప్రసిద్ధి చెందిన పాట. షిర్డిసాయి మీద, పుట్టపర్తి సాయి మీదా కూడా పాటలు రాసి పాడి రికార్డు చేశారు. 'బంగారిమామ' పాట, 'పోలీసెంకట సామి' రికార్డు ఇంకా చెవుల్లో రింగుమంటూనే వున్నాయి. ఆయన పాడిన రికార్డులన్నీ రికార్డుల్ని బద్దలుచేశాయి. "ఏ కీర్తనైనా, ఏ పాటయినా, అదిశాస్త్రీయమైనా, లలితమైనా భావయుక్తంగా పాడాలన్నది నా ఉద్దేశ్యం. కేవలం సంగీతమయంచేసి 'భాషకూ, భావానికీ అన్యాయం చేసే సంగీతం, సంగీతంకాదని నానమ్మకం' అని ఘంటసాల భావానికి పట్టాభిషేకం చేసినట్లు ఆయనే చెప్పుకున్నారు. "నీ కొండకు నీవేరప్పించుకో" మొదలైన భక్తి పాటల రికార్డులు అత్యంత జనాదరణం పొందాయి. ఘంటసాల మహాగాయకుడని, అమృత గానం కలవాడని శ్రీమతి భానుమతి ప్రశంసించారు. "ఘంటసాలవారి గానధారలోన - తడియనట్టి తెలుగు టెడదయేది?" అని మహాకవి దాశరథి అంటే "ఘంటసాల అనే గంధర్వ స్వరజతులగీతి-శృతి,

స్మృతి, దృతి, కృతి ఆకృతిగా ప్రకృతియైన రీతి – నిత్యం నినదించే సుస్వర భారతీమహతి" అని శ్రీ.వై.శివరామప్రసాద్ కీర్తి కిరీటం పెట్టారు. ఇలా ఘంటసాల కీర్తి సినిమాతోపాటు ప్రైవేటు రికార్డులతోనూ దేశమంతా వ్యాపించింది. సంగీత సరస్వతికి లక్ష్మీ కటాక్షం తోడై నిలిచి వెన్నుతట్టింది. "నమో వెంకటేశా", "ఏడు కొండలవాడా", "జయజయ శ్రీవెంకటేశ", అన్నమాచార్య కీర్తనలు, "తీయని వెంకని నామామృతం", జయదేవ అష్టపదులు మొదలైన పాటలు అజరామరమైనవి. "భారతీయుల కళా ప్రాభవ మ్మొలికించు" అని తోలేటి రాసిన సరోజినీ నాయుడు పై పాట గుండెల్లో మారుమోగుతూనే వుంది. "అత్తలేని కోడలు త్తమురాలు ఓయమ్మా" సరదాసరదాపాట, అత్తకోడళ్ళ సరాగాలమూట. పేకేటి రాయగా ఘంటసాల పాడిన "ఎవ్వరీ మనోహారిణి!" మంచి భావబంధురతకు ఉదాహరణ. ఆ రికార్డులన్నీ గతవైభవ కీర్తిని, ప్రస్తుత కర్తవ్యాచరణాన్ని చక్కగా తెలియజెప్పే, దారిచూపే మణిదీపాలే. దేశభక్తి, దైవభక్తి, సాంఘికస్ఫూర్తి ముప్పేటగా అల్లుకునే రికార్డులు. వసివాడనివి, వన్నె తరగనివి. ఆ మహాగాయకుని స్వర ముద్రికలవి. పాటలురాసి, బాణీలుకట్టి పాడినందువల్ల ఘంటసాల 'వాగ్గేయ కారుడు'గా కీర్తి పొందారు.

సంగీత దర్శకత్వం

అప్పటికే కొన్ని చిత్రాలలో ఘంటసాల కొన్ని పాటలు పాడివున్నా 'లైలామజ్ను' సినిమాలోనే ఆయన పేరు మొదటిసారిగా టైటిల్స్‌లో చోటు చేసుకుంది. 'లక్ష్మమ్మ' చిత్రానికి సంగీత దర్శకులుగా మొదట పనిచేశారు. అయితే విడుదలైన చిత్రం 'కీలుగుర్రం'. తర్వాత 'మనదేశం' సినిమాలకు స్వయంగా సంగీత దర్శకత్వం వహించారు. 'వాలిసుగ్రీవ', 'వయ్యారిభామ' సినిమాల్లో కొన్ని పాటలకు స్వరాలు మార్చారు. అయితే పెద్ద ఆఫర్ వచ్చింది 'విజయ' వారి నుంచి. 'షావుకారు' చిత్రానికి సంగీతం కూర్చమని నాగిరెడ్డి, చక్రపాణిలు కోరారు. అదృష్టం కలిసివచ్చింది. పెద్ద సంస్థ, అభిరుచివున్న నిర్మాతలు. తన శక్తిసామర్థ్యాలు చూపించటానికి గొప్ప అవకాశం. మంచి సంగీతాన్ని ఆ సినిమాకు అందజేసి 'విజయ' వారి అభిమానానికి పాత్రులయ్యారు. ఇంకేం! ఇకవరుసగా 'పాతాళభైరవి' 'పెళ్ళిచేసి చూడు' సినిమాలకూ సంగీత దర్శకత్వం చేయమని అడిగారు. ఆనందంగా అంగీకరించి తన ప్రతిభ చూపారు. గొప్ప సంగీత దర్శకునిగా మంచి పేరు పొందారు. ఆ రెండు సినిమాలలోని పాటలన్నీ సూపర్‌హిట్టులే. కొత్తబాణీలు–పింగళి నాగేంద్రరావుగారి ముత్యాల పాటలు. వాటికి తగ్గ ఘంటసాల ట్యూనులు. అమోఘ గాత్రహేల. ప్రేమ, శృంగారం, హాస్యం అన్నింటికీ తగిన బాణీలు. స్వరం సుస్వరం అయింది. బాణీలు జిలుగు ఓణీలు వేసుకున్నాయి. పాటలు తేనె వూటలయ్యాయి. ఆబాల గోపాలాన్ని అలరించాయి. ఘంటసాల ఇక వెనుదిరిగి చూడలేదు.

"శాస్త్రీయ సంగీతాన్ని దీక్షగా నేర్చుకొని, భారతీయ సంగీత గరిమను గ్రహించి, లలితసంగీత పరిణామాన్ని పరిశీలించి, 'సినీసంగీత లక్ష్యం' తెలుసుకున్న మేధావి ఘంటసాల. స్వరాలవల్ల

సాహిత్యం పరిమళించి, పరివ్యాప్తం కావాలని భావించిన విజ్ఞులు అని ప్రఖ్యాత సినీ విశ్లేషకులు డాక్టర్ వొద్దిరాజు వెంకట రామారావుగారు ప్రశంసించినదంతా వాస్తవం. "ఘంటసాలలోని క్రియేటివ్ జీనియస్‌ను ఎరిగిన ప్రముఖ సంగీత దర్శకుడు సి.ఆర్.సుబ్బారాయన్ భరణివారి రత్నమాలలో మూడు పాటలకు సంగీతాన్ని సమకూర్చే అవకాశమిచ్చారు" అని రావుగారు వివరించారు. గాలిపెంచెల నరసింహారావు సంగీత దర్శకత్వం వహించిన 'బాలరాజు'లో 11 పాటలకు స్వరాలుకూర్చారు. అప్పటివరకు వున్న బాణీలకు భిన్నంగా, హాయిగా, కొత్తగావున్న ఈ ట్యూనింగ్ చూసి, అందరూ ఘంటసాలవైపు ఆకర్షితులయారట. కొత్తదారితొక్కి, కొత్త స్వరద్వారాలు తెరిచారు. అవి స్వర్ణ ద్వారాలై కాంతిఛటలను వెదజల్లాయి. సినిమా సంగీత లక్ష్యం జనరంజనం అన్న సూక్ష్మం తెలుసుకున్నారు. దేశి, పాశ్చాత్య సంగీతాలను కూడా అవసరమైతే వుపయోగించి గొప్ప ఎఫెక్ట్ సాధించారు. 'హిందుస్థానీ, కర్ణాటక, పాశ్చాత్య, అరబ్బీ సంగీతాల్లోని జీవాన్ని' తీసుకొని సమన్వయపరచేవారు. 'పాతాళభైరవి'లో "ఎంత ఘాటూ ప్రేమయో?" అన్న పాట విరుపులతో సహజత్వానికి దగ్గరగా కన్పిస్తుందంటారు. సర్వాంగ సుందరంగా తీర్చిదిద్దారని శ్లాఘించారు. అలాగే 'షావుకారు'లో "పలుకరాదటే చిలుక" ఒక ఆణిముత్యంగా గుర్తింపుపొందింది. భరణీవారి 'లైలామజ్ను'లో పాడిన పాటలకు మెచ్చుకొన్న నటి జి.వరలక్ష్మి ప్రీవ్యూరోజున "మామయ్య మెడ కౌగలించుకొని ముద్దుపెట్టుకుని ఎంతబాగా పాడావు ఘంటసాలా! అని చెప్పలేనంత ఆనందంతో వూగిపోయింది" అంటూ సావిత్రిగారు ఆ అనుభూతిని వివరించారు. ఘంటసాలకు ఆ సినిమాలోని "జీవన మధుభాండమే పగిలే తునాతునకలై" అన్న పాట బాగా ఇష్టమట. "పయనమయే ప్రియతమ నను మరచిపోకుమా!" పాట సర్వాంధ్రులకూ ఇష్టమైన పాట - శోకం మూర్తీభవించి కన్నీళ్ళు జాలువారే, గుండెలుపిండే పాట. సముద్రమంతటి సాహిత్యంనింపుకున్న రాఘవాచార్యులు రాసిన ఆణిముత్యాలవి. 1947లో సావిత్రి గారితో మద్రాసులో కాపురం పెట్టారు. 'విజయ' సంస్థలో పనిచేయటంతో ఆయన సినీసంగీత జైత్రయాత్ర విజయవంతంగా సాగింది.

'విజయ'వారికి సముద్రాల రాయసకాడు. ఆయన సిఫార్సుతోనే 'విజయ' సంస్థలో సంగీత దర్శకునిగా స్థానం పొందారు. ఆ సమయంలోనే 1951లో ఘంటసాల దంపతులకు మొదటి పిల్లాడు పుట్టాడు. ఏపేరు పెట్టుకోవాలనే సందేహంతో వున్న ఘంటసాలకు చక్రపాణిగారు "విజయ సంస్థవచ్చే పేరు పెట్టుకోరాదా?" అని సూచన చేశారు. ఇంకేం "విజయకుమార్" అని నామకరణం చేశారట. వాహినీ సంస్థ అధిపతి, దర్శకుడు, బి.ఎన్.రెడ్డిగారు విజయనగర సామ్రాజ్యంలో జరిగినట్లు చెప్పబడిన ఓ కథ ఆధారంగా 'మల్లీశ్వరి' సినిమా తీశారు. రచనంతా దేవులపల్లి కృష్ణశాస్త్రిగారు చేస్తే, సంగీతాన్ని సాలూరు రాజేశ్వరరావుగారు అందించారు. అందులో ఘంటసాల పాడిన పాటలన్నీ పురివిప్పిన నెమళ్ళులా మనోమందిరంపై నర్తించాయి. భానుమతి, రామారావులు పాత్రలకు జీవంపోస్తే, ఘంటసాల పాటల్లో జీవించారు. భానుమతితో పాడిన పాటలన్నీ చిరంజీవులే. ఆ సినిమా తెలుగు చలన చిత్రరంగంలో ఓమైలురాయి అయింది. ఇప్పటికీ మల్లీశ్వరి అంటే "మనసున మల్లెల మాలలూగుతాయి" "ఆకాశవీథిలో హాయిగా

విహరిస్తాయి, గుండెనిండా ఆనందం నింపి పరుగులు తీయాలి" అనిపించి, "ఔనా! నిజమేనా?" అని ఆశ్చర్యం ప్రకటిస్తాయి. "ఔనా నిజమేనా" పాటలో "గుజర్ గయాజమానాకైసా" అన్న హిందీ పాటలో ప్రఖ్యాత హిందీ సినీగాయకుడు 'సైగల్' నవ్వినట్టుగా ఘంటసాల చాలా శ్రమపడ్డారట. "పెళ్ళిచేసి చూడు" సినిమా టైటిల్స్‌లో "ఇంటయింటనూ గంటగంటకూ ఎవ్వరి కంఠంవింటారో ఆ ఘంటసాల వారీ చిత్రానికి నాదబ్రహ్మలండి" అని పింగళివారు పరిచయం చేసి ఆశీర్వదించారట. అది అక్షర సత్యమైంది కదా! అందులోని "ఓ భావిభారత భాగ్యవిధాతల్లారా" అనే పాట సన్నివేశంలో ఘంటసాల హార్మోనిపై ఎలా వాయిస్తారో, అచ్చంగా N.T.R. వాయించి సహజత్వం తెచ్చారని సినీ పండితులంటారు. ఘంటసాల జీవితంలో మరో అద్భుతమైన మలుపు వినోదావారి 'దేవదాసు'. సుబ్బరాయన్ సంగీతం, వేదాంతం రాఘవయ్య దర్శకత్వం. అదే నాగేశ్వరరావు, సావిత్రిల నటనావైదుష్యానికి నిలువెత్తు సాక్ష్యంగా నిలిచింది. పాటలన్నీ తెలుగువారి ప్రతియింటా మోగిపోయాయి. 1952లో సుబ్బరాయన్ చనిపోయారు. "జగమే మాయ" పాట ఘంటసాలే రికార్డు చేశారు. ఆ పాట తెలుగు సినీ నేపథ్య సంగీతంలో ధృవతార అయింది. "కుడియెడమైతే పొరబాటు లేదోయ్", "కలయిదని, నిజమిదని తెలియదులే" పాటలు ఘంటసాల స్వరంలోని పక్వతకు సాక్షీభూతాలు.

స్వగృహప్రవేశం

విజయవారు ఘంటసాల ప్రజ్ఞను గుర్తించి ఆయన స్వతంత్రాన్ని అడ్డుకోలేదు. ఇతర సినిమాలకు దర్శకత్వం వహించటానికి అనుమతినిచ్చారు. చేతిలో డబ్బు బాగానే ఆడుతోంది. అద్దెయింట్లో వుండటం కష్టమనిపించింది. ఉస్మాన్ రోడ్డులో ఒక మంచి ఇంటిని, అన్ని వసతులతో వున్నదాన్ని అప్పుచేసి కొన్నారు. 1951లో గృహప్రవేశంచేశారు. కొత్త ఎంబాసిడర్ కారూ ముచ్చట పడి కొన్నారు. పెళ్ళి చేసికొని, యిల్లుచూసుకొన్నారు, పిల్లా పాపలను కన్నారు, తనుబాణీకట్టిన పాటకనుగుణంగా గురువుగారు పాత్రాయని శాస్త్రిగార్ని స్వంతయింటికి ఆహ్వానించి, రెండు నెలలు వారికి సకలోపచారాలు చేసి కృతజ్ఞత తెల్పుకున్నారు. శిష్యుని అభివృద్ధిని గురువుగారు స్వయంగా చూసి మనః పూర్వకంగా ఆశీర్వదించారు. అదీ గురుశిష్యుల బంధం!

స్వంత సినిమా మోజు

1952లో శోభ పిక్చర్స్ సంస్థ ప్రారంభించి స్వంతంగా 'పరోపకారం' సినిమా తీశాడు. సంగీతం తనదే. ఆరుద్ర రచన. "జోడెడ్ల నడుమ జోరైన రగడ" పాట ఘంటసాల పాడింది మాత్రం హిట్. సినిమా మాత్రం ఫట్. చేతిచమురువదిలింది. "పరులకు ఉపకారం చేయటం కోసమే పరోపకారం తీశాను" అని బాధలోనూ సంతృప్తి. భాగస్తులమోసం ఘంటసాలను అప్పుల్లో పడేసింది. అరవం, తెలుగులోనూ తీసిన చిత్రం అది. మళ్ళీ 'సొంతవూరు' సినిమా సొంతంగా తీశారు. రామారావు, రాజసులోచన నటించి 1956లో విడుదలైన సినిమా అట్టర్‌ఫ్లాప్ అయితే

ఎన్.టి.ఆర్. మొదటిసారిగా శ్రీకృష్ణుడు వేషం వేసిన సినిమాగా రికార్డుకు మాత్రం ఎక్కింది. మూడో చిత్రం 'భక్త రఘునాథ్'కూ అదేగతి పట్టింది. అప్పుచేసి తీయటంతో తీర్చటానికి చాలా శ్రమపడాల్సి వచ్చింది. సినీ పరమపద సోపానంలో ఎక్కేనిచ్చెనలేకాదు. కాటేసేమిన్నాగులూ వుండి కిందికి లాగుతూంటాయి. ఇలా మూడు సినిమాలు తీసి, అప్పులపాలై, చేతులు కాల్చు కున్నాడు ఘంటసాల. మనదికాని రంగంలో ప్రవేశించరాదన్న నీతి ఆయనకేకాదు అందరికీ తెలిసింది. సినీనిర్మాణం మోజు డబ్బుబూజు దులిపేసింది.

నట ఘంటసాల

ఫ్లాపు సినిమాదెబ్బకు తట్టుకోవటానికి నటించాలనిపించింది. చింతామణి నాటకంలో బిల్వమంగళుడు, సక్కుబాయిలో యోగివేషాలు వేశాడు. ఈ విధంగా ఘంటసాలలోని నటుడు బయటకు వచ్చాడు. అవసరం ఆ పని చేయించింది. నెమ్మదినెమ్మదిగా అప్పుతీర్చాడు. శ్రీవెంకటేశ్వర మాహాత్మ్యంలో దర్శకుడు పుల్లయ్య కోరికపై "శేషశైలావాస శ్రీవెంకటేశ" పాట పాడుతూ వెంకటేశ్వర స్వామి ఎదుట నటించాడని మనకు తెలుసు. సినిమాల్లో కూడా నటించమని కోరేవారట. "నేను నటిస్తే మరొక నటుడికి అవకాశం పోతుంది. ఆ నటుడి పొట్ట కొట్టకూడదు. నేను పాటలుపాడి బతుకుతున్నాను చాలు" అని చెప్పి ఒప్పించేవారట. సొంతలాభం కొంతమానుకు పొరుగువాడికి తోడు పడవోయ్ అన్న గురజాడ సూక్తిని పాటించి ఆదర్శనీయు లైనారు. సినిమాలో వేషం వేయటానికి మనస్కరించేది కాదు. ఇతరులకున్న అవకాశాలను తాను పాడుచేయరాదనే నీతిసూత్రం ఆయనది.

మహామహులతో ఘంటసాల

1954లో హిందుస్థానీ గాత్ర సంగీత విద్యాంసుడు బడే గులాం అలీఖాన్ మద్రాసు వచ్చారు. వసతి యెక్కడా దొరకలేదట. ఓ కచేరిలో ఆయన సంగీతం విన్న ఘంటసాల ఆయన ఆందోళన గ్రహించి "మీరు అభ్యంతరంలేకపోతే మా ఇంట్లో వుండవచ్చు"నన్నారట. ఆయన ఆనందంగా మందిమార్బలంతో ఘంటసాల ఇంట్లో చేరారు. ఖాన్‌గారి దర్శనం కోసం రోజూ ఎమ్.ఎస్. సుబ్బలక్ష్మి, ఎమ్.ఎల్.వసంతకుమారి వంటి లబ్ధ ప్రతిష్ఠులైన సంగీత విద్వాంసులు తీర్థప్రజలాగ వచ్చి ఖాన్‌గారిని సందర్శించేవారట. సంగీత చర్చలతో, పాటలతో ఘంటసాలవారిల్లు సంగీత సరస్వతి నిలయమైపోయింది. ఓసారి ఖాన్‌గారు సావిత్రిగారొక్కరి కోసమే నాలుగు గంటలసేపు పాటలు పాడి వినిపించారట. ఆ సహృదయత అలాంటిది. "బహూ" (కోడలా) అని నిత్యంసంబోధించేవారట. రెండు నెలలు ఖాన్‌సాహెబ్ ఘంటసాల వారింట్లో వున్నారు. కర్నాటక ఔత్తరాహ సంగీత సమ్మేళనంగా ఆ రోజులు చరితార్థమయ్యాయి. ఘంటసాల విశాల హృదయానికిది మచ్చుతునక. అక్కడ కులం, మతం, భాష, ఆచారంలేదు, అంతా సంగీత సరస్వతి సంతానమే అన్న గొప్ప భావమేనని ఉద్దండులైన ఇద్దరు విద్వాంసులూ, రుజువు చేశారు. చరితార్థులయ్యారు. ఖాన్ చివరి జీవితం హైదరాబాద్‌లో గడిచింది. జబ్బుచేసి

ఆస్పత్రిపాలైతే ఘంటసాల వెళ్ళిచూశారట. ప్రక్కలో కూచోపెట్టుకొని, గుండెలమీద చెయ్యిపెట్టించుకొని ఏడుస్తూ వుండిపోయారట ఖాన్‌జీ. మాటపడిపోయింది. ఏమీచెప్పలేని నిస్సహాయస్థితి. ఓవారం తర్వాత ఖాన్‌సాబ్ మరణించారు. ఘంటసాల కృంగిపోయారు. "తను పాడగలిగినంత కాలమే బ్రతికివుండాలన్న కోరిక మామయ్యకి అప్పుడే బలంగా కలిగింది" అని సావిత్రిగారంటారు.

మద్రాసు మహానగరంలో ఆనాడు అన్ని రంగాల్లోనూ నిష్ణాతులుండేవారు. మిగిలిన పట్టణాల నుంచి పనిమీదో, కచేరికోసమో, ఉపన్యాసాలకో, హరికథలకో ప్రముఖులు వస్తూండేవారు. వారిని తమ ఇంటికి ఆహ్వానించి, ఆతిథ్యమిచ్చి సత్కరించేవారు. పుష్పగిరి, శృంగేరి పీఠాధిపతులు, కేశవదాస్‌జీ, టంగుటూరి ప్రకాశం పంతులు, పొట్టి శ్రీరాములు, బెజవాడ గోపాలరెడ్డి అలాంటివారిలో ప్రథములు. కవులైన సముద్రాల, కృష్ణశాస్త్రి, యామిజాల పద్మనాభస్వామి, ఆరుద్ర, దాశరథి, ఆత్రేయ, సి.నా.రె.వంటి వారెందరో చెప్పనేలేం. సితార్ విద్వాంసుడు ఆలీఖాన్ మద్రాసు వచ్చి, కచేరీలు దొరక్క వెళ్ళిపోతుంటే, తనయింట్లో కచేరిపెట్టించి వెయ్యిరూపాయలిచ్చి సత్కరించి పంపించారంటే, సాటివిద్వాంసులపై ఆయనకున్న గౌరవం, మర్యాద అర్థమవుతుంది. ఎంతోమంది సంగీత విద్వాంసుల కచేరీలకు హాజరై, వారి వైదుష్యానికి ముగ్ధులై, వారంత పేరుప్రఖ్యాతులను తాను కూడా పొందగలనా అని ఆలోచించేవారు. ఈర్ష్య, అసూయ ఆయన నిఘంటువులో లేవు. ప్రతిభ యెక్కడున్నా మెచ్చేవారు.

ఆంధ్రరాష్ట్రం కోసం ఆమరణ నిరాహారదీక్ష చేసిన అమరజీవి పొట్టి శ్రీరాములు గారు, ఘంటసాల జైలు మిత్రులు. శ్రీరాములుగారు చనిపోయిన రోజున ఘంటసాల, మోపర్రుదాసు, పామర్తి కలిసి బులుసు సాంబమూర్తి గారింటికి వెళ్ళారట. అక్కడ తెలుగువారెవరూ రాలేదింకా. ఎవరికీ వార్త తెలిసివుండదనుకొని, మోపర్రుదాసు వీధిలో నిలబడి పెద్ద గొంతుతో శ్రీరాములుగారి మరణవార్త చెప్పారట అందరికీ వినపడేట్లు. అప్పుడు జనం చేరారట. శ్మశానంలో శ్రీరాములు గారికిష్టమైన దేశభక్తి గీతాలు పాడి ఘంటసాల తుదిసంస్కారం జరిపించారట. బాపూజీ చనిపోయినప్పుడు "అస్తమించెను బాపుజీ అవతరించెను చీకటి" అనే పాట తానే రాసి రికార్డింగుకు యిద్దామనుకొన్నారట. అయితే మహ్మద్‌రఫీ "సునోసునో దునియావాలే బాపూజీకి అమర్‌కహానీ" పాట రిలీజైంది అప్పటికే. రఫీ బాగా పాడారని మెచ్చుకొని తన పాటను విరమించుకొన్నారట ఘంటసాల. సాటి గాయకుని ప్రజ్ఞను మెచ్చేగుణం సహజంగా వుంది ఘంటసాలకు. ఇది ఈనాడు అందరికీ అలవాటవాల్సిన ముఖ్యలక్షణం. అందుకే ఘంటసాల ఆరాధనీయుడు.

ఘంటసాల కుటుంబం

ఘంటసాల పెద్దబ్బాయి విజయకుమార్ అని చెప్పుకున్నాం. అతను సినీరంగంలో పనిచేశాడు. 48 యేళ్ళ వయసులో అకస్మాత్తుగా చనిపోయాడు. భార్యకూడా ఇతను చనిపోయిన సంవత్సరన్నరకే చనిపోయింది. అతని పెద్దకొడుకు సావిత్రిగారి వద్ద, చిన్నవాడు చిన్నకొడుకు

రత్నకుమార్ దగ్గరవున్నారు. పెద్దమ్మాయి శ్యామల మద్రాసులో వుంది. అల్లుడు డాక్టరు. రెండో అమ్మాయి సుగుణ హైదరాబాద్‌లో వుంటోంది. అల్లుడు వ్యాపారం. మూడో అమ్మాయి శాంతి. ఈ అల్లునిదీ వ్యాపారమే. మద్రాసులో కాపురం. రత్నకుమార్ సినీ ఆర్టిస్ట్. సంసారాన్ని చక్కగా తీర్చిదిద్దుకొచ్చారు ఘంటసాల దంపతులు. వారికీ మంచి లక్షణాలు అబ్బాయి. ప్రతిభను కనపరిచి ఆ కుటుంబ కీర్తిని విస్తరిస్తున్నారు.

సినీ త్రిమూర్తులు

నందమూరి తారక రామారావు, అక్కినేని నాగేశ్వరరావు సినీ హీరోల సరసన చేరిన పాటల హీరో ఘంటసాల వెంకటేశ్వరరావు. ముగ్గురూ కృష్ణాజిల్లావారే. వారి ప్రతిభ జిల్లా, రాష్ట్ర, దేశ సరిహద్దులు దాటి ప్రపంచమంతా విస్తరించింది. వీరిద్దరికి గాత్రదానం చేసే అవకాశం ఘంటసాలకు లభించింది. అందుకే వాళ్ళు నటించిన సినిమాలన్నీ ఘనవిజయాలు సాధించాయి. వారి నటనకే కాక, సంగీతానికీ స్థాయి కల్గింది. ఘంటసాల పాడితే ఆ సినిమాలు విజయవంతం అయ్యాయా? లేక వారి అభినయం ఘంటసాల గళానికి మెరుగులు పెట్టిందా? అన్నది సమాధానం లేని ప్రశ్న. ముగ్గురూ మంచిస్నేహితులే. వారికే కాదు వారి కుటుంబాలకు చక్కని స్నేహంవుండేది.

"మా ఘంటసాల" అని ఆత్మీయంగా పిలిచేవారు నందమూరి. "మాస్టారూ" అంటూ ఆప్యాయంగా పల్కరించేవారు. "భారతజాతికే గర్వకారకులని, భావితరాలకు ఘంటసాల నిర్విరామ కృషి, అకుంఠిత దీక్ష ఒక అమూల్య గుణపాఠం" అన్నారు. "దేశంకోసం, ప్రజలకోసం, సంఘంకోసం మనకళను అంకితం చేయాలి అన్న నాధ్యేయాన్ని, ఆశయాన్ని పూర్తిగా అర్థంచేసుకున్న మహావ్యక్తి. అదే ఆయనలోని పారమార్థికచింత. సాంఘిక సేవకు నేను నడుంకట్టినప్పుడు నాతో సహకరించి నా ప్రతి కార్యప్రణాళికలోనూ ముందుగా నిలబడేవారు. పాకీస్తానీ దురాక్రమణలో, చైనా ముష్కర దేశాక్రమణ సందర్భంలో, పోలీసు కుటుంబ సంక్షేమనిధి ప్రయత్నంలో, తుఫాను బాధితుల సహాయార్థం సాగిన జైత్రయాత్రలో, ఒకటేమిటి? నేను తలపెట్టిన ప్రతి సాంఘిక సేవాకార్యక్రమానికి "నేనున్నాను" అంటూ ప్రప్రథమంగా వచ్చేవారు ఘంటసాలగారు" అని మెచ్చిన ఎన్.టి.ఆర్.ను అభినందించాలా? స్నేహహస్తం సాచిన ఘంటసాలను అభినందించాలా? అదీ వారిద్దరి గ్రేట్‌నెస్.

అక్కినేనిది, ఘంటసాలది గుడివాడ దగ్గరవూర్లే. చిన్నప్పటి నుంచి నాటకాలాడేటప్పుడే వారిద్దరికి పరిచయం వుంది. ఇద్దరూ ఆడవేషాలే వేస్తూండేవారు. ఘంటసాల పాటలు, పద్యాలంటే ఆనాటినుంచే అక్కినేనికి ఇష్టం. బాలరాజు సినిమాలో ఘంటసాల చేత అక్కినేని "చెలియా కనరావా?" పాటను పాడించారట. అప్పటిదాకా తన పాటలు తానే పాడు కొనేవారు. "చిత్రసీమలో నా విజయానికి వారు ఎంతగానో దోహదం చేశారు. స్వతహాగా ఆయన నటుడు కావటంవల్ల, ప్రతి పాటలోని భావాన్ని, అవగాహన చేసుకొని, నటుని ధోరణికి తగినవిధంగా పాడి అందర్నీ మెప్పించేవారు. వ్యక్తిగా ఆయన ఎంతో మంచివారు. ఎవరికీ కష్టం కలగకూడదనే సున్నితమైన

మనస్తత్వం గలవారు. ఆయన రాజకీయానుభవాలు, జాతీయతాదృక్పథం కూడా అందరికీ తెలిసినవే" అంటూ ఘంటసాల వ్యక్తిత్వానికి ఆరాధనామందిరం కట్టారు అక్కినేని. సాటివారిని మెచ్చుటం ఆనాటి మేటి కళాకారుల మచ్చరంలేని అచ్చమైన, స్వచ్ఛమైన మనసుకు తార్కాణం. కళాకారులందరు తప్పక గుర్తుంచుకొని అనుసరించాల్సిన కనీసధర్మం. ముందుతరాల నడకే భావితరాలకు బాట.

సద్గురు కటాక్షం

ఎంత ఎదిగినా ఒదిగివుండటం ఉత్తముల లక్షణం. పెద్దలయెడ గౌరవం, సాటివారిపై ప్రేమ, అభిమానం, చిన్నవారిపై వాత్సల్యం ప్రదర్శించి తన విజ్ఞతను ప్రతిక్షణం చాటుకొన్న ఉత్తమ పురుషుడు ఘంటసాల. అరుణాచలస్వామి రమణ మహర్షి అంటే ఘంటసాల పరమభక్తి. ఆ కాలంలో ఆంధ్రదేశంలో 'హనుమాన్ చాలీసా'ను ప్రచారం చేసిన మహానుభావులు 'రఘువరదాసు'గా ప్రసిద్ధులైన శ్రీ అవధూతేంద్ర స్వామి. చేస్తే ఆయనలాగ సంకీర్తన చేయాలి" అని తన గాఢ భక్తిని ప్రదర్శించేవారని వి.యస్. మూర్తి జ్ఞాపకం చేసుకున్నారు. కంచి పరమాచార్యులు శ్రీశ్రీశ్రీ జయేంద్ర సరస్వతిని దర్శించి ఆయన సమ్ముఖంలో తన గానంతో భక్తి పూజచేశారు. పుట్టపర్తి సాయిబాబా అన్నా భక్తియే. ఒక దివ్య పరంపరకు వీరువారసులని, ఆ వార సత్వాన్ని మనం గౌరవించాలని ఘంటసాల భావన. 'భగవద్గీత' రికార్డు చేసేముందు కంచి స్వామిని, సాయిబాబాను దర్శించి ఆశీస్సులు పొందారు. మహనీయుల ఆశీస్సు అభివృద్ధికి దోహదంచేస్తుంది. చిత్త సంస్కారానికి తోడ్పడుతుంది.

సహచరుల సహృదయత

గంధర్వాంశ సంభూతులకుగాని అటువంటి గాత్రసంపద లభించదని స్వయంగా గాయకులైన నాగయ్యగారు ప్రస్తుతించారంటే ఆ కంఠమహిమ వర్ణనాతీతం కదా? "ఆయన పాడిన ప్రతిదీ భావగర్భితంగా, శృతియుతంగా, లయభరితంగా, ఇంపుగా, సొంపుగా శ్రోతల్ని ఉర్రూత లూగిస్తుందం"టారు పద్మశ్రీ నాగయ్య. సి.యస్.రావు 'శాంతి నివాసం', 'లవకుశ' వగైరా చిత్రాల దర్శకుడు. తండ్రి పుల్లయ్యగారి దర్శకత్వ ప్రతిభ పుణికి పుచ్చుకున్నవారు. ఆయన శాంతి నివాసం మొదలు లవకుశ వరకు ప్రతి ఒక్క ప్రమాణ చిత్రంలోను తన ప్రణవనాదంతో నాకు ఖ్యాతి తెచ్చిపెట్టారు మా ఘంటసాల అనడం అతిశయోక్తికాదు. మళ్ళీ రామాయణాన్ని ప్రతి ఇంట్లోనూ చూసిన అనుభూతిని 'లవకుశ' కల్గించింది. ప్రతిపాట జనం పాడుకొన్నారు - పాడుకుంటున్నారు. పాడుకొంటారు. ఘంటసాల సంగీత ప్రతిభకది ఒక విశ్వరూపం.

అపర సరస్వతిగా భాసించే భానుమతి ఘంటసాల పాటలో ఆయన కంఠమే ప్రాణం అంటారు. వ్యక్తిగా ఆయన సౌమ్యులని, కోపం రాదని, సభ్యత, సంస్కారం, అభిమానంవున్న సంస్కారి అని భానుమతి ఆయన్ను ఆరాధించారు. ఘంటసాలతో "ప్రజలు నన్ను తిట్టకుండా

వుంటే హీరోయిన్స్‌కు కూడా నీ చేతనే పాడిస్తా" నన్నారట. అంత ఇష్టం ఘంటసాల అన్నా, ఆయన కంఠం అన్నా. మాయాబజార్ సినిమాకు రాజేశ్వరరావు నాల్గు పాటలకు ట్యూన్ చేశారు. తర్వాత ఘంటసాలను నియమించారు. చక్రపాణి గారి పట్టుదలతో టైటిల్స్‌లో ఘంటసాల పేరే వేయించారట. 'అప్పు చేసి పప్పుకూడు'కు 'మిస్సమ్మ'కు తర్వాత రాజేశ్వరరావే సంగీతం. 'పప్పు'కు ఘంటసాల పాడతాడో లేదోనని అనుమానించారట. "మా సినిమాలో పాడవా?" అని అడిగాడట నాగిరెడ్డి చక్రపాణి. "అదేమిటండీ? మన సినిమాలో ఎందుకు పాడను? తప్పక పాడుతాను" అని అభయమిచ్చి పాడి తనేమిటో నిరూపించుకున్నారు. పరిశ్రమనంతా "మనది" అనే పెద్దమనసుతో భావించిన వాడు ఘంటసాల. గుండమ్మ 'కథ' చిత్రదర్శకుడుగా కమలాకర కామేశ్వరరావు అభిమానంతో ఘంటసాలకే సంగీతం అప్పగించారు. ఆచిత్రం సూపర్‌హిట్ – ఘంటసాల సంగీతానికి, హాస్యసన్నివేశాలకి అదొక మధుర సాంఘిక కావ్యం. సముద్రాల దర్శకత్వం వహించిన 'వినాయక చవితి' ఘంటసాల సంగీత మాధుర్యానికి మచ్చుతునక. "వాతాపి గణపతిం భజే" తెలుగునాట కొలువై ఇంటింటా విన్పింపజేశారు ఘంటసాల. "ఒరేనాయనా!" అని సముద్రాల ఆప్యాయంగా పిలిచేవారు. ఈయనకూ ఆపిలుపే ఇష్టం. ఆ అన్యోన్యం, గురుశిష్య సంబంధం అందరికీ ఆదర్శప్రాయం.

అట్లూరి పుండరీకాక్షయ్య గారు ఎన్.టి.ఆర్. బావమరది, సినీనిర్మాత. ఘంటసాలపై అపారనమ్మకం. "కృష్ణావతారం సినిమాకు పాడేప్పుడు ఆయనకు సైనస్ సమస్య వచ్చిందని, అనుమతిస్తే వేరొకరితో రాయబార పద్యాలు పాడిస్తానని కోరానని, దానికి ఆయన ఒప్పుకోలేదని "నేనేవచ్చిపాడటానికి ప్రయత్నిస్తా. ఒకవేళ ఆ పద్యాలు పాడుతూ నేను పోవడం జరిగితే శ్రీకృష్ణుని పద్యాలు పాడుతూ ఘంటసాల పోయాడన్న తృప్తి నాకు చాలు" అని చెప్పి రాయబార పద్యాలు పాడి తెలుగు పద్యాలకు కొత్త సింగారాలు తొడిగారని, ఆమాధుర్యానికి తాను పరవశం చెందానని, వృత్తి పట్ల ఆయనకున్న భక్తి శ్రద్ధలు అంతగొప్పవని, ఘంటసాల బాణి అనే ప్రత్యేకముద్రను ఆయన వేశారని, ఓం కార స్వరూపాన్ని అందుకున్న శారద మహర్షి అనీ, ఘంటసాల శేముషీ సంపన్నతని పొగిడారు పుండరీ కాంక్షయ్యగారు.

తానూ సంగీత దర్శకుడే. ఇంకో సంగీత దర్శకుని దగ్గర పనిచేసినప్పుడూ తన వ్యక్తిత్వానికి దెబ్బతగలకుండా, పాటకే పెద్ద పీట వేశారు. రాజేశ్వరరావు, టి.వి.రాజు, మహదేవన్, చలపతిరావు, సుబ్బరామన్, భానుమతి, గోవర్ధనం, వేణు, అశ్వత్థామ, పెండ్యాల చక్రవర్తి, సుసర్ల, కోదండపాణి, పామరి, లింగప్ప, రాఘవులు, ఓగిరాల, నాగయ్య వంటి దిగ్గంతుల వద్ద పనిచేసి మెప్పుపొందారు ఘంటసాల. అన్నీ తెలిసునన్న గర్వంలేని మనిషి. ఎవరి దగ్గరైనా పనిచేసి మెప్పించే నైపుణ్యం వున్నవారు. భానుమతి ఆయన్ను గురించి చెప్తూ "ఘంటసాల సంగీత ప్రతిభను మాధుర్యం మబ్బులా కమ్మేసిందని, ఎక్కడైనా నిలదొక్కుకోగల స్వరం ఆయనదని, తెలుగువారికి అయన వరం అని అన్నారు. డెప్త్ కలిగినవాడు. సాహిత్యం స్పష్టంగా అర్థవంతంగా పలకగలడు. నా వాయిస్‌కు సరితూగగల కంఠం ఆయనది. ఆయనతో పాడిన కళ్యాణి, సింధుభైరవి

రాగాలు నాకిష్టం" అని ఆమె మాష్టారు గారిని మెచ్చుతారు. ఆమె మెప్పుపొందటం అంతతేలిక కాదు. భానుమతితో పాడటం ఓ ఛాలెంజిగా ఘంటసాల తీసుకునేవారు. ఘంటసాల యెదుగుదలకు భానుమతి, రామకృష్ణులు ముఖ్య దోహదకారులు. వారికిచ్చిన సహకారమూ అంత గొప్పది. 'జీవిత చక్రం' మ్యూజిక్‌డైరెక్టరు శంకర్ ఘంటసాల గురించి తప్పుగా అర్థం చేసుకున్నారట. తీరా బొంబాయి వెళ్ళి పాడితే "ఎంత గొప్ప కంఠం?" అని మెచ్చారట. నమస్కారాలతో గౌరవం చూపారట. ఆ పాటలన్నీ సూపర్‌హిట్. నాగయ్యగారు గొప్ప గాయకులు, నటులు, సంగీతదర్శకులు. ఒకసారి 'రహస్యం' సినిమాలో ఆయనకు ఘంటసాల పాడాల్సివచ్చి సందేహించారట. తనకా అర్హత లేదనుకున్నారట. విషయం తెలిసి నాగయ్యగారు "నేను పాడే స్థితిలో లేను. నువ్వుపాడితే నాకు చాలా సంతోషం" అని బుజం తట్టి పాడించారట. ఇతరుల గొప్పతనాన్ని గుర్తించే సంస్కారం యిద్దరిలో వుంది. ఆయనతో కలిసి 'తెనాలి రామకృష్ణ', 'పూలరంగడు' సినిమాల్లో పాడారు ఘంటసాల. అంజలి, ఆదినారాయణ గార్లకు ఘంటసాలతో అనుబంధంయెక్కువ. వారి సినిమాల్లో పాటలన్నీ మ్యూజికల్ హైలెట్స్, సంగీత దర్శకులందరితో ఎంతోసఖ్యంగా కలిసిమెలిసి వుండేవారని, ఆప్యాయతలే తప్ప అసూయలులేవని, పద్యాలకు ఘంటసాలతోనే ట్యూన్స్ కట్టించేవారని, నచ్చని పాట పాడవలసి వచ్చినప్పుడు బాధపడేవారని, అప్పగింతల పాటల్లో ఆయన బాధపడేవారని, తమయింట్లో పెళ్ళిళ్ళకు ఆ సీన్లు వుండరాదని అనే వారట ఘంటసాల అని సావిత్రిగారు చెప్పారు. ఘంటసాల మరణం తర్వాతే పిల్లల పెళ్ళిళ్ళు జరిగాయి. రాజేశ్వరరావు గారితో 1945-46 నుంచి ఘంటసాలకు పరిచయం. "ఎన్నో భావవైవిధ్యాలున్నా ప్రతి మధురమైన పాట వెనుక ఒకో మధురమైన నూతన అనుభూతి వుండేది. గర్వం, అహంకారం ఆయనలో మచ్చుకుకూడా కనిపించవు. బాబూ!నాయనా! అని అందర్నీ ఆప్యాయంగా పలకరించేవారు. మంచి వ్యక్తిత్వంవున్న సమర్థుడైన గాయకుడు. అందుకే అందరి అభిమానం పొందారు" అని సాలూరువారు ఘంటసాల వారిని అభినందించారు.

ఘంటసాల కాలానికి సహ గాయకులుగా పి.బి.శ్రీనివాస్, మాధవపెద్ది, పిఠాపురం, ఎ.ఎమ్. రాజారామకృష్ణ, ఎస్.పి.బాలసుబ్రహ్మణ్యం, బాలమురళీ మొదలైనవారున్నారు. వారందరికి తన సినిమాల్లో స్థానం కల్పించారు. వారి కంఠధ్వనులకు తగ్గ ట్యూన్స్ చేశారు. ప్రోత్సహించారు. తాను ఆరంగంలో మకుటంలేని చక్రవర్తి అయినా ప్రతిభ గలవారిని ఉత్సాహపరచి పాడించారు. "నా తరువాత నా అంత వాడివవుతావు నాన్నా" అని బాలును ప్రోత్సహించినట్లు ఆనంద పడ్డారు. బాలు ఏకలవ్య శిష్యుడు. "కవిగళానికి తన గళాన్ని మేళవించి సుందరమైన పదాల అల్లికను, మధురమధుర గీతవల్లికగా మార్చేయగల ఆయన ప్రతిభ అనన్య సామాన్యం" అని బాలు అంజలి ఘటిస్తారు. ఆయన దర్శకత్వంలో ఆలీబాబా 40 దొంగలులో పాడిన అదృష్టం కల్గిందని వినమ్రంగా చెప్పాడు. ఆయన గానసముద్రుడు అని, ఆ గంధర్వ స్వరం తెలుగు జాతికే వరమని, ఆ గానానుభూతి అజరామరమని విశ్లేషించారు. ఘంటసాలకు ఓర్పు సహజం. "నొప్పింపక తా నొవ్వక"గా వుండేవారు. వ్యతిరేకుల్లోనూ సామరస్యం సాధించారు. మూడున్నర దశాబ్దాలు చలన చిత్ర సామ్రాజ్య సార్వభౌములుగా నిలిచారు. ఆయన గానంలో

తెలుగు దనం ఉట్టిపడేది. పాపులారిటీని వెయ్యిరెట్లు అభివృద్ధి చేశారు. సులభ బాణీలు ఆయనకుయిష్టం. దేవదాస్‌లోని దగ్గు, జగమేమాయ పాట ఇంకెవరూ పాడలేరని పి.బి.శ్రీనివాస్ కీర్తించారు. ఘంటసాల ఒక యుగాన్నే స్థిరపరచారని, సంగీత సభలకు ఉన్నత స్థాయి కల్పించారని, ఒకే టేక్‌లో ఓకే చేసిన పాటలు చాలా పాడారని, వాద్యాకళాకారులను చాలా గౌరవించేవారని హరి అచ్యుతరామశాస్త్రి స్వరనీరాజనం పల్కారు. సంగీత దర్శకుడు, గాయకుడు పాల గుమ్మి విశ్వనాథం గారు"మంద్ర, మధ్యమ, తార స్థాయిలో సునాయాసంగా, శృతిలీనం అయి సంచరించే లక్షణం, రాగాన్ని కొత్తమార్గంలో నడిపించటం, నవ్యతకై ఆరాటపడటం, భావం గాత్రంలో ఇంకిపోయేట్లు చేయటం ఘంటసాలకే చెల్లుతుంది" అని తన అనుభవం వివరించారు. కల్పనలో అవధులు లేనిప్రతిభ సీను పండకపోతే, ఘంటసాల పాట ఇరికించి భేష్ అనిపించేవారట. అందుకే ఆయనకు అంతక్రేజ్. ఆంధ్రశ్రోతలను నాద సముద్రంలో ఓలలాడించారని పాలగుమ్మి అంజలించారు. వి.రామకృష్ణ తన పట్లు బాగాపట్టుకొని, చక్కగా పాడుతున్నందుకు అభినందించారు. అవసరమైతే తోటి గాయకులకు మంచి సలహాలిచ్చి ప్రోత్సహించి, వారి ఎదుగుదలకు కారకులయ్యారు. పిఠాపురం నాగేశ్వరరావు అంటే వాత్సల్యం. శ్రీనివాస్‌లోని లాలిత్యాన్ని మెచ్చారు. ఎ.ఎమ్.రాజాతో 'పరోపకారం'లో పాడించి ప్రోత్సహించారు. మాధవపెద్దికి 'మాయాబజార్'లో వివాహభోజనం పాట ఇచ్చి రికార్డు సృష్టింపజేశారు. సహగాయకులను ప్రోత్సహించి వారి అభిమానం సంపాదించిన మాన్యులాయన.

"ఆయన ప్రతిపాట సహజసిద్ధంగా, నిర్దుష్టంగా వుండాలని కోరుకుంటారు. వారి అభిరుచి వారి సంగీతంలో కన్పిస్తుంది. బాగా నేర్పించి మాత్రమే పాట పాడించేవారు. భావావేశం వుండాలి అనేవారు" అని మెచ్చారు సుశీల. సుశీల, ఘంటసాల పాటలు ఆమనితోటలే. గాయనీమణులతో చాలా మర్యాదచూపేవారు. ఆప్యాయత వర్షించేవారు. గాత్ర సౌరభానికి ముచ్చటపడేవారు. ప్రతిభను ప్రోత్సహించేవారు. ధైర్యం చెప్పి వారి కళను వెలువరించేట్లు చేసేవారు. ఈవిధంగా గాయకులను, గాయనీలను సినీ సంగీతానికి తమ వంతు సేవచేయటానికి కృషిచేశారు. "గాయకుడిగా ఆయనకు ఆయనేసాటి. గొప్పస్నేహశీలి. క్రమశిక్షణ ఆయన ఆస్తి" అని సుశీలగారు చెప్పుకుంటారు.

ఘంటసాలకు సినీ రచయితలందరితో మంచి స్నేహ సౌహార్దాలుండేవి. గాడ్‌ఫాదర్ సముద్రాలసరే. తోలేటి, పింగళి, ఆరుద్ర, సదాశివబ్రహ్మం, జూ.సముద్రాల, దాశరథి, సి.నా.రె వంటి యెందరో ప్రముఖులు స్నేహ హస్తాలు సాచినవారే. తోలేటి శ్రీకాళహస్తీశ్వర మహత్యానికి అద్భుతరచన చేశారు. పాటలన్నీ భక్తిభావ బంధురాలు. ఘంటసాల గానంతో శివునికి నివేదనలా మారాయి. అప్పటినుంచి తోలేటితో దోస్తి యెక్కువ. తోలేటి చనిపోతే, దహన సంస్కారాలకు డబ్బులేకపోతే 300రూ. పోగుచేసి తాను, ముగ్గురు మిత్రులు కలిసి శవాన్ని శ్మశానానికి మోశారు. ఆయన రాసిన ఎన్నో పాటలు, దేశభక్తి గీతాలు పాడి అయన్ని అదుకొనేవారు. అరుద్రతో సాన్నిహిత్యం ఎక్కువే. ఇద్దరూ ఒకర్నొకరు "మేష్టారు" అని సంబోధించుకొనేవారట. ముస్లిం

అయిన బడే గులాం అలీఖాన్‌ను ఆదరించి ఇంట్లో పెట్టుకున్నారని ఆరుద్ర మెచ్చారు. సంగీతానికి కులంలేదు. ఉన్నదల్లా బలమే. "ఘంటసాల ఎప్పుడో కాని ట్యూన్ కట్టరు. ఇచ్చిన పాట ఎంత బాగుంటే అంతముచ్చటగా స్వరపరుస్తారు" అని సి.నా.రె. ఉవాచ. ఆత్రేయరాసిన ఆణిముత్యాలన్నీ ఘంటసాల నోట ముత్యాలవానలయ్యాయి. ఆయనంటే చాలా అభిమానం ఘంటసాలకు. శ్రీశ్రీపాటలకు జీవంపోసి అభ్యుదయవాదానికి తోడ్పడ్డారు. మల్లాది వారి "జాను తెనుగుకి, జాతి ఘనతకు" తన స్వరంతో స్వర్ణాభిషేకం చేశారు. ఆర్ద్రతతో పాడి ఆయన పాటలను గుండెలకు తాకేట్లు చేసి 'చిరంజీవులు'గా మిగిల్చారు.

ఘంటసాల భగవద్గీత

కురుక్షేత్ర సంగ్రామంలో అర్జునుని విషాదాన్ని మాన్పించి, కర్తవ్య బోధ చేయటానికి శ్రీకృష్ణునిచే 'భగవద్గీత'ను చెప్పించాడు వ్యాస మహర్షి. భక్తి, జ్ఞాన, వైరాగ్యాలకు నెలవు. మోక్షప్రాప్తికి మార్గం. ఊరికే కూర్చుని జపించినా, తపించినా లాభంలేదని, ప్రతివారు తమకర్తవ్యాన్ని నిర్వహించాలని, కాడిపారేసి వూరుకోరాదని, జనం మధ్యవుంటూ, సంసారంచేస్తూ, మానసిక సన్యాసంతో ముక్తి సాధించాలి. "Duty is god" అని చెప్పాడు భగవన్. పారాయణంగా చదవటమేకాని, భావాన్ని అర్థంచేసుకోవటంలో మనసుపెట్టం. అయితే అందరికి అర్థమయేట్లు శ్లోకంపాడి, సూక్ష్మంగా భావంచెప్తే మనసుకు హత్తుకుంటుంది. హెచ్.ఎమ్.వి. అధిపతి మంగపతిగారికి ఆ ఆలోచన వచ్చింది. వెంటనే ఘంటసాల గారింటికి వచ్చి ప్రణాళికను చెప్పారు. అప్పటకే లతామంగేష్కర్ భగవద్గీత రికార్డు తెచ్చివున్నారు. ఆమె పాడిన తర్వాత ఇంగ్లీషులో కామెంటరీ వుంది. అయితే ప్రతిశ్లోకానికి కామెంటరీ వుంటే బాగుండుననిపించింది. యువతకు స్ఫూర్తి కల్గించాలని వీరిద్దరివుద్దేశ్యం. కోట సత్య రంగయ్యశాస్త్రిగారితో కమనీయ వ్యాఖ్యానం రాయించారు. సూక్ష్మంగా, గాఢంగా, సూటిగా రాశారాయన. 108 శ్లోకాలు ఎంచుకొని, ట్యూన్ ఏర్పరచి, భావగర్భితంగా తప్పులేకుండా జాగ్రత్తగా పాడి రికార్డు చేశారు. అది గొప్ప క్లిక్కయ్యింది. దానికోసం ఘంటసాల కఠోర తపస్సు చేసినంతగా శ్రమించారు. పెర్ ఫెక్షన్ కోసం ఎంతో ఆరాటపడి, అనుకున్నది సాధించారు. కంచి స్వామి ఆశీసులందించారు. అయితే విడుదల ఆలస్యమైంది. అయినా అనూహ్యంగా జన హృదయాలను దోచింది. ప్రతి ఇంట్లోను కొని విన్నారు. ఇంక దేవాలయాల సంగతి చెప్పక్కర్లేదు. విడుదలకుముందే ఘంటసాల ఇహలోకంవీడారు. తర్వాత 22-11-74న ఎల్.పి.రికార్డు విడుదలయింది. రసస్ఫూర్తితో తన్మయత్వం కల్గించింది. భగవద్గీత ఆయన కంఠంలో చిరస్థాయిగానిల్చింది. ఘంటసాల సంగీతం, పాటలూ ఒక యెత్తు, భగవద్గీత ఒక ఎత్తుగా అంతాభావిస్తారు. అంతటి గౌరవం దక్కింది. వ్యాసభగవానునికి ఘంటసాల ద్వారా లభించిన భక్తినీరాజనం. భగవద్గీత నాలపించి ధన్యజీవులయ్యారు. అందరికీ అదొక గొప్పవరంగా మిగిలింది. దానితో ఘంటసాల కీర్తి ఆచంద్ర తారార్కంగా వుందని అభిమానులు ఆనందపడ్డారు. ఎన్.టి.ఆర్.గారు యల్.పి.ని విడుదలచేశారు. విశ్వనాథ రికార్డు విడుదల సభలో ఆశీస్సులందించారు. అత్యంత ప్రజాదరణ పొందిన రికార్డుగా

భగవద్గీత మిగిలిపోయింది. ఇలపై గీతాగంగావతరణాన్ని సాధించిన స్వరభగీరథుడు ఘంటసాల. అమృత హృదయం ఆయనది. అందుకే భగవద్గీత అమృతమయమైంది. అజరామరకీర్తిని తాను ఆర్జించి, ఘంటసాలకు దక్కించింది. సంగీత నిధి, స్వరకర్త, స్వయంగా మధురగాయకుడు అయిన ఘంటసాల పాడిన 'భగవద్గీత' పరమ పవిత్రతను సాధించింది. వెంకటేశ్వర సుప్రభాతం కాసెటులేని తెలుగులోగిలిలేనట్లే "భగవద్గీత రికార్డు" లేని ఇల్లులేదంటే ఆశ్చర్యంలేదు. రికార్డులకే రికార్డు, రివార్డు అందుకొంది. "తన జీవిత చరమాంకాన్ని భగవద్గీత గానంతో ముగించి తన బ్రతుకును చరితార్థం చేసుకున్నారు. భగవద్గీతలో ఘంటసాల సూత్రధారిగా, శ్రీకృష్ణుడుగా, అర్జునుడుగా, వ్యాఖ్యాతగా తన గాత్రంద్వారా పాత్రపోషణ చేశారు" అని డాక్టరు వొద్దిరాజువారు చెప్పింది అక్షర సత్యం. అది ఒక 'పంచవేణీ సంగమం'. సూటిగా మనసుకు చేరిన వేద, ఉపనిషత్, యోగసారం, బ్రహ్మవిద్యోపదేశం. భవిష్యత్తు తరాలకు చక్కని మార్గదర్శనం. "సకల హృదయ సంవేదనై, జనగీతం అయ్యింది" అని శ్రీ.వి.యస్.ఆర్.మూర్తి వితర్కించారు.

పుంభావ గాన సరస్వతికి పురస్కారాలు

దాదాపు 110 చిత్రాలకు సంగీత దర్శకత్వం వహించారు ఘంటసాల. సుమారు 10 వేల పాటలు పాడి గాత్రదానం చేశారు. భక్తిగీతాలతో పరవశం కల్గించారు. శృంగార గీతాలతో మనసులను ఉయ్యాలలూపారు. దేశభక్తి గీతాలతో ప్రబోధ చంద్రోదయులయ్యారు. హాస్యం పండించారు. వైరాగ్యపు పాటలతో తత్త్వోపదేశం చేశారు. ఆర్తితో అర్చించారు. కన్నీటితో అభిషేకించారు. పాటకు గుడికట్టి పూజించారు. తానునేర్చిన సంగీతానికి సార్థకత చేకూర్చారు. తెలుగు పాటకు రసానుభూతి కల్గించారు. తెలుగు పద్యానికి పరమవైభవం తెచ్చారు. 1970లో తిరుమల తిరుపతి దేవస్థానం ఆస్థాన గాయకునిగా నియమించి, ప్రతిభకు పట్టంకట్టింది. ఆ పదవిలో 3 సంవత్సరాలున్నారు. ఎన్నోజన్మల తపఃఫలంగా అది లభించిందని పొంగి పోయారు. తన జీవితం ధన్యమైందనుకొన్నారు. దేవస్థానం బంగారు పతకంతో సత్కరించింది. అలా దైవాశీస్సు లభించింది పాటకు. స్వామివారి ఆస్థానంలో, అన్నమయ్య కూర్చుని సంకీర్తనలు పాడిన చోట కూర్చొని పాడే మహద్భాగ్యం ఆయనకే దక్కింది. ఇంకెవరికీ దక్కని అరుదైన గౌరవం. అమెరికాలోని ఐక్యరాజ్య సమితిలో 1970లో పాడే అవకాశమూ లభించింది. శాంతిపతకం ఇచ్చి ఐ.రా.స. అత్యున్నత గౌరవం కల్గించింది. మొదటిది పరం, ఇది యిహం. రెంటినీ సాధించారు. ఇతర దేశాల్లో పాడి అక్కడివారిని అలరించాలన్న గాఢమైన కోరికవుండేది. 1970లో అమెరికా పర్యటకు ఆహ్వానం లభించింది. పెద్దబృందంతో వెళ్ళి చాలాచోట్ల కచేరీలు చేసి ప్రశంసలనందుకున్నారు. బ్రిటన్, పశ్చిమజర్మని, కెనడా, ఫ్రాన్సు దేశాలలో పర్యటించి శ్రోతలకు వీనుల విందు చేశారు. లండన్ పర్యటనను శ్రీమతి టంగుటూరి సూర్యకుమారి స్వయంగా ఏర్పాటుచేశారు. ఆయా దేశాల్లో భారతీయులేకాదు, ఆయా దేశస్థులు అధిక సంఖ్యలో పాల్గొని ఆనందించారు. సాంస్కృతిక రాయబారిగా ఘంటసాల విజయం సాధించారు. ఎక్కడ పాడినా ఆనందపారవశ్యం కల్గించారు. చిరస్మరణీయంగా విదేశయాత్రసాగింది. సంగీతానికి

ఎల్లలు లేవని చాటారు. కృతజ్ఞత నిండిన మనసుతో ఆనందబాష్పాలతో "నావిదేశ పర్యటన మహద్భాగ్యం కల్గించిన వారందరికీ, నన్ను ఘనంగా సత్కరించినవారికీ, లక్షలాది గాన ప్రియులకు, నా పర్యటన జయప్రదం కావాలని ఆకాంక్షించి, ఆశీర్వదించిన వారందరికీ, శ్రేయోభిలాషులకు నా కృతజ్ఞతాపూర్వక వందనాలు" అని వినమ్రంగా కైమోడ్చారు. వీటికి మించి భారతదేశప్రభుత్వం 1970లో 'పద్మశ్రీ' పురస్కారం ఇచ్చి సంగీత సరస్వతిని అర్చించింది. ఎన్నో సాహితీ సంస్థలు, సంగీత నిలయాలు, విద్యాలయాలు ఆయన్ను ఆహ్వానించి సత్కరించాయి.

1972లో ఘంటసాల శిష్యులు రాఘవులు, విజయకృష్ణమూర్తి, పామర్తి, బి.గోపాలం, ఎం.రంగారావులనే పంచపాండవులు త్యాగరాయనగర్‌లోని వెంకటేశ్వర కళ్యాణమండపంలో ఘనసన్మానం చేశారు. సభాధ్యక్షులైన శ్రీ చిత్తూరు నాగయ్య శిష్యుల అభిమానాన్ని ప్రశంసించారు. ఆయన బహుముఖ ప్రజ్ఞను సోదాహరంగా వివరించారు. శ్రీ రంగాచార్యులు పద్యనీరాజనం ఇస్తే, శ్రీ కోటసత్య రంగయ్యశాస్త్రి 'ఘంటసాల వంశావళి' పై కమ్మని పద్యాలు రాసి చదివి వినిపించారు. బి.ఎన్.రెడ్డి ఘంటసాల స్వరమాధుర్యాన్ని, మెచ్చిమాట్లాడితే ఆరుద్ర, దాశరథి, ప్రయాగ వగైరా కవులు ఆయన సంగీతజ్ఞతను తెలియజేశారు. ఇది గురుపూజోత్సవంగా కవులు, కళాకారులు, గాయకులు పాల్గొని గౌరవించిన అపూర్వ సంఘటనగా సావిత్రిగారు తలచుకొన్నారు. గురుభక్తికి, శిష్య ప్రపత్తికి ఆ సన్మానం చిరస్మణీయంగా నిలిచిపోయింది. ఆంధ్రదేశంలో ఘంటసాలను సత్కరించని పట్టణం, పల్లెలేదంటే అతిశయోక్తికాదు. సహజంగా ఆయనకు ఇవి అంతగా ఇష్టంవుండేవి కావు. అయితే ప్రజల అభిమానాన్ని కాదనలేని పరిస్థితి. అంతగా ప్రజలతో మమైకమైన వ్యక్తి. స్వంత ఖర్చులతో తన బృందాన్ని తీసుకొని వెళ్ళి అడిగిన చోటల్లా కచేరి చేసి మెప్పుపొందిన మహానుభావుడు. మహోదార హృదయుడు.

ఘంటసాల మానసవీణ

సంగీతాంభోధిని ఆపోసన చేసిన అపర అగస్త్యునిలా అనిపించి, స్వరసాగర మథనం చేసి విలువైన రాగసుధను వెలికితీసి, నేపథ్య సినీ సంగీతాంబరానికి సూర్యుడు, చంద్రుడు తానై భాసిల్లినవారు ఘంటసాల. ఆయా విషయాలపై ఆయన మానసవీణను మీటితే అద్భుత భావసంపద బయటపడి అబ్బురపరుస్తుంది. 'లలిత సంగీత సాంప్రదాయ వైతాళికుడు' అని కీర్తిపొందారు. 1970 ఫిబ్రవరి 1న హైదరాబాద్‌లో ఘంటసాల 25 సంవత్సరాల నేపథ్య గాయకునిగా, సంగీత దర్శకునిగా ప్రఖ్యాతి పొందిన సందర్భంగా ముఖ్యమంత్రి కాసు బ్రహ్మానందరెడ్డి అధ్యక్షతన రజతోత్సవం జరిగింది. చిత్ర పరిశ్రమ అంతా తరలివచ్చింది. అద్భుతమైన సన్మానాన్ని ఆత్మీయంగా జరిపారు. మహామహులంతా హాజరై ఆశీర్వదించారు, ఆనందించారు. ఆ సందర్భంగా కృతజ్ఞతలు చెబుతూ వినయంగా ఘంటసాల మాట్లాడారు. "ప్రపంచంలో ఎక్కడ ఏవిపత్తు జరిగినా కనీసం నా మనసులో బాధపడతాను. ఆపై చేయగల సాయం చేస్తాను. నేను దరిద్రంలోంచి ఈ స్థితికి వచ్చాను. ఆకలి, బాధ తెలుసు. నా కృతజ్ఞతలు ముందుగా నా తల్లిదండ్రులకు చెప్పాలి. నన్ను ప్రోత్సహించి, ఆదరించి, అవకాశం ఇచ్చిన

వారందరికీ కృతజ్ఞతలు, ముదిమిలో నా కంఠంలో వచ్చిన మార్పును తెలియనియ్యకుండా, చక్కగా రికార్డు చేస్తున్న సౌండ్ ఇంజనీర్లకు, సద్విమర్శలు చేసి నాలోని లోటుపాట్లను తెలియజేసి, ఎప్పటికప్పుడు నన్నునేను సరిదిద్దుకునేలా చేసిన పత్రికలవారికి, సదా కృతజ్ఞుడను. అన్ని వయసుల పాత్రలకూ నేపథ్యంపాడిన అవకాశం కల్గింది. తెలుగు కవుల అందరి పాటలు పాడాను. చలన చిత్రమతల్లికి, దేశానికి సేవచేసే అదృష్టం కల్గింది. ఇకముందూ కొనసాగాలని కోరుకుంటున్నాను- సంప్రదాయం వృద్ధిని, ఉత్తేజాన్ని పొందాలి" అని తన అనుభవసారం తెలియజేశారు.

శ్రీశ్రీరాసిన "పొలాలనన్ని హలాలదున్ని", "ఆనందం అర్ణవమైతే" గేయాలకూ, గురజాడ "పుత్తడిబొమ్మ పూర్ణమ్మ" గేయానికీ, కరుణశ్రీ 'పుష్పవిలాపం', 'కుంతీకుమారి' ఖండకావ్యాలకు సంగీతం కూర్చి రికార్డు చేయగలిగే అదృష్టం తనకు కల్గిందని గర్వపడ్డారు. రికార్డింగు సమయంలో అక్కడ ఎవరూలేనట్టు, ఒంటరిగా వున్నట్లు భావించి పాడమని గాయనీ గాయకులకు సలహా చెప్పేవారు. ప్రతిపాట నిర్దుష్టంగా వుండటానికి కష్టపడాలన్నది ఆయన భావం. కళాకారుడు కళను తపస్సుగా భావించటమేకాదు, ప్రజా సమస్యలకు, జీవితానికి, ప్రజల కష్టనిష్ఠూరాలకు దూరంకాకూడదు. తన కళ ప్రజాశ్రేయస్సుకి వినియోగింపబడినప్పుడే కళాకారుని జీవితం ధన్యం. ప్రజాసేవ చేసే అదృష్టం నాకు దక్కింది. నా జీవితం ధన్యం అంటారు. ఎక్కడ మంచి వున్నా తీసుకోవాలని అందరూ అంటూంటే, విదేశీ సంగీతం మాత్రం ఎందుకు తీసుకోకూడదు? అని ప్రశ్నించారు. ఘంటసాల అదృష్టవంతుడు కాదని, శక్తి సామర్థ్యాలు రుజువు చేసుకుంటూ పైకి వచ్చానని వినమ్రంగా తెలుపుతారు. అందుకే తన గొంతుకు 'స్టార్ వాల్యూ' వచ్చిందని నమ్ముతారు. ఘంటసాల ఒక లిజెండరీ వ్యక్తి. 'స్వరయుగకర్త'. ప్రజల్లోకి తన సంగీతం వెళ్ళాలని ఆయన తపన. తనతో శాస్త్రీయ సంగీత కచేరీలు చేయించాలని చాలామంది ప్రయత్నించారు. కాని దానికి చాలా సాధనకావాలి. గొంతు దానికి అలవాటు పడితే, లలిత సంగీతం పాడటం కష్టం అనుకుని కచేరీలకు దూరమయారు. సంగీతంతో పాటు క్రికెట్టు కూడా అభిమానమే. షటిల్ ఆడేవారు. రెజిలింగ్ చేసేవారు. నాటకాలు చూసేవారు, ప్రోత్సహించేవారు. సాయపడేవారు. బాలు పాల్గొన్న సంగీత పోటీలో జడ్జిగావుండి అతని ప్రతిభకు మొదటిస్థానం ఇచ్చి మెచ్చుకున్నారు. రక్షణనిధి కోసం పాట కచ్చేరి చేస్తూంటే ఓ పిల్లాడు ఏడుస్తూ ఇబ్బంది కల్గించాడు. తల్లి వీపుమీద ఒకటి పీకింది. వీడు గొంతు మరీపెంచాడు. అప్పుడు ఆయన శృతికలవలేదని, ఇంకోదెబ్బ వేయమని సరదాగా అన్నారట. అందరి దేవుళ్ళ పైనా పాడినా ఏసుక్రీస్తుపై పాడమని తన్నెవరూ అడగలేదని బాధపడ్డారు. పాడలేక పోయినందుకు దురదృష్టంగా భావించారు. "నా నుంచి ఏమి ఆశించకుండా, అమాయకంగా, అభిమానంతో నా పాటలువిని సొంత మనిషిలా ప్రేమించే, అసంఖ్యాక శ్రోతలే నాకునిజంగా మిగిలే బంధువులు. ఆజన్మాంతం వారికి రుణపడ్డాను" అని శ్రోతల ఆత్మబంధువు బరువైన హృదయంతో అన్నారు. ఆయనకు కళ్యాణి, భీంప్లాస్, రాగేశ్వరి, భోగేశ్వరి, మాలంగ్, సింధుభైరవి, హంసానంది, హంసధ్వని, మాల్కౌస్‌రాగాలు బాగా యిష్టం. ఇదీ ఆయన అంతరంగకథనం.

ఘంటసాల మహాప్రస్థానం

గోచీపెట్టి కట్టిన తెల్లటి ఖద్దరు పంచ, దానిపై తెల్లటి పొడవైన చొక్కా, భుజంపై ఖండువాతో అచ్చమైన తెలుగుతనం వుట్టి పడేట్లుండేవారు ఘంటసాల. మాటనెమ్మది. పాటమధురం. హృదయమూ మాధుర్యవిలసితం. శాస్త్రీయ సంగీతం నేర్చి, లలిత సంగీతానికి ఆలవాలమైనిల్చి, నేపథ్య సంగీతానికి అవధులులేని రసభావ బంధురాలు కూర్చి ప్రజాబంధువైన ప్రజ్ఞామూర్తి. 1922లో దివి నుండి భువికి జారిన ఆ గాన గంధర్వుడు 1974 ఫిబ్రవరి 11న తన 52వ యేట అశేషాంధ్ర జనాన్ని శోకసాగరంలో ముంచి మళ్ళీ తిరిగిరాని గంధర్వలోకాలకు చేరిపోయారు. పూర్తి శూన్యాన్ని వదిలి వెళ్ళిపోయారు. ఆలోటు తీర్చలేనిది, పూడ్చరానిది. గాయకునిగా, సంగీతదర్శకునిగా, నటునిగా, దేశభక్తునిగా, సంఘసేవా తత్పరునిగా ఘంటసాల నిజంగానే కీర్తిశేషులయ్యారు. ఆ కాయానికి మరణంకాని, ఆ గాత్రం అమరం. "దివిజ గాత్ర వరుల గుండియల్ డిగ్గురనగ అరుగుచున్నాడు శ్రీఘంటసాల అమరపురికి" అనిపిస్తుంది. అక్కడ తుంబుర, నారదులతో కలిసి తన స్వర వైవిధ్యాన్ని చూపించవచ్చునని వెళ్ళిపోయారు. ఆ కుటుంబం పూర్తిగా కోలుకోలేనిస్థితి. ఆంధ్రదేశం కన్నీరు మున్నీరైంది. తట్టుకోలేకపోయింది. దేశంస్థితే ఇలావుంటే కుటుంబస్థితి గురించి చెప్పాలా? కుదేలైపోయారు.

ఘంటసాల నిర్యాణం తర్వాత, నందమూరి తారక రామారావు చేదోడు వాదోడుగా నిల్చారని, ఆయన కుటుంబమూ అలానే ఆదరణ చూపించారని సావిత్రిగారు చెప్పారు. తిరుపతిలో సంగీత కళాశాల స్థాపించి, ఉచితంగా విద్యనేర్పాలని స్థలంకొని వుంచారట ఘంటసాల. ఇంతలోనే మరణం. కుటుంబం ఆర్థిక స్థితిగతులు బాగాలేవు. భారమంతా సావిత్రిగారే వహించారు. అప్పులు ముప్పుతిప్పలు పెడ్తున్నాయి. రాబడి బాగావున్నట్లు కన్పించినా చాలేదికాదు. ఆయన తీసుకున్న అత్యధిక పారితోషికం పాటకు రెండు వేలేనట. ఇస్తే ఇచ్చేవారు లేకపోతే ఎగవేత. చేసేదిలేక తిరుపతి స్థలం అమ్మేశారు. చనిపోయేనాటికి ఇద్దరు మగ పిల్లలు, ముగ్గురాడపిల్లల పెద్ద సంసారమే మోశారు. సావిత్రిగారు ఆయనపాటలు వింటూ, ఆ రోజుల్లోనే బ్రతుకుతున్నట్లు భావిస్తారు. "ఎక్కడవున్నా ఏమైనా నీ సుఖమే నే కోరుతున్నా" అని పాడుతున్నట్లే వుంటుందట. అదే ఆయన సందేశం. చివరగా భద్రాచలరామదాసుకు వేణు స్వరకల్పనలో ఒక భక్తి గీతం పాడారు. 'యశోదా కృష్ణ'లో "చక్కని వాడే" అన్నది చివరిపాట. ఇంక పాడకూడదని నిర్ణయం తీసుకున్నారు. ఇక ఆ గొంతు మూగబోయింది – ఆయనలేని ఇల్లు "ఒకనాటి ఉద్యానవనమూ, నేడు కనమూ, అదియే మరుభూమిగా నేడుమిగిలేనులే" లావుందని బాధపడ్డారు. "నీక్కూడా నాతోపాటు కీర్తి వస్తుందని" సావిత్రిగారితో భర్త అంటూండే వారట. దాని అర్థమేమిటో ఆవిడకు అప్పుడు తెలియలేదు.

ఘంటసాల పెద్ద కుమార్తె శ్రీమతి శ్యామల తండ్రిని గుర్తు చేసుకుంటూ "నాన్నగారు తీరిక దొరికినప్పుడు మమ్మల్ని దగ్గర కూర్చోబెట్టుకొని జీవితం గురించి, అలవరచుకోవల్సిన గుణాల్ని గురించి చెప్పేవారు. "ధనమేరా అన్నిటికి మూలం" పాట జీవితసత్యాన్ని చెప్పింది, అదంటేనాకు ఇష్టం" అన్నారు. కుమారుడు విజయకుమార్ తన 16వ యేట సంగీతదర్శకత్వం వహించిన 'ఎర్రకోటవీరుడు' చిత్రంలో తన తండ్రిగారు పాడటం తన అదృష్టం అన్నారు. "ఏం మ్యూజిక్ డైరెక్టరు గారు? మాకు పాట చెప్పరా?" అని అడిగి నేర్చుకొని, గానం చేసి తృప్తినిచ్చారట. వృత్తిపరంగా సంగీత దర్శకునికి గౌరవం ఇచ్చి, బాధ్యత గుర్తెరిగి, సమయోచితంగా ప్రవర్తించిన అసాధారణ వ్యక్తిగా తండ్రిని జ్ఞాపకం చేసుకున్నారు. రెండవకుమార్తె శ్రీమతి సుగుణ తమ ఇల్లే సంగీతమయం అని, తమతో డ్యాన్సు చేయిస్తూ, "చేతిలో వెన్న ముద్ద చెంగల్వపూదండ" పాట పాడుతూ హావభావాలు చూపుతూ, తానూ డ్యాన్స్ చేస్తూ, ప్రేమగా చూసుకునేవారని గుర్తుకు తెచ్చుకున్నారు. ఘంటసాలకు వచ్చిన పురస్కారాలు, సన్మానపత్రాలు, శాలువలను సావిత్రిగారు భద్రపరచి అపూర్వనిధిగా పదిలపరచుకొన్నారట. అవే తమ నిజమైన ఆస్థిగా గర్వంగా చెప్పారు. ప్రజాభిప్రాయమే తన అభిప్రాయంగా శ్రీమంగళంపల్లి బాలమురళీకృష్ణ తెలిపారు. మళ్ళీ మళ్ళీ పాడుకొనే పాటే పరవశం కల్గించేపాట, అలాంటివి ఎన్నో పాడారు అని రచయిత పైడిపాల చెప్పారు. "ఘంటసాలను ఇంత గొప్పవాణ్ని చేసింది శ్రోతలు మాత్రమే. వాళ్ళకేమీ అక్కర్లేదు. ఘంటసాల పాటలుంటే చాలు. తెలుగు భాష వున్నంతవరకు వుంటాడు. ఇది సత్యం, శివం, సుందరం" అని ఢంకా బజాయించి చెప్పారు ప్రఖ్యాత సంగీత, సాహిత్య, నృత్య విశ్లేషకులు శ్రీ.వి.ఎ.కె.రంగారావు. తమ తండ్రిగారు సున్నిత హృదయులని, ఆయన స్వీయ రచనల్లో జీవిత మథనం వుందని కుమార్తె శ్రీమతి శ్యామలా రామకృష్ణ అన్నారు. జీవించినంతకాలం పేరు తెచ్చుకొన్న తన భర్త, మరణానంతరం కూడా కీర్తి పొందుతున్నారని, ఆ కీర్తిలో తనకూ వాటా లభించటం తన అదృష్టమని అన్నారు శ్రీమతి సావిత్రి. అజరామరమైన ఆప్యాయతాను రాగాలను అశేషంగా పొందిన తమ నాన్నగారు అదృష్టవంతులని, ఆయన బిడ్డలుగా తామంతా ప్రేక్షకులకు, శ్రోతలకు అత్మీయులమయినామని ఆ బంధం కొనసాగటం తాము చేసుకున్న పుణ్యఫలమని రెండవ కుమారుడు శ్రీ రత్నకుమార్ అశేష ఆంధ్రజనాలకు వినమ్ర నమస్సుమాంజలి ఘటించారు.

జి. కృష్ణ
(1924-2001)

- యామిజాల రాజీవ

"రాసుకుని బతికేవాడికి, జనజీవనంతో పరిచయం ఉండాలి. పరిచయం నవనవోన్మేషంగా ఉండాలి, ప్రబంధ కవులవలె.

ఒక పాతసంగతిని కూడా, ఇప్పటి మనసుతో ఆలోచించి వివరించాలి. సెకండ్‌హ్యాండ్ వస్తువుల దుకాణాలవలె కొరగానిభావాల దుకాణాలు ఎంత లాభసాటివో తెలుసు కోవటం మంచిది.

మతం, కులం - రాజకీయాలంటే అవే కదా, పైగా కొరగాని నమ్మకాలతో బతికేవాళ్ళకు సంప్రదాయమెరిగిన వాళ్ళుగా బోలెడు సాంఘిక గౌరవం దక్కుతూనే ఉంది. రాసుకుని బతికే నేను అంటే సాహితీ కూలీగా జీవయాత్ర చేస్తున్న నేను ఎవరైనా ఆహ్వానిస్తే చాలు వెళ్ళిపోతాను. పదిమందిని కలుస్తాను. పదిమంది మాటలు వింటాను. నా వాటా మాటలు మాట్లాడుతాను. కొత్తదేదో చూడాలి, వినాలి. మనస్సులో తీసుకోవాలి. నేను పాతవాడిని కాను. కొత్తవాడినీ కాను. నేనొక వార్తలాంటివాడిని. వార్త వార్తే. దానికి పాతకొత్తలు లేవు. మంచి చెడులు లేవు, సర్లేండి, ఇప్పుడు కొందరు వార్తలను వ్యాఖ్యలతో కలగలుపు చేసి రాస్తున్నంత మాత్రాన సిసలైన వార్తా స్వరూపం మనం విస్మరించనక్కర లేదు."

ఈ భావాలు సుప్రసిద్ధ పాత్రికేయుడు, డాక్టరు జి. కృష్ణవి. అసలు సిసలైన జర్నలిస్టుకి నిలువెత్తురూపం. జర్నలిస్టుగా రంగప్రవేశం చేసినప్పటి నుండి జీవితచరమాంకం వరకు అంటే 1946 నుండి ఏప్రిల్6, 2001 వరకు జర్నలిజానికే అంకితమయి జీవించారు. ఆయనే మానాన్నగారు.

పూర్తి పేరు గందూరి కల్యాణ వేణుగోపాల కృష్ణమూర్తి. కృష్ణాజిల్లాలోని మేదూరు సమీపంలో గల మధురాపురం అగ్రహారంలో సనాతన బ్రాహ్మణ కుటుంబానికి చెందిన గందూరి రాజయ్య - ఆదిలక్ష్మీ కామేశ్వరమ్మ దంపతుల రెండవ సంతానంగా 1924 అక్టోబరు 20 వ తేదీన జన్మించారు. ఒక అక్క, పేరు సీతామహాలక్ష్మి.

ఆ అగ్రహారంలో అప్పట్లో ఓ ముప్పై కుటుంబాలు నివసిస్తుండేవి. రాజయ్యగారిది ఉమ్మడికుటుంబం. పెద్దకొడుకు కావడంతో బాధ్యతలు ఎక్కువ. వృత్తి వ్యవసాయం. ముగ్గురు తమ్ముళ్ళు, ముగ్గురు చెల్లెళ్ళు. తండ్రి రామశాస్త్రి మేదూరు హైస్కూల్ హెడ్మాస్టరు. ఊర్లో ఒక చిన్న పాఠశాల. కృష్ణగారికి ఐదు సంవత్సరాలు రాగానే ఆ పాఠశాలలో చేర్పించారు గానీ

అక్కడ పెద్దగా చదువేమి ఉండేది కాదు. కామేశ్వరమ్మ గారికి పాటలంటే చాలా ఇష్టం. కూతురికి ఎనిమిదవ ఏటనే పెళ్ళి చేసి పదకొండవ ఏట కాపురానికి పంపించారు. కామేశ్వరమ్మ గారు చిన్న చిన్న జబ్బులకి వైద్యం చేస్తూ మంత్రాలు వేస్తూ ఆ చుట్టుపక్కల గ్రామాల వారికి తనకు తోచిన విధంగా సహాయం చేస్తూ వారి ద్వారా ఆయా గ్రామాల విషయాలను సేకరిస్తుండేవారు. ఏ కాస్త తీరిక దొరికినా పాటలు రాసి రాగాలు కట్టి పాడుతూ కొడుక్కి నేర్పిస్తూ పాడించుకుని విని ఆనందిస్తూ ఉండేవారు. తల్లి దగ్గిర నుండి సృజనాత్మకత, విషయసేకరణ, తండ్రి నుండి చేపట్టిన పనిని పట్టుదలతో పూర్తి చేయడం వంటి లక్షణాలను పుణికి పుచ్చుకున్నారు. ఈ లక్షణాలు నాన్న గారికి తన వృత్తిలో ఎంతో దోహదపడినాయి.

నాన్నగారిది దుందుడుకు స్వభావం. ఉమ్మడి కుటుంబంలో పిల్లల తగాదాలు పెద్దల మధ్య మనస్పర్థలకు దారి తీసేవి. కామేశ్వరమ్మ గారు సికిందరాబాదులో ప్రభుత్వోద్యోగం చేస్తున్న తమ్ముడిని సంప్రదించారు. తత్ఫలితంగా నాన్నగారి మకాం మధురాపురం నుండి సికిందరాబాదుకి మారింది. 1932లో సికిందరాబాదులోని బన్సీలాల్‌పేటలో ఉంటున్న మేనమామ ఇంట చేరడంతో అనేకరకాల మార్పులు చాలా త్వరితగతిన చోటుచేసుకున్నాయి.

మధురాపురంలో చిన్న పాఠశాలలో వానాకాలం చదువు సాగించిన నాన్న గారికి హిందీ, ఉర్దూ, ఇంగ్లీషు భాషలలో విద్యనభ్యసించాల్సి రావడం. కొత్త మనుష్యులు, కొత్త వాతావరణం, కొత్త సంస్కృతి తికమకపెట్టాయి. అయితే అవి ఎక్కువ రోజులు బాధించలేదు. ఒకసారి వింటే చాలు అర్థం అయిపోవడం, తిరిగి దానిని అప్పగించగల మేధస్సు చిన్నప్పటి నుండే ఉండేవి. చదువులో అనాటి నుండి తన ప్రజ్ఞాపాటవాలు ప్రదర్శించు కోగలిగారు.

మూడో ఫారం చదువుతుండగా కవి, కళాకారుడు, చిత్రకారుడు అడవి బాపిరాజుతో పరిచయం కలిగింది. అప్పటికి బాపిరాజు జర్నలిస్టు అవతారం ఎత్తలేదు.

పాఠశాల విద్యార్థిగా ఉండగానే ఒక సారి నిజాం నవాబుకు వందన సమర్పణ చేసే బాల స్కౌట్లు బృందంలో ఉన్న నాన్న గారి ఫోటో నిజాం నవాబుకు వందనం సమర్పిస్తున్న బాల స్కౌట్ అనే వివరణతో ఒక పత్రికలో పడింది. ఆ ఫోటోను అప్పటి జర్నలిస్టు కంఠం సత్యనారాయణ నాయుడు (సి.ఎస్. నాయుడు) ఆ పత్రికకు అందించారు. జర్నలిజం అన్నా జర్నలిస్టులన్నా ఆ నాటి నుంచే నాన్నగారికి మోజు ఏర్పడింది.

సికిందరాబాదులో స్కూలు ఫైనల్ అయిన తర్వాత గుంటూరులో ఇంటర్మీడియట్‌లో చేర్చారు తాతగారు.

1941లో మధురాపురం అగ్రహారానికి చెందిన శిష్టా సత్యనారాయణ గారి ఏకైక కుమార్తె 11 సంవత్సరాల అసలత లక్ష్మితో పెళ్ళి జరిగింది. అప్పటికి ఆయన వయస్సు 17.

గుంటూరులో చదువుకుంటున్నప్పుడే గాంధీగారి పిలుపుకి స్పందించి స్వాతంత్ర్యోద్యమంలో చురుకుగా పాల్గొనడం ప్రారంభించారు. తోటి విద్యార్థులను కూడ గట్టుకుని వందేమాతరం పాడుతూ వీథులు తిరగడం, జెండాలు పాతడం. కరపత్రాలు పంచడం చేసేవారు. దాంతో ఆ కళాశాల ప్రిన్సిపాల్ నాన్న మీద ఫిర్యాదు చేస్తూ తాతగారికి ఉత్తరాలు రాసారు.

తాతగారికి దేశభక్తి ఎక్కువే. కాకపోతే కొడుకుని బారిస్టర్ చేయాలని కోరిక. ప్రిన్సిపాల్ కోరిక మేరకు ఒకసారి వచ్చి మందలించి వెళ్ళారు.

ఉద్యమంలో పాల్గొన్నందుకు నాన్నని అరెస్టు చేసి జైల్లో పెట్టారు. తాతయ్యకి కబురు చేసారు. ఒక్కగానొక్క కొడుకుని జైల్లో పెట్టారనే సమాచారం విని తల్లి మనసు తల్లడిల్లింది. తాతయ్యని వెళ్ళి చూసిరమ్మని పోరింది. ఆవిడపోరు పడలేక తాతయ్య గుంటూరు జైలుకి వెళ్ళారు. పిల్లవాళ్ళ విడుదల చేయడానికి 200 రూపాయలు జరిమానా కట్టమన్నారట. తాతయ్య జరిమానా కట్టి నాన్నను చూడడానికి వెళ్తే నేనేం తప్పు చేసానని జరిమానా కట్టావు. నేను బయటకురాను. ఆరు నెలలు జైలుశిక్ష అనుభవించిన తర్వాతే వస్తాను అని చెప్పారట.. ఎన్నడూ తన ఎదుట మాట్లాడని కొడుకు అంత నిక్కచ్చిగా మాట్లాడటంతో అనవసరంగా జరిమానా కట్టానే అని బాధపడ్డారు. తాతగారికి తాను చేసిన తప్పు తెలిసి వచ్చింది. తిరిగి వెళ్ళిపోయారు.

ఆరు నెలల జైలు శిక్ష అనుభవించి బయటకు వచ్చిన నాన్నకు జైలు అధికారులు జరిమానా 200 రూపాయలు తిరిగి ఇచ్చేసారు. ఆ డబ్బుతో కాశీ వెళ్ళిన నాన్న ఆరు నెలలు అక్కడే గడిపారు. ప్రతి రోజు గంగలో స్నానం చేసి ఒడ్డున కూర్చుని కాసేపు జపంచేసుకుని ఆతర్వాత క్లాసు పుస్తకాలు, గ్రంథాలయాల్లో కూర్చుని వివిధ అంశాల మీద పుస్తకాలు చదువుతూ కాలం గడిపారు.

జైలు నుండి విడుదలైన కొడుకు ఏమైపోయాడో తెలియక తల్లి తండ్రులు తల్లడిల్లారు.

చేతిలో డబ్బు అయిపోవడంతో మధురాపురంలో ఉంటున్న మావగారికి డబ్బు పంపించమనీ, తండ్రికీ విషయం తెలియజేయవద్దని ఉత్తరం రాశారు.

ఆ ఊర్లో ఎవరికి ఎవరు ఉత్తరం రాసినా అందరికీ తెలిసిపోతుంది. కాశీ నుండి సత్యనారాయణ గారికి ఉత్తరం వచ్చిందనే వార్త ఊర్లోగుప్పుమంది. అల్లుడు కాశీలో ఏం బాధ పడ్తున్నాడోనని తాతయ్య ఉయ్యూరు వెళ్ళి ఎం.ఒ చేసి తిరిగి వస్తుండగా ఊర్లోకి వచ్చే ముందర ఉన్న చిన్నవంతెన దగ్గర నిలబడి ఉన్న వియ్యంకుడ్ని చూసి గతుక్కుమన్నాడు.

"కాశీ నుండి ఉత్తరం వచ్చిందటగా" అన్నారుట అంతే ఉత్తరంలో విషయాలన్నీ చెప్పేసి ఎం.ఒ చేసిన విషయం కూడా చెప్పేశారట ఈ తాతయ్యకి ఆ తాతయ్య. ఆయన డబ్బు ఆయనకి తిరిగిఇస్తూ. వాణ్ణి వచ్చి చదువు పూర్తి చేసుకోమని రాయండి అన్నారు.

కాశీ నుండి తిరిగి వచ్చిన నాన్న గారు ఇంటర్ పరీక్షలు రాసి ఉద్యమంలో మరింత చురుకుగా పాల్గొన్నారు.

1945 నాటికి నిజాం కళాశాలలో బి.ఎ డిగ్రీ పూర్తి చేసేనాటికి వివిధ సమస్యల మీద ఇంగ్లీషు తెలుగు భాషలలో వ్యాసాలు రాసారు. 1945లో హైదరాబాదులో గులాం మహ్మద్ కలకత్తా వాలా అనే వ్యక్తి 'మీజాన్' అనే అరబ్బీపేరుతో ఇంగ్లీషు, తెలుగు ఉర్దూ భాషలలో ప్రారంభించిన దినపత్రికలలో ప్రచురితమైనాయి.

వృత్తిలోకి దిగకపోయినా భుజాన ఒక కెమెరా వేసుకుని తిరుగుతూ అరుదైన దృశ్యాలను కెమెరాలో బంధిస్తూ ఉండేవారు. 1945లో కొన్ని నెలల పాటు దేశంలోని పలు ప్రాంతాలను సందర్శించి వచ్చారు. 1946 ప్రారంభంలో అడవి బాపిరాజు పరిచయ లేఖతో నెహ్రూ ప్రారంభించిన 'నేషనల్ హెరాల్డ్' ఆంగ్ల దినపత్రికలో చేరేందుకు లక్నో వెళ్ళారు. అప్పుడు ఆ పత్రిక ఎడిటర్‌గా ఉన్న కోటంరాజు రామారావు నాన్నగారికి ఉద్యోగం ఇవ్వడానికి నిరాకరించారు. అప్పటి పరిస్థితుల దృష్ట్యా నిరాకరించినా ఆ తర్వాత ఇద్దరూ మంచి స్నేహితులైనారు.

దేశాటన చేసి వచ్చి హైదరాబాదు చేరగానే 'మీజాన్' అధిపతి గులాం మహ్మద్ కలకత్తా వాలా వద్దకు వెళ్ళారు. సూటుబూటు వేసుకుని టై కట్టుకుని, భుజాన వేలాడుతున్న విదేశీ కెమెరాతో తన ముందు నిలుచున్న ఆరడుగుల పొడవున్న యువకుడ్ని చూసి ఏంకావాలి? అని అడిగారట కలకత్తావాలా.

నాకు జర్నలిస్టు ఉద్యోగం కావాలి అనగానే దానికి బోలెడు అర్హతలు కావాలి. నువ్వడగగానే ఇవ్వడానికి ఇదేమన్నా దుకాణమా? అన్నారుట. నేను ఇంతకు ముందు రాసిన వ్యాసాలు మీ పత్రికలోనే ప్రచురితమయ్యాయి. అనగానే నీ పేరేమిటి? అని అప్పుడు కలకత్తావాలా అడిగారుట. అప్పటికీ నాన్న గారు తన పేరు చాలా వరకు తగ్గించేసుకున్నారు. జి.కృష్ణ అని చెప్పగానే ఎంతో ఆప్యాయంగా పక్కన కూర్చోబెట్టుకుని వాళ్ళ పత్రికలో ప్రచురించిన వ్యాసాలను తెగమెచ్చుకుని 'వెంటనే ఉద్యోగంలో చేరిపో. రేపు ఒక మంచి వార్త తీసుకురా' అని చెప్పారట. ఆ విధంగా జర్నలిజం వృత్తిలోకి అడుగుపెట్టారు.

జర్నలిస్టుగా :

మరుసటి రోజు ఉదయం కొత్త ఉద్యోగంలో చేరేందుకు సికింద్రబాద్ బన్సీలాల్ పేటలో నివసిస్తున్న నాన్నగారు ఒక స్నేహితుడితో కలిసి హైదరాబాద్ ఎ.సి. గార్డ్స్ కొండ మీద ఉన్న 'మీజాన్' ఆఫీసుకి బయలు దేరారు. ఇద్దరూ మాట్లాడుకుంటూ నడుస్తుండగా జేమ్స్‌స్ట్రీట్ పోలీస్‌స్టేషన్ సమీపంలో రెండు వర్గాల మధ్య ఘర్షణ జరుగుతోంది. పోలీసులు ఒక వర్గం వారికి మద్దతుగా మరో వర్గం పైకి రాళ్ళు విసరడం చూసి నాన్నగారు అక్కడే ఆగిపోయి ఆదృశ్యాలను కెమెరాలో బంధించారు. వార్త సేకరించి 'మీజాన్' ఆఫీసుకి చేరారు. కలకత్తా

వాలాకు తాను తెచ్చిన వార్త విషయం చెప్పి కెమెరాలో రీలు గురించి చెప్పి కెమెరాను ఇచ్చారు. నువ్వు వార్త రాస్తుండు ఇప్పుడే వస్తానంటూ కలకత్తా వాలా ఫోటోలు ప్రింట్‌లు వేయించుకొచ్చారు.

మీజాన్ తెలుగు పత్రికలో అప్పటికే సబ్ ఎడిటర్‌గా పని చేస్తున్న రాంభట్ల కృష్ణ మూర్తి గారికి తెలుగులో రాసిన వార్తను అందించారు. ఆయన వార్తలో మూడు గ్రాంథిక పదాలు దొర్లినందుకు పావుగంటసేపు చివాట్లు పెట్టారట. ఆ తర్వాత ఆ వార్తను ఇంగ్లీషులో టైపు చేసి ఇచ్చారట.

మరుసటి రోజు ఆ వార్త తాను తీసిన ఫోటోలతో సహా బ్యానర్‌గా రావడంతో ఆవార్త ఎంత సంచలనాత్మకమైందో అర్థమయింది. వార్తను 'మా ప్రత్యేక ప్రతినిధి' అనే పేరుతో అచ్చేశారు. పోలీసులు ఒక వర్గం వారికి మద్దతుగా మరోవర్గం మీద రాళ్ళు రువ్వుతున్న ఫోటోలు అప్పటి పోలీసు ఉన్నతాధికారులలో కలవరం రేపాయి.

నాన్నగారు ఆఫీసుకి వెళ్ళేటప్పటికి ఆఫీసు ముందు పోలీసు కారు, రెండు వ్యానులు నిలిచి ఉన్నాయి. లోపల కలకత్తా వాలా అప్పటి పోలీసు కమిషనర్ దీన్‌యార్ జంగ్ బహదూర్ ఇతర ఉన్నతాధికారులతో మాట్లాడుతున్నారు. ఆ వార్త తానే రాశాననీ, కార్లో అటువైపుగా వస్తుండగా ఘర్షణ జరగడం గమనించి తన దగ్గర ఉన్న కెమెరాతో ఫోటోలు తీసానని కలకత్తావాలా కమిషనర్‌కు సంజాయిషీ చెప్పుకుని ఆ భారం తన మీద వేసుకున్నారు. వార్త రాసింది కృష్ణ అని చెప్పి ఉంటే పరిస్థితి ప్రమాదకరంగా ఉండేది.

పోలీసులు వెళ్ళి పోయిన కొద్దిసేపటికి కలకత్తావాలా భార్య నాన్న గారిని రమ్మని కబురు పెట్టింది. ఉద్యోగం ఊడుతుందేమోనని సందేహిస్తూ వెళ్ళిన నాన్నని సాదరంగా ఆహ్వానించి మేంపేపరు పెట్టి ఇన్ని రోజులయినా ఇంత వరకు ఏనాడు రాని పోలీసు అధికారులు ఈ రోజు నీ మూలంగా వచ్చారు అని మెచ్చుకుంటూ వందరూపాయలు బహుమతిగా ఇచ్చారట.

జర్నలిస్టు జీవితం ఆరంభించిన తొలిరోజు రాసిన వార్త పత్రిక బ్యానర్ కావడం, బహుమతిగా వంద రూపాయలు రావడం గురించి సందర్భం వచ్చినప్పుడల్లా గుర్తు చేసుకుంటూ ఉండేవారు. మీజాన్‌లో చేరిన కొద్ది రోజులకు ముస్లింలీగ్ నాయకుడు పాకిస్తాన్ భావినేత మహ్మద్ ఆలీజిన్నా హైదరాబాదు వచ్చారు. ఆయన విలేకర్లను కలుసుకునేందుకు నిరాకరించారు. నాన్నగారు ఎలాగోలా జిన్నాను ఇంటర్వ్యూ చేసే అవకాశం దక్కించుకుని ఆనాటి జర్నలిస్టులలో సంచలనం సృష్టించారు. జిన్నా తన ఆటోగ్రాఫుతో ఒక ఫోటోను నాన్న గారికి బహూకరించారు.

మీజాన్‌లో నాన్నగారు పని చేసింది మూడు నెలలే అయినా ఒకపక్క విలేఖరిగా వార్తలు రాయడంలో మెళకువలు నేర్చుకుంటూ, మెరుగులు దిద్దుకుంటూనే మరోవైపు పత్రిక వెలువరించడానికి అవసరమైన ఇతర పనులన్నిటినీ నేర్చేసుకున్నారు. ఇందుకు సహకరించిన అడవి బాపిరాజు, రాంభట్ల కృష్ణమూర్తి గారిని స్మరించుకుంటూనే ఉండేవారు. ఈ మూడు

నెలల్లోనూ తొమ్మిది వందలరూపాయలు సంపాదించినా, సంచలనాత్మక వార్తలు రాయడంతో అజ్ఞాతంగా ఉండాల్సివచ్చింది. అజ్ఞాత విలేఖరి ఉనికి కనిపెట్టడానికి పోలీసుల ప్రయత్నాలు ముమ్మరం కావడంతో ఒకనాడు కలకత్తావాలా భార్య నాన్న గారిని పిలిచి నీ గురించి తెలుసుకునేందుకు వాళ్ళు బాగా ప్రయత్నిస్తున్నారు. నువ్వు ఇక్కడి నుండి వెళ్ళిపో. సరోజినీ నాయుడు కుమారుడు డాక్టరు ఎస్.ఎం. జయసూర్యను కలిస్తే ఆయన నీకు సహాయం చేస్తారని చెప్పి వందరూపాయలు చేతిలో పెట్టింది. జయసూర్యతో వ్యక్తిగతంగా కూడా పరిచయం ఉండడంతో ఆయన వద్దకు వెళ్ళి పరిస్థితి వివరించారు.

వెంటనే జయసూర్య మద్రాసులోని ప్రముఖ జర్నలిస్టు ఖాసా సుబ్బారావుకు నాన్నగారిని పరిచయం చేస్తూ ఒక లేఖరాసి లేఖతో బాటు యాభై రూపాయలు చేతిలో పెట్టారు. 1946లో ఈ సంఘటన జరిగింది. సికింద్రాబాదులో నివసిస్తున్న ఇంటికి చుట్టుపక్కల ఉన్నవారు తమిళులు కావడంతో తమిళ భాషతో పరిచయం ఉంది. అందుకే మద్రాసు కొత్తదైనా వెళ్ళారు.

1942లో బెంగుళూరు సమీపంలోని కెంగేరి సత్యాగ్రహ ఆశ్రమంలో నలభై రోజుల పాటు ఉన్నారు. ఆశ్రమ నిర్వాహకులు త్రివేంద్రంకు చెందిన జి. రామచంద్రన్ ఆశ్రమం నుండి వచ్చేస్తున్న నాన్నగారికి ఇచ్చిన ఆటోగ్రాఫ్‌పై ఎప్పుడూ ముందుకే సాగిపో అని రాసిన హితబోధని జీవితాంతం గుర్తుంచుకుని ఆచరించారు. అందుకే ఏ జంకులేకుండా మద్రాసు వెళ్ళి జయసూర్య చెప్పిన హెటల్‌లో గది తీసుకుని ఖాసా సుబ్బారావు గారిని కలుసుకునేందుకు ఆయన నడుపుతున్న స్వతంత్ర ఆఫీసుకు వెళ్ళారు.

ఖాసా సుబ్బారావు ఉత్తరం చదువుకుని దగ్గర ఉన్న ఒక హోటల్‌లో తన పేరు చెప్పి భోజనం చేసిరమ్మన్నారు. అక్కడ భోజనంచేసి డబ్బులు ఇవ్వబోతే హోటల్ యజమాని తీసుకోలేదట. తిరిగి ఖాసా సుబ్బారావు దగ్గరకు రాగానే రెడీయేనా అని అడిగారుట. దేనికి రెడీనో అర్థంకాకపోయినా తెలియకుండానే నోటినుండి రెడీయే అని రావడం ఆలస్యం ఖాసా ఒక కాగితం చేతికిచ్చి ఎస్.వి.స్వామి దగ్గరకెళ్ళమన్నారట. ఆ కాగితంలో దారిచూపుతూ స్కెచ్ వేసి ఉందట. కాగితంలో చూపినదారిలో వెళ్ళి ఫ్రీప్రెస్ ఇంగ్లీషు దినపత్రిక ఆఫీసులోఉన్న ఎస్.వి.స్వామిని కలుసుకున్నారు. రా.... రా.... ఖాసా నీ గురించి చెప్పాడు. రెడీయేనా ? అన్నారట. 'రెడీసార్' అనగానే "బాంకీటింగ్ హాలుకి వెళ్ళి రాజాజీ ఉపన్యాసం రిపోర్టు చేసుకురా" అని స్వామి ఆదేశించారు. "నాకు మద్రాసు కొత్త" అని నాన్నగారు చెప్పగానే "విలేఖరికి కొత్తేమిటి, పాతేమిటి, ఎలాగోలా తెలుసుకుని పోవాల్సిందే",. అని బాంకీటింగ్ హాలుకి (ప్రస్తుతం దానిని రాజాజీహాలు అంటున్నారు) దారి చెప్పారట. ఆ హాలువద్దకు వెళ్ళి సి.రాజగోపాలాచారి పదినిమిషాల తమిళ ప్రసంగాన్ని నోట్ చేసుకువచ్చి వార్త టైప్‌చేసి, ఆఫీసులో ఎస్.వి.స్వామి లేకపోవడంతో న్యూస్ ఎడిటర్ ఐరావతం అయ్యర్‌కి ఇచ్చారు. ఐరావతం ఆ వార్తను చదివి రాజాజీకి ఫోన్ లో చదివి వినిపించి, కంగ్రాట్యులేషన్స్ కృష్ణా, ఆయన ప్రసంగపాఠం

పొల్లుపోకుండా చక్కగా రాసినందుకు ఎంతో మెచ్చుకున్నారు. అవునూ, నీకు తమిళం వచ్చా ? అని అడిగారు. (ఆరోజుల్లో ప్రముఖ జాతీయ నాయకుల ప్రసంగాలను వార్తగా రాసిన తర్వాత వారికి చదివి వినిపించి వారు ఓ.కే. అన్న తర్వాత ప్రచురించేవారట) ఆ వార్త తిరిగి ఇచ్చి పేజీమేకప్ చేయించుకుని రమ్మన్నారు. పేజీమేకప్ చూసిన ఐరావతం అయ్యర్ ఎంతో మెచ్చుకుని ఖాసాకి ఫోన్ చేసి నాన్న గురించి చెప్పారు.

మరి కొంతసేపటికి 'ఫ్రీప్రెస్'లో అప్రెంటిస్ జర్నలిస్టుగా అపాయింట్‌మెంట్ ఆర్డర్‌రాగానే అయ్యర్, ఎస్.వి.స్వామి వద్దకు వెళ్ళి నాన్నగారి గురించిచెప్పి అప్రెంటిస్‌గా కన్నా ప్రొబేషన్‌లో ఉంచడం మంచిదని చెప్పారు. వెంటనే ప్రోబేషన్ ఇస్తూ మరో అపాయింట్‌మెంట్ ఆర్డర్ చేతికిచ్చారు. యాభైరూపాయల జీతం, ఇరవైఅయిదు రూపాయల కరువుభత్యంతో ఫ్రీప్రెస్‌లో పదమూడు నెలలు పనిచేసారు.

అప్పటి మద్రాసు ముఖ్యమంత్రి ప్రకాశంపంతులు ప్రవేశపెట్టిన "ఉత్పత్తిదారుల, వినియోగదారుల సహకార వ్యవస్థ"పై సీనియర్ న్యాయవాది పి.వి.రాజమన్నార్‌తో జరిపిన చర్చను ముప్ఫై పేజీల పైగా వ్యాసరూపంలో రాసి ఇవ్వగా 'ఫ్రీప్రెస్'లో ఐదురోజులు సంపాదకీయాలుగా వచ్చాయి. మరెన్నో సంచలన సమగ్రవార్తలను అందించారు. మాతృభాషపై మమకారంతో తెలుగు జర్నలిజంలోకి అడుగుపెట్టాలన్న కాంక్ష నానాటికీ బలీయం కావడంతో "ఫ్రీప్రెస్"ని వదిలి 1947 జూన్‌లో ఆంధ్రపత్రికలో విలేఖరిగా చేరారు. పన్నెండేళ్ళపాటు విజయవాడ, కర్నూలు, మద్రాసు, ఢీల్లీలలో విలేఖరిగా పని చేసారు.

ప్రత్యేక ఆంధ్రరాష్ట్రం కోసం స్వామి సీతారాం నిరాహారదీక్ష చేస్తున్న సమయం. గుంటూరు టౌన్‌హాలులో దీక్షాశిబిరం యాభైరోజులు దాటినా ప్రభుత్వంనుండి ఎలాంటి స్పందనా లేదు. స్వామి సీతారాం గాంధేయవాది కావడంతో దేశవ్యాప్తంగా ఆందోళన చెలరేగింది. రాష్ట్రంలోనూ ఉద్రిక్త పరిస్థితి నెలకొంది. ఈ వార్త కోసం విజయవాడనుండి గుంటూరు వచ్చిన నాన్న గుంటూరులో ది మెయిల్ పత్రిక విలేఖరిగా అప్పట్లో పనిచేస్తున్న గోవాడ సత్యారావుగారితో కలిసి తాను హాలులో ఆ రాత్రి ఎవరికీ తెలియకుండా ఓ చెట్టువెనుక దాక్కుని ముఖ్యమైన వార్తను అందరికన్నా ముందుపంపి ఉద్రిక్తతలను నివారించగలిగినందుకు ఎంతో ఆనందించారు. ఇంతకూ దీక్ష విరమించమని స్వామీజీకి సలహా ఇస్తూ వినోబాభావే నుండి అందిన సందేశంపై స్వామీజీకి అతిసన్నిహితుడైన నలుగురు ప్రముఖులు ఆ రాత్రి ప్రార్థనా సమావేశం అనంతరం అందరినీ పంపివేసిన తర్వాత స్వామిజీతో చర్చించి అర్ధరాత్రి దీక్ష విరమణకు స్వామిజీని ఒప్పించగలిగారన్న మాట. హాలులో వీళ్ళిద్దరూ దాక్కున్న విషయం ఎవరికీ తెలియదు.

ఆంధ్రపత్రికలో విలేఖరిగా చేరిన నాన్న గారు న్యూస్ ఎడిటర్‌గా, అసిస్టెంట్ ఎడిటర్‌గా ఎదిగారు. తెలుగు దినపత్రిక తరఫున ఢిల్లీలో పని చేసిన తొలి విలేఖరి.

ఆంధ్రపత్రిక వారు పండితారాధ్యుల నాగేశ్వరరావుని ఉద్యోగం నుండి తొలగించి నందుకు నిరసనగా ఆయనపట్ల సానుభూతితో 1959 మార్చిలో ఆంధ్రపత్రికకు రాజీనామా చేసి ఆయనతో కలిసి హైదరాబాదు నుండి 'సంజయ' అనే తెలుగు పత్రికను ప్రచురించసాగారు. అయితే పత్రిక అనేక కారణాల వల్ల నిలదొక్కుకోలేకపోయింది.

ఫ్రీప్రెస్‌లో పని చేసిన ఎస్.వి. స్వామి ఆంధ్రప్రభ, ఇండియన్ ఎక్స్‌ప్రెస్ గ్రూపులో చేరారు. 1959 అక్టోబరులో ఆయన నాన్న గారిని పిలిపించి చిత్తూరు నుండి ప్రారంభమైన ఆంధ్రప్రభ ఎడిషన్‌కు రెసిడెంట్ ఎడిటర్‌గా నియమించారు. 1960 నుండి 63 డిసెంబరు వరకు అక్కడ పని చేసారు. 1964లో చిత్తూరు నుండి ఆ ఎడిషన్‌ను మద్రాసుకు తరలించారు. అక్కడి రాజకీయాలను పట్టించుకోకపోయినా స్వేచ్ఛకు భంగం వాటిల్లడంతో 1965 డిసెంబరులో ఒకరోజు యాజమాన్య వైఖరితో మనస్తాపంచెంది ఉద్యోగానికి రాజీనామా ఇచ్చి ఇంటికి తిరిగి వచ్చేసారు.

ఆఫీసు బాయ్ రంగనాథం అనే అతనికి నాన్నంటే చాలా ఇష్టం. ఆఫీసుకి వచ్చిన గంట సేపటికే నాన్న రాజీనామా ఇచ్చి వెళ్ళిపోవడంతో చలించిపోయాడు. ఆఫీసు వెనకే ఎక్స్‌ప్రెస్ ఎస్టేట్స్‌లో ఉంటున్న ఆంధ్రప్రభ, ఇండియన్ ఎక్స్‌ప్రెస్ గ్రూపుల యజమాని రామ్‌నాథ్‌గొయెంకావద్దకు పరుగెత్తుకెళ్ళాడు. అతనికి మా ఇంటి పరిస్థితి బాగా తెలుసు. ఆయనకి విషయమంతా చెప్పాడు. వెళ్ళినాన్నని పిలుచుకురమ్మని గోయెంకా రంగనాథంని పంపారు. మధ్యాహ్నం మూడు గంటల ప్రాంతంలో రంగనాథం ఇంటికి వచ్చారు. సార్ మిమ్మల్ని పెద్దసార్ అర్జంటుగా రమ్మన్నారు సార్ అన్నారు. నాన్న వెళ్ళడానికి ఇష్టపడలేదు. పిలిచారు గాబట్టి వెళ్ళడం మంచిది అని అమ్మ చెప్పడంతో వెళ్ళారు. రాత్రి పదకొండు దాటిన తర్వాత వచ్చారు. రేపు మనం హైదరాబాదు వెళ్ళిపోతున్నాం అన్నారు. ఇంతకీ విషయం ఏమిటంటే రాజీనామా చేసినందుకు కేకలేసి. ఎక్కడ పని చేస్తే నీకు ప్రశాంతంగా ఉంటుందో చెప్పమన్నారుట. హైదరాబాద్ అని చెప్పగానే అయితే హైదరాబాదు న్యూస్ బ్యూరో చీఫ్‌గా వెళ్ళ మని ఏ విషయంలో బాధ కలిగినా తనకు తెలియజేయమని చెప్పి అప్పటికప్పుడు ఆర్డర్ టైపుచేయించి ప్రయాణఖర్చులకు డబ్బు చేతిలో పెట్టి పంపారు.

ఆవిధంగా 1965 డిసెంబరులో హైదరాబాదు చేరి 1968 వరకు పని చేసిన తర్వాత విజయవాడ ట్రాన్స్‌ఫర్ చేసారు. హైదరాబాదు వదిలి వెళ్ళడం ఇష్టంలేని నాన్నగారు ఉద్యోగానికి రాజీనామా చేసారు. మళ్ళీ కష్టాలు మొదలు. కొన్నాళ్ళు 'డైలీన్యూస్'కి వార్తలు రాస్తూ కాలంగడిపారు. 1969లో అనారోగ్యం చేసింది. అనారోగ్యం చేయగానే విజయవాడ వెళ్ళిపోదామన్నారు.

పిల్లల మందరం స్కూలు చదువులోనే ఉన్నాం. ఇంట్లో వండి సామాను అమ్మి విజయవాడ తరలి వెళ్ళాం. అక్కడ ఆయుర్వేదం డాక్టరు గూడూరు నమశ్శివాయ దగ్గర ట్రీట్‌మెంట్

తీసుకున్నారు. ఆరేడునెలలు గడిచేటప్పటికి కాస్త నోరు కుడి చేయి స్వాధీనంలోకి వచ్చాయి. ఇండియన్ ఎక్స్‌ప్రెస్ న్యూస్ ఎడిటర్ పి.ఎస్. రంగస్వామి నాన్నగారి చేత ఏవో ఆర్టికల్స్ రాయించుకుంటూ ఆదుకున్నారు. గుంటూరు లోని ఇండియన్ లీఫ్ టుబాకో కంపెనీ వారు తమకొక పిఆర్‌వో కావాలని రంగస్వామి గారిని అడిగితే ఆయన నాన్న పేరు రికమెండ్ చేసారు. సంవత్సరానికి నాలుగు సార్లు గుంటూరు వెళ్ళాల్సి వచ్చేది. ఒకసారి ప్రెస్ కాన్ఫరెన్స్ ఏర్పాటు చేయాల్సి వచ్చేది. వాళ్ళ సాహిత్యానికి కాస్త వార్తారూపం కల్పించాల్సి వచ్చేది.

విజయవాడలో అప్పుడు జిల్లా సమాచార అధికారిగా పని చేసిన బండారు పర్వతాలరావు గారు సాహితీ వేత్త కూడా అయిన డాక్టరు నమశ్శివాయ, పి.ఎస్. రంగస్వామి అనేక విషయాల్లో సహాయ సహకారాలందించి మా కుటుంబాన్ని ఆదుకున్నారు.

ఆ సమయంలో అవనిగడ్డ ఉప్పెన రావడం, మండలి వెంకట కృష్ణారావు గారు బాధితులను ఆదుకోవడానికి నడుంబిగించడం, తరుచు ఆయన నాన్నగారిని కలిసి చర్చించడం అవన్ని నాన్న గారు ఎప్పటికప్పుడు వార్తలుగా ఇండియన్ ఎక్స్‌ప్రెస్, ఆంధ్రప్రభలలో వచ్చేలా చేయడంతో అవి ప్రజలలో ఎంతో స్పందన తీసుకొచ్చాయి.

1975లో ప్రపంచ తెలుగు మహాసభలు జరిగాయి. జి. కృష్ణని మహాసభల వార్త కవర్ చేయమని రామ్‌నాథ్‌గోయెంకా నుండి ఆర్డర్. నాన్న రాజీనామా చేసిన విషయం గోయెంకాకు తెలియకుండా కాపాడుకుంటూ వచ్చిన మేనేజ్‌మెంట్ వారి గొంతులో పచ్చివెలక్కాయ పడ్డట్లయింది. రంగస్వామి గారిని సంప్రదించారు. ఆయన మానాన్నతో చెప్పారు. నాన్న వినలేదు. ఈ లోగా రామ్‌నాథ్‌గోయెంకా విజయవాడ వచ్చేసారు. నాన్నకి కబురు వచ్చింది. “తండ్రి స్వేచ్ఛగా ఉద్యోగం చేసుకోమని పంపితే కొడుకు (భగవాన్ దాస్ గోయెంకా) అడుగడుగునా అడ్డుతగుల్తుండేవారు. ఆయనది తండ్రి మనస్సు. కొడుకుది యజమాని మనస్సు. తండ్రికి కొడుకు మీద చెప్పడం బాగులేదు. ఆయనకి భగవాన్ దాస్ ఒక్కగా నొక్క కొడుకు. వాళ్ళ మధ్యకి నేను వెళ్ళడం బాగుండదు.” ఇదీ నాన్నగారి భావం. సరే కొద్దిసేపు ఆలోచించిన తర్వాత రాజీ పద వెళ్దాం అన్నారు. ఇద్దరం కలిసి నెమ్మదిగా నడుచుకుంటూ వెళ్తుండగా రంగస్వామిగార్ని వెంట బెట్టుకుని మా ఇంటికి బయలుదేరిన రామ్‌నాథ్ గోయెంకా గారి కారు ఎదురైంది కారు ఆపించి మమ్మల్ని ఎక్కించుకున్నారు. దాదాజీ నమస్తే అన్నాను. దాదాజీ బతికున్నాడని గుర్తుందా ? అని కోపంగా అడిగారు. ఇన్ని బాధలు పడ్తూ ఒక్కముక్కనాకు తెలియచేయ కూడదనుకున్నారా? నాకు ఇద్దరు కొడుకులు పెద్ద కొడుకు కృష్ణ, చిన్న కొడుకు భగవాన్ దాస్ అన్నారు.

అప్పటికే రంగస్వామి గారు ఆయనకు అన్ని విషయాలు చెప్పినట్లున్నారు. మేం మరేమిమాట్లాడలేక పోయాం. ఆరోజంతా విజయవాడలో చూడదగిన ప్రదేశాలన్నీ చూసాం. కనకదుర్గ గుడికి వెళ్ళాం. గుడిలోకి వెళ్ళగానే కృష్ణా నీకేం పోస్టుకావాలి. ఎక్కడ కావాలి. చెప్పు

అన్నారు. నాన్న ఉద్యోగం వద్దన్నారు. ఆయన మరీ పట్టుబట్టడంతో స్పెషల్ కరస్పాండెంట్‌గా హైదరాబాదులో పోస్టు కావాలన్నారు. నామీద ఎవరూ అజమాయిషీ చేయకూడదు అన్నారు. అలాగే అన్నారు.

అయితే దేవుడు వరమిచ్చినా పూజారి వరమివ్వడన్నట్లు అప్పటి ఆంధ్రప్రభ ఎడిటర్ పండితారాధ్యుల నాగేశ్వరరావు నాన్న గారి అపాయింట్ మెంట్ ఆర్డర్ మీద సంతకం పెట్టడానికి నిరాకరిస్తూ ఆయనకి మధురై ఆఫీసు నుండి ఆర్డర్ ఇప్పించండి అని అప్పటి జి.ఎం. కి చెప్పారు. ఆయన దానిపై ఎలాంటి చర్యా తీసుకోకుండా తటస్థంగా ఉండిపోయారు. మరో రెండు మూడు నెలలుగడిచాయి. ఈ లోగా రామ్‌నాథ్ గోయెంకాకి ఏదో అర్జంటుగా సమాచారం కావాల్సి వచ్చి హైదరాబాదు ఆఫీసుకి ఫోన్ చేస్తే నాన్న ఇంకా చేరలేదనే విషయం తెలిసి అగ్గి మీద గుగ్గిలం అయారు. జి.ఎం.ని పిలిచి విషయం అడిగారు. నువ్వేం చేస్తావో నాకు తెలియదు. రెండు రోజులు టైమ్ ఇస్తున్నాను. కృష్ణకి అపాయింట్‌మెంట్ ఆర్డర్ ఇచ్చినట్లు సంతకం చేయించుకుని వచ్చి నాకు చూపించు లేదంటే నిన్ను ఉద్యోగంలోంచి తీసేస్తున్నాను. రెండు రోజుల తర్వాత నువ్వు ఆఫీసుకి రాకు. అని చాలా కటువుగా చెప్పారుట.

ఆయన మద్రాసు నుండి పరుగెత్తుకొచ్చారు. ఆర్డర్ మీద సంతకం పెట్టడానికి నాన్నగారు ఇష్టపడలేదు. సంతకం పెడితేనే మీ ఇంట్లో నుండి కదుల్తానని ఆయన మొండికేసాడు. రంగస్వామి గారు తదితరులందరూ వచ్చారు. అందరూ చెప్పగా ఆరోజు సాయంత్రం సంతకం పెట్టారు అలా మళ్ళీ 1975లో ఆంధ్రప్రభ, ఇండియన్ ఎక్స్‌ప్రెస్‌లకు స్పెషల్ కరస్పాండెంట్‌గా చేరి 1982 అక్టోబరు 19న పదవీవిరమణ చేసారు. బ్యూరో చీఫ్‌గా ఇచ్చిన ప్రమోషన్‌ని తిరస్కరించారు.

పదవీ విరమణ చేసిన తర్వాత ఇన్‌ఫర్మేషన్ డైరెక్టరుగా ఆంధ్రప్రదేశ్ మ్యాగజైన్ ఎడిటర్‌గా ప్రెస్ అకాడమి ఛైర్మన్‌గా ప్రభుత్వం ఇచ్చిన ఆఫర్లని తిరస్కరించారు.

1982 నుండి 2001 వరకు వివిధ పత్రికలలో కాలమిస్ట్‌గా 'అప్పుడు ఇప్పుడు', 'కన్నవి – విన్నవి', 'విలేకరిలోకం' శీర్షికన తన అనుభవాలను రాసుకున్నారు. అవి కేవలం ఆయన అనుభవాలుగానే కాక తెలుగు భాషని సరళంగా ఎంత చక్కగా రాయవచ్చు. వార్తని ఏ విధంగా సంపాదించవచ్చు. ఎలాంటి సంఘటనైనా వార్తా కథనంగా ఎలా మలచవచ్చు. ఇతరులకు బాధకలగని రీతిలో మనం చూసిన వాటిని ఎంత చక్కగా రాయవచ్చులాంటి అనేక విషయాలను అందులో ఇమిడ్చిరాసారు. తెలుగు విశ్వవిద్యాలయం, ఉస్మానియా విశ్వవిద్యాలయంలోని జర్నలిజం విభాగంలో విద్యనభ్యసిస్తున్న విద్యార్థులకు వివిధ అంశాలను బోధించారు.

కుటుంబం :

అమ్మదీ, నాన్నదీ ఒకే ఊరు. ఇద్దరి ఇళ్ళ మధ్య ఐదారు ఇళ్ళుంటాయి. పల్లెటూరు నుండి ఒక్క సారిగా హైదరాబాదు వెంటనే మద్రాసు, ఆ తర్వాత ఢిల్లీ... ఇలా ఊర్లు తిరగడం. ఢిల్లీలో

అప్పటి ఆంధ్రపత్రిక యజమాని. పార్లమెంట్ సభ్యుడు అయిన శంభుప్రసాద్ ఎం.పి. క్వార్టర్లో ఉండడం వల్ల వచ్చి పోయే రాజకీయ నాయకులు, మంత్రులు హడావిడిగా ఉండేదట. పార్లమెంట్ సమావేశాలున్నప్పుడు శంభుప్రసాద్ గారు వస్తుండేవారుట. మిగతా సమయంలో ఆయన మద్రాసులోనే ఉండి పత్రిక బాధ్యతలు చూసుకునే వారుట. అప్పటికి మా అక్కయ్య గిరిక ఒక్కతేపుట్టింది. ఆ తర్వాత ఇద్దరు పిల్లలు పుట్టిపోయిన తర్వాత మరో ఐదుగురు ఆడ పిల్లలు ముగ్గురు మగ పిల్లలు మొత్తం తొమ్మిదిమంది పిల్లలు.

తాతగారు 1966లో పోయారు. బామ్మగారు 1982లో పోయారు. నాన్న రిటైర్ అయిన తర్వాత మిగతా వారి పెళ్ళిళ్ళు అయాయి.

నాన్నగారు 2001 ఏప్రిల్ 6వ తేదీన, రమణ 2004లో చనిపోగా అమ్మ 2007 డిసెంబరు 22న చనిపోయారు.

ఆధ్యాత్మిక జీవనం :

చదువుకునే రోజులలో కాశీ వెళ్లిపోయి ఆరునెలలు గడిపిన నాన్నగారు ప్రతి రోజు కాశీ విశ్వేశ్వరున్ని దర్శించి గంగ ఒడ్డున కాసేపు జపం చేసుకుని అప్పుడు లైబ్రరీకి వెళ్ళేవారుట.

తర్వాత గుంటూరు లక్ష్మీకాంతం గారు, యామిజాల పద్మనాభస్వామి, జలసూత్రం రుక్మిణీ నాథశాస్త్రి, చలం గార్లతో పరిచయం, కావ్యకంఠ గణపతి ముని గారి గురించి వినడం, వారి రచనలు చదవడం, రమణాశ్రమాన్ని తరచు సందర్శించడం గిరి ప్రదక్షిణ చేయడం, రమణ మహర్షిని, కావ్య కంఠ గణపతి ముని గారిని తన మానసిక గురువులుగా భావించు కోవడం జరిగింది. పడైవీడు రేణుకాదేవి ఆలయాన్ని సందర్శించుకుని అక్కడ గణపతి ముని గారు తపస్సు చేసినచోట నాన్నగారు కూర్చుని జపం చేసుకుంటూ ఉండేవారు. ఆర్థిక, శారీరక సమస్యల దృష్ట్యా తిరువణ్ణామలై వెళ్ళ లేకపోయినా గణపతి మునిగారి జీవిత చరిత్ర "నాయన" (గుంటూరు లక్ష్మీకాంతం గారి రచన)ని పారాయణ గ్రంథం చేసుకున్నారు. గణపతిముని మంత్రాలను ఉపదేశంగా పొంది జపం చేసుకుంటూ ఉండేవారు.

మంత్ర శాస్త్రంలో అనుమానం వస్తే దానర్థం తెలుసుకోవడానికి అందులో ప్రావీణ్యులైన వారిని సంప్రదిస్తూ ఉండేవారు. శ్రీరామ ప్రణవ నామావళి పేరుతో ప్రణవానంద స్వామి సహస్రనామావళి, 'నాయన' పేరుతో ఇంగ్లీషులో కావ్యకంఠ గణపతిముని గారి జీవిత చరిత్ర రాసారు. గణపతిముని గారి అమ్మాయి వజ్రేశ్వరమ్మ గారిని అడిగి మంత్ర శాస్త్రంలో అనేక విషయాలను తెలుసుకున్నారు.

పెళ్ళి మంత్రాలు, తద్దినం మంత్రాలు అర్థాలను తెలుసుకున్న తర్వాత ఈ రెండిటి పేరుతో ఆర్భాటాలు, హంగామాలు చేస్తూ సాధారణ జనాన్ని మోసగించడాన్ని, వాటిని వ్యాపారంగా మార్చివేయడాన్ని చూసి బాధపడేవారు.

వేదార్థాలపై వచ్చిన పుస్తకాలన్నిటినీ తిరగేసారు. ఉప్పులూరి గణపతి శాస్త్రి గారి నడిగి సందేహాలు తీర్చుకుంటుండేవారు.

ఇంగ్లీషు, తెలుగు, హిందీ, సంస్కృతం, తమిళం, ఉర్దూ, అరబ్బీ, పారసీ భాషలలో పాండిత్యాన్ని గణించి ఆయాభాషలలోని సాహిత్యం, కవిత్వం, మంత్ర శాస్త్రాలను అధ్యయనం చేసారు.

పలు అంశాలపై పట్టు :

విషయాన్ని గురించి తెలుసుకోవాలనుంటే సంబంధిత అంశాన్ని క్షుణ్ణంగా పరిశీలించే వారు. డాన్స్, సంగీతం గురించి సమీక్షలు రాసేవారు. మొత్తం నాట్య శాస్త్రం, సంగీత శాస్త్రంలో వివిధ అంశాలను గురించి లోతుగా అధ్యయనం చేయడమే గాక ఆయాశాస్త్రాలలో పండితులు, నిష్ణాతులుగా పేరుపొందిన వారి సందేహాలను నివృత్తి చేస్తుండేవారు. సంగీతంలో, నృత్యంలో ప్రావీణ్యులైన వారు తరచు ఇంటికి వస్తుండేవారు.

అలాగే ఆరేడు సంవత్సరాలు సినిమా సమీక్షలు కూడా రాసారు. బాలీవుడ్, టాలీవుడ్ సినీ పరిశ్రమలలో స్పృశించని అంశం లేదంటే అతిశయోక్తి లేదు.

తనకి ఎంతో ఇష్టమైన అంశం చరిత్ర. అందులోనూ ప్రాచీన చరిత్ర. వివిధ కట్టడాలు, శాసనాలు, త్రవ్వకాలు, వీధుల పేర్లు నిజాం ప్రభుత్వం నాటి పరిస్థితులు ఇవన్నీ ఎవరు, ఎప్పుడు ఏది అడిగినా అలా గంటల కొద్దీ రోజుల కొద్దీ కొన్ని వందల పేజీల చరిత్రను చెప్పేవారు. వివిధ విశ్వవిద్యాలయాలలోని చరిత్ర విద్యార్థులు, విభాగాధిపతులు, కేంద్ర, రాష్ట్ర ప్రభుత్వాలలోని ఆయా విభాగాల వారు తరుచు నాన్న గారిని కలవడం, వాళ్ళు ఎక్కడికి వెళ్ళినా నాన్న గారిని తీసుకెళ్ళడం లేదా నాన్న గారు అక్కడికి వెళ్ళడం జరుగుతుండేది. ఆర్కియాలజీ విభాగం అంటే వల్ల మాలిన ప్రేమ.

ఎన్నో శాసనాలను శారీరక శ్రమకోర్చి సొంత ఖర్చుతో వెలికి తీసిన మల్లంపల్లి సోమశేఖర శర్మ, నేలటూరి వెంకట రమణయ్య. బి.ఎన్. శాస్త్రి గార్లంటే నాన్నకి ప్రాణం. తెలుగు భాషని నన్నయ్య కన్నా ముందే అంటే పదకొండవ శతాబ్దానికన్నా ముందే ఏడవ శతాబ్దంలో నన్నెచోడుడు ఆవిష్కరించిన విషయం కనిపెట్టిన బి.ఎన్. శాస్త్రి గారంటే ఎంతో ప్రేమ.

ఇక జ్యోతిష్య విషయాని కొస్తే అందులో లభ్యమయే పుస్తకాలన్నిటినీ చదివారు. అలాగే వైద్య శాస్త్రం. ఇంజనీరింగు, కంప్యూటర్ ఒకటేమిటి తెలియని విషయం లేదు. రాజకీయాలు, రాజకీయ నాయకుల చరిత్రలు వరంగల్ రామప్ప దేవాలయం కట్టడానికి ఉపయోగించిన రాళ్ళలో వాడిన వస్తువుల గురించి తెలుసుకోవడానికి ఆయన పడిన తపన అంతా ఇంతాకాదు. ఆ ఇటుకలు తేలిగ్గా ఉండి నీళ్లలో తేలడం అంతు పట్టని విషయం.

ఖనిజాలు, మేలిరకం రత్నాలను ఎలా గుర్తుపట్టాలో మన జాతీయ జెండా ఆవిష్కర్త పింగళి వెంకయ్యగారు రాసిన పుస్తకాలను చదివి తెలుసుకున్నారు. అంతే కాదు ఆయన కుమారుడు పింగళి పరశురామయ్య గారు ఆయన ఆంధ్రప్రభ కంట్రి బ్యూటర్‌గా పని చేస్తుండేవారు. ఆయన తన తండ్రి నుండి తెలుసుకున్న బోలెడు విషయాలను అడిగి తెలుసుకునే వారు. వెంకయ్యగారి సేవలను మన ప్రభుత్వాలు ఉపయోగించు కోలేక పోయినందుకు బాధపడేవారు.

అల్లోపతి, హోమియోపతి, ఆయుర్వేదం, యునానీలలో మందులు వాటితయారీ ఏయేవ్యాధికి ఏయే మందులు వాడుతారు. తదితర విషయాలన్నీ క్షుణ్ణంగా తెలియడంవల్ల అనారోగ్యానికి గురై ఆసుపత్రిలో చేరిన నాన్నగారికి చికిత్స చేయడానికి డాక్టర్లు భయపడేవారు. ఇంటర్నేషనల్ నేషనల్ మెడికల్ జర్నల్స్‌ని తిరగేస్తుండే నాన్న గారు తనకు వచ్చిన జబ్బు 20 ఫసీమా అనే ఊపిరి తిత్తుల వ్యాధనీ గుండె జబ్బుకాదని కార్డియాలజిస్ట్‌తో వాదించడమేకాక తనకి గుండెజబ్బుకి మందులిచ్చి మరిన్ని రోగాలు తెచ్చిపెట్టవద్దని కచ్చితంగా చెప్పారు.

చివర్లో నిమ్స్‌లో చేర్చినప్పుడు ఆడాక్టరు కృష్ణ గారు నాకు తెలియని ఎన్నో విషయాలు చెప్పారమ్మా. ఆయనకి వైద్యం చేయడానికి ఏమీ లేదు కాసిని పేపర్లు, ఒక పెన్ను, న్యూస్ పేపర్లు ఇస్తే చాలమ్మ అని చెప్పడం చూస్తే నాన్న గారు కేవలం జర్నలిజం కోసమే పుట్టారా అని పించకపోదు.

నిమ్స్ నుండి డిశ్చార్జి అయి ఇంటికి వచ్చిన తర్వాత మహేశ్ బాబు అనే ఆయుర్వేదం డాక్టరు నాన్నని చూడడానికి వచ్చారు. ఇక నాన్న లైఫ్ రోజులలోకి వచ్చిందని ఆసుపత్రిలో ఉంచడం అనవసరం అని నిమ్స్ వాళ్ళు చెప్పినందువల్ల డాక్టర్ మహేష్ బాబుని పిలిపించాం.

కొద్దిసేపటి తర్వాత చూస్తే ఆయనకి మా నాన్న ఏదో డిక్టేట్ చేస్తున్నారు. ఆయన రాసుకుంటున్నారు. ఆయన దాదాపు యాభై పేజీల పైగా నాన్న చెప్పిన విషయాలు రాసుకున్నారు. ఆయుర్వేదం చికిత్స విధానం గురించి నాకు తెలియని ఎన్నో అంశాలు నాన్న గారు చెప్పారమ్మా అంటూ డాక్టరు గారు పొంగిపోయారు.

స్నేహితులు :

చిన్నప్పుడు బంధువులతో సాన్నిహిత్యం ఉన్నా ఆ తర్వాత తగ్గింది. చిన్నప్పటి స్నేహితులు క్లాస్ మేట్స్ జయంతి సత్యప్రభు, చంద్రమోహన్ కపాడియాలతో స్నేహం చివరి వరకు సాగింది.

సత్యప్రభు గారు ఇంట్లో మనిషిలాగే మెలిగే వారు. ఆయన భూసార విభాగంలో ఇంజనీరుగా పనిచేసేవారు. ఆయన బతికున్నన్ని రోజులు పొద్దున్నే ఇంటికి వచ్చేవారు. హైదరాబాదులో రెండుసార్లు ఆయనింట్లోనే అద్దె కుండడం జరిగింది ఆ తర్వాత ఆయన ఇంటి పరిసరాల్లోనే అద్దె ఇంట్లో ఉంటుండే వాళ్ళం.

ఎనిమిదో తరగతి చదువుతున్నపుడే జర్నలిజంలోకి రావాలన్న ప్రేరణ కలిగించిన జర్నలిస్ట్ సి.ఎస్. నాయుడుతో రాంభట్ల కృష్ణమూర్తి, కోటంరాజు రామారావు, అడవి బాపిరాజు, గోవాడ సత్యారావు, ప్రసన్నకుమార్ గుప్త, ఫణికర్, ఫణి భూషణ రావు, చందమామ రామారావు, ఆంధ్రజ్యోతి చుట్టరామారావు, పి.వి.ఆర్. శర్మ (ముక్కుశర్మ) హనుమంతరావు తదితర జర్నలిస్టులతో చాలా సన్నిహితంగా మెలిగేవారు.

కావ్యకంఠ గణపతిముని జీవిత చరిత్ర "నాయన" రాసిన గుంటూరు లక్ష్మీకాంతంగారిని గురుభక్తితో చూసుకునేవారు.

సాహితీ మిత్రులు కోకొల్లలు. కాళోజి నారాయణరావు, గుంటూరు శేషేంద్ర శర్మ, యమిజాల పద్మనాభ స్వామి, సదాశివ, చలం, వజీర్ రహ్మాన్, పింగళిలక్ష్మీ కాంతం, జలసూత్రం రుక్మిణి నాథశాస్త్రి, గూడూరు నమశ్శివాయ, మల్లాది రామకృష్ణ శాస్త్రి, దిగవల్లి శివరావు, విశ్వనాథ సత్యనారాయణ, వెల్దుర్తి మణిక్యాలరావు, బి.రామరాజు తదితరులతో సన్నిహిత సంబంధాలుండేవి.

ఇక సంగీత, నృత్యకళాకారులు, కవులు వివిధ విశ్వవిద్యాలయాలలో జర్నలిజం కోర్సు చేస్తున్న విద్యార్థులు, పరిశోధనలు చేస్తున్న వారు. ఆర్కియాలజీ విభాగం వారు, తదితరులు వస్తూనే ఉండేవారు. వయస్సుతో నిమిత్తం లేదు. సబ్జెక్టుతో హుందాలతో నిమిత్తం లేదు.

మండలి వెంకట కృష్ణారావు, భాట్టం శ్రీరామమూర్తి, కె.ఎల్.రావు, ఎం. ఎస్. రాజలింగం, వావిలాల గోపాల కృష్ణయ్య, మండల వీర భద్రరావు, అల్లూరి సత్యనారాయణ రాజు, పి.వి.జి.రాజు, పి.వి.నరసింహారావు, కాసు బ్రహ్మానందరెడ్డి, రోశయ్య, బూర్గుల రామ కృష్ణారావు, కోట్ల విజయ భాస్కరరెడ్డి తదితరులతో రాజకీయాలపై చర్చిస్తుండేవారు.

తెలుగు భాష :

తెలుగు భాష అనేది ఒకటి ఉన్నదని ప్రపంచానికి తెలియ జెప్పిన వాళ్ళలో త్యాగరాజు, పుట్టపర్తి సత్యసాయి బాబా, ఎన్టీరామారావు ఉన్నారు. రాజ్ కపూర్, రామయ్యా వస్తావయ్యా అనే పాటను ప్రపంచమంతటా వినిపింపచేసాడు. సాయిబాబా తెలుగులోనే ఉపన్యసిస్తారు. ఇంగ్లీషు గొప్పది అనే వాళ్ళముందు, బాబా తెలుగులో మాట్లాడాడు. ఇతర రాజకీయ వాదులకు దీటు అయిన పరిపాలనా కళలేని వారైనప్పటికీ ఎన్టీ రామారావు మూలంగా కేంద్ర ప్రభుత్వానికి మధ్య మధ్య తెలుగు అనేది చీమకుట్టినట్లు అనుభవమైంది. మనదేశంలో మొదటగా భాషారాష్ట్రం సంపాదించుకున్న వాళ్ళమే అయినా మనకు ప్రత్యేకత ఉన్నట్లు కానరాదు. ఆంధ్రభాష మాట్లాడే ప్రాంతాలను చుట్టూ ఉన్న రాష్ట్రాల వాళ్ళు వీలైనంత మేర కాజేసారు. ఇతరుల ఆచారాలను బాసలను అనుకరించడం ఆంధ్రులకు సహజం అయింది మన ప్రాంతంలో వ్యాపారం చేసుకొనడానికి వచ్చే వాళ్లందరి భాషలనుండి కొన్ని ముక్కలు మన భాషలో చేర్చుకున్నాం,

అంటగట్టుకున్నాం. దేశానికి స్వాతంత్ర్యం వచ్చేవరకూ పల్లెటూళ్ళలో చక్కటి తెలుగే మాట్లాడేవాళ్ళు. మన పండితులు కూడా ఇతర భాషా పదాలు వచ్చి పడడం సహజం అంటున్నారు. తెలుగు కుంచించుకు పోతున్నది. అని తెలుగు భాషకి పట్టున్న దుర్గతి గురించి వాపోయేవారు.

పలు రంగాలను గురించి చాలా లోతుగా అధ్యయనం చేసి వాటి పై పట్టు సాధించారు.

తలలు పండిన పాత తరం జర్నలిస్టుల మధ్య కూర్చుని ఎంత హాయిగా కబుర్లాడగలరో అంత హాయిగాను ఆత్మీయంగాను ఇప్పుడిప్పుడే జర్నలిజంలోకి వచ్చిన యువతరంతోనూ మాట్లాడగలరు. హాయిగా మాట్లాడుకుంటున్న శైలిలో ఆయన అలవోకగా వ్యాసాలు రాయగలరు. ఆధునిక భావాలు కలిగిన పాతతరం జర్నలిస్టు ఆయన అని ఆంధ్రప్రభ మాజీ ఎడిటర్ పొత్తూరి వెంకటేశ్వరరావు చెప్పింది అక్షరాలా నిజం. రిపోర్టింగ్ నుండి లీడర్ రైటింగ్ వరకు పాత్రికేయ వృత్తికి సంబంధించిన అన్ని కార్యకలాపాలలోను ఆయనకు అనుభవం ఉంది. తెలుగైనా, ఇంగ్లీషు అయినా రాసే వేగం ఒకటే. ఏ విషయంపైన అయినా కాస్త సేపటిలో వ్యాసం తయారు చేయగలరు. జర్నలిజంలో టెన్షన్ లేకుండా పని చేయడం కష్టం. నాకు తెలిసినంతలో ఆయన స్వయంగా టెన్షన్ అనుభవించనూ లేదు. ఇతరులకు టెన్షన్ కల్పించనూ లేదన్నారు పొత్తూరి.

కుటుంబ జీవితం :

మా చుట్టాలలో చాలామంది పెద్దవాళ్ళు మాట్లాడుకుంటుంటే పిల్లలు ఆ పరిసరాలలోకి రావడానికి ఇష్టపడేవారు కాదు. అయితే మా నాన్నగారు అందుకు పూర్తిగా విరుద్ధం. ఎందుకంటే మా ఇంటికి వచ్చే పెద్దలు వివిధ రంగాలలో నిష్ణాతులైన వారు. కాబట్టి వాళ్ళు చెప్పేవి వినమని చెప్పేవారు. దాంతో వివిధ అంశాలపై మాకు అవగాహన ఏర్పడింది. ఆసక్తి, అభిరుచి ఏర్పడ్డాయి.

ఎప్పుడన్నా తీరిక దొరికితే చెస్ లేదా పేక ఆడేవారు. మాకు నేర్పించారు. మాతోనే ఆడేవారు. పిల్లలలోకూడా ఆసక్తి ఉన్నవారికి 'నాయన 'మంత్రం ఉపదేశించారు. చిన్నప్పుడు శివపంచాక్షరి నేర్పించి ఓ గంట కళ్ళు మూసుకుని జపం చేయమని కూర్చోబెట్టేవారు.

అప్పట్లో నాన్నగారికి అమెరికన్ రిపోర్టర్ సంపాదకులుగా పని చేసిన బి.ఎస్.ఆర్. కృష్ణ గారు ఇంగ్లీషు పుస్తకాలు తెలుగు అనువాదం కోసం ఇస్తుండేవారు. అప్పుడు ఆపుస్తకం ముందేసుకుని టైము పదకొండేగదా ఒక గంటసేపు పుస్తకం అనువాదం చేద్దామనే వారు. మా నాన్నగారు చెప్తుంటే నేను గానీ, శుకగానీ తెలుగులో రాసేవాళ్ళం.

మాకు తెలియకుండానే మమ్మల్ని జర్నలిజం వృత్తిలో నిమగ్నమై పోయేలా చిన్నప్పటి నుండీ తయారు చేసారనే విషయం మాకు చాలా ఆలస్యంగా అర్థం అయింది.

రాతలో స్పీడు, నడకలో స్పీడు, ఒక విషయం గురించి రాయాల్సి వచ్చినపుడు విన్నవి, చదివినవి అతి కొద్దిసమయంలో బుర్రలోకి తెచ్చుకోవడం. ఇంటర్వ్యూ చేయాలన్నా, అనువాదం

చేయాలన్నా తడుముకోకపోవడం లాంటి జర్నలిస్టులక్షణాలన్నీ మా నరనరాల్లో జీర్ణించుకు పోయాయని ఈ రోజు గర్వంగా చెప్పుకోగలం.

రిటైరయిన తర్వాత తన అనుభవాలను అప్పుడు- ఇప్పుడు, కన్నవి - విన్నవి, విలేకరిలోకం పేరుతో, రేడియో ప్రసంగాల ద్వారా కాలమ్స్‌గా రాసిన వాటిలో అనేక వాస్తవాలను బయటపెట్టారు. అవన్నీ రాష్ట్ర రాజకీయ, రాష్ట్రావతరణ ఉద్యమాలకు సంబంధించినవి.

చనిపోయే ముందురోజు వరకు కూడా ఆయన జ్ఞాపకశక్తి అమోఘంగా ఉంది. ఉత్తమ జర్నలిస్టు అవార్డు, వెంకటేశ్వర విశ్వ విద్యాలయం వారి డాక్టరేట్‌తో సహా అనేక అవార్డులు, సన్మానాలు సత్కారాలు పొందడమే కాక కొన్ని వందల సభలలో ఉపన్యాసాలు. వివిధ విశ్వవిద్యాలయాలలో జర్నలిజం విద్యార్థులకు పాఠాలు. అనేక పుస్తకాలు అనువాదాలు, పరిశోధనలు చేసిన ఘనత కూడా నాన్నగారికే దక్కింది.

జర్నలిస్టులనగానే చెప్పుకోదగిన ఇద్దరు ముగ్గురిలో జి. కృష్ణ ఒకరు అని మాజీ ప్రధాని పి.వి. నరసింహారావు తనను చూడవచ్చిన విలేకరులతో పలు సందర్భాలలో అనడంలో అతిశయోక్తి ఏమీలేదు.

దాశరథి

(1925-1987)

- పేర్వారం జగన్నాథం

మహాకవి దాశరథి వరంగల్లు జిల్లాలోని చినగూడూరు గ్రామంలో 22 జులై 1925 తేదీనాడు జన్మించారు. ఈయన తల్లిపేరు వెంకటమ్మ, తండ్రిపేరు వెంకటాచార్యులు. తల్లిదండ్రులకీయన ప్రథమసంతానం. ఈయన పూర్తిపేరు దాశరథి కృష్ణమాచార్యులు. దాశరథి అనేది ఆయన ఇంటిపేరు. ఆ పేరుతోనే ఆయన ప్రసిద్ధుడు.

సుప్రసిద్ధ నవలాకారుడైన దాశరథి రంగాచార్యులు వీరి సోదరుడే. ఈ ఇద్దరు సోదరులూ తెలుగు సాహిత్యరంగాన్ని సుశోభితంచేసినారు. పూర్వం శ్రీమద్రామానుజులవారి శిష్యుల్లో దాశరథి అనే ప్రముఖుడొకరుండేవారు. వారి వంశస్థులు కావడం వల్ల వీరి ఇంటిపేరు దాశరథిగా ప్రసిద్ధికెక్కి ఉండవచ్చునని భావించబడుతున్నది. అంతేకాక వీరి పూర్వీకులు భద్రాద్రి శ్రీరామచంద్రులవారి సన్నిధిలో ఉంటూ భగవత్సేవలో తరించినందువల్లనూ దాశరథి అనే ఇంటిపేరు స్థిరపడి ఉండవచ్చునని కూడ ఒక ఊహ. ఏమైతేనేం ఇక ముందు ఈ కవిని దాశరథి అనే పేరుతోనే ఈ పుస్తకంలో ఉదాహరించడం జరుగుతుంది.

దాశరథి తండ్రి వెంకటాచార్యులు సంస్కృతాంధ్ర ద్రావిడ భాషల్లో ఉద్దండపండితుడు. పురాణ ప్రవచనాలతో విశిష్ట ప్రబోధాలతో ఆ ప్రాంతంలో బాగా ప్రసిద్ధికెక్కినాడు. వీళ్ళది శ్రీ వైష్ణవకుటుంబం కావడంవల్ల ద్రావిడ ప్రబంధాలు వెంకటాచార్యులకు కరతలామలకంగా ఉండేవి. తమిళంలో ఉన్న శ్రీవైష్ణవ సంప్రదాయానికి చెందిన గ్రంథాలుకొన్నింటిని వీరు తెలుగులోకి అనువదించినారు. అనర్గళంగా ప్రసంగాలు చేస్తూ ఈయన ప్రజల్లో బాగా ప్రచారం పొందినారు. అయితే ఈయన పరమ ఛాందసుడు. కరడుగట్టిన సనాతన సంప్రదాయవాది. స్నానంచేసి మడికట్టుకుంటే మాత్రం సంస్కృతంలో మాట్లాడేవాడు తప్ప తెలుగులో మాట్లాడకపోయేవాడు. తెలుగులో మాట్లాడ్డం ఏదో అపచారం చేసినట్లుగా భావించేవాడు. దాశరథి తన తండ్రివద్దనే సంస్కృతం నేర్చుకున్నాడు. సంస్కృతంలోని పంచకావ్యాలూ వారిద్వారానే అభ్యసించినాడు. అయితే తండ్రి భావాలూ, విశ్వాసాలూ దాశరథికి నచ్చేవికావు. మూఢవిశ్వాసాల్ని ఖండించేవాడు. దాశరథి పూర్తిగా ఆధునిక అభ్యుదయ భావాలు కలవాడు. సమకాలిక సమాజానికనుగుణంగా మసలుకునేవాడు. దాశరథి తల్లి వెంకటమ్మలో మాత్రం ఇలాంటి అంధ విశ్వాసాలుండేవికావు. అర్థంపర్థంలేని ఆచారాల్ని ఆమె పాటించకపోయేది. ఆమెలో చాలావరకు అభ్యుదయ భావాలుండేవి. దయాదాక్షిణ్య గుణాలుండేవి. అందరినీ సమంగా ఆదరిస్తుండేది. ఆమెకు తెలుగుసాహిత్యంలో మంచి ప్రవేశమున్నది. తెలుగు కావ్య ప్రబంధాల్ని

ఆమె చక్కగా అభ్యసించింది. వాటిని వ్యాఖ్యానించేది కూడ. కనుక దాశరథి తన తల్లి వద్ద తెలుగు సాహిత్యాన్ని అధ్యయనం చేసినాడు. తెలుగులోని ప్రముఖ కావ్య ప్రబంధాల్ని ఆమె ద్వారా పఠించినాడు. అందువల్ల దాశరథికి తల్లిపై విశేష గౌరవాభిమానాలుండేవి. తల్లిని దైవంగా భావిస్తుండేవాడు. ఇట్లా దాశరథి చిన్నతనాన తన తల్లిదండ్రులనుండి సంస్కృతాంధ్ర భాషల్లో తగిన పాండిత్యాన్ని గడించినాడు. దాశరథి మాతా మహుడు కూడ సంస్కృతాంధ్ర భాషల్లో మేటి పండితుడు. ఈ విధంగా దాశరథి కుటుంబంలో సంప్రదాయ సాహిత్య వాతావరణముండేది. ఇంట్లో దాశరథి సంస్కృతాంధ్ర భాషల్ని అభ్యసిస్తూనే మరొకవైపు చినగూడూరులోని ప్రాథమిక పాఠశాలలో విద్యాభ్యాసం పూర్తి చేసినాడు. ఆ పిదప కొన్ని కారణాలతో వాళ్ళ కుటుంబం ఖమ్మంకు మారింది.

ఖమ్మంలో దాశరథి మాధ్యమిక విద్యనూ, ఉన్నత పాఠశాల విద్యనూ పూర్తిచేసాడు. ఆరోజుల్లో ఖమ్మం వరంగల్లు జిల్లాలో ఒక తాలూకాగా మాత్రమే. అది 1953లో జిల్లాగా మారింది. నిజాంపాలనలో పాఠశాలస్థాయి నుండి విశ్వవిద్యాలయస్థాయి వరకు ఉర్దూలోనే బోధన జరిగేది. పరిపాలన కూడ ఉర్దూలోనే సాగుతుండేది. ప్రభుత్వ పాఠశాలల్లో ప్రతినిత్యం నిజాం ప్రభువును కీర్తిస్తూ ఉన్న ఉర్దూగేయంతో ప్రార్థన జరుగుతుండేది. ఉర్దూలో దాని మొదటి చరణాలు ఇట్లు ఉండేవి –

తా ఆబద్ ఖాలిఖె ఆలం యెరియాసత్ రఖె
తుర్ఝుకో ఉస్మానో బసద్ ఇజ్లాల్ సలామత్ రఖె

అంటే భగవంతుడు ఈ సృష్టి ఉన్నంతకాలం నిన్నూ, నీరాజ్యాన్నీ సురక్షితంగా కాపాడుగాక! నీవు చిరకాలం వర్ధిల్లుదువుగాక! అని దాని భావార్థం. ఖమ్మం పాఠశాలలో దాశరథికి ముస్లిం ఉపాధ్యాయులు ఉర్దూ కవిత్వంలోని పరిమళాల్ని పరిచయం చేసే వాళ్లు. వాళ్లలో జక్కీసాహెబ్ అనే ఉపాధ్యాయుడు ఉర్దూ ఫారసీ భాషల్లో గొప్ప పండితుడు. ఆయన గాలిబ్ గజళ్ళను, ఇగ్బాల్ కవిత్వాన్నీ తరగతి గదిలో చదివి వాటి అర్థాల్ని విడమర్చి చెప్పేవాడు. వాటిలోని సొగసుల్ని వివరించేవాడు. ఈ రకంగా దాశరథికి ఉర్దూభాషలోనూ మంచి ప్రవేశమేర్పడింది. గాలిబ్ కవిత్వంవల్ల దాశరథికి ప్రేమభావాలతో పరిచయమైంది. ఇగ్బాల్ కవిత్వంవల్ల విప్లవభావ ధోరణి అలవడింది. దాశరథికి ఖమ్మం పాఠశాలలో డి.రామలింగం, కవిరాజమూర్తి అనే పేరుతో ప్రసిద్ధుడైన సర్వదేశభ్నుల్లు నరసింహమూర్తి, ఎం.ఎల్. నరసింహారావు, హీరాలాల్ మోరియా వంటి వాళ్లు సహాధ్యాయులు.

దాశరథి ఖమ్మంలో కేశవార్యశాస్త్రి అనే పండితునివద్ద సంస్కృత వ్యాకరణం "కౌముది"ని అభ్యసించినాడు. అంతేకాక వారి ద్వారా వేదాలూ ఉపనిషత్తుల గూర్చిన పరిజ్ఞానాన్ని ఆర్జించినాడు. కేశవార్యశాస్త్రి ఆజ్యం పోస్తూ ప్రతినిత్యం హోమం చేసేవాడు. క్రమం తప్పకుండా దాశరథి ఆకార్యక్రమానికి హాజరవుతూ ఆసక్తితో తిలకించేవాడు. కొన్ని మౌళిక ప్రశ్నల్ని లేవనెత్తేవాడు.

ఈ కేశవార్యశాస్త్రి శాస్త్రాభ్యాసంచేసి శాస్త్రి అయినాడు. ఈయన ఆర్యసమాజకుడు. అందువల్ల కేశవార్యశాస్త్రిగా ప్రసిద్ధుడైనాడు. దాశరథి కుటుంబం సంపన్నమైందికాదు. పైగా తండ్రితో ఉన్న అభిప్రాయ భేదాలవల్ల ఈతనికి ఇంటినుండి ఏవిధమైన ఆర్థిక సహాయం అందకుండేది. ఆర్థికంగా దాశరథి చాలా ఇబ్బందిపాలైనాడు. పిల్లలకు ట్యూషన్లు చెప్తూతూ వచ్చిన డబ్బుతో తన చదువు కొనసాగించినాడు. ఆ డబ్బుతోనే తనకు కావలసిన పుస్తకాలూ, పత్రికలూ మున్నగునవికొనేవాడు. దాశరథి విద్యారంగంలోనే కాక విద్యార్థిదశలో ఆటపాటల్లోనూ భేష్ అనిపించుకున్నాడు. వాటిలో కొన్ని బహుమతులు కూడా పొందినాడు. అట్లాగే చిన్న వయస్సులోనే కవితారచన కూడా చేసి పెద్దలమెప్పు పొందుతుండేవాడు. దాశరథి తన పదోఏటనుంచే కవిత్వమల్లుతుండేవాడు. ఖమ్మంలో విద్యార్థిగా ఉన్న కాలంలోనే ఒకసారి తన కవితలకు వరంగల్లు సుబేదారునుండి వందరూపాయల బహుమతి పొందినాడు. ఉర్దూ కవులు కూడా దాశరథి ప్రతిభను ప్రశంసించే వాళ్లు. ఇట్లా దాశరథి స్వయంకృషితో మెట్రిక్యులేషన్ పూర్తి చేయడమేకాక, సంస్కృతాంధ్ర ఉర్దూ భాషల్లో మంచి పాండిత్యాన్ని గడించినాడు. కవిత్వ మల్లడము ప్రారంభించినాడు. గాలిబ్ ఇగ్బాల్ వంటి ఉర్దూ కవుల కవిత్వాలపరిచయంతో దాశరథి కవిత్వంలో అంగారముతోపాటు శృంగారమూ మేళవించుకొని పోయినాయి.

దాశరథి మెట్రిక్యులేషన్ పూర్తిచేసుకునేనాటికి హైదరాబాదు రాష్ట్రంలో రాజకీయ సామాజిక పరిస్థితులెట్లా ఉండేవో తెలుసుకోవలసి ఉంది. అప్పుడు ఏడవ నిజాం మీర్ ఉస్మానలీఖాన్ హైదరాబాదు రాష్ట్రానికి రాజుగా ఉండేవాడు. ఆనాడు 1911లో సింహాసనమధిష్ఠించినాడు. ఆసఫ్‌జాహీ వంశానికి చెందినవాడు. ఆతనికాలంలో రాజకీయ, సామాజిక, మతపరిస్థితులు చాలా దిగజారిపోయినాయి. ప్రజలకు స్వేచ్ఛాస్వాతంత్ర్యాలు మచ్చుకైనా లేకుండేవి. చిన్నపాటి సాహిత్యసభ పెట్టుకోవడానికైనా వీలుండేదికాదు. నిజాం ప్రభువు "గస్తీనిషాన్ తిర్పన్" పేరుతో ఒక ఫర్మానా జారీ చేసినాడు. అంటే క్రమసంఖ్య 53తో ఉన్న రాజుగారి ఆదేశమన్నమాట. దాని ప్రకారం ప్రభుత్వ అనుమతిలేనిదే ప్రజలు ఎలాంటి సభలూ సమావేశాలూ జరుపడానికి వీలులేదు. ఇంతకూ ఈ అనుమతి ఒక మానాన లభించేదికాదు. ఎంత చిన్న సభపెట్టుకోవాలన్నా హైదరాబాదు చుట్టూ ఏండ్లూ పుండ్లూ తిరగవలసివచ్చేది. అందువల్ల ప్రజలు ఈ అవస్థలు పడలేక సభలే పెట్టుకునే వాళ్లు కాదు. ప్రజలకు వాక్స్వాతంత్ర్యంకానీ, పత్రికా స్వాతంత్ర్యం కానీ ఉండేవికాదు. గ్రామంలో చిన్న గ్రంథాలయం పెట్టుకోవడానికి గానీ పాఠశాల నడుపుకోవడానికిగానీ ప్రభుత్వం అనుమతించేది కాదు. ఇక మతపరంగా కూడా హిందువులకెంతో అన్యాయం జరుగుతుండేది. నిజాం ప్రభువరేణ్యుల ప్రోత్సాహంతో బహదూర్ యార్‌జంగ్ అనేవాడు రాష్ట్రంలో హిందువుల్ని బలవంతంగా ముస్లిములుగా మార్చే కార్యక్రమాన్ని చేపట్టినాడు. దీన్ని "తబ్లిక్" ఉద్యమమనే వాళ్ళు. ఆ రోజుల్లో చాలామంది ముస్లిములు తామే ప్రభువులైనట్లు ప్రవర్తించేవాళ్లు. ముస్లిములే రాజ్యాధికారానికి అర్హులనే అభిప్రాయం వాళ్లకుండేది. దీన్ని "అనల్‌మాలిక్" అంటారు. హైదరాబాద్ రాష్ట్రానికి ముస్లిములే రాజ్యాధికారులన్నది దీని భావన.

హిందువుల పండుగల్లో, పెండ్లిళ్లలో బాజా బజంత్రీలు మోగిస్తూ మసీదు ముందు నుండి వెళ్ళడం నిషేధంగా ఉండేది. హిందువుల సంస్కృతినీ, ఆచారాల్నీ రూపుమాపే ప్రయత్నం జరుగుతుండేది. ఇక పాఠశాలస్థాయి నుండి విశ్వవిద్యాలయస్థాయివరకు ఉర్దూలోనే బోధన జరిగేదన్న విషయం ముందే వివరించడం జరిగింది. ప్రభుత్వ పరిపాలన, న్యాయస్థానాల్లో వ్యవహారమంతా ఉర్దూమయమే. ప్రభుత్వానికీ ప్రజలకూ మధ్య పెద్ద అఖాతముండేది. ఇట్లా నూటికి పదిశాతంలేని ముస్లిముల ఉర్దూ తొంభైశాతంగా ఉన్న తెలుగు ప్రజలపై బలవంతంగా రుద్దబడింది. తెలుగు భాష నిరాదరణకు గురై తెలుగులో మాట్లాడడమే నామోషిగా భావించబడేది.

ప్రభుత్వపాలనా విధానం ఇట్లా ఉండగా రాష్ట్రంలో దొరలూ దేశముఖుల ప్రజాపీడన మరీ ఘోరంగా వుండేది. రాష్ట్రంలోని సాగుభూమంతా దొరలూ, దేశముఖులూ, జమీందార్లూ జాగీర్దార్ల అధీనంలో ఉండేది. వాళ్ళే దానికి అధిపతులు. రైతులు కేవలం కౌలుదారులుగానే ఉండేవాళ్లు. పంటలు పండినా పండకున్నా రైతులు తప్పనిసరిగా కౌలు కట్టవలసివచ్చేది. ప్రభుత్వానికి లెవీ ధాన్యం తప్పకుండా కొలువవలసి ఉండేది. దొరలు, దేశముఖుల ఇండ్లలో గ్రామంలోని అన్నివృత్తుల వాండ్లు వెట్టిచాకిరి చేయవలసి ఉండేది. వెట్టి అంటే ఎలాంటి ప్రతిఫలం లేకుండా చేసే చాకిరి. గ్రామానికి ఏ అధికారివచ్చినా సావుకార్లు వాళ్ళ విందులు వినోదాలకోసం కావలసిన సరుకుల్ని ఉచితంగా ఇవ్వవలసిందే. దీన్నే"సర్బరాహి" అనేవాళ్ళు. దొరల వ్యవసాయపు పనులకు వచ్చిన కూలీలకు న్యాయమైన కూలి ఇచ్చే వాళ్ళు కాదు. కూలీకి వచ్చిన పిల్ల తల్లులు మధ్యలో పసిపిల్లలకు పాలివ్వడానికి కూడా అనుమతించేవాళ్లు కాదు. వాళ్ల అధికారానికి అడ్డూ అదుపూ లేకుండేది. గ్రామంలోని తగాదాలన్నింటికీ వాళ్లే తీర్పరులు. వాళ్ల తీర్పుకు ఎదురాడడ ముండేదికాదు. ఎక్కడైనా రైతులవద్ద మంచి పశువులుంటే వాటిని సొంతం చేసుకునేవాళ్లు. అట్లాగే ఏవో కొన్ని బకాయిలు చూపించి ఈ పెత్తందార్లు రైతుల భూముల్ని కూడా లాగేసుకునేవాళ్లు.

ఈ కాలంలోనే ఆంధ్రమహాసభలు జరుగుతుండేవి. వీటిని మొదట "ఆంధ్రజనసంఘం" పేరుతో ఆంధ్రపితామహ మాడపాటి హనుమంతరావుగారు మరికొందరు యువకులతో కలిసి 1921లో ప్రారంభించినారు. ఆరోజుల్లో హైదరాబాదులో కార్వే పండితుని గౌరవార్థం మహారాష్ట్రులు ఒక సంఘసంస్కార సభను ఏర్పాటుచేసి ఉండిరి. ఆ సభలో తెలుగులో మాట్లాడబోయిన వ్యక్తుల్ని నిర్వాహకులు మాట్లాడనివ్వలేదు. ఆ పరాభవం నుండి ఆంధ్రాభిమానంతో పుట్టిందే "ఆంధ్ర జనసంఘం." ఇది మరికొన్ని సంఘాలను కలుపుకొని కొన్నాళ్లకు "ఆంధ్రజన కేంద్రసంఘం" గా మారింది. ఆ పిదప 1930 నుండి ఇది ఆంధ్ర మహాసభగా ప్రసిద్ధిగాంచి తెలంగాణలో మొత్తం 13 ఆంధ్రమహాసభల్ని జరుపుకున్నది. దీని ప్రధానాశయం తెలుగుభాషా సాహిత్యాల వికాసంకోసం పాటుపడడం, తెలుగువాళ్ల చారిత్రక వైభవం గూర్చి పరిశోధన చేయుడం, శాసనాల్ని తాళపత్ర గ్రంథాల్ని సేకరించి భద్రపరచడం, వాటిలో ముఖ్యమైన వాటిని ప్రచురించడం, విజ్ఞానదాయకములైన గ్రంథాల్ని ప్రచురించి ప్రజలకందుబాటులోకి

తేవడం. గ్రంథాలయాల్ని స్థాపించి ప్రజల్లో సాంస్కృతిక చైతన్యం కలిగించడం వంటి కార్యక్రమాలకు పరిమితమై ఉండేది. కాని ఈ సభలు పోనుపోను అనివార్యంగా రాజకీయ స్వభావాన్ని సంతరించుకున్నాయి. రాష్ట్రంలో బాధ్యతాయుత ప్రభుత్వమేర్పడాలని కోరడం, అరవ ముదయ్యం గారి రాజకీయ సంస్కరణలు బహిష్కరిస్తున్నామనడం వంటి రాజకీయ తీర్మానాలు ప్రవేశించడంతో 1944 నాటికి భువనగిరిలో జరిగిన 11వ ఆంధ్రమహాసభ రెండుగా చీలింది. ఒకటి జాతీయవాదుల ఆధ్వర్యంలో మరొకటి కమ్యూనిస్టుల ఆధ్వర్యంలో పనిచేయడం ప్రారంభించినాయి. ఇవి వేరువేరుగా మరి రెండు ఆంధ్ర మహాసభల్ని జరుపుకున్నాక 1946లో ఇవి ఆగిపోయినాయి. ఆ పిదప కమ్యూనిస్టులు రంగంలోకి దిగి ఆంధ్రమహాసభల పేరుతో గ్రామాల్లో దొరలు, దేశముఖులు దౌర్జన్యాల నెదుర్కోవడం, వాళ్ల భూమిల్ని పేదలకు పంచడం, దుర్మార్గులైన పెత్తందార్లను అంతమొందించడం, రైతులసమస్యల పరిష్కరించడం, ఒక విధంగా గ్రామాల్లో పోటీ ప్రభుత్వాన్ని నడుపడం వంటి కార్యక్రమాల్ని చేపట్టినారు. అంతేకాక 1947నుండి నిజాం ప్రభుత్వానికి వ్యతిరేకంగా సాయుధపోరాటాన్నీ కూడా నడిపారు. ఇది తెలంగాణా రైతాంగ సాయుధ పోరాటంగా చరిత్రలో ప్రసిద్ధిగాంచింది. ఈ సాయుధపోరాటానికి కామ్రేడ్ రావి నారాయణరెడ్డి సారథ్యం వహించినారు.

రాష్ట్రంలో 1938లో స్టేట్ కాంగ్రెసు ఆవిర్భవించింది. ఆదిలోనే దీన్ని నిజాం ప్రభుత్వం నిషేధించింది. స్వామి రామానంద తీర్థ నాయకత్వంలో ఇది హైదరాబాదు రాష్ట్ర విమోచనకోసం, తర్వాత ఈ రాష్ట్రం ఇండియన్ యూనియన్‌లో కలువడంకోసం పోరాటాన్ని ఉధృతం చేసింది. సమ్మెలూ, సత్యాగ్రహాలూ, హర్తాళ్లూ చేసి ఎందరో నాయకులు జైలుకు వెళ్ళేవారు. తమ సర్వస్వాన్ని త్యాగంచేసి ఈ స్వాతంత్ర్యోద్యమంలో పాల్గొన్నారు. కొందరు అమరులైనారు. జాతీయవాదుల నాయకత్వంలో ఉన్న ఆంధ్ర మహాసభ ఈ స్టేట్ కాంగ్రెసులో విలీనమైంది. ఈ 1938లోనే మరో ముఖ్య సంఘటన జరిగింది. ఉస్మానియా విశ్వవిద్యాలయంలో విద్యార్థులు తమ హాస్టళ్లలో 'వందేమాతరం' గీతాలాపన చేసినారు. ఈ గీతం పాడడాన్ని నిజాం ప్రభుత్వం నిషేధించింది. అయినా నిషేధాజ్ఞలను ఉల్లంఘించి విద్యార్థులు సామూహికంగా వందేమాతర మంటూ వినదించినారు. అందుకు నిజాం ప్రభుత్వం ఆ విద్యార్థులనందరినీ విశ్వవిద్యాలయంనుండి బహిష్కరించింది. హాస్టళ్లకు తాళాలు వేసింది. అప్పుడిక గత్యంతరంలేక ఈ విద్యార్థులు నాగపూర్ వెళ్లి అక్కడి విశ్వవిద్యాలయంలో తమ చదువులుకొన సాగించినారు. ఈ ఉద్యమంలో రామచంద్రరావు అనే విద్యార్థిని పోలీసులు చావబాదినారు. నెత్తురోడే దాకా కొట్టినా కూడా అతడు వందేమాతరం గీతాలాపన చేయడంమానలేదు. కొట్టికొట్టి పోలీసులే అలిసి పోయినారు. ఒక దశలో ఆ విద్యార్థి స్పృహ కోల్పోయినాడు కూడా. అప్పటినుంచి అతడు వందేమాతరం రామచంద్రరావుగా ప్రసిద్ధి గాంచినాడు. అంతటి సాహసాన్ని ప్రదర్శించిన దేశభక్తుడాతడు.

1892 ప్రాంతంలోనే హైదరాబాదులో ఆర్యసమాజ్ స్థాపించబడింది. ఇది రాష్ట్రంలో పలుసామాజిక కార్యక్రమాలద్వారా ప్రజల్ని చైతన్యవంతం చేసింది. సామాజిక, మతపరమైన

కార్యక్రమాలుచేపట్టి సంఘసంస్కరణలకు పూనుకున్నది. ముఖ్యంగా రాష్ట్రంలో బలవంతంగా హిందువుల్ని ముస్లిములుగా మార్చే “తబ్లిక్” ఉద్యమాన్ని వ్యతిరేకించింది. అట్లా ముస్లిములుగా మారిన వాళ్లను శుద్ధి కార్యక్రమం ద్వారా మళ్ళీ హిందువులుగా మార్చేది. అంతేకాక నిజాం ప్రభువు చూపే మత విచక్షణను నిరసించేది. ఇంకా సభలు సమావేశాలలో ప్రజల్ని చైతన్యవంతం చేస్తుండేది. లోకమాన్య బాలగంగాధర్ తిలక్ ఇచ్చిన పిలుపు మేరకు రాష్ట్రంలో గణేష్ నవరాత్ర్యుత్సవాలు ప్రతి సంవత్సరం ఘనంగా జరుగుతుండేవి. వీటివల్ల ప్రజల్లో నూతన చైతన్యం వెల్లివిరిసింది. ఆత్మస్థైర్యం పెరిగింది. సంఘీభావమేర్పడింది. థియోసాఫికల్ సొసైటీవంటి ఆధ్యాత్మిక సంస్థలు కూడా అవతరించి ప్రజల జీవన శైలిలో గొప్పమార్పును తెచ్చిపెట్టినాయి.

ఇట్లా హైదరాబాదు రాష్ట్రంలో సామాజిక, రాజకీయ, మతపరమైన పెనుమార్పులు జరుగుతుండగా స్టేట్ కాంగ్రెసు హైదరాబాదు రాష్ట్రాన్ని ఇండియన్ యూనియన్‌లో కలువడంకోసం పోరాటాన్ని ఉధృతం చేసింది. బాధ్యతాయుతప్రభుత్వం అన్న నినాదం పోయి ఇండియన్ యూనియన్‌లో కలువడమన్న నినాదం ముందుకు వచ్చింది. అహింసామార్గంలో సమ్మెలు సత్యాగ్రహాల్ని చేపట్టి ప్రభుత్వాన్ని ఇరుకునపెట్టేది. మరొకవైపు కమ్యూనిస్టులు గ్రామాల్లో దొరలు, దేశముఖుల జుల్మ నశించాలంటూ, దున్నేవానిదే భూమి అంటూ ప్రజాకంటకుల్ని హతమారుస్తూ ఎక్కువగా రైతుల సమస్యలపై దృష్టి సారించినారు. ఈలోగా ఆంగ్లేయులు తమ అధీనంలోని భారతదేశానికి 15 ఆగస్టు 1947 నాడు స్వాతంత్ర్యమిచ్చి వెళ్ళిపోయినారు. కాని నిజాం మొండివైఖరి కారణంగా హైదరాబాదు రాష్ట్ర ప్రజలకు స్వాతంత్ర్యం రాలేదు. నిజాం ఇండియన్ యూనియన్‌లో కలువనంటూ భీష్మించుకొని కూర్చున్నాడు. స్వతంత్ర హైదరాబాదును ప్రకటించినాడు. కాని నిజాంపరిపాలనలో విసిగిపోయిన ప్రజలు అన్ని రకాలుగా ఉద్యమాన్ని ఉధృతం చేసినారు. కమ్యూనిస్టులైతే ఏకంగా సాయుధపోరాటానికి సమాయత్తమైనారు. వాళ్లు దళాలుగా ఏర్పడి మెరుపు దాడులు చేస్తూ నిజాం ప్రభుత్వానికి గంగవెర్రులెత్తించేవాళ్లు. పోలీసు స్టేషన్లపై దాడిచేసి ఆయుధాల్ని అపహరించడం, ప్రభుత్వ యంత్రాంగాన్ని విచ్ఛిన్నంచేయడం, గ్రామాల్లో పటేలు పట్వారీల అధికారాల్ని అంతమొందించడం వంటి కార్యక్రమాలతో పోటీ ప్రభుత్వాన్ని నడిపినారు.

ఈ ప్రజా ఉద్యమాల్ని ముఖ్యంగా కమ్యూనిస్టుల ఉద్యమాన్ని అణచడం కోసం ఖాసిం రజ్వీ నాయకత్వాన రాష్ట్రంలో రజాకార్ సంస్థ ఆవిర్భవించింది. ఇందులో చేరిన ముస్లింలందరికీ సైనిక శిక్షణ ఇచ్చేవాళ్లు. వీళ్లకు ఆయుధాలిచ్చి వాటిని వాడే విధానం గూర్చి కూడా శిక్షణ ఇచ్చేవాళ్లు. రాష్ట్రంలో వీళ్లవి కొన్ని క్యాంపులు ఉండేవి. నిజాం ప్రభుత్వానికి రక్షకులుగా వీళ్లు పని చేసేవాళ్లు. దీనికి ప్రభుత్వం అండ ఉండేది. నిజాం ప్రభువు ముస్లింకనుక తమ ముస్లిం రాజ్యానికి ఏ ప్రమాదం కలుగకుండా రక్షించుకోవాలన్నది ఈ రజాకారీ సంస్థ పెట్టుకున్న లక్ష్యం. అందుకోసం కరడుగట్టిన రాక్షసులుగా మారి గ్రామాలపైబడి నానా బీభత్సం చేసేవాళ్లు. పెట్రోలు పోసి గ్రామాలకు గ్రామాలనే తగుల బెట్టేవాళ్లు. కనిపించిన వాడినల్లా కాల్చిపారేసేవాళ్లు.

స్త్రీలను మానభంగంచేసి పశువుల్లా ప్రవర్తించేవాళ్లు. ఆనాడు రాష్ట్రంలోని హిందువులంతా ప్రాణాలరచేతిలో పెట్టుకొని బిక్కుబిక్కుమంటూ బ్రతికినారు. వందలాది రజాకార్లు ఏకంగా లారీల్లో బయలుదేరి గ్రామాల్లో ప్రవేశించి విధ్వంసం సృష్టించేవాళ్లు. కొందరు ధనికులు రాష్ట్రాన్ని వదిలి ఇతర ప్రాంతాలకు వలస వెళ్లినారు. రజాకార్ల నాయకుడైన కాశింరజ్వీ ఎర్రకోటపై నిజాం పతాకం ఎగురవేస్తాననీ బంగాళాఖాతంలో నిజాం కాళ్ళు కడుగుతాననీ బీరాలు పలికేవాడు.

ఇట్లా రాష్ట్రం అగ్నిగుండంగా మారిన సందర్భంలో గత్యంతరంలేక భారత ప్రభుత్వం హైదరాబాదు రాష్ట్రంపై పోలీసుచర్య జరిపింది. అప్పటి భారత ఉపప్రధాని సర్దార్‌వల్లభాయ్ పటేల్ ఆదేశానుసారం మేజర్ జనరల్ జె.ఎన్.చౌదరి నాయకత్వం వహించిన భారత సైన్యం హైదరాబాదు రాష్ట్రాన్ని కైవశం చేసుకున్నది. ఈ చర్య 13 సెప్టెంబరు 1948 నాడు ప్రారంభమై 17 సెప్టెంబరు 1948 నాటికి పూర్తి అయింది. 17 సెప్టెంబరు 1948 నాడు నిజాం ప్రభువు మీర్ ఉస్మాన్ అలీఖాన్ బేషరతుగా భారతసైన్యానికి లొంగిపోయినాడు. హైదరాబాదు రాష్ట్రం ఇండియన్ యూనియన్‌లో కలిసింది. ఇట్లా రాష్ట్రంలో ప్రజాఉద్యమాలు సాగుతున్న కాలంలో దాశరథి స్వాతంత్ర్యోద్యమంలో చేరినాడు. కలం పట్టి కవితలల్లినాడు. ఈ అన్నింటి నేపథ్యంనుండి దాశరథి వ్యక్తిత్వం ఆవిర్భవించింది. అది తన కవిత్వానికి భూమికగానూ, చోదకశక్తిగానూ పనిచేసింది.

దాశరథి స్వగ్రామం చినగూడూరు గార్ల జాగీరు పరిధిలో ఉంటుంది. ఆ జాగీర్దారు పరమక్రూరుడు. ప్రజల్ని నానా హింసలు పెట్టేవాడు. అతని క్రూరకృత్యాల్ని దాశరథి స్వయంగా చూస్తుండేవాడు. ప్రజలుపడే బాధల్ని చూసి సలసలకాగేవాడు. జాగీర్దారుకు వ్యతిరేకంగా పలు సభల్లో మాట్లాడుతుండేవాడు. అతని దుశ్చర్యల్ని ఖండిస్తూ ప్రజల్ని చైతన్యవంతం చేస్తుండేవాడు. ఈ క్రమంలో దాశరథికి కమ్యూనిస్టులతో పరిచయమైంది. వాళ్ళతో కలిసి పలు సభల్లో పాల్గొంటూ తాను రచించిన కవితల్ని పాడుతుండేవాడు. కమ్యూనిస్టుల రహస్య కార్యకలాపాల్లో పాల్గొంటూ ఉండేవాడు. గ్రామాలకు వెళ్లి ఆంధ్రమహాసభల్లోనూ పాల్గొని ప్రసంగిస్తుండేవాడు. ఈ ఆంధ్ర మహాసభల కార్యకలాపాల స్వభావం మారి సాయుధపోరాటంగా తయారైన సంగతి ఇంతకుముందే ఉల్లేఖించడమైంది. ప్రజల్ని ఉద్యమోన్ముఖులుగా చేయడంకోసం దాశరథి రచించిన ఈ గేయం ప్రజల్లో బాగా వ్యాప్తిపొందింది.

టూటేంగేనహీఁ ఝుకేంగేనహీఁ
వంగిపోము లొంగిపోము - విరగనీ తరగనీ

- మా ధ్యేయంలోది న్యాయం

ప్రజాశక్తి మాకు సాయం
ఇక దాస్యం మేము చేయం
వేళ్లమీద లెక్కబెట్ట తగినంతటి ముసల్మానులు

మహాసముద్రం మాదిరి వ్యాపించిన మా ప్రజలను
శ్రమ జీవుల, సమభావుల
అణచలేరు ఆర్పలేరు
విరగనీ తరగనీ
మా ధ్యేయం మా న్యాయం
ప్రజాశక్తి మాకుసాయం
అరుణరక్తం అంజలిస్తాం.

ఈ గేయాన్ని దాశరథి పాడుతుంటే ప్రజలు ఉగ్రూతలూగేవాళ్లు. దాశరథి తన కవితకు ప్రేరణ ఆనాటి తెలంగాణా విమోచనోద్యమమేనంటూ ఒకచోట ఈ విధంగా చెప్పుకున్నాడు-

"అవి హైదరాబాదు సంస్థానాన్ని నిజాం పరిపాలిస్తున్న రోజులు. నిజాం తాబేదార్ల హింసాకాండ పెచ్చు రేగింది. ఎటుచూచినా దోపిడీలు, గృహదహనాలు, మానభంగాలు. నా హృదయం స్పందించింది. నాలో చైతన్యం పెల్లు బికింది. మధ్యయుగాల రాచరికపు బలమే నా కవితకు ప్రేరణ అయింది."

1944లో వరంగల్లు జిల్లాలో ఆంధ్రసారస్వత పరిషత్తు ప్రథమ వార్షికోత్సవాలు సురవరం ప్రతాపరెడ్డి అధ్యక్షతన జరిగినాయి. ఆ సందర్భంలో చివరిరోజు కవి సమ్మేళనం కూడా ఏర్పాటుచేయబడింది. అయితే కవి సమ్మేళనం కోసం ఏర్పాటుచేసిన వేదికను కొందరు ముస్లిములు తగుల బెట్టినారు. అయినా నిర్వాహకులు నిరుత్సాహపడక ఆ బూడిదనంతా ఎత్తిపోసి అదే స్థలంలో మళ్లీ కొత్తవేదిక అమర్చినారు. కవి సమ్మేళనం ఘనంగా జరిగింది. ఆ కవి సమ్మేళనంలో దాశరథి పాల్గొని ధీర గంభీరమైన కంఠంతో -

"ఓ పరాధీన మానవా! ఓపరాని
దాస్యమువిదల్పలేని శాంతమ్ముమాని
తలుపులను ముష్టి బంధాన కలచివైచి
చొచ్చుకొని పొమ్ము స్వాతంత్ర్య సురపురమ్ము"

అంటూ చదవగానే కరతాళ ధ్వనులు మిన్నుముట్టినాయి. ఇక్కడ "సురపురము" అన్నపదం సురవరం ప్రతాపరెడ్డిగారిని సూచిస్తుంది. అప్పుడక్కడే వున్న ప్రతాపరెడ్డిగారు సింహగర్జన చేసినావంటూ దాశరథిని శ్లాఘించినాడు.

కమ్యూనిస్టులు ఊరూరా ఆంధ్రమహాసభలు జరుపుతున్న క్రమంలో ఒకసారి మానుకోట తాలూకాలోని "బయ్యారం" గ్రామంలోనూ ఆంధ్రమహాసభ జరిపించినారు. ఆ సభలో దాశరథి రచించిన -

"పల్లెటూరి ప్రజలనంతా - కొల్లగొట్టే నిజామోడా
కింగుకోఠీ మీద రేపే - రంగుజెండా ఎగురునురా"

అనే గేయాన్ని ఒక బాలిక పాడుతుంటే సభలో కరతాళ ధ్వనులు మారుమ్రోగినాయి. నిజాంనుద్దేశించి ఆతని గోరీ కడుతామనీ, దొరలు దేశముఖుల దౌర్జన్యాల్ని రూపుమాపుతామనీ దాశరథి ప్రజల చేత శపథం చేయించినాడు. గార్ల జాగీర్దారు ఇలాకాలోని గ్రామాల్లో దాశరథి సభలు పెడుతూ తిరుగుతున్న సమయంలో ఒక కొయ్యగూడెంలో మలేరియా జ్వరం వ్యాపించి ప్రజలు బాగా బాధపడినారు. ఆ సందర్భంలో అక్కడి ప్రజల్ని సంబోధిస్తూ -

మలేరియా కు క్వినైన్ మందు
మధ్యయుగాల జాగీర్దారీ విధానానికి
మన తిరుగుబాటు మందు

అంటూ దాశరథి తన గేయం చదివి ప్రజల్ని ఊరడించినాడు. అప్పుడా కోయగూడెంలోని ఆదివాసీలు ఇచ్చిన జొన్నసంకటి తిని అక్కడి నుంచి ఇతర గ్రామాలకు వెళ్లినాడు. కొన్ని సందర్భాల్లో దాశరథి మగ్దూం రచించిన ఉర్దూ కవితల్ని తెలుగుచేసి సభల్లో చదివి ప్రజల్ని ఉత్తేజపరిచేవాడు. పలు సభల్లో ప్రజల్ని ఉద్బోధిస్తూ ఉద్యమాన్ని ఇతర ప్రాంతాలకు కూడా విస్తరింపచేసినాడు. ఈ క్రమంలో ఒకసారి దాశరథి పోలీసులకు పట్టుబడినాడు. అయితే త్వరలోనే పోలీసుల కన్నుకప్పి అక్కడి నుంచి తప్పించుకొని రాత్రంతా పొలాలగుండా అడవులగుండా తిరిగి తిరిగి మళ్లీ ఉద్యమకారులతో కలిసినాడు. దాశరథి అటు అజ్ఞాత వాసం ద్వారా ఉద్యమాన్ని నడుపుతూ, ఇటు కవితారచన కూడా చేస్తూ ప్రజల్ని ఉద్యమోన్ముఖులచేసినాడు. ప్రజాశక్తిని కూడగట్టినాడు. నిజాం రాజును గద్దెదించాలనీ, హైదరాబాదు సంస్థానం ఇండియన్ యూనియన్‌లో కలువాలనీ శంఖారావం పూరించినాడు. తుపాకీ గుండ్లను పోలిన తన కవితా ఖండికల్ని నిజాం గుండెలపైకి సంధించినాడు -

ఇదే మాట ఇదేమాట పదే పదే అనేస్తాను
జగత్తంత రగుల్తొన్న కృథా జ్వాలవృథాపోదు
అడుగడుగున ఎడదనెత్రు గడగడమని త్రాగినావు
పడతులమానాలుదోచి గుడగుడమని హుక్కా త్రాగి
జడియక కూర్చుండినావు మడికట్టుకనిలిచినావు
దగా కోరు బటాచోరు రజాకారు పోషకుడవు
ఊళ్ళకూళ్లు అగ్గిపెట్టి ఇళ్లన్నీ కొల్లగొట్టి
తల్లిపిల్లకడుపుగొట్టి నీకైనదుర్మార్గమంత
నీ బాధ్యత నీ బాధ్యత కోటిన్నరనోటివెంట
పాటలుగామాటలుగా దిగిపొమ్మని దిగిపొమ్మని
ఇదేమాట అనేస్తాను వద్దంటే గద్దెనెక్కి
పెద్దరికం చేస్తావా మూడుకోట్లచేతులు నీ

మేడను పడదోస్తాయి మెడనే విడదీస్తాయి
నీకు నిలుచు హక్కులేదు నీకింకా దిక్కులేదు
దిగిపోవోయ్ తెగిపోవోయ్ తెగిపోవోయ్ దిగిపోవోయ్
ఇదేమాట ఇదేమాట పదేపదే అనేస్తాను

అంటూ సభల్లో దాశరథి గర్జించేవాడు. కమ్యూనిస్టులు సాగించిన తెలంగాణా రైతాంగ సాయుధపోరాటంలో మమేకమైనాడు. అజ్ఞాతంగా ఉంటూ పలు రహస్య కార్యకలాపాల్లో పాల్గొంటూ ఉండేవాడు. అయితే 1947 ప్రాంతంలో దాశరథిని నిజాంపోలీసులు బంధించి జైలుకు పంపించినారు. మొదట వరంగల్లు సెంట్రల్ జైలులో కొంత కాలమున్నాక దాశరథిని ప్రభుత్వం నిజామాబాదు జైలుకు మార్చింది.

నిజామాబాదు జైలొకప్పుడు దేవాలయం. అది కాలక్రమంలో దుర్గంగా మారింది. ఆ దుర్గం నిజాం నవాబుల కాలంనాటికి జైలుగా రూపొందింది. దాశరథి నిజామాబాదు జైల్లో ఉన్నప్పుడే ఈ చారిత్రక సత్యాన్ని వర్ణిస్తూ కొన్ని పద్యాలు రచించినాడు. వాటిలో ఒక పద్యం –

ఒక కాలమ్మున ఇద్ది దేవళము, వేరొక్కప్డు దుర్గంబు, నే
డకటా! జైలయి కానిపించెను భవిష్యత్కాలముందెట్టి, రూ
పకమున్ దాల్చునొ! కాలచక్రగమన స్వాభావికావర్తన
ల్పికమై విద్యల కాలయంబెయగు ఈ బందీలె పాలింపగన్

అంటూ ఈనాటి జైలును భవిష్యత్కాలంలో ఈ బందీలే ఏలికలై విశ్వవిద్యాలయంగా మార్చవచ్చునని జోస్యం చెప్పుతాడు. నిజాం రాచరికం అంతరించి పోవడాన్ని సూచనగా తెలియపరుస్తాడు. కవివాక్కు నిజమైంది. ఆనాటి ఆ బందీలే తదనంతర కాలంలో స్వతంత్ర భారతంలో ఏలికలైనారు. మరొకచోట దాశరథి–

ఇట మరాటీలు స్వాతంత్ర్య పటహములను
మ్రోసినారలు రాజ్యాలు చేసినారు
ఇట స్వతంత్ర పతాకాలనెత్తినారు
కత్తిమొనతొ దురాత్ముల మొత్తినారు

అంటూ మరాఠీ యోధుల శౌర్య పరాక్రమాలను వర్ణిస్తాడు. వాళ్ల స్వాతంత్ర్య పిపాసను కొనియాడుతాడు. మరాఠీ ప్రభువులు కొంతకాలం ఈ ప్రాంతాన్నే పరిపాలించినారు. ఇట్లు దాశరథి పరోక్షంగా స్వాతంత్ర్య కాంక్షను ప్రబోధిస్తాడు.

నిజామాబాదు జైల్లో దాశరథి ఎన్నో కష్టాలనుభవించినాడు. ఆయనకు జైల్లో 'సి'క్లాసును మాత్రమే కేటాయించినారు. ఉడికీ ఉడకనీ రొట్టెలు, గాళ్లురప్పలతో కూడిన అన్నం – అది కూడా ముక్కిన బియ్యంతో వండింది. తినలేక దాశరథి ఆరోగ్యం చెడింది. అయినా గత్యంతరంలేక

ఏదో విధంగా అలవాటు పడినారు. అయితే కొందరి వత్తిడివల్ల దాశరథిని 'బి' క్లాసుకు మార్చినారు. ఈ జైల్లోనే సుప్రసిద్ధ దేశభక్తుడూ, నవలా రచయిత వట్టికోట ఆళ్వారుస్వామితో దాశరథికి పరిచయమైంది. 'ఏ' క్లాసు బ్యారక్స్‌లో స్వామి రామానంద తీర్థ మున్నగు దేశభక్తులుండేవాళ్ళు. అయితే ఒకనాడొక భయంకరమైన సంఘటన జరిగింది. ఒకనాటిరాత్రి ఖైదీలందరూ పడుకోబోయే సమయంలో కొందరు రజాకారు ముష్కరులు పెద్దసంఖ్యలో వచ్చి జైలుపై దాడి చేసినారు. ఖైదీలనందరినీ కర్రలతో బాదినారు. విచక్షణారహితంగా రజాకార్లు ఖైదీలను బాదుతుంటే జైలు సిబ్బంది ఈ తమాషాను చూస్తూ ఉన్నారు తప్ప అడ్డగించలేదు. పైగా పోలీసులు కూడా రజాకార్లకు సహకరించినారు. కొందరు ఖైదీల కాళ్లు, చేతులు విరిగినాయి. కొందరికి రక్తంకారి పెద్దపెద్దగాయాలైనాయి. ఒక దశలో ఖైదీల ఓపిక నశించి ఎదురు తిరిగారు. వాళ్ళని కూడా కర్రలతో రజాకార్లు బాదినారు. వాళ్లూ గాయపడినారు. కొందరు పోలీసులకు కూడ దెబ్బలు తగిలినాయి. ఇట్లా ఖైదీలు ఎదురుతిరిగే సరికల్లా రజాకార్లు పారిపోయినారు. పోలీసులు మిన్నకుండిపోయినారు. అయితే దాశరథికి కోపావేశం పెరిగింది. నిజాం నవాబును నిందిస్తూ కొన్ని పద్యాలురాసినాడు. జైల్లో కలం కాగితాలు దొరకవు. కనుక దాశరథి బొగ్గుతో జైలుగోడల పైననే రాయడం మొదలుపెట్టాడు. జైలు అధికారులు వచ్చి ఆ పద్యాల్ని చూసి దాశరథిని హెచ్చరించి వాటిని తుడిపించేవాళ్లు. కాని దాశరథి మళ్ళీ అదే విధంగా జైలుగోడలపై బొగ్గుతో పద్యాల్ని రాస్తుండేవాడు. తోటి ఖైదీలు ఆ పద్యాల్ని పదే పదే చదువుతూ కంఠస్థం చేసేవాళ్లు. అప్పుడప్పుడు ఖైదీలను సమావేశపరచి దాశరథి నిజాంను గూర్చి రాస్తూ పద్యాల్ని చదివి వాళ్లను ఉత్తేజపరుస్తుండేవారు. దాశరథి ఒకచోట నిజాంను –

ప్రాణములొడ్డి ఘోరగహనాటవులన్ బడగొట్టిమంచి, మా
గాణములన్ సృజించి ఎముకల్ నుసిజేసి పొలాలుదున్ని, భో
షాణములన్ నవాబునకు స్వర్ణమునింపిన రైతుదే, తెలం
గాణము రైతుదే ముసలినక్కకు రాచరికమ్ము దక్కునే

అంటూ గర్జించినాడు. ఆవేశపూరిత పద్యాలల్లి నిజాం నవాబుపై దాశరథి నిప్పులు కురిపించినాడు. మరొకచోట–

ఓ నిజాము పిశాచమా! కానరాడు
నిన్ను బోలినరాజు మాకెన్నడేని
తీగెలను తెంపి అగ్నిలో దింపినావు
నా తెలంగాణ కోటిరత్నాలవీణ

అంటూ దాశరథి నిజాంను అతికటువుగానే హెచ్చరించినాడు. ఇటువంటి పద్యాలు ఖైదీలకు నూతనోత్సాహాన్ని కలిగించేవి. తమకష్టాలనన్నింటిని మరిచి స్వాతంత్ర్య కదనరంగానికి కాలు దువ్వేవాళ్లు.

దాశరథి నిజామాబాదు జైల్లో ఉన్నప్పుడే ది. 30-1-1948 నాడు జాతిపిత - గాంధీ మహాత్ముడు హత్యకు గురైనాడు. అప్పుడు దాశరథి ఎంతో ఆవేదనకు గురై కరుణరసాత్మకతతో పద్యాలు రచించినాడు. అవి గుండెను పిండుతాయి-

నలుబదికోట్ల భారత జనమ్ముల, వందలయేండ్ల బంధన
మ్ములు సడలించినావు, జయముల్గొనినావు, త్రివర్ణకాంతులన్
తళతళలాడు భారతపతాకము నాకము తాకునంత యె
త్తులకెగయించినావు, పగతుర్ కొనియాడగ పెంచినాడవున్

అంటూ కన్నీరు కారుస్తాడు. దాశరథి అచ్చమైన స్వచ్ఛమైన జాతీయవాది, ప్రజాస్వామ్యవాది, ఎప్పుడూ ప్రజాపక్షం వహించేవాడు. స్వాతంత్ర్యం సాధించిన జాతీయనాయకులంటే ఆయనకెంతో గౌరవం. ఈకాలంలో దాశరథి కమ్యూనిస్టుపార్టీతో తెగదెంపులు చేసుకొని స్టేట్ కాంగ్రెసులో కలిసినాడు. ఒకచోట దాశరథి సమాజంలో జరుగుతున్న అన్యాయాల్ని అరాచకాల్ని, అసమానతల్ని దోపిడీ దౌర్జన్యాల్ని తీవ్రంగా ఖండిస్తారు. ప్రజలు పడే బాధల్ని చూసి సహించలేడు. అందుకే -

సేద్యంచేసే రైతుకు
భూమిలేదు పుట్రలేదు
రైతులరక్తం త్రాగే
జమీందార్ల కెస్టేట్లు
మిల్లునడిపి కోట్లడబ్బు
కొల్లగలాభం తెచ్చే
కూలోనిదికాదు మిల్లు
మిల్ మ్యాగ్నేటొకసేటు

అంటూ ఆర్థిక తారతమ్యాల్ని తీవ్రంగా నిరసిస్తాడు. చెమట బొట్టు కార్చకుండా కోట్లు గడించే సంపన్నుల జీవన విధానాన్ని ఏవగించుకుంటాడు. మన సమాజంలో శ్రమ జీవులెట్లా భంగపడుతున్నారో చక్కగా వర్ణించిన కవిత ఇది. దాశరథి ఇట్లా తన కవిత్వాన్ని శ్రామికులకోసం, కష్టజీవులకోసం, పీడితులకోసం, తాడితులకోసం అంకితంచేసినాడు. దాశరథి జైలులో ఉన్నప్పుడు ఎండాకాలం వచ్చింది. ఎండలు మండిపోతున్నాయి. భరించలేనితాపం, జైలుగోడల మధ్య ఉక్కపోత. అసలే దుర్భరమైన జైలు వాతావరణం. అట్టి మానసిక స్థితిలో దాశరథి ఎండాకాలాన్ని వర్ణిస్తూ ఈ విధంగా అంటాడు -

ఈ ఎండకాలమ్ములో ఎన్ని వర్షాలు
దాగి యున్నవొ! చూడసాగినాను
ఆ యెడారిపొలాలలో ఎన్నిగంగలు
పొంగునో! యని చూడబోయినాను

ఆయాసపడు జైలులో ఎన్ని ప్రజల రా
జ్యములున్నవో! యని అరసినాను
నిరుపేదవాని నెత్తురు చుక్కలో ఎన్ని
విప్లవాలో! యని వెదకినాను.

అంటూ నీళ్ళలో నిప్పుల్నీ, నిప్పుల్లో నీళ్లనూ వెదికి వెలికితీసిన క్రాంతదర్శి దాశరథి. కవివాక్కు నిజమైంది. పేదవారి నెత్తురుచుక్కలో విప్లవాగ్ని నిజాం రాచరికాన్ని అంతం చేసింది. ఏడు తరాల ఆసఫ్జాహీవంశం అడుగంటింది. మరొకచోట దాశరథి బ్రహ్మ సృష్టియే లోపభూయిష్టమంటాడు. అందువల్లనే ఈ లోకంలో దరిద్రులూ, అభాగ్యులూ అనాధలూ అష్టకష్టాలు పాలవుతున్నారనీ, అవేవీ లేకుండా లోపాలను సరిదిద్ది ఈ విధంగా పునసృష్టి చేస్తానంటాడు -

ఈ కొరగానిలోకమున కిప్పుడే నిప్పురగిల్చికాల్చి, నా
లో కదలాడు నూహలకు రూపమొసంగి పునఃసృజించు, న
ట్టాకట నుండు పేదలకు బ్రహ్మ లిఖించిన కొంటెవ్రాతలో
వ్యాకరణమ్ములేదు, రసభంగిమ కానగరాదదేలనో!

అట్లా బ్రహ్మరాతలోనే తప్పుబట్టిన ధీశాలి దాశరథి. ఈయన కవిత్వం ఒక విద్యుత్ప్రవాహం లాంటిది. కాంతిపుంజం వంటిది. అది సరాసరి గుండెకు తాకుతుంది. అభ్యుదయ దృక్పథంలో దాశరథి ఎంతటి అగ్నిధారల వంటి కవిత్వమల్లగలుగుతాడో, అంతే శక్తివంతంగా కాల్పనిక కవిత్వాన్నీ, ప్రణయకవిత్వాన్ని చెప్పి మెప్పించగలడు. ఆయనలో అంగారమూ శృంగారమూ సమపాళ్లలో మేళవించి ఉన్నవి. ఒకచోట వాసంతికను వర్ణిస్తూ కవి ఇట్లా అంటాడు-

ఓ వాసంతకుమారి! నీ పెదవులందూరెన్ మరందాంబు ధా
రావాఃపూరము, త్రావినాడ పుడిసిళ్లన్ చెంబులన్ బిందెలన్
రావే నా హృదయంపు సైకతధరారంగాన పొంగారి, శో
భావాల్ల భ్యము నగ్గలింపుము మధుప్రాభాతికస్వామినీ!

ఇట్లా ప్రకృతి అందచందాలనూ, ఋతువులనూ, సంధ్యాసమయాలనూ ప్రేయసిగా రూపింపచేసి సుందర సుకుమార భావాలలో కవిత చెప్పడం దాశరథిలో ఉన్న ప్రత్యేకత. ఆయన తరచుగా ప్రకృతి శక్తుల్ని దానిలోని సుందర దృశ్యాల్ని ప్రేయసిగానే భావిస్తాడు. దాశరథికి మోదుగుపూలంటే, ఋతురాగాలంటే ఎక్కువ ఇష్టం. దాశరథి కవిత్వమంటే ఏమిటో కూడా ఇట్లు వర్ణిస్తాడు-

రోజూ కనబడే నక్షత్రాల్లోనే
రోజూ కనబడని కొత్తదనంచూసి

రోజూ పొందని ఆనందానుభూతి
పొందడం అంటేనే కవిత్వం

అంతేకాక-

మనసుమల్లె పొదల్లోంచి
పసందైన వాసనలు వీచి
అవి పద్యాల సీసాల్లో
అనంతకాలం నిలిస్తే కవిత్వం

అంటాడు దాశరథి. ఈయన పద్యం, గేయం, వచన కవిత ఈ మూడు విధాలుగానూ కవిత్వం చెప్పి రసజ్ఞుల మెప్పించగలిగాడు. ఆయన ఏ ప్రక్రియలో రాసినా కవితారసంధారలు కడుతుంది. గుండెల్ని పిండుతుంది. నరనరాల్లోకి ప్రాకుతుంది. ఆయన తెలంగాణా విమోచనోద్యమంలో చిచ్చరపిడుగై నిజాం నవాబుపై పిడుగులవంటి పద్యాల్ని సంధించినాడు. హైదరాబాదు రాష్ట్రం ఇండియన్ యూనియన్‌లో కలువాలని కలలు కన్నాడు. అది నెరవేరే వరకూ ఆయన కలంగళం నినదిస్తూనే ఉన్నాయి. ఆ పిదప కూడా దాశరథి మహాంధ్రోదయం అంటే విశాలాంధ్రకోసం తపించినాడు. ఆయన మూడుకోట్ల ఆంధ్రుల్ని ముడిబిగించాలని ఎలుగెత్తి చాటినాడు. అందులో దాశరథి ఎక్కడా రాజీపడలేదు. ఒకచోట-

నేనురా తెలంగాణనిగళాలు తెగగొట్టి ఆకాశమంత ఎత్తర్చినానూ.
నేను రాక్షసి గుండె నీరుగా పద్యాలు పాడి మానవుని కాపాడినాను.
నేను వేయిస్తంభాలనీడలో నొక తెల్గుతోట నాటి సుమాలు దూసినాను.
నేను పోతన కవీశుని గంటములోని ఒడుపులకొన్నింటి బడసినాను

కోటి తమ్ములకడ రెండు కోట్ల తెల్గు
టన్నలను గూర్చి వృత్తాంతమందజేసి
మూడు కోటులనొక్కటే ముడిబిగించి
పాడినాను మహాంధ్ర సౌభాగ్యగీతి

ఇట్లా చివరిదాకా దాశరథి విశాలాంధ్రవాదిగానే ఉన్నాడు. దాన్ని ఆయన తన జీవితకాలంలోనే దర్శించి ధన్యుడైనాడు. దాశరథికి ఆంధ్రుల చారిత్రక వైభవమన్నా, ఆంధ్రుల శౌర్య ప్రతాపాలన్నా ఆంధ్రవీరులన్నా అమితమైన ఉద్రేకాతిశయంతో గానం చేస్తాడు. ఒకనాటి ఆంధ్రులకీర్తి పతాకలను ఆకాశానికెత్తుతాడు. కాకతీయ సామ్రాజ్యాన్ని 14వ శతాబ్దారంభంలో తురుష్కులు నేలమట్టం చేశారు. ఆంధ్రుల రాజధాని-ఓరుగల్లు శత్రువుల వశమైంది. అయినా త్వరలోనే కాపయనాయకుడనే తెలుగువీరుడు విజృంభించి మళ్ళీ ఆంధ్ర సామ్రాజ్యాన్ని పునర్నిర్మించే ప్రయత్నం చేసినాడు. అయితే ముక్కచెక్కలైపోయిన ఆంధ్రదేశంలో అది సాధ్యం కాలేకపోయింది. ఆ దీనావస్థను వర్ణిస్తూ దాశరథి ఒక పద్యంలో-

కాపయపోయినాడు తెలగాణముతో సకలాంధ్రభూమి యున్
దోపిడిసేయబడ్డది మనుష్యులమెక్కడి రాక్షసాళితో
కాపెవడింక మా తెలుగుగడ్డకు ఓర్గలు పట్టణమ్ములో
ఊపిరిలే దచేతనత ఉగ్రపిశాచమువోలెనిక్కెడిన్

అంటూ వాపోతాడు. ఆంధ్రత్వమన్నా ఆంధ్రభాష అన్నా దాశరథి ప్రాణమిస్తాడు. సమైక్యాంధ్ర గురించి మరొక చోట ఒక గేయంలో ఇట్లా తన హర్షాన్ని ప్రకటిస్తాడు-

నిజమైన దీపావళి
నేడు నేను చూశాను
బుజంకలుపు అఖిలాంధ్ర
ప్రజావళిని మెచ్చాను
సమగ్రాంధ్ర దీపావళి
సమైక్యాంధ్ర దీపావళి
విడిపోయే తత్వంపై
విరుచుకుపడు కోపావళి

మన భారతదేశ తొలిప్రధాని జవహర్‌లాల్‌నెహ్రూ 1964లో గుండెపోటుతో మరణించినారు. అప్పుడు దాశరథి కరుణార్ద్రమైన పద్యాలుకొన్ని రచించినాడు. నెహ్రూ భారతదేశ పునర్నిర్మాణంకోసం జీవితాంతం కృషిచేసిన ఒక మహా నాయకుడు. ప్రజాస్వామ్య వ్యవస్థను పటిష్ఠంగా నిలబెట్టినవాడు. నెహ్రూ మృతికి దాశరథి పడిన ఆవేదన ఎట్లాంటిదో ఆ పద్యాల్లో ప్రతి అక్షరంలో ప్రత్యక్ష మవుతుంది. అందులో ఒక పద్యంలో -

నవవాసంత రసాల పల్లవములోనన్, ప్రత్యుషః పద్మబాం
ధవ హస్తాగ్రమునందు, శ్రావణ తటిన్మాలా లసద్ వారిదో
ధ్భవ ముక్తా సదృశద్ బిందువున్, అప్పా! నీవు కన్పించుచుం
దువు బాధామయ దీనహీన జనబంధూ! ధారుణీనాయకా!

అంటూ కీర్తిస్తాడు. వీరశృంగార రసాలేకాకుండా దాశరథి కరుణ రసాత్మకమైన పద్యాల్ని కూడ గుండె కరిగేలా రచించగల శక్తిమంతుడు.

బాల్యం గురించి కూడా దాశరథి ఎంతో సుందరంగా, సహజంగా వాస్తవికంగా వర్ణిస్తాడు. బాల్యంలో పిల్లలకు ఎంతటి విశాలదృక్పథముంటుందో, ఎంతటి నిర్మలమైన హృదయం ఉంటుందో ఇట్లా వర్ణిస్తాడు-

ఉన్నదాన్ని ఉన్నవాళ్ళందరిలా పంచి
ఉన్నంతలో అందరూ కలిసి భోంచేసి

ఉజ్వలంగా ఆటల్లోపాటల్లో పడి
ఊరంతా తిరుగడం ఎంత బాగుంటుంది
అంతకంటే సామ్యవాదం ఏమిటి?
అంతకన్నా ప్రజాస్వామ్యం ఎక్కడ?
పిడికెడు డబ్బుల్ని నిర్లక్ష్యంగా
విసిరి ఏట్లో పారేస్తాడు పసివాడు
విషంకక్కే నాగసర్పంతలపట్టి
విసిరినేలక్కొడతాడు పసివాడు
శరీరంలో ఏ భాగం దాచడు సరికదా
మనస్సులో అసలే దాపరికాలుండవు

కల్లాకపటంలేని మాయమర్మంలేని బాల్యం మానవజీవితంలో ఒక మధుర ఘట్టమంటాడు. అది మళ్లీరాని మధురస్మృతిలో మిగిలిపోతుందంటాడు కవి.

దాశరథి చీకట్లను కూడా అత్యంత మనోహరంగా, మధురభావాలతో వర్ణిస్తాడు. సాధారణంగా చీకట్లను కవులు భయానకస్థితికీ, దుఃఖానికీ, దుర్విధికే సంకేతంగా ప్రయోగిస్తుంటారు. జనవ్యవహారంలో కూడా చీకట్లు విషాద సంఘటనలకు గుర్తుగా ఉపయోగిస్తుంటారు. కాని దాశరథి చీకట్లను వర్ణించిన తీరు అందుకు భిన్నంగా లోకానంద హేతువులుగా ఇట్లా వర్ణిస్తాడు-

ఇరులు కోకిలములై ఎచ్చోట కూయునో అచ్చోట మధుమాసమవతరించు
ఇరులె తుమ్మెదలుగా ఏవేళపాడునో ఆవేళల వసంతమందగించు
ఇరులెమయూరమై ఎటనాట్యమాడునో అటనేనవాషాఢమావహించు
ఇరులె ఉత్పలములై ఏనాడు పూచునో ఆ రోజు కార్తికమ్మా గమించు

ఇరులకన్న అందమెచట కానగరాదు
ఇరులె సౌఖ్యములకు దరులు సుమ్ము
ఇరులులేని నాడు నరులు కానగరారు
నరులు లేనినాడు ధరణిలేదు.

అంటూ ఇరుల సౌందర్యాన్నీ, అవి లోకకళ్యాణ కారకముగా ఉండడాన్ని కవి అద్భుతంగా వర్ణిస్తాడు.

ఈ లోకాన్ని పునర్నిర్మించి కైలాసంగా తీర్చిదిద్దగలిగిన వాడు సుకవి మాత్రమే అంటూ దాశరథి ఆత్మస్థైర్యాన్ని ప్రకటిస్తాడు. అంతటి బలం సుకవి వాక్కుకుంటుందని ధీమాగా చెబుతాడు. ఒకచోట కవి-

లంకగావొక కైలాసమ్మునాజగము
రాణించునటు పుణరచన చేతము రమ్ము
ఈ పుణరచనలో ఎవ్వనిది పైచేయి?
కవిది, లోకజ్ఞునిది, గంభీరునిది, నీది

అంటూ కవికున్న అయ్యన్నలో స్థానమెట్టిదో తెలుపుతాడు. అందుకే కవిని క్రాంతదర్శి అంటారు.

దాశరథి తెలుగు ప్రజలు గొప్పగా జరుపుకునే సంక్రాంతి, దీపావళి, ఉగాది వంటి పండుగల గూర్చి కూడ సహజసుందరంగా కవితలెన్నో అల్లినాడు, అంతేకాక ఆయన ప్రకృతి సౌందర్యారాధకుడు. ఆయన పౌష్యలక్ష్మి, చైత్రరథం, వాసంతిక వంటి పేర్లతో ఆయా ఋతురాగాల గూర్చి రసవత్తరాలైన కవితలు రచించినాడు. ఒకచోట ఉగాది పర్వదినాన్ని గూర్చి ఇట్లా వర్ణిస్తాడు-

ముసలి మొగము పడిన వసుధకు యౌవన
మొసగవచ్చినట్టి ఓ ఉగాది!
మ్రోడులందు జీవములుపోయు వాసంత
లీలకెల్ల నీవేలే పునాది

మంచుబరువులతో తలవంచె ధరణి
ఆకురాలుట దిసమొల మయ్యెతరువు
బరువులను దించి, తలిరుల వలువపూంచి
ధరకు, తరువునకు క్రొత్తదనములిడెను

అంటూ ఉగాది పర్వదినంతో వచ్చే వసంత ఋతుప్రభావమును అత్యంత వాస్తవికంగానూ రసవత్తరంగానూ వర్ణిస్తాడు.

వర్తమానలోకంలో మనిషికి మనిషే శత్రువైనాడు. యుద్ధాలు, మారణ హోమాలు మామూలైపోయినాయి. ప్రేమ సౌహార్ద్రతలు ప్రపంచంనుండి నిష్క్రమించినాయి. ద్వేషం జడలు విప్పి నర్తిస్తున్నది. ధనార్జనే నేటి మనిషికి ఏకైక లక్ష్యమైపోయింది. భగవంతుడు ప్రకృతిని సృష్టించినాడు. మనిషినీ సృష్టించినాడు. ప్రకృతి సంపదను అనుభవించమన్నాడు. కాని విధ్వంసం చేయకూడదన్నాడు. అయితే ఈనాడు మానవుడు స్వార్థపరుడై ప్రకృతిని ధ్వంసం చేస్తున్నాడు. మనిషిని మరొక మనిషి హింసిస్తున్నాడు. ఈ అవలక్షణాలు తొలగిపోయి మనిషిలో మానవత్వం వికసించాలి, మమతానురాగాలు విరుగ బూయాలి, సౌజన్యంవెల్లివిరియాలి, విశ్వశాంతి చేకూరాలని దాశరథి మానవ జాతికి సందేశమిస్తాడు. ఈ ప్రపంచాన్నీ ప్రేమమయం చేయాలంటూ ఇట్లా హెచ్చరిస్తాడు-

మనిషికి మనిషి అరి
నరుడికి నరుడే ఉరి
తననుతాను చంపుకునే
దౌర్భాగ్యుడు మానవుడు
బ్రతకమని భగవంతుడు
వసుధపైకి పంపాడు
గాలినీరు ఇచ్చాడు
నేల నింగి ఇచ్చాడు
వివిధ సంపదలను పొంది
వృద్ధి చెందమన్నాడు

అయితే మానవుడు అందుకు భిన్నంగా-

జరతో రుజతోవచ్చే
మరణాన్ని, మానవుడు
హింసా పాశాలకట్టి
ఈడ్చుకు వస్తున్నాడు.

అంటూ మనిషి ఈ దుర్గుణాల వదలిపెట్టాలని కవి సందేశమిస్తున్నాడు. మనిషి తానై తాను వినాశనాన్ని కొని తెచ్చుకోకూడదంటున్నాడు.

దాశరథి "అభినవదాశరథిశతకం" రచించినాడు. భక్తరామదాసు కూడా పూర్వం "దాశరథి శతకం" రచించి ఉన్నాడు. మన దాశరథి కూడా "దాశరథీ కరుణాపయోనిధీ" అనే మకుటంలోనే లోకవర్తనను విమర్శిస్తు ఒక శతకం రచించినాడు. ఈనాడు మనసమాజంలో జరుగుతున్న అన్యాయాల్ని, అక్రమాల్నీ, అధర్మాల్ని ఇందులో సున్నితంగా ఖండించినాడు. మనిషి మనస్తత్వాన్ని కూడా విమర్శించినాడు. కులరాజకీయాలలో కుళ్ళిపోయిన సమాజ దురవ్యవస్థను నిశితంగా తెగడినాడు. ఒకచోట ఈ కుల వివక్షను గూర్చి సున్నితంగా ఇట్లా మందలిస్తాడు-

నా కులమెద్దియో యెరుగ, నా మతమెయ్యదియో యెరుంగగా
లేక దశాబ్దముల్ గడచెవేల్లది యేళ్లది రాళ్లదేకులం
బాకులమేమదీయము, నరాళికి లేని విరాళి గుండెకున్
తాకగవానిలోకలదు, దాశరథీ కరుణాపయోనిధీ

ఇట్లా దాశరథి కులమతవర్గ భేదాలులేని విశ్వమానవ సౌభ్రాతృత్వాన్నీ ఆకాంక్షిస్తాడు. ఆయన ఏ రకమైన హద్దులూ లేని తారతమ్యాలూ లేని విశాల విశ్వమానవున్ని ఆరాధిస్తాడు.

దాశరథి ఖమ్మంలో విద్యార్థిగా ఉన్న కాలంలోనే ఉర్దూ ఉపాధ్యాయుల ద్వారా గాలిబ్ కవితా సౌందర్యాన్ని గూర్చి తెలిసికొని ఉన్నాడని ఇంతకుముందే తెలుపడమైంది. ఈ సందర్భంలో

గాలిబ్ గురించి కొంత తెలిసి కుందాం. ఆయన పూర్తిపేరు మిర్జా అసదుల్లాఖాన్ గాలిబ్. 19వ శతాబ్దంలో వర్ధిల్లినవాడు. ఈతని పూర్వీకులు టర్కీ దేశానికి చెందిన ఐబక్ వంశస్థులు, మొగలు కాలంలో భారతదేశానికి వచ్చి స్థిరపడినారు. గాలిబ్ బాల్యమంతా ఆగ్రాలోనే గడిచింది. వివాహానంతరం ఆతని మకాం ఢిల్లీకి మారింది. గాలిబ్ మొగలు చక్రవర్తుల్లో చివరివాడైన బహదుర్షాజఫర్ దర్బారులో ఆస్థానకవిగా ఉండేవాడు. ఈతని చిన్నతనాన తల్లిదండ్రులు గతించినందున గాలిబ్ ఆర్థికంగా చాలా ఇబ్బంది పాలైనాడు. మొదట్లో ఒక ఫార్సీ పండితుని ద్వారా కొంతవరకు ఫార్సీ నేర్చుకున్నాడు. కాని ఆ పిదప స్వయంకృషితోనే ఆ భాషలో పాండిత్యాన్ని సంపాదించి కవిత్వ మల్లడం ప్రారంభించినాడు. గాలిబ్ ఉర్దూ, ఫారిసీ భాషల్లో చక్కని గజల్లు రచించి ప్రసిద్ధిగాంచినాడు. రాజస్థానంలో జరిగే ముషాయిరాల్లో పాల్గొనేవాడు. ఈయన స్వతంత్ర భావాలు కలవాడు. ఎవరికీ తలవంచేవాడుకాదు. గజల్ ప్రక్రియకు ఆయన రారాజుగా వెలుగొందినాడు. గజల్‌లో శృంగార రసావిష్కారం ఉంటుంది. ముఖ్యంగా విప్రలబ్ధశృంగారానికే పెద్దపీట వేస్తారు. ఆత్మీయమైన స్వీయానుభూతుల్ని ఈ గజల్‌లో వర్ణిస్తారు. తెలుగులోని భావకవిత్వం-అందునా ప్రణయ కవిత్వాన్ని పోలి ఉంటుంది ఈ గజల్ కవిత్వం. గజల్ రెండేసి పాదాలు కలిగి దేనికదే స్వతంత్ర భావాలతో ముక్తకం వలె భాసిల్లుతుంటుంది. ఉదాహరణకు ఈ గజళ్ళను గమనించండి-

నేను మరణింప నా యింటిలోనమిగిలె
ప్రేయసీ చిత్రపటములు, లేఖలంతే

ఇందులోని నాయకునికి తన ప్రేయసి చిత్రపటాలూ, ఆమె రాసిన లేఖలు తప్ప మరే రకమైన ఆస్తిపాస్తులు లేవనీ, ఆమె ఆయనకు సర్వస్వమనీ ఇందులో ధ్వనిస్తున్నది. ఇంత చిన్న పంక్తుల్లో ఎంతో భావగాంభీర్యం దాగి ఉన్నది.

గాలిబా! నీదు తాత్విక కలన, అహహా!
త్రాగకుండిన నిను మేము యోగి అనమె!

గాలిబ్ గొప్ప తత్త్వవేత్త. ఋషులకుండే లక్షణాలాతనిలో ఉన్నాయి. ఆతడు చక్కని తత్వబోధచేసేవాడు. అతనిలో నటనలేదు, కపటం లేదు. మధువును స్వీకరించినా భోలాగా ఉండేవాడు. ఎవరికీ చెడుతలంచే వాడుకాదు. కాని లోకంలో కొందరు పైకి వేదాంతబోధన చేస్తూనే మరొక వైపు దుర్మార్గంగా వ్యవహరిస్తారు. పైకి ఒక రకంగా కనిపిస్తూ గుండెనిండా విషాన్ని నింపుకుంటారు. అందుకు గాలిబ్ విభిన్న మనస్తత్వం కలవాడు. ఇలాంటి చక్కని గాలిబ్ గీతాల్ని దాశరథి సరళ సుందరమైన తెలుగులోకి అనువదించి ఆతని కవితాపరిమళాల్ని తెలుగునాట వెదజల్లినాడు. గజల్ ప్రక్రియను పరిచయం చేసినాడు.

దాశరథి మొదటినుంచే లలితసంగీతానికి ఒదిగే గీతాలు రచించి సంపుటాలుగా ప్రకటించినాడు. వాటిని సంగీతం సహాయంతో పాడి సభల్ని రంజింపజేయవచ్చు. ఆయన

చాలాకాలం రేడియోలో పనిచేసినాడు కనుక రేడియో నాటికల్ని కూడా పెక్కు రచించి ప్రసారం చేసినాడు. ఇక దాశరథి సినీగేయరచయితగా కూడా సుప్రసిద్ధుడు. ఆయన రచించిన సినిమా పాటలెన్నో బహుళ ప్రచారం పొందినాయి. వాటిలో కవితా సుగంధం పరిమళిస్తూ ఉంటుంది.

దాశరథి ప్రకటించిన కవితా సంపుటాలో అగ్నిధార, రుద్రవీణ లోని కవితా ఖండికలన్నీ హైదరాబాదు రాష్ట్ర విమోచనోద్యమకాలంలో రచించినవి. ఆ పిదప రచించిన కవితా సంపుటాల్లో మహాంధ్రోదయం, పునర్నవం, కవితాపుష్పకం, అమృతాభిషేకం, తిమిరంలో సమరం వంటివి అత్యంత ముఖ్యమైనవి. దాశరథి తన ఆత్మకథను కూడా "యాత్రాస్మృతి" పేరుతో మొదట "ఆంధ్రజ్యోతి" పత్రికలో వరుసగా ప్రచురించినాడు. పిదప అది పుస్తకరూపంలోనూ వచ్చింది. దాశరథి "మహాశిల్పి జక్కన్న" అనే పేరుతో ఒకే ఒక్క నవలను రచించినాడు. ఇది చారిత్రకనవల. జక్కన్న అనే శిల్పి గురించిన గాథ. ఇంకా అనేక రకాలుగా దాశరథి సాహిత్యసేవ చేసినాడు. ఆయన ఆధునిక తెలుగు సాహిత్య రంగాన ఒక శిఖరం వంటివాడు.

దాశరథికి ఎన్నో బిరుదులూ, బహుమానాలూ, పురస్కారాలూ లభించినాయి. వాటిలో ఆంధ్రప్రదేశ్ సాహిత్య అకాడమీ వారి పురస్కారం, కేంద్ర సాహిత్య అకాడెమీవారి పురస్కారం చెప్పుకోదగినవి. పలుసాహిత్య సాంస్కృతిక సంస్థలు దాశరథిని తగు విధంగా సత్కరించినాయి. సాహిత్యపరమైన పదువులు కూడా ఆయనకు లభించినాయి. కేంద్ర ప్రభుత్వం స్వాతంత్ర్య సమరయోధులకిచ్చే తామ్రపత్రాన్నిచ్చి దాశరథిని గొప్పగా సత్కరించింది. 1952 లో స్థాపించిన "తెలంగాణా రచయితల సంఘం"కు మొట్టమొదటి అధ్యక్షుడుగా వ్యవహరించినాడు. దాశరథిని ఆంధ్ర విశ్వవిద్యాలయం, ఆగ్రా విశ్వవిద్యాలయం గౌరవడాక్టరేటు బిరుదుతో సత్కరించినాయి. కొంతకాలం దాశరథి ఆంధ్రప్రదేశ్ ప్రభుత్వ ఆస్థానకవిగా రాణించినాడు. దాశరథి రచనలు పెక్కు ఇతర భాషల్లోకి అనువదింపబడినాయి. ఈతని సాహిత్యం గూర్చి రాష్ట్రంలోని విశ్వవిద్యాలయాల్లో డాక్టరేటు పట్టాకోసం పరిశోధనలు జరిగినాయి. దాశరథి అనేక విదేశాల్లోనూ పలుమార్లు పర్యటించి అక్కడి తెలుగు సంస్థలచేత సత్కరింపబడినాడు. ఇంతటి బహుముఖమైన సాహిత్యసేవచేసి దాశరథి 1987లో పరమపదించినాడు. ఆయన తెలుగు సాహిత్యాకాశంలో ఒక ఉజ్జ్వలతారగా వెలుగొందినాడు.

బొడ్డుపల్లి పురుషోత్తము
(1926-2000)

- డా॥జి. రెజీన

సత్యమే ఈ విశ్వమునకు ఆధారము
సత్యమన్వేషించి సందర్శనము సేయ
నిత్య జీవిత సముద్దీప్తి సంప్రాప్తించు
సత్యమందే సర్వమును సుప్రతిష్ఠితము॥

కవిగా, విమర్శకునిగా, ఉత్తమ అధ్యాపకునిగా, ఆచార్యునిగా, పరిశోధకునిగా, పరిశోధనా పర్యవేక్షకునిగా, ఆధ్యాత్మిక, వేదాంత, భక్తి అభినివేశములందు అపారజ్ఞాన సముజ్జ్వల ప్రభాసిగా వాసికెక్కిన హాస్య ప్రియ రంజకులు, సరస హృదయులు, చమత్కారవచో విలాసులు బొడ్డుపల్లి పురుషోత్తం గారు.

ఉన్నతవంశ సంజాతులై, జీవన గమనంలో స్థిరంగా ఒక్కొక్క సోపానాన్ని అధిరోహించి, సాహిత్య, సంస్కృతిక, ఆధ్యాత్మిక రంగాలలో 'అజరామరమైన పేరు ప్రతిష్ఠల నార్జించుకున్న గొప్పమనీషి. ఎంతటి వాగ్ధాటి, బోధనా పటిమగలదో అంతటి కలం బలంతో సాహిత్యంలో గల చాల ప్రక్రియలకు రూపమిచ్చి అక్షరంతో ఆలోచనలకు సాకారమిచ్చి కీర్తిశేషులయిన అశేష శేముషీ దురంధరులైన వారు బొడ్డుపల్లి వారు. వారు నచ్చిన, మెచ్చిన రంగం ఉపాధ్యాయ వృత్తి. అందునా పాఠశాల నుండి, కళాశాల, విశ్వవిద్యాలయ స్థాయి వరకు ఎదిగి తన శిష్య ప్రశిష్యులను ఉన్నతోన్నతంగా తీర్చిదిద్ది తాను నిచ్చెన వలె నిలిచి ఉత్తమ గురువనిపించుకుని అందరి మనసులలో మా మంచి మాస్టారని మన్నన పొందిన ధన్యజీవి శ్రీ బొడ్డుపల్లివారు. శ్రీ తుమ్మల సీతారామ మూర్తి చౌదరిగారు, నాళం కృష్ణారావుగారి కుమార్తె ఊటుకూరు లక్ష్మీకాంతం గారి సాహచర్యంతో ఉన్నత విద్యనభ్యసించారు. వారి బాల్యజీవితం మిట్టపల్లాలమయం. ఆర్థికస్తోమతా అంతంత మాత్రం. ఎన్నో ఆటుపోట్లకు ఎదురునిల్చి వారిలోని విద్యాతృష్ణకు ఒక ఆకారమిచ్చి విద్యగడించడమే జీవిత పరమార్థం, జన్మసాఫల్యమని నమ్మి తానేకాక తన సంతానానికి ఒక నిధినందించిన విద్యాతపోనిధి.

రవీంద్రుని సాహిత్యం, భారత, భాగవత రామాయణాది గ్రంథాలు, వారిలోని మానవీయ విలువలను పెంచి పోషించటమేకాక, ఆధ్యాత్మికత్వాన్ని, భక్తితత్త్వాన్ని కడవరకు కొనసాగేటట్లు చేసాయి. సంగీతాది లలిత కళలన్న వీరికి మక్కువ ఎక్కువ. వీణ, హార్మోని వాయించడంలో ప్రవేశ, పాండిత్యాలను అనతికాలంలో గడించిన కళాహృదయులు. వీటితో తన జీవితం పరిపూర్ణమైనదన్నారు. రాజీపడని మనస్తత్వంతో, అనుకున్న విషయాన్ని కుండబద్దలు కొట్టినట్లు

చెప్పగల సత్తా, విషయ పారీణత, వాద వివాదాలలో తనదైన శైలితో ఉద్దండులను కూడ ఒప్పించగల నేర్పు ఓర్పుగల వ్యక్తిత్వంతో భాసిల్లిన వారు.

ఆడంబరాలకు ఆమడదూరము. ఆదర్శవంతమైన జీవితానికి మహామహుల జీవిత చరిత్రలు తాను పఠించిన బహుళగ్రంథ సముచ్చయము, లోకానుభవము కాలం తెచ్చిన మార్పు, జీవిత పాఠశాలలో నేర్చిన నిత్యసత్యాలు వారిని 'వజ్రాదపి కఠోరాని, మృదూని కుసుమాదపి'గా మార్చినది. మాట కరకు మనసువెన్న అన్న చందాన బంధుజనంచే పొగడ్తలు కన్న వ్యక్తి. సమయాన్ని సద్వినియోగం చేసుకోవడం దగ్గర నుండి క్షణశః కణశఃచైవ విద్యా అర్థంచసాధయేత్' అనునది వారాచరించి చూపిన బాట. తెలుగు తల్లి ముద్దుబిడ్డ, తెలుగు భాషకు అపారమైన సేవచేసి శాశ్వతకీర్తి నార్జించిన విద్యావేత్త బొడ్డుపల్లివారు.

జీవన చిత్రాలు:

బొడ్డుపల్లి పురుషోత్తముగారు 1926 జులై 22వ తేదీన గుంటూరు జిల్లా బాపట్లలో జన్మించారు. వీరి తల్లిదండ్రులు బొడ్డుపల్లి సుబ్బమ్మగారు, బొడ్డుపల్లి వీరరాఘవయ్యగారు. వీరికి ఐదుగురు అన్నలు, ఇద్దరు అక్కలున్నారు. సంతానంలో వీరు ఆఖరివారు. వీరి తండ్రి వీరరాఘవయ్య గారు బాపట్ల మున్సిపల్ హైస్కూలులో ఉపాధ్యాయులుగా పనిచేశారు. చిన్నతనంలో పురుషోత్తముగారు మున్సిపల్ హైస్కూలులో విద్యాభ్యాసం కొనసాగించారు. శ్రీ తుమ్మల సీతారామమూర్తి చౌదరిగారు, ఊటుకూరు లక్ష్మీకాంతంగారు ఉభయభాషా ప్రవీణులైన వీరి వద్దనున్న పుస్తకాలతో విద్యా వ్యాసంగం కావించారు. ఊటుకూరు లక్ష్మీకాంతమ్మగారిని అక్కయ్యగా సంభావించి వారి ప్రోద్బలంతో ఎంతో జ్ఞానసముపార్జన కావించారు. 9వ' తరగతి చదివేనాటికే తెలుగుభారతం పూర్తిగా పఠించారు. ఎస్.ఎస్.ఎల్.సి. పూర్తి అయిన తరువాత 'టీచర్ ట్రైనింగ్' చేశారు. ఆ తరువాత పెద్దపాలెం బోర్డు స్కూలులో టీచర్ ఉద్యోగం చేసారు. శ్రీ పురుషోత్తముగారు ఇంటర్, బి.ఏ చదువంతా ప్రైవేట్‌గానే చదివి ఉత్తీర్ణులయ్యారు. కాని ఎమ్.ఏ మాత్రం ఆంధ్రవిశ్వకళాపరిషత్తులో చేరి చదివారు. ఆపై 1954వ సంవత్సరం నుండి 1959 వరకు చీరాల కళాశాల ఉపన్యాసకులుగా చేశారు. ఆ తదుపరి 1959 - 64 వరకు ఆంధ్ర విశ్వవిద్యాయలంలో 'ఎటిమలాజికల్ డిక్షనరీ' ప్రాజెక్టులో పనిచేస్తూ పరిశోధన కూడా చేశారు. 'తెనుఁగు వ్యాకరణ వికాసం' వీరి పరిశోధనాంశము. ఇది తెలుగులో మొట్టమొదటి సంపూర్ణ వ్యాకరణ గ్రంథం కావడం విశేషం. వీరి పరిశోధక గురువరేణ్యులు ఆచార్య గంటి జోగిసోమయాజులు గారు. 1965 వ సంవత్సరములో బొబ్బిలి కళాశాలలో ఒక సంవత్సరకాలం ఉపన్యాసకులుగా సేవలందించారు.

1966వ సంవత్సరము నుండి సొంత ఊరయిన బాపట్లలో ఉద్యోగం. బాపట్ల ఆర్ట్స్ & సైన్స్ కళాశాలలో చేశారు. ఆ సంవత్సరమే వీరికి పరిశోధనలో డాక్టరేట్ పట్టా ప్రదానం చేశారు. వీరు ఆ కళాశాలలో తెలుగుశాఖలో శాఖాధ్యక్షులుగా, వైస్ ప్రిన్స్‌పాల్‌గా 1968

నవంబరు వరకు విధులను నిర్వర్తించారు. ఆపై 1968 డిసెంబరు నుండి ఆంధ్రా యూనివర్సిటి పి.జి. సెంటర్ నల్లపాడు నందు తెలుగుశాఖలో లెక్చరర్‌గా చేశారు. 1977వ సంవత్సరం నుండి పి.జి. సెంటర్ నాగార్జున విశ్వవిద్యాలయంగా మారింది. అందులో రీడర్‌గా, 1986 నుండి ఆచార్యులుగా, తెలుగు శాఖాధ్యక్షులుగా వ్యవహరించారు. 1987వ సంవత్సరం వీరు పదవీ విరమణ కావించారు. జాతీయాచార్యులుగా, బెనారస్ విశ్వవిద్యాలయం, న్యూఢిల్లీ, అన్నామలై విశ్వవిద్యాలయం, మైసూరు విశ్వవిద్యాలయాలలో ఉపన్యసించి పేరు గడించారు. వీరి వద్ద 20 మంది ఎమ్.ఫిల్, 20 మంది పిహెచ్.డి పట్టాలను పొంది తమ గురువుకు ఘనత నాపాదించారు.

వీరి రచనలు ముప్ఫైకిపైగానే ఉన్నాయి. చాలావరకు గుంటూరులో గల శ్రీ గిరిజా ప్రచురణలద్వారానే ప్రచురింపబడ్డాయి.

1. వీరి మొదటి పద్యకావ్యం 'కుసుమాంజలి'.

2. యుగపురుషుడు – మహాత్మాగాంధీ జీవిత చరిత్ర.

3. విశ్వకవి – రవీంద్ర గురుదేవుల వచన కవిత.

4. శుచిముఖి 5. మనసారస్వతం, 6. ఈడు – జోడు (షేక్స్పియర్ నాటక కథలు)

7. ఓ మానవతావాది – ఒక గేయమాలిక

8. కాళిదాసు కవిత – ఆంధ్రాయూనివర్సిటీ వారిచే బి.ఏ విద్యార్థులకు పాఠ్యపుస్తకంగా నిర్ణయించారు.

9. మహోదయం – చారిత్రక నవల. ఆంధ్రాయూనివర్సిటీ వారిచే బహుమతి పొంది ప్రచురింపబడింది. పి.యు.సికి ఉపవాచకంగా పెట్టారు.

10. 1969 వ సంవత్సరములో తెలుగు వ్యాకరణ వికాసం రెండు భాగాలు ముద్రింపబడ్డాయి. విశ్వవిద్యాలయ విద్యార్థులకు, పరిశోధకులకు ఎంతో ఉపకరించే గ్రంథమిది.

    "తెనుఁగు వ్యాకరణ వికాసము ప్రధానముగా వర్ణనాత్మక వ్యాకరణముల పరామర్శయే అయినను ఆధునికముగా చారిత్రక, తులనాత్మక, ఏకకాలిక (Synchromic) వ్యాకరణములు వెలసినవి. వీనియన్నింటితో కూడినదియే 'తెనుగు వ్యాకరణ వికాసము'. వర్ణనాత్మకముగా చెప్పబడు అంశములను చారిత్రక, తులనాత్మక దృష్టితో జూచుకొని తత్త్వమును గ్రహింపవలసి యున్నది. తత్ప్రయత్నమిందు కలదు. తెనుగునకు సోదర భాషలగు తమిళ, కర్ణాటాది భాషలలోని వ్యాకరణ పద్ధతులకును తెనుఁగు వ్యాకరణ పద్ధతులకును సామ్యభేదములు స్థాలీపులాకముగా నిరూపితములని రచయిత మాటలు తెనుగు వ్యాకరణ వికాసము చదివిన వారికి అవగతమగును".

11. సత్యం – శివం – సుందరం. తేటగీతి ఆటవెలదులలో రాయబడినది. దీని ఆంగ్లీకరణం – Truth, Bliss - Beauty.

12. 1976 వ సంవత్సరంలో తెలుగు అకాడమీ వారి ఆదేశం మేరకు తెలుగు వ్యాకరణ పదకోశం తయారుచేశారు.

13. 1977 వ సంవత్సరంలో బాల వ్యాకరణ వికాస వ్యాఖ్య 'స్టూడెంట్స్ ఫ్రెండ్స్' నర్సరావుపేట వారు ముద్రించారు.

14. భాషా శాస్త్ర పరిచయము 1982 వ సంవత్సరం నాగలక్ష్మి నరసరావుపేట వారు అచ్చువేసారు. ఈ పుస్తకం అన్ని విశ్వవిద్యాలయాలలో, ప్రైవేటు, రెగ్యులర్‌గా చదివే విద్యార్థులకు కరదీపికగా ఉపయోగపడింది.

15. హనుమన్నుతి – హనుమచ్చాలీసా తేటగీతిలో తెనుగు చేయబడింది.

16. ఆక్రందన శతకం – 1982 సంవత్సరం "ఆలకింపు మాక్రంద మాంజనేయ" తేటగీతిలో రాయబడిన శతకం.

17. 'వాగనుశీలనం – పద్యకావ్యము'. భాషా శాస్త్రం గురించి రాయబడిన గ్రంథం. గురువుగారైన గంటి జోగిసోమయాజుల వారికి అంకితమొసగారు.

18. భక్త కవిరాజు బమ్మెరపోతరాజు – గేయకావ్యం.

19. స్వాతి మాసపత్రికలో త్యాగరాజు ఫోటో వ్యాఖ్యకు రెండు వాక్యాలలో అర్థవంతంగా రాసి బహుమతిని పొందారు దానినే పెంచి 'శ్రీ త్యాగరాజ సద్గురు సమారాధనమ్'గా రాసారు.

20. 'మానిపాదం' నాటికల సంపుటి.

21. 1987 ఏప్రియల్ 26–28 వరకు విజయవాడలో జరిగిన 'ఉపన్యాస వ్యాస సంకలనము'.

22. 1990లో టి.టి.డి వారి ఆర్థిక సహాయంతో భక్తి గీతాలు రచించారు. దీనిని వీరి పెద్దన్నయ్య శ్రీ సూర్యనారాయణగారి కంకిత మిచ్చారు.

23. 1997 – గోపికా హృదయోల్లాసం – తమ అక్కగారైన కొ్రటా వసుమతమ్మ గారికి అంకితమొసగారు.

24. 1997 శివానందలహరి వచనానువాదం.

25. 1997 – గీతాంజలి ప్రచురింపబడింది. శ్రీ తాండవ కృష్ణ, శ్రీమతి రుసుమ కుమారి గార్లకు అంకితము కావించారు.

26. సౌందర్యలహరి వచనానువాదం - 1999.

27. 1999 సెప్టెంబర్ చివరగా ప్రకటింపబడిన గ్రంథం 'శ్రీ కృష్ణార్జున సంవాదము - వచన భగవద్గీత'.

28. వీరి ప్రథమ వర్ధంతికి 2001 జనవరి 22వ తేదీన 'వైభవ శ్రీ విశ్వనాథ' అనే గ్రంథాన్ని శ్రీ గిరిజా ప్రచురణద్వారా వీరి సంతానం ప్రచురించారు.

29. 1996లో ఇంటర్నేషనల్ స్కూల్ ఆఫ్ ద్రవిడియన్ లింగ్విస్టిక్స్ వారు బొడ్డుపల్లివారిచే భాషాశాస్త్రమును రాయించారు.

30. The Thesies of Telugu Grammer తిరువనంతపురంలో 3నెలలుండి రాసి ఇచ్చారు. దానిని ప్రచురించారు. దీనిపై ఫ్రెంచి వనిత 'లీసా' విదేశీ జర్నల్‌లో ముప్పైపుటల వ్యాసం రాసారు.

31. 2008లో రాబోయే గ్రంథం - 'పురుషోత్తంగారి జీవితం - రచనలు (పేరు నిర్ధారించలేదు) వారి స్మారకంగా వారి సంతానం ప్రచురిస్తున్నారు. ఇంకా అముద్రితాలుగా - అరవిందుని గీతాహృదయం, భర్తృహరి సుభాషిత అనువాదం.

వీరివద్ద పరిశోధన చేసిన వారి పరిశోధనాంశాలు ప్రాచీన, ఆధునిక, సాహిత్యాంశాలేకాక తెలుగు సమాసాలు, నవలలు ఉన్నాయి. మన్నవ సత్యనారాయణ గారనే అంధ విద్యార్థి చేత కూడా పరిశోధన చేయించిన ఘనత వీరికే దక్కుతుంది. వీరప్పుడు ఆచార్య నాగార్జున విశ్వవిద్యాలయంలో ఉపన్యాసకులుగా ఉంటున్నారు. వీరు పరిశోధన చేయించడంలో ఎంతో ఓర్పు, నేర్పుగా వ్యవహరించేవారు. పరిశోధనలో వాసికి ఎంతో పెద్దపీట వేసేవారు. సమయమెంత పట్టినా లేదనకుండా నాణ్యతా ప్రమాణాలకు ఏమాత్రం తగ్గకుండా పరిశోధకులచే కృషిచేయించే వారు. పరిశోధకులు ఎంతో వ్యయప్రయాసాల కోర్చి విషయసేకరణ, ఆధార గ్రంథ సూచికల పట్ల వారి మనోవికాసం ఇత్యాదులపై ఎంతో శ్రద్ధవహించేవారు. మధ్యలో ఏ కారణాంతరాల వల్లో ఆగిపోదామని, పరిశోధన విరమించుకోవాలనుకున్న వారిని మందలించి, వారు పరిశోధన పూర్తిచేసే వరకు ఊరుకునే వారు కాదు. ద్రవిడియన్ లింగ్విస్టిక్స్ కాన్ఫరెన్స్‌లో పాల్గొని పరిశోధక పత్రాలు సమర్పించారు.

శ్రీ బొడ్డుపల్లి పురుషోత్తంగారి బోధన విషయంలో చెప్పుకోదగ్గది వారి శైలి. సరళము, చమత్కారభరితము, రసోచితము, రసవంతంగా సాగుతుంది. పేలవమైన వ్యాకరణాన్ని కూడా ఇలా చదివితే ఎప్పటికి జ్ఞాపకముంటుందని ఉదాహరణలను తన సహజ సిద్ధమైన హాస్యభరితంగా బోధించడంవలన వారి చణుకులను వారివద్ద విద్యనభ్యసించిన విద్యార్థులు ఉపాధ్యాయులుగా మారి తమ శిష్యులకు అవే ఉదాహరిస్తున్నా రంటే వారి బోధన ఎంత మరపురానిదో అర్థమవుతుంది కదా!! వ్యాకరణ సూత్రాలలో ఉదాహరణలుగా సాహిత్య అంశాలను

రసరంజకంగా, అలాగే సాహిత్య విషయాలను బోధించేటప్పుడు వ్యాకరణవిషయాలను ప్రస్తావించేవారు. తద్వారా విద్యార్థికి సాహిత్య, వ్యాకరణ, భాషా విషయాల పట్ల చక్కని సమన్వయం, అవగాహన కల్పించడమే ప్రధాన ధ్యేయం. వీరికి ఎందరో విద్యాభిమానులున్నారు. సాహిత్య ఉపన్యాసాలు ధారావాహికంగా రేడియోలోను ప్రసారమయ్యాయి. ఆంధ్రప్రదేశ్ నాలుగుచెరగులా సంచరించి దాదాపు ఏభై సంవత్సరాలుగా తన సాహిత్య, ఆధ్యాత్మిక ఉపన్యాసాలతో ఉఱ్ఱూతలూగించిన 'ఉపన్యాసకేసరి' నిరంతర సాహితీ కృషీవలుడు.

ఆచార్య బొడ్డుపల్లి పురుషోత్తముగారి గుణగణాలు -

వీరిది ప్రథమకోపం. మనసు వెన్న. "వజ్రాదపి కఠోరాని, మృదూని పుష్పాణి." అన్న సూక్తి వీరికి వర్తిస్తుంది. దీర్ఘ కోపం లేదు. సాధించే మనస్తత్వం కాదు. వారు స్వచ్ఛమైన, చైతన్యవంతమైన జీవనాన్ని సాగించారు. ఎప్పుడూ నవ్వుతూ నవ్విస్తూ ఉండేతత్త్వం. గొప్ప చదువరి. అప్పుడప్పుడు వీరి మాటలు ములుకులుగా గ్రుచ్చుకున్నా వీరి స్వభావము ఇంతేలే అని సర్దుకుపోయేవారు వీరిని ఎరిగున్నవారు.

ఒంగోలులో భారత, రామాయణ, భాగవతాలపై నెలలతరబడి ఉపన్య సించారు. ఉత్తర అమెరికాలో Bliss of Bhagavatgitha పై ఉపన్యసించారు. ఆధ్యాత్మిక సాధనలో వీరి జీవిత చరమాంకం గడిచింది. అరవిందుని సావిత్రిని అనువదించారు.

అసంఖ్యాకమైన పత్రికలలో వీరి రచనలు ముద్రితాలయ్యాయి. మోక్షసాధని, ముముక్షు, అర్కధీరాంగ, దేవా నిన్ను ఉపేక్షించుతానా, భారతి, తెలుగు అకాడమీ పుస్తకాలలో దర్శించగలం.

2000 సంవత్సరంలో జనవరికి స్వాగతం పలుకుతూ "ద్విసహస్ర వర్షరాజమా" నీ కిదే స్వాగతమని పద్యరూపంలో రాసారు. అరవింద, శ్రీమాత దివ్యానుగ్రహం. ఒక పద్యాన్ని అనువాదం చేసి ఫిబ్రవరి 2వ తేదీ తెల్లవారితే పోస్ట్ చేయాలని వారి సంకల్పం. ఇంతలో కోమాలోకి వెళ్ళి 2000 ఫిబ్రవరి 4 వ తేదీ దైవసాన్నిధ్యం పొందారు.

వీరి కీర్తి అజరామరమైనది. ఆచార్య నాగార్జున విశ్వవిద్యాలయంలో విశ్వవిద్యాలయ గీతాన్ని రాసారు. 1986వ సంవత్సరంలో రాసిన ఈ గేయాన్ని శ్రీమతి పత్తినాగమణిగారిచే పాడించారు. (ఆమె వారి శిష్యురాలు) విశ్వ విద్యాలయంలో ఏ సభా ప్రారంభానికైనా ప్రారంభగీతంగా దీనిని ఇప్పటికిని ఆలపిస్తున్నారు.

వీరి రచనలలో కొన్నిటి గురించి -

వీరి రచనలు కొన్ని లఘు కావ్యాలైనా అలఘుతర భావోక్తితో, ఉదాత్తమైన మహాకావ్యాలు, అఖిల రసామృత మూర్తియైన భగవంతునితో ముఖాముఖి సరసంగా సంభాషించే చతురతను సమకూర్చుతాయని, అటువంటి గీతాంజలి అనందానుభూతిని మాతృభాషతో కల్గించినంత గాఢంగా అన్యభాష ద్వారా కల్గడం కష్టం అని రచయిత అన్నారు.

వీరి 'తెనుఁగు వ్యాకరణ వికాసము' గురించి పండిత వరేణ్యులు ఆచార్య గంటి జోగి సోమయాజిగారు శాస్త్రీయమైన, తులనాత్మకమైన, చారిత్రకమైన, ఘనమైన పరిశోధనగా అభివర్ణించారు.

శ్రీ రాయప్రోలు సుబ్బారావుగారు – 'తెలుగు వ్యాకరణము సర్వోత్కృష్టమైన, సంస్కృతభాషా సంప్రదాయములకు సన్నిహితంగా ఉంటుంది. పురుషోత్తముగారు ఎంతో కృషిచేసి ఆసక్తితోను, శ్రద్ధగాను ఈ గ్రంథంను రచించారు. సరియైన విశ్లేషణ, పరిశోధనలో నిజాయితీ, శుద్ధమైన సృష్టి కన్పట్టుచున్నదని ప్రశంసించారు.

డా. దివాకర్ల వేంకటావధానిగారు డా. పురుషోత్తముగారి పాండిత్యము, పరిశ్రమ, విమర్శనాత్మకత ఈ గ్రంథంనందు కన్పట్టుచున్నవన్నారు. ఇంతవరకు ఎవరును చారిత్రక శోధన చేసినట్లుగా అగుపించలేదు. ఎందరో పరిశోధకులకిది ఉపయుక్త గ్రంథం. ఎంతో కాలంగా ఎదురుచూచినదిప్పుడు లభించినది. వ్యాకరణం క్లిష్టమని, అనాసక్తమనుకున్నవారికీ గ్రంథమెంతో విజ్ఞానదాయకమని ప్రస్తుతించారు.

వారి వైభవ శ్రీనాథము గురించి -

'వేయిపడగలు' వంటి నవల సృష్టిచేత అపరవ్యాసుడు, రామాయణ కల్పవృక్ష కావ్యసృష్టి చేత అపరవాల్మీకిగా విశ్వనాథ గౌరవార్హులు. "అద్యతనాంధ్ర కవి ప్రపంచ నిర్మాత" చెళ్ళపిళ్ళ వేంకటశాస్త్రి విశ్వనాథవారి రామాయణ కల్పవృక్ష కావ్యం విని ఆనందించి "అంతటా నీవే గోచరిస్తున్నావని" అన్నారట. అంటే రామాది పాత్రలు బదులు విశ్వనాథమూర్తి ముద్ర సాంద్రంగా ఉన్నదని విమర్శించవచ్చు. కవి కనిపించకుండ కోకిలలాగా పల్కటం ఒక్క వాల్మీకికే సాధ్యం. కాళిదాసాదులు దాగుడు మూతలాడతారు. ఆత్మాశ్రయంగా అంతా మలుచుకోవటం నవ్యకవిధర్మం. ఈ విధంగా ఆ గురువర్యుని విమర్శను సమన్వయించుకోవచ్చు.

ప్రభునిమేనిపై గాలి పై వచ్చినంతనే
పాషాణ మొకటికి స్పర్శవచ్చె
ప్రభు కాలిసవ్వడి ప్రాంతమైనంతనే
శిలకొక్కదానికి జెవులు గలిగె
ప్రభుమేని నెత్తావి పరిమళించినతోన
యశ్మంబు ఘ్రాణేంద్రియంబు జెందె
ప్రభునీల రత్న తోరణ మంజులాంగంబు
గనవచ్చి ఱాతికి గనులు గలిగె

ఆ ప్రభుండు వచ్చి యాతిథ్యమును స్వీక
రించినంత నుపల హృదయ వీథి

నుపనిషద్వితాన మొలికి శ్రీరామ భ
ద్రాభి రామమూర్తి యగుచుఁదోచె॥ రా. కల్పవృక్షము.

వైభవ శ్రీ విశ్వనాథ

కావ్యరచనా ఉద్దేశంను గురించి వారి కుమారులు శ్రీ విశ్వనాథ అచ్యుత దేవరాయలు చెప్పుచూ-

"కవిని గౌరవింపగల్గిన జాతిని
చేవగలదిగా వచింప నోపు
కవిని గూర్చొకింతగా తలంపని జాతి
ప్రాణమున్న వింత పశువు సమము-

తాను కవియై, తన యభిమాన కవిని కావ్యగానం జేసిన 'చేవ' గలవాడీ రచయిత.

ఆచార్య బొడ్డుపల్లి పురుషోత్తముగారిచే విరచితమైన గ్రంథం 'గోపికా హృదయోల్లాసము'.

ఈ గ్రంథాన్ని ముత్యాలసరాల చంధములో రచించారు. వారి సోదరికి అంకితమిచ్చారు. భాగవతమందలి కృష్ణజననం, నందుని ఇంటికి చిన్నికృష్ణుడు వచ్చినప్పుడు గోపికల హృదయపు లోతులనుంచి వచ్చిన ఉల్లాసమే 'గోపికా హృదయోల్లాసము'.

గోపికలు కృష్ణుని ఎంతగా తమవాడనుకొని కృష్ణుని అన్వేషించారో, జీవితమంతా కృష్ణుడు అతని తోడిదే సామీప్యం, సాయుజ్యం, అనుభూతులకు నిలయమీ రెండు పద్యాలు-

ఇతడే మన ఆరాధ్యదైవము
ఇతడే ఆలోచనీయుడు
ఇతడే ఆనందదాయకుడు
ఇతడే ప్రాణానిలమ్మన

వెదురు పొదను చిరుగడన్
ఒదవె నింత అదృష్టమ్ము
నాదు అధర సీమచేరి
నాదసుధలు విరజిమ్మును

గోపికలు యశోదతో కృష్ణుడు చేసిన నేరాలు చెప్పడం, కృష్ణుడు వానిని సమర్థించుకోవడం కడు రమ్యంగా వర్ణించాడు రచయిత.

ఆచార్య శ్రీ బొడ్డుపల్లి పురుషోత్తముగారికి నలుగురు సంతానం. అందు పెద్ద సంతానం డా. కె. గిరిజాలక్ష్మి. తన తండ్రి గతించిన నాడు ఆనొ ఆ ప్రక్కనే కూర్చొని రాసి అందించిన 'నివాళి' -

ఆ నిలువెత్తు విగ్రహము, రవణించిన ఆ ఠీవికూర్పు
ఆ చిరునవ్వు మొగము, పదునైనయట్టి ఆ చూపులు
సాటిలేని నీ సాహితీ సంపద ఎట్టి పోటీలేని వ్యక్తిత్వ వైఖరి
'నాన్యతో దర్శనీయ మయ్య' నీదు ప్రతిభ ఓ నా తండ్రీ నీకిదే నివాళి.

కష్టపరంపరలన్నిటిని నీవె అనుభవించి
బిడ్డలకు సౌఖ్యంపు రహదారులను పేర్చి
త్యాగమయ జీవనము సంతసముతో గడిపి
నట్టి తండ్రి కిదే నా అశ్రునివాళి

ఎంత అద్వైతుడవో అంత శరణాగతుడవై
శ్రీ మాతారవిందుల ముద్దుబిడ్డడ వై
ధ్యాన సాధనములతో ప్రశాంతుడవైన
ఓ నా తండ్రి నీకిదే నా అశ్రు నివాళి

ఛాయవలె నిన్నసరించు భార్యను
పొందుటలోనే దాగియుంది నీ భాగ్యమంతా
ద్వైతంలో అద్వైతం వంటిది మీ దాంపత్యం
ఓ తండ్రీ నీకిదే నా అశ్రు నివాళి

నిష్క్రియుడవు కావు నిష్కామ కర్మయోగివె
భక్తిజ్ఞాన కర్మల ననుసంధాన కర్తవీవె
సంసారమందు దాసీన భావముంచి
నట్టి తండ్రికిదే నా అశ్రునివాళి

సత్సంగుడవై నిస్సంగత్వమొందినట్టి
సచ్చిదానంద స్వరూపునకు నాతండ్రి పురుషోత్తమునకు
సూర్యునకు దీపార్చన లిచ్చు పగిది
అరిపింతునయ్య తండ్రి నా అశ్రునివాళి...

వీరి పెద్దకుమారుడు డా. వీరరాఘవస్వామి బొడ్డుపల్లి వారి మాటలలో-

బెంగళూరులో 'మాన్‌సోటా' కంపెనీ ఉద్యోగిని. నేను ఉదయం నిద్రలేవగానే ముందుగా నా తల్లిదండ్రుల ఫోటోలో వారి పాదాలను కళ్ళతో చూచిగాని మంచం దిగను. ఎక్కువకాలం అమ్మ నాన్నలతో కలసి ఉన్న సంతానాన్ని నేను. నా జీవితంలో ఏ పని మొదలుపెడితే అది జయప్రదం అవుతుంది. నేను ఉద్యోగంలో చేరిన మొదట్లోనే వారు అన్నమాటలు ఇప్పటికి నాకు గుర్తు. "నువ్వు సంపాదించిన వంద రూపాయలలో పది రూపాయలు నీవికావు. సంఘంలో

ఉన్న అనాథలు, బాధితులు, పీడితులకోసం ఖర్చుపెట్టు. వారికి అన్నంకోసం కాని, పుస్తకాలకో, ఫీజులకో, గ్రుడ్డి వారిని నడిపించే సంస్థలకో విరాళమివ్వమని చెప్పేవారు. తనపిల్లలు ఎంత దూరమునుంచి వచ్చినా కొద్దిసేపు మాత్రం యోగక్షేమాలడిగి ఆపై వారి సాహిత్యపు లోకంలోకి వెళ్ళేవారు. సంతానమైనా వచ్చినపని అయినవెంటనే వారి తక్షణ కర్తవ్యం వృత్తి బాధ్యతలను విస్మరించకుండా నిర్వర్తించమని చెప్పేవారు. డబ్బు వృథా చేయడం వారికిష్టంలేదు. జీవితంలో ఆర్థికమైన బాధలు తెలిసిన వ్యక్తి కాబట్టి తన సంతానానికి అలాగే నేర్పారు. నా తల్లికూడా భర్తను పూర్తిగా అర్థం చేస్తున్న వ్యక్తి. ఏనాడు ఎవరిని నొప్పించక మసలినది మా మాతృమూర్తి.

సమాజంలో మనకు తారసపడిన వ్యక్తులలో చిన్నవారిలోనైనా మంచి గుణాలను మనంకూడా అనుసరించాలని ఉపదేశించేవారు. తన కుమారుని మిత్రుడొకరు క్రిస్టియన్. నిద్రలేవగానే బైబిలును ప్రతిరోజు పఠించేవాడు. అమెరికాలో అతనికి అతిథిగా ఉన్నప్పుడు ఆ అలవాటు మన హిందువులలో ఎంతమందికి ఉన్నది? కుటుంబ ప్రార్థన మనమెంతమంది చేస్తున్నాం? ఇతరులలోని మంచి లక్షణాలను మనం తప్పక ఆచరించాలనేవారు. అంతేకాదు, ఆ క్రిస్టియన్ మతస్థుని కన్నకొడుకుతో సమానంగా ఆదరించి సహపంక్తి భోజనం పెట్టేవారు. వారిలోని మత, కుల సహనానికి ఆ రోజుల్లోనే ఇదొక నిదర్శనం.

సాహిత్యంలో నాన్నగారికి ఇష్టమైన కవులు నన్నయ, పోతన. ఇష్టదైవాలు వెంకటేశ్వరస్వామి, శ్రీశైల మల్లికార్జునుడు, కనకదుర్గ, సరస్వతి. నటరాజుకి ఏదో ఒకచోట కూర్చొని ధ్యానం చేసేవారు. భాగవతం పట్ల అమితమైన ఇష్టం కలగడానికి వారి తండ్రిగారు శ్రీ వీరరాఘవయ్యగారి ప్రభావమెంతో ఉంది. వ్యాసపీఠంపై ఆ పుస్తకం పెట్టుకుని వారి అక్కగారు కూడా భాగవత పద్యాలు చదువుకోవడం వారికెంతో ఆసక్తి కలగడానికి దోహదం చేసింది. ఉదయం స్నానమైన తదుపరి ప్రతిరోజు వళ్ళు తుడుచుకుంటూ నన్నయ భారతంలోని "శ్రీకంఠలోకేశ లోకోద్భవ..." పద్యాన్ని నిత్యం పఠించేవారు. అదే వారి సంతానానికి నోటికివచ్చిన విద్య.

రేడియోలో సూక్తి సుధ, భక్తిరంజని, టి.వి.లో అలనాడు ప్రసార మయిన రామానందసాగర్ రామాయణము ఇష్టమైనవి.

మిత్రులు ఎక్కువమంది లేరు. శ్రీ నేలనూతల సత్యనారాయణగారి దగ్గర ఉపనిషత్తుల భాష్యం నేర్చుకున్నారు. శ్రీరామకృష్ణ పరమహంస, వివేకానందుడు, శారదామాతలను గురించి వారి బాబాయి బొడ్డుపల్లి ఆంజనేయులుగారితో చర్చించేవారు. శ్రీనందానంద స్వామి ఆశ్రమాన్ని దర్శించారు.

పోతన భాగవతంలోని-

"లలితస్కంధము, కృష్ణమూలము, శుకాలాపాభిరామమ్ము మం
జులతా శోభితమున్ సువర్ణ సుమనస్సుజ్ఞేయమున్ సుందరో

జ్వల వృత్తమ్ము మహాఫలమ్ము విమల వ్యాసాల వాలమ్మునై
వెలయున్ భాగవతాఖ్య కల్పతరువుర్విన్ సద్విజశ్రేయమై"-

అనే పద్యంపై వారి రెండవ కుమారుడు డా.బొడ్డుపల్లి శేషాద్రి శేఖర్ - అమెరికాలో ఉన్నప్పుడు నాన్నగారు ఏబది పేజీల వ్యాసం రాసారు. అదే సత్యం- శివం - సుందరం రచనకు దారితీసింది.

ఇక వారి చిన్నకుమారుడు డా. బొడ్డుపల్లి మారుతి ప్రసన్నమాటలలో-

నాన్నగారు బహుముఖ ప్రజ్ఞావంతులు. నాన్నగారెంతో ప్రేమమూర్తులు, సంరక్షకులు, ఉత్తమ ఆచార్యులు, అకుంఠిత దీక్షా దక్షులు, నిరంతర రచనా వ్యాసంగ కర్త, స్ఫూర్తిమంతమైన ఉపన్యాసకులు, ఉత్తమోత్తమ మానవతావాది, ఆశావాది. సంగీత సాహిత్యాలలో అమితమైన అనురాగం కలవారు. చతురోక్తుల నిధి. హాస్యప్రియులు. నన్నొకశాస్త్రవేత్తగా మలచిన మహామనీషి మానాన్నగారు. ఇండియన్ అగ్రికల్చర్ రీసర్చి ఇన్స్టిట్యూట్‌లో నేనొక గురువుగా, రీసర్చిగైడ్‌గా ఉన్నానంటే అది కేవలం మా నాన్ననుండి వచ్చిన వారసత్వపు లక్షణం. నాకు ఉత్తమ శాస్త్రవేత్తగా, గురువుగా అవార్డు (అదీ 38 సంవత్సరంల ప్రాయంలో) రావడం నా జీవితంలో మధురమైన మరపురాని క్షణం. నాన్నగారు గతించిన నాలుగు సంవత్సరాలకు వచ్చినప్పుడు నాన్నే నా కిప్పించారు కాబోలు దివినుండి అనిపించినది. నాన్నగారి శిష్యులు కూడా దీని నంగీకరిస్తారు. తాను పేద కుటుంబంనుండి వచ్చినా పి.జి. చదవాలన్న ఆశయానికి ఆర్థిక స్థితిగతులు అధిగమింపజేసాయి. అందుకనే కాబోలు ఎవరైనా చదువుకుంటానంటే వారు ఏ కులమైనా, మతమైన, జాతైనా, బంధువైనా కాకపోయినా, వారిని ప్రోత్సహించేవారు. విద్యాతృష్ణ వారిలో అంతగాఢంగా ఉంది. మా అమ్మకూడా నాన్న ఆశలకు, ఆశయాలకు అనుగుణంగా ప్రవర్తించింది. ఆమెను కూడా ఈ సందర్భంలో చెప్పుకోవాలి.

మరొక్క అంశం నాన్న నన్నెంతో ఆశ్చర్యపరస్తూ ప్రభావితం చేసింది. పుస్తకాలను అచ్చువేయించడం, పద్యాలను, వ్యాసాలను విశ్లేషణాత్మక సంపుటాలను రాస్తూ ఏనాడు అలసిపోని నిరంతర లేఖకుడు. తన జీవిత అవసానదశ వరకు అలుపెరుగని, కలానికి విశ్రాంతినివ్వని గ్రంథకర్త. తన జీవితమే ఒక ఉదాహరణగా కీర్తి ప్రతిష్ఠలు రావాలంటే వ్యక్తిలో ప్రతిభ, పట్టుదల, కట్టుబాటు, సంకల్పసిద్ధి కార్యదక్షత ఉండాలని నమ్మే వ్యక్తులలో ప్రథములు. నా దృష్టిలో నాన్న నిజమైన కర్మయోగి.

శిష్యురాలు డా.సీతాలక్ష్మి వారి మాటలలో -

వారి వద్ద బి.ఏ చదవడానికి మూలకారణం నేను స్కూలులో చదువుకునే రోజులలో ఒకసారి వారి ఉపన్యాసం విన్నాను. అంతే, తెలుగు ప్రత్యేక అంశంగా బి.ఏలో చేరాను. నేను మెడిసిన్ చదవవలసిన వ్యక్తిని అయినా ఎంతో ఇష్టంగా మూడు సంవత్సరాలు వారి బోధనా

సుధారసాస్వాదన చేశాను. వారే నాకు రీసర్చి గైడుగా "భోజరాజీయ కావ్యాను శీలం" ఆంధ్రా విశ్వవిద్యాలయానికి సమర్పించి బంగారు పతకాన్ని పొందాను. ఎప్పుడూ ప్రథమురాలిగా ఉత్తీర్ణత సాధించే వ్యక్తి పరిశోధన అర్థాంతరంగా ఆగిపోకుండా, వెన్నుతట్టి ప్రోత్సహించారు గురువులు. సాహిత్యంపై అభిమానం పెంచుకోమని ఉపదేశించారు. అట్లే వారు రచించిన 'మహోదయము' ఒక చారిత్రకనవల. దీనిని బ్రహ్మశ్రీ వేదమూర్తులు తెన్నేటి విశ్వనాథము మహోదయులకు సమర్పణ చేశారు. భారత వేద కావ్య రచనను ఆంధ్రములో తీరిచినట్టి నన్నయ సుధీమణిగాథనే తాను ప్రవచిత మొనర్చితినని చెప్పుకున్నారు.

నన్నపార్యుడు శివలింగం నభిషేకించిన విధం, ఆతనిలో వెలుగొందిన దివ్యతేజస్సు, ఆతని జపయజ్ఞమునకు, యుపాసనకు సంప్రీతమైన లలితాంబ సాక్షాత్కరించిన విధమును ప్రశంసనీయముగా వర్ణించుటయేకాక భారతావిర్భావము నకు మూలమైన "శ్రీ వాణి గిరిజాశ్చిరాయ దధతో వక్షోముఖాంగ్జేషు యే" అను శ్లోకం బొడ్డుపల్లి వారికెంతో ఇష్టమైనది.

శ్రీ డోగిపర్తి శంకరరావుగారు శారదాకళాసమితి అధ్యక్షులు,స్టార్ మెడికల్స్, విజయవాడ యందు వణిక్ప్రముఖులు. వీరు బొడ్డుపల్లివారు పెదపాలెం గుంటూరు జిల్లా బోర్డు స్కూలులో ఉపాధ్యాయులుగా ఉన్నప్పుడు శిష్యునిగా చదువుకున్నారు. ఎంతో క్రమశిక్షణ గల మాష్టారుగా, ఆ పల్లెలో విద్యార్థులపట్ల ఆదరంగా, అభిమానంగా వ్యవహరించే వారని చెప్పారు. పాఠశాల వార్షికోత్సవాలలో పిల్లలచేత సాంస్కృతిక కార్యక్రమాలు ఎంతో నేర్పుతో ప్రదర్శింపజేసేవారు. వీరి ఒడ్డు, పొడవు, ఆహార్యాది విషయ పరిజ్ఞానమును దర్శించి వీరే పాఠశాల ప్రధానోపాధ్యాయులు కాబోలు అనుకొనేవారట. వీరి మాటంటే ఆ ఊరి జనానికంతటికి శిరోధార్యం. ఏ మాత్రమూ తొణుకు బెణుకు లేని, అందరితో కలిసిమెలసి పరోపకారం చేస్తూ మన్ననలందు కున్నారు మా మాష్టారు అని శంకరరావుగారన్నారు.

గురువు గురించి నాల్గుమాటలు

మాటలలో ఆచార్య బొడ్డుపల్లి వారి శిష్యురాలిని. నాకెంతో విద్యాభిక్షపెట్టిన గురువరేణ్యులు డా.బొడ్డుపల్లి పురుషోత్తముగారు. బి.ఏ. మూడు సంవత్సరాలు, పి.జి.లో రెండు సంవత్సరాలు వారివద్ద విద్యనేర్చిన దానను. నేను పరిశోధన చేయాలని నా సహాధ్యాయులను చూచి అనిపించినప్పుడు ఎవరి పర్యవేక్షణయితే బాగుంటుందని అనుకున్నప్పుడు ఇంకెవరో ఎందుకు శ్రీ బొడ్డుపల్లి వారెంతో చిరపరిచితులు అని వారివద్ద పరిశోధక విద్యార్థిగా చేరాను. "నవ్యాంధ్ర కవుల ప్రణయిని ప్రతిపత్తి" ఈ అంశాన్ని వారే సూచించారు. నాతో 60 మంది కవుల గ్రంథాలు చదివించి నారీసంభావననెంత రమ్యంగా తీర్చిదిద్దాలో అక్షరబద్ధం చేయించారు మా గురువరేణ్యులు. ఒకవైపు ఉద్యోగ బాధ్యత, మరియొక వైపు పిల్లలు చిన్నవారు. విజయవాడ నుండి గుంటూరు యాతాయాతా శ్రమ. మండుటెండల్లో వారి ఇంటికి వెళ్ళిరావడం నాకెంతో కష్టమనిపించేది. పూర్తిస్థాయిలో విశ్వవిద్యాలయంలో ఉండి రెండు లేక మూడు సంవత్సరముల

వ్యవధిలో పరిశోధన చేసి డాక్టరేట్ పొందడం ఒక ఎత్తు. కళాశాల సెలవుల్లో వారి ఇంటికి వెళ్ళి వారి సలహాలమేరకు గ్రంథసేకరణ, చదివి విశ్లేషించి రాయడం మోయరాని భారమనిపించేది. ఒక్కొక్కసారి విరమించుకుందామనిపించేది. సాహిత్యాన్ని కోరి ఒకపరి మందలించి, మరియొకపరి నిష్ఠూరమాడి, మా వారిని పురికొల్పి నన్ను డాక్టరేట్ పట్టా పొందేటట్లు కృషి చేయించారు. అన్నపూర్ణ కుద్దియైన ఆ ఇల్లాలు, పిల్లలు జాతి రత్నాలు. వారిపట్ల అనురాగంతో పాటు, చండశాసనత్వాన్ని కలిగి వారి పురోభివృద్ధికి ఉత్తమ సోపానం వేసిన పితృదేవులు. పరిశోధక విద్యార్థుల రాకపోకలతో ప్రైవేటు చదివే ఎమ్.ఏ విద్యార్థులతో వారిల్లు సరస్వతి మందిరంగా భాసించేది. వారి తెలుగు సాహిత్యపు కేదారంలో నాటబడిన విత్తే ఈనాడు వటవృక్షంలా భాసిల్లుతున్నది. డా.గిరిజాలక్ష్మి వారి తనయ. వారి కుటుంబ సభ్యులతో మా దంపతులిద్దరికి ఎంతో అనుబంధమున్నది.

వారి రెండవ కుమారుడు డా.బొడ్డుపల్లి శేషాద్రి శేఖర్ అమెరికా వాసి. తండ్రికి బ్రహ్మస్థానమిచ్చి పూజామందిరంలో నిత్యం పూజలు చేస్తున్నాడంటే ఆ చిరంజీవులకు ఆయనపై ఎంత పితృగౌరవమో!! ఒక ఇంట్లో నుండి ఆరుమంది పి.హెచ్.డి డిగ్రీలు అందుకోవడం వారి వంశంలోనే సాధ్యమయింది. చదువంటే మా గురువుగారి కెంతో ఇష్టం. సంతానం ఎంత చదువుకుంటానంటే అంత చదివిస్తానని, మీరు మాత్రం జీవితంలో రాణించాలని నిరంతరం తపించేవారు.

మండలి వెంకట కృష్ణారావు

(1926-1997)

- గుడిసేవ విష్ణుప్రసాద్

"శుష్కప్రియాలతో శూన్య హస్తాలతో
నిష్క్రియావాదులైన నేతలకు... ...
చేతలు నేర్చుకొండి నేతలూ! అని
ఢంకా బజాయించి చెప్పగలిగిన కార్యవాది, మండలి"

డా॥ దాశరథి అన్నమాటలివి.

వ్యక్తిత్వం

పూటకొక్క పార్టీ మారుస్తున్న నేటి రాజకీయ వ్యవస్థలో కాలం వాలును బట్టి మారిపోకుండా తాను నమ్మిన సిద్ధాంతాలే ఊపిరిగా, గాంధీ మార్గమే మార్గంగా ఆచరిస్తూ నడుస్తూ మంత్రిగా వున్నా, లేకున్నా సేవకై అంకితమైన శ్రీ మండలి వెంకట కృష్ణారావుగారు స్థితప్రజ్ఞుడు. నేడు రాజకీయాలు వ్యాపారంగా మారిపోయినప్పటికీ రాజకీయాలను సంఘసేవగా మలచి సంఘసేవలో అనేక విజయాలను సాధించి, సమాజసేవకు అంకితమై సమాజంలోని విషమ సమస్యలకి స్పందించి, పదిమంది దృష్టిని అటు మళ్ళించి, ఆ సమస్యా పరిష్కారానికి పాటుపడే ఇటువంటి వ్యక్తులు మనకు చాలా అరుదుగా కన్పిస్తారు.

ముతక ఖద్దరు చొక్కాతో, పంచెతో, స్నేహంకోరే చూపులతో, ప్రేమను పంచే చిరునవ్వులతో, సాదాసీదాగా, నిరాడంబరంగా కన్పించే శ్రీమండలి వారి ఆలోచనలు ఉన్నతంగా, ఉదాత్తంగా వుండేవి.

ఏ వ్యసనములేని శీలవంతుడు. శాకాహారి. స్నేహభావముతో మిత్రమండలిని ఏర్పరుచుకొన్న బుధజనమండలి శ్రీ మండలి. ఆర్తజన రక్షణ, తెలుగు సాంస్కృతిక పరిరక్షణ, స్వవాస, ప్రవాసాంధ్రుల సహయోగం మున్నగునవి వీరి కార్యరంగాలు.

సాహితీప్రీతి, సామాజిక సంస్కరణ దృక్పథం ఉన్న వ్యక్తి. ఆయనకెందరో సాహితీ మిత్రులు, కళాకారులు ఉన్నారు. వారందరి మీద ప్రేమాభిమానాలు గౌరవం మెండు. విద్వత్తును గౌరవించే ఉదార స్వభావం ఆయన సహజలక్షణం.

"విద్వానేవ విజానాతి విద్వజ్జన నిషేవణం"

సిద్ధేంద్రయోగి, క్షేత్రయ్యపంటి మహానుభావులు జన్మించిన దివిసీమకు నేడు ప్రపంచ వ్యాప్తంగా ఘనకీర్తి నార్జించిపెట్టిన ఘనత ఆయనకే దక్కింది. దశాబ్దాలపాటు దివిసీమ అభివృద్ధికి

తన శక్తిని, యుక్తిని సంపత్తిని అర్పణచేసి దివిసీమను దివ్యసీమగా మార్చిన మహా మనీషి ఆయన.

ప్రపంచ తెలుగు మహాసభలకు సారథియై ప్రవాసాంధ్రుల పెన్నిధియై ప్రజాభిమానానికి నిధియై దివి కీర్తిని, తెలుగు ఖ్యాతిని ఖండ ఖండాంతరాలు వ్యాపింప చేసిన ఆయనను దివిసీమ కృష్ణరాయా! అని పిలిస్తే తెలుగుతనం కృష్ణాతరంగమై రంగ రంగ వైభవంగా నాడు పొంగి పోయింది. తెలుగును గ్రామస్థాయి నుంచి రాజధాని స్థాయి వరకు సర్వ వ్యవహారాలకు సమన్వయించిన ఆయన ప్రతిభ పట్టుదల గణనీయం. తెలుగు మహానదులన్నిటినీ కలిపిన కడలిగా తెలుగు ప్రపంచ వీధులను కలిపిన కూడలిగా, తెలుగు జీవనరాగానికి స్వరమండలిగా వెలిగిన ఆ మహనీయుని "తెలుగు జాతి రత్నం"గా "తెలుగుదాత"గా "ప్రపంచ తెలుగు మహాసభల రథసారథి"గా బిరుదులనిచ్చి మలేషియా, మారిషస్, న్యూయార్కులలో ప్రవాసాంధ్ర ప్రముఖులంతా సత్కరించి కీర్తించారు.

దివిసీమ

నదీ తీరప్రాంతాలు ప్రాచీన యుగంలో నాగరికతా నిలయాలుగా పరిఢవిల్లాయి. మనదేశంలో ప్రాచీన నాగరికత సింధూనదీ తీరప్రాంతంలో పురుడు పోసుకుంది. కృష్ణానదికి కూడా ఆలాంటి చరిత్రవుంది. కృష్ణానది కిరువైపుల బౌద్ధ నాగరికత వ్యాపించింది. పవిత్ర కృష్ణానది మహాబలేశ్వరం వద్ద జన్మించి మహారాష్ట్ర, కర్నాటక, ఆంధ్రప్రదేశ్‌ల గుండా ప్రవహిస్తూ కృష్ణాజిల్లాకు తనపేరిచ్చి పులిగడ్డ వద్ద రెండు పాయలుగా చీలి ప్రధాన పాయ హంసలదీవిలో సాగరసంగమం చేస్తుంది. ఈ రెండు పాయలు బంగాళాఖాతంలో కలవగా మధ్య ఏర్పడిన భూమియే దివిసీమ. ఇది ఆంధ్రరాష్ట్రానికి కొసన ఉంది. వైశాల్యంలో చాలా చిన్నదైనప్పటికి అన్నిరంగాలలో ఆంధ్రరాష్ట్రాని సుసంపన్నం చేయడమేకాక ప్రపంచ ప్రఖ్యాతి నార్జించినది.

ఇక్ష్వాకులు, శాతవాహనులు, చాళుక్యులు, విష్ణుకుండినులు, చోళులు, కాకతీయులు దివిసీమను పాలించారు. విప్పర్ల వంశీయులు లక్ష్మీపురంలో రాజ్యాన్ని స్థాపించారు. అయ్య వంశీయులు తగలడ దీవిని రాజధానిగా చేసుకొని పాలించారు.

ఆంధ్రుల తొలి రాజధాని శ్రీకాకుళం. ఘంటసాల జగమెరిగిన బౌద్ధారామం. దివిసీమ పండితులకు, కళాకారులకు రాజకీయ దురంధరులకు, స్వాతంత్ర్య సమర యోధులకు దేశభక్తులకు నెలవైనది. అన్నిరంగాలలో ఆరితేరినది. స్వామీజీలతో, సంస్థానాధీశులతో, సంగీత విద్వాంసులతో, గాయకులతో, నటులతో సంపాదకులతో, కవులతో, రచయితలతో, సాహిత్యకారులతో, చలనచిత్ర దర్శకులతో, క్రీడాకారులతో పులకరించిన సీమ దివిసీమ. ఆంధ్రుల విశిష్ట నర్తకరీతి కూచిపూడి ఖండ ఖండాతరఖ్యాతినార్జించి గిన్నిస్‌బుక్‌లో నిలచింది. పద్మశ్రీ అవార్డులను, జాతీయ అవార్డులను సాధించి అన్నిరంగాలలో ఆరితేరిన భూమి దివిసీమ. "ఇచట పుట్టిన చిగురుకొమ్మైన చేవ". అలాంటి దివిసీమ దివ్యసీమగా తీర్చిదిద్దిన యుగపురుషుడు శ్రీ మండలి.

మండలి వంశం

మండలివారు కృష్ణకు ఉపనదియైన తుంగభద్ర ఒడ్డున గల విజయనగరం సామ్రాజ్యంలోని 'ఆనెగొందె' వాస్తవ్యులు వీరిది గంధపాలగోత్రం. హంపీ విజయనగరాధీశుల ఆస్థానములో వీరి పూర్వీకులు సేనానాయకులుగా వుండేవారు. సుమారు 1520 తరువాత పవిత్ర కృష్ణాజలాలతో పునీతమైన దివిసీమకు ముఖద్వారమైన "పులిగడ్డ" లో స్థిరపడ్డారు.

'ఆనెగొందె' నుంచి వచ్చిన వారిలో చినపోతినీడు, పెదపోతినీడు అనే ఇద్దరు అన్నదమ్ములుండేవారు. వారిలో చినపోతినీడు (క్రీ.శ. 1520-60) శ్రీ మండలి వెంకట కృష్ణారావుగారి వంశానికి మూలపురుషుడు.

శ్రీ వెంకట కృష్ణారావుగారి తాతగారు వెంకటప్పయ్యగారు. నాయనమ్మ కృష్ణవేణమ్మ. ఈ దంపతులు ఎంతో పుణ్యాత్ములు. వీరికి రెండువందల ఎకరాల మాగాణి, రెండువందల ఎకరాల మెట్ట ఉండేది. ఆ రోజుల్లోనే ఆ భూమిలో పండిన ధాన్యాన్ని అపరాల్ని అమ్మి శ్రీరామునికి గుడి కట్టించిన మహనీయులు వారు. శ్రీరామనవమి, సత్యనారాయణవ్రతాలు, ఉత్సవాలు, సప్తాహాలు, సంతర్పణలు జరిపించేవారు. కార్తీకమాసంలో కరువు రోజుల్లో వేలాదిమంది పేదసాదలకు భోజనాలు పెట్టించి వారి కడుపులునింపి సంతోషించేవారు. ఆ విధమైన సామాజిక సేవ చేసేవారు.వారు గతించేనాటికి తన నలుగురు కుమారులకు కలిపి మూడున్నర ఎకరాల మెట్టభూమి మాత్రం మిగిలింది. ఆ పుణ్యదంపతులు ఒకేనాడు పరమపదించటం ఒక గొప్పవిశేషం. అది వారు చేసుకొన్న పుణ్యఫలం అని చెప్పవచ్చు. ఇది వీరి వంశ ఆభిజాత్యం. అందుకే శ్రీ మండలి వెంకట కృష్ణారావుగారు వారిని తలచు కొన్నప్పుడల్లా. "వాళ్ళిద్దరు లేని వాళ్ళకు అన్నం పెట్టారు. పేదసాదలకు సహాయం చేశారు. ఈనాడు మాకేమైనా మంచి అనేది జరుగుతుంటే అది వాళ్ళపుణ్యఫలమే" అని అనుకొంటూ ఉండేవారు.

శ్రీ వెంకటప్పయ్య పుణ్యదంపతులకు ఐదుగురు సంతానం. వెంకటాచలం, కుటుంబం, వెంకట్రామయ్య, సత్యనారాయణమూర్తి, కుటుంబరావు.

వెంకటాచలంగారు భావదేవరపల్లిలో భోగాది వెంకటస్వామిగారి అమ్మాయిని చేసుకొని పులిగడ్డనుంచి కాపురం భావదేవరపల్లికి మార్చారు. ఆయన వ్యవసాయంతో పాటు ఆయుర్వేద వైద్యం కూడా చేసేవారు. తన తమ్ముడైన వెంకట్రామయ్యను కూడా భావదేవరపల్లి తీసికొని వెళ్ళారు. పులిగడ్డనుంచి అవనిగడ్డమీదుగా భావదేవరపల్లి. సత్యనారాయణగారు అశ్వారావుపాలెం వెళ్ళి కరణంగా చేరారు. మంచి పేరు ప్రతిష్ఠలు సంపాదించారు. "లాండ్ మార్టిగేజ్" బ్యాంక్ ట్రెజరర్‌గా పనిచేశారు. కుటుంబరావుగారు కాకినాడ వెళ్ళి కొమ్మిరెడ్డి సూర్యనారాయణమూర్తి నాయుడుగారు నిర్వహిస్తున్న పాఠశాలలో ఉపాధ్యాయునిగా పనిచేశారు. నాగు నుగల పులిగడ్డ వచ్చి ఉపాధ్యాయునిగా పనిచేశారు.

వెంకట్రామయ్యగారు కృష్ణాజిల్లా కైకలూరు తాలూకా 'పల్లెవాడ' వారి ఆడపడుచు మహంకాళమ్మను వివాహమాడారు.

జననం-బాల్యం

ఈ పుణ్యదంపతులకు జన్మించిన బిడ్డ మహనీయుడైన మండలి వెంకట కృష్ణారావు. 1926 ఆగష్టు 4న శుభముహూర్తాన పల్లెవాడలో వ్రేపల్లెవాడలో జన్మించిన కృష్ణుడే మండలి వెంకట కృష్ణారావు.

పల్లెవాడ కొల్లేరు సరస్సు ఒడ్డున ఉన్న పల్లెటూరు. ఆంధ్రప్రదేశ్‌లో సహజంగా ఏర్పడిన సరస్సులలో గణనీయమైన సరస్సు కొల్లేరు. కృష్ణా, గోదావరుల డెల్టాల మధ్య ఏర్పడిన మంచినీటి సరస్సు అది. ఆ కొల్లేటినడుమ ఒక కోటవుంది. పెదవేగి రాజధానిగా పూర్వ చాళుక్యులు రాజ్యపాల చేసిన కాలంలో ఆ కోటకు ఎంతో ప్రాముఖ్యత ఉండేది. కొల్లేరు మధ్య ఆ కోట కెదురుగా కొల్లేటి ఒడ్డున పల్లెవాడ. ఒకప్పుడు పాడిపంటలకు మత్స్య పరిశ్రమలకు నెలవై పల్లెవాడ వ్రేపల్లెవాడగా ప్రసిద్ధిగాంచింది.

ఆ రోజుల్లో వెంకట్రామయ్యగారి మామగారైన దుట్టా రామయ్య గారికి 400 పశుసంపద ఉండేది కైకలూరు నుంచి భీమవరం నడిచి వెళ్ళే ప్రయాణీకులకు ఆయన నిరంతరం మజ్జిగ, పాలు ఇచ్చి వారి దాహార్తిని తీర్చేవారట. 40 ఎకరాల పొలంవుండేది. వరి, తైదలు, పచ్చజొన్నలు పండేవి. వారు ఒక పెద్ద చెరువు త్రవ్వించారు. ఊరికి ఎవరు వచ్చినా భోజనాలు పెట్టేవారు. దానధర్మాలు చేసేవారు అలాంటి ధార్మిక కుటుంబంవారిది.

వెంకట కృష్ణారావుగారు పల్లెవాడలో జన్మించినపుడు చూడముచ్చటగా ఉండేవారు. తండ్రి వెంకట్రామయ్యగారు తన తండ్రి వెంకటప్పయ్య తల్లి కృష్ణవేణమ్మ పేర్ల నుంచి వెంకట కృష్ణ శబ్దాలతో "వెంకట కృష్ణారావు" అని నామకరణం చేశారు.

ఆ ఇంటిలో మగబిడ్డ కావటంతో అందరూ అల్లారు ముద్దుగా పెంచారు. రెండు నెలల పిల్లవాడిగా ఉన్నప్పటినుండి మహంకాళమ్మగారి చెల్లెలు పిచ్చమ్మ ప్రేమతో పెంచింది. ఆవునేతితోనే ఉగ్గుపెట్టేది. వెన్నతో నలుగు పెట్టేది. ఏడు ఎనిమిది నెలల వయస్సులో ఆవుదగ్గరకు తీసికొనిపోయి గుమ్మపాలుపిండి నురుగుతో సహా త్రాగించేది. వాము అన్నం ఉడికించి నేతితో కలిపి గోరుముద్దలు తినిపించేది.

ఒకసారి తల్లి మహంకాళమ్మ బిడ్డకు పాలిస్తూ తాను ధరించిన కాసులపేరు బిడ్డకు గుచ్చుకుంటుందేమోనని దానిని తీసి గొడమేకుకు తగిలించింది. తరువాత వచ్చి చూస్తే కాసులపేరు మాయమయింది. దానినెవరో దొంగిలించారు. ఆమె తట్టుకోలేక నా కాసుల పేరును మింగేశాడు వీడు అని అన్నదట. అది విన్న తండ్రి "బిడ్డను నిందించకు వెధవ

కాసులపేరు- పోతే పోయిందిలే మన బిడ్డే మనకు బంగారం” అని అన్నారట. ఆ రోజులలో ఆ కాసులపేరు ఖరీదు రెండు వందలరూపాయలట. అప్పటినుంచీ ఆ బాలుని 'రెండువందల దొర' అని ముద్దుగా పిలిచేవారట. బిడ్డకు ఒక సంవత్సరం వయస్సు రాగానే తండ్రి భావదేవరపల్లి తీసికొని వెళ్ళాడు. మహంకాళమ్మకు రెండవ బిడ్డ కడుపునపడగా మళ్ళీ పురిటికి పుట్టింటికిరాగా మళ్ళీ కృష్ణారావును పెంచే భాగ్యం ఆయన పిన్నికి లభించిందట. తరువాత ఆమెకు పులిగడ్డలో మండలి పున్నారావుగారితో వివాహం చేశారు వెంకట్రామయ్యగారు. కృష్ణారావు అవనిగడ్డలో చదువుకుంటున్నప్పుడు పులిగడ్డలో ఆమె వద్దేవుండి ఆవనిగడ్డవెళ్ళి చదువుకొనే అవకాశం కలిగింది. అది తలచుకొని నా బిడ్డ ఎంతో గొప్పవాడైనాడని ఆమె చెప్పి ఆనందించేది.

నిజంగా 'కృష్ణ' అని పేరు పెట్టినందుకు ఇద్దరు తల్లుల ముద్దుల బిడ్డయై అటు తల్లి ప్రేమను ఇటు పినతల్లి అనురాగాన్ని అటు మాతామహుల ఇటు పితామహుల ఔన్నత్యాన్ని పుణికి పుచ్చుకొని గొప్పవాడయ్యాడు కృష్ణారావు.

ఇలా బాల్యం, కొంత ప్రాథమిక విద్యాభ్యాసం కూడా పల్లెవాడలోనే జరిగింది.

అక్కడనుంచి భావదేవరపల్లి వచ్చి 5వ తరగతి వరకు తన తండ్రి వద్దనే చదువుకున్నాడు.

వెంకట్రామయ్యగారు వారి అన్నగారు ఉపాధ్యాయులంతా కలిసి ఈ బాలునికి వెంకట కృష్ణారావు అనిపేరుపెట్టారు. ఆ రోజుల్లో ఉపాధ్యాయ వృత్తి అంటే ఎంతో గౌరవప్రదంగా ఉండేగి. తమవద్ద చదువుకొనే విద్యార్థుల్ని శీల సంపన్నులుగా తీర్చి దిద్దడంతోపాటు ఆనాటి ఉపాధ్యాయులు కూడా ఆదర్శవంతమైన జీవితాన్ని గడుపుతూ ఆయా గ్రామాల్ని కూడా సంస్కరిస్తూ సమాజసేవకులుగా ఉండేవారు.

వెంకట్రామయ్యగారు ఉపాధ్యాయుల, భావదేవరపల్లిలో గ్రామస్తుల సమస్యలెన్నో పరిష్కరించేవారు. ఆయన ఆ ఊళ్ళో రామాలయాన్ని కట్టించారు. పిల్లల చేత అక్కడ భజనలు చేయించేవారు. గ్రంథాలయాన్ని స్థాపించి పుస్తక పఠనాన్ని ప్రోత్సహించేవారు. సహకారోద్యమంతో కూడా వీరికి సంబంధం వుండేది. ఆయన ఆ రోజుల్లో కృష్ణాపత్రిక, ఆంధ్రపత్రిక తెప్పించేవారు. గాంధీగారి ఉపన్యాసాలు చదివి ప్రభావితులైనారు. గాంధీగారి ప్రభావం దేశమంతటా విద్యావంతులమీద, విద్యాబోధకులమీద బాగా ప్రసరిస్తున్న కాలమది. దానితో ప్రభావితులైన ఆయన ఖద్దరు బట్టలు ధరించటం, విద్యార్థులకు దేశభక్తి స్వాతంత్ర్యపోరాటాలను గూర్చి బోధించేవారు. ఆయన కాంగ్రెస్‌వాది అని తాలూకాబోర్డువారు మంగళాపురం వేశారు. అచట పనిచేస్తున్నప్పుడు చండ్ర రాజేశ్వరరావు, తమ్ముడు రామలింగయ్యగార్లకు చదువు చెప్పారు ఆయన ఆదర్శ ఉపాధ్యాయులు. విద్యార్థులకు పాఠాలు బోధపడేటట్లు. విశదంగా చెప్పేవారు. పాఠశాల గోడలపై నీతి వాక్యాలు రాసి వివరించడం. స్వయంగా అనేక నమూనాలు తయారుచేసి వారికి చూపించి బోధించేవారు. ఉద్యోగ విరమణ చేసినపుడు నాగాయిలంకలో గొప్ప సన్మానసభ జరిగింది. పలువురు పెద్దలు ఈయన పెద్దరికాన్ని, ప్రజాసేవను ప్రశంసిస్తూ “ఉపాధ్యాయ

పితామహ" అన్న బిరుదునిచ్చి గౌరవించారు. పదవీ విరమణచేసి పంచాయితీ ప్రెసిడెంట్‌గా ఆర్థికవ్యవస్థను పటిష్ఠం చేశారు. గ్రామం చుట్టూ ఉన్న కాలువలకు కల్వర్ట్స్ కట్టించారు. ప్రభుత్వ భూముల్ని ఆక్రమించుకొని పేదలు సాగుచేస్తుంటే ఆ భూమిని బ్రిటిష్ (మద్రాస్) ఎడ్వైజరీ ప్రభుత్వం మాజీ సైనికులకు ఇమ్మనగా ఆయన పోరాడారు. సైనికులకు గ్రామస్థులకు గొడవ జరిగితే నాలుగు వందలమందిని జైలులో పెట్టారు. చివరకు భూమి పేదలకే వచ్చింది. చిన్నతనంలోనే ఆ పోరాటంలో శ్రీ వెంకటకృష్ణారావు కూడా ముఖ్యపాత్ర వహించారు.

పాఠశాల విద్య

స్వస్థలమైన భావదేవరపల్లిలో తండ్రిగారివద్ద ప్రాథమికవిద్య పూర్తిచేసుకున్న కృష్ణారావుగారు అవనిగడ్డ బోర్డు హైస్కూల్‌లో ఎస్.ఎస్.ఎల్.సి, ఉన్నత విద్య మచిలీపట్నం హిందూకళాశాలలో పూర్తిచేశారు.

అవనిగడ్డలో చదువుకొనడానికి తన పెదతండ్రిగారి కుమారుడు కుటుంబరావు గారితో కలిసి ప్రతిరోజూ భావదేవరపల్లినుండి ఎనిమిదిమైళ్ళు నడిచి వెళ్ళి చదువుకొని మరల సాయంకాలానికి ఇంటికి చేరేవారు, కొంతకాలానికి ఇద్దరూ రూముతీసుకొని వండుకొని చదివారు. మరికొంతకాలం పులిగడ్డలో తన పిన్నివద్దవుండి అవనిగడ్డ నడిచివచ్చి చదువుకున్నారు. ఆరోజులలో అంతంత దూరం నడచివచ్చి చదువుకోవలసి వచ్చేది. పాఠశాలలో జరిగే చర్చలు, వక్తృత్వపోటీలలో చురుకుగానే పాల్గొనేవారు. అచటి ఉపాధ్యాయులు శ్రీయుతులు వేమూరి జోగప్పగారు కావూరి వెంకటరామయ్య చౌదరిగారు, చిలకపాటి సుబ్బారావుగారు ఎంతో ప్రోత్సహించేవారు.

దేశభక్తి

చిన్ననాడు వీరి తండ్రి చదువుతోపాటు నాటిన దేశభక్తి బీజాలు మొలకెత్తి చిగుళ్ళు వేయటం ప్రారంభించాయి. గాంధీజీ సిద్ధాంతాలు బోధించే గీతాలు వినేవారు.

1941 హైస్కూల్లో చదివేరోజులు. గాంధీజీ వ్యక్తి సత్యాగ్రహం ప్రారంభించారు. అవనిగడ్డ బజారులో ఏలేశ్వరపు కృష్ణమూర్తిగారు సత్యాగ్రహం చేస్తే పోలీసులు ఆయన్ని కొట్టారు. వేమూరు నారాయణమూర్తిగారు బందలాయి చెరువులో, చిరువోలు రాధాకృష్ణమూర్తిగారు కొత్తపేటలో, చిరువోలు దుర్గాప్రసాద్‌గారు సత్యాగ్రహాలు చేశారు అప్పుడే కృష్ణారావుగారు కొందరు విద్యార్థులతో కలిసి సత్యాగ్రహులకు దండలు వేసి మహాత్మాజీకి జై స్వతంత్ర భారత్‌కు జై అని జేజేలు కొట్టారు. అప్పుడు పోలీసులు లాఠీలతో నాలుగు దెబ్బలు తగిలించారు. 1942లో జాతీయ భావాలుగల విద్యార్థులు కలసి "జాతీయ విద్యార్థిసంఘం" ఏర్పాటుచేసి దానికి అధ్యక్షునిగా కృష్ణారావుగారిని ఎన్నుకున్నారు. నాయకత్వ లక్షణాలు అప్పటినుండీ వారిలో ప్రస్ఫుటమయ్యాయి.

1943 ఆగస్టు 9న క్విట్ ఇండియా వారోత్సవాలు జరిగాయి. ఆ సందర్భంలో కృష్ణానదిపై టెలిగ్రాఫ్ స్తంభాలపై రావిచెట్లపై జెండాలు కట్టినందుకు పోలీసులు వారిని జైలుకు తీసుకొనివెళ్ళి బాలురని మందలించి వదిలివేశారు.

1945లో జిల్లా విద్యార్థి కాంగ్రెస్ నిర్వాహక కార్యదర్శిగా ఎన్నుకొన్నారు. అప్పుడు "ఆంధ్ర విద్యార్థి సారసత్వ కళాశాల"ను ఆచార్య రంగాగారి ఆధ్వర్యంలో జయప్రదంగా నిర్వహించారు.

గాంధీ దర్శనం

ఆ సంవత్సరమే గాంధీగారిని జైలు నుండి విడుదల చేశారు. ఆయన అఖిల భారత కాంగ్రెస్ కమిటీ సమావేశానికి బొంబాయి వచ్చారు. ఆయనను చూడాలని ఇంటివద్ద చెప్పకుండా బొంబాయి వెళ్ళి జిల్లా భవనంలో ఆయనని దర్శించారు. ఆయన జీవితంలో ఇది ఒక మరుపురాని సంఘటన. అదే ఆయనలో నూతనోత్తేజాన్ని కలిగించిందనేవారు.

విద్యార్థిగా ఉన్నప్పుడే శ్రీ గొట్టిపాటి బ్రహ్మయ్యగారు వీరిని కొందరు విద్యార్థుల్ని ఉద్యమంలో త్రిప్పేవారు. ఆయన సాహచర్యంతో నీలం సంజీవరెడ్డి, సంజీవయ్య మున్నగువారి పరిచయాలు, వారంతా ఆప్యాయతతో "కృష్ణా" అని పిలవటం జరిగేది.

1946లో బందరు హిందూకళాశాల విద్యార్థిగా వుంటూనే జాతీయ ఉద్యమానికి ఢిల్లీ, జైపూర్ మున్నగు సభలకు వెళ్ళి దేశభక్తితో ముందడుగు వేశారు. 1948 లో ఢిల్లీలో జరిగిన ఆసియా విద్యార్థి మహాసభలలో నాటి ఉమ్మడి మద్రాసు రాష్ట్రం నుంచి ప్రాతినిధ్యం వహించారు. ఆయేడే జయపూర్ కాంగ్రెస్ సమావేశాలకు వెళ్ళి తిరిగివస్తూ వార్ధాలోని "సేవాగ్రాం" ఆశ్రమాన్ని దర్శించివచ్చారు. అప్పటికి గాంధీజీ దివంగతులయ్యారు. 1948 నుంచి 1952 వరకు కృష్ణా జిల్లా యువజన కాంగ్రెస్ అధ్యక్షునిగా 1952 నుంచి 1956 వరకు జిల్లా కాంగ్రెస్ కార్యదర్శిగా పనిచేశారు. అసలైన రాజకీయజీవితం 1952 నుంచే ప్రారంభమైంది. అప్పటికి పట్టభద్రులయ్యారు. ఆ కాలంలో భూదాన యజ్ఞ సంఘానికి సంచాలకునిగా ఉంటూ అనేక నిర్మాణాత్మక కార్యక్రమాలు చేశారు. ఇలా అంచెలంచెలుగా ఎదిగినా ఒదిగి యుండే స్వభావంతో మరింత రాణించారు.

వివాహం

1953లో భోగాది వెంకటరామయ్యగారి కుమార్తె ప్రభావతిగారితో వివాహం జరిగింది. ఆమె ఆయన ప్రజాహిత కార్యక్రమాలకు చేదోడువాదోడుగా నిలిచిన ఆదర్శ గృహిణి.

పత్రిక

1954లో నవీనాంధ్ర పత్రికను పెట్టి జాతీయ ఉద్యమ కాంగ్రెస్ ఆదర్శాలను ప్రచారం చేశారు. అది జాతీయ పక్షపత్రిక. 1956లో పి.సి.సి సంయుక్త కార్యదర్శిగా పనిచేశారు.

బందరు పార్లమెంట్ సభ్యత్వం

దేశవ్యాప్తంగా రెండవ లోకసభకు 1957 ఫిబ్రవరి 24 నుండి 14 వరకు సార్వత్రిక ఎన్నికలు నిర్వహించబడ్డాయి. బందరు పార్లమెంటు సీటుకు నాటి ముఖ్యమంత్రి నీలం సంజీవరెడ్డిగారు ప్రదేశ్ కాంగ్రెస్ సభ్యులు అల్లూరి సత్యనారాయణ రాజుగారు, శ్రీ మండలి కృష్ణారావుగారిని ఎంపికచేశారు. అప్పుడు ఆయన వయస్సు 31వ సంవత్సరాలు ఆయన కృష్ణాజిల్లా కాంగ్రెస్ కార్యదర్శిగా చేసిన సేవలకు గుర్తింపుగా ఆయన్ని సెంట్రల్ కమిటీ ఆమోదించింది. చల్లపల్లిరాజావంటి ఉద్దండులు వ్యతిరేకించినప్పటికీ, స్వయం కృషితో ఉత్సాహవంతులైన కార్యకర్తల అండదండలతో ఏడువేల ఓట్ల మెజారిటీతో గెలుపొంది కమ్యూనిస్టుల కంచుకోటను బద్దలు కొట్టారు. 1957 నుండి 1962 వరకు ఐదు సంవత్సరాలపాటు లోక్‌సభ సభ్యులుగా ఉండి, అతి చిన్నవయస్సుగల లోక్‌సభ సభ్యులుగా గుర్తింపు పొందారాయన.

లోక్‌సభ సభ్యత్వం కృష్ణారావుగారి జీవితంలో ఒక ప్రధానమైన మలుపు. సాధారణ కార్యకర్తగా వుంటూ ఒక్కసారిగా జాతీయ రాజకీయాలలో అడుగుపెట్టటం, అందునా విశ్వవిఖ్యాత నాయకులైన భారత ప్రథమ ప్రధాని జవహర్‌లాల్ నెహ్రూ, త్యాగధనులైన మౌలానా అబుల్ కలామ్ అజాద్, గోవింద వల్లభ్‌పంత్, గుల్జారీలాల్ నందా, లాల్ బహదూర్ శాస్త్రి, మొరార్జీదేశాయ్, బాబూ జగజ్జీవన్‌రామ్, వి.కె. కృష్ణమీనన్, స్వరణ్‌సింగ్, ఎస్.కె.పాటిల్, బెజవాడ గోపాలరెడ్డి, కొత్త రఘురామయ్య, బి.వి.ఎస్.మూర్తి వంటి వారితో సహచర్యం పెంచుకొని రాష్ట్రపతి బాబూ రాజేంద్రప్రసాద్, ఉపరాష్ట్రపతి డా॥ సర్వేపల్లి రాధాకృష్ణవంటి వారితో సాన్నిహిత్యంగా మెలిగి జాతీయస్థాయిలో దేశప్రజల సమస్యలను అర్థంచేసుకొని తగిన సూచనల నిచ్చారు. కృష్ణారావుగారు లోక్‌సభలో ప్రశ్నలు వేసినప్పుడు ఆచార్య ఎన్.జి.రంగాగారు వీరికి అండగా నిలిచేవారు. వీరి సలహాలు కృష్ణారావుగారు తీసుకొంటూ ఉండేవారు. అప్పటి లోక్‌సభ స్పీకర్ మాడభూషి అనంతశయనం అయ్యంగార్ "మనిషి నెమ్మదస్తుడు, మృదుస్వభావం కలవాడు, నిరుపేదలకు అండ, వారికి బంధువు. నిరాడంబరమైన జీవితాన్ని గడుపుతూ అందరికీ అందుబాటులో ఉంటాడు. వినయ విధేయతలు గలిగి ఎప్పుడూ ఉత్సాహంగా ఉంటాడు మండలి. ఒక మహాపురుషునికి ఉండవలసిన మంచి లక్షణాలన్నీ ఆయనలో కనబడతాయి" అని కృష్ణారావుగారిని గురించి అన్నాడు.

గొట్టిపాటి బ్రహ్మయ్య షష్టిపూర్తిహాలు

1958 డిసెంబరు 31వ తేదీన గొట్టిపాటి బ్రహ్మయ్యగారి షష్ట్యబ్ది ఉత్సవాలు మచిలీపట్నంలో "బ్రహ్మయ్య షష్టిపూర్తి భవనం" ప్రారంభోత్సవం అతి వైభవంగా నిర్వహించారు.

ఒక ఆహ్వాన సంఘాన్ని ఏర్పరిచి దానికి అధ్యక్షులుగావుండి జిల్లా అంతా తిరిగి అరవైవేల రూపాయలు వసూలుచేసి అప్పటికి మూడు గదులు ఉన్న భవనాన్ని మరో మూడుగదులు నిర్మించి పెద్ద విశాలమైన హాలుని నిర్మించారు. తన తండ్రి నాటిన దేశభక్తి బీజాలు శ్రీ గొట్టిపాటి బ్రహ్మయ్యగారి నేతృత్వం తనను ఇంతవాడిగా చేసిందని శ్రీ మండలి అంటూండేవారు.

దివి లైట్‌హౌస్

కృష్ణానది ముఖద్వారం గొల్లలమోదవద్ద బ్రిటిష్‌వారు నిర్మించిన లైట్‌హౌస్ 1942 నుండి పాడైపోయింది. పార్లమెంట్ సభ్యునిగా కృష్ణారావుగారు దీనిని పరిశీలించి కేంద్ర రాష్ట్ర ప్రభుత్వాలతో చర్చించి 14 మైళ్ళ మేరకు కాంతిని ప్రసరింపజేసే పెద్ద లైట్‌హౌస్ నిర్మాణానికి పదిలక్షలరూపాయలు తృతీయ ప్రణాళికలో కేటాయింపజేసి దానిని నిర్మించారు. 1962-63లలో కృష్ణానది ముఖద్వారంలోని పాయలన్నింటినీ సముద్రతీరాన్ని హైడ్రోగ్రాఫిక్ సర్వేజరపడానికెంతో కృషిచేశారు.

రోడ్ల అభివృద్ధి

కృష్ణా జిల్లాలో ముఖ్యంగా దివి, బందరు, కైకలూరు తాలూకాల సర్వతోముఖాభివృద్ధికి రోడ్ల నిర్మాణ కార్యక్రమంపట్ల ఎంతో కృషిచేశారు. ఉయ్యూరు పంచదార ఫ్యాక్టరీ ప్రాంతంలోని సిమెంట్‌రోడ్డు పామర్రు నుంచి కంకిపాడు వరకు 14 మైళ్ళ పొడవున రోడ్డును శ్రద్ధతీసికొని వేయించారు.

1963-69 మధ్య కృష్ణాజిల్లా పరిషత్ ఉపాధ్యక్ష పదవిని అలంకరించి చిరస్మరణీయమైన సేవలు అందించారు.

దివిసీమ వైజ్ఞానిక సాంఘిక సేవాసమితి

1965లో సాంఘిక సంక్షేమ సేవా పథకాల అమలుకు ఎన్నో స్వచ్ఛంద సంస్థలను స్థాపించారు. "దివిసీమ వైజ్ఞానిక సాంఘిక సేవాసమితి" నిర్మించే అనేక అభివృద్ధి కార్యక్రమాలు నిర్వహించారు.

వాడపాలెం వరదకట్ట (1965)

దివిసీమను దివ్యసీమగా మార్చి దివిసీమ వాసుల కష్టాలు తీర్చాలన్నది ఆయన జీవితాశయం. కృష్ణానదికి తరుచూ వరదలు వచ్చి గ్రామాలను ముంచేసి పంట నష్టం వాటిల్లేది. గుండేరు డ్రైనేజి పథకం క్రింద గుండేరు వరదకట్టను, వాడపాలెంవద్ద కృష్ణా వరదకట్టను నిర్మించి దివిసీమకు ఆపద్బాంధవుడయ్యారు.

☆ ఎ.పి.ఎస్.ఆర్.టి.సి. పాలకమండలి సభ్యులుగా 1967-71 మధ్య వ్యవహరించి అనేక సౌకర్యాలు కలిగించారు.

☆ దివిసీమ వ్యవసాయ బృహత్ ప్రణాళికతో పేదరైతులకు చేయూతనిచ్చారు. 30 వేల ఎకరాల బంజరు భూములను మూడు సంవత్సరాల కాలంలో నాలుగు వందల సహకార వ్యవసాయ సంఘాల ద్వారా సాగులోకి తెచ్చి 11 వేల కుటుంబాలకు జీవనాధారం కలిగించారు. 1969-72 ప్రదేశ్ కాంగ్రెస్ సంఘ ప్రధానకార్యదర్శిగా వ్యవహరించారు. 1970లో అవనిగడ్డ సమితి అధ్యక్షులుగా, ఏకగ్రీవంగా ఎన్నికయ్యారు ఆంధ్రప్రదేశ్ మత్స్య పరిశ్రమ శాఖాభివృద్ధి సలహామండలిలో ఉన్నారు. అదే సంవత్సరం ఆగ్నేయాసియా దేశాల పర్యటన చేశారు.

దేశీయదుస్తులు

అప్పుడు సహజంగా ఆయన ధరించే తెల్లని ఖద్దరు పంచె ఖద్దరు చొక్కా ధరించి వెళ్ళగా ఆయాదేశాలలో అందరూ ఆయన వంక పరీక్షగా చూసేవారట. ఫిలిపైన్స్‌లో వీధిలో నడుస్తున్నపుడు ఆ దేశస్థులు ఆయన దుస్తులను చూచి ఈయన ఎవరైనా యోగియా? మత గురువా? అని ఆయనవెంటనున్న కరీంనగర్ ఎం.ఎల్.ఎ. సత్యనారాయణగారిని అడిగారట. బ్యాంకాక్‌లో ఒకే ఒక మరకత శిలలో చెక్కిన బుద్ధవిగ్రహం ఒక కోటలోవుంది. దానికి ప్రవేశం జాతీయదుస్తులు ధరించినవారికి మాత్రమే వుంది. అచటికి వెళ్ళినవారిలో తనకూ, తిమ్మయ్యగారికి మాత్రమే ప్రవేశం కలిగింది. దానిని చూశాం అని ఆయన చెప్పేవారు.

మంత్రి పదవి

1972లో ఆంధ్రప్రదేశ్ శాసన సభకు జరిగిన ఎన్నికలలో అవనిగడ్డ నియోజక వర్గం నుంచి పోటీలేకుండా ఏకగ్రీవంగా ఎన్నికయ్యారు. ఈ విషయం శ్రీమతి ఇందిరాగాంధీ దృష్టిని విశేషంగా ఆకర్షించింది. పి.వి.నరసింహారావుగారి మంత్రివర్గంలో మంత్రిపదవి లభించింది. ఆయన కృష్ణారావుగారిని "నీకు ఏశాఖ కావాలి!" అని అడిగినపుడు 'సాంఘిక సంక్షేమ శాఖ' ఇవ్వమని అడిగారు. ఆయన ఆశ్చర్యపోయి అదేమిటి? ఆ శాఖను అందరూ వద్దంటారే? ఇంకా ముఖ్యమైన శాఖ నీకివ్వాలనుకున్నాను ఆలోచించు అన్నారు. లేదు పేదసాదలకు సహాయపడాలంటే ఈ శాఖలో ఉంటేనే ఎక్కువ అవకాశం ఉంటుంది అన్నారు. నిజంగా ఇక్కడ నాకు రంతిదేవుని మాటలు జ్ఞాపకం వస్తున్నాయి. విష్ణుమూర్తి ప్రత్యక్షమై రంతిదేవుని స్వర్గానికి రమ్మన్నప్పుడు అక్కడ పేదవారు ఉంటారా అని అడిగి ఉండరని తెలుసుకొని పేదలకు సేవచేయని స్వర్గం నాకెందుకు.

"న త్వహం కామ యే రాజ్యం
న స్వర్గం న పునర్భవం

కామయే దుఃఖ తప్తా నాం
ప్రాణినాం ఆర్తి నాశనం" అన్నాడట.

సాంఘిక సంక్షేమశాఖలో ప్రసంగిస్తూ పి.వి.నరసింహారావుగారు ఈ విషయాన్ని విశేషంగా ప్రస్తావించారట. ఈ శాఖ విద్యాశాఖలో ఒక భాగంగావుండేది. అప్పటివరకు వీరిపని కేవలం హరిజన వసతి గృహాలకు గ్రాంటులు మంజూరు చేయటం. ఈయన దానిని సచివాలయంలో ప్రత్యేక శాఖగా చేయించగలిగారు వసతి గృహాలను ప్రభుత్వమే నిర్వహించాలని ప్రతిపాదనలు చేసి అనతి కాలంలోనే, సాంఘికసంస్కరణలపై ఒక సదస్సు, మత్స్య పరిశ్రమాభివృద్ధి పై ఒక సదస్సు ఏర్పాటుచేసి వాటిని క్షుణ్ణంగా అధ్యయనం చేశారు. అప్పుడే హరిజనులకు వెనకబడిన తరగతుల ప్రజలకు ఆర్థికంగా సహాయం చేయడానికి ఉద్దేశింపబడిన సంస్థలకు రూపకల్పన చేయడం కూడా జరిగింది. ఈయన గట్టిగా ప్రయత్నంచేసి జీవిత భీమాసంస్థ సహాయంతో నిరుపేదలకోసం యాభైఐదువేల ఇండ్లను కట్టించగలిగారు. సాంఘిక సంక్షేమ కార్యక్రమంలో ఒక భాగంగా వర్ణాంతర వివాహాలకు ప్రభుత్వపరమైన ప్రోద్బలం లభించే ఏర్పాటు చేశారు. ఆ పదవిలో ఉండి ఆ మాత్రం చేయగలగటం సామాన్యమైన విషయంకాదు. అంతక్రితం ఆ శాఖలో ఉన్న కొందరు వ్యక్తులు అల్లరి పాలయ్యారు. ఈయన నిస్వార్థంగా చేయగలిగారు. ఆ శాఖతోపాటు మత్స్యశాఖ కూడా వీరికి ఇచ్చారు. పటమటి కోస్తాలో మత్స్యపరిశ్రమ విరివిగా సాగుతున్న కేంద్రాలను దర్శించి బెస్తవారికి నాటుపడవలను సమకూర్చడానికీ గట్టి వలలకోసం నైలాన్ త్రాటిని లభింపజేయడానికి కొన్ని ప్రణాళికలు రూపొందించి అమలుజరిపారు. ఆ విధంగా ఒక వంక చేపల పరిశ్రమను అభివృద్ధి చేయడానికి చర్యలు తీసుకొంటూనే వెనువెంట బెస్తవారి సంక్షేమానికి కూడా కృషి సల్పారు. ప్రత్యేకించి చెప్పుకోతగ్గ విషయమేమిటంటే బెస్తవారి పిల్లలకు కూడా హరిజనులతో సమానంగా పాఠశాలలలోనూ విద్యార్థి వసతి గృహాలలోనూ కొన్నిసీట్లను కేటాయించాలనే నిర్ణయం చేశారు. వారికి ప్రత్యేకించి ఆశ్రమ పాఠశాలలు పెట్టించి అభివృద్ధి పథంలో వారిని పయనించే విధంగా చూశారు.

సమైక్యతా దీక్షాతత్పరుడు

శ్రీ మండలి జీవిత చరిత్రను పద్య, గద్య రూపాలలో ఎందరో గ్రంథస్థం చేశారు. అయినా వారి జీవితములో విశేష ఘట్టాలను మరిచిపోయిన సంఘటనలను వారు చెబుతూ ఉండగా వారి ఆత్మకథా రూపంలో తీసుకొని రావాలనే తలంపుతో శ్రీ బుద్ధప్రసాద్ సూచన మేరకు కృష్ణారావుగారి చివరి రోజులలో వారు చెబుతూ వుండగా నేను రాయటం జరిగినది. అది నా అదృష్టంగా భావిస్తున్నాను. సమైక్యతా ఉద్యమంలో నిలబడి సమైక్యతా వీరునిగా పేరుగాంచి వారు పడిన కష్టాలను వారు తెల్పిన వైనం నేడు ప్రతి ఒక్కరూ తెలుసుకోవాలి.

"చిరకాల వాంఛాఫలంగా శ్రీ పొట్టి శ్రీరాములు బలిదానంతో ఆంధ్ర రాష్ట్రం ఏర్పడింది. భాషా ప్రయుక్తంగా దేశంలో రాష్ట్రాల విభజన జరిగితే నిరక్షరాస్యులతో సహా ప్రభుత్వ

కార్యకలాపాలనవగాహన చేసుకోవటానికి, తగిన సలహాలివ్వడానికి వీలయినంతవరకూ ప్రత్యక్షంగా పాల్గొనటానికి భాషాపరంగా కలిగే ఆటంకం లేకుండా పరిపాలన సమర్థవంతంగా కొనసాగుతుంది. అనే సిద్ధాంతం కాంగ్రెస్‌లో ఎప్పుడో ఏర్పడింది. తదనుగుణంగానే ఆంధ్రరాష్ట్రం సాధించాలనే ఉద్యమం కొనసాగింది. ఆంధ్రరాష్ట్రం సిద్ధించిన తరువాత తెలంగాణాతో కలిసి ఆంధ్రప్రదేశ్ ఏర్పడటమనేది ఆంధ్ర తెలంగాణాల ఉభయ నాయకులు, మేధావులు ఏకీభావంతో చేసిన కృషి ఫలితమే. భాషాపరంగా సోదరులైన వారి మధ్య అడ్డుగోడలెందుకు? అనేది ఆనాటికి-ఈనాటికి-ఏనాటికీ ఆక్షేపణ లేని భావన.

దేశంలో భాషాప్రయుక్త రాష్ట్ర భావమే తప్పేమో అనిపించే అంతగా మన రాష్ట్రంలో రెండు ఉద్యమాలు జరిగాయి. ఒకటి తెలంగాణా ఉద్యమం. రెండవది జై ఆంధ్ర ఉద్యమం. ఇవి కొనసాగి పెద్దల మనస్సును క్షోభపెట్టడం, దేశాన్ని ఆర్థికంగా నష్టపరచటం జరిగింది. మొదటిది సద్దుమణిగిందంటే రెండవది చాలా దారుణంగా పరిణమించి వేర్పాటు ఉద్యమం విజృభించింది. మేధావి వర్గంతో సహా అధిక సంఖ్యాకులు సమైక్యంగా ఆంధ్రరాష్ట్రం కొనసాగటం కష్టం కాబట్టి విడిపోయి మన బ్రతుకు మనమే మునిపటిలాగా బ్రతుకుదా మనుకోవటం జరిగింది. ఉమ్మడి మద్రాసు రాష్ట్రంలో ఉండి మనం నష్టపోయాం ఇప్పుడు మన సంగతి తిరోగమనంగానే ఉంది. అని ఇటు ఆంధ్రప్రాంతానికి అటు తెలంగాణా సోదరులకు మనం వాళ్ళని వెనక్కి నెట్టేస్తున్నామనే భావనలేర్పడ్డాయి. ఆ పరిస్థితి దురదృష్టకరం. శతాబ్దాల తరబడి విడివడియున్న సోదరులు గాఢమైన ఆకాంక్షతో తపించి చివరకు కలిసిపోయిన తరువాత విడిపోవటం బాధాకరం కాదా! ఏమైనా ఇది కుటుంబసమస్యే కాని పరాయివారితో పరప్రభుత్వంతో పోరాటం కాదు. ఆనాడు ఈ భావనకు తావులేని ఉద్రేకం ఆంధ్రప్రాంతంలో అతిగా నెలకొన్నది.

"పూర్వాపరాలు, ఉచితానుచితాలు, పర్యాలోచించే అవకాశం నాతోపాటు నా సహచర మంత్రి బాట్టం శ్రీరామచంద్రమూర్తిగారికి లభించింది. అందుకే మమ్మల్ని ఏకాకుల్ని చేశారు.

శ్రీ పి.వి. నరసింహారావు మంత్రివర్గంలో ఆంధ్రప్రాంతం మంత్రులలో మేము ముగ్గురమే సమైక్యతకి నిలబడింది. నేను, శ్రీ భాట్టం, శ్రీ లక్ష్మణదాసు. శ్రీ భాట్టం విశాఖజిల్లా. శ్రీ లక్ష్మణదాసు శ్రీకాకుళంజిల్లావారు.

ఆనాడు ప్రత్యేకాంధ్ర ఉద్యమానికి నాయకత్వం వహించింది, ఉద్యమానికి నడిబొడ్డుగా నిలచిందీ కృష్ణాజిల్లా. అటువంటి కృష్ణాజిల్లానుంచి మంత్రినైన నామీదే ఉద్యమం కేంద్రీకృతమవటం సహజం కదా! ఎంత తట్టుకుంటే నిలబడగలిగాను. ఆనాటి సంఘటనలు బీభత్సకాండ వర్ణనాతీతం.

వేర్పాటువాదం పతాక స్థాయిలో ఉండగా ఆప్తులే అపనిందలు వేశారు. అపకారం చేయడానికి ప్రయత్నించారు. ఎన్నోకష్టాలకు గురిచేశారు. నా కుటుంబం అవనిగడ్డలో ఉండటం నేను హైదరాబాద్‌లో నుండటం భయాందోళనలు కలగటం ఇదంతా ఒక చరిత్ర. ఈ చరిత్రను

మరో రకంగా మార్చి చెప్పటం చేతనైన వాళ్ళకి సాధ్యపడతుందేమోకాని చరిత్రను చెరిపివేయటం మాత్రం అసంభవం. అందుకే ఆ ఘట్టాలు చరిత్రలో పడ్డమచ్చలు మరువలేని పీడకలలు.

హైదరాబాద్‌లో నామీద దాడులు అవనిగడ్డలో మా ఇంటిమీద దాడులు. నేను కన్పిస్తే అంతం చేయాలని ఆక్రోశాలు. ఒక్కొక్కప్పుడు టెలిఫోన్ ద్వారానైనా పరస్పర యోగ క్షేమాలు తెలుసుకోవడానికి అవకాశం లేకపోవడం సంభవించేది. నేను విజయవాడకు విమానంపై వస్తున్నానని తెలిసి గన్నవరం విమానాశ్రయం రన్‌వే మీద తారు పీపాలు వేసి నిప్పంటించి విమానం దిగనీయకుండా చేసిన రోజులవి.

నేను ఉద్యమంలో చేరితే చాలు ప్రత్యేకాంధ్రా వస్తుందని, నన్ను ఏ విధంగానైనా లొంగదీయాలని ప్రయత్నాలుచేశారు. కృష్ణాజిల్లాకు చెందిన కొందరు హైదరాబాద్ వచ్చి ఇది ప్రజావిప్లవంగా ఉంది. ఆబాలగోపాలం ప్రత్యేకాంధ్ర ఉద్యమంలో చేరారు. మీరుకూడా నాయకత్వం వహించండి. ఇది అందరి కోర్కె. మీరువస్తే జగ్గయపేట నుండి వందలాది లారీలతో పూలదండలతో ఊరేగించుతూ బందరు తీసుకువెళతాం అన్నారు. వీరంతా చాలా ఆవేశంగా ఉన్నారు. చెప్పినా అర్థం చేసుకోని పరిస్థితి అయినా శాంతంగా వినండి అనేక సహజ సంపదలు కలిగిన ఆంధ్రప్రదేశం ఎప్పుడో కాకతీయుల కాలంలో తెలుగుదేశమంతా ఏకపాలనలోకి వచ్చింది. మరల ముక్కలు ముక్కలయిన తెలుగు దేశాన్ని ఏకపాలన క్రిందకు తీసుకొనిరావాలని మన పెద్దలు 40 సంవత్సరాలుగా చేసిన కృషిఫలితంగా ఆంధ్రప్రదేశ్ ఏర్పడింది. విభేదాలు రావచ్చు. పరిష్కారం చేసుకోవాలి. రెండు రాష్ట్రాలుగా చీలిపోతే ఆస్తిపాస్తులు మొదలుకొని జలాల పంపకం వరకూ అన్నీ వివాదాలే ఎదురౌతాయి. ఉద్యమం వలన తెలుగు జాతిని విచ్ఛిన్నం చేయకోరటం న్యాయంకాదు. అందుకే నా బొందిలో ప్రాణమున్నంత వరకూ సమైక్యతను కోరుతాను. దేశప్రగతి సాధించుకోవాలి. అంటే సమైక్య ఆంధ్రప్రదేశ్ ఉండాలి. ఏకోణములో నుండి చూసినా ఈ ఉద్యమం అర్థరహితం అని నిక్కచ్చిగా చెప్పగా, చూస్తాం నీసంగతి అని వారు వెళ్ళిపోయారు.

ఆ కొద్ది రోజులు తరువాత నేను టాంక్‌బండ్‌మీద ఉదయం వాకింగ్ చేస్తుంటే కొందరు ప్రత్యేకవాదులు దాడి చేయడానికి వచ్చారు. దానిని గమనించి మార్నింగ్‌వాక్ చేస్తున్న వారిలో కలిసిపోయి ఆ ప్రమాదం నుంచి తప్పించుకోగలిగాను.

అవనిగడ్డలో జరిగే దాడులకు నా భార్య శ్రీమతి ప్రభావతీదేవి వీరవనితలాగా, నా పెద్దకుమారుడు చి॥బుద్ధప్రసాద్ బాలవీరునిలాగా నా ఆశయాల కనుగుణంగా నిలిచారు. మా యింటికి ఎవ్వరినీ వెళ్ళనీయకుండా వేర్పాటు వాదులు చేశారు. చివరకు చాకలిని, మంగలిని కూడా వెళ్ళనీయలేదు. చి॥ బుద్ధప్రసాద్ శ్రీ కోసూరు పున్నయ్య భాగవతార్‌చే సమైక్యవాదాన్ని ప్రబోధించే గీతాలు రాయించి ఏలూరులో ఉన్న అర్జా సూర్యనారాయణరావుచే నడపబడే "స్నేహలత" పత్రికకు పంపేవాడు. అవనిగడ్డలో ఉద్యమకారులు బరిసెలకు జెండాలు కట్టుకొని తిరిగేవారు. వారు ఒక సి.ఆర్.పి జవానును బరిసితో పొడిచారు. ప్రత్యర్థులు ఈ విధంగా మా కుటుంబాన్ని నాలుగు నెలలపాటు ఇబ్బందులపాలు చేశారు.

ఒకసారి ఎన్నో కష్టాలుపడి తెల్లవారు ఝామున అవనిగడ్డ చేరుకున్నాను. ఉదయం గ్రామంలో తిరిగాను. ఇంటికి వచ్చిన తరువాత ఉద్యమకారులు వచ్చి గొడవచేశారు. తిరిగి కారులో హైదరాబాద్ వెళ్ళుతుండగా మొవ్వవద్ద నా కారుపై గెడ్డలు వేశారు. నేను కారు దిగి జనంలోకి వెళ్ళాను. ఇంకా గెడ్డలు వేయటం మొదలుపెట్టారు. ఒక హరిజనసోదరుడు నాకు అడ్డంగా నిలబడి నన్ను కాపాడాడు. వారు విసిరిన ఒక పెద్దరాయి అతని తొడకు తగిలి గాయమైంది. అతను నన్ను హరిజనవాడకు తీసికొనివెళ్ళి ఉపన్యాసం చెప్పించాడు. రెండుచోట్ల నాపై బాంబులు కూడా విసిరారు.

చివరికి ఏర్పాటు వాదం వెనకడుగూ సమైక్యవాదం ముందడుగూ వేశాయి. అపార్థాలకు గురైన నన్నే "సమైక్యవీరుడ'ని ప్రశంసించారు. అందుకే 'నిదానం ప్రధానం' అని చెప్పారు.

ఒకసారి గాంధీక్షేత్రం కార్యకర్త ప్రకాశరావుగారు రోడ్డుమీద పోతూవుంటే వేర్పాటు వాదులు ఆయనను 'జై ఆంధ్రా' అనమన్నారు. ఆయన అనలేదు. అతనిని పట్టుకొని గుండు గీయించి సున్నపుబొట్టులుపెట్టి పంపించారు. ఆయన గాంధీ క్షేత్రానికి వెళ్ళగా శ్రీ బుద్ధప్రసాద్ అతనిని ఫోటోతీయించి ఆ వార్తను ఫోటోను అతనికిచ్చి ఏలూరు పంపించారు. అచట 'స్నేహలత' పత్రికవారు దానిని ప్రచురించారు. ఏ పత్రికా దానిని ప్రచురించలేదు. ఆంధ్ర దేశపత్రికలు నిరాకరించిన ఆ వార్తను ఉత్తరాది పత్రికలు ప్రచురించాయి. దానితో జై ఆంధ్రా ఉద్యమ వికృత రూపం ఔత్తరాహులకు అర్థమైంది. ఇటువంటి వికృతపు పనులెన్నో చేశారు వేర్పాటు వాదులు."

ఇలా ఆయన అనేక విశేషాలు తెలియజేశారు.

జాతీయవాదాన్ని జీర్ణించుకొని ప్రజాసేవకు అంకితమైన శ్రీ మండలి చివరి రోజులలో నేటి అనారోగ్యకరమైన రాజకీయాలపట్ల ఆవేదన వ్యక్తం చేస్తుండేవారు హింస, దౌర్జన్యం, అరాచకం, కుళ్ళు కుచ్చితాలతో కూడిన ఈ వ్యవస్థ ఎప్పుడు మారుతుందా! అని ఆవేదన పడేవారు. అటువంటి సమైక్యతా వీరుడు తెలుగుజాతి ఉన్నంతవరకు తెలుగువారి గుండెలో నిండుగా నిండి యుంటాడు.

శ్రీ మండలి వెంకట కృష్ణారావుగారి కుటుంబము

వీరికి ఇద్దరు కుమారులు నేటి ఆంధ్రప్రదేశ్ రాష్ట్ర పశుసంవర్ధక, పాడి పరిశ్రమాభివృద్ధి, పశువైద్యవిశ్వవిద్యాలయం, మత్స్యశాఖామాత్యులు శ్రీ బుద్ధప్రసాద్ మరియు సత్యప్రసాద్. ఇద్దరు కుమార్తెలు శ్రీమతి అన్నపూర్ణ శ్రీమతి రేవతి, అల్లుళ్ళు డా॥ పద్యాల చంద్రశేఖర్, డా॥ ఎమ్.ఎస్.వి.బి.కోటేశ్వరరావు. కృష్ణారావుగారి సతీమణి శ్రీమతి ప్రభావతిగారు. శ్రీ బుద్ధప్రసాద్ భార్య శ్రీమతి విజయలక్ష్మి. వీరికి ముగ్గురు సంతానం చిరంజీవులు కృష్ణప్రభ, అవనిజ, వెంకట్రావ్. శ్రీ బుద్ధప్రసాద్‌వారి తాత గారు వారి తండ్రికి పేరు పెట్టినట్టులుగా వీరి

తల్లిదండ్రులపేర్ల నుండి కృష్ణ, ప్రభలపేర్లతో కృష్ణప్రభ అనిపేరుపెట్టారు. బహుశః దివిసీమ, అవనిగడ్డలపై ఉన్న మక్కువతో 'అవనిజ'అని రెండవకుమార్తెకు పేరు పెట్టి యుండవచ్చునను కుంటున్నాను. ఇక సత్యప్రసాద్, వాణిశ్రీ దంపతులకు చి॥ఫణిసాయికృష్ణ. పెద్ద అల్లుడు డా॥పద్యాల చంద్రశేఖర్ అన్నపూర్ణ దంపతులకు చిరంజీవిని ఉజ్వల, చిన్న అల్లుడు డా॥ ఎమ్.ఎన్.వి.బి. కోటేశ్వరరావు రేవతి దంపుతులకు చిరంజీవులు హేమకీర్తి, సిందూరి. "శ్రీ బుద్ధప్రసాద్ బుద్ధిమంతుడు, వినయవంతుడు కార్యదక్షుడు పితృభక్తి తత్పరుడు. నిజంగా నా సంతానం నా భావాలకనుగుణంగా సంతోషజనకంగా ఉంటుంది. నా సేవాపరాయణత్వానికి తన సహచర్యం సముచితముగా దోహదపడేటట్లు ప్రవర్తించిందని ఎందరో పెద్దలు గుర్తించి అభినందించిన నా భార్య, నా కుటుంబమంతా జై ఆంధ్రా ఉద్యమంలో నిస్సహాయంగా అయిపోయి అవస్థలెన్నో పడ్డారు. చివరికి "వేర్పాటువాదం వెనకడుగు, సమైక్యవాదం ముందడుగు" వేసాయి. అని అంటూండే వారు కృష్ణారావుగారు.

విద్య, సాంస్కృతిక వ్యవహారాల శాఖామాత్యులు

రాష్ట్రంలో రాష్ట్రపతిపాలన తొలగింది జలగం వెంగళరావుగారి నాయకత్వాన నూతన మంత్రివర్గం ఏర్పడగా తిరిగి మంత్రి పదవి లభించింది. అప్పుడు విద్య-సాంస్కృతిక వ్యవహారాల శాఖను నిర్వహించారు. ఈసారికూడా ఆయన సామాన్య ప్రజలతో సన్నిహిత సంబంధాలు ఉండే శాఖ లభిస్తే బాగుండునని అనుకున్నారు.

ఆదర్శమంత్రి

మంత్రిగా పదవీ స్వీకారం చేసినవెంటనే ఆయన ఆస్తిపాస్తుల బ్యాంక్‌నిలవల వివరాలను ముఖ్యమంత్రికి, ప్రధానమంత్రికీ తెలిపి ప్రజలలో మంత్రుల ప్రవర్తనను గురించి అపోహలు కలుగనీయని సత్సంప్రదాయాన్ని నెలకొల్పారు.

భూదానం

సామాన్యుడు, అసామాన్యుడు

1973 జూన్ 20న తీసుకున్న ఏడెకరాల పదిహేడుసెంట్ల భూమిలో 5 ఎకరాలను 10 మంది పేదలకు దానం చేశారు.

బస్సుప్రయాణం

ప్రజాస్వామ్య వ్యవస్థలో మంత్రులకూ, ప్రజలకూ మధ్య అంతరం ఉండకూడదని, సామాన్య జనులతో సన్నిహితంగా మెలగడానికి బస్సు ప్రయాణం అనుకూలంగా భావించారాయన. పదవీ ప్రమాణం చేసిన వెంటనే హైదరాబాద్ నుంచి విజయవాడకు బస్సు ప్రయాణం చేశారు.

అంతా ఆయనను వింతగా చూశారు "మంత్రిగారేమిటి? ఆర్టీసీ బస్సు ప్రయాణమేమిటి" అని. ఇంత ఆచరణ యోగులు చాలా తక్కువగా మనకు కనిపిస్తారు. ఆనాటి నుండి దూరప్రయాణాలు బస్సులోనే ప్రయాణం చేశారు. నేటికీ చాలామంది ఆయన ప్రక్క సీట్లో ప్రయాణం చేసినవారు ఎంతో అనుభూతితో చెబుతుంటారు.

పూలదండలకు దూరం

సాంఘిక సంక్షేమ శాఖకు మంత్రియైనప్పుడు అనేకమంది పూలదండలు తెచ్చివేశారు. ఒకాయన ఒక పెద్ద దండవేశారు. కృష్ణారావుగారు "ఈ దండ ఎంత అయినది?" అని ప్రశ్నించారు. ముప్పై రూపాయిలైంది అని ఆ వ్యక్తి అన్నాడు. దండలు వేసేవారికి మనస్సులో స్పష్టంగానో అస్పష్టంగానో ఏదో ప్రతిఫలాపేక్ష ఉంటుంది గదా! గుర్తింపుకోసం మరికొందరు, ఏమనుకుంటారో అని మరికొందరు ఇన్ని దండలు నాకు వేశారు గదా! అవి వేయించుకున్న వ్యక్తికి అహమిక, చూసేవారికి ఈర్ష్య, కొన్ని క్షణాలైనా అనుభవించని వస్తువుకోసం వ్యర్థంగా అంత ధనవ్యయం ఇవన్నీ ఆయన మనస్సులో కదిలాయి.

నిలువ నీడలేని వారికి ఇళ్ళస్థలాలు ఇవ్వాలని ఒక చోటికి వెళ్ళారాయన. అక్కడ స్థలాల పట్టాలు తీసికోవడానికి పేద ప్రజలలో దాదాపు మూడు వందలమంది దండలు పట్టుకొని ఉన్నారు. దండ ఎంతయింది? అని ఒకాయనను అడిగారు మంత్రివర్యులు 'మూడురూపాయలు' అని చెప్పాడతను నీకు రోజుకు కూలి ఎంత? అని అడిగారు. మూడు రూపాయలు సమాధానం. నేను మూడు నిమిషాలైనా మెడలో వేసుకోని పూలదండ కోసం ఆ శ్రమజీవులు ఒక్కొక్కరూ రోజంతా కష్టించి పనిచేస్తే తమకు లభించే మూడు రూపాలయను ఖర్చుపెట్టారు. ఆవిధంగా పూలదండలు వెయ్యటం మర్యాద అని ఆ నిరుపేదలందరూ తమ రోజు కూలిని నాకోసం వెచ్చించారు. నిజంగా చాలా బాధవేసింది వారికి. ఎవరి వద్ద నుంచి పుష్పమాలను స్వీకరించనని ఆనాడు నిర్ణయించుకున్నారు. ఆనాటి నుండి చివరివరకు ఆ నియమాన్ని పాటించిన మహానుభావుడాయన.

గురుపూజోత్సవం

విద్యాశాఖామాత్యులుగా అనేక సంస్కరణలు తీసుకొని వచ్చారు. అప్పటికి రాష్ట్రంలో ఉన్న ఉద్యమాలవల్ల విద్యార్థులలో క్రమశిక్షణ అంతరించింది. అరాచకస్థితి ప్రబలి పరీక్షలు కూడా అస్తవ్యస్థంగా మారాయి. అప్పుడు మంత్రి వర్యులు విద్యార్థులతో చర్చించి సంచార పరిశీలక బృందాలను ఏర్పాటుచేసి విద్యావిధానంలో శ్లాఘనీయమైన మార్పులు తేగలిగారు. ఉపాధ్యాయుల సమస్యలను పరిష్కరించారు. విద్యార్థులలో, ఉపాధ్యాయులతో మేనేజ్‌మెంట్లలో ఉన్న అవినీతిని ప్రక్షాళనం చేశారు. టీచర్స్‌డేను "గురుపూజోత్సవంగా" రూపొందించి వారి

గురువులైన ఉపాధ్యాయులను సత్కరించి గురువులను సత్కరించాలనే నూతన సత్సంప్రదాయాన్ని ఏర్పాటుచేశారు.

సాంస్కృతికోత్సవాలు

సాంస్కృతిక వ్యవహారాలలో కూడా అనేక ప్రయోజనాలను సాధించారు. అన్ని ప్రాంతాల తెలుగువారిని మమతానురాగ బంధాలతో ఏకం చేయడానికి వారిలో సమైక్యాన్ని పెంపు చేయడానికి సాంస్కృతిక కార్యక్రమాలు చక్కని మార్గమని 1974లో అఖిల భారతస్థాయిలో "తెలుగు సాంస్కృతికోత్సవాల"ను తెలుగు "బాలల మహోత్సవాలను" నిర్వహించారు. "అధికార భాషాసంఘాన్ని" నెలకొల్పారు. తెలుగును తాలూకా స్థాయిలో అధికార భాషగా ప్రవేశపెట్టారు.

ప్రథమ ప్రపంచ తెలుగు మహాసభలు

భేదభావంతో సతమతమవుతున్న తెలుగు జాతిని ప్రేమ భావంతో పెనవేయాలని అనుకున్నారాయన. ఆయనలో అప్పటివరకు ఒక లీలగా ఉన్న కమ్మని ఊహను ప్రపంచ తెలుగు మహాసభలుగా రూపొందించారు.

1975 ఏప్రిల్‌లో ఉగాది నుండి వారం రోజులపాటు రాష్ట్రరాజధానిలో అత్యంత వైభవోపేతంగా 'నభూతో నభవిష్యతి' అన్న రీతిని జరిగాయి. "వసుధైక కుటుంబం" అన్న భావనతో పురోగమిస్తున్న మానవజాతిలో భాషాపరంగా ఏకత్వం ప్రపంచ పౌరుల్ని ఏకవేదికపై నిలబెట్టగలిగారు.

ఇతర దేశాలలో నివసిస్తున్న తెలుగుసోదరుల్ని హైదరాబాద్ పిలిపించి ఉగాది పండుగకు చుట్టాలందరితో కళకళలాడే ఒక సంపన్న కుటుంబంలాగా ఆంధ్రజాతిని ఒకే చోట నిలిపి ప్రపంచానికి చూపించగలిగారు. ఆంధ్రుల సంస్కృతి, సంప్రదాయలు, కళలు, జీవన స్రవంతి ప్రతిబింబించే ప్రదర్శనం నిర్వహింపజేశారు. వివిధ రంగాలలో ప్రఖ్యాతి నొంది దివంగతులైన తెలుగువారిని స్మరించుకొన్నారు. లబ్ధప్రతిష్ఠులెందరినో సత్కరించారు. ఇంత పెద్దఎత్తున తెలుగువారు పరస్పరం అభినందించుకొన్న సన్నివేశం ఇంతకుముందు చూడలేదని చాలామంది అన్నారు.

మనదేశంలోని ఇతర రాష్ట్రాలలో నివసిస్తున్న తెలుగువారు, మారిషస్, మలేషియా, ఫిజీ, శ్రీలంక, ఇంగ్లండ్, ఫ్రాన్స్, అమెరికా, కెనడా వంటి ఇతర దేశాలలో ఉంటున్న తెలుగువారు ఒక్కచోట సమావేశమై పరస్పరం పరిచితులు కావడానికి అవకాశం ఏర్పడింది. అందులో చెరగని చిహ్నంగా హైదరాబాద్‌లో శాశ్వత ప్రాతిపదికపై "తరతరాల తెలుగుజాతి" ప్రదర్శనాన్ని నిత్యప్రదర్శన యోగ్యంగా ఏర్పాటుచేశారు. అంతర్జాతీయ తెలుగు ఇనిస్టిట్యూట్‌ను నెలకొల్పారు. దీని ద్వారా విదేశాంధ్రులతో సంబంధాలు మెరుగుపరచి పరస్పర సహకారం పెంపొందించే ఏర్పాటుచేశారు. ఈ విషయంలో నాటి ముఖ్యమంత్రి శ్రీ జలగం వెంగళరావు గారిచ్చిన

ప్రోత్సాహం శతధా సహస్రధా ఫలించిందని కృష్ణారావుగారు అనేవారు. వారిద్దరినీ కృష్ణార్జునులుగా పోల్చారు. అంత మహత్తర సభలను నిర్వహిస్తూ ఆయన ఒక సామాన్యుడుగా ప్రేక్షకులతో కలిసి కూర్చునేవారు. సామాన్య కార్యకర్తగా పనిచేసినారు. అదీ ఆయన ఔన్నత్యం. ఆయన ప్రపంచ తెలుగు పౌరుడుగా అనేకులు కీర్తించారు. శ్రీ శంకరబాడి సుందరాచారి రచించిన "మా తెలుగు తల్లికి మల్లెపూదండ" అనే గీతాన్ని రాష్ట్ర గీతంగా చేసి దానిని బహుళ ప్రచారంచేసింది వీరే. ప్రపంచ తెలుగు మహాసభలను పురస్కరించుకొని 78 మోనోగ్రాఫ్‌లు విడుదల చేశారు. 2500 సం॥ తెలుగువారి చరిత్ర సంస్కృతులమీద తెలుగు, హిందీ, ఉర్దూ, ఆంగ్లభాషల్లో సావనీర్‌లు ప్రచురించారు 239 మంది తెలుగు వెలుగులను సన్మానించారు.

బాలబంధువు

నేటి బాలలే రేపటి పౌరులు. మంచివైపు మార్చవలసింది ముఖ్యంగా వీరినే. వీరికి చరిత్రపైన అవగాహన ఏర్పరిచి దేశభక్తులుగా తయారుచేసిన నాడు దేశం సగర్వంగా నిలుస్తుంది.

సంగీత, సాహిత్య, నాటక, చిత్రలేఖనాది వివిధ కళలకు అకాడమీలు ఉన్నాయి. కాని బాలలకు మాత్రం అకాడమీలేదు. బాలలలో నిబిడీకృతమై ఉన్న ప్రతిభాపాటవాలను వెలికితీయాలి. వారిని ప్రోత్సాహపరచాలనే తలంపుతో అనేక అవరోధాలను ఎదుర్కొని తాను విద్యామంత్రిగా ఉండగా 1976 మార్చిలో బాలల "అకాడమీ"ని స్థాపించారు. స్థాపించిన మరు క్షణమే కార్యక్రమాలు రూపొందించారు. స్వర్గీయ న్యాయపతి రాఘవరావు దంపతులను నియమించి వివిధ జిల్లాల్లోని బాలసాహితీవేత్తలను రావించి ఒక్క ఆంధ్రప్రదేశ్‌లోనే కాక యావద్భారతదేశంలోని తెలుగుబాలల నందరినీ అకాడమీ గొడుగు నీడకు చేర్చారు.

హైదరాబాద్‌లో "అఖిల భారత తెలుగు బాలల మహాసభలు" అత్యంత వైభవోపేతంగా నిర్వహించారు. బాలలకు ప్రతిభా పాటవ పోటీలు నిర్వహించారు. ఆ సభలలో. వేలాది మంది ప్రతినిధులలో ఆ సభలు ఒక మహాయజ్ఞంలా వారం రోజులుపాటు సాగాయి. అన్ని రాష్ట్రాలనుంచి వచ్చిన బాలలు వారి తల్లిదండ్రులు వారి పుట్టింటికి వచ్చినట్లు పండుగ చేసుకొంటున్నాం అని మురిసిపోయారు.

బాలలచేత యావద్భారత దేశయాత్ర జరిపించారు. ఆ యాత్రను చక్కని రంగుల చిత్రం తీయించి నేటి, రేపటి తరాలకోసం భద్రపరిచారు. బాలలకోసం సంకలనాలు, కథలు, నాటికలు, పాటలు, జీవితచరిత్రలు మున్నగు 50 పుస్తకాలు ప్రచురించారు. "బాల" మాసపత్రిక రాష్ట్రంలోని 45వేల పాఠశాలలకు అందించారు. బాలల ఫిల్మోత్సవాలు హైదరాబాద్‌లో నిర్వహించారు. ఇంతటి గర్వకారణమైన సంఘటనను కల్పించిన శ్రీ మండలి వెంకట కృష్ణారావుగారిని తెలుగు బాలలోకం బాల బంధువుగా సదా జేజేలు చెబుతుంది.

దివిసీమ ఉప్పెన-తుఫాను

1977 నవంబరు 19 అనగానే ప్రపంచదేశాలన్నిటికీ వెంటనే గుర్తుకువచ్చే సంఘటన దివిసీమ ఉప్పెన–తుఫాను. అదొక మహాగాథ. గుండెలు పిండివేసే విషాదగాథ. ఎంత చెప్పుకున్నా తరిగేదికాదు. నవంబరు 20వ తేదీ గాంధీక్షేత్రమంతా జనం హాహాకారాలు. తల్లులను పోగొట్టుకొన్నవారు, పిల్లలను పోగొట్టుకున్నవారు. భార్యలు పోయినవారు, భర్తలు పోయినవారు. 19 రాత్రి వచ్చిన పెద్ద ఉప్పెనకు ప్రళయం సంభవించినట్లయింది. పరిసర ప్రాంతాలన్నీ బాధితులతో నిండిపోయాయి. ప్రభుత్వ లెక్కల ప్రకారం పదివేలమంది మరణించి ఉంటారని అంచనా. పశువులు నష్టం లక్షలుదాకా చేరింది. గ్రామాలన్నీ తుడిచి పెట్టుకొనిపోయాయి. ఊళ్ళకు ఊళ్ళే నామరూపాలులేకుండా దిబ్బలయ్యాయి. ఆ దిబ్బలు చూస్తే అక్కడ నిన్నటిదాకా ఒక ఊరుందన్న సంగతి అంతక్రితం చూడనివాళ్ళు నమ్మేటట్టు లేకుండా పోయింది. ఇది ప్రపంచాన్నే కదిలించింది. మిగిలినవారిని ఆదుకోవటానికి సేవాసంస్థలు పరుగులు దీశాయి.

"దివిసీమపై ఉప్పెన ప్రళయకాల ప్రభంజనంవలె విరుచుకుపడినవేళ మండలి వెంకట కృష్ణారావుగారు త్రివిక్రమునివలె విక్రమించి, దారి తెన్నూలేని పల్లెలలో బాధితులను ఓదారుస్తూ ఆ శవాల గుట్టల మధ్య, ఆ పశుపక్ష్యాదుల కళేబరాల మధ్య ఆహోరాత్రులు శ్రమించి ఆ ఆర్తులకు ఉపశమనం కలిగించి ఆ సేవలో తన ఆరోగ్యాన్ని, తన కాళ్ళలో ముళ్ళుగుచ్చుకొన్నా లెక్కచేయక, ముందుకుపోయిన ఆయన సేవాదీక్షలు ఏ ప్రజానాయకునికైనా ఆదర్శప్రాయాలే. ఉత్తేజకారకాలేనని బాధితులను చూడటానికి వచ్చిన పద్మశ్రీ తుర్లపాటి కుటుంబరావుగారు అన్నారు.

20 అడుగుల ఎత్తున సముద్రం పొంగి సర్వనాశనము చేస్తే, అంతకంటే ఎత్తుగా కరుణ ప్రవహించి బాధితులను ఓదార్చింది దానికి కేంద్రబిందువు మండలి వెంకట కృష్ణారావుగారు. స్వచ్ఛందసేవాసంస్థలు, సంఘసేవకులు, సహాయ, పునరావాస పునర్నిర్మాణ కార్యక్రమాలలో పాల్గొన్నారు. మదర్‌థెరిసా, కేర్, జిల్లెల్లమూడి అమ్మ, రామకృష్ణ మిషన్, ఆరెస్సెస్, దివ్యజ్ఞాన సమాజం, సత్యసాయి సేవా సమాజం సహాయకార్యక్రమాలు చేపట్టాయి.

వెంకటకృష్ణారావుగారు కొట్టుకుపోయిన గ్రామాల వెంట తిరిగి ప్రజల బాధలను చూచి, చలించి పోయి 20 సంవత్సరాలు కష్టపడి దివిసీమను దివ్యసీమగా మార్చాలని చేసిన అనేక అభివృద్ధి కార్యక్రమాలు 30 నిమిషాలలో తుడిచిపెట్టుకుపోయాయి అని బాధపడి తిరిగి నా ప్రజలకు సేవ చేయడానికి ఈ మంత్రి పదవి అడ్డు అని భావించి రాజీనామా సమర్పించిన త్యాగి, సంఘసేవకుడాయన.

జాతీయ, అంతర్జాతీయ సేవాసంస్థలను సమన్వయపరచి సహాయ, పునరావాస, పునర్నిర్మాణ కార్యక్రమాలు చేపట్టారాయన.

గాంధీ క్షేత్రంలో అనాథలకు, వారిని పరామర్శించడానికి వచ్చే వారికి ప్రతిరోజు పెద్దపెద్ద గుండెగెలతో వండి వడ్డించేవారు.ఎంతో క్రమశిక్షణతో సేవాభావంతో గాంధీక్షేత్రం అమ్మలాగ ఆదుకొంది. ఆర్తులను అక్కున చేర్చుకుంది. గాంధీజీ అనుయాయులైన ప్రభాకర్‌జీ చేసిన సేవ అనన్యమైనది. మరణించగా మిగిలిన వారికి వారివారి ఇష్టప్రకారం శ్రీమండలివారు గాంధీ క్షేత్రంలో సామూహిక వివాహాలు చేయించారు ఇలా త్వరలోనే దివిసీమ మరల దివ్యసీమగా రూపుదిద్దుకొన్నది.

ప్రభాకర్‌జీ అవార్డు

కృష్ణారావుగారి అంకురిత దీక్షను ప్రపంచమంతా వేనోళ్ళకొనియాడింది. దివిదేవుడని, దివిసీమ గాంధీయని కొనియాడింది. తరువాత కాలంలో "ఉత్తమ సమాజ సేవకుని"గా "ప్రభాకర్‌జీ అవార్డు" నందుకున్నారు. ఆ అవార్డుద్వారా వచ్చిన 10వేల రూపాయలను మరల ట్రస్ట్‌వారికి విరాళంగా ఇచ్చి తన ఔదార్యాన్ని చూపుకున్నారు.

"ఏదైన పెద్ద విపత్తు వచ్చినపుడు ఒక మహావ్యక్తికూడా పుడతాడేమో అనుకుంటాను. బీహార్ భూకంపం వచ్చినపుడు బాబూ రాజేంద్రప్రసాద్, దివి ఉప్పెన వచ్చినప్పుడు మండలి వెంకట కృష్ణారావు వీరిద్దరూ ఆర్తులను ఆదుకోవడానికి పుట్టారనుకుంటాను. ఇప్పటికీ కొన్నివందల మంత్రులు ఉండవచ్చు, కాని నేను హృదయపూర్వకంగా ఏమంత్రికైనా నమస్కారం చేస్తానంటే మండలి వెంకట కృష్ణారావుగారికే చేస్తాను అన్నారంటే మండలి ఔన్నత్యం ఎంత ఎత్తు ఎదిగిందో అర్థం చేసుకోవచ్చు.

గాంధీక్షేత్రం

1969 అక్టోబరు రెండవ తేదీన గాంధీ శతజయంతి ఉత్సవాలు అత్యంత వైభవోపేతంగా జరిగాయి. అందులో అనేక కార్యక్రమాల రూపకల్పన చేశారు శ్రీ మండలి. నిర్మాణ కార్యకర్తల శిబిరాలు అంబర్ చరాఖా శిక్షణ, సాహిత్యపఠన ప్రచారాలు సభలు జరిపారు. ఆ సమయంలో సభలకు ముందు 5 నెలల వ్యవధిలో నిధులు ప్రోగుచేసి ఎంతో దీక్షాదక్షతలతో రెండు భవనాలు నిర్మించి ఆ ప్రాంగణాన్ని "గాంధీక్షేత్రం"గా రూపొందించారు. గాంధీజీ నిర్మాణ కార్యక్రమాలకు ఉత్తమ వేదికగా "గాంధీక్షేత్రం" నిలచింది. అందులో, దివిసీమ మహిళాసంఘం ఏర్పరచి, కుట్టు మిషన్ కేంద్రం, నవ్వారునేత మున్నగువానితో శిక్షణా కార్యక్రమాలు చేశారు. 'మహిళా సేవాసంఘం' ఏర్పాటు చేశారు. 'కృష్ణరాయ గ్రంథాలయం' ఏర్పాటు చేశారు. దక్షిణ భారత హిందీ ప్రచారసభవారి ఆధ్వర్యంలో హిందీప్రచారక్ విద్యాలయం, బట్టల అద్దకం శిక్షణా కేంద్రం, వృత్తిశిక్షణా కేంద్ర, పుస్తక ముద్రణాలయం, పోస్టాఫీసు ఎన్నో గాంధీక్షేత్రంలో నిర్వహించారు. ఎందరో ఇక్కడ శిక్షణపొంది ఇప్పుడు మండలి వెంకట కృష్ణారావుగారి ఫోటో వారిఇళ్ళల్లో పెట్టుకొని వారిపేరు చెప్పుకొని సుఖంగా జీవిస్తున్నారు. విద్యామంత్రిగా ఉన్నప్పుడు ప్రయోగాత్మకంగా ఇంటర్‌మీడియట్ అవ్వగానే అదే కళాశాలలో సెకండరీగ్రేడ్ ట్రైనింగ్‌ను

ప్రవేశపెట్టగా అది దివిసీమ చుట్టుప్రక్కల జిల్లాల వారికి ఎంతో ఉపకరించింది. ఆ ప్రయోగం ఇప్పుడు సుఖంగా ఉద్యోగాలు చేస్తున్న ఉపాధ్యాయజీవితాలలో వెలుగు నింపింది. నిజంగా ఆయన చేసిన సేవలకు దివిసీమ ఉపాధ్యాయలోకంగాని ప్రజలుగాని మరచిపోకూడదు. దివిసీమ ప్రజల సంక్షేమం కోసం ఆయన అహరహం శ్రమించారు. తన రక్తాన్ని నీరుగా మార్చారు. గాంధీక్షేత్రాన్ని సందర్శించిన ఎందరో మహానుభావులు ఎంతగానో కొనియాడారు.

"ఇది ఒకరకమైన విశ్వవిద్యాలయం. దీనిని గ్రామీణ విశ్వవిద్యాలయం అనటంలో అతిశయోక్తిలేదు. నేను ఇటువంటివనేకం చూశానుకాని గాంధీక్షేత్రానికి ఒక ప్రత్యేకతవుంది. పొగడటం కాదు. గ్రామసీమలో ఇటువంటిది భారతదేశంలో ఎక్కడాలేదు. మండలి కృష్ణారావుగారు రాజకీయ నాయకుడే కాకుండా సమర్థుడైనటువంటి ఒక అడ్మినిస్ట్రేటర్. ఆయన మంత్రిగా ఉన్నప్పుడు అడ్మినిస్ట్రేటర్‌గా కూడా ఆయన తన సమర్థతను రుజువుచేసికొన్నారు. అని భారత కమ్యూనిస్టుపార్టీ ప్రధానకార్యదర్శి చంద్రరాజేశ్వరరావుగారు అన్నారు. ఇలా ఎందరో గాంధీక్షేత్రం దర్శించి గొప్ప అనుభూతిని పొందినవారే.

బంజరు భూముల పంపిణీ నేత

ఆంధ్రప్రదేశ్‌లో బంజరు భూముల పంపిణీ ప్రప్రథమంగా కృష్ణాజిల్లాలో ఆనాటి రెవెన్యూమంత్రి శ్రీ కడప కోటిరెడ్డిగారు ప్రారంభించారు. 1954 సెప్టెంబరు 22న భావదేవర పల్లిలో ఈ కార్యక్రమం జరిగింది. శ్రీ మండలి 1953 ముందు నుంచి ఈ విషయమై తీవ్రకృషిచేశారు. బందరు, కైకలూరు, దివితాలూకాలల్లోని 50వేల ఎకరాల బంజరు భూమిని పేదలకు పంచాలని పట్టుబట్టారు. ప్రభుత్వంతో ఎన్నోసార్లు సంప్రదించగా చివరికి 1954 జూన్ 12న ఆంధ్ర మంత్రి మండలి బంజరుభూముల పంపిణీ అంగీకరించింది. ఇది మండలి సేవానిరతికి మచ్చుతునక.

మంచి వక్త రచయిత

ఈయన గొప్ప కార్యకుశలుడే కాదు మంచి వక్త. ఆయన ప్రసంగం వింటుంటే మిత్రులతో ముచ్చటిస్తున్నట్లే వుంటుంది. మంచి రచయిత కూడాను. వయోజన విద్య, మున్నగు పుస్తకాల రచనేకాకుండా అనేక వ్యాసాలు రాసేవారు. అతిసరళమైన భాషతో తేలికగా అర్థమయ్యే విధంగా సమగ్రంగా సునిశితంగా రాసే మంచి రచయిత. తండ్రి అడుగుజాడలలోనే నడుస్తున్న శ్రీమండలి బుద్ధప్రసాద్‌గారు కూడా రచయితగా మంచి రచనలుచేస్తూ. పుస్తకాలు ముద్రిస్తూ ఏ విషయం మీదనైనా అనర్గళంగా సమగ్రంగా మాట్లాడే పట్టును సంపాదించారు.

ప్రపంచ తెలుగు పౌరుడు

వీరికార్య దక్షతను, ఆంధ్ర సాహిత్య పునరుజ్జీవన తత్పరతకు తెలుగువారి భాషా సంస్కృతులకు అంతర్జాతీయ పరిగణన సంతరించుకొనటంలో వీరిపాత్ర శ్లాఘనీయం. అంతటితో

ఆగక విదేశాంధ్రులకు సహాయ సహకారాలు అందజేయడంకోసం "టాస్క్" విదేశాంధ్ర సేవా కేంద్రం అనే స్వచ్ఛంద సేవాసంస్థను స్థాపించి సముచిత కృషిచేసిన నిత్యసాధకుడాయన.

మలేషియా, మారిషస్, సింగపూర్, జర్మనీ, బ్రిటన్, కెనడా, అమెరికా, ఇటలీ, ఫ్రాన్స్ వంటి ప్రపంచదేశాలకు వెళ్ళి అచటి తెలుగు సంఘాలను తెలుగు ప్రజలను కలుసుకొని, వారిస్థితిగతులను తెలుసుకొని, వారికి ధైర్యసాహసాలు తెల్పి, ఆలోచనలు, ఆదరణలు తెల్పి, వారు తెలుగుజాతి, తెలుగు భాష, తెలుగు సంస్కృతులు ఎలాపెంచుకోవాలో ఉద్బోధించి ఆంధ్రాకు తిరిగివచ్చిన తరువాత వారిని మరువక వారికి సహాయసహకారాలను అందిస్తూ ఒక తెలుగు దేశానికి చెందినవాడుగాక ప్రపంచ తెలుగువారికి చెందిన ప్రపంచ పౌరుడుగా పేరుగన్న తెలుగువారిలో ఈయనే ప్రథములు.

రాజకీయాలకే పరిమితం కాలేదు.

ఒక్కొక్కరికి కేవలం రాజకీయమే పడుతుంది. ఒక్కక్కరికి సాహిత్యం, సేవా కార్యక్రమం దేనికో ఒకదానికి పరిమితమవుతారు. కొందరికి ఏదీ పట్టదు. ఏమంచి చేయడానికీ ముందుకు రారు. శ్రీ మండలి రాజకీయాలలో ఆరితేరినప్పటికీ ఆయన స్థాపించి నడుపుతున్న గాంధీక్షేత్రం అన్నిపక్షాలకు చెందినది. అన్నిరంగాలకు అన్నిభావాలకు చెందిన భిన్నభిన్న వ్యక్తులకు చోటది. "సంఘక్షేమానికి తోడ్పడే ఆలోచనలను ఆచరించడానికి మనమందరం ఇక్కడ మిత్రులమై కార్యక్రమాలు రూపొందిద్దాం. వాటిని ఆచరిద్దాం రండి" అని ఆయన అందరినీ అందులోకి ఆహ్వానించేవారు. పార్టీ రాజకీయాలు, ఇతర వ్యక్తిగతవిషయాలు, ఇంటివద్ద, అది సేవాసదనం. మైత్రి అన్యోన్యతకి, ఆప్యాయతకి, ఆదుకోవడానికి, ఆదరించడానికి అనువైన వాతావరణంతో నిండినది సేవాశ్రమం ఇదివేరు.

సాంస్కృతిక కార్యక్రమాలకు, నాటకోత్సవాలకు, సాహితీసభలకు సన్మానాలకు వయోజన విద్యాకేంద్రాలకు, వైజ్ఞానిక కార్యక్రమాలు, గ్రంథాలయం మున్నగునవిగా గలది గాంధీక్షేత్రం. అందుకే ఇది కేవలం రాజకీయ కేంద్రం మాత్రమేకాదు అన్నిరంగాలవారికి ద్వారాలు తెరచిన గాంధీక్షేత్రం.

జాతీయ అంతర్జాతీయ నాయకులు, విద్యావేత్తలు, చారిత్రక పరిశోధకులు, పీఠాధిపతులు, సాంఘికసేవకులు, కళాకారులు, పేదప్రజలు ఎందరెందరో దీనిని దర్శించారు. ఆశ్రయం పొందారు. మాజీ ప్రధాని శ్రీమతి ఇందిరాగాంధీ, రాష్ట్రపతి నీలం సంజీవరెడ్డి, మాజీ ప్రధాని మురార్జీదేశాయ్, వాజ్‌పాయ్, చవాన్, జగజ్జీవనరాం, జ్యోతిబాసు, కరణ్‌సింగ్, మదర్‌థెరిస్సా, గాంధీ మనుమడు, గాంధీకోడలు నిర్మలాగాంధీవంటి మహానుభావులెందరో గాంధీక్షేత్రాన్ని దర్శించి ఈయనని దివిసీమ గాంధీగా కీర్తించినవారే.

మంత్రిగా హాట్రిక్

మచిలీపట్నం నుంచి అతి చిన్నవయస్సులో 1957లో పార్లమెట్‌కు ఎన్నికయ్యారు. 1972లో రాష్ట్ర శాసనసభకు ఏకగ్రీవంగా ఎన్నికయ్యారు. శ్రీ పి.వి.నరసింహరావుగారి కేబినేట్‌లో సాంఘిక, సంక్షేమ, మత్స్యశాఖల మంత్రిగా, 1974లో శ్రీ జలగం వెంగళరావుగారి కేబినెట్‌లో విద్యా, సాంస్కృతిక వ్యవహారాల మంత్రిగా 1982లో విజయభాస్కరరెడ్డి కేబినెట్‌లో సహకారమంత్రిగా పనిచేసి హాట్రిక్‌గా నిలిచారు.

ఆచరణశీలి

చెప్పేది చెయ్యాలి అన్నది ఆయన ఆశయం. శ్రీమతి ఇందిరాగాంధి ప్రధానిగా ఉండగా 20 సూత్రాల పథకాన్ని ప్రకటించగానే మొదటి సూత్రంలోని ప్రభుత్వరంగంలో పొదుపును గురించి వెంటనే చర్యతీసుకొన్న మొదటి వ్యక్తి ఈయన. ప్రభుత్వపరంగా తనకు గల సిబ్బందిలో ముగ్గురుని తగ్గించుకున్నారు. తనకు లభించే జీతంలో 10 శాతం అత్యవసర పరిస్థితి కొనసాగినంతకాలం తగ్గించుకొనటమే కాక తాను నిర్వహిస్తున్న విద్యాశాఖలో సైతం పొదుపుకై అనేక చర్యలు తీసుకొన్న ఆచరణశీలి ఆయన.

2, 3 ప్రపంచ తెలుగు మహాసభలు

1979లో 2వ ప్రపంచ తెలుగు మహాసభలు మలేషియాలో జరిగే విధంగా ప్రోత్సహించారు. మలేషియా తెలుగు సంఘం వారు "తెలుగు దాత" అనే బిరుదుతో వీరిని సత్కరించుకున్నారు. అమెరికాలోని తానా సభలలో "తెలుగు రత్నం" అనే బిరుదునిచ్చి సత్కరించారు.

మూడవ ప్రపంచ తెలుగు సభలలో వీరిని మారిషస్ ప్రభుత్వం ఘనంగా సత్కరించింది.

ఆధునిక దివి నిర్మాత

అవనిగడ్డలో మున్సిఫ్ మెజిస్ట్రేటు కోర్టు, ఆర్.టి.సి.డిపో, అగ్నిమాపకయంత్రం ఎల్.ఐ.సి. సబ్‌డివిజన్, ప్రభుత్వ ఆసుపత్రులు, పశువైద్యశాలలు వీరికృషితోనే ఏర్పడ్డాయి. విద్యుత్ సౌకర్యం, టెలిఫోన్ సౌకర్యం వీరు తీసికొనివచ్చినవే. ఎదురుమొండి పంపింగ్ స్కీమ్, కెనడా వారి సహకారంతో సాగునీటి - మంచినీటి పథకాలు నెలకొల్పి సస్యశ్యామలంగా దివి దీవులను తీర్చిదిద్దింది వీరే. రక్షిత మంచినీటి పథకాలను, పాఠశాలభవనాల నిర్మాణాన్ని బలహీనవర్గాల కాలనీలను నిర్మించిన ఘనత వీరిదే.

విద్యాదాత

అవనిగడ్డ డిగ్రీకళాశాల, జూనియర్‌కళాశాల, హిందీప్రచారక ట్రైనింగ్ కళాశాల, మత్స్యపారిశ్రామిక, ఆశ్రమపాఠశాల పులిగడ్డ రెసిడెన్షియల్ పాఠశాల, అనేక పాఠశాలల స్థాపన అవనిగడ్డలో ప్రయోగాత్మకంగా టీచర్ ట్రైనింగ్ అవకాశాలు కల్పించిన విద్యాదాత.

ఇలా విద్యా వైద్య,రవాణా, కమ్యూనికేషన్ సౌకర్యాలను, పులిగడ్డ అక్విడెక్ట్‌పంపు, మోపిదేవి అయోధ్య ఏటికట్టి, సముద్రకట్ట నిర్మాణం, వైట్‌హౌస్ మున్నగునవి చేయించి వేలాది ఎకరాల బీడుభూములను సాగులోకి తెచ్చి దివిసీమలను సస్యశ్యామలమొనర్చి దివిసీమ భగీరథుడాయన.

దివిసీమ సర్వతోముఖాభివృద్ధికి అహరహం తపనపడి కృషిచేసిన శ్రీ మండలి చిరకాల వాంఛను తన తనయుడు నేటి మంత్రివర్యులు శ్రీ మండలి బుద్ధప్రసాద్ సాకారం చేయించగలిగారు.

ఆయన తుదిశ్వాస వదిలే ముందువరకూ తడ నుండి ఇచ్ఛాపురం జాతీయ రహదారి, పులిగడ్డ పెనుమూడి వారధికై ఎంతో కృషిచేశారు. అందరితో చెప్పుకున్నారు నాయకులందరినీ కోరారు. కాని అది ఆయన దివికేగిన తరువాత శ్రీ బుద్ధప్రసాద్ పదవిని సైతం తృణప్రాయంగా వదులటకు సిద్ధపడి దివిసీమ ప్రజల-తనతండ్రి చిరకాల వాంఛయైన పులిగడ్డ, పెనుముడి వారధిని ప్రజా ఉద్యమంతో సాధించగలిగారు. నేటి ముఖ్యమంత్రి శ్రీ వై.ఎస్.రాజశేఖరరెడ్డి దానికి 'శ్రీ మండలి వెంకట కృష్ణారావు వారధి' అని నామకరణం చేసి చరితార్థుడయ్యారు.

నిస్వార్ధజీవితం

నేటి మంత్రులను మనం చూస్తున్నాం. కృష్ణారావుగారు రైల్వేపాస్‌గాని, పెన్షన్‌గాని, హైదరాబాద్‌లో ఇల్లుగాని ఏర్పరచుకోని నిస్వార్థజీవి. ప్రభుత్వం ఆయనకు స్వాతంత్ర్య సమర యోధునిగా 5 ఎకరాల భూమినిచ్చింది. దానిని ఆయన పేదలకు పెంచిపెట్టారు. మాజీ పార్లమెంటు సభ్యునిగా వారికి ఫ్రీపాస్ ఉంది. అది లాప్ అయితే దానిని కూడా రెన్యూవల్ చేయించని నిస్వార్థజీవి. ఒకసారి లబ్దిపొందిన తరువాత మళ్ళీ పెన్షనేమిటి, పాస్‌లు ఏమిటి అని అనేవారు అయితే

"స్నేహమని కాదుగాని నా స్నేహితులకు
చిన్ననాటి స్నేహితులకు స్నేహితుండు
రావు మండలి కుల కృష్ణరావొకండు
ఒదిగి మేమందరము కృష్ణ యొద్దుజాతి.
ఆయన జూచిననేనే
ఆయన యనిపించె హృదయమందు నదేలో

ఆయన ప్రకృతియు నా యది
మాయురె! ఒక జాతి ద్రవ్యమా యనిపించున్"

అని కవిసామ్రాట్ విశ్వనాథ సత్యనారాయణ తన రామాయణ కల్పవృక్షం అవతారికలో కృష్ణారావుగారిని గూర్చి రాసుకొన్న గొప్ప పద్యాలు ఇవి. ఇలా ఎందరో కవులు, గాయకులు, కీర్తించిన ప్రజామనిషి ఆయన.

అలుపెరుగని ప్రజాసేవలో తాదాత్మ్యాన్ని చిందిన శ్రీమండలి వెంకట కృష్ణారావుగారి దృష్టి ఆధ్యాత్మిక చింతన వైపు మళ్ళింది. మనిషికి ఏదశలోనైనా ఎన్ని సిద్ధాంతాలు చెప్పినా ఆధ్యాత్మికకు దగ్గరైతేగాని పరిపూర్ణుడవుతాడు. దైవ సంకల్పంతో ఆ మనిషి మనీషిగా ఎదిగి చివరిరోజులలో అసలైన దైవత్వభావనకు మళ్ళింది. 'శ్రీ షిరిడీసాయిబాబా' మందిరాన్ని నిర్మించి ఆధ్యాత్మిక సాధనలో కూడా స్థితప్రజ్ఞుడయ్యాడు.

1984 ఆగస్టులో ఊహించని కారు ప్రమాదం ఆయన ఆరోగ్యాన్ని కుంగదీసింది. రాజకీయాలకు దూరంగా ఉంటూ ప్రస్తుత నీతిలేని, నియమనిష్ఠలు లేని, హత్యా రాజకీయాల పట్ల ఆవేదన వ్యక్తంచేస్తూ తుదిశ్వాసవరకు గాంధేయ సిద్ధాంతాన్ని నమ్మిన ఆయన 27-09-1997న హైదరాబాద్‌లో పరమపదించారు. భౌతికంగా ఆయన దివిసీమకు దూరమైనా దివిసీమలోని ప్రతిహృదిలో నిండుగా వెలుగుతున్నారు.

జాతీయ వాదాన్ని జీర్ణించుకొని ప్రజాసేవకు అంకితమై ఈ వ్యవస్థఎప్పుడు మారుతుందా! అని ఆవేదన పడిన దివిసీమగాంధీ, సమైక్యతావీరుడు. తెలుగుజాతి ఉన్నంతవరకు తెలుగువారి గుండెగుండెలో నిండుగా గుడికట్టుకొని నిలిచుంటారు.

ఆయనను ఆదర్శంగా తీసుకొని ఏ కొందరు మంత్రులైనా ఆయనలా చేయగలిగితే మనదేశం పునర్వైభవాన్ని పొంది గాంధీజీ ఆశించిన రామరాజ్యం కాగలదు. ఆయన అందరికీ ఆదర్శజీవి.

టంగుటూరి సూర్యకుమారి

(1926-2005)

- గూటాల కృష్ణమూర్తి

గాయని, నృత్యకళాకారిణి, రంగస్థలనటి, చలనచిత్రనటి, యోగాధ్యాపిక, లండన్‌లో ఇండియా పెర్ఫార్మింగ్ ఆర్ట్స్ సొసైటీ స్థాపకురాలు టంగుటూరి సూర్యకుమారి 1926 నవంబరు 13న ఆంధ్రప్రదేశ్‌లోని రాజమండ్రిలో జన్మించింది. న్యాయవాదవృత్తి నవలంబించిన టంగుటూరి శ్రీరాములు, రాజేశ్వరిగార్ల ముగ్గురు కుమారులు, ముగ్గురు కుమార్తెల్లో కడగొట్టు బిడ్డ ఆమె. శ్రీరాములుగారు సాధుశీలి, సంస్కార హృదయుడు, విశాలమైన భావాలు కలిగినవాడు, బ్రహ్మసమాజ సిద్ధాంతాలను పట్టుదలగా అనుసరించేవాడు. నైతిక విలువలకు అపారమైన ప్రాధాన్యం ఇచ్చే శ్రీరాములుగారు తన న్యాయవాద వృత్తిలో తప్పుడు కేసులు తీసుకునేవాడు కాదు. ఈ విషయంలో ఆయన నిజాయితీని అందరూ ఎంతో గౌరవించేవారు. ఆయన ఆంగ్ల సాహిత్యాన్ని గాఢమైన అభినివేశంతో అధ్యయనం చేశాడు. థామస్‌కార్లైల్ ఆయన అభిమాన రచయిత. ఆయన ది కార్లైలియన్ అనే ఆంగ్ల పత్రికను కూడా కొన్నాళ్లు నడిపాడు. వివేకవర్ధిని పత్రికకు కొన్నాళ్లు సంపాదకత్వం వహించాడు.

బాలమేధావి

సూర్యకుమారి పెద్దన్నయ్య గోపాలకృష్ణారావు గ్రాడ్యుయేషన్ పూర్తిచేసుకున్న తర్వాత మద్రాసు ఫైర్ సర్వీస్‌లో ఒక పోలీసు ఆఫీసరుగా ఉద్యోగం చేసి తర్వాత పబ్లిక్ సర్వీస్‌కమీషన్ ఛైర్మన్‌గా నియుక్తుడయ్యాడు. రెండో అన్నయ్య అచ్యుత రామారావు ప్రతిభావంతుడయిన టెన్నిస్ క్రీడాకారుడు. అంతర్జాతీయ ఖ్యాతి గడించిన అమృత్‌రాజ్ సోదరులకు వారి క్రీడా శైలిలో శిక్షణ నిచ్చిందీయనే. మూడో అన్న రాజారామమోహనరావు సంగీత విద్వాంసుడు, చలన చిత్ర సంగీత దర్శకుడుగా కొంత పేరు గడించాడు. బ్రహ్మసమాజ స్థాపకుడయిన రాజారామమోహన్‌రాయ్ పేరే ఇతనికి పెట్టారు.

సూర్యకుమారి తల్లిదండ్రులు, అన్నయ్యలు, అక్కయ్యలు అందరూ మంచి గాయకులే. కాని, సూర్యకుమారి ఈ విషయంలో బాలమేధావి. మాటలు నేర్చేకాలంలోనే పాడడమూ నేర్చుకున్నది. ఆమె మాటలే పాటలు. స్థానం నరసింహారావు, కపిలవాయి రామనాథశాస్త్రివంటి నాటి ప్రముఖ గాయకుల గ్రామఫోన్ రికార్డులను ఆమె పసితనంలోనే వినడం ప్రారంభించింది. వినీ వినీ వారి లాగా పాడడం తనంత తానే నేర్చుకుంది. కుమార్తె గాన ప్రతిభను చూసి నీకు కోకిలగానమ్మబ్బిందమ్మా అంది తల్లి. కోకిల మామిడి కొమ్మలమీద కూర్చుని గానం చేస్తుందని తెలుసుకున్న సూర్యకుమారి తానూ తోటలోని మామిడి చెట్టుపైకెక్కి కొమ్మపై కూర్చుని కాళ్లు

ఊపుతూ, లయబద్ధంగా పాడుతూ ఉండేది. ఆ వైపుగా నడిచే వాళ్లు ఆగి ఆ బాలకోకిల గానాన్ని తాదాత్మ్యంతో వింటూ నిలబడిపోయేవాళ్లు. ఇది నిత్యకృత్యమైపోయింది.

కుటుంబం

సూర్యకుమారి ఒక పేరుపొందిన కుటుంబంలో జన్మించింది. ఆమె పెదనాన్న టంగుటూరి ప్రకాశం పంతులుగారు గొప్ప బారిష్టరు. మహానాయకుడు. ప్రజాభిమానాన్ని చూరగొన్న రాజకీయవేత్త. స్వాతంత్ర్యసమరయోధుడు. నిప్పులుమిసే ఉపన్యాసాలతో బ్రిటీషు ప్రభుత్వానికి గుండెదడ పుట్టించినవాడు. స్వాతంత్ర్యం వచ్చిన తర్వాత ఉమ్మడి మద్రాసు రాష్ట్రానికి, ఆంధ్రరాష్ట్రం ఏర్పడినప్పుడు ఆంధ్రరాష్ట్రానికీ ముఖ్యమంత్రి అయ్యాడు. ఆంధ్రకేసరిగా సుప్రసిద్ధుడు. సూర్యకుమారి పినతండ్రి డాక్టర్ జానకిరామయ్య ఎడింబరోలో వైద్య విద్యనభ్యసించాడు. అలోపతి వైద్యవిధానంలో తనకున్న బ్రహ్మాండమైన ప్రాక్టీసును వదలుకొని హోమియోపతివైద్యం ప్రారంభించి అందులో ప్రసిద్ధిచెందాడు. తల్లివైపున సూర్యకుమారి మేనమామ ఎల్లాప్రగడ సుబ్బారావు సుప్రసిద్ధ రసాయనశాస్త్ర పరిశోధకుడు. ఇప్పటికీ వాడుకలో ఉన్న ఎన్నో ఔషధాలు కనిపెట్టాడు. ఫాలిక్ యాసిడ్ - బి9 విటమిన్-ను సింథసైజ్ చేసే పద్ధతిని కనుక్కున్నాడు. మెథాట్రిక్సేట్ అనే ఒక ముఖ్యమైన కాన్సరు ఔషధాన్నీ, హెట్రజన్ అనే ఫైలేరియాసిస్‌కు ఔషధాన్ని కనిపెట్టాడు. అంతర్జాతీయ వైద్య సంస్థ ఇప్పటికీ ఈ మందును వాడుతూ ఉంది. ఆయన మార్గదర్శకత్వంలోనే ఆరోమైసిన్ (Aureomycin) అనే మొదటి టెట్రాసైక్లిన్ యాంటీబయోటిక్ ఔషధాన్ని కనిపెట్టారు.

చదువు సంధ్యలు

సూర్యకుమారి ఏ పాఠశాలలోగాని, ప్రైవేటు మాస్టరు దగ్గరకాని చదువుకున్నట్టు దాఖలా లేదు. సంగీతం కూడా ఎవరి వద్దా నేర్చుకోలేదు. ఇంగ్లీషు ప్రాధాన్యం మీద గాఢవిశ్వాసం ఉన్న కందుకూరి శ్రీరాములుగారే ఆమెకు ఇంగ్లీషు నేర్పారు. చిన్నతనంలోనే డికెన్సు, షేక్స్పియర్, మిల్టన్, కానన్‌డాయెల్, సోమర్సెట్ మామ్ మొదలైన ఆంగ్ల రచయితలను చదవడం నేర్చుకున్నది. ఉన్నత విద్యావంతులైన ఆమె అన్నలూ, అక్కలూ ఇతర సబ్జెక్టులు చెప్పి ఉంటారు. దీనికి కారణం ఆమె అద్భుతమైన బాలగాయని కావడం మాత్రమే కాదు. చిన్నపిల్లగా ఉండగానే ఆమె ప్రసిద్ధురాలైపోయింది. రోడ్డుమీద నడిస్తే చాలు జనం గుంపులు గుంపులుగా వెంటబడేవాళ్లు. రాజమండ్రిలో ఉన్న రోజుల్లో బడికి పంపకపోవడానికి బహుశా ఇది ఒక కారణం కావచ్చు. భద్రత దృష్ట్యా ఒంటరిగా బయటకు వెళ్లడానికి వీల్లేకపోయింది.

సూర్యకుమారి ఇంత ప్రసిద్ధురాలు కావడానికి ఒక కారణముంది. భారతజాతీయ కాంగ్రెసు రాజకీయసభల్లో ప్రకాశంగారి ఉపన్యాసాలు జరిగే సందర్భంలో ఈ చిన్నవయస్సులోనే సూర్యకుమారి పాటలుపాడి ఒకరకంగా స్వాతంత్ర్య పోరాటయోధురాలయింది. సమావేశ వేదికలపై ప్రార్థనాగీతాలు ఆలపించేది. జాతీయ గీతాలు గానం చేసేది. ఆమె పాటలు వినడానికి తెలుగు ప్రజలు ఎగబడేవారు. ఆమె కంఠంలోని మాధుర్యం, స్వరంలోని నిజాయితీ, గాన

ప్రతిభ జనంలో దేశభక్తిని రేకెత్తించేవి. జనం ప్రకాశంగారి ప్రసంగంకోసం వస్తున్నారా, సూర్యకుమారి పాట వినడానికి వస్తున్నారా అన్న సందేహం కలిగేది. ఆయన వెళ్లిన ప్రతిచోటా ఆమె అందరికీ తెలిసిపోయేది. అలా ఆమెకు ఆమే ప్రసిద్ధురాలైపోయింది.

పదమూడేళ్లవయస్సుకే ఆమె మద్రాసులో సినిమా తార అయిపోయింది. మద్రాసు నగరంలో ట్రాములమీదా, బస్సులమీదా వేల సంఖ్యలో ఆమె పోస్టర్లు వెలిశాయి. ఆ సమయంలో ఆమెను మద్రాసులో బడికి పంపించాలనే ఆలోచన కూడా అసాధ్యమైపోయింది. అయినా తన విద్యాభ్యాసం విషయంలో సూర్యకుమారి గట్టి పట్టుదలతో ప్రయత్నం ప్రారంభించింది. కేంబ్రిడ్జి సీనియర్ మెట్రిక్యులేషన్ పరీక్షకు సిద్ధమయింది. అరయకుడి రామానుజ అయ్యంగార్, ప్రతాపన్ నటేశయ్యర్‌గార్ల వద్ద క్రమబద్ధంగా కర్ణాటక సంగీతం అభ్యసించింది. మద్రాసు విశ్వవిద్యాలయానికి చెందిన పరూర్ సుందరం అయ్యర్‌గారి వద్ద వయొలిన్ నేర్చుకుంది. వేదాంతం జగన్నాథశర్మ, నాట్యకులపతి రామకోటి గార్ల వద్ద కూచిపూడి, ఉదయశంకర్‌గారి ట్రూపుకు చెందిన పండిట్ జోషిగారి వద్ద భరతనాట్యం అభ్యసించింది.

1947 నాటికి 21 సంవత్సరాల వయస్సులో ఈ నాలుగు రంగాలలోనూ విజయవంతంగా అధ్యయనం పూర్తిచేసుకుంది. ఒక విదేశీ విద్యార్హత సంపాదించుకున్న తొలి భారతీయ చలనచిత్ర తార - స్త్రీలలో గాని, పురుషులలో గాని - బహుశా సూర్యకుమారే కావచ్చు (తొలితరం సినిమా తారల్లో దేవికారాణి బాల్యంలో తల్లిదండ్రులతో ఇంగ్లాండులో గడిపినా అక్కడ విద్యాభ్యాసం చేయలేదు). కేంబ్రిడ్జి సీనియర్ మెట్రిక్యులేషన్ పరీక్ష ప్రైవేటుగా రాసే పరీక్ష. పరీక్షకోసం సూర్యకుమారి ఇంగ్లాండుకు వెళ్లలేదు. ఆమె సమాధాన పత్రాలను ఇంగ్లాండుకు పంపారు. ఆ తర్వాత సూర్యకుమారి తన దృష్టిని శారీరక సౌష్ఠవం వైపు మళ్లించింది. ఒక నటికి, నాట్యకళాకారిణికి ఇది ఎంతో అవసరం. రామకృష్ణ మఠానికి చెందిన స్వామి పవిత్రానంద వద్ద యోగపాఠాలు నేర్చుకుంది. వాస్తవానికి ఆమె జీవితాంతం సన్నగా, చలాకీగానే ఉంది.

సినిమారంగ ప్రవేశం

సూర్యకుమారికి తన పెద్దక్క సావిత్రి అంటే చాలా అభిమానం. సావిత్రి వివాహసమయానికి సూర్యకుమారి వయస్సు మూడేళ్లు. పదిహేనేళ్ల వయస్సులో సావిత్రికి దేవగుప్తాపు సూర్యప్రకాశరావుతో వివాహం జరిగింది. మద్రాసులో వృద్ధిలోకి వస్తున్న యువన్యాయవాది ఈయన. వివాహం తర్వాత అక్క మద్రాసు వెళ్లిపోవడంతో సూర్యకుమారి ఒంటరితనంతో దిగులుపడింది. ఈ దిగులు పోగొట్టడానికి తల్లిదండ్రులు ఆమెను తీసుకొని తరచుగా మద్రాసు వెళుతుండేవారు. సూర్యకుమారి రాజమండ్రిలో లాగానే ఇక్కడ కూడా ఎవరు వింటున్నారో ఏమోనన్న జంకు లేకుండా గొంతెత్తి పాడుతూ ఉండేది.

సూర్యప్రకాశరావుగారి క్లయింటొకాయన వారింటికి వస్తూపోతూ ఒక సందర్భంలో సూర్యకుమారి పాట విని తన్మయుడయ్యాడు. ఈయనకు చలనచిత్ర రంగంతో పరిచయాలున్నాయి.

సూర్యకుమారి పాట గురించి మిత్రులతో మాట్లాడాడు. ఫలితంగా తన మాతృభాష అయిన తెలుగులో కాక తమిళ చిత్రంలో పాడే, నటించే అవకాశం సూర్యకుమారికి లభించింది. అప్పటికి సూర్యకుమారి తమిళంలో కూడా మాట్లాడగల ప్రావీణ్యం సాధించింది. ఈ చిత్రం విప్రనారాయణ. 1937లో విడుదలయింది. సూర్యకుమారికి చలనచిత్రాలలో లభించిన ఈ అవకాశంవల్ల ఆమె తల్లిదండ్రులు శాశ్వతంగా రాజమండ్రిని వదలిపెట్టవలసి వచ్చింది.

సూర్యప్రకాశరావుగారి ఇంటికి దగ్గరలోనే మద్రాసులో శ్రీపురం ప్రాంతంలో ఒక అద్దె ఇంట్లో నివాసం ఏర్పరచుకున్నారు. దీనివల్ల తనకు అత్యంత ఇష్టురాలయిన అక్క సావిత్రితో ఎక్కువ సమయం గడిపే అవకాశం సూర్యకుమారికి లభించింది. సావిత్రి మొదటి సంతానం అనసూయకు సూర్యకుమారిని అక్క అని పిలవమని నేర్పారు. తరువాత సూర్యకుమారి అన్నయ్యల, అక్కయ్యల పిల్లలూ, వాళ్ల భార్యలూ, భర్తలూ, పిల్లలూ కూడా ఆమెను పెద్దక్క అనే పిలవడం మొదలుపెట్టారు. కడవరకూ ఈ అలవాటే కొనసాగింది. వాళ్లకామె పెద్దక్కగానే ఉండిపోయింది.

తారగా

1937లో విడుదలయిన 'విప్రనారాయణ'కానీ, ఆ మరుసటి సంవత్సరం విడుదలయిన 'అంబికావతి' కానీ అసాధారణ విజయాలేమీ సాధించలేదు. కాని 1938లో విడుదలయిన 'అదృష్టం' మాత్రం అద్భుత విజయం సాధించింది. ఇది కూడా తమిళచిత్రమే. ఒక సంపన్న కుటుంబంలో పెరిగి మద్రాసు వీథుల్లో అడుక్కోవలసివచ్చిన ఒక బాలిక పాత్రను సూర్యకుమారి ధరించింది. సూర్యకుమారి నటన మాత్రమేకాదు, ఈ చిత్రంలో ఆమె పాడిన కరుణరసాత్మకమైన 'అయ్యా... సిరిపెణ్' అన్న పాట సంచలనాన్ని కలిగించింది. ఆ క్షణంలో ఆమె పెద్దతార అయిపోయింది. ప్రకాశంగారి సభలవల్ల తెలుగు ప్రజల్లో ఆమె పేరు ఎలా ప్రచారంలోకి వచ్చిందో అలాగే ఈ పాటతో అసంఖ్యాక తమిళ జనుల్లో ఆమెను తెలియనివారు లేకుండా పోయారు. తెలుగు, తమిళ ప్రజల అభిమానాన్ని ఆమె చూరగొంది.

తెలుగులో ఆమె నటించి చిత్రాలలో ముఖ్యమైన వాటిలో మొదట చెప్పుకోవలసింది 'రైతు బిడ్డ' చిత్రాన్ని. 1939 లో విడుదలయిన ఈ చిత్రాన్ని నిర్మించింది సారథీ ఫిల్మ్స్. ఆనాడు తెలుగు చలన చిత్ర దర్శకుల్లో అగ్రగణ్యుడూ, సంస్కరణవాదీ, ప్రగతిశీలీ అయిన గూడవల్లి రామబ్రహ్మం ఈ చిత్రానికి దర్శకుడు. ఆనాడు నటనారంగంలో సాటిలేని మహానటుడు బళ్లారి రాఘవాచారిగారితోనూ, సి.ఎస్.ఆర్.ఆంజనేయులు, గిడుగు సీతాపతిగార్లతోనూ పదమూడేళ్ల సూర్యకుమారి ఈ చిత్రంలో నటించింది. ఈ సినిమాలో ఆమె పాడినపాట 'రాబోకు, రాబోకురా చందురూడా' ఒక గొప్ప హిట్. ఇప్పటికీ శ్రోతల చెవుల్లో గింగురుమంటూనే ఉంటుంది.

సూర్యకుమారి ఈ విజయాలతో సంపాదించిన ఆస్తిపాస్తుల్ని, డబ్బు వ్యవహారాల్ని, వ్యాపారలావాదేవీల్ని చూడడం తండ్రి శ్రీరాములు గారి శక్తికిమించిన పనయింది. ఆయన సంరక్షకుడయినప్పటికీ లౌక్యం తెలియనివాడు కాబట్టి, ఇటువంటి ఐహిక విషయాలపై ఆసక్తి లేనివాడు కాబట్టి తన అల్లుణ్ణే ఆమె ఆస్తి సంరక్షకుడుగా నియమించాడు.

తన గాన, నటనా ప్రతిభను సంపూర్ణంగా చూపడానికి సూర్యకుమారికి 'దేవత' (1941) సినిమాలో అవకాశం లభించింది. ఈ సినిమాలో ఆమె పాడిన 'వెండి కంచాలలో...' అన్న పాట శ్రోతలను అలరించింది. మాద్రాసు నగరానికి పారిపోయివచ్చిన ఒక పేద పనిమనిషిని తనతో సమానంగా చూసి, ఆమె దుర్భర జీవితం నుండి విముక్తి కలిగించిన యువతిగా సూర్యకుమారి గంభీర నటనలో సంఘసంస్కర్త అయిన తండ్రి ప్రభావం స్పష్టంగా కనిపిస్తుంది. ఆ తర్వాత మరో రెండు సినిమాలు 'దీనబంధు' (1942), 'కృష్ణప్రేమ' (1943)లు పాటలతో నిండి ఉండి ప్రసిద్ధమయ్యాయి.

ఈ సినిమాల తర్వాత ఆమె కొంతకాలం నటించలేదు. ఈ కాలంలో తన సమయాన్ని సంగీత, నృత్యాల అభ్యాసానికి, మెట్రిక్యులేషన్ చదవడానికీ ఉపయోగించింది. మళ్లీ నటన ప్రారంభించిన తర్వాత 1947-1951 మధ్య ఆరు సినిమాల్లో నటించింది. వాటిలో అధికభాగం తమిళ చిత్రాలు. సూర్యకుమారి నట జీవితంలో తరువాతి మైలురాయి 'మరదలు పెళ్లి' (1952). భారతదేశ పాల్‌ముని అయిన చిత్తూరు నాగయ్య ఈ చిత్రంలో కథానాయకుడు. నాయిక పాత్రధారణతో పాటు ఈ చిత్రానికి సూర్యకుమారి సంగీత దర్శకత్వం కూడా వహించింది. ఈ చిత్రానికి పాటలు రచించింది మహాకవి శ్రీశ్రీ. సూర్యకుమారి పాడిన 'జాబిల్లి, ఓ జాబిల్లి' గ్రామఫోన్ రికార్డులు వేలసంఖ్యలో అమ్ముడుపోయాయి. కళాత్మకంగా గొప్ప విజయం సాధించినా ఆర్థికంగా ఈ చిత్రం విఫలమయింది.

సమాజసేవ

చదువు సాగిస్తున్న రోజుల్లో 1944లోనే సూర్యకుమారి గీత ప్రకాశ్ అనే సాంస్కృతిక సంస్థను స్థాపించింది. ఆమెది జాలిగుండె. ఇతరుల కష్టాలామెను తేలిగ్గా దుఃఖంలో ముంచివేసేవి. ఈ సంస్థను స్థాపించడంలో ఆమె లక్ష్యం తన గాన ప్రతిభను ప్రయోగించి కచేరీల ద్వారా డబ్బు సంపాదించి రెడ్‌క్రాస్ సంస్థ కందించడం. ఆమె భక్తి గీతాలు, దేశభక్తి గీతాలు బహుళ సంఖ్యలో జనాన్ని ఆకర్షించేవి కాబట్టి ఇది తేలికే. క్రమంగా ఇది చాలా పెద్ద కార్యక్రమంగా మారింది. రాజమండ్రిలో లూథరన్ మిషనరీలు నిర్వహిస్తున్న విశ్రాంతిపురం టిబి శానిటోరియం వంటివి కూడా ఈ పరిధిలోకి వచ్చాయి. కృతజ్ఞతతో ఆ మిషనరీలు ఆ శానిటోరియంకు సూర్యకుమారి పేరు పెట్టారు. మచిలీపట్నంలో ఒక అనాథాశ్రమానికి కూడా ఈ విధంగానే సహాయం చేసింది. తరువాతి అయిదారు సంవత్సరాలలో ఎంతో పట్టుదలగా ఆమె ఈ కార్యక్రమాలు చేసింది.

ఆదోని, అనంతపురం, కలకత్తా, కొచ్చిన్, కడప, నెల్లూరు జిల్లా గూడూరు, గుంటూరు, హైదరాబాదు, కడప జిల్లా జమ్మలమడుగు, జెంషెడ్‌పూర్, కాకినాడ, ఖరగ్‌పూర్, కర్నూలు, నరసరావుపేట, నెల్లూరు, రాజోలు, శ్రీకాకుళం, సూళ్లూరుపేట, తెనాలి, ట్రావంకూరు, విశాఖపట్టణం, విజయనగరం ప్రాంతాల్లోని ఆసుపత్రులు, పాఠశాలలు, కళాశాలలు,

అనాథాశ్రమాలకు సహాయం అందించింది. శ్రీలంకలోని బాదుల్లా, జాఫ్నా ప్రాంతాలలోని సంస్థలకూ సాయమందించింది. మద్రాసు క్రైస్తవ కళాశాలకూ, గిండీ ఇంజినీరింగు కళాశాలకూ సహాయం చేసింది. వీటిలో చాలా చోట్లను ఆమె ఒకటి కంటే ఎక్కువసార్లు సందర్శించింది. ఒకే సంస్థకోసం పలు కచేరీలు చేసింది. తన చదువుకోసం అని తానుగా నిర్దేశించుకున్నకాలంలో ఒక బాలిక ఇంతపని చేయడం ఆమెలోని సృజనాత్మకత చైతన్యానికీ, శక్తికీ, ఉత్సాహానికీ నిదర్శనమేకాక, ఆమె గొప్పతనానికీ నిదర్శనమే.

హాలీవుడ్‌లో

1952లో సూర్యకుమారి మిస్ మద్రాసుగా ఎన్నికకావడం తెలుగు వారందరికీ సంతోషదాయమయింది. ఆ సంవత్సరాంతంలో మిస్ ఇండియా పోటీలో ద్వితీయస్థానం పొందింది. ఆమె విజేత కాకపోవడం కూడా ఒక రకంగా అదృష్టమనే చెప్పుకోవాలి. ఎందుకంటే మోషన్ పిక్చర్ ఇండస్ట్రీ ఆఫ్ అమెరికా భారత చలనచిత్ర పరిశ్రమనుంచి హాలీవుడ్ సందర్శించడానికి ఎంపిక చేసిన 14 మంది ప్రతినిధులలో ఒకరుగా వారి ఆహ్వానాన్ని అంగీకరించే అవకాశం కలిగింది. చందూలాల్‌షా నాయకత్వంలోని ఈ ప్రతినిధివర్గంలో రాజ్‌కపూర్, ప్రేమ్‌నాథ్, (అబ్రాహాం) డేవిడ్, నర్గీస్, బీనారాయ్, అరుంధతీ ముఖర్జీ మొదలయిన వాళ్లు సభ్యులు. దక్షిణ భారత చలనచిత్ర పరిశ్రమనుండి ఇద్దరు సభ్యులు కె.సుబ్రహ్మణ్యం, సూర్యకుమారి. ప్రతినిధి వర్గ సభ్యులు ఢిల్లీలో కలుసుకున్నారు. అమెరికా రాయబారి ఛెస్టర్ బౌల్స్ ప్రతినిధివర్గానికి విందు ఇచ్చాడు. సెప్టెంబరు 12 ఉదయం బయలుదేరి కరాచీ, బస్రా, బీరుట్, ఇస్తాంబుల్, ఫ్రాంక్‌ఫర్టులలో ఆగుతూ మరుసటి రోజు లండన్ చేరుకొని సెప్టెంబరు 15 ఉదయానికి న్యూయార్కు చేరుకున్నారు. అనేక అమెరికన్ నగరాలను సందర్శించి చివరకు అక్టోబరు 3న హాలీవుడ్ చేరుకున్నారు.

మహిళా ప్రతినిధులలో చక్కని ఇంగ్లీషు మాట్లాడగలిగిన వ్యక్తి సూర్యకుమారి ఒక్కతే. మొత్తం గ్రూపులో పాడే తార కూడా ఆమె ఒక్కతే. అక్టోబరు 5న ఒక ప్రైవేటు విందులో ఆమెని పాడమని కోరారు. టాగోర్ రచనకు బాలాంత్రపు రజనీకాంతరావు అనువాదం 'చిన్న దోయి నా హృదయనావ', మహాకవి శ్రీశ్రీ రచించిన 'ఓ మహాత్మా! ఓ మహర్షీ!' అన్న పాటలను అద్భుతంగా గానం చేసి శ్రోతలను తన్మయుల్ని చేసింది సూర్యకుమారి. హాలీవుడ్‌లో తెలుగు పాటలు వినడం ఇదే తొలిసారి. సూర్యకుమారి ఆకర్షణ, అందం, దరహాసం, మాటలు, కంఠమాధుర్యం ప్రేక్షకుల్ని ముగ్ధుల్ని చేశాయి. ఆమె అందం, ధారాళమైన ఇంగ్లీషు, హుందాతనం, బంగారు మేనిఛాయ హిచ్‌కాక్‌ను ఆకట్టుకున్నాయి. ఆమెను ఇంగ్లీషు చిత్రంలో తీసుకొంటారనే వదంతులు పుట్టాయి. ప్రతినిధివర్గం అమెరికాలో ఉండగానే సూర్యకుమారి, ప్రేంనాథ్‌లు కాంట్రాక్టుపై సంతకాలు చేస్తారన్నంత తీవ్రస్థాయిలో ఈ వందతులు వ్యాపించాయి. అయితే వీళ్లిద్దరూ అక్కడ చాలా శక్తిమంతమయిన యాక్టర్స్ యూనియన్లో సభ్యులు కారు. వదంతులు వాస్తవరూపం ధరించలేదు. అధ్యక్షుడు ట్రూమన్, ఎలియనార్ రూజ్‌వెల్ట్, సిసిల్ బి.డిమెల్,

ఆల్డస్ హక్జ్లీ వంటి మహా వ్యక్తులను దర్శించిన తర్వాత ఈ ప్రతినిధి వర్గం జపాన్, హాంకాంగుల మీదుగా అక్టోబరు 23న భారతదేశానికి తిరిగివచ్చింది. హిచ్‌కాక్‌తో పనిచేసే అవకాశం లభించకపోవడం నిరుత్సాహం కలిగించినా ఆమెకు డిమెల్, ఫ్రాంక్ కాప్రా వంటి అమెరికన్ చలనచిత్ర ప్రముఖులతో కలిగిన స్నేహం ఈ యాత్ర సఫలతకు చిహ్నం.

క్రికెట్ పోటీ

ఆమె తిరిగి రాగానే అక్కడ అధికారిక, అనధికారిక అభినందన సభలకు ఆహ్వానాలు, విందులు, ఇంటర్వ్యూలు నిర్మించబోయే చిత్రాలకోసం నిర్మాతల లేఖలు, దానకార్యాలకు డబ్బు సేకరణకోసం కచేరీల ప్రణాళికలు ఒక్కసారిగా చుట్టుముట్టాయి. మద్రాసు, బొంబాయి నటీ నటుల మధ్య క్రికెట్‌పోటీలో పాల్గొనటానికి ఆహ్వానం వచ్చింది. ఈ ఆట ఆలోచనే ఆమెకు వినోదం కలిగించింది. హృదయ పూర్వకంగా అంగీకరించింది. బాట్లు, బంతులు, పాడ్లు కొన్నది ప్రాక్టీసుకోసం. అడయారులో తన ఇంటికీ పొరుగున ఉన్న అక్క ఇంటికీ మధ్య పిచ్ ఏర్పాటుచేసింది. చిన్నప్పటి నుంచీ క్రికెట్ ఆట అంటే ఉన్న పిచ్చి అభిమానం ఇప్పుడు తనకే ఆడే అవకాశం రావడంతో ఆనందం హద్దులు దాటింది. ఆటలో పాల్గొనని ఎస్.వి.రంగారావు, కస్తూరి శివరావు వంటి నటులు ఓపెన్ జీపులలో పరేడు చేస్తూ తమ సహనటులకు ఉత్సాహం కలిగించారు. బొంబాయి జట్టులో రాజ్‌కపూర్ ఫాస్ట్‌బౌలర్, బొంబాయి జట్టు తేలిగ్గా నెగ్గింది. సూర్యకుమారి మొత్తం కార్యక్రమాన్ని ఎంతో ఆనందించింది.

కుటుంబ బాధ్యతలు

అడయార్‌లో స్థలంకొని రెండు కుటుంబాల కోసమూ ఇల్లు కట్టేటప్పటికి తండ్రి శ్రీరాములు జీవించే ఉన్నాడు. కాని ఆ ఇళ్లలో చేరే సమయానికి దివంగతుడయ్యాడు. తండ్రి మరణంతో సూర్యకుమారే దాదాపు ఇంటిపెద్ద బాధ్యతలు స్వీకరించవలసి వచ్చింది. పెద్దన్న గోపాలకృష్ణారావు ప్రభుత్వోద్యోగంలో ఎక్కడో దూరంగా ఉన్నాడు. తక్కిన ఇద్దరు అన్నలూ రామారావు, రాజారామమోహనరావులు ఒకరు టెన్నిస్ కోచ్, మరొకరు సంగీత విద్వాంసుడు. ఇద్దరూ జీతాలు వచ్చే ఉద్యోగులు కారు. వాళ్ల ఖర్చులకు సంపాదించుకుంటే గొప్ప. తల్లితోసహా అన్నలు సూర్యకుమారి బాధ్యతగా మారారు. ఈ కొత్తపాత్రను సూర్యకుమారి సంతోషంగా స్వీకరించింది. అక్క కూతురు అనసూయ అనవరతం ఆమె వెంట ఉండి ఇంటి బాధ్యతల బరువును పంచుకున్నది.

హిందీ చిత్రాల్లో నటించమని సూర్యకుమారికి బొంబాయి నుండి ఆహ్వానాలు వస్తున్నాయి. ఆమె ఆస్తి సంరక్షకుడయిన బావగారు ఆ పనిని ఎంతో సమర్థంగా నిర్వహించాడు. కాని ఒక చలన చిత్రతార వృత్తిపరమైన అంశాలను ప్రొమోట్ చేయడం, కొత్త కాంట్రాక్టులు సంపాదించడం వంటి ఆధునిక ఫిల్మ్ ఏజెంట్ల పని విధానంలో ఆయనకు శిక్షణలేదు. దృఢచిత్తం, అచంచలమైన ఆత్మవిశ్వాసం కలిగిన సూర్యకుమారి తన కిష్టమయిన వృత్తి వ్యవహారాలను తానే ధైర్యంగా, సమర్థంగా నిర్వహించుకున్నది.

హిందీ చిత్రాలు

అమెరికానుండి తిరిగివచ్చిన వారంరోజులలోపుగానే 1952 నవంబరు 6న తొలి హిందీ చలన చిత్ర ముహూర్తానికి సూర్యకుమారి బొంబాయి వెళ్లింది. ఈ చిత్రం పేరు 'వతన్'. ఫాల్కన్ ఫిల్మ్స్ బానర్‌కింద బేబీ కంపెనీ నానాభాయిభట్ దర్శకత్వంలో దీన్ని నిర్మించారు. సూర్యకుమారి, మునవ్వర్‌లు నాయికా నాయికలు. నిరుపరాయ్ సహాయభూమికలో నటించింది. మరో మూడు హిందీ సినిమాల్లో కూడా సూర్యకుమారి నటించింది.

'మధుర్ మిలన్' లో మహిపాల్ సరసన నటించింది. కాని చిత్రం మధ్యలోనే మానివేసింది. కారణం తెలియదు. తరువాతి సినిమా ఉరన్‌ఖటోలా. దిలీప్‌కుమార్ హీరోగా ఎస్.యు.సున్నీ దర్శకత్వంలో ఈ సినిమా గొప్ప విజయం సాధించింది. ఆనాడు అత్యంత జనాదరణ పొందిన నౌషాద్ దీనికి సంగీత దర్శకుడు. ఈ సినిమాలో సూర్యకుమారి హీరోయిన్‌పాత్ర ధరించక పోయినప్పటికీ అతి ముఖ్యమైన పాత్ర ధరించి తన అద్భుత నటనతో ప్రేక్షకుల మన్ననలు పొందింది. రాజరికఠీవితో వైభవోపేతమైన నేపథ్యంలో ఆమెకు అత్యంత ఆప్తురాలైన చిత్రకారిణి లూద్మిలా ప్రిమకోఫ్ వేసిన సూర్యకుమారి చిత్రాన్ని ఈ సినిమా ప్రచార పోస్టర్లో వాడుకున్నారు. తన వృత్తిజీవితంలో అప్పుడామె తార స్థాయిలో ఉంది.

సూర్యకుమారి నటించిన తదుపరి చిత్రం 'బాంబే ఫ్లైట్ 417'. ఇది ఇండో-అమెరికన్ ఉమ్మడి నిర్మాణం. 1956లో ఫిల్మిస్తాన్ లిమిటెడ్ వాళ్లు నిర్మించారు. ఇది చాలా భారీ ప్రయత్నం. సినిమా పూర్తయినా సాంకేతికవర్గ వివాదంతో విడుదలకాలేదు.

1959లో అమెరికాకు వెళ్లిపోయే ముందు సూర్యకుమారి నటించిన చివరి చిత్రం 'రామదాసు'. నాగయ్య హీరోగా తీసిన ఈ తెలుగు చిత్రం రేణుకావారిది. సూర్యకుమారి సితారాబేగంగా నటించింది. సినిమా పూర్తి కావడానికి కొన్ని సంవత్సరాలు పట్టింది. చివరికి 1964లో ఈ చిత్రం విడుదల అయ్యేనాటికి సూర్యకుమారి లండన్ చేరుకుంది. అంతకుముందు వి.శాంతారాం 'అప్నాదేశ్'ను తెలుగులో తిరిగి నిర్మించినప్పుడు ఆమె ఆరు పాటలు పాడింది. ఈ పాటలు ఎంతో ప్రజాదరణపొందాయి.

కళాచైతన్య

సూర్యకుమారి ప్రతిభను పసివయసులోనే గుర్తించి, ప్రోత్సహించి, అండగా నిలిచి ఆమె అభివృద్ధికి కారణమైన తల్లి రాజేశ్వరి 1956 జనవరి 10న స్వర్గస్థులయ్యారు. ఇది సూర్యకుమారికి అశనిపాతం. తన దుఃఖాన్ని, దిగ్భ్రాంతిని వ్యక్తం చేస్తూ సూర్యకుమారి తల్లిని గురించి ఒక స్మృతి కవిత రాసింది. అయితే మరో ఆరునేలల్లో కోలుకొని తన కర్తవ్యనిర్వహణలో పడింది. 'కళాచైతన్య' అనే సాంస్కృతిక సంస్థను స్థాపించింది.

తల్లి మరణమనే పిడుగుపాటు నుండి తేరుకుని జీవితంలో జరగవలసినవి జరగకతప్పదన్న నిశ్చయానికి వచ్చి గుండెను దిటవు పరచుకొని జీవితాన్ని యథామార్గంలో నడిపించింది. లలిత

కళల అభివృద్ధికోసం ఈ సంస్థను స్థాపించింది. రవీంద్రనాథటాగూరు రచించిన 'చిత్ర' నాటకాన్ని తెలుగులో ప్రదర్శించాలని తలపెట్టింది. ఇరవై అయిదు మంది నటులు, సాంకేతిక నిపుణులను తీసుకుంది సంస్థను 1860 సొసైటీల రిజస్ట్రేషన్ చట్టం కింద నమోదు చేయించింది. 1957 అప్పటి ఆంధ్రప్రదేశ్ ముఖ్యమంత్రి నీలం సంజీవరెడ్డిగారి ప్రోత్సాహంతో హైదరాబాదులోని జముర్రుద్‌మహల్‌లో 'చిత్ర' తొలిప్రదర్శన జరిగింది.

ఆ తర్వాత అదే సంవత్సరంలో ఢిల్లీలో తన బృందంతో ఎ.ఐ.ఎఫ్.ఎ.సి.ఎస్. హాలులో సూర్యకుమారి ఈ నాటకాన్ని ప్రదర్శించింది. నాటి భారతప్రధాని జవహర్లాల్ నెహ్రూ, భారత ఉపాధ్యక్షుడు, తత్వవేత్త డా. సర్వేపల్లి రాధాకృష్ణన్, భారతసైన్యాధక్షుడు జనరల్ తిమ్మయ్య ఈ ప్రదర్శనను తిలకించారు. ఇది మూడు రోజుల ఉత్సవం, మొత్తం నిర్వహణ సూర్యకుమారిదే. ఒకరోజు కార్యక్రమమంతా - కచేరీ ద్వారా ప్రధానమంత్రి వరద బాధితుల సహాయనిధికి ధనసేకరణకోసం వినియోగించారు. ఇరవయ్యయిదు మంది బృందంతో ఈ ఢిల్లీపర్యటన ఎంతో శ్రమతో కూడుకున్నది. కాని మొత్తం కార్యక్రమం అద్భుతంగా విజయవంత మయింది. ఈ కార్యక్రమమంతా చూసిన చాలామంది అభిమానులు సూర్యకుమారి రాజ్యసభ సభ్యురాలిగా నామినేట్ చేస్తారని కూడా ఊహించారు. కాని అటువంటిదేమీ జరగలేదు. అటువంటి అభిప్రాయం కాని, కోరిక కాని లేని సూర్యకుమారికి ఎటువంటి నిరాశా కలిగే అవకాశమే లేదు. ఆమెకు 'చిత్రార్జున' ('చిత్ర' కు తెలుగులో పెట్టిన పేరు) వ్యక్తిగతంగా ఎంతో తృప్తిని కలిగించింది ఆధునిక భారతదేశంలో అత్యున్నతుడైన మహాకవికి నివాళులర్పించే అవకాశాన్నది కలిగించింది. ఆమె తండ్రి చిన్నతంలోనే ఆమెకు టాగూరును గురించి గొప్పగా చెప్పి ప్రేమ ఆరాధనాభావాలను కలిగించాడు. టాగూరు రచించిన ఇంగ్లీషు కవితలు 'మై బిలవడ్ ఈజ్ మై హార్ట్', 'ది పేపర్ బోట్స్' రెండూ ఆమె ప్రదర్శనల్లో శాశ్వత స్థానం అలంకరించాయి. ఈ గీతాలను ప్రదర్శించినప్పుడు చూసినవాళ్ళు తప్ప వాటిలో ఆమె తాదాత్మ్యాన్ని అర్థం చేసుకోలేరు. భరతమాత ముద్దుబిడ్డ అయిన రవీంద్రుని పై ఆమె ఆరాధనాభావం ఆమె ముఖంలో ఎంతో ప్రస్ఫుటంగా వ్యక్తమయ్యేది.

అమెరికాకు వెళ్లే ప్రయత్నం

ఢిల్లీ ఉత్సవం తర్వాత నెహ్రూ సూర్యకుమారి ప్రదర్శనను అభినందిస్తూ లేఖ రాశారు. హైదరాబాదులో 'చిత్ర-అర్జున' ప్రదర్శన అనంతరం సంజీవరెడ్డి కూడా ఇలాగే ప్రశంసిస్తూ లేఖరాశారు. "నీవు ఎంచుకున్న రంగంలో ప్రయత్నించినట్లయితే నిరంతరం పురోగతిని సాధించగలవు" అని తల్లి తనను ప్రోత్సహిస్తూ చేసిన ఉద్బోధనను సూర్యకుమారి ఎప్పుడూ గుర్తుచేసుకుంటూ ఉండేది. ఆంధ్రప్రదేశ్ ముఖ్యమంత్రి, భారతప్రధాని ప్రశంసలు ఆమె తన ధ్యానాన్ని సంపూర్ణంగా నాటకరంగానికీ, అప్పుడప్పుడే ప్రారంభమవుతున్న టెలివిజన్ రంగానికీ మలపడానికి కారణమయ్యాయి. 'చిత్రఅర్జున' ప్రదర్శనకు కళాకారులకు శిక్షణ నివ్వడంలోనూ, ఈ నాటకానికి దర్శకత్వం నెరపడంలోనూ ఆమె ఒక విషయం గుర్తించింది. ఈ రెండు

రంగాలలోనూ తన భవిష్యజ్జీవితంలో ఒక కొత్త పాత్ర నిర్వహించవలసి ఉంటుందనీ, వీటికి తన జీవితంలో గొప్ప విలువ ఉండబోతోందనీ ఆమె గ్రహించింది.

ఈ జ్ఞాన సముపార్జనకు ఇంగ్లాండు, అమెరికాలవంటి పాశ్చాత్యదేశాలే అత్యుత్తమమైన స్థానాలని నిర్ణయించుకొని 1958 వ సంవత్సరమంతా తన ఈ స్వప్నాన్ని నిజంచేసుకొనే మార్గాలకోసం అన్వేషించడంలో గడిపింది. ఇంగ్లాండు అమెరికాలలోని తన మిత్రులతోనూ, న్యూయార్కులో ఐక్యరాజ్యసమితి, ప్రపంచబాంకులలో పనిచేసే పాత తెలుగు మిత్రులతోనూ ఉత్తరప్రత్యుత్తరాలు జరిపింది అందరూ సహాయం చేస్తామన్నారు.

ఈ పనులన్నిటి మధ్యా గృహ యజమానిగా తన బాధ్యతలన్నిటినీ నిర్వహించింది. వాటిలో చివరిది అక్కకూతురు అనసూయ పెళ్లి, అనసూయకు ఇవటూరి గౌరి శంకరన్ అనే యువ విశ్వవిద్యాలయ అధ్యాపకునితో వివాహం జరిగింది. వాగ్దానం చేసిన కచేరీలన్నీ ముగించింది. 'రామదాసు' చిత్రంలో షూటింగు పూర్తి చేసుకుంది.

భారత అమెరికాల మధ్య సుహృద్భావాన్ని పెంపొందించే ఉద్దేశంతో ఏర్పడిన సంఘంలో పనిచేసింది. ఈ కార్యక్రమంలో భాగంగా వాళ్లు ఏర్పాటుచేసిన 'ట్వెల్త్‌నైట్' నాటక ప్రదర్శనలో పాల్గొంది. ఈ నాటకంలో నాయిక వయోలా పాత్ర ధరించింది సూర్యకుమారి. ఆల్ఫ్రెడ్ హిచ్ కాక్ తాను అమెరికన్ టెలివిజన్ కోసం నిర్మిస్తున్న కార్యక్రమ పరంపరకు తనకు పరిశోధక సహాయకురాలిగా సూర్యకుమారిని ఆహ్వానించాడు. సూర్యకుమారికి ఇది సంతోషం కలిగించింది. తన బ్రహ్మచారి సోదరులకు కావలసిన ఏర్పాట్లు చేసి ఆమె 1959 మార్చి నెల మొదటి వారంలో లండన్ చేరుకుంది. అమెరికాకు వెళ్లేముందు అక్కడ కొన్ని వారాలు గడపాలనుకుంది.

అంతకు ముందు బిబిసితో ఆమె జరిపిన ఉత్తర ప్రత్యుత్తరాలు ఫలించి లండన్‌లో ఉన్న సమయంలో రెండు టెలివిజన్ నాటకాలలో నటించే అవకాశం లభించింది. అవసరమయిన డబ్బు ఈ అవకాశం ద్వారా సంపాదించగలగడం కూడా ఆమెకు ఆనందాన్ని కూర్చింది. బొంబాయిలో ఉన్న కాలంలో ఆమె స్నేహితురాలయిన లూద్మిలాప్రిమకోఫ్ వివాహం చేసుకొని లండన్లోని షూటర్స్ హిల్‌లో నివసిస్తూ ఉంది. ఆ విధంగా స్నేహితురాలిని కలుసుకోగలిగింది. తర్వాత న్యూయార్కు చేరుకుంది.

అమెరికాలో

1959 ప్రాంతంలో అమెరికాలో నటులకు అంతతేలిగ్గా పని దొరికేది కాదు. శిక్షణ పొందిన చాలామంది నటీనటులు సినీ పరిశ్రమకు వెలుపల ఇతర వృత్తులు అవలంబించేవారు. సూర్యకుమారి మాన్‌హటన్‌లోని ఒక ఫ్లాటులో ఒక మాజీనటితో నివాసం పంచుకొని తన జీవితంలో కొత్త అధ్యాయాన్ని ప్రారంభించింది. ఆల్ఫ్రెడ్ హిచ్‌కాక్ పరిశోధకురాలిగా ఆమెకు చెల్లించే డబ్బు అమె నిత్యావసరాలకే అంతంత మాత్రంగా సరిపోయేది. త్వరలోనే కొలంబియా విశ్వవిద్యాలయంలో భారతీయ సంగీత బోధకురాలిగా పార్ట్‌టైం ఉద్యోగం సంపాదించింది.

ప్రాచీన భారతీయ సంస్కృతిని ప్రచారం చేయడంలో ఇక్కడ ఆమెకు గొప్ప తృప్తి లభించింది. ఒక దశలో నైట్‌క్లబ్‌లో పాటలు పాడి డబ్బు సంపాదించే ప్రయత్నం కూడా చేసింది కాని ఆపని ఆమెకు నచ్చలేదు. భారతదేశంలో ఆమె పాటలు తిండీ తిప్పలు మరచిపోయి జనం నిశ్శబ్దంగా తదేక ధ్యానంతో వినడానికి వచ్చేవారు. ఇక్కడ జనం తింటూ కబుర్లు చెప్పుకుంటూ వింటూన్నారో లేదో తెలియకుండా కూర్చునేవాళ్లు. ఆమె మళ్లీ ఈ ప్రయత్నం చేయలేదు. విశాలమయిన ఇల్లు, వంటవాళ్లు, పనివాళ్లు – ఈ జీవితం ఎక్కడో భారతదేశంలో. ఇక్కడ న్యూయార్కులో ఒక రూము అపార్టుమెంటును మరొకరితో పంచుకోవాలి. తన వంటతానే చేసుకోవాలి. అమెరికాచేరిన ఒక సంవత్సరానికి సూర్యకుమారి పూర్తి పేదరికంలోకి వచ్చింది. విశ్వవిద్యాలయంలో సంగీత, నృత్యాలబోధన కోసం, హిచ్‌కాక్ కోసం న్యూయార్కు పబ్లిక్ లైబ్రరీలో పరిశోధనకు రోజూ ఒకటిరెండు మైళ్లు నడవవలసి వచ్చేది. సంతోషంగా గడిపేరోజులు తక్కువ. మహిళాసంఘాలు, కళాశాలల్లో ప్రసంగాలు చేసింది.

విశ్వవిద్యాలయ విద్యార్థులకు భారతీయ సంగీత నృత్యాలను పరిచయం చేసింది. కొన్నిసార్లు హిచ్‌కాక్ టెలివిజన్ కార్యక్రమాలను నిర్వహించి అదనపు జీతం పొందింది. 1960లో సిబిఎస్ బ్రాడ్ కాస్టింగ్ టాగూరు 'చిత్ర' నాటకంలో నటించడానికీ, దర్శకత్వం వహించడానికీ సూర్యకుమారిని ఆహ్వానించింది. 'చిత్ర–అర్జున' పేరుతో ఈ నాటకాన్ని 1957లోనే ఆమె నటన, దర్శకత్వాలతో ప్రదర్శించింది. ఈ నాటకానికి సంగీతం శ్రీనివాసరావు తయారుచేసిన తెలుగు స్క్రిప్టు ఆమె వద్ద ఉంది. దీన్ని ఇంగ్లీషులోకి అనువదించి ఈ టెలివిజన్ నాటకంలో ఉపయోగించుకుంది. విమర్శకుల ప్రశంసలందుకుంది. అయినా ఆమె జీవితం అంత ఆశావహంగా లేదు. వైతరణీ నదిలో ఈదులాడుతూ ఉంది. అయినా అవతలి ఒడ్డున అరుణారుణకాంతుల్ని చూస్తూనే ఉంది. ఆత్మవిశ్వాసాన్ని ఏమాత్రం కోల్పోలేదు. చివరికి 1961 ఫిబ్రవరి ఆమె ఆత్మవిశ్వాసానికి న్యాయం కూర్చింది.

కృష్ణ షా'ది కింగ్ ఆఫ్ ది డార్క్‌ఛాంబర్' అన్న టాగూరు నాటకాన్ని ప్రదర్శించాలని నిర్ణయించుకొని అందులో రాణి సుదర్శన పాత్రకు సూర్యకుమారిని ఆహ్వానించాడు. ఈ నాటకం జాన్ హుస్ థియటర్లో ప్రదర్శితమయింది. జీవితంలో ఒకసారి లభించేపాత్ర అది. ప్రేక్షకులనే కాక విమర్శకుల్ని కూడా సూర్యకుమారి నటన వశీకరించుకుంది. ఆమె సౌందర్యం, నటనాచాతుర్యం, సౌకుమార్యం అందరి ప్రశంసలను చూరగొన్నది. అమెరికాలో ఆమె కీర్తి ప్రతిష్ఠితమైంది. వారానికి ఎనిమిది ప్రదర్శనల చొప్పున పదినెలలపాటు ఈ ప్రదర్శన సాగింది. సుప్రసిద్ధమైన 'లైఫ్' పత్రిక 1961 జాన్ 9 న సూర్యకుమారి ఫుల్‌పేజ్ వర్ణచిత్రాన్ని ప్రచురించింది. ఒక భారతీయనటికి ఇది చాలా అరుదయిన గౌరవం. మరో గొప్ప గౌరవం లభించనుంది. ఆ సంవత్సరం ఉత్తమ రంగస్థలనటీమణిగా అమెరికా రంగస్థల విమర్శకులు ప్రతిష్ఠాత్మకమైన ఓబిఐఇ అవార్డును 1961 జూన్‌లో సూర్యకుమారికి ప్రదానం చేసారు. నాటకానికి ఆమె తెచ్చిన ఒక వింత వాతావరణం ప్రేక్షకుల్ని విపరీతంగా ఆకర్షించి ఆమెకు ఎందరో అభిమానుల్ని చేకూర్చింది.

దక్షిణాఫ్రికా పర్యటన

1962లో ఈనాటక ప్రదర్శనను దక్షిణాఫ్రికాకు తీసుకువెళ్లినప్పుడు న్యూయార్కు బృందంలోని, ఇద్దరే వ్యక్తులు ఆమెతోపాటు ఉన్నారు. ఒకరు నటుడు భాస్కర్, రెండవాడు దర్శకుడు కృష్ణ షా. తక్కిన నటీనటులుగా ప్రదర్శన జరిగిన చోటనే ఆఫ్రికా, భారతీయజాతి వ్యక్తుల్ని ఎంపిక చేసుకున్నారు.

ఈ ప్రదర్శన నాలుగు నెలలు సాగింది. ప్రదర్శన జరిగినచోటల్లా దాని అసాధారణతకు, సౌందర్యానికి ప్రేక్షకులు ముగ్ధులయ్యారు. నాటాల్, కేప్‌టౌన్. మేనార్డ్‌విల్ తదితర కేంద్రాలలో సూర్యకుమారి బృందానికి అఖండ విజయం చేకూరింది. అక్కడ ఉన్న సమయంలో వివిధ గ్రామాలు సందర్శించి ఆఫ్రికన్ నాట్యరీతిని గురించి సూర్యకుమారి ఎంతో తెలుసుకుంది.

లండన్‌కు

అమెరికా తిరిగి వచ్చిన వెంటనే బ్రాడ్వేలో ప్రదర్శన చేయాలని తర్వాత అమెరికా అంతా తిరిగి ప్రదర్శనలివ్వాలని మొదట తలపెట్టారు. అయితే 1964లో సూర్యకుమారి అమెరికన్ వీసా ముగియనుంది. వీసా పొడిగింపుకోసం ఒకన్యాయవాదుల సంస్థకు కేసును అప్పగించి ఆమె ఇంగ్లాండు వెళ్లింది. ముందు పారిస్‌కు వెళ్లి నాటకాలు చూస్తూ, ఫ్రెంచి నాటకరంగాన్ని అధ్యయనం చేస్తూ కొద్దికాలం గడిపి తర్వాత లండన్ చేరుకుంది లండన్‌లో లొక భారతీయ కుటుంబంతో నివసిస్తూ తన పాతమిత్రులందరినీ కలిసింది. అప్పుడు లూద్మిలా ప్రిమకోఫ్ బకింగ్‌హామ్‌షైర్‌లోని హై వైకోంబ్‌లో నివసిస్తూ ఉంది. ఈమె సూర్యకుమారికి నిజమైన స్నేహితురాలనిపించుకుంది. లండన్‌లో సూర్యకుమారి ఒంటరితనంతో బాధపడుతుందని భావించి ఆమెకు ఆ భావం కలగకుండా ఉండడానికి ప్రతివారాంతం హై వైకోంబ్‌కు ఆహ్వానించేది. అక్కడ సూర్యకుమారి లూద్మిలా తోటలోని పూలమొక్కల నడుమా, లాన్‌లలోనూ విశ్రమించేది. లూద్మిలా ఇతర సన్నిహితమిత్రులతో పరిచయం కలిగించింది. వీళ్లంతా సూర్యకుమారికీ మిత్రులయ్యారు. వాళ్ల సహాయంతోనే నెం. 54 కెన్సింగ్టన్ కోర్టు ఫ్లాటు విషయంఆమెకు తెలిసింది. సూర్యకుమారి తదుపరి జీవితమంతా ఈ ఇంట్లోనే గడిచింది.

కైండ్లీమంకీస్

అమెరికన్ వీసా రెన్యూవల్ కోసం సూర్యకుమారిఅభ్యర్థన సఫలంకాలేదు. ఆమె న్యాయవాదులు సెనేటర్ హ్యూబర్ట్ హెచ్.హంఫ్రీ సహాయం కూడా తీసుకున్నారు. 'ది కింగ్ ఆఫ్‌ది డార్క్ ఛాంబర్'లో సూర్యకుమారి నటన చూసి ఆమె ప్రతిభను అభిమానించినవాడు హంఫ్రీ. అయినా ఫలితం లేకపోయింది. ఈ నిరాశనుకుడా సూర్యకుమారి జీవితంలో భాగంగా స్వీకరించింది. లండన్‌నే తన శాశ్వతనివాసం చేసుకోవాలని నిర్ణయించుకుంది. 1962 కామన్‌వెల్త్ ఇమ్మిగ్రేషన్ బిల్లు కంటే ముందే లండన్ వచ్చి ఉండడం వల్ల ఇక్కడ వీసా సమస్య తలెత్తలేదు.

థియేటర్లు అద్దెకు తీసుకుని సంగీతకచేరీలు చేయడం ప్రారంభించింది. భారతీయ సాంప్రదాయిక నృత్య సంగీతాలను ప్రచారం చేయాలన్న తన జీవితధ్యేయాన్ని నెరవేర్చుకోవడానికి అవకాశం లభించింది. అదే సమయంలో చైతన్యశీలి అయిన కృష్ణ షాకు లండన్‌లో 'ఫ్రైండ్లీ మంకీస్' అన్న నాటకానికి దర్శకత్వం వహించే అవకాశం వచ్చింది. ఈ నాటక రచయిత మిల్టన్‌హుడ్‌వార్డ్ అనే అమెరికన్ నాటకకర్త, కృష్ణ షాను దర్శకత్వానికి ఆహ్వానించాడు. షా వెంటనే తన పాత సహచరులు సయీద్ జాఫ్రీ, భాస్కర్‌లను నియోగించుకున్నాడు. నాయిక పాత్ర ధరించమని సూర్యకుమారిని ఆహ్వానించాడు.

గ్రేట్ న్యూపోర్టు స్ట్రీటులోని న్యూఆర్ట్స్ థియేటర్‌లో 1965 మార్చి 15న ఈ నాటకం తొలిప్రదర్శన జరిగింది. నాటకానికి అంత విస్తృతమైన ఆదరణ లభించకపోయినప్పటికీ విమర్శకుల నుండి మంచి ప్రశంసలు, సమీక్షలు లభించాయి. పార్వతిగా సూర్యకుమారి, బ్రహ్మగా సయీద్‌జాఫ్రీ, శివుడిగా భాస్కర్‌ల నటన అందరి ప్రశంసలందుకున్నది. డిప్యూటీ స్టేజి మేనేజర్ మైకేల్ ఫ్రెండ్, డ్రమ్మర్ కేశవ్ సాథేల పరిచయం కలిగింది సూర్యకుమారికి. వీళ్లిద్దరితో మంచిస్నేహం ఏర్పడి వీళ్లు తర్వాత పాతిక సంవత్సరాలూ ఆమె బృందంలో శాశ్వత సభ్యులైపోయారు.

పాఠశాలల్లో భారతీయ సంస్కృతీ ప్రచారం

ఈ నాటక ప్రదర్శనలు ముగిసిన తర్వాత బిబిసి టెలివిజన్ కార్యక్రమాలలో పాల్గొనడానికి ఆహ్వానాలను అంగీకరించింది. భారతీయ సంగీత కచేరీలను సాగించింది. పాఠశాల విద్యార్థులకు భారతీయ నృత్య సంగీతాలను పరిచయం చేయడం కోసం ఒక వీడియోను నిర్మించవలసిందిగా దిగ్రేటర్‌లండన్ కౌన్సిల్ సూర్యకుమారిని కోరింది. ఇది చాలా విజయవంతమయింది. యునైటెడ్ కింగ్‌డమ్‌లోని అన్ని పాఠశాలలకూ ఈ వీడియో టేపుల్ని సరఫరాచేశారు. భారతీయ సంస్కృతిని పరిచయం చేయడానికి ఇప్పటికీ యువతకోసం ఈ టేపుల్ని వాడుతున్నారు. ఈ వీడియో టేపులకు లభించిన ఆదరణ వల్ల వివిధ పాఠశాలల నుండి ప్రసంగాలు, ప్రదర్శనాత్మక ప్రసంగాలు చేయమని ఆహ్వానాలు రాసాగాయి. ఇది ఆమెకు చాలా సంతోషాన్ని కలిగించింది ఆమెకు చాలా ప్రీతిపాత్రమైన సంగీతాన్ని, పాటల్ని ప్రచారం చేయడానికి యునైటెడ్ కింగ్‌డమ్ లోని వివిధ ప్రాంతాలను విస్తృతంగా పర్యటించింది.

పిల్లలు మన సంగీతం పట్ల చూపిస్తున్న ఆసక్తి ఆమెకెంతో సంతోషాన్ని కూర్చింది. కొద్దిమంది కళాకారుల గ్రూపు ఆమె చుట్టూ చేరింది. స్టేజిమేనేజర్ మైకేల్ ఫ్రెండ్, తబలా వాద్యగాడు కేశవ్ సాథేలు ఆమె బృందంలో చేరారు. సమయానుకూలంగా వీణా విద్వాంసుడు వేము ముకుంద ఆమెతో కలిసి పనిచేశాడు. ప్రదర్శనలకు దుస్తుల్ని, మాస్కుల్ని డిజైన్ చేసే మోయిరా టామ్కిన్స్, తంబూరావాయించే వేరా జికిక్ ఈ బృందంలో శాశ్వత సభ్యులయ్యారు. జికిక్ యుగోస్లావియా దేశస్థురాలు. సూర్యకుమారి వద్ద నృత్యం, నటన నేర్చుకున్న నరేశ్‌కుమార్

సేథీ సూర్యకుమారి ప్రదర్శనలన్నిటిలోనూ ఏదో ఒకపాత్ర ధరించేవాడు. సేథీ సూర్యకుమారి సోదరుడే అయ్యాడు. 1965 నుండి 1990 దాకా సూర్యకుమారి ఒక అద్భుతమైన కెరీర్‌ను అనుభవించింది. ఒక ప్రదర్శకురాలిగా ఇక ఆమె వెనుదిరిగిచూడలేదు. తనకు ఎంతో ప్రీతిపాత్రమైన సంస్కృతిని యూరప్ అంతటా ప్రచారం చేయగలిగింది. సాంప్రదాయిక భారతీయ గానం, నృత్య ప్రదర్శనలకోసం ఆమెకు నిత్యం ఆహ్వానాలందుతూండేవి. ప్రతిభావంతులయిన కళాకారమిత్రులు ఆమెను ఎంతగానో ప్రేమించి గౌరవించారు. ఆమె సంస్కృతీ పరిచయ కార్యక్రమంలో భాగం పంచుకున్నారు.

యునైటెడ్ కింగ్‌డమ్‌లోనే కాక ఫ్రాన్స్, నార్వే, నెదర్లాండ్స్, స్పెయిన్, ఇజ్రాయెల్, జిబ్రాల్టర్, జర్మనీలలో ఆమె పాటలు పాడింది. నాటక ప్రదర్శనల్చింది. అన్ని దేశాలలోనూ ఆమెను అంతర్జాతీయ తారగా గుర్తించారు. టెలివిజన్ ఇంటర్వ్యూలు ప్రసారం చేశారు. బ్రిటిష్‌రాణికి సూర్యకుమారిని తొలిసారి 1968 జులై 23న పరిచయం చేశారు. మళ్లీ 1972 జులై 11న మరోసారి రాణి దర్శనం లభించింది.

1969లో కాంటర్బరీ ఆర్చిబిషప్ మైకేల్ రామ్సే ఆహ్వానంపై మహాత్మాగాంధీ శతజయంతి సందర్భంగా సెయింట్‌పాల్ కాథడ్రల్‌లో ప్రధాన గాయికగా ప్రదర్శన ఇచ్చింది. ఈ ప్రదర్శనకు చివరి భారతవైస్‌రాయ్ లార్డ్‌మౌంట్ బాటన్ ముఖ్య అతిథి. దీన్ని అదే సాయంత్రం బిబిసి ప్రసారం చేసింది. ఈ ప్రసారానికి గాంధీ స్వంత గొంతుతోపాటు సూర్యకుమారి పాటను కలిపి ఎల్‌పి రికార్డు తయారుచేశారు.

ఇప్పుడామె విఖ్యాత తార అయిపోయింది. 1960 దశకంలో బీటిల్స్ సూర్యకుమారిని తమతో కలిసి పనిచేయమని ఆహ్వానించారు. జార్జి హారిసన్ భారతీయ సంస్కృతికి, భారతదేశానికీ ఆకర్షితుడయ్యాడు. రవిశంకర్‌తో కలిసి పనిచేస్తున్నాడు. అట్లాగే సూర్యకుమారితో కూడా కలిసి పనిచేయాలని ఉవ్విళ్లూరాడు. సూర్యకుమారికి సంపదమీదకాని, కీర్తిమీద కాని ఆసక్తి లేదు. తన స్వాతంత్ర్యం పట్ల ఆమెకు విపరీతమైన మక్కువ. హారిసన్ ప్రతిపాదన సఫలం కాలేదు. చైనా నటి త్సాయ్ చిన్ లండన్‌లో పనిచేయాలని ఆకాంక్షిస్తున్నట్లు సూర్యకుమారి తెలుసుకుంది. త్సాయ్ చిన్ తండ్రికి ఝౌ కిన్ఫాన్ ఆధునిక చైనా నాటకరంగ పితామహుడని ప్రసిద్ధి. సాంస్కృతిక విప్లవకాలంలో అవమానానికి గురై చైనాలో బీదరికంలో నివసిస్తున్నాడు. సూర్యకుమారికి త్సాయ్‌చిన్ ముందుగానే తెలుసు. త్సాయ్‌చిన్‌కు ఉత్సాహం కలిగిస్తూ ఆమె ప్రత్యేకత అయిన రోలర్ స్కేటింగ్‌ను చేపట్టింది.

వివాహం

ఎనిమిదేళ్ల సన్నిహిత పరిచయం తర్వాత 1973 అక్టోబరు 22న సూర్యకుమారి హెరాల్డ్ ఎల్విన్‌ను వివాహమాడింది. ఈ వివాహం కెన్సింగ్టన్ రిజిస్ట్రీ ఆఫీసులో జరిగింది. ఎల్విన్‌కు అంతకుముందే వివాహం అయి, విడాకులు తీసుకున్నాడు. సూర్యకుమారి, ఎల్విన్‌లది ప్రేమ

వివాహం. హెరాల్డ్ ఎల్విన్ రచయిత, చాలా విచిత్రమైన వ్యక్తి, సైకిలు మీద మాస్కో అంతా పర్యటించిన సాహసికుడు, ప్రతిభావంతుడయిన చిత్రకారుడు. పింగాణీ పనిలో నిపుణుడు. ద్వితీయ ప్రపంచయుద్ధానికి ముందు చలనచిత్ర నిర్మాత అయిన అలెగ్జాండర్ కోర్డాకు సహాయకుడుగా పనిచేశాడు. కాని ఈ పని అతనికి విసుగుకొల్పింది. 1941లో రష్యాలోని బ్రిటిష్ ఎంబసీలో నైట్ వాచ్‌మన్ ఉద్యోగంలో చేరాడు. పగలు తీరిక సమయంలో తన రాలీ సైకిలుమీద మాస్కో అంతా తిరిగేవాడు. పదిహేడు సంవత్సరాల తర్వాత ఈ అనుభవాలకు గ్రంథరూపం ఇచ్చాడు. 'ఎకాక్సీ ఇన్ మాస్కో' అన్నది ఈ పుస్తకం పేరు. ఆ తర్వాత సైకిలుమీద భారతదేశం, ఆగ్నేయ ఆసియాలలో తన యాత్రలను గురించి కూడా పుస్తకాలు రాశాడు. వివాహ సమయంలో ఎల్విన్ వయస్సు అరవైనాలుగు, సూర్యకుమారికి నలభైఆరు. భార్యాభర్తలిద్దరూ తమతమ వృత్తులకు అంకితమైనవారు. కాని ఆమె అతనిలో తనకు ఒక గొప్ప శక్తిని చూసింది. ఆమె ఉత్తర ప్రత్యుత్తరాలు, కచేరీల నిర్వహణకు సంబంధించిన విషయాలు అన్నీ అతను చేపట్టాడు. ఒక మేనేజరులాగా పనిచేశాడు. ఒక సృజనాత్మక కళాకారిణిగా ఆమె జీవితంలోని అన్ని ఒడుదుడుకులకు బాసటగా నిలిచాడు. పరస్పరం అంకితభావంతో ఉండేవారు. వివాహానికి చలాముందునుండే వీరిని భార్యాభర్తలుగా చూసేవాళ్లు మిత్రులు. 1972 జులై 11 నాటి బకింగ్‌హామ్‌పాలస్ ఆహ్వానం సూర్యకుమారిని శ్రీమతి హెరాల్డ్ ఎల్విన్‌గానే సంబోధించింది.

ఇండియా పెర్ఫార్మింగ్ ఆర్ట్స్ సొసైటీ

ఇంగ్లాండులో స్థిరపడినప్పటినుండి భారతీయ ప్రదర్శనకళను ప్రచారం చేయడానికీ, ప్రోత్సహించడానికీ ఒక సంస్థను స్థాపించాలని సూర్యకుమారి మనసులో ఉండేది. 'కైండ్లీ మంకీస్' నాటక ప్రదర్శనలు ముగిసిన తర్వాత సూర్యకుమారి నృత్య, గాన ప్రదర్శనలకు సంస్థాగతమైన పేరేమీ ఉండేదికాదు. సూర్యకుమారి పేరే బానర్‌గా ఉండేది. కొంతకాలం తర్వాత కెన్సింగ్టన్‌లోని తన ఫ్లాట్‌లోనే ఆమె ఒక కళాపాఠశాల ప్రారంభించింది. ఇక్కడ వివిధ దేశాలకు, వయస్సులకు చెందిన విద్యార్థులకు భారతీయ నృత్య, సంగీతాలలో శిక్షణ ఇచ్చేది. ఆరేళ్ల తర్వాత 1971లో గాని 'ఇండియా పెర్ఫార్మింగ్ ఆర్ట్స్ సొసైటీ' ఆవిర్భవించలేదు. ఆ సంవత్సరం మనదేశంలో అమృతరాజ్ సోదరులకు టెన్నిస్‌లో శిక్షణ ఇస్తూ ఉండిన సూర్యకుమారి రెండో అన్నయ్య రామారావు, వారితోపాటు వింబుల్డన్ పోటీల సమయంలో ఇంగ్లాండు వెళ్లాడు. సూర్యకుమారి వద్దనే ఉన్నాడు. ఇద్దరూ కలిసి సంస్థకు నియమనిబంధనలు రాశారు. 1957 నాటి 'కళాచైతన్య' నియమ నిబంధనలకు దగ్గరగా ఉంటాయివి. ప్రింటెడ్ లెటర్ హెడ్‌మీద రామారావు, ఎల్విన్‌ల పేర్లు డైరెక్టర్లుగాను, సూర్యకుమారి పేరు సంస్థ కార్యదర్శిగాను ముద్రించారు. ప్రయోగాత్మకంగా ఈ సంస్థ పేరుతో సూర్యకుమారి, ఆమె మిత్రబృందం రాయల్ ఫెస్టివల్‌హాల్‌లో భారతీయ నృత్య, గీత ప్రదర్శన నొకదాన్ని ఇచ్చారు. ప్రయోగంగా మొదలయిన ఈ ప్రదర్శన ప్రతి సంవత్సరమూ సాగుతూ తరువాత ముప్పయేళ్లపాటు నడిచి ఒక సంప్రదాయంగా మారింది.

సూర్యకుమారి విద్యార్థులు చాలామంది ఇప్పుడు ఆమెతో పాటు ఈ ప్రదర్శనలలో పాల్గొనసాగారు. అప్పుడప్పుడూ శ్రేయోభిలాషుల సహాయం తీసుకుంటూ ఉండేది. అటువంటి శ్రేయోభిలాషుల్లో అటెన్‌బరో నిర్మించిన గాంధీ సినిమాలో గాంధీపాత్ర ధరించిన నటుడు బెన్‌కింగ్‌స్లీ, సుప్రసిద్ధ హార్మోనికా విద్వాంసుడు లారీ ఆడ్లర్‌లు ఉన్నారు. ఆమె ఎప్పుడూ విశ్రాంతి తీసుకోలేదు. ప్రయివేటు థియేటర్లలో వర్క్‌షాపులూ, ప్రదర్శనలూ ఆమె జీవితాంతం సాగుతూనే ఉన్నాయి.

భర్త మరణం

హెరాల్డ్ ఎల్విన్ 1985లో పరమపదించాడు. ప్రేమించే భర్తనేకాక గొప్ప సమర్థకుణ్ణీ, దైనందిన సహాయకుణ్ణీ కూడా కోల్పోయింది సూర్యకుమారి. అతి సామాన్యంగా జరిగిన అంత్యక్రియల్లో హెరాల్డ్ సోదరుడు లియోనెల్ ప్రసంగించాడు. సూర్యకుమారి తంబూరా వాయిస్తూ భగవద్గీత, శంకరాచార్యుల భజగోవింద శ్లోకాలు గానం చేసింది. అతని చివరి ప్రయాణంలో అతనికి వీడ్కోలు చెప్తున్నట్లుగా అంత్యక్రియలకు అతని సైకిల్‌ని కూడా తీసుకువచ్చింది.

ఆమె ఒంటరీ, అనాథ అయిపోయింది. కాని భగవద్గీత, వేదాంత గ్రంథాల గాఢ అధ్యయనం ఇచ్చిన ఆధ్యాత్మిక శక్తితో తన వ్యక్తిగత దుఃఖాన్ని తనకే పరిమితం చేసుకుంది. భారతీయ సంస్కృతిని ప్రచారం చేయడమన్న తన ఏకైక జీవిత లక్ష్య సాధనలో మునిగిపోయింది.

హెరాల్డ్ మరణం తర్వాత రాయల్ ఫెస్టివల్ హాల్లో జరిగిన తొలిప్రదర్శనను హెరాల్డ్‌కు అంకితమిచ్చింది. తనకు శక్తి ఉన్నంతకాలం ప్రైవేటు గాలరీలలో హెరాల్డ్ పెయింటింగులను ప్రదర్శిస్తూ వచ్చింది. ఇది చాలా శారీరక శ్రమతో కూడుకున్న పని. తన భర్త స్మృతికి తను సమర్పించే నివాళిగా, తన భక్తి శ్రద్ధలను వెల్లడించే కార్యక్రమంగా ఆమె వీటిని నిర్వహించింది.

చివరి రోజులు

డెబ్బై అయిదు పైబడిన తర్వాత కూడా సూర్యకుమారి చురుగ్గా కార్యక్రమాలు నిర్వహించింది. 2004లో ఆరోగ్యం దెబ్బతిని చెల్సీ అండ్ వెస్ట్‌మినిస్టర్ ఆసుపత్రికి తరచూ వెళ్లవలసివచ్చింది. ప్రతి సంవత్సరం ఈ ఆసుపత్రిలో రోగులూ, ఉద్యోగుల వినోదార్థం దీపావళి సమయంలో కచేరీ చేస్తూ ఉండడం ఆమె అలవాటు. కెన్సింగ్టన్ కోర్టులో ఇంటివద్ద ఆమె పాత శిష్యుడు నరేశ్‌కుమార్ సేథీ అతని స్నేహితురాలు రోహిణీ పటేల్ బలహీనంగా ఉన్న సూర్యకుమారికి శ్రద్ధగా సేవచేశారు. నెలల తరబడి జబ్బుగా ఉన్నప్పటికీ తన అనారోగ్యం సంగతి ఆమె ఎవరితోనూ ప్రస్తావించేదికాదు. ఆసుపత్రిలోనే మరణించింది. ఆ చివరి రాత్రికూడా ఇతర రోగులను సందర్శిస్తూ వారు కోరిన పాటలు పాడుతూ, కూనిరాగాలు తీస్తూ వారిని ఉత్సాహపరుస్తూ ఒక పడకనుండి ఒక పడకకు నడుస్తూ గడిపింది. నడవడంలో బాలెన్స్

కోల్పోయిందప్పటికే. గెంతవలసివచ్చేది. 11 గంటలకు తన పడక చేరుకుంది. అలసటతో వెంటనే నిద్రలోకి జారుకుంది. అర్ధరాత్రి 12.25 గం॥లకు 2005 ఏప్రిల్ 25న నిద్రలోనే తుదిశ్వాస విడిచింది. ఆమె మరణానికి రోగులూ, సిబ్బందీ కూడా సమానంగా దుఃఖించారు. ఇంకా అప్పటికి ఎనభయ్యేళ్లు పూర్తికాలేదు.

శాంతి కపోతం

ఒక హిందూ కుటుంబంలో జన్మించి, మత పట్టుదలలులేని బ్రహ్మసమాజ సంస్కరణోద్యమాన్ని అభిమానించే, సాధు, సజ్జన, విద్వాంసుడయిన తండ్రి ప్రభావంలో పెరిగింది సూర్యకుమారి. పెద్దదయిన తర్వాత ఎప్పుడూ భగవద్గీతను దగ్గర ఉంచుకునే సూర్యకుమారి శంకరాచార్యుల రచనలను గాఢంగా అధ్యయనం చేసింది. ఇతర మత గ్రంథాలను కూడా క్షుణ్ణంగా అధ్యయనం చేసింది. ప్రపంచ వ్యాప్తంగానూ, ముఖ్యంగా భారతదేశంలోనూ మతపరమైన ఘర్షణలు ఆమెకెంతో విచారాన్ని కలిగించేవి. ఈ ఘర్షణలను సమష్టి ఉన్మాదంగానూ వాటికి వ్యతిరేకంగా వ్యక్తులు మాత్రమే పోరాడగలరనీ ఆమె భావించేది. మనస్సులో ఈ ఆలోచనలతో సూర్యకుమారి కబీర్‌దాస్ జీవితమూ రచనల గురించి విషయ సేకరణ చేయడం ప్రారంభించింది.

కబీర్ 15వ శతాబ్దానికి చెందిన సాధువు, కవీ. హిందువుగా పుట్టాడు, ముస్లింల ఇంటిలో పెరిగాడు. తన కవిత్వం ద్వారా హిందూ ముస్లింలలోని సమాన లక్షణాలను చెప్పి వారిని ఏకం చేయడంలో సఫలుడయ్యాడు. ఈ సాధుకవి జీవితానికి సంబంధించి చక్కని నృత్యసంగీత కార్యక్రమాన్ని తయారుచేసి భిన్నమతాల ప్రజలమధ్య సౌహార్ద సంబంధాలను పెంపొందించాలని ఆమె ప్రయత్నం ప్రారంభించింది. తన ఈ ఆకాంక్ష నెరవేరకముందే ఆమె ఈ లోకం నుండి వెళ్లిపోయింది.

నేను చూసినంతవరకు ఆమె జాతి పరిమితులులేని మానవతావాదాన్ని అవలంబించింది. అదే ఆమె మతం. శాంతి ఆమెకెంతో ఇష్టమైన భావం. తన ఉత్తరాల చివర ముక్కుతో ఆలివ్ కొమ్మను పట్టుకున్న పావురం బొమ్మగీసేది. సూర్యకుమారి అంకితభావం కలిగిన కళాకారిణి. తన సృజనాత్మక జీవితంలో అత్యంత సఫలమైన జీవితాన్ని, తీరికలేని జీవితాన్ని గడిపింది. అయినా సెయింట్ ఫ్రాన్సిస్ ఆఫ్ అసిసి, రామకృష్ణ పరమహంసల జీవితాలతో సమానంగా ప్రభావితురాలయి సాధు జీవితాన్ని గడపడానికే ప్రాధాన్యం ఇచ్చింది.

ఉత్పల సత్యనారాయణాచార్య

(1927 - 2007)

- చలసాని వసుమతి

జననం

1927 మాఘమాసంలో వైష్ణవులైన శ్రీ రఘునాథాచార్యులు, అలివేలమ్మ దంపతులకు, తేజోమూర్తుడై జన్మించాడు ఈ ప్రముఖ విద్వాంసుడు. అలివేలమ్మ ఒడిలో ఉత్పల ఉయ్యాలలూగి సాహిత్య జగతిని ఉర్రూతలూగించటానికి నాంది పలికింది. ఋతువులన్నీ స్వాగతం చెప్పాయి. సుశోభిత సరస్వతీదేవి ఆనందాతి రేకంతో కౌగిలించుకున్నది. మురళీధరుడు ముంగిట ముత్యాలతో అభిషేకం చేసే ఉంటాడు.

అప్పటి వరంగల్ జిల్లా నేటి ఖమ్మం జిల్లాలోని మధిర తాలూకా చింతకాని గ్రామంలో శ్రీ ఉత్పల సత్యనారాయణాచార్యులు గారు జన్మించారు. అమ్మమ్మగారి ఇంట్లో ఇద్దరన్నలతో, ఒక అక్కగారి తరువాత జన్మించిన ఉత్పలగారి పూర్వీకులది మహబూబ్‌నగర్ జిల్లాలోని కొల్లాపురం గ్రామం. ఉద్యోగరీత్యా వారి కుటుంబీకులు అందరూ చెల్లాచెదరయ్యారు. రఘునాథాచార్యులు ఉపాధికోసం 1930 ప్రాంతంలో తన బావగారింటికి ఎర్రుపాలెం మండలంలోని రేమిడిచర్లకు వచ్చారు. చిన్నతనంలో ఎక్కువకాలం రేమిడిచర్లలోని అమ్మమ్మ గారింటి వద్దనే గడిపేవాడు ఈ కృష్ణ ప్రేమికుడు. చింతకానిలోని 'రామన్న బావి' లో నీళ్లు తోడదమంటే ఆ రోజుల్లో ఉత్పల ఎంతో సరదా పడేవారు. ప్రస్తుతం ఆ బావి కనుమరుగైపోయింది.

ఉత్పల సత్యనారాయణాచార్యుల వారి తల్లిగారైన అలివేలమ్మ మాతృప్రేమను పంచిచ్చే యశోదమ్మే! మహా సాత్వికురాలు. ఇంటికి వచ్చే యాచకులను సైతం లేదనకుండా తనకు తోచినది ఇచ్చి సాగనంపేది. అప్పట్లో ఒక పేద బ్రాహ్మణుడు అక్షయ పాత్రను తీసికొని కమ్మని పాటలు, పద్యాలు పాడుతూ ప్రతినిత్యం భిక్షకోసం వీరి ఇంటికి వచ్చేవాడు. ఆయన తరచూ "నా చిటికెన వ్రేలి ఉంగరము సీతమ్మకు కంకణమాయె భూవరా" అనే పద్యం పాడుతూ ఉండేవాడు. ఆయన పాడే పద్యాలు ఈ కావ్యకోకిల ఉత్పల గారినెంతో ఆకట్టుకునేవి. అలివేలమ్మ గారు అందరికీ దోసెడు బియ్యం పోస్తే ఈ భిక్షువుకు మాత్రం రెండు దోసెళ్ళు పోసేది. భవిష్యత్తులో తన బిడ్డ యశోమూర్తిగా ప్రకాశిస్తాడని కాబోలు. అలాగే "నేను గొప్ప రచయిత కావడానికి ఆ పద్యాలే ప్రేరణ అయినాయి" అని స్వయంగా ఉత్పలగారే చెప్పారు.

అక్షరాభ్యాసం

రఘునాథాచార్యులకు తిరుపతి వేంకటేశ్వరుడంటే అమిత భక్తి. సత్యనారాయణగారికి శ్రీకృష్ణుడంటే ఎంతో ఇష్టం. విశేషమేమిటంటే ఉత్పలగార అన్నప్రాశన మొదలుకొని, అక్షరాభ్యాసం,

వడుగు (ఉపనయనం) అన్నీ తిరుపతి శ్రీనివాసుని సన్నిధిలోనే జరిగాయి. ఈ మహోజ్వల కవికోకిల ఉత్పల గొప్ప కవిగా మారడానికి ఒక గొప్ప సంఘటన జరిగింది. తిరుపతిలో శ్రీనివాసుని సన్నిధిలో అక్షరాభ్యాసం జరపాలని 'ఉత్పల' తల్లిదండ్రులు నిర్ణయించుకున్నారు. అక్షరాభ్యాసానికి అన్నీ సిద్ధం చేసుకుని ధ్వజస్తంభం దగ్గర కూర్చోబెట్టగానే అకస్మాత్తుగా ఒక తేజోమయుడైన సాధువు వచ్చి సంస్కృతంలో "నేను రాయించనా?" అని సంస్కృత పండితుడైన రఘునాథాచార్యుల వారిని అడిగాడు. వారుకూడా ఆశ్చర్యపోతూ సంతోషంతో అంగీకరించి అక్షరాభ్యాసం చేయించారు. ఆ సాధువు "ఈ బాలుడు కవి బ్రహ్మ కాగలడ'ని దీవించారట! ప్రజ్ఞావంతుల పసితనాల్లో ఇలాంటి సంఘటనలు జరుగుతాయనడానికి ఇది ఒక నిదర్శనం అనిపిస్తుంది.

బాల్యంలో చెప్పిన మొదటి పద్యం

బాలుడైన ఉత్పలగారు వైష్ణవ సాంప్రదాయంతో రేమిడిచర్లలోనే పెరిగారు. అది ఉత్పలగారి అక్క రంగనాయకమ్మగారి అత్తగారి ఊరు కావడంతో తన ముద్దుల తమ్ముడి గురించిన ఒక చిత్రమైన సంఘటన గుర్తు చేసుకున్నారావిడ. ప్రస్తుతం రంగనాయకమ్మగారి వయస్సు 82 సంవత్సరాలు. ఆవిడ జ్ఞాపకాలలో ఇంకా సజీవంగా ఉన్న ఒక సంఘటనను గుర్తు చేసుకున్నారు. ఆ సంఘటనను గమనిస్తే ఈ పరమ భాగవతోత్తముడు చిన్ననాడే ఎంత కవిత్వం చెప్పాలని తాపత్రయపడేవారో తెలుస్తుంది.

ఉత్పలగారి తల్లి అలివేలమ్మ తన ఈ ముద్దుల తనయుడు ఉత్పలను తీసికొని దగ్గరలో ఉన్న కర్లపాలెంలో బంధువుల ఇంటికి వివాహ వేడుకకు వెళ్ళారు. అక్కడ ఉత్పల వంటరిగా అరుగు మీద కూర్చుని ఆ ఊరిని గమనిస్తున్నాడు. అప్పుడాయన వయస్సు ఎనిమిది సంవత్సరాలు. ఆ ఊరి గురించి ఆయన చిన్న బుర్రలో తళుక్కున మెరిసి ఒక పద్యం వచ్చింది నోటివెంట.

"కర్లపాలెం కఠిన గ్రామం
కట్టె కంప సురక్షితం
అన్నవస్త్రం గతిం నాస్తి
నెత్తి మూటలు పరుగో పరుగు"

ఈ పద్యశిల్పి నాలుక మీద నాట్యమాడిన మొదటి పద్యమిది. ఆ తరువాత భవిష్యత్తులో ఈ పద్యశిరోమణికి పద్యాలు రాయాలనే సంకల్పం కలగడానికి నాంది అయింది.

ప్రాథమిక విద్య

ఉత్పలకు ఇద్దరు అన్నలున్నారు. వారు రంగాచార్యులు, కృష్ణమాచార్యులు. వారు ఇంగ్లీషు, ఉర్దూ (ఆ రోజుల్లో తెలంగాణాలో నిజాం ప్రభుత్వం ఉండడంతో ఉర్దూ ఎక్కువగా చదివేవారు) చదువుకుంటుంటే ఉత్పలగారు మాత్రం తెలుగు, సంస్కృతం అంటే ఇష్టపడేవారు. అలివేలమ్మ

గారు ఈ అభినవ పండితుడితో అన్నలు ఇంగ్లీషు చదువుతుంటే నువ్వు సంస్కృతం చదువుతావా? ఇంగ్లీషు చదువుకో" అని ఆ రోజుల్లోనే ఎంతో ప్రోత్సాహమిచ్చేవారు. కానీ ఈ కవికోకిల మాత్రం తెలుగు, సంస్కృత భాషలు మాత్రమే ఎంతో శ్రద్ధగా చదివేవాడు.

తండ్రి రఘునాథాచార్యులు సంస్కృత పండితులేకాదు. వేదాధ్యయనం చేసి ఊరిలోని వారందరికీ తలలో నాలుకలా ఉండేవారు. వడుగులు, ఉపనయనాలు, వివాహాలు అన్నీ వీరి చేతుల మీదుగానే జరిగేవి. వీరికి సంస్కృతం అంటే అభిమానం. ఊరిలోని పిల్లలందరికీ ఉచితంగా సంస్కృతాన్ని బోధించేవారు. మన కవికోకిల ఉత్పలగారు స్కూలుకు వెడుతూనే, తండ్రిగారి దగ్గర సూత్రపాఠాలు, కుమార సంభవం, రఘువంశం, మేఘసందేశం మొదలైన సంస్కృత కావ్యాలను అధ్యయనం చేసి పాండిత్యాన్ని సంపాదించు కున్నారు. పోతన రాసిన శ్రీమదాంధ్ర భాగవతం, మహా భారతంలోని తిక్కన పద్యాలు చిన్ననాటనే చదివారు. వీరికి వ్యాకరణం తెలిసి ఉండడంతో అన్వయించుకోవడం అంత కష్టమయ్యేది కాదు. అంతేకాదు ఇవి చదివిన దగ్గరనుండి తెలుగులో పద్యాలు రాయాలని కోరికగా ఉండేదట ఈ పద్యపట్టాభిషేకునికి. తన పదమూడవ ఏటనే పద్యాలు రాసి తండ్రిగారికి చూపాడు. కొడుకు రాసిన పద్యాలను మెచ్చుకొని వాటిని ఆయన దిద్దేవారు. ఏది ద్రుత ప్రకృతమో, ఏది కళో, ఏ శబ్దం ఎలా వాడాలో చెప్పేవారు. బాల ఉత్పల మనస్సులో అవి నాటుకుపోయేవి. ఈ ప్రతిభామూర్తి ఉత్పలగారు తరువాత కాలంలో ఈ విషయాన్ని వివరిస్తూ 'నాన్నగారే నా తొలి గురువు' అని చెప్పుకున్నారు.

1934 వరకు రేమిడి చర్లలో అక్క రంగనాయకమ్మ వారి దగ్గర, అమ్మ దగ్గర ఉంటూండేవారు. చివరకు 1935లో అక్కగారి ఊర్లోనే చదువులు ప్రారంభించారు. ఆ పసితనంలోనే ఎక్కడ కవుల సన్మానాలు జరిగినా, కవితా గోష్ఠులు జరిగినా వెళ్ళేవారు. ఈ విషయంలో వీరి చిన్నన్న కృష్ణమాచార్యులు వీరిని బాగా ప్రోత్సహించేవారు.

ఈ దార్శనికుడు తన పధ్నాలుగవ ఏటనే ఒక కవిత రాసి ఆలిండియా రేడియోకు పంపారు. వారు దాన్ని స్వీకరించి, డబ్బు పంపించారు. అది ఆ రోజుల్లో ఆయనకు ఎంతో ప్రోత్సాహాన్నిచ్చింది. చిన్నన్న కృష్ణమాచార్యులు తమ్ముని భుజం తట్టి "నీవు ఇలాగే రాస్తూ వుండు. భవిష్యత్తులో గొప్ప కవివి అవుతావు." అనేవారట.

ఈ భావుకుడైన ఉత్పలవారి ప్రాథమిక విద్యాభ్యాసం ఎర్రుపాలెంలో జరిగింది. 'ఎనిమిదవ తరగతి' వరకు ఎర్రుపాలెంలోనే చదివి, తరువాత తిరుపతి శ్రీనివాసుని సన్నిధిలోనే ఈ సాహితీ వేత్త సాహిత్యానికి బీజాలు ఏర్పడినాయి.

విద్యార్థిగా ఎర్రుపాలెంలో ఉన్నప్పుడే స్వాతంత్ర్య సంగ్రామం ఉధృతంగా సాగుతోంది. ఆ రోజుల్లో తెలంగాణా ప్రాంతం నైజామ్ నవాబుల పాలనలో ఉంది. కరకునైజాం ప్రభువుపైన ప్రజలు తిరుగుబాటు చేస్తున్నారు. పోలీసులు దాన్ని అణచివేయడానికి ప్రయత్నిస్తున్నారు. అ

రోజుల్లో యువరక్తం ఉరకలేస్తున్న ఈ కవి కిశోరుడు నైజాం నవాబుకు వ్యతిరేకంగా పోరాడుతున్న దక్కన్ సర్దార్‌గా బిరుదు పొందిన జమలాపురం కేశవరావు ఉపన్యాసాల పట్ల ఉత్తేజితుడై ఆయనను తన రాజకీయ గురువుగా భావించి, ఆయన ముఖ్య అనుచరుడై 1942లో రాజకీయోద్యమాన్ని ప్రారంభించారు. ఈ 'నేరానికి'గాను ఆయన్ను అప్పటి బ్రిటిష్ గవర్నమెంట్ నిర్బంధించింది.

నిర్బంధం నుండి బయటకు వచ్చిన ఉత్పల గారు 1942లో గాంధీజీ ఇచ్చిన 'క్విట్ ఇండియా' పిలుపుకు ఆకర్షితుడై ఆందోళనలో పాల్గొన్నారు. స్వాతంత్ర్యోద్యమ స్ఫూర్తితో ఆయన చిన్ననాటి నుండి జీవిత చరమాంకం వరకు ఖద్దరు వస్త్రాలనే ధరించారు. స్వాతంత్ర్య సంగ్రామంలో పాల్గొని జైలు జీవితం గడిపినప్పటికీ కేవలం ఖద్దరు ధరించారే తప్ప తామ్రఫలకాలు, స్వాతంత్ర్య సమరయోధులకు లభించే ఇతర సదుపాయాలను వేటినీ ఆయన ఆశించకపోవడం ఈ నిరాడంబరుని విశేషం.

మొదటి పుస్తకాలు

క్విట్ ఇండియా ఉద్యమ సమయంలోనూ, నైజాం వ్యతిరేక ఉద్యమం సమయాల్లోనూ, పలువురు రాష్ట్ర, జాతీయ నాయకులు ఖమ్మం జిల్లాకు వచ్చి (అజ్ఞాత జీవితం) తలదాచుకునేవారు. ఆ సమయంలో కొందరు జాతీయ నాయకులు ఎర్రుపాలెం కూడా వచ్చేవారు, వస్తూ తమ వెంట తెచ్చుకున్న హిందీ పుస్తకాలను ఈ విద్యా పిపాసి ఉత్పలగారు కూడా చదివేవారు. హిందీ భాష అంతగా రాకపోయినా సంస్కృతం బాగా వచ్చి ఉండడం వల్ల వాటిని చదివి అర్థం చేసుకోవడం వీరికి సులభమయ్యేది.

ఆ రోజుల్లో చాలామంది హిందీ నేర్చుకోవడానికి ఇష్టపడేవారు. ఆ విధంగా ఆనాటి జాతీయోద్యమ ప్రభావంతో హిందీ నేర్చుకోవాలని కూడా నిర్ణయించు కున్నారు. ముఖ్యంగా రామ్‌నరేష్ త్రిపాఠీ రాసిన 'మిలన్' పుస్తకాన్ని చదివి ఎంతో ప్రభావితుడయ్యాడు ఇంకా త్రిపాఠీ రచనలు, మైథిలీ శరణ్ గుప్తా రాసిన 'పంచవటి' కావ్యాలు తీవ్ర ప్రభావితుణ్ణి చేసాయి. 'పథిక్', 'మిలన్' గ్రంథాల్ని తెలుగులోనికి అనువదించారు. రవీంద్రుని 'కచుని వీడ్కోలు' గ్రంథాన్ని తెలుగులో 'గాంధారి'గా రచించారు. వీటిని ఆయన విజయవాడలో ముద్రించటానికి ప్రయత్నించారు. కాని అక్కడ ముద్రించటానికి ఎవరూ సాహసించక పోవడంతో వాటిని సికింద్రాబాద్‌కు తీసుకువెళ్లి అచ్చు వేయించారు.

బాలకవి

చదువుకొనే రోజుల్లో 1945లో తన 18వ ఏటనే ఈ రస హృదయులు ఉత్పల సత్యనారాయణగారు బాలలకోసం సాగించిన రచనలు ఎంతో ప్రసిద్ధి పొందాయి. వాటిలో 'చందమామ' బాలల మాస పత్రికలో ధారావాహికంగా వెలువడిన 'గంగావతరణం' ఎంతో పేరు పొందింది. ఆ రోజుల్లో బాలసాహిత్యంలో అది గొప్ప సంచలనం కలిగించింది. ఆరు

మాసాల పాటు చందమామలో వెలువడిన ఈ ధారావాహిక గేయకథను పత్రిక యాజమాన్యం వారు చందమామ తెలుగు భాషతో పాటుగా కన్నడ, తమిళ భాషల్లోకి కూడ తర్జుమా చేయించి ప్రచురించారు. ఆరోజుల్లో కొత్తదనం కోసం, సృజనాత్మకత కోసం పరితపిస్తున్న రచయిత కొడవటిగంటి కుటుంబరావు వంటి పెద్దల్ని సైతం ఈ 'గంగావతరణం' ఆకట్టుకున్నది.

ఆనాటి బాలసాహిత్యంలో సంచలనం సృష్టిస్తున్న ఈ యువకవి తరువాతి రచనలు కూడా ఎంతో మంది పెద్దలను సైతం ఆకట్టుకున్నాయి. వాటిలో విభీషణుడి శరణాగతి- ఉత్పలిని, కచుని వీడ్కోలు (గాంధారి) వంటివి విశ్వనాథ సత్యనారాయణ వంటి కవుల ప్రశంసలు అందుకున్నాయి. ఈ సందర్భంలోనే ఉత్పలగారు రాసిన పండిట్ జవహర్‌లాల్ నెహ్రూ సంపాదకత్వంలో వెలువడిన 'భారతీయ కవిత' (1953)లో ప్రచురించబడడం జరిగింది. కాని దురదృష్టవశాన ఇవేవీ ఇప్పటి పాఠకులకు అందుబాటులో లేవు.

విశ్వనాథ వారి మార్గం......

అంతకు ముందు చదువుకొనే రోజుల్లోనే ఉత్పలమాల ఎన్నో తెలుగు పుస్తకాలను చదివారు. వాటిలో రాయప్రోలు సుబ్బారావు గారు రాసిన 'కష్టకమల', 'జడకుచ్చులు' వంటి కావ్యాలు వీరికి కంఠోపాఠంగా వచ్చాయి కూడ. ఆరోజుల్లో విశ్వనాథవారు పద్య రచనలలో ఎంతో ఉన్నత స్థానం సంపాదించుకున్నారు. ఆయన పద్యాలను ఉత్పలగారు వినేవారు. ఆయన పుస్తకాలలో 'వేంగిక్షేత్రము, శృంగార వీథి' వంటి వాటిల్లోని పద్యాలను ఉత్పలగారు ఎంతో ఆసక్తిగా చదివారు. అంతేగాక పద్యాలను సులభంగా, సుందరంగా భావయుక్తంగా చదువుతూ పద్యభావాన్ని ఆవిష్కరించే విశ్వనాథ గారిని గమనించి ప్రేరణ పొందారు ఉత్పలగారు. విశ్వనాథ వారు మొదట్లో తేలికగా ఉండే పద్య రచనలు చేసినా తరువాత కాలంలో పద్యాలను జటిలంగా రాయడం మొదలు పెట్టడం గమనించారు ఈ కవితాపిపాసి.

వివాహం-చదువు

1947లో ఉత్పల సత్యనారాయణగారికి ఆయన మేనమామ కూతురు 'రంగనాయకమ్మ'తో వివాహం నిశ్చయించి, తిరుపతి శ్రీ వేంకటేశ్వరుని సన్నిధిలో జరిపించారు పెద్దలు. అప్పటికి ఇంకా విద్యార్థి దశని ఆయన దాటలేదు. అందుచేత పై చదువులకోసం తిరుపతి వచ్చి 'ఓరియంటల్ కాలేజీ'లో చేరి ప్రత్యేకంగా తెలుగు చదివారు. ఆ సందర్భంలో శ్రీ వేటూరి ప్రభాకరశాస్త్రి గారి శిష్యరికంలో, ఆయన ప్రోత్సాహంతో తెలుగులో బి.వో.ఎల్ చేశారు. సంస్కృత పరీక్షలు కూడా రాసి ఉత్తీర్ణులయ్యారు. అందుకనే వేటూరి ప్రభాకర శాస్త్రిగారిని తన గురువుగా పేర్కొంటారు ఉత్పలగారు. తెలుగు భాషలో ప్రత్యేక పరీక్షలను కూడ రాసి 'విద్వాన్' డిగ్రీ తీసుకున్నారు. జాతీయోద్యమ ప్రభావం వల్ల హిందీ చదవాలనుకున్న ఉత్పలగారు, హిందీతో పాటుగా ఆంగ్లభాషలో కూడ ప్రావీణ్యత సాధించుకున్నారు. తిరుపతిలో తన గురువు వేటూరి ప్రభాకరశాస్త్రిగారు చెప్పిన మాటలు ఆయన చెవుల్లో సదా గింగురుమంటూనే ఉండేవి. వేటూరి

ప్రభాకర శాస్త్రి గారు "కవిత్వానికి ప్రసాద గుణం ఉండాలి. అది ప్రజలకు అర్థం కావాలి. విభక్తి ప్రత్యయాలు జాగ్రత్తగా వాడాలి." అని ఉత్పలగారికి కవితా రహస్యాన్ని చెప్పారు. ఈ విషయాల్ని పూర్తిగా ఆకళింపు చేసుకున్నారు ఉత్పలగారు.

ప్రభాకర శాస్త్రిగారి శిష్యరికంలో అప్పటిదాకా విశ్వనాథ సత్యనారాయణ గారి ప్రభావానికి లోనైన ఉత్పలగారు ఆ తరువాత ఆయన ధోరణి నుండి దూరమై తనకంటూ ఒక ప్రత్యేకబాణీని ఏర్పరుచుకున్నారు.

ఈ సందర్భంలో ఒక విషయం చెప్పుకోవలసింది ఉంది. పద్యకవిత్వాన్ని రాసేటప్పుడు మాత్రం ఉత్పలగారు తల్లావజ్ఝల శివశంకర శాస్త్రిగారి మాటలను గుర్తుంచుకొనేవారు. శాస్త్రిగారు ఉత్పలగారితో ఒక సందర్భంలో మాట్లాడుతూ – "నీ చెవే నీకు గురువు. నీ చెవికి మధురంగా తోచిన సాధురూపమే కవిత్వం...... మధురంగా వినిపించని పద్యాన్ని ఎంత గొప్పదైనా ఉంచుకోకు" అన్నారు. ఆ మాటలలోని సారాంశాన్ని ఆకళింపుచేసుకున్న ఉత్పలగారు తాను రచించిన పద్యాలను, గేయాలను మృదువుగా పాడేవారు స్వయంగా. ఆశువుగా ఆయన చెప్పిన పద్యాలు కూడా ఎంతో హృద్యంగా ఉండేవి.

నటుడిగా ఉత్పల!

విద్యార్థి దశలో ఉండే ఆనాటి యువకులలో చాలామంది నాటకాలవైపు ఆకర్షితులయ్యేవారు. అలాగే ఉత్పల సత్యనారాయణా చార్యులు గారు కూడా దివాకర్ల వెంకటావధాని ట్రూపులో చేరి భువన విజయం అనే నాటకాన్ని వేశారు. అందులో ఈయన అల్లసాని పెద్దన పాత్రను పోషించేవారు. ఆ తరువాత ఆంధ్రప్రదేశ్ అవతరణ సమయంలో హైదరాబాద్‌లోని దర్బార్ హాల్ (ప్రస్తుతం అది ఉమెన్స్ కాలేజీ) లో కప్పగంతుల లక్ష్మణాచారి గారితో కలిసి ఈ భువన విజయం ప్రదర్శించారు. అప్పుడే అయ్యదేవర పురుషోత్తముగారి సాంగత్యంలో బొంబాయి, కలకత్తా, ఢిల్లీ, మద్రాసులలో కూడ ఈ నాటకాన్ని అభినయించారు ఉత్పల.

ఉద్యోగాలు - చదువులు

ఉత్పలగారి జీవితంలో ఏ ఒక్క విషయం విడిగా ఉన్నట్లు కనబడదు. ఆయన రచనలు, ఉద్యోగాలు, చదువు అన్నీ ఒకదానివెంట ఒకటిగా కలిసికట్టుగానే ఉంటాయి. ఆర్థికభారం ఆయనను ఉద్యోగానికి పురిగొల్పేది. వయస్సు చదువుకొనేందుకు ఇష్టపడేది. స్వభావరీత్యా మనస్సు మాత్రం రచనా వ్యాసంగం వైపు మరల్చేది. అందుకే ఆయన విషయంలో చదువు, రచనలు, ఉద్యోగం అని విడగొట్టలేం.

ఉత్పలగారు భార్య కాపురానికి వచ్చే ముందుగానే కొన్ని చిన్న చిన్న ఉద్యోగాలు చేశారు. అవి ఆయన సాహిత్యరంగంలోనివే. 1947లో 'మాతృభూమి' పత్రిక (మద్రాసు)లో పాత్రికేయుడిగా పని చేశారు. కొంతకాలం అక్కడ పని చేసిన తరువాత తెనాలి నుండి వచ్చే 'జైహింద్' వారపత్రిక

(తెనాలి) లో సంపాదకుడిగా 1948 ప్రాంతంలో రెండేళ్లు పనిచేశారు. 1949-50 మధ్యకాలంలో 'శుభోదయం' పత్రికలోనూ, సూర్యదేవర స్వరాజ్య లక్ష్మిగారు నడిపిన 'తెలుగుదేశం' వంటి పత్రికలలో పనిచేశారు. ఈ విధంగా వివిధ పత్రికలలో పనిచేస్తూ తన చదువుని కొనసాగించి ఎం.వో.ఎల్ పూర్తి చేశారు. ఆ తరువాత ఉస్మానియా విశ్వవిద్యాలయం నుండి తెలుగులో ఎం.ఏ కూడా చేశారు. ఇక్కడితో ఆయన విద్యాభ్యాసం పూర్తయింది.

ఆర్థికంగా ఇబ్బందులు పడుతున్న కుటుంబంకోసం ఉద్యోగం చేయాలని నిర్ణయించుకున్నారు. పైగా ఇప్పుడు భార్య కూడ కాపురానికి వచ్చింది. అప్పటికే ఉత్పల అన్నగార్లు హైదరాబాద్‌లో ఉండి చిన్న చిన్న ఉద్యోగాలు చేసుకుంటున్నారు. పాత్రికేయ వృత్తిలో చాలీ చాలని జీతంతో బ్రతకడం కష్టమనిపించి హైదరాబాద్ చేరారు.

బడిపంతులుగా ఉద్యోగం

1950లో సుల్తాన్ బజార్ హైస్కూల్‌లో తెలుగు మాత్రమే బోధించడానికి ఉపాధ్యాయుడిగా ఉద్యోగంలో చేరారు. బ్రతుకుతెరువు కొరకు ఆ స్కూలులో తెలుగు మాత్రమే బోధించడానికి నియమింపబడిన మొట్టమొదటి ఉపాధ్యాయుడు ఉత్పలగారే!

ఉత్పలగారు పాఠంచెప్పే తీరు అద్భుతంగా ఉండేది. ఒకసారి హెడ్ మాస్టరు ఉత్పలగారు పాఠం చెప్తున్నప్పుడు విని "మీరు తెలుగులో పాఠం చెబుతుంటే నాకు కవి జాషువా గుర్తుకు వస్తున్నారు." అన్నారు. అంతేకాదు. ఆ తరువాత వారు ఒకసారి ఇన్‌స్పెక్షన్ జరుగుతున్న సందర్భంలో 'దిగంబర రావు బిందు' వంటి మంత్రులకు ఉత్పల పాఠాన్ని చెబుతున్న విధానాన్ని చూపించారు. మంత్రిగారు ఆ పాఠాలు విని అప్పటికప్పుడు హైదరాబాద్‌లో తెలుగు పాఠాలను, తెలుగు ఉపాధ్యాయులను అధికం చేయాలని నిర్ణయం తీసుకున్నారు. పాఠం ఎంతగా చెప్తే ఏం లాభం?! ఆ తరువాత ఎండాకాలంలో ఉత్పలగారిని అక్కడ నుండి తీసివేశారు. ఆ సందర్భంలో మహబూబ్ నగర్‌లో ఉపాధ్యాయుడిగా పనిచేయడానికి వెళ్ళారు ఉత్పలగారు.

ఆ సందర్భంలో మంత్రిగారు బూర్గుల రామకృష్ణారావుగారు 8,10 తరగతులు ఉత్తీర్ణులైన అందరినీ కూడా ఉద్యోగాలలో ప్రవేశపెట్టారు. దానికి ఎంట్రన్స్ టెస్ట్ పెట్టినప్పుడు ఉత్పలగారు కూడ ఆ పరీక్ష రాశారు. బేసిక్ ట్రెనింగ్ స్కూలులో శిక్షణ కోసం 'స్త్రీ విద్య అవసరమా?' అనే అంశంపై వ్యాసాన్ని రాయమంటే ఉత్పలగారు టైమ్ అయిపోయినా పట్టించుకోకుండా అలా రాస్తూనే ఉండిపోయారట. రచనా వ్యాసంగం పట్ల ఉత్పలగారికెంత మక్కువో ఈ ఒక్క సంఘటన వల్ల తెలుసుకోవచ్చు.

ఎలాగైతేనేం ఉత్పలగారిని అక్కడే 'నిర్బంధ ప్రాథమిక విద్య విభాగం'లో దానికి కావలసిన కరపత్రాలూ అవీ ముద్రించటానికి సంబంధించిన ఉద్యోగంలో నియమించారు. ఆయన అక్కడే ఎక్కువగా కష్టపడి పనిచేశారు. ఆ తరువాత హైదరాబాద్‌లోని మిత్రుల సహకారం వల్ల మళ్ళీ

సికింద్రాబాద్‌కు బదిలీ కాబడి రిటైర్‌మెంట్ వరకు అక్కడే ఉపాధ్యాయునిగా కొనసాగారు. ఈ విధంగా సంపాదక, ఉపాధ్యాయ వృత్తులతో జీవితాన్ని సాగించారు ఉత్పల.

హైదరాబాద్, సికింద్రాబాద్‌లలో ఉపాధ్యాయునిగా ఉద్యోగాలు నిర్వహించినా పత్రికలలో ఆయన రచనలు కొనసాగుతూనే ఉండేవి. ఉపాధ్యాయునిగా అప్పట్లో ఉత్పలగారి జీతం '60' రూపాయలు మాత్రమే! కష్టాలు ఆయన వెన్నంటే ఉండేవి. అయితే ఎలాంటి కష్టాన్నయినా బయటకు తెలియనివ్వకుండా గంభీరంగా ఉండేవారు. ఓర్పు, నేర్పు, పరిశీలన వీరికి యువకుడిగా ఉండగానే అబ్బాయి.

బాలసాహిత్యం

చదువుకునేటప్పుడు, పాత్రికేయునిగా ఉద్యోగం చేసేప్పుడు కూడ ఉత్పలగారు తన రచనా వ్యాసంగాన్ని ఏమాత్రం ఆపలేదు. చాలా చిన్నతనంలోనే అనేక అనువాదాలు చేసిన ఆయన బాలసాహిత్యాన్ని రాశారు. చందమామలో ప్రచురితమైన 'గంగావతరణం' ఎంతో మంది పాఠకుల ప్రశంసలను అందుకున్నది. ఆ విషయాన్ని దృష్టిలో పెట్టుకుని చందమామ సంపాదకులు బి.నాగిరెడ్డి గారు 'చిన్ని కృష్ణుడు' గేయకథను రాయమని కోరారు. అయితే ఉత్పలవారు 'చిన్ని కృష్ణుని కథను రాయగలనా?' అనే సందేహంతో కాలయాపన చేశారు. అయితే నాగిరెడ్డిగారు 'తప్పకుండా రాయమ'ని మరొకసారి హెచ్చరించారు. అంతేగాక వారు పారితోషికం కూడా ముందుగానే పంపించారు. దానితో ఉత్పలవారికి చిన్ని కృష్ణుని కథను తప్పని సరిగా రాసే పరిస్థితి కలిగింది.

అదే సమయంలో శ్రీ విజయబాపినీడుగారి సంపాదకత్వంలో ప్రముఖ చిత్రకారుడు 'బాపు' బొమ్మలతో బొమ్మరిల్లు బాలల మాసపత్రిక వెలువరించడానికి ప్రయత్నాలు జరుగుతున్నాయి. చందమామలో ఉత్పలవారి రచనలు చదివి ఆనందించిన వారిలో విజయబాపినీడు గారు ఒకరు. వారి బొమ్మరిల్లు పత్రికను ఉత్పలగారి రచనతో ప్రారంభించాలని నిర్ణయించారు. అంతేగాక "మీరు ఎప్పుడు రచన యిస్తే అప్పుడు బొమ్మరిల్లు పత్రిక ప్రారంభిస్తాను" అని చెప్పారు. దానితో చందమామ పత్రిక కోసం రాస్తున్న చిన్ని కృష్ణుడు రచనను బొమ్మరిల్లు వారికి ఇవ్వవలసి వచ్చింది. అయితే ఉత్పలవారికి మాత్రం చందమామవారు ఇచ్చిన పారితోషికం వాపసు ఇవ్వలేదే అనే బాధ కలిగింది. అయినప్పటికీ సహృదయులైన చందమామ సంపాదకులు బి. నాగిరెడ్డిగారు ఉత్పలగారి గేయకథలను కొన్నింటిని 'ఉత్పల మాల'గా పేరు పెట్టి ప్రచురించారు. ఆ రచన ప్రఖ్యాతి పొంది ప్రభుత్వ బహుమతుల్ని సంపాదించి పెట్టింది. వెయ్యి ప్రతుల్ని ప్రచురించి నాగిరెడ్డిగారు నాకు పంపించారని ఉత్పలగారు స్వయంగా చెప్పేవారు.

పాఠశాలలో పని చేస్తూనే విశ్వవిద్యాలయాల ఆచార్యులు బోధించే పద్యాల్ని రాశారు ఉత్పలగారు. కవిత్వం రాయడానికి ఆయనకు 'నిరుపహతి స్థలంబు' వంటివి అక్కరలేదు. అందుకే రైల్వేస్టేషనులోనే కూర్చుని రాసేవారు. చిన్ని కృష్ణుడు గేయకావ్యం కేవలం పిల్లలనే

కాక పెద్దలను కూడా ఆనందింపజేసింది. అలాంటి పెద్దలలో ప్రముఖ కవి, సాహితీ వేత్త అయిన డా॥ అంతటి నరసింహంగారు ఒకరు. ఆయన దాన్ని పుస్తక రూపంలో వెలువరించమని ఉత్పలగారికి సలహా యిచ్చారు. ఇది 1979లో అంతర్జాతీయ బాలల దినోత్సవాన్ని పురస్కరించు కొని పుస్తకరూపంలో వెలయించారు. దీనిని బొమ్మరిల్లు సంపాదకులు విజయబాపినీడు గారికి అంకితమిచ్చారు. సరళంగా ఉన్న పదాలతో అద్భుతంగా సాగే ఈ గేయకావ్యం ఎందరో చిన్నారులకు స్ఫూర్తి కలిగించి వారికీ గేయాలను రాయాలనే ఆకాంక్షను కలిగించింది. ఉత్పలగారు చిన్ని కృష్ణుడు గేయకథను రాసే సమయానికి ఆయన మహబూబ్ నగర్ జిల్లా, షాద్‌నగర్‌లో ఉద్యోగం చేస్తూ ఉండేవారు. ప్రతిరోజూ హైదరాబాద్ నుండి షాద్‌నగర్‌కు వస్తూ పోతూ ఉండేవారు. షాద్‌నగర్ రైల్వే స్టేషన్ మాస్టర్‌గారి వెయిటింగ్ రూంలో కూర్చుని రచన చేశారు. ఆ రచనలో చాలా భాగం అక్కడే పూర్తి చేశారు. ఈ విషయాన్ని తన గ్రంథం 'చిన్ని కృష్ణుడు'లో ఉత్పలగారు స్వయంగా వివరించారు. బాలసాహిత్యంలో ఉత్పలగారు ఎంతో ఉత్సాహం చూపేవారు. ఆ సందర్భంలోనే గిడుగు సీతాపతిగారి ఆధ్వర్యంలో బాలసాహిత్య రచనా శిక్షణాలయంలో నెలరోజులపాటు సిటీ కాలేజ్‌లో శిక్షణ కూడా తీసుకున్నారు. అప్పుడే ఆయనకు బి.ఎన్. శాస్త్రి, గంగుల శాయిరెడ్డి మొదలైన పెద్దలతో సాన్నిహిత్యం పెరిగింది. దాని ప్రభావంతోనే ఉత్పలగారు బాలల పత్రికలకు ఎన్నో కథలు రాశారు. బాల సాహిత్య ఖండికలు, గేయాలు రాశారు. వాటిలో చాలా వరకు ముద్రణకు నోచుకున్నాయి. అసంఖ్యాకమైన ఆ రచనలన్నీ ఇప్పుడు దొరకకపోయినా ఆనాడు ఆబాలగోపాలాన్ని చదివింపజేసేవి. ఆ సాహిత్యాన్ని చదివి ఆనందిస్తున్న పిల్లల్ని చూసి పరవశించిపోయేవారు ఉత్పలగారు. ఆయన రాసిన కావ్యాలు – క్షీరసాగర మథనం, శమంతక మణి వంటి వాటికి ప్రఖ్యాత చిత్రకారుడు బాపు బొమ్మలు వేశారు. 'ఉత్పలమాల' గేయకథలకు కేంద్ర ప్రభుత్వ అవార్డు కూడా వచ్చింది.

తరువాత, కీ.శే. వడ్డాది పాపయ్య గారి బొమ్మలతో కుమార సంభవం, పార్వతీ కళ్యాణం, దక్షయజ్ఞం వంటి కథలు వచ్చాయి. ఆ తరువాత రాసిన దాస్య విముక్తికి కూడ కేంద్ర ప్రభుత్వ అవార్డు వచ్చింది. పంచతంత్ర కథలు, గరుత్మంతుడి కథ, మనుచరిత్ర మొదలైనవన్నీ బాలసాహిత్యంలో బాలలను అలరించాయి. వీరికి ఎన్నో ప్రశంసలు, అవార్డులు తెచ్చి పెట్టాయి.

సినిమా పాటలు కూడ

బాలల మాసపత్రిక 'బొమ్మరిల్లు' సంపాదకుడు శ్రీ విజయ బాపినీడు గారు వీరి రచనలను ప్రచురించి ఎంతో ప్రోత్సహించారు. ఉత్పలగారన్నా వారి రచనలన్నా ఎంతో గౌరవం ఉండేది. బొమ్మరిల్లులో ఆయన అర్జునుని తీర్థయాత్ర వంటి బాలగేయ కవితలను కూడా ధారావాహికంగా ప్రచురించారు. ద్విపద రూపంలో రచించిన అర్జునుని తీర్థయాత్రలో భారత దేశంలోని వివిధ ప్రదేశాలను గురించి వివరించారు. ఈ పుస్తకం 1982లో విడుదలయింది. దీనిని శ్రీవేంకటేశ్వర స్వామివారికి అంకితమిచ్చారు. ఆ తరువాత 1978లో బాపినీడుగారు సినిమా నిర్మాతగా మారి

తన చిత్రం బొమ్మరిల్లు, విజయ వంటి సినిమాలు తీశారు. ఆ సినిమాలలో కూడా ఉత్పలగారిచే పాటలు రాయించారు. "చల్లని రామయ్యా! చక్కని సీతమ్మా! కొలువైన మాయిల్లు కోవెలేనమ్మా!" "కన్నెపిల్ల మూడు ముళ్ళతో కావ్యనాయక అయింది"అనే ఉత్పలగారి పాటలు ఆనాడు గొప్ప ప్రజాదరణ పొందాయి. గుంటూరు శేషేంద్ర శర్మ వలె ఉత్పలగారు సినిమా పాటలు రాసినా సినీ పరిశ్రమలో ఉండలేదు.

ఉపాధ్యాయుడిగా...

ఉత్పలగారు ఉపాధ్యాయుడిగా జీవన సమరంలో ఎన్నో కష్ట నష్టాలు చవిచూశారు. ఉత్పలగారు పనిచేసిన హైస్కూల్లోనే ఇప్పటి ఎమ్మెల్సీ, ఐ.ఐ.టి. మేధావి చుక్కారామయ్యగారు, పూర్వాషాధగారు కలిసి పనిచేశారు. వీరంతా పాఠశాలకు వేళవకముందే వెళ్లి వెనుకబడిన విద్యార్థులకు ప్రత్యేక క్లాసులు తీసుకునేవారు. అంతేగాక బడి విడిచి పెట్టిన తరువాత కూడా ఒక గంట ప్రత్యేకంగా క్లాసు తీసుకునేవారు. ఉపాధ్యాయవృత్తి పట్ల వీరికి శ్రద్ధ అటువంటిది. పాఠశాల వదిలిన తర్వాత ఈ యువకులంతా కలసి నల్లకుంట దగ్గర కిరాయి ఇళ్లకు ఎన్నో విషయాలు మాట్లాడుకుంటూ నడిచి వెళ్ళేవారు. గాంధీ, నెహ్రూ వంటి దేశనాయకుల ప్రబోధాన్ని జీర్ణింపజేసుకున్న ఈ యువకుల సంభాషణలో ఎక్కువగా రాజకీయత, సామాజికత ఉండేది. వీరిలో ఉత్పలగారు, చుక్కారామయ్యగారు నిజాం నిరంకుశ ప్రభుత్వానికి వ్యతిరేకంగా రజాకార్ల ఉద్యమంలో పోరాడినవారు. వారు తమ విద్యార్థుల్ని దేశ పునర్నిర్మాణంలో సాధనాలుగా చేసుకోవాలని తాపత్రయపడేవారు.

చుక్కారామయ్యగారు గణితశాస్త్రం చదువుకున్న వ్యక్తి. ఆయనకు ఒక సాహిత్య వేత్తతో, కవిత్వంతో ఏం సంబంధం? అని అనుకుంటే రామయ్యగారి మాటలలో– "శాస్త్రం మేధస్సును ఆలోచింపజేస్తుంది. వికసింపజేస్తుంది. ఆ ఆలోచనల ప్రతిస్పందనే హృదయంలో కనిపిస్తుంది. ప్రతిబింబిస్తుంది. ఆ వికసించిన హృదయ స్పందనే కవిత్వం. కాబట్టి ఎవరికి కవిత్వం అన్నా, కళలన్నా, సంగీతమన్నా అభిమానం, ఆసక్తి ఉండదో వానికి మానవత్వం ఉండదనీ స్పష్టం చేస్తున్నాను. అదే కవి అయిన ఉత్పలకూ, నాకూ మధ్య వారధి. మా ఇద్దరి పరిస్థితులే మమ్మల్ని ఒకటి చేశాయి. అందుకే అప్పుడప్పుడు నేను లెక్కలు చేసి అలసిపోయినప్పుడల్లా మా 'శ్యామూ'తో పద్యాలు వినిపించుకుంటాను. ఉత్పలగారు రాసిన "నరకంబంతయు దెచ్చి నా బ్రతుకులోనన్ దాచినావా ప్రభూ!, నెలాఖరు లేని పదంబొసగవె" అన్న పంక్తులు ఆనాడు మాబోటి ఉపాధ్యాయుల జీవితానుభవాలే! ఉత్పలదీ నాదీ కేవలం స్నేహానుబంధమే కాదు. అది మా జీవితానుబంధం" అన్నారు చుక్కారామయ్యగారు.

అందరూ ఉపాధ్యాయులే, అయితే ఉత్పల కవి కూడా కావడంతో ఆయన ప్రభావం విద్యార్థులమీద ఎక్కువగా ఉండేది. ఆ కవి ప్రభావం 'సమాజం' పై కూడా పడుతుంది.

ఉపాధ్యాయ ఉద్యమ నిర్మాణం పట్ల సానుభూతి ఉండడమే కాక దానికి సహాయ, సహకారాలు కూడా అందించేవారు ఈ యువ ఉపాధ్యాయులు. అంతేకాదు చాలీచాలని జీతాలతో, కంట్రోలు బియ్యం తింటూ బ్రతుకు నెట్టుకువస్తున్న సగటు ఉపాధ్యాయుల సమస్యల్ని వస్తువుగా తీసుకుని స్వాతంత్ర్య సమరయోధుడు, దేశాభిమాని అయిన ఉత్పల ఎన్నో కవితలు రాసి ప్రభుత్వానికి కనువిప్పు కలిగేలా ప్రయత్నించారు. తాను ఉపాధ్యాయుడిగా అనుభవిస్తున్న బాధల్ని, కష్టాల్నీ అన్నీ దిగమ్రింగుకుని అవన్నీ ఉపాధ్యాయ సమావేశాల్లో వేదిక మీద కవితలుగా చదివి వినిపించేవారు.

ఉత్పలగారికి తానుచేస్తున్న వృత్తి విద్య మీద గౌరవం, శ్రద్ధ ఉండబట్టి ఆ ఉపాధ్యాయ ఉద్యమాల్లో చేయూతనివ్వగలరు. అదే విధంగా ఉపాధ్యాయ ఉద్యమం కూడ ఆయన కృషిని విస్మరించలేదు. ఉత్పలగారు కవిగా అందుకున్న మొదటి సన్మానం ఉపాధ్యాయ లోకం నుంచే! ఆయన ఈ విషయం గర్వంగా చెప్పుకొనేవారు. ఉత్పలగారు రాసిన 'గంగావతరణం' కావ్యా విష్కరణ సభను ఆనాటి రాష్ట్రోపాధ్యాయ సంఘం (సికింద్రాబాద్) వారు ఘనంగా నిర్వహించారు. ఇదే నా జీవితంలో మొదటి సన్మానం అని ఉత్పలగారు స్వయంగా చెప్పుకున్నారు.

ఉత్పలగారు అప్పటికే మద్రాసులోను ఇతరచోట్ల కొన్ని సంవత్సరాలు పత్రికా రంగంలోనూ జీవితం గడిపి వచ్చారు. బ్రతుకు పోరులో ఆయన ఎన్నో ఆటుపోటులను ఎదుర్కొన్నారు. ఎన్నో ఎత్తుపల్లాలు చవిచూశారు. 'నోటితో మెచ్చుకుంటూనే నొసటితో వెక్కిరించే వారిని' అప్పుడే గుర్తించారు. ఆ సందర్భంలో ఒకసారి జరిగిన సంఘటన ఉత్పలగారి జీవితంలో మరిచిపోలేనిది, బాధాకరమైనది.

కవిగా బాధపడిన సంఘటన

ఒకసారి దివాకర్ల వేంకటావధాని గారు 'తిక్కన కవీంద్రుని' గురించి ఉపన్యసించారు. అదే సందర్భంలో ఆయన ఉత్పలగారిని తిక్కన గురించి మాట్లాడడానికి రమ్మని వేదికపైకి ఆహ్వానించారు. అయితే యూనివర్సిటీ లెక్చరర్లు, రీడర్లు, ప్రొఫెసర్లు ఉత్పల హైస్కూలు ఉపాధ్యాయుడని అవహేళన చేసారు. అప్పుడు అవధానిగారు "అటువంటి వారు రాసినవే మనం పాఠాలుగా చెబుతున్నాం" అని వారి నోళ్లు మూయించారు. వేదిక మీద ఉన్న పెద్దలు మొహం ముడుచుకున్నా చివరికి వేదిక క్రిందనున్నవారే సాహిత్యవేత్తగా సాంద్రమయిన ప్రతిభగలవారిగా ఉత్పలవారిని గుర్తించి వేదికనెక్కించారు. చాలాకాలంపాటు వేదిక పైనున్నవారు తనని చిన్న చూపు చూస్తూనే ఉన్నారని ఆయన వాపోయేవారు. ఆయన గురించి బాగా తెలిసిన వారే ఉపేక్షచేశారని ఆయన బాధపడేవారు.

ఉత్పలగారికి ఒక దురలవాటు ఉండేది. అది తరచుగా నశ్యం పీల్చడం. అందువల్ల ఆయన ముక్కులు మూసుకొనిపోయేవి. దానితో వారు పద్యాలను, కవితలను చదివేటప్పుడు ఆయన ముక్కుద్వారా ధ్వని (నాసల్ సౌండ్) వింతగా వచ్చేది. వారు ముక్కుతో పద్యాలు

పాడుతున్నట్లుండేది. అయినా పద్యాలు రాయడం లోనే కాదు పాడడంలో కూడా ఎంతో హృద్యంగా ఉండేది వారి శైలి. పద్యం ఎంతో రసభరితంగా పాడేవారు. చమత్కారాలు, సామాజిక వేదన, ఆందోళన, ఆవేదన, ఆర్ద్రత ఉండేవి వారి రచనల్లో. అదే వీరి వ్యక్తిత్వం. సరసంగా సరళంగా హృదయానికి హత్తుకునేలా చెప్పడం వీరి ప్రత్యేకత. అలాగే సహ ఉపాధ్యాయులని దృష్టిలో పెట్టుకొని ఎన్నో కవితలు రాశారు.

కావ్యపరిణతి

చాలామంది కవులకు, పండితులకు కావ్య శాస్త్ర పరిచయం తక్కువగా ఉంటుంది. కొందరు పండితులు కేవలం పాఠాలు చెప్పడం వరకే కావ్య శాస్త్రాన్ని అధ్యయనం చేసేవారు. కాని వారి రచనల్లో కావ్య భావాలు తక్కువగా ఉండేవి. ఉత్పలగారు సికింద్రాబాద్‌లో పనిచేస్తున్న కాలంలో సన్నిధానం సూర్యనారాయణ శాస్త్రిగారు, బిరుదు శేషయ్యగారు సికింద్రాబాద్‌లోని చివుకుల అప్పయ్య శాస్త్రి గారి 'దివ్య వాణి' పత్రికాఫీసులో కూర్చొనేవారు. అక్కడ వీరందరూ కావ్య చర్చలు జరిపేవారు. ఆ చర్చలపట్ల ఆసక్తి కలిగి ఉత్పలగారు భరతుని నాట్యశాస్త్రం నుండి ఆనందవర్ధనుని ధ్వన్యాలోకం వరకు గ్రంథాలన్నీ అధ్యయనం చేశారు. అన్ని పుస్తకాలనూ సంపాదించారు. దేవనాగర లిపిలో ఉండే ధ్వన్యాలోకం చదివిన ఉత్పలగారికి ధ్వన్యాలోకంలో వ్యంజనను ఆనందవర్ధనుడు ఔచిత్యంగా వివరించడం చాలా నచ్చింది. దానిలోని ధ్వనిని అధ్యయనం చేసిన పిమ్మట ఉత్పలగారికి ఎంతో తృప్తి కలిగింది. తరువాత ఆంధ్రభూమి పత్రికా సంపాదకులు కోరితే 'ఆలోచనామృత' రూపంలో సాహిత్య వ్యాసాలుగా వాటిని వరుసగా ప్రచురించారు. చివరకు వాటిని సంకలనం చేసి శ్రీ బి.ఎస్.శాస్త్రిగారి అండతో 400పేజీల పుస్తకంగా ప్రచురించగలిగారు ఉత్పలగారు.

దేశభక్తి

ఉత్పలగారు గొప్ప దేశభక్తులు. ఆయన చిన్ననాటే స్వాతంత్రోద్యమాల్లో పాల్గొన్న వ్యక్తి. నైజాం నిరంకుశానికి వ్యతిరేకంగా పోరాటం సలిపినవాడు. అటువంటి వాడు మనదేశ స్వాతంత్ర్యాన్ని కొల్లగొట్టాలనుకుని దురాక్రమించే చైనా ముష్కరులను చూసి ఊరుకుంటాడా? 1962లో చైనా వారు దురాక్రమణ చేసినప్పుడు ఆయన ఎంతో ఉత్తేజితుడయ్యారు. తన కవిత్వంతో విద్యార్థులను దేశభక్తి వైపు నడిపించారు. ఆ సమయంలో ఆయన రాసిన ఈ పద్యాలను గమనిస్తే ఆయన కవిత్వానికి ఎంతటి పదునుందో అర్థమవుతుంది.

"చీనా సామ్రాజ్యవాది
ఛీ ఛీ యుద్ధోన్మాదీ
తిరిగిపో తిరిగిపో
సరిహద్దులు విడిచిపో

భారతావని నీ పాపపు పాదాలను ఉంచినావు
భారత జనతా హృదయము ప్రజ్వరిల్లజేసినావు
పంచశీల ఒప్పందము వంచన కావించినావు

శాంతికాముకుల మీదకు సమరము సాగించినావు." అని 'రణభేరి' (సంకలనం నుండి) మ్రోగించారు. ఆ సమయంలో రైతులను ఉద్దేశించి రాసిన కవితలో విప్లవ భావాలు ఎలా ఉన్నాయో గమనిస్తే ఆయన దేశభక్తి ఎలా ఉన్నదో అర్థమవుతుంది. "శత్రురక్తముల చేలకు జారిచి సాగొనరింపుడు" అన్నారు. చివరికి స్త్రీలను కూడా ఉత్తేజపరుస్తూ-

"మగువలార మీరందరు
మాంచాలలు కావలయును
ఖడ్గమిచ్చి మీ పతులను
కదనానికి పంపవలయును" అని ప్రేరేపించారు.

ఉత్పలగారు స్వాతంత్ర్య ఉద్యమంలోనూ, నిజాం వ్యతిరేక ఉద్యమంలోనూ, గ్రంథాల యోద్యమంలోనూ, ఆంధ్రరాష్ట్రోద్యమంలోనూ పాల్గొన్నారు. రాష్ట్రోద్యమంలో పాల్గొన్న వ్యక్తి కావడంతో ఆ తరువాత ఇటీవల జరుగుతున్న తెలంగాణా వేర్పాటువాదం పట్లకూడ ఆయన తీవ్ర విచారం వ్యక్తం చేశారు. తన ఆవేదనని ఆత్మీయులైన స్నేహితులతో పంచుకునేవారు.

కవిత్వాన్ని గురించి

ఉత్పలగారి మాటలలో "నిజమైన కవి తన భావాన్ని పద్యంలోనూ చెప్పగలడు. అలా చెప్పడం చేతకానివారు ఆధునికత పేరుతో వచన కవిత్వాన్ని ప్రోత్సహించారు. అనేకమంది పద్యకవులు నేడు తమకు గుర్తింపు లేదనే నిరాశలో ఉన్నారు. మన సంప్రదాయం పద్య కవిత్వం. అలాంటి సంప్రదాయాన్ని కాదని వచన కవిత్వమంటూ కవితా ప్రక్రియను మార్చాల్సిన అవసరం లేదు. ఈ వచన కవులని పిలువబడే వాళ్లు కొన్ని రోజులు దళిత కవిత్వం అంటూ కవిత్వానికి ఏవేవో పేర్లు పెట్టి రాశారు." అనేవారు.

అలా అని ఉత్పలగారికి వచన కవిత్వంపైన చిన్న చూపు ఉందనుకోవడానికి లేదు. ఈమధ్యన ఒక ఇంటర్వ్యూలో ఆయన తన భావాన్ని ఇలా వ్యక్తం చేశారు.

"చెరబండరాజు చనిపోవడానికి ముందు ఒకసారి నా వద్దకు వచ్చి, మేము ప్రజలను జాగృతం చేసేందుకు 'వచన కవిత్వం' రాశాం. కానీ విజయం సాధించలేకపోయాం. అయితే పద్య కవిత్వంలో మీరు విజయం సాధించారు అన్నారు. అయితే నాకు వచన కవిత్వం అంటే ఇష్టం లేదని కాదు. ఆ మధ్య వరవరరావు 'వర్షం'పై రాసిన కవిత నన్నెంతగానో ముగ్ధుడిని చేసింది. పద్యకవిత్వంపై వచన కవులు చూపించే చిన్నచూపు నేను వచన కవిత్వంపై చూపించను." అని తన విశాలభావాన్ని చాటిచెప్పారు.

పద్యకవిత్వం

ఉత్పలగారి రచనలను గమనిస్తే ఆయన రాసిన కవిత అంచలంచెలుగా పరమార్థాభిముఖంగా సాగుతున్నట్లు కనిపిస్తుంది. మొదట్లో ఆయన రచనలన్నీ దాదాపుగా బాలలకోసం రాసినట్లుగా గేయరూపంలో సాగేది. కాని ఆయన గేయకవిగా మాత్రం ఉండిపోలేదు. పద్యం రాయడానికే ఎక్కువ ఇష్టపడేవారు. సరళమైన భాషా శైలితో బాల కవిత్వం రాసినా పద్యకవిత్వంలో ఆయన ఎన్నో కావ్యాలను రాశారు. తన మనోభావాలన్నింటినీ పద్యాలలో తెలియజెప్పేవారు. పద్యాలలో ఆయన చేసిన ప్రయోగం 'శతరూప'లో చూడవచ్చు. తన కావ్యం 'శతరూప'ను ఆయన 'చంపూ' రచనలో చేశారు. "ప్రాచీన సంస్కృత వాఙ్మయంలో భోజరాజు చంపూ రచనలో ప్రసిద్ధుడైనాడు. ఆధునిక ఆంధ్ర సాహిత్య రంగంలో ఈ ప్రక్రియను చేయడంతో పద్యాన్ని సమాధి చేయాలనుకునే వారుకూడా ఉత్పలవారి ఈ శతరూప ఉత్పలీయం చంపూ పద్యాలను చదివి పద్యరచనా సౌధానికి పునాది వేయాలంటారనడంలో అతిశయోక్తి లేదు" అని కళాప్రపూర్ణ డా॥ దాశరథి గారు 'శతరూప' గురించి చెప్పారు.

ఉత్పలగారి శతరూపకావ్యంలో వృక్షాలను, అడవులను గురించి వాటిని పెంచవలసిన ఆవశ్యకతను గురించి వివరిస్తూ "ఇచ్చుటే గాని ఎరవింత తెచ్చుకొనుట అనుకరించుట ఇచ్చగింపనిది అడవి" అంటారు. వ్యక్తుల మనోభావాలను సమకాలీన సమాజంతో పోలుస్తూ కావ్య నిర్మాణం చేయడంలో ఉత్పలగారు సిద్ధహస్తులు. అలాంటి కావ్యాలలో 'శతరూప' ఒకటి. బయట ఎంత గంభీరంగా ఉండే వ్యక్తి అయినా తన కిష్టమైన వారు ఎదురుపడినపుడు తత్తరపాటుకు లోనవడం వంటివి ఇందులో గమనించవచ్చు. నేటి యువతీ యువకులు కూడ ఈ తత్తరపాటును స్వయంగా అనుభవిస్తూనే ఉంటారు. చిరువస్తువును స్వీకరించి బరువైన భావాకృతిగా రూపొందించడంలో ఉత్పలగారి ప్రతిభ గొప్పది. 1985లో ఈ శతరూప పద్యకావ్యం మహాకవి గడియారం శేషశాస్త్రి గారి మెమోరియల్ ఫౌండేషన్ వారి అవార్డును పొందింది.

ఉత్పలగారు ఏ కావ్యమయినా రాసేముందు వస్తువును ఎన్నుకొని, దానిని రసమయమైన కావ్యంగా మలచుటకై ఎంతో సాధన చేసేవారు. ఎన్నో పుస్తకాలను చదివి దానిని పూర్తిగా ఆకళింపు చేసుకొని గాని రాసేవారు కాదు.

జీవిత విశేషాలు

వ్యక్తిగత జీవితం అంతా ఒడుదుడుకులతో నడిచింది. బ్రతకలేక బడిపంతులుగా హైస్కూలులో తెలుగు ఉపాధ్యాయుడిగ సుమారు 18 సంవత్సరాలపాటు పనిచేశారు. ఈ కాలంలో ఆయన ఎక్కువగా బాల సాహిత్యంతో పాటు ఇతర కావ్యాలూ రాశారు. వృత్తిలో, ప్రవృత్తిలో సమాంతరంగా కృషిచేసిన ఉత్పలగారు మహిమాన్వితుడు. సికింద్రాబాద్‌లోని హైస్కూలులో ఉండగానే ఉత్పలగారికి ఇరువురు సంతానం జన్మించారు. వారు శ్రీనివాసు,

లక్ష్మీనరసమ్మ. ఇద్దరు పిల్లలతో ఒక విధంగా ఆయన ఒంటెద్దు బండిలా జీవితాన్ని నడిపారు. తనకు వీలయితే ఒకరికి సాయపడేవారేగాని ఏనాడూ ఎవరినీ చేయిచాచి అడగలేదు.

ఉత్పల సత్యనారాయణాచార్యులుగారు ఉపాధ్యాయునిగానే కాక ఆపైన ప్రభుత్వ జూనియర్ కళాశాలలో తెలుగు ఉపన్యాసకుడిగా కూడ పని చేశారు. ఆ తరువాత కొన్నాళ్ళు తెలుగు అకాడమీలో కూడ పని చేసి 1983లో ఆయన పదవీ విరమణ చేశారు. దాదాపు 30 సంవత్సరాలు ఆయన జీవితాన్ని గుట్టుగా నెట్టుకొచ్చారు. ఆయన ఎన్నో రచనలు చేసినా, కావ్యాలు రాసినా తనపేరు తప్ప తన ఫోటో ప్రచురించడానికి ఇష్టపడేవారు కాదు.

సాహిత్యారోహణం

1993 నవంబరు 14న బాలలదినోత్సవాన్ని పురస్కరించుకుని ఆంధ్రప్రదేశ్ బాలల అకాడమీ వారు 'బాలబంధు' అవార్డును ఇచ్చి గౌరవించారు ఈ బాలసాహిత్య మూర్తిని. బాలసాహిత్యంలోని మెరుపులకు తోడుగా సమకాలీన సమస్యలపై ఉరుములు, పిడుగులు కురిపించారు ఉత్పలగారు. విమర్శనాత్మకమైన గ్రంథాలు కూడ ఆయన కలం నుండి వెలువడ్డాయి. ఎన్ని పత్రికలలో ఎటువంటి రచనలు చేసినా ఆయన ఏనాడూ ఏ పదవీ ఆశించలేదు. పదవులే ఆయన్ను వెదుక్కుంటూ వచ్చాయి. అవార్డులే ఆయన పద్యాన్ని ఆశ్రయించాయి. ఎన్నో సంవత్సరాలుగా కవి సమ్మేళనంలో పాల్గొంటున్నా ఒంటరిగానే పద్యాన్ని చదివినా తన పరిశ్రమను వీడలేదు. ప్రతిఫలాన్ని ఆశించలేదు. అలాగని ఆయన అలసిపోలేదు. ఏనాటికైనా పద్యానిదే వెలుగు అనే తలంపుతో ఉండేవారు. పద్యానికే పట్టాభిషేకం అనేదే ఆయన ఆత్మవిశ్వాసం. "మన పూర్వులు ఎన్నో యుగాలనుండి మనకు అందించిన సాహితీ గౌరవాలు, వ్యక్తీకరణలు వదలుకొని వచన కవిత్వం రాయడం దేనికి? పద్యం రాయడం కష్టం. వచన కవిత్వం రాయడం సులభం. దాదాపు ఆరేళ్లు నేర్చుకుంటే గాని వీణ వాయించడం తెలుస్తుంది. అలాగే ఛందస్సు, కావ్య శాస్త్ర పరిజ్ఞానం, కావ్య మర్యాదలు, అన్నీ తెలుసుకుంటేనే కానీ పద్యం రాయలేం. అంతేగాక అందులో కవితాత్మకత ఉండాలి. కేవలం ఛందస్సు మాత్రం నేర్చుకొని, కావ్యతత్త్వం తెలియకుండా పద్యం రాసేవారి వల్లనే పద్యకవితకు అప్రతిష్ఠ కలుగుతోంది" అని చెప్పేవారు. పద్యాన్ని రాయాలనే ఆయన లక్ష్యాన్ని ఆయన పద్యరూపంలోనే ఇలా చెప్పారు.

"పద్దెమె వ్రాసి నా తెలుగుభాషకు మేలిమి వన్నె చిన్నెలన్
దిద్దెద పూర్వ సత్కవులతీరున తియ్యదనాలు పంచెదన్
ఖద్దరునే ధరించి చరఖా భజియించెడి పేదవారికిన్
కొద్దిగనైన సాయమొనగూర్చెద వారికి బంధువయ్యెదన్......"

అందుకనే ఉత్పలగారి నిజజీవితాన్ని, కవితా జీవితాన్ని వేరువేరుగా చూడలేం. వారి కవితలో వారి హృదయం గోచరిస్తుంది. బడిపంతులుగా ఆయన ఎన్నో కష్టాలనుభవించారు.

జంటనగరాలలోని ప్రతి సందు ఆయన తిరిగారనడానికి ఆయన ఆవిష్కరించిన 'పాతబస్తీ విలాసము' అనే కావ్యమే నిదర్శనం.

మహాకవి శ్రీశ్రీ వంటి కవులు ఏ స్వాతంత్ర్యోద్యమంలోనూ పాల్గొనకపోయినా 'నేను సైతం' అంటూ నినదించిన శ్రీశ్రీని గౌరవించారు ఒక సందర్భంలో ఉత్పలగారు. "అగ్గిపెట్టె, సబ్బు బిళ్ల, కుక్కపిల్ల కాదేదీ కవితకనర్హం అని శ్రీశ్రీ చెప్పినప్పుడు చాలామంది కవులు శ్రీశ్రీ కవిత్వంలో దిగజారిపోయి మాట్లాడుతున్నా రనుకున్నారు. కాని శ్రీశ్రీ చెప్పినట్లుగానే ఏ అంశాన్నయినా తన కవిత్వానికి అన్వయించుకుని మంచి ఛందోబద్ధమైన పద్యాలను పేర్చారు ఉత్పల. 'ఈ జంటనగరాలు, హేమంత శిశిరాలు' పుస్తకంలో పుస్తకాల షాపు గురించిన కవిత చూస్తే ఎంత నిశితంగా పరిశీలించి రాశారో అర్థమవుతుంది.

"సినిమాల కర్చుకై తన పుస్తకాలమ్మి, డింభాళి డబ్బు గడించుచోటు
సేరులెక్కన మామగారి గ్రంథాలమ్మి, కోడళ్ళు పొదుపు కన్గొన్న చోటు
బదిలీలలో నున్న పంతుళ్ళు బరువులో సగపాలు దించుకోదగిన చోటు
సోమకాసురుబోలు చోరులకీనాడు, వ్యాపార రంగమైనట్టిచోటు
తిరిగియీయని పుస్తకస్తేయులకును, దోపుకాంద్రకు కత్తెర దొంగలకును
అమ్మకమునకు వీలైన యట్టిచోటు, నేలబఱచి యమ్మెడి పుస్తకాలచోటు

పై పద్యంలో వ్యంగ్యం, హాస్యం, విమర్శనాత్మకత, చతురతతో ఈ కావ్యం రాశారని అర్థమవుతుంది.

ఈ కావ్యం వలన ఉత్పలగారు 'ఆధునిక శ్రీనాథుడు'గా పేరుగాంచారు. పద్యచాలనంలో, శృంగార ఖేలనంలో ఈ కావ్యం శ్రీనాథుని 'క్రీడాభిరామా'న్ని స్ఫూర్తిగా తీసుకున్నట్లు కనబడుతుంది. అయితే ఇది క్రీడాభిరామంలాగా అనువాద కావ్యం కాదు. ఇది 'లోకానువాదమ'ని ఉత్పలగారు ప్రకటించారు. ఉత్పలగారిని గురించి ముందుమాట రాస్తూ డా॥ నారాయణరెడ్డి గారు "స్వల్పమైన వస్తువును తీసుకుని భావనాబలంతో, చమత్కారోల్బణంతో, ప్రౌఢవచోగుంఫనంతో ఈ కృతిని రచించారు" అని చెప్పారు.

ఉత్పలగారి జీవితంలో జరిగిన సంఘటనలు ఈ కావ్యంలో స్పష్టంగా కనబడతాయి. "లంచమియ్యక ఆంధ్రప్రపంచమందు/ ఏపనియు సుంతకాదని యెంచుకొనుము......." అని తాను అనుభవించిన కష్టాలను గుర్తు చేసుకుంటూ తాను అనేక పనులు జరిపించుకోవడానికి తన దగ్గర లంచమివ్వడానికి లేకపోతే పస్తులుండి డబ్బు కూడబెట్టి పని జరిపించుకున్నాననే ఆవేదన ఆయన పైపద్యంలో పొందుపరిచారు. "కపట మిత్రుని కంటె నిష్కపటియైన శత్రువే మేలు జీవన సమరమందు" అని తన చుట్టూ తిరిగే కపట స్నేహితులను గురించి చెప్పారు.

పాతబస్తీ విలాసమనే కావ్యంలో "కొసరి పాడెదవు కోకిలమ్మ" అని సరోజినీ దేవిని గుర్తుచేస్తారు. పాతబస్తీ విలాసములో వారువాడిన వినూత్న పదబంధాలెన్నో కవిత్వాభిలాషులకు

వీనుల విందు చేస్తాయి. రిక్షానడిపేవానికి 'రైక్షికుడు'అని మూడు చక్రాల రిక్షాను తొక్కేవాడిని 'చక్రత్రయ శాకటికుడు' అని ఆయన పదాల్ని సృష్టించారు.

ఉపదేశం కవికి గల బాధ్యత, సమాజంలో వ్యక్తికి జరిగే అన్యాయాలతో సమాధానపడలేని కవిమనస్సు కావ్య రచన ద్వారా తిరగబడుతుంది. ఈ తిరుగుబాటు ద్వారా కటిక గుండెలు కరిగిపోతాయి. కరుణ హృదయాలు ఉల్లోలకల్లోలినులౌతాయి.

ఆధునిక నాగరికత పెరిగి-పల్లెలు బస్తీలుగా, బస్తీలు పట్నాలుగా, పట్నాలు మహా నగరాలుగా పెరిగిపోతున్నాయి. కొత్త బస్తీలు, కొత్త కొత్త రూపులు సంతరించుకుని కళ్లు జిగేలుమనిపిస్తుంటే పాతబస్తీలు మరింత పాతబడి బ్రతుకు దుర్భరమవుతున్నాయి.

ఉత్పలగారు కొన్ని దశాబ్ధాలుగా హైదరాబాద్ జంటనగరాలలో నివాసమున్నారు. ఆయనా నగరాల్లో తిరగని సందులేదు. ఆయన అనేవారు "నేను నా జీవితంలో దృశ్యమాన జగత్తుతో సంతుష్ఠి పొందలేకపోయాను. దానితో రాజీ పడలేకపోయాను. అందుచేత పరోక్షమైన కావ్య ప్రపంచాన్ని ఆశ్రయించాను." ఈ రెండు కావ్యాలలో ఆయన పేదల జీవితాలను గురించే రాశారు. అది కవిగా ఆయన పరిశీలనా శక్తిని తెలియజేస్తుంది.

ఒక పేద భిక్షగాడు ఒక పెద్దమనిషి దగ్గరకొచ్చి చేయి చాచాడట, ఆ పెద్దమనిషి జేబులో వెతికి ఒక సిగరెట్టు పెట్టి బయటకు తీశాడట, ఇంకా జేబులు వెతుకుతూంటే పాపం ఆ భిక్షగాడు డబ్బులేమన్నా ఇస్తాడేమోనని ఆశతో చూశాడట. కానీ ఆ పెద్దమనిషి మరొక జేబులోనుండి మాచ్‌బాక్స్ తీసి సిగరెట్టు వెలిగించాడట, అది చూసిన ఆ పేదవాని హృదయం భగ్గుమన్నదని చెప్తూ ఉత్పలగారు ఆ పేదవాడి హృదయంలోనుండి తన ఆవేదనను వెలిబుచ్చారు. "పేదవానికి ధాత్రి జీవితముకన్న/ నత్యుపద్రవమైన దన్యంబు లేదు/ గిట్టునప్పుడు కంటెను పుట్టునపుడె/ మునుగునాతడు చింతా సముద్రమందు" అని పేదవాని పుట్టుకే వ్యర్థమని నిరాశతో వెలువరించారు.

ఇంకా పాతబస్తీ విలాసము కావ్యంలో పత్రికల బండారం, నేతల కుల, ప్రాంతీయతత్త్వం, ఉద్యోగుల లంచగొండితనం. సెక్సుసినిమాల ప్రభావం, పైరవీకవుల ప్రాభవం. వాహనాల రద్దీ, అన్నీ నగరజీవితంలోని నరకమంతా కళ్ళకు కట్టినట్లు, శ్లేష చమత్కారాలతో చదువరులను ఉక్కిరి బిక్కిరి చేస్తారు.

ఆచ్ఛాదనలేకుండా ఉన్న టాంక్‌బండ్ మీద ఉన్న విగ్రహాలపై కాకులు, గ్రద్దలు కూర్చోవడం ఆ మహనీయుల్ని అవమానించినట్లేనని వాపోయారు ఈ భావకవి. ప్రతి ఏటా జరిగే ఎగ్జిబిషన్ గ్రౌండ్స్‌లోని వస్తు ప్రదర్శనను ఆయన 'రసజ్ఞలోక సామూహిక ప్రేయసి'గా అభివర్ణించారు.

ఈ కావ్యంలో తెలుగు భాషలో వ్యావహారికంగా కలిసిపోయిన అన్య దేశీయ పదాల్ని గూడా యథేచ్ఛగా ఉపయోగించి కావ్యాన్ని హృదయంగమం చేశారు ఉత్పలగారు. బిస్తరు,

దాదా, నుమాయిషీ, నల్లా, దావత్తు, కర్ఫ్యూ, రాస్తారోకో, సిగరెట్, బంద్, లాడ్జి వంటి వాటిని ఉపయోగించి అచ్చమైన ఆధునిక కావ్యంగా మలచారు. కవి దృష్టి ఇందులో 'బహునిష్కకంఠి' అయిన ప్రౌఢభామమీదనే కాక మిఠాయి దుకాణపు గాజు తొట్లలో 'చుడవా' తినే చిట్టెలుకపై కూడ ప్రసరించి కవి పరిశీలనా శక్తిని బహిర్గతం చేసింది.

అయితే ఉత్పలాచార్యులు ఇతర ప్రజాకవులకువలె సుగమ సుబోధకత్వాల కోసం పద్యశిల్పాన్ని బలిచేయరు. వాచ్యార్థం కోసం ప్రతీయమానార్థాన్ని పరిత్యజించలేరు. రమణీయ శబ్దాలకోసం రసధ్వనిని విస్మరించలేరు. జనం మెప్పుకోసం ఔచిత్యాన్ని పణంగా పెట్టలేదు. దీనిని ధ్వని కావ్యంగా, రసధ్వని కావ్యంగా మలిచారు.

"ఈతడు మహాకవిత్వ లక్షణములు కలవాడు. ఆధునిక నగర జీవనముతో నలిగిపోయినాడు" అని విశ్వనాథవారు ఉత్పలగారి గురించి చేసిన వ్యాఖ్యలలో ఎంతో నిజమున్నది. ఉత్పలగారు నవ్య సంప్రదాయవాది (నియోక్లాసికల్ ట్రెండ్ గలవారు) అలంకార శాస్త్రాలను, సోషలిస్టు భావాలను సమ్మిళితం చేసిన కవిత్వం వీరిది. అందుకనే రోడ్డుపై చెప్పులు కుట్టేవానిపై కూడ కవిత్వం రాశారు.

హైదరాబాద్ మహానగరంలో ప్రతిఏటా సంక్రాంతినాడు ఎగ్జిబిషన్ గ్రౌండ్స్‌లో కవి సమ్మేళనం జరిగేది. ఉత్పల లేకుండా కవిసమ్మేళనం జరగటమంటే అది ఉప్పులేని పప్పులాంటిది. ఆ కవి సమ్మేళనంలో ఆయన తన గళమెత్తి శ్రావ్యంగా గానం చేసేవారు.

ఆధునిక కావ్యాలుగా ప్రసిద్ధి పొందిన ఈ రెండు కావ్యాలు ఎంతో పేరు సంపాదించి పెట్టాయి. సరళమైన భాషలో సాగే 'ఈ జంటనగరాలు – హేమంత శిశిరాలు' కావ్యానికి సాహిత్య అకాడమీ అవార్డు వచ్చింది. సాధారణంగా ఏ రచయిత అయినా తమ రచనకే ప్రాధాన్యత ఇచ్చేవారే అలాంటిది ఉత్పలగారు సామాన్య రచయితను సైతం ప్రోత్సహించే మహా మనీషి. పరమ భాగవతోత్తముడు. స్వప్నాల దుప్పటి, శతరూప, హేమంత శిశిరాలు వంటి కావ్యాలు రాసిన ఉత్పలగారు శ్రీకృష్ణ చంద్రోదయం అనేకావ్యం రాశారంటే ఆశ్చర్యం కలుగుతుంది. ఎందుకంటే చెప్పులు కుట్టేవానిని చూసి జాలిపడిన సామాజిక స్పృహకలిగిన ఈ కలువ శ్రీకృష్ణుని కృపను పొందిన భాగవోత్తముడిగా కూడ ప్రసిద్ధి చెందారు.

మరో మలుపు

ఉత్పలగారికి మరో మంచి కవితా వస్తువు దొరికింది. వ్యాస భాగవతంలోని ఆరు శ్లోకాలు తీసుకొని ఆయన అరవై నాలుగు పేజీల ఇతి వృత్తాన్ని సంపాదించారు. తత్ఫలితమే 'రాసపూర్ణిమ.'

సంస్కృత భాగవతంలోని దశమస్కంధంలోని ఏకాదశాధ్యాయంలోని ఆరుశ్లోకాలను ఆంధ్రభాగవతకర్త పోతనామాత్యుడు కూడ ఆ శ్లోకాలను మూలం నుండి గ్రహించకపోవడం

విశేషం. ఉత్పలగారు ఆ ఆరు శ్లోకాలను తీసుకొని రాసిన 'రాసపూర్ణిమ' ఆయనకు ఎంతో పేరు తెచ్చింది. ఈ రాసపూర్ణిమ ఉత్పలగారి భక్తి సుధారసమయమైన మరొక 'చంపూకావ్యం'. వైష్ణవ భక్తి దురంధరుడైన ఉత్పలవారు ఈ కావ్యకుసుమాన్ని శ్రీవేంకటేశ్వరునికి సభక్తి పూర్వకంగా అంకితమిచ్చారు.

అర్ధాంగి గురించి

1947లో రంగనాయకమ్మగారిని వివాహం చేసుకున్న నాటి నుండి ఉపాధ్యాయుడిగా చాలీచాలని జీతాలతో ఉన్నంతలో సర్దుకుపోయేందుకు తన సహధర్మచారిణి ఎలా సహకరించిందో ఉత్పలగారు స్వయంగా పద్యరూపంలో చెప్పుకున్నారు.

"రేపు లభించునో లేదో మరియు లేదొ,
యటంచును ఒంటిపూటనే
సాపడువార మన్నమును
చాలదినమ్ములు ఏరి ముందుచే
సాపగలేదు, నా కృషికి
సాయము చేయుచు తా గృహంబునన్
దీపిక అస్మదభ్యుయత

దేవతయైన సతిన్ స్మరించెదన్" అని తన పేద సంసారాన్ని నిర్వహించిన సాధ్వీమణి రంగనాయకమ్మను గురించి తెలుపుతూ- "నా ఖద్దరు బట్టలు ఉతికి నా పేదతనాన్ని తెల్లని దుస్తులతో కప్పివేసిన ఇల్లాలు, నా వ్యాసంగానికి మూలస్తంభం. మరపురాని మంచిమనిషి" అని చెప్పారు.

కష్టాలు వచ్చినప్పటికీ ఆయన తన రచనా వ్యాసంగాన్ని ఆపలేదు. 2002లోనే ఆంధ్రభూమిలో పాఠకుల కోసం 'గీతామృతం – వ్యాసభూమి' పేరిట 'గీతాభాగవత ప్రసంగాలు' వెలువడ్డాయి. ఆ రోజులలోనే ఆంధ్రభూమి వారపత్రికా సంపాదకులు శ్రీ సి. కనకాంబర రాజుగారి ప్రోత్సాహంతో 'రాజమాత' ఐతిహాసిక నవల ధారావాహికంగా వెలువడింది. ఈ నవలలో భారతంలోని కుంతి పాత్రను తీసికొని గొప్ప నవలగా చిత్రించారు ఉత్పలగారు. గీతా భాగవత ప్రసంగాలు రావడానికి ముందు ఒక సంఘటన జరిగింది. ఆంధ్రభూమి వ్యవస్థాపకులు శ్రీటి.చంద్రశేఖరరెడ్డి గారు ఉత్పలగారిని పిలిపించి "మీరు మా పత్రికలో రాస్తున్న రాజమాత చూచిన తరువాత, మీరు భాగవత గీతా ప్రవచనాలు గురించి రాస్తే బావుంటుందను కొంటున్నాను, రాస్తారా?" అని అడిగారు. దానికి ఉత్పలగారు మీ ఆజ్ఞను తప్పక శిరసావహిస్తాను అని రాయడం మొదలుపెట్టారు. ఆ గ్రంథముద్రణ కార్యం ఒక పట్టాన పూర్తి కాలేదు. ఆ సమయంలో ఉత్పలగారికి, వారి సహధర్మచారిణికి ఆరోగ్యం సరిగా లేకపోవడం వలన ప్రింటింగ్ పనులు,

ప్రూఫులు చూసుకోలేక పోయారు. ఈ సంపుటం వెలువడే ముందు రంగనాయకమ్మగారు పరమపదించడం వల్ల ఉత్పలగారు ఎంతో కుంగి పోయారు. ఇవి మొత్తం మూడు సంపుటాలుగా వెలువడ్డాయి. “ఈ సంపుటాలు రంగనాయకమ్మగారు బ్రతికుండగానే వెలువడితే చూడాలని ఆమె ఎంతో ఆరాటపడ్డార”ని ఉత్పలగారు తరచు చెప్పేవారు. దురదృష్టవశాత్తూ వీటిలో ఏ ఒక్కటీ వెలుగుచూడకుండానే ఆమె పరమపదించారు.

దత్తపీఠ ఆస్థానకవిగా...

ఉత్పలగారు కావ్యాలను రాస్తూ ఉన్నప్పటికీ, ఆయనకు తగినంత ప్రోత్సాహం, గుర్తింపు ప్రభుత్వ పరంగా వచ్చినట్లు లేదు. ఏదో అడపా దడపా రాష్ట్ర ప్రభుత్వ అవార్డులు వచ్చినప్పటికీ అవి ఆయన జీవితంలో చిన్న చిన్న తళుకులుగా మాత్రమే ఉన్నాయి. ఈ సందర్భంలో ఆయన ప్రతిభను గుర్తించి, తమ దత్తపీఠానికి ఆస్థాన కవిగా 2000సం॥ నుండి గుర్తింపు ఇచ్చింది మాత్రం శ్రీ గణపతి సచ్చిదానంద స్వామిజీవారు. ఆయన ఉత్పలగారి పాండిత్యానికి సరైన పదవినిచ్చి సత్కరించారు. సచ్చిదానంద స్వామిజీ ఉత్పలగారి భక్తి సాహిత్యానికి ముగ్ధులయ్యేవారు. పైగా ఉత్పలగారికి స్వామిజీ అంటే భక్తి, గౌరవం ఉంది. బమ్మెర పోతన గారి ‘గజేంద్ర మోక్షం’కు వ్యాఖ్యానం రాసి గణపతి సచ్చిదానంద స్వామీజీకి అంకితమిచ్చారు, ఉత్పలగారు. పుట్టపర్తి కూడ ఆహ్వానం మీదే వెళ్ళారు. ప్రసాద రాయకులపతి సరస్వతీ ఆనంద స్వామిజీకి ఉత్పలగారంటే అభిమానం. ఆయన స్నేహమూర్తి. గణపతి స్వామి వారి సన్నిహితులు ఎస్.ఆర్.కె రాజుగారు ఒకసారి ఉత్పలగారింటికి వచ్చారు. ఆయన ఆహ్వానం అంగీకరించి ఉత్పలగారు భార్యతో కలిసి మైసూరు వెళ్లారు.

ఉత్పలగారు ఎవరినుండీ ఏమీ అయాచితంగా తీసుకోరు. తన మనస్తత్వానికి అది సరిపడదు. తనకు ఏమీ లేకున్నా ఇతరులకు తన చేతనైనంత సహాయం చేసేవారు. తనకు అంత గౌరవమైన పదవినిచ్చిన ఆయన ఋణం ఎలాగైనా తీర్చుకోవాలనే తపన వారిలో పెరిగింది. దానికి తోడు వయసు పైబడుతోంది. కృష్ణభక్తి అధికమైంది. ‘రాసపూర్ణిమ’ రాసిన తరువాత భాగవతంలోని శ్రీకృష్ణుని కథనాధారంగా ఏదైనా కావ్యం రచించాలనే ఆలోచనలో పడ్డారు. తత్ఫలితమే ‘శ్రీకృష్ణ చంద్రోదయ’ కావ్యం.

అరుదైన పురస్కారం

ఇంతకాలం ఇంత విస్తృతంగా, ఇంత అందంగా వీరు గద్య గేయరచన చేస్తున్నా లోకం వీరిని పద్యకవిగానే గుర్తించింది. ఏ స్థాయిలో ఏ వేదిక మీద ఎవరు వీరిని ఆహ్వానించినా పద్యకవిగా పీటవేసి కూర్చోబెట్టేవారు. ఈ రకమైన గుర్తింపు ఉత్పలగారికి కూడ అభిమతమే! కవి సమ్మేళనాలలో పద్యకవిత్వానికి ప్రతినిధిగా నిలబడి గళం సారించారు. అనేక కవి సమ్మేళనాల్లో తనదైన బాణీతో చప్పట్లూ, దుప్పట్లూ అందుకున్నారు. ఇలాంటి చిన్నపాటి సన్మానాలకే ఆయన

మురిసిపోయేవారు. ఆ చిన్నపాటి ఘనసన్మానాలని ధనసన్మానాలుగా మార్చుకొనేపాటి లౌక్యం తెలీదు వీరికి. దానికి నిజంగా చాలా ప్రతిభ కావాలి. కానీ ఉత్పలగారు కేవలం బడిపంతులుగా అద్దె కొంపలలో బ్రతుకు వెళ్ళదీస్తున్నవారు. అయినా ఇవేవీ వీరికి పట్టలేదు. కేవలం కవిగా ఈలోకం నన్ను పదికాలాలపాటు తలచుకుంటే చాలు అనుకున్నారు. మిగిలిన కుటుంబ బాధ్యతల్ని పంచుకుంటూనే తన శక్తి యుక్తుల్ని కవితా రచనకే ధారపోశారు.

శ్రీకృష్ణ చంద్రోదయ కావ్యంతో వీరి కలలకు సాఫల్యత కనబడింది. దిగులు తెరలను దిగమ్రింగి దర్పంగా నిలబడే ఉత్తేజాన్నీ, ఉత్సాహాన్ని ఈ కావ్యం అందించగలిగింది. ఈ కావ్యానికి 'కేంద్ర సాహిత్య అకాడమీ' పురస్కారం లభించడం వీరిని ఆనందంలో ముంచెత్తింది. దాదాపు 20 సంవత్సరాల తరువాత మళ్ళీ పద్య కవిత్వానికి ఈ సాహిత్య అవార్డు లభించడం తెలుగువారందరికీ గర్వకారణం." అన్నారు సంతోషంగా.

ఉత్పలగారు ధన్యవాదాలు తెలుపుతూ "తెలుగు పద్యానికి రెండు వేల ఏళ్ల చరిత్ర ఉంది. పద్యం నిత్యజీవితంలో ఉంది. అలాటి పద్యానికి ఈ అవార్డు రావడం పునఃప్రతిష్ఠ కలిగిస్తుంది." అన్నారు. పైగా ఈ అవార్డు తనకంటే, పద్య రచనలో కృషిచేసిన వారికి, పద్యాన్ని అభిమానించేవారికి ఎక్కువ సంతృప్తినిస్తుందని' కూడ తెలియజేసి తన ఉదారతను చాటుకున్నారు. 1970ల్లోనే ఆయనకు రాష్ట్ర సాహిత్య అకాడమీ అవార్డు వచ్చింది. ఆ తరువాత 33 సంవత్సరాలకు 2003 సంవత్సరానికి కేంద్ర సాహిత్య అకాడమీ అవార్డు ఇస్తున్నట్లు ప్రకటించారు.

భార్యావియోగం తరువాత ప్రకటించిన ఈ కేంద్ర సాహిత్య అకాడమీ అవార్డు ఆయనకు అంత సంతోషాన్ని ఇవ్వలేదు. ఆ తరువాత వచ్చిన పదవులు, గౌరవాలు కూడ ఆయనను ఓదార్చలేకపోయాయి. కేవలం ఆయన కృష్ణ భక్తితో మాత్రమే శాంతిని పొందగలిగేవారు. ఆయన ప్రభుత్వం వారు మరణానంతరం ఇచ్చే అవార్డుల గురించి కూడా వ్యంగ్యంగా "ప్రభుత్వం వారు ఇచ్చే ఈ అవార్డును తీసుకోడానికి మరణించిన ఆ మహానుభావులు స్వర్గాన్ని వదిలి ఈ నరకానికి రావాలా? ఆ ఇచ్చే అవార్డేదో వారు మరణించడానికి ముందే ఇచ్చిఉంటే వారు ఎంత సంతోషించేవారు" అని ఒక సందర్భంలో అన్నారు. మరొక ఇంటర్వ్యూలో ఉత్పలగారు ఇంతకుముందు కేంద్రసాహిత్య అకాడమీ అవార్డు అందుకున్న కె. శివారెడ్డి కవిత్వం అంటే నాకు ఎంతో ఇష్టం. ఆయన నిబద్ధత గల కవి. నా అభిమతం మార్క్సిజాన్ని ద్వేషించడం కాదు. అయితే, ఒక రాజకీయ పార్టీకి కట్టుబడి కవిత్వం రాయడం నాకు ఇష్టం ఉండదు. అవార్డు పొందిన ఇతర కవుల కవిత్వం చదివినప్పుడు పద్యంలో ఇంతకంటే మంచికవిత్వం ఉంది కదా! అనిపించేది. శివారెడ్డి వచనంలో చెప్పినా......నేను పద్యంలో చెప్పినా జనజీవనాన్నే చెప్పాం. అయితే పద్యకవుల్ని గుర్తించడంలో మాత్రం అన్యాయం జరిగిందనే చెప్పాలి." అని తన అభిప్రాయాన్ని నిర్మొహమాటంగా వెల్లడించారు.

సాహిత్య అకాడమీ అవార్డు పొందిన ఈ శ్రీకృష్ణ చంద్రోదయము గురించి చూద్దాం.... శ్రీకృష్ణ చంద్రోదయం కావ్యం ఉత్పలగారి రచనావళిగా ప్రచురించిన గ్రంథాల్లో 68వ గ్రంథం.

దీనిని ఉత్పలగారు 2001లోనే రాశారు. దత్తపీఠాధిపతి, ఉత్పలగారి గురించి పీఠికలో రాస్తూ "ఉత్పల సత్కవి హృదయంలో మరొకసారి రాసరసోదయం అయింది. శ్రీ కృష్ణ చంద్రోదయమై సహృదయలోకానికి చాంద్రీ సంతర్పణలు చేస్తోంది." అన్నారు.

ఉత్పలగారిని 'కృష్ణచంద్రోదయం', 'రాసపూర్ణిమ' ఇవన్నీ కృష్ణునికి సంబంధించినవి కదా- మీరు కృష్ణ భక్తులా?" అని అడిగితే ఆయన "నేను గ్రంథాలు చదివాను. భగవంతుడు ఎవరని అడిగితే నేను చదివినంతవరకు శ్రీకృష్ణుడే అనిపించింది. ఆయనే సర్వేశ్వరుడు. అందుకే ఆయన్నే ధ్యానిస్తున్నాను. ఆయనపై కవిత్వం రాస్తున్నా అని ఆయన తన కృష్ణ భక్తిని వెల్లడించారు.

కృష్ణ భక్తి - సాహిత్యము

శ్రీకృష్ణచంద్రోదయం పద్యకావ్యానికి ఆంధ్రప్రదేశ్ ప్రభుత్వం, ఆంధ్రప్రదేశ్ రాష్ట్ర సాంస్కృతిక మండలి ఆధ్వర్యంలో 5-9-2001న ఉత్పల సత్యనారాయణా చార్యులవారికి 'హంస' ప్రభుత్వ అవార్డు ఇచ్చి సత్కరించింది. ఉత్పలగారు సతీమణి దూరమైన బాధను మరచిపోవడానికి తన రచనా వ్యాసంగాన్నే ముందుగా తీసుకున్నారు. తన దృష్టిని మాత్రం కృష్ణభక్తిపై కేంద్రీకరించారు. అప్పటికే ఆయన 75 వసంతాలు చవిచూశారు.

'గోపీ నయనోత్పలార్చిత వ్యాఖ్య'గా జగత్కల్యాణ సహితమును 'శ్రీకృష్ణ శతకము' నామధేయముతో ప్రచురణ గావించారు. ఈ సందర్భంలో ఒక ముఖ్య విషయం తెలియజేయవలసి ఉంది. 'ఆంధ్రభూమి వారపత్రిక'కు ఉత్పల సత్యనారాయణాచార్యుల వారికి ఎంతో అనుబంధం ఉన్నది. ఆయనకు సంబంధించిన పలు పుస్తకాలు, పుస్తకాలుగా వెలువడకమునుపే, ఆంధ్రభూమి వారపత్రికలో ధారావాహికలుగా వచ్చాయి. కీ.శే.టి. వెంకట్రామిరెడ్డి గారు ఉత్పలగారి పట్ల ఎంతో అభిమానాన్ని చూపించేవారు. అలాగే ఆంధ్రభూమిపత్రిక సంపాదకురాలు శ్రీమతి ఎ.ఎస్.లక్ష్మి గారు కూడా ఉత్పలగారినెంతో గౌరవించేవారు. 'వ్యాసభూమి' శీర్షికతో 'గోపీనయనోత్పలార్చిత వ్యాఖ్యలు' చేశారు ఉత్పలగారు. అవన్నీ ధారావాహికంగా ప్రచురించ బడ్డాయి. శ్రీకృష్ణశతకం కూడ అందులోనిదే. ఇది అంతకు ముందు వచ్చిన దాశరథి శతకం, సర్వేశ్వర శతకం, సుమతీ శతకం వంటి ఇతర శతకాలకు ఏమాత్రం తీసిపోదు.

ఉత్తరదేశ యాత్ర

జీవిత సహధర్మచారిణి వియోగం వల్ల కలిగిన క్లేశం నుండి మనశ్శాంతి కోసం కొన్నిరోజులు ఉత్తరదేశ యాత్ర చేశారు. అలా వారు కొంతకాలం 'బృందావనం'లో గడపదలచి మార్చి 5వ తేదీ 2003న బయలుదేరి వెళ్ళారు. ఆరవ తేదీన ఉదయం మధుర విశ్రామ్ ఘాట్ వద్ద యమునా నదిలో చలికి వణుకుతూ స్నానం చేశారు.

ఆ తర్వాత వెంటనే బృందావనం వెళ్లారు. కాళీహ్రదం దగ్గర వీరికి వసతి లభిచింది. శ్రీసనాతన గోస్వామీ, శ్రీ విశ్వనాథ చక్రవర్తి ఆరాధించిన రాధాదామోదర మందిరాలు అక్కడికి

సమీపంలోనే ఉన్నాయి. కాబట్టి ఉత్పలగారు ముందుగా ఆ దేవాలయాన్ని దర్శించారు. ఆ మర్నాడు శ్రీ రాధాదేవి దర్శనార్థం బర్సానా వెళ్లారు. ఆ ఆలయం గుట్టమీద ఉన్నది. మెట్లు ఎక్కుతుండగా హఠాత్తుగా గుండెనొప్పి వచ్చింది. అలసట అధికమైంది. "శ్రీకృష్ణ గోవింద హరే మురారే- హే నాథ నారాయణ వాసుదేవ" అంటూ ఒకొక్క మెట్టూ ఎక్కేసరికి గుండెనొప్పి మటుమాయం అయింది. ఉదయం నుండి ఉపవాసం ఉన్న ఉత్పలగారికి మహోత్సాహం కలిగింది. "కృష్ణ భక్తి ప్రదే రాధే నమస్తే మంగళం ప్రదే" అని అంజలి ఘటించి ఆలయంలోనికి ప్రవేశించారు. ఆయన దృష్టి ముందుగా రాధాదేవి మీదనే నిలిచింది. ఆ దేవి త్రైలోక్య సామ్రాజ్య సింహాసనాధిష్ఠాత్రి. సువిశాల నయనాలతో గంభీరవదనంతో శ్రీకృష్ణుని పక్కన విరాజిల్లుతున్నది. ఆ దేవి ఒక్కక్షణం ఉత్పలగారి మీద వాత్సల్యదృష్టి సారించింది. రాధాకృష్ణులు ఇరువురు రసస్వరూపులే కదా!

బృందావనంలో ప్రతి రోజూ సాయంకాలం గోవర్ధనాద్రికి వెళ్లి, ఆ గిరి సానువుల్లో కూర్చుండి శ్రీ దశమ స్కంధం నెమరువేసుకునేవారు. శ్రీమద్భాగవతం వేదసారం, వేదవ్యాస విరచితం, అది సర్వ పురాణ శిరోమణి. మానవజీవనంలోని కోమలామల భావనలకు అది అక్షయనిధి. జీవన స్రవంతిని ఋజు సరస మార్గంలో ప్రవహింపజేసే మానస సరస్సు. మన సాహిత్యంలో ఛందస్సుందర సంగీత ముక్తకాల (Lyric poetry) ప్రాచుర్య రహస్యం భాగవత వ్యాప్తి ప్రభావంతో గోప్యంగా ఉండిపోయింది. వేణుగీత, గోపీగీత, యుగళగీత భ్రమర గీతాదులు శ్రీమద్భాగవత సువర్ణ పేటికాంతర్గత అమోఘరత్నాలు, నమ్రతతో, సహానుభూతితో, ఆత్మ సమర్పణతో, ప్రేమభక్తితో తపోతమైన ఈ గీతాలు భక్త జనహృదయావర్జకాలు. ఈ గీతాలను రాయాలని అనుకున్నారు.

వేణుగీతలోని గోపికలు గోవర్ధనాద్రిని ప్రస్తుతించిన శ్లోకం మొదలుకొని భాగవతంలోని ఘట్టాలు గుర్తుకు రాగానే అద్రి సానువును చప్పున దిగి నా అపరాధాన్ని క్షమింపుమని గిరి రాజుకు నమస్కరించారు.

ఆయన తరువాత రాసిన వేణుగీతంలోని ఎన్నో భావాలు అప్పుడే ఆయన ఆలోచనలో మెరిశాయి. అలజడి రేపాయి. ఇక అక్కడ ఉండలేక తిరుగు ప్రయాణానికి టికెట్టు కొందామనుకున్నారు. ఆరోజు పొద్దు వాలింది. మర్నాడు ఉదయమే మథురకు వెళ్లి ఆరోజు రాత్రి రైలుకు రిజర్వు చేయించుకున్నారు.

మథురలో ఉంటున్న పూజ్యులైన శ్రీహరిదాస్ శాస్త్రిగారిని కలిసి, వారి అనుమతి తీసుకొని బయలుదేరాలని ఉత్పలగారి ఆలోచన. ఆయన సంస్కృత పండితుడు, బెంగాలీవాడు. ఉత్పలగారికి బెంగాలీ రాదు. కనీసం హిందీ కూడ మాట్లాడలేరు. సంస్కృతంలో కూడా సంభాషించేటంత లేదు. శాస్త్రిగారు రాష్ట్రపతి రాజేంద్ర ప్రసాద్ గారి చేత సన్మానించబడిన వ్యక్తి. శ్రీ విశ్వనాథ చక్రవర్తి సంస్కృత గ్రంథాలను దేవనాగరలిపిలో ప్రచురించినవాడు. వయస్సు సుమారు 90 సంవత్సరాలుంటుంది.

ఉత్పలగారు సికింద్రాబాద్‌లో మధురకు ఒంటరిగా ప్రయాణించడం తెలిసిన ఆయన మిత్రులు శ్రీ సయ్యపరాజు రామకృష్ణంరాజుగారు కొంత సొమ్మును వారిచేతికిచ్చి, మరికొంత సొమ్మును, నీటి సీసాలను సంచిలోపెట్టి వెళ్లారు. ఆ సొమ్ములో 500 రూ॥లు మిగిల్చి– కొన్ని పండ్లను కొని హరిదాస్‌శాస్త్రి గారి ఆశీర్వచనం కోసం ఆయన ఇంటికి వెళ్లారు ఉత్పలగారు.

అయితే ఆ మహాత్ముడు అప్పటికే తనవద్ద సిద్ధంగా ఉంచుకున్నాడేమో గాని రెండు జతల ధోవతులు, ఉత్తరీయాలు, కొన్ని వందల రూపాయల నోట్లు, ఒక పెద్ద మిఠాయి పొట్లం తీసుకొమ్మని ఉత్పలవారి చేతిలో పెట్టారు. వారు దాదాపు 80 గోవులకు సేవజేస్తూ ఉంటారు. ఆ మంచి పనికి ఉపయోగపడుతుంది కదా అని ఉత్పలగారు భావించి తన దగ్గర ఉన్న సొమ్ములో 500రూ॥లు ఇవ్వబోతే ఆయనే ఉత్పలగారికి రెట్టింపు సొమ్ము అందిస్తున్నారు. ఇదెంత విచిత్రమో చూడండి! ఆ సొమ్మును తీసికోవడానికి సంశయిస్తున్న ఉత్పలగారిని చూసి ఆయన సంశయాన్ని కనిపెట్టిన శాస్త్రి గారు "అప్ మహాన్ కవి, మేరా సత్కార్" అన్నారు. ఉత్పలగారికి ఆయన మాటలు ఆశ్చర్యాన్ని కలిగించాయి. అసలు ఉత్పలగారు కవి అన్నసంగతి వారికెవరు చెప్పారు? – చివరికి వారు అందించిన సత్కారాన్ని తీసికుని శాస్త్రిగారికి పాదాభివందనం చేసి బయటకు వచ్చి అక్కడి పరిచారకుణ్ని పిలిచి "ఈ డబ్బు గోసేవకు వినియోగించండి, నేను నా జన్మలో ఎప్పుడూ గోసేవ చేసిన వాణ్ని కాను. నాకు కూడ కొంచెం పుణ్యం దక్కనివ్వండి" అని ప్రార్థించి ఆ సొమ్మును వారి సంస్థకు జమకట్టి, ఆ రాత్రికి మధుర వచ్చి రైలెక్కారు ఉత్పలగారు.

ఆ రాత్రి ఉత్పలగారికి క్షణంలో నిద్ర పట్టింది. ఆరోజు మధుర విశ్రామ్ ఘాట్‌లో యమునా నదిలో నిమజ్జనం చేసిన ఆయన భార్య చితాభస్మ మృణ్మయ పాత్రలు యమునా నదీ ప్రవాహంలో ప్రయాణించి ప్రయాగ తీర్థానికి చేరినట్లు ఆయన కలగన్నారు.

సికింద్రాబాద్ చేరుకుని ఇంటికి వచ్చాక వెంటనే ఆయన భాగవత రచన చేయడం ఆరంభించారు. ఆంధ్రభూమి ధారావాహికగా దాన్ని ప్రచురించి, పాఠకుల ప్రశంసల జల్లు కురియించింది. కలకత్తాలో బహుకాలం ఉన్నతపదవినధిష్ఠించి, పదవీ విరమణ చేసి హైదరాబాద్‌లో స్థిరపడిన కృష్ణ భక్తులు శ్రీ జె. గోవిందరావుగారు ఉత్పలగారు ఎన్నాళ్లనుండో కోరుకుంటున్న 'ఆనంద బృందావన చంపువు'ను బృందావనం నుండి తెప్పించి అందించారు. ఆ గ్రంథం 'వేణుగీతం' రాయడానికెంతో సహకరించింది.

చివరి ఘట్టాలు

వేణుగీతము రాసిన తరువాత 'వ్యాసభూమి' (ఆంధ్రభూమి శీర్షిక)ని కొనసాగించ వలసిందిగా అసంఖ్యాక పాఠకుల కోరిక మేరకు 'గోపీగీతము' పేరుతో మరికొంత వ్యాఖ్య చేశారు ఉత్పలగారు. 2003లో వేణుగీతము, గోపిగీతము గ్రంథాలు వెలువడ్డాయి.

పోతన కీర్తి కౌముది పక్షాన పరంపరగా ఉత్పలగారి వ్యాఖ్యాన గ్రంథాలు వెలువడ్డాయి. అలాంటి గ్రంథాలలో 60వ గ్రంథం 'భ్రమర గీతము' వేణుగీతము రాసేటప్పుడే నిర్ణయించుకున్న తదుపరి కావ్యం ఈ భ్రమరగీతము.

నాడు పోతన, సూరదాసు ఎలాగో, నేడు భాగవతం నిత్యం మననం చేస్తూ వాఙ్మయోపాసన ద్వారా ఆ శ్యామసుందరుని చేరే ప్రయత్నం చేస్తున్న పరమ భాగవత కవి శ్రీ ఉత్పల సత్యనారాయణాచార్యులు.

'చిన్ని కృష్ణుడు', 'గంగావతరణం', 'అర్జునుని తీర్థయాత్ర' వంటి సాహిత్యాన్ని రాసి ఆబాల గోపాలురను అలరించిన కవి ఉత్పలవారు. 'ఈజంటనగరాలు– హేమంత శిశిరాలు.' 'పాతబస్తీ విలాసం', స్వప్నాల దుప్పటి', 'శతరూప' వంటి పద్యకావ్యాలు రాసిన మహాకవి ఉత్పలవారు. 'శ్రీకృష్ణచంద్రోదయం', 'రాసపూర్ణిమ', 'వేణుగీతము', 'భ్రమరగీతము', వంటి వచన కృతుల్ని సృజించిన భాగవతోత్తముడైన భక్త మహాకవి ఉత్పలవారు. మొదటి ఉత్పల సామాన్య గాథలను చిన్నారులకు అందించాలనే తపనతో సరళమైన గేయసాహిత్యాన్ని అందించిన సృజనాత్మక కవి. రెండవ ఉత్పల సామాజిక స్పృహతో కవిత్వాన్ని వెలువరించిన మహాకవి. మూడవ ఉత్పల పూర్తిగా తన మనస్సునూ, వచస్సునూ, కర్మలనూ కృష్ణార్పణం చేసిన పరమ భాగవతోత్తముడు అయిన భక్త మహాకవి. ఎప్పుడు వారింటికి వెళ్లినా, లేక ఫోను చేసినా "హరే కృష్ణ, హరే కృష్ణ!" అని పిలిచే నామసంకీర్తులకు మేను పులకరింపజేసి, భక్తిని కలుగజేసే పరమ భక్తులు. బహుపురాణ కర్త అయిన వ్యాసభగవానునికి భాగవతగ్రంథ రచనతోనే చిత్త శాంతి లభించినట్లుగా, ఉత్పలగారికి భాగవతాంతర్గత ఇతివృత్తాలను మళ్ళీమళ్లీ రచించడం ద్వారానే అనన్యమైన, అమోఘమైన మనశ్శాంతిని పొందగలుగుతున్నారు. ఆయన రచనా పరంపరలో భ్రమరగీతము తరువాత రాధాకృష్ణుల తత్త్వాన్ని వివరిస్తూ స్తుతించే గీతం 'యుగళగీతము'గా వెలువరించారు. ఆ తరువాత కృష్ణ, యశోదల అనుబంధాన్ని గురించి వర్ణించిన గ్రంథం 'యశోదానంద గేహిని' కూడ అదే వరుసలో వెలువడింది.

ఉత్పలగారి ఆధ్యాత్మిక కావ్యాలను చదివిన ప్రముఖ సినీనటుడు కీ.శే. కొంగర జగ్గయ్య గారు తన అభిమానాన్ని ఒక ఉత్తర రూపంలో పంపించారు. అదే సమయానికి ఉత్పలగారికి ఒక అరుదైన గౌరవం దక్కింది. 2003 ఆగష్టులో తెలుగుదనంపై మమకారంతో అమెరికాలోని తెలుగువారు 'అటా' (అమెరికన్ తెలుగు అకాడమీ) వారు ప్రథమంగా పరిచయ కార్యక్రమాన్ని వైవిధ్య భరితమైన అంశాలతో నిర్వహించారు. అప్పటికే భార్యా వియోగం పొంది, బృందావనంలోని నీలోత్పలుని తన హృదయం నిండానింపుకుని 'శ్రీకృష్ణచంద్రోదయం'తో కేంద్ర సాహిత్య అకాడమీ అవార్డు దక్కించుకున్న ఈ పద్య కవి శిరోమణి మన తెలుగు నేల వైభవాన్ని ప్రపంచానికి చాటటానికి అమెరికాలోని అటా వారి ఆహ్వానం మేరకు అమెరికా వెళ్లారు.

అమెరికాలోని ఆంధ్రులకు మన తెలుగునేల గురించి కమ్మని పద్యాలను పాడి వినిపించి ప్రశంసలందుకున్నారు. “ఎంత జాలిగుండెది ఈ గౌతమి, సీతజాడతెలిపి, శ్రీరాముని ఓదార్చి, ఊళ్ళు, ఊళ్ళు తిరిగి దుక్కి సాళ్ళలో ఒదిగి, తిరిగినంత మేర సిరులు నింపి”న తెలుగు నదీజలాల జీవ ప్రవాహాలను పెంచిన జీవ వికాసాన్ని ఆలపిస్తూ – ఆయన కనుమరుగైన 'కృష్ణ కాటుకలు' బియ్యం స్మృతులను చెపుతూ తెలుగువారి వేషభాషలు కూడ విశిష్టమైనవనే అంటూ అందరూ ఆస్వాదించేలా పద్యాలసరాలను పలికారు. ఉత్పలగారిని అమెరికా సీమలకు తీసుకువెళ్లి అక్కడ తెలుగు పద్యాన్ని విన్పింపజేసి అజోవిభోకందాళఫౌండేషన్ వారు ధన్యులయ్యారు.

స్వతఃసిద్ధంగా అమెరికా వెళ్ళే స్తోమతు ఆయనకు లేకపోయినా అప్పాజోష్యుల సత్యనారాయణగారు, లక్ష్మిగారు 'అజోవిభోకందాళ ఫౌండేషన్' అనే కార్యక్రమంతో అమెరికాకు తీసుకువెళ్లారు. ఆ విషయాన్ని ఆయన తన 'యశోదానంద గేహిని'లో వివరించి వారికి తన కృతజ్ఞతలు తెలుపుకున్నారు. ఉత్పలగారికి తన అభిమానులకు స్వయంగా ప్రత్యుత్తరం రాసే అలవాటున్నది. అదేవిధంగా కీ.శే.జగ్గయ్యగారు రాసిన ఉత్తరానికి కూడ ప్రత్యుత్తరం రాసేవారే, కాని అప్పటికే ఆయన అమెరికా ప్రయాణంలో ఉండడంవల్ల జగ్గయ్యగారి ఉత్తరాన్ని ఆయన చదవడం తటస్థించలేదు. తిరిగి స్వదేశం వచ్చిన తర్వాత ఆయన ఉత్తరాన్ని చదవడం జరిగింది. కాని అప్పటికే జగ్గయ్యగారు స్వర్గస్థులవడంతో ఉత్పలగారు ఎంతో బాధపడ్డారు. ఆ విషయాన్ని ఆయన తన యశోదానంద గేహిని గ్రంథంలో స్వయంగా రాసుకున్నారు. ఆ తరువాతి గ్రంథం 'రాసపంచాధ్యాయి' శ్రీమద్భాగవతంలోని దశమస్కంధంలోని 29, 30, 31, 32, 33 అధ్యాయాలను కలిపి రాసపంచాధ్యాయి అంటారు. భాగవతానికి ఇవి పంచప్రాణాలని ప్రసిద్ధి. ఈ రాసపంచాధ్యాయి రాయడానికి ఉత్పలగారికి ప్రేరణ కలిగించే సంఘటన ఒకటి జరిగింది.

ఒకసారి ఉత్పలగారు ఒరిస్సా గవర్నర్ శ్రీ బ్రహ్మదత్త మహాశయుల వారి ఆహ్వానంతో భువనేశ్వర్ వెళ్లారు. అప్పుడు గవర్నర్ గారు ఈయనకు ఒరిస్సాలోని పుణ్యక్షేత్రాలు దర్శించే అవకాశం కల్పించారు. ఆ సందర్భంలో ఉత్పలగారు పూరిలోని జగన్నాథ క్షేత్రానికి వెళ్లారు. ఆ ఆలయద్వారం బాగా విశాలంగా ఉంది. ఆ ప్రదేశంలో కొందరు మహిళలు నిలబడి “జయంతి తే ధికం జన్మనావ్రజ్ఞ” అని రాగయుక్తంగా గోపీగీతం గానం చేస్తున్నారు. ఆంధ్ర ప్రాంతంలో విష్ణు సహస్రనామం గానం చేస్తున్నంత భక్తి శ్రద్ధలతో అక్కడవారు గోపీగీతం చదవడం చూసి ఉత్పలగారు ఆశ్చర్యపోయారు.

పిదప వారు హైదరాబాద్‌కు చేరుకొన్న తర్వాత గోపీగీతాన్ని వ్యాఖ్యాన సహితంగా అధ్యయనం చేసి దానికి వ్యాఖ్య రాసి ఆంధ్రభూమి సచిత్ర వార పత్రికకు పంపారు. ఆ పత్రికలో 'వ్యాసభూమి' శీర్షికలో అది ప్రచురితమైంది. ఆ గోపీగీతాన్ని చూసిన సద్గురు శ్రీ శివానంద మూర్తిగారు 'రాసపంచాధ్యాయిని' కూడ పూర్తి చేయమని ఉత్పలగారిని కోరారు. 48 శ్లోకాలకు వ్యాఖ్య రాయడానికి నలభై ఎనిమిది వారాలు పట్టింది.

అయితే నలభై ఎనిమిది వారాల నిరంతర పరిశ్రమకు ఉత్పలగారి ఆరోగ్యం పూర్తిగా క్షీణించింది. దానికి తోడు వయసు పైబడింది. ప్రెస్‌కు వెళ్ళే ఓపిక, ప్రూఫులు చూసుకొనే శక్తి లేదు. పూర్తిగా దేహారోగ్యం క్షీణించింది. జీర్ణకోశంలో ఏదో వ్యాధి ప్రవేశించినట్లుంది. ఎలాగైతేనేం 'రాసపంచాధ్యాయి' గ్రంథం రసజ్ఞులైన పాఠకులకు అందింది.

మరొక దెబ్బ

జీవితంలో ఉత్పలగారికెదురైన ఎదురుదెబ్బలు మరే కవికి కూడ వచ్చి ఉండవు. జీవితం సాఫీగా జరుగుతుందనుకుంటే ఆ క్షణంలోనే కష్టాలు మేమున్నా మంటూ ఎదురువచ్చి నిలుచుంటాయి. ఉత్పలగారు తన ఏకైక కుమారుడు శ్రీనివాస్ తన జీవితానికి ఆసరాగా నిలుస్తాడని అనుకుంటే దురదృష్టవశాత్తు 2004లో అకస్మాత్తుగా ఆ కుర్రవాడికి పక్షవాతం వచ్చింది. దీనితో ఉత్పలగారి బాధ వర్ణనాతీతం ఆయన మరింత క్రుంగిపోయారు. కోడలు లక్ష్మి మాత్రం నిబ్బరంగా ఉండి ఆరోగ్యం పాడైన మామగారికి ధైర్యం చెప్పి ఉపచారాలు చేసేది. చిన్నతనం నుండి ఎన్నో ఒడిదుడుకులను ఎదుర్కొన్న ఉత్పలగారు శ్రీకృష్ణ భక్తిలో పూర్తిగా లీనమై ఏమైనా అంతా ఆయనే అన్నట్లుగా నిబ్బరంగా ఉండడానికి ప్రయత్నించారు.

ఆయనకు కలిగినన్ని కష్టాలు, ఆయనకు తగిలినన్ని ఎదురు దెబ్బలు, అవమానాలు అనూహ్యం. వేరే ఇంకెవరన్నా అయితే ఏద్దైనా అఘాయిత్యం చేసుకుని ఉండేవారే! ఈ సందర్భంలో ఉత్పల సత్యనారాయణగారు ఇంక కొన్నాళ్లకు పరమపదిస్తారనగా ప్రముఖ పాత్రికేయులు శ్రీ బేతవోలు రామబ్రహ్మంగారు ఆయన నివాసానికి వెళ్ళారు. రామబ్రహ్మంగారు "ఎలా తట్టుకోగలుగుతున్నారు మహానుభావా?" అని అంటే ఉత్పలగారు బొంగురు గొంతుతో కాసింత నవ్వి, ..."నీలోత్పలాన్ని నమ్ముకున్నాను. నన్ను తీసుకుపో, నీలో కలిపేసుకో అని మొత్తుకుంటున్నాను. కానీ వాడు నా మొర ఆలకించడం లేదు. మొరవిని ఉత్తరించడం లేదు. ఏం చెయ్యను? పెనుగులాట తప్పదు కదా.....?!" అన్నారు.

చివరి ఘట్టం

కానీ ఎముకలకు సంబంధించిన కేన్సర్ వ్యాధితో ఆయన కొన్ని నెలలపాటు మంచం పట్టారు. చివరి దశలో ఆయన ఆర్థికంగానూ, హార్థికంగానూ కూడ ఎంతో పరితపించారు. తన ఆరోగ్యం క్షీణిస్తున్నది. అయినా, వృద్ధాప్యంలో గుండె జబ్బుతోవున్న తన బావగారు, రిటైర్డ్ ప్రిన్సిపాల్, కవి అయిన బెల్లంకొండ రంగాచార్యులు గారంటే ఉత్పలగారికెంతో ఇష్టం. తాను ఎలా ఉన్నా తరచు ఆయన యోగక్షేమాలను కాంక్షించేవారు ఉత్పలగారు. తన కన్నతల్లి, పెరిగిన ఊరు అన్నా ఎంతో ఇష్టపడేవారు. చింతకానిలోని రామన్న బావి నుండి నీరుతోడి తెచ్చుకొనే ఆయన చిన్ననాటి జ్ఞాపకాలు ఆయన జీవిత చరమాంకం వరకూ వెన్నంటి ఉన్నాయి. తనను పెంచిన తల్లి ప్రేమను ఆయన తన చివరి ఘట్టంలో ఆశించారు. మరణ సమయంలో ఆయన

“అమ్మా! అమ్మా! ఎక్కడున్నావమ్మా?” అని తన ఆవేదనను తెలిపి, తల్లి ప్రేమకై తపించిపోయారు. ఆయన కుటుంబం ఎంత ఆర్థిక బాధలు పడ్డా, తాను ఎన్ని కష్టాలు పడ్డా, ఎంత విశ్రాంతి లేకున్నా రోజులో ఎంతో కొంత సమయాన్ని కుటుంబ సభ్యుల కొరకు వినియోగించేవారు.

చివరకు తన ఎనభైవ ఏట, 2007అక్టోబరు 23వ తారీఖున ఆయన జీవన్ముక్తులయ్యారు. నీలోత్పలునిలో ఐక్యమయ్యారు. ఆయన అభిమానులు, ఆత్మీయులు అందరూ కంటతడిపెడుతూనే “పోనీలే బాబూ ఇప్పటికైనా ఈ బాధలనుండి విముక్తుడయ్యాడు” అని తమని తాము ఓదార్చుకున్నారు.

ఆంగ్ల దినపత్రిక హిందూలో ఉత్పలగారి గురించి రాస్తూ Utpala leads a simple life and is now spiritually inclined. However he laces his works with contemporary philosophical insights అని అన్నారు.

సంస్కారంలో దేశీయత, సంప్రదాయంలో దేశీయత, లాలిత్యం, సౌకుమార్యం, సౌమనస్యం అన్నీ కలిసి ఉత్పల.

ధారాశుద్ధి, భావసాంద్రత, స్పష్టత వీరి పద్యాలలో విలక్షణతలు. భాగవతం వారికి ప్రాణవాయువు. కృష్ణతత్త్వం వీరికి విద్యుచ్ఛక్తి, సగుణోపాసకుడు, రసవివేషభావనా చాతుర్యాన్ని చెప్పగలిగితేనే కలం అందుకోవాలని నిర్భయంగా చెప్పే మహా మనీషి. తెలుగు కావ్య కళామతల్లి ఒక ముద్దు బిడ్డని కోల్పోయింది. ఒక మహాపండిత మహాశయుడిని తెలుగు ప్రజలు పోగొట్టుకున్నారు.

ఉత్పల తెలుగు మాలికల వెలుగు
పద్య రచనల విందు చేసిన ఘనుడు
సామాజిక స్పృహ కలిగిన కవిశేఖరుడు
సారస్వత సాంప్రదాయ సగుణశేఖరుడు

ఒక కవిదిగ్గజం దివికేగింది. ఒక ధృవతార నింగికెగసింది.

మధురాంతకం రాజారాం

(1930-1999)

- విహారి

తెలుగు సాహితీలోకంలో ఒక విశిష్ట కథా రచయిత మధురాంతకం రాజారాంగారు. నాలుగు దశాబ్దాల పైబడి తెలుగు కథతో నడిచి, తెలుగు కథను నడిపించిన కథకుడాయన.

కథకోసం జీవితాన్ని అధ్యయనం చేస్తూ, అర్థంచేసుకుంటూ, జీవితాన్ని అర్థం చేసుకోవటానికి కథని అధ్యయనం చేస్తూ, కథని రచిస్తూ, కథారచనతో తాదాత్మ్యం చెందిన రచయిత - మధురాంతకం వారు. సమాజాన్ని తరచి తరచి చూసి మానవ సంబంధాల్లోని వైరుధ్యాల్ని చదివి ఆకళింపు చేసుకుని, సమాజ కళ్యాణమే ధ్యేయంగా తన కథని నడపిన జాతి కథకుడు రాజారాంగారు.

జననం : విద్యాభ్యాసం : జీవితం :

అసలే అభివృద్ధికి ఆమడదూరంలో వున్న రాయలసీమలో, ఆధునికత అడుగులు పడని చిత్తూరు జిల్లాలోని రమణయ్యగారి పల్లె రాజారాంగారి జన్మస్థలం. జనన తేదీ అక్టోబరు 5, 1930.

ప్రాథమిక విద్యాభ్యాసం పల్లెటూరిలోనూ, ఉన్నత పాఠశాల విద్యాభ్యాసం బోర్డ్ హైస్కూల్ చిత్తూరులోనూ సాగింది. చిత్తూరులోనే ఉపాధ్యాయ శిక్షణ పూర్తి చేసుకుని, జీవికగా ఉపాధ్యాయ వృత్తిని తలకెత్తుకున్నారు. రాజారాంగారి మొదటి ఉద్యోగస్థలం దామల్ చెరువు గ్రామం. వారి జీవితకాలంలో ఎక్కువభాగం ఆత్మీయంగా అల్లుకుపోయిన ప్రదేశం కూడా అదే. అయితే వారు మొగరాల, కోటాల, పాకాలల్లో కూడా ఉద్యోగబాధ్యతలు నిర్వహించారు. స్వల్పకాలం - కావిరెడ్డిగారి పల్లెలో సోషల్ వెల్‌ఫేర్ హాస్టల్ వార్డెన్‌గా కూడా పని చేశారు.

రాజారాంగారు సాహిత్య సాంస్కృతిక భావజాలాన్ని ప్రోదిచేసుకుంటున్న కాలంలో తెలుగునాట పద్యం రాజ్యమేలుతోంది. రామాయణ, మహాభారత, భాగవత ఘట్టాల పురాణ ప్రవచనాలు, పద్యపఠనాలూ, వీటి ప్రక్కగా భావకవిత్వం, అవధానాలూ వర్ధిల్లుతున్న రోజులు అవి. సహజంగా భావుకుడైన కవి ఈ వాతావరణంతో ప్రభావితుడుకాకుండా వుండలేదు. రాజారాంగారు కూడా “ధూమేశ్వరీ స్తవం” పేరుతో పేరడీ పద్యాలు రాశారు. అవి ఆనాటి స్రవంతిలో ప్రచురింప బడినాయి. ఇదంతా 1955 నాటి మాట.

ఆ తర్వాత కొన్ని గేయాలూ రాశారు. ‘సుమాంజలి’ అని చిన్నసంపుటం ప్రచురించారు. చిత్తూరులో ‘ఆర్టలవర్స్ యూనియన్’ స్థాపనతో వారి దృష్టి నాటికా రచనవైపు మళ్ళింది. కొన్ని నాటకాలూ రాశారు. ‘ధర్మదీక్ష’ ‘జగన్నాటకం’ వంటివి.

సాహిత్యాభినివేశం :

కాగా అంతకు ఎంతో ముందునుంచే, అంటే 1947 నుంచే రాజారాంగారు తెలుగు సాహిత్య పాఠకులు. చాలా వేగవంతుడైన చదువరి. 1947 నుంచి నేను 'భారతి'కి రెగ్యులర్ పాఠకుణ్ణి. అలాగే 'ఆంధ్రసచిత్ర వార పత్రిక' అన్నారు ఆయన. వీటిని చదవడం వలన గురజాడ నుంచీ శ్రీశ్రీ వరకూ కవులు, చింతాదీక్షితులు నుంచీ కె. సభావరకూ కథకులు రాజారాంగారికి వారి వారి రచనల ద్వారా పరిచితులైపోయారు.

దీనికితోడు, హైస్కూల్ చదువులో వుండగానే, దామల్ చెరువు చిత్తూరు రైలు దారిలో పాకాల జంక్షన్ ప్లాట్‌ఫారమ్మీద చిత్రగుప్త, కథాంజలి, ఢంకా, ఆనందవాణి, వినోదిని వంటి పత్రికలు అందుబాటులోకి వచ్చాయి. నెలకొక అణాతో లెండింగ్ లైబ్రరీ సౌకర్యం ఒకటి వారి ముంగిటకొచ్చింది. ఆ లైబ్రరీలో కొవ్వలి, జంపన, వంటెత్తు, కృత్తివెంటి, మానాపురం వంటి వారి చిన్న నవలలు కొల్లలు కొల్లలు దొరికేవి. అలాగే రాజమండ్రి అద్దేపల్లి వీరవెంకయ్య కంపెనీ పుస్తకాలు, బరంపురం 'వేగుచుక్క గ్రంథమాల' నవలలు లభ్యమయ్యేవి. "కొత్త నీటి కెగబడే చేపలా నేనీ సాహిత్య ప్రపంచంలోకి చొచ్చుకుపోయాను" అని చెప్పుకున్నారు రాజారాంగారు. ఒక్క 1947-52 మధ్యకాలంలో దాదాపు వెయ్యి కథలైనా చదివుంటానని చెప్పారు. మరి ఈ సాహిత్యాధ్యయనం, పుస్తకపఠనం, కథా పరిశీలనం – సహజంగానే రాజారాం గారిని రచయితగా కలం పట్టుకోమని ప్రేరేపించి వుంటాయి. అందుకనే వారు "పాతరోగే కాలక్రమాన వైద్యుడైనట్లుగా, నాలోని పాఠకుడే కొంతకాలానికి రచయితగా పరిణమించి ఉంటాడని ఊహిస్తున్నాను" అని రాసుకున్నారొక వ్యాసంలో!

కథకుడిగా ఆవిర్భావం:

కథారచనకు ఉపక్రమించిన తొలిరోజుల్లో రాజారాంగారు 'దత్తాత్రేయ' 'నాగేంద్ర' అన్న కలంపేర్లతో చిత్రగుప్తలో కొన్ని చిన్న కథలు రాశారు. కాని అవి ఇప్పుడు అలభ్యం.

విశాఖపట్నం పద్మప్రియ ప్రచురణవారు 'వర్షించిన మేఘం' అనే ఆయన తొలి కథాసంపుటాన్ని ప్రచురించింది. ఆ తర్వాత 'ప్రాణదాత' సంపుటి మద్రాసు నుంచి వెలువడింది. అయితే కృష్ణాజిల్లా ముసునూరు గోదా గ్రంథమాల నిర్వాహకులు అనన్యసామాన్య సాహితీ పుంభావ సరస్వతీ, కార్యకర్తా, సారస్వతేయులు అయిన శ్రీమాన్ కె.టి.యల్. నరసింహాచార్యులు గారు రాజారాం గారి కథాసంపుటి – 'తాను వెలిగించిన దీపాలు' ప్రచురించటం అటు తెలుగు కథా సాహిత్యానికీ, ఇటు రాజారాంగారికీ గొప్పమలుపు. ఈ సంపుటిలో 'తాను వెలిగించిన దీపాలు', 'జారుడుమెట్లు', చేదునిజం' అనే మూడుకథలు ఉన్నాయి. ఈ మూడు కథలూ అంతకుముందు భారతిలో ప్రచురితమైనవే. ఈ సంపుటికి సుప్రసిద్ధ సారస్వతేయులు, కళాసాహిత్య విమర్శకులు, సంజీవదేవ్ ముందుమాటని సమకూర్చారు. 'తాను వెలిగించిన దీపాలు' కథాసంపుటికి ఆంధ్రప్రదేశ్ సాహిత్య అకాడమీ అవార్డు లభించింది.

కథకుడుగా రాజారాంగారు 1950 ప్రాంతాల్లోనే రచనా రంగంలోకి దిగినా ఉత్తమ కథకుడిగా ఆవిష్కారం, గుర్తింపు రెండూ కూడా ఈ 'తాను వెలిగించిన దీపాలు' కథతోనూ, కథాసంపుటితోనూ జరిగాయని ఆయన మిత్రులతో ఆంతరంగికంగా అనేవారు.

ఈ కథ ప్రత్యేకత గురించి రెండు మాటలు చెప్పాలి. రాజారాంగారు ఉపాధ్యాయులు. ఈ కథలో ముఖ్యపాత్ర ఉపాధ్యాయుడైన ఒక శర్మగారు. అదీ అసలైన ఆత్మీయతాబంధానికి కారణమైన అంశం. ఇక కథాసందేశం గురించిన కథాభాగాన్ని చూడండి.

"పాఠశాల అనగా ఇటుకలతోనూ, సిమెంటుతోనూ రూపొందిన భవనాల సమూహంకాదు. పాఠశాల అనగా విద్యార్థులు. సుక్షేత్రంలో పడిన బీజంలా, శుక్తిలో పడిన స్వాతి చినుకులా విద్యార్థులపై వెచ్చించిన శ్రమ చరితార్థం కాకతప్పదు. కోట్లకొలది మానవుల్లో ఉపాధ్యాయుడు కూడా ఒక్కడు, కానీ అతనిదొక మహోద్యమం. లేలేత యెదదలలో విజ్ఞాన జోత్స్నల్ని విరియించి భావికి బంగారుబాటలు దిద్దే ఉపాధ్యాయుడు తానొక అఖండ జ్యోతిలాంటివాడు. ప్రకాశంలో తగ్గుదల ఏర్పడకుండా జ్యోతి తనలాంటి జ్యోతుల నెన్నింటి నైనా సృష్టింపగలదు."

ఇదీ రాజారాంగారికి, ఉపాధ్యాయ వృత్తిపట్లవున్న విశ్వాసగౌరవాల ఉన్నతోన్నతమైన భావపరంపర. "ప్రవర్తితో దీప ఇవ ప్రదీపాత్" అన్నట్లు ఒక జ్యోతి అనేక జ్యోతుల్ని వెలిగించగలదు. ఉపాధ్యాయుడుగా ఈ నైతికధర్మానికీ, సామాజిక బాధ్యతకీ మనిషి విలువనివ్వ గలిగితే, 'తాను వెలిగించిన దీపాలు' అవిచ్ఛిన్నంగా ఒకదాని వెంట ఒకటి వెలుగుతూ, సాగుతూ వుంటాయి.

కథ శీర్షిక భావస్ఫోరకమైనది. ఆలోచనాత్మక మైనది. అందమైన తెలుగు నుడికారాన్ని వెలుగుగా పొందుపరచుకున్నది. మంచి కథ ఎప్పుడూ జీవితానికి దర్పణంగా భాసించటం మాత్రమే కాక, జీవితాన్ని వ్యాఖ్యానించేదిగా ఉండాలి అంటారు. ఈ కథ పాఠకులకు చేసిన ఉపకారం అదే. సమాజ కళ్యాణకాంక్షకు అరోగ్యకరమైన, ఆచరణాత్మకమైన, స్వచ్ఛమైన, స్పష్టమైన దిశానిర్దేశం చేస్తోంది. విద్యార్థిలోకంలో శీలనిర్మాణం, వ్యక్తిత్వనిర్మాణం చేయగలిగితే ఈ జాతి అభ్యుదయంలో మనుగడ సాగిస్తుంది - అనే సందేశాన్ని నిరాడంబరంగా సంఘాని కందించారు రాజారాం గారు. ఇందుకూ, ఈ కథకు తెలుగుకథా సాహిత్యంలో ఎనలేని గౌరవం. ఆనాటి చదువరులకు ఎంతో ప్రీతిపాత్రమైన కథ ఇది. సంస్కారవంతులైన ఒక స్థాయి సామాజికులకు ఆ కాలంలో ఎంతో స్ఫూర్తి నిచ్చిన కథ ఇది !

ఇదంతా 1967 నాటి విషయం.

కథారచన : పరిణామ వికాసాలు :

1975 వచ్చేసరికి రాజారాంగారిలోని కథకుడిలో మరింత స్ఫుటమైన, స్పష్టమైన పరిణామ వికాసాలు గోచరించాయి.

ప్రపంచకథా సాహిత్యంలో తెలుగు బావుటాని ఎగరవేసిన పాలగుమ్మి పద్మరాజు గారి మాటల్లో ఈ ప్రశంస ఇలా సాగింది.

"ఇన్నాళ్లకు కేవలం మధ్యతరగతి జీవనాన్ని బహుముఖాలుగా కథలలో రూపొందించగల ప్రతిభావంతుడు తెలుగునాట అవతరించాడు. ఎప్పుడో అవతరించాడు. అయితే ఇన్నాళ్లకు తన ప్రతిభాముద్ర తెలుగు కథాసాహిత్యం మీద వేయడానికి దారుఢ్యం సంపాదించాడు. ఆయన పేరే రాజారాం. మాటలు నేర్చిన మధ్యతరగతికి ప్రతినిధి."

ఈ వింగడింపు వలన రాజారాం గారి 'కథాత్మ' తేటతెల్లమవుతోంది.

నాలుగు వందలకి పైగా రాజారాం గారు రాసిన కథల్ని స్థాలీపులాక న్యాయంగా పరిశీలించినా ముందుగా గోచరించేది వస్తు వైవిధ్యం. ఏరచయితకైనా "ప్రధాన ద్రవ్యాన్ని సమకూర్చేది సమాజమే. సమాజం అందించే "ముడిసరుకు"ని శుద్ధిచేసి, కథాభరణాన్ని తయారు చేస్తాడు కథకుడు, రాజారాంగారు ఇందుకు భిన్నమైన రచయిత కాదు గదా ! అందువల్లనే వారి కథా వైవిధ్యానికి సమాజం రంగస్థలం అయింది. ఆ రంగస్థలం మీద తారాడే జీవితాలు, ఆ జీవితాల్లోని అనంతమైన వైరుధ్యాలు కథావస్తువులైనాయి.

"కొందరి యాతనలు కొందరికి వినోద ప్రదర్శనలు కావడం, కొందరి బతుకులు సర్కస్‌లో ఫీట్స్‌ను తలపించటం, కొందరి వ్యక్తిత్వాలు పైకి పటారంగా లోన లొటారంగా ఖాళీ కుండలుగా కానరావడం, నైతిక నియమాలు విధ్వంసమైపోవడం వల్ల రేపటి ప్రపంచాన్ని గురించిన ఊహాలు గుండెల్లో గుబులు పుట్టించడం, ఇంకా వెలుగుసముద్రంలో చీకటి దీవులు, ఎడారి కోయిలలు, అడిగిరాని వరాలు, సంధ్యా సమస్యలు, వక్రగతులు, వికారాలు మమకారాలు, వర్షించిన మేఘాలు, తలుపులూ – తాళాలూ, గాలిపటాలూ, గాజుదీపాలూ, పతిదేవుళ్లు – ఆడకూతుళ్లు, చీమలు పెట్టిన పుట్టలు, నోరులేని జీవులు, జాగరూకతలు, నమ్మరానివారు, బ్రతుకనేర్చినవారు, సవతి బిడ్డలు, భాగ్యవిధాతలు మట్టిగుర్రాలు, కొరకరాని కొయ్యలు, మెత్తనిపులులు ఇలా నా అనుభవ పరిధిలోకి వచ్చిన ప్రతి విషయాన్నీ సాహిత్య నిబద్ధం చేయటానికి ప్రయత్నించాను" అని తనకు తానే చెప్పుకున్నారు రాజారాంగారు.

రాజారాంగారి కథల్లోని మధ్యతరగతి మనుషులంతా కలిసి ఒకచోట – ఒక ఆవరణలో నిలబడితే, ఒక ప్రాంతం సాంఘిక జనజీవనాన్ని స్పష్టంగా దర్శించవచ్చు. మానవసంబంధాలూ, మనుషుల ప్రవర్తనా, ఈ ప్రవర్తనని నియంత్రిస్తున్న సామాజిక పరిస్థితులూ వీటన్నిటినీ చదువుకోవచ్చు.

రాజారాంగారి కథల్లో ఎక్కువగా కనపడే పాత్ర 'నేను'. ఈ 'నేను' నిజానికి కథా తరంగంలో కొట్టుకొచ్చిన పాత్రే. కథాంతరంగాన్ని చదువరులకందించే పాత్రే. అయితే ఒక విలక్షణత, ఒక ప్రత్యేకత వున్నాయి 'నేను' కి. సమాజ జీవనచిత్రణ జరిగే సందర్భంలో ఈ 'నేను' సాధారణ

మధ్యతరగతి ప్రతినిధి. కాని సమాజ జీవన దర్పణానికీ, చిత్రణకూ ఆవల నిలిచినప్పుడు ఈ "నేను" ఒక జీవనసూత్ర భాష్యకారుడు. ఒక జీవిత ప్రవాహ వ్యాఖ్యాత, ఒక జీవన సిద్ధాంత విపులీకర్త. అదీ విశేషం !

దీనికి ఎంతో చక్కని ఉదాహరణని పైన పేర్కొన్న 'తాను వెలిగించిన దీపాలు' కథాభాగంలో ఉటంకించాను.

(పెటర్నల్ ఇగో) తల్లిదండ్రుల అహం అంటారు. అలాంటి అహాన్ని ప్రదర్శించే తండ్రితో – ఒక కుర్రవాడికి పేచీ. ఈ కుర్రవాడు రేపటి ప్రపంచానికి ప్రతినిధి. అతనికి ఈ తండ్రి సాన్నిహిత్యం కంటే పోలీస్ లాకప్‌లోనే ఎక్కువ స్వేచ్ఛని భావిస్తాడు.

ఇది 'రేపటి ప్రపంచం' కథలో వస్తువు. ఈ కథ చివర కూడా 'నేను' ని ఇలా చూస్తాం మనం.

"పిడుగుపాటులా ఓ భయంకరమైన ఊహ నన్ను నిలువునా తొలిచేసింది. మీసాలూ గడ్డాలూ వచ్చి, తలగూడా పండి, వయసులోనూ, విజ్ఞతలోనూ పెద్దలైనవాళ్లు యిప్పటికన్నా సవ్యంగా గనక వ్యవహరించకపోతే, భావితరాల పౌరులందరికీ ఈ ప్రపంచంకన్నా చెరసాలే నయమనిపించవచ్చు. పదివేల ఏండ్ల మానవ నాగరికత అప్పుడిక మానవుడి పాలిటి వరంగాకుండా శాపంగా మాత్రమే నిరూపణ అవుతుంది".

ఇలా జీవన వ్యాఖ్యతగా ఈ 'నేను' ద్వారా రాజారాంగారు కథాసందేశాన్ని ఏ అరమరికలూ, గోప్యతా లేకుండా పఠితలకి అందిస్తారు. ఇది వారి కథాశిల్పంలో ఒక ముఖ్యమైన మెఱుపు, విరుపు !

వస్తువైవిధ్యం :

కథావస్తువైవిధ్యం గురించి మాట్లాడేటప్పుడు రాజారాంగారి కథల్లో కొన్ని విలక్షణమైన విశేషమైన పాత్రల్ని గురించీ, ఆ పాత్రల జీవికల్ని గురించీ, వారి ప్రవర్తనలోని సజీవతని గురించీ, సామాజిక సంభావ్యత గురించీ తెలుసుకోవలసి వుంది. ఇలాంటి కొన్ని అంశాల్ని పరిశీలిద్దాం.

మధ్యతరగతి వ్యష్టిమనస్తత్వాన్ని గురించి శతాధికంగా కథలు రాసిన కొడవటిగంటి కుటుంబరావుగారు అంటారు "మధ్యతరగతి దృక్పథంలోనూ, విశ్వాసాలలోనూ, వీరిలోనూ వున్న కుళ్లును బయటపెట్టడం, మధ్యతరగతి జీవితపు నిజాన్ని బయటపెట్టటం ఈ నాటి సాహిత్యం చేయవలసిన పని" అని. ఇదొక విమర్శనాత్మక వాస్తవికత అనుకోవచ్చు.

రాజారాంగారి కథల్లో కొన్ని కథల్ని పరిశీలించినప్పుడు, వారి అంతర్గతధ్యేయం కూడా అదే అనిపిస్తుంది. ప్రత్యేకించి "ప్రెొద్దుచాలని మనిషి" వంటి కథల్లో ఈ విమర్శనాత్మక వాస్తవికతకి పట్టం కట్టటం జరిగింది.

'ప్రొద్దుచాలని మనిషి కథలో విశ్వపతి ఒక పని వ్యసనపరుడు. అతను కోడికూతతో లేచి కాకితో నిద్రపోయే లక్షణం కలవాడు. రోజులోని ఇరవైనాలుగు గంటలూ అతని కార్యకలాపాలకు చాలవు. పోనీ ఆ కార్యకలాపాలు అతన్ని ఆర్థికంగా ముందుకు నడిపించి సుఖాల తీరానికి చేర్చాయంటే అదీలేదు. అయినా అతను అలా రోజంతా 'బిజీగా' వుండటానికి తనకు తాను అంకితమై పోయినవాడు. ఆ పనులే అతనికి పరిపూర్ణమైన తృప్తినీ, సంపూర్ణమైన ఆనందాన్నీ సమకూర్చుతాయి. దీన్నే మోటివేషన్ థియరీలో సెల్ఫ్ యాక్చువలైజేషన్ నీడ్' అంటారు. పద్మరాజుగారన్నట్లు సంఘమంతా మధ్యతరగతి కాగలిగితే అతడు (విశ్వపతి) దానికి లక్ష్యప్రాయుడు"!.

ఈ కథముగింపు చూడండి. "సైకిలెక్కాడు విశ్వపతి... గిర్రున తిరుగుతున్న ఆ సైకిలు చక్రాలు బ్రతకడానికి పనిచేయటమే పరమార్థమని చెబుతున్నట్టున్నాయి. నిజమే జడత్వం మృత్యులక్షణం. చైతన్యం జీవలక్షణం. నిర్వ్యాపరత్వం మృత్యు లక్షణం. నిరంతర కార్యాచరణ జీవలక్షణం. ప్రొద్దుపోకపోవడం మృత్యులక్షణం, ప్రొద్దుచాలకపోవడం జీవలక్షణం. విశ్వపతి ప్రొద్దుచాలని మనిషి".

ఇది రాజారాంగారి ఆంతర్యం. ఉపాధ్యాయుడుగా మధురాంతకంవారికి సామాజిక సందేశంమీద దృష్టి. మనిషిలో ఉన్నత పథాలవైపు నడిపించే ఆలోచనల్ని ప్రోదిచేయటం మీద విశ్వాసం. ఈ కారణాలవల్ల వారి కథల ముగింపులో సందేశం ఇంత స్వచ్ఛంగా పారదర్శకంగా దర్శనమిస్తుంది. చదువరికీ ఒక కర్తవ్య నిర్దేశం అందుతుంది.

"రామారావు చతుర్లోకాలు" కథలో ఆదర్శాలూ, అవసరాలూ భిన్న ధ్రువాలనే సూచన. 'పాంథశాల'లో పరోపకారపరాయణుడైన ధనవంతుడిని తమవారే ఎలా "ఐసొలేట్" చేస్తారో చూపుతారు. మనుషులు రూపొందించిన రూల్సుకంటే రూల్సును రూపొందించిన మనిషే విలువైనవాడని నిరూపించిన కథ 'పిచ్చివెంకట్రావు'. కుటుంబ వ్యవస్థ, దాంపత్య జీవనం, సాంసారిక ప్రణయం. ఆలుమగల చిన్నచిన్న బలహీనతలు, అర్థాలూ అపార్థాలూ ఇలాంటివి కొన్ని రాజారాంగారి కథావస్తువు లైనాయి. 'పతి దేవుళ్లూ – ఆడకూతుళ్ళూ' 'గాలిపటాలూ – గాజు దీపాలూ' వంటివి ఈ కోవలోనివి. 'భారతి'లో వచ్చిన 'వగపేటికి చల్లచిందినన్' కథ ఒక ప్రత్యేకాంశాన్ని చర్చిస్తుంది. మురళీకృష్ణ పెళ్ళికాగానే అత్తవారికి అమ్ముడుపోయాడు. కనిపెంచిన తల్లిని నిరాదరణకి గురిచేస్తాడు. కన్నవారి గుండెల్లో మంటలుపెడతాడు. తరాల నడుమ అంతరాలు అర్థమవుతాయి.

ప్రముఖంగా మధ్యతరగతి జనంగురించి కథలు రాసిన రాజారాంగారు కొన్ని కథల్లో క్రింది, మధ్య తరగతివారినీ బలహీనుల్నీ, బడుగుల్నీ కూడా తమ కథానాయకుల్ని చేశారు. ఉదాహరణకి 'సర్కస్ డేరా' కష్టజీవుల పాలిట ప్రపంచమంతా యాతనా ప్రదాతగానే మారటం చిత్రించారు. 'ఆశ్రయం' కథలో నిస్సహాయులైన పేదలు తలదాచుకోవటం కోసం నగర శివార్లలోకి

పోవడం చిత్రితమయింది. అలాంటి కథే 'ఇక్కడంతా క్షామం'. కూలిజనుల జీవనవిషాదం ఈ కథాంశం.

ఉద్యోగికి దూరభూమి లేదు అనుకుని బదిలీమీద సాగిపోయి, చెడిపోయిన స్కూలును చక్కదిద్దే ఉపాధ్యాయులు, రెవెన్యూ ఇన్‌స్పెక్టర్, ఫారెస్టర్ వంటి గవర్నమెంటాఫీసర్లు హోటల్ ప్రొప్రయిటర్లు, బంట్రోతులు, కులమింటి ఆడపడుచులు, యువతీయువకులు, లంచగొండి ఉద్యోగులూ, ఇలా సమాజంలో ఆయనచుట్టూ మసలే మనుషులు రాజారాంగారి కథల్లో మనముందు పాత్రలై నిలుస్తారు. వారంతా మనకు బాగా పరిచయమున్నవారూ, మనలాగానే ఈతిబాధల్లో, ఆనంద విషాదాల్లో, భావోద్వేగాలతో ప్రవర్తిస్తూ వుంటారు. వారంతా తిరుగుతున్న నేపథ్యం కూడా మనకు బాగా సన్నిహితమైనది. ఈ కారణాలవల్ల పాఠకులుగా మనం ఆయాపాత్రలతో, ఆ వాతావరణంతో తాదాత్మ్యం చెంది. రచయిత ఆశించిన కథా ప్రయోజనానికి సన్నిహితులమవుతాము.

రాజారాంగారి కథలో సున్నితమైన మానసికభావనలూ, మధురోహలూ, ఆహ్లాద వింజామరలూ సకృత్తుగా లభిస్తాయి. ఇలాంటి అనిర్వచనీయమైన అనుభూతి పారవశ్యాన్ని పఠితల కందించే ఒక మహత్తరమైన కథ 'కమ్మతెమ్మర'. శేషాద్రి పెళ్ళి జరిగిపోయింది. రెండు మూడు రాత్రులుగా అతనికి నిద్రలేదు. బాగా అలసిపోయివున్నాడు. కావాలని గాలి బాగా వీచే వసారాలో మంచం వేయించుకున్నాడు. నిద్ర ముంచుకొస్తోంది. కాని చలిదుప్పటి లేదు. చేసేది లేక కాళ్లను కడుపులోకి తీసుకుని, చేతుల్ని రొమ్ముపై దాచుకుని మాతృగర్భస్థ శిశువులా ముడుచుకుపోయాడు. శేషాద్రి మగత నిద్రలో ఉలిక్కిపడిలేచాడు. శాలువాకప్పి ఒక ఆకారం చీకట్లోకి జారిపోసాగింది. శేషాద్రి చేతికి జడ దొరికింది. వెంటనే జడలోని చేమంతులు నాలుగు మాత్రం చేతిలో చిక్కి జడా జారిపోయింది. అర్థమైంది.! "మనసిచ్చి మనసుపుచ్చుకోగల అర్థాంగికోసం వరమడగ్గా భగవంతుడు తన కిచ్చిన వరాలు !" అనుకున్నది అతని మనస్సు. అదొక అనుభూతిహేల ! పెళ్లికూతురి ముగ్ధత్వం, పెళ్లికొడుకు మురిపెపు మధురభావన- రసహృదయంకల చదువరి ఆనందించవలసినవే ! ఎంత చక్కటి కథో !

చెడు ఓడిపోతుంది. మంచి గెలుస్తుందనేది చాలామంది ఆశావహుల విశ్వాసం, నమ్మకం. రాజారాంగారూ ఈ నమ్మకాన్ని దృఢంగా పాఠకులకందిస్తూ ఒక చాలా మంచికథ రాశారు. దానిపేరు 'రాతిలో తేమ'

రాజారాం గారి కథల్లో ఒక గొప్పకథ 1994లో వచ్చింది. అది 'శబ్ద సందేశం' పొట్ట కూటికోసం గల్ఫ్ దేశాలు పట్టి పోయిన వారి దుర్భర జీవనం, తీవ్రమైన మానసిక ఒత్తిడి, దూరతీరాలలో తమ వారికావల ప్రవాస జీవిత, మనోక్షోభ ఇవన్నీ అద్భుతంగా చిత్రితమైన కథ ఇది. అక్షరజ్ఞానంలేని నాగమణి- తానుంటున్న ఊరుకు దగ్గరలో నివసిస్తున్న టైలర్ పంపిన ఆడియో కేసెట్‌లో తన బాధావ్యథలు గోడు వెళ్లబోసుకుని ఇండియాలో వున్న తన వారికి

పంపిస్తుంది. ఇదే శబ్దసందేశం. అమాయక స్త్రీ హృదయం తనవారికోసం, తనచుట్టు పక్కల వారికోసం పడే తపనకి అక్షరరూపం శబ్దసందేశం. ఇంటెనక నాటిన మన కరివేపాకు ఎంత ఎత్తు ఎదిగింది? అని ఆర్తిగా అడుగుతుంటే గుండెలు కలుక్కుమంటాయి. డబ్బు సంపాదన కాంక్షతో కొందరు కోల్పోతున్న మానవసంబంధాలూ, మమతానురాగాలూ చదువరుల మనస్సులో చాలా ప్రశ్నల్ని రేకెత్తిస్తాయి. వస్తువులో, శిల్పంలో నవ్యత్వం తటిల్లతలా విరిసిన గొప్ప కథ 'శబ్దసందేశం'.

మనిషి అమాయకత్వం మీద, సాత్వికతమీద, జీవికమీద, మంచిదనపు మనుగడమీద దౌష్ట్యం, నిష్కారణమైన దుర్మార్గం దాడిచేస్తే పరిణామాలూ, పర్యవసానాలూ తీవ్రంగా పట్టి కుదుపుతాయనే ధ్వని చిత్రణ – 'అంబపలుకు జగదంబా పలుకూ' కథ! కథ చదవగానే పఠితని ఆలోచనల సుడిలో పడవేసే గొప్ప రచన ఇది.

బుడబుక్కల మల్లన్న తొండమండలం వచ్చాడు. గూడ్స్ షెడ్‌లో ఆరాత్రి బైరాగితో పరిచయమైంది. అప్పటికే మల్లన్న ఆ సాయంకాలం ఊరు చుట్టి వచ్చాడు. గంపెడు చీకటి నెత్తిన వేసుకుని మర్నాడు తెల్లవారుఝామున్నే ఏ ఏ వీథుల్లో తిరగాలో చిన్న 'సర్వే' చేసుకుని వచ్చాడన్నమాట. ఊరునీ, పరిసరాల్నీ పరిస్థితుల్నీ అర్థం చేసుకున్నానని వర్ణించి చెప్తాడు బైరాగికి. అంతా విని అంటాడు బైరాగి, "ఎట్టిపరిస్థితుల్లోనూ గండప్పమహడీ పక్కకి మాత్రం వెళ్లద్దు, ఆ సాయలకైనా తొంగిసూడొద్దు" అని సలహాయిస్తాడు. దానికి కారణం చెప్తాడు. ఆ మహడీలో మనుషుల అహం, దర్పం, భేషజం, నైచ్యం, క్రౌర్యం అన్నీ సోదాహరణంగా వివరిస్తాడు. అన్నీ విని మల్లన్న అంటాడు "నిప్పుని తాకకుండా దాంతో బీడి ముట్టించుకోవటం నా చేతనవును" అని. "అట్లనా నాయనా! మంచిది మంచిది" అని మౌనం వహించాడు బైరాగి.

ఉదయాన్నే మసక వెలుగులో మల్లన్న మహడీకి వెళ్లడం, పాతొస్త్రం అడగటం, ఫలితంగా ఒక భీకరమైన కుక్క అతనిమీదకి దండెత్తి వొళ్లు కుళ్ళ బొడవడం, చావుదప్పి, శరీరాచ్ఛాదన సర్వమూ కోల్పోయి – కన్ను లొట్టపోయి– కళేబరంలా చెట్టెక్కి ప్రాణాలు నిలుపుకోవడం క్షణాల్లో జరిగిపోయినై.

ఆనక కడుపు మండిన మల్లన్న – బుడబుడకలు తీసుకుని రుద్రభూమిలో నిలిచి, అపరశివుడిలా మోగిస్తూ విలయతాండవం చేసి మహడీని శపించేశాడు ! ఏమని? "గుండప్ప మాడీలో దీపం పెట్టే దిక్కులేకుండా పోవాల. మాడీ అడుగున జిల్లేళ్లు మొలవాల. మాడీ కొప్పుమీద గూబవాలాల. అంబపలుకు, జగదంబాపలుకు" అని నోరారా శాపం పెట్టాడు.

నేడు తొండమండలంలో గుండప్పమాడే ఒక పాడుబడిన భవంతి ! భూతకళ పట్టిన దయ్యాల కొంప !

ఒక ఐతిహ్యంలా, కాశీమజిలీకథలా కనిపించే ఈ కథ గొప్పతనం ఏమిటని తరచి చూస్తే – ఒక సాంఘిక పరిణామానికి వాస్తవరూపాన్ని కథాత్మకం చేశాడు రచయిత అని

అర్థమవుతుంది. అట్లా శాపాలు నిజమవుతాయా వంటి ప్రశ్నలు ప్రక్కన పెట్టండి. కడుపు రగిలిన వాడి గుండెకోత, ఆక్రోశం- స్వార్థాన్నీ అహాన్ని, దౌష్ట్యాన్నీ నశింపజేయాల్సిందే అనే వాంఛనీయమైన ఒక భావన కథగా రూపుదాల్చటాన్ని ఆహ్వానించని అభ్యుదయ కాముకు లెవరుంటారు?!!

కథాకథన సంవిధానం :

దీన్నే కథానికారచనలో శిల్పం అని వ్యవహరిస్తూ ఉంటారు. శిల్ప వర్గీకరణలూ లక్షణాలూ చాలా విశ్లేషణలతో కూడిన ప్రత్యేక పరిజ్ఞానం.

స్థూలంగా కథాశిల్పాన్ని గురించి చెప్పుకోవాలంటే కథ నడిపేతీరు, కథకు చదివించే గుణాన్ని ప్రోదిచేయటం, దీనికి కథకులు అనుసరించే విధానాలు భిన్న భిన్నమై వుంటాయి.

రాజారాంగారు చాలా కథల్లో ఆద్యంత సమన్వయ విధానాన్ని అనుసరిస్తారు. ఉదాహరణకి 'వగపేటికి చల్ల చిందినన్' కథ ఇలా మొదలవుతుంది. "ఒక చివర తులశమ్మ, వేరొక చివర మురళీకృష్ణ, ఆయిద్దరికీ పరివ్యాప్తమయ్యే వృత్తాంతం ఇది. తులశమ్మ దగ్గర్నుంచి మొదలెడితే దీన్ని ఎవ్వరూ చదవరేమోనన్న భయం నాకుంది..." సరి కథ మురళీకృష్ణ మీదుగా సాగుతుందని తెలుస్తోంది కదా. కథాంతంలో ఆ ముసలావిడ గురించి వివరణవస్తోంది. ఇలా "ఇటుచూస్తే కుమారుడి ఆజ్ఞ. అటుచూస్తే సంసారం జరగదు. నుయ్యికీ గొయ్యికీ మధ్య ముసలావిడ ఏం చేస్తుందో తెలుసా మాష్టారూ ? ... ఒకటి రెండు గంటలు ముందుగానే ఇంటిదగ్గర నిద్ర లేస్తుంది. వచ్చి యథాప్రకారం వాడుకలవాళ్లకు చల్లబోసి, సూర్యోదయం కాకమునుపే తిరుగుదారి పడుతుంది". కారణం ఏమిటంటే కథా వస్తువులో వుంది. అది బిడ్డలకి కన్నవారిపైని నిరాదరణ!

రాజారాం కథలు ఎక్కువశాతం రచయిత - ప్రసక్తాను ప్రసక్తంగా ఏ లోకాభిరామాయణయో చెప్పబోతున్నట్టు 'నెరేషన్'తో మొదలవుతాయి. ఆ సాధారణీకరణం చెందిన విషయంలోనుంచీ, నిమ్మళంగా కొత్త కుండలోకి నీరు ప్రవేశించినట్లు - అసలు కథాంశం, పాత్రలు, సంఘటనలు, సన్నివేశాలు, సంభాషణలు అక్షరబద్ధమవుతూ సాగుతాయి. చదువరిని తమతోపాటు కథలోకి లాక్కు పోతాయి. రెండు కథల ఎత్తుగడల్ని ఉదాహరణలుగా చూద్దాం. 'ధర్మగ్లాని' ఇలా మొదలవుతుంది. "సర్వధర్మాలనూ పరిత్యజించి తననే శరణు పొందినవారిని తాను రక్షింపగలనని వాగ్దానం చేశాడు భగవంతుడు! మహానుభావుడు గడుసువాడే మరి! కాశీకి వెళ్ళినవాడు తనకిష్టంలేని కూరగాయనొక దాన్ని వదిలిపెట్టినట్టుగా మనకిబ్బందిగా వున్న ధర్మాన్ని దేన్నయినా విసర్జించగలంగానీ, మూకుమ్మడిగా ధర్మాలన్నిటినీ త్యజించటం మనతరం గాదు. సర్వసంగ పరిత్యాగి మాత్రమే సర్వపరిత్యాగి కాగలడు. సంఘంలో తానొకడుగా మనవలసి వున్నంతవరకూ మానవుడేవో కొన్ని కనీసపు ధర్మాలకైనా కట్టుబడి వుండటం తప్పనిసరి ! వ్యాసమూర్తి పెద్దగా ధర్మనిష్ఠుడైతే గాకపోనచ్చు కానీ ధర్మభ్రష్టుడు మాత్రంకాడు...." ఇలా మనల్ని కథలోనికి ప్రవేశపెడతారు రచయిత.

అలాగే 'వెలుగు సముద్రంలో చీకటి దీవి' కథ."లోకం బాగుపడిపోయిందన్న మాటపట్ల నాకు నమ్మకం లేదు. కానీ లోకం బాగుపడుతోందని ఎవరైనా చెబితే తటపటాయింపులు లేకుండా నమ్మేయాలనిపిస్తుంది. ఇది మెరమెచ్చుల కోసం చెబుతున్న మాటగాదు. ఉద్యోగిలో లంచగొండితనం, రైతులో స్వార్థం, వ్యాపారంలో బ్లాక్ మార్కెట్టు, విద్యార్థిలో క్రమశిక్షణా రాహిత్యం. ఈ అవినీతి లక్షణాలు సమాజంలో ఉన్నమాటని నేను కాదనను. ప్రజాజీవనం ఒక మహాస్రవంతి. నువ్వెంతకైనా ప్రయత్నించు. ఎంతో కొంత మురికీ ముట్టా, చెత్తా చెదారం అందులో కలిసివుండక తప్పదు. ఈ ఆసుపత్రులు, ఈ విద్యాలయాలు, ఈ ఎలక్ట్రిక్ స్తంభాలు, ఈ ప్రాజెక్టులు, ఈ సంతాన నియంత్రణాల ప్రచారాలు యివన్నీ నాలాంటి ఆశావాది కేమని చెబుతాయి. దేశం బాగుపడుతుందనే చెబుతాయి?"

"కానీ నా అభిప్రాయానికొకచోట దారుణంగా దెబ్బతగిలింది. కాలగమనంలో గాయం మానిపోయినా మచ్చ మాత్రం అలాగే వుండిపోయింది".

"ఆ ఊరు పేరు రంగాపురం ..." అంటూ సాగుతుంది కథ,. మనం రంగాపురంలో ప్రవేశిస్తాం.

కథాసౌష్టవానికి ఉపయోగపడే ఈ కథ చెప్పే పద్ధతి రాజారాంగారికి ప్రీతి పాత్రమైనదిగా తోస్తుంది.

పాత్రచిత్రణ :

ఉత్తమ కథా రచయితలు పాత్ర స్వరూపస్వభావాల్ని చిత్రించటానికి వర్ణననీ లేదా సంభాషణల్ని ఉపయోగించుకుంటారు. పాత్రయొక్క బహిరంతర ప్రవర్తనని విశ్లేషించటానికి ఈ పద్ధతుల్ని అవలంబిస్తారు.

రాజారాంగారు పాత్రచిత్రణలో బాహిరమైన స్వరూపానికి వర్ణనే ప్రయోగిస్తారు. "నీటుగా ముస్తాబై వెలుపలికి వచ్చిన కుమారుడివైపు చూడనట్లే చూస్తున్నారు శ్రీకంఠంగారు. ఇప్పుడాయనవి అనిమిషనయనాలు. ఇప్పుడాయనది ప్రసన్నవదనం. చేమంతి పువ్వులా ప్రోవులా పసిమినిగ్గులతో మెరుస్తున్నాడు కుర్రవాడు. పార్కులోని పూలమొక్కలా బొద్దుగా ముద్దుగా వున్న ఆ పడుచువాడు ...." ఇలాంటి వర్ణనలు సాగుతాయి.

కానీ ఒక పాత్ర స్వభావాన్ని వెలువరచటానికీ, మనోవిశ్లేషణకీ తప్పనిసరిగా "యాక్షన్ & డైలాగ్" అవసరమై తీరుతాయి. "ఏమిటోరా రమాపతీ. ఇప్పుడే ఇంటికివెళ్లి స్నానంచేసి భోజనంచేశాను. ఎందుకో బుద్ధి నీ పైకి మళ్లింది. చక్కా వచ్చేశాను", అంటూ తలగడపైకి ఒరిగిపోయాడు"... ఇలాంటి ఉదాహరణలు కోకొల్లలు!

రాజారాంగారు పాత్రలకి పేర్లు పెట్టటంలోనే చదువరికి ఆపాత్ర గురించి ఒక అవగాహన కల్పిస్తారా అనిపిస్తూవుంటుంది. ఉదాహరణకి వ్యాసమూర్తి రచయిత, ఉపన్యాసకుడు, విశ్వపతి

పొద్దుచాలని మనిషి, చలపతి బూతుకథలు రాసే కామవర్ధన్, కరణం శరభయ్య, బుడబుక్కల మల్లన్న ... ఇలా.... ఇలా.. అనేకం. !

రాజారాంగారిది ఆవిధంగా సజీవ పాత్రనిర్మాణం. "నా పరిశీలనావకాశం లోకి వచ్చిన (జనాన్నీ) జనజీవనంలోని వెలుగునీడల్నీ, నిమ్నోన్నతాల్నీ, యోగవియోగాల్నీ రాగద్వేషాలనూ నా విద్యావివేకాలు అనుమతించినంతలో నా శక్తియుక్తులు నియమించినంతలో నేను కథలు అల్లుకోవడానికి ప్రయత్నిస్తూ వచ్చానని మనవి చేయగలను." అని వినయంగా చెప్పుకున్నారొక వ్యాసంలో. దేశంలాగే ఎంతో వ్యాపకమైన జీవితంలోంచీ వారి కథలు పుట్టుకొచ్చాయి.

కథల్లో దేశీయత, వాస్తవికత గురించి రాస్తున్నప్పుడు రాజారాంగారు కథావస్తువుని పాత్రచిత్రణల్ని స్పృశిస్తూ చాలా ఆలోచనల్ని కలబోసుకున్నారు. సిటీబస్సు తారురోడ్డు మీద పరిగెడుతోంది అనంటూ ప్రారంభమయ్యే కథలు నాకు వద్దు. "పాపికొండల గోదావరి వడివడిగా ప్రవహిస్తోంది అంటూ ప్రారంభమయ్యే కథలు నాకు కావాలి అని నిక్కచ్చిగా చెప్తూనే, అలాగని నేను నగరాలకు వ్యతిరేకంగా ప్రచారం చేస్తున్నానను కోవద్దు అంటూ ఆంధ్రప్రదేశ్ అంతా కథానికారంగస్థలం కావాలని కోరుకున్నారు. "తెలుగుదుస్తులు తొడుక్కున్న బెంగాలీ పాత్రలెందుకు తెలుగు కథల్లోకి" అనే ఆవేదనని వెలిబుచ్చారు.

కథాశిల్పం : రాజారాం గారి విలక్షణత :

రాజారాంగారి కథాకథన సంవిధానంలో కథ ఎత్తుగడ గురించి స్థాలీపులాకన్యాయంగా వెనుక పేజీల్లో ప్రస్తావించాను.

కథాశిల్పాన్ని నేర్పించేది సాహిత్యమేనని నమ్మారు రాజారాంగారు. అందువల్లనే అనేక సందర్భాల్లో వారు శిల్పంకోసం సాహిత్యాన్ని శ్రద్ధగా అధ్యయనం చేయమని చెప్తూవుండేవారు.

అయితే రాజారాంగారు 1973లోనే నేనెందుకు రాస్తున్నాను ? అనే వ్యాసాన్నీ, కథనరంగం – కథలు రాయడం ఎలా ? అనే వ్యాసాన్నీ రాశారు. వీటిలో ఈ రెండవ వ్యాసం తెలుగుకథా సాహిత్యాధ్యయనపరులకు ఒక దిక్సూచివంటిదీ, దారిదీపం వంటిదీకూడా. అందువలన ఆ వ్యాసాన్ని యథాతథంగా చదువవలసిందిగా పాఠకులకు విజ్ఞప్తి చేస్తున్నాను.

రాజారాంగారి కథల్లో ఎక్కువ శాతం ఉత్తమ పురుష కథనంలో సాగినవి. వాటన్నిటా ఆయన ప్రత్యక్ష సాక్షి. అలాగే ప్రథమ పురుషకథనంలోనూ సాగిన కథలు కూడా తక్కువేమీకావు. ఇక్కడంతా ఆయనది ఉపాధ్యాయ ఫక్కీ. ఎదురుగా కూర్చున్న విద్యార్థులకి చక్కని ఏ కాశీమజిలీ కథో చెప్తున్న తీరులో ఆత్మీయంగా పెద్దమనిషి తరహాలో కథని చెప్పుకుపోతారు.

చూడండి, రాజారాంగారికి ఎంతో యిష్టమైనదిగా కనిపించే "కథచెప్పే విధానా"నికి ఒక ఉదాహరణని సవతి బిడ్డలు అనే కథనుంచీ ఉటంకిస్తాను.

"... తాత్పర్యమేమంటే నేను పుట్టటమే దారిద్ర్యదేవత గారాల పట్టిగా పుట్టాను. నా జీవిత గృహానికి సంబంధించిన తలుపులు, కిటికీలు పకడ్బందీగా మూయబట్టి వెలుపలినుంచీ బిగించబడి వున్నాయి. అదృష్టదేవత ఏ సందునుంచీ నావైపుకి తొంగిచూడగలదో నాకు తెలిసేది కాదు. .... "

సహజ సహజాతశైలి :

రాజారాంగారి శైలి సహజమైనది. అంటే ఆయన పుట్టుక, పెంపకం, చదువు వంటి వ్యక్తిగత అంశాలద్వారా ఏర్పడిన ఒక వాక్య నిర్మాణపద్ధతి.

"అప్పుడొక చెట్టుకింద కడవలో మంచినీళ్ళుంచుకుని కూర్చున్న ముసలయ్య కనిపించాడు.

"బాబూ గ్లాసుడు మంచినీళ్ళు" అన్నాను. "గ్లాసు ఐదుపైసలు..." ఆలోచించడానికి గానీ, ఆశ్చర్యపడడానికి గానీ నాకు ఓపిక లేదు. పదిపైసలు చెల్లించి రెండు గ్లాసులనీళ్ళ త్రాగేశాను".

....ఇలా సాగుతుంది– నిసర్గగంభీరమైన పదాలకూర్పు. విశేషమేమంటే అవన్నీ జీవితం నుంచీ, మనిషి గుండెనుంచీ తొణుకుతున్న చల్లటి నీటి బిందువులు. జీవద్భాష అంటామే అదన్నమాట.

ఇక, సహజాతశైలి అంటే ఒక చిత్త సంస్కారం కలిగిన వ్యక్తి భావుకుడుగా ఎదిగి, కథకుడుగా పెరిగి, విద్యాజ్ఞానసంపన్నుడై రచనాకార్యక్రమంలో పడితే అప్పుడు వీటన్నిటితో పాటు అతని "రాతలో ప్రతిబింబించే ఒకానొక శైలి. అది అతనితోపాటు ఎదిగిందన్నమాట. ఏ ఏ పట్టుల దాన్ని ఎలా ఎలా, ఎంత ఎంత వాడుకోవాలో నిర్ణయించుకుని ప్రయోగించుకుంటూ వుంటాడు రచయిత.

ఈ శైలికి కూడా ఒక్క ఉదాహరణ ఇస్తాను. "పట్టపురాణిపురిటి నొప్పులవేళ శుభవార్తకోసం వేచిచూస్తున్న రాజుగారిలా శ్రీకంఠంగారు వరండాలో చెడ తిరిగేస్తున్నారు" ! (ఎక్కవలసిన రైలు కథ)

శైలియే వ్యక్తి అనే సూక్తివుంది. రచయితలలో శైలీభేదానికి ఇదే కారణం. అలాగే ఒక వ్యక్తి వేర్వేరు సందర్భాల్లో, సన్నివేశాల్లో, సంభాషణల్లో, మానవసంబంధాల నిర్వహణలో వేర్వేరు విధాలుగా వ్యవహరిస్తూ వుంటాడు కనుక రచయిత కూడా ఇలా వేర్వేరు తాకిడులకు గురవుతూ వుంటాడు. ఆ కారణం వల్ల కూడా ఒకే రచయిత రచనల్లో కూడా శైలీభేదాల్ని గమనిస్తూ వుంటాము.

రాజారాంగారి తొలికథల్లో శైలి ఆయన అధ్యయన శీలసంపదను చాటుతూ కనపడుతుంది. ఆ వచ్చిన సర్కసు ఎలా వచ్చింది ? "భటసంఘంబులతో, రథావళులతో, భద్రేభయూథంబుతో పటువేగాన్విత ఘోటక వ్రజముతో ఒక్కమాటలో చెప్పాలంటే కటు సంరంభముతో పెళ్ళికి తరలిన శిశుపాలుడిలా వచ్చింది". భారత పద్యభాగాన్ని ప్రయోగించుకుని తరలివచ్చిన శైలిగదా ఇది!

అలాగే, అంతరంగ చిత్రణ కూర్చిన సందర్భాల్లో శైలి కవిత్వ స్ఫూర్తికి దగ్గరగా వెళ్లింది. "చదవడానికి, ఆలోచించడానికి ఓపరిమితి అవసరం. మితిమీరి మ్రోగిస్తే మద్దెల పగిలిపోతుంది. బలాన్నంతా ప్రదర్శిస్తే తంత్రులు తెగిపోతాయి. చంద్రమౌళి విషయంలోనూ అంతే జరిగింది. విపరీతమైన శ్రమవల్ల బుర్ర పాడై, మూడేళ్ళపాటు మన మనిషిగాకుండా పోయాడు".

సంభాషణల విషయానికొస్తే రాజారాంగారి కథలన్నిటా అది పాత్రోచితంగా మెరుస్తూ వుంటుంది. 'రుచులజాడవేరు' కథలో బిచ్చగాడంటాడు "గొప్ప దరమ ప్రెబువ్విలే బాబూ. ఎలాగైతేనేం. బిచ్చగాణ్ణి కొట్టడానికి పిట్టపిడుగల్లే లేచొచ్చేశావు. నీలాంటి దొడ్డదొరలే వీధికి నలుగురుంటే ఈ మాత్రం వానలైనా కురవ్వు" ఇలాంటి చోట శైలీవిన్యాసమే పాత్రల మైండ్ అండ్ మూడ్‌ని తేటతెల్లం చేసింది.

రాజారాంగారు 90ల తర్వాత రాసిన కథల్లో చిత్తూరు జిల్లా మాండలికం చాలా సొబగుతో, సహజత్వంతో కుదురుకుని కూర్చుంది. 'రాతిలోతేమ' కథలో ఈ భాగాన్ని చూడండి

"నిన్నటి తెల్లారి రెడ్డేరు సేద్యగాడు ఎరికల నారిగాడు లేడు, వాడు గుండాలమిట్టలో గొడ్లు మేపతా వుండి లల్లాయి పదం పాడుకుంటా కటవ పైకెల్లి శనగచేల పక్క చూచి నాడన్నా! చూచేటప్పటి కేమైంది! ఒక కయ్య ఐదు గుంటలకయ్య – ఎట్లావుంది? పిల్లలు కాపరం చేసిన ఇల్లు మాదిరిగా వుంది. చీడతినిపోయిన మునగ చెట్టు మాదిరిగా వుంది. చెట్టుండాల్సిన చోట చెట్టులేదు. రాయుండాల్సిన చోట రాయిలేదు. చెట్లన్నీ పారేసినట్టుగా, తీగలన్నీ తుంచి పారేసినట్లుగా, కయ్యకయ్యంతా కల్లం మాదిరిగా వుంది. ఇదేందిరా సామీ ! రెడ్డేరుకేం జవాబు చెబుదునురా తండ్రీ అనుకుంటూ వాడు పరుగున వెళ్లి చూసినాడు గదా, కయ్యంతా అడుగులే! ఏమడుగులు ? పందుల అడుగులు ! దొంగనాయాండ్లు గదన్నా ఈ జోగలోళ్లు ! ఏ చెట్టు కిందబడి నిద్రబోయినారో, వాళ్ల పందులు బోయి చేన్లో బడినాయి. అది ఏవురి చేను. రెడ్డేరు చేను ....".

"పుల్లారెడ్డి తలపంకిస్తూ అన్నాడు. అంతేలే! పోగాలమొచ్చినప్పుడు ఎవ్వరైనా అంతే కడుపులో పేగులు లేనోళ్లుగా కనిపిస్తారే గానీ వీళ్లకు కొవ్వు మాత్రం కళ్లల్లోకి ఎగదట్టి నట్టుంటుంది".

ఇలా నుడికారం, మాండలికం, జీవద్భాష, ఆయాపట్టుల మనుషులు పలికే మాటతీరు – ఇవన్నీ తొణికిసలాడుతున్న శైలి కథాభాగానికి చక్కని వన్నెకూరుస్తోంది.

వ్యక్తిత్వ ఔన్నత్యం - ప్రజాహిత దృష్టి :

రాజారాంగారి తల్లిదండ్రులు ఆదిలక్ష్మమ్మ – విజయరంగం పిళ్లె పుణ్యదంపతులు. అనువంశికంగా వీరి పూర్వీకులు కూడా ఉపాధ్యాయవృత్తికి వన్నెతెచ్చిన వారే. విజయరంగం పిళ్లెగారు ఉపాధ్యాయులే. వారి తండ్రిగారు అంటే రాజారాంగారి తాతగారు కూడా 'పలుకూటాలు' అని ఆకాలంలో వ్యవహరింపబడిన వ్యవస్థలో గురుస్థానాన్ని పొందినవారు. ఈ కారణంవల్ల

వంశ గౌరవాది చిత్తసంస్కారాల ప్రభావం రాజారాంగారి మీద బాగానే వుంది. వారి కౌటుంబిక వ్యక్తిత్వానికి ఇదే పునాది. రాజారాంగారికి ముగ్గురు చెల్లెళ్లు. వారికి అన్నదమ్ములు లేరు. రాజారాం గారి శ్రీమతి నాగభూషణమ్మగారు. వీరికి ప్రముఖ కథారచయితలు నరేంద్ర మహేంద్ర కుమారులు, మంజుల కుమార్తె. రాజారాంగారి జీవితంలో అశనిపాతం మహేంద్ర అకాల మరణం. గ్రామీణ బ్యాంక్ లో మేనేజర్‌గా చేస్తూ కథారచనలో ఎంతో భవిష్యత్తుకి ఆశాభావం కలిగించి, సాహితీలోకానికి ప్రియతముడైన మహేంద్ర స్వర్గస్థుడుకావటం నమ్మలేని నిజమైపోయింది. మహేంద్ర అద్భుతమైన కథల్లో 'జర్తె' 'ముసలమ్మమరణం' 'ఇంధనం' వంటివి అజరామరంగా కథాప్రియుల గుండెల్లో నిలిచే గొప్పరచనలు. రాజారాంగారు నమ్మిన సత్యాన్నే మహేంద్ర కూడా తన సాహిత్యలక్ష్యంగా 98లో ఇలా చెప్పాడు. "మంచిని కలుగ జెయ్యడానికి, సత్యాన్ని తెలియజెయ్యడానికీ ప్రయత్నించేది సత్సాహిత్యంగా మిగులుతుందని ఈ దేశవాసిగా నేను కూడా నమ్ముతున్నాను."

వ్యక్తిగా రాజారాంగారు సద్భావనాసక్తులు :

సద్వర్తనాపరులు, సాత్త్వికులు, సద్భాషి, కుటుంబంలోని వ్యక్తుల మధ్య గాఢమైన అనురాగాన్నీ ఆప్యాయతల్నీ అనుబంధాన్నీ ప్రోదిచేసినవారు. అభ్యుదయ కాముకులు. మహేంద్ర మరణానంతరం రాజారాం దంపతులే మహేంద్ర భార్యకు పునర్వివాహాన్ని ప్రొత్సహించి నెరపినవారు.

సాహితీ వ్యక్తిత్వం విషయానికొస్తే రాజారాంగారు అధునికతను గౌరవించారు. సమాజహితాన్ని ఆకాంక్షించి ఆరాధించారు. ఇక్కడ వారి మాటల్ని ఉటంకిస్తాను. "పదివేల మానవనాగరికత ఎల్లలోకములొక్కయిల్లై, జాతిభేదములెల్లకల్లై జ్ఞానమొక్కటి మాత్రమే నిలిచి వెలిగే సమతాస్వర్గం దిశగా సాగిపోవాలన్నది నా మధురస్వప్నం...."

ఇలా... ఇలా... అని "అభ్యుదయ దృక్పథమంతా తమ గుత్తసొమ్మే ననుకునే వారిని తృప్తి పరచడంకోసం నిల్చున్న ఆదర్శాల కొమ్మల్ని నేను నరుక్కోలేను" అన్నారు.

రాజారాంగారు సామాజిక స్పృహ వంటి పడికట్టు పదాల మోజులోనో, లౌక్యంలోనో ఎప్పుడూ చిక్కుకోలేదు. అలాగే ఏజాల ప్రభావాలకీ నిబద్ధాశృంఖలాలు వేసుకోలేదు. మనిషిని ఉన్నత పథాలవైపు నడిపే సాహితీ మార్గమే ఆయన కథాయాత్రకోసం ఎన్నుకున్నదారి.

ఇక రాజారాం సృజనాత్మక వ్యక్తిత్వం, వారి అనుకరణ సాధ్యమైన కథాశిల్పంలోనే ప్రతిఫలిస్తోంది. ఒక రచయిత రాసిన కథలు కొన్ని తీసుకుని ఒక దాని పక్కగా ఒకటి వుంచి చదివితే, ఆ రచయిత ఏ ప్రాంతంవాడో ఆ ప్రాంతపు సాంఘిక జీవనం కనిపించాలని అంటూ వుండేవారు రాజారాంగారు. వారి కథల్లో ఏ పది కథల్ని తీసుకుని ఒక్క పట్టున, ఒక్క పెట్టున చదువుకున్నా రాయలసీమ జన జీవనానికి దర్పణంగా అవి నిలుస్తాయి.

వారి 'త్రిశంకుడిస్వర్గం' 'చిన్న ప్రపంచం సిరివాడ' వంటి నవలలు మాత్రమే కాక, వారు అనువాదం చేసిన తమిళ రచయిత అఖిలన్ నవల 'మనస్విని' వంటివి వారి రచనా శక్తికి తార్కాణగా నిలుస్తాయి. అలాగే కొన్ని రేడియోనాటికల్లో వారి ప్రయోగశీలం ద్యోతకమవుతోంది.

ఏది మంచి కథో గుర్తించడానికి వారికి ఉపకరించింది వారి స్పందన హృదయమే అయినా, విస్తృత కథాపఠనమే అయినా, నిశిత కథా విశ్లేషణే అయినా, రాజారాం గారు 18 వ్యాసాలు కథగురించి వెలువరించారు. అలాగే 'మైలురాళ్ళు' పేర 15 మంది తెలుగు కథారచయితల రచనల గురించి సమీక్షాత్మక వ్యాసాలు రాశారు.

'దారి దీపాలు' శీర్షికన 18 కథల గురించి ఒక పరామర్శవంటి వ్యాసాలు వెలువరించారు. ఈ 18 కథలు ఆణిముత్యాలే.

రాజారాంగారి ఉత్తరాలు, ఇంటర్వ్యూలు సేకరించి ప్రకటిస్తే వారి సృజనాత్మక భావపరంపరని తెలుగువారు ఆనందించే అవకాశం కలుగుతుంది.

ఇక మధురాంతకం వారి సామాజిక వ్యక్తిత్వం అనే ఒక పాయగురించి నాలుగు మాటలు తప్పకుండా చెప్పుకోవాలి. సంఘజీవిగా, బాధ్యత నెరిగిన పౌరుడుగా, దేశాభిమానిగా తెలుగుదేశ సాహితీప్రియుల అభిమానిగా రాజారాంగారిది ఒక విశిష్ట వ్యక్తిత్వం. వారి పలుకు చల్లన, మనసు మెత్తన. అప్రియమైన అంశాన్నికూడా ఎంతో సున్నితంగా ఎదుటి వారి మనస్సు నొచ్చుకోకుండా చెప్పగల వాగ్మి ఆయన. ఒక విమర్శకుడు తన గ్రంథంలో వారి రచనల్లో కొన్ని భాగాల్ని, నా రచనల్లో కొన్ని భాగాల్నీ నిరాక్షిణ్యంగా, నిష్కారణంగా కరకుగా విమర్శించినప్పుడు, నేను చాలా ఆవేశంతో ఆ విమర్శకుడి రాతని ఖండిస్తూ ఒక వ్యాసం తయారుచేసి రాజారాంగారికి చూపాను. ఆయన నవ్వి "ఆయనగారు మీకూ నాకూ కూడా మంచి మిత్రుడే కదా. మాట్లాడు కుందాం. ఇంతగా కత్తులు నూరాలా ?" అని పక్కన పెట్టేశారు. అదీ రాజారాంగారి మంచితనం పరిణత మనస్కత, ఆలోచనల్లో స్వచ్ఛత ! మైత్రికి వారు జీవితంలో ఎప్పుడూ పెద్దపీట వేశారు. నేను వర్ధిష్ణు రచయితగా ఉన్నప్పుడే 1962 వారింటికి (దామల్‌చెరువు) వెళ్ళి ఉండి వారి ఆతిథ్యం స్వీకరించాను. మా స్నేహం అలా 37 సంవత్సరాలు రాకపోకలతో మధురంగా సాగింది. ఆత్మీయత, మనోనైర్మల్యం వారి వ్యక్తిత్వంలోని బంగారు వన్నెలు. సత్యగుణ ప్రధానమైన రాజారాంగారి శాంతియుత జీవనయాత్రలోని రహస్యం కుటుంబంలోని సభ్యుల మధ్య ఆత్మీయ సంబంధాలూ, మిత్రులతో ఆరోగ్యకర సద్భావనల ప్రస్తారం అని, నా కనిపిస్తుంది.

రాజారాంగారి వినయశీలం వారి ప్రతి రచనలో, ప్రతి పాత్రలో, ప్రతి వ్యాసంలో తొంగిచూస్తూవుంటుంది. ఆ శీలంలో ఒక మెరపు వారి నిరాడంబరత. "నాకథ పల్లెల్లో ఎంత వినయంగానైతే ప్రభవించిందో, అంతే వినయంగా ఢీల్లీ వెళ్ళివచ్చింది". అన్నారు. అమెరికా కూడా వెళ్లివచ్చింది.

"సాహిత్యం ఒక సింధువు లాంటిదైతే, అందులో నారచనా సర్వస్వం ఒక బిందువు లాంటిదన్న ఆత్మజ్ఞానం నాకుంది" అనగలిగిన స్థిత ప్రజ్ఞుడు రాజారాంగారు

గౌరవసత్కారాలు :

తెలుగు దేశంలోని అనేక సంస్థలూ, సంఘాలూ, దేశంలోని విదేశాల్లోని అనేక ప్రవాసాంధ్ర సంస్థలూ, రాజారాంగారిని గౌరవించి తమ్ముతాము గౌరవించుకున్నాయి.

శ్రీ వెంకటేశ్వర విశ్వవిద్యాలయం వారికి గౌరవ డాక్టరేట్ ప్రదానం చేసి సత్కరించింది.

రాజారాంగారికి ఆంధ్రప్రదేశ్ సాహిత్య అకాడమీ అవార్డు, కేంద్ర సాహిత్య అకాడమీ అవార్డు లభించాయి.

రాజారాంగారు చాలా కథాసంపుటాలకు పీఠికలూ, ముందు మాటలూ రాశారు. అవన్నీ ఒక చోట సంకలనంగా తేవలసిన ఆవశ్యకత ఉంది.

రాజారాంగారు ఆం.ప్ర సాహిత్య అకాడమీ కోసం తొలినాటి తెలుగు కథలు (1936-45) 'ఒక దశాబ్దం తెలుగు కథలు (1946-55) అని రెండు కథా సంపుటాలకు సంపాదకత్వం వహించారు. అలాగే విశాలాంధ్ర, సింగమనేని తోడ్పాటుతో తెలుగుకథ - తీరు తెన్నులు' గ్రంథ సంపాదకత్వ బాధ్యతనీ వహించారు. రాజారాంగారి కథలు అనేక కథాసంపుటాల్లో చోటు చేసుకుని ఆయా సంకలనాల గౌరవాన్ని ఇనుమడింపజేశాయి.

దారిదీపాలు :

రాజారాం గారి 'కథాయాత్ర' లో వారికి దారిదీపాలుగా నిలిచిన 18 కథల సారాంశాన్నీ, ఆయాకథల ఔన్నత్యాన్నీ విశ్లేషిస్తూ వారు 18 సంక్షిప్త వ్యాసాల్ని వెలువరించారు. తెలుగు కథాసాహిత్యాన్ని ఆరాధనాభావంతో అధ్యయనం చేసే పాఠకులకూ, రచయితలకు కూడా ఈ కథలు దారిదీపాలే అవుతాయి. వాటి వివరాల్ని పొందుపరుస్తున్నాను.

	కథపేరు	రచయిత / రచయిత్రి పేరు
1.	నరబలి	శ్రీమతి నర్గీస్ దలాల్ ప్రపంచ కథానికల రెండవ పోటీలో భారత దేశస్థాయిలో ప్రథమ బహుమతి మూలం ఇంగ్లీష్
2.	పులిసిద్దప్ప భార్య	కె.ఎన్.రావు మూడవ బహుమతి పొందినది మూలం : కన్నడం
3.	సర్వమంగళ	మల్లాది రామకృష్ణ శాస్త్రి
4.	బాలింతరాలు	రా.సి. ఆంజనేయ శాస్త్రి

5	గాలివాన	పాలగుమ్మి పద్మరాజు
6	బిచ్చగాళ్ల జెండా	మునిపల్లె రాజు
7.	పాతాళ గంగ	కె.సభా
8.	మిథునలగ్నం	కె.సభా
9.	అలరాసపుట్టిళ్లు	శ్రీమతి కళ్యాణ సుందరీ జగన్నాథ్
10.	అరకులోయలో కూలిన శిఖరం	బుచ్చిబాబు
11.	ఎవరు, ఏమిటి, ఎందుకు?	అనిసెట్టి అప్పారావు
12.	చరణదాసులు	పురాణం సూర్యప్రకాశరావు
13.	వెలుగు	రా.వి.శాస్త్రి
14.	మంగుళూరు మెయిల్	ఎన్.ఆర్. చందూర్
15.	బిళ్లల మొలతాడు	కరుణ కుమార
16.	క్షమించాను	డా॥కొమ్మూరి వేణుగోపాలరావు
17.	నిజానిజాలు	హితశ్రీ
18.	చెరువు దగ్గర	శ్రీమతి ఆర్. వసుంధరాదేవి

విశిష్ట విలక్షణ కథారచయిత :

కథారచనల్లో అనితర సాధ్యమైన శిల్ప శైలిని సొంతం చేసుకుని – 'ఇది రాజారాంగారి కథ' అని అలవోకగా గుర్తించగలిగిన తనదైన ముద్రని దానికి హత్తి, పాఠకుల్ని అలరించిన మహారచయిత రాజారాంగారు.

తెలుగునాట లబ్ధప్రతిష్టులైన కథకుల్లో రాజారాంగారికి కూడా ఏకలవ్య శిష్యులు అధిక సంఖ్యలోనే వున్నారు.

రాజారాంగారి 'ఇజం' – కథాత్మకసాహితీ విలువల 'నిజం' రాజారాంగారి 'లక్ష్యం' – మనిషిని ఉన్నత పథాలవైపు నడిపించగల కథానికల 'సాక్ష్యం'.

"మంచినీ మానవతనూ పూజించటంకోసం" కథాకుసుమాల్ని విరగబూయించిన రాజారాంగారికి పాఠకులందించగల ఘనమైన నివాళి – వారి కథాపఠనమే.

ఈ వ్యాసరచనకు సహకరించిన రాజారాంగారి కుటుంబ సభ్యులకు కృతజ్ఞతలు.

పులికంటి కృష్ణారెడ్డి
(1931-2007)

- డా. జి. ప్రభాకర్

రాయలసీమ అనగానే సాహిత్య ప్రపంచంలో వేళ్ళమీద లెక్కలేసుకుని ఇంతేనా అని నిట్టూర్పు విడిచేవాళ్ళం. కాలక్రమేణ సాహిత్యసృజన కొన సాగుతున్న కొలది విస్తృతమవుతున్న సందర్భంలో సీమ కలాలనుండి జాలువారే అతికొద్దిమంది కవుల్లో పులికంటి కృష్ణారెడ్డిగారికి ప్రత్యేక స్థానముండేది. కవితరాసినా, కథరాసినా, నవలరాసినా వ్యాసం రాసినా హృదయాన్ని తట్టి కొత్త ఆలోచనల్ని కల్గించేది. నిజ జీవితాన్ని వస్తువుగా తీసుకొని మానవీయ కోణంలో సాహిత్య వ్యవసాయం చేసిన నిత్యకృషీవలుడు పులికంటి.

భాషలోనూ, యాసలోనూ ఆయనకాయనేసాటి. రాయలసీమ మాండలికంలో ఎంతో సుందరమైన, పలుకుబడులున్నాయి. వాటిని కూర్చి అందంగా మాలచేసి అక్షరవిన్యాసం చేసిన కలం యోధుడాయన. శ్రీ వెంకటేశ్వర విశ్వవిద్యాలయంలో మేం ఎం.ఎ. చదివే రోజుల్లో సాహిత్య గోష్ఠులకొచ్చేవారు. అపుడు సీమ సాహిత్యంలో మాండలిక పదజాలంతో రచనలు చేసే వాళ్ళల్లో పులికంటి ఒకరు. ఆయన మాట్లాడుతున్నంతసేపు మైమరిచిపోయేవాళ్ళం. ఏదో ఒక అనిర్వచనీయమైన అనుభూతి కల్గించేది. మాట్లాడటానికి ముందు

"రాయలసీమ చిన్నోణ్ణి"
రాళ్ళ మధ్య బతికెటోణ్ణి
రాసుకొని బతుకుదామని
రైలు కొలువు వొదిలినోణ్ణి" అంటూ

తనదైన శైలిలో పాట విన్పించేవారు. కథలు, కవితలు స్రవంతిలా వొస్తుంటే ఆశ్చర్యపోని సందర్భమంటూ లేదు. అయిదు దశాబ్దాలుగా రాయల సీమ మాండలికంలో రచనలు చేసిన లబ్ధ ప్రతిష్ఠులు పులికంటి. చిత్తూరు జిల్లా వెదురు కుప్పం మండలం జక్కదొన గ్రామానికి చెందిన ఆయన నటుడిగా, గాయకునిగా, దర్శకునిగా విలక్షణ వ్యక్తిత్వం కల్గినవాడు. పులికంటి రచనలు రేడియో, టీవీల్లో విస్తృతంగా ప్రసారమయ్యాయి. ఆయన నాటకాలు రాయడమే కాకుండా స్వయంగా ప్రదర్శించేవాళ్ళు. పులికంటి రచనల్లో సామాజిక స్పృహ కనిపిస్తుంది. నిగూఢంగా తాత్త్వికత ఉండనే వుంటుంది. ఆయన తాత్త్వికతకు నిదర్శనంగా, సామాజిక స్పృహకు అద్దం పట్టే మాటలు ఇలా జాలువారాయి.

"నేను మనిషిని నా చుట్టూ ఉన్నవాళ్ళు మనుషులే. ఆ మనుషులే సమాజం. అంటే మనిషి లేకపోతే సమాజమే లేదు. ఈ అనుభవంతో నేను గ్రహించింది ఏమంటే మనిషి మనిషిగా బాగుపడ్తే, సమాజం దానంతట అదే బాగుపడుతుందని".

ఇలా మనిషిని కేంద్ర బిందువుగా చేసుకుని సామాజిక స్పృహతో అనేక కథలు రాశారు. 'గూడుకోసం గువ్వలు', 'లోకం నవ్వింది', 'కర్త - కర్మ - క్రియ' 'రైట్స్ ఆఫ్ అడ్మిషన్'. ఇలా ఎన్నోఎన్నెన్నో. నాగరికతతో స్వార్థం. స్వార్థంతో విచక్షణ కోల్పోతున్న ఈ ఆధునిక సమాజంలో కాలుష్య నివారణకు మార్గమే లేదా" అని 'కాలుష్యం కోరల్లో ' అనే కథలో బాధపడతాడు. సమకాలీన సమాజంలో ఉన్న ఎన్నో సమస్యల్ని కళ్ళకు కట్టినట్లు సాక్షాత్కరిస్తారాయన.

"ఈ దేశంలో ప్రజలు మనిషి తెలివితేటలను కొలిచే సాధనం అంటే ఉద్యోగం ఒక్కటే! ఆ ఉద్యోగమే లేకపోతే మనిషి తెలివితేటలు చదివిన చదువులు నిరర్థకం" అంటూ స్వయంవరం కథలో చెప్తారు.

"భవితవ్యంలో వెలుగు రేఖామాత్రంగా గోచరిస్తుంటే అందుకోవడాని కన్నట్లుగా ఆనందంగా నడుస్తాడని" చెప్పే సందర్భం చూస్తుంటే తాత్త్వికథోరణి అర్థమవుతుంది.

పులికంటిపై కురిపించిన సాహిత్యాక్షరాలు

సాహిత్య ప్రపంచంలో ఎన్నో కలాలు విహరిస్తుంటాయి. సాధారణ ఇతివృత్తం మొదలుకొని అట్టడుగు బతుకులోతులు రాసే కవులు ఎందరో ఉన్నారు. వాస్తవ సంద్రంలోంచి పుట్టే కథలు, కవితలు, నాటకాలు, నవలలు, విమర్శనా వ్యాసాలు, బుర్రకథలు, ఎన్నో సాహిత్య ప్రక్రియలు వస్తున్నాయి. ఎవరికి వారు కలంపోరు చేస్తున్నారు. ప్రస్తుతం ప్రాంతీయతనే బలమైన వాదాలతో వివాదాలు సృష్టించి, అస్తిత్వం కోసం పోరాటం చేస్తున్నారు. ఎవరి ధోరణి వారిది సరైనదీ అని అనుకుంటున్న పరిస్థితులున్నాయి. వాదాలను, అసమానతలను ప్రక్కకు పెట్టి ఓ సాహితీ తపస్విపై ఇలా ఎందరో కవులు కవితాక్షరాలను కురిపించారు!

"రాయల సీమ రాళ్ళ సీమ కాదు
రాళ్ళకు రాగాలు నేర్పిన సీమ.
పులికంటి రాయల సీమ కవి"

అంటారు ప్రసిద్ధ కవి దాశరథి.

1931 జూలై ముప్పైన పులికంటి గోవిందరెడ్డి, పాపమ్మలకు పుట్టిన పులికంటి కృష్ణారెడ్డి ఎన్నో ఒడిదుడుకుల నెదుర్కొని సెలయేరులా సాహిత్య స్రవంతి కొనసాగించారు. తిరుపతి పేరు చెప్పగానే వెంకటేశ్వరుడు గుర్తుకు వచ్చినట్లు సాహిత్య లోకానికి తిరుపతి పేరు చెప్పగానే పులికంటి కృష్ణారెడ్డి గుర్తుకు వస్తారు.

నిండుగా, కండగా కవితల కలకండగా

రనిపించే మా పులికంటి సప్తతిలో ప్రవేశించడం నాకు సంభ్రమాన్నీ సంబరాన్ని కలిగించింది. నా సహోదరుడు నాతో వయసులోనూ సైదోడుగా ఉన్నాడా అనిపించింది. అచ్చమైన

దేశీయతకు అపరంజి మచ్చుతునకలు పులికంటి రచనలు. కథ అల్లి, కవిత చెక్కినా, పాటలు పలికినా, మాటలొలికినా, పులికంటి కృష్ణారెడ్డిది తులలేని శైలి.

"రాయల సీమ పలుకుబడి

జానపదుల ఒరవడి

ప్రగతిశీల ఉరవడి అతని రచనల్లో త్రిముఖీనంగా వెల్లివిరిశాయి. కవిసమ్మేళనల్లో ఆకాశవాణి దూరదర్శన్ గోష్ఠుల్లో అతడు నిర్వహించిన భూమిక విలక్షణ వ్యక్తిత్వ సూచిక జానపద కవి కోకిలగా సార్థక బిరుదుడైన ఆత్మీయు డుంటాడు" ప్రముఖ కవి జ్ఞాన పీఠ అవార్డు గ్రహీత డాక్టర్ సి.నారాయణ రెడ్డిగారు. పై పంక్తులు చదివితే చాలు పులికంటి ఎంతటి సాహితీ సంపన్నుడో అర్థమవుతుంది. కాలానికి, పులికంటి కలానికి పరుగు పందెం పెడితే పులికంటి కలమే గెలుస్తుందేమో! పరుగెడుతున్న కాలాన్ని సైతం "సీమసిన్నోడిగ్యాపకాలు" చెబుతాను ఓక్షణమాగు అని పులికంటి కలం చెబుతుంది.

తిరుపతి బండ్లవీథిలోని ఒక ఇరుకైన ఇల్లుపైన ఒక చిన్న గది. అదీ ఆయన సాహిత్య మందిరం. పుస్తకాలు, ఫైళ్ళు, ఒక ఫోను అక్కడే సాహిత్య వ్యవసాయం చేస్తారు. కాదు ఇది వరకు చేశారు. అవింకా సజీవంగానే ఉన్నాయి ఉంటున్నాయి. అందులో ఎటువంటి సందేహం లేదు. అన్ని సాహితీ ప్రక్రియల్లో అంతో ఇంతో ప్రవేశం ఉన్న వాళ్ళు సాధారణంగా ఎక్కువగా కనిపిస్తారు. కాని అన్ని సాహితీ ప్రక్రియల్ని ఆకళింపు చేసుకొని లబ్ధ ప్రతిష్ఠులైన వ్యక్తులు అరుదుగా కనిపిస్తారు. అలాంటి వ్యక్తి పులికంటి కృష్ణారెడ్డి.

"కృష్ణారెడ్డిని చూస్తుంటే

కలాన్ని గళాన్ని నమ్ముకొని

ఎలా బతుకుతున్నాడా అనిపిస్తుంది" అంటారు ఆచార్య కె. సర్వోత్తమ రావు తన కవిత సాహితీసంస్కృతి వర్ధిత కీర్తి... జోహార్ ! లో

"తెలుగుల కులదైవతమై
చెలువారెడు శ్రీనివాస స్థిరమగుకరుణన్
పులికంటి కృష్ణ భూపతి
వెలుగుత దీర్ఘాయువగుచు విభవమ్ములతో !

అని ముదివర్తి కొండమాచార్య కలం నుండి పులికంటి కీర్తి లిఖించ బడింది..

ఒక సాహితీ వేత్తగా సేవలందిస్తూ సాటి సాహితీ కారులను ప్రోత్సహించడం అరుదైన విషయం. సాహిత్యాన్ని జీవిత ఆలంబనగా చేసుకొన్నారు. అందుకే ఎందరో ఆయనను, ఆయన సాహితీ సేవను కొనియాడారు.

రాయలసీమ రైతు పట్టివై
హలానికి బదులు కలంపట్టి

ఇలకరించి చాలుచూసే బదులు

ఈ కాలంలోని చాలూ చూసినావు

అని హాలానికి బదులుగా కలం అని కవికేసరి, శతాధిక గ్రంథకర్త కపిలవాయి లింగమూర్తి పేర్కొన్నారు.

పులికంటి కృష్ణారెడ్డి దళితుడా ? :

ఈ మాట ఎవరోకాదు. సాక్షాత్తు ఆచార్య కొలకలూరి ఇనాక్ అన్నదే. పులికంటి దళిత కథలు చదువుచున్నప్పుడు ఈయన దళితుడా ? దళితే తరుడా? అన్న సందేహం రాకమానదు ముల్లు గుచ్చుకున్నప్పుడు బాధ గుచ్చుకున్నవాడికే తెలుస్తుంది. అలా దళిత జీవనాన్ని కాగితంపై మలిచేటప్పుడు దళితుడే బాగా రాయగలడు. కాని పులికంటి రచనల్లో అలా కాదు. దళితుడే రాసినట్లుంటుంది. కథల్లో అక్కడక్కడా పులికంటి దళితుడుగానే కనిపిస్తాడు. దళితేతరుడు దళితుడుగా కన్పించడం ఆశ్చర్యమే. రాయలసీమ దౌర్భాగ్యం మీద ఆయన కెంత ఆరాటం వుందో దళిత జీవిత దౌర్భాగ్యం మీద అంత ఆరాటం వుంది. పేదరికం మీద ఎంత వేదన వుందో దళితుల దరిద్రత మీద కూడా అంత ఆవేదన వుందంటారు ఇనాక్‌గారు.

మానవ సంబంధాలన్ని ఆస్తి సంబంధాలుగా చూపడంలో పులికంటి కృష్ణారెడ్డి గారు చాలా సహజంగా చూపారు. మనుషుల ఆత్మీయతలు, రక్త సంబంధాలు ఆస్తి అంశం వచ్చే సరికి ఎలా కుట్రగా మారుతాయో ఆయన కథల్లో చదవవచ్చు. పులికంటి దళిత కథల్లో అద్భుతమైనవి ఎన్నో ఉన్నాయి. అందులో బుద్ధుడు పుట్టిన భూమిలో ... ఈ కథను విశ్లేషిస్తూ ఆవత్స సోమసుందర్

“దుర్మార్గాల విధినిషేధాల వల్ల మనుషులలో ఎన్ని కులాలు, కులానికొక ఆచారం, అన్ని కులాలకు చివరన అంటరాని కులమంటూ ఒకటి ఏర్పాటు కావడం వేదాలు పుట్టిన ఈ దేశంలోనే పుట్టిన అంటురోగం. బుద్ధుని కాలం నుండి ఎందరో ప్రవక్తలు ఈ దురాచారానికి వ్యతిరేకంగా పోరాడుతూనే ఉన్నారు. అయినా ఈ మాయరోగం చావడమే లేదంటారు”.

కథలోని పద జాలం యాస ఆకట్టు కుంటుంది. గుండెను తడిపి ముద్ద చేస్తుంది.

చెంబుకొకగంగ కథలో “దేవరా ! కులాని కొక్క చెంబు, చెంబు కొక్క గంగ, చెంబు ఏ కులానిదైతే గంగ ఆకులానిదై పోతున్నది. పిచ్చిగాని మారాజులు మాలగంగను తాగతారా దేవరా” అని అంటరానితనం ఎలా వుందో ఒక పక్క చెబుతూనే పాత్రధారి చేత దెప్పిపొడిచేలా మాటల బాణాలు విసిరించాడు. పులికంటి కథన శైలిలో ఒక వ్యక్తిగత గుణం వుంటుంది. అనితర సాధ్యమైన సంవిధానం వుంది. రచయిత మానసిక నిర్మాణాన్ని, దృక్పథాన్ని భావాను భూతులనూ వ్యక్తి నిష్ఠమైన విధానంలో అభివ్యక్తం చేయడం ఇతని కథల గూర్చి ప్రఖ్యాత సంపాదకులు గోత్తాగి వెంకటేశ్వరరావు రాస్తూ పులికంటి రాయల సీమ రావి శాస్త్రి అన్నారు. రెడ్ల రాజ్యంలో మాలమాదిగల జీవన దృశ్యాల్ని చక్కగా రాశాడు. కొంపలు ముంచిన కొమ్మలు

కథలో ఒక చోట ఇలా చెప్పారు"దళితులు ఏకమైన రోజున ఒక ఆనందలహరి వెల్లి విరుస్తుంది. కానీ అలా జరగనిస్తే కొండారెడ్డి వంటి వాళ్ళ పబ్బం గడవదు. అందుకే మాదిగలు ఊదుతున్న కొమ్ములలోంచి ఉమ్ము మాలల మీద పడుతుందని కలహం పెట్టి రెడ్డి జారుకుంటాడని వివరించాడు. తను రెడ్ల కులంలో పుట్టినా వాస్తవరీతుల్ని రెడ్ల దౌర్జన్యాలు మాల మాదిగలపై ఎంత కపటంగా ఉన్నాయో చెప్పడం చూస్తుంటే కవి స్వచ్ఛమైన హృదయానికి అద్దం పడుతుంది. ప్రతి అక్షరం సత్యమై జీవితాన్ని లిఖించింది. ఆయనతో నాకున్న అనుబంధం తక్కువే. అయితే ఆయన రచనలతో ఉన్న బంధం అంతా ఇంతా కాదు. సీమ చిన్నోడి జ్ఞాపకాల కోసం 'ఆంధ్రభూమి పత్రిక కోసం ఎలా ఆరాట పడ్డామో వర్ణించలేనిది. పులికంటి కృష్ణారెడ్డి గూర్చి ఏమి రాయలన్నా సంకోచమే. అంతటి వ్యక్తిత్వం ఉన్న నిలువెత్తు సత్యాన్ని వర్ణించడానికి ఈ కలం సరిపోతుందా అనే సందేహం కూడా. అమ్మోపదాలా? నాలుగ్గాళ్ళ మంటపమా? కథలా? కవితలా? నాటకాలా? నవలలా? వ్యాసాలా? దేని గూర్చి రాయాలో నిర్ణయించుకో లేక సతమతమైన రోజులు ఎన్నో గడిచాయి. కనీసం అనుభవాలు రాద్దామని చాలా సార్లు అనుకున్నా. యస్వీ యూనివర్సిటిలో సెమినార్ల ప్రసంగాలనూ, నాపెళ్ళికి ఆయన చేసిన పెళ్ళికార్డు అక్షరాల ముస్తాబు రాయాలనుకున్నా. ఏది రాసినా ఎంత రాసినా ఏదో వెలితి మిగిలే వుంటుంది. తమ్ముడూ అని ఆప్యాయంగా ఎన్నోసార్లు పిలిచారు. అదింకా నామదిలోతుల్లో నిక్షిప్తమై పులికంటి పేరు వినగానే అమాంతం నన్ను పారవశ్యంతో ముంచెత్తుతుంది. అనుభవాలన్నీ అక్షరాలై నా ఆలోచనల్లో అప్పుడప్పుడూ మెలిమి చేస్తున్నాయి. ఆయన రాసిన కథలు చదివి ఎన్నోసార్లు కళ్ళనీళ్ళు పెట్టుకున్నాను. హృదయం మంచులా కరిగిసెలయేరులా పారుతుంది. ఆరువందల పేజీల నవలకన్నా 6 పేజీల కథ ఎంతో కష్టం. అయితే పులికంటి కృష్ణారెడ్డి కథలు వరదలా వచ్చేవి. ఆయన కథల్లో మాండలికం, సీమపాఠకుల్నే కాదు యావత్ తెలుగు పాఠకుల్ని సంభ్రమానికి గురి చేస్తుంది.

నాలుగ్గాళ్ళ మండపం గూర్చి...

ఆంధ్రప్రభ ఆదివారం అనుబంధంలో సుమారు యాభైఏడు వారాల పాటు సాగిన రచన అది. కథ, కవితలకన్నా క్లిష్టమైన రచన కాలమ్ రాయడం. నాలుగ్గాళ్ళ మండపంలో రాయలసీమ జీవన చిత్రాన్ని అనేక కోణాల్లో పండించారు. ఈ కాలమ్ నిర్వహించినపుడు ఆయనకు సీమ మీద ఉన్న మమకారం అర్థమవుతుంది. భాష యాస నాలుగ్గళ్ళ మండపంలో అద్భుతంగా సహజమైన సీమ మాండలికంలో కనిపిస్తుంది. ఒక్కసారి చదవడం ఆరంభిస్తే చాలు అలా చదువుకుంటూ పోవాల్సిందే. సీమ ప్రజలు పడ్తున్న బాధలు, ఆవేదనలు కన్నీళ్ళు అక్షరాలుగా మారాయి. రాయలసీమ సమస్యలన్నీ ఎత్తిచూపారు. నాలుగ్గాళ్ళ మండపం కాలమ్‌లో రాయలసీమ రేనాటి వీరుడు ఉయ్యాలవాడ నరసింహారెడ్డి, సీమ కర్ణుడు, దాతగా పేరుతెచ్చుకున్న బుడ్డా వెంగళరెడ్డిల గూర్చి వర్ణించిన తీరు అచ్చెరువు కల్గిస్తుంది. సీమసొగసులు చూపిస్తూ, సామెతలతో, నుడికారాలతో జాతీయాలతో అక్షర విన్యాసం చేశారు. తన రచనల్లో పలుచోట్ల సమకాలీన రాజకీయాల్లో ఉండే కుళ్ళు కుతంత్రాలను ఎండగట్టారు. రాజకీయాలను వ్యంగ్య ధోరణితో

విమర్శించారు. ప్రజలకు మేలు చేయని ప్రభుత్వ పథకాలు రాజకీయ నిరుద్యోగులకెలా ఉపయోగ పడ్డాయో, పార్టీలో గుట్లు, ఎత్తుగడలు ఇలా ఇలా ఎన్నో కళ్ళ ముందుంచారు. సీమరైతులు మట్టినే నమ్ముకొని మట్టివాసనతో జీవనం చేస్తారు. అలా సీమరైతు కరువు కోరలకు ఎలా బలవుతున్నాడో రైతుల వ్యథలు, జీవన దృశ్యాలు చక్కగా విపరించారు. నాలుగ్గాళ్ళ మండపం చదువుచున్నంత సేపు మనల్ని ఎక్కడికో తీసుకెళ్తుంది. చదవడం మొదలు ఉత్కంఠ ఆసక్తికి కొదువ వుండదు. పులికంటి రచనాశైలి అటువంటిది. నాలుగ్గాళ్ళ మండపం తిరుపతిలో ఒక నాలుగు దారుల కూడలిలో ఉన్న పాతరాతి మండపం. అది కేంద్రస్థానం. దీని చుట్టూ ఆ ప్రాంత జీవితం అదే ప్రాంతం భాషలో చిత్రించబడింది. రాయలసీమ మాండలికం ఇక్కడ హాస్యం సృజించడానికి వాడబడింది కాదు. ఏ మాండలికమూ ఏదో ఒక రసానికి పరిమితం కాదు. కొత్తగా వింతగా కనిపించేదంతా నవ్వడానికి అన్న దురూహ మన సినిమా వాళ్ళకి ఉండవచ్చుగాక. విలన్లకీ, నౌకర్లకీ ఓ మండలికాన్ని ప్రత్యేకం చేయవచ్చుగాక. మాండలికం ఆ ప్రాంతపు ప్రజలజీవితానికి స్వరాక్షర రూపం. అందులో అన్నిరసాలు ఉంటాయి. జీవితపు అన్ని కోణాలూ ఉంటాయి. అందువల్ల నాలుగ్గాళ్ళ మండపం రాయలసీమ ఆత్మకథ (ఆంధ్రభూమి 12-9-1999 ఆదివారం)

నాలుగ్గాళ్ళ మండపం అసామాన్య సృష్టి, కృష్ణారెడ్డి రాళ్ళ మధ్య బతికేవాడు. అనురాగానికి అందేవాడు. అందుకే ఆయన రాయలసీమ రాళ్ళనే గాదు సేద్యాన్ని, చెట్టును, పుట్టను, పిట్టను, పరిగెను, నీటిని, కన్నీటిని ప్రేమించినవాడు. జన జీవితాన్ని అత్యంత గాఢంగా ప్రేమించిన కృష్ణారెడ్డి రాయలసీమ జీవినశైలిని అత్యద్భుతంగా కళా ఖండాలుగా రూపొందించారు.

ఏ కోణం నుండి చూచినా ఆధునికాంధ్ర సాహిత్యానికి చేకూర్చిన విశిష్టరచన నాలుగ్గాళ్ళ మండపం అంటారు. డా॥కడియాల రామ్మోహన్. (నడుస్తున్న చరిత్ర జూలై 2004)

“నాలుగ్గాళ్ళ మండపం ఒక్కో అధ్యాయంలో ఒక్కోకథ. రాయలసీమ జీవితంతో పెన వేసుకు పోయిన కృష్ణారెడ్డి గారి ఆత్మకథ ఈ చిన్న కథలన్నిట్లోనూ పూసల్లో దారంలాగా కనిపించీ కనిపించకుండా వుంటుంది. నూటికి నూరుసార్లు ఆత్మకథ అనటానికి వీల్లేదు. ఆయన ఊహలు, అభిప్రాయాలు, అనుభవాలు, పాఠకజనం పడేపాట్లు, రైతులసమస్యలు, కుళ్ళురాజకీయాలు, మోసాలు, ఓట్లు, నీళ్ళ ఎద్దడి, చిన్నప్పటి జ్ఞాపకాలు. అదీ ఇదీ ఏమిటీ కృష్ణారెడ్డి గారి అనుభవ పరిధిలో ఉన్న అన్ని సంగతులు ఈ కథలకు ప్రాణం పోశాయి” అంటారు. ప్రముఖ భాషాశాస్త్రవేత్త ఆచార్య భద్రిరాజు కృష్ణమూర్తి గారు.

జీవిత సత్యాలను అక్షరీకరించి తేట తెలుగు మాండలీక యాసలో భాషలో రచనలు సాగించిన అక్షరశిల్పి కృష్ణారెడ్డి గారు.

సీమభారతంలో సీమ బతుకులు...

సీమ సిన్నోడి రలం నుండి జాలువారిన సీమ ప్రజల గుండెచప్పుడే సీమ భారతం కథలు. ఇందులోని కథలు 56. సగటు మనిషి జీవితం ఎన్నో ఆటుపోట్లను ఎదుర్కొంటున్నది.

కాల ప్రవాహంలో ఎన్నో అలలతో చెలిమి చేసి అంతరించి పోతుంది. నానాటికి సమాజం మారి కొత్తరూపం ఆవిర్భవిస్తునే వుంటుంది. అశాశ్వతమైన ఈ జీవితం ఎన్నో ఒడిదుడుకుల నెదుర్కొవాలి. సీమ బతుకుల్ని కళ్ళకు కట్టినట్లు వర్ణించి కంటతడి పెట్టించే కథలు సీమ భారతం కథలు. రాయలసీమ బడుగుజీవిని కేంద్ర బిందువుగా చేసుకొని కథలు అల్లుకు పోయారు. కథలెందరో రాశారు. పాఠకుల్ని చదివించిన కథలు కొన్నే. జానపదబాణిలో మాండలిక పదజాలంతో సృజియించిన కథల సంఖ్య ఎక్కువగా ఉన్నప్పటికి సీమ భారతం కథలు ప్రత్యేమైనవి. భిన్న సందర్భాలలో మనిషి సంఘర్షణ, వేదనలు సీమభారతం కథల్లో కనిపిస్తాయి. నేడు సినిమాల్లో మాండలిక భాషను ఒక ప్రాంతపు విలన్లకు వాడిచూపిస్తున్నారు. అయితే ఆ ప్రాంత హృదయ స్పందన లేలేమి సీమ భారతం కథలు జనరంజకంగా నిలిచాయి. సీమ ప్రజల మనోభావాలు ఇందులో కనిపిస్తాయి. ప్రముఖ భాషాశాస్త్రవేత ఆచార్య యార్లగడ్డ బాల గంగాధరరావు ఇలా అంటారు.

"ఆ సీమ జీవనశైలి ఈ సీమ భారతం.. మహాభారతం జగమెరిగిందే! అది భారత దేశానికంతటికీ ఇంకా చెప్పాలంటే ఈ విశ్వానికంతటికీ వర్తిస్తుంది. అయితే ఈ సీమ భారతం కథా కమామిషు ఏమిటి ? ఎవడి బ్రతుకు భారం వాడి భారతమైనప్పుడు ఒక ప్రాంతపు బ్రతుకు వ్యథ ఆప్రాంతపు భారతం కావడంలో ఆశ్చర్యం లేదు. పాండవుల కౌరవుల బ్రతుకులు తెల్లారిన తీరు భారత వృత్తాంతమైతే సీమ బ్రతుకాట ఈ సీమభారతం. బ్రతుకాట ఒకహేలగా మారాలంటే తాళం, లయగతి తప్పకూడదు. కానీ సీమ బ్రతుకాటలో ఆ రెంటికీ ఒకప్పటి సంగతి తెలియదు కానీ, ఎరిగినంత కాలంలో దేనిదారిదానిది గానే నడిచింది తప్ప రెండింటికీ ఒద్దిక కుదరలేదు. అందుకే అది సదావ్యథాభరితం"

రాయలసీమ జీవన సరళిపైన మాండలికంలో మహాద్భుత వ్యాఖ్యానం ఈ సీమ భారతం.

కృష్ణారెడ్డి కథలు రాయలసీమ కథలు. రాయలసీమ వారు కావటం వలన ఈ కథలను రాయలసీమ కథలనలేదు. రాయలసీమ మీద నడిచిన కథలు కావటం వల్ల ఇవి రాయలసీమ కథలైనాయి. గ్రామీణ వృద్ధరైతులనోట, స్త్రీల నోట రాయలసీమ మాండలికం ఎంత సజీవంగా ఉందో కృష్ణారెడ్డి కథలు వ్యక్తంచేస్తాయి. ఈ ఊరితత్త్వం వంటి కొన్ని కథలలో సంభాషణలేకాక రచయిత కథనం కూడా మాండలికమే కావటం విశేషం. అనేక కొత్తపదాలు, జాతీయాలు అభివ్యక్తులు రాయలసీమకు ప్రత్యేకమైనవి మరియు కృష్ణారెడ్డి కథలకు అలంకారాలయినాయి. మా ఆవిడ అనటానికి 'మా బాశాలి' అన్న ప్రయోగం సాధారణమైనది కాదు అన్న అర్థంలో వాడినపదం. "అబ్బురంగా బిడ్డపుడ్తె గెద్ద పారెత్తుకోండి సెవులుకుద్దాం" "మా ఎద్దు మంచిది, మా ఎద్దు మంచిదని కొమ్మెత్తి ముక్కులో దోపుకుంటే ముక్కు చినిగిపోయిందట" వంటి జాతీయాలు కూడా సీమ ప్రాంతపు ప్రత్యేకత. తన ప్రాంతం పట్ల, భాషపట్ల వున్న రచయిత కావటం వల్లనే కృష్ణారెడ్డి ఈ విధమైన కథలు రాయగలిగాడు.

ప్రాంతీయ ఉద్యమాలు ఇంకా ఒక నిర్దిష్ట రూపాన్ని తీసుకోవటానికి ఎంతో ముందుగానే సాహిత్యరంగంలో అందుకు అనుకూలమైన పని నిశ్శబ్దంగా చేసుకుంటూ వచ్చాడు కృష్ణారెడ్డి.

అందువల్లనే తెలంగాణ వంటి ప్రాంతీయ అస్తిత్వ ఉద్యమాలు ఊపందుకొంటున్న వర్తమాన సందర్భంలో కృష్ణారెడ్డి కథలకు ఎంతో ప్రాముఖ్యత వుంది. ఆడవాళ్ళమాట తీరులోని నిష్ఠూరం, నిరసన ధ్వని – నిశిత పరిశీలన, నిరంతరం మననుండి గానీ పట్టుపడవు. కృష్ణారెడ్డికి తెలుగు భాషమీద, ప్రత్యేకించి రాయలసీమ యాసమీద వున్న పట్టుకు ఇది నిదర్శనం పులికంటి కృష్ణారెడ్డి కథలు చదవటానికి కొంచెం ఓపిక, కాస్త శ్రద్ధ వుంటే అవి మనల్ని రాయలసీమ అంతటా తిప్పి జనజీవన సరళిని చూపిస్తాయి.

కృష్ణారెడ్డి మూలాలు గ్రామ జీవితంలో ఉన్నాయి. పుట్టి పెరిగిన గ్రామాన్ని, బాల్యంలో అక్కడ పొందిన అనుభవాల్ని తలచుకొని పరవశించటం ఏ వ్యక్తికైనా సహజమే. ఆ వ్యక్తులు రచయితలయితే, ఆ అనుభవాలను కవిత్వంగా, కథలుగా మలుస్తారు. కృష్ణారెడ్డి కూడా అదేపని చేశారు. అయితే ఆయన వూరు మాత్రం ఒక మధుర జ్ఞాపకం మాత్రమేకాదు. నిత్య చైతన్య సంబంధం. సామాజిక చైతన్యంతో వస్తున్న మార్పులు పల్లెల్లో ఎలా ప్రతిఫలిస్తున్నాయో, పల్లెల్లో మానవ సంబంధాల్లో ఎలాంటి మార్పులు తెస్తున్నాయో నిశితంగా గమనిస్తూ తన కథల్లో చిత్రించాడు. మరుపురాని మావూరు, మండుతున్న మావూరు, బంగారు సంకెళ్ళు మొదలైనవి ఈ రకమైన కథలే. "మరుపురాని మా ఊరు" కథను బాల్యానుభవాల స్మృతులతో ముగించి వూరుకోలేదు. అలా చేస్తే అది మామూలు కథ అయ్యేది. గతం నుండి వర్తమానానికి వచ్చి స్వాతంత్ర్యానంతర గ్రామీణ జీవిత విధ్వంస చిత్రాన్ని రేఖా మాత్రంగానైనా సూచించటం వల్ల అది మంచి కథ అయ్యింది. ఈ కథలోని ఎండిపోయిన మంచినీటి గుంట దృశ్యం. గుంటమీద ప్రకృతిని ఎక్కిరిస్తూ వెలసిన గవర్నమెంటు సారా దుకాణం, పాడుపడిన ఇళ్ళు, దేవాలయాలు, తోటలు మొ॥నవి దాదాపు పాతికేళ్ళ స్వాతంత్ర్యంలో దైన్యంగా నిలబడ్డ ఊరి ముఖచిత్రాన్ని చూపించాయి. పంచవర్ష ప్రణాళికలు, గ్రామాభ్యుదయం గురించిన పథకాలు అమలవుతున్న కాలంలోనే ఈ విధ్వంసం ఎందుకు జరుగుతున్నదన్న రచయిత ఆవేదన కథ ముగింపులో వ్యక్తమవుతుంది. మండుతున్న మాఊరు, భారతమిట్ట వంటి కథలు ఒకనాటి స్వయం పోషక సాంఘిక, ఆర్థిక నిర్మాణ వైభవాన్ని కోల్పోయి గ్రామాలు ఎడారులుగా మారుతున్న తీరును చిత్రించాయి. చేతి వృత్తులు నశించటం, వ్యవసాయంలోకి వ్యాపారపు పంటలు ప్రవేశించటం, గ్రామీణ కళా సాంస్కృతిక రంగాలపై వ్యక్తుల ఆధిపత్య ధోరణులు ప్రబలటం, రాజకీయ నాయకత్వం మరియు వారసత్వం కొరకు కొనసాగుతున్న ముఠాకక్షలు అందుకు మరింత దోహదం చేయటం వల్ల గ్రామీణ సౌందర్యాన్ని దెబ్బ తీస్తున్నాయని ఈ కథల ద్వారా కృష్ణారెడ్డి విపులంగా చెప్పగలిగాడు.

పల్లెరా ఇది పల్లెరా! పాడి పంటల ముల్లెరా! అనే పాట కృష్ణారెడ్డి కథల్లో తరచూ కనిపిస్తూ ఉంటుంది. పాటలో చెప్తున్నదానికి లోకంలో వున్నదానికి మధ్య వ్యత్యాసాన్ని గమనించటానికో, పల్లెలను అణచి పెరుగుతున్న నగరాల తీరుపై ఆగ్రహాన్ని వ్యక్తం చేయటానికో రచయిత తరుచూ ఈ పల్లవిని వాడుతుంటాడు. పులికంటి కృష్ణారెడ్డి తనకు ఏరాజకీయాలు, ఏవాదాలు తెలియవంటారు. నిజమే ఆయనకు మనిషి ముఖ్యం. మనిషి కోసమే మనిషిలోని మనిషిని

మేల్కొల్పటం కోసమే కథలు రాశారు. కృష్ణారెడ్డి దృష్టిలో మనిషి అంటే ఆత్మగౌరవంతో జీవించేవాడు. నిజాయితీని జీవన సూత్రంగా చేసుకొన్నవాడు. తనకు చేతనయిన రీతిలో తోటి మనిషి ఎదుగుదలకు తోడ్పడాలన్న ఇంగిత జ్ఞానం వున్నవాడు. మనిషి పట్ల నమ్మకం వున్నవాడు. బలహీనతలతో పాటు సాటి మనిషిని ప్రేమించి సవరించాలనుకునేవాడు. తనను తాను కోల్పోయినవాడు. రెండు కాళ్ళు, చేతులు, కళ్ళు, చెవులు, ముక్కు, మెదడు వున్నంత మాత్రాన ప్రతి వ్యక్తీ మనిషి కాలేడు. కృష్ణారెడ్డి దృఢనమ్మకం స్వార్థపరుడెప్పుడూ మనిషికాలేడు. అసలైన మనుషుల గురించి కథలు రాసినట్లుగానే మనుషులు కాని వాళ్ళ గురించి కూడా కృష్ణారెడ్డి కథలు రాశాడు. మనుషులు కానివాళ్ళంటే అంతిమంగా అది సకల మానవ సంబంధాలను ధ్వంసం చేస్తుంది. ఆస్తి సంబంధాలతో స్వార్థం అన్నదమ్ములు, అన్నాచెల్లెళ్ళ మధ్య అగాథాలను సృష్టిస్తుందని అందువల్ల సంభవించే విషాద పరిణామాలను చిత్రిస్తూ 'మునగచెట్టు', 'దొంగ గొడ్డు' కథలు రాశాడు. పెరిగి ప్రయోజకులైన పిల్లలు స్వార్థబుద్ధితో వృద్ధులైన తల్లిదండ్రులను నిర్లక్ష్యం చేసి ఒంటరి వేదనలకు గురిచేస్తున్న ఇతి వృత్తాలతో రాసిన కథలు దాదాపు ఈ సంపుటిలో ఎనిమిది ఉన్నాయి. పల్లె జీవితం తర్వాత కృష్ణారెడ్డి కథలకు ఎక్కువగా వస్తువైంది వృద్ధాప్యమే. నమ్మకం మొదలైన మానవ విలువలనే అపహాస్యం చేసే వికృత సామాజిక శక్తిగా స్వార్థం కొత్త రూపాలలో ఆవిష్కారం కావటాన్ని 'తల్లీ వీళ్ళమ్మా నీ బిడ్డలు', 'ఇది ఈనాటి కథ' వంటి కథలలో చూపించాడు. ఆర్థికంగా ఎదగాలన్న వ్యక్తి స్వార్థం అధికార దుర్వినియోగంగా మారి బడుగు జీవుల బ్రతుకులను బలితీసుకొంటున్న వైనాన్ని 'ఖాండవదహన' కథలో నిరూపించాడు. అదే స్వార్థం మనిషిని నరహంతకుడిగా మారుస్తున్న వైనాన్ని 'అందరూ మనుషులే' కథలో చూపించాడు. కృష్ణారెడ్డి దృష్టిలో స్వార్థాన్ని జయించిన వాడే మనిషిగా ఎదిగినవాడు. అందువల్లనే అందరూ మనుషులేనంటే ఒప్పుకోడు కృష్ణారెడ్డి.

కృష్ణారెడ్డికి మనిషి ముఖ్యం కనుకనే మనిషిని విస్మరించిన పార్లమెంటరీ ప్రజాస్వామ్య రాజకీయాలను ఆయన విశ్వసించలేక పోయాడు. మనిషిని మనిషిగాకాక ఓటరుగా మాత్రమే చూసే ఓట్ల రాజకీయాలతో మనిషి పట్ల అభిమానం, గౌరవంకాక అవకాశవాదం, స్వార్థం, అధికార దాహం ప్రధానమై పోవటం వల్ల ఆయన వాటిని విమర్శించకుండా ఉండలేక పోయాడు. 'రాజకీయ హంస' 'కాకిగోల' వంటి కథలను అందుకోసమే రాశాడు. అంతేకాదు. మనిషిని మింగిన అభివృద్ధిని, మనిషిని మరచిన అభివృద్ధిని అభివృద్ధి అనటానికి ఒప్పుకోడు కృష్ణారెడ్డి. అభివృద్ధి ఒట్టిమాయ అని అర్థంచేసుకున్నాడు. సిమెంటురోడ్లు, ఎర్రబస్సులు, కరెంటు మోటార్లు, మంచినీటి పథకాలు ప్రభుత్వ లెక్కల్లో ప్రగతికి నిదర్శనం కావచ్చునేమో కానీ సామాన్యుడి దుర్భర జీవన గతిని అవి ఏ మాత్రం ప్రభావితం చేయలేక పోయాయని కృష్ణారెడ్డి అనుభవం నుండి గ్రహించాడు. ఒకవైపు పెద్ద పెద్ద డాముల నిర్మాణం మరొకవైపు రైతుకు సాగునీటిని కూడా అందించలేని పరిస్థితికి కారణమైతే అది అభివృద్ధి ఎలా అవుతుందన్నది కృష్ణారెడ్డి ప్రశ్న. అన్ని కథల్లోనూ కృష్ణారెడ్డి మనిషి వైపు నిల్చున్నాడు. పల్లెలకు పట్నాలకు మధ్య వైరుధ్యంలో పల్లెవైపే మొగ్గు చూపే కృష్ణారెడ్డి పూర్తిగా రైతు పక్షమే అయ్యాడు. భూమిని నమ్ముకొని పంటలు

పం.ించాలని పట్టుదలగా శ్రమించే సాధారణ రైతు ప్రకృతి, ప్రభుత్వం తనకు సహకరించనప్పుడు అసాధారణ రీతిలో స్పందిస్తాడు. నిస్పృహతో ఆత్మహత్యకైనా పాల్పడవచ్చు లేదా కసితో వ్యవస్థపై తిరుగుబాటు చేయవచ్చు. 'మోసులు ఎండిపోతున్నాయ్' కథలో రెండవ పనిచేశాడు. రాయలసీమ రైతు కనుక అట్లా చేశాడన్న రచయిత వ్యాఖ్యానం ఈ కథకు కొసమెరుపు. బ్రతుకు పట్ల ఆశను, బ్రతకటం కోసం పోరాటాన్ని రాయలసీమ ప్రాంత తత్త్వంగా ప్రకటించినట్లయింది. గ్రంతో మనిషి గురించి తపనపడే రచయిత రావలసిన సహజ నిర్ధారణకే పులికంటి కృష్ణారెడ్డి కూడా వచ్చాడు.

రచయితకు సామాజిక బాధ్యత ఉన్నదంటారు కృష్ణారెడ్డి. 'రాసేదొకటి మల్లా చేసేదొకటి' అంటున్న రచయితలంటే ఈయన కడుపు రగులుకుపోతుంది. రైతుల ఆత్మహత్యలకు కృష్ణారెడ్డి తల్లడిల్లిపోయారు. అరువులిస్తా ఉండాం, ఎరువులిస్తా ఉండాం. అదీ సాల్లేదంటే అయినకాడికి కరెంటిస్తా ఉండాం. ఇత్తనాలగింజలిస్తా ఉండాం. కొత్త కొత్త రకంగా సేద్యాలు చేసుకోండయ్యా అని పదే పదే రేడియోల్లో టీవీల్లో చూపిస్తా ఉండాం అంటారు. నిజమేనబ్బా, చెప్తా ఉండారు. అదే ప్రకారం చేస్తా ఉండారు. అయితే ఈ ఎర్రి నాయాలి గుంపు ఎందుకు బతకలేకుండా పోతావుండారే. ఎందుకీ మాదిర్తో ఆత్మహత్యలు జరిగి పోతా ఉండాయే అని ఆవేదన చెందారు. బేంకుల దగ్గర అప్పులు తీసుకొని ఎగర గొట్టడం తెల్సుకున్నోళ్ళు బాగానే ఉండారు. రైతు ఎగరగొట్టేదానికి నేర్చుకోలా! అని రైతుపై జాలిపడ్డారు. "బాయిలో బండపడె, బక్కెద్దు నేలపడె, భూములు బీడుపడె, ఈ అప్పులు నెత్తిన బడె" అయినా రైతు మట్టి మీద మమకారాల్ని చంపుకోలేదు. చంపుకుణ్ణా బతకలేడు. అమ్మపాలిచ్చినంతకాలం యిస్తింది. ఇప్పుడిచ్చేది లేదుగదాని యిడ్సి పెట్టేస్తామా? అంటాడు పులికంటి. అందుకే ఆయన రాలసీమ రాళ్ళనేగాదు సేద్యాన్ని, నీటిని, కన్నీటిని ప్రేమించాడు.

మూతికింత సబ్బు పూసేసి, కత్తిని అట్టా యిట్టా రొండుసార్లు తివిడేసి అట్టొక ఈడుపు ఇట్టొక ఈడుపు రొండీడుపులు ఈడ్చేస్తే రొండు రూపాయలు నికరంగా చేతిలో పడిపోతా ఉండాది. అదే రైతుండాడు. ఆ రెండు రూపాయిలే సంపాయించాలంటే ఈ పొద్దు రేటు 'పకారం రొండు కిలోల వంకాయలు అమ్మాల. అదే పది ఇరవైగంపలు జాస్తి వచ్చేస్తే కాసుకు గంపడంటారు. ఆ వంకాయలు మార్కెట్టు కాడి కొచ్చే కుండికి ఎన్నెన్నో రైతులు పడే పాట్లు? నీళ్ళు కట్టాల్నా? పూతాపిందె కొచ్చేటప్పటికి వత్తేసుకొని కాపాడుకోవాల్నా? పలుబాట్లు పడి ఈడికి అమ్ముకుండేదానికి తెస్తే ఏరేటుకు పోతాయో ఆదేముడికే ఎరిక. వచ్చేదుడ్లు రాను పోనూ శార్జీలకు, లగేజికన్నా సరిపోతుందో సాల్దో? అదీ మరీ పాణసంగటం. ఇప్పుడు చెప్పన్నా ఈ సేద్దిం చేసేదానికంటే గొరిగేది నేర్చుకుండేది మేలవునోకాదో! రైతాంగం గురించి రాసేటప్పుడే కాదు ఇతర అంశాలపై వ్యాఖ్యానించేటప్పుడు కూడా వ్యవసాయిక సామ్యాలు వాటంతటవే దొర్లడం 'సీమభారతం'లో కనిపిస్తుంది. ఎందుకంటే 'పులికంటి వారిది నేల తల్లిని నమ్ముకుని బ్రతికిన కుటుంబం మంత్రో, మరో ముఖ్యుడో వస్తున్నప్పుడు ఆయన గారికి స్వాగతం చెప్పడానికి

స్కూలు పిల్లలను ఎండలో నిలబెట్టే దృశ్యాన్ని చూసి చలించిన పులికంటి చేసిన వ్యాఖ్యానం చూడండి.

"అయ్యోపాపం! పిల్లకాయిలు! రాయలసీమ ఎలిసేండ్లలో ఎండకపోయిన శెనిక్కాయిలు" పులికంటి నుడికారం మీద మమకారం జాస్తి. పోతులూరి వీరబ్రహ్మంగారు 'కారాల్లో కెల్లా ఏ కారంగొప్పదంటే అధికారం అన్నారని జనశ్రుతి. నేనైతే నుడికారమే గొప్పదందు' అని తన అభిమానాన్ని చాటుకున్నారు పులికంటి. ఇంగ్లీషు మోజు వదలని కొందరిని చూస్తే ఆయనకు ఒళ్ళుమంట. "తెల్లోడు ఇడ్సి పెట్టేసి పొయ్‌నా ఈళ్ళింకా వాడి మాయలోనే పడి తన కలాత్తేదా ఉండేరే? ఏవయినా నాయాండ్లు వాళ్ళు శానా గెట్టోళ్ళు. జుట్టు, బొట్టు, కట్టు అన్నీ మార్చిపారేసినారు. మమ్మల్ని ఇడ్సిపెట్టేసినా మా బాస జోలికి రాకుండా మీ బాశాండ్లతో మాట్లాడండ్రా చూద్దాం! అని ఈ పొద్దిటికీ (బ్రిటీషు వాళ్ళు) మిడిసిపడ్తానే ఉండారు" అన్నారు పులికంటి కృష్ణారెడ్డి. ఇంగ్లీషు ముక్క దొర్లకుండా భార్యాభర్తలు గూడా మాట్లాడుకొనలేని దుస్థితిమనది. తుదకు సంక్రాంతి ముగ్గుల్లో కూడా ఇంగ్లీషు అక్షరాలు కనిపిస్తుంటే "తెల్లవార్లు మేలుకొని తెలుగు కొంపల ముందు ఇంగిలీసు అచ్చిరాల్తో ముగ్గులు పోస్తారే" అని ఆయన వ్యథచెందారు. నుడికారాన్ని ఎంతగానో ఆరాధించే రచయిత కనుక పులికంటి పిలిస్తే నుడిపడతి (సరస్వతి) చిటికెలో పలుకుతుంది. సంభాషణలు రాసేటప్పుడైనా, దృశ్యాలను వర్ణించేటప్పుడైనా, కవితాత్మకంగా భావాలను వ్యక్తం చేసేటప్పుడైనా ఆయనకు పదాల కోసం వెతుక్కొనేపనే ఉండదు.

రైల్వే ప్లాట్‌ఫారం మీద నిలుచుకొని ఒక అబ్బాయి బోగీలోని అమ్మాయితో మాట్లాడుతున్న దృశ్యాల్ని పులికంటి వర్ణించిన తీరు చూడండి. "వాళ్ళిద్దరి మద్దె కిటికీ కమ్ములే అడ్డం. ముసి ముసిగా నవ్వుకుంటూ మూతిలో మూతి పెట్టి ముచ్చటగా మాట్లాడుకుంటా ఉండే, నాసావిరంగా! ముక్కూ ముక్కూ మోటుకున్నాయి. ఆ చూడసోద్దిం ఎట్టుండాదంటే చిలకా గోరింకలు ముక్కులో ముక్కుబెట్టి ముదిగారం చేసినట్టుండాది" ఇందులో పులికంటినిసర్గ సౌందర్యం కనిపిస్తుంది. చాలా పట్టణాలవలెనే తిరుపతి పట్టణం కూడా ఒక పద్ధతిలేకుండా పెరుగుతున్నదని పులికంటి అభిప్రాయం. 'ఊరు చింపిరితల పెరిగినట్టు పెరిగిందన్న' అనే ఒక చిన్న వాక్యంతో తాను చెప్పదల్చుకున్నదంతా చెప్పగలిగారు.

రాయలసీమ మాండలికంతో ఎంత మధురమైన అందమైన పలుకుబడులు ఉన్నాయో, అంత మొరటు మాటలు కూడా ఉన్నాయి. సందర్భాన్ని బట్టి సంకోచం లేకుండా గ్రామీణులు ఆ మాటలను ప్రయోగిస్తే అందులో తప్పు పట్టాల్సిన పనిలేదు. మాండలికాన్ని ఆయన నవ్వు పుట్టించడం కోసం వాడలేదు. పులికంటి సీమ భారతంలో 'బాశాలి'ని సృష్టించారు. బాశాలి 'భాగ్యశాలిని' అయింది. భార్యను భాగ్యశాలిగా పిలుచుకోవడం గొప్ప సంస్కారం. సగటు కుటుంబాలతో సమస్యలు ఎలా ఉంటాయో, వాటిని పరిష్కరించుకొనడానికి గృహిణి ఎలా ప్రయత్నిస్తుందో 'బాశాలి' పాత్ర ద్వారా చిత్రించారు పులికంటి. ఆమె అంటే అతనికి భయం. ఆమె నోరు విప్పినప్పటి దృశ్యాలు ఇలా ఉంటాయట.

"మా బాశాలి ఉరవతా ఉండాది. ఆ ఉరువులు మెరుపులు చూసి వానగుర్నేది కాయమని పిలకాయిలు ఉచ్చులు తెంచుకోని పోయ్ చాటుమాట్లో కాసింత చోటు సంపాయించుకుణ్ణారు" అంటారు పులికంటి కృష్ణారెడ్డి. రాయలసీమకు సంబంధించిన కొన్ని వాస్తవాలను ఆయన చెప్పినప్పటికి కొన్ని గమనించవలసిన ముఖ్య విశేషాలు కూడా ఉన్నాయి. ఉదాహరణకు రాజకీయ వాడి లక్షణాలను మూడు ముక్కల్లో తేల్చి చెప్పిన నేర్పరి పులికంటి ఆయన నేర్పు చూడండి! "అడిగితే అడ్డంచెప్పడు. మల్లా ఆమాటే తల్సుకోడు. చాతకాదంటాడా? అనడు. చేస్తా చేస్తానంటానే ఉంటాడు చెయ్యడు" సగటు మనిషికి నిత్య జీవితంలో తటస్థపడే అనేకనేక సంఘటనలపైన, వర్గాలపైన మొత్తం వ్యవస్థపైన పులికంటి "చేతికింద కొస్తే చేతిదెబ్బ, కాలికిందకొస్తే కాలిదెబ్బ" అన్నట్లు విసుర్లు విసిరాడు. నేటి పత్రికలను దృష్టిలో పెట్టుకొని "పావును చూసినా పత్రికను చూసినా ఎవుడికైనా బయివేకదా! అన్నారు. పిడికిటి పోటులాంటి విమర్శఇది. మోతాదు తగ్గించి పులికంటి విసిరిన సుతి మెత్తని ఎత్తిపొడుపులు మృదువైన మందలింపులుగా కూడా ఉన్నాయి. రాష్ట్రరాజధానితో హుస్సేన్ సాగర్ మధ్య కోట్ల రూపాయలు వెచ్చించి బుద్ధిడి విగ్రహాన్ని ఎందుకు ప్రతిష్ఠించారంటే కోర్కెలు చంపుకోవలసిందని ప్రజలకు బోధించడానికట! వ్యంగ్యం రంగరించి పులికంటి చేసిన ఆక్షేపణలు - మన పాలకులకు అర్థమైతేచాలు. రాయలసీమ అదృష్టం కొద్దీ చేయి తిరిగిన రచయితలు కొందరు అక్కడ మాండలికంలో మంచి రచనలు చేశారు. చేస్తున్నారు. అందులో శ్రీయుతులు సభా, నామిని సుబ్రమణ్యం నాయుడు, మధురాంతకం రాజారాం, కేతు విశ్వనాథ రెడ్డి, కేశవరెడ్డి, వైసివిరెడ్డి, పులికంటి కృష్ణారెడ్డి ఈ కృషిలో అగ్రగణ్యులు రాయలసీమ జీవన శైలిని మాండలికంలో చిత్రించి యావదాంధ్ర పాఠకలోకానికి నివేదించాలన్న పులికంటి సంకల్పమే సీమభారతం. "రాయలసీమ సిన్నోణ్ణి రాళ్ళమద్దె బతికేవాణ్ణి, రాళ్ళమధ్య రాపిడితోనే రాజుకున్న వెలుగును నేను, నా సీమ బతుకుల చింతన చేసే కవుల చేతి కలమును నేను" అని పాడుతుంటారు. రాయలసీమ గురించిన ఆరాటం తానొక్కడికేనా మరెవరికీలేనట్టు! అని ఎవరైనా ఆడి పోసుకుంటారేమో అని తనే అందుకు సమాధానం చెప్పారు పులికంటి. ఆయన మాటల్లో చెప్పాలంటే "ఇంకెవరికీ ఊరునాడూ లేనట్టు ఆ ఒక్కడికే ఉణ్ణెట్టు" అని 'యాసణ్ణం' పడేవాళ్ళను ఉద్దేశించి-

"బాధలు పడేవాడికే బాధంటే తెలిస్తుంది. బయటుండి బడాయి కొట్టే వాళ్ళకేం తెలిస్తుంది? నెమిలి కంట్లో నీళ్ళుగార్తే యాటగాడికేవన్నా ముద్దా?" "ఎవుడి ఏడుపు వాడిదిగా ఉండే ఈ కాలాన ఈళ్ళేడుపు ఎవడికి ఇనిపిస్తుంది? ఇనిపించినా ఈళ్ళతో గూడా కూసోని ఏడ్సేదానికి ఎవుడికి తీరుబాటు ఉంది? ఒకవేళ తీరుబాటు ఉణ్ణిందనుకో ఎవుడికేం గాచ్చారం పట్టింది? నిజమే రాయలసీమ కడగండ్లు గురించి రాసే వాళ్ళ సంఖ్య గణనీయంగా పెరిగింది. ప్రాంతాల వారీగా రాష్ట్రాన్ని అభివృద్ధి పరచుకోవడంతో సమతౌల్యం అవసరం. అందుకు కావాల్సిన రాజకీయ వాతావరణాన్ని సృష్టించడంలో రచయితకు బాధ్యత ఉంది. పులికంటి కృష్ణారెడ్డి ఆ బాధ్యతను స్వీకరించారు.

డా॥ పులికంటి కృష్ణారెడ్డిగారు అందుకున్న అవార్డులు, రివార్డుల పట్టిక

1. చిత్తూరులోని రామావిలాస సభవారి నుంచి 'నటశేఖర్' అవార్డును 1972వ సం॥లో అందుకున్నారు.

2. బెంగళూరులోని తెలుగు విజ్ఞాన సమితి వారి 'గ్రేట్ స్టేజ్ యాక్టర్' అవార్డును 1973లో అందుకున్నారు.

3. రాయలసీమ కళాభారతి, అనంతపురం వారి 'జానపద కవికోకిల' అన్న బిరుదును 1979 లో పొందారు.

4. ఆంధ్రప్రదేశ్ సంగీత నాటక అకాడమి వారి పురస్కారం 1980లో పొందారు.

5. పతివాడ సుధాకర్ మెమోరియల్ అవార్డు (రాజమండ్రి)ను 1987లో స్వీకరించారు.

6. 1993 సం॥లో జిల్లాల్లోని కళాసుధా సంస్థ వారిచే అందుకున్నారు.

7. పొట్టి శ్రీరాములు తెలుగు విశ్వవిద్యాలయం వారిచే ఎండోమెంట్ పురస్కారం స్వీకరించారు.

8. ప్రఖ్యాత గోపీచంద్ క్యాష్ (10,000/-) అవార్డును 2003లో స్వీకరించారు.

9. నేదురుమల్లి జనార్ధన్ రెడ్డి క్యాష్ అవార్డు (పదివేలు)ను 2005 సం॥లో అందుకున్నారు.

10. 'సమైక్య భారతి గౌరవ అవార్డు'ను 2007 సం॥లో అందుకున్నారు.

పులికంటి జీవిత పుటల్లోకి ....

చంద్రగిరి తాలూకా జక్కదన గ్రామంలో 30-7-1931న పాపమ్మ, గోవిందరెడ్డి దంపతులకు జన్మించిన పదో సంతానం పులికంటి కృష్ణారెడ్డి. గంటావారి పల్లెలో ప్రాథమిక విద్యాభ్యాసం తర్వాత పెనుమూరు ప్రాథమికోన్నత పాఠశాలలో 6,7 తరగతులు పూర్తి చేశారు. పాఠశాల 4 మైళ్ళ దూరంలో వుండేది. నడిచివెళ్ళి చదివారు. పై చదువుల కోసం 1947లో తిరుపతి దేవస్థానం హిందూ హైస్కూలుల్లో చేరేందుకు ప్రవేశ పరీక్ష రాయాలి. పరీక్షలో చేరారు. 1951లో ఎస్.ఆర్.ఆర్ట్స్ కళాశాలలో ఎం.పి.సి. చదువుతున్నప్పుడే రైల్వేలో బుకింగ్ క్లర్క్‌గా అనంతపురంలో ఉద్యోగజీవితం ప్రారంభం. 1956-57మధ్య నంద్యాల రైల్వేస్టేషన్‌లో గూడ్స్ క్లర్క్‌గా పనిచేస్తున్న రోజుల్లో భోజనం కోసం నడిచి వెళ్తుండగా రిహార్సల్స్ వినిపించాయి. రిహార్సల్ చూసి బాగోలేదని చెప్పారు. నాటకీయంగా పునర్జన్మ నాటకంలో పాత్ర లభించడంతో నటన జీవితం ఆరంభమైంది.

బి.ఎ.ఎన్ ఆచార్య గురుదక్షిణ నాటకంలో ఏకలవ్యుడిగా, సమ్రాట్ చంద్రగుప్తలో చంద్రగుప్తుడిగా వేశారు.

1958 లో మధురాంతకం గారిని గుంతకల్లు రైల్వే ఇన్‌స్టిట్యూట్ కళాసమితి సన్మానించింది. పరిచయ కర్త పులికంటి గారే. అప్పుడాయన చంద్రగిరి రైల్వేస్టేషన్ ఎ.ఎస్.ఎం. ఈ సందర్భంగా పద్యమే కవిత్వమని, ప్రబంధాలే సాహిత్యంలో పోట్లాట కాయితాలని ఉపన్యసించారు. దీనికి రాజరాం గారు గజ్జెకట్టిన కాలికే దెబ్బతగులుతుందని పులికంటికి కథ రాస్తే దాని కష్టం తెలుస్తుందన్నారు. 1960లో కెరటాలు అనే కథ రాశారు అది ఆంధ్రప్రభ దీపావళి సంచికలో అచ్చయింది. కథలు, వ్యాసాలు ఎన్నో రాశారు. నటుడిగా గుర్తింపు అలానే వుంది. అది చూసి స్టేషన్ మాస్టర్ ఆడితే పోయి నాటకాలు ఆడుకో, లేకుంటే డ్యూటీ చేసుకో అన్నారు. దాంతో 13 సంవత్సరాల సర్వీసు వదిలి రాజీనామా చేశారు. సాహిత్యమే ఊపిరిగా నమ్ముకున్నారు. ఉదర పోషణకు కట్టెల వ్యాపారం, కాఫీపొడి వ్యాపారం చేశారు. మాలికో ప్రెస్ పెట్టారు. ప్రెస్‌కు పింగళి లక్ష్మీకాంతం, శంకరంబాడి సుందరాచారి, సుబ్రహ్మణ్యశర్మ లాంటి వారు వచ్చేవారు. లక్ష్మీకాంతం గారి సాహిత్య శిల్ప సమీక్ష, కృష్ణారెడ్డి ప్రెస్‌లో ముద్రితమైంది.

1971 ఆగష్టు 15న కామధేను అనే పక్ష పత్రిక స్థాపించారు. మిత్రుల సహకారంతో ఆరేళ్ళు నడిపారు. ఆంధ్రభూమి డెక్కన్ క్రానికల్ పత్రికలో విలేఖరిగా పనిచేశారు. 1978లో అన్ని వదిలివేశారు. 1981లో పులికంటి కృష్ణారెడ్డి కథలు వేశారు. ఇక సాహితీ పరంపర కొన సాగుతూనే వుంది. 1982 లో 'గూడు కోసం గువ్వలు', 1984లో 'కోటిగాడు స్వతంత్రుడు'. 'పులికంటి దళిత కథలు' అనే సంపుటాలు వచ్చాయి. 1976 జనవరి 1న రాళ్ళపల్లి విశ్వనాథం గారి ప్రోత్సాహంతో కడప ఆకాశవాణిలో అడుగు పెట్టారు. పుట్టపర్తి, నండూరి రామకృష్ణమాచార్య, సుబ్బన్న శతావధానులు, ఇనాక్, దాశరథి, డాక్టర్ సి.నా.రె, ఊటుకూరి లక్ష్మీకాంతమ్మ, నాగభైరవ కోటేశ్వరరావు, గజ్జెల మల్లారెడ్డి, బోయిభీమన్నలతో కలసి 42 సార్లు కవి సమ్మేళనాల్లో పాల్గొనే అవకాశం ఆకాశవాణి దూరదర్శన్‌లు కల్పించాయి. రాయలసీమ రంగితో అచ్చతెనుగు జనపదంతో 33 పాటలు రాశారు. వీరికి మాతెలుగు తల్లికి మల్లెపూదండ రచయిత శంకరం బాడి సుందరాచారి మంచి స్నేహితులు. అందుకే తిరుపతిలో వీరి విగ్రహస్థానకు కృషిచేసి విగ్రహం పెట్టించారు. ఆయన రాసిన కథల్లో 14 కథలు ఉత్తమ కథ అవార్డు పొందాయి. కొన్ని వందల సత్కారాలు పొందారు. 70వ ఏట పులికంటి సాహితీ సత్కృతి స్థాపించి సాహితీ మూర్తులను సత్కరించాలన్న ఉద్దేశ్యంతో 2000 సంవత్సరం పులికంటి కృష్ణారెడ్డిగారి జన్మదినం సందర్భంగా తిరుపతిలో సాహితీ వేత్తలను సత్కరిస్తూ, సాహిత్య సేవ చేశారు. కథ నన్ను బతికించింది. అందుకే కథను బతికించే ప్రయత్నం చేస్తున్నాననేవారు. ఇంతరాసినా ఏదో వెలితి ఉండనే వుంటుంది. ఆయన సాహిత్య ప్రక్రియలు చేపట్టినా ఆయన ప్రత్యేకశైలికి నిదర్శనంగా ఆటవెలదులతోట చెప్పుకోవచ్చు. ఇది ఆయన పద్యకృతి. గట్టిగా చెప్పాలంటే ఆయన పద్యకవిగా ప్రసిద్ధులు కారు. అయితే ఆటవెలదుల తోట చదివాక ఆ భావన పటాపంచలవుతుంది. ఆయన రచనల్లో సంఘసంస్కర్తను, స్త్రీవాదిని చూడవచ్చు. పురుషుడుగా స్త్రీని భక్తిగా సంభావించే తత్త్వం పులికంటిది. ఇంట్లో అమ్మను గూర్చి ఇల్లాలిని గూర్చి, ఈయన భావించే తీరు నేటి మహిళా మహోద్యమాలకు ముందు చూపు కల్గిస్తుంది. కావ్యంలో 86శీర్షికల కింద అల్లుకున్న 516

ఆట వెలదుల నృత్యభావాలే అద్భుతం. దానికి ఈ ఆటవెలదుల తోట కావ్యం నిదర్శనం. ఆయన కలం నుండి రాసిన 'గోయిందా గోయిందా' వ్యాసాలు నిజ జీవితానికి వాస్తవ పరిస్థితులకు అద్దం పడ్తాయి. ఇలా నిరంతర సాహిత్య సేవ కొనసాగించిన సాహితీ తపస్సంపన్నుడు పులికంటి కృష్ణారెడ్డి.

"కంటి నలుసుర పులికంటి మాట" అనే మకుటంతో ఆట వెలదుల తోటలో కవితా పుష్పాలు పూయించిన కవిగా, ముఖ్యంగా ఎన్నో గేయాలురాసిన గేయకవిగా ఆంధ్రరాష్ట్ర పాఠకులకు సుపరిచితులే కాదు సీమ పాఠకుల హృదయ విజేత. సంగీత రూపకర్తగా, బుర్రకథల రచయితగా, నాటికారచనలో చేయి తిరిగిన రచయితగానే గాక ఆ నాటకాల్లో దుర్యోధన, తిమ్మరుసు, పఠాన్‌రుస్తుం వంటి పాత్రల్లో నటించి కాదు కాదు జీవించిన మహానటుడు. రాయలసీమ వాసుల జీవన రీతిపై రన్నింగ్ కామెంటరీ కాలమిస్ట్‌గా, ప్రాచీన విశేషాల నుంచి ఆధునిక అంశాల వరకు తన వ్యాసాల్లో వివరించిన వ్యాస రచయితగా, తన రచనల్లో చాలా వాటికి రాయలసీమ మాండలిక యాసను ప్రశంసా పూర్వకంగా అద్దిన మాండలిక రచయితగా తెలుగు సాహిత్యంలో చెరగని ముద్ర వేశారు. భారత ప్రభుత్వ సమాచార, ప్రసారాల శాఖ (న్యూఢిల్లీ) వారి ఆకాశవాణి, దూరదర్శన్ విభాగాల సలహాదారుగా రాష్ట్ర ఆకాశవాణి, దూరదర్శన్‌లలో పలు కార్యక్రమాల నిర్వాహకుడిగా, ఆకాశవాణి కడప విభాగంలో జానపద సంగీత, అడిషన్ కమిటీ సభ్యులుగా, చిత్తూరు జిల్లా రచయితల సంఘం తిరుపతిలో ఉపాధ్యక్షులుగా, రాయలసీమ వర్కింగ్ జర్నలిస్ట్‌ల సంఘం, తిరుపతి జర్నలిస్ట్‌ల సంఘం, తిరుపతి ప్రాంత పారిశ్రామిక వేత్తల సంఘాలకు కార్యదర్శిగా పని చేశారు.

అంతటి సాహితీ తపస్సంపన్నుని కలం 2007 నవంబర్ 18వ తేదీ అర్ధరాత్రి ఆగిపోయింది. సీమ చిన్నోడి ప్రస్థానం ముగిసింది. సాహితీలోకం కన్నీరు మున్నీరుగా విలపించింది. ఊపిరి తిత్తుల వ్యాధితో బాధ పడుతూ తిరుపతిలో చికిత్స పొందుతూ పరిస్థితి విషమించడంతో అనంత లోకాలకు వెళ్ళిపోయారు. ఆయన భౌతికంగా మన మధ్య లేకున్నా ఆయన క్షరం కాని అక్షరం తెలుగు సాహిత్యంలో సజీవంగానే వుంది. వుంటుంది.

'బంగోరె'

(1938-1982)

- ఎ.రజాహుస్సేన్

ఆంగ్లేయుడైన సి.పి.బ్రౌన్ తెలుగు భాషకు చేసిన సేవ ఎటువంటిదో అందరికీ తెలిసిందే. తెలుగువారిలో కూడా బ్రౌన్ మార్గాన్ని అనుసరించిన పరిశోధకులెందరో వున్నారు. వారిలో బంగోరె ఒకరు. నెల్లూరు జిల్లా కోవూరు తాలూకా మినగల్లు గ్రామంలో బండి శంకర రెడ్డి, శంకరమ్మలకు 1938 అక్టోబరు 10వ తేదీన జన్మించిన బండి గోపాలరెడ్డి లోకానికి మాత్రం 'బంగోరె'గానే సుపరిచితుడు.

1942 నుంచి 1952 సంత్సరాల మధ్య కోవూరులో ఆయన ప్రాథమిక విద్యాభ్యాసం కొనసాగింది. 1952-54 సంవత్సరాల్లో లెక్కలు ముఖ్య అంశంగా నెల్లూరు వి.ఆర్ కళాశాలలో ఇంటర్మీడియట్ చదివాడు. 1954-1957 మధ్య వాల్తేరు ఆంధ్ర విశ్వవిద్యాలయంలో బి.కామ్ (హానర్స్) చదివి పట్టా పొందాడు. పత్రికా సంపాదకత్వాన్ని వృత్తిగా ఎంచుకున్న బంగోరెకు పరిశోధన ప్రవృత్తిగా ఉండేది. 1957 ప్రాంతంలో 'స్రవంతి' పత్రికాధిపత్యం నెరిపినట్లు తెలుస్తోంది. అయితే దాని వివరాలు మాత్రం దొరకలేదు. 1960లో 'ఆంధ్రజ్యోతి' దినపత్రికలో కొన్ని నెలలు సబ్ఎడిటర్గా పనిచేశాడు. ఆ తర్వాత సెంట్రల్ కో ఆపరేటివ్ బ్యాంక్ అక్కౌంటెంట్గా ఉద్యోగంలో చేరి కడపకు బదిలీ అయ్యాడు. 1963లో సెక్రటరీ అయ్యాక ఆ ఉద్యోగాన్ని వదిలేశాడు.

1963లో శ్రీ విక్రమ సింహపురి సర్వస్వ గ్రంథ మండలిలో కె. సుందర రామశర్మతో కలిసి అనేక వ్యాసాలు రాశాడు. అందులో మండల వ్యాపారాలు, నెల్లూరు మండల పత్రికలు, మండల శిల్పవిద్య, నెల్లూరు జిల్లా మైకా పరిశ్రమ చరిత్ర, నెల్లూరు సినిమా, పాత సత్రాలు, అనే వ్యాసాలు ముఖ్యమైనవి. ఆ తర్వాత 'జమీన్రైతు' పత్రికలో సబ్ ఎడిటర్గా చేరి చాలాకాలం పనిచేశాడు. 1966 ఆగష్టు 25న సుమిత్రతో వివాహం జరిగింది. 1968లో వై.బెర్రల్ రాసిన గ్రంథం "From England to the Antipodes S-India 1846-1902 with Startling revelations (or) 56 years of My Life in the Indian Mulmy Police S-Jail" లోని 60 పేజీల నూరేళ్లనాటి నెల్లూరు సంగతులకు ఎన్.ఎస్. కృష్ణమూర్తితో కలిసి అనువదించి జమీన్ రైతులో వారం వారం ప్రచురించాడు. ఈ కాలంలో బంగోరె ఎన్నో పరిశోధక వ్యాసాల్ని రాశాడు. తెలుగు సాహిత్యానికి సంబంధించి అమూల్య రత్నాల్ని వెలికితీశాడు. అందులో 1897 నాటి 'కన్యాశుల్కం' నాటకపు తొలిప్రతి బంగోరె దృష్టిలో పడింది. 1969లో మొదటి కన్యాశుల్కం నాటకానికి 180 పేజీల అనుబంధాన్ని, వివరణను జోడించి ప్రచురించాడు. ఇదే సంవత్సరం తమిళ జాతీయ కవి సుబ్రహ్మణ్య భారతి మన కందుకూరి వీరేశలింగం - రాజ్యలక్ష్మమ్మ

పాత్రలతో రాసిన అసంపూర్ణ తమిళ నవల 'చంద్రిక కథ' తెలుగు తర్జుమాలో పాలుపంచుకున్నాడు. జమీన్ రైతు పత్రికలో చంద్రిక కథ ధారావాహికంగా వచ్చింది. 1971 ఏప్రిల్‌లో 'చంద్రిక కథ'ను సొంతంగా పుస్తక రూపంలో ప్రచురించాడు. అదే సంవత్సరం మద్రాసులోని అమెరికా సమాచారశాఖలో ఉద్యోగిగా చేరాడు.

1970 ఫిబ్రవరిలో నెల్లూరు ప్రోగ్రెసివ్ యూనియన్ వారి ప్రచురణ "స్పీచెస్ అండ్ ఎస్సేస్ ఆఫ్ డాక్టర్ సి. ఆర్. రెడ్డి" అనే గ్రంథానికి ఎన్.ఎస్.కృష్ణమూర్తి, మేడ వెంకట్రామన్ గార్లతో కలిసి సంపాదక బాధ్యతను నిర్వహించాడు. 1973లో నెల్లూరు వర్ధమాన సమాజం పునర్ముద్రించిన **పట్టాభి 'ఫిడేలురాగాల దజను'** వెనుక ముఖ్యపాత్ర బంగోరేదే. 1973లో బ్రౌన్ జాబులు-తెలుగు జర్నలిజం చరిత్రకు సంపాదక బాధ్యతలు నిర్వహించి ప్రచురించాడు. 1974లో ఎమెస్కో ప్రచురించిన 'తాతాచార్యుల కథల కూర్పరిగా పనిచేశాడు.

1974-75లో నెల్లూరులోని స్థానిక పత్రిక 'యూత్ కాంగ్రెస్'కు సంపాదకుడుగా వున్నాడు. అక్టోబరు 1975లో డాక్టర్ జె. మంగమ్మగారి పరిశోధక గ్రంథం "Book Printing in India with Special Reference to the Contribution of European Scholars to Telugu (1746-1857)ను సొంతంగా ప్రచురించాడు. ఇవన్నీ ఒక ఎత్తయితే 1975లో వెంకటేశ్వర యూనివర్సిటీలో సి.పి.బ్రౌన్ ప్రాజెక్టు రీసెర్చ్ ఆఫీసరుగా చేరి 1977లో బ్రౌన్ లేఖలు - ఆధునికాంధ్ర సాహిత్య శకలాల్ని వెలుగులోకి తెచ్చాడు. డాక్టర్ జి.ఎన్.రెడ్డిగారి పర్యవేక్షణలో ఆంధ్రగీర్వాణచ్ఛందాన్ని, బ్రౌన్ కడప జాబుల సంకలనాన్ని తెచ్చాడు. ఆ తర్వాత **లిటరరీ బయోగ్రఫీ ఆఫ్ సి.పి.బ్రౌన్** అనే పరిశోధక పుస్తకాన్ని ప్రచురించాడు. 1978-79లో "మాలపల్లి నవలపై ప్రభుత్వ నిషేధాలు" పై పరిశోధించి సొంతంగా ప్రచురించాడు. 1980లో హైదరాబాదులోని యోగివేమన విజ్ఞాన కేంద్రంలో రీసెర్చి ఆఫీసర్‌గా చేరి, 'వేమన'పై ఎనలేని పరిశోధన చేశాడు. 1839లో అదృశ్యమైన వేమన పద్యప్రతిని లండన్ నుంచి సేకరించి **వేమన పద్యాలు - సి.పి.బ్రౌన్** పేరుతో ప్రచురించాడు. 1981 జూన్‌లో వాల్తేరులో సి.ఆర్.రెడ్డి రీసెర్చి కేంద్రంలో రీసెర్చి ఆఫీసరయ్యాడు. 1981లో వేమన -సి.ఆర్.రెడ్డి పుస్తక ప్రచురణలో పాలుపంచుకున్నాడు.

గాడిచర్ల హరిసర్వోత్తమరావు మీద బనాయింపబడ్డ రాజద్రోహ నేరవిచారణకు సంబంధించిన విషయంపై బంగోరె కొంత పరిశోధన చేశాడని తెలుస్తోంది. అయితే అందుకు సంబంధించిన సమాచారం మాత్రం దొరకడంలేదు. అలాగే 1960లో సినిమా నిర్మాణంలో కూడా బంగోరె ఓ చేయి వేశాడట. దానికి సంబంధించిన సమాచారం కూడా దొరకలేదు. బంగోరె తొలిపరిశోధన విషయాలు గ్రంథస్తమయ్యాయి కానీ, ఆయన చేతులమీదుగా జరిగిన పరిశోధన ఎంతో ఇంకా మరుగునపడేవుంది. మన విశ్వ విద్యాలయాల్లో పిహెచ్‌డి డిగ్రీలకు సరిపడ ముడిసరుకు బంగోరె జీవితంలో వుంది. కె.వి.రమణారెడ్డి గ్రంథాలు 'కవికోకిల',

'మహోదయం' అలాగే శ్రీశ్రీ సాహిత్య సంపుటాల కూర్పులో, ఆరుద్ర, నారాయణబాబు గీతాల్ని సంపాదించడంలో బంగోరె సహకారం ఎంతో వుంది.

'లోకలిస్టు'గా 'బంగోరె'

నెల్లూరులోని స్థానిక వార పత్రిక 'జమీన్‌రైతు'లో ఉప సంపాదకుడిగా వున్నప్పుడు బంగోరె 'లోకలిస్టు'గా అవతారమెత్తాడు. స్థానిక విషయాల్ని తెలియజేస్తూ వారం వారం **"లోకలిస్టు 'కూనిరాగాలాపన"** పేరుతో ప్రత్యేక కాలమ్‌ను నిర్వహించేవాడు. జమీన్ రైతు పత్రికలో సుదీర్ఘంగా కొనసాగిన కాలమ్‌లలో ఇదొకటి. చాలామంది ఈ కాలమ్‌ను ఎగసెక్కం చేశారు. కూనిరాగాలా లేక ఖూసి రాగాలా? అంటూ వెక్కిరించారు. కూనిరాగాల్ని కూసిరాగాలు చేసి భాషను భ్రష్టు పట్టిస్తున్నాడని కొందరు ఆడిపోసుకున్నారు. లోకలిస్టా? కల్లోలిస్టా? అంటూ దెప్పి పొడిచారు. అయినా బంగోరె జంకలేదు. వార్తాలోకంలో స్థానిక విషయాలకు పెద్దపీట వేసి నర్మగర్భంగా కూనిరాగాలు తీస్తూనే వుండేవాడు. **'పుత్తడి గలవాని పుండు బాధయు కూడ / వసుధలోన చాలావార్త కెక్కు / పేదవాని ఇంటి పెండ్లైన ఎరుగరు** అన్న వేమన పద్యాన్ని స్ఫూర్తిగా తీసుకొని ముందుకు సాగారు.

లోకలిస్టు కాలమ్‌కు ఒక నిర్దిష్ట ప్రణాళికంటూ ఉండేదికాదు. స్థానికంగా ఉండే చిన్న చిన్న విషయాల్ని భూతద్దంలో పెద్దగా చూపించేవాడు. అలాగే ఒక విషయమని కాకుండా నెల్లూరు మొలగొలుకుల నుంచి హిమాలయ సౌందర్యం వరకు ఏదనుకుంటే అది రాసేవాడు. ప్రారంభంలో నెల్లూరు జిల్లాకు మాత్రమే ఈ కాలమ్ పరిమితమైంది. జిల్లాలోని శ్రీహరికోట మరుగుజ్జులు, దుగరాజ పట్నం లైట్‌హౌస్, నెల్లూరులో క్రైస్తవుల గోరీల మిట్ట గోప్యాలు, నెల్లూరు సుబేదార్ యూసుఫ్‌ఖాన్, నెల్లూరి మొదటి జర్నలిస్టు దంపూరి నర్సయ్య, ఇలా అనేక విషయాల్ని ఈ కాలమ్‌లో వివరించాడు. ఆ తర్వాత క్రమంగా నెల్లూరు సరిహద్దులు దాటిపోయాడు. ఒక బ్రిటీష్ అధికారి రాసిన పర్యటన గ్రంథం ప్రస్తావనలో దొరికిన 'వేంకటగిరి వీరుడ్ని' ఆవిష్కరించాడు. బ్రిటీష్ సామ్రాజ్యంపై ధ్వజమెత్తి జాతీయ స్వాతంత్ర్య చరిత్రలో అవిశ్రాంత యోధుడిగా వుండికూడా వెలుగులోకి రాని 'వెంకటగిరి వీరుడ్ని' గురించి లోకానికి తెలియజేశాడు. అలాగే ఒంగోలు ముని సుబ్రహ్మణ్యం ద్వారా గురజాడ అప్పారావును పట్టుకున్నాడు. ఆయన కన్యాశుల్కం తొలి కూర్పు దుమ్ము దులిపాడు. వేమన, బ్రౌన్ విషయాల పరిశోధనకు మళ్లించిన నార్లవారి గ్రంథాల్ని ఈ కాలమ్ ద్వారానే ప్రస్తావించాడు. ఒక్క మాటలో చెప్పాలంటే బంగోరెను 'రీసెర్చ్ గెరిల్లాగా' చేసింది లోకలిస్ట్ కూనిరాగాల కాలమే.

రీసెర్చి గెరిల్లా-బంగోరె

కె.వి.రమణారెడ్డి గారు బంగోరెను "రీసెర్చి గెరిల్లా" అభివర్ణించారు. "విద్వల్లోకం ఉలికిపడేలా, అకెడెమిక్ పాండిత్యం వెలవెలబోయేలా పీఠాలు డాక్టరేట్లు, ప్రొఫెసర్ గిరీలు

దడచుకునేలా, అద్భుతమైన ఉపజ్ఞతో అధిమానుషమైన ఉగ్రదీక్షతో సాహసోపేతంగా అజ్ఞాత విషయాలను 'అస్తికల' రూపంలోనైనా సరే, ఎన్నిటినో సుపరిచిత విషయాలుగా మార్చగలిగాడు బంగోరె. నిజానికి 1970-1980 దశాబ్దం పరిశోధనా రంగం నిస్సందేహంగా బంగోరెది." అంటూ కె.వి.రమణారెడ్డి గారు బంగోరెకు కితాబు ఇచ్చారంటే ఆయన పరిశోధనాపాటవం ఎలాంటిదో అర్థం చేసుకోవచ్చు. బంగోరె తన జీవిత కాలంలో పన్నెండు సంవత్సరాలు పరిశోధనే ప్రాణంగా భావించాడు. నిద్రాణంగానో, అల్ప సంతృప్తితోనో పడివున్న పరిశోధనా లోకం మీదికి ఉరుములు మారుమ్రోగి మెరుపులు విదిలించే దుందుడుకు వాన మబ్బులాగా దూకి పడ్డాడు. గతానుగతికత్వానికి గుండె కంపరం పుట్టించాడు. గ్రంథ చౌర్య ప్రవృత్తి ముఖం మీది ముసుగు ఊడలాగి, అక్రమంగా ఆర్జించిన కీర్తి ధనాన్ని కక్కించాడు.

తిరుపతి శ్రీ వేంకటేశ్వర విశ్వవిద్యాలయం సి.పి.బ్రౌన్ ప్రాజెక్టు, ఆంధ్రప్రదేశ్ ప్రభుత్వం వేమన ప్రాజెక్టు, ఆంధ్ర విశ్వవిద్యాలయం సి.ఆర్.రెడ్డి ప్రాజెక్టు బంగోరె పరిశోధనాత్మక కృషి వల్ల సఫలీకృతమయ్యాయి. బంగోరె అనేవాడే లేకుంటే ఈ ప్రాజెక్టులు విజయవంతం అయివుండేవికావు. ఈ ప్రాజెక్టులు పట్టిందల్లా బంగారం అయిందంటే అది బంగోరె హస్తవాసి వల్లనే. బంగోరె చదివింది కామర్సు ఆనర్స్ కోర్సు. చదివిన చదువుకు చేసిన పరిశోధనకు ఏమాత్రం సంబంధం లేదు. వృత్తిరీత్యా జర్నలిస్టు కావడం వల్ల పరిశోధన పట్ల రుచి, అభిరుచి కలిగాయి. రెండు కాళ్ల పరిశోధనాగారంగా రూపొంది ఒక్కొక్క అంగ ఒక్కొక్క అద్భుతమనిపిస్తూ ఔత్సాహిక పరిశోధనా కృషిని సముజ్వలం చేయగలగడం నిజంగా ఆశ్చర్యమే. బుచ్చిబాబు నవల 'చివరకు మిగిలేది?' ఆచంట జానకిరామ్ స్వీయ చరిత్ర 'సాగుతున్న యాత్ర' ఖలీల్ జిబ్రాన్ రచన 'ప్రోఫెట్'లతో మొదలైన బంగోరె పరిశోధక వ్యాసంగమం ఆకాశమే హద్దుగా కొనసాగింది.

ఒక పక్క నెల్లూరు జిల్లాకు సంబంధించిన అనేక రహస్య విశేషాల్ని వెలికి తీస్తూనే మన దేశ చరిత్ర, సాహిత్యానికి సంబంధించిన అమూల్య సంపదను అక్షరీకరించాడు. పరిశోధనలో తీగ దొరికిందంటే డొంకను కదిలించే దాకా విశ్రమించేవాడు కాదు. ఒక సర్వసాధారణ విషయం నుంచి పరమ అసాధారణ విశేషాన్ని ఆవిష్కరించడానికి నిద్రాహారాలు మాని శ్రమించేవాడు. కావలసిన భోగట్టా రాబట్టేందుకు, తగిన సామగ్రిని సేకరించేందుకు ఎన్ని కష్టాలైనా పడేవాడు. 'నెల్లూరులో క్రైస్తవుల గోరీ మిట్ట గోప్యాలు' పేరుతో జమీన్‌రైతులో వ్యాసం రాసేటపుడు ఆ సమాధుల్లో తనకు ఏమైనా కొత్త సాక్ష్యాలు దొరుకు తాయేమోనని వెదికేవాడట. బంగోరె విపరీత ప్రవర్తనకు చాలామంది ఆయన్ను వెర్రివాడుగా భావించేవారు. అయితే తన పరిశోధన కృషిలో ఇటువంటి విమర్శల్ని ఆయన పట్టించుకునేవాడు కాదు. చిన్న పుస్తకం కోసం వందలు పోసేవాడు. బూజూ దుమ్ము నిండిన గదుల్లో భూతంలా మసలేవాడు. పరిశోధనా రంగంలో ఔన్సు పరిశ్రమకు టన్ను ఫలితం పొందేవాళ్లను తిట్టిపోసేవాడు. చిన్నంతరం పెద్దంతరం లేక దూకుడికి మారుపేరుగా వుండేవాడు. చాలామంది బంగోరె నోటికి భయపడేవారు. వ్యక్తిగా ఇష్టపడని వారుకూడా

పరిశోధకుడిగా మాత్రం బంగోరెకు బ్రహ్మరథం పట్టేవారు. చారిత్రక పరిశోధనల్లో బంగోరె అగ్రగణ్యుడని కీర్తించేవారు. బంగోరె తన పరిశోధనలతో ఆంధ్ర విజ్ఞాన వికాస చరిత్రను నూరు సంవత్సరాల వెనక్కు తీసుకువెళ్లాడు. లండన్‌లో వున్న బ్రౌను రాతప్రతుల మైక్రో ఫిల్మ్ పేజీలు తెప్పించాడు. వాటి నుపయోగించి ఉద్గ్రంథాల్ని రాయాలనుకున్నాడు. కాని విధి అనుకూలించలేదు. దారిద్ర్యం ఆయన పరిశోధనను ముందుకు సాగకుండా అడ్డుపడింది. బంగోరె కృషి వల్లనే క్రీ.శ. 1731 సంవత్సరంలో ఒక ఫ్రెంచ్ ఫాదర్ పారిస్‌కు పంపిన వేమన పద్యాల రాతప్రతి ఫోటో కాపీ మనకు దక్కింది. అమెరికా ప్రొఫెసర్ బర్టన్‌స్టీన్ రచించిన దక్షిణ భారతదేశ చరిత్ర అనే అపూర్వ పరిశోధన గ్రంథాన్ని బంగోరె సంపాదించాడు. వీరశైవం తమిళుల సిద్ధాంతం నుంచే పుట్టిందన్న విషయం ఈ గ్రంథం నుంచే వెలికి తీశాడు.

నూరేళ్లనాటి నెల్లూరు సంగతులు :

ఐ.టైరెల్ అనే ఆంగ్లేయుడు 1860లో నెల్లూరు పోలీస్ రిజర్వ్ ఇన్‌స్పెక్టర్‌గా వచ్చి, 1866 దాకా నెల్లూరు జిల్లా పోలీస్ శాఖలోనే పనిచేసి ఆ తర్వాత తమిళనాడు సేలం జైలుకు బదిలీ అయ్యాడు. ఈయన "From England to the antipodes S- India 1846 to 1902 Police S-Jail" అనే పేరుతో 300 పేజీల పుస్తకాన్ని సవివరంగా రాశాడు. తన సర్వీసు కాలంలో పనిచేసిన ప్రాంతాలకు సంబంధించిన వ్యక్తుల, సంఘటనల చరిత్రను తన గ్రంథంలో పదిలం చేశాడు. బంగోరె ఈ పుస్తకాన్ని సంపాదించి ఇందులో నెల్లూరుకు సంబంధించి 60 పేజీల్లో నిక్షిప్తమైవున్న అనేక ఆసక్తికర సంఘటనల్ని వెలుగులోకి తెచ్చాడు.

నెల్లూరు తొలి జర్నలిస్ట్ :

నెల్లూరు జిల్లాలో నూరేళ్లనాటి తొలి జర్నలిస్ట్ దంపూరి నర్సయ్య గురించిన విశేషాలను వెలికితీసి ప్రపంచానికి చాటింది కూడా బంగోరెనే. 1867లో 'లెటర్స్ ఆన్ హిందూ మ్యారేజెస్' అనే ఆంగ్ల గ్రంథాన్ని దంపూరి నర్సయ్య అచ్చువేయించినట్లు సమాచారం రాబట్టాడు బంగోరె. వెంకటగిరిలో నర్సయ్య వుండిన ఇంటికివెళ్లి అక్కడ భోషాణంలోవున్న విలువైన పుస్తకాల్ని బయటకు తీసి వాటి వివరాల్ని జమీన్‌రైతులో వ్యాసాలుగా ప్రచురించాడు. అయితే నర్సయ్య నడిపిన వివిధ పత్రికల కాపీలు మాత్రం పట్టుకోలేక పోయానని బంగోరె చాలాకాలం బాధపడ్డాడు.

అలాగే 220 ఏళ్లనాడు ఈస్టిండియా కంపెనీ తొలిరోజుల్లో మద్రాసు సిపాయిలకు కమాండెంటుగా పనిచేసిన నెల్లూరు సుబేదార్ 'మహమ్మద్ యూసఫ్ ఖాన్' గురించిన ఆసక్తికరమైన విషయాల్ని తవ్వితీశాడు. గాంధీగారిని నేకెడ్ పకీర్ అన్న చర్చిల్‌కు నెల్లూరుకు గల బాదరాయణ సంబంధాన్ని బయటపెట్టాడు. ఆనాడు చర్చిల్ వెంకటగిరి జట్టుతో పోలో ఆట ఆడాడని, లండన్‌వెళ్తూ చర్చిల్ తన గుర్రాల్ని వెంకటగిరి రాజులకు విక్రయించాడని బంగోరె చారిత్రక సాక్ష్యాలతో చూపాడు. కందుకూరి వీరేశలింగం గురించి పరిశోధించి విస్కాన్‌సిన్ విశ్వవిద్యాలయం

నుంచి పి. హెచ్ డి. తీసుకున్న అమెరికన్ యువకుడు జాన్.జి.వెనర్డ్ కృషిని బంగోరె సవివరంగా తెలియజేశాడు.

తాతాచారి కథలు :

తాతాచారి (1790) అసలు పేరు నేలటూరి వెంకటాచలం. ఈయన సి.పి.బ్రౌన్ దొర వద్ద 1848 నుంచి 1955 వరకు పనిచేశాడు. ఉభయభాషా ప్రియుడు, తర్క జ్యోతిష్యవైద్య శాస్త్రాల్ని ఎరిగినవాడు. స్వతహాగా కవి పండితుడు.

పల్నాటి వీరచరితం, వసు చరిత్ర వంటి కావ్యాల పరిష్కారంలో బ్రౌన్ దొరకు సాయపడినాడు. ఆ సమయంలోనే బ్రౌన్‌కు చిత్ర విచిత్రాలైన కథల్ని చెప్పి మెప్పించాడు. దాంతో తాతాచారి కథల్ని ముద్రించాలని బ్రౌన్ నిర్ణయించాడు. తాతాచారి చెప్పిన 24 కథలతో పాటు కృష్ణమాచారి చెప్పిన రెండు కథల్ని కలిపి 1855వ సంవత్సరంలో **'పాపులర్ టేల్స్'** అనే పేరుతో ముద్రించాడు. ఈ కథల్నే 'తాతాచారి' కథలుగా పిలుస్తారు. 1916లో గిడుగు వేంకట అప్పారావు తాతాచారి కథల ద్వితీయ ముద్రణను తెచ్చారు. 1951లో వావిళ్లవారు తాతాచారి కథల్ని మూడో ముద్రణ వేశారు. 1974లో ఎమెస్కో నాల్గో ముద్రణ బంగోరె సంపాదకత్వంలో వచ్చింది. ఇందులో (1) ముసలిదాన్ని చంపిన కథ (2) నిప్పు తగిలి పిల్లకాయలు చచ్చిన కథ (3) పామంజి కాళమనాయుడు ఓడిపోయిన కథ (4) మనిషి యొక్క సద్గతి దుర్గతి తెలిపే కథ (5) బండివారు ఆడమనిషిని చంపదలచిన కథ (6) అధికాశ మొదలు చెరచును అనడమును గురించి కథ (7) దయ్యమునకు వెరచిన బ్రాహ్మణుని కథ (8) దుగ్గశెట్టి కొడుకు కథ (9) దున్నపోతు కథ (10) గ్రామశక్తికి పొంగలి పెట్టిన కథ (11) వాలాజీపేట రాయజీ మసీదు కథ (12) సత్యపూర్ణాచార్యుల యేనుగును నవాబు కొడుకు చంపిన కథ (13) దేవరమాకుల కథ (14) హాలీంఖాన్ మోసపోయిన కథ (15) స్త్రీ చమత్కార కథ (16) గిరిన్మయూరీ అనే శ్లోకమును గురించిన కథ (17) ఏకాదశి తాంబూలపు కథ (18) పొగచుట్ట కథ (19) సంభాషణ సరసము (20) నవాబు రూపాయల కథ (21) సమయస్ఫూర్తిగా చెప్పిన వాక్యమును గురించిన కథ (22) వెట్టివాండ్ల పట్టీ కథ (23) ధర్మానికి క్షౌరము చేసుకున్న కథ వున్నాయి.

తాతాచారి కథల్లో అప్పటి వాడుక భాష ఉంది. బ్రౌన్‌కు మాదిరిగానే బంగోరెకు కూడా తాతాచారి కథల్లో వాడిన భాష......సరస సంభాషణ శైలి నచ్చి ఎమెస్కోవారి ద్వారా కథల సంపుటి నాల్గవ ముద్రణకు కారకుడయ్యాడు.

బ్రౌన్ జాబులు - తెలుగు జర్నలిజం చరిత్ర (1832 నుంచి 1857 వరకు)

బ్రౌన్ జాబుల ఆధారంగా 1832 నుంచి 1857 వరకు గల తెలుగు జర్నలిజం చరిత్రను బ్రౌన్ సంకలనంగా తెచ్చాడు. ఉద్యోగరీత్యా మద్రాసు యు.ఎస్.ఐ.ఎస్‌లో చేరి తీరిక వున్న

సమయంలో బ్రౌన్ జాబులపై రెండేళ్లపాటు జరిపిన పరిశోధనకు సంబంధించిన సమాచార సంకలనమిది.

బ్రౌన్ వేలాది జాబుల్ని సేకరించి 16 సంపుటాలుగా భద్రపరిచాడు. ఒక్కో సంపుటిలో సగటున 350 పేజీలులెక్క వేసుకున్నా మొత్తం కలిపి సుమారు 6 వేల పేజీల దాకా వున్నట్లు అంచనా. తెలుగు దేశపు నాలుగు చెరగులనుంచి బ్రౌన్‌కు స్వయంగా రాసుకున్నవీ, పండితులు, పామరులు, ముక్కుమొగం తెలియనివాళ్లు రాసినవీ, అడపాదడపా ఆయన వారికి ప్రత్యుత్తరంగా రాయించిన నకళ్లుగాక వివిధ జిల్లాల కలెక్టర్లను, జడ్జీలను, వివిధ స్థాయిల్లోని కింది ఫాయానౌకర్లు, ఉద్యోగస్తులు, సామాన్యజనం రాసుకున్న అర్జీలు చేసుకున్న విజ్ఞాపనలు, స్త్రీలు, పురుషులు, వ్యక్తిగతంగా రాసుకున్న సంసారపక్షపు జాబులు అప్పటి పత్రికల్లో వచ్చిన సంపాదక లేఖలు, వార్తలు, వ్యాఖ్యలు, - ఇలా ఎన్నింటినో బ్రౌన్ కాపీచేయించి క్రోడీకరించాడు. వీటిల్లో తెలుగు జర్నలిజానికి సంబంధించి జాబుల్ని తీసికొని 1832-1857 మధ్యకాలంలో తెలుగు జర్నలిజం చరిత్రను రచించి తానే స్వయంగా ముద్రించాడు. ఇందులో తెలుగు పత్రికల పుట్టుపూర్వోత్తరాలు, రాజమండ్రి నుంచి ఒక పాఠకుడు రాసిన జాబు తాలూకు వివరాల, విశ్లేషణ, ఆనాడు పెండ్లిండ్లలో జరిగే దురాచారాలకు సంబంధించిన ఆరోగ్యకరమైన విమర్శలు, వృత్తాంతిని ఎడిటర్ జాబులు, మహాభారత ముద్రణను అంకురార్పణచేసిన వర్తమాన తరంగణి పత్రిక గురించి, అలాగే ఆనాటి నక్సలైట్లు, కోమలేశ్వరపురం శ్రీనివాస పిళ్లె గారి సంఘసంస్కరణ భావబీజాలు, కరడుగట్టిన కులతత్త్వంతో చిన్నయసూరిపై కత్తిగట్టిన పండితుల వైనం పత్రికల్లో తర్జుమాలు, నేషనలిజం భావబీజాలు, ఒక చిన్న రన్నింగ్ కామెంటరీ, పత్రికలకెక్కిన బ్రౌన్, అనుబంధంగా బ్రౌన్ జీవిత చక్రం వివరాలున్నాయి.

తెలుగు పత్రికల పుట్టుపూర్వోత్తరాలు అనే అధ్యాయంలో తెలుగులో తొలి పత్రిక గురించి బంగోరె శాస్త్రీయంగా విశ్లేషించాడు. 1833 సంవత్సరంలో బ్రౌన్ జిల్లా ఆక్టింగ్ జడ్జిగా వచ్చినపుడు రాజమహేంద్రవరంకు చెందిన బొమ్మరాజు నాగేశ్వరరావు పెట్టుకున్న అర్జీ ఆధారంగా మద్రాసులోని 'వృత్తాంతిని' పత్రిక మూలాల్ని తడిమాడు. మద్రాసులోని వృత్తాంతిని అనే తెలుగు వార్తా పత్రికలో బ్రౌన్ వద్ద జ్యోతిష, వైద్య గ్రంథాలున్న విషయాన్ని తెలుసుకొని వాటిని తనకు పోస్టు ద్వారా పంపాల్సిందిగా బొమ్మరాజు నాగేశ్వరరావు అప్పట్లో బ్రౌన్‌కు అర్జీ పంపాడు. దాని ప్రకారం 1. బృహజ్జాతకమూలం వ్యాఖ్యానం, 2. పారాశరీ హోరమూలం వ్యాఖ్యానం, 3. శతయోగమంజరి మూలం. 4. కాలచక్రంమూలం 5. గిరీ పంచాంగం జుములా అనే అయిదు గ్రంథాలు బ్రౌన్ వద్ద వున్నట్లు తెలుస్తోంది. అలాగే తన వద్ద వున్న ఆరూఢం, గీతమసంహిత, ప్రశ్నికలున్ను, జయమినీ సూత్రములున్ను, ఉత్తరకాలామృతం, శ్రీపతి వగైరా జ్యోతిష గ్రంథాల్ని రాయించి టపాద్వారా పంపగలనని బొమ్మరాజు నాగేశ్వరరావు అదే జాబులో బ్రౌన్‌కు రాశాడు. ఈ జాబులో పేర్కొన్న విషయాలపై బ్రౌన్ పరిశోధించాడు.

అయితే 1933లో రాజమండ్రికి వచ్చేనాటికి బ్రౌన్ రాసిన "ఆంధ్రఛందస్సు వగైరాలు," అలాగే ఆంగ్ల పత్రికల్లో అచ్చయిన చిల్లర మల్లర వ్యాసాలుగాక మరో రెండు గ్రంథాలు 1. The Prosody of the Telugu and Sanskrit Language explained, College Press, Madras (1827), 2. The verses of Vemana Madras (1829), అప్పటికే ప్రచురింపబడివున్నాయట. ఇందులో మొదటి పుస్తకాన్నే బొమ్మరాజు తన జాబులో అడిగివుంటాడని బంగోరె పేర్కొన్నాడు.

తొలి గ్రంథాలయం

ఆంధ్రప్రదేశ్‌లో తొలిగ్రంథాలయం ఆనవాళ్లను కూడా బంగోరె సాక్ష్యాధారాలతో తెలియజేశాడు. 1866-1886 ప్రాంతంలో విశాఖపట్నంలో ఏర్పాటైన గ్రంథాలయమే మన రాష్ట్ర తొలి గ్రంథాలయమని ఇప్పటిదాకా భావిస్తూ వచ్చారు. అయితే 1839లో రాజమండ్రి జూలియాతామస్ అనే వ్యక్తి ఒక రీడింగ్‌రూమ్ స్థాపించాడని, అప్పట్లో బహుళ ప్రచారం పొందిన ఈ రీడింగ్‌రూమే మన తొలిగ్రంథాలయంగా బంగోరె పేర్కొన్నాడు.

సంఘసంస్కర్త కోమలేశ్వరపురం శ్రీనివాస పిళ్లై

వర్తమాన తరంగిణిలో 1852 జూలై 1853 మార్చి 30 తేదీల్లో సంఘసంస్కర్త కోమలేశ్వరపురం శ్రీనివాసపిళ్లై గురించి ప్రస్తావించబడింది. తీగలాగి పిళ్లైగారి గురించిన పూర్తి వివరాలు సేకరించాడు బంగోరె.

దక్షిణ భారతదేశంలో ఉద్యమశీలి, ప్రజాసేవకుడు, రాజకీయ వైతాళికుడైన గాజుల లక్ష్మీనర్సుసెట్టి (1806 - 1868) ముందు తరానికి చెందిన వాడే ఈ కోమలేశ్వరపురం శ్రీనివాసపిళ్లై. 1804 జనవరి 21వ తేదీన జన్మించిన పిళ్లై 1853 మార్చి 28వ తేదీన మరణించారు. దక్షిణాన విద్యాభివృద్ధికి, జాతీయ చైతన్యానికి గట్టిగా కృషి చేసినవారిలో శ్రీనివాస పిళ్లైను ప్రముఖంగా పేర్కొంటారు. అప్పట్లో మద్రాసు ప్రముఖుల్లో శ్రీనివాసపిళ్లై గారు కూడా ఒకరు కావడంవల్ల క్షామనివారణ కోసం 1807లో స్థాపించిన మణేగారి సత్రానికి 11మంది దొరలతో పాటు శ్రీనివాసపిళ్లైగారిని కూడా ధర్మకర్తగా నియమించారు. 1842 తర్వాత పచ్చియప్ప ధర్మకర్తల బోర్డుకు అధ్యక్షుడయ్యారు. హిందూ బాలుర విద్యాభివృద్ధికోసం శ్రీనివాసపిళ్లై తన సొంత ఆస్తిపాస్తులతో ఒక శాశ్వత నిధిని ఏర్పరిచాడు. చంగల్పట్టు జిల్లా మణిమంగళం తాలూకాలోని సుమారు 2వేల ఎకరాల భూమిని (అప్పట్లో దాని విలువ 70 వేల రూపాయలు) 1849లో పచ్చియప్ప ధర్మకర్తల పేర దానం చేశాడు. ఈ నిధిలో నుంచి ఇప్పటికీ బీద విద్యార్థులకు ఆర్థిక సాయం అందుతోంది. ఈ నిధితోనే 1869లో మద్రాసులో బాలబాలికల పాఠశాలను కూడా స్థాపించడం జరిగింది. అలాగే తెలుగు, అరవం బోధించడానికి పచ్చియప్ప ధర్మకర్తల సంఘం తరపున 1842 జనవరిలో మరొక పాఠశాలను ప్రారంభించారు. ప్రస్తుతం ఇది కళాశాలగా మారింది. ఏనుగుల వీరాస్వామయ్య, వెంబాకం రాఘవాచార్యులు, సుప్రీంకోర్టు

అడ్వకేట్ జనరల్‌గా పనిచేసిన జార్జి నార్టన్‌లతో కలిసి శ్రీనివాస పిళ్లెగారు మద్రాసులో 'హిందు లిటరరీ సొసైటీ' స్థాపించారు.

సారస్వత విషయంలో కూడా శ్రీనివాస పిళ్లె తెలుగు వారికి చిరస్మరణీయుడిగా మిగిలిపోయారు. ఏనుగుల వీరాస్వామయ్య 'కాశీయాత్ర చరిత్ర' (1836) ను పుస్తకరూపంలో తెచ్చింది 'శ్రీనివాస పిళ్లెగారే.' అపురూపమైన ఈ సమాచారాన్ని తవ్వితీసి పుస్తకరూపంలో తెచ్చి బంగోరె 'తెలుగు జర్నలిజం' చరిత్రకు మార్గం చూపాడు.

గురజాడ కన్యాశుల్కం-బంగోరె

1897లో గురజాడ కన్యాశుల్కం నాటకం రాశాడు. అయితే ప్రసిద్ధ న్యాయవాది ఎస్.శ్రీనివాసయ్యంగార్ చేసిన సూచనను పాటించి 1909లో కన్యాశుల్కం నాటకాన్ని తిరిగి రచించాడు గురజాడ. ప్రస్తుతం వ్యవహారంలో వున్న నాటకం ఇదే. నెల్లూరు సంగతుల పరిశోధన కోసం బంగోరె మద్రాసు రికార్డు ఆఫీసుకెళితే.... అక్కడ గురజాడ కన్యాశుల్కం మొదటి రచన కనబడింది. ఆ తర్వాత మద్రాసు ఓరియంటల్ మ్యాన్‌స్క్రిప్ట్స్ లైబ్రరీలో దీనికి సంబంధించిన మరో ప్రతి దొరికింది. వీటి సహాయంతో 1968 మే, జూన్ నెలల్లో రాతప్రతి ఒకటి సిద్ధం చేశాడు బంగోరె.

90 పేజీల నాటకానికి నూట ఎనభై పేజీలకు పైగా అనుబంధాలు, వ్యాఖ్యానాలు, పీఠికల్ని తయారుచేసి మొదటి కన్యాశుల్కాన్ని పునర్ముద్రించాడు. వాడుక భాషకు విస్తృత ప్రచారం కల్పించిన గురజాడ మొదట కన్యాశుల్కాన్ని ప్రబంధ భాషలో రచించడం వెనుక నేపథ్యాన్ని తవ్వితీశాడు బంగోరె. ప్రబంధ భాషలో రచించిన కన్యాశుల్కం గురజాడకు రుచించలేదని, జన సామాన్యానికి మరింత చేరువ చేయడానికి వీలుగా గురజాడ కన్యాశుల్కం నాటకాన్ని తిరగ రాశాడన్న సంగతిని బంగోరె వివరించాడు.

కన్యాశుల్కం నాటకం - శబ్దార్థ విచారణ

కన్యాశుల్కం నాటకాన్ని బంగోరె పరిశీలించినంతగా మరొకరు పరిశీలించలేదేమో అనిపిస్తుంది. కన్యాశుల్కాన్ని ఆయన తరచి తరచి చూశాడు, విజ్ఞానకోశంగా దర్శించాడు. కన్యాశుల్కం నాటకంలోని ప్రతీ శబ్దార్థాన్ని విచారణచేసి రాయాలని బంగోరె భావించారు. ఎందుకనో ఆ ప్రయత్నాన్ని విరమించుకున్నాడు. అయితే ఈ దిశలో పరిశోధించడానికి ఆయన మార్గాల్ని చూసిపెట్టాడు.

గిరీశం వెంకటేశంకు చెప్పిన టెక్స్టుబుక్స్‌లో ఆఖరున **'వెంకట సుబ్బారావు, మేడీజీ కుప్పుస్వామి అయ్యర్ మేడ్ డిఫికల్ట్'** అంటాడు. ఇంతకూ గిరీశం చెప్పిన టెక్స్ట్ పుస్తకాలేమిటి? ఎవరీ వెంకట సుబ్బారావు? మేడీజీలు రాసిన వెంకట సుబ్బారావు నిజంగా చరిత్ర పురుషుడేనా?

అని బంగోరె ఆరా తీశాడు - వెంకటసుబ్బారావు సాక్షాత్తు చరిత్ర పురుషుడేనని, ఆంధ్రుల ముద్దుబిడ్డ అని తేల్చాడు.

అలాగే కన్యాశుల్కంలో "మల్బరీ" దాని విషయమై చాలా ఎస్సేస్ రాశాడం"టాడు గిరీశం. బంగోరె ఈ మల్బరీని వెతికి పట్టుకున్నాడు. మద్రాసు అడయార్ లైబ్రరీలో మల్బరీ మీద అరడజను పుస్తకాల్ని కనుగొన్నాడు. లార్డ్ రిప్పన్ హయాంలో ప్రఖ్యాత బొంబాయి పాత్రికేయుడిగా, సంఘసంస్కర్తగా, రచయితగా ప్రసిద్ధి పొందిన పార్శీ వ్యక్తే మల్బరి అని నిర్ధారించాడు.

బారోస్ రీడర్లో చదివానంటాడు ఒకచోట వెంకటేశం. వీరేశలింగం జీవిత చరిత్రలో బారో దొరగారిని వెతికి పట్టుకున్నాడు బంగోరె. రాజమండ్రిలో 1870 ప్రాంతంలోనే గోదావరి విద్యాప్రవర్ధముని అనే పత్రికను నడిపాడు ఈ బారో.

ఒక సందర్భంలో "అదిరి ఫార్మరీలో అచ్చు వేయించే సరికి టెన్నిసన్ చూచి గుండె బాదుకున్నాడం"టాడు గిరీశం. ఫార్మరీ అనే పత్రిక ఒకటి ఉండిందన్న విషయాన్ని తీగలాగి పట్టుకున్నాడు బంగోరె. హిందూ వారపత్రికగా ప్రారంభమైనపుడు అందులో పనిచేస్తున్న సిబ్బంది కొందరు ఆ పత్రిక మితవాద విధానం నచ్చక చీలిపోయి కామాక్షి నటరాజన్ క్రింద **'ది ఇండియన్ సోషల్ రిఫార్మర్'** అనే పత్రికను నడిపారు. ఆ తర్వాత ఈ పత్రిక మద్రాసు నుండి బొంబాయికి తరలించబడి, రెనడీ, గోఖలే వంటి వాళ్లపై కూడా కాలు దువ్విన స్వతంత్ర పత్రిక ఇది.

కన్యాశుల్కం నాటకంలో గిరీశం చేత చెప్పించిన ఇంగ్లీషు పద్యం 'విడో'కు మాతృకను కూడా బంగోరె కనిపెట్టాడు. ఒక విస్మృత ఆంగ్ల రచయిత్రి రాసిన మైమదర్ అనే పోయెమ్ 'విడో'కు ఆధారమని బంగోరె తేల్చాడు.

అలాగే కన్యాశుల్కంలోని స్మోరెట్ దొరను కూడా బంగోరె వదల్లేదు. ఈయన 1834లో నెల్లూరు ప్రిన్సిపల్ కలెక్టరుకు హెడ్ అసిస్టెంట్ మేజిస్ట్రేట్‌గా పనిచేశాడు. ఈయన తన అనుభవాలతో అప్పటి తెలుగు జిల్లాల సివిల్ అడ్మినిస్ట్రేషన్ వ్యవహారాలపై ఒక గ్రంథాన్ని కూడా రాశాడు. ఇది ఇంగ్లండ్‌లో అచ్చయింది. ఇలా కేవలం శబ్దార్థాల్ని, వ్యక్తుల రిఫరెన్సుల్నేగాక కన్యాశుల్కంలో ప్రస్తావించబడిన వివిధ పద్యాల మూలాల్ని కూడా తవ్వి తీశాడు.

అలాగే కన్యాశుల్కం నాటకంలోని 'జా పోయుచు' టొంప, వ్రాతపోతం, బారిక రాముడు, గొట్టాలమ్మ, టర్రు, గుడ్డె, భుక్త......వంటి నిఘంటువులకెక్కని విజయనగరం మాండలికాల్ని కూడా బంగోరె గుర్తించాడు.

'చంద్రిక కథ' -బంగోరె

తెలుగు మహాపురుషుడు కందుకూరి వీరేశలింగం పంతులుగారిని పాత్రగా తీసుకొని తమిళ మహాకవి సుబ్రహ్మణ్య భారతి 'చంద్రిక కథ' పేరుతో తమిళంలో నవలను ప్రారంభించారు.

సమకాలీనుల్ని పాత్రలుగా చేసి రచనలు చేసే అలవాటు లేని రోజుల్లో సుబ్రహ్మణ్య భారతి ఈ వినూత్న ప్రయోగం చేశారు. ఒక పరభాషామహాకవి, మరొక భాషకు చెందిన సంఘసంస్కర్తను, సాహిత్యాభిలాషిని తన నవలకు ఏకంగా నాయకుడ్ని చేసుకోవడం ఎంతో అరుదైన విషయం. ఈ నవలలో వీరేశలింగం గారి సతీమణి రాజ్యలక్ష్మమ్మ కూడా ఒక పాత్ర కావడం విశేషం. అయితే సుబ్రహ్మణ్య భారతి చేసిన ఈ ప్రయోగం అసంపూర్తిగా మిగిలిపోయింది. ఈ నవల పూర్తికాకముందే భారతి యశశ్శరీరుడయ్యాడు.

1968లో కేంద్ర సాహిత్య అకాడమీ తరపున నార్ల వెంకటేశ్వరరావు గారు కందుకూరి వీరేశలింగం గురించి ఆంగ్లంలో ఒక పుస్తకం రాశారు. దాంట్లో 'చంద్రిక'నవల ప్రస్తావనవుంది. ఇంగ్లీషు 'స్వరాజ్య' పత్రికలో ప్రేమానందకుమార్ ఈ పుస్తకాన్ని సమీక్షిస్తూ, తమిళ చంద్రిక నవల విషయాన్ని ఉటంకించాడు. ఈ సమీక్ష చదివాక తమిళంలోవున్న 'చంద్రిక' నవలను సంపాదించాడు బంగోరె.

కృష్ణ (ఎన్.ఎస్. కృష్ణమూర్తి), రాఘవన్ (వి.ఎస్.రాఘవన్)లతో కలిసి అసంపూర్తి తమిళ నవలను తెలుగులోకి అనువదించాడు బంగోరె. మొదట ఈ అనువాద నవల 'జమీన్ రైతు' పత్రికలో ధారావాహికంగా ప్రచురించ బడింది. ఆ తర్వాత అనువాదాన్ని మరింత సాఫీచేసి బంగోరె 1971 లో పుస్తకంగా ప్రచురించాడు.

భారతి తన నవలలో కందుకూరిని నాయకుడిగా స్వీకరించడానికి గల కారణాలను బంగోరె పీఠికలో సుదీర్ఘంగా చర్చించాడు. భారతి, కందుకూరి సమకాలీనులైనప్పటికీ వీరిద్దరి వయస్సులో చాలా అంతరం వుంది. భారతి చంద్రిక నవల రాసేనాటికి ఆంధ్ర దేశంలో వీరేశలింగం పేరు మార్మోగుతుండేది. 1875 నుంచి వీరేశలింగం మద్రాసుకు రాకపోకలు చేసేవాడు. 1897లో వీరేశలింగం మద్రాసుకు వచ్చి ప్రెసిడెన్సీ కళాశాలలో తెలుగు అధ్యాపకుడిగా చేరారు. 1904 చివరిదాకా మద్రాసులోనే వుండి 1905 జనవరిలో రాజమండ్రికి మారాడు. 1904లో భారతి 'స్వదేశ మిత్రక' తమిళ దినపత్రికలో చేరడానికి మద్రాసుకు వచ్చాడు. 1905 తర్వాత కందుకూరికి రాజమండ్రే కేంద్రం అయినా ఆ తర్వాత తరచూ మద్రాసుకు రాకపోకలుండేవి. 1919లో మద్రాసు వేదవిలాసభవనంలో కందుకూరి మరణించారు. 1908 నుండి 1918 దాకా భారతి పాండిచ్చేరిలో వున్నారు. 1918 నవంబర్ 20వతేదీన భారతి మద్రాసుకు వచ్చారు. మొత్తంమీద ఇరువురి మధ్య పెద్దగా పరిచయం లేకపోయినా, కందుకూరి గురించి అనుశ్రుతంగా విన్న భారతి ఆయనను తన నవలకు నాయకుడిగా చేసుకొని వుండొచ్చని బంగోరె అభిప్రాయపడ్డారు.

ఈ నవల్లో మొదటి నూరు పేజీలు ప్రధానకథకు పరిచయంలా సాగింది. నవలానాయిక పేరు 'చంద్రిక'. అసంపూర్తిగా మిగిలిపోయిన ఈ నవలలో చంద్రిక బాల్యం వరకు మాత్రమే రచన జరిగింది. కథనడిచిన తీరుచూస్తే స్త్రీ పాత్రను ఆనాటి సమాజంలోని మూఢనమ్మకాలు,

బాలవితంతు వివాహాల్ని ఖండిస్తూ స్త్రీ పాత్రను 'ఆదర్శనారి'గా చిత్రీకరించే దిశలో కథా సంవిధానం కొనసాగింది. అందుకే కందుకూరిని నాయకుడిగా స్వీకరించినట్లు అర్థమవుతుంది. ఏదైతేనేం తెలుగుదేశంలోని ఒక మహానుభావుడు అప్పట్లో ప్రముఖ తమిళకవి భారతి రచనకు స్ఫూర్తిగా నిలిచిన చంద్రిక కథ అసంపూర్ణ నవలను తెలుగులో అనువదించి మనకందించడంలో బంగోరెపాత్ర మరువరానిది.

మాలపల్లి నవలపై ప్రభుత్వ నిషేధాలు

ఉన్నవ లక్ష్మీనారాయణ 'మాలపల్లి నవలపై' అప్పటి ప్రభుత్వం విధించిన నిషేధాలకు సంబంధించిన సమాచారాన్ని సేకరించి 1979 ఏప్రిల్‌లో పుస్తకంగా ప్రచురించాడు బంగోరె.

ఉన్నవ లక్ష్మీనారాయణ ఆంధ్రకాంగ్రెస్ నాయకుల్లో దూరదృష్టి గల సాహిత్యవేత్త. స్వరాజ్యంతో పాటు సమతా రాజ్యం స్థాపించాలనే భావాలు కలవాడు. సామాజిక దృష్టితో రాసిన మాలపల్లి నవలపై అప్పట్లో పెద్ద రాద్ధాంతమే జరిగింది. గుంటూరు, కృష్ణాజిల్లాలోని కమ్మభూస్వాములను అవమానించి, వారి కింది కూలిజనాన్ని రెచ్చగొట్టడానికే ఉన్నవ ఈ నవలను రాశారని కమ్మ కుల సంఘాలు ధ్వజమెత్తాయి. ఈ నవల్లో కొన్ని వ్యాఖ్యలు ప్రభుత్వానికి వ్యతిరేకంగా వున్నాయని అప్పటి అధికారులు అభ్యంతరం లేవదీశారు. ఈ నేపథ్యంలో ప్రభుత్వం మాలపల్లి నవలను నిషేధించింది.

'మాలపల్లి' ఆవిర్భావం

1921 జూలై నెల 22వ తేదీన వున్నవ లక్ష్మీనారాయణను, మాడభూషి నరసింహాచారిని ప్రభుత్వం అరెస్టు చేసి రాయవేలూరు జైలుకు తరలించారు. ఖైదీ నెం. 6657గా ఉన్నవ ఏడాది పాటు ఆ జైలులోనే గడపాల్సి వచ్చింది. దేశస్వాతంత్ర్య, సామాజిక ఉద్యమాలతో క్షణం తీరిక లేకుండిన ఉన్నవ జైల్లో గోళ్లు గిల్లుకుంటూ కూర్చోలేకపోయాడు.

నవల రాసుకునేందుకు అనుమతించాల్సిందిగా జైలు సూపరింటెండెంట్ మేజర్ యాండర్సన్‌ను అడిగాడు, 'నువ్వురాసింది మాకు చూపించాలి. అందులో అభ్యంతరకరమైన విషయాలుంటే సెన్సార్ చేస్తాం.' అంటూ యాండర్సన్ షరతుపెట్టాడు. ఉన్నవ ఒప్పుకున్నాడు. మాలపల్లి నవల మొదలుపెట్టాడు. 1922 ఏప్రిల్ 9వ తేదీనాటికి మొత్తం 609 పేజీలతో నవల పూర్తయింది. 1922 జూలై 21న ఉన్నవ జైలునుంచి విడుదల కావల్సివుంది. అంతకు మూడురోజుల ముందే యాండర్సన్ వచ్చి ఉన్నవ నవల ప్రతిని తీసుకువెళ్లాడు. దానిలో ఏమైనా అభ్యంతరాలుంటే తెలపాలని కోరుతూ ఆ నవలను నార్త్ ఆర్కాట్ జిల్లా మెజిస్ట్రేట్‌కు పంపించాడు. అయితే తనకు తెలుగు రాదని, ప్రభుత్వ సీనియర్ అనువాదకుడికి పంపించుకోమని మెజిస్ట్రేట్ ఆ ప్రతిని తిప్పిపంపాడు. అక్కడినుంచి ఈ ప్రతి కిందకూపైకి తిరుగుతూ చివరకు పత్రికలకెక్కింది.

8-12-1922 వ తేదీన చీఫ్ సెక్రటరీ ఉత్తర్వులతో ఈనవల ప్రతిని ప్రభుత్వ అనువాదకుడు బి.సోమసుందరరావుకు పంపారు. ఆయన ప్రతి అక్షరాన్ని భూతద్దంలో చూశాడు. నవల్లో రాజకీయ వాసనల్ని వెదికి పట్టుకొని 'రాజద్రోహ' నేరారోపణతో ప్రభుత్వానికి ప్రాథమిక నివేదికను పంపాడు. మాలపల్లి నవలా రచయిత ప్రభుత్వశాఖల్ని దుయ్యబట్టాడని, బోల్షివిజం సిద్ధాంతాలను, సహాయ నిరాకరణతత్వాన్ని అతిగా ప్రబోధించాడని, ప్రభుత్వం పట్ల విద్వేషాన్ని పురికొల్పేలా రచన చేశాడని సోమసుందరరావు ఆ నివేదికలో పేర్కొన్నారు. 1923 జనవరి 8న ఆ నివేదిక ప్రభుత్వానికి చేరింది. మరో రెండు నెలల తర్వాత తుది నివేదిక కూడా ప్రభుత్వానికి అందింది. ప్రభుత్వానికి వ్యతిరేకంగా వుందన్న నివేదిక సారాంశాన్ని చూశాక ప్రభుత్వ పెద్దలకు ఒళ్లుమండింది. ఈ నవల ప్రతిని తగలబెడితే ఎలా ఉంటుందన్న తర్జనభర్జనలు జరిగాయి. చివరకు దానిమీద అభిప్రాయం తెలపమని అడ్వకేట్ జనరల్‌కు పంపారు. ఈలోగా మాలపల్లి నవల గురించి స్వరాజ్య పత్రికలో సమీక్ష వచ్చింది. నవల ముద్రితమైనట్లు పత్రికలో సమీక్షరావడాన్ని ప్రభుత్వ పెద్దలు జీర్ణించుకోలేక పోయారు. నవలరాత ప్రతి మనదగ్గర ఉండగా పుస్తక ప్రచురణ ఎలా సాధ్యమని జుత్తు పీక్కున్నారు. ఈ విషయాన్ని ఆరాతీశారు. ఉన్నవ జైల్లో నవల రాస్తుంటే జైలు సహచరుడు నరసింహాచారి మరో కాపీరాశాడని, ఆ కాపీనే జైలునుంచి రహస్యంగా పంపారని సిఐడి వారు రిపోర్ట్ ఇచ్చారు. ఇప్పటిదాకా రెండు భాగాలు ప్రచురితమయ్యాయని, మూడోది ముద్రణలో వుందని సిఐడి వారు ఆ నివేదికలో తెలిపారు. మొత్తంమీద ఇందుకు సంబంధించిన ఫైలు 9నెలలు కిందామీదా పడి చివరకు 1923 మే 14న మద్రాస్ ఫోర్ట్‌సెంట్ జార్జిగెజిట్‌లో మాలపల్లి నవలను నిషేధిస్తూ ప్రభుత్వం ప్రకటనను జారీచేసింది. (జీవో నెం. 396 పబ్లిక్).

మొదటి రెండు భాగాలను నిషేధించిన ప్రభుత్వం 1923 జులై 27న మూడోభాగాన్ని కూడా నిషేధించింది (జీవో నెం.8) ఆ తర్వాత ప్రభుత్వం నిషేధాలను ఎత్తివేసింది. నిషేధానికి గల ప్రభుత్వ అభ్యంతరాలను, దానిపై ఉన్నవ వాదనను బంగోరె సవివరంగా వివరించాడు. అలాగే ప్రభుత్వ అభ్యంతరాలమేరకు మాలపల్లి నవలలోని కొన్ని భాగాలను తొలగించడానికి ఉన్నవ అంగీకరించారు. తొలగించిన భాగాలను బంగోరె తన పుస్తకంలో ఉటంకించారు. మాలపల్లి నవల నిషేధానికి సంబంధించి సాధికారికగా వెలువడిన మొదటి పుస్తకం బంగోరెదే కావడం గమనార్హం.

'బ్రౌన్' వేమన పద్యాలు

1829లో వేమన పద్యాల్ని సంకలనంగా ముద్రించిన సి.పి.బ్రౌన్ పదేళ్ల తర్వాత అంటే 1839లో మరికొన్ని పద్యాల్ని అదనంగా చేర్చి ద్వితీయ ముద్రణను కూడా తెచ్చాడు. ఆ తర్వాత 1879లో వావిళ్ల రామశాస్త్రులు 'ఆది సరస్వతీ ముద్రాక్షరశాల'లో ముద్రించి ప్రకటించిన వేమన పద్యాలు బ్రౌన్ ద్వితీయముద్రణకు కాపీ కావడాన్ని ఆయన పసిగట్టాడు. వావిళ్ల వారి

సంకలనంలో ఎక్కడా బ్రౌన్ ప్రస్తావన లేకపోవడాన్ని బంగోరె తీవ్రంగా ఆక్షేపించాడు. 1919, 1928 సంవత్సరాల్లో కూడా వావిళ్లవారు వేమన పద్యాల పునర్ముద్రణలు తెచ్చారు. వాటిలో కూడా ఎక్కడా బ్రౌన్ గురించి ప్రస్తావించలేదు. బ్రౌన్ పద్యాల్ని దొంగిలించి వావిళ్లవారు సొంతంగా ముద్రించు కున్నారని బంగోరె విమర్శించాడు. 1980లో బ్రౌన్ ద్వితీయముద్రణ సంకలనంలో స్వల్ప మార్పులు చేసి తన సంపాదకత్వంలో వేమన పద్యాల్ని సంకలనంగా తెచ్చాడు. తిరుమల తిరుపతి దేవస్థానం వారు ఈ సంకలనాన్ని ముద్రించారు.

బ్రౌన్ వేమన పద్యాల్ని పునర్ముద్రించే సందర్భంగా బంగోరె కొంత స్వతంత్రంగా వ్యవహరించినప్పటికీ మూల పద్యపాఠాన్ని మాత్రం ముట్టుకోలేదు. బ్రౌన్ అభిప్రాయం ప్రకారంగానే పునర్ముద్రణలో మొదటి 200 పద్యాలలో అరసున్నల్ని మాత్రం తొలగించాడు. ప్రస్తుతం మనకు దొరుకుతున్న వేమన పద్యాల్లో బంగోరె సంకలనమే ప్రామాణికంగా గుర్తించబడటం విశేషం.

మిస్టరీగా మిగిలిపోయిన 'బంగోరె' హిమాలయ సందర్శనం!

ఇది కథకాదు. ఒక సాహిత్య పరిశోధకుడి వాస్తవగాథ. బంగోరె నిజ జీవితంలో జరిగిన ఒక మిస్టరి. హిమాలయాల్ని చూడాలన్న చిరకాల కోరిక నెరవేర్చుకొని చివరకు హిమసాగరంలోనే ఆయన కలిసిపోయాడు.

'బంగోరె'కు హిమాలయాల్ని చూడాలన్న ప్రగాఢమైన కోరిక ఉండేది. జీవితంలో ఒకసారైనా హిమాలయాల్ని చూడాలని, హిమనగాన్ని తాకాలని ఆయన అంటుండేవాడు. హిమాలయాల్ని సందర్శించాలన్న కోరిక కూడా ఆయనకు యాదృచ్ఛికంగా కలిగిందే. ఒకసారి నెల్లూరు వర్ధమాన సమాజం వారు ఏర్పాటుచేసిన సభలో యశ్వంతో సిన్హా తన 'హిమాలయ యాత్రానుభవాల్ని' వివరించారు. ఇది విన్న బంగోరెలో ఎప్పటికైనా హిమాలయాల్ని చూడాలన్న కోరిక బలంగా నాటుకుంది.

"హిమాలయములకు వెళ్లిపోవాలనే కోర్కె నాలో అప్పుడప్పుడూ కలవరపెడ్తూ వుంటుంది. చచ్చేలోగా హిమాలయాల్ని ఒకసారైనా చూసొస్తే బాగుండును" అని ఆయన జమీన్ రైతుకు రాసిన **"హిమాలయములకు వెళ్లాలి"** అనే వ్యాసంలో రాశారు.

అంతకు ముందు సంవత్సరం త్రివేండ్రం ఆర్ట్‌గ్యాలరీలో **రోరిక్** వేసిన హిమాలయ వర్ణచిత్రాలు బంగోరెను వెంటాడాయి. నిద్రలో కూడా ఆ చిత్రాలు ఆయనను తట్టి లేపుతూ ఉండేవట. రష్యా వాడైన **రోరిక్** తన చిత్రరచనల కోసం చాలా కాలం హిమాలయాల్లోనే కాపురం ఉన్నాడు. అప్పట్లో సంజీవదేవ్ కొంతకాలం రోరిక్‌తో హిమాలయాల్లో గడిపి వచ్చి ఆ అనుభవాలతో **రసరేఖలు** రచించారు. ఈ రసరేఖల్లో హిమాలయాల ప్రసక్తి బంగోరెను బాగా ఆకర్షించింది. అప్పట్లో హిమాలయాలు చూడకపోయినా హిమాలయాల ప్రసక్తివున్న చిత్రాల్ని చూసి పుస్తకాల్ని

చదివి హిమాలయ సందర్శన పిపాసను ఆయన తీర్చుకునేవాడు. బి.ఆర్.చిత్రా గీసిన హిమాలయ చిత్రాలు, జి.సి.కొండయ్య లైబ్రరీ నుంచి సేకరించిన **"హిమాలయన్ మౌంటెన్స్ ఆఫ్ డెస్టిని - ఎ స్టడీ ఇన్ జియో పాలిటిక్స్"** అనే గ్రంథాన్ని బంగోరె ఎన్నిసార్లు చదివాడో లెక్కలేదు. జర్మనీకి చెందిన లామాగోవింద్ దంపతులు హిమాలయ సమీపంలో నివాస మేర్పరుచుకొని గీసిన వివిధ వర్ణాల హిమాలయ చిత్రాలు, అమెరికాకు చెందిన చిత్రకారులు బూస్టర్ దంపతులు గీసిన హిమాలయ వాతావరణ చిత్రాల్ని చూసిన బంగోరెలో హిమాలయ సందర్శన కాంక్ష మరింత పెరిగింది.

స్వామి ప్రణవానంద ఆంగ్లంలో రాసిన **'కైలాస్ మానస సరోవర్'** పోల్‌బ్రంటన్ రాసిన **'ఏ హెర్మిట్ ఇన్ ది హిమాలయాస్'** అనే పుస్తకాల్లో హిమనగాల రామణీయకత బంగోరెను మంత్ర ముగ్ధుడ్ని చేసింది. **'హిమాలయాలకు వెళ్లిపోతే బాగుండు'** అంటూ బంగోరె తన కోర్కెను ఒక మిత్రుడితో చెప్పుకున్నాడు. అయితే ఆ మిత్రుడు మాత్రం హిమాలయ సందర్శనం చులకన చేస్తూ నిరుత్సాహ పరిచాడట. **"మిత్రమా! నీవు చెప్పిన అట్లాంటి విశ్వ ప్రేమిక జీవులకు, సాధకుల జ్ఞాన తపస్సులకూ తరతరాల నుంచి జీవం పోసిన హిమాలయాలు ఇప్పుడు విపరీతమైన స్థితిలో వున్నాయి. ఆ మంచులో ఇప్పుడు రాజకీయాలు జొరబడ్డాయి. రోడ్లు నిర్మిస్తున్నారు. మంచును చెలిగేస్తున్నారు. నిన్న పేపర్లో చూళ్లేదా? కమ్యూనిస్టు చైనా, టిబెట్ నుంచి నేపాలుకు రోడ్డు నిర్మించడం దాదాపు పూర్తి అయిందట. రష్యా వారు ఈ ప్రాంతంలో వెయ్యిమైళ్ల పొడవున రోడ్డు నిర్మించడానికి నేపాల్‌తో ఒడంబడికలు కుదుర్చుకొన్నారట. జ్ఞాన నేత్రాలు ప్రసరించిన ఈ "దేవ భూమి"లో ఇప్పుడు ప్రపంచ రాజకీయ నాయకుల కైపు చూపులు పడ్డాయి. హిమాలయాల్లో మారణఘోషలు విన్పిస్తున్నాయి. ఇంకో శతాబ్దంలోగా వీటి నైసర్గిక రేఖలో ఏఏ పరిణామాలు కల్గుతాయో ఊహించడం కష్టం. నీవక్కడకు వెళ్లి ఆ గడబిడల్లో చిక్కుకోవడం ఎందుక"** ని ఆ మిత్రుడు సలహా ఇచ్చాడు. అయినా కూడా బంగోరెలో హిమాలయాలు చూడాలన్న కోర్కె చావలేదు.

"నేడు దేశం గాఢ నిద్రలోవుంది. నేను మాత్రం నిద్రలో కూడా కలవరిస్తుంటాను హిమాలయాకు వెళ్లాలని. ఏవో! కనిపించని ప్రాపంచిక బంధాలు నన్ను కట్టిపడ వేస్తున్నాయి. వీటిని తెంచుకోవడం సాధ్యం కాదు. భావ్యమూ కాదు. అయితే వీటిని కాస్సైనా సడలించుకొని హిమాలయాలకు వెళ్లి రావాలి ఎప్పటికైనా" అంటూ మధన పడేవాడు బంగోరె. కొంతకాలం గడిచాక బంగోరె తన మిత్రుడు దిగవల్లి మేష్టారుకు రాసిన ఉత్తరంలో తన హిమాలయ సందర్శన కాంక్షను తీవ్రంగా వ్యక్తం చేశాడు. బహుశా హిమాలయాలకు వెళ్లే ముందు బంగోరె రాసిన చివరి ఉత్తరం కూడా ఇదే అయ్యుండొచ్చు. **"మొన్న ఫిబ్రవరిలో ఢిల్లీ నుంచి తిరిగొచ్చినప్పటి నుంచీ నేనింత కాలం ఎట్లా బ్రతికానో అర్థం కావడం లేదు. ఇంత – Low spritis లో నేనెప్పుడూ లేను.....నా జీవితమే ఇట్లా అర్థాంతరంగా ముగిసే కార్యక్రమాలతో సాగిపోతూ వుంది. ఏమిటో మాస్టారు నా జీవితం ఇన్ని చక్రాల్లో తిరుగుతుందని అనుకోలేదు. ఇక భరించడం**

నావల్లకాదు. నా భార్య ఆపరేషన్ జరిగి బాగున్నది. యిప్పుడు కాలేజీకి వెళుతున్నది. భార్యా పిల్లలకు దూరంగా ఉండటంవల్ల నాలో ఈ భయంకరమైన పరిణామం సంభవించిందేమో ననుకుంటాను. అప్పుడప్పుడు ఆత్మహత్య ఆలోచనలు కూడా వస్తుంటాయి. ఏమిటో మాష్టారు మనసేమీ బాగోలేదు."

ఉన్నట్టుండి ఒకరోజు బంగోరె నెల్లూరు నుంచి అదృశ్యమయ్యాడు. ఎక్కడకు వెళ్లాడో కనీసం కబురు కూడా విడవలేదు. నెలరోజులు గడిచిపోయాయి. 1982 నవంబర్ 5వ తేదీన బంగోరె మరణం గురించి పత్రికల్లో నమ్మశక్యం కాని వార్త కనబడింది.

"బంగోరె ఇకలేరు. భాక్రానంగల్ ప్రాజెక్టులో దూకి ఆయన ఆత్మహత్య చేసుకున్నారని పోలీసులు నిర్ధారించారు. ప్రాజెక్టు వద్ద బంగోరె విడిచిన దుస్తులను బట్టి అక్కడి పోలీసులు ఆరా తీయగా, ఇవి బంగోరెకు సంబంధించినవిగా ధ్రువపడింది. అయితే ఆయన మృతదేహం మాత్రం కనబడలేదు."

వార్తాపత్రికలు మోసుకొచ్చిన ఈ కబురుకు తెలుగు సాహితీలోకం దిగ్భ్రాంతికి లోనైంది. బంగోరె మృతదేహం ఆచూకీ ఇంతవరకు తెలీలేదు. ఆయన చనిపోయారా? లేక బతికే వున్నారా? ఒకవేళ చనిపోతే ఆయన మృతదేహం దొరకాలికదా? మృతదేహం దొరకలేదు కాబట్టి బంగోరె ఇంకా బతికున్నాడని భావించవచ్చా? ఏమో? ఇటువంటి అనుమానాలు, సందేహాలు ఎన్నో తలెత్తాయి. అయినా బంగోరె జాడ ఇంతవరకు తెలీలేదు. అందరూ చనిపోయారనే భావించారు. చివరకు ఆయన కుటుంబ సభ్యులు కూడా ఇదే అభిప్రాయానికి వచ్చారు. ఆయన భార్య సుమిత్ర కూడా చాలాకాలం ఎదురు చూసి, చూసి స్వర్గస్తురాలైంది. హిమాలయాలు చూడాలన్న బంగోరె కోరిక చివరకు ఇలా మిస్టరీగా మిగిలిపోయింది. హిమాలయ రామణీయకతను చూసిన కళ్లతో ఈ లోకాన్ని చూడకూడదనుకున్నాడో ఏమో? బంగోరె తిరిగి జనారణ్యంలోకి రానేలేదు. ఇక వస్తాడన్న ఆశకూడాలేదు. బంగోరె భౌతికంగా మనతో లేకపోయినా, ఆయన పరిశోధనా ఫలితాలు మాత్రం తెలుగుసాహిత్య చరిత్రను సుసంపన్నం చేస్తూనే వున్నాయి.